U0104325

策划与项目负责人：孙　梅

统筹与中文整理：孙　梅　陈文华　朱　滔　张星华　韦　玮

越汉部分

主　　编：曾瑞莲

执行主编：罗文青　蔡　杰

审　　订：阮文康（越南）

编写者：（按编写顺序排列为序）

　　　　蔡　杰　龙海菁　徐智敏　韦长福　罗文青　李建强
　　　　温日豪　韦登秀　韦登香　吴宇成　贾精华　曾瑞莲
　　　　马金案

汉越部分

主　　编：祁广谋

副 主 编：温日豪　黄健红　贾精华

审　　订：阮文康（越南）

编写者：（以姓氏笔画为序）

　　　　闫丹辉　阳　阳　杨守意　李　维　张婷婷　周伊芸
　　　　贾精华　黄云翔　黄健红　温日豪　曾添翼　谢群芳
　　　　蔡　杰　黎巧萍

全书参与部分编写与审校人员：陈氏清廉　沈鸿杰　黄大胜
　　　　　　　　　　　　　　　温科胜　韦长福　孙　梅　陈文华
　　　　　　　　　　　　　　　张星华　朱　滔　韦　玮　温秋瑜
　　　　　　　　　　　　　　　黄显瑞

全书主要编辑人员：孙　梅　陈文华　张星华　朱　滔　韦　玮

出版说明

　　《实用越汉　汉越词典》共收词约7万条，全书包括单词、词组、短语、习语、外来语以及适当收录了近年来新出现的新词语。内容涉及社会、政治、经济、法律、科技、商贸以及文化与生活。本词典以实用为目的，以教师、学生、翻译工作者、商贸人员为主要读者对象。词典的设计内容、体例，无不以读者的需要而细心编排。越汉部分约4万词条，除少量的口语用词、短语、习语词条仅给出释义外，其余大多数词条都提供了词性、释义以及例证，并且对一些不易理解的专业术语给予学科注明。汉越部分约3万条，每个条目均注明了汉语拼音，并提供了汉越对译释义和例证。书后附录了"越语借汉词对译表"，方便读者学习、翻译查用。

　　本词典不仅是一部适合广大读者学习、查考的语言工具书，同时也是一部简明、实用，方便社会各界人士学习、文化交流以及商贸往来等的参考必备。

编者

目　　录

越语字母表

字母		读音
大写	小写	
A	a	a
Ă	ă	á
Â	â	ấ
B	b	bê
C	c	xê
D	d	dê
Đ	đ	đê
E	e	e
Ê	ê	ê
G	g	giê
H	h	hát
I	i	i
K	k	ca
L	l	e-lờ
M	m	em-mờ
N	n	en-nờ
O	o	o
Ô	ô	ô
Ơ	ơ	ơ
P	p	pê
Q	q	cu
R	r	e-rờ
S	s	ét-sì
T	t	tê
U	u	u
Ư	ư	ư
V	v	vê
X	x	ích-sì
Y	y	i-cờ-rét（i dài）

凡　例

越汉部分

一、词条与词目

1. 词条指收入词典的一个条目，单独列出的为主词条，收录在主词条内的外来词、变体词为内词条。本词典收有越语单词、复词、成语、俗语和外来语约40000条。词条的主要部分包括词目、词性、释义、例证。词目用黑正体印刷，词性用白斜体印刷。不成词的语素、非语素字、成语、口语用词和熟语不标注词性。越语词性略语符号如下：

$d.$名词或名词词组　　　　　$dg.$动词或动词词组

$t.$形容词或形容词词组　　　$đ.$代词或代词词组

$p.$副词或副词词组　　　　　$k.$连词或连词词组

$tr.$助词或助词词组　　　　　$c.$感叹词或感叹词词组

2. 本词典所收词目，大部分是越语通用词汇，也兼收一部分常用的方言词汇，即南部语和中部语词汇。

3. 词条按词目的字母顺序排列。同一字母下的词条，根据越南现在习惯，按平声、玄声、问声、跌声、锐声、重声的声调顺序排列。如：

sơ→sờ→sở→sỡ→sớ→sợ

4. 词目的变体形式，包括不同拼法、不同读音，在不影响读者查检的情况下，将变体放在括号里排在常用形式后面。如：

a-xpi-rin（aspirin）d 阿司匹林

5. 来源于汉语的词目加注［汉］，并标出相应的汉字，以供参考。如：

đai［汉］带

6. 来源于汉语以外的外来词，若没有专门的越语拼写形式或越语拼写不常用的，则直接借用外来语作词目，如account。凡语音本土化的外来词，有两个或两个以上音节者，按音节加连音号，如：**ô-tô**。

7. 关于字母"i"和"y"作单音节在词条拼写中的使用。当"i"和"y"作为单元音韵母出现时，特殊名词保持固定搭配拼写；其余的统一写作"i"，如công ti。

二、释义和例证

1. 同音异义词分列条目，在词条右下角下标阿拉伯数字1.2.3...如 **băng₁**，**băng₂**，**băng₃**。

2. 一个词目有两个或两个以上词性者，分别列出词性，再根据词性分别列出释义，同一词性的多个释义义项①②③...加以区别。一种释义中有几个说法的，根据情况分别用逗号或分号隔开，意思相近的用逗号，意思相差较大的用分号。

3. 本词典的释义，以对译为原则，词和例句的译文，力求通俗易懂；难以对译的词或词组，则适当用说明文字加以解释，放在括号内，与对译词相区别。一部分难以直译的成语、俗语或引自文学作品的例句，按意译或另加解释处理。如：

à ơi _c_（睡）吧，（睡）啊（用来哄孩子睡觉）

cá chậu chim lồng 瓮中鱼；笼中鸟（喻受约束，不自由）

4. 释义时，首先列出词的基本意义，然后列出引申意义。词的某一释义需要引例说明的，就在该释义内举例。如：

ác₁ _d_〔旧〕①乌（乌鸦）②〔旧〕金乌（太阳）

đan xen _đg_ 交错，交织，穿插：Các tiết học và thực hành được bố trí đan xen. 学习课和实践课穿插安排。

5. 两个词的意义完全相同，而且同在一页的，一般只对一个词条释义，另一个词条用"="表示。如：

bán trả dần=bán trả góp

三、略语

为方便读者理解，对部分词条涉及的学科及使用领域，在释义前面用括号"〔 〕"加以注明。略语符号如下：

［工］工业、工学	［政］政治	［心］心理学
［经］经济	［天］天文学、气象学	［军］军事
［无］无线电	［哲］哲学	［化］化学
［建］建筑学	［戏］戏曲、戏剧	［理］物理、物理学
［生］生物学、生理学	［商］商业	［电］电力、电力学
［植］植物、植物学	［交］交通运输	［数］数学
［农］农业、农艺学	［地］地理学、地质学	
［语］语言学、语音学、语法		［解］解剖学
［乐］音乐	［药］药物、药物学	［体］体育
［计］电子、计算机	［机］机械	［旧］旧用语、旧事物
［矿］矿物、矿物学	［口］口语	［医］医学
［方］方言	［宗］宗教	［转］转义
［冶］冶金学	［缩］缩略语	［动］动物、动物学
［拟］拟声词	［法］法律学	

汉越部分

一、收词

本词典共收条目约30000条。除基本词汇、一般词汇之外，还注重收录近年来出现并已为社会普遍接受的新词，适当收录常见的成语、俗语、文言词、方言词等，所收录词条覆盖社会政治、经济、法律、科学技术、文化生活等诸多领域，以汉越双语交际的实用性为主要原则。

二、条目安排

1. 本词典所收条目分为单字条目和多字条目，多字条目包括词语、词组、成语和其他熟语。单字条目用大字，多字条目放在鱼尾括号"【 】"内。

2. 条目后依次有汉语拼音、词类、释义和例证。部分条目根据需要

对语类、语体和不易分辨、容易混淆的学科门类加以标注，词类在尖括号
"〈 〉"内标注，语类、语体和学科门类在方括号"［ ］"内标注。学科
门类按通行的分类法标注，分别有语言、音乐、物理、数学、化学、宗教、
军事、逻辑、医学等。如：

【把脉】bǎmài〈动〉［中医］bắt mạch; coi mạch

3. 单字条目按照汉语拼音字母顺序排列。同音字按笔画排列，笔画少的
在前。

4. 多字条目排列在第一个字所属的单字条目之下。同一个单字条目下
的多字条目不止一条的，按第二个字的拼音字母次序排列（同音字按笔画排
列），第二个字相同的，按第三个字排列，以下类推。

5. 单字条目和多字条目形同而音、义不同的，分立条目，如："奇
qí""奇jī""【调配】diàopèi""【调配】tiáopèi"；形音相同而在意
义上需分别处理的，在该条目右上方标注阿拉伯数字，如"安¹""安²"。
轻声条目紧接在同形的非轻声条目之后，如"上shang"排在"上shàng"
之后。

三、注音

1. 本词典采用汉语拼音字母标注读音，按词分写，按四声标注调号。条
目中的轻声，注音不加调号，儿化音只在基本形式后面加r。如：

【西边】xībian

【嗓门儿】sǎngménr

2. 多字条目的注音，音节界限有混淆可能的，中间加隔音符号（'）。如：

【暗暗】àn'àn

3. 专有名词的注音，首字母大写。如：

【中华】Zhōnghuá

四、词类与释义

1. 本词典把词分为12类：名词、动词、形容词、副词、数词、代词、连
词、介词、量词、叹词、拟声词、助词。在多字条目中，三个字以下的均标

注词类，三个字及三个字以上的只给名词和量词标注词类，其余的词组、成语和其他熟语均不标注词类。此外，数词和量词的组合，即数量词，用括号标明。如：

【万般】wànbān（数量）mọi loại; hết thảy

2. 本词典释义以现代汉语为标准，注意收录近年产生并已为社会所普遍接受的新义，酌收若干古义、旧义和方言义。口语、书面语、古义、旧义和方言义用方括号"[ ]"标注，如[口][书][旧][方]。释义一般采用与词类相同的对应词或短语，释义有多个义项时，用❶❷❸❹等序号标出顺序，同一个义项有两个以上对应表达的，用分号"；"隔开。如：

【神气】shénqì ❶〈名〉thần sắc; vẻ mặt;nét mặt: ~严肃vẻ mặt nghiêm nghị ❷〈形〉khoái chí; tinh thần dồi dào: 他看上去~十足。Trông anh ấy tinh thần dồi dào. ❸〈形〉ra vẻ đắc ý hoặc ngạo mạn

3. 条目有本义和引申义时，如本义具有实际意义，则分别单列义项。如：

【耳目】ěrmù〈名〉❶tai và mắt ❷điều tai nghe mắt thấy;kiến thức:~所及 những điều tai nghe mắt thấy❸tai mắt;tay chân:~亲信tay chân thân tín

如本义无实际意义，一般先给出字面意义，再在后面给出引申义，有的则直接给出引申义。

4. 不能单独使用的单字条目，原则上不进行释义，如果其后有多字条目的，该单字条目只标注汉语拼音，不做其他说明。如：

茉mò

【茉莉花】mòlìhuā〈名〉hoa nhài

5. 同义或等义的不同条目，包括灵活变化的条目、不同叫法的条目，以及出现异形的条目，均只解释主要或规范条目，其余仅给出汉语注音，然后用等号"="引出主要或规范条目。如：

【姑姑】gūgu =【姑妈】

6. 释义中用圆括号"（ ）"表示以下两种情况。

（1）说明性文字。如：

喂[2] wèi〈动〉❶chǎn;cho(súc vận ǎn):~鸡 chǎn gà❷bón;cho ǎn:~病人吃饭 bón cơm cho bệnh nhân

（2）缩写。如：

【东南亚国家联盟】Dōngnányà Guójiā Liánméng　Hiệp hội các quốc gia Đông Nam Á (ASEAN) với 10 nước thành viên gồm:Thái Lan,Xin-ga-po, Ma-Lai-xi-a, In-đô-nê-xi-a, Phi-lip-pin,Việt Nam,Lào,Cam-pu-chia.Mi-an-ma và Bru-nây.

7. 为节省版面，姓氏不标拼音及词类，需要使用时拼音首字母大写。单字条目若只有姓氏这一层释义，则拼音首字母大写。

五、例证

1. 本词典通过例证说明条目的具体用法，所选取的例证通俗、地道。

2. 词典在条目释义后用冒号"："引出例证，例证中用带字符"~"代替被释字或词语。有多个例证时，如果是词组与词组之间，或词组与句子之间，用分号"；"隔开；句子与句子之间则无须用符号隔开。如：

上[2] shàng〈动〉❶từ thấp lên cao:爬~山顶 trèo lên đỉnh núi; 跟~时代步伐theo kịp bước tiến của thời đại❷đạt tới kết quả hoặc mục đích:考~大学 thi đỗ đại học❸chỉ bắt đầu và tiếp tục:爱~种花 bắt đầu yêu nghề trồng hoa

六、其他说明

1. 书末附录有计量单位表、元素周期表、越语借汉词对译表。

2. 越南语中有许多源自英语、法语等西方语言的外来词。这些词目旁边括号内给出的拼写是越南本土习惯写法，与词源词的拼写不完全一致。

越汉部分

A a

a₁, A₁ ①越语字母表的第 1 个字母②第一,甲：hàng loại A 一等品③纸张规格的表示方式：giấy khổ A4 A4 纸

a₂ [汉] 阿,丫

a₃ *d* ①一种套着长柄的双刃农具,用来割草、割稻子②公亩(等于 100 平方米)

a₄ *đg* 冲过去,扑过去：a vào giật cho được 扑上去硬抢

a₅ *tr* 啊,呀,呵(置句首或句尾,表疑问、惊讶、讥讽、欢呼等)：Cứ để mãi thế này a？老这么放着啊？A！Mẹ đã về. 啊,妈妈回来了！

a₆ *c* 啊,呀,呵(表高兴、惊讶)

A (ampere) *d* 安培

a di đà phật *d* 阿弥陀佛

a-dốt (azote) *d* 氮,氮气

a dua *đg* (盲目)模仿：a dua theo bọn xấu làm bậy 跟坏人学坏

a-đre na-lin (adrenalin) *d* 肾上腺素

a giao *d* 阿胶

a lô 喂,哈罗(用于电话或广播)

a-lu-min (alumin) *d* 氧化铝,矾土

a ma tơ *t* [口] 不羁；随意,马虎：học hành rất a ma tơ 学习很马虎

a men (amen) *c* [宗] 阿门

a-mi-ăng (amian, amianthus) *d* 石棉

a-mi-đan (amygdala) *d* 扁桃体

a-mi-nô a-xít (amino acid) *d* 氨基酸,胺酸

a-mô-ni-ắc (ammoniac) *d* 氨,氨气

a-nô-phen (anophèle) *d* 疟蚊

a-nốt (anode) *d* 正极,阳极

a-pa-tít (apatite) *d* 磷灰石

a-pác-thai (apartheid) *d* 种族隔离；种族隔离主义

a phiến *d* 鸦片,鸦片烟

a tòng *đg* 盲从,胁从

a-trô-pin (atropine) *d* 阿托品,颠茄碱

a-xê-ti-len (acetylen) *d* 乙炔,电石气

a-xê-tôn (aceton) *d* 丙酮

a-xít (acid) *d* 酸

a-xít a-min (acid amin) *d* 氨基酸,胺酸

a-xít a-xê-tích (acid acetic) *d* 乙酸

a-xít các-bo-ních (acid carboni) *d* 碳酸

a-xít clo-hi-đrích (acid chlorhydric) *d* 盐酸

a-xít ni-trích (acid nitric) *d* 硝酸

a-xít sun-fu-rích (acid sulfuric) *d* 硫酸

a-xpi-rin (aspirin) *d* 阿司匹林

à *đg* 冲进,涌进：à vào vườn 涌进院子 *c* 啊,哟(置句首或句尾,表疑问、亲昵、感叹或忽然记起某事)：À, đẹp nhỉ！啊,真漂亮！À, quên. 哟,忘了。

à ơi *c* (睡)吧,(睡)啊(用来哄孩子睡觉)

à uôm *t*；*đg* ①混淆：à uôm của công với của tư 混淆公私财产②马虎应付

ả *d* ①女郎,女子②贱人(对女性的蔑称)③ [方] 姐姐

ả đào *d* 歌妓,歌伎

á₁ *c* 呀,哎哟(表惊愕或突然疼痛时下意识地叫喊)：Á, đau！哎哟,好痛！

á₂ [汉] 亚：châu Á 亚洲

á hậu *d* 选美比赛亚军

á khôi *d* ① [旧] 第二名②选美比赛第二名

á kim *d* 半金属,准金属,类金属

á nguyên＝á khôi

á nhiệt đới *d* 亚热带

á quân *d* 亚军

ạ *tr* (置句尾, 表尊重或亲昵): Cháu chào bác ạ! 伯伯好!

ác₁ *d* [旧]①乌(乌鸦)②金乌(太阳)

ác₂ [汉]恶 *t* ①恶, 坏: làm điều ác 做坏事②严重, 恶劣: trận đánh ác 恶战③[口]厉害, 程度高: Năm nay rét ác hơn mọi năm. 今年比往年冷得多。

ác báo *đg* 恶报: làm điều ác sẽ bị ác báo 恶有恶报

ác-bít hối đoái *đg* 炒汇, 炒卖外汇

ác cái là [口]不巧; 不料; 不走运的是: Ác cái là xe hỏng giữa đường. 不巧车在路上坏了。

ác cảm *d* 恶感, 反感, 坏印象

ác chiến *đg* 恶战, 激战

ác-coóc-đê-ông (accordeon) *d* 手风琴

ác độc *t* 恶毒

ác giả ác báo 恶有恶报; 一报还一报

ác khẩu *t* 出口伤人的, 恶语向人的, 说话恶毒的: ác khẩu nhưng không ác tâm 说话恶毒但心不坏

ác là *d* 喜鹊

ác liệt *t* ①惨烈, 猛烈: cuộc chiến đấu ác liệt 惨烈的战斗②[口]恶劣: thời tiết ác liệt 恶劣的气候

ác miệng=**ác khẩu**

ác-mô-ni-ca (acmonic) *d* 口琴

ác mộng *d* 噩梦: cơn ác mộng 一场噩梦

ác một cái là [口]不料; 不巧; 不幸: Ác một cái là dọc đường hỏng xe. 不料路上车坏了。

ác nghiệt *t* 凶狠刻薄: đối xử ác nghiệt 待人凶狠刻薄

ác ôn *d* 恶霸: diệt ác ôn 消灭恶霸 *t* 暴行的, 暴虐的: đồ ác ôn 暴徒

ác quỉ *d* 恶鬼, 恶魔

ác-quy *d* 电瓶, 蓄电池

ác tâm *t* 恶毒 *d* 坏心眼: không có ác tâm hại người 没有害人的坏心眼

ác thần *d* 凶神, 恶煞

ác thú *d* 猛兽: con ác thú 一头猛兽

ác tính *t* 恶性, 急性: khối u ác tính 恶性肿瘤

ác ý *d* 恶意, 不良居心

accordeon=**ác-coóc-đê-ông**

account *d* 户名, 账户

ách₁ [汉]轭 *d* ①枷锁, 桎梏: ách nô lệ 奴隶的枷锁②重压, 灾难, 祸患

ách₂ [汉]厄 *đg* ①受阻, 停止, 中止: công việc bị ách lại 工作受阻②使停止, 阻拦, 阻挡: ách lại hỏi giấy tờ 拦住检查证件

ách₃ *t* 滞胀: ăn no ách cả bụng 吃饱了肚子胀

ách tắc *đg* ①堵塞, 阻滞, 卡住: giao thông ách tắc 交通阻塞②阻碍, 羁绊: công việc bị ách tắc 工作受阻 *d* 阻碍, 困难

acre *d* 英亩(1 英亩合 4046.86 平方米)

ADN [缩]脱氧核糖核酸

ai₁ [汉]哀

ai₂ *d* ①谁, 哪个: Trong nhà có những ai? 屋子里都有谁? ②任何人: Không trừ một ai. 任何人都不例外。③谁, 哪个(可代替第一、第二、第三人称): Ai biết đấy? 谁知道啊?

ai ai *d* 谁, 人人, 每个人, 人家: Ai ai cũng cố gắng. 大家都努力。

ai đời [口]谁想, 谁料到, 不想, 没料到: Ai đời chuyện vô lí thế mà nó cũng tin. 没料到那么荒唐的事他也相信。

AIDS [缩]艾滋病

ai khảo mà xưng 不打自招

ai làm nấy chịu 自作自受

ai lại [口]没人(这么做), 谁会(这么干): Ai lại, bằng ấy tuổi đầu còn ăn bám bố mẹ. 这么大了哪个还啃老。

ai mượn [口]谁叫你…, 哪个叫你…: Ai mượn mày xen vào việc của nó để cho nó cáu. 谁叫你插手他的事, 惹他生气。

ai nấy *d* 人人, 每个人: Cả nhà ai nấy đều mạnh khoẻ. 全家人都健康。

ai ngờ *t* 不料, 没想到, 谁想到, 哪知道: Tưởng là mưa, ai ngờ lại nắng đẹp. 以为下雨, 不想却晴好。

ải₁ [汉]隘 *d* ①关隘, 关口: ải Côn Lôn 昆仑关②屏障, 阻碍, 关卡

ải₂ *t* ①朽, 腐朽: Lạt đã ải. 竹篾朽了。②(土地)干松: chuyển ải sang dầm

A

使干松的土地变湿软 *đg* ① 腐烂,腐朽,腐败: Cành cây chết đã bị ải. 枯枝腐烂了。② 风化,碎: Phơi cho ải đất. 曝晒使土壤疏松。

ái₁ [汉]爱

ái₂ *c* 哎哟: Ái! Đau quá! 哎哟! 痛死了!

ái ân *d*; *đg* 恩爱

ái chà *c* 哎哟,哎呀,哈,好家伙(表欣喜或惊讶):Ái chà, gió mát quá! 哎呀,真凉快!

ái đà=**ái chà**

ái hữu hội *d* 协会,联谊会

ái lực *d* [理] 亲和力: Oxygen có ái lực lớn với sắt. 氧与铁有很强的亲和力。

ái mộ *đg* 敬仰,爱慕

ái nam ái nữ *d* ①阴阳人,半男半女② 女性化的男人,哆里哆气的男人

ái ngại *đg* 于心不安,于心不忍

ái nữ *d* 爱女,令嫒

ái quốc *đg* 爱国: lòng ái quốc 爱国之心

ái tình *d* 爱情: sức mạnh của ái tình 爱情的力量

am hiểu *đg* 谙熟,熟知,熟悉,了解: am hiểu kĩ thuật 谙熟技术

am-pe (ampere) *d* 安培: am-pe kế 安培表

am-pli (amplificateur) *d* 放大器,扩音机

am tường *đg* 谙详,谙熟,熟知,熟悉: am tường luật lệ 熟悉法律和规则

ảm đạm *t* 阴淡,昏暗: nền trời ảm đạm 天际昏暗②(脸色,心情)暗淡,阴沉: nét mặt ảm đạm 脸色阴沉

ám₁ [汉]暗

ám₂ *d* (整条鱼或鱼块和香菜煮的) 鱼粥

ám₃ *đg* ①积,沾上: Trần nhà ám khói. 屋顶积了烟尘。②[口]搅缠,缠磨,纠缠: Người ta đã bận, lại còn đến ám. 人家正忙着,还来纠缠。

ám ảnh *đg* ① 困扰,纠缠: nỗi lo âu ngày đêm ám ảnh 日夜被忧愁困扰②(不好的)幻想,臆想

ám chỉ *đg* 暗指,影射

ám hại *đg* 暗害,暗杀;陷害: bị kẻ xấu ám hại 被坏人陷害

ám hiệu *d* 暗号: ám hiệu liên lạc 联络暗号 *đg* 发暗号: ám hiệu cho nhau biết 互发暗号

ám muội *t* 暧昧,含糊;不正当: ý định ám muội 态度暧昧;hành động ám muội 行为不正当

ám sát *đg* 暗杀,杀害

ám tả *đg* 默写

ám thị *đg* 暗示:ám thị bằng thôi miên 用催眠法暗示

an [汉]安 *t* 安,安全: biến nguy thành an 转危为安

an bình *t* 平安: cuộc sống an bình 生活平安

an-bom *d* ①相册;邮册②歌碟;歌带

an-bu-min (albumin) *d* 蛋白, 蛋清; 蛋白质

an-bum=**an-bom**

an-ca-lo-ít (alkaloid) *d* 生物碱

an cư *đg* 安居

an dưỡng *đg* 疗养,休养: đi an dưỡng 去疗养

an giấc *đg* 安睡,安眠,熟睡

an giấc nghìn thu 长眠,与世长辞

an-go-rít (algorithm) *d* 算法

an hưởng *đg* 安享: an hưởng tuổi già 安享晚年

an khang *t* 安康: Kính chúc gia đình an khang, thịnh vượng. 敬祝家庭安康、兴旺。

an lạc *t* 安乐

an lành *t* 安稳,安定,稳定: cuộc sống an lành 生活安稳

an-ma-nác (almanac, almanach) *d* 历书,日历本,年历

an nghỉ *đg* 安息,入土为安

an nguy *t* 安危

an nhàn *t* 安适,安恬,安逸: cuộc sống an nhàn 生活安逸

an nhiên *t* 安然,自然,坦然: thái độ an nhiên 态度坦然

an ninh *t* 安全,安宁: cơ quan an ninh 安全机关

an–pha (alpha) *d* 阿尔法

an phận *t* 安分,本分：sống an phận 安分过日子

an phận thủ thường 安分守己

an sinh *t*（民生、社会）安全,（社会）稳定：vấn đề an sinh xã hội 社会稳定问题

an táng *đg* 安葬：lễ an táng 葬礼

an tâm *t* 安心

an thai *đg* 安胎,保胎：thuốc an thai 安胎药

an thân *đg* 安身,栖身

an thần *đg* 安神,镇静：thuốc an thần 安神药

an toạ *đg* 就座,入座：Mời các vị an toạ. 请各位就座。

an toàn *t* 安全,平安：đi lại an toàn 出入平安

an–tra–xít (anthracit, antraxit) *d* 无烟煤,硬煤

an trí *đg* 流放,放逐：đưa đi an trí 流放

an tức hương *d*［药］安息香

an ủi *đg* 安慰：lựa lời an ủi bạn 找话来安慰朋友

an vị *đg* 入座,就座

án₁［汉］案 *d* ①案,案子,案件：án giết người 杀人案②案桌,案条③判决书,裁决书：bản án tử hình 死刑判决书

án₂ *đg* ① 横挡,阻挡：Núi án trước mặt. 山横挡在面前。②驻扎,驻守：án quân nằm chờ chi viện 驻守待援

án binh bất động ①按兵不动②蛰伏,潜伏：Bọn buôn lậu án binh bất động chờ thời cơ. 走私分子潜伏下来等待时机。

án gian *d* 供案,供桌

án mạng *d* 命案

án ngữ *đg* 挡道,把守：Đóng quân án ngữ các ngả. 派兵把守着每个路口。

án phí *d* 诉讼费

án treo *d* 缓刑

ang *d* ①瓮；ang ành 瓦瓮②（盛槟榔的）铜罐③（木制或竹编,容积为7~8升的）方形量米器

ang áng *đg* 估摸,估计：tính ang áng 估算

ǎng *d* 瓮

áng chừng *đg* 约算,估计：áng chừng bao nhiêu 估算一下有多少

angorit *d* 算法,运算规则

anh₁［汉］英,罂,鹦

anh₂ *d* 哥,兄长：anh rể 姐夫；anh họ 堂兄

anh₃ *d* ①用于第一人称,为男性对弟妹辈、妻子、女友等的自称：Anh yêu em. 我爱你。②用于第二人称,用来称呼兄长辈和同辈男性,或女性称呼丈夫、男友：Anh đang làm gì？你在干什么？③用于第三人称,用来称呼兄长辈男性,或长辈称呼年轻晚辈男性,常与"ấy""ta"连用：Anh ấy là bác sĩ. 他是医生。Anh ta không hút thuốc. 他不吸烟。

Anh₄［地］英国（欧洲国家）：người Anh 英国人；tiếng Anh 英语

anh ách *t*（肚子）胀鼓鼓的：no anh ách 饱撑；Nói chuyện với nó cứ tức anh ách. 跟他说话憋一肚子。

anh ánh *t* 闪亮的,闪光的,闪烁的：Mái tóc đen anh ánh. 头发黑亮。

anh cả *d* 大哥,长兄

anh chàng *d* 家伙（指年轻男子,有轻蔑或戏谑之意）：một anh chàng vui tính 一个乐观的家伙

anh chị *d* 你们（用于称呼同辈夫妇俩,或同辈中有男有女的场合）*d*（团伙中的）老大,把头

anh chị em *d* 兄弟姐妹

anh dũng *t* 英勇：chiến đấu anh dũng 英勇作战

anh đào *d* 樱桃

anh em *d* 兄弟；兄妹：anh em chú bác 叔伯兄弟

anh em cọc chèo *d* 连襟

anh em đồng hao=anh em cọc chèo

anh em thúc bá *d* 叔伯兄弟,堂兄弟,堂兄弟姐妹

anh hùng *d* ①英雄：anh hùng dân tộc 民族英雄② 模范：anh hùng lao động 全国劳动模范

anh hùng ca *d* 赞歌,英雄赞歌

anh hùng không đất dụng võ 英雄无

用武之地

anh hùng rơm *d* 纸老虎 *t* 外强中干

anh kiệt *d* 英杰，豪杰，英豪

anh linh *d* 英灵，英魂，英烈：nghiêng mình trước anh linh các liệt sĩ 向英烈们鞠躬 *t* 有灵气的；灵异的

anh minh *t* 英明：vị vua anh minh 英明君主

anh nuôi *d* [口] 炊事员，炊事兵

anh tài *d* 英才

anh trai *d* 哥哥，胞兄

anh túc *d* 罂粟：anh túc xác 罂粟壳

anh vợ *d* 妻兄，大舅子

anh vũ *d* 鹦鹉

ảnh [汉] 影：ảnh hưởng 影响 *d* ①像，相，影像：chụp ảnh 摄影；ảnh ảo 虚像 ②相片

ảnh âm *d* 底片，底版，阴片胶片

ảnh dương *d* 正片胶片

ảnh hưởng *d*；*đg* 影响：Sự giáo dục ảnh hưởng đến trẻ em. 教育影响孩子。

ảnh nổi *d* 立体像，三维像

ảnh thật *d* 实像

ánh₁ [汉] 映 *d* 光，光线，光泽：ánh đèn 灯光 *t* 亮的，光亮的：Nước sơn rất ánh. 油漆很亮。*đg* 闪亮，发亮：Mặt nước ánh lên dưới trăng. 湖面在月光下闪闪发亮。

ánh₂ *d* 须根：ánh tỏi 蒜须

ánh kim *d* 金属光泽

ánh mắt *d* 目光，眼光

ánh ỏi *t* 刺耳：Tiếng chim hót ánh ỏi. 鸟叫声刺耳。

ánh sáng *d* 光，亮：ánh sáng mặt trời 阳光 *đg* ①照耀，指引：ánh sáng của khoa học 在科学的指引下 ②曝光：đưa ra ánh sáng 给予曝光

ao₁ *d* 水塘，池塘：ao rau muống 蕹菜塘；Ao sâu tốt cá. 池深好养鱼。

ao₂ *đg* 估摸，估量：Chị ao lại dầu xem còn mấy chai. 你估看油还能装几瓶。

ao chuôm *d* 池塘，水塘：Trời mưa, ao chuôm đầy ắp nước. 天下雨，池塘积满水。

ao tù *d* 死水潭，臭水塘：lấp ao tù 填臭

水塘

ao ước *đg* 渴望：ao ước một gia đình ấm êm 渴望有个温馨的家庭

ao xơ (ounce) *d* 盎司

ào *đg* 涌进，涌入，扑来：Nước ào vào làng. 水涌进村庄。*p* 快速地，迅速地（做）：Thôi cứ làm ào đi. 算了，赶紧做吧。

ào ào [拟] 呼呼(风声)；哗哗(水流声)：Nước chảy ào ào. 水哗哗地流。*t* ①喧闹，鼎沸：Quân giặc ào ào tràn đến. 敌军蜂拥而至。②急匆匆地(干)：làm ào ào cho xong việc 急急忙忙干完了事

ào ạt *t* 凶猛，声势浩大：ào ạt như nước vỡ bờ 如决堤的水般凶猛

ảo₁ [汉] 幻，懊

ảo₂ *t* 虚幻，不实，不现实：con số ảo 虚数

ảo ảnh *d* ①虚像，幻景：chạy theo ảo ảnh 捕风捉影 ②蜃景，海市蜃楼

ảo giác *d* 幻觉，错觉

ảo mộng *d* ①虚幻，梦幻，幻想 ②愿望，梦想

ảo não *t* 烦恼，懊恼，幽怨：Giọng hát nghe ảo não. 歌声听起来很幽怨。

ảo thuật *d* 魔术：nhà ảo thuật 魔术师

ảo tưởng *d* 梦幻，梦想：sống trong ảo tưởng 生活在梦幻中 *đg* 梦想，幻想，妄想，憧憬

ảo tượng *d* 幻影，蜃景，海市蜃楼

áo₁ [汉] 懊

áo₂ *d* ①衣服，衣衫 ②套子，罩子：áo gối 枕套；áo pháo 炮衣 ③衣；(药的) 糖衣外层：lớp đường làm áo 糖衣 ④釉，瓷釉

áo ấm *d* 冬衣，暖衣，厚衣服：Trời lạnh, phải mặc thêm áo ấm. 天冷，要加厚衣服。

áo ấm cơm no 丰衣足食

áo ba lỗ *d* 背心

áo bào *d* 锦袍

áo bay *d* ①飞行服；宇航服 ②夹克

áo bìa *d* 书套

áo bò *d* 牛仔服

áo bó *d* 紧身衣

áo bông *d* 棉袄

áo bờ lu *d* 罩衫,工作长褂

áo cà sa *d* 袈裟

áo cánh *d* 短衫(越南服饰,圆领长袖,衣襟对开,常有两个口袋)

áo chẽn *d* 紧身衣

áo choàng *d* 大褂,工作大褂

áo chống nắng *d* 防晒服

áo cộc *d* 短衫

áo cối *d* (春臼的)竹围

áo cưới *d* 婚纱,婚礼服

áo dài *d* 旗袍,长袍,奥黛

áo đại cán *d* 干部服,中山装

áo đầm *d* (女式)礼服,礼裙

áo đông xuân *d* 棉毛衫

áo đơn đợi hè 单衣待夏日(喻因时制宜)

áo đuôi tôm *d* 燕尾服

áo gai *d* 麻衣,孝服,丧衣

áo gấm về làng 衣锦还乡

áo gi-lê *d* 西装背心

áo giáp *d* 铠甲,盔甲

áo gió *d* 风衣,大氅

áo gối *d* 枕头套

áo hạt *d* (果类的)壳,皮,衣

áo kén *d* (蚕茧的)外层丝

áo kép *d* 夹衣

áo khăn *d* 衣帽,服装,衣着

áo khoác *d* 外套,外衣

áo lá *d* ①蓑衣②背心③[转]羽毛初长的禽类

áo làm việc *d* 工作服

áo lặn *d* 潜水衣

áo len *d* 毛线衣

áo long bào *d* 龙袍

áo lót *d* ①内衣,汗衫②背心③胸罩,乳罩,文胸

áo lọt lòng *d* 幼婴服

áo may sẵn *d* 成衣

áo mưa *d* 雨衣

áo ngắn *d* 短衫

áo ngoài *d* 外衣

áo ngủ *d* 睡衣

áo nịt *d* 紧身衣

áo nước *d* 水箱,冷却水箱:áo nước của xi lanh 汽缸的冷却水箱

áo pa-đờ-xuy *d* 大衣

áo phao *d* 救生衣,救生服

áo phông *d* 套头衫,T 恤衫,文化衫

áo pull *d* 紧身衣,弹性衣服

áo quan *d* 棺椁,棺材:cỗ áo quan 一副棺材

áo quần *d* 衣服

áo rách tả tơi 衣衫褴褛

áo rét *d* 冬衣,防寒衣服

áo rộng=áo thụng

áo sô *d* 缌麻服,麻衣,丧服

áo sơ-mi *d* 衬衣,衬衫

áo tang *d* 素服,丧服

áo tắm *d* (妇女的)泳装,游泳衣:áo tắm hai mảnh 比基尼泳装

áo tế *d* (比较宽大的)祭祀礼服

áo thun *d* T 恤衫

áo thụng *d* ①祭服②(过于宽大的)衣服

áo tơi *d* 蓑衣

áo trong *d* 内衣

áo vét *d* 西装,西服

áo vệ sinh *d* (布制的)背心

áo xống *d* 衣裳,衣服

áp₁ [汉] 押,压

áp₂ *d* ①电压:trạm tăng áp 加压站②血压:thuốc tăng áp 升压药

áp₃ *đg* ①靠拢,靠近,贴近,临近:kê chiếc tủ áp tường 把柜子靠墙;Xe tăng áp sát trận địa đối phương. 坦克逼近对方阵地。②压:trấn áp 镇压③盖(印):áp triện 盖章④[旧]押:áp tải 押运

áp bức *đg* 压迫,欺压:chịu hai tầng áp bức 受到双重压迫

áp chảo *đg* 煎,油煎:thịt áp chảo 煎肉

áp chế *đg* 压制,强制;压迫:bị áp chế tàn nhẫn 受到残酷压迫

áp chót *t* [口] 倒数第二的;前一批的:xe đời áp chót 上一代的车;Tôi áp chót. 我排倒数第二。

áp dụng *đg* 运用,采用,利用:áp dụng khoa học kĩ thuật vào sản xuất 将科学技术运用到生产中

áp đảo *đg* 压倒:thắng lợi với số phiếu áp đảo 以压倒多数的票数获胜

A

áp đặt *đg* 强加，强压，强制：không chấp nhận một cuộc hôn nhân áp đặt 不接受强加的婚姻

áp giá *đg*（职能机关）定价，限价：áp giá cho mặt hàng mới 对新商品定价

áp giải *đg* 押解，押送

áp kế *d* 压力计；气压计；液压计

áp khí *d* 气压

áp lực *d* ①[物]压力：áp lực của không khí 气压 ②（生活、工作等）压力；gây áp lực dư luận 制造舆论压力

áp mã *đg* 确定编码，适用编码：áp mã số thuế 确定税码

áp mạn *đg* 傍岸，靠岸

áp phe *đg* 倒卖：áp phe hàng lậu 倒卖走私品

áp phích *d* 宣传画，招贴画：dán áp phích 贴宣传画

áp suất *d*[物]压强：áp suất khí quyển 大气压

áp tải *đg* 押运：áp tải hàng 押运货物

áp thấp *d* 低气压：áp thấp nhiệt đới 热带低压

áp thuế *đg* 定税，确定税率

áp-xe（abscess）*d* 脓肿，脓疮

arsenic（a-xen）*d* 砷；砒霜

aspirin *d* 阿司匹林

át *đg* 掩没，压过：Nói át tiếng người khác. 说话声盖过了其他人。

át chủ bài *d* ①[口]（扑克）大王，最大的牌 ②[转]王牌，主力：Anh ta là át chủ bài. 他是主力。

ATM[缩]柜员机，自动取款机

au *t* 泛红，透红；透黄：hai má đỏ au 两颊绯红

automat *d* 自动装置

áy náy *t* 忧虑，不安：áy náy vì không giúp đỡ được bạn 为帮不了朋友而不安

Ă ă

ă, Ă 越语字母表的第 2 个字母

ắc-coóc=ắc-coóc-đê-ông

ắc-coóc-đê-ông (accordeon) *d* 手风琴

ắc-quy (acquy) *d* 电瓶

ăn ắp *t* 满登登,满盈盈:ăm ắp nước 水盈满

ẵm *đg* 抱(小孩):ẵm con 抱孩子

ẵm ngửa 抱(婴儿)*d* 〔转〕初生儿,幼儿:Con còn ẵm ngửa. 孩子尚幼。

ăn *đg* ①吃,食用,享受:ăn cơm 吃饭 ②收纳,接受:ăn hoa hồng 收受中介费 ③吃酒席,赴宴:ăn cưới 吃婚宴;ăn Tết 过年 ④赢得,取得,胜:ăn giải 夺标 ⑤渗入,深入 ⑥延伸,蔓延:Rễ tre ăn ra tới ruộng. 竹根蔓延到田里。⑦附属,属于:Khoảnh ruộng này ăn về xóm trên. 这块田属于上村。⑧ 腐蚀,侵蚀:Gỉ ăn vào dây thép. 锈侵蚀钢丝。⑨折合,兑换(货币):1đô-la ăn mấy đồng Việt Nam？一美元折合多少越南盾？⑩挨,被,受:ăn đòn 挨揍 ⑪粘,受,咬合,紧贴:Phanh không ăn. 闸刹不住。⑫上(油),加(油):cho máy ăn dầu mỡ 给机器上油 ⑬耗,费(油):Xe này rất ăn xăng. 这车很费油。⑭上(货),装(货):Tàu đang ăn hàng. 船在装货。⑮上相:chụp rất ăn ảnh 照得很上相 ⑯相配,般配:Chiếc áo đen ăn với màu da trắng. 这件黑衣服跟白皮肤般配。

ăn ảnh *t*（摄影）上相

ăn bám *đg* 寄生,吃白饭:ăn bám cha mẹ 啃老

ăn báo cô *đg* 吃白饭,吃白食

ăn bát cơm dẻo, nhớ nẻo đường đi 饮水思源

ăn bẩm *đg*〔口〕获利,得利,吃利

ăn bẩn *đg*〔口〕用不正当手段获取,巧取豪夺;要赖

ăn bận *đg*〔方〕穿着,衣着,打扮:ăn bận sang trọng 穿着华丽

ăn bơ làm biếng 好吃懒做

ăn bớt *đg* 揩油,克扣,从中渔利:Nhận làm gia công, ăn bớt nguyên vật liệu. 接加工活,克扣原料。

ăn cám *đg*〔口〕干不成事,一事无成:Làm như vậy thì chỉ có mà ăn cám. 这么做只会一事无成。

ăn cám trả vàng 滴水之恩当涌泉相报

ăn cánh *đg* 勾结,串通:ăn cánh với nhau để ăn cắp của công 互相勾结盗窃公物

ăn cắp *đg* 偷盗,盗窃,窃取:ăn cắp vặt 小偷小摸

ăn cháo đái bát 忘恩负义

ăn chay *đg* 吃斋,吃素:ăn chay niệm phật 吃斋念佛;ăn chay nằm đất 斋戒

ăn chắc *đg* ①必胜,稳操胜券 ②稳扎稳打

ăn chắc mặc bền 内涵胜于外表;重内涵不重外表

ăn chặn *đg* 克扣:Tiền công của thợ bị cai thầu ăn chặn. 工人的工钱被包工头克扣了。

ăn chẳng *đg* 多吃多占;占小便宜

ăn chắt hà tiện 节衣缩食

ăn chẹt *đg*〔口〕趁火打劫,趁机敲诈勒索

ăn chia *đg*〔口〕分,分配:ăn chia lợi nhuận 分利

ăn chịu *đg* 赊账

ăn chơi *đg* 吃喝玩乐: chỉ ăn chơi, không làm việc 好吃懒做 t [口] 玩乐的; 时尚, 新潮: Bộ quần áo trông rất ăn chơi. 这套衣服看上去很新潮

ăn chung *đg* ①同吃: Mấy sinh viên ăn chung. 几个大学生一起吃。②共享: hùn vốn buôn bán ăn chung 合资做生意, 共同分利

ăn chực *đg* 蹭食: ăn chực cơm hàng xóm 到邻居家蹭食

ăn chực nằm chờ 苦等, 苦候

ăn cỗ *đg* 吃酒席

ăn cơm đoàn kết 聚餐, 会餐

ăn cưới *đg* 吃喜酒

ăn cướp *đg* 抢劫, 打劫

ăn dầm nằm dề 一事无成

ăn dè *đg* 省着吃, 缩食: Ít thức ăn nên phải ăn dè. 食物少, 所以要省着吃。

ăn diện *đg* 打扮

ăn dở *đg* 害喜, 害口

ăn đậm=**ăn bẩm**

ăn đất *đg* 死, 完蛋, 一命呜呼

ăn đẽo *đg* 搜刮; 白吃白占

ăn đói *đg* 挨饿: ăn đói mặc rách 挨饿受冻

ăn đong *đg* 吃了上顿没下顿, 饥一餐饱一餐

ăn độn *đg* 掺食杂粮

ăn đời ở kiếp ①终生相伴: Vợ chồng ăn đời ở kiếp với nhau. 夫妻终生相伴。②终老一处

ăn đủ *đg* [口] ①赚得盆钵满, 得利, 得便宜: Bọn đầu cơ ăn đủ. 那帮投机者赚得盆钵满。②(全部) 承担, 承受: Một mình chủ hàng ăn đủ. 货主自己承担 (责任)。

ăn đụng *đg* 分摊, 分食 (肉): ăn đụng lợn 分食猪肉

ăn đút ăn lót 受贿

ăn được nói nên 能说会道

ăn đường *d* 路费, 盘缠: đem theo tiền ăn đường 带上盘缠

ăn đứt *đg* [口] ①超过, 胜过, 比得过: Tay nghề của anh ăn đứt tôi. 你的手艺胜过我。②必胜, 稳操胜券

ăn ghé *đg* 沾光; 揩油, 占便宜

ăn ghẹ=**ăn ghé**

ăn ghém *đg* ①生食 (果菜等) ②槟榔与京烟一起嚼

ăn giá *đg* 讲价, 谈价钱, 协商价格: đã ăn giá xong 已经谈好价格

ăn giải *đg* [口] 获奖, 得奖: Tham dự nhưng không được ăn giải. 参加了但没获奖。

ăn gian *đg* [口] 耍奸, 耍花招, 耍赖, 偷奸取巧: chơi bài ăn gian 玩牌耍赖

ăn gió nằm mưa 风餐露宿

ăn gió nằm sương=**ăn gió nằm mưa**

ăn giỗ *đg* 吃忌辰, 参加忌礼

ăn gỏi *đg* ①生食 (鱼、虾、蟹等): ăn gỏi cá 吃鱼生②狼吞虎咽

ăn gửi *đg* 寄食, 搭伙

ăn gửi nằm nhờ 暂居, 借住, 临时落脚

ăn hại *đg* 累赘, 拖累, 祸害: đúng là kẻ ăn hại 真是个累赘

ăn hang ở hốc 穴居

ăn hàng *đg* ①[口] 进货, 购货; 装货: Tàu đang ăn hàng. 船在装货。②偷, 行窃: chưa kịp ăn hàng đã bị bắt 没来得及偷就被抓了③吃小吃

ăn hiếp *đg* [口] 欺负, 欺侮

ăn hiếp ăn đáp=**ăn hiếp**

ăn hoang *đg* 大吃大喝, 花天酒地

ăn học *đg* 养育: được ăn học tử tế 得到很好的抚养教育

ăn hỏi *đg* 提亲: lễ ăn hỏi 提亲仪式

ăn hối lộ *đg* [口] 受贿

ăn hơn nói kém 狡诈, 不老实

ăn hớt *đg* 占先, 先捞一把

ăn hương ăn hoa 浅尝, 品味

ăn ké *đg* 沾光; 揩油

ăn kẹ=**ăn ké**

ăn kém *đg* 吃得差; 食欲不好

ăn khách [口] 畅销, 顾客盈门, 生意兴隆: Cửa hàng rất ăn khách. 商店生意兴隆。

ăn khao *đg* 吃犒劳, 吃请

ăn khem *đg* 忌口, 忌嘴

ăn khoẻ *đg* 食量大, 能吃

ăn không *đg* ①坐吃山空②白吃, 白拿, 巧取, 豪夺, 攫取: ăn không mấy sào ruộng của nông dân 攫取了农民的几分田

ăn không ăn hỏng=ăn không

ăn không lo, của kho cũng hết 坐吃山空

ăn không ngon, ngủ không yên 寝食不安

ăn không ngồi rồi 好吃懒做，游手好闲

ăn không ngồi rồi=ăn không ngồi rồi

ăn không nói có 无中生有：ăn không nói có, đặt điều cho người khác 无中生有，嫁祸于人

ăn khớp đg 吻合，咬合，合适；匹配，相配，协调：Hai đầu ống gắn ăn khớp với nhau. 两条管接起来吻合。

ăn kĩ làm dối đg 好吃懒做

ăn kiêng đg 忌口，忌嘴，忌食，节食：ăn kiêng để giảm cân 节食减肥

ăn kiêng nằm cữ 坐月子

ăn lãi đg 吃利钱，吃利息

ăn lận đg 耍奸，耍赖（多占）：ăn lận tiền của khách hàng 耍奸坑客户的钱

ăn liền t [口] 即食的，速食的：mì ăn liền 方便面

ăn lông ở lỗ 茹毛饮血，不开化

ăn lời đg ① [口] 听话：Thằng bé không ăn lời cha mẹ. 孩子不听父母的话。② 食言，不认账：Nói rồi, rồi lại ăn lời được ngay. 刚说完就不认账。③ 营利，吃利钱

ăn lừa đg 骗吃；赖账：Nợ thì phải trả đừng có mà ăn lừa. 欠钱就要还，不要赖账。

ăn mảnh đg [口] 独吞，独占，独食，独享：bỏ bạn bè đi ăn mảnh 撇开朋友独吞

ăn mau đánh chóng 速战速决

ăn may đg [口] 走运：Trận ấy thắng được là do ăn may. 那场胜利是因为走运。

ăn mày đg ①乞讨，讨饭，要饭：đi ăn mày 去要饭 ② 乞求：ăn mày cửa phật 求佛 d 乞丐

ăn mặc đg 穿，打扮：Ở nhà thì ăn mặc

thế nào mà chẳng được. 在家怎么穿都行。

ăn mặn đg ①会餐，聚餐 ②吃荤

ăn mật trả gừng 以怨报德；恩将仇报

ăn miếng trả miếng 以牙还牙；以其人之道，还治其人之身

ăn mòn đg 腐蚀：A-xít ăn mòn sắt. 酸腐蚀铁。

ăn mót đg ①吃人剩饭 ②拾人牙慧，拾人弃物：ăn mót được đôi giày rách 拾到一双破鞋

ăn mục đg 蛀蚀：Cây gỗ đã bị sâu ăn mục. 木头已被蛀虫蛀蚀。

ăn mừng đg 筵庆，吃喜酒；庆祝，欢庆：ăn mừng thi đỗ 庆贺考上（大学等）；Xong nhà mới tổ chức ăn mừng. 建好房后才请酒。

ăn nằm đg ①起居：Chỗ ăn nằm sạch sẽ. 起居室很干净。②[口] 同居：Hai người ăn nằm với nhau. 两人同居。

ăn năn đg 悔恨，懊悔，追悔，后悔：tỏ ra ăn năn hối lỗi 表示悔过之意

ăn nên làm ra 生意兴隆，兴旺发达

ăn ngay nói thật [口] 老实，诚实：Tôi là người ăn ngay nói thật. 我是个老实人。

ăn ngay ở thẳng 善良，忠厚老实

ăn ngon mặc đẹp 丰衣足食

ăn ngọn đg 占便宜

ăn ngốn đg 狼吞虎咽

ăn người đg 占人便宜：Dại gì nó mà dại, dại ăn người đấy. 他哪是笨，他在占人便宜呐。

ăn nhanh đg 即食：Đồ hộp là đồ ăn nhanh. 罐头是即食食品。

ăn nhạt đg 淡食（低盐或无盐）

ăn nhau đg 吻合，咬合；协调

ăn nhằm đg [方] 起作用，顶事，获得结果（常用于问句及否定句）：Ngần ấy thì ăn nhằm gì！就那点儿顶什么事！

ăn nhập đg 相关，相干，联系：Việc đó thì có ăn nhập gì với tôi. 那件事与我有什么相干。

ăn nhậu đg 吃喝，撮（一顿）：suốt ngày chỉ chơi bời ăn nhậu 整天吃喝

玩乐

ăn nhịn để dè 节衣缩食

ăn nhịp *đg*；*t* ①(音调、节奏)协调，合拍②(行动)协调，和谐，统一：Cả lớp hành động ăn nhịp với nhau. 全班行动很统一。

ăn nhờ *đg* 寄食

ăn nhờ ở đậu 颠沛流离；寄人篱下

ăn no lo đặng=ăn no lo được

ăn no lo được 能吃能做

ăn no mặc ấm 丰衣足食

ăn no vác nặng 四肢发达，头脑简单

ăn nói *đg* 谈吐，言谈，说话

ăn non *đg* (赌博)少赢即止，捞一把就走，见好就收

ăn ốc nói mò 捕风捉影；信口开河

ăn ở *đg* ①食宿：thu xếp ăn ở 安排食宿②在一起生活：Hai người ăn ở với nhau. 两人在一起生活。③为人，待人，处世：ăn ở hiền lành 为人善良

ăn phải bả 鬼迷心窍，中邪

ăn quà *đg* 吃小吃，吃零食

ăn quả nhớ kẻ trồng cây 乘凉不忘栽树人，喝水不忘挖井人

ăn quỵt *đg* [口] 赖账

ăn rơ *đg* [口] 臭味相投，互相勾结：Kế toán ăn rơ với giám đốc để rút tiền công. 会计跟经理勾结侵吞公款。

ăn rở *đg* 害口，害喜

ăn sáng *đg* 吃早点，吃早餐

ăn sẵn nằm ngửa 衣来伸手，饭来张口

ăn sống *đg* 生食，生吃

ăn sống nuốt tươi ①生吞活剥②迅速消灭

ăn sung mặc sướng 生活滋润，丰衣足食

ăn sương *đg* 夜间工作(指偷盗、卖淫)

ăn tái *đg* 涮着吃，烫着吃

ăn tàn phá hại 挥霍无度

ăn tạp *đg* 杂食：Lợn là động vật ăn tạp. 猪是杂食动物。

ăn Tết *đg* 过年，过春节

ăn thật làm giả 只吃不干；只享受不干活；出工不出力

ăn theo *đg* ①(按供给制得到的)供给②[口] 沾光；蹭食：Tôi chỉ ăn theo

thôi. 我只是去蹭吃而已。

ăn thề *đg* 立誓，起誓，发誓；歃血ăn thề 歃血立誓

ăn thịt người không tanh 丧失人性；丧心病狂

ăn thông *đg* 贯通，相通：Các hang động ăn thông với nhau. 各洞相通。

ăn thua *đg* ①输赢：không cốt ăn thua 不计较输赢②起作用，顶事，有效果(常用于否定句)：Cố gắng mãi mà chẳng ăn thua gì. 努力了半天没什么效果。

ăn thừa *đg* 吃剩饭；拾人牙慧

ăn tiệc *đg* 赴宴，吃酒席

ăn tiền *đg* ①挣钱，找钱：làm mướn ăn tiền 打工挣钱 ②受贿：Cần chống thói ăn tiền. 要打击受贿行为。③奏效，有效果，有结果：Làm như vậy không ăn tiền. 这么做没效果。

ăn tiêu *đg* 花销，开销，花费：tiền ăn tiêu hàng ngày 日常开销

ăn to nói lớn 有底气，底气十足；无顾忌

ăn tối *đg* 吃晚餐，吃晚饭

ăn trả bữa *đg* (病愈后)食欲大增：Khỏi bệnh nó ăn trả bữa. 病好了，他食欲大增。

ăn trắng mặc trơn 生活安逸，安逸舒适

ăn trên ngồi trốc 高高在上

ăn trộm *đg* 偷，偷窃，盗窃：Có kẻ lẻn vào nhà ăn trộm. 有小偷入室偷盗。

ăn trưa *đg* 吃午餐，吃午饭

ăn tục nói phét 粗俗，粗野庸俗

ăn tuyết nằm sương 风餐露宿

ăn uống *đg* ①吃，吃喝，饮食：ăn uống có điều độ 饮食有度②摆宴席，摆酒席：đám cưới ăn uống linh đình 大摆婚宴

ăn vạ *đg* 耍赖，撒泼：Thằng bé nằm lăn ra ăn vạ. 小家伙在地上打滚耍赖。

ăn vào gốc [口] 蚀本，折本

ăn vay *đg* 靠借贷度日

ăn vặt *đg* 吃零嘴，吃零食

ăn vận=ăn mặc

ăn vụng *đg* 偷吃，偷嘴：Mèo ăn vụng

cá. 猫偷吃鱼。

ăn xin *đg* 要饭，行乞

ăn xó mó niêu ①吃相不雅（不坐桌椅、不装碗碟就着锅吃）②（生活）随随便便，马马虎虎

ăn xổi *đg* ①（用盐腌一下）现吃②急于求成：tư tưởng ăn xổi 急于求成的思想

ăn xổi ở thì ①凑合度日，打发日子②鼠目寸光

ăn ý *t* ①默契：có sự phối hợp ăn ý 配合默契②合意，情投意合

ăng-ten (anten, antenna) *d* 天线

ằng ặc [拟]呃呃，咕噜

ẳng [拟]嗷（狗被打时的叫声）

ắng cổ *đg* 张口结舌，无言以对：Chứng cớ rành rành nên ắng cổ. 证据确凿，无言以对。

ắng họng=ắng cổ

ắng lặng *t* 安静，静谧：Đêm khuya bốn bề ắng lặng. 夜深四周静谧。

ắng tin *đg* 杳无音信

ắp *t* 盈，满，盈满：ắp nước 水盈满

ắt *p* 肯定，必定：Nếu làm được, ắt anh ta đã làm. 如果能做，他肯定做了。

ắt hẳn *p* 势必，肯定，必定：Nếu nóng vội, ắt hẳn sẽ hỏng việc. 如果太着急，肯定会坏事。

ắt là *p* 肯定，必定

ắt phải *p* 势必，必定

Â â

â, Â 越语字母表的第 3 个字母

âm₁ [汉] 阴 *d* 阴, 阴暗面, 负面 *t* ①阴，负, 背: âm cực 阴极; thang thuốc bổ âm 滋阴药②负数的; 零下的: -3 là số âm. -3 是负数。Lạnh đến âm 30 độ C. 冷至零下 30 摄氏度。③阴历的, 农历的: tháng tám âm 农历八月

âm₂ [汉] 音 *d* 音, 声音: ghi âm 录音 *đg* 回旋: Tiếng gọi âm vào vách núi. 喊声在崖壁上回旋。

âm âm *t* 阴沉沉, 黑压压, 阴森森: Bầu trời âm âm một màu tro. 天灰蒙蒙一片。

âm u u *t* 阴森森, 阴暗

âm ẩm *t* 有点儿潮的, 潮潮的: Quần áo phơi vẫn còn âm ẩm. 晾的衣服还潮潮的。

âm ấm *t* ①微暖的, 暖暖的②柔和的: giọng hát âm ấm 柔和的歌声

âm ba *d* 声波

âm bản *d* 底片, 负片

âm bộ *d* (女性、雌性哺乳动物的)阴部, 外生殖器

âm cực *d* 阴极

âm dương *d* 阴阳

âm đạo *d* [解]阴道

âm điệu *d* 音调

âm đức *d* 阴德

âm giai *d* 音阶

âm hộ *d* 阴户, 阴部

âm hồn *d* 阴魂

âm hư *d* [医]阴虚

âm hưởng *d* ①音响度②音质, 音色: âm hưởng của đàn bầu 独弦琴的音色 ③和声: âm hưởng của bản nhạc 乐曲的和声

âm ỉ *t* 隐隐的, 阴阴的: Bụng đau âm ỉ. 肚子隐隐作痛。

âm khí *d* 阴气

âm lịch *d* 阴历, 农历 *t* 陈旧, 过时: người âm lịch 老古板

âm luật *d* 音律

âm lượng *d* 音量: âm lượng kế 音量计

âm mao *d* 阴毛

âm mưu *d*; *đg* 阴谋: Chúng âm mưu phá giá thị trường. 他们阴谋破坏市场价格。

âm nang *d* [解]阴囊

âm nhạc *d* 音乐: buổi biểu diễn âm nhạc dân tộc 民族音乐表演

âm noãn *d* 睾丸

âm phổ *d* 音谱

âm phủ *d* 阴府, 地府 *t* 阴府的, 地府的: tiền âm phủ 冥币

âm sắc *d* 音质, 音色

âm tạp *d* 杂音, 噪音

âm tần *d* 音频

âm thanh *d* 声音: âm thanh nổi 立体声

âm thầm *t* 暗自, 独自

âm ti *d* 阴司, 地府, 阴间

âm tiết *d* 音节

âm tín *d* 音信, 音讯: biệt vô âm tín 杳无音讯

âm tính *t* [医](呈)阴性的: Xét nghiệm cho kết quả âm tính. 检验结果呈阴性。

âm u *t* 阴暗, 灰暗: Trời âm u như sắp mưa. 天阴沉沉像要下雨。

âm vang *đg* 响彻, 回响: Tiếng cồng chiêng âm vang cả núi rừng. 锣声响彻山林。 *d* ①浊音: Các âm m, n là các phụ âm âm vang. m ,n là trọc phụ âm. ②回音,回声;声响,声音

âm vận *d* 音韵

âm vật *d* [解] 阴蒂

âm vực *d* 音域

âm [拟] 轰隆: Cây đổ đánh ầm một cái. 树"轰隆"一声倒下。*t* 响亮的,喧闹的: Cười nói âm nhà. 说笑声满屋震响。*đg* 轰动: cả làng đồn âm lên 轰动了全村

âm à âm ừ = **âm ừ**

âm ã *t* 嘈杂的,震天响的: tiếng trực thăng âm ã 震天响的直升机声

âm ầm *t* 喧闹的,轰鸣的: Họ cười nói âm ầm. 他们闹哄哄地说笑。

âm ì *t* [拟] 轰隆隆,哗哗: tiếng máy bay âm ì 飞机轰鸣声

âm ĩ *t* 喧闹,嘈杂,震天响: Khua chiêng gõ mõ âm ĩ. 打锣敲梆震天响。

âm ừ *đg* 支支吾吾,不置可否

âm₁ *t* 潮湿: không khí âm 空气潮湿

âm₂ [汉] 饮: âm thực 饮食

âm độ *d* 湿度

âm kế *d* 湿度计

âm mốc *t* 霉湿,潮湿发霉: Căn phòng âm mốc. 房子潮湿发霉。

âm sì *t* [口] 湿润,潮湿,霉湿

âm thấp *t* 潮,潮湿: khí hậu âm thấp 气候潮湿

âm thực *d* 饮食

âm ương *t* [口] 差劲,无聊: chuyện âm ương 无聊的事

âm ướt *t* 潮湿,湿: Nền nhà âm ướt. 房基潮湿。

âm xìu *t* 受潮回软的,受潮皮软的: Bánh đa âm xìu. 米饼受潮发软。

ẫm ờ *t* [口] ① 装糊涂的,装蒜的: biết rồi còn cứ ẫm ờ 知道了还装蒜 ②半开玩笑半认真: trả lời ẫm ờ 半开玩笑半认真地回答

ấm₁ *d* 壶: ấm đồng 铜壶

ấm₂ [汉] 荫 *d* [旧] 福荫: nhờ ấm tổ tiên 托祖先的福荫

ấm₃ ①衙内,少爷: cậu ấm cô chiêu 少爷小姐②宠儿

ấm₄ ① 暖,温;温暖: mặc không đủ

ấm 穿得不够暖 ②(声音)浑厚,低沉: Giọng đọc rất ấm. 朗读声音很浑厚。

ấm a ấm ớ *đg*; *t* ①含糊其辞,模棱两可②不专心,马虎

ấm ách *đg* (肚子)滞胀: Bụng ấm ách không tiêu. 肚子滞胀不消化。*t* 郁闷,烦闷;忐忑: tức ấm ách 生闷气

ấm áp *t* ①暖和,温暖,和煦: nắng xuân ấm áp 春天温暖的阳光②(心里)暖洋洋,舒坦: Thấy ấm áp trong lòng. 心里感到暖洋洋的。

ấm cật *t* 穿得暖的,温暖的: ấm cật no lòng 丰衣足食

ấm chén *d* 茶具

ấm chuyên *d* (茶具中沏茶用的)小茶壶

ấm cúng *t* 温暖,和睦: gia đình ấm cúng, hạnh phúc 和睦幸福的家庭

ấm đầu *t* [口] ①(幼儿)低烧的,低热的: Bé bị ấm đầu. 孩子有点儿低烧。②(情绪)发烧的,昏了头的: Ấm đầu hay sao mà đang mưa như thế cũng đi? 你昏了头啊,下雨还去?!

ấm êm *t* (家庭)和睦: gia đình ấm êm 家庭和睦

ấm no *t* 温饱的;富足的

ấm oé *t* (声音)嘈杂,震耳,刺耳: Tiếng loa ấm oé. 喇叭声震耳。

ấm ớ *đg*; *t* ①含糊其辞,模棱两可: Trả lời ấm ớ. 回答模棱两可。②不专心,马虎: Học hành ấm ớ. 学习马马虎虎。

ấm ớ hội tề (态度) 含糊,暧昧

ấm siêu *d* 煎药、煮水的陶瓦壶

ấm tích *d* 大瓷壶、大茶壶

ấm ứ *đg* 支支吾吾,含糊其辞: Gặng hỏi nó chỉ ấm ứ. 反复追问,他只支支吾吾

ấm ức *đg* 憋气,憋火: Ấm ức trong lòng mà không nói ra. 心里憋气却不说出来。

âm à âm ạch *t* 沉重难行的

âm à âm ừ 不置可否,含糊其辞

âm ạch *t* 沉重难行的,艰难行进的: Chiếc xe bò âm ạch lên dốc. 牛车艰难爬坡。

âm oẹ *t* (声音)时续时断: Tiếng loa

Â

âm oẹ. 喇叭声断断续续。

âm ừ *đg* 支吾, 含糊其辞, 不置可否: âm ừ lấy lệ 支吾了事

âm ực *đg* 憋气, 忍气: âm ực muốn khóc 气得想哭

ân$_1$ [汉] 殷

ân$_2$ [汉] 恩 *d* 恩惠

ân ái *d*; *đg* 恩爱

ân cần *t* 殷勤: thái độ ân cần 态度殷勤

ân đức *d* 恩德

ân giảm *đg* 恩赦, 赦免: làm đơn xin ân giảm 写赦免申请

ân hận *đg* 懊悔, 悔恨: ân hận câu nói của mình 对自己所说的话感到后悔

ân huệ *d* 恩惠: được hưởng ân huệ 受到恩惠

ân nghĩa *d* 恩义, 恩情: ân nghĩa sinh thành 养育之恩

ân nhân *d* 恩人: Bác sĩ là ân nhân của gia đình tôi. 医生是我家的恩人。

ân oán *d* 恩怨: ân oán rạch ròi 恩怨分明

ân phụ *d* 义父

ân tình *d* 恩情 *t* 恩爱; 疼爱: câu chuyện ân tình 爱情故事

ân xá *đg* 赦免, 特赦: công bố lệnh ân xá 颁布特赦令

ẩn$_1$ *đg* 推, 驱使(同 ẩy): ẩn cánh cửa bước vào 推门而入

ẩn$_2$ [汉] 隐 *đg* 隐藏, 隐蔽: từ quan về ở ẩn 辞官回家隐居 *d* [数] 未知数

ẩn chứa *đg* 隐藏, 隐含

ẩn cư *đg* 隐居: về ẩn cư nơi thôn dã 隐居乡野

ẩn danh *đg* 匿名, 隐姓埋名: tác giả ẩn danh 匿名作者

ẩn dật *đg* 隐逸, 隐居: sống ẩn dật 隐逸生活

ẩn dụ *d* 隐喻: Nói "ánh sáng chân lí" là dùng lối ẩn dụ. "真理的阳光"用的是隐喻法。

ẩn giấu *đg* 隐藏, 埋藏

ẩn hiện *đg* 隐现, 出没, 时隐时现: Đỉnh núi ẩn hiện trong sương sớm. 山峰在晨雾中时隐时现。

ẩn náu *đg* 躲藏, 藏匿

ẩn nấp *đg* 躲藏, 隐藏, 隐蔽: tìm nơi ẩn nấp 寻处藏身

ẩn ngữ *d* 隐语

ẩn núp *đg* 躲藏, 隐藏

ẩn số *d* [数] 未知数 *t* [口] 未知的

ẩn ức *d* ①回忆, 记忆: ẩn ức của tuổi thơ 童年时代的回忆 ②隐痛, 不堪回首之事: Cuộc đời làm quan đầy ẩn ức. 仕途充满了不堪回首之事。

ẩn ý *d* 寓意, 隐喻: lời nói có ẩn ý 话里有话

ấn$_1$ [汉] 印 *d* 玺, 印: treo ấn từ quan 挂印辞官

ấn$_2$ 咒符

ấn$_3$ *đg* ①摁, 按: ấn nút điện 摁电开关 ②塞人, 装进: ấn quần áo vào ba-lô 把衣服装进背包里 ③压给, 摊派, 塞给: ấn việc cho người khác 把工作摊派给别人

ấn$_4$ *đg* 揍: ấn cho một trận 揍一顿

ấn bản *d* ①版, 印版, 版本 ②印刷品: 印刷材料

Ấn Độ *d* [地] 印度(亚洲国家): người Ấn Độ 印度人

Ấn Độ Dương *d* 印度洋

Ấn Độ giáo *d* 印度教

Ấn giáo=Ấn Độ giáo

ấn hành *đg* 印行, 印刷发行, 出版发行

ấn loát *đg* 印刷: ấn loát sách báo 印刷书报

ấn phẩm *d* 印刷品

ấn tượng *d* 印象: để lại ấn tượng sâu sắc 留下深刻的印象 *t* 令人印象深刻的, 精彩的: một biểu diễn rất ấn tượng 一场精彩的表演

ấp$_1$ [汉] 邑 *d* ①封地 ②(新开垦区的)村庄: chiêu dân lập ấp 招募民众建立新村

ấp$_2$ *đg* ① 孵化: ấp trứng 孵蛋 ②贴住, 偎着: Bé ấp đầu vào lòng mẹ. 孩子把脸埋在母亲怀里。

ấp a ấp úng 结结巴巴

ấp cây đợi thỏ 守株待兔

ấp ủ *đg* ①搂抱(使温暖): Gà mẹ ấp ủ đàn con. 母鸡护着小鸡。②孕育, 酝酿: đề tài ấp ủ từ lâu 酝酿已久的项目

ấp úng *đg* 结巴，吭哧

ấp ứ *đg* 吞吞吐吐：ấp ứ không nói nên lời 吞吞吐吐说不成句

ấp xóm *d* 村庄

ập *đg* ①突然出现，突然涌现，猛然出现：Cảnh sát ập vào phòng. 警察突然闯进房间。②猛然：Anh ấy dóng ập cửa. 他猛地关上门。

ất [汉] 乙 *d* 乙（天干第二位）

âu₁ [汉] 讴，欧

âu₂ *d* ①盆：âu sành 瓦盆

âu₃ *d* ①船闸②船坞

âu₄ [汉] 忧 *đg* [旧] 忧，担忧，忧心

âu₅ *p* 也许，或许：âu cũng là một dịp hiếm có 也许是一次难得的机会

Âu *d* [地] 欧洲：người Âu 欧洲人

âu ca *đg* 讴歌：âu ca hoà bình 讴歌和平

âu đất *d* 船台

âu hoá *đg* 西化，欧化

âu kép *d* 双船闸（坞）

âu là *p* ①或者，不如：Âu là hỏi lại xem sao. 不如再问问，看看如何。②也许是，或许是

âu lo=lo âu

âu nổi *d* 浮船坞

âu phục *d* 西服：mặc âu phục 穿西装

âu sầu *t* 忧愁，忧郁

âu tàu *d* 船闸

âu thuyền=âu tàu

âu yếm *đg*；*t* 疼爱；恩爱：đôi mắt nhìn âu yếm 疼爱的目光

ẩu₁ [汉] 呕

ẩu₂ *t* 马虎，粗心，胡乱：nói ẩu 胡说

ẩu₃ *đg* 殴打，斗殴

ẩu đả *đg* 斗殴：Bọn chúng xông vào ẩu đả nhau. 他们冲进去群殴。

ấu₁ [汉] 幼 *d* [旧] 幼儿

ấu₂ *d* 菱角

ấu nhi *d* 幼儿，儿童

ấu thơ *t* 幼年的，童年的

ấu trĩ *t* 幼稚

ấu trùng *d* 幼虫，幼体：Bọ gậy là ấu trùng của muỗi. 孑孓是蚊子的幼虫。

ây *c* 嗯，Ấy, đúng rồi. 嗯，对了。

ấy *đg* 猛推：ấy cửa bước vào 推门而入

ấy *d* ①那，那（个），那（位）：thời ấy 那个时候；ông ấy 那位先生②[口] 你（一般称呼比自己小的人，表亲切）：Ấy tên là gì？你叫什么名字? *tr* [口] 啊，呀（语气助词，置句尾表示强调）：Nó đang bận làm việc gì ấy？他在忙什么呀?

B

B b

b, **B** ①越语字母表的第 4 个字母②第二;乙:Bên B chịu乙方负责。

ba₁ *d* [方]父亲,爸爸,爹(只用于称呼)

ba₂ *d* ①三,叄:ba con gà 三只鸡②数,几,一些:ăn ba miếng lót dạ 随便扒拉几口垫垫肚子③泛指多数:Người ba đẳng, của ba loài. 人有三六九等,货有好坏不同。

ba₃ [汉]波,芭

ba ba *d* 鳖,甲鱼,水鱼

ba bảy *d* 多种,多样:có ba bảy cách làm 有多种做法

ba bề bốn bên 四周,四面八方

ba bị *d* ①(用来吓唬孩子的)怪物,妖怪 ②破烂货,不值钱的东西:Trong nhà toàn thứ ba bị. 家里全是些破烂。*t* 没用的,不中用的

ba chân bốn cẳng [口]三步并作两步,急匆匆

ba chỉ *d* 五花肉

ba chìm bảy nổi 颠沛流离,苦难重重,历尽艰辛:Cuộc đời ba chìm bảy nổi. 生活颠沛流离。

ba cọc ba đồng [口] ① 微薄:thu nhập ba cọc ba đồng 收入微薄②(做生意)小里小气,鼠目寸光:Nếu chỉ ba cọc ba đồng thì không làm được tiền đâu. 如果鼠目寸光就赚不到钱。

ba-dan (basalte) *d* 玄武岩

ba-dô-ca (bazooka) *d* [军]火箭筒

ba-dơ (base) *d* 碱

ba đào [旧] *d* ①波涛②[转]艰辛,苦难:cuộc đời ba đào 生活艰难

ba đầu sáu tay 三头六臂

ba đậu *d* 巴豆

ba-đờ-xuy (pardessus) *d* 大衣,西式长外衣

ba đời bảy họ 祖宗三代

ba gác *d* 板车:chở hàng bằng xe ba gác 用板车拉货

ba gai *t* [口]顽劣,不羁,放肆:thằng bé ba gai 小痞子

ba giăng *d* 三月稻(=lúa ba giăng)

ba hoa *đg;t* 夸夸其谈,吹牛皮,说大话:Nó chỉ ba hoa thế thôi. 他只会吹牛。

ba hoa chích choè 瞎吹牛皮;瞎吹一气

ba hồi *d* 一会儿,一时:nói dóc ba hồi rồi đi mất 谈笑一会儿便溜了

ba hồn bảy vía *d* (男性的)魂,魂魄 *t* 惊呆,失魂落魄,魂飞魄散

ba-ke-lít (bakélit) *d* 胶木,电木,酚醛塑料

ba khía *d* [方]蟛蜞

ba kích *d* [药]巴戟

ba lá *d* ①小艇②三叶稻③卑鄙的人

ba lăng nhăng *t* [口]①乱七八糟,毫无意义:toàn những chuyện ba lăng nhăng 都是些乱七八糟的事 ②不正经,不正当:ăn nói ba lăng nhăng 说话不正经

ba-lê (ballet) *d* 芭蕾舞:nhà hát ba-lê 芭蕾舞剧院

ba lô *d* 背包:Bộ đội đeo ba lô hành quân. 部队背着背包行军。

ba má *d* [方]爸妈,爹娘

ba máu sáu cơn 怒不可遏

ba mặt một lời 众人作证,当面作证

ba mươi *d* ①三十②月末

ba mươi Tết 年三十,除夕

ba pha *d* [电]三相

ba phải *t* 见风使舵的,随风倒的;好好

先生的：một con người ba phải 一个见风使舵的人

ba phổ *d* [无]波谱

ba quân *d* ①三军(陆军、海军、空军，或前军、中军、后军，或左军、中军、右军)：ba quân tướng sĩ 三军将士②军队统称

ba que *t* 无赖，狡诈：giở trò ba que 无赖手段

ba-ren (barrel) *d* ①木制圆形粗腰桶②一桶的量(115~117千克，或31~42加仑)

ba rọi *d* [方]五花肉 *t* [口]①半真半假，闪烁其词：lối nói ba rọi 说话闪烁其词②蹩脚，生涩，糟糕：Nói tiếng Tây ba rọi. 外语说得蹩脚。

ba-tê (patê) *d* 肉糜；肝糜

ba thể *d* [理]三态(固态、液态、气态)

ba-ti-nê (batiner) *đg* (车轮)打滑：Xe bị ba-ti-nê. 车轮打滑。

ba-toong (bâton) *d* 手杖，拐杖

ba trợn *t* [方]人品差，卑鄙。Thằng cha ăn nói rất ba trợn. 这家伙为人很卑鄙。

ba vạ *t* [口]①糟蹋的，不爱惜的，随意用的②放荡的，不规矩的

ba vuông bảy tròn 完美，完善

ba xạo *t* 胡乱，胡来的：toàn nói những chuyện ba xạo 满口胡言

ba xu *t* 不值钱的，粗劣的：truyện kiếm hiệp ba xu 粗制滥造的武侠小说

ba-zan *d* 玄武岩

ba-zơ *d* 碱(=ba-dơ)

bà [汉]婆：bà cụ 老婆婆 *d* ①祖母，奶奶，婆婆：bà nội 奶奶；bà ngoại 外婆②祖母的第一、第二、第三人称③旧时妇女的职业、职务或亲属称呼，表尊敬：bà chủ tịch xã 女乡长④女士，夫人：thưa quí ông quí bà 尊敬的先生、女士 *d* ①老年妇女的第一、第二、第三人称(相当于：大娘，老婆婆，老奶奶)②老娘(说狠话时自称)：Rồi sẽ biết tay bà. 让你知道老娘的厉害。

bà ba *d* 短衫(越南服饰之一，衣服短，开襟，袖宽长，裤子长，没口袋)

bà chủ *d* 女主人，老板娘

bà chúa *d* ①公主 ②女中豪杰

bà con *d* ①亲戚：một người bà con xa 一个远房亲戚②乡亲，乡里，乡邻

bà cô *d* ①老姑娘(年纪大还没结婚的女子)②[口]刻薄女人

bà cốt *d* 女巫，巫婆

bà cụ *d* 老妇，老大娘；老母；老奶奶，老婆婆

bà dì *d* 姨婆

bà đầm *d* 洋女人

bà đồng *d* 女巫，巫婆

bà đỡ *d* ①接生婆，助产士②得力帮手，促进者：bà đỡ cho việc này 这件事的促进者

bà già *d* 母亲，妈妈：Bà già tôi đã ngoài bảy mươi. 母亲已经七十多岁了。

bà giằn *t* 零碎，杂乱

Bà La Môn *d* [宗]婆罗门(印度的一种等级制度)

Bà La Môn giáo *d* [宗]婆罗门教

bà lão *d* 老妇，老太婆

bà lớn *d* 官太太

bà mối *d* 媒婆，月老，红娘

bà mụ *d* ①接生婆 ②修女 ③民间传说中一位护佑孩童的女神

bà ngoại *d* 外婆，姥姥，外祖母

bà nguyệt *d* 媒婆，月老，红娘

bà nhạc *d* 岳母，丈母娘

bà nội *d* 奶奶，祖母

bà phước=bà-xơ

bà trẻ *d* ①姨太太②奶奶，姨姥姥③(爷爷或外公的)姨太，偏房

bà xã *d* [口]老婆

bà xơ *d* (医院、孤儿院或慈善机构的)修女

bả₁ *d* ①毒饵：bả chuột 毒鼠药②圈套，魅力，诱惑力：bả vinh hoa 荣华富贵的诱惑

bả₂ *d* 丝线，麻线

bả₃ *d* [方]她

bả₄ *đg* 涂，抹(泥子、油漆等)：tường bả mastic 往墙上抹泥子

bả lả *t* 不正经，不雅：cười nói bả lả 谈笑不雅

bả vai *d* 肩胛：Vác nặng, đau hết cả

hai bả vai. Còng quá nặng, hai bên bả vai đều đau. Khiêng quá nặng, hai bên bả vai đều đau.

bã *d* 渣，渣滓：**bã mía** 蔗渣 *t* ①糜烂： Thịt ăn rất bã. 肉吃起来太糜烂。②筋 疲力尽： đi bộ mệt bã người 走路累 得筋疲力尽

bã bọt mép 费尽口舌：Nói bã bọt mép nó vẫn không hiểu. 费尽口舌他 还是没懂。

bã đậu *d* 豆渣

bã rượu *d* 酒糟

bã trầu *d* 蜂鸟

bá₁ [汉] 伯 *d* [旧] 伯爵

bá₂ [汉] 霸 *d* [旧] ①霸主 ②恶霸

bá₃ [汉] 百 *d* [旧]（乡村）富豪，财主： cụ bá 老财主；bá hộ 富豪（百户）

bá₄ *d* [方] 姨母（母亲的姐姐）（=già ②）

bá₅ *đg* 攀搭：bá vai bá cổ 攀肩搭背

bá chủ *d* ①霸主 ②首领，头领

bá quan *d* 百官：bá quan văn võ 文武 百官

bá quyền *d* 霸权：chủ nghĩa bá quyền 霸权主义

bá tước *d* 伯爵

bá vương *d* 霸王：nghiệp bá vương 霸业

bạ₁ [汉] 簿 *d* [旧] 簿籍，证书：bạ ruộng đất 地契

bạ₂ *đg* ①填补：bạ tường 修墙 ②不管，逢：bạ ai cũng bắt chuyện 逢谁都聊一通

bạ ăn bạ nói 信口开河

bác₁ *d* ①伯父，伯母：bác gái 伯母 ②[方]（比父母年长的）姑，姨，舅 ③[旧] 父亲：bác mẹ 父母 ④您（上年纪的人互相尊称）：Mời các bác lại nhà tôi chơi. 请您来我家玩。⑤伯父、伯母同辈人的第一、第二、第三人称：bác công nhân 工人伯伯 ⑥（大写）胡伯伯（胡志明）

bác₂ *đg*（用小火）煨，煮（成糊状）：bác trứng 煮蛋糊；bác mắm 煨鱼酱

bác₃ *đg* ①驳斥，反驳 ②驳回，退回：bác đơn 退回申请

bác₄ [汉] 博：bác ái 博爱

bác bỏ *đg* 驳回，驳斥：bác bỏ luận điệu vu cáo 驳斥诬告；Đề án bị bác bỏ. 提案被驳回。

bác cổ thông kim 博古通今

bác học *d* 博学之士，饱学之士 *t* 晦涩： lối hành văn bác học 行文晦涩

bác ruột *d* 亲伯父；亲舅舅

bác sĩ *d* 医生，大夫：bác sĩ nha khoa 牙医

bạc₁ *d* ①银：nhẫn bạc 银戒指 ②银子，银两，银圆 ③[口] 钱：vài chục bạc 几十块钱 ④赌博活动：chơi bạc 赌博

bạc₂ *d* 轴承：bạc quạt máy 电扇轴承

bạc₃ *t* ①白色的：tóc bạc 白发 ②褪色的，发白的：áo bạc màu 衣服褪色

bạc₄ [汉] 薄 *t* 薄：phận bạc 薄命；bạc tình 薄情

bạc ác *t* 刻薄，狠毒

bạc bẽo *t* ①薄情：ăn ở bạc bẽo 无情无义 ②得到与付出不相称，付出多而回报少：nghề bạc bẽo 付出多、报酬低的工作

bạc cắc *d* ①硬币 ②少量钱：Trong túi không có mấy bạc cắc. 兜里没有几个钱。

bạc đãi *đg* 薄待：bạc đãi với người có công nuôi dưỡng 薄待有养育之恩的人

bạc đầu *t* ①上年纪的，白头的：chung sống đến bạc đầu 白头偕老 ②顶端泛白的：sóng bạc đầu 白头浪

bạc đồng *d* 硬币

bạc đức *t* 缺德

bạc giấy *d* 纸币：hai đồng bạc giấy 两元纸币

bạc hà *d* 薄荷：dầu bạc hà 薄荷油

bạc lót *d* 轴承

bạc má *d*（动物面颊上的）白斑：chim bạc má 白颊鸟

bạc màu *t* 贫瘠：đất bạc màu 贫瘠的土地

bạc mặt *t* [口] 憔悴：Chạy cho xong thủ tục cũng đủ bạc mặt. 跑完手续，人都憔悴了。

bạc màu=bạc màu

bạc mệnh *t* 薄命：gái bạc mệnh 薄命

女

bạc nén d 银锭

bạc nghĩa t 薄义,薄情

bạc nhạc t;d 囊肉,抛囊子肉

bạc nhược t 薄弱,脆弱:tinh thần bạc nhược 意志薄弱;một người bạc nhược 脆弱的人

bạc phau d 雪白

bạc phận d 薄命

bạc phếch t 褪色发白:Bộ quần áo xanh đã bạc phếch. 这套蓝衣服已经褪色发白了。

bạc phơ t (头发、胡子) 全白,银白:Râu tóc bạc phơ. 胡子、头发全白了。

bạc tình t 薄情:ăn ở bạc tình 为人薄情

bách₁ [汉] 柏 d ①柏,柏树②[旧] (柏木) 舟

bách₂ [汉] 迫:cấp bách 急迫

bách₃ [汉] 百:bách chiến bách thắng 百战百胜

bách bệnh d 百病:bách bệnh trong người 百病缠身

bách bổ t 大补的:cao bách bổ 大补膏

bách bộ₁ d [药] 百部

bách bộ₂ đg 散步:đi bách bộ 散步

bách chiến t 身经百战的,久经沙场的

bách chiến bách thắng ①百战百胜②无敌的,战无不胜的

bách diệp d 侧柏

bách hoa d 百花

bách hoá d ①百货②国有商店

bách hợp d 百合

bách khoa d ①百科;理工科:Trường Đại học Bách Khoa 理工大学②理工大学:thi vào Bách Khoa 考进理工大学 t 渊博:đầu óc bách khoa 知识渊博

bách khoa thư d 百科书,词典,全书,大全

bách khoa toàn thư d 百科全书

bách nghệ d 百业;综合专业:trường đào tạo bách nghệ 综合技工学校

bách niên giai lão 百年偕老

bách phát bách trúng 百发百中

bách phân d (摄氏温度计里的) 计量标,计量格 đg 按百分计算:tính theo bách phân 按百分计算

bách thảo d 百草 (泛指各种植物):vườn bách thảo 植物园

bách thú d 百兽 (泛指各种动物):vườn bách thú 动物园

bách tính d 百姓

bạch₁ [汉] 白 đg ①[旧] 道白,辩解,说:tự bạch 自白②(只用于与高僧的对话) 禀白 t 白,白色的,全白的:hoa hồng bạch 白玫瑰

bạch₂ [拟] 噗,啪:ngã đánh bạch một cái "噗" 地摔了一跤

bạch bạch [拟] 噗,啪

bạch biến d 白癜风

bạch cập d 白芨

bạch chỉ d 白芷

bạch cúc d 白菊

bạch diện thư sinh 白面书生

bạch dương d ①[植] 白杨②[天] 白羊星座

bạch đái=bạch đới

bạch đàn d 桉树

bạch đầu d [动] 白头翁,白头鹎

bạch đậu khấu d 白豆蔻

bạch đới d [医] 白带

bạch hầu d 白喉

bạch huyết d 淋巴液

bạch huyết cầu d 白细胞

bạch kim d 白金,铂

bạch lị d 白痢

bạch lộ d 白露 (二十四节气之一)

bạch mao căn d [药] 白茅根

bạch nhật d 白天 t (天) 亮:Sáng bạch nhật rồi mà nó vẫn còn ngủ. 天大亮了他还在睡。

bạch phục linh d 白茯苓

bạch quả d 白果,银杏

bạch tạng d 白化病

bạch thoại d 白话 (区别于文言)

bạch truật d 白术

bạch thược d 白芍

bạch tiền d [植] 白前

bạch trọc d 白浊,淋病

bạch tuộc d 章鱼

bai đg 松散,松垮:mép vải bị bai 布边

松垮

bai bải *t* 喋喋不休，忙不迭: Cứ bai bải cái mồm. 嘴巴喋喋不休。

bài₁ *d* ①文章: đăng bài trên tạp chí在杂志上刊登文章②课，功课: soạn bài备课; bài giảng 讲课内容③[方]作业，题目: ra bài 出题

bài₂ [汉] 排 *đg* ①排泄②排斥，摒除: chính sách bài ngoại 排外政策

bài₃ *d* (使用某种) 方法，手段(来对待): đánh bài lờ 装聋作哑

bài₄ [汉] 牌 *d* 纸牌，扑克牌

bài bác *đg* 排挤: bài bác lẫn nhau 互相排挤

bài bạc *d* [口]赌博

bài bản *d* ①剧本，曲谱: bài bản cải lương 改良剧剧本②[口]规范，规矩，条理，章法: làm đúng bài bản 按规矩办 *t* 规范的，规矩的: được đào tạo rất bài bản 受到正规培训

bài báo *d* 新闻稿，报刊文章

bài ca *d* 歌曲

bài dịch *d* 译文，译著

bài giải *d* [数]题解，解题方法: Bài toán phải có bài giải rõ ràng. 数学题解法要明晰。②解决方法: tìm bài giải 寻找解决的方法

bài hát *d* 歌曲

bài học *d* ①课文: nắm vững các bài học 牢牢掌握课文②教训，经验教训: rút ra bài học bổ ích 吸取有益的经验教训

bài làm *d* 作业，练习: Bài làm chưa đạt yêu cầu. 作业没达到要求。

bài ngắn *d* 短文

bài ngoại *đg* 排外: Chống xâm lược, nhưng không bài ngoại. 反对侵略，但不排外。

bài tập *d* ①练习，作业 ②(体育)项目，内容，运动: bài tập dưỡng sinh 健身运动

bài tây *d* 扑克牌: bói bài tây 用扑克牌算卦

bài thi *d* 试题，试卷，考卷

bài thơ *d* 诗文，诗篇

bài thuốc *d* 药方: bài thuốc đông y 中

药方

bài tiết *đg* ①排泄: bài tiết nước tiểu 排泄尿液②分泌: bài tiết mồ hôi 分泌汗液

bài tính *d* ①[数]算法: bài tính nhân 乘法②计算题

bài toán *d* ①算题，计算题: bài toán hình học 几何题②难题

bài trí *đg* 布置: bài trí sân khấu 布置舞台

bài trừ *đg* ①取缔，清除: bài trừ mê tín, dị đoan 取缔迷信和异端邪说②排斥: bài trừ lẫn nhau 互相排斥

bài vị *d* 牌位，祭牌

bài vở *d* ①功课，课业②文章，稿件: gửi bài vở về toà soạn 寄文章给编辑部

bài xích *đg* 排斥，排挤

bài hoải *t* 筋疲力尽: người bài hoải 浑身散了架

bãi₁ *d* ①滩，滩地: bãi biển 海滩②场，场地: bãi cỏ 草地; bãi đỗ xe 停车场

bãi₂ *d* (脏物)堆，摊: bãi phân 粪堆

bãi₃ [汉] 罢 *đg* ①罢免，免除: bãi sưu thuế 免除税赋②罢，停止: bãi công 罢工

bãi bắn bia *d* 靶场

bãi bể nương dâu 沧海桑田

bãi biển *d* 海滩

bãi binh *đg* 罢兵，停战: Hai bên bãi binh. 双方停战。

bãi bỏ *đg* 废除，取消: bãi bỏ các thứ thuế không hợp lí 取消不合理的税赋

bãi cá *d* ①渔场，捕鱼区②鱼集中的区域

bãi cát *d* 沙滩，海滩

bãi chầu *đg* 退朝，罢朝

bãi chợ *đg* 罢市

bãi chức *đg* 免职，罢官，撤职

bãi cỏ *d* 草地，草坪

bãi công *đg* 罢工: Thợ bãi công đòi tăng lương. 工人罢工，要求增加工资。

bãi khoá *đg* 罢课: Học sinh tổ chức bãi khoá. 学生组织罢课。

bãi miễn *đg* 罢免，免去: bãi miễn một vài đại biểu 罢免部分代表

bãi mìn *d* 雷场, 地雷区

bãi nại *đg* 撤 诉: Gia đình nạn nhân làm đơn xin bãi nại. 被害人家属递交申请撤诉。

bãi nhiệm *đg* 罢免, 免除, 免去

bãi phù sa *d* 冲积层

bãi tắm *d* 沙滩浴场

bãi tập *d* 操场

bãi tha ma *d* 坟场, 墓地

bãi thải *d* 废料场

bãi thị *đg* 罢市

bái [汉] 拜 *đg* 揖拜: chắp tay bái 双手合十揖拜

bái kiến *đg* 拜见

bái phục *đg* 拜服, 佩服, 钦服, 钦佩

bái tổ *đg* ①(中举或高升后) 祭祖, 拜谢祖宗 ②(武士、拳师角斗前后向师傅) 作揖

bái vật *d* 图腾

bái xái *t* [方] (输得) 一塌糊涂, 一败涂地, 狼狈: chạy bái xái 狼狈逃窜

bái yết *đg* 拜谒: Sứ thần bái yết vua. 使臣拜谒国王。

bại₁ [汉] 败 *đg* ①失败, 不成功: Thành hay bại là chuyện bình thường. 成与败都正常。②打败, 击败: đánh bại quân xâm lược 打败侵略军

bại₂ *t* ①瘫的, 瘫痪的: bị bại nửa người 半身不遂 ②(力) 竭尽的, 虚弱的

bại binh *d* 败兵

bại hoại *t* 败坏的: gia phong bại hoại 家风败坏

bại huyết *d* 败血症

bại liệt *t* 瘫痪的: chân tay bại liệt 手脚瘫痪 ◇ 小儿麻痹症, 脊髓灰质炎: tiêm phòng bại liệt 打小儿麻痹症预防针

bại lộ *đg* 败露, 曝光: âm mưu bị bại lộ 阴谋败露

bại quân *d* 败军: bại quân tháo chạy 败军逃窜

bại sản *đg* 败家, 破产: Lao vào cờ bạc có ngày bại sản. 迷上赌博, 总有一天要败家。

bại trận *đg* 败阵, 失败: bị đánh bại trận 被打败

bại tướng *d* 败将

bại vong *đg* 败亡, 灭亡: lâm vào thế bại vong 陷入败亡境地

bakelite (ba-ke-lít) *d* 电木, 胶木, 酚醛塑料

ballast (ba-lát) *d* 碎石, 石砾

bám *đg* ①攀住, 抓住: bám vào vách đá trèo lên 攀着石壁往上爬 ②紧跟, 紧随: bám gót người đi trước 紧跟着前面的人 ③盲目: bám vào ý kiến của cấp trên 盲目听从上级意见 ④靠, 依赖: sống bám vào cha mẹ 靠父母养活

bám bíu *đg* ①抓住, 扒住 ②投靠

bám càng *đg* [口] 跟随, 追随

bám chắc *đg* 紧跟着, 抓牢, 控制: bám chắc địa bàn 控制辖区

bám chặt *đg* 紧抓着, 紧附着: bám chặt thị trường truyền thống 紧抓传统市场

bám sát *đg* ①紧密联系: bám sát quần chúng 密切联系群众 ②跟踪, 盯梢

bám trụ *đg* 紧附着, 紧贴着: bám trụ trận địa 坚守阵地

ban₁ [汉] 瘢 *d* [医] 斑疹: sốt phát ban 发烧出疹子

ban₂ (balle) *d* [方] [旧] 球: đá ban vào lưới 踢球进网

ban₃ [汉] 班 *d* ①[旧] 封建朝廷文武官员按次序排成的行列: hai ban văn võ 文武两班 ②委员会, 组, 部, 处, 办公室: ban bầu cử 选举委员会; ban thư kí 秘书处; ban giám khảo 监考组 ③ (工作时段) 班: nhận ban 接班 ④ [旧] [专业] 科: tốt nghiệp ban văn sử 文史专业毕业

ban₄ *d* 一天内的一段时间, 晌: ban trưa 晌午; ban đêm 晚上

ban₅ [汉] 颁 *đg* [旧] ①颁发, 发放, 授予: ban thưởng 颁奖 ②颁布: ban lệnh 颁布命令

ban bệ *d* 组织, 机构, 科室 (贬义): lắm ban bệ 机构臃肿

ban bí thư *d* 书记处

ban biên tập *d* 编辑部, 编辑委员会

ban bố *đg* 颁布, 公布: ban bố lệnh

giới nghiêm 颁布戒严令

ban cán sự *d* 委员会：ban cán sự lớp
班委会

ban cán sự đảng *d* 党组

ban chấp hành *d* 执行委员会，执委会：
đại hội bầu ban chấp hành 大会选举
执行委员会

ban chỉ huy *d* [军]（从连到团的）指
挥部

ban chiều *d* 下午

ban chuyên án *d* 专案组

ban công *d* 阳台：đứng hóng mát ở ban
công 在阳台乘凉

ban đầu *d* 起初，初期，开始：những
khó khăn ban đầu 初期的困难

ban đêm *d* 夜间，晚上

ban đồng ca *d* 合唱队，合唱团

ban giám đốc *d* 领导班子，经理委员
会，领导小组

ban giám hiệu *d* 校务委员会，校领导
班子

ban giám khảo *d* 监考委员会，评委

ban hành *đg* 颁行，颁布

ban liên lạc *d* 联络组，联络办公室

ban mai *d* 清晨，早晨

ban nãy *d* 刚才，刚刚：Ban nãy có
người đến chơi. 刚才有人来玩。

ban ngành *d* 机关单位；部委办（统称）：
các cơ quan ban ngành 各机关单位

ban ngày *d* 白天：Ở đây ban ngày thì
nóng, ban đêm thì lại lạnh. 这里白天
热，晚上却又凉。

ban ngày ban mặt 大白天，光天化日：
Giữa ban ngày ban mặt mà dám làm
bậy. 光天化日之下竟敢胡来。

ban nhạc *d* 乐队，乐团

ban ơn *đg* 恩赐，施恩，施舍：không
cần ai ban ơn cả 不需要任何人施舍

ban sáng *d*（当天）上午，早上：Ban
sáng có nhiều người đến tìm anh. 上
午好多人来找你。

ban phát *đg* 分发，发放，派发，施舍：
không cần ai ban phát 不要别人施舍

ban sơ *d* 起初，开始，开头

ban sớm *d* 清早，清晨

ban tặng *đg* 颁奖，奖赏，赐予：ban

tặng cho những người phục vụ tận
tụy 为尽心尽力服务的人员颁奖

ban thư kí *d* 秘书处

ban thường trực *d* 常务委员会

ban tổ chức *d* ①组委会②组织部

ban trưa *d* 中午，午间，晌午

ban tuyên giáo *d* 宣传部，宣教部

bàn₁[汉]盘，磐

bàn₂ *d* 桌子，台：bàn làm việc 工作台

bàn₃ *d* ①得分，（得或失）球：ghi thêm
một bàn 又得一分②[方]盘：chơi
hai bàn 玩两盘（棋）

bàn₄ *đg* 讨论，交换意见，协商，商量：
bàn công tác 商量工作；Công ti họp
để bàn về cách làm ăn mới. 公司开
会讨论新的经营方式。

bàn ăn *d* 饭桌，餐桌

bàn bạc *đg* 商量，讨论，研究，磋商：
bàn bạc tập thể 集体讨论；bàn bạc
công việc 商量工作

bàn bi-a *d* 台球桌

bàn cãi *đg* 争论，争辩：bàn cãi để
thống nhất ý kiến 通过辩论来统一意
见

bàn cào *d* 刮板（农具之一）

bàn cát *d* 沙盘

bàn cầu *d* 坐厕，坐便器

bàn chải *d* 刷子：bàn chải giặt 洗衣刷；
bàn chải đánh răng 牙刷

bàn chân *d* 脚板，脚掌：gan bàn chân
脚掌心

bàn chè *d* 茶桌，茶几

bàn chông *d* 钉板，竹桩板：làm bàn
chông để bẫy thú 装上钉板捕捉野兽

bàn cờ *d* 棋盘：bàn cờ bằng gỗ 木制
棋盘 *t* 棋盘状的：ruộng bàn cờ 棋盘
状的水田

bàn cuốc *d* 铁锹的木把 *t* 扁平的：chân
bàn cuốc 鸭板脚；răng bàn cuốc 铲
子牙

bàn danh dự *d* 贵宾席，主宾席

bàn dân thiên hạ [口]所有人；普天
下：nói cho bàn dân thiên hạ biết 告
知所有人

bàn đạp *d* ①马镫：Lắp bàn đạp vào
yên. 把镫子装在马鞍上。②脚踏板：

Xe hỏng bàn đạp. 车的脚踏板坏了。
③支点, 跳板: làm bàn đạp tiến vào
thành phố 作为进入城市的跳板

bàn định *đg* 商定, 议定: Kế hoạch đã
được bàn định. 计划已经议定。

bàn ghế *d* 桌椅, 家具

bàn giao *đg* 移交, 交付, 交代: bàn
giao sổ sách tài liệu 移交材料; bàn
giao công tác 交代工作

bàn giấy *d* ①办公桌, 写字桌②办公室:
chuyển lên bàn giấy làm việc 调到
办公室工作③文牍, 公文, 书信: công
việc bàn giấy 文案工作

bàn là *d* 熨斗: bàn là điện 电熨斗

bàn luận *đg* 讨论, 议论, 商讨: Nhiều
vấn đề được đưa ra bàn luận. 许多问
题被拿出来讨论。

bàn mảnh *đg* 私下议论, 私下商量:
hay đi bàn mảnh 喜欢私下议论

bàn máy *d* 工作台

bàn mổ *d* 手术台

bàn phím *d* ①键盘: bàn phím máy
tính 电脑键盘②琴键

bàn ra *đg* 不同意, 反对: có nhiều ý
kiến bàn ra 有许多反对意见

bàn ra tán vào *đg* 争论, 争执

bàn rà *d* 抛光器, 磨光器

bàn ren *d* 扳牙, 螺丝绞扳

bàn rùn *đg* 退缩, 畏缩

bàn tán *đg* 谈论, 议论: Dư luận bàn
tán nhiều về vấn đề đó. 舆论对那个
问题议论颇多。

bàn tay *d* ①手, 手掌: nắm chặt trong
lòng bàn tay 紧攥在手心里②(罪恶
之)手: có bàn tay kẻ xấu nhúng vào
有坏人插手

bàn tay vàng *d* 技艺高超, 巧手: người
thợ có đôi bàn tay vàng 技艺高超的
工匠

bàn thạch *d* 磐石

bàn thảo *đg* 协商, 商讨: bàn thảo
những vấn đề cùng quan tâm 协商共
同关心的问题

bàn thờ *d* 供桌, 神台

bàn tính *d* 算盘: làm các phép tính số
học bằng bàn tính 用算盘做数学运

算 *đg* 盘算, 合计, 商量: bàn tính kế
hoạch 商讨计划

bàn trang₁ *d* 房前的供桌

bàn trang₂ *d* 耙子

bàn trang điểm *d* 梳妆台

bàn tròn *d* ①圆桌, 椭圆形圆桌②圆桌会
议

bàn ủi=bàn là

bàn vẽ *d* 制图板, 绘图板

bàn viết *d* 书桌, 写字桌

bản₁ *d* 寨子, 村寨: bản Mèo 苗寨

bản₂ [汉] 板 *d* ①片, 块: bản kim loại
一片金属②宽度, 宽幅

bản₃ [汉] 本 *d* ①书本, 文本: bản nhạc
chép tay 手抄歌本②版本, 份, 册, 张:
đánh máy hai bản 打印两份

bản₄ [汉] 本: cơ bản 基本; bản năng
本能; bản tính 本性; bản quốc 本国

bản₅ [汉] 版: bản in 印版

bản án *d* 判决书, 裁定书: bản án tử
hình 死刑判决书

bản báo cáo *d* 报告, 报告书

bản chất *d* ①本质②本性, 实质: bản
chất hiền lành 本性善良

bản chép *d* 抄本, 副本

bản chính *d* 正本, 原件

bản dạng *d* 翻版, 抄本: Truyện Kiều
có nhiều bản dạng. 《金云翘传》有多
种抄本。

bản dịch *d* 译文

bản doanh *d* [军] 大本营, 指挥部

bản dương *d* [电] 正极, 阳极

bản địa *d* 本地, 当地: dân bản địa 本
地人

bản đồ *d* 图, 版图, 地图: bản đồ thế
giới 世界地图

bản ghi nhớ *d* 备忘录, 意向书

bản gốc *d* 正本, 原件: bản gốc giấy
khai sinh 出生证正本

bản in *d* 印版: bản in thử 校样

bản kèm *d* 附本, 附件

bản kẽm *d* 锌版

bản khắc *d* 刻板, 雕版

bản làng *d* 村寨, 山寨

bản lề *d* ①合页, 铰链: Lắp bản lề vào
cửa. 把合页装在门上。②枢纽, 交接

点，交合处：vùng bản lề giữa đồng bằng và miền núi 平原与山区的交合处

bản liệt in *d*（从电脑中打印出来的）材料

bản lĩnh *d* 本领，本事：rèn luyện bản lĩnh chiến đấu 磨炼作战本领

bản mạch *d* 印刷板，电子印刷板

bản mạch chủ *d* 主板，电脑主板

bản mẫu *d*（研究用的）样品，试样

bản mường *d* 村寨，山寨

bản năng *d* ①本能：Ong gây mật là hành động theo bản năng. 蜂酿蜜是本能的行为。②下意识，无意识，潜意识：bản năng tự vệ 下意识自卫

bản ngã *d* 自我

bản nghĩa *d* 本义，原意

bản ngữ *d* 母语，本族语言

bản nhạc *d* ①歌本，乐谱②歌曲，乐曲：nghe một bản nhạc 听一首曲子

bản nhạc hiệp tấu *d* 协奏曲

bản nháp *d* 草稿：Nó nộp cả bản nháp. 他把草稿一起交了上去。

bản quốc *d* 本国，我国：Phong tục bản quốc không giống phong tục quí quốc. 我国的风俗与贵国的不一样。

bản quyền *d* 版权：vi phạm bản quyền 侵犯版权

bản sao *d* 副本，复印件

bản sắc *d* 本色：giữ gìn bản sắc dân tộc 保持民族本色

bản thảo *d* 底稿，原稿，草稿：Gửi bản thảo đến nhà xuất bản. 把原稿寄到出版社。

bản thân *d* 自己，本身，本人：Bản thân chưa có kinh nghiệm. 自己没有经验。

bản thoả thuận *d* 协议，协议书，意向书

bản tin *d* 消息，新闻：bản tin quốc tế 国际新闻

bản tính *d* 本性，禀性：Bản tính khó thay đổi. 本性难移。

bản trích *d* 摘录，摘抄

bản vẽ *d* 图纸，设计图：bản vẽ thiết kế móng cầu 桥基设计图

bản vị *d* 本位：bản vị vàng 金本位 *t* 本位主义的：tư tưởng bản vị 本位主义思想

bản viết phỏng *d* 字帖

bản xứ *d* 本地，当地：dân bản xứ 本地居民

bán₁ *đg* ①卖，出售：bán hàng 卖货②出卖：bán rẻ lương tâm 出卖良心

bán₂［汉］半：bán cầu 半球；bán kính 半径

bán buôn *đg* ①批发：tính theo giá bán buôn 按批发价格计算②经商

bán cầu *d* 半球

bán chác *đg*［口］卖

bán chạy *đg* ①畅销，好卖：sách bán chạy 畅销书②抛售，清仓：bán chạy lô hàng kém phẩm chất 抛售次品

bán chịu *đg* 赊售，赊卖，赊账：bán chịu cho khách hàng 给客户赊账

bán công *d* 公私合办的学校：trường đại học bán công 公私合办的大学

bán công khai *t* 半公开

bán dạo *đg* 路边叫卖，肩挑贩卖

bán dâm *đg* 卖淫

bán dẫn *d* 半导体：đài bán dẫn 半导体收音机；linh kiện bán dẫn 半导体零件

bán dứt *đg* 卖断

bán đảo *d* 半岛：bán đảo Đông Dương 印支半岛

bán đắt *đg* 畅销，好销：Dạo này hàng bán đắt lắm. 近来货很好卖。*t* 高价，贵：Bán đắt ngồi lâu không bằng bán rẻ mua hết. 高价久卖，不如低价快销。

bán đấu giá *đg* 拍卖，竞卖：bán đấu giá ngôi nhà 拍卖房屋

bán đổ bán tháo *đg* 抛售，甩卖，处理

bán độ *đg* 打假球：Một số cầu thủ bóng đá đã bán độ. 部分足球队员打假球。

bán đợ *đg* 典押，典当

bán ế *đg* 滞销：ô-tô bán ế 汽车滞销

bán hạ *d*［药］半夏

bán hàng *đg* 卖货，售货；做生意

bán hoa *đg* 卖春：gái bán hoa 卖春女

bán hoá giá *đg* 降价出售，削价出售：bán hoá giá số quần áo rét 降价出售冬衣

bán hớ *đg* 贱卖

bán kết *d* 半决赛，二分之一决赛：lọt vào bán kết 进入半决赛

bán kiện *đg* 小额批发

bán kính *d* 半径

bán lại *đg* 转卖，转手，转让

bán lẻ *đg* 零售：cửa hàng bán lẻ 零售店

bán lỗ *đg* 亏本，蚀本

bán mặt *đg* 现金交易，付现金：Cửa hàng này bán mặt. 这个商店要付现金。

bán nguyệt *d* ①半圆（形）：hình bán nguyệt 半圆形②半个月

bán nguyệt san *d* 半月刊

bán nước₁ *đg* 卖国：bọn bán nước 卖国贼

bán nước₂ *đg* 卖饮料

bán phá giá *đg* 倾销：bán phá giá để chiếm lĩnh thị trường 用倾销来占领市场

bán phá giá hối đoái （使本国）货币贬值

bán quán *đg* [口]（在小店铺）卖货

bán rao *đg* 叫卖，沿街叫卖：đi bán rao báo 叫卖报纸

bán rẻ *đg* ①贱卖，低价销售②出卖，背叛：Nó bán rẻ tổ quốc của mình. 他背叛自己的祖国。

bán rong *đg* 路边贩卖，肩挑贩卖

bán sỉ *đg* [方]①批发：bán sỉ quần áo 批发服装②零售

bán sống bán chết 半死不活

bán thành phẩm *d* 半成品，半制品

bán tháo *đg* 甩卖，贱卖：bán tháo lô hàng tồn 甩卖库存

bán thân *d* 半身：ảnh bán thân 半身照

bán thân bất toại ①半身不遂②片面，不全面：Không có thực tế là bán thân bất toại. 没有实践就会片面。

bán thịt buôn người 贩卖妇女

bán thoát li *d* 半脱产

bán thuộc địa *d* 半殖民地

bán tiền mặt *đg* 现金交易，现款交易

bán tiền tươi *đg* 现金交易

bán tín bán nghi 半信半疑

bán tống *đg* 抛售，甩卖：bán tống những thứ vừa lấy được 抛售刚到手的货物

bán tống bán táng *đg* 甩卖，急切抛售

bán tống bán tháo=bán tống bán táng

bán trả dần=bán trả góp

bán trả góp *đg* 分期付款：xe máy bán trả góp 摩托车分期付款

bán trôn nuôi miệng *đg* 以卖淫为生

bán trời không văn tự ①夸夸其谈，胡乱吹牛②无法无天，蛮不讲理：Làm thế thì đúng là bán trời không văn tự. 这么干真是无法无天。

bán trú *t*（白天）寄宿的，提供午休的，半托：trường tiểu học bán trú 提供午休的小学

bán tự động *t* 半自动的：thiết bị bán tự động 半自动设备

bán vợ đợ con 卖妻鬻子：nghiện cờ bạc đến mức phải bán vợ đợ con 嗜赌到卖妻鬻子

bán xới *đg* ①贱卖，抛售②[口]背井离乡

bạn₁（汉）伴

bạn₂ *d* ①朋友，友人：bạn thân 密友②[旧][方]季节工：ở bạn 打季节工③盟友：nước bạn 盟国 *đg* [口]交朋友

bạn bầu *d* 朋友 *đg* 交朋友

bạn bẫy=bạn bè

bạn bè *d* ①朋友，伙伴②交情：Không bạn bè gì với nó. 跟他没什么交情。

bạn chiến đấu *d* 战友

bạn cọc chèo *d* 连襟

bạn con dì *d* 表兄弟，表姐妹

bạn đọc *d* 读者：ý kiến bạn đọc 读者意见

bạn đời *d* 终身伴侣

bạn đường *d* ①旅伴，同路人：người bạn đường trong chuyến công tác 同去出差的人②有共同志向的人，知音：tìm bạn đường 寻找知音

bạn gái *d* 女友，女朋友；女性朋友

bạn hàng *d* ①生意伙伴，同做买卖的人：Chị em bạn hàng giúp đỡ nhau. 同做买卖的姐妹们互相帮助。②熟客，老顾客

bạn học *d* 同学

bạn hữu *d* 好友，挚友：Có mặt đầy đủ các bạn hữu. Bạn friends họ đều tới. 好友们都来了。

bạn nối khố *d* 密友，挚友

bạn rượu *d* 酒肉朋友

bạn sinh tử *d* 生死之交，莫逆之交

bạn thân *d* 挚友，好友：Anh ấy là bạn thân của tôi. 他是我的好友。

bạn tình *d* 情侣，情人，对象

bạn trai *d* 男友，男朋友；男性朋友

bạn trăm năm *d* 终身伴侣：kết bạn trăm năm 结成终身伴侣

bạn tri kỉ *d* 知己，密友

bạn vàng *d* 密友，挚友；cô bạn vàng 闺蜜

bang₁ [汉]帮

bang₂ [汉]邦 *d* 联邦，州

bang giao *d* 邦交

bàng₁ [汉]磅，彷，榜，膀

bàng₂ *d* 蒲葵

bàng₃ *d* 蒲草：bao bàng 蒲草袋

bàng₄ [汉]旁：bàng thính 旁听

bàng bạc₁ *t* ①朦胧，蒙蒙：ánh trăng bàng bạc 月色朦胧②褪色

bàng bạc₂ *đg* 磅礴，震撼：Khí thế chiến đấu bàng bạc khắp non sông. 战斗气势震河山。

bàng bạng *t* (色彩)朦胧：sương đêm bàng bạng 夜雾蒙蒙

bàng hệ *d* 旁系

bàng hoàng *t* 不知所措的，慌了神的

bàng quan *đg* 袖手旁观，漠视

bàng quang *d* 膀胱

bàng thính *đg* 旁听

bảng₁ [汉]榜：bảng danh dự 光荣榜

bảng₂ ①黑板，告示栏，公告栏：Dán thông tin lên bảng. 把消息贴到告示栏上。②表，表册：bảng thống kê 统计表③[体]小组

bảng₃ (pound) *d* 镑(货币单位)

bảng báo giá *d* 报价单，报价表

bảng biểu *d* 表格

bảng cân đối *d* 平衡表：bảng cân đối tài chính 财务平衡表

bảng chi tiết *d* 明细表

bảng chỉ dẫn *d* 索引，使用说明

bảng chu kì *d* [化]周期表

bảng chữ cái *d* 字母表，字母顺序：xếp theo bảng chữ cái 按字母顺序排列

bảng cửu chương *d* 九九表，乘法口诀表：học thuộc lòng bảng cửu chương 背乘法口诀表

bảng danh dự *d* 光荣榜

bảng đen *d* 黑板

bảng điều khiển *d* 控制板，控制盘

bảng đính chính *d* 勘误表

bảng giá *d* 价格表，价目表，牌价

bảng giờ tàu chạy *d* 列车时刻表

bảng hiệu *d* (商店的)招牌，牌匾，广告牌：trương bảng hiệu 挂招牌

bảng kê *d* 清单，一览表

bảng khen *d* 奖状

bảng lảng *t* ①朦胧，沉沉：sương chiều bảng lảng 暮霭沉沉②冷漠：nhìn bảng lảng 冷眼相看

bảng log *d* [数]对数表

bảng lỗ lãi *d* 损益表

bảng màu *d* ①调色板②色彩

bảng nhãn *d* [旧]榜眼

bảng số *d* 计算手册

bảng thống kê *d* 统计表

bảng tổng hợp *d* 汇总表

bảng tổng sắp *d* 总排行表(榜)：đứng đầu bảng tổng sắp huy trương 排在奖牌榜的首位

bảng tuần hoàn *d* 化学元素周期表

bảng vàng *d* 金榜：đậu bảng vàng 金榜题名②光荣榜

bảng yết thị *d* 布告栏，公告栏

báng₁ *d* ①腹水：Biết rằng báng nước hay là báng con. 不知是腹水还是死胎。②脾肿大

báng₂ *d* (盛水用的)竹筒

báng₃ *d* 枪托，枪把：Tì báng súng vào vai. 枪托抵着肩。

báng₄ *đg* ①凿栗暴，打栗暴，栗凿：báng vào đầu 头挨栗凿②[方](用

角)顶: Hai con trâu báng lộn. 两头牛顶在一起。

báng bổ *đg* 亵渎: báng bổ thánh thần 亵渎神灵

báng nhạo *đg* 讥讽, 诽谤

bạng [汉]蚌: Duật bạng tương tranh, ngư ông đắc lợi. 鹬蚌相争, 渔翁得利。

banh₁ *d* 球: đá banh 踢球

banh₂ *đg* 张开, 撑开: banh túi ra 撑开袋子

banh₃ *t* [方]毁坏的, 破碎的

bành *t* 宽的, 阔的; 袒露的, 敞露的: to bành 宽大的; mặc áo bành ngực 穿敞胸服

bành bạnh *t* 硕大: bành bạnh cái miệng 大嘴巴

bành tô *d* 大衣

bành trướng *đg* ①涨, 溢: nước sông bành trướng 河水上涨②扩张: bành trướng về kinh tế 经济扩张

bảnh *t* ①华丽, 华美, 帅气: Quần áo mặc rất bảnh. 衣服穿起来很华丽。②[方]棒, 强: Con gái bảnh thật. 小姑娘很棒。

bảnh bao *t* [口]漂亮, 华丽

bảnh chọe *t* ①正襟危坐: ngồi bảnh chọe 端坐着②整齐, 讲究: Chị mặc bảnh chọe thế! 你穿得这么讲究啊!

bảnh mắt *đg*; *d* (清早)乍醒来, 才睁眼 *t* 幼小, 年幼

bảnh trai *t* 帅气: trông rất bảnh trai 看上去很帅

bánh₁ *d* 饼, 糕, 粑: bánh qui 饼干; bánh đậu xanh 绿豆糕; bánh dày 糍粑②块: bánh xà phòng 一块肥皂 *t* 块状的: đóng bao thành bánh 打包成块状

bánh₂ *d* 轮, 轮子: bánh xe 车轮

bánh bàng *d* (用面粉、鸡蛋、白糖做成的橄榄形的)小面包

bánh bao *d* 包子

bánh bao ngọt *d* 豆蓉包, 豆沙包

bánh bèo *d* 蒸米糕

bánh bích qui *d* 饼干

bánh bò *d* 发糕, 糖糕

bánh bỏng *d* 米花糖

bánh bông lan *d* 蛋糕

bánh chay *d* 汤圆, 元宵

bánh chè *d* 膝盖: xương bánh chè 膝盖骨

bánh chẻo *d* 饺子

bánh chuối *d* 香蕉(芭蕉)饼

bánh chưng *d* 粽子

bánh chưng ra góc 泾渭分明, 一清二楚

bánh cuốn *d* 卷筒粉

bánh dẻo *d* 糯米软糕

bánh đa *d* ①薄米饼(吃时用炭火烤膨胀)②米粉干, 干米粉

bánh đa nem *d* 春卷皮

bánh đà *d* [机]飞轮

bánh đai *d* 主动轴

bánh đặc *d* 实心轮胎

bánh đậu xanh *d* 绿豆糕

bánh gai *d* 麻叶糍粑

bánh giầy *d* (糯米饭春成的)糍粑

bánh gio *d* 凉粽, 碱水粽

bánh giò *d* (用沥过水的米粉团做的)三角小肉粽

bánh gối *d* ①煎饺②方形面包

bánh hăm bơ gơ *d* 汉堡包

bánh in *d* 沙糕, 米糕; 豆糕

bánh ít *d* (蕉叶包的有馅)糍粑

bánh khảo *d* 沙糕, 米糕

bánh khoai *d* ①(用叶子包裹、蒸熟的)红薯糕②(外面裹浆煎的)芋头饼

bánh khoái *d* 越南煎饼

bánh lái *d* 方向盘: bánh lái tàu thuỷ 舵轮

bánh mài *d* 砂轮

bánh mật *d* ①蜜糖糍粑(用干蕉叶包的、蜜糖拌绿豆仁或花生仁的糍粑)②肤色棕红(喻健康)

bánh mì *d* 烤面包, 法式烤面包: bánh mì gói 方形烤面包; bánh mì pa-tê 夹肉面包

bánh mướt *d* 卷筒粉

bánh mứt *d* 蜜饯

bánh nếp *d* (有馅的)糍粑

bánh ngọt *d* 蛋糕; 糕点

bánh nướng *d* 月饼

bánh phồng tôm *d* 虾片

bánh phở *d* 切粉,米粉,沙河粉

bánh phục linh *d* 茯苓饼

bánh quẩy *d* 油条

bánh quế *d* 蛋卷(点心)

bánh qui *d* 饼干

bánh rán *d* 煎堆,麻团

bánh răng *d* 齿轮: bánh răng chữ V
锥齿轮; bánh răng con (手表等的)
小齿轮; bánh răng xoắn 螺旋齿轮

bánh san-wich *d* 三明治,三文治

bánh tày *d* 小长形粽

bánh tây *d* 法式烤面包

bánh tẻ *d* ①(有馅的)糍粑②(树木等)
不老不嫩: tre bánh tẻ 不老不嫩的竹
子

bánh tét *d* 长形粽

bánh tổ *d* 年糕

bánh tổ ong *d* 蜂巢

bánh tôm *d* 虾饼

bánh trái *d* 点心,饼点: Mua bánh trái
đi thăm người ốm. 买点心去探望病
人。

bánh tro *d* 碱水粽,凉粽

bánh trôi *d* 汤圆,元宵

bánh trung thu *d* 月饼

bánh ú *d* 角粽

bánh ú tro *d* (角形)碱水粽,凉粽

bánh ướt *d* [方]卷筒粉

bánh vẽ *d* 画饼(喻虚幻的东西)

bánh vít *d* 螺形齿轮,蜗轮,蜗轮蜗杆

bánh xe *d* 轮状物,车轮: bánh xe kía
齿轮

bánh xốp *d* 酥饼

bạnh *t* 宽的,宽大的: quai hàm bạnh
vuông 宽下巴 *đg* 张开,张大: Rắn
bạnh cổ. 蛇张大嘴。

bao₁ [汉]褒,包

bao₂ *d* ①袋: bao xi-măng 水泥袋②
盒: bao kính 眼镜盒③包: một bao
thuốc lá 一包烟④(时间)许多,多久:
làm trong bao lâu 干多久 *đg* 围,包
围: Luỹ tre bao quanh làng. 竹林环
抱着村庄。

bao₃ *d* 多少: bao nhớ bao thương 多少
思念

bao₄ *đg* ①包干,包圆儿: bao xe 包车

②请(吃喝),包买单: Bao bạn một
chầu bia. 请朋友喝一顿啤酒。

bao bang *d* 蒲草袋,蒲草包

bao bì *d* 包装,外包装,外袋: cải tiến
mẫu mã bao bì 改进包装款式

bao biện *đg* ①包办,大包大揽: Người
nào có việc nấy, không thể bao
biện. 各司其职,不能包办代替。②辩
解,狡辩: đã sai lại còn bao biện 错了
还狡辩

bao bọc *đg* 围绕,环绕,笼罩;庇护:
Nhà có tường cao bao bọc. 宅子有高
墙环绕。

bao cao su *d* 安全套,保险套,避孕套

bao cấp *d* (分配上的)大锅饭,平均主
义: cơ chế bao cấp 大锅饭体制

bao che *đg* 包庇,遮盖,掩饰: bao che
khuyết điểm của bạn 遮掩朋友的缺
点

bao diêm *d* 火柴盒

bao dung *đg* 包容,宽容,海涵: tấm
lòng bao dung 宽容之心

bao giàn *đg* (演出)包场: bao giàn
hai đêm hát 包两晚演出

bao giờ *d* ①几时,何时,什么时候: Bao
giờ mới biết kết quả? 什么时候才知
道结果? ②无论何时,什么时候(都):
Bao giờ cũng vậy. 什么时候都这样。

bao gói *đg* 包,打包,包起来: Hàng
được bao gói thành từng gói nhỏ. 货
物被包成小包。 *d* 包,袋,包装: Có
đủ các loại bao gói, khách hàng tuỳ
chọn. 有各种包装的,客户可以挑选。

bao gồm *đg* 包括,包含: Giá bán đã
bao gồm VAT. 售价已含增值税。

bao hàm *đg* 包含,包含: Câu nói bao hàm
nhiều ý sâu sắc. 话语寓意深刻。

bao hoa *d* 花朵(包括花托、花瓣、雌蕊、
雄蕊、花萼)

bao la *t* 无垠,辽阔,无际,宽广: biển
rộng bao la 辽阔的大海

bao lần *d* 几次,几番

bao lâu *đ* 多久,多长时间: Nó đi bao
lâu rồi? 他去多长时间了?

bao lơn *d* 阳台

bao mua *đg* 包销: bao mua toàn bộ

sản phẩm 包销全部产品

bao nhiêu *đ* ①多少，几多（表疑问）Cần bao nhiêu thời gian？需要多少时间？②多少，几多（表不可数）：Còn bao nhiêu việc chưa làm. 多少事还没做。

bao phủ *đg* 遮盖，掩盖，笼罩，覆盖：Mây đen bao phủ bầu trời. 乌云笼罩着天空。

bao quát *đg* ①包括，涵盖：chưa bao quát được mọi vấn đề 未涵盖所有问题 ②掌握全局，放眼全局：có cái nhìn bao quát 有全局观

bao sân *đg* ① 负责，承担，包揽：lối làm việc bao sân 大包大揽的工作方式 ②满场奔跑打（足球、篮球等）

bao tải *d* 麻袋

bao tay *d* 手套

bao thầu *đg* 承包，承揽：bao thầu xây dựng 承包工程

bao tiêu=bao mua

~~bảo tồi~~–bao tải

bao trùm *đg* ①覆盖，遮盖，遮蔽，笼罩：Sương mù bao trùm thôn xóm. 雾气笼罩着村庄。②涵盖，囊括：Nội dung bao trùm hết thảy mọi vấn đề. 内容涵盖了所有问题。

bao tử *d* ①胚胎；幼果（瓜）：lợn bao tử 猪胚胎；mướp bao tử 丝瓜幼果②［方］胃

bao tưởng *đg* 褒奖，表彰

bao tượng *d* 腰包，腰袋

bao vây *đg* ①包围，围困，封锁：bao vây kinh tế 经济封锁②冻结

bao xa *t* ①多远：Còn bao xa nữa thì đến nơi？还要多远才到？②不远，没多远：Có bao xa！没多远了！

bào₁ ［汉］炮，咆，鲍，胞，孢

bào₂ *d* 刨，刨子 ①刨，削：bào mặt bàn 刨平桌面 ②磨损，侵蚀，研磨，碾：Đất bị bào mòn. 土地被侵蚀了。

bào bọt *đg* ①盘剥，榨取，搜刮：bào bọt từng li từng tí một 搜尽刮绝②（饥肠）辘辘

bào chế *đg* 炮制（中药），制药

bào chữa *đg* ①辩护：bào chữa cho bị

cáo 为被告辩护②辩解

bào đệ *d* 胞弟

bào hao₁ *đg* ①忐忑不安，局促不安②咆哮，吼叫

bào hao₂ *đg* 模仿，学舌：ai nói làm sao bào hao làm vậy 人云亦云

bào mòn *đg* 腐蚀，侵蚀：kim loại bị bào mòn 金属被腐蚀

bào ngư *d* 鲍鱼

bào thai *d* 胎，胎儿，幼体

bào tử *d* 孢子：bào tử nang 孢子囊

bào xoi *d* 开槽刨

bảo₁ *đg* ①告诉，吩咐，劝说：Ai bảo với anh？谁告诉你的？②告知：bảo cách làm 告知做法

bảo₂ ［汉］保，宝：bảo an 保安；bảo bối 宝贝

bảo an *đg* 保障安全，保安 *d* 治安部队，警察部队：lính bảo an 治安部队士兵

bảo ban *đg* 劝告，教诲，教育：bảo ban con cái 教育孩子

bảo bối *d* ①宝贝，宝物 ②法宝

bảo chứng *đg* 担保，保证：bảo chứng bằng tiền hoặc bằng giao kèo 用钱或合同来担保 *d* 担保物，保证物，抵押物

bảo dưỡng *đg* ① 保养，维护：bảo dưỡng theo định kì 定期保养②抚养，赡养：bảo dưỡng mẹ 赡养母亲

bảo đảm *đg* ①保证：bảo đảm hoàn thành kế hoạch 保证完成计划②保障，担保：bảo đảm ngân hàng 银行担保；Đây là bảo đảm chắc chắn cho thắng lợi. 这是胜利的可靠保障。*t* 有保障的，保险的 *d* 保障

bảo hành *đg* ①保修：Máy được bảo hành hai năm. 设备保修两年。②保养，维护：Máy cần được bảo hành. 机器需要保养了。

bảo hiểm *đg* 防护，保险：dây bảo hiểm 保险带 *d* 保险：mua bảo hiểm xe máy 买摩托车保险

bảo hiểm bắt buộc *d* 强制保险

bảo hiểm nhân thọ *d* 人寿保险

bảo hiểm tài sản *d* 财产保险

bảo hiểm xã hội *d* 社会保险

bảo hiểm y tế *d* 医疗保险

bảo hộ *đg* 保护，保卫：bảo hộ quyền tác giả 保护作者权益

bảo hộ mậu dịch *d* 贸易保护

bảo kê *đg* [口] 护卫，守卫，看守 *d* [口] 保镖，护从，保安：làm bảo kê ở nhà hàng 在酒楼当保安

bảo kiếm *d* 剑，宝剑

bảo lãnh *đg* 担保

bảo lưu *đg* 保留，保存：bảo lưu ý kiến 保留意见；bảo lưu kết quả thi 保存考试结果

bảo mạng *đg* 保命，怕死

bảo mật *đg* 保密，守密：nội qui bảo mật 保密守则

bảo mẫu *d* 保姆，保育员

bảo nhỏ *đg* 私下交谈，窃窃私语，说悄悄话：trong nhà bảo nhỏ cho nhau 在家里悄悄说

bảo quản *đg* 保管；储藏：bảo quản hồ sơ 保管档案

bảo sanh *đg* 接生，助产 *d* 接生婆，助产士

bảo tàng₁ *đg* 收藏，珍藏

bảo tàng₂ *d* 博物馆

bảo thủ *đg* 保守，保留：tư tưởng bảo thủ 保守思想；bảo thủ ý kiến 保留意见

bảo toàn *đg* 保全，保存：bảo toàn lực lượng 保存实力

bảo tồn *đg* 保存，保护，保管：bảo tồn di tích lịch sử 保存历史遗迹；bảo tồn động vật quí hiếm 保护珍稀动物

bảo tồn bảo tàng 收藏，保护（古迹、稀有物种）

bảo trì *đg* 维修，保养：bảo trì máy tính 维修计算机

bảo trọng *đg* 保重，珍重，珍爱：Xin hãy bảo trọng. 请多保重。

bảo trợ *đg* 帮助，扶助，扶持：quỹ bảo trợ học sinh nghèo vượt khó 贫困学生帮扶基金

bảo vật *d* 宝物，宝贝

bảo vệ *đg* ①保卫，保护：bảo vệ đê điều 保护堤坝②辩护，维护：bạo vệ chân lí 维护真理③答辩：bạo vệ luận

án 论文答辩 *d* 保安，保卫人员

bão₁ [汉] 饱

bão₂ *d* 风暴，台风，暴风

bão₃ *d* [医]（肚子）绞痛：đau bão 肚子绞痛

bão bùng *d* 飓风，暴风：gió mưa bão bùng 暴风骤雨

bão cát *d* 沙暴，沙尘暴

bão dông *d* 暴风雨

bão hoà *t* 饱和的；满负荷的；极限的：Thị trường đã bão hoà. 市场已经饱和。

bão táp *d* ①风暴：bão táp cách mạng 革命风暴②（生活）艰辛

bão tuyết *d* 暴风雪

báo₁ *d* [动] 豹子

báo₂ [汉] 报 *d* ①报纸：điểm báo 报纸摘要②墙报，黑板报，海报：ra báo tường 出墙报

báo₃ *d* ①告诉：báo tin cho bạn 告诉朋友消息②报告：báo công an 报警③通知，通报：giấy báo có bưu phẩm 邮件通知单

báo an *đg* 报平安

báo ảnh *d* 画报

báo ân *đg* 报恩

báo biểu *d*（电子稿的）列表，报表：Xem qua báo biểu trước khi in. 印刷前检查报表的电子稿。

báo bổ *đg* 报答，报偿

báo cáo *đg* 报告，报道，通报，通知：báo cáo thời sự 时事报道；báo cáo kết quả học tập 通报学习成绩 *d* 报告：báo cáo tổng kết 总结报告

báo cáo viên *d* 做报告的人，报告人

báo chí *d* 报刊，报章杂志

báo cô 吃白饭，吃白食：nuôi báo cô 养个吃白饭的

báo công *đg* 报功，请功

báo danh *đg* 公布考生名单、编号；准考通知：phiếu báo danh 准考证

báo đáp *đg* 报答：báo đáp công ơn cha mẹ 报答父母恩情

báo điện tử *d* 电子报，网络报纸

báo động *đg* ①报警，警示：kéo còi báo động 鸣笛报警②备战 *t* 危急，严

重: Sức khoẻ xuống đến mức báo động. 健康恶化到严重程度。

báo động đỏ đg 告急,亮红灯,拉响警报: Tình trạng ô nhiễm đã tới mức báo động đỏ. 污染情况告急。

báo giá đg 报价: báo giá thấp nhất 最低报价 đ 报价单: gửi báo giá tới tận nhà 把报价单寄到家里

báo giới d 报界,舆论界,新闻界

báo hại đg 牵累,拖累: báo hại cha mẹ 拖累父母

báo hàng ngày d 日报

báo hiếu đg 孝顺,尽孝: Con cái báo hiếu cha mẹ. 孩子孝顺父母。

báo hiệu đg ①发信号: vỗ tay báo hiệu 击掌发信号 ②报信,报知

báo hình d 电视新闻

báo hỉ đg 报喜

báo nguy đg 告急

báo nói d 广播新闻

báo ơn đg 报恩: báo ơn cha mẹ 报答父母恩情

báo tang đg 报丧

báo tên đg 通报姓名

báo thù đg 报仇: báo thù cho cha 替父报仇

báo thức đg 叫醒,闹醒: đồng hồ báo thức 闹钟

báo tiệp đg 报捷

báo tin đg 报信,通报

báo tuần d 周报

báo tử đg 通知阵亡: giấy báo tử 阵亡通知书

báo tường d 墙报

báo ứng đg 报应

báo viết d 报纸

báo vụ viên d 报务员

báo yên đg 报平安

bạo₁ d 门槛: ngồi ngay bạo cửa 坐在门槛上

bạo₂ t 胆大,无顾忌: bé tuổi nhưng nết bạo 年纪小但胆子大

bạo₃ [汉]暴: bạo chúa 暴君

bạo ăn bạo nói đg 敢直言,不忌言

bạo bệnh d 暴病

bạo chúa d 暴君: tên bạo chúa 一个暴君

bạo dạn t 胆大,勇敢: cử chỉ bạo dạn 行为勇敢

bạo động đg 暴动

bạo gan t 胆大,勇敢: Anh ấy bạo gan thật. 他真勇敢。

bạo hành d 暴行: Lên án nạn bạo hành trẻ em của nó. 控告他对孩子实施暴行。

bạo loạn đg 暴乱: cuộc bạo loạn đẫm máu 流血的暴乱

bạo lực d 暴力

bạo miệng=bạo mồm

bạo mồm t [口]口无遮拦的,敢说的,不忌言的: Con bé rất bạo mồm. 童言无忌。

bạo mồm bạo miệng=bạo ăn bạo nói

bạo nghịch t 目空一切,毫无顾忌,肆无忌惮: hành động bạo nghịch 肆无忌惮的行为

bạo ngược t 暴虐,暴戾: hành động bạo ngược 暴虐仃径

bạo phát đg (疾病)突发,暴发,爆发

bạo phổi t 胆大,无可顾忌: ăn nói bạo phổi 言行无忌

bạo quân d 暴君

bạo tàn t 残暴

bar d 吧台,酒吧

ba-rem (barem) d 评分标准

ba-ren d ①粗腰桶②桶(容量单位,约合 117~159 升)

ba-ri-e (barie) d 围栏,围栅,拦道木: Xe chở gỗ lậu vượt ba-ri-e. 偷运木材的汽车冲过拦道木。

base d 碱,盐基

bát₁ d ①碗: bát sứ 瓷碗 ②标会会款

bát₂ [汉]八 d ①八: chân chữ bát 八字脚 ②八品官

bát₃ đg 打舵: Bát cho mũi thuyền qua bên phải. 打舵让船头靠右。

bát ăn bát để 小康,家有余粮

bát chậu d 海碗,汤盆

bát đàn d 浅底碗

bát giác d 八角: lầu bát giác 八角楼

bát hương d 香炉

bát ngát *t* ①辽阔,广阔,无垠,一望无际: cánh đồng bát ngát 辽阔的田野 ②放纵: Thằng ấy bát ngát lắm. 这家伙放纵不羁。

bát nháo *t*［口］混乱,一团糟,乱七八糟

bát nháo chi khươn 混乱,胡闹,瞎闹: làm bát nháo chi khươn 瞎闹一通

bát ô-tô *d* 大海碗

bát phố₁ *đg* 逛街

bát phố₂ *d* 普通瓷碗

bát quái *d* 八卦

bát tiên *d* 八仙

bát tuần *d* 八旬,八十岁

bát tự *d* 生辰八字

bạt₁ *d* ①(遮阳挡雨的)帆布,塑料布 ②棚,棚子,天棚

bạt₂ *d* 铙钹

bạt₃ *d* 铢(泰国货币单位)

bạt₄ *đg* ①夷平,平整,摊平: bạt đồi để làm đường 推山修路 ②拨,赶,发落,发配: Mỗi người bạt đi một nơi. 一人发配到一个地方。

bạt búa *đg* (斧头)砍滑,砍飞

bạt búa *t* 蛮横: Đồ du côn bạt búa. 流氓耍横。

bạt chúng *t* 出众,出类拔萃

bạt hoả quyền *đg；d* 拔火罐

bạt hồn *đg* 魂不附体,魂飞魄散

bạt hơi *đg* (被风吹憋得)喘不过气来

bạt mạng *đg* 拼命,玩命,不要命: làm bạt mạng 拼命干

bạt ngàn *t* 无际,广阔,无垠,无边: rừng cao su bạt ngàn 无边的橡胶林

bạt núi ngăn sông ①平山拦河,推山拦河 ②排山倒海之势,泰山压顶: khí thế quân đi bạt núi ngăn sông 排山倒海的行军气势

bạt tai *đg* 打耳光,捆耳光

bạt thiệp *t* 老练,世故: ăn nói bạt thiệp 处事老练

bạt tử=bạt mạng

bạt vía *đg* 失魂落魄,魂飞魄散; 怕: sợ bạt vía 吓得魂飞魄散

bạt vía kinh hồn=bạt vía

batê *d* 肉糜;肝糜

bàu *d* 池塘: bàu sen 莲塘

bàu bạu *t* 愠怒的,不快的: mặt bàu bạu 面带愠色

bàu nhàu *t* 皱巴巴: tờ giấy bàu nhàu 皱巴巴的纸 *đg* (咬牙切齿地)说话: hay bàu nhàu với vợ con 经常在老婆孩子面前说狠话

bàu làu *t* (言谈)粗俗,粗野: ăn nói bàu làu 谈吐粗鲁

báu *t* 宝贵,贵重: của báu 宝物

báu vật *d* 宝贝,宝物

bạu mặt *đg* 板着脸,拉着脸,阴沉着脸: Anh ta bạu mặt. 他拉下脸来。

bay₁ *d* ①灰刀,批刀: dùng bay trát nhà 用灰刀批灰房 ②调色刀

bay₂ *đg* ①飞,飞翔: chim bay 鸟儿飞; Đạn bay vèo vèo. 子弹"嗖嗖"地飞。②飘扬: Cờ bay. 旗帜飘扬。③褪色: Áo bay màu. 衣服褪色。④挥发,蒸发: Rượu bay hết mùi. 酒味挥发光了。

bay₃ *p* 很快地,飞速地: Việc này nó làm bay. 这事他干得很麻利。

bay₄ *đ*［方］你们(蔑称): Tụi bay uống dữ quá. 你们这些家伙喝得太凶了。

bay biến *đg* 消失,飞逝: Quyển sách bay biến đi đăng nào rồi. 那本书不知道跑哪里去了。*p* 断然(否认): chối bay biến 矢口否认

bay bổng *đg* ①飞翔,高飞: Cánh diều bay bổng giữa trời cao. 风筝在天空飞翔。②舒畅,畅快: tâm hồn bay bổng 心情舒畅

bay bướm *t* (文章)华丽,华美: lời lẽ bay bướm 辞藻华美

bay hơi *đg* ①蒸发,挥发: nước bay hơi 水蒸发 ②失踪,消失: Chiếc cặp bay hơi lúc nào rồi. 公文包不知什么时候不见了。

bay la *đg* 低飞,贴地飞舞

bay lượn *đg* 飞翔: Chim én bay lượn trên cánh đồng. 燕子在田野上飞翔。

bay mùi *đg* (气味)挥发,蒸发: Bạc hà bay mùi hết rồi. 薄荷气味挥发光了。

bay nhảy *đg* 不安分,东跑西颠: Tuổi trẻ thích bay nhảy. 年轻人爱东跑西

跑。
bay vụt *đg* 掠过，飞掠过
bày₁ *đg* 摆放，陈列：bày hàng ra bán 摆放商品来卖②布置，安排：bày việc cho làm 安排工作③呈现，出现：Cảnh vật này bày ra trước mắt. 这个景象出现在眼前。④(多余)做出：bày chuyện 无端生事 ⑤说出，道出
bày₂ *đg* 教，传授：không ai bày cho 没人教
bày biện *đg* 摆设，布置，安排：bày biện đồ đạc 布置家具
bày đặt *đg* ①捏造，编造，杜撰：chuyên bày đặt 专门造谣②弄出，搞出：bày đặt ra nhiều thứ lễ nghi 搞出许多礼节
bày hàng *đg* ①陈设，摆设，陈列商品②推介产品 *d* 平辈
bày mưu đặt chước 谋算，算计
bày mưu đặt kế 出谋划策
bày phô *đg* 摆设，陈列，展示：bày phô chén ngọc đũa ngà 展示玉盏牙箸
bày tiệc *đg* 设宴，摆酒席
bày tỏ *đg* 表明，表达，说明：bày tỏ lòng biết ơn 表示感谢
bày trò *đg* ①逗趣，逗乐，玩花样②耍花招，搞名堂
bày vẽ *đg* ①出主意，传授，指教：bày vẽ cách làm ăn 传授经营方法②惹出，搞出，弄出：bày vẽ những việc không cần 惹出没必要的事
bày việc *đg* 生事，找麻烦
bảy *d* 七，柒：Một tuần có bảy ngày. 一周有七天。
bắc₁ [汉]北 *d* ①北，北面，北方：Nhà hướng bắc. 房子朝北。②越南北部：công tác ở ngoài Bắc 在越南北部工作③(常大写，指中国或与中国有关的)：thuốc Bắc 中药
bắc₂ *đg* ①架，架设，支撑：bắc cầu 架桥；bắc thang 架起梯子②放上，搁上；端下，拿下：bắc ghế lên bàn 把椅子放在桌上
bắc₃ *đg* 播种：bắc mạ 播秧
bắc bán cầu *d* 北半球
Bắc băng dương *d* 北冰洋
bắc bậc kiêu kì 自高自大
bắc bậc làm cao=bắc bậc kiêu kì
bắc cầu *đg* ①连续，不间断：nghỉ bắc cầu 连休②间接：quan hệ bắc cầu 间接关系
bắc chí tuyến *d* 北回归线
Bắc Cực *d* [地]北极：Bắc Cực quyền 北极圈
Bắc Đẩu *d* 北斗星
bắc hàn đới *d* [地]北寒带
Bắc Kinh *d* [地]北京(中国首都)
bắc nam *d* ①南方和北方②天各一方：Bắc nam đôi ngả chồng vợ xa nhau. 夫妻天各一方。
bắc ôn đới *d* [地]北温带
bắc qua *đg* 跨越，跨过
bắc sài hồ *d* [药]柴胡
bắc vĩ tuyến *d* 北纬，北纬线
băm₁ *d* 三十：ở tuổi băm rồi 而立之年
băm₂ *đg* ①剁：băm thịt 剁肉②(马碎步)疾驰：tiếng vó ngựa băm giòn giã 马蹄声脆
băm bổ *đg* ①埋头苦干：suốt ngày băm bổ 整天埋头劳作②(生气)冲冲地说，一字一顿地说：nói băm bổ (气)冲冲地说
băm lăm *t* 淫邪的，好色的
băm vằm *đg* 剐，千刀万剐：tội đáng băm vằm 罪该千刀万剐
bằm *đg* 破开，砍开，劈开：Bằm đất cho kĩ để gieo hạt. 把土敲碎来种。
bặm₁ *đg* 紧闭嘴，抿嘴：bặm miệng cho khỏi bật ra tiếng 紧闭着嘴不让哭出声来
bặm₂ *t* 强壮；遒劲：bặm người 身体健壮；nét chữ bặm 字体遒劲
bặm trợn *t* ①凶恶，凶神恶煞：Bộ mặt bặm trợn. 面露凶相。②健壮，胖：Đứa trẻ bặm trợn dễ thương. 孩子胖嘟嘟的很可爱。
băn khoăn *t* 不安，焦虑：Băn khoăn chưa biết nên làm như thế nào. 心里焦虑不知如何是好。
bặn bặt₁ *t* 寂然，寂静
bặn bặt₂ *đg* 杳无音信，不见踪迹
bẳn *đg* 发脾气，动怒：đã không chịu

nhận lỗi lại còn phát bẳn 不肯认错还发脾气

bắn gắt *đg* (无端地)生气,发火,发怒: Bận quá dễ sinh bẳn gắt. 太忙了容易发火。

bẳn tính *t* 性急,暴躁

bắn *đg* ①射,射击,发射②撬,撬动,撬开: bắn hòn đá tảng 撬动基石③溅,溅射,弹射,激起: Điện giật bắn người lên. 电把人激了起来。④拨,划拨,转拨: bắn khoản tiền 划拨款项⑤(秘密)传递消息: bắn tin cho nhau 互相悄悄传递消息⑥吸烟,抽烟

bắn bổng *đg* [方]朝天开枪

bắn chác *đg* 放枪,射击(表轻蔑): Súng này thì bắn chác gì được? 这杆枪怎么能放得响?

bắn cung *đg* 射箭术,放箭

bắn hơi *đg* 试探,打探,探听

bắn loạt *đg* (多炮)齐射,齐放

bắn mìn *đg* 放炮,点炸药: bắn mìn lấy đá 放炮取石

bắn nợ *đg* 转移债务

bắn phá *đg* 击毁

bắn quét *đg* 扫射

bắn rơi *đg* 击落: bắn rơi máy bay địch 击落敌机

bắn súng *đg* 开枪;开炮

bắn súng chào *đg* 鸣礼炮

bắn tập *đg* 练习射击

bắn tên *đg* 射箭

bắn tỉa *đg* 狙击;xạ thủ bắn tỉa 狙击手

bắn tiếng *đg* 传信,传话,转达: Chị ấy bắn tiếng là đã đồng ý. 她传话过来说已经同意了。

bắn tin *đg* ①转达,传达,传告:nói bắn tin 传话②快速传递消息

bắn tốc độ *đg* (对行驶的车辆)测速

băng₁ [汉]冰 *d* 冰: Nước đóng băng. 水结冰。

băng₂ *d* 团伙: băng buôn lậu 走私团伙

băng₃ *d* ①带状物: băng khẩu hiệu 横幅; băng dính 封口胶带②带子,绷带,纱布: thay băng 换纱布③卫生带,月经带④打字机色带⑤磁带: thu tiếng vào băng 录入磁带⑥频带,频道: đài

ba băng 三波段收音机 *đg* 包扎: băng vết thương 包扎伤口

băng₄ *d* 子弹带;子弹夹,子弹梭(简写): lắp đạn vào băng 往子弹夹里装子弹

băng₅ *đg* (迅速)穿越: băng qua cánh đồng 穿越田野 *p* ①快速,迅速: chạy băng 飞快地跑②翻滚,滚动: Dòng nước cuốn băng đi. 水流滚滚而下。*t* 轻易,不费力: Việc đó thì nó làm băng đi chứ khó gì. 他干那件事不费吹灰之力。

băng₆ [汉]崩 *đg* 崩: băng huyết 血崩

băng bó *đg* 包扎: băng bó vết thương 包扎伤口

băng ca *d* 担架

băng cát-xét *d* 录音带,磁带

băng chuyền *d* 传送带,传输带

băng dính *d* ①胶布②封口胶,不干胶: băng dính hai mặt 双面胶

băng đai *d* 传送带,输送带

băng đạn *d* ①子弹带②子弹梭: bắn hết một băng đạn 打完一梭子弹

băng đảng *d* 集团,团伙: băng đảng buôn lậu ma túy 毒品走私集团

băng đảo *d* 冰山

băng đăng *d* 冰灯;冰雕: triển lãm băng đăng 冰灯展

băng điểm *d* 冰点

băng gầu *d* 链斗

băng giá *d* 冰,冰冻: Băng giá bắt đầu tan. 冰雪开始消融。*t* 冷峭,寒冷,冷冻: miền băng giá 寒冷地区

băng ghi âm *d* 录音带

băng ghi hình *d* 录像带

băng hà *d* ①冰川②冰川期 *đg* 驾崩

băng hình *d* 录像带

băng huyết *đg* 血崩: Sẩy thai bị băng huyết. 小产导致血崩。

băng keo=băng dính

băng kinh=băng huyết

băng lăn *d* 传送辊,传输辊

băng nhạc *d* 音乐带,音乐磁带

băng nhóm *d* 团伙,集团

băng phiến *d* 樟脑丸,卫生球,冰片

băng-rôn *d* 标语,横幅

băng sơn *d* 冰山

băng tải *d* 传送带,运输带

băng thông *d* 频带宽度: băng thông rộng 宽频带

băng tuyết *d* ①冰雪②［转］(冰雪般) 纯洁: tấm lòng băng tuyết 纯洁的心灵

băng từ *d* 磁带

băng vệ sinh *d* 卫生带,月经带,卫生巾

băng vi–đê–ô *d* 录像带

băng xăng *t* 急急忙忙,手忙脚乱

băng xích *d* 传动机,输送机

bằng₁［汉］鹏

bằng₂［汉］凭 *d*［旧］①凭据: lấy giấy biên nhận làm bằng 以收据为凭证②证,证书;文凭: bằng tốt nghiệp đại học 大学毕业证 *đg* 根据,依据: bằng vào đâu 根据什么

bằng₃ *t* ①相同,一样: cao bằng nhau 一样高②如同,相同: bằng chị bằng em 如同姐妹

bằng₄ *t* ①平整: san cho bằng 整平②平: dao bằng đầu 平头刀

bằng₅ *t* (音节)平: vận bằng 平韵

bằng₆ *k* ①用…(材料、方法等): cốc làm bằng thuỷ tinh (用)玻璃做的杯子②以…,凭…: ăn bằng đũa (用)筷子吃

bằng₇ *k* …到…,…至…: làm bằng được 做(到)成; ăn bằng hết 吃(到)完

bằng bặn *t* 齐平,平整: Hàng rào được cắt xén bằng bặn. 篱笆头修得很平整。

bằng cách 用…方法: Tăng cường sức khoẻ bằng cách tập thể dục. 用体育锻炼的方法来增强体质。

bằng cấp *d* 文凭,毕业证

bằng chân như vại 心静如水;镇静自若

bằng chứng *d* 证据,凭证: một bằng chứng đầy sức thuyết phục 具有说服力的证据

bằng cớ *d* 证据,凭证

bằng cứ=bằng cớ

bằng được *p* 一定,务必(做到): Phải học cho bằng được tiếng Anh. 一定要学成英语。

bằng giá *t* 等价的,同价的: Hai loại gạo này bằng giá nhau. 这两种米的价格都一样。

bằng hữu *d* 朋友: tình bằng hữu 友情

bằng khen *d* 奖状

bằng không *k* 否则,要不然: Phải tập trung ôn thi, bằng không sẽ trượt. 要集中(精力)复习,否则考不上。*t* 白搭,等于零: Nói lắm cũng bằng không. 说多了也白搭。

bằng lòng *đg* ①满意,合意: không bằng lòng 不满意②同意,愿意: bằng lòng lấy nhau 同意结婚

bằng mặt chẳng bằng lòng 面和心不和

bằng nay *d* 现在,目前

bằng nhau *t* 相等的,相同的

bằng như *p*［口］如果,要是: Bằng như nó không ăn, chắc bị ốm. 要是他不吃,肯定病了。

bằng phẳng *t* ①平坦: địa hình bằng phẳng 地势平坦②平静,安静: cuộc sống bằng phẳng 平静的生活

bằng sa *d* 硼砂

bằng sáng chế *d* 发明证书,专利证书

bằng thừa *t* 白搭的,无补的,无益的,没用的: Cấm cũng bằng thừa. 禁止也没用。

bằng trắc *d* 平仄: luật bằng trắc 平仄律

bằng vai *t* 同辈的,平辈的: Anh em là những người bằng vai nhau. 兄弟是同辈人。

bằng vai phải lứa 同辈,平辈

bằng văn bản 以书面形式,用书面形式

bằng chẳng *t* 不着边际的,不靠边儿的: nói bằng chẳng không đâu vào đâu 说一堆不着边际的话

bặng *t* ①杳然,无消息的,失踪的: bặng đi một thời gian không gặp 失踪了一段时间见不着人②遗忘的,忘却的,忘记的: Việc đó đã bị mọi người bỏ bặng lâu rồi, chỉ riêng bà ấy còn nhớ. 那件事早被大家忘记了,只有奶奶还

记得。

bảng *đg* (牛)对顶,对撞

bảng nhẳng *đg* 炫示,炫弄,炫耀: Cái thằng bảng nhẳng ấy, chấp làm gì. 爱炫弄的家伙,理他干吗。

bắp₁ *d* ①棒槌形物体: bắp ngô 玉米②肌肉: cánh tay nổi bắp 胳膊肌肉发达

bắp₂ *d* [方]玉米: chè bắp 玉米糖水

bắp cải *d* 椰菜,甘蓝

bắp chân *d* 小腿

bắp chuối *d* ①蕉蕾: nộm bắp chuối 凉拌蕉蕾②(臂、腿上的)肿块③小腿: Quần xắn lên bắp chuối. 裤脚卷到小腿。

bắp đùi *d* 大腿

bắp tay *d* 臂肌: bắp tay rắn chắc 臂肌结实

bắp thịt *d* 肌肉: bắp thịt nở nang 肌肉发达

bắp vế *d* ①大腿内侧肌②大腿

bặp *đg* 咬住: Cá bặp mồi. 鱼咬住饵。

bắt *đg* ①抓,捕,捉: Mèo bắt chuột. 猫捉老鼠。②收,接: bắt được thư nhà 收到家书③接受,接收,吸收: bắt sóng 接收信号④逼,迫: bắt trả nợ 强迫还债⑤装上: bắt đinh ốc 上螺钉

bắt ấn *đg* 掐指作法

bắt bánh *đg* 扳车轮(来助力): bắt bánh cho xe bò lên dốc 扳车轮帮助牛车上坡

bắt bẻ *đg* 非难,指摘,挑刺,挑剔: Bắt bẻ từng câu từng chữ. 一字一句地挑刺。

bắt bí *đg* 要挟,敲竹杠,使刻范: bắt bí người mua hàng 敲顾客竹杠

bắt bóng đè chừng 臆断,瞎推测

bắt bồ *đg* ①交友,结友②结为情人

bắt bớ *đg* 滥捕,滥抓: bắt bớ người vô tội 滥抓无辜

bắt buộc *đg* ①强制,强迫,迫使: chẳng bắt buộc ai cả 不强迫任何人②被迫,不得不: Tôi bắt buộc phải ở lại. 我被迫留下来。

bắt cá hai tay 脚踩两只船;做两手准备

bắt chân chữ ngũ *đg* 跷腿,跷二郎腿

bắt chẹt=bắt bí

bắt chợt *đg* ①表露爱情②不经意,忽然(想到,看到): bắt chợt nghĩ ra 忽然想到

bắt chuyện *đg* ①套近乎,拉近乎: rất muốn bắt chuyện với cô ấy 很想跟那位姑娘套近乎②搭理,理睬

bắt chước *đg* 模仿,效仿: bắt chước cách làm của người khác 效仿别人的做法

bắt cóc *đg* 绑架,绑票: trên đường đi bị bắt cóc 走在路上被绑架

bắt cóc bỏ đĩa 顾此失彼;丢三落四

bắt đầu *đg* 开始,开端: Cuộc họp đã bắt đầu. 会议已经开始。

bắt đền *đg* 索赔,赔偿: Làm hỏng là bắt đền đấy. 损坏要赔偿的。

bắt được *đg* ①捉到,捕获②捡到,拾到: bắt được của rơi 拾到遗失物

bắt ép *đg* 强迫,逼迫: không ai bắt ép 没人强迫

bắt gặp *đg* 邂逅,遇见,碰见

bắt giọng *đg* (唱歌)起调,起音: bắt giọng cho cả lớp hát 给全班起调唱歌

bắt giữ *đg* 关押,羁押,收押,扣押,扣留: bắt giữ hàng lậu 扣留走私货

bắt khoan bắt nhặt 挑剔,找碴儿,挑毛病: hơi tí là bắt khoan bắt nhặt 动不动就找碴儿

bắt lậu *đg* 缉私,查私

bắt lấy *đg* 抓住,抓到,捉到,捉住

bắt lẽ *đg* ①指责,谴责②责怪

bắt lỗi *đg* 归罪

bắt mạch *đg* ①把脉,号脉: bắt mạch kê đơn 把脉开药②判断,分析: bắt mạch chỗ mạnh yếu 分析优劣

bắt mắt *đg* [口]入眼,中看,吸引眼球: Màu sắc và kiểu dáng bắt mắt. 颜色和款式很中看。

bắt miệng *đg* 钻空子,乘隙

bắt mồi *đg* ①(开始)默契②(鱼)咬钩

bắt mối *đg* 接(上)头,联系(上): bắt mối với cơ sở 跟基层联系

bắt nạt *đg* ①恐吓,恫吓: bắt nạt trẻ con 吓唬小孩②欺负

bắt ne bắt nét 抓辫子, 揪辫子: hơi một tí là bắt ne bắt nét 一点点事儿就揪辫子

bắt nguồn đg ① 发源, 起源: Sông Hồng bắt nguồn từ Trung Quốc. 红河发源于中国。②来源, 源于: Văn học bắt nguồn từ cuộc sống. 文学来源于生活

bắt nhân tình đg [口] 搞婚外恋, 搞婚外情

bắt nhịp đg ①指挥 (合唱团或乐队), 打拍子②接轨, 跟上节奏, 跟上节拍

bắt nọc đg (猪) 配种

bắt nợ đg ①逼债②(强制) 抵债: đến nhà bắt nợ trâu bò 到家里拉牛抵债

bắt phạt đg 处罚

bắt quả tang đg 当场抓获, 人赃俱获

bắt quàng đg ①搞乱, 弄乱, 搞错: gài cúc áo bắt quàng 扣错扣子②乱攀关系: bắt quàng làm họ 乱攀亲戚关系

bắt quyết đg 作法, 实施法术

bắt rễ đg ①生根, 长根: Mạ đã bắt rễ. 秧苗长根了。②深入, 扎根: bắt rễ trong quần chúng 扎根群众③来源, 源于: Nghệ thuật bắt rễ từ hiện thực cuộc sống. 艺术来源于现实生活。

bắt sống đg 活捉, 生擒

bắt tay đg ①握手②合作, 携手, 协作: bắt tay thành lập công ti liên doanh 合作成立联营公司③着手, 开始: bắt tay ngay vào việc 马上着手实施

bắt thăm đg 抽签, 抓阄儿: Bắt thăm xem ai phải đi. 抓阄看谁去。

bắt thóp đg 揪辫子, 抓辫子

bắt tình=bắt nhân tình

bắt tội đg ①治罪, 惩罚②[口] 折磨, 整治: Đừng bắt tội nhau nữa. 不要再互相折磨了。

bắt tréo đg 交叉: ngồi bắt tréo hai chân 交叉腿坐着

bắt trớn đg 就势, 就力, 顺势

bắt vạ đg (村里实施的) 处罚, 惩罚

bặt t ①寂寞, 寂静②杳然, 无消息: đi bặt 失踪

bặt tăm t 无影无踪, 杳无音信: Đi bặt tăm, không có tin tức gì. 走得无影无

踪, 没有一点音信。

bặt tiếng im hơi 无声无息, 静悄悄: Đâu đâu cũng bặt tiếng im hơi. 到处都静悄悄的。

bặt vô âm tín 杳无音信

bấc₁ d ①灯芯草: nhẹ như bấc 轻如灯芯草②灯芯: khêu bấc đèn 挑灯芯③(植物松软的) 芯, 糠芯: bấc mía 甘蔗糠芯

bấc₂ d 北, 北方: hơi bấc se lạnh 北风干冷

bấc bết t 竭力, 尽力: làm bấc bết 尽力干

bậc d ①台阶, 阶梯: bước lên bậc cửa 踏上门阶②级别, 等级: thợ bậc bảy 七级工③辈, 辈分: các bậc tiền bối 各位前辈④(教育) 层次: bậc đại học 大学层次⑤音阶

bậc cửa d 门槛

bầm₁ [汉] 妈妈, 娘

bầm₂ t 紫黑色, 紫青色: áo nâu bầm 棕紫色的衣服; bầm da 皮肤青肿

bầm gan tím ruột 义愤填膺

bầm giập t 痛苦: cuộc đời bầm giập 痛苦的生活

bầm sậm t 深红的

bẩm [汉] 禀 đg 禀告, 禀呈: Có việc phải bẩm quan. 有要事禀告官府。d 禀性: thiên bẩm 天禀

bẩm báo đg 禀报

bẩm chất d 天资, 本质: bẩm chất thông minh hơn người 天资聪明过人

bẩm sinh t 天生的, 与生俱来的: dị tật bẩm sinh 先天畸形

bẩm tính d 本性, 天性: bẩm tính hiền lành 本性善良

bẫm t ①多的, 强的: bẫm sức 力气大②有油水的: vớ được món bẫm 捞到油水

bấm đg ①摁, 按, 揿: bấm nút điện 按电钮②掐, 捏: Các cô bấm nhau đứng dậy ra về. 她们互相捏一下(示意) 站起来回走了。③掐指数数: bấm giờ xuất hành 掐指计算出发时间

bấm bách đg ①(肠胃) 滞胀②憋闷,

憋屈,郁闷: có điều bấm bách trong lòng 心里憋屈

bấm bụng *đg* ①盘算,打算: bấm bụng làm nhà mới vào dịp đầu năm mới 盘算着新年初새建新房②忍受,忍住: bấm bụng nhịn cười 忍住笑

bấm chí *đg* 打闹,嬉戏: suốt ngày bấm chí nhau 整天打闹

bấm chuột *đg* 点击鼠标

bấm giờ *đg* ①掐表: Trọng tài bấm giờ thi đấu. 裁判掐表计时。②掐算时辰凶吉: bấm giờ đi đón dâu 掐算接媳妇的时辰

bấm ngọn *đg* (给植物)掐尖儿

bấm ra sữa [口]乳臭未干: mặt bấm ra sữa 满脸稚气

bấm số *đg* 掐算,掐指占卜

bậm₁ *đg* 紧闭嘴,抿嘴,咬牙

bậm₂ *t* 枝繁叶茂,结实: cây bậm 树木繁茂

bậm bạch *t* 蹒跚: đi bậm bạch 蹒跚着走

bậm bạp *t* 大而结实,粗壮

bậm trợn *t* 凶恶

bân hân *t* 生气的,发脾气的

bân rân *t* 生气的,赌气的

bần [汉]贫 *t* [旧]贫,贫穷

bần bách *t* 贫寒,贫苦

bần chùn *t* 畏难,畏缩: chưa làm đã bần chùn 没做就畏缩了

bần cùng *t* ①贫穷,贫困: cứu giúp kẻ bần cùng 救助贫困者②穷途末路

bần hàn *t* 贫寒,贫困

bần nông *d* [旧]贫农

bần sĩ *d* ①穷学生②[旧]寒士,在下

bần tăng *d* 贫僧(僧人自称)

bần thần *t* 无精打采,萎靡不振

bần tiện *t* ①贫贱②吝啬,小气: giàu có mà bần tiện 有钱却小气

bẩn *t* ①脏,污秽,醒醒: nước bẩn 脏水②恶心,不悦: trông bẩn mắt 看着恶心③坏,恶: người giàu tính bẩn 为富不仁

bẩn bụng *t* 心眼坏,心肠坏,卑鄙

bẩn mình [口]月经来潮,正值经期

bần thần bần thần 无精打采,萎靡不

振

bẩn thỉu *t* ①脏,肮脏,污秽: nhà cửa bẩn thỉu 家居肮脏②丑恶: tâm địa bẩn thỉu 心地丑恶

bẩn tưởi *t* 肮脏,醒醒: kiếm tiền không bẩn tưởi 挣不肮脏的钱

bẵn *d* 屑末,细屑

bận₁ *t* ①吃紧,不足: Nhà bận người. 家里劳动力不足。②不知所措,束手无策③拮据,困窘: dạo này bận quá 近来手头很紧

bận₂ *t* 稀烂: Khoai luộc bận hết. 红薯煮得稀烂。

bận bách *t* 窘迫,走投无路: gia cảnh bận bách 家境窘迫

bận bít [口]不知所措,焦头烂额: Mùa màng bận bít. 农忙搞得焦头烂额。

bận bíu *t* 繁忙,忙乱: lúc nào cũng bận bíu 什么时候都这么忙乱

bận búi *t* 忙乱,不可开交: bận búi suốt ngày 整天忙得不可开交

bận loạn *t* 错乱,慌乱: tinh thần bận loạn 精神错乱

bận₁ *d* [方]次,趟

bận₂ [方] *đg* 穿(衣)(=mặc₁)

bận₃ *đg* ①忙,忙碌,繁忙: bận họp cơ quan 忙于单位开会②[口]相关的,有关联的: Việc này không bận đến anh đâu. 这事与你不相干。

bận bịu *t* 忙,忙碌: bận bịu suốt ngày 整日忙碌

bận chân *đg* 缠身,羁绊,忙(于)

bận lòng *đg* 操心,费心,操劳,担心: Con hư làm bận lòng cha mẹ. 孩子不成器让父母操心。

bận mọn *t* [口]忙于哺育幼儿

bận rộn *t* 忙得不可开交: Mọi người đều bận rộn. 大家都忙得不可开交。

bận tâm *đg* 操心,挂心: bận tâm đến việc con cái 为孩子的事操心

bâng khuâng *t* 惆怅

bâng quơ *t* 无目的,漫不经心,泛泛: nói bâng quơ 泛泛而谈

bẩng *đg* ①(带土)移植②掀翻,摧毁

bấp ba bấp bênh 很不稳定,很动荡

bấp bênh *t* ①歪，斜: Chiếc ghế kê bấp bênh. 椅子斜摆着。②不稳定,动荡;摇摆

bấp bổng *t* 波动的,动荡的: Giá cả bấp bổng. 价格波动。

bập₁ *d* [方] 叶鞘: bập dừa 椰子树叶鞘

bập₂ *đg* ① 砍，劈: Con dao bập vào thân cây. 刀砍进树干。②夹住,扣住: Chiếc còng số 8 bập vào cổ tay tên cướp. 手铐铐住抢劫犯的手腕。③ [口] 陷入，卷入，沉迷于: bập vào cờ bạc 沉迷赌博

bập₃ *đg* 深吸一口 (烟): bập một hơi thuốc dài 深吸一口烟

bập bà bập bùng 闪闪烁烁,不断闪耀

bập bạp *t* 肥胖: thân hình bập bạp 身体肥胖

bập bẹ *đg* ①咿呀学语: Đứa trẻ đang bập bẹ nói. 孩子正咿呀学语。②吭哧, 结巴

bập bênh *d* 跷跷板

bập bềnh *đg* 飘摇，漂浮，飘荡: Con thuyền bập bềnh trên mặt nước. 船漂浮在水面上。

bập bõm *t* 隐约，模糊，含糊，似乎 (听到、记得、知道): nghe bập bõm 隐约听到

bập bồng *đg* 起伏，飘摇: Chiếc cầu phao bập bồng trên sông. 浮桥在河上飘摇。

bập bổng *t* ①摇摇晃晃,一脚高一脚低②起伏不定: cứ bập bổng, khi khá khi kém 总是不稳定,时好时差

bập bùng *t* ①(火焰) 闪烁,闪耀: lửa cháy bập bùng 火光闪耀②(鼓、乐声) 悠扬: tiếng đàn ghi-ta bập bùng 吉他声悠扬

bất₁ [汉] 不: bất hợp pháp 不合法

bất₂ *đg* 折弯，折断: bất đầu đinh trên mặt gỗ 折弯木头上的钉子

bất an *t* 不安，欠安: ngọc thể bất an 玉体欠安;Thấy trong lòng bất an. 心中感到不安。

bất biến *t* 不变，永恒

bất bình *t* ①不平,不公②愤愤不平: tỏ thái độ bất bình 表露出愤愤不平

bất bình đẳng *t* 不平等,不公平

bất can thiệp *đg* 不干涉,不干预

bất cần [口] 不屑,不理睬: tỏ ra bất cần 一脸不屑

bất cẩn *t* 大意,粗心: bất cẩn trong công việc 工作中粗心大意

bất cận nhân tình 不近人情,不近情理

bất cập *t* ①不及: hối bất cập 悔不及 ②不足,不够: Ý đồ thì lớn nhưng tài thì bất cập. 心有余而力不足。*d* 不足之处

bất chấp *đg* 不顾,无视,不管: bất chấp cả lời khuyên bạn bè 不顾朋友的劝告

bất chính *t* 不正,不正当

bất chợt *p* 忽然,突然: bất chợt nảy ra một sáng kiến 突然产生一个新想法

bất công *t* 不公,不公平: đối xử bất công 不平等待遇

bất cứ *p* 不论,无论,不管: Bất cứ ai cũng phải làm như vậy. 不论谁都要这么做。

bất diệt *t* 长存,永存,不朽: tinh thần bất diệt 不朽的精神

bất dục *đg* (男性) 不育

bất dựng *đg* (女性) 不孕

bất đắc chí *t* 不得志,失意

bất đắc dĩ 不得已: bất đắc dĩ phải nhận 不得已收下

bất đắc kì tử [口] 非正常死亡,死于非命,猝死: Trông tướng mạo như thế mà lại bất đắc kì tử. 看起来那么强壮却猝死了。

bất đẳng thức *d* 不等式

bất định *t* 不定,不安,不稳定: hạn chế độ bất định trong kinh doanh 控制经营中的不定因素

bất đồ *p* 不意,不想,不料: Trời đang nắng, bất đồ lại đổ mưa. 天正晴,不料下起雨来。

bất đồng *t* ①不同,不一样,不一致: bất đồng ý kiến 意见不一②不一致,不平衡: sự phát triển bất đồng 发展不平衡

bất động *t* 不动的,不动弹的,固定的: nằm bất động trên giường 躺在床上

一动不动

bất động sản *d* 不动产, 固定资产; 房地产: kinh doanh bất động sản 经营房地产

bất giác *p* 不觉, 没想到, 不料想: bất giác lo sợ 不觉害怕起来

bất hạnh *t* ①不幸, 倒霉: đứa trẻ bất hạnh 不幸的孩子②遇难的, 不幸死亡的: kẻ bất hạnh 遇难者

bất hảo *t* 不好, 差, 坏: kẻ bất hảo 坏蛋

bất hiếu *t* 不孝: đứa con bất hiếu 不孝之子

bất hoà *t* 不和, 不和睦

bất học vô thuật 不学无术

bất hợp *t* 不合, 不适合: Tính tình của chúng bất hợp. 他们性格不合。

bất hợp lệ *t* 不符合规定的, 违例的, 违规的

bất hợp lí *t* 不合理的: những điều bất hợp lí 不合理的部分

bất hợp pháp *t* 不合法的, 非法的, 违法的: làm ăn bất hợp pháp 非法经营

bất hợp tác *t* 不合作的: thái độ bất hợp tác 不合作态度

bất hủ *t* 不朽的, 永存的: một áng văn bất hủ 不朽的篇章

bất kể *p* 不论, 无论, 所有: bất kể đêm ngày 不论白天黑夜

bất khả chiến bại 战无不胜

bất khả kháng *t* 不可抗拒的, 不可抗力的

bất khả thi *t* 不可行的, 行不通的

bất khả xâm phạm 不可侵犯的

bất kham *t* (马) 难驯服的

bất khuất *t* 不屈的, 不可屈服的: tinh thần bất khuất 不屈的精神

bất kì *t* 随便, 随意 *p* 无论, 不管: Cứ bất kì ai đi cũng được. 无论派谁去都行。

bất kính *t* 不敬, 无礼

bất lịch sự *t* 不礼貌, 不文明, 不雅

bất lợi *t*; *d* 不利, 不顺: gặp bất lợi trong công việc 工作上不顺利

bất luận *p* 不论, 无论, 不管: Bất luận thế nào cũng phải đi. 无论如何都要去。

bất lực *t* 不力, 不胜任, 不称职, 无能为力: bất lực trước hoàn cảnh 在这种环境下束手无策

bất lương *t* 不良, 不好: người bất lương 不良分子

bất mãn *đg*; *t* 不满, 不满意: bất mãn với thời cuộc 对时局不满

bất minh *t* 不明, 不明确: thu nhập bất minh 不明收入; quan hệ bất minh 关系不明确

bất nghì=bất nghĩa

bất nghĩa *t* 不义: con người bất nghĩa 不义之徒

bất ngờ *t* 没料到的, 意外, 意料之外: cuộc gặp gỡ bất ngờ 意外相遇

bất nhã *t* 不雅: cử chi bất nhã 举止不雅; lời nói bất nhã 言谈不雅

bất nhân *t* 不仁, 恶毒: hành động bất nhân 行为不仁 *đg* 麻木, 无感觉

bất nhật *p* 不日, 他日: bất nhật sẽ đến 不日即到; bất nhật thành công 他日成功

bất như ý *t* 不如意, 不称心

bất ổn *t* 不安, 不稳: tình hình bất ổn 形势不稳; có điều gì đó bất ổn 有些不安

bất ổn định 不稳定: giá cả bất ổn định 价格不稳定

bất pháp *t* 不法, 非法: việc làm bất pháp 不法行为

bất phân *t* 不分的, 不区分的: bất phân giới tính 性别不分

bất phân thắng bại 不分胜负: Trận đọ sức bất phân thắng bại. 这场角力不分胜负。

bất phương trình *d* 不等式方程

bất quá *p* 不过, 只不过, 仅仅: bất quá vài người ủng hộ mà thôi 仅仅几个人支持而已

bất quân *t* 不均的: ăn chia bất quân 分配不均

bất quyết *t* 不决, 犹豫, 迟疑

bất rất *t* 心烦, 烦恼

bất tài *t* 没才能的, 没能力的

bất tận *t* 无穷的, 无尽的: kho tàng ca dao bất tận 无尽的民歌宝库

bất tất *p* 不必,不需: Điều đó bất tất phải lí giải nhiều. 那件事不必深究。

bất thành *đg* 不成: việc bất thành 事情不成

bất thành cú *đg* 不成句,不成文

bất thành văn *t* 不成文的,没形成文字的: qui định bất thành văn 不成文的规定

bất thần *t* ; *p* 突然;忽然: Khẩu súng nhả đạn bất thần. 枪突然射出子弹。

bất thình lình *p* 忽然,出其不意: đến bất thình lình 突然到来

bất thời *p* ①突然,忽然②不合时宜

bất thường *t* ①非常的,特别的: hội nghị bất thường 非常会议②无常的,变化的: Thời tiết bất thường. 天气变化无常。

bất tiện *t* 不便,不方便: Nói ở đây thì bất tiện lắm. 在这里说很不方便。

bất tín *đg* 失信,丧失信誉: Một lần bất tín, vạn sự bất tin. 一朝失信,万事不同。

bất tín nhiệm 不信任: bỏ phiếu bất tín nhiệm 不信任投票

bất tỉnh *t* 不省人事的,失去知觉的: nằm bất tỉnh 倒下不省人事

bất toàn *t* 不全的,不完整的

bất trắc *t* ①不测,意外: phòng khi bất trắc 以防不测②反复无常: người bất trắc 反复无常的人 *d* 意外事件,突发事件

bất trị *t* ①不治的,不可救药的②不可教化的,不受教化: Đứa con bất trị. 该子不可教。

bất triệt để *t* 不彻底

bất trung *t* 不忠,不诚实

bất túc *t* 不足,不够: tiên thiên bất túc 先天不足

bất tử₁ *t* 不死,永存,万古: Những anh hùng bất tử. 英雄们永垂不朽。

bất tử₂ *p* 突然,意外: chết bất tử 意外死亡

bất tường *t* ①不详,不清楚②不祥,不吉利: điềm bất tường 不祥之兆

bật₁ *đg* ①弹,弹起: bật dây cao su 弹橡皮筋②冒出,发出: Cây bật chồi. 树

冒芽。③[口]开,打开: bật đèn điện 开灯④使突出,使明显: nêu bật vấn đề 突出问题⑤拔起,掀起: Bão làm bật gốc cây. 暴风将树连根拔起。*p* 忽然,冷不丁: bật cười 突然笑出声; bật ra, 明显,鲜明: màu sắc nổi bật 色彩鲜明

bật₂ *đg* 说出,吐出: bật toàn những lời thô lỗ 吐出的全是粗话

bật bông *đg* 弹棉花

bật đèn xanh *đg* 开绿灯,行方便

bật lò xo *đg* 跳起来,反应强烈

bật lửa *d* ①打火机②火镰

bật mí *đg* [口]透露;泄露

bâu₁ *d* ①[旧]衣领②[方]衣袋,衣兜

bâu₂ *đg* ①群集,麇集: ong bâu 蜂群麇集②[口]聚集,群集(含贬义)

bâu bíu *đg* 围住,围观: Bọn trẻ bâu bíu đám rước. 孩子们围观欢迎的人群转。

bầu₁ *d* ①葫芦,葫芦瓜②葫芦瓢,葫芦形的物体: bầu vú 乳房; bầu đèn 灯泡③花蕊④(移栽带的)泥;(育树苗的)小盒⑤[口]胎,孕: có bầu 怀孕⑥团,股(指思绪、情感等): bầu máu nóng 一股热血

bầu₂ *d* [口]教练,指导;领队

bầu₃ *đg* 选举: bầu đại biểu quốc hội 选举国会代表

bầu₄ 圆嘟嘟: má bầu 圆嘟嘟的脸

bầu bạn *d* 朋友 *đg* 结友,交友: bầu bạn với lũ trẻ 与年轻人交友

bầu bĩnh *t* 圆滚滚,丰满: Em bé có gương mặt bầu bĩnh. 小孩有着一张圆嘟嘟的脸。

bầu chọn *đg* 选举,选出: bỏ phiếu bầu chọn chủ tịch 投票选举主席

bầu cử *đg* 选举: bầu cử tổng thống 选举总统

bầu dục *d* ①肾,腰子②[口]肾形物,椭圆形物

bầu đoàn *d* ①随从: Cả bầu đoàn cùng đi theo vị nguyên thủ quốc gia. 所有随从跟着国家元首。②一家大小,全家人

bầu đoàn thê tử 全家老小,一家大小

B

bầu giác *d* 拔火罐儿, 拔火筒

bầu giời=**bầu trời**

bầu hâm *d* (液体)加热器

bầu không khí *d* ①天空, 苍穹②气氛: bầu không khí hữu nghị 友好气氛

bầu nậm *d* 葫芦

bầu ngưng *d* 凝结器, 聚合器

bầu nhầu *đg* 嘟嘟囔囔 *t* 皱巴巴: quần áo bầu nhàu 衣服皱巴巴

bầu rượu túi thơ 逍遥自在

bầu sao *d* 蒲瓜, 瓢瓜

bầu sô *d* [口]发起人, 组织者, 穴头儿

bầu trời *d* 天空, 苍穹

bấu *đg* ①抓住, 扒住: Tay bấu các gờ đá leo lên. 手抓住岩石往上攀。②揪, 捏, 掐: bấu má 掐脸③拈: bấu một miếng xôi 拈一口糯米饭

bấu chí *đg* (捏、掐着)打闹

bấu véo *đg* ①打闹②公然侵吞, 克扣: bấu véo của công 侵吞公共财产

bấu víu *đg* ①抓住, 扒住: bấu víu vào cành cây 抓住树枝②投靠

bấu xấu *đg* [口]伸手, 瓜分, 捞好处: chỗ nào cũng bấu xấu vào 什么都想捞一把

bấu xén *đg* 蚕食, 侵吞: bấu xén vật tư nhà nước 侵吞国家物资

bậu₁ *d* 槛, 门槛

bậu₂ *đg* 停留, 栖息: Muỗi bậu vào màn. 蚊子停在蚊帐上。

bậu₃ *d* [方]你(对妻子或女友的昵称)

bậu xậu *d* 喽啰, 狗腿子

bây₁ *đg* ①[方]弄脏, 搞脏: bị bây mực 被墨水弄脏②摊开, 铺开(事情): Cứ bây việc ra rồi chẳng được việc nào nên hồn. 摊开那么多事, 没一样做得的。

bây₂ *t* 明知故犯的, 强词夺理的: biết sai rồi còn cãi bây 明知错了还嘴硬

bây₃ *d* [方]你们(卑称)

bây bả *t* ①一塌糊涂: bùn đất bây bả bẩn thiu 粘了泥巴脏得一塌糊涂②粗鲁, 无礼

bây bẩy *p* 不停地(颤抖): Rét quá chân tay run bây bẩy. 太冷了, 手脚不停地颤抖。

bây chừ=**bây giờ**

bây giờ *d* 现在, 目前, 眼下: Bây giờ là tám giờ. 现在 8 点钟。

bây hây *t* 疲乏, 疲软: bây hây trong người 浑身疲乏

bây nhiêu *d* 这么, 这些: chỉ có bây nhiêu tiền thôi 只有这些钱了

bầy₁ *d* 群, 伙, 帮: bầy sói 一群狼; bầy kẻ cướp 一伙小偷

bầy₂ [方]=**bày**

bầy anh *đ* 你们(男性)

bầy bay *đ* 你们(卑称)

bầy đàn thê tử 一家大小, 全家

bầy hầy *t* ①邋遢②不正经

bầy nhầy *t* ①韧: bầy nhầy như thịt bụng 韧得像腩肉②犹豫, 迟疑: bầy nhầy không chịu trả lời 犹犹豫豫不回答③黏稠: đờm dãi bầy nhầy 黏稠的痰

bầy ta *đ* 咱们, 我们

bầy tôi *d* 仆人, 仆从

bầy trẻ *d* (自己的)孩子: bầy trẻ nhà tôi 我的孩子

bầy tui *đ* 我们

bẩy₁ *d* [方]七, 柒; 第七(=bảy)

bẩy₂ *đg* ①撬: bẩy hòn đá 撬石块②排挤: bẩy người ta mất chức 排挤别人

bẫy *d* 陷阱, 圈套, 罗网: Cẩn thận kẻo sa bẫy của chúng nó. 小心不要落入他们的圈套。 *đg* ①(用陷阱、圈套、罗网)捕捉, 猎杀: bẫy được con thú 捕到一只野兽②上当, 进圈套: bị chúng nó bẫy 中了他们的圈套

bẫy cặp *d* 鼠夹

bẫy cần *d* 捕鸟装置

bẫy kẹp *d* 捕兽夹

bẩy₁ *t* 幼嫩, 幼小: cua bẩy 幼蟹②软绵绵: Chuối chín bẩy. 香蕉熟软了。

bẩy₂ *d* 那时: từ bẩy đến nay 从那时到现在

bẩy bá *t* ①破碎, 破烂②绵软: bẩy bá như cua lột 软得像退壳蟹③幼嫩, 幼小

bẩy bớt *t* 孱弱, 羸弱, 虚弱: ốm lâu người bẩy bớt 久病身体虚弱

bẩy chầy *đ* (从某时)到现在, 从那时

起,长久以来

bấy chừ *đ* 那时,那时候: Bấy chừ nơi đây còn hoang vắng lắm. 那时这里还很荒凉。

bấy giờ *đ* 那时,那个时候

bấy lâu *đ* 从那时起,到现在: bấy lâu đi công tác xa 一直出差在外

bấy nay *đ* 一直,到现在: Bấy nay chẳng thấy anh ấy đến chơi. 一直不见他来玩。

bấy nhầy *t* ①软绵绵,软乎乎: Miếng thịt bấy nhầy. 这肉软乎乎的。②疲软,四肢无力

bấy nhiêu *t* 那么多,这么些: chỉ cần bấy nhiêu thôi 只要这么多

bấy thuở *đ* 长期,长时间: chờ đợi bấy thuở 长期等待 *đ* 多少回,多少次

bậy *t* 胡乱:nói bậy 乱说 *đg* [口]屙屎,拉尿

bậy bạ *t* 胡乱的,乱来的

be₁ *d* 高脚酒杯

be₂ *d* [方](船)舷·bẹ thuyền 船舷

be₃ *đg* ①培高,加高②用手围住,护住: Lấy tay bịt miệng đấu khi đo. 量的时候用手围住斗沿。

be₄ *đg* [口]叫喊,叫嚷: Động một tí là mụ lại be lên. 那婆娘动不动就喊起来。

be₅ *đg* ①沿着,顺着: be theo bờ sông 沿着河边走②靠近,走近: be gần bến 向岸边靠拢

be₆ *t* 浅褐色: cái áo màu be 浅褐色的衣服

be be [拟]咩咩 *đg* 紧跟着

be bé *t* 稍小,略小: căn phòng be bé 小房子

be bét *t* ①破碎,破烂: Trứng nát be bét. 蛋碎了。②完全(坏、错): Bài làm sai be bét. 作业全错了。③沾满: lấm bùn be bét 沾满泥

bè₁ *d* ①筏,排: ghép tre thành bè 扎竹排②团伙,党羽③丛,簇: bè rau muống 蕹菜丛④(重)(奏),(重)(唱): biểu diễn bản nhạc ba bè 三重奏

bè₂ *t* 宽大的,宽横的: mặt bè ra 宽脸

bè bạn *d* 朋友: tình bè bạn 友情

bè bè *t* 横,宽: thân hình bè bè 体型宽大

bè cánh *d* 派系,山头,小团体

bè đảng *d* 党派,派别

bè lũ *d* 团伙,集团,党羽: Tên tướng cướp và bè lũ đều bị bắt. 抢劫头目和党羽都被抓起来了。

bè nhè *đ* (酒后的)胡话

bè phái *d* 派系,帮派,派别: chia thành nhiều bè phái 分成许多帮派 *t* 分裂的,分派的,派系的

bẻ *đg* ①折,折断: bẻ gãy chiếc thước kẻ 折断尺子②摘,采,掰下: bẻ bông 采棉花③折弯,折下: bẻ cổ áo 折下衣领④反驳,驳斥: không ai bẻ được 没人能反驳⑤扳: bẻ tay lái sang trái 向左扳方向盘

bẻ bai₁ *đg* 耻笑,责难: hơi một tí là bẻ bai 动不动就责难

bẻ bai₂ *t* 婉转,悠扬

bẻ bão *đg* 抻拉背肌(来治肚子痛或腰痛): Bẻ bão một vài cái là đỡ đau ngay. 抻拉几下背肌马上不怎么痛了。

bẻ ghi *đg* 扳道岔

bẻ hành bẻ tỏi [口]挑剔,刁难: hơi một ít là bẻ hành bẻ tỏi 总爱挑剔

bẻ họe *đg* 非难,责难,指责,指摘

bẻ khoá *đg* [口]破解密码: Chương trình đã bị bẻ khoá. 程序被破解密码。

bẻ khục *đg* 掰响关节: bẻ khục năm ngón tay 掰响五指关节

bẻ lái *đg* 把方向,操纵方向盘

bẽ *t* [口]羞愧,难为情

bẽ bàng *t* 羞愧,丢脸,难为情

bẽ mặt *t* 羞愧,丢脸: bị bẽ mặt 丢了脸

bé *t* ①小: Cá lớn nuốt cá bé. 大鱼吃小鱼。②幼小,年幼: được cưng chiều từ bé 从小受溺爱③[口]轻声,小声: Nói bé quá. 说得太小声。 *d* ①妾,偏房,小老婆②小弟,小妹: Bé đến đây với chị nào. 小弟(小妹)到姐姐这儿来。

bé bỏng *t* 小不点儿: Con chim non bé bỏng. 幼鸟才丁点儿大。

bé con *t* 小的: cái bàn bé con 小小的桌子 *d* 小孩,小宝贝

bé dại *t* 年幼无知：con còn bé dại 孩子还年幼无知

bé mọn *t* 又小又差

bé nhỏ *t* 小的：vóc người bé nhỏ 身材矮小

bé tý tẹo [口] 小不点儿，一点点儿

bé xé ra to [口] 夸大其词，夸大事实

bẹ *d* 叶鞘：bẹ ngô 玉米叶鞘

bẹ₂ *d* 玉米：cháo bẹ 玉米粥

bẹ mèo *d* 芭蕉、槟榔的嫩叶鞘

béc-bê-rin (becberin) *d* 黄连素，小檗碱

béc-giê (berger) *d* 狼狗；牧羊犬

bèm *t* 差，劣

bẻm mép *t* 夸夸其谈；伶牙俐齿；能侃

ben *d* ①分贝②罐，桶，箱

ben bì *đg* 计较，忌妒：tính hay ben bì 爱计较

ben-den (benzene) *d* 苯

bèn₁ *d* 花托，花萼

bèn₂ *p* 便，就，于是，连忙：Thấy thích quá bèn mua ngay. 看到很喜欢，就马上买下来。

bèn bẹt *t* 扁平：khuôn mặt bèn bẹt 扁平的脸 [拟] 啪

bẽn lẽn *t* 扭捏，羞答答：bẽn lẽn như con gái 扭捏得像个大姑娘

bén₁ *đg* ①碰，沾：chân bước không bén đất 走路脚不沾地(形容快)②熟悉，习惯③生根，长根：Mạ đã bén rễ. 秧苗长根了。

bén₂ *t* ①[方] 锋利：dao bén 刀子锋利②漂亮：coi bén lắm 看上去很漂亮

bén bảng *đg* 金榜题名

bén chết *t* 不得了，要死，要命：đau bén chết 痛得要命

bén duyên *đg* 有缘，合缘，结缘

bén gót *đg* ①跟着，紧跟：theo bén gót 紧紧跟随②[口] 跟上，赶得上，比得上

bén hơi *đg* 熟悉：Đứa trẻ đã bén hơi mẹ. 婴儿熟悉母亲了。

bén mảng *đg* 凑近，靠近，接近：không dám bén mảng đến đây đâu 不敢靠近这里

bén mùi *đg* 喜欢(味道)

bén ngót *t* 锐利，锋利：con dao cau bén ngót 锋利的槟榔刀

bẹn *d* 胯：Nước ngập đến bẹn. 水淹到大腿根。

béng *p* ①干脆利落地，麻利地：làm béng đi 干麻利点儿②(丢失、忘记得) 干干净净：quên béng 忘得一干二净

beo₁ *d* 豹

beo₂ *đg* [方] 捏，掐，拧：beo tai 拧耳朵

beo₃ *t* 干瘦，干瘪：bụng ỏng, đít beo 肚子鼓屁股瘦

bèo *d* 浮萍 *t* [口] 贱，不值钱：Giá vải bèo quá. 荔枝价格很贱。

bèo bọt *d* 出身寒门，身世卑微 *t* ①(情感) 不定，不稳②贱，廉价：công cán bèo bọt 低廉的工钱

bèo bồng *d* 水葫芦

bèo cái *d* 大萍，白萍，水芙蓉，芙蓉莲

bèo cám=bèo tấm

bèo hợp mây tan 萍水相逢

bèo lục bình *d* 水葫芦

bèo mây [旧] (指妇女) 漂泊，飘零

bèo nhèo *t* ① 软烂：Miếng thịt bèo nhèo. 肉糜烂了。②缠绵，磨烦，缠磨，哭闹：bèo nhèo đòi ăn 缠着要吃的

bèo tấm *d* 浮萍

bèo tây=bèo lục bình

bèo trôi sóng vỗ 漂泊，飘零，流离

bẻo₁ *d* 叶鞘

bẻo₂ *đg* ①掐，捏②揩油，占便宜

bẻo lẻo *t* [口] 喋喋不休，叽喳不停：Suốt ngày bẻo lẻo cái mồm. 嘴巴整天叽叽喳喳个不停。

béo₁ *đg* [方] 拧，掐，捏：béo vào má 拧了一把脸

béo₂ *t* ①肥，胖：con lợn béo 肥猪②油腻：Món xào béo quá. 菜太油腻。③[口] 肥沃：đất béo 土地肥沃④[口] 肥(获利)：Chỉ béo bọn con buôn. 只肥了那帮小贩。

béo bệu *t* 虚胖

béo bở *t* 有利的，有油水的

béo mập *t* 胖，肥

béo mép *t* 嘴上功夫，光说不练，只说不做

béo múp *t* [口] 肥大，肥壮：con lợn béo múp 肥壮的猪

béo núc *t* [口] 肥硕：con bò béo núc 肥牛

béo nung núc *t* 肥大，肥胖：người béo nung núc 身体肥胖

béo phệ *t* 大腹便便

béo phị *t* 肥胖，肥头大耳

béo quay *t* 臃肿，滚圆：Người càng ngày càng béo quay ra. 身体越来越圆

béo tốt *t* 健康，壮实：người béo tốt 身体壮实

bẹo *đg* 拧，掐：bẹo má 拧脸蛋儿

bẹo mặt *đg* 激怒，挑衅

bép [拟] 啪，噗：vỗ đùi bép một cái "啪" 地拍了一下大腿

bép xép *đg* 多嘴，多嘴多舌：tính hay bép xép 喜欢多嘴

bẹp *đg* ①(压)扁，(压)瘪：Lốp xe bẹp lúc hơi 车胎全瘪了。②瘫，动弹不得：bị ốm, nằm bẹp ơ nhà 卧病在家

bét *đg* ①张开，打开：bét cửa 开门②回避，躲避 *t* ①最差，最次：hàng bét 最差的产品②搞砸的，搞糟的：Công việc nát bét. 工作全搞糟了。③稀烂，烂糊

bét be *t* ①破碎，破烂②完全(坏、错)③沾满

bét nhè *t* 酩酊大醉：uống một trận bét nhè 大醉一顿

bét tĩ *t* 最次的，最差的，垫底的：thua bét tĩ 输得垫了底；hạng bét tĩ 最差的

bẹt₁ *t* 扁的，扁形的：giày mũi bẹt 鞋头宽扁

bẹt₂ [拟] 叭，啪

bẹt₃ *đg* 打开，张开：đứng bẹt hai chân 叉开两腿站者

bẹt hiệu *t* 劣等的，质次的：toàn đồ đạc bẹt hiệu 全是次等货

bê₁ *d* 牛犊：thịt bê 牛犊肉

bê₂ *d* (打人用的)板子

bê₃ *đg* ①搬，搬动：Bê hòn đá sang một bên. 把石头搬到一边。②收存，得到：mỗi ngày bê được vài chục ngàn 每天赚几万③偷，窃：Xe bị bê mất. 车被偷了。④[口]生搬硬套，硬塞进

bê bết *t* ①(粘得)满都是：Quần áo bê bết dầu mỡ. 衣服沾满油渍。②拖沓：công việc bê bết 工作拖沓③糟糕，窝囊

bê bối *t* ①窘困，焦头烂额：đang bê bối công việc 被工作搞得焦头烂额②麻烦，啰唆：vụ bê bối 麻烦事

bê-rê (béret) *d* 贝雷帽

bê-ta(beta) *d* 贝塔(希腊字母 β 的读音)

bê tha *đg* 沉迷，醉心：bê tha rượu chè, trai gái 沉迷酒色 *t* 窝囊，糟糕

bê tông (béton) *d* 混凝土

bê tông cốt sắt *d* 钢筋混凝土

bê trễ *đg* 耽搁，耽误：công việc bị bê trễ 工作被耽误

bề *d* ①(长、宽、厚、高等)度：bề dài 长度；bề rộng 宽度②面，方面：ba bề là nước 三面临水

bề bề *t* 多，众多：Ruộng bề bề không bằng một nghề trong tay. 多田多地，不如身怀一技。

bề bộn *t* 乱糟糟，乱成一团：nhà cửa bề bộn 屋里乱糟糟

bề dưới *d* 下级，下面：Bề dưới phục tùng bề trên. 下级服从上级。

bề mặt *d* 表面，外表：bề mặt trái đất 地球表面；bằng lòng bề mặt 表面上高兴

bề nào cũng 反正都，无论如何都：bề nào cũng phải làm 反正都要做

bề ngoài *d* 外面，外表

bề phải *d* 正面

bề rộng *d* 宽度

bề sâu *d* 深度

bề thế *d* ①大规模，大范围：bề thế của nhà máy 工厂的规模大②权贵，权势：Họ là những người có bề thế trong xã hội. 他们是社会上有权势的人。*t* 大规模的，庞大的：gia đình bề thế 庞大的家族

bề tôi *d* 侍从，仆人

bề trên *d* ①上级，上司，上面②上帝，主(大写)

bề trong *d* ①里面②内情，内幕

bể₁ *d* 海，大海

bể₂ *d* 池，池子：bể cá vàng 金鱼池

B

bể₁ đg ①[方]打碎,打破: ngã bể đầu
摔破头②搞糟,搞坏,搞砸: Làm ăn
kiểu này chắc bể. 这么经营肯定搞
砸。

bể bơi d 游泳池

bể cạn d (小)池,池子

bể chuyện đg 泄露

bể dâu d 沧桑,沧海桑田

bể khổ d 苦海

bể lắng d 沉沙池,沉沙井

bể lọc d 滤水池

bể phốt d 化粪池

bể phun nước d 喷水池

bể treo d 储水罐,蓄水罐

bể d 风箱: kéo bể thổi lò 拉风箱往炉
里送风

bế₁ đg 抱: bế con 抱孩子

bế₂ [汉]闭: bế quan toả cảng 闭关锁
国

bế ẵm đg ①抱②抚养,养育

bế bồng đg 抱,怀抱

bế giảng đg 散学,学期结束: lễ bế giảng
năm học 学年散学典礼

bế mạc đg 闭幕

bế tắc đg ①闭塞,停滞,僵化: tư tưởng
bế tắc 思想僵化②困难,窘困

bệ₁ d 台,底座

bệ₂ đg ①[口]搬: bệ hòn đá 搬石头②
生搬硬套: bệ khẩu hiệu vào thơ 硬把
口号套进诗里

bệ hạ d 陛下

bệ phóng d 发射架: Tên lửa đã được
đưa vào bệ phóng. 火箭装进了发射
架。

bệ rạc t 邋遢,窝囊: nhà ở bệ rạc 家居
邋遢

bệ rồng d ①御座②天子,皇帝

bệ sệ t 大腹便便

bệ vệ t 威严,威武: đi đứng bệ vệ 举止
威武

bệ xí d 便池

bệch t 惨白,煞白: mặt tái bệch 脸色煞
白

bệch bạc t ①惨白,煞白②薄情寡义:
ăn ở bệch bạc 为人薄情

bên d ①边,方,面,方面: bên trong 里

面②旁边: đứng bên cửa sổ 站在窗口
边

bên bán d 卖方

bên bị d 被告

bên cạnh d ①旁边②同时,与此同时

bên chồng d 夫家

bên đạo d 天主教信徒

bên mua d 买方

bên nguyên d 原告: Bên nguyên xin
rút đơn. 原告请求撤诉。

bền t ①耐用,坚固,结实,牢固: độ bền
của bê tông 水泥的牢固度②坚定:
chí sợ lòng không bền 只怕志不坚③
耐,经久: bền ánh sáng 耐晒的

bền bỉ t ①坚韧的,耐心的,刚毅的: sức
bền bỉ của con người 人的耐力②
恒心的,坚持的,不懈: bền bỉ học
tập 不懈地学习

bền chắc t 牢固,坚实

bền chặt t 牢固,坚固

bền chí t 坚韧,坚毅: bền chí
đấu tranh 不懈斗争

bền gan t 坚定,坚韧,不懈: bền gan
vững chí 坚持不懈

bền lòng t 坚定,不懈,坚持

bền màu t 不易褪色的: Loại vải này
bền màu lắm. 这种布不易褪色。

bền nhiệt t 耐热的,耐火的

bền vững t 牢固,坚实,牢不可破: tình
hữu nghị bền vững 牢不可破的友谊

bến d [方]那边,那儿

bến d ①码头: bến đò 渡口②长途车站:
Xe đã vào bến. 汽车已经进站。

bến bãi d 码头;长途车站: thu phí cầu
đường, bến bãi 收路费、码头(车站)
费

bến bờ d 岸,岸边

bến đò d 渡口

bến lội d 泅渡点

bến nước d 小码头

bến tàu d ①码头②小港口

bến xe d 长途汽车站

bện đg ①编织,纺织: bện thảm 编织
地毯②绕,绞,缠: Rơm bện vào bánh
xe. 稻草绞进车轮。

bênh₁ đg 袒护,偏袒,庇护,维护: Mẹ

bênh con. 母亲祖护孩子。

bênh₂ *đg* ①撬起,撬动:Dùng đòn bênh hòn đá lên. 用木棒撬起石头。②反弹, 弹起: Cẩn thận kẻo đầu kia bênh lên. 小心那头反弹起来。

bênh vực *đg* 维护,袒护,庇护,保护: bênh vực người bị nạn 保护受灾者

bềnh *đg* 漂浮: Chiếc phao nổi bềnh trên mặt nước. 救生圈漂在水面上。

bềnh bệch *đg* 发白, 发青: Da bềnh bệch như sốt rét. 肤色发青像得了疟疾。

bệnh [汉] 病 *d* ①病: bệnh tim 心脏病 ②毛病, 问题: Chiếc máy tính bị bệnh hay treo. 电脑有毛病, 老死机。 ③习气,陋习: bệnh quan liêu 官僚习气 *đg* 生病

bệnh án *d* 病历,病历本

bệnh bạc lá *d* 白叶病

bệnh bại liệt trẻ em *d* 小儿麻痹症,脊髓灰质炎

bệnh bụi phổi *d* 矽肺

bệnh bụi si-lic *d* 矽肺

bệnh căn *d* 病根

bệnh chứng *d* 病状,病象,病征

bệnh dại *d* 狂犬病

bệnh đạo ôn *d* 稻瘟病

bệnh động mạch vành *d* 冠心病

bệnh hoạn *d* 疾病, 病痛 *t* ①有病的: Màu da bệnh hoạn. 脸带病态。② 有毛病的, 有问题的: tâm hồn bệnh hoạn 心理有毛病

bệnh hụt hơi *d* 痛风

bệnh kín *d* 花柳病,性病

bệnh kinh niên *d* 慢性病: Bệnh kinh niên rất khó chữa trị. 慢性病很难治疗。

bệnh lao *d* 痨病,肺痨,结核病

bệnh lí *d* ①病理,病理学②病情, 病况: theo dõi bệnh lí 观察病情

bệnh lí học *d* 病理学

bệnh lở mồm long móng *d* 口蹄疫

bệnh nạn *d* 病痛

bệnh nghề nghiệp *d* ①职业病: mắc bệnh nghề nghiệp 得了职业病②职业病(以某种职业习惯对待)

bệnh nào thuốc ấy 对症下药

bệnh ngoài da *d* 皮肤病

bệnh nhân *d* 病人, 患者: thăm bệnh nhân 探望病人

bệnh nhi *d* 病儿

bệnh nhiệt than *t* 炭疽病, 癀病

bệnh phẩm *d* [医]化验标本

bệnh sĩ *d* [口]爱面子的毛病, 脸皮薄的毛病: mắc bệnh sĩ 患上爱面子的毛病

bệnh sĩ diện=bệnh sĩ

bệnh SIDA *d* 艾滋病

bệnh sử *d* 病史: Thầy thuốc phải nắm được bệnh sử của bệnh nhân. 医生要掌握病人的病史。

bệnh sưng hòn dái *d* 睾丸炎

bệnh sưng vú *d* 乳腺炎, 奶疮

bệnh tả *d* 霍乱

bệnh tâm thần *d* 精神病

bệnh tật *d* 疾病

bệnh thiếu máu *d* 贫血

bệnh thiếu ô-xy *d* 缺氧症

bệnh thời khí *d* 时疫, 流行病

bệnh thũng *d* 水肿

bệnh tim mạch *d* 心血管病

bệnh tinh hồng nhiệt *d* 猩红热

bệnh tình *d* ①病情: theo dõi bệnh tình 跟踪病情②性病

bệnh toi gà *d* 鸡瘟

bệnh trạng *d* 病况, 病情: Bệnh trạng khá trầm trọng. 病情相当严重。

bệnh truyền nhiễm *d* 传染病

bệnh tưởng *d* 臆想症, 幻觉症

bệnh u xơ tử cung *d* 子宫纤维瘤

bệnh viêm da dị ứng *d* 皮肤过敏

bệnh viêm gan *d* 肝炎: bệnh viêm gan A 甲肝

bệnh viện *d* 医院: bệnh viện đa khoa 综合医院

bệnh viện nhi *d* 儿童医院

bệnh xã hội *d* 社会病, 社会弊病

bệnh xá *d* 医务所, 卫生院

bếp *d* ①炉灶: Đặt nồi lên bếp. 把锅放到灶台上。②厨房③厨师

bếp điện *d* 电炉

bếp ga *d* 燃气炉, 煤气灶

bếp núc *d* ①炉灶，灶台②炊事，烹调，厨房③打下手的人，助手④幕后工作，默默无闻的工作

bếp nước *d* 炉灶，灶台：dọn dẹp bếp nước 收拾灶台

bếp từ *d* 电磁炉

bết₁ *đg* 缠着，粘上：Đi đâu nó cũng bết theo. 上哪儿他都缠着

bết₂ *t* [方]①疲惫不堪，筋疲力尽：Mới đi được đoạn đường đã bết. 才走了一段路就疲惫不堪。②差劲儿：học bết 学得很差

bệt₁ *p* 席地（躺、坐）：ngồi bệt xuống thềm 席地坐在廊下

bệt₂ *đg* [方]缠着，粘上

bệt₃ *t* 笨，蠢：Người đâu mà bệt thế. 啥人咋这么笨。

bêu *đg* ①示众②扬丑，揭短，示丑：bêu xấu mình tự出自己的丑 *t* 丢人，丢脸

bêu diếu=**bêu riếu**

bêu nắng *đg* 晒太阳，顶着烈日

bêu riếu *đg* 揭短，张扬丑事：Không nên bêu riếu người khác. 不该揭别人的短。

bêu xấu *đg* 揭短，出丑：Con hư bêu xấu bố mẹ. 孩子不争气，给父母丢脸。

bều bệu *t* 臃胖

bệu *t* 臃胖，虚胖，不结实：Thằng bé to nhưng hơi bệu. 小家伙块头大但不太结实。

bi₁ *d* 珠，珠子，滚珠，弹珠：bi xe đạp 自行车滚珠；chơi bắn bi 玩弹珠

bi₂ [汉] 悲 *t* ①[口] 悲 观：Cậu ấy nhìn đời bi lắm. 他对生活感到很悲观。②悲：tự bi tự悲；bi ai 悲哀

bi₃ [汉] 碑 *d* 碑：bi chí 碑志

bi-a (billard) *d* [体] 台球：chơi bàn bi-a 打台球

bi bít *t* 密实，密闭，严实：Nhà bi bít, thiếu ánh sáng. 房屋密闭，缺少阳光。

bi bô *đg* 咿呀学语

bi ca *d* 悲歌，哀歌

bi cảm *đg* 感伤，伤感：lòng bi cảm nội 心感伤

bi đát *t* 悲惨：Hoàn cảnh của nó vô cùng bi đát. 他的处境十分悲惨。

bi đông (bidom) *d* 壶，瓶：bi đông rượu 酒壶；bi đông đựng nước 水瓶

bi hài kịch *d* ①悲喜剧②悲喜交集的事：Thật là một bi hài kịch. 真是悲喜交集。

bi khổ *t* 悲苦

bi khúc *d* 悲曲，哀曲

bi-ki-ni (bikini) *d* 比基尼，三点式泳装

bi kịch *d* ①[戏] 悲剧②悲剧，不幸的事：bi kịch trong gia đình 家庭悲剧

bi lụy *t* 忧伤，忧郁

bi quan *t* ①悲观：đừng bi quan trước cuộc sống 不要对生活悲观②[口] 不妙，不容乐观：Tình hình rất bi quan. 情况很不妙。

bi sầu *t* 悲愁

bi tâm *d* 同情心，爱心：con người đầy bi tâm 富有同情心的人

bi thảm *t* 悲惨：kết cục bi thảm 结局悲惨

bi thương *t* 悲伤

bi tráng *t* 悲壮：bài ca bi tráng 悲壮的歌曲

bi-tum (bitume) *d* 沥青，柏油

bi ve *d* 玻璃球，玻璃珠

bì₁ [汉] 皮 *d* ①(食用的)猪皮、牛皮等：chả bì 烤肉皮②皮(细胞组织)：biểu bì 表皮③(某些植物、水果的)皮：bóc bì xoan 剥苦楝树皮④袋子，外包装：cân chưa trừ bì 连外包装一起过称

bì₂ *d* (用别的东西替代的)秤砣：bỏ bì vào bên này 把秤砣拨向这边

bì₃ *đg* 比，对比，比得上：bì sao được với nó 没法跟他比

bì₄ *t* 臃肿：mặt bì ra 脸臃肿

bì bạch [拟] 噼啪，哗啦：Sóng vỗ bì bạch. 浪"哗哗"地拍。 *t* (缓慢吃力地)挣扎；踱步：Chiếc xe bì bạch mãi trong vũng lầy. 车子在泥坑里挣扎。

bì bì *t* (脸)臃肿

bì bịch *t* 吃力，费力

bì bõm [拟] 噼啪，哗哗(划、踩水声)：Mái chèo khua bì bõm. 船桨"哗哗"地划水。 *đg* 涉水，蹚水：Mấy đứa bé

B

bì bõm đến trường. 几个孩子蹚水到
学校。

bì khổng *d* (植物)气孔

bì phẩn với vôi [口]一个天一个地,
天壤之别

bì sị *t* 板着脸的,沉着脸的(=bị sị)

bì tải *d* 包装袋,麻袋

bì thư *d* 信封

bỉ₁ [汉]彼,比,敝

bỉ₂ [汉] 鄙 *đg* [旧]鄙,轻视,鄙视:
Những tham muốn đó thật đáng
bỉ. 那些贪婪的想法真该鄙视。

bỉ báng *đg* 贬低,轻视,轻蔑: bị mọi
người bỉ báng 被大家贬低

bỉ nhân *d* 敝人,鄙人

bỉ ổi *t* 卑鄙,卑劣

bỉ phu *d* 小人,卑鄙的人

bỉ tiện *t* 贱,卑贱,卑劣: giở trò bỉ tiện
卑劣的手段

bĩ [汉]否 *t* 厄运,倒霉

bĩ cực thái lai 否极泰来

bí₁ [汉]秘

bí₂ *d* 瓜,瓜类

bí₃ *t* ①闭塞,不通: bí tiểu tiện 小便不
通②困境,窘境: bị dồn vào thế bí 陷
入困境

bí ẩn *t* 神秘,莫测: nụ cười bí ẩn 神秘
的笑容 *d* 秘密: khám phá bí ẩn 探索
秘密

bí bách *t* ①[口]封闭,密封: hoàn cảnh
bí bách 封闭的环境②(肚子)滞胀:
Bụng bí bách. 肚子胀。③困窘,窘迫:
tình trạng bí bách 情况困窘

bí be *d* 抽泣声

bí beng *t* 麻烦,混乱: Công việc dạo
này bí beng quá. 最近工作很麻烦。

bí bét *t* 窘困,窘迫: Tình hình sản xuất
bí bét. 生产形势窘迫。

bí bơ *t* 流里流气,不正经: Không được
bí bơ với phụ nữ. 不许对妇女流里流
气的。

bí danh *d* 假名,化名

bí diệu *t* 玄妙,奥妙

bí đao *d* 冬瓜

bí đỏ *d* 南瓜

bí hiểm *t* 诡秘,神秘: rừng núi âm u

bí hiểm 阴森诡秘的森林 *d* 秘密: có
nhiều bí hiểm 有许多秘密

bí kíp *d* 秘籍

bí mật *t* 机密,秘密: tài liệu bí mật 机
密材料 *d* 机密,秘密: bí mật quốc gia
国家机密

bí ngô *d* 南瓜

bí pháp *d* 秘诀,神秘方法

bí phẩn *d* 冬瓜

bí quyết *d* 秘诀,窍门,诀窍

bí rì *t* 毫无办法,束手无策,一筹莫展:
Công việc bí rì. 工作一筹莫展。

bí số *d* 代号,代码: điệp viên mang bí
số T6 代号为 T6 的谍报人员

bí thuật *d* 秘术

bí thư *d* ①书记: bí thư tỉnh uỷ 省委书
记②(使馆、领馆的)秘书: bí thư thứ
hai 二等秘书③私人秘书

bí thư thứ nhất *d* ①总书记,第一书记
②(使馆、领馆)一等秘书,一秘

bí tỉ *p* (醉得)不省人事: say bí tỉ 酩酊
大醉

bí truyền *t* 秘传的, phương thuốc bí
truyền 秘传药方

bị₁ *d* 草袋子: xách bị 提着草袋子

bị₂ *đg* 遭(到),挨,被: bị đòn 挨打;
chê cười 被耻笑 *d* [口]被告: bên bị
被告方

bị₃ [汉]备: dự bị 预备;hậu bị 后备

bị án *đg* 备案

bị can *d* 犯罪嫌疑人

bị cáo *d* 被告

bị chú *đg* 备注,注上,加注

bị động *t* 被动: rơi vào thế bị động 陷
入被动

bị đơn *d* 被告

bị gậy *d* [口]乞丐,叫花子: lâm vào
cảnh bị gậy 沦落为乞丐

bị lây *đg* 传染上

bị oan *đg* 蒙冤,受冤

bị sị *t* 板着脸的,沉着脸的

bị thịt *d* 傻大个,大草包

bị thương *đg* 受伤,负伤,挂彩: bị thương
ở vai 肩上受伤

bị viêm *đg* 发炎

bị vong lục *d* 备忘录

bia₁ *d* ①碑,石碑: bia kỉ niệm 纪念碑 ②靶,靶子: ngắm bia để bắn 瞄着靶打

bia₂ [口] *d* 啤酒: uống bia 喝啤酒

bia bắn *d* 靶子

bia bọt *d* 啤酒 *đg* 喝啤酒

bia chai *d* 瓶装啤酒

bia danh *d* 芳名

bia đỡ đạn *d* 炮灰,替死鬼

bia hơi *d* 扎啤,散装啤酒

bia lon *d* 听装啤酒,罐装啤酒

bia miệng *d* 遗臭万年,臭名远扬

bia ôm *d* [口] 有小姐陪喝的啤酒: quán bia ôm 有小姐陪喝的啤酒馆

bia tươi *d* 鲜啤,鲜啤酒

bìa *d* ①书皮,封面: bìa cứng 硬封面②纸板③(豆腐)块: mấy bìa đậu 几块豆腐④[方] 边沿,外边: bìa rừng 树林边⑤(植物等的)皮: bìa gỗ 树皮

bìa giả *d* [口] 扉页

bìa trong=bìa giả

bịa *đg* 捏造,虚构,杜撰: bịa chuyện 捏造事实; bịa cớ để chối từ 编借口推辞

bịa đặt *đg* 捏造,杜撰,编造: những lời xuyên tạc và bịa đặt 歪曲和捏造的言论

bích₁ [汉] 壁,碧

bích₂ *d* 法兰盘: bích nối ống 管道法兰盘

bích báo *d* 墙报,壁报: viết bích báo 写墙报

bích cốt *d* 面包片

bích hoạ *d* 壁画: bức bích hoạ thời cổ đại 古代壁画

bích qui *d* 饼干

bịch₁ *d* ①谷围,围栏: bịch thóc 谷围②[方] 袋,包: mua một bịch trái cây 买一袋水果

bịch₂ *đg* 捶打: bịch vào ngực 当胸一捶

bịch₃ [拟] 啪

biếc *t* 碧绿,翠绿: non xanh nước biếc 山青水绿

biếm *đg* 贬: bao biếm 褒贬 *d* 针砭,石针

biếm hoạ *d* 漫画: tranh biếm hoạ 漫画

biên [汉] 边,编 *d* ①边: ra ngoài biên dọc 出了边线②边境: chợ biên 边境集市③[机] 连杆 *đg* ①(用小字)批注,做记号: biên tên 用小字签名②编: vở kịch tự biên tự diễn 自编自演的剧目

biên ải *d* 边关: đóng quân ngoài biên ải 驻军边关

biên bản *d* 记录: biên bản cuộc họp 会议记录

biên chép *đg* 抄录,登录

biên chế *đg* 安排,调整(人员): biên chế lại đội ngũ 调整人员 *d* ①编制: giảm biên chế 裁减编制②(部队)建制

biên dịch *đg* 编译: biên dịch sách 编译书

biên đầu phong *d* 偏头痛

biên độ *d* 幅度,角度

biên đội *d* 编队: biên đội tàu 舰艇编队

biên giới *d* 边界,界限线: biên giới Trung Việt 中越边界

biên giới hải quan *d* 口岸,海关口岸

biên kịch *đg* 编写剧本 *d* 编剧,剧本作者

biên lai *d* 收据,收条,凭证: biên lai nhận hàng 收货收据

biên mậu *d* 边贸: hội chợ biên mậu 边贸展销会

biên nhận *đg* 签收: kí biên nhận vào sổ bàn giao 在交接文件上签字

biên niên sử *d* 编年史

biên phòng *đg* 边防:bộ đội biên phòng 边防部队

biên soạn *đg* 编撰,编纂,编辑: biên soạn giáo trình 编写教材

biên tập *đg*; *d* 编辑,编撰

biên tập viên *d* 编辑,编辑人员

biên thuỳ *d* 边陲,边境

biên uỷ *d* 边委,编辑委员会

biền₁ *d* 滩,河滩

biền₂ [汉] 骈(双,对): biền văn 骈文句

biền biệt *t* 毫无音信,杳然: đi biền biệt không về 一去杳然

biền ngẫu *d* 对偶,对子

biển₁ *d* ①海: nước biển 海水②洋,海洋 *t* 极多(像海一样的): chiến lược biển người 人海战术

biển₂ *d* ①匾②牌,牌子: biển xe 车牌

biển báo *d* 路牌,路标;指示牌: biển báo đường một chiều 单行线路标

biển cả *d* 大海,大洋

biển chỉ dẫn *d* 指示牌

biển đậu *d* 扁豆

biển hiệu *d* (店铺)牌匾: treo biển hiệu 挂牌匾

biển hồ *d* 咸水湖

biển lận *t* 奸刁悭吝,奸贪吝啬

biển ngắm *d* 标杆

biển thủ *đg* 监守自盗

biến₁ [汉] 变 *đg* ①变: mặt biến sắc 脸大变色②消失,不见: Tiền bị biến mất. 钱不见了。 *d* 不测,意外,变故: đề phòng có biến 提防不测 *p* [口] 快速地,霍地: chạy biến đi 霍地就跑 没影了

biến₂ [汉] 遍: phổ biến 普遍

biến ảo *đg*; *t* 变幻,变化

biến áp *d* 变压器

biến báo *đg* 善于应对,巧于应对: có tài biến báo 有急才

biến cách *đg* ①变革②[语]变格

biến cải *đg* 改变,改造: Nhiều phạm nhân đã biến cải thực sự. 许多犯人真正改造过来了。

biến chất *đg* 变质: Rượu đã biến chất. 酒变质了。

biến chế *đg* (本质发生变化的)加工,制作

biến chủng *d* 变种

biến chuyển *đg*; *d* 改变,转变,变化: những biến chuyển của thế giới 世界的变迁

biến chứng *d* 并发症,合并症: biến chứng của bệnh sởi 麻疹并发症 *đg* (病)并发,引发,延伸: Bệnh thấp khớp đã biến chứng vào tim. 风湿病累及心脏。

biến cố *đg* 变故,事变,意外: gây những biến cố lớn 发生大的变故

biến cứng *d* [理]硬化,变硬

biến dạng *đg* 变形: Cái vung bị biến dạng. 盖子变了形。 *d* 变种,变异(体)

biến dị *đg*; *d* 变异: biến dị di truyền 遗传变异

biến dịch *đg* 改变,变化: sự biến dịch của thời tiết 天气的变化

biến diễn *đg*; *d* 演变(=diễn biến)

biến điệu *đg* 调制,调节

biến đổi *đg*; *d* 变化,改变,转变: Xã hội có nhiều biến đổi lớn. 社会有了很大改变。

biến động *đg*; *d* 变动,改变,变化

biến động giá cả 价格浮动

biến hại thành lợi 变害为利

biến hình *đg* 变形,变样 *t* 变样的,变形的

biến hoá *đg* 变动,变化,化: sự biến hoá khôn lường 变化无常

biến loạn *đg* 动乱: Đất nước xảy ra biến loạn. 国家发生动乱。

biến mất *đg* 消失

biến sắc *đg* 变色,失色

biến tấu *đg* 变奏: khúc biến tấu 变奏曲

biến thái *đg* [生]变态: biến thái của sâu bọ 昆虫的变态

biến thể *d* 变体

biến thế *đg* 变压: trạm biến thế 变电站 *d* 变压器: mua cái biến thế 买一台变压器

biến thiên *đg*; *d* 变迁: những biến thiên trong lịch sử 历史的变迁

biến tốc *đg* 变速: hộp biến tốc 变速箱

biến tướng *t*; *đg* 变相,变形

biện₁ *đg* 置办: biện rượu 置办酒席

biện₂ *đg* [方]借口

biện₃ [汉] 辩,办,辨

biện bác *đg* 辩驳,反驳: không dễ biện bác 难以辩驳

biện bạch *đg* ①辩解,辩护: biện bạch cho sai lầm 为错误辩解②决断

biện chứng *t* 辩证的,符合辩证法的

biện hộ *đg* ①[法]辩护②辩解,狡辩

biện luận *đg* ①辩论: càng biện luận, càng tỏ ra là đuối lí 越辩越显得理屈

B

②论证,证明: biện luận chặt chẽ 论证严谨

biện minh *đg* 证明,论证,说明: cần phải biện minh thêm 需要进一步说明

biện pháp *d* 方法,办法,措施: tìm biện pháp giải quyết 找办法解决

biêng biếc *t* 碧绿,翠绿

biếng *t* ①懒,懒惰: biếng học 学习懒惰②厌,烦,不想: biếng ăn 厌食

biếng nhác *t* 懒惰

biết *đg* ①知道,懂得,认识,了解: Tôi biết chuyện ấy. 我知道那件事。②能,会,懂: biết nhiều ngoại ngữ 懂多门外语; biết bơi 会游泳

biết bao *p* 多么,多少: Đẹp biết bao đất nước của chúng ta. 我们的祖国多么美。

biết cho *đg* 体谅,谅解

biết chừng nào *p* 多么,…极了: hạnh phúc biết chừng nào 多么幸福

biết đâu *p* 哪知,谁料,谁知,说不定: biết đâu lại mưa 不料又下起雨来

biết đâu đấy [口]①哪知道,怎么知道,谁知道②谁知道是这样,哪知道是这样

biết điều *t* 知趣,识时务

biết điệu *t* 老练,成熟,老到

biết mặt *đg* 认识,认清

biết người biết ta 知己知彼

biết ơn *đg* 感恩,感激,感谢: biết ơn người đã giúp đỡ mình 感谢帮助过自己的人

biết tay *đg* (让)知道厉害,(让)知道手段: Phải cho nó biết tay. 要让他知道厉害。

biết thân *đg* ①自量,自知: Người nào biết thân người đó. 自己了解自己。②[口]接受教训

biết thân biết phận 自量;自知之明

biết thời biết thế 审时度势

biết tỏng *đg* [口]识破,看破;知道,了解: biết tỏng là nói dối 知道是在说谎

biệt [汉]别 *đg* 别;li biệt 离别 *t* 杳无音信: Từ dạo ấy biệt tin. 从那时起杳无音信。

biệt dạng *t* ①杳无音信②面目全非

biệt danh *d* [口]别名;外号

biệt dược *d* 特制药;用商品名命名的药;专利药

biệt đãi *đg* 优待,特别照顾: biệt đãi với những người có công 优待有功人员

biệt động *t* [军]机动的,别动的

biệt động đội *d* 别动队

biệt hoá *đg* 异化: tế bào đã được biệt hoá 异化了的细胞

biệt hiệu *d* 别名,别号;绰号,花名

biệt kích *d* 别动队 *đg* 袭击,偷袭

biệt lập *đg* 独处,独立,孤立: Ngôi nhà biệt lập bên kia suối. 房子独立在小河对岸。

biệt li *đg* 分离,远离: cảnh biệt li 离别情景

biệt mù *t* [方]遥远: Con thuyền ở biệt mù ngoài khơi. 小船在遥远的大海上。

biệt ngữ *d* 黑话

biệt phái₁ *đg* 暂调,借调: cán bộ biệt phái 借调的干部

biệt phái₂ *t* 宗派的,派系的

biệt tài *d* 奇才,鬼才,天才: biệt tài về âm nhạc 音乐奇才

biệt tăm *t* 消失的,无踪影的: trốn biệt tăm 躲得无踪影

biệt tăm biệt tích 无影无踪: đi biệt tăm biệt tích 跑得无影无踪

biệt thự *d* 别墅

biệt tích *t* 无踪迹的,销声匿迹

biệt vô âm tín 杳无音信

biệt xứ *t* ①[口]背井离乡: bỏ làng đi biệt xứ 走远他乡②流放的: bị án biệt xứ 流放判决

biểu₁ [汉]表 *d* 表: tính thuế theo biểu thuế 按税率表打税; biểu bì 表皮; đại biểu 代表; hàn thử biểu 寒暑表 *d* ①统计表: lập biểu 制作统计表②[旧]疏,表

biểu₂ *đg* 告诉,说,讲

biểu₃ *đg* 装裱

biểu bì *d* [生]表皮;膜,壁: tế bào biểu bì 表皮细胞

B

biểu diễn *đg* ①表演,演出②演示: biểu diễn bằng đồ thị 用图表演示

biểu dương *đg* ①表扬,赞扬 ②示威,炫耀: biểu dương lực lượng 炫耀实力

biểu đạt *đg* 表达,表示

biểu đồ *d* 表,图表

biểu hiện *đg* 表现,体现: Văn học biểu hiện cuộc sống. 文学体现生活. *d* 表现,现象

biểu kiến *t* 表面的,外表的;假象的

biểu lộ *đg* 表露,表示: biểu lộ tình cảm 表露情感

biểu mẫu *d* ①表样,表格样板: biểu mẫu thống kê 统计表样板②电脑设计好的程序

biểu ngữ *d* 标语: Đoàn biểu tình trương biểu ngữ. 游行队伍竖起标语。

biểu quyết *đg* 表决: giơ tay biểu quyết 举手表决 *đg* [口] 表决结果

biểu thị *đg* 表示: biểu thị thái độ đồng tình 表示同情

biểu thống kê *d* 统计表

biểu thức *d* 公式,符号: biểu thức đại số 代数公式

biểu tình *đg* 游行,示威

biểu trưng *d* ; *đg* 象征,代表: Con rồng là biểu trưng cho một tín ngưỡng. 龙是一种信仰的象征。

biểu tượng *d* ①象征,标志: Chim bồ câu là biểu tượng của hoà bình. 鸽子是和平的象征。②印象③(电脑)图标

biếu *đg* 敬赠,赠送: biếu quà 敬赠礼品

biếu xén *đg* 打点,(有企图地)送礼

bìm *d* 牵牛花,喇叭花

bỉm *d* 纸尿布: đóng bỉm cho bé 给婴儿包纸尿布

bím₁ *d* 辫子: Tóc tết thành hai bím. 将头发扎成两条辫子。

bím₂ *d* [方] 肿瘤

bím₃ *d* 荷包,夹子: bím đựng tiền 钱包

bím₄ *đg* 抓住,粘住: Con bím áo mẹ. 孩子抓住妈妈的衣服。

bin *d* 电池

bín *d* 辫子

bịn *đg* ①攀住,抓住②掩,捂,摁: bịn chặt lỗ rò 捂紧漏洞③献媚,讨好: bịn đít quan thầy 讨好主子

bịn rịn *đg* 眷恋,缠绵,依依不舍: bịn rịn vợ con 眷恋妻儿

binh₁ [汉] 兵 *d* ①兵: binh mã 兵马②[转] 军: tinh binh 精兵

binh₂ *đg* [方] 袒护,偏袒: Ba binh con. 爸爸袒护儿子。

binh bích *t* (肚子) 饱胀的

binh biến *d* 兵变

binh chủng *d* 兵种: binh chủng pháo binh 炮兵兵种

binh công xưởng *d* 兵工厂

binh dịch *d* 兵役

binh đao *d* ①兵器②干戈,刀兵,战争: gây việc binh đao 兵戎相见

binh đoàn *d* 混编师;混编旅

binh giới *d* 军械

binh khí *d* 兵器,武器

binh lính *d* 士兵

binh lực *d* 兵力,军力: tăng cường binh lực 加强军力

binh mã *d* 兵马,军队,部队: luyện binh mã 训练部队

binh ngũ *d* [旧] 部队,军队: chinh đốn binh ngũ 整顿部队

binh nhất *d* 一等兵

binh nhì *d* 二等兵

binh pháp *d* 兵法: vận dụng binh pháp 运用兵法

binh quyền *d* 兵权,军权

binh tình *d* [旧] ①军情: theo dõi binh tình 了解军情②部队情况: phải nắm binh tình 要掌握部队情况③情况,消息: xem binh tình ra sao 看情况如何

binh trạm *d* 兵站

binh vận *đg* 教育感化,策反(敌军)

bình₁ [汉] 萍

bình₂ [汉] 瓶 *d* ①瓶: bình hoa 花瓶; bình ô-xi 氧气瓶②壶: bình trà 茶壶③罐: bình cứu hoả 灭火器

bình₃ [汉] 屏: bình phong 屏风

bình₄ [汉] 评 *đg* [口] 评比: bình chiến sĩ thi đua 评劳模

bình₅ [汉] 平 *t* 平: thái bình 太平

bình₆ [汉] 平 *t* 良(打分等级): ưu, bình,

thứ, liệt 相当于"优""良""及格""不及格")

bình an *t* [旧]平安

bình an vô sự 平安;平安无事

bình bản *đg* 校阅

bình bầu *đg* 评选：được bình bầu là cá nhân xuất sắc 被评为先进个人

bình bịch *d* [口]摩托车[拟]轰轰,啪啪

bình chân *t* 无动于衷,漠不关心,袖手旁观

bình chân như vại 无动于衷;镇静自若

bình chọn *đg* 评选：được bình chọn là doanh nhân tiêu biểu 被评为模范商人

bình chú *đg* 评注

bình chữa cháy *d* 灭火器

bình cổ cong *d* 曲颈瓶

bình công *đg* 评功,评成绩

bình cứu hoả = bình chữa cháy

bình dân *d* 平民 *t* ①大众化的,平民化的,普通的：quán cơm bình dân 大排档②随和的,亲民的,平易近人的：tác phong bình dân 亲民作风

bình dập lửa *d* 灭火器

bình dị *t* ①朴素,朴实：cuộc sống bình dị 朴素的生活②通俗

bình đẳng *t* 平等

bình điện *d* ①电瓶,蓄电池②小型发电机

bình lặng *t* 平静;平稳：cuộc sống bình lặng 生活平静

bình luận *đg* 评论;解说：bình luận thời sự 评论时事；bình luận bóng đá 解说足球

bình minh *d* 黎明

bình nóng lạnh *d* 热水器

bình ổn *đg* 稳定,平抑：bình ổn giá cả thị trường 稳定市场价格

bình phẩm *đg* 品评,评价,评论

bình phong *d* ①屏风②屏障,遮蔽物

bình phục *đg* 恢复,康复：Sức khoẻ chưa bình phục. 身体还没恢复。

bình phương *d* 平方(指数是2的乘方) *đg* 本数相乘：3 bình phương là 9. 3的平方是 9。

bình quân *t* 平均：thu nhập bình quân 平均收入

bình quyền *t* 平等：nam nữ bình quyền 男女平等

bình sai *đg* (测量)平差

bình sinh *đg* 平生,生平

bình tâm *đg* 平心,镇定,镇静：bình tâm trước khó khăn 镇定面对困难

bình thản *t* 平静,冷静,坦然

bình thân *đg* 平身,起身

bình thời *d* 平时

bình thuỷ *d* [方]暖水瓶,热水壶

bình thường *t* ①平常,一般②正常

bình thường hoá *đg* (关系)正常化：Bình thường hoá quan hệ giữa hai nước. 两国关系正常化。

bình tích *d* [方]茶壶

bình tĩnh *t* 冷静,镇静：thái độ bình tĩnh 态度冷静

bình toong *d* 壶;瓶：bình toong rượu 酒壶

bình tuyển *đg* 挑选,遴选：bình tuyển giống lúa 挑选谷种

bình vôi *d* ①(盛嚼槟榔石灰的)陶瓷罐②千金藤

bình xét *đg* 评议,评论：bình xét chất lượng sản phẩm 评议产品质量

bình xịt *d* [口]喷罐：bình xịt thuốc trừ sâu 杀虫剂喷罐

bình yên *t* 平安,安稳：cuộc sống bình yên 生活安稳

bình yên vô sự 平安无事

bính₁ [汉]丙 *d* 丙(天干第三位)：năm Bính Ngọ 丙午年

bính₂ *đg* 借穿(别人的衣服、鞋子)：áo bính 借来的衣服

bịnh [汉]病 *d*；*t* 病：mắc bịnh 患病

biôga (biogas) *d* 沼气

bíp *d* 烟斗

bịp *đg* [口]诈骗,欺诈：bị chúng nó bịp mất hết tiền 被他们骗光了钱

bịp bợm *t* 欺骗的,诈骗的

bít *đg* ①堵住,塞住,填住②镶,包：bát sứ bít bạc 镶银瓷碗③摘,采：bít trái cam 摘橙子

bít cốt *d* 烤面包片

bít đốc *d* 山墙,房山: xây bít đốc 砌山墙

bít tất *d* 袜子: Chân đi bít tất. 脚穿袜子.

bít–tết (beefsteak) *d* 牛排

bịt *đg* ①堵住,填住,塞住,掩住: lấy vải bịt miệng hũ 用布塞住坛口②封锁,封堵: bịt dư luận 封锁舆论③镶,包: bịt răng vàng 镶金牙④敷,缠: bịt khăn lên đầu 用毛巾缠头

bịt bùng *t* ①密实,严实: Cửa đóng bịt bùng. 门关得严严实实。②阴沉,阴森: rừng cây bịt bùng 阴森的树林

bịt mắt *đg* 蒙蔽,遮掩: bịt mắt thiên hạ 掩人耳目

bịt mắt bắt dê 捉迷藏

biu *d* 衣裤口袋

bìu *d* ①肿块,囊肿②囊,袋

bìu dái *d* 阴囊

bìu díu *đg* 缠绕,羁绊: Suốt ngày bìu díu vợ con. 整天被老婆孩子的事缠着。

bīu *đg* 撇嘴: bīu môi 撇嘴

bíu *đg* 抓住,拉住;依靠

bịu xịu *t* 下垂的,下坠的,耷拉的,苦(脸)的: mặt bịu xịu muốn khóc 苦着脸想哭

bloc *d* ①团体,组织,集团②(机械)总成

blog *d* [口]博客,网上日记

blốc *d* ①日历本②块,台: lau chùi blốc máy 擦拭这台机器

bo₁ (port) *d* 码头: Tàu rời bo. 船离开码头。

bo₂ (pourboire) *d* 小费 *đg* 给小费

bo₃ *đg* ①坚守,紧护: thằng cha bo của 守财奴②缠着,缠磨

bo bíu *đg* 缠着,粘着

bo bo₁ *d* 薏米

bo bo₂ *d* [口]高粱

bo bo₃ *d* [方]机动艇,汽艇,摩托艇

bo bo₄ *t*; *p* 坚守的,紧护的: cứ bo bo theo nếp cũ 总是紧守着旧的一套

bo mạch *d* 印刷板,电子印刷板;电路板

bo mạch chủ *d* 主板,电脑主板

bo mẹ=**bo mạch chủ**

bo–nê (bonnet) *d* 无边软帽

bò₁ *d* [动]黄牛

bò₂ *d* [口](一炼乳罐盛的)量: Mỗi bữa thổi ba bò. 每餐煮三罐米。

bò₃ *đg* ①爬,爬行: rắn bò 蛇爬行②攀,爬: Mướp bò lên giàn. 丝瓜攀架。

bò₄ *d* [口]百: ngày kiếm được một bò 每天赚一百

bò cái *d* 母牛,牸牛

bò cạp₁ *d* [动]蝎子

bò cạp₂ *p* (牙齿)打战: lạnh đánh bò cạp 冷得牙齿直打战

bò con *d* 牛犊,小牛

bò đực *d* 公牛,牡牛

bò húc *d* ①斗牛②[口]红牛饮料

bò lê bò càng *đg* 蹭行,蹒跚行

bò rừng *d* 野牛

bò sữa *d* 奶牛,乳牛

bò thịt *d* 肉牛,菜牛

bỏ *đg* ①放,放入,投放: bỏ mì chính vào canh 把味精放进汤里②投放,投入: bỏ vốn kinh doanh 投资经营③遗,丢,弃: ruộng bỏ hoang 田地丢荒④脱,脱掉: bỏ giày dép mà lội 脱掉鞋子蹚水⑤投下,放下: máy bay bỏ bom 飞机投弹⑥离弃,放弃: bỏ quê ra đi 背井离乡⑦丢,丢弃,抛弃: bỏ hạt lép ra 丢掉瘪谷⑧放弃,戒,辍: bỏ học 辍学⑨走了,去了(指人死了)

bỏ bà=**bỏ mẹ**

bỏ bê *đg* 放弃,不管,不理: bỏ bê việc cơ quan 不管单位的工作; bỏ bê trách nhiệm 放弃责任

bỏ bẽ=**bỏ bê**

bỏ bố=**bỏ mẹ**

bỏ cha=**bỏ mẹ**

bỏ chạy *đg* 逃跑,逃窜

bỏ cuộc *đg* 放弃,半途而废: Không ai được bỏ cuộc. 谁都不许放弃。

bỏ dở *đg* 半途而废: câu chuyện còn đang bỏ dở 说了半拉子的话

bỏ đời *đg* 死,完蛋 *p* 太,极: sướng bỏ đời 高兴极了

bỏ đực *đg* 配种: bỏ đực cho lợn 给猪

配种

bỏ hoang *đg* 丢荒,弃荒,抛荒

bỏ lửng *đg* ①垂下：Tóc bỏ lửng sau lưng. 头发垂到腰部。②干半拉子, 说半中腰,半截吊着：Bỏ lửng công việc. 工作干了半截。

bỏ mạng *đg* 丧命,丢命

bỏ mẹ ①死,完蛋(骂语) ②完蛋,糟糕 *p* 太,极：sướng bỏ mẹ 太爽了；chán bỏ mẹ 太烦了

bỏ mối *đg* [口]发货,交货(给零售店)

bỏ múa *đg* ①吃剩②积压,堆积

bỏ ngỏ *đg* ①不设防,不闭户：Thành phố bỏ ngỏ. 城市不设防。②空白,未 涉及：một vấn đề khoa học đang bỏ ngỏ 一个尚未研究的科学问题

bỏ ngoài tai [口]耳边风,耳旁风,不 往心里去,不放在心上：Bỏ ngoài tai những gièm pha. 别人说三道四的话 不放在心里。

bỏ ngũ *đg* (从部队)逃跑：lính bỏ ngũ 逃兵

bỏ phiếu *đg* 投票

bỏ qua *đg* 放过；错过；漏过：bỏ qua dịp may hiếm có 错过难得的好机会

bỏ quá *đg* 原谅,放过：Mong bác bỏ quá cho. 请您原谅。

bỏ rọ *đg* ①关押②肯定,有把握

bỏ rơi *đg* ①丢下,撇下,甩下：bỏ rơi những xe sau 甩下后面的车②遗弃, 抛弃：bị bỏ rơi 被遗弃

bỏ thai *đg* 堕胎

bỏ thầu *đg* 投标,应标：giá bỏ thầu 投 标价

bỏ thây *đg* 死亡,丧命

bỏ thuốc *đg* 戒烟

bỏ tù *đg* 监禁,关押

bỏ túi *đg* [口]装进口袋；装进内囊, 私吞公款：bỏ túi tiền công 私吞公款 *t* 微型的,袖珍的：từ điển bỏ túi 袖珍 词典

bỏ vạ *đg* 推卸,推托

bỏ vật bỏ vạ *đg* [口]不管,不理：bỏ vật bỏ vạ ngoài trời 丢在露天不管

bỏ xác *đg* [口]丢命,丧命,死翘翘

bỏ xó *đg* [口]废弃,遗弃：Máy móc nhận về bỏ xó hết. 机器领回来就弃 之不管。 *t* 废弃的：đồ bỏ xó 废弃物

bỏ xừ *p* [口]极,太：mệt bỏ xừ 累极 了

bõ₁ *d* ①[旧]老仆人,老用人②教堂的 工人

bõ₂ *đg* 补偿

bõ bèn *t* ; *đg* 济事,顶用(只用于否定)： chẳng bõ bèn gì 没一点儿作用

bõ già *d* 老仆人,老用人

bó *đg* ①捆,扎：bó mạ 扎秧苗②贴紧： áo bó thân 衣服贴身③包扎固定(骨 折处)：bó chỗ xương bị gãy 包扎固 定骨折处④困住,束缚,约束：bó chân ở nhà 被困在家 *d* 束,把,捆：tặng bạn bó hoa 送朋友一束花

bó buộc *đg* 束缚,约束,限制：do hoàn cảnh bó buộc 受环境限制

bó cẳng *đg* [口]困在,待在：Mưa gió đành bó cẳng ở nhà. 刮风下雨只好待 在家里。

bó giò *đg* 抱膝坐：bó giò suy nghĩ 抱 膝沉思

bó gối *đg* ①抱膝坐②无能为力,束手

bó hẹp *đg* 收缩,缩小

bó rọ *đg* [口]困,受困：ngồi bó rọ trong xe 困在车中

bó tay *đg* 无能为力,束手无策,放弃： Chả lẽ chịu bó tay ? 难道就放弃了？

bó tay chịu chết 坐以待毙

bó trát *đg* (给壁画)上底漆,涂底漆

bó tròn *đg* 局限于,限于

bọ₁ *d* [方]父亲

bọ₂ *d* ①昆虫②蛆：Mắm để lâu ngày có bọ. 鱼露放久了生蛆。

bọ cạp *d* 蝎子

bọ chét *d* 蚤虱,虱子

bọ chó *d* 狗虱子

bọ chó múa bấc 自不量力

bọ gậy *d* 孑孓：diệt bọ gậy 消灭孑孓

bọ hung *d* 屎壳郎,蜣螂

bọ mát *d* 鸡虱

bọ mạt=**bọ mát**

bọ nẹt *d* 毛虫,毛毛虫

bọ ngựa *d* 螳螂：bọ ngựa chống xe 螳 臂当车

bọ rầy *d* 金龟子

bọ ròi *d* 蛆,蛆虫

bọ rùa *d* 瓢虫

bọ xít đen *d* 黑稻蝽,黑乌龟,臭屁虫

boa (pourboire) *đg* [口] 给小费,赏钱: được khách boa tiền 得到客人赏钱

bobbin *d* 线圈

bóc *đg* ①剥,剥除: bóc quả cam 剥橙子 ②拆开,拆除: bóc thư 拆信

bóc áo tháo cày 残酷剥削

bóc lịch [口] 蹲大狱,坐大牢

bóc lột *đg* ①剥削: giai cấp bóc lột 剥削阶级 ②[口] 坑,吃,占便宜: Con buôn bóc lột người tiêu dùng. 商販坑消费者。

bóc mẽ *đg* [口] 揭穿,揭露,曝光

bóc ngắn cắn dài ①入不敷出 ②[口] 目光短浅

bóc tem *đg* 拆封,打开包装: Hàng hoá chưa bóc tem. 货物没拆封。

bóc trần *đg* 揭露,揭穿,戳穿: bóc trần luận điệu bịp bợm 戳穿谎言

bọc *đg* ①包,裹: lấy tờ giấy bọc lại 用纸包起来 ②围,圈: xây tường bọc 砌围墙 ③镶: răng bọc vàng 镶金的牙 *d* 包,袋: bọc quần áo 一包衣服

bọc hậu *đg* 包抄: đánh bọc hậu 合围战

bọc lót *đg* (球员) 防守

bọc xuôi *đg* 迎合,顺着

bởi *d* 拨浪鼓

bói₁ *đg* ①占卜,算卦 ②[口] 寻觅,寻找: Bây giờ bói đâu ra những thứ đó? 现在上哪儿找那些东西?

bói₂ *đg* (第一次) 结果实: Cây vải năm nay mới bói. 荔枝今年刚结果。

bói toán *đg* 占卜,算命

bom (bomb) *d* 弹,炸弹: Máy bay ném bom. 飞机扔炸弹。

bom A *d* 原子弹

bom cay *d* 催泪弹

bom cháy *d* 燃烧弹

bom chiếu sáng *d* 照明弹

bom đạn *d* ①武器弹药 ②战火: Nhà cửa bị bom đạn tàn phá. 房屋被战火破坏。

bom H *d* 氢弹

bom hạt nhân *d* 核弹

bom khinh khí *d* 氢弹

bom khói *d* 烟幕弹

bom nguyên tử *d* 原子弹

bom nổ chậm *d* 定时炸弹

bom phá *d* 炸弹

bom thư *d* 邮包炸弹

bom xăng *d* 汽油弹

bom xuyên *d* 穿甲弹

bỏm bẻm *t* (闭嘴) 咀嚼的: Bà cụ bỏm bẻm nhai trầu. 老婆婆抿着嘴嚼嚼槟榔。

bon *đg* 疾驰 *t* 迅捷,快捷,急速: bon về nhà ngay 急速赶回家

bon bon *t* 奔驰

bon chen *đg* ①角逐,争斗: bon chen danh lợi 追名逐利 ②积攒

bon-nê (bonnet) *d* 贝雷帽

bòn *đg* ①一点一点地取;收集,积攒: bòn từng gáo nước tưới vườn 一勺一勺地取水浇园子 ②侵占,蚕食(他人财物): bòn của 侵占他人财物

bòn mót *đg* 积攒,收集: bòn mót từng hạt thóc rơi vãi 一粒一粒地收集掉下的谷子

bòn rút *đg* 搜刮,榨取

bón₁ *đg* 喂: bón cháo cho con 给孩子喂粥

bón₂ *đg* 施,加(肥): bón phân 施肥

bón₃ *t* [方] 便秘的,大便不通的

bón đón đòng *đg* (稻子灌浆前) 追肥

bón thúc *đg* 施肥,追肥

bọn *d* 伙,群,帮: bọn cướp 一伙劫匪; bọn tôi 我们

bong *đg* 剥落,脱落: Sơn bong từng mảng. 油漆一层层脱落。

bong bóng *d* ①鱼鳔 ②膀胱,尿泡,小肚: bong bóng lợn 猪小肚 ③气球 ④气泡,泡泡

bong gân *đg* 扭伤: chân bị bong gân 脚被扭伤

bòng *d* 布袋

bỏng *t* ①烫(伤)的,灼(伤)的,烧(伤)的: bị bỏng nước sôi 被开水烫了 ②热,干,火辣: Mẹ nói bỏng cả cổ. 妈妈说得嗓子都干了。 *d* 爆米花

bỏng rạ *d* 水痘

bóng₁ *d* ①影子,阴影: có bóng người thấp thoáng 有人影闪动②(得到)庇荫,庇护: núp bóng quan lớn 仰仗高官庇护③阳光,日光④相片,照片⑤(镜子等照出的)影像⑥(死人的)魂魄,幽魂 *t* 亮,发亮,发光: đánh bóng bàn ghế 擦亮桌椅

bóng₂ *d* ①球: bóng chuyền 排球②气球

bóng₃ *d* ①油灯的玻璃罩 ②[口]灯泡③只(灯泡单位): mua vài bóng đèn điện 买几个电灯泡④[口]电子管

bóng bàn *d* ①乒乓球②乒乓球运动

bóng bánh *d* ①球②打球活动

bóng bay *d* 气球: thả bóng bay 放气球

bóng bầu dục *d* 橄榄球

bóng bẩy *t* 华丽,华美: Lối văn viết bóng bẩy. 文章写得很华美。

bóng chày *d* 棒球;垒球

bóng chuyền *d* 排球: bóng chuyền bãi biển 沙滩排球

bóng dáng *d* 影子,身影

bóng dợn *t* (毛发)光滑: Đầu chải đầu thơm bóng dợn. 头上了发油很光滑。

bóng đá *d* ①足球运动②足球

bóng đái *d* 膀胱,小肚

bóng đè *d* 梦魇

bóng điện *d* 灯泡

bóng điện tử *d* 电子管

bóng gió *t* ①旁敲侧击的: chửi bóng gió 旁敲侧击地骂(指桑骂槐)②捕风捉影的

bóng láng *t* 锃亮,光亮,发亮

bóng loáng *t* 锃亮: chiếc ô tô bóng loáng 锃亮的汽车

bóng lộn *t* [口]锃亮: giày da bóng lộn 锃亮的皮鞋

bóng ma *d* 阴影,阴霾

bóng mát *d* 阴凉处: Tìm bóng mát nghỉ một chút. 找个阴凉处休息一下。

bóng ném *d* 手球: thi đấu bóng ném 手球赛

bóng nước *d* ①凤仙花②[体]水球

bóng râm *d* 阴凉处: ngồi nghỉ dưới bóng râm 坐在阴凉处休息

bóng rổ *d* 篮球: sân bóng rổ 篮球场

bóng thám không *d* 气象气球,高空探测气球

bóng tối *d* 阴影,阴处

bóng vía *d* ①魂,灵魂,命运 ②[口]影子,身影

bọng *d* ①(蓄液体的)囊: bọng nước đái 膀胱②养蜂箱

bọng đái *d* 膀胱

boong₁ *d* ①甲板: lên boong hóng gió 上甲板兜风②(pont)船舱隔层

boong₂ [拟] 铛铛

boong-ke (bunker) *d* 地堡,暗堡

boóng *t* [口]蹭的;趁便的: ăn boóng 吃蹭饭；đi boóng xe 搭便车

bóp₁ *d* [方]钱包,皮夹

bóp₂ *đg* ①捏,攥: bóp nát quả thị 捏碎柿子②按,摁,拉: bóp chuông 打铃；bóp còi 摁喇叭③[口]拌制,腌制④束,收,束紧: quả bầu bóp ở giữa 葫芦中间收腰

bóp bụng *đg* ①省吃俭用,节省②忍气吞声,忍受: bóp bụng, không cãi lại 忍着气不还嘴

bóp chẹt *đg* ①制约,限制: bóp chẹt nhau 互相制约②要挟,敲竹杠,使就范: bóp chẹt khách hàng 要挟客户

bóp chết *đg* 扼杀,镇压,消灭

bóp cổ *đg* [口]①欺压,欺凌: bóp cổ dân 欺压百姓②盘剥,敲竹杠: Bọn con buôn bóp cổ người tiêu dùng. 奸商敲消费者竹杠。

bóp họng=**bóp cổ**

bóp méo *đg* 歪曲,瞎编

bóp miệng *đg* 节俭,节省

bóp mũi *đg* 吓唬: Đừng hòng bóp mũi được nó. 别想吓唬得了他。

bóp nặn *đg* 敲诈,勒索: đe dọa để bóp nặn, vơ vét 敲诈勒索

bóp nghẹt *đg* 限制,约制,扼杀: bóp nghẹt quyền dân chủ 扼杀民主权利

bóp óc *đg* 绞尽脑汁: bóp óc tìm cách 想尽办法

bóp xổi *đg* 腌酸,做泡菜

bọp *đg* 捏,抓 *t* 凹的,凹陷的: Nồi nhôm

bị bọp. 铝锅凹了个坑。

bót₁ *d* 烟嘴儿

bót₂ (poste) *d* 岗亭

bót₃ *d* 刷子: Lấy bót đánh kĩ trước khi giặt. 洗之前用刷子好好刷刷。

bọt *d* ①泡,泡沫: Cốc bia sủi bọt. 杯里的啤酒冒泡。②口水,唾沫

bọt bèo *d* 出身寒门,身世卑微

bọt biển *d* [动] 海绵②海绵的骨骼

bọt sóng *d* 浪花

box *d* 拳击: đấu box 拳击比赛

bô₁ *d* [旧] 老人

bô₂ *d* 痰盂,便盆: Bé đã biết ngồi bô. 孩子已经会坐便盆。②垃圾桶,垃圾箱

bô₃ *d* [方] 排气管: Động cơ bị nghẹt bô. 发动机排气管被堵了。

bô₄ *t* ①好,棒: Có một bài đăng ở số báo này thì bô lắm. 有一篇文章登在这期报上就太好了。②帅气,靓仔

bô bô *t* ①嚷嚷的,喧哗的,大大声的: nói bô bô 说话大大声的②狼吞虎咽

bô đê *đg* 弄褶子,缝褶子: bô đê cổ áo 衣领弄上褶子

bô lão *d* 老人家,老一辈,老前辈: hỏi ý kiến các bậc bô lão 征求老前辈的意见

bô-linh (bowling) *d* 保龄球

bô lô ba la *t* 大声喧哗,叽里呱啦: cứ bô lô ba la cả ngày 整天叽里呱啦个不停

bồ₁ [汉] 浦,葡,菩

bồ₂ *d* 筐,箩: bồ lúa 谷筐②竹隔栏

bồ₃ *d* ①[口] 情人,男女朋友: cặp bồ 一对情人②小蜜,二奶③哥儿们④队,伙,派: chia bồ 分伙(打球) *t* 亲密,亲近: Hai đứa bồ với nhau lắm. 两人很亲密。

bồ bịch₁ *d* 筐,篮(统称): Nhà đan lắm bồ bịch thế. 家里编了那么多篮筐。

bồ bịch₂ *d* ①[口] 哥儿们: Mời bồ bịch đến nhà chơi. 请哥儿们到家里玩。②情人;小蜜,二奶;二爷 *t* 亲密,密切: Hai đứa bồ bịch với nhau lắm. 他俩关系很密切。*đg* [口] (男女) 勾搭,拉扯

bồ các *d* [方] 喜鹊

bồ cào *d* 耙

bồ câu *d* 鸽子

bồ côi *d* 孤儿

bồ công anh *d* 蒲公英

bồ đề *d* ①菩提②菩提树

bồ hòn *d* 无患子

bồ hóng *d* (灰尘结成的) 丝网,尘网: Tường bếp bám đầy bồ hóng. 厨房墙上挂满了尘网。

bồ kếp = bồ kết

bồ kết *d* 皂荚: Cô ta gội đầu bằng nước bồ kết. 她用皂荚水洗头。

bồ nhí *d* 小情人,小蜜,二奶

bồ ruột *d* [口] 挚友,死党

bồ-tát *d* 菩萨

bổ₁ *đg* 摔跤,跌跤

bổ₂ *đg* ①劈开,破开: bổ củi 劈柴②开,切开: bổ dưa 切瓜③扑,冲: nhảy bổ vào 扑过去

bổ₃ *đg* 摊,分摊: bổ theo đầu người 按人头分摊

bổ₄ [汉] 补 *đg* ①委任,担任: được bổ làm công tác dạy học 担任教学工作②补: tu bổ 修补; hậu bổ 后补 *t* 滋补: thuốc bổ 补药

bổ âm *đg* 补阴,滋阴

bổ chửng *đg* 摔跤,跌倒: Trượt chân bổ chửng trên sàn nhà. 脚下打滑,摔倒在地板上。

bổ cứu *đg* 补救

bổ dụng *đg* 安排,分派,分配(工作): Mới tốt nghiệp còn chờ bổ dụng. 刚毕业还在等分配。

bổ dương *đg* 补阳,壮阳

bổ dưỡng *đg* 补养,进补,滋补: Bổ dưỡng bằng sâm nhung. 用人参和鹿茸滋补。

bổ đồng *t* 平均: Bổ đồng mỗi tháng được vài trăm bạc. 平均每个月得几百元。

bổ huyết *t* 补血的 *đg* 补血

bổ hư *đg* 补虚

bổ ích *t* 有益的,有好处的: rút ra bài học bổ ích 吸取有益的经验

bổ khí *đg* 补气

bổ khuyết *đg* ①弥补,补充: góp ý kiến bổ khuyết 补充意见②候补

bổ nhào *đg* ①俯冲: Máy bay bổ nhào ném bom. 飞机俯冲投弹。②嘴啃泥: ngã bổ nhào 摔个嘴啃泥③拔腿跑,急忙跑: Mọi người bổ nhào đến. 大家急忙跑来。

bổ nhào *đg* 东奔西跑,四下奔走: bổ nhào đi tìm 四下寻找

bổ nhiệm *đg* 委任,任用,任命: được bổ nhiệm làm giám đốc 被任命为总经理

bổ sung *đg* 补充,增加: bổ sung giấy tờ 补充材料

bổ thận *đg* 补肾

bổ trợ *đg* 补助,补充,帮助,辅助: Sách tham khảo bổ trợ cho sách giáo khoa. 参考书补充教科书。

bổ túc *đg* 补习,补习,充电: bổ túc về nghiệp vụ 补习业务知识

bổ bã *t* ①粗鲁,粗俗: ăn nói bổ bã 谈吐粗俗②粗茶淡饭: bữa cơm bổ bã 粗茶淡饭

bố₁ *d* ①父亲,爸爸: Bố nào con ấy. 有其父必有其子。②雄体,种: lựa chọn cá bố 选种鱼③ [口] 叔叔: Mời bố đến chơi. 请叔叔来玩。④ [口] 家伙,混蛋(用于咒骂,表不满、气愤)⑤你(对男性同辈或对男孩): Các bố đừng nghịch nữa. 你们不要闹了。⑥大规格: chai bố 大瓶子

bố₂ *d* ① [植] 麻②麻布

bố₃ [汉] 布 *d* [旧] 布政(简写)

bố₄ [汉] 怖: khủng bố 恐怖

bố₅ [汉] 布: bố trí 布置

bố cáo *đg* 布告,通告,通报 *d* 布告,告示: dán bố cáo 张贴布告

bố con *d* 父子

bố cu mẹ đĩ [旧] 平民百姓: hạng bố cu mẹ đĩ 平民百姓人家

bố cục *d* 布局: bố cục bài văn 文章布局 *đg* 安排,布置: bố cục lại 重新安排

bố dượng *d* 继父

bố đẻ *d* 生父,亲生父亲

bố già *d* ①老爹,大叔(对男性父辈年长者的称呼)②黑手党头目

bố láo *t* ① [口] 无礼的,没礼貌的: đừng có bố láo 不得无礼②胡乱的,瞎来的

bố nuôi *d* 养父

bố phòng *đg* 布防,设防: bố phòng cẩn mật 严密布防

bố ráp *đg* 扫荡,围剿,围捕

bố thí *đg* ①布施: của bố thí 布施的物品②施舍

bố trí *đg* 安排,布置: bố trí công việc 布置工作

bố vờ *đg* ①认义父,认干爹②捏造: chuyện bố vờ 捏造事实

bộ₁ [汉] 步,簿

bộ₂ *d* ①姿态,姿势: làm bộ 摆架子②样子

bộ₃ *d* ①套: bộ quần áo này 这套衣服; bộ máy 一套设备②器,仪: bộ giảm tốc 减速器③目(生物学分类,在纲和科之间): bộ rùa lớp bò sát 爬行纲龟目④(汉字)部首: tra chữ Hán theo bộ 按部首查汉字

bộ₄ [汉] 部 *d* ①部,部门(中央组织机关): Bộ Giao thông 交通部②部,部门: bộ và các cơ quan ngang bộ 中央部门和各部级机关

bộ₅ *d* ①陆,陆地: giao thông đường bộ 陆路交通②徒步 *t* 徒手

bộ biến tần *d* 变频器

bộ binh *d* 步兵,陆军: súng bộ binh 步枪

bộ cắt dòng *d* 断电器,电路保护器

bộ chế hoà khí *d* 化油器,汽化器

bộ chỉ huy *d* [军] 指挥部

bộ chỉnh lưu *d* 整流器,镇流器

bộ chính trị *d* 政治局: uỷ viên bộ chính trị 政治局委员

bộ dàn *d* 音响;组合音响

bộ dạng *d* 样子,外表

bộ đàm *d* 对讲机,步话机

bộ điệu *d* 举止,态度,姿态: bộ điệu tự nhiên 举止从容

bộ đồ *d* 衣服: mặc bộ đồ mới 穿新衣服

bộ đội *d* ①部队,军队: bộ đội chủ lực 主力部队; bộ đội địa phương 地方部

B

队②军人

bộ gạt nước *d* 雨刮器,雨刷

bộ giảm thanh *d* 消声器

bộ giảm xóc *d* 减震器,避震器

bộ gõ *d* 打击乐: Trống là nhạc cụ chính trong bộ gõ. 鼓是打击乐的主要乐器。

bộ hạ *d* 部下,手下

bộ hành *đg* [旧]步行,走路 *d* 行者; 行路人

bộ hút gió *d* 排风扇

bộ khuếch đại *d* 放大器: bộ khuếch đại âm thanh 扩音器

bộ lạc *d* 部落

bộ li hợp *d* 离合器

bộ lọc *d* 滤清器

bộ lòng *d* (动物的)下水,杂碎

bộ luật *d* 法典: bộ luật hình 刑法典

bộ máy *d* ①机关,机构: bộ máy hành chính 行政机关②器官: bộ máy tiêu hoá 消化器官

bộ mặt *d* ①面目,面容,容貌: bộ mặt tươi tỉnh 满面春风②面貌,样子: bộ mặt thông minh 样子聪明

bộ môn *d* 组,室,部门,教研室: bộ môn toán 数学组

bộ não *d* 脑,脑部

bộ ngành *t* ①部门②(国家)部委办局(统称)

bộ nhớ *d* [计]存储器

bộ nhớ chết *d* 只读内存储器

bộ nhớ chỉ đọc *d* 只读存储器

bộ nhớ ngoài *d* 外存储器

bộ nhớ sống *d* 随机内存储器

bộ nhớ sơ cấp=**bộ nhớ trong**

bộ nhớ trong *d* [计]内存,内存储器

bộ xử lý trung tâm 中央处理器

bộ óc *d* 脑子,脑袋,头脑: bộ óc nhạy bén 头脑敏捷

bộ ổn áp *d* 稳压器

bộ phận *d* ① 部 分: bộ phận của cơ thể 身体的一部分②局部: chỉ thấy bộ phận 只看局部③部件: các bộ phận của máy 机器的部件

bộ rung cơ khí *d* 振动器

bộ sậu *d* [口]班子,集体: bộ sậu lãnh đạo của công ti 公司领导班子

bộ thể nhiễm sắc *d* 染色体

bộ tịch *d* 举止,态度,姿态,派头: bộ tịch phách lối 举止傲慢

bộ tộc *d* 部族: bộ tộc da đỏ 印第安人部族

bộ tổng tư lệnh *d* 总司令部

bộ trưởng *d* 部长: bộ trưởng Bộ Quốc phòng 国防部长

bộ tư lệnh *d* 司令部

bộ vị *d* 部位: bộ vị cấu âm 发音部位

bộ xử lí *d* [计]处理器

bộ xử lí trung tâm *d* 中央处理器,CPU

bộ xương *d* 骨骼

bốc₁ *d* ①啤酒杯: uống mấy bốc bia 喝几杯啤酒②汽啤酒

bốc₂ *d* 肠道冲洗器

bốc₃ *d* 拳击

bốc₄ *d* (前面留长、其他地方剪短的)发式

bốc₅ *đg* ①抓,握: bốc gạo 捧(把)米②抓药: bốc mấy thang thuốc 抓几副中药③装(上),bốc hàng lên xe 装货上车④殓,收殓⑤掀(走),搬(走),移(走): Bão bốc cả mái nhà. 台风掀翻了整个屋顶。

bốc₆ *đg* ①(烟、火、汽等)上冒,上涌,上冲: Ngọn lửa bốc cao. 火焰上蹿。②(情绪)上顶,上涌: máu nóng bốc lên đầu 热血冲头③[口]激动,冲动: tính hay bốc 爱冲动④[口]上蹿,快速生长: Cây bốc nhanh lắm. 树蹿得很快。 *t* 激昂,亢奋: Ban nhạc chơi rất bốc. 乐队演奏得很激昂。

bốc bải *đg* 用手抓来吃

bốc cháy *đg* 燃烧

bốc dỡ *đg* 装卸: bốc dỡ hàng 装卸货物

bốc đồng *t* [口]冲动,心血来潮

bốc hoả *đg* ①(中医)上火,热气②[口]上火,冒火

bốc hơi *đg* 蒸发,蒸腾

bốc lửa *t* [口]激励的,煽情的,心动的: giọng ca bốc lửa 煽情的歌声

bốc mộ *đg* 迁葬,改葬

bốc phét *đg* 吹牛,夸海口

bốc rời *đg* 挥金如土，挥霍无度

bốc thăm *đg* 抽签：Cơ quan tổ chức bốc thăm chọn đề thi. 单位组织抽签选考题。

bốc thơm *đg* 吹捧：bốc thơm quá đáng 过分吹捧

bốc vác *đg* 装卸；堆放货物：bốc vác thóc xuống thuyền 卸谷子下船

bốc xếp *đg* 装卸；堆放货物：bốc xếp sách vào kho 搬书入库

bộc₁ *t* 空的：cây bộc ruột 空心树

bộc₂〔汉〕① 爆：bộc phá 爆破 ② 暴：bộc lộ 暴露

bộc bạch *đg* 剖白，坦露：bộc bạch tâm sự 坦露心扉

bộc lộ *đg* ①暴露 ②坦露，表露

bộc phá *đg* 爆破：bộc phá công sự 爆破工事 *d* 炸药：đánh bằng bộc phá 用炸药攻击

bộc trực *t* 直爽，耿直：ăn nói bộc trực 为人直爽

bộc tuệch *t*〔口〕憨直，憨实

bôi *đg* ①涂，抹，擦，沾：bôi thuốc 擦药；môi bôi son 涂口红 ②〔口〕生事，惹事：Đừng bôi việc nữa. 不要惹事了。③诬陷，诬告，拆台：Đừng có bôi gần gũi xấu nhau nữa. 不要互相拆台了。④擦掉，抹去

bôi bác *đg* ①马虎，草率：Làm ăn bôi bác. 营生做得马马虎虎。②〔口〕贬低，丑化，诋毁

bôi đen *đg* ①抹黑，歪曲，诋毁 ②(电脑操作)选择：bôi đen một đoạn văn bản 选择一段文字

bôi nhọ=**bôi đen** ①

bôi gio trát trấu〔方〕羞辱，玷污，使丢脸

bôi trơn *đg* 上油，上润滑剂

bồi₁ *d* 仆人，男佣；男服务员，侍应生

bồi₂〔汉〕培 *đg* ①培加，添加：đắp đất bồi đê 培土加厚堤坝 ②淤积：đất bồi đầm phù sa 积淤泥 ③裱，糊裱：bồi tranh 裱画 ④追加：nói bồi thêm một câu 加上一句话

bồi₃〔汉〕赔：bồi thường 赔偿

bồi₄〔汉〕陪：bồi thẩm 陪审

bồi bàn *d* 餐厅侍者，男服务员，侍应生

bồi bếp *d* 男佣，男仆

bồi bổ *đg* 增加，补充：bồi bổ kiến thức 增加知识；bồi bổ sức khoẻ 补充体力

bồi bút *d* 御用文人

bồi dưỡng *đg* ①补养，滋补：bồi dưỡng sức khoẻ 滋补身体 ②培养，培训，提高：bồi dưỡng cán bộ trẻ 培养年轻干部 ③补贴，补助

bồi đắp *đg* 培高，加厚：bồi đắp chân đê 培高堤坝

bồi hoàn *đg* 偿还，赔偿，交还：bồi hoàn tiền tham ô công quĩ 偿还贪污的公款

bồi hồi *t；đg* 不安，躁动，忧虑：lòng cứ bồi hồi 忧心忡忡

bồi lắng *đg* 淤积，堵塞：luồng lạch bị bồi lắng 河道淤塞

bồi lấp *đg* 淤积，淤塞，堵塞：khai thông những đoạn kênh bị bồi lấp 疏通被淤塞的河道

bồi phòng *d* 客房服务员

bồi thẩm *d* 陪审员

bồi thường *đg* 赔偿：bồi thường bảo hiểm 保险理赔

bồi tụ *đg* 淤积，冲积

bổi *d* ①干草：đống bổi 堆草垛 ②秕谷和稻草屑 ③蘸料：ít thịt nhiều bổi 肉少蘸料多 ④赌注：đặt nhiều bổi 押大赌注

bổi hổi *t*〔口〕不安：ruột gan bổi hổi 心情不安 *đg* 躁动，忧虑

bối₁ *d* 护坡；辅堤

bối₂ 扎，把，捆，束：bối tóc 一束头发 *đg* 扎发髻，盘发髻

bối₃〔汉〕背 *d* 背：bối cảnh 背景

bối₄〔汉〕贝：bảo bối 宝贝

bối₅〔汉〕辈：tiền bối 前辈

bối cảnh *d* 背景，环境：được sống trong bối cảnh hoà bình 生活在和平的环境中

bối rối *t* 惊慌，慌乱：trong lòng cứ bối rối 心里惴惴不安 *đg* 不知所措

bội₁〔汉〕背 *đg* 背离：bội nghĩa vong ân 忘恩背(负)义

bội₂〔汉〕倍 *t* 成几倍的，翻几倍的：Thu bội lên đến hơn chục triệu. 收入

翻了几倍，达到上千万。Người đông gấp **bội**. 人多了几倍。*d* 乘积(倍数)

bội bạc *t* 忘恩负义的，无情无义的

bội chi *đg* 透支，入不敷出：bội chi ngân sách 财政赤字

bội chung *d* 公倍：bội chung nhỏ nhất 最小公倍

bội nhiễm *đg* [医]交叉感染；重复感染：tránh bội nhiễm 避免重复感染

bội ơn *đg* 忘恩，忘恩负义

bội phản *đg* 反叛，背叛

bội phần *p* 倍加，加倍：bội phần sung sướng 倍加欣喜

bội số *d* 倍数：9 là bội số của 3. 9 是 3 的倍数。

bội thu *đg* ①丰收，大丰收：một vụ mùa bội thu 一个大丰收的季节②盈余

bội thực *đg* ①暴饮暴食，吃撑，吃胀②[转]膨胀：bội thực thông tin 信息膨胀

bội tín *đg* 失信，背信，没信誉，背信弃义

bội tình *đg* 无情，负心：kẻ bội tình 负心郎

bội ước *đg* 背约，背叛，违约

bôm bốp [拟]噼噼啪啪

bồm bộp [拟]噗噗：vỗ bồm bộp vào vai "噗噗"地拍肩膀

bôn [汉]奔 *đg* ①奔，奔跑：bôn nhanh về phía trước 快速地向前奔跑②私奔，偷情

bôn ba *đg* 奔波，奔忙：bôn ba tìm đường sống 奔波谋生

bôn xu *đg* 献殷勤，谄媚：bôn xu bọn quyền quí 向权贵献殷勤

bồn₁ [汉]盆 *d* ①盆：bồn hoa 花盆；bồn tắm 洗澡盆；bồn rửa bát 洗碗盆②垅地：bồn hoa 花垅

bồn₂ *đg* [方](牛、马等)奔跃，奔腾：Con trâu bồn thẳng ra đồng. 水牛直奔田里。

bồn cầu *d* 坐厕，坐便器

bồn chồn *t*；*đg* 忐忑不安，局促不安：bồn chồn chờ kết quả thi 忐忑不安地等待考试结果

bồn địa *d* 盆地：bồn địa Tứ Xuyên 四川盆地

bồn tắm *d* 洗澡盆，浴盆

bổn₁ [汉]本：vong bổn 忘本

bổn₂ *d* 份：đánh máy nhiều bổn 打印多份

bổn phận *d* 本分，义务，责任：làm tròn bổn phận của mình 尽好自己的责任

bốn *d* 四，肆：bốn người 四个人

bốn bể một nhà ①四海之内皆兄弟②四海归一，一统天下

bốn biển *d* 四海，全球，全世界：đi khắp bốn biển 走遍全球

bốn mùa *d* 四季，全年

bốn mươi *d* ①四十②四十岁

bốn phương *d* 四方，各地

bốn phương tám hướng *d* 四面八方

bộn *t* ①[口]多，繁多，繁杂：Cuối năm việc bộn lên. 年底事情繁多起来。②[方]多：kiếm được bộn tiền 捞得大把钱②岁数大

bộn bàng *t* 杂乱，繁乱，繁多：công việc bộn bàng 工作繁多

Lộn bề *t* 乱糟糟，混成一团(=bề bộn)

bộn rộn *t* ①[口]繁忙：Tiếng cười nói bộn rộn. 说笑声乱成一片。②不安：bộn rộn trong lòng 心中不安

bông₁ *d* ①棉，棉花，棉絮：chăn bông 棉被②絮状物：ruốc bông 肉松 *t* 蓬松，膨发：đánh trứng cho thật bông 把蛋打发起来

bông₂ *d* ①穗：bông lúa 稻穗②[方]花：bông cúc 菊花③枝，朵：hái một bông hồng 摘枝玫瑰④[方]耳环：tai đeo bông 戴耳环

bông₃ *d* ①购物券②购物票

bông₄ *d* 校样：sửa bông hai 修改二校样

bông₅ *đg* 开玩笑：nói bông 开玩笑

bông bênh *t* 孤寂，孤单

bông cải *d* 菜花

bông cái *d* 雌蕊

bông đá *d* 石棉

bông đùa *đg* 开玩笑：nói bằng giọng bông đùa 用开玩笑的语气说

bông đực *d* 雄蕊

bông gạo *d* 木棉树

bông gòn *d* ①棉絮②医用吸水棉

bông hấp *d* 消毒药棉

bông hoa *d* 花朵

bông lông *t* ①虚浮，不实②游荡的，没着落的，漫无目的的

bông lơn *đg* 开不正经玩笑

bông pháo *đg* 天花乱坠：nói bông pháo huyên thiên 说得天花乱坠

bông phèng *đg* [口] 开玩笑：tính hay bông phèng 爱开玩笑

bông tai *d* 耳环：bông tai bằng vàng 金耳环

bông thấm nước *d* 医用吸水棉

bông thuốc *d* 药棉

bông tiêu *d* 航标

bông xơ *d* ①皮棉②纤维

bồng₁ *d* 腰包

bồng₂ *đg* [方] 抱：bồng con 抱孩子

bồng₃ *t* 蓬起的，隆起的：tóc chải bồng梳得蓬起来的头发；áo bồng vai 隆肩衣服

bồng₄ [汉] 蓬：bồng bột 蓬勃

bồng bế *đg* 抱

bồng bềnh *đg* 漂浮，漂荡，荡漾，飘拂：Thuyền bồng bềnh trên mặt nước. 船漂在水面上。

bồng bột *t* 蓬勃，激developmentadvertisiv活跃，亢奋：tình cảm bồng bột 激情；suy nghĩ bồng bột 思维活跃

bồng lai *d* 蓬莱：bồng lai tiên cảnh 蓬莱仙境

bồng lồng *t* ①蓬松轻飘②轻浮，不踏实

bồng súng *đg* (举枪) 致意：bồng súng chào 举枪致意

bồng trống *đg* 拖儿带女，拖家带口

bổng₁ [汉] 俸 *d* ①薪俸，金钱：học bổng 奖学金②外快：lương ít bổng nhiều 薪金少外快多

bổng₂ *t* ①高亢：giọng nói lên bổng xuống trầm 声音抑扬顿挫②升高的，升起的：nhấc bổng lên 提升起来

bổng lộc *d* ①俸禄②[口] 外快，外水，额外收入：Tính cả lương lẫn bổng lộc cũng được kha khá. 工资加上外快，收入还不错。

bổng ngoại *d* 外快，外水

bỗng₁ *d* ①酒糟②沤酸的菜、草等

bỗng₂ *t* 轻 (飘飘)：nhắc bỗng lên轻轻一提就起来了

bỗng₃ *p* 忽然：Trời bỗng nổi gió. 天忽然起风。

bỗng chốc *p* 霍地，忽然：Trời bỗng chốc tối sầm. 天忽然暗了下来。

bỗng dưng *p* 不明缘故地，突然地：bỗng dưng nhớ lại 突然想起

bỗng đâu *p* 忽然，骤然：Bỗng đâu nó lại đến. 他忽然又来了。

bỗng không *p* 无缘无故地

bỗng nhiên *p* 骤然，忽然，猛然：Bỗng nhiên trời đổ mưa. 天骤然下起雨来。

bộng₁ *d* ①坑，洞：đào bộng trồng cây 挖坑种树②蜂箱

bộng₂ *d* 大瓦锅

bộng ruột *t* ①中空的：cây gỗ bộng ruột 空树心②饿，腹空

bốp₁ *đg* 顶撞，冲撞，不给面子

bốp₂ [拟] 啪：tát bốp vào mặt "啪" 地一个耳光

bốp₃ *t* [口] (衣着) 华丽：华美：diện thật bốp 打扮得真华丽

bốp₄ *d* 公文包；钱包

bốp chát *đg* (说话) 冲，无顾忌，顶撞：hơi một tí là bốp chát luôn 动不动就顶撞起来

bộp₁ *đg* (说话) 无顾忌

bộp₂ [拟] 嘭：Quả mít rơi bộp xuống đất. 波罗蜜 "嘭" 地掉到地上。

bộp chộp *t* 轻率，毛躁，浮躁：Tính bộp chộp, làm gì hỏng nấy. 性情毛躁，什么都做不成。

bốt₁ (poste) *d* (小型) 军营；岗亭：bốt gác 岗亭

bốt₂ (botte) *d* 靴子，高筒鞋

bột₁ *d* ①粉，粉末：xay bột 磨粉；nghiền thành bột 碾成粉②(婴儿吃的) 米糊：cho bé ăn bột 给孩子吃米糊③石膏，石膏粉：Bị gãy chân phải bó bột. 骨折要打石膏。

bột₂ *d* 小鱼苗，鱼仔：Đi thuyền vớt bột. 坐船在河上捞小鱼。

bột₃ *p* 猛然，骤然

bột bán *d* 西米,西谷米

bột báng *d* 桃榔粉

bột cá *d* 鱼粉

bột củ sen *d* 藕粉

bột đá *d* 滑石粉

bột gạo *d* 大米粉

bột giặt *d* 肥皂粉,洗衣粉

bột giấy *d* 纸浆

bột khoai *d* 红薯粉

bột khởi *đg* 奋起,崛起,涌起,迸发

bột lọc *d* 淀粉

bột mì *d* 面粉

bột nếp *d* 糯米粉

bột ngọt *d* 味精: Cho tí bột ngọt vào
canh. 放些味精到汤里。

bột nhám *d* 抛光沙,打光沙

bột nhẹ *d* 碳酸钙

bột nở *d* 泡打粉,发酵粉,发泡粉

bột phát *đg* 突发,骤起: những cơn đau
bột phát dữ dội 骤发阵阵剧痛

bột sắn *d* ①木薯粉②木薯淀粉

bột sơn *d* 漆粉,颜料

bột tan *d* 钬白粉

bột tạt *d* 芥末,芥黄

bột tẩy trắng *d* 漂白粉

bột tề *d* 荸荠,马蹄

bột xương *d* 骨粉

bơ₁ *d* 奶油,黄油: Ăn bánh mì với bơ.
面包抹黄油吃。

bơ₂ *d* ①用做计量的奶油罐②一奶油罐
的量: một bơ gạo 一奶油罐大米

bơ₃ *d* 油梨

bơ₄ *đg* 端,捧,提: bơ cái va li lên gác
提着箱子上楼

bơ₅ *đg* [口]装聋作哑,装没看到,装不
知道

bơ₆ *đg* 失望,失落

bơ bải *t* 匆忙,急急巴巴: Đi đâu mà
bơ bải thế? 上哪儿去这么忙?

bơ bơ *t* 无动于衷,无所谓: Nói thẳng
vào mặt nó cứ bơ bơ ra. 被指着鼻子
说,他依然无所谓地往外走。

bơ miệng *đg* ①忍饥挨饿②不吱声,不
吭声

bơ ngơ *t* 局促,不知所措: vẻ mặt bơ
ngơ trước cảnh lạ 面对陌生环境不知

所措

bơ phờ *t* 无精打采: vẻ mặt bơ phờ 脸
上没精打采

bơ vơ *t* 孤单飘零,孤苦漂泊: sống bơ
vơ 孤苦漂泊的生活

bờ *d* ①堤岸,岸边: bờ sông 河岸②围
墙,围栅: bờ giậu 篱笆③田埂④边缘,
凸起部分

bờ bến *d* 岸,岸边: Biển cả mênh mông,
không thấy đâu là bờ bến. 大海辽阔,望
不到边。

bờ biển *d* 海岸,海滨

bờ bụi *d* 树丛: tìm khắp các bờ bụi 寻
遍所有树丛

bờ cõi *d* ①边界,国界②国土,领土

bờ đập *d* 堤堰

bờ đê *d* 堤,堤防

bờ đường *d* 路沿

bờ giậu *d* [口]篱笆,围栏,围栅

bờ giếng *d* 井台

bờ hè *d* 人行道

bờ hồ *d* ①湖滨,湖畔②(大写)还剑湖
畔

bờ khoảnh *d* 田埂

bờ-lu (blouse) *d* (在医院、实验室等穿
的)大褂

bờ-lu-dông (blouson) *d* 夹克,夹克衫

bờ mẫu *d* (田与沟渠之间的)隔道

bờ rào *d* [口]篱笆,围栅

bờ ruộng *d* 田埂,阡陌

bờ sông *d* 河畔,江畔

bờ thửa *d* (排水或保水用的)田埂

bờ tre *d* 竹篱笆

bờ xôi ruộng mật 好地,肥地,肥沃田
地

bở *t* ①酥松: đất bở 土地酥松②糜朽:
Dây bở, động vào là đứt. 绳子糜了,
一碰就断。③[口]有利可图的,有油
水的: vớ được món bở 捞到油水④
[口]疲劳,疲乏

bở hơi tai *t* ①筋疲力尽: chạy bở hơi
tai 跑得筋疲力尽②竭尽全力

bở vía *t* 魂不附体,魂飞魄散

bỡ ngỡ *t*; *d* (因陌生、生疏而)茫然,不
知所措

bớ *c* 喂(呼叫同辈或低辈分人): Bớ bà

con, cướp cướp！喂，来人啊，抢劫了！

bớ ngớ *t* 茫然，不知所措

bợ *đg* ①托起，端起：bợ thúng thóc 托起谷筐②奉承，讨好

bợ đít *đg* 拍马屁，讨好

bợ đỡ *đg* 讨好，拍马屁

bợ hơi *đg* 讨好，阿谀，奉承：Nó chỉ bợ hơi người khác thôi. 他就会奉承别人。

bơi *đg* ①游泳，泅：bể bơi 游泳池②划（船）：bơi xuồng 划小艇③[口]（工作）繁忙：bơi trong công việc 忙于公务 *d* 桨，棹

bơi bướm *d* 蝶泳

bơi chó *d* 狗刨式游泳

bơi đứng *đg* 踩水

bơi ếch *d* 蛙泳

bơi lội *đg* 游，游水，游泳，泅水

bơi ngửa *d* 仰泳

bơi sải *d* 爬泳，自由泳

bơi thuyền *đg* 划船

bơi trải *đg* 划龙舟，赛龙舟：mở hội thi bơi trải 举办划龙舟比赛

bơi tự do *d* 自由泳

bời *t* 纷乱，散乱，混乱：đầu óc rối bời 头脑一片混乱

bời bời₁ *t* 混乱，杂乱：Việc nhà việc nước bời bời. 家事国事堆在一起很混乱。

bời bời₂ *t* 棒，好：Lúa tốt bời bời. 稻子长得很好。

bời rời *t* ①松散，零散②疲软无力：Tay chân bời rời. 手脚疲软无力。

bởi *k* ①因为，由于 ②由：Các tài liệu được cung cấp bởi bên bán cho bên mua. 由卖方向买方提供资料。

bởi đâu *k* 为什么，缘何，因何：Bởi đâu có cái buồn này？缘何有这样的苦闷？

bởi sao *k* 何故，缘何

bởi thế *k* 因此，为此

bởi vậy *k* 因此，所以：Mình đã xin lỗi，bởi vậy người ta mới bỏ qua。我道歉了，所以人家才原谅。

bởi vì *k* 因为，由于：Vấn đề phải gác

lại，bởi vì ý kiến còn khác nhau nhiều。问题要先搁置下来，因为意见分歧还很大。

bới₁ *đg* ①挖开，扒开：bới khoai 挖红薯 ② 翻，兜，揭：bới chuyện người khác 揭别人的短③[方]骂人祖宗三代

bới₂ *đg* [方]①翻松，扒松：Bới cơm ra bát. 翻松米饭装到碗里。②带食物在路上吃

bới bèo ra bọ 吹毛求疵

bới lông tìm vết 吹毛求疵

bới móc *đg* 揭短，揭丑

bới tóc *đg* 梳髻

bới việc *đg* 骚扰，寻衅

bơm *d* ①泵②打气筒 *đg* ①抽，泵：bơm nước 抽水②（用气压）打，喷，施：bơm thuốc trừ sâu 喷农药③充气，打气：bơm quả bóng 给球打气④[口]追加，增加：bơm thêm vốn 增加资金投入⑤[口]夸大：bơm phồng khó khăn 夸大困难

bơm bù áp *d* 增压泵

bơm cao áp *d* 高压泵

bơm chân không *d* 真空泵

bơm dầu *d* ①油泵②手油枪

bơm li tâm *d* 离心泵

bơm lọc *d* 滤油泵

bơm mỡ *d* 黄油枪，黄油唧筒

bơm nén *d* 压缩泵

bơm nước *d* 水泵

bơm phồng *đg* 夸大：bơm phồng thành tích 夸大成绩

bơm thuỷ lực *d* 液压泵，液压机

bơm tiêm *d* 注射器

bơm vòi rồng *d* 消防泵，水炮

bờm *d* ①鬃，鬣：bờm ngựa 马鬃 ②蓬乱的头发：tóc để bờm 头发蓬乱

bờm xơm *đg* 调戏：Không được bờm xơm với phụ nữ. 不得调戏妇女。

bờm xờm *t* （毛发、胡子）蓬乱

bợm *d*①[口]老手：bợm cờ bạc 赌博老手②坑蒙拐骗的人 *t* 老练，老到，成熟

bợm ăn cắp *d* 惯偷

bợm bạc *d* 赌棍，赌徒

bợm bãi *d* 骗子,拐子 *t* 善于欺骗的,善于欺诈的: tay bợm bãi 诈骗老手

bợm già *d* [口] 诈骗老手,惯骗

bợm rượu *d* 酒鬼,酒徒

bơn₁ *d* 沙洲

bơn₂ *d* 比目鱼

bờn bợt *t* 褪色的,褪白的: Chiếc áo đã bờn bợt màu. 衣服已经褪白。

bỡn *đg* ①玩笑,玩耍;儿戏: nói nửa thật nửa bỡn 半玩笑半认真地说②玩儿似的做,没怎么认真地做: làm bỡn ăn thật 玩儿似的就挣到钱

bỡn cợt *đg* 戏弄,耍笑,玩笑: tính hay bỡn cợt 喜欢开玩笑

bởn *t* 羸弱,孱弱

bợn *d* 污垢,污渍,污物,脏东西 *t* 脏: nước bợn 脏水 *đg* 牵挂,烦扰: Lòng không bợn những chuyện tư lợi. 不被私利烦扰。

bóp₁ *đg* 扒,捆,拍: bóp nhẹ lên đầu 轻拍一下头

bóp₂ *d* [口] 妓女

bợp *đg* 扒,捆: bợp tai 打耳光 *d* 耳光

bớt₁ *d* 斑,斑记;胎记: Có cái bớt trên má. 脸上有斑痕。

bớt₂ *đg* ①减少,降低 ②[口] 匀出,留出: bớt chút thì giờ 留些时间③[口] 让出: Bớt cho tôi một tí. 让一些给我。

bớt giá *đg* 降价,减价

bớt lời *đg* 少言,少开口

bớt miệng [口] ①节食,节约,节俭 ②少说话,少开口: Ở nơi đông người nên bớt miệng. 在人多的地方要少开口

bớt xén *đg* 克扣,揩油,偷工减料: bớt xén tiền công của thợ 克扣工人工资

bớt xớ *đg* ①[口] 克扣: bớt xớ vật liệu 克扣材料②磨价,缠磨压价: Không bớt xớ được nữa. 不能再压价了。

bợt *t* ①陈旧得快破的: Chiếc áo đã bợt. 衣服旧得要破了。②褪色的: Chiếc khăn quàng đỏ đã bợt màu. 红领巾已经褪色了。③(肤色)苍白,灰白: mặt trắng bợt 面色苍白

bợt bạt *t* 暗淡,暗弱: da dẻ bợt bạt 肤色灰暗

Bru-nây *d* [地] 文莱(亚洲国家): người Bru-nây 文莱人

bu₁ *d* [方] 妈妈: thầy bu 父母

bu₂ *d* 竹笼子

bu-gi (bougie) *d* ①火花塞②烛光(亮度单位),瓦: Chiếc đèn độ 50 bu-gi. 这盏灯亮度约 50 瓦。

bu-lông (boulon) *d* 螺栓

bù₁ *đg* 补偿,填补,弥补,补充: dạy bù 补课; ngủ bù 补睡

bù₂ *t* ①蓬乱: tóc bù 头发蓬乱②头昏脑涨: Làm việc suốt ngày, bù đầu bù óc. 干了一天,头昏脑涨。③一窍不通: Việc đó thì chúng tôi bù. 那件事我们一窍不通

bù₃ *k* 一边…一边…,边…边…: bù làm bù ăn 边做边吃

bù đắp *đg* ①(精神) 弥补,补偿: bù đắp sự thiếu thốn về tình cảm 弥补精神上的缺憾②资助,帮助: bù đắp cho con cái 资助孩子③报答: không gì bù đắp nổi 无以报答

bù đầu *đg* [口] 忙,繁忙: làm bù đầu từ sáng đến tối 从早忙到晚

bù giá *đg* 物价补贴: Bù giá điện vào lương. 把电费补贴打进工资里。

bù khú *đg* 说笑,谈笑: trò chuyện bù khú với nhau 一起说说笑笑

bù lỗ *đg* 补亏,补贴亏损: bù lỗ cho một số nhà máy 给一些工厂补贴亏损

bù lu bù loa *đg* 吵闹: hơi một tí là bù lu bù loa lên 动不动就吵吵闹闹

bù nhìn *d* ①稻草人 ②傀儡: chính phủ bù nhìn 傀儡政权

bù trừ *đg* 对偿,抵消: Các khoản thừa thiếu bù trừ cho nhau vừa đủ. 余缺款项正好对偿。

bù xù *t* 毛发蓬乱的: đầu tóc bù xù 头发蓬乱

bú *đg* ①喂奶,哺乳 ②吃奶

bú dù *d* [口] 猴子(骂语): đồ bú dù 猴子精

bú mớm *đg* 哺育,养育

bú tay *đg* 吃手,吮手

bụ *t* 结实,壮实,粗壮: chọn những cây bụ mà trồng 选粗壮的树来种

bụ bẫm *t* 粗壮,壮实: chân bụ bẫm 腿粗壮

bụ sữa *t* (因奶足而)壮实,结实

bùa₁ *d* 符,符箓

bùa bả *d* 符箓和魔法

bùa bền *d* 迷魂符

bùa chú *d* 符咒

bùa cứu mạng *d* 护身符

bùa hộ thân *d* 护身符

bùa yêu *d* 爱符,丘比特之箭

bủa₁ *d* 给蚕作茧的小簸

bủa₂ *đg* 张,布,罩: bủa lưới 张网; Sương mù bủa đầy trời. 霜雾罩着天空。

bủa giăng *đg* 张网,布网

bủa vây *đg* 包围,合围: bủa vây quân địch 包围敌军

búa₁ *d* ①锤子: nện một búa 砸一锤②斧子,斧头: Lưỡi búa sáng loáng. 斧口闪光。

búa₂ *đg* 撒谎: Đừng búa người ta nữa. 不要再对别人撒谎。

búa chém *d* 锤斧

búa chèn *d* 风钻,凿岩机

búa đinh *d* 起钉锤,羊角锤

búa gió *d* 气锤

búa gỗ *d* 木槌

búa khoan *d* 冲击钻

búa máy đóng cọc *d* 打桩锤

búa rìu *d* 斧钺 *đg* 抨击,批判: búa rìu dư luận 舆论抨击

búa rung *d* 振动冲压锤

búa tạ *d* 大铁锤

bục₁ *d* ①台,坛: bục giảng 讲台②箱式床

bục₂ *đg* 脱落,剥落,朽坏: Con đê bị bục một quãng. 堤坝溃塌了一段。

bùi₁ *d* [方] 橄榄

bùi₂ *t* 味美的,可口的(常指带油脂的食物)

bùi miệng *t* 味美的,好吃的

bùi ngùi *t* 忧郁,伤感: bùi ngùi chia tay nhau 为分手伤感

bùi nhùi *d* ①乱稻草,乱竹纤维: Tóc rối như bùi nhùi. 头发乱得像杂草。②火绒,引火物: bùi nhùi rơm 引火的稻草

bùi tai *t* 顺耳,中听: nghe có bùi tai 听起来很顺耳

búi₁ *d* 簇,丛,把: búi cỏ khô 干草丛 *đg* ①扎,捆,盘: Búi tóc lại cho gọn. 盘起头发利索些。②缠绕,缠绞: Tóc búi vào nhau. 头发缠绞在一起。

búi₂ *t* ①乱,零乱②[口]忙,繁忙: Công việc búi lên. 工作忙了起来。

búi rễ *d* 根系,须根: một búi rễ tre 竹根

búi tóc *d* 发髻

bụi₁ *d* 植物丛,树丛,树苑,草丛: bụi gai 苧麻林; bụi tre 竹丛

bụi₂ *d* ①灰尘,尘土: máy hút bụi 吸尘器②粉末,细末: bụi kẽm 锌粉③[口]丧事: Nhà có bụi. 家里有丧事。 *t* ①放浪的,放荡的: Sống rất bụi. 生活很放荡。②流浪的: bỏ nhà đi bụi 离家去流浪③街边饮食的,排档饮食的④有个性的,突显个性的: Tóc cắt trông rất bụi. 头发剪得很有个性

bụi bặm *d* 灰尘,尘尘,尘土: Bụi bặm bám đầy xe. 尘土沾满了车。

bụi bờ *d* 树丛(=bờ bụi)

bụi đời *d* [口]流离失所的生活,流浪的生活 *t* 流离失所的,流浪的

bụi hồng *d* 红尘

bụi trần *d* 尘世,红尘

bùm sùm *t* ①茂密,葱郁②蓬乱,乱糟糟: Quần áo để bùm sùm. 衣服堆得乱七八糟。

bùm tum *t* 茂密,葱郁: cây cối bùm tum 植物茂盛

bụm *đg* ①捧,掬: bụm nước rửa mặt 捧水洗脸②合拢: bụm hai tay làm loa 合拢双手做喇叭③用手掩或遮: bụm miệng cười 掩嘴笑④撮嘴,抿嘴: bụm miệng nín cười 抿嘴忍住笑 *d* ①一捧,一掬: lấy mấy bụm gạo 捧了几捧米②一团,一块: bụm khói 一团烟③丛: bụm cỏ 草丛

bùn *d* 烂泥,污泥,稀泥: bùn ao 塘泥

bùn hoa *d* 稀泥,泥浆

bùn lầy *d* 泥潭,泥淖

bùn lầy nước đọng ①污泥浊水;肮脏不堪 ②贫困: cuộc sống bùn lầy

nước đọng 贫困的生活

bùn nhơ *d* 污泥；污泥浊水：Cây sen sống nơi bùn nhơ mà vẫn thanh khiết. 荷出污泥而不染。

bùn non *d* 浮泥，淤泥

bủn *t* 糜，糜烂：thịt bủn 糜肉

bủn nhủn=**bủn rủn**

bủn rủn *t*；*đg* 疲软，瘫软；发软

bủn xỉn *t* 吝啬，小气，悭吝

bún *d* 米线，圆米粉：bún thang 杂烩粉

bung₁ *d* 大铜锅

bung₂ *đg* 崩开，裂开：Nón đã bung vành. 斗笠边沿开裂了。

bung₃ *đg* 水煮：bung ngô 煮玉米

bung bủng *t*（肤色）暗淡，晦暗：Mặt bung bủng. 脸色晦暗。

bung búng *t*（腮帮）鼓囊囊的：Miệng bung búng nhai cơm. 腮帮鼓囊囊地嚼着饭。

bung xung *d* ①盾牌，挡箭牌②［转］替罪羊，替死鬼

bùng₁ *đg* 骤发，爆发，突发

bùng₂ *đg* 躲起来，消失：lựa lưới cơ bùng mất 找机会躲起来

bùng binh₁ *d*（五岔、六岔路）交叉路口，转盘：Xe vòng qua bùng binh. 车绕着转盘（行驶）。

bùng binh₂ *d* 储钱罐

bùng bục *t* 易破碎的，朽糜的

bùng bùng *t*（火势）呼呼地上蹿：Ngọn lửa bùng bùng bốc lên. 火焰呼呼地往上蹿。

bùng nhùng *t* ①软塌塌，软乎乎②乱作一团，纠缠不清

bùng nổ *đg* 爆发，爆炸：thời đại bùng nổ công nghệ thông tin 信息技术爆炸的时代

bùng phát *đg* 暴发：bệnh dịch bùng phát 疫病暴发

bủng *t*（肤色）灰暗，灰白：da xanh bủng 脸色灰暗

bủng beo *t* 面黄肌瘦：mặt bủng beo 面黄肌瘦

búng₁ *đg* ①弹指：búng tai 弹耳朵②（用手指）旋转，拧转：búng đồng tiền 旋转硬币③（打排球用手指）传球④

（虾）弓身弹行

búng₂ *đg* 塞满嘴：búng cơm 满嘴的饭

búng báng *d* 腹水，腹腔积水

búng ra sữa *t* 乳臭未干，满脸稚气

bụng *d* ①肚子，腹部，腔部：đau bụng 肚子痛；bụng lò 炉膛②心里，心思，心肠，胸怀：Có gì nói ngay, không để bụng. 有什么马上说，不搁在心里。

bụng bảo dạ 思忖，思量，心想：Bụng bảo dạ phải cố gắng hơn nữa. 心想要更加努力些。

bụng dạ *d* ①［口］肚子，肠胃（指消化系统）：Bụng dạ không tốt. 肠胃不好。②心思，心肠，心胸，肚量：bụng dạ nhỏ nhen 心胸狭窄

bụng dưới *d* 腹部，小肚

bụng đói cật rét 饥寒交迫

bụng ỏng *đg* 腹胀，鼓腹

bụng thình mình gầy 力不从心

bụng trên *d* 上腹

buộc *đg* ①捆，绑，束，扎：dây buộc tóc 扎头绳②被迫，不得不，迫使：buộc phải từ chức 被迫辞职③强加：không buộc một điều kiện nào cả 不强加任何条件 *d* 束，捆，扎：một buộc sợi 一束纱

buộc chỉ chân voi 无济于事

buộc lòng *t* 不得已的，不得不做的，只好接受的，勉强的：buộc lòng phải nhận lời 不得已答应

buộc tội *đg* 定罪：Chứng cớ không đủ để buộc tội. 证据不足以定罪。

buổi *d* 阴茎，阳具

buổi *d* ①一天内的一段时间，晌：buổi sáng 上午②时，时候：buổi chia tay 分手时

buổi chiều *d* 下午

buổi giao thời *d* 过渡时期，交替时期

buổi học *d* 学习时间，上课时间

buổi họp *d* 会议期间

buổi mai *d* 清晨

buổi ngày *d* 白天

buổi sáng *d* 早上，上午

buổi sau *d* 后来，之后，其后

buổi sớm *d* 早上，上午

buổi tối *d* 晚上，晚间

buổi trưa *d* 中午

buồm₁ *d* 帆: thuận buồm xuôi gió 一帆风顺

buồm₂ *d* 蒲草盖,蒲草垫

buồm₃ *đg* (偷、抢后)逃跑,逃遁

buôn₁ *đg* 卖,贩卖: buôn vải 卖布

buôn₂ *d* 村,寨

buôn bạc *đg* 炒汇,买卖外币

buôn bán *đg* 买卖,交易,贸易,经营: buôn bán biên giới 边境贸易

buôn bán chung *đg* 进出口贸易总量

buôn buốt *t* 有点痛的,微痛的

buôn chuyến *đg* 长途贩运

buôn dân bán nước 卖国卖民

buôn gánh bán bưng *d* 小商,小贩

buôn gian bán lận (生意上)奸诈,狡诈

buôn gian bán lậu 投机倒把

buôn làng *d* 村寨,山村

buôn lậu *đg* 走私: chống buôn lậu 反走私

buôn may bán đắt 生意兴隆,生意兴旺

buôn người *đg* ①贩卖人口②操纵卖淫

buôn nước bọt *đg* 做中介

buôn phấn bán hương ①卖淫②收容卖淫

buôn sỉ *đg* 批发

buôn tận gốc, bán tận ngọn 直销,直接销售

buôn thúng bán bưng 做小买卖

buôn vạn bán nghìn 生意做得大,大生意,大买卖

buồn₁ *t* ①烦闷,无聊: buồn quá 真无聊②下意识: buồn miệng hát nghêu ngao 下意识地吹唱

buồn₂ *t* ①忧愁,忧伤,郁闷: buồn vì thi trượt 为考砸了而郁闷②不幸: gặp phải chuyện buồn 遇到不幸的事 *đg* ①(生理上、心理上)想,要,犯: buồn ngủ 犯困; buồn nôn 想呕②(不)想,(不)愿: không buồn nhắc đến nữa 不想再提起

buồn bã *t* 忧愁,忧伤: tâm trạng buồn bã 内心忧伤

buồn bực *t* 烦闷,苦闷,烦恼

buồn cười *t* 好笑的,可笑的,荒唐的

buồn đái *t* 尿急的,小便急的

buồn đau *đg* ; *t* 哀痛,哀伤,痛苦: kí ức buồn đau 痛苦的记忆

buồn hiu *t* 郁闷,忧郁,无聊: ánh mắt buồn hiu 忧郁的目光

buồn ỉa *t* 大便急的,想大便的

buồn ngủ *t* 想睡的,犯困的,打瞌睡的: thức khuya nên buồn ngủ 熬夜犯困

buồn nôn *t* 想呕的,想吐的,恶心的: chóng mặt, buồn nôn 头晕,想吐

buồn phiền *t* 烦心,烦闷,烦恼,苦恼: Con hư làm cha mẹ buồn phiền. 孩子学坏让父母烦恼。

buồn rầu *t* 郁闷,烦闷,烦恼: mặt buồn rầu 一脸郁闷

buồn rượi *t* 愁眉不展: Trông ai cũng buồn rượi. 个个都愁眉不展。

buồn tẻ *t* 乏味,没趣

buồn teo *t* 凄凉,凄惨: cảnh buồn teo 景色凄凉

buồn tênh *t* 惆怅: lòng buồn tênh 心里惆怅

buồn thảm *t* 凄惨,凄切,悲惨: cuộc đời buồn thảm 悲惨人生

buồn thiu *t* 闷闷不乐,郁郁寡欢,郁闷

buồn tủi *t* 羞愧,愧恨,愧疚: giọt lệ buồn tủi 愧恨的泪水

buông *đg* ①放下,放手,放开: buông đũa đứng dậy 放下筷子站起来②垂下,垂落: tóc buông xoã 头发下垂③(钟声)响起,回荡: Chuông chùa buông từng tiếng một. 寺庙的钟声阵阵回荡。④垂钓;撒网

buông bờ *đg* 离岸,启航

buông khơi *đg* ①远航②释放

buông lao *đg* 掷标枪

buông lỏng *đg* 放松,松懈: buông lỏng nội qui kỉ luật 放松对守则、纪律的要求

buông lơi *đg* 放松;放纵: không được buông lơi cảnh giác 不能放松警惕

buông lời *đg* 放言,放话,说出

buông màn *đg* ①落幕,下幕②结束,落幕: Tấn bi kịch đã buông màn. 悲

剧已经落幕。

buông miệng *đg* 放言, 说出

buông quăng bỏ vãi 马虎(行事), 胡乱(行事)

buông rông thả dài 放任自流

buông tha *đg* 放开, 放过: Quyết không buông tha những kẻ xấu. 绝不放过那些坏蛋。

buông thả *đg* 释放, 解放, 自由: tự buông thả mình 解放自己

buông thõng *đg* ①垂下, 吊, 耷拉: ngồi buông thõng hai chân 吊着腿坐着②生硬地说: trả lời buông thõng 生硬地回答

buông trôi *đg* 放任, 撒手不管

buông tuồng *t* 放纵, 放荡, 放肆

buông xõng *đg* 生硬地说: buông xõng một câu 生硬地蹦出一句(话)

buông xuôi *đg* 放弃, 放任: chớ vội buông xuôi như thế 不要这么急着放弃

buồng₁ *d* 房, 室, 舱: buồng ngủ 卧室; buồng đốt của máy nổ 发动机燃烧室

buồng₂ *d* ①串, 梳: buồng chuối 一梳香蕉②(内脏的)叶, 片: buồng phổi 肺叶

buồng đào *d* 闺房

buồng gan *d* 肝脏, 肝叶

buồng hoá nghiệm *d* 化验室

buồng khuê=**buồng đào**

buồng lái *d* 驾驶室, 驾驶舱

buồng máy *d* 机房, 机舱

buồng ngủ *d* 卧室, 寝室

buồng tắm *d* 浴室, 洗澡房

buồng tối *d* (摄影)暗室, 暗箱, 暗盒

buồng trứng *d* 卵巢

buốt *t* ①刺痛, 钻心痛: buốt răng 牙痛 ②刺骨冷: trời rét buốt thấu xương 寒风刺骨

buột *đg* ①脱手, 脱落, 脱开: buột tay đánh rơi 失手摔落 ②脱口而出: buột ra tiếng chửi 脱口骂出声

buột miệng *đg* 脱口而出

buột tay *đg* 失手, 脱手: buột tay đánh rơi cái chén 失手打落杯子

búp *d* ①嫩芽: Chè ra nhiều búp quá.

茶树出了很多芽。②花蕾, 花苞: búp sen 荷花苞③圆锥形物体: búp len 毛线团

búp bê *d* 洋娃娃

bụp₁ *đg* ①一饮而尽: bụp hết li đi 干完这杯②打, 揍

bụp₂ *t* 肿: mắt bụp 眼肿

bút *d* 笔: nghề cầm bút 耍笔杆的

bút bi *d* 圆珠笔, 原子笔

bút chì *d* 铅笔: bút chì màu 彩色铅笔

bút chổi *d* 排笔, 画笔

bút danh *d* 笔名

bút đàm *đg* 笔谈: bút đàm với người điếc 跟聋哑人笔谈

bút điện *d* 电笔, 测电笔, 试电笔

bút kí *d* 笔记, 札记, 随笔

bút lông *d* 毛笔

bút lục *d* 笔录

bút máy *d* 钢笔, 自来水笔

bút nghiên *d* ①笔墨砚台②[转]文学学习和创作活动: xếp bút nghiên theo việc đao cung 投笔从戎

bút pháp *d* 笔法, 写作方法: Tác giả đã sử dụng bút pháp tả thực. 作者运用了写实手法。

bút phê *đg* 批, 批示

bút sa gà chết 白纸黑字; 一诺千金

bút tích *d* 笔迹, 字迹: bút tích của nhà văn 作家的手稿

bút toán *đg* 笔算 *d* 簿记本, 记账本

bút vẽ *d* 画笔

bụt *d* 佛

buýt *d* 公车, 公共汽车, 巴士

bư *t* 蠢, 蠢笨

bứ *t* 饱胀, 饱腻

bứ bừ *t* 很胀, 很饱: say bứ bừ 喝过头

bứ bự *t* 饱撑: ăn no bứ bự 吃撑了

bự *t* ①涂厚的, 抹厚的: Mặt bự phấn. 脸上涂着厚厚的粉。②大的: xoài bự 大杧果

bưa *t* 够, 合适: cho bao nhiêu cũng không bưa 给多少都不够

bừa₁ *d* 耙, 耙子 *đg* 耙地

bừa₂ *t* 乱, 胡乱: Không làm bừa được đâu. 不能胡来。

bừa bãi *t* 乱七八糟, 乱, 凌乱的, 无序

của, hỗn loạn: *Đồ đạc bỏ bừa bãi. 东西
放得乱七八糟。*

bừa bộn *t* 凌乱, 乱七八糟: *nhà cửa
bừa bộn* 家里乱糟糟

bừa cào *d* 钉耙

bừa đĩa *d* 圆盘耙

bừa mứa *t* 太多, 过量

bừa phứa *t* 胡乱, 乱七八糟: *Thức ăn
bừa phứa trên bàn.* 吃的东西胡乱摊
在桌上。

bửa₁ *đg* ①开, 分开, 打开: *bửa củ khoai
ăn* 掰开红薯来吃②砍, 劈: *bửa củi* 劈
柴

bửa₂ *t* 赖账: *ăn bửa* 吃霸王餐 *t* 胡乱,
蛮横: *nói bửa* 胡说八道; *tính rất bửa*
为人霸道

bữa *d* ①一顿, 一餐: *ngày ăn ba bữa*
一日三餐 ②[口]次, 回, 顿 ③[口]天,
日: *ở chơi dăm bữa nửa tháng* 住个
十天半个月

bữa chính *d* 正餐

bữa đực bữa cái 三天打鱼两天晒网

bữa kia *d* ①[方]大后天 ②某天, 那天:
Bữa kia có người lạ đến làng. 那天
有陌生人到村里来。

bữa mai *d* [口]明天

bữa nay *d* [口]今天: *Bữa nay không
xong thì để bữa mai.* 今天做不完就
留明天。

bữa qua *d* 昨天

bữa tối *d* 晚饭, 晚餐

bữa trưa *d* 午餐

bựa *d* 垢, 污垢: *bựa răng* 牙垢

bức₁ *d* 幅, 封, 面, 张: *bức tranh* 一幅画

bức₂ [汉] 逼 *đg* 逼, 逼迫: *bức địch ra
hàng* 迫敌投降

bức₃ *t* 闷热: *trời bức* 闷热的天气

bức₄ [汉] 辐: *bức xạ* 辐射

bức bách *đg* ①被迫, 不得不: *bức bách
phải làm* 被迫做 ②急, 紧急, 急迫: *đã
bức bách lắm rồi* 已经迫在眉睫

bức bối *t* ①闷热: *thời tiết bức bối* 天
气闷热 ②着急, 焦虑: *bức bối trong
lòng* 心里着急

bức cung *đg* 逼供: *bức cung đến chết*
逼供致死

bức điện *d* 电报

bức hại *đg* 迫害: *Ông ấy bị bức hại.*
他被迫害。

bức hiếp *đg* 胁迫, 威逼: *bị địch tra khảo,
bức hiếp* 被敌人威逼拷打

bức hôn *đg* 逼婚

bức thiết *t* 迫切, 紧急: *việc bức thiết*
急事

bức tử *đg* 逼死: *逼自杀, 逼自尽*

bức xạ *d* 辐射: *bức xạ điện từ* 电磁场
辐射

bức xúc *t* 急迫, 紧急: *vấn đề bức xúc*
急迫的问题

bực *đg* 生气, 生闷气

bực bội *đg* 生气, 憋气

bực dọc *đg* 发脾气, 发火: *bực dọc bỏ
đi* 愤然离去

bực mình *đg* 生气, 恼恨: *gặp lắm
chuyện bực mình* 碰到许多恼人的事

bực tức *đg* 使气愤, 使愤怒: *Nó làm
cho mọi người bực tức.* 他让每个人
都气愤。

bưng₁ *d* 沼泽地

bưng₂ *đg* 端(起), 捧(起): *bưng khay
chén* 端茶盘

bưng₃ *đg* 掩, 遮, 捂: *bưng miệng cười*
掩嘴笑; *bưng mặt khóc* 掩面而泣

bưng₄ *t* 化脓: *vết thương bưng mủ* 伤
口化脓

bưng bê *đg* [口]上, 端上, 捧上(食物、
饮料等)

bưng biền *d* ①沼泽地 ②(抗法、抗美时
期的)沼泽根据地

bưng bít *đg* ①封锁消息 ②封锁, 掩盖:
Tin tức bị bưng bít. 消息被封锁。

bưng tai giả điếc 装聋作哑

bừng *t* 猛烈, 强烈: *Lửa bừng cháy.* 火
猛烈燃烧。*đg* 骤起, 猛起: *Mặt đỏ
bừng.* 脸唰地红了。

bừng bừng *t* 蓬勃; 磅礴: *khí thế bừng
bừng* 气势磅礴

bửng₁ *d* 隔板, 挡板

bửng₂ *d* ①土块, 泥块: *bửng đất* 一块
泥土 ②(带泥土的)根: *Đào cả bửng
đêm trồng chỗ khác.* 连根带泥一起
挖了移种别处。

bửng₃ *đg* 蒙蒙亮

bứng *đg* ①(带土)移植: bứng cây 移树 ②掀翻, 摧毁: Quả pháo bứng gọn cái lô cốt. 炮弹将碉堡掀翻。③迁移, 搬迁

bựng₁ *d* [方]团, 块, 股: Từng bựng khói đen bốc lên. 一股股黑烟涌起来。

bựng₂ *đg* 拿起, 提起

bước *đg* ①走, 移步: bước vào nhà 走进屋 ②步入, 跨入, 进入: bước sang năm học mới 跨入新学年 *d* ①步子, 步幅: tiến hành từng bước 逐步进行 ②阶段, 时期: qua bước khó khăn 度过困难时期 ③境况, 境遇: lâm vào bước đường cùng 陷入绝境

bước đầu *d* 初步, 第一步, 开始, 起初

bước đi *d* 步子, 步伐, 进程

bước đường *d* 道路: bước đường đời 人生道路

bước hụt *d* 失足

bước khỏi *đg* 离开

bước lui *đg* 后退

bước ngoặt *d* 转折点

bước nhảy vọt *đg* 飞跃, 质变

bước qua *đg* ①步入, 跨进, 进入 ②跨过, 越过: bước qua rãnh nước 跨过水沟

bước sang *đg* 进入, 跨入, 步入

bước sóng *d* 波长

bước tiến *d* ①攻势 ②进步, 进展

bươi *d* 扒拉, 翻扒: Gà bươi đống rác. 鸡翻扒垃圾堆。

bưởi *d* 柚子/柚子树

bưởi rười *t* 松散

bươm *t* [口]破成碎片的: Quần áo rách bươm. 衣服破成碎片。

bươm bướm *d* ①蝴蝶 ②[口]传单

bướm *d* ①蝴蝶 ②毛虫: bắt bướm trừ sâu 去除毛虫 ③小女孩的外生殖器

bướm hoa *d* 浪荡公子

bươn *đg* [方]匆匆地走, 急急地走, 奔跑: bươn tới 匆匆赶来

bươn bả *t* [方]匆匆, 急忙, 匆忙: Anh ta lúc nào cũng đi bươn bả. 他什么时候都步履匆匆。

bươn chải *đg* 苦苦挣扎, 苦苦煎熬: cuộc sống bươn chải 生活煎熬

bương₁ *d* ①毛竹: rừng bương 毛竹林 ②竹筒

bương₂ *đg* [口]完蛋, 毁掉: Gió thổi là bương ngay. 风一吹就完蛋了。

bưởng *d* [口](金、宝石等的)采矿区

bướng *t* 倔, 固执, 执拗, 犟: Đã sai lại còn cãi bướng. 明明错了还嘴犟。

bướng bỉnh *t* 犟, 倔, 固执

bượp *t* 便宜, 廉价: Món hàng bượp quá. 这批货真便宜。

bươu *d* (长在头上的)瘤子; 肿块, 包

bướu *d* ①(身体上的)凸块, 肿块: Cổ nổi bướu. 脖子起了肿块。②(树干上的)疙瘩, 眼: Cây gỗ có nhiều mắt bướu. 树上有许多树眼。

bướu cổ=bướu giáp

bướu giáp *d* 甲状腺肿大, 大脖子病

bướu lạc đà *d* 驼峰

bứt *đg* ①扯断, 揪断, 挣断 ②割, 刈: bứt cỏ 割草 ③[口]抽身, 抽空, 离开: Việc nhiều quá, không bứt ra được. 事情太多, 抽不出身。

bứt phá *đg*; *d* 突破, 超越; 亮点: khả năng bứt phá 超强能力

bứt rứt *t* ①难受, 不舒服: Lòng bứt rứt không yên. 心里忐忑不安。②心烦, 气恼

bựt *đg* 打, 扭开: bựt lửa 打火

bưu ảnh *d* 明信片

bưu chính *d* 邮政

bưu cục *d* 邮局

bưu điện *d* ①邮电, 邮政: nghiệp vụ bưu điện 邮政业务 ②邮电局, 邮电所

bưu gửi *d* 邮件

bưu kiện *d* 邮件, 包裹

bưu phẩm *d* 邮件: giấy báo nhận bưu phẩm 邮件通知单

bưu phí *d* 邮费, 邮资, 寄费

bưu tá *d* 邮递员

bưu thiếp *d* 明信片: gửi bưu thiếp 寄明信片

byte *d* [计]字节

C c

c, C ①越语字母表的第 5 个字母②序号,表示第三

ca₁〔汉〕哥

ca₂ *d* ①茶缸②(带有提把的)量杯

ca₃ *d* ①(车间)班组: trưởng ca 班长 ②(车间)班次: Mỗi ngày thay đổi 3 ca. 每天 3 班倒。

ca₄ *d* (量词)场,起: một ca tai nạn giao thông 一起交通事故

ca₅〔汉〕歌 *đg*〔方〕唱歌: vừa đàn vừa ca 边弹边唱 *đ* ①(旧时越南中、南部的)民歌 ②小调

ca-bin (cabin) *d* 驾驶舱

ca-cao (cacao) *d*〔植〕可可

ca cẩm *đg* 嘟囔,嘀咕

ca dao *d* 歌谣,民谣

ca đêm *d* 夜班

ca hát *đg* 歌唱: buổi dạ hội ca hát 演唱晚会

ca kĩ *d*〔旧〕歌妓

ca kịch *d* 歌剧: vở ca kịch 一出歌剧

ca kiết *đg* 嘟囔,嘀咕

ca-la-thầu *d*〔植〕大头菜

ca-lo (calory) *d* 卡路里(热量单位)

ca-lô (calot) *d* 军帽,橄榄帽(球形小帽)

ca-me-ra (camera) *d* 摄像机

ca múa *đg* 歌舞

Ca-na-đa *d*〔地〕加拿大(北美洲国家): người Ca-na-đa 加拿大人

ca ngày *d* 日班,白班

ca ngợi *đg* 歌颂,赞美: ca ngợi cảnh đẹp quê hương 赞美家乡的美景

ca nhạc *d* 歌曲,音乐: chương trình ca nhạc 音乐节目

ca-nô (canot) *d* 汽船,汽轮

ca nông (canon) *d*〔旧〕〔军〕加农炮

ca-phê-in (cafein) *d* 咖啡因

ca-ra (carat) *d* ① 开(纯金量计量单位) ② 克拉(宝石的重量单位): cái nhẫn kim cương 10 ca-ra 10 克拉的钻戒

ca-ra-tê (karate) *d*〔体〕空手道

ca-ri (cari) *d* 咖喱

ca-rô (carreau) *d* 方格: vải ca-rô 方格布

ca-sê *d* 酬劳

ca-si-nô (casino) *d* 赌场

ca sĩ *d* 歌星,歌手: ca sĩ nổi tiếng 著名歌星

ca-ta-lô (catalogue) *d*〔口〕产品样本

ca thán *đg* 嘟囔,埋怨

ca-ti-on (cation) *d*〔化〕(电子管)阳极

ca-tốt (cathod) *d*〔化〕(电子管)阴极

ca tụng *đg* 歌颂,赞扬

ca-vát (caravat) *d* 领带

cà₁ *d* 茄子

cà₂ *d*〔口〕(鸡、鸭等家禽的)睾丸

cà₃ *đg* ①摩擦,蹭: Trâu cà lưng vào gốc cây. 水牛在树干上蹭背。②磨掉③〔口〕生事,生事端

cà chua *d* 西红柿,番茄

cà cộ *t*〔口〕(物品)破旧,破烂: cái máy ảnh cà cộ 破旧的照相机

cà dừa *d*〔方〕圆茄

cà độc dược *d*〔植〕曼陀罗

cà gỉ *t*〔口〕破旧,破烂: chiếc xe cà gỉ 破车

cà kê *t* ; *đg* 唠叨,啰唆: Bà ấy ngồi cà kê cả buổi sáng. 她坐着唠叨了整个上午。

cà kếu *d*〔方〕丹顶鹤

cà kheo *d* 高跷

cà khêu［方］=cà kheo

cà khịa đg［口］找碴,惹事: say rượu nên cà khịa lung tung 醉酒后惹是生非

cà khổ t［口］破旧,破烂: chiếc xe đạp cà khổ 破旧的自行车

cà lăm cà lắp đg［方］结结巴巴的: nói cà lăm cà lắp 说话结结巴巴的

cà lơ t［口］游手好闲的,不务正业的

cà mèng t［口］破旧,破烂: chiếc đồng hồ cà mèng 破旧的手表

cà nhắc t 跛瘸的,一瘸一拐的: đi cà nhắc 走起路来一瘸一拐

cà niễng d 龙虱

cà pháo d 小圆茄(常用来腌食)

cà-phê (café) d 咖啡: cà-phê đen 纯咖啡; cà-phê hoà tan 速溶咖啡

cà-phê nhân d 咖啡豆

cà-phê phin d (滴漏式)咖啡

cà-phê sữa d 牛奶咖啡

cà rà đg［方］拖延,拖沓;不愿离开: cù rà bên cạnh 一直待在旁边不走

cà ri (cari) d 咖喱

cà rịch cà tang t 磨蹭,拖沓: làm cà rịch cà tang 磨磨蹭蹭地做

cà riềng đg［方］絮叨,唠叨,喋喋不休: cà riềng suốt ngày 整天唠唠叨叨

cà-rốt (carotte) d 胡萝卜,红萝卜

cà rỡn đg［方］开玩笑: nói cà rỡn 开玩笑

cà sa d［宗］袈裟

cà tăng d 藤竹制谷囤

cà tím d 紫茄

cà tong t［方］高瘦,细高挑儿

cà vạt d 领带(=ca vát)

cà xiêng t 游手好闲的

cà xóc đg；t［方］粗鲁,无礼

cả t 年长的,最大的: anh cả 大哥 d 整个,全部: cả nước 全国 tr 都,连⋯都: Ai cũng biết cả. 谁都知道。p 非常(轻信),极为,过分: cả tin 轻信

cả ăn cả tiêu 大吃大喝,挥霍

cả cục［口］一次性: trả tiền cả cục 一次性付款

cả cười đg 大笑: cùng nhau trông mặt cả cười 相视大笑

cả đàn cả lũ t 成群结队的,一大群的: kéo cả đàn cả lũ chạy đến 一大群人拥来

cả đêm d 整夜,通宵: thức cả đêm 彻夜不眠

cả gan t 大胆,斗胆: cả gan ăn cắp 大胆行窃

cả ghen t 醋意大发的

cả giận t 大怒,大发雷霆的

cả làng t ①全乡的②［口］大家的,所有的

cả lo t 多虑的

cả lũ d 成群,一伙: chết cả lũ 全都死翘翘

cả mừng t 大喜,大悦: Mẹ cả mừng. 母亲大喜。

cả năm d 全年,整年: kế hoạch cả năm 全年计划

cả nể t 百依百顺

cả ngày d 终日,全天,整天

cả nghe đg 轻信: Đừng có cả nghe lời nói của người lạ. 不要轻信陌生人的话。

cả nghĩ t 多愁善感,忧虑多

cả người d 全身,周身,浑身: mỏi cả người 全身疲惫; đau cả người 浑身酸痛

cả quyết t［旧］果断,决断: nói rất cả quyết 说话很果断

cả sợ t 非常害怕,非常恐惧: Tai nạn giao thông làm cho mọi người cả sợ. 交通事故令大家非常恐惧。

cả thảy d［口］全体

cả thẹn t 很害羞: Anh ta nói chuyện với cô gái hay cả thẹn. 他跟女孩子说话总是很害羞。

cả thể p［口］一块儿,一道儿,一起: Mai ta đi cả thể. 明天咱们一起去。

cả tiếng t ①大声的②粗声粗气的,恶声恶气的 ③大名鼎鼎的,闻名的: cả tiếng thiên hạ 天下闻名

cả tin t 轻易相信: Không nên cả tin người như vậy. 不应该这么轻易相信人。

cả vú lấp miệng em 强词夺理;盛气凌人

cá₁［汉］个

cá₂ *d* 鱼,鱼类: cá tươi 鲜鱼; cá ươn 烂鱼

cá₃ *d* ①楔子 ②鞋钉

cá₄ *đg* [方] 打赌: Hai người cá nhau xem ai thắng ai thua. 两个人打赌看谁输谁赢。

cá ăn thì giật, để lâu mất mồi 机不可失,时不再来

cá bạc *d* 银鱼

cá biển *d* 海鱼

cá biệt *t* 个别的: trường hợp cá biệt 个别场合

cá bống mú *d* 白鲈鱼

cá bột *d* 鱼花,小鱼

cá cái *d* 雌鱼

cá cảnh *d* 观赏鱼

cá cháy *d* 鲥鱼

cá chậu chim lồng 瓮中鱼;笼中鸟(喻受约束,不自由)

cá chầy *d* 梭鱼

cá chép *d* 鲤鱼

cá chim *d* 鲳鱼

cá chình *d* 鳗鱼

cá chọn nơi sâu, người tìm chỗ tốt 人往高处走,水往低处流

cá chuối *d* 乌鱼,生鱼

cá cược *đg* [口] 打赌

cá dại *d* 野生鱼

cá dưa *d* [动] 海鳗

cá đối bằng đầu 没大没小,长幼不分

cá đực *d* 雄鱼

cá giống *d* 鱼苗

cá hấp *d* 清蒸鱼

cá hố *d* 带鱼

cá hồng *d* 红鱼,火鱼

cá kho *d* 红烧鱼

cá khô *d* 鱼干

cá kình *d* [旧] 鲸鱼

cá leo [方] =cá nheo

cá lịch biển *d* 海鳝

cá lóc *d* 乌鱼,生鱼(=cá quả)

cá lòng tong *d* 小鱼苗

cá mập *d* ①鲨鱼 ②[转] 大财团,大财阀

cá mè *d* 鲢鱼: cá mè hoa 花鲢

cá mòi *d* 沙丁鱼

cá mú *d* 石斑鱼

cá muối *d* 腌鱼

cá mực *d* 墨鱼;鱿鱼

cá mực nan *d* [动] 乌贼

cá nằm trên thớt 砧板上的鱼(比喻任人宰割)

cá ngừ *d* 鲐鱼

cá ngựa₁ *d* 海马(=hải mã)

cá ngựa₂ *đg* 赛马(以赛马为赌) *d* 马棋: chơi cá ngựa 下马棋

cá nhâm *d* 青鱼(=cá trích)

cá nhân *d* ; *t* 个人,私人: ý kiến cá nhân 个人意见

cá nheo *d* 鲶鱼

cá nóc *d* 河豚

cá non *d* 小鱼苗

cá nước mặn *d* 咸水鱼

cá nước ngọt *d* 淡水鱼

cá quả *d* 乌鱼,生鱼

cá rô phi *d* 非洲鲫鱼,罗非鱼

cá rựa *d* [方] 锯齿鱼,狗沙鱼,旗鱼

cá sạo *d* [动] 石鲈

cá sấu *d* 鳄鱼

cá sấy *d* 熏鱼

cá song *d* 石斑鱼

cá sông *d* 河鱼,淡水鱼

cá thể *t* 个体的

cá thiều *d* 海鲇鱼

cá thu *d* 金枪鱼,马鲛鱼

cá tính *d* 个性

cá tràu *d* [方] 乌鱼,生鱼

cá trích *d* 青鱼

cá trôi *d* 鲮鱼

cá úc *d* 海鲇鱼

cá vàng *d* 金鱼

cá vàng bụng bọ 金玉其外,败絮其中

cá voi *d* 鲸

cá vồ *d* 大头鱼

cá vược *d* 鲈鱼

cá xác-đinh *d* 沙丁鱼

cạ *đg* [方] 蹭,磨: Con trâu cạ mình vào thân cây. 水牛在树干上蹭身子。

các₁ *d* ①卡,卡片;牌,胸牌 ②[口] 名片

các₂ [汉] 阁 *d* 楼阁: các tía lầu hồng 紫阁红楼

các₃ *d* ①各: các ngành 各部门 / 各行

业②辈,们: các anh你们; các đồng chí同志们

các₄ *đg* 累加: các tiền贴现

các-bo-nát (carbonat) *d* [化]碳酸盐

các-bon (carbon) *d* [化] 碳: giấy các-bon复写纸

các-bon đi-suyn phuya *d* 二硫化碳

các-bua-can-xi *d* [化]电石

các-te dầu *d* [机]油盘

các tông (carton) *d* 厚纸板: thùng các tông纸皮箱

các tông chun *d* 瓦楞纸

cạc [口]=**các₁**

cách₁ [汉]格

cách₂ *d* 方法: cách làm做法

cách₃ [汉]隔 *đg* ①距离,间隔: cách đây năm năm距今五年②隔音: cách điện绝缘

cách₄ [汉]革 *đg* [口]革除: cách chức革职

cách âm *đg* 隔音: phòng cách âm隔音室

cách biệt *đg* ①离别,分开: sống cách biệt với người nhà与家人分开生活②有差别,有差距: Nền kinh tế giữa hai nước vẫn còn cách biệt.两国的经济还存在差距。

cách chức *đg* 革职,撤职: bị cách chức vì tội tham ô因贪污被撤职

cách điện *đg* [电]绝缘: vật cách điện绝缘体

cách điệu *d* ; *đg* 格调

cách điệu hoá *đg* 格调化,格式化

cách giải *d* [数]解法

cách li *đg* 隔离: phòng cách li隔离室

cách mạng *d* 革命: làm cách mạng干革命 *t* 革命的: tư tưởng cách mạng革命思想

cách ngôn *d* 格言

cách nhiệt *đg* 隔热: lớp cách nhiệt隔热层

cách quãng *t* 间断的,不连贯的: Thời gian học bị cách quãng.学习时间被打断。

cách rách *t* [口]累赘,麻烦: Làm thế này cách rách lắm.这样做很麻烦。

cách tân *đg* 革新: cách tân nền văn hoá文化革新

cách thế di truyền *d* [生]隔代遗传

cách thuỷ *t* 隔水: hấp cách thuỷ隔水蒸

cách thức *d* 格式,方法

cách trở *đg* 阻隔

cách xa *đg* ①隔离: Chúng ta cách xa nghìn dặm.我们远隔千里。②相距,间隔,距离: cách xa 200 mét相距200米

cạch *đg* [口]教训: cạch cho nó một trận教训他一顿

cai₁ [汉]该 *d* ①[旧]工头(法国侵占时期用)②[方]区长

cai₂ *đg* 戒除: cai thuốc戒烟; cai rượu戒酒

cai đầu dài *d* [口]中间商,经纪人,承包商

cai nghiện *đg* 戒毒: trung tâm cai nghiện戒毒中心

cai quản *đg* 管理,打理: cai quản việc nhà打理家务

cai sữa *đg* (小儿)断奶

cai thầu *d* 包工头;工头;经纪人: cai thầu xây dựng建筑包工头

cai trị *đg* 统治,管辖: bộ máy cai trị统治机构

cài *đg* ①扣,系: cài dây an toàn系安全带②插: Tóc cài hoa.头发插上花。③闩(门): cài then上门④派遣,布置: Cài người vào hàng ngũ địch.派人打入敌营。⑤[口]设置,安装: cài phần mềm nhận dạng chữ Việt安装越文识别系统

cài đặt *đg* (电脑、手机等)装,设置,设定

cải₁ *d* ①芥菜②青菜(统称)

cải₂ [汉]改 *đg* 改变: cải tên改名

cải₃ *đg* (往绸缎上)织,绣(花或字)

cải bắp *d* 椰菜,包菜

cải bẹ *d* [植]肉芥菜,大肉芥菜

cải bi-xen *d* [植]孢子甘蓝

cải biên *đg* 改编: cải biên kịch bản改编剧本

cải biến *đg* 改变,变革: cải biến tình

trạng lạc hậu 改变落后的状况

cải cách *đg*; *d* 改革: cải cách mở cửa 改革开放

cải canh *d* 白菜, 青菜

cải chân vịt *d* 菠菜

cải củ *d* 萝卜

cải cúc *d* [植] 茼蒿

cải dạng *đg* 乔装: Cô ta cải dạng thành chàng trai. 她乔装成男子。

cải danh *đg* 改名

cải giá *đg* 改嫁

cải hoa *d* 白菜花

cải làn *d* [植] 芥蓝

cải lão hoàn đồng 返老还童

cải lương₁ *d* 改良戏 (一种越南戏剧)

cải lương₂ *t* [旧] 改良的: tư tưởng cải lương 改良的思想

cải mả *đg* 改葬 *t* [口] (牙齿) 灰暗

cải phong di tục *đg* 移风易俗

cải soong *d* [植] 西洋菜

cải tà qui chính *đg* 改邪归正

cải tạo *đg* 改造: cải tạo thiên nhiên 改造自然

cải thìa *d* 小白菜, 上海青

cải thiện *đg* 改善: cải thiện môi trường đầu tư 改善投资环境

cải tiến *đg* 改进: cải tiến kĩ thuật 改进技术

cải tổ *đg* 改组: cải tổ nội các 改组内阁

cải trang *đg* 乔装, 乔装打扮

cải tử hoàn sinh 起死回生

cãi *đg* ① 争吵, 争辩: Nó đã làm sai lại còn cãi. 他做错了还狡辩。② [口] 辩护, 申辩: cãi cho trắng án 无罪辩护

cãi bướng *đg* 诡辩, 狡辩: Đã phạm sai lầm còn cãi bướng. 犯了错误还狡辩。

cãi chày cãi cối [口] 强词夺理

cãi cọ *đg* 争论, 争辩

cãi liều *đg* 诡辩, 狡辩

cãi lộn *đg* [方] (发生) 口角, 吵嘴

cãi nhau *đg* 吵架, 抬杠: Hai ông bà cãi nhau suốt ngày. 他们老两口成天抬杠。

cãi nhau như mổ bò 大吵大闹

cãi vã *đg* (没有意义的) 争吵

cái₁ [汉] 盖

cái₂ *d* ① [旧] 母亲② [口] 同辈女孩间或对晚辈女孩的亲密称呼③醋母④ (赌局) 庄家: làm cái 坐庄⑤汤料 *t* ① (动物) 雌性: chó cái 母狗② (花或植物) 雌性: hoa mướp cái 雌蕊③大的: ngón tay cái 大拇指

cái₃ *d* ①个, 件, 把, 只, 张: một cái túi 一个袋子② (用作辅助副名词, 将动词或形容词转化为名词): lo cái ăn cái mặc 为衣食而担忧③ (动物的) 品种, 种类 *tr* (做助词, 强调要说明的对象): Cái cây này rất cao. 这棵树很高。

cái ghẻ *d* [动] 疥虫

cái gọi là *t* 所谓的: cái gọi là nhân quyền của bọn chúng 他们所谓的人权

cái kim trong bọc có ngày lòi ra 纸包不住火; 没有不透风的墙

cái sảy nảy cái ung 千里之堤, 毁于蚁穴

cái thế vô song 举世无双

cái tóc cái tội 罪大恶极; 罪恶滔天

cam₁ *d* ①橙子, 柑子②橙黄色

cam₂ [汉] 疳 *d* [医] 疳症

cam₃ *d* [机] 凸轮

cam₄ [汉] 甘 *đg* 甘心: Họ không cam tâm bị thua. 他们不甘心失败。

cam chịu *đg* 甘受: không cam chịu cuộc sống nghèo khổ 不甘受贫困的生活

cam còm *d* [医] 小儿营养不良症

cam du *d* [化] 甘油

cam đoan *đg* 担保, 保证

cam đường *d* 蜜柑

camera *d* 摄像机, 摄像头

cam giấy *d* 薄皮蜜柑

cam kết *đg* 保证, 承诺: giấy cam kết 保证书 *d* 保证书, 承诺书

cam lòng *đg* 甘心

cam phận *đg* 甘愿, 甘受: sống cam phận 甘守本分

Cam-pu-chia *d* [地] 柬埔寨 (亚洲国家): tiếng Cam-pu-chia 柬埔寨语

cam sài *d* [医] (小儿) 疳症

cam tâm đg 甘心

cam thảo d [药] 甘草

cam tích d [医] 疳积

cảm₁ [汉] 敢

cảm₂ [汉] 感 đg [医] 感冒

cảm₃ đg 感动: những bài thơ cảm được người đọc 感动读者的诗歌

cảm biến d 感应器, 感应部分

cảm động đg 感动: cảm động đến rơi nước mắt 感动得落泪 t 感人的, 动人的

cảm giác d ; đg 感觉, 感触, 感受: cảm giác lạ thường 异常的感觉

cảm gió đg [医] 着凉, 风寒

cảm hàn đg [医] 寒感, 着凉

cảm hoá đg 感化: cảm hoá bằng tình người 用感情来感化

cảm hứng d 感兴, 灵感

cảm khái đg 感慨: lời cảm khái 感慨之言

cảm kích đg 感激

cảm mạo đg [医] 感冒

cảm mến đg 爱戴, 爱慕, 倾慕

cảm mộ đg 仰慕, 倾慕

cảm nắng đg [医] 中暑

cảm nghĩ d ; đg 感想

cảm ngộ đg [旧] ①感悟, 醒悟 ②感遇

cảm nhận đg 感受, 体会, 认识, 觉察到

cảm nhiễm đg [医] 感染

cảm ơn đg 感谢, 谢谢, 感恩

cảm phục đg 佩服: Tôi rất cảm phục lòng dũng cảm của anh ấy. 我很佩服他的勇敢。

cảm quan d 感官, 感觉器官 đg 感知, 感觉

cảm tạ đg 感谢, 谢谢

cảm thán đg 感叹

cảm thấy đg 感觉, 感到: Anh ấy cảm thấy hơi sợ. 他感到有点害怕。

cảm thông đg 理解, 产生同感, 谅解: cảm thông với đất nước 与祖国共命运

cảm thụ đg 感受: có khả năng cảm thụ tốt 感受能力强

cảm thử đg [医] 中暑

cảm thương đg 感伤, 伤感

cảm tình d 感情, 情感: có cảm tình 有

情感

cảm tính d 感性, (主观) 感受: đánh giá theo cảm tính 主观评价

cảm từ d 叹词

cảm tử đg 敢死: quân cảm tử 敢死队

cảm tưởng d 感想

cảm ứng d [理] 感应: cảm ứng từ 磁感应

cảm xúc đg ; d 感触, 感受, 触动; 感想

cám₁ d ① 米糠 ② 粉状物

cám₂ đg 感触

cám dỗ đg 诱惑

cám hấp t [口] 古怪, 固执, 任性: Đồ cám hấp! 古怪的家伙!

cám ơn = cảm ơn

cạm d ① 陷阱 ② [转] 圈套, 诡计

cạm bẫy d 陷阱: đặt cạm bẫy 设陷阱

can₁ [汉] 肝 d 肝脏

can₂ [汉] 干 d (历法) 天干

can₃ d 罐

can₄ d 手杖

can₅ đg 连接: Can hai mảnh vải thành một. 把两块布接在一起。

can₆ đg 描图: can bản đồ 绘图

can₇ đg 劝止: thấy đánh nhau thì nhảy vào can 看到打架就去劝止

can₈ đg 关系, 相干: Việc của tôi can gì đến anh. 我的事跟你不相干。

can án đg [法] 涉案

can chi d (历法) 天干地支, 干支

can cớ d 缘由: không biết can cớ gì 不知道什么缘由

can dự đg 牵连, 牵涉: can dự vào vụ trộm cướp 牵涉抢劫案

can đảm t 勇敢, 大胆

can gì 没什么关系, 没事: Chẳng can gì cả. 一点关系都没有。

can hệ đg (指事情) 牵连, 牵扯, 牵涉: không can hệ gì đến tôi 不会牵扯到我

can hoả d [医] 肝火

can-ke (canke) đg 描图

can ngăn đg 劝阻, 劝止

can phạm đg 犯罪: can phạm tội giết người cướp của 犯抢劫杀人罪

can thiệp đg 干预, 干涉: can thiệp vũ

trang 武装干涉

can tội *đg* [口]犯罪: can tội trốn thuế 犯偷税罪

can trường *d* [旧]肝肠, 肺腑 *t* 坚毅, 不畏艰险

can-xi (calcium) *d* 钙

càn₁ [汉]乾 *d* 乾(八卦之一)

càn₂ *đg* 扫平, 扫荡: du kích chống càn 反扫荡游击 *t* 悖理的: nói càn 强词夺理

càn khôn *d* [旧]乾坤

càn ngang *t* 蛮横无理

càn quấy *t* [口]悖逆, 放荡不羁

càn quét *đg* 扫荡

càn rỡ *t* 悖逆, 不敬: ăn nói càn rỡ 出言不逊

cản [汉]赶, 捍 *đg* ①阻碍, 阻止 ②赶走(象棋用语): cản mã 赶马 *d* [方]堤: đắp cản trên sông 在河边筑堤

cản điện *d* [电]电阻

cản ngăn *đg* 阻止, 阻挡

cản trở *đg*; *d* 阻碍, 妨碍

cán₁ [汉]干

cán₂ *d* 柄, 把: cán dao 刀把

cán₃ *đg* ①擀: cán bột làm bánh 擀面做饼 ②(被车)碾: bị xe cán chết 被车碾死

cán bộ *d* 干部

cán bút *d* 笔杆

cán cân *d* ①秤杆 ②对照; 力量对比: cán cân lực lượng hai bên 双方力量对比

cán cuốc *d* 镐把

cán đẩy *d* 推杆

cán sự *d* 干事

cạn *t* ①浅: mắc cạn 搁浅 ②枯干: giếng cạn nước 枯井 ③竭, 尽: hút cạn 吸干 *d* 陆地; 旱地

cạn chén *đg* 干杯

cạn kiệt *đg* 枯竭: Bể nước đã cạn kiệt. 水池已经枯竭。

cạn lòng *t* 肤浅, 小心眼

cạn lời *đg* 话尽, 言尽

cạn tàu ráo máng 无情无义

cạn tiền [口]钱花光了

cạn túi *t* ①囊空的 ②倾囊的 ③身无分

文的

càng₁ *d* ①螯: càng cua 螃蟹螯 ②辕

càng₂ *p* 更加, 倍加

càng...càng... *k* 越…越…: xem càng càng thích 越看越喜欢

càng cua *d* ①蟹螯 ②[军]钳形包围圈 ③[植]草胡椒

càng già càng dẻo càng dai 老当益壮

càng ngày càng 越来越, 日益: Trời càng ngày càng lạnh. 天气越来越冷。

càng thêm *p* 更加, 倍加: càng thêm vui vẻ 更加快乐

cảng [汉]港 *d* 海港, 港口: cảng biển 海港

cảng hàng không *d* 航空港

cảng vụ *d* 港务

cáng₁ *d* ①轿子: đi cáng 乘轿子 ②担架 *đg* (用担架)担, 抬: cáng người 抬人

cáng₂ *đg* [口]肩负, 担负, 担当

cáng đáng *đg* 肩负, 担负, 担当(责任)

canh₁ [汉]耕

canh₂ *d* 汤

canh₃ [汉]更 *d* ①更点 ②一局(常用于表达夜间的赌博行为): canh bạc 赌局

canh₄ [汉]庚 *d* 庚(天干第七位)

canh₅ *đg* 看守: canh đêm 值夜班

canh₆ *đg* 煎, 熬, 煲: canh thuốc 煎药

canh ba nửa đêm 三更半夜

canh cánh *t* 念念不忘的, 时时牵挂的: canh cánh bên lòng 耿耿于怀

canh cửi *đg* [旧]织布

canh gác *đg* 看守, 站岗, 警戒, 放哨: cử người canh gác 派人站岗

canh giữ *đg* ①镇守, 扼守: canh giữ bầu trời tổ quốc 保卫祖国的领空 ②看守: canh giữ nghiêm mật 严密地看守

canh khuya *d* [旧]深夜, 静夜: canh khuya vắng vẻ 夜深人静

canh nông *đg* [旧]耕种, 耕作: kĩ sư canh nông 农艺师

canh phiên *đg* 轮番, 轮流

canh phòng *đg* 防守,守卫,放哨: canh phòng các ngả đường 防守各个路口

canh suông *d* 高汤,白汤

canh tác *đg* 耕作: đất canh tác 耕地

canh tân *đg* [旧] 维新,更新: canh tân nền văn hoá 更新文化

canh ti *đg* [口] 集资,合资,合股: Hai anh em canh ti làm ăn. 两兄弟合股做生意。

canh tóc *d* (西服上装的)麻衬

canh tuần *đg* 巡逻,巡更

cành₁ *d* ①树枝②分支③枝状物

cành₂ *t* [口] (肚子)胀: bụng căng cành bụng rốc rốc 肚子鼓鼓的

cành cạch (拟)咚咚(硬物撞击声)

cảnh₁ *d* 铙钹(一种打击乐器)

cảnh₂ [汉] 景 *d* ①风景: cảnh tuyết 雪景; cảnh đẹp 美景②(戏剧)章节: kịch một hồi hai cảnh 一回两章的戏③景: dựng cảnh 置景(电影拍摄)

cảnh₃ [汉] 境 *d* ①境地,境况: cảnh nghèo 困境② 境界 疆界; nhập cảnh 入境

cảnh₄ [汉] 警: cảnh sát 警察

cảnh báo *đg*; *d* 警报: cảnh báo nguy cơ cháy rừng 山林火灾警报

cảnh cáo *đg* 警告: nổ súng cảnh cáo 鸣枪警告

cảnh đặc tả *d* 特写,特写镜头

cảnh gần *d* 近景

cảnh giác *đg* 警惕,警觉: đề cao cảnh giác 提高警惕

cảnh giới *đg* 警戒

cảnh huống *d* 境况

cảnh ngộ *d* 境遇: cùng cảnh ngộ với nhau 同样的境遇

cảnh phục *d* 警服

cảnh quan *d* 景观: cảnh quan rừng nhiệt đới 热带雨林景观

cảnh sát *d* 警察: cảnh sát giao thông 交通警察

cảnh sắc *d* 景色

cảnh tỉnh *đg* 警醒,使醒悟: chuông cảnh tỉnh 警钟

cảnh trí *d* 景致,景色,风景

cảnh tượng *d* 景象: hiện ra cảnh tượng mới 出现新景象

cảnh vật *d* 景物: Ông ấy đang ngắm nhìn cảnh vật hai bên đường. 他正在观赏道路两旁的景物。

cảnh vệ *d* ①警卫②警卫员

cảnh vụ *d* 警务

cánh *d* ①翅膀: xoè cánh 展翅②翼状物: cánh buồm 船帆③羽翼: kéo bè kéo cánh 集党结羽④瓣: cánh hoa 花瓣⑤[解] 臂膀

cánh cam *d* [动] 金龟子

cánh chõ *d* [解] 肘

cánh chuồn *d* 蜻蜓翼 *t* 蜻蜓翼状的: mũ cánh chuồn 乌纱帽

cánh cung *d* 弓背

cánh cửa *d* 门扇: Hai cánh cửa đều hỏng. 两扇门都坏了。

cánh đồng *d* 田野,旷野: cánh đồng màu mỡ 肥沃的田野

cánh gà *d* ①鸡翅②侧幕③挡板,隔板

cánh gián *d* ①蟑螂翅②赭色

cánh họ *d* 族系: cùng một cánh họ 同属一个族系

cánh hồng *d* ①鸿翼②少妇

cánh kéo *d* ①剪刀②[经] 剪刀差

cánh kiến *d* ①[动] 紫胶虫②紫梗,紫草茸,紫胶

cánh quạt *d* ①风扇②[机] 螺旋桨,引擎

cánh sẻ *t* 交叉: bắn chéo cánh sẻ 火力交叉

cánh sen *d* ①[植] 莲瓣②粉红色

cánh tay *d* [解] 胳膊,胳臂: Bị thương ở cánh tay. 胳膊受伤。

cánh tay đòn *d* [理] 力臂

cánh tay phải *d* 左膀右臂,助手,帮手

cánh trả *d* 翠鸟翅膀 *t* 翠绿

cạnh₁ [汉] 竞

cạnh₂ *d* ①旁边: Chị ấy ngồi cạnh tôi. 她坐在我旁边。②[数] 尖角,直角③[数] 边角,棱角④[数] 边

cạnh khía *d* 方面

cạnh khoé *t* (说话)冷峭,尖刻

cạnh tranh *đg* 竞争: cạnh tranh về thương mại 商业竞争

cao₁ [汉] 膏 *d* 药膏: cao hổ cốt 虎骨

膏 *t* 膏腴

cao [汉] 高 ①高: núi cao 高山②高超: cao cờ 棋艺高超③高昂: giá cao 高价④高傲: làm cao 自高自大

cao áp *t* [电] 高压

cao bồi *d* ①西部牛仔②流氓, 混混

cao cả *t* 高尚, 崇高: lí tưởng cao cả 崇高的理想

cao cấp *t* 高级: sản phẩm cao cấp 高级产品

cao chạy xa bay 远走高飞

cao chót vót *t* 突兀, 巍峨

cao cường *t* 高强

cao dán *d* [药] 膏药

cao dỏng *t* (身材) 高瘦

cao đài *d* ①高台② [宗] 高台教

cao đạo *t* 清高: Anh ấy hay làm ra vẻ cao đạo. 他喜欢做出清高的样子。

cao đẳng *t* ① (生物) 高级: loại động vật cao đẳng 高级动物②大专, 专科: học cao đẳng 读大专

cao đẹp *t* 美好, 崇高: lí tưởng cao đẹp 崇高的理想

cao điểm *d* ①高地: chiếm lĩnh cao điểm 占领高地②高峰: giờ cao điểm 高峰期

cao độ *d* 高度 *t* 高度的: tập trung cao độ 高度集中

cao độ kế *d* 高度仪

cao giọng *t* 高调

cao học *d* 研究生班, 研究生教育

cao huyết áp *d* [医] 高血压症

cao hứng *t* 高兴, 乘兴: Ông ta cao hứng làm một bài thơ. 他乘兴做了一首诗。

cao kế *d* 测高计

cao kều *t* [口] 细高挑儿, 瘦高个儿

cao không tới thấp không thông 高不成, 低不就

cao kiến *d* 高见: Thật là một cao kiến. 真是高见。 *t* 高明: người cao kiến 高明的人

cao lanh *d* 高岭土

cao lâu *d* [旧] 中餐馆, 中餐酒楼

cao lớn *t* 魁梧, 高大

cao lương *d* 高粱

cao minh *t* [旧] 高明

cao ngạo *t* 高傲

cao ngất *t* 参天, 矗立, 高耸: toà nhà cao ngất 摩天大楼

cao ngút *t* 高耸: kiến trúc cao ngút 高耸的建筑

cao nguyên *d* 高原

cao nhã *t* 高雅

cao nhân *d* [旧] 高人

cao nhiệt *t* [理] 高温, 高热

cao niên *t* [旧] 高龄, 高寿

cao ốc *d* [方] 高楼大厦, 高层建筑

cao phân tử *d* [化] 高分子

cao quí *t* 高贵: phẩm chất cao quí 高贵的品德

cao ráo *t* ①干爽: nhà cửa cao ráo 干爽的房子②高挑: dáng người cao ráo 高挑的身材

cao răng *d* 牙垢

cao sản *t* 高产: lúa cao sản 高产水稻

cao sang *t* 尊贵, 高贵, 显赫

cao sâu *t* ①高深②天高地厚

cao siêu *t* 高超: tài nghệ cao siêu 技艺高超

cao sơn *d* 高山

cao su *d* ①橡胶, 树胶: cao su mủ 胶乳②橡胶制品: dép cao su 橡胶拖鞋 *t* [口] 弹性, 不固定: giờ cao su 弹性时间

cao su cách điện *d* [工] 绝缘胶

cao su nhân tạo *d* [工] 人造橡胶

cao su tái sinh *d* [工] 再生胶

cao tay *t* 高强, 高超

cao tăng *d* [宗] 高僧

cao tần *t* [无] 高频

cao tầng *t* (建筑) 高层: nhà cao tầng 高层建筑

cao thế=cao áp

cao thủ *d* ; *t* 高手

cao thượng *t* 高尚: con người cao thượng 高尚的人; tấm lòng cao thượng 高尚的情操

cao tốc *t* 高速: đường cao tốc 高速公路

cao trào *d* 高潮: cao trào cách mạng 革命高潮

cao trở kế *d* [电] 测高电阻计

cao tuổi *t* 高龄, 高寿: xã hội cao tuổi

老龄社会

cao uỷ *d* ①国际组织高级专员：cao uỷ Liên Hợp Quốc 联合国高级专员② 大使级代表

cao vọng *d* 奢望

cao vọt *t* 暴涨，猛涨，飞涨

cao vút *t* 高耸：ống khói nhà máy cao vút 高耸云霄的工厂烟囱

cao xa *t* 高不可攀，遥不可及，远而大的

cao xạ *d* 高炮（高射炮的简称）

cào *d* ①钉耙②牌九（赌具）*đg* ①耙，扒：cào cỏ 耙草②抓破，搔伤

cào ba răng *d* [农]三齿耙，三齿耘锄

cào bằng *đg* [口]拉平，不分高低上下：Cào bằng thành tích. 成绩不分上下。

cào cấu *đg* ①抓伤②倾轧：cào cấu nhau 互相倾轧③[口]搜刮：cào cấu của dân 搜刮民财

cào cỏ *d* [农]草耙

cào đá *d* 铁耙

cào móc *đg* 挠钩

cảo₁ [汉]槁

cảo₂ [汉]稿 *d* [旧]文稿

cáo₁ *d* 狐狸 *t* [口]狡猾

cáo₂ [汉]诰 *d* [旧]诰

cáo₃ [汉]告 *đg* ①控告：nguyên cáo 原告②[旧]禀告，告知：cáo lui 告退

cáo bạch *đg*；*d* 通告，通知

cáo biển *d* [动]海狸

cáo biệt *đg* [旧]告别

cáo buộc *đg* 控告，控诉

cáo cấp *đg* [旧]告急

cáo chung *đg* 终止，告终，结束，终结

cáo già *t* [口]老奸巨猾

cáo hồi *đg* ①告辞②辞职

cáo lão *đg* 告老：cáo lão về quê 告老还乡

cáo lỗi *đg* 告罪，请罪

cáo lui *đg* 告退

cáo mượn oai hùm 狐假虎威

cáo phó *d*；*đg* 讣告：đọc cáo phó 读讣告

cáo thị *d* [旧]告示：dán cáo thị 贴告示

cáo thoái [旧]=**cáo lui**

cáo trạng *d* 诉状，起诉书：Kiểm sát viên

đọc cáo trạng. 检察员宣读起诉书。

cáo từ *đg* 告辞

cạo *đg* ①刮：cạo râu 刮胡子；cạo tường 刮墙②剃：cạo đầu 剃头；dao cạo 剃刀

cạo gió *đg* [医]刮痧

cạo gọt *đg* 刮削

cáp *d* ①缆，缆绳②电缆③（通信用）耳机

cáp ngầm *d* 地下电缆

cáp quang *d* 光缆

cáp treo *d* 缆车

cạp₁ *d* 边儿：cạp áo（衣服）贴边儿 *đg* 收头，收边：Cạp mép rổ lại. 把篮子收边。

cạp₂ *đg* [方]啃：cạp củ khoai 啃红薯

cạp nia *d* [动]银环蛇

cạp nong *d* [动]金环蛇

card *d* ①名片 ②卡：card âm thanh 声卡；card màn hình 显卡

cát₁ [汉]桔，割

cát₂ *d* 沙：bãi cát 沙滩 *t* ①砂状的：đường cát 砂糖②（爪瓣）沙

cát₃ [汉]葛 *d* 葛：mây cát 葛藤

cát₄ [汉]吉 *t* 吉利：đại cát 大吉

cát bồi *d* 淤沙

cát bụi *d* 细沙

cát cánh *d* [植]桔梗

cát căn *d* [药]葛根

cát cứ *đg* 割据

cát đá *d* 沙砾，粒料

cát đằng *d* [旧]葛藤；(喻)偏房，妾

cát đen *d* 污泥沙

cát hung *t* [旧]吉凶

cát két *d* 鸭舌帽：đội cát két 戴鸭舌帽

cát kết *d* 砂岩

cát mịn *d* 细沙

cát pha *t* 掺杂沙子的（土壤）：đất cát pha 沙质土壤

cát sê *d*（演出）酬劳，出场费

cát thô *d* 粗沙

cát tịch *d* [旧]吉夕，新婚之夜

cát tường *t* 吉祥：cát tường như ý 吉祥如意

cát vàng *d* 黄沙

cát-xét（cassette）*d* ①收录机②盒式

磁带③盒式录音机

cau₁ d [植] 槟榔: cây cau 槟榔树

cau₂ đg 皱: cau mày 皱眉

cau càu t 暴戾, 粗暴

cau có đg; t 颦蹙, 紧皱: nét mặt cau có 愁眉苦脸

càu nhà càu nhàu đg 嘀嘀咕咕

càu nhàu đg 嘀咕: cứ càu nhàu mãi 嘀咕个不停

cáu₁ d 污垢: cáu nước chè 茶垢

cáu₂ đg; t 发火, 动怒: Nghe nó nói thì phát cáu. 听他说话就发火。

cáu bẳn đg; t 动不动就发火: Trong khi làm việc anh ta hay cáu bẳn. 工作中他动不动就发火。

cáu cặn d 渣滓, 沉淀物

cáu gắt đg 动不动就发火

cáu kỉnh đg 发急, 动怒 t 暴躁

cáu sườn đg [口] 发火, 发怒, 气愤, 恼火: Nghe nó nói mà cáu sườn. 听他说话就很气愤。

cáu tiết đg [口] 发火, 恼火

cay₁ d 刀柄(插入刀把部分): cay dao 刀柄

cay₂ t ①辣: vị cay 辣味②[口] 急眼: bị thua cay 输急眼③涩: cay mắt 涩眼

cay cú t 输红眼的, 急了眼的

cay đắng t ①苦辣②艰辛

cay độc t 恶毒, 毒辣

cay mắt t ①眼涩的②催泪的

cay nghiệt t 苛刻, 刻毒, 阴狠

cay xè t (眼睛) 发涩

cày d 犁 đg 犁, 耕: cày ruộng 犁地

cày ải đg [农] 翻犁, 初耕

cày bừa đg [农] ①犁耙②耕作

cày cạy d [动] 小蟪蜾 đg 忐忑

cày cấy đg [农] 耕种, 耕作

cày cục đg ①专心致志, 集中精力: cày cục suốt đêm chữa cái máy 整晚集中精力修机器 ②[旧] 钻营, 钻谋

cày lật đg 翻土

cày máy đg 机犁, 机耕

cày ngả đg 翻地

cày nỏ đg 翻耕(指翻土曝干)

cày nông đg 浅耕

cày sâu bừa kĩ 深耕细作

cày úp đg 侧犁(用犁斜翻使土成畦)

cày vỡ đg 开垦

cảy₁ đg [医] 产后腹痛

cảy₂ t 肿: bị đấm cảy mặt 被打肿了脸

cảy₃ t 暴躁, 毛躁: Nó cảy tính lắm. 他性子暴躁。

cảy₄ t 极其: giỏi cảy 好极了

cáy d [动] 蟛蜞

cạy₁ đg 撬: cạy cửa 撬门

cạy₂ đg 把船驶向左方

cắc d [方] [旧] 毫, 毛, 角 (货币单位): một cắc 一毛钱 [拟] 咯咯 (清脆的响声)

cắc ca cắc củm đg [方] 节俭, 节约

cắc cớ t 乖戾

cắc củm đg [方] 节俭, 节省: cắc cùm từng đồng 节省每一分钱

cắc kè d [方] [动] 蛤蚧

cắc ké d [动] 变色蜥蜴

cặc d [口] (男性) 阳具

căm₁ d [机] 辐条: căm xe đạp 自行车辐条

căm₂ đg 生气, 愤恨

căm căm p 飕飕, 瑟瑟: gió lạnh căm căm 冷风飕飕

căm ghét đg 憎恶, 憎恨

căm giận đg 恼怒, 气愤

căm hờn đg 愤恨, 憎恨

căm phẫn đg 愤慨, 激愤

căm thù đg 仇恨, 仇视, 敌视

căm tức đg 气愤, 恼怒, 仇恨

căm uất đg 窝火

cằm d [解] 颔

cắm đg ①插: Cắm hoa vào lọ. 把花插入瓶子。②驻扎: cắm trại 扎营③停泊④插标: cắm đất 插标圈地⑤低俯: cắm đầu chạy 低头跑

cắm cổ đg ①低头②[口] 埋头: cắm cổ xem sách 埋头看书

cắm đầu đg [口] ①埋头②俯就, 听从: Ai bảo gì cũng cắm đầu nghe theo. 谁说什么都听从。③俯冲: Máy bay cắm đầu xuống. 飞机俯冲下来。

cắm sào đg 停泊

cắm sào đợi nước 守株待兔

cắm thùng *đg* [口] (把衣摆塞进裤腰里) 束腰: Chị ấy hay cắm thùng. 她喜欢束腰。

cắm trại *đg* ①扎营②露营: ra ngoài thành cắm trại 到郊外露营

cặm cụi *đg* ; *t* 埋头: cặm cụi viết 埋头写

căn₁ [汉] 根 *d* [数]①方根②根号

căn₂ *d* 间: một căn nhà 一间房子

căn₃ *đg* 测量, 校准

căn bản *d* 根本, 基本: nguyên tắc căn bản 基本原则 *t* 根本的

căn bệnh *d* ①病因②病症: Ung thư là một căn bệnh nan y. 癌症是一种难治之症。

căn cơ *t* 精明: làm ăn căn cơ 精明强干

căn cứ *đg* 根据, 依照: căn cứ theo luật 依法 *d* ①依据: thiếu căn cứ 缺乏依据②根据地, 基地: vùng căn cứ quân sự 军事基地

căn cước *d* [旧]①身份信息②身份证

căn dặn *đg* 叮嘱, 叮咛, 嘱托: căn dặn hết điều 再三叮嘱

căn hộ *d* 套房, 公寓房, 单元房

căn nguyên *d* 根源, 起源

căn số *d* ①[数]根数, 方根: căn số bậc ba 立方根 ②[旧][宗]劫数, 命运

căn thức *d* [数]方根

căn tố *d* [语]词根

căn vặn *đg* 盘诘: căn vặn đến cùng 盘根问底

cằn *t* ①(土地)贫瘠: mảnh đất cằn 贫瘠的土地②(植物)生长不良的

cằn cặt *t* 怨愤; 尖酸

cằn cọc *t* 发育不良的, 生长不良的

cằn cỗi *t* ①贫瘠: ruộng đất cằn cỗi 贫瘠的田地②发育不良的③(体力、资财、创造力等)枯竭, 穷竭

cằn nhằn cằn nhằn *đg* 抱怨, 骂骂咧咧

cằn nhằn *đg* 抱怨, 骂骂咧咧

cắn₁ *đg* ①咬: bị chó cắn 被狗咬②刺, 叮, 咬③咬合: Bàn đóng cắn mộng. 桌子的榫头与榫眼紧紧咬合。

cắn₂ *đg* ①[方]狗吠②[口]吵架: Hai người cắn nhau. 两人吵嘴。

cắn câu *đg* ①咬钩, 上钩②[口][转]中计, 上圈套: Lão ta đã cắn câu. 他已经中计了。

cắn cấu *đg* 争吵, 冲突

cắn chỉ *t* (线状)红色痕迹的

cắn cỏ *đg* [旧]①嚼草②结草衔环以报

cắn lưỡi *đg* ①咬舌②自杀

cắn ổ *đg* (牲畜)临产

cắn răng *đg* ①咬牙②咬紧牙关

cắn rơm cắn cỏ 低三下四, 乞哀告怜

cắn rứt *đg* 自责

cắn trộm *đg* ①偷咬②偷窃③[转]暗箭伤人

cắn xé *đg* 咬扯, 你争我夺

cặn *d* 渣滓, 沉淀物

cặn bã *d* ①渣滓②[转](社会)败类

cặn kẽ *t* 仔细, 详尽: tìm hiểu cặn kẽ 详细了解

căng₁ *d* [旧](法属时期)营寨

căng₂ *đg* ①拉, 挂: căng dây 挂绳; căng buồm 扬帆②尽力: căng sức làm 尽力做 *t* ①[口]紧张: Làm việc rất căng. 工作很紧张。②胀满, 涨溢: vú căng sữa 奶胀

căng căng *t* 执拗, 顽固

căng đầu nhức óc 头昏脑涨

căng–gu–ru (kangaroo) *d* 袋鼠

căng thẳng *t* 紧张: quan hệ căng thẳng 关系紧张

căng tin *d* 小卖部

cẳng *d* ①[口](人或牲畜的)脚或蹄: cẳng trâu 牛蹄②树根: cẳng tre 竹子根

cẳng chân *d* [解]胫, 小腿

cẳng giò *d* [口]猪蹄, 猪肘子

cẳng tay *d* [口][解]肘

cắp₁ *đg* ①挟住: cắp sách đi học 挟书上学②钳住: bị cua cắp 被蟹钳住

cắp₂ *đg* 偷盗: kẻ cắp 小偷

cặp₁ *d* ①皮夹, 书包, 公文夹: cặp tài liệu 资料夹②夹子, 镊子: cặp tóc 发夹③一夹子, 一串: cặp chả 一串烤肉 *đg* 夹住: cặp nhiệt kế cho bệnh nhân 给病人夹体温计

cặp₂ *d* 一双, 一对: cặp vợ chồng 一对

夫妇

cặp₃ *đg* 泊近: Tàu cặp bến. 船靠岸。

cặp ba lá *d* 发夹

cặp bến *đg* ①靠岸,停泊②进港,抵港

cặp chì *đg* 上封铅

cặp da *d* 皮包,公文包

cặp giấy *d* 纸夹子

cặp kè *d* [乐]拍板,云板 *đg* 出双入对

cặp lồng *d* 手提式饭盒

cặp nhiệt *đg* [口]测体温,量体温 *d* 体温计

cặp sốt = cặp nhiệt

cặp tóc *d* 发夹

cắt *đg* ①剪,割: cắt cỏ 割草; cắt tóc 剪发②分配: cắt người trực nhật 安排人值班③中断: cắt đường giao thông 中断交通④删除

cắt băng *đg* 剪彩

cắt bỏ *đg* 切除: cắt bỏ ruột thừa 切除阑尾

cắt bóng *đg* [体]削球

cắt cổ *t* (价格)昂贵的,很高的

cắt cử *đg* 委派,分配

cắt dọc *đg* 纵割,纵剖: mặt cắt dọc 纵切面

cắt đặt *đg* 配置,安排

cắt đứt *đg* ①切断,割断②决裂,断绝: cắt đứt quan hệ 断绝关系③[口]离婚

cắt giảm *đg* 裁减,削减,降低: cắt giảm biên chế 裁减编制; cắt giảm mức thuế 降低税率

cắt lượt *đg* 轮班,轮流: Hai người cắt lượt nhau canh gác. 两个人轮流站岗。

cắt may *đg* 裁剪,缝制

cắt miếng *đg* 切片,切块

cắt ngang *đg* 横割,横剖

cắt nghĩa *đg* 说明,解释,释义

cắt ruột *đg* 断肠,割肠 *t* [转]刺骨的: rét cắt ruột 寒风刺骨

cắt thuốc *đg* ①切药②抓药

cắt tiết *đg* 杀,宰,割: cắt tiết vịt 杀鸭

cắt tóc *đg* ①理发②削发为僧

cắt xén *đg* ①篡改: bài văn bị cắt xén 文

章被篡改②克扣: cắt xén tiền lương 克扣工资

câm *t* ①哑的: người câm 哑巴②缄默的,不言的: Câm đi! 闭嘴!

câm hầu tắc cổ 张口结舌

câm họng *đg* [口]①词穷,没话说②闭嘴,噤口

câm miệng *đg* ①词穷,没话说②闭嘴,噤口

cầm₁ [汉] 禽,擒

cầm₂ [汉] 琴 *d* 古琴

cầm₃ *đg* ①执持,握着: cầm bút 握着笔②拿着: cầm túi 拿着袋子③掌握: cầm quyền 掌权④典押,典当,抵押: cầm nhà 抵押房子⑤有把握: cầm phần thắng trong tay 胜券在握⑥留客⑦止住: cầm máu 止血⑧控制,抑制(感情)

cầm canh *đg* ①持更,守更②(声音)不时地响起: Tiếng pháo nổ cầm canh. 鞭炮声此起彼伏。

cầm cập *t* 战栗的,发抖的,哆嗦的

cầm chắc *đg* 有把握: cầm chắc phần thắng 胜券在握

cầm chân *đg* 拖后腿

cầm chèo *đg* 划桨,掌橹

cầm chí *đg* 坚定,矢志不移

cầm chừng *đg* 有节制,有限度,适可而止

cầm cự *đg* 拖延,相持不下

cầm cương *đg* ①执缰②指挥

cầm đầu *t* 为首的,首脑的,首领的(贬义)

cầm đồ *đg* 典当,质押: hiệu cầm đồ 典当行

cầm gậy chọc trời 自不量力

cầm giữ *đg* 控制,把握

cầm hãm *đg* 抑制,抑止,克制

cầm hơi *đg* [口]维持生命

cầm khoán bẻ măng 执法犯法

cầm kì thi họa 琴棋书画

cầm lái *đg* ①掌舵,摆舵②指挥,领导

cầm lòng *đg* ①克制②忍心

cầm máu *đg* 止血

cầm mực *đg* 循规蹈矩

cầm nắm *đg* 掌握,执掌: cầm nắm chính

quyền 掌握政权

cầm quân đg 带兵,率兵

cầm quyền đg 掌权,执政,当权: các nhà cầm quyền 执政者

cầm sắt d [旧] 琴瑟(多用于比喻夫妻感情融洽)

cầm tay đg ①执手②手提: kiểu cầm tay 便携式

cầm thú d 禽兽

cầm tinh đg 生肖: Nó cầm tinh con chó. 他是属狗的。

cầm tù đg 囚禁: Trước đây ông ta bị cầm tù ở đấy. 以前他被囚禁在那里。

cẩm₁[汉]锦

cẩm₂ d [旧](法属时期)警长

cẩm kê d [动]锦鸡

cẩm lai d [植]黄檀

cẩm nang d 锦囊

cẩm thạch d 大理石,汉白玉石

cẩm tú d [旧]锦绣

cấm₁[汉]禁 đg 禁止。khu vực cấm 禁区

cấm₂ p [口] 从未,从来没有: Cấm bao giờ nó cười. 他从来不笑。

cấm chỉ đg 禁止

cấm cố đg 禁锢,幽禁

cấm cung d ①[旧]禁宫②[转]闺秀

cấm cửa đg [口] 禁止入门

cấm dục đg 禁欲

cấm địa d 禁地,禁区

cấm đoán đg 禁止

cấm khẩu đg (病人)噤口,噤声: Người bệnh đã cấm khẩu. 病人已说不出话。

cấm kị đg 禁忌

cấm ngặt đg 严禁: cấm ngặt mọi người ra vào 严禁任何人出入

cấm nhặt=**cấm ngặt**

cấm núi giữ rừng 封山育林

cấm phòng d [宗]禁室,密室 đg ①禁止出门②禁止房事

cấm thành d [旧]禁城,宫城: Tử Cấm Thành 紫禁城

cấm tiệt đg [口]完全禁止

cấm vận đg 禁运

cân₁[汉]巾,筋

cân₂ d ①秤: cân điện tử 电子秤②公斤:

một cân 一公斤 đg 称: cân thịt 称肉 t ①均衡: Hai bên cân nhau. 双方势均力敌。②均等: chia cho cân 平均分配③对称: hai nhà cân nhau 两幢房子对称

cân bàn d ①磅秤②台秤

cân bằng t 平衡,均衡

cân chìm d 地秤,地磅

cân đại d 大秤

cân đĩa d 盘秤

cân đôi t 相同的,同等的: Diện tích của hai bên cân đôi nhau. 两边的面积相同。

cân đối t 对称: thân hình cân đối 身材匀称 đg 平衡: cân đối cung và cầu 供求平衡

cân đủ t 足秤(指重量足,秤平)

cân già t 秤头高(秤杆往上翘)

cân hụt t 秤头低(重量不足,秤杆下垂)

cân kẹo đg [口]称(重量) d 秤

cân lứa t ①相等②匹配

cân móc hàm đg 称牲畜胴体(去毛、内脏)重量

cân não d 脑筋,精神

cân nhau t ①均衡②对称③均等

cân nhắc đg ① 衡量,掂量,权衡: cân nhắc hơn thiệt 权衡得失②考虑: cân nhắc kĩ càng 深思熟虑③推敲: cân nhắc từng chữ 逐字推敲④比较

cân sức t 势均力敌

cân ta d [口]斤(越南重量单位,约605克)

cân tạ d 百斤秤

cân tay=**cân treo**

cân tây d 公斤,千克

cân thiên bình d 天平

cân thuốc d ①烟秤②药秤

cân treo d 提秤,杆秤

cân Trung Quốc d 市斤(500克)

cân trừ bì d 净重(公斤)

cân xứng t 相称,相符: Hình thức chưa cân xứng với nội dung. 形式与内容不相符。

cần₁ d ①芹菜②竹管 ③杆,竿: cần câu 钓鱼竿

cần₂ đg 需要,必须,应该 t 紧急

cần₃ [汉] 勤 *t* 勤勉

cần cấp *t* 紧急, 急迫: hội nghị cần cấp 紧急会议

cần cẩu *d* [机] 吊车, 吊塔

cần chính *t* 勤政

cần cù *t* 勤劳, 勤勉, 辛勤: cần cù lao động 辛勤劳动

cần gì có nấy 心想事成

cần kéo *d* [工] 拉杆

cần kiệm *t* 勤俭

cần sa *d* [植] 大麻

cần ta *d* 芹菜

cần tây *d* 西芹

cần thiết *t* 需要, 必要: công việc cần thiết 必要的工作

cần thơm *d* 蒿子秆

cần trục=cần cẩu

cần vận chuyển *d* [机] 吊杆

cần vụ *d* ①勤务②勤务员

cẩn₁ [汉] 谨

cẩn₂ *đg* [方] 镶嵌: cẩn xà cừ 镶嵌贝壳

cẩn mật *t* 严密, 缜密

cẩn phòng *đg* 谨防: cẩn phòng hàng giả 谨防假货

cẩn thận *t* 谨慎, 小心: làm việc cẩn thận 做事谨慎

cẩn trọng *t* 慎重, 持重, 稳重: nên tính toán thật cẩn trọng 应慎重考虑

cặn₁ *d* [方] 渣, 渣滓: cặn nước chè 茶叶渣

cặn₂ [汉] 艮 *d* 艮(八卦之一)

cặn₃ *đg* [方] 扣除: cặn nợ 销账

cặn₄ *đg* [方] 受阻, 碍着

cận [汉] 近 *t* ①靠近的, 附近的, 临近的(同 gần): những ngày cận Tết 临近春节那几天②[口] 近视: mắt bị cận 眼睛近视

cận cảnh *d* 近景: quay phim cận cảnh 拍近景

cận đại *d* 近代: lịch sử cận đại 近代史

cận kì *d* 近期; 到期

cận lân *d* 近邻: Hai nước Trung–Việt là cận lân. 中越两国是近邻。

cận lợi *d* 近利, 眼前利益: Ta không thể chỉ nghĩ đến cận lợi. 我们不能只考虑眼前利益。

cận nhiệt đới *d* 亚热带

cận thân *d* ①近亲②近身

cận thị *t* (眼睛) 近视

cận vệ *d* 近卫: cận vệ trưởng 卫士长

câng câng *t* (脸上表情) 骄矜, 洋洋自得

cấp₁ [汉] 级

cấp₂ *d* 级别: cấp trên 上级; cấp dưới 下级

cấp₃ [汉] 给 *đg* ①发给: cấp lương 发薪水②拨给, 拨付: cấp tiền 拨款

cấp₄ [汉] 急 *t* 紧急

cấp I (một) [旧] *d* 小学(=Tiểu học)

cấp II (hai) [旧] *d* 初中(=Trung học cơ sở)

cấp III (ba) [旧] *d* 高中(=Trung học phổ thông)

cấp bách *t* 急迫, 紧急: nhiệm vụ cấp bách 紧急任务

cấp bậc *d* 等级, 级别

cấp bộ *d* (党、政、工、团的) 各级组织

cấp cao *t* 高级: hội nghị cấp cao 高级会议

cấp cứu *đg* [医] 急救: phòng cấp cứu 急救室

cấp dưỡng *đg* 给养, 供给 *d* 炊事员

cấp điện *đg* 供电

cấp hiệu *d* [军] 军衔, 肩章: cấp hiệu đại tá 大校军衔

cấp kênh *t* 晃荡的, 不平稳的: Cái ghế này cứ cấp kênh. 这椅子总是摇摇晃晃的。

cấp liệu *đg* [工] 供料, 喂料: cấp liệu kiểu rung 振动喂料

cấp nước *đg*; *d* 供水

cấp phát *đg* [经] 拨给, 发给, 支付

cấp tập *đg* 袭击: bị loạt pháo cấp tập mạnh mẽ 被大炮猛烈地袭击 *t* 连续的, 接二连三的: súng bắn cấp tập 连续射击

cấp thiết *t* 急切, 迫切

cấp tiến *t* [政] 激进

cấp tính *t* [医] 急性的: sốt rét cấp tính 急性疾病

cấp tốc *t* 急速,火速,刻不容缓

cấp uỷ *d* 党委

cấp vốn *đg* 投资

cập₁ [汉]及

cập₂ *đg*（船类）到达,抵达：Thuyền cập bến. 船靠岸。

cập kèm *t* 眼睛不好的：mắt cập kèm 眼睛看不清

cập kênh *t* 晃荡的,不平稳的

cập nhật *đg*；*t* 更新；补充：cập nhật thông tin 更新信息

cập rập *t* [口]匆匆忙忙

cất₁ *đg* ①收藏：cất sách 藏书②举起,抬起,仰起：cất đầu 抬头③起卸：cất hàng 卸货④建筑：cất nhà 建房子⑤大宗买卖：bán cất 批售⑥放声,开口：cất tiếng hát 放声歌唱

cất₂ *đg* 蒸馏：nước cất 蒸馏水

cất binh＝cất quân

cất bước *đg* ①举步,迈步 ②起程

cất cánh *đg* ①展翅欲飞：nền kinh tế cất cánh 经济腾飞②（飞机）起飞

cất công *đg* 下功夫

cất dọn *đg* 收拾：cất dọn nhà cửa 收拾房子

cất đám *đg* 出殡

cất đặt *đg* 安排,安置

cất giấu *đg* 藏好,藏匿：cất giấu tài liệu mật 藏好机密资料

cất giữ *đg* 保管,保存,贮存,存放：cất giữ đồ quí 保管贵重物品

cất hàng *đg* ①卸货,卸载②[商]进货

cất lên *đg* 藏匿

cất mình *đg* 动身,启程

cất mộ *đg* 移葬（也作 cải táng）

cất nhà *đg* ①造房子,起房子②建筑

cất nhắc *đg* ①提拔,提升,抬举：cất nhắc cán bộ 提拔干部②[口]做点轻活儿

cất nón *đg* 脱帽

cất quân *đg* 起兵,出兵

cất tay không kịp 措手不及

cất tiếng *đg* 放声,开口,开言

cật₁ [汉]洁,竭

cật₂ *d* ①腰,背：sau cật 背后②[口]肾脏③外皮：cật mây 藤皮

cật lực *p*（做事）竭力,拼命：chạy cật lực 拼命跑

cật ruột *d* [旧]同胞,骨肉：anh em cật ruột 同胞兄弟

câu₁ [汉]拘,俱

câu₂ *d* 鸽子

câu₃ [汉]句 *d* 句子：đặt câu 造句

câu₄ *đg* 钓,勾 *d* ①钓：Buông dây dài câu cá lớn. 放长线钓大鱼。②[口]招揽：câu khách hàng 招揽顾客③（用射车）起吊：Câu gỗ lên xe. 把木头吊上车。④[军]命中,锁定：Đạn cối câu trúng mục tiêu. 子弹命中目标。*d* 钓钩儿

câu cá *đg* ①钓鱼②[口]打瞌睡

câu chấp *đg* [旧]固执

câu chuyện *d* ①话语 ②事情,事由：câu chuyện vui 高兴的事情③故事：Câu chuyện này hay lắm. 这个故事很精彩。

câu cú *d* 文句,文辞：chẳng ra câu cú gì 语句不通

câu cửa miệng *d* 口头语,口头禅

câu danh câu lợi 沽名钓誉

câu dầm *đg* ① 垂钓②[口]（做事）拖沓,拖延：Việc này câu dầm mãi chưa làm xong. 这件事拖了很久还没做完。

câu đằng *d* [药]钩藤

câu đố *d* 谜语

câu đối *d* 对联：câu đối Tết 春联

câu hát *d* 歌词

câu hỏi *d* 问题

câu kết *đg* 勾结

câu khách *đg* [口]兜客,揽客（含贬义）

câu lạc bộ *d* 俱乐部

câu lệnh *d* [计]（计算机）指令

câu liêm *d* 钩镰

câu lợi *đg* 图利,求利,钻营

câu móc *d* 挠钩

câu nệ *đg* 保守,拘泥,墨守成规

câu nói *d* 语句,话语,言语

câu pha trò *d* 噱头

câu rút *d* [宗]十字架

câu thơ *d* 诗句

câu văn *d* 文句：câu văn trôi chảy 文

句通顺

câu ví *d* 比方，比喻

cầu₁ [汉] 球 *d* ①球，球形体：hình cầu 球形体 ②毽子：đá cầu 踢毽子

cầu₂ *d* 桥梁：bắc cầu 架桥

cầu₃ [汉] 求 *đg* ①请求 ②祈求

cầu₄ *đg* 需求：cung không đủ cầu 供不应求

cầu an *đg* 求平安

cầu bập bênh *d* 跷跷板

cầu bơ cầu bất 流离失所

cầu cảng *d* 栈桥码头 (=cầu tàu)

cầu cạnh *đg* 拉关系，求人

cầu chì *d* [电] 保险丝，熔断器

cầu chúc *đg* 祈祝：Cầu chúc cả nhà hạnh phúc！祝阖家幸福！

cầu chứng *đg* [数] 求证

cầu cống *d* 涵洞桥，拱桥

cầu cúng *đg* 祈求，祭拜

cầu cứu *đg* 求救，乞援

cầu dao *d* 电闸

cầu dẫn *d* 引桥

cầu dây *d* 索桥

cầu duyên *đg* 求缘，求偶

cầu đà hẫng *d* 悬桥

cầu đá *d* 石桥

cầu đảo *đg* 祷告，求神拜佛

cầu độc mộc *d* 独木桥

cầu được ước thấy 如愿以偿

cầu giải *đg* [数] 求解

cầu hoà *đg* 求和

cầu hôn *đg* 求婚

cầu hồn *đg* 安魂，超度

cầu khẩn *đg* 恳求

cầu khi *d* 独木桥

cầu khiến *đg* 祈使：câu cầu khiến 祈使句

cầu khuẩn *d* 球菌

cầu kì *t* 讲究，考究：ăn mặc cầu kì 衣饰讲究

cầu kiến *đg* [旧] 求见

cầu là *d* 熨衣板 (用来熨烫衣服)

cầu leo *d* 悬桥

cầu lông *d* 羽毛球

cầu lợi *đg* 求利

cầu máng *d* 水槽

cầu may *đg* [宗] 祈祷好运，祈福

cầu mắt *d* 眼球

cầu mây *d* 藤球

cầu mong *đg* 祈愿

cầu môn *d* 球门

cầu móng *d* 拱桥

cầu mưa *đg* 求雨，祈雨

cầu nguyện *đg* 求愿，祈祷

cầu nhảy *d* [体] 木马

cầu nhiều nhịp *d* 多孔桥

cầu noi *d* (从船上岸的) 踏板

cầu nổi *d* 浮桥，天桥

cầu nối *d* 桥梁；媒介，中介

cầu ô *d* 乌桥，鹊桥

cầu phao *d* 浮桥

cầu phúc *đg* 求福，祈福：đến chùa cầu phúc 到庙里祈福

cầu phương *d* [数] 求方；求积法

cầu quay *d* ①转桥，活动桥 ②转车台，旋盘

cầu tài *đg* 求财

cầu tạm *d* 便桥，临时桥

cầu tàu *d* 栈桥码头

cầu thang *d* 梯子，楼梯：cầu thang máy 电梯

cầu thăng bằng *d* [体] 平衡木

cầu thân *đg* [旧] 求亲

cầu thủ *d* 球员，球手，选手：cầu thủ bóng đá 足球队员

cầu tiêu *d* 茅厕，厕所

cầu toàn *đg* 求全

cầu treo *d* 吊桥；斜拉桥

cầu treo dây võng *d* 斜拉桥

cầu trục *d* 门吊

cầu truyền hình *d* 现场直播

cầu trường *d* 足球场

cầu trượt *d* (儿童玩的) 滑梯

cầu tự *đg* 求嗣

cầu vai *d* 肩垫

cầu van *d* (轮胎等的) 气门

cầu ván *d* 木板桥

cầu viện *đg* 求援：khẩn cấp cầu viện 赶紧去求援

cầu vòm *d* 拱桥

cầu vồng *d* 彩虹

cầu vợt *d* 网球

cầu vui *đg* 求欢;取乐

cầu vượt *d* 立交桥

cầu xin *đg* 乞求

cầu xuống phà *d*（渡船）引桥

cẩu₁［汉］狗,苟

cẩu₂ *đg* 吊运：cẩu hàng 吊货物 *d*［口］吊车

cẩu an *t* 苟安

cẩu hợp *đg*［旧］苟合

cẩu kỉ *d*［药］枸杞

cẩu thả *t*（做事）苟且,马马虎虎：làm ăn cẩu thả 做事马虎

cấu₁［汉］构,勾

cấu₂ *đg* 掐,拧：cấu vào bàn tay 掐手

cấu chí *đg* 打闹：Mấy đứa trẻ suốt ngày cấu chí nhau. 几个小孩成天在一起打闹。

cấu kiện *d* 构件

cấu tạo *đg* 构造,构成 *d* 构造,结构：cấu tạo máy nổ 发动机的构造

cấu thành *đg* 构成：yêu tố cấu thành tội phạm 构成犯罪的因素

cấu trúc *d* 结构 *đg* 构筑

cấu tứ *đg* 构思：Bài này cấu tứ rất lạ. 这篇文章构思得奇特。

cấu véo *đg* ①掐拧②倾轧：cấu véo nhau 内部互相倾轧③［口］揩油,蚕食,侵吞

cấu xé *đg* ①厮打②倾轧：cấu xé lẫn nhau 相互争斗

cậu *d* ①舅舅,舅父②［旧］父亲③小舅子④［旧］少爷⑤年轻人之间的昵称⑥小男孩

cậu ấm *d*［旧］少爷

cây *d* ① 树,树木②条状或柱形体：cây nến 蜡烛③［口］公里：5 cây 5 公里④［旧］两（黄金）

cây Á nhiệt đới *d* 亚热带作物

cây ăn quả *d* 果树,果木

cây bàng *d*［植］榄仁

cây bấc *d*［植］灯芯草

cây bầu *d*［植］葫芦

cây bông *d*①［植］棉株②［旧］焰火,烟火

cây bụi *d* 灌木

cây bút *d* 文人,作家,笔杆子：cây bút

trứ danh 名作家

cây càng cua *d*［植］蟹爪仙人掌

cây canh-ki-na *d* 金鸡纳树

cây cảnh *d* 盆景

cây cao su *d* 橡胶树

cây chè *d* 茶树

cây chổi *d* 扫帚

cây chuyển hướng *d*［机］转向杆

cây cỏ *d* 草木

cây cỏ bạc đầu *d*［植］白头翁

cây cọ *d*［植］①蒲葵②棕榈

cây cổ thụ *d* 古树

cây cối *d* 树林,植物

cây công nghiệp *d* 经济作物

cây dại *d* 野生植物

cây dong *d*［植］柊叶

cây du *d* 榆树

cây dứa dại *d*［植］露兜树,假菠萝

cây đa *d* 榕树

cây đào *d* 桃树

cây đề *d* 菩提树

cây điều nhuộm *d* 胭脂树

cây đo *d*［机］测量杆

cây gạo *d* 木棉树

cây gỗ *d* 乔木

cây guột *d* 桄榔树

cây hoa màu *d* 杂粮,粗粮,庄稼

cây hoè *d* 槐树

cây hóp *d* 凤尾竹

cây kí sinh *d* 寄生植物

cây lá nón *d*［植］蒲葵

cây làm thuốc *d* 药用植物

cây lanh *d*［植］亚麻

cây lau nhà *d* 拖把

cây lâu năm *d* 多年生作物

cây leo *d* 攀生植物

cây liễu *d* 柳树

cây lương thực *d* 粮食作物

cây lưu niên *d* 多年作物

cây mộc *d* 木本植物

cây nhà lá vườn 自家生产的

cây nhiệt đới *d* 热带作物

cây non *d* 秧苗,青苗,树苗

cây nông nghiệp *d* 农作物

cây phong *d* 枫树

cây sả *d*［植］香茅

cây số *d* ①里程碑②公里,千米

cây số vuông *d* 平方公里

cây sồng *d* [植]乌木

cây su *d* [植]春木

cây thân cỏ *d* 草本植物

cây thẹn *d* 含羞草

cây thế *d* 盆景

cây thông *d* 松树

cây thuốc *d* 药材

cây thuốc phiện *d* 罂粟

cây thuốc thảo mộc *d* 中草药

cây trái *d* 果树,果木(=cây ăn quả)

cây tre *d* 竹子

cây tri mẫu *d* [植]知母

cây tùng *d* 松树

cây tử đàn *d* [植]紫檀

cây viết *d* [方]①笔②文人,作家,笔杆子

cây xanh *d* 绿色树木,绿色植物

cây xăng *d* 加油站,供油点;汽油泵

cây xấu hổ *d* 含羞草

cây xê-côi-a *d* [植]红杉,巨杉

cây xương rồng *d* [植]火殃箭;仙人掌科植物

cầy₁ *d* ①[动]黄鼠狼②[口]狗: thịt cầy 狗肉

cầy₂ *d* 树脂

cầy₃ *đg ; d* [方]犁(也作 cày)

cầy hương *d* 果子狸

cấy *đg* ①插秧: cày cấy 耕种②移植: cấy da 皮肤移植③[医]培养: cấy nấm 培养细菌

cấy cày *đg* 耕种,耕作(=cày cấy)

cấy chiêm *đg* ①春播,春播②冬播,冬耕

cấy cưỡng *đg* 抢种(耕种不合季节)

cấy dày *đg* 密植: cấy dày hợp lí 合理密植

cấy lúa *đg* 插秧

cậy *đg* ①倚靠: cậy vào bố mẹ 依靠父母②倚恃: cậy tài 恃才

cậy cục *đg* 四处求人

cậy già lên mặt 倚老卖老

cậy nhờ *đg* 倚靠: Mẹ sẽ phải cậy nhờ tôi. 妈妈将倚靠我(生活)。

cậy thế *đg* 恃势,倚势,仗势: cậy thế nạt người 仗势欺人

cậy trông *đg* 寄望,寄托

cha *d* ①父亲: cha con 父子②[宗]神甫: cha cố 神甫③[方]家伙(卑称)

cha anh *d* 父兄,家长

cha chồng *d* 公公(丈夫的父亲)

cha chú *d* 叔伯: bậc cha chú 叔伯辈

cha cố *d* [口]牧师

cha dượng *d* 继父

cha đẻ *d* ①生父②[转]创始人

cha đỡ đầu *d* 义父

cha ghẻ *d* 继父

cha mẹ *d* 父母,双亲

cha nội *d* [方]大帅哥;小祖宗(长辈对晚辈的戏称)

cha nuôi *d* 养父

cha ôi *c* 老天爷呀(表痛苦、惊惧)

cha ruột *d* 生父

cha truyền con nối 一脉相承

cha vợ *d* 岳父,丈人

chà₁ [汉]搽

chà₂ *d* 小树枝

chà₃ *đg* 碾压,碾磨: chà đậu 碾豆子

chà₄ *c* 哔,哇(表惊叹): Chà, đẹp đấy ! 哔! 好漂亮!

chà chạnh *d* 枝杈

chà đạp *đg* 践踏,蹂躏,欺压

chà gai *d* 蒺藜;鹿角

chà là *d* [植]古汀枣,海枣树

chà xát *đg* 反复碾压,碾磨

chả₁ *d* ①炸肉糜饼,烤肉糜饼②[方]肉糜团,脍

chả₂ *p* [方]不: chả muốn đi 不想去

chả bù [口]=chẳng bù

chả cá *d* 烤鱼饼,煎鱼饼

chả chìa *d* 炸沙骨棒(越南特色菜)

chả chớt *t* 半真半假(指说话不确定)

chả đâu vào đâu *t* 不着边际的

chả gì *p* 至少,起码: Chả gì tôi cũng là một đại biểu. 起码我也是一个代表。

chả giò *d* [方]①瘦肉团子②春卷

chả hạn [口]比方,例如,诸如此类

chả là [口]不就是,就因为: chả là dạo này bận quá 就因为最近太忙了

chả lẽ *p* 难道: Chả lẽ không biết làm à ? 难道不会做吗?

chả lụa *d* [方] 瘦肉糜团子

chả mấy khi [口] 很少有，难得：chả mấy khi gặp nhau 难得见面

chả nướng *d* ①烤肉②烤肉糜团

chả rán *d* 炸春卷，炸肉饼

chả thà *p* 倒不如：chả thà không nói còn hơn 倒不如不说还好

chả trách [口] 难怪，怪不得：Chả trách cô ta không tin. 难怪她不信。

chả vai *d* [解] 肩胛骨

chạc₁ *d* 树杈

chạc₂ *d* 短绳

chạc₃ *đg* [口] 白吃，白拿：ăn chạc 白吃

chạc sếch *đg* 掷色子

chạch *d* 泥鳅

chai₁ *d* ①玻璃瓶②一瓶：một chai rượu 一瓶酒

chai₂ *d* 茧子：chai tay 手茧 *t* ①（表皮组织）结茧的：Làm nhiều chai cả tay. 做多了手都起茧了。②（土地）板结，结块③（水，没感觉，chai mặt 厚脸皮

chài₁ *d* 渔网 *đg* ①撒网②渔，捕鱼：dân chài 渔民

chài₂ *đg* 诅咒（迷信）

chài lưới *d* 渔业

chải *đg* ①梳理：chải đầu 梳头②刷：Chải quần bò cho sạch. 把牛仔裤刷干净。

chải chuốt *đg* [口] 梳妆打扮 *t* ①打扮考究：ăn mặc chải chuốt 打扮考究②（文章）经过仔细雕琢的

chái *d* 厢房

chàm₁ *d* 疹子：Mặt nổi chàm. 脸上起了疹子。

chàm₂ *d* [植] 蓼蓝，菘蓝 *t* 靛青

chạm *đg* ①触碰：Chạm tay vào bóng. 手触到球。②[口] 偶遇，邂逅③触犯：bị chạm tự ái 伤了自尊心④雕刻

chạm bong *đg* 浮雕

chạm cốc *đg* 碰杯

chạm cữ *đg*（婴儿未满月）夭折

chạm khắc *đg* 雕刻

chạm mặt *đg* ①碰面；邂逅②相亲

chạm ngõ *đg* 相亲：lễ chạm ngõ 相亲仪式

chạm nọc *đg* [口] 触及隐私：nói chạm nọc 言及隐私

chạm nổi *đg* 浮雕

chạm súng *đg* 交火，交锋：hai bên chạm súng nhau 双方交火

chạm trán *đg* 遭遇，碰到；撞到

chạm trổ *đg* 雕刻：chạm trổ tinh xảo 雕刻精美

chan *đg* 浇汤：cơm chan canh 汤泡饭

chan chát *t* ①（声音）生硬②微涩

chan chứa *đg*；*t* ①盈满②充满，饱含（感情）

chan hoà *đg* ①饱和：tình cảm chan hoà 感情丰富②充盈

chán *đg* ①厌腻：ăn chán 吃腻了②厌倦：chán học 厌学③讨厌，厌恶：Tôi chán chị ấy lắm. 我很讨厌她。*t* ①乏味，无聊②[口] 有的是：Còn chán người vô giỏi! 能干的人有的是！

chán chê *t* [口]（做事）腻烦

chán chết [口] 没意思，没劲儿

chán chường *t* 烦躁的，心灰意冷的

chán đời *t* ①厌世②愁闷

chán ghét *đg* 厌恶，憎恨：Anh ấy chán ghét cuộc sống đơn điệu. 他厌恶单调的生活。

chán mắt *t* 饱眼福的，看个够的：Để em xem cho chán mắt. 让你饱眼福。

chán mớ đời [口] 内心厌烦，真不带劲儿

chán nản *t*；*đg* ①厌倦②灰心，心灰意冷

chán ngán *t*；*đg* 厌腻：chán ngán cuộc sống cãi nhau 厌倦了争吵的生活

chán ngắt *t* 烦闷，郁闷

chán ngấy *t* 不胜其烦

chán phè *t* [口] 枯燥，没意思，索然无味

chán tai *t* 厌耳的，听厌的：Câu chuyện này đã nghe chán tai. 这个故事已经听腻了。

chán vạn *t* [口] 数不胜数：nhiều chán vạn 多得数不胜数

chạn *d* 食橱：chạn bát 碗橱

chang bang *t* [方]（肚子）鼓胀

chang chang *t* 酷热,(太阳)热烘烘: nắng chang chang 烈日骄阳

chàng₁ [汉]撞,幢,憧

chàng₂ *d* ①少年②[旧]夫君

chàng₃ *d* 凿子(木工工具)

chàng hăng *t*；*đg* [方]又开腿

chàng hề *d* 丑角

chàng màng *đg* ①耍花活②[口]吊膀子

chàng mạng *d* 纱巾

chàng nghịch *d* 潜水鸟,水鸭

chàng ngốc *d* 痴汉

chàng ràng₁ *đg* [方]磨蹭: đã muộn lại còn chàng ràng 已经晚了还磨蹭

chàng ràng₂ *đg* 缠着,粘着

chàng rể *d* 女婿

chẳng₁ *đg* 张开,叉开

chẳng₂ *t* 炎热: mùa nắng chẳng 炎暑

chạng *đg* [方](双脚、双腿)张开,叉开,分开

chạng vạng *t* 黄昏的,傍晚的,(天)刚黑的

chanh *d* [植]柠檬

chanh chua *t* (妇女)刻薄,挑剔

chanh cốm *d* ①[植]小柠檬②[转]少女

chanh giấy *d* [植]薄皮柠檬

chanh leo *d* 百香果,西番莲

chanh tây *d* 白柠檬,塔西提柠檬

chành *đg* (嘴)张大,开大: chành miệng 张大嘴

chành bành *t* [方]撑开,打开

chành chọc *d* 恶作剧

chành choẹ *đg* (小孩)打闹,争抢

chành hoảnh *t* ①清醒,神采奕奕②骄气: lên mặt chành hoảnh 盛气凌人③矫饰的: dáng bộ chành hoảnh 装腔作势

chánh₁ [汉]正 *d* [口]正职

chánh₂ [汉]政(同 chính): chánh trị 政治

chánh án *d* 法院院长

chánh ban *d* ①委员会主任②(领导小组)组长

chánh toà *d* 法院院长

chánh văn phòng *d* 办公厅主任

chạnh₁ *đg* 动心

chạnh₂ *t* (发音)偏差

chạnh lòng *đg* ①动心②痛心,伤心

chạnh nhớ *đg* 怀念,思念

chạnh thương *đg* 同情,怜悯,动恻隐之心

chạnh tưởng *đg* 怀念,思念

chao₁ *d* 豆腐乳

chao₂ *d* 灯罩

chao₃ *đg* 摇晃,摇动

chao₄ *c* 鸣呼

chao chát *t* ①虚伪,不老实: con người chao chát 虚伪的人②(常指妇女)说话大声且啰唆: giọng chao chát 嗓门大

chao đảo *đg* 摇摆,摇晃

chao đèn *d* 灯罩

chao động *đg* 晃动;翻滚

chao ôi *c* 鸣呼

chao phản xạ *d* 反光镜

chao ươm *d* 缫丝

chào₁ *đg* ①(见面寒暄或分手致意用语,相当于"你好"或"再见")②致敬,致意,敬礼: chào cờ 向国旗致敬(升旗用语)③兜售: chào hàng 兜售商品

chào₂ *c* [口]切,呸(不相信或厌烦的语气)

chào bán *đg* 促销

chào đón *đg* 欢迎,迎接: chào đón quí khách 迎接贵宾

chào đời *đg* 出世: con bé chào đời 婴儿出世

chào giá *đg* 报价: bảng chào giá 报价牌

chào hàng *đg* 兜揽生意,兜售

chào hỏi *đg* 问候,寒暄,致意

chào khách *đg* 兜客,揽客: đứng ngoài đường chào khách 站在路上兜客

chào mời *đg* 邀请

chào mừng *đg* ①欢迎: nhiệt liệt chào mừng 热烈欢迎②庆祝,欢庆,欢度

chào thầu *đg* [经]招标

chào thua *đg* [口]认输: xin chào thua 认输

chào từ biệt *đg* 告辞

cháo *d* 镬,炒锅,煎锅

cháo *d* 缆索

cháo cháng *d* [动]雨蛙(=chẫu cháng)

cháo chuộc *d* [动]小雨蛙

cháo *d* 粥,稀饭: cháo tiết 猪血粥

cháo hoa *d* 白粥

cháo lão *d* [口](给病人吃的)病号粥

cháo lòng *d* ①猪杂粥,及第粥②(颜色)斑驳

cháo lỏng *d* 稀粥

cháo thí *d* 布施粥

chạp *d* 腊月

chạp mả *đg* (在腊月)祭拜、修缮祖坟

chát₁ *đg* 网络聊天

chát₂ *t* 涩: mùi chát 味涩

chát₃ [拟]嘎(硬物撞击声)*t*(声音)刺耳的

chát chúa *t*(声音)响而刺耳: tiếng gõ chát chúa 刺耳的敲打声

chát lè *t* 很涩嘴,涩得吐舌: Quả mận xanh quá, ăn chát lè. 李子太生了,吃起来涩得吐舌

chát xít *t* 非常涩嘴,涩得吐舌: Chuối xanh ăn chát xít. 香蕉太生,吃起来非常涩嘴。

chạt₁ *d* ①海盐: phơi chạt 晒海盐② 盐田

chạt₂ *đg* [方]撞击,碰击

chau *đg* 颦蹙,皱: chau mày 皱眉

cháu *d* ①孙子(女)②侄子(女),外甥(女)③小孩,儿子④前两个释义的第一、第二、第三人称代词

cháu chắt *d* 后裔

cháu dâu *d* ①侄儿媳妇②外甥媳妇③孙媳妇

cháu đích tôn *d* 嫡孙

cháu gái *d* ①侄女②外甥女③孙女

cháu ngoại *d* 外孙

cháu nội *d* 孙子

cháu rể *d* ①侄女婿②甥女婿③孙女婿

cháu ruột *d* ①孙子②侄③外甥

cháu trai *d* ①侄子②孙子③外甥

chay₁ *d* [植]胭脂

chay₂ *t* ①素食的: cơm chay 斋饭② [口](糕点类)没有馅的: bánh bao chay 馒头③不另外添加其他内容使

其更好: hát chay 清唱 *d* 超度仪式,道场

chay tịnh *t* 斋净,斋戒

chày *d* 杵

chày cối₁ *d* 舂臼

chày cối₂ [口]胡来的

chày máy *d* 汽锤

chảy *đg* ①(水、液体)流动: nước chảy 水流②流出: chảy nước mắt 流眼泪 ③溶解,溶化④拉长 *t*(容器)漏水的: Thùng chảy. 水桶漏水。

chảy dầu *đg* 漏油

chảy máu *đg* [口]流血

chảy ngược *đg* 逆流,倒流

chảy rữa *đg* 受潮: Muối chảy rữa. 盐受潮了。

chảy xiết *t* 湍流,奔流,一泻千里

chảy xuôi *đg* 顺流

cháy *đg* ①烧,灼,焚: Cháy nhà. 房子着火了。②焦,糊: Cơm cháy rồi. 饭煮焦了。③烧坏④[口]短缺: Cháy vé tàu. 火车票卖完了。*d* 锅巴

cháy bỏng *t* 灼热·mùa hè cháy bỏng 灼热的夏日

cháy chợ *đg* [口](商品)断货,缺货

cháy da *đg* (皮肤)晒焦,晒成褐色

cháy nắng *đg* (皮肤)晒黑

cháy nhà ra mặt chuột 原形毕露

cháy sém *đg* ①烧残②(皮肤)晒伤: Tay bị cháy sém. 手被太阳晒伤。

cháy thành vạ lây 城门失火,殃及池鱼

cháy trong *đg* [机]内燃

cháy túi *đg* [口]一文不名,一分钱没有

chạy *đg* ①跑②[转]转动,运转: Đồng hồ chạy chậm. 钟走慢了。③逃避,躲避: chạy lụt 躲避水灾④延长,延伸: Con đường chạy qua làng. 道路通到了村子。⑤到处寻求: chạy thầy chạy thuốc 求医问药 *t* 畅通: bán chạy 畅销; công việc chạy 工作顺利

chạy ăn *đg* 谋生计

chạy bàn *đg* [口](在酒楼、宾馆等)服务

chạy bữa *đg* 谋生，糊口：Hiện nay chạy bữa khó lắm. 现在谋生很难。

chạy chọt *đg* [口] 奔忙，四处奔走：chạy chọt khắp nơi đi xin việc 四处奔走找工作

chạy chợ *đg* 做小买卖，做小本生意

chạy chữa *đg* 求医，寻医问药

chạy dai sức *đg* [体] 跑长跑

chạy dài *đg* ① [体] 跑长跑 ② 延长

chạy đằng trời [口] 无处可逃，无处藏身

chạy đâm đầu 抱头鼠窜

chạy điện *đg* [口][医] 放疗

chạy đôn chạy đáo [口] 东奔西跑，疲于奔命

chạy đua *đg* 赛跑，比赛：Ta phải chạy đua với thời gian. 我们要跟时间赛跑。

chạy gạo *đg* 觅食，谋生计

chạy gằn *đg* 小步快跑

chạy giặc *đg* [方] 避难，逃难

chạy giấy *đg* 送信，传递公文

chạy gió *đg* 风动：máy chạy gió 风动工具

chạy hiệu *đg* 跑龙套

chạy làng *đg* 赖账

chạy loạn *đg* 避难，逃难

chạy mánh *đg* [口] 中介

chạy máy *đg* ① 机动：xe chạy máy 机动车 ② 生产

chạy mất *đg* 逃逸，溜走：Nó chạy mất. 他溜了。

chạy nạn *đg* 逃难：Tôi chạy nạn sang chỗ khác. 我逃难到其他地方。

chạy ngang *đg* 横贯，横穿：chạy ngang sang đường 横穿马路

chạy sô *đg* [口] (演员) 走穴

chạy thẳng *đg* ① 直跑 ② 直航 ③ 直达

chạy thầy *đg* 求医：chạy thầy chữa bệnh 求医治病

chạy thầy chạy thợ 求人帮忙

chạy thầy chạy thuốc 求医问药

chạy thi *đg* [体] 赛跑

chạy thoát *đg* 逃脱

chạy tiền *đg* ① 挣钱 ② [口] 用钱打点

chạy tiếp sức *d*；*đg* [体] 接力跑

chạy tội *đg* 脱罪

chạy trốn *đg* 逃跑，逃亡，亡命

chạy trước chạy sau 东奔西跑；跑前跑后

chạy vạy *đg* 奔波

chạy việc *t* 工作开展顺利：làm chạy việc 工作顺利

chạy việt dã *d*；*đg* [体] 越野跑

chạy vượt rào *d*；*đg* [体] 跨栏：chạy vượt rào cao 跨高栏赛跑

chắc₁ *t* ① 坚固，牢固，结实：buộc thật chắc 绑得很结实 ② 饱满，实心的：lúa chắc hạt 谷子饱满

chắc₂ *t* ① 确实可靠的：Tin này rất chắc. 这个消息很可靠。② 必然的，必定的，一定的 ③ 也许，可能：Chắc anh ấy không đến. 也许他不来。*đg* 认为，以为：Tôi cứ chắc là đúng. 我总以为是对的。*tr* [口] 疑问助词(对某事物自己已肯定，但又表示半信半疑或有些惊讶)：Một mình anh làm chắc? 你自己能做得了吗?

chắc ăn *t* [口] 有把握的，稳操胜券的：có chắc ăn mới làm 有把握才做

chắc chắn₁ *t* 坚固，结实：Nhà xây rất chắc chắn. 房子建得很结实。

chắc chắn₂ *t* ① 确实，可靠：hứa chắc chắn 保证可靠 ② 有把握的：Việc này chắc chắn lắm. 这件事很有把握。③ 绝对：chắc chắn là đúng 绝对正确 *đg* 肯定，断言，确信

chắc chân *t* 稳定，站稳脚跟的，扎根的：một việc làm chắc chân 一份稳定的工作

chắc cứng *t* 结实，牢固：Tủ này chắc cứng lắm！这柜子很结实！

chắc dạ *t* ① [口] 饱腹，耐饥 ② 心安，心里踏实：thấy chắc dạ 觉得踏实

chắc giá *t* 实价

chắc hẳn *p* 必定，必然，无疑：Chắc hẳn anh sẽ có điểm cao. 你一定能取得好成绩。

chắc lép *t* [口] 谋算的，算计的

chắc mẩm *đg* [口] 以为，确信

chắc như đinh đóng cột 千真万确

chắc nịch *t* ① 茁壮，饱满 ② 坚定

chắc ở *đg*倚靠,依赖: Ta không nên chắc ở bố mẹ. 咱们不该依赖父母。

chắc tay *t* 稳妥可靠,十拿九稳: Lái xe thật chắc tay. 车开得很稳。

chăm *t* 专心 *đg* 照顾,照料: chăm con 照顾小孩

chăm chăm *t* 专注

chăm chắm *t* 注视的,目不转睛的

chăm chỉ *t* 勤奋,用功

chăm chú *t* 全神贯注的,聚精会神的: chăm chú làm việc 专心工作

chăm chút *đg* 照料,照顾: chăm chút con cái 照顾孩子

chăm lo *t*; *đg* ①操心,操劳②管理,料理: chăm lo việc nhà 料理家务

chăm nom *đg* 照料,照顾,照管: chăm nom người ốm 照顾病人

chăm sóc *đg* 照顾;关怀;关照

chằm₁ *d* 水注地

chằm₂ *đg* 密密缝,细细缝

chằm chằm *t* 注视的,目不转睛的

chằm chặp₁ *t* 注视的,目不转睛的

chằm chặp₂ *p* [旧]一味,始终(袒护): Bố bênh con chằm chặp. 父亲一味袒护孩子。

chăm chúi *t* 专心,专注: chăm chúi đọc sách 专心看书

chăn₁ *d* 被子: đắp chăn 盖被子

chăn₂ *đg* ①放养: chăn bò 放牛②饲养 (蚕桑): chăn tằm 养蚕

chăn bông *d* 棉被

chăn chiên *d* 羊毛毯;毛毯

chăn dắt *đg* ①放牧: chăn dắt trâu bò 放牛②照料,养育: chăn dắt con cái 照料孩子

chăn đệm *d* ①被褥②垫被

chăn nuôi *đg*; *d* 养殖: ngành chăn nuôi 畜牧业

chăn thả *đg* 放养,牧养: chăn thả gia súc 放养家畜

chằn chặn *p* 很,非常(均衡): bằng chằn chặn 平平整整的; vuông chằn chặn 四四方方的

chẵn *t* ①整的: chẵn 100 一百整② 偶 (数)的,双(数)的:20 là số chẵn.20 是偶数。

chắn *đg* ①阻拦,阻挡②隔开: Chắn phòng khách làm hai phòng nhỏ. 把客厅隔成两小间房。

chắn bùn *d* (车用)挡泥板

chắn ngang *đg* 横截,挡住: chắn ngang lối ra 挡住出口

chắn sáng *đg* (摄影)遮光

chặn *đg* ①拦,挡,阻塞: chặn đường lấp lối 拦路②堵住: chặn cửa 堵住门③镇压,遏制: tiêm để chặn cơn sốt 打针退烧

chặn đầu *đg* 拦截,当头挡住

chặn đứng *đg* 制止,阻止,拦截: chặn đứng cuộc tiến công 阻止进攻

chặn hậu *đg* ①堵截②截后,断后

chặn họng *đg* [口] 打断别人的话

chặn tay *đg* 制止

chăng₁ *đg* 张开,撑开,拉开: chăng đèn kết hoa 张灯结彩

chăng₂ *p* …吗: Phải chăng? 是吗?

chằng₁ *đg* 捆绑: Chằng gói hàng sau xe đạp. 把货物捆在单车后面。

chằng₂ *đg* [口] 胡来: nói chằng 乱插嘴

chằng buộc *đg* ①拴缚②束缚 *t* 局限

chằng chằng *t* 目不转睛,直瞪瞪

chằng chéo *t* 纵横交错: Rễ cây mọc chằng chéo. 树根纵横交错。

chằng chịt *t* 纵横交错,密密麻麻

chẳng *p* 毫不,从不: Anh ấy ngồi ở kia chẳng nói gì hết. 他坐在那里一言不发。

chẳng bao giờ *p* 从未,从不: Tôi chẳng bao giờ nói thế. 我从未这样说过。

chẳng bằng *p* 倒不如,还不如: Đi xe này chẳng bằng đi bộ. 坐这辆车,还不如走路。

chẳng bõ 不划算,划不来,不值得: Làm như vậy chẳng bõ thật. 这样做确实不划算。

chẳng bù 相反,与此相反: Chị thì cao ráo, chẳng bù cho em. 姐姐高挑,而妹妹则相反。

chẳng cứ ①不管,不论,无论,尽管: Chẳng cứ trời mưa anh cũng đến. 尽管下雨,他还是来了。②不单,不光,

不 仅: Chẳng cứ là tôi, mọi người đều đã đi. 不光是我,大家都去了。

chẳng hạn 比方,例如,诸如此类(也作 chả hạn)

chẳng hề 从来没,从来不

chẳng là [口] 不就是,就因为(也作 chả là)

chẳng lẽ 难道: Chẳng lẽ mày không biết việc này? 难道你不知道这件事?

chẳng may t 不幸,倒霉

chẳng mấy chốc [口] 没多久

chẳng mấy khi 很少,不经常

chẳng mấy nỗi [口] 没多久: dùng chẳng mấy nỗi đã hỏng 没用多久就坏了

chẳng nên ①不该②不成

chẳng nhẽ [方] 难道(=chẳng lẽ)

chẳng những k 不仅,不单,不但

chẳng qua 不过如此

chẳng ra gì 不三不四,不像样

chẳng ra làm sao [口] 不三不四,不像样

chẳng sao [口] 没关系

chẳng thèm 不稀罕,不屑

chẳng thể p 不能: Chúng ta chẳng thể nghĩ như vậy. 我们不能这样想。

chẳng trách [口] 难怪,怪不得

chẳng ừ chẳng hử 一言不发,不置可否

chẳng vậy p ①要不是这样的话②否则就不能如此: Được chị chăm sóc cho nên chẳng vậy. 多亏你的帮助,否则不能这样。

chặng d 一段(时间或路程): chặng nghỉ 休息时间

chắp₁ d [医] 针眼: mắt lên chắp 长针眼

chắp₂ đg 接合,连接,拼接: Mảnh gương vỡ chắp lại cho liền. 破碎的镜子被重新拼接起来。

chắp chảnh đg 凑合,拼凑

chắp gỗ đg 搭积木

chắp liền đg 接合,连合

chắp nhặt đg [旧] 拼凑,收集

chắp nối đg ①接连,接合,拼装: cách chắp nối 拼装方法②撮合

chắp vá đg 拼凑: chắp vá lại 拼起来

chặp d [口] 一阵,一顿 đg ①叠合②(电线或手表游丝等)粘在一起,缠在一起 t [口] 神经不正常

chắt₁ d 曾孙,外曾孙

chắt₂ đg 滗出,沥出(水分): chắt nước cơm 滗出米汤

chắt bóp đg ①节俭,节省: chắt bóp từng đồng 节省每一分钱②[转] 铁公鸡

chắt lọc đg 吸取,提炼: kinh nghiệm được chắt lọc từ cuộc sống 从生活中吸取经验

chắt mót đg 积攒,省俭

chắt ngoại d 外曾孙

chắt nội d 曾孙

chặt₁ đg ①砍: chặt cây 砍树②[口] 宰(客)

chặt₂ t 坚固,严实: đóng chặt cửa 把门关紧

chặt chẽ t 紧密,严密,稳固,不可分离: đoàn kết chặt chẽ 紧密团结

chặt đốn đg 采伐

châm₁ [汉] 针,箴,斟,砧

châm₂ đg ①刺,扎②针灸③斟,倒④点燃: châm đèn 点灯

châm biếm đg 讽刺: tranh châm biếm 讽刺画(漫画)

châm chọc đg 嘲弄,冷嘲热讽

châm chước đg ①斟酌,平衡: châm chước yêu cầu của hai bên 平衡双方的要求②通融,放宽(要求): Con còn nhỏ, hãy châm chước cho. 孩子还小,放宽些要求吧。

châm cứu đg [医] 针灸

châm ngải d [医] 艾灸

châm ngôn d 箴言

châm pháp d [医] 针法

chầm chậm t 缓慢,慢慢: Xe chạy chầm chậm. 车缓慢地开着。

chầm chập p 一味,始终(袒护): bênh con chầm chập 一味袒护孩子

chấm d ①圆点②[口] 句号 đg ①[口] 挑选②沾干③蘸④评分

chấm câu đg 加标点符号

chấm dầu đg 给油,上油

chấm dứt đg 终止,结束,告终: chấm dứt chiến tranh 结束战争

chấm đậu đg 录取

chấm điểm đg 打分,记分,给分

chấm hết đg ①标上句点②完结,终结

chấm hỏi d 问号

chấm mút đg [口]占小便宜,揩油

chấm phá đg (美术)点泼,勾勒,写意

chấm phẩy d 分号

chấm than d 感叹号

chấm thi đg 评分,评卷,改卷,评比

chậm t ①迟缓,缓慢②迟,晚,晚点: tàu đến chậm 火车晚点

chậm bước đg ; t ①缓步,慢行②迟到

chậm chà chậm chạp 慢吞吞

chậm chạp t 迟滞,缓慢,慢吞吞

chậm chân=chậm bước ②

chậm rãi t 慢条斯理,从容不迫: Chị ấy chậm rãi mà nói. 她说得慢条斯理的。

chậm rì rì t 慢腾腾,缓慢

chậm tiến t 后进,落后

chậm trễ đg ; t 延缓,延误

chân₁ d ①足,脚: chân tay 手脚②脚,腿,根(器物的基底部): chân bàn 桌子腿③职位,角色: thay chân 代职

chân₂ [汉]真 t 真实的: chân với giả 真与假

chân cầu d 桥墩

chân chất t 真诚,老实,朴实

chân chấu d ①螳臂②[转]镰刀

chân chỉ hạt bột [口]循规蹈矩

chân chim d ①[植]五加皮②裂纹,皱纹

chân chính t ①真正②名副其实

chân côn d (汽车)离合器踏板

chân dung d 画像,肖像

chân đăm đá chân chiêu 跟跟跄跄

chân đất d 赤脚: đi chân đất 赤脚走路

chân đèn d ①烛台②灯座③[无]管脚

chân đế d 三脚架

chân ga d (汽车)油门踏板

chân giò d 猪蹄,猪肘子

chân gỗ d[口]①托儿: làm chân gỗ 做托儿②媒人

chân hàng d 集散地

chân không d 真空

chân kiềng d 稳定,牢固

chân kính d (钟表)辐条

chân lí d 真理

chân lông d 毛孔

chân mày d [方]眉毛

chân mây d ①天边②天涯: chân mây cuối trời 天涯海角

chân nâng d 踏蹬,马蹬

chân như d 真谛: Đây mới là chân như cuộc sống. 这才是生活的真谛。

chân phanh d (汽车)刹车脚踏板

chân phương t (字体)工整,方正: nét chữ chân phương 字迹工整

chân quần d 裤脚

chân quê t 纯朴: cô gái chân quê 纯朴的女孩

chân răng d 牙根

chân tay d ①手足②体力: lao động chân tay 体力劳动③亲信,爪牙: sai chân tay đi đòi nợ 派亲信去追债

chân thành t 真诚,衷心,诚挚

chân thật t (意识、情感方面)真实

chân thọt đg 跛脚

chân tình d 真情 t 真诚

chân tơ kẽ tóc 明察秋毫

chân trong chân ngoài 脚踏两只船;三心二意

chân trời d ①天涯②地平线

chân trời góc biển 天涯海角

chân tướng d 真相: vạch ra chân tướng 揭露真相

chân vịt d ①鸭掌②[机]推进器,螺旋桨

chân yếu tay mềm (形容妇女)柔弱

chần₁ đg 绷(稀疏地缝纫),疏针缝

chần₂ đg 涮: chần thịt 涮肉

chần₃ đg [口]揍: chần cho một trận 揍一顿

chần chừ đg 踌躇,犹豫

chẩn₁ [汉]诊

chẩn₂ d [医]疹子

chẩn₃ [汉]赈 đg 赈济: phát chẩn 发赈

chẩn bệnh đg 诊病

chẩn đoán đg 诊断

chẩn mạch *đg* 诊脉
chẩn trị *đg* 诊治，治疗
chấn [汉]震 *d* 震(八卦之一)
chấn áp *đg* 镇压
chấn chỉnh *đg* 整顿，整饬：chấn chỉnh hàng ngũ 整顿队伍
chấn động *đg* ①[理]振动②震动，轰动：chấn động toàn thế giới 轰动全世界
chấn hưng *đg* [旧]振兴，复兴
chấn song *d* (木制或铁制的)栅栏
chấn tâm *d* 震中，地震中心
chấn thương *t*；*d* 损伤，(闭合性)创伤
chấp₁ [汉]执
chấp₂ *đg* ①责怪②让一手(棋类)
chấp bút *đg* 执笔：người chấp bút 执笔人
chấp cha chấp chới *đg* ①晃晃悠悠②隐约，隐现
chấp chi nhặt nhạnh 搜掠一空
chấp chính *đg* [旧]执政
chấp choá *t* 隐隐，隐约，隐现：thấy chấp choá 隐约可见
chấp choáng *đg* 跟踉跄跄
chấp chới *đg* ①晃晃悠悠②隐约，隐现：ánh đèn chấp chới 灯光闪闪③[口]贼眉鼠眼
chấp đơn *đg* [法]受理案件
chấp hành *đg* 执行，履行
chấp nệ *đg* ①计较，耿耿于怀②拘泥
chấp nhận *đg* 接受，认可：Tôi không thể chấp nhận được. 我无法接受。
chấp pháp *đg* [旧]执法：cơ quan chấp pháp 执法机关
chấp quyền *đg* 执权，掌权
chấp tay *đg* (双手)合十，作揖
chấp thuận *đg* 采纳，同意，接受：Ý kiến này được chấp thuận. 这个意见得到采纳。
chấp vặt *t* 小心眼儿
chập₁ *d* [口]一阵，一顿：mưa một chập 下一阵雨
chập₂ *đg* ①叠合②(电线或手表的游丝等)粘在一起，缠在一起 *t* [口]神经不正常的

chập choạng *t* ①蒙蒙黑；晦暗②摸索前进的
chập chồm *t* 跟跄
chập chồng *t* [旧]重重叠叠
chập chờn *đg*；*t* ①迷离②若明若暗
chập chững *t* 蹒跚：chập chững tập đi 蹒跚学步
chập mạch *đg* [口]精神错乱
chập tối *d* 薄暮，入夜
chất₁ [汉]质 *d* ①物质：chất béo 脂肪②性质③质量
chất₂ *đg* 堆积：Chất hàng lên xe. 把货物堆上车。
chất bán dẫn *d* [理]半导体
chất bẩn *d* 杂质
chất béo *d* 脂肪
chất biến *d* 质变：từ lượng biến đến chất biến 从量变到质变
chất bổ *d* ①养分②营养③补品
chất bốc *d* 挥发物
chất bôi trơn *d* 润滑剂
chất cháy *d* 燃烧物
chất chưởng *t* [口]反复无常
chất dẻo *d* 塑料
chất diệp tố *d* 叶绿素
chất dinh dưỡng *d* 营养物质
chất đàn hồi *d* [理]弹性
chất đặc *d* 固体
chất đất *d* 土质，土壤
chất điện phân *d* [化]电解物，电解质
chất độc *d* 毒素，有毒物质
chất đống *đg* 堆积，码垛
chất đốt *d* 燃料
chất đường *d* 糖分
chất gio *d* [工]灰分(也作 chất tro)
chất hoà tan *d* [化]溶解质
chất hoá học *d* 化学物质
chất hữu cơ *d* 有机物质
chất keo *d* 胶质
chất kết dính *d* 黏合剂
chất kết tủa *d* 沉淀物
chất kháng sinh *d* [药]抗生素
chất khí *d* [理]气体
chất khoáng *d* 矿物质
chất kích thích *d* 兴奋剂

chất liệu *d* ①原料, 素材, 材料②材质

chất lỏng *d* [理] 液体

chất lượng *d* 质量: chất lượng sản phẩm 产品质量

chất lưu *d* 流质

chất nắn được *t* 可塑性

chất ngất *t* (堆积得) 高

chất nhựa *d* 塑料

chất nổ *d* 爆炸物

chất phác *t* 质朴, 淳朴, 老实

chất phòng rỉ *d* [化] 防蚀剂, 防锈剂

chất phòng mục *d* [化] 防腐剂

chất quặng *d* 矿质

chất rắn *d* 固体

chất tẩy rửa *d* 洗涤剂

chất thải *d* 排泄物, 废物

chất thơm *d* 香料

chất vấn *đg* 质问

chất vô cơ *d* 无机物质

chất xám *d* ①灰质②知识, 智慧

chất xanh *d* 叶绿素

chật *t* ①狭窄: đường chật 道路狭窄②多, 充盈: Đồ đạc nhét chật cả túi. 袋子塞满了东西。

chật bó *t* 紧束, 紧身

chật chội *t* 拥挤: nhà ở chật chội 拥挤的房子

chật cứng *t* 水泄不通: Hội chợ đông chật cứng người. 博览会人山人海, 水泄不通。

chật hẹp *t* ①狭窄②狭隘

chật lèn *t* 拥挤

chật ních *t* 拥挤, 水泄不通, 人山人海: Nhà hát chật ních người. 剧院人山人海。

chật vật *t* ①(做事) 折腾: Chật vật mãi mới làm xong. 折腾了很久才做完。②拮据: đời sống chật vật 生活拮据

châu₁ [汉] 洲 *d* 洲: châu Á 亚洲

châu₂ [汉] 珠 *d* [旧] ①珠宝②泪珠

châu₃ [汉] 州 *d* [旧] 州县

châu₄ *đg* [口] 探头进来: Anh ta châu đầu vào nói chuyện. 他探头进来说话。

châu Á *d* 亚洲

châu Âu *d* 欧洲

châu báu *d* 珠宝

châu Bắc Mĩ *d* 北美洲

châu chấu *d* 蚱蜢, 蝗虫

châu Đại Dương *d* 大洋洲

châu lục *d* 洲, 大陆

châu Mĩ *d* 美洲

châu Mĩ La-tinh *d* 拉丁美洲

châu Nam Cực *d* 南极洲

châu Phi *d* 非洲

châu sa *d* 朱砂

châu thổ *d* 冲积地, 冲积平原, 三角洲: châu thổ sông Châu Giang 珠江三角洲

châu Úc *d* 澳洲, 大洋洲

chầu₁ *d* [口] 一顿: nhậu một chầu 撮一顿

chầu₂ *đg* ①[旧] 朝拜②朝向

chầu chực *đg* 侍候, 等候

chầu Diêm Vương *đg* 见阎王, 完蛋

chầu hẫu *t* 出神, 发愣

chầu lễ *đg* [宗] 弥撒

chầu phật *đg* ①朝佛②[口] 见阎王

chầu rìa *đg* [口] 观睹, 旁观

chầu trời *đg* [口] 归天, 归西

chầu văn [宗] *d* 赞美诗 *đg* 唱赞美诗

chẩu₁ [汉] 肘

chẩu₂ *đg* [口] 翘起, 拱起: môi chẩu ra 噘嘴

chẩu chàng *d* [动] 雨蛙

chậu *d* 大口盆: chậu tắm 澡盆

chây lười *t* 懒惰: Thằng này rất chây lười, không chịu làm gì cả. 这家伙很懒惰, 什么都不想干。

chầy *t* [旧] ① 迟, 慢② 久, 长: đêm chầy 长夜

chấy₁ *d* [动] 发虱

chấy₂ *đg* 炒干后研成碎末: tôm chấy 虾仁碎末

che *đg* ①遮盖, 遮掩, 遮挡: che mưa 挡雨②掩饰

che chắn *đg* 遮盖, 遮掩

che chở *đg* 庇护, 掩护, 袒护, 包庇: che chở cho nhau 互相包庇

che đậy *đg* ①遮掩, 遮盖: Che đậy hàng

hoá. 把货物遮盖起来。②掩饰

che giấu *đg* 掩饰,藏匿:che giấu khuyết điểm 掩饰缺点

che khuất *đg* 遮盖,遮没: Chiếc ô che khuất mặt. 伞遮住了脸。

che lấp *đg* 掩盖,掩藏,遮蔽

che mắt *đg* 遮掩,掩目

che phủ *đg* 遮盖,覆盖: tỉ lệ che phủ 覆盖率

che tàn *đg* ①打伞②沾光

chè₁ *d* 茶,茶叶: uống chè 喝茶; pha chè 泡茶;mời chè 敬茶

chè₂ *d* 甜羹: chè đậu xanh 绿豆甜羹

chè bánh *d* 茶砖,茶饼

chè chén *đg* 大吃大喝

chè chi *d* 茶砖

chè con ong *d* 糯米糖粥

chè đậu đãi *d* 绿豆沙

chè đen *d* 红茶

chè hoa cau *d* 绿豆汤

chè hương *d* 花茶

chè kho *d* 绿豆软糕

chè lá *d* ①茶叶②[转]礼品

chè móc câu *d* 毛尖茶

chè ngon *d* 香茗

chè rượu *d* 茶酒(礼品)

chè sen *d* ①莲子羹②荷花茶

chè tàu *d* 中国茶

chè thuốc=chè lá

chè tươi *d* 鲜茶

chè xanh *d* ①鲜茶②绿茶

chẽ *đg* 劈,破: chẽ củi 劈柴

chề hoe *t* [口]明摆着的,显而易见的,明明白白的: nói chề hoe 说得明明白白

chẽ vỏ *đg* ①去皮②原形毕露

chẽ *d* 枝杈 *đg* 分叉

ché *d* 大瓷瓶(常用来储酒)

chèm bẹp *đg* 屈腿而坐

chém *đg* ①砍,砍伐: chém đầu 斩首②[口]宰(客): chém khách 宰客

chém bặp *đg* 砍削

chém đẹp *đg* [口]狠宰: Khi thanh toán bị bà ấy chém đẹp. 结账的时候被她狠宰。

chém giết *đg* 杀戮,屠杀,残杀

chém quách *đg* 宰杀,宰了

chém to kho mặn [口]①大大咧咧,不拘小节②厨艺不精

chen *đg* 挤入,插入: chen vào dòng người 挤进人群; chen vào một câu 插了一句

chen chân *đg* 插足

chen chúc *đg* 拥挤,熙熙攘攘

chen lấn *đg* 推挤: không nên chen lấn 不要推挤

chen vai *đg* ①挤,推搡②竞争,角逐

chen vai thích cánh 摩肩接踵

chèn *đg* ①阻: chèn cửa 闩门②阻挡,拦挡: cầu thủ chèn bóng 球员铲球③插入 *d* 栓

chèn ép *đg* 排斥,打压

chèn nhét *đg* 填塞: chèn nhét đầy túi 塞满袋子

chèn hoẻn *t* 孤独,孤单,孤零零,孑然一身

chẽn *t* (衣服)紧束: áo chẽn 紧身衣

chén *d* ①杯子②[方]小碗③[口]一服(中药): một chén thuốc 一服药 *đg* [口]吃喝,撮(一顿)

chén bát *d* 碗具,食具

chén đưa *đg* 饯行: Mở tiệc chén đưa anh. 设宴为你饯行。

chén mừng *đg* 喜筵,喜酒

chén quân *d* (饮茶用的)小茶杯

chén tạc chén thù [旧]酬酢,应酬

chén thề *đg* 酒誓,饮酒为誓

chẹn₁ *d* 一把: một chẹn lúa 一把稻子

chẹn₂ *đg* 堵塞: chẹn đường 堵路

cheo chéo *t* 微斜的

cheo cưới *d* 婚事

cheo leo *t* 崎岖,晃荡,晃里晃荡

cheo veo *t* 参天

chèo₁ *d* 船桨 *đg* 划(船): chèo thuyền 划船

chèo₂ *d* 嘲戏(越南民间戏剧之一)

chèo chẹo *t* (小孩)缠人,软磨硬泡

chèo chẹt *d* 恶作剧

chèo chống *đg* ①支撑,维系②撑船

chèo kéo *đg* [口]兜揽,招徕: chèo kéo khách hàng 招徕顾客

chèo lái *d* 舵

chèo queo *t* 蜷卧

chèo *t* 能说会道

chèo lẻo *t* ①圆滑：mồm miệng chèo lẻo 油嘴滑舌②多嘴

chèo mép *đg* 多嘴，饶舌

chéo *t* 斜：cắt chéo 斜着剪

chéo go *d* 斜纹布

chéo góc *d* [数]对角

chép₁ *d* [口]鲤鱼

chép₂ *đg* 抄录，抄写：chép bài 抄写课文

chép miệng *đg* 咂嘴

chép tay *đg* 手抄：bản chép tay 手稿

chét *đg* 扎，把：một chét lúa 一扎稻谷

chét tay *d* 满握，一把抓

chẹt *đg* ①压迫：chẹt lấy cổ 掐着脖子 ②[口]（车辆）碾压：Ô-tô chẹt chết người. 车轧死了人。*t* 紧身，束身

chẹt họng *đg* ①卡住脖子②扼杀

chê *đg* 嫌恶：chê ít không lấy 嫌少不要

chê bai *đg* 耻笑，笑话

chê cười *đg* 耻笑，嗤笑，讪笑：bị thiên hạ chê cười 被世人耻笑

chê ghét *đg* 厌恶

chê ỏng chê eo *đg* [口]嫌这嫌那

chê trách *đg* 谴责

chế₁ *d* 服丧

chế₂ [汉]制 *d* 制度

chế₃ [汉]制 *đg* ①炮制②[口]制造

chế₄ *đg* 讥讽

chế áp *đg* 牵制：chế áp kẻ địch 牵制敌人

chế bản *d* 版 *đg* 排版

chế biến *đg* （本质发生变化的）加工，制作：chế biến thức ăn 加工食品

chế độ *d* 制度：chế độ công hữu 公有制

chế giễu *đg* 讥笑，讥讽，嘲笑

chế ngự *đg* 制服，征服

chế nhạo *đg* 讥笑，嘲笑

chế phẩm *d* 制成品，产品

chế tác *đg* 制作，制造

chế tạo *đg* 制造：chế tạo máy bay 制造飞机

chế tạo máy *d* 制造业

chế ước *đg* 制约

chế xuất *đg* 出口加工

chếch *t* 歪，斜：chếch về bên phải 向右边歪

chếch chếch *t* 偏斜

chếch lệch *đg* [旧]①偏斜，偏倒②颠倒

chệch *t* 偏斜的，偏离的，颠倒的：bắn chệch mục tiêu 射偏目标

chêm *d* 楔子 *đg* ①垫：chêm chân bàn 垫桌脚②插嘴，插话：chêm câu 插嘴

chễm chệ *t* 正襟危坐

chênh *t* ①偏斜：Tủ bị đặt chênh. 柜子放斜了。②不等：chênh nhau vài tuổi 差几岁

chênh chênh *t* 微斜的，斜斜的

chênh chồng *t* 大模大样

chênh lệch *t* 差，有差别的：giá chênh lệch 差价

chênh va chênh vênh *t* 摇摇晃晃

chênh vênh *t* 不稳，晃荡，晃里晃荡

chênh choảng *t* 凌乱，乱七八糟

chểnh mảng *đg；t* 疏忽，粗心，大意

chếnh choáng *t* 天旋地转

chệnh choạng *t* 跟跄，蹒跚：đi chệnh choạng 步履跟跄

chết *đg* ①死亡②（机器）停止不动：Ô tô chết máy. 汽车抛锚。③变质：mực chết 墨水变质 *t* ①麻木②[口]糟糕：Chết rồi！糟了！*p* [口]极，甚，绝顶：cười chết 笑死了 *c* 见鬼，该死：Chết！Sao lại làm thế！见鬼！怎么又这样做！

chết băm 千刀万剐（骂语）

chết bỏ đời [口]要命

chết cay chết đắng 逆来顺受；忍气吞声

chết chém *đg* 斩首

chết chẹt *đg* [口]无路可逃

chết chóc *đg* 死亡

chết chùm *đg* [口]全部死亡，全部完蛋

chết chưa *c* ①惨了，糟了：Chết chưa, không kịp rồi. 惨了，来不及了。②[口]知错了吧；是吧；没错吧：Chết

chưa, đã báo rồi lại không nghe. 知
道错了吧，说过了却不听。

chết chưa đền tội 死有余辜

chết cóng *t* 冻僵

chết cứng [口] 一命呜呼

chết dở *đg* [口] 完蛋，陷入绝境

chết đi sống lại 死去活来

chết đói *đg* 饿死

chết đuối *đg* 溺死，淹死

chết đuối vớ được cọc 绝处逢生

chết đuối vớ phải bọt 徒劳无益

chết đứng *đg* [口] 为难，进退维谷

chết gí *đg* ①（草木）凋萎②[口] 动
弹不得，无法行动: Trời mưa, phải
nằm chết gí ở nhà. 天下雨，只好待
在家里。

chết giả *đg* [方][医] 休克，晕倒，昏倒

chết giấc *đg* 晕倒，不省人事

chết héo *đg* 枯死

chết hụt *đg* [口] 死里逃生，虎口余生

chết khát *đg* ① 渴死②干渴

chết máy *đg* ① 熄火②发生故障

chết mệt *đg* 神魂颠倒 *t* 累坏的

chết mòn chết mỏi 累死了，累得要命

chết ngạt *đg* 窒息而死

chết ngất *đg* 晕厥，不省人事: Nghe
tin buồn, bà chết ngất. 听到噩耗，她
晕厥过去。

chết ngóm *đg* [口] 命归黄泉

chết nhăn răng ① 毙命② 无药可救

chết non *đg* [口] 夭折 (=chết yểu)

chết nỗi *c* 糟糕

chết oan *đg* 枉死，死于非命

chết rét *đg* 冻死

chết sống *đg* 死活；无论如何

chết tiệt *đg* [口] 死绝（骂语）

chết trôi *đg* [方] 溺死，淹死

chết tươi *đg* [口] 当场丧命

chết yểu *đg* 夭折

chi₁ [汉] 枝，栀

chi₂ [汉] 肢 *d* ①（动物的）爪，腿: tứ
chi 四肢②分支，派系③（生物分类排
序）属: chi cáo họ chó 狗科狐狸属

chi₃ [汉] 支 *d* 地支

chi₄ [汉] 支 *đg* 支出: chi tiêu 开支

chi₅ *đ* [方] 什么: Nó không biết chi.

他什么都不知道。

chi bằng 不如: Chiếc xe đạp này cũ
lắm rồi, chi bằng mua cái mới. 这
辆单车太旧了，不如去买辆新的。

chi bộ *d* 党支部

chi chít *t* ① 密密麻麻② 纵横交错

chi cục *d* 分局

chi dùng *đg*（日常）开销，花销: Lương
không đủ chi dùng. 工资不够日常开
销。

chi đoàn *d* 团支部

chi đội *d* ① [军] 支队②（少先队）分
队

chi hội *d* 支会，分会

chi li *t* 仔细: tính toán chi li 仔细计算

chi li từng tí *t* 斤斤计较: Chị ấy hay
chi li từng tí một. 她总喜欢斤斤计
较。

chi nhánh *d* ① 支流，分支② 分行，支
行，分部，分支机构

chi phí *đg* 支付 *d* 费用: chi phí lưu
thông 流通费用

chi phối *đg* 支配

chi tiết *d* ① 细节，详细情况: không bỏ
qua một chi tiết nào đó 不放过任何
一个细节②（设备）部件 *t* 详细

chi tiêu *đg* 开支: cắt giảm chi tiêu 减
少开支

chi trả *đg* 支付: chi trả tiền khoản 支
付钱款

chi uỷ *d* 党的支委会: chi uỷ viên 支部
委员

chi viện *đg* 支援: chi viện tiền tuyến
支援前线

chì₁ *d* ① 铅: quặng chì 铅矿②（鱼钩）
铅垂

chì chiết *đg* 刁难

chỉ₁ *d* 线

chỉ₂ [汉] 旨 *d* [旧] 圣旨（封建时代皇
帝的命令）

chỉ₃ *d* [口] 钱: một chỉ vàng 一钱黄金

chỉ₄ [汉] 指 *đg* ① 指向: chỉ vào một
chỗ nào đó 指向某个地方② 指出:
chỉ rõ khuyết điểm 指出缺点

chỉ₅ *p* 只，仅

chỉ₆ *d* [方] 她

chỉ bảo *đg* 指教,指导,指点: Xin thầy chỉ bảo cho！请老师指教！

chỉ buộc chân voi 徒劳无益

chỉ chỉ trỏ trỏ 指指点点

chỉ dẫn *đg* 指引,指导 *d* 指导

chỉ đạo *đg* 指导

chỉ điểm *đg* 告密 *d* 坐探

chỉ định *đg* 指定: Lãnh đạo chỉ định tôi đi công tác. 领导指定我去出差。*d* ①指示: chỉ định của cấp trên 上级的指示②(用药) 适用症,适宜病症,适宜人群

chỉ giáo *đg* 指教,赐教: Ai biết xin vui lòng chỉ giáo cho. 谁知道请不吝赐教。

chỉ huy *đg*；*d* 指挥: chỉ huy trưởng 总指挥

chỉ lệnh *d* ①(上级对下级的) 指令,指示②(电脑发出的) 指令

chỉ mỗi tội [口] 可惜的是,遗憾的是: Chỉ mỗi tội cô ấy hơi thấp. 只可惜她矮了点。

chỉ nam *đg* [旧] 指南: kim chỉ nam 指南针

chỉ non thề biển 海誓山盟

chỉ rõ *đg* 指明,表明,阐明

chỉ số *d* [经] 指数: chỉ số vật giá 物价指数

chỉ tay năm ngón 指手画脚

chỉ thêu *d* 绣花线,绒线

chỉ thị *d* 指示: nhận chỉ thị 接收指示 *đg* 指示: chỉ thị toàn quân 指示全军

chỉ thiên *đg* 指天,朝天

chỉ tiêu *d* 指标: chỉ tiêu kinh tế 经济指标

chỉ tơ *d* 丝线

chỉ trích *đg* 指责

chỉ trỏ *đg* 指点点

chỉ vẽ *đg* 指点,比画

chí₁ *d* [动] 发虱

chí₂ [汉] 志 *d* 志气,志向

chí₃ *đg* 掐: chí vào thái dương 掐太阳穴

chí₄ [汉] 至 *k* 至,到: từ cổ chí kim 从古至今 *p* 至高,至极: nói chí lí 说得很有道理

chí chết *p* [口] 极其,非常

chí công *t* 至公: chí công vô tư 大公无私

chí cốt *t* 至亲(朋友): bạn chí cốt 至亲好友

chí hiếu *t* 至孝,尽孝

chí hướng *d* 志向

chí ít *t* [口] 至少: Chí ít 500 đồng. 至少 500 盾。

chí khí *d* 志气: chí khí anh hùng 英雄志气

chí lí *t* 有理的,有道理的: Cách nói này rất chí lí. 这说法很有道理。

chí mạng *t* 致命的: giáng một đòn chí mạng 给予致命的打击

chí nguy *t* 极其危险的

chí nguyện *d* [旧] 志愿: chí nguyện quân 志愿军

chí sĩ *d* 志士: chí sĩ yêu nước 爱国志士

chí thân *t* 至亲: bạn chí thân 至亲好友

chí thú *t* 专心致志: chí thú học hành 专心学习

chí tình *t* 诚挚: lời khuyên chí tình 诚挚的劝告

chí tuyến *d* 回归线: chí tuyến Bắc 北回归线

chí tử *t* ①致死的,致命的②[口] 玩儿命的,拼尽力气的

chị *d* ①姐姐: chị cả 大姐②对同辈女子的通称③前两个释义的第一、第二、第三人称代词

chị chàng *d* [口] 女人(含轻蔑意)

chị chồng *d* 大姑(丈夫的姐姐)

chị dâu *d* 嫂子

chị em *d* 姐妹: hai chị em 两姐妹

chị gái *d* 姐姐

chị hai *d* ①二姐②[方] 大姐

chị Hằng *d* ①嫦娥②月亮

chị họ *d* 表姐

chị vợ *d* 大姨子(妻子的姐姐)

chia *đg* ①[数] 除: tính chia 除法②分配,分开: chia gia sản 分家产③分享,分发: chia vui 分享快乐; chia quà 分发礼物

chia buồn *đg* 吊唁，致哀

chia cay sẻ đắng 患难与共

chia cắt *đg* 分隔，分割，瓜分

chia chác *đg* [口]分发

chia đều *đg* 均分，均等

chia đôi *đg* 对半平分

chia hết cho *đg* [数]可除尽：8 chia hết cho 2. 8 可以被 2 除尽。

chia li *đg* (亲人)分离，分别，别离

chia lìa *đg* 分别，分离

chia lửa *đg* 分散(对方)火力

chia năm xẻ bảy 四分五裂

chia ngọt sẻ bùi 同甘共苦

chia rẽ *đg* 离间，分裂

chia sẻ *đg* 分享，分担：chia sẻ hạnh phúc 分享幸福

chia tay *đg* 分别，分手，告别

chia thầu *đg* 分包，转包(工程等)

chia xẻ *đg* 分散，分担：chia xẻ nỗi buồn 分忧

chìa₁ *d* 钥匙

chìa₂ *đg* ①伸出：chìa tay ra 伸出手②探出

chìa khoá *d* 钥匙

chĩa *d* 铁叉 *đg* ①(用叉)叉，戳：chĩa cá 叉鱼②指向，朝向，瞄准

chĩa ba *d* 戟，三叉戟

chích *đg* ①扎，灸：đau như bị kim chích 痛如针扎②[方]叮咬：bị muỗi chích 被蚊子咬③[方]打针，注射

chích chích [拟]叽叽喳喳(鸟叫声)

chích choác *đg* [口](静脉注射)吸毒

chích thuốc *đg* [医]注射

chiếc₁ *d* 支，架，艘，轮，根，件，条，个：một chiếc bút 一支笔；một chiếc máy bay 一架飞机

chiếc₂ *t* 孤单

chiêm₁ [汉]占，瞻

chiêm₂ *t* ①(水稻等)庄稼)夏造：lúa chiêm 夏稻②(开花或结果)反季节：rau chiêm 反季节蔬菜 *d* 夏稻

chiêm bao *đg* 梦境，梦幻

chiêm nghiệm *đg* 推测，预测

chiêm ngưỡng *đg* 瞻仰

chiêm tinh *đg* 占星：chiêm tinh học 占星学

chiếm [汉]占 *đg* ①侵占：chiếm đất 侵占土地②取得，夺得：chiếm quán quân 夺得冠军③占用：chiếm nhiều thời gian 占用很多时间④占据

chiếm cứ *đg* 占据

chiếm dụng *đg* 占用

chiếm đoạt *đg* 侵占，篡夺，霸占

chiếm đóng *đg* 驻守，驻防：chiếm đóng biên phòng 驻守边防

chiếm giữ *đg* 占据，盘踞

chiếm hữu *đg* 占有，强占，侵占

chiếm lĩnh *đg* 占领：chiếm lĩnh thị trường 占领市场

chiên₁ *d* 毡子：chăn chiên 毡被

chiên₂ *t* [方]煎：bánh bao chiên 煎包

chiền môn *d* [旧]寺庙

chiền môn *d* [宗]法门，佛门，禅门

chiến [汉]战 *d* 战争 *đg* 战斗

chiến bại *đg* 战败

chiến binh *d* 战士，军人

chiến công *d* 战功，战绩

chiến cuộc *d* 战局

chiến dịch *d* ①战役②运动：chiến dịch chống hạn hán 抗旱运动

chiến đấu *đg* ①战斗②斗争：chiến đấu với bệnh tật 与病魔进行斗争

chiến địa *d* [旧]战地，战场

chiến hạm *d* 战舰，军舰

chiến hào *d* 战壕

chiến hữu *d* 战友

chiến khu *d* ①战区②抗战根据地

chiến lợi phẩm *d* 战利品

chiến luỹ *d* [军]堡垒，工事

chiến lược *d* 战略：chiến lược đúng đắn 正确的战略 *t* 战略性

chiến mã *d* [旧]战马

chiến sĩ *d* ①战士：chiến sĩ pháo binh 炮兵战士②模范：chiến sĩ thi đua 劳动模范

chiến sự *d* 战事

chiến thắng *đg* 战胜，取得胜利 *d* 大捷

chiến thuật *d* 战术

chiến thuyền *d* 战船

chiến tích *d* [旧]战绩

chiến tình *d* 战情, 战况

chiến tranh *d* 战争: chiến tranh lạnh 冷战

chiến trận *d* ①(两军)交战②战场

chiến trường *d* 战场

chiến tuyến *d* 战线

chiến tướng *d* [旧]战将

chiến xa *d* 战车, 装甲车

chiêng *d* 钲, 锣: khua chiêng 敲锣

chiêng trống *d* 锣鼓

chiết [汉] 折 *đg* ①倒: chiết rượu 倒酒②萃取, 提炼: chiết tinh dầu 提炼精油③扣除: chiết tiền thưởng 扣奖金④(缝织)收窄⑤[农]嫁接: chiết cam 嫁接柑橘

chiết khấu *đg* [商]折扣, 打折

chiết trung *đg* 折中

chiết tự *đg* [语]拆字

chiết xuất *đg* 提炼: chiết xuất tinh dầu bưởi 提炼柚子油

chiêu₁ [汉]招

chiêu₂ *đg* 呷: chiêu một ngụm 呷一口

chiêu₃ *t* [旧](手或脚)左边的, 靠左的

chiêu an *đg* [旧]招安

chiêu bài *d* 招牌

chiêu binh mãi mã 招兵买马

chiêu đãi *đg* 请客, 招待, 宴请: chiêu đãi bạn thân 宴请好友

chiêu đãi viên *d* 服务员

chiêu hiền *đg* [旧]招贤, 招才纳贤

chiêu hồi *đg* 召回

chiêu hồn *đg* 招魂

chiêu khách *đg* 招揽顾客

chiêu mộ *đg* [旧]招募: chiêu mộ binh sĩ 招募兵士

chiêu sinh *đg* (学校)招生: phụ trách việc chiêu sinh 负责招生工作

chiêu tập *đg* [旧]召集

chiêu thức *d* 招式, 方法, 手段

chiều₁ *d* 下午

chiều₂ *d* ①方向: đường hai chiều 双行线②神态, 神色

chiều₃ *đg* 迁就: chiều con 迁就孩子

chiều cao *d* 高度: chiều cao hai mét 高两米

chiều chiều *d* 每天傍晚, 每天下午

chiều chuộng *đg* 溺爱, 迁就: Bố mẹ đừng có chiều chuộng con. 父母不要溺爱孩子。

chiều dài *d* 长度

chiều dọc *d* 纵度, 长度

chiều gió *d* 风向

chiều hôm *d* 黄昏时分

chiều hướng *d* 趋势, 动向

chiều ngang *d* 横度, 宽度

chiều qua *d* [口]昨天下午

chiều rộng *d* 宽度

chiều sâu *d* 深度

chiều tà *d* 垂暮, 夕阳西下

chiều tối *d* 傍晚, 傍黑

chiều *đg* [旧]依照, 循照

chiếu₁ *d* ①草席②席位

chiếu₂ [汉]照 *đg* ①照射, 映照: chiếu vào mặt 照在脸上②放映: rạp chiếu phim 电影院③将军(棋类用语)④依照, 循照

chiếu bóng *đg* 放映电影

chiếu chỉ *d* [旧]诏书

chiếu cói *d* 蒲草席

chiếu cố *đg* ①照顾: chiếu cố trẻ em 照顾儿童②关照

chiếu điện *đg* [口]透视, 照 X 光

chiếu lệ (做事)应付, 敷衍: làm chiếu lệ cho xong 应付了事

chiếu phim=chiếu bóng

chiếu rọi *đg* 照射, 映照: Ánh nắng chiếu rọi vào mặt. 阳光映照在脸上。

chiếu sáng *đg* 照亮, 映照

chiếu tướng *đg* ①将军(棋类用语)②[口]照面, 正面: nhìn chiếu tướng 正面相对

chiếu xạ *đg* 照射

chim₁ *d* 鸟

chim₂ *d* [口]小鸡鸡(男孩的生殖器)

chim₃ *đg* [旧][口]泡(指男女关系): chim gái 泡妞

chim cảnh *d* 观赏鸟

chim chà chiện *d* 百灵鸟

chim chóc *d* 鸟雀, 小鸟, 鸟类

chim cổ đỏ *d* 美洲知更鸟, 旅鸫

chim cú *d* 猫头鹰

chim di cư *d* 候鸟, 迁徙鸟

chim én *d* 燕子

chim gáy *d* 斑鸠

chim hoàng li *d* 黄鹂

chim khách *d* 喜鹊

chim lồng cá chậu 笼中鸟

chim lồng cá chậu 瓮中鱼，笼中鸟(喻受约束，不自由)

chim mèo *d* 猫头鹰

chim muông *d* 飞禽走兽

chim ngói *d* 鸥鸠

chim nhạn *d* 雁

chim oanh *d* 黄莺

chim quí thú lạ 珍禽异兽

chim quyên *d* [动]杜鹃

chim sẻ *d* 麻雀

chim sồ *d* 雏鸟

chim sơn ca *d* 百灵鸟

chim trả *d* 翠鸟

chim trĩ *d* [动]雉，锦鸡

chim trời cá nước ①天各一方；行踪不定②逍遥自在，无拘无束

chìm *đg* ①沉没：tàu chìm 沉船②凹入③隐蔽

chìm đắm *đg* ①淹没：chìm đắm trong cảnh sương mù 淹没在雾气中②沉醉，沉迷

chìm ngập *đg* 沉浸：chìm ngập trong công việc 沉浸在工作中

chìm nghỉm *đg* 沉没

chìm nổi *t* 沉浮

chin chít [拟]吱吱(老鼠或小鸟的叫声)

chín₁ *d* 九(数词)：mười chín 十九

chín₂ *đg*；*t* ①(花、果或粮食)熟，成熟②成熟：suy nghĩ thật chín 考虑成熟③脸红：Ngượng chín cả mặt. 脸羞红了。④(食品)熟，煮熟

chín cây *t* (水果)树上熟的：chuối chín cây 树上熟的香蕉

chín chắn *t* 踏实，稳重，老练

chín ép *t* (水果)捂熟的：xoài chín ép 捂熟的杧果

chín mõm *t* (水果)熟透：quả đu đủ chín mõm 熟透的木瓜

chín muồi *t* (水果)成熟：dưa hấu chín muồi 成熟的西瓜

chín nẫu *t* (水果)熟烂

chín người mười ý 各持己见

chín rộ *đg* (水果、粮食)大面积成熟

chín rục *t* (水果、粮食)熟透

chín tới *đg* (米饭、水果)熟

chinh [汉]征 *đg* 征伐，征讨

chinh chiến *đg* 征战

chinh phạt *đg* [旧]征伐

chinh phục *đg* 征服：chinh phục khán giả 征服观众

chỉnh [汉]整 *t* 齐整，工整 *đg* ①调整：chỉnh lại mũ 调整好帽子②[口]训斥(下属)：bị cấp trên chỉnh cho một trận 被领导训了一顿

chỉnh đốn *đg* 整顿：chỉnh đốn hàng ngũ 整顿队伍

chỉnh hình *d* 整形术：phẫu thuật chỉnh hình 整形手术

chỉnh lí *đg* 整理：chỉnh lí tài liệu 整理材料

chỉnh nghi *đg* [旧]整理仪容

chỉnh sửa *đg* 整改，修改：chỉnh sửa hàng ngũ chấp pháp 整改执法队伍

chỉnh tề *t* 整齐：ăn mặc chỉnh tề 穿戴整齐

chỉnh thể *d* 整体

chỉnh trang *đg* 修补，修缮：chỉnh trang lại nhà cửa 修缮房屋

chĩnh *d* 瓮，坛：chĩnh rượu 酒坛

chĩnh chện *t* 端端正正

chính₁ [汉]正 *t* ①正(与"反"相对)：mặt chính 正面②主要：vấn đề chính 主要问题 *tr* 正是，恰是：chính là cô ấy 正是她

chính₂ [汉]政：chính phủ 政府

chính biến *d* 政变：phát động chính biến 发动政变

chính chuyên *t* [旧](对丈夫)忠贞

chính cống *t* [口]正宗，地道

chính danh *t* 名副其实

chính diện *d* ①正面，前面②(文学作品里的)正面人物：vai chính diện 正面角色

chính đại quang minh 光明正大

chính đảng *d* 政党

chính đáng *t* 正当：thu nhập chính đáng

正当的收入

chính đạo *d* 正道

chính đính *t* [旧]正派,正直: người chính đính 正直的人

chính giới *d* 政界: hoạt động chính giới 政界活动

chính giữa *d* 正中,正中间

chính hãng *t* 正牌的,品牌的,正规厂家的

chính hiệp *d* 政协

chính hiệu *t* 正牌,正宗,名副其实

chính khách *d* 政客

chính khoá *d* 正式,正规

chính kiến *d* ①政见,政治见解②主见

chính mắt 亲眼: chính mắt thấy 亲眼看到

chính ngạch *t* (货物)大宗的

chính nghĩa *d* 正义: bảo vệ chính nghĩa 捍卫正义

chính ngọ *d* 正午的

chính phạm *d* 主犯

chính phẩm *d* 正品: hàng chính phẩm 正牌货

chính phủ *d* 政府

chính quả *d* [宗]正果

chính qui *t* 正规: quân đội chính qui 正规军

chính quyền *d* ①政权: nắm chính quyền 掌握政权②(地方)政府

chính ra 按说,其实: Chính ra, anh nên đi trước. 其实,你应该先去。

chính sách *d* 政策

chính tả *d* ①听写②准确的写法

chính thống *t* ①正统②主流

chính thức *t* 正式

chính thức hoá *đg* 使正式,使走上正轨,规范化

chính tông *t* ①正统②正宗

chính trị *d* 政治

chính trị gia *d* 政治家

chính trị viên *d* [军]政治指导员

chính trực *t* 正直

chính trường *d* 政界,政坛

chính uỷ *d* [军]政委

chính vụ *t* [农]当季: lúa chính vụ 当季稻

chính xác *t* 正确,准确: độ chính xác 准确度

chính yếu *t* 主要,重要: bộ môn chính yếu 重要部门

chít₁ *d* 玄孙

chít₂ *đg* ①包,扎,缠: Đầu chít khăn. 头上着着毛巾。②束紧(衣服)③缝紧

chịt *đg* ①紧锁住②攫,捕捉 *p* [口]紧紧地: nắm chịt 紧抓着

chịu *đg* ①赊欠: bán chịu 赊销②负担,承担: chịu trách nhiệm 承担责任③耐,抗: chịu lạnh 耐冷④肯,愿意: không chịu làm 不愿做⑤[口]无能为力: đành phải chịu 没办法⑥[口]折服,甘拜下风: không ai chịu ai 谁也不服谁⑦感受: khó chịu 难受

chịu a–xít *đg* [化]耐酸

chịu chết ①毋宁死②[口]束手无策

chịu đói *đg* 忍饥挨饿

chịu đòn *đg* 挨打

chịu đực *đg* (雌性牲畜)受精

chịu đựng *đg* 忍受,承受

chịu hàng *đg* 降服

chịu khó *t* ①刻苦,用功,努力;争取: chịu khó học hành 刻苦学习②[口]将就,尽量,勉力,克服一下,委屈一下,硬着头皮: Em chịu khó ở tạm vài hôm nhé. 你将就住几天吧。

chịu lãi *đg* 付息

chịu lỗi *đg* 认错,承认错误

chịu lời *đg* [旧]听从,言听计从

chịu nhiệt *t* 耐高温: gạch chịu nhiệt 耐火砖

chịu nhịn *đg* 承受,忍受

chịu phép *đg* [口]认命

chịu rét *t* ①耐寒②受冻

chịu tải *đg* 负载,承载,载荷: sức chịu tải 承载力

chịu tang *đg* 守孝,戴孝

chịu thiệt [口]认倒霉

chịu thua *đg* [口]认输: xin chịu thua 甘愿认输

chịu thương chịu khó 刻苦,用功,用心: làm việc phải chịu thương chịu khó 做事要用心

chịu tội *đg* 认罪,服罪

chịu trống *đg* (雌性家禽)受精

cho *đg* ①给予：cho tiền 给钱②让,使：Cho xe chạy chậm lại. 让车开慢些。③放②认为：tự cho mình giỏi 自以为是 *k* ①交给：Đưa tiền cho mẹ. 把钱交给妈妈。②(接在动词后,表示要达到的目标)：học cho giỏi 学好 *tr* 给,让：để tôi làm cho 让我来做

cho biết *đg* 通知,告知,告诉：Xin ông cho biết. 请您告诉我。

cho cùng 到最后：nói cho cùng 说到底

cho dù *k* 即使：Cho dù trời mưa thì chúng ta vẫn đi. 即使下雨我们也要去。

cho đến 直到：cho đến nay 直到现在

cho điểm *đg* 给分,评分

cho hỏi 请问：làm ơn cho hỏi 劳驾请问

cho không *t* 白给,白送：Bán rẻ như cho không. 价钱便宜得像白送。

cho là *đg* 认为是,看成是

cho nên *k* 因此,所以

cho phép *đg* 准许,准予,批准：Cô giáo cho phép nghỉ hai ngày. 老师批准休息两天。

cho qua *đg* 放过,不管

cho rằng *đg* 认为,以为

cho rồi [方]了事,完事

cho thầu *đg* [经](工程)发包

cho thuê *đg* 出租,租让

cho vay *đg* 贷款

cho xong=cho rồi

chõ₁ *d* 蒸锅

chõ₂ *đg* [口]①朝向②插嘴,插话

chõ miệng *đg* [口]插嘴,插话

chõ mõm *đg* [口]插嘴

chõ mũi *đg* [口]掺和

chó *d* 狗

chó béc-giê *d* 军用犬,警犬

chó cắn áo rách 祸不单行

chó cậy gần nhà 狗仗人势

chó chết [口]死狗,坏蛋,畜生(骂语)

chó chui gầm chạn 寄人篱下

chó có váy lĩnh 岂有此理

chó cùng rứt giậu 狗急跳墙

chó dại *d* 疯狗

chó đen giữ mực 狗改不了吃屎,本性难移

chó ghẻ *d* [口]癞皮狗

chó ngao *d* ①[动]猎犬②[宗]三头犬(神话中守地狱者)

chó ngáp phải ruồi [口]瞎猫碰上死老鼠

chó săn *d* ①[动]猎狗②[转]走狗

chó sói *d* ①狼狗②豺狼

choa *đ* [方]我,老子;我们

choá *t* (阳光)刺眼：nắng choá mắt 刺眼的阳光

choạc *đg* 叉开,劈开：choạc chân 劈叉

choai *t* 雏,小：gà choai 雏鸡

choai choai *t* 不大不小,不老不嫩

choài *đg* 张开手

choãi *đg* 劈开,叉开(脚)：đứng choãi chân 叉脚站着

choại *đg* [方]失(足),滑(脚)

choán *đg* ①占据②霸占：choán quyền 篡权

choán chỗ *đg* 占位,占地方

choang choác *t* (喊叫声)响亮刺耳

choang choang [拟]咣当咣当 *t* 响亮刺耳：quát tháo choang choang 大声呵斥

choang choảng [拟]咣当咣当(金属碰撞声)

choàng₁ *đg* ①搂住：Cô bé choàng lấy mẹ. 小女孩搂住母亲。②披：choàng chiếc áo 披上衣服

choàng₂ *đg* 撞入,闯入 *p* (行动)突然：choàng nhớ đến 突然想起

choảng *đg* [口]打,揍：choảng nhau 打架

choáng *t* 晕眩：bị choáng óc 头晕 *d* [医]休克

choáng choàng *t* 慌里慌张

choáng lộn *t* 璀璨,华丽,堂皇

choáng ngợp *đg* 眩晕

choáng váng *t* 晕眩

choạng *đg* 张开,叉开,分开(双脚或双腿)

choạng vạng *t* 蹒跚：bước đi choạng vạng 步履蹒跚

choắt *t* 瘦小，小不点儿

choắt cheo *t* 瘦小，瘦弱

chóc *d* [药] 半夏

chóc ngóc [方] *đg* 冒头：Chóc ngóc đầu lên mặt nước. 把头冒出水面。*t* 孤单，孤零零：ngồi chóc ngóc 孤零零地坐着

chọc *đg* ①戳，捅：chọc thủng 戳破②挑衅，挑逗：nói chọc mấy câu 挑衅了几句

chọc chạch *t* 松散

chọc gan *đg* [方] 激怒，触怒

chọc gậy bánh xe 从中作梗

chọc ghẹo *đg* 挑逗，逗弄，调戏：Bọn trẻ chọc ghẹo nhau. 孩子们互相逗弄。

chọc thủng *đg* ① 戳破，戳穿；揭穿：chọc thủng cái túi 戳破袋子 ②突破：chọc thủng vòng vây 突破包围圈

chọc tiết *đg* (屠宰家畜) 割喉

chọc trời *t* 参天，高耸入云：cây chọc trời 参天大树

chọc tức *đg* 激怒，触怒

choè choẹt *t* 湿漉漉：Nước đổ choè choẹt trên bàn. 水流在桌子上，湿漉漉的。

choé₁ *d* 大瓷瓶

choé₂ *t* 鲜艳夺目：đỏ choé 鲜红

choi chói *t* 刺眼

chòi₁ *d* 小茅棚

chòi₂ *đg* 冒出：chòi khỏi mặt nước 冒出水面

chòi bán sách *d* 书报亭

chòi canh *d* 岗楼，角楼

chòi gác *d* 岗楼，角楼

chói₁ *đg* 照亮：Nắng chói vào mặt. 阳光照在脸上。

chói₂ *t* ①刺痛②(颜色) 耀眼，眩目

chói chang *t* (阳光) 刺眼：nắng chói chang 刺眼的阳光

chói loà *t* 耀眼：ánh sáng chói loà 耀眼的光芒

chói lọi *t* 绚烂，光辉，辉煌：mặt trời chói lọi 灿烂的阳光

chói mắt *t* 炫目，刺眼：Ánh sáng chói mắt lắm. 阳光很刺眼。

chói ngời *t* 绚烂：ánh bình minh chói ngời 绚烂的晨曦

chói óc *t* 头昏脑涨

chói tai *t* 刺耳；震耳欲聋：nghe chói tai 听起来刺耳

chọi *đg* ①碰撞②争战，相斗：chọi gà 斗鸡③ [口] (文章) 对称，对偶

chòm *d* ①丛，簇，束，撮，绺：một chòm cây 一丛树；một chòm râu 一绺胡须②自然村

chòm sao *d* [天] 星座

chòm xóm *d* [方] 村子：bà con chòm xóm 乡亲

chỏm *d* ①顶，头部：chỏm núi 山巅②发髻

chõm *t* 瘦瘪，瘦削：mặt chõm 瘦瘪的脸

chõm choẹ *t* [口] (坐姿) 端庄

chon chỏn *t* 微微竖起：Búi tóc chon chỏn trên đỉnh đầu. 头上竖起小发髻

chon von *t* 巍然耸立

chổn hổn *t* 缩着 (坐)：Anh ấy ngồi chổn hổn trên ghế. 他蜷缩在椅子上。

chọn *đg* 选择：chọn đất xây nhà 选地建房

chọn giống *đg* [农] 选种

chọn lọc *đg* 选择，挑选，选拔：chọn lọc giống cá 挑选鱼苗

chong *đg* ①灯火长明②目不交睫③ [方] 对准

chong chong *đg* 目不交睫，(眼睛) 瞪着

chong chóng *d* (玩具) 风车

chòng *đg* 逗弄，逗乐，挑逗

chòng chọc *t* 目不转睛：nhìn chòng chọc 目不转睛地看着

chòng ghẹo *đg* [口] 调戏：chòng ghẹo phụ nữ 调戏妇女

chòng vòng *đg* [方] 焦急等候：chòng vòng chờ đợi tin tức 焦急等待消息

chổng *đg* [口] 翘起

chổng chơ *t* 凌乱：Công cụ vứt chổng chơ ngoài sân. 工具凌乱地丢在院子里。

chổng gọng *đg* [口] 四脚朝天：ngã chổng gọng 摔得四脚朝天

chồng kềnh *đg*[口]四脚朝天

chồng lổn *t* 骄横

chồng vó *đg*[口]四脚朝天

chổng *d* 竹榻

chông *d* 货摊子

chóng *t* 快速,迅速:chóng quên 健忘

chóng mặt *đg* 头晕眼花

chóng vánh *t* 快速

choòng *d* 钎子,钢钎

chóp *d* 尖顶:chóp núi 山尖

chóp bu *d*[口]首领,首脑

chóp chép [拟]吧嗒吧嗒(咀嚼声)

chót *d* 终点,顶端:chót cây 树梢

chót vót *t* 高耸,巍峨

chỗ *d* ①地方,场所②[口]关系:chỗ bạn bè với nhau 都是朋友关系

chỗ bán vé *d* 售票处

chỗ cắt *d* 切口

chỗ dựa *d* 靠山:tìm chỗ dựa 找靠山

chỗ đậu *d* 停泊地,锚地

chỗ đứng *d* 立足点

chỗ hàn *d* 焊口

chỗ hiểm *d* 致命处,要害处

chỗ kém *d* 弱点

chỗ khó *d* 难处

chỗ kín *d* 私处(指人的生殖器)

chỗ làm *d* ①工作单位②工作

chỗ ngoặt *d* 岔口

chỗ ngồi *d* 座位:hết chỗ ngồi 满座

chỗ nối *d* ①接头②[工]结点

chỗ nứt *d* 裂口

chỗ ở *d* ①住处②住址

chỗ phạm *d* 要害部位:đánh trúng chỗ phạm 命中要害

chỗ phân ranh *d* 分水岭

chỗ ra *d* 出口

chỗ rẽ *d* 岔口

chỗ thoát *d* 出路

chỗ trống *d* ①空位②漏洞

chỗ trú chân *d* 落脚处

chỗ yếu *d* 弱点

chốc *d* 一会儿,顷刻:đợi một chốc 等一会儿

chốc chốc *p* 时而,不时,偶尔

chốc đầu *d*[医]头疮

chốc lát *d* 顷刻,片刻,霎时间

chốc lở *d*[医]疮,疮疡

chồi *d* 嫩芽:đâm chồi nảy lộc 吐绿发芽

chổi *d* 扫帚

chổi cùn rế rách 鸡毛蒜皮

chổi lông gà *d* 鸡毛掸子

chổi quét *d* 扫帚

chổi sể *d*(用岗松做的)扫帚

chối₁ *đg* ①否认,推诿:chối mãi không nhận 拒绝承认②[口]拒绝,推托

chối₂ *t* 不胜其力,难以忍受

chối bay *đg* 矢口否认

chối bay chối biến *đg* 矢口否认

chối bỏ *đg* ①推卸,推诿:chối bỏ trách nhiệm 推卸责任②否定,否认

chối cãi *đg* 狡辩:Sự thật không thể chối cãi được. 事实无可争辩。

chối phắt *đg* 毅然拒绝

chôm *đg*[方]偷窃:chôm đồ 偷东西

chôm bôm *t*(吃东西)鼓腮,塞满了嘴

chôm chỉa *đg*[方]偷窃

chôm chôm₁ *d*[植]红毛丹,毛荔枝

chôm chôm₂ *d*[动]水蜘蛛

chồm *đg* 扑向:Chó chồm lên người. 狗扑上身。

chồm chỗm *t* 蹲坐的

chôn *đg* 埋,掩埋:chôn xuống đất 埋到地下

chôn cất *đg* 埋葬,安葬

chôn chân *đg* ①禁锢,固守一隅②围困,包围

chôn lấp *đg* 掩埋

chôn nhau cắt rốn 出生地

chôn sống *đg* 活埋

chôn vùi *đg* ①埋葬②湮没,埋没③断送

chồn₁ *d*[动]①獾②貂

chồn₂ *t*(手脚)疲乏:chồn chân 腿乏

chồn chân mỏi gối 精疲力竭

chồn lòng *t* 扫兴,失望

chồn mướp *d* 灵猫,麝香猫

chồn sóc *d* 黄鼠狼,鼬鼠

chốn *d* 地方,地点,场所:chốn cũ 老地方

chộn rộn *t*[方]①嘈杂②繁忙,忙碌

chông *d* 蒺藜,铁蒺藜,竹蒺藜

chông chà *d* 尖桩,栅木

chông chênh *t* 不稳,摇晃,晃晃荡荡: đứng chông chênh 站着不稳

chông gai *d* 荆棘

chồng₁ *d* 丈夫: hai vợ chồng 两夫妻

chồng₂ *đg* 叠,垒: chồng lên trên 叠在上面 *d* 沓: một chồng sách 一沓书

chồng chất *đg* 堆积: Hàng chồng chất trong cửa hàng. 货物堆满了商店。

chồng chéo *đg* 堆积: đặt chồng chéo 堆放

chồng chung vợ chạ 有外遇,私通

chồng chưa cưới *d* 未婚夫

chồng đống *đg* 码垛,堆垛

chổng *đg* 翘起: chổng mông 翘起臀部

chổng gọng *đg* [口] 四脚朝天

chổng kềnh *đg* [口] 四脚朝天,倒翻: Xe đổ chổng kềnh trên đường. 车翻倒在路上。

chống *đg* ①拄,支撑: tay chống cằm 托腮; chống gậy 拄拐杖②反抗,反对,抵御: chống kẻ địch 抗击敌人③防,防止,预防: chống ẩm 防潮

chống án *đg* [法] 上诉

chống bão *đg* 防台风

chống càn *đg* 反扫荡

chống cháy *đg* 防火

chống chèo *đg* ①支撑,维系②撑船

chống chế *đg* 辩解,申辩: khéo chống chế 巧言善辩

chống chênh *t* ①空荡荡: nhà cửa chống chênh 空荡荡的屋子②孤单,孤寂: cảm giác chống chênh 感到孤单

chống chỉ định *đg* (用药)禁忌,不适用

chống chọi *đg* 抗争,对抗,对峙

chống cự *đg* 抵抗,抗拒,反击

chống dính *t* 防粘,不粘: chảo chống dính 不粘煎锅

chống đối *đg* 对抗,违抗

chống đỡ *đg* ①支撑②抵御,招架

chống giữ *đg* 捍卫,抵御

chống hạn *đg* 抗旱

chống lại *đg* 反抗,抵抗

chống lụt *đg* 防汛,防涝

chống nạn mù chữ 扫盲,扫除文盲

chống nạnh *đg* (站着)叉腰

chống nắng *đg* 防晒

chống phá *đg* 抵制,破坏: hoạt động chống phá 破坏活动

chống trả *đg* 反击: chống trả quyết liệt 猛烈地反击

chộp *đg* ①捕捉: chộp cá 捉鱼② [口] 逮住

chốt *d* ①门闩② [旧] 主轴③驻防地,防守点 *đg* ①闩住: chốt cửa 闩门② [军] 驻防,驻守: cho quân chốt các ngả đường 派兵驻守各个路口

chột₁ *t* 独眼

chột₂ *t* (植物)发蔫,枯萎

chột₃ *t* 心慌

chột dạ *t* 惊慌,惊惶

chơ chổng =chông chơ

chơ vơ *t* 孤零零,无依无靠: Đứng chơ vơ một mình. 一个人孤零零地站着。

chờ *đg* 等候,等待: chờ xe 等车

chờ chực *đg* 等候,等待

chờ đợi *đg* 等待,等候: yên tâm chờ đợi 安心等待

chờ mất công 干等,白等

chờ mong *đg* 期望

chở *đg* 运输,运载: chở hàng 运货

chở che *đg* 庇护,包庇,袒护

chở củi về rừng 多此一举

chớ₁ *p* 千万不要,千万别: Chớ có làm thế. 千万别这么做。

chớ₂ [方] *k* 难道还 *tr*…是吧

chớ đừng [口] 不应,切勿

chớ nên *p* 不宜,不应: Anh chớ nên làm như vậy. 你不应该这样做。

chớ thấy sóng cả mà ngã tay chèo 迎难而上;激流勇进;勇往直前

chợ *d* 市集,市场: đi chợ 去市场 *t* [口] 地摊货的: mua hàng chợ 买地摊货

chợ búa *d* 市集

chợ chiều *d* 午市 *t* [转] 冷冷清清

chợ đen *d* [经] 黑市: giá chợ đen 黑市价格

chợ đêm *d* 夜市

chợ hôm *d* 午市

chợ lao động *d* 劳动力市场
chợ nổi *d* 水上市场
chợ phiên *d* ①圩集,集市②[旧]博览会
chợ trời *d* 露天市场
chợ xanh *d* [口]蔬果市场
chơi *đg* ①玩: chơi bóng 玩球②把玩: chơi cây cảnh 玩盆景③[口]玩弄④结交: chọn bạn mà chơi 择友而交⑤玩儿: Nói chơi thôi! 说着玩儿的!
chơi ác [口]恶作剧,胡闹
chơi bạc *đg* 赌博
chơi bời *đg* ①交游,结交: Không chơi bời với anh nữa. 不跟你玩了。②游荡
chơi chữ *đg* 舞文弄墨
chơi dao có ngày đứt tay 玩火终自焚
chơi đểu *đg* [口]戏弄: bị chơi đểu 被戏弄
chơi đùa *đg* 游戏,戏谑,开玩笑
chơi giỡn *đg* 开玩笑,耍笑
chơi khăm *đg* [口]搞恶作剧
chơi lông bông *đg* 瞎荡,逛荡
chơi ngang *đg* ①有外遇②蛮干,胡来
chơi nghịch *đg* 调皮,顽皮
chơi phố *đg* 逛街,上街
chơi tem *đg* 集邮
chơi trèo *đg* [口]高攀,攀高枝
chơi trội *đg* [口]出风头
chơi vơi *t* 孤零零
chơi với lửa 玩火自焚
chơi xỏ *đg* [口]玩弄,作弄
chơi xuân *đg* 春游
chơm chởm *t* 参差
chờm *đg* ①覆盖,遮住: Cỏ đã chờm lối đi. 草把路遮住了。②扑向: Mèo chờm vào người. 猫扑向人。
chờm bơm *t* 放肆,放诞,没大没小
chờm bờm *t* (毛发、胡子)蓬乱
chớm *đg* 开始露出: chớm nở 初放(萌芽)
chơn₁ [方] *d* ①足,脚②脚,腿(器物的基底部)③职位,角色
chơn₂ [汉]真(chân 的变音): chơn thật 真实

chờn *đg*; *t* ①磨损: Ốc đã chờn ren. 螺钉的螺纹磨损了。②[口]气馁
chờn chợn *đg*; *t* 毛骨悚然
chờn vờn *đg* 盘旋,盘绕
chớn *d* [方]痕迹: chớn bùn 泥痕
chợn *đg*; *t* 毛骨悚然
chớp *đg* ①闪电②眨: chớp mắt 眨眼③[旧]拍照,照相: chớp một kiểu ảnh 照一张相
chớp chới *đg* ①晃晃悠悠②隐约,隐现③[口]贼眉鼠眼
chớp mắt *đg* 眨眼 *d* 眨眼间,瞬间
chớp một cái *d* 一晃儿,一刹那
chớp nháy *d* 转瞬间,转眼间,瞬息间
chớp nhoáng *t* 闪电式的: đánh chớp nhoáng 闪电战
chợp *đg* 假寐,小睡: vừa chợp mắt 刚合一下眼
chợp chờn *đg*; *t* ①迷迷糊糊,似睡非睡②若隐若现,若明若暗
chớt nhả *đg*; *t* 轻薄,轻浮
chợt₁ *đg* 蹭破,擦破皮
chợt₂ *p* 突然: chợt nghĩ đến 突然想起
chu₁ [汉]周,朱
chu₂ *đg* [方]翘起,拱起
chu cấp *đg* 周济,救济
chu chuyển *đg* 周转: chu chuyển vốn 资金周转
chu du *đg* [旧]周游: chu du thế giới 周游世界
chu đáo *t* 周到,周密,周详: phục vụ chu đáo 服务周到
chu kì *d* 周期: chu kì sản xuất 生产周期
chu sa *d* 朱砂
chu tất *t* 周详: chuẩn bị chu tất 准备周详
chu toàn *t* 周全
chu trình *d* 循环,周期
chu vi *d* ①周长: chu vi vòng tròn 圆周长②轮廓
chủ [汉]主 *d* ①主人②(财物等的)主: chủ nợ 债主③东道主 *t* 主要
chủ biên *d* 主编
chủ bút *d* [旧]主编,总编辑
chủ chốt *t* 骨干的

chủ cổ phần *d* 股东

chủ công *t* ①主攻的: nhiệm vụ chủ công 主攻的任务②最重要, 最主要: Công nghiệp là lực lượng chủ công của nền kinh tế quốc dân. 工业是国民经济的支柱。

chủ doanh nghiệp *d* 工商业主

chủ đạo *t* 主导: vị trí chủ đạo 主导地位

chủ đầu tư *d* 投资者, 投资人; 业主

chủ đề *d* 主题

chủ đích *d* 主旨

chủ động *đg*; *t* 主动: chủ động tấn công 主动进攻; làm việc chủ động 工作主动

chủ giáo *d* [宗] 主教

chủ hiệu *d* 店主, 老板

chủ hộ *d* 户主

chủ hôn *d* 主婚人, 婚礼主持人: người chủ hôn 主婚人

chủ khách *d* 宾主

chủ kiến *d* 主见: Chị ấy rất co chủ kiến. 她很有主见。

chủ lực *d* 主力: quân chủ lực 主力军

chủ mướn *d* 雇主

chủ mưu *đg*; *d* 主谋: chủ mưu giết người 杀人主谋

chủ nghĩa *d* 主义

chủ nhà *d* ①户主②主办单位: nước chủ nhà 主办国

chủ nhân *d* 主人

chủ nhân ông *d* 主人翁

chủ nhật *d* 星期日, 礼拜天

chủ nhiệm *d* 主任: chủ nhiệm lớp 班主任

chủ nợ *d* 债权人, 债主

chủ phạm *d* 主犯

chủ quan *d* 主观: làm theo chủ quan 主观行事 *t* ①主观: điều kiện chủ quan 主观条件②大意: không nên chủ quan 不应大意

chủ quản *đg* 主管: cơ quan chủ quản 主管机关

chủ quán *d* 店老板

chủ quyền *d* 主权

chủ soái *d* [旧] 主帅

chủ sở hữu *d* 所有人

chủ tài khoản *d* 银行账户户主

chủ tâm *d* 本心, 本意 *đg* 蓄意, 故意

chủ thầu *d* 承包商, 承包人; 投标人

chủ thể *d* 主体

chủ tịch *d* 主席: chủ tịch nước 国家主席

chủ tiệc *d* 宴会

chủ tiệm *d* 店主, 老板

chủ toạ *đg* 主持 *d* 主持人, 司仪

chủ trì *đg* 主持: người chủ trì 主持人

chủ trị *đg* (药品) 主治

chủ trương *d* ①主张②政策路线 *đg* 主张

chủ ý *d* 主意

chủ yếu *t* 主要: nhiệm vụ chủ yếu 主要任务

chú₁ *d* ①叔叔②叔辈通称③前两项释义的第一, 第二人称代词

chú₂ *d* 咒语, 咒文 *đg* 念咒语

chú₃ [汉] 注 *đg* 备注

chú âm *đg* 注音

chú bác *d* 叔伯

chú cước *d* 注脚, 附注, 备注

chú giải *đg* [旧] 注解

chú mình *d* [口] 小弟 (昵称)

chú rể *d* 新郎

chú tâm *đg* 专注 (于某事)

chú thích *đg*; *d* 注释: chú thích cho đoạn văn 给这段文字注释

chú tiểu *d* 小和尚, 沙弥

chú trọng *đg* 注重, 重视: chú trọng phát triển nông nghiệp 注重发展农业

chú ý *đg* ①注意, 专心: chú ý nghe giảng 专心听课②重视: chú ý dạy dỗ con cái 重视教育孩子

chua₁ *đg* [旧] [口] 注释, 注解

chua₂ *t* ①酸: vị chua 酸味②(声音) 尖而高

chua cay *t* ①酸辣②辛酸, 悲苦, 尖酸

chua chát *t* ①酸涩②尖酸

chua đời *t* 狂傲, 愤世嫉俗

chua loét *t* [口] ①酸得要命, 极酸②酸臭

chua me *d* [植] 酸角

chua ngoa *t* (言语) 尖酸, 刻薄

chua ngọt *t* (食物) 酸甜, 糖醋: sườn xào chua ngọt 酸甜排骨

chua xót *t* 痛苦, 痛心, 痛切, 酸楚: cảnh ngộ chua xót 痛苦的境遇

chùa₁ *d* 庙宇, 佛寺

chùa₂ *t* [口] 公家的: tiền chùa 公家的钱

chùa chiền *d* 寺院

chùa miếu *d* 寺庙

chùa Một Cột *d* 独柱寺 (越南名胜)

chùa Ông *d* 关帝庙

chùa Thầy *d* 夫子庙

chúa [汉] 主 *d* [旧] ①天主, 上帝 ②主宰者 ③王公 *t* [口] 很拿手的 (含轻蔑意) *p* 之极, 绝顶

chúa công *d* [旧] 主公

chúa cứu thế *d* [宗] 救世主

chúa đất *d* 大地主

chúa nhật *d* 星期日, 礼拜天

chúa tể *d* 主宰

chúa thượng *d* [旧] 皇上

chúa trời *d* [宗] 天主

chuẩn [汉] 准 *d* ①标准: chuẩn quốc tế 国际标准 ②基准 ③规范 *t* 准确: Chị ấy nói tiếng Việt rất chuẩn. 她的越语说得很标准。

chuẩn bị *đg* 准备, 筹备, 预备: sẵn sàng chuẩn bị 时刻准备; chuẩn bị đầy đủ 准备充分

chuẩn chi *đg* [经] 准支

chuẩn cứ *d* 根据

chuẩn đích *d* 标准

chuẩn độ *đg* [化] 滴定

chuẩn hoá *đg* 标准化, 规范

chuẩn mực *d* ; *t* 标准, 规范: chuẩn mực đạo đức 道德规范

chuẩn mực hoá *đg* 标准化, 规范化

chuẩn nhập *đg* [经] 准入

chuẩn tắc *d* 准则

chuẩn tướng *d* 准将

chuẩn uý *d* [军] 准尉

chuẩn xác *t* 准确

chuẩn y *đg* 照准, 批准

chúc₁ [汉] 嘱

chúc₂ *đg* 掉, 垂: Máy bay chúc xuống. 飞机掉下来。

chúc₃ [汉] 祝 *đg* 祝: Chúc anh mạnh khoẻ! 祝你健康!

chúc mừng *đg* 祝贺, 庆祝

chúc nguyện *đg* 祝愿

chúc phúc *đg* [旧] 祝福

chúc Tết *đg* 拜年, 贺年

chúc thọ *đg* 祝寿: Con cháu chúc thọ ông bà. 儿孙给老人祝寿。

chúc thư *d* 遗嘱: lập chúc thư 立下遗嘱

chúc tụng *đg* 祝颂

chúc từ *d* [旧] 祝词

chục *d* 十, 整十

chuệch choạc *t* 不协调

chui *đg* ①钻, 穿过 ②潜入, 混入, 打入 (组织或队伍): Kẻ địch chui vào tổ chức. 敌人潜入了组织。

chui lủi *đg* 潜伏, 隐藏

chui luồn *đg* 钻营, 钻谋

chui rúc *đg* 蜗居

chùi *đg* ①揩擦: Chùi chân vào thảm. 脚往毯子上揩擦。②[方] 拭抹

chúi *đg* ①下俯②[口] 埋头: chúi vào công việc 埋头工作

chúi đầu *đg* [口] 埋头

chúi đầu chúi mũi [口] 埋头: chúi đầu chúi mũi làm việc 埋头工作

chúi nhủi *đg* [方] 嘴啃地: ngã chúi nhủi 摔个嘴啃地

chum *d* 瓮, 大陶罐, 缸: chum chứa nước 水缸

chum chúm *t* 微凸, 微鼓

chùm *d* 串, 束: một chùm chìa khoá 一串钥匙

chùm hum *đg* 蜷缩: nằm chùm hum 蜷卧

chũm choẹ *d* 铙钹

chúm *đg* 撮, 拢: chúm miệng 拱嘴

chúm chím *đg* 嘴微开

chụm *đg* ①合拢, 并拢: chụm chân 并拢腿 ②[方] (向火里) 添柴

chun₁ *đg* 收缩 *d* [口] 松紧带

chun₂ *đg* [方] 钻, 穿过 (=chui)

chun chủn *p* [口] 极其, 非常 (短小): chân ngắn chun chủn 腿短短的

chùn *đg* 裹足不前: chùn lại không dám đi 停下来不敢走

chùn tay *t* 手软的

chủn *p* [口]短短的

chũn chĩn *t* 膘肥, 肥壮

chung₁ [汉]终, 钟

chung₂ *t* ①公共的: của chung 公共财产②一同, 一块儿, 不分彼此: sống chung 一同生活③一般的, 普遍的, 共同的, 总的: nói chung 一般来说 *đg* ①共有: chung sân 共有场地②聚合, 聚集: chung tiền 集资

chung cật *đg* 同心协力

chung chạ *đg* ; *t* ①同衾②混杂, 杂乱, 错杂

chung chiêng *đg* ; *t* 摇晃

chung chung *t* 笼统, 泛泛

chung cuộc *d* 最后

chung cư *d* 居民楼, 住宅区

chung đúc *đg* 合而为一

chung đụng *đg* 杂居

chung góp *đg* ①合力, 协力②聚集

chung kết *d* 决赛: lọt vào chung kết 进入决赛

chung khảo *d* 最后一场考试

chung lộn *t* 混杂, 杂乱: Để nhiều thứ chung lộn. 把许多东西都混在一块儿。

chung lưng *đg* 合力

chung lưng đấu cật 勠力同心; 和衷共济

chung quanh *d* 周围, 四周

chung qui *p* 归根到底

chung sống hoà bình 和平共处

chung sức *đg* 协力, 合力, 通力合作

chung thẩm *đg* [法]终审, 第三审

chung thân *t* 终身: ở tù chung thân 无期徒刑

chung thuỷ *t* 忠贞不渝

chung tình *đg* 钟情: chung tình với nhau 互相钟情

chung vốn *đg* 合股, 集资: chung vốn làm ăn 合股做生意

chùng₁ *t* ①松, 松弛: Dây đàn bị chùng. 琴弦松了。②肥大: áo chùng 衣服肥大

chùng₂ *t* [方]偷偷摸摸: ăn chùng 偷吃

chùng chà chùng chình *đg* 磨磨蹭蹭

chùng chình *đg* 磨蹭

chủng₁ [汉]种

chủng₂ *d* ①[旧](生物)种, 类: một chủng vi khuẩn mới 一种新的细菌②种类, 类别: hàng hoá đa chủng 商品多样③人种: chủng da vàng 黄种人

chủng₃ *đg* 植入

chủng chẳng *t* (言语)晦涩: trả lời chủng chẳng 晦涩的回答

chủng đậu *đg* [医]种痘

chủng loại *d* 种类: các chủng loại thực vật 各类食物

chủng tộc *d* 种族

chúng [汉]众 *đ* 他们(卑称)

chúng bạn *d* (泛指)朋友

chúng mình *đ* [口]咱们(用于同辈人之间的昵称)

chúng sinh *d* [宗]众生

chúng ta *đ* 咱们(包括听话者)

chúng tao *đ* [口]我们(对晚辈、下属或亲友自称)

chúng tôi *đ* ① 我们(不包括听话者)②我(谦称)

chúng tớ *đ* 我们, 咱们(表示亲切)

chuốc₁ *đg* [旧] 斟(酒): chuốc rượu 斟酒

chuốc₂ *đg* 冀求, 诛求, 招惹

chuốc danh *đg* 沽名, 钓誉

chuốc lợi *đg* 求利, 牟利

chuộc *đg* ①赎回, 取赎, 赎当②赎罪

chuộc đồ *đg* 赎当

chuộc lại *đg* 赎回, 取赎

chuộc thân *đg* 赎身

chuộc tội *đg* 赎罪: lập công chuộc tội 立功赎罪

chuôi *d* 把儿, 柄: nắm đằng chuôi 握住把儿

chuôi bút *d* 笔杆

chuôi dao *d* 刀把儿, 刀柄

chuồi *đg* 滑落, 滑下, 滑出: Con cá chuồi xuống ao. 鱼儿滑进池塘。

chuỗi *đ* ①贯索②一串: một chuỗi nho 一串葡萄③贯: ba chuỗi tiền 三贯钱

chuỗi cổ *d* 颈圈, 项圈

chuối *d* 香蕉

chuối hoa *d* [植] 美人蕉

chuối móc *d* [方] 芭蕉

chuối ngự *d* 贡蕉, 皇帝蕉

chuối tây *d* 芭蕉

chuối tiêu *d* 香蕉

chuội₁ *đg* ①烫, 涮: chuội qua miếng thịt 涮肉 ②漂白: chuội sợi 漂白棉纱

chuội₂ *đg* [口] 滑脱: chuội khỏi tay 脱手

chuôm *d* ①坳塘, 水潭 ② (放在池里供鱼栖息的) 树杈

chuôm ao *d* 池塘

chuồn₁ *d* 蜻蜓

chuồn₂ *đg* [口] 溜走, 开小差: chuồn ra cửa sau 从后门开溜

chuồn chuồn *d* 蜻蜓

chuồn chuồn đạp nước 蜻蜓点水

chuông *d* ①钟: chuông báo động 警钟 ②铃: bấm chuông cửa 按门铃

chuông bấm *d* 按铃

chuông điện *d* 电铃

chuồng *d* 厩, 圈

chuồng bò *d* 牛棚, 牛栏

chuồng bồ câu *d* 鸽笼, 鸽棚

chuồng gà *d* 鸡栏, 鸡圈

chuồng lợn *d* 猪圈

chuồng ngựa *d* 马厩

chuồng phân *d* 粪池

chuồng tiêu *d* 厕所

chuồng trại *d* 畜栏

chuồng trâu *d* 牛棚, 牛栏

chuồng xí *d* 茅厕

chuộng *đg* ①爱好, 喜爱 ②推崇, 崇尚: chuộng hình thức 崇尚形式

chuốt *đg* ①修, 削: chuốt cho thật sắc 削得很尖 ② [转] 润饰

chuốt trau *đg* 修饰

chuột *d* ①老鼠 ② [计] 鼠标

chuột bạch *d* 白鼠 (常用来做试验)

chuột đồng *d* 田鼠

chuột đồng nai *d* 白鼠 (常用来做实验)

chuột nhắt *d* 家鼠

chuột rũi *d* 鼹鼠

chuột rút *d* [医] 痉挛症状, 抽筋症状

chuột túi *d* 袋鼠

chụp *đg* ①盖, 扣: chụp mũ lên 扣上帽子 ②捕捉: Mèo chụp chuột. 猫捉老鼠。③拍摄: chụp ảnh 照相 *d* ①罩子 ②灯罩

chụp an toàn *d* 防护罩

chụp ảnh *đg* 摄影, 照相, 拍照: chụp ảnh chung 照集体相

chụp đèn *d* 灯罩

chụp mũ *đg* 扣帽子

chút₁ *d* 一点儿, 少许, 些许: chờ chút 等一会儿

chút₂ *d* 玄孙

chút chít *t* (小孩) 胖嘟嘟 [拟] 吱吱 (鼠叫声)

chút đỉnh *d* [方] 一丁点儿

chút ít *d* 一点儿, 一丁点儿

chút nào *d* 一丝儿, 一丁点儿

chút xíu *d* [口] 一点儿

chụt chịt *t* (小孩) 胖嘟嘟: Em bé này béo chụt chịt. 这小孩胖嘟嘟的。

chuỳ *d* ①锤, 锤子 ② [口] 顿: đánh cho một chuỳ 揍一顿

chuyên *t* 专, 专门, 专注: chuyên làm việc thiện 一心做善事

chuyên án *d* 专案: ban chuyên án 专案组

chuyên biệt *t* 专类的, 专项的

chuyên cần *t* 用功, 勤奋

chuyên chế *đg* 专制

chuyên chính *đg*; *d* 专政

chuyên chở *đg* 运输

chuyên chú *đg* 专注: chuyên chú học hành 专心学习

chuyên chữa *đg* 专治, 专医 (某种病)

chuyên cơ *d* 专机

chuyên doanh *đg* 专营: cửa hàng chuyên doanh đồ điện 电器专卖店

chuyên dùng *t* 专用: xe chuyên dùng 专用车

chuyên đề *d* 专题

chuyên gia *d* 专家

chuyên khoa *d* [医] 科, 科室: bác sĩ chuyên khoa thần kinh 神经科医生

chuyên luận *d* 专论

chuyên mại *d* [商] 专卖

chuyên môn *d* 专业: kiến thức chuyên

môn 专业知识 *t* [口]净,专门: chuyên môn nói khoác 净说大话

chuyên môn hoá *đg* 专门化

chuyên mục *d* 专栏

chuyên ngành *d* 专业,学科: chuyên ngành tiếng Anh 英语专业

chuyên nghiệp *t* 专业: ca sĩ chuyên nghiệp 专业歌手 *d* 职业

chuyên quản *đg* 专管

chuyên quyền *đg* 专权

chuyên nhất *t* 专一

chuyên san *d* (杂志)专刊

chuyên sâu *t* 深入(学习或研究)

chuyên sứ *d* 专使

chuyên tâm *đg* 专心于,专注于

chuyên trách *đg* 专任,专职

chuyên trang *d* (报刊)专栏

chuyên trị *đg* (药品)专治: chuyên trị bệnh tim 专治心脏病

chuyên tu *đg* 专修: lớp chuyên tu 专修班

chuyên viên *d* 专员

chuyền *đg* 传递: chuyền bóng 传球

chuyền máu *đg* [医]输血

chuyền tay *đg* ①转手②传递

chuyển [汉]转 *đg* ① 转变: thời tiết chuyển nóng 天气变热②转移,转运: chuyển tiền qua ngân hàng 通过银行转钱③转动;变化

chuyển bại thành thắng 转败为胜

chuyển biến *đg;d* 改变,转变,变化(也作 biến chuyển)

chuyển dạ *đg* [医]产妇临盆前阵痛

chuyển dịch *đg* ①改变: chuyển dịch phương thức quản lí 改变管理模式 ②变改

chuyển dời *đg* 搬移,搬迁: chuyển dời nhà máy 搬迁厂房

chuyển đạt *đg* 转达

chuyển đổi *đg* ① 改变: chuyển đổi loại hình kinh doanh 改变经营模式 ②转换;变换,转变

chuyển động *đg* ①转动,运转,旋转 ②动摇,摇撼③[理]运动: chuyển động đều 等速运动

chuyển giao *đg* 转交,移交,转让: chuyển giao công nghệ 转让技术

chuyển hình *đg* 转型,变形

chuyển hoá *đg* 转化: sự chuyển hoá của năng lượng 能量的转化

chuyển hoán *đg* 转换

chuyển học *đg* 转学

chuyển kho *đg* ①换仓②并仓

chuyển khoản *đg* [经]转账

chuyển lay *đg* 动 摇: Ý chí của ông ấy không thể chuyển lay được. 他的意志不可动摇。

chuyển mình *đg* 翻身,转身

chuyển nhượng *đg* 转让: chuyển nhượng tài sản 转让财产

chuyển phát *đg* 转发,发送: chuyển phát nhanh 快递

chuyển quân *đg* [军]开拔

chuyển sang *đg* [经]结转

chuyển sổ *đg* [经]冲账

chuyển tài khoản *đg* [经]转账,过账

chuyển tải *đg* 转载: chuyển tải hành khách 转载旅客

chuyển thể *đg* 改编

chuyển tiền *đg* 汇款

chuyển tiếp *đg* 转接,交替

chuyển vận *đg* ①转运②[语]转韵

chuyến *d* ①次,趟: đi một chuyến 去一趟 ② 班次(交通工具): chuyến máy bay 航班

chuyến đi *đg* [交]上行

chuyến về *đg* [交]下行

chuyện *d* ①事情②事端: gây chuyện 挑起事端③故事: kể chuyện 讲故事 *đg* [口]说话: chuyện gẫu với nhau 一起闲聊

chuyện bỏ ngoài tai 耳边风

chuyện gẫu *đg* 谈天说地

chuyện lạ *d* 怪事

chuyện nhỏ xé to 小题大做

chuyện trò *đg* 聊天

chuyện vặt *d* 琐事

chuyện vu vơ *d* 无稽之谈

chuyện vui *d* 趣事

chư hầu *d* ①[旧]诸侯② 附庸: các nước chư hầu 附庸国

chư vị *d* [旧]诸位

chừ *d* [方] 现在

chữ₁ *d* ①字,文字②书法③学识,知识: chữ thầy trả thầy 老师教的知识还给老师了④说,曰⑤汉字

chữ₂ *d* [旧] 钱币: một đồng một chữ cũng không có 身无分文

chữ cái *d* 字母: bảng chữ cái 字母表

chữ chân phương *d* ①正体字②楷书

chữ hoa *d* 大写

chữ in *d* ①铅字②印刷体

chữ khối vuông *d* 方块字

chữ kí *d* 签字,签名

chữ nghĩa *d* ①字义②[口]学问,学识

chữ nho *d* [旧] 汉字(汉字的旧称)

chữ nổi *d* 盲文

chữ Nôm *d* 喃字(根据汉字创造出的越南文字)

chữ Phàm *d* 梵语

chữ quốc ngữ *d* 国语字(越南拼音文字)

chữ số *d* 数字,字码

chữ số A Rập *d* 阿拉伯数字

chữ số La Mã *d* 罗马数字

chữ thảo *d* (中文)草书

chữ thập đỏ *d* 红十字

chữ thiếp *d* 字帖

chữ triện *d* (中文)篆字

chữ viết *d* 文字

chữ viết tắt *d* 缩写字,略语

chứ *k* 而(不),也(不): chịu đói chứ không vay mượn 宁可饿肚子也不借贷 *tr* …是吧,…是吗

chứ gì *tr* 不是吗(常用于句尾)

chứ lị *tr* [口] (常用于句尾,表理所当然,含反诘之意): Phải xem chứ lị! 当然要看啰!

chứ sao *tr* 难道不是吗(常用于句尾): Vậy chứ sao? 难道不是这样吗?

chưa *p* ① 尚未,还没有,不曾,未曾: Trời chưa mưa. 天还没有下雨。②…了吗,…了没有(表疑问语气): Ăn cơm chưa? 吃了没有? ③ [口] …了吗,…了没有(表肯定语气): Thấy chưa, tôi nói có sai đâu! 看到了吗,我说的没错吧!

chưa bao giờ *p* 从未,未曾,未尝: chưa bao giờ trông thấy 从未见过

chưa biết chừng *p* [口] 说不定: Chưa biết chừng nó làm được. 说不定他能做。

chưa chắc *p* 未必: Kết quả chưa chắc như thế. 结果未必这样。

chưa hay *p* 未知,未详

chưa từng *p* 未曾: chưa từng có 前所未有

chừa *đg* ①改过②戒绝③留空

chừa bỏ *đg* 戒除

chửa₁ *đg* [医] 怀孕,妊娠: có chửa 怀胎

chửa₂ *p* [口] 尚未,还没有

chửa hoang *đg* 未婚怀孕

chữa *đg* ①修理,修整: chữa xe 修理汽车②修改,删改③矫正,改正④治疗: chữa bệnh 治病

chữa bệnh cứu người 治病救人

chữa cháy *đg* ①救火②[转] 救急,应急,补救

chữa thẹn *đg* 解嘲,遮羞,饰非

chữa trị *đg* 治疗: chữa trị bệnh tật 治疗疾病

chứa *đg* ①贮存②窝藏: chứa hàng lậu 窝藏走私货

chứa chan *đg* ; *t* ①盈满②充满,饱含(感情)

chứa chấp *đg* 窝藏,藏匿: chứa chấp tội phạm 窝藏罪犯

chứa chất *đg* 蓄积,蕴蓄

chứa đựng *đg* ① 蕴藏② 容纳

chứa hàng *đg* 贮货

chứa nước *đg* 贮水,蓄水

chứa nước lũ *đg* 蓄洪

chức₁ [汉] 织

chức₂ [汉] 职 *d* 职务,职位: giữ chức hiệu trưởng 留任校长职务

chức danh *d* 职称

chức năng *d* 职能

Chức Nữ *d* ①(中国神话)织女②[天] 织女星

chức phận *d* [旧] ①职责②职务

chức suông *d* 虚衔,虚职

chức trách *d* 职责

chức trọng quyền cao 高官显爵

chức tước *d* [旧]爵位,品级

chức vị *d* 职位

chức vụ *d* 职务

chực *đg* ①行将,就要,想要: Mấy lần chực nói rồi lại thôi. 几次要说又作罢。②等候,守候③蹭(吃)

chực chôm *đg* 久等,等得不耐烦

chực chờ *đg* 等候,等待(=chờ chực)

chửi *đg* 侮辱,辱骂: Hai người chửi nhau. 两人互相对骂。

chửi bới *đg* 辱骂,谩骂

chửi chữ *đg* 口诛笔伐

chửi đổng *đg* 骂街

chửi lộn *đg* 吵架

chửi mắng *đg* 责骂,责备

chửi rủa *đg* 咒骂

chưng₁ *đg* 摆设,陈列

chưng₂ *đg* ①蒸②蒸馏

chưng bày *đg* 陈设,陈列

chưng cất *đg* 提炼: chưng cất tinh dầu 提炼精油

chưng diện *đg* 炫耀

chưng hửng *đg* 惘然,不知所措

chừng *p* 限度且 好像;大约,约莫

chừng độ *d* ①度,限度②大约,大概: Nặng chừng độ 30 cân. 重约30公斤。

chừng mực *d* ①分寸: Nói năng phải có chừng mực. 说话要有分寸。②限度,节制: Ăn tiêu có chừng mực. 开销要有限度。

chừng nào *p* ①何时: chừng nào đi 何时去②几许,多少: Có chừng nào sinh viên? 有多少大学生? ③多么: Đẹp biết chừng nào ! 多美呀!

chừng như 好像,似乎

chững₁ *đg* 突然停止

chững₂ *đg* (小孩)学站: Cháu bé mới biết chững. 小孩刚会站。

chững₃ *t* [口] 端庄,洒脱,倜傥

chững chạc *t* 端庄,得体: đi đứng chững chạc 举止端庄

chứng₁ [汉]症 *d* ①[口]病症: chứng mất ngủ 失眠症②症状③恶癖,缺点

chứng₂ [汉]证 *d* 证据,凭证 *đg* 证明,作证

chứng béo phì *d* 肥胖症

chứng bệnh *d* 病症: chứng bệnh cũ lại tái phát 旧病复发

chứng chỉ *d* 证书: cấp chứng chỉ 颁发证书

chứng có=**chứng cứ**

chứng cứ *d* 证据

chứng khoán *d* [经]证券

chứng kiến *đg* 见证: người chứng kiến 见证人

chứng mất ngủ *d* [医]失眠症

chứng minh *đg* 证明 *d* [口]身份证

chứng minh thư *d* 身份证: xuất trình chứng minh thư 出示身份证

chứng nào tật ấy 本性难移

chứng nhân *d* 证人

chứng nhận *đg* 证明: giấy chứng nhận sức khoẻ 健康证明书

chứng thư *d* 证书: cấp chứng thư 颁发证书

chứng thực *đg* ; *d* 证实,证明

chứng tỏ *đg* 证明,证实: Điều đó đã chứng tỏ anh ấy đúng。 这事证明他是对的。

chứng từ *d* [经]凭证: chứng từ gốc 原始凭证

chước *d* 计谋: bày mưu đặt chước 施计谋

chườm *đg* [医]敷,熨: chườm nước đá 冷敷; chườm nước nóng 热敷

chương [汉]章 *d* 章,回

chương hồi *d* (小说)章回

chương mục *d* 章节

chương trình *d* ①计划: chương trình làm việc 工作计划②(电脑)程序: cài đặt chương trình 安装程序③节目: chương trình biểu diễn 节目安排

chưởng [汉]掌 *d* (掌掴)巴掌: Cho nó một chưởng. 给他一巴掌。*t* (小说、电影)武侠的: phim chưởng 武侠片

chưởng lí *d* 高级检察官

chướng₁ [汉]瘴,障

chướng₂ *t* 不顺眼,讨厌

chướng khí *d* [医]瘴气

chướng mắt *t* 碍眼,不顺眼,刺眼

chướng ngại *d* 障碍

chướng ngại vật *d* 障碍物

chướng tai *t* 刺耳, 聒耳

chướng tai gai mắt 无理, 过分, 难以接受

chượp *d* 制鱼露的原料

CIF (Cost, Insurance and Freight) [缩] 成本、保险费加运费

CIP (Carriage and Insurance Paid To) [缩] 运费、保险费付至目的地

CMT (chứng minh thư) [缩] 身份证

CN (công nguyên) [缩] 公元

C/O (Certificate of Origin) [缩] 产地证, 原产地证

CPT (Carriage Paid To) [缩] 运费付至目的地

co₁ *d* [口] 身材: co người đẹp 好身材

co₂ *d* [口] 字号: Sách in chữ co 11. 书印 11 号字。

co₃ *đg* ①弯曲, 蜷缩: co người lại 缩成一团 ②缩水: vải bị co 布缩水

co bóp *đg* 收缩: Tim co bóp làm cho máu lưu thông. 心脏收缩使血液流通。

co cụm *đg* 蜷缩

co dãn *đg* ①伸缩: Cao su có thể co dãn. 橡胶能伸缩。②伸缩(时间): Co dãn thời gian cho phù hợp. 根据情况灵活延长或压缩时间。

co dúm *đg* 收缩, 蜷缩, 抽缩: lạnh quá co dúm người lại 太冷了缩成一团

co gân *đg* 痉挛, 抽筋: chân bị co gân 脚抽筋

co giật *đg* 痉挛, 抽筋: Thiếu can xi dễ gây co giật cơ bắp. 缺钙容易引起肌肉痉挛。

co kéo *đg* [口] ①拉拉扯扯: co kéo khách hàng 拉客 ②精打细算, 钻营

co quắp *đg* (身体) 蜷缩, 蜷曲: nằm co quắp 蜷曲着身子躺着

co ro *đg* 蜷缩, 缩成一团

co rúm *đg* 缩成一团: ngồi co rúm ở góc tường 蜷缩在墙角

co vòi *đg* [口] 退缩, 收敛: Chúng nó đã co vòi lại. 他们有所收敛。

cò₁ *d* [动] 鹤; 鹳; 鹬; 鹭

cò₂ *d* 枪的扳机: bóp cò 扳枪机

cò₃ *d* [旧] [口] (法属时期) 警长

cò₄ *d* ①[口] 中介: cò nhà đất 房屋中介 ②[转] 托儿, 黄牛, 黄牛党

cò₅ *d* [方] 二胡: cây đàn cò 二胡

cò con *t* [口] 很少, 零碎: buôn bán cò con 小本生意

cò cưa *đg* [口] ①拉二胡 ②拉锯战: Hai bên cò cưa đánh từ sáng đến tối. 双方展开拉锯战, 从早上打到晚上。③拖延, 磨咕

cò kè *đg* 讨价还价

cò lả *d* 民间小调 (北宁官贺调之一)

cò lửa *d* 火烈鸟

cò mồi *d* ①做诱饵的鹤 ②[转] 串通者, 托儿

cò quay *d* 转分儿游戏, 转彩游戏, 摇奖游戏

cò trâu *d* 丹顶鹤

cỏ *d* 草: cắt cỏ 割草

cỏ bạc đầu *d* [植] 白头翁

cỏ cây *d* 草木

cỏ dại *d* 野草

cỏ đỉ *d* 益母草

cỏ gấu *d* 香附草

cỏ lồng vực *d* 稗子, 稗草

cỏ nến *d* [植] 香蒲

cỏ rả *d* [口] 草 *t* [口] 寒酸

cỏ roi ngựa *d* 马鞭草

cỏ tranh *d* 茅草

cỏ xa tiền *d* 车前草

cỏ xước *d* [植] 牛膝, 神香草

có *đg* ①有, 含有, 具有: lúc có lúc không 时有时无 ②到, 有, 是的, 对 (应答语, 表示尊敬、愿意或赞成) *t* [口] 富有, 有钱的: Anh ấy có lắm. 他很有钱。*p* (表肯定): Tôi có biết anh ấy. 我认得他。*tr* (表强调): Chỉ có thế thôi. 只有这些了。

có ăn *t* [口] 够吃, 吃得饱: có ăn có mặc 有吃有穿; nhà có ăn 小康人家

có bầu *đg* [口] 怀孕, 怀胎, 有喜

có bề gì 有什么不测: Lỡ có bề gì thì sao? 要是遇到不测怎么办?

có bột mới gột nên hồ 巧妇难为无米

之炊

có chân [口] 有份儿

có chí t 有志气: người có chí 有志气的人

có chồng [口] 已婚，已嫁: Chị ta có chồng một năm rồi. 她已结婚一年了。

có chuyện [口] ①有事②有瓜葛

có chửa đg [口] 有喜，怀孕

có chừng mực t 有分寸: Làm việc phải có chừng mực. 做事要有分寸。

có công t 有功

có của t 富有，有钱的: nhà có của 有钱人家

có dáng t 长得标致，漂亮

có duyên t ①有缘分的②惹人爱的，有人缘的，讨人喜欢的

có dư t 有余: Năm nào cũng có dư. 年年有余。

có đầu có đuôi 有头有尾；有始有终

có đi có lại 有来有往，礼尚往来

có điều [口] 就是，只是

có điều độ t 有节制的，定量的: ăn uống có điều độ 饮食有节制

có đòng đg [农] 孕穗

có gia đình [口] 成家，已婚

có giá t [口] 有价值的，评价高的

có hại t 有害: những nhân tố có hại 有害因素

có hạn t 有限: kinh phí có hạn 经费有限

có hạng t [口] 重量级的

có hậu t ①(故事、影片）结局圆满②厚道: Bà là con người có hậu. 她是个厚道的人。

có hiếu t 有孝心的: Cô ta là người có hiếu. 她是个有孝心的人。

có hiệu quả t 有效的: phương pháp có hiệu quả 有效方法

có học t 有学问的

có ích t 有益的: sâu bọ có ích 益虫

có khi [口] 有可能；有时

có...không 有…吗，(做）…吗(疑问句式): Anh có bút không? 你有笔吗? Chị có uống không? 你喝吗?

có lẽ [口] 可能，也许: Có lẽ trời sắp

mưa. 可能快下雨了。

có lí t 有理的: Nói gì cũng phải có lí mới được. 说什么都要有理才行。

có liên quan đg 相关，关联

có lỗi t 有错的，有罪的

có lợi t 有利的: chế độ cùng có lợi 互惠制度

có mang t [口] (妇女）有喜，怀孕

có màu sắc 富有…特色: có màu sắc dân tộc 富有民族特色

có mặt đg 在场，到场: Chín giờ sáng mai phải có mặt ở đây. 明早9点要到这里。

có một không hai 举世无双；独一无二

có mới nới cũ [口] 喜新厌旧

có mùi [口] 有味儿，发臭: Thịt để lâu có mùi rồi. 肉放得久都有味儿了。

có nghĩa t ①义气的：sống có tình có nghĩa 做有情有义的人②有意义的，含义深的: Câu nói này có nghĩa giáo dục. 这句话有教育意义。

có nghĩa là 也就是说，意思是

có nhân t 仁厚，厚道

có nhẽ=có lẽ

có nơi có chốn (男女）有对象了，有主了

có phải...không k …是吗

có sẵn t 固有的，现成的: thiết bị có sẵn 现有的设备

có tài t 有才能的: người có tài 有才能的人

có tật giật mình [口] 做贼心虚

có thai t (妇女）有喜的，怀孕的

có thể p ①可以，能够: có thể giải quyết 可以解决②[口] 可能，也许: có thể đã hiểu lầm 可能误会了

có tiếng t 有名的，著名的

có tình t 有情义的: Ăn ở có nghĩa có tình. 做人有情有义。

có tuổi t 上年纪的

cọ₁ d 画笔

cọ₂ đg ① 蹭，磨②刮磨，刮擦: Nồi bị cháy cọ mãi không sạch. 锅烧焦了，怎么都刮不干净。

cọ dầu d [植] 油葵

cọ xát *đg* ①刮磨,刮擦②[口]接触;碰撞,摩擦

cóc₁ *d* 蟾蜍,癞蛤蟆 *t* [口]小而不固定的(摊点): chợ cóc 地摊

cóc₂ *p* [口]毫不,根本不: cóc hiểu gì cả 根本不晓得; cóc làm được 根本搞不了

cóc gặm *t* (物品)破烂的: mấy chiếc bát cóc gặm 几个破碗

cóc khô *tr* [口]毫不,根本不: Nó làm cóc khô gì được. 他根本不出什么来。

cóc nhái *d* 青蛙

cóc nhảy *t* [口]大概,泛泛

cóc tía₁ *d* 蟾蜍,癞蛤蟆

cóc tía₂ *t* 顽固: đồ cóc tía 老顽固

cọc *d* ①木桩②定金: nộp tiền cọc 交定金③杇: cọc tiền xu 一杇分币

cọc cạch *t* [口]①不配对的,不成对的: đôi đũa cọc cạch 不配对的筷子②要坏的,不好用

cọc đèn *d* 烛台

cọc gỗ *d* [建]木桩

cọc móng *d* [建]基桩

cọc sợi *d* [工]纱锭

coi *đg* ①[方]看: đi coi tuồng 去看戏②看起来: Cô bé coi dễ thương. 小姑娘看起来很可爱。③[方]看管,看守: coi kho 看守仓库④当作: coi như rơm như rác 当垃圾看待

coi bộ *p* [方]看样子,看起来

coi chừng *đg* 注意,当心,提防: coi chừng kẻ gian 提防坏人

coi giữ *đg* ①把守: coi giữ cửa quan 把守关口②看押: coi giữ tù phạm 看押犯人③掌管: coi giữ sổ sách 掌管账册

coi khinh *đg* 看轻,瞧不起

coi là *đg* 看作,视为: coi nó là người nhà 把他视为家人

coi nhẹ *đg* 看轻,轻视

coi rẻ *đg* 轻视

coi thường *đg* 轻视,藐视,瞧不起

coi trọng *đg* 重视,珍惜,看得起

coi tướng *đg* 占卜,看相

còi₁ *d* 汽笛,哨子,汽车喇叭: bóp còi 按喇叭

còi₂ *t* 瘦弱,长不大的

còi báo động *d* 警报笛

còi cọc *t* 瘦小: người còi cọc 瘦小的身材

còi điện *d* 电喇叭

còi kéo *d* 汽笛

còi tàu *d* (车、船)汽笛

còi thổi *d* 哨子,笛子

còi xương *d* [医]佝偻病

cõi *d* ①地区②境域,境界: cõi đời 尘世间

cõi âm *d* 阴间

cõi bờ *d* 边界,疆界

cõi dương *d* 阳间,阳世

cõi đời *d* 尘世,人世: từ giã cõi đời 离开人世

cõi lòng *d* 心灵

cõi tiên *d* 仙境

cõi tục *d* 秽土,凡间,尘世: xa lánh cõi tục 远离尘世

cói *d* [植]蒲草

colophan (cô-lô-phan) *d* 松香

com-lê *d* 西服

com-pa (compass) *d* 圆规,两脚规

com-pu-tơ (computer) *d* 计算机

còm₁ *t* [口]佝偻: lưng còm 佝偻着背

còm₂ *t* 瘦弱: tấm thân còm 瘦弱的身子

còm cõi *t* 瘦骨伶仃

còm cọm *t* 辛辛苦苦

còm nhom *t* 精瘦,瘦瘦的

cỏm rỏm *t* [口]老态龙钟

con₁ *d* 子女,孩子 *t* 小的: dao con 小刀; vịt con 小鸭

con₂ *d* ①一口,一头,一条,一尾: một con cá 一条鱼②[口]个子(身材): người to con 大个子③(前缀词素,置于动物名称前): con vịt 鸭子

con bạc *d* 赌徒,赌鬼

con bài *d* (扑克)牌儿

con bé *d* [口]毛丫头,小妞儿

con bế con bồng 拖儿带女

con buôn *d* 商贩,贩子

con cả *d* 长房,长子

con cái *d* ①子女,孩子②雌性

con chạch *d* [建]子堤
con cháu *d* 子孙
con cháu đầy đàn 儿孙满堂
con chạy *d* ①[机]游标②[计]光标
con chiên *d* [宗] (基督) 信徒
con chú con bác *d* 叔伯兄弟,堂兄弟
con chuột *d* ①老鼠②[计]鼠标
con chửa hoang *d* 私生子,非婚生子
con côi *d* 孤儿
con cưng *d* 宠儿,骄子
con dâu *d* 儿媳妇
con dấu *d* 图章,印章
con dì con già *d* 姨表兄弟
con đàn *t* 儿女成群的
con đầu *d* 长子
con đầu lòng *d* 头胎儿,长子
con đẻ *d* 亲生子,亲生骨肉
con đĩ *d* ①妓女②小女孩
con điếm *d* 妓女
con đội *d* 千斤顶
con đỡ đầu *d* 义子
cọn đực *d* 雄性
con đường *d* ①道路②途径: con
đường hoà bình 和平的途径
con gái *d* 女儿,闺女,姑娘
con gái nuôi *d* 义女
con ghẻ *d* [旧]继子女
con giáp *d* [口]生肖,属相
con giống *d* ①种畜②(面或泥捏的)
动物玩具③动物图案
con hà *d* [动]①凿船虫②牡蛎
con hầu *d* 侍女
con heo *d* [口]色情: phim con heo 色
情片
con hiếm *d* 独生子
con hoang *d* [口]私生子,非婚生子
con lắc *d* 钟摆
con lăn *d* 地滚,滚子
con lật đật *d* 不倒翁
con mái *d* 雌性
con mắt *d* ①眼睛②眼光
con mọn *d* 婴儿,幼儿
con mọt *d* ①蛀虫②[转]败类
con mồ côi 孤儿
con mối *d* ①白蚁②[口]壁虎
con một *d* 独生子;独子(唯一的孩子)

con nghiện *d* [口]瘾君子,吸毒者
con ngoài giá thú *d* 非婚生子
con ngươi *d* 瞳仁,眼珠
con người *d* ①人②人类
con nhà lành *d* [口]良家子弟
con nhỏ *d* [方][口]毛丫头,小妞儿(也
作 con bé)
con nít *d* [方]小孩子,小鬼
con nợ *d* 负债人,债务人
con nuôi *d* 干儿子,养子
con nước *d* 潮水
con ông cháu cha 公子哥儿
con phe *d* [口]商贩
con quay *d* ①陀螺②辘轳
con rể *d* 女婿
con riêng *d* 前妻或前夫的子女
con rối *d* 木偶
con rơi *d* 流浪儿,孤儿
con ruột *d* 亲生子
con sinh đôi *d* 孪生子,双胞胎
con so *d* 头胎儿
con số *d* ①数字②数目,数据
con sông *d* 河流
con tàu vũ trụ *d* 宇宙飞船
con thiêu thân *d* 飞蛾
con thoi *d* 梭子
con thơ *d* 幼儿
con thứ *d* 次子
con tin *d* 人质: bị bắt làm con tin 被
劫持做人质
con tính *d* [口]算术题,数学题
con toán *d* 算珠: gảy con toán 拨算
珠
con trai *d* ①儿子②男子
con trẻ *d* 儿童,小孩,幼儿
con trỏ *d* [计]光标
con trưởng *d* 长子
con trượt *d* ①[机]游标②[计]光标
con út *d* 家中最小的孩子
con xỏ *d* 榫头
còn₁ *d* 绣球: ném còn 抛绣球
còn₂ *đg* 存在: Ông vẫn còn. 祖父还在
(还活着)。*p* 还,尚,仍然: Trời vẫn
còn mưa. 天还在下雨。Nửa đêm rồi
mà còn thức. 都半夜了还不睡。*k* 而,
那么: Tôi sẽ đi, còn anh? 我会去的,

那么你呢?

còn chưa ráo máu đầu 乳臭未干

còn đương *đg* 正在,还在: còn đương giải quyết 还在解决

còn hơn ①好于,胜于,强于②还不如

còn khuya [口]还早着呢(表否定): Còn khuya nó mới chịu nghe. 猴年马月他(她)才肯听.

còn lại *đg* 尚存,余存,剩余: những người còn lại 剩下的人

còn mệt [口]还早着呢,还远着呢(表否定): còn mệt mới xong 想结束还早着呢

còn nguyên 原封未动

còn như 至于: Còn như vấn đề này thì tạm dừng. 至于这个问题先暂缓.

còn non *t* ①未成熟②初出茅庐,涉世未深

còn nữa *t* 未完,待续

còn phải nói [口]没得说的(表肯定的语气)

còn về 至于: Chị về trước đi, còn về việc này tôi sẽ làm tiếp. 你先回家吧,至于这工作我继续做.

cỏn *t* 极小的: dê cỏn 小羊羔

cỏn con *t* 小小的,些微的,些许的: chút quà cỏn con 小小礼物

cọn *d* (灌溉农田的)水车

cong₁ *d* 缸: cong nước 水缸; cong gạo 米缸

cong₂ *t* 弯曲: đoạn đường cong 弯曲的路

cong cong *t* 微曲,微弯,弯弯的

cong cớn *t* (妇女)蛮横,凶悍: người phụ nữ cong cớn 泼辣的女人

cong lưng *t* ①弯腰曲背②辛劳

cong queo *t* ①[口]弯弯曲曲②委婉: nói cong queo 委婉地说

cong tớn *t* [口]撅,翘得高: Đôi môi cong tớn. 嘴巴翘得高高的.

cong veo *t* [口]弯翘: tấm ván cong veo 翘起来的木板

còng₁ *d* (动)小螃蟹

còng₂ 镣铐 *đg* 上镣

còng₃ *t* (背部)弯驼的: lưng còng 弯腰驼背

còng cọc *t* 躬腰

còng queo *t* 蜷曲: nằm còng queo dưới đất 蜷曲着睡在地上

còng quèo=cong queo

cõng *đg* 背: Chị cõng em. 姐姐背弟弟.

cóng₁ *d* 小瓦罐: chiếc cóng chè 茶罐

cóng₂ *t* 冻僵: Chân tay bị rét cóng. 手脚都冻僵了.

cọng₁ *d* ①梗,杆,茎: cọng rau 菜梗②[口]细长的条状物: mấy cọng bún 几根米线③[方](瓜、果等的)蒂: cọng đu đủ 木瓜蒂

cọng₂ *đg* [方]相加: Hai cọng với ba là năm. 2 加 3 等于 5。

coóc-xê *d* [口]乳罩,文胸

cóp *đg* [口]抄袭

cóp nhặt *đg* [口]收集,累积: cóp nhặt từng đồng 一元一元地积攒

cóp-pi (copy) *đg* 复制: cóp-pi bài văn này 复制这篇文章

cọp *d* 老虎: cọp giấy 纸老虎

cót₁ *d* ①篱笆: tường bằng cót 竹篱笆②竹编谷围: cót thóc 谷筐

cót₂ *d* [口](钟表的)发条: lên giây cót đồng hồ 给钟上发条

cót két [拟]吱嘎(声)

cô₁ *d* ①姑母②姑娘,小姐③阿姨④女老师: Chào cô ạ! 老师好! ⑤女性的第一、第二、第三人称代词及②释义的第二、第三人称代词

cô₂ *đg* 收汁: đun nhỏ lửa cho nước thịt cô lại 小火收汤汁

cô₃ [汉]孤 *t* 孤单: thế cô 孤独之势

cô *d* 姑娘

cô-ca (coca) *d* [植]可可

cô-ca-in (cocain) *d* 可卡因

cô cậu *d* ①舅舅,表亲②对青年人的通称: các cô cậu 姑娘小伙子们

cô chú *d* 叔叔阿姨

cô con gái *d* 大姑娘,黄花闺女

cô dâu *d* 新娘

cô đầu *d* [旧]歌妓,妓女

cô đọng *t* 言简意赅,凝练

cô độc *t* 孤独: sống cô độc 孤独地生活

cô đồng *d* 巫婆,神婆

cô đỡ *d* [旧]助产士,接生员

cô đơn *t* 孤单: cảm thấy rất cô đơn 感到很孤单

cô đúc *đg* 摘要,提要: cô đúc nội dung tác phẩm 摘选作品内容 *t* 简练: lối viết rất cô đúc 简练的写作手法

cô giáo *d* 女教员,女老师

cô lập *đg* 孤立

cô-lô-phan (colophan) *d* 松香

cô mình *d* [口]妹子,小妹,阿妹

cô mụ *d* [方]接生婆

cô nhi *d* [旧]孤儿: cô nhi viện 孤儿院

cô nương *d* [旧]姑娘: quí cô nương 贵姑娘

cô quả *t* [旧]孤寡

cô quạnh *t* 孤寂,孤独

cô thân *t* 孤身,独身

cô tịch *t* [旧]孤寂,寂静

cô tiên *d* 仙姑,仙女

cô-tông (cotton) *d* 棉织品

cồ *t* [方]大而笨,笨重: con vịt cồ 笨重的鸭子

cồ cộ *d* 蝉,大知了

cổ₁ [汉]股,鼓

cổ₂ *d* ①脖子: cổ vịt 鸭脖子②领子: cổ áo 衣领③颈形物: cổ chai 瓶颈

cổ₃ [汉]古 *t* ①古老的,旧的,老的②[口]过时的: quan niệm cổ 过时的观念

cổ chai *d* 瓶颈

cổ chân *d* [解]足踝

cổ đại *d* 古代

cổ điển *t* ①古典: nhạc cổ điển 古典音乐②古老,过时: cách làm cổ điển 过时的做法

cổ đông *d* 股东

cổ động *đg* 鼓动

cổ động viên *d* ①啦啦队②助选团队

cổ học *d* ①古学②考古学

cổ họng *d* 咽喉,喉咙

cổ hủ *t* 陈旧,迂腐

cổ kim *d* [旧]古今,自古以来,古往今来

cổ kính *t* 古老: thành lầu cổ kính 古老的城楼

cổ lỗ *t* [口]古老,古旧

cổ phần *d* 股份,股本

cổ phiếu *d* 股票

cổ quái *t* (形状)古怪

cổ sinh vật *d* 古生物

cổ tay *d* [解]手腕

cổ tích *d* ①古迹,古建筑,历史遗迹: đi thăm cổ tích 参观古建筑②典故,民间故事: đọc cổ tích 看民间故事

cổ truyền *t* 传统: y học cổ truyền 传统医学

cổ tự *d* ①古文字②古寺

cổ tức *d* 股息

cổ văn *d* 古文

cổ vật *d* 古物,文物,古董

cổ vũ *đg* 鼓舞: cổ vũ lòng người 鼓舞人心

cổ xưa *t* 古老,古旧

cỗ₁ *d* 筵席: bày cỗ đãi khách 设宴招待客人

cỗ₂ *d* 副,套,架,辆: một cỗ bài 一副牌

cỗ áo *d* [口]棺材

cỗ bàn *d* 筵席: chuẩn bị cỗ bàn 准备筵席

cỗ lòng *d* 杂碎(禽畜的内脏)

cỗ ván *d* [口]棺材

cố₁ [汉]固,痼,顾

cố₂ *d* ①曾祖②[方]对老者的尊称

cố₃ *đg* 尽力而为: làm cố cho xong 尽力干完

cố₄ [汉]雇 *đg* [旧]抵押,典押: cố ruộng cho địa chủ 把地押给地主

cố₅ [汉]故 *t* 故,旧,前: cố thủ tướng 已故总理

cố chấp *đg ; t* ①固执: cố chấp ý kiến của mình 固执己见②计较,耿耿于怀

cố chết *đg* 拼死,拼命,拼死拼活: cãi cố chết 死命辩解

cố chí *đg* 坚定不移: cố chí làm cho bằng được 一定要做到

cố công *đg* 尽力: cố công tìm kiếm 尽力寻找

cố cung *d* [旧]故宫

cố cư *d* 故居

cố đạo *d* 传教士, 神父

cố định *t*; *đg* 固定: tài sản cố định 固定资产

cố gắng *đg* 致力, 努力

cố hương *d* 故乡

cố hữu *d* [旧] 故友

cố lên *đg* 加油儿, 鼓劲儿 (口号)

cố nhân *d* 故人

cố nhiên *t* 必然, 肯定: Việc đó cố nhiên sẽ xảy ra. 那件事肯定会发生。

cố nông *d* [旧] 雇农

cố sống cố chết [口] 拼命, 拼死活活

cố sức *đg* 勉力, 尽力: cố sức vươn lên 力争上游

cố tâm *đg* 故意, 蓄意: Ông ta đã cố tâm làm vậy. 他是故意这样做的。

cố tật *d* 痼疾

cố thây *t* [口] 顽固

cố thủ *đg* 固守, 死守

cố tình *t* 故意, 有意, 成心: cố tình làm hỏng cái máy 故意把机器弄坏

cố tri *t* 知心的: bạn cố tri 知心朋友 *d* 故交

cố vấn *d* 顾问 *đg* 咨询

cố ý cố tình 故意, 有意

cộ₁ *d* [方] 车, 古代的拖车: xe cộ 车辆

cộ₂ *t* [口] 庞大的: thân hình to cộ 庞大的身躯

cốc₁ [汉] 谷

cốc₂ *d* [动] 鸬鹚

cốc₃ *d* 焦煤

cốc₄ *d* 杯子

cốc₅ [拟] 咚咚 (敲打木头声) *đg* [口] 敲, 叩, 磕打: cốc vào đầu 敲脑袋

cốc cốc [拟] 咚咚咚 (敲打木头声)

cốc đun nóng *d* [化] 烧杯

cốc láo *t* [口] 无礼, 狂妄自大

cốc mò cò xơi [口] 为人作嫁衣

cốc tai *d* 鸡尾酒: tiệc cốc tai 鸡尾酒会

cốc thuỷ tinh *d* 玻璃杯

cốc vại *d* 大杯子

cốc vũ *d* 谷雨 (二十四节气之一)

cộc₁ *đg* 磕碰: cộc vào cột 磕到柱子上

cộc₂ *t* 短: quần cộc 短裤; áo cộc tay 短袖衫

cộc cằn *t* 鲁莽, 蛮横

cộc lốc *t* [口] 没头没尾

côi *t* 孤单, 无依靠: con côi 孤儿

côi cút *t* 孤单, 孤零零

cởi *đg* [方] [旧] ①脱去, 剥除 ②解开

cỗi *t* (树木) 枯槁

cỗi cằn *t* ①贫瘠: ruộng đất cỗi cằn 贫瘠的土地 ②发育不良 ③ (体力、资财、创造力等) 枯竭, 穷竭

cỗi ngọn *d* 根梢 (指本末、底细、来龙去脉): tìm hiểu cỗi ngọn 了解来龙去脉

cối *d* 舂臼

cối đá *d* 石臼

cối giã *d* 舂臼

cối nước *d* 水碓

cối sắt *d* 铁研钵

cối xay *d* ①磨子 ②磨盘草, 金花草

cội *d* 老树根

cội nguồn *d* 根源, 起源: cội nguồn dân tộc 民族起源

cội rễ *d* 本末, 始末

cồm cộm *t* ①鼓鼓的 ②有异物感的: Mắt hơi cồm cộm. 眼睛有异物感。

cốm *d* ①扁米糕 (越南的一种食品, 将未成熟的糯米炒熟当皮, 研磨后做成糕) ②[方] 米花糖

cộm *t* ①鼓鼓囊囊: Cái ví dày cộm. 钱包鼓鼓囊囊的。②有异物感的: Mắt thấy hơi cộm như bị bụi. 眼睛有异物感, 像进了灰尘。

côn₁ [汉] 棍 *d* 棍子

côn₂ *d* 离合器

côn đồ *d* 歹徒, 地痞, 流氓 *t* 野蛮, 蛮横

côn quyền *d* 武艺, 拳棒

côn trùng *d* 昆虫: côn trùng có ích 益虫

cồn₁ *d* 沙丘 *đg* ①翻腾起伏 ②肠子蠕动

cồn₂ *d* 酒精

cồn₃ *d* [方] 胶水

cồn cạn *d* 浅滩

cồn cuộn *đg* 翻腾, 翻滚

cồn đốt *d* 酒精

cồn muối *d* 盐滩

cốn *d* ①梁, 横梁 ②竹排, 木筏 *đg* 扎 (竹排、木筏)

công₁ *d* 孔雀

công₂ [汉] 工, 功 *d* ①劳动力: kẻ góp của, người góp công 有钱出钱, 有力出力 ②功劳: có công 有功 ③工作日 ④工钱, 工分, 酬劳: tính công theo giờ 计时工资

công₃ [汉] 公 *d* [旧] 公 (爵位)

công₄ [汉] 攻 *đg* ① 进攻: công thủ toàn diện 攻守兼备 ② [口] 不受, 不耐 (药品方面): bị công loại thuốc này 不受这种药

công₅ *đg* [方] 叼走: Con chó công mất miếng thịt. 狗把肉叼走了。

công₆ [汉] 公 *t* 公有的, 公共的: của công 公共财物

công₇ *t* 公平: phân phối bất công 分配不公

công an *d* ①公安: Bộ Công an 公安部 ② [口] 警察, 公安人员

công ăn việc làm *d* 工作, 活计, 生计

công báo *d* 公报: công báo chung 联合公报

công bằng *t* 公平

công binh *d* [军] 工兵

công bố *đg* 公布

công bộc *d* 公仆

công cán *d* ①苦劳 ② [口] 工钱, 工资: công cán bèo bọt 微薄的工资

công chiếu *đg* (电影) 公映, 上映

công chính *d* 市政: xây dựng giao thông công chính 建设市政交通

công chúa *d* 公主

công chúng *d* 公众, 群众

công chuyện *d* [口] 事情, 事务, 工作

công chức *d* 公职人员, 公务员: thi công chức 公务员考试

công chứng *d* 公证: công chứng viên 公证员

công cốc *d* [口] 白干的活, 徒劳无功的事情

công cộng *t* 公共: nơi công cộng 公共场所

công cụ *d* 工具, 用具

công cuộc *d* 事业

công danh *d* 功名: công danh thành đạt 成就功名

công dân *d* 公民

công diễn *đg* 公演: Vở kịch đã được công diễn vào mới đây. 该剧刚刚公演不久。

công du *đg* 出访: Thủ tướng đang công du ở nước ngoài. 总理正在国外访问。

công dụng *d* 功用, 效用, 效能

công-đăng-xa-đo (condenser) *d* [电] 电容器

công điện *d* 公务电报

công đoàn *d* 工会

công đoạn *d* 工段; 工序, 程序, 流程

công đức *d* ①功德 ② [旧] 公德

công đường *d* [旧] 公堂

công giáo *d* 天主教

công hàm *d* 公函

công hãm *đg* [旧] 攻陷: công hãm thành trì 攻陷城池

công hiệu *d* 功效, 效用: Cây này có công hiệu làm thuốc. 这种植物具有药用功效。 *t* 有效的: Đã uống thuốc nhưng không công hiệu. 药吃了但没有效果。

công huân *d* [旧] 功勋

công hữu *t* 公有

công ích *d* 公益: phục vụ công ích 公益服务

công khai *đg*; *t* 公开: công khai tài chính 财政公开

công khố *d* [旧] ①公库, 国库 ②公款: hao hụt công khố 亏空公款

công kích *đg* ①攻击 ②抨击: bị công kích kịch liệt 遭到强烈的抨击

công kiên *đg* 攻坚: công kiên kĩ thuật 技术攻坚

công lao *d* 功劳

công lập *t* 公立的, 公办的: trường công lập 公立学校

công lí *d* 公理: bênh vực công lí 支持公理

công lịch *d* 公历

công lợi *d* ①公益 ②功利

công luận *d* 公众舆论

công lực *d* 功力

công minh *t* 公正, 公道, 公正严明: xét xử công minh 公正处理

công mùa d 季工

công năng d 功能: công năng của máy ảnh 相机的功能

công ngày d 日工

công nghệ d ①工艺;技术: công nghệ sinh học 生物技术②[旧]工业:ngành công nghệ nhẹ 轻工业

công nghệ cao d 高新技术

công nghệ di truyền d 基因技术

công nghệ phẩm d 工艺品

công nghệ phần mềm d 软件技术

công nghệ thông tin d 信息技术

công nghiệp d 工业

công nguyên d 公元

công nhân d 工人

công nhân viên d [口]国家职工

công nhận đg 公认,承认: Phải công nhận là nó giỏi thật. 要承认他真的很棒.

công nhật d ①日工,按日工作: làm công nhật 做日工②日薪,计日工资

công nhiên p 公然: công nhiên nhận đút lót 公然受贿

công nông₁ d 工农(工人和农民): khối liên minh công nông 工农联盟

công nông₂ d [口]农用车

công nông lâm nghiệp d 工业、农业和林业

công nợ d (个人)债务

công ơn d 恩德,功德

công phá đg ①攻破: công phá thành trì 攻破城池②破坏: sức công phá 破坏力

công pháp quốc tế d 国际公法,国际法

công phẫn đg 公愤: gây công phẫn 引起公愤

công phu d 工夫: mất nhiều công phu 费很多工夫 t 精工巧制: Bức tranh vẽ rất công phu. 这幅画画得很精致.

công quĩ d 公款

công sản d 公产,公共财产

công sở d 机关办事处

công suất d ①效率: làm việc công suất cao 工作效率高②功率: công suất hữu hiệu 有效功率

công sự d [军]工事

công sức d 精力

công tác d 工作 đg ①工作②出差: đi công tác 出差

công tác phí d 出差费,差旅费

công tắc d 开关: công tắc điện 电源开关

công tâm d 公心 t 公正: Trọng tài xử thiếu công tâm. 裁判判罚不公.

công–ten–nơ (container) d 集装箱

công thẩm đg [法]公审

công thần d 功臣

công thủ d 攻守: công thủ toàn diện 攻守兼备

công thức d ①公式: công thức hoá học 化学公式②操作流程,操作方法: công thức chế biến thức ăn 食品加工流程③程式: công thức xã giao 社交程式 t 公式化的,刻板,呆板: Lối làm việc quá công thức. 办事方法太过于呆板.

công thương d 工商,工商业(工业和商业): Cục Quản lí Công thương 工商业管理局

công ti d 公司

công ti con d 子公司

công ti cổ phần d 股份公司

công ti mẹ d 控股公司,母公司

công ti trách nhiệm hữu hạn d 有限责任公司

công tích d 功绩

công toi d [口]徒劳无功: mất công toi 白费劲

công tố đg 公诉: bị đưa ra công tố 被提请公诉

công tố viên d 公诉员,公诉人

công tơ d 计量表: công tơ điện 电表

công trái d ①公债,国债: công trái nhà nước 国家公债②公债券,国债券,国库券: phát hành công trái 发行公债券

công trạng d 功绩,功勋

công trình d ①工程: công trình đường hầm 隧道工程②项目: công trình khoa học cấp nhà nước 国家级科学项目③作品: công trình điêu khắc 雕刻作品

công trình phụ *d* 附属设施: Nhà có công trình phụ khép kín. 房屋附属设施完备。

công trình sư *d* [建] 工程师

công trường *d* 工地, 工场

công trường thủ công *d* 手工作坊

công tư *d* 公私: công tư nhập nhằng 公私不分

công tử *d* [旧] 公子: công tử bột 花花公子

công tước *d* 公爵

công ước *d* 公约: công ước quốc tế 国际公约

công văn *d* 公文, 公函, 文件

công việc *d* 事务, 工作, 事情

công viên *d* 公园: công viên nước 水上公园

công vụ *d* 公务: hộ chiếu công vụ 公务护照

công xá *d* [旧] 工钱, 报酬 (也作 công sá)

công xưởng *d* 工厂

cồng cồng *t* 鼓鼓囊囊

cồng kềnh *t* 臃肿, 笨重, 庞大: biên chế cồng kềnh 编制庞大

cổng *d* ①大门, 正门: cổng thành 城门 ②接口: cổng máy tính 计算机接口

cổng chào *d* 彩门, 牌楼

cổng lầu *d* 牌楼

cổng ngõ *d* 穿堂门, 巷口

cổng ra *d* [口] 大门, 正门

cống₁ [汉] 贡 [旧] *d* [口] 贡品 *đg* 进贡

cống₂ *d* 水渠, 水闸, 涵洞: nạo vét cống rãnh 疏通沟渠

cống dốc *d* 陡坡, 涵洞

cống hiến *đg* 贡献, 奉献 *d* 贡献

cống luồn *d* 下水道

cống ngăn thuỷ triều *d* 挡潮闸

cống ngầm *d* 暗沟

cống ống bê-tông *d* (下水道) 混凝土管道

cống phẩm *d* [旧] 贡品

cống phòng lụt *d* 防洪闸

cống rãnh *d* 沟渠

cống tháo nước *d* 泄水闸

cộng₁ *d* [方] 秆, 茎, 梗: cộng rơm 稻秆

cộng₂ [汉] 共 *d* 共产党

cộng₃ *đg* [数] 加, 相加: 2 cộng với 6 là 8. 2 加 6 等于 8。

cộng đồng *d* 共同体, 社会群体, 社会: cộng đồng người Hoa 华人社会

cộng đồng tộc người *d* 族群

cộng hoà *d* 共和; 共和国 *t* 共和制的: nền cộng hoà 共和制度

Cộng hoà Nhân dân Trung Hoa *d* 中华人民共和国 (亚洲国家)

Cộng hoà Xã hội Chủ nghĩa Việt Nam *d* 越南社会主义共和国 (亚洲国家)

cộng hưởng *d*; *đg* [理] 共振, 共鸣: cộng hưởng từ 磁共振; hộp cộng hưởng 共鸣箱

cộng sản *t* ①共产主义的: tư tưởng cộng sản 共产主义思想 ②共产党的: đảng viên cộng sản 共产党员 *d* [口] 共产主义者

cộng sản chủ nghĩa *t* 共产主义

cộng sự *đg* 共事: Hai người cộng sự với nhau. 两人在一起共事。 *d* 同事: Hai người là cộng sự. 两人是同事。

cộng tác *đg* 合作, 协作: người cộng tác 合作人; cộng tác làm ăn 合伙做生意

cộng tác viên *d* 合作者

cốp₁ *d* [口] 车尾箱: cốp xe máy 摩托车尾箱

cốp₂ *đg* [口] 敲, 叩, 磕打: lấy tay cốp vào đầu 用手敲脑袋

cốp₃ [拟] 咯噔 (硬物碰撞声或敲击声)

cốp pha *d* (建筑) 模板

cốt₁ [汉] 骨 *d* ①骨骼: cao hổ cốt 虎骨膏 ②骨架: cốt mũ đan bằng tre 用竹子编制的帽骨 ③主体, 主题: cốt truyện 小说主题 ④ (食品) 原汁: nước cốt dừa 椰汁

cốt₂ *đg* [口] 在于: Mặc cốt ấm, không cần đẹp. 穿衣是在于暖和, 用不着好看。

cốt₃ *đg* [方] 砍伐: cốt tận gốc 砍到根部

cốt bánh *d* 轮轴

cốt cách d ①[旧]身材②风度

cốt cán d 骨干

cốt khí d ①骨气②[植]辣蓼

cốt liệu d [建]骨料

cốt lõi d 最主要之处,最关键之处: cốt lõi của vấn đề 问题的最关键之处

cốt nhất t 最主要的,最基本的

cốt nhục d [旧]骨肉: tình cốt nhục 骨肉之情

cốt nhục tử sinh 生死与共

cốt nhục tương liên 骨肉相连

cốt-pha d [建]模板

cốt sao 主要是;只要是

cốt sắt d 钢筋,竹节钢

cốt tuỷ d ①骨髓②精髓

cốt yếu t 主要的,重要的: công việc cốt yếu 重要的工作

cột₁ d ①柱子: cột nhà 房柱②(簿记或报刊的)栏: Trang in chia 2 cột. 书页分为两栏

cột₂ đg ①[方]捆绑: cột lại 捆起来②束缚: bị cột chặt vào lễ giáo phong kiến 被封建礼教所束缚

cột buồm d 帆樯,桅杆

cột cây số d 公里标,里程碑

cột chống d 支柱,支撑,撑杆

cột cờ d 旗台,旗杆

cột điện d 电线杆

cột quảng cáo d (报纸的)广告栏

cột số d [口]公里标,里程碑

cột sống d [口]脊柱

cột thu lôi d 避雷针

cột trụ d ①柱子,墩: cột trụ cầu 桥墩②支柱,顶梁柱: cột trụ của gia đình 家庭顶梁柱

cột xăng d [方](加油站的)加油机

cơ₁ [汉]基,饥

cơ₂ [汉]肌 d 肌肉: cơ đùi 腿部肌肉

cơ₃ d (扑克牌的)红桃: con át cơ 红桃 A

cơ₄ d 机会: thừa cơ 乘机

cơ₅ d 运气: cơ may 好运

cơ₆ [汉]机 d [口]机械

cơ₇ tr [口]…啊,…嘛: Bà bế cháu cơ! 奶奶抱嘛!

cơ bản d 基本: Đã giải quyết trên cơ bản. 基本上已经解决了。 t 基本,根本

cơ bắp d 肌肉;体力: lao động cơ bắp 体力劳动

cơ cấu d ①原理: cơ cấu chuyển động của máy 机器的运转原理②结构: điều chỉnh cơ cấu đào tạo 调整培训结构

cơ chế d 机制: cơ chế thị trường 市场机制

cơ cực t 穷困: sống cơ cực 生活穷困

cơ địa d 体质: viêm da cơ địa 体质性皮炎

cơ điện d [口]机电

cơ đồ d 事业

Cơ Đốc giáo d 基督教

cơ động đg 运输兵力: Cơ động bộ đội về đồng bằng. 运输兵力到平原上。 t 机动: bộ đội cơ động 机动部队

cơ giới d 机械,机器 t 机械化

cơ giới hoá đg 机械化: cơ giới hoá nông nghiệp 农业机械化

cơ học d 力学 t 力学的: sức bền cơ học 力学强度

cơ hội d 机会: nắm lấy cơ hội 抓住机会 t 机会主义的: thái độ cơ hội 机会主义态度

cơ khí d 机器,机械: nhà máy cơ khí 机械厂

cơ khí hoá đg 机械化: cơ khí hoá nông nghiệp 农业机械化

cơ-la-két d 踢踏舞

cơ lỡ t [方]困难,不顺: giúp nhau khi gặp cảnh cơ lỡ 困难时互相帮助

cơ man d [口]不计其数

cơ may d 机会: nắm lấy cơ may 抓住机会

cơ mật t 机密: tin tức cơ mật 机密信息

cơ năng d ①机械能: biến điện năng thành cơ năng 变电能为机械能②功能,机能: phục hồi cơ năng của gan 恢复肝脏的功能

cơ nghiệp d ①家产②[旧]基业,大业

cơ ngơi d 家业,产业

cơ nhỡ t [口]窘困,窘迫,落魄,困难

cơ quan *d* ①机关,机构,部门,单位: cơ quan quản lí 管理机构②器官: cơ quan tiêu hoá 消化器官

cơ quan chức năng *d* 职能部门

cơ số *d* ①[数]基数②基数,最低保有数: bảo đảm cơ số thuốc 保证药品最低存量③[数]奇数

cơ sở *d* ①基础②基层组织③(地下工作的)联络点,联络站;交通员④单位: cơ sở sản xuất 生产单位

cơ sở hạ tầng *d* ①经济基础②基础设施

cơ sở ngữ liệu *d* 语料库

cơ sự *d* (不好的)事情: Không ngờ xảy ra cơ sự này. 想不到发生这样的事。

cơ thể *d* 机体,身体: suy nhược cơ thể 身体虚弱

cơ trưởng *d* (飞机)机长

cơ vận *d* 机运,命运

cơ vụ *d* (铁路)机务: cơ vụ đoạn 机务段

cơ yếu *t* 机要: công tác cơ yếu 机要工作

cờ₁ *d* 旗: cờ màu 彩旗

cờ₂ *d* 棋类: đánh cờ 下棋; cờ tướng 象棋

cờ₃ *d* [植]雄蕊

cờ bạc *d* 赌博活动: sa vào cờ bạc 沉迷于赌博活动

cờ đến tay ai người ấy phất 旗到谁手谁就摇(喻有权在手就赶紧用)

cờ hiệu *d* ①旗号②信号旗

cờ hoà bình *d* ①和平旗②跳棋

cờ lê *d* [口][机]扳手,扳子

cờ phướn *d* 幡旗

cờ tàn *d* (象棋)残局

cờ trắng *d* (投降的)白旗

cờ tướng *d* 象棋

cờ vây *d* 围棋

cờ vua *d* 国际象棋

cờ xéo *d* 三角旗

cờ xí *d* 旗帜

cỡ *d* ①型号,规格: giày dép đủ các cỡ 各种型号的鞋子②最大限度: Vòi nước vặn hết cỡ. 水龙头开到最大。③标准: lấy gang tay làm cỡ để đo 以掌长做标准来度量④[口]大约,大概: Con bé cỡ 3 tuổi. 女孩约 3 岁。*t* [口]大的: cán bộ cỡ 大官

cớ *d* ①原因,缘故②借口: tìm cớ 找借口

cớ chi *p* 缘何,为何

cớ sao *p* 何故,为什么: Cớ sao lại làm như vậy？为什么要这样做？

cơi₁ *đg* 加宽;加高: cơi bờ đê 加高堤坝

cơi nới *đg* 加宽,扩建: nhà cửa cơi nới trái phép 违规扩建的房屋

cời *đg* 拨: Dùng que cời cho đống lửa cháy to lên. 用棍子拨旺篝火。

cởi *đg* ①脱去,剥除: cởi áo 脱衣②解开: cởi dây giày 解鞋带

cởi bỏ *đg* 脱去,剥除,解脱

cởi mở *t* 开朗,真诚,诚挚: tính tình cởi mở 性格开朗 *đg* 坦露,袒露

cởi trần *đg* 赤膊,赤背

cởi trần cởi truồng 赤身露体;一丝不挂

cởi truồng *đg* 裸露下体,光屁股

cỡi *đg* [方]骑: cỡi ngựa 骑马

cơm₁ *d* ①饭: ăn cơm 吃饭②米饭: nấu cơm 煮饭③果肉: cạo cơm dừa 挖椰肉④[转]老婆

cơm₂ *t* (水果)味道淡: Khế cơm. 阳桃味淡。

cơm áo *d* 衣食

cơm áo gạo tiền *d* [口]柴米油盐

cơm bình dân *d* [口]大排档

cơm bữa *d* ①便饭,家常菜: cửa hàng bán cơm bữa 家常菜餐馆②[转]家常便饭

cơm bưng nước rót 饭来张口,衣来伸手

cơm cháo *d* ①饭: Cơm cháo gì chưa？吃饭了吗？②[口]名堂: chẳng nên cơm cháo gì 搞不出什么名堂

cơm chay *d* 斋饭

cơm cháy *d* 锅巴,饭巴

cơm chiên *d* [方]炒饭

cơm đen *d* [口]鸦片

cơm đĩa *d* 快餐

cơm đùm cơm nắm 整装待发

cơm gạo d [口]食物

cơm hàng d ①卖饭摊点,饭摊②馆子:
ăn cơm hàng 下馆子

cơm hấp d 蒸饭

cơm hộp d 盒饭

cơm lạt muối rau 粗茶淡饭

cơm nát d 烂饭(指水分过多的米饭)

cơm nếp d 糯米饭

cơm nguội d 冷饭

cơm niêu d 瓦锅饭

cơm no áo ấm 丰衣足食

cơm no rượu say 酒足饭饱

cơm nước d 茶饭,伙食

cơm rang=cơm chiên

cơm rượu d ①酒菜:thết đãi cơm rượu
酒菜招待②酒酿

cơm sáng d 早饭,早餐

cơm sống d 夹生饭

cơm tập đoàn d [口]大锅饭

cơm tẻ d 白米饭

cơm thừa d 剩饭

cơm thừa canh cặn 残羹冷炙

cơm tối d 晚饭,晚餐

cơm trưa d 午饭,午膳,午餐

cơmt t 粗大

cơn d ①一阵,一时,一回:cơn gió 一
阵风② 时期:vượt qua cơn khủng
hoảng 度过危机

cơn cớ d 缘由

cơn sốt d ① 发烧②热门:cơn sốt tiếng
Anh 英语热

cỡn đg (动物)发情

cỡn cờ t 轻佻,浮薄,嬉皮笑脸

cớn t 生,不熟:đậu cớn 豆子夹生

cợn d 渣滓,沉淀物

cớt nhả=cợt nhả

cợt đg 诙谐,戏谑,嘲弄,调笑

cợt giễu=giễu cợt

cợt nhả đg 褻弄,调笑

CPU [缩][计]中央处理器

cu₁ d [口]①小男孩②小鸡鸡(男孩生
殖器)

cu₂ d ①[动]斑鸠②[方]鸽子:chuồng
cu 鸽子笼

cu cậu d [口]小伙子

cu gáy d 斑鸠

cu li d [旧]苦力,苦工

cù₁ d [方]陀螺:đánh cù 打陀螺

cù₂ đg ①胳肢:Con bé sợ cù. 她怕胳
肢。②[口]逗笑,逗乐:Anh hề có
tài cù khán giả. 小丑很会逗乐观众。
③[方]引诱

cù bơ cù bất 流离失所(=cầu bơ cầu bớt)

cù lần t [方]愚笨,迟钝

cù mì t [口]朴实,纯朴

cù nhầy đg ; t [方]搪塞,拖拉,拖延

cù rù t 不利落,无精打采

củ d 块根,球根,块茎

củ ấu d [植]菱角

củ cải=cải củ

củ cải đường d [植]甜菜

củ cái d [植]紫薯

củ chuối d 芭蕉根 t [转]愚蠢,蠢笨

củ đại hoàng d [植]大黄

củ đậu d [植]凉薯

củ gừng d 老姜

củ hành d 大葱

củ kiệu d [植]荞头,藠头,薤白

củ khỉ d [植]枸杞

củ mài d [植]山药,淮山

củ mì d [方]木薯

củ mỡ d [植][方]紫薯

củ năn d [植]荸荠

củ rủ=cù rù

củ rủ cù rù=cù rù

củ sen d 莲藕

củ tỏi d 大蒜

củ từ d [植]甜薯,毛薯

cũ t ①故,旧:bạn cũ 故友;có mới nới
cũ 喜新厌旧②过去的③陈旧

cũ kĩ t 陈旧,破旧,古老,陈腐

cũ mèm t [口]陈旧不堪:Chiếc áo bông
cũ mèm. 棉衣已经陈旧不堪。

cũ rích t 古老,老掉牙:bài kèn cũ rích
陈词滥调

cú₁ d 猫头鹰

cú₂ d [口]一拳,一击

cú₃ t [口]恼火,憋气,憋屈(=cay cú)

cú₄ [汉]句 d 句子:thơ bát cú 七律 /
七言律诗

cú₅ đg [方]叩,搕打,敲

cú mèo *d* 猫头鹰

cú rũ *t* [口] 垂头丧气，无精打采

cú vọ *d* ①鹞鹰②[转] 恶人

cụ₁ [汉] 具

cụ₂ *d* ①曾祖②对老者的尊称

cụ cố *d* 高祖

cụ kị *d* [口] 曾祖，祖上，祖先：Cụ kị anh từng là tiến sĩ. 他家祖上曾是进士。

cụ ngoại *d* 外曾祖父

cụ nội *d* 曾祖父

cụ ông *d* 老大爷(对老者的尊称)

cụ thể *t* 具体：cụ thể hoá 具体化

cua₁ *d* 螃蟹：càng cua 蟹螯

cua₂ *d* [口] 弯道：Con đường nhiều cua. 道路多弯道。*dg* [口] 拐弯：Xe cua sang bên phải. 车子向右拐弯。

cua₃ *t* [口] (发型) 平头，板寸：để tóc húi cua 剃了个板寸头

cua bể *d* 海蟹

cua biển=cua bể

cua đồng *d* 淡水蟹

cua gạch *d* 膏蟹

cua nước *d* 水蟹

cua-roa *d* [机] 履带，皮带

cua-rơ *d* 自行车运动员

cua thịt *d* 肉蟹

của₁ *d* ①财产：của công 公共财产②食物③[口] 东西

của₂ *k* …的(表所属关系)：cái bút của tôi 我的笔

của ăn của để 富足，富裕：Nhà nào cũng có của ăn của để. 家家都有富余。

của cải *d* ①财产，财富：của cải tập thể 集体财产②物产：của cải tự nhiên 自然物产

của cải quốc dân *d* 国民资产

của chìm *d* 暗财，隐秘的资产

của chung *d* 公有财产，公物

của đáng tội [口] 其实，老实说，摆明了

của độc *d* [口] 稀世珍品

của đút *d* 贿赂的财物：ăn của đút 受贿

của hiếm *d* 珍货，稀货

của hồi môn *d* 嫁妆

của kho không lo cũng hết 坐吃山空

của nả *d* [口] 财产，财宝

của người phúc ta 借花献佛

của nổi *d* 显性财产

của nợ *d* [口] 孽障，业障

của ôi *t* 不值钱的：hàng của ôi 不值钱的东西

của phải gió *d* [口] 破烂儿

của phi nghĩa *d* 不义之财

của quí *d* 珍宝，珍品

của riêng *d* 私有财产

của ruộng đắp bờ 羊毛出在羊身上

của tin *d* 信物

của truyền đời *d* 传家宝

cúc₁ [汉] 菊 *d* 菊花：chè hoa cúc 菊花茶

cúc₂ *d* 纽扣：cài cúc áo 扣衣服纽扣

cúc bách nhật *d* [植] 千日红

cúc bấm *d* 按扣

cúc cung *dg* ①鞠躬②[口] 鞠躬尽瘁

cúc cung tận tụy 鞠躬尽瘁

cúc hoa *d* 菊花

cúc trắng *dg* 白菊花

cúc vạn thọ *d* 万寿菊，藤菊

cúc vàng *d* 黄菊花

cục₁ *d* (块状物) 块，团：cục mì 面团

cục₂ [汉] 局 *d* 局(组织机构)：Cục Quản lí Xuất nhập cảnh 出入境管理局

cục₃ *t* (性格) 粗鲁：tính hơi cục 性格有点粗鲁

cục bộ *t* ①局部的②(思想) 本位的 *d* 局部：Chỉ thấy cục bộ mà không thấy toàn bộ. 只看到局部而没有看到全部。

cục cằn *t* 粗野，粗俗，鲁莽：nói năng cục cằn 说话粗鲁

cục diện *d* 局势，局面

cục mịch *t* 粗笨，愚钝：con người cục mịch 一个粗笨农民

cục súc *t* 粗野，粗暴：tính lỗ mãng，cục súc 性格鲁莽，粗野

cục tính *t* 性格鲁莽：Anh ta là con người cục tính. 他是个性格鲁莽的人。

cục trưởng *d* 局长

cui cút *t* [方] 孤苦伶仃

cùi₁ *d* 果瓤，果肉：cùi dừa 椰瓤

cùi₂ *d* [方] [医] 麻风

cùi chỏ [方]=cùi tay

cùi tay *d* [解] 肘

củi *d* 柴薪,柴火: kiếm củi 打柴

củi đóm *d* 柴火

củi rả [口]=**củi đóm**

cũi *d* ①囚笼,笼子: Cho chó vào cũi. 把狗装到笼子里。②围床③木筐 *đg* 关起来: cũi con chó lại 把狗关起来

cúi *d* 下俯: cúi đầu nhận tội 低头认罪

cúi đầu *đg* 俯首,低头: cúi đầu chịu bắt 俯首就擒; cúi đầu còng lưng 低头哈腰

cúi lạy *đg* 伏罪,俯伏

cúi luồn *đg* 低三下四,巴结,讨好

cum *d* 一捆(稻穗)

cum cúp *đg* ; *t* 低垂

cùm *d* 桎,脚枷,脚桎 *đg* ①戴脚枷②禁锢,囚禁

cùm cụp *đg* ; *t* 低垂: mí mắt cùm cụp 眼皮低垂

cùm kẹp *đg* 手铐脚镣

cùm xích *d* 枷锁

cúm *d* [医]流行性感冒: cúm A 甲型流感

cúm gia cầm *d* 禽流感

cúm rúm *đg* (因寒冷或害怕)缩成一团: cúm rúm lo sợ 怕得缩成一团

cụm *d* ①小丛: cụm chuối 芭蕉丛②点,群,组,集中点,小区: cụm dân cư 居民小区; cụm từ 词组 聚集: cụm lại dự họp 聚集在一起开会

cụm cảng *d* 港口群

cụm từ *d* 词组,短语

cun cút *d* 鹌鹑

cùn *t* ①钝: con dao cùn 刀钝② 秃,磨损: bút bị cùn 秃笔③ [口]蛮横

cùn cụt *t* [口]埋头疾跑

cùn đời *t* [口]一辈子: cùn đời cũng chả làm được 一辈子都做不到

cún *d* [口]小狗狗

cung₁ [汉]弓 *d* ①弓弩: kéo cung bắn nỏ 拉弓射箭②棉花弓(用于弹棉花) ③弧,弧形: hình vòng cung 弧形 *đg* 弹棉花

cung₂ [汉]宫 *d* ①宫殿: cung tiên 仙宫; cung vua 皇宫②馆: cung thể thao 体育馆

cung₃ [汉]供 *d* 供词: hỏi cung tội phạm 录口供

cung₄ [汉]供 *đg* 供给: cung bất ứng cầu 供不应求

cung bậc *d* ①音调: cung bậc trầm bổng 时而高亢时而低沉的音调②起伏

cung Bọ Cạp *d* 天蝎座

cung cách *d* 格式,方式: cung cách làm ăn linh hoạt 灵活的做事风格

cung cấp *đg* ①供给,供应: cung cấp nước 供水②提供: cung cấp bằng chứng 提供证据

cung cầu *đg* 供求: cung cầu tương xứng 供求平衡

cung chúc *đg* 恭祝,恭贺

cung cúc *t* 急匆匆

cung Cự Giải *d* 巨蟹座

cung điện *d* 宫殿

cung đình *d* [旧]宫廷

cung độ *d* [数]弧度

cung khai *đg* 招供,供述

cung Kim Ngưu *d* 金牛座

cung kính *t* 恭敬: chào cung kính 恭敬施礼

cung Ma Hạt *d* 摩羯座

cung nỏ *d* 弓弩

cung nữ *d* [旧]宫女

cung phụng *đg* 供奉

cung quăng *d* [动]孑孓

cung Song Ngư *d* 双鱼座

cung Song Tử *d* 双子座

cung Sư Tử *d* 狮子座

cung tên *d* 弓箭

cung Thiên Bình *d* 天秤座

cung thiếu nhi *d* 少年宫

cung Thủy Bình *d* 水瓶座

cung thương *d* [旧]①[乐]宫商(五音的前两音)②[转]音乐: sành làu cung thương 深谙音乐之道

cung tiêu *đg* [旧]供销

cung trăng *d* 月宫

cung ứng *đg* 供应

cung văn hoá *d* 文化宫

cung Xạ Thủ *d* 射手座

cung Xử Nữ *d* 处女座

cùng₁ [汉]穷 *d* 尽头,最后: ở trong cùng

在最里面 *t* 穷尽: đường cùng 穷途末路

cùng₂ *t* 共同,同: bạn cùng lớp 同班同学 *k* ①与,和,同,一起,一道: cùng tồn tại lâu dài 长期共存②对,向,跟: nói cùng bạn thân 对朋友说

cùng cực *d* 极点: Đau đến cùng cực. 痛极了。 *t* ①非常: tàn bạo cùng cực 非常残暴② 贫困之极: cuộc sống cùng cực 贫困的生活

cùng đường *t* ①同路: hai người cùng đường với nhau 两人同路②路尽头: Đi cùng đường rồi mà vẫn chưa tìm thấy. 走到路尽头了还是没有找到。③穷途末路

cùng giời 天涯海角

cùng hội cùng thuyền 同舟共济

cùng khổ *t* 穷苦,贫寒

cùng khốn *t* 穷困

cùng kiệt *t* ①走投无路②告罄,殆尽

cùng loại *d* 同类

cùng loạt *đg* 刬   . đặt giá cùng loạt 统一价

cùng nhau *k* 共同,一齐,一道: cùng nhau tiến bộ 共同进步

cùng quá hoá liều 狗急跳墙

cùng quẫn *t* 窘迫

cùng tận *t* 穷尽

cùng tột *t* 最大限度的 *d* 极限(也作 tột cùng)

cùng trời 天涯海角: đi cùng trời 走遍天涯海角

cùng trời cuối đất 天涯海角

cùng tuổi *t* 同年,同岁,同庚

củng₁ [汉] 巩

củng₂ *đg* 敲,叩: củng vào đầu 敲脑袋

củng cố *đg* 巩固

cũng *p* 亦,也,都: Tôi cũng thích. 我也喜欢。

cũng như *k* ①亦如,亦似,也像: Cũng như anh, tôi thích vẽ. 我也像你一样喜欢画画。②和,以及: Trong vườn có hoa cúc cũng như hoa nhài. 院子里有菊花和茉莉花。

cũng thế *k* 亦然,也如此: Hôm qua mưa to, hôm nay cũng thế. 昨天下大雨,今天也一样。

cũng vậy *k* 亦然,也如此

cúng [汉] 供 *đg* ①祭祀,上供,祭奠: cúng trăng 祭月②捐赠③[口]白送,白扔

cúng bái *đg* 祭拜: cúng bái tổ tiên 祭拜祖先

cúng giỗ *đg* (忌日里的)祭供: ngày cúng giỗ 忌日祭拜

cúng lễ *đg* 供祭,礼拜,祭拜

cúng quải *đg* [口] 祭祖

cúng tế *đg* 供祭,祭拜

cúng tiến *đg* 进贡

cúng vái=cúng bái

cụng *đg* 磕,碰

cụng đầu *đg* [方] 碰头,邂逅,交手

cụng li *đg* [方] 碰杯

cuốc₁ *d* 锄头 *đg* 锄: cuốc đất 锄地

cuốc₂ *d* [旧][口] (坐车的)路程: chạy một cuốc xe 拉一趟车 *đg* [口] 赶路

cuốc bộ *đg* [口] 步行,走路: cuốc bộ về nhà 走路回家

cuốc chét *d* 短把小锄

cuốc chĩa *d* 铁耙

cuốc chim *d* 鹤嘴锄,洋镐,十字镐,尖镐

cuốc răng *d* 钉耙

cuốc sẻng *d* 小铁锹

cuộc₁ [汉] 局 *d* 局势,局面,事情

cuộc₂ *đg* 打赌: cuộc nhau uống rượu 打赌喝酒 *d* 一局,一场,一次: cuộc đấu bóng 一场球赛; hai cuộc họp 两次会议

cuộc chiến *d* ①战斗,战争: cuộc chiến quyết liệt 激烈的战斗②竞争

cuộc chơi *d* (一场)游戏,(一场)比拼

cuộc đời *d* ①人生: cuộc đời nghèo khổ 穷困潦倒的人生②尘世,世间

cuộc sống *d* 生活: cuộc sống vui khoẻ 健康快乐的生活

cuộc vui *d* 游园会,联欢会

cuối *d* ; *t* 末,末端: cuối năm 年底

cuối cùng *t* 最后: đồng xu cuối cùng 最后一分钱

cuối kì học *d* 学期末

cuối năm *d* 年底

cuối sách *d* (书的)结尾

cuối tháng *d* 月底
cuối thu *d* 暮秋, 晚秋
cuối tuần *d* 周末
cuối xuân *d* 暮春
cuội₁ *d* 砾石
cuội₂ *d* ①卵石②越南传说中类似中国吴刚的人物 *t* [口] ①胡来: nói cuội 胡说②善于说谎的: Thằng ấy cuội thật. 他太能说谎了。
cuội đất *d* 骗子
cuỗm *đg* [口] 偷盗
cuồn cuộn *đg* ①翻滚, 翻腾: nước sông cuồn cuộn chảy 河水奔腾②(肌肉、青筋)突起, 隆起
cuốn₁ *đg* ①卷: Cuốn tròn quyển sách. 把书卷成圆筒状。②卷走, 冲走, 掀起: Nhà bị lũ cuốn trôi. 房子被洪水冲走。③[口] 吸引
cuốn₂ *d* ①卷: mấy cuốn giấy 几卷纸②本, 册, 卷, 部: mấy cuốn sách 几本书③拱形: cửa cuốn tò vò 拱门
cuốn gói *đg* [口] 卷铺盖: cuốn gói bỏ đi 卷铺盖走人
cuốn hút *đg* 吸引: Tiếng hát cuốn hút người nghe. 歌声吸引听众。
cuốn vó *đg* ①(马)快跑②[口] 溜走
cuốn xéo *đg* [口] 滚蛋
cuộn₁ *d* ①卷, 捆: một cuộn giấy 一卷纸②股: một cuộn khói đen 一股黑烟
cuộn₂ *đg* ①卷: cuộn thành ống 卷成筒状②蜷曲: rắn cuộn mình 蛇盘曲③翻滚, 翻腾: Sóng biển cuộn ồ ạt. 海浪汹涌地翻腾。④(肌肉、青筋)突起, 隆起
cuộn dây *d* [电] [机] 线圈
cuồng [汉] 狂 *t* ①癫狂, 精神错乱: phát cuồng 发疯②[口] (腿脚)麻木: Cuồng cả chân. 腿都麻木了。
cuồng bạo *t* 狂暴
cuồng chiến *t* 好战的
cuồng dại *t* 癫狂
cuồng dâm *t* 淫乱无度
cuồng đãng *t* 放荡
cuồng loạn *t* 狂乱: đám đông cuồng loạn 狂乱的人群

cuồng nhiệt *t* 狂热
cuồng nộ *t* 狂怒
cuồng phong *d* 狂风
cuồng sát *đg* 狂杀: Nó lao vào đám đông vung dao cuồng sát. 他冲进人群挥刀狂杀。
cuồng trí *t* 神志不清, 神经错乱
cuồng vọng *d* 狂想, 妄想
cuống₁ *d* ①梗, 蒂: cuống hoa 花梗②(人体内的)梗状物: cuống rốn 脐带③存根: cuống vé xem phim 电影票存根
cuống₂ *t* 慌乱, 发急: sợ cuống cả lên 害怕得慌了神
cuống cà kê *t* 慌里慌张
cuống cuồng *t* 张皇失措, 慌里慌张
cuống lá *d* [植] ①蒂②叶柄, 叶脚③主脉, 主筋
cuống phổi *d* 肺管, 气管
cuống quít *t* 慌慌张张, 手忙脚乱
cuống rốn *d* 脐带
cuộng *d* [方] 梗: cuộng rau 菜梗
cúp₁ *d* 奖杯: cúp vô địch 冠军杯
cúp₂ *đg* 下垂: cúp đuôi 夹着尾巴
cúp₃ *đg* ①[口] [体] 削(球): cúp bóng 削球②[方] 剪发, 理发: cúp tóc ngắn 剪短发③[口] 扣减, 削减: bị cúp lương 被扣工资
cụp *đg* ①低垂: buồn ngủ mắt cứ cụp xuống 困到眼睛都睁不开②合拢: cụp ô lại 把雨伞合上
cút₁ *d* 鹌鹑
cút₂ *d* (用于盛酒或量液体的)小瓶
cút₃ *đg* ①滚开: Cút đi! 滚开! ②溜之大吉
cút kít *d* [口] 独轮手推车
cút mất 溜之大吉
cút xéo *đg* [口] 滚蛋
cụt *t* ①断的, 秃的, 缺的: con chó cụt đuôi 秃尾巴狗②死路, 绝路③[口] 亏损, 亏蚀, 赔蚀
cụt đầu cụt đuôi 没头没尾
cụt hứng *t* [口] 扫兴, 败兴
cụt tay *d* ①断臂②短袖: áo cụt tay 短袖衣
cư [汉] 居

cư dân *d* 居民

cư ngụ *đg* 寓居,居住:nơi cư ngụ 居住地

cư trú *đg* 居住,居留,寓居:cư trú bất hợp pháp ở nước ngoài 在国外非法居留

cư xá *d* [方][旧]公寓,住宅区

cư xử *đg* 处世,待人接物:biết cách cư xử 懂得处世之道

cừ₁ *d* 渠道:khơi cừ 疏通渠道

cừ₂ *d* 排桩:cắm cừ 打桩 *đg* 打桩

cừ₃ *t* [口]棒,好:một cầu thủ rất cừ 一个很棒的球员

cừ khôi *t* [口]出类拔萃:một bác sĩ cừ khôi 一位出类拔萃的医生

cử [汉]举 *đg* ①举起:cử tạ 举重②选举③派遣:cử người đi dự họp 派人去开会④奏:cử quốc thiều 奏国歌⑤举例:cử ra một ví dụ 举一个例子

cử chỉ *d* 举止,行为

cử động *đg* 动弹:Chân đau không cử động được. 腿疼,动弹不了。*d* 举动,动作

cử hành *đg* 举行:cử hành lễ kết hôn 举行婚礼

cử lễ *đg* ①举行礼拜②举行仪式

cử nhạc *đg* 奏乐

cử nhân *d* ①[旧]举人②学士,本科毕业生:cử nhân khoa văn 文科毕业生

cử quân *đg* 举兵,起兵

cử tạ *đg* 举重

cử tri *d* 选民

cử tuyển *đg* 保送:cử tuyển lên đại học 保送上大学

cữ *d* ①准则,标准,准绳:cấy lúa theo cữ 按标准插秧②[口]阵子,时段:cữ mưa đầu thu 初秋那阵热③[口]大概时间:vào cữ này năm trước 去年这个时候④月子:ở cữ 坐月子 *đg* [方]忌,禁忌:cữ ăn đồ mỡ 忌食油腻的东西

cữ kiêng *đg* 禁忌,忌讳

cứ [汉]据 *đg* ①依据,根据:cứ phạt tiền theo qui định 按规定罚款②凡,逢:Em bé cứ đến đêm là khóc. 小孩一到晚上就哭。*d* [口]据点 *p* ①

一直,一味,老是,总是:Nó cứ một mực làm theo ý mình. 他总是一意孤行。②尽管:cứ mang về 尽管拿回去 *tr* [口]简直:Nói cứ như thật! 说得简直像真的一样!

cứ cho là 就算 是:Cứ cho là đúng đi! 就算是对的吧!

cứ điểm *d* 据点

cứ liệu *d* 论据,依据:thiếu cứ liệu 缺少论据

cứ như 简直就像:Nó nói cứ như là thật! 他说得简直就像真的一样!

cứ việc *p* [口]尽管,随意

cự₁ [汉]距,据,巨

cự₂ [汉]拒 *đg* ①抗拒:ra sức cự lại 极力抗拒②[口]反驳:to tiếng cự lại 大声反驳

cự li *d* 距离:cự li bắn 射程

cự nự *đg* [方]辩驳,反驳

cự phách *t* 超级:cầu thủ cự phách 超级球员

cự tuyệt *đg* 拒绝

cưa *d* 锯子 *đg* ①锯:cưa gỗ 锯木头②[口]分:cưa đôi tiền lãi 平分利润③[口]泡:cưa gái 泡妞(贬)

cưa đứt đục suốt [口]干净利索,快刀斩乱麻

cưa thép *d* 钢锯

cưa tròn *d* 圆锯

cưa vòng *d* 带锯

cưa xẻ *đg* 锯木

cửa *d* ①门:cửa chính 正门(大门)②口:cửa hang 洞口③[转]门路:tìm cửa làm ăn 找门路办事

cửa ải *d* 关口,关隘

cửa bể *d* [口]=cửa biển

cửa biển *d* ①(江河)出海口②港口

cửa bụt *d* [宗]佛门

cửa cái *d* 大门,正门

cửa cấm phòng lụt *d* 防水闸

cửa chiền *d* [宗]佛门

cửa chống cháy *d* 防火门

cửa chớp *d* 百叶窗

cửa cống *d* ①大沟眼②闸门:cửa cống tự động 自动闸门

cửa cuốn *d* ①拱门②卷闸门

cửa đập *d* 闸门

cửa đền cửa phủ *d* 庙宇

cửa hang *d* 坑口,洞口

cửa hàng *d* ①商店: cửa hàng bách hoá 百货商店②铺面: thuê cửa hàng 租铺面

cửa hiệu *d* 店铺: cửa hiệu cắt tóc 理发店

Cửa khải hoàn *d* 凯旋门

cửa khẩu *d* 口岸,关口: cửa khẩu Hữu Nghị Quan 友谊关口岸

cửa kính *d* 玻璃窗,玻璃门

cửa lạch *d* 海湾

cửa mái *d* 天窗

cửa miệng *d* [口] 口头: câu nói cửa miệng 口头禅

cửa mình *d* [解] 阴户

cửa nách *d* 侧门

cửa nẻo *d* [方] 门扉,门户

cửa ngõ *d* ①大门②门户

cửa nhà *d* 家门,家庭

cửa ô *d* 城门

cửa Phật *d* [宗] 佛门

cửa quan₁ *d* 关口,关隘

cửa quan₂ *d* [旧] 衙门

cửa quyền *d* [旧] 豪门; 衙门,官府 *t* 摆架子的; 官僚作风的: thái độ cửa quyền 摆官架子

cửa ra *d* 出口

cửa ra vào *d* 出入口

cửa rả *d* [口] 门扉,门户

cửa sổ *d* 窗户

cửa sông *d* 河口,江口

cửa tay *d* 袖口

cửa thải hơi *d* [机] 排气阀

cửa thành *d* 城门

cửa tiệm *d* 店铺,商店

cửa tò vò *d* 拱门

cửa trời *d* [建] 天窗

cửa tử *d* 鬼门关

cửa van *d* 闸门

cửa vào *d* 入口

cửa vào hơi *d* [机] 进气阀

cửa xanh *d* (机场等) 绿色通道门

cửa xếp *d* 折叠门

cứa *đg* 割,划: bị cỏ tranh cứa vào tay 被茅草划到手

cựa *đg* 动弹

cựa quậy *đg* ①动弹: Buộc chặt quá, không cựa quậy được. 绑得太紧了, 动弹不了。②挣扎

cực₁ [汉] 极 *d* ①端②极: nam cực 南极③[理] 电极: cực âm 阴极 *p* 极其: ngon cực 好吃极了

cực₂ *t* 苦痛,艰辛

cực chẳng đã [口] 迫不得已,万不得已: Cực chẳng đã mới phải bán nhà. 迫不得已才卖房子。

cực dương *d* [理] 正极,阳极

cực đại *t* 最大

cực điểm *d* 极点,极限

cực đoan *t* 极端

cực độ *d* 极限: Nỗi lo sợ lên tới cực độ. 恐慌情绪上升到了极限。*p* 极度

cực hạn *d* 极限

cực khổ *t* 极苦,极其艰苦

cực kì *p* 极其: cực kì phức tạp 极其复杂

cực lòng *t* 忧心,操心,劳神: Nghĩ đến con hư mà cực lòng. 想起没出息的孩子就忧心。

cực lực *p* 极力地,坚决地: cực lực phản đối 坚决反对

cực ngắn *t* 极短

cực nhỏ *t* 极小

cực nhọc *t* 劳碌,艰辛,操劳

cực nhục *t* 耻辱

cực phẩm *d* 极品

cực quang *d* 极光

cực thịnh *t* 鼎盛: thời kì cực thịnh 鼎盛时期

cực tiểu *t* 最小: giá trị cực tiểu 最小价值

cưng *đg* 宠爱,溺爱: Mẹ rất cưng con. 妈妈很宠爱孩子。*d* [方] 亲爱的,宝贝: Cưng ngoan nhé! 宝贝,乖啊!

cưng chiều *đg* 宠爱: được ông bà cưng chiều 被爷爷奶奶宠爱

cứng *t* ①坚硬,硬实: hòn đá cứng 硬石头②壮: Lúa cứng cây. 禾苗壮。③[口] 过硬的: có tay nghề cứng 有过硬的技术④[口] 稍高,稍多: nửa

cân cứng 半斤多⑤僵,僵硬: Hai tay
tê cứng. 两手麻得发僵。Động tác
hơi cứng. 动作有点僵硬。⑥死板,
呆板,刻板⑦没办法,服软⑧(食品)
稍咸: Nước mắm cứng. 鱼露有点咸。

cứng cáp t 结实,强壮,强健,硬朗

cứng chắc t 坚实,牢实,结实

cứng cỏi t 坚定,刚毅,不屈不挠

cứng cựa t [口]强硬,坚毅: thái độ cứng
cựa 态度强硬

cứng đầu t [口]顽固,执拗

cứng đờ t ①僵直,僵硬: Chân tay lạnh
cóng cứng đờ. 手脚被冻得僵硬。②
死板,生硬,一成不变

cứng họng t [口]张口结舌

cứng miệng t [口]张口结舌

cứng ngắc t ①硬邦邦②僵硬③死板,
生硬: động tác cứng ngắc 动作生硬

cứng nhắc t ①僵硬②古板,刻板,死
板,僵化

cứng rắn t ①坚硬: tảng đá cứng rắn
坚硬的石斗②强硬: thái độ cứng rắn
强硬的态度

cước₁ [汉]脚

cước₂ d ①[动]樟蚕②樟蚕丝③尼龙丝
线

cước₃ d [医]冻疮

cước₄ d [口]运费: cước tàu xe 车船
费

cước gửi tiền d 汇费

cước phí d 费用: cước phí điện thoại
电话费

cược₁ dg [口]交订金: tiền cược 订金

cược₂ dg [口]打赌: Cược với ai? 跟
谁打赌?

cười dg ①笑: mỉm cười 微笑②讥笑

cười chê dg 讥笑,嘲笑,嗤笑: Không
nên cười chê người khác. 不要嘲笑
别人。

cười chúm chím dg 笑眯眯,笑吟吟:
Cô bé cười chúm chím. 小姑娘笑吟
吟的。

cười cợt dg 嬉笑,耍笑

cười duyên dg 嫣然一笑

cười giòn dg 呵呵笑

cười ha hả dg 哈哈笑

cười hênh hếch dg 傻笑

cười khà dg 嘿嘿笑

cười khẩy dg 讪笑,嗤笑

cười khì dg 憨笑

cười lăn lộn dg 捧腹大笑

cười mơn dg 奸笑

cười mũi dg 讥笑,嗤笑

cười nắc nẻ dg [口]捧腹大笑

cười ngây ngô dg 傻笑

cười nhạo dg 嘲笑

cười nhạt dg 冷笑

cười nụ dg 微笑,笑吟吟

cười nửa miệng dg 微笑,笑不露齿

cười ồ dg 哄堂大笑

cười phá dg 放声大笑

cười tếch toác dg 大笑

cười thầm dg 暗笑,窃笑,偷笑

cười toe toét dg 嘻嘻哈哈

cười tủm dg 微微笑

cười tủm tỉm dg 笑盈盈

cười vang dg 哈哈大笑

cưỡi dg ①骑: cưỡi ngựa ra trận 骑马
上阵②[口]骑,坐(自行车、摩托车
等): cưỡi xe máy 骑摩托车

cưỡi cổ dg [口]骑在脖子上,欺压

cưỡi hổ 骑虎难下

cưỡi mây đạp gió 腾云驾雾

cưỡi ngựa xem hoa 走马观花

cưỡi trên lưng cọp 骑虎难下

cưới dg ①娶: cưới vợ 娶妻②结婚: lễ
cưới 婚礼

cưới cheo dg [口]举办婚礼

cưới gả dg 嫁娶

cưới hỏi dg 举办婚礼

cưới xin dg 举办婚礼

cườm₁ d ①小珠子②[植]薏苡

cườm₂ d [方]手腕;脚踝

cườm₃ d 打磨;抛光

cương₁ [汉]缰 d 缰: dây cương ngựa
马缰绳

cương₂ dg 信口开河

cương₃ t 膨胀: Mụn trên tay đang cương
mủ. 手上的疮在胀脓。

cương₄ [汉]刚 t 刚强

cương lĩnh d 纲领: cương lĩnh chung
共同纲领

cương mủ *đg* [医] 化脓

cương nghị *t* 刚毅

cương quyết *t* 果断，坚决

cương trực *t* 刚直

cương vị *d* 岗位，职务

cường [汉] 强 *t* ①[旧] 强 ②（潮水） 上涨

cường bạo *t* 凶残：bọn giặc cường bạo 凶残的侵略者

cường điệu *đg* 强调

cường độ *d* 强度

cường gân hoạt huyết 舒筋活血

cường giáp *d* [医] 甲亢

cường mạnh *t* [旧] 强大

cường quốc *d* 强国：cường quốc kinh tế trên thế giới 世界经济强国

cường quyền *d* 强权

cường thịnh *t* 强盛：nước cường thịnh 强国

cường tráng *t* 强壮：người cường tráng 强壮的人

cưỡng [汉] 强 *đg* ①勉强，强加于人： Không làm được thì thôi, không cưỡng. 做不了就算了，别勉强。② 违拗，违背：Không cưỡng lại được lệnh sếp. 不能违拗老板的命令。

cưỡng bức *đg* 强迫，强制

cưỡng chế *đg* 强制：cưỡng chế dỡ bỏ kiến trúc trái phép 强制拆除违法建筑

cưỡng dâm *đg* 强奸

cưỡng đoạt *đg* 抢夺

cưỡng ép *đg* 逼迫，强迫，胁迫

cưỡng hôn *đg* 逼婚

cưỡng lệnh *đg* 违命

cướp *đg* ①抢夺，抢劫，抢取：cướp của 劫财②争夺，争抢：cướp đường 抢道③夺走④[口] 抓住：cướp lấy thời cơ 抓住时机 *d* [口] 强盗，抢劫犯

cướp biển *d* 海盗

cướp bóc *đg* 抢夺财产

cướp đoạt *đg* 抢夺

cướp đường *đg* （车子）抢道

cướp giật *đg* 劫掠，抢劫：cướp giật bằng xe máy 骑摩托车抢劫

cướp lời *đg* （说话）抢话

cướp ngôi *đg* 篡位

cướp phá *đg* 焚劫，破坏

cướp sống *đg* 明火执仗，抢劫：Giặc đến cướp sống cả làng. 强盗洗劫了整个村庄。

cứt *d* 粪便

cứt đái *d* [口] 屎尿

cứt ráy *d* 耳垢，耳屎

cứt trâu *d* ①牛粪②[医] 囟门痂

cừu₁ *d* ①绵羊：lẩu thịt cừu 涮羊肉② [体] 跳马

cừu₂ [汉] 仇 *d* [旧] （仇）恨：mang cừu trong lòng 怀恨在心

cừu con *d* 羊羔

cửu [汉] 九，久

cửu chương *d* [数] 九九乘法表

cửu lí hương *d* [植] 九里香

cửu ngũ *d* [旧] 九五之尊

cửu tộc *d* [旧] 九族

cửu vạn *d* 苦力

cữu *d* 灵柩

cứu₁ [汉] 究

cứu₂ [汉] 救 *đg* 拯救，搭救：trị bệnh cứu người 治病救人

cứu₃ [汉] 灸 *đg* [医] 灸：cứu vào huyệt 灸穴位

cứu bần *đg* [旧] 救贫，济贫

cứu binh *d* 救兵，援军

cứu cánh *d* ①[旧] 最终目的②寄托： Con là cứu cánh cho mẹ. 孩子是母亲的寄托。

cứu chữa *đg* ①救治，救护：tìm cách cứu chữa 想办法救治②补救，挽救

cứu đói *đg* 赈饥，救饥

cứu giúp *đg* 救助

cứu hạn *đg* 救旱

cứu hoả *đg* 救火，消防：xe cứu hoả 消防车

cứu hộ *đg* 救护：đội cứu hộ 救护队

cứu mạng *đg* 救命：ơn cứu mạng 救命之恩

cứu nạn *đg* 救难

cứu nguy *đg* 救危，抢险

cứu quốc *đg* 救国

cứu sinh *đg* 救生：phao cứu sinh 救

生圈

cứu tế *đg* 救济,周济: tiền cứu tế 救济款

cứu thương *đg* 救护,救伤: nhân viên cứu thương 救护人员 *d* 救生员

cứu tinh *d* 救星

cứu trợ *đg* 救助

cứu ứng *đg* 救应,接应: cử bộ đội đi cứu ứng 派部队去接应

cứu vãn *đg* 挽救

cứu viện *đg* 救援

cứu vớt *đg* 挽救,拯救

cựu [汉] 旧 *t* 旧,前任: cựu thủ tướng 前总理

cựu binh *d* 老兵

cựu chiến binh *d* 老战士,老兵

cựu giao *d* 旧交,故交

cựu trào *d* 前朝 *t* [口] 老,陈旧

D d

d, D ①越语字母表的第 6 个字母②做符号表示第四

da₁ *d* ①皮肤：dưỡng da 保养皮肤②皮革：giầy da 皮鞋

da₂ *d* [方]榕树：cây da 榕树

da bánh mật *d*（皮肤）酱色，古铜色

da bò *d* 牛皮

da bọc xương 皮包骨

da bốc *d* 鞣皮，熟皮：da bốc can 小牛鞣皮

da cam *d* ①橘皮②橘红色，橙黄色

da chì *d* 铅色，灰白色：màu da chì 灰白色

da da *d* 鹧鸪

da dâu *d* 紫红色：màu da dâu 紫红色

da dẻ *d* ①皮肤②肤色

da gà *d* 鸡皮疙瘩：nổi da gà 起鸡皮疙瘩

da gai *d* 棘皮动物

da giả *d* 人造革

Da giáo *d* [宗]耶稣教

da liễu *d* 皮肤病和性病的统称

da lông *d* 皮毛

da lươn *d* 黄鳝色，赤褐色

da màu *d* 有色人种

da mồi *d* ①玳瑁色②老人皮肤

da ngà *d* 象牙色，米黄色

da ngoài *d* 表皮，浮皮，外皮

da nhung *d* 绒皮

da non *d* 嫩皮，新皮：Vết thương đã kéo da non. 伤口已长出新皮(新肉)。

da sần vảy ốc *đg* 起鸡皮疙瘩

da thú *d* 兽皮

da thuộc *d* 熟皮，鞣皮

Da-tô *d* [宗]耶稣

da tổng hợp *d* 合成革

da trong *d* 真皮

da trời *d* 天蓝色：xanh da trời 蔚蓝色

da tuyết *d* 如雪的肌肤，嫩白的肌肤

dà *d* 一种棕色染料 *t* 棕色，赭色

dã₁ *đg* 消解，解除：dã rượu 解酒；dã độc 解毒

dã₂ [汉]野 *d* 田野：dân đen thôn dã 乡野村夫

dã₁ [汉]也：chi hồ giả dã 之乎者也

dã cầm *d* 野禽

dã chiến *đg* 野战：bộ đội dã chiến 野战军

dã man *t* 野蛮

dã ngoại *d* 野外：cuộc hành quân dã ngoại 野外行军

dã nhân *d* ①野人②灵长类动物的统称

dã tâm *d* ①恶意，险恶用心②野心

dã thú *d* 野兽

dạ₁ [汉]夜

dạ₂ *d* ①肚子：đau dạ 肚子痛②心腹③心怀，心地：lòng lang dạ thú 狼心狗肺

dạ₃ *d* 毛呢，呢子：chăn dạ 毛呢毯

dạ₄ *c* 哎；是(表应诺、同意或明白) *đg*（回答）说"是"：dạ một tiếng rõ to 清楚大声地说"是"

dạ con *d* 子宫

dạ dày *d* 胃：dạ dày cơ 胗(肫)

dạ hội *d* 晚会

dạ hương *d* [植]夜来香

dạ khúc *d* [乐]小夜曲

dạ minh châu *d* 夜明珠

dạ quang *t* 夜光

dạ tiệc *d* 夜宴，晚宴

dai *t* ①韧：dai như cao su 韧如橡胶

②说个没完没了

dai dẳng *t* 延绵,持续: Ốm dai dẳng suốt cả tháng. 病情拖了整个月。

dai nhách *t* 韧,筋道: Miếng thịt dai nhách. 肉太韧了。

dai sức *t* 耐力,持久力: chạy dai sức 长跑

dài *t* ①长度②长的: bàn dài 长桌③持久,长久: thở dài 长叹④漫长

dài dằng dặc *t* 漫长: con đường dài dằng dặc 漫长的道路

dài dòng *t* 冗长: bài văn dài dòng 冗长的文章

dài đằng đẵng *t* 漫长: ngày dài đằng đẵng 漫长的岁月

dài hạn *d* 长期: qui hoạch dài hạn 长期规划

dài hơi *t* 花工夫的: tác phẩm dài hơi 鸿篇巨制

dài lê thê *t* ①冗长: văn dài lê thê 长篇大论②漫长,悠长: ngày tháng dài lê thê 岁月悠长

dài lời *t* 多言,多说

dài lưng *t* 长腰的(指懒惰)

dài mồm *t* 长舌,多嘴多舌

dài nghêu *t* (显得有点不对称的)细长: đôi chân dài nghêu 双腿细长

dài nhẳng *t* 冗长: văn viết dài nhẳng 文章冗长

dải *d* ①带儿: dải áo 衣带; dải thắt lưng 腰带②地带: dải nắng vàng 阳光地带

dải đất *d* (一片)土地

dải Ngân Hà *d* 银河

dải núi *d* 山脉

dải phân cách *d* 隔离带

dải rút *d* 腰带

dãi *d* 津液,口水: thèm nhỏ dãi 垂涎三尺

dãi₂ *đg* 暴露,暴晒

dãi dầu *đg* 暴露: dãi dầu sương gió 沐浴风霜

dãi nắng dầm mưa 日晒雨淋

dãi nắng dầm sương 饱经风霜

dái₁ *d* ①阴囊②薯类植物主块根膝的伴生块: dái khoai sọ 子芋头③成年雄性家畜: bò dái 公牛

dái₂ *đg* 畏惧: cha kính mẹ dái 敬父畏母

dái tai *d* 耳垂

dại₁ *d* 竹篱,竹帘

dại₂ *t* ①愚笨,傻,痴呆: nói dại 说傻话②不经事的,不更事的: thơ dại 年幼无知③疯癫: chó dại 疯狗④麻木: đau dại cánh tay 疼得手臂发麻⑤野生: cỏ dại 野草; hoa dại 野花

dại chữ *t* 不识字的,笨的

dại dột *t* 愚昧,愚蠢: ăn nói dại dột 言谈愚笨

dại gái *t* 好色的: kẻ dại gái 好色之徒

dại khờ *t* 蠢笨,笨拙

dại mặt *t* 羞愧,面有愧色,丢脸,难为情

dại nắng *t* 暴晒的,向阳的: Cái sân này dại nắng. 这个院子阳光足。

dàm *d* ①笼头: dàm ngựa 马笼头; dàm chó 狗嘴套儿②牛鼻绳

dám *đg* ①勇于,无畏,胆敢②敢: không dám 不敢

dám hỏi *đg* [旧]敢问,请问

dám làm dám chịu 敢做敢当

dạm₁ *đg* ①临摹②描红,临帖,涂描

dạm₂ *đg* ①询问(常用于买卖): dạm giá 询价②提亲: dạm vợ cho con 给儿子提亲

dạm mực *đg* (用毛笔)临摹: dạm mực học viết chữ 临摹写字

dạm ngõ *đg* 说亲,提亲

dan *đg* 牵扯,挽引: dan tay 牵手

dan díu *đg* ①牵扯②缱绻,两情缠绵,勾勾搭搭,明来暗去

dàn *đg* ①排列,陈列,布置: dàn quân 布兵②安排,安顿: dàn việc 安排工作③清理: dàn nợ 清理债务④排练: dàn một vở kịch 排练一出戏 *d* ①团队,阵容: dàn hợp xướng 合唱团②成套设备: dàn máy vi tính 成套的电脑

dàn bài *d* 提纲

dàn binh *đg* 布兵,布阵

dàn cảnh *đg* ①布置②操持,幕后指使: Ai là người dàn cảnh? 谁是主使?

dàn dựng đg 排演，演练

dàn hoà đg 斡旋，调解，调和，调停

dàn khoan d [工] 钻塔，钻台

dàn nhạc d 乐队，乐团：dàn nhạc giao hưởng 交响乐团

dàn tập đg 排练，彩排：Nhà hát đang dàn tập một vở kịch. 剧院正在排练一出戏。

dàn trải đg 散开 t 松散的，不集中

dàn xếp đg 斡旋，调停，调解；调和，中和

dãn đg ①抻长；扯宽②舒展：dãn gân cốt 舒展筋骨③散开：Đám đông dãn ra. 人群散开。④裁减：bị dãn 被裁减

dãn nở đg 膨胀

dán đg ①粘贴：dán thông cáo 贴布告②贴近，紧贴：Chiếc áo lụa dán vào người. 这件绸衣很贴身。

dán hồ đg 粘贴，糊贴

dán mắt nhìn đg 直瞪瞪地看，紧盯着看

dạn t ①大胆：nói năng rất dạn 说话很大胆②经得起的，能经受的：dạn nắng 经晒

dạn dày t ①经得起：dạn dày sương gió 经得起风霜②磨炼，历练：chiến sĩ cách mạng dạn dày 久经考验的革命战士③厚颜

dạn dĩ t 胆大，勇敢：nói năng dạn dĩ 说话大胆

dạn gan t 大胆

dang₁ đg 伸展，摆开，摊开

dang₂ đg 晒太阳

dáng d 外观，外形，外貌；姿态，模样：làm bộ làm dáng 装模作样

dáng bộ d 仪态，样子，举止

dáng chừng p 似乎，仿佛，好像

dáng dấp d ①举止，形色②长相，相貌

dáng đi d 步履，走姿

dáng người d 相貌，身材；仪容，仪表，体态

dáng vẻ d 样子，外表

dáng vóc d 身材，体型(=vóc dáng)

dạng [汉] 样 d 外貌，外观，模样，状态：con gái giả dạng con trai 女扮男装

đg 叉开，撑开

dạng địa hình d 地貌

dạng thức d 样式

danh [汉] d ①名字：giả danh 冒名；điểm danh 点名②名誉，名声：tốt danh hơn lành áo 美名胜锦衣；hữu danh vô thực 有名无实

danh bạ d 簿，名册：danh bạ điện thoại 电话簿

danh ca d ①名歌②著名歌唱家或歌手③名伶

danh chính ngôn thuận 名正言顺

danh dự d 名誉：chủ tịch danh dự 名誉主席

danh gia d 豪门，名门

danh giá d 声价，声誉，名声 t 有声誉的，有名望的：những người danh giá 有名望的人

danh hài d 笑星，著名小品艺术家

danh hiệu d 名号，称号

danh hoạ d 名画

danh lam thắng cảnh 名胜古迹，旅游胜地

danh lợi d 名利：bon chen danh lợi 追逐名利

danh mục d 名目；目录

danh nghĩa d 名义：Tôi đến đây với danh nghĩa cá nhân. 我以个人名义来这里。

danh ngôn d 名言，格言

danh nhân d 名人

danh phận d ①名分②出头，出息

danh sách d 花名册，名单

danh thắng d 名胜：khu danh thắng 风景区

danh thiếp d 名帖，名片

danh thực d 实名

danh tiếng d 声誉，声望

danh tướng d 名将

danh vị d 名利地位

danh vọng d 名望

danh xưng d 名称，称谓

dành₁ d 竹筐(=giành₁)

dành₂ đg ①保留，预留：dành chỗ 留座②存，储蓄，积攒：dành tiền mua xe 存钱买车

D

dành dành d [植] 栀子

dành dụm đg 存, 储蓄, 积蓄: Anh ấy từ bé đã biết dành dụm tiền. 他从小就懂得存钱。

dành phần đg 留份儿: không đến thì không dành phần 不来就不给留份儿

dành riêng đg 特留, 专留: Tình yêu đặc biệt dành riêng cho em. 特别的爱只留给你。

dảnh d ①比目鱼类: cá dảnh 比目鱼 ②株: cấy dày nhiều dảnh 多株密植

dao₁ [汉] 瑶, 摇, 谣, 徭

dao₂ d 刀子: cán dao 刀把儿; chuôi dao 刀梢

dao bàn d 餐刀

dao bào d 刨刀: dao bào bóng 刨光刀

dao búa d ①刀斧②(舞枪弄棒的)流氓

dao cạo d 剃刀, 刮刀

dao cau d 槟榔刀, 弯刀

dao cắt d ①切刀: dao cắt đá mài 砂轮割刀②闸刀: dao cắt điện 闸刀开关

dao cầu d 切中药用的铡刀

dao chìa vôi d 灰浆刀

dao con d 小刀

dao díp d 折式小刀

dao động đg ①摇动, 上下波动②[理] 振动, 振荡: dao động cơ học 机械振动

dao găm d 匕首

dao mổ d 手术刀

dao nạo d 刮刀

dao nề = dao xây

dao nhíp d 折叠刀

dao pha d ①杂用刀②多面手: Anh ấy như con dao pha. 他是个多面手。

dao rựa d 柴刀

dao thợ điện d 电工刀

dao trổ d 美工刀; 裁纸刀

dao vôi d (泥瓦匠用的)灰刀, 浆刀

dao xây d (泥水匠用)灰刀

dao xếp d 折叠刀

dào₁ đg 充溢, 洋溢: Lòng dào lên niềm yêu thương vô hạn. 心中洋溢着无限的爱慕之情。

dào₂ c 去, 切(表示带有亲密口吻的拒绝、否定)

dào dạt t 洋溢, 盈满: ý thơ dào dạt 充满了诗意

dáo dác₁ t 慌乱, 乱哄哄(=nháo nhác)

dáo dác₂ t 慌张(=nhớn nhác)

dạo₁ d 时期, 时段: dạo này 近来; dạo trước 前些日子

dạo₂ đg 游逛: dạo phố 逛街; đi dạo 去逛

dạo₃ đg ①[乐] 初调, 起音: dạo trống 开场锣鼓②开场白: nói dạo 开场白

dạo ấy p 当时, 那时

dạo cảnh đg 游山玩水

dạo chơi đg 游逛, 散步: dạo chơi quanh hồ 湖边漫步

dạo đầu đg 前奏: khúc nhạc dạo đầu 前奏乐

dạo mát đg 兜风, 散步

dát₁ đg 镶: vàng dát ngọc 金镶玉

dát₂ t 胆小: dát gan 胆小

dạt₁ đg 走纱: Vải mới giặt mấy lần đã dạt. 布刚洗几次就走纱了。

dạt₂ đg 推, 挤

dạt dào t; đg ①充满, 洋溢: Trong lòng dạt dào tình thương. 心中充满怜悯之情。②泼溅: sóng dạt dào 浪花飞溅

dàu t 枯萎, 凋零: Dưa đã dàu. 瓜蔫了。

dáu d [植] 球根

day₁ đg 按揉, 蹭, 搓: day mắt 揉眼睛

day₂ đg [方] 转, 掉转: day lưng lại 转过身来

day dứt đg 揉搓, 折磨 t 痛苦, 凄惨

day trở đg ①翻转: Để bệnh nhân nằm im, tránh day trở nhiều. 让病人静躺着, 不要老翻身。②斡旋, 找路子: Không day trở gì kịp. 如何斡旋都来不及了。

dày t ①厚(度): Tấm ván dày 5 cm. 这块木板厚 5 厘米。②厚: mặt dày 厚脸皮③浓密: cấy dày 密植④深重, 深厚: ơn nặng đức dày 恩高德重

dày cồm cộp = dày cộp

dày công đg 刻苦, 下功夫, 精心: dày công vun đắp tình hữu nghị 精心培

dục友谊

dày cộp *t* 厚实,厚墩墩

dày dạn *t* 经受得住,经得起的

dày dặn *t* 厚实: mái nhà dày dặn厚实的屋顶

dày đặc *t* 浓密,浓厚: sương mù dày đặc 浓雾

dày sít *t* 密密层层,密密麻麻: Chữ viết dày sít. 字写得密密麻麻。

dày *đg* 推,搡: dày ngã 推倒

dãy *d* 行,列,排: dãy nhà 一排房子; dãy số 数列 *đg* 涨溢,涨潮: nước dãy水涨

dáy *d* 耳垢: dáy tai 耳垢

dạy *đg* ①教授,传授,教诲②家教,教养: đồ mất dạy 没教养的家伙

dạy bảo *đg* 教诲,教导,教训

dạy dỗ *đg* 引导,教导: Cảm ơn sự dạy dỗ của thầy! 谢谢老师的教导！

dạy đời *đg* 教训别人

dạy học *đg* 教学,教书

dăm₁ *d* ①楔: dăm cối 磨楔②碎屑: đá dăm 碎石

dăm₂ *d* [方] 五(=năm₂,表估约之数): dăm ba cái 三五个

dăm bào *d* 刨花(=vỏ bào)

dăm bữa nửa tháng [口] 十天半月

dằm *d* 刺,棘芒: dằm nứa 竹刺

dặm *d* ①里: một ngày nghìn dặm 一日千里②[旧] (遥远的)路途

dặm ngàn *d* 万水千山,崇山峻岭

dặm trường *d* (遥远的)路途,征途

dăn dúm *t* 皱缩,干皱: quả cam dăn dúm 干瘪的橘子; mặt dăn dúm 干皱的脸

dằn *đg* ①摔,猛搁: dằn cái cốc xuống bàn 把杯子往桌上一摔②按倒,摁倒③压抑,按捺: dằn cơn giận 压着怒火

dằn dỗi *đg* 怄气,赌气,发脾气,使性子

dằn hắt *đg* 嫌恶,嫌弃: bị dằn hắt 被嫌弃

dằn mặt *đg* 迎面,迎头

dằn vặt *đg* 折磨,困扰

dặn *đg* 吩咐,叮嘱,嘱咐: Bố viết thư dặn đi dặn lại. 爸爸写信来千叮万嘱的。

dặn bảo *đg* 嘱咐

dặn dò *đg* 叮咛,叮嘱

dăng *đg* ①拉直,抻直,张开②排列,摆放

dằng dai *t* 连绵,绵延,漫长

dằng dặc *t* ①遥遥,绵长,漫长: đường dài dằng dặc 路途迢遥②冗长

dặng hắng *đg* 清嗓子

dắt *đg* ①带领,扶携: ẵm trẻ dắt già 扶老携幼②引导: Thầy giáo chăn dắt học trò. 老师引导学生。③牵引,拉曳: dắt tay 牵手

dắt dẫn *đg* 引领,带领(=dẫn dắt)

dắt dây *đg* 牵扯: Vấn đề này dắt dây hàng loạt các vấn đề khác. 这个问题牵扯到其他一系列问题。

dắt dìu *đg* 提携,引导(=dìu dắt)

dắt díu *đg* 牵携,携手

dắt gái *d* [口] 拉皮条

dắt mối *đg* 中介,牵线

dắt mũi *đg* (被人)牵着鼻子

dặt *đg* ①敷: dặt thuốc 敷药②装,填: dặt thuốc Lào vào điếu 往水烟筒里装烟叶

dặt dẹo *t* [口] ①虚弱,柔弱,弱不禁风: Dặt dẹo đi không vững. 虚弱得走都走不稳。②居无定所

dặt dìu *t* 轻柔,柔和

dâm₁ [汉] 淫 *d*; *t* 淫: gian dâm 奸淫

dâm₂ *d* 阴暗,阴霾,昏暗: trời dâm mát 天气阴凉; bóng dâm 阴影

dâm bụt *d* [植] 扶桑,朱槿

dâm dấp *t* 湿漉漉: Áo dâm dấp mồ hôi. 衣服被汗水浸湿了。

dâm đãng *t* 淫荡

dầm₁ *d* [建] 主梁,大梁

dầm₂ *đg* ①浸渍: dầm giấm 浸醋; dầm nước 浸水②淋: dãi nắng dầm mưa 日晒雨淋③雨连绵不停: mưa dầm liên miên 淫雨霏霏④尿裤,尿床: đái dầm 尿裤子

dầm cầu *d* 桥梁

dầm dề *t* ①(湿)漉漉: ướt dầm dề 湿漉漉的②拖沓,迁延,绵绵: mưa dầm dề 阴雨绵绵

dầm gỗ *d* 木梁

dầm mưa dãi nắng 雨淋日炙；日晒雨淋

dầm ngang *d* 栋梁

dầm nhà *d* 屋梁，柁

dầm sắt *d* 钢架，钢梁

dầm sương dãi nắng 风霜雨露；沐雨栉风

dẫm *đg* 践踏(=giẫm)

dấm da dấm dớ *t* 糊里糊涂

dấm dớ *đg*；*t* ①含糊其辞，模棱两可 ②不专心

dấm dúi *đg*；*t* 偷偷摸摸：làm ăn dấm dúi 偷偷经营

dấm dứ *đg* 准备，打算，要

dậm chân *đg* 顿足，踏步

dậm dật *t* 冲动，跃跃欲试(=rậm rật)

dậm doạ *đg* 吓唬；dậm doạ trẻ con 吓唬小孩

dân [汉] 民 *d* ①人民，群众，百姓：lấy dân làm gôc 以民为本②(从事某职业的)人：dân buôn 生意人；dân điện ảnh 电影人

dân bản xứ *d* 本地人，土著民族

dân buôn *d* 商贩，商人，生意人

dân ca *d* 民歌

dân cày *d* 农民(=nông dân)

dân chài *d* 渔民

dân chính *d* 民政

dân chơi *d* 玩家

dân chủ *d*；*t* 民主

dân chúng *d* 民众

dân công *d* 民工

dân cư *d* 居民，人烟：khu vực đông dân cư 居民聚集区；dân cư mạng 网民

dân dã *d* 乡下人，乡野村民 *t* 农家的：món ăn dân dã 农家菜；nơi dân dã 山野乡村

dân dụng *t* 民用的：máy bay dân dụng 民航飞机

dân đánh cá *d* 渔民

dân đen *d* 黎民百姓，平民，庶民

dân gian *d* 民间：văn học dân gian 民间文学

dân giàu nước mạnh 国富民强

dân làng *d* 乡民，村民

dân lập *t* 民立的，民办的，私立的：trường dân lập 民办学校

dân nghèo *d* 贫民

dân nghiện *d* [口]烟鬼，瘾君子

dân ngu khu đen *d* 平头百姓

dân nguyện *d* 民愿，民意

dân phố *d* ①街坊邻居②居民小组

dân quân *d* 民兵

dân quê *d* 乡下人

dân quyền *d* 人权，民权

dân sinh *d* 民生

dân số *d* 人口：điều tra dân số 人口普查

dân sự *d* [法]民事：tố tụng dân sự 民事诉讼

dân thành phố *d* 市民

dân thường *d* 庶民，平民，老百姓

dân tình *d* 民意，民情

dân tộc *d* 民族：có bản sắc dân tộc 具有民族特色

dân tộc Choang *d* 壮族

dân tộc Hán *d* 汉族

dân trí *d* 民智，民众素质：nâng cao dân trí 提高民众素质

dân ý *d* 民意：thăm dò dân ý 民意测验

dần₁ [汉] 寅 *d* 寅(地支第三位)：giờ dần 寅时

dần₂ *đg* ①(用刀背)敲打：Mình mẩy đau như dần. 身子痛得像刀背敲打一样。②痛打：dần cho một trận 痛打一顿

dần₃ *p* 逐渐，渐渐：bệnh khỏi dần 病渐愈

dần dà *p* 慢慢地，渐渐地：Dần dà họ trở thành thân nhau. 渐渐地他们变得亲近起来。

dần dần *p* 逐步，渐渐，慢慢

dẫn [汉] 引 *đg* ①引导，指引，引领，带领：dẫn đường 带路②传导，输导：ống dẫn 导管③引用④导致：Có nhiều nguyên nhân dẫn đến tình trạng này. 有很多原因导致这种情况。⑤[体]带(球)：dẫn bóng 带球⑥[体](比分)领先：Đội A đang dẫn điểm với ti số 2：1. 甲队正以2比1的比分领先。

dẫn âm *đg* 传声, 导音

dẫn chất *d* 化合物, 衍生物 *t* 衍生的, 派生的

dẫn chứng *đg* 引证 *d* 证据

dẫn cưới *đg*（送礼给女方家）提亲

dẫn dắt *đg* 引领, 带领

dẫn dâu *đg*（婚嫁）迎亲, 送新娘

dẫn dụ *đg* 引诱, 诱导: Nó bị dẫn dụ mới làm thế. 他被引诱才这么做

dẫn đầu *đg* 带头, 领头, 为首, 引领

dẫn điểm *đg* [体]（比分）领先

dẫn độ *đg* [法] 引渡

dẫn động *đg* 传动, 带动: Động cơ dẫn động băng chuyền. 发动机带动传送带。

dẫn giải₁ *đg* 注解

dẫn giải₂ *đg* 押解: dẫn giải tội phạm 押解犯人

dẫn lực *đg* [理] 引力: dẫn lực trái đất 地球引力

dẫn nhiệt *đg* 传热, 导热

dẫn nước *đg* 引水, 输水: kênh dẫn nước 引水渠

dẫn thân *đg* 置身, 到（险境, 窘境）: dẫn thân vào vòng nguy hiểm 置身于危险境地

dẫn truyền *đg* [理] 传导

dẫn tuyến *d* 引线

dẫn xác *đg* [口] 出现, 冒头, 浮头

dẫn xuất *d* 化合物, 衍生物 *t* 衍生的, 派生的: chất dẫn xuất 衍生物

dấn₁ *đg* ①涉身, 置身②努力, 加劲儿

dấn₂ *đg* 摁, 捺: dấn đầu xuống thấp 摁下头

dấn mình = **dấn thân**

dấn thân *đg* 献身, 投身, 置身

dấn vốn *d* 老本, 本钱

dận₁ *đg* 踩踏: dận ga 踩油门

dận₂ *đg* [口] 穿（鞋）

dâng *đg* ①奉上, 献上②上升, 上涨: nước triều dâng 涨潮

dâng cúng *đg* 上供, 供祭, 祭祀

dâng hiến *đg* 贡献, 奉献: dâng hiến cuộc đời cho tổ quốc 为祖国奉献一生

dâng hoa *đg* 献花

dấp *đg* 蘸湿, 浸湿: dấp giọng 润喉; lấy khăn dấp nước 用毛巾浸水

dấp dính *t* ①沾: Trán dấp dính mồ

hôi. 额头上沾着汗水。②口齿不清: nói dấp dính 说话口齿不清③惺忪, 眯眼

dập *đg* ①填埋, 掩埋: dập đất 填土②扑灭: dập lửa 灭火③消除, 删除④拍打, 压制: Bom dập lên ngọn đồi. 炮火压制了山头。⑤摧残, 作践⑥（放在模具里）冲, 冲压, 冲制: nồi nhôm dập 冲制铝锅⑦（机械地）模仿, 照搬: dập theo công thức cũ 照搬旧公式⑧猛撞

dập dềnh *đg* 起伏, 漂荡: Chiếc thuyền dập dềnh trên sông. 船在江面上漂荡。

dập dìu *t* ①熙熙攘攘, 络绎不绝: Người đi lại dập dìu. 人们熙来攘往。②悠扬: tiếng đàn tiếng sáo dập dìu 悠扬的琴声, 笛声

dập dờn *đg*; *t* 忽隐忽现, 隐隐约约, 若隐若现: Ánh lửa dập dờn. 火光忽隐忽现。

dập tắt *đg* 扑灭: dập tắt lửa 扑灭火源

dập vùi *đg* 掩埋, 埋没: Tài năng bị dập vùi. 才干被埋没。

dâu₁ *d* ①桑树②[植] 梅子

dâu₂ *d* ①媳妇: chị dâu 嫂子; em dâu 弟媳②新娘: cô dâu 新娘子; rước dâu 迎亲

dâu con *d* [口] 儿子和媳妇（泛称儿女们）

dâu rể *d* 新婚夫妇

dâu tằm *d* 桑树

dâu tây *d* 草莓

dầu₁ *d* 油, 油类: dầu thực phẩm 食用油

dầu₂ *t* 枯萎, 皱（= dàu）

dầu₃ *k* 即使, 尽管, 不论: dầu sao 无论如何

dầu ăn *d* 食用油

dầu bạc hà *d* 薄荷油

dầu cá *d* 鱼肝油: dầu cá viên 鱼肝油丸

dầu cao *d* 清凉油

dầu chạy máy *d* 燃料油

dầu cù là *d* 万金油, 清凉油

dầu dừa *d* 椰子油

dầu đi–ê–den (diesel) *d* 柴油

dầu gió *d* 风油精
dầu gội đầu *d* 洗发精,洗发水
dầu hãm *d* 刹车油
dầu hạt cải *d* 菜籽油
dầu hoả *d* ①石油②煤油
dầu khí *d* 油气,石油和天然气(统称)
dầu lạc *d* 花生油
dầu ma-dút *d* 柴油
dầu máy *d* 机油
dầu mỏ *d* 石油
dầu mỡ *d* ①黄油,润滑油②油脂
dầu nhờn *d* 润滑油,机油
dầu ô-liu *d* 橄榄油
dầu thảo mộc *d* 植物油
dầu thầu dầu *d* 蓖麻油
dầu thô *d* 原油
dầu trẩu *d* 桐油
dầu vừng *d* 芝麻油,香油
dẩu *đg* 撅着嘴(表示不满意): mồm dẩu ra, chê ít 撅着嘴嫌少
dẫu *k* 不管,无论· Dẫu khó đến mấy cũng không ngại. 不管有多困难都不怕。
dấu₁ *d* ①印章,图章,印鉴: đóng dấu 盖印②符号,记号③标点④痕迹,印记: dấu chân 脚印
dấu₂ *đg* 疼爱
dấu ấn *d* 烙印,印记
dấu bằng *d* 等号
dấu chấm *d* 句号
dấu chấm hỏi *d* 问号
dấu chấm lửng *d* 省略号
dấu chấm phẩy *d* 分号
dấu chấm than *d* 感叹号
dấu chia *d* 除号
dấu cộng *d* 加号
dấu câu *d* 标点符号
dấu dương *d* 正号
dấu giáng *d* [乐]降号
dấu giáp lai *d* 骑缝章
dấu giọng *d* 声调
dấu hai chấm *d* 冒号
dấu hiệu *d* 迹象,记号,信号,标记
dấu hỏi *d* ①问号②问声符
dấu khác *d* 不等号
dấu mũ *d* [语]帽形符号

dấu nghỉ *d* 休止符
dấu ngoặc đơn *d* 括号
dấu ngoặc kép *d* 双引号
dấu ngoặc vuông *d* 方括号
dấu nhân *d* [数]乘号
dấu phảy *d* 逗号
dấu tay *d* 手印,指纹
dấu than *d* 感叹号
dấu thăng *d* [乐]升号
dấu tích *d* 痕迹,遗迹
dấu trừ *d* 减号
dấu vết *d* 痕迹
dậu [汉]酉 *d* 酉(地支第十位)
dây₁ *d* ①藤葛: dây khoai lang 红薯藤 ②绳索,线索: dây liên lạc 联络线③线,弦: căng dây đàn 拉琴弦④条(十个): mua một dây bát 买一条(十个)碗⑤线状物: chuông dây 线铃 ⑥线路
dây₂ *đg* ①沾,浸渍: Sơn dây ra tay. 油漆沾到手上。②掺和
dây an toàn *d* 安全带
dây ăng-ten *d* [无]天线
dây âm *d* 声带
dây bọc *d* [电]包线
dây buộc *d* 绑带: dây buộc tất 吊袜带
dây cáp *d* ①缆线: dây cáp quang 光缆②电缆: dây cáp cách điện 绝缘电缆
dây cầu chì *d* [电]保险丝
dây chạc *d* 绳索,船缆
dây cháy *d* 导火线
dây chằn *d* [解]输尿管
dây chằng *d* ①韧带②拉线
dây chun *d* ①橡皮筋②松紧带
dây chuyền *d* ①项链②传送带③流水线: nối làm dây chuyền 流水作业④连锁: phản ứng dây chuyền 连锁反应
dây chuyền sản xuất *d* 生产线
dây cót *d* (机械)发条
dây cương *d* 缰绳
dây da *d* 皮带
dây dẫn *d* 导线,引线
dây dợ *d* 绳子,绳线
dây dưa *đg* ①有瓜葛,有联系: Hai

người còn dây dưa với nhau. 两人还有瓜葛。②拖沓，拖拉③拖累，纠缠: dây dưa việc nhà (被) 家务拖累

dây dưỡng *đg* 牵连，沾边: không để dây dưỡng đến ai 不牵连到别人

dây đất *d* [口] 地线

dây đeo *d* 背带

dây điện *d* 电线

dây đồng *d* 铜线

dây gai *d* 麻绳

dây giày *d* 鞋带

dây huy chương *d* 绶带

dây khoá kéo *d* 拉锁，拉链

dây lạt *d* 竹篾

dây leo *d* 藤类，攀缘茎

dây lòi tói *d* 铁链

dây lưng *d* 腰带，裤带

dây máu ăn phần 占便宜，沾光

dây mìn *d* 导火索

dây mơ rễ má (关系) 错综复杂

dây mũi *d* (穿套在牛鼻子上的) 牛鼻绳

dây nịt *d* ①腰带②松紧带

dây nóng *d* 火线

dây sắt *d* 铁线

dây sơn *d* 漆包线

dây thần kinh *d* [解] 神经

dây thép *d* ①钢线②铅线③[旧] 电报，电信

dây thép gai *d* 铁丝网

dây thiều =**dây cót**

dây thun =**dây chun**

dây thừng *d* 缆绳

dây tiếp địa *d* 地线

dây tóc *d* ①(手表) 游丝②(灯泡) 钨丝

dây xích *d* 铁链，链条，安全链

dấy *đg* 兴起: dấy binh khởi nghĩa 兴兵起义

dậy *đg* ① 起(床): thức khuya dậy sớm 起早贪黑②起来: đứng dậy 站起来③上: tô cho dậy màu 涂描上色

dậy đất *t* (响声) 地动山摇

dậy mùi *t* [口] 喷香的，飘香的

dậy thì *t* 青春的，豆蔻年华的: cô gái dậy thì 青春少女; tuổi dậy thì 豆蔻年华

dè *đg* ①料想，以为: Tưởng đến sớm, không dè giữa xe hỏng. 以为早到，不料路上车坏了。②避(让)，避(开)，避嫌，克制: Nói năng nên dè miệng. 说话要注意分寸。③节省: ăn dè tiêu dè 省吃俭用

dè bỉu *đg* 鄙视，嗤之以鼻

dè dặt *t* 拘谨，拘束; 谨小慎微，畏缩不前

dè sẻn *đg* 节省: chi tiêu dè sẻn 节省开支

dẻ *d* [植] 栗: hạt dẻ 栗子

dẻ *t* 硬实: Đất dẻ khó cày. 地硬难耕。

dễ dàng *t* 和善，和气

dễ tính *t* 温和: Anh ấy dễ tính, không gắt gỏng. 他性格温和，不性急。

den *d* 花边

dẻo *t* ①柔软，柔韧: tính dẻo 柔韧性②身体强健，硬朗: Ông già còn dẻo sức lắm. 老爷子身子骨还很硬朗。③灵巧，柔美: múa rất dẻo 舞姿柔美

dẻo dai *t* ①柔韧②坚韧，持久不倦

dẻo dang *t* 灵巧: đôi tay dẻo dang 灵巧的双手

dẻo mồm *t* 能说会道的，油腔滑调的

dẻo nhẹo *t* 软乎乎

dẻo tay *t* 手巧: Cô ấy dẻo tay lắm. 姑娘手很巧。

dép *d* 拖鞋，凉鞋: dép cao gót 高跟凉鞋

dẹp₁ *đg* ①收拾，拾掇: dẹp đồ đạc 收拾东西②平定，肃清③搁置，搁下: Dẹp việc ấy lại. 把那件事搁置下来。

dẹp₂ *t* 扁: hạt thóc dẹp 扁瘪的谷子

dẹp lép *t* 平扁: ngực dẹp lép 平扁的胸部

dẹp loạn *đg* 平乱

dẹp tiệm *đg* 关张，关门，倒闭: Làm ăn thua lỗ, phải dẹp tiệm. 经营亏损，只好关门。

dẹp yên *đg* 平乱，平定: dẹp yên cuộc nội loạn 平定内乱

Derô *d* [数] 零

dẹt *t* ①扁，薄②瘪

dê₁ *d* 山羊：dê cái 母山羊 *t* 好色

dê₂ *đg* (用鼓风机等) 吹：dê thóc 吹谷子

dê cụ *d* 色狼

dê tam đại *d* 老色鬼，色迷

dê xồm *d* ①老山羊②[转] 老色鬼

dễ *t* ①容易，易于②(性格) 好，豪爽，乐观：dễ tính 性格好③可能，大概：Bây giờ dễ đã sáu giờ. 现在可能都6点了。

dễ bảo *t* 可教的，听话的

dễ bề *t* 方便，便于：Làm thế để dễ bề kinh doanh. 这样做是为了便于经营。

dễ cảm *t* ①善感的②易感冒的，易着凉的

dễ chịu *t* 好受，舒服，惬意

dễ có *p* 少有，哪有

dễ coi *t* 上眼的，好看的，过得去的

dễ dãi *t* 忠厚，和善，好说的

dễ dàng *t* 容易

dễ dầu *t* [口] 不容易 (常与 gì 连用，表反义)：Dễ dầu gì họ đồng ý? 他们哪那么容易同意？

dễ gì 哪那么容易 (表反义)：Ông ta dễ gì đồng ý? 他哪那么容易同意？

dễ hiểu *t* 容易理解，易懂

dễ nghe *t* 顺耳，中听；容易听懂

dễ như bỡn 易如反掌

dễ như trở bàn tay 易如反掌

dễ ợt *t* 非常容易：làm dễ ợt 很容易做

dễ sợ *p* [方] 极其，非常：đẹp dễ sợ 非常漂亮

dễ thương *t* 可爱，可人：Đứa bé trông rất dễ thương. 那小孩看起来很可爱。

dễ thường *p* ①可能，也许：Anh ấy dễ thường chưa biết. 他也许还不懂。②难道

dễ tính *t* 性格好，脾气好

dễ xài *t* [口] 好办：Việc này dễ xài thôi. 这事好办。

dế *d* [动] 蟋蟀：dế chó 狗蟋

dền *d* [植] 苋菜：dền gai 刺苋菜

dềnh *đg* ①(水) 暴涨：Mưa lũ, nước suối dềnh lên. 下暴雨，溪水暴涨。②漂：Gỗ dềnh lên trên mặt nước. 木头漂浮在水面上。

dềnh dàng *t* 磨蹭：Đã muộn rồi mà cứ dềnh dàng mãi. 都来不及了还磨磨蹭蹭的。

dềnh dàng₂ *t* (物件) 庞大

dệt *đg* ①织：dệt vải 织布②纺织

dệt gấm *đg* 织锦：dệt gấm thêu hoa 织锦绣花

dệt kim *đg* 针织：hàng dệt kim 针织品

di₁ [汉] 遗，夷，贻

di₂ *đg* 蹂；擦：lấy chân di tàn thuốc lá 用脚踩灭烟头

di₃ [汉] 移 *đg* 移转，迁移

di ảnh *d* 遗照，遗像

di căn *đg* (病灶) 转移：Ung thư đã di căn. 癌细胞已经转移。

di chỉ *d* 遗址

di chiếu *d* [旧] 遗诏

di chúc *d* 遗嘱

di chuyển *đg* 转移：Bão di chuyển theo hướng tây. 台风向西转移。

di chứng *d* 后遗症

di cốt *d* 遗骨

di cư *đg* 移居，迁居

di dân *đg* ; *d* 移民

di dời *đg* 迁，转移，迁移：Toà soạn báo đã di dời đi nơi khác. 报社已迁到别处。

di dung *d* 遗容

di động *đg* 移动

di hài *d* 遗骸

di hại *d* 后患 *đg* 贻害

di hận *d* ; *đg* 遗憾：Mày mà làm thế sẽ di hận suốt đời. 你这样做将会遗恨终生。

di sản *d* 遗产：di sản văn hoá thế giới 世界文化遗产

di tản *đg* 移居，散居：di tản ra nước ngoài 散居海外

di thể *d* 遗体

di thực *đg* 移植，移栽

di tích *d* 遗迹，残迹：di tích lịch sử 历

史遗迹

di tinh *d* [医] 遗精

di tồn *d* 遗存

di trú *đg* 移驻，迁移

di truyền *đg* 遗传：gien di truyền 遗传基因

di vật *d* 遗物：di vật lịch sử 历史遗物

dì *d* ①姨妈②姨妹，小姨子③姨太

dì ghẻ *d* 继母，后妈，后娘

dĩ nhiên *t* 当然，显然，显而易见，理所应当

dĩ vãng *d* 已往，既往：Câu chuyện lùi dần vào dĩ vãng. 事情慢慢成为过去。

dí dỏm *t* 幽默，诙谐：Anh ấy rất dí dỏm. 他很幽默。

dị [汉] 异 *t* ①[方] 奇异，奇怪②丑，丢人

dị biệt *t* 不同的，相异的

dị chủng *d* 异种

dị dạng *d* ; *t* 异样，畸形

dị đồng *t* ① 异同② 不同，差异：trao đổi ý kiến dị đồng 交换不同意见

dị hình *d* [生] 异形：dị hình đồng chủng 异形同种

dị hoá *đg* 异化，变异，嬗变

dị hợm *t* 奇怪，怪诞：mặt mũi dị hợm 怪模怪样

dị kì *t* 奇异(=kì dị)

dị nghị *d* ; *đg* 异议

dị nguyên *d* [医] 过敏源

dị nhân *d* 怪人，有特异功能的人

dị tật *d* [医] (先天) 畸形：dị tật bẩm sinh 先天性畸形

dị thường *t* 异常

dị tính *d* 异性

dị ứng *d* 变态反应，过敏

dị vật *d* 异物

dìa *d* [动] 鲈鱼：cá dìa 鲈鱼

dĩa *d* 鱼叉

dĩa₁ *d* 叉子

dĩa₂ *d* [方] 碟子，盘子

dĩa bàn *d* 餐碟

dích *đg* 挪动(=nhích₁)

dích-dắc (ziczac) *d* 弯道

dịch₁ [汉] 役，驿

dịch₂ [汉] 液 *d* 液体：dung dịch 溶液

dịch₃ [汉] 疫 *d* 疫症：tiêm phòng dịch 打防疫针

dịch₄ [汉] 易 *đg* 易换，改变，移动，挪动：dịch từng bước một 一步步往前挪

dịch₅ [汉] 译 *đg* 翻译：dịch nghĩa 意译

dịch âm *đg* 音译，按读音译

dịch bệnh *d* [医] 疫病

dịch cabin *đg* 同传，同声传译

dịch chuyển *đg* 移动，挪移：Bàn ghế từng bị dịch chuyển. 桌椅曾被挪动过。

dịch cúm *d* 流行性感冒

dịch đồng thời = dịch cabin

dịch đuổi *đg* 交传，交替传译

dịch gà toi *d* 鸡瘟

dịch hạch *d* [医] ①鼠疫，黑死病②瘟疫

dịch hại *đg* 疫情，病害

dịch lở mồm long móng *d* 口蹄疫

dịch miệng *đg* 口译

dịch nhầy *d* 黏液

dịch phẩm *d* 译作，译著

dịch tả *d* [医] 霍乱

dịch tễ *d* 流行病：dịch tễ học 流行病学

dịch thể *d* 液体

dịch thuật *đg* 翻译

dịch trạm *d* [旧] 驿站

dịch trâu toi *d* [生] 牛瘟

dịch viết *d* ; *đg* 笔译

dịch vụ *d* ①服务行业，第三产业②业务：Hãng Mobile lại đưa ra nhiều dịch vụ mới. 移动公司又推出许多新业务。

dịch vụ hậu mãi *d* 售后服务

diếc₁ *d* 鲫鱼，鲋鱼

diếc₂ *đg* [方] 骂：diếc mắng 谩骂

diếc móc *đg* 揭短

diêm₁ [汉] 盐，阎，焰

diêm₂ *d* 火柴：diêm an toàn 安全火柴

diêm dúa *t* (服饰) 讲究，考究，显摆：ăn mặc diêm dúa 穿着考究

diêm quẹt *d* 火柴

diêm sinh *d* [化] 硫黄

diêm vương *d* 阎王

diềm *d* 边饰,镶边儿: diềm áo 衣服镶边

diềm bâu *d* 市布,土布

diễm [汉] 艳 *t* 艳: kiều diễm 娇艳

diễm lệ *t* 艳丽,娇艳

diễm phúc *d* 幸运,福气

diễm sắc *d* 艳色,美色

diễn₁ *d* 楠竹

diễn₂ [汉] 演 *đg* ①表演: diễn một vở kịch 表演一出戏剧 ②进行 ③表达: Lời sao diễn hết ý? 所言哪能表达出所有意思?

diễn biến *đg*; *d* 演变: diễn biến hoà bình 和平演变

diễn cảm *t* 有感染力的: lời nói diễn cảm 有感染力的话语

diễn dịch *đg* 演绎,推理,推论

diễn đàn *d* 论坛: diễn đàn hợp tác kinh tế châu Á – Thái Bình Dương 亚太经济合作论坛

diễn đạt *đg* 表达,表现,表述

diễn giả *d* 演说者,主讲人

diễn giải *đg* 讲解,分析: diễn giải vấn đề 分析问题

diễn giảng *đg* ① 演讲,讲解: diễn giảng điển tích 讲解典籍 ② 劝讲: diễn giảng thế nào cũng không được 怎么劝都不听

diễn kịch *đg* 演剧,演戏: Anh đừng diễn kịch nữa. 你别再演戏了。

diễn nghĩa *đg* 演义: truyện Tam quốc diễn nghĩa《三国演义》

diễn ra *đg* 举行,进行

diễn tả *đg* 描写,描述,描绘

diễn tập *đg* ①演习: diễn tập quân sự 军事演习 ②排练,排练

diễn tấu *đg* [乐] 演奏

diễn thuyết *đg* 演说

diễn trò *đg* 要把戏,要花招

diễn văn *d* 演说词,讲话

diễn viên *d* 演员

diễn xuất *đg* 演出,表演

diễn xướng *đg* 演唱

diện₁ *d* [口] 打扮,装扮: Mẹ diện cho con gái. 妈妈给女儿装扮。*t* [口] 漂亮: Hôm nay ăn mặc diện thế! 今天穿得真漂亮!

diện₂ [汉] 面 *d* ①表面: diện tiếp xúc 接触面 ②方面,范围: Anh ấy cũng ở trong diện được khen thưởng. 他也在获奖者之列。

diện đàm *đg* 面谈

diện kiến *đg* 面见,会面

diện mạo *d* 面貌,外貌

diện tích *d* 面积

diếp *d* [植] 莴苣: rau diếp 莴苣

diệp cày *d* 铧,犁铧

diệp lục tố *d* [植] 叶绿素

diệt [汉] 灭 *đg* 消灭,歼灭: trời tru đất diệt 天诛地灭; thuốc diệt trùng 杀虫剂

diệt chủng *đg* 灭种,种族灭绝

diệt giặc *đg* 杀敌,歼敌

diệt khuẩn *đg* 灭菌: Ánh nắng mặt trời có thể diệt khuẩn. 太阳光可灭菌。

diệt trùng *đg* 除害虫,灭虫,杀菌

diệt trừ *đg* 诛灭,杀灭: diệt trừ sâu bệnh 杀死病虫害

diệt vong *đg* 灭亡

diều *d* ①[动] 鹞,鸢 ②纸鸢,风筝

diễu [汉] 耀 *đg* ①环绕 ②游行

diễu binh *đg* [军] 分列式,阅兵

diễu hành *đg* 游行

diễu võ dương oai 耀武扬威

diệu [汉] 妙 *t* 妙: kì diệu 奇妙

diệu huyền *t* 玄妙,奇妙(=huyền diệu)

diệu kế *d* 妙计

diệu vợi *t* ① 遥远: đường đi diệu vợi 路途遥远 ②艰巨,复杂: công việc diệu vợi 艰巨的工作

dìm *đg* ① (沉) 浸: dìm gỗ xuống ao 把木头浸到水塘里 ②压制,压低

dìm giá *đg* 压价,杀价

dím *d* 刺猬(=nhím)

dĩn *d* [动] 墨蚊

dịn *đg* 俭省: dịn ăn dịn mặc 省吃俭用

dinh *d* ①[旧] 营寨,兵营: đại dinh 大营 ②官邸,府,邸: dinh tổng thống 总统府

dinh cơ *d* 豪宅,府第

dinh dính *t* 黏糊糊

dinh dưỡng *t* 有营养的: thành phần dinh dưỡng 营养成分

dinh luỹ *d* ①营垒②阵营, 窝点

dinh thự *d* 营署, 官邸, 行署

dính *đg* ①粘着, 贴着: Tay dính bùn. 手 沾泥。②牵连: bị dính vào vụ buôn lậu 被牵连到走私案件中 ③粘黏, 黏

dính dáng *đg* 相干, 关联, 牵连: Việc đó dính dáng cả đến anh đấy. 那件 事还牵连到你呢。

dính líu *đg* 牵 涉, 卷 入: Tôi không muốn dính líu vào cuộc cãi vã ấy. 我不想卷入那场争吵。

dính nhem nhép *t* 黏糊糊

díp₁ *d* 镊子: díp râu 胡须镊子②弹簧

díp₂ *đg* 眯合: cười díp mắt 笑眯了眼

dịp₁ *d* 机会: lỡ dịp 错失良机

dịp₂ *đg* 拍子: đánh dịp 打拍子

dịp₃ *d* 段, 节: cầu bảy dịp 七孔桥

dìu *đg* ①扶携, 搀扶: dìu người ốm vào phòng 把病人扶进房②引导, 带: Thợ cũ dìu thợ mới. 老工人带新 工人。

dìu dắt *đg* 提携, 引导

dìu dặt *t* (声音) 柔和: giọng nói dìu dặt 柔和的语调

dìu dịu *t* 柔和, 温柔, 柔柔

díu *đg* ①缝, 缝合: díu chỗ rách 缝破 的地方②靠近, 贴近: buồn ngủ díu mắt 犯困眼皮打架

dịu *t* ①柔和, 温和②缓和, 减轻: Tình hình đã dịu lại. 局势已得到缓和。

dịu dàng *t* 柔和, 婉转, 温柔

dịu hiền *t* 温柔善良

dịu ngọt *t* 甘甜: lời nói dịu ngọt 甜言 蜜语

dịu vợi *t* (琴声, 歌声) 悠扬, 婉转

do *k* ①由于, 因为: Do không biết nên mới hỏi. 因为不懂所以才问。②由, 凭: Việc này do anh ấy quyết định. 这件事由他决定。

do dự *đg* 犹豫, 踌躇: không một chút do dự 毫不犹豫

do đâu *k* 什么原因, 因为什么

do thám *d* 密探 *đg* 侦探

dò *đg* ①试探, 探测: thăm dò 勘探②侦 探, 侦查, 打探③摸索: dò đường mà đi 摸索前进④核查, 查对: dò lại bài vở 查对书籍

dò dẫm *đg* 摸索: Đường trơn, phải dò dẫm từng bước. 路滑, 要一步一 步摸索着走。

dò hỏi *đg* 探问, 探询, 打听: dò hỏi để tìm manh mối 打听线索

dò la *đg* 刺探, 打探, 探听: dò la bí mật quân sự 刺探军机

dò tìm *đg* 搜查, 搜寻, 查询: dò tìm tư liệu qua mạng 在网上查询资料

dò xét *đg* 探查, 打探: dò xét thái độ của tôi 打探我的态度

dò ý *đg* 摸底, 探口气

doạ *đg* 吓唬, 恫吓, 要挟: Đừng doạ tôi. 别吓唬我。

doạ dẫm *đg* 恐吓, 吓唬

doạ già doạ non *đg* (耍各种手段) 恐 吓, 吓唬

doãi *đg* (手脚) 放直或放松

doãng *đg* 撑大, 拉大 *t* 松: Bít tất doãng ra. 袜子松了。

doạng *đg* (腿) 撇开: đứng doạng chân 撇开腿站着

doanh lợi *d* 赢利, 利润, 盈利: doanh lợi cao 高盈利

doanh nghiệp *đg* 营 业: thuế doanh nghiệp 营业税 *d* 经营单位, 企业

doanh nhân *d* 商人

doanh số *d* 营业额

doanh thu *d* 营业收入

doanh trại *d* 营寨, 军营

dóc *đg* 吹牛, 瞎掰: tán dóc 瞎掰

dọc₁ *d* 叶梗, 叶茎, 叶柄: dọc dừa 椰子 柄

dọc₂ *t* ①长, 纵: chiều dọc 纵向②沿着, 顺着: đường dọc theo biên giới 沿 边公路

dọc đường *d* 沿途, 中途

dọc ngang *d* ; *đg* 纵横

doi *d* ①沙堤, 河滩②沙滩③海里的暗 滩④[植] 番樱桃: quả doi 番樱桃

dòi *d* 蛆虫: Mắm có dòi. 鱼露里有蛆。

dõi₁[汉] 睿

dõi₃ *d* 后裔: dòng dõi 后裔 *đg* 跟踪,接
踵: dõi bước theo chân 接踵而来

dõi₃ *d* 门闩

dõi theo *đg* 跟踪,跟随

dõi tìm *đg* 追寻: dõi tìm theo vết chân
跟着脚印追寻

dọi₁ *d* 铅垂,铅坠: quả dọi 铅垂

dọi₂ *đg* ① 掷: dọi tiền xu 掷硬币② 捶,
揍: dọi vào sườn mấy cái 朝腰捶了
几下

dọi₃ *đg* 补漏: dọi mái nhà 补屋顶

dom *d* [解] 直肠: bệnh lòi dom 脱肛

dòm *đg* ① 窥视,偷看: dòm qua khe
cửa 从门缝偷看② 窥测,窥探: dòm
khắp các xó xỉnh 窥探每个角落

dòm ngó *đg* ① 窥视,觊觎② 照看,留
意: Đồ đạc vứt bừa bãi, chẳng ai
dòm ngó đến. 东西随地乱扔都没人
理。

dòm trộm *đg* 偷看,偷窥

dởm *t* 假,劣质: hàng dởm 假货

dóm [方]*d* 小集团,组,小组,类,类型
đg 聚集,集合,组织(=nhóm₁)

don *t* 不大不小: mình mẩy don
don 中等身材

dọn₁ *đg* ①收拾,整理: dọn nhà cửa 收
拾房间②摆,设: dọn cơm 摆饭; dọn
hàng 摆摊; dọn tiệc 设宴③搬,迁移:
dọn nhà 搬家

dọn₂ *t* (豆子)炖不烂的

dọn dẹp *đg* 收拾,整理: dọn dẹp nhà
cửa 收拾房间

dọn đường *đg* 开路,铺路,铺平道路:
Có xe cảnh sát dọn đường. 有警车
开路。

dọn giọng *đg* 清嗓子

dong₁ *d* [植] ①竹芋②尖苞柊叶

dong₂ *đg* 解送,带,赶: dong trâu ra bãi
赶牛到草坪上

dong₃ *đg* 扬起,举起: dong buồm ra khơi
扬帆出海

dong dỏng *t* 瘦高个

dong đao *d* [植] 美人蕉

dòng₁ *d* ① 流: dòng sông 河流②行,
排,列: một dòng chữ 一行字③世族,
种族,血统: nối dòng 承继烟火④世

家: con tông nhà dòng 世家子弟⑤
潮流: dòng chảy lịch sử 历史潮流

dòng₂ *đg* ①放(绳)(线): dòng dây xuống
giếng 放绳子下井② 拉,牵: dòng
thuyền đi ven bờ sông 拉着船沿河边
走

dòng chảy *d* 水流,气流

dòng chính *d* ①主流②嫡系

dòng dõi *d* 后裔,宗族,宗嗣

dòng điện *d* [电]电流

dòng điện một chiều *d* 直流电流

dòng điện xoay chiều *d* 交流电流

dòng họ *d* 宗族,家族

dòng máu *d* 血统: dòng máu chính
直系亲属

dòng người *d* 人流

dòng nước *d* 水流: dòng nước băng
giá 寒流

dòng sông *d* 河流

dòng suối *d* 溪流

dòng tộc *d* 氏族,宗族

dỏng *đg* 竖起: dỏng tai mà nghe 竖
起耳朵听 *t* 高高瘦瘦: người cao
dong dỏng 瘦高个

dõng₁ *d* 靶: bắn dõng 打靶

dõng₂ [汉]勇 *d* [方]乡勇: lính dõng
兵勇

dõng dạc *t* (语调、动作)坚定,从容

dóng₁ *d* ① 节,段: một dóng mía 一节
甘蔗②横栏,栏杆,闩: dóng cửa 门
闩

dóng₂ *đg* 对齐

dọng *d* 刀背: dọng dao 刀背

dọp *đg* [口]凹陷

doping (đo-ping) *d* 兴奋剂

dót₁ *t* 结块的: bột dót 结块的粉

dót₂ *d* 坩埚: nồi dót 坩埚

dô *t* 凸出的: trán dô 凸额头

dô ta *d* (劳动时的)号子

dồ *đg* 冲: Chó dồ ra sủa. 狗冲出来吠。

dỗ₁ *đg* ①哄: dỗ con 哄孩子②引诱,诱
骗③劝引: dạy dỗ 教导

dỗ₂ *đg* 掸: dỗ chiếu cho sạch 把席子掸
干净

dỗ dành *đg* 哄骗,诱骗

dốc₁ *d* 斜坡,坡道: lên dốc 上坡 *t* 陡,斜

dốc₂ *đg* ① 倾倒: dốc chai đổ hết nước 把瓶子里的水倒干净② 倾尽(全力): dốc hết tâm sức 全力以赴

dốc chí *đg* 倾心，倾尽全力，全力以赴

dốc đứng *d* 陡坡

dốc thoải *d* 斜面台阶，斜坡路

dôi *t* 多，多出 *đg* 节约，剩余

dôi thừa *t* 剩余的，多余的

dồi₁ *d* 酿肉，灌肠

dồi₂ *đg* 抛: dồi bóng 抛球

dồi dào *t* 丰富，充足，充盈: hàng hoá dồi dào 货物充足; kinh nghiệm dồi dào 经验丰富

dồi sấy *d* 香肠，腊肠

dồi súng *đg* [军] 装弹药，填药

dỗi *đg* 赌气，使性子: Thằng bé dỗi không ăn cơm. 小家伙赌气不吃饭。

dối₁ *đg* 欺骗: nói dối 撒谎; lừa dối 欺骗

dối₂ *t* 虚假: làm dối 作假

dối dân *đg* 惑众，欺骗民众

dối lòng *t* 违心的，欺心的，昧良心的

dối trá *t* 虚伪，狡黠，刁钻

dối trên lừa dưới 欺上瞒下

dội *đg* ① 回响，反响: Bài báo đã gây lên nhiều tiếng dội. 文章反响很大。② 传，传播: Tin chiến thắng dội về. 捷报传来。③ 加剧，猛增，倍加: cơn đau dội lên 病痛加剧

dội₂ *đg* 反撞，反弹: Quả bóng dội lên. 球反弹了起来。

dôm dả *t* 逗乐，娱乐: Anh hát một bài cho dôm dả nào! 你给大家唱首歌娱乐一下下！

dồn *đg* ① 汇合，集聚，合并: tính dồn lại 合计② 连续，不断: hỏi dồn 连续发问③ 反而变成: Hết khôn dồn dại. 聪明过头反而变成傻瓜。④ 围追，逼困: bị dồn vào chân tường 被逼到墙脚

dồn dập *t* 频频，接二连三: Nhiều công việc dồn dập lại trong một lúc. 许多工作都接二连三地堆在一块。

dồn ép *đg* 逼困，逼迫: bị dồn ép đến bước đường cùng 被逼得走投无路

dồn nén *đg* 打压，抑制，压缩: Chương trình huấn luyện bị dồn nén. 训练计划被缩短。

dồn tụ *đg* 聚集

dông₁ *d* 雷暴

dông₂ *đg* 溜走: dông thẳng về quê 溜回老家

dông₃ *t* 倒霉

dông bão *d* 风暴

dông dài *t* ① 冗长，啰唆: lời lẽ dông dài 冗长的口水话② 消磨时间的: đi dông dài khắp các phố 在街上闲逛

dông tố *d* 狂风骤雨

dộng₁ *d* [动] 蛹(=nhộng)

dộng₂ *đg* ① 猛跌，撞: Bị ngã dộng đầu xuống đất. 摔倒了，头撞在地上。② 猛捶: dộng cửa 猛捶门

dốt *t* ① 愚昧，无知，拙笨，外行，差: Nó học dốt lắm. 他学习很差。② 微酸，酸溜溜: Quả cam hơi dốt. 橘子有点儿酸。

dốt chữ *t* 目不识丁的，不识字的

dốt đặc *t* 一点不懂，一窍不通

dốt nát *t* 昏庸，愚昧

dột *t* ① 渗漏，滴漏: Nhà dột. 屋子漏雨。② 枯萎: cây chết dột 树木枯死③ 憔悴，枯槁: mặt ủ dột 脸色憔悴 *đg* 顶撞

dột nát *t* 破陋，衰颓，破落

dột từ nóc dột xuống 上梁不正下梁歪

dơ *t* [方] ① 污秽，肮脏: Áo quần dơ quá. 衣服太脏了。② 恬不知耻: Rõ dơ! 真是恬不知耻!

dơ bẩn *t* 污秽，肮脏: quần áo dơ bẩn 脏衣服

dơ dáng *t* 不知羞耻，脸皮厚

dơ dáy *t* 肮脏，脏兮兮

dở₁ *t* 差，坏，拙劣: kế dở 拙计; hay dở 好坏

dở₂ *t* 怪癖，不正常: dở hơi 神经不正常

dở₃ *t* 半截儿的，未完的: bỏ dở 半途而废

dở bữa *đg* [口] ① (不到吃饭时间) 进餐，吃②还没吃完(饭)，中止吃饭: đang dở bữa mà gọi đi 正吃着饭就被叫去

dở chừng *t* 半截儿的，未完的：làm dở chừng rồi bỏ 干了一半就放弃了

dở dạ *t* [医]（产前）阵痛的

dở dang *t* 半截儿的，不上不下的，尴尬

dở dói *đg* 兜翻（往事），旧事重提

dở dở ương ương 神神道道，疯疯癫癫

dở ẹc *t* 极差：Văn viết dở ẹc. 文章差极了。

dở hơi *t* ①精神病②脑子进水

dở khôn dở dại 愣头愣脑

dở miệng *t* 余馋未尽

dở ngô dở khoai 不阴不阳；模棱两可

dở người *t*（精神）不正常的

dở tay *t* 正忙着的：Tôi còn nhiều việc đang dở tay. 我正忙着，还有很多事要做。

dỡ *đg* 拆，卸：bốc dỡ 装卸；dỡ hàng 卸货

dỡ bỏ *đg* 拆除，破除

dớ dẩn *t* [口] 呆，傻：câu hỏi dớ dẩn 很傻的问题

dơi *d* [动] 蝙蝠

dời *đg* ①转移：vật đổi sao dời 斗转星移②移植：dời cây 移植树木③改变：ngàn năm không dời 千年不变

dời bỏ *đg* 摒弃，抛弃：dời bỏ quê hương 背井离乡

dời nhà *đg* ①迁居，搬家②离开家：Tôi dời nhà đã ba tháng. 我离开家三个月了。

dờn dờn *t* 青翠，翠绿

dớn dác *t* 惊慌失措，慌乱

dợn *đg* 泛起微波：Mặt hồ dợn sóng. 湖面泛起涟漪。*d*（木）纹

dớp *d* 厄运，否运：Nhà có dớp. 家遭厄运。

du₁ [汉] 游，悠，瑜，输

du₂ *d* 榆树

du côn *d* ; *t* 地痞，流氓，歹徒

du cư *t* 游居，不定点居住

du dân *d* 游民

du di *đg* 波动：Giá cả vừa phải, có du di một chút. 价格合理，稍有波动。

du dương *t* 悠扬：tiếng hát du dương 歌声悠扬

du đãng *d* ; *đg* 游荡，放荡

du hành *đg* 远游，旅行：nhà du hành vũ trụ 宇航员

du học *đg* 游学，留学：du học sinh 留学生

du khách *d* 游客

du kích *t* 游击：du kích chiến 游击战 *d* 游击队

du lịch *đg* 游历，旅行，旅游：công ti du lịch 旅行社

du mị *đg* 谀媚：du mị kẻ quyền quí 谀媚权贵

du mục *đg* 游牧：dân tộc du mục 游牧民族

du ngoạn *đg* [旧] 游玩，观光

du nhập *đg* 输入，流入，引进

du nịnh *đg* 谀佞，奉承

du thủ du thực 游手好闲

du thuyền *d* 游船

du thuyết *đg* 游说：tay du thuyết 说客

du xuân *đg* [旧] 春游

dù₁ *d* ①[方] 雨伞，che dù 打雨伞②降落伞：nhảy dù 跳伞③伞兵：lính dù 伞兵

dù₂ *k* 尽管：Dù mưa to, vẫn phải đi. 尽管下大雨，还是要去。

dù cho *k* 尽管，哪怕：Nói ra sự thật, dù cho có bị hiểu lầm. 说出真相，哪怕被误解。

dù rằng *k* 尽管，纵然

dù sao *k* 无论如何，不管怎样

dù thế *k* 虽然如此，尽管如此

dụ₁ [汉] 谕，喻

dụ₂ [汉] 诱 *đg* 诱导，引诱：Dụ địch vào trận địa phục kích. 诱敌进入伏击阵地。

dụ dỗ *đg* 引诱，诱骗，哄骗：dụ dỗ con 哄骗小孩

dụ ngôn *d* 比喻，比方

dua nịnh *đg* 阿谀奉承，拍马屁

dũa *d* 锉刀：dũa ba cạnh 三角锉 *đg* 锉

dục₁ [汉] 育：đức dục 德育；trí dục 智育

dục₂ [汉] 欲：tình dục 情欲

dục đặc *đg* 犹豫不决

dục vọng *d* 欲望: thoả mãn dục vọng 满足欲望

duệ[汉] *d* 裔 d 裔: hậu duệ 后裔

duệ trí *d* 睿智

dùi₁ *d* 槌子: dùi trống 鼓槌

dùi₂ *d* 锥子 *đg* 钻孔, 穿凿: dùi thủng 凿穿; dùi một lỗ 钻个孔

dùi cui *d* 警棍, 电棍

dùi mài *đg* 磨砺, 琢磨, 钻研: dùi mài kinh sử 钻研经史 (喻勤奋好学)

dùi vồ *d* 槌子

dũi *đg* 拱, 刨: Lợn dũi đất. 猪拱地。

dúi₁ *d* [动] 土拨鼠

dúi₂ *đg* ①塞: dúi vào tay em bé mấy cái kẹo 往小孩手里塞了几颗糖 ②推, 搡: bị dúi ngã 被推倒③搵

dụi *đg* ①揉: dụi mắt 揉眼②擦灭, 熄灭: dụi bó đuốc 熄灭火把③蹭, 搓: Bé dụi đầu vào lòng mẹ. 小孩把头蹭到母亲怀里。

dúm₁ *đg* 扎紧, 捆严: buộc dúm miệng túi lại 绑严袋口

dúm₂ *đg*; *d* 蘸

dúm₃ *t* 一小撮的, 挤出的: một dúm muối 一撮盐

dúm dó *t* 凹扁, 卷扁, 打扁

dụm *đg* ①汇集, 汇合: dành dụm 积储 ②聚, 凑: ngồi dụm lại 凑近坐

dun *đg* 推, 搡: dun xe 推车

dun dủi *đg* 驱赶, 驱使

dún mình *đg* 屈腿(准备跑或跳)

dún vai *đg* 耸肩: Anh ta dún vai tỏ ý không hiểu. 他耸耸肩, 表示不明白。

dung₁[汉] *d* 溶, 融, 庸, 熔

dung₂[汉] 容 *đg* ①纳: dung tích 容积②宽容: tội ác trời không dung, đất không tha 天地不容之罪恶

dung chứa *đg* 容纳: độ dung chứa 容纳率

dung dăng *đg* (悠闲地)手牵着手走: Bọn trẻ đang dung dăng. 孩子们手牵手。

dung dị *t* 朴素, 朴实③通俗

dung dịch *d* [理]溶液

dung hoà *đg* 融和, 中和

dung hợp *đg* 融合

dung lượng *d* 容量

dung mạo *d* 容貌

dung nạp *đg* 容纳

dung sai *d* 误差

dung tha *đg* 宽宥, 宽恕

dung thân *đg* 容身: nơi dung thân 容身之地

dung tích *d* 容积

dung tục *t* 庸俗

dung túng *đg* 纵容, 放纵, 姑息

dùng *đg* ①食用, 饮用: Mời anh dùng trà. 请用茶。②使用: dùng tiền 用钱

dùng dằng *đg* 踌躇, 犹豫

dùng mình *t* 悚然, 战栗

dũng[汉] 勇 *t* 勇: trí dũng song toàn 智勇双全

dũng cảm *t* 勇敢

dũng khí *d* 勇气

dũng mãnh *t* 勇猛

dũng sĩ *d* 勇士

dũng tướng *d* 勇将, 猛将

dúng *đg* ①浸湿, 浸渍, 沾濡: dúng nước 沾水②插手, 沾边, 参与: dúng vào việc của người khác 插手别人的事③涮: Dúng một cái là ăn được. 涮一下就能吃了。

dụng[汉] 用 *đg* 用: phép dụng binh 用兵之术

dụng binh *đg* 用兵

dụng cụ *d* 用具, 器械, 仪器: dụng cụ thể thao 运动器械; dụng cụ gia đình 家庭用具

dụng tâm *đg* 用心, 居心: dụng tâm hại người 居心害人 *d* 用意: Anh làm như thế có dụng tâm gì? 你这样做有什么用意?

dụng ý *d* 用意, 本意: có dụng ý khác 别有用意

duốc *đg* (用毒熏的办法)捕鱼

duỗi *đg* ①伸直, 蹬直: nằm duỗi chân tay 伸直手脚躺着②推诿, 推诿: thấy khó, muốn duỗi ra 见困难就想推掉

duy *p* 唯独, 唯有, 只有

duy có *p* 唯有, 只有

duy dụng *t* 唯用, 实用

duy mĩ *t* 唯美的

duy nhất *t* 唯一：tài sản duy nhất 唯一的财产

duy tâm *t* ①［哲］唯心的②迷信的

duy trì *đg* 维持：duy trì trật tự xã hội 维持社会秩序

duy tu *đg* 维修

duy vật *t*［哲］唯物论的

duy vật biện chứng *d* 辩证唯物主义

duyên［汉］缘 *d* 缘分：tình duyên 情缘

duyên cớ *d* 缘故，缘由

duyên dáng *t* 娇美，妩媚

duyên do *d* 缘由

duyên hải *d* 沿海：vùng duyên hải 沿海地区

duyên kì ngộ *d* 奇遇，奇缘

duyên nợ *d* 前缘

duyên số *d* 缘分

duyên trời *d* 天作之合，天意

duyệt［汉］阅 *đg* ①审查，审核，批准：phê duyệt 批阅②检阅：duyệt bộ đội danh dự 检阅仪仗队

duyệt binh *đg* 阅兵：lễ duyệt binh 阅兵式

duyệt y *đg* 照准，批准：Cấp trên đã duyệt y. 上级已批准。

dư［汉］余 *t* 剩余，富余，多余，余剩：dư ăn dư mặc 丰衣足食

dư chấn *d*［地］余震

dư dả *t* 富余，丰余

dư dật *t* 丰裕，安逸：cuộc sống dư dật 生活安逸；tiền của dư dật 财富丰裕

dư đảng *d*［政］余党

dư đồ *d*［地］地图，舆图

dư luận *d* 舆论：dư luận xôn xao 舆论哗然

dư lượng *d* 残余，残留：dư lượng thuốc trừ sâu 农药残余

dư thừa *t* 富余，多余

dư vị *d* ①余味②回味

dừ nhừ *t* ①烂糊，稀巴烂②瘫软

dữ *t* ①凶，不吉：dữ nhiều lành ít 凶多吉少②凶猛，凶恶，凶暴：thú dữ 猛兽③凶，厉害，过甚：ăn dữ 吃得很凶

dữ dằn *t* 狰狞：bộ mặt dữ dằn 面目狰狞

dữ dội *t* 猛烈，狂烈，激烈：mưa bão dữ dội 狂风暴雨；Lửa cháy dữ dội. 火猛烈地燃烧。

dữ đòn *t*（管教）严格，(打板子）下手狠

dữ kiện *d* ①已知（条件）：số dữ kiện 已知数②数据

dữ liệu *d* ①资料，数据②（计算机贮存的）信息数据，资料

dữ tợn *t* 凶狠，可怕，恐怖，穷凶极恶

dứ₂ *đg* 引诱，利诱

dứ₃ *đg* 亮出（物件威胁）：dứ lưỡi dao vào cổ 把刀架在脖子上

dự₁［汉］与，誉

dự₂ *đg* 参加，出席：dự hội nghị 参加会议

dự₃［汉］预 *đg* 预料

dự án *d* 预案，草案，提案，项目：xây dựng dự án 策划项目；dự án kế hoạch 计划草案

dự báo *đg* 预报，预测：dự báo thời tiết 天气预报

dự bị *đg* 准备，预备：dự bị khởi công 准备动工 *t* 预备的，候补的，替补的：dự bị đại học 大学预科

dự cảm *đg*；*d* 预感

dự chi *đg* 预支，预拨

dự định *đg*；*d* ①预定②打算

dự đoán *đg*；*d* 预测，估计，预料，臆测

dự khuyết *đg* 候补：uỷ viên dự khuyết 候补委员

dự kiến *đg* 预计，预见，预料，估计：Dự kiến sẽ có nhiều khó khăn. 预计会有很多困难。*d* 预案：Cứ theo dự kiến mà làm. 尽管按预案办。

dự liệu *đg* 预料，估计：Điều này không thể dự liệu được. 这件事无法预料。

dự phòng *đg* 预防

dự thảo *đg* 起草：dự thảo văn kiện 起草文件 *d* 草案：bản dự thảo 草案

dự thẩm *đg*；*d* 预审，初审

dự thầu *đg*［商］竞标

dự thính *đg* 旁听，列席

dự thu *đg* 预收：khoản tiền dự thu 预收款

dự tính *đg*；*d* 预计

dự toán *đg*；*d* 预算：dự toán chi 预算

支出

dự trù *đg* ①预算: dự trù kinh phí 经
费预算②估计: Việc này dự trù phải
ba tháng mới xong. 这项工作估计
要三个月才能做完。*d* 预算: lập dự
trù 做预算

dự trữ *đg*; *d* 储备: dự trữ vàng 储备
黄金

dự tuyển *đg* 参选; 应聘

dưa *d* ①[植](可生吃的)瓜类②腌菜,
酱菜

dưa bở *d* 甜瓜, 香瓜

dưa cải *d* 酸菜

dưa chuột *d* 黄瓜

dưa chuột muối *d* 酱瓜

dưa gang *d* 北瓜, 倭瓜

dưa góp *d* 什锦酱菜

dưa hấu *d* 西瓜

dưa leo *d* [方]黄瓜

dưa lê *d* 香瓜

dưa muối *d* 咸菜; 泡菜, 酸菜

dưa nước *d* 水瓜

dưa tây *d* 香瓜

dừa *d* [植]椰子: cùi dừa 椰瓤; sọ dừa
椰实

dừa lửa *d* 火椰, 红椰

dứa *d* [植]①菠萝, 凤梨②剑麻

dựa *đg* ①靠, 倚靠: ngồi dựa cột 靠着
柱子坐② 依赖: dựa vào quần chúng
依靠群众③根据, 按照: vẽ dựa theo
mẫu 按照样板摹画

dựa dẫm *đg* 依附, 依赖, 仰仗

dựa vào *đg* ①依据, 根据 ②依靠

dưng *t* ①非亲非故的, 毫无关系的:
người dưng 路人②闲的: ngày dưng
闲日③无缘无故的, 自然而然的④闲
居的, 闲散的: ăn dưng 吃闲饭

dừng₁ *d* (做隔墙的)竹条

dừng₂ *đg* 停止, 中止, 停留, 滞留: dừng
lại 停下来; trạng thái dừng 停滞状
态

dừng bớt *đg* 收缩, 退缩, 退却, 减少,
压缩

dừng bút *đg* 停笔, 搁笔: xin dừng bút
暂搁笔

dừng bước *đg* 留步, 止步

dửng dưng *t* ①淡然, 漠然, 冷酷: vẻ
mặt dửng dưng 表情冷酷②突然, 平
白无故

dửng tóc gáy *t* 毛骨悚然

dựng *đg* ①竖: dựng cột nhà 竖房柱②
建造, 筑造: dựng nhà 建房子③建立:
dựng nước 建立国家

dựng đứng *t* 陡峭: vách đá dựng đứng
石壁陡峭 *đg* 无中生有, 瞎编: nói dựng
đứng 瞎说

dựng ngược *đg* ①倒立②歪曲, 颠倒

dựng phim *đg* (电影等)制片

dựng vợ gả chồng 男婚女嫁; 男女婚
事

dược [汉]药 *d* 药物: y dược 医药

dược cao *d* 药膏

dược điển *d* 药典

dược liệu *d* 药材

dược phẩm *d* 药品

dược sĩ *d* 药剂师

dược thảo *d* 草药

dược tính *d* 药性

dược vật *d* 药物

dưới *d* ①下, 下面: Dưới đây tôi nêu
vài thí dụ. 下面我举几个例子。②
下级: truyền từ trên xuống dưới 从
上往下逐级传达 *k* ①在…之下: dưới
sự lãnh đạo của Đảng 在党的领导
下②少于, 低于: dưới một mét 低于
一米

dưới đây *d* 以下, 下述, 如下

dưới hầm *d* 井下, 坑内: làm dưới
hầm 井下作业

dưới trướng *d* 帐下, 麾下

dương₁ [汉]扬, 羊

dương₂ [汉]阳 *d* 阳, 阳性, 正位: cực
dương 阳极 *t* 阳性的, 正位的

dương₃ [汉]杨 *d* [植]杨(树)

dương₄ [汉]洋 *d* 海洋: xuất dương
出洋

dương cầm *d* 钢琴

dương cụ *d* [解]阳具

dương cực *d* [理]阳极, 正极

dương danh *đg* 扬名

dương dương tự đắc 扬扬得意; 扬扬
自得

dương đông kích tây 声东击西
dương gian *d* [宗]阳间,人世
dương lịch *d* 阳历,公历
dương liễu *d* [植]杨柳
dương mai *d* [植]杨梅
dương nanh múa vuốt 张牙舞爪
dương nuy *d* [医]阳痿
dương oai *đg* 扬威,虚张声势
dương thế *d* 阳世,阳间
dương tính *t* 阳性的: Kết quả kiểm
　nghiệm là dương tính. 检验结果为
　阳性。
dương vật *d* [解]阳物,阳具
dương xỉ *d* [植]羊齿植物,蕨类
dường ấy *d* 如是,如此,如斯
dường nào *p* 多么
dường như *p* 好像,似乎
dưỡng [汉]养 *đg* 养:cha sinh mẹ dưỡng
　爹生娘养; dưỡng thai 养胎; dưỡng
　già 养老
dưỡng bệnh *đg* 养病
dưỡng chất *d* 营养物质,养分
dưỡng da *đg* 养颜,护肤
dưỡng dục *đg* 养育
dưỡng khí *d* 氧气(=ô-xi)
dưỡng lão *đg* 养老: viện dưỡng lão
　养老院
dưỡng mẫu *d* 养母
dưỡng phụ *d* 养父
dưỡng sinh *đg* 养生: dưỡng sinh học
　养生学
dưỡng sức *đg* ①养神②休养生息

dưỡng thân *đg* ①养身: chú ý dưỡng
　thân 注意养身②赡养父母
dưỡng thần *đg* 养神
dưỡng thương *đg* 养伤,疗养: nghi
　dưỡng thương 休息养伤
dưỡng *đg* 姑息: dưỡng lắm sinh hư
　姑息养奸
dượng *d* ①继父②姑丈③姨丈
dượng ghẻ *d* 继父
dượt *đg* 操练,演练: dượt các tiết mục
　văn nghệ 排演文艺节目
dượt võ *đg* 练武
dứt *đg* ①断,断绝: dứt bệnh 断病根②
　完结,终止: vừa nói dứt lời 话音刚
　落
dứt bỏ 去除,去掉,摒除
dứt chuyện *đg* ①完事,了事②话尽,
　言尽: nói cho dứt chuyện 把话全说
　了
dứt điểm *đg* ①结束,了结: Quyết dứt
　điểm việc ấy. 一定要了结那件事。
　②(体育比赛) 得分: sút bóng dứt
　điểm 射门得分
dứt đoạn *đg* 中断,间断: Cuộc bị dứt
　đoạn 10 phút. 比赛被中断10分钟。
dứt khoát *t* 明确,干脆,坚决,直截了
　当: thái độ dứt khoát 态度坚决
dứt lời *đg* 说完,言毕,语止
dứt sữa *đg* 断奶
dynamit (đi-na-mít) *d* 炸药
dynamo (đi-na-mô) *d* 直流发电机

đ

đ₁, Đ₁ 越语字母表的第 7 个字母

đ₂ *d* [经] 盾 (越币单位) : 5.000 đ 五千越盾

đa₁ [汉] 多

đa₂ *d* 榕树

đa bào *t* [生] 多细胞的 : động vật đa bào 多细胞动物 ; cơ thể đa bào 多细胞机体

đa biên *t* 多边的

đa cảm *t* 易动感情的, 多愁善感的

đa canh *đg* 多种耕种, 套种, 兼种

đa cấp *t* 多级的, 多层的

đa chiều *t* 多向的 ; 多维的 : không gian đa chiều 多维空间

đa dạng *t* 多样, 多样化的, 多种多样的 : Hàng hoá rất đa dạng. 货物种类多样.

đa dâm *t* 好淫 : kẻ đa dâm 色鬼

đa diện *d* [数] 多面体 : đa diện đều 正多面体 ‖ *t* 多方面的, 多角度的

đa dụng *t* 多用途, 多功能 : dụng cụ nấu bếp đa dụng 多功能厨具

đa đa *d* [动] 鹧鸪

đa đảng *d* [政] 多党制

đa đoan *t* 多端, 变化多端, 变化无常

đa giác *d* [数] 多边形

đa hệ *t* 多系统的, 集成的 : phần mềm đa hệ 集成软件 ; máy tính đa hệ 集成电脑

đa khoa *t* 多科的, 综合的 : bệnh viện đa khoa 综合医院 ; điều dưỡng đa khoa 综合疗养

đa lự *t* [旧] 多虑 : đa sự thì đa lự 多事必多虑

đa mang *đg* ①操劳 ; 羁绊 : đa mang việc nhà 操劳家事 ②陷入, 沉湎 : đa mang tình cảm 为情所困

đa mưu *t* 多谋 : đa mưu túc trí 足智多谋

đa năng *t* 多职能, 多能, 多功能 : máy tính đa năng 多功能电脑

đa nghi *t* 多疑, 多心 : tính hay đa nghi 生性多疑

đa nghĩa *t* 多义 : từ đa nghĩa 多义词

đa ngôn *t* 啰唆的, 话多的

đa nguyên *d* ; *t* 多元 : đa nguyên chính trị 多元政治 ; văn hoá đa nguyên 多元文化

đa ngữ *t* 多语的, 多种语言的 (区别于单语和双语) : quốc gia đa ngữ 多语国家

đa phần *d* 大部分, 很多部分

đa phương *t* 多方, 多边 : hợp tác đa phương 多边合作 ; hội nghị đa phương 多边会议

đa phương tiện *t* 多渠道的, 多方面的, 多手段的, 多功能的 : phần mềm đa phương tiện 多功能软件

đa sầu *t* 多愁 : đa sầu đa cảm 多愁善感

đa số *d* 多数, 大多数 : đa số áp đảo 压倒性多数

đa tạ *đg* [旧] 多谢 : Xin đa tạ lòng tốt của ông! 多谢你的好心 !

đa tài *t* 多才的 : một nghệ sĩ đa tài 一位多才的艺术家

đa thần *t* [宗] 多神的 : đa thần giáo 多神教

đa tình *t* 多情的

đa tử diệp *d* [植] 多子叶植物

đà₁ [汉] 拖, 鸵

đà₂ *d* ①冲力, 惯性力 : lấy đà lên dốc 凭

借冲力上坡②趋势,趋向:Nền kinh tế xã hội đang trên đà phát triển. 社会经济正处在发展势头。

đà₃ *d* ①滑枕,垫木,枕木:dùng đà để kéo gỗ 用滑枕运送木料②梁,桁:thanh đà 一根梁③[建]撑柱,撑杆,(船的)横梁

đà₄ *t* [方]棕色的:áo đà 棕色衣服

đà₅ *p* 已经(đã 的变音):Thuyền đà đến bến. 船已到岸

đà công *d* 舵工

đà đẫn *t* [旧]磨蹭的:cứ đà đẫn mãi 老磨蹭

đà điểu *d* [动]鸵鸟

đà giáo *d* 脚手架

đà tàu *d* [工]船台

đả₁ [汉]打

đả₂ *đg* [口]①揍,整,修理:đả một trận 揍一顿②抨击,针砭:đả thói cửa quyền 抨击官僚作风③(泛指)撮,吃;喝,睡,穿(等动作):đả hết nửa chai rượu 喝完半瓶酒

đả đảo *đg* ①打倒:đả đảo bọn đế quốc 打倒帝国主义②反对

đả động *đg* 打动,提及,触及:Không ai thèm đả động đến nó. 谁都不愿提及他。

đả kích *đg* 打击,抨击:đả kích những thói hư tật xấu 抨击陈风陋俗

đả phá *đg* 打破,破除,清除:đả phá mê tín 破除迷信

đã₁ *đg* (常指生理上)缓解,减轻(难受的程度):đã khát 解渴 *t* 病愈,痊愈

đã₂ *p* ①已经,了:Đã hứa thì phải giữ. 答应了就要说话算数。②先…再说:ăn cho đã 先吃了再说③既然(用于句首):Đã thế đành phải chịu. 既然这样就只有认了。*tr* ①先(用于句尾,常见于祈使句):Cứ để cho nó nói nốt đã! 先让他说完!②(用于句首,强调肯定):Đã đành như thế. 只好这样。③(用在带疑问语气的句子,强调肯定):Đã đẹp chưa kìa? 漂亮了吧?

đã bệnh *đg* 痊愈,病好

đã...chưa *k* (已经) …了吗(疑问句式):Bác đã ăn chưa? 您吃过了吗?

đã đành [口]毋庸置疑,无疑,肯定

đã định *t* 既定的,原定的:Làm trái cả với kế hoạch đã định. 原定计划全打乱了。

đã đời *t* [口]尽兴,痛快:chơi cho đã đời 玩个痛快

đã giận *đg* 解恨

đã khát *đg* 止渴,解渴:uống cốc nước cho đã khát 喝杯水解渴

đã là *p* 既然是,作为:Đã là sinh viên thì phải ăn mặc văn minh. 作为大学生就要举止文明。

đã rồi *t* 既成的:việc đã rồi 事已至此

đã thèm *t* 餍足,满足:ăn cho đã thèm 吃个够

đã trót phải trét 一不做,二不休

đã vậy *p* ①事到如今②既然如此

đá₁ *d* ①石头,岩石,礁石:hòn đá 石块②[口]冰,冰块:cà phê đá 加冰的咖啡 *t* 吝啬,悭吝:Ông ấy đá lắm. 他很抠门。

đá₂ *đg* ①踢:đá bóng 踢球②斗:chơi đá dế 斗蟋蟀③[口]蹬,踹,甩:bị người yêu đá 被恋人甩④[口]掺杂,带,牵扯,掺和:Không nên đá vào việc người khác. 不要掺和别人的事。⑤插话:chốc chốc lại đá vào một câu tiếng Anh 不时又插句英语

đá ba-lát (balast) *d* 石碴,道砟

đá biến chất *d* 风化石

đá bóng *đg* 踢球,踢足球:vừa đá bóng vừa thổi còi 既当球员又当裁判(比喻一手遮天)

đá cầu *đg* 踢毽子

đá chảy *d* 熔岩

đá cuội *d* 卵石,孤石

đá dăm *d* 碎石

đá dế *đg* 斗蟋蟀

đá đít *đg* [口]一脚踢开;赶走,撵走;抛弃

đá đưa *đg* ①弄舌,摇唇鼓舌:đá đưa đầu lưỡi 油腔滑调②(眼睛飞快地)转来转去:con mắt đá đưa 眼神不定

đá giáp *d* 磨石

đá giăm *d* 碎石，道砟

đá hoa *d* 大理石，云石：đá hoa trắng 白云石

đá hoa cương *d* 花岗石

đá hoả sơn *d* 火山岩

đá hộc *d* 山石，岩石，大石

đá kim cương *d* 钻石

đá lửa *d* 火石，燧石

đá mài *d* ①磨石：đá mài dao 磨刀石；đá mài dầu 油石②[机] 砂轮

đá màu *d* 磨光石，细磨石

đá nam châm *d* 磁石

đá ngầm *d* 暗礁

đá ong *d* 岩石

đá ốp lát *d* 瓷砖，釉面砖

đá quả bóng [口] 踢皮球，推诿

đá quí *d* 玉石，金刚石，宝石：kinh doanh vàng bạc đá quí 经营金银珠宝

đá san hô *d* 珊瑚礁

đá sao sa *d* 陨石

đá sỏi *d* 砾石

đá thúng đụng nia [口] 大发雷霆

đá thuỷ tinh *d* 水晶石

đá thử vàng *d* 试金石

đá vàng *d* ①金石②（喻夫妻感情）坚贞

đá vôi *d* 石灰石：núi đá vôi 石灰石山

đạc [汉] 度 *đg* 量度，丈量，测量：đạc điền 丈量田地 *d* ①旧时长度单位，约 60 米②短距离，一口气：nói một đạc 一口气讲

đách *p*；*tr* [口] 屁（粗鲁地表示否定）：Nó thì biết cái đách gì! 他懂个屁!

đai₁ [汉] 带 *d* ①箍：thùng gỗ có đai sắt 有铁箍的木桶②（背小孩）背带③地带：đai ôn đới 温带④巾带；官服 *đg* 襁负，背小孩：đai con 背小孩

đai₂ *đg* [口] 牵缠：Người ta đã nhận lỗi rồi mà còn cứ đai mãi. 人家认错了还老揪住不放。

đai con *d* 襁褓

đai ốc *d* [机] 螺帽，螺母

đai sắt *d* 铁箍

đai truyền *d* 传动带

đài₁ [汉] 苔

đài₂ *d* ①[植] 花萼，花托：đài hoa 花萼②底座，托底：đài nến 蜡烛台

đài₃ [汉] 台 *d* ①台，碑：đài tưởng niệm 纪念碑②广播电台，电视台（简称）③[口] 收音机：bật đài nghe thời sự 开收音机听新闻④神台，神坛

đài₄ *t* 摆谱的，装腔作势

đài₅ [汉] 抬 *đg* 抬头写的，另起一行写的（旧时尊称另行书写，相当于大写）：viết đài lên（另起一行）抬头写

đài các *d* ①台阁②权贵 *t* 有派头的，有气派的

đài duyệt binh *d* 阅兵台，检阅台

đài điếm *t* 妖娆的，妖艳的，妖里妖气的：ăn mặc đài điếm 打扮妖里妖气的

đài điều khiển *d* 操纵台

đài ghi âm *d* 收音机，录音机

đài gương *d* 镜台，梳妆台

đài hoá thân *d* 焚尸炉，火葬场

đài khí tượng *d* 气象台

đài kỉ niệm *d* 纪念碑

đài nước *d* 水塔

đài phát thanh *d* 广播电台

đài quan sát *d* 观测台：đài quan sát khí tượng 气象观测台

đài thiên văn *d* 天文台

đài thọ *đg* 供给，负担

đài thu thanh *d* 收音机

đài trang *d* ①梳妆台②闺房

đài truyền hình *d* 电视台

đài vô tuyến *d* 无线电台

đãi₁ *đg* ①给予：đãi một số tiền 给一点钱②淘洗，洗濯：đãi gạo 淘米

đãi₂ [汉] 待 *đg* ① 对待：hậu đãi 厚待 ② 款待，招待

đãi bôi *t* 假惺惺：mời đãi bôi 假惺惺地请

đãi đằng *đg* 招待吃喝：đãi đằng cơm rượu 酒饭招待

đãi khách *đg* 请客，款待客人，待客

đãi ngộ *d* 待遇：đãi ngộ tối huệ quốc 最惠国待遇 *đg* 待遇，对待

đãi tiệc *đg* 设宴招待

đãi vàng *đg* 淘金

đái₁ [汉] 戴

đái₂ đg 小便,小解

đái₃ [汉] 带 đg 带,携带

đái dắt đg 尿频;尿不尽

đái dầm đg 遗尿,尿床,尿裤子: Trẻ em hay đái dầm. 小孩常尿床。

đái đường d 糖尿病

đái ra máu đg 溺血,尿血

đái tật đg 带病,抱病

đại₁ d [植] 鸡蛋花

đại₂ [汉] 代 d 世代: tam đại 三代

đại₃ [汉] 大 t 大: lá cờ đại 大旗; cây gậy hạng đại 大拐杖 p [口] 透顶, 极其: Hôm nay vui đại. 今天高兴极了。

đại₄ p 只管,尽管: Nói đại đi. 尽管说。

đại bác d [军] 大炮

đại bại đg 大败: Quân giặc đại bại. 敌军大败。

đại bản doanh d 大本营

đại biện d 代办: đại biện lâm thời 临时代办

đại biểu d; đg 代表: đại biểu cho nhân dân lao động 代表劳动人民

đại bịp đg 诈骗

đại bợm d 大骗子: một gã đại bợm 一个大骗子 t 大骗子的

đại ca d [口] 大哥,老大

đại cà sa t [口] 冗长,累赘

đại chiến d 大战: đại chiến thế giới lần thứ nhất 第一次世界大战

đại chúng d 大众 t 大众的: văn hoá đại chúng 大众文化

đại công nghiệp d 大工业

đại cục d 大局

đại cử tri d 选举人

đại cương d 大纲,概论

đại danh từ d 代名词

đại dịch d 疫病,重大传染病

đại diện đg; d 代表: cử đại diện đi họp 派代表去开会

đại dương d 大洋

đại để p 大抵,大致: Đại để cái việc ấy chỉ có thế thôi. 那件事大致就是这样。

đại đoàn d [军] 师

đại đội d [军] 大队: đại đội phòng không 防空大队 ② 连,连队: đại đội pháo binh 炮兵连

đại đồng t ①大同的,相同的②(社会)大同的: thế giới đại đồng 大同世界

đại đồng tiểu dị 大同小异

đại gia d ① [旧] 世家大族②巨头,大人物: đại gia về dầu lửa 石油巨头③ [旧] 大人(对官员的尊称)

đại gia đình d 大家庭

đại hàn d 大寒(二十四节气之一)

đại hạn d 大旱: trời đại hạn 天大旱

đại hỉ đg [旧] 大喜

đại hình d ①大刑,重刑②高级刑事法庭

đại hoạ d 大祸: gây đại hoạ 酿大祸

đại hoàng d [药] 大黄

đại học d ①大学: thi đỗ đại học 考上大学②本科,本科学历

đại học tổng hợp d 综合大学

đại hồi d 八角,大茴香

đại hội d 大会: đại hội cổ đông 股东大会

đại khái t ①大概的,梗概: biết đại khái 大概了解②马马虎虎

đại lí đg 代理: bán đại lí 经销代理 d ①代理② [旧] 代理公使

đại liên d 重机枪

đại loại p 大概,大致,大体: Câu chuyện đại loại là như vậy. 事情大致是这样。

đại lộ d 大路,大道

đại lục d 大陆: đại lục Á-Âu 亚欧大陆

đại lượng t ①大量,气度宽宏: tấm lòng đại lượng 胸怀宽宏大量②大量的,众多的: đại lượng sinh sản 大量生产 d 数量,数值,数据项

đại mạch d 大麦: đại mạch nha 大麦芽

đại nạn d 大难

đại não d 大脑

đại náo đg [旧] 大闹: đại náo long cung 大闹龙宫

đại nguyên soái d 大元帅

đại nhân vật d 大人物

đại nội d 大内,皇宫: tham quan đại

nội kinh thành Huế 参观顺化皇宫

đại pháo *d* 大炮

đại phu *d* ①[旧]士大夫②医生

đại quân *d* [军]大军

đại qui mô *t* 大规模的

đại sảnh *d* 大厅, 大堂: đại sảnh của khách sạn 宾馆大堂

đại soái *d* [军]大帅

đại số *d* [数]代数: đại số học 代数学

đại sứ *d* 大使

đại sứ quán *d* 大使馆

đại sự *d* [旧]大事: làm đại sự 做大事

đại tá *d* [军]①大佐②大校

đại tài *t* 很有才的, 很有能力的

Đại Tây Dương *d* [地]大西洋

đại thắng *d* 大胜, 大捷

đại thần *d* [旧]大臣

đại thể *d*；*p* 大体: Đại thể ý kiến của họ là giống nhau. 他们的意见大体上相同。

đại thọ *d* 大寿

đại thử *d* 大暑(二十四节气之一)

đại tiện *đg* 大便: đại tiện ra máu 便血

đại tổng thống *d* 大总统

đại trà *t* 大面积的, 大规模的: trồng ngô đại trà 大规模种植玉米

đại tràng *d* 大肠: viêm đại tràng 大肠炎

đại trượng phu *d* [旧]大丈夫

đại tuyết *d* 大雪(二十四节气之一)

đại tư bản *d* 大资本家；大投资家

đại từ đại bi *t* 大慈大悲

đại tướng *d* [军]大将

đại uý *d* [军]大尉

đại vương *d* [旧]大王: muôn tâu đại vương 启禀大王

đại xá *đg* 大赦

đại ý *d* 大意: đại ý của bài văn 文章的大意

đam₁ *d* 淡水蟹类

đam₂ [汉]耽 *đg* 沉溺, 沉湎, 耽于: 嗜, 醉 心 于: Rượu chè cờ bạc, cái gì thằng ấy cũng đam. 烟酒赌博, 他样样都迷。

đam mê *đg* 耽湎, 耽玩, 嗜: đam mê

tửu sắc 沉迷于酒色

đàm [汉]谈, 痰, 昙

đàm đạo *đg* 谈论

đàm luận *đg* 谈论: Mấy anh em đàm luận về tình thầy trò ngày nay. 他们在谈论如今的师生情。

đàm phán *đg* 谈判: đàm phán về vấn đề biên giới giữa hai nước 两国边界问题谈判

đàm thoại *đg* ①交谈, 谈话: cuộc đàm thoại vui vẻ 愉快的谈话②讨论, 交流

đàm tiếu *đg* 耻笑, 嘲笑

đảm [汉]担 *đg* 担负, 担当, 承担: Việc khó quá, sợ không đảm nổi. 事情很难, 怕承担不了。*t* 能干(指妇女善操持家务): phụ nữ đảm 能干的女人

đảm bảo *đg* 保证, 担保, 保障: đảm bảo hoàn thành trước kì hạn 保证提前完成

đảm đang *đg* 担当, 担负 *t* (妇女)善操持家务, 能干: Anh ấy có một người vợ đảm đang. 他有位能干的妻子。

đảm đương *đg* 担当

đảm nhận *đg* 承担, 担当: đảm nhận công việc nội trợ 承担家务

đảm nhiệm *đg* 担任

đảm trách *đg* 负责

đám *d* ①群, 片, 堆, 丛: một đám cỏ 一丛草；một đám mây 一朵云②(聚在一起做某事的)人群: đám cưới 婚礼③殡丧: nhà có đám 家有丧事④组合, 群体⑤[口]婚姻关系

đám bạc *d* 赌局

đám cưới *d* 婚礼: tổ chức đám cưới 举行婚礼

đám hội *d* 节庆, 庙会

đám ma *d* 葬礼, 出殡(仪式)

đám mây *d* 云彩

đám người *d* 人群

đám tiệc *d* 宴会

đạm₁ [汉]淡, 氮

đạm₂ *d* ①氮: phân đạm 氮肥②蛋白质

đạm bạc *t* 清淡, 淡薄, 粗茶淡饭: bữa cơm đạm bạc 清淡的饭菜

đạm trúc diệp d[药]淡竹叶

đan₁[汉]单,丹

đan₂ đg 编结,编织: đan áo len 织毛衣; đan rổ 编织篮子

đan cài đg 交织,缠绕: Những dải màu xanh, đỏ đan cài vào nhau. 红色,绿色的带子缠绕在一起。

đan chéo đg 纠缠,交织

đan dược d 丹药

đan điền d[医]丹田

đan độc d[医]丹毒

đan kết đg 编织,编结: Đan kết lá cây thành vòng hoa. 把树叶编成花环。

đan lát đg 编织: học đan lát 学编织

đan quế d①[植]丹桂②月亮(见于诗文)

đan sa d[药]丹砂,朱砂

đan sâm d[药]丹参

đan xen đg 交错,交织,穿插: Các tiết học và thực hành được bố trí đan xen. 学习课和实践课穿插安排。

đàn₁[汉]檀

đàn₂ d[乐]弹 d 琴: tiếng đàn 琴声 đg 弹奏: vừa đàn vừa hát 边弹边唱

đàn₃[汉]坛 d 坛: lập đàn 筑坛

đàn₄ d ①群(指动物或小孩): đàn bò 牛群; đàn trẻ 一群小孩②界(按性别分类): đàn ông 男人; đàn bà 女人

đàn₅ đg ① 整 平, 摊 平: đàn nền lát gạch cho bằng 整平铺砖的地基②拉长: Bài văn đàn mãi ra cho dài. 文章拉得很长。

đàn anh d 兄长,大哥,老大哥

đàn áp đg 弹压,镇压

đàn bà d[口]妇女,女人

đàn bầu d[乐]独弦琴

đàn địch đg[口]摆弄(乐器): suốt ngày đàn địch 整天摆弄乐器

đàn gió d 手风琴(=phong cầm)

đàn hặc đg[旧]弹劾

đàn hoà đg ①调和,调解,协调②讨论,商讨③谈论,议论

đàn hồi t 反弹的

đàn hương d[植]檀香

đàn nhị d[乐]胡琴,二胡

đàn oóc-gan d[乐]电子琴

đàn ông d 男人,男士

đàn ông đàn ang d[口](算什么)男人,男子汉

đàn ống d[乐]管风琴

đàn pi-a-nô (piano) d[乐]钢琴

đàn sáo đg[口]吹弹(乐器): suốt ngày đàn sáo ca hát 整天吹拉弹唱

đàn tam d[乐]三弦琴

đàn tế d 祭坛

đàn tì bà d[乐]琵琶

đàn tính d①弹性②[乐]天琴

đàn vi-ô-lông d 小提琴

đàn vi-ô-lông-xen d 大提琴

đàn xếp d[乐]手风琴

đản[汉]诞,旦,弹

đạn[汉]弹 d①子弹,枪弹②弹状物

đạn báo hiệu d 信号弹

đạn bọc đường d 糖衣炮弹

đạn cháy d 燃烧弹

đạn chiếu sáng d 照明弹

đạn dược d[军]弹药

đạn đại bác d[军]炮弹

đạn hoá học d 化学弹

đạn hơi độc d 毒气弹

đạn lạc d[军]飞弹,流弹

đạn lửa d①[军]燃烧弹② 枪林弹雨

đạn mù d 烟幕弹

đang₁[汉]当

đang₂ đg 忍心: sao đang 于心何忍

đang₃ p 正在: Trời đang mưa to. 天正下大雨。

đang cai đg 主持;做东道主,举办

đang lúc p 正当,正在: Đang lúc tôi ăn cơm thì anh ấy bước vào. 我正吃饭时他走进来。

đang tâm đg 忍心,发狠

đang thì t 年正当时,妙龄: đang thì con gái 妙龄少女

đàng₁[汉]堂

đàng₂ d 道路

đàng₃ d[方]方,边,里: đàng xa 远方

đàng điếm t 放荡,放浪,淫逸

đàng hoàng t ①堂皇,像样;体面,周备: Nhà cửa đàng hoàng. 房子(布置)很堂皇。②正派,坦荡,光明正大: làm người đàng hoàng 为人坦荡

đảng [汉] đ ①党, 党派②政党③（大写）越南共产党

đảng bảo hoàng d 保皇党

đảng bảo thủ d 保守党

đảng bộ d 党部，党委，党委会

đảng cộng hoà d 共和党

đảng cộng sản d 共产党

đảng dân chủ d 民主党

đảng đoàn d 党团，党组

đảng đối lập d 反对党

đảng phái d 党派

đảng phí d 党费

đảng sâm d [药]党参

đảng uỷ d 党委

đảng viên d ①党员：đảng viên chính thức 正式党员②越共党员

đảng xã hội d 社会党

đãng [汉] 荡 t 心不在焉

đãng trí t 分神，心不在焉

đáng đg ①应当，应该②值得：không đáng lo 不必担心

đáng chê t 可恶，讨嫌

đáng đời t [口]命该如此的，活该的

đáng ghét t 可恨，可恶，讨厌

đáng ghi nhớ t 值得纪念的，难忘的

đáng giá t 贵重，名贵，值钱；高贵

đáng kể t ①值得一提的，值得称道的：giành được thành tích đáng kể 取得可喜的成绩②不小的，相当巨大的：kiếm được một khoản tiền đáng kể 挣到一笔不小的钱

đáng khen đg 值得称颂，值得表扬，值得嘉奖：Hành vi này đáng khen. 这种行为值得表扬。

đáng lẽ p 本应，理应；照理说

đáng lí p 按理：đáng lí phải nộp 100 tệ 按理要交一百元

đáng mặt t 名副其实

đáng quý t 可敬，可贵；值得珍惜

đáng ra p 按道理，原本；理应，本应

đáng sợ t 可怕的，恐怖的

đáng thương t 可怜的：Cô bé ấy thật đáng thương. 这小姑娘真是可怜！

đáng tiếc t 可惜的，遗憾的：Nếu bạn không đến thì thật đáng tiếc! 如果你不来真是很遗憾！

đáng tiền t 值钱的，值得的

đáng tội t 罪有应得的

đáng trách t ①可恶的，讨嫌的②该遭谴责的，该骂的：Kẻ thứ ba đáng trách. 第三者应遭谴责。

đáng yêu t 可爱：những người đáng yêu nhất 最可爱的人；tổ quốc đáng yêu 可爱的祖国

đanh d [方]钉，钉子 t ①结实，强壮：người đanh 身体结实②（声音）尖锐③僵硬，呆板

đanh dép d 小铁钉

đanh đá t 泼辣

đanh thép t 强有力，不可动摇，斩钉截铁：quyết tâm đanh thép 不可动摇的决心

đành đg ①只好，只得，暂且，无奈②忍心③注定，理所当然④尽管，虽然

đành chịu đg ①只好如此，姑且如此②只好认输

đành hanh t 要强，霸道，蛮横

đành lòng đg ①只好，只得：đành lòng ngồi đợi 只好坐等②忍心：không đành lòng bỏ bạn 不忍心丢下朋友

đành phải p 只得，只好

đành rằng p 虽然，固然

đành vậy t 无可奈何的，无计可施的：Ít tiền thì đành vậy thôi. 钱少无计可施。

đánh đg ①打，击；打击：đánh gãy xương 打断骨头②攻打，战斗：đánh giặc 打敌人③下（棋），打（球）：đánh cờ 下棋④打，捕：đánh cá 打鱼⑤征收：đánh thuế 收税⑥擦，打磨：đánh giày cho bóng 把鞋子擦亮⑦打，制作：đánh chiếc nhẫn vàng 打金戒指⑧估定：đánh giá 评价⑨设圈套：đánh bẫy 设网捕捉⑩荡：đánh đu 荡秋千⑪搓：đánh chạc 搓绳⑫集聚：đánh cây rơm 堆稻草⑬驾驶：đánh xe ngựa 驾马车⑭箍：đánh đai thùng 箍桶⑮连合，组合：đánh vần 拼音⑯修削：đánh lông mày 修眉毛⑰猜：đánh đố 猜谜⑱搅拌：đánh trứng 搅蛋⑲移植：đánh cây 移树⑳弄：đánh mất 弄丢㉑刷

洗，刮洗：đánh răng 刷牙；đánh vảy cá 刮鱼鳞㉒(表示日常生活如衣、食、住等动作)：đánh ba bát cơm 吃三碗饭；đánh một giấc 睡一觉㉓发出(声响)：rơi đánh bịch một cái "吧嗒"一声掉下

đánh ẩu *đg* ①乱揍，乱打②［军］打遭遇战

đánh bả *đg* 投毒

đánh bạc *đg* 赌钱，赌博

đánh bài *đg* ①打牌，玩牌②耍心眼儿

đánh bại *đg* 打败，打退

đánh bạn *đg* 交友，结交：đánh bạn với bọn trẻ cùng làng 和同村的年轻人交朋友

đánh bạo *đg* 斗胆，壮起胆

đánh bạt *đg* 推翻，推倒

đánh bắt *đg* 打(鱼)，捉(鱼)

đánh bật *đg* 击退，打退，赶出：đánh bật các đợt phản kích của địch 击退敌军的反攻

đánh bẫy *đg* 罗捕，网捕

đánh bể *đg* 练武，练把式(=đánh vỡ)

đánh bóng₁ *đg* 打球：đánh bóng rổ 打篮球

đánh bóng₂ *đg* 磨光，擦亮，擦：đánh bóng giày da 擦亮皮鞋

đánh bộ *đg* ［军］陆战

đánh bốc *d* 拳击

đánh bùn sang ao 白费功夫，徒劳无功

đánh cá *đg* ① 捕鱼，捕捞：sống bằng nghề đánh cá 以捕鱼为生②［方］打赌

đánh cắp *đg* 盗窃：đánh cắp vàng bạc 盗窃金银财宝；đánh cắp mật khẩu 盗密码

đánh cây *đg* 移树，移苗

đánh chác *đg* 打仗，打斗

đánh chén *đg* ［口］吃喝，大吃大喝，撮一顿：cứ đánh chén thoải mái 尽情地吃喝

đánh cờ *đg* 下棋，弈棋：học đánh cờ 学下棋

đánh cờ lấy nước 先下手为强

đánh cược *đg* 打赌

đánh dấu *đg* ①做记号，做标记②标志

đánh đàn *đg* 弹琴

đánh đắm *đg* 击沉

đánh đấm *đg* ［口］打仗，打斗

đánh đập *đg* 杖打，殴打，挞打

đánh đầu 顶球：đánh đầu đưa bóng vào lưới 用头把球顶进门

đánh điện *đg* ①打电报②打电话

đánh đòn *đg* 杖打，棍打

đánh đổ *đg* ①打翻：đánh đổ cốc nước 打翻水杯②打倒，推翻，打垮：đánh đổ chế độ phong kiến 推翻封建制度

đánh đố *đg* ①猜谜②考验

đánh đôi *đg* 双打

đánh đổi *đg* 换，换取

đánh đông dẹp bắc *đg* 南征北战，征东平西

đánh đồng *đg* 混淆：đánh đồng người tốt với kẻ xấu 混淆好人坏人

đánh đống *đg* 堆垛，码垛

đánh động *đg* 暗示，打暗号

đánh đơn *đg* 单打

đánh đu *đg* ①荡秋千，đánh đu trên cây 在树上荡秋千②荡，荡动

đánh đùng *p* 骤然，突然

đánh đụng *đg* 合伙宰分牲畜：Hai nhà đánh đụng một con chó. 两家合伙宰一条狗。

đánh đuổi *đg* 驱逐，赶走：đánh đuổi hải tặc 驱逐海盗

đánh ghen *đg* 争风吃醋

đánh giá *đg* ①评价，衡量：Tác phẩm được dư luận đánh giá cao. 舆论对作品评价很高。②评标，评估，估算：đánh giá tài sản 资产评估

đánh giáp lá cà *đg* 肉搏，白刃战

đánh giày *đg* 擦鞋

đánh giặc *đg* ①歼敌②［方］打仗

đánh gục *đg* 打垮

đánh hỏng *đg* (考试)没过，砸了，没通过：bài thi bị đánh hỏng 考试没过

đánh hơi *đg* ①嗅：chó đánh hơi 狗嗅气味②发觉，察觉：Bọn lính đã đánh hơi được tình hình khác thường. 士兵发觉情况不对。③排气(放屁的委婉说法)

đánh liều *đg* 冒险,斗胆;豁出去

đánh lộn *đg* ①[方] 打架: tụi nhỏ đánh lộn nhau 小孩打架 ② 颠倒: đánh lộn trắng đen 颠倒黑白

đánh lộn sòng *đg* 调包

đánh lui *đg* 击退,打退: đánh lui quân địch 击退敌军

đánh lừa *đg* 欺骗,哄骗

đánh mạnh *đg* 猛攻,猛打

đánh máy *đg* 打字

đánh mất *đg* 遗失,丢失: Đánh mất mũ trên sân. 帽子遗失在操场了。

đánh nam dẹp bắc 南征北战

đánh nhau *đg* 打架,斗殴

đánh nhau vỡ đầu mới nhận họ 不打不成交;不打不相识

đánh nhịp *đg* 打拍子

đánh ống *đg* 绕线,打圈

đánh phá *đg* 破坏,摧毁,毁坏

đánh phấn *đg* 涂粉,抹粉,擦粉: mặt đánh phấn 脸上擦粉

đánh phèn *đg* 打矾,搅矾(以矾清水)

đánh quả *đg* 捞外快

đánh rắm *đg* 放屁

đánh răng *đg* 刷牙

đánh rơi *đg* 丢失,遗失,失落: đánh rơi mất cái ví 丢了钱包

đánh rớt *đg* ① 丢失,遗失,失落 ② 落第: đi thi bị đánh rớt 考试没考上

đánh số *đg* 给…编号: đánh số tập luận án 给论文集编号

đánh tháo *đg* ①[口] 溜号,脱身,脱逃: Nó đánh tháo ra phố chơi. 他溜号上街玩。②(商贩)爽约,反悔: đã đồng ý bán rồi lại đánh tháo 先前同意卖了后来又反悔

đánh thắng *đg* 战胜

đánh thuế *đg* 征税

đánh thức *đg* 叫醒,唤醒

đánh tiếng *đg* ① 发出声 ② 放风声: đánh tiếng muốn bán nhà 放出风声要卖房

đánh tráo *đg* 偷换,偷天换日

đánh trống khua mõ 敲锣打鼓

đánh trống lấp *đg* [口] 岔开话题,遮掩

đánh úp *đg* 偷袭

đánh vào *đg* 混入,打入,钻入: đánh vào quân địch 打入敌军

đánh vảy *đg* 去鳞: đánh vảy cá 去鱼鳞

đánh vần *đg* 拼读,拼音

đánh vật *đg* ① 摔跤,角斗 ② 花力气对付,难对付

đánh võ *đg* 练武,练把式

đánh võng *đg* (开车) 穿插

đánh vỡ *đg* 打破,摔破: Nó hay đánh vỡ bát. 他常打破碗。

đao [汉] 刀 *d* ①(兵器) 大刀 ②[建] 飞檐

đao kiếm *d* 刀剑

đao thương *d* ① 刀创,刀伤 ② 刀兵,兵戎

đao to búa lớn 大刀阔斧

đào₁ [汉] 陶,海,掏,逃,萄,涛

đào₂ [汉] 桃 *d* 桃,桃子:桃花 *t* 桃红色

đào₃ *d* ① 少女 ②[旧] 陶娘,歌妓,女伶

đào₄ *đg* 挖,掘,刨: đào giếng 掘井

đào₅ [汉] 逃 *đg* 逃走

đào binh *d* 逃兵

đào bới *đg* 挖掘,刨

đào dẹt *d* 蟠桃

đào hoa *t* 有桃花运的: số đào hoa 交桃花运

đào huyệt *đg* 挖墓,掘墓

đào lộn hột *d* [植] 腰果

đào luyện *đg* 陶冶,训练

đào mỏ *đg* 开矿,挖矿

đào ngũ *đg* [军] 当逃兵,开小差

đào nhân *d* ① 桃仁 ②[旧] 陶人,陶匠

đào nhiệm *đg* (公务员) 弃职,放弃工作

đào non *d* ① 嫩桃树 ② 少女

đào núi lấp biển 挖山填海

đào sâu *đg* 深挖,深究: Vấn đề này cần được đào sâu. 此问题还要深究。

đào sâu suy kĩ 深思熟虑

đào tạo *đg* 培养,造就: đào tạo cán bộ 培养干部; đào tạo kĩ thuật 技术培训

đào tẩu *đg* [旧] 逃走

đào tơ liễu yếu *d* [旧] 窈窕淑女

đảo₁ [汉] 祷

đảo₂ [汉] 岛 d 海岛: hòn đảo 岛屿

đảo₃ [汉] 倒 đg ①调换,翻动: đảo vị trí cho nhau 相互调换位置②翻,翻转,绕圈,打转: Chiếc máy bay đảo mấy vòng. 飞机打了几转。③摇摆,摇晃;飘摇,摇曳: chiếc diều đảo phơ phất phới 风筝飘摇

đảo₄ đg [口] 顺便做,争取做: Đi công tác, tranh thủ đảo qua nhà. 出差时顺便回一趟家。

đảo chính đg 发动政变,发动事变 d 政变,事变

đảo điên t ①颠倒: thời thế đảo điên 时势颠倒②不诚实: ăn ở đảo điên 为人不诚实

đảo lộn đg 打乱: đảo lộn kế hoạch 打乱计划

đảo ngược đg ①翻过儿,倒过儿;倒转,倒置: đứng đảo ngược 倒立②打乱

đảo quốc d 岛国

đáo [汉] 到

đáo để t 厉害,泼辣: Con bé đáo để lắm. 那孩子很厉害。p [口] 之极,绝顶: Cô ấy xinh đáo để. 那姑娘漂亮极了。

đạo₁ [汉] 导,稻

đạo₂ [汉] 道 d [旧] 道(行政单位,相当于现在的省)

đạo₃ [汉] 道 d 路,支,队: Đội quân chia làm hai đạo. 军队分成两路。

đạo₄ [汉] 道 d ①指宇宙运行规律 d 道理: đạo làm người 为人之道③道路④ [宗] 道家,道教⑤教门: đạo Cơ Đốc 基督教⑥天主教

đạo₅ [汉] 盗 đg 盗,剽窃: đạo văn 剽窃文章

đạo binh d 一队人马

đạo Cơ Đốc d 基督教

đạo cụ d 道具

đạo diễn đg; d 导演

đạo đạn d [军] 导弹

đạo đức d 道德

đạo giáo d ① [宗] 道教②宗教

đạo hiếu d 孝道

đạo Islam d [宗] 伊斯兰教

đạo kiếp đg [旧] 盗劫,抢劫

đạo Lão d [宗] 道教

đạo lí d 道理: hiểu đạo lí 懂道理

đạo luật d 法则,法律

đạo mạo t 道貌岸然,一本正经

đạo môn d ①道门②道教

đạo nghĩa d 道义

đạo Nho d 儒教

đạo ôn d 稻瘟

đạo pháp d [宗] 道法

đạo Phật d [宗] 释教,佛教

đạo quan d [宗] 道观

đạo tặc d 盗贼

đạo Thiên Chúa d [宗] 天主教

đạo trời d 天道,天理

đáp₁ đg 停飞,落地,着地: trực thăng đáp đất 直升机着地

đáp₂ đg 抛,掷,扔

đáp₃ d 岔裆: quần có đáp 有岔裆的裤子

đáp₄ đg 搭乘: đáp máy bay 乘飞机

đáp₅ [汉] 答 đg ①回答,答复;答复: đáp lại câu hỏi của cô giáo 回答老师的问题②回报: đáp ơn bố mẹ 报答父母之恩③回应: mim cười chào đáp 微笑着回应

đáp án d 答案: Trả lời không đúng đáp án. 回答与答案不符。

đáp lễ đg 答礼,回礼,还礼

đáp lời đg 答话

đáp số d (数学) 答案: tìm ra đáp số 找出答案

đáp tạ đg [旧] 答谢

đáp từ d 答词,回答

đáp ứng đg 满足: đáp ứng yêu cầu của khách hàng 满足顾客需要

đáp xuống đg 着陆;降落

đạp [汉] 踏 đg ①踏,踩,蹬: đạp vào người 踩到人②[口] 蹬自行车: đạp xe đạp 骑自行车③(禽类) 交尾

đạp đổ đg 踢翻;捣乱,毁坏

đạp lúa đg 打谷

đạp mái đg 交尾

đạp trống đg (杂技) 蹬鼓

đát d [口] (商品的) 保质期: Hàng đã

quá đát. 商品已过期。

đạt [汉] 达 *đg* ① 达到,实现,达成: đạt mục tiêu 达到目标 ② 获得,取得,赢 得: đạt hiệu quả tốt 取得好效果 ③ 符 合要求,合格

đạt lí thấu tình *t* 通情达理

đau *t* ① 痛,疼: đau dạ dày 胃痛 ② 痛 苦,痛切: chuyện đau lòng 痛苦的 事 *đg* ① [方] 患病 ② 使痛,使痛苦: chuyện đau lòng 使人痛苦的事

đau bao tử *t* [方] 胃痛

đau bụng *t* 肚子痛

đau buồn *đg*; *t* 难过,哀伤,伤心: gặp chuyện đau buồn 遇到伤心事

đau dạ dày *t* 胃痛 *đg* 胃病

đau đáu *t* 忧心的,忧虑的: lo đau đáu 忧心忡忡的; nhìn đau đáu 担忧地看 着

đau đầu *t* ① 头疼: đau đầu lắm 很头 疼 ② 感到麻烦的,烦恼的: đau đầu vì công việc 为工作的事烦恼

đau điếng *t* 痛彻心扉的,非常疼痛的

đau đớn *t* ① 痛苦,悲痛;惨痛,痛楚: đau đớn rụng rời 悲痛欲绝 ② 令… 痛苦,使…难过: những thất bại đau đớn 令人痛苦的失败

đau khổ *t* 痛苦: Mẹ chết làm cho anh ấy đau khổ. 母亲的死使他很痛苦。

đau khớp xương *d* [医] 关节炎

đau lòng *t* 痛心

đau màng óc *d* [医] 脑膜炎

đau mắt *d* [医] 眼炎,眼睛痛

đau mắt hột *d* [医] 沙眼

đau nhói *t* 刺痛: vết thương đau nhói 刺痛的伤口; tim đau nhói 刺痛的心

đau ốm *đg* 病痛,生病

đau quặn *t* 绞痛

đau ruột thừa *d* [医] 盲肠炎,阑尾炎

đau thận *d* [医] 肾炎

đau thương *t* 悲伤,悲痛

đau tim *d* [医] 心脏病

đau xót *t* 痛心,沉痛,痛切: bài học đau xót 沉痛的教训

đay₁ *d* ① 黄麻,火麻 ② 长蒴黄麻

đay₂ *đg* 絮聒,絮烦,唠叨: Có mỗi một chuyện mà cứ đay đi đay lại mãi.

那点小事唠来叨去。

đay nghiến *đg* 折磨,非难

đày *đg* ① 流放,充军 ② 贬谪

đày ải *đg* ① 流放,充军: bị đưa đi đày ải 被流放 ② 虐待,折磨,奴役

đày đoạ *đg* 虐待,折磨,奴役: tự đày đoạ mình 自我折磨

đãy *d* 褡裢

đáy₁ *d* ① 底: đáy thùng 桶底; đáy sông 河底 ② [地] (大写) 底河 (亦称 代河,为红河支流)

đáy₂ *d* 圆锥形的渔网

đáy lòng *d* 心底,心坎

đắc chí *t* ① 得志 ② 得意,得意扬扬

đắc cử *đg* 中选: đắc cử tổng thống 当 选总统

đắc dụng *t* 得力,好用

đắc đạo *đg* [宗] 得道

đắc địa *t* ① 风水好,地段好 ② [口] 得 当: Dùng từ đắc địa. 用词得当。

đắc lợi *đg* 得利 (于)

đắc lực *t* 得力,能干: Anh ấy là cánh tay đắc lực của giám đốc. 他是经理 的得力助手。

đắc nhân tâm *t* 得人心的

đắc số *d* [数] 得数

đắc thắng *đg* 得胜,赢得胜利 *t* (胜利 后的) 喜悦,得意: cười đắc thắng 喜 悦的笑

đắc tội *đg* [旧] 得罪,负罪

đắc ý *t* 得意: cười một cách đắc ý 得 意地笑

đặc₁ [汉] 特

đặc₂ *t* ① 浓,稠: cà phê pha đặc 浓咖 啡 ② 实心的: bánh xe đặc 实心轮胎 ③ 全,满: mây đen đặc bầu trời 乌 云密布 ④ 全然的,百分之百的,地道 的: nói đặc giọng miền Nam 说一 口地道的南方音 ⑤ 纯粹的,完全的: quê đặc 纯粹的土包子; tây đặc 完全 西化 ⑥ 一般: đặc cấp 特级

đặc biệt *t* 特殊的,与众不同的: trường hợp đặc biệt 特殊场合; bán theo giá đặc biệt 特价出售

đặc cách *đg* 破格

đặc cán mai *t* 愚笨,愚钝

đặc cấp *đg* 特供, 特颁

đặc chất *d* 特质, 特性

đặc chế *đg* 特制

đặc chủng *t* 特种的, 特殊, 特别: loại động vật đặc chủng 特种动物

đặc công *d* 特种部队, 特战部队 *đg* 突袭; 特战: đánh đặc công 打突袭战

đặc dị *t* 特异: công năng đặc dị 特异功能

đặc dụng *t* 特种, 专用, 有特殊作用的: máy móc đặc dụng 专用设备

đặc điểm *d* 特点: đặc điểm khí hậu 气候特点

đặc hiệu *t* 特效: thuốc đặc hiệu 特效药

đặc khu *d* 特区: đặc khu kinh tế 经济特区

đặc kịt *t* [口] 稠密, 很多: Cá nổi đặc kịt trên mặt hồ. 湖面上浮着很多鱼。

đặc lại *đg* [理] 凝结, 凝固

đặc mệnh *đg* 特命: đại sứ đặc mệnh toàn quyền 全权特命大使

đặc nhiệm *đg* 交付特殊任务: được đặc nhiệm đi công tác 被特派任务出差 有着特殊任务的: lính đặc nhiệm 特工

đặc phái *đg* 特派: đặc phái viên 特派员

đặc quyền *d* 特权: đặc quyền lãnh sự 领事特权

đặc ruột *t* ①实心的: săm lốp đặc ruột 实心胎②确实, 实在

đặc san *d* 特刊

đặc sản *d* ①特产②特色: món đặc sản 特色菜

đặc sắc *t* 有特色的; 精彩的: đặc sắc tính dân tộc 富有民族特色

đặc sệt *t* ①稠②浓重: nói đặc sệt giọng miền Bắc 说话带浓重的北方口音

đặc tả *đg* 特写: đặc tả tính cách nhân vật 人物性格特写 *d* 报告文学

đặc tài *d* 特才, 奇才

đặc thù *t* 特殊 *d* 特点, 特性

đặc tính *d* 特性

đặc trách *đg* 负特别责任, 负专责

đặc trị *t* (药) 专治: thuốc đặc trị bệnh ung thư 癌症专用药

đặc trưng *d* 特征, 特点, 特色 *t* 有…特征的, 特殊: Mỗi tộc người có những nét đặc trưng riêng. 各族群都各有特点。

đặc vụ *d* 特务: cơ quan đặc vụ 特务机关

đặc xá *đg* 特赦: lệnh đặc xá 特赦令

đặc xịt *t* 浓, 浓郁: Nước chè pha đặc xịt. 茶泡得挺浓的。

đăm *d* [旧] 右, 右边: Chân đăm đá chân chiêu. 右脚绊左脚。

đăm chiêu *đg* 沉思, 思虑

đăm đăm *t* ①直勾勾: nhìn đăm đăm 直勾勾地看着②凝神, 凝想

đăm đắm *t* (眼神) 专注: mắt nhìn đăm đắm 专注凝望的眼神

đằm₁ *t* ①平稳, 安稳: Xe chạy rất đằm. 车跑得很平稳。②深厚, 深长: giọng hát rất đằm 歌声浑厚③沉稳, 稳重: người đằm tính 性格稳重的人

đằm₂ *đg* 浸泡, 浸湿: đằm mình trong nước 把身子浸到水里

đằm thắm *t* 浓厚, 深厚, 深长: mối tình đằm thắm 深厚情谊

đắm *đg* ①沉没: Tàu bị đánh đắm. 船被打沉了。②沉迷, 沉溺, 沉湎

đắm chìm *đg* ①淹没②沉醉, 沉迷

đắm đuối *đg* 沉湎, 沉溺, 沉沦: đắm đuối trong vòng tửu sắc 沉湎酒色

đắm ngọc chìm châu 香消玉殒

đắm nguyệt say hoa 闭月羞花

đắm sa *đg* 沉湎

đắm say *đg* 沉醉, 沉湎

đẫm *t* 湿漉漉 *đg* 使湿漉漉

đậm *t* ①(色) 浓, 黯②浓郁③情感深厚, 浓烈④丰满, 丰盈⑤(线条) 清晰, 有力

đần *đg* 压, 摁

đẵn *đg* 砍伐, 截切: đẵn cây 砍树 *d* 截: một đẵn mía 一截甘蔗

đắn đo *đg* ①比较, 掂量②揣摩, 细想, 犹豫: trả lời không chút đắn đo 毫不犹豫地回答

đăng₁ [汉] 当, 灯

đăng₂ [汉] 登 *đg* ①攀登②登载, 刊登,

登记

đăng bạ *đg* [旧]登记，入册

đăng báo *đg* 登报

đăng cai *đg* 主办，举办：đăng cai tổ chức Thế Vận Hội 主办奥运会

đắng *t* (味)苦，略苦：Thuốc bắc đắng đắng, chua chua, khó uống lắm. 中药又苦又酸，很难喝。

đăng kí *đg* 登记，注册；入户，报名：đăng kí kinh doanh 经营注册 *đ* 登记证明，注册证：cấp đăng kí 发放登记证明

đăng kiểm *đg* (对交通工具)管理，监管，检查：trạm đăng kiểm ô-tô 车辆检测站

đăng nhập *đg* 登录：đăng nhập mật khẩu 登录密码；đăng nhập vào mạng 登录上网

đăng quang *đg* 登基，即位

đăng tải *đg* 登载：Tin tức được đăng tải trên Internet. 消息登载在网上。

đăng ten *t* 花边

đăng tên *đg* 报名

đằng₁ [汉]藤 *d* 藤

đằng₂ ① 边，方面：đằng chúng tôi 我们这边 ② 种类，样

đằng₁ [汉]腾 *đg* 飞腾：đằng vân giá vũ 腾云驾雾

đằng ấy *đ* ① 那边 ② [口] 你(表亲密)：Đằng ấy đến nhà tớ chơi nhé! 你到我家来玩吧!

đằng đằng₁ *d* 耳疮：lên đằng đằng 长耳疮

đằng đằng₂ *t* ① 苗壮：Lúa tốt đằng đằng. 稻子长得很壮。② 气盛：vẻ mặt đằng đằng sát khí 一副杀气腾腾的样子 ③ 悠远，漫长

đằng đằng sát khí 杀气腾腾

đằng đẵng *t* 悠远，漫长：tháng ngày đằng đẵng 漫长的岁月

đằng hắng *đg* 吭声，咳嗽，清嗓子

đằng kia *đ* 那儿，那边

đằng này *đ* ① 这边 ② [口] 我(对知己、亲友自称)

đằng sau *đ* 后面：ngồi đằng sau 坐在后面

đằng thẳng *t* 按部就班，不慌不忙，从

từ 容容：cứ đằng thẳng mà làm 不慌不忙地做

đằng trước *đ* 前面，前边儿

đẳng [汉]等 *d* 等级：thượng đẳng 上等

đẳng cấp *d* ① 等级 ② 程度 ③ 级别

đẳng lập *t* 等立，并列，联合

đẳng lượng *t* 等量的

đẳng thức *d* [数]等式

đắng *t* ① 苦：thuốc đắng 苦药 ② 苦痛

đắng cay *t* ① 苦辣 ② 艰辛

đắng cay ngậm quả bồ hòn 哑巴吃黄连

đắng đắng *t* 微苦的

đắng ngắt *t* 苦涩的，苦苦的

đặng₁ *đg* 达到：tuổi đặng đôi mươi 年届二十

đặng₂ *p* 行，能

đặng cho *đg* 使得

đắp *đg* ① 盖：đắp chăn 盖被子 ② 敷：đắp thuốc 敷药 ③ 培厚，填高：đắp đê 筑堤；đắp đường 筑路

đắp đập khơi ngòi 筑坝开渠

đắp điếm *đg* ① 掩埋 ② 掩盖，隐瞒，包庇

đắp đổi *đg* ① 凑合，将就：muối dưa đắp đổi 以咸菜将就度日 ② 更迭

đắp nền 打地基

đắp tai cài trốc 装聋作哑

đắt *t* ① 贵，昂贵：Cái áo này rất đắt. 这件衣服很贵。② 兴隆，兴旺；畅销：Hiệu sách đắt khách. 书店生意兴隆。③ 绝，绝妙，绝伦：Chữ dùng rất đắt. 文辞用得绝妙。

đắt đỏ *t* 昂贵

đắt giá *t* 好价钱的，身价高的，昂贵的

đắt hàng *t* 畅销的，热销的；吃香的

đắt khách *t* 门庭若市，生意好：Cửa hàng này đắt khách thật. 这商店真是门庭若市。

đắt lựa *t* 迎合人意：nói đắt lựa 迎合着说

đắt mối *t* (生意)兴隆

đắt tiền *t* ① 昂贵：Quyển sách này đắt tiền. 这本书很贵。② [口]吃香，值钱：ngành nghề đắt tiền 吃香的行业

đắt xắt ra miếng 一分钱一分货

đặt *đg* ①放置，搁放：đặt sách lên bàn 放书在桌上②设置，建立：đặt cơ sở lí luận 建立理论基础③提出，订立：đặt ví dụ 举例④编制，制订，订立：đặt kế hoạch 制订计划⑤编造，捏造，杜撰：đặt chuyện 编造事实⑥预订：đặt hàng 订货

đặt câu *đg* 造句

đặt chân *đg* 抵达，到达；踏上，登上：Con người đã đặt chân lên mặt trăng. 人类已登上月球。

đặt chuyện *đg* 捏造，杜撰；无中生有

đặt cọc *đg* 交订(金)，交押(金)：đặt cọc một phần tiền trước 先交点订金

đặt cược *đg* 抵押：đặt cược toàn bộ tài sản 抵押全部财产

đặt điều *đg* 搬弄是非，捏造事实：đặt điều thị phi 搬弄是非

đặt đít *đg* 坐下

đặt hàng *đg* 订货：sản xuất theo đơn đặt hàng 按订单生产

đặt mìn *đg* 埋地雷

đặt mình *đg* 躺下：Cứ đặt mình xuống là ngủ được liền. 一躺下就马上入睡。

đặt mua *đg* 订购：đặt mua nông sản 订购农产品

đặt tên *đg* 命名，起名

đặt tiền *đg* 预付款，预付订金

đặt trước *đg* 预订

đâm *đg* ①刺，戳，捅，扎②长出，发出，吐出：đâm mầm 发芽③发生，变得，露出：đâm cáu 生气④碰撞：Xe đâm vào cột điện. 车撞到电线杆上。

đâm ba chày củ 阻挠，作梗

đâm bị thóc chọc bị gạo 挑拨离间，搬弄是非

đâm bổ *đg* ①投入，撞入：đâm bổ xuống nước 投入水里②闯入

đâm bông *đg* 吐穗

đâm chán *đg* 生厌，发腻

đâm chém *đg* 斯杀：đâm chém lẫn nhau 互相残杀

đâm chồi *đg* 发芽

đâm đầu *đg* ①撞头，碰额②贸然而入：đâm đầu vào lưới 自投罗网③埋头做，不顾一切：đâm đầu vào học 埋头学习

đâm hông *đg* 逗怒，激怒，气人

đâm liều *đg* ①豁出去②横冲直撞

đâm lười *đg* 发懒，犯懒

đâm nghi *đg* 起疑，生疑

đâm quàng đâm xiên 横冲直撞

đâm ra *đg* 变得，显得，形成

đâm sầm *đg* 闯入，一头扎进：đâm sầm xuống biển 一头扎入海里

đâm thọc *đg* ①刺穿，穿②闯入

đầm₁ [旧] *d* 西方：bà đầm 西洋女子 *t* 西方的：váy đầm 西裙

đầm₂ *d* 潭，池：đầm sen 莲花潭

đầm₃ *d* 夯(砸实地基用的工具) *đg* 打夯

đầm₄ *đg* ①使湿漉漉：Mồ hôi đầm lưng áo. 汗水湿透了衣服。②浸泡：Đầm mình trong nước. 身体浸泡在水里。

đầm ấm *t* 温暖，融洽，和睦：gia đình đầm ấm 温暖的家庭

đầm đậm *t* (色、味)浓

đầm đất *đg* 打夯

đầm đìa *t* 湿透的，湿漉漉的：mồ hôi vã ra đầm đìa 汗水淋漓

đầm sâu *d* 深潭

đầm sen *d* 莲池，荷塘

đầm xòe *d* 百褶裙：mặc đầm xòe 穿百褶裙

đẫm *t* 湿漉漉 *đg* 使湿漉漉

đẫm máu *t* 血淋淋

đấm *đg* ①捶，揍，拳击：vừa đấm vừa đá 又捶又踢②象棋中行进一步

đấm bóp *đg* 推拿

đấm đá *đg* ①拳打脚踢②批斗，打击，攻击

đấm lưng *đg* 捶背

đấm mõm *đg* 收买，贿赂

đấm mồm đấm miệng ①收买，贿赂(同 đấm mõm)②哄嘴(以食物哄婴儿)

đấm ngực *đg* 捶胸，拊膺

đậm *t* ①(色)浓，黯：mực đậm 浓墨②浓郁：canh nấu đậm 浓汤③情感深厚，浓烈④大胜或大败：thua đậm thảm bại; thắng **đậm** 大胜⑤丰满,丰盈: Cô kia **đậm** người. 那姑娘很丰满。⑥(线条)清晰,有力: chữ **đậm** 字迹有力

đậm đà *t* ①浓郁,甘醇: hương thơm **đậm đà** 浓郁的香味②深厚: tình hữu nghị **đậm đà** 深厚的友谊③(身材)高大结实: Vóc người **đậm đà**. 身材高大结实。

đậm nét *t* 深刻,浓厚;突出,明显

đần *t* ①蠢蠢,呆笨②迟钝,呆钝,呆滞: **đần** cả người trước bài toán khó 对着数学难题发愣

đần dại *t* 愚蠢,愚钝;笨拙,不灵活

đần độn *t* 蠢笨,呆头呆脑

đẩn *đg* ①推,推进,推动②撑③排挤,排斥

đẵn₁ *đg* [方] 砍伐,截切 *d* 一截

đẫn₂ *t* (肥胖)圆滚滚

đẫn đờ *t* 沮丧,颓唐,萎靡不振,无精打采

đận *d* (发生不幸的)大概时间: Đận này đau ốm liên miên. 这段时间老是生病。

đẳng *d* ①人物,辈,流: **đẳng** anh hùng 英雄人物②种类,等级: người ba **đẳng** 人分三等

đập₁ *d* 水闸,堤坝: đắp **đập** 筑坝

đập₂ *đg* ① 打,击,拍: **đập** cho một trận 打一顿②粉碎,击退: **đập** tan cuộc tiến công của địch 粉碎敌人的进攻③冲击,震撼(感官、意识): một cảnh tượng khủng khiếp **đập** vào mắt 一个恐怖的景象扑入眼帘④(心)跳动,振动: Tim **đập** rất mạnh. 心跳很快。

đập bóng *đg* ①拍球②扣球

đập cánh *đg* 拍翅

đập chắn *đg* 拦河坝

đập chứa nước *d* 蓄水坝

đập đất *d* 土坝 *đg* 碎石

đập động *d* 活动坝

đập hộp *t* [口]崭新的,全新的

đập lúa *đg* 打谷,脱谷

đập ngăn nước *d* 挡水坝

đập ngăn sông *d* 拦河坝

đập tan *đg* 粉碎: **đập** tan âm mưu của kẻ thù 粉碎敌人的阴谋

đập tù *d* 蓄水坝

đập vỡ *đg* 摔破,打碎

đất *d* ①泥土,土壤: đào **đất** 挖土②土地,大地: trời **đất** 天地③风水: được **đất** 风水好④地方,地域,地区: **đất** khách quê người 他乡异域⑤[方]垢泥: Người đầy **đất**. 全身都是泥。

đất bãi *d* 滩地

đất bỏ hoang *d* 荒地,熟荒地

đất bồi *d* 冲积地

đất bùn *d* 塘泥

đất cao lanh *d* 瓷土,高岭土

đất cát *d* ①土壤: **đất** cát màu mỡ 土壤肥沃②沙土③风水

đất cày xới *d* 可耕地

đất chua mặn *d* 盐碱地

đất dụng võ *d* 用武之地

đất đá lở *d* 泥石流

đất đai *d* 土地;疆土,国土: **đất** đai phì nhiêu 土地肥沃; xâm chiếm **đất** đai 侵占国土

đất đèn *d* 乙炔,电石

đất đỏ *d* 赤土,红土

đất gò *d* 阜,丘,岗

đất hiếm *d* 稀土

đất hứa *d* 圣地

đất khách *d* 异地,异域,他乡

đất khách quê người 他乡别域,异域,他乡

đất lành chim đậu 风水宝地

đất lầy *d* 沼泽地

đất liền *d* 大陆

đất mạ *d* 秧田

đất màu *d* ①沃土②庄稼地,耕地

đất mặn *d* 盐碱地,碱性土壤

đất nặng *d* 黏性土壤

đất ngọt *d* ①中性土壤②沃土

đất núi lửa *d* 火山土

đất nước *d* 江山;国土;祖国: bảo vệ **đất** nước 保卫祖国

đất ở *d* 宅居地

đất phèn *d* 碱地

đất phù sa *d* 冲积地

đất rộng của nhiều 地大物博
đất rung núi chuyển 地动山摇
đất sét *d* 黏土: đất sét cát vàng 黄沙
黏土
đất sỏi *d* 沙砾土
đất sụt *d* 塌方
đất thánh *d* ①(天主教)坟场②圣地
③神圣的土地
đất thó *d* 黏土
đất tổ *d* 故土,故乡,老家
đất trồng trọt *d* 耕地
đâu *d* ①何处,哪里,哪儿: Nhà ở đâu?
家在哪? ②某处: Tiền để đâu trong
tủ. 钱放在柜子某处。*p* ①哪里都,
何处都: ở đâu cũng thế 在哪都一样
②可能是,好像: Nghe đâu họ sắp
cưới thì phải? 听说他们好像要结婚
了? *tr* ①(加强语气): không thấm
vào đâu 一点不顶事②(语助词,表示
完全否定): Tôi không ăn đâu! 我才
不吃呢! ③(反诘,表示出乎意料或惋
惜): đâu ngờ 岂料④(表示反诘和否
定): Tôi có nói thế đâu? 我哪里说
过呢?
đâu có *d* 哪有
đâu dám *d* 岂敢,怎敢,哪敢
đâu đâu *d* ①[口] 到处,处处: Đâu
đâu cũng là người. 到处都是人。②
漫无边际,不着边际: cứ nghĩ đâu
đâu 老想些不着边际的事
đâu đây *d* 这附近: Nhà anh ấy ở đâu
đây thôi. 他家就在这附近。
đâu đấy *d* ①到处,处处②哪儿: sợ có
ai nấp ở đâu đấy nghe lóm 怕有人
躲在哪儿偷听③[口] 差不多: Mọi
việc đã xong xuôi đâu đấy. 所有事
情完成得差不多了。
đâu ra đấy *t* 有条不紊,稳妥: Công
việc sắp xếp đâu ra đấy. 工作安排
得有条不紊。
đâu vào đấy *t* ①有条不紊,稳妥②无
所改变的,像原来那样的
đầu₁ [汉] 头 *d* ①头,头部,头颅,脑袋:
đau đầu 头痛②首领,领袖: dẫn đầu
带领③起始,开头: từ đầu đến cuối
从头到尾④尽头,顶头: nhà ở đầu

làng 家在村头⑤头(量词): số đầu
gia súc 家畜头数
đầu₂ [汉] 投 *đg* 信奉,皈依
đầu bài *d* ①标题②题目,问题,课题
đầu bảng *d* 榜首: chiếm ngôi đầu bảng
位居榜首
đầu bếp *d* 厨师: tuyển đầu bếp 招厨
师
đầu bò *t* 愣,鲁莽,倔强
đầu bò đầu bướu 牛脾气
đầu bờ *d* 地头,田头
đầu bù tóc rối [口] 披头散发
đầu cắm *d* 插头
đầu cầu *d* ①桥头②枢纽: đầu cầu
xuất khẩu Đông Nam Á 东南亚出
口的枢纽
đầu cơ *đg* ①投机: đầu cơ chính trị 政
治投机②倒卖: đầu cơ xăng dầu 倒
卖汽油
đầu cơ trục lợi 投机倒把
đầu cua tai nheo 来龙去脉
đầu cuối *d* ①(计算机网络或电话)终
端②头尾,始末
đầu dây mối dợ 来龙去脉
đầu đàn *d* ①头头,带头人: những nhà
nghiên cứu đầu đàn 学术带头人②
(动物的)领头,首领: voi đầu đàn 领
头大象
đầu đẳng *d* 头目,老大,首领,头头
đầu đề *d* 题目,标题,题材
đầu đi đuôi lọt 一了百了
đầu đọc *d* (电脑)驱动器
đầu đót *d* 过滤嘴
đầu độc *đg* ①投毒,使…中毒: bị tên
giết người đầu độc 被杀人犯毒害②
(精神上)毒害,毒化,腐蚀
đầu đuôi *d* ①首尾,头尾: nói rõ đầu
đuôi câu chuyện 说清事情头尾②原
因,缘由,缘故③底细,原委,来龙去
脉: không hiểu đầu đuôi tại sao 不
了解事情原委
đầu gấu *d* [口] 地头蛇,地痞,流氓
đầu ghềnh cuối biển 天涯海角
đầu ghi *d* 刻录机
đầu gió *d* 风口
đầu gối *d* 膝盖,膝头

đầu gối quá tai 好吃懒做

đầu gối tay ấp 白头偕老

đầu hai thứ tóc 饱经风霜

đầu hàng *đg* 投降，屈服

đầu hôm *d* 黄昏

đầu khấu *d* [植] 豆蔻

đầu lâu *d* 头颅，骷髅

đầu lọc *d* 过滤嘴

đầu lòng *d* 头胎：sinh đầu lòng 生头胎

đầu lưỡi *t* [口] ① 口头禅的：câu nói đầu lưỡi 口头禅 ② 口头的，空头支票的

đầu mả *d* 坟头

đầu mày cuối mắt 暗送秋波

đầu máy *d* 机头(机器、设备动力部分)：đầu máy xe lửa 火车头

đầu mặt *d* [植] 节，眼

đầu mẩu *d* 碎屑，碎料：đầu mẩu bút chì 铅笔屑；đầu mẩu thuốc lá 烟屑

đầu môi chót lưỡi 信口开河

đầu mối *d* ① 头绪，端倪，线索：đầu mối của cuộc xung đột 冲突的起因 ② 关键部位：năm mọi đầu mối trong sản xuất 抓生产的关键环节 ③ 要塞，要害，枢纽：đầu mối giao thông 交通枢纽 ④ [口] 卧底，线人

đầu mùa *d* ① 季首，季初：đầu mùa hè 初夏；đầu mùa thu 初秋 ② 新上市：Hiện giờ long nhãn đang đầu mùa. 现在龙眼正新上市。③ 处女作：bài thơ đầu mùa 第一首诗

đầu mục từ *d* 词条

đầu não *d* 头脑，首脑；中枢，要害

đầu năm *d* 年初，开岁

đầu nậu *d* 头目，头子

đầu ngành *d* 专业骨干，学术带头人

đầu Ngô mình Sở 牛头不对马嘴；风马牛不相及

đầu nối *đg* 接头

đầu óc *d* ① 头脑：có đầu óc kinh doanh 有经济头脑 ② 思想，胸怀：đầu óc hẹp hòi 狭隘的思想

đầu ối *d* (胎中的)羊水

đầu phiếu *đg* 投票

đầu quân *đg* ① 参军，从军 ② [口] (自愿)加入，参加

đầu ra *d* ① [经] 产出，产量：dự tính tăng trưởng của đầu ra 预计增加产出 ② (计算机) 输出

đầu rau *d* (土制的) 三脚炉架

đầu rồng đuôi tôm 虎头蛇尾

đầu sách *d* (书的) 套，册

đầu sai *d* 手下，爪牙

đầu sỏ *d* 首恶，头目

đầu sỏ tài chính 财政寡头，财阀

đầu sông ngọn nguồn ① 僻壤，僻野之地 ② 源头，原委

đầu tàu *d* ① 机头(机器、设备动力部分) ② 生力军，主力军

đầu tay *t* 首次创作的，处女作的

đầu tắt mặt tối 辛辛苦苦

đầu têu *d* 主谋 *đg* 主谋：Việc này là do nó đầu têu. 这事由他主谋。

đầu thai *đg* 投胎

đầu thú *đg* 投诚，自首

đầu tiên *d* 开始，首次 *t* 第一次的，首次的；头回的，史无前例的

đầu trần *t* ① 光着头的 ② 免冠的：ảnh nửa người đầu trần 免冠半身照

đầu trò *d* [口] ① 主谋：bắt giữ tên đầu trò 抓住主谋 ② (在开心场合中的) 主角

đầu trọc *d* 光头

đầu trộm đuôi cướp 贼头贼脑

đầu trục *d* 轴头

đầu tư *đg* 投资：kêu gọi vốn đầu tư 招引投资

đầu van *d* 气门

đầu vào *d* ① 投入，投放的财物：hạch toán đầu vào 核算投入的财物 ② (计算机的) 输入

đầu vi-đê-ô *d* 录像机

đầu voi đuôi chuột 虎头蛇尾

đầu vòi rồng *d* ① 喷嘴 ② 龙头

đầu vú *d* 乳头

đầu xanh *d* 年少

đầu xanh tuổi trẻ 青春年少

đầu xuân *d* 早春

đấu [汉] 斗 *d* 斗(量器名)

đấu₁ *d* ① 梁上的承柱 ② 山墙墩柱

đấu₂ *d* 斗(量器名)，斗量(做量词)：

Đ

một đấu thóc 一斗谷

đấu₃ *đg* ①连接，靠紧: đấu dây điện 接电线②混合，合成，并合，拌和

đấu₄[汉] 斗 *đg* ①斗争，批斗，批判②比赛，较量，竞赛，角斗: đấu võ 比武; đấu cờ 赛棋

đấu bán kết *đg* 半决赛

đấu bóng *đg* 赛球

đấu bốc *đg* 拳击

đấu chí *d* 斗志

đấu chung kết *đg* 决赛

đấu dịu *đg* 缓和，缓和语气

đấu đá *đg*[口]批斗，打击，攻击

đấu giá *đg* 拍卖: Bức tranh đã được đem ra đấu giá. 画已拿去拍卖。

đấu giao hữu *đg*[体]友谊赛

đấu khẩu *đg* 斗嘴，口角

đấu lí *đg* 说理，争论，争执，争吵: Cuộc đấu lí không ai chịu ai. 这场争论谁也不服谁。

đấu loại *đg* 淘汰赛

đấu nối tiếp *đg*[电]串联

đấu pháp *d*[体]打法，战术

đấu sĩ *d* 斗士: đấu sĩ quyền Anh 拳击手

đấu sức *đg* ①合力②角力

đấu thầu *đg*; *d* 竞标; 投标

đấu thủ *d* 敌手, 对手, 选手

đấu tố *đg* 控诉, 诉讼; 批斗

đấu tranh *đg* 斗争: đấu tranh chống áp bức bóc lột 为反抗压迫剥削而斗争 *d* 斗争

đấu trí *đg* 斗智

đấu trường *d* 竞技场，赛场

đấu vật *đg* 摔跤，角力

đậu₁[汉] 豆 *d* ①豆类②豆腐

đậu₂ *d*[医] 痘疮，牛痘，天花

đậu₃ *đg* 栖息: đậu trên cành 栖息在树上

đậu₄ *đg* ①考取，考中: đậu đại học 考上大学②长成，成活③[方] 到达: Tàu đậu bến cảng. 船到达港口。

đậu₅ *đg* 寄宿

đậu₆ *đg* ①捻，搓，拧: đậu tơ 搓丝②[方] 筹: đậu tiền giúp bạn 筹钱帮朋友

đậu bắp *d* 秋葵

đậu cao *đg*[旧]高中，名列前茅

đậu chao *d* 腐乳

đậu cô ve *d* 四季豆

đậu dải áo *d* 豆角=đậu đũa

đậu dao *d* 刀豆

đậu đen *d* 黑豆

đậu đỏ *d* 红豆

đậu đỗ *d* 豆子，豆类

đậu đũa *d* 豆角，豇豆

đậu giá *d* 豆芽

đậu Hà Lan *d* 豌豆

đậu hũ *d* 豆腐脑

đậu khấu *d*[植] 豆蔻

đậu lạc *d* 落花生

đậu lào *d*[医] 麻疹

đậu mùa *d* 牛痘，天花

đậu nành *d* 大豆，黄豆

đậu phụ *d* 豆腐

đậu phụ nhự *d* 腐乳

đậu phụ trúc *d* 腐竹

đậu phụng *d* 花生

đậu tằm *d* 蚕豆

đậu trắng *d* 白眉豆，白饭豆

đậu tương *d* 大豆，黄豆

đậu vốn buôn chung 合资经营

đậu xanh *d* 绿豆

đây *d* ①这，这里，此处: ở đây 在这; Đây là anh tôi. 这是我哥。②我(常用于口语) *tr* (增强语气): Tôi về đây! 我回去了哦！

đây đẩy *đg* 死命抵抗

đây đó *d* 到处，各处，各地(=đó đây)

đầy₁ *đg* ①流放，充军②贬谪

đầy₂ *t* ①满，充满，充盈: Bể đầy nước. 池子水满满的。② 圆满无缺，满: trăng đầy 满月③（某事物数值、数量上）满足，足够: Cháu bé sắp đầy tháng. 小孩快满月了。④发胀: Bụng đầy. 肚子发胀。

đầy ải *đg* ①流放，充军②虐待，折磨，奴役

đầy ắp *t* 满溢的，涌出的: đầy ắp tiếng cười 充满了笑声

đầy bụng *t* ①肚子发胀的②[医] 消化不良的

đầy đặn *t* ①丰盈，丰足: ăn ở đầy đặn

丰足的生活②淳厚③满,充满;足斤足秤

đầy đoạ *đg* [方] 虐待,折磨,奴役(=đày đoạ)

đầy đủ *t* 充分,充足;足够,齐全: Nhà có tiện nghi đầy đủ. 屋里设施齐全。

đầy hứa hẹn *t* 大有希望的,充满希望的

đầy năm *t* 经年的,周年的: làm lễ đầy năm cho bé 给小孩过周岁

đầy rẫy *t* 充斥的,充塞的,满的

đầy tháng *t* 满月的: lễ đầy tháng 满月酒

đầy tràn *đg* 洋溢,弥漫: đầy tràn niềm vui 洋溢着欢乐

đầy tuổi tôi *đg* 满周岁

đầy vơi *t* ①连绵的,不熄的: thương nhớ đầy vơi 思念不止②变迁的,更易的

đẩy *đg* ①推,推进,推动②撑: đẩy thuyền 撑船③排挤,排斥

đẩy lùi *đg* 推后,推迟;延缓,抵制

đẩy mạnh *đg* 推动,加强,加紧,大力开展: đẩy mạnh sự hợp tác 加强合作

đẩy ra *đg* ①推开②开除

đẫy *t* ①丰盈,丰满: Vóc người đã hơi đẫy ra. 身体已有点发福。②饱饱的,饱满的: đẫy hạt 籽饱满③饱、畅、痛快: ăn no đẫy bụng 吃饱

đẫy đà *t* 丰满

đẫy sức *t* 力所能及的,胜任的

đấy *đ* ①那,那边;那里,那儿: Đấy là nhà trẻ. 那是幼儿园。②你(常用于口语或民谣) *tr* ①呀,吗(用作疑问语、表述语,告诫劝说他人或加重语气): Đẹp rồi đấy! 变好看了! ②(感叹词,用以指先前已说过的话): Đấy, đã bảo mà! Thấy, tôi không nói đúng không! 瞧,我不是说过吗!

đậy *đg* ①盖,遮盖,盖上②代交,代还;还债: đậy nợ 代还债务

đậy điệm *đg* [口] ①遮盖,封盖②遮掩,掩盖,掩饰

đậy kín *đg* 密封,盖严: đậy kín tin tức 封锁消息; dùng túi ni-lông đậy kín 用尼龙袋盖严

đậy nắp *đg* 加盖,盖上

đe₁ *d* 铁砧: đe sắt 铁砧子

đe₂ *đg* 吓唬,恫吓,要挟: đe đuổi ra khỏi nhà 吓唬要赶出家门

đe doạ *đg* 威胁,恐吓,恫吓,吓唬

đe nẹt *đg* 吓唬: đe nẹt con gái 吓唬女孩子

đè₁ *đg* ①镇,压,摁,按: Đè tay lên tờ giấy. 手摁在纸上。②压倒,赛过,盖过③欺凌,欺压: đè người hiền 欺负老实人

đè₂ *đg* [口] 找准,对准,专找

đè bẹp *đg* 粉碎,击垮,镇压

đè chừng bắt bóng 捕风捉影

đè đầu cưỡi cổ 欺压,欺负,压迫

đè ép *đg* 压抑,抑制,欺压,欺凌

đè nén *đg* 压抑,压制;欺压,欺凌,欺侮

đẻ *đg* ①分娩,生育,生产: đẻ con 生孩子②出生,诞生③[植] 分蘖: Lúa đẻ nhánh. 水稻分蘖。④产生,引起,导致: đẻ ra chuyện rắc rối 引起麻烦 *t* 亲生的: bố mẹ đẻ 亲生父母 *d* [旧] [方] 母亲: thầy đẻ 父母亲

đẻ con *đg* 生孩子

đẻ đái *đg* 分娩

đẻ hoang *đg* 私生

đẻ khó *đg* 难产

đẻ non *đg* 早产,小产

đẻ trứng *đg* 下蛋,产卵

đem *đg* ①带,携带,带引: đem con đi cùng 带儿子一起去②拿出: đem chuyện nhà ra kể 拿出家事来讲③带来,能够: đem đến hạnh phúc cho mọi người. 把幸福带给大家。

đem bán *đg* ①出售②(商品)上市

đem con bỏ chợ 抛弃,遗弃,弃之不顾

đem lại *đg* 带来

đem lòng *đg* 心怀: đem lòng hoài nghi 心怀疑虑

đen *t* ①黑色: mèo đen 黑猫②昏暗,不明亮: trời tối đen 天色昏暗③黑(私下的,隐秘的,常带有违法性质): chợ đen 黑市④晦气,倒霉,时运不佳: số đen 倒霉⑤反复无常⑥浓重,浓厚,浓密⑦(音符)黑的,四分音的

đen bạc *t* 反复无常的,薄情的

đen đen *t* 微黑的,黑黑的

đen đét [拟] 噼啪

đen đủi *t* ①又黑又丑的②倒霉,不走运：một ngày đen đủi 倒霉的一天

đen giòn *t* (皮肤)黝黑健康的,有光泽的,黝黑而美的：nước da đen giòn 皮肤黑亮

đen kịt *t* 漆黑,黑压压,黑腾腾

đen lay láy *t* (眼睛)黑亮有神的

đen nghìn nghịt *t* 黑压压

đen ngòm *t* 黑压压：trời đất đen ngòm 黑压压一片

đen nhánh *t* 溜黑油亮,黑亮亮,黝黑锃亮

đen nhẻm *t* 黑黢黢,黑麻麻,脏污

đen như cốc *t* 乌黑

đen như cột nhà cháy 黑乎乎,黑漆漆

đen như củ tam thất 黑不溜秋

đen như mực *t* 墨黑,漆黑

đen sạm *t* 黝黑

đen sì *t* 乌黑,黝黑,漆黑：nước da đen sì 皮肤黝黑

đen thui *t* 焦黑,黑黝黝,黑乎乎

đen tối *t* ①黑暗,晦暗,暗无天日：thời kì đen tối 黑色年代②阴暗；丑恶；恶毒

đèn *d* ①灯：bật đèn 开灯；tắt đèn 熄灯②[无] 半导体管,电子管,真空管③(可点燃的,不用电的)灯(火)：đèn cồn 酒精灯

đèn bàn *d* ①鸦片烟灯②台灯

đèn báo hiệu *d* 指示灯

đèn bay đêm *d* 夜航灯

đèn bắt sâu *d* 捕虫灯

đèn bấm *d* 手电筒

đèn biển *d* 灯塔

đèn chiếu *d* ①幻灯②灯塔

đèn chiếu hình *d* [无] 幻影灯,投影灯

đèn chớp *d* [无] 闪光管

đèn chùm *d* 小彩灯

đèn cù *d* 走马灯

đèn dầu *d* 油灯

đèn dù *d* 照明弹

đèn đẹt *d* 掌声

đèn điện *d* 电灯

đèn điện tử *d* 电子管

đèn đỏ *d* 红灯：vượt đèn đỏ 闯红灯

đèn đuốc *d* [口] 灯烛,灯火：đèn đuốc sáng trưng 灯火通明

đèn đường *d* 路灯

đèn hãm *d* (汽车)刹车灯

đèn hàn *d* 气割枪

đèn hiệu *d* 标志灯,信号灯

đèn hoa kì *d* 小煤油灯

đèn huỳnh quang *d* 荧光灯

đèn lồng *d* 纱灯,宫灯,灯笼

đèn măng sông *d* 汽灯

đèn mỏ *d* 矿灯,安全灯,电气安全灯

đèn moóc-xơ *d* 信号灯

đèn nê-ông (đèn nêon) *d* 霓虹灯,荧光灯

đèn nhật quang *d* 日光灯,荧光灯

đèn ống *d* 光管,荧光灯,日光灯

đèn pha *d* ①灯塔②探照灯③聚光灯④(汽车)前灯⑤[无] 塔形管

đèn phanh *d* (汽车)刹车灯

đèn pin *d* 手电筒：bấm đèn pin 开手电筒

đèn sách *d* [旧] 寒窗苦读：mười năm đèn sách 十年寒窗

đèn thuỷ ngân *d* 水银灯

đèn trang trí *d* 装饰灯

đèn treo *d* 吊灯

đèn tụ *d* 聚光灯

đèn vách *d* 壁灯

đèn vàng *d* 黄灯

đèn xanh *d* 绿灯

đèn xếp *d* 灯笼,花灯

đèn xi nhan *d* (汽车)指示灯

đẹn₁ *đg* [方] 阻止增加,阻止向上

đẹn₂ *t* (儿童因营养不良)瘦小

đeo *đg* ①别住,佩戴：đeo huân chương 佩带勋章②戴；背：đeo kính 戴眼镜③[方] 挂着：Quả đeo chi chít trên cành. 枝头挂满果实。④缠住；跟踪：bị mật thám đeo sát 被密探跟踪⑤背负：đeo nợ vào thân 债务缠身

đeo bám *đg* 紧紧粘住,缠上：đeo bám đối tượng tình nghi 紧咬住嫌疑对象

đeo đẳng *đg* ①难以忘怀,念念不忘

②苦求,钻研: đeo đẳng hàng mấy năm 钻研了好几年③纠缠: Bệnh đã đeo đẳng mấy năm. 病魔缠身好几年了。

đeo đuổi *đg* ①追求: đeo đuổi công danh 追求功名②奉行,推行

đèo₁ *d* ①隧道,峡路: trèo đèo lội suối 跋山涉水②山岭,盘山道

đèo₂ *đg* 背负,加载;捎带,附带,加带

đèo bòng *đg* 羁绊,负担: Hoàn cảnh gia đình đèo bòng. 家庭负担重。

đèo đẽo *t* ①迢迢:đường dài đèo đẽo 千里迢迢②牵累: có con nhỏ đèo đẽo ở bên mình 有小孩在身边牵累

đèo hàng *d* 车厢,车后架

đẽo *đg* ①切削: đẽo gỗ làm cột 砍树做柱②[口]刮,扒

đẽo cày giữa đường 毫无主见,盲目听从

đẽo gọt *đg* ①切削: Pho tượng được đẽo gọt công phu. 雕像雕琢得很精细。② 修饰(文章): đẽo gọt từng câu từng chữ 逐字逐句地修饰(文章)

đẽo khoét *đg* 刮削,搜刮

đéo₁ *đg* [口]性交

đéo₂ *;tr* 不,根本不,…个屁(粗话)

đẹp *t* ①美丽,漂亮;美观,绮丽: phong cảnh đẹp 风景美丽②精美,美妙,华美,绝妙: lời đẹp văn hay 文句绝妙③合意,称心如意: đẹp lòng 满意

đẹp duyên *đg* 缔结良缘

đẹp đẽ *t* ①美丽,美妙;绮丽,娇艳: nhà cửa đẹp đẽ 房子漂亮②美好,美满,幸福③和睦,融洽: gia đình đẹp đẽ 家庭和睦

đẹp đôi *t* 般配: Hai người trông rất đẹp đôi. 两人看起来很般配。

đẹp lão *t* ①帅老头,老来俏②老当益壮,鹤发童颜

đẹp lòng *t* 称心,满意: cố gắng làm đẹp lòng khách hàng 尽力让顾客满意

đẹp mắt *t* 悦目的,精彩的,好看的,令人注目的: điệu múa đẹp mắt 精彩的舞蹈

đẹp mặt *t* [口]光彩的,有面子的(含贬义)

đẹp trai *t* 帅,帅气 *d* 美男子,帅哥

đẹp tuyệt *t* 绝美,绝丽

đẹp ý *t* 称意,合意,满意

đét₁ *t* 干的,干瘦的: gầy đét 瘦巴巴的

đét₂ [拟]吧嗒 *đg* 抽打,鞭打

đét một cái *p* 一瞬间,一刹那

đét-se *d* 饭后果点,甜品

đẹt₁ *đg* (用纸牌)弹打: Ai thua sẽ bị đẹt mũi. 谁输谁被弹鼻子。[拟]啪啪

đẹt₂ [方]瘦小

đê₁ [汉]低

đê₂ [汉]堤 *d* 堤: đắp đê phòng lụt 筑堤防洪

đê₃ *d* 顶针

đê bao *d* 防护堤,保护堤

đê biển *d* 海堤

đê chống lụt *d* 防洪堤

đê đập *d* 堤坝

đê hạ *t* 低下,卑贱

đê hèn *t* 卑鄙,下贱

đê kè *d* 堤岸,堤坝和护坡

đê mê *t* 销魂的,令人心醉的,扣人心弦的: Hạnh phúc đến đê mê. 幸福得令人心醉。

đê tiện *t* 卑贱,低贱,下流

đê-xi-ben (decibel) *d* [理]分贝

đề₁ [汉]蹄,抵

đề₂ *d* 菩提树: cây đề 菩提树

đề₃ *d* 赌猜题(游戏)

đề₄ [汉]题 *d* 题,题目: ra đề thi 出试题 *đg* 题书,题序,题词: đề thơ vào bức tranh 在画上题诗

đề₅ [汉]提 *d* 提,提出: đề ý kiến 提意见

đề₆ *đg* (汽车、摩托)启动,发动: Xe máy hỏng không đề được. 摩托车坏了,启动不了。 *d* (汽车、摩托)启动杆

đề án *d* 提案,方案,项目

đề bài *d* 题目,标题

đề bạt *đg* 提拔: đề bạt cán bộ trẻ 提拔年轻干部

đề can *d* 标签

đề cao *đg* ① 提高: đề cao cảnh giác 提高警惕 ② 强调: đề cao bản sắc văn hoá dân tộc 强调民族文化特色 ③ 吹捧: tự đề cao mình 自我吹捧

đề cập *đg* 提及, 涉及: Cuộc họp đề cập tới vấn đề này. 会议提及此问题。

đề chữ *đg* 题词, 题字: đề chữ cho trường cũ 给母校题词

đề cử *đg* 推举

đề cương *d* 纲领, 纲要, 提要: đề cương bài giảng 讲课提纲

đề đạt *đg* 呈报, 反映

đề đóm *d* [口] 赌博

đề huề₁ *t* 美满, 和美

đề huề₂ *t* [方] 堂皇, 体面

đề kháng *đg* 抵抗

đề mục *d* ① 题目 ② 题材

đề nghị *đg* ① 提议, 建议: đề nghị mọi người phát biểu ý kiến 建议大家发表意见 ② 提请, 申请: đề nghị được tăng lương 申请加薪 ③ 请(表提议或要求): Đề nghị giữ trật tự! 请安静！ *d* 意见, 建议: một đề nghị hợp lí 一个合理的建议

đề phòng *đg* 提防, 防范, 预防, 防止: đề phòng kẻ gian 提防小人

đề tài *d* 题材, 课题, 项目

đề tên *đg* 题名, 署名

đề tựa *d* 序言, 卷首语

đề xuất *đg* 提出: đề xuất nhiều ý kiến có giá trị 提出很多有价值的意见

đề xướng *đg* 提倡, 建议, 提出: đề xướng ý tưởng xây dựng khu mậu dịch tự do 提出建立自由贸易区的设想

để₁ [汉] 邸, 抵, 底

để₂ *đg* ① 放置, 搁置: Để quyển sách lên bàn. 把书放桌上。② 放任, 任由: nhà cửa để bừa bãi 任由房子乱 ③ 让, 给: Cứ để mọi việc cho nó làm. 把所有事都给他做。④ 留, 存, 蓄: Để lại cho bạn chiếc xe. 把车留给朋友。⑤ 遗留: Vết thương để lại sẹo. 伤口留下疤。⑥ (按原价)出让, 转卖: để cho anh 转让给你 *k* ① 以

便, 以求, 为了: có đủ điều kiện để làm việc 有条件以便工作 ② 引致, 导致, 造成: Đi chậm để lỡ việc. 去晚了, 导致误了事。③ 用以, 用来, 用作: Buồng này để tiếp khách. 这间房用来会客。

để bụng *đg* 记在心上, 耿耿于怀

để cho *đg* 让, 使得, 以求

để chỏm *d* 垂髫, 小时候

để dành *đg* ① 积蓄, 储蓄: khoản tiền để dành 积蓄下来的钱 ② 留份: để dành cho anh ấy 给他留份儿

để đến nỗi *k* 以致: Anh ấy lái xe không cẩn thận, để đến nỗi xảy ra tai nạn. 他开车不小心, 以致发生了车祸。

để không *t* 空着(闲置): cái nhà để không 房子闲置

để lại *đg* 留下: để lại ấn tượng sâu sắc 留下深刻印象

để lộ *đg* 透露, 泄露: để lộ bí mật quốc gia 泄露国家机密

để mặc *đg* 任凭, 听凭

để mắt *đg* ① 注意观察 ② [方] 留意, 注意

để ngỏ *t* 敞开着

để phần *đg* 留份儿

để tang *đg* 戴孝, 穿孝, 披孝

để tâm *đg* ① 留心: không để tâm vào học hành 不用心学习 ② 介意: Xin bác đừng để tâm. 请你不要介意。

để tiếng *đg* 留名

để tội *đg* 遗祸, 嫁祸

để vạ *đg* 遗祸: để vạ cho người ta 遗祸他人

để ý *đg* ① 留意, 注意, 关心: không để ý đến thời sự 不关心时事 ② 留点心, 操点心: để ý đến con cái 对孩子用点心

đế₁ *d* 底, 座, 台, 基台, 舞台: đế giầy 鞋底

đế₂ [汉] 帝 ① [旧] 帝王: đế đô 帝都 ② 帝国主义的简称

đế₃ *đg* 顶撞: đế vào mấy câu 顶撞几句

đế₄ [汉] 蒂: căn thâm đế cố 根深蒂固

đế dưới *d* ① 灯座 ② [无] 管底, 管座

đế hoa *d* 花蒂

đế quốc *d* ①帝国②帝国主义

Đế thiên Đế thích *d* [地]吴哥窟

đệ₁ [汉]娣,锑,棣

đệ₂ [汉]弟 *d* [旧]弟

đệ₃ [汉]第 *d* 第,次第: đệ nhất 第一

đệ₄ [汉]递 *đg* 呈递: đệ đơn lên cấp trên 呈递上级; đệ đơn xin từ chức 呈递辞职信

đệ huynh *d* [旧]兄弟 (=huynh đệ)

đệ trình *đg* 呈递: đệ trình báo cáo 呈递报告

đệ tử *d* [旧]弟子

đếch₁ *d* [口]阴户

đếch₂ *p* 不(粗口): đếch biết 不知道; Trong nhà đếch còn cái gì. 家里什么也没有。*tr* 屁,才不用(粗话,表示不屑): Đi làm đếch gì! 去个屁!

đêm *d* ①夜,夜晚,夜间,夜里: suốt đêm 整夜②上半夜(晚上9点至凌晨1点): mười giờ đêm 上半夜10点

đêm dài lắm mộng 夜长梦多

đêm đêm *d* 夜夜,每一夜

đêm giao thừa *d* 除夕,大年夜

đêm hôm *d* 夜间

đêm hôm khuya khoắt 深更半夜

đêm khuya *d* 深夜,午夜

đêm khuya vắng lặng 夜深人静,夜阑人静

đêm mai *d* 明晚

đêm nay *d* 今晚,今宵

đêm ngày *d* [口]日夜,白天黑夜

đêm qua *d* 昨夜,昨晚

đêm tân hôn *d* 初夜,新婚之夜

đêm tối *d* 夜晚,晚上

đêm trừ tịch *d* 除夕

đếm *đg* ①点数: đếm tiền 点钱②数数: dạy bé tập đếm 教小孩数数

đếm xỉa *đg* [口]挂齿,论及,顾及,放在眼里(多用于否定): Đối thủ đó không đáng đếm xỉa. 那个对手根本不在话下。

đệm *d* ①褥,垫子: chăn đệm 被褥; đệm giường 床垫②垫圈: miếng đệm bằng cao su 橡胶垫圈 *đg* ①垫②添话: đệm thêm vào một câu 加插一句③伴奏,演奏: hát đệm 伴唱

đệm đàn *đg* 伴奏

đền₁ *d* ①宫廷: đền rồng 龙廷②庙宇

đền₂ *đg* ①赔偿: bắt đền 索赔; chịu đền 认赔②酬答: đền ơn 报恩

đền bù *đg* 补偿,补报: đền bù thiệt hại 补偿损失

đền chùa *d* 寺庙

đền công *đg* 报答,报恩: đền công cha mẹ 报答父母之恩

đền đài *d* ①寺庙②宫殿,亭台楼阁

đền đáp *đg* 报答

đền mạng *đg* 偿命: Giết người thì phải đền mạng. 杀人就要偿命。

đền miếu *d* 庙宇

đền thờ *d* 祠庙

đền tội *đg* 抵罪,顶罪

đến *đg* 到,到达,抵达,到来: đến Hà Nội 到河内; nhắc đến 提到 *tr* 到,达到(程度): lo đến gầy người 担心得人都瘦了; ảnh hưởng đến sức khoẻ 影响到健康

đến cùng *p* 彻底,到底,到头: quyết tâm đến cùng 坚持到底; giữ bí mật đến cùng 完全保密

đến dự *đg* 出席

đến gần *đg* ①靠近,走近,傍近②[数]近似

đến giờ *đg* 到点,到时间

đến hay *t* 真不错,真奇怪,真有意思(常带讽刺): Anh nghĩ đến hay, việc này có dễ thế đâu! 你想得真有意思,这件事哪有那么容易!

đến khi *p* 一旦

đến kì *tr* 届期,到期,到⋯的时候 *đg* 轮到

đến lúc *tr* 届时,到时候 *đg* 时候已到,时机已到

đến lượt *đg* 轮到: Đã đến lượt anh rồi! 轮到你了!

đến nay *tr* 迄今,至今: Đến nay đã 10 năm. 迄今十年了。

đến nỗi *đg* 到⋯地步,以致如此,到⋯田地(境地): sợ đến nỗi chết ngất 怕得要死

đến nơi *d* [口]快到了,快发生了: Tết đến nơi rồi! 春节快到了!

đến nơi đến chốn 周到;谨慎,小心:
dặn dò đến nơi đến chốn 小心叮嘱

đến tháng t (怀孕) 足月的

đểnh đoảng t [口] ①淡而无味 ②淡漠,
漫不经心: thái độ đểnh đoảng 态度
淡漠

đẹp d ①篓子: bắt cá vào đẹp 抓鱼进
篓子 ②筐子: một đẹp bánh chưng
一筐粽子 ③[方] 沓,摞

đều p 都,皆,均: mọi người đều biết
众所周知 t ①平均,匀均,均等,均衡:
chia đều 分匀 ②有规律,齐整: Ăn
uống đều. 饮食有规律.

đều bước đg 齐步走(口令)

đều đặn t ①均等,均匀: thân thể đều
đặn 身材匀称 ②经常,有规律: gửi
thư về đều đặn 经常写信回来

đều đều t 均匀的,均一的;不相上下
的;不缓不急

đều nhau t 相等的,相同的,均等的

đểu t [口]无赖,粗野

đểu cáng t 粗野,粗俗,无教养

đi đg ①去: đi du lịch 去旅游 ②乘坐,
搭乘: đi xe máy 搭摩托车 ③穿: đi
dép 穿拖鞋 ④专门从事某项工作,进
行: đi bộ đội 当兵 ⑤排泄,拉: đi ia
拉大便 ⑥去世,过世: Ông đã đi rồi!
他去世了! ⑦走,行走,行驶,迈向:
Xe đang đi trên đường. 车正行驶
在路上. ⑧变得: từ nghèo khổ đi
lên giàu có 由贫到富 ⑨(在游戏中)
吃掉,拔掉: bị đi một con mã 被吃
掉一只马(象棋) ⑩合得来,处得来:
Anh ấy vui tính lắm, đi với ai đều
được. 他性格很开朗,和谁都合得来.
⑪(手脚)穿上,套上: đi giày 穿鞋子
⑫出去: đi ra ngoài 出去 ⑬达到,得
出(某种结果): đi đến thoả thuận 达
成共识, đi đến kết luận 得出结论 ⑭
转向,步入: Thiết bị đã được đi vào
giai đoạn sử dụng. 设备已进入运行
阶段. ⑮ [口] (在红白喜事中) 表
示带来或赠送: Đi một vòng hoa để
chia buồn. 送个花圈表示哀悼. p(表
示命令或建议,催促)吧: đi chơi đi
去玩吧 tr ①[口] (表达不赞成、不相

信的语气): Kệ đi, nó biết gì? 去他
的,他知道个啥? ②(时间)到了,过
了: Đi tháng 10, anh sẽ về. 过了 10
月我就回来. ③吧,了(语气): Vậy
đi! 就这样吧! ④太,过于: rõ quá đi
rồi 再清楚不过了; Buồn quá đi! 太
难过了!

đi bộ đg 走路,步行

đi bộ đội đg 参军,从军

đi bụi đg 流浪,浪荡

đi buôn đg 从商,经商,做生意

đi bước nữa đg 改嫁,再嫁

đi câu đg [口] 去钓鱼

đi chợ đg 上市场,赶集,赶庙会

đi chơi đg 去玩,去逛

đi công tác đg ①[口] 出差 ②上班

đi cổng sau đg [口] 走后门

đi đái đg 小便

đi đại tiện đg 大便

đi đày đg 流放,充军

đi đằng đầu đg 甘拜下风

đi đất đg ①赤足 ②步行

đi đêm đg [口] ①夜行 ②暗地操作

đi đêm về hôm 披星戴月

đi đến nơi, về đến chốn 有头有尾,有
始有终

đi đôi đg ①配对,配套: Lời nói phải
đi đôi với việc làm. 言行要一致.
②结合,同时进行: Học phải đi đôi
với hành. 学与行要并行.

đi đồng đg 大便,出恭

đi đời nhà ma [口] 完蛋,报销

đi đứng đg 行动,行走;站立;举止

đi đường đg 行路,走路: tiền đi đường
路费

đi đứt đg [口] 完蛋,报销: Thế là năm
triệu đi đứt! 就这样 500 万没了!

đi-ê-den (diésel) d 柴油机

đi giải đg 小便,小解

đi hoang đg ①流浪 ②[口] (妇女) 跟
婚外男人怀上孩子

đi học đg 上学

đi ia đg 大便

đi khách đg (卖淫女) 接客,卖淫

đi kiết d [医] 痢疾

đi kinh lí đg ①出巡 ②视察

đi lại *đg* ①来往:đi lại mật thiết 来往密切②交往,往来:Hai gia đình vẫn đi lại với nhau. 两家还有交往。③同房④明来暗去;私通

đi làm *đg* ①干活,工作②上班

đi lị *đ* [医]赤痢

đi lính *đg* 当兵,入伍

đi-na-mô *d* 发电机;电动机

đi ngang về tắt (女子)行为不端

đi ngoài *đg* 出恭,大便,大解

đi ở *đg* 扛活,打长工

đi phép *đg* 休假,请假

đi ra *đg* 出去

đi rửa *đg* 腹泻

đi sát *đg* 深入,接近:đi sát quần chúng 深入群众;đi sát thực tế 深入实践

đi sâu *đg* 深入:đi sâu nghiên cứu 深入研究

đi sớm về khuya 早出晚归

đi tả *đg* 拉稀

đi tắt *đg* 抄小路,走捷径

đi tây *đg* ①出洋②[口]完蛋,归西

đi theo *đg* ①跟随,跟从②循着,沿着

đi thi *đg* 应试,赶考,投考

đi tiểu *đg* 小便

đi tơ *đg* (动物)交配,受精

đi tới *đg* ①抵达,达到②达成,做出

đi tu *đg* 出家:cắt tóc đi tu 削发出家

đi tuần *đg* 巡逻

đi vào *đg* 进去,进入,步入,走进:đi vào lớp học 走进教室

đi vay *đg* 告贷,贷款

đi văng *d* 躺椅

đi vắng *đg* 外出,不在家

đi về *đg* 回去,回返,回家

đi viếng *đg* 凭吊

đi vòng *đg* 迂回,走弯路,兜圈子

đi xa [口]走了,死了

đì₁ *d* [解]阴囊,睾丸

đì₂ *đg* ①[口]训,骂②压制,作梗

đì đẹt [拟]噼里啪啦

đì đoành [拟]叮叮当当

đì đùng [拟]乒乒乓乓

đĩ *d* [方]妓女,娼妓 *t* 轻佻,风骚,淫荡

đĩ bợm *d* [旧]妓女 *t* 放荡,风骚

đĩ điếm *d* [旧]娼妓,妓女

đĩ đực *d* 男妓

đĩ rạc *d* [口]荡妇

đĩ thoã *t* 妖里妖气,放荡,风骚;肉麻

đìa₁ *d* 水洼

đìa₂ *t* 很多,满是的:nợ đìa 满身债

đỉa *d* ①[动]水蚂蟥,水蛭②(装饰衣衫用的)布条,布片 *đg* 耍赖,赖皮

đỉa giả *đg* 赖磨子,耍赖皮,耍泼皮

đỉa hẹ *d* 小蚂蟥

đỉa trâu *d* 大蚂蟥

đĩa *d* ①盘,盘子②盘形物③[体]铁饼④[口]硬盘,磁盘,软盘⑤碟,碟片

đĩa bay *d* ①飞船②飞碟

đĩa cứng *d* 硬盘

đĩa hát *d* 唱片

đĩa hình *d* 影碟

đĩa khoá đường *d* (铁道)路牌

đĩa mềm *d* [计]软盘

đĩa phim *d* 影碟,碟片

đĩa quang *d* 光碟,光碟

đĩa sắt *d* [体]铁饼

đĩa từ *d* 磁盘

đĩa xích *d* (车用)链盘

địa [汉]地 *d* ①地,土地,大地②地理,地理学:môn địa 地理课③土地神

địa bàn *d* ①罗盘,指南针②地盘,领域;本地区

địa chấn *d* 地震,地震学

địa chất *d* 地质:cán bộ địa chất 地质工作者

địa chỉ *d* 地址,通讯地址

địa chính *d* ①地政②地政局,房地产管理局:sở địa chính 地政局

địa chủ *d* 地主

địa cực *d* 地极:thám hiểm địa cực 地极探险

địa danh *d* 地名

địa dư *d* ①地区,地域,范围②地理

địa đạo *d* 地道

địa điểm *d* 地点

địa đồ *d* 地图

địa giới *d* 地界

địa hạt *d* ①辖地:địa hạt Hà Nội 河内辖地②领域,区域:địa hạt văn hoá 文化领域

địa hình *d* 地形:khảo sát địa hình 考

察地形

địa lí *d* ①地理: địa lí tự nhiên 自然地理②风水: thầy địa lí 风水先生

địa linh nhân kiệt 地灵人杰

địa lợi *d* 地利, 有利地形, 好地段

địa mạo *d* 地貌: địa mạo học 地貌学

địa ngục *d* [宗] 地狱

địa nhiệt *d* 地热

địa ốc *d* 房地产

địa phận *d* ①地域, 地段, 地方②[宗] 大教区

địa phương *d* 地方; 本地, 当地

địa thế *d* 地势: địa thế hiểm trở 地势险阻

địa vị *d* 地位, 位置: địa vị cao 地位高

địa y *d* [植] 地衣

đích₁ [汉] 嫡

đích₂ [汉] *d* 的, 目的, 目标: bắn không trúng đích 射不中目标 *tr* 正是, 确是, 的确 (表示肯定语气): Quyển sách này đích là của tôi. 这本书正是我的。

đích danh *t* 本名的, 指名的, 点名的: mời đích danh giám đốc 指名邀请经理

đích đáng *t* 得当的

đích thân *d* 亲身, 亲自: Đích thân bộ trưởng chỉ đạo. 部长亲自指导。

đích thị *tr* 确实 (表示肯定语气): Cái bút này đích thị là của tôi. 这支笔确实是我的。

đích thực *t* 确实的, 真实的, 真正的

đích tôn *d* [旧] 嫡孙

đích xác *t* 确实的, 可靠的: chứng cứ đích xác 证据确凿

địch₁ [汉] 笛 *d* [旧] 笛子: tiếng địch 笛声

địch₂ [汉] 敌 *d* 敌人: tiêu diệt địch 消灭敌人 *đg* 敌对, 抵抗: lấy ít địch nhiều 以少敌多

địch vận *đg* 分化, 瓦解, 统战, 策反

điếc *t* ①聋: bị điếc bẩm sinh 先天性耳聋②坏, 臭: đu đủ điếc 坏木瓜③哑: pháo điếc 哑炮

điếc đặc *t* [口] 真聋, 全聋

điếc không sợ súng 聋子不怕炮响, 无知者无畏

điếc lác *t* 聋

điềm *d* 征兆, 预兆, 兆头

điềm bất tường *d* 不祥之兆

điềm dữ *d* 凶兆, 恶兆

điềm lành *d* 吉兆

điềm nhiên *d* 恬然, 安然

điềm rủi *d* 不吉之兆

điềm tĩnh *t* 恬静: tính điềm tĩnh 性格恬静

điểm [汉] 点 *d* ①点, 点儿: Điểm này hay! 这点儿好! ②点数, 分数, 度数: thi được 100 điểm 考了 100 分 *đg* ①点画②清点, 查点: điểm lại tình hình tháng trước 查点上月情况

điểm báo *d* (报刊, 电视的) 要点, 摘要: điểm báo thời sự 新闻摘要

điểm cao *d* 高点, 制高点

điểm chảy *d* [理] 熔点

điểm chính *d* 要点

điểm danh *đg* 点名

điểm đọng lại *d* [理] 冰点

điểm đôi *d* [数] 重点

điểm huyệt *đg* 点穴

điểm mù *d* 盲点

điểm nhóm *d* [理] 焦点

điểm nóng *d* 热点: điểm nóng về thu hút vốn đầu tư 吸引投资的热点

điểm phân giới *d* 分界线

điểm rốn *d* ①[解] 脐②中心点, 腹点

điểm sàn *d* 分数线: Điểm sàn năm nay cao hơn năm ngoái. 今年的分数线高于去年。

điểm số *đg* 数数, 报数: điểm số từ một đến hết 从一开始报数 *d* 分数: giành điểm số cao 得高分

điểm tâm *d* 点心: mua đồ điểm tâm 买点心

điểm tới hạn *d* 临界点

điểm tựa *d* 支点, 支柱: điểm tựa về tinh thần 精神支柱

điểm xạ *đg* [军] 点射

điểm xuyết *đg* 点缀

điếm₁ *d* ①铺子, 小店: điểm sửa hàng 修理铺②[旧] 店铺, 更楼, 更房

điếm₂ *d* [口] 妓女: gái điếm 妓女

điếm nhục *t* 玷辱的, 侮辱的

điên₁ [汉] 颠

điên₂ [汉] 癫 *t* 疯, 疯疯: phát điên 发疯

điên cuồng *t* 疯狂, 癫狂

điên dại *t* 痴癫, 痴呆

điên đảo *t* ①颠倒的, 倒逆的: thời buổi điên đảo 世道颠倒②神魂颠倒, 心慌意乱

điên đầu *t* 精神绷紧的, 心烦意乱的, 无头绪的

điên khùng *t* 疯癫, 疯狂

điên loạn *t* 疯癫, 神经错乱

điên rồ *t* 猖狂, 疯狂: ý nghĩ điên rồ 疯狂的想法

điên tiết *t* 恼火, 发火, 怒气冲冲: Bà cụ điên tiết. 老奶奶大怒。

điền₁ [汉] 田, 佃

điền₂ *đg* ①填补, 补塞: ②填写: điền vào ô trống 填写空格; điền đầy đủ các thông tin 完整填写信息

điền bạ *d* 田簿, 地册

điền dã *t* ①[旧] 田野, 乡村: từ quan về sống nơi điền dã 辞官回乡下生活②田野调查: đi điền dã 去做田野调查

điền kinh *d* 田径

điền viên *d* [旧] 田园; 世外桃源

điển₁ [汉] 典, 碘

điển₂ *t* [口] 漂亮, 俏丽: ăn mặc rất điển 打扮漂亮; điển trai 帅哥

điển cố *d* 典故 *đg* 典押, 典当

điển hình *d* 典型 *t* 典型的: trường hợp điển hình 典型情况

điển tích *d* 典故

điển trai *t* [口] 美男子, 美丈夫 (=đẹp trai)

điện₁ [汉] 殿 *d* 宫殿, 圣殿

điện₂ [汉] 电 *d* ①电, 电气: đồ điện gia dụng 家用电器②电话: gọi điện 打电话③电报 *đg* 打电话或者发电报: điện về nhà 打电话回家 *t* 闪电般的, 转瞬即逝的: nhanh như điện 快如闪电

điện₃ *đg* 祭奠: điện thờ 祭奠

điện ảnh *d* 电影: ngôi sao điện ảnh 电影明星

điện áp *d* 电压

điện áp định mức *d* 额定电压

điện áp ra *d* 输出电压

điện áp vào *d* 输入电压

điện âm *d* (电路) 阴电, 负电

điện ba *d* 电波

điện báo *d* 电报

điện báo viên *d* 报务员

điện cao thế *d* 高压电

điện chia buồn *d* 唁电

điện chính *d* 电政, 电信业务

điện cơ *d* 电机

điện cực *d* 电极

điện dung *d* 电容: điện dung lưới sắt 栅极电容

điện dương *d* 正电, 阳电

điện đài *d* 电台

điện đàm *đg* 通电话, 打电话

điện đóm *d* 电灯, 灯火: Nhà cửa chẳng thấy điện đóm gì. 房间里一点灯光也没有。

điện giải *đg* [化] 电解

điện giật *đg* 触电

điện học *d* 电学

điện kế *d* 电流表

điện khí *d* 电气: điện khí hoá 电气化

điện lạnh *d* 制冷设备, 制冷电器: sửa chữa đồ điện lạnh 修理制冷设备

điện lực *d* 电力: ngành điện lực 电力行业

điện lượng *d* 电负荷量

điện lưu *d* 电流: điện lưu kế 电流计

điện máy *d* 电器

điện môi *d* 绝缘物质

điện một chiều *d* 直流电

điện mừng *d* 贺电

điện não đồ *d* 脑电图

điện năng *d* 电能

điện phân *đg* 电解

điện quang *d* X光: chụp điện quang 照X光

điện sinh học *d* 生物电学

điện tâm đồ *d* 心电图

điện thế *d* 电压: điện thế cao 电压高

điện thoại *đg* [口] 打电话 *d* 电话

điện thoại di động *d* 移动电话

điện thoại đường dài *d* 长途电话

điện thoại Internet *d* 网络电话

điện thoại nội hạt *d* 市内电话

điện thoại quốc tế *d* 国际电话,国际长话

điện thoại truyền hình *d* 视频电话

điện tim *d* [口]心电检查

điện tín *d* ①电信②[旧]电报

điện trở *d* 电阻

điện trở khí *d* 电阻器

điện từ *d* 电磁:điện từ trường 电磁场

điện tử *d* 电子:điện tử âm 阴电子

điện tử học *d* 电子学

điện xoay chiều *d* 交流电

điểng *t* 昏厥的,晕的

điệp₁ [汉]蝶,谍,牒

điệp₂ [汉]叠 *đg* 重叠:điệp âm 叠音

điệp báo *d* 谍报:điệp báo viên 谍报员

điệp điệp trùng trùng *t* 重重叠叠

điệp trùng *t* 重叠

điệp viên *d* 谍报员,间谍

điêu₁ [汉]雕,凋

điêu₂ *t* ①歪曲,不实:nói điêu 胡说②奸猾

điêu đứng *t* ①凄惨,凄凉:cuộc sống điêu đứng 生活凄惨②多灾多难的

điêu khắc *đg* 雕刻:nghệ thuật điêu khắc 雕刻艺术;tác phẩm điêu khắc 雕刻作品

điêu linh *t* 凋零,萧条,萧疏,萧瑟

điêu luyện *t* 精湛,登峰造极,惟妙惟肖:kĩ năng chơi bóng điêu luyện 球技精湛

điêu ngoa *t* 爱说谎的,爱说大话的,不老实的:thói điêu ngoa 爱说谎的毛病

điêu tàn *t* 凋残的,凋谢的

điêu toa=điêu ngoa

điêu trá *t* 虚伪;欺诈

điêu trác *đg* 雕琢:điêu trác ngọc 雕琢玉器 *t* 狡猾,狡诈

điều₁ [汉]调,条

điều₂ *d* ①腰果②条款,条文,条例,条令:điều khoản chung 共同条款③言语,话语:Nói điều hay, làm việc

tốt. 说好话,做好事。④事情⑤条,项:10 điều nên nhớ 应该记住的十项⑥[口]神情,神态,样子,模样:ra cái điều cung kính 露出恭敬的神情

điều₃ *đg* [口]派,调动:điều xe 派车

điều₄ *t* 桃红色的:cờ điều 桃红色的旗

điều ăn tiếng nói 谈吐,言谈举止

điều bí ẩn *d* 隐情

điều biến *đg* 调幅

điều binh khiển tướng 调兵遣将

điều chế *đg* 制造,调制

điều chỉnh *đg* 调整:điều chỉnh lãi suất 调整利率

điều chuyển *đg* 调运

điều dưỡng *đg* 调养:điều dưỡng sức khoẻ 调养身体

điều đình *đg* 调停,调解

điều độ₁ *đg* 调度:điều độ sản xuất 生产调度

điều độ₂ *t* 限度,节制,规律

điều động *đg* 调动,调拨

điều hành *đg* 协调管理,调控,调度

điều hoà *đg* 调和,调节,调剂:điều hoà không khí 调节空气 *t* 调和的 *d* 空调,空调机

điều hoà nhiệt độ *đg* 空气调节 *d* [口]空调机

điều hơn lẽ thiệt 是非曲直

điều khiển *đg* 调遣,指挥,驾驭,控制,调度,差遣,操作 *d* 遥控器

điều khiển từ xa *đg* 远程控制,遥控

điều khoản *d* 条款

điều kiện *d* 条件:điều kiện cần 必要条件

điều kinh *đg* [医]调经

điều lệ *d* ①条例②章程

điều lệnh *d* 条令

điều luật *d* 规定,办法

điều nặng tiếng nhẹ 说长道短

điều nhiệt *đg* 调节温度:điều nhiệt cho nước 调节水温

điều nọ tiếng kia 说长道短;说三道四

điều ong tiếng ve 闲言碎语;闲言闲语

điều phối *đg* ①调节②调配,调度

điều quan trọng là 关键是,重要的是

điều ra tiếng vào 流言蜚语

điều tiếng *d* ①闲言碎语, 闲话②争吵, 口角

điều tiết *đg*; *d* 调节: điều tiết sản xuất 调节生产; điều tiết thị trường 调节市场

điều tốc *đg* 调速: điều tốc theo cự li 按距离调速

điều tra *đg* 调查: điều tra dân số 人口普查

điều trần *đg*; *d* ①上疏②(向国家、国际权力机构)述职, 陈述: điều trần trước quốc hội 向国会述职

điều trị *đg* 调治, 治疗: điều trị bệnh bằng thuốc Bắc 用中药调治

điều ước *d* 条约

điểu học *d* 鸟类学

điểu loại *d* 鸟类

điểu thú *d* 鸟兽

điếu₁ *d* ①烟斗, 烟袋②一袋烟, 一支烟

điếu₂ [汉] 吊 *đg* 吊唁, 悼唁: điếu ca 吊唁死者

điếu bát *d* 水烟壶

điếu cày *d* 水烟筒

điếu đóm *đg* [口] 跑腿: làm chân điếu đóm 做跑腿

điếu tang *đg* 吊丧

điếu văn *d* 吊文, 悼词

điệu [汉] 调 *d* ①声调, 音调, 腔调, 调子, 曲调: ăn khớp với nhau về nhịp điệu 腔调合拍②调调, 调子, 风格③[口] 支(舞蹈的量词): Điệu múa đẹp mắt. 那支舞蹈令人悦目。④仪态, 仪容, 风姿, 样子: dáng điệu có vẻ mỏi mệt 样子疲惫 *đg* 押解, 押送: Điệu tên trộm lên đồn công an. 把小偷押往派出所。 *t* [口] 忸怩作态, 装腔作势: Ăn nói rất điệu. 举止很做作。

điệu bộ *d* 姿态, 仪容: điệu bộ khoan thai 仪态从容 *t* 忸怩作态, 装腔作势

điệu đàng *t* [口] 讲究, 忸怩, 做作: ăn nói điệu đàng 举止做作

điệu hát *d* 唱腔, 腔调

điệu hổ li sơn 调虎离山

điệu múa *d* ①舞姿②舞蹈

điệu múa ba-lê *d* 芭蕾舞

điệu nhạc *d* [乐] 乐调

điệu này [口] 这样的话, 如此: Điệu này không khéo rồi lại mưa to. 搞不好要下大雨。

điệu nghệ *t* [口] 十分熟练, 十分优秀

đinh₁ *d* 钉子 *t* [口] 主要的, 关键的

đinh₂ *d* 扣子

đinh₃ [汉] 丁 *d* 丁(天干第四位)

đinh ấn=đinh rệp

đinh ba *d* 戟, 三叉戟

đinh con *d* 小钉子

đinh cúc *d* [方] 大头针

đinh đĩa *d* 订书钉

đinh ghim *d* 大头针

đinh hương *d* 丁香

đinh khoen=đinh khuy

đinh khuy *d* 圆头钉

đinh mũ *d* 图钉

đinh ninh *đg* ①[旧] 叮咛, 叮嘱②满以为, 总以为 *t* 前后一致的, 没有改变的

đinh ốc *d* 螺丝钉: vặn đinh ốc 上螺丝

đinh râu *d* [医] 发疔

đinh rệp *d* 图钉

đinh tai *t* 震耳欲聋

đinh tán *đg* 铆钉

đinh vít *d* [工] 螺钉

đình₁ [汉] 廷, 堂, 庭

đình₂ [汉] 亭 *d* 亭子

đình₃ [汉] 停 *đg* 停止: tạm đình việc thi công 暂停施工

đình bản *đg* 停版, 停刊

đình chỉ *đg* 停止

đình chiến *đg* 停战

đình công *đg* 停工, 罢工: đình công đòi tăng lương 罢工要求加薪

đình đám *d* 庙会(泛称乡村庙会)

đình đốn *đg* 停顿: sản xuất đình đốn 生产停顿

đình huỳnh *t* ①堂皇, 像样; 体面, 周备②正派, 坦荡, 光明正大

đình miếu *d* 庙宇

đình trệ *đg* 停滞: Công việc bị đình trệ. 工作被停滞下来。

đình trú *đg* 停驻

đỉnh₁ [汉] 顶 *d* 顶端,顶点,顶头: đỉnh đồi 坡顶; đỉnh núi 山顶

đỉnh₂ [汉] 鼎 *d* 鼎,大鼎

đỉnh cao *d* ; *t* 高顶,制高点,顶点

đỉnh đầu *d* 头顶

đỉnh điểm *d* 顶点,顶峰,高潮: Mâu thuẫn đã lên tới đỉnh điểm. 矛盾已上升到了顶点。

đĩnh₁ [汉] 艇 *d* 艇,艇只

đĩnh₂ *d* 锭: một đĩnh bạc 一锭银子

đĩnh đạc *t* 落落大方: đi đứng đĩnh đạc 举止大方

đính₁ [汉] 订

đính₂ *đg* 钉,缝: đính khuy đính cúc 钉扣子; đính hoa vào mũ 缝花到帽子上

đính chính *đg* 更正,校正,勘误,订正: đính chính những chỗ in sai 订正印错的地方

đính đạc *t* 落落大方

đính hôn *đg* 订婚

đính kì *đg* 订期

đính ngày *đg* 定限,定日子

đính theo *đg* 附上,附后

đính ước *đg* ①相约,约定: đính ước sẽ gặp nhau 约定见面②订婚

định [汉] 定 *đg* 打算,拟定 *t* 安定

định án *đg* 定案

định bụng *đg* [口] 打算

định cư *đg* 定居: định cư ở nước ngoài 定居国外

định dạng *đg* [计] 设定文件格式,文件类型 *d* 文件格式

định danh *đg* ①定名②记名

định đoạt *đg* 定夺,决定: Tự định đoạt lấy cuộc sống của mình. 自己的命运自己决定。

định giá *đg* 定价

định hình *đg* ①定型②(摄影) 定影: thuốc định hình 定影剂

định hướng *đg* 定向,确定方向,确定… 方向,为…确定方向: định hướng nghề nghiệp 确定职业方向

định kì *d* ; *t* 定期: kiểm tra sức khoẻ định kì 定期体检

định kiến *d* 成见,偏见: có định kiến với nhau 互相有成见

định lí *d* 定理: định lí đảo 反定理

định liệu *đg* 预测,预断,预判

định luật *d* 定律

định luật bảo toàn và chuyển hoá năng lượng *d* 能量守恒定律

định luật vạn vật hấp dẫn *d* 万有引力定律

định lượng *d* 定量

định ngạch *d* 定额

định nghĩa *đg* ; *d* 定义

định sẵn *t* 预定的

định suất *d* 定额(规定的份额)

định tâm *đg* ①决意,打定主意: định tâm đến giúp 决意来帮助②定神

định thần *đg* 定神,镇静

định tính *đg* 定性

định tội *đg* 定罪

định ước *đg* 约定,约好,商定

định vị *đg* 定位,确定方位: định vị toàn cầu 全球定位; máy định vị 定位器

đít *d* ①臀部②底部: đít chai 瓶底

địt₁ *đg* [口] 交媾

địt₂ *đg* [方] 放屁

điu *đg* 背负: điu con đi kiếm củi 背着孩子去打柴

điu hiu *t* 荒寂,荒凉

điu ríu *đg* 相依为命,依靠

địu *d* 背带 *đg* (用背带)背: địu con 背着孩子

đo *đg* 量度,测量: đo chiều dài 测量长度

đo đạc *đg* 测量,勘测: đo đạc ruộng đất 测量田地

đo đỏ *t* 红通通,红彤彤

đo lường *đg* 量,衡量

đo nhiệt kế *d* [理] 测热计

đo ván *đg* ①(拳击) 被击倒②[口] 失败

đò *d* 渡船: qua đò 过渡; chèo đò 摆渡

đò giang *d* 渡船

đò nát đụng nhau 相依为命

đò ngang *d* 横渡船

đỏ *t* ①红,赤: khăn quàng đỏ 红领巾②[口] 走红运: Vận đỏ đã đến. 红运来了。③亮的,着的: Đèn đã đỏ.

灯亮了。

đỏ au *t* 鲜红：mái ngói đỏ au 鲜红的屋顶

đỏ bừng *t* 通红：mặt đỏ bừng 脸通红

đỏ choé *t* 鲜红

đỏ chói *t* 红得刺眼的：Mặt trời đỏ chói. 太阳很刺眼。

đỏ chót *t* 嫣红：Môi tô son đỏ chót. 嘴唇涂着嫣红的口红。

đỏ con mắt *t* [口] 望眼欲穿

đỏ da thắm thịt *t* [口] 红光满面

đỏ đắn *t* 红润：nước da đỏ đắn 皮肤红润

đỏ đen *t* ①红黑②吉凶(赌博)

đỏ đèn *đg* 上灯，点灯 *d* 掌灯(时刻，时分)：đến đỏ đèn mới về 到点灯时分才回来

đỏ đọc *t* 大红，炽红

đỏ gay *t* 火红：Mặt đỏ gay vì rượu. 因为喝了酒脸红的。

đỏ hoe *t* 淡红：mắt đỏ hoe 眼睛微红

đỏ hôn *t* 粉嫩色：Đứa bé mới đẻ đỏ hôn. 刚出生的婴儿粉嫩嫩的。

đỏ hung hung *t* 赭色

đỏ kè *t* 暗红色：mắt đỏ kè 暗红色的眼睛

đỏ khé *t* 深暗红色：nhuộm tóc đỏ khé 染着深暗红色的头发

đỏ lòm *t* 血红，猩红

đỏ lờ *t* 红通通，红彤彤

đỏ lừ *t* 红彤彤，火红火红：Hoàng hôn, mặt trời đỏ lừ. 黄昏时太阳火红火红的。

đỏ lửa *đg* 亮火，举炊

đỏ lựng *t* 红彤彤，红艳艳：Quả hồng chín đỏ lựng. 熟了的柿子红艳艳的。

đỏ mắt *t* 红眼的(盼望心切)：Chờ đợi quá lâu, đến mức đỏ mắt. 等待太久，眼睛都等红了。

đỏ mặt 红脸的：đỏ mặt lên vì tức giận 因气愤而脸涨红

đỏ mặt tía tai *t* [口] 面红耳赤：tức đến đỏ mặt tía tai 气得面红耳赤

đỏ ngầu *t* 褐红色：mắt đỏ ngầu 眼睛褐红

đỏ nhừ *t* 通红

đỏ nọc *t* 大红，血红(=đỏ đọc)

đỏ ối *t* 红艳艳：Cam chín đỏ ối cả vườn. 橙子熟了，园子一片红。

đỏ phơn phớt *t* 微红的

đỏ quạch *t* 红灰色的

đỏ quành quạch=đỏ quạch

đỏ rực *t* 红通通，红彤彤：Mặt trời đỏ rực như hòn lửa. 太阳红通通的像火球。

đỏ thắm *t* 鲜红：Hoa hồng có cánh màu đỏ thắm. 玫瑰花有鲜红的花瓣。

đỏ tía *t* 紫红，猩红

đỏ tươi *t* 鲜红：hoa màu đỏ tươi 鲜红色的花

đỏ ửng *t* 绯红：hai má đỏ ửng vì ngượng 因难为情而两颊绯红

đõ *d* 蜂窝：đõ ong mật 蜜蜂窝

đó₁ *d* 笭(渔具)

đó₂ *d* 那，那边，那儿 *tr* 呀：Giỏi đó! 真厉害呀！

đó đây *d* 到处，各处，各地：đi khắp đó đây 走遍各地

đọ *đg* 比较，较量：đọ tài 比才；đọ sức 比力气

đoá *d* 一朵：đoá hồng 一朵玫瑰花

đoá hoa *d* 花朵

đoạ đày *đg* [方] 虐待，折磨，奴役(=đày đoạ)

đoạ thai *đg* 堕胎

đoác *d* 桃榔树

đoài [汉] 兑 *d* ①兑(八卦之一)②[旧] 西方：xứ đoài 西方

đoài hoài *đg* 垂念，挂怀

đoan [汉] 端

đoan chính *t* [旧] 端正，庄重，正派

Đoan Ngọ *d* 端午节

đoan trang *t* 端庄，正派，端正(指妇女)：tính tình đoan trang 品行正派

đoàn₁ [汉] 锻

đoàn₂ [汉] 团 *d* ①团，群，组：đoàn ngoại giao 外交使团②青年团的简称：vào Đoàn 入团③团体：đoàn chèo 嘲剧团

đoàn đại biểu *d* 代表团

đoàn kết *đg* 团结

đoàn quân *d* 队伍，军队，部队

đoàn tàu *d* 列车

đoàn tham quan *d* 参观团

đoàn thể *d* ①团体②组织

đoàn tụ *đg* 团聚：đoàn tụ với gia đình 与家人团聚

đoàn viên *đg* ①[旧]团圆② 团聚 *d* 团员

đoàn xe *d* 列车

đoàn xe hơi *d* 汽车队

đoàn xiếc *d* 杂技团

đoản [汉] 短 *t* ①短：mệnh đoản 短命 ②(待人)不热情，不热心

đoản hậu *t* 薄情寡义

đoản khúc *d* [乐]短曲，小曲

đoản mạch *đg* [电] 短路：Dây điện cháy vì bị đoản mạch. 电线因短路烧着了。

đoản tình bạc nghĩa 薄情寡义

đoán₁ [汉] 断

đoán₂ *đg* ①猜测，估计，臆度：đoán tuổi 猜年龄②裁决，决定：Đoán mò thế là đúng. 这样裁决是正确的。

đoán chắc *đg* 断定

đoán chừng *đg* 推断，估计

đoán định *đg* 断 定：Diễn biến tình hình rất khó đoán định. 事情如何演变很难断定。

đoán liều *đg* 胡猜，凭空臆断

đoán trước *đg* 预测，预计

đoạn₁ *d* ①段，一段：đi một đoạn đường 走一段路②工段③[数]线段

đoạn₂ *d* 缎子

đoạn₃ [汉] 断 *đg* ①接着，随着②断绝：đoạn tình 断绝情义③切断，断

đoạn đầu đài *d* [旧]断头台

đoạn đầu máy *d* 机务段

đoạn đường *d* ①路段②(铁道)区间

đoạn nhiệt *đg* [理]断热，隔热

đoạn tuyệt *đg* 断绝

đoảng *t* [口]无谓的，无助的，无济于事的

đoảng vị *t* [口]不管用的，不中用的

đoành [拟]嘭(枪声)

đoạt [汉] 夺 *đg* 抢夺，争夺：đoạt lấy chính quyền 夺取政权

đoạt chức *đg* 夺职，削职

đoạt của *đg* 夺财

đoạt lợi *đg* 夺利

đoạt ngôi *đg*[旧]夺位，篡位

đoạt quyền *đg* 夺权

đoạt vị *đg*[旧]夺位，篡位

đọc *đg* 读，阅读：đọc báo 读报

đọc thuộc lòng 背书，记熟

đọc bài *đg* 朗读

đòi *đg* ①讨，索，要：đòi nợ 讨债②要求，请求：đòi tăng lương 要求加薪③[口]想要

đòi hỏi *đg* 要求，索求，索取 *d* 要求，需求

đòi lại *đg* 讨还，索还

đòi mạng *đg* 逼命，索命

đòi nợ *đg* 讨债，要账

đòi tiền *đg* 索钱，讨债

đói *t* 饥饿：đói bụng 肚子饿 *đg* 缺少，缺乏：Miền núi đói thông tin. 山区缺少信息。

đói kém *t* 饥馑的，饥荒的

đói khát *t* 饥荒的，穷困的

đói khổ *t* 贫苦：cuộc sống đói khổ 生活贫苦

đói meo *t* [口]饿瘪的

đói ngấu *t* [口]饿极的，饿疯的

đói nghèo *t* 穷困饥饿(=nghèo đói)

đói như cào *t* 饥肠辘辘

đói rách *t* 缺衣少食的

đói rét *t* 饥寒交迫

đom đóm *d* ①萤火虫②眼冒金星：nảy đom đóm mắt 眼冒金星

đom đóm tranh đèn 飞蛾扑火，自不量力，无自知之明

đòm *d* ①枪炮声：Súng bắn đánh đòm. 炮声轰鸣。②束，把，捆：đòm củi 一捆柴；đòm lúa 一束稻；đòm cỏ 一把草

đởm *t* 俏丽，漂亮，艳丽：làm đòm 扮靓

đóm *d* 火种，引火物

đóm lửa *d* 火星，火花

đon *d* 把，束，扎：đon mạ 一把秧苗

đon đả *t* 殷勤

đòn *d* ①杠，杠杆：cái đòn cân 秤杆②杖打，鞭打：bị đòn oan 被屈打③打击：đánh một đòn nặng về kinh tế 经济遭到沉重打击

đòn bẩy *d* 杠杆: đòn bẩy kinh tế 经济杠杆

đòn cân *d* 秤杆

đòn gánh *d* 扁担

đòn ghen *t* 醋劲大发的

đòn gió *d* 恐吓,精神上的打击

đòn ống *d* 竹杠

đòn vọt *d* 鞭挞,鞭打

đòn xeo *d* 杠杆

đòn xóc hai đầu 两面三刀

đón *t* 尖头的

đón *đg* ①接,迎接: đón khách 迎客② 聘请: đón thầy 聘请老师③拦截

đón chào *đg* 迎接: đón chào năm mới 迎新年

đón dâu *đg* 迎亲,迎新娘

đón đánh *đg* 迎击,截击

đón đầu *đg* [口]①拦截: chạy tắt để đón đầu 抄近道拦截②提前,超前

đón đưa *đg* ①接送: đón đưa bé đi học 接送小孩上学②说好话

đón đường *đg* 拦路

đón nghe *đg* 收听

đón nhận *đg* 接收,接受

đón rước *đg* 迎接

đón tàu *đg* 接车

đón tiếp *đg* 迎接,接待,欢迎: đón tiếp đoàn đại biểu 欢迎代表团

đón xe *đg* 等车,候车

đón ý *đg* 迎合,投合

đọn₁ *d* [方]团,束: ngắt mấy đọn rau lang 采几束薯叶

đọn₂ *t* [方]瘦弱,矮小: Thằng bé đọn người. 小家伙长得瘦小。

đong *đg* ①量取(液体、松散物): đong rượu 量斗酒②籴: đong gạo thổi cơm 籴米煮饭③买: đong tạm mấy cân gạo 先买几公斤米

đong đưa *đg* 摇摆不定 *t* 轻佻,轻浮, 不正派

đong lường=đong ①

đòng₁ *d* 孕穗期

đòng₂ *d* 长枪,矛

đỏng đảnh *t* ①悬,危险: Để cái cốc đỏng đảnh. 杯子放得很悬。②大模大样(常指女人说话)

đóng *đg* ①钉人,嵌入,插进: đóng đinh vào tường 在墙上钉钉子②装订,装帧: đóng sách 订书③盖章,盖印,打戳: đóng dấu 盖章④缴纳: đóng học phí 缴学费⑤驻扎: đóng quân nơi hải đảo 在海岛上驻军⑥包装,打包: đóng thùng 装箱⑦积满: gỉ sắt đóng thành tảng 铁锈积成块⑧擢升,提拔⑨凝结,凝固: Nước đóng băng. 水结成冰。⑩制作,制造: đóng giầy 制鞋⑪装上: Đóng rượu vào chai. 把酒装到瓶子里。⑫关闭: đóng cửa nhà máy 工厂关门⑬扣上: đóng khuy 扣纽扣⑭扮演: đóng vai chính 演主角

đóng băng *đg* 结冰,封冻,冻结

đóng chai *đg* 装瓶

đóng cửa *đg* 关门,收盘;倒闭,歇业

đóng dấu *d* 做记号;盖戳,盖章

đóng đô *đg* ①建都,定都② [口]长期居住

đóng gói *đg* 打包,包装

đóng góp *đg* 捐献,缴纳,贡献,奉献

đóng hộp *đg* 装盒,装箱

đóng khung *đg* ①用模子制作②限于…范围之内: Đề thi chỉ đóng khung trong chương trình đã học. 试题仅限于已学过的范围。

đóng kịch *đg* ①出演剧目② [口]做戏

đóng tàu *đg* ①造船,制船②装船,装货上船;装车皮,装货上火车

đọng *đg* ①滞留,壅塞,阻滞: cát đọng 淤沙②凝结,凝固: Nước đọng thành băng. 水凝固成冰。③积压,冻结: vốn đọng 资金积压

đót *d* [药]黄精

đọt *d* 梢,嫩芽: đọt ổi 番石榴嫩芽

đô₁ *t* [口]魁梧,伟岸,强壮: thân hình rất đô 身材魁梧

đô₂ [汉]都 *d* ①[旧]都市,都城: thủ đô 首都②都吏(古官名)

đô₃ *d* ①[口]美元② [乐]长音阶的第一音

đô₄ *d* [口]服量,用量: Một liều chưa đủ đô. 一个疗程的用量不够。

đô đốc *d* ①[旧]都督②海军上将: đô

đốc hải quân 海军上将

đô hộ d [旧]都护(古官名) đg 统治(附属国)

đô la d 美金,美元

đô-lô-mit d [矿]白云石

đô-mi-nô d 多米诺(骨牌)

đô-pinh (doping) d 兴奋剂

đô thành d [旧]都城

đô thị d 都市

đô thị hoá đg 都市化,城市化

đô vật d 角力士

đồ₁ [汉]图,屠

đồ₂ d 物品,器具,用品,东西: đi chợ mua ít đồ lặt vặt 上街买些零碎用品

đồ₃ d 学究: thầy đồ 老夫子

đồ₄ d 家伙,东西,流,辈: đồ ăn hại 败家子

đồ₅ d 图画: học ngành đồ hoạ 学绘画

đồ₆ [汉]徒 d 徒弟,弟子

đồ₇ [汉]途 d 道路,路程

đồ₈ đg 猜测,推测,推测

đồ₉ [汉]图 đg 图谋,请求: đồ lợi 谋利

đồ₁₀ [汉]涂 đg [方]涂,敷: đồ thuốc lên vết thương 往伤口上敷药

đồ₁₁ đg 蒸: đồ xôi 蒸糯米饭

đồ án d 图案,设计图

đồ ăn d 菜肴,食品

đồ bài tiết d 排泄物

đồ bản d [旧]①画本②地图,版图

đồ biểu d 图表

đồ chơi d 玩具

đồ chừng đg [口]约算,估计

đồ cổ d 古董

đồ đại d 笨蛋

đồ dệt d 纺织品

đồ diễn d 道具

đồ dùng d 用品: đồ dùng học tập 学习用品

đồ đá d 石器

đồ đạc d ①用品,物件: dọn dẹp đồ đạc 收拾物品②家具,器皿: kê lại đồ đạc 重新摆放家具③行李: gửi đồ đạc 寄存行李

đồ đan d 针织品

đồ đảng d 党徒,同党

đồ đệ d [旧]学生,徒弟

đồ điện d 电器: đồ điện gia dụng 家用电器

đồ đồng d 铜器

đồ đồng nát d 破铜烂铁

đồ đựng d 容器

đồ gia dụng d 家用品,日用品,居家用品

đồ giải d 图解

đồ gỗ d 木器,木制品

đồ gốm d 陶器

đồ hàng d 商品,货物

đồ hoá trang d 化妆品

đồ hoạ d 图画: học ngành đồ hoạ 学画画

đồ hộp d 罐头: thích ăn đồ hộp 喜欢吃罐头

đồ kim khí d 金属器具

đồ lạnh d ①冬衣,冬装②寒凉的食物

đồ lề d 工具: đồ lề của thợ mộc 木匠的工具

đồ lễ d ①礼品,贡品②祭品

đồ mát d [方]便衣,凉衣

đồ mặc d 衣服,衣着

đồ móc túi d 扒手

đồ mừng d 贺礼

đồ nghề d 工具

đồ ngu d 蠢材,笨蛋

đồ ngủ d ①卧具②睡衣

đồ nhắm d 酒菜

đồ nhôm d 铝制器皿

đồ nối nhánh d [无]分接器

đồ nữ trang d 首饰

đồ sắt tráng men d 搪瓷器皿

đồ sộ t 巨大,宏大,庞大,雄伟: ngôi nhà đồ sộ 雄伟的建筑

đồ sơn d 漆器

đồ sứ d 瓷器

đồ ta d 土产,国货

đồ tắm d 泳装

đồ tây d ①洋货②西装

đồ tể d ①[旧]屠夫,屠户②刽子手

đồ thêu d 刺绣品

đồ thị d 图表,图解: vẽ đồ thị 画图表

đồ thờ d 祭品,供物

đồ trang điểm d 化妆品

đồ trang sức d 装饰品

đồ tre *d* 竹器

đồ uống *d* 饮料：gọi đồ uống点饮料

đồ vàng mã *d* 冥器, 迷信品

đồ vặt *d* 杂品, 零碎

đồ vật *d* 物件, 物品：các đồ vật đắt tiền 贵重物品

đổ₁ [汉] 赌

đổ₂ *đg* ①倒, 倒塌, 颠覆：đánh đổ cốc nước打翻了杯子②倾倒, 倾注, 倒出：đổ rác倒垃圾③流出, 溢出, 涌出：đổ máu流血；đổ mồ hôi流汗④转嫁：đổ trách nhiệm cho người khác把责任推给别人⑤鸣, 响：Chuông đổ một hồi. 钟响了一阵。⑥发, 起, 生：Thằng bé dạo này đổ hư. 这小子最近变坏了。

đổ ải *đg* 浇灌, 灌溉：cung cấp đủ nước trong thời điểm đổ ải 在灌溉期供应充足的水

đổ bê-tông *đg* 灌浆, 浇灌混凝土

đổ bệnh *đg* 传染疾病

đổ bộ *đg* 登陆：Lính thuỷ đổ bộ lên đảo. 水兵在岛上登陆。

đổ dốc *đg* ①倾斜②下急坡

đổ dồn *đg* ①集中：Trách nhiệm đổ dồn lên đầu giám đốc. 责任集中到经理头上。②汇流, 涌向：Nước sông đổ dồn vào bể. 江河汇流入海。

đổ điêu *đg* [口] 嫁祸, 诬赖

đổ đom đóm *đg* (两眼) 冒金星

đổ đốn *đg* 潦倒, 变坏, 走下坡路：Càng ngày càng đổ đốn. 一天比一天潦倒。

đổ đồng *t* [口] 平均：tính đổ đồng按平均算

đổ gục *đg* ①倾倒, 躺倒②垮台, 倒台

đổ lỗi *đg* 嫁祸, 归罪于：đổ lỗi cho người khác 嫁祸他人

đổ lộn *đg* 混合, 掺和

đổ máu *đg* 流血

đổ mưa *đg* 下大雨, 下倾盆大雨

đổ nát *đg* 倒塌, 倾圮

đổ nhào *đg* ①翻倒：Bức tường đổ nhào. 墙倒了。②垮台, 倒台

đổ oan *đg* 冤枉：đổ oan cho người tốt冤枉好人

đổ riệt *đg* 一口咬定

đổ sụp *đg* ①塌落, 坍塌：ngôi nhà đổ sụp 房屋坍塌②崩溃, 瓦解, 消亡

đổ thừa *đg* [方] 抵赖, 推卸责任, 归咎于人

đổ tội *đg* 嫁祸于人

đổ trút *đg* 倾注

đổ vấy *đg* [口] 嫁祸(于人), 逃避责任, 推卸责任：Làm hỏng lại đổ vấy cho người khác. 事情搞糟了还嫁祸于人。

đổ về *đg* 涌向

đổ vỡ *đg* ①破碎②破裂, 崩溃：cuộc hôn nhân đổ vỡ婚姻破裂③暴露

đổ xô *đg* 争先, 接踵：Mọi người đổ xô về phía bờ sông. 大家都争先恐后到江边。

đỗ₁ [汉] 杜

đỗ₂ *đg* 停留, 停泊：đỗ xe泊车

đỗ₃ *đg* 考取, 考中：Thí sinh thi đỗ đại học. 考生考上大学。

đỗ₄ *d* 豆, 豆类：đỗ xanh绿豆(=đậu₁)

đỗ đạt *đg* ①及第②考上, 考中

đỗ quyên *d* ①[植] 杜鹃②[动] 杜鹃(鸟)

đỗ trọng *d* [植] 杜仲

đỗ xe *đg* 停车：đỗ xe trước cửa停车在门前

đố₁ [汉] 妒

đố₂ *d* 竹架子

đố₃ *đg* ①猜谜：chơi đố chữ玩猜字谜②管保, 保证(不敢或不能)：Đố mày dám làm! 管保你不敢！*p* [口] (表绝对否定)完全不, 不可能：Nói thế tôi đố có tin! 这样说我肯定不信！

đố kị *đg* 妒忌：Chị ấy tính hay đố kị. 她生性爱妒忌。

độ₁ [汉] 渡

độ₂ [汉] 度 *d* ①度：sốt 39 độ发烧39度②度, 程度：độ chính xác准确度

độ₃ *d* ①时期：Độ này chị có khoẻ không? 这段时间你好吗？②一段, 一程：mới đi được một độ đường才刚走一段路 *p* 大约, 约莫, 大概：độ vài hôm nữa mới xong大概几天后才完

độ ẩm *d* 湿度：độ ẩm không khí 空气湿度

độ bách phân *d* 摄氏度

độ bão hoà *d* [理]饱和度

độ C *d* 摄氏度（℃）

độ cao *d* 高度：độ cao tâm rụ 路中心高度

độ chính xác *d* 准确度

độ chua *d* [化]酸度

độ chừng *p* 大约，约莫，大概

độ cong *d* ①弯度②[数]曲率

độ cứng *d* [理]硬度

độ dài *d* 长度

độ dốc *d* 坡度：độ dốc tự nhiên 自然坡度

độ đặc *d* 稠度，浓度

độ đóng băng *d* [理]冰点

độ gia tốc *d* 加速度

độ kinh *d* 经度（=kinh độ）

độ lượng *d* 度量，气量，器局：Người này có độ lượng. 此人有度量。 *t* 有度量的，宽容的；nghiêm khắc với mình, độ lượng với người 严于律己，宽以待人

độ này *d* 最近：Độ này tôi bận lắm. 最近我很忙。

độ nghiêng *d* 倾斜度

độ nhạy *d* 灵敏度

độ nọ *d* 前些日子，不久以前

độ pha-ra-nét *d* 华氏度

độ phân giải *d* 分解度，分辨率

độ rắn *d* [理]硬度

độ rõ *d* 清晰度

độ rộng *d* 宽度

độ sáng *d* 亮度

độ sâu *d* 深度：độ sâu của biển 海的深度

độ sôi *d* [理]沸点

độ thoát *đg* [宗]度脱，超度

độ trì *đg* [旧]度救，救济

độ tuổi *d* 年龄段，年龄层次

độ vĩ *d* [地]纬度（=vĩ độ）

độ võng *d* 拱度

độ xen-xi-út *d* 摄氏度

độ xiên *d* 倾斜度，斜度

đốc₁ [汉]督

đốc₂ *d* 把手，把儿：đốc kiếm 剑柄

đốc₃ *đg* 督促：đốc con học hành 督促孩子学习

đốc thành *t* 笃诚，真诚

đốc thúc *đg* 督促

đốc-tơ (docteur) *d* 医生，大夫：mời đốc-tơ đến thăm bệnh 请医生来看病

độc₁ [汉]读

độc₂ [汉]毒 *t* ①有毒的：thuốc độc 毒药；giải độc 解毒②恶毒，毒辣：chửi rất độc 骂得很毒

độc₃ [汉]独 *t* 独一的：con độc 独子 *tr* 唯独，只有

độc ác *t* 恶毒，狠毒：tâm địa độc ác 心地恶毒

độc chất *d* 毒素，毒物，毒剂

độc chiếm *đg* 独占，垄断

độc chiêu *d* 绝招

độc dữ *t* 恶毒

độc dược *d* 有毒性的药物

độc đáo *t* 独到：một ý tưởng hết sức độc đáo 非常独到的创意

độc đạo *d* 唯一的途径，唯一通道

độc đắc *t* (彩票)头等，一等，最高：trúng số độc đắc 中头等奖

độc địa *t* 恶毒；恶劣：thủ đoạn độc địa 手段恶毒；khí hậu độc địa 气候恶劣

độc đoán *t* 独断：chuyên quyền độc đoán 独断专横

độc giả *d* 读者

độc giác *d* ①独角：tê ngưu độc giác 独角犀牛②[宗]独觉，自悟

độc hại *t* 毒害：chất độc hại 有毒物质

độc hoạt *d* [药]独活

độc kế *d* 毒计

độc lập *t* ; *d* 独立：sống độc lập từ bé 从小独立生活；nền độc lập dân tộc 民族独立

độc mộc *d* 独木：thuyền độc mộc 独木舟

độc mồm độc miệng 恶语伤人

độc nhất *t* 唯一，独一，单一：đứa con độc nhất 独子；niềm hi vọng độc nhất 唯一的希望

độc quyền *d* ①独权,垄断 ②专利权

độc tài *t* [政] 独裁: kẻ độc tài 独裁者

độc tấu *đg* ; *d* [乐] 独奏: độc tấu đàn guitar 吉他独奏; độc tấu sáo 笛子独奏

độc thân *t* 独身,单身: sống độc thân 独身生活

độc thủ *d* 毒手: hạ độc thủ 下毒手

độc tính *d* 毒性: thuốc trừ sâu có độc tính cao 毒性高的杀虫剂

độc tố *d* 毒素,毒物,毒剂

độc tôn *t* 独尊,至尊

đôi₁ *d* ①一双,一对: đôi dép 一双拖鞋 ②几,数: đôi lần 有几次

đôi₂ *t* 成双成对: giường đôi 双人床; đánh đôi 双打

đôi₃ *đg* [方] 扔,掷: đôi đá 掷石头

đôi ba 三两,数: đôi ba phen 三两次

đôi bạn *d* ①伴侣 ②夫妇

đôi bên *d* 双方: Đôi bên đã thoả thuận với nhau. 双方已达成协议。

đôi chỗ *d* 数处,个别地方: Chỉ có đôi chỗ cần sửa lại. 只有个别地方需要修改。

đôi chút *d* [口] 一段,一会儿,一点儿

đôi co *đg* 口角,斗嘴,吵嘴,吵架

đôi con dì *d* 姨表兄弟

đôi khi *p* 不时,间或,偶尔,有时

đôi lúc=**đôi khi**

đôi lứa *d* 伴侣,伉俪,配偶: kết thành đôi lứa 结为伉俪

đôi mươi *d* ①二十 ②二十左右

đôi ta *d* 我俩,咱俩(夫妻或情侣自称)

đồi *d* 丘陵,山冈: đồi chè 茶山

đồi bại *t* 颓败: tư tưởng đồi bại 思想颓败

đồi mồi *d* [动] 玳瑁: lược đồi mồi 玳瑁梳子

đồi núi *d* 山岳,山冈

đồi tàn *t* 残破,残败,颓败

đồi truy *t* 颓废: lối sống đồi truy 生活颓废

đồi vận *t* 倒霉,晦气

đổi *đg* ①交换,互易: đổi tiền lẻ 换零钱 ②更改,更换: đổi số điện thoại 更换电话号码 ③调动,调换: đổi công

tác 换工作

đổi chác *đg* ①以货易货 ②交换,交易

đổi chỗ *đg* ①易位 ②迁址

đổi dòng *đg* (河流) 改道

đổi dời *đg* 转移

đổi họ *đg* 改姓: thay tên đổi họ 改名换姓

đổi kíp *đg* 换班

đổi lòng *đg* 变心 (=thay lòng)

đổi lốt *đg* ①脱皮,蜕皮: Rắn đổi lốt. 蛇蜕皮。②改装,改头换面: đổi lốt đi trốn 改装潜逃

đổi mới *đg* 更新,改观,焕然一新: đổi mới cách thức làm việc 改变工作方式 *d* 改观,革新: Cuộc sống có nhiều đổi mới. 生活有了很大改观。

đổi nghề *đg* 改行,改换职业

đổi ngôi *đg* 变位,易位

đổi phiên *đg* 换班,更番

đổi tàu *đg* 换车

đổi thay *đg* 变换,更换,改变

đổi thay như chong chóng 反复无常; 瞬息万变

đổi tiền *đg* 换钱,兑换钱币

đổi trắng thay đen 颠倒黑白

đổi ý *đg* 改变主意

đỗi₁ *d* ①一段,一程: đỗi đường 一段路 ②程度,限度: bực quá đỗi 生气极了

đỗi₂ *d* 地步,境遇

đối *đg* ①对,对立 ②相对: ngồi đối mặt nhau 相对而坐 ③对称: câu đối 对联 ④对待

đối chất *đg* 对质: ra toà đối chất 出庭对质

đối chiếu *đg* ① 对照,查对 ②比照: bảng đối chiếu 对照表

đối chọi *đg* ; *t* 针锋相对,对撞,相冲,冲突: Hai quan điểm đối chọi nhau. 两种观点冲突。

đối chứng *đg* 对质,对证 *d* 对照物,对比物

đối diện *đg* ①对面 ②面对: đối diện với đói nghèo và bệnh tật 面对饥饿和疾病

đối đãi *đg* 对待: được đối đãi tử tế 受到优待

đối đáp *đg* 对答

đối đầu *đg* 对头,针锋相对

đối địch *đg* 对敌,敌对: hành vi đối địch 敌对行为

đối kháng *đg*; *d* 对抗: mâu thuẫn đối kháng 对抗性矛盾; quan hệ đối kháng 对抗性关系

đối lập *đg* 对立: mặt đối lập 对立面; quan điểm đối lập 观点对立

đối lưu *d* [理] 对流

đối mặt *đg* 面对: sẵn sàng đối mặt với mọi khó khăn 随时面对一切困难

đối nghịch *t* 相悖,相背: Hai quan điểm đối nghịch. 两种观点相背。

đối ngoại *đg* 对外 *d* 外交

đối nhân xử thế 为人处世

đối nội *đg* 对内 *d* 内政

đối phó *đg* ①对付,应对: sẵn sàng đối phó với bão lụt 随时应对涝灾②应付,敷衍

đối phương *d* 对方,敌方

đối sách *d* 对策: đối sách hợp lí 合理的对策

đối tác *d* (合作) 对象,(合作) 伙伴

đối thoại *đg* 对话,会话

đối thủ *d* 对手,敌手

đối trọng *d* 平衡力,制衡力; 砝码

đối tượng *d* 对象: đối tượng nghiên cứu 研究对象

đối ứng *đg* 对应

đối với *k* 对于: Đối với ông ta, việc ấy đâu có gì khó. 对他来说那事不难。

đối xử *đg* 对待

đối xứng *t* 对称: đối xứng trục 轴对称

đội₁ [汉] 队 *d* 队: đội bóng 球队

đội₂ *đg* ① 戴,顶: đội mũ 戴帽子②承受,承蒙: đội ơn 承恩③吹捧: đội nhau lên 互相吹捧

đội bóng *d* 球队

đội cảm tử *d* 敢死队

đội chủ nhà *d* (比赛) 主队

đội cứu thương *d* 救护队

đội danh dự *d* 仪仗队

đội ngũ *d* 队伍: đội ngũ cán bộ 干部队伍

队伍

đội ơn *đg* [旧] 承恩,蒙恩: Xin đội ơn ngài đã cứu giúp. 承蒙大人救助之恩。

đội quân nhạc *d* 军乐队

đội quân thứ năm *d* ①第五纵队②泛指秘密武装部队

đội sổ *d* 倒数第一

đội trời đạp đất 顶天立地

đội tuyển *d* 代表队

đội viên *d* 队员

đội xung kích *d* [军] 突击队

đôminô *d* 多米诺骨牌

đốm *d* 斑点 *t* 花斑

đốm nâu *d* 花斑病

đôn₁ [汉] 敦

đôn₂ *d* 瓷墩 (用来坐或置盆景等)

đôn₃ *đg* [方] 增添,提高: được đôn lên làm giám đốc 被提升为经理

đôn đáo *đg* [口] 督促,促进

đôn đốc *đg* ① [旧] 敦笃② 督促: đôn đốc mọi người làm việc 督促大家做事

đôn hậu *t* 敦厚: vẻ mặt đôn hậu 面容敦厚

đồn₁ [汉] 屯

đồn₂ *d* ①屯,营寨,据点 ②派出所

đồn₃ *đg* 风传,谣传: nghe đồn 风闻

đồn đãi=**đồn đại**

đồn đại *đg* 风传,谣传

đồn điền *d* ① [旧] 屯田②庄园

đồn luỹ *d* 营垒

đồn nhảm *đg* 讹传,谣传

đồn thổi *đg* [口] 风传,谣传

đốn₁ *đg* 砍伐,劈,砍断: đốn củi 砍柴

đốn₂ [汉] 顿 *t* [口] 变坏的,变差的: Thằng bé càng ngày càng đốn. 他变得越来越坏。

đốn cành *đg* ①伐木② [农] 整枝

đốn cây *đg* 伐木

đốn kiếp *t* [口] 丢人的,现眼的,下流的: Làm trò đốn kiếp! 丢人现眼!

độn₁ *đg* ①装,填,垫: 填塞,充塞: độn bông vào gối 塞棉花到枕头里②掺食,掺拌: Cơm độn ngô. 饭里掺玉

米。*d* 填充物,代替物

dộn₂ *t* [口] 迟钝,愚钝: người dộn 笨人

dộn thổ *đg* ①遁土②埋伏在地道里

dộn thuỷ *đg* 埋伏在水中

dộn tóc *d* 假发

dông₁ [汉] 东 *d* 东方,东部: nhà hướng dông 房子朝东; Đông Nam Á 东南亚

dông₂ [汉] 冬 *d* 冬季: mùa dông 冬天

dông₃ *đg* 冻结,凝固: Nước dông lại thành băng. 水凝结成冰。

dông₄ *t* 人山人海,人口稠密,熙来攘去: dất chật người dông 地少人多

Đông Á *d* [地] 东亚

Đông Âu *d* [地] 东欧

dông bắc *d* 东北,东北方

dông chí *d* 冬至(二十四节气之一)

dông con *t* 广嗣的,多子女的,多子息的

dông dược *d* 中药,中草药

dông dảo *t* 广众,广大: phải đi sát vào dông dảo quần chúng 要深入广大群众

dông dặc *đg* 冻结,凝固,凝结: chất làm dông dặc 凝固剂 *t* 人山人海

dông dủ *t* 济济一堂

dông dúc *t* ①广众,人山人海②繁华,热门

Đông Kinh *d* [地] ①东京(黎朝河内之称)②法属时期对北圻之称

dông lạnh *t* 冷冻: sản xuất cá dông lạnh 生产冻鱼

dông nghìn nghịt *t* 密密麻麻,水泄不通

dông người nhiều của 地大物博,人口众多

dông như kiến cỏ 人如蚁聚;人山人海

dông như nêm 摩肩接踵

dông như trẩy hội 熙熙攘攘;络绎不绝

dông phương *d* 东方

dông tây *d* 东西方

dông tây kim cổ 古今中外的: am hiểu mọi chuyện dông tây kim cổ 学贯古今中外

dông trùng hạ thảo *d* [药] 冬虫夏草

dông y *d* 东方医学;中医

dồng₁ *d* (大片的) 土地,田地: cánh dồng ruộng mênh mông 广阔的田野

dồng₂ *d* 货币,款项: có dồng ra dồng vào 有出款进款(指手头宽裕) ②盾,元(货币单位)③钱(十分之一两)

dồng₃ *d* 跳神,通灵: cô dồng 仙姑

dồng₄ [汉] 铜 *d* 铜: trống dồng 铜鼓

dồng₅ [汉] 同 *t* 同: dồng âm 同音

dồng₆ [汉] 童: mục dồng 牧童

dồng áng *d* 农事: bàn việc dồng áng 商讨农事

dồng bạc *d* ①银圆②金钱③越盾

dồng bào *d* 同胞: dồng bào ở hải ngoại 海外同胞

dồng bằng *d* 平原

dồng bọn *d* 同党,同伙

dồng bóng *t* [口] (性情)乖僻: có tính dồng bóng 性情乖僻 *d* 通灵,跳神

dồng bộ *t* ①[机] 同步②协调,配套;全套,整套: phát triển dồng bộ 协调发展

dồng ca *d* [乐] 合唱: dồng ca giọng nam 男声合唱

dồng cam cộng khổ 同甘共苦

dồng cảm *đg* 同感,感情相通;同情

dồng cân *d* 一钱(十分之一两): Chiếc nhẫn vàng 5 dồng cân. 金戒指 5 钱重。

dồng chất *t* ①同性的,同性质的②同性恋的

dồng chí *d* 同志: nữ dồng chí 女同志

dồng chu *d* [生] 雌雄同株

dồng cỏ *d* 草原,草地,草甸子

dồng cốt *d* 巫师

dồng cư *đg* 同居

dồng dạng *t* ①同样②[数] 相似

dồng dao *d* 童谣: một bài dồng dao 一首童谣

dồng diễn *đg* 同演,共同表演,团体表演

dồng dảng *d* 同党,同伙: Thủ phạm và dồng dảng đều bị bắt. 首犯及其

同党全部落网。

đồng đen *d* 青铜

đồng đều *t* 整齐, 均匀, 平衡: Trình độ không đồng đều. 水平不均衡。

đồng điếu *d* 赤铜, 紫铜

đồng điệu *t* 相同, 相通

đồng đội *d* ①队伍②团体

đồng hành *đg* 同路, 同行: người đồng hành 同路人

đồng hao *t* 连襟的: anh em đồng hao 连襟兄弟

đồng hoá *đg* 同化

đồng học *đg* 同学: bạn đồng học 同学

đồng hồ *d* ①表, 钟表②铜壶滴漏(旧时计时器具)③仪表, 仪器: đồng hồ đo điện 电度表

đồng hồ áp lực *d* 压力表

đồng hồ ăm-pe *d* 安培表

đồng hồ báo thức *d* 闹钟, 报时钟

đồng hồ bấm giây *d* 秒表

đồng hồ cát *d* (计时用的)沙漏

đồng hồ dầu *d* 机油表

đồng hồ dầu ép *d* 油压表

đồng hồ đeo tay *d* 手表

đồng hồ điện *d* ①电表②电钟

đồng hồ điện lưu *d* 电流表

đồng hồ lưu lượng *d* 流量表

đồng hồ nước *d* 水表

đồng hồ quả lắc *d* 摆钟

đồng hồ quả quýt *d* 怀表

đồng hồ treo *d* 挂钟

đồng hồ xăng *d* 汽油表

đồng hội đồng thuyền 同舟共济

đồng hương *d* 同乡, 老乡 *t* 同乡的

đồng hương hội *d* 同乡会

đồng khô cỏ cháy 不毛之地

đồng không mông quạnh 人烟稀少, 荒无人烟

đồng khởi *đg* 起义

đồng lãi *d* 利息, 利钱

đồng lầy *d* 泽田, 沼泽, 泥泞地

đồng loã *đg* 伙同

đồng loại *d* ; *t* 同类

đồng loạt *t* 清一色的; 一律的, 统一的: giá vé đồng loạt 统一票价 *p* 同时:

đồng loạt nổi dậy 同时跳起来

đồng lòng *t* 齐心: trên dưới đồng lòng 上下齐心

đồng lương *d* [口]工资, 薪金

đồng minh *đg* ; *d* 结盟, 同盟: kết làm đồng minh 结为同盟

đồng môn *t* 同门的 *d* 同门

đồng mưu *đg* 同谋

đồng nát *d* 破铜烂铁, 破烂儿

đồng nghiệp *t* 同业的, 同行的 *d* 同业, 同事: quan hệ đồng nghiệp 同事关系

đồng nhân dân tệ *d* 人民币

đồng nhất *t* 同一的, 等同的 *đg* 同一, 等同

đồng niên *t* 同年的, 同庚的, 同岁的

đồng nội *d* 原野, 田野

đồng phạm *d* 同案犯, 同伙

đồng phục *d* 队服, 校服, 厂服, 制服(团体服饰): Học sinh mặc đồng phục đến trường. 学生穿校服上学。 *t* 统一制服的: bộ quần áo đồng phục 统一的服装

đồng quê *d* 乡野, 村野, 原野

đồng ruộng *d* ①田野②家乡

đồng sàng dị mộng 同床异梦

đồng sinh đồng tử 同生共死

đồng tác giả *d* 合著者, 共同作者

đồng tâm *t* 同心的

đồng tâm hiệp lực 同心协力

đồng thanh *p* ①同声地: Mọi người đồng thanh trả lời. 大家同声回答。②一致, 齐声(赞同)

đồng thoại *d* 童话

đồng thời *p* 同时

đồng thuận *đg* 同意, 认可, 赞同

đồng tịch đồng sàng 同床共枕

đồng tiền *d* ①金钱: không kiếm được đồng tiền nào 赚不到什么钱②铜钱③货币: đồng tiền Việt Nam 越南货币④酒窝

đồng tiền bát gạo *d* [口]钱财

đồng tiền mạnh *d* 硬通货

đồng tình *t* ; *đg* 同情; 赞同, 同意

đồng tính *t* ①同性的, 同性质的②同性恋的

đồng tính luyến ái *d* 同性恋

đồng tộc *t* 同族的

đồng tông *t* 同宗的,同族的

đồng trinh *t* ①处女的②[宗]贞洁的

đồng trục *t* 同轴,同心

đồng tử *d* 瞳孔

đồng tượng *d* 铜像

đồng văn *t* 同文的,同一种文字、文化的

đồng vị phóng xạ *d* 放射性同位素

đồng vốn *d* [口]资金,资本

đồng ý *đg* 同意: Tôi không đồng ý gia hạn. 我不同意延期。

đổng [汉]董

đống *d* 堆,垛: đống rạ 稻草堆 *t* 成堆,很多: còn hàng đống việc chưa làm 还有一堆事没做

động₁ [汉]洞,峒 *d* ①山洞②(部分少数民族)村寨③[口]窝点: động mại dâm 卖淫窝点

động₂ [汉]动 *đg* ①动,变动,改动;变化,行动: động trời 变天了②动静: thấy động thì báo hiệu 看到有动静就发信号③触动,接触: Không ai dám động đến hắn. 没人敢动他。*k* [口]动辄,每每: động đánh là thua 一打就输

động chạm *đg* 触犯

động cơ *d* ①动机②[机]发动机,马达: động cơ đốt trong 内燃发动机

động cơ đi-ê-zen *d* 柴油发动机

động cơ điện *d* 电动机

động cỡn *đg* 发情: Lợn động cỡn. 猪发情。

động dục *đg* 动欲,发情

động đất *d* 地震

động đậy *đg* ①动弹: Đứng im, không được động đậy! 站好,不许动！②活动: động đậy tay chân 活动手脚

động đực *đg* 发情

động hớn =động đực

động kinh *d* [医]癫痫,羊角风

động lòng *đg* 动心,动念,动衷

động lực *d* 动力: động lực học 动力学

động mạch *d* [解]动脉

động não *đg* 动脑

động phòng *d* 洞房: động phòng hoa chúc 洞房花烛

động rồ *đg* [口]发疯

động rừng *đg* ①兽窜林动②[转]影响,牵连,牵动

động tác *d* 动作: động tác múa 舞蹈动作

động thái *d* 动态

động thổ *đg* 动土,破土: làm lễ động thổ công trình 举行项目动工仪式

động tĩnh *d* 动静: không thấy có động tĩnh gì 不见有什么动静

động trời *đg* (天气)变化: Động trời nên không ra biển. 变天了所以不出海。*t* [口]惊天动地: làm chuyện động trời 做出惊天动地的事

động từ *d* [语]动词

động vật *d* 动物

động vật có vú *d* 哺乳动物

động vật có xương sống *d* 脊椎动物

động vật không xương sống *d* 无脊椎动物

động vật rừng *d* 野生动物

động viên *đg* ①动员②鼓励: động viên con cái cố gắng học tập 鼓励孩子努力学习

đốp [拟] 嘣嘣 *đg* 顶撞

đốp chát *đg* 说话粗声粗气,吼叫

độp [拟]扑通 *đg* 顶撞: nói độp vào mặt 当面顶撞

đốt₁ *d* 节,段: đốt tre 竹节

đốt₂ *đg* ①咬,叮,刺: bị kiến đốt 被蚂蚁咬②[口]讥讽

đốt₃ *đg* 燃,烧,焚,炙: đốt than 烧炭

đốt cháy *đg* 焚烧,燃烧

đốt đèn *đg* 点灯

đốt lò *đg* 生火,生炉子

đốt lửa *đg* 点火,生火

đốt ngón tay *d* [解]手指关节

đốt nương *đg* 烧山,烧荒

đốt phá *đg* 烧毁: Giặc đốt phá làng mạc. 敌人烧毁了村庄。

đốt phăng *đg* 付之一炬

đốt xương sống *d* [解]骨椎: đốt xương sống thắt lưng 腰椎

đột₁ [汉] 突

đột₂ *đg* ①绱: khâu đột cho chắc 一针一针绱紧②錾, 冲: đột miếng tôn 錾穿铁皮③绱 (稀疏地缝制) *p* 突然, 猝然: đột nghĩ ra 突然想起 *d* 用来錾、冲的器具: cái đột đục 凿子

đột biến *đg* ;*d* 突变, 骤变

đột khởi *đg* 突发, 突然发生, 突然爆发: Chiến tranh đột khởi. 战争突然爆发。

đột kích *đg* 突击: kiểm tra đột kích 突击检查

đột kính *d* [理] 凸镜

đột ngột *t* 突然, 突如其来: Trời đột ngột đổ mưa. 天突然下雨。

đột nhập *đg* 突入, 侵入: Vi trùng đột nhập vào cơ thể. 细菌侵入肌体。

đột nhiên *p* 突然: đột nhiên đến thăm 突然来访; Giá đột nhiên tăng. 价格突涨。

đột phá *đg* 突破

đột rập *đg* 冲压: sản xuất đồ nhôm bằng công nghệ đột rập 用冲压技术生产铝器

đột tử *đg* 猝死, 突然死亡

đột xuất *t* ① 突发的, 突然的, 临时的: có việc đột xuất 临时有事②特别的, 突出的: thông minh đột xuất 特别聪明

đờ *t* ①僵硬, 发僵: tay cứng đờ vì lạnh 手指冻僵②发呆: đứng đờ người 站着发呆

đờ đẫn *t* 沮丧, 颓唐, 萎靡不振, 无精打采

đờ mặt *đg* 发呆, 发愣, 目瞪口呆

đỡ *đg* ①支, 撑, 承, 顶, 托, 扶, 搀, 撑持: đỡ cụ già bước lên thềm 搀扶老人上台阶②抵挡, 招架: đỡ quả bóng 挡住球③ [口] 接, 接生: bà đỡ 接生婆④ 帮忙: Con bé đã biết làm đỡ việc nhà. 小家伙已懂得帮家里做事。⑤减轻, 减少: ăn tạm cho đỡ đói 吃点东西充饥⑥好转, 有起色: Bệnh đã đỡ chút ít. 病情有好转。⑦接, 接受 *p* 暂时

đỡ đần *đg* 帮忙

đỡ đầu *đg* ① [宗] 监护, 护持: cha đỡ đầu 教父②撑腰, 支持, 支援, 帮助

đỡ đẻ *đg* 接生, 助产

đỡ đói *đg* ①充饥②缓和饥饿感

đỡ đòn *đg* ①招架②少挨打

đỡ khát *đg* 解渴, 止渴

đớ *t* [口] 结舌的

đợ *đg* 典押, 抵押

đời *d* ①一生, 一世, 一辈子: suốt đời 一生②一世, 一代: đời thanh niên 青年一代③尘世, 世俗, 世间: việc đời 世间事④时代, 年间, 期间: đời xưa 古代⑤生活: cuộc đời sung sướng hạnh phúc 幸福生活⑥ [口] 代: máy móc đời mới 新一代机器⑦世俗, 人间 (天主教用语)

đời chót *d* 最新一代, 顶尖一代: máy tính đời chót 最新款的电脑

đời kiếp *d* 世代

đời mới *d* 新一代, 新型, 新款: tủ lạnh đời mới 新款冰箱

đời nay *d* 现代

đời sống *d* ①生活, 生存: cải thiện đời sống 改善生活②生长: đời sống của cây lúa 种苗的牛长③社会或集体的生活方式: đời sống đô thị 都市生活

đời thuở nhà ai 不可思议; 不堪设想

đời thường *t* [口] 平淡的 (生活), 平凡的 (生活)

đời xưa *d* ①古代②从前

đới [汉] 带 *d* ①带②地带③地质年代

đới địa lí *d* (地球上按气候划分的) 地带

đợi *đg* 等候: đứng đợi 站着等

đợi chờ *đg* 等待, 等候 (=chờ đợi)

đợi giao thừa *đg* 守岁

đợi thời *đg* 等待时机, 伺机

đơm₁ *d* 捉鱼用的竹笼: dùng đơm để bắt cá 用鱼笼捕鱼 *đg* ①渔, 捕 (用捉鱼笼捕鱼): đơm cá (用鱼笼) 捕鱼②[方] 使入圈套: đơm địch 使敌人落入圈套

đơm₂ *đg* 钉, 缝

đơm₃ *đg* 盛满: đơm cho một bát thật đầy 盛了满满一碗

đơm₄ *đg* (花, 叶) 生长出: đơm hoa kết trái 开花结果

đơm đặt *đg* 挑拨, 搬弄是非

đơm đó *d* 渔具

đờm *d* 痰: khạc ra đờm 咳痰

đơn₁ *d* 药丹: linh đơn 灵丹

đơn₂ *d* [医] 风疹

đơn₃ *d* [汉] 单 *d* ①单据, 单子; 药方, 方剂: đơn đặt hàng 订货单; đơn thuốc 药单②呈文: đơn xin việc 求职信

đơn₄ *t* 单一的: giường đơn 单人床

đơn bạc *t* ①单薄: lễ vật đơn bạc 薄礼②薄恶, 刻薄: ăn ở đơn bạc 为人刻薄

đơn ca *đg* 独唱: tiết mục đơn ca 独唱节目

đơn chiếc *t* ①单, 单个的②孤身, 独自

đơn côi *t* 孤身只影的

đơn cử *đg* 专门举例, 进一步举例说明

đơn điệu *t* 单调: cuộc sống đơn điệu 生活单调

đơn giá *d* 单价

đơn giản *t* 简单: suy nghĩ đơn giản 想得简单 *đg* 精简, 简化: đơn giản tổ chức 精简机构; đơn giản các thủ tục 简化手续

đơn giản hoá *đg* 使…简单化: đơn giản hoá vấn đề 使问题简单化

đơn hàng *d* 货单

đơn hình độc bóng 形单影只

đơn kê hàng *d* 发货单

đơn khiếu nại *d* 申诉书

đơn kiện *d* 诉状, 状子, 状呈

đơn lẻ *t* ①独特, 特别②单独: sống đơn lẻ 单身生活

đơn nguyên *d* 单元楼, 公寓楼: Khu chung cư có tất cả năm đơn nguyên. 这小区共有 5 栋单元楼。

đơn nhất *t* 单一的

đơn phương *t* 单方的: đơn phương chấm dứt hợp đồng 单方中止合同

đơn sắc *t* 单色的: ánh sáng đơn sắc 单色光

đơn số *d* 单数

đơn sơ *t* 简陋, 简朴

đơn thuần *t* 单纯: quan hệ mua bán đơn thuần 单纯的买卖关系

đơn thuốc *d* 药方, 处方

đơn thương độc mã 单枪匹马

đơn tinh thể *d* 单晶体

đơn tính *t* [植] 单性的

đơn vị *d* ①单位: đơn vị từ vựng 词汇单位②(度量衡) 单位: Đơn vị cơ bản đo độ dài là mét. 测量长度的基本单位是米。③(行政) 单位④(部队) 单位: đơn vị pháo cao xạ 高炮部队

đơn vị đo lường *d* 度量衡单位

đơn vị nhận tổ chức *d* 主办单位, 主办方

đơn vị tiền tệ *d* 货币单位

đơn xin *d* 申请书

đờn₁ *d* ①琴②坛, 粗瓷器③一群 (指动物或小孩)④界 (按性别分类)

đờn₂ *đg* ①砸平②拉长③弹奏

đớn₁ *t* 碎: gạo đớn 碎米

đớn₂ *t* 卑鄙, 下流: kẻ đớn hèn 卑鄙的家伙

đớn đau *t* ①痛苦, 悲痛; 惨痛, 痛楚②令…痛苦, 使…难过

đớn hèn *t* 卑鄙, 下流

đớp *đg* ① 噬咬, 咬: Cá đớp mồi. 鱼咬饵。②咀嚼, 吃, 嚼: đớp đi cho nhanh 快吃

đớt *t* 发音不准的: nói đớt từ nhỏ 从小就发音不准

đợt *d* ①层, 叠: Dãy núi có nhiều đợt. 山脉层层叠叠。②阶段, 步骤

đu *d* 秋千: chơi đu 荡秋千 *đg* 摇, 荡

đu đủ *d* [植] 木瓜

đu đưa *đg* 摇来摇去, 摇晃: Cành cây đu đưa trước gió. 树枝在风中摇来摆去。

đù đờ *t* 迟钝

đủ *đg* 足, 足够, 充足 *t* 够, 足够, 齐: Khách đã đến đủ. 客人已到齐。

đủ ăn *đg* 足食, 够吃

đủ bộ *t* 全套, 整套

đủ cả *t* 应有尽有, 齐全

đủ dùng 够用

đủ điều *t* 齐全, 齐备

đủ mặt 到齐, 齐聚

đủ số 足数

đủ tiêu *đg* (钱) 够花

đủ tư cách *đg* 够格, 有资格

đú đởn *đg* [口]打情骂俏

đú mỡ *đg* [方]①打打闹闹,嬉戏②逍遥自在③闲开心

đụ *đg* [方]性交

đua₁ *đg* 竞赛,比赛,比高低: đua xe đạp 自行车比赛②竞争

đua₂ *đg* 伸出,探出: Ban công đua ra ngõ. 阳台伸出巷里。

đua chen *đg* 角逐,竞争

đua đòi *đg* 较劲,攀比,比高低: tính hay đua đòi 爱和别人攀比

đua ghe *đg* 龙舟竞渡,赛龙舟

đua ngựa *đg* 赛马

đua tranh *đg* 相争,抗争: đua tranh với đời 与命运抗争

đua xe đạp *đg* 自行车赛

đùa₁ *đg* ①嬉戏,耍笑②逗乐,玩乐: nói đùa 开玩笑

đùa₂ *đg* (将松散的东西)聚拢,聚向一处: Gió đùa mái tóc. 风把头发吹向一边。

đùa bỡn *đg* 嬉戏,打闹

đùa giỡn *đg* 打闹,嬉戏

đùa nghịch *đg* 嬉戏,玩耍,打闹: Bọn trẻ đùa nghịch ngoài sân. 孩子们在院子里嬉戏。

đùa với lửa 玩火自焚,搬起石头砸自己的脚: Đừng có đùa với lửa! 不要玩火!

đũa *d* ①筷子: đũa son 红漆筷子②[口]车辐

đũa mốc chòi mâm son 攀高枝,趋炎附势

đúc₁ *đg* ①翻砂,铸造: bức tượng đúc bằng đồng 铜铸像②煎熬③锤炼,精炼,删繁就简: Kinh nghiệm đúc trong cuộc sống. 经验从生活中提炼。

đúc₂ *d* 模子糕(越南食品)

đúc kết *đg* 总结: đúc kết kinh nghiệm 总结经验

đúc rút *đg* 概括,总结

đục₁ *d* 凿子 *đg* ①凿: đục mộng cửa 凿门榫②侵蚀,蛀蚀: Mọt đục gỗ. 蛀虫蛀蚀木头。③侵吞,搜刮: đục của dân 搜刮民财

đục₂ *t* 混浊,浑浊,混沌: nước đục 浑水

đục đơ *t* 污浊

đục khoét *đg* ①侵蚀: Vi trùng lao đục khoét lá phổi. 结核病菌侵蚀肺叶。②搜刮

đục ngầu *t* 混浊: đôi mắt đục ngầu 混浊的双眼

đục ngòm *t* 混浊(带绿黑色)

đục nước béo cò 水浑鹭肥;浑水摸鱼

đục rãnh *d* 小凿子

đui *t* [方]盲,瞎 *d* 灯头

đui đèn *d* 灯头

đui mù *t* 盲,瞎: mắt đui mù 眼睛瞎

đùi *d* ①腿,大腿: đùi gà 鸡腿②自行车踏板曲柄

đùi non *d* 髀肉

đũi₁ *d* 柞蚕丝: quần đũi 蚕丝裤

đũi₂ *d* 多层架(家具)

đùm *d* ①小包: một đùm cơm nếp 一小包糯米饭②裹,包 *đg* 包裹: đùm xôi bằng lá chuối 用蕉叶裹糯米饭

đùm bọc *đg* ①包裹②包庇,庇护,保护: đùm bọc lẫn nhau 互相包庇

đúm₁ *đg* 群聚

đúm₂ *d* 布制的玩具

đun₁ *đg* 推搡

đun₂ *đg* ①烧火: đun củi 烧柴②烧煮: đun nước sôi 烧开水

đun bếp *đg* ①烧炉子,烧火②烹煮

đun đẩy *đg* 推托,推卸

đun nấu *đg* 烹煮,烹调,烹饪: biết đun nấu 懂烹饪

đùn *đg* ①推,拱: Kiến đùn đất. 蚂蚁推土。②推脱,推诿: đùn việc khó cho người khác 把困难推给别人③拉在裤子里

đùn đẩy *đg* 推托,嫁祸

đụn *d* 堆,垛

đụn cát *d* 沙丘,沙堆

đụn rạ *d* ①稻垛,草垛②草包,脓包,饭桶

đung đưa *đg* 摆来摆去,摇晃

đùng₁ *p* 突然,猝然: Đùng một cái nó bỏ nhà ra đi. 他突然离家出走。

đùng₂ [拟]轰隆隆(枪炮声或雷声): sấm sét đùng đùng 雷声隆隆

dùng dùng *p* 气呼呼地[拟]轰隆隆

dùng một cái *p* 突然,蓦地

dùng đỉnh *t* 缓慢,慢悠悠,不慌不忙

dũng *d* 裤裆

đúng *t* ①对,正确,确切,适当,真实②正是,就是: vừa đúng một năm 正好一年③符合,合乎: làm đúng với yêu cầu 按要求做

đúng đắn *t* 对,正确,确切,适当,真实: một quyết định đúng đắn 正确的决定

đúng điệu *t* [乐]对调的,合调的②合适,合格,够格

đúng giờ *t* 准时的

đúng hạn *t* 如期的,按期的: trả tiền đúng hạn 按期交钱

đúng lí *t* 符合情理②按理,照理

đúng lúc *t* ①适时的②正巧

đúng mốt *t* 时尚,时髦,摩登: Cô ta ăn mặc đúng mốt. 她穿着时尚。

đúng mức *t* 恰当: phê bình đúng mức 恰当的批评

đúng mực *t* 有分寸,适度,适当: xử sự rất đúng mực 处理得很恰当

đúng nhịp *t* [乐]合拍的

đúng ra ①按理说: Đúng ra, nó phải bị kỉ luật. 按理说他应受处分。②正确地说,准确地说

đúng tuổi *t* 适龄的

đụng₁ *đg* 碰撞,触动

đụng₂ *đg* ①[口]打并伙(合伙宰畜分食)②[口]结婚③[方]涉及,干涉④[方]遭遇

đụng chạm *đg* ①触犯,侵害: đụng chạm đến danh dự 侵害名誉②冲撞,搞小摩擦,搞小矛盾

đụng đầu *đg* 碰头,遭遇: Hai đối thủ đụng đầu nhau. 两对头相遇。

đụng độ *đg* 较量,交战,交火: xảy ra cuộc đụng độ 发生交战

đuốc *d* 火把,火炬

đuôi *d* ①尾巴,尾部: đuôi rắn 蛇尾②末,末尾: đứng phía đuôi thuyền 站在船尾

đuôi chuột *d* ①鼠尾②单辫

đuôi mắt *d* 眼角

đuôi nheo *d* 燕尾

đuổi *đg* ①追赶,追逐: cố đuổi cho kịp xe trước 拼命追赶前面的车②尾随,跟随,追随③赶走,驱逐: đuổi đi không cho vào nhà 赶出家门

đuổi bắt *đg* 追捕

đuổi cổ *đg* 撵走

đuổi gà mắng chó 指桑骂槐;打鸡骂狗

đuổi kịp *đg* 赶上: đuổi kịp các nước tiên tiến 赶上发达国家

đuổi ra *đg* ①赶走②开除,解雇

đuổi theo *đg* ①追赶②追随

đuối *t* ①差,差劲,不足: sức khoẻ đuối dần 身体渐渐虚弱②溺水的: chết đuối 溺死③缺斤少两: cân hơi đuối 不够秤

đuối hơi *t* ①气虚②气沮,气馁

đuối lí *t* 理屈词穷

đuỗn *t* 呆滞,僵硬,死板

đúp *t* 复式,双重的 *đg* [口]留级

đụp *đg* 补,钉

đút *đg* ①塞入,填入,插入: Hai tay đút túi quần. 两手插在裤兜里。②喂: đút cơm cho bé 给小孩喂饭③[口]塞钱,行贿: đút tiền 塞钱

đút lót *đg* 贿赂

đút nút *đg* ①加塞,盖塞: lấy bông đút nút lỗ tai 用棉花塞住耳朵②[口]塞,堵塞: Rác đút nút lại làm tắc lỗ cống. 垃圾堵塞了水沟。

đút túi *đg* [口]贪污(公款)

đụt₁ *d* 鱼篓

đụt₂ *đg* 躲避: đứng trong mái hiên đụt mưa 站在屋檐下躲雨

đụt₃ *t* [口]差劲

đứ *t* 僵硬: chết đứ 僵死

đứ đừ *t* [口]发僵: say đứ đừ 醉得举止僵硬

đưa *đg* ①给,与,转递,传送: đưa báo đến tận nhà 送报到家②伸,举③带,领,引: đưa con đi chơi 带孩子去玩④送行: đưa bạn lên đường 送朋友上路⑤摇: đưa võng 摇吊床⑥列入: đưa vào kế hoạch 列入计划

đưa chân *đg* ①伸腿②送行③出行,奔走: đưa chân khắp đó đây 走南闯北

đưa cho *đg* 递交,提交

đưa cơm *đg* 下饭,送饭

đưa dâu *đg* 送亲,送新娘

đưa đám *đg* 送殡,送丧

đưa đò *đg* 摆渡

đưa đón *đg* 迎送,接送

đưa đường *đg* 带路,领路

đưa mắt *đg* 溜眼儿,飞眼儿,偷眼儿: đưa mắt ra hiệu 使眼色

đưa ra *đg* ① 提出: Đó là ý kiến của anh ấy đưa ra. 这是他提出的意见。② 提交: Vụ này đã đưa ra toà án để xét xử. 这起案件已提交法院审判。③ 推出: Loại sản phẩm này chưa đưa ra thị trường. 这种产品还未推出市场。④ 开除 ⑤ 流放: Anh ấy bị đưa ra Côn Đảo. 他被流放到昆岛。

đưa tận tay *đg* 面交

đưa thư *đg* 送信

đưa tiễn *đg* 送行(=tiễn đưa)

đưa tin *đg* 发布消息,传送消息

đưa tình *đg* 传情,送情: liếc mắt đưa tình 眉目传情

đứa *d* ① 家伙,厮: đứa này 这家伙 ② 一个(对卑辈之称): Tôi có hai đứa cháu. 我有两个侄子。

đứa con *d* 儿子

đứa con hoang *d* 私生子,未婚生子

đứa ở *d* [旧] 仆人

đứa trẻ *d* 小孩,孺子

đức [汉] 德 *d* ① 德行,道德: vừa có tài, vừa có đức 有才有德 ② 德泽 ③ (加在帝王、教主、圣人等词前以示尊敬): đức bà 圣母

Đức *d* [地] 德国(欧洲国家): tiếng Đức 德语

đức cha *d* 主教

đức dục *d* 德育

đức độ *d* 德行 *t* 有德行的

đức giám *d* 主教

đức giáo hoàng *d* 教皇

đức hạnh *d* 德行

đức mẹ *d* 圣母

đức ông chồng *d* [口] 老公

đức phật *d* 佛祖

đức rộng tài cao 才高德厚;德才兼备

đức thánh *d* [宗] 圣人

đức tính *d* 德行,人品,品格

đức trị *d* 德治

đực₁ *t* 牡,雄性: bò đực 公牛

đực₂ *t* 痴呆,木呆呆

đực rựa *d* ① 柴刀 ② 凡夫 *t* 男的,雄性的

đừng *đg* 忍受,隐忍: không đừng được mới phải nói 受不了才要说 *p* 切勿,不要: đừng đi 别去

đứng *đg* ① 站立,挺立,矗立;站稳,直立,立足: đứng lên 起立 ② 停止: Trời đứng gió. 风停了。③ 身处,处在,位于: đứng thứ hai 位于第二 *t* 垂直: vách núi dựng đứng 垂直的山

đứng bóng *d*;*t* ① 正午 ② 中年

đứng cái *t* 抽穗: lúa đứng cái 稻子抽穗

đứng chắn *đg* 把守

đứng dậy *đg* 起立

đứng đắn *t* 严肃,正派,端正: làm ăn đứng đắn 作风正派

đứng đầu *đg* 为首: Người đứng đầu phải mạnh. 为首的人要强。

đứng đường *t* 流离失所的,走投无路的,无家可归的

đứng giá *t* 价格平稳的

đứng im *t* 停止不动的

đứng khựng *đg* 站住,停住

đứng lại *đg* 站住,停住

đứng lớp *đg* 教书,上课

đứng nghiêm *đg* 立正

đứng ngoài *t* 局外的,旁观的

đứng ngồi *đg* ① 坐立 ② 行止

đứng ngồi không yên 坐立不安

đứng như trời trồng 惊呆,呆若木鸡

đứng ra *đg* 出面,出头

đứng riêng *k* 单从…方面

đứng số *t* (生活) 安稳

đứng tên *đg* 具名,出面,出面签字

đứng trước *đg* 面临,面对着

đứng tuổi *t* 中年

đựng *đg* 盛装,装贮

được *đg* ① 得到,获得,赢得,取得: được khen thưởng 得奖 ② 赢,胜: được kiện 胜诉 *p* ① 能,可以: hiểu được vấn đề 能明白问题 ② 好的,行 *k* 被: được gọi là thanh niên 被称为青年

được ăn lỗ chịu [经] 自负盈亏

được buổi giỗ lỗ buổi cày 因小失大；
玩物丧志

được bữa sớm, lo bữa tối 朝不保夕

được cái [口] 能得到的,可以得到的

được chăng hay chớ [口] 得过且过

được con điếc, tiếc con nô 得陇望蜀

được cuộc *đg* 得胜,领先

được đằng chân lân đằng đầu 得寸
进尺

được giá *t* 得价,能卖好价钱

được kiện *đg* 胜诉

được lòng *đg* 得人心

được mùa *đg* 丰收,收成好

được thế *t* [口] 得势的,仗势的

được thưởng *đg* 得奖,获奖

được việc *t* [口] ①能干的,管事的,
顶用的②完事的,结束的: Im đi cho
được việc. 别吵,赶紧干完！

được voi đòi tiên 得寸进尺

đười ươi *d* [动] 猩猩

đười ươi giữ ống 自以为是

đượm₁ *t* ①好烧,耐烧②芳香,浓郁:
Chiếc áo đượm mùi phấn. 衣服有浓
郁的化妆品味。

đượm₂ *t* ①含,带,挂: đôi mắt đượm
buồn 含着忧愁的双眼②[旧] 能享受
到恩惠

đượm đà *t* ①深厚②浓郁,浓重: đượm
đà bản sắc dân tộc 带有浓郁的民族
特色

đương₁ *đg* 抵抗,抗击

đương₂ [汉] 当 p 当,正在(=đang):đương
ăn cơm 正在吃饭

đương chức *t* 在职的,在任的

đương cục *d* 当局

đương đại *d* 当代

đương đầu *đg* 面对,对付,对抗: đương
đầu với khó khăn 面对困难

đương kim *t* 当今

đương nhiệm=đương chức

đương nhiên *t* ①当然的②理所当然
的,天经地义的

đương qui *d* [药] 当归

đương quyền *t*; *đg* 当权,掌权

đương sự *d* 当事人

đương thì *t* 正当年的,妙龄的:con gái

đương thì 妙龄姑娘

đương thời *d* 当时,正当其时

đường₁ [汉] 唐,堂

đường₂ *d* ①道路,途径,线路,街道②
đường đến trường 到学校的路③线:
đường thông tin 通信线路③方式,
方法,途径,方针,路线: tìm đường
tháo chạy 找生路④方面

đường₃ *d* 糖,食糖: nhà máy đường 糖
厂 *t* 甘甜,甜蜜: cam đường 甜橙

đường an toàn *d* 安全线

đường ảo *d* 虚线

đường bán kính *d* 半径

đường bay *d* (飞机)航道,航线:đường
bay quốc tế 国际航线

đường băng *d* (飞机)跑道

đường bệ *t* 威严: dáng người đường
bệ 一脸威严

đường biên *d* 边境,边界: hàng nhập
khẩu qua đường biên 从边境进口的
货物

đường biển *d* 海路,海上

đường bộ *d* 公路: mạng lưới giao thông
đường bộ 公路交通网

đường cái *d* 公路,大路

đường cao tốc *d* 高速路

đường cáp treo *d* 索道

đường cát *d* 砂糖

đường chéo *d* [数] 对角线

đường chim bay *d* 直线(距离)

đường chính *d* 干线

đường cong *d* ①[数] 曲线②弯道③
[理] 抛物线

đường cùng *d* 死胡同,末日,绝路

đường cụt *d* 死路,死胡同

đường dài *d* 长途

đường dành riêng *d* [交] 专用线

đường dẫn niệu *d* [解] 输尿管

đường dẫn nước *d* 引水道

đường dẫn trứng *d* [解] 输卵管

đường dây *d* ①线路②(秘密)途径,渠
道

đường dây nóng *d* 热线

đường dốc *d* [交] 坡路

đường đá dăm *d* 碎石路

đường đất *d* ①道路,路途: đường đất

xa xôi 遥远的路途②途径,方法

đường đen *d* 红糖

đường đèo *d* 山路,坡道

đường đi lối lại *d* ①通道②人脉,关系

đường đi một chiều *d* 单行道,单行线

đường đời *d* 世道,世途,人生

đường được *t* [口]还可以,还行

đường đường *t* 堂堂的

đường đường chính chính *t* 堂堂正正

đường gặp nhau *d* 交叉路线

đường goòng *d* 轻轨

đường gơ–lu–cô (glucose) *d* 葡萄糖

đường hai chiều *d* 双行线

đường hàng hải *d* 航海线

đường hàng không *d* 航线

đường hầm *d* 隧道,坑道,地道

đường hè *d* 人行道,便道

đường hẻm *d* ①小巷,小胡同②小路

đường hoàng *t* 堂皇,堂堂皇皇

đường hô hấp *d* 呼吸道

đường hồi qui *d* [地]回归线

đường huyền *d* [数]斜边

đường huyết *d* 血管

đường kéo toa *d* (铁道)牵引线

đường kim mũi chỉ *d* 针线活

đường kính *d* ①[数]直径②白砂糖

đường lăn *d* 滑行道

đường liên tỉnh *d* 联省公路,跨省公路

đường lối *d* ①途径②[政]路线,政策: đường lối quần chúng 群众路线

đường mật *d* 糖浆,糖稀 *t* 甜言蜜语的,花言巧语的

đường mía *d* 蔗糖

đường mòn *d* 羊肠小道

đường nằm ngang *d* 水平线

đường nét *d* 笔画,线条

đường ngang *d* 横线

đường ngào *d* 糖稀

đường ngầm *d* 地道;隧道

đường ngôi *d* 头缝,发缝

đường nhánh *d* 岔道

đường nhựa *d* 柏油路

đường ô–tô *d* 公路

đường ống *d* 管道: đường ống thoát nước 排水管道; đường ống dẫn khí đốt 燃气管道

đường parabôn *d* [理]抛物线

đường phân giới *d* 分界线

đường phèn *d* 冰糖

đường phên *d* 片糖,红糖片

đường phố *d* 街道

đường phụ *d* 支路,支线

đường quan *d* 官道,大路

đường rải đá dăm *d* 碎石路

đường ray *d* 铁轨

đường rẽ *d* 岔道

đường sá *d* 道路: đường sá lầy lội 道路泥泞

đường sắt *d* 铁道,铁路

đường siêu tốc *d* 高速公路

đường sông *d* ①河道②内河(航运)

đường tắt *d* 捷径,小路

đường thả cá *d* 回鱼道,泄鱼道

đường thẳng *d* 直线

đường thẳng nằm ngang *d* [数]水平线

đường thoát nước *d* 排水道,泄洪道

đường thuỷ *d* 水路

đường tròn *d* 圆周

đường trong *d* 南越,越南南方

đường trục *d* 主干线

đường trung bình *d* 平均线

đường trung tâm *d* 中心线

đường trung trực *d* 中垂线

đường trường *d* 长途,远途: xe chạy đường trường 长途车

đường trượt *d* 滑道

đường vành đai *d* 环城线,环道

đường vòng *d* ①弯路,弯道②曲线

đường xích đạo *d* [地]赤道

đường xiên *d* [数]斜线

đứt *đg* ①断,中断,断绝: cắt mãi mới đứt 割好久才断②割破,刺破: bị dao cưa đứt tay 被刀割破手 *p* [口]绝对,一定

đứt đoạn *đg* 断成数段 *t* 间断,断断续续

đứt đôi *t* 断成两截的,断成两段的

đứt đuôi *t* [口]肯定,显然,确定

đứt hơi *đg* 断气,气绝

đứt ruột *t* 断肠,肝肠寸断: tiếc đứt ruột 悔断了肠

đứt ruột đứt gan=**đứt ruột**

đứt tay hay thuốc 失败是成功之母

Ee

e₁, E₁ 越语字母表第 8 个字母

e₂ *đg* ①担心,怕的是: Tôi e không thành công. 我担心不成功。②恐怕: Ít thế này e không đủ. 这么少恐怕不够吧。

e ấp *đg* 迟疑,犹豫 *t* 腼腆: Cô bé thấy người lạ có chút e ấp. 小姑娘见了生人有点腼腆。

e dè *đg* 害怕,顾虑,畏首畏尾: Nó e dè bước vào. 他害怕地走进来。

e-léc-tron (electron) *d* 电子

e lệ *t* 害羞(专指女性): cô bé e lệ 害羞的女孩

e-líp (ellipse) *d* [数] 椭圆,椭圆形

e-mail *d* [电] 电子信箱,电子信

e ngại *đg* 担心,忧虑

e-phê-đrin (ephedrine) *d* [药] 麻黄素,麻黄碱

e sợ *đg* 恐惧,畏惧,怕

e thẹn *đg* 羞,怕羞

e-ti-len (ethylen) *d* [化] 乙烯

è *đg* [口] 使劲

è cổ *đg* [口] 使劲,用力: è cổ kéo xe 使劲拉车

em *d* ①弟,妹: em gái 妹妹; em trai 弟弟②第一人称代词,对兄姐辈的自称或妻子对丈夫的自称③第二人称代词,用于对弟妹辈的称呼或丈夫对妻子的称呼④老师称呼学生或学生对老师自称

em dâu *d* 弟媳

em em *t* [方] 差不多的,相差无几的

em út *d* ①最小的弟或妹②[口] 手下亲近人员③[口](多指不正当男女关系中的)女伴

ém *đg* ①塞: Ém màn xuống dưới chiếu. 把蚊帐脚边塞进席子下面。②掩饰,遮掩,隐瞒: Nó làm việc xấu nên muốn ém đi. 他干了坏事所以想办法隐瞒。③[口] 压,塞

ém nhẹm *đg* [口] 隐瞒

en-zim (enzyme) *d* [化] 酶

én *d* 燕子

eo *t* 细腰的 *d* 腰形: eo núi 山腰

eo biển *d* 海峡: hai bờ eo biển 海峡两岸

eo đất *d* 海涂,滩涂

eo hẹp *t* ①狭窄: lối đi eo hẹp 狭窄的通道②拮据: đồng tiền eo hẹp 手头拮据

eo ôi *c* [口] 表示惊讶: Eo ôi khiếp quá! 哎哟,太恐怖了!

eo sèo *t* [方] 喧嚣 *đg* 数落

èo uột *t* 虚弱: Cô ấy ốm đau èo uột suốt. 她一直体弱多病。

ẻo lả *t* ①娇弱②娇柔

ẽo ọt *t* 做作的,造作的

éo le *t* 波折的,磨难的

ẹo *đg* 压歪,压弯: Gánh nặng ẹo cả vai. 重担子压歪了肩膀。

ép *đg* ①压榨: ép mía 压榨甘蔗②强迫,压制: ép duyên 强迫嫁娶③紧贴 *t* 催熟的: chuối chín ép 催熟的香蕉

ép buộc *đg* 强迫

ép giá *đg* 压价: ép xuống giá 压低价格

ép lòng *đg* 昧着良心,强迫听从

ép nài *đg* 磨嘴

ẹp *t* [口] 紧贴的

ét (aide) *d* [方](汽车)副手,助手,副驾驶员

ét-xăng (essence) *d* 汽油

ê₁, Ê₁ 越语字母表第 9 个字母

ê₂ t 酸麻, 阴痛, 酸痛: đau ê cả người 全身酸痛

ê₃ t [口] 羞窘

ê₄ c [口] 羞羞(对小孩用语)

ê₅ c 喂(呼唤小辈用语): Ê, đi đâu đấy? 喂, 去哪里?

ê a [拟] 咿呀(婴幼儿学说话声、小孩读书声、和尚诵经声): Em bé đầy tuổi tập nói ê a. 周岁小孩咿呀咿呀学说话。

ê ẩm t 隐痛的: Đầu đau ê ẩm. 头隐隐作痛。

ê chề t 足够的, 满的: ăn uống ê chề 吃饱喝足

ê chệ t [口] 耻辱的, 丢脸的: Ăn cắp của người khác, ê chệ mặt mũi. 偷别人的东西, 真丢脸。

ê-cu d [口] 螺丝帽

ê hề t [口] 很多的, 满满的: thịt cá ê hề trên bàn 鱼肉满桌

ê ke d 直角尺

ê kíp d 工作小组

ê-te (ether) d [化] 乙醚

è à t 拖长音调的: nói ê à 说话拖长音调的

ế t ①(生意)冷淡, 滞销的②[口] 娶不到, 嫁不出: ế vợ 娶不到老婆

ế ẩm t 滞销的; (生意)冷淡, 萧条: hàng hoá ế ẩm 滞销商品

ế hàng t 滞销; 生意冷淡

ếch d 青蛙, 田鸡

ếch ngồi đáy giếng 井底之蛙

êm t ① 柔软, 舒适: Tàu hoả giường nằm mềm êm. 火车软卧舒服。②(天气) 好, 佳: bầu trời êm 天空晴朗③ 柔和, 和蔼, 温和④动听, 悦耳: nhạc giao hưởng êm tai 悦耳的交响乐⑤

平静, 安静: đêm rất êm 平静的夜晚⑥稳妥, 顺利: rút quân rất êm 顺利撤军

êm ả t ①静谧②缓和

êm ái t 柔和, 柔媚: Tiếng của cô ấy rất êm ái. 她的声音很柔和。

êm ấm t (家庭)和睦: gia đình êm ấm 家庭和睦

êm dịu t 柔和: giọng nói êm dịu 声音柔和

êm đẹp t 妥善, 稳妥, 妥当

êm đềm t 静静, 安静, 幽静

êm giấc t 安睡的

êm lòng t [方] 安心, 满意: Anh cứ việc êm lòng. 你尽管放心。

êm ru t ①平稳: Xe chạy êm ru. 车开得很稳。②动听, 好听, 悦耳: tiếng đàn êm ru 悦耳的琴声③顺畅: Việc này làm êm ru. 这事办得顺畅。

êm tai t 悦耳, 动听

êm thấm t ①安稳, 稳妥: Công việc sắp xếp êm thấm. 工作安排妥当。②和睦: gia đình êm thấm 家庭和睦

êm xuôi t 稳妥, 稳当: giải quyết êm xuôi mâu thuẫn gia đình 稳妥地解决家庭矛盾

ếm đg ①作法驱除鬼怪(迷信)②[口] 使人倒霉(迷信)③[方] 使用妖术

ềnh t [口] 四脚八叉的(贬义): Thằng bé nằm ềnh trên giường. 小男孩四脚八叉地躺在床上。

ềnh ệch t 四脚八叉的(贬义)

ểnh t [口] (肚子)挺着的

ểnh bụng t ①撑肚子的: ăn no ểnh bụng 吃饱了撑肚子②大肚子(指怀孕, 含贬义): chưa chồng mà đã ểnh bụng 未婚先孕

F f

f, F 拉丁文字母

F ①[化]氟的元素符号②[缩]华氏温
度

fa *d* 乐谱的第 4 音

fan *d* 追星族，粉丝，狂热爱好者: các
fan của danh ca nổi tiếng 著名歌星
的粉丝们

FAS (Free Alongside Ship) 装运港船
边交货

fastfood *d* 快餐

fax *d* 传真，图文传真

Fe[化]铁的元素符号

fecmotuga (phéc-mơ-tuya) *d* 拉链

festival (phéc-ti-van) *d* 节日，喜庆日
（常用于国内和国际的大型活动）

file *d*[电]文件，文件名

fize *dg* 烫发: tóc fize 烫发

folklor *d* 文学、艺术、民俗的总称

format *dg*[计]格式化(磁盘)

formol *d* 甲醛

fuy *d* 大圆桶，加仑桶

G

g

g, G 越语字母表第 10 个字母

ga₁ d ①车站: ga xe lửa 火车站②两个车站之间的距离: Còn có ba ga thì đến nơi. 还有三个站就到了。

ga₂ d ①煤气(=gas)②油门: dận ga 踩油门③(啤酒、饮料里的)气: Cô-ca hết ga rồi. 可乐没有气了。

ga-ma (gamma) d ①微克(重量单位)② γ (希腊字母)

ga-men d[口]手提层叠饭盒

ga-ra d ①车库,车棚②汽车修理厂

ga-rô d (用止血带)止血法

ga-tô d 蛋糕

ga xép d (火车站)小站

gà₁ d 鸡

gà₂ đg 暗示,授意,偷教(作弊行为): Anh ấy gà cho cô ấy một nước. 他偷偷教给她一招。

gà chọi d 斗鸡

gà công nghiệp d 饲料鸡

gà đồng d[口]田鸡,青蛙

gà gà gật gật đg (长时间)打瞌睡: gà gà gật gật trên ô-tô 在汽车上打瞌睡

gà gật đg 打瞌睡

gà giò d 雏鸡

gà gô d 锦鸡

gà luộc d 白切鸡,白斩鸡

gà mái d 母鸡

gà mái ghẹ d 项鸡

gà mờ t ①模糊不清: mắt gà mờ 眼睛模糊②[口]糊里糊涂

gà nước d 水鸥

gà qué d[口]家禽

gà sao d 珍珠鸡

gà tây d 火鸡

gà thiến d 阉鸡

gà tồ d ①大种鸡②[口][转] 迟钝的人,呆板的人,痴呆的人,笨头笨脑的人

gả đg 嫁,许配: gả con gái 嫁女

gả bán đg 许配

gã d[口](那)厮,(那)家伙(常指男性,含轻蔑或狎昵意)

gá₁ đg 临时傍靠,依靠: gá tạm bợ một thời gian 临时投靠一段时间 d 架子,底架

gá₂ đg 典押,抵押: gá chiếc nhẫn 典当戒指

gạ đg[口]搭讪,引诱,哄

gạ chuyện đg[口]搭讪

gạ gẫm đg[口]引诱,勾引,挑逗: gạ gẫm cô ấy vào tròng 引诱她上当

gác₁ d ①搁放②搁置: Việc này tạm gác lại. 此事暂时搁一搁。d ①楼层: gác năm 五楼②架子

gác₂ đg 把守,看守,站岗,放哨: Bảo an gác cổng. 保安看守门口。

gác bỏ đg 搁置,束之高阁,置之不理: Việc này gác bỏ không bàn. 此事搁置不谈。

gác lửng d 阁楼

gác thượng d 顶楼,楼顶

gác xép d 小阁楼

gạc₁ d ①鹿角: gạc nhung 鹿茸②树杈

gạc₂ d 医用纱布

gạch₁ d 砖头

gạch₂ d 蟹黄;虾膏

gạch₃ đg ① 画(线): gạch một đường thẳng 画一条直线②删除: gạch ba chữ đi 删除三个字 d 线

gạch chỉ d 青红砖

gạch chịu lửa d 耐火砖

gạch lá men *d* 陶方砖，瓷砖

gạch men *d* 釉面砖

gạch men sứ *d* 瓷砖

gạch ngang *d* 破折号；横线

gạch nối *d* 连字符

gạch ốp lát *d* 贴墙瓷砖

gai₁ *d* [植] 苎麻，元麻：dây gai 麻绳

gai₂ *d* ①刺儿，荆棘②带刺的东西：dây thép gai 铁丝网③鸡皮疙瘩：Trời rét nổi gai. 天冷起鸡皮疙瘩。④刺眼的东西，不顺眼的东西 *t* 有点冷的

gai cột sống *d* 骨刺；骨质增生

gai dầu *d* [植] 大麻

gai góc *d* 荆棘 *t* ①充满荆棘的，艰难，曲折：Con đường thành công đầy gai góc. 成功之路艰难多。②乖僻，乖张，偏执

gai mắt *t* 不顺眼

gài *đg* ①扣，系②插③闩(门)④派遣，安插⑤[口] 设置(=cài)

gài bẫy *đg* 设陷阱，设圈套

gài mìn *đg* 埋地雷，布雷

gãi *đg* 搔，挠：gãi ngứa 搔痒

gãi đầu gãi tai 挠耳挠腮

gãi đúng chỗ ngứa [口] 抓到痒处，正中下怀

gái *d* [口] ①女性②女孩子：bé gái 小女孩③处女④女色：kẻ háu gái 好色之徒

gái bán hoa *d* [口] 卖淫女

gái điếm *d* 妓女

gái giang hồ *d* 歌伎

gái nhảy *d* 舞女

gala (ga-la) *d* 节，节日；音乐会；歌舞会

gam *d* ①克(重量单位)②色调：gam lạnh 冷色③第 7 音阶

gan₁ *d* ①肝②[转] 肝胆，勇气，血气 *t* 有胆量的，有胆气的，大胆，勇敢

gan₂ *d* 掌心：gan bàn tay 手心

gan dạ *t* 大胆，勇敢

gan gà *d* ①鸡肝②鸡肝色，黄色

gan góc *t* 大胆，勇敢，天不怕地不怕的

gan lì *t* [口] 大胆，勇往直前的，不怕艰险的

gan ruột *d* 肝肠

gàn₁ *đg* 阻止，劝阻，谏止

gàn₂ *t* 悖逆，乖戾：tính gàn 性格乖僻

gàn dở *t* 乖戾，乖僻：Tính nó gàn dở lắm. 他的性格很乖僻。

gán *đg* ①抵押：gán chiếc xe máy 抵押摩托车②抵偿：gán nợ 抵账③强加于人：gán tội cho người khác 把罪名强加于人

gán ghép *đg* [口] 强加于人

gạn₁ *đg* 滤去水，滤掉水：gạn nước 滤去水

gạn₂ *đg* 盘诘：gạn hỏi 盘问

gạn lọc *đg* 过滤，滤清

gang₁ *d* 生铁

gang₂ *đg* 撑开：gang miệng ra 撑开嘴巴

gang thép *d* 钢铁 *t* 钢铁般，刚毅，果断：ý chí gang thép 钢铁般的意志

ganh *đg* ①竞争，竞赛，角逐：ganh học tập ganh tiến bộ 比学习比进步②嫉妒

ganh đua *đg* 竞争，角逐

ganh ghét *đg* 嫉妒

ganh tị *đg* 计较：Anh ấy không bao giờ ganh tị được mất. 他从不计较个人得失。

gảnh gót *t* 穷讲究

gánh *đg* ①挑担：gánh nước 挑水②担负，担当：gánh trách nhiệm 负起责任 *d* ①担子：một gánh gạo 一担米②班子：gánh hát 戏班子

gánh chịu *đg* 负责：Anh phải gánh chịu việc này. 你要对此事负责。

gánh gồng *đg* 挑担，负担

gánh vác *đg* 担负，担当，负担：gánh vác trách nhiệm 担负起责任

gào *đg* ①吼，咆哮②呼喊，叫号：Nó gào mãi mà không ai lên tiếng. 他叫了半天没人应。

gào thét *đg* ①咆哮，吼叫②呼喊，大呼小叫，大喊大叫

gáo *d* 瓢：một gáo nước 一瓢水

gạo₁ *d* ①稻米，大米②(猪肉的)寄生虫

gạo₂ *d* 木棉：cây gạo 木棉树

gạo cẩm *d* 锦米，黑糯米

gạo côi *d* 大粒米,好米 *t* 有才华的,有才能的

gạo giã *d* 精米,净米

gạo lức *d* 糙米

gạo nếp *d* 糯米

gạo nước *d* 食物,食品

gạo tẻ *d* 籼米

gạo trắng nước trong 鱼米之乡

gas *d* 煤气

gạt₁ *đg* ①拨: gạt sang một bên 拨向一边②〔用刮斗板〕刮③撇开,排除,取消: gạt kế hoạch 取消计划

gạt₂ *đg* 〔方〕欺骗,蒙骗,哄骗

gạt bỏ *đg* 取消,去除: gạt bỏ kế hoạch 取消计划

gạt gẫm *đg* 哄骗,欺骗

gạt tàn *d* 烟灰缸

gàu₁ *d* 戽斗

gàu₂ *d* 头皮屑

gay₁ *đg* 扭,上,紧(绳索): gay thừng 扭紧麻绳

gay₂ *t* ①艰巨,艰难,紧张,不易: Thời gian gay lắm. 时间很紧。②极甚,之极,过甚: mặt đỏ gay 脸胀红

gay cấn *t* 棘手: Việc này gay cấn lắm. 这件事很棘手。

gay gắt *t* ①毒烈: nắng gay gắt 烈日如焚②尖锐: mâu thuẫn gay gắt 尖锐的矛盾③严厉,厉害,猛烈: tranh luận gay gắt 激烈的争论

gay go *t* 艰巨,艰险,艰难,激烈,紧张,严峻,严重: nhiệm vụ gay go 艰巨的任务

gảy *đg* ①弹: gảy đàn 弹琴②扒开,挑开

gãy *đg* ①折断: bẻ gãy cây 折断树②挫败,挫折: bẻ gãy âm mưu của địch 挫败敌人的阴谋 *t* 折弯的,弯曲的

gãy góc *t* 清楚,明确: ăn nói gãy góc 讲话干脆利落

gãy gọn *t* 明确,清楚,清晰,明朗

gáy₁ *d* 〔解〕颈窝,颈背

gáy₂ *đg* 啼鸣: gà trống gáy 公鸡打鸣

găm *đg* ①插,戳: găm kim 插针②〔口〕隐藏,守住不放: găm hàng không bán 守住货物不卖 *d* 细小而尖锐之物: dao găm 匕首

găm giữ *đg* 〔口〕扣住,收藏

gằm *đg* ①额首,俯首,低头: cúi gằm đầu 低着头②〔转〕埋〔头〕: gằm đầu xem sách 埋头看书

gặm *đg* 啃,啮: Trâu bò gặm cỏ. 牛吃草。

gặm nhấm *đg* 啃,啮: Chuột gặm nhấm hòm gỗ. 老鼠啃木箱。*d* 啃齿类动物

gằn *đg* 〔用双手〕摇晃: gằn gạo 筛米 *t* 一字一板的(表示气愤): hỏi gằn 一字一板地问

gắn bó *đg* 紧密相连: Cán bộ và quần chúng gắn bó với nhau. 干部与群众密切联系。

gắn kết *đg* 不可分割,紧密相连,难解难分

gắn kín *đg* 密封

găng₁ *d*(做篱笆用的)荆棘

găng₂ *d* 手套: đeo găng 戴手套

găng₃ *t* 紧;紧张: đg 引起矛盾,斗争

găng tay *d* 手套

gắng *đg* 努力,勉励: Học sinh phải gắng học. 学生要努力学习。

gắng công *đg* 努力,用功: tập võ gắng công 用功练武

gắng gượng *đg* 勉强: Ông cụ gắng gượng đứng dậy. 老大爷勉强站起来。

gắng sức *đg* 勉励,尽力: Tôi gắng sức làm tốt việc này. 我尽力做好这件事。

gặng *đg* 反复问讯: hỏi gặng 盘问

gắp *đg* 夹 *d* 夹子

gắp lửa bỏ tay người 嫁祸于人

gặp *đg* ①相遇,遇见,碰见②遭遇: gặp nạn 遇难

gặp gỡ *đg* 相逢,会晤,会见,会面: gặp gỡ tại Bắc Kinh 相逢在北京

gặp mặt *đg* 见面: gặp mặt các bạn cũ 与老朋友见面

gặp nạn *đg* ①出事故②遇难

gắt₁ *đg* 呵斥,吆喝,叱咤

gắt₂ *t* ①酷烈: nắng gắt 烈日当头②严厉: phê bình gắt 严厉的批评

gắt gao *t* ①厉害,阴毒,刻薄②酷烈,猛

烈,不留情,严厉

gắt gỏng *t;đg* 暴躁,火暴

gặt *đg* 割,收割:gặt lúa nước 割水稻

gặt hái *đg* 收割,收获,取得:mùa gặt hái 收割季节;gặt hái thành công 取得成功

gấc *d* ①[植]木鳖,木鳖子 ②红色

gầm₁ *d* 底下:gầm giường 床底

gầm₂ *đg* 怒吼,吼叫,咆哮:hổ gầm 虎啸

gầm gào *đg* 怒吼,咆哮

gầm gừ *đg* (狗)叫,吠:chó gầm gừ 狗叫

gầm rú *đg* 咆哮,轰鸣

gầm trời *d* 苍穹,天下

gấm *d* 锦:áo gấm 锦衣

gấm vóc *d* 锦缎,锦绣 *t*[转]贵重:giang sơn gấm vóc 锦绣河山

gậm=**gầm₁**

gân *d* ①[解]筋:gân trâu bò 牛筋 ②筋力:lên gân 使劲儿 ③静脉,脉络

gân cổ *đg*[口]犟嘴,强辩:gân cổ cãi 犟嘴顶撞

gân cốt *d* ①筋骨 ②体力

gân guốc *d* 暴筋:tay gân guốc 手上暴筋 *t* 倔强:tính tình gân guốc 性格倔强

gân sức *d* 气力,力气

gần *t* 近的,接近的,靠近的,傍近的,接近的,亲近的 *p* 即将,将近,快要:Máy bay gần hạ cánh. 飞机即将降落。

gần đất xa trời 风烛残年;行将就木

gần gũi *t* 亲近,接近 *đg* 接近,靠拢

gần gụi=**gần gũi**

gần kề miệng lỗ =**gần đất xa trời**

gần xa *t* ①远近:tiếng tăm gần xa 远近闻名 ②千山万水,五湖四海 ③天南地北,古今中外

gấp₁ *đg* 折,折叠:gấp giấy 折纸

gấp₂ *đg* ①增加…倍:cố gắng gấp bội 加倍努力 ②合拢:Gấp sách lại. 合起书来。

gấp₃ *t* 紧急:Tôi có việc gấp. 我有急事。

gấp bội *đg* 加倍:tăng gấp bội 增加一倍

gấp gáp *t* 仓促:thời gian gấp gáp 时间仓促

gấp khúc *t* 蜿蜒,曲折

gấp rút *t* 紧急,急速,迫切

gập gà gập ghềnh *t* 崎岖不平:Đường núi gập gà gập ghềnh. 山路崎岖不平。

gật *đg* ① 点头:gật đầu đồng ý 点头同意 ②[口]同意

gật gù *đg* 频频点头;摇头晃脑

gật gưỡng *đg* (头)摇晃

gâu *đg* (犬)叫:Con chó vàng gâu lên một tiếng. 黄狗叫了一声。

gấu₁ *d* 熊:con gấu đen 黑熊 *t* 不礼貌,粗鲁

gấu₂ *d*[植]菱角:củ gấu 菱角

gấu₃ *d* (衣服的)贴边:gấu quần 裤脚

gấu Bắc Cực *d* 北极熊

gấu chó *d* 狗熊

gấu trúc *d* 熊猫

gây₁ *d* 胞水,羊水

gây₂ *đg* ①制造,挑起:gây chuyện 挑起事端 ②培植,培育

gây₃ *t* 膻气的:Thịt dê mùi gây. 羊肉有膻味。

gây chiến *đg* 挑起战火,挑起战争

gây chuyện *đg* 寻衅,生事,闹事,滋事

gây dựng *đg* 建立,建树

gây gấy *t* 稍感发冷发热的

gây gổ *đg* 生事,寻事

gây hấn *đg* 寻衅:Kẻ địch lại đến gây hấn. 敌人又来寻衅。

gây lộn *đg*[方]口角,吵嘴,吵架

gây mê *đg* 全身麻醉:Gây mê để làm phẫu thuật. 全身麻醉以便做手术。

gây rối *đg* 捣乱

gây sự *đg* 寻事,滋事,惹事,生事

gây tạo *đg* 培育,培植

gây tê *đg* 局部麻醉

gầy₁ *đg* 积攒:gầy vốn 积攒资金

gầy₂ *t* ①瘦:Con lợn này gầy quá. 这头猪太瘦。②贫瘠,没有养分的:đất gầy 贫瘠的土地

gầy còm *t* 瘦骨伶仃:người gầy còm 身子瘦骨伶仃

gầy đét *t* 瘦削，干瘪：Kẻ hút thuốc phiện người gầy đét. 吸毒者身材干瘪。

gầy gò *t* 瘦瘪：thân hình gầy gò 身材瘦瘪

gầy guộc *t* [口] 皮包骨，精瘦

gầy mòn *t* 消瘦，日渐消瘦

gầy nhom *t* 瘦小：vóc người gầy nhom 身材瘦小

gầy yếu *t* 瘦弱

gẩy *đg* [方] ①弹：gẩy đàn 弹琴②扒开，挑开(=gảy)

gẫy *đg* [方] ①折断②挫败，挫折(=gãy)

gây sốt *t* (感觉)有点儿发烧的：Cứ về chiều lại gây sốt. 一到下午又有点儿发烧。

gậy *d* ①棍棒：gậy gỗ 木棍②哭丧棒

gậy gộc *d* 棍儿

gậy ông đập lưng ông 搬起石头砸自己的脚

gậy tày *d* 大棒

GDP [缩] 国内生产总值

ghe *d* [方] (有挡雨棚的) 小木船

ghe bản lồng *d* (有挡雨棚的) 巨舫

ghe bầu *d* 航海大帆船

ghe chài *d* 小船，机船

ghe cộ *d* 船只

ghe lườn *d* [方] 独木舟

ghè₁ *đg* [方] 打：ghè cho một trận 打一顿

ghè₂ *đg* 挑：ghè nắp ra 挑盖子

ghẻ₁ *d* [医] 疥疮：mọc ghẻ 生疥疮

ghẻ₂ *t* 非嫡亲的：mẹ ghẻ 继母

ghẻ lạnh *đg* 冷淡，疏远

ghẻ lở *d* [医] 疮疥

ghé *đg* ①顺便②傍近，靠近：ghé vào bờ 靠岸

ghé gẩm *đg* [口] ①捎带脚儿②沾光：ghé gẩm nó đôi chút 沾他的光

ghé mắt *đg* ①斜睨，侧目窥视②[口]照看：ghé mắt trông hộ hành lí 帮照看一下行李

ghé vai *đg* 分担

ghẹ₁ *d* 花蟹，远海梭子蟹

ghẹ₂ *đg* 占便宜，沾光

ghen *đg* ①嫉妒，妒忌：Người khác làm được tốt thì nó ghen. 别人做得好他就嫉妒。②吃醋：Nó hay ghen. 他(她)爱吃醋。

ghen ghét *đg* 忌妒，忌恨

ghen tị *đg* 嫉妒：tâm lí ghen tị 嫉妒心理

ghen tuông *đg* 吃醋，争风吃醋，拈酸吃醋

ghen tức *đg* 又嫉妒又气愤

ghẹo *đg* ①逗趣，逗乐：ghẹo trẻ con 逗小孩玩儿②挑逗，调戏：ghẹo phụ nữ 调戏妇女

ghép *đg* ①凑合，拼合，连接②植入，嫁接，移植：phẫu thuật ghép thận 换肾手术 *t* 配对的，配双的，配套的，合成的：từ ghép 合成词

ghép chữ *đg* 拼字

ghép nối *đg* 连接：ghép nối đường dây 连接线路

ghép vần *đg* 拼写

ghét₁ *d* 泥垢

ghét₂ *đg* 憎恨，厌恶：ghét kẻ cắp 憎恨小偷

ghét bỏ *đg* 厌弃，嫌弃

ghét cay ghét đắng 深恶痛绝

ghê *đg* 发怵，发颤，肉麻，怕：Cô ấy trông thấy đỉa là ghê. 她看到蚂蟥就怕。*t* ①厉害②[口] 不得了的，了不得的：Tốt ghê! 好得不得了！

ghê gớm *t* [口] ①恐怖，可怕，触目惊心②厉害，非常：rét ghê gớm 冷得厉害

ghê rợn *đg* 惊惧，毛骨悚然

ghê sợ *đg*；*t* 可怕

ghê tởm *đg*；*t* 可怕，恐怖；肉麻

ghế₁ *d* ①椅子，凳子②(政府部门中的)位置，职位

ghế₂ *đg* ①(用大竹筷把饭)搅匀：ghế cơm nguội 掺冷饭②主粮与杂粮混煮

ghế bành *d* 沙发

ghế băng *d* 长板凳

ghế cứng *d* 硬座

ghế dài *d* 长凳，板凳

ghế dựa *d* 靠背椅

ghế điện *d* 电椅(刑具)

ghế mềm *d* 软座,软席,软卧

ghế tựa *d* 椅子

ghếch *đg* [口] 斜靠,搭靠,倚傍,搁: Để thang gỗ ghếch lên tường. 把木梯斜靠墙上。

ghệch [方]=**ghếch**

ghềnh *đg* (象棋)上(士),飞(相): ghềnh sĩ 上士

ghi₁ *d* (铁路)道岔,转辙器

ghi₂ *đg* ①记录,登记,记忆: Ghi lời nói của nó lại. 把他的话记录下来。②[计]存盘: ghi vào ổ cứng 存到硬盘

ghi₃ *t* 棕色的: chiếc mũ màu ghi 棕色的帽子

ghi âm *đg* 录音: ghi âm bài hát 录歌

ghi chép *đg*;*d* 记录,抄录

ghi chú *đg*;*d* 备注

ghi danh *đg* ①记名②记载,纪念: bia đá ghi danh liệt sĩ 烈士纪念碑

ghi điểm *đg* 打分,计分,记分

ghi đông *d* (自行车)车把

ghi giá *d* 标价,标价格

ghi hình *đg* 摄像: máy ghi hình 摄像机

ghi lò *d* 炉箅子

ghi lòng tạc dạ=**ghi tạc**

ghi nhận *đg* 承认,确认,记载,肯定

ghi nhớ *đg* 铭记,纪念: ghi nhớ bài học lịch sử 铭记历史教训

ghi-ta (guitar) *d* [乐] 吉他

ghi tạc *đg* 铭刻,铭记,铭感

ghi vào *đg* 记入,写入,刻进,录入

ghi xương khắc cốt 刻骨铭心

ghì *đg* ①勒紧: ghì cương ngựa 勒紧马缰②摁住

ghim *đg* 针 别上(别针、大头针等)

gì *đ* 何,啥,什么: Nói gì? 说什么？ *p* 啥,什么: Sợ gì! 怕啥！ *tr* 啥,什么

gì thì gì [口] 无论如何: Gì thì gì cũng phải đi. 无论如何都要去。

gỉ *d* 锈 *đg* 生锈: Sắt bị gỉ. 铁生锈。

gí *đg* ①摁,点,顶住: gí súng vào đầu 用枪顶住头②紧贴,压紧: Quả bóng bẹp gí. 球被压瘪了。

gia₁ [汉] 家

gia₂ [汉] 加 *đg* 添加,增加: gia muối

gia mì chính 放盐放味精

gia bảo *d* 传家宝,祖传宝贝

gia cảnh *d* [旧] 家境

gia cầm *d* 家禽

gia cố *đg* 加固: gia cố đê 加固河堤

gia công *đg* 加工: gia công vàng 加工黄金

gia dụng *t* 家用的: đồ điện gia dụng 家用电器

gia đạo *d* [旧] ①家规②家境

gia đình *d* 家庭,家眷,家属 *t* 家庭观念的,小家庭观念的

gia giảm *đg* 加减: Gia giảm quần áo theo thời tiết thay đổi. 根据天气变化加减衣服。

gia giáo *d* 家教 *t* 有教养的

gia hạn *đg* 延期: gia hạn visa 签证延期

gia huấn *d* [旧] 家训,家庭教育

gia nghiệp *d* [旧] 家业

gia nhập *đg* 加入,参加

gia phả *d* [旧] 家谱

gia pháp *d* [旧] 家法,家规

gia quyến *d* 家眷,眷属

gia sản *d* 家产

gia súc *d* 家畜

gia sư *d* 家庭教师,家教

gia sự *d* 家事

gia tài *d* ①遗产②[口] 财产,家产

gia tăng *đg* 增加: gia tăng đầu tư 增加投资

gia thế *d* [旧] ①家世②豪门

gia tiên *d* 祖先: cúng bái gia tiên 祭拜祖先

gia tốc *đg* 加速: máy gia tốc 加速器

gia tộc *d* 家族

gia truyền *t* 家传的,祖传的: bài thuốc gia truyền 祖传秘方

gia trưởng *d* [旧] (男性)家长 *t* 家长主义的;大男子主义的

gia vị *d* 调味品

già *t* ①老: Mẹ tôi đã già rồi. 我母亲老了。②经验丰富的③多,超过的: một cân già 一公斤多④(针对某人)更加厉害的,更进一步的: càng làm già 变本加厉 *d* ①老人: kính già yêu trẻ 尊老爱幼②姨母(指母亲的姐姐)

già cả *t* 年老,年迈:bố già cả 年迈的
父亲

già cằng *t* 早衰,苍老:mặt già cằng
脸色苍老

già cỗi *t* 衰老,老朽,老旧

già dái non hột [口]外强中干

già dặn *t* ①老练②超出③成熟

già đời *t* [口] ①经验丰富的:già đời
trong nghề 技艺纯熟②一生的,终生
的:già đời vất vả 一生辛苦

già họng [口]=**già mồm**

già khọm *t* 老迈,衰老

già làng *d* (少数民族村寨的)长老

già lão *t* 老迈,老弱:già lão lắm bệnh
老弱多病

già mồm *t* [口] 贫嘴的,饶舌的,大嗓
门的;嘴硬的,嘴犟的

già néo đứt dây 物极必反

già nua *t* 衰老,老迈,苍老

già tay *t* [口]过量:bỏ muối già tay
放盐过量

già yếu *t* 老弱:già yếu bệnh tật 老弱
病残

giả₁ *đg* [方]归还:giả lại hàng 退货

giả₂ [汉]假 *t* 假,虚假:hàng giả 假货
đg 假装:giả nhân giả nghĩa 假仁假
义

giả bộ *đg* [方]装作,假装

giả cách *đg* [方]假装:ốm giả cách
装病

giả câm giả điếc 装聋作哑

giả dạng *đg* 假扮,乔装

giả danh *đg* 假名,冒名:giả danh đội
lốt 冒名顶替

giả dối *t* 虚假,虚伪:quảng cáo giả
dối 虚假广告

giả dụ *k* 假如:Giả dụ không mưa thì
đi. 假如不下雨就去。

giả định *đg* 虚拟,假设

giả đò *đg* [方]假装

giả hiệu *t* 冒牌

giả mạo *đg* 假冒:hàng giả mạo 假冒
产品

giả mù giả điếc=**giả đui giả điếc**

giả ngây giả dại 装疯卖傻

giả sử *k* 假如,假使

giả tạo *t* 假假,伪造:lời giả tạo 虚假
的话

giả thuyết *d* 假定,假设

giả trá *t* 虚假,虚伪:Nó rất giả trá. 他
很虚伪。

giả trang *đg* 扮,装扮,乔装,打扮

giả tưởng *đg* 假想,幻想:phim khoa
học giả tưởng 科幻片

giả vờ *đg* 假装,装作:giả vờ không
nghe thấy 假装听不见

giã₁ *d* ①(捕鱼的)拖网:kéo giã đánh
cá 拖网捕鱼②渔船 *đg* 打鱼,捕鱼

giã₂ *đg* ①舂:giã gạo 舂米②揍:giã
cho nó một trận 揍他一顿

giã₃ *đg* 解除:thuốc giã độc 解毒药

giã₄ *đg* [旧] ①别离:giã từ 告辞②结
束,散开

giã biệt *đg* 辞别:giã biệt người thân
辞别亲人

giã đám *đg* 散伙,结束,散开

giã từ *đg* 辞别,告辞

giá₁ [汉]嫁

giá₂ *d* 豆芽

giá₃ [汉]价 *d* 价 ①价格:giá hàng 货物
价格②代价:bất cứ giá nào 任何代
价

giá₄ [汉]架 *d* 架子:giá sách 书架

giá₅ [汉]驾 [旧]天子的车驾,銮驾

giá₆ *t* 冰冻,严寒

giá₇ *đg* [方]打:giá một trận 打一顿

giá₈ [汉]假 *k* 假如,假使

giá bán lẻ *d* 零售价

giá bìa *d* (书的)标价,封底标价

giá bán buôn *d* 批发价

giá buốt *t* 冰冷,刺骨冷:Bắc cực giá
buốt. 北极冷得刺骨。

giá cả *d* 价钱,价格:giá cả ổn định 价
格稳定

giá cạnh tranh *d* 优惠价

giá chào hàng *d* 报价

giá chênh lệch *d* 差价

giá chợ *d* 市价,市场价格

giá chữ thập *d* [宗]十字架

giá đỡ *d* 支架

giá gốc *d* 原价

giá lạnh *t* 冰冷, 寒冷, 冷森森: mùa đông giá lạnh 冬天寒冷

giá mà *k* [口] 如果, 要是…（就好了）

giá ngắt *t* 冰冷, 冷冰冰: tay chân giá ngắt 手脚冰冷

giá như *k* 假如, 如果

giá rét *t* (天气) 寒冷, 严寒

giá sàn *d* 最低价

giá sinh hoạt *d* 物价: giá sinh hoạt ổn định 物价稳定

giá súng *d* 枪架

giá thành *d* 成本

giá trần *d* 最高价

giá treo cổ *d* 绞架

giá trị *d* ①价值②效力: hợp đồng có giá trị 合同有效③ [数] 值

giá trị sử dụng *d* [经] 使用价值

giá trị thặng dư *d* [经] 剩余价值

giá vốn *d* 原价, 进货价格

giá xây dựng *d* 造价, 工程造价

giá xe *d* 车架

giác₁ [汉] 角, 觉

giác₂ *đg* 拔罐子, 拔火罐

giác kế *d* 测角器

giác mạc *d* [解] 角膜

giác ngộ *d* 觉悟, 觉醒 *đg* 领悟, 觉悟

giác quan *d* [解] 感觉器官

giác thư *d* 照会, 备忘录, 外交文书

giai₁ [汉] 佳, 阶

giai₂ *d* [方] 男孩: bé giai 小男孩

giai âm *d* 佳音: chờ đợi giai âm 等候佳音

giai cấp *d* 阶级

giai điệu *d* 旋律

giai đoạn *d* 阶段: giành được thắng lợi có tính chất giai đoạn 取得阶段性胜利

giai nhân *d* 佳人

giai phẩm *d* 佳品, 佳作

giai thoại *d* [旧] 佳话

giải₁ *d* 奖品, 奖赏, 锦标: giải nhất 一等奖

giải₂ *đg* 伸展, 延伸 (=trải)

giải₃ [汉] 解 *đg* 押解, 押送

giải₄ [汉] 解①解答, 解: giải bài toán 解数学题②解救, 解除: giải trừ vũ trang 解除武装

giải ách *đg* 解放, 解救

giải cứu *đg* 解救: giải cứu con tin 解救人质

giải đáp *đg* 解答: giải đáp vấn đề 解答问题

giải độc *đg* 解毒: thuốc giải độc 解毒药

giải giáp *đg* ①解甲, 缴械, 解除武装: Quân địch bị giải giáp. 敌军已被解除武装。②缴械投降

giải giới *đg* 缴械, 解除武装

giải hạn *đg* 消灾

giải hoà *đg* 和解, 调解: Hai bên bắt tay giải hoà. 双方握手言和。

giải khát *đg* 解渴

giải khuây *đg* 解闷, 消遣

giải lao *đg* 休息片刻, 休息一下: giải lao giữa buổi làm 工间休息

giải mã *đg* 解密: giải mã điện báo 解密电报

giải ngân *đg* 投入资金, 融资: giải ngân cho công trình 为工程融资

giải nghề *đg* 停业, 歇业; 改行: Nó đã giải nghề nhiều năm rồi. 他已经改行多年了。

giải nghĩa *đg* 解释, 释义

giải ngũ *đg* 退伍

giải nhiệm *đg* 罢免, 免去

giải nhiệt *đg* 解热, 退热, 清热; 败火, 消暑

giải oan *đg* 平反: giải oan cho vụ án bị oan, giả và sai lầm 平反冤假错案

giải pháp *d* 措施, 办法, 举措: đưa ra giải pháp 提出措施

giải phẫu *d* (生理) 构造, 结构 *đg* 解剖, 做手术

giải phiền *đg* 解闷, 解愁: mượn rượu giải phiền 借酒解愁

giải phóng *đg* ①解放②清除: giải phóng mặt bằng 清空场地③释放, 放出 *d* [口] 解放军

giải phóng quân *d* 解放军

giải quyết *đg* 解决: giải quyết vấn đề 解决问题

giải sầu *đg* 解愁: mượn rượu giải sầu 借酒解愁

giải tán *đg* ① 驱散 ② 解散: giải tán Quốc hội 解散国会

giải thể *đg* 解体

giải thích *đg* 解释, 阐述: giải thích rõ vấn đề 解释清楚问题

giải thoát *đg* ① 解救: giải thoát con tin 解救人质 ②[宗] 解脱

giải thưởng *d* ① 奖, 奖状: giành được giải thưởng 获奖 ② 奖赏, 奖品: Giải thưởng là chiếc xe. 奖品是一部车。

giải toả *đg* ① 解除封锁, 解围: giải toả cho quân đồng minh 为盟军解围 ② 分散, 疏通: giải toả đoạn đường bị tắc 疏通堵塞路段

giải tội *đg* [宗] 赦罪, 忏悔

giải trí *đg* 消遣, 娱乐: nghỉ ngơi giải trí 休闲娱乐; xem sách giải trí 看书消遣

giải trình *đg* 说明, 陈述

giải trừ *đg* 解除, 消除: giải trừ phiền não 消除烦恼

giải trừ quân bị *đg* 裁军

giải vây *đg* 解围, 突围

giãi bày *đg* 抒发, 叙述; 表明, 表露, 披露

giam [汉] 监 *đg* 监禁

giam cầm *đg* 拘禁, 拘押: giam cầm kẻ phạm tội 拘禁犯人

giam cấm *đg* 监禁

giam giữ *đg* 囚禁, 拘押

giam lỏng *đg* 软禁

giảm [汉] 减 *đg* 减少: giảm sản lượng 减产

giảm áp *đg* 减压

giảm béo *đg* 减肥

giảm biên *đg* 裁员, 减员, 缩减编制

giảm bớt *đg* 减少, 缩减

giảm cân *đg* 减肥

giảm chấn *đg* 减震: bộ giảm chấn 减震器

giảm giá *đg* [经] 减价

giảm miễn *đg* 减免: giảm miễn thuế xuất khẩu 减免出口税

giảm nhẹ *đg* 减轻: giảm nhẹ gánh nặng 减轻负担

giảm nhiệt độ *đg* 降温: Mùa hè phải chống nóng giảm nhiệt độ. 夏天要防暑降温。

giảm sút *đg* 减弱, 缩减: sức gió giảm sút 风力减弱; thu nhập giảm sút 收入减少

giảm thọ *đg* 减寿, 折寿

giảm thuế *đg* 减税

giảm tốc *đg* [口] 减速: bộ giảm tốc 减速器

giảm xóc *đg* 减震: bộ giảm xóc 减震器

giám định *đg* 鉴定: giám định đồ cổ 鉴定古董

giám đốc *d* 总经理; 厂长; 厅长; 单位最高领导, 第一把手

giám đốc điều hành *d* 总经理

giám hộ *d* 监护: người giám hộ 监护人

giám khảo *d* 监考, 监试: nhân viên giám khảo 监考员

giám quản *đg* 监督管理: ban ngành giám quản 监管部门

giám sát *đg* 监察: giám sát thi công 监察施工 *d* [旧] 旧社会监管官职

giám thị *đg* [旧] 监视 *d* 监考人

giạm *đg* ① 试探 ② 兜揽, 招揽 ③ 说亲, 提亲

gian₁ [汉] 艰

gian₂ [汉] 间 *d* 间 (房屋的单位): một gian nhà 一间房

gian₃ [汉] 奸 *t* 奸诈

gian dâm *đg* 奸淫, 荒淫

gian dối *t* 奸诈

gian giảo *t* 奸狡, 奸猾

gian hàng *d* ① 货摊, 摊位 ② 展位: gian hàng của các nước ASEAN 东盟各国展位

gian hiểm *t* 奸险, 阴险: lòng dạ gian hiểm 心地阴险

gian hùng *t* 奸险, 狡诈

gian khó *d*; *t* 艰难: giờ phút gian khó 艰难时刻; gian khó qua ngày 艰难度日

gian khổ *d*; *t* 艰苦

gian lao *d*；*t* 艰辛：những năm tháng gian lao 艰辛的岁月

gian lận *t* ①欺诈的,诡诈的,奸伪的,奸诈的：kẻ gian lận 奸狡之徒②舞弊的,作弊的

gian nan *t* 艰难：cuộc sống gian nan 生活艰难

gian nguy *t* 艰危,艰险：chặng đường gian nguy 路途艰险

gian phu *d* 奸夫

gian tế *d* 奸细

gian thần *d*［旧］奸臣

gian thương *d* 奸商

gian trá *t* 奸诈

gian xảo=gian giảo

giàn *d* ①架子：giàn nho 葡萄架②钻井

giàn giáo *d* 脚手架

giàn khoan *d* 钻井

giản dị *t* ①简易：nhà giản dị 简易房②简朴,朴素：mặc giản dị 穿着朴素

giản đơn *t* 简单,俭朴：cuộc sống giản đơn 生活俭朴

giản lược *t* 简略：sơ đồ giản lược 简图

giản tiện *t* 简便：thủ tục giản tiện 手续简便

giản ước *đg* 精简,缩减：giản ước cơ cấu 精简机构

giản yếu *t*［旧］简要：giới thiệu giản yếu 简要介绍

giãn *đg* ①抻长；扩散②舒展③散开④裁减

giãn nở *đg* 膨胀(=dãn nở)

gián₁［汉］间,谏

gián₂ 蟑螂

gián cách *d* 间隔

gián điệp *d* 间谍,特务

gián đoạn *đg* 间 断：Cuộc đấu tranh không bao giờ gián đoạn. 斗争从来没有间断过。

giang［汉］江

giang hồ *d* ①江与湖；浪迹江湖的生活②犯罪分子；犯罪活动③风尘女子

giang mai *d*［医］杨梅疮,梅毒,性病

giang sơn *d* 江山

giảng［汉］讲 *đg* 讲,讲解：giảng bài 讲课

giảng dạy *đg* 讲授,授课

giảng đạo *đg* 传教

giảng đường *d* 讲堂,大教室

giảng giải *đg* 讲解,解释

giảng hoà *đg* 讲和,和解：hai bên giảng hoà 双方和解

giảng nghĩa *đg* 释义,解释

giảng thuật *đg* 讲述(教学方法之一)

giảng thuyết *đg* 演说,演讲

giảng viên *d* 讲师,教员

giáng［汉］降 *đg* ①杖打,敲打,打击：giáng đòn hoạt động phạm tội 打击犯罪活动②降下：giáng chức 降职 *d*［乐］降调：nốt giáng 降音符

giáng chức *đg* 降职

giáng hạ *đg*［宗］下凡

giáng hoạ *đg*［宗］降祸,惩罚

giáng phúc *đg*［宗］赐福

giáng sinh *đg*［宗］降生；圣诞

giạng *đg* 张开,叉开,分开(双脚、双腿)：giạng chân 叉开脚

giành₁ *d* 竹筐

giành₂ *đg* ①争取：kháng chiến để giành độc lập 抗战以争取独立②［方］争抢,夺取

giành giật *đg* 争夺

giao₁［汉］郊,胶,茭,蛟,跤,鲛

giao₂［汉］交 *đg* ①交给,付给,交代：giao nhiệm vụ 交代任务②交互,交叉,交错：Hai dây giao nhau. 两条线交叉。

giao ban *đg* 交接班

giao bóng *đg*［体］开球,发球

giao ca *đg* 交接班

giao cắt *đg* 交叉,交错

giao cấu *đg* 交媾,交配

giao chiến *đg* 交战：hai nước giao chiến 两国交战

giao dịch *đg* 交易

giao diện *d*［计］①程序,界面②硬件交接平台

giao du *đg* 结交：giao du bạn bè các nơi 结交各地朋友

giao duyên *đg*(男女)对歌 *d*(越南顺化的一种)小调,小曲

giao đấu *đg* [体] 比赛: giao đấu bóng đá 足球比赛

giao hàng *đg* 交货

giao hảo *đg* 交好, 友好: hai nước giao hảo 两国交好

giao hẹn *đg* 约定: giao hẹn gặp mặt 约定见面

giao hoà *đg* 友好: chung sống giao hoà 友好共处

giao hoan *đg* 交欢, 交好

giao hoán *đg* [数] 交换, 换位

giao hợp *đg* 性交, 做爱

giao hưởng *d* 交响, 交响乐

giao hữu *t* [体] 友谊性的: thi đấu giao hữu 友谊赛

giao kèo *d* [旧] 合同, 契约, 公约: Hai bên kí giao kèo. 双方签订合同。*đg* 承诺, 保证

giao kết *đg* ①结交: giao kết bạn bè 结交朋友②承诺: giao kết thực hiện hợp đồng 承诺履行合同

giao khoán *đg* 发包

giao liên *d* 联络员 *đg* 联络, 联系: Anh ấy làm công tác giao liên. 他做联络工作。

giao lưu *đg* 交流 *d* 交流活动

giao nhận *đg* 交接: giao nhận hàng hoá 交接货物

giao nộp *đg* 缴纳, 交纳: giao nộp tiền thuế 缴纳税款

giao phó *đg* 委托, 托付, 交付: Giao phó nhiệm vụ cho anh. 把任务托付给你。

giao phối *đg* 交配

giao thầu *đg* 交标, 承包给, 发包

giao thiệp *đg* 交涉, 打交道, 联系: giao thiệp với ban ngành giao thông 与交通部门交涉

giao thoa *đg* [理] 交叉

giao thông *d* ①交通②[旧] 联络员, 通讯员; 信使

giao thừa *d* 除夕: đêm giao thừa 除夕夜

giao thương *đg* 贸易, 商贸

giao tiếp *đg* 交流, 交际, 沟通

giao tranh *đg* ①交战, 交锋②比赛

giảo hoạt *t* 狡猾: con người giảo hoạt 狡猾的人

giáo₁ *d* 槊, 矛: giáo dài 长矛

giáo₂ *d* 脚手架: bắc giáo 搭脚手架

giáo₃ *d* 信徒

giáo₄ [汉] 教 *d* 教师: nghề giáo 教师工作

giáo₅ *đg* 搅拌: giáo bột mì 和面

giáo₆ *đg* 试探, 探口气

giáo án *d* 教案

giáo chủ *d* [宗] 教主, 主教

giáo chức *d* 教职员工

giáo cụ *d* 教具

giáo dân *d* [宗] 教徒

giáo dục *đg* 教育 *d* 教育事业

giáo dưỡng *đg* ①教养②教育改造(不良少年)

giáo đầu *đg* ①(越南戏剧的)序幕, 开场白②(说话)绕弯: nói giáo đầu 绕着弯说 *d* [旧] 教头

giáo điều *d* 教条 *t* 教条主义的

giáo đồ *d* 教徒, 信徒

giáo đường *d* 教堂

giáo giới *d* 教育界

giáo hoàng *d* 教皇

giáo học pháp *d* 教学法

giáo hội *d* 教会

giáo huấn *đg* 教训, 教导: giáo huấn học sinh 教导学生

giáo mác *d* 兵器: 长矛和大刀

giáo phái *d* [宗] 教派

giáo sĩ *d* [宗] 教士

giáo sinh *d* (师范院校的)学生或实习生

giáo sư *d* 教授

giáo trình *d* 教程

giáo viên *d* 教员, 教师, 老师

giáo vụ *d* 教务: phòng giáo vụ 教务处

giáp₁ [汉] 夹

giáp₂ [汉] 甲 *d* ①甲壳动物: loài giáp xác 甲壳类动物②甲胄: mặc giáp 穿甲胄

giáp₃ [汉] 甲 *d* [旧] (保甲制度中的)甲

giáp₄ *d* 十二年

giáp₅ [汉] 甲 *d* 甲(天干第一位)

giáp₆ *đg* 靠近，挨近，傍近：giáp Tết 临近春节

giáp bảng *d* [旧]①甲榜：Có tên trong giáp bảng. 甲榜上有名。②进士以上学位

giáp biển *đg* 临海，滨海

giáp chiến *đg* 短兵相接：đánh giáp chiến 肉搏战

giáp công *đg* 夹攻

giáp giới *đg* 交界，毗连，相邻：hai tỉnh giáp giới nhau 两省相邻

giáp lá cà *đg* 肉搏：đánh giáp lá cà 肉搏战

giáp mặt *đg* 会面，见面，碰头，面对面：Hai người ngồi giáp mặt với nhau. 两人面对面而坐。

giáp ranh *t* 交界的：hai nước giáp ranh 两国交界

giáp trạng *d* 甲状腺

giáp trận *đg* 交战，交兵：hai bên giáp trận 双方交战

giát *d* (用长条竹片或木片做成的)床屉，床板

giạt *đg* ①走纱②推，挤

giàu *t* 富有，富足，富庶，殷富，富饶②丰裕，丰富：giàu kinh nghiệm 经验丰富

giàu có *t* 富有，富裕：nhà giàu có 有钱人家

giàu lòng *t* 富有…精神的

giàu mạnh *t* 富强：nước nhà giàu mạnh 国家富强

giàu sang *t* 富贵：nhà giàu sang 富贵人家

giàu sụ *t* [口] 巨富的

giày₁ *d* 鞋子：đi giày 穿鞋

giày₂ *đg* 践踏，摧残，踩踏

giày ba ta *d* 胶底布鞋

giày bốt *d* 长筒靴

giày cao gót *d* 高跟鞋

giày da *d* 皮鞋

giày trượt băng *d* 溜冰鞋

giày vải *d* 布鞋

giày vò *đg* 踩躏，摧残，揉磨，折磨

giày xăng đan *d* 皮凉鞋

giày xéo *đg* 践踏，踩躏

giãy *đg* ①挣扎：Cá giãy trên thớt. 鱼儿在砧上挣扎。②[口]不同意，反对：bảo gì cũng giãy lên 说什么都不同意 *t* 很热的，发烫的

giãy chết *đg* 垂死挣扎

giãy giụa *đg* 挣，挣扎

giãy nảy *đg* ①抽搐：bị điện giật giãy nảy 触电抽搐②[口] 暴跳如雷

giặc *d* ①贼寇，强盗 ②敌人

giặc biển *d* 海盗

giặc cướp *d* 强盗

giặc giã *d* ①匪患，匪祸②战争

giăm bông *d* 火腿

giằm *đg* 捣碎：giằm đỗ xanh 捣碎绿豆

giăng₁ *d* [方] 月亮

giăng₂ *đg* ①拉直，扯直，张开：giăng dây 拉绳子；giăng lưới 张网②排列，摆放：Sách giăng đầy bàn. 桌子上摆满了书。

giằng *đg* ①强取，抢夺；拉住，扯住：giằng túi khoác 抢夺挎包②[建] 连接

giằng₂ *d* [建] 房梁

giằng co *đg* ①争夺②[军] 拉锯，相持：Quân hai bên giằng co lâu ngày. 两军相持多日。

giằng xé *đg* 争夺：Đàn sói giằng xé miếng mồi. 狼群争夺食物。

giắt *đg* ①插入：giắt dao 插刀②塞：Giắt bông vào tai. 把棉花塞进耳朵。

giặt *đg* 洗濯，洗涤：giặt quần áo 洗衣服

giặt giũ *đg* 洗濯，洗涤

giặt khô *đg* 干洗

giấc *d* ①睡眠；小睡，假寐②一觉(指一次睡眠)：ngủ một giấc 睡一觉

giấc hoàng lương *d* 黄粱美梦

giấc hoè *d* 美梦

giấc kê vàng *d* 黄粱美梦

giấc Nam Kha *d* 南柯一梦

giấc ngủ *d* 睡眠

giấc nồng *d* 熟睡

giâm *đg* 插栽：giâm giống khoai 插栽薯苗

giẫm *đg* 踩，踏：giẫm lên bãi cỏ 踩上

草地

giẫm chân tại chỗ 原地不动, 停滞不前

giẫm đạp đg ①践踏, 踩踏 ②重复, 重叠

giấm d ①醋 ②酸汤: canh cá giấm 酸鱼汤

giấm bổng d 酒醋

giấm giúi đg; t 偷偷摸摸 (=dấm dúi)

giậm đg 用力踩踏: giậm chân 跺脚

giậm giật t 冲动, 跃跃欲试 (=rậm rật)

giần d 细孔竹筛 đg 筛: giần gạo 筛米

giần giật t ①(火)熊熊 ②(声音)急促

giấn đg 摁, 捺 (=dấn₂)

giận đg 生气: Nó giận tôi. 他生我的气。

giận cá chém thớt 迁怒于人

giận dỗi đg 赌气, 怄气, 使性子: Trẻ con giận dỗi không ăn cơm. 小孩赌气不吃饭。

giận dữ t 愤慨, 盛怒, 愤怒

giận hờn đg 赌气, 怄气: hơi tí là giận hờn 动辄就怄气

giấp d [方][植] 蕺菜, 鱼腥草

giập đg 扁裂, 压扁

giập giờn đg; t 忽隐忽现, 若隐若现

giật đg ①猛拉: giật dây giày 猛拉鞋带 ②夺得: giật giải nhất 夺得第一名 ③[口] 暂时借贷: giật ít tiền tiêu 借点钱花

giật cánh khuỷu 五花大绑

giật dây đg 拉线, 幕后操纵; 唆使, 煽动: kẻ giật dây 幕后操纵者

giật gân t [口] 爆炸性的, 刺激的: tin giật gân 爆炸性新闻

giật giọng t 急促: gọi giật giọng 急促地叫

giật lùi đg 后退, 落后

giật mình đg 吓一跳: Con chó chạy ra làm nó giật mình. 狗冲出来把他吓一跳。

giật nợ đg 赖账

giật thót đg 吓一跳

giầu₁ d [方] 青蒟, 蒌叶 (=trầu)

giầu₂ t [方] ①富有, 富足 ②丰裕, 丰富

giầu có t [方] 富有, 富裕 (=giàu có)

giầu mạnh t [方] 富强 (=giàu mạnh)

giầu sang t [方] 富贵 (=giàu sang)

giầu sụ t [方][口] 巨富的 (=giàu sụ)

giấu đg 隐藏, 隐讳: giấu tiền của 隐藏钱财

giấu giếm đg 隐瞒, 隐藏: giấu giếm sự thật 隐瞒真相

giấu tên giấu họ 隐姓埋名

giấu voi đụn rạ 欲盖弥彰

giậu d 篱笆

giây d 秒, 片刻: một giây đồng hồ 一秒钟

giây lát d 片刻, 刹那间: đợi giây lát 稍等片刻

giây phút d 片刻, 时刻

giầy₁ d 鞋子 (=giày₁)

giầy₂ đg [方] 践踏, 摧残, 踩踏 (=giày₂)

giầy dép d 鞋类 (也作 giày dép)

giầy vò đg [方] 蹂躏, 摧残, 揉搓, 折磨

giầy xăng đan d 皮凉鞋

giầy xéo đg [方] 践踏, 蹂躏 (=giày xéo)

giẫy đg 铲平, 铲除: giẫy cỏ 铲草

giẫy giụa đg [方] 挣, 挣扎

giẫy nẩy đg [方] ①抽搐 ②[口] 暴跳如雷

giấy d ①纸: giấy trắng 白纸 ②证明、证件、契据的总称: giấy thông hành 通行证

giấy ăn d 餐巾纸

giấy bạc d ①纸币: giấy bạc mệnh giá 5 Nhân dân tệ 面值五元的纸币 ②钢精纸 ③锡纸

giấy bao gói d 包装纸

giấy bảo đảm d 保单, 保证书

giấy báo d ①书报、印刷用纸 ②通知单, 通知书: giấy báo nhập học 入学通知书

giấy bìa d 厚纸皮

giấy biên nhận d 收据, 收条

giấy bóng d ①蜡光纸 ②玻璃纸

giấy bóng mờ d 蜡光纸

giấy bồi d 纸皮

giấy bổi d 草纸

giấy các-bon d 复写纸

giấy cam đoan d 保单, 保证书

giấy căn cước d [方]身份证,公民证

giấy chứng minh d 身份证,证明书

giấy chứng nhận d 证书,证明书

giấy công chứng d 公证书

giấy cứng d 硬纸皮

giấy dán tường d 贴墙纸

giấy dó d 绘画纸

giấy đánh máy d 打印纸

giấy gọi d [法]传票

giấy hạn trả d 期票

giấy kẹp sách d 书签

giấy khai hải quan d 海关申报单

giấy khai sinh d 出生证

giấy khen d 奖状

giấy lệnh d 道林纸,胶版纸,胶版印刷纸

giấy lọc d 滤纸

giấy lộn d 废纸

giấy má d [口]①纸张②证件

giấy mời d 邀请函,邀请书;请帖,请柬

giấy nhám [方]= giấy ráp

giấy nháp d 草稿纸

giấy nhận xét d 鉴定书

giấy phèn d 防潮纸

giấy phép d 许可证,批准书,批文:giấy phép nhập khẩu 进口许可证

giấy phép đăng kí kinh doanh d 经营许可证,营业执照

giấy phép lao động d 劳工证,外国人工作证明

giấy ráp d 砂纸,打磨纸

giấy sáp d 蜡纸

giấy than = giấy các-bon

giấy thiếc d 锡纸

giấy thông hành d 通行证

giấy tờ d 文件,证件;案牍,文牍:làm giấy tờ 办证

giấy trắng mực đen [口]白纸黑字

giấy ủy quyền d 委托书,授权书

giấy vệ sinh d 卫生纸

giấy viết thư d 信笺

giấy xác nhận tình trạng hôn nhân d 婚姻情况证明书

giấy xin d 申请书

giẻ d 碎布,抹布:giẻ lau 抹布

gièm đg 谗:lời nói gièm 谗言

gièm pha đg 中伤,说三道四

gien (gene) d [生]基因

gieo đg ①散,播:gieo trồng 播种②投,扔③造成,惹下,种下:gieo họa cho người khác 把祸水引向别人

gieo cấy đg 播种,插秧

gieo gió gặt bão 自食其果,自作自受,玩火自焚

gieo neo t 窘迫,极困难的:Cuộc sống gieo neo. 生活极困难。

gieo quẻ đg 占卦(用铜板卜吉凶)

gieo rắc đg 散布:gieo rắc tin đồn 散布谣言

gieo trồng đg 播种

giêng d 元月,正月,一月(=tháng giêng)

giếng d 井,水井:đào giếng 挖井

giếng dầu d 油井

giếng khoan d 钻井

giếng khơi d 深井,水井

giếng mỏ d 矿井

giết đg ①杀,杀害②宰杀

giết chóc đg 屠杀,杀戮

giết hại đg 杀害:bị giết hại 被杀害

giết mổ đg 屠宰

giết thì giờ đg 消磨时间

giễu đg 揶揄,嘲弄:chế giễu 嘲笑

giễu cợt đg 讥笑,讽刺,嘲弄:giễu cợt người tàn tật 讥笑残疾人 t 讽刺的

gin t 正宗的,全新的:đồ gin 正宗货

gìn giữ = giữ gìn

gio d [方]①灰,灰烬②蒲葵(=tro₂)

giò d ①蹄,脚,腿:chân giò lợn 猪脚②包肉团(把肉捣碎,用蕉叶包上煮成)

giò lợn d 猪肉团

giỏ₁ d 箩筐

giỏ₂ đg [方]滴,点:giỏ thuốc đau mắt 滴眼药水

gió d 风

gió bụi d 风尘

gió chiều nào theo chiều ấy 看风使舵

gió heo may d 东北季风

gió lốc d 旋风

gió lùa d 穿堂风

gió máy d 冷风,寒风

gió mây *d* 风云: gió mây vần vũ 风云
变幻

gió mùa *d* 季风

gió táp mưa sa 狂风暴雨

gió to sóng cả 大风大浪

gió xuôi *d* 顺风

gioi *d* ①莲雾(水果)②鞭子(=roi)

giòi [旧] *d* 蛆虫(=dòi)

giỏi *t* ①强,棒,精,优,优良,出色,出
众,能干,有本事的,有能耐的,了不
起的,有胆量的: giỏi thật 真棒; học
giỏi 学习好②[口]能耐的,本事的,
有胆的(贬义)③[口]顶多,最大程
度: giỏi lắm được ba chục bạc 顶多
能赚三十元

giỏi giang *t* [口]机灵能干的

giỏi giắn *t* [口]能干的,有才能的:
con người giỏi giắn 有才之人

giọi₁ *đg* ①投,掷②捶,揍

giọi₂ *đg* 照射,直射

giòn giòn *t* 清脆(小孩声音)

giòn *t* ①脆,酥,易碎易脆的: bánh giòn
脆饼②(声音)清脆③(指妇女)俏
丽,健康漂亮: Cô gái nước da đen
giòn. 姑娘皮肤黑亮。

giòn giã *t* ①(声音)清脆②(干净利落
地)取得胜利的: chiến thắng giòn
giã 获得全胜

giòn tan *t* (食品)酥脆: bánh phồng
tôm giòn tan 香脆虾片

giong₁ *d* 竹枝(用作篱笆或柴火)

giong₂ *đg* 带,赶,牵: giong bò 牵牛

giong₃ *đg* [方]点火,传火(=chong)

giong₄ *đg* [旧]瞎荡,东游西窜(=rong₂)

giỏng *đg* 竖起: giỏng tai phải về phía
cửa 竖起右边耳朵贴到门边上

gióng₁ *d* 节,段: một gióng mía 一节甘
蔗

gióng₂ *d* 横栏,栏杆,闩: gióng cửa 门闩

gióng₃ *đg* 敲击,击打

gióng₄ *đg* ①(大声)喊,叫: gióng gọi
大声呼叫②[口]反复说

gióng₅ *đg* 对齐,看齐(=dóng₂)

gióng giả *t* (声音)回荡的,回响的 *đg*
[口]光说不做

gióng trống mở cờ 大张旗鼓

giọng *d* ①嗓子: luyện giọng 练嗓子
②腔调,口音: giọng miền Bắc 北方
口音③调门儿,嗓门: lên giọng 提高
嗓门④语气,口吻

giọng điệu *d* 语调,语气

giọng kim *d* 尖声

giọng lưỡi *d* 口气,口吻,语气(贬义)

giọt₁ *d* 滴: giọt nước 水滴

giọt₂ *đg* 捣,捶打,揍

giỗ₁ *d* 祭礼,祭拜仪式: giỗ Tổ 祭祖仪
式

giỗ₂ *đg* [方](作物)抽穗(=trỗ)

giỗ kị *d* (家族的)祭祀

giỗ tết *d* 祭日和节日的总称

giội *đg* ①浇,淋: giội mưa 淋雨②大量
投下: Máy bay giội bom. 飞机猛烈
轰炸。

giội gáo nước lạnh 泼冷水

giôn giốt *t* 微酸的,酸溜溜的

giông₁ *d* 暴风雨; 厄运(=dông₁)

giông₂ *t* 手气不好的,有凶兆的,倒霉的

giông bão *d* 风暴(=dông bão)

giông giống *t* 有点相似的

giồng₁ *d* 冲积地: đất giồng 冲积层

giồng₂ [方] ①栽,种,栽种,种植②
埋,植,立,镶(牙)(trồng): giồng
răng 镶牙

giống₁ *d* ①种类: giống người 人种②
种,种子: lợn giống 种猪③性: giống
đực 雄性④(生物分类排位位于科和
种之间的一项)属

giống₂ *t* 相似,相像: Con cái giống cha
mẹ. 子女像父母。

giống hệt *t* 逼真; 一模一样

giống lai *d* 杂种,混血,杂交种

giống má *d* 种子

giống nòi *d* 种族

giơ₁ *đg* ①举起: giơ tay 举手②露出

giơ₂ *t* 松动的,错位的(=rơ)

giơ đầu chịu báng 代人受过; 代人受
罚

giơ tay múa chân 指手画脚

giờ *d* ①小时②时刻,时间,时候: bảng
giờ tàu 火车时刻表③现在

giờ chót *d* 最后的时刻: chuyến xe giờ
chót 末班车

giờ đây *d* [口] 现在, 目前, 此时

giờ giấc *d* 时间, 时刻: đúng giờ giấc 准时

giờ hành chính *d* 办公时间, 行政时间

giờ hoàng đạo *d* 黄道吉日, 黄道吉时

giờ khắc *d* 时刻

giờ lâu *d* [口] 良久, 好大会儿, 好半天

giờ phút *d* 时刻, 关头: giờ phút lịch sử 历史时刻; giờ phút khẩn cấp 紧急关头

giờ quốc tế *d* 格林尼治时间

giờ tan tầm *d* 下班时间

giờ *đg* ①打开, 翻, 揭开: giờ mình 翻身②耍, 玩弄: giờ trò 耍花招③变化: giờ trời 变天

giờ chứng *đg* 出毛病, 出状况, 变差, 变坏

giờ giói *đg* [口] ①复杂化②耍, 玩弄 (手段等)

giờ giọng *đg* ①(用猥亵的语言) 骂阵②改变口气: giờ giọng khuyên nhủ 改为劝说口气

giờ giời *đg* [方] [口] 变天 (=trở trời)

giờ mặt *đg* [方] 翻脸 (=trở mặt)

giờ quẻ *đg* [口] 变卦

giờ trò *đg* 耍手段, 耍花招儿: giờ trò ma lanh 耍滑头

giời *d* ①天, 天空②天气③天色④老天⑤[动] 马陆, 千足虫, 千脚虫 *t* ①野的, 天生的, 天然的②足足, 整整 *c* [口] 天啊 (=trời)

giới [汉] 界 *d* ①界: giới giáo dục 教育界②界(生物学分类系统中的最高一级)

giới chức *d* (代表行业、单位等的) 人士: giới chức quân sự 军方人士

giới hạn *d* 界限, 限度, 范围: Tuổi thọ của con người có giới hạn. 人的寿命是有限的。*đg* 控制, 限制, 限定: giới hạn cảnh giác 限定警戒线

giới luật *d* [宗] 戒律

giới nghiêm *đg* 戒严

giới thiệu *đg* 介绍, 推荐

giới tính *d* 性别

giới tuyến *d* 界线, 分界线

giới tửu *d* [宗] 戒酒

giỡn *đg* [方] 开玩笑

gíp [口] *d* 吉普车 (=xe jeep)

giũ *đg* ①抖落, 摇落②(洗后的衣服) 漂水, 过水③摆脱, 去掉

giũa *d* 锉子 *đg* 锉: giũa chìa khoá 锉钥匙

giục *đg* 催促, 催使

giục giã *đg* 不停地催促

giục giặc *đg* 犹豫不决 (=dục dặc)

giúi [旧] =**dúi₂**

giúi giụi *đg* [旧] 连连摔跤 (也作 dúi dụi)

giụi *đg* [旧] ①揉②擦灭, 熄灭③蹭, 搓

giùm *đg* [方] 帮忙: làm giùm 帮做

giun *d* [动] ①蚯蚓②寄生虫: giun đũa 蛔虫

giuộc *d* ①瓢(油、酒量具)②帮, 团, 伙 (贬义): Bọn chúng cùng một giuộc. 他们是一伙的。

giúp *đg* 帮助, 援助, 协助

giúp đỡ *đg* 帮助, 援助: giúp đỡ nhau 互相援助

giúp ích *đg* ①效劳, 服务: giúp ích cho xã hội 为社会服务②有益于: giúp ích đối với học tập 对学习有益

giúp...một tay *đg* 帮一下, 帮一把

giúp sức *đg* 协力, 帮助, 支持, 支援

giúp việc *đg* ①辅佐: người giúp việc đắc lực 得力助手②服务

giữ *đg* ①拿住, 持住②遵守: giữ lời hứa 遵守诺言③护卫, 看守④担任: giữ chức trưởng phòng 担任科长职务

giữ chân *đg* 挽留, 留住

giữ gìn *đg* ①保护, 捍卫, 维护②保管, 保养, 保重: giữ gìn sức khoẻ 保重身体

giữ kẽ *t* 谨慎, 小心: nói năng giữ kẽ 说话谨慎

giữ miếng *đg* ①留一手②戒备: tâm lí giữ miếng 戒备心理

giữ mình *đg* ①保重, 自卫②守身自律

giữ mồm giữ miệng [口] 说话谨慎, 守口如瓶

giữ tiếng *đg* 自重, 自爱, 保持名声

giữ ý *đg* 拘谨, 规矩

giữa *d* 中间, 中央, 中心: giữa tháng

tám 8 月中旬 *k* 与…之间,在…之间: giữa hai nước 两国间

giữa chừng *d* 半途,半截: bỏ dở giữa chừng 半途而废

giữa trời *d* 空中

giương *đg* ①张开,展开,撑开: giương ô 撑雨伞②扬,举

giương vây *đg* [口]显威风

giường *d* 床,床位

giường bạt *d* 帆布床

giường bệnh *d* 病床

giường nằm *d* 卧铺;床位: toa giường nằm 卧铺车厢

giường tầng *d* 架床

giường thờ *d* 祭祖台,供桌

glaucoma *d* 青光眼

glu-cô (glucose) *d* 葡萄糖

gò₁ *d* 丘,冈,土坡: gò đồi 山冈

gò₂ *đg* ①手工扳金属: gò thùng nước 手工做水桶②勒紧: gò dây cương 勒缰绳③推敲,琢磨④努力,出力,使劲: gò nước đẩy xe 使劲推车

gò bó *đg* 束缚,限制,局限 *t* 拘谨,拘束

gò đống *d* 垛子

gò ép *đg* 强制,牵强,强迫

gò má *d* 颧,面颊

gõ₁ *d* [植]乌檀

gõ₂ *đg* 敲,打,磕: gõ cửa 敲门

gõ cửa *đg* [口]①敲门②上门求助

gõ kiến *d* [动]啄木鸟

goá *t* 鳏寡的: goá chồng 寡妇; goá vợ 鳏夫

goá bụa *t* 鳏寡的

goá phụ *d* 寡妇(=quả phụ)

góc *d* ①[数]角②隅,角落: góc nhà 屋角③一角(四分之一): một góc bánh chưng 一角粽子

góc cạnh *d* 角度,方面: góc cạnh khác nhau 不同角度

góc độ *d* 角度

góc nhìn *d* 视角

góc nhọn *d* 锐角,尖角

góc tù *d* 钝角

gỏi *d* 生鱼或生肉配上香菜和调味料的菜肴

gói *d* 包,袋: một gói kẹo 一包糖 *đg* ①

包裹: gói bánh chưng 包粽子②概括: nói gói gọn lại một câu 概括地说一句话

gói ghém *đg* ①包,裹: gói ghém hành lí 打包行李②包括: Lời nói của ông ấy gói ghém nhiều vấn đề. 他的讲话包括了许多问题。

gọi *đg* ①叫,喊: Gọi nó đến đây! 叫他过来!②使唤,通知: giấy gọi vào học 入学通知书③称呼,称谓④打电话

gọi là [口] ①叫作,称作,称为② 聊作,略表: Gọi là có chút quà. 小礼物略表心意。③名义上④所谓

gọi tắt *d* 简称

gọi thầu *đg* [经]招标

gọi vốn *đg* ①(要求股东)增股,补股②引资: chiêu thương gọi vốn 招商引资

golf (gôn) *d* 高尔夫球

gom *đg* 凑份子,归拢,集中: gom vốn 集资

gom góp *đg* 积聚,积累

gom nhặt *đg* 收集: gom nhặt tài liệu 收集资料

gom nhóp [方]=gom nhặt

gòn *d* ①棉,棉絮②[植]木棉

gọn gọn *t* 整齐,整洁: Đồ đạc bày gọn gọn. 东西摆放整齐。

gọn *t* ①利索,利落,爽利,整洁,有条不紊: để gọn 堆放整齐②简明,简洁,简练,紧凑,短小精悍③简便,简易

gọn gàng *t* 利落,整洁: ăn mặc gọn gàng 穿着整洁

gọn ghẽ=gọn gàng

gọn lỏn *t* [口]恰好,不大不小

gọn mắt *t* [口]看起来很整齐

gọn nhẹ *t* 轻便,轻省

gọn thòn lỏn [口]=gọn lỏn

gọng kìm *d* ①钳嘴②钳形攻势,夹击

góp *đg* ①凑聚,凑份子: góp tiền 凑钱②(分期)交付,缴付: trả góp 分期付款③参与,加入: góp cổ phần 入股④贡献

góp gió thành bão 积少成多,集腋成裘

góp mặt đg 露面，参加

góp nhặt đg 搜集，积攒：góp nhặt từng xu từng hào 一分一角钱积攒起来

góp sức đg 合力，协力，出力，致力：cùng lòng góp sức 同心协力

góp vốn đg 投资，入股，合资：góp vốn làm buôn bán 合资做生意

góp vui đg 助兴，凑热闹：Chúng tôi đến góp vui. 我们来助兴。

góp ý đg [口] 提意见：góp ý phê bình 提出批评意见

gót d ①脚跟：nhón gót 垫起脚跟②鞋后跟儿：giày cao gót 高跟鞋

gót đầu d 来龙去脉；从头到尾

gọt đg ①削，修削：gọt bút chì 削铅笔②[旧] 剃，剪：gọt tóc 剃光头

gọt đẽo đg ①切削②修饰 (文章) (=đẽo gọt)

gọt giũa đg ①雕琢②修饰，润饰

gô đg 捆紧，捆绑

gô-tích (gothic) d [建] 哥特式

gồ t 隆起的，凸起的，突出的

gồ ghề t 凹凸不平，高低不平，坎坷不平

gỗ d 木，木材，木料：ghế gỗ 木凳子

gỗ công nghiệp d (加工过的) 木材，木料

gỗ cốt pha d 模板

gỗ dán d 胶合板

gỗ ép d 胶合板

gỗ kẹp d 夹板

gỗ long não d 樟木

gỗ lúp d 花纹木

gỗ súc d 木料，圆木

gỗ tạp d (质地差、色偏白的) 杂木

gỗ tấm d 木板

gỗ tròn d 圆木

gỗ ván d 木板

gỗ vuông d 方木

gốc d ①树根②棵：một gốc cây 一棵树③原件：giấy tờ gốc 证件原件④ [转] 本，本钱：cả gốc lẫn lãi 连本带利⑤ [化] 根基

gốc gác d [口] ①起源，根源，本源②来历

gốc rễ d 根源，树根

gốc tích d 根源，来历：gốc tích không rõ 来历不明

gộc d 竹根桩，树根桩：củi gộc cây 树根柴 t [转] 大块头的：thân hình to gộc 身材高大

gồi d 棕榈

gối₁ d 膝盖：đau gối 膝盖痛

gối₂ d 枕头 đg ①枕：Đầu gối lên viên gạch. 头枕砖头。②搭，靠：Thang gỗ gối lên tường. 木梯搭在墙头。③连续：Công việc gối lên nhau. 工作接连不断。

gối đầu đg ①靠，倚靠：Con đò gối đầu lên bãi. 渡船靠滩。②连耕 (种植)

gội đg 洗 (头)，洗 (发)：gội đầu 洗头

gôm d ①一种工业原料②发膏，发蜡，摩丝

gồm đg 包含，包括：Cả thảy là 10 người gồm cả anh. 包括你共十个人。

gốm d 陶：đồ gốm 陶器

gôn₁ d ①球门：sút vào gôn 射进球门②门球

gôn₂ (golf) d [体] 高尔夫球

gông d 枷 đg 上枷

gông cùm d 枷锁，桎梏

gông xiềng d 枷锁

gồng₁ đg 挑，歪吊着：gồng củi 挑柴

gồng₂ đg 硬气功 đg 发功

gồng gánh đg 挑，挑担子 d 担子

gộp đg 并合，集中：gộp vào một chỗ 集中在一起

gột đg 洗去，洗掉

gột rửa đg 洗涤，涤除，清洗

gở t 不祥，不吉利，晦气

gỡ đg ①解开：gỡ dây ra 解开绳子②排除：gỡ mìn 排雷③捞回，挽回，扳回：gỡ lại vốn 捞回本钱

gỡ gạc đg [口] 扳回，捞回，翻回

gỡ rối đg 调解，理顺：gỡ rối mâu thuẫn 调解矛盾

gợi đg 引起，启发：gợi sự chú ý 引起注意

gợi cảm t 感人的：bài văn gợi cảm 感人的文章

gợi chuyện đg 攀谈，搭话

gợi mở đg 启发：vấn đề có tính gợi

mở 启发性的问题

gợi tả đg 描写，描述

gợi tình đg ①迷人，吸引，引人入胜：phong cảnh gợi tình 风景迷人②撩惹，挑逗

gợi ý đg 启发，提示，示意

gòm t 惊疑，怵惕，恐惧，可怕

gớm đg 感到恐怖，感到可怕：Trông thấy rắn độc thật gớm! 看到毒蛇真可怕！t ①恶心，肉麻（不舒服的感觉）②厉害 c 哟（表责备）

gớm ghiếc t ①可怕②厌恶

gòn gợn t 轻微：sóng gòn gợn 微波起伏

gợn d 波纹，纹路，花纹，斑痕 đg ①波动，泛起：Mặt nước gợn sóng. 水面泛起白浪。②想出来：gợn lên một ý nghĩ 闪出一个念头

gợt đg 撇，捞（舀取浮在液体上面的东西）

GPS [缩] 全球定位系统

gra-nít (granite) d 花岗石

gram d 克（重量）

gu d [口] 爱好：Hai đứa rất hợp gu. 他俩志趣相投。

gù t 驼背的：cụ già gù lưng 驼背的老人

gụ₁ d 油楠木 t 深色的，棕色的

gụ₂ d [方] 陀螺：đánh gụ 玩陀螺

gục đg ①趴，低俯：gục trên bàn nghỉ một lát 趴在桌子上休息一会儿②垮，倒下：Nó làm việc mệt quá gục rồi. 他工作太累，病倒了。③折断：Cành cây bị gục xuống. 树枝被折断。

gùi d 背篓 đg 背，扛

guitar (ghi-ta) d [乐] 吉他

guốc d ①木屐②蹄：động vật guốc đôi 偶蹄动物③木头垫子

guồng d ①络车，水车②排水螺旋 đg ①绕，络（用络车）：guồng sợi 纺线②踩踏，蹬

guồng máy d 机构

gút₁ d ①布上的接头或疙瘩②塞子③痛风

gút₂ đg ①[口] 总括，归结：nói gút lại 归结起来②打结

gửi đg ①寄，传，邮汇：gửi thư 寄信②寄托，付托，委托，寄存：gửi hành lí 寄存行李③依托，倚靠：ăn gửi ở nhờ 寄人篱下④派遣，送：gửi cán bộ ra nước ngoài học tập 派遣干部到国外学习⑤[口]（礼貌用语）还，归还：gửi tiền anh 还你钱

gửi gắm đg 寄托，托付

gửi lời đg 致意，寄语：gửi lời hỏi thăm 致以问候

gửi rể đg 入赘，倒插门

gửi tiền đg ①寄钱，汇款②存款：gửi tiền có kì hạn 定期存款

gừng d 姜：gừng sống 生姜

gươm d [军] 剑

gườm đg [口] 停会儿，稍等一会儿，待会儿

gương₁ d 镜子，soi gương 照镜子

gương₂ d 明鉴，榜样：gương học tập 学习榜样

gương cầu d 凸镜

gương lõm d 凹镜

gương mặt d 容貌，脸庞

gương mẫu d 榜样，模范，典范 đg 带头

gương phẳng d 平面镜

gương sen d ①荷花台②水喷头儿

gương vỡ lại lành 破镜重圆

gượng đg 勉强，牵强：Không nên gượng nó. 不要勉强他了。t 勉强的，假装的

gượng ép t 勉强的

gượng gạo t 强颜的，不自然的，不自在的

gượng nhẹ t 斯文，得体，有分寸

H h

h₁, **H** 越语字母表的第 11 个字母

h₂ ①小时(hour 的简写) ②百(hecto 的简写)

ha ha [拟] 哈哈：cười ha ha 哈哈笑

ha hả [拟] 哈哈，呵呵：cười ha hả 哈哈笑

hà₁ [汉] 荷，何

hà₂ *d* 牡蛎

hà₃ [汉] 河 *d* 象棋棋盘界河

hà₄ *d* 黑斑病：củ khoai hà 甘薯黑斑病(菌)

hà₅ *đg* 呵：hà hơi 呵气

hà hiếp *đg* 欺压

hà hơi *đg* 呵气，吹气：hà hơi hô hấp nhân tạo 人工呼吸

hà khắc *t* 苛刻：Nó hà khắc với mọi người. 他对人很苛刻。

hà mã *d* [动] 河马

Hà Nội *d* [地] 河内(越南首都)

hà tằn hà tiện *t* [口] 节俭，节省：ăn tiêu hà tằn hà tiện 省吃俭用

hà tất *p* 何必，何须

hà thủ ô *d* [植] 何首乌

hà tiện *t* 节省，节俭，抠门儿

hả₁ *đg* 跑味儿：Rượu hả mùi. 酒跑味了。*t* 舒心的：chửi một trận cho hả 骂一顿才解气

hả₂ *tr* [口] 吗，么：Vậy hả ? 是这样吗？

hả dạ *đg* ; *t* 满意，遂愿，拍手称快

hả giận *đg* 解气

hả hê *t* 痛快，心满意足

hả lòng=hả dạ

há₁ *đg* 张开：há miệng 张嘴

há₂ *tr* 岂，岂可，哪能

há hốc *đg* 张大，咧开

há miệng chờ sung 张口待哺；衣来伸

手，饭来张口

hạ₁ [汉] 夏 *d* 夏：xuân hạ thu đông 春夏秋冬

hạ₂ [汉] 下 *đg* ①降，降落：hạ giá 降价 ②战胜，击败：hạ đối thủ 战胜对手 ③下：hạ quyết tâm 下决心 *t* 下，下面，后面：quyển hạ 下册

hạ áp *t* 低压的：bơm hạ áp 低压水泵

hạ bệ *đg* 下台，推翻

hạ bộ *d* ①下部 ②阳具

hạ cánh *đg* 降落：hạ cánh bắt buộc 迫降

hạ cấp *d* ①次级，低档，低级：hàng hạ cấp 低档货 ②下级：đơn vị hạ cấp 下级单位

hạ chỉ *đg* [旧] 下旨：vua hạ chỉ 皇上下旨

hạ chí *d* 夏至(二十四节气之一)

hạ cờ *đg* 降旗：lễ hạ cờ 降旗仪式

hạ du *d* 下游：hạ du con sông 河下游

hạ đẳng *t* ①下等，次等：hàng hạ đẳng 下等货 ②低级：trò chơi hạ đẳng 低级游戏

hạ đường huyết *d* 低血糖

hạ giá *đg* 降价，减价

hạ giới *d* 下界，人间

hạ huyết áp *đg* 降血压：thuốc hạ huyết áp 降血压药

hạ huyệt *đg* 下穴，落葬，入土

hạ lệnh *đg* 下令：Cấp trên hạ lệnh rút quân. 上级下令撤军。

hạ lưu *d* ①下游区域：hạ lưu sông Hồng 红河下游 ②[旧] 下等阶层

hạ màn *đg* 落幕，谢幕

hạ mình *đg* 屈身，委屈自己

hạ nang *d* [解] 阴囊

hạ nghị viện *d* 下议院,众议院

hạ ngục *đg* 下狱,坐牢,蹲监狱

hạ nhiệt *đg* 退烧,降温: Nó còn chưa hạ nhiệt. 他还没退烧。

hạ nhục *đg* 侮辱: hạ nhục nhân cách 侮辱人格

hạ sách *d* 下策: Rút lui là hạ sách. 撤退是下策。

hạ sĩ *d* [军]下士

hạ tầng *d* 下层,基层: Lãnh đạo xuống hạ tầng. 领导下基层。

hạ tầng cơ sở *d* ①经济基础②基础设施

hạ thế *t* [电]低压的: dây hạ thế 低压线

hạ thổ *đg* 入土,埋在地里

hạ thủ *đg* [口]下手,杀死

hạ thuỷ *đg* (船舶)下水

hạ tuần *d* 下旬: hạ tuần tháng này 本月下旬

hạc [汉]鹤 *d* [动]鹤: hạc cổ trắng 白颈鹤

hạc lập kê quần 鹤立鸡群

hách dịch *t* ①自高自大的,摆架子的②作威作福的

hạch₁ [汉]核 *d* ①核: hạch tế bào 细胞核②淋巴结: viêm hạch 淋巴腺炎

hạch₂ *đg* 呵斥,质问,刁难

hạch₃ *t* 差,丑陋,不像话

hạch cửa *d* [解]扁桃腺

hạch hỏi *đg* [口]盘问,盘诘,质问

hạch sách *đg* 呵斥,挑剔,找碴,刁难: hạch sách đủ điều 百般刁难

hạch sữa *d* 乳腺

hạch toán *đg* [经]核算: hạch toán thu chi 核算收支

hạch toán kế toán [经]会计核算

hạch toán kinh tế [经]经济核算

hacker *d* [计]黑客

hai *d* ①二,两: hai nước 两国②[方]老大: anh Hai 大哥; chị Hai 大姐

hai bàn tay trắng 白手,一穷二白: hai bàn tay trắng xây dựng cơ đồ 白手起家

hai chấm *d* [语]冒号

hai dạ ba lòng 三心二意

hai lòng *t* 二心的,异心的

hai mắt dồn một 全神贯注

hai mặt *d* ①两方面②[政]两面派

hai năm rõ mười 清清楚楚,明明白白

hai sương một nắng 日晒雨淋

hai tay buông xuôi 寿终正寝,死亡

hai thân *d* 双亲

hai thưng cũng bằng một đấu 半斤八两

hài₁ [汉]骸,孩

hài₂ [汉]鞋 *d* [旧]鞋子: đi hài 穿鞋子

hài₃ *đg* [方]揭露,说穿

hài₄ [汉]谐 *t* 诙谐: hài kịch 谐剧

hài âm *d* 谐音

hài cốt *d* 骸骨: hài cốt liệt sĩ 烈士骸骨

hài hoà *t* 和谐,匀称: xã hội hài hoà 和谐社会

hài hước *đg* 诙谐,说笑: tính hay hài hước 喜欢开玩笑; *t* 幽默

hài kịch *d* 谐剧,滑稽剧,喜剧

hài lòng *t* 称心,满意,遂意

hải [汉]海

hải âu *d* 海鸥

hải báo *d* 海豹

hải cảng *d* 海港

hải dương *d* 海洋: hải dương học 海洋学

hải đảo *d* 海岛

hải đăng *d* 灯塔,海上灯塔

hải đoàn *d* ①远洋船队②战役战术联合舰船

hải đường *d* 海棠: hoa hải đường 海棠花

hải hà *d* 大海,江河; *t* 海量的,大度的

hải khẩu *d* 海口

hải li *d* [动]海狸

hải lí *d* 海里(1 海里等于 1.852 千米)

hải mã *d* [动]海马

hải ngoại *d* 海外

hải phận *d* 领海

hải phận quốc tế *d* 公海

hải quan *d* 海关: luật hải quan 海关法

hải quân *d* [军]海军

hải quân đánh bộ *d* [军]海军陆战队

hải quyền *d* 领海权

hải sản *d* 海产，海鲜

hải sâm *d* [动]海参

hải tảo *d* 海藻

hải tặc *d* 海盗

hải triều *d* 海潮

hải trình *d* 海程，海路

hải vận *d* 海运

hải vị *d* 海味，海鲜

hải yến *d* [动]海燕

hãi *đg* [方]怕：đừng hãi 不要怕

hãi hùng *t* 惊恐：giấc mộng hãi hùng 噩梦

hái₁ *d* 大镰刀

hái₂ *đg* 采摘：hái bông 采棉花

hái lượm *đg* 采摘，捡拾

hại [汉]害 *d* 害处：Hút thuốc có hại đối với sức khoẻ! 吸烟有害健康！ *t* 有害的 *đg* 损害，耗费：hại của hại sức 劳民伤财

hại nhân nhân hại 恶有恶报

hại nước hại nòi 祸国殃民

ham *đg* 贪，喜，好：ham ăn 贪吃

ham chơi *đg* 贪玩：ham chơi biếng làm 游手好闲

ham chuộng *đg* 爱好，喜爱：ham chuộng thể thao 爱好体育

ham của *đg* 贪财

ham học *đg* 好学，耽读：ham học không biết mệt 好学不知疲倦

ham hố *đg* [口]贪图

ham lợi *đg* 图利

ham mê *đg* 沉迷，沉湎，沉溺

ham một đĩa, bỏ cả mâm 捡了芝麻，丢了西瓜：贪小失大

ham muốn *đg* 渴望：ham muốn thành tài 渴望成才

ham sống sợ chết 贪生怕死

ham thích *đg* 嗜好，爱好 *d* 爱好

hàm₁ [汉]含

hàm₂ *d* 颚，颏：hàm dưới 下颚

hàm₃ [汉] *d* 衔：quân hàm 军衔

hàm₄ *đg* 包含：Lời nói của ông ấy hàm nhiều ý. 他的话包含多层意思。

hàm cấp *d* 军衔，级别

hàm chứa *đg* 包含

hàm dưới *d* [解]下颚

hàm hồ *t* 胡说一气的，信口开河的

hàm lượng *d* 含量：hàm lượng đồng 铜含量

hàm nghĩa *đg* 包含：Câu này hàm nghĩa nhiều ý. 这句话包含很多层意思。*d* 含义：hàm nghĩa sâu 深层含义

hàm ơn *đg* 承恩，感恩

hàm răng *d* [解]牙床，齿颚

hàm súc *t* 含蓄，耐人寻味

hàm thụ *t* 函授的：đại học hàm thụ 函授大学

hàm tiếu *đg* ①含笑②含苞：Đoá hoa hàm tiếu. 花朵含苞待放。

hàm trên *d* 上颚

hàm ý *đg* 隐含，暗含 *d* 含义，寓意：Câu nói có nhiều hàm ý. 话里有很多含义。

hãm₁ *đg* 沏：hãm chè xanh 沏绿茶

hãm₂ *đg* ①刹住，制住：hãm xe 刹车②使凝固，使凝结：hãm tiết canh 凝血块

hãm₃ [汉]陷 *đg* 使…陷入，使…困入

hãm ảnh *đg* 显影：phòng hãm ảnh 显影室

hãm chân *đg* 牵制

hãm hại *đg* 陷害：bị hãm hại 被陷害

hãm hiếp *đg* 强奸

hãm tài *t* [口]无才能的，倒霉

hám₁ [汉]憾

hám₂ *đg* 贪：hám tài hám sắc 贪财贪色

hám danh *đg* 图名分，图出名

hám lợi *đg* 贪利

hạm đội *d* 舰队：hạm đội trưởng 舰长

han *t* [口]起锈的，生锈的

han gỉ *t* 生锈的：Cửa sắt đã han gỉ. 铁门已经锈了。

hàn₁ [汉]翰 *d* [旧][口]翰林；翰林院

hàn₂ *đg* ①焊接，封接：hàn khung xe 焊车架②修补：hàn răng 补牙

hàn₃ [汉]寒 *t* [旧]寒，凉：máu hàn 血寒

hàn điện *đg* [工]电焊：thợ hàn điện 电焊

电焊工

hàn gắn đg ①焊接：hàn gắn ống sắt 焊接铁管②医治，恢复

hàn hơi=**hàn xì**

hàn huyên đg 寒暄

hàn khẩu đg (堤坝)堵口，堵漏

hàn lâm d [旧]翰林 t [口]晦涩难懂：Văn chương hàn lâm. 文章晦涩难懂。

hàn lộ d 寒露(二十四节气之一)

hàn lưu d 寒流

Hàn Quốc d [地]韩国(亚洲国家)：tiếng Hàn Quốc 韩国语

hàn the d [矿]硼砂

hàn thử biểu d 寒暑表，温度计

hàn xì đg 气焊：hàn xì khung sắt 气焊铁架

hãn hữu t 罕见

Hán[汉]汉 d 汉：chữ Hán 汉字

Hán học d 汉学

Hán tự d 汉字

Hán văn d 汉文

hạn₁[汉]旱 d 十旱：trời hạn 天旱

hạn₂[汉]限 d ①时限：Hạn bảo đảm chất lượng là một tuần. 保质期为一周。②限度，期限：hết hạn bảo hành 过了保修期限 đg 限期

hạn chế đg；t ①限制，控制，制约：hạn chế tốc độ xe chạy 限制车速②有限，受限：trình độ còn hạn chế 水平有限

hạn chót d 最后期限

hạn dùng d [口]保质期，使用期

hạn định đg 限定：hạn định tốc độ 限定速度

hạn hán t 干旱：mùa hạn hán 干旱季节

hạn hẹp t 有限，少量：nhân lực hạn hẹp 有限的人力

hạn kì đg 限期：hạn kì hoàn thành 限期完成

hạn mức d 限额：hạn mức xuất khẩu 出口限额

hạn ngạch d ①限额②配额：hạn ngạch xuất khẩu 出口配额

hang d 坑，洞，窟窿：hang đá 石洞

hang cùng ngõ hẻm 穷乡僻壤

hang động d 洞穴

hang hầm d 壕坑

hang hốc d 洞穴

hang ổ d 巢穴：hang ổ thổ phỉ 土匪巢穴

hàng₁ d ①货物：bán hàng 卖货②行业，专卖店：hàng vải 布匹行业；hàng hoa 花店③衣服布匹类：hàng len (布匹)毛料④丝绸：áo lụa quần hàng 绸衣丝裤(丝绸装) ⑤行，排，列，队：xếp hai hàng 排两队⑥之流：hàng con cháu 子孙辈

hàng₂ p 成，上(表示很多)：hàng trăm hàng nghìn 成千上万

hàng₃[汉]降 đg 降，投降：quân địch hàng 敌军投降

hàng₄[汉]航：hàng không 航空

hàng bán chạy d 畅销货

hàng cấm d 违禁品

Hàng Châu d [地]杭州(浙江省会)

hàng chế sẵn d 预制品；成品

hàng chợ d [口]次品，低档货

hàng dệt may d 纺织品

hàng đầu d 前列，第一排，第一位

hàng động d [商]滞销货

hàng đối hàng d [商]易货贸易

hàng ế d [商]滞销货，滞货

hàng giả d [商]假货，赝品

hàng gian d [商]假冒伪劣产品

hàng hải d 航海：luật hàng hải 航海法

hàng hiệu d 商业品牌货，名牌货

hàng họ d [口]货物，商品

hàng hoá d 货物，商品

hàng hỏng d 废品，处理品

hàng khô d 干货，干品

hàng không d 航空：công ti hàng không 航空公司

hàng không bán d 非卖品

hàng không mẫu hạm d [军]航空母舰

hàng loại d 废品，次品

hàng loạt d (大)量，(大)批，(成)批，一系列，(大)规模：sản xuất hàng loạt 大量生产

hàng lối *d* 成行成排

hàng lụa *d* ①绸缎②丝绸店(行)

hàng mã *d* ①冥品②[口]次品

hàng mẫu *d* 样品

hàng năm *d* ①每年②年度：kế hoạch hàng năm 年度计划

hàng năm hàng tháng *d* 成年累月，每年每月

hàng ngày *d* 每日，每天：Hàng ngày phải tập thể dục. 每天要锻炼身体。*t* 天天的，日常的：đồ dùng hàng ngày 日常用品

hàng ngoại *d* 进口货，外国货

hàng ngũ *d* 队伍

hàng nhập *d* [商]进口货，舶来品

hàng nội địa *d* [商]国货，国内产品

hàng phố *d* 街市，街坊

hàng phục *đg* 降服

hàng quà *d* 零食摊点

hàng quán *d* 小店铺，街边小店

hàng rào *d* ①栅栏，篱笆②障碍，壁垒

hàng rào danh dự *d* 迎宾队伍，仪仗队

hàng rong *d* 肩挑小贩，流动摊贩

hàng rời *d* [商]散装货物，无包装货物

hàng rởm *d* 低劣商品，劣质产品

hàng tạp hoá *d* 杂货，杂货铺，杂货行

hàng Tết *d* 年货：sắm hàng Tết 买年货

hàng thật *d* 真品，真货

hàng thiết yếu *d* 必需品

hàng tiêu dùng *d* 消费品

hàng tồi *d* [口]蹩脚货，烂货，次货

hàng tôm hàng cá ①斤斤计较，小心眼②粗鲁的语言

hàng tốt giá rẻ [口]物美价廉

hàng triển lãm *d* 展品

hàng tươi sống *d* 生鲜货

hàng xa xỉ *d* [商]奢侈品

hàng xách *d* [商]经纪，中介

hàng xén *d* 杂货，杂货摊

hàng xịn *d* 高档商品，高质量商品

hàng xóm *d* 邻里，乡邻，街坊：quan hệ hàng xóm 邻里关系

hàng xuất khẩu *d* [商]出口货

hãng *d* ①(大)商行,(大)公司,(大)企业②社：hãng tin nước ngoài 外国通讯社

hãng buôn *d* [商]商行

hãng máy bay *d* 航空公司

hãng ô-tô *d* 车行；汽车制造厂

hãng phim *d* 电影公司，电影制片厂

háng *d* [解]胯

hạng₁ *d* 等级：sản phẩm hạng nhất 一级品

hạng₂ [汉]项：hạng mục 项目

hạng cân *d* [体]重量级别

hạng mục *d* 项目

hạng nặng *d* ①重型，重量级：thi vật hạng nặng 重量级摔跤比赛②[口]彻头彻尾

hạng ngạch *d* ①额度：hạng ngạch đầu tư 投资额度②等级

hạng nhẹ *d* 轻型，轻便型：vũ khí hạng nhẹ 轻型武器

hạng tốt *t* 好，上等，高级：thuốc lá hạng tốt 高级香烟

hạng xấu *t* 下等，低级

hanh *t* [口]干燥，干热：trời hanh 天气干燥

hanh hảnh *đg* 稍放(晴)

hanh hao *t* 干燥，干热：mùa hanh hao 干燥季节

hành₁ [汉]行

hành₂ *d* 葱：hành tây 洋葱

hành₃ *đg* ①行走，做：bộ hành 步行②实践：học đi đôi với hành 学习与实践相结合

hành₄ *đg* 虐待

hành chính *d* 行政：cơ quan hành chính 行政机关

hành chức *đg* 任职

hành động *d*；*đg* 行动：lập tức hành động 立即行动

hành hạ *đg* 虐待

hành hình *đg* 处死，行刑

hành hung *đg* 行凶：ngăn chặn côn đồ hành hung 制止歹徒行凶

hành hương *đg* [宗]进香，拜佛

hành khách *d* 旅客

hành khúc *d* 进行曲

hành kinh *đg* 来月经，来例假

hành lá *d* [植] 小葱

hành lang *d* ① [建] 廊，走廊 ② 途径，道路，渠道

hành lí *d* 行李: nơi giữ hành lí 行李保管处

hành nghề *đg* 从业，营业: giấy phép hành nghề 从业许可证

hành pháp *đg* [法] 执法: cơ quan hành pháp 执法部门

hành quân *đg* 行军

hành ta *d* 小葱

hành tây *d* [植] 洋葱

hành tinh *d* [天] 行星

hành tinh nhân tạo *d* [天] 人造卫星

hành tội *đg* 折磨，虐待: Bệnh này thật là hành tội người. 这病真折磨人。

hành trang *d* 行装，行李

hành trình *d* 行程: sắp xếp hành trình 行程安排

hành tung *d* 行踪

hành vi *d* 行为: hành vi cá nhân 个人行为

hành xử *đg* ① 处事，处理: hành xử đúng mức 处事得当 ② 进行判决

hãnh diện *đg* 感到自豪，觉得喜悦

hạnh₁ [汉] 幸

hạnh₂ [汉] 杏 *d* 杏: cây hạnh 杏树

hạnh₃ [汉] 行 *d* [旧] 妇女好品行

hạnh kiểm *d* 品行，品德

hạnh nhân *d* 杏仁

hạnh phúc *d;t* 幸福

hao [汉] 耗 *đg* ① 耗费: hao nhiều tài liệu 耗费不少材料 ② 消耗，损耗

hao binh tổn tướng 损兵折将

hao hao *đg* 酷似: hao hao giống mặt cha 酷似父亲的容貌

hao hớt *đg* [方] 亏耗，耗减

hao hụt *đg* 亏空，锐减

hao kiệt *đg* 耗尽，耗竭

hao mòn *đg* 耗减，损耗: hao mòn thiết bị 设备损耗

hao người tốn của 劳民伤财

hao phí *đg* 耗费: hao phí nguyên vật liệu 耗费原材料

hao tài *đg* [口] 耗财，伤财

hao tổn *đg* 损耗

hào₁ [汉] 壕 *d* 壕沟

hào₂ *d* 角 (货币): năm hào 五角钱

hào₃ [汉] 豪 *t* [旧] 本领出众的，豪杰的

hào₄ *d* 珍肴: sơn hào hải vị 山珍海味

hào chiến đấu *d* [军] 战壕

hào hiệp *t* ① 慷慨，大方 ② [旧] 豪侠的，行侠仗义的

hào hoa *t* 豪华，气派: đoàn tàu hào hoa 豪华列车

hào hùng *t* 雄壮，(山河) 气壮，有气概的

hào hứng *t* 兴奋，兴高采烈

hào khí *d* 豪气: anh hùng hào khí 英雄豪气

hào kiệt *d* 豪杰: anh hùng hào kiệt 英雄豪杰

hào luỹ *d* [建] [军] 壕垒

hào nhoáng *t* 浮华，华而不实，吹嘘

hào phóng *t* 豪放，慷慨，大方: hào phóng quyên tiền 慷慨捐款; tính hào phóng 性格大方

hào phú *d* [旧] 富豪 *t* 豪门的，权贵的

hào sảng *t* 豪爽: tính tình hào sảng 性情豪爽

hảo [汉] 好 *đg* [口] 喜欢，偏好

hảo hạng *t* 上等，高级: chè hảo hạng 上等茶

hảo tâm *d* 好心 *t* 好心的

hảo ý *d* 好意

háo *t* 空泛，不切实际的，不算数的

hão huyền *t* 空泛，不切实际，虚无缥缈

háo₁ [汉] 好 *đg* 好，喜好: háo tài 好财

háo₂ *t* 感到干渴

háo danh *t* [口] 贪图名声的，好出风头的

háo hức *t* 兴奋，心情激动

háo nước *t* 易受潮的

háo sắc *t* 好色的: kẻ háo sắc 好色之徒

háo thắng *t* 好胜的

hạ long *đg* 修补 (堤坝): Dân công hạ long con đê. 民工修补堤坝。

harmonica (ác-mô-ni-ca) *d* 口琴

hát *đg* 歌唱: hát một bài 唱一首歌

hát bội *d* [戏]从剧(越南剧种)

hát cách *d* 开场白

hát chay *d* [乐](没有伴奏的)清唱

hát chập *d* 流动戏班

hát chèo *d* [戏]嘲戏(亦称乔戏,越南民间戏剧之一)

hát dạo *đg* ①前奏②[方]流动演出

hát hai bè *d* [乐]二重唱

hát hò *đg* 唱歌: hát hò mấy bài liền 连唱几首歌曲

hát nói *d* [乐]说唱

hát rong *đg* 流动演唱

hát ru *d* [乐]摇篮曲,催眠曲

hát tuồng *d* [戏]从剧,越南大戏

hát vần *đ* 顺口溜

hát ví *d* [乐]男女对唱

hát xướng *đg* [旧]唱歌: hát xướng nhảy múa 唱歌跳舞

hạt₁ *d* ①核仁: hạt trái xoài 杧果核②种子: gieo hạt 播种③颗粒: bông to hạt chắc 穗大粒饱④粒状物: hạt cơm 饭粒

hạt₂ [汉]辖 *d* ①辖(旧时比府更大的行政区域)②(教会)小教区③(某些管理部门的)处,所

hạt bí *d* 瓜子;南瓜子

hạt châu *d* 珍珠

hạt châu mắt cá 鱼目混珠

hạt dẻ *d* ①栗子,板栗②栗色,深棕色

hạt điều *d* 腰果

hạt gạo cắn đôi 一分钱掰两半用

hạt giống *d* 种子

hạt lép *d* 秕子(不饱满的种子或果实)

hạt muồng *d* [植]决明子

hạt nhân *d* ①核心②核子: hạt nhân nguyên tử 原子核

hạt quì *d* 葵花子

hạt sen *d* 莲子

hạt tiêu *d* 胡椒

hạt trai *d* 珍珠

hau háu *t* 目不转睛

hàu *d* [动]蚝

háu *đg* 急欲,急于,渴求: háu ăn 急于吃

háu đói *đg* 急着想吃: Đứa trẻ háu đói. 孩子急着要吃。

háu táu *t* 急迫,急不可待

hay₁ *đg* ①好,爱,喜: hay ăn vặt 爱吃零食② 明了,知晓: Có gì mới cho tôi hay với. 有什么新情况就让我知道。

hay₂ *t* 好,精,棒,妙: Kế này hay thật! 此计妙极！

hay₃ *p* 经常,常常: hay đến chơi 经常来玩

hay₄ *k* 或,还

hay biết *đg* 知晓,知道: Ông ấy hoàn toàn không hay biết. 他根本不知晓。

hay dở *t* 好坏,好歹: Bất kể hay dở thế nào đều phải làm. 不管好坏都要做。

hay hay *t* ①好看,顺眼: Trông con nhỏ cũng hay hay! 小孩看起来挺可爱！②有点意思的: câu chuyện hay hay 有点意思的故事

hay ho *t* 好的(常用于否定句): Chẳng hay ho gì cả! 一点都不好！

hay học thì sang hay làm thì có 天道酬勤

hay khen hèn chê 抑恶扬善

hay là *k* ① 还是: Anh làm hay là tôi làm？ 你做还是我做？② 也许是: Hay là nó ốm？ 也许是他生病了？

hay sao *p* 难道: Không phải thế hay sao？ 难道不是这样吗？

hay tuyệt *t* 绝妙,精彩: Câu chuyện hay tuyệt! 故事好精彩！

hãy *p* ①还: hãy còn 还有②先,请: hãy ngồi đây đã 先坐这儿③再: Ăn xong hãy đi. 吃了再走。

hãy còn *p* 还有,还在: Nó hãy còn ngủ. 他还在睡。

hãy tính *t* …再说, …再考虑

háy *đg* [方]使眼色

hắc₁ [汉]黑

hắc₂ *t* 呛(鼻)的: mùi hắc 气味呛鼻

hắc₃ *t* ①严苛,严厉,严格②有个性

hắc búa *t* [口]难解的

hắc ín *d* 煤焦油

hắc lào *d* [医]癣: bệnh hắc lào 癣菌病

hắc tinh tinh *d* [动] 黑猩猩

hắc xì dầu *t* [口] 严厉, 苛刻

hăm *đg* [方] 恫吓

hăm doạ *đg* 恫吓, 威胁

hăm hăm hở hở *t* 乐颠颠 (贬义)

hăm he *đg* ① 威胁② 摩拳擦掌

hăm hở *t* 兴冲冲, 兴高采烈

hằm hằm *t* [方] 黑着 (脸) 的, 气恼的

hằm hè *t* [方] 气汹汹, 发怒的

hằm *t* [方] 深, 凹陷的

hằn *đg* 印, 划: hằn trên giấy 印在纸上 *d* 印痕

hằn học *đg* 寻衅, 挑衅

hẳn *t* ① 肯定的, 当然的: Sự việc hẳn là như thế. 事情肯定是这样。② 完全: chìm hẳn 完全沉没 *p* 全部, 通通: thuê hẳn 全部租完 *tr* [口] 一定…吧

hẳn hoi *t* [口] ① 齐全, 完备, 完好: thủ tục hẳn hoi 手续齐全② 端正, 整齐: phải ngồi cho hẳn hoi 要坐得端端正正的 *p* 明明, 确实: Tao trông thấy nó hẳn hoi. 我明明看到他。

hắn *d* [口] 那家伙, 那人, 他 (表轻蔑或亲密)

hắn ta=hắn

hăng₁ *t* 呛 (鼻) 的

hăng₂ *t* 激昂, 奋发, 激奋

hăng hái *t* 积极, 热情, 踊跃

hăng hắc *t* 微呛的, 有点冲鼻子的: Dầu hạt cải hăng hắc. 芥末油味道微呛。

hăng máu *t* [口] 一时冲动, 激动, 热血沸腾

hăng say *t* 热情高涨, 积极, 十分投入: Nó học tập rất hăng say. 他学习十分投入。

hằng [汉] 恒 *p* ① 时常, 常常; 一直: Tôi hằng mong anh đến. 我一直盼你来。② 每: hằng ngày 每天

hằng tinh *d* [天] 恒星

hãng *p* [口] ① 再, 再说: mai hãng hay 明天再说② 先: Đợi hãng! 先等等！

hắng giọng *đg* 润嗓子: hắng giọng rồi mới phát biểu 润润嗓子再发言

hắt *đg* ① 泼, 甩: Mưa hắt vào. 雨泼了进来。② 反照, 折射: Ánh nắng hắt từ mặt nước lên. 阳光从湖面上反射出来。

hắt ánh sáng *đg* 反光

hắt hiu *t* 习习, 凉飕飕

hắt hơi *đg* 打喷嚏

hắt hủi *đg* 冷落, 薄待

hắt xì=hắt hơi

hâm₁ *đg* 温热, 加热: hâm canh 把汤热一下

hâm₂ *t* [口] 神经兮兮, 脾气古怪

hâm hấm *t* [口] 温热: Nước còn hâm hấm. 水还温热。

hâm hấp *t* ① 有点热, 发热的: Căn phòng hâm hấp nóng. 房间里闷热。② [口] 神经兮兮

hâm mộ *đg* 喜爱, 仰慕, 爱慕

hâm nóng *đg* ① 升温, 加热② 煽动起

hầm₁ *đg* 坑, 壕, 洞

hầm₂ *đg* 焖, 炖: thịt bò hầm 焖牛肉

hầm ẩn nấp *d* [军] 防空洞, 掩体坑, 散兵坑

hầm đất *d* 地窖

hầm hào *d* [军] 暗堡, 战壕, 工事

hầm hầm *t* (面带) 怒色的, 气恼的

hầm hập *t* 热烘烘, 闷热

hầm hố *d* 防空洞, 掩体, 工事 *t* 有个性 (酷), 另类: quần áo hầm hố 另类时装

hầm lò *d* [矿] 巷道

hầm mỏ *d* 矿窑, 矿洞, 矿井

hầm ngầm *d* 暗室, 地下室, 地洞

hầm tàu *d* 船底舱

hầm trú ẩn *d* 防空洞

hẩm *t* ① (稻米) 霉烂② (命运) 不佳, 倒霉

hẩm hiu *t* 倒霉, 不顺, 不幸

hấm hứ [拟] 哼 (鼻子里发出不满的声音)

hậm hoẹ *đg* 恫吓, 吓唬: Nó chỉ hậm hoẹ mày thế thôi. 他只不过吓唬你而已。

hậm hụi *đg*; *t* [口] 埋头 (=cặm cụi)

hậm hự [拟] 哼 (喉咙里发出气愤的声音)

hân hạnh *t* 荣幸: Rất hân hạnh được gặp ngài. 很荣幸见到您。

hân hoan *t* hoan hỉ, 兴高采烈, 高兴

hận [汉] 恨 *đg* ① 怨恨: mang hận suốt đời 饮恨终身 *d* ① 怨恨② 后悔的样子

hận thù *đg* 怨仇, 怨恨

hãng *đg* [方] 霁, 放晴

hãng *t* ① 踩空的: bước hẫng 脚踩空② 突然中断的

hãng hụt *t* 残缺, 不足, 空落落

hấp₁ *đg* 蒸: hấp trứng 蒸蛋

hấp₂ *t* 神经兮兮

hấp dẫn *đg* ① 吸引: sức hấp dẫn 吸引力② 有吸引力, 有趣

hấp háy *đg* 眨眼睛: Nắng chói mắt hấp háy. 阳光令人目眩眨眼。

hấp him *t* ; *đg* (眼睛)半睁半闭; 眯着(眼)

hấp hối *đg* 临终, 奄奄一息, 临危

hấp hơi *đg* 不透气, 憋气: Trong nhà hấp hơi. 屋里不透气。

hấp lưu *đg* [化]吸收, 吸取: Than gỗ hấp lưu chất khí. 木炭吸收气体。

hấp phụ *đg* [化]吸附

hấp ta hấp tấp *t* 急急忙忙

hấp tấp *t* 匆忙, 急忙, 急躁

hấp tẩy *đg* 蒸洗

hấp thu *đg* 吸收, 接收, 吸取: hấp thu kinh nghiệm 吸取经验

hất *đg* ① 抬起: hất hàm 抬起下巴② 掀, 揭: Hất đất sang một bên. 把土掀到一边去。

hất cẳng *đg* [口]赶跑, 挤开, 撵走

hầu₁ [汉] 喉 *d* 喉咙

hầu₂ [汉] 侯 *d* [旧] 侯, 侯爵: chư hầu 诸侯

hầu₃ *d* [旧] 侍女 *đg* ① 侍候: hầu cha mẹ 侍候双亲②候审③取悦

hầu₄ *p* 几乎: Nắng hạn lâu cây cỏ hầu chết khô. 持续干旱, 树木几乎都干死了。

hầu₅ [汉] 猴 *d* [旧] 猴子

hầu cận *đg* 近侍: lính vệ hầu cận 贴身保镖

hầu hạ *đg* 服侍, 侍奉

hầu hết *p* 几乎, 大多

hầu như *p* 几乎, 差不多

hầu₁ *t* (哥们儿)讲义气的, (关系)亲密

hậu₂ *t* ① (土) 含腐殖质的: đất hậu 土地肥沃②好, 美味

hậu₁ [汉] 后: hậu quả 后果

hậu₂ [汉] 厚 *t* ① 仁厚, 厚道② 丰厚

hậu bị *d* 后备: quân hậu bị 后备军

hậu bối *d* ① 晚辈, 后生② (后背生的)疮

hậu cần *d* 后勤: công tác hậu cần 后勤工作

hậu duệ *d* 后裔, 后代

hậu đãi *đg* 厚待, 热情招待: hậu đãi khách 热情招待客人

hậu đậu *d* [医]天花的后遗症 *t* 毛手毛脚的

hậu hoạ *d* 遗祸, 后患: hậu hoạ khôn cùng 后患无穷

hậu kì *d* 后期, 末期

hậu mãi *t* 售后: Dịch vụ hậu mãi chu đáo. 售后服务周到。

hậu môn *d* 肛门

hậu phương *d* 后方

hậu quả *d* 后果

hậu sinh *d* 后辈: hậu sinh khả uý 后生可畏

hậu sự *d* ① 后事② (生前备下的)棺材

hậu tạ *đg* 厚谢, 重酬, 酬谢

hậu thân *d* [宗]来世

hậu thuẫn *d* 后盾, 靠山 *đg* 支持, 做后盾, 做靠山: được nhà nước hậu thuẫn tài chính 获得国家财政支持

hậu trường *d* ① 后场, 台后② 幕后: thao tác hậu trường 幕后操作

hậu tuyến *d* 后方

hậu vệ *d* 后卫

hây *t* 鲜艳光泽的: vàng hây 黄灿灿

hây hây *t* 习习: Gió thổi hây hây. 风习习吹。

hây hẩy *t* (微风)轻拂的: gió thu hây hẩy 轻拂的秋风

hẩy *đg* [口]甩, 使劲挥, 拨开, 推开

hè₁ *d* 夏天: nghỉ hè 放暑假

hè₂ *d* 走廊, 人行道, 便道

hè₃ *đg* 齐声喊号子: Mọi người hè nhau. 大家齐声喊号子。 *tr* [方]嘛, 吗, 吧: Đi hè! 走吧!

hé *đg* ①半开,半睁: hé mắt 半睁眼②
初露, 微露: mặt trời vừa hé ra 太
阳初露③说(出): không dám hé ra
nửa lời 不敢说半句

hé nở *đg* 初放: nụ hoa hé nở 花苞初
放

hé răng *đg* [口] 张嘴, 吭气: không
dám hé răng 不敢吭气

hẹ *d* 韭菜

héc-to (hecto) 一百…(一些数量单位
词的前缀): héc-to mét 百米

hèm₁ *d* [方] 酒糟, 酒渣

hèm₂ *đg* 用声音示意(也作 e hèm)

hèm hẹp *t* 狭小

hẻm *d* ①峡谷②[口] 小巷: Nhà ở trong
hẻm. 家在小巷子里。*t* 狭窄: lối hẻm
小径

hen *d* [医] 哮(喘): hen suyễn 哮喘

hèn *t* ①平庸: tài hèn 庸才②懦弱, 怯
懦: đồ hèn位小鬼 ③卑贱, 卑微: địa
vị hèn 地位卑微

hèn chi *k* [方] 难怪 无怪乎

hèn gì *k* 怪不得

hèn hạ *t* ① 卑微, 卑贱: Không có việc
làm nào là hèn hạ cả. 没有什么工作
是卑微的。②平庸, 庸碌

hèn kém *t* 寒碜, 没出息, 卑贱

hèn mạt *t* 卑微, 卑劣, 卑鄙: thủ đoạn
hèn mạt 卑鄙手段

hèn mọn *t* 卑微, 鄙薄

hèn nhát *t* 怯懦, 胆小: đồ hèn nhát 胆
小鬼

hèn yếu *t* 低能, 无能, 卑弱

hẹn *đg* 允约, 约定, 预约: lỗi hẹn 失约
d 诺言: không giữ hẹn 不守诺言

hẹn hò *đg* ①约会: hẹn hò đi Bắc
Kinh 相约去北京②约会: trai gái hẹn
hò 男女约会

hẹn non thề biển 山盟海誓

hẹn ước *đg* 约定, 相约

heo *d* [方] 猪: thịt heo 猪肉

heo hắt *t* ①微弱②萧瑟

heo heo *t* (风吹) 轻轻

heo héo *t* 枯, 枯萎

heo hút *t* 荒僻, 偏僻

heo may *d* 西北风

héo lánh *t* 偏僻, 荒僻: Chỗ này héo
lánh quá! 这个地方太偏僻了!

héo *đg* ; *t* ①干枯, 枯槁: cỏ héo 枯草
②去世(的), 死亡(的): cha mẹ đều
héo 父母双亡

héo don *t* 枯槁, 萎缩: cành cây héo
don 树枝枯萎

héo hắt *t* 憔悴: mặt héo hắt 面部憔悴

héo hon *t* 憔悴, 枯黄

héo rụng *đg* 凋落: hoa héo rụng 花儿
凋落

hẹp *t* ①狭小, 狭窄②狭隘, 褊狭

hẹp bụng *t* 小气, 小心眼儿

hẹp hòi *t* 狭隘

hẹp trí *t* 浅薄, 见识少的, 眼光短浅的

hét *đg* 吆喝, 喊叫, 咆哮

hét lác *đg* [口] 大声责备, 骂: Đừng
đánh hét lác trẻ con! 不要打骂小
孩!

hét ra lửa [口] 咆哮如雷, 脾气暴躁

hê *đg* [口] 丢(弃), 甩(掉), 扔(掉):
Em ấy hê tất cả mọi thứ trên bàn
xuống đất. 他把桌子上的东西全都
扔到地上。

hê-rô-in (heroin) *d* 海洛因

hề₁ *d* [戏] 小丑: vai hề 丑角, 小丑

hề₂ *đg* 有碍 *tr* 从来, 未曾: chẳng hề ra
nước ngoài 从未出国

hề₃ [汉] 兮 *c* (古文中断句用词)乎, 也;
兮

hề gậy *d* [戏] (越南古嘲剧中的)小丑

hề hấn *đg* 没事, 不打紧

hề hề *t* [拟] 呵呵(笑): cười hề hề 呵呵
笑

hể hả *t* ; *đg* 满意, 满脸喜色的: hể hả
trong lòng 心满意足

hễ *k* 每逢, 只要, 一旦: Tôi hễ nghĩ đến
nó là đau lòng. 我一想到他就伤心。

hệ [汉] 系 *d* ①系统: hệ bài tiết 排泄
系统 ②(宗族) 支系

hệ đếm = hệ thống đếm

hệ lụy *đg* [旧] 牵累: hệ lụy bạn bè 牵
累朋友

hệ hô hấp *d* [解] 呼吸系统

hệ Mặt Trời *d* [天] 太阳系

hệ miễn dịch *d* [医] 免疫力: hệ miễn

H

dịch giảm sút 免疫力下降

hệ quả *d* 后因, 后果: hệ quả nghiêm trọng 严重后果

hệ sinh thái *d* 生态结构

hệ số *d* 系数: hệ số an toàn 安全系数

hệ thần kinh *d* [解] 神经系统

hệ thống *d* 系统, 体系; 网络 *đg* 归纳, 整合: hệ thống lại tài nguyên 整合资源

hệ thống đếm *d* [数] 进制, 数制, 计数制

hệ thống định vị toàn cầu *d* 全球定位系统; 全球定位仪

hệ thống hoá *đg* 系统化

hệ thống tiêu hoá *d* 消化系统

hệ thống tiêu thuỷ *d* [建] 排水系统

hệ thống tổ chức *d* 组织机构

hệ thống tưới nước *d* 灌溉系统

hệ tộc *d* 宗族: cùng hệ tộc 同宗族

hệ trọng *t* 重要, 关键

hếch *t* 高翘: mũi hếch 高翘的鼻子 *đg* (向前) 抬起, 举起: hếch mắt nhìn 抬起眼看

hếch hoác *t* (指口或领) 宽大

hệch *đg* [口] 咧嘴: cười hệch mồm 笑得合不拢嘴

hệch hạc *t* [方] 质朴, 可亲, 直爽

hênh hếch *t* 微翘, 有点翘

hết *đg* ① 没, 光, 完, 满: hết hạn 期满 ② 了结: hết việc 了事 *tr* 置于句末, 用于增强肯定语气: không hỏi ai hết 不问任何人

hết bàn *đg* 没商量

hết cả hồn lẫn vía=hết hồn

hết cách *đg* 计穷, 毫无办法, 无计可施

hết chỗ nói *đg* [口] 没得说

hết cỡ *d* 最大型号

hết cứu *đg* 不可救药

hết đạn cạn lương 弹尽粮绝

hết đất [口] 到顶, 极限, 顶多: ba chục người là hết đất 顶多三十个人

hết đời *đg* 完蛋, 死亡

hết hạn *đg* 到期

hết hồn *đg* [口] 失魂, 魂飞魄散: sợ hết hồn 吓得魂飞魄散

hết hơi *đg* [口] ① 瘪气: bánh xe hết

hơi 车轮瘪气 ② 力竭: nói hết hơi 费尽口舌

hết kiệt *t* 精光

hết lẽ 讲尽道理: Nói hết lẽ nó còn không nghe. 讲尽道理他还不听。

hết lòng 全心, 尽力

hết lòng hết dạ 竭尽全力, 全心全意: Hết lòng hết dạ phục vụ nhân dân! 全心全意为人民服务！

hết lời 费尽口舌, 口水说干: Hết lời vẫn không thuyết phục được nó. 费尽口舌还说服不了他。

hết mình [口] 尽力: hết mình giúp bạn 尽力帮助朋友

hết mức *p* 非常, 极其: Cô ấy chiều con hết mức. 她非常宠孩子。

hết nhẵn *đg* [口] 清空, 清除干净, 一扫而光

hết nhịn *p* [方] 受不了

hết nước *p* [口] ① 之极, 极限 ② 尽数, 绝顶

hết sạch *p* 尽: ăn hết sạch 吃尽

hết sảy *p* [口] 太好了, 棒极了: Đẹp hết sảy! 美极了！

hết sức *p* 非常, 很: hết sức khó khăn 非常困难

hết thảy *d* 全部, 所有: Hết thảy hàng hoá đã bán xong. 全部货物已售完。

hết ý *p* [口] 极 (了), 没得 (说), 无可 (挑剔), 非常 (好): Ngon hết ý! 好吃极了！

hệt *t* [口] 酷似, 逼真: vẽ giống như hệt 画得十分逼真

hi hi [拟] 噫噫, 嘻嘻 (小声哭或笑)

hi sinh *đg* 牺牲 *d* 牺牲

hi vọng *đg* 希望, 企盼 *d* 愿望, 期望

hì hà hì hục *đg* 忙忙碌碌

hì hì [拟] 嘻嘻 (笑声)

hì hục *t* 专注, 忙碌

hỉ$_1$ *đg* 擤: hỉ mũi 擤鼻涕

hỉ$_2$ [汉] 喜 *d* 喜事, 高兴事: việc hỉ 喜事

hỉ$_3$ *tr* [方] 啊, 哟: Ai đó hỉ？谁啊？

hỉ hả *t*; *đg* 满意, 满脸喜色的 (=hề hả)

hỉ mũi chưa sạch [口] 乳臭未干

hí$_1$ *d* [旧] 戏

hí₂ *đg* 嘶鸣: ngựa hí 马嘶鸣

hí ha hí hửng *đg; t* 满心欢喜

hí hoạ *d* 幽默画,讽刺画

hí hoáy *đg* 专心一意

hí hởn *t* [方]乐呵呵: Nó trúng xổ số trong lòng hí hởn. 他中了彩票,心里乐呵呵的。

hí húi *đg* [口]埋头: hí húi chữa chiếc đồng hồ đeo tay 埋头修理那只手表

hí hửng *đg;t* 高兴,喜形于色

hí khúc *d* [戏]戏曲

hí kịch *d* [戏]戏剧

hích *đg* ①(用肘部)撞击②挑拨

hiểm khích *đg* 积恶,嫌恶,积怨: Hai bên hiểm khích đã lâu. 双方积怨已久。

hiềm nghi *đg; t* 嫌疑

hiềm thù *d*; *đg* 嫌仇,嫌怨,仇恨

hiểm [汉]险 *t* ①险峻,危险②险恶③要害: đánh trúng chỗ hiểm 击中要害

hiểm ác *t* 险恶

hiểm độc *t* 险毒,恶毒,阴毒

hiểm hoạ *d* 危险,灾难,祸患

hiểm hóc *t* ①棘手,非常难: một bài toán hiểm hóc 一道难解的数学题② 恶毒

hiểm nghèo *t* 危险,危难

hiểm nguy *t* 危险

hiểm sâu *t* 阴险: lòng dạ hiểm sâu 心地阴险

hiểm trở *t* 险阻: núi non hiểm trở 关山险阻

hiểm yếu *t* 险要: cửa ải hiểm yếu 险要隘口

hiếm *t* 罕见,稀少: của hiếm 稀罕物

hiếm có *t* 稀有,难得,少有: động vật hiếm có 稀有动物; cơ hội hiếm có 难得的机会

hiếm gì 不缺,很多

hiếm hoi *t* ①久未生育的;少子女的: Vợ chồng nhà nó hiếm hoi. 他们夫妻俩久未生育。②稀少,难得: giọt mưa hiếm hoi 难得下雨

hiếm lạ *t* 稀奇,稀罕

hiếm muộn 不孕不育;晚育

hiên₁ *d* [植]金针菜,黄花菜

hiên₂ [汉]轩 *d* 屋檐: dưới mái hiên 屋檐下

hiên ngang *t* 轩昂,昂扬,高昂

hiền [汉]贤 *t* ①善良,和善: người hiền 善良人②好: bạn hiền 好朋友 *d* [旧]贤能,贤明: hiền sĩ 贤士

hiền dịu *t* 温柔: cô gái hiền dịu 温柔的姑娘

hiền đức *t* 贤德

hiền hậu *t* 仁厚,贤达,和善

hiền hoà *t* 温和,和蔼: hiền hoà dễ gần gũi 和蔼可亲

hiền lành *t* 善良,和善,纯厚: tâm địa hiền lành 心地善良

hiền mẫu *d* 良母,慈母

hiền nhân quân tử 正人君子

hiền như bụt 菩萨心肠

hiền tài *d* 贤才: nhân sĩ hiền tài 贤才人士

hiền thảo *t* 贤惠: người vợ hiền thảo 贤惠的妻子

hiền thục *t* 贤淑

hiền từ *t* 贤德;慈祥: cụ già hiền từ 慈祥的老人

hiển [汉]显

hiển đạt *đg* [旧]显赫,显达

hiển hách *t* 显赫

hiển linh *đg* 显灵

hiển nhiên *t* 显然,确凿: chứng cớ hiển nhiên 证据确凿

hiển thị *đg* 显示

hiển vi *d* 显微: kính hiển vi 显微镜

hiến₁ [汉]宪

hiến₂ [汉]献 *đg* 献: hiến máu 献血

hiến binh *d* [军]宪兵

hiến chương *d* 宪章: hiến chương Liên Hợp Quốc 联合国宪章

hiến dâng *đg* 贡献,呈献

hiến kế *đg* 献计: hiến kế hiến sách 献计献策

hiến mình *đg* 献身

hiến pháp *d* [法]宪法

hiện₁ [汉]现 *d* 现在,现时

hiện₂ *đg* 显现,现出: vui mừng hiện trên nét mặt 喜形于色

hiện ảnh *đg* 显影, 显像

hiện diện *đg* 到场, 出席, 亮相: Thủ tướng hiện diện tại hội nghị. 总理出席会议。

hiện đại *t* ①现代的: nền văn học hiện đại 现代文学②现代化的

hiện đại hoá *đg* 现代化: hiện đại hoá công nghiệp (使)工业现代化

hiện giờ *d* [口]现时, 此时: Hiện giờ mọi người đang bận. 此时大家正忙。

hiện hành *t* 现行的: đạo luật hiện hành 现行法规

hiện hình *đg* ①(鬼怪)显形② 显影, 显像

hiện hữu *đg* 现有

hiện nay *d* 如今, 现今, 现在, 目前

hiện ra *đg* 出现, 现身

hiện tại *d* 现在, 眼下, 当前

hiện thân *đg* (神灵)现身 *d* 替身, 代表

hiện thời *d* 现时, 当前: tình thế hiện thời 当前局势

hiện thực *t* ; *d* 现实

hiện trạng *d* 现状

hiện trường *d* 现场

hiện tượng *d* 现象

hiện vật *d* 实物

hiếng *t* (眼)斜: 斜眼看, 睨视

hiếp [汉]胁 *đg* ①压制, 胁迫, 欺压② 强奸

hiếp bách *đg* 胁迫, 压迫

hiếp dâm *đg* 强奸

hiếp đáp *đg* 胁迫

hiệp₁[汉]协, 侠, 狭

hiệp₂ *d* (比赛的)局, 上／下半场: Trận đấu chia làm hai hiệp. 比赛分成上下半场。

hiệp₃ [汉]合 *đg* 协(助), 协(同): đồng tâm hiệp lực 同心协力

hiệp định *d* 协定: hiệp định khung 框架协定

hiệp đồng *đg* 协同: hiệp đồng tác chiến 协同作战

hiệp hội *d* 协会

Hiệp hội các quốc gia Đông Nam

Á (ASEAN) *d* 东盟, 东南亚国家联盟

hiệp lực *đg* 协力: đồng tâm hiệp lực 同心协力

hiệp nghị *d* 协议, 协定: đi tới hiệp nghị 达成协议

hiệp sức *đg* 协力

hiệp tác *đg* 协作, 合作

hiệp thương *d* 协商: hiệp thương chính trị 政治协商

hiệp ước *d* 协约, 条约: hiệp ước tay đôi 双边条约

hiểu [汉]晓 *đg* 懂, 明白, 知晓, 理解, 领会: khó hiểu 难懂; không hiểu 不明白

hiểu biết *đg* ①知晓, 通达, 通晓: hiểu biết nhiều lĩnh vực 通晓多个领域的知识②理解: Tôi hiểu biết tâm tình của anh. 我理解你的心情。 *d* 见识, 知识

hiểu lầm *đg* 误会, 误解

hiểu sâu *đg* 深刻领会

hiểu sâu biết rộng 知识渊博

hiểu thấu *đg* 通晓: hiểu thấu hai loại chữ 通晓两种文字

hiếu₁ [汉]孝 *d* ①孝心, 孝道: người con có hiếu 有孝心的孩子②长辈的葬礼: làm việc hiếu 办葬礼 *t* 孝顺

hiếu₂[汉]好: hiếu khách 好客

hiếu chiến *t* 好战的

hiếu danh *t* 贪图名声的, 好出风头的

hiếu đạo *d* 孝道

hiếu động *t* 好动的

hiếu hỉ *d* 红白喜事

hiếu học *t* 好学的: thông minh hiếu học 聪明好学

hiếu khách *t* 好客的: nhiệt tình hiếu khách 热情好客

hiếu kì *t* 好奇: tính hiếu kì 生性好奇

hiếu nghĩa *t* 仗义, 有情有义的: khinh tài hiếu nghĩa 仗义疏财

hiếu sát *t* 好杀的, 杀人成性的

hiếu sắc *t* 好色的: kẻ hiếu sắc 好色之徒

hiếu sinh *t* 珍惜生命: Hiếu sinh, xa rời ma tuý. 珍惜生命, 远离毒品。

hiếu sự *t* 好事的, 好惹事的: kẻ hiếu

sự 好事之徒

hiếu thảo *t* 孝顺

hiếu thắng *t* 好胜

hiếu thuận=**hiếu thảo**

hiệu₁ [汉] 校,效

hiệu₂ *d* 商店: hiệu sách 书店

hiệu₃ [汉] 号 *d* ①记号,信号: làm hiệu 做记号②名号

hiệu ăn *d* 饭馆,餐馆

hiệu báo *d* 报刊亭

hiệu chỉnh *đg* 调整,调试

hiệu chính *đg* 校正(文章);对照

hiệu dụng *d* 作用,效用

hiệu đính *đg* 校订,校对

hiệu giải khát *d* 冷饮店

hiệu ích *d* [经]效益: hiệu ích kinh tế 经济效益

hiệu lệnh *d* 号令

hiệu lực *d* 效力,功效: có hiệu lực 有效力

hiệu năng *d* 效能

hiệu nghiệm *t* 效验,灵验

hiệu quả *d* 效果: đạt được hiệu quả dự định 达到预期效果

hiệu suất *d* 效率: hiệu suất làm việc 工作效率

hiệu triệu *đg* 号召 *d* 号召

hiệu trưởng *d* 校长

hiệu ứng *d* 效应

hiệu ứng nhà kính *d* 温室效应

him híp *t* (睡眼)惺忪

hình hỉnh *t* ①臭②(表情)自鸣得意的

hình₁ [汉] 形 *d* ①形状,图形,图像: hình tròn 圆形②[方]相片③几何学

hình₂ [汉] 刑 *d* 刑事: toà án hình 刑事法庭

hình ảnh *d* 影像;印象,形象,景象

hình ba góc *d* 三角形

hình bầu dục *d* 椭圆形

hình bình hành *d* 平行四边形

hình bóng=**hình ảnh**

hình bốn cạnh *d* 四边形

hình bốn mặt *d* 四面体

hình cầu *d* 圆球

hình chám *d* 橄榄形,菱形

hình chiếu *d* 投影

hình chìm *d* 水印

hình chóp *d* 圆锥形,尖圆形

hình chữ nhật *d* 矩形,长方形

hình cụ *d* 刑具

hình cung *d* 弓形,弧形

hình dáng *d* 外形,外貌,轮廓

hình dạng *d* 形状,模样: hình dạng lạ kì 奇形怪状

hình dong=**hình dung**

hình dung *d* [旧]外貌,身材 *đg* 形容,想象: không thể hình dung nổi 无法形容

hình dung từ *d* 形容词

hình hài *d* 身材

hình học *d* 几何学: hình học giải tích 解析几何; hình học không gian 立体几何; hình học phẳng 平面几何

hình hộp *d* 正六面体,立方形

hình hộp chữ nhật *d* 长方体

hình khối *d* 立体形

hình khối chóp *d* 棱锥体

hình không gian *d* 空间图形,立体图形

hình lăng trụ *d* 棱柱体

hình lăng trụ tam giác *d* 三棱体

hình lập phương *d* 立方体

hình lập thể *d* 立体形

hình lõm *d* 凹形

hình lồi *d* 凸形

hình mặt cầu *d* 球面体

hình mẫu *d* 样板,模板,式样

hình như *p* 好像,仿若,仿佛

hình nón *d* 圆锥体,锥形

hình nộm *d* 假人,稻草人

hình phạt *d* 刑罚

hình phẳng *d* 平面图形

hình quạt tròn *d* 扇形

hình sự *d* 刑事: vụ án hình sự 刑事案件

hình tam giác *d* 三角形

hình thái *d* 形态: hình thái ý thức xã hội 社会意识形态

hình thang *d* 梯形

hình thành *đg* 形成

hình thể *d* 体形形: hình thể đẹp 体形美

hình thể *d* ①地形: hình thể phức tạp

地形复杂②形势,局势: hình thế trận chiến 战局

hình thoi *d* 菱形

hình thù *d* 形状,外形

hình thức *d* ①表面,外表: chú trọng hình thức 注重外表② 模式: hình thức quảng cáo 广告模式 *t* 形式上的,表面形式的: chủ nghĩa hình thức 形式主义

hình trạng *d* 形状: thay đổi hình trạng 改变形状

hình tròn *d* 圆形

hình tròn xoay *d* 盘旋形,螺旋形

hình trụ *d* 柱体

hình tứ diện *d* 四面体

hình tượng *d* 形象: hình tượng nhân vật 人物形象

hình vẽ *d* 图样,图形,图案,图画

hình vóc *d* 身材: hình vóc cao lớn 身材高大

hình vuông *d* 正方形

hình *đg* [方] 得意,洋洋得意: Khen có mấy câu đã hình mũi! 夸奖几句就那么得意!

híp *t* 眯缝的: cười híp mắt 笑眯眯

híp-pi (hippy) *d* 嬉皮士,另类青年

hít *đg* ①吸(气): hít hơi 吸气②吸,吸入

hiu hắt *t* 微弱,奄奄一息

hiu hiu *t* ①习习: gió hiu hiu 微风习习②萧条: cảnh tượng hiu hiu 萧条的景象

hiu quạnh *t* 寂寥,空旷,冷清清

HIV [缩] 艾滋病病毒

ho *đg* 咳嗽: ho vì hút thuốc 因抽烟而咳嗽

ho gà *d* [医] 百日咳

ho gió *d* [医] 风咳,伤风

ho he *đg* 吭气儿,动弹: chẳng dám ho he gì cả 不敢吭气

ho hen *đg* [口] 咳嗽

ho khan *đg* 干咳

ho lao *d* [口] 肺结核,肺痨

hò₁ *d* 小调子: hò khoan 划船调

hò₂ *đg* ①唱②吆喝,呼喊

hò hẹn *đg* 约会: hò hẹn với bạn 同朋友约会

hò hét *đg* 呼喊,呼叫,呼吼,呼啸

hò la *đg* 呼喊,起哄,加油: Đội cổ động đang hò la động viên. 啦啦队在加油助威

hò reo *đg* 齐声欢呼

hó hé *đg* ①吭气②透露,泄露: Cấm không được hó hé bí mật! 不许泄露秘密!

họ₁ *d* ①姓: tên họ 姓名②家族③科(生物学分类系列中在目和属之间的一级)

họ₂ *d* 人家,他们

họ đạo *d* 基督教徒

họ hàng *d* 亲戚: họ hàng xa 远房亲戚

họ hàng ở xa không bằng láng giềng gần 远亲不如近邻

họ tộc *d* 族人: người cùng họ tộc 同族人

họ xa *d* 远亲

hoa₁ [汉] 华

hoa₂ [汉] 花 *d* ①花: Trăm hoa đua nở, trăm nhà đua tiếng. 百花齐放,百家争鸣。②花饰: vải hoa 花布③大写: chữ A hoa 大写的A字

hoa₃ *đg* 舞动: hoa chân múa tay 手舞足蹈

hoa₄ *t* 昏花的: mắt hoa 眼花

hoa anh đào *d* 樱花

hoa búp *d* 花蕾

hoa cải *d* 油菜花,芥菜花,小白菜花

hoa cái *d* 雌花

hoa chăm-pa *d* 鸡蛋花

hoa chúc *d* 花烛;结婚日;新婚夜: đêm hoa chúc 新婚之夜

hoa cúc *d* 菊花

hoa cương *d* [矿] 花岗石

hoa dạ hương *d* 夜来香

hoa dại *d* 野花

hoa dâm bụt *d* 朱槿花,扶桑花

hoa đại *d* 鸡蛋花,红花鸡蛋花

hoa đào *d* 桃花

hoa đăng *d* 花灯

hoa đực *d* 雄花

hoa giấy *d* ①纸花,假花②三角梅

hoa hải đường *d* 海棠花

hoa hậu *d* 选美皇后,选美冠军

hoa hoè *d* 槐花 *t* 花花绿绿:áo quần hoa hoè 花花绿绿的衣服

hoa hoét *d* [口](含贬义)花里胡哨的东西 *t* [口]浮夸,空谈

hoa hồng *d* ①玫瑰花②中介费,代理费

hoa hướng dương *d* 向日葵

hoa khéo làm mồi trêu ong 招蜂引蝶

hoa khôi *d* ①(女子)选美冠军②花(指某地方最漂亮的女子):hoa khôi của lớp 班花

Hoa kiều *d* 华侨

hoa kim ngân *d* 金银花

hoa lá *d* 花草 *t* 浮夸的,空谈的,吹牛的

hoa lan *d* 兰花

hoa lệ *t* 华丽:từ ngữ hoa lệ 华丽辞藻

hoa lí *d* 千里香

hoa liễu *d* [医]性病

hoa lơ *d* 菜花

hoa lợi *d* 收益,收入,收成:mùa thu hoa lợi 收获季节

hoa mai *d* 梅花

hoa màu *d* ①杂粮,粗粮②庄稼

hoa mặt trời *d* 向日葵

hoa mật *d* 花蜜

hoa mẫu [方]=**hoa màu**

hoa mẫu đơn *d* 牡丹花

hoa mĩ *t* 华美,华丽;花哨

Hoa ngữ *d* 华语,汉语

hoa nhài *d* 茉莉花

hoa nhường nguyệt thẹn 闭月羞花

hoa niên *d* [旧]如花岁月,青春:tuổi hoa niên 青春年华

hoa quả *d* 水果

hoa quì *d* 向日葵

hoa râm *t* 斑白,花白:tóc hoa râm 头发斑白

hoa sen *d* ①荷花②(卫浴)莲蓬头,花洒

hoa tai *d* 坠子,耳环

hoa tay *t* 手巧的:hoa tay giỏi làm hàng 手巧能干 *d* 手指纹

hoa thị *d* 星号,星形

hoa thơm cỏ lạ 奇花异草

hoa thuỷ tiên *d* 水仙花

hoa thược dược *d* 芍药花

hoa tiêu *d* [交]①灯标,航标②导航员,领航员,引水员

hoa trà *d* 山茶花

hoa trôi bèo dạt 落花流水

hoa tuyết *d* 雪花

hoa tươi *d* 鲜花

hoa tường vi *d* 蔷薇花

hoa văn *d* 花纹,图案

hoà₁ [汉]禾

hoà₂ *đg* 融入,融和,交融:hoà mình với quần chúng 和群众打成一片

hoà₃ [汉]和 *đg* 调和:hoà phẩm màu 调颜料 *t* ①(竞赛棋局)和的,平的:Ván cờ hoà. 这盘棋下成平局。②和好的,和顺的:làm hoà với nhau 友好相处

hoà bình *d* 和平,安宁:yêu chuộng hoà bình 热爱和平 *t* 和平的:chung sống hoà bình 和平共处

hoà cả làng [口]不分胜负,握手言和,平分秋色

hoà dịu *t* 缓和,nyn thế hoà dịu 缓和的趋势

hoà đàm *đg* 和谈

hoà đồng *đg* 融入,融合

hoà giải *đg* 和解,调解

hoà hảo *t* [旧]和好的:Hai bên hoà hảo như cũ. 双方和好如初。

hoà hiếu *t* 和平友好的:giữ quan hệ hoà hiếu 保持和平友好关系

hoà hoãn *đg* 和缓,缓和:tìm cách hoà hoãn quan hệ 想办法缓和关系

hoà hợp *đg*;*t* 和谐,和亲

hoà kết *đg* 交汇,结合:hoà kết văn hoá phương Đông và phương Tây 结合东西方文化

hoà khí₁ *d* 和睦的气氛,友好的氛围

hoà khí₂ *d* 液化气

hoà mạng *đg* 联网,入网

hoà mình *đg* 融入,打成一片:hoà mình trong xã hội 融入社会

hoà mục *t* 和睦:Hai nước chung sống hoà mục. 两国和睦共处。

hoà nhã *t* 温和,和顺,和蔼

hoà nhạc *đg* 合奏

hoà nhập *đg* 汇合,融成一片,融入,接轨: hoà nhập với quốc tế 与国际接轨

hoà nhịp *đg* 照应,吻合,合拍: hoà nhịp cùng hát 和着节拍一起唱

hoà quyện *đg* 融合,融汇,交融

hoà tan *đg* 溶解

hoà tấu *đg* 合奏

hoà thuận *t* 和顺,和睦: chung sống hoà thuận 和睦共处

hoà thượng *d* [宗] 和尚

hoà ước *d* [政] 和约

hoà vốn *t* [商] 不盈不亏的,不赚不赔的,平本的: bán lấy hoà vốn 平本卖

hoả [汉] 火 *d* ①火②内热: người bốc hoả 身体内热

hoả điểm *d* [军] 火力点

hoả hoạn *d* 火灾

hoả hổ *d* [军] 喷火筒,喷火枪

hoả khí *d* [军] 武器,发射器

hoả luyện *đg* 冶炼

hoả lực *d* [军] 火力

hoả mù *d* ①烟幕,烟雾: bom hoả mù 烟幕弹②[口] 谣言: tung hoả mù 散布谣言

hoả ngục *d* [宗] 炼狱

hoả pháo *d* [军] ①火炮②信号弹

hoả táng *đg* 火葬

hoả tiễn *d* 火箭

hoả tốc *t* 特急,火速,火急: công văn hoả tốc 特急公文

hoả tuyến *d* [军] 前沿阵地,前线

hoá₁ [汉] 货

hoá₂ [汉] 化 *d* 化学

hoá₃ [汉] 化 *đg* ①变成,化成: Gỗ hoá đất. 木头成土。②成为,变成③烧: hoá tiền ma 烧冥币④…化(置词尾构成汉越词): cơ giới hoá 机械化

hoá₄ *t* (土地) 荒芜: Ruộng đất bị bỏ hoá. 良田变荒地。

hoá chất *d* 化工原料;化工品;化工: sản phẩm hoá chất 化工产品

hoá dầu *d* 炼油: xưởng hoá dầu 炼油厂

hoá dược *d* [工] 化学制药业

hoá đờm *đg* [医] 化痰: hoá đờm trị ho 化痰止咳

hoá đơn *d* [经] 发票,发货单,收据

hoá giá *đg* ①定价②降价出售

hoá giải *đg* ①消除: hoá giải hiểm hoạ 消除隐患② 化解

hoá học *d* 化学: hoá học hữu cơ 有机化学

hoá hơi *đg* 汽化: dầu mỏ hoá hơi 石油汽化

hoá kiếp *đg* ①[宗] 超度②宰杀

hoá lỏng *đg* 液化

hoá mĩ phẩm *d* 化妆品,化学日用品

hoá nghiệm *đg* 化验

hoá phẩm *d* 化学品

hoá ra *p* [口] 原来

hoá sinh₁ *t* 生化的: vũ khí hoá sinh 生化武器 *d* (简称) 生物化学

hoá sinh₂ *d* [宗] 转世,投胎

hoá sinh học *d* 生物化学

hoá thạch *d* [矿] 化石

hoá thân *đg* ①[佛] 化身②进入,融入(角色)

hoá trang *đg* ①化妆②改装,装扮

hoạ₁ [汉] 祸 *d* 灾祸: mang hoạ vào thân 惹祸上身

hoạ₂ *p* 也许,或许,即便有(可能性不大)

hoạ₃ [汉] 和 *đg* 跟唱,附和

hoạ₄ [汉] 画 *đg* 画: hoạ bức tranh 画一幅画儿 *d* 绘画: nghề hoạ 绘画行业

hoạ báo *d* 画报

hoạ bất đơn hành 祸不单行

hoạ chăng *p* 或许

hoạ do khẩu xuất, bệnh do khẩu nhập 祸从口出,病从口入

hoạ đồ *d* 图,风景画

hoạ hoằn *t* 罕见,不常见

hoạ may *p* 也许,兴许

hoạ mi *d* [动] 画眉鸟

hoạ phẩm *d* 绘画作品

hoạ phúc *d* [宗] 祸福

hoạ sĩ *d* 画家

hoạ thất *d* 绘画室

hoạ vô đơn chí 祸不单行

hoác *t* 敞大: cửa hoác mở 大门敞开 *đg* 豁开,张大: mồm hoác ra 张大嘴

hoạch định *đg* 划定，制定

hoài₁ [汉] 怀，淮

hoài₂ *đg* 徒劳，枉费：hoài công枉费工夫

hoài₃ *p* [方] 常常，经常

hoài bão *d* 抱负：đầy hoài bão 抱负远大

hoài cảm *đg* 感怀，怀念 *d* 思绪

hoài cổ *đg* 怀古，怀旧

hoài của *c* [口] 可惜(呀)，遗憾(啊)

hoài hơi *đg* [口] 白费劲儿

hoài nghi *đg*；*d* 怀疑：loại bỏ hoài nghi 消除怀疑

hoài niệm *đg* 怀念

hoài sơn *d* [药] 淮山

hoài tưởng *đg* 想念，怀想：hoài tưởng người thân 想念亲人

hoài vọng *đg* 企望：hoài vọng làm phi công 企望当飞行员 *d* 心愿，愿望

hoại [汉] 坏 *đg* (有机物)腐烂：lá cây đã hoại 树叶腐烂

hoại huyết *d* [医] 坏血病，贩血病

hoại thư *t* 坏疽的，脱疽的，坏死的

hoại tử *đg* 坏死：tế bào hoại tử 细胞坏死

hoan hô *đg* 欢呼 *d* 欢呼语，类似"万岁"

hoan lạc *t* 欢乐 *đg* 狂欢

hoan nghênh *đg* 欢迎：nhiệt liệt hoan nghênh 热烈欢迎

hoàn₁ [汉] 完，环，寰

hoàn₂ [汉] 丸 *d* 丸：thuốc hoàn 药丸

hoàn₃ [汉] 还 *đg* 还，归还，奉还

hoàn cảnh *d* 环境，情况，形势：hoàn cảnh thế giới 国际环境

hoàn cầu *d* [旧] 寰球，世界

hoàn chỉnh *t* 完整，齐全 *đg* 使完备

hoàn công *đg* 完工，竣工：hoàn công công trình xây dựng 建筑工程竣工

hoàn hảo *t* 完好，完备：hoàn hảo vô tổn 完好无损

hoàn lương *đg* 悔过自新，浪子回头：Tên ăn cắp đã hoàn lương. 小偷已悔过自新。

hoàn lưu *d*；*đg* 环流

hoàn mĩ *t* 完美：hoàn mĩ vẹn toàn 完美无瑕

hoàn nguyên *đg* 还原，复原

hoàn nguyện *đg* [宗] 还愿

hoàn sinh *đg* 还生，回生，复活：cải tử hoàn sinh 起死回生

hoàn tất *đg* 完备，完善；全部完成，完毕：Công trình đã toàn bộ hoàn tất. 工程已全部完成。

hoàn thành *đg* 完成：hoàn thành nhiệm vụ 完成任务

hoàn thiện *t* 完善 *đg* 改善，使完善：hoàn thiện công tác quản lí 改善管理工作

hoàn toàn *t* 完全

hoàn trả *đg* 归还

hoàn tục *đg* [宗] 还俗

hoãn₁ *d* (古代) 耳环，耳饰

hoãn₂ [汉] 缓 *đg* 推迟，延缓，迟缓，展缓：hoãn chuyến thăm 推迟访问

hoãn binh *đg* [旧] [口] 拖延，使缓兵计

hoãn hạn *đg* 延期：công trình hoãn hạn 工程延期

hoãn lại *đg* 延缓，暂缓，推迟

hoãn xung *đg*；*t* 缓冲：vùng hoãn xung 缓冲地带

hoán đổi *đg* 交换，对换，兑换

hoạn₁ [汉] 患

hoạn₂ [汉] 宦 *d* [旧] 官宦

hoạn₃ *đg* 阉：hoạn lợn 阉猪

hoạn nạn *d*；*t* 患难：hoạn nạn biết chân tình 患难见真情

hoang₁ [汉] 肓，塃，晃

hoang₂ [汉] 荒 *t* ① 荒的，荒野的：hoang đảo 荒岛 ② 到处流浪的：bỏ nhà đi hoang 离家出走 ③ 非婚怀孕或生子的：chửa hoang 珠胎暗结

hoang₃ *t* ① 奢费：tiêu hoang 挥霍 ② [方] 调皮：Thằng bé này hoang lắm. 这个小孩儿真调皮。

hoang báo *đg* 谎报：hoang báo tình hình quân sự 谎报军情

hoang dã *d* 荒野 *t* 野生的：động vật hoang dã 野生动物

hoang dại *t* 荒杂，荒野：cỏ hoang dại 荒草

hoang dâm *t* 荒淫

hoang đường *t* 荒唐

hoang hoá *t* 荒的、丢荒的

hoang lạnh *t* 荒凉、冷清

hoang mạc *d*［地］荒漠

hoang mang *t* 惊慌、惶恐、不知所措

hoang phế *t* 丢荒的、荒废的

hoang phí *đg* 挥霍：hoang phí tiền bạc 挥霍金钱 *t* 奢侈

hoang sơ *t* 原始、荒芜

hoang tàn *t* 荒凉、残破

hoang toàng *t* 挥霍的、浪费的

hoang tưởng *đg* 胡思乱想、幻想

hoang vắng *t* 荒僻：vùng núi hoang vắng 荒僻的山区

hoang vu *t* 荒芜：khu rừng hoang vu 荒芜的森林

hoàng₁［汉］黄、蝗、隍、惶、煌

hoàng₂［汉］皇 *d*［口］皇亲国戚、王子

hoàng anh *d*［动］黄莺

hoàng bá *d*［植］黄檗

hoàng bào *d*［旧］黄袍

hoàng cầm *d*［药］黄芩

hoàng cung *d* 皇宫

hoàng đàn *d*［植］黄檀

hoàng đản *d*［医］黄疸

hoàng đạo *d* ①［天文］黄道②黄道吉日

hoàng đế *d*［旧］皇帝

hoàng gia *d* 皇家

hoàng hậu *d* 皇后

hoàng hôn *d* 黄昏

hoàng kì *d*［药］黄芪

hoàng kim *d* ①［矿］黄金②［转］喻繁盛时期：thời kì hoàng kim 黄金时期

hoàng liên *d*［药］黄连

hoàng lương *d* 小米、黄粱：giấc mộng hoàng lương 黄粱美梦

hoàng oanh *d*［动］黄莺、黄鹂鸟

hoàng thái hậu *d*［旧］皇太后

hoàng thái tử *d*［旧］皇太子

hoàng thành *d* 皇城

hoàng thân *d* 亲王、皇亲：hoàng thân quốc thích 皇亲国戚

hoàng thất *d* 皇室、皇族

hoàng thổ *d* 黄土

hoàng thượng *d*［旧］皇上

hoàng tộc *d* 皇族

hoàng triều *d* 皇朝

hoàng tuyền *d*［旧］黄泉

hoàng tử *d* 皇子

hoảng［汉］慌 *đg*；*t* 惊惶、惊慌、慌张

hoảng hồn *đg*；*t* 慌了神儿

hoảng hốt *đg*；*t* 惊慌、惶恐、慌张、惊惶：hoảng hốt chạy trốn 仓皇逃窜

hoảng loạn *đg* 慌张、慌乱

hoảng sợ *đg* 惊惧、惊慌 *t* 惶恐

hoành₁［汉］横、宏

hoành₂ ①檩、桁②横批

hoành cách mô *d*［解］横膈膜

hoành hành *đg* 横行、横行霸道

hoành phi *d* 牌匾、匾额、横匾、横批

hoạnh họe *đg* 为难、挑剔、挑眼：hoạnh họe đủ điều 百般挑剔

hoạt₁［汉］活、滑、猾

hoạt₂ *t*（书画、文章）活泼、活络、生动

hoạt ảnh *d* 活动影戏（皮影戏）

hoạt bát *t* 活泼、伶俐：hoạt bát đáng yêu 活泼可爱；mồm miệng hoạt bát 口齿伶俐

hoạt cảnh *d* 活报剧、小品

hoạt chất *d*［药］有效成分、活性物质

hoạt động *đg* ①活动：hoạt động xã hội 社会活动②运转、运行：Máy móc đang hoạt động. 机器正在运转。③干革命、地下工作 *t* 活跃

hoạt hình *d* 动画、动漫（总括说法，包括绘画、剪纸、卡通、木偶等）

hoạt hoạ *d* 动画、动漫

hoạt huyết *đg* 活血

hoạt Phật *d*［宗］活佛

hoạt thạch *d* 滑石

hoạt tinh *đg* 滑精、早泄

hoạt tính *d* 活性：than hoạt tính 活性炭

hoắc₁［汉］霍

hoắc₂ *tr* 极、其（仅用于臭或劣的语气助词）：thối hoắc 臭气冲天；dở hoắc 糟透了

hoắc hương *d* 藿香

hoặc₁［汉］惑 *đg*［旧］惑、迷惑、蛊惑：hoặc lòng người 蛊惑人心

hoặc₂［汉］或 *k* 或者：chiều hoặc sáng

下午或上午

hoặc giả *k* ①或者，或许，也许②要是，
如果

hoắm *t* 深陷的：mắt sâu hoắm 眼窝深
陷

hoăng *t* 呛人的，(臭气)熏人的

hoắt *t* 尖利：dao găm nhọn hoắt 尖尖
的匕首

hóc *đg* ①鲠：Hóc xương cá. 鱼骨刺
喉。②卡住：Máy bị hóc. 机器出故障。
t 伤脑筋的

hóc búa *t* [口]伤脑筋的，难对付的

hóc hách *đg* [口]反抗，不服：Không
ai dám hóc hách. 没人敢反抗。

hóc hiểm *t* ①棘手，非常难②恶毒

học₁ [汉]学 *đg* ①学习；效仿：đi học
上学②反复读，背书

học₂ *đg* [方]叙述，告知

học bạ *d* 学业成绩册，学籍册

học bổng *d* 助学金

học chẳng hay cày chẳng thông 一
事无成

học cụ *d* 学习用具

học đòi *đg* 攀比；模仿，效法

học gạo *đg* [口]死啃书本，读死书

học giả *d* 学者

học hàm *d* (学校)学衔，职称：học
hàm phó giáo sư 副教授职称

học hỏi *đg* 学习，求学

học khoá *d* 学年

học kì *d* 学期

học lỏm *đg* [口]偷师，背地里学，偷偷
地学

học lực *d* 学历

học mót *đg* [旧]口耳之学，偷学

học phái *d* [旧]学派

học phần *d* 课程

học phí *d* 学费

học sâu biết rộng 博古通今；学问渊
博

học sinh *d* 学生

học tập *đg* 学习：cố gắng học tập 努
力学习

học thuật *d* 学术

học thành danh lập 功成名就

học thuyết *d* 学说

học thức *d* 学识，学问

học trình *d* 学分

học trò *d* 学生，学徒，门徒

học vấn *d* 学问

học vẹt *đg* 鹦鹉学舌，死记硬背

học vị *d* 学位：học vị tiến sĩ 博士学位

học việc *đg* 学艺，学本事

học viện *d* 学院：học viện ngoại ngữ
外语学院

học xá *d* 学校，寄宿学校

hoe hoe *t* 有点红，微微泛红：Mắt hoe
hoe vì cảm động. 因感动两眼泛红。

hoè [汉]槐 *d* 槐：cây hoè 槐树

hoen *đg* 污脏，染污，沾污，渗：Tờ giấy
hoen dầu. 纸上沾了油。

hoen gỉ *t* 锈迹斑斑的，锈污的：Cửa sắt
hoen gỉ. 铁门锈迹斑斑。

hoen ố *t* 染污的，玷污的：danh giá bị
hoen ố 被玷污的名声

hoi *t* 膻的：mùi hoi 膻味

hỏi₁ *d* 问声符(越语声调符号，标为"ˀ")

hỏi₂ *đg* ①问，询问，探问，打听：hỏi
đường 问路②索取，索要：hỏi nợ 讨
债③[口]提亲④[口]打招呼

hỏi bài *đg* (老师)课堂提问，问作业，
检查作业

hỏi cung *đg* 审讯

hỏi dò *đg* 打听，探口信儿：hỏi dò thực
hư 打听虚实

hỏi đáp *đg* 问答：đề hỏi đáp 问答题

hỏi gà đáp vịt 答非所问

hỏi han *đg* ①问询：hỏi han tình hình
询问情况②问寒问暖，问津

hỏi mượn *đg* 求借，索借(钱)物：hỏi
mượn vài đồng bạc 求借几块钱

hỏi thăm *đg* 问候

hỏi tiền *đg* 借钱，要钱

hỏi tội *đg* 问罪

hỏi vay *đg* 求贷，借钱

hỏi vặn *đg* 盘问，诘问：hỏi vặn gây
khó dễ 盘问刁难

hỏi vợ *đg* 提亲，向女方求婚

hói₁ *d* 水渠，水沟

hói₂ *t* 秃，光：hói đầu 秃头；hói trán 秃顶

hom₁ *d* 种茎：hom sắn 木薯种

hom₂ *d* 芒：hom lúa 稻芒

hom₃ *d* 细骨：hom cá 鱼刺

hòm *d* ①箱子：hòm gỗ 木箱子② [方] 棺材

hòm gỗ *d* 木箱

hòm hòm *t* 即将完成的，差不多的，快完的：Công việc cũng hòm hòm rồi. 工作快完成了。

hòm phiếu *d* 票箱，投票箱

hòm quạt *d* 鼓风机，风箱

hòm sấy *d* 烘箱

hòm thư *d* ①邮筒②信箱

hòm xiểng *d* 箱笼，箱子

hõm *t* 深凹的：lỗ hõm 深孔 *d* 洞穴：hõm đá 石洞

hõm *t* 深陷的：hõm vực 深谷

hóm *t* 机灵，机智，机敏

hóm hỉnh=hóm

hòn *d* ①球形物，颗，块，个：hòn ngọc 珍珠②小岛屿：Hòn Me 眉岛

hòn bi *d* 玻璃球，滚珠

hòn cuội *d* 卵石

hòn dái *d* [口] 睾丸

hòn đá *d* 石头

hòn đạn *d* 子弹

hòn đảo *d* 岛屿

hòn đất *d* 土块

hòn gạch *d* 砖头

hòn núi *d* 山冈，小山

hong *đg* 晾，烘：hong quần áo 晾衣服

hong hóng *đg* 企盼，期盼

hòng *đg* 企图，妄图

hỏng *t* ①坏的，损坏的：Xe hỏng rồi. 车坏了。②失败的：Thi hỏng rồi. 考砸了。③败坏的，学坏的：Chiều quá mà làm hỏng con cái. 过分溺爱使孩子变坏。

hỏng ăn *đg* ①落空，扑空；搞砸了②不成事，亏损

hỏng hóc *đg* 损坏（机械设备）

hỏng kiểu *đg* [口] 搞坏了，搞糟了，不成事：Việc này hỏng kiểu rồi! 这事儿搞砸了！

hóng *đg* ①接受：hóng mát 乘凉②听，谛听：hóng chuyện 谛听③盼望：hóng tin tức 盼消息

hóng gió *đg* 乘凉，纳凉，兜风

hóng hớt *đg* [口] 偷听

họng *d* ①喉咙②喉舌③物体正中的洞眼：họng súng 枪口

hoóc-môn（hormone）*d* 荷尔蒙，激素

hóp₁ *t* 细竹

hóp₂ *t* 深陷的，瘦的

họp *đg* ①开会，集会② 汇集

họp báo *đg* 开记者招待会：tổ chức họp báo 召开记者招待会

họp hành *đg* 开会（常含贬义）：họp hành suốt ngày 整天开会

họp kín *đg* 秘密开会

họp mặt *đg* 聚会，聚首：bạn cũ họp mặt 老友聚会

hót₁ *đg* ①鸣，啼：chim hót 鸟鸣② [口] 阿谀奉承，告密

hót₂ *đg* 撮起，扒拉：hót rác 撮垃圾

hotel *d* 饭店，宾馆

hô₁ [汉] 呼 *đg* 呼，大声叫，呼叫

hô₂ *t* 突出的，露出的：hô răng 龅牙

hô hào *đg* 呼吁，号召

hô hấp *đg* 呼吸：hô hấp nhân tạo 人工呼吸

hô hoán *đg* 呼喊，叫嚷：lớn tiếng hô hoán bắt kẻ trộm 大声喊抓小偷

hô hố [拟]（大笑）呵呵

hồ₁ [汉] 糊，葫，壶

hồ₂ *d* 湖泊：Hồ Tây 西湖

hồ₃ [汉] 狐 *d* [旧] 狐狸

hồ₄ *d* 二胡

hồ₅ *d* 糯糊；米糊：ăn hồ 吃米糊

hồ₆ *đg* 上浆：hồ vải trắng 白布上浆

hồ cầm *d* 胡琴

hồ chứa nước *d* 蓄水池，水库

hồ dán *d* 糨糊

hồ dễ *p* 谈何容易，何易：hồ dễ thành công 成功谈何容易

hồ đồ *t* 糊涂：nói năng hồ đồ 讲话糊涂

hồ hải *t* 宏图大志

hồ hởi *t* 高兴，兴奋，欢畅

hồ li *d* 狐狸

hồ lô *d* 葫芦

hồ nghi *đg* 狐疑，多疑

hồ nuôi *d* 养殖池，养殖塘

hồ sơ *d* 档案，卷宗，材料，资料

hồ sơ dự thầu *d* 标书

hồ sơ gốc *d* 原始档案

hồ tiêu *d* 胡椒(=hạt tiêu)

hồ tinh *d* 狐狸精

hổ₁[汉]琥

hổ₂[汉]虎 *d* 老虎：hổ cốt 虎骨

hổ₃*đg* [旧]感到羞涩，感到惭愧

hổ ăn chay 老虎吃斋；假惺惺

hổ chẳng nỡ ăn thịt con 虎毒不食子

hổ chúa *d* 眼镜王蛇

hổ cứ long bàn 虎踞龙盘

hổ dữ chẳng cắn con 虎毒不食子

hổ lốn *d* 杂合，杂烩

hổ mang *d* 眼镜蛇

hổ nhục *t* 羞耻

hổ phách *d* 琥珀

hổ thẹn *t* 惭愧：lấy làm hổ thẹn 感到惭愧

hỗ trợ *đg* 互助：hiệp ước hỗ trợ 互助条约

hố₁*d* 坑，洞：hố cá nhân 单人防空洞

hố₂*t* [口]大意致误：nói hố 失言

hố chông *d* 陷阱；板桩坑

hố tiêu *d* 厕所，茅坑

hố trú ẩn *d* 避弹坑，防空洞

hố xí *d* 茅坑，大便坑，厕所

hố xí bệt *d* 坐厕

hố xí xồm *d* 蹲厕

hộ₁[汉]扈，互，沍，怙，岵，沪

hộ₂[汉]户 *d* 户：chủ hộ 户主

hộ₃[汉]护 *đg* 帮，替：làm hộ 帮做

hộ chiếu *d* 护照

hộ đê *đg* 护堤：hộ đê phòng lụt 防洪护堤

hộ khẩu *d* 户口，户口簿

hộ lí *d* 护理员

hộ mệnh *đg* 护命，护身：bùa hộ mệnh 护身符

hộ phù *d* 护符

hộ sinh *đg* 接生，助产 *d* 接生员

hộ thân *đg* 护身，自卫

hộ tịch *d* 户籍

hộ tống *đg* 护送：xe hộ tống 护送车

hộ vệ *đg* 护卫：đội hộ vệ 护卫队

hốc₁*d* 洞，坑：hốc đá 石洞

hốc₂*đg* (猪)吃食，(猪)拱食

hốc hác *t* 枯槁，憔悴

hốc mũi *d*[解]鼻腔

học₁*d* ①斛(古量具，每斛 10 斗) ②抽屉

học₂*đg* ①喷，吐②嚷，大喊：lợn học 猪嚷

học tốc *t* 急匆匆，气喘吁吁

hôi₁*đg* ①捡，捞，浑水摸鱼②乘人之危

hôi₂*t* 臭

hôi chua *t* 酸臭

hôi hám *t* 臭烘烘

hôi nách *d* 狐臭，腋臭

hôi rình *t* [口]臭气熏天：Đống rác hôi rình. 垃圾堆臭气熏天。

hôi sữa *t* 乳臭：miệng còn hôi sữa 乳臭未干

hôi tanh *t* 腥臭

hôi thối *t* 恶臭

hôi xì xì *t* 臭气熏人，臭烘烘

hồi₁[汉]廻，洄，徊，茴

hồi₂*d* [植]茴香，八角

hồi₃*d* 房檐：hồi nhà 房檐

hồi₄[汉]回 *d* ①一幕，一回；hồi thứ nhất 第一幕②一阵：đánh một hồi trống 击一阵鼓③时代，时候

hồi₅[汉]回 *đg* ①回归，返回②复苏，苏醒

hồi âm *đg* 回音，回信 *d* 回声

hồi chiều *d* 午后，下午

hồi cố *đg* 回顾：hồi cố lịch sử 回顾历史

hồi đáp *đg* 回复：Nhận được xin hồi đáp. 收到请回复。

hồi hôm *d* 昨晚

hồi hộp *t* 忐忑：trong lòng hồi hộp 忐忑不安

hồi hương₁*đg* 返乡，回乡，回归

hồi hương₂*d* [植]茴香

hồi kí *d* 回忆录：viết hồi kí 写回忆录

hồi lâu *p* 许久

hồi môn *d* 嫁妆，陪嫁

hồi nãy *p* 刚才，方才，刚刚

hồi phục *đg* 恢复，痊愈：hồi phục sức khoẻ 康复

hồi quang *d* 虚影，反光，回光：hồi quang phản chiếu 回光返照

H

hồi sinh *đg* 回生,复苏

hồi sức *đg* 康复,疗养

hồi tâm *đg* 反省: hồi tâm nghĩ lại 反思

hồi tỉnh *đg* 苏醒: vạn vật hồi tỉnh 万物苏醒

hồi tưởng *đg* 回想: hồi tưởng chuyện cũ 回想往事

hồi ức *đg* 回忆: hồi ức năm đó 回忆当年 *d* 回忆录,记忆

hồi xuân *đg* ①恢复青春活力②（妇女）更年期

hồi xưa *d* 古时,古代,从前

hối₁ [汉] 汇,贿

hối₂ [汉] 悔 *đg* 悔,追悔: hối bất cập 追悔莫及

hối₃ *đg* 催促 *t* 迅速,快速

hối₄ *t* [旧] 晦,暗

hối cải *đg* 悔改: hối cải sai lầm 悔改错误

hối đoái *d* 汇兑: tỉ giá hối đoái 汇率

hối hả *t* 急忙: đi hối hả 匆匆忙忙地走

hối hận *đg* 后悔,悔恨,追悔

hối lộ *đg* 贿赂,行贿: ăn hối lộ 受贿

hối lỗi *đg* 悔过: hối lỗi làm lại từ đầu 悔过自新

hối phiếu *d* 汇票

hối suất *d* 汇率

hối tiếc *đg* 惋惜

hội₁ [汉] 汇,绘

hội₂ [汉] 会 *d* 协会,会: Hội hữu nghị Việt-Trung 越中友好协会

hội₃ [汉] 会 *d* 庙会: trẩy hội 赶庙会

hội₄ *đg* 汇集

hội ái hữu *d* 联谊会,互助会

hội báo *đg* 汇报: hội báo công tác 汇报工作

hội chẩn *đg* 会诊

hội chợ *d* 博览会

hội chùa *d* 庙会

Hội chữ thập đỏ *d* 红十字会

hội chứng *d* ①综合征②现象

hội diễn *d* 会演: hội diễn văn nghệ 文艺会演

hội đàm *đg* 会谈: hội đàm cấp cao 高级会谈

hội đoàn *d* 会,协会: hội đoàn hỗ trợ 互助会

hội đồng *d* 会议,委员会,理事会

hội đồng bảo an *d* 安全理事会

hội đồng bảo an Liên Hợp Quốc *d* 联合国安理会

hội đồng nhà nước *d* 国家委员会

hội đồng quản trị *d* 董事会

hội đồng trọng tài *d* 仲裁委员会

hội hát *d* 歌节,（京族）哈节,歌会

hội hè *d* 节日,庙会的通称

hội hoạ *d* 绘画

hội họp *đg* 聚集,集中,集会,开会

hội kiến *đg* 会见

hội lễ *d* 节,节庆,节日

hội liên hiệp công thương *d* 工商联合会

hội liên hiệp phụ nữ *d* 妇女联合会

hội nghị *d* 会议

hội ngộ *đg* 会晤

hội nhập *đg* 汇入,加入,融入,接轨

hội thao *d* 比武大会,技能大赛

hội thảo *đg;d* 学术研讨会

hội thoại *đg* 会话,对话

hội trường *d* 会场,大会堂,会议室

hội trưởng *d* 会长,协会主席

hội tụ *đg* ①汇聚: hội tụ quang 聚光②聚集: nhân tài hội tụ 人才聚集

hội từ thiện *d* 慈善会

hội viên *d* 会员: các nước hội viên 会员国

hội ý *đg* 磋商,碰头,开小会

hôm *d* ①天,日: ba hôm 三天②晚上,傍晚,傍黑

hôm kia *d* 前天

hôm kìa *d* 大前天

hôm mai *d* 从早到晚,整天

hôm nào *d* 哪天

hôm nay *d* 今天

hôm nọ *d* 那天（指过去某一天）

hôm qua *d* 昨天

hôm sau *d* 翌日,次日,第二天

hổm *d* [方] 那天

hôn₁ [汉] 昏,婚

hôn₂ *đg* 吻: hôn nhau 接吻

hôn gió *đg* 飞吻

hôn hít *đg* [口] 亲吻

hôn lễ *d* 婚礼

hôn mê *đg* 昏迷, 不省人事: hôn mê bất tỉnh 昏迷不醒 *t* 昏昏沉沉

hôn nhân *d* 婚姻: luật hôn nhân 婚姻法

hôn ước *d* 婚约

hồn₁ [汉] 浑, 珲, 馄

hồn₂ [汉] 魂 *d* ①灵魂: gọi hồn 招魂 ②神韵: Bức tranh có hồn. 画儿有神韵。③精神

hồn bay phách lạc 魂不附体; 魂飞魄散

hồn hậu *t* 善良, 浑厚, 淳朴, 敦厚

hồn nhiên *t* 天真, 纯真, 淳朴: cười hồn nhiên 天真的笑

hồn phách *d* 魂魄, 魂灵

hồn vía *d* 魂魄

hồn xiêu phách lạc 魂飞魄散

hổn ha hổn hển 气喘吁吁

hổn hển *t* 气喘吁吁

hỗn₁ [汉] 混, 浑

hỗn₂ *t* (小孩子) 无礼的, 没大没小的

hỗn chiến *đg* 混战

hỗn danh *d* [口] 外号, 绰号, 别名

hỗn độn *t* 混乱, 混杂, 杂乱

hỗn hợp *d* 混合体 *t* 混合的

hỗn láo *t* 无礼, 没教养, 放肆

hỗn loạn *t* 混乱: cục diện hỗn loạn 混乱局势

hỗn mang *t* 蒙昧, 蛮荒 (原始社会)

hỗn như gấu *t* (指小孩) 无礼的, 没礼貌的

hỗn quân *d* 乱军, 乱兵

hỗn tạp *t* 混杂, 杂七杂八: đám người hỗn tạp 混杂的人群

hỗn xược=hỗn láo

hông₁ *d* ① [解] 盆骨的两边 ②侧面: hông nhà 房子侧面

hông₂ *d* 蒸笼, 甑子 *đg* 蒸: hông xôi 蒸糯米饭

hông₃ *p* [方] 不, 否: hông nói chi hết 什么都不说

hồng₁ [汉] 烘, 宏, 洪, 虹

hồng₂ [汉] 鸿 *d* 鸿鹄

hồng₃ *d* 玫瑰

hồng₄ *d* 柿子

hồng₅ [汉] 红 *t* ①红色的: ngọn cờ hồng 红旗 ②粉红色的

hồng bì *d* 黄皮果

hồng cầu *d* 红细胞

hồng đào *t* 桃红色

hồng điều *t* (指纸、绸) 鲜红色的

Hồng Hà *d* 红河 (北越最大的河流)

hồng hào *t* 红润: da dẻ hồng hào 肤色红润

hồng hoa *d* 红花, 草红花, 刺红花, 杜红花, 金红花

hồng hoang *d* 洪荒, 混沌

hồng hộc *d* 鸿鹄, 天鹅 *p* 气喘吁吁: chạy thở hồng hộc 跑得气喘吁吁

hồng khô *d* 柿饼, 干柿

hồng ngoại *d* 红外线

hồng ngọc *d* 红宝石

hồng nhan *d* 红颜

hồng nhạn *d* 鸿雁

hồng quân *d* ① [旧] 造化, 老天爷 ②红军

hồng quế *d* 月季花

hồng tâm *d* 红心 (指靶心): bắn trúng hồng tâm 射中靶心

hồng thập tự *d* 红十字: Hội hồng thập tự 红十字会

hồng thuỷ *d* [旧] 大洪水

hồng trần *d* [旧] 红尘, 尘埃

hồng xiêm *d* 人参果

hổng₁ *t* 空, 漏, 缺: tường hổng gió 墙壁漏风

hổng₂ *p* [方] 不, 没: hổng có 没有

hống hách *đg* 作威作福, 摆架子刁难

hộp *d* 盒子: đồ hộp 罐头

hộp cầu chì *d* 保险盒

hộp chia dây *d* 分线盒

hộp chữa cháy *d* 消防箱, 消火栓

hộp đấu dây *d* 接线盒

hộp đen *d* 黑匣子

hộp đêm *d* 夜总会

hộp điện trở *d* [理] 电阻箱, 抵抗箱

hộp giảm tốc *d* 减速器

hộp máy *d* 机匣

hộp phân điện *d* 配电箱

hộp quẹt *d* [方] 火柴

hộp số *d* 变速箱

hộp thoại *d* 对话框

hộp thư *d* 信箱

hộp tốc độ=hộp số

hốt₁ [汉] 忽

hốt₂ *đg* ①清扫: hốt rác 清扫垃圾 ② [方] 双手搂取, 扒, 捞: hốt thuốc 抓 药 ③一网打尽, 一窝端: hốt cả lũ cướp 一网打尽抢劫团伙

hốt₃ [汉] 惚 *đg* [方] 惊慌: đừng hốt 不要慌

hốt hoảng *đg* 惊慌

hột *d* [方] ①颗, 粒, 核 ②(鸡、鸭)蛋

hột cơm *d* ①饭粒 ②肉瘤子

hơ *đg* 烘, 烤: hơ báo ướt 烘干湿报纸

hơ hớ₁ *t* [口](女子)年轻有活力的

hơ hớ₂ [拟] 哈哈(大笑声)

hờ₁ *đg* 哭诉(死者): hờ chồng 哭诉亡 夫

hờ₂ *t* ①暂时的, 临时性的: cửa sắt khép hờ 虚掩铁门 ②名义上的, 表面上的: vợ chồng hờ 名义夫妻

hờ hững *t* ①悬乎的, 不稳的: Lọ hoa để hờ hững. 花瓶搁放得很悬。②冷 淡

hở₁ *d* 漏洞, 漏空, 留隙: chỗ hở 漏洞 *đg* [口] 披露, 泄露, 露馅

hở₂ *tr* [口] 嘎, 呀(表示怀疑、亲密)

hở hang *t* 不严的, (穿着)袒胸露怀的

hở môi *đg* 开口, 启齿: hở môi ra cũng thẹn thùng 羞于启齿

hớ *t* ①不当心的, 吃亏的: mua hớ 买亏 了 ②泄露的, 露馅儿: nói hớ 说漏嘴

hớ hênh *t* 粗心大意的

hơi₁ *d* ①汽: hơi nước 水蒸气 ②气体: hơi ga 煤气 ③微风 ④气息 ⑤一口气: một hơi chạy hết 50 mét 一口气跑 完五十米 ⑥气味 ⑦毛重: cân hơi 毛 重

hơi₂ *p* 稍微, 略为, 有点儿: hơi đỏ 微红

hơi ẩm *d* 暖气

hơi ẩm *d* 潮气, 湿气

hơi cháy *d* 瓦斯: nổ hơi cháy 瓦斯爆 炸

hơi đâu mà *p* [口] 犯不着, 不值得

hơi độc *d* 毒气, 毒瓦斯: hơi độc làm chảy nước mắt 催泪瓦斯

hơi đốt *d* 天然气, 煤气

hơi hơi *p* 稍稍, 微微, 有点儿: hơi hơi đau 有点儿疼

hơi hướng *d* ①特有的气味, 味道, 气 息: hơi hướng hiện đại 现代气息 ② 倾向 ③亲缘关系

hơi lạnh *d* 冷气

hơi men *d* 酒味儿

hơi ngạt *d* (窒息性)瓦斯, 毒气

hơi nóng *d* 热气

hơi nước *d* 水汽

hơi sức *d* 气力, 劲儿, 力气

hơi thở *d* 气息, 呼吸

hời *t* [口] 低廉, 便宜: món hời 便宜货

hời hợt *t* 浮浅, 虚浮: hời hợt bề ngoài 华而不实

hởi dạ *t* 满意, 称心

hởi lòng hởi dạ 心满意足; 称心如意

hỡi *c* (语气词, 表示招呼人): Hỡi đồng bào! 同胞们!

hỡi ôi *c* 嗟乎, 啊(表示痛惜或抱怨)

hợi [汉] 亥 *d* 亥(地支第十二位)

hơm hĩnh *đg* 傲慢, 自负, 自高自大, 翘 尾巴, 摆架子

hơn *t* ①多, 有余: hơn 3 kg 三公斤多 ② 过, 大于, 强于, 胜于; 优于: Tôi hơn anh hai tuổi. 我比你大两岁。③(稻米) 便宜: Ngày mùa gạo hơn. 丰年米便 宜。

hơn bù kém [口] ①以多补少, 取长补 短 ②平均: Hơn bù kém, mỗi ngày kiếm được năm chục. 有时多有时 少, 平均每天赚到五十块钱。

hơn hẳn *t* 优越的, 大大超过的

hơn hớn *d* 活力, 生机

hơn kém *d* 相差: hơn kém chẳng là bao 相差无几

hơn nữa *k* 再者, 并且, 而且: Đường sá xa xôi hơn nữa lại khó đi. 路途 遥远而且不好走。

hơn thiệt *d* 得失: suy tính hơn thiệt 计较得失

hờn *đg* 嗔, 赌气, 生气, 使性子: Trẻ con hay hờn. 小孩爱赌气。*d* 怨恨, 不满

hờn dỗi *đg* 赌气,使性子

hờn giận *đg* 生气,怨恨

hớn hở *t* 高兴,欢快,愉快

hớp *đg* 呷: hớp một ngụm trà 呷一口茶 *d* 一口(水): uống mấy hớp nước 喝几口水

hớp hồn *đg* [口]走神,摄魂

hợp [汉] 合 *đg* 聚集,集合,纠合,汇合,汇集: hợp lại với nhau 汇集在一起 *d* 聚合体,集合体 *t* ①对口的,相合的,投合的: công việc hợp 工作对口 ②合适,适宜: Thức ăn hợp khẩu vị. 饭菜合口味。

hợp âm *d* 混声,和声,混音

hợp chất *d* [化]化合物

hợp doanh *đg* 合营,联营: công ti hợp doanh 合营公司

hợp đồng *d* 合同,契约: kí hợp đồng 签订合同 *đg* 协同: hợp đồng tác chiến 协同作战

hợp hiến *t* 符合宪法的

hợp khẩu *t* 合口: mùi vị hợp khẩu vị 道合口

hợp kim *d* 合金: hợp kim nhôm 铝合金

hợp kim màu *d* 有色金属合金

hợp lệ *t* 符合规定的

hợp lí *t* 合理的

hợp lí hoá *đg* 使…合理化

hợp lực *đg* 合力,一起出力: Ba quân hợp lực tiêu diệt quân địch. 三军合力歼灭敌人。 *d* 总体力量,整体力量

hợp lưu *đg* 合流,汇合: Hai con sông hợp lưu với nhau. 两条河流汇合在一起。 *d* 汇合处

hợp nhất *đg* 合一,合并

hợp pháp *t* 合法的

hợp phần *d* [化]成分

hợp sức *đg* 合力,协力

hợp tác *đg* 合作,协作 *d* [口]合作社

hợp tác xã *d* 合作社

hợp tấu *đg* 合奏: hợp tấu một bài hát 合奏一首歌曲 *d* 协奏曲: bản hợp tấu 协奏曲

hợp thành *đg* 合成,组成

hợp thời *t* 合时,适时;时尚,时髦: quần áo hợp thời 时装

hợp thức *t* 符合规定,合乎格式

hợp thức hoá *đg* 使符合,规范化

hợp tình hợp lí 合情合理

hợp xướng *d* 合唱: đoàn hợp xướng 合唱团

hợp ý *t* 合意,满意 *đg* 合得来: Hai người hợp ý. 他们俩合得来。

hớt *đg* ①撇,剪: hớt tóc 理发②抢先于: ăn hớt 抢捞一把③(把漂浮在上面的东西)捞起

hớt hải *t* 惶恐,惊慌

hớt hơ hớt hải *t* 慌里慌张

hớt lẻo *đg* [口]嚼舌;打小报告

hớt tóc *đg* [方]剃头,理发

hu hu [拟]呜呜(哭)

hù doạ *đg* [口]吓唬,恐吓

hủ [汉] 腐①落后保守,迂腐

hủ bại *t* 腐败,堕落: tư tưởng hủ bại 堕落的思想

hủ hoá *đg* ① 搞不正当男女关系② 腐化

hu lậu *t* 过时的,陈旧的

hủ tiếu *d* [方]细米粉,米线

hủ tục *d* 腐俗,败俗,陈风败俗

hũ *d* ①坛: hũ rượu 酒坛②酒精、香精蒸馏用具

hú *đg* ①嗥叫: vượn hú 猿猴嗥叫②呼哨,呼唤,鸣叫: Tàu hoả hú còi. 火车鸣笛。

hú hí *đg* 逗乐: Cha mẹ hú hí với con. 父母跟小孩逗乐。

hú hoạ *t* 碰巧,偶然;出乎意料

hú hồn *đg* ①招魂②失魂落魄

hú tim *d* 捉迷藏: Trẻ con chơi trò hú tim. 小孩玩捉迷藏。

hú vía *đg* 受惊吓,吓着 *c* 吓死了,可怕极了: Thật hú vía, suýt mất mạng! 真吓人,差点没命！

hùa *đg* ①盲从,盲目效仿,瞎模仿: theo hùa người khác 效仿别人②合力: hùa nhau đẩy xe 合力推车 *d* 派,帮: vào hùa 结成帮

hùa theo *đg* (盲目)效仿,盲从: mù quáng hùa theo 盲目效仿

huân [汉]勋,熏,荤,薰

huân chương *d* 勋章

huân tước *d* 勋爵，爵士

huấn [汉] 训

huấn luyện *d* 训练：lớp huấn luyện训练班

huấn luyện viên *d* 教练员

huấn thị *đg* 训示，训话，指示

húc *đg* ①相斗，触撞：trâu húc nhau 水牛相斗②碰撞：Xe ô-tô húc đầu vào nhau. 汽车迎头碰撞。③碰到，遇到

húc đầu vào đá [口] 以卵击石

hục *đg* [口] 蛮干，盲目干

hục hặc *đg* 闹矛盾，斗气

huê *d* [方] 花

huề *d* [方] 平，平局

huênh hoang *t* 自命不凡，妄自尊大；吹牛

hùi hụi *đg* [方] 埋头干

hủi *d* ①麻风：bệnh hủi 麻风病②麻风病人

húi *đg* [口] 剪，理：húi tóc 理发

hum húp *t* 微肿的：mặt hum húp 脸微肿

hùm *d* [口] 老虎：hùm gầm 虎啸

hùm beo *d* ①虎豹②[转] 恶人

hùm mọc cánh 如虎添翼

hũm *t* [方] 深的，陷落的：hang sâu hũm 深洞

hụm *d* [方] 一口（水）之量：uống hụm nước 喝一口水

hun *đg* ①熏：hun muỗi 熏蚊子②激起，燃起

hun đúc *đg* 熏陶，陶冶，训练

hun hút *t* ①深不可测：Hang động hun hút. 洞穴深不可测。②猛烈，强劲：gió hun hút 劲风

hùn *đg* [口] 聚集：hùn vốn 集资

hùn vào *đg* [口] 支持，赞成，成全

hùn vốn *đg* 合资；融资

hung₁ [汉] 匈，胸，恟

hung₂ *t* 赭色的：tóc màu hung 赭色头发

hung₃ [汉] 凶 *t* 凶，凶恶，厉害：Thằng này hung lắm. 这个家伙很凶。*p* [方] 过量，多：tiêu sài hung quá 花钱如流水

hung ác *t* 凶恶

hung bạo *t* 凶暴：tính tình hung bạo 性情凶暴

hung dữ *t* 凶恶，凶狠，凶猛

hung đồ *d* 暴徒

hung hãn *t* 凶悍，凶恶

hung hăng *t* 嚣张，猖獗，横行霸道

hung hiểm *t* 凶险

hung khí *d* 凶器

hung phạm *d* 凶犯

hung tàn *t* 凶残，残暴：hung tàn thành tính 凶残成性

hung thần *d* 凶神，恶徒

hung thủ *d* 凶手，凶徒，暴徒

hung tợn *t* 凶暴，凶残，凶猛

hùng₁ [汉] 熊

hùng₂ [汉] 雄 *t* 精英的，雄健的

hùng biện *đg* ①善辩②演说，演讲，辩论

hùng cường *t* 强大

hùng dũng *t* 雄壮有力，雄起起：bước đi hùng dũng 雄壮的步伐

hùng hậu *t* 雄厚：thực lực hùng hậu 雄厚的实力

hùng hổ *t* 凶恶，勇猛

hùng hồn *t* 雄浑，强有力

hùng hục *t* 埋头干的，盲目做的：Nó chỉ biết làm hùng hục. 他只会埋头干。

hùng hùng hổ hổ *t* 气势汹汹

hùng khí *d* 强大的势力；朝气，活力

hùng mạnh *t* 强大，强盛：tổ quốc hùng mạnh 祖国强大

hùng tráng *t* 雄壮，壮丽：cảnh sắc hùng tráng 壮丽景色

hùng vĩ *t* 雄伟：núi non hùng vĩ 山川雄伟

húng hắng *t* 轻微（咳嗽）

húng lìu *d* 五香粉

huống [汉] 况 *k* 况…

huống gì *k* 何况，况且：Ông ấy làm được, huống gì là anh. 他都能做，何况你。

huơ *đg* 挥手，挥动

húp₁ *đg* 呷，喝，吸：húp canh 喝汤

húp₂ *t* 肿胀：chân húp 脚肿

húp híp *t* 肥

hụp *đg* 把头浸入水中

hụp lặn *đg* 潜水，潜泳

hút₁ *d* 踪迹，痕迹：mất hút 无影无踪 *t* 深邃，深：Cái lỗ sâu hút. 这个洞很深。

hút₂ *đg* ①吸：hút thuốc 吸烟②吸收，吸附：sức hút 吸引力③抽：bơm hút nước 抽水泵

hút chích *đg* 吸毒

hút gió *đg* 吸风，抽风：máy hút gió 抽风机

hút hít *đg* [口]抽鸦片，吸毒

hút hồn *đg* 吸引：Cô gái đẹp hút hồn ánh mắt của nhiều người. 美女吸引不少人的眼球。

hút máu hút mủ 吸血，搜刮，残酷剥削

hút mật *d* 蜂鸟

hút xách *đg* [口]抽鸦片，吸毒

hụt *t* ①短缺，短少：hụt tiền quỹ 亏空公款②落空：bắt hụt 扑空

hụt hẫng *t* ①空落落，空荡荡：trong lòng hụt hẫng 心里空落落的②缺员：Quân dự bị hụt hẫng. 后备军缺员。

hụt hơi *p* 没气儿地，没命地

huy [汉]挥，辉，徽，晖

huy chương *d* 奖牌，徽章，奖章

huy động *đg* 动员，调集，调动，发动

huy hiệu *d* 纪念章，证章，像章，徽章

huy hoàng *t* 辉煌

huỷ [汉]毁 *đg* 毁，废除，取消，撤销：phá huỷ 破毁；huỷ bản hợp đồng 取消合同

huỷ bỏ *đg* 废除，取消：huỷ bỏ kế hoạch 取消计划

huỷ diệt *đg* 毁灭

huỷ hoại *đg* 毁坏，损坏：Trận bão huỷ hoại nhà cửa. 台风毁坏房屋。

hủy ngang *đg* 废除，取消，撤销

huý [汉]讳 *d* 名讳

huý kị *đg* 忌讳

huých *đg* (用肘)撞

huỵch [拟]咕咚，扑通

huyên náo *đg* 喧闹

huyên thuyên *t*；*đg* 闲扯，胡吹：nói chuyện huyên thuyên 闲聊

huyền₁ [汉]悬，弦

huyền₂ [汉]玄 *d* [矿]玄玉，黑宝石 *t* 黑色的，棕色的

huyền ảo *t* 虚幻，玄虚

huyền bí *t* 神秘

huyền diệu *t* 玄妙，奇妙

huyền hoặc *t* 玄虚，虚幻：câu chuyện huyền hoặc 虚幻故事 *đg* 迷惑：huyền hoặc quần chúng 迷惑群众

huyền phù *d* 悬浮

huyền sâm *d* [药]玄参

huyền thoại *d* 神话，传说

huyền tích *d* 典故：huyền tích thành ngữ 成语典故

huyền tôn *d* 玄孙

huyễn [汉]幻，眩，炫

huyễn hoặc *đg* 迷惑，蛊惑；犯迷糊，犯糊涂

huyễn tưởng *đg* 幻想

huyện [汉]县 *d* 县：huyện lị 县城

huyện thị *d* 县份

huyết [汉]血 *d* 血，血；补 huyết 补血

huyết áp *d* 血压

huyết áp cao *d* 高血压

huyết áp thấp *d* 低血压

huyết bạch *d* ①白带②妇女白带异常

huyết bài *d* 血小板

huyết cầu *d* 血细胞

huyết dịch *d* 血液

huyết đọng *d* 凝血

huyết hệ *d* 血统

huyết hư *d* 血虚

huyết khí *d* 气血

huyết khí không đủ 气血不足

huyết mạch *d* 血脉

huyết quản *d* 血管

huyết sắc tố *d* 血色素

huyết thanh *d* 血清

huyết thống *d* 血统

huyết tích *d* 血迹

huyết tộc *d* 血缘

huyết trệ *d* 血滞

huyết tương *d* 血浆

huyết ứ *d* 血瘀

H

huyệt₁[汉]穴 *d* 墓穴: đào huyệt 挖墓穴

huyệt₂ *d* 穴道, 穴位: bấm huyệt 按穴位

huyệt mộ *d* 墓穴

huynh[汉]兄 *d* [旧]兄, 兄长

huynh đệ *d* [旧]兄弟

huỳnh huỵch[拟]啪啪

huỳnh quang *d* 荧光

huýt *đg* ①吹唇: huýt sáo 吹口哨②打呼哨: huýt còi 吹哨

huýt gió *đg* 吹口哨

hư₁ *t* ①[方]坏, 损坏: Đồng hồ hư rồi. 钟坏了。②(小孩)不听话的, 不乖的: thằng hư 坏小子

hư₂[汉]虚 *t* 虚无: căn số hư 虚根

hư ảo *t* 虚幻: cảnh hư ảo 虚幻景象

hư cấu *đg* 虚构: hư cấu tình tiết câu chuyện 虚构故事情节

hư danh *d* 虚名

hư đốn *t* (青少年)品德差的, 缺德的

hư đời *đg* 堕落

hư hại *đg* 损害, 损伤, 损坏: Động đất làm hư hại nhà cửa. 地震损坏房屋。

hư hao *đg* 耗损: giảm hư hao lương thực 减少粮食的耗损

hư hỏng *đg* 损坏: nhà cửa hư hỏng 房屋损坏 *t* 坏习惯的, 不乖的(小孩)

hư số *d* 虚数

hư thân *t* 无品德的, 堕落的, 人品差的

hư văn *d* 虚文, 表面文章

hư vinh *d* 虚荣: ham hư vinh 贪慕虚荣

hừ *c* [口]哼(表示愤怒或恐吓)

hừ hừ[拟](痛苦的呻吟声)

hử *tr* 呀(长辈对晚辈表示疑问): Đi đâu thế hử？上哪儿去呀?

hứ *c* [口]哼(表示不满或鄙斥): Hứ!Tớ thèm vào. 哼！我不要。

hứa[汉]许 *đg* 许诺, 应允

hứa hão *đg* 开空头支票, 虚假承诺, 说话不算数: Nó hứa hão. 他说话不算数。

hứa hẹn *đg* 许诺, 允诺 *d* 希望: đầy hứa hẹn 充满希望

hứa hôn *đg* 许婚, 订婚

hực *t* (火势)熊熊, 猛烈

hùm *c* [口]哼(表示生气或威胁)

hưng hửng *đg* 晨光熹微, 放晴

hưng phấn *đg* 兴奋

hưng phế=hưng vong

hưng thịnh *t* 兴盛, 兴隆: buôn bán hưng thịnh 生意兴隆

hưng vong *đg* 兴衰

hừng *đg* (阳光)照耀;(火)燃烧: Đống lửa hừng lên. 火堆燃烧起来。

hừng hực *t* 烘烘; 熊熊: nóng hừng hực 热烘烘; lửa hừng hực 熊熊烈火

hửng *đg* 霁, 放晴: Trời đã hửng nắng. 天已放晴。

hững hờ *t* ①悬乎的, 不稳的②冷淡

hứng₁[汉]兴 *d* 兴趣, 兴味, 兴致: Tôi rất có hứng với việc này. 我对此事很感兴趣。*t* 高兴

hứng₂ *đg* ①接, 盛: hứng nước mưa 接雨水②(被动)接受: hứng lấy việc 被动接受工作

hứng gió *đg* 兜风, 乘凉

hứng mát *đg* 乘凉, 纳凉

hứng thú *d* 兴趣, 兴致 *t* 有兴趣的, 有兴致的

hườm *d* 凹陷处: hườm núi 山坳 *t* [方](果实)半生不熟的: Chuối chín hườm. 香蕉半生不熟。

hương₁[汉]乡 *d* 乡

hương₂[汉]香 *d* ①香味: hương hoa nhài 茉莉花香②香: thắp hương 烧香

hương án *d* 祭台

hương hoa *d* 用于拜神的香花果品

hương hoả *d* ①祭拜事宜②香火

hương hồn *d* 芳魂, 灵魂

hương khói *d* 香火, 祭拜事宜

hương liệu *d* 香料

hương lửa *d* 香火

hương muỗi *d* 蚊香

hương nén *d* 香烛

hương phụ *d* [药]香附

hương sen *d* 喷头, 花洒, 莲蓬头

hương vị *d* ①香味②气氛, 气息: hương vị ngày Tết 春节气氛

hương vòng *d* 盘香, 香塔

hường₁ *d* [方] 玫瑰 *t* [方] 红色的

hưởng [汉] 享, 响 *đg* 享用, 享受, 享有: hưởng quyền lợi 享有权利

hưởng dương *đg* 享年: Mẹ hưởng dương 90 tuổi. 母亲享年 90 岁。

hưởng lạc *đg* 享乐

hưởng lợi *đg* 受益, 获利

hưởng phúc *đg* 享福

hưởng theo lao động *d* [经] 按劳分配

hưởng theo nhu cầu *d* [经] 按需分配

hưởng thọ *đg* 享寿, 享年

hưởng thụ *đg* 享受: hưởng thụ quyền lợi 享受权利

hưởng ứng *đg* 响应

hướng₁ [汉] 饷

hướng₂ [汉] 向 *d* 方向: hướng tiến 前进的方向 *đg* ①引向, 趋向 ② 朝向: cửa sổ hướng đông 窗口朝东

hướng dẫn *đg* 向导, 指引, 指导, 引导, 说明: sách hướng dẫn 说明书

hướng dẫn viên *d* 向导员, 引导员: hướng dẫn viên du lịch 导游

hướng dương *d* 向日葵

hướng đạo *d* [旧] 向导, 带路人 *đg* [旧] 领导, 领头: người hướng đạo 领头人

hướng gió *d* 风向

hướng ngoại *t* ①外向: tính tình hướng ngoại 性格外向 ②对外的, 向国外的: thị trường hướng ngoại 对外市场

hướng nội *t* ①内向: tính tình hướng nội 性格内向 ②对内的, 向国内的: chính sách hướng nội 对内政策

hướng thiện *đg* 向善, 从善

hươu *d* 鹿

hươu cao cổ *d* 长颈鹿

hươu sao *d* 梅花鹿

hươu xạ *d* 麝鹿

hưu [汉] 休 *đg* 休, 退休: Ông ấy đã hưu rồi. 他已经退休。

hưu trí *đg* 退休: công nhân hưu trí 退休工人

hữu₁ [汉] 友

hữu₂ [汉] 右 *d* 右: hữu khuynh 右倾

hữu₃ [汉] 有: công ti hữu hạn 有限公司

hữu cầu tất ứng 有求必应

hữu cơ *t* 有机的: kết hợp hữu cơ 有机组合

hữu danh vô thực 有名无实

hữu dũng vô mưu 有勇无谋

hữu hạn *t* 有限: công ti trách nhiệm hữu hạn 有限责任公司

hữu hảo *t* [旧] 友好: quan hệ hữu hảo 友好关系

hữu hiệu *t* 有效: hợp đồng hữu hiệu 有效合同

hữu hình *t* 有形: vật hữu hình 有形物体

hữu ích *t* 有益: sự nghiệp hữu ích 有益事业

hữu nghị *d* 友谊: Hữu nghị đi đầu, thi đấu thứ hai! 友谊第一, 比赛第二!

hữu quan *đg* 有关: đơn vị hữu quan 有关单位

hữu sinh *t* 有生命的: vật hữu sinh 活物

hữu tình *t* ①(景色)优美: phong cảnh hữu tình 风景优美 ②有情义的, 含情的: cặp mắt hữu tình 双眼含情

hữu trách *t* 负有责任的, 承担职责的: cơ quan hữu trách 职能部门

hữu tuyến *d* 有线: truyền hình hữu tuyến 有线电视

hữu ý *p* 有意, 故意: tội hữu ý giết người 故意杀人罪

Hz (Hertz) [理] 赫, 赫兹

I i

i, I ①越语字母表的第 12 个字母②罗马数字 1

i î *t* 潮,未干透: Trời nồm quần áo hong cả ngày mà vẫn i i. 回潮天气衣服晾了一整天都没干透

i ỉm *t* 静寂,悄无声息

i-nốc (inox) *d* 不锈钢

i-ô-ga (yoga) *d* 瑜伽

i-ôn (ion) *d* [化]离子

i-ốt (Iode) *d* [化]碘

i tờ *d* ①越语的 i 和 t 字母(指初学文化): đi học i tờ 上识字班②入门,初学

ì₁ *đg* ①趴窝,不动弹: Xe ì ra giữa đường. 车在路上趴窝了。②无动于衷

ì₂ [拟]唧唧

ì à ì ạch=ì ạch

ì ạch [拟]哼哧 *t* 沉重,吃力: ì ạch kéo xe lên dốc 吃力地拉车上坡

ì ầm [拟]轰隆,哗啦啦

ì oạp [拟]啪嗒,哗哗(流水拍岸声)

ỉ *t* 潮湿 *d* [口]猪

í *c* 咦

í ạ *c* 哎呀

í e *c* 哎呀,哎哟

í éo *t* (远处的声音)隐隐约约,时高时低

ị *đg* [口](小孩)大便 *t* 肥胖

ia *đg* ①大便: đi ia 去大便② [口]不消,不屑: ia vào 不稀罕

ia chảy *d* [医]腹泻症 *đg* 腹泻

ia táo *d* [医]便秘

ích [汉]益 *d* 益处: có ích 有益; đa đa ích thiện 多多益善

ích kỉ *t* 自私,利己,自私自利

ích kỉ hại nhân 损人利己

ích lợi *d* 益处,好处

ích mẫu *d* [植]益母草

ịch ịch *t* 饱,撑: Bụng ịch ịch. 肚子撑得饱饱的。

im *t* 静: ngồi im 静坐 *đg* 缄口,住口

im ả *t* 静悄悄: mặt hồ im ả 静悄悄的湖面

im ắng *t* 寂静: làng xóm im ắng 寂静的村庄

im bặt *t* 鸦雀无声

im bằng *t* 杳然,寂然

im im *t* 静默; 静悄悄: Con chó cứ nằm sấp im im bên mộ chủ nhà. 狗一直静静地趴在主人的墓边。

im lặng *t* 肃静,安静: khu rừng im lặng 寂静的山林

im lìm *t* 不声不响: Anh đứng im lìm. 他一声不吭地站着。

im lịm *t* 缄口的,一言不发的

im mát *t* 阴凉

im mồm *đg* 住嘴;缄默: Mày im mồm đi! 你给我闭嘴!

im như không 静悄悄,寂静无声

im phăng phắc 寂然无声,死寂: Xung quanh im phăng phắc. 四周一片死寂。

im re *đg* 不吭气,不作声: im re không lên tiếng 默不作声

im rơ *t* 寂静

im thít *t* 沉默,不作声的

ỉm *đg* 偃息;压住不报,隐瞒不报

in *đg* ①印,印刷: in sách 印书②铭记,铭刻: nhớ như in 永远铭记; in vào lòng 铭刻在心 *t* 酷似,逼真: giống như in 惟妙惟肖

in ảnh *đg* 晒相片,洗相片

in ấn *đg* 印刷(总称): Đây là một công nghệ in ấn mới. 这是一种新的印刷工艺。

Inch *d* 英寸

in dầu *đg* 油印

in dấu *đg* 盖章,盖印: kí tên in dấu 签名盖章

In-đô-nê-xi-a *d*〔地〕印度尼西亚(亚洲国家): tiếng In-đô-nê-xi-a 印度尼西亚语

in hệt *t* 酷似,逼真,一模一样: Hai chị em giống nhau in hệt. 姐妹俩长得一模一样。

in ít *t* 少许,少量

in lại *đg* 翻版,翻印

in laser *đg* 激光打印

in lõm *đg* 凹版印刷

in màu *đg* 套色印刷

in máy *đg* 机印,铅印

in nhuộm *đg* 印染

in như *đg* 好似,好像

in nổi *đg* 凸版印刷

in óp-sét (offset) *đg* 胶印

in phun *đg* 喷墨打印

in rô-nê-ô (roneo) *đg* 油印

in-su-lin *d*〔药〕胰岛素

in-tơ-net (Internet) *d* 因特网

in-tra-nét (intranet) *d* 内网,内部网

inh ỏi *t* 喧闹: Tiếng inh ỏi điếc tai. 喧闹声震耳欲聋。

inh tai *t* 刺耳,震耳

inh tai nhức óc 震耳欲聋

ình bụng *t* 饱胀,肚子撑

ình oàng〔拟〕隆隆

ình trời *t* 震天响

input *d*〔计〕把数据信息资料录入计算机的过程

ISO〔缩〕国际标准化机构

IT (information technology)〔缩〕信息科技和产业

I-ta-li-a *d*〔地〕意大利(欧洲国家): người I-ta-li-a 意大利人; tiếng I-ta-li-a 意大利语

ít *t* 少,少数: một ít 一点儿

ít biết *t* 孤陋寡闻: Đây là anh ít biết rồi. 这是你孤陋寡闻了。

ít bữa *d* 数日,几天: Ít bữa nữa sẽ sang thăm anh chị. 过几天再去拜访你们。

ít chút *t* 少许: có ít chút 有少许,有一点儿(=chút ít)

ít có *t* 少有,罕有: Đó là một tác phẩm đỉnh cao ít có. 那是一部少有的巅峰之作。

ít gặp *t* 罕见,少见;久违: Đây là chuyện ít gặp. 这是一件罕见的事情。

ít học *t* 学识浅薄的

ít khi *t* 不常,很少: Anh ít khi nhắc đến những chuyện quá khứ. 你很少提到过去的事情。

ít lâu *d* 不久,一些时候: ít lâu nay 近来

ít năm *d* 数年: ít năm sau 数年后

ít ngày *d* 数日

ít nhất *p* 起码,最少,至少: Ít nhất có 3 người biết. 至少有三个人知道。

ít nhiều *t* 多少,一些: Hội nghị này ít nhiều cũng có kiến nghị mới. 此次会议多多少少也会提出一些新建议。

ít nhời *t* 寡言的

ít nữa *d* 不久,即将,过些时候

ít ỏi=ít ỏi

ít ỏi *t* 稀少,微薄,少得可怜: Chỉ để lại ít ỏi đồ ăn. 只留下极少的食物。

ít ra *p* 最少,最低限度,起码,至少: Ít ra cũng có thể tự nuôi sống mình. 至少也能自己养活自己。

iu *t* 疲软,回软;颓丧,沮丧,没精打采

iu xì *t* 疲软: Bánh qui đã iu xì. 饼干软了。

iu xìu *t* ①颓唐,无精打采,萎靡不振: Sao anh dạo này iu xìu thế này? 为何你最近无精打采的? ②疲软,蔫,蔫巴: Bánh đa đã iu xìu. 米饼疲软了。

J j

j, J 拉丁字母,越语中用于外文拼音
jacket (jaquette) d 夹克衫
jam bông d 火腿(=giăm bông)
jeep d 吉普,吉普车
jíp (jazz) d 爵士乐

jiujitsu d 柔道,柔术(日本的一种武术)
ju đô (judo) d [体] 柔道
jun (joule) d [理] 焦耳
jupe d 短裙

K k

k₁, K₁ 越语字母表的第 13 个字母

k₂ t [缩] 千

ka-ki (kaki) d 卡其(布)

ka-ra-ô-kê (karaoke) d 卡拉 OK

ka-ra-te (karate) d 空手道

kan-ga-roo (kangaroo) d 袋鼠(=chuột túi)

ke₁ d ①码头,埠头②月台,站台

ke₂ t 吝啬

kè₁ d 护岸,护坡: làm kè 筑护坡 đg 加固 护 坡: dùng đá kè chân đê cho chắc 用石料加固堤坝

kè₂ đg 紧挨着

kè kè t 形影不离的: cứ kè kè bên cạnh người ta 老黏着人家

kẻ₁ d ①者,家伙,分子(含贬义): kẻ ăn cắp 小偷②有的人,有些人

kẻ₂ đg 画(线): kẻ một đường thẳng 画直线

kẻ₃ đg 议论,数落: Cô ấy thích kẻ người lắm. 她总爱数落别人。

kẻ ăn người làm 长工,帮工,佣人

kẻ ăn người ở =kẻ ăn người làm

kẻ cả d 长者,长辈,兄长(一般带贬义)

kẻ cắp d 小偷,盗贼

kẻ cắp gặp bà già 道高一尺,魔高一丈

kẻ cướp d 强盗,抢劫犯

kẻ gian d 坏分子,奸细

kẻ tám lạng người nửa cân 半斤八两;不相上下

kẻ thù d 敌人,仇敌

kẻ trộm d 小偷,盗窃者

kẽ d 缝隙: Ánh nắng hắt vào qua kẽ hở cửa sổ gỗ nhỏ. 阳光透过小木窗的缝隙。

ké đầu ngựa d [植] 苍耳

kem d ①冰淇淋,冰棍②乳剂,膏状物: kem đánh răng 牙膏

kem cây d 冰棍

kem chống nắng d 防晒霜

kem chống nẻ d 防裂膏

kem cốc d 蛋筒冰淇淋

kem gội đầu d 洗发液

kem que d 冰棍

kèm đg ① 附,附带: văn kiện kèm theo 附带的文件②随行: trẻ em đi kèm 随行小孩

kèm cặp đg 教导,引导,指导

kèm nhèm t 满眼眼屎,眼神差: đôi mắt kèm nhèm 眼睛看不清

kèm theo đg 附,附带,附上

kẽm d ①锌②溪涧

kém t ①差,稍逊,欠缺: học lực kém 学习能力差②弱,小,不好: Cô em kém cô chị năm tuổi. 妹妹比姐姐小 5 岁。③差,少: Sáu giờ kém mười phút. 6 点差 10 分。

kém cạnh t 差一些的,稍逊一筹的: không kém cạnh gì với người khác 不比别人差

kém cỏi t 次,差,弱,拙劣

kém hèn t (地位)不如别人的

ken đg 刮,夹挤

ken két [拟] 吱呀(两硬物摩擦声)

kèn d 喇叭,管乐器: thổi kèn 吹喇叭

kèn cựa đg 妒忌,争闲气

kèn trống d 鼓乐

kén₁ d 茧: Tằm làm kén. 蚕做茧。

kén₂ đg 选择,挑拣: kén rể 选女婿

kén chọn đg 挑选,选择

kêng t [口] 帅气,靓: kêng trai 靓仔

keo₁ *d* 胶,胶水 *đg* 凝稠,凝结

keo₂ *d* 回合: vật ba keo 摔三个回合

keo₃ *t* 吝啬: Tính nó rất keo. 他很吝啬

keo bẩn *t* 鄙吝: người keo bẩn 吝啬的人

keo kiệt *t* 吝啬,一毛不拔

keo sơn *t* (关系)密切,如胶似漆 *d* 胶漆

keo xịt tóc *d* 发胶,啫喱水,定型水,摩丝

kèo *d* [建] 椽

kèo nhèo *đg* ①不停地发牢骚,絮叨,唠叨②苦苦恳求

kẻo *k* 要不,要不然,否则

kẻo mà *k* 要不然,否则: Mau lên, kẻo mà sẽ không kịp nữa! 快点,要不就赶不上了。

kẻo nữa *k* 否则

kẻo rồi *k* 否则

kẽo cà kẽo kẹt [拟] 咿咿呀呀

kéo₁ *d* 剪刀

kéo₂ *đg* ①拖,拉,拽: Ngựa kéo xe. 马拉车。② 涌: Mọi người kéo đến ngày một đông. 涌来的人越来越多。③拉拢,纠集: kéo bè kéo đảng 拉帮结派④拉响,弹奏(乐器等)⑤拉制;打制⑥长出,生出

kéo bè kéo cánh 拉帮结派

kéo bè kết đảng 勾朋结党,拉帮结派

kéo bộ *đg* 步行,徒步

kéo co *đg* 拔河

kéo gỗ *đg* 打鼾

kéo nhau *p* 一起,一同,一块儿

kéo theo *đg* 带动,拉动,引起

kẹo₁ *d* 糖果

kẹo₂ *t* [口] 小气,吝啬

kẹo cao su *d* 口香糖

kẹo đắng *d* (用做调料的)焦糖

kẹo lạc *d* 花生糖

kẹo vừng *d* 芝麻糖

kép *t* 双: xà kép 双杠; dấu ngoặc kép 双引号

kẹp *d* 夹子 *đg* 夹住: kẹp chặt 夹紧

kẹt *đg* 夹住,卡住,套住: Vốn bị kẹt ở thị trường cổ phiếu. 资金被股市套牢。

kê₁ [汉] 鸡 *d* 鸡

kê₂ *d* 小米

kê₃ *đg* ①垫高,垫稳: kê bàn cho cao lên 垫高桌子②摆陈,摆放: Tủ kê sát tường. 柜子靠墙摆放。③ [口] 暗讽

kê₄ [汉] 计 *đg* 开列: kê thuốc cho bệnh nhân 为病人开药方

kê biên *đg* 封存

kê khai *đg* 填报,登记

kê kích *đg* 虚开: kê kích hoá đơn 虚开发票

kề *đg* 贴近,靠近,挨着: kề sát 紧挨着

kề cà *t* 闲混,偷懒,游荡,浪费(时间等)

kề cận *t* 邻近,附近: làng kề cận 邻村

kể *đg* ①说,叙述: kể chuyện 讲故事②顾及,考虑: Tình yêu không kể sang hèn. 爱情不论贫贱。③算来,算起来: Tôi đến đây kể cũng ba năm rồi. 我来这里算来也 3 年了。④算作,算是,当 作: Làm được như vậy kể cũng là giỏi. 做成这样也算很好了。

kể cả *đg* 包括,包含

kể lể *đg* 赘述

kể ra *đg* [口] 说起来

kế₁ [汉] 计 *d* 计谋,计策

kế₂ [汉] 继 *đg* 继: mẹ kế 继母

kế cận *t* 邻近: làng xóm kế cận 邻村

kế chân *đg* 继任,承继

kế hoạch *d* 计划

kế nghiệp *đg* 继承…事业: Anh quyết định kế nghiệp ông cha. 他决定继承父辈的事业。

kế nhiệm *đg* 继任: bàn giao công việc cho người kế nhiệm 把工作交接给继任者

kế sách *d* 计策

kế thừa *đg* 继承

kế tiếp *đg* 继续,连接,绵延不断: Núi non trùng điệp kế tiếp nhau. 山峦重叠,绵延不断。

kế toán *đg; d* 会计,财会,财务人员

kế tục *đg* 继承,继续: giáo dục kế tục 继续教育

kế vị *đg* 继位

kệ₁ *d* 小架子,小物架: kệ giày dép 鞋架

kệ₂ *đg* 不管,不屑: Kệ nó, đường ta ta

cứ đi! không quản nó,走我们自己的路!

kệ nệ *t*（走路）一跛一跛（也作 khệ nệ）

kệ thây *đg* 不理，不管

kệch sù *t* 粗大，巨大

kệch₁ *đg*［口］教训（也作 cạch）

kệch₂ *t* 粗糙，粗劣

kệch cỡm *t* 粗鲁，不伦不类: Nó ăn mặc kệch cỡm lắm. 他的穿着显得不伦不类。

kềm chế *đg* 控制，限制，节制

kên *đg* 编织: kên tấm phên 编竹苇

kên kên *d*［动］秃鹫

kênh₁ *d* ①渠，渠道: kênh thoát nước 排水渠 ②频道: kênh truyền hình 电视频道

kênh₂ *đg* 垫高: kênh một đầu giường lên 把床的一边垫高 *t* 歪，不平: Chiếc bàn bị kênh. 桌子歪了。

kênh kiệu *t*［口］骄傲自大，翘尾巴

kênh rạch *d* 渠道，沟渠

kềnh₁ *t* 巨大: con kiến kềnh 大蚂蚁

kềnh₂ *đg* 翻倒: ngã kềnh ra đất 跌个仰八叉

kềnh càng *t* 臃肿，不利索: bụng to đi lại có vẻ kềnh càng 挺着大肚子走路不利索

kềnh kệch *t* 粗大，粗糙

kễnh *t* 涨，胀: ăn kễnh bụng 吃得肚子胀鼓鼓的

kệnh *t* 凸起的，鼓起的

kết［汉］结 *đg* 结，编织

kết án *đg* ①（法院）宣判，判处: kết án tử hình 判处死刑 ②控诉

kết bạn *đg* 结伴，交友: Kết bạn phải cẩn thận. 交友要慎重。

kết cấu *d* 结构: kết cấu kinh tế 经济结构

kết cấu hạ tầng *d* 基础设施

kết cục *d* 结局，结果

kết dính *đg* 黏结: chất kết dính 黏结剂

kết duyên *đg* 结缘，结为百年之好

kết duyên Tấn Tần 秦晋之好

kết dư *đg* 结余

kết đoàn *t* 团结（=đoàn kết）

kết đọng *đg* 沉积: bùn kết đọng 淤泥沉积

kết giao *đg* 结交: kết giao bạn bè 结交朋友

kết hôn *đg* 结婚: làm lễ kết hôn 举行婚礼

kết hợp *đg* 结合: Lí luận kết hợp với thực tiễn. 理论与实践相结合。

kết liễu *đg* 结束，了结

kết luận *d*; *đg* 结论，结尾，下结论

kết mạc *d* 结膜: viêm kết mạc 结膜炎

kết nạp *đg* 接纳，吸收

kết nghĩa *đg* 结拜，结义: anh em kết nghĩa 结拜兄弟

kết nối *đg* 连接，结为: kết nối Internet 连接网络

kết quả *d* 结果，成果: Cuộc bầu cử đã có kết quả. 选举结果已出。

kết thân *đg* 交朋友

kết thúc *đg* 结束: Mùa mưa sắp kết thúc. 雨季快结束了。

kết tinh *đg*; *d* ①［化］晶化 ②结晶: sự kết tinh trí tuệ tập thể 集体智慧的结晶

kết toán *đg* 结算: kết toán ngoài địa bàn 异地结算

kết tóc xe tơ 缔结良缘

kết tội *đg* 定罪

kết tụ *đg* 凝聚，聚合，结晶: Mây kết tụ thành đám, trời sắp mưa. 云聚成团，天就要下雨了。

kết tủa *đg* 沉淀

kết ước *đg* 缔约

kêu *đg* 叫喊，呼喊，呼号，呼吁

kêu ca *đg* 埋怨，抱怨，发牢骚，叫苦不迭

kêu cầu *đg* 求，祈求，央求

kêu gào *đg* 呐喊，呼喊，大喊大叫

kêu gọi *đg* 呼吁，号召

kêu la *đg* 叫喊: kêu la to tiếng 大声叫喊

kêu nài *đg* 恳求，乞求

kêu trời *đg* 呼天喊地

kêu van *đg* 央求，哀求

kều *đg* 挑取，撩取: kều quả óc chó 挑核桃肉

kg（kilogram）［缩］公斤，千克

kha khá=**khá khá**

khà［拟］呵(笑声)

khà khà［拟］呵呵: cười khà khà 呵呵地笑

khả ái *t* 可爱,可亲,令人喜爱的: nụ cười khả ái 可爱的笑容

khả biến *t* 可变的: tư bản khả biến 可变资本

khả dĩ *p* ①可以②过得去,还可以,可接受

khả dung *t* 可溶解的

khả dụng *t* 可用的

khả kính *t* 可敬

khả năng *d* ①力量,能力: khả năng sản xuất 生产能力②可能性,潜力: khả năng vận tải 运输潜力③本领,能耐

khả nghi *t* 可疑

khả ố *t* 可恶,丑恶,丑陋: bộ mặt khả ố 丑恶嘴脸

khả quan *t* 可观: có thu nhập khả quan 收入可观

khả thi *t* 可施,可行: báo cáo có tính khả thi 可行性报告

khá *t* 挺好,还不错,良好: thành tích ở mức độ khá 成绩不错 *p* 颇,相当: Công việc khá vất vả. 工作相当辛苦。

khá giả *t* 小康,够吃够用

khá khá *t* 还不错,过得去

khác *t* ①异,不同: khác nhau một trời một vực 天壤之别②别,另外,其他: để dịp khác 别的机会

khác gì 没什么两样,相同

khác hẳn *t* 大不相同,完全不同,截然不同

khác khác *t* 略有不同

khác nào 相同,没有什么分别

khác nhau *t* 不相同: Tính cách hai người hoàn toàn khác nhau. 两人的性格完全不同。

khác thường *t* 异常,异乎寻常,与众不同: tình hình khác thường 异常情况

khác xa *t* 迥然不同: Cách suy nghĩ của hai anh em khác xa. 两兄弟的想法迥然不同。

khạc *đg* 咯,咳: khạc đờm 咳痰

khạc nhổ *đg* 咳吐,吐痰: Cấm khạc nhổ xuống đất! 禁止随地吐痰!

khách₁=**chim khách**

khách₂［汉］客 *d* ①宾客,客人: tiếp khách 会客②顾客③人,者: chính khách 政客

khách du lịch *d* 游客,旅客

khách hàng *d* 顾客,主顾: khách hàng là trên hết 顾客至上

khách khí *t* 客气

khách khứa *d* 宾客: khách khứa đầy nhà 宾客满堂

khách lạ *d* 生客,生面人

khách mua *d* ①买主②主顾,顾客

khách nợ *d* 讨债客

khách qua đường *d* 过客

khách quan *t* 客观: qui luật khách quan 客观规律

khách quen *d* 熟客,老顾客

khách quí *d* 贵客

khách sạn *d* ①旅店,客栈,招待所②宾馆,酒店: khách sạn năm sao 五星级宾馆

khách sáo *t* 客套

khách thể *d* ①客观世界②客体

khai₁［汉］开 *đg* ①开凿,挖掘: khai quật ngôi mộ cổ 挖掘古墓②开建③开始: khai diễn 开演

khai₂［汉］开 *đg* ①登记,申报,呈报,填报,填写: khai hộ khẩu 户口登记; khai hồ sơ thuế 报税②口供: lời khai 供词

khai₃ *t* 臊,尿臭: mùi khai 臊味儿

khai báo *đg* 登记,申报,呈报: trình đơn khai báo hải quan 提交报关单

khai chiến *đg* 开战,交战

khai giảng *đg* 开讲,开课,开学

khai hoa *đg* ①开花②生产,临盆: mãn nguyệt khai hoa (孕妇)临盆

khai hoả *đg* 开火,开战

khai hoá *đg* 开化

khai hoang *đg* 开荒

khai khẩn *đg* 开垦: khai khẩn đất hoang

开垦荒地

khai mạc *đg* ①开幕,揭幕: khai mạc hội nghị 会议开幕②开演

khai man *đg* 瞒报,虚报

khai mào *đg* [口] ①开头,发端②启发

khai phá *đg* ①开发,开垦,开荒: khai phá rừng hoang 开垦荒地山②发现

khai phương *đg* [数] 开方

khai quật *t* 开掘,发掘

khai sinh *đg* 出生登记;诞生

khai thác *đg* ①开拓,采伐开发,开采: khai thác khoáng sản 开发矿产②挖掘,发掘: khai thác khả năng 挖掘潜能③整理,研究,使用: khai thác tài liệu 整理材料④深入钻研: khai thác bài văn 深入研究⑤审问

khai thiên lập địa 开天辟地

khai thông *đg* 开通,开浚,疏通: khai thông sông ngòi 开浚河道

khai triển *đg* 开展; khai triển công tác 开展工作

khai trừ *đg* 开除

khai trương *đg* 开张: lễ khai trương 开张仪式

khai trường *đg* 开学 *d* 矿场

khai vị *đg* 开胃: món ăn khai vị 开胃菜

khải hoàn *đg* 凯旋: khải hoàn môn 凯旋门

khái₁ [汉] 概,咳

khái₂ [汉] 慨 *t* [口] 激昂,豪爽

khái₃ *t* 概略,大略: đại khái 大概

khái luận *d* 概论

khái niệm *d* 概念

khái quát *đg*; *t* 概括

khái tính *t* 刚直,有志气,有骨气

kham [汉] 堪 *đg* 堪受,忍受

kham khổ *t* 艰苦: ăn uống kham khổ 生活艰苦

khảm₁ [汉] 嵌

khảm₂ *đg* 镶嵌: khảm ngọc 镶玉

khảm₃ [汉] 坎 *d* 坎(八卦之一)

khám₁ [汉] 龛 *d* 龛: khám thờ 神龛

khám₂ *d* 监狱: giam người có tội vào khám 把罪人关进监狱

khám₃ [汉] 勘 *đg* 检查,搜查: khám sức khoẻ 检查身体; khám hành lí 检查行李

khám bệnh *đg* 诊病: phòng khám bệnh 门诊部

khám chữa *đg* 诊疗: khám chữa bệnh tật 诊疗疾病

khám nghiệm *đg* 检验: khám nghiệm tử thi 检验尸体

khám phá *đg* ① 检获,破获: khám phá ra một vụ án 破获一起案件②探索,探寻,探险: khám phá vũ trụ 探索宇宙

khám xét *đg* 检查,搜查

khan *t* ①干旱,干涸: Đồng khan nước. 田干涸了。②缺乏: khan hàng 缺货

khan cổ *đg* 喉润,喉咙发干: nói nhiều khan cổ 说多了喉咙发干

khan giọng *đg* 嗓子发哑

khan hiếm *t* 缺乏,短缺: tài nguyên khan hiếm 资源短缺

khàn *t* 粗哑· giọng khàn 嗓子粗哑

khản *t* 干哑: khản cổ 喉干

khản đặc *t* 嘶哑

khán đài *d* 看台,检阅台,观礼台

khán giả *d* 观众: Buổi biểu diễn đã hấp dẫn nhiều khán giả. 表演吸引了许多观众。

khang [汉] 康

khang cường *t* 康健,健康

khang khác *t* 略有不同

khang kháng *t* 变味的,有异味的

khang trang *t* 宽阔,宽敞;漂亮: nhà cửa khang trang 房子宽敞

khảng khái *t* 慷慨: sự giúp đỡ khảng khái 慷慨的援助

kháng₁ [汉] 抗 *đg* 抗拒: phản kháng 反抗

kháng₂ *t* 有味儿的,发臭的

kháng án *đg* 申诉

kháng cáo *đg* 上诉

kháng cự *đg* 抗拒

kháng nghị *đg* 抗议

kháng sinh *đg* 抗生,抗菌 *d* 抗菌素,抗生素: thuốc kháng sinh 抗生素

K

kháng thể *d* 抗体
kháng viêm *đg* 消炎, 抗炎
khanh[汉]坑
khanh khách[拟]吃吃(笑声)
khanh khạch[拟]咯咯(笑声)
khảnh ăn *t* ①饭量小: Bà già khảnh
ăn. 老太太饭量小。②挑食的, 择嘴的:
Cô bé rất khảnh ăn. 小姑娘很挑食。
khánh₁[汉]磬 *d* ②磬儿②如意(金银
制磬形首饰): khánh vàng 金如意
khánh₂[汉]庆 *d* 庆, 庆典
khánh kiệt *đg* 罄竭, 耗光, 耗尽: khánh
kiệt gia tài 倾家荡产
khánh thành *đg* 落成, 完工, 竣工
khánh tiết *d* ①庆祝大会②纪念日, 节
日
khao[汉]犒 *đg* ①犒赏②请客
khao khát *đg* 渴望: Hai vợ chồng khao
khát có một đứa con. 夫妻俩很渴望
有个孩子。
khảo₁[汉]拷 *đg* ①拷打, 拷问: không
khảo mà xưng 不打自招②敲打
khảo₂[汉]考 *đg* ①考究②核实, 调查:
khảo giá 调查行情
khảo₃ *d* 沙糕: bánh khảo 沙糕
khảo chứng *đg* 考证
khảo cổ *d* 考古, 稽古
khảo cứu *đg* ①考究②研究
khảo hạch *đg* 考核
khảo luận *đg* 研究讨论, 研讨: Hôm
nay khảo luận về tính khả thi của
dự án. 今天对项目的可行性进行研
讨。
khảo nghiệm *đg* 审查评价, 考核
khảo sát *đg* 考察: khảo sát thị trường
考察市场
khảo thí *đg* [旧]考试
khảo tra *đg* 考查
kháo *đg* ①议论②打探, 探口信儿
kháp *đg* 咬合: kháp mộng tử 两榫咬
合
khát[汉]渴 *đg* ①口渴②渴望, 盼望,
期望
khát máu *t* 嗜血成性的, 杀人不眨眼的
khát nước *t* ①口渴: khát nước mới
đào giếng 临渴才掘井②[转]输红

了眼的: đánh bạc khát nước 赌博输
红了眼

khát vọng *đg* 渴望: Cô ấy khát vọng
trở thành cô giáo. 她渴望成为一名
老师。
khau *d* 扁斗: đan khau 编扁斗
kháu *t* 俊俏, 可爱: Thằng bé trông kháu
lắm. 小孩长得真俊。
kháu khỉnh=kháu
khay *d* 托盘: khay nước 茶盘
kháy *đg* ①激将: nói kháy 激一激②
激怒: Hắn cố ý kháy anh đấy. 他故
意要激怒你。
khắc₁[汉]刻
khắc₂ *d* ①刻, 十五分钟: một khắc 一
刻钟②刻(古代时辰表, 一日分为六
刻)
khắc₃ *đg* ①铭刻, 铭记: khắc xương
ghi dạ 刻骨铭心②刻, 雕刻: khắc
chữ vào bia đá 刻字到石碑上
khắc₄[汉]克 *đg* 相克: Thuỷ khắc
hoả. 水克火。
khắc cốt ghi tâm 刻骨铭心
khắc ghi *đg* 铭记: Lời dặn của cha
khắc ghi trong lòng. 爸爸的话铭记
在心里。
khắc hoạ *đg* 刻画
khắc khoải *t* 忐忑
khắc khổ *t* 刻苦
khắc nghiệt *t* ①刻薄, 苛刻②恶劣: khí
hậu khắc nghiệt 气候恶劣
khắc phục *đg* 克服: khắc phục khó
khăn 克服困难
khắc tinh *d* 克星
khặc khè[拟]吁吁(喘气声)
khặc khừ *t* 委顿, 萎靡
khăm *t* 狠, 阴毒, 阴险: chơi khăm 手
腕毒辣
khắm *t* 合适, 恰好
khắm *t* 腐臭: mùi thối khắm 腐臭味
khắm lặm *t* [旧]恶臭
khăn *d* 巾, 毛巾
khăn áo *d* 衣冠
khăn ăn *d* 餐巾
khăn bàn *d* 桌布, 台布

khăn che mặt *d* 面纱
khăn chùi *d* 抹布
khăn đắp *d* 毛巾被
khăn đội đầu *d* 头巾
khăn gói *d* 包袱，包布
khăn quàng *d* 围巾
khăn quàng đỏ *d* 红领巾
khăn tay *d* 手绢
khăn tắm *d* 浴巾
khăn trải giường *d* 床单
khăn trải gối *d* 枕巾
khăn vuông *d* 方头巾
khẳn₁ *t* 恶臭
khẳn₂ *t* 暴躁：Người này khẳn tính lắm. 这个人脾气很暴躁。
khắn *đg* 紧贴，紧靠：dính khắn vào tường 紧贴着墙
khăng khăng *t* 刚愎，固执，执拗，墨守成规，一成不变
khăng khít *t* 密切，紧密，密不可分
khăng khặc [拟] 呵呵 (从喉咙里发出的笑声)
khẳng [汉] 肯
khẳng định *đg* 肯定：Thành tích được khẳng định. 成绩得到肯定。
khẳng khiu *t* ①枯瘦：chân tay khẳng khiu 骨瘦如柴 ②枯萎：cây khẳng khiu 枯树
khắp *t* 普遍，遍及：Hai vợ chồng đi khắp mọi nơi. 夫妻俩一走遍各地。
khắp nơi *d* 处处，到处
khắt khe *t* 苛，苛刻，刻薄
khắc *d* 截痕
khâm [汉] 衾，钦
khâm phục *đg* 钦服，钦佩，佩服
khâm sai *d* [旧] 钦差，钦差大臣
khấm khá *t* (生活、收入) 相当好的：đời sống khấm khá 小康生活
khẩn₁ [汉] 垦 *đg* 开垦：khẩn hoang 垦荒
khẩn₂ [汉] 恳 *đg* 恳求，祈祷：cầu khẩn 祈求
khẩn₃ [汉] 紧 *t* 紧急：tối khẩn 十分紧急
khẩn cấp *t* 紧急：việc khẩn cấp 急事

khẩn cầu *đg* 恳求
khẩn hoang *đg* 垦荒
khẩn khoản *đg*；*t* 恳切：khẩn khoản kêu nài 恳切央求
khẩn nài *đg* 恳求：khẩn nài xin tha thứ 恳求原谅
khẩn thiết *t* 迫切，急切，紧急
khẩn trương *t* ①紧张：Công tác rất khẩn trương. 工作很紧张。②尽快，快速，急速
khấn *đg* 默祷
khấn khứa=**khấn**
khấn vái *đg* 拜祷：khấn vái tổ tiên 拜祷祖先
khấp khểnh *t* ①龃龉：Hàm răng khấp khểnh. 牙齿长短不齐。②崎岖：đường khấp khểnh 道路崎岖
khấp khởi *t* 窃喜的，暗喜的：trong lòng khấp khởi 心里沾沾自喜
khập khiễng *t* 一瘸一拐的
khất₁ [汉] 乞
khất₂ *đg* ①乞求：hành khất khất 行乞 ②宽缓
khất lần *đg* 拖延，推脱
khất nợ *đg* 拖账，请求缓期还债
khất thực *đg* 化缘
khật khừ *t* 蹒跚
khâu₁ *d* ①铁箍，铁环 ②环节：khâu quan trọng 重要的环节
khâu₂ *đg* 缝合：khâu áo 缝衣服
khâu chính *d* 中心环节，关键
khâu nối *d* ①卡环 ②中间环节
khâu vá *đg* 缝补：khâu vá quần áo 缝补衣服
khâu vắt *đg* 挑缝：khâu vắt gấu quần 挑裤脚
khẩu [汉] 口 *d* ① 口儿，人口：Nhà này có ba khẩu. 这家有三口人。②一段，一截：khẩu mía 一截甘蔗 ③门：một khẩu đại bác 一门大炮
khẩu chiến *đg* 打口水仗，舌战
khẩu cung *d* 口供：lấy khẩu cung 取口供

khẩu độ *d* 跨度

khẩu hiệu *d* ①口号：hô khẩu hiệu 呼口号②标语：dán khẩu hiệu 贴标语

khẩu khí *d* 口吻，口气

khẩu lệnh *d* 口令

khẩu ngữ *d* 口语

khẩu phần *d* 口粮

khẩu phật tâm xà 佛口蛇心 (口蜜腹剑)

khẩu thiệt vô bằng 口说无凭

khẩu trang *d* 口罩

khẩu vị *d* 口味：Món ăn hợp với khẩu vị. 菜合口味。

khấu₁ [汉] 扣 *đg* 扣除：khấu nợ 扣债

khấu₂ [汉] 叩 *đg* 叩 (首)：khấu đầu 叩头

khấu₃ [汉] 寇 *d* 盗匪：thảo khấu 草寇

khấu đầu *đg* [旧] 叩头

khấu đuôi *d* (动物) 近臀 (尾) 部的肉

khấu hao *đg* 折旧

khấu trừ *đg* 扣除

khe *d* ①缝隙，插口②槽，凹槽③溪，溪水

khe hở *d* 间隙，空隙

khe khắt *t* 苛，苛刻，刻薄 (=khắt khe)

khe khẽ *t* 轻轻：khe khẽ gật đầu 轻轻点头

khe khé *t* 酸涩

khe núi *d* ①山坳，峡谷②山涧

khẽ *t* 轻轻：đi nhẹ nói khẽ 轻手轻脚

khẽ khàng *t* 非常轻

khẽ khọt *t* 轻言细语 (也作 thẽ thọt)

khé *t* ①駒：Ăn nhiều mật khé cổ. 吃太多蜜糖駒着了。②深黄色的：Vải nhuộm vàng khé. 布染得太黄了。

khem *đg* 禁忌：ăn khem 忌食

khen *đg* 称赞，赞扬，夸奖

khen khét *t* 有点焦臭的

khen ngợi *đg* 称赞，赞扬，夸奖；表扬，表彰

khen tặng *đg* 授予：khen tặng huy hiệu 授予奖章

khen thưởng *đg* 奖赏，嘉奖，奖励：khen thưởng người tài giỏi 奖励贤才

khéo *t* ①灵巧，精巧：khéo tay 手巧②熟练，擅长 (做某事) 的：nói khéo 很会说③正好：Áo mặc vừa khéo. 衣服穿着正好。*p* 也许，可能：Trời này khéo mưa đấy. 这样的天可能会下雨呢。

khéo léo *t* 巧妙，灵巧，灵活：ăn nói khéo léo 口齿伶俐

khéo mồm *t* [口] 能说会道

khéo vá vai tài vá nách 能工巧匠

khép *đg* ①关闭，闭合：khép cửa 掩门②扣帽子，诬判

khép kín *đg* 关严，封闭：Cửa đóng khép kín. 门关得严严实实的。

khép nép *t* 畏缩，畏怯

khét *t* 焦臭

khét lẹt *t* (焦臭味) 浓烈

khét tiếng *t* 以…著称 (贬)，臭名昭著

khê₁ *t* ①(音) 浊：giọng nói khê nằng nặc 嗓音粗浊②糊，焦：Cơm thổi khê. 饭煮焦了。

khê₂ *đg* 冻结：khê nợ 呆账

khê₃ [汉] 溪 *d* 溪流：sơn khê 山溪

khê đọng *đg* 积压，压库：hàng hoá khê đọng 货物积压

khế₁ [植] 阳桃

khế₂ [汉] 契 *d* 文契，条款，合同

khế ước *d* 契约

khênh *đg* 抬，搬 (=khiêng)

khểnh₁ *đg* 闲居，无所事事

khểnh₂ *t* 高低不平

khệnh khạng *t* ①迟缓，慢条斯理②拖沓

khêu *đg* ①挑，抠：khêu ốc 抠螺蛳②挑起，激发：khêu mối giận 挑起仇恨

khêu gợi *đg* 激发，启发：khêu gợi lòng yêu nước 激发爱国心

khều *đg* ①挑取，撩取，拨拉②碰手示意

khi₁ [汉] 欺

khi₂ *d* ①当…时候，时候：khi còn nhỏ 小时候②时而：khi nắng khi mưa 时

晴时雨

khi nào *p* 何时

khi nãy *d* 刚才，方才

khỉ₁ 〔汉〕起，岂

khỉ₂ *d* ①猴子②猴子（斥责语）: Đồ khỉ! 猴崽子!

khỉ đột *d* 〔动〕大猩猩

khỉ gió *d* 鬼东西(嗔骂语)

khỉ ho cò gáy 荒无人烟

khí₁ 〔汉〕气

khí₂ 〔汉〕气 *d* ①气体，空气: khí oxy 氧气②骨气，气概: khí cốt 骨气③ 〔生〕精液

khí₃ 〔汉〕器 *d* 具: binh khí 兵器

khí áp *d* 气压

khí áp kế *d* 气压计

khí các-bo-níc (gaz carbonique) *d* 二氧化碳

khí cầu *d* 气球: khí cầu quan trắc 观测气球

khí chất *d* 气质

khí công *d* 气功

khí cụ *d* 器具，仪器

khí đốt *d* 燃气，天然气，煤气

khí giới *d* ①器械②兵器，军械，武器

khí hậu *d* 气候

khí hoá lỏng *d* 液化气

khí huyết *d* 气血

khí hư *d* ①白带②气虚

khí khái *t* 气概: khí khái anh hùng 英雄气概

khí lực *d* 气力，力量

khí nhạc *d* ①乐器②乐曲，乐谱

khí nổ *d* 瓦斯

khí phách *d* 气魄

khí quan *d* 器官

khí quản *d* 气管: khí quản viêm 气管炎

khí quyển *d* 气圈，大气层

khí sắc *d* 气色: mặt thiếu khí sắc 气色不好

khí thải *d* 废气: xử lí khí thải 废气处理

khí than *d* 煤气

khí thế *d* 气势

khí thiên nhiên *d* 天然气

khí trời *d* 天气

khí tượng *d* 气象: đài khí tượng 气象台

khí vị *d* ① 〔旧〕气味②味儿，气息

khía *d* ①棱角，突出角②刀缝，凹缝，截痕 *đg* 剖，割，截

khía cạnh *d* ①角度②（问题的）一方面: đề cập tới tất cả các khía cạnh 提及各方面

khịa *đg* 捏造，虚构: Chị không nên khịa chuyện này. 你不应该捏造这件事。

khích₁ 〔汉〕隙

khích₂ 〔汉〕激 *đg* 刺激，惹气: khích cho hai người cãi nhau 惹得两人吵起来

khích bác *đg* 激恼

khích lệ *đg* 激励，勉励；使振奋，使高兴: khích lệ các bạn chịu khó học tập 激励同学们努力学习

khiêm 〔汉〕谦 *t* 谦虚: tính tự khiêm 自满

khiêm nhường *t* 谦让，谦和: sống khiêm nhường 为人谦和

khiêm tốn *t* ①谦逊，虚心，低调: khiêm tốn học tập 虚心学习②不值一提的，不起眼的③不足，简陋

khiếm 〔汉〕欠 *đg* ①欠，缺② 欠账: khiếm chủ 债务人

khiếm khuyết *t* 欠缺: còn nhiều khiếm khuyết 尚有许多欠缺之处

khiếm nhã *t* 欠雅的: Câu nói khiếm nhã. 话说得不文雅。

khiếm thị *t* 视障: vận động viên khiếm thị 视障运动员

khiếm thính *t* 丧失了听力的，耳聋的

khiếm thực *d* 〔药〕芡实

khiên₁ 〔汉〕牵

khiên₂ 〔汉〕愆 *t* 过失的: túc khiên 宿愆

khiển₁ 〔汉〕谴

khiển₂ 〔汉〕遣 *đg* ①派遣: điều khiển 调遣②遣解: tiêu khiển 消遣

khiến 〔汉〕遣 *đg* ①差遣，使唤: sai

khiến 支使②使得，引起，造成：Sự kiện này khiến mọi người tức giận. 这件事引起大家愤怒。

khiêng *đg* 抬，搬：khiêng giường 搬床

khiêng vác *đg* 扛，抬

khiếp₁ [汉] 怯 *đg* 畏怯，畏惧：trông thấy mà khiếp 望而生畏 *t* 胆小，胆怯

khiếp₂ *p* 极，很：Giá phòng đắt khiếp. 房价贵得很。

khiếp đảm *đg* 胆怯，畏惧

khiếp nhược *t* 怯弱

khiếp sợ *đg* ; *t* 害怕，吓人，恐怖

khiếp vía *t* 惊心动魄

khiết [汉] 洁 *t* 洁净，干净：thanh khiết 清洁

khiêu chiến *đg* 挑战

khiêu dâm *t* 诲淫，黄色（淫秽），淫荡，淫邪，猥亵：sách báo khiêu dâm 黄色书刊

khiêu hấn *đg* 挑衅

khiêu khích *đg* ①调唆②挑衅，寻衅：hành động khiêu khích vũ trang 武装挑衅

khiêu vũ *đg* 跳舞：khiêu vũ trên quảng trường 在广场跳舞

khiếu₁ *d* 天赋

khiếu₂ [汉] 窍 *d* 窍门

khiếu₃ [汉] 叫 *đg* 鸣诉，上诉

khiếu kiện *đg* 诉讼

khiếu nại *đg* 申诉，投诉，上诉：khiếu nại lên cấp trên 向上级申诉

khiếu tố *đg* 控告，申诉

khinh [汉] 轻 *đg* 轻看，小看，瞧不起

khinh bạc *t* 轻薄

khinh bỉ *đg* 轻鄙，鄙视

khinh khí *d* 氢气

khinh khí cầu *d* 氢气球

khinh khích [拟] 吃吃（笑声）

khinh khỉnh₁ *t* 腥臭

khinh khỉnh₂ *t* 傲慢

khinh mạn *đg* 轻视，轻慢

khinh miệt *đg* 轻蔑

khinh nhờn *đg* 亵渎：khinh nhờn pháp luật 亵渎法律

khinh rẻ *đg* 鄙视，蔑视

khinh suất *t* 轻率

khinh thường *đg* 轻视，看轻，瞧不起：khinh thường người khác 瞧不起别人

khít *t* 紧密，紧合：Cửa sổ đóng khít. 窗门关得紧紧的。

khít khao=khít

khít khìn khịt=khít khịt

khít khịt *t* 贴切，密合，正好：Đúng khít khịt mười người. 正好十个人。

khít rịt *t* 紧靠的；紧闭的：ngồi khít rịt 坐得很挤

khịt *đg* ①鼻塞②擤：khịt mũi 擤鼻涕

kho₁ *d* 货仓，仓库：coi kho 看守仓库

kho₂ *đg* 红烧，红焖：thịt kho 红烧肉

kho bạc *d* 银库，国库，金库

kho bãi *d* 货场，车库

kho quĩ *d* 银库（总称）

kho tàng *d* 宝库：kho tàng văn hoá dân tộc 民族文化宝库

kho ướp lạnh *d* 冷藏库

khò khè [拟]（哮喘声）

khò khò [拟] 呼呼（鼾声）：ngủ khò khò 呼呼大睡

khổ *đg* 敲，揢打：khổ lên đầu 敲头

khó *t* ①困难：việc khó 难事②穷困

khó ăn *t* ①难吃，不好吃②不容易，难办

khó ăn khó nói 难说，不好说，有口难言

khó chiều *t* 难伺候

khó chịu *t* ①难受，难堪：làm cho anh khó chịu 使他难堪②不舒服，微恙：Hôm nay tôi khó chịu. 今天我不舒服。

khó chơi *t* ①难打交道：Ông này khó chơi lắm. 这个人很难打交道。②难办，难搞：Việc này khó chơi lắm. 这事儿不好办。

khó coi *t* ①难以看清②难看

khó dễ *t* 为难（某人）的，刁难（某人）的：Ông đừng làm khó dễ cho ta.

您别为难咱们。

khó đăm đăm *t* 愁眉苦脸的

khó đẻ *đg* 难产

khó gặm *t* [口] 难办，难做: Bài viết này khó gặm. 这篇文章不好写。

khó hiểu *t* 难懂，费解

khó khăn *d* ; *t* 困难: vượt khó khăn 克服困难

khó lòng *t* 不容易，难办: Trường này khó lòng mà thi đỗ được. 这学校不容易考上。

khó lường *đg* 难以预测

khó nghe *t* ①难以听清: cách xa quá rất khó nghe 离得太远听不清②难听，不好听: Tiếng đàn khó nghe. 琴声不好听。

khó ngửi *t* ①难闻②蹩脚，令人作呕: văn khó ngửi 蹩脚的文章

khó nhọc *t* 辛苦，劳苦，劳累

khó nói *t* 难说，不好说

khó ở *t* 微羔，不舒服: Anh không đi họp vì khó ở, 他因为不舒服不去开会了。

khó tính *t* 乖戾;难处，难相处

khoa₁ [汉] 夸

khoa₂ [汉] 科 *d* ①科目: khoa văn 文科; khoa mắt 眼科②才能: khoa nói 口才③[旧] 科举

khoa chân múa tay 手舞足蹈

khoa giáo *d* 科教（科学与教育）

khoa học *d* 科学: nhà khoa học 科学家

khoa học kĩ thuật *d* 科学技术

khoa học nhân văn *d* 人文科学

khoa học tự nhiên *d* 自然科学

khoa học ứng dụng *d* 应用科学

khoa học viễn tưởng *d* 科幻

khoa học xã hội *d* 社会科学

khoa mục *d* 科目

khoa ngoại *d* 外科

khoa nội *d* 内科

khoa trương *đg* 夸张，夸大;炫耀

khoả₁ *đg* 洗脚

khoả₂ [汉] 裸 *đg* 赤裸

khoả lấp *đg* 填补

khoả thân *t* 裸体的

khoá₁ [汉] 跨

khoá₂ *d* ①锁头: mở khoá 开锁 *đg* 锁住，关住: khoá cửa 锁门②[乐] 谱表

khoá₃ *d* ①次，届: khoá họp thứ nhất 第一届会议②年度，期限: niên khoá 年度; học khoá 学年

khoá₄ [汉] 课 *d* ; bài khoá 课文

khoá chữ *d* 数码锁

khoá gọi *d* [无] 呼唤键

khoá kéo *d* 拉链，拉锁

khoá luận *d* 课程论文，实习论文

khoá sổ *đg* ①封账，停止注册②结束，停止

khoá số *d* 密码锁

khoá trình *d* 课程，功课，专业课程

khoác₁ *đg* ①披: khoác áo 披上外衣②挽着: khoác tay nhau 手挽着手

khoác₂ *đg* 夸口: nói khoác 吹牛

khoác lác *đg* 吹嘘，吹牛

khoai *d* [植] 薯类

khoai chuối *d* [植] 美人蕉

khoai lang *d* 甘薯，红薯，白薯

khoai mài *d* [植] 淮山（=củ mài）

khoai mì *d* 木薯

khoai môn *d* 芋头

khoai mỡ *d* 紫薯（=củ cái）

khoai sọ *d* 芋头，芋艿

khoai tây *d* 土豆，马铃薯

khoai từ *d* 毛薯，薯子

khoái₁ [汉] 脍，块

khoái₂ [汉] 快 *t* 快乐，舒畅，愉快

khoái cảm *d* 快感

khoái chá *t* 脍炙人口: câu chuyện khoái chá 脍炙人口的故事

khoái chí *t* 怡然自得，心情舒畅

khoái khẩu *t* 好吃的，爽口的，美味的: bữa tiệc khoái khẩu 美味的筵席

khoái lạc *t* ; *d* 快乐

khoái trá=khoái chá

khoan₁ [汉] 宽

khoan₂ *d* 钻子 *đg* 钻: khoan lỗ 钻孔

khoan₃ *t* 放慢: hãy khoan đã 先且慢

khoan dung *đg* 宽容

khoan điện *d* 电钻

khoan hồng *đg* 宽大，宽宏

khoan khoái *t* 轻松愉快，舒畅: bản

nhạc khoan khoái 轻快的曲子

khoan nhượng *đg* 忍让: Chuyện này quyết không được khoan nhượng. 这件事绝不能忍让。

khoan thai *t* 雍容，从容不迫，从从容容

khoan thứ *đg* 宽恕

khoản [汉] 款 *d* ①条，条款②款项

khoản đãi *đg* 款待: khoản đãi khách phương xa 款待远方来客

khoản nợ *d* 欠款，债款，账款

khoản vay *d* 借款，贷款

khoán₁ [汉] 券 *d* ①证书，契券: bằng khoán 凭证②罚款③ [宗] 文契

khoán₂ *đg* 承包，承揽: làm khoán 包工

khoán sản *đg* 包产

khoán trắng *đg* 包干

khoang₁ *d* 舱: khoang hàng 货舱

khoang₂ *d* 带黑白斑点的: chó khoang 花斑狗

khoảng *d* ①(某段)空间: khoảng đường ấy 那一段路②(某个)时段: khoảng hai năm 两年左右

khoảng cách *d* ①距离，间隔②隔阂: Hai người có khoảng cách. 两人有隔阂。

khoảng không *d* 空间

khoáng₁ [汉] 矿 *d* 矿物: khai khoáng 开矿

khoáng₂ [汉] 旷 *t* ①空旷②荒废

khoáng chất *d* 矿质，矿物

khoáng sản *d* 矿产

khoáng sàng *d* 矿床

khoáng vật *d* 矿物

khoanh *d* ①圆薄片②圆圈 *đg* 圈起,打圈: khoanh núi trồng rừng 封山育林

khoanh tay *đg* ①袖手: khoanh tay đứng nhìn 袖手旁观②束手: khoanh tay bó gối 束手无策

khoảnh₁ [汉] 顷

khoảnh₂ *d* ①块，片(空间): khoảnh đất 地块②瞬间，片刻

khoảnh₃ *t* ①邪恶，恶毒②摆架子，傲慢

khoảnh khắc *d* 顷刻，片刻: Chiến tranh làm cho mọi người không có

một khoảnh khắc yên lành. 战争使得人们没有片刻的安宁。

khoát₁ [汉] 阔，豁

khoát₂ *đg* ①摆手②打手势③撩(开)

khoằm *t* 弯

khoắng *đg* ①搅动: khoắng tay 用手搅动②窃取: Kẻ trộm vào khoắng hết cả đồ. 小偷进来把东西全偷光了。

khóc *đg* 哭: khóc không ra tiếng 哭不出声

khóc dở mếu dở 啼笑皆非

khóc lóc *đg* 哭泣

khóc than *đg* 哭叹，哭诉

khoe *đg* 炫耀，夸耀: hay khoe 喜欢炫耀; trăm hoa khoe sắc 百花争艳

khoe khoang *đg* 炫耀，吹嘘: Anh ta hay khoe khoang lắm tiền. 他爱炫耀自己有钱。

khoe mã *đg* 炫耀

khoe mình *đg* 自夸，自吹自擂

khoẻ *t* ①健康，康健②强壮③轻松④能，强: ăn khoẻ 能吃 *đg* 康复，恢复健康: đã khoẻ 已康复

khoẻ khoắn *t* ①健康，精力充沛②舒畅，舒服③舒服，轻松

khoẻ mạnh *t* ①健康: Con cái khoẻ mạnh. 小孩身体健康。②强壮: vóc người khoẻ mạnh 强壮的体魄

khoé₁ *d* 角: khoé mồm 嘴角; khoé mắt 眼角

khoé₂ *d* 手腕，伎俩，诡计，手段，花招

khoen *d* ①小环②眼眶

khoèo *t* 弯曲: nằm khoèo 蜷卧着

khoét *đg* ①挖，掏②搜刮: khoét của dân 搜刮民脂民膏

khỏi *đg* ①痊愈: Bệnh đã khỏi. 病已痊愈。②免，免去: khỏi chết 免于一死③离开: vừa đi khỏi nhà 刚离开家

khỏi phải nói [口] 不用说

khỏi rên quên thầy 过河拆桥

khói *d* 烟，烟气: ống khói 烟囱

khói hương *d* 香火(=hương khói)

khói lửa *d* 硝烟，战火，烽火

khom *đg* 哈腰

khom lưng cúi đầu 卑躬屈膝

khòm *t* 弓腰的：đi khòm khòm 弓腰而行

khòm lưng *t* 哈腰，弯腰弓背

khóm *d* 一丛，一簇：khóm hoa 一簇花

khọm *t* 龙钟：già khọm 老态龙钟

khọt khẹt [拟] 沙沙，丝丝

khô [汉] 枯 *t* ①干燥，干枯，干涸：cỏ khô 干草②干儿：cá khô 鱼干儿③[口]枯燥无味④[口]囊空

khô cằn *t* 贫瘠：ruộng đất khô cằn 贫瘠的土地

khô cứng *t* 干巴巴

khô đét *t* 干瘪

khô hạn *t* 干旱：thời tiết khô hạn 干旱的气候

khô hanh *t* (气候)干燥：Năm nay thời tiết khô hanh ít mưa. 今年的气候干燥少雨。

khô héo *t* 枯萎，凋萎，凋谢：cỏ cây khô héo 草木枯萎

khô khan *t* ①干涸②枯燥无味

khô khát *t* 干渴

khô khốc *t* ①干硬：đồng ruộng khô khốc 土地干硬②干巴巴：Giọng nói khô khốc nghe rất khó chịu. 嗓音干巴巴的听起来很难受。

khô không khốc *t* 干硬：Cơm thổi khô không khốc. 饭煮得干硬。

khô kiệt *t* ①干枯竭，干枯，枯萎②无力，蔫巴

khô lạnh *t* (气候)干冷：Thời tiết khô lạnh rất khó chịu. 干冷的天气很难受。

khô ráo *t* 干燥：để nơi khô ráo 放至干燥处

khô róc *t* 干得一滴不剩的

khổ₁ *d* ①钢箱(织具)②幅度③(人脸、身体的)宽度：khổ người tầm thước 身材适中

khổ₂ [汉] 苦 *t* 苦：khổ đau 痛苦 *d* 痛苦

khổ công *d* ①苦工②苦功

khổ cực *t* 辛苦，痛苦

khổ đau *t* 痛苦 (=đau khổ)

khổ học *đg* 苦学

khổ luyện *đg* 苦练

khổ não *t* [旧] 苦恼

khổ nhục *d* 痛苦屈辱的

khổ nhục kế *d* 苦肉计

khổ nỗi [口] 苦于

khổ qua *d* 苦瓜

khổ sai *d* 苦差

khổ sở *t* 苦楚，痛苦

khổ tâm *t* ①[旧] 苦心的②痛心的③为难的

khổ tận cam lai 苦尽甘来

khổ thân *t* ①受苦的，受罪的②可怜

khố *d* ①遮羞布②布，绸制腰带

khố rách áo ôm 衣不蔽体

khốc₁ [汉] 哭 *đg* 哭泣

khốc₂ [汉] 酷 *t* 残酷，残暴：thảm khốc 残酷

khốc liệt *t* 惨烈

khôi₁ [汉] 诙，恢

khôi₂ [汉] 魁 *d* 魁首：hoa khôi 花魁

khôi₃ [汉] 盔 *d* 盔，盔帽

khôi hài *t* 诙谐，滑稽

khôi ngô *t* (男孩)阳光，聪明伶俐：Cậu bé có khuôn mặt khôi ngô. 这孩子长得聪明伶俐。

khôi phục *đg* 恢复

khối *d* ①块：khối sắt 铁块②[转]集团：khối quân sự 军事集团③立方(体积)：thước khối 立方米 *t* 极多：Vô khối! 有的是!

khối lượng *d* (工作)量：khối lượng công tác 工作量

khối phố *d* 街区，街道

khối u *d* 肿瘤

khôn₁ [汉] 坤 *d* 坤(八卦之一)

khôn₂ *t* ①精，机灵，敏慧，聪明：người khôn 聪明人② 难：lưới trời khôn thoát 天网难逃

khôn cùng *t* 宽阔无比 *p* 极度，无比：quí giá khôn cùng 无比珍贵

khôn hồn *t* [口] 识相的，知趣的

khôn khéo *t* 机智，智巧

khôn làm cột cái, dại làm cột con 能者多劳

khôn lỏi *d* 小聪明

khôn lớn *đg* 长成，壮大：phát triển khôn lớn 发展壮大

khôn lường *đg*；*t* 莫测，无法预计，无

法预知，难以预测: biến hóa khôn lường 无法预测的变化

khôn ngoan *t* 聪明，精明，善于处世的: khôn ngoan tài cán 精明能干

khôn nhà dại chợ 不善交际，不善言辞

khôn thiêng *t* 灵验，灵应

khôn vặt *d* 偏才，小聪明

khôn xiết *p* 无比，极其，难尽: kể khôn xiết 难以言尽

khốn [汉] 困 *đg* 围困 *t* 困苦: cùng khốn 穷困

khốn cùng *t* 困穷

khốn cực *t* 穷困，贫迫，窘迫，艰蹇: một cuộc đời khốn cực 穷困潦倒的一生

khốn đốn *t* ①困顿，困倦②困难，艰难

khốn khó *t* 贫困

khốn khổ *t* 困苦

khốn kiếp *t* 混账，要命

khốn nạn *t* ①坏，无赖，卑鄙: đồ khốn nạn 混蛋②[旧]困难，困苦，可怜

khốn nỗi *đg* 苦于，苦的是: Khốn nỗi không tiền. 苦的是没钱。*c* 哎呀

khốn quẫn *t* 困窘

không₁ [汉] 空 *d* ①天空②[宗] 空

không₂ *d* 零: số không 零(数)

không₃ *t* ①空的②袒露: đi chân không 赤脚③空闲④白: lấy không 白拿 *p* ①不: không nói 不说②没有: không gạo 无米③否: Bằng lòng không? 是否愿意?

không bao giờ 从不，永不

không biết chừng *p* [口] 说不定，也许，可能

không biết điều *t* 不知趣的，不识相的，不知好歹的

không bờ bến *t* 无限: tương lai không bờ bến 前途无量

không bù *p* 无法相比

không cánh mà bay 不翼而飞

không cần ①不需要，不必，用不着②不屑，不稀罕

không chuyên *t* 非专业的，业余的: hội diễn nghệ thuật không chuyên 业余文艺演出

không dưng *p* 凭空，无缘无故地

không đáng *đg* ①不值，不值钱②不值得，犯不上

không đâu *t* 无稽，荒诞

không đâu vào đâu 不着边际；漫无边际

không đến nỗi *p* 不至于

không đội trời chung 不共戴天

không gì bì kịp 无可比拟

không gì lay chuyển nổi 不可动摇；牢不可破

không gian *d* 空间

không hề *p* ①未曾，从未，从不: hai người không hề gặp nhau. 两人未曾见过面。②永不，绝不: không hề nao núng 绝不动摇

không ít thì nhiều 多少；或多或少

không kém gì 不下于，不次于，不亚于，不逊于，不比…差

không khảo mà xưng 不打自招

không khéo *p* 不小心: Tối qua tôi không khéo bị ngã. 昨晚我不小心摔了一跤。

không khí *d* ①空气: không khí lạnh 冷空气②气氛: không khí sôi 气氛热烈

không kích *đg* 空袭，空中打击

không kịp trở tay 措手不及

không làm mà hưởng 不劳而获

không lẽ *p* 难道

không mấy chốc [口] 不久，不大一会儿

không mấy khi [口] 不常，很少

không những *k* 不仅，不但

không những…mà còn *k* 不但…而且…，不仅…还…

không nói không rằng 不言不语

không phải…mà là… *k* 不是…而是…

không phận *d* 领空

không quân *d* 空军

không ra gì 不像话，不像样，不成体统

không sao 不妨，没关系，不打紧

không tài nào…được 无法，不能: Tôi không tài nào gánh vác được công việc này. 我无法胜任此项

工作。

không thấm vào đâu ①不当回事②不顶事,无济于事

không thể *p* 不能,不可能

không tiền khoáng hậu 空前绝后

không trách[口] 难怪,怪不得

không tưởng *t* 空想的,乌托邦的

không vận *đg* 空运:không vận vật tư cứu trợ 空运救援物资

khổng lồ *t* 庞大,巨大

khổng tước *d* 孔雀

khống₁[汉]控 *đg* 诉讼,告状,控告,打官司

khống₂ *t* 假,瞎编的,伪造的

khống chế *đg* 控制

khống chỉ *t* 已签章的空白证件:giấy giới thiệu khống chỉ 空白介绍信

khơ khớ₁ *t* 还不错,过得去

khơ khớ₂ *t* (笑声)爽朗

khờ *t* 懵懂,昏愚,糊涂:kẻ khờ 呆子

khờ dại *t* 愚蠢,呆傻

khờ khạo *t* 愚笨,迟钝,傻气

khớ *t*[口] 好,不错

khơi₁ *d* 远海:ra khơi 出海

khơi₂ *đg* ①疏通,挖通:khơi sông 开河②挑起,引起

khơi gợi *đg* 激发,调动,启发,启迪:khơi gợi trí tưởng tượng của trẻ 启发孩子的想象力

khơi mào *đg*[口] ①开头,发端②启发

khởi[汉] 启,起 *đg* 起来:quật khởi 崛起

khởi binh *đg* 起兵

khởi công *đg* 动工

khởi đầu *đg* 起头,开端,发轫:Vạn sự khởi đầu nan. 万事开头难。

khởi điểm *đg* 起点

khởi động *đg* 启动:lễ khởi động 启动仪式

khởi hành *đg* 启程,动身,出发

khởi kiện *đg* 起诉

khởi nghĩa *đg* 起义

khởi nghiệp *đg* 起家,创业

khởi nguồn *đg* ;*d* 起源

khởi phát *đg* 发病(初期)

khởi sắc *đg* 有起色

khởi sự *đg* 起事

khởi thảo *đg* 起草,草拟

khởi tố *đg* 起诉:Ông bị cơ quan kiểm sát khởi tố. 他被检察机关起诉。

khởi tử hoài sinh 起死回生

khởi xướng *đg* 首倡,倡议

khớp₁ *d* 关节,框:đau khớp 关节疼 *t* 衔接,接合,符合:ăn khớp 吻合

khớp₂ *d* 污点

khớp xương *d* 关节,骨节:đau khớp xương 关节疼痛

khu₁[汉]驱

khu₂[汉]区 *d* 区,区域:khu công nghiệp 工业区;khu ngoại quan 保税区

khu₃ *d*[方]臀部

khu biệt *đg* 区别

khu chung cư *d* 住宅小区

khu đệm *d* 缓冲地带

khu phong *đg*[医]祛风

khu phố *d* 街区,街坊,街

khu rừng *d* 林区

khu tập thể *d* 住宅小区

khu trục *đg* 驱逐:tàu khu trục 驱逐舰

khu tự trị *d* 自治区:Khu tự trị Dân tộc Choang Quảng Tây 广西壮族自治区

khu vực *d* 地区,区域:khu vực đồng bằng 平原地区;khu vực hành chính 行政区域

khu xử *đg* 处理,斡旋

khù khờ *t* 傻气的,傻呵呵,呆头的

khù khụ[拟]咯咯(咳嗽声)

khua *đg* ①挥动,挥舞②敲打,摇:khua chuông 敲钟③搅动

khua chân múa tay 手舞足蹈

khua khoắng₁ *đg* 舞动,翻动:Anh phấn khởi chân tay khua khoắng. 他兴奋得手舞足蹈。

khua khoắng₂ *đg* ①搅动,搅和:cầm đũa khua khoắng 拿筷子搅和②偷,盗,偷盗,盗窃

khua môi múa mép 摇唇鼓舌;卖弄口舌

K

khuân *đg* 抬,搬运: khuân hàng 搬运货物

khuân vác *đg* 搬运: tiền khuân vác 搬运费

khuẩn［汉］菌 *d* 细菌,微生物: khuẩn gây bệnh 致病菌

khuất₁ *đg; t* ①遮挡,隐没: khuất sau rừng rậm 隐没在密林深处②不在: khuất mặt 不在场③死亡: Người đã khuất. 人死了。

khuất₂［汉］屈 *đg* ①屈服: không chịu khuất 不屈服②屈曲: lúc khuất lúc thân 能屈能伸

khuất bóng *đg* ①遮阳,挡荫②殁,死

khuất khúc *t* 曲折,弯曲

khuất nẻo *t* 偏僻

khuất núi *t* ①落山: mặt trời khuất núi 太阳落山②［转］殁,去世,死

khuất phục *đg* 屈服: Chúng tôi quyết không khuất phục. 我们决不屈服。

khuất tất *đg*［旧］屈膝 *t* 见不得人的

khuây *đg* 消闷,解愁

khuây khoả *đg* 解愁

khuấy *đg* 搅拌(=quấy₁)

khuấy đảo *đg* 搅动,搅乱

khuấy động *đg* 搅动

khúc₁［汉］蛐

khúc₂ *d* 鼠曲草(田艾): bánh khúc 田艾糕

khúc₃［汉］曲 *đg* ①歌曲: ca khúc thịnh hành 流行歌曲②截,段: một khúc gỗ 一截木头

khúc chiết *t* 清晰,(段落)分明

khúc côn cầu *d* 曲棍球

khúc dạo đầu *d* 前奏曲

khúc khắc *d*［植］土茯苓

khúc khích［拟］吃吃(笑声)

khúc khuỷu *t* 迂回曲折的: con đường khúc khuỷu 迂回曲折的道路

khúc mắc *t* ①艰涩,费解,难懂: bài văn khúc mắc 文章艰涩②棘手: đang có chuyện khúc mắc 遇到难题

khúc nhôi *d* 衷肠: tỏ khúc nhôi 倾诉衷肠

khúc xạ *d* 曲射,折射

khuê₁ *d*［天］奎(二十八宿之一)

khuê₂［汉］闺 *d* 闺阁: phòng khuê 闺房

khuê phòng *d*［旧］闺房

khuếch［汉］扩

khuếch đại *đg*［电］扩大,扩容

khuếch khoác *đg* 吹嘘: ăn nói khuếch khoác 大吹大擂

khuếch tán *đg* 扩散

khuếch trương *đg* 扩张,扩充

khui *đg* ①(用工具)打开: khui thịt hộp 开肉罐头②揭秘,揭露

khum *t* 穹隆 *đg* 屈曲

khúm *t* 伛偻

khúm núm *đg* 哈腰弓背,奴颜婢膝

khung *d* 框子,架子: khung xe 车架

khung cảnh *d* 光景,境况,景象

khung giá *d* 价格,价值

khung thành *d* 球门

khung trời *d* 天穹: khung trời bao la 万里长空

khùng *t* ①愤怒: nổi khùng 发怒②痴狂: điên khùng 疯癫③顽固

khùng khục *t*(忍不住)哈哈(大笑)

khủng bố *đg* ①恐怖: bọn khủng bố 恐怖分子②迫害: Địch khủng bố dân chúng. 敌人迫害群众。

khủng hoảng *đg* 恐慌 *d* 危机: khủng hoảng kinh tế 经济危机

khủng khiếp *t* 恐怖,恐惧

khủng long *d* 恐龙

khuôn *d* ①模具,模子: khuôn đúc 铸模②形态,样子: khuôn mặt 面庞

khuôn dạng *d* 样板

khuôn khổ *d* ①规格,大小②范围,界限③(报刊等的)篇幅

khuôn mẫu *d* ①模型,样板②楷模,模范

khuôn phép *d* 规范,规则,规定

khuôn thức *d* 模式,样板

khuôn viên *d* 园,大院: khuôn viên trường 校园

khuông *d*［汉］框(=khung)

khuy₁［汉］亏,窥

khuy₂ 纽扣: cài khuy 扣扣儿

khuy bấm *d* 按扣

khuy tết *d*(用布做的)纽扣

khuya *t* 夜深的：thức khuya 熬夜

khuya khoắt *t* 夜阑，夜静

khuya sớm *d* ①早晚②昼夜

khuyên₁*đg* 画圈 *d* ① 圈子② 耳环：khuyên tai 耳环

khuyên₂[汉]劝 *đg* 劝告，劝勉

khuyên bảo *đg* 劝导：lựa lời khuyên bảo 择词相劝

khuyên can *đg* 劝阻

khuyên giải *đg* 劝解

khuyên giáo *đg* 募化，化缘

khuyên nhủ *đg* 劝导

khuyên răn *đg* 劝诫

khuyển [汉] 犬 *d* [旧] 犬，狗

khuyến [汉] 劝 *đg* 劝勉：khuyến cáo 劝告

khuyến khích *đg* 激励

khuyến mãi *đg* 促销：Siêu thị tổ chức hoạt động khuyến mãi. 超市举行促销活动。

khuyên mại–khuyến mãi

khuyến nghị *đg* 建议

khuyết₁[汉]阙

khuyết₂[汉] 缺 *t*；*đg* 残 缺：trăng khuyết 月缺 *d* 缺点

khuyết danh *d* 佚名

khuyết điểm *d* 缺点：sửa chữa khuyết điểm 改正缺点

khuyết tật *d* ①损，瑕疵，缺陷②残疾：người khuyết tật 残疾人

khuyết thiếu *t* 缺失的，不完整的

khuynh [汉] 倾

khuynh diệp *d* 桉树(=bạch đàn)

khuynh đảo *đg* 倾倒，动摇

khuynh gia bại sản 倾家荡产

khuynh hướng *d* 倾向

khuynh quốc khuynh thành 倾国倾城

khuỳnh *đg* (手臂、腿) 蜷曲

khuýp *t*；*đg* 夹紧，紧闭

khuỷu *d* [解] 肘

khuỷu tay *d* 胳膊肘子

khuỵu *đg* 曲腿，弯腿

khư khư *t* ①紧紧，牢牢②固执，刚愎

khử [汉] 祛 *đg* 去除：trừ khử 除去

khử bụi *đg* 除尘：máy khử bụi 除尘器

khử độc *đg* 消毒

khử lông *đg* 脱毛

khử nước *đg* 脱水

khử trùng *đg* 杀菌，消毒：chất khử trùng 消毒剂

khứ [汉] 去 *t* 过去，以往：quá khứ 去 *đg* 去除：khứ tà qui chính 改邪归正

khứ hồi *đg* 来回，往返：vé khứ hồi 往返票

khứa *đg* 刻，划

khựng *đg* 突然停下来：Xe khựng lại giữa đường. 车突然在路中间停下。

khước từ *đg* 却辞，推辞，拒绝

khướt *t* ①累极②够受的，够呛的：say khướt 醉得够呛

khượt *t* 累瘫的

khứu giác *d* 嗅觉

ki₁ *d* 竹编的斗形箩筐

ki₂ *t* 小气，吝啬：người ki 吝啬的人

ki họ *t* 吝啬

ki–lô (kilo) [缩] ①千. ki-lô mét 千米 ②公斤，千克

ki–lô–gam (kilogram) *d* 千克

ki–lô–mét (kilomet) *d* 千米

ki–lô–oat (kilowatt) *d* 千瓦

ki–mô–nô (kimono) *d* (日本) 和服

ki ốt (kiosque) *d* 售货亭

ki–tô giáo *d* 基督教

kì₁ [汉] 期 *d* 期

kì₂ *đg* 搓：kì sạch 搓干净

kì₃[汉] 奇 *t* 奇异，奇怪，奇妙：Hôm nay cô ấy ăn mặc kì quá. 今天她打扮得很奇怪。

kì ảo *t* 奇幻

kì bí *t* 奇怪，神秘：Dạo này xuất hiện hiện tượng kì bí. 近来出现了奇怪的现象。

kì cọ *đg* 搓

kì công *d* 奇功，伟绩 *t* 下功夫的，精工细做的

kì cục *đg*；*t* 奇怪，怪异

kì cùng *p* 到底，彻底

kì cựu *t* 资深：nhà báo kì cựu 资深记者

kì dị *t* 奇异: thế giới kì dị 奇异的世界

kì diệu *t* 奇妙: Tảng đá này trông vẻ kì diệu quá. 这块石头的样子太奇妙了。

kì hạn *d* 期限

kì kèo *đg* 缠磨, 纠缠

kì khôi *t* 奇异, 滑稽: Cô ấy ăn mặc rất kì khôi. 她的穿着奇异而滑稽。

kì lạ *t* 奇特, 奇异, 奇怪, 另类

kì lân *d* 麒麟

kì ngộ *đg* 奇遇

kì phiếu *d* 期票

kì quái=kì lạ

kì quan *d* 奇观: kì quan thế giới 世界奇观

kì quặc *t* 奇怪, 匪夷所思

kì tài *d* 奇才

kì thật *p* 其实

kì thị *đg* 歧视

kì thủ *d* 棋手

kì tích *d* 奇迹

kì vĩ *t* 奇伟, 雄伟

kì vọng *đg* ; *d* 期望, 期待

kỉ₁ [汉] 纪 *d* 纪: kỉ đệ tứ 第四纪

kỉ₂ [汉] 茶几

kỉ₃ [汉] 己 *d* 己(天干第六位)

kỉ cương *d* 规定, 纪律, 纪纲

kỉ luật *d* 纪律: tuân thủ kỉ luật 遵守纪律 *đg* 处分, 处罚: Nhà trường đã kỉ luật cậu ấy. 学校对他做出了处分。

kỉ lục *d* 纪录: Một người phá 3 kỉ lục thế giới. 一人破三项世界纪录。

kỉ nguyên *d* 纪元: kỉ nguyên mới khoa học công nghệ 科技新纪元

kỉ niệm *d* ; *đg* ①纪念, 留念: ngày kỉ niệm 纪念日②怀念, 想念

kỉ vật *d* 纪念品

kỉ yếu *d* 纪要

kĩ *t* 细致, 过细: nghĩ kĩ 细细地想想

kĩ càng *t* 细致, 充分: chuẩn bị kĩ càng 准备充分

kĩ lưỡng *t* 谨慎, 细致: Chuyện này phải xử lí kĩ lưỡng. 这件事要谨慎处理。

kĩ năng *d* 技能: đào tạo kĩ năng 技能培训

kĩ sư *d* ①大学工科毕业生②技术员③工程师

kĩ thuật *d* 技术: kĩ thuật số 数字技术

kĩ tính *t* 谨小慎微

kĩ xảo *d* 技巧

kí₁ (=ki-lô-gam) [缩] 公斤

kí₂ [汉] 记 *d* 记事(文体)

kí₃ *đg* 签, 签署

kí cóp *t* 省吃俭用

kí giả *d* 记者

kí hiệu *d* 记号, 符号 *đg* 标记

kí hoạ *đg* 速写 *d* 速写作品

kí kết *đg* 签署, 签订, 订立: kí kết hiệp nghị 签订协议

kí quĩ *đg* 交押保证金

kí sinh *đg* 寄生: kí sinh trùng 寄生虫

kí sự *d* 通讯, 纪事, 报告文学

kí tắt *đg* 草签: Hai bên kí tắt hiệp nghị. 双方草签协议。

kí tên *đg* 签名: kí tên vào đơn 在单子上签名

kí túc xá *d* 宿舍

kí tự *d* 符号

kí ức *d* 记忆

kị *đg* 禁忌: cấm kị 禁忌

kị binh *d* 骑兵

kị nước *t* 防水的, 防潮的: màng ni-lon kị nước 防水薄膜

kị rơ *đg* [口] 不协调, 步调不一致

kia *d* ①那: xem kia 看那儿②前或后隔天; 隔年: hôm kia 前天; năm kia 后年

kia mà [口] 那里, 那边儿

kìa *d* ①那儿②(前或后)隔两天; 隔两年: hôm kìa 大前天; năm kìa 大前年; ngày kìa 大后天

kích₁ *t* 紧窄的

kích₂ *d* 千斤顶

kích₃ *đg* 击, 袭击

kích₄ [汉] 激 *đg* 刺激

kích cầu *đg* 刺激消费

kích cỡ *d* 尺寸, 尺码, 规格

kích động *đg* 刺激, 激励: Anh đừng kích động anh ấy nữa. 你别再刺激他了。

kích giá *đg* 提高价格: kích giá dầu

thô 提高原油价格

kích hoạt *đg* 激活

kích thích *đg* 刺激: kích thích kinh tế phát triển 刺激经济发展

kích thích tố *d* 激素

kích thước *d* 尺码,尺寸,大小,规格

kịch [汉] 剧 *d* 剧

kịch bản *d* 剧本

kịch câm *d* 哑剧

kịch chiến *đg* 激战

kịch hát *d* 歌剧

kịch liệt *t* 激烈,极力: kịch liệt phản đối 极力反对

kịch mục *d* 剧目

kịch ngắn *d* 短剧

kịch nói *d* 话剧

kịch phát *đg* 突发

kiêm [汉] 兼: kiêm chức 兼职

kiêm nhiệm *đg* 兼任

kiềm₁ [汉] 钳

kiềm₂ [汉] 碱 *d* 碱性

kiềm chế *đg* 控制,限制,节制: kiềm chế xu thế phát triển 控制事态的发展

kiềm tính *d* 碱性

kiểm [汉] 检 *đg* 查点,检点

kiểm chứng *đg* 验证,查证

kiểm dịch *đg* 检疫: cơ quan kiểm dịch 检疫机关

kiểm duyệt *đg* 检阅

kiểm điểm *đg* ①评价,评判,评定②检查,检讨: tự kiểm điểm 自我检讨

kiểm định *đg* 检查,评估,鉴定,检验: kiểm định đạt yêu cầu 检查合格

kiểm hoá *đg* (对进出口货物的)检查,检验

kiểm kê *đg* 盘点,清理,清点: kiểm kê những hàng hoá còn lại 盘点剩余货物

kiểm ngân *đg* ①账目核对②清点钱款

kiểm nghiệm *đg* 检验

kiểm nhận *đg* 查收,验收,点收

kiểm sát *đg* 检察: viện kiểm sát 检察院

kiểm soát *đg* 检查,稽查,控制,管理,监管: kiểm soát hữu hiệu 有效监管

kiểm thảo *đg* 检讨

kiểm toán *đg* 审计

kiểm tra *đg* 检查,检收

kiếm₁ [汉] 剑 *d* 剑: đấu kiếm 比剑

kiếm₂ *đg* 寻找,谋取: kiếm việc làm 找工作; kiếm lợi 谋利

kiếm ăn *đg* 谋生

kiếm chác *đg* 捞油水

kiếm chuyện *đg* 非难,找麻烦,挑剔

kiếm hiệp *d* 武侠: chuyện kiếm hiệp 武侠小说

kiếm tiền *đg* 挣钱,找钱

kiệm [汉] 俭 *đg* 节省,节约

kiệm lời *t* 话少的,寡言少语的

kiên [汉] 坚

kiên cố *t* 坚固

kiên cường *t* 坚强

kiên định *đg*; *t* 坚定: kiên định niềm tin 坚定信心; lòng kiên định 坚定的信心

kiên gan *t* 坚韧

kiên nghị *t* 坚毅: tính kiên nghị 坚毅的性格

kiên nhẫn *t* 坚忍,有耐力的,耐心

kiên quyết *t* 坚决: thái độ kiên quyết 态度坚决

kiên tâm *t* 坚定,有决心的

kiên trì *t*; *đg* 坚持: kiên trì đến cùng 坚持到底

kiên trinh *t* 坚贞

kiền [汉] 乾 *d* 乾(八卦之一)

kiền khôn *d* 乾坤

kiến₁ [汉] 见,建

kiến₂ *d* 蚂蚁

kiến bò miệng chén 热锅上的蚂蚁

kiến đen *d* 黑蚂蚁

kiến giải *d* 见解

kiến lập *đg* 建立

kiến nghị *d*; *đg* 建议

kiến quốc *đg* 建国

kiến tạo *đg*; *d* ①建造②构造

kiến tập *đg* 见习

kiến thiết *đg* 建设

kiến thức *d* 知识

kiến trúc *đg* 建设 *d* 建筑;建筑风格

kiến trúc sư *d* 土木工程师,建筑师

K

kiến trúc thượng tầng *d* 上层建筑

kiện₁〔汉〕健

kiện₂〔汉〕件 *d* 件

kiện₃ *đg* 诉讼,上诉

kiện cáo *đg* 诉讼

kiện toàn *t* 健全

kiện tụng *đg* 诉讼

kiện tướng *d* 健将

kiêng *đg* 避讳,忌讳,禁忌

kiêng dè *đg* 顾忌,敬畏

kiêng khem *đg* 忌口,忌食

kiêng kị *đg* 忌讳,禁忌

kiêng nể *đg* 敬畏

kiêng sợ *đg* 避讳

kiềng₁ *d* ①铁制三脚支锅器②项圈

kiềng₂ *đg* 避讳,回避,避开

kiểng *d* 锣(也作 **cồng chiêng**)

kiễng *đg* 踮: Chị kiễng chân muốn nhìn cho rõ. 她踮起脚尖想看清楚。

kiếp *d* 劫 *đ* 一生,一世,一辈子: đời đời kiếp kiếp 世世代代②命运③ (佛教)因果

kiết *d* 痢疾

kiết lị *d* 痢疾

kiết xác *t* 赤贫

kiệt₁〔汉〕杰

kiệt₂ *d* 小巷,胡同: đường kiệt 死胡同

kiệt₃〔汉〕竭 *t* 光,竭,清空,枯竭: nguồn nước khô kiệt 水源枯竭

kiệt₄ *t* 吝啬: Lão ta kiệt lắm. 老头很吝啬。

kiệt cùng *t* 枯竭,山穷水尽

kiệt lực *t* 力气衰竭: làm đến kiệt lực 干到精疲力竭

kiệt sức=kiệt lực

kiệt quệ *t* 拮据;处于瘫痪状态的

kiệt tác *d* 杰作 *t* 有艺术成就的

kiệt xuất *t* 杰出: nhân vật kiệt xuất 杰出的人物

kiêu〔汉〕骄 *t* 骄傲

kiêu căng *t* 傲慢

kiêu hãnh *t* ; *đg* 自豪,得意

kiêu kì *t* ; *đg* 摆架子,自高自大,骄傲

kiêu ngạo *t* 骄傲: Khi thắng lợi không kiêu ngạo, lúc thất bại không nản chí. 胜不骄,败不馁。

kiêu sa *t* 美丽端庄

kiều₁〔汉〕桥,娇

kiều₂〔汉〕侨: Hoa kiều 华侨

kiều₃ *d*(大写)翘(指越南古典名著《金云翘传》)

kiều₄ *đg* 祈求

kiều bào *d* 侨胞: kiều bào hải ngoại 海外侨胞

kiều dân *d* 侨民

kiều diễm *d* 娇艳,娇娆

kiều hối *d* 侨汇

kiều mạch *d* 荞麦

kiểu₁〔汉〕矫,侥

kiểu₂ *d* 款式,类型,式样,花样: xe kiểu mới 新型汽车; kiểu cũ 旧式样

kiểu cách *d* 类型,式样 *t* 矫揉造作

kiểu *d* 型,样: tên lửa kiểu mới 新型导弹

kiểu dáng *d* 式样: kiểu dáng đẹp 样式漂亮

kiểu mẫu *d* 样本,样品 *t* 模范,楷模

kiểu thức *d* 样式,布局

kiểu *đg*(对不参加某活动)表示歉意

kiệu *d* 轿子 *đg* 抬轿子

kilowatt-giờ *d* 千瓦小时,度

kim₁〔汉〕金 *d* 针,金属

kim₂ *t*(声音)高而清亮的

kim₃〔汉〕今 *t*; *d* 当今

kim anh tử *d*〔药〕金樱子

kim băng *d* 别针

kim chỉ nam *d* 指南针

kim cổ *d* 古今

kim cương *d* 金刚石;钻石

kim đan *d* ①织针②金丹

kim đồng hồ *d*(钟表)指针

kim khí *d* 金属,金属制品

kim loại *d* 金属

kim loại hiếm *d* 稀有金属

kim loại màu *d* 有色金属

kim loại quí *d* 贵金属

kim móc *d* 钩针

kim ngạch *d* 金额

kim ngân *d* ①金银②金银花

kim tiền *d* 金钱

Kim Tinh *d*〔旧〕〔天〕金星

kim tuyến *d* 金丝

kim tự tháp *d* 金字塔

kìm₁ [汉] 琴

kìm₂ *d* 钳子 *đg* ①钳制, 勒住②放慢 (速度)

kìm giữ *đg* 克制: Mọi người hãy kìm giữ tâm trạng của mình. 请大家克制自己的情绪。

kìm hãm *đg* 限 制, 压制: kìm hãm phát triển 限制发展

kìm kẹp *đg* 钳制: thoát khỏi sự kìm kẹp 摆脱钳制

kìm nén *đg* 钳制, 压制

kìn kìn *t* 络绎不绝

kìn kịt *t* 人头攒动

kín *t* ①严实, 紧密, 严紧: Cửa đóng kín. 门关得严严实实的。②隐蔽: họp kín 秘密会议

kín đáo *t* 严密, 隐秘, 严谨, 深藏不露: sống một cách kín đáo 隐居

kín kẽ *t* (做事) 严密, 无懈可击: Công tác tổ chức kín kẽ chu đáo. 组织工作严密周到。

kín mít *t* 严实, 严密: đắp chăn kín mít 把被子捂得严严实实

kín nhẽ *t* (说话或处事) 严谨

kín như bưng *t* 密不透风, 守口如瓶

kín tiếng *t* 嘴严的

kinh₁ *d* 渠, 渠道

kinh₂ [汉] 经 *d* 经线

kinh₃ [汉] 惊 *đg* ; *t* 惊恐

kinh₄ [汉] 京 *d* 京城

kinh dị *t* 惊恐, 惊异

kinh doanh *đg* 经营: kinh doanh hợp pháp 合法经营

kinh điển *t* 经典: Thính giả yêu cầu thả những bài hát kinh điển. 听众点播经典歌曲。

kinh độ *d* 经度: kinh độ đông 东经度

kinh động *đg* 惊动

kinh hãi *đg* 惊骇

kinh hoàng *đg* 惊慌, 慌张, 惶恐: ánh mắt kinh hoàng 眼神惶恐

kinh hoảng *đg* ; *t* 惊慌, 惊怕: kinh hoảng bỏ chạy 惊慌跑走

kinh hồn *đg* 惊恐, 惊惧

kinh hồn bạt vía *t* 魂飞魄散

kinh kệ *d* [宗] 经卷, 经文

kinh khủng *đg* 惊恐: Cô gái lộ ra vẻ kinh khủng. 姑娘一脸惊恐的样子。

kinh kì *d* 经期

kinh kịch *d* 京剧

kinh lạc *d* [医] 经络

kinh ngạc *đg* 诧异, 惊异, 惊讶, 惊愕, 吃惊: tròn mắt kinh ngạc 吃惊地瞪大眼睛

kinh nghiệm *d* 经验: giàu kinh nghiệm 经验丰富

kinh nguyệt *d* 月经

kinh niên *t* 多年的, 经年的: bệnh kinh niên 慢性病

kinh phí *d* 经费

kinh qua *đg* 经过

kinh sử *d* 经书, 史书

kinh tế *d* 经济 *t* 经济的, 节省的

kinh tế học *d* 经济学

kinh tế thị trường 市场经济

kinh thành *d* 京城

kinh thánh *d* 圣经

kinh thiên động địa 惊天动地

kinh tởm *t* 害怕, 恐惧

kinh trập *d* 惊蛰 (二十四节气之一)

kinh tuyến *d* 经线

kình₁ [汉] 鲸 *d* 鲸鱼

kình₂ *đg* ①对峙: hai bên kình nhau 双方对峙②不逊于

kình₃ *đg* 相争

kình địch *đg* 激烈对抗 *d* 强敌, 劲敌

kính₁ [汉] 镜 *d* ①(平板) 玻璃 ②眼镜: kính mát 太阳镜 ③透镜: kính hiển vi 显微镜

kính₂ [汉] 敬 *đg* 尊敬, 恭敬

kính cẩn *t* 肃然, 敬重: Tôi kính cẩn đứng trước mộ liệt sĩ. 我肃然站在烈士墓前。

kính cận *d* 近视镜

kính hiển vi *d* 显微镜

kính lão *d* 老花镜

kính lúp *d* 放大镜

kính mát *d* 太阳镜

kính mến *đg* 敬爱; 尊敬

kính nể *đg* 敬畏, 敬佩, 敬服

kính nhi viễn chi 敬而远之

K

kính phục *đg* 敬佩, 敬服: Bọn trẻ đều rất kính phục ông. 小孩子们都很敬佩他。

kính thiên văn *d* 天文望远镜

kính trọng *đg* 敬重: kính trọng thầy cô giáo 敬重老师

kính vạn hoa *d* 万花筒

kính viễn vọng *d* 望远镜

kính yêu *đg* 敬爱; 尊敬: kính yêu cha mẹ 尊敬父母

kíp₁ *d* 班次

kíp₂ *d* 雷管, 引信

kíp₃ *t* 紧急

kịp *t* 及, 到达, 赶到, 及时: không kịp 来不及

kịp thời *t* 及时: kịp thời phát hiện 及时发现

kịt *t* 浓密, 浓稠, 黑压压: đàn kiến đầy kịt 黑压压的蚂蚁群

kg (kilogram) [缩] 千克, 公斤

Km (Kilomet) [缩] 公里, 千米

KT (Kí thay) [缩] 代(某人)签字, 签名

KW (Kilowatt) [缩] 千瓦

KW–h (Kilowatt–giờ) [缩] 千瓦小时, 度

K

L l

l₁, L₁ ①越语字母表的第 14 个字母② 罗马数字 50

L₂ (lít) [缩] 升

la₁ *d* [动] 骡子

la₂ *d* [乐] 音阶 6

la₃ *đg* ①喊叫,呼喊: la thất thanh 失声 喊叫②训斥,责骂: bị mẹ la 被妈妈 骂

la₄ *t* 低低的: bay la 低飞

la₅ [汉] 锣 *d* 锣: gõ la 敲锣

la₆ [汉] 罗 *d* 罗网: thiên la địa võng 天罗地网

la bàn *d* 罗盘

la cà *đg* 胡混,东游西逛

la-de (lase) *d* 激光: đĩa la-de 光碟

la đà *đg* ①摇曳,飘摇: Gió đưa cành cây la đà. 风吹树摇晃。②摇摇晃晃, 跟跟跄跄

la hán *d* [宗] 罗汉

la hét *đg* 大声呼号,呼啸,呼喊

la làng *đg* 喊叫,呼救: vừa ăn cướp vừa la làng 贼喊捉贼

la làng la xóm [口] 撒泼,耍赖

la liệt *t* 乱摆放的,摊得到处都是的: Hàng bày la liệt. 商品摆得到处都是。

la lối *đg* ①大喊大叫②大叫大嚷,叫嚣: la lối om sòm 大呼小叫

la ó *đg* 叫嚷,大声喊叫,起哄

la rầy *đg* 责骂,呵斥

La Thành *d* 罗城(河内旧称)

La-tinh (latin) *d* 拉丁: chữ La-tinh 拉 丁文

la trời *đg* [口]呼天抢地

là₁ *d* 绫罗: khăn là 丝巾

là₂ *đg* 熨: là quần áo 熨衣服

là₃ *đg* 擦过,贴近,靠近

là₄ *đg* 为,系,是: Hà Nội là thủ đô nước Việt Nam. 河内是越南的首 都。*k* ①以为,认为: Ai cũng cho là đúng. 谁都觉得对。②一…就… ; 既然…就… *tr* ①既然是,作为: Đã là sinh viên phải có hành vi văn minh. 作为大学生举止要文明。② (强调肯定语气或色彩): Bộ phim rất là hay ! 电影可好看啦!

là hơi *d* 蒸汽熨斗 *đg* 蒸汽熨

là là *p* 贴着,擦着: Chim bay là là trên mặt nước. 小鸟贴着水面飞。*t* 低垂 的,贴地的: cành liễu là là 柳枝低垂

là lạ *t* 有点陌生的,有点生疏的

là lượt *d* 丝织物 *t* 华丽

lả *đg* ①低垂: Lúa lả xuống. 稻穗垂下 来。②身子发软: Mệt lả từ sáng đến giờ. 从上午到现在累得全身发软。③ 摇晃

lả lơi *t* ①轻浮: cử chỉ lả lơi 举止轻浮 ②(心神)不定的,飘飘然: con mắt lả lơi 眼神不定

lả lướt *t* ①飘零,婆娑: tuyết lả lướt rơi 雪花飘零②疲累

lả tả *đg* 零散,零落

lã chã *đg* (眼泪、汗水)涔涔地流

lá₁ *d* ①叶子: lá chuối 芭蕉叶②叶状物: lá gan 肝叶③页,张,面,封: lá thư 一 封信

lá chắn *d* ①盾牌,挡箭牌②屏障

lá cờ đầu *d* 标兵,红旗手

lá cửa *d* 门扇

lá đơn *d* ①[植] 单叶②呈文③供状

lá lách *d* 脾

lá lău *d* 落叶

lá mặt *d* ①(裹食品的)叶子②表面功

夫,表面文章

lá mặt lá trái 反复无常

lá mầm *d* 子叶

lá mía *d* ①鼻中隔②甘蔗叶③[机]簧舌,簧片

lá nhãn *d* ①书签,标签②商标

lá phổi *d* 肺叶

lá sách *d* 皱胃,牛胃,牛百叶

lạ *t* ①陌生,生疏,不熟悉：người lạ 陌生人②奇怪：chuyện lạ 怪事 *đg* 感到愕然,难理解：Chuyện ấy có gì lạ đâu ? 那事有啥奇怪的？ *p* (异常地) 挺,很：Mùa đông mà ấm áp lạ. 冬天却还挺暖。

lạ đời *t* 乖戾,反常；荒诞

lạ hoắc *t* 陌生,生疏,不熟悉

lạ kì *t* 稀奇,怪异,异乎寻常

lạ lẫm *t* ①新奇：Lần đầu tiên ra thành phố trông cái gì cũng lạ lẫm. 第一次进城,看什么都新奇。②惊奇,意外 (常用于否定)

lạ lùng *t* ①奇特；怪异：căn bệnh lạ lùng 怪病②极妙的,无比的

lạ mắt *t* ①眼生的,少见的：Kiểu áo này lạ mắt. 这款衣服少见。②不顺眼的,刺眼的

lạ mặt *t* 陌生,脸生(=lạ ①)

lạ miệng *t* (食品)别有风味：Món này lạ miệng. 这道菜别有风味。

lạ nhà *t* 陌生(地方),不熟悉(地方)

lạ nước lạ cái 生疏,不适应,水土不服：Vùng đất mới nhiều người lạ nước lạ cái mà đâm bệnh. 到新地方因水土不服,很多人都病了。

lạ tai *t* 耳生的：Nghe lạ tai lắm. 听起来很耳生。

lạ thung lạ thổ 人生地不熟

lạ thường *p* 异常,异乎寻常

lạ tuyệt *t* 奇绝,极妙

lác₁ *d* 蒲草：chiếu lác 蒲草席

lác₂ *t* 不对称的

lác đác *t* 稀疏,零星：稀稀落落：mưa nhỏ lác đác 零星小雨

lác mắt *đg* 感到惊美

lác rác *t* 稀稀落落,零星

lạc₁ [汉]骆,貉,洛

lạc₂ *d* 花生：dầu lạc 花生油

lạc₃ [汉]落 *đg* ①迷失：đi lạc 迷路②走调：hát lạc giọng 唱歌走调③落：thất lạc 失落

lạc₄ [汉]络：liên lạc 联络

lạc₅ [汉]乐：lạc quan 乐观

lạc bước *đg* ①失足②迷途,流落,走错路

lạc đà *d* 骆驼：lạc đà hai bướu 双峰骆驼

lạc đề *t* 跑题,文不对题

lạc điệu *t* 走调的：bài hát lạc điệu 唱歌走调

lạc đường *t* 迷途的：đi lạc đường 迷路

lạc giọng *t* 走调的：hát lạc giọng 唱走调

lạc hậu *t* 落后的：tư tưởng lạc hậu 思想落后

lạc hướng *t* 迷失方向的

lạc khoản *d* [旧]落款

lạc loài *t* 无依无靠,孤独：kiếp sống lạc loài 孤独一生

lạc lõng *đg* ；*t* ①孤单,形单影只②与众不同,格格不入

lạc nghiệp *t* 乐业：an cư lạc nghiệp 安居乐业

lạc nhân *d* 花生仁

lạc phách *t* 落魄：hồn siêu lạc phách 失魂落魄

lạc quan *t* 乐观：lạc quan tếu 盲目乐观

lạc thành *d* 落成：làm lễ lạc thành 落成仪式

lạc thú *d* 乐趣：lạc thú gia đình 家庭乐趣

lạc vỏ *d* 带壳花生

lách₁ *d* 脾(=lá lách)

lách₂ *đg* 挤,插：lách vào chỗ đông người 挤进人群

lách chách [拟] ①(水轻拍声)②(小鸟)啁啾

lạch *d* ①小河沟：con lạch 小河沟②河床

lạch ạch *t* (行走)笨拙：Con vịt đi lạch ạch. 鸭子走路很笨拙。

lạch bạch［拟］嗵嗵（脚步声）

lạch ngòi *d* 河沟

lạch tạch［拟］噼里啪啦

lạch xạch［拟］咔嗒，嘎嘎 *t* 连续不断的：ăn lạch xạch 不停地吃

lai *d* 钱（旧时重量单位约合 0.378 克）：Chiếc nhẫn 2 lai. 戒指两钱重。

lai₁［汉］来

lai₂ *đg* 杂交：Lai lừa với ngựa. 驴马杂交。*t* ①混杂：văn lai杂文②混种：con lai 混血儿

lai₃ *đg* 驮带，搭载

lai căng *t* ①半洋半土的，外来杂交的：văn hoá lai căng 土洋掺杂的文化②混种的

lai dắt *đg*（拖船）牵引，拖拽，拖曳

lai giống *đg* 混种，杂交：lai giống bò 混种牛

lai kinh tế *đg* 杂交：lợn lai kinh tế 杂交猪

lai láng *t* ①洋溢，盎然：lòng thơ lai láng 诗意盎然②（水等）漫溢的

lai lịch *d* 来历：điều tra cho biết rõ lai lịch 查明来历

lai máu *d* 混种，混血

lai nhai *t* 慢腾腾：làm lai nhai 慢腾腾地干

lai rai *t* ①延绵，连绵不绝：Mưa lai rai suốt cả tuần. 雨连续下了一星期。②慢吞吞：nhậu lai rai 慢吞吞地吃③零星，稀稀落落：lai rai mấy sợi tóc bạc 稀稀落落几根白发

lai rai như chó nhai rẻ rách ①絮絮叨叨，啰里啰唆②拖拖拉拉，拖杏

lai sinh *d*［旧］来生

lai tạo *đg* 杂交：lai tạo giống 杂交品种

lai vãng *đg* 来往：không lai vãng 不来往

lài₁ *d*［植］［方］茉莉（=nhài）

lài₂ *t* 倾斜：Đường đi hơi lài. 路有点倾斜。

lài lài *t* 微斜

lải rải *t* 偶尔，断断续续

lãi *d* 利息，红利，利润：lãi hàng năm 年息 *đg* 赚取

lãi cho vay *d* 贷息

lãi đơn *d* 本息，单利

lãi lờ *d* 赢利，利润（=lời lãi）

lãi mẹ để lãi con 利滚利

lãi nguyên *d* 毛利

lãi ròng *d* 纯利润

lãi sô *d* 毛利

lãi suất *d* 利率，利息

lãi thực *d* 纯利

lái₁ *đg* ①驾驶，开：lái máy bay 驾驶飞机②调转，岔开：lái sang chuyện khác 调转话题 *d* ①舵：người lái lái 舵手②司机

lái₂ *d* 贩子：lái trâu 牛贩子

lái buôn *d*［旧］商贩

lái đò *d* 摆渡的船夫

lái vườn *d* 水果商贩，兼做小买卖的人

lái xe *d* 司机 *đg* 开，驾驶：lái xe chở hàng 开货车

lại₁［汉］吏 *d* 吏：tham quan ô lại 贪官污吏

lại₂ *đg* ① 来，至：qua qua lại lại trước cổng 在门前走来走去②回，还③恢复：Ăn cho lại sức. 吃东西恢复体力。④重新，重复：làm lại 重做⑤过，超过，胜过：đánh không lại 打不过⑥表示已完成：ghi lại 记下来；đứng lại 站住 *p* ①又，再：Trời lại mưa. 天又下雨了。②还：Sao lại thế？怎么还这样？

lại cái *d* ①雌雄同体②阴阳人

lại gạo *đg*（糯米）变硬，干硬：Bánh chưng để lâu đã lại gạo. 粽子放久了变硬。

lại hồn *đg* 还魂，缓过劲

lại mặt *đg* 回门（婚俗）

lại mâm=lại quả

lại nghìn *đg* 康复，恢复健康

lại quả *đg* 还礼，回礼（婚俗）

lại sức *đg* 恢复体力

lam₁［汉］褴，岚

lam₂ *d* 饴糖

lam₃（lame）*d* 刮脸刀片

lam₄ *d* 橄榄树

lam₅ *đg* 用竹筒煮饭：cơm lam 竹筒饭

lam₆ *t* 蓝色的：áo lam 蓝衣

L

lam chướng đ [旧] 瘴 气 (=chướng khí)

lam lũ t ①褴褛②辛劳艰苦

lam nham t 狼藉, 乱七八糟

làm đg ①做: làm việc 做事②造, 作: làm một ngôi nhà mới 盖一幢新房子③劳作, 营生④当, 充当, 充任, 作为, 担任⑤使, 使得, 致使: làm hỏng 搞坏⑥装作, 矫饰⑦[口]宰杀: làm bò 宰牛

làm ác đg 作恶, 造孽

làm ải đg 翻地, 旱耕

làm ăn đg ①营生, 谋生, 经营②做事, 处事

làm ẩu đg 胡搞, 胡作妄为

làm bàn đg [体]进球

làm bạn đg ①交朋友②结成伴侣, 结婚

làm bằng đg ①以…为凭证, 以…为据: có đủ giấy tờ làm bằng 有足够的材料作为凭证②以…制成: Bàn ghế làm bằng gỗ. 桌椅用木头制成。

làm bậy đg 胡搞, 为非作歹

làm bé đg 做小, 做妾

làm bếp đg 当厨, 做饭

làm bia đỡ đạn 当炮灰; 当替罪羊

làm biếng đg; t [方]懒惰, 怠惰

làm bỏ xác đg 拼命干

làm bộ t ①假装的, 装模作样的: làm bộ xấu hổ 装害羞②拿架子的, 摆谱儿的: Anh chỉ giỏi làm bộ. 他就只会拿架子。

làm cái đg 坐庄, 做东

làm cao đg 摆架子, 翘尾巴: Cậu này mới biết nghề mà đã làm cao. 这小子才学会手艺就翘尾巴了。

làm chi p 做什么, 干啥: Chuyện đó nhắc lại làm chi! 还提那事干啥！

làm cho đg ①使得, 造成②代做, 来做

làm chủ đg 做主, 当家做主

làm chứng đg 作证: người làm chứng 证人

làm cỏ đg ①除草②剔除, 铲除, 消灭

làm cỗ đg 办酒筵

làm công đg 做工, 干活: làm công khoán 包工; làm công giờ 小时工

làm cụt hứng đg [口]煞风景, 扫兴

làm dáng đg ①作态, 造作, 装模作样②爱打扮, 臭美

làm dâu đg 为人妻, 做媳妇

làm dâu trăm họ đg 众口难调

làm dấu đg 做记号, 做标记

làm dấu thánh đg [宗]画十字

làm dịu đg ①缓和: làm dịu tình hình căng thẳng 缓和紧张局势②[医]镇痛

làm dối đg 做假, 做眼前活

làm duyên đg 修饰, 打扮, 装扮

làm dữ đg 大吵大闹, 寻衅闹事

làm đầu đg 烫发, 卷发

làm đẹp đg 打扮, 装扮; 美容

làm đêm đg 值夜勤, 打夜更, 上夜班

làm đỏm đg 爱打扮, 爱漂亮; 臭美

làm đồng đg 下地, 种地

làm đơn giản đg 简化: làm đơn giản thủ tục 简化手续

làm gái đg 做娼, 做小姐

làm gì tr ①做什么: Đến làm gì? 来干什么？②怎能, 哪会: Làm gì có chuyện ấy? 哪有这回事？

làm già đg 得寸进尺

làm giả đg ①假冒, 假扮, 冒充②伪造: làm giả giấy tờ sử dụng xe 伪造车辆行驶证

làm giàu đg ①发家, 致富②使丰富: làm giàu trí thức 丰富知识

làm giấy đg 签约, 办手续, 立据

làm giùm đg 帮忙, 代办

làm giúp đg 帮忙, 代办: Công ti sẽ làm giúp thủ tục. 公司将代办手续。

làm gương đg 为鉴, 做榜样, 示范

làm hình làm dạng 装模作样

làm hộ=làm giúp

làm khách đg ①做客②客气, 客套: Anh đừng làm khách nhé. 你不要客气。

làm khó dễ 为难, 刁难, 找麻烦

làm khoán đg 承包, 包工

làm khô đg 烘干, 晾干, 使干燥

làm khổ đg 折磨, 使受苦: Thời tiết thất thường làm khổ người nông dân. 反常天气让农民吃尽苦头。

làm không bõ công 得不偿失

làm không công 无偿劳动

làm lại *đg* 重做，返工

làm lành *đg* 和好，言归于好

làm lấy lệ *đg* 搪塞，应付差事，交差

làm lễ *đg* 举行仪式

làm lếu làm láo *đg* 粗制滥造

làm loạn *đg* 制造混乱，作乱

làm lông *đg* ①拔毛，去毛：làm lông con gà 拔鸡毛②狠批，猛训：Hôm nay nó bị làm lông. 今天他被狠批了一顿。

làm lơ *đg* 佯装不知

làm lụng *đg* 劳作，操劳

làm ma *đg* 营葬，送葬

làm mất *đg* 丢失，失去

làm mất lòng *đg* 得罪，开罪：làm mất lòng người ta 得罪人

làm mất mặt *đg* 使丢脸

làm mẫu *đg* ①制作样品②陈列商品

làm mối *đg* 做媒：Nhờ bà làm mối cho con út. 托您给我小儿子做媒。

làm mưa làm gió 兴风作浪；作威作福

làm mướn *đg* 打工，扛活儿

làm nên *đg* 成功，成就：Thằng bé sau này ắt hẳn làm nên. 这孩子将来一定有出息。

làm ngơ=làm lơ

làm nguội *đg* 冷却，冷处理

làm người *đg* 做人，为人

làm nhục *đg* 侮辱，玷辱：làm nhục phụ nữ 侮辱妇女

làm như lễ bà chúa mường 磨洋工

làm nổi *đg* ①胜任②使…突出

làm nũng *đg* 撒娇，发嗲

làm nương *đg* 刀耕火种，烧畬

làm oai *đg* 作威，耍威风

làm ơn *đg* ①行善，施恩，做好事②劳驾，麻烦：Làm ơn cho mượn tờ báo. 劳驾借一下报纸。

làm phách *t* ①趾高气扬，狂妄自大②拿架子的，摆谱儿的(=làm bộ ②)

làm phản *đg* 造反

làm phép *đg* ①作法，施法②敷衍，搪塞：ăn làm phép 随便吃点儿

làm phiền *đg* 打搅，添麻烦，打扰：Làm phiền bác nhé! 给您添麻烦了!

làm phúc *đg* ①[宗]布施②行善

làm quà *đg* ①做礼物，做赠品②取悦，充当笑料

làm quen *đg* ①结交，结识②接触，熟悉：làm quen với công tác 熟悉工作

làm rầy *đg* 打扰，劳烦

làm rẫy *đg* 刀耕火种，烧畬

làm riêng *đg* 单干

làm rõ *đg* 搞清，弄清，明确

làm rối *đg* 扰乱，打扰

làm ruộng *đg* ①耕种，种地②务农：về quê làm ruộng 回乡下务农

làm sao ①为什么②怎么，怎样③多么④有问题，有事

làm thay *đg* 代做，代办

làm thân *đg* 攀交情，使亲近：Hai người làm thân với nhau. 两人互攀交情。

làm thinh *đg* 装蒜，不吭气，装聋作哑

làm thịt *đg* ①宰杀②被宰，被下套

làm thuê *đg* 打工，扛活儿(=làm mướn)

làm tiền *đg* (用不当手段)弄钱，搞钱

làm tin *đg* 做人质；做信物；抵押

làm tình *đg* 做爱

làm tình làm tội 处处为难；百般刁难

làm tội *đg* ①惩办，惩处②折磨，使遭罪

làm tới *đg* [口]步步紧逼，得寸进尺，咄咄逼人

làm trai (作为)男子汉，男子，大丈夫：chí làm trai 男儿志

làm trái *đg* 违反，违背，背道而驰：làm trái hợp đồng bị phạt 违反合同被罚

làm trò *đg* 演小丑，说笑，逗乐：chú khỉ làm trò 猴子逗乐；làm trò ảo thuật 变魔术逗乐

làm tròn *đg* ①完成，尽职：làm tròn nhiệm vụ do cấp trên giao cho 完成上级交给的任务②弃零取整：Làm tròn thu 100 đồng vậy. 弃零取整收100元吧。

làm trời *đg* 横行霸道，无法无天

làm trước bỏ sau 有始无终

làm vệ sinh *đg* 搞卫生，大扫除

làm vì *đg* 任虚职，挂名：giám đốc làm

vì 挂名经理

làm việc đg 做事,办事,办公,工作:làm việc trong ngành ngân hàng 在银行做事

làm vườn đg 栽培,种植(花草)

làm xằng đg 瞎搞,胡来,任意乱做

làm xằng làm bậy 胡作非为

làm yếu đg 削弱

lảm nhảm đg 胡言乱语

lạm [汉]滥 đg 滥用

lạm dụng đg 滥用:lạm dụng quyền hành 滥用职权

lạm phát đg 通货膨胀

lạm quyền đg 滥权,滥用职权

lạm sát đg 滥杀,乱宰

lạm thu đg 乱收乱征

lan₁ [汉]栏

lan₂ [汉]兰 d 兰花:lan tím 紫兰花

lan₃ đg 蔓延:Lửa cháy lan. 火势蔓延。

lan can d 栏杆

lan man t 冗长,延绵不断

lan toả đg 弥漫,发出,传遍

lan tràn đg 蔓延,漫溢,泛滥

lan truyền đg 传播,流行

làn₁ d 篮子:xách làn đi chợ 提着篮子去菜市

làn₂ d ①股,阵:làn gió 一阵风②表皮,层面:làn da 皮肤

làn₃ đg 行车道

làn điệu d 曲调:làn điệu vui tươi 欢快的曲调

làn đường d 车道:bốn làn đường 四车道

làn làn t ①差不多的②一路坦途的

làn sóng d ①波澜,波涛,波浪:làn sóng to vỗ bờ 惊涛拍岸②[无]波长:làn sóng dài 长波

lãn công đg 怠工,不出工

lán d 临时小竹屋:làm lán 搭建小竹屋

lán trại d 工棚

lang₁ d [旧]郎中:thầy lang 郎中

lang₂ [汉]郎 d [旧]郎:lang quân 郎君

lang₃ [汉]狼 d 狼:lòng lang dạ thú 狼心狗肺

lang₄ d 带白斑点的 d 白癜风:lang ben 白癜风

lang₅ d 白薯

lang₆ [汉]廊 d 廊:hành lang 走廊

lang₇ p 到处,随处:Gà đẻ lang. 鸡到处下蛋。

lang bạt đg 漂泊,流落,流浪:lang bạt khắp nơi 到处流浪

lang băm d 庸医

lang chạ đg ①混杂,杂乱:ở lang chạ 杂居;hạng người lang chạ 人员杂乱②随处

lang lảng đg 悄悄走开,远远躲开,悄悄避开

lang lổ t 花花绿绿,斑驳,乌七八糟

lang miếu d 祭坛,太庙

lang sói d ①豺狼②残暴之人

lang thang đg ①瞎晃②流浪,游荡

lang trắng d [医]白癜风

lang trung d [旧]郎中

lang vườn d 土郎中

làng d ①乡(行政单位)②[口]界,同行,同仁:làng báo 报界

làng chàng đg 乱逛:làng chàng trên phố 在街上乱逛

làng chơi d 嫖客;赌徒

làng lạc t (声音)有点变:Giọng bác nghe làng lạc. 你的声音听起来有点不一样了。

làng mạc d 村落,村庄

làng nhàng t ①瘦削,清瘦 ②中等,一般

làng nước d 本乡本土,乡里乡亲

làng ràng t 纠缠的,磨人的

làng trên xóm dưới 左邻右舍

làng xóm d ①乡村②邻里,同乡

lảng₁ đg ①躲开,溜走:Cứ trông thấy tôi là hắn lảng. 他看到我就躲。②打岔

lảng₂ t 耳朵背

lảng bảng t ①朦胧,沉沉②冷漠

lảng tai đg (因心不在焉)听不清

lảng tảng t 陆陆续续

lảng tránh đg ①躲避,避开②避免提及,回避

lảng trí đg 走神,跑神

lảng vảng đg 徘徊,转来转去

lãng đãng đg 浪荡,飘浮,飘悠

L

lãng mạn *t* 浪漫

lãng phí *đg* 浪费：lãng phí thời gian 浪费时间；lãng phí tiền bạc 浪费金钱

lãng quên *đg* 遗忘，忘却

lãng tử *t* 浪子，流浪汉

lãng xẹt *t* 无聊，乏味

láng₁ *đg* 急转：Bỗng nhiên xe láng sang bên phải. 车子突然向右急转。

láng₂ *đg* ①抹平：Nền nhà láng xi măng. 房子的地面抹水泥。②(阳光)普照，(水)漫溢 *t* 锃亮：da đen láng 黑亮的皮肤 *d* 单面丝光玄布

láng bóng *t* 锃亮，乌亮

láng cháng *đg* ①乱晃，瞎逛②胡乱，瞎来：nói láng cháng 瞎说一通

láng coóng *t* 锃亮；崭新

láng giềng *d* ①邻居，街坊②毗邻，相邻：nước láng giềng 邻邦

láng máng *t* 隐隐约约，模模糊糊

láng muốt *t* 滑腻

lạng₁ [汉] 谅

lạng₂ [汉] 两：lạng hai 二两：kẻ tám lạng người nửa cân 半斤八两

lạng₃ *đg* 切片，片肉

lạng₄ *t* 倾斜：lạng sang một bên 斜到一边

lạng chạng *đg* 踉踉跄跄

lạng lách *đg* (驾车)穿行，钻行

lạng quạng *t* 东倒西歪

lạng rạng *t* 天蒙蒙亮的

lanh₁ *d* 亚麻：vải lanh 亚麻布

lanh₂ *t* ①敏捷，快速：lanh chân lanh tay 快手快脚②聪敏，机灵

lanh chanh *t* 冒失，毛手毛脚

lanh lảnh *t* (声音)嘹亮，高亢

lanh lánh *t* (眼睛)乌溜溜

lanh lẹ *t* 敏捷，快捷

lanh lẹn *t* 轻快，敏捷，机灵

lanh lợi *t* 聪明，伶俐

lanh mồm lanh mép 伶牙俐齿

lanh tanh [拟] 咕噜

lành *t* ①完好，完整，完好无损：Không còn cái bát nào lành. 没一个碗是好的。②善良③吉祥，好：tin lành 好消息④温和：khí hậu lành 气候温和 *đg*

痊愈：Bệnh đã lành. 病已痊愈。

lành chanh *t* (性情)好胜，争强好胜

lành chanh lành chói *t* 厉害，任性，要强

lành chành *t* ①随便：Đồ đạc lành chành. 东西随便乱放。②东摸西摸

lành làm gáo, vỡ làm môi 物尽其用

lành lạnh *t* (天气)有点冷：Thời tiết lành lạnh. 天气有点冷。

lành lặn *t* 完整，完好

lành mạnh *t* 健康，康宁，良好：nếp sống lành mạnh 良好的生活方式

lành nghề *t* (技术)熟练，精湛

lành như bụt 菩萨心肠

lành tính *t* ①善良：cô gái lành tính 善良的姑娘②良性：u lành tính 良性肿块

lành trơn *t* 完好：Cái áo lành trơn. 这件衣服完好无损。

lảnh₁ *t* (声音)高亢，清脆，响亮

lảnh₂ *t* 偏僻，隐蔽

lảnh lảnh *t* (声音)嘹亮，高亢

lãnh [汉] 领

lãnh cảm *t* 冷漠；性冷淡的

lãnh đạm *t* 冷淡：thái độ lãnh đạm 态度冷淡

lãnh đạo *d* 领导：lãnh đạo các cấp 各级领导 *đg* 领导，引导

lãnh địa *d* 领地

lãnh hải *d* 领海

lãnh hội *đg* 领会

lãnh không *d* 领空

lãnh sự *d* 领事：lãnh sự quán 领事馆

lãnh thổ *d* ①领土，国土：bảo vệ lãnh thổ 保卫领土②地区：Dự hội nghị có chín quốc gia và lãnh thổ Đông Á. 参加会议的有东亚的九个国家和地区。

lãnh tụ *d* 领袖

lãnh vực *d* 领域

lánh₁ *đg* 闪避，躲避，回避

lánh₂ *t* 黑亮：đen lánh 黑亮黑亮的

lánh mặt *đg* 回避，避而不见：Mấy lần chị đều mượn cớ lánh mặt. 几次她都借故回避。

lánh mình *đg* 闪人，藏身，隐身

lánh nạn *đg* tránh nạn, trốn nạn

lạnh *t* ①冷: nước lạnh 冷水 ②发冷的: sợ lạnh cả người 怕得全身发冷 ③冷淡, 冷漠: giọng cứ lạnh như không 声音冷漠 ④冷色的

lạnh bụng *đg* 腹泻

lạnh buốt *t* 刺骨, 冰冷

lạnh dạ=lạnh bụng

lạnh gáy *t* (因害怕)脊梁骨冒凉气的

lạnh giá *t* 冰凉, 冰冷

lạnh lạnh *t* (天气)有点冷

lạnh lẽo *t* ①冷: Thời lạnh lẽo. 天气冷。②冷落, 冷清: căn phòng lạnh lẽo 房间冷清 ③冷淡: thái độ lạnh lẽo 态度冷淡

lạnh lùng *t* ①冰冷, 寒冷: đêm đông lạnh lùng 寒冷的冬夜 ②冷淡, 冷漠

lạnh ngắt *t* 冷森森, 冷飕飕

lạnh người *t* (害怕到)全身冒冷气

lạnh nhạt *t* 冷淡: thái độ lạnh nhạt 态度冷淡

lạnh như tiền 冷冰冰, 冷若冰霜

lạnh tanh *t* 冷清, 冷寂

lạnh toát *t* 冷峭, 冰冷

lạnh xương sống *t* 毛骨悚然

lao₁ [汉]劳

lao₂ [汉]痨 *d* 痨, 结核: bệnh lao 痨病

lao₃ *d* [汉]牢 *d* 厩, 栏, 牢: nhà lao 牢房

lao₄ *d* 镖, 镖枪 *đg* ①投, 掷: lao sào 掷标枪 ②冲, 冲刺: lao vào 冲入

lao chao *đg* 摇曳, 摇晃

lao công *d* 清洁工, 保洁员

lao dịch *d* [旧]劳役

lao đao *t* ①眩晕的, 昏头昏脑的 ②艰难, 窘迫

lao động *đg* 劳动: lao động quên mình 忘我劳动 *d* 劳动者, 劳动力, 劳工: thiếu lao động 缺乏劳动力

lao động chân tay *d* 体力劳动

lao động trí óc *d* 脑力劳动

lao khổ *t* 劳苦, 穷苦, 困苦

lao lung *d* [旧]牢笼 *t* 劳顿, 劳累

lao lực *đg* ①[旧]劳力 ②耗尽体力

lao màng óc *d* [医]结核性脑膜炎

lao ngục *d* 牢狱

lao nhao *đg*; *t* 吵闹, 嘈杂, 骚动: cười nói lao nhao 说笑声嘈杂

lao phiền *t* 辛劳

lao phổi *d* 肺痨

lao tâm khổ tứ 劳心费神; 苦思冥想

lao tù *d* [旧]囚牢

lao xao *t* 喧哗, 喧闹 [拟]沙沙, 哗哗: Gió thổi rừng cây lao xao. 风吹树林沙沙响。

Lào *d* [地]老挝(亚洲国家): tiếng Lào 老挝语

lào quào *t* 轻率, 轻举妄动(=láo quáo)

lào rào [拟]哗哗, 沙沙

lào xào [拟]叽叽咕咕: lào xào bàn tán 叽叽咕咕地议论

lảo đảo *đg* 踉跄, 趷趷撞撞

lão [汉]老 *t* ①老: ông lão 老头 ②(男人)上年纪的: lão nghệ nhân 老艺人 *d* ①老夫(老者自称) ②(扑克中的)大王

lão hoá *đg* 老化: chống lão hoá 抗老化

lão làng *d* (德高望重的)老者 *t* 德高望重的

lão luyện *t* 老练

lão thành *t* 老成, 练达; 老一辈的: nhà giáo lão thành 老一辈教育家

lão thị *d* 老花眼

lão tướng *d* 老将

láo *t* ①放肆, 无礼 ②虚假, 不实, 胡来: báo cáo láo 虚报

láo nháo *t* 混杂, 嘈杂, 混乱

láo quáo *t* 轻率, 轻举妄动: làm ăn láo quáo 处事轻率

láo xược *t* 轻慢, 无礼, 没大没小, 没家教

láo xạo [拟]嚓嚓, 咔嚓

láp nháp *t* 肮脏潮湿

lạp *d* 腊月

lạp xường *d* 腊肠

lát₁=lát hoa

lát₂ *d* 薄片: lát cá 鱼片

lát₃ *d* 一会儿: lát nữa 待会儿

lát₄ *đg* 铺, 贴: lát gạch 贴墙砖

lát chát [拟]乒乓; 噼啪

lát hoa *d* 麻楝

lạt₁ *d* 竹篾: lạt tre 篾条

lạt₂ *t* ①味淡：ăn lạt 口味淡②浅淡：màu xanh lạt 淡蓝色③淡薄：lạt tình 薄情

lạt lẽo *t* ①淡而无味，乏味②冷淡

Lạt ma *d* [宗] 喇嘛：Lạt ma giáo 喇嘛教

lạt mềm buộc chặt 以软制人；以柔克刚

lạt sạt [拟] 喇喇，嚓嚓

Latin (la-tinh) *t* 拉丁：tiếng Latin 拉丁语

lau₁ *d* 芦苇：lau lách 芦苇

lau₂ *đg* 揩擦，擦拭：lau bàn 擦桌子

lau chau *t* 匆匆

lau chùi *đg* 擦拭，揩擦：Bàn ghế được lau chùi sạch sẽ. 桌椅擦拭得很干净。

lau láu *t* 连珠炮似的，很流利：nói tiếng Anh lau láu 说英语很流利

lau sậy *d* [植] 芦苇

làu *t* ①熟，熟练：học thuộc làu 熟读②一尘不染：Bàn sạch làu. Bàn sạch làu. 桌子一尘不染。

làu bàu *đg* 嘟囔，嘟嘟囔囔嚷嚷

làu làu *t* ①滚瓜烂熟：Thuộc bài làu làu. 课文背得滚瓜烂熟。②一尘不染，滑溜溜

làu thông *đg* 熟练，谙通，精通

láu₁ *t* 鬼聪明，鬼机灵

láu₂ *t* 潦草：Chữ viết láu. 字写得潦草。

láu cá *t* 小聪明，鬼机灵

láu háu *t* 急切，匆匆

láu lỉnh *t* 调皮，鬼机灵，古灵精怪

láu nháu *t* 年幼无知，天真烂漫：lũ trẻ láu nháu 一群年幼无知的小孩

láu ta láu táu=láu táu

láu táu *t* 冒冒失失，轻率

lạu bạu *đg* 嘟囔

lay *đg* 摇动：lay chẳng chuyển 摇不动

lay chuyển *đg* 摇晃，摇动

lay động *đg* 摇动，晃动，动摇：quyết không lay động 决不动摇

lay hoay *đg* 捣鼓，折腾：Anh em lay hoay làm suốt buổi trưa. 兄弟们捣鼓了一中午。

lay láy *t* 非常黑，乌溜溜，乌黑

lay lắt₁ *đg* ; *t* ①摇曳，摇荡②奄奄一息，苟延残喘：ốm lay lắt mãi 病得奄奄一息

lay lắt₂ *t* 撂在一边的，搁置的，中止的

lay lứt *đg* ; *t* 艰苦，窘迫

lay nhay *t* ①柔韧，坚韧：Dao cùn cắt thịt lay nhay mãi không đứt. 钝刀切割肉，老是切不断。②拖沓，延宕：Công việc lay nhay mãi. 这工作老是拖拖沓沓没个完。

lay phay *t* 飘飘，飘洒 (也作 lay bay)

lay trời chuyển đất 翻天覆地

lẩy bẩy *đg* 颤抖，打战

lãy *đg* ①剥落②拉动

láy *đg* ①反复，赘述②重复，重叠

lạy *đg* 拜：Lạy ông ạ! 拜见老爷！

lạy cả nón *đg* [口] 甘拜下风

lạy lục *đg* 央求，恳求

lạy như tế sao [口] 连连叩拜

lạy tạ *đg* 拜谢

lạy van *đg* 恳求，哀求：Con lạy van bố tha cho. 儿子恳求父亲饶恕。

lắc₁ *đg* 摇，摆：lắc chuông 摇铃

lắc₂ *d* 镯子

lắc đầu *đg* 摇头

lắc đầu tắc lưỡi 摇头咋舌

lắc lê *d* [机] 扳子，螺丝扣

lắc lê vặn ống *d* [机] 管子钳

lắc lư *đg* 摇来晃去，摇晃，颠簸

lắc lưỡng *t* 摇摇欲坠

lắc rắc *t* 稀稀落落，零星：Mưa lắc rắc vài hột. 下着零星雨。

lặc lè *t* 沉重：gánh nặng lặc lè 担子沉重

lăm đăm *t* 直勾勾：mắt lăm đăm 直勾勾地看

lăm lăm *t* 意欲，企图，觊觎

lăm le *đg* 意欲，企图，觊觎

lăm lủi *t* 埋头，专注：lăm lủi đi 埋头赶路

lăm tăm *t* 不断冒泡的：Nước sôi lăm tăm. 水开后不断冒泡。

lăm xăm *t* 小碎步的

lằm bằm [拟] 叽叽咕咕

lằm lặm *đg* 蕴藏，怀抱

lẫm chẫm *t* 蹒跚：Cháu vừa lẫm chẫm biết đi. 孩子才蹒跚学步。

L

lăm nhăm *t* ①泥泞不堪,湿滑②坑坑
洼洼,凹凸不平

lắm *t* 多,许多: lắm người 人多 *p* 甚,
很: khổ lắm 很苦的

lắm chuyện *t* ①多事的②惹是生非的

lắm điều *t* 多事的,是非多的

lắm khi *t* 多次,常,经常

lắm lắm *p* 非常,很: Cảm ơn anh lắm
lắm. 非常感谢你。

lắm mồm *t* 多嘴多舌的,贫嘴的,嘴碎
的

lắm mồm lắm miệng 贫嘴饶舌

lắm thầy nhiều ma 人多误事

lắm tiền *t* 钱财多的,有钱的

lăn *đg* ①滚,滚动,打滚: xe lăn bánh
车轮滚动②摔倒: ngã lăn ra đất 摔
倒在地③冲入,冲进: lăn vào đám
cháy 冲进火海

lăn đùng *đg* 暴卒,猝倒

lăn đường *đg* ①碾路,压路②滚地(殡
葬习俗)

lăn kềnh *đg* 仰跌,仰翻

lăn lóc *đg* ① 打滚,乱滚,翻滚: Cái
chai lăn lóc trên đất. 瓶子在地上乱
滚。②随意放,随意做: Sách vở bị
vứt lăn lóc khắp nhà. 书本被丢得满
屋子都是。③混迹

lăn lộn *đg* ①打滚,辗转反侧,左右翻
滚: lăn lộn dưới đất làm vạ 在地上
打滚耍赖②滚打,锤炼

lăn lưng *đg* 置身于,全身心投入: lăn
lưng ra làm 全力去干

lăn quay *đg* 横躺

lăn queo *đg* 蜷伏

lăn tay *đg* 按指印

lăn tăn₁ *t* ①泛起涟漪的②细密

lăn tăn₂ *t* 微痒: cổ ngứa lăn tăn 喉咙
微痒

lăn xả *đg* 猛冲,猛扑

lằn *d* 痕,痕迹

lằn ngoằn *t* 蜿蜒

lằn xếp *d* 折痕

lắn *đg* 扎紧: buộc lắn 扎得紧紧的 *t*
结实

lẵn *t* 平坦,平滑

lặn *đg* ①潜水: thợ lặn 潜水员②消退,

消失: Nốt đậu lặn rồi. 痘疮消了。③
降落,下落: lúc mặt trời lặn 日落时

lặn hụp *đg* 摸爬滚打: Anh lặn hụp
mấy năm trời. 他摸爬滚打了几年。

lặn lội *đg* ① 打滚: Đàn trâu lặn lội
dưới bùn. 牛群在泥土里打滚。②跋
涉③钻研

lặn suối trèo non 跋山涉水

lăng₁ [汉] 凌,棱

lăng₂ [汉] 陵 *d* 陵墓,陵寝

lăng₃ *đg* 凌迟: lăng trì 凌迟

lăng₄ *đg* 投,扔: lăng lựu đạn 投手榴弹

lăng₅ *d* [汉] 棱,棱角: lục lăng 六棱

lăng₆ *t* 寒冷

lăng căng *t* 浪荡,瞎逛,浪游

lăng chuỳ *d* 棱锥形

lăng kính *d* ①三棱镜②有色眼镜

lăng líu [拟] 喁啾: chim hót lăng líu
鸟儿喁啾 *t* 纠缠不清: nợ nần lăng
líu 债务缠身

lăng mạ *đg* 谩骂,辱骂

lăng miếu *d* 帝陵,帝王庙

lăng mộ *d* 陵墓

lăng nhăng *đg* 招蜂引蝶,轻浮相处,
放荡相处: chơi bời lăng nhăng 放浪
玩乐 *t* 乱七八糟,不伦不类

lăng nhăng lít nhít *t* 杂七杂八

lăng nhục *đg* [旧] 凌辱,污辱

lăng quăng₁ *t* 胡乱的,没目的的

lăng quăng₂ *d* 孑孓

lăng tẩm *d* 陵寝

lăng trụ *d* 棱柱,角柱

lăng xa lăng xăng *đg* 瞎掺和,瞎忙乎

lăng xăng *đg* 匆忙,忙碌

lằng nhằng *t* ①缠着②拖沓③平常,平
淡: sức học lằng nhằng 学识平常

lằng quằng *t* 歪歪扭扭

lẳng₁ *đg* 抛,丢,甩: lẳng hòn đá 抛石
头

lẳng₂ *t* 轻佻,风骚,不正经

lẳng khẳng *t* 细高个儿,(身材)瘦长:
vóc người lẳng khẳng 身材瘦长

lẳng lặng *t* 静静,默默

lẳng lơ *t* 轻浮,轻佻,风骚

lẳng nhẳng *t* 拖沓

lẵng *d* 篮子: lẵng hoa 花篮

lãng đãng *đg* ①纠缠，缠绕②虚掷，虚耗

lãng nhãng *đg* 纠缠，缠绕

lắng₁ *đg* ①沉淀：để cho lắng rồi hãy chắt 等沉淀后再滤干②平息

lắng dịu *đg* 缓和：Thái độ đã có phần lắng dịu xuống. 态度有所缓和

lắng đắng *t* ①积压的，迟滞的：Hàng lắng đắng mãi ở đây. 货老在这里压着。②不顺的，麻烦的：tình duyên lắng đắng 感情多舛

lắng đọng *đg* ①积淀，沉淀：phù sa lắng đọng 泥沙淤积②沉积，留存

lắng nghe *đg* 倾听，谛听：lắng nghe ý kiến bất đồng 倾听不同意见

lắng nhắng *đg* 炫示，炫弄，炫耀

lắng tai nghe *đg* 侧耳听，洗耳恭听

lắng xắng *đg* 围着转

lặng *t* ①静止：Gió lặng. 风停了。②呆愣：Nghe tin nó lặng người đi. 听到消息她愣了。

lặng câm *t* 缄默

lặng im *đg* 静默，静静

lặng lặng *đg* 静静，默不作声

lặng lẽ *t* 静悄悄：lặng lẽ ra đi 静悄悄地走了

lặng lờ *t* 静静，平静

lặng ngắt *t* 寂静，冷寂，清冷

lặng như tờ *t* 寂静无声

lặng phắc *t* 寂静，毫无动静

lặng phăng phắc *t* 寂寥，冷清

lặng thinh *đg* 缄默，沉默，静默：Cậu ấy lặng thinh không lên tiếng. 他始终保持缄默。

lặng tiếng im hơi 偃旗息鼓，悄无声息

lặng yên *t* 安静：ngồi lặng yên 安静地坐着

lắp₁ *đg* 安装：lắp máy 装机

lắp₂ *đg* 重复，反复

lắp₃ *d* 机芯，车轴：Xe gãy lắp. 车轴断了。

lắp ba lắp bắp *đg* 结结巴巴，吞吞吐吐

lắp bắp *đg* 结巴

lắp đặt *đg* 安装

lắp ghép *đg* 拼装，拼接

lắp lại *đg* 反复，重复：lắp lại luận điệu

cũ rích 老调重弹

lắp ráp *đg* 组装：lắp ráp ô tô 组装汽车

lắp xắp₁ *t* ①（水）接近的，差不离儿的：Thùng nước đầy lắp xắp. 桶里的水快溢出来了。②（尺寸）相差无几，差不多大小

lắp xắp₂ *t*（走动步幅）短，快

lặp *đg* 重复，反复

lặp bặp *đg* 哆嗦

lắt *đg* 切，割：lắt miếng thịt 切一块肉 *p* 迅速地，利索地

lắt lay *t*；*đg* 摇动，摇晃

lắt lẻo *t* 晃悠悠：treo lắt lẻo 晃悠悠地挂着

lắt léo *d* 膝盖骨 *t* 曲折，弯曲：đường đi lắt léo 道路曲折

lắt nhắt *t* ①零碎，细小：công việc lắt nhắt 零零碎碎的工作②细密

lắt xắt *t* ①持续不停：làm lắt xắt luôn tay 手脚不停地干②小肚鸡肠

lặt *đg* ①择，捡：lặt rau 择菜②骗：lặt lợn 骗猪

lặt vặt *t* 琐碎，零零碎碎

lắc cắc *t* 没大没小，放肆

lắc láo *đg* 贼眉鼠眼：东张西望

lâm₁ [汉] 淋

lâm₂ [汉] 临 *đg* ①陷入，遭遇：lâm nạn 遇难②临，面临：đăng lâm 光临

lâm₃ [汉] 林 *d* 林：lâm sinh 生态林

lâm bệnh *đg* 患病，染病

lâm bồn *đg* 临盆

lâm chung *đg* [旧] 临终

lâm dâm *t* ①绵绵细雨的②隐隐，轻微：lâm dâm đau bụng 肚子隐隐作痛

lâm li *t* 凄切，悲伤

lâm nạn *đg* 临难，遇难

lâm nghiệp *d* 林业

lâm nguy *đg* 临危，面临危难

lâm phần *d* 林区，林分

lâm sản *d* 林产，林业产物

lâm sàng *d* 临床：lâm sàng học 临床学

lâm sự *đg* 遇事：bình tĩnh khi lâm sự 遇事要冷静

lâm thâm *t*（雨）蒙蒙的，毛毛的

lâm thời *t* 临时的

lâm trận *đg* 临阵

lâm trường *d* 林场

lâm việc *đg* 遇事，遇到有事

lâm viên *d* 森林公园：lâm viên quốc gia 国家森林公园

lầm₁ *d* 污泥，泥泞 *t* 满身污泥的，泥泞不堪的

lầm₂ *đg* 误会，误解，出差错

lầm bà lầm bầm 嘟嘟囔囔，絮絮叨叨

lầm bầm *t* 喃喃自语

lầm đường *đg* ①迷途，迷路：Chú lầm đường rồi. 你走错路了。②（政治上）站错位置，搞错方向

lầm đường lạc lối 误入歧途

lầm lạc *đg* 误入歧途

lầm lầm *t* 愠怒，沉着脸，拉长着脸：mặt giận lầm lầm 满脸怒容

lầm lẫn *đg* 混淆，弄错

lầm lì *t* 沉默寡言

lầm lỗi *đg*；*d* 错误，过错，过失

lầm lội *t* 泥泞

lầm lộn=**lầm lẫn**

lầm lỡ *đg* 失误：lầm lỡ bước đường 误入歧途 *d* 过失

lầm lũi *t* 静静的，悄悄的

lầm lụi *t* 埋头地（赶路）

lầm rầm *t* 喃喃细语的，小声的：lầm rầm mình nói mình nghe 喃喃地自说自话

lầm than *t* 涂炭（极其困苦）

lẩm *đg* 私吞，偷吃：Các lão lẩm hết cả công quĩ. 他们私吞公款。

lẩm bẩm *đg* 喃喃自语

lẩm ca lẩm cẩm *t* 稀里糊涂的，糊里糊涂的

lẩm cẩm *t* 糊涂，健忘

lẩm nhẩm *đg* 喃喃自语

lẫm *d* 仓廪：lẫm thóc 粮仓

lẫm bẫm *t* 蹒跚：lẫm bẫm tập đi 蹒跚学步

lẫm cẫm *t* ①糊涂，老年痴呆②（行走）颤巍巍

lẫm chẫm *t* 蹒跚，趔趄

lẫm liệt *t* 凛然，凛凛

lấm *d* 稀泥 *đg* 沾泥，弄脏：Quần áo lấm bê bết. 衣服沾满了稀泥。

lấm bùn *đg* 沾泥，弄脏

lấm chấm *t* 斑斑点点的

lấm la lấm lét=**lấm lét**

lấm láp *t* 污秽，污浊

lấm lem *t* 污渍斑斑的

lấm lét *t* 贼眉鼠眼

lấm mình *t*［口］［生］（妇女）经期的

lấm tấm *t* 星星点点的：mồ hôi lấm tấm 汗珠点点

lậm lụi *t* 埋头苦干

lân₁［汉］邻，麟，磷

lân₂ *đg* 侵占，过界

lân₃ *đg* 怜：đồng bệnh tương lân 同病相怜

lân bang *d* 邻邦

lân cận *t* 邻近的：các nước lân cận 邻国

lân la *đg* 套近乎，拉关系

lân tinh *d* 磷：lân tinh đỏ 红磷（赤磷）

lần₁ *d* ①趟，次：nhiều lần 多次②重，道，层：mấy lần cửa 几道门③（是原来的X）倍：tăng gấp ba lần 是原来的三倍

lần₂ *đg* ①沿着，顺着：bước lần theo con sông 沿着小河走②摸索：lần tiền lẻ trong túi 在兜里摸索零钱

lần₃ *p* 逐渐，渐渐（=dần₃）

lần chần *đg* 拖泥带水，不利索

lần hồi *p* 混日子，打发日子，度日

lần khân *đg* ①拖延，拖拉：Anh lần khân mãi không chịu trả nợ. 他拖着不肯还债。②恳求

lần khần *t* 拖拖拉拉，磨磨蹭蹭

lần lữa *đg* 迟延，延缓，拖宕

lần lựa *đg* 拖延，拖沓

lần lượt *p* 轮流，陆续，依次

lần mò *đg* 摸索，追寻：lần mò trong đêm tối 在黑夜里摸索

lần thần *t* 呆愣的

lần trước bị đau, lần sau phải chừa 吃一堑，长一智

lẩn *đg* ①溜，躲避，避开：nói lẩn đằng khác 避开不谈②混迹

lẩn bẩn *đg* 转悠，转来转去（=lần quần）

lẩn khuất lẩn quần *đg* 隐藏，隐匿，隐

蔽,隐没

lẩn lút *đg* 东躲西藏,躲藏

lẩn mẩn *t* 琐碎,烦琐

lẩn như trạch *đg* ①溜得快②能躲就躲

lẩn quẩn *đg* 徘徊,转圈圈

lẩn quất *đg* 隐匿,躲藏

lẩn tha lẩn thẩn *t* 糊涂,迷糊

lẩn thẩn *t* 迟钝,呆痴

lẩn tránh *đg* 躲避,回避: không nên lẩn tránh vấn đề 不应回避问题

lẩn trốn *đg* 潜逃,藏匿

lẩn vẩn *đg* 徘徊

lẫn *đg* ①不清楚,犯糊: Người già hay bị lẫn. 人老了容易犯糊。②混淆,混杂: Gạo tốt lẫn gạo xấu. 差米与好米混在一起。 *p* 相互: giúp đỡ lẫn nhau 互相帮助 *k* 与,和,跟

lẫn cẫn *t* 老糊涂,健忘

lẫn đẫn *t* ①迟钝,呆钝,糊涂②多舛: cuộc đời lẫn đẫn 命运多舛

lẫn lộn *đg* ①混淆,混杂: lẫn lộn phải trái 混淆是非②错杂,夹杂

lẫn nhau *p* 互相: hỏi thăm lẫn nhau 互相问候

lẫn quẫn *đg* 转来转去

lấn *đg* ①侵占,侵蚀: lấn đất 兼并土地②挤: lấn tới trước 往前挤

lấn áp *đg* 欺压,欺凌

lấn át *đg* 欺压,排挤

lấn bấn *t* 忙乱,忙碌

lấn cấn *t* 有顾虑的: Tư tưởng còn nhiều lấn cấn. 思想上还有许多顾虑。

lấn chiếm *đg* 侵占,僭越

lấn quấn *đg* 绕圈;眷顾: Cả đàn bị lạc trong rừng lấn quấn trở đi trở lại mãi. 一群人在森林里迷了路,绕来绕去转不出来。

lận₁ *đg* 蒙骗

lận₂ *đg* (在身上)塞,藏

lận bận *t* ①繁忙②不顺

lận đận *t* 多舛,不顺,潦倒

lâng lâng *t* 瞟来瞟去的

lâng lâng *t* 轻松,舒畅,飘飘然: đầu óc lâng lâng 心情舒畅

lấp *đg* ①填: lấp hồ 填湖②埋没,掩住:

Cỏ dại lấp cả lối đi. 野草把路都盖住了。③淹没,压倒: Tiếng cười lấp cả tiếng nói. 笑声淹没了说话声。

lấp la lấp lửng *t* 闪烁不定,犹豫不决

lấp lánh *t* 闪烁: đèn màu lấp lánh 彩灯闪烁

lấp lênh *đg* (水)起伏,荡漾

lấp liếm *đg* 掩盖,掩饰

lấp ló *đg* 若隐若现,时隐时现

lấp loá *đg* 闪光;闪烁: nắng lấp loá 阳光刺眼

lấp loáng *t* 时强时弱,闪烁

lấp lú *t* 一时糊涂(=lú lấp)

lấp lửng *t* ①荡漾的,起伏的,漂浮的②模棱两可,左右摇摆: ăn nói lấp lửng 说话模棱两可

lấp xấp *t* [方]差不多,即将要

lập [汉]立 *đg* ①立,成立,建立: lập gia đình 成家②树立,创立,创造: lập kỉ lục mới 创造新纪录

lập bập *đg* (唇齿)打战

lập cập *t* ①哆嗦不止的②匆忙: đi lập cập 行色匆匆

lập chí *đg* 立志: lập chí thành tài 立志成才

lập công *đg* 立功: lập công chuộc tội 立功赎罪

lập dập *t* 临时,不完整

lập dị *t* 特别,不同: tính cách lập dị 性格特别

lập đông *d* 立冬(二十四节气之一)

lập giá *đg* 定价: Hàng nhập về, chờ lập giá. 刚进的货,等着定价。

lập hạ *d* 立夏(二十四节气之一)

lập kế =**lập mưu**

lập là *d* 平底锅

lập lại *đg* ①重建②恢复: lập lại quan hệ bình thường 恢复正常关系

lập loè *t* 一闪一闪的,忽闪忽闪的

lập lờ *t* ①漂浮,半沉半浮②含糊,模棱两可: thái độ lập lờ khó hiểu 态度含糊不明

lập lờ hai mặt 模棱两可

lập luận *đg* 立论,论证

lập mưu *đg* 设谋,谋划,策划

lập nghiệp *đg* 立业: giúp đỡ thanh

L

niên lập nghiệp 帮助青年立业

lập pháp đg 立法

lập phương d ①立方体②［数］立方

lập sổ đg［经］造册

lập thể d［数］立体形

lập thu d 立秋（二十四节气之一）

lập trình đg 编程: lập trình viên 程序员

lập trường d 立场

lập tức p 马上, 立即

lập xuân d 立春（二十四节气之一）

lất phất t 飘扬的, 飘动的②轻而细小的, 飘忽的

lất lơ t 笃定

lất lơ lất lửng 岌岌可危

lất lửng t 摇晃的, 飘浮的

lất lưỡng t 漂泊的, 飘浮不定的

lật đg ①翻转, 翻倒: lật nắp 翻开盖子②逆转③推翻

lật bật₁ đg 发抖, 哆嗦: run lật bật 簌簌发抖

lật bật₂ p 匆匆: đi lật bật 步履匆匆

lật dù đg ①搞砸, 搞坏: làm ăn bị lật dù 做生意做砸了② 推翻, 颠覆

lật đà lật đật t 匆匆忙忙

lật đật t 匆忙, 仓促: Lúc nào cũng lật đật. 什么时候都匆匆忙忙的。d 不倒翁

lật đổ đg 推翻, 颠覆

lật lọng đg 背信弃义

lật lờ đg 东倒西歪

lật mặt đg 翻脸

lật ngửa đg 翻覆, 翻个儿

lật sật t ①(饭)半生不熟的, 夹生的②(食物)有嚼头的

lật tẩy đg 揭底, 揭穿: Hành vi đối trá đã bị lật tẩy. 欺诈行为已被揭穿

lật úp đg 倾覆, 翻个儿: Tàu bị lật úp. 船翻了个儿。

lâu₁［汉］喽

lâu₂ t 长久,（时间）较长: chờ lâu 久等

lâu₃［汉］楼 d 楼, 楼阁: lâu đài 楼台

lâu dài t 长久, 长远, 持久

lâu đài d 亭台楼阁

lâu đời t 悠久: truyền thống văn hoá lâu đời 悠久的文化传统

lâu la₁ d 喽啰

lâu la₂ t 不久, 不长

lâu lắc = lâu la₂

lâu lâu p 偶尔, 时不时, 间或: Lâu lâu anh mới về thăm nhà một lần. 他偶尔才回家一次。

lâu nay d 很久以来, 一直以来

lâu năm d 长年, 多年

lâu năm chầy tháng 长年累月

lâu ngày d 长时间, 长久

lâu nhâu đg 凑集, 群集, 聚集

lầu₁ d ①楼房②［方］(第二层以上的)楼层: lầu một 二楼

lầu₂ t 顺溜: thuộc lầu 滚瓜烂熟

lầu bầu đg 嘟囔, 嘟嘟囔囔(=làu bàu)

lầu nhầu đg 嘀咕, 嘟囔

lẩu d 火锅: lẩu bò 牛肉火锅; ăn lẩu 吃火锅

lẩu bẩu đg 嘟囔, 嘟嘟囔囔(=làu bàu)

lậu₁［汉］漏

lậu₂ d 淋病

lậu₃ t ①私下的, 逃避管制的: buôn lậu 走私; sách in lậu 盗版书②陋: gian lậu 简陋

lậu bậu đg 嘟哝

lậu chi đg (国内资金)外流

lây đg ①传染: bệnh hay lây 传染病②感染, 牵累, 连累③ 沾光

lây bây t 乱糟糟, 杂乱无章

lây dây t 拖沓: làm việc lây dây 办事拖沓

lây lan đg 蔓延, 传染: bệnh dịch lây lan 疫情蔓延

lây lất t 奄奄一息

lây nhây t 拖沓, 迟延: Việc để lây nhây mãi không giải quyết. 事情老拖着不解决。

lây nhiễm đg 传染

lây rây t 霏霏细雨的

lây truyền đg 传染: lây truyền qua đường hô hấp 通过呼吸道传染

lầy d 稀泥: đường lầy 道路泥泞 t 黏糊

lầy bẩy t 拖沓, 迟疑

lầy lội t 泥泞: đường sá lầy lội 泥泞的道路

lầy lụa *t* 恬不知耻的,臭不要脸的

lầy lụa *t* 黏糊糊(=nhầy nhụa)

lầy nhầy *t* 黏糊糊 *đg* 嘟囔:nói lầy nhầy suốt ngày 整天嘟嘟囔囔

lẫy *đg* ①剥落,使脱落: lẫy hạt bắp 剥玉米②弹拨,扣弦: Tay lẫy phím đàn. 手拨琴键。③摘抄,摘录

lẫy bà lẫy bẫy *t* 颤颤巍巍

lẫy bẫy *t* 发抖的(也作 bẫy rẫy)

lẫy₁ *d* (枪或弩)扳机 *đg* 扣扳机

lẫy₂ *đg* (婴儿)翻身

lẫy₃ *đg* 生气:nói lẫy 生气地说

lẫy lừng *t;đg* 显赫(=lừng lẫy)

lấy *đg* ①取,拿: lấy khăn lau mặt 取毛巾擦脸②收取,赚取,征收: cho vay lấy lãi 贷款取息③占取,占领④凭借,用: lấy mét làm đơn vị 以米为单位⑤索价: Con gà này bà lấy bao nhiêu？这只鸡你卖多少钱？⑥求取,索取: lấy chữ kí 征集签名⑦征募: Trường còn lấy thêm sinh viên mới. 学校还要多招新生。⑧迎娶,嫁,娶: lấy chồng lấy vợ 嫁夫娶妻 *p* 亲自,自个儿: Tôi làm lấy một mình. 我自己干。

lấy chồng *đg* 嫁人,出嫁

lấy có *đg* 装门面,做样子

lấy công chuộc tội 将功赎罪;将功折罪

lấy cớ *p* 以⋯为借口

lấy của đức ông đem đi cúng Phật 借花献佛

lấy cung *đg* 讯问,审讯,问供

lấy danh=lấy tiếng

lấy đầu cá vá đầu tôm 拆东墙补西墙

lấy độc trị độc 以毒攻毒

lấy được *k* 只要⋯就行

lấy giọng *đg* ①起音,定调②用⋯声调,以⋯口气: cố lấy giọng thật bình tĩnh 尽量用平静的口气说

lấy giống *đg* 配种

lấy hàng *đg* 取货,拿货,购买

lấy hơn bù kém 取长补短

lấy lãi *đg* 牟利,营利

lấy lại *đg* 收回,收复

lấy làm *đg* 引以,感到,认为: lấy làm hân hạnh 引以为荣; lấy làm phải cho là正确的

lấy lệ [口] 例行公事,做样儿,应付

lấy lòng *đg* 讨好,取悦

lấy máu *đg* 抽血

lấy mẫu *đg* 取样: điều tra lấy mẫu 抽样调查

lấy mình làm gương 以身作则

lấy nhau *đg* 结婚

lấy ơn báo oán 以德报怨

lấy thịt đè người 仗势欺人

lấy rồi [口] 应付地,马虎地

lấy thế *đg* 倚势,仗势

lấy thúng úp voi 欲盖弥彰

lấy tiếng *đg* 图名: làm lấy tiếng 挂个名儿

lấy vần *đg* 押韵

lấy vợ *đg* 娶妻: lấy vợ đẻ con 娶妻生子

lậy *đg* 拜(=lạy)

L/C (Letter of Credit) 信用证

lc *đg* 伸,吐(舌斗)

le lói *đg* 发出微弱的光

le ngoe *t* 极少,稀疏

le te₁ *t* 低矮,矮小: thấp le te 矮矮的

le te₂ *t* 短快,敏捷: chạy le te 快步跑

le te₃ [拟] 喔喔(公鸡打鸣声)

lè₁ *đg* ①吐,伸(舌头): lè lưỡi liếm 伸舌舔②吐出

lè₂ *p* (视觉上)过于,还,太: Quả còn xanh lè đã hái. 果子还很生就摘了。

lè lẹ *t* 急促,快: mở cửa lè lẹ lên 快开门

lè nhà lè nhè=lè nhè

lè nhè *đg;t* 口齿不清: khóc lè nhè 哭诉不停

lè tè *t* 矮矬矬

lè xè [拟] (树叶)沙沙

lẻ *t* ①单数的,奇数的: số lẻ 奇数 单数双数②[数] 零头: một trăm lẻ bốn 一百零四③零星,零碎: tiền lẻ 零钱 *d* 升(容量单位)

lẻ loi *t* 孤单,孤独: lẻ loi một mình 孤单一人

lẻ nhẻ *t* ①(不停)诉说②零星,稀疏

lẻ tẻ *t* 分散，零散

lẽ₁ *d* 道理，理由，缘故：trái lẽ 理亏

lẽ₂ *d* 小老婆，妾

lẽ nào *p* 岂可，岂能，怎能

lẽ phải *d* 真理，正理；公道

lẽ ra 按理，照理

lẽ tất nhiên *t* 必然，理所当然

lẽ thường *d* 常理，常规，常情

lé *đg* 斜视，睨：lé mắt nhìn 斜眼看

lé mé *t* 靠近的，贴近的

lẹ *t* 快速，敏捷：làm lẹ 做得快

lẹ làng *t* 轻快，敏捷

lẹ mắt *t* 眼快的

lem *t* 脏，污: Mặt lem than bụi. 脸沾满煤灰。

lem ba lèm bèm 粗枝大叶；不拘小节

lem lém *t* 嘴碎的，嘴快的，喋喋不休

lem lém *đg* 迅速蔓延: Nước cứ dâng lên lem lém. 水迅速往上涨。*t* 快嘴，多话: cái mồm lem lém 嘴巴说不停

lem luốc *t* (身体或衣服) 到处脏污: mặt mày lem luốc 满脸污渍

lem nhem *t* ①脏兮兮②随意，随性

lèm bèm *t* ①粗心大意②(说话) 小气，狭隘，不大方: ăn nói lèm bèm 说话小气

lèm nhèm *t* ①脏污，不洁②不明不白：稀里糊涂③不起眼，平庸

lém₁ *đg* (火势) 快速外延

lém₂ *t* 嘴快: nói lém 连珠炮似的说

lém lém *t* 嘴碎，喋喋不休

lém lỉnh *t* 嘴巧的

lém như cuội *t* 巧舌如簧

lẹm *t* 凹陷；崩缺: Thước kẻ có nhiều chỗ lẹm. 尺子上有多个缺口。

len₁ *d* 毛线，毛料: áo len 毛衣; chăn len 毛毯

len₂ *d* 小铁锹

len₃ *đg* 挤入，穿过: len vào đám đông 挤进人群里

len chân *đg* 插足，涉足，挤进

len dạ *d* 毛料，呢绒

len đan *d* 毛线

len lét *t* 畏首畏尾，畏畏缩缩

len lỏi *đg* 穿过，挤进，穿插

len mình *đg* 跻身，加入

len ten *t* ①破碎②小碎步的③不起眼的，不重要的

lèn₁ *d* 峭壁

lèn₂ *đg* 填，塞，堵: lèn bông vào gối 塞棉花到枕头里

lèn quèn *t* ①稀疏，零星: lèn quèn vài ngôi nhà 零星几间屋②破败，潦倒

lẻn *đg* 潜入，潜行: lẻn vào nhà 潜入屋里

lẻn lút *đg* 躲藏，偷偷摸摸地做

lén *đg* ①(悄悄地，偷偷地，暗地里) 做: làm lén 偷偷摸摸地干②潜入，潜行

lén lút *t* 偷偷，私下里

leng teng [拟] 叮叮当当 *t* 乱糟糟

lẻng xẻng [拟] 哗啦啦: Tiền xu lẻng xẻng trong túi. 兜里的硬币 "哗啦啦"响。

léng phéng *t* 轻浮，不正经

leo *đg* 攀，爬，登: leo núi 爬山 *d* 攀生: cây leo 攀生植物

leo cau đến buồng 即将成功，胜利在望

leo heo *t* ①火光微弱，昏暗②零散，零星

leo lẻo *t*;*p* ①清澈②油嘴滑舌

leo lét *t* (火光) 微弱: ngọn đèn leo lét 微弱的灯火

leo teo *t* 零散，零星

leo thang *đg* 攀升，升级: chiến tranh leo thang 战争升级

leo trèo *đg* 攀登，登爬

lèo₁ *d* 帆绳；风筝的横线

lèo₂ *d* 奖赏: tranh lèo 夺奖

lèo₃ *đg* 续添，添加

lèo khoèo *t* 细而瘦

lèo lá *t* 油滑: ăn ở lèo lá 滑头滑脑

lèo lái *đg* 舵和桨 *đg* 操舵划桨

lèo ngoèo *t* ①蜿蜒，歪歪扭扭②零星，稀疏

lèo nhèo *t* 皱皱巴巴 *đg* 央求，纠缠

lèo phèo *t* 零星，稀稀落落

lèo quèo *t* 蜿蜒

lèo tèo=leo teo

lẻo₁ *đg* 切，割: lẻo một miếng thịt 割块肉

lẻo₂ *t* 油嘴滑舌: lẻo miệng 油嘴滑舌

léo khẻo *t* 孱弱的,瘦弱的

léo khoẻo *t* 高高瘦瘦

léo lót *t* 单薄,瘦弱

léo mép *đg* 夸夸其谈

léo ngoẻo *t* ①瘦弱②歪歪斜斜③散乱,东倒西歪

léo₁ *đg* 缠紧,绕紧

léo₂ *đg* 僭越

léo₃ *đg* ①牵扯,牵连: đừng có léo tôi vào đó 别把我扯进去②转到,引开

léo héo *đg* 靠近,接近: Không ai được léo héo đến đó. 谁都不准靠近那个地方。

léo lắt *d* 膝盖骨 *t* 曲折,弯曲(=lắt léo)

léo nhéo *đg* 嚷嚷,嘈杂

lẹo *d* 针眼,睑腺炎,麦粒肿

lẹo nhẹo *t* 纠缠的,复杂的

lẹo quẹo *t* 曲折的,弯曲的

lẹo tẹo *p* ①瞬间,倏忽: Lẹo tẹo mà đã hơn một năm rồi. 转眼间一年多了。②慢慢,逐渐: Lẹo tẹo rồi hai người lại hoà thuận với nhau. 慢慢地两人又和好了。 *t* 不清不楚

lép *t* ①不结实的,不饱满的: thóc lép 秕谷②瘪: bụng lép 肚子瘪③(炮、弹)哑的④认输的: chịu lép một bề 甘居人下

lép bép *đg* 絮絮叨叨 [拟]噼里啪啦

lép kẹp *t* 瘪塌塌: Bụng đói lép kẹp. 肚子饿瘪了。

lép như trấu 甘拜下风

lép vế *đg* 低人一头,抬不起头,甘拜下风

lép xép=lép bép

lẹp xẹp *t* 瘪塌塌

lét *đg* 瞟,瞥: lét mắt nhìn 瞥一眼

lét chét *t* 多嘴的

lét lét *t* 畏首畏尾,畏畏缩缩(=len lét)

lẹt bẹt=lẹt đẹt

lẹt đẹt₁ *t* (声音)稀疏,零落: tiếng vỗ tay lẹt đẹt 稀稀拉拉的掌声

lẹt đẹt₂ *t* 落后,逊色,滞后: hành động lẹt đẹt 行动迟缓

lê₁ *d* 梨子

lê₂ *d* 刺刀: đâm lê 刺杀

lê₃ *đg* ①跋拉: kéo lê đôi giày rách 跋

拉着一双破鞋子②匍匐

lê₄ [汉] 黎 *t* ①黧黑②众: lê dân 黎民

lê la *đg* ①(小孩)爬地,蹭②屁股沉(走到哪儿坐到哪儿)

lê lết *đg* (肢体)绵软,瘫软

lê thê *t* 长长的,很长的: dài lê thê 长长的

lề₁ *d* ①订书线②页边,书眉: ghi vào trên lề trang giấy 写在书眉上③便道,边缘

lề₂ *d* 惯例,风俗,习惯: Đất lề quê thói. 乡有乡例,族有族规。

lề đường *d* 便道,人行道

lề lối *d* 格式,方式,方法,作风: chấn chỉnh tác phong lề lối làm việc 调整工作作风

lề luật *d* 规则,条例,法制,条令

lề mà lề mề 拖拖沓沓,拖拖拉拉

lề mề *t* 拖沓,迟滞,拖拉

lề rề *t* 慢吞吞

lề sách *d* ①书脊②书眉,页面空白处

lề thói *d* 风气,习俗

lề xồ *t* 不修边幅,邋里邋遢 *đg* 瞎晃,东游西逛

lễ [汉] 礼 *d* ①礼,仪式: lễ khánh thành 落成典礼; cử hành lễ cưới 举行婚礼②礼物,礼品,赠品; cúng lễ 供品③礼节,礼貌,礼数 *đg* 拜,礼拜;做礼拜

lễ an táng *d* 葬礼,安葬仪式

lễ bái *đg* 祭拜,祭祀

lễ cưới *d* 婚礼: làm lễ cưới 举办婚礼

lễ đài *d* 观礼台

lễ đăng quang *d* 加冕典礼

lễ đón *d* 欢迎仪式

lễ độ *d* 礼度,礼貌,礼节

lễ đường *d* 礼堂: đại lễ đường 大礼堂

lễ Giáng sinh *d* 圣诞节

lễ giáo *d* 礼教

lễ hỏi *đg* 提亲

lễ hội *d* 节日,庙会,庆祝活动

lễ khai giảng *d* 开学典礼

lễ khai trương *d* 开业典礼,开张仪式

lễ lạt *d* ①礼物,赠品,礼品②礼仪,典礼

lễ mễ *t* 步履沉重

lễ nghi *d* [旧]礼仪

lễ phẩm *d* 礼品

lễ phép *d* 礼貌,礼节

lễ phục *d* 礼服

lễ tang *d* 丧礼: ban lễ tang 治丧委员会

lễ tân *d* 礼宾,接待员

lễ tiết *d* 礼节

lễ truy điệu *d* 追悼会

lễ vật *d* ①礼物,礼品②祭品

lễ viếng *đg* 拜谒,瞻仰,告别(仪式)

lệ₁ [汉] 隶,丽,励,厉

lệ₂ [汉] 例 *d* 规则,法规,规定: cựu lệ 旧例

lệ₃ [汉] 泪 *d* 眼泪: rơi lệ 落泪

lệ bộ *d* (必需的)物件或物品

lệ làng *d* 乡俗,乡规

lệ phí *d* 手续费

lệ thuộc *đg* 隶属,从属,附属

lệ thường *d* 常例,惯例

lếch tha lếch thếch *t* 邋里邋遢

lếch thếch *t* 邋遢

lệch₁ *d* 海鳝,尖头鳗鱼

lệch₂ 歪,偏,斜: hiểu lệch 理解错

lệch kệch *t* (物品)笨重,庞大: chiếc va-li lệch kệch 笨重的行李箱

lệch lạc *t* 偏差；歪斜: Bức tranh treo lệch lạc. 画挂歪了。

lệch phía *đg* 偏袒,偏向

lệch xệch *t* 不整的: quần áo lệch xệch 衣帽不整

lên *đg* ①上,升,登: lên gác 上楼②提升,增加: lên lương 加薪③显现,露出: lên mặt 露出得意样④长到(几岁): Em lên mấy rồi？你几岁了？⑤上紧(发条等) *p* (表示催促或动员): Làm nhanh lên！快点做！

lên án *đg* ①判决②指控,谴责: bị dư luận lên án 受到舆论谴责

lên bổng xuống trầm 抑扬顿挫

lên cân *đg* 长胖,长膘

lên cơn *đg* 发作: lên cơn sốt rét 疟疾发作

lên dây *đg* 上弦,上发条

lên đạn *đg* 上膛,上子弹

lên đèn *đg* 上灯,点灯,掌灯 *d* 掌灯时刻,傍晚

lên đồng *đg* (迷信)跳大神

lên đường *đg* 启程,上路,出发: Đã lên đường lúc 8 giờ sáng. 早上 8 点就出发了。

lên gân *đg* ①使劲,用力②做作③生气

lên giá *đg* 涨价: Dầu thô lên giá liên tục. 原油持续涨价。

lên giọng *đg* ①打官腔②提高声音

lên hương *đg* 吃香;发达,得势

lên khung *đg* 装扮

lên khuôn *đg* (报纸)排版,上模子

lên lão *đg* [旧] ①(对旧时农村年龄大的人)免劳役②达到…高龄: lên lão tám mươi 达到八十高龄

lên lớp *đg* ①上课,听课: Các em đang chăm chú lên lớp. 学生正专心听课。②升(学): Sang năm em lên lớp 3. 明年我将升上三年级。

lên mặt *đg* 得意,摆架子

lên mâm *đg* [口]登台,出台;上桌

lên men *đg* 发酵

lên ngôi *đg* 即位,就位

lên ngược xuống xuôi 历经艰辛

lên như diều *đg* 升得快,青云直上

lên nước₁ *đg* (木材、角质等)磨光,打光

lên nước₂ *đg* 得势

lên râu *đg* 沾沾自喜,自以为了不起

lên số *đg* (开车)挂挡

lên sởi *đg* 出麻疹

lên tay *đg* 进步,熟练

lên tận mây xanh 飘飘然

lên thác xuống ghềnh 跋山涉水

lên tiếng *đg* ①发言,出声②声明,宣布

lênh đênh *t* 漂浮 *đg* 漂泊,飘零

lênh khênh *t* 细而高

lênh láng *đg* (液体)漫溢: Nước lênh láng khắp sân. 院子里溢得到处都是水。

lênh nghênh *t* 骄横

lênh phênh *đg* 游荡,东游西逛,流浪

lềnh bềnh *t* 漂浮

lểnh lảng *t* ①漫溢的②无味,无趣: ăn nói lểnh làng 言谈无趣

lểnh nghểnh *t* 蠕动的,爬来爬去的

lểnh loãng *t* 淡而无味的

lệnh [汉] 令 *d* ①命令: vâng lệnh 奉命

②号令物：đánh lệnh 击令鼓 *đg* 命令：ra lệnh 下令

lết *đg* 蹭行，拖行

lết bết *t* ①（身上物）拖地的②疲沓，疲软无力

lết mết *t* ①磨蹭②醉醺醺③沉迷的，陶醉的

lệt đệt *t* 磨磨蹭蹭

lệt phệt *t* 疲沓，迟钝

lệt sệt₁〔拟〕（鞋子等摩擦地面发出的声音）

lệt sệt₂ *t* 黏稠：Cháo đặc lệt sệt. 稀饭很稠。

lêu *c* 羞，羞人

lêu bêu *đg* 游荡，游手好闲

lêu đêu *t* 细细高高

lêu hêu *t* ①细高②高而不稳 *đg* 游荡，不务正业

lêu lổng *đg* 游荡，流浪

lêu nghêu *t* 过高的，过长的

lêu têu *đg* 东游西逛

lều *d* ①小茅屋，卓棚②帐篷

lều bạt *d* 帆布帐篷

lều bều *t* 漂浮

lều khều *t* ①笨手笨脚的②瘦高

lều quán *d* 小茅棚

lều vải *d* 帐篷

lếu láo *t* ①放肆，没规矩，没礼貌②（做事）敷衍了事（也作 láo lếu）

lếu nhếu *t* 惊慌，混乱：Nghe tin dữ cả nhà lếu nhếu lo sợ. 听到凶讯，全家惊慌失措。

li₁ *d*（无把手）玻璃杯；高脚杯

li₂ *d* 裤线，折痕

li₃ *d*〔动〕海狸

li₄〔汉〕厘 *d* 毫厘，丁点儿：Sai một li đi một dặm. 差之毫厘，谬以千里。

li₅〔汉〕离：li kì 离奇；biệt li 别离

li₆〔汉〕漓：lâm li 淋漓

li₇〔汉〕离 *d* 离（八卦之一）

li bì *t* ①昏沉②绵延的，持续的

li biệt *đg* 离别

li dị *đg* 离婚

li-e *d* 软木

li gián *đg* 离间

li hương biệt quán 背井离乡

li khai *đg* 离开，脱离，分离

li kì *t* 离奇：chuyện li kì 离奇之事

li-pit（lipide）*d* 脂肪

li tán *đg* 离散：gia đình li tán 家庭离散

li tâm *đg* 离心：bơm li tâm 离心泵

li thân *đg* 分居

li ti *t* 微小，渺小：chữ viết li ti 蝇头小字

lì *t* ①平坦，平滑：nhẵn lì 平滑②呆板：ngồi lì 呆板地坐着③习以为常的，若无其事的

lì lầm *t* 沉默寡言（=lầm lì）

lì lì *t* 无动于衷

lì lợm *t* 冷漠

lì xì₁ *đg* 封红包，封利市，封压岁钱 *d* 红包，利市，压岁钱

lì xì₂ *t* 闷声不吭的，内向的，不活泼的；默然的，寡言的

lí₁〔汉〕履，鲤，李，里

lí₂〔汉〕理 *d* 理，道理：có lí 有理

lí₃ *d*〔植〕千里香

lí₄〔汉〕埋 *d* 物理

lí₅〔汉〕理 *d* 理由：chả có lí gì làm như vậy 没理由这么做

lí do *d* 理由

lí giải *đg* ①理解，了解②解释

lí hí *t* 眯缝的，虚掩的

lí la lí lô *t*（说或唱）含糊不清，口齿不清

lí lẽ *d* 理由

lí lịch *d* 履历

lí liệu pháp *d* 理疗

lí luận *d* 理论 *đg* 争论，争辩：lí luận với mọi người 跟别人争论

lí nhí *t* 细声，轻声：Cô bé nói chuyện lí nhí. 小姑娘讲话细声细气的。

lí sự *d* ①理由，道理②理事 *đg* 说理，论理

lí sự cùn *đg* 提出歪理，提出谬论 *d* 歪理，谬论

lí thú *t* 有趣的，有意思的

lí thuyết *d* 理论：Học lí thuyết phải biết thực hành. 理论要联系实践。

lí tí *t* 微小，渺小（=li ti）

lí tính *d* 理性

lí trí *d* 理智

lí tưởng *d* 理想: lí tưởng sâu xa 远大理想 *t* 理想的: cuộc sống lí tưởng 理想的生活

lị *d* 痢疾

lia₁ *đg* 撇，横扫: lia mảnh sành 用陶片撇水漂

lia₂ *t* 快速，连续不断的: lia một băng đạn 连射一梭子弹

lia lịa *p* 不停地，连连: gật lia lịa 连连点头

lìa *đg* 离开，脱离: chim lìa đàn 离群之鸟

lìa bỏ *đg* 舍弃，抛弃

lìa đời *đg* 离开人世，亡故

lịa *p* 不停地，连连: làm lịa 快做

lịa miệng *t* 滔滔不绝

lích chích [拟] 叽叽喳喳，唧唧

lích kích *t* ①（所携物品）多而杂，乱七八糟②烦琐: thủ tục lích kích 手续烦琐

lích rích [拟] 唧唧

lịch₁ [汉] 历 *d* ①历法: dương lịch 阳历②日历，月历③日程表: lịch công tác 工作日程表

lịch₂ *t* 歪斜: lịch sang một bên 往一边斜

lịch bà lịch bịch = lịch bịch

lịch bàn *d* 台历

lịch bịch [拟] 嗵嗵，咚咚，嗒嗒，嘣嘣

lịch duyệt *t* 有阅历的

lịch đại *d* 历代

lịch lãm *t* 阅历丰富的

lịch luyện *t* 历练的，有经验的

lịch pháp *d* 历法

lịch rịch *t* ①烦琐，麻烦②动来动去的，挣扎的③仓促忙乱的，杂乱的，纷乱的

lịch sử *d* ①历史②历史学 *t* 历史性的: bước ngoặt lịch sử 历史性的转折点

lịch sự *t* ①温文尔雅，彬彬有礼: ăn nói lịch sự 谈吐温文尔雅②（穿着）考究，讲究: ăn mặc lịch sự 衣冠楚楚

lịch thanh *t* 清雅，文雅 (=thanh lịch)

lịch thiệp *t* 在行，老练，阅历丰富

lịch trình *d* 历程，经历，日程: lịch trình giao hàng 交货日期

lịch xịch *t* ①粗糙，简陋: nhà cửa lịch xịch 房屋简陋②磨擦的，造成麻烦的，误会的: lịch xịch với nhau 相互误会

liếc₁ *đg* 瞟，瞥，瞥视

liếc₂ *đg* 抢；刮或擦（物体表面）: liếc dao 抢刀子

liếc mắt *đg* 溜眼，瞟

liếc ngang liếc dọc 东瞟西看，眉来眼去

liếc trộm *đg* 偷瞟

liêm [汉] 廉 *t* 廉洁: liêm chính 廉洁正义

liêm khiết *t* 廉洁

liêm sỉ *d* 廉耻: vô liêm sỉ 无耻

liềm *d* 镰刀: liềm vạt 长柄大镰刀

liếm *đg* 舐，舔

liếm gót *đg* [口] 奉承，溜须拍马

liếm ke *đg* 阿谀奉承

liếm láp *đg* ①舔②捡便宜，揩油

liếm mép *đg* 忘恩负义

liệm [汉] 殓 *đg* 入殓: đại liệm 大殓

liên₁ [汉] 连 *t* ①接连的: liên tục 连续②连队的

liên₂ [汉] 莲 *d* 莲: kim liên 金莲

liên₃ [汉] 怜 *đg* 怜: đồng bệnh tương liên 同病相怜

liên₄ [汉] 联 *t* 联合的，跨（部门）的

liên bang *d* 联邦

liên can *đg* 相干，牵连，关联

liên chi hồ điệp 接连不断，接二连三

liên danh *d* 联名: bức thư liên danh 联名信

liên doanh *đg* 联营，合资经营: xí nghiệp liên doanh 合资企业

liên đoàn *d* 联合会，协会，联盟

liên đội *d* 大队

liên đới *đg* 联手，联结；连带

liên hệ *đg* ①联系: liên hệ công tác 联系工作②关联，串联

liên hiệp *đg*；*d* 联合，联合体

liên hoan *đg*；*d* 联欢

liên hoàn *t* 连环的: vụ nổ liên hoàn 连环爆炸

liên hồi *t*；*p* 不停地，一阵阵: Điện thoại réo liên hồi. 电话不停地响。

liên hợp *t* ; *đg* ①联合②[数]相配

Liên Hợp Quốc *d* 联合国

liên kết *đg* ①联结,联合②结盟

liên lạc *đg* 联络,联系: địa chỉ liên lạc 联系地址 *d* 联络员

liên liến *t* ①快速不停地②顺溜,流利: đọc liên liến 念得很流利

liên luỵ *đg* 连累

liên miên *t* 连绵,不断

liên minh *d* 联盟

Liên minh châu Âu (EU) *d* 欧盟,欧洲联盟

liên nhiệm *đg* 连任

liên quan *đg* 关联,相关: các ngành có liên quan 有关部门

liên thanh *t* (声音) 连续的,一阵一阵的: trống đánh liên thanh 鼓声阵阵 *d* 机枪

liên thiên *t* 胡扯的,东拉西扯的

liên tiếp *t* 连续的,接连不断的

liên tỉnh *t* 跨省的: xe buýt liên tỉnh 跨省公交车

liên tục *t* 连续的,持续的: sự phát triển liên tục 持续发展

liên tưởng *đg* 联想

liên vận *d* 联运: liên vận quốc tế 国际联运

liền *t* 连接的,相连的 *p* ①连续,不间断: đọc liền một mạch cho đến hết 一口气读完②立刻,马上: đi liền 马上去

liền liền *t* 连续的,不间断的

liền tay *p* ①不停手(做)②立即,马上

liền trơn *t* ①吻合: Chỗ nối liền trơn. 接口吻合。②完好

liền tù tì *p* 连续,一连…不停: Ngủ một giấc liền tù tì tới sáng. 一觉睡到天亮。

liến *t* 顽皮,淘气,贪玩: Thằng bé liến quá. 孩子很贪玩。

liến bân *t* 调皮,顽皮

liến khỉ *t* ①顽皮,捣蛋②[口]猴儿精的

liến láu *t* 机灵,伶俐

liến thoắng *t* 滔滔不绝,连珠炮似的

liểng xiểng *t* 损失的;失败惨重的

liệng₁ *đg* 抛,掷,丢,扔,撇: liệng tạ 掷铁球

liệng₂ *đg* 翱翔

liệt₁ [汉] 列 *đg* 列入,排列

liệt₂ [汉] 劣 *t* 差,劣: ác liệt 恶劣

liệt₃ [汉] 烈 *t* 烈: mãnh liệt 猛烈

liệt₄ [汉] 裂 *t* 裂: phân liệt 分裂

liệt₅ *t* 瘫,瘫痪

liệt bại *t* 瘫痪 *d* 小儿麻痹症,脊骨髓灰质炎

liệt dương *t* 阳痿的

liệt địa *t* 遍地的

liệt giường *t* 卧病的,瘫卧的

liệt kê *đg* 列出,列具,开列

liệt sĩ *d* 烈士

liệt tiểu tiện *t* 小便失禁的

liêu [汉] 僚 *d* 僚: liêu thuộc 僚属

liêu xiêu *t* 歪歪斜斜,摇摇晃晃: Ông đứng dậy liêu xiêu. 他摇摇晃晃地站起来。

liều₁ *d* 剂,服(药量): uống một liều thuốc bổ 服了一剂补药

liều₂ *đg* ; *t* 豁出去,冒险: Thằng cha ấy rất liều. 那人敢冒险。

liều chết *p* 冒死

liều liệu *đg* 稍作安排

liều lĩnh *t* 冒险的,不顾后果的: liều lĩnh làm càn 蛮干

liều lượng *d* 剂量,分量

liều mạng *đg* 拼命,拼死

liều mình *đg* 舍身,奋不顾身: liều mình cứu người 舍身救人

liễu *d* ①柳树②[转]纤弱的女子

liệu₁ [汉] 料 *d* 原料,材料

liệu₂ *đg* 估计,预料,揣度: Liệu phải hết bao nhiêu? 估计要花多少?

liệu₃ [汉] 疗 *đg* 疗: trị liệu 治疗

liệu cách *đg* 设法,想法子

liệu chừng *đg* ①料算,估计②当心,小心(=liệu hồn)

liệu cơm gắp mắm 看菜吃饭,量体裁衣

liệu gió phất cờ 看风使舵

liệu hồn [口] 当心,小心: Liệu hồn đấy! 要当心啊!

liệu liệu *đg* 试看,看看: liệu liệu coi

L

có được không 看看行不行

liệu pháp *d* 疗法: liệu pháp sốc 休克疗法

liệu sức *đg* 量力: liệu sức mà làm 量力而行

liệu thần hồn=liệu hồn

liệu trình *d* 疗程

lim dim *đg* ①（睡眼）朦胧②（眼儿）眯缝

lim rim *t* 内向的，不吭气的

lịm *đg* ; *t* ①不省人事，迷糊: ngủ lịm đi 昏睡过去②消失，消逝

linh₁〖汉〗灵 *t* 灵，灵验 *d* 灵物

linh₂〖汉〗零 *t* 挂零: một trăm linh một 一百零一

linh₂〖汉〗羚 *d* 羚羊

linh cảm *đg* ; *d* 预感

linh chi *d*［植］灵芝

linh cữu *d* 灵柩

linh dương *d*［动］羚羊

linh đình *t* 盛大，隆重，豪华: ăn uống linh đình 大摆宴席

linh động *t* 灵活，灵动，机动

linh đơn *d* 灵丹

linh hoạt *t* 灵活

linh hồn *d* 灵魂

linh kiện *d* 零件，元件

linh lợi *t* 伶俐，灵活: chân tay linh lợi 手脚灵活

linh mục *d* 牧师

linh nghiệm *t* 灵验

linh thiêng *t* 灵应，灵验

linh tinh *t* ①零星，琐碎②随便，胡乱，无条理: đi linh tinh khắp nơi 到处乱走

linh tinh lang tang=linh tinh

linh tính *d* 灵性，预知性

linh ứng *đg* 灵应，有求必应: 应验

linh vị *d* 灵位

lình *đg*［口］溜走

lình kình *t* ①（东西）多而杂乱②拉拉杂杂

lĩnh₁ *d* 单面丝光缎

lĩnh₂〖汉〗领 *d* 纲领 *đg* ①领取: lĩnh lương 领工资②听命，遵照

lĩnh giáo *đg* 领教

lĩnh hội *đg* 领会: lĩnh hội sâu sắc 深刻领会

lĩnh vực *d* 领域

lĩnh xướng *đg* 领唱

lính *d* 兵，列兵: đi lính 当兵

lính bắn tỉa *d* 狙击手

lính bộ *d* 步兵

lính cứu thương *d* 救护兵

lính dù *d* 伞兵

lính đánh thuê *d* 雇佣军

lính gác *d* 哨兵，岗哨

lính hầu *d* 勤务兵

lính hậu bị *d* 后备军

lính mới tò te *d* 新兵蛋子 *t* 初出茅庐的

lính quýnh *t* 慌乱，惊慌失措(=luýnh quýnh)

lính thợ *d*［旧］工兵

lính thuỷ *d* 海军，水兵: lính thuỷ đánh bộ 海军陆战队

lính tráng *d* 士兵，兵卒

lính trừ bị *d* 后备军，预备役

lịnh=lệnh

líp *d* 飞轮 *t* ①合拢的，弥合的②满③随意，尽情

lít *d* 升，公升: một lít xăng 一公升汽油

lít nhít *t* 细而密: Chữ viết lít nhít. 字写得密密麻麻。

lít rít *t* 密密麻麻

liu điu *d* ①铁线蛇②小蛇

liu hiu *t* 习习: Gió thổi liu hiu. 风习习吹。

liu riu *t* 微弱: lửa cháy liu riu 微弱的火苗

liu tiu *t* 游荡，东游西逛，不务正业

lìu khìu *t* 穷困不堪

líu *đg* 结舌

líu díu=líu ríu

líu la líu lô=líu lô

líu lô［拟］叽里咕噜

líu quýu *t* 慌乱，惊慌失措(=luýnh quýnh)

líu ríu *t* ①麇集，蚁集②贴着，倚着

líu tíu *t* 忙不迭的

lo *đg* ①担忧，忧虑，担心②操心，费心，操办，处理，办理③想方设法

lo âu *đg* 担忧，忧虑：vẻ mặt lo âu 愁眉不展

lo bò trắng răng 杞人忧天

lo buồn *đg* 忧愁，忧闷

lo đêm lo ngày 日忧夜虑

lo lắng *đg* 担忧，发愁：đừng lo lắng 别担忧

lo liệu *đg* 盘算，考虑，安排：tự lo liệu 自己安排

lo lót *đg* 行贿

lo lừa *đg* 筹划

lo ngại *đg* 担忧，担心

lo ngay ngáy *đg* 提心吊胆，惴惴不安

lo nghĩ *đg* 忧虑，牵挂：lo nghĩ quá nhiều 过多牵挂

lo phiền *đg* 忧愁，烦恼

lo quanh *đg* ①左思右想，胡思乱想：Anh lo quanh suốt đêm. 他整夜胡思乱想。②顾虑重重

lo sốt vó *đg* 急得团团转：Hành khách lo sốt vó. 旅客急得团团转。

lo sợ *đg* 忧惧，害怕：đừng lo sợ 别害怕

lo tính *đg* 盘算，筹划

lo toan *đg* 细心筹划，认真考虑：lo toan chu đáo 考虑周到

lo trước nghĩ sau 思前想后

lo xa *đg* 想得远，深谋远虑

lò₁ *d* ①炉，灶：lò nướng 烤炉②窑，作坊

lò₂ *d* 伙：cùng một lò trộm cướp 同一伙盗贼

lò bếp *d* 炉灶

lò cừ *d* ①巨炉，大熔炉②天地，宇宙

lò dò *đg* ①蹑手蹑脚②追踪而至

lò đất *d* 锅台

lò điện *d* 电炉

lò đúc *d* ①化铁炉②冶坊③铸造厂

lò đúc thép *d* 铸钢炉

lò gạch *d* 砖窑

lò gốm *d* ①陶瓷窑②陶瓷厂

lò khuấy *d* 搅拌器

lò lợn *d* 屠宰场

lò luyện kim *d* 冶金炉

lò luyện thép *d* 炼钢炉

lò lửa *d* ①燃烧室，炉膛，火箱②温床

发源地

lò mò *đg* ①摸黑儿②悄悄：lò mò về nhà 偷偷回家

lò mổ *d* 屠宰场

lò nung *d* ①煅烧炉②（水泥厂用的）回转窑

lò quay *d* 回转炉，回转窑；烤炉

lò rèn *d* ①锻炉②打铁铺

lò sát sinh *d* 屠宰场

lò sấy *d* 熏炉，烘箱，干燥炉

lò sưởi *d* ①烘炉，洋炉②暖气设备

lò than *d* ①煤炉②煤井③炭窑

lò toả nhiệt *d* 散热器

lò vi sóng *d* 微波炉

lò vôi *d* 石灰窑

lò-xo *d* 绷簧，弹簧

lõ *t* 凸起，隆起：mũi lõ 高鼻子

ló *đg* 露，冒：Mặt trăng mới ló lên. 月亮刚刚露出来。

ló dạng *đg* 显现，显露

ló mó *đg* 摸索

ló ngó *đg* 呆愣

lọ₁ *d* 小瓶子：lọ hoa 花瓶

lọ₂ *p* ①何况②何须，不必

lọ lem *t* 斑污(=nhọ nhem)

loa *d* ①传声筒，喇叭筒，扬声器：gọi loa（用传声筒）喊话②漏斗形，喇叭形 *đg* [口]用喇叭广播

loa kèn *d* 喇叭花

loa loá *t* 闪烁的，一闪一闪的

loà *t* ①眼昏花的②模糊不清：gương loà 镜面模糊③光照耀眼的：chói loà ánh nắng 阳光耀眼

loà nhoà *t* 模糊不清

loà xoà *đg* 披散：Tóc loà xoà trên trán. 额前头发披散。

loã toã *đg* ; *t* 散乱，蓬松，垂散

loã₁ [汉] 裸 *đg* 赤裸：loã thể 裸体

loã₂ *đg* 涌：Máu chảy loã đầu. 血涌上头。

loã lồ *t* 裸露，赤裸

loã xoã *đg* 垂散，散乱：mái tóc loã xoã 披头散发

loá *t* ; *đg* 眩目，晃眼(的)

loá mắt *đg* 晃眼，眩目

loạc choạc *t* 不协调，不严谨，纷乱

L

loai nhoai *đg* (垂死) 挣扎，无力地挣扎

loài [汉] 类 *d* ①种类: loài ăn thịt 食肉类动物②种(生物学分类系列中在属之下的一级)③物类,物种

loài cầm thú *d* 禽兽,畜生(骂语)

loài cây *d* 植物: loài cây thân cỏ 草本植物

loài chim *d* 飞禽类,鸟类

loài có vú *d* 哺乳类动物

loài có xương sống *d* 脊椎类动物

loài côn trùng *d* ①昆虫类②微末之辈

loài máu lạnh *d* 冷血动物

loài người *d* 人类

loài nhai *d* 反刍类动物

loài nhuyễn thể *d* 软体类动物

loài rong *d* 藻类

loài trảo đề *d* 爪蹄类动物

loài xoang tràng *d* 腔肠动物

loại₁ [汉] 类 *d* 种类,类别: nhân loại 人类; loại A 甲级

loại₂ *đg* 淘汰,清除: Đấu loại trước khi vào bán kết. 在半决赛前进行淘汰赛。*t* 废的,次品的: bông loại 废棉

loại biệt *d* 类别,种类

loại bỏ *đg* 剔除,摒弃,淘汰: loại bỏ công nghệ lạc hậu 淘汰落后工艺

loại hình *d* 类型

loại thể *d* 体裁(=thể loại)

loại thợ *d* 工种

loại trừ *đg* 淘汰,清除,排除

loan *đg* 通知,通报,发布: loan báo 通报

loan báo *đg* 通报,通知,颁布,公布

loan truyền *đg* 散播,传播

loàn [汉] 乱 *d* 乱: dấy loàn 作乱

loán *đg* 蔓延: Cỏ mọc loán mái nhà. 屋顶上野草蔓长。

loạn [汉] 乱 *t* ①暴乱: dẹp loạn 平叛②紊乱,纷乱: tim đập loạn nhịp 心律不齐 *đ* 叛乱,叛变

loạn ẩu *đg* 乱殴,群殴,打群架

loạn dâm=loạn luân

loạn đả=loạn ẩu

loạn lạc *d* 乱世

loạn luân *đg* 乱伦

loạn ngôn *đg* 胡言乱语

loạn óc=loạn trí

loạn sắc *t* 色盲的

loạn thị *t* 散光的

loạn trí *t* 疯狂的,精神错乱的

loạn xạ *t* ①乱射的②乱腾腾的,乱成一片的: Người chạy loạn xạ. 人群乱跑。

loạn xị *t* 乱糟糟,乱哄哄

loạn xị bát nháo 乱七八糟

loang *đg* ①渗透,渗入②扩大,扩展,扩散③夹杂(多种颜色)

loang loãng *t* 稀溜溜,稀稀的

loang loáng *đg* 闪烁: ánh đèn loang loáng 灯光闪烁

loang lổ *t* 斑驳的,斑斑点点的

loang toàng *t* ①放纵,放浪②杂乱无章,乱七八糟

loàng choàng *t* 东倒西歪

loàng quàng *t* 踉跄

loàng xoàng *t* 随随便便,一般,平平常常: ăn uống loàng xoàng 饮食一般

loảng xoảng [拟] 当啷,吭吭当当

loãng *t* 稀,稀薄: cháo loãng 稀粥

loãng xương *d* 骨质疏松症: phòng ngừa bị loãng xương 防止骨质疏松

loáng *đg* 闪光,忽闪 *d*; *t* 瞬间

loáng choáng *t* 有点儿晕,微晕

loáng quáng *t* 忙乱,慌乱

loáng thoáng *t* ①稀疏,寥寥②含混,模糊,不真实

loạng choạng *t* 东倒西歪,摇摇晃晃,踉踉跄跄: Say rượu đi loạng choạng. 喝醉了走起路来踉踉跄跄。

loạng quạng *t* ①踉跄②稀里糊涂③疏忽大意: Bà dì loạng quạng thế nào bỏ quên gói tiền trên xe. 姨妈疏忽大意把钱包忘在了车上。

loanh quanh *t* 犹犹豫豫 *đg* ①团团转,打圈儿,徘徊②(说话)绕弯儿

loạt *d* 批,列,组: sản xuất hàng loạt 成批生产

loay hoay *đg* 忙乎,忙活,捣鼓,折腾

loáy ngoáy *t* 潦草,马虎,随便: Hắn

quay lại bàn giấy lấy bút viết loáy ngoáy mấy chữ. 他转身拿笔在纸上随便写了几个字。

loăn quăn *t* 卷曲

loăn xoăn *t* 卷曲: tóc loăn xoăn 头发卷曲

loằn ngoằn *t* 歪歪扭扭, 弯弯曲曲

loắn xoắn *t* 卷曲

loằng ngoằng *t* 弯弯曲曲

loằng quằng *t* 东游西窜

loằng ngoằng *t* ①七扭八歪, 纵横交错 ②长得不均匀 ③关系暧昧

loắt choắt *t* 矮小精干

lóc₁ *đg* 削, 剐(肉, 骨)

lóc₂ *đg* (鱼) 洄游

lóc cóc₁ [拟] 磕磕(木鱼和梆子声)

lóc cóc₂ *p* 踽踽, 孤零零

lóc ngóc *đg* 撑起, 硬撑着: Ốm mới khỏi mà lóc ngóc ngồi dậy. 病刚好就撑着坐起来。

lóc nhóc *t* 成群的, 众多的: cá lóc nhóc đến miệng rổ 满满一筐鱼

lọc *đg* ①过滤, 滤清: lọc nước 滤水 ②选择, 挑选, 筛选: lọc giống tốt 筛选良种 *d* 过滤器

lọc bọc [拟] 咕咚

lọc cọc [拟] 咯噔咯噔(木屐或轮子声)

lọc lõi *t* 精明干练: con người lọc lõi 精明干练的人

lọc lừa₁ *đg* 招摇撞骗(=lừa lọc)

lọc lừa₂ *đg* 精挑细选, 遴选, 甄别

loe₁ *đg* (光线) 微微透出

loe₂ *t* 喇叭口儿的, 大口口的: quần loe 喇叭裤

loe lóe *đg* 闪光, 闪烁

loe loét *t* 沾满(污渍, 污泥)的

loe lói *t* 荧荧的(微光) ②露苗儿的

loe toe *t* 嘴快, 快舌

lòe *đg* ①闪耀, 猛然一亮 ②显耀, 炫示

lòe bịp *đg* 诓骗, 蒙骗

lòe loẹt *t* 大红大绿, 花花绿绿: ăn mặc loè loẹt 穿得花花绿绿的

loé *đg* ①闪光, 耀眼: ánh lửa hàn loé sáng 电焊光耀眼 ②闪现, 浮现: loé lên niềm hi vọng 浮现一线希望

loé mắt *t* 夺目, 耀眼

loét *đg* 溃烂, 溃疡: loét da 皮肤溃疡

loét dạ dày *d* 胃溃疡

loi choi *đg* 蹦蹦跳跳

loi ngoi *đg* 在水里扑腾, 挣扎

loi nhoi *đg* 搅动; 蠕动; 攒聚: Đàn ròi loi nhoi. 蛆虫蠕动着。

lòi *đg* 露出, 突出: giấu đầu lòi đuôi 藏头露尾

lòi bản họng *t* 吃撑的

lòi dom *d* 脱肛

lòi đuôi *đg* [口] 露馅儿, 露出尾巴

lòi tói *d* 缆绳, 铁索, 粗绳

lõi *t* 机灵, 精怪: khôn lõi 古灵精怪

lõi rỏi *t* 稀稀落落, 寥寥无几: lõi rỏi vài ba người 寥寥数人

lõi₁ *d* 轴心, 核心, 心, 芯子: lõi cây 树心

lõi₂ *t* 精通的, 精干的: lõi nghề 精通业务

lời đời *t* 老于世故的

lói *t* 刺痛: đau lói 刺痛

lói hói *t* 微秃, 稀疏, 雪星

lói vói₁ *đg* 伸手摸索

lói vói₂ *t* 烦叨, 啰唆

lọi₁ *đg* 剩, 漏: Tiền hết không còn lọi đồng nào. 钱花得一个子儿都不剩。

lọi₂ *đg* 断, 折: ngã lọi xương 摔折骨

lom đom *t* (火) 微弱

lom khom *t* 俯身的, 弯腰的

lom lem *t* 混淆不清

lom lom *t* [口] 目不转睛

lòm khòm *t* 老态龙钟, 蹒跚

lõm *t* ①凹陷的: lõm xuống 陷下去 ②(角度) 钝: góc lõm 钝角 *đg* 亏损: Số hàng đợt này bị lõm 2 triệu. 这批货亏了200万。 *d* 凹地

lõm bõm [拟] 哗哗 *t* (认知、接受) 模糊不清: nhớ lõm bõm 隐约记得

lóm *t* 下陷的, 凹陷的

lóm thóm *t* 畏缩, 畏怯

lọm cọm *t* (老人) 弓背劳碌

lọm khọm *t* 老态龙钟

lon₁ *d* 小斗, 圆罐, 小白子: bia lon 罐装啤酒

lon₂ *d* 肩章, 臂章: đeo lon 佩肩章

L

lon bon *t* 飞奔的

lon con *t* 细小

lon ton *t* 快捷: chạy lon ton 一溜风地跑

lon xon *t* 匆匆, 急忙

lòn trôn kim *t* 忍辱屈从, 寄人篱下

lỏn *đg* 溜, 偷偷地走开: Kẻ trộm lỏn vào nhà. 小偷溜进屋里。

lỏn chỏn *t* ①不合拍的, 不同步的②散乱, 不紧凑: câu văn lỏn chỏn 文章散乱

lỏn lẻn *t* 轻声细语

lỏn mỏn *t* 琐碎, 微不足道

lỏn nhỏn *t* 大小不一

lỏn tỏn [拟] 叮咚

lọn *d* 把, 团, 束: lọn chỉ 线团

long₁ *đg* 滴溜转, 转溜: Mắt long lên sòng sọc. 眼睛滴溜溜地转。

long₂ *t* 松动的, 松脱的: long mộng脱榫儿

long₃ [汉] 龙: long phượng 龙凤

long chong *t* ①漂泊艰辛: cuộc sống long chong 生活艰辛②坑坑洼洼, 坑洼不平

long cong *t* (移动) 急促: Ngựa chạy long cong. 马儿急奔。

long cung *d* [旧] 龙宫

long diên hương *d* 龙涎香

long đảm thảo *d* [植] 龙胆草

long đong *t* 漂泊的, 流离的

long lanh *t* 晶莹剔透的, 闪闪发光的

long lay *đg* ①松动②动摇, 摇摆(=lung lay)

long môn *d* [旧] 龙门

long não *d* ①[旧] 樟脑②冰片

long nhãn *d* 龙眼, 桂圆

long sòng sọc *t* 圆瞪的, 怒视的

long tóc gáy *t* 忙得脚不着地

long tong *t* ①叮咚②匆忙

long trọng *t* 隆重

long trời chuyển đất=long trời lở đất

long trời lở đất 天翻地覆, 惊天动地

long tu *d* 龙须菜

lòng *d* ①内脏: lòng lợn 猪下水②肚子③心怀: lòng tham 贪心④中心:

lòng sông 河中央

lòng chảo *d* ①镀底②盆地

lòng chim dạ cá 朝三暮四, 反复无常

lòng dạ *d* 心地, 心肠, 心怀

lòng dòng *t* 拖沓, 延宕

lòng đào *t* 半生不熟: trứng lòng đào 溏心蛋

lòng đen *d* 瞳孔, 眸子

lòng đường *d* 路面

lòng gang dạ đá 铁石心肠

lòng hầm *d* 矿井

lòng khòng *t* 瘦弱

lòng lim dạ sắt 坚贞不屈

lòng máng *d* 槽心, 渠槽

lòng muông dạ thú 狼心狗肺

lòng ngay dạ thẳng 直心肠

lòng son dạ sắt 赤胆忠心

lòng sông *d* 河床, 河槽, 江心

lòng súng súng nổ, lòng gỗ gỗ kêu 呼风唤雨

lòng tham *d* 贪心, 贪欲

lòng thành *d* 诚心

lòng thòng₁ *t* ①耷拉, 下垂: Hai đầu dây lòng thòng. 两个线头耷拉着。②拖沓, 冗长: Câu văn lòng thòng khó hiểu. 文章冗长难懂。

lòng thòng₂ *đg* [口] 暧昧

lòng thương *d* 爱心

lòng tin *d* 信心

lòng trắng *d* ①蛋白, 蛋清②白眼球

lòng trắng mắt *d* 白眼珠

lòng vàng *d* 好心, 善心

lòng vòng *t* 转圈圈的, 绕弯的

lỏng *t* ①稀, 液体状的: khí hoá lỏng 液化气②松弛, 放松, 松懈

lỏng bỏng *t* 稀稀落落, 零零星星

lỏng chỏng *t* 乱七八糟的, 横七竖八的: Bàn ghế để lỏng chỏng. 桌椅摆得乱七八糟的。

lỏng khỏng *t* 高瘦

lỏng lẻo *t* 松弛, 松懈, 松散

lỏng lỏng *t* ①极稀, 很稀: hồ lỏng lỏng 稀稀的糨糊②松松的: buộc lỏng lỏng 绑得松松的

lóng₁ *d* ①编织样式②节: lóng mía 蔗节

lóng₂ d 黑话,隐语,行语

lóng cóng t (手脚)僵硬,不灵便

lóng la lóng lánh=lóng lánh

lóng lánh t 闪烁,亮晶晶,闪闪: ngôi sao lóng lánh 星光闪闪

lóng ngóng t ①手忙脚乱的②等待的,翘望的

lóng nhóng t 闲待着,无所事事

lọng cọng t 手忙脚乱的;不熟练的

loong toong d 勤杂人员 t 跑腿的

lóp t 凹陷的,瘪的: lóp má 双颊凹陷

lóp lép t ①上下的,相差无几的,将近的: Tuổi đã lóp lép 50. 年近五十。②不满的,不够的: Bao thóc lóp lép không đầy. 这袋谷子不够满。

lóp ngóp đg 硬撑起,吃力地往上

lọp d 竹鱼筐

lót đg 铺,垫,衬: lót đệm 铺垫子

lót dạ đg 垫肚子: Buổi sáng ăn lót dạ thôi. 早上吃点垫垫肚子就行。

lót lòng=lót dạ

lót ngót p 将近,大约

lót ổ₁ đg 潜伏

lót ổ₂ đg (家畜)夭亡

lót tót đg 乖乖跟随: Đàn con lót tót chạy theo mẹ. 孩子们乖乖地跟随母亲走。

lọt đg ①穿过,透过: Gió lọt khe cửa. 风从门缝里透过。②陷入,落入: Quân địch lọt vào ổ phục kích. 敌人落入伏击圈。③进入: lọt vào vòng hai 进入第二轮(比赛)

lọt đọt t 稀疏不均匀的

lọt lòng đg 呱呱坠地,出生,问世

lọt lưới đg 漏网的

lọt tai t 顺耳,中听

lọt thỏm đg 淹没,沉没

lọt tót đg 恰好,落得很准

lô d ①区域,部分②宗,批,堆

lô-cốt d 碉堡,据点,岗楼

lô-gích d 逻辑

lô hội d 芦荟

lô lốc d 群,伙,堆

lô nhô t 高低不齐,凹凸不平

lô xô t 参差不齐,高高低低

lồ d 筽

lồ lộ t; đg 显露,显现,暴露

lổ₁ đg 抽穗

lổ₂ p 裸: Trẻ con ở lổ. 孩子光着屁股。

lổ đổ t 斑驳的,色杂的: lá lổ đổ 斑驳的树叶

lỗ₁ đg [汉]鲁

lỗ₂ d 小孔,小洞: lỗ kim 针眼; lỗ sâu 虫眼

lỗ₃ đg 亏本,亏损: bị lỗ 亏本

lỗ cắm điện d 插口,插座,插孔

lỗ chân lông d 毛孔

lỗ chỗ t 斑斑点点的,麻斑的

lỗ chỗ như tổ ong 蜂窝状的

lỗ đen d [天]黑洞

lỗ đít d [口]肛门

lỗ hổng d 缺口,不足之处: Kiến thức còn nhiều lỗ hổng. 知识方面有许多不足之处。

lỗ lãi d 盈亏

lỗ mãng t 鲁莽

lỗ mỗ t ①模糊,不清楚②(言语)粗鲁

lỗ mộng d 卯眼,榫眼

lỗ vốn đg 亏本,亏损: kinh doanh bị lỗ vốn 经营亏本

lố d 一打: một lố khăn 一打毛巾

lố bịch t 乖张,乖戾

lố cồn đg (船只)搁浅

lố đầu đg 露头,伸头

lố lăng t 反常,怪异

lố nhố t 高高矮矮的(人群)

lộ₁ [汉] 路 d 路,道: quốc lộ 国道

lộ₂ [汉] 露 d 露(珠): bạch lộ 白露

lộ₃ [汉] 露 đg 泄露,露出: lộ bí mật 泄密

lộ giới d 路界

lộ kiến bất bình 路见不平,拔刀相助

lộ liễu t 明显,公然,露骨

lộ phí d 路费,盘缠

lộ tẩy đg 暴露,露马脚,败露

lộ thể t 露体的,裸体的

lộ thiên t 露天的: mỏ sắt lộ thiên 露天铁矿

lộ trình d 路程: lộ trình kế 计程表

lộ xỉ d 龅牙,龇牙

lốc₁ d 旋风: gió lốc 旋风

lốc₂ *d* 旱稻(也作 lúa lốc)

lốc₃ *d* ①日历本②镇纸

lốc cốc *t* (言语)粗鲁无礼

lốc nhốc *t* 攒动,挤作一团,扎成堆

lốc thốc *t* 邋遢

lốc xốc *t* (言行)蛮横无理

lộc₁ [汉] 鹿

lộc₂ *d* 嫩芽

lộc₃ [汉] 禄 *d* 俸禄

lộc cộc [拟] 咔嗒咔嗒

lộc ngộc *t* 高大笨拙

lộc nhung *d* 鹿茸

lộc xộc *t* ①急匆匆②不整的: quần áo lộc xộc 衣衫不整

lôi₁ [汉] 雷

lôi₂ *đg* ①拉扯: lôi đi lôi lại 拉来扯去②抽出,拖出: lôi mấy bộ quần áo ở trong va-li ra 从箱子里抽出几套衣服

lôi bè kéo cánh 拉帮结伙

lôi cuốn *đg* 吸引: sức lôi cuốn 吸引力

lôi giáng *đg* 雷打,雷劈

lôi kéo *đg* ①拉扯②拉拢,网罗: dùng tiền bạc lôi kéo 用金钱拉拢③争取,吸引

lôi thôi *t* ①啰唆,费事,麻烦②邋遢: ăn mặc lôi thôi 穿着邋遢

lồi *t* 凸起的,突出的: kính lồi 凸镜

lồi lõm *t* 凹凸的

lỗi *d* 错误,差错,罪过 *t* 错过的,违犯的

lỗi điệu *đg* 走调,不合拍

lỗi hẹn *đg* 失约

lỗi lạc *t* ①磊落②出类拔萃

lỗi lầm *đg* : *d* 错误,过错,过失(=lầm lỗi)

lỗi phải 对错(是非): Lỗi phải thì người ta đều biết cả. 是对是错大家都知道。

lỗi thời *t* 过时的: ăn mặc lỗi thời 穿着过时

lối₁ *d* ①小径: lối đi 便道②方式,方法: lối sống 生活方式

lối₂ *p* 大约,大概: lối tám giờ 大约 8 点

lối hẻm *d* 便道

lối ngoặt *d* 岔道

lối tắt *d* 便道,捷径

lối thoát *d* 出路: tìm lối thoát 寻找出路

lội₁ *đg* ①涉水,蹚水: lội qua sông 蹚过河②游水 *t* 泥泞: đường lội 道路泥泞

lội₂ *đg* 透支: lội vào công quĩ 透支公款

lôm chôm *t* 高低不平,凹凸不平

lôm côm *t* 混乱,乱糟糟

lôm lốp *t* 雪白

lồm cồm *đg* (用手脚)爬或撑起

lồm ngồm=lồm cồm

lồm xồm *t* 杂乱无章

lổm ngổm *t* 往上蹿的

lổm nhổm *t* 不平,凹凸

lổm bổm *t* 隐约,依稀

lổm đốm *t* 斑驳,斑斑点点

lộm cộm *t* 微微鼓起的,凸起的

lồn *d* [口] 阴户

lồn lột *t* ①非常像: Hai mẹ con giống lồn lột nhau. 母女俩长得像一个模子刻出来的。②觍颜的,厚颜无耻的

lổn cổn [拟] (铁器等碰撞发出的声音)

lổn ngổn *t* 横七竖八,乱七八糟

lổn nhổn *t* 掺杂的,夹杂的: Bột quấy không đều vón cục lổn nhổn. 面没和好,夹有许多小硬块。

lổn nhổn *t* 嘈杂,乱哄哄: Đám đông lổn nhổn ra về. 人群吵吵嚷嚷地往回走。

lộn₁ *đg* ①翻转,倒转,折回: lộn tay áo 翻袖口②出错: mặc lộn áo 穿错衣服③混淆,搞错: đổ lộn hai thứ gạo vào một thùng 把两种米混到一起④折回: Máy bay lộn vòng trở lại. 飞机折回。

lộn₂ *đg* 蜕变: Con tằm lộn ra con ngài. 蚕化成蛾。

lộn₃ *p* 相互;胡乱: cãi lộn 瞎吵

lộn bậy *t* 乱七八糟

lộn bậy bộn bạ 乱七八糟

lộn cả ruột *t* 气极的,火冒三丈

lộn giống *t* 杂交的: lúa lộn giống 杂交稻

lộn mèo *đg* ①栽跟斗②混淆,混乱

lộn mòng lộn cuống *t* 慌乱, 不知所措

lộn mửa *đg* 反胃, 想吐

lộn nhào *đg* 栽跟头, 翻跟头

lộn nhộn *t* 乱哄哄的, 乱腾的

lộn phèo₁ *đg* 栽跟头

lộn phèo₂ *đg* 混乱, 不堪

lộn ruột *đg* ①怒不可遏②肚子痛

lộn sòng *đg* 混淆, 鱼目混珠, 调包

lộn thừng lộn chão 桀骜不驯

lộn tiết *đg* 大发雷霆, 冒火

lộn tròng *đg* 眼珠突出

lộn tùng phèo *t* [口]四脚朝天

lộn xộn *t* 混乱, 杂乱无章: chạy lộn xộn 乱跑

lông *d* 毛, 羽, 毫: vải xổ lông 布起毛

lông bông *t* ①浪荡, 东游西逛②虚浮, 轻佻

lông buồn *t* 怕痒

lông chồn *d* 貂皮

lông cừu *d* 羊毛, 羔皮

lông đất *d* 草木 (植被)

lông-đen *d* 垫圈: lông-đen lò xo 弹簧垫圈

lông hút *d* 根毛, 须根

lông lá *d* 茸毛 *t* 毛茸茸

lông lốc₁ *t* 光秃秃

lông lốc₂ *p* (圆形物) 快速滚动

lông mao *d* 绒毛

lông mày *d* 眉毛

lông măng *d* 绒毛, 细毛

lông mi *d* 睫毛

lông ngông *t* 高大

lông nhông *t* (小孩) 东跑西颠, 东游西窜

lông tông *d* 勤杂人员 *t* 跑腿的

lông tơ *d* 绒毛, 细羽毛, 黄毛

lông vũ *d* 羽毛

lồng₁ *d* 网箱, 竹笼: lồng gà 鸡笼

lồng₂ *đg* (马、牛) 受惊狂奔: Ngựa lồng. 马受惊狂奔。

lồng₃ *đg* 套, 配: lồng chăn 套被子

lồng ấp *d* 手炉, 孵化箱

lồng bồng *t* 飘浮, 蓬松: thúng bông lồng bồng 一筐蓬松的棉花

lồng chim *d* 鸟笼

lồng chồng *t* 横七竖八

lồng cồng *t* 不规则的, 杂乱的

lồng đèn *d* 灯笼

lồng lộn *t* 暴跳如雷

lồng lộng *t* ①风劲吹的②空旷, 一望无际: trời cao lồng lộng 万里长空

lồng sấy *d* 烘笼

lồng tiếng *đg* 配音

lộng₁ *d* 近海: đánh lộng 近海捕捞

lộng₂ *t* 风劲吹的: gió lộng 风劲吹

lộng₃ [汉] 弄 *đg* [方] 弄: lộng quyền 弄权

lộng giả thành chân 弄假成真

lộng gió *t* 过堂风的, 风大的

lộng hành *đg* 胡作非为

lộng óc *đg* 使…头晕, 使…头痛

lốp₁ *d* 疯长的: Lúa lốp. 禾苗疯长。

lốp₂ *d* 胶轮, 外胎: lốp xe đạp 自行车外胎

lốp bốp [拟] 噼里啪啦 *t* (说话) 直来直去

lốp nhốp *t* 横着爬的

lốp xốp *t* 松脆

lộp chộp *t* 饶舌的

lộp lộp *t* 泛白的

lốt₁ *d* ①(某些动物的) 外皮: Rắn đổi lốt. 蛇蜕皮。②外衣, 招牌

lốt₂ *d* 痕迹: lốt chân 足迹

lốt₃ *d* [植] 假蒌

lốt₄ *d* 蜕皮

lột *đg* ①剥去, 扒光, 除去②抢光③蜕④反映, 揭示, 揭露

lột trần *đg* 揭露, 揭穿, 戳穿 (=bóc trần)

lơ₁ *d* 浅蓝色

lơ₂ *d* (汽车) 乘务人员

lơ₃ *đg* 装傻, 佯作不知: làm lơ 装作不知

lơ chơ *t* 寥寥, 孤单: Túp lều lơ chơ bên sườn đồi. 小茅屋孤零零地立在山坡上。

lơ chơ lồng chồng *t* 横七竖八, 凌乱

lơ đãng *đg* 漫不经心 *t* 健忘的, 稀里糊涂的

lơ là *đg* 表现冷漠, 不专心

lơ láo *t* 茫然, 迷惑

L

lơ lớ *t* 夹杂,不纯正(=lớ lớ)

lơ lửng *t* 飘浮着,半悬着

lơ mơ *t* ①半睡半醒的②一知半解的,
似懂非懂的: hiểu lơ mơ 似懂非懂③
马虎,敷衍的: làm việc lơ mơ 做事
马虎

lơ ngơ *t* 呆呆,笨拙

lơ phơ=lơ thơ

lơ thơ *t* 疏落

lờ₁ *d* 捕鱼的竹器

lờ₂ *đg* 装聋作哑,佯装

lờ₃ *t* 混浊,模糊: gương lờ 镜面模糊

lờ đờ *t* ①迟滞,呆滞: mắt nhìn lờ đờ
目光呆滞②(水流、光线)缓慢,微弱:
nước chảy lờ đờ 水缓缓流

lờ khờ=lờ ngờ

lờ lãi *d* 赢利,利润(=lời lãi)

lờ lờ *t*(水、光线)混浊,浑浊: Nước đục
lờ lờ. 水浑浊不清。

lờ lợ *t* 微甜的(也作 lơ lợ)

lờ lững *t* ①(移动)慢悠悠,缓缓②冷
淡,不热情

lờ mờ *t* ①昏暗: ngọn đèn lờ mờ 灯
光昏暗②含混,含糊,模棱两可: Thái
độ lờ mờ. 态度不明朗。

lờ ngờ *t* 愚呆,呆头呆脑

lờ phờ *t* ①无精打采,倦怠②稀稀拉拉,
寥寥无几

lờ rờ *t* 虚弱,笨拙,笨手笨脚

lờ tịt *đg* 装作全然不知

lờ từ mờ=lờ mờ

lờ vờ *t* 敷衍了事,搪塞

lờ xờ *t* 笨手笨脚,迟钝

lở₁ *đg* 倒塌,崩塌: núi lở 山崩

lở₂ *đg* 长疮疡: ghẻ lở 疥疮

lở láy *d* 疮疡

lở loét *d* 脓疮

lở lói *t* 大范围崩塌

lở mồm long móng *d* 口蹄疫

lỡ₁ *đg* ①失误,不小心: lỡ đánh vỡ cái
bát 不小心打破了一只碗②错过,
耽误,延误 *k* 万一: Anh phải mang
thêm tiền, lỡ có việc cần thì tiêu.
你要多带点钱,万一有急事还能派上
用场。

lỡ₂ *t* 万一的,不测的(也作 nhỡ)

lỡ bước *đg* ①失足②罹难,遭遇不幸

lỡ cơ *đg* 错失良机,错过机会

lỡ cỡ *t* 不合尺寸的

lỡ đường *đg* 因中途遇阻而止步,停止

lỡ hẹn *đg* 失约

lỡ lầm *đg;d* 过失,失误

lỡ lời *đg* 失言

lỡ tàu *đg* 误车,误船

lỡ tay *đg* 失手: lỡ tay đập vỡ cái chén
失手打破杯子

lỡ thời *t* 过时的

lỡ vận *t* 时运不佳的

lỡ việc *đg* 误事

lớ *d* 米糊糊 *t* 夹杂的,不纯正的,不清楚
的: nói lớ 口音不正

lớ lần *đg* 装蒜: Việc biết rồi mà cứ lớ
lần. 明明知道了还装蒜。

lớ lớ *t* 夹杂的,不纯正的

lớ ngớ *t* 生疏,拘谨;手足无措的,手忙
脚乱的

lợ *t* 又咸又甜

lơi *đg* ①松懈,懈怠②手松 *t* 披散,松散:
tóc bỏ lơi xuống vai 披肩发

lơi lỏng *đg* 松 懈, 松 散: kỉ luật có
phần lơi lỏng 纪律有所松懈

lời₁ *d* 言语,话语: gửi lời 致意

lời₂ *d* 利润,利益: có lời 有利可图

lời ăn tiếng nói *d* 谈吐,言行举止

lời bạt *d* 跋文,跋语

lời ca *d* 歌词,歌曲,歌声

lời chú *d* 按语,注脚,注解

lời dạy *d* 教导,教诲,训辞

lời dặn *d* 嘱告,嘱咐

lời dẫn *d* 导言,引言,前言

lời điếu *d* 悼词

lời đường mật *d* 甜言蜜语

lời giải *d* 答案

lời giáo đầu *d* 引子,开场白

lời hứa *d* 诺言: giữ lời hứa 守诺言

lời khai *d* 供词

lời khai mạc *d* 开幕词

lời kịch *d* [戏]台词

lời lãi *đg;d* 赢利,利润

lời lẽ *d* 言词,话语

lời lỗ=lời lãi

lời ngon tiếng ngọt 甜言蜜语,花言

巧语

lời nguyền *d* 誓词

lời nhắn *d* 寄语，口信儿

lời nói *d* 话语，言行

lời nói đầu *d* 绪言，序文，前言

lời ong tiếng ve 闲言碎语

lời qua tiếng lại 流言蜚语

lời ra tiếng vào 说三道四

lời răn *d* 箴言：lời răn minh 座右铭

lời thề *d* 誓词

lời toà soạn *d* 编者按

lời tựa *d* 序言

lợi₁ *d* ①牙龈，牙床②边：lợi chậu 盆边

lợi₂ [汉]利 *d* 利，利益，利润，福利 *t* 有利的，有利益的，有利润的：Làm thế rất lợi cho chúng ta. 这样做对我们有利。

lợi bất cập hại 得不偿失

lợi dục huấn tâm 利欲熏心

lợi dụng *đg* 利用，趁机：lợi dụng chỗ sơ hở 乘机

lụi lại *t* ①利害②厉害：Loại vũ khí này rất lợi hại. 这种武器很厉害。

lợi ích *d* 利益

lợi lộc *d* 利，利益，好处

lợi nhà ích nước 利家利国

lợi nhuận *d* 利润：lợi nhuận mộc 纯利润

lợi niệu =lợi tiểu

lợi răng *d* 牙龈

lợi suất *d* 利率，利息(=lãi suất)

lợi thế *d* 有利地位，优势

lợi tiểu *đg* 利尿

lợi tức *d* 利息：lợi tức cổ phần 股息

lòm lợm *t* 恶心

lòm xòm *t* 参差不齐

lỡm *t* 狡诈，鬼机灵

lởm chởm *t* 参差不齐，嶙峋：vách núi đá lởm chởm 山石嶙峋

lởm khởm *t* 参差不齐

lõm *đg* 捉弄，取笑

lõm lờ *t* 不正经

lợm *t* 发呕的，恶心的

lợm giọng *t* 恶心的

lợm mửa *đg* 想吐

lơn tơn *t* 悠然的，边走边玩的，漫不经

心的

lờn bơn *d* 比目鱼(=thờn bơn)

lởn vởn *đg* ①转悠，徘徊：Mấy đứa lạ mặt cứ lởn vởn quanh kho. 几个陌生人在仓库周围转悠。②萦绕，萦回：Bao ý nghĩ lởn vởn trong đầu. 多少思绪萦绕在脑海里。

lớn *t* ①大：một ngôi nhà lớn 一栋大房子②响亮：Nó thét lớn. 他大声吼。③长大的，长成的：người lớn 成人④大人(对地位高的人的尊称)：cụ lớn 大人 *đg* 生长，成长，发展：Thằng bé đang ở độ lớn. 孩子正长身体的时候。

lớn bổng *đg* 明显长大，长高

lớn bổng *đg* 猛长，蹿个儿

lớn đại *t* 大个儿的

lớn lao *t* 巨大，重大，伟大，宏伟：giá trị lớn lao 巨大的价值

lớn mạnh *t* 壮大，强大

lớn như vâm 牛高马大

lớn phổng *đg* 疯长，猛长

lớn sầm *t* 大个儿的，又高又大

lớn tiếng *đg* 大声，高声：lớn tiếng nói 大声说话

lớn tuổi *t* 年龄大的，上年纪的

lớn tướng *t* [口]① 已长大的②超大，很大，巨大

lớn vóc *t* 大个儿的，大块头的

lợn *d* 猪：nuôi lợn 养猪

lợn bột *d* 阉猪，菜猪

lợn cà *d* 种公猪

lợn cái *d* 母猪

lợn cấn=lợn bột

lợn con *d* 猪仔，小猪

lợn cợn *d* 浑浊：nước lợn cợn 水浑浊

lợn giống *d* 种猪

lợn hơi *d* 生猪

lợn lành chữa thành lợn què 弄巧成拙

lợn lòi *d* 野猪

lợn nái *d* 母猪

lợn quay *d* 烤猪

lợn rừng *d* 箭猪，野猪，山猪

lợn sữa *d* 乳猪

lợn thịt *d* 肥猪，肉猪

L

lớp *d* ①课室，教室②班，级，年级: Tôi
học lớp 10. 我在上 10 年级。③层次，
阶层④场⑤批，群，辈: cùng một lớp
người 同辈之人⑥排，列: lớp sóng
一排浪⑦纲(生物学分类系列中在门
和目之间的一级)

lớp cách nhiệt *d* 隔热层

lớp học *d* 教室，课堂

lớp lớp *t* 排排，座座，层层

lớp nhớp *t* 黏糊糊，泥泞: Mưa liền
mấy ngày, đường đi lớp nhớp. 一
连几天下雨，道路泥泞。

lớp xớp *t* 蓬松: đầu tóc lớp xớp 头发
蓬松

lợp *đg* 覆盖: lợp mui xe 盖车篷

lớt nhớt *t* 淡淡

lớt phớt *t* ①稀稀拉拉，稀薄②浅浅，肤
浅

lợt₁ *t* 淡: mặt tái lợt 脸色惨白

lợt₂ *t* ; *đg* 破: gãi lợt da 抓破皮

lợt đợt *t* 遍布的，到处都是的: Hàng
bày lợt đợt cả dãy. 货物摆得到处都
是。

lợt lạt *t* ①苍白，灰白②弱，柔，淡

lợt nhớt *t* 太淡，淡色的

LPG [缩] 液化气

lu₁ *d* 大缸，瓮: lu gạo 米缸

lu₂ *d* 铁碾子: tàu lu 汽碾子(压路机)

lu₃ *t* 模糊，朦胧: trăng lu 月色朦胧

lu bu=lu bù

lu bù *t* 过度的，过量的，不停的: rượu
chè lu bù 花天酒地

lu loa *t* 大声喧哗，大声吵闹: khóc lu
loa 大声哭闹

lu lơ *t* 漠然，消极

lu mờ *t* 模糊，暗淡: Đèn lu mờ dần.
灯渐渐暗淡。

lu nước *d* 水缸

lù đù *t* 呆笨，笨拙，迟钝

lù lù *t* 一大堆，一大片，很显眼

lù mù *t* 微弱，朦胧

lù rù *t* 佝偻，迟缓，迟钝

lù xù *t* (毛发) 乱成一团，乱糟糟: Bộ
tóc lù xù. 头发乱糟糟的。

lủ khủ lù khù=lù đù

lũ₁ *d* 帮，伙，群: lũ trẻ 孩子们

lũ₂ *d* 洪水: cơn lũ đặc biệt lớn 特大洪
水

lũ lụt *d* 水灾，洪灾: chống lũ lụt 抗洪

lũ lượt *p* 成群(地): Dân làng lũ lượt
kéo nhau đi xem hội. 乡民三五成群
去赶庙会。

lũ ống *d* 特大洪水

lũ quét *d* 特大山洪

lú₁ *đg* 冒尖儿，露出: Cây măng mới lú
đầu. 竹笋刚冒头。

lú₂ *t* ①迟钝，弱智②健忘: quên lú mất
全忘了

lú gan *đg* 完全忘记

lú gan lú ruột 忘得一干二净;好忘事

lú khú₁ *t* 专心，埋头

lú khú₂ *t* 老态龙钟: già lú khú 老态龙
钟

lú lẫn *t* 昏愚，老糊涂，老迷糊

lú lấp *t* 一时糊涂

lú nhú *đg* 露苗儿，萌芽

lua tua *đg* 悬，吊: Mấy ngọn bí lua
tua trên giàn. 几条瓜吊在架子上。

lùa *đg* ① 赶，赶往: Lùa đàn bò vào
chuồng. 把牛群赶入牛栏。②伸入:
Lùa chổi vào gầm giường. 把扫帚
伸进床底下。③穿过，透过: Gió lùa
vào khe cửa. 风从门缝穿过。④扒，
扒拉: lùa cơm 扒饭⑤耙草，耕地

lũa *t* ①烂熟: chín lũa 熟透②露骨③老
练: chơi lũa đời 老于世故

lúa *d* 稻子，稻谷: trồng lúa 种稻子

lúa ba giăng *d* 三月稻

lúa cao *d* 旱稻

lúa cấy *d* 禾苗

lúa chiêm *d* 早稻，夏稻

lúa gạo *d* 稻米

lúa giống *d* 早稻，夏稻

lúa hè thu *d* 夏秋稻(产于越南中部和
南部)

lúa lốc *d* 旱稻

lúa má *d* ①稻子②庄稼

lúa mạch *d* 大麦

lúa mì *d* 麦子

lúa mì yến *d* 燕麦

lúa mùa *d* 晚稻，秋稻

lúa nếp *d* 糯稻

lúa nước *d* 水稻

lúa nương *d* 旱稻

lúa sớm *d* 早稻

lúa thu *d* 秋稻

lúa trời *d* 野生稻

lúa xuân *d* 春稻，早稻（六月收割）

lụa *d* ①丝绸②未展开的嫩叶鞘③细软物品

lụa là *d* 绫罗，绸缎

lụa vóc *d* 绸缎

luân [汉] 伦，轮，沦

luân canh *đg* 轮耕，轮种

luân chuyển *đg* 轮换，周转，轮着来：luân chuyển vốn 资金周转

luân hồi *đg* [宗] 轮回

luân lí *d* 伦理：luân lí học 伦理学

luân lưu *đg* 轮流

luân phiên *đg* 轮流，轮番

luẩn quẩn *đg* ①徘徊②打转，转圈圈

luận [汉] 论 *đg* 论，议论，辩论 *d* 论文

luận án *d*（硕士、博士毕业）论文：bảo vệ luận án 论文答辩

luận bàn *đg* 讨论，议论，商讨（=bàn luận)

luận chứng *d* 论证

luận cứ *d* 论据

luận cương *d* 提纲，纲领

luận đàn *d* 论坛

luận đề *d* 论点，观点

luận điểm *d* 论点

luận điệu *d* 论调

luận nghĩa *đg* 论义，释义

luận tội *đg* 论罪

luận văn *d* ①议论文②（大学毕业）论文：luận văn tốt nghiệp 毕业论文

luật [汉] 律 *d* ①规律②规则③法制④法，法律：luật ruộng đất 土地法

luật dân sự *d* 民法

luật điển *d* 法典，法律汇编

luật hình=luật hình sự

luật hình sự *d* 刑法

luật hôn nhân *d* 婚姻法

luật khoa *d* 法律系

luật lệ *d* 规则，条例，法制，条令：luật lệ giao thông 交通规则

luật nước *d* 国法

luật pháp *d* 法律

luật sư *d* 律师

lúc *d* ①（短促的）时间：đợi một lúc 稍等一会儿②时，时候：lúc ăn 吃饭的时候③时期，时代

lúc ấy *d* 那时，当时

lúc cúc *t* 拥挤，狭窄②蹒跚

lúc đầu *d* 最初，开始，起初

lúc la lúc lắc *đg* 晃动，摇摆

lúc lắc *đg* 摇来晃去 *d* 摇铃，拨浪鼓

lúc lâu *t* 良久，好一会儿

lúc nào *d* 何时

lúc nãy *d* 刚才，方才

lúc nhúc *t*（因拥挤）缓慢挪动

lúc thúc *t* ①忙个不停：lúc thúc làm suốt ngày 整天忙个不停②小步跑的，蹦跳的：Đứa trẻ lúc thúc chạy theo mẹ. 小孩儿蹦跳着跟在妈妈身后。

lục₁ [汉] 录

lục₂ *đg* 搜寻，翻动

lục₃ [汉] 绿 *t* 绿色：lục diệp 绿叶

lục₄ *d* 六，lục phủ 六腑

lục₅ [汉] 陆 *d* 陆地：đại lục 大陆

lục bình₁ *d* 浮萍

lục bình₂ *d* 花瓶

lục bục [拟] 噗噗

lục diệp tố *d* 叶绿素

lục địa *d* 陆地，大陆

lục đục *đg* ①埋头收拾②闹别扭；闹矛盾：Vợ chồng lục đục với nhau. 夫妻俩闹别扭。

lục huyền cầm *d* [乐] 六弦琴

lục lạc *d* 铃铛

lục lạo *đg* 搜寻，搜索

lục lọi *đg* 细寻，细查，搜查

lục mục *t* 杂乱无序的

lục phủ ngũ tạng 五脏六腑

lục quân *d* 陆军

lục soát *đg* 搜查，搜索

lục súc *d* ①六畜②畜生：đồ lục súc 畜生

lục tố *d* 叶绿素

lục tục *p* 陆陆续续

lục vấn *đg* 诘问，盘问：lục vấn người khả nghi 盘问可疑人员

L

lui *đg* ①后退: rút lui 撤退②减弱，消退: Cơn sốt đã lui. 烧已经退了。③延后: Cuộc họp tạm lui vài ngày. 会议延后几天。

lui cui=lúi húi

lui lủi *t* 默不作声，悄无声息

lui tới *đg* 往来，交往

lùi₁ *đg* ①退行: thụt lùi 倒退②往后推: Lùi hội nghị sang tuần sau. 会议推到下星期。

lùi₂ *đg* 煨: lùi khoai 煨红薯

lùi bước *đg* 让步，后退，退让

lùi lũi *t;p* 专注

lùi xùi *t* 随意，不讲究，凑合: ăn mặc lùi xùi 不修边幅

lủi *đg* 逃窜，逃遁: Con thú thấy người lủi vào rừng. 野兽一看到人就窜进林子里去了。

lủi thủi *t*；*p* 孤零零，孤单: đi lủi thủi một mình 踽踽而行

lúi húi *đg* 专心，埋头，投入

lúi nhúi *t* 藏着，掖着，偷偷摸摸

lúi xùi=lùi xùi

lụi₁ *đg* ①枯萎，凋谢②减弱，将熄: Ngọn đèn lụi dần rồi tắt hẳn. 灯光渐渐减弱最后完全熄灭了。

lụi₂ *đg* 穿过，戳过

lụi cụi *đg*；*t* 埋头(=cặm cụi)

lụi đụi *p* ①忙忙碌碌地②不顺③连续，一转眼

lụi hụi=lúi húi

lum khum *t* 俯身的，弯腰的

lùm *đg* 树荫: lùm cây 树荫 *t* 隆起的，冒尖的，冒出的: Đĩa xôi đơm đầy lùm. 盘子里装着满得冒尖的糯米饭。

lùm lùm *t* 满登登

lùm sùm *t* 杂乱，麻烦

lùm *đg* 囫囵: lùm cái kẹo 一口就把糖吃掉

lủm củm *t* 东西多且杂的，东一堆西一堆的

lũm *t* 凹，凹陷的: Nước đọng trên lũm đá. 石头凹坑里积着水。

lúm chúm *đg* 撅: hai môi lúm chúm 撅起嘴

lúm cúm *t* 畏惧的

lúm đồng tiền *d* 小酒窝

lúm khúm *đg* 哈腰弓背，奴颜婢膝

lụm cụm *t* 龙钟的，老态的

lùn *t* 矮，低矮: chuối lùn 矮蕉

lùn chùn *t* 矮小

lùn tè *t* 太矮，矮墩墩

lùn tịt *t* 矮矮的

lủn chủn *t* 矮矬矬: Cây lủn chủn. 树长得矮矮的。

lủn mủn *t* 小心眼儿的，小气的

lũn *t* ①软，松软②柔和

lũn chũn=lũn cũn

lũn cũn *t* ①短橛橛: Áo quần ngắn lũn cũn. 衣服短橛橛的。②矮矬矬: Người lũn cũn. 身材矮矬矬的。③步子短而快: Cháu bé chạy lũn cũn. 小孩儿颠颠地小跑。

lún *đg* ①深陷，塌陷: móng tường lún 墙基下陷②卑微，弱势: chịu lún 甘拜下风

lún phún *t* (胡子、草等)稀疏，长短不一: Râu mọc lún phún. 稀稀疏疏地长了几根胡子。

lụn *đg* 减弱，渐弱，微弱 *p* 将尽，最终

lụn bại *đg* 衰败，衰落，败落

lụn vụn *t* 零碎，破碎

lung₁ [汉] 笼

lung₂ *d* 塘，潭，池: lung sen 荷塘

lung bung=lung tung

lung lạc *đg* 动摇

lung lay *đg* ①松动: răng lung lay 牙齿松动②动摇，摇摆: tinh thần lung lay 思想动摇

lung liêng *đg* ①晃动，摇摆: Pháo sáng lung liêng trên không. 信号弹在空中晃动。②动摇，摇摆欲坠

lung linh *t* (反光)闪烁: Mặt nước lung linh dưới ánh trăng vàng. 月光下水面波光粼粼。

lung mung *t* ①漫无边际②朦朦胧胧

lung tung *t* ①乱七八糟，杂乱无序②胡乱

lung tung beng *t* 乱七八糟

lùng *đg* 搜寻，搜索，查找: Lùng khắp các phố mới mua được. 找了好几条街才买到。

lùng bắt *đg* 搜捕, 侦缉

lùng bùng *t* 耳鸣

lùng nhùng *t* ①纠缠的,乱作一团的② 软塌塌,稀软

lùng sục *t* 搜查,细查

lùng thùng *t*（衣服）又肥又大

lùng tùng［拟］（鼓声）隆隆,咚咚

lủng *t* 破洞的,有窟窿的

lủng bủng *t*（说话）含糊不清

lủng ca lủng củng=**lủng củng**

lủng củng *t* ①杂乱无序,杂乱无章② 不和: gia đình lủng củng 家庭不和

lủng la lủng lẳng 果实累累

lủng lẳng *t* 吊嚷嚷,吊晃晃: Bầu bí lủng lẳng đầy giàn. 葫芦吊满架子。

lủng liểng *t* 摇摇欲坠

lủng nhủng *t* 多的,满的: trái cây lủng nhủng 果满枝头

lũng *d* 山谷,溪壑: lũng núi 山谷 *t* 下陷的: Lòng đường hơi lũng xuống. 路面有点下陷。

lũng đoạn *đg* 垄断

lúng ba lúng búng=**lúng búng**

lúng búng *đg* ①嘴里含着东西②咕哝 (嘴里含着东西说不清)

lúng liểng *t* ①剧烈摇晃②（眼睛）会说话

lúng ta lúng túng=**lúng túng**

lúng túng *t* 慌乱,不知所措: lúng túng không nói ra được 慌说不出话来

lụng nhụng *t* 软乎乎

lụng thà lụng thụng=**lùng thùng**

lụng thụng *t*（衣服）又肥又大

luộc *đg* ①水煮, 烫②转手

luôm nhuôm *t* 杂七杂八,杂乱

luôm thuôm *t* 邋里邋遢, 没有条理

luôn *p* ①连续,不断,不停: làm luôn tay 手不停地干②经常: Tôi gặp nó luôn. 我经常看到他。③立刻,马上: nói xong làm luôn 说完马上干

luôn luôn *p* ①不断地②常常;总是

luôn tay *đg* 不停手,不停歇

luôn thể *p* 顺便,一起

luôn tiện=**luôn thể**

luồn *đg* ①穿过,钻过: luồn kim 穿针②穿插过,迂回过③安插,打入

luồn cúi *đg* 巴结,讨好,低三下四

luồn lách *đg* ①穿插,穿过: luồn lách qua nhiều ngõ hèm 穿过很多窄巷子②钻营

luồn lỏi *đg* ①穿来穿去,穿梭②钻营

luồn lọt *đg* 阿谀奉承,趋炎附势

luông tuồng *t* 放纵,放荡,放肆

luồng₁ *d* 一种野生竹子

luồng₂ *d* ①股,群,阵: một luồng gió 一阵风②潮流③通道,行车道

luồng điện *d* 电流,电源

luồng hơi *d* 气流

luồng khí lạnh *d* 寒流

luồng lạch *d* 河道,航道

luồng sóng *d* ①电波②浪潮

luồng sông *d* 河道

luỗng *t* 蛀空的,掏空的: Gỗ bị mọt đục luỗng hết. 木头被虫蛀空了。

luống₁ *d* 垄,畦: một luống khoai 一垄白薯

luống₂ *đg* 枉然,白费

luống cuống *t* 慌慌张张,惊慌失措

luống tuổi *t* 壮年的,中年的

lúp *d* 放大镜

lúp xúp₁ 矮墩墩

lụp chụp *t* 忙乱,急忙

lụp chụp lười chưởi 急急忙忙

lụp xụp *t*（房屋）低矮破烂

lút₁ *đg* ①淹没,遮盖②隐入,隐没

lút₂ *p* ①深深地,没入②太过,过分

lút ga *p* 超出,极,尽: Xe chạy lút ga. 汽车开得极快。

lụt₁ *d* 涝,洪水: nạn lụt 洪灾

lụt₂ *đg* ①(灯捻儿) 快燃尽: Đèn lụt bấc. 灯芯快烧完了。②亏本,折本

lụt₃ *t* 钝: dao lụt 刀口钝

lụt cụt *t* 急步的,急匆匆: Cậu bé lụt cụt chạy theo mẹ. 孩子急步跟着妈妈跑。

lụt lội *d* 洪涝,洪水 *t* 水淹的,洪涝的

luỹ *d* ①壁垒②藩篱

lụy₁［汉］泪 *d* 泪珠,泪滴

lụy₂ *đg* 依从,依附,屈从: Ông không chịu lụy vào ai bao giờ. 他不曾屈从于谁。

lụy₃［汉］累 *đg*; *t* 连累,牵扯: sợ lụy

đến thân 怕受牵连

lụy₄ *d* 海鳗: cá lụy 海鳗

luyên thuyên *t* 胡吹乱侃

luyến [汉] 恋

luyến ái *đg* 恋爱: luyến ái quan 恋爱观

luyến tiếc *đg* 恋惜, 留恋

luyện₁ [汉] 练 *đg* ①练习, 训练: luyện võ 练武术②糅合, 和, 拌 *t* 老练

luyện₂ [汉] 炼 *đg* 冶炼

luyện binh *đg* 练兵

luyện gang *đg* 炼铁

luyện kim *đg* 金属冶炼, 冶金

luyện tập *đg* 练习, 训练

luýnh quýnh *t* 慌乱, 惊慌失措

lư₁ [汉] 芦, 颅, 庐, 胪, 驴

lư₂ [汉] 炉 *d* 炉: lư hương 香炉

lư hội *d* 芦荟

lừ *đg* 瞪眼: lừ mắt 瞪了一眼

lừ đừ *t* 慢吞吞, 无精打采(=lờ đờ)

lừ lừ₁ *đg* 横眉冷对

lừ lừ₂ *t* ①怒目圆瞪②默默, 悄无声息

lử *t* 乏软

lử khử *t* 没精打采, 疲软无力

lử lả *t* 累昏的, 疲软的

lữ hành *đg* 旅行: khách lữ hành 旅行者

lựa *đg* 挑选: Cá nhiều xương ăn phải lựa. 鱼刺较多, 吃的时候要挑出来。

lưa lưa *t* 稀落, 稀少

lừa₁ *d* 驴

lừa₂ *đg* ①欺骗: đánh lừa 行骗②哄: lừa cho con ngủ 哄孩子入睡③趁, 乘: lừa khi con ngủ 趁孩子睡着的时候

lừa bịp *đg* 诈骗, 欺诈

lừa cơ *đg* 趁机, 乘虚

lừa dịp *đg* 乘机

lừa dối *đg* 欺骗, 哄骗

lừa đảo *đg* 诈骗: tội lừa đảo 诈骗罪

lừa gạt *đg* 骗, 欺骗, 招摇撞骗

lừa gió bẻ măng 浑水摸鱼; 趁火打劫

lừa lọc *đg* 招摇撞骗

lừa mị=**lừa phỉnh**

lừa mình dối người 自欺欺人

lừa phỉnh *đg* 哄骗, 诱骗

lừa trên nạt dưới 欺上压下

lửa *d* 火: cái bật lửa 打火机

lửa binh *d* 战火, 战争

lửa bỏng dầu sôi 水深火热

lửa cháy đổ thêm dầu 火上浇油

lửa dịu *t* 文火

lửa đạn *d* 战火, 枪林弹雨

lửa giận *d* 怒火

lửa hận *d* 仇恨

lửa hương *d* 香火

lửa thử vàng gian nan thử sức 烈火炼真金, 真金不怕火炼

lửa trại *d* 篝火

lữa *t* 数次, 屡次; 长时间

lứa *d* ①一窝儿, 一胎儿: Chó đẻ một lứa ba con. 狗一窝下了三只崽。②排行, 辈分: bằng vai phải lứa 同辈③一宗, 一批: lứa hàng ế 一批滞销货

lứa đôi *d* 情侣; 小夫妻

lựa *đg* 选, 筛选, 选择, 挑选: lựa giống 选种子; lựa chọn 挑选

lựa chiều *đg* ①选择(方向): lựa chiều mà cưa gỗ 看纹锯木②见机: lựa chiều mà hành động 见机行事

lựa chọn *đg* 挑选, 遴选

lựa gió phất cờ 见风使舵

lựa lời *đg* 择词, (婉转地) 说: lựa lời khuyên giải 婉言相劝

lực [汉] 力 *d* 力气, 力量

lực bất tòng tâm 力不从心

lực hấp dẫn *d* 吸引力

lực lưỡng *t* 魁梧, 粗壮: vóc người lực lưỡng 身材魁梧健壮

lực lượng *d* ①力量②武装力量, 部队: lực lượng an ninh 安全部队

lực lượng sản xuất *d* 生产力

lực sĩ *d* 大力士

lưng₁ *d* ①腰, 背②背后, 背面

lưng₂ *d* ①一半: ăn vội lưng cơm 匆匆扒了半碗饭②悬空, 中间: nhà ở lưng đồi 家在半山腰③腰带; [转] 腰包, 钱款

lưng₃ *t* 不够满: Đong lưng quá. 量得太少了。

lưng chừng *d* 半中间, 半空: treo lưng

chừng 悬在半空中 t ①中途,半拉子 ②中间派,左右摇摆

lưng lửng t 小半,少半

lưng vốn d 资本,本钱

lừng₁ đg ①(香气)四溢,四散: thơm lừng 香气四溢②(名声)大振,闻名

lừng₂ t ①上升的,扩大的②调皮,任性 (成性)

lừng chừng t ①踌躇,迟疑不决②消极: làm việc lừng chừng 做事不积极

lừng danh đg 闻名,有名

lừng khừng t 消极怠慢,犹豫不决

lừng lẫy đg;t 显赫: tiếng tăm lừng lẫy 名声显赫

lừng lững t ①高大,巨大②缓缓,笨重

lửng₁ d 黄鼠狼

lửng₂ t ①半拉子,半截子: bỏ lửng 半途而废②(颗粒)不饱满

lửng dạ t 半饱

lửng khửng t 模棱两可

lửng lơ t ①飘浮着(=lơ lửng)②半空中,不高也不低: Mây lửng lơ bay. 云在空中飘。

lững chững t (幼儿)蹒跚: Đứa nhỏ đã lững chững biết đi. 小儿已蹒跚学步了。

lững đững lờ đờ 平缓,缓缓

lững lờ t ①(移动)慢悠悠,缓缓②冷淡,不热情: thái độ lững lờ 态度冷淡

lững thững t 姗姗

lựng t ①(味道)浓重,浓郁: thơm lựng 好香②鲜红,艳红: đỏ lựng 通红

lựng khựng t (脚步)缓慢沉重

lược₁ [汉] 略,掠

lược₂ d 梳子: lược ngà 象牙梳子

lược₃ d 钢筘: lược máy dệt 织布钢筘

lược bí d 篦子

lược đoạt đg 掠夺

lược thuật đg 略述,概述: lược thuật nội dung chính 概述主要内容

lười t 懒惰,慵懒: lười học 学习懒惰

lười biếng t 懒惰: kẻ lười biếng 懒虫

lười lĩnh t 懒惰,懒洋洋

lười xười t 破碎,褴褛: quần áo lười xười 衣衫褴褛②邋遢

lười thười t ①抽抽噎噎的,抽泣的②疲累

lưỡi d ①舌头②刃: lưỡi gươm 剑刃③把,柄,口: một lưỡi dao 一把刀

lưỡi búa d 斧头

lưỡi cày d 铧,犁头,犁尖

lưỡi câu d 鱼钩

lưỡi cuốc d 锄头

lưỡi cưa d 锯条

lưỡi dao d 刀刃,刀锋

lưỡi gà d ①管乐器上的簧②[机]活门,阀门

lưỡi hái d 镰刀

lưỡi lê d 刺刀,尖刀

lưỡi liềm d 镰刀

lưỡi sắc hơn gươm 人言可畏

lưới d ①网: thả lưới bắt cá 撒网捕鱼②网络: lưới điện 电网③罗网,圈套 đg 撒网

lưới chài đg 拖网,投网,抛网

lưới đạn d 火力网

lưới kéo d 拖网

lưới nhện d 蜘蛛网

lưới pháp luật d 法网

lưới sắt d 铁网

lưới trời d 天网,天罗地网

lưới vây d 围网

lưới vét d 拖网

lươm bươm t 破烂不堪,破碎,破成条的

lườm đg 瞋睨,瞋目而视

lượm₁ d 一束,一把: lượm lúa 一束稻子 đg 捆,扎,拢成束

lượm₂ đg 捡,拣,拾

lượm lặt đg ①捡拾②收集,采集,搜集: lượm lặt tin tức 搜集信息

lượm tin đg 采信;采访

lươn d 鳝鱼

lươn khươn đg 拖沓,拖拖拉拉

lươn lẹo t 奸诈,圆滑: Anh ấy là một người lươn lẹo. 他是个圆滑的人。

lườn d ①脯(胸的两侧): lườn gà 鸡脯肉②船体

lượn₁ *d* 对歌

lượn₂ *đg* ①盘旋，翱翔，滑行: Máy bay lượn. 飞机在盘旋。②转来转去③起伏: Sóng lượn nhấp nhô. 波涛起伏。*d* 浪涛

lượn lờ *đg* 转来转去: lượn lờ ngoài phố 在街上转来转去

lượn lượn *t* 弯弯的，稍微有点弯的

lương₁ *d* 薄纱: áo lương 纱衣

lương₂ [汉]粮 *d* ① 工资，薪金: lĩnh lương 领工资②粮食: tải lương 运粮

lương₃ [汉]良 *d* 非(基督)教徒 *t* 良: kẻ bất lương 不良分子

lương₄ [汉]梁 *d* 房梁

lương bổng *d* 薪俸，工资

lương duyên *d* 良缘

lương giờ *d* 计时工资

lương hưu *d* 养老金，退休金

lương khô *d* 干粮: lương khô nén 压缩干粮

lương mềm *d* 灰色收入

lương ngày *d* 日工资

lương sản phẩm *d* 计件工资

lương tâm *d* 良心，天良: không thẹn với lương tâm 问心无愧

lương tháng *d* 月工资，月薪

lương thảo *d* 粮草

lương thiện *t* 善良

lương thực *d* 粮食: lương thực dự trữ 储备粮

lương tuần *d* 周工资，周薪

lương y *d* 良医

lường₁ *đg* ①量: lường cho một lít dầu 量一升油②估量，预计

lường₂ *đg* 蒙骗: ăn lường ăn quỵt 骗吃骗喝

lường thu để chi 量入为出

lường thưng tráo đấu 坑蒙拐骗

lưỡng [汉]两，俩 *d* 两

lưỡng bại câu thương 两败俱伤

lưỡng chiết *đg* 折射

lưỡng diện nhị thiệt 两面三刀

lưỡng dụng *t* 两用的: xe lưỡng dụng 两用车

lưỡng khả *d* 两可，两种可能

lưỡng lợi *đg* 两利，双方有利: lao tư lưỡng lợi 劳资两利

lưỡng lự *đg* 犹豫，迟疑

lưỡng nan *t* 两难的: tiến thoái lưỡng nan 进退两难

lưỡng thê *đg* 两栖: động vật lưỡng thê 两栖动物

lưỡng tiện *t* 两便: nhất cử lưỡng tiện 一举两得

lưỡng toàn *t* 两全

lướng vướng *t* 牵挂；纠缠

lượng₁ [汉]谅，亮

lượng₂ [汉]量 *d* 量，数量，容量: lượng mưa 雨量 *đg* 估量，审度: lượng sức mà làm 量力而行

lượng₃ *d* [方]两: một lượng vàng 一两金子

lượng giác *d* 三角 *t* 三角的

lượng hẹp *t* 量小，褊狭，小心眼儿

lượng hoá *đg* 量化

lượng sượng *t* ①半生不熟②生疏，不熟练③未想通的: Tư tưởng còn lượng sượng. 思想还有顾虑。

lượng thể tài y 量体裁衣

lượng thứ *đg* 原谅，宽恕

lượng tình *đg* 量情，看情况

lướp tướp *t* 破成一条一条的

lướt *đg* 拂过，掠过，擦过: Thuyền lướt qua mặt sông. 船掠过水面。*t* 粗略

lướt đặm *đg* 匆忙地走

lướt khướt *t* ① 醉醺醺②湿漉漉

lướt mướt *t* 湿漉漉

lướt thướt *t* ① 超长，过长② 湿淋淋

lượt₁ *d* 罗: áo lượt 罗衫

lượt₂ *d* ①次，趟，番: năm lần bảy lượt 三番五次②外层: lượt vải bọc ngoài 外层包装

lượt là *d* 绫罗 *t* 华丽

lượt thượt *t* ①衣服过长的②湿淋淋

lứt₁ *đg* 割断，扯断: lứt dây 扯断绳子

lứt₂ *t* 粗糙，不精细: gạo lứt 糙米

lứt₃ *p* 一下，完: ăn lứt cho xong 一口吃掉

lưu₁ [汉]琉，硫，鎏，溜，骝

lưu₂ [汉]留 *đg* ①留，逗留②保留，保存: lưu lại chứng cớ 保留证据

lưu₃ [汉]流 *đg* 放逐，流放: tội lưu chung

thân 终身流放

lưu ban *đg* 留级

lưu bút *d* 感言，留言

lưu chiếu *đg* 注册，登记注册，备案

lưu chuyển *đg* 流动，周转：tiền vốn lưu chuyển 周转资金

lưu cữu *đg* 留存，遗留，滞留

lưu danh *đg* 留名：lưu danh thiên cổ 千古留名

lưu diễn *đg* 巡演，巡回演出，流动演出

lưu dụng *đg* 留用

lưu đãng *đg* 游荡，流浪

lưu động *đg* 流动，巡回

lưu giữ *đg* 保留，收藏

lưu hành *đg* 流行

lưu học sinh *d* 留学生

lưu huỳnh *d* 硫黄

lưu không *t*（介绍信、证明等）留空的，空白的

lưu lạc *đg* 流落，沦落

lưu lại *đg* ①挽留②逗留，留下

lưu li₁ *d* 琉璃

lưu li₂ *đg* 流离

lưu liên *đg* 流连

lưu loát *t* 流利，流畅：lời văn lưu loát 文笔流畅

lưu luyến *đg*；*t* 留恋

lưu lượng *d* 流量：lưu lượng nước 流水量

lưu manh *d* 流氓

lưu ngôn *d* 流言，传言

lưu nhiệm *đg* 留任

lưu niệm *đg* 留念

lưu niên *t* 多年的：cây lưu niên 多年生植物

lưu sản *đg* 流产，小产

lưu tán *đg* 失散，流落他乡

lưu tâm *đg* 留心

lưu thai *đg*（人工）流产

lưu thân *đg* 栖身

lưu thông *đg* 流通，流转：lưu thông hàng hoá 商品流通

lưu tốc *d* 流速：lưu tốc kế 流速计

lưu tồn *đg* 留存

lưu trú *đg* 留宿

lưu truyền *đg* 流传

lưu trữ *đg* 贮存，备案，存档

lưu vong *đg* 流亡

lưu vực *d* 流域：lưu vực sông Hồng 红河流域

lưu ý *đg* 留意．Xin lưu ý vấn đề này. 请留意这个问题。

lựu₁［汉］榴 *d* 石榴：quả lựu 石榴

lựu₂［汉］榴 *d*［军］手榴弹

lựu đạn *d*［军］手榴弹

lựu pháo *d*［军］榴弹炮

L

M m

m, M ①越语字母表的第 15 个字母 ②罗马数字 1000 ②米(metre 的缩写)③毫: mg 毫克④兆(mega 的简写): MHz 兆赫

ma₁ [汉]麻

ma₂ [汉]魔 *d* ①鬼②丧仪: đưa ma 送丧③任何人: chả ma nào quan tâm cả 无人关心 *t* 虚,虚假: con số ma 虚假数据

ma ăn cỗ 神不知鬼不觉

ma bùn *t* 吝啬,小气,卑贱

ma cà bông *d* [口]流浪汉,无业游民

ma chay *dg* 祭祀,祭奠

ma chay cưới xin *d* 婚丧嫁娶;红白事

ma cỏ *d* 鬼

ma cô *d* ①皮条客,老鸨子②无赖

ma cũ bắt nạt ma mới 欺生

ma-dút *d* 柴油: ma-dút nặng 重柴油

Ma-lai-xi-a *d* [地]马来西亚(亚洲国家): tiếng Ma-lai-xi-a 马来语

ma lanh *t* 机灵,狡猾

ma lực *d* 魔力

ma mãnh *d* 魔鬼 *t* 精灵的,滑头的

ma mút *d* [动]猛犸象

ma-nhê-tít (magnetit) *d* 磁矿石

ma-nơ-canh (mannequin) *d* 假人模特

ma-phi-a (mafia) *d* 黑手党 *t* 奸诈,精明

ma quái *d* 妖魔鬼怪,鬼魅 *t* 隐秘,诡异

ma quỉ *d* 魔鬼

ma-ra-tông (marathon) *d* 马拉松

ma sát *d* 摩擦: lực ma sát 摩擦力

ma thuật *d* 魔法

ma trơi *d* 鬼火,磷火

ma tuý *d* 麻醉剂,毒品: nghiện ma tuý 吸毒

ma tuý đá *d* 冰毒

ma vương *d* 魔王

mà₁ *d* 小洞: mà cua 蟹洞 *dg* 蒙,蒙哄

mà₂ *k* ①而: Xe chạy nhanh mà êm. 车开得快而稳。②还,却③来,以(指目的): nên tìm việc mà làm 应该找事(来)做④如果,要是(指条件): Anh mà làm được, tôi sẽ mời anh ăn một bữa. 你如果做成,我就请你吃一顿。⑤所: Tôi đã làm xong việc mà anh nói hôm nọ. 我已经做完你那天所说的事。*tr* 嘛(放在句尾,表示强调和肯定语气)

mà chược *d* 麻将: đánh mà chược 打麻将

mà lại *tr* 嘛,了(放在句尾,表示强调)*k* 而,还: giàu mà lại keo kiệt 有钱而抠门

mà thôi *tr* (仅此)而已,(如此)罢了: Có ngần này mà thôi. 只有这么多了。

mả₁ *d* 坟墓

mả₂ *t* 棒,好: Nó đánh mả lắm. 他打得很棒。

mả mồ *d* 坟墓(=mồ mả)

mã₁ *d* ①尾羽,项羽②样子,架子,外观,仪表,仪态

mã₂ *d* 冥府,冥品,纸钱

mã₃ [汉]马 *d* 马: xe song mã 双驾马车

mã₄ [汉]码 *d* 数码,编码: giải mã 解码

mã đề *d* [植]车前草

mã hiệu *d* ①编码②号码

mã hoá *đg* 数字化

mã lực *d* [理] 马力

mã não *d* 玛瑙

mã số *d* 编号，编码：mã số bưu cục 邮政编码

mã thầy *d* [植] 荸荠

mã vạch *d* 条形码

má₁ [方] *d* 妈妈

má₂ *d* 脸颊：má ửng hồng 红红的脸颊

má đào *d* [旧] 红颜

má giầy *d* 鞋帮

má phanh *d* 闸皮，刹车片

mạ₁ *d* 秧苗：gieo mạ 撒播秧种

mạ₂ *đg* 镀：mạ vàng 镀金

mạ điện *đg* 电镀

mác₁ *d* ① 镖：giáo mác 梨镖 ② 捺：Chữ "人" có nét phảy và nét mác. "人" 字有一撇和一捺。

mác₂ (marque) *d* 标号，商标

mác-ma (magma) *d* 岩浆

mạc₁ [汉] 莫

mạc₂ *đg* 描摹：mạc chữ 临帖

mạc₃ [汉] 幕 *d* 帷幕：khai mạc 开幕

mạc₄ [汉] 漠 *d* 漠：sa mạc 沙漠

mạc₅ [汉] 膜 *d* 膜：giác mạc 角膜

mách₁ *đg* 告知，告诉

mách₂ *d* 场，阵，顿

mách bảo = **mách**₁

mách lẻo *đg* [口] 说长道短

mách lẻo đôi co *đg* 搬弄是非

mách nước *đg* 支招，献计，出谋划策

mách qué *t* 流里流气的

mạch₁ [汉] 麦 *d* 麦子

mạch₂ [汉] 脉 *d* ① [医] 脉搏：bắt mạch 把脉 ② 线路：ngắt mạch điện 掐断电线 ③ 脉络：mạch suy nghĩ 思路

mạch áp *d* 脉压

mạch chính *d* 干道，干线

mạch đập *d* 脉搏

mạch điện *d* 电路，线路

mạch đồ *d* [医] 脉息表，脉搏图，脉波图

mạch in *d* 电路板，线路板，印刷板

mạch ghép *d* 耦合电路

mạch kín *d* 闭路

mạch lạc *d* 条理 *t* 有条理的，有头绪的

mạch máu *d* 血管：tắc mạch máu 血管梗塞

mạch môn *d* [植] 麦门冬

mạch nha *d* 麦芽，麦芽糖

mạch núi *d* 山脉

mạch rẽ *d* 岔路

mạch văn *d* ① 书香门第 ② 文章脉络，文思

mạch vòng *d* 回路

mạch xung *d* 脉冲

ma-gi *d* 酱油

mai₁ [汉] 埋

mai₂ *d* 明日，明天：mai lại đến 明天再来

mai₃ *d* 早晨：mai chiều 晨昏

mai₄ *d* ① 甲壳：mai rùa 龟甲 ② 竹篷

mai₅ *d* 锹，铁锹

mai₆ [汉] 梅 *d* 梅：hoa mai 梅花；ô mai 乌梅

mai₇ [汉] 媒 *d* 媒：bà mai 媒婆

mai danh ẩn tích 隐姓埋名

mai đây *d* 日后，将来

mai hoa *d* ① 梅花 ② 白色；rắn mai hoa 白蛇

mai kia *d* ① 一旦，有朝一日 ② 日后

mai mái *t* (肤色) 晦暗：da mai mái 肤色晦暗

mai mỉa *đg* 讽刺

mai mối *đg* 做媒，说媒：nhờ người mai mối cho một đám 请人帮忙说媒 *d* 媒婆，媒人，红娘

mai một *d* [方] 日后：Mai mốt tôi sẽ sang thăm chị. 日后我再来看你。

mai một *đg* 埋没：Tài năng bị mai một. 才华被埋没。

mai phục *đg* 埋伏

mai sau *d* 日后，将来

mai táng *đg* 埋葬

mài₁ *đg* 磨：mài mực 磨墨

mài₂ *d* 山药

mài giũa *đg* ① 磨炼：mài giũa ý chí 磨炼意志 ② 雕琢，修饰

mài miệt *t* 专注 (=miệt mài)

mải *đg* 专注，沉迷，陶醉，入神：mải làm 埋头工作

mải mê *đg* 陶醉

mải miết *đg* 埋头，专心

mải mốt *đg* 专心致志，一心

mãi₁ *p* ①不间断，老是：làm mãi 做个不停②永远，永久：nhớ mãi 永远铭记

mãi₂[汉]买 *đg* 买

mãi mãi *p* 永远，永久，永不休止

mái₁ *d* ①屋顶②头发③斜面

mái₂ *d* 桨，棹

mái₃ *d* 水缸：Mái nước đầy ắp. 水缸满满的。

mái₄ *t* 雌的：gà mái 母鸡

mái₅ *t* 苍白：Da xanh mái. 脸色苍白。

mái chèo *d* 桨，棹

mái hiên *d* 屋檐

mái nhà *d* 家庭：mái nhà ấm cúng 温暖的家

mái tóc *d* 鬓发：mái tóc hoa dâm 两鬓斑白

mái vẩy *d* 挡雨棚

mại₁ *d*[医]翳：mắt có mại 长眼翳

mại₂[汉]卖 *đg* 卖

mại bản *d* 买办

mại dâm *đg* 卖淫

man₁[汉]蛮

man₂[汉]瞒 *t* 隐瞒的：khai man 瞒报

man dại *t* 原始，野蛮

man khai *đg* 虚报

man mác *t* ①茫茫，广漠，苍茫：cảnh sông nước man mác 茫茫的江水②惆怅，怅惘，怅然

man mát *t* 凉凉的：Trời đã man mát rồi. 天转凉了。

man rợ *t* 野蛮：hành động man rợ 野蛮行为

man-tô-za (maltose) *d* 麦芽糖

man trá *t* 欺瞒的，瞒骗的

màn *d* ①帷幕：màn sân khấu 舞台帷幕②蚊帐③天幕④剧幕：Vở kịch gồm ba màn. 这出剧一共有三幕。

màn ảnh *d* 银幕：màn ảnh rộng 宽银幕

màn bạc *d* 银幕

màn cửa *d* 门帘

màn đen *d* 黑幕

màn gió *d* 帘子

màn hiện sóng *d* 雷达显示屏，雷达显示器

màn hình *d* 屏幕

màn huỳnh quang *d* 荧光屏

màn kịch *d* 骗局

mãn₁[汉]慢

mãn₂[汉]满 *đg* 满：mãn nhiệm kì 任期届满

mãn đời trọn kiếp *d* 一生一世，一辈子

mãn hạn *đg* 限期届满，期满

mãn khai *đg* 盛开

mãn khoá *đg* 届满，结业

mãn kì *đg* 期满

mãn kiếp *t* 一辈子，一生

mãn kinh *đg* 绝经，停经

mãn nguyện *đg* 如愿，遂心，遂愿，满意

mãn nhiệm *đg* 满任期，满期，届满

mãn số *đg* 气数已尽

mãn tính *t* 慢性：bệnh mãn tính 慢性病

mạn₁[汉]漫，蔓

mạn₂ *d* 区域：mạn ngược 山区

mạn₃ *d* 舷：mạn thuyền 船舷

mạn₄[汉]慢 *đg* 怠慢：khinh mạn 轻慢

mạn đàm *đg* 漫谈，座谈

mạn phép *đg* 打断一下，对不起(打断别人说话时的礼貌用语)

mạn tàu *d* ①舰舷②大轮船船舷

mạn tính=mãn tính

mang₁[汉]茫，芒

mang₂ *d* ①鳃：mang cá 鱼鳃②蛇腮囊

mang₃ *đg* ①带，携带，披带，佩带②怀孕③具有④带来⑤拿：Mang tất cả ra đây! 全部拿出来！⑥背负：mang tiếng xấu 背负骂名

mang án *đg* 服刑

mang ân mang huệ 感恩戴德

mang bành *d* 眼镜蛇

mang cá *d* ①鱼鳃②桥头下的斜坡③箭楼

mang chủng *d* 芒种(二十四节气之一)

mang công mắc nợ 欠债累累

mang điện *đg*[电]带电

mang gió *d* 鱼鳃

mang máng *t* ①模糊②依稀, 好像: mang máng như gặp nó ở đâu đó 好像在哪儿见过他

mang nặng đẻ đau 十月怀胎

mang ơn *đg* 受人之恩, 受人照顾

mang tai *d* 耳后根, 耳朵与头的间距

mang tiếng *đg* ①背坏名声, 背负…骂名②徒有…虚名

mang tội *đg* 负罪

màng₁ *d* ①膜, 薄膜, 翳②液体表面的膜③网: màng nhện 蜘蛛网

màng₂ *đg* 想到, 念及, 企望

màng chân *d* 蹼

màng lưới₁ *d* 视网膜

màng lưới₂ *d* 网络

màng màng *d* 薄膜

màng nhầy *d* 黏膜

màng nhĩ *d* 耳膜

màng óc *d* 脑膜: viêm màng óc 脑膜炎

màng tai *d* 耳鼓, 耳鼓膜, 鼓膜

màng tang *d* 太阳穴

màng trinh *d* 处女膜

màng võng *d* 视网膜

mảng₁ *d* 筏子

mảng₂ *d* 大块, 大片: mảng cỏ 一片草

mảng₃ *đg* 沉迷

mảng₄ *đg* 传闻, 听说: mảng tin 闻讯

mảng bè *d* 筏子

mãng cầu *d* [植] 番荔枝

máng₁ *d* ①水槽②渠, 沟

máng₂ *đg* 挂: máng áo trên tường 把衣服挂在墙上

máng ăn *d* 饲料池, 食槽

máng cỏ *d* 马料槽

máng dẫn nước *d* 引水渠

máng máng *t* 隐约, 仿佛, 依稀

máng nước *d* 水槽

máng tháo nước *d* 排水槽

mạng₁ *d* ①薄膜②膜状物, 网状物; 网络, 互联网: mạng điện 电网; lên mạng 上网 *đg* 织补, 绣补: mạng áo 织补衣裳

mạng₂ [汉] 命 *d* 命: cứu mạng 救命

mạng che mặt *d* 面纱

mạng cục bộ *d* 局域网

mạng Internet *d* 互联网, 因特网, 国际网络

mạng lưới *d* ①网络: mạng lưới giao thông 交通网②关系网

mạng mỡ *d* 腰肋

mạng mục *d* 贱命, 老命: liều cái mạng mục này 拼了这条老命

mạng nhện *d* 蜘蛛网

mạng thép *d* 窗纱

manh₁ [汉] 盲, 萌

manh₂ *d* ①张: manh chiếu 一张薄席②片, 块(破衣烂席)

manh₃ *d* 沓: mua vài manh giấy 买几沓纸

manh động *đg* 盲动, 蠢动

manh mối *d* 线索, 门路, 眉目, 头绪

manh mún *t* 零碎, 零散: làm ăn manh mún 做零散生意

manh tâm *đg* 起…念头

manh tràng *d* 盲肠

mành₁ *d* 大帆船

mành₂ *d* 竹帘: tấm mành che nắng 遮阳竹帘

mành₃ *t* 纤细: tơ mành 细丝

mảnh *d* 张, 片, 块, 条 *t* 单薄 *p* 单独: ăn mảnh 独吞

mảnh bát *d* 破碗片

mảnh dẻ *t* 纤瘦, 孱弱

mảnh đất cắm dùi 立锥之地

mảnh khảnh *t* 高瘦

mảnh mai *t* 纤细

mãnh [汉] 猛

mãnh hổ *d* 猛虎

mãnh liệt *t* 猛烈, 激烈

mãnh lực *d* 魔力, 力量

mãnh thú *d* 猛兽

mãnh tướng *d* 猛将

mánh *d* 诡计, 手段, 伎俩, 花招 *t* 狡猾

mánh khoé *d* 诡计, 手腕, 伎俩, 花招 *t* 诡计多端

mạnh *t* ①强, 强壮, 强大, 强有力②大力: phát triển mạnh 大力发展③康健, 康复: Người bệnh đã mạnh. 病人已恢复健康。④烈, 剧烈: rượu mạnh 烈酒

mạnh bạo *t* 大胆, 敢想敢做的

mạnh dạn *t* 大胆

mạnh giỏi *t* 安康：Chúc các anh mạnh giỏi! 祝你们身体安康！

mạnh khoẻ *t* 健康

mạnh mẽ *t* 强大，大力：phát triển mạnh mẽ 大力发展

mạnh miệng *t* 敢说的，斗胆的

mạnh mồm *t* 光会说的

mạnh tay *t* 放手干的，敢干的

mao [汉] 毛

mao quản *d* 毛细管

mào *d* ①冠子：mào gà 鸡冠②开端：khai mào 开场白

mào đầu *đg* 开场白，引子

mão₁ *d* 冕，冠：áo mão 衣冠

mão₂ [汉] 卯 *d* 卯（地支第四位）

mạo₁ [汉] 冒 *đg* 冒充：giả mạo 假冒

mạo₂ [汉] 貌 *d* 貌：tướng mạo 相貌

mạo danh *đg* 冒名，冒充

mạo hiểm *đg* 冒险

mạo muội *đg* 冒昧

mạo nhận *đg* 冒认，冒充

mạo xưng *đg* 冒称，冒充：mạo xưng nhà báo 冒充记者

mát₁ *t* ①凉快：gió mát 凉风②欣慰，舒畅：mát dạ hả lòng 心情舒畅③暗讽，揶揄：nói mát 说风凉话④清凉，降火：thuốc mát 清凉药

mát₂ *t* 斤两不足的

mát da mát thịt *t* 壮实：Thằng bé mát da mát thịt. 小孩长得很壮实。

mát dạ *t* 满意，称心

mát dạ hả lòng 心满意足

mát lành *t* 清凉，凉爽：làn gió mát lành 凉爽的风儿

mát lòng=mát dạ

mát mái xuôi chèo 顺风顺水

mát mặt *t* 光彩，风光

mát mẻ *t* ①清凉，凉爽②冷嘲

mát ruột *t* ①（肚子）凉快②欣慰，痛快：Cha mẹ mát ruột vì con học giỏi. 孩子学习好，父母很欣慰。

mát rười rượi *t* 凉爽

mát tay *t* 手气好，顺利

mát tính *t* 好脾气，好性格

mát trời *t* 天气凉爽

mát-xa (massage) *đg* 推拿，按摩

mạt₁ [汉] 末，抹

mạt₂ *d* 鸡虱，米蛀虫

mạt₃ *d* 碎末，粉末，碎屑：mạt cưa 锯末

mạt₄ *t* ①贱，劣②末

mạt chược *d* 麻将

mạt cưa *d* 锯屑，锯末

mạt cưa mướp đắng 尔虞我诈

mạt đời *t* 末世的，一世的，一辈子的

mạt hạng *t* 劣等：thứ hàng mạt hạng 劣等货

mạt kiếp *t* ①末劫的，末世的②低贱

mạt sát *đg* 抹杀，诋毁

mạt vận *t* 没落的，衰落的

mạt vận cùng đồ 穷途末路

mau *t* ①快速，敏捷②深，厚

mau chóng *t* 迅速，快捷，快速

mau lẹ *t* 迅速，敏捷

mau mau *t* 快快，赶快

mau miệng *t* 快嘴，口齿伶俐的：mau miệng trả lời 快嘴回答

mau mồm *t* 快嘴快舌的，多嘴的

mau mồm mau miệng 快嘴快舌

màu₁ *d* 杂粮：hoa màu 杂粮

màu₂ *d* ①颜色：màu da 肤色②彩色，五彩：phim màu 彩色片③仪表，相貌，样子：coi màu không phải là thiện nhân 看样子不是个好人④童贞

màu bột *d* 颜料，水粉

màu cá vàng *d* 橘红色

màu cánh chấu *d* 碧绿色

màu cánh gián *d* 赭色

màu cánh sen *d* 粉红色

màu chàm *d* 靛青

màu cỏ *d* 草绿色

màu cam *d* 橙黄，橙色

màu da chì *d* 灰白色

màu da ngà *d* 米黄色

màu da người *d* 肉色

màu da trời *d* 天蓝色

màu đen *d* 黑色

màu đỏ *d* 红色

màu ghi *d* 银灰色

màu gụ *d* 棕色

màu hoa đào *d* 桃红色

màu hồng *d* 粉红色

màu hồng nhạt *d* 淡红色

màu keo *d* 油彩

màu lơ *d* 浅蓝色

màu ma rông *d* 栗色

màu mè *d* 色彩 *t* ①花言巧语的②花哨,花里胡哨

màu mỡ *t* 肥沃,膏腴: đất đai màu mỡ 土地肥沃

màu nâu *d* 棕色,褐色

màu nhiệm *t* 灵验: toa thuốc màu nhiệm 灵验的药方

màu nước *d* 水彩画颜料

màu sắc *d* 色调,色泽,颜色,色彩

màu sẫm *d* 暗色,深色

màu sữa *d* 乳白色

màu tím *d* 紫色

màu tối *d* 暗色

màu trắng *d* 白色

màu vàng *d* 黄色

màu xám *d* 灰色

màu xanh *d* 青色

màu xanh lá cây *d* 绿色

màu xanh lam *d* 蓝色

màu xanh nhạt *d* 浅蓝色

máu *d* ①血,血液②禀性,素性③嗜好

máu cam *d* 衄血,鼻血

máu dê *d* 淫心,色欲

máu ghen *d* 嫉妒心,醋意

máu huyết *d* 血脉,血缘

máu lạnh *t* 冷血;冷淡: động vật máu lạnh 冷血动物

máu lửa *d* 血与火的,血腥

máu mặt *d* 殷富

máu me *d* 血淋淋 *đg* 沉迷,迷恋

máu mê *đg* 迷恋,痴迷

máu mủ *d* ①骨肉: máu mủ ruột thịt 手足情深②血汗

máu nóng *d* ①热血②火暴性子

máu tham *d* 贪欲,贪心

máu thịt *d* 血肉

máu trắng *d* 白血病

máu xương *d* 血肉

may₁ *d* 秋风

may₂ *d* 幸运,运气 *t* 侥幸,碰巧

may₃ *đg* 缝纫: may áo 缝衣服

may đo *đg* 缝制衣服: cửa hàng may đo 裁缝店

may mà *p* ①幸亏,幸运的是: Nhà bị đổ, may mà không ai bị chết. 房子倒塌,幸亏没人死亡。②要是,如果

may mặc *đg* 缝纫,制衣

may mắn *t* 侥幸;幸运: Chúc may mắn! 祝好运！

may ra *p* 碰巧,幸亏;说不定

may rủi *d* 祸福,吉凶;运气

may sao *p* 幸亏,还好

may vá *đg* 缝补

mày₁ *d* 眉毛

mày₂ *d* 你,你这家伙,你小子(卑称或昵称)

mày₃ *đg* 乞讨: con mày 乞丐

mày chai mặt đá 死皮赖脸

mày cửa *d* 门槛

mày đay *d* 风疹块,荨麻疹

mày mò *đg* 摸索着干,钻谋,找门路

mày râu *d* ①须眉②男人,男性

mảy *d* 极微量: một mảy 一丁点儿

mảy may *d* 丝毫,一丁点儿

máy₁ *d* ①机器,设备: máy phát điện 发电机 ②仪器 *t* 机械制造的: cày máy 机耕; đan máy 机织 *đg* (用缝纫机)缝制: máy quần áo 缝制衣服

máy₂ *đg* (眼皮、嘴唇)颤动: máy mắt 眼皮跳

máy₃ *đg* 暗示,示意

máy₄ *đg* 浅挖

máy ảnh *d* 照相机

máy ATM *d* 自动取款机

máy bào *d* 刨床

máy bay *d* 飞机

máy bay hành khách *d* 客机

máy bay không người lái *d* 无人机

máy bay lên thẳng *d* 直升机

máy bay oanh tạc *d* 轰炸机

máy bay trinh thám *d* 侦察机

máy bay trực thăng *d* 直升机

máy bay vận tải *d* 运输机

máy biến thế *d* [电]变压器

máy bón phân *d* 施肥机

máy bộ đàm *d* 步话机

máy bơm *d* 水泵,抽水机

máy búa *d* 破碎机

M

máy cái *d* 机床,工作母机

máy cán đá *d* 轧石机

máy cán đường *d* 压路机

máy cào cỏ *d* 除草机

máy cát-xét *d* 卡式录音机

máy cày *d* ①机犁②拖拉机

máy cắt cỏ *d* 割草机

máy cần trục *d* 起重机

máy cẩu *d* 吊车

máy chém *d* ①铡刀②断头台

máy chiếu phim *d* 电影放映机

máy chỉnh lưu *d* 整流器

máy chủ *d* 主机

máy cuốn dây *d* 卷线机

máy dập *d* ①压榨机②汽锤③冲床

máy dập lửa *d* 灭火器

máy di động *d* 手机,移动电话

máy dò *d* 探测器

máy dò mìn *d* 探雷器

máy doa *d* 镗缸机,镗床

máy đánh bóng *d* 抛光机,磨光机

máy đánh chữ tự động *d* 自动打字机

máy đào *d* 挖掘机: máy đào giếng 打井机

máy đảo sợi *d* 摇纱机,翻纱机,络纱机

máy đầm đất *d* 打夯机

máy đầm lèn *d* 打夯机,压实机

máy đập lúa *d* 打谷机

máy đi-ê-den *d* 柴油机

máy điện *d* 发电机和电动机的统称

máy điện thoại *d* 电话机

máy điện toán *d* 计算机

máy điều hoà *d* 空调机

máy định giờ *d* 定时器

máy đo *d* 仪器,仪表

máy đo điện thế *d* 电压表

máy đo huyết áp *d* 血压计

máy đo kinh vĩ *d* 经纬仪

máy đo thị lực *d* 视力检测仪

máy đo von *d* 电压表

máy đóng bao *d* 包装机

máy đóng cọc *d* 打桩机

máy đóng ghim *d* 订书机,钉花机

máy đóng gói chân không *d* 真空包装机

máy đóng kiện *d* 打包机

máy đóng sách *d* 订书机,装订机

máy đổ bê-tông *d* 灌浆机

máy động cơ *d* 发动机

máy đưa gió *d* 送风机

máy ép *d* 压榨机;压床

máy gas *d* 煤气机

máy gặt đập liên hợp *d* 联合收割机

máy gặt hái *d* 收割机

máy gặt lúa *d* 割稻机

máy ghép *d* 耦合器

máy ghi *d* ①[转]转辙器②记录仪

máy ghi áp lực *d* 压力表

máy ghi âm *d* 录音机

máy ghi ẩm *d* 湿度计

máy ghi gió *d* 风力表

máy gia tốc *d* 加速器

máy giảm thế *d* 降压器

máy giặt *d* 洗衣机

máy gieo giống *d* 播种机

máy hàn điện *d* 电焊机

máy hát *d* 留声机,电唱机

máy hơi ép *d* 空气压缩机

máy hơi nước *d* 锅驼机;蒸汽机

máy hút bụi *d* 吸尘器

máy in *d* 印刷机,印字机

máy in đồ bản *d* 晒图机

máy in số *d* 号码机

máy kéo *d* 拖拉机

máy kéo đẩy tay *d* 手扶拖拉机

máy kế điện *d* 继电器

máy khâu *d* 缝纫机

máy khoan *d* ①钻探机②钻床

máy khoan dò *d* 钻探机

máy khoan điện cầm tay *d* 手电钻

máy kích *d* 升降机,千斤顶

máy làm nguội *d* 冷却器

máy lạnh *d* 冷气机

máy lăn đường *d* 压路机

máy lọc *d* 过滤器,滤清器

máy mài *d* 砂轮机,磨床

máy móc *d* 机器,机械 *t* 机械,呆板

máy nén *d* ①压缩机②压床

máy ngắm *d* 瞄准器

máy nghe *d* 耳机

máy nghiền *d* 球磨机: máy nghiền đá 生料磨; máy nghiền nhỏ 粉碎机

máy nghiến *d* 破碎机
máy nhào bê-tông *d* 混凝土搅拌机
máy nhào bùn *d* 泥浆搅拌机
máy nhiếp ảnh *d* 摄影机, 照相机
máy nhiệt điện *d* 电热器
máy nhổ neo *d* 起锚机
máy nổ *d* 内燃 (发动) 机
máy nước *d* 水龙头; 公共自来水
máy nước nóng *d* 热水器
máy phát điện *d* 发电机
máy phay *d* 铣床
máy phóng thanh *d* 扩音器, 扩大器
máy phô-tô *d* 复印机
máy phun *d* 喷雾器; 喷射器
máy pla-ne *d* 滑翔机
máy quạt *d* 电风扇
máy quạt gió *d* 鼓风机
máy quay phim *d* 电影摄影机
máy quét *d* 扫描仪
máy sạc điện *d* 充电器
máy san đất *d* 推土机
máy sàng *d* 机器筛
máy sấy *d* 烘烤机: may sấy chè 烘茶机
máy tay *đg* 顺手
máy tăng âm *d* 增音器
máy tăng tốc độ *d* 增速器
máy tẩy mùi *d* 除臭器
máy thái cỏ *d* 铡草机
máy thọc *d* 插床
máy thu *d* 接收机, 接收器
máy thu hình *d* 电视机
máy thu lôi *d* 避雷器
máy thu thanh *d* 收音机
máy tiện *d* 车床, 镟床
máy tiếp điện *d* 继电器
máy tiết phách *d* 节拍器
máy tìm mỏ *d* 探矿仪器
máy tính *d* 计算器; 计算机
máy trò chơi điện tử *d* 电子游戏机
máy trộn *d* 搅拌机
máy trợ thính *d* 助听器
máy tụ điện *d* 蓄电器, 聚电器, 电容器
máy tuốt lúa *d* 脱谷机
máy tuya-bin *d* 涡轮机
máy từ điện *d* 磁电机

máy ủi *d* 推土机
máy vắt khô *d* 甩干机
máy vắt nước *d* 脱水机
máy vắt sữa *d* 挤奶器
máy vét bùn *d* 抽泥机, 挖泥机
máy vi tính *d* 微机, 电脑
máy viền mép *d* 封口机
máy xát gạo *d* 碾米机
máy xay *d* 研磨机
máy xây dựng *d* 建筑机械
máy xúc *d* 装载机
máy xúc đất *d* 挖掘机
mạy *d* 蚂蟥
mắc₁ *đg* ①悬挂, 张挂: mắc màn 挂蚊帐 ②遭受, 蒙受, 受阻: mắc nạn 罹难 ③忙 *d* 衣架, 衣钩
mắc₂ *t* [方] 昂贵: bán mắc quá 卖得太贵
mắc áo *d* 衣钩, 衣架
mắc bận *đg* 有事, 忙事, 不得空: Anh ấy mắc bận không đến được. 他有事来不了。
mắc bẫy *đg* 落网, 中圈套
mắc bệnh *đg* 染病, 患病
mắc cạn *đg* 搁浅: tàu mắc cạn 轮船搁浅
mắc chứng *đg* ①染上, 沾染 ②关联, 有关
mắc cỡ *đg* [方] 羞涩, 害羞 *d* 含羞草
mắc cửi *đg* 穿梭般的: người đi lại như mắc cửi 人流如织
mắc đền *đg* 赔偿, 索赔: Làm hư hỏng thì phải mắc đền. 损坏东西要赔。
mắc kẹt *đg* 被卡住, 受阻
mắc lừa *đg* 上当, 受骗
mắc míu *đg* 羁绊, 阻碍 *d* 问题, 难题: giải quyết những mắc míu 解决问题
mắc mưu *đg* 中计, 落入圈套
mắc nợ *đg* 负债, 欠债
mắc xương *đg* 卡刺
mặc₁ *đg* 穿 (衣): mặc quần áo mới 穿新衣服
mặc₂ *đg* 不理, 不管, 不顾
mặc cả *đg* ①还价 ②讨价还价
mặc cảm *đg*; *đ* 自卑

M

mặc dầu *k* 尽管,即使,纵使,纵令: Mặc dầu trời mưa nhưng anh vẫn đến. 尽管下雨,他还是来了。

mặc dù=mặc dầu

mặc định *đg* 默认

mặc kệ *đg* 不理,不管,不顾

mặc lòng *đg* 随心所欲,随便: ai nói gì mặc lòng 随便人家怎么说

mặc nhiên *t* 默然

mặc niệm *đg* 默念;默哀

mặc sức *p* 尽兴,尽情: mặc sức mà ăn 放开肚皮吃

mặc thây *đg* 甭管,不理睬

mặc tưởng *đg* 默想

mặc ý *đg* 随便,任凭,听便

măm *đg* (牙未长齐的幼儿)吃: Bé măm từng tí một. 小孩一点儿一点儿地咬。

mắm₁ *d* ①鱼露②鱼酱,虾酱

mắm₂ *đg* 咬牙压下火气

mắm cái *d* 鱼露原汁

mắm muối *d* 盐和酱 *đg* 添油加醋

mắm nêm *d* 腌小鱼

mắm ruốc *d* 虾酱

mắm tôm *d* 虾酱

mần *đg* [方] ①校正: Thầy mần nắn xương. 骨伤医生正骨。②取刺: mần xương ở họng 取出喉咙里的刺③摸索: mần thử xem có tiền không 摸摸看有没有钱④循着,跟随: mần theo vết chân 循着脚印走

mằn mặn *t* 有点咸的

mằn thắn *d* 馄饨

mẩn *d* 碎米 *t* 碎屑,狭隘,小气

mắn *t* 多生的,蕃息的,蓄育的

mặn *t* ①咸②浓烈,热切③荤的

mặn mà *t* ①适口的,合口味的,味道好的②可爱,讨人喜欢: ăn nói mặn mà 说话讨人喜欢③热情: cuộc tiếp đón mặn mà 热情接待

mặn miệng *t* 够味儿的

mặn nồng *t* 一往情深,情意深重

măng₁ *d* 竹笋: tre già măng mọc 竹老笋生(喻世代相传)

măng₂ *t* 稚嫩

măng chua *d* 酸笋

măng cụt *d* 山竺,山竹(水果)

măng đá *d* 石笋

măng khô *d* 玉兰片,笋干

măng le *d* 竹笋

măng non *d* ①嫩笋②少年儿童

măng-sông *d* ①套管②纱罩

măng sữa *t* 幼稚

măng tây *d* 芦笋

măng tô *d* 风衣,斗篷

măng tơ *t* 稚气的: khuôn mặt măng tơ 一脸稚气

mắng *đg* 骂,责,斥

mắng chửi=chửi mắng

mắng mỏ *đg* 骂,呵斥

mắng nhiếc *đg* 诟骂,辱骂

mắt *d* ①眼睛: mắt lác 斗鸡眼②视力,目光,眼力: mắt hoa 眼花③树芽,果眼: mắt tre 竹眼④窟窿: mắt lưới 网眼儿⑤链节

mắt cá *d* 脚踝,脚眼

mắt gió *d* 进风口

mắt hột *d* 沙眼

mắt kính *d* 眼镜片

mắt mũi *d* 眼睛(含贬义)

mắt nhắm mắt mở 睡眼惺松

mắt thần *d* ①雷达眼②电子显微镜

mắt thấy tai nghe 耳闻目睹

mắt thứ hai, tai thứ bảy 心不在焉

mắt to mày rậm 浓眉大眼

mắt trước mắt sau 瞻前顾后

mắt xanh *d* ①(女性的)青眼,青睐②蓝眼睛

mắt xích *d* ①链环: tháo rời ra từng mắt xích 把链环一个个拆散②环节

mặt₁ *d* ①脸②表面,外表,外貌,仪表③面儿: mặt bàn 桌面④面,边: mặt phải, mặt trái 正面反面⑤方面,部分: về mặt ưu điểm 优点方面

mặt₂ *t* [方]右边的: tay mặt 右手

mặt bằng *d* ①平面;层面: bản vẽ mặt bằng 平面图②场地: mặt bằng sản xuất 生产场地③平均水平

mặt cắt *d* 断面: mặt cắt ngang 横断面

mặt cân *d* ①秤面②秤星儿

mặt cầu *d* 球面

mặt chăn *d* 被面

mặt chính *d* ①正面②主要方面

mặt dày *d* 厚脸皮的

mặt đáy *d* 底面

mặt đất *d* 地面, 地表

mặt đối lập *d* 对立面

mặt đối mặt 面对; 面对面; 对峙

mặt đồng hồ *d* 表盘

mặt đường *d* 路面

mặt gương lồi *d* 凸透镜

mặt gương phản chiếu *d* 反光镜

mặt hàng *d* 商品, 产品, 货物

mặt khác *p* 另外, 另一方面

mặt kính *d* 玻璃板

mặt lồi *d* 凸面

mặt mày *d* 面貌

mặt mẹt *d* 可恶的人, 讨厌的人

mặt mo *d* 厚脸皮的人, 恬不知耻的人

mặt mũi *d* ①面貌, 容颜②脸面, 体面

mặt nạ *d* ①面具: mặt nạ chống hơi độc 防毒面具②假面具

mặt ngang mũi dọc [口] 模样, 真面目

mặt nghiêng *d* 侧面

mặt như ga cắt tiết 面无血色

mặt nước *d* 水面

mặt phải *d* 正面

mặt phẳng *d* 平面: mặt phẳng nằm ngang 水平面

mặt phố *d* 当街, 临街

mặt sắt *t* 铁面无私

mặt số *d* 仪表盘: mặt số đồng hồ 钟表面

mặt sứa gan lim 外柔内刚

mặt tiền *d* 门面

mặt trái *d* ①反面②负面

mặt trăng *d* 月亮

mặt trận *d* ①[军] 战线, 前线②[政] 阵线, 战线③"越南祖国阵线" 的简称

mặt tròn xoay *d* 弧球面

mặt trời *d* 太阳: ánh nắng mặt trời 阳光

mặt trụ *d* 圆柱面

mặt ủ mày chau 愁眉苦脸

mặt xấu *d* 黑暗面, 阴暗面, 坏的一面

mâm₁ *d* ①大盘子: một mâm xôi 一盘糯米饭②席, 桌: mâm cỗ 酒席

mâm₂ *t* 丰满, 丰腴

mầm *d* 嫩芽: nẩy mầm 发芽

mầm bệnh *d* 病源

mầm mập *t* 稍胖, 丰满

mầm mống *d* 萌芽, 起源

mầm non *d* ①幼芽, 幼苗②幼儿, 儿童③启蒙教育, 幼儿教育

mẩm *đg* 坚信: mẩm thấy mọi việc sẽ suôn sẻ 坚信诸事顺利 *t* 肯定, 必定的

mân *đg* 抚摸

mân mê *đg* 抚摸

mần *đg* [方] 做, 干, 办

mần thinh *đg* ①静默②无动于衷, 熟视无睹

mẩn *t* ; *d* 疙瘩: nổi mẩn 起疙瘩

mẫn cảm *t* 敏感; 敏锐 *d* 敏感性

mẫn cán *t* 精干, 机灵

mận *d* [植] 李子: mận tam hoa 三华李

mấp máy *đg* 哑巴, 眨巴

mấp mé *đg* 挨近, 傍近, 靠近

mấp mô *t* 高低不平的

mập₁ *t* 肥胖, người mập 胖子

mập₂ *d* 鲨鱼

mập mạp *t* 肥胖的

mập mờ *t* ①模糊②含混, 含糊

mập ú *t* 胖嘟嘟

mập ú ù *t* 很胖

mất *đg* ①失落, 丢失, 遗失, 丧失: mất chiếc xe đạp 丢了自行车②逝世: Ông ấy mất rồi. 他去世了。③花费, 耗费: mất thì giờ 浪费时间 *tr* 太, 极, 非常: Muộn mất rồi! 太晚啦!

mất ăn mất ngủ 寝食难安

mất cắp *đg* 失窃: Bị mất cắp hết mọi thứ trên tàu. 所有的东西在火车上被偷光了。

mất công *đg* 枉费工夫, 白费劲儿

mất dạy *t* 没教养的

mất điện *đg* 停电

mất giá *đg* 贬值: tiền tệ mất giá 货币贬值

mất gốc *đg* 蜕化, 忘本

mất hồn *đg* 丢魂, 失魂: mất hồn mất vía 失魂落魄

mất hút *đg* 无影无踪

mất lòng *đg* 得罪, 开罪

mất mạng *đg* 丧生, 丧命

mất mát *đg* 遗失, 丢失 *d* 损失

mất mặt *đg* ①丢脸, 丢人 ②没影, 脸都见不着: Nó đi mất mặt cả tuần nay. 他去哪了, 怎么一个星期都看不到他。

mất một đền mười 丢一赔十

mất mùa *đg* 歉收

mất nết *t* 品行坏的

mất ngủ *đg* ① 失 眠: Bị mất ngủ, người gầy xọp đi. 因为失眠, 人都瘦了。②睡不成, 不能睡: Phải mất ngủ cả đêm mới viết xong. 整晚没睡才写完。

mất nước *đg* 亡国

mất sức *đg* ①丧失劳动力 ②耗费力气: Làm thế này mất sức lắm. 这样做很耗费力气的。

mất tăm *đg* 无影无踪

mất tích *đg* 失踪

mất tiêu *đg* ①丢光, 遗失 ②没影, 失踪, 不知其踪: Nó mất tiêu mấy tháng rồi. 他这几个月都不见踪影。

mất toi *đg* 浪费, 枉费, 白白丢失

mất trắng *đg* 颗粒无收, 输光, 赔光: Mùa màng mất trắng. 庄稼颗粒无收。

mất trí *đg* 疯, 癫, 没头脑, 痴呆: nói năng mất trí 说话疯疯癫癫

mất trộm *đg* 失窃, 被盗: mất trộm chiếc xe máy 摩托车被盗

mất vía *đg* 魂不附体, 魂飞魄散

mật₁ *d* 胆囊

mật₂ *d* ①蜜: mật ong 蜂蜜 ②糖浆

mật₃[汉]密 *t* 秘密: tài liệu mật 秘密文件

mật báo *đg* 密报, 密呈, 密告

mật đàm *đg* 密谈: mật đàm hai tiếng đồng hồ 密谈了两个小时

mật độ *d* 密度: mật độ dân số 人口密度

mật hiệu *d* 暗号

mật ít ruồi nhiều 僧多粥少

mật khẩu *d* ①口令 ②密码

mật lệnh *d* 密令

mật mã *d* 密码

mật ong *d* 蜂蜜

mật thám *d* 密探, 特务

mật thiết *t* 密切: bạn bè mật thiết 密友

mật thư *d* 密信: gửi mật thư 寄密信

mật ước *d* 秘密协议: Hai bên kí mật ước với nhau. 双方签订秘密协议。

mật vụ *d* ①情报部门 ②情报人员

mâu *d* 长矛

mâu thuẫn *d* 矛盾

mầu₁ *d* 颜色(=màu): mầu đỏ 红色

mầu₂ *t* 肥沃: đất mầu 土地肥沃

mầu₃ *d* 庄稼, 杂粮: trồng mầu 种庄稼

mầu₄ *t* 玄妙, 神奇: chước mầu 妙计

mầu mè *t* ①花言巧语 ②花哨, 花里胡哨

mầu mỡ *t* 肥沃, 膏腴(=màu mỡ)

mầu nhiệm *t* 灵验, 有奇效

mầu sắc *d* 色调, 色泽, 颜色, 色彩

mẩu *d* 小段, 小片, 小截: mẩu gỗ 一截木头

mẫu₁ *d* 模板, 式样, 样板: lấy mẫu 取样

mẫu₂ *d* 越亩(计量面积单位, 合 3600 平方米)

mẫu₃[汉]母 *d* 母亲: phụ mẫu 父母

mẫu biểu *d* 表格

mẫu đơn *d* [植]牡丹

mẫu đúc *d* 砂模; 铸模

mẫu giáo *d* 启蒙教育, 幼儿教育

mẫu hàng *d* 货样, 样品

mẫu hệ *d* 母系: chế độ mẫu hệ 母系制度

mẫu mã *d* 样式

mẫu mực *t* 模范: người cán bộ mẫu mực 模范干部 *d* ①[口]样式, 规格 ②榜样

mẫu số *d* [数]分母

mẫu ta *d* [口]越亩

mẫu tây *d* [口]公顷

mẫu tử *d* [旧]母子

mấu *d* ①小疙瘩: mấu tre 竹节疙瘩 ②叶腋: mấu lá 叶腋

mấu chốt *t*; *d* 关键: Kĩ thuật là mấu chốt của sự phát triển sản xuất. 技术是发展生产的关键。

mậu[汉]贸

mậu₂[汉]戊 *d* 戊(天干第五位)

mậu dịch *đg* 贸易: mậu dịch đối ngoại 对外贸易；mậu dịch đối ứng 易货贸易；mậu dịch tiểu ngạch 小额贸易 *d* 国有贸易公司简称: giá mậu dịch 国家牌价

mây₁ *d* 云: Mây che lấp mặt trăng. 云遮住了月亮。

mây₂ *d* 藤: ghế mây 藤椅

mây khói *d* ①[口]烟雾: mây khói mù mịt 烟雾浓重②云烟, 灰烟

mây mù *d* 云雾: trời mây mù 云雾天气

mây mưa *d* ①云雨②云雨情, 性交

mây trôi *d* 浮云

mẩy[方]*d* 你, 你这家伙, 你小子(卑称或昵称)

mẩy *t* 饱满, 肥实: hạt thóc mẩy 谷粒饱满

mấy₁ *d* 几(个), 好几(次): Chỉ còn mấy tháng nữa là Tết. 还有几个月就是春节了。Đến mấy lần ma không gặp nó 来了好几次都没见到他。

mấy₂ *d* ①几许, 多少: Nhà có mấy người? 家里几口人? ②几(个), 好几(个): Trong túi chỉ có mấy xu. 兜里只剩几个铜板。

mấy₃ *tr* 与, 同: Cho em đi mấy! 让我一起去吧!

mấy ai *d* 没有什么人, 有几个人: Mấy ai làm được như vậy? 有几个人能这样做?

mấy bữa nay *d* 近日, 近来: Mấy bữa nay tôi đã khoẻ hơn trước rồi. 近来我的身体好多了。

mấy chốc[口]要不了多长时间, 很快

mấy khi *p*[口]难得: Mấy khi anh đến chơi. 您难得来玩。

mấy nỗi[口]没几下: Con dao này mấy nỗi thì cùn. 这把刀没几下就钝了。

MC[缩]节目主持人

mấy thuở[口]①曾几何时②难得, 少有: Mấy thuở ông đến chơi đây. 您难得来玩。

me *d* 罗望子, 酸豆, 酸子, 酸角, 酸果

me-ga *d* 兆

me-tan (methane) *d* 甲烷, 沼气

mè₁ *d*[口]鲢鱼; 鲂

mè₂ *d*[方]芝麻: kẹo mè 芝麻糖

mè₃ *d* 挂瓦条, 竹椽子

mè nheo *đg* 絮絮叨叨, 苦求

mè trắng *d* 白芝麻

mè xửng *d* 芝麻饴

mẽ *d* 米糠, 发酵的洗米水

mẻ₂ *d* ①堆, 批②次, 趟: mất một mẻ trộm 失窃一次

mẻ₃ *đg; t* 崩缺: răng mẻ 崩牙

mẽ *d* 外表

mẽ ngoài *d* 浮面, 表面

mé₁ *d* ①方, 面: mé trên 上面②边: mé sông 河畔

mé₂ *đg* 剪修: mé cành 整枝

mẹ *d* ①母亲, 亲娘: gửi thư cho mẹ 给妈妈寄信②雌性: gà mẹ 母鸡③本钱: lãi mẹ đẻ lãi con 利滚利

mẹ chồng *d* 婆婆

mẹ cu *d* 孩子他妈(夫对妻之昵称)

mẹ dâu *d* 鸡母

mẹ đẻ *d* 生母, 亲娘

mẹ đĩ *d* 妞他妈(用于称呼头胎生女孩的妻子, 女儿, 媳妇)

mẹ đỡ đầu *d* 教母

mẹ ghẻ *d* 后母

mẹ goá con côi 孤儿寡母

mẹ hiền *d* 慈母

mẹ hiền vợ tốt 慈母贤妻; 贤妻良母

mẹ kế *d* 继母

mẹ nuôi *d* 干妈, 干娘, 养母

mẹ vợ *d* 丈母娘, 岳母

mèm *t* (醉或饿)瘫软无力: say mèm 醉得东倒西歪

men₁ *d* 酵母: men rượu 酒酵母

men₂ *d* ①搪瓷釉, 搪瓷涂料: tráng men 搪瓷②珐琅质: bảo vệ men răng 保护牙表珐琅质

men₃ *đg* 顺着, 沿着: đi men bờ sông 沿着河边走

men-nu (menu) *d* 菜单

mén *t* 刚生出来的: chẩy mén 小虱子

mèng *t* 蹩脚, 低劣, 差劲: Trình độ không đến nỗi mèng. 水平没那么差。

M

meo₂ *t* 饿极的：đói meo 饿得慌

meo₃ [拟] 喵喵

mèo *d* ①猫：mèo mun 黑猫②[转] 情人

mèo con bắt chuột cống 不自量力

mèo *t* 微小，少量，一点儿：mèo xôi 一点点糯米饭；mèo thịt 一小块肉

méo *t* ①歪：méo mồm 歪嘴②(指器乐)变音的，走调的：băng ghi bị méo tiếng 磁带走调

méo mó *t* ①歪，扭曲：miệng cười méo mó 歪嘴笑②歪曲

méo xệch *t* 歪向一边

mẹo₁ *d* 智谋，计策：mắc mẹo 中计

mẹo₂ *d* 诀窍：mẹo học tiếng 语言学习诀窍

mẹo₃ *d* 卯

mép₁ *d* ①嘴角②嘴把式

mép₂ *d* 边缘：mép bàn 桌边

mép₃ *đg* 紧贴：Con ngựa nằm mép xuống đất. 马儿紧贴着地躺着

mẹp *đg* ①紧贴：Trâu nằm mẹp xuống đất. 牛趴在地上。②躺着

mét₁ *d* 米(长度单位)：dài mười mét 长 10 米

mét₂ [方] 薄皮竹

mét₃ *t* 苍白，无血色：mặt xanh mét 面无血色

mét khối *d* 立方米

mét vuông *d* 平方米

mẹt *d* 簸箕

mê₁ *d* 边沿已破损的斗笠或竹器

mê₂ [汉] 迷 *đg* ①昏迷：sốt mê (发烧)烧得昏迷②沉迷，迷恋：mê chơi 贪玩③做梦

mê cung *d* 迷宫

mê cuồng *t* 狂迷，迷乱

mê dâm *đg* 沉缅色欲

mê đắm *đg* 沉迷，沉溺：mê đắm trong cảnh đẹp thiên nhiên 陶醉在自然美景中

mê-đi-a (media) *d* 新闻媒体

mê gái *đg* 好色

mê hoặc *đg* 迷惑：bày mưu mê hoặc địch 设计迷惑敌人

mê hồn *t* [口] 醉人，迷人，勾魂摄魄：khúc nhạc mê hồn 迷人的歌曲

mê li = mê hồn

mê-lô (melo) *d* 音乐剧

mê lú *t* 迷糊：Người già đầu óc bị mê lú. 老人脑子迷糊了。

mê mải *đg* 陶醉(=mải mê)

mê man *t* ①dg ①昏沉沉②[口] 沉醉，沉缅

mê mẩn *đg* ①迷惑，迷失②痴迷，沉迷

mê mệt *đg* ①筋疲力尽，昏沉：ngủ mê mệt 沉睡②沉醉，迷恋：yêu mê mệt 迷恋

mê muội *t* 昏钝：đầu óc mê muội 头脑愚钝

mê ngủ *đg* 迷睡，昏睡，沉迷不醒

mê sảng *đg* 说胡话，梦呓

mê say *đg* 沉迷

mê-tan (methane) *d* 甲烷，沼气

mê tín *đg* ①过于相信②迷信

mê tít *t* 着了迷的，完全沉醉的，迷得神魂颠倒的：Anh ấy mê tít cô ta. 他被她迷得神魂颠倒。

mề *d* 胗，肫：mề vịt 鸭胗

mễ *d* 桌或床的脚架

mếch lòng *đg* 拂意，不满

mềm *t* ①柔软②软(话)③疲软④便宜

mềm dẻo *t* ①柔韧②(处事)机动灵活

mềm lòng *đg* 心软，气馁：không mềm lòng trước khó khăn 在困难面前不气馁

mềm lưng uốn gối 卑躬屈膝

mềm mại *t* ①柔曼，轻柔②柔软

mềm mỏng *t* 温柔委婉：ăn nói mềm mỏng 说话温柔委婉

mềm nắn rắn buông 欺软怕硬

mềm nhũn *t* ①软沓沓：Quả chuối chín mềm nhũn. 芭蕉熟得软沓沓的。②瘫软无力

mềm yếu *t* 软弱，孱弱

mên mến *đg* 有点儿喜欢：Hai đứa đã mên mến nhau. 他们俩互有好感。

mền *d* [方] 被褥：đắp chăn mền 盖被褥

mền mệt *đg* 疲劳，有点儿累

mến *đg* ①爱戴：yêu mến 爱戴；kính mến 敬爱②喜爱

mến phục *đg* 钦佩

mến thương *đg* 疼爱,爱护,喜欢: mến thương nhau 相亲相爱 *t* 亲爱的: người bạn mến thương 挚友

mến yêu *đg* 喜欢,亲爱

mênh mang *t* 广漠, 无边无际: trời nước mênh mang 海天一色

mênh mông *t* ①广阔无边,无垠: cánh đồng rộng mênh mông 一望无垠的田野②无限,无边: tình yêu thương mênh mông 大爱无疆

mênh mông bể sở 一望无际

mệnh₁ [汉]命 *d* [旧]命令: vâng mệnh 遵命

mệnh₂ [汉]命 *d* 命运

mệnh₃ [汉]命 *d* [旧]生命

mệnh danh *đg* 被誉为, 被称为: được mệnh danh là thiên đường ẩm thực 被誉为饮食天堂

mệnh giá *d* 面值

mệnh hệ *d* 生命危险

mệnh lệnh *d* 命令: chấp hành mệnh lệnh 执行命令 *t* 命令主义的

mệnh trời *d* 天命

mệt *t ; đg* ①疲倦,困顿: nghĩ mệt cả óc 想到头都痛②微恙: mệt mấy hôm nay 这几天不舒服③厌倦: mệt với chiến tranh 厌倦战争④很难,不易: Còn mệt mới thành nghề được. 手艺学成还很难。

mệt lả *đg* 累趴: Mệt lả cả người. 人都累趴了。

mệt lử *t ; đg* 疲软: mệt lử cò bợ 精疲力竭

mệt mỏi *t ; đg* 疲劳, 疲累: làm việc mệt mỏi 干活劳累

mệt nhoài *t* 精疲力竭, 累得要命

mệt nhọc *t ; đg* 疲惫, 疲劳: làm việc không quản mệt nhọc 不知疲劳地工作

mệt xác *đg* 白费劲,白累一场: Chẳng được gì chi tổ mệt xác. 什么都得不到,只是白费劲。

mếu *đg* 撇嘴(小孩儿欲哭)

mg *d* 毫克

mi₁ *d* 眼皮: mi mắt sưng húp 眼皮浮肿

mi₂ *d* 睫毛

mi₃ *d* [方]汝,尔,你

Mi-an-ma *d* [地]缅甸(亚洲国家): tiếng Mi-an-ma 缅甸语

mi-cơ-rô (microm) *d* 麦克风,话筒

mi-li-mét vuông *d* 平方毫米

mi-li lít *d* 毫升

mi-ni (mini) *t* 微型,迷你,袖珍

mì₁ *d* ①麦,面: bột mì 面粉②面条: mì nước 汤面

mì₂ *d* [方]木薯

mì ăn liền *d* 方便面

mì chính *d* 味精

mì ống *d* 通心粉

Mĩ *d* [地]美国(北美洲国家): người Mĩ 美国人

mĩ [汉]美 *t* 美: cái chân, cái thiện, cái mĩ 真,善,美

mĩ cảm *d* 美感

mĩ dục *đg; d* 美育: công tác mĩ dục 美育工作

mĩ học *d* 美学

mĩ kí *d* 仿金银首饰

mĩ kim *d* 美金,美元

mĩ lệ *t* 美丽: núi rừng mĩ lệ 美丽的森林

mĩ mãn *t* 美满: mọi việc đều mĩ mãn 诸事美满

mĩ miều *t* 美丽,悦人

mĩ nghệ *d* 工艺美术: đồ mĩ nghệ 工艺品

mĩ nghệ phẩm *d* 工艺品

mĩ nhân *d* [旧]美人

mĩ nhân kế *d* [旧]美人计

mĩ nữ *d* 美女

mĩ phẩm *d* 化妆品

mĩ quan *d* 美观

mĩ thuật *d* 美术 *t* [口]美观

mĩ tục *d* 好风俗,美俗

mĩ vị *t* 美味的

mĩ viện *d* 美容院

mĩ xảo *t* 精美,精致: đồ mĩ xảo 精美的东西

mĩ ý *d* 美意

mí₁ *d* 眼皮: mắt một mí 单眼皮

mí₂ *d* 边缘: mí làng 村边

M

mị [汉] 媚①谄谀②妩媚

mị dân *đg* 媚民，收买民心

mia *d* 测量标杆

mỉa *đg* 讥讽：nói mỉa nhau 互相讥刺

mỉa mai *đg* 讥讽，讽刺，奚落，嘲笑 *t* 讽刺：giọng mỉa mai 讽刺的口气

mía *d* 甘蔗：mía de 糖蔗；mía lau 竹蔗

miên man *t* 连绵不断

miền *d* ①地区，地方：miền thượng du 上游地区②杭美时期南越的简称

miền Bắc *d* 北方（亦为北越之简称）

miền Nam *d* 南方（亦为南越之简称）

miền ngược *d* 上游地区；山区

miền núi *d* 山区

miền xuôi *d* 平原地区

miễn₁ [汉] 免 *đg* 免：miễn thuế 免税 *p* 不要，别：Không phận sự miễn vào! 闲人免进！

miễn₂ *k* 只要，但凡：Miễn mình để ý là được. 只要自己注意一点就行了。

miễn cưỡng *đg* 勉强：miễn cưỡng nhận lời 勉强答应

miễn dịch *đg* 免疫

miễn giảm *đg* 减免：miễn giảm thuế quan 减免关税

miễn là *k* 只要，但凡

miễn nhiệm *đg* 免职：miễn nhiệm giám đốc nhà máy 免掉厂长职务

miễn phí *đg* 免费：tham quan miễn phí 免费参观

miễn sao *k* 只要

miễn thứ *đg* 宽恕：Có gì sai sót mong các anh miễn thứ cho! 有什么差错请你们宽恕！

miễn tội *đg* 免罪

miễn trách *đg* 恕罪：Có gì mong các anh miễn trách! 有什么不妥请大家恕罪！

miễn trừ *đg* 免除：miễn trừ thuế 免除税赋

miến *d* 粉丝：miến gà 鸡肉粉丝

miện [汉] 冕 *d* 冕

miếng *d* 片，块：miếng chai 玻璃片

miếng₁ *d* 块，张，口：miếng vải 一块布

miếng₂ *d* 食物：miếng ngon 好吃的

食物

miếng₃ *d*（武术）招数：miếng võ 一招

miệng *d* ①嘴：há miệng ra 张开嘴②口儿：miệng giếng 井口③口头：dịch miệng 口译

miệng ăn *d* [口] 人口：Nhà có nhiều miệng ăn. 家里人口多。

miệng ăn núi lở 坐吃山空

miệng còn hoi sữa 乳臭未干

miệng hùm gan sứa 刀子嘴，豆腐心

miệng lưỡi *d* ①口舌②[口] 口才

miệng thế *d* 舆论，外界议论

miệng tiếng *d* 非议

miết₁ *đg* [口] 刮，批，抹，涂抹：miết vôi vào tường 往墙上抹灰浆

miết₂ *p* 连续不断地，不停地

miệt mài *t* 专注

miệt thị *đg* 蔑视，藐视，轻视：bỏ thói miệt thị phụ nữ 摒除轻视妇女的思想

miêu tả *đg* 描写

miếu *d* 小祠

miếu [汉] 庙 *d* 庙：miếu thổ địa 土地庙

miếu đường *d* [旧] ①庙堂②朝廷

miếu mạo *d* 庙

mỉm *đg* 抿嘴笑：mỉm cười 微笑

mím *đg*（嘴唇）紧闭：mím môi 闭唇

mìn₁ *d* 地雷：đặt mìn 埋设地雷

mìn₂ *d* 拐子：mẹ mìn 女拐子；bố mìn 男拐子

mìn cóc *d* 跳雷

mìn điếc *d* 哑炮

mịn *t* 细滑：nước da mịn 皮肤细滑

mịn màng *t* 润滑，细腻，细滑

minh bạch *t* 透明，明白，明了，清清楚楚

minh châu *d* 明珠

minh chủ₁ *d* [旧] 明君

minh chủ₂ *d* 盟主：minh chủ võ lâm 武林盟主

minh chứng *d* [旧] 证据 *đg* 印证，证明

minh hoạ *đg* 说明，解释，描绘，展示 *d* 插图

minh mẫn *t*（头脑）清醒，灵慧，灵敏：

Già rồi nhưng cụ vẫn còn rất minh
mẫn. Virục năm nhị cao, nhưng hắn vẫn rất linh lợi.

minh oan đg ①申冤②鸣冤③平反

minh quân d 明君

minh tinh d 明星: minh tinh màn bạc
电影明星

minh xác t 明确: khái niệm minh xác
概念明确 đg 查明: Sự việc đã minh
xác. 事情已查明。

minh xét đg 明察

mình d ①身体: mình già sức yếu 人老
体衰②自己: mình làm mình chịu 自
作自受③自我: làm việc quên mình
忘我地工作 d 我; 我们: Đi với mình
nhé? 和我一起去吧? ②你, 卿(夫妻
或恋人互称)

mình gầy xác ve 瘦骨嶙峋

mình mẩy d 躯体, 形骸, 身体

mít₁ d 波罗蜜: quả mít 波罗蜜

mít₂ t 愚笨, 不懂

mít dai d 干包波罗蜜, 硬肉波罗蜜

mít đặc t ①一无所知, 糊里糊涂②愚笨

mít tinh d 群众大会, 集会

mít tịt t [口] ①一无所知: Về việc này
thì nó mít tịt. 这件事他一无所知。
②(头脑)一片空白的

mịt t 晦暗, 幽暗: tối mịt 黑漆漆

mịt mờ t 朦胧: sương khói mịt mờ 烟
雾朦胧

mịt mù t 浓密

mịt mùng t 漆黑: trời tối mịt mùng
天黑漆漆

ml d 毫升

mm d 毫米

mo d 巫师: thầy mo 男巫

mo nang d 竹壳

mò₁ d 鸡虱

mò₂ đg ①摸, 捞, 摸索, 摸寻: đáy bể
mò kim 海底捞针②瞎干: đi mò cả
đêm 整夜瞎荡荡③偷摸: Kẻ trộm mò
vào nhà. 小偷摸进屋里。

mò kim đáy bể 海底捞针

mò mẫm đg 摸索: mò mẫm đi trong
đêm 在黑夜里摸索

mò mò t 漆黑

mỏ₁ d ①喙, 嘴: mỏ chim 鸟喙②喙状

物: mỏ hàn 焊嘴③嘴, 嘴唇(含贬义)

mỏ₂ d 矿: mạch mỏ 矿苗; vùng mỏ 矿
区

mỏ cặp d [口] 台钳

mỏ hàn d 烙铁

mỏ lết d 扳手

mỏ neo d 船锚

mỏ vịt d ①鸭嘴②套管③(医用)窥视
镜

mõ d ①木鱼, 木梆②梆子手, 打梆子的
人

mó đg ①摸, 触摸②动, 干

mó tay đg 插手, 动手: Nó không chịu
mó tay vào việc gì. 他什么事都不肯
动手。

mọ mạy đg ①乱摸, 摸弄②蠕动, 动弹

móc₁ d 钩子: móc sắt 铁钩 đg ①挂, 挖,
钩, 掏: vỏ gối móc hoa 钩花枕套②
联络, 接头③揭短, 挖旧账

móc câu d 钩子

móc máy đg [口] 揭短

móc ngoặc đg 勾结

móc nối đg 联络, 联系: móc nối với
cơ sở 与联络站联系

móc toa d 车钩

móc treo d 吊钩, 挂钩

móc túi đg [口] 掏包: kẻ móc túi 扒
手

móc xích d 链环 đg 串联, 联系起来:
móc xích các vấn đề có liên quan
把各种相关问题联系起来

mọc₁ d 肉丸子

mọc₂ đg 长出, 升起: mặt trời mọc 太
阳升起

mọc mầm đg 发芽, 出芽

moi₁ d 小虾米

moi₂ đg ①挖出, 掏挖: Moi chiếc áo từ
đáy va-li. 把衣服从箱底下翻出来。
②探听, 挖掘: moi được tin tức bí
mật 探听到秘密消息

moi móc đg ①挖, 钩, 掏: Có gì nó
cũng moi móc ra ăn hết. 有什么都
被他挖出来吃掉。②揭底, 揭短

moi ruột moi gan 掏心掏肺

mòi₁ d 沙丁鱼, 沙甸鱼

mòi₂ d ①痕迹, 迹象②征候, 兆头, 预示:

có mòi khá 有好兆头

mỏi *t* 疲劳，劳累：Mỏi cả tay. 手都累了。

mỏi gối chồn chân 腰酸背痛，腰酸腿软

mỏi mệt *t*；*đg* 疲劳，疲累(=mệt mỏi)

mỏi mòn *t* 日渐消逝的：Ngày xanh mỏi mòn. 青春日渐消逝。

mọi₁ *d* 蛮夷民族，土人(轻蔑说法)

mọi₂ *d* 任何，所有

mọi khi *d* 从前，以前

mọi người *d* 人人，大家，所有人

mọi thứ *d* 样样，种种

mõm *d* 凸出处，突兀的岩石；土包：mõm đá bên bờ biển 海边突兀的岩石

mõm *d* ①兽嘴：mõm lợn 猪嘴②人嘴(含贬义)：Câm mõm đi! 住嘴！③尖头部分：mõm giầy 鞋尖

móm *t* ①瘪嘴的：cụ già móm 瘪嘴的老头②老朽的，老掉牙的

móm mém *t* 瘪嘴的：Cụ già móm mém nhai trầu. 老人瘪着嘴嚼槟榔。

mon men *đg* 小心挨近，凑近，悄悄靠近：Con chó mon men lại gần chủ. 小狗悄悄挨近主人。

mòn *đg* 损耗，磨损：hao mòn 消耗

mòn con mắt 望眼欲穿

mòn mỏi *t* 日渐消耗的，日渐消逝的

mòn vẹt *t* 磨损得厉害：Lốp xe đạp đã mòn vẹt. 单车轮胎磨损得很厉害。

món *d* ①菜肴，菜式：món ăn Trung Quốc 中国菜②一笔，一宗，一批：món nợ 一笔债；món hàng 一批货③[口]招数：món võ 武术招数

mọn *t* 微小：con mọn 幼儿

mong *đg* ①期待，盼望：mong ngày mong đêm 日夜盼望②企望，期望③希望：mong thi tốt 希望考得好

mong chờ *đg* 期待，期盼

mong đợi *đg* 等待，期待

mong manh *t* ①单薄②隐约，不真：nghe mong manh 隐约听说③渺茫

mong mỏi *đg* 期盼

mong muốn *đg* 期盼，希望：đạt hiệu quả như mong muốn 取得预期效果

mong ngóng *đg* 期盼

mong nhớ *đg* 牵挂：mong nhớ người thân 牵挂亲人

mong ước *đg* 渴望：mong ước một gia đình hạnh phúc 渴望有个幸福的家 *d* 渴望

mòng *d*[动]牛蝇

mỏng *t* ①薄，单薄：vải mỏng 薄布②铺开的，分散的，摊薄的

mỏng dính *t*[口]极薄：Mảnh vải mỏng dính. 布匹极薄。

mỏng manh *t* ①单薄：quần áo mỏng manh 衣服单薄②渺茫：hi vọng mỏng manh 希望渺茫

mỏng mảnh *t* 单薄：thân hình mỏng mảnh 身体单薄

mỏng môi *t*[口]多嘴的，大嘴的：cái con mẹ mỏng môi 多嘴的女人

mỏng tai *t*[口]好打听的

mỏng tang *t*[口]薄而轻的

mỏng tanh *t*[口]太薄的，过于单薄的：Chiếc áo mỏng tanh. 衣服过于单薄。

móng₁ *d* 甲，爪，蹄：móng tay 指甲

móng₂ *d* 地基：xây móng 打地基

móng₃ *d*(铁或竹制的)勺状物

móng giò *d* 猪蹄：bung móng giò hầm 猪蹄

móng guốc *d* 蹄子

móng mánh *t* 依稀，不分明

mọng *t*(水果等)熟软多汁

moóc-chi-ê *d* 迫击炮

moóc-phin (morphine) *d* 吗啡

móp *t* ①凹陷：Mũi xe bị móp vì đâm vào gốc cây. 车头撞到树后凹了下去。②瘪：Bụng đói móp đi. 肚子饿瘪了。

mọp *đg* 缩低身子：nằm mọp xuống để tránh đạn 缩低身子避子弹

morasse *đg* 校样

mót₁ *đg* 捡，拾遗：mót lúa 拾谷穗

mót₂ *đg* 急：mót đái 尿急

mọt *d* 蛀虫：mọt gỗ 木蠹 *t* 蛀蚀

mọt ruỗng *t* ①蛀空的：cây gỗ mọt ruỗng 被蛀空的木头②腐朽

mọt sách *d*[口]书呆子

mô₁ [汉] 模, 无, 摹

mô₂ d 土堆: san phẳng mô đất 推平土堆

mô₃ d 细胞组织: mô thực vật 植物组织

mô₄ d [方] ①哪儿: Đi mô? 上哪儿去? ②什么: Khi mô? 什么时候?

mô-đéc (modern) t 现代, 新式

mô-đem (modern) d [计] 调制解调器

mô-đen (model) d 型号, 款式 t 摩登; 时髦

mô-đun (module) d 计算机模块

mô hình d ①模型: mô hình hàng không 航空模型 ②模式

mô phạm t 模范

mô Phật 阿弥陀佛

mô phỏng đg 模仿: mô phỏng âm thanh thiên nhiên 模仿大自然的声音

mô tả đg 描写, 刻画: mô tả cảnh gia đình nghèo túng 描写贫困家庭状况

mô tê tr [口] 表示强烈否定: chẳng biết mô tê gì 一无所知

mô thức d 模式

mô-tô d 摩托车: mô-tô ba bánh 三轮摩托车

mô-tơ d 马达

mồ₁ d 坟墓

mồ côi t (年幼时) 失去父亲或母亲的: mồ côi cả cha lẫn mẹ 父母双亡

mồ côi mồ cút = **mồ côi**

mồ hóng d [方] (灰尘结成的) 丝网, 尘网

mồ hôi d 汗水: Mồ hôi đầm đìa. 浑身是汗。

mồ hôi nước mắt 血汗, 辛劳

mồ ma t [口] 生前

mồ mả d 坟墓

mồ yên mả đẹp ①安葬妥当 ②不在了, 死了

mổ₁ đg ①剖, 开刀: mổ bụng 剖腹 ②宰杀: mổ gà 杀鸡; mổ bò 宰牛

mổ₂ đg ①啄: Gà mổ thóc. 鸡啄谷子。②偷

mổ xẻ đg 解剖, 剖析: mổ xẻ vấn đề tồn tại cho rõ ràng 剖析清楚问题所在

mỗ d [口] 某, 某某: làng mỗ 某村; ông mỗ 某人 ②我 (对平辈或晚辈自称): Làm sao mà biết được mỗ? 怎么知道是我呢?

mố d 桥墩

mộ₁ [汉] 墓 d 坟墓: tảo mộ 扫墓

mộ₂ [汉] 慕 đg 爱慕, 羡慕

mộ₃ [汉] 募 đg 招募, 募集: mộ binh 募兵

mộ đạo đg 信教

mộ táng d 墓葬

mốc₁ d ①霉菌: Gạo bị mốc. 米发霉。②灰色: ngựa mốc 灰马 t 霉: gạo mốc 霉米

mốc₂ tr [口] 哗, 呸

mốc₃ d 牌标, 标志: mốc cây số 里程碑

mốc đo d 测量标, 标尺

mốc giới d 界碑

mốc meo t 霉得厉害

mốc xì t 霉黑: Cơm để mốc xì trong nồi. 锅里的饭放到发霉变黑。tr 没有: Chẳng có mốc xì gì cả. 什么名堂也没有。

mộc₁ d [植] 木樨

mộc₂ [汉] 木 d 木器: đồ mộc 木器 t 坯子的, 毛坯的: vải mộc 坯布

mộc₃ d 盾牌

mộc hương d 木香

mộc mạc t 质朴, 朴素, 朴实, 简朴: ăn mặc đơn sơ mộc mạc 穿着朴素

mộc nhĩ d 木耳: mộc nhĩ trắng 白木耳

Mộc Tinh d [天] 木星

môi₁ [汉] 媒

môi₂ d 唇: bĩu môi 撇嘴

môi₃ d 勺子

môi giới d 媒介, 中介

môi hở răng lạnh 唇亡齿寒

môi sinh d 生态环境

môi son d ①胭脂 ②朱唇

môi trường d ①环境: môi trường sinh thái 生态环境 ②[生] 培养基

mồi₁ d 玳瑁 (简称)

mồi₂ d 饵, 诱饵, (动物的) 食物: Đào giun làm mồi. 挖蚯蚓做饵。②

诱惑,诱物 *t*（衣服）光鲜,漂亮

mồi₃ *d* 火引 *đg* 点燃: mồi cây đuốc 点燃火把

mồi *d* ①一小袋: mồi thuốc lào 一袋京烟②[方]下酒菜

mồi chài *đg* [口]诱惑,引诱: dùng tiền bạc để mồi chài 用金钱来引诱

mồi thuốc *d* 引信

mỗi *d* 每,各: mỗi ngày 每天; mỗi người một thích 各有所好 *tr* 只,仅仅

mỗi một [口]①每一,每个,逐个②只,仅仅: chỉ có mỗi một đứa con 只有一个孩子

mỗi…một… 越来越: mỗi lúc một nhanh 越来越快

mỗi…một phách 每…一个样: Mỗi nơi làm một phách. 每个地方的做法不一样。

mồi tội [口]只是,只可惜

mối₂ *d* 白蚁: tổ mối 白蚁窝

mối₂ *d* [方]壁虎

mối₃ *d* ①渠道: tìm mối liên lạc 寻找联络方式②头绪,线索: một mối quan trọng của vụ án 案子的一条重要线索③（冠词,置于部分表心理情态的动词、形容词、名词前,使动词、形容词名词化或强化名词）: mối tình anh em 兄弟之情

mối₄ *d* 媒介,媒妁: bà mối 媒婆 *đg* 做媒

mối hàng *d* 顾客,主顾

mối lái *d* 媒人 *đg* 做媒

mối manh₁ *d* 头绪,缘由(=manh mối)

mối manh₂ *đg* [口]做媒

mối tơ vò *t* 千头万绪的,乱如麻的: lòng rối như mối tơ vò 心乱如麻

mội *d* [方]地下水源

mồm *d* [口]嘴: Há mồm ra! 张开嘴!

mồm loa mép giải 大声嚷嚷: Đừng có mồm loa mép giải. 不要大声嚷嚷。

mồm mép *d* [口]口齿伶俐,能说会道

môn₁ *d* 芋头

môn₂ *d* ①门类: chuyên môn 专业; môn y học 医科②特长(含贬义): chỉ được cái môn nói khoác 就会说大话

môn₃ *d* 中医药方: môn thuốc gia truyền 祖传秘方

môn₄ *d* 伙伴,同伙

môn bài *d* 营业执照

môn đăng hộ đối 门当户对

môn đệ *d* 门徒,弟子

môn đồ=môn đệ

môn học *d* 学科;课程: môn học bắt buộc 必修课程

môn sinh *d* 门生

mồn một *t* 一清二楚: nghe rõ mồn một 听得一清二楚

mông₁ *d* 臀部: tiêm vào mông 臀部注射

mông₂ *đg* [口]翻新,重新装修: mông lại chiếc xe cũ 翻新旧车

mông lung *t* ①模糊,朦胧: màn đêm mông lung 朦胧的夜色②(思绪)无边际

mông mênh *t* ①广阔无边,无垠②无限,无边

mông mốc *t* 有点霉: Điếu thuốc lá mông mốc. 这支香烟有点发霉。

mông muội *t* 蒙昧,愚昧

mông quạnh *t* 广漠

mồng₁ *d* [口]冠: mồng gà 鸡冠

mồng₂ *d* 初(每月头十日之称): mồng hai Tết 年初二

mồng gà *d* ①鸡冠②鸡冠花

mồng thất *d* [口]猴年马月: phải đợi đến mồng thất 要等到猴年马月

mồng tơi *d* [植]藤菜,滑滑菜,木耳菜

mống₁ *d* 嫩芽: mọc mống 长芽②人或动物个体: Không một mống người. 一个人影(儿)也没有。

mống₂ *t* 愚蠢

mộng₁ *d* 嫩芽,胚芽

mộng₂ *d* 翳: Mắt có mộng. 眼生翳。

mộng₃ *d* 榫头: ghép mộng 合榫

mộng₄ (汉) 梦 *d* 梦: giấc mộng 一场梦 *đg* 做梦: mộng thấy bạn cũ 梦见老朋友

mộng₅ *t* (牛、羊)肥壮

mộng ảo *d* 梦幻

mộng âm *d* 榫眼,卯眼

mộng du *đg* 梦游

mộng dương *d* 槺头

mộng mẹo *d* ①窍门，妙计②槺眼；槺头

mộng mị *đg* 做梦，梦寐 *t* 虚幻

mộng mơ *đg* 幻想：Tuổi trẻ thích mộng mơ. 年轻人喜欢幻想。

mộng tinh *đg* 遗精

mộng tưởng *d* 梦想

mộng ước *đg* 梦想：mộng ước làm diễn viên 梦想当演员

mốt₁ *d* 时尚，新潮：chạy theo mốt 赶时髦 *t* 时髦，时尚

mốt₂ *d* 后天：ngày mốt mới đi 后天才走

mốt mới *d* 新款，新式

mốt nhất *t* 最新款，最新式

một *d* ①一：một con gà 一只鸡②[口] 农历十一月 *t* ①单人的：giường một 单人床②单独，单个，唯一：con một 独生子

một bề *t* 一味忍受的，chịu lép một bề 一味忍让

một cách *tr* ①…地：giải quyết một cách đúng đắn 正确地解决②…得：xấu một cách đáng sợ 丑得可怕

một chạp *d* 年底

một chiều *t* ①单面，片面②单向，单程：đường đi một chiều 单行道

một chín một mười 不相上下

một chốc *d* 一会儿

một chút *d* 一些，一点儿

một con đường một vành đai 一带一路

một con sâu bỏ rầu nồi canh 一颗老鼠屎坏了一锅汤

một còn một mất ①性命攸关②你死我活：cuộc đấu tranh một còn một mất 你死我活的斗争

một công đôi việc 一举两得

một cốt một đồng 一丘之貉

một đôi *t* [口] 很少的，三几次的

một hai *p* 一味地，一意地

một hơi *p* 一口气：nói một hơi hết câu chuyện 一口气把事情说完

một ít *d* 一点儿，少许

một khi *k* 一旦：Một khi đã quyết thì phải làm đến nơi đến chốn. 一旦决定了就做到有始有终。

một lát *d* 一会儿，一霎时，片刻

một lầm hai lỗi 一错再错

một lèo *p* 一口气

một loạt *t* 一连串，一系列，一律

một lòng *t* ①一心一意，全心全意②一条心

một lòng một dạ 一心一意，全心全意

một mạch *p* 一口气

một mình *t* 自个，独自：đi một mình 独自行走

một mực *p* 一味地，坚决地：một mực chối từ 一味地拒绝

một nắng hai sương 早出晚归

một ngày kia *p* 一旦，有朝一日，总有一天

một nghìn lẻ một [口] 无数，多得是

một phép *p* [口] 完全(听从)：một phép nghe theo 唯命是从

một số *p* 某些，一些，若干，部分

một sớm một chiều 一朝一夕

một tẹo *d* [口] 一些，一点儿

một thể *d* 一起：Tôi cùng anh đi một thể cho có bạn. 我和你一起有个伴。

một trận sống mái 一决雌雄

một vài *d* 数个，若干：nghỉ một vài ngày 休息几天

một vừa hai phải 适可而止

mơ₁ *d* 杏：quả mơ 杏儿

mơ₂ *d* 鸡屎藤

mơ₃ *đg* ①做梦②梦想，憧憬

mơ hồ *t* 模糊，含糊其辞

mơ màng *t* ①迷迷糊糊，恍惚②迷茫③[口] 幻想的：mơ màng viển vông 想入非非

mơ mộng *đg* 幻想

mơ màng màng *t* 迷迷糊糊

mơ tưởng *đg* 幻想：mơ tưởng đâu đâu 想入非非

mơ ước *đg* 梦想，憧憬：mơ ước trở thành bác sĩ 梦想成为医生 *d* 梦想：Điều mơ ước trở thành hiện thực. 梦想成为现实。

mờ *t* ①黯淡②(视力)差③昏暗，浑浊

M

④模糊: Nét chữ đã mờ. 字迹已模糊。

mờ ám *t* 暧昧，暗昧

mờ ảo *t* 隐约可见

mờ mịt *t* ①晦蒙，昏暗②暗淡

mờ nhạt *t* 模糊: hình ảnh mờ nhạt trong trí nhớ 记忆中模糊的形象

mở *đg* ①开启，打开: mở cửa 开门②开办，创办③开动，发动: mở máy 开动机器④开展: mở cuộc điều tra dân số 开展人口普查⑤拉开，揭开，开创

mở chợ *đg* 开市

mở cờ *đg* 开心

mở cờ gióng trống 大张旗鼓

mở đầu *đg* 开始，开头: lời mở đầu 前言

mở đường *đg* 开路，铺平道路

mở hàng *đg* ①开张，发市②给压岁钱

mở màn *đg* ①开幕，启幕，开演: Buổi biểu diễn mở màn vào lúc 8 giờ tối. 晚上8点表演开始。②揭幕，拉开，开创

mở mang *đg* 开拓，拓展，拓宽，扩大，提高

mở mày mở mặt 体面，有面子，扬眉吐气

mở mắt *đg* ①[口]睁眼，睡醒②醒悟，觉悟

mở mặt *đg* 觉得光彩，有面子

mở miệng *đg* 开口说话

mở rộng *đg* 拓宽，扩大，扩展

mở tài khoản *đg* 开立账户，开户

mở thầu *đg* 开标

mở tiệc *đg* 开筵，设宴，摆酒

mở toang *đg* 敞开，洞开: mở toang cửa ra vào 敞开大门

mỡ₁ *d* [植]黄兰，山玉兰

mỡ₂ *d* ①(动物)脂肪，油脂②润滑油③膏药: mỡ bôi mắt 眼药膏 *t* 光鲜，滋润

mỡ màng *d* 食用油脂 *t* 滋润，葱郁: Cây cối mỡ màng. 树木绿油油的。

mỡ máy *d* (机用)黄油，润滑油

mớ *d* ①扎，捆，宗，堆，绺: mớ rau 一把青菜; mớ cá 一堆鱼; mớ tóc 一绺头发②一堆，一团: rối như mớ bòng bong 乱成一团

mợ *d* ①舅母②[旧]少奶奶③[旧]妈妈④[旧]孩子他妈⑤[旧]太太

mơi *đg* [口]诱惑

mơi mới *t* [口]八成新的

mời *đg* ①邀请: giấy mời 请帖②请用: Mời cơm, bác ạ! 伯伯，请用饭!

mời chào *đg* 招呼，招揽: vồn vã mời chào người mua 热情招揽买主

mời gọi *đg* 召唤，招引: mời gọi đầu tư 招商

mời mọc *đg* ①邀请②招揽: mời mọc khách hàng 招揽顾客

mời thầu *đg* 招标: mời thầu công trình 工程招标

mới *t* 新的: nhà mới 新房子 *p* ①刚刚，方才: mới ăn cơm xong 刚吃过饭②才，再 *tr* 太: Nó nói mới thú vị làm sao! 他说得太有趣了! *k* 方，才

mới coong *t* [口]崭新，全新: quần áo mới coong 新衣服

mới cứng *t* [口]崭新

mới đầu *d* 起初，最初

mới đây *d* 最近

mới đó *p* 没多久，转眼

mới khự *t* [口]崭新

mới lạ *t* 新奇，新颖，新鲜: chuyện mới lạ 新鲜事儿

mới mẻ *t* 崭新，新颖，全新: công việc mới mẻ 全新的工作

mới nguyên=mới tinh

mới phải [口]原该，才对

mới rồi [口]刚刚，刚才

mới tinh *t* 崭新，簇新，全新，原封未动

móm₁ *đg* ①(嘴对嘴)喂，哺食: Mẹ móm cơm cho con. 母亲给孩子喂饭。②暗示，诱导: móm cung 诱供

móm₂ *đg* 试做

móm₃ *đg* 靠边上

mơn *đg* 轻抚，抚摩

mơn man *đg* 轻抚

mơn mởn *t* 鲜绿，嫩绿

mơn trớn *đg* ①抚慰②讨好

mớn *d* ①船舱②吃水量

mu *d* ①龟或蟹的背壳: mu cua 蟹壳②身体凸出之处: mu bàn tay 手背

mù₁ *d* 雾气: Mây tạnh mù tan. 天晴

雾消。

mù₂ *t* ①盲，瞎：người mù 盲人②昏暗，模糊

mù₃ *p* (味道)极臭，刺鼻

mù chữ *t* 文盲的：xoá nạn mù chữ 扫盲

mù khơi *t* 遥远

mù loà *t* 失明的

mù màu *t* 色盲的

mù mịt *t* ①浓：khói bay mù mịt 浓烟滚滚②茫然，渺茫：tương lai mù mịt 前途渺茫

mù mờ *t* ①昏暗：ngọn đèn mù mờ 昏暗的灯光②含糊：trả lời mù mờ 含糊其辞

mù quáng *t* 盲目的

mù tạt *d* 芥末

mù tăm *t* [口]杳无踪影的

mù tịt *t* [口]毫不知情的，一窍不通的

mủ *d* ①脓：Nhọt mưng mủ. 疮化脓。②[方]树脂：mủ cao su 橡胶乳

mủ mỉ *t* 腼腆

mũ *d* ①帽子：đội mũ 戴帽子②顶盖：mũ đanh 螺帽③次方的简称：a mũ 3 a 的三次方

mũ bảo hiểm *d* 安全帽

mũ bơi *d* 游泳帽

mũ cánh chuồn *d* 乌纱帽

mũ cát *d* 帽盔儿

mũ chào mào *d* 橄榄帽

mũ lưỡi trai *d* 鸭舌帽

mũ nồi *d* 贝雷帽

mũ phớt *d* 毡帽，礼帽，高帽

mũ van *d* [机]气门盖

mụ₁ *d* ①婆娘(对妇女的卑称)②[方]老太婆(老年丈夫叫老妻)③接生婆④修女

mụ₂ *t*；*đg* 头昏脑涨

mụ mẫm *t* 昏聩，迷糊：Học cả ngày lẫn đêm mụ mẫm cả người đi. 日夜不停地学习，整个人都迷糊了。

mụ mị *t* 迷糊的，头脑发昏的

mụ o *d* [方]大姑或小姑(丈夫的姐姐或妹妹)

mua₁ *d* 野牡丹

mua₂ *đg* ①收买，采购，购买，购置②买通，贿通③自找，自寻：mua sầu chuốc não 自寻烦恼

mua bán *đg* 买卖，交易：mua bán bằng tiền mặt 用现金交易

mua buôn *đg* 批购，批发

mua chịu *đg* 赊购，赊欠

mua chuộc *đg* 收买：mua chuộc lòng người 收买人心

mua dâm *đg* 嫖妓，买春

mua đi bán lại *đg* 倒卖，转手：Chiếc xe được mua đi bán lại nhiều lần. 这辆车被倒卖了多次。

mua độ *đg* 赌球

mua đường *đg* [口]走冤枉路

mua đứt *đg* 买断

mua gom *đg* 收购：mua gom chè 收购茶叶

mua lẻ *đg* 零购：khách mua lẻ 散客

mua sắm *đg* 采购，购置：mua sắm dụng cụ gia đình 购置家具

mua sỉ *đg* 批购，批发：mua sỉ hàng về bán 批发货物回来卖

mua việc *đg* 自找麻烦：Chớ mà mua việc cho khổ thân! 不要自找麻烦！

mua vui *đg* 取乐，寻乐

mùa₁ *d* 季，季节：Một năm có bốn mùa. 一年有四季；mùa mưa 雨季；mùa khô 旱季

mùa₂ *t* 秋造：gặt mùa 秋收；lúa mùa 晚稻 *d* 收获：Năm nay triển vọng được mùa. 今年丰收在望。

mùa đắt hàng *d* 旺季

mùa gặt *d* 收割期，丰收季节：Các nơi đang bước vào mùa gặt. 各地进入了收割期。

mùa lạnh *d* 冷天

mùa lũ *d* 洪水季节，汛期

mùa màng *d* ①庄稼②农忙：Mùa màng thì ai cũng bận. 农忙季节大家都忙。

mùa rét *d* 冬季

mùa thi *d* 考试期间

mùa vụ *d* ①农时②季节

múa *đg* ①舞蹈：vừa múa vừa hát 载歌载舞②舞弄：múa gươm 舞剑 *d* 舞蹈：múa dân tộc 民族舞

múa cột *d* 钢管舞

múa lân *đg* 舞狮子

múa may *đg* [口] ①舞蹈②舞来舞去，上蹿下跳③手舞足蹈：tay chân múa may 手舞足蹈

múa mép *đg* [口] 鼓舌，吹牛，胡侃，卖弄口舌

múa mép khua môi=**múa mép**

múa rìu qua mắt thợ 班门弄斧

múa rối *d* 傀儡剧，木偶戏

múa rối nước *d* 水上木偶戏

múa sư tử *d* 舞狮

múc *đg* 舀：múc nước 舀水

mục₁ [汉] *d* ①栏目②章节，条目③项，部分：xem xét lại từng mục một 重新审核每个部分

mục₂ *t* 腐烂，朽坏：gỗ mục 朽木

mục đích *d* 目的

mục đồng *d* 牧童

mục lục *d* ①目录：mục lục sách 书的目录②书目

Mục Nam Quan *d* 睦南关（现友谊关）

mục nát *t* 腐朽：chế độ phong kiến mục nát 腐朽的封建制度

mục ruỗng *t* 腐朽，腐败，腐烂

mục sư *d* 牧师

mục tiêu *d* 目标

mục từ *d* 词条

mui *d* 篷：mui thuyền 船篷；mui xe 车篷

mùi₁ *d* 气味：mùi lạt 味淡

mùi₂ *d* ①味道：ăn cho biết mùi 尝一尝味道②滋味

mùi₃ *d* 香菜：rau mùi 芫荽

mùi₄ [汉] *未* 未（地支第八位）

mùi₅ *t* [口] 有味道的，好听的：bài ca mùi 好听的歌儿

mùi gì [口] 毫无意义，不起作用，不顶事

mùi khai *d* 臊气

mùi mẫn *t* (唱诵) 有味道：Giọng ca cải lương rất mùi mẫn. 改良剧唱得非常有味道。

mùi mẽ *d* [口] 味道：Thức ăn nhạt không ra mùi mẽ gì cả. 菜淡得一点味道都没有。

mùi soa *d* 手绢儿

mùi thơm *d* 香味

mùi vị *d* 味道，气息：mùi vị núi rừng 山林气息

mủi lòng *t* 伤心，伤感

mũi *d* ①鼻子：mũi hếch 朝天鼻；mũi tẹt 塌鼻梁②鼻涕：xì mũi 擤鼻涕③黏液④尖儿：mũi kim 针尖儿⑤海角：mũi Cà Mau 金瓯角⑥支：một mũi kim 一支针；một mũi tên 一支箭⑦路，支

mũi dãi *d* ①鼻涕②口涎

mũi dao *d* 刀锋

mũi dùi *d* 矛头，锋芒

mũi đỏ *d* 酒糟鼻

mũi khâu *d* 针脚，线脚

mũi khoan *d* 钻头

mũi nhọn *d* 尖端

mũi phay *d* 铣刀

mũi súng *d* 枪口

mũi tên *d* ①箭头②箭头符号

múi₁ *d* ①瓣：múi cam 柑瓣②经度区间：múi giờ 时区

múi₂ *d* 物体的两端：múi thắt lưng 腰带头

mum múp *t* 胖乎乎

mủm mỉm *t* 微笑的：cười mủm mỉm 微笑

mũm mĩm *t* 丰满，丰润

múm mím *đg* 抿着嘴：cười múm mím 抿着嘴笑

mun *d* 乌木：đũa mun 乌木筷子 *t* 乌黑：mèo mun 黑猫

mùn₁ *d* 腐殖土：mùn ao 塘泥

mùn₂ *d* 碎末：mùn thớt 砧板泥

mùn cưa *d* 锯末，木屑

mủn *t* 腐朽，朽烂：Bao tải để lâu ngày nát mủn. 麻袋放太久都朽烂了。

mụn₁ *d* 疮

mụn₂ *d* ①碎片：mụn bánh 碎饼②儿子、孙子 (稀少)

mụn loét *d* 溃疮

mụn nhọt *d* 疖

mụn trọc đầu *d* 癞头疮

mung lung *t* ①漫无边际：suy nghĩ mung lung 漫无边际的遐想②朦朦

朧朧

mùng₁ *d* 蚊帐：mắc mùng 挂蚊帐

mùng₂ *d* [方] 初(=mồng₂)：mùng năm tháng năm 五月初五

mùng tơi *d* [植] 藤菜, 滑滑菜, 木耳菜

mủng *d* ①小竹筐②竹篾编的筐船

muôi *d* 勺子

muồi *t* (孩子睡得) 很熟, 很香：Cháu ngủ đã muồi. 小孩睡熟了。

muỗi *d* 蚊子：hương muỗi điện 电蚊香

muỗi đốt chân voi 无济于事；不痛不痒

muối *d* 盐 *đg* 腌：muối dưa 腌咸菜 *t* 腌制的：dưa muối 酸菜

muối ăn *d* 食盐

muối biển *d* 海盐

muối bỏ bể [口] 杯水车薪

muối cất *d* 精盐

muối hột *d* 生盐

muối khoáng *d* 无机盐

muối mặt *đg* 不要脸, 靦着脸, 脸皮厚

muối tiêu *d* 椒盐：Thịt gà chấm muối tiêu. 鸡肉蘸椒盐。 *t* (头发) 花白

muội *d* 烟炱：muội than đen sì 煤烟黑乎乎

muỗm *d* 蚱蜢

muôn *d* ①万：muôn năm 万岁②形容数目很大：muôn người một lòng 万众一心

muôn đời *t* 万世, 永世：lưu danh muôn đời 万世流芳

muôn hình muôn vẻ 多种多样

muôn hình vạn trạng 千姿百态

muôn màu muôn vẻ 丰富多彩

muôn muốt *t* 白皑皑, 雪白, 洁白

muôn năm *d* 万岁：Hoà bình thế giới muôn năm! 世界和平万岁!

muôn người như một 万众一心

muôn trùng *t* 万重, 重重：vượt qua muôn trùng núi non 越过万重山

muôn vàn *d* 亿万, 无数：khắc phục muôn vàn khó khăn gian khổ 克服多少艰难困苦

muốn *đg* ①欲待, 想要②将要, 快要：Trời muốn mưa. 天快要下雨了。

muộn *t* 迟, 晚：đi sớm về muộn 早出晚归

muộn màng *t* 迟, 晚：tình duyên muộn màng 迟到的爱情

muộn mằn *t* ①为时过晚的：sự hối hận muộn mằn 后悔已晚②生育晚的：muộn mằn được đứa con 老来得子

muông thú *d* 野兽：săn bắn muông thú 打猎

muồng *d* 合欢树

muỗng *d* [方] 汤匙

múp míp *t* [口] 胖乎乎

mút₁ *d* 海绵：đệm mút 海绵垫

mút₂ *t* 无尽, 无边：xa mút mắt 一望无际

mút₃ *đg* ①含吮：mút ngón tay 吮手指头②夹, 陷：Chân mút trong bùn lầy. 脚陷在泥沼里。

mụt *d* ①[方] 疮, 痘：nổi mụt 长疮②嫩芽：mụt măng 嫩笋

mưa *d* 雨：nước mưa 雨水

mưa bão *d* 暴风雨

mưa bay *d* 丝雨, 毛毛雨

mưa bom bão đạn 枪林弹雨

mưa bụi *d* 毛毛雨

mưa dầm *d* 梅雨

mưa đá *d* 冰雹

mưa gào gió thét 狂风暴雨

mưa gió *d* 风雨：Mưa gió mỗi lúc một to hơn. 风越吹越猛, 雨越下越大。 *t* 喻艰难困苦

mưa giông *d* 大雨, 骤雨, 暴雨

mưa hoà gió thuận 风调雨顺

mưa lũ *d* 山洪雨

mưa nắng *t* ①雨与晴②[转] 天气变化带来的病痛

mưa nhân tạo *d* 人工降雨

mưa như trút 瓢泼大雨, 倾盆大雨

mưa phùn *d* 蒙蒙雨

mưa rào *d* 阵雨

mưa thuận gió hoà 风调雨顺

mưa to gió lớn 大风大雨

mưa tuyết *d* 下雪

mưa vùi gió đập 风吹雨打

mửa *đg* [口] 呕吐：buồn mửa 想吐

M

mứa *t* 过剩

mức *d* 水平,程度,额度:mức sống 生活水平

mức độ *d* 限度,程度

mức nước *d* 水位

mực₁ *d* [动] 墨鱼,鱿鱼,乌贼

mực₂ *d* 墨,墨水:mực đỏ 红墨水② 尺度:đúng mực 恰如其分;có chừng mực 有分寸 *t* 黑色的,黑的

mực₃ *d* 水平,程度,额度

mực đóng dấu *d* 印泥,印油

mực in *d* 油墨

mực nước *d* 水位

mực thước *d* 准绳,规则,榜样 *t* 本分的,守规矩的:con người mực thước 本分的人

mực tuộc *d* [动] 真蛸;章鱼

mưng *đg* 发炎化脓:Nhọt mưng mủ. 疮化脓。

mừng *đg* ①高兴,喜悦②庆祝,祝贺

mừng công *đg* 庆功:đại hội mừng công 庆功大会

mừng hụt *đg* 空欢喜

mừng mừng tủi tủi 悲喜交集

mừng như bắt được vàng 如获至宝

mừng quýnh *đg* 狂喜

mừng rỡ *đg* 喜形于色,抑制不住喜悦

mừng rơn *đg* [口] 欣喜:Được sếp khen, nó mừng rơn. 被老板夸,他欣喜不已。

mừng thầm *t* 暗喜,窃喜,沾沾自喜,暗自庆幸:tấp tểnh mừng thầm 沾沾自喜

mừng tuổi *đg* 贺年,贺岁

mươi *d* ①十:hai mươi ngày 二十天②十左右:mươi ngày 十来天

mươi bữa nửa tháng 十天半月

mười *d* 十:mười năm 十年 *t* 多;圆满:mười phần vẹn mười 十全十美

mười mươi *t* 绝对的,肯定的,百分百的:biết chắc mười mươi 肯定知道

mười phần *t* 十分,完全,百分之百

mươn mướt *t* 油亮

mườn mượt *t* 柔顺:mái tóc mườn mượt 柔顺的头发

mướn *đg* ①雇佣②租赁:mướn nhà 租房子

mướn công *đg* 雇佣;请人:mướn công làm giúp 请人帮干活

mượn *đg* ①借用:mượn sách 借书②雇佣:mượn thợ gặt 雇人收割③假借:mượn công làm tư 假公济私④请人代做:mượn người viết thư 请人代写信

mượn cớ *đg* 找借口:mượn cớ xin nghỉ 找借口请假

mương *d* 水渠:đào mương 挖沟

mương máng *d* 沟渠

mường tưởng=mường tượng

mường tượng *đg* 预想,想象:mường tượng một tương lai tươi đẹp 想象美好的将来

mướp *d* 水瓜 *t* 褴褛:áo rách mướp 衣衫褴褛

mướp đắng *d* 苦瓜

mướp hương *d* 丝瓜

mướt₁ *t* 柔:mái tóc dài đen mướt 乌黑柔亮的长发

mướt₂ *đg* 汗流如注 *t* 辛苦,艰难

mướt mát *t* ①安逸,舒畅,舒适②漂亮可爱,养眼,中看③多愁善感

mướt mồ hôi [口] 非常辛苦,很劳累

mượt *t* 光润:lông mượt da trơn 皮光毛滑

mượt mà *t* 柔滑

mứt *d* 果脯,蜜饯

mưu [汉] 谋 *d* 计谋,谋策,计策:bày mưu định kế *đg* 筹谋:mưu phản 谋反

mưu cầu *đg* 谋求:mưu cầu hạnh phúc cho nhân dân 为人民谋求幸福

mưu chước *d* 计策

mưu cơ *d* 计谋

mưu đồ *đg* ①谋求,计划,筹划②图谋,谋取:mưu đồ danh lợi 谋取名利 *d* 计谋,意图

mưu hại *đg* 谋害:mưu hại bạn 谋害朋友

mưu kế *d* 计谋

mưu lược *d* 谋略

mưu ma chước quỷ 诡计多端

mưu mẹo *d* 计谋,计策 *t* 多谋的

mưu mô *d* 阴谋,诡计 *đg* 图谋,意欲

mưu sách *d* 策略, 谋略

mưu sát *đg* 谋杀: vụ án mưu sát 谋杀案

mưu sĩ *d* 谋士

mưu sinh *đg* 谋生: kế mưu sinh 谋生之计

mưu tính *đg* 谋算, 谋划, 策划

mưu toan *đg* 谋划, 图谋 *d* 计谋, 意图

mưu trí *d* 智谋: dùng mưu trí đánh giặc 用智谋对付敌人 *t* 机智: Cậu bé rất mưu trí. 这小男孩很机智。

mỹ=mĩ

M

N n

n, N 越语字母表的第 16 个字母

na₁ *d* 番荔枝

na₂ *đg* (累赘地)携带: na theo đủ thứ 什么都带着

Na-di *d* [政]纳粹

na mô 南无(阿弥陀佛): na mô A Di Đà Phật 南无阿弥陀佛

na ná *t* 相似,有点像: Hai anh em na ná giống nhau. 兄弟俩长得有点像。

nà₁ *d* 河滩

nà₂ *p* [方]紧跟,紧随: đánh nà tới truy đuổi

nã₁ *đg* 轰击,发射

nã₂ [汉]拿 *đg* ①捉拿,捕,抓: truy nã 追捕②索要,索讨: nã tiền của mẹ 向妈妈要钱

ná *d* ①弩: dùng ná bắn chim 用弩打鸟②篾

ná ná =na ná

nạc *d* 瘦肉: thịt nạc 瘦肉 *t* 精华的

nách *d* ①腋窝: hôi nách 腋臭②旁边,相邻,边缘: nách tường 墙边 *đg* 挟(在腋下),掖: nách một giỏ to 挟着一个大篮子

nai₁ *d* 麋鹿 *t* 天真: giả nai 假装天真

nai₂ *đg* ①扎紧,绑紧②负重,重荷: nai bao gạo nặng 背着一大袋米

nai lưng *đg* 拼力: nai lưng làm 拼力干

nai lưng cật sức 竭尽全力

nai nịt *đg* 束扎,扎裹(衣裤或随身物品)

nài₁ *d* 驯兽师: anh nài ngựa 驯马人

nài₂ *d* 脚扣

nài₃ *đg* 缠磨,苦苦央求

nài₄ *đg* [旧]顾,辞(只用于否定): chẳng nài khó nhọc 不辞劳苦

nài ép *đg* 胁迫,逼迫,威逼

nài nẵng *đg* 恳求,请求: Nài nẵng mãi vẫn chưa được bố cho phép. 恳求了半天,爸爸还是不允许。

nài nỉ *đg* 缠磨,哀求

nài xin *đg* 央求,请求

nải₁ *d* 一把儿,一梳(量词,专指香蕉): tay xách hai nải chuối 手提着两梳蕉

nải₂ *d* 囊,袋: tay nải 布手袋

nái₁ *d* 毛毛虫

nái₂ *d* 粗丝: một bó nái 一束粗丝

nái₃ *t* 雌的: lợn nái 母猪

nái sề *d* 老母猪

nại₁ *d* 盐田

nại₂ [汉]耐 *đg* 耐

nam₁ [汉]男 *d* 男性: bên nam 男方

nam₂ [汉]南 *d* ①南面: Nhà hướng Nam. 房子朝南。②越南南部

nam bán cầu *d* 南半球

nam bộ *d* ①南部②越南南部

nam cao *d* 男高音

nam châm *d* 磁,磁铁

nam chinh bắc chiến 南征北战

Nam Cực *d* [地]南极

nam giới *d* 男性,男人

nam kì bắc đẩu 有名无实

nam ngoại nữ nội 男主外,女主内

nam nhi *d* [旧]男儿: chí nam nhi 男儿之志

Nam Ninh *d* [地]南宁(广西首府)

nam nữ *d* 男女: tình yêu nam nữ 男女之情

nam nữ bình đẳng 男女平等

nam phụ lão ấu 男女老幼

nam sinh *d* 男生,男学生

nam thanh nữ tú 俊男靓女

nam tiến *d* 南进，南下

nam tính *d* ; *t* 男性

nam trầm *d* 男低音

nam trung *d* 男中音

nam tử *d* 男子

nám *đg* 发黑(=rám)

nạm₁ *d* [方]腩：nạm bò 牛腩

nạm₂ *d* [方]把，抔：một nạm đất 一抔
土

nạm₃ *đg* 镶嵌：nạm bạc 镶白银

nạm dao *d* 刀柄，刀把

nan₁ [汉]难

nan₂ *d* 竹篾：quạt nan 竹扇

nan cật *d* 竹篾，篾青，篾条

nan giải *t* 难解的：vấn đề nan giải 难
解决的问题

nan hoa *d* 车辐

nan y *t* 难以治愈的，难医治的

nản *đg* 灰心，丧气．Thắng không kiêu，
bại không nản. 胜不骄，败不馁。

nản chí *đg* 灰心：nản chí ngã lòng 心
灰意冷

nản lòng=nản chí

nản lòng nhụt chí 心灰意冷

nán *đg* 耽搁，逗留：Việc chưa xong
phải nán lại mấy ngày. 工作没做完，
再耽搁几天。

nán níu *đg* 磨蹭

nạn [汉]难 *d* 灾难，灾害：tai nạn lũ lụt
洪灾

nạn dân *d* 难民：cứu giúp nạn dân 救
助难民

nạn đói *d* 饥荒

nạn mù chữ *d* 文盲

nạn nhân *d* ①灾民；(事故中的) 伤者
②受害者

nang [汉]囊 *d* 囊，袋：cầm nang 锦囊

nang thũng *d* 囊肿，水肿

nang viêm *d* 滤泡炎；毛囊炎

nàng *d* ①姑娘，娘子②女子第二、第三
人称代词：Sao nàng buồn thế? 你
为什么闷闷不乐？③ (表示对年轻
女子敬重的冠词)：nàng công chúa
公主

nàng dâu *d* 媳妇

nàng tiên *d* 仙女

náng *d* 犁架：náng cày 犁架

nạng *d* 拐杖：chống nạng 撑着拐杖 *đg*
撑，撬：nạng thuyền 撑船

nanh *d* ①獠牙②嫩芽③乳牙

nanh ác *t* 狰狞：bộ mặt nanh ác 面目
狰狞

nanh vuốt *d* ①爪牙，走狗②魔爪

nạnh₁ *d* 木杈

nạnh₂ *đg* 计较，妒忌

nao₁ *đg* 灰心，丧气

nao₂ *d* 哪里，哪儿，何处(=nào)

nao lòng *đg* 心绪烦乱，心乱如麻

nao nao *t* ①焦虑不安：trong lòng nao
nao 心里焦虑不安 ② 涓涓：dòng
nước nao nao 涓涓细流

nao núng *đg* ①惴惴不安②动摇：không
hề nao núng 决不动摇

nao nuốt *t* 烦闷，烦乱

nào *đ* 何，哪，什么：Người nào? 哪一
个人？ Khi nào? 什么时候？ *p* 岂，
哪会：nào ngờ 岂料 *tr* ①又是…又
… : Nào lợn, nào dê, nào gà đủ cả.
又是猪，又是羊，又是鸡，样样齐全
② (表示邀请、催促或引人注意)：Cố
lên nào! 加油啊！

nào đâu *p* 哪有，在哪里

nào hay 岂知，谁知，谁想到，哪知道

nào là *tr* 又是…又是…

nào ngờ 岂料，不料：Nào ngờ anh lại
đến nông nỗi này! 哪曾想你会成
这个样子!

não₁ [汉]脑 *d* 脑：động mạch não 脑
动脉

não₂ [汉]恼 *đg* ; *t* 烦恼：mua não chuốc
sầu 自寻烦恼

não gan não ruột 心烦意乱

não lòng *t* 令人烦恼的

não nề *t* 烦恼的，忧愁的，感伤的

não nùng *t* 烦恼的，感伤的

não nuột *t* 悲伤的，忧郁的

náo [汉]闹 *đg* 闹，闹腾，喧闹，骚动

náo động *đg* 骚动，震动

náo loạn *đg* 闹腾；搅乱

náo nhiệt *t* 热闹

náo nức *t* 兴高采烈，欢腾

N

nạo *đg* 刮，挖：nạo vỏ khoai sọ 刮芋头皮 *d* 掏挖的工具

nạo thai *d* [医] 刮宫，打胎

nạo vét *đg* ①掏刮：nạo vét nồi cơm 刮饭锅②疏浚：nạo vét sông ngòi 疏浚河流③搜刮

nạp₁ *đg* 填装：Súng đã nạp đạn. 子弹已上膛

nạp₂ [汉] 纳 *đg* 缴纳：nạp thuế 纳税

nạp điện *đg* 充电：nạp điện cho ắc qui 给电瓶充电

nạp tiền *đg* 充值，充钱，缴钱

nát *t* ①稀烂：Cơm nấu nát quá！饭煮得太烂了！②残败，腐败，腐朽，坏

nát bàn *d* 涅槃 (=niết bàn)

nát bét *t* 稀烂，糜烂：Rau bị dẫm nát bét. 菜被踩得稀烂。

nát cửa tan nhà 流离失所

nát da lòi xương 皮开肉绽

nát dừ *t* 糜烂

nát đá phai vàng 玉石俱焚

nát đởm kinh hồn 胆战心惊

nát gan *t* 心碎的，伤透了心的

nát nước *t* 想尽办法的

nát óc *t* 绞尽脑汁的：nghĩ nát óc mà không làm được bài này. 绞尽脑汁也做不出这道题。

nát rượu *t* 烂醉的，酗酒的

nát tươm *t* 破烂不堪：Quần áo nát tươm. 衣服破烂不堪。

nát vụn *t* 粉碎：Hòn đá bị nghiền nát vụn. 石头被碾得粉碎。

nạt *đg* ①欺侮，欺负，欺凌：nịnh trên nạt dưới 谄上欺下②吓唬，威吓：nạt con 吓唬孩子

nạt nộ *đg* 呵斥，恫吓

náu *đg* 藏身，匿身，藏匿

náu mặt *đg* 幕后指使

nay *d* ①今天，今日，如今：năm nay 今年②现在

nay đây mai đó 居无定所

nay đợi mai trông 日盼夜盼

nay lần mai lữa 拖延时日

nay mai *d* 不日，不久的将来

này *d* ①这个：người này 这个人②本：tháng này 本月③此：giờ phút này 此时此刻 *c* 喂 (用以呼唤或提醒注意)：Này, đứng lại！喂！站住！ *tr* (用以列举)：Này kẹo, này chè, này thuốc lá đủ cả. 糖呀，茶呀，烟呀样样都有。

này khác *d* [口] 这…那…：Bà ta hay nghi ngờ này khác. 她总爱怀疑这怀疑那。

này nọ *d* 这(样)那(样)：đòi hỏi này nọ 要这要那

nảy₁ *đg* 生，发，萌生

nảy₂ *đg* 弹，蹦，跳：giật nảy mình 吓了一跳

nảy đom đóm *t* 眼冒金星

nảy lửa *t* 猛烈，激烈：cuộc tranh cãi nảy lửa 激烈的争吵

nảy mầm *đg* 萌芽，发芽：Hạt giống nảy mầm trong đất. 种子在地里发芽。

nảy nở *đg* ①萌生，生长，繁殖：cây cối nảy nở 树木生长②发达，涌现，辈出：nhân tài nảy nở 人才辈出

nảy sinh *đg* 滋生，出现

nãy *đg* 刚才，方才

nãy giờ *d* [口] 刚才，方才

nạy *đg* 撬：nạy cửa 撬门；nạy hòm 撬箱子

nắc nỏm₁ *đg* 忐忑

nắc nỏm₂ *đg* 赞不绝口

nặc *t* 浓烈刺鼻的 (=nồng nặc)

nặc danh *đg* 匿名：thư nặc danh 匿名信

nặc nặc *p* 死缠活缠地 (也作 nằng nặc)

năm₁ *d* ①年：sang năm 明年②年度：năm tài chính 财政年度

năm₂ *d* 五：năm ngày 五天

năm âm lịch *d* 阴历年

năm ba *d* 几，数，三五：chỉ có năm ba người 只有几个人

năm bảy *d* 几，数，五六：phải mất năm bảy năm nữa 要花几年时间

năm bè bảy mối ①四分五裂②千头万绪

năm cha ba mẹ 各种各样，混杂

năm châu bốn biển 五洲四海

năm cơm bảy cháo 阅历丰富

năm dương lịch *d* 阳历年

năm đói *d* 荒年

năm kia *d* 前年

năm kìa *d* 大前年

năm lần bảy lượt 三番五次: Động viên tới năm lần bảy lượt nó mới chịu nhận lời. 三番五次地动员他才肯接受。

năm mới *d* 新年: Chúc mừng năm mới! 新年快乐!

năm nắng mười sương 早出晚归

năm ngoái *d* 去年

năm người mười điều 人多嘴杂

năm nhuận *d* 闰年

năm sau *d* 下一年,第二年,来年

năm tàn tháng lụn 风烛残年

năm tháng *d* 岁月

năm thì mười hoạ 多灾多难

năm tới *d* 来年

năm tuổi *d* 本命年

năm vạc tháng cò 披星戴月

nằm *đg* ①躺,卧②位于,处于,处在: nằm ở trung tâm thành phố 位于市中心③在…范围内: nằm trong kế hoạch 在计划范围内

nằm bẹp *đg* 卧床不起

nằm chết gí 停滞不前: Công trình cứ nằm chết gí một chỗ. 工程毫无进展。

nằm cuộn chiếu *đg* 蜷卧

nằm dài *đg* 趴窝儿,窝在家

nằm đất *đg* 打地铺

nằm gai nếm mật 卧薪尝胆

nằm khàn *đg* [口]无事可做,闲得发慌

nằm khèo *đg* ①蜷卧②闲居: nằm khèo ở nhà 闲在家里

nằm khểnh *đg* 悠闲地躺着

nằm khoèo = **nằm khèo**

nằm không *t* 单身的,未婚的

nằm mơ *đg* (做梦)梦到,梦见

nằm ngang *đg* 横跨,横贯

nằm ổ *đg* 坐月子

nằm vạ *đg* 耍赖: Thằng vô lại nằm vạ bắt đền. 这个无赖要赖要赔偿。

nằm viện *đg* 住院,留医

nằm vùng *đg* 潜伏: nằm vùng trong lòng địch 潜伏在敌人中

nằm xuống *đg* 倒下,死去

nắm *đg* 抓,掌握: nắm chính quyền 掌握政权 *d* ①一把(一握的量): một nắm đất 一把土②拳头

nắm bắt *đg* ①领会: nắm bắt tinh thần hội nghị 领会会议精神②抓住: nắm bắt cơ hội 抓住机会

nắm bóp *đg* ①揉,捏,握②按摩,推拿

nắm chắc *đg* ①抓紧,握紧,紧紧掌握: nắm chắc thời cơ 抓紧时机②掌握: nắm chắc tình hình 确实掌握情况

nắm đấm *d* 拳头

nắm giữ *đg* 把持

nắm nớp *t* 忐忑

nắm tay *đg* ①握手②握拳 *d* 拳头

nắm tận tay, day tận mặt 人赃俱获

nằn *d* 荸荠

năn nỉ *đg* 恳求,央求,苦求

nắn *đg* ①捏②矫直,矫正

nắn bóp *đg* 按摩,推拿

nắn not *đg* ①使端正,使整齐②修饰,润色: nắn nót câu văn 修饰词句

nắn xương *đg* 正骨

nặn *đg* ①塑造: nặn tượng 塑像②捏造: nặn chuyện 捏造事实③挤: nặn sữa 挤奶④榨取: nặn tiền 榨取财物

nặn chuyện *đg* 造谣生事,编造

nặn óc *đg* 绞尽脑汁: nặn óc tìm biện pháp giải quyết 绞尽脑汁想出解决的办法

năng₁[汉]能

năng₂ *p* 经常,常常

năng ăn hay đói, năng nói hay nhầm 病从口入,祸从口出

năng động *t* ①有能动性的,灵活②好动的,有活力的

năng khiếu *d* 天赋,本能

năng lực *d* 能力: năng lực tổ chức 组织能力

năng lượng *d* 能量: năng lượng hiệu quả cao 高效能源

năng may hơn dày giẻ 勤劳能致富

năng nhặt chặt bị 积少成多

năng nổ *t* 有干劲的: làm việc năng

nổ 做事有干劲

năng suất *d* ①效率,功率,功效,产量: năng suất lao động 劳动效率②单位面积产量

nắng *d* 阳光: Nắng rọi vào nhà. 阳光照进屋里。*t*;*đg* ①(天)放晴: trời nắng 天放晴②晒: nắng như đổ lửa 骄阳似火

nắng lửa *d* 烈日

nắng mưa *d* 风风雨雨,艰辛: trải bao nắng mưa 经过多少风雨

nắng nóng *t* (天气)酷热,炎热

nắng nực *t* 晒而闷热的

nắng quái *d* (落日)余晖,夕阳: nắng quái chiều hôm 落日余晖

nắng ráo *t* 晴朗: trời nắng ráo 晴朗的天气

nắng trời *d* 晴天

nắng xiên khoai *d* 烈日,毒日头

nặng₁ *d* 重声符(越语声调符号,标为".")

nặng₂ *t* ①沉,重: Cân thử xem nặng bao nhiêu? 称一下看有多重? ②深重,深厚: tình sâu nghĩa nặng 情深义重③着重,偏重: nặng về hình thức coi nhẹ nội dung 重形式,轻内容④注重,重视: nặng lời hứa 重诺言⑤浓重

nặng cân *t* ①分量重②喻水平高

nặng chân nặng tay 粗手笨脚,毛手毛脚

nặng đầu *t* 头重的,脑子发胀的

nặng đòn *đg* 重击

nặng è *t* 过重的: gánh nặng è 挑得过重

nặng gánh *t* 负担重的,责任大的

nặng kí=**nặng cân**

nặng lãi *t* 高利息的: cho vay nặng lãi 高利贷

nặng lòng *t* 情重,意重

nặng lời *t* ①遵守的: hứa hẹn nặng lời 信守的诺言②言语过重的

nặng mặt *t* ①脸浮肿的②沉下脸的,拉下脸的

nặng mùi *t* 刺鼻的,味重的: Nước mắm nặng mùi quá xá! 鱼露的味道

太重了!

nặng nề *t* ①沉重,繁重,艰巨: nhiệm vụ nặng nề 任务艰巨②沉闷,沉重,严肃: Không khí buổi họp nặng nề. 会议气氛沉闷。

nặng nhọc *t* 沉重,繁重: công việc nặng nhọc 繁重的劳动

nặng nợ *t* 割舍不下的,放不下的

nặng tai *t* 重听的,耳朵背的

nặng tay *t* ①沉,重手②手重

nặng tình *t* 情深的: Hai người rất nặng tình với nhau. 两人感情很深。

nặng trịch *t* 沉甸甸

nặng trình trịch=**nặng trịch**

nắp *d* 盖子: nắp hộp 盒盖

nắt *đg* ①(昆虫尾部)向下钩动: Chuồn chuồn nắt nước. 蜻蜓点水。②兽类或虫类交尾

nấc₁ *d* ①刻度②刻痕②级,层: nấc thang 梯级③阶段,段落

nấc₂ *đg* 嗝噎: khóc nấc lên 抽噎; bị nấc 打嗝

nâm *t* 不愿动弹的: nằm nâm 躺着不愿动

nầm nập *t* 喧闹,熙熙攘攘

nấm *d* ①菇,菌,蘑菇②冢: nấm mồ 坟堆

nấm hương *d* 香菇

nấm mả *d* 坟墓

nấm men *d* 酵母菌

nấm mèo *d* 木耳

nấm mốc *d* 霉菌

nấm mối *d* 白蚁巢

nấm mỡ *d* 花菇

nấm sò *d* 凤尾菇

nần *d* 小疙瘩

nấn *đg* ①拖延,耽搁: nấn lại vài hôm 耽搁几天②矫正,正

nấn ná *đg* 拖沓,拖延,磨蹭

nâng *đg* ①举起②托起③扶起: nâng đứa nhỏ bị ngã 把摔倒的孩子扶起来

nâng cao *đg* 提高: nâng cao chất lượng 提高质量

nâng cấp *đg* 升级,提升等级

nâng cốc *đg* 举杯

nâng đỡ *đg* 扶持,扶助,帮扶

nâng giá *đg* 提价

nâng giấc *đg* 悉心照料

nâng niu *đg* ①爱不释手②珍惜，珍爱

nấp *đg* 躲藏：nấp trong bụi cây 躲在树丛里

nâu *d* 薯莨 *t* 棕色：vải nâu 棕色布

nâu non *t* 浅棕（色）

nâu sồng *t* 棕褐（色）*d* 棕褐色服饰

nấu *d* 它，其，那厮

nẫu *t* 软烂：chín quá hoá nẫu 熟到软烂

nẫu ruột *t* 痛心

nấu *đg* 煮，烹：nấu cơm 煮饭

nấu ăn *đg* 做饭

nấu bếp *đg* 烹饪，烹煮，当厨

nấu nướng *đg* 烹饪

nấu sử sôi kinh 十年寒窗

nầy *d* ①这个②本③此 *c*（用以呼唤或提醒注意）*tr*（用以列举多样事物）(=này)

nẩy₁ *đg* 生，发，萌生(=nảy₁)

nẩy₂ *đg* 弹起，跳起：giật nẩy mình 吓一跳

nẩy nở *đg* ①生长，繁殖②涌现，辈出

nẩy sinh *đg* 产生

nẩy *d* 刚才，方才(=nãy)

nấy₁ *d* ①用来泛指某人，某事：có gì ăn nấy 有什么就吃什么②（与 nào 连用，表示所指的人或事与前面提到的人与事的性状相似）有…就有…：Cha nào con nấy. 有其父必有其子。③（与 nào 连用，表示全体，无一例外）…都…：Người nào người nấy vui vẻ. 人人都愉快。

nấy₂ *đg* 交给，授予：nấy việc 交付工作

nậy *đg* [方] 撬：nậy cửa vào nhà 撬门入室

NCS（nghiên cứu sinh）[缩] 研究生

ne *đg* [方] 赶（鸡鸭等）：ne gà 赶鸡

ne nép *đg* 依靠

ne nét *đg* 苛求，过分要求

nè *c* [方] 喂，唉，呐：Ở đây nè！在这儿呢！

nẻ *đg* 张裂，开裂：Đất nẻ vì nắng hạn. 干旱使地都开裂了。

né *đg* ①闪避：né về một bên 闪到一边②[方] 躲避：né vào rừng 躲进林子里

né tránh *đg* 躲开，躲避：né tránh vấn đề 躲避问题

nem *d* ①肉糜团②春卷

nem công chả phượng 山珍海味；美味佳肴

nem nép *đg* 缩头缩脑

nem rán *d* 炸春卷

ném *đg* 抛，掷，扔，投：ném đĩa 掷铁饼；ném lao 掷标枪；ném tạ 掷铁球；ném rổ 投篮

ném chuột vỡ chum 得不偿失

ném tiền qua cửa sổ 挥霍无度

nén₁ *d* 炷：thắp ba nén hương 烧三炷香

nén₂ *đg* ①压：nén hơi 压缩空气②腌：cà nén 腌茄子③压抑，克制：nén giận 压住火气

nén lòng *đg* 压抑，自制，克制

neo₁ *d* 锚：thả neo 抛锚 *đg* ①停泊：Neo thuyền vào bến để tránh bão. 船停泊在码头避台风。②扣住；Số tiền ấy còn bị neo lại. 那笔款还被扣住。

neo₂ *t* 短缺的，单薄的：Nhà neo người. 家里人手短缺。

neo đơn *t* 孤寡：cụ già neo đơn 孤寡老人

nèo *đg* [口] 苦求，央求

nèo nàng *đg* 苦求，死缠

nẻo *d* ①路径，途径：chỉ nẻo 指路②[旧] 时候，时光：nẻo xưa 过去的时光

nẻo đường *d* 路途，道路

néo *d* ①绞棍②拴绳 *đg* 绞紧

nép *đg* 回避，躲藏，躲避

nép nép *đg* 拱腰缩背，缩头缩脑

nẹp *d* 镶边，箍边，贴边：nẹp rổ 竹筐边 *đg* ①捆边，收口：nẹp miệng cái rổ 给竹筐收口②卡，夹：nẹp báo 夹报纸

nét₁ *d* ①笔画：Chữ này nhiều nét. 这个字的笔画很多。②笔墨，文笔：Chỉ vài nét mà tả rất sống động. 寥寥几笔却描写得很生动。③要点，要领④面部表情：nét mặt vui 面有喜色

N

nét₂ *t* 清晰, 清楚

nẹt *đg* 训斥, 吓唬

nề₁ *d* 盐场

nề₂ *đg* 抹灰, 干泥水活儿: thợ nề 泥水匠

nề₃ *đg* 浮肿: chân tay bị nề 手足浮肿

nề₄ *đg* 畏, 辞: chẳng nề khó nhọc 不辞辛劳

nề hà *đg* 不畏, 不辞辛劳

nề nếp *d* 轨道, 秩序 *t* 有教养的, 守规矩的

nể *đg* ①容情, 看情面②[口]佩服, 尊重

nể mặt *đg* [口]给面子

nể nang *đg* 容情, 碍于情面

nể sợ *đg* 惧怕

nể trọng *đg* 敬重

nể vì *đg* 敬畏

nệ cổ *t* 迂腐

nêm chốt *d* 门闩

nếm *đg* ①品尝: nếm canh 尝尝汤的味道②尝过, 经过, 经历: nếm mùi cay đắng 饱尝艰辛

nếm trải *đg* 经受过, 经历过

nệm *d* 褥子, 垫子: nệm giường 床褥

nên₁ *k* ①应该, 宜, 应②所以, 因此, 因而: Vì tập luyện nhiều nên anh ấy khoẻ lắm. 因为经常锻炼, 所以他身体很棒。

nên₂ *đg* ①成, 成为, 成功: Hai người đã nên vợ nên chồng. 两人已经成为夫妻。②取得, 达到: làm nên sự nghiệp 事业有成

nên chi *k* 因为…所以: Mưa to nên chi ở nhà. 因为下雨所以待在家。

nên người *đg* ; *d* 成人

nên thân *t* ①成样, 像样, 像话②罪有应得, 活该

nên thơ *t* (富有)诗意的

nền *d* ①基础: nền nhà 屋基②领域③底色: vải hoa nền trắng 白底花布

nền nã *t* ①漂亮, 雅致②端庄, 温柔: tính nết nền nã 性格温柔

nền nếp *d* 正轨, 秩序 *t* 有教养的, 守规矩的

nền tảng *d* ①基石, 基础: nền tảng phát triển kinh tế 经济发展的基础②平台: nền tảng thương mại điện tử 电子商务平台

nến *d* ①蜡烛②烛光; 支光(光量单位)

nến đánh lửa *đg* 火花塞

nện *đg* ①捣, 砸, 夯: nện đất 夯地②狠揍

nếp₁ *d* 糯米, 江米: nếp cẩm 黑糯米 *t* (粮食)黏性较大的: ngô nếp 糯玉米

nếp₂ *d* ①折痕: nếp nhăn 皱痕②方式

nếp₃ *d* 所, 栋, 幢, 座: làm vài nếp nhà 造了几所房屋

nếp sống *d* 生活方式, 生活习惯

nếp tẻ *d* 儿女: có đủ nếp tẻ 儿女齐全 *t* 胜负不明的: Chưa biết nếp tẻ ra sao. 胜负未见分晓。

nết *d* 品性, 习惯, 品德: tốt nết 品行优良

nết na *t* 品行端正的

nêu₁ *d* 幡旗

nêu₂ *đg* ①扬, 举②发扬光大, 提倡③提出: nêu vấn đề 提问题

nêu gương *đg* 树立榜样, 树立旗帜

nếu *k* 如果, 倘若, 要是: Nếu anh đi thì tôi cũng đi. 如果你去我就去。

nếu mà *k* 如果, 倘若

nếu như *k* 要是, 如果: Nếu như nó không ăn thì chắc là nó ốm. 他要是不吃就有可能是病了。

nếu thế *k* 既然如此, 要是这样

nếu vậy = nếu thế

nga [汉] 鹅, 蛾, 娥

Nga *d* [地] 俄罗斯(欧洲国家): tiếng Nga 俄语

ngà *d* 象牙 *t* 象牙色的, 淡黄色的

ngà ngà *t* 微醉的: say ngà ngà 微醉状态

ngà voi *d* 象牙

ngả₁ *d* 路, 道(方向): Đi ngả nào? 走哪一条路?

ngả₂ *đg* ①倾向②倒, 放倒: Ngả người xuống giường. 人倒在床上。③使发酵: ngả tương 使酱发酵④起变化: ngả màu 变色⑤宰⑥犁地

ngả lưng *đg* 躺下, 躺一躺(小憩)

ngả mũ *đg* 脱帽子, 摘帽子

ngả nghiêng *đg* ①东倒西歪: Bão to làm cây cối ngả nghiêng. 暴风吹得树木东倒西歪。②动摇: tư tưởng ngả nghiêng 思想动摇

ngả ngốn *t* 枕藉的, 横七竖八的

ngả₁ *d* 道路岔口: ngã năm 五岔路口

ngã₂ *đg* ①跌倒, 摔倒②倒下, 死亡, 牺牲③明了

ngã bệnh *đg* 病倒

ngã giá *đg* 讲定价钱, 成交: Hàng đã ngã giá. 货已成交。

ngã lòng *đg* 灰心, 丧气

ngã ngũ *đg* 定局, 得出结论

ngã ngửa *đg* 惊愕, 大跌眼镜

ngã nước 水土不服

ngã tư *d* 十字街头, 十字路口

ngạc nhiên *đg* 愕然, 奇怪

ngách *d* ①岔(汉): ngách sông 河汉②窟, 洞: ngách chuột 鼠洞

ngạch₁ *d* 门槛: ngạch cửa cao 高门槛

ngạch₂ [汉] 额 *d* 定额, 限 ngạch 限额

ngạch bậc *d* 级别

ngai *d* ①龙椅, 皇位, 宝座②神位

ngai ngái *t* (气味) 有点呛的

ngài₁ *d* ①老爷, 大人, 先生, 阁下: ngài Bộ trưởng 部长先生②神, 神灵

ngài₂ *d* 蚕蛾

ngài ngại *đg* (有点) 顾虑

ngải *d* ①艾蒿②迷魂药

ngải cứu *d* 艾灸, 艾焰, 艾蒿叶

ngái *t* (味道冲) 呛嗓子的

ngái ngủ *t* ; *đg* 半睡半醒

ngại *đg* ①怕, 担忧, 顾虑: ngại cho tương lai của con cái 为孩子的将来担忧②不想, 不ák

ngại ngần *đg* 迟疑, 顾虑

ngại ngùng *đg* 担心, 顾虑

ngàm *d* 榫眼: đục ngàm 凿榫眼

ngan *d* 番鸭, 西洋鸭

ngàn₁ *d* 山林: lên ngàn lấy củi 上山砍柴

ngàn₂ *d* 千: một ngàn đồng 一千盾

ngàn cân treo sợi tóc 千钧一发

ngàn ngạt₁ *t* 无垠, 众多: người đông

ngàn ngạt 人山人海

ngàn ngạt₂ 嘶哑: giọng ngàn ngạt 声音嘶哑

ngàn thu *d* 千秋万代

ngàn trùng *d* 遥远, 远隔千里

ngàn xưa *d* 久远

ngán *đg* ①厌, 腻, ngán đời 厌世②[口] 腻味; 害怕

ngán ngẩm *đg* 厌烦

ngạn [汉] 岸: tả ngạn sông Hồng 红河左岸

ngạn ngữ *d* 谚语

ngang *t* ①相等的, 相当的, 差不多的, 相齐的: tóc xoã ngang vai 长发齐肩②蛮横, 乖戾: nói ngang 说话不讲理③中段的, 中间的: Đến ngang đường thì mưa. 路走到一半就下起了雨。*đg* 经过, 通过, 横穿: đi ngang qua đường 横穿马路

ngang bướng *t* 悖逆, 倔强

ngang cành bứa *t* [口] 蛮横, 蛮不讲理

ngang dạ *đg* [口] 饱, (胃) 胀: Ăn kẹo nhiều bị ngang dạ. 糖吃多了胃胀。

ngang dọc *d* ; *đg* 纵横

ngang đầu cứng cổ 顽固不化

ngang giá *t* 等价的

ngang hàng *t* 同地位的, 同等级的, 同辈: người ngang hàng 同辈人

ngang ngạnh *t* 固执, 叛逆, 独断

ngang ngửa *t* ①狼藉, 杂乱无章, 东倒西歪: Bão làm cây cối đổ ngang ngửa. 台风把树吹得东倒西歪。②旗鼓相当的, 不相上下的: Hai bên thi đấu ngang ngửa nhau. 比赛双方旗鼓相当。③东张西望的

ngang ngược *t* 蛮横, 霸道, 强横

ngang nhiên *t* 悍然, 公然

ngang phè *t* 蛮不讲理的

ngang tai *t* [口] 逆耳的, 不顺耳的

ngang tàng *t* 勇敢, 不屈不挠, 无畏

ngang trái *t* ①反常②曲折: cảnh đời ngang trái 人生曲折

ngang vai *t* ①齐肩的, 平肩的②同辈的, 平辈的

ngãng *t* ①变卦的, 反悔的②变宽的

ngáng *d* 栏杆; 横杠 *đg* 拦阻, 拦挡

ngáng chân 绊脚

ngáng trở *đg* 阻碍

ngành *d* ①门(生物学分类系列中在界和纲之间的一级)：ngành động vật có xương sống 脊椎动物门②部门③行业④专业：ngành vật lí vật lý 物理专业

ngành dọc *d* 纵向，垂直(管理)

ngành nghề *d* 职业；行业

ngảnh *đg* 扭头，转过脸(=ngoảnh)

ngạnh *d* ①倒钩：ngạnh lưỡi câu 钩须②鱼鳍，硬刺儿：ngạnh cá trê 鲶鱼的鳍

ngao₁ [汉] 遨

ngao₂ *d* 蛤蜊

ngao₃ *đg* 哼唱(=nghêu ngao)

ngao du *đg* 遨游：ngao du đó đây 遨游四方

ngao ngán *t* 厌烦的，腻烦的，百无聊赖的

ngào *đg* ①(用糖)熬制，糖煮，糖制②拌，和：ngào bột mì 和面

ngào ngạt *t* 馥郁，浓郁

ngáo ộp *d* 怪物

ngạo [汉] 傲 *t* 倨傲，桀骜：ngạo đời 傲世

ngạo mạn *t* 傲慢：thái độ ngạo mạn 态度傲慢

ngạo nghễ *t* 高傲

ngạo ngược *t* 嚣张，张狂

ngáp *đg* 打呵欠

ngạt *đg* 窒息：chết ngạt 窒息而死

ngạt mũi *đg* 鼻塞

ngạt thở *đg* 窒息：Trong phòng người đông hơi ngạt thở. 房间里人多，有点儿窒息。

ngay *t* ①正，直：Cây ngay không sợ chết đứng. 身正不怕影子斜。②老实，诚实：người ngay 老实人③呆，僵直 *p* 立即，立刻，马上，即刻 *tr* 就在，就是：Nhà ngay mặt đường. 房子就在路边。

ngay cả *tr* 就连，甚至(表示强调及加强语气)

ngay đơ *t* 僵硬，直挺挺

ngay lập tức *p* 立即，即刻，马上，刻不容缓：phải đi ngay lập tức 马上就得走

ngay lưng *t* 懒惰

ngay lưng như chó chèo chạn 好吃懒做

ngay lưỡi *t* 哑口无言

ngay mặt *t* 发呆的，发愣的，愣愣的

ngay ngáy *t* 担忧的，杞人忧天的

ngay ngắn *t* 端正，整齐

ngay tại chỗ [口] 立刻；就地，当场

ngay thẳng *t* 正直，耿直

ngay thật *t* 真诚，耿直

ngay tức khắc *p* 即刻，即时，立刻，立即，马上

ngày *d* ①天，日：Một tuần có 7 ngày. 一周有 7 天。②日间，白天③纪念日，(公历)节日：ngày quốc khánh 国庆节

ngày ba tháng tám 青黄不接

ngày càng 日益，越来越：Cuộc sống ngày càng tốt đẹp. 生活越来越美好。

ngày công *d* 工日，工作日

ngày đêm *d* 日夜，昼夜

ngày giờ *d* 时间，光阴

ngày hội *d* 节日，庙会，集市

ngày hôm qua *d* 昨天

ngày hôm sau *d* 翌日，次日，第二天

ngày kỉ niệm *d* 纪念日：ngày kỉ niệm giải phóng 解放纪念日

ngày kị *d* 忌辰

ngày kia *d* 后天

ngày kìa *d* 大后天

ngày lành *d* 吉日，好日子

ngày lành tháng tốt 良辰吉日

ngày lễ *d* 节日

ngày mai *d* 明天，明日

ngày một *p* [口] 日益，越来越：ngày một béo hơn 越来越胖

ngày một ngày hai 不久，不日，最近

ngày mùa *d* 农忙季节

ngày nay *d* 今日，现在，现今

ngày ngày *d* 天天，日日

ngày nghỉ *d* 假日，休息日

ngày nọ *d* 前几天，前些日子

ngày qua tháng lại 岁月如梭

ngày rày *d* (某年某月的)今天：ngày rày năm sau 明年的今天

ngày rộng tháng dài 时间宽裕;来日方长

ngày sau d 日后,将来

ngày sinh d 生日,诞辰,寿辰

ngày tháng d ①日月②[转]时间,光阴③日子,岁月

ngày thường d 平日,平时

ngày tiết d 时节,节令(=tiết₂)

ngày tình nhân d 情人节

ngày trước d 以前,过去

ngày xưa d 昔日,往日,过去

ngày xửa ngày xưa 很久很久以前;古时候

ngáy đg 打鼾: ngáy khò khò 呼呼打鼾

ngắc nga ngắc ngứ đg 结结巴巴

ngắc nghẻo đg 笑得前仰后合

ngắc ngoải đg 奄奄待毙,尚存一息,只剩一口气

ngắc ngứ đg 结巴

ngăm đg 威胁,恫吓

ngăm ngăm t 微黑,微微发黑

ngăm nghe đg 恫吓,威吓

ngắm đg ①观赏,端详,打量: ngắm hoa 赏花②瞄: tập ngắm súng 练习瞄准

ngắm nghía đg 鉴赏,欣赏,玩赏,端详: ngắm nghía bức tranh 欣赏画作

ngăn d 格子: Tủ có năm ngăn. 柜子共有五格。đg ①分开,隔开: Nhà ngăn đôi. 房子隔成两间。②阻隔,阻止,阻拦

ngăn cách đg 隔开,分隔,阻隔: Hai làng bị ngăn cách bởi một con sông. 两村之间隔着一条河。

ngăn cản đg 阻止,拦阻,妨碍,阻碍,影响

ngăn cấm đg 禁止,严禁: ngăn cấm mọi hoạt động trái phép 严禁各种违法活动

ngăn chặn đg 阻止,制止,控制: ngăn chặn dịch bệnh 控制疫病

ngăn kéo d 抽屉

ngăn nắp t 井井有条的: Nhà cửa ngăn nắp sạch sẽ. 家里井井有条,干净整洁。

ngăn ngắn t 短的,不太长的

ngăn ngắt p 净,仅,只,尽

ngăn ngừa đg 防止,阻止,预防

ngăn trở đg 阻碍,妨碍: ngăn trở công việc 妨碍工作

ngắn t ①短: áo ngắn tay 短袖衫②短时间的: lớp ngắn ngày 短期班

ngắn gọn t 简短: nói ngắn gọn 说话简短

ngắn hạn t 短期的: cho vay ngắn hạn 短期贷款

ngắn ngủi t 短促,短暂

ngắn ngủn t 短橛橛

ngẳng t 瘦长,细长: gầy ngẳng 瘦长

ngẵng t (使)紧,(使)窄: thắt ngẵng cổ bổng 收紧领口

ngắt₁ đg ①掐: ngắt hoa 掐花②打断,中止: ngắt mạch điện 断电

ngắt₂ p 净,仅,只,尽: xanh ngắt 纯蓝

ngắt điện đg 断电

ngắt lời đg 打岔

ngắt quãng đg [口]间歇,间断

ngắt thở đg 断气,气绝

ngặt t ①严格,森严②窘迫,紧张: Độ này ngặt tiền tiêu quá. 最近手头很紧。

ngặt mình t 抱恙的,难受的,不舒服的

ngặt nghèo t ①严密,森严②艰难,危险

ngặt nghẻo t 前俯后仰

ngâm₁ đg ①浸,泡: ngâm rượu 泡酒②搁一边: Công việc bị ngâm hàng tháng trời. 事情被搁置了一个多月。

ngâm₂ [汉]吟 吟: ngâm thơ 吟诗

ngâm nga đg 吟哦,吟诵

ngâm ngẩm t 隐隐的: Bụng đau ngâm ngẩm. 肚子隐隐作痛。

ngâm tôm đg ①沉闷②拖延

ngầm t ①隐蔽,不显露②暗中,暗地里,私下,秘密 d 隧道

ngầm ẩn đg 隐藏,暗含

ngẩm đg 寻思,思忖,思量

ngẩm nghĩ đg 思考,思索,琢磨

ngẩm ngợi đg 深思,思考,考量,权衡

ngấm đg ①渗透,泡透: Nước nguội nên chè không ngấm. 水太凉茶泡不

N

开。②渗入,浸入,起作用,产生效果

ngấm ngáp *đg* ①济事,顶用:Tí thuốc này chưa ngấm ngáp gì. 这么点药无济于事。②品尝,品味

ngấm ngầm *t* (做事)暗地,秘密,偷偷

ngấm nguẩy *đg* 表示不满,表示不高兴

ngậm *đg* ①含:Mồm ngậm kẹo. 嘴里含着糖。②紧闭,紧咬③忍隐

ngậm bồ hòn 忍辱负重

ngậm đắng nuốt cay 含辛茹苦

ngậm hột thị *đg* 支支吾吾,含糊其辞

ngậm hờn nuốt tủi 含冤受屈

ngậm ngùi *đg* 惆怅

ngậm sữa *đg* 灌浆:Lúa đang ngậm sữa. 稻子正灌浆。

ngậm tăm *đg* [口]不说话,不吭声

ngân [汉]银 *d* 银钱,白银:quầy thu ngân 收银台

ngân hà *d* 银河

ngân hàng *d* 银行:ngân hàng thương nghiệp 商业银行;ngân hàng trực tuyến 网络银行

ngân hàng dữ liệu *d* 资料库

ngân hạnh *d* 银杏

ngân khố *d* 金库

ngân nga *đg* 缭绕,回荡

ngân ngấn *đg* 热泪盈眶

ngân ngất *t* 耸立,高耸:Ngọn núi cao ngân ngất. 山峰高耸入云。

ngân phiếu *d* 银票

ngân quĩ *đg* 经费,财款,资金:ngân quĩ nhà nước 国家经费

ngân sách *d* 财政预算

ngân vang *đg* 萦绕,回响

ngần₁ *d* 大概

ngần₂ *t* 银白的:trắng ngần 银白色

ngần ngại *đg* 犹疑,有顾虑

ngần ngừ *đg* 拿不定主意,举棋不定:ngần ngừ định đi rồi lại thôi 想去又不想去

ngẩn *t* 呆,愣:ngẩn mặt ra 发愣

ngẩn ngẩn ngơ ngơ = ngẩn ngơ

ngẩn ngơ *t* ①愣愣,呆呆②[口]笨拙,呆笨

ngẩn tò te *đg* 愣神儿,发呆

ngấn *d* ①纹,痕,渍:Lũ rút đi còn in ngấn. 洪水退后水迹还在。②(胖人身上的)节,褶子 印,刻:Trán ngấn những nếp nhăn. 额头刻满了皱褶。

ngẩng *đg* 抬头,抬高,抬起

ngấp nghé *đg* ①接近,挨近,大约②欲试又止③[口](被男生)瞄上,注意,窥探

ngập *đg* ①淹没:Nước lũ ngập nhà. 洪水淹没了房子。②覆盖:Lúa ngập ngoài đồng. 田里覆盖着庄稼。③深插入,没入,埋入

ngập chìm *đg* 沉浸(=chìm ngập)

ngập lụt *đg* 水涝

ngập mặn *đg* 盐碱化:đất ngập mặn 盐碱地

ngập ngụa *t* 满满:Đường sá ngập ngụa bùn lầy. 街道布满淤泥。

ngập ngừng *đg* 犹豫,迟疑,踌躇

ngập tràn *đg* 充满

ngất₁ *đg* 晕倒,昏倒,休克,假死:ngã xe bị ngất 从车上摔下来晕倒了

ngất₂ *t* 高耸:ngất trời 高耸入云

ngất nghểu *t* 摇摇欲坠

ngất ngư *t* 摇摆的,晃动的

ngất ngưởng = ngất nghểu

ngất xỉu *đg* 昏迷

ngật ngưỡng 踉跄,趔趄

ngâu *t* 梅雨的:tiết ngâu 梅雨时节

ngầu *t* 浊:Nước đục ngầu. 水很浑浊。

ngẫu nhiên *t* 偶然:hiện tượng ngẫu nhiên 偶然现象

ngấu₁ *t* (醃渍食品)熟透的:Mắm tôm đã ngấu. 虾酱沤熟了。

ngấu₂ *t* 急速,匆匆,迫不及待

ngấu nghiến *t* (吃或读)急匆匆,迫不及待:ăn ngấu nghiến 狼吞虎咽

ngây *t* 呆,怔:ngồi ngây ra 呆坐着

ngây dại *t* 幼稚无知

ngây đờ *t* 呆滞,呆若木鸡

ngây ngất *t* ①昏眩,晕眩②陶醉的

ngây ngấy *t* [口]稍微,微羔的

ngây ngô *t* 憨痴,痴呆

ngây như phỗng 呆若木鸡

ngây thơ *t* 天真,幼稚

ngầy ngậy *t* 有点油腻的

ngấy d ; đg ①厌,腻味: Rau xào nhiều mỡ rất ngấy. 炒菜放油太多很腻。② [转]厌烦,厌倦,讨厌

ngậy t 油而不腻,肥香可口

nghe đg ①听②听从③可接受,能认可: Nó nói rất khó nghe. 他说的话让人难以接受。④感觉: Tôi nghe trong người khó chịu. 我觉得身体不舒服。tr 吧(语气助词,=nhé)

nghe chừng đg [口]看样子,看来: Nghe chừng cô ấy sắp đi xa. 看样子她要出远门。

nghe đâu đg [口]听说,据说

nghe đồn đg 听说,风闻: Nghe đồn anh sắp xuất ngoại phải không？听说你要出国是吗？

nghe hơi đg [口]道听途说

nghe lỏm đg 偷听

nghe lóm=nghe lỏm

nghe ngóng đg 听候,听信

nghe nhìn đg 视听: thiết bị nghe nhìn 视听设备

nghe nói đg 听说

nghe như đấm vào tai 不堪入耳

nghe như rót vào tai 娓娓动听

nghe ra đg 听明白,意识到

nghe trộm=nghe lỏm

nghé₁ d 水牛犊

nghé₂ đg 睨视,斜目而视

nghèn nghẹn đg 哽咽

nghèn nghẹt t 憋闷

nghẽn đg 堵塞: Đường bị tắc nghẽn. 路堵了。

nghén d ; đ 早孕反应,妊娠反应

nghẹn đg ① 噎,哽②(植物生长)停滞,受阻: Lúa nghẹn vì hạn. 干旱使稻子生长受阻。

nghẹn cứng đg 噎住: Miếng cơm nghẹn cứng nơi cổ họng. 饭在喉咙里噎住了。

nghẹn đòng đg 不抽穗

nghẹn lời đg 说不出话,无以言表

nghẹn ngào đg 哽咽

nghèo t ①贫,穷②贫乏,缺乏,寡少: Nhà nghèo con. 家里孩子少。

nghèo đói t 贫穷饥饿

nghèo khó t 贫困

nghèo khổ t 贫苦

nghèo nàn t ①穷困,贫困②贫乏

nghèo rót t [口]赤贫,一贫如洗

nghèo túng t 贫困,穷困: cảnh nghèo túng 家境贫困

nghèo xác t 一贫如洗

nghẻo đg [口]完蛋

nghẹo đg [口]歪着(脖子)

nghẹt đg 窒息: chết nghẹt 窒息而亡 t 闭塞

nghẹt thở t 窒息的

nghê [汉]霓

nghề d ①手艺,技艺,技能: lành nghề 技术熟练②职业,行业: nghề giáo 教育行业 t (技艺)高超,出色,内行: Anh ấy chơi đàn nghề lắm. 他琴弹得很出色。

nghề làm ruộng d 农业

nghề nghiệp d 职业,行业

nghề ngỗng d [口]手艺,技艺

nghề phụ d 副业

nghề phụ gia đình d 家庭副业

nghề thủ công d 手工业

nghề tự do d 自由职业

nghệ₁ [汉]艺

nghệ₂ d [植]黄姜

nghệ nhân d 艺人

nghệ sĩ d 艺术家,演员

nghệ thuật d 艺术

nghếch đg 抬高

nghệch t (面部表情)傻乎乎,呆痴,迟钝

nghển đg 抬起,仰起,伸长

nghênh₁ [汉]迎

nghênh₂ đg 抬起,仰起: nghênh mặt nhìn trời 抬头看天

nghênh chiến đg 迎战

nghênh ngang t ①横行霸道的,横冲直撞的: Xe đi nghênh ngang. 车子横冲直撞。②肆无忌惮的,肆意妄为的

nghênh ngáo t 趾高气扬的

nghểnh=nghển

nghểnh ngãng t 耳背的

nghệt t (脸部)呆愣的,发呆的

nghêu ngao đg 哼唱,自娱自乐

N

nghễu nghện *t* 居高的

nghi₁ [汉] 仪, 宜, 疑

nghi₂ *đg* 疑, 怀疑

nghi án *d* 疑案

nghi hoặc *đg* 疑惑, 疑问

nghi kị *đg* 疑忌, 猜忌

nghi lễ *d* 仪式: nghi lễ chào cờ 升旗仪式

nghi ngại *đg* 疑虑

nghi ngờ *đg* 怀疑: nghi ngờ lẫn nhau 互相怀疑

nghi phạm *d* 疑犯, 嫌犯, 犯罪嫌疑人

nghi thức *d* 礼节, 仪式

nghi vấn *đg* 疑问: câu nghi vấn 疑问句

nghỉ *đg* ①休息, 停歇; 放假: nghỉ một lát 休息一会儿②睡觉, 安歇: Khuya rồi, đi nghỉ thôi! 晚了, 歇去吧! ③休止, 停止; 辞工: nghỉ hưu 退休④稍息(军操号令)

nghỉ chân *đg* 歇脚

nghỉ dưỡng *đg* 休养, 休假, 度假: khu du lịch nghỉ dưỡng 旅游度假区

nghỉ đẻ *đg* 休产假

nghỉ hè *đg* 放暑假

nghỉ học *đg* 休学

nghỉ kiểm kê *đg* 停业盘点

nghỉ mát *đg* (夏季)度假, 旅游, 避暑: đi nghỉ mát 去度假

nghỉ mất sức *d* 提前退休, 内退

nghỉ ngơi *đg* 小憩, 休息, 歇歇儿

nghỉ phép *đg* 休假

nghỉ tay *đg* 歇手, 歇乏, (稍作)休息

nghỉ việc *đg* 停工; 退职; 退休

nghĩ [汉] 拟 *đg* ①想, 思索, 思考: dám nghĩ dám làm 敢想敢做②想念③认为, 以为

nghĩ bụng *đg* 心想, 心里盘算

nghĩ gần nghĩ xa 思前想后, 顾虑重重

nghĩ lại *đg* ①重新考虑: Việc này mong anh nghĩ lại cho. 这件事请你重新考虑。②回想, 回顾

nghĩ ngợi *đg* 考虑, 思索, 思考

nghĩ suy *đg* 思索, 考虑(=suy nghĩ)

nghĩ xa *đg* 远虑, 往远处想

nghí ngoáy *đg* 专心一意(=hí hoáy)

nghị án *đg* 庭议

nghị định *đg* 决议

nghị định thư *d* 议定书

nghị luận *đg* 议论: văn nghị luận 议论文

nghị lực *d* 毅力

nghị quyết *d* 决议

nghị sĩ *d* 议员: nghị sĩ quốc hội 国会议员

nghị sự *đg* 议事

nghị viện *d* 议院: thượng nghị viện 上议院

nghĩa₁ [汉] 义 *d* ①正义②恩义: kết nghĩa 结义

nghĩa₂ [汉] 义 *d* ①意义, 意思: nghĩa của từ 词义②意义, 价值: Việc đó chẳng có nghĩa gì hết. 那件事一点意义都没有。

nghĩa bóng *d* 转义, 引申义

nghĩa cử *d* 义举

nghĩa đen *d* 原义, 本义

nghĩa địa *d* 义地, 义庄, 公墓

nghĩa hiệp *t* 侠义

nghĩa khí *d* 义气 *t* 有义气的

nghĩa là 意思是…; 就是说…

nghĩa lí *d* ①道义②意思

nghĩa nặng tình sâu 情深义重; 深情厚谊(=tình sâu nghĩa nặng)

nghĩa phụ *d* 义父

nghĩa rộng *d* ①广义②引申义, 转义

nghĩa tình *d* 情谊: nghĩa tình anh em 兄弟情义

nghĩa trang *d* 义庄, 义地, 公墓

nghĩa trọng tình thâm 情深义重; 深情厚谊(=tình sâu nghĩa nặng)

nghĩa vụ *d* ①义务②义务兵役

nghịch₁ [汉] 逆 *t* 逆向的

nghịch₂ *đg* (淘气地)玩耍, 调皮, 捣蛋: Đứa trẻ nghịch đất. 孩子抓泥巴玩。

nghịch cảnh *d* 逆境

nghịch đảo *d* 倒数

nghịch lí *d* 不合逻辑的理论, 歪理

nghịch ngợm *t* 皮, 淘气

nghịch thường *t* 反常

nghịch tử *d* 逆子

nghiêm *t* ①严, 严肃, 严厉②严明, 严

格: giữ nghiêm ki luật 纪律严明③
[口](请)肃静,安静 đg 立正,起立:
đứng nghiêm 立正

nghiêm cấm đg 严禁,禁止

nghiêm chỉnh t ①严整②严格,认真

nghiêm khắc t 严厉

nghiêm mật t 严密: phòng thủ nghiêm
mật 严密防守

nghiêm minh t 严明,严正: ki luật
nghiêm minh 纪律严明

nghiêm ngặt t ①严肃,严格②严紧,森
严: tuần phòng nghiêm ngặt 警卫森
严

nghiêm nghị t 严肃,严厉: nét mặt
nghiêm nghị 表情严肃

nghiêm trang t 庄严,庄重

nghiêm trị đg 严惩: nghiêm trị kẻ buôn
ma tuý 严惩毒贩子

nghiêm trọng t 严重: hậu quả nghiêm
trọng 严重后果

nghiêm túc t 严肃,认真;严格

nghiễm nhiên p 坦然 p 自然地,自然
而然地: Trúng xổ số anh ta nghiễm
nhiên trở nên giàu có. 彩票中奖,他
自然成了富翁

nghiệm [汉]验 đg 验: khám nghiệm
验看 đ方程式的解 灵验

nghiệm đúng đg 验证

nghiệm thu đg 验收

nghiên [汉]砚 d 砚: bút nghiên 笔砚

nghiên cứu đg 研究: nghiên cứu khoa
học 科学研究

nghiên mực d 墨砚

nghiền₁ đg ①研末,粉碎: nghiền hạt
tiêu 研胡椒②钻研: nghiền sách 钻
研书本

nghiền₂ đg 迷,着迷,上瘾

nghiền ngẫm đg 揣摩,钻研

nghiến đg ①挤压,碾压②碾碎

nghiến ngấu t 急匆匆,迫不及待

nghiện đg 上瘾: nghiện rượu 酒瘾

nghiện ngập đg 上瘾,沉迷

nghiêng t ①侧势的: nằm nghiêng 侧
卧①倾斜,歪 đg ①倾向②倾向

nghiêng mình đg 鞠躬

nghiêng ngả đg ①东倒西歪②动摇

nghiêng nghé=nghiêng ngó

nghiêng ngó đg [口]东张西望

nghiêng ngửa t ①颠簸②[转]颠沛流
离

nghiệp [汉]业 d ①[口]行业,职业②
基业,事业: dựng nghiệp 创业③罪
孽

nghiệp chướng d [宗]孽障,业障

nghiệp dư d 业余,不专业的,非专业的

nghiệp đoàn d 行业协会

nghiệp vụ đg 业务,专业

nghiệt [汉]孽 t ①恶劣②孽,苛刻③
紧,窘: muốn mua nhưng nghiệt một
nỗi không có tiền 想买但手头紧

nghiệt ngã t 恶劣: khí hậu nghiệt ngã
气候恶劣

nghìm p 完全地: chìm nghìm 完全沉
没

nghìn d ①千: một nghìn 一千②上千:
đông đến nghìn người 上千人

nghìn trùng t 重重叠叠

nghìn xưa d 远古,久远年代

nghịt t 稠密,浓密,密匝匝

ngo ngoe đg 动弹,蠕动: Con giun
đang ngo ngoe. 蚯蚓在蠕动

ngò d [植]芫荽

ngỏ đg ①敞开: cửa để ngỏ 敞着门②
公开: bức thư ngỏ 一封公开信③表
露,披露: ngỏ tâm sự với bạn 向朋
友表露心事

ngõ d 胡同,弄堂,巷子: ngõ phố 巷子

ngõ cụt d 死胡同: đi vào ngõ cụt 走进
死胡同

ngõ hẻm d 小胡同,小弄堂,小巷子,窄
巷子

ngõ ngách d 小巷子,小胡同

ngó₁ d 芽茎: ngó sen 藕芽

ngó₂ đg ①[方]看,望: ngó ngược ngó
xuôi 前看后看②窥探: ngó đầu qua
cửa sổ 从窗口探头看③顾及,过问:
Việc này không ai ngó tới. 件事
无人过问。

ngó ngàng đg 关心,注意,过问

ngó nghiêng đg [口]东张西望

ngó ngoáy đg 动弹,蠕动

ngọ₁ [汉]午 d 午: giờ ngọ 午时

N

ngọ₂ [汉]午 *d* 午(地支第七位)

ngọ nguậy *đg* 挣扎,扭动

ngoa *t* 讹:đồn ngoa 讹传;nói ngoa 讹传

ngoa ngoắt *t* 尖酸刻薄的:người đàn bà ngoa ngoắt 尖酸刻薄的女人

ngoác *đg* [口]张大嘴巴

ngoài *d* ①外,外面②开外:ngoài ba mươi tuổi 三十开外③…以后④…之外 *k* 除了:Ngoài anh ta ra, không ai làm được. 除了他,没有人能做得了。

ngoài cuộc *d* 局外:người ngoài cuộc 局外人

ngoài da *d* 外皮,表皮

ngoài đồng *d* 野外,田间

ngoài đường *d* 街上,马路

ngoài không gian *d* 太空,外空

ngoài khơi *d* 远海,海洋

ngoài luồng *t* [口]管理范围之外的,非正式的,不正规的

ngoài mặt *d* 外表,表面:ngoài mặt thì anh em 表面称兄道弟

ngoài miệng *d* 口头上:ngoài miệng thì nói tốt nhưng trong lòng lại nghĩ khác 口是心非

ngoài ra *k* 此外,除此之外,除…外:Chúng ta chỉ có cố gắng học, ngoài ra chẳng có cách nào khác. 我们除了努力学习,没有别的办法。

ngoài trời *d* 露天,室外,户外:ra ngoài trời hóng gió 到室外乘凉

ngoái *d* [方]外面,外头

ngoái *đg* 回头,掉转头:ngoái cổ lại nhìn 回头顾盼

ngoại [汉]外 *t* ①外国的:hàng ngoại 外国货②外家的:bà ngoại 外婆③开外的,超过的④(程度)超过的:ngoại cỡ 特大号 *d* ①[方]外公,外婆②[方]外科

ngoại cảm *d* 预感,第六感觉

ngoại cảnh *d* ①外界②生活环境

ngoại đạo *d* ①其他宗教,别的宗教②[口]外行

ngoại giao *d* 外交:Bộ Ngoại giao 外交部 *đg* 对外交际:có tài ngoại giao 有交际才能

ngoại hạng *d* 超级等级,特级等级

ngoại hình *d* 外形,外表

ngoại hối *d* 外汇

ngoại khoa *d* 外科

ngoại khoá *d* 课外:hoạt động ngoại khoá 课外活动

ngoại kiều *d* 外侨

ngoại lai *t* 外来:tiếng ngoại lai 外来语

ngoại lệ *d* 例外

ngoại lực *d* 外力

ngoại ngữ *d* 外语

ngoại nhập *đg* 进口:hàng ngoại nhập 进口货

ngoại ô *d* 市郊,城郊,郊外

ngoại quốc *d* 外国:người ngoại quốc 外国人

ngoại tệ *d* 外币

ngoại tệ mạnh *d* 硬通货

ngoại thành *d* 城外,城郊,市郊

ngoại thất *d* 室外

ngoại thị *d* 市外

ngoại thương *d* 对外贸易

ngoại tình *đg* 搞婚外情,搞外遇

ngoại tỉnh *d* 省外

ngoại tộc *d* ①外家②族外③外族

ngoại trú *đg* ①校外住宿②院外就医

ngoại trưởng *d* 外交部部长

ngoại tuyến *t* 离线的

ngoại văn *d* 外文:sách ngoại văn 外文书籍

ngoại vi, *d* 外围,远郊,僻壤

ngoại vi, *d* 外置:bộ nhớ ngoại vi 外置存储器

ngoại vụ *d* 对外事务

ngoại xâm *d* 外侵,外来入侵

ngoạm *đg* 叼,啃:Chó ngoạm xương. 狗叼骨头。*d* 抓斗:bốc hàng bằng ngoạm 用抓斗装货

ngoan, [汉]顽

ngoan, *t* ①乖,听话②灵巧

ngoan cố *t* 顽固:thái độ ngoan cố 态度顽固

ngoan cường *t* 顽强

ngoan đạo *t* 虔诚,虔敬

ngoan ngoãn *t* 乖,听话

ngoạn cảnh *đg* 观赏风景

ngoạn mục *t* 悦目,耐看

ngoảnh *đg* 扭头,转过脸

ngoảnh đi ngoảnh lại [口] 转瞬间

ngoảnh mặt làm ngơ 置之不理

ngoao [拟] 喵(猫叫声)

ngoay ngoảy *đg* 闹别扭,扭捏,发脾气

ngoay ngoáy *đg* [方] 不停地搅动

ngoáy *đg* ①搅拌,搅动:ngoáy hồ 搅 糨糊②挖,抠:ngoáy tai 挖耳朵③扭, 摇 摆:Con chó ngoáy tít cái đuôi. 小狗不停地摆动尾巴。④[口] 潦草 写

ngoắc *đg* [口] 挂,勾

ngoặc₁ *d* 括号

ngoặc₂ *đg* ①打钩②勾结,串通,伙同

ngoặc đơn *d* 括号

ngoặc kép *d* 引号

ngoặc tay *đg* [口] 拉 钩:Hai người ngoặc tay cam kết. 两人拉钩发誓。

ngoằn ngoèo *t* 蜿蜒,弯曲,曲折

ngoắt₁ *đg* [方] 摆动,摇动

ngoắt₂ *đg* 拐,转,折

ngoắt ngoéo *t* ①屈曲,弯曲,曲折,蜿 蜒②拐弯抹角:ăn nói ngoắt ngoéo 说话拐弯抹角

ngoặt *đg* 拐,转,折:ngoặt sang bên trái 往左拐

ngoặt ngoẹo *t* 软塌塌

ngóc *đg* 伸头,抬头

ngóc ngách *d* ①小道,小径②角落,旮 旯③[转]细微处

ngọc [汉] 玉 *d* ①玉石,宝石②珠玉,珍 珠

ngọc bích *d* 翡翠

ngọc bội *d* [旧] 玉佩

Ngọc Hoàng *d* 玉皇大帝

ngọc lan *d* 玉兰

ngọc ngà *d* (肤色)雪白嫩滑

ngọc quế *d* [植] 玉桂

ngọc thạch *d* 玉石:vòng ngọc thạch 玉环

ngọc thỏ *d* 玉兔,月亮

ngọc trai *d* 珍珠

ngoe *d* [方] 螯:Cua ngoe hai càng.

蟹有两螯。

ngoe ngoảy [方] =ngoe nguẩy

ngoe nguẩy *đg* 摇,摆:Con chó ngoe nguẩy cái đuôi. 狗摇着尾巴。

ngoé *d* 小青蛙 *đg* 呱呱哭,哇哇哭

ngoen ngoẻn *t* 厚颜无耻

ngoẻo *đg* [口] ①死,完蛋,蹬腿②歪斜: ngoẻo đầu ngủ thiếp đi 歪头睡着了

ngoéo *d* 钩子

ngoéo tay *đg* [口] 拉 钩:ngoéo tay thề thốt 拉钩发誓

ngoẹo *đg* ①歪扭,倾斜②转弯,拐弯 *d* 弯道,岔道,拐角

ngoi *đg* ① 躜,伸,探:Ngoi đầu lên khỏi mặt nước. 把头伸出水面。② 向上爬(高职位)

ngoi ngóp *đg* 连续地沉浮;挣扎:lội ngoi ngóp dưới sông 在河里挣扎着

ngòi₁ *d* 小溪,小涧,小沟,小渠

ngòi₂ *d* 引信,火芯,导火线:châm ngòi 点燃引信②笔尖③脓头

ngòi bút *d* ①笔尖,笔头②文笔,文体, 写作风恪③文章,笔杆子

ngòi nổ *d* 导火线

ngòi ong *d* 蜂刺

ngói *d* 瓦:gạch ngói 砖瓦

ngói a-mi-ăng *d* 石棉瓦

ngói lưu li *d* 琉璃瓦

ngói ta *d* 青瓦

ngói tráng men *d* 琉璃瓦

ngói xi-măng *d* 水泥瓦

ngỏm *đg* 完全消失

ngóm *đg* [口] 熄灭,消失

ngon *t* ①好吃,味美,可口:Cơm ngon. 饭好吃。②香甜:ngủ ngon 睡得香 ③[口] 容易,好办④[方] 厉害,能干 ⑤[口] (很)好,(很)美

ngon ăn *t* [口] 容易:Làm việc đó thì ngon ăn rồi. 那件事做起来很容易。

ngon giấc *t* 甜睡,酣睡,睡得香

ngon lành *t* (吃、睡)香:ngủ một giấc ngon lành 睡一个好觉

ngon mắt *t* [口] 好看,悦目

ngon miệng *t* 好吃,可口

ngon ngọt *t* (嘴)甜:lời ngon ngọt 甜 言蜜语

N

ngon ơ *t* [口] 易如反掌，轻而易举

ngòn ngọt *t* 微甜的

ngón₁ *d* ①指；趾 ②手艺，专长 ③花招，手段，伎俩

ngón₂ *d* 断肠草

ngón áp út *d* 无名指

ngón cái *d* 大拇指

ngón chân *d* 脚趾

ngón nghề *d* 手艺，秘诀

ngón tay *d* 手指

ngón trỏ *d* 食指

ngọn *d* ①梢，顶端：ngọn cây 树梢 ②尖儿：ngọn bút 笔尖 ③支，把，盏：một ngọn đèn 一盏灯 ④股，团，阵：một ngọn gió 一阵风

ngọn ngành *d* 本末，始终，原委

ngọn nguồn *d* ①河源 ②根源

ngong ngóng *đg* 翘首，盼望：ngong ngóng chờ đợi 翘首等待

ngõng *d* 轴：ngõng cối 磨杆轴

ngóng *đg* 翘盼，盼望：ngóng tin 盼消息

ngóng chờ *đg* 盼望，等待

ngóng đợi = **ngóng chờ**

ngóng trông *đg* 等待，企盼，盼望

ngọng *t* ①口齿不清 ②[口] 傻，呆，憨

ngọng nghịu *t* 磕磕巴巴：nói ngọng nghịu 说话磕磕巴巴的

ngóp *đg* (浮起来) 呼吸：Cá ngóp trên mặt nước. 鱼浮上水面呼吸。

ngót₁ 蔫缩：Rổ rau xào ngót đi còn tí. 一篮菜炒了缩成一点点。

ngót₂ *t* 将近，差不多：ngót một tháng 差不多一个月

ngọt₃ *t* 微甜的

ngót nghét *t* [口] 差不多达到的：Ông cụ ngót nghét tám mươi. 老人差不多80岁了。

ngọt *t* ①甜，甘甜 ②好话，甜言蜜语：dỗ ngọt 用好话哄 ③鲜美：cơm dẻo canh ngọt 饭软汤鲜 ④冷，利：dao sắc ngọt 刀锋尖利

ngọt bùi *t* 鲜美，甜美，幸福，美满

ngọt lịm *t* 甘醇

ngọt lừ *t* 甘甜；鲜美

ngọt ngào *t* 香甜，甜蜜：tình yêu ngọt ngào 甜蜜的爱情

ngọt nhạt *t* [口] 甜言蜜语

ngọt sắc *t* 甜腻，腻

ngọt xớt *t* ①(腔调) 虚情假意的 ②(切割) 利索：rạch ngọt xớt 利索地划开

ngô *d* 玉米，苞谷

ngô đồng *d* 梧桐

ngô nghê *t* 呆笨

ngô ngố *t* 傻乎乎

ngồ ngộ *t* 感到新奇

ngỗ *t* 嚣张：Thằng ấy ngỗ lắm. 那小子很嚣张。

ngỗ ngáo *t* 嚣张，蛮横

ngỗ nghịch *t* 不羁，不受约束

ngỗ ngược *t* 忤逆，傲慢，轻慢

ngố *t* 傻，蠢：thằng ngố 傻瓜

ngộ₁ [汉] 误

ngộ₂ *t* [口] 怪怪的，搞怪的：Nó ăn mặc trông ngộ lắm！她打扮得怪里怪气的！

ngộ₃ *t* 疯：chó ngộ 疯狗

ngộ₄ *k* [方] 万一，要是：Ngộ không làm được thì sao？万一干不了怎么办？

ngộ₅ [汉] 遇 *đg* 相遇

ngộ₆ [汉] 悟 *đg* 领悟

ngộ độc *đg* 中毒：ngộ độc thức ăn 食物中毒

ngộ nghĩnh *t* (小孩) 可爱

ngộ nhận *đg* 误认，误以为

ngộ nhỡ *k* 倘若，万一

ngốc *t* 呆傻，笨拙

ngốc nghếch = **ngốc**

ngốc nghệch *t* 蠢笨，笨拙

ngôi *d* ①职位 ②皇位 ③人称：ngôi thứ nhất 第一人称 ④座：ngôi chùa 一座庙 ⑤胎位

ngôi₂ *d* 头发线：rẽ ngôi 分发线

ngôi báu *d* 宝座，皇位

ngôi sao *d* 星座

ngôi thứ *d* 位次，等级

ngôi vị *d* 地位，排位

ngôi vua *d* 皇位，帝位

ngồi *đg* ①坐，乘坐：ngồi trên ghế 坐在凳子上 ②任职，处于 (位置)

ngồi ăn núi lở 坐吃山空

ngồi bệt *đg* 席地而坐

ngồi bó gối *đg* 抱膝而坐

ngồi chồm hỗm [方]=**ngồi xổm**

ngồi chơi xơi nước [口]无所事事,无聊

ngồi không *đg* 闲坐着,无所事事

ngồi không ăn bám 坐享其成

ngồi lê mách lẻo *đg* 跑东家串西家

ngồi rồi *đg* 闲坐

ngồi tù *đg* [口]坐牢,蹲班房

ngồi xếp bằng *đg* 盘腿而坐

ngồi xổm *đg* 蹲坐

ngồm ngoàm *t* [口]大口嚼食,狼吞虎咽

ngôn [汉]言

ngôn luận *đg* 言论

ngôn ngữ *d* 语言

ngôn ngữ học *d* 语言学

ngôn từ *d* 言词

ngồn ngộn *t* 满满当当

ngồn ngột *t* 憋闷: Rạp chiếu phim ngồn ngột. 电影院里很憋闷。②嘶哑

ngổn ngang *t* ①横七竖八②满地狼藉③混乱,乱七八糟的: Trong đầu ngổn ngang những suy nghĩ. 脑子里满是乱七八糟的想法。

ngốn *đg* [口]①狼吞虎咽②耗费量大: Xe ngốn xăng lắm. 汽车很费油。

ngốn ngấu *đg* 狼吞虎咽

ngộn [口]①满满: Kho thóc đầy ngộn. 谷仓满满当当的。②繁多: Công việc cứ ngộn lên. 事情多得干不完。

ngông *t* 张狂: nói ngông 说话狂妄

ngông cuồng *t* 狂热,狂妄

ngông nghênh *t* 狂妄自大,扬扬自得

ngồng *d* 茎: ngồng cải. 白菜茎 *t* 高大

ngỗng *d* ①鹅②长颈酒坛

ngỗng trời *d* 天鹅

ngột *t* ①闷,闷热,憋闷: nóng phát ngột 热得发闷②[口]贪婪

ngột ngạt *t* ①憋闷,憋气②窒息: cuộc sống ngột ngạt 令人压抑的生活

ngơ *đg* 装作不知,佯装

ngơ ngác *t* 愕然 *đg* 不知所措

ngơ ngáo *t* 愕然

ngơ ngẩn *t* ①呆愣②[口]笨拙,呆笨

ngờ₁ *đg* 怀疑: số liệu đáng ngờ 可疑数据

ngờ₂ *đg* (没)料想,(不)相信: Không ngờ anh lại đến. 想不到你会来。

ngờ đâu [口]没料到,不料

ngờ nghệch *t* 呆笨,呆愣,迟钝

ngờ ngợ *đg* 好像,貌似: Trông ngờ ngợ như đã gặp ở đâu rồi. 看起来好像在哪里见过。

ngờ vực *đg* 怀疑,疑惑: tỏ vẻ ngờ vực 起疑心

ngỡ *đg* 以为,疑是: Tôi cứ ngỡ là anh ấy đã biết. 我以为他已经知道了。

ngỡ ngàng *t* 茫然,迷惘,不知所措

ngớ *đg* 发呆,出神,愣神

ngớ ngẩn *t* 笨,笨拙,迟钝,傻气的

ngợ *đg* 疑惑,不太相信: Nghe xong mọi người vẫn còn ngợ. 听后大家还不太相信。

ngơi nghỉ *đg* 小憩,休息,歇歇儿(=**nghỉ ngơi**)

ngời *t* 绚烂: sáng ngời 绚烂的阳光

ngời ngời *t* 炯炯

ngời ngợi=**ngời ngời**

ngợi ca *đg* 歌颂,赞美(=**ca ngợi**)

ngợi khen *đg* 称赞,赞扬,夸奖;表扬,表彰

ngơm ngớp *t* 忐忑(=**nơm nớp**)

ngồm ngợp *đg*; *t* 众多: người đông ngồm ngợp 人山人海

ngớp ngớp *t* 忐忑(=**nơm nớp**)

ngợp *đg* ①眩晕: Từ trên cao nhìn xuống mà thấy ngợp. 从高处往下看有点晕。②覆盖,淹没: cờ xí ngợp trời 旌旗蔽日

ngớt *đg* 减弱,减少: vỗ tay không ngớt 掌声不息; Mưa đã ngớt. 雨小了一点。

ngu [汉]愚 *t* 愚蠢

ngu dại *t* 愚蠢,愚笨

ngu dốt *t* 愚蠢,愚笨

ngu đần *t* 愚蠢,呆笨

ngu độn *t* 愚钝: kẻ ngu độn 愚钝之人

ngu muội *t* 愚昧

ngu ngốc *t* 愚呆,呆傻: ý nghĩ ngu ngốc 愚蠢的想法

N

ngu si *t* 愚痴：hạng người ngu si 愚人

ngu xuẩn *t* 愚蠢

ngù₁ *d* 缨：ngù giáo 枪缨；ngù mũ 帽缨

ngù₂ *d* 流苏(衣服饰物)

ngù ngờ *t* [口]迟钝，呆滞

ngủ *đg* ①睡觉，就寝：buồn ngủ 犯困②(动植物)休眠③[口]上床

ngủ đậu *đg* 借宿：ăn nhờ ngủ đậu 寄人篱下

ngủ đông *đg* 冬眠：ếch ngủ đông 青蛙冬眠

ngủ gà *đg* 假寐，半睡半醒，瞌睡

ngủ gật *đg* 打盹，打瞌睡

ngủ khì *đg* 沉睡，熟睡

ngủ lang *đg* [口]外宿

ngủ li bì *đg* 酣睡，大睡

ngủ mê *đg* ①酣睡②做梦

ngủ ngáy *đg* 打鼾

ngủ nghê *đg* 睡觉：Ồn quá chẳng ngủ nghê gì được. 太吵了，一点都睡不着。

ngũ [汉]五

ngũ bội tử *d* [药]五倍子

ngũ cốc *d* 五谷，谷物，粮食

ngũ gia bì *d* [药]五加皮

ngũ hành *d* 五行(金、木、水、火、土)

ngũ kim *d* 五金

ngũ linh chi *d* [药]五灵脂

ngũ quả *d* 鲜果，水果

ngũ quan *d* 五官

ngũ tạng *d* [解]五脏(心、肝、脾、肺、肾)

ngũ vị *d* 五味(酸、甜、苦、辣、咸)

ngũ vị tử *d* [植]五味子

ngú ngớ *t* 痴傻

ngụ [汉]寓 *đg* 寓居

ngụ cư *đg* 寓居

ngụ ngôn *d* 寓言：truyện ngụ ngôn 寓言故事

ngụ ý *d* 寓意

nguây nguẩy *đg* 闹别扭，发小脾气

nguẩy *đg* 扭过身子

ngúc ngắc₁ *đg* 摆动，摇晃

ngúc ngắc₂ *t* 磕巴：đọc ngúc ngắc 磕磕巴巴地读着

ngục [汉]狱 *d* 监狱，监牢：vượt ngục 越狱

ngục thất *d* 监牢

ngục tối *d* ①黑狱②地狱

ngục tù *d* 牢狱

nguệch ngoạc *t* 潦草：Chữ viết nguệch ngoạc. 字写得潦草。

ngùi ngùi *t* 忧郁，伤感(=bùi ngùi)

ngủm *đg* [方]死，完蛋

ngụm *d* 一口：uống ngụm nước 喝一口水

ngùn ngụt *t* 滚滚，熊熊：khói lửa ngùn ngụt 烟火滚滚

ngúng ngoẳng *đg* 闹别扭，不理睬

ngủng nga ngủng nghỉnh=ngủng nghỉnh

ngủng ngẳng=ngủng nghỉnh

ngủng nghỉnh *đg* 冷淡，冷漠，不喜欢

ngủng ngẳng *đg* 冷淡，闹别扭

ngúng nga ngúng nguẩy=ngúng nguẩy

ngúng nguẩy *đg* 扭身(不愿)，摇头

nguôi *đg* 平息，消减：nguôi cơn giận 息怒

nguôi ngoai *đg* 消退

nguội *t* ①凉，冷：tiệc nguội 冷宴②[转]完蛋的：Việc này thế là nguội rồi. 这事就这样完了。*d* 冷处理

nguội lạnh *t* 冷，凉：Cơm canh nguội lạnh. 饭菜凉了。

nguội ngắt *t* 冰，冷，凉透的

nguồn *d* ①源头：nơi bắt nguồn 发源地②根源，来源：nguồn hàng 货源

nguồn cội *d* 起源，源头

nguồn cơn *d* 本末，原委：kể hết nguồn cơn 细说原委

nguồn điện *d* 电源

nguồn gốc *d* 根源，起源

nguồn lực *d* 资源

nguồn nước *d* 水源

ngụp *đg* 下潜，潜水

ngụp lặn *đg* 潜水

ngút *đg* ①往上冒②穿越(广阔的空间)

ngút ngàn *t* 无边无际，宽阔：rừng cây ngút ngàn 无边无际的森林

nguy₁ [汉]巍

nguy₂ [汉]危 *t* 危险，危急：nguy đến

tính mạng 危及生命

nguy cấp *t* 危急: tình thế nguy cấp 情势危急

nguy cơ *d* 危机

nguy hại *đg* 危害: Thuốc lá gây nguy hại cho sức khoẻ. 香烟危害健康。

nguy hiểm *t* 危险 *d* 危险性

nguy khốn *t* 危急: Tình thế rất nguy khốn. 形势很危急。

nguy kịch *t* 危重

nguy nan *t* 危难: gặp lúc nguy nan 危难时刻

nguy nga *t* (建筑)高大, 巍峨

nguy ngập *t* 岌岌可危的

nguy vong *t* 危亡

ngụy₁ [汉] 诡

ngụy₂ [汉] 伪 *d* 伪政权

ngụy biện *đg* 诡辩

ngụy tạo *đg* 伪造: tài liệu ngụy tạo 伪造材料

ngụy trang *đg* 伪装

ngụy vận *đg* 策反

nguyên₁ [汉] 元

nguyên₂ [汉] 原 *d* ①起初, 原来 ②原样: giữ nguyên 保持原样 ③原任, 前任: nguyên bộ trưởng 前任部长 *p* 单就, 单单

nguyên bản *d* 原本, 底本

nguyên cáo *d* 原告

nguyên chất *d* 原质(汁), 原汁原味

nguyên chiếc *d* 整机, 原装

nguyên cớ *d* 缘故, 缘由: nguyên cớ sự việc 事情缘由

nguyên dạng *d* 原样, 原状

nguyên do *d* 缘由, 原因

Nguyên Đán *d* 春节: Tết Nguyên Đán 春节

nguyên động lực *d* 原动力

nguyên đơn *d* 原告

nguyên hình *d* 原形

nguyên khai *d* 原矿: than nguyên khai 原煤

nguyên khí *d* 元气

nguyên lành *t* 完好, 完好无缺

nguyên lí *d* 原理

nguyên liệu *d* 原料

nguyên mẫu *d* ①样品 ②原型

nguyên ngữ *d* 原文

nguyên nhân *d* 原因

nguyên niên *d* 元年

nguyên phát *đg* [医] 原发, 先天: vô sinh nguyên phát 先天不孕

nguyên quán *d* 籍贯, 原籍

nguyên sinh *t* 原生的, 原生代的: rừng nguyên sinh 原生林

nguyên soái *d* 元帅

nguyên sơ *d* 原初, 初始

nguyên tác *d* 原作

nguyên tắc *d* 原则: năm nguyên tắc chung sống hoà bình 和平共处五项原则

nguyên thủ *d* 元首

nguyên thuỷ *d* 原始, 最初

nguyên tiêu *d* 元宵

nguyên tố *d* 元素

nguyên tố hoá học *d* 化学元素

nguyên tố vi lượng *d* 微量元素

nguyên trạng *d* 原状

nguyên tử *d* 原子

nguyên văn *d* 原文

nguyên vật liệu *d* 原材料

nguyên vẹn *t* 完整

nguyên vị *t* 原位, 原职

nguyên xi *t* [口] ①原样的 ②原封不动的: bắt chước nguyên xi 原封不动照搬

nguyện *đg* 立誓, 发誓: thề nguyền 誓愿

nguyền rủa *đg* 诅咒, 咒骂

nguyện [汉] 愿 *đg* ① 立誓 ②愿意: tự nguyện 自愿

nguyện cầu *đg* 祈求: nguyện cầu hoà bình 祈求和平

nguyện ước *d* 心愿: thoả lòng nguyện ước 满足心愿 *đg* ①遂愿 ②誓约

nguyện vọng *d* 愿望, 意愿

nguyệt [汉] 月 *d* ①月亮: nguyệt cầu 月球 ②月份: bán nguyệt san 半月刊

nguyệt lão *d* 月老

nguyệt quế *d* [植] 月桂

nguyệt san *d* 月刊

nguyệt thực *d* 月食

N

nguýt *đg* 瞥：nguýt một cái 扫一眼

ngư [汉] 鱼

ngư cụ *d* 渔具

ngư dân *d* 渔民

ngư hộ *d* 渔户

ngư lôi *d* 鱼雷

ngư nghiệp *d* 渔业：phát triển ngư nghiệp 发展渔业生产

ngư trường *d* 渔场

ngữ₁ *d* ①分寸，节制：ăn tiêu có ngữ 花钱有度②约莫的时间：ngữ này năm ngoái 去年这个时候

ngữ₂ *d* [口] 东西，家伙，物件儿（含蔑视意）：Ngữ ấy biết gì. 那家伙懂什么。

ngữ₃ [汉] 语①短语，词组：thuật ngữ 术语②语言：Việt ngữ 越南语；Hán ngữ 汉语

ngữ đoạn *d* ①语段②短语

ngữ hệ *d* 语系：ngữ hệ Nam Á 南亚语系

ngữ khí *d* 语气，气势：bài thơ có ngữ khí hào hùng 有气势的诗

ngữ pháp *d* ①语法②语法学

ngữ văn *d* 语文

ngự [汉] 御 *đg* 端坐，正襟危坐

ngự trị *đg* 统治，支配

ngưa ngứa *t* 痒，瘙痒

ngừa *đg* ①防范：ngừa kẻ cắp 防范小偷②[方] 预防：ngừa bệnh tật 预防疾病

ngửa *t* 仰面朝上的：bơi ngửa 仰泳 *đg* 仰，朝上，向上：ngửa mặt lên trời 仰脸朝天

ngửa nghiêng *t* ①颠簸②[转] 颠沛流离

ngửa tay *đg* [口] 伸手，索讨

ngứa *đg* ①感觉痒②发痒：ngứa chân 脚发痒

ngứa mắt *đg* [口] 感到刺眼，看不惯：Trông mà ngứa mắt. 太刺眼了。

ngứa miệng *đg* [口] 嘴痒，忍不住要说

ngứa ngáy *đg* [口] 发痒

ngứa nghề *đg* [口] 技痒，想露一手

ngứa tai *đg* [口] 感到刺耳，感觉难听：Nghe nó nói mà ngứa tai. 听他说话

太刺耳了。

ngứa tay *đg* [口] 觉得手痒

ngứa tiết *đg* [口] 动肝火，发火

ngựa *d* ①马：xe ngựa 马车②马力：động cơ 10 ngựa 10 马力发动机③鞍马

ngựa bất kham *d* ①烈马②不羁之人

ngựa chiến *d* 战马

ngựa con háu đá 初生牛犊不怕虎

ngựa nghẽo *d* 马匹（贬义）

ngựa non háu đá 年轻气盛

ngựa quen đường cũ 执迷不悟；重蹈覆辙

ngựa trời *d* [方] 螳螂

ngựa vằn *d* 斑马

ngực *d* ①胸脯：vỗ ngực 拍胸脯②乳房

ngửi *đg* ①闻，嗅②[口] 接受

ngưng₁ *đg* [方] 停止：ngưng lời 止言

ngưng₂ *đg* 凝固，凝结

ngưng đọng *đg* 汇聚：nước ngưng đọng 积水

ngưng trệ = **ngừng trệ**

ngưng tụ *đg* [化] 凝结，凝聚

ngừng *đg* 停止，中断：không ngừng phát triển 不断发展

ngừng bắn *đg* 停火

ngừng nghỉ *đg* 停下来：Xe chạy không ngừng nghỉ. 车子不停地跑。

ngừng trệ *đg* 停滞：sản xuất bị ngừng trệ 生产停滞

ngửng *đg* 抬头，抬高，抬起(=ngẩng)

ngước *đg* 举目而望，抬望

ngược₁ *t* ①逆的，相反的：ngược gió 逆风②直立，陡峭：vách núi dựng ngược 山壁陡峭③颠倒，反面：Mặc áo ngược. 衣服穿反了。*d* 上游 *đg* 逆江而上

ngược₂ [汉] 虐 *đg* 虐待：bạo ngược 暴虐

ngược đãi *đg* 虐待

ngược đời *t* 不近人情的，反常的

ngược lại *k* 相反，反之：Ngược lại, tình hình càng thêm xấu đi. 相反，情况更加恶化。

ngược xuôi *đg* 奔忙，奔波，来回奔忙

người *d*[旧]汝,尔,你(卑称)

người *d* ①人,人类②者,员: người bán hàng 售货员③人民④他人: lợi người lợi ta 利人利己⑤他(用于对帝王、领袖等的尊称): Khổng Tử và tư tưởng nhà Nho của Người 孔子和他的儒家思想⑥ "你" 的别称(表亲切或鄙视): các người 你们⑦身体,身躯,个子: người cao to 身材高大

người ba phải *d* 老好人,好好先生

người bản xứ *d* 土著,原住民

người bạn *d* 友人,朋友

người bệnh *d* 病人

người bị hại *d* 被害人

người cầm lái *d* 掌舵人,舵手

người dân *d* 老百姓

người dưng *d* 路人,外人

người dưng nước lã 非亲非故

người đời *d*①世人②[口]笨人,蠢人

người hâm mộ *d* 拥趸,球迷,粉丝

người hùng *d* 强人

người lạ *d* 陌生人

người làm *d* 雇工,工人

người làm báo *d* 新闻工作者,报业界人士

người làm nghề tự do 自由职业者

người lao động *d* 劳动者

người lớn *d* 成人,成年人

người máy *d* 机器人

người mẫu *d* 模特儿

người mình *d* 自己人

người mua *d* 买主

người mua dâm *d* 嫖客

người ngoài *d* 外人

người ngợm *d* 模样

người người *d* 人人,每人,大家

người nhà *d* 家人,家里人

người nhận thầu *d* 承包人

người ở *d* 仆人,佣人

người phát ngôn *d* 发言人: người phát ngôn Bộ Ngoại giao 外交部发言人

người quản lí *d* 管理人员

người quen *d* 熟人

người rừng *d* 野人

người ta *d* 人 *d*①[口]他人,别人②人家,他③人家,本人,我

người thân *d* 亲人

người thương *d*[方]爱人,恋人

người tình *d* 情人

người trung gian *d* 中介人

người Việt Nam *d* 越南人

người vượn *d* 猿人

người xưa *d*①古人②以前的恋人

người yêu *d* 爱人,恋人

người ngượng *t* 有点害羞

ngưỡng₁[汉]仰

ngưỡng₂ *d*①门槛: ngưỡng cửa 门槛②界限,范围

ngưỡng cửa *d*①门槛②坎儿

ngưỡng mộ *đg* 仰慕,敬仰

ngưỡng vọng *đg* 敬仰

ngượng *đg*;*t*①生硬,不自然: Tay cầm kéo còn ngượng. 拿剪刀的手还有点生硬。②难为情,不好意思,羞涩,脸红: nói dối không biết ngượng 说谎不知脸红

ngượng mặt *đg* 丢脸: Con cái hư đốn làm cha mẹ ngượng mặt. 子女学坏让父母丢脸。

ngượng mồm *đg* 觉得难为情,感到不好意思

ngượng ngập *t* 羞答答的,不好意思的

ngượng nghịu *t* 忸怩

ngưu[汉]牛

ngưu bàng tử *d*[药]牛蒡子

ngưu hoàng *d* 牛黄

ngưu lang chức nữ 牛郎织女

ngưu tất *d*[药]牛膝

nha₁[汉]牙

nha₂[汉]衙 *d* 衙,署

nha chu *d* 牙周

nha khoa *d* 牙科: bác sĩ nha khoa 牙科医生

nha môn *d*[旧]衙门

nhà₁ *d*①房,屋,宅②家,住所,住处: về nhà 回家③家庭: Nhà có bốn người. 家有四口人。④[口]屋里人,那口子(指丈夫或妻子)⑤家养的,自家的⑥朝代 *d* 你(表示轻视或对关系亲密者的称呼): Ai cho nhà chị vào đây? 谁让你进来的?

nhà₂ 行家,专家: nhà chính trị 政治家

N

nhà₃ *d* 朝代：nhà Lý 李朝
nhà ăn *d* 食堂，饭堂，餐厅
nhà bác học *d* 学者，科学家
nhà báo *d* 新闻记者
nhà bạt *d* 帐篷
nhà băng *d* [旧]银行
nhà bên *d* 隔壁，邻居
nhà bếp *d* ①厨房②厨师
nhà binh *d* [旧]军队
nhà buôn *d* 商家，商人
nhà cái *d* (赌博)庄家
nhà cao cửa rộng 深宅大院
nhà cầu *d* ①(户外)走廊②[方]厕所
nhà chọc trời *d* 摩天大楼
nhà chồng *d* 婆家
nhà chùa *d* ①寺庙②出家人，和尚
nhà chuyên môn *d* 专家，行家，业内人士
nhà chức trách *d* 当局
nhà cửa *d* 房屋
nhà doanh nghiệp *d* 企业家
nhà dòng dõi *d* 世家
nhà đá *d* 监牢，监狱
nhà đất *d* 房地产
nhà điều dưỡng *d* 疗养院
nhà đương cục *d* 当局
nhà ga *d* ①火车站，航空站②车站(方面)
nhà gác *d* 楼房
nhà gái *d* (婚嫁中的)女家，女方
nhà giam *d* 牢房，禁闭室
nhà giáo *d* 教师
nhà giàu *d* 富家，富人
nhà hàng *d* ①[旧]店铺，店家②餐馆，餐厅，酒楼，饭馆③[口]售货员，服务员
nhà hát *d* ①戏院，剧团：nhà hát tuồng trung ương 中央戏剧团②歌剧院
nhà hầm *d* 地下室
nhà hộ sinh *d* 接生所，助产院
nhà in *d* 印刷厂
nhà khách *d* 招待所
nhà khảo cổ *d* 考古学家
nhà kho *d* 仓库
nhà khoa học *d* 科学家
nhà kinh doanh *d* 企业家，商家

nhà kinh tế học *d* 经济学家
nhà kính *d* 玻璃温室
nhà lao *d* 监牢
nhà lầu *d* 楼房
nhà lồng *d* [方]售货棚
nhà may *d* 裁缝店
nhà máy *d* 工厂：nhà máy đường 糖厂
nhà mồ *d* 坟屋
nhà ngang *d* 厢房
nhà nghề *d* 专家，行家；专业：trình độ nhà nghề 专业水准
nhà nghỉ *d* 旅馆
nhà ngoài *d* 外间，外屋
nhà ngói *d* 瓦房
nhà nguyện *d* 祈祷室
nhà ngươi *d* [旧]汝，尔，你
nhà nho *d* 儒家
nhà nòi *d* ①[口]世家②[转]名门 *t* 有世家(风范)的，世袭的
nhà nông *d* 农家
nhà nước *d* 国家
nhà ổ chuột *d* 棚屋，贫民窟
nhà ở *d* 住宅，宿舍
nhà quê *d* 乡下，农村 *t* 老土，土气
nhà riêng *d* 私寓，私宅
nhà rông *d* 鼓楼
nhà sách *d* 书店
nhà sàn *d* 高脚竹楼
nhà soạn kịch *d* 剧作家
nhà soạn nhạc *d* 作曲家
nhà sơ *d* 女修道院
nhà sư *d* 和尚，出家人
nhà tắm *d* 浴室，澡堂
nhà tầng *d* 楼房
nhà tập thể *d* 集体宿舍
nhà tây *d* 洋房
nhà thầu *d* 投标人，中标人
nhà thi đấu *d* 体育馆
nhà thổ *d* 妓女，娼妓：bọn nhà thổ 妓女
nhà thơ *d* 诗人
nhà thờ *d* ①教堂②祠堂③教会
nhà thuốc *d* 药房
nhà thuyền *d* ①游乐船②游乐船出租者

nhà thương *d* 医院
nhà tiêu *d* 厕所
nhà trai *d* (婚嫁中的)男家,男方宾客
nhà tranh *d* 草屋,茅屋
nhà trẻ *d* 托儿所
nhà trọ *d* 客店,客栈,旅店
nhà trong *d* 里屋,里间
nhà trường *d* 学校
nhà tu *d* ①修道院②修行家,修行者
nhà tù *d* 监牢,监狱,牢房
nhà tư *d* 私寓,私人住宅
nhà tư bản *d* 资本家
nhà tư tưởng *d* 思想家
nhà văn *d* 文学家,作家
nhà văn hoá₁ *d* 文学家
nhà văn hoá₂ *d* 文化活动中心,文化宫:
　　nhà văn hoá công nhân 工人文化宫
nhà vật lí *d* 物理学家
nhà vệ sinh *d* 卫生间
nhà vua *d* 皇帝
nhà vườn *d* 园林,庭园
nhà xác *d* 太平间,停尸房
nhà xe *d* 车库
nhà xí *d* 厕所,茅房
nhà xuất bản *d* 出版社
nhà xưởng *d* 车间,厂房
nhả₁ *đg* ①吐:Tằm nhả tơ. 蚕吐丝。②
　　喷:Rồng nhả lửa. 龙喷火。③ 脱落,
　　脱胶:sơn bị nhả 脱漆④松开,放开:
　　nhả phanh 松开制动闸
nhả₂ *t* 乏味,粗俗:nói nhả 说话粗俗
nhả nhớt *t* 低俗,不正经
nhã₁ [汉]雅 *t* ①雅,文雅,风雅②清雅,
　　淡雅
nhã₂ *t* 稀烂:cơm nhã 烂饭
nhã nhạc *d* 雅乐
nhã nhặn *t* ①文雅,温文尔雅②雅致,
　　淡雅
nhã ý *d* 好意,盛意,盛情
nhá₁ *đg* 嚼碎:nhá cơm 细嚼饭
nhá₂ *tr* 啊,呀:Đi nhá! 走啊!
nhá nhem *t* (天)擦黑的
nhác₁ *đg* 晃,闪,掠过:nhác thấy bóng
　　người 看见人影晃了一下
nhác₂ [方]慵懒:nhác học 懒学
nhạc₁ [汉]岳

nhạc₂ *d* 铃铛:nhạc ngựa 马铃
nhạc₃ [汉]乐 *d* ①音乐:đi nghe nhạc
　　去听音乐②乐曲
nhạc bluz *d* 蓝调,布鲁斯
nhạc cảnh *d* 歌舞音乐会
nhạc chiều *d* 小夜曲
nhạc công *d* 乐师
nhạc cụ *d* 乐器:nhạc cụ dây 弦乐器
nhạc điện tử *d* 电子音乐
nhạc điệu *d* 曲调
nhạc đồng quê *d* 乡村音乐
nhạc khí *d* 乐器
nhạc khúc *d* 乐曲
nhạc kịch *d* ①音乐剧②歌剧
nhạc lễ *d* 礼仪乐
nhạc nhẹ *d* 轻音乐
nhạc phẩm *d* 乐曲,音乐作品
nhạc phổ *d* 乐谱
nhạc rốc *d* 摇滚乐
nhạc sĩ *d* 作曲家,音乐家
nhạc số *d* 简谱
nhạc sống *d* [口](现场演奏的)音乐
nhạc thính phòng *d* 室内音乐
nhạc trưởng *d* 乐队指挥
nhạc viện *d* 音乐学院
nhạc xanh *d* 青少年流行乐
nhai *đg* ①嚼:nhai kẹo 嚼糖②[口]反
　　复,重复
nhai lại *đg* 反刍:động vật nhai lại 反
　　刍类动物
nhai nhải *đg* 絮叨,唠唆
nhài *d* 茉莉:hoa nhài 茉莉花
nhãi *d* 小崽子,小兔崽子,小东西
nhãi con *d* 小毛孩儿
nhãi nhép *d* 家伙,小子(=nhãi)
nhãi nhót *d* 口水
nhãi ranh *d* 小兔崽子,小捣蛋,小顽皮
nhái₁ *d* 小蛙
nhái₂ *đg* 模仿:nhái giọng 模仿声音
nhại *đg* 学舌,模仿:nhại tiếng địa
　　phương 学本地人说话
nham [汉]岩
nham hiểm *t* 阴险,恶毒,险恶:âm
　　mưu nham hiểm 恶毒的阴谋
nham nháp *t* ①粗糙②黏
nham nhở *t* 斑斑驳驳,坑坑洼洼

N

nham nhuốc *t* 肮脏(=nhem nhuốc)

nham thạch *d* 岩石

nhàm *t* 厌烦, 厌倦

nhàm chán *t* 厌烦

nhàm tai *t* 听烦的, 听厌的: Nói mãi nghe nhàm tai. 说来说去的都听烦了。

nhảm *t* 胡乱的, 道听途说的: tin đồn nhảm 小道消息

nhảm nhí *t* 无聊

nhám *t* [口] 糙: mặt bàn nhám lắm 桌面很糙

nhám sì *t* [口] 粗糙: Đôi bàn tay người thợ nhám sì. 工匠那双手很粗糙。

nhan đề *d* 标题, 题目

nhan nhản *t* 到处都是的, 随处可见的: Hàng quán nhan nhản ven đường. 路两旁到处是店铺。

nhan sắc *d* 姿色

nhãn₁ *d* [旧] 雁

nhàn₂ *t* [汉] 闲 *t* 空闲, 清闲

nhàn đàm *đg* 闲谈, 闲聊

nhàn hạ *t* 空闲

nhàn nhã *t* 闲适, 悠闲

nhàn nhạt *t* (味道) 有点淡的: Canh hơi nhàn nhạt. 汤有点淡。

nhàn rỗi *t* ①闲散, 闲暇②闲置的, 赋闲的, 剩余的

nhàn tản *t* 悠闲, 闲散

nhãn₁ *d* 龙眼, 桂圆

nhãn₂ *d* 商标

nhãn₃ [汉] 眼 *t* 眼睛: nhãn áp 眼压

nhãn bướm *d* 标签

nhãn cầu *d* 眼球

nhãn hiệu *d* 商标

nhãn khoa *d* [医] 眼科

nhãn mác *d* 商标

nhạn [汉] 雁 *d* 雁

nhang *d* 香: ba nén nhang 三炷香

nhang khói *d* 香火: nhang khói phụng thờ 侍奉香火

nhàng nhàng *t* ①不胖不瘦的②[口] 一般, 差不多: trình độ nhàng nhàng 水平一般

nhãng *đg* 疏忽

nhãng quên *đg* 遗忘, 忘却 (也作 lãng quên)

nháng *t* 溜亮, 锃亮

nhanh *t* ①快, 迅速②快捷③敏捷: tiếp thu nhanh 理解得快④快速: tin ghi nhanh 快讯

nhanh chóng *t* 快, 迅速, 快捷: giải quyết công việc nhanh chóng 很快完成工作

nhanh nhách *t* 韧劲儿, 筋道: Miếng thịt dai nhanh nhách. 肉有点韧。

nhanh nhảu *t* 快言快语的; 手脚麻利的

nhanh nhảu đoảng *t* [口] 毛糙

nhanh nhạy *t* 敏捷

nhanh nhẹn *t* 轻快, 敏捷, 机灵

nhanh trí *t* 机智, 脑子快, 机灵

nhành *d* 小枝丫

nhành *t* 微张的

nhánh *d* ①枝丫②分支, 支岔

nhao₁ *đg* ①向前冲, 往前扑: Xe phanh đột ngột, người nhao về trước. 突然刹车, 人往前扑。②伸头, 探头

nhao₂ *đg* 嚷嚷

nhao nhao *đg* 闹嚷嚷

nhào₁ *đg* ①掉人, 栽进, 倒栽葱②冲向

nhào₂ *đg* 揉, 拌和: nhào bột làm bánh 和面做饼

nhào lộn *đg* 翻筋斗, 翻滚

nhào nặn *đg* 塑造, 造就

nhão *t* ①稀烂: cơm nhão 烂糊饭②松软, 不结实的: bắp thịt nhão 肌肉松弛

nhão nhoét *t* [口] 黏糊糊

nháo *đg* ; *t* 慌乱, 乱哄哄

nháo nhác *t* 慌忙, 慌乱

nháo nhào *t* [口] ①乱糟糟, 乱腾腾: lục bới nháo nhào 乱翻②慌乱, 慌忙

nhạo *đg* 讥讽: cười nhạo 嘲笑

nhạo báng *đg* 嘲讽, 嘲笑

nháp₁ *đg* 起草: viết nháp 打草稿

nháp₂ *t* [方] 粗糙, 不光滑

nhát₁ *d* ①一刀; 一下; 一会儿②片状: một nhát gừng 一片姜

nhát₂ *d* 片刻: đợi một nhát 稍等片刻

nhát₃ *t* 胆小: nhát như chuột 胆小如鼠

nhát gái *t* [口] 怕女生的

nhát gan *t* 胆小

nhát gừng *t* (说话)吭哧，吞吞吐吐

nhát như cáy 胆小如鼠

nhạt *t* ①味淡，无味：Món canh hơi nhạt. 汤有点淡。②(颜色)浅淡，素雅③(渐渐)淡漠，淡薄④无趣，没意思：Chuyện này nhạt quá. 这个故事没啥意思。

nhạt nhẽo *t* ①淡而无味，乏味②冷淡：đối xử nhạt nhẽo với bạn bè 对朋友冷淡

nhạt nhoà *t* 模糊：kí ức nhạt nhoà 模糊的记忆

nhạt phai *đg* 逐渐冷淡

nhạt phèo *t* [口]索然无味，干巴巴

nhạt thếch *t* [口]①淡而无味，乏味②没趣，没意思

nhau₁ *d* 脐带

nhau₂ *d* ①相互，交互：phối hợp với nhau 相互配合②一起

nhàu *t* 皱

nhàu nát *t* 皱巴巴，破烂不堪

nhàu nhĩ *t* 皱巴的(也作 nhầu nhĩ)

nhay *đg* ①咬，噬②来回割③揉：đưa tay nhay mắt 用手揉眼

nhay nháy *đg* 不停地眨眼

nhày nhụa *t* [方]泥泞

nhảy *đg* ①跳：nhảy sào 撑竿跳高②[口]跳舞③兽类交尾：nhảy đực 交配④跳入，加入⑤跳过⑥跳行：viết nhảy dòng 跳过一行写

nhảy bổ *đg* [口]冲入，冲进，跳到

nhảy cao *d* [体]跳高

nhảy cẫng *đg* 雀跃，跳起来：mừng quá nhảy cẫng lên 高兴得跳起来

nhảy cầu *d* [体]跳水

nhảy chân sáo *đg* 蹦蹦跳跳，跳来跳去

nhảy cóc *đg* [口]跳级：học nhảy cóc 读书跳级

nhảy cỡn=**nhảy cẫng**

nhảy dây *đg* 跳绳：tập nhảy dây 练跳绳

nhảy dù *đg* 跳伞

nhảy dựng *đg* 跳起来，立起来

nhảy đầm *đg* 跳交际舞

nhảy múa *đg* ①跳舞，舞蹈：cùng nhau nhảy múa 一起跳舞②蹦蹦跳跳

nhảy mũi *đg* [方]打喷嚏

nhảy nhót *đg* 跳跃，雀跃

nhảy ổ *đg* (母鸡)找地儿下蛋

nhảy sào *d* [体]撑竿跳

nhảy tót *đg* 轻轻一跳(蹦)，跳起来，跃起

nhảy vọt *đg* ①跳跃；飞跃，跨越②飞涨，猛增

nhảy xa *d* [体]跳远

nhảy xổ *đg* 冲入

nháy *đg* ①眨眼②丢眼色，使眼色：đưa mắt nháy bạn 向朋友使眼色③闪烁④照相：nháy cho tấm hình 照张相⑤[口]点击：nháy chuột 点击鼠标

nháy đúp *đg* 双击：nháy đúp chuột mở trang web 双击鼠标打开网页

nháy mắt *d* [口]瞬间，瞬息，一刹那

nháy nháy *d*；*t* [口]所谓，带引号

nhạy *t* ①灵，灵敏：cân nhạy 秤灵敏②敏感

nhạy bén *t* 敏锐

nhạy cảm *t* 敏感

nhắc₁ *đg* [方]提，抬起

nhắc₂ *đg* ①提及，谈及：Mẹ thường nhắc đến anh. 妈常谈到你。②提醒，提示

nhắc chừng *đg* [方]不时地提醒

nhắc nhỏm *đg* [口]念叨

nhắc nhở *đg* ①提醒②提示

nhắc nhủ *đg* 叮嘱，劝诫：nhắc nhủ mọi người cố gắng học tập 叮嘱大家努力学习

nhắc vở *đg* (演出忘台词时)提词

nhằm *đg* ①瞄准，瞅准，对准②趁机：nhằm lúc nhà đi vắng 趁家里没人③针对 *k* 旨在，为了，目的是，以便

nhằm nhè *đg* [方]起作用，顶事：Làm thế thì nhằm nhè gì？这么做顶什么事？

nhằm nhò=**nhằm nhè**

nhắm₁ *đg* ①闭眼，阖眼②瞄③选择，挑选，选拔

nhắm₂ *đg* 吃小菜，吃下酒菜

N

nhắm chừng *đg* [方]看来,看样子: Việc này nhắm chừng khó thành. 这件事看样子难成。

nhắm mắt *đg* ①就寝,睡下;闭眼: nhắm mắt nghỉ 闭目养神②死③瞑目: chết không nhắm mắt 死 不 瞑 目④装蒜,装糊涂,装不知道: nhắm mắt làm ngơ 假装不知道

nhắm mắt xuôi tay 撒手人寰

nhắm nháp *đg* 尝味,品味

nhậm lẹ *t* [方]快捷,敏捷

nhậm nhựa *t* 刺痛的,刺痒的

nhăn₁ *đg* 咧嘴,露齿

nhăn₂ *t* 皱,皱褶: da nhăn 皮肤皱 *đg* 皱起: nhăn trán suy nghĩ 皱眉思考

nhăn mày nhăn mặt 愁眉苦脸

nhăn nheo *t* 皱巴巴

nhăn nhó *t* 哭丧着脸的,愁眉苦脸的

nhăn nhở *đg* 嬉皮笑脸

nhăn nhúm *t* 皱巴巴,又皱又卷,扭曲

nhăn răng *đg* ①咧嘴露齿: nhăn răng cười 咧着嘴笑②[口] 龇牙咧嘴(死或饿极的样子)

nhằn *đg* ①嗑,啃: nhằn hạt dưa 嗑瓜子②[口]做,干: Việc ấy khó nhằn lắm. 那件事很难办。

nhẵn *t* ①光滑: Mặt tủ nhẵn bóng. 柜面很光滑。②精光,尽净: sạch nhẵn 精光 *đg* 熟悉,熟识,熟稔: Nó đã nhẵn đường rồi. 他已经熟路了。

nhẵn bóng *t* 光滑,光溜

nhẵn mặt *đg* 面熟,熟悉: Tôi đã nhẵn mặt nó rồi. 我很熟悉他。

nhẵn nhụi *t* 光滑整齐,光溜溜

nhẵn thín *t* 光洁,光滑: Đầu cạo nhẵn thín. 头剃得光光的。

nhẵn túi *t* 花光钱的,口袋空空的

nhắn *đg* 寄语,捎信: nhắn bạn sang chơi 捎信让朋友过来玩

nhắn gửi *đg* [口]寄口信儿

nhắn nhe *đg* 捎口信,带话

nhắn nhủ *đg* 嘱咐,叮嘱

nhắn tìm *đg* 登启事寻找: nhắn tìm người thân 登寻人启事

nhắn tin *đg* 捎信: nhắn tin cho bạn 给朋友捎信

nhằng *t* [口]①乱,乱七八糟: vẽ nhằng 乱画②无稽,虚幻

nhằng cuội *t* 胡扯的,胡诌的

nhằng nhịt *t* ①胡乱②作风不正的

nhằng nhố *t* 不伦不类,怪异

nhằng₁ *đg* 交错,纠缠不清

nhằng₂ *t* 乱,乱七八糟: nói nhằng 乱说

nhằng nhằng *đg* 缠绕在一起

nhằng nhẵng *t* [口]死缠烂磨

nhằng nhịt *t* 纵横交错,缠绕: Dây mắc nhằng nhịt. 绳子纵横交错。

nhẳng *đg* ; *t* [口]①喧嚷,乱嚷嚷②活跃,搞笑

nhẳng nhít *t* [口]喧嚷,乱嚷嚷

nhặng *d* 肉蝇,大麻蝇: con nhặng 绿头苍蝇

nhặng₂ *t* 喧嚷,吵闹

nhặng xị *t* [口]大声嚷嚷,喧闹

nhắp *đg* [方]呷,抿: nhắp rượu 呷一口酒

nhặt₁ *đg* ①拾,捡: nhặt cánh hoa lên 把花捡起来②拣拾: nhặt thóc lẫn trong gạo 拣混在米里的谷子

nhặt₂ *t* ①密实②紧密,密集③严密

nhặt nhạnh *đg* 捡拾,采集,收集,积累

nhấc *đg* ① 提起,抬起,搬移: Nhấc hòn đá sang chỗ khác. 把石头移到别处。② 提升: được nhấc lên làm giám đốc 被提升为经理

nhâm [汉]壬 *d* 壬(天干第九位)

nhâm nhẩm *đg* 低声哼哼: Miệng nhâm nhẩm hát. 嘴里轻轻哼唱。

nhầm *đg* 错,误: hiểu nhầm 误会

nhầm lẫn *đg* 差错,混淆

nhầm nhỡ *đg* 失误 *d* 过失

nhẩm *đg* 默念,默想: tính nhẩm 心算

nhấm *đg* 啃,嗑: quần áo bị chuột nhấm 衣服被老鼠咬了

nhấm nháp *đg* 品尝

nhậm chức *đg* 任职,就任: nhậm chức tổng thống 就任总统职位

nhân₁ [汉]姻

nhân₂ [汉]仁 *d* ①核,仁: nhân quả trám 橄榄仁②核心③馅: bánh nhân thịt 肉馅包子

nhân₃ [汉]仁 *d* 仁心: ăn ở có nhân

có nghĩa 为人有仁有义

nhân₄ [汉] 因 *d* 原因

nhân₅ *đg* ①乘: Hai nhân ba là sáu. 2 乘 3 得 6。②繁育: nhân giống 繁殖

nhân₆ *k* 趁,借,以: nhân dịp này 值此 之际

nhân₇ [汉] 人 *d* 人: hình nhân 人形

nhân ái *t* 仁爱: lòng nhân ái 仁爱之心

nhân bản₁ *đg* ①复制,复印: đánh máy nhân bản 复印件②克隆

nhân bản₂ *t* 人文

nhân bản vô tính *đg* 无性繁殖

nhân cách *d* 人格,人品

nhân chủng *d* 人种

nhân chứng *d* 证人

nhân công *d* 人工,劳动力

nhân dạng *d* 外貌

nhân danh₁ *d* 人名

nhân danh₂ *đg* 以…名义,谨代表: nhân danh tổng giám đốc 谨代表总经理

nhân dân *d* 人民 *t* 人民的

nhân dịp *k* 值此,趁 的机会: nhân dịp hiến chương các nhà giáo 值此 教师节之际

nhân duyên *d* ①姻缘②因缘(佛教)

nhân đạo *d* 人道 *t* 人道的,人性化的, 人道主义的

nhân đức *d* 仁德

nhân gian *d* 人间: cõi nhân gian 人世 间

nhân giống *d* ; *đg* 繁殖,配种: nhân giống vô tính 无性繁殖

nhân hậu *t* 仁厚: tấm lòng nhân hậu 心地仁厚

nhân khẩu *d* 人口

nhân loại *d* 人类: nhân loại học 人类 学

nhân lực *d* 人力,人才

nhân mạng *d* 人命: cứu được nhiều nhân mạng 救了许多人

nhân ngãi *d* ①仁义②[方]情人,恋人

nhân nghĩa *d* 仁义

nhân nhượng *đg* 忍让: Hai bên đều không chịu nhân nhượng. 双方互不 相让。

nhân quả *d* 因果

nhân quyền *d* 人权

nhân rộng *đg* 推广,推行: nhân rộng mô hình này trong cả nước 在全国 推广这个模式

nhân sâm *d* 人参

nhân sĩ *d* 人士: nhân sĩ yêu nước 爱 国人士

nhân sinh quan *d* 人生观

nhân sự *d* 人事: vấn đề nhân sự 人事 问题

nhân tài *d* 人才: trọng dụng nhân tài 重用人才

nhân tạo *t* ①人造的②人工的: thụ tinh nhân tạo 人工授精

nhân tâm *d* 人心,心理

nhân thân *d* 来历,身份,履历

nhân thể *k* [口] 趁便,顺便: nhân thể mua thứ gì đó tuỳ thích 顺便买一 些喜欢的东西 *p* 一起: cùng về nhân thể 一起回去

nhân thế *d* 人情世故

nhân tiện *k* [口] 趁便,顺便

nhân tình₁ *d* ①情人②恋人

nhân tình₂ *d* 人情

nhân tính *d* 人性

nhân tố *d* 因素,元素,原因: nhân tố khách quan 客观因素

nhân trung *d* 人中穴

nhân từ *t* 仁慈: lòng nhân từ 仁慈之 心

nhân văn *d* 人文

nhân vật *d* ①人物,角色②名人

nhân viên *d* ①人员,职员②工作人员, 一般干部

nhân vô thập toàn 人无完人

nhẩn nha *t* 悠闲,慢条斯理,优哉游哉

nhẫn₁ *d* 戒指,指环

nhẫn₂ [汉] 忍 *đg* 忍: nhẫn tâm 忍心

nhẫn nại *t* 坚忍,耐心: nhẫn nại chờ đợi 耐心等待

nhẫn nhịn *đg* 容忍,忍让

nhẫn nhục *đg* 忍辱

nhẫn tâm *đg* 忍心: không nhẫn tâm làm hại bạn bè 不忍心伤害朋友

nhấn *đg* ①摁: nhấn còi 摁喇叭②强调: nhấn rõ trọng tâm ôn tập 强调复习

重点

nhấn chìm đg 沉，沉没

nhấn mạnh đg 强调，着重

nhận₁ đg 沉入：nhận thuyền chìm xuống dưới nước 把船沉入水中

nhận₂ [汉] 认 đg ①接受，接收：nhận thư 收信②接受，答应：nhận lời mời 接受邀请

nhận₃ [汉] 认 đg ①承认：nhận lỗi 认错②认：nhận làm con 认作儿子③认出，看出：nhận ra âm mưu của địch 识破敌人的阴谋

nhận bảo hiểm đg 承保，承担保险

nhận biết đg 认知

nhận chân đg 体会，认识到

nhận dạng đg 识别，辨认

nhận diện đg 指证，辨认

nhận định d 评价 đg 估计，分析：nhận định tình hình 分析形势

nhận lời đg 接受，答应，允诺，应承

nhận mặt đg 指证

nhận rõ đg 认清：nhận rõ những thiếu sót của mình 认清自身的不足

nhận thầu đg 承包：nhận thầu công trình 承包工程

nhận thấy đg 认为；发现

nhận thức đg 认识，意识到：nhận thức được vấn đề 认识到问题所在 d 看法，认知

nhận thực đg 认证

nhận tội đg 认罪

nhận vơ đg [口] 冒认：Nó thì cái gì cũng nhận vơ là của mình. 他什么都冒认是自己的。

nhận xét đg 看法，评价，评论 d 鉴定

nhâng nháo t 放肆，无礼

nhấp₁ đg 蘸湿

nhấp₂ đg 呷，抿：nhấp vài ngụm rượu 呷几口酒

nhấp₃ đg 点击：nhấp chuột 点击鼠标

nhấp giọng đg 润嗓子：uống vài hớp nước nhấp giọng 喝几口水润润嗓子

nhấp nha nhấp nháy=nhấp nháy

nhấp nhánh t 荧荧，闪闪 đg 闪烁

nhấp nháy đg ①眨（眼）②闪烁：đèn hiệu nhấp nháy 信号灯闪烁

nhấp nhem t 忽明忽暗的，时亮时暗的

nhấp nhoáng đg；t 闪烁，闪耀

nhấp nhô t 起伏不平的

nhấp nhổm t 坐不稳的，坐立不安的

nhập [汉] 入 đg ①入②并入，合并：Hai xã nhập vào nhau. 两个村合并了。③[口] 进口：hàng nhập 进口货④加入⑤渗透，打入⑥附体，附身

nhập cảng đg [旧] ①进口：nhập cảng hàng hoá 进口货物②外来：văn hoá nhập cảng 外来文化

nhập cảnh đg 入境：làm thủ tục nhập cảnh 办入境手续

nhập cuộc đg 参加，参与：nhập cuộc trò chơi 参与游戏

nhập cư đg 移居，定居：người Việt nhập cư ở nước ngoài 移居海外的越南人

nhập đề đg 开场白，序言

nhập học đg 入学

nhập gia tuỳ tục 入乡随俗

nhập khẩu=nhập cảng

nhập môn đg 入门：bài nhập môn 入门课

nhập một đg 合二为一，合一

nhập ngoại đg 进口：hàng hoá nhập ngoại 进口商品

nhập ngũ đg 入伍，参军

nhập nhà nhập nhằng=nhập nhằng

nhập nhằng đg 混淆 t 不明确，不确定

nhập nhèm đg 混淆 t 忽暗忽明，时暗时明：Ánh lửa nhập nhèm. 火光时暗时明。

nhập nhoạng t 昏沉：chiều tối nhập nhoạng 暮色昏沉

nhập nhoè t 一闪一闪的，忽明忽闪的

nhập nội đg （从国外）引进（生物品种）：giống lợn nhập nội 引进的猪品种

nhập quan đg 入殓

nhập siêu d 入超，逆差

nhập tâm đg 掌握，领会，记住

nhập tịch đg 入籍

nhập trường đg 入学

nhập vai đg 进入角色，入戏：Diễn viên đóng rất nhập vai. 演员很入戏。

nhập viện đg 住院，入院

nhất [汉] 一 d — t 第一的 p 顶, 最: quan trọng nhất 最重要

nhất bản vạn lợi 一本万利

nhất cử lưỡng tiện 一举两得

nhất cử nhất động 一举一动

nhất định p 一定, 必定 t ①一定的, 既定的②一定量的: có một vốn liếng nhất định 有一定的资金

nhất hạng t [口] 一等的, 第一的, 上等的

nhất hô bá ứng ①一呼百应②[口] 上下一心

nhất là p 尤其是, 特别是

nhất loạt p 一律, 同一

nhất mực p ①非常, 十分: nhất mực khiêm tốn 非常谦虚②一味, 一直: nhất mực giữ quan điểm cá nhân 一味坚持个人观点

nhất nhất p ①一律, 都, 全都②一味, 一直: nhất nhất đòi đi 一直吵着要去

nhất quán t 一贯

nhất quyết đg [口] 决断, 决定. Việc này tôi đã nhất quyết rồi. 那件事我已经决定了。

nhất tề 一齐: nhất tề nổi dậy 一齐起事

nhất thành bất biến 一成不变

nhất thể hoá đg 一体化: tiến trình nhất thể hoá khu vực 区域一体化进程

nhất thiết p 必须, 一定, 务必: ngày mai nhất thiết phải xong 明天一定要完成

nhất thời t 一时的, 暂时的

nhất trí t 同意的, 赞同的, 一致的

nhật ấn d 邮戳

Nhật Bản d [地] 日本 (亚洲国家): tiếng Nhật 日语

nhật báo d 日报

nhật khoá d 课程表

nhật kí d 日记: viết nhật kí 写日记

nhật thực d [天] 日食

nhật trình d ①日程: nhật trình hội nghị 会议日程②日报

nhậu đg [方] 吃喝, 饮酒: đi nhậu 去喝酒

nhậu nhẹt đg [方] 吃吃喝喝

nhầy t 黏黏的

nhầy nhụa t 黏糊糊

nhảy đg [方] ①跳②[口] 跳舞③兽类交尾④跳入, 加入⑤跳过⑥跳行

nhảy nhót đg [方] 跳跃, 雀跃 (=nhảy nhót)

nhẫy t 油亮的, 油光的, 湿亮的

nhậy₁ d 蠹虫

nhậy₂ t [方] ①灵, 灵敏②敏感

nhe đg 龇牙咧嘴

nhè đg ①吐出来: Bé nhè cơm ra. 小孩把饭吐出来。②对着, 照准③哭闹不休

nhè nhẹ t 轻柔: Gió thổi nhè nhẹ. 风儿轻轻地吹。

nhẽ d [方] 道理, 理由, 缘故 (=lẽ)

nhé tr 啦, 了, 呵, 吧 (多表示提醒、建议等): Liệu hồn đấy nhé! 你小心点呵!

nhẹ t ①重量轻的: người nhẹ cân 体重轻②小比重的: kim loại nhẹ 轻金属③微弱: gió nhẹ 轻风④清淡, 淡淡的: thức ăn nhẹ 清淡的食物⑤轻度的: bị thương nhẹ 受轻伤⑥轻便: các loại vũ khí nhẹ 各类轻武器⑦松质土的: Ruộng nhẹ dễ cày. 土松好犁。⑧轻柔: giọng nói nhẹ 轻柔的语调⑨轻松: Người nhẹ hẳn đi. 人感觉很轻松。

nhẹ bẫng=nhẹ bỗng

nhẹ bỗng t 轻飘飘

nhẹ dạ t 轻信的, 耳朵软的: Nhẹ dạ cả tin nên mới ra nông nỗi này. 轻信才会落到这个地步。

nhẹ gánh t 轻负担的, 轻松的: Trả xong nợ là nhẹ gánh. 把债还上就轻松了。

nhẹ hẫng t 轻轻的, 非常轻, 轻飘飘

nhẹ kí t [口] 不起眼的

nhẹ lời t 好言相劝, 和风细雨, 轻声细语

nhẹ nhàng t ①轻松, 轻快: công việc nhẹ nhàng 工作轻松②舒畅, 轻闲

nhẹ nhõm t ①俊俏, 清秀②轻松: cảm thấy nhẹ nhõm trong lòng 觉得心里轻松多了

N

nhẹ tay *t* [口]①手轻的，轻手轻脚的②手下留情的：Mong anh nhẹ tay tha cho. 请你手下留情。

nhẹ tênh *t* 轻飘飘

nhẹ thênh=nhẹ tênh

nhem *t* 脏，污(=lem)

nhem nhẻm *t* 嘴碎的，嘴快的，喋喋不休的(=lem lẻm)

nhem nhép *t* 黏糊糊：Giầy dính bùn nhem nhép. 鞋子上沾满黏糊糊的泥巴。

nhem nhuốc *t* 肮脏

nhèm *t* 又湿又脏：Mặt mũi đen nhèm. 脸又黑又脏。Quần áo ướt nhèm. 衣服湿漉漉的。

nhen *đg* ①引火，起火，生火：nhen bếp nấu cơm 生火做饭②燃起，萌生：Trong lòng nhen lên niềm hi vọng. 心中燃起了希望。

nhen nhóm *đg* 燃起，萌发，发起

nheo₁ *d* 鲶鱼

nheo₂ *đg* ①眯着眼②皱：nheo mày 皱眉

nheo₃ *t* 萎缩，佝偻，瘦小

nheo nhéo *đg* 嚷嚷，吵吵闹闹

nheo nhóc *t* (儿童)羸弱

nhèo nhẽo *t* 松软，软绵绵

nhẽo *t* 疏松，松弛：đùi nhẽo ra 大腿肌松弛

nhẽo nhèo *t* [口]软塌塌

nhẽo nhợt *t* 哆声哆气

nhéo *đg* [方]扭，拧：nhéo tai 拧耳朵

nhép *t* [口]小的，微不足道的

nhét *đg* 塞，塞进，填塞，塞满：nhét giẻ vào mồm 用布条把嘴塞住

nhễ *đg* ①挑：nhễ gai 挑刺儿；nhễ ốc 挑螺肉②挤：nhễ mụn cóc 挤痘痘

nhễ nhại *t* ①湿漉漉，淋漓：mồ hôi nhễ nhại 汗流浃背②(黑或白)单一色的，发亮的：da trắng nhễ nhại 皮肤白皙

nhếch *đg* 微掀嘴角：nhếch mép cười 抿嘴笑

nhếch nhác *t* 肮脏，脏乱：nhà cửa nhếch nhác 房间脏乱

nhện *d* 蜘蛛：con nhện chăng tơ 蜘蛛结网

nhếu nháo *t* 匆匆，草草：ăn nhếu nháo rồi đi ngay 草草吃了就走

nhệu nhạo=nhếu nháo

nhi [汉]儿 *d* [口]儿科

nhi đồng *d* 儿童

nhi khoa *d* 儿科

nhi nhí *t* 声音很小

nhì *d* 第二：giải nhì 二等奖

nhì nhằng *t* ①曲折，交错②混淆，含糊不清：sổ sách nhì nhằng 账目不清③[口]平常的，过得去的：Làm ăn nhì nhằng. 生意还过得去。

nhì nhèo *đg* 絮絮叨叨，啰里啰嗦

nhỉ₁ *đg* 渗漏，滴出：Vết thương nhỉ máu. 伤口渗血。

nhỉ₂ *tr* ①吗，…吧(用于反问、感叹)：Phim này hay quá anh nhỉ? 这部片很好看，对吗? ②真；嘎③啊，啦：Ai đấy nhỉ? 谁啊? Mấy giờ rồi nhỉ? 几点钟啦?

nhí *t* 年幼：diễn viên nhí 小演员

nhí nhảnh *t* 天真活泼：Cô bé nhí nhảnh đáng yêu. 小姑娘活泼可爱。

nhí nhoáy *t* 手脚不停的

nhí nhố *t* [口]①不正经②混乱无序

nhị₁ *d* 蕊：nhị hoa màu vàng 黄色的花蕊

nhị₂ *d* 二胡

nhị₃ [汉]二 *d* 二：độc nhất vô nhị 独一无二

nhị cái *d* 雌蕊

nhị đực *d* 雄蕊

nhị hỉ *t* [旧](婚俗)回门

nhị hoa *d* 花蕊

nhị huyền *d* [乐]二弦，二胡

nhị phân *đg* 二进制：hệ đếm nhị phân 二进制计算法

nhị viện chế *d* [政]两院制

nhích₁ *đg* 挪动：nhích sang bên kia 往那边挪一挪

nhích₂ *đg* 微张

nhích₃ *t* 略好的，比较理想的

nhiếc *đg* 责骂；揭短：Nhiếc con là đồ ăn hại. 责骂儿子是个废物。

nhiếc mắng *đg* 责骂，斥责

nhiếc móc *đg* 辱骂

nhiễm [汉] 染 *đg* 污染,感染: bị nhiễm độc 中毒了; nhiễm mầm bệnh 感染病菌

nhiễm bệnh *đg* 染病

nhiễm điện *đg* 带电

nhiễm độc *đg* 染毒,中毒

nhiễm khuẩn *đg* 感染,细菌感染

nhiễm sắc thể *d* 染色体

nhiễm trùng *đg* 感染: Vết thương đã nhiễm trùng. 伤口被感染了。

nhiệm kì *d* 任期

nhiệm vụ *d* 任务: hoàn thành nhiệm vụ 完成任务

nhiên [汉] 然,燃

nhiên liệu *d* 燃料

nhiếp ảnh *đg* 摄影

nhiệt [汉] 热 *t* 热气的,上火的: Tôi bị nhiệt. 我上火了。*d* ①热量②热能

nhiệt điện *d* ①火电②温差电流

nhiệt độ *d* ①热度,温度: nhiệt độ Celsius 摄氏温度②气温: nhiệt độ ngoài trời 室外气温

nhiệt độ sôi *d* 沸点

nhiệt đới *d* 热带: vùng nhiệt đới 热带地区

nhiệt huyết *d* 热血,热情: Thanh niên đầy nhiệt huyết. 年轻人满腔热血。

nhiệt kế *d* 温度计

nhiệt liệt *p*; *t* 热烈: hoan nghênh nhiệt liệt 热烈欢迎; nhiệt liệt hưởng ứng 热烈响应

nhiệt luyện *đg* 冶炼

nhiệt lượng *d* 热量: nhiệt lượng kế 热量计

nhiệt năng *d* 热能

nhiệt thán *d* 炭疽,炭疽病

nhiệt thành *t* 热诚: giúp đỡ bạn bè rất nhiệt thành 对朋友很热诚

nhiệt tình *d*; *t* 热情,诚心

nhiêu [汉] 饶

nhiêu khê *t* [口] 复杂,繁杂

nhiều *t* 多,数量大的: lắm tiền nhiều của 万贯家财; Của ít lòng nhiều. 礼轻情意重。

nhiều nhặn *t* [口] 不多

nhiễu₁ *d* 绉纱: khăn nhiễu 绉巾

nhiễu₂ [汉] 扰 *đg* ①骚扰②干扰③滋事,生事

nhiễu loạn *đg* ①扰乱,骚乱②干扰: Đường thông tin bị nhiễu loạn. 通信线路受到干扰。

nhiễu nhương *t* 混乱不安,动乱,折腾

nhiễu sự *đg* 滋事,生事

nhím *d* 刺猬

nhìn *đg* ①视,望,看: sức nhìn 视力②观察③朝向,面向: Ngôi nhà nhìn về hướng nam. 房子朝南。④看顾,照顾

nhìn chằm chằm *đg* 逼视,虎视眈眈

nhìn chung 总的来看,总的来说

nhìn gà hoá cuốc 走眼,看走眼

nhìn ngược nhìn xuôi 东张西望;左顾右盼

nhìn nhận *đg* ①承认,正视: nhìn nhận sự thực 承认事实②看待,观察,对待: nhìn nhận vấn đề cho khách quan 要客观地看问题

nhìn xa trông rộng 高瞻远瞩

nhín *đg* ①节省,省吃俭用②挤出,省出

nhịn *đg* ①忍住,憋住,按捺: cố nhịn cười 强忍住笑②节省: nhịn ăn nhịn uống 省吃俭用③忍让,体谅

nhịn đói *đg* 忍饥挨饿

nhịn nhục *đg* 忍辱: sống nhịn nhục 忍辱求生

nhịn nhường *đg* 忍让(=nhường nhịn)

nhỉnh *t* [口] 稍大的,大点儿

nhíp *d* ①镊子②减震弹簧

nhịp *d* ①节,段: Cầu này có ba nhịp. 这座桥有三个桥跨。②节拍: đánh nhịp 打拍子③节奏: nhịp sống 生活节奏

nhịp cầu *d* ①桥孔;桥梁跨度②媒介,桥梁,介质

nhịp điệu *d* ①韵律②速度,节奏: làm việc với nhịp điệu khẩn trương 紧张的工作节奏

nhịp độ *d* ①节奏: nhịp độ của bài hát 歌曲的节奏②速度,进度

nhịp nhàng *t* ①有节奏的②协调的

nhịp sinh học *d* 生物钟

N

nhíu *đg* 皱起: đôi mày nhíu lại 双眉皱起

nho₁ *đg* 葡萄

nho₂ [汉] 儒 *d* ①儒: nhà nho 儒家②汉字

nho gia *d* [旧] 儒家

nho giáo *d* 儒教

nho học *d* 儒学

nho nhã *t* 儒雅

nho nhỏ *t* 小巧

nho nhoe *đg* [口] 自不量力

nhỏ₁ *đg* 滴, 点: nhỏ thuốc đau mắt 滴眼药水

nhỏ₂ *t* ①小②年幼: thuở nhỏ 小时候 *d* ①童仆②小孩儿, 小朋友

nhỏ bé *t* 细小, 细微

nhỏ con *t* [口] (人) 个子小的: người nhỏ con 个子小

nhỏ dại *t* 幼稚, 年幼无知

nhỏ giọt *đg* 滴落: Vòi nước chảy nhỏ giọt. 龙头的水往下滴。 *t* 小额的, 零星的: đầu tư nhỏ giọt 小额投资

nhỏ lẻ *t* 零散的

nhỏ mọn *t* ①微弱, 微不足道的②小气的

nhỏ nhắn *t* 细小, 纤细, 小巧

nhỏ nhặt *t* 微小, 琐碎, 鸡毛蒜皮: chuyện nhỏ nhặt 鸡毛蒜皮的小事

nhỏ nhẹ *t* 轻声细语的

nhỏ nhen *t* 小气的

nhỏ nhoi *t* [口] 单薄, 微弱: sức vóc nhỏ nhoi 身体单薄

nhỏ to *đg* [口] 窃窃私语, 嘀嘀咕咕

nhỏ tuổi *t* 年少: Nó tuy nhỏ tuổi nhưng hiểu biết nhiều. 他虽年少但懂得多。

nhỏ xíu *t* 细小, 微小

nhỏ yếu *t* 弱小

nhọ *t* 黑污: Mặt bị nhọ. 脸脏了。 *d* 污点, 污渍

nhọ nhem *t* 脏兮兮

nhọ nồi *d* 锅烟子, 锅灰

nhoà *t* ①模糊不清的: chữ nhoà 字迹模糊②褪淡的, 减弱的, 淡化的: Việc ấy đã nhoà đi trong kí ức. 那件事在记忆里已经淡化了。

nhoai *đg* 匍匐: Nhoai người trườn về phía trước. 身体匍匐向前爬。

nhoài *đg* 探身

nhoang nhoáng *đg* 闪烁(=loang loáng)

nhoáng *đg* 一闪而过: Chớp đánh nhoáng một cái. 雷电闪了一下。 *d* ; *t* [方] 瞬间

nhoáng nhoàng *t* 急匆匆地

nhoáy *t* [口] 三下五除二, 快速

nhóc *d* [口] 小家伙, 小鬼

nhóc con *d* [口] 小家伙, 小调皮, 小屁孩儿

nhọc *t* ; *đg* 辛苦, 疲劳, 劳累

nhọc lòng *t* 操心的, 累心的

nhọc nhằn *t* 辛劳, 艰辛, 劳累

nhoe nhoét *t* 沾满污渍的: Bàn tay nhoe nhoét dầu mỡ. 双手沾满油污。

nhoè₁ *t* ①渗(墨、颜料)②模糊, 一塌糊涂

nhoè₂ *p* [口] 痛快地, 过瘾地, 随意地

nhoè nhoẹt *t* ; *đg* 污渍斑斑: Mực dây nhoè nhoẹt cả áo quần. 墨水弄得衣服污渍斑斑。

nhoen nhoẻn *t* [口] 嘻嘻哈哈

nhoẻn *đg* 咧嘴: nhoẻn miệng cười 咧着嘴笑

nhoét *t* 糊糟糟的, 烂糊糊的: Cơm thổi nhão nhoét. 饭做得烂糊糊的。

nhoi *đg* 伸出, 钻出: Con giun nhoi lên khỏi mặt đất. 蚯蚓从土里钻出来。

nhoi nhói *t* 阵阵痛的, 隐隐痛的, 刺痛的

nhói *t* 刺痛的

nhom nhem *t* 瘦弱

nhòm *đg* 看, 瞅: nhòm qua cửa sổ 从窗口往外看

nhòm ngó *đg* ①窥望, 觊觎②照看, 留意

nhổm *đg* 坐起, 撑坐

nhóm₁ *d* 小集团, 组, 小组, 类, 类型: một nhóm người yêu nước 一群爱国分子; nhóm máuA A 型血 *đg* 聚集, 集合, 组织: Chợ nhóm suốt ngày. 集市开整天。

nhóm₂ *đg* ①引火, 生火: Lửa mới nhóm. 火刚点着。②发起, 发动

nhóm bếp *đg* 生炉子

nhòn nhọn *t* 有点尖的

nhón₁ *đg* ① 拈(起) ② 踮起脚: nhón chân đi nhẹ nhàng 踮起脚轻轻走

nhón₂ *đg* [口] 扒, 窃: Thoắt một cái đã bị nhón mất cái ví. 一不小心钱包被扒走了

nhọn₁ *t* 尖, 锐, 锋利: vót nhọn 削尖

nhọn₂ *t* [方] (豆类) 硬的, 煮不烂的

nhọn hoắt *t* 尖利, 锋利

nhong nhong [拟] 叮叮(马铃声) *đg* [口] 碎步跑, 小跑: Nó suốt ngày nhong nhong ngoài đường. 他整天在街上跑。

nhong nhóng *t* 游手好闲的

nhõng nha nhõng nhẽo *đg* 撒娇

nhõng nhẽo *đg* ① 扭扭捏捏 ② 哆声哆气, 撒娇

nhóng₁ *đg* 翘起, 抬起, 举起, 伸长

nhóng₂ *đg* 企望, 盼望

nhót₁ *đg* 拈起, 摄取. nhót vài hạt dưa 拈起几颗瓜子

nhót₂ *đg* 悄悄溜走: Thằng bé đã nhót đi. 小家伙悄悄溜走了。

nhọt *d* 脓疮, 疖子, 疖子

nhọt bọc *d* 暗疮

nhọt độc *d* 毒疮, 恶疮

nhô *đg* 伸, 探, 凸起: nhô đầu lên 探出头来

nhổ₁ *đg* 吐: nhổ đờm 吐痰

nhổ₂ *đg* 拔: nhổ răng 拔牙

nhổ neo *đg* 起锚

nhố nhăng *t* 不伦不类, 怪异

nhồi₁ *đg* 灌入, 填入, 塞入: nhồi lạp xường 灌腊肠

nhồi₂ *đg* 揉搓: nhồi bột mì 揉面

nhồi lắc *đg* 颠簸: Sóng lớn làm con thuyền nhồi lắc mạnh. 大浪使船儿颠簸得很厉害。

nhồi nhét *đg* ① 填塞 ② 灌输, 填塞

nhồi sọ *đg* ① 填鸭式: lối dạy nhồi sọ 填鸭式的教学方法 ② 洗脑, 灌输

nhôm *d* 铝

nhôm nhoam *t* 污迹斑斑, 脏污

nhồm nhoàm *t* (吃相) 粗暴, 不雅: ăn uống nhồm nhoàm 吃相粗鲁

nhổm *đg* 起身, 窜起身: nhổm dậy trông 爬起身来张望

nhôn nhốt *t* 微酸的, 酸溜溜的

nhốn nháo *đg* 乱, 乱套: Tiếng súng làm cho cả xóm nhốn nháo. 枪声使得整个村子乱成一团。

nhộn *t* ① 热闹, 欢快: Đám trẻ làm nhộn cả góc hội trường. 孩子们使得礼堂热闹起来。② 风趣, 活跃, 幽默

nhộn nhàng *t* 热闹, 欢腾, 忙碌

nhộn nhạo *đg*; *t* 混乱, 纷乱, 嘈杂

nhộn nhịp *t* 熙熙攘攘

nhông₁ *d* 蜡皮蜥, 山马

nhông₂ *d* 传动齿轮

nhông₃ *p* 瞎(逛), 乱(跑)

nhộng *d* 蛹: nhộng tằm 蚕蛹

nhốt *đg* 圈, 关, 禁, 关押

nhột *t* 心虚的: Nói đến đó là hắn ta nhột rồi. 说到那事他就心虚了。

nhột nhạt *t* [方] 焦虑不安

nhơ *t* ① 污秽, 肮脏: Quần áo bị nhơ. 衣服脏了。② (品质) 坏

nhơ bẩn *t* 污秽, 肮脏, 卑陋

nhơ nhớp *t* 肮脏

nhơ nhuốc *t* 卑鄙, 肮脏, 可耻

nhờ₁ *đg* ① 倚靠, 倚赖, 倚仗 ② 拜托, 请求帮忙: nhờ chuyển cho lá thư 帮忙带一封信 ③ 借, 蹭: ở nhờ nhà bạn 借住朋友家 *k* 靠, 由于, 因为: Nhờ có anh giúp đỡ, công việc mới được tốt đẹp. 由于你的帮助, 事情才这样圆满。

nhờ₂ *t* 浑浊不清, 模糊不清

nhờ cậy *đg* 倚仗, 倚恃, 依靠: Lúc khó khăn phải nhờ cậy bạn bè. 困难时要依靠朋友。

nhờ nhờ *t* 褪色的, 发白的: Cái áo đã bạc nhờ nhờ. 衣服已经发白了。

nhờ thu *đg* 托收

nhờ vả *đg* 倚靠, 倚赖, 寄人篱下

nhỡ₁ *đg* 耽误, 失误, 错过: nhỡ tàu 误车 *k* 万一

nhỡ₂ *t* (指大小高低) 中等的

nhỡ ra *k* 万一: Nhỡ ra không phải như vậy thì sao ? 万一不是那样呢?

N

nhớ₁ *đg* ①记住：nhớ lời cha mẹ 记住父母的话②想念，思念，惦念：nhớ nhà 想家③记得，回忆

nhớ₂ *tr* 啊，啦，了(语气助词)：Con đi nhớ! 我走了！

nhớ đời *đg* [口]牢记，铭记

nhớ lại *đg* 回想，回顾，追溯：nhớ lại chuyện cũ 回想旧事

nhớ mong *đg* 盼望，期望

nhớ nhung *đg* 思念，惦念

nhớ ơn *đg* 怀恩，感恩，感谢

nhớ ra *đg* 记起来，想起：Tôi nhớ ra rồi. 我想起来了。

nhớ thương *đg* 挂念：nhớ thương con 挂念孩子

nhớ tiếc *đg* 思念，想念，缅怀

nhợ₁ *d* [方]细线，渔线

nhợ₂ *t* [方]又咸又甜(=lợ)

nhơi *đg* 反刍

nhời *d* [方]话，话语，言语(=lời)：nghe nhời cha mẹ 听父母的话

nhơm nhớp *t* 黏糊糊的

nhơn *đg* [方]乘，乘法

nhơn₂ *k* [方]趁，借(=nhân₆)

nhơn nhơn *t* 死皮赖脸的，觍着脸的

nhơn nhơn tự đắc 扬扬得意

nhờn₁ *đg* 顽皮，调皮

nhờn₂ *t* 滑，腻滑，润滑：Tay nhờn đầy dầu mỡ. 手上滑滑的都是油。

nhờn nhợt *t* 有点发白的：Nước da trông nhờn nhợt. 肤色看起来有点发白。

nhởn nha *t* 优哉游哉

nhởn nhơ *t* 悠然，漫不经心，游手好闲

nhỡn [汉]眼 *d* [方]眼：nhỡn quang 眼光

nhớn nhác *t* 惊慌失措的，慌乱的：nhớn nhác như mất cái gì 怅然若失

nhớp *t* [方]脏：nhà nhớp 屋里脏

nhớp nháp *t* 湿乎乎，腻而潮湿

nhớp nhơ *t* 肮脏(=nhơ nhớp)

nhớp nhúa *t* [方]肮脏，污秽，脏湿：Quần áo nhớp nhúa mồ hôi. 衣服又脏又湿全是汗。

nhớt *t* 稠，黏：độ nhớt của dầu 油的黏度 *d* ①黏液，黏质②润滑油，机油：dầu nhớt 润滑油

nhớt kế *d* 黏度计

nhớt nhát *t* 黏糊糊

nhợt *t* 灰白，惨白，苍白：mặt tái nhợt 脸色苍白

nhợt nhạt *t* ①苍白，灰白：Nước da nhợt nhạt. 皮肤苍白。②弱，柔，淡：Nắng cuối thu nhợt nhạt. 晚秋的阳光很柔和。

nhu [汉]柔 *t* 温和，柔和

nhu cầu *d* 需求，需要：nhu cầu sản xuất 生产需要

nhu động *đg* 蠕动：nhu động ruột 肠蠕动

nhu mì *t* 温柔，柔媚

nhu nhú *t* 刚刚冒出的：Răng mọc nhu nhú. 牙齿才刚刚冒出来。

nhu nhược *t* 柔弱，懦弱

nhu yếu phẩm *d* 必需品

nhủ *đg* ①自勉，自忖，自我宽慰②[方]叮嘱

nhũ [汉]乳 *d* 金粉：chữ to mạ nhũ 金粉大字

nhũ đá *d* 钟乳石

nhũ tương *d* 乳剂，乳浆

nhú *đg* 露出，吐出，冒出：Cây mới nhú mầm. 树刚发芽。

nhuần *t* 滋润的：mưa nhuần 润雨

nhuần nhuyễn *t* 纯熟，熟练；和谐

nhuận [汉]闰 *t* 闰：nhuận tháng ba 闰三月

nhuận bút *d* 稿费，稿酬

nhuận sắc *đg* 润色

nhuận tràng *t* 润肠的：Ăn khoai lang có thể nhuận tràng. 吃红薯可以润肠。

nhuận trường=nhuận tràng

nhúc nhắc *đg* 动弹，轻微活动

nhúc nhích *đg* ①微微动弹，微微挪动：ngồi không dám nhúc nhích 坐着一动都不敢动②进展

nhục₁ [汉]肉

nhục₂ [汉]辱 *t*；*d* 耻辱

nhục cảm *d* 性感

nhục dục *d* 肉欲，性欲

nhục đậu khấu *d* [药]肉豆蔻

nhục hình *d* 肉刑,体罚,酷刑

nhục nhã *t* 屈辱,耻辱

nhục nhằn *t* 耻辱,屈辱

nhục thung dung *d* [药]肉苁蓉

nhục thể *d* 肉体

nhuệ *t* 敏锐

nhuệ khí *d* 锐气

nhuếnh nhoáng *t* 随便,马虎

nhủi₁ *d* 竹鱼抄 *đg* 拱：Con lợn nhủi chuồng. 猪拱栏。

nhủi₂ *đg* ①倒栽葱：ngã nhủi xuống đất 倒栽葱摔在地上②钻：Cua nhủi vào hang. 螃蟹钻进洞。

nhúi₁ *đg* ①塞：nhúi vào tay em bé mấy cái kẹo 在小孩手里塞了几颗糖②推,搡：bị nhúi ngã 被推倒③揾

nhúi₂ *d* [动]土拨鼠

nhúm₁ *đg* 捏取,撮取：nhúm ít muối cho vào canh 捏些盐搁进汤里 *d* 一小撮

nhúm₂ *đg* 生火：nhúm lửa 生火

nhun nhũn *t* 稍软的：Hồng chín nhun nhũn. 柿子有点软了。

nhùn nhũn *t* 软绵绵

nhủn *t* 酥软：sợ nhủn cả người 吓得发软

nhũn *t* ①软烂,松软：Chuối chín nhũn ra. 香蕉烂熟了。②酥软：sợ nhũn cả chân tay 吓得手脚酥软③服软的：chịu nhũn 服软

nhũn não *d* 脑萎缩

nhũn nhặn *t* 谦让,谦逊,谦和

nhũn nhẽo *t* 松弛,疲软,软塌塌：da thịt nhũn nhẽo 皮肤松弛

nhũn xương *d* 软骨病

nhún *đg* ①屈腿②忍让

nhún mình *đg* 自谦,谦恭

nhún nhảy *đg* 蹦跳：vừa đi vừa nhún nhảy 一边走一边跳着

nhún nhặn *đg* (走路)扭捏

nhún nhường *t* 谦让的

nhún vai *đg* 耸肩

nhung₁ [汉]茸 *d* 茸：nhung hươu 鹿茸

nhung₂ [汉]绒 *d* 天鹅绒,丝绒 *t* 柔软,软滑：mái tóc nhung 柔滑的头发

nhung kẻ *d* 灯芯绒

nhung nhúc *t* 蠕动：Sâu bò nhung nhúc. 虫子到处爬。

nhung phục *d* 戎装

nhung y=nhung phục

nhùng nhà nhùng nhằng=nhùng nhằng

nhùng nhằng *t* ①纵横交错的,缠绕在一起的②[口]中等,一般般的,过得去的：Dạo này buôn bán nhùng nhằng. 近来生意一般。*đg* 拖延,犹豫,游移

nhủng nhẳng *đg* [口]拖拉 *t* 有一句没一句的

nhũng nha nhũng nhẳng=nhũng nhẳng

nhũng nhẳng *t* ①拉拉扯扯,拖扯②拖沓,拖泥带水：công việc nhũng nhẳng 工作拖沓③爱使性子

nhũng nhiễu *đg* 干扰,骚扰

nhúng *đg* ①蘸,涮：Nhúng đũa vào nước sôi. 用开水涮一下筷子。②沾边,参与,插手：Đừng nhúng vào việc ấy. 不要参与那件事。

nhúng tay *đg* 染指,沾手,插手

nhuốc nhơ *t* 卑鄙,肮脏,可耻

nhuốm *đg* ①沾上,染上：nhuốm bệnh 染病②披上

nhuộm *đg* ①染：nhuộm tóc 染发②渲染

nhút nhát *t* 胆小畏怯,胆怯：Tính nó nhút nhát. 他胆子小。

nhút nhít *t* 一般大的,差不多的

nhụt *đg*；*t* ①钝：Dao đã nhụt. 刀已经钝了。②退缩：gặp trở ngại thì nhụt 遇到困难就退缩

nhụt chí *đg* 意志消沉,丧志

nhụy *d* 雌蕊

nhuyễn *t* ①细而软,细腻②纯熟,成熟：thuộc nhuyễn bài thơ 把诗背得烂熟 *đg* 融合：Nội dung nhuyễn vào hình thức. 内容和形式完美结合。

nhuyễn thể *d* 软体(动物)

như *k* ①如,像②譬如,例如③正如,恰如④如…一般：trắng như tuyết 如雪一般白

N

như ai *k* 和…一样，不逊于

như chơi [口] 易如反掌

như điên [口] 疯了一样: phóng xe như điên 疯了一样地开车

như đinh đóng cột 不容置疑

như hình với bóng 如影随形；形影不离

như không [口] ①若无其事②易如反掌

như thường 如常，照常: Chị ấy vẫn đi làm như thường. 她还照常上班。

như tuồng *k* [口] 好像；假装

như vầy [方] 这样子: Như vầy là không tốt. 这样子不好。

như ý *t* 如意: Chúc mọi sự như ý. 祝万事如意。

nhừ *t* ①(食物) 烂熟: nấu nhừ 煮烂①烂，碎③酥软，瘫软: người mệt nhừ 累瘫了

nhừ đòn *t* [口] (被) 痛打的，(被) 暴打的

nhừ tử *t* [口] 皮开肉绽，死去活来

nhử *đg* ①诱捕②引诱

nhứ *đg* 哄: lấy kẹo nhứ trẻ 拿糖哄小孩

nhựa *d* ①树汁②树脂③塑料

nhựa đường *d* 沥青，柏油

nhựa mủ *d* 乳胶

nhựa sống *d* 活力，生命力

nhức *t* 刺痛，疼痛: nhức răng 牙痛

nhức nhối *t* ①刺痛，疼痛: vết thương nhức nhối 伤口疼痛②令人头疼的，棘手

nhưng *k* 但，但是，可是，不过

nhưng mà=nhưng

nhưng *p* 乌黑油亮 *t* 微微刺痛的，有点痛的: Đầu hơi nhưng nhức. 头有点痛。

những *d* 一些，有些，众多: những hàng cây thẳng tắp 一排排笔直的树木 *tr* ①这么多: Trong nhà có những năm anh em. 家里有五个兄弟姊妹这么多。②多么 (希望) *p* 只

những ai *d* 谁，哪个

những tưởng *đg* 总认为，一直以为

nhược [汉] 弱 *t* 弱，虚弱 *d* 要害，弱点

nhược bằng *k* 如果，倘若，要不

nhược điểm *d* 弱点，缺点

nhường [汉] 让 *đg* 让，转让: Nhường vé cho bạn đi xem. 把票让给朋友。

nhường bước *đg* 让步，让路，退缩: nhường bước cho người già 给老人让路

nhường lời *đg* 请…讲话

nhường nhịn *đg* 忍让

nhướng *đg* 张大，瞪大 (眼看)

nhượng [汉] 让 *đg* 出让，转卖

nhượng bộ *đg* 让步，退让: Hai bên không chịu nhượng bộ nhau. 双方都不肯让步。

nhượng địa *d* 割让的土地，租界

nhứt *d* 一 *t* 第一的 *p* 顶，最 (=nhất)

ni₁ [汉] 尼

ni₂ *d* [方] ①这，此: chỗ ni 这儿: cái ni 这个②今: từ ni trở đi 从今以后

ni cô *d* [宗] 尼姑

ni-cô-tin (nicotine) *d* [化] 尼古丁

ni-lông (nilon) *d* 尼龙

ni-vô (niveau) *d* [工] 水平尺

nỉ *d* 呢，毡: áo ni 呢衣; mũ ni 毡帽

nỉ non *đg* 低吟，低诉，低语，呢喃: nỉ non tâm sự 低声倾诉 *t* 哀怨，哀婉

nia *d* 簸箕

nĩa *d* 叉子

ních *đg* ①塞: ních đầy túi 塞满口袋②拥挤

niêm [汉] 粘 *đg* 粘，粘贴: niêm kín 粘贴

niêm dịch *d* 黏液 (=dịch nhầy)

niêm luật *d* 韵律

niêm mạc *d* 黏膜 (=màng nhầy)

niêm phong *đg* ①粘封，加封: niêm phong đề thi 把试题加封②查封: niêm phong cửa hiệu gian 查封黑店

niêm yết *đg* 贴布告，贴公告

niềm *d* ①心情: niềm vui 欢快的心情②情怀，心思

niềm nở *t* 笑容可掬，热情，殷勤: đón tiếp niềm nở 热情接待

niềm tin *d* 信心

niệm₁ *đg* 念诵: niệm thần chú 念咒语

niệm₂ [汉] 念 *đg* 思念，怀念: lưu niệm 留念

niên［汉］年 d［旧］(时间)年;年岁

niên biểu d 年表

niên đại d 年代

niên giám d 年鉴

niên hạn d 年限: Tăng lương theo niên hạn. 按年限加薪。

niên khoá d (大学的一)届,四学年

niên thiếu t 年少的

niên vụ d 年度

niễng niễng d 龙虱(=cà niễng)

niễng₁ d［动］龙虱

niễng₂ d［植］茭白

niễng₃ đg［方］踮起: niễng chân lên nhìn 踮起脚来看

niết bàn d 涅槃

niệt d 拴牛索 đg 拴,捆绑: niệt trâu 拴牛

niêu d 小砂锅

niệu đạo d 尿道

niệu quản d［解］输尿管

nilon d 尼龙,耐纶,锦纶

nín đg ①忍住,屏住,憋住,止住: nín cười 憋住不笑②忍: nín nhục 忍辱

nín bặt đg (声音)停息,止息,停止

nín lặng đg 止住,静止

nín nhịn đg 忍着,忍耐

nín thin thít=nín thít

nín thinh đg 默不作声,一声不吭

nín thít đg［口］闭口不谈,不吱声

nình nịch t 结实有力,壮实: Người chắc nình nịch. 身体很壮实。

nịnh［汉］佞 đg 阿谀,奉承,讨好

nịnh bợ đg［口］奉承,讨好

nịnh đầm đg［口］讨好女人

nịnh hót đg 谄谀,溜须拍马

nịnh nọt=nịnh

nít d 小孩子

nịt d 袜带,皮带,腰带,松紧带 đg 束紧

nịt vú d 胸罩

nitrate (ni-tơ-rát) d［化］硝酸盐

nitrogen (ni-tro-gen) d 氮气

niu-tơn (newton) d［理］牛顿

níu đg 揪: níu cành cây xuống 揪树枝下来

níu áo đg 掣肘,牵制,作梗,内斗

níu kéo đg 挽留: níu kéo khách hàng 挽留顾客

no t ①饱: no anh ách 饱胀②充足: Bánh xe no căng. 车轮气很足。③足够: ngủ no mắt 睡够了④［化］饱和: axit béo không no 不饱和脂肪酸

no ấm t (生活)富足,富裕

no đủ t 富贵,小康,殷实: cuộc sống no đủ 殷实的生活

No-en d 圣诞节(=Nô-en)

no nê t 饱,足: chén no nê 酒足饭饱

no tròn t［口］圆鼓鼓,胖乎乎

no xôi chán chê 酒足饭饱

nò d［方］鱼笼

nỏ₁ d 弩

nỏ₂ t 干燥: Củi nỏ dễ cháy. 干柴易燃。

nỏ₃ p［方］不,没: nỏ biết 不知道

nỏ miệng t［口］大声嚷嚷的,大喊大叫的

nỏ mồm=nỏ miệng

nỏ₁ d 轴心: nỏ cối xay 磨轴

nỏ₂ d 蒂: Quả chín tụt nỏ. 瓜熟蒂落。

nỏ điếu d 水烟嘴

nó d 它,他,她(表亲密或轻视)

nọ d ①彼,那: độ nọ 前些日子②根本不,才不: nọ biết 根本不知道③某个,某某

nọ kia d 这,那: nói nọ kia 说这说那的

noãn［汉］卵 d ①［植］子房②卵

noãn bào d 卵细胞

noãn sào d 卵巢(=buồng trứng)

nóc d ①屋脊,屋顶,顶: nóc nhà 屋顶②顶,顶端,顶部: ngồi trên nóc xe 坐在车顶上

nọc₁ d (动物的)毒液: nọc rắn 蛇毒

nọc₂ d ①支架: nọc nho 葡萄支架②刑架 đg 把人架起来

nọc độc d 毒素: nọc độc di truyền 胎毒

nọc nạng d 三脚架

noi đg ①追随,沿着,随着: noi theo bờ suối mà đi 沿着河岸走②看齐,效法,学习

noi gương đg 向⋯学习

nòi d ①(生物)种类,品种: nòi chó

săn 猎犬类②种系,血统③良种: gà nòi 良种鸡

nòi giống *d* 后裔,后代

nói *đg* ①说,讲,谈②说话: nói tiếng Anh 说英语③说三道四: Đừng để người ta nói. 不要让别人说三道四。④体现: Bài thơ nói về tinh thần yêu nước. 诗歌体现了爱国精神。

nói ẩu *đg* ①乱说,冲口而出②大放厥词

nói bậy *đg* 瞎说,胡说,胡诌,说脏话

nói bóng gió 绕弯子,影射,话里有话

nói càn *đg* 胡说,乱说,强词夺理

nói cạnh *đg* 说闲话,说风凉话

nói chặn *đg* 抢先说: Nó nói chặn trước. 他抢先说。

nói cho phải [口] 确切地说: Nói cho phải, ai cũng thế. 确切地说谁都一样。

nói chọc *đg* 讽刺

nói chơi *đg* 说笑,开玩笑

nói chung 总的来说,一般来说: Tình hình nói chung là tốt. 形势总的来说是好的。

nói chuyện *đg* ①说话,谈话,谈心②发言③说明,表白: Rồi tôi sẽ nói chuyện với anh. 回头再跟你说明。

nói chữ *đg* 咬文嚼字

nói có sách, mách có chứng 言之有据

nói của đáng tội [口] 其实,老实说,摆明了

nói cứng *đg* 说硬话,说狠话

nói dóc *đg* ①说大话,夸夸其谈②逗乐

nói dối *đg* 说谎,撒谎: hay nói dối 爱撒谎

nói điêu *đg* 撒谎,扯谎

nói đớt *t* 口齿不清

nói đùa *đg* 开玩笑,说着玩儿

nói đúng ra 按理说

nói gay *đg* [方] 冷嘲热讽

nói gần nói xa 说话拐弯抹角

nói gì đến *k* 何况,况且

nói gì thì nói [口] 不管怎么说,不管怎样

nói gở *đg* 说晦气话,说不吉利话

nói hươu nói vượn 胡吹一通

nói khan nói vã 好话说尽

nói kháy *đg* 讽刺,讥讽

nói khéo *đg* 说好话,说服

nói khó *đg* 央求,说尽(好话)

nói khoác *đg* 说大话,说空话,吹牛皮

nói lảng *đg* 岔开话题: Anh ta nói lảng sang chuyện khác. 他岔开了话题。

nói láo *đg* ①瞎说,胡扯: Bọn họ ngồi nói láo cả buổi. 他们整天胡吹乱侃。②撒谎

nói lắp *đg* 口吃: có tật nói lắp 有口吃毛病

nói leo *đg* 插嘴: Trẻ con đừng có nói leo. 小孩不要插嘴。

nói lóng *đg* 说黑话

nói lửng *đg* 说半截(话)

nói mát *đg* 说风凉话

nói mép *đg* 要嘴皮子: Nó chi được cái nói mép thì giỏi. 他只在要嘴皮子上有能耐。

nói mê *đg* 说梦话

nói mò *đg* 胡编,瞎说

nói móc *đg* 挖苦

nói năng *đg* 说话,言语,讲话: nói năng lưu loát 说话流利

nói ngang *đg* 乱打岔

nói ngoa *đg* 夸大其词

nói ngon nói ngọt 甜言蜜语,说好话

nói ngọng 口齿不清

nói ngọt *đg* 说漂亮话,说好话,说软话

nói nhăng nói cuội 胡说八道;瞎说一气

nói nhịu *đg* 说不清,口齿不清

nói nhỏ *đg* 私语,小声说: Lại đây tớ nói nhỏ điều này. 过来我跟你小声说。

nói phách *đg* 说大话,夸海口,吹嘘,吹牛

nói phét=nói phách

nói quanh *đg* 拐弯抹角

nói quanh nói quẩn (说话)拐弯抹角

nói ra nói vào 说来说去,说东道西

nói rã bọt mép [口] 说到口都干了

nói riêng *k* 就…而言,尤其是

nói sảng *đg* 说胡话

nói sõi *đg* 清楚地说，熟练地说，流利地
说

nói sùi bọt mép=**nói vã bọt mép**

nói suông *đg* 空谈

nói thách *đg* 叫价，抬价：Bán cho đúng
giá, đừng nói thách. 按实价卖，别抬
价。

nói thánh tướng *đg* 吹牛，说大话

nói thẳng *đg* ①直说，直接说②说实话

nói thầm *đg* 耳语，咬耳朵：Hai người
nói thầm với nhau điều gì. 两人悄
悄地不知在说什么。

nói thật *đg* 说实话，实话实说，说真的

nói toạc *đg* [口]说穿，说破，直说

nói toạc móng heo [口]一言道破

nói toẹt *đg* [口]直言，直说，和盘托出：
Nó nói toẹt ra. 他全都说出来了。

nói tóm lại 总的来说，简而言之

nói trạng *đg* ①夸海口，吹嘘，吹牛②
说笑话，侃大山

nói trắng ra *đg* 摆明了说：Cứ nói trắng
ra, đừng có quanh co úp mở. 尽管摆
明了说，不要隐瞒。

nói trộm vía 冒昧地说，不忌讳地说，
说实话(在称赞别人孩子时的开头语)

nói trổng [方]=**nói trống không**

nói trống=**nói trống không** ①

nói trống không *đg* ①含糊其辞②(不
加称呼地)说

nói tục *đg* 讲粗话，说脏话

nói tướng *đg* ①夸张，大声说②吹嘘，
吹牛

nói vã bọt mép [口]说得口干舌燥

nói văn chương *đg* 咬文嚼字

nói vụng *đg* 咬耳根，说闲话：nói vụng
sau lưng 背后说闲话

nói xa nói gần 说话拐弯抹角

nói xàm *đg* 瞎说，胡说，胡诌，说脏话

nói xằng nói bậy 胡说八道

nói xấu *đg* 诽谤，说坏话

nói xỏ *đg* 讽刺，挖苦

nom *đg* [口]①看，观：nom qua cửa
sổ 凭窗眺望②照看

nom dòm *đg* ①窥探，窥视②照看

nòm *d* 火捻

non₁ *d* 山峦：non xanh nước biếc 青山
绿水

non₂ *t* ①幼嫩：Tư tưởng còn non. 思
想还幼稚。②不足，短斤少两③过早：
đẻ non 早产④将近⑤不够娴熟：Còn
non tay nghề. 手艺不够精。

non bộ *d* 假山，山水盆景

non choẹt *t* [口]幼稚，稚气的，不成熟

non dại *t* 年幼，不懂事：Con cái còn
non dại. 孩子还小，不懂事

non gan *t* 胆小：đồ non gan 胆小鬼

non kém *t* 欠缺的，不足：Trình độ
chuyên môn non kém. 业务能力欠缺。

non nớt *t* 稚嫩，稚嫩，欠缺的：Kĩ thuật
còn non nớt. 技术还不够熟练。

non nửa *t* 小半的

non nước *d* 河山，江山

non sông *d* 河山，江山

non tay *t* 不成熟，程度差

non trẻ *t* ①幼嫩②幼小；新兴：một
thành phố non trẻ 新兴城市

non yếu *t* 幼弱，幼小，年轻薄弱

nõn *d* 嫩芽：nõn tre 竹芽(尖)*t* 细嫩：
Da trắng nõn. 皮肤洁白细嫩。

nõn nà *t* 娇嫩：làn da nõn nà 皮肤娇
嫩

nón *d* 斗笠，帽子

nón ba tầm *d* 平顶笠

nón bài thơ *d* 薄葵斗笠

nón chóp *d* 顶子笠

nón cụt *d* 平截头圆锥体

nón dấu *d* 竹笠

nón lá *d* 草帽

nón quai thao *d* 平顶斗笠

nón tu lờ *d* 僧帽

nong₁ *d* 大簸箕

nong₂ *đg* ①撑(大)：nong giầy 以楦撑
鞋②套(上)，装(到)，伸(进)：nong
kính vào tủ 装镜子到衣柜上；nong
chân vào tủ 伸脚进鞋里

nong nóng *t* 微热的

nòng *d* ①芯子，骨：nòng nến 烛芯②
楦头：nòng giầy 鞋楦子③枪膛，筒：
Đạn đã lên nòng. 子弹已上膛。*đg*
穿(入)，套(入)：nòng bấc vào đèn
穿灯芯

nòng cốt *d* 骨干，核心

nòng nọc *d* 蝌蚪

nóng *t* ①热,炎热;上火的,热气的: trời nóng 天气炎热②热点的,热门的: tin nóng 热点新闻③暴躁,急躁,急性子: nóng tính 性急④焦急,热切: nóng biết tin tức 急于知道消息⑤紧急: vay nóng 急着借款⑥(电话)热线的: gọi theo số điện thoại nóng 拨打热线电话⑦(色调)暖的

nóng ăn *t* [口] 急于求成的

nóng bỏng *t* ①灼热②热点的,热议的: những vấn đề nóng bỏng của thời đại 时代的热点问题

nóng bức *t* 炎热,闷热: trời nóng bức 天气闷热

nóng chảy *đg* 熔化,熔解

nóng gáy *đg*; *t* 发火,冒火

nóng giận *đg* 恼怒: bốc lên cơn nóng giận 恼羞成怒

nóng hôi hổi=**nóng hổi**

nóng hổi *t* ①热腾腾,热乎乎: cơm canh nóng hổi 热腾腾的饭菜②热门,引人注目

nóng hừng hực *t* 热烘烘

nóng lòng *t* 焦急: nóng lòng chờ đợi 焦急等待

nóng mắt *đg* 眼红,冒火,恼火: Hễ thấy kẻ thù là nóng mắt. 仇人相见,分外眼红。

nóng mặt *đg* 冒火,恼火

nóng nảy *t* 暴躁,急躁

nóng nẩy=**nóng nảy**

nóng nực *t* 炎热

nóng ruột *t* 焦急,着急,心急: nóng ruột chờ kết quả thi 焦急地等待考试结果

nóng rực *t* 热烘烘

nóng sốt *t* ①热乎乎②最新,即时(新闻): tin nóng sốt 最新消息

nóng tiết *đg*; *t* [口] 气急,上火

nóng tính *t* 性急,急性子

nóng vội *t* 急躁,焦急

nọng *d* 猪或牛颈肉: nọng lợn 猪颈肉

nóp *d* 草席袋

nô₁ [汉] 奴 *d* 奴隶,奴婢

nô₂ *đg* [口] ①游戏,嬉戏: Trẻ con thích nô với người lớn. 小孩喜欢跟大人嬉戏。②争先恐后

nô bộc *d* 奴仆

nô dịch *đg* 奴役 *t* 奴性,附属性

nô đùa *đg* 嬉戏,玩耍

Nô-en (Noel) *d* 圣诞节

nô lệ *d* 奴隶 *đg* 依附,依靠

nô nghịch=**nô đùa**

nô nức *t* 踊跃,争先恐后

nô tì *d* 奴婢

nổ *đg* ①爆炸: nổ lốp xe 爆胎②放,开,鸣(枪或炮): nổ súng chào 鸣礼炮③爆发: nổ ra chiến tranh 爆发战争

nổ bùng *đg* 爆发(=bùng nổ)

nổ cướp *đg* [口] 提前爆炸: Quả pháo nổ cướp trên tay. 鞭炮在手上提前爆炸了。

nổ mìn *đg* 放炮,爆破

nổ súng *đg* 开枪,放枪

nỗ lực *đg* 努力: cùng nhau nỗ lực 一起努力

nộ khí *d* 怒气: nộ khí xung thiên 怒气冲天

nộ nạt *đg* 呵斥,恫吓

nốc₁ *d* [方] (有篷的)船: đi nốc qua sông 乘船过江

nốc₂ *đg* [口] 牛饮,大口喝: nốc hết cả chai rượu 大口地喝光整瓶酒

nốc ao *đg* [口] 被(拳头)击倒

nôi *d* ①摇篮②发源地,策源地: cái nôi của cách mạng 革命的发源地

nồi *d* ①锅②桶(粮食的量具,容量约二十升): vay mấy nồi gạo 借几桶大米

nồi áp suất *d* 高压锅

nồi chõ *d* 蒸锅

nồi cơm điện *d* 电饭煲,电饭锅

nồi hầm *d* [口]=**nồi áp suất**

nồi hấp *d* 高压消毒锅

nồi hơi *d* 锅炉: nồi hơi kiểu đứng 立式锅炉

nồi nào vung ấy [口] 门当户对

nồi niêu *d* (用于煮食的)锅

nổi *đg* ①浮,飘浮: nổi lênh bênh 飘浮不定②浮出: Tàu ngầm nổi lên mặt biển. 潜艇浮出海面。③发生,掀起: nổi lên cuộc bạo động 发生暴

动；nổi cơn gió起风 *t* ①醒目，显眼：Bức tranh rất nổi. 图片很醒目。②凸起的，立体的：chạm nổi 浮雕 *p* 能，胜任

nổi bật *t* 显眼，醒目，突出：thành tích nổi bật 成绩突出

nổi bọt *đg* 起泡(沫)：Nước xà phòng nổi bọt. 肥皂水起泡泡。

nổi cáu *đg* 发火，恼火，愤怒

nổi cộm *đg*；*d* 突 发：vấn đề xã hội nổi cộm 突发社会问题

nổi danh *t* 著名：nhà văn nổi danh 著名作家

nổi dậy *đg* 起来，兴起，崛起

nổi đình nổi đám [口] 轰动，反响大：những chuyện nổi đình nổi đám 轰动的事件

nổi giận *đg* 动怒，发怒

nổi gió *đg* 起风

nổi khùng *đg* 大发雷霆

nổi loạn *đg* 肇乱，作乱

nổi lửa *đg* 生火：nổi lửa nấu cơm 生火做饭

nổi nóng *đg* 动火，发火，冒火

nổi sùng [方]=**nổi khùng**

nổi tam bành [口] 大动肝火

nổi tiếng *t* 著名，闻名，驰名：nhà toán học nổi tiếng 著名的数学家

nổi trận lôi đình [口] 大发雷霆

nổi trội *t*；*đg* 凸显，突出，显著

nổi xung *đg* 动火，冒火，发火

nỗi *d* ①地步，境遇，境况：Nghe tôi thì đâu đến nỗi này. 听我的话怎么会到这个地步。②心境，心情

nỗi buồn *d* 愁绪，愁闷

nỗi hận *d* 怨恨

nỗi khổ *d* 苦处，苦况，苦衷

nỗi lòng *d* 心情，心曲，心思：nỗi lòng của người mẹ 母亲的心思

nỗi niềm *d* 衷情，衷曲，衷肠

nối *đg* ①接，续，连接：nối dây điện 接电线 ②继承：nối ngôi 继位 ③重修旧好，恢复(关系)：nối lại quan hệ bình thường 恢复正常关系

nối dõi *đg* 续嗣，延续香火

nối đuôi *đg* 鱼贯，尾随

nối ghép *đg* 并接

nối gót *đg* ①接踵：đi nối gót nhau 接踵而行 ②继承，追随

nối kết *đg* 联结，连接，联系：Đứa con là sợi dây nối kết giữa hai người. 孩子是联结两人的纽带。

nối khổ *t* 同甘苦，共患难

nối liền *đg* 连接：Chiếc cầu nối liền hai bờ. 桥梁连接两岸。

nối mạng *đg* 联网

nối nghiệp *đg* 继业，继承

nối ngôi *đg* 继位

nối ray *đg* 接轨

nối tiếp *đg* 继续，接连不断：thế hệ này nối tiếp thế hệ kia 一代接一代

nội₁ *d* 皇宫

nội₂ [汉] 内 *t* ①国内的：hàng nội 国产商品 ②丈夫或父亲族系的：ông nội 祖父；anh em đằng nội 堂兄弟 *d* ① [口] 内科：bác sĩ nội 内科医生 ② 以内，内：nội hôm nay 今天之内 ③ [方] 祖父或祖母的简称：Lại đây với nội. 到爷爷这里来。

nội bì *d* [解] 真皮

nội biến *d* 内讧事件

nội bộ *d* 内部

nội các *d* 内阁：thành lập nội các 组成内阁

nội chiến *d* 内战

nội chính *d* 内政

nội công *d* 内功：vận nội công 运内功

nội công ngoại kích 内外夹攻

nội dung *d* 内容

nội địa *d* 内地 *t* 境内的，国内的：mậu dịch nội địa 国内贸易

nội địa hoá *đg* 国产化，本土化

nội đô *d* 城内，市内

nội đồng *d* 田间

nội gián *d* 内奸，内线，卧底

nội hàm *d* 含义，内涵

nội hạt *d* 辖区内

nội hoá=**nội địa hoá**

nội khoa=**khoa nội**

nội khoá *d* 课内：Kết hợp nội khoá với ngoại khoá. 课内学习与课外学习相结合。

N

nội lực *d* 内力,自身力量

nội nhật *d* [口] (一天) 内: Nội nhật hôm nay phải làm xong. 今天内一定要完成。

nội qui *d* 守则,规则,规定

nội san *d* 内刊: nội san của trường học 学校内刊

nội sinh *t* 内生的,原发性的,自身的

nội soi *đg* 内窥

nội tại *t* 内在的: nguyên nhân nội tại 内在因素

nội tạng *d* 内脏

nội tâm *d* 内心

nội tệ *d* 本币: nghiệp vụ nội tệ và ngoại tệ 本币和外币业务

nội thành *d* 城内,市内

nội thất *d* 室内: trang trí nội thất 室内装修

nội thuộc *đg* 隶属,从属

nội thương₁ *d* 内地贸易,国内商业

nội thương₂ [医] 内伤

nội tiếp *t* 内接的

nội tiết *t* 内分泌的 *d* [口] 内分泌

nội tiết tố *d* 荷尔蒙

nội tình *d* 国内事务,内部事务: không can thiệp vào nội tình của nước khác 不干涉别国内部事务

nội tỉnh *d* 省内

nội tộc *d* 内族

nội trị *d* 内政: không can thiệp vào nội trị của nhau 互不干涉内政

nội trợ *d* 家务: công việc nội trợ 家务事

nội trú *đg* 内宿,住校;住院: sinh viên nội trú 内宿生; bệnh nhân nội trú 住院病人

nội ứng *d* 内应,卧底

nội vụ *d* ①内务: Bộ Nội vụ 内务部②军营内务工作③内幕

nội xâm *d* 内乱

nôm *d* 喃: chữ Nôm 喃字

nôm na *t* 通俗: nói nôm na 通俗地说

nồm *d* ①东南风②潮湿的季节

nộm₁ *d* 凉拌菜: nộm giá 凉拌豆芽

nộm₂ *d* ①傀儡: người nộm 傀儡②假人

nôn₁ *đg* 呕吐: buồn nôn 发呕

nôn₂ *t* 痒: bị cù mà nôn 被胳肢得发痒

nôn₃ *đg* 急忙: nôn về cho kịp tàu 急着回去赶火车

nôn mửa *đg* 呕吐

nôn nao *đg* ①恶心②翻腾不安: lòng nôn nao 内心翻腾不安 *t* 骚动的,扰攘的: dân làng nôn nao 村民骚动

nôn nóng *t* 焦急,急不可待

nông₁ [汉] 农 *d* 农: việc nông 农活儿

nông₂ *t* 浅: ao nông 浅水塘

nông cạn *t* 肤浅,浅薄: hiểu biết nông cạn 学识肤浅

nông choèn *t* 很浅: cái hố nông choèn 浅坑

nông choèn choẹt *t* 极浅

nông choẹt = nông choèn

nông cụ *d* 农具: cải tiến nông cụ 农具改造

nông dân *d* 农民

nông dược *d* 农药

nông gia *d* 农家: vui thú nông gia 农家乐趣

nông giang *d* 灌溉水渠

nông học *d* 农学: kĩ sư nông học 农艺师

nông hộ *d* 农户: khoán ruộng đất cho các nông hộ 包产到户

nông hội *d* 农会

nông lâm *d* 农林

nông lịch *d* 农历

nông nghiệp *d* 农业

nông nhàn *t* 农闲

nông nô *d* 农奴: chế độ nông nô 农奴制

nông nổi *t* 鲁莽,轻率,浮夸

nông nỗi *d* 地步,境地

nông phẩm *d* 农产品

nông phu *d* 农夫

nông sản *d* 农产品

nông thôn *d* 农村: vùng nông thôn 农村地区

nông trại *d* 农场,农庄,养殖场

nông trang *d* 集体农庄,公社

nông trường *d* 国有农场

nồng₁ *t* 闷热: trời nồng 天气闷热

nồng₂[汉]浓 t ①浓烈,浓重②浓郁

nồng ấm t 深厚,浓厚:tình cảm nồng ấm 深厚的感情

nồng cháy t 炽热,热烈

nồng độ d 浓度:nồng độ cao 浓度高

nồng đượm t 浓郁,深厚

nồng hậu t 浓厚

nồng nã t [口]浓烈:mùi rượu nồng nã 浓烈的酒味

nồng nàn t ①浓郁②深厚:tình hữu nghị nồng nàn 深厚的友谊

nồng nặc t 浓烈刺鼻的:Mùi khai nồng nặc. 臊味浓烈刺鼻。

nồng nhiệt t 热情:đón tiếp nồng nhiệt 热情接待

nồng nỗng t 赤裸裸,赤条条,赤身裸体

nồng nực t 炎热,闷热

nồng thắm t 深厚,浓厚

nống đg ①撑大,扩大:Nống cho giày rộng thêm một chút. 把鞋子撑大一点儿。②撑起,支起:nống mui thuyền lên 把船篷撑起来

nộp đg ①缴纳:nộp thuế 纳税②呈递:nộp đơn xin 呈递申请书

nốt₁ d 痘:nốt ghẻ 疥疮

nốt₂ d 符号:nốt nhạc 音符

nốt₃ p 做完:xem nốt 看完

nốt đậu d 痘疱,痘疱

nốt nhạc d 音符

nốt ruồi d 痣

nơ d (女人头发上或男人领口上的)蝴蝶结

nơ buộc tóc d 束发带

nở đg ①开,放:hoa nở bốn mùa 四季开花②生孩子:Chị ấy mới nở cháu. 她刚生完孩子。③孵化,破壳 t ①(肌肉)发达:nở ngực 发达的胸肌②鼓胀,膨胀:hệ số nở 膨胀系数

nở gan nở ruột 心花怒放,心满意足

nở mặt nở mày 开颜,眉开眼笑,眉飞色舞

nở nang t 丰满,丰盈:bắp thịt nở nang 肌肉发达

nở rộ t 怒放的,盛开的

nỡ đg 忍心,岂能:không nỡ rời tay 不忍放手

nỡ nào 怎么忍心:Nỡ nào làm thế？怎么忍心这样做呢？

nớ d [方]那:việc nớ 那件事

nợ d ①债:chủ nợ 债主②[口]冤债;孽债 đg 欠:Anh nợ tôi hai đồng. 你欠我两块钱。

nợ đìa đg [口]负债累累

nợ đọng d 呆账

nợ máu d 血债:nợ máu chồng chất 血债累累

nợ nần đg 债,负债

nơi d 处,地方,地区,场所:khắp nơi 到处

nơi đây d 这里,这个地方

nơi nơi d 处处,到处:hoa nở khắp nơi 处处花开

nới đg ①放松,放宽,疏松,宽松:nới quyền hạn 放宽权限②疏远:có mới nới cũ 喜新厌旧③[口]降价:Giá cả có phần nới hơn trước. 价格比从前降了一点。

nới rộng đg 放宽:Phạm vi hoạt động đã được nới rộng. 活动范围已经放宽。

nới tay đg 手下留情

nơm d 筌 đg 捞,捕:đi nơm cá 用筌捕鱼

nơm nớp t 忐忑:nơm nớp lo sợ 忐忑不安

nườm nợp t 川流不息的(=nườm nượp)

nỡm d 鬼(亲昵的骂语):đồ nỡm 鬼东西

nụ d 蓓蕾,花骨朵

nụ áo d ①袢扣②纽扣草

nụ cười d 笑靥,笑颜

nụ hoa d 花蕾,花骨朵

núc nác d [植]千张纸

núc ních t 臃肿,胖乎乎:chân tay núc ních 胖乎乎的手脚

nục₁ d 鲭鱼

nục₂ t 烂熟:chín nục 熟烂了

nục nạc t 精瘦的(肉)

núi d 山:dãy núi 山脉;sườn núi 山腰

núi băng d 冰山

núi lửa d 火山

núi non d 山峦:núi non hiểm trở 崇

N

山峻岭

núi rừng *d* 山林: núi rừng trùng điệp 山林层叠

núi sông *d* 河山, 江山

núm₁ *d* 钮状物: núm vung 锅盖把

núm₂ *đg* 揪住, 扯住

núm₃ *p* 把: một núm gạo 一把米

núm đồng tiền *d* 小酒窝

núm vú *d* 奶头

nùn *d* 草墩, 蒲团

nung₁ *đg* 烘烧, 煅烧: nung gạch 烧砖

nung₂ *đg* 发脓

nung bệnh *đg* 疾病潜伏; 携带病菌

nung đúc *đg* 铸造, 锻造, 造就: nung đúc nhân tài 造就人才

nung mủ *đg* 化脓: Nhọt đang nung mủ. 疮在化脓。

nung nấu *đg* ①燃烧, 煎熬②孕育

nung núc *t* 滚圆, 圆嘟嘟

nung núng *t* 有点动摇的: Thế giặc đã nung núng. 敌人力量在削弱。

nũng *đg* 撒娇

nũng na nũng nịu 扭扭捏捏

nũng nịu *đg* 发嗲

núng *t* ①松动的, 易倒塌的: Bức tường núng. 墙摇摇欲坠。②衰弱: Thế địch đã núng. 敌势已衰。

núng na núng nính=núng nính

núng niếng *t* 摇摇摆摆

núng nính *t* 肥胖, 胖乎乎

nuộc *d* 圈, 匝: một nuộc lạt 一圈竹篾 *đg* 捆, 缚, 扎: nuộc thật chặt 扎紧一点

nuôi *đg* ①饲养: nuôi tằm 养蚕②养育: nuôi con 养孩子 *t* 继养的, 非亲生的: bố nuôi 养父

nuôi bộ *đg* 人工喂养; 非母乳喂养

nuôi dưỡng *đg* 抚养

nuôi khỉ giữ nhà 养虎为患

nuôi nấng *đg* 养育, 抚养: nuôi nấng con cái 抚养子女

nuôi ong tay áo 养虎为患

nuôi thả *đg* 放养: gà vịt nuôi thả 放养的鸡鸭

nuôi trồng *đg* 养殖; 种植: nuôi trồng thuỷ sản 水产养殖

nuối tiếc *đg* 怀念, 追忆

nuông *đg* 娇惯, 宠爱, 溺爱, 迁就: nuông trẻ 溺爱孩子

nuông chiều *đg* 溺爱, 娇宠

nuốt *đg* ①吞, 咽食: nuốt miếng cơm 咽下一口饭②隐忍, 忍受: nuốt hận 饮恨③侵占, 侵吞④盖过, 压倒: Cặp kính nuốt cả khuôn mặt. 眼镜盖住了整张脸。

nuốt chửng *đg* ①囫囵吞枣② 覆盖, 吞没: Sóng nuốt chửng cả con thuyền. 大浪把整艘船都吞没了。

nuốt lời *đg* 食言

nuốt sống *đg* [口]压倒, 盖过, 轻易获胜

nuốt trôi *đg* ①易吞, 易咽: nuốt trôi cái bánh 一口就把饼吞下②顺顺当当地攫取

nuốt tươi=nuốt sống

nuột *t* 光滑

nuột nà *t* 柔亮: mái tóc đen nuột nà 乌黑柔亮的头发

núp *đg* ①躲藏, 隐匿: núp dưới gốc cây 躲在树荫底下②打着…幌子

núp bóng *đg* 倚仗, 倚靠, 庇荫

nút₁ *d* 塞子: đóng nút chai 盖瓶塞 *đg* 堵塞: nút chai rượu cho chặt 把酒瓶塞紧

nút₂ *d* ①关键: Điểm nút của câu chuyện là chỗ đó. 故事的关键就在那里。②绳结③纽扣: nút áo 衣服纽扣④按钮: bấm nút 按按钮

nút₃ *đg* 帮, 伙, 群

nút cắm điện *d* (电器)插头

nút cổ chai *d* 瓶颈, 关键制约因素

nữ *d* 女的: xe đạp nữ 女式自行车 *d* 女性: giọng nữ cao 女高音; nữ cứu thương 女救护员

nữ chúa *d* 女王

nữ công *d* ①女红和家务②(机关、单位)妇女工作

nữ giới *d* 女性

nữ hoàng *d* 女皇, 女王: nữ hoàng Anh 英国女王

nữ nhi *d* 女儿

nữ Oa *d* 女娲

nữ quyền *d* 女权

nữ sinh *d* 女生,女学生

nữ thần *d* 女神

nữ tính *d* 女性

nữ trang *d* 女装

nữ tú nam thanh 靓男俊女

nữ tướng *d* 女将

nữ vương *d* 女王,女皇

nự *đg* 责骂,斥责: bị nự một trận 被斥责一顿

nửa *d* 半,一半: mỗi người một nửa 一人一半. *t* 半,不完全的

nửa buổi *d* 工间,在…中间,中途

nửa chừng *d* 一半,半途,半腰,半截子

nửa đêm *d* 半夜: làm đến nửa đêm 干到半夜

nửa đời *d* 半生,半世,半辈子

nửa đời nửa đoạn 半途而废

nửa đường *d* 中途,半路,半道,半途

nửa không nửa muốn 半推半就

nửa kín nửa hở 遮遮掩掩

nửa mình *d* 半身: ảnh nửa mình 半身像

nửa mùa *t* [口] 半瓶醋的,蹩脚的

nửa mừng nửa lo 喜忧参半

nửa nạc nửa mỡ 模棱两可

nửa thành phẩm *d* 半成品

nửa tin nửa ngờ 半信半疑;将信将疑

nửa úp nửa mở 遮遮掩掩;说半拉子话

nửa vời *t* 模棱两可,暧昧: thái độ nửa vời 模棱两可的态度

nữa *p* ①还,再: còn nữa 还有 ②再次: ăn thêm bát nữa 再吃一碗 ③更: nhanh nữa lên 更快一点 ④再多一点: chốc nữa 再过一会儿 *tr* 又,还: đã rẻ lại tốt nữa 既便宜又好 *k* 何况

nữa là *k* 何况: Người nhà còn thế nữa là người ngoài. 家里人都这样, 何况外人。

nứa *d* 薄竹

nứa tép *d* 凤尾竹

nức₁ *đg* 抽搭: khóc nức lên 抽抽搭搭地哭

nức₂ *đg* (竹器)箍边

nức₃ *t* 馥郁,浓郁: thơm nức 馥郁

nức danh *t* 著名,闻名

nức lòng *t* 意气风发,昂扬

nức nở *đg* 抽泣 *p* [口] 连声称赞: khen nức nở 啧啧称赞

nức tiếng *t* 著名,闻名,出众

nực *t* 炎热,闷热: mùa nực 热天 *đg* 弥漫: nực mùi thơm 香气四溢

nực cười *t* 好笑的,堪笑的

nực nội *t* 闷热难忍的

nựng *đg* 哄,逗弄(孩子): nựng con 逗孩子

nựng nịu=nựng

nước₁ *d* ①水: nước mưa 雨水 ②汁,液: nước dừa 椰子汁 ③(用水的)次数: Rau rửa mấy nước mới sạch. 菜要洗几次才干净。④层: sơn ba nước 上三层漆 ⑤色泽,光泽

nước₂ *d* 国,国度: đi khắp các nước 走遍各国

nước₃ *d* ①马跑的步速 ②棋步,棋路: Nước cờ này đi hay lắm. 这一着棋走得很好。

nước ăn *d* 饮用水

nước bạn *d* 友邦,友好国家

nước bí *t* 窘境,尴尬的境地

nước biếc non xanh 青山绿水

nước biển *d* 海水

nước bọt *d* 唾沫

nước cất *d* 蒸馏水

nước chanh *d* 鲜柠檬汁

nước chạt *d* (晒盐用的)盐水

nước chảy bèo trôi 随波逐流

nước chảy đá mòn 水滴石穿

nước chấm *d* 蘸水,调料汁

nước chè hai₁ *d* (海水和河水相交处的)淡咸水

nước chè hai₂ *d* 手工制糖用的蔗汁

nước chín *d* 熟水,开水

nước chủ nợ *d* 债权国

nước cốt *d* 原汁

nước cờ *d* 棋步,棋路

nước cứng *d* [化] 硬水

nước da *d* ①肤色: nước da ngăm đen 皮肤黝黑 ②光泽 ③表面

nước dãi *d* 口涎

nước dùng *d* 浓汤,高汤

N

nước đá d 冰块

nước đái d 尿液(=nước tiểu)

nước đại d (马)奋蹄奔跑

nước đang phát triển 发展中国家

nước đến chân mới nhảy [口]临阵磨枪,临时抱佛脚

nước đọng d 积水

nước đổ đầu vịt [口]对牛弹琴;水过鸭背

nước độc d ①毒汁②岚瘴之地,环境恶劣之地

nước đôi t 模棱两可

nước đồng minh d 盟国

nước đục thả câu 浑水摸鱼

nước gạo d 泔水,淘米水

nước giải khát d 饮料,冷饮

nước gội đầu d 洗发水

nước hàng d 焦糖;焦糖色

nước hoa d 香水,花露水

nước hội viên d 会员国

nước javel d 漂白粉,次氯酸钠液

nước khoáng d 矿泉水

nước kiệu d (马)小跑

nước lã d 生水,冷水

nước lã ra sông 白费工夫

nước lạnh=nước lã

nước lèo d [方]芡汁

nước lên thuyền cũng lên [口]水涨船高

nước lọ cơm niêu 孤家寡人;孤苦伶仃

nước lọc d 过滤水;纯净水

nước lợ d (海水与河水交汇处的)咸淡水,淡咸水

nước lớn d 涨潮水

nước lũ d 山洪,洪水

nước mạch d 泉脉

nước máy d 自来水

nước mắm d 鱼露

nước mặn d ①卤水②海水

nước mắt d 眼泪: lau nước mắt cho bé 为孩子擦眼泪

nước mắt cá sấu 鳄鱼的眼泪;假仁假义;假慈悲

nước mắt chảy xuôi 可怜天下父母心

nước mềm d [化]软水

nước miếng d 唾液

nước mũi d 鼻涕

nước mưa d 雨水

nước nặng d 重水

nước ngầm d 地下水

nước ngoài d 外国

nước ngọt d ①淡水: cá nước ngọt 淡水鱼②饮料: uống nước ngọt 喝饮料

nước nguồn d 源头水

nước nhà d 国家

nước non₁ d 山水

nước non₂ d 江山,河山;祖国,国家

nước nôi d 水

nước ót d 盐碱水

nước ối d 羊水

nước phép d 法水,圣水

nước phụ thuộc d 附属国

nước ròng d 退潮水

nước rút d 冲刺阶段: chạy nước rút 冲刺跑

nước sạch d 净水

nước siêu cường d 超级大国

nước sôi d 沸水,开水

nước sôi lửa bỏng 水深火热

nước sông d 河水

nước suối d ①溪水②矿泉水

nước thải d 废水: nước thải công nghiệp 工业废水

nước thành viên d 成员国

nước thuộc địa d 殖民地国家

nước thuỷ triều d 潮水

nước tương d 酱,酱料

nước tiểu d 尿液

nước trắng d 白开水

nước tro d 碱水

nước tù d 死水

nước xáo d 原汁,原汤

nước xoáy d 漩涡

nước xốt d (勾芡、蘸食用的)浆,汁,酱

nước xuýt d 煮肉或内脏的清汤

nườm nượp t 川流不息的: Xe cộ nườm nượp trên đường. 路上车辆川流不息。

nương₁ d 山地,梯田: làm nương 耕田

nương₂ đg 倚靠,依持: lúc khó khăn thì nương vào nhau 困难时互相依

靠

nương náu *đg* 倚身,栖身,寄身: nương náu trong rừng 藏身森林

nương nhẹ *đg* ①放轻动作,小心翼翼 ②轻判,轻处: kỉ luật nương nhẹ 降低处罚程度

nương nhờ *đg* 依靠,倚靠,依托,仰赖

nương nương *d* (古代后宫) 娘娘

nương rẫy *d* 坡地,山地

nương tay *đg* 轻手轻脚

nương thân *đg* 寄居,借住: không có chỗ nương thân 无处栖身

nương tựa *đg* 依赖,依靠

nướng *đg* ①烤,炙: nướng sắn 烤木薯 ②输光,花光

nướng lụi *đg* 烤肉串

nướu *d* 牙龈

nứt *đg* ①裂,开裂②抽芽: nứt mầm 出芽

nứt mắt *đg* 幼小,稚嫩

nứt nanh *đg* 开始抽芽

nứt nẻ *t* 皱裂,皲裂: chân tay nứt nẻ 手脚皲裂

nứt toác *đg* 裂开大口,裂成深的裂纹

Nxb (Nhà xuất bản) [缩] 出版社

N

o₁, O₁ 越语字母表的第 17 个字母

o₂ *d* 姑母: ông chú bà o 叔父、姑母(大叔、大婶)

o ép *đg* 逼迫

o mèo *đg* [口] 吊膀子, 勾引妇女

o oe [拟] 哇哇(婴儿哭声)

ò e í e [拟] 咿咿呀呀 *đg* [转] 弹弹唱唱, 唱唱闹闹

ó₁ 鹰类: diều ó 鹞; chim ó 麻鹰

ó₂ *đg* 叫, 喊: la ó 呼喊; la ó ầm ĩ 大喊大叫

ó biển *d* 海鹰

ó cá *d* 信天翁

ọ ẹ *đg* 咿呀学语: ọ ẹ đôi ba tiếng 咿咿呀呀说几句

oa [汉] 娲, 蛙, 蜗, 窝

oa oa [拟] 哇哇, 呱呱(婴儿哭声)

oà₁ *đg* 涌入: Nước oà vào trong nhà. 水涌进房里。

oà₂ [拟] 哇哇(大哭)

oạc *đg* ① 豁开: Quần bị oạc đũng. 裤裆被豁开了。② 豁口, 张嘴: oạc mồm ra chửi 张口大骂

oách *t* [口] 阔气的, 威风的, 有气派的: Trông cách đi đứng oách ra phết! 看举止挺气派的嘛!

oạch [拟] 咕咚

oai [汉] 威 *t* 威风, 威武, 神气

oai hùng *t* 威武, 雄壮, 英雄: đội quân oai hùng 威武的部队

oai nghiêm *t* 威严, 威武

oai phong *t* 威风

oai vệ *t* 威风凛凛, 显赫

oai oái *c* 哎哟

oải₁ [汉] 矮

oải₂ *t* [口] ① (钩)被拉直 ② 疲劳, 疲惫,

疲软: Làm oải cả người. 干到累得浑身疲软。

oái *c* 哎哟

oái oăm *t* 怪诞, 怪异, 古怪: căn bệnh oái oăm 疑难杂症

oan [汉] 冤 *t* 冤, 冤枉: chết oan 冤死; Oan có đầu, nợ có chủ. 冤有头, 债有主。

oan gia *d* 冤家 *t* 冤枉

oan khổ *t* 冤屈

oan trái *d* 冤孽, 孽账 *t* 不幸的

oan uổng *t* 冤枉: Phạt như vậy thì oan uổng quá! 这么罚实在冤枉!

oan ức *t* 冤屈

oản *d* 用糯米饭或糯米粉做成的锥状的祭供品

oán [汉] 怨 *đg*; *d* 埋怨, 怨尤, 怨仇

oán ghét *đg* 憎恨, 愤恨

oán giận *đg* 怨恨

oán hận *đg* 怨恨

oán hờn=oán hận

oán thán *đg* 怨叹

oán thù *đg*; *d* 仇恨: hoá giải oán thù 化解仇恨

oán trách *đg* 埋怨: đừng oán trách người khác 不要埋怨别人

oanh₁ [汉] 轰

oanh₂ [汉] 莺 *d* 莺: hoàng oanh 黄莺

oanh liệt *t* ① 轰轰烈烈, 辉煌: chiến thắng oanh liệt 取得辉煌的胜利 ② 壮烈: hi sinh oanh liệt 壮烈牺牲

oanh tạc *đg* 轰炸: Máy bay oanh tạc trận địa. 飞机轰炸阵地。

oành oạch [拟] 噗噗, 扑通

oành oành [拟] 轰隆隆

oát *d* [电] 瓦特: oát giờ 瓦时

oằn *t* 弯曲: Tấm ván oằn. 木板两头翘棱了。Mũi dao oằn. 刀尖弯了。

oằn oại *t* 蜷曲的: nằm oằn oại 蜷卧

oẳn tù tì *d* 石头、剪刀、布 (儿童游戏)

oắt con *d* 小鬼,小崽子,毛孩子

oặt *t* Gánh nặng oặt cả đòn gánh. 担子太重,扁担都被压弯了。

óc *d* ①头脑: nhức óc 头疼②思维,思想: giàu óc sáng tạo 富有创造精神③意识,思想

óc ách *t* 腹胀 [拟] 哗哗

óc bã đậu *d* 榆木脑袋,豆腐渣脑袋

óc đậu *d* 豆腐脑(食品)

ọc *đg* 呕,吐,溢: ọc sữa (小孩) 吐奶

oe [拟] 哇: khóc oe oe "哇哇" 啼哭

oẽ *t* 压弯的,低垂的

oẹ *đg* [口] 呕吐,干咳

offline *t* 脱机的,不在线的

óffsef *d* 胶印

oi₁ *d* 鱼篓

oi₂ *t* ①闷热: Trời oi quá, có lẽ sắp có dông. 天气太闷了,可能要有暴风雨。②(食物等)有异味的: com oi 馊饭

oi ả *t* 燥闷,燥热: Hôm nay thời tiết oi ả. 今天天气燥热。

oi bức *t* 闷热: Trời hay oi bức trước khi có giông. 暴风雨之前天气常闷热。

oi khói *t* 烟熏的: Thức ăn bị oi khói. 菜有股烟熏味。

òi ọp *t* 病恹恹: Đứa bé oi ọp suốt quanh năm. 这孩子一年到头病恹恹的。

ỏi *t* 震响,喧闹: kêu ỏi tai 吵得耳朵都聋了

ói₁ *đg* ①呕吐: ói máu 吐血②溢出,充盈: Ruộng đầy ói nước. 田里水满溢出

ói₂ *t* 刺耳: la ói tai 叫声刺耳

ói mửa *đg* 呕吐

Olympic *d* 奥林匹克,奥林匹克运动会

om₁ *đg* ①焖,煨,烧: om cá 焖鱼②压,搁置,扣住: om việc 搁置工作; om bài 扣牌

om₂ *đg* 收拾,整理

om₃ *t* ①垮,裂②喧哗

om om *t* 黑咕隆咚: Trong buồng tối om om. 房里黑咕隆咚。

om sòm *t* [口] 嚷嚷,喧哗,噪闹

om trời *t* 响彻云霄的

òm ọp [拟] 哗哗(在泥水中淌行声)

ôm tôi *t* 鼓噪

òn hót *đg* 谄媚,奉承

ôn *t* 细语的,耳语的

ôn ên *t* (说话) 轻声细气的

ồn thót *đg* 溜须拍马;搬弄是非

ong *d* 蜂: mật ong 蜂蜜; sáp ong 蜂蜡

ong bắp cày *d* 马蜂

ong bầu *d* 细腰蜂

ong chúa *d* 蜂王

ong mật *d* 蜜蜂

ong nghệ=ong vàng

ong óng [拟] 嗡嗡

ong ruồi=ong mật

ong thợ *d* 工蜂

ong vàng *d* 黄蜂

ong vò vẽ *d* 竹蜂

ỏng *t* (小孩子患病)肚子鼓胀

ổng ẹo *t* (小孩) 发育不良的

õng ẹo *t* 扭怩作态

óng *t* 光滑,细腻: tơ óng 丝光绸

óng ả *t* ①(头发)光泽柔顺②秀气,清秀

óng ánh *t* 晶莹,闪闪发光,亮晶晶: Viên đá quí óng ánh. 宝石晶莹透亮。

óng chuốt *t* 秀雅,光鲜: ăn mặc óng chuốt 穿戴得很光鲜

óng mượt *t* 亮泽柔顺: Chị ấy có một mái tóc óng mượt. 她有一头亮泽柔顺的头发。

online *t* 并机的,联机的,在线的

óp *t* 不饱满,不肥满,不丰实,瘪: lạc óp 瘪花生

ọp ẹp *t* 腐坏的,腐朽的,摇摇欲坠的: Nhà cửa ọp ẹp. 房子摇摇欲坠。

ót *d* 后脑勺: sờ sau ót 摸后脑勺

ọt ẹt [拟] 咿咿呀呀,吱吱呀呀

output *d* 产出,输出

oxi (oxygen) *d* 氧气

oxid *d* 氧化物

oxy hoá *đg* 氧化: Tấm sắt bị oxy hoá. 铁片被氧化了。

O

ô₁, Ô₁ 越语字母表的第 18 个字母

ô₂[汉]呜

ô₃ d ①伞: mua chiếc ô 买一把伞 ②保护伞: Ông ấy có ô ở trên. 他有上级做保护伞。

ô₄ d 格儿，格子

ô₅[汉]乌 d 乌: kim ô 金乌(指太阳)

ô₆[汉]坞 d 坞: ô tầu 船坞

ô₇[汉]污 t 污: tham ô 贪污

ô₈ c 哦，啊，喔

ô gấp d 折叠伞

ô tự động d 自动伞

ô đề t 粗俗: cử chỉ ô đề 举止粗俗

ô-dôn (ozone) d 臭氧: tầng ô-dôn 臭氧层

ô dù d 保护伞: có ô dù che chắn 有保护伞掩护; ô dù hạt nhân 核保护伞

ô hay c 噢，哟，喂(惊叹声): Ô hay, sao lại như vậy？噢，怎么会这样？

ô hợp t 乌合: quân ô hợp 乌合之众

ô-kê (OK) c;đg 表赞成或同意

ô lại d 污吏: tham quan ô lại 贪官污吏

ô-liu d[植]洋橄榄，阿列布

ô mai d ①乌梅，酸梅 ②话梅，咸梅

ô mộc d[植]乌木

ô nhiễm đg 污染: ô nhiễm môi trường 污染环境

ô nhục d;đg d 污辱，耻辱

ô-pê-ra (opera) d 歌剧

ô-ten d 旅馆，旅店，酒店，饭店

ô-tô d 汽车: ô-tô buýt 公共汽车

ô-tô-mat (automat) d 带空气开关的电源插座 t 自动的

ô-tô ray d 轨道车

ô-tô sàn d 平板车

ô tô trọng tài d 载重汽车

ô tô việt dã d 越野车

ô trọc t 污浊

ô uế t 污秽: làm ô uế thanh danh 玷污清名

ô-xi d 氧气

Ô-xtrây-li-a d[地]澳大利亚(大洋洲国家): người Ô-xtrây-li-a 澳大利亚人

ồ₁ đg 涌入: chạy ồ vào 蜂拥而入

ồ₂ c 哎，哦: Ồ, tôi nhớ ra rồi. 哦，我想起来了。

ồ ạt t 汹涌: Mưa lớn, nước sông chảy ồ ạt. 大雨使河水汹涌。

ồ ồ[拟]哗哗: Nước chảy ồ ồ. 水"哗哗"地流。t 暗哑

ổ d ①巢，窝: ổ chim 鸟巢 ②村落，窝点: ổ buôn lậu 走私窝点 ③组，点: ổ chiến đấu 战斗小组

ổ bi d 滚珠轴承

ổ bụng d 腹腔

ổ cắm d 电源插座; 点烟器，雪茄头

ổ đĩa d[计]驱动器

ổ gà d ①鸡窝 ②路坑: Đường nhiều ổ gà. 路上多坑。

ổ khoá d 暗锁: Chiếc tủ này đã được lắp ổ khoá. 这个柜子装了暗锁。

ổ mắt d 眼眶

ổ nhóm d 黑帮，犯罪团伙

ố[汉]污 t 污染的，有污渍的: Chiếc áo có nhiều vết ố. 衣服有许多污渍。

ố màu d 褪色; 掉色

ộ t (孕妇行动) 迟钝，不灵活: Bụng chửa ộ. 孕妇行动不便。

ốc₁ d ①螺蛳 ②螺钉: bắt ốc 上螺钉

ốc₂[汉]屋 d 屋: ngành địa ốc 房地产业

ốc biển *d* 海螺

ốc đảo *d* 绿洲

ốc gạo *d* 田螺

ốc hương *d* 香螺

ốc nhồi *d* 馅螺（塘螺的一种）

ốc sên *d* 蜗牛

ốc vặn *d* 苦螺

ốc xà cừ *d* 砗磲

ộc *đg*（猛烈地）吐，喷：ộc cơm ra 把饭喷了出来

ôi₁ [汉] 煨，偎

ôi₂ *t*（食品）变质的，变味的：cá ôi 臭鱼

ôi₃ *c* 啊：Trời ôi！天啊！

ôi chao *c* 啊，哎，噢：Ôi chao, sao mà đẹp thế！哎，好美啊！

ôi ối [拟] 嗷嗷（疼痛时的喊叫声）

ôi thiu *t* 馊臭：thức ăn ôi thiu 馊臭的食物

ôi thôi *c* 哎呀：Ôi thôi！thế là hết mọi hi vọng！哎呀！没希望了！

ổi *d* [植] 番石榴：quả ổi 番石榴果

ối₁ *d* 脂盎

ối₂ *t* 有的是，多得很：còn ối việc 还有很多事

ối₃ *c* 啊，噢：Ối trời！天啊！

ối dào *c* 哎呀

ôm₁ *đg* ①搂抱，拥抱：ôm con 抱孩子 ②怀抱，抱负：ôm chí lớn 胸怀大志 *d* 一抱：một ôm rơm 一抱稻草

ôm₂ (ohm) *d* [电] 欧姆

ôm ẵm *đg* 搂抱，偎抱

ôm ấp *đg* ①搂抱，抱持：ôm ấp đứa con vào lòng 怀抱幼儿 ②抱负，怀抱

ôm chầm *đg* 紧抱：Cháu bé chạy lại ôm chầm lấy mẹ. 孩子跑过来紧抱着妈妈。

ôm đồm *đg* 包揽，包办：Tính anh ấy hay ôm đồm. 他总喜欢大包大揽。

ồm ổm [拟] 嗡嗡

ồm ộp [拟] 蛙叫声

ốm *t*；*đg* 患病，害病，生病：bị ốm mấy ngày rồi 生了好几天病

ốm đau *t*；*đg* 病痛

ốm nghén *t* 害口的，害喜的，妊娠反应的

ốm tương tư *đg* 害相思病

ốm yếu *t* 瘦弱多病：Sức khoẻ ốm yếu. 身体瘦弱多病。

ôn₁ [汉] 温 *t* 温和，温暖：ôn đới 温带 *đg* 温习，重温：ôn bài 温习功课

ôn₂ [汉] 瘟 *d* 瘟：ôn dịch 瘟疫

ôn₃ *d* 小东西：ôn con 小家伙

ôn độ kế=nhiệt kế

ôn đới *d* 温带

ôn hoà *t* 温和：tính tình ôn hoà 性情温和

ôn luyện *đg* 练习，温习

ôn nhã *t* 温雅：tính tình ôn nhã 性情温雅

ôn tồn *t*（话语）温存，温婉，殷勤

ồn *t* 嘈杂，喧闹，聒噪

ồn ã *t* 嘈杂，喧闹：Tin mừng làm lớp học ồn ã cả lên. 好消息使整个教室喧闹起来。

ồn ào *t* 聒噪的，闹闹嚷嚷的

ổn [汉] 稳 *t* 安稳，稳妥，稳当，妥当：Việc này đã ổn. 这事已搞定。

ổn áp *d* 稳压器

ổn định *t* 稳定：đời sống ổn định 生活稳定 *đg* 稳定：ổn định giá cả 稳定物价

ổn thoả *t* 稳妥，妥当，妥帖：giải quyết ổn thoả các mối quan hệ 理顺各种关系；thu xếp ổn thoả mọi việc 处理妥当一切事情

ông [汉] 翁 *d* ①祖父，爷爷；祖父的第一、第二、第三人称 ②爷爷（祖父辈男性的第一、第二、第三人称）③老翁 ④先生；先生的第二、第三人称 ⑤老子（不礼貌的自称）

ông ba mươi *d* [口] 山君，老虎

ông bà *d* ①祖父 ②祖父母 ③先生、太太

ông bác *d* 伯父

ông bố *d* 老子，父亲，老爹

ông bụt *d* 菩萨

ông cậu *d* 舅父

ông cha *d* ①父亲，老子 ②前辈：nối nghiệp ông cha 继承前辈的事业

ông chủ *d* ①老板，掌柜 ②主人

ông chú *d* 叔父

ông cố *d* 曾祖父

ông cụ *d* ①老翁，老头儿，老大爷 ②父亲

ông giời=ông trời

ông mãnh *d* 鳏夫

ông ngoại *d* 外祖父

ông nhạc *d* 岳父

ông nói gà, bà nói vịt 牛头不对马嘴

ông nội *d* 祖父

ông phỗng lồi đít *d* 不倒翁

ông tài *d* 司机

ông táo *d* 灶王爷

ông thần *d* 神,神仙

ông thầy *d* 先生,老师

ông thổ thần *d* 土地神

ông tổ *d* 祖先,先人,祖宗

ông tơ *d* 月下老人

ông trăng *d* 月亮

ông trời *d* 天老爷,老天,天公

ông từ *d* 庙祝

ông vải *d* 祖先

ông xã *d* 老公: Ông xã nhà tôi đi vắng. 我老公不在家。

ông xanh *d* 苍天,天帝

ồng ộc [拟] (水声) 哗哗

ổng *d* 他,那位先生(用于第三人称代词,是对中年男子的尊称)

ống *d* 管,筒,管状物: ống quần 裤腿儿

ống bài hơi *d* 排气管

ống bộc phá *d* 爆破筒

ống bơm *d* ①泵,打气筒②喷雾器

ống bút *d* 笔筒

ống cao-su *d* 橡胶管

ống chân *d* 小腿: bị gãy xương ống chân 小腿骨折

ống chân không *d* 真空管

ống chẩn bệnh *d* 听诊器

ống chèn *d* 套管

ống chỉ *d* 线轴儿

ống chữ T *d* 三通管,丁字管

ống dẫn *d* 导管: ống dẫn dầu 输油管

ống dòm *d* 望远镜(=ống nhòm)

ống đèn huỳnh quang *d* 日光灯,荧光灯

ống điếu *d* 烟嘴

ống đo nước *d* 测水计

ống giỏ *d* 滴管

ống gió *d* 风管,风洞

ống hút *d* 吸管

ống khoá *d* 锁头

ống khói *d* 烟筒,烟囱

ống kính *d* 镜头: ống kính máy quay phim 摄影机镜头

ống loa *d* 喇叭筒,喊话筒

ống lô *d* (印刷用)滚筒

ống máng *d* 水通槽,槽子,天沟

ống nghe *d* ①[医]听诊器②听筒,耳机,受话器

ống nghiệm *d* 试管

ống nhỏ *d* 滴管

ống nhòm *d* 望远镜

ống nhổ *d* 痰盂

ống nói *d* 话筒,送话器

ống nước *d* 水管

ống phun *d* 喷管,喷嘴

ống píp *d* 烟斗

ống sáo *d* 箫,笛

ống soi *d* 照明管

ống sơn sì *d* 喷漆筒

ống suốt *d* 纱锭

ống thép liền *d* 无缝钢管

ống thép không hàn=ống thép liền

ống thoát gió *d* 排风管

ống thoát hơi *d* 排气管

ống thổi *d* 吹管

ống thử=ống nghiệm

ống tiêm *d* 注射器,针筒

ống tơi *d* 绞筒,绞盘,辘轳

ống tre *d* 竹筒,竹管

ống truyền máu *d* 输血管

ống vôi *d* (食槟榔用的)石灰盒

ống xả *d* 机动车排气管

ống xi-phông *d* 虹吸管

ống xoắn *d* 蛇形管

ốp₁ *đg* ①督押②上身,附体③贴,挨上,靠上

ốp₂ *t* 瘪: lúa ốp 瘪稻子

ốp lát *đg* 铺,贴(砖、石材、木板等): Nền nhà được ốp lát thật kĩ. 室内地面铺贴很讲究。

ốp lép *đg* 欺压

ôxy *d* 氧气

ôxy già *d* 过氧化氢,双氧水

ơ₁, Ơ₁ *d* 越语字母表的第 19 个字母

ơ₂ *d* 小砂锅:một ơ cá kho 一砂锅鱼

ơ₃ *c* 哟:Ơ! Bạn cũng đến đây à. 哟!你也来了。

ơ hay *c* 噢,哟,喂(惊叹声)(=ô hay)

ơ hờ *t* 冷淡,漠不关心,无动于衷

ơ thờ = ơ hờ

ờ *ç* 唔,好,嗯

ở *đg* ①住,居住,寓居:Hai người ở cùng phố. 两人住在同一条街。②在:ở đây hai ngày 在这两天 ③留下:Sau khi tốt nghiệp, anh ấy ở lại trường dạy học. 毕业后他留校任教。④待人:ở tốt 待人好;ở hiền gặp lành 善有善报⑤佣工:đi ở 去扛活 *k* ①所在:họp ở hội trường 在礼堂开会②对,于:hi vọng ở thế hệ trẻ 寄希望于年轻人

ở ẩn *đg* 隐居:ở ẩn trên núi 隐居于山上

ở cữ *đg* ①坐月子,分娩期②[口]生育:ở cữ được cháu trai 生了个男孩

ở đậu *đg* 寄居,寄寓

ở đợ *đg* 打工,帮佣

ở ê *đg* ①吃住②照看,看顾

ở goá *đg* 寡居,守寡

ở không *đg* 闲居,闲待着

ở rể *đg* 当上门女婿

ở riêng *đg* 分居,分家,自立门户

ở thuê *đg* ①帮佣②租房住

ở trần *đg* 赤裸上体

ở truồng *đg* 裸下体,光屁股

ở vậy *đg* 寡居,单身,独身

ở vú *đg* 当奶妈

ớ₁ *đg* [口]愣住,呆愣

ớ₂ *c* 咳,哎,嗬,喂:Ớ đò! 喂! 摆渡的!

ớ này *c* 喂,唉(呼唤)

ợ *đg* 呃逆,打嗝:ợ no 打饱嗝

ới *c* ①噢(叹息时发出的声音):Ới trời ơi! 噢,天啊! ②啊(呼叫)

ỡm *t* 戏谑的,开玩笑的,逗笑的:nói ỡm 开玩笑

ỡm ờ *t* ①天真烂漫,幼稚②语气暧昧的:ăn nói ỡm ờ 说话暧昧

ớm *t* 背阴的

ơn *d* 恩,恩惠:đáp ơn 报恩 *đg* 知恩,感恩,感谢

ơn đức *d* 恩德

ơn huệ *d* 恩惠

ơn ớn *t* 稍微有点的:ơn ớn sốt 发低烧

ơn sâu nghĩa nặng 恩深义重

ơn tình *d* 恩情

ớn *đg* ①发冷:ớn lạnh cả xương sống 脊梁骨都发冷②厌腻:Thịt ăn nhiều cũng ớn. 肉吃多了会腻。③[口]怕:Ai cũng phải ớn thằng cha đó. 谁都怕这家伙。

ớn lạnh *t* 冷飕飕:Trong người thấy ớn lạnh. 身上觉得冷飕飕的。

ớn mặt *t* 惧怕

ớn mình *t* (身体)微感不适,不舒服

ớt *d* 辣椒:muối ớt 辣椒盐 *t* 辣味的

ớt bị *d* 菜椒,灯笼椒,柿子椒

ớt bột *d* 辣椒面儿

ớt cà chua *d* 茄椒

ớt chỉ thiên *d* 朝天椒

ớt hiểm *d* 小辣椒

ớt mọi = ớt chỉ thiên

ớt ngọt *d* 菜椒

ớt rừng *d* 野山椒

ơ

P p

p, P 越语字母表的第 20 个字母

pa-lăng (palan) *d* 滑轮

pa-nô (paneau) *d* 路标, 广告牌

pa-ra-phin (paraffine) *d* 石蜡

pa tê *d* 午餐肉

password *d* 密码

pa-tanh (patanh) *d* 旱冰运动, 轮滑: sân trượt patanh 旱冰场

patent *d* 专利, 专利证书

peritxoa *d* 橡皮船

pê-đan *d* 脚蹬子, 踏脚

pê-đê *d* [口] 同性恋, 同性恋者

pê-ni-xi-lin *d* 盘尼西林

pha₁ [汉] 玻

pha₂ *d* 车灯, 聚光灯: đèn pha 车灯

pha₃ *d* ① 镜头: pha đẹp mắt 精彩的镜头 ② [电] 相: động cơ điện ba pha 三相电动机

pha₄ *đg* ① 掺杂, 混合: pha nước vào rượu 掺水进酒里 ② 配制, 泡, 沏: pha chè 沏茶

pha₅ *đg* 剖, 切: pha thịt 切肉

pha chế *đg* 配制: pha chế thuốc 配制药品

pha lê *d* 水晶: cốc pha lê 水晶杯

pha phôi *đg* 褪减, 褪淡 (=phôi pha)

pha tạp *t* 掺杂的, 混杂的, 夹杂的: Trong chén đã pha tạp nhiều loài rượu. 杯里掺杂了几种酒。

pha tiếng *đg* 学别人说话以戏谑

pha trò *đg* 打诨, 调笑

pha trộn *đg* 掺杂, 混合: trong lòng pha trộn cả vui lẫn buồn 心中悲喜交加

phà₁ *d* 大渡船, 渡轮: bến phà 渡口

phà₂ *đg* 呵气: phà ra hơi rượu 喷出酒气

phả₁ *đg* ①(从口)喷出, 呵出: phả hơi thuốc 吐烟圈 ②(气, 汽)冒出, 喷出: Khí lạnh phả từ tường ra. 冷空气从墙里冒出来。

phả₂ [汉] 谱 *d* 谱: tộc phả 族谱; gia phả 家谱

phá₁ *d* 小海湾: phá Tam Giang 三江海湾

phá₂ [汉] 破 *đg* ① 破坏, 摧毁 ② 捣乱, 捣蛋: Đang chơi thì nó đến phá. 正玩着他跑来捣乱。③ 破旧立新: phá kỉ lục thế giới 破世界纪录 ④ 开裂: vết thương phá lở 伤口开裂 ⑤ 突然爆发

phá án *đg* ① 破案 ② 翻案, 复审

phá bĩnh [口] =phá đám

phá bỏ *đg* 废除, 取消

phá cách *đg* 破格, 打破常规

phá đám *đg* [口] 捣乱, 捣蛋, 砸场子

phá gia *đg* 破家, 败家: phá gia chi tử 败家子

phá giá *đg* ① 贬值, 跌价: tiền tệ phá giá 货币贬值 ② 低价出售, 贱价出让: bán phá giá 抛售

phá giới *đg* [宗] 破戒

phá hại *đg* 加害, 为害: Sâu bọ phá hại mùa màng. 病虫损害庄稼。

phá hoại *đg* 破坏 *t* 破坏性的

phá hoang *đg* 开荒, 垦荒: khu đất mới phá hoang 刚开垦的土地

phá huỷ *đg* 摧毁, 捣毁, 毁坏: Hạ tầng giao thông bị phá huỷ. 交通基础设施被毁坏。

phá kỉ lục *đg* 打破纪录

phá lưới *đg* (足球) 破门, 进球

phá ngang *đg* ①半途改行②阻碍, 捣乱

phá nước *đg* (常因水土不服)长疥疮

phá phách *đg* 捣毁, 破坏

phá quấy *đg* 捣乱, 捣蛋

phá rào *đg* 打破樊篱, 突破限制

phá rối *đg* 扰乱, 破坏: phá rối trật tự an ninh 扰乱社会治安

phá sản *đg* ①破产: Nhiều công ti bị phá sản. 许多公司破产。②彻底失败: Kế hoạch bị phá sản. 计划彻底失败。

phá tan *đg* 打破, 打碎

phá thai *đg* 打胎, 堕胎

phá trinh *đg* (女子)破身, 破处

phá vây *đg* 突围: Chỉ còn cách phá vây. 只有突围一个办法。

phá vỡ *đg* 摧毁, 捣毁, 打破, 打碎

phác *đg* ①勾画, 描绘: nói phác những nét chính 勾画要点②草拟, 起草: phác ra bản đề cương 草拟出提纲

phác hoạ *đg* ①打画稿, 勾勒②描绘, 策划: phác hoạ một kế hoạch quan trọng 策划重要方案

phác thảo *đg* 起草, 打草稿, 画草图 *d* 草稿

phách₁ [汉] 拍 *d* ①拍子, 节拍②云板, 大板

phách₂ *d* 试卷的浮签

phách₃ [汉] 魄 *d* 魄: hồn xiêu phách lạc 失魂落魄

phách₄ *d* 骄傲自大: làm phách 摆架子

phách lác *đg* 吹牛, 夸夸其谈

phạch₁ [拟] 噗噗

phạch₂ *đg* 翻开, 敞开

phạch phạch [拟] 噗噗

phai₁ *d* 田间小水坝: đắp phai 筑水坝

phai₂ *đg* ①(颜色或香味)减退: áo phai màu 衣服褪色②磨灭, 消失: Những kỉ niệm tuổi thơ không thể nào phai. 童年的记忆不会忘怀。

phai lạt = **phai nhạt**

phai mờ *đg* 淡忘, 消退, 消失

phai nhạt *đg* 磨灭, 淡忘: nỗi nhớ không thể phai nhạt 无法淡忘的记忆

phải₁ *đg* ① 受, 遭, 遇: phải bệnh 患病②着, 中: Nó nhỡ tay đánh phải người ta. 他失手打着别人。③要, 该, 应该: Tôi phải đi ngay. 我该走了。

phải₂ *t* ①正面: mặt phải tấm vải 布的正面②右边: tay phải 右手

phải₃ ①适中: Bán phải giá, không đắt không rẻ. 售价适中, 不高不低。②对, 正确, 有理

phải biết *p* 之极, 至极, 非常: đẹp phải biết 太美了

phải cách *t* 适当, 对头, 得体: ăn nói phải cách 说话得当

phải cái *p* [口] 不足的是, 只可惜的是 *đg* 动物交尾

phải cái tội *p* [口] 就是, 只是

phải chăng₁ *t* [口] 适中: giá phải chăng 价钱合适

phải chăng₂ *p* 是吗, 对吗, 是否, 难道

phải chi *k* 倘如, 倘若, 要是

phải đòn *đg* 挨鞭子, 挨揍

phải giá *t* 价钱公道的

phải gió *đg* ①着凉, 受寒②死鬼(嗔骂语): đồ phải gió 讨厌鬼

phải khi *t* 正当, 正赶上: phải khi lchó khăn 正赶上困难时期

phải lẽ *đg* 照理

phải lòng *đg* 倾心, 钟情, 看中: Hai người phải lòng nhau. 两人相互倾慕。

phải như *k* 倘使, 要是

phải quấy *t*; *d* 对错, 是非

phải tội *đg* 遭报应

phải tội *k* ①何必②只是, 只不过

phải trái *d* 是非, 对错: phân biệt phải trái 分辨是非

phải vạ *đg* ①被罚, 受罚②何苦, 凭啥

phái₁ [汉] 派 *d* 派别: phái đối lập 反对派

phái₂ [汉] 派 *đg* 派遣: phái người đi điều tra 派人去调查

phái bộ *d* 特派团, 特使团

phái đẹp *d* [口] 妇女界, 女性; 美女

phái đoàn *d* 特派团, 代表团

phái mạnh *d* 强者, 男子汉

phái viên *d* 特派员

phái yếu *d* [口] 弱者, 女人

phàm₁ [汉] 凡 *t* ①凡俗的, 凡间的②粗俗

phàm₂ *tr* 凡是的,包括在内的

phàm₃[汉]帆 *d* 帆: cô phàm 孤帆

phàm ăn *đg* 能吃: phàm ăn tục uống 能吃能喝

phàm lệ *d* 凡例: phàm lệ từ điển 词典凡例

phàm phu *d* 凡夫: phàm phu tục tử 凡夫俗子

phàm trần *d* 凡尘: cõi phàm trần 凡间

phàm tục *d* 凡俗: kẻ phàm tục 俗人一个

phạm[汉]犯 *đg* 侵犯,触犯,违犯: phạm sai lầm 犯错误 *d* 犯人: chủ phạm 主犯

phạm[汉]范 *d* 范围: phạm vi 范围

phạm huý *đg* 犯讳

phạm lỗi *đg* ①犯错②犯规

phạm luật *đg* 犯规,违规: cầu thủ phạm luật 球员犯规

phạm nhân *d* 犯人

phạm pháp *đg* 犯法,违法

phạm tội *đg* 犯罪

phạm trù *d* 范畴

phàn nàn *đg* 埋怨,抱怨

phản₁ *d* 床板,铺板

phản₂[汉]反 *đg* ①反,反叛: làm phản 造反②逆向,相反: phản tác dụng 反作用

phản₃[汉]返 *đg* 返: phản hồi 返回

phản ảnh *đg* 反映

phản ánh *đg* ①体现: Nghệ thuật phản ánh cuộc sống. 艺术体现生活。②反映: phản ánh tình hình học tập 反映学习情况

phản bác *đg* 反驳

phản bạn *đg* 反叛,叛逆

phản biện *đg* ①审定,评估②答辩: phản biện luận án tiến sĩ 博士论文答辩③论证

phản bội *đg* 反叛,叛变,背叛: phản bội bạn bè 背叛朋友

phản cảm *đg* 反感

phản chiến *đg* 反战

phản chiếu *đg* 反照,反射

phản công *đg* 反攻: giai đoạn phản công 反攻阶段

phản cung *đg*[法]翻供

phản diện *t* 反面的: nhân vật phản diện 反面人物

phản đối *đg* ①反对: Tôi phản đối ý kiến đó. 我反对这个意见。②抗议: thư phản đối 抗议书

phản động *t* 反动

phản động lực *d* 反动力,反作用

phản gián *đg* ①反间谍,反特②反间: kế phản gián 反间计

phản hồi *đg* ①返回: phản hồi tổ quốc 返回祖国②反馈: tín hiệu phản hồi 反馈信号

phản kháng *đg* ①反抗②抗议

phản kích *đg* 反击

phản loạn *đg* 叛乱,动乱

phản lực *d* ①反作用力②喷气式飞机

phản nghĩa *t* 反义的: từ phản nghĩa 反义词

phản nghịch *đg* 叛逆: quân phản nghịch 叛军

phản quang *t* 反光的

phản quốc *đg* 叛国: tội phản quốc 叛国罪

phản tác dụng *đg*; *d* 反作用

phản tặc *d* 叛贼

phản tỉnh *đg* 反省,反思

phản trắc *t* 三心二意的,容易动摇的

phản ứng *đg*; *d* ①回应②反应: phản ứng dây chuyền 连锁反应

phản xạ *đg*;*d* 反射;反应

phán₁[汉]判

phán₂ *đg* ①传示,传谕②(以居高临下、高傲的语气)说

phán đoán *đg* 判断: phán đoán tình hình 判断形势

phán quyết *đg* 判决,决断: quyền phán quyết 裁决权

phán xét *đg* 判断,评判

phán xử *đg*[法]审判,审理,处分

phạn[汉]梵 *d* 梵: chữ Phạn 梵文

Phạn văn *d* 梵文

phang *đg* 棒击,捶打,敲打

phang phảng *t* 缥缈,隐约: mùi hoa thơm phang phảng 隐约闻到的花香

phẳng *d* 大刈刀

phẳng phất *t* 隐约，飘忽，依稀：Đôi mắt cô ấy phẳng phất nỗi buồn. 她的双眼隐约流露出心中的忧伤。

phạng *đg* 棒打

phanh₁ *d* 制动器，车闸：phanh chân 脚刹 *đg* 制动，刹住：phanh xe lại 刹住车

phanh₂ ①袒露，敞开：phanh áo 解开衣服 ② 肢解：phanh thây 分尸

phanh phui *đg* 揭露，暴露：phanh phui một vụ tham nhũng 揭露一桩贪污案

phanh thây *đg* ①五马分尸 ②杀

phao₁ [汉]抛

phao₂ *d* ①浮标，浮筒，灯标 ②灯碗儿

phao₃ *đg* 捏造：phao tin vịt 造谣

phao cấp cứu *d* 救生圈

phao danh *đg* 诬蔑，造谣中伤

phao đồn *đg* 谣传，风传，传言，传说

phao hiệu *d* 航标

phao tiêu *d* 浮标

phào *d* 屋顶圆形边角

pháo [汉]炮 *d* ①火炮：pháo cao xạ 高射炮 ②炮 (象棋子) ③鞭炮，爆竹：đốt pháo 放鞭炮

pháo binh *d* 炮兵

pháo bông=pháo hoa

pháo cối *d* ①迫击炮 ②冲天炮

pháo đài *d* 炮台，堡垒

pháo đùng *d* 大炮，重炮

pháo hạm *d* 炮舰

pháo hiệu *d* 信号弹

pháo hoa *d* 花炮，烟花：bắn pháo hoa 放烟花

pháo sáng *d* 照明弹，曳光弹

pháo tép *d* 小鞭炮

pháo thăng thiên *d* 钻天龙，冲天炮

pháo thủ *d* 炮手

pháo xiết *d* 擦炮

Pháp *d* [地]法国 (欧洲国家)：người Pháp 法国人；tiếng Pháp 法语

pháp₁ [汉]砝

pháp₂ [汉]法 *d* ①法，法律：không hợp pháp 不合法 ②法术：pháp thuật 法术

pháp bảo *d* 法宝

pháp chế *d* 法制：nền pháp chế 法制体系

pháp danh *d* 法号

pháp định *t* 法定的：vốn pháp định 法定资金

pháp lệnh *d* 法令 *t* 法定的；硬性的

pháp lí *d* 法理 *t* 法理的，法律上的

pháp luật *d* 法律：tuân thủ pháp luật 遵守法律

pháp nhân *d* 法人 *t* 法人的：có tư cách pháp nhân 具有法人资质

pháp quyền *d* 法权

pháp trị *d* 法治

pháp trường *d* 法场，刑场

pháp y *d* 法医

phát₁ *d* 发 (指弓箭、枪、炮射击次数)：bắn từng phát một 一发一发地打

phát₂ *đg* 掌，揮，劈

phát₃ *đg* 刈，砍除：phát cỏ 刈草

phát₄ *đg* 发给，分发：phát lương vào cuối tháng 月底发工资

phát₅ [汉]发 *đg* ①产生，发生，生成：lo đến phát ốm 忧愁成疾 ②发迹 ③发出：phát tin 发出消息

phát âm *đg* 发音：tập phát âm 练发音

phát ban *đg* [医]发癍

phát biểu *đg* 发表，发言，讲话：phát biểu ý kiến 发表意见

phát bóng *đg* 发球：Ai phát bóng trước ? 谁先发球？

phát canh *đg* 出租耕地

phát cáu *đg* 发火，发怒：Nghe câu ấy anh ta liền phát cáu. 一听这话他就立即发火。

phát chán *đg* 发腻，生厌

phát chẩn *đg* 发赈，放赈：phát chẩn thực phẩm 发放食品

phát dục *đg* 发育：thời kì phát dục 发育期

phát đạt *đg* 兴隆，发达：làm ăn phát đạt 生意兴隆

phát điện *đg* 发电：nhà máy phát điện 发电厂

phát động *đg* 发动，掀起：phát động quần chúng 发动群众

phát giác *đg* ①发觉 ②检举，告发，揭

P

发：bị quần chúng phát giác 被群众举报

phát hạch *d* [医]淋巴结肿大

phát hành *đg* 发行：phát hành báo chí 发行报刊

phát hiện *đg* 发现

phát hoả *đg* ① 开火，开打：phát hoả đồng loạt 一齐开火 ② 着火，起火：Căn nhà phát hoả đột ngột. 房屋突然起火。

phát huy *đg* 发挥，发扬：phát huy sở trường 发挥特长

phát kiến *đg*；*d* 发现

phát lộ *đg* 暴露，显露，显现

phát mại *đg* 发卖，拍卖

phát minh *đg*；*d* 发明：sáng chế phát minh 发明创造

phát ngôn *đg* 发言：người phát ngôn 发言人

phát phì *đg* 发胖，发福

phát phiền *đg* 发烦，生烦，生厌

phát quang₁ *đg* 发光

phát quang₂ *đg* (将树木) 伐光：phát quang một vùng đồi cây 伐光一个坡上的树

phát sinh *đg* 发生，产生，出现

phát sốt *đg* 发烧

phát tác *đg* 发作：Chất độc đã phát tác trong cơ thể. 毒素已在体内发作了。

phát tài *đg* 发财

phát tán *đg* ① 散放，散播：phát tán truyền đơn 散发传单 ② [医] 发散：vị thuốc phát tán 发散药

phát tang *đg* 发丧，出殡

phát thanh *đg* 播音，广播：đài phát thanh 广播电台

phát thuỷ phát hoả *đg* 大发脾气，大发雷霆

phát triển *đg*；*t* 发展，发达：phát triển nông nghiệp 发展农业；nhà nước phát triển 发达国家

phát tướng *đg* (身体) 发福

phát vãng *đg* ① 流放 ② 流浪，盲流：kẻ phát vãng 流浪汉

phát–xít (faxit) *d* 法西斯，法西斯主义

phạt₁ [汉] 伐 *đg* 砍伐：phạt mấy cành

cây sà thấp xuống lối đi 砍掉垂到人行道的树枝

phạt₂ [汉] 罚 *đg* 罚

phạt đền *đg* [体] 罚点球

phạt gián tiếp *đg* [体] 罚间接任意球

phạt góc *đg* [体] 罚角球

phạt rượu *đg* 罚酒

phạt tiền *đg* 罚钱，罚款

phạt trực tiếp *đg* 罚直接任意球

phạt vạ *t* 处罚，科罚

phau *t* 纯白的：trắng phau 雪白

phay₁ *d* 地壳断层

phay₂ *d* 耙 *đg* 耙：phay đất để chuẩn bị cấy 耙地准备播种

phay₃ *đg* 铣削

phay₄ *t* [方] (肉) 切或撕成薄细的：thịt heo phay 薄片猪肉

phảy₁ *đg* (用扇子) 扇动

phảy₂ *d* ① 逗号 ② 小数点符号

phắc *t* 寂静的：đêm khuya im phắc 更深夜静

phăm phăm *p* 气势凶猛地，勇猛地

phăm phắp *t* 齐刷刷

phăn phắt *p* 连连地，不停地

phắn *đg* (极快地) 离开，消失：Tụi nó phắn hết rồi. 这帮家伙早就消失得无影无踪了。

phăng *p* 立即

phăng phắc *t* 寂静无声，静悄悄

phăng phăng *p* 迅速地

phăng teo *d* 扑克牌中的两个王 *đg* [口] ① 毙掉，不要，放弃 ② 报销，死光光

phẳng *t* 平，平坦，平整：mặt phẳng 平面；đường phẳng 平坦的道路

phẳng lặng *t* 平静，宁静

phẳng lì *t* 平滑

phẳng phắn *t* 整齐，平整：Áo quần là phẳng phắn. 衣服熨得很平整。

phẳng phiu *t* 平整，平坦：Sân lát xi măng rất phẳng phiu. 铺了水泥的场地很平坦。

phắt *p* 迅速地，干脆地：Gạt phắt câu chuyện này đi. 干脆把这件事撇开不谈。

phắt phắt=phắt

phẩm₁ *d* 颜料，染料：phẩm đỏ 红颜料

phẩm₂[汉]品 d ①物品: xa xỉ phẩm 奢侈品②品级: quan cửu phẩm 九品官③品格

phẩm cách d 品格

phẩm cấp d 品级, 等级: phẩm cấp hàng hoá 商品等级

phẩm chất d 品质, 质量: phẩm chất con người 人品

phẩm giá d 人品; 人格

phẩm hàm d 品衔, 官阶

phẩm hạnh d 品行: phẩm hạnh đoan chính 品行端正

phẩm màu d 颜料

phẩm nhuộm d 染料

phân₁ d ①粪: phân bò 牛粪②肥料

phân₂ d ①厘米: 9 phân 9厘米②分

phân₃[汉]分 đg ①分开, 划分, 区分: khó mà phân ai đúng ai sai 难以区分谁对谁错②分配, 分工: được phân về ban quản lí chợ 被分到市场管理处工作

phân bắc d (经沤熟的)人粪

phân bì đg 计较, 分彼此: phân bì hơn thiệt 计较得失

phân biệt đg 分别, 分辨, 区别: phân biệt đối xử 区别对待

phân bón d 肥料: phân bón hoá học 化肥

phân bón tổng hợp d 复合肥

phân bổ đg 分配, 分摊: phân bổ hạn ngạch 分配配额

phân bố đg ①分布②分配

phân bua đg 辩解, 申明, 解释: cố gắng phân bua cho mình 百般为自己辩解

phân cách đg 分隔, 分离: Con sông phân cách hai làng. 河流将两个村庄分隔开。

phân cấp đg 分级: phân cấp quản lí 分级管理

phân chất đg 分析: phân chất một mẫu quặng 分析矿产样品

phân chia đg 分配, 分派, 划分, 分割: phân chia tài sản 分配财产

phân chuồng d 圈粪, 厩肥

phân công đg 分工

phân đạm d 氮肥

phân định đg 划分, 划定: phân định ranh giới 划定边界

phân đoàn d 团支部

phân đoạn d 小段, 部分

phân đội d 分队

phân giải đg ①调解: phân giải chuyện bất hoà 调解纠纷②分解: phân giải chất hữu cơ 分解有机物

phân giới đg 分界, 划界: đường phân giới giữa hai tỉnh 两省分界线

phân hạng đg 划分等级

phân hoá đg ①分化, 瓦解②(物质)分解, 风化

phân hoá học d 化学肥料, 化肥

phân huỷ đg 分解

phân hữu cơ d 有机肥

phân khối d ①立方厘米②机动车汽缸排量

phân kì đg 分期

phân lân d 磷肥

phân loại đg 分类: phân loại các mặt hàng 将各种商品进行分类

phân lũ đg 分洪

phân luồng đg (车辆)分道行驶

phân minh t 分明: thưởng phạt phân minh 赏罚分明

phân phát đg 分发: phân phát sách giáo khoa cho các em học sinh 分发教科书给学生们

phân phối đg 分配

phân số d [数]分数

phân tán đg ①分散: kinh doanh phân tán 分散经营②不集中: phân tán tư tưởng 思想不集中

phân tâm đg 分心

phân thân đg ①分身②融入

phân tích đg ①分析, 研究: phân tích rất hợp lí 分析得很合理②分解

phân tranh đg 纷争

phân trần đg 辩解, 分辩

phân tử d 分子

phân vân đg 犹豫不决, 迟疑, 踌躇

phân vi sinh d 有机肥料, 微生物肥料

phân xử đg 决断, 处理

phân xưởng d 分厂, 车间

P

phần₁ [汉] 坟

phần₂ [汉] 分，份 d ①部分：phần ít 小部分②份儿：để phần 留份儿③本分，分内：hoàn thành phần việc của mình 完成自己分内工作

phần cứng d 硬件，硬环境

phần đông d 多数

phần lớn d 多数，大部分

phần mềm d ①软件②软体，软组织③灰色收入

phần nào d 部分，某种程度：Anh nói đúng phần nào đó. 你说对了一部分。

phần nhiều d 多数，多半

phần thưởng d 奖赏，奖品

phần trăm d ①百分之…：tám phần trăm 百分之八②提成，回扣

phần tử d 分子：phần tử trí thức 知识分子

phần việc d ①工作，事务②工序：phần việc đầu 头道工序

phẫn₁ [汉] 愤

phẫn₂ d 盖，罩：phẫn đèn 灯罩

phẫn chí đg 愤激

phẫn khích đg 义愤填膺

phẫn nộ đg 愤怒：phẫn nộ trước cách làm bất công 对不公的做法感到愤怒

phẫn uất đg 愤郁，愤懑

phấn₁ [汉] 粉 d ①脂粉，香粉：đánh phấn 搽粉②粉笔③花粉或昆虫身上的粉末：phấn hoa 花粉

phấn₂ [汉] 奋 đg ①鼓起劲来，振作：phấn hứng 兴奋②努力：phấn đấu 奋斗

phấn chấn t 振奋：tinh thần phấn chấn 精神振奋

phấn đấu đg 奋斗，努力：phấn đấu trở thành một nhà khoa học 为成为一名科学家而奋斗

phấn hương d 脂粉，粉黛

phấn khích=phấn kích

phấn khởi t 振奋，兴奋，兴高采烈

phấn kích t 兴奋激昂

phấn rôm d 痱子粉

phấn sáp d [旧] ①脂粉，粉黛②化妆品

phấn son d 化妆品 đg 装扮，打扮：Đã phấn son gì chưa? 打扮好了吗?

phận₁ [汉] 分：bộ phận 部分 d ①命运：phận ẩm duyên ôi 命途多舛②本分，分内

phận₂ [汉] 份

phận sự d 本分，责任：làm tròn phận sự 尽责任

phấp phỏng t 悬心的，忐忑，提心吊胆：phấp phỏng không yên 忐忑不安

phấp phới đg 招展，飘扬，飘拂

phập [拟] 咔嚓(利器插入的响声)

phập phèo t 光线忽明忽暗的

phập phềnh đg 漂浮：Cây chuối phập phềnh trên mặt nước. 芭蕉树在河面上漂浮。

phập phồng đg 一张一缩，一鼓一瘪：Ngực phập phồng. 胸脯起伏。

phập phù t [口] 时有时无，断断续续

phất₁ [汉] 拂

phất₂ đg 挥，扬：phất tay 挥手

phất₃ đg (迅速)发财：phất lên nhờ giá đất tăng vọt 因地价飙升而暴富

phất phơ₁ đg 招展，飘扬：cờ đỏ bay phất phơ 红旗飘扬

phất phơ₂ t 晃荡，闲逛②随便，敷衍

phất phới đg 招展，飘扬，飘拂：cờ bay phất phới 旗帜招展

phất trần d 拂尘，拂子

phật [汉] 佛 d 佛：phật kinh 佛经

Phật bà d 观音菩萨

Phật đài d 佛龛

Phật đản d 佛诞

Phật giáo d 佛教

Phật học d 佛学

phật lòng đg 拂意，不满意

Phật pháp d 佛法

phật Thích Ca d 释迦牟尼佛

phật thủ d [植] 佛手

Phật tổ d 佛祖

phật tử d 佛教信徒

phật ý đg 拂意，扫兴

phẫu [汉] 剖 đg 解剖，手术 d 手术

phẫu thuật đg；d 手术：phẫu thuật gan 肝脏手术

phây t 白白胖胖：Người phây phây. 人白白胖胖的。

phẩy₁ d ①逗号②小数点 đg ①点逗号

②点小数点

phẩy₂ *đg* ①拂,掸: phẩy bụi ở trên trần nhà 掸天花板上的灰尘②(用扇子)扇动

phẩy tay *đg* 轻轻挥手: phẩy tay từ chối 挥手拒绝

phe₁ *d* 派系,阵营: phe cấp tiến 激进派; phe tả 左派; phe hữu 右派

phe₂ *đg* 倒买倒卖: dân phe 倒爷

phe cánh *d* 派别

phe phái *d* 宗派

phe phẩy₁ *đg* 轻挥,轻拂

phe phẩy₂ *đg* 倒买倒卖

phè *p* (感觉)极甚,之极: chán phè 无聊之极

phè phỡn *t* 恣意,无节制,荒淫: ăn tiêu phè phỡn 恣意挥霍

phéc-mơ-tuya *d* 拉链

phen *d* 番,次: qua bao nhiêu phen thử thách 经历了多少次考验

phèn₁ *d* ①明矾,白矾②明矾状物: đường phèn 冰糖

phèn₂ *d* 绯鲤,có phèn 绯鲤鱼

phèn chua *d* 明矾,白矾

phèn phẹt *t* 宽大: mặt phèn phẹt 大脸盘

phèn sống *d* 矾石

phèn the *d* 硼砂

phèn xanh *d* 青矾,绿矾,皂矾

phèng *d* 锣

phèng la *d* 铜锣

phèo₁ *d* 小肠: phèo lợn 猪肠子

phèo₂ *đg* ①冒,流②一闪而过

phèo₃ *t* 无味: nhạt phèo 清淡无味

phép [汉]法 *d* ①法,规矩: trái phép 违法②准许,许可: xin phép 请假; cho phép 准许③方法④法术⑤礼貌: Ăn nói cho phải phép. 言谈要有礼貌。

phép biện chứng *d* 辩证法

phép chia *d* [数]除法

phép cộng *d* [数]加法

phép cưới *d* 结婚手续: làm phép cưới 办结婚手续

phép giải *d* [数]解法: phép giải bằng đại số 代数解法

phép nhân *d* [数]乘法

phép qui nạp *d* 归纳法

phép tắc *d* 法则 *t* 有礼貌的: ăn nói phép tắc 说话有礼貌

phép tính *d* 算法

phép trừ *d* [数]减法

phét *đg* 吹牛,扯大炮

phét lác *đg* 吹牛,夸大其词

phẹt phẹt *t* 宽大: mặt phẹt phẹt 大脸盘

phê₁ [汉]批 *đg* ①批语: phê mấy chữ vào bài 在卷子上批了几句②批评: phê và tự phê 批评和自我批评③评论: phê bình văn học 文学评论

phê₂ *đg* [口]沉迷于(酒/毒品) *t* 愉悦,爽快

phê bình *đg* ①批评: bị thầy phê bình 被老师批评②讲评,评论: phê bình điện ảnh 影评

phê chuẩn *đg* 批准: phê chuẩn ngân sách 批准财政预算

phê duyệt *đg* 批阅,审阅

phê điểm *đg* 判分,给分,批卷. phê điểm vào bài vở 在作业本上判分

phê phán *đg* 批判: phê phán tư tưởng bảo thủ 批判保守思想

phế₁ [汉]肺 *d* [解]肺

phế₂ [汉]废 *đg* 废除: bỏ phế 废弃 *d* 废品

phế bỏ *đg* 废除: phế bỏ chế độ cũ 废除旧制度

phế huyết băng *d* 肺出血

phế liệu *d* 废料: thu góp phế liệu 收集废料

phế mạc *d* 肺膜: viêm phế mạc 肺膜炎

phế phẩm *d* 废品: hạ thấp tỉ lệ phế phẩm 降低废品率

phế tật *d* 残疾

phế thải *d* 废弃物: phế thải xây dựng 建筑废料 *đg* 废弃

phệ *t* 肥胖而肌肉松弛的: bụng phệ 大腹便便

phệ phệ *t* 肥胖而笨重的

phếch *p* 发白: tóc bạc phếch 头发斑白

P

phên *d* 竹笆：đan phên 编竹笆

phềnh *t* 鼓胀的，鼓鼓的

phệnh *d* 弥勒佛像 *t* 肥胖

phệnh phạo *t* 大摇大摆：phệnh phạo ta đây 大摇大摆的样子

phết₁ *d* [方] 逗号：dấu phết 逗号

phết₂ *đg* 抹，涂，刷：phết sơn lên vải 在布面上涂油漆

phết₃ *đg* 抽打：phết cho mấy roi 抽几鞭子

phệt *đg* ①抽打②涂抹：phệt hồ vào giấy 在纸上抹糨糊 [拟] 扑通

phều phào *t* (声音) 虚弱无力的，不连贯的

phễu *d* 漏斗

phễu than *d* 煤斗

phếu *t* 白：trắng phếu 雪白

phi₁ *d* [动] 蛏

phi₂ [汉] 妃 *d* 妃：cung phi 宫妃

phi₃ *đg* 奔，飞跑，飞驰

phi₄ [汉] 飞 *đg* 飞：phi dao găm 飞刀

phi₅ *đg* 炝锅：Phi tỏi rồi mới bỏ rau muống xuống. 先炝蒜头再放空心菜下锅。

phi₆ *đg* 吸食：phi xì ke 吸鸦片

phi₇ [汉] 非 *k* 除非，非 *t* 非：phi lí 非理

phi–brô xi măng *d* 石棉瓦

Phi Châu *d* 非洲

phi chính phủ *t* 非政府的，民间的：tổ chức phi chính phủ 民间组织

phi chính thức *t* 非正式的：chuyến thăm phi chính thức 非正式访问

phi công *d* 飞行员：phi công vũ trụ 宇航员

phi cơ *d* [旧] 飞机：thuỷ phi cơ 水上飞机

phi đoàn *d* ①飞行中队②飞行小组

phi đội *d* 飞行编队

phi hành *đg* 飞行：phi hành gia vũ trụ 宇航员

phi lao *d* [植] 木麻黄

phi–lê (filet) *d* ①里脊肉②(大片去骨) 鱼肉

phi lễ *đg* 非礼

Phi-lip-pin *d* [地] 菲律宾(亚洲国家)：người Phi-lip-pin 菲律宾人

phi lí *t* 非理的，无理的

phi lộ *d* 开场白，前言，创刊词

phi mã *đg*；*d* 飞驰，快速：giá cả tăng phi mã 价格骤然飙升；tốc độ phi mã 急速

phi mậu dịch *t* 非贸易的

phi nghĩa *t* 非正义的，不义的：của phi nghĩa 不义之财

phi ngựa *đg* 驰骋，驱马飞奔：phi ngựa vội vã 驱马飞奔

phi phàm *t* 非凡

phi pháp *t* 非法：hành vi phi pháp 非法行为

phi quân sự *t* 非军事的：hành động phi quân sự 非军事行动；khu phi quân sự 非军事区

phi tang *đg* 销毁赃物，灭迹

phi thường *t* 非常的：nghị lực phi thường 非常的毅力

phi tiêu *d* 飞镖

phi tiêu chuẩn *d* 非标，非标准

phi trình *d* 航程

phi trường *d* 机场

phi vụ *d* ①(战斗机) 飞行任务②非法经营活动

phì₁ *đg* 喷出，吐出：phì hơi 吐气

phì₂ [汉] 肥 *t* ①肥胖：phì ra 发胖②肥沃：đất đai phì nhiêu 土地肥沃

phì cười *đg* [口] 失笑，笑得喷饭：Nghe hắn nói thế cô ta phì cười. 听他这么一说，她不禁笑出声来。

phì nhiêu *t* 肥沃

phì nộn *t* 过分肥胖的

phì phèo *đg* [口] (吸烟) 吞云吐雾：Ông ấy ngồi đó phì phèo tẩu thuốc lá. 他老人家坐在那里用烟斗吞云吐雾。

phì phì [拟] 呼呼

phì phò [拟] 吁吁 (喘气声)

phỉ₁ [汉] 非

phỉ₂ [汉] 匪 *d* 匪，土匪：bọn phỉ 匪帮

phỉ₃ [汉] 诽 *đg* 诽：phỉ báng 诽谤

phỉ₄ *đg* 啐，唾骂

phỉ báng *đg* 诽谤，诬蔑

phỉ nhổ *đg* 唾骂

phí [汉] 费 *d* 费用：phí bảo hiểm 保险

费 *đg* 浪费：phí tiền phí của 浪费财物

phí hoài *đg* 虚耗，虚度：phí hoài tuổi xuân 虚度青春

phí phạm *đg* 浪费

phí tổn *d* 开销，花费，费用：phí tổn đóng gói 包装费用

phị *t* 肥胖，臃肿：béo phị 肥胖胖的

phị mặt *đg* 沉下脸儿

phía *d* 方向；方面：phía đông 东方；phía ta 我方

phịa *đg* [口] 瞎编，捏造(=bịa)

phích₁ *d* 热水瓶，保温瓶

phích₂ *d* (贴在书报等上的)标签

phích₃ *d* 插头

phích cắm *d* [电] 插头

phịch [拟] 扑通(重物落地声)

phịch phịch [拟] 啪啪(拍打声)

phiếm [汉] 泛 *t* 空泛：nói chuyện phiếm 瞎聊；chơi phiếm 漫游

phiếm chỉ *đg* 泛指

phiếm luận *đg* 泛泛而谈

phiên₁ [汉] 藩

phiên₂ [汉] 番 *đ* ① 番，次，趟：phiên họp này 此次会议 ② 番：bên phiên 番邦

phiên₃ [汉] 翻 *đg* 翻：phiên dịch 翻译

phiên âm *đg* 音译

phiên ấn *đg* 翻印

phiên bản *d* 翻版

phiên dịch *đg* 翻译：phiên dịch cabin 同声传译 *d* 译员，翻译

phiên hiệu *d* 番号

phiên phiến *t* 差不多，过得去

phiên toà *d* 庭审：phiên toà sơ thẩm 初审

phiền₁ [汉] 繁

phiền₂ [汉] 烦 *t* ① 心烦，烦恼 ② 麻烦：Nếu đến muộn thì phiền quá. 要是迟到就麻烦大了。*đg* 使麻烦，烦扰：Làm phiền bác quá! 太麻烦您了!

phiền hà *đg* 烦扰，繁缛，繁杂，烦琐：thủ tục phiền hà 手续烦琐

phiền lòng *đg* 劳神，操心：Phiền lòng anh giúp tôi việc này. 劳驾帮我这个忙。*t* 烦心

phiền lụy *đg* 烦累，劳烦

phiền muộn *t* 烦闷

phiền não *d*；*t* [旧] 烦恼

phiền nhiễu *đg* 烦扰：phiền nhiễu dân 扰民

phiền phức *t* 繁复，麻烦

phiền rầu *t* 烦恼，愁闷

phiền toái *t* 烦琐：bày đặt nhiều nghi lễ phiền toái 搞很多烦琐的仪式

phiến₁ [汉] 扇

phiến₂ [汉] 片 *d* 片，块：một phiến gỗ 一张木片；một phiến đá 一块石头

phiến₃ [汉] 煽 *đg* 煽：phiến động 煽动

phiến diện *t* 片面：nhận xét phiến diện 片面的认识

phiến lá *d* 叶片

phiến loạn *đg* 叛乱，作乱

phiến quân *d* 叛军，叛乱武装

phiện *d* 鸦片：bán thuốc phiện 贩卖鸦片

phiệt₁ [汉] 筏

phiệt₂ [汉] 阀 *d* 阀：quân phiệt 军阀

phiêu₁ [汉] 漂 *đg* 漂：phiêu lưu 漂流

phiêu₂ [汉] 飘 *đg* 飘：phiêu tán 飘散

phiêu bạt *đg* 漂泊：phiêu bạt đất khách quê người 漂泊异乡

phiêu diêu *đg* 飘落，飘动

phiêu lưu *đg* 冒险，行险：hành động phiêu lưu 冒险行动

phiêu tán *đg* 背井离乡

phiếu₁ [汉] 票 *d* 票，单据：bỏ phiếu 投票

phiếu₂ *đg* 漂白：tơ lụa phiếu tằm 漂白蚕丝

phiếu bầu *d* 选票

phiếu chống *d* 反对票

phiếu gửi *d* 回执

phiếu nhận *d* 收据，收条

phiếu thuận *d* 赞成票

phiếu tín dụng *d* 信用证

phiếu trắng *d* 弃权票

phiếu xuất kho *d* 提单，出库单

phim *d* ① 胶卷 ② 相底；拷贝 ③ 影片：chiếu phim 放电影；phim lồng tiếng 配音影片

P

phim ảnh *d* 电影

phim chưởng *d* 武打片

phim con heo *d* 色情片

phim đèn chiếu *d* 幻灯片

phim hài *d* 喜剧片

phim hành động *d* 动作片

phim hoạt hoạ *d* 卡通片

phim mát *d* [口] 色情片,黄色片

phim nổi *d* 三维立体电影

phim tài liệu *d* 纪录片

phim tâm lí tình cảm 情感片

phim thời sự *d* 新闻纪录片

phim truyền hình *d* 电视剧

phim truyện *d* 故事片

phim trường *d* 电影拍摄场地,片场

phím *d* 音键,琴键,打字键

phin₁ *d* 细布(也作 vải phin)

phin₂ *d* 咖啡过滤壶

phính phính *t* 脸颊丰满的

phình *t* 鼓胀的,膨胀的,臃肿的

phình phịch [拟] 咚咚

phỉnh *đg* [口] ① 哄骗,蒙骗：bị người ta phỉnh 被别人骗了 ② 吹捧,奉承

phỉnh gạt *đg* 哄骗,蒙骗

phỉnh mũi *đg* 飘飘然,翘尾巴

phỉnh nịnh *đg* 奉承,吹捧：phỉnh nịnh cấp trên 奉承上级

phỉnh phờ *đg* 吹捧,奉承

phình *đg* 胀,肿大

phình phình *t* 臃肿,赘肿

phịu *đg* 板着脸

pho *d* ① 套,部：một pho sách 一套书 ② 尊：một pho tượng phật 一尊佛像

pho-mát (fromage) *d* 奶酪,芝士

phò₁ [汉] 扶,辅 *đg* 辅佐：phò vua 辅佐君王

phò₂ [汉] 驸：phò mã 驸马

phò tá *đg* [旧] 辅佐

phò trợ *đg* 扶助

phó₁ [汉] 副 *d* 副的,副职的,次的：cục phó 副局长；phó giáo sư 副教授

phó₂ [汉] 付 *đg* 托付,交付：phó việc cho anh 托付事情给你

phó₃ [汉] 讣：cáo phó 讣告

phó₄ [汉] 赴：phó nhậm 赴任

phó bản *d* 副本

phó bảng *d* [旧] 副榜,乙榜,探花

phó giám đốc *d* ① 副局长,副司长 ② (银行)副行长 ③ 副经理 ④ 副校长

phó kĩ sư *d* 助理技师,助理工程师

phó mát *d* 干酪

phó mặc *đg* 撒手不管,丢给：phó mặc cho số phận 听天由命

phó phòng *d* ① 副科长 ② 副处长 ③ 副主任

phó sứ *d* ① 副使 ② 副公使

phó thác *đg* 托付,委托,交托：Mọi việc đều phó thác cho trợ lí. 一切委托给助理。

phóc *p* 敏捷地,疾速地(跳)

phọc [汉] 缚 *đg* 缚

phoi *d* 刨花

phòi *đg* 冒出,露出

phom (form) *d* ① 印版,模板,样式：làm đơn theo phom A 按 A 式样制作表格 ② 身材：phom người chuẩn 标准身材

phong₁ [汉] 风,丰,锋,烽

phong₂ *d* [医] 麻风：trại phong 麻风病院

phong₃ *d* 封,包,盒：mấy phong thuốc lá 几包香烟

phong₄ [汉] 封 *đg* ① 封赐,加封 ② 授予：phong học hàm giáo sư 授予教授职称

phong ba *d* 风波,风险

phong bao *d* 赏钱,红包 *đg* 赏封包；给压岁钱：Ngày Tết phải phong bao cho trẻ em. 过年要给小孩压岁钱。

phong bì *d* ① 封皮,信封 ② 红包

phong cách *d* 风格,作风：phong cách sáng tác của nhà văn trẻ 青年作家的创作风格

phong cách học *d* 修辞学

phong cảnh *d* 风景：ngắm phong cảnh 赏景

phong cầm *d* 手风琴

phong dao *d* 风谣,民谣

phong độ *d*；*t* 风度：phong độ đàn ông 男子汉风度

phong hàn *d* 风寒

phong hoá₁ *d* 风俗习惯：Phong hoá nơi đây rất chất phác. 这里的风俗很

纯朴。

phong hoá₂ *đg* 风化: Mảng đá này đã bị phong hoá. 这块石头已被风化。

phong hủi *d* [医] 麻风

phong kế *d* 风速计

phong kiến *d*; *t* 封建

phong lan *d* [植] 寄生兰

phong lưu *t* ①风流: con người phong lưu 风流人物 ②殷实, 富足, 富裕: cảnh nhà phong lưu 家境殷实

phong nguyệt *d* 风月: tuyết hoa phong nguyệt 风花雪月

phong nhã *t* 风雅

phong phanh *t* ①不准确, 道听途说: nghe phong phanh 风闻 ②衣着单薄

phong phú *t* 丰富: nguồn tài nguyên phong phú 资源丰富

phong quang *t* 敞亮: nhà cửa phong quang 房屋敞亮

phong sương *d* [旧] 风霜

phong tặng *đg* 颁发, 授予

phong thái *d* 风度, 风采, 丰采

phong thấp *d* [医] 风湿

phong thổ *d* ①风土②水土: không quen phong thổ 水土不服

phong thuỷ *d* 风水: xem phong thuỷ 看风水

phong tình *d* 风情 *t* 风骚, 轻佻: ánh mắt phong tình 轻佻的眼神

phong toả *đg* 封锁

phong trào *d* 风潮, 运动: phong trào không liên kết 不结盟运动

phong trần *d* 风尘

phong tục *d* 风俗: thay đổi phong tục 移风易俗

phong vị *d* 风味

phong vũ biểu *d* 风雨表

phòng₁ [汉] 妨

phòng₂ [汉] 房 *d* ①房, 室: phòng ngủ 卧室; phòng làm việc 办公室②处, 科, 室: phòng hành chính 行政处 (科); trưởng phòng 处 (科) 长

phòng₃ [汉] 防 *đg* 防, 预防: dự phòng 预防

phòng ăn *d* 餐室, 餐厅

phòng bán vé *d* 售票室, 售票处

phòng bệnh *đg* 防病: Phòng bệnh hơn chữa bệnh. 防病胜于治病。

phòng bị *đg* 防备, 预备

phòng cháy *đg* 消防: tiêu chuẩn phòng cháy chữa cháy 消防标准

phòng chống *đg* 预防: phòng chống dịch bệnh 预防疾病

phòng dịch *đg* 防疫

phòng đọc sách *d* 阅览室, 图书室

phòng đôi *d* (宾馆) 双人间, 标间

phòng đơn *d* (宾馆) 单人间

phòng giữ *đg* 防守

phòng hoả *đg* 防火

phòng hoá nghiệm *d* 化验室

phòng hộ *đg* 防护

phòng khách *d* 客厅, 会客室

phòng khám bệnh *d* 诊室, 门诊

phòng không *đg* 防空: tên lửa phòng không 防空导弹

phòng kỉ *d* [药] 防己

phòng lụt *đg* 防涝, 防洪, 防汛

phòng mạch *d* 中医诊室, 诊所

phòng mổ *d* 手术室

phòng ngự *đg* 防御: thời kì phòng ngự 防御阶段

phòng ngừa *đg* 防止, 预防: phòng ngừa lũ lụt 预防洪涝

phòng sách *d* 书房, 书斋

phòng sấy *d* 烘房, 烤房

phòng thân *đg* 防身, 自卫

phòng thí nghiệm *d* 试验室

phòng thủ *đg* 防守, 防御: phòng thủ biên giới 防守边界; tuyến phòng thủ 防线

phòng thuế *d* 税务所

phòng thương mại *d* 商会, 商会组织

phòng thường trực *d* ①值班室②传达室

phòng tránh *đg* 预防

phòng triển lãm *d* 展览室, 展览厅

phòng tuyến *d* 防线

phòng vệ *đg* 防卫, 防护

phòng xa *đg* 预防: phòng xa mọi bất trắc 预防各种不测

phòng xếp *d* 套间, 夹壁间, 杂物房

phỏng₁ [汉] 纺, 访

P

phỏng₂[汉]仿 *đg* ①模仿,仿效②估摸,估计: tính phỏng 估算③访 *k* 倘若,要是: Phỏng chị ta đã đến rồi thì sao? 要是她已经到了,怎么办?

phồng₁ *t* (皮肤) 起泡的: Gánh nặng phồng cả vai. 担子太重,肩膀都起泡了。

phỏng chừng *đg* 估量,估计

phỏng dịch *đg* 意译

phỏng đoán *đg* 估算,猜测

phỏng sinh học *d* 仿生学

phỏng theo *đg* 仿照

phỏng tính *đg* 估算

phỏng vấn *đg* ①采访: Phóng viên đã phỏng vấn người thắng cuộc. 记者采访了获胜者。②当面回答: thi phỏng vấn 面试

phóng₁[汉]访

phóng₂[汉]放 *đg* ①扩大,放大: máy phóng 放大机②放: giải phóng 解放

phóng₃ *đg* 临摹,模拟: vẽ phóng 临摹作画

phóng₄ *đg* ①投掷,发射: phóng lao 掷标枪; phóng tên lửa 发射导弹②飞驰,飞奔,飙行: phóng xe máy trên phố 在街上飙摩托车

phóng đại *đg* ①放大,扩大: phóng đại tấm ảnh 放大照片②夸大: phóng đại thành tích 夸大成绩

phóng đãng *t* 放荡,放纵

phóng điện *đg* 放电: hiện tượng phóng điện 放电现象

phóng hoả *đg* 放火

phóng khoáng *t* 旷达,豪放

phóng nhanh *đg* 飞车,飙车

phóng pháo *đg* 轰击,轰炸

phóng sinh *đg* 放生

phóng sự *d* 纪实报道,通讯,报告文学

phóng tác *đg* 仿作,模仿写作

phóng tay *đg* 放手做,大胆干,随意做

phóng thanh *đg* 扩音: máy phóng thanh 扩音机

phóng thích *đg* 释放: phóng thích tù nhân 释放犯人

phóng túng *t* 放纵,无拘无束

phóng uế *đg* 随地大小便: Cấm phóng uế bừa bãi! 禁止随地大小便!

phóng viên *d* 记者

phóng xá *đg* 赦免,释放: phóng xá tội phạm 赦免罪犯

phóng xạ *đg* 放射: tia phóng xạ 放射线

phóng xe *đg* 飙车,飞车

phót *p* 腾地: nhảy phót một cái 腾地一跳

phọt *đg* 喷射,喷溅: phọt nước 喷水

phọt phẹt *t* ①半桶水的,一知半解的②差劲的,不咋样的

photo lap *d* 照片冲印室

phô₁[汉]铺 *đg* ①显露,炫耀,夸耀

phô₂ *t* 夸张,高调

phô bầy *đg* ①陈列,摆列②表白,暴露③炫耀: phô bầy tài hoa 炫耀才华

phô diễn *đg* 体现,表现,展示

phô mai *d* [方]奶酪

phô tài *đg* 显能,逞能

phô-tô-cóp-py (photocopy) *đg* 复印,影印

phô trương *đg* 炫耀,张扬,显摆: phô trương tài sản 炫富; phô trương lực lượng 耀武扬威

phổ₁[汉]普,谱

phổ₂ *d* 谱: quang phổ 光谱; phổ nhạc 曲谱

phổ₃ *đg* 拍打: Chim phổ cánh. 鸟儿拍打翅膀。

phổ biến *đg* 推广;传达: phổ biến kinh nghiệm 推广经验 *t* 普通: nguyên lí phổ biến 普通原理

phổ cập *đg* 普及: phổ cập giáo dục cơ sở 普及基础教育

phổ độ *đg* 普度: phổ độ chúng sinh 普度众生

phổ kế *d* 光谱测量器

phổ niệm *d* 普遍现象

phổ quát *t* 普遍: hiện tượng phổ quát 普遍现象

phổ rộng *d* [药]广谱

phổ thông *t* 普通: trường trung học phổ thông 普通中学(高中); kiến thức phổ thông 常识

phố₁[汉]浦,圃,铺

phố₂ *d* 街道: đi phố 上街

phố ẩm thực *d* 美食街

phố phường *d* 街市, 街坊

phố thị *d* [旧] 城市; 城镇

phố xá *d* 街道

phốc₁ [汉] 仆, 扑, 蹼

phốc₂ *p* 疾速地, 敏捷地

phôi₁ [汉] 胚 *d* 胚胎: phôi bàn 胚叶; phôi bào 胚胞; phôi châu 胚珠

phôi₂ [汉] 坯 *d* 坯子

phôi pha *đg* 褪减, 褪淡

phôi thai *d* 胚胎 *đg* 萌芽

phôi thép *d* 钢坯

phổi *d* 肺: viêm phổi 肺炎

phổi bò *t* [口] 没心没肺, 直来直去

phối [汉] 配 *đg* ① 交配: phối giống lợn 给猪配种 ② 配套, 配合: phối hợp 配合

phối cảnh *d* (配景) 透视: bản vẽ phối cảnh 透视图

phối chế *đg* 配制

phối hợp *đg* 配合: phối hợp chặt chẽ 密切配合

phối khí *đg* 配器 (乐器)

phối liệu *d* 配料

phối màu *đg* 配色, 上色

phối ngẫu *d* [旧] 配偶

phôm phốp *t* [口] 白胖 [拟] 噼啪

phôn (telephone) *đg* 打电话: phôn về nhà 给家里打电话 *d* 电话: số phôn 电话号码

phồn₁ *d* 帮, 伙: cùng là một phồn trộm cắp 同是一伙盗贼

phồn₂ [汉] 繁 *t* 繁: phồn thể 繁体

phồn tạp *t* 繁杂

phồn thịnh *t* 繁盛, 昌盛: nền kinh tế phồn thịnh 经济繁荣

phồn thực *đg* 繁殖

phồn vinh *t* 繁荣: kinh tế phồn vinh 经济繁荣

phông *d* ① 背景, 幕布 ② 底色: ảnh chân dung chụp trên phông sáng màu 彩底肖像照

phông chữ *d* [计] 字体

phồng *đg* ① 胀大, 鼓起, 膨胀: Túi căng phồng. 口袋鼓鼓的。② (皮肤) 肿胀, 起泡: Mới đào được một lúc tay đã phồng lên. 才挖一会手就起泡了。

phồng da *d* 水疱疹

phồng phềnh *t* 上沉下浮, 漂浮

phồng tôm *d* 虾片: rán phồng tôm 炸虾片

phổng *đg* 得意, 洋洋得意, 得意忘形: mới khen cho vài câu đã phổng mũi 才夸几句就得意忘形

phỗng₁ *d* (寺庙里的) 泥塑像; 陶瓷玩偶

phỗng₂ *đg* ① 抢先: phỗng tay trên 捷足先登 ② 碰 (麻将用语)

phộng *d* 花生: dầu phộng 花生油

phóp *t* 白净, 白皙: da trắng phóp 皮肤白净

phóp pháp *t* 高大魁梧

phót *d* 错误, 过错

phót-phát *d* [化] 磷酸盐

phót-pho *d* [化] 磷

phơ *d* 陶瓷坯子, 泥胎

phơ phất *đg* 飘摇, 飘扬

phờ *t* 疲, 疲乏

phờ phạc *t* 无精打采, 憔悴

phở *d* ① 米粉, 粉条: phở bò 牛肉粉 ② [口] [转] 情人

phơi *đg* ① 晾晒: phơi nắng 晒太阳 ② 揭露, 暴露

phơi áo *đg* [口] (体育比赛) 溃败

phơi bày *đg* 揭露: Âm mưu bị phơi bày. 阴谋被揭穿。

phơi gió *đg* 风干

phơi màu *t* 抽穗的: Lúa đã phơi màu. 水稻已抽穗。

phơi phóng *đg* 晾晒

phơi phới *t* ① 飘扬: cờ bay phơi phới 旗帜飘扬 ② 意气风发

phới *đg* 开溜, 溜走

phơn phớt *t* ① 浅浅, 一点点: phơn phớt đỏ 微红 ② 浅尝辄止

phởn *t* 乐不可支

phởn phơ *t* 乐滋滋, 乐呵呵

phớn phở *t* 喜气洋洋

phớt *đg* ① 轻拂, 轻垫: Phớt một lớp phấn trên má. 脸上轻扑了一点儿粉。② 不理不睬 *t* 淡: đỏ phớt 淡红

P

phớt đời *đg* [口]厌世,玩世不恭

phớt lạnh *t* 冷淡

phớt lờ *đg* 冷眼旁观,不理睬

phớt phơ *t* 淡薄,依稀,浅淡

phớt tỉnh *đg* 冷漠对待,冷酷

phu₁ [汉]敷

phu₂ [汉]夫 *d* ①夫: phu thê 夫妻②民夫,劳役: phu làm đường 修路工

phu nhân *d* 夫人

phu phụ *d* 夫妇

phù₁ [汉]扶,辅,蜉,芙,符

phù₂ [汉]浮 *đg* 浮肿,肿痛: phù chân 脚肿

phù chú *d* 符咒

phù dâu *d* 伴娘,女傧相

phù du *d* [动]蜉蝣

phù dung *d* 芙蓉

phù điêu *d* 浮雕

phù đồ *d* [宗]浮屠

phù hiệu *d* ①符号②徽章,胸章;袖章;领章

phù hoa *t* 浮华

phù hộ *đg* 保佑,护佑

phù hợp *đg* 符合,适合

phù phép *đg* 法术,作法,施法

phù phiếm *t* 虚无缥缈

phù rể *d* 伴郎,男傧相

phù sa *d* 淤沙,冲积层

phù tá *d* 助理,助手

phù thuỷ *d* 巫师,法师

phù trợ *đg* 扶助

phủ₁ [汉]俯,否,抚

phủ₂ [汉]府 *d* 府(旧时省以下县以上行政区域)

phủ₃ [汉]府 *d* 府,署: phủ thủ tướng 总理府

phủ₄ *đg* 覆盖,遮盖,掩盖,铺盖: Tuyết phủ mặt đất. 雪覆盖了大地。

phủ₅ [汉]斧 *d* 斧头: đao phủ 刀斧

phủ dưỡng *đg* 抚养

phủ đầu *đg* 抢先机,迎头: đánh một trận phủ đầu 迎头痛击

phủ định *đg* 否定

phủ nhận *đg* 否认

phủ phục *đg* 俯伏

phủ quyết *đg* 否决: quyền phủ quyết 否决权

phủ tạng *d* 五脏六腑

phũ phàng *t* 残酷无情

phú₁ [汉]富

phú₂ [汉]赋 *d* 赋: ca phú 歌赋

phú₃ *đg* 赋予,给予

phú cường *t* 富强

phú ông *d* [旧]富翁

phú quí *t* 富贵

phú thương *d* 富商

phụ₁ [汉]父,妇,辅

phụ₂ [汉]负 *đg* 负,辜负: phụ lòng 负心

phụ₃ [汉]附,副 *t* 附带的,次要的,辅助的: sản phẩm phụ 副产品 *đg* 辅助,附带

phụ âm *d* 辅音

phụ bạc *đg* 负心,薄幸

phụ bản *d* 副本,副版,副刊

phụ cận *t* 附近的: vùng phụ cận 附近地区

phụ cấp *đg* ; *d* 补助,补贴,津贴: tiền phụ cấp trách nhiệm 岗位津贴

phụ chú *d* 附注

phụ đạo *đg* (课外)辅导,补课

phụ đề *d* 小标题;字幕

phụ gia *đg* 附加: chất phụ gia 添加剂 *d* 添加剂

phụ giảng *d* 助教

phụ giúp *đg* 补贴: Đi kiếm thêm để phụ giúp gia đình. 挣外快以补贴家用。

phụ hoạ *đg* 附和 *t* 陪衬的,陪伴的: múa phụ hoạ cho ca sĩ 给歌手伴舞

phụ huynh *d* 父兄,家长: họp phụ huynh học sinh 开家长会

phụ khoa *d* [医]妇科

phụ kiện *d* 附件,零件,配件,辅件

phụ liệu *d* 附料

phụ lục *d* 附录

phụ mẫu *d* [旧]父母

phụ nữ *d* 妇女

phụ phẩm *d* 副产品,农副产品

phụ phí *d* 附加费

phụ san *d* (报纸杂志)副刊

phụ sản *d* 妇产: khoa phụ sản 妇产科

phụ tá *d* 助手 *đg* 辅佐,辅助

phụ tải *d* 负荷,载荷

phụ thẩm *d* 陪审员

phụ thu *đg* 附加征收：thuế phụ thu 附加税

phụ thuộc *đg* ①附属,从属,附庸②依赖,依靠

phụ thuộc vào 取决于,决定于

phụ trách *đg* 负责：phụ trách tiêu thụ sản phẩm 负责产品销售

phụ trội *đg* 额外增加

phụ trợ *đg* 辅助

phụ tùng *d* 配件,零件：phụ tùng ô tô 汽车零件

phúc₁ [汉] 腹,复,覆

phúc₂ [汉] 福 *d* ①福：có phúc 有福气②善举：làm phúc 做善事 *t* 幸运,侥幸

phúc âm *d* ①回复,回音②[宗] 福音

phúc đáp *đg* (书面) 答复：công văn phúc đáp 回函

phúc đức *d* ①福德 *t* ①幸运,侥幸②福善,仁慈

phúc hậu *t* 仁厚,厚道

phúc khảo *đg* ①[旧] 重考②复查试卷

phúc kiểm *đg* 重新检查：phúc kiểm chất lượng lô hàng này 重新检查这批货的质量

phúc lợi *d* 福利：phúc lợi công cộng 公共福利

phúc phận *d* 福分,福气

phúc thẩm *đg* 复审

phúc tra *đg* 复查

phúc xử *đg* 复判,复审

phục₁ [汉] 复

phục₂ [汉] 伏 *đg* ①伏倒②埋伏

phục₃ [汉] 服 *đg* 佩服

phục binh *d* 伏兵 *đg* 埋伏

phục chế *đg* 复制：phục chế ảnh 复制相片

phục chức *đg* 复职,恢复职务

phục cổ *đg* 复古

phục dịch *đg* 服侍：phục dịch người ốm 服侍病人

phục hồi *đg* 回复,恢复：phục hồi sức

khoẻ 恢复健康

phục hưng *đg* 复兴

phục kích *đg* 伏击,埋伏

phục lăn *đg* 佩服得五体投地

phục linh *d* [药] 茯苓

phục nghiệp *đg* 复业,重操旧业

phục phịch *t* 臃肿笨拙

phục sinh *đg* 复生,复活：Lễ Phục sinh 复活节

phục sức *đg* ; *d* 穿戴,装扮

phục thiện *đg* 从善

phục thù *đg* 复仇

phục trang *d* (演出) 行头

phục tùng *đg* 服从：phục tùng mệnh lệnh 服从命令

phục vị *đg* 复位,复辟

phục viên *đg* 复员

phục vụ *đg* 服务：phục vụ nhân dân 为人民服务

phủi *đg* ①掸,拂②推卸：phủi trách nhiệm 推卸责任

phủi tay *đg* 不认账,甩手不管

phun *đg* ①喷,射：phun nước 喷水②吐露：phun hết mọi bí mật 吐出一切秘密

phùn *d* 毛毛雨 *đg* 冒出：phùn nước 冒水

phún thạch *d* 熔岩

phung phá *đg* 挥霍无度

phung phí *đg* 浪费

phùng₁ *đg* 膨,鼓起

phùng₂ *đg* 相逢：kì phùng đối thủ 棋逢对手

phủng *đg* ; *t* 破,洞穿,穿透：đâm phủng 刺破

phúng₁ [汉] 讽

phúng₂ [汉] 赗 *đg* 祭奠：đi phúng 前往吊唁

phúng viếng *đg* 吊丧,吊唁

phụng₁ [汉] 凤 *d* 凤：gác phụng 凤阁

phụng₂ [汉] 奉 *đg* ①侍奉：phụng dưỡng 奉养②奉：phụng chi 奉旨

phụng mệnh *đg* 奉命

phụng phịu *đg* 拉长脸,耷拉着脸

phụng sự *đg* 效劳,服务：phụng sự tổ quốc 为祖国服务

phụng thờ *đg* 供奉

phút *d* ①分钟: Buổi họp kéo dài 50 phút. 会议持续了50分钟。②一会儿: chờ tôi ít phút 等我一会儿

phút chốc *d* 顷刻，刹那

phút giây *d* 时刻: những phút giây hạnh phúc 幸福时刻

phụt *đg* 吹，喷: phụt hơi 吹气 *p* 呼的一声(迅速、突然): Đèn phụt tắt. 灯"呼"的一声灭了。

phuy *d* 大圆桶，加仑桶

phứa *t* 恣意的，蛮干的: cãi phứa 恣意争吵

phứa phựa *t* 胡乱，乱七八糟

phức₁[汉]馥 *t* 馥郁，浓郁

phức₂[汉]复 *d* 复数

phức hợp *t* 复合的

phức tạp *t* 复杂: tư tưởng phức tạp 思想复杂

phưng phức *t* 馥郁

phừng *đg* ⋯起来: Mặt đỏ phừng. 脸红起来。

phừng phực *t* ①炽热: lửa cháy phừng phực 炽热的火焰②红彤彤，红扑扑

phừng phừng *p* [方] 烈火熊熊，火势凶猛

phửng *đg* 拂晓，破晓: Trời đã phửng sáng. 天已破晓。

phưỡn *đg* 挺，鼓: phưỡn bụng 鼓着肚子

phướn *d* 旌旗

phương₁[汉]芳，妨

phương₂ *d* 方(粒状物量具，约30升)

phương₃[汉]方 *d* ①方向: phương nam 南方②远方

phương₄[汉]方 *d* ①方法: trăm phương nghìn kế 千方百计②药方

phương án *d* 方案: phương án thực hiện 实施方案

phương cách *d* 方式，方法

phương châm *d* 方针: phương châm chỉ đạo 指导方针

phương diện *d* 方面

phương đông *d* 东方

phương hại *đg* 妨碍，妨害

phương hướng *d* 方向

phương ngôn *d* ①方言②谚语，俗语

phương pháp *d* 方法

phương phi *t* (中年男子)健壮，健美

phương sách *d* 措施，办法，举措

phương thức *d* 方式

phương tiện *d* 工具，手段，媒介: phương tiện giao thông 交通工具

phương trình *d* 方程式

phương trời *d* 一方天；天边，远方

phương vị *d* 方位

phương xa *d* 远方

phường[汉]坊 *d* ①[旧]作坊: phường vải 布坊②伙，帮，班，辈: phường hát 戏班③坊，街区；街道办事处(越南城市郡以下一级行政单位)

phường bạn *d* 同行，同业

phượng₁[汉]坊

phượng₂[汉]凤 *d* 凤

phượng hoàng *d* 凤凰

phượng vĩ *d* [植]凤凰木，凤凰树

phượt *đg* 飞奔，飞跑

phứt *p* 迅速地，干脆地

pi *d* 圆周率(π)

pi-a-nô *d* 钢琴

pi-da (pizza) *d* 比萨饼

píc-níc *d* 野餐

pin (pile) *d* 干电池: pin mặt trời 太阳能电池

pít-tông (piston) *d* 活塞

pla-stic (plastic) *d* 塑料

pop *d* 流行音乐

prô-tê-in (protein) *d* 蛋白质

púp-pê *d* 洋娃娃

q，Q 越语字母表的第 21 个字母

qua₁［汉］瓜，戈

qua₂ *d* 我（男性对晚辈自称）：Qua đi chơi với cậu. 我和你去玩。

qua₃ *đg* ①过，越过：qua sông 过河② 去，到：qua nhà hàng xóm chơi 去 邻居家玩③ 过，跨过：lật qua trang sau 翻开下一页④ 经过：qua bao gian khổ 经过多少艰难困苦⑤过后⑥ 逃过 *p* 粗略地，大体地：giới thiệu qua 简介 *k* 通过

qua cầu rút ván 过河拆桥

qua chuyện *đg* 搪塞，敷衍，làm cho qua chuyện 敷衍了事

qua đò *đg* 过渡口，摆渡

qua đời *đg* 过世，逝世

qua đường *đg* 过路

qua lại *đg* ①过往，往来，来来往往② 相互，互动：ảnh hưởng qua lại 相 互影响

qua loa *t* 粗略，马虎，随便：xem qua loa 粗略看看

qua mặt *đg*［口］怠慢

qua ngày *đg* 度过，虚度，苦熬

qua phân *đg* 瓜分

qua quýt *p* 粗略地，马虎地，随便地

qua tay *đg* ①经手②转手

quà *d* ①零食：ăn quà 吃零食②礼物， 赠品：quà sinh nhật 生日礼物

quà bánh *d* 饼食，糕点

quà biếu *d* 礼物，礼品，赠品

quà cáp *d* 礼物，赠品 *đg*［口］送礼

quà kỉ niệm *d* 纪念品

quà ra mắt *d* 见面礼

quà tặng *d* 赠品

quả₁［汉］寡

quả₂［汉］果 *d* ①果实：đơm hoa kết quả 开花结果②圆形物：quả đấm 拳 头③果盒：một quả trầu 一盒槟榔④ 结果，因果

quả₃ *tr* 果然：quả như dự đoán 果然 不出所料

quả báo *d*［宗］因果报应；回报

quả cảm *t* 果敢：tinh thần quả cảm 果敢的精神

quả cân *d* 秤砣，砝码

quả cật *d* 肾脏，腰子

quả dại *d* 野果

quả dọi *d* 线锤：quả dọi thợ mộc 木 工线锤

quả đấm *d* ①拳头②拳形物

quả đất *d* 地球

quả địa cầu *d* 地球仪

quả là *p* 果然是，当真是

quả lắc *d* 摆子：đồng hồ quả lắc 摆 钟

quả lừa *d* 骗局：ăn quả lừa 上当受骗

quả nắm *d* 拳头

quả nhiên *t* 果然

quả phụ *d* 寡妇：cô nhi quả phụ 孤 儿寡母

quả quyết *t* 果决，果断 *đg* 断言

quả tạ *d* ①铁球②哑铃

quả tang *d* 现赃，赃物

quả thật *p* 果真，确实：Việc này quả thật tôi không biết. 这件事我果真不 知道。

quả thế=quả vậy

quả vậy *p* 果然如此

quá［汉］过 *đg* 超过，超越，逾越： quá hạn 过期 *p* 太过，过多：nhiều quá 太多了

quá bán *đg* 过半

quá bộ *đg* 移步；屈尊前来

quá bữa *t* 过了就餐时间的

quá cân *d* 超重

quá cảnh *đg* 过境：Hành khách quá cảnh phải kiểm tra hộ chiếu. 过境旅客须检查护照。

quá chén *đg* [口] 喝酒过量，喝高

quá chừng *p* [口] 过度，过头，之极

quá cố *đg* 身故，亡故，去世

quá cỡ *p* 超过，超出

quá đà *t* 过头的：Xe chạy quá đà. 车超速了。

quá đáng *t* 过分，过火：lời nói quá đáng 言辞过分

quá độ₁ *đg* 过渡：thời kì quá độ 过渡时期

quá độ₂ *đg* 过度：ăn tiêu quá độ 挥霍过度

quá giang₁ *d* [建] 房桁，屋梁

quá giang₂ *đg* ①过江，过河②搭便车：Xin quá giang một đoạn đường. 请捎我一段路。

quá giấc *t* 睡太晚，熬太晚

quá giờ *đg* 过时，过点，超时

quá hạn *đg* 过期，逾期，逾限：thực phẩm quá hạn 过期食品

quá khen *đg* 过誉，过奖

quá khích *t* 过激

quá khổ *t* 超过规格的

quá khứ *d* 过去，已往

quá lắm *p* [口] 过分，太甚

quá lắm cũng chỉ [口] 至多不过：Nhìn cô ấy quá lắm cũng chỉ 30 tuổi. 看她最多也就30岁。

quá lời *đg* 言重

quá lửa *t* 过火，过头

quá lứa lỡ thì 大龄女，剩女

quá mức *đg* 过分，过量

quá sức *t* 超乎能力，力不能及

quá tải *t* 超载：xe chở quá tải 汽车超载

quá tay *t* 手重的：đánh quá tay 打得太重了

quá tệ *t* ①坏极的，过分的②（坏）透顶的

quá thời *t* 过时的，不合时宜的

quá trình *d* 过程

quá trình công nghệ *d* 工艺流程

quá trớn 过分，过火，极端：Đùa quá trớn. 玩笑开过火了。

quá tuổi *t* 超龄的

quá ư *p* 过于：quá ư lạc hậu 过于落后

quạ *d* 乌鸦

quác [拟] 呱呱（鸡、鹅等叫声）

quạc *đg* 张大嘴：quạc mồm ra chửi rủa 破口大骂

quách₁ *d* 棺椁

quách₂ *p* 干脆，索性：vứt quách đi 干脆扔了

quai₁ *d* ①圈子②提把，把子，系带，系索：Đứt quai dép. 鞋带断了。*đg* 圈，筑，围：quai đê lấn biển 围海堤

quai₂ *đg* 抡：quai búa tạ 抡斧子

quai bị *d* 痄腮（腮腺炎）

quai chèo *d* 系桨索，橹绳

quai hàm *d* 下巴，颏

quai xách *d* 提把，提手

quài₁ [汉] 挂

quài₂ *đg* 向后伸手或背手：quài tay ra sau lưng để gãi 背手给腰搔痒

quải *đg* [方] 撒：quải thóc 撒稻谷

quái₁ [汉] 怪 *d* 怪物：quái quỉ 鬼怪 *t* 奇怪 *tr* 才怪（强调否定色彩）

quái₂ *đg* 回转，扭转：quái cổ nhìn 转头看

quái₃ [汉] 卦：bát quái 八卦

quái ác *t* 怪诞恶毒的

quái dị *t* 怪异：chuyện quái dị 怪事

quái đản *t* 怪诞

quái gở *t* 怪僻，古怪：tính quái gở 性情怪僻

quái kiệt *d* 怪杰

quái lạ *t* [口] 奇异，奇怪：chuyện quái lạ 怪事

quái quỉ *t* 鬼机灵

quái thai *d* ①怪胎，畸胎②怪事，怪物

quái vật *d* 怪物

quan₁ *d* [汉] 鳏，冠

quan₂ [汉] 官 *d* 官: làm quan 做官

quan₃ *d* ①[旧] 贯 (钱) ②[口] 法郎

quan₄ [汉] 棺 *d* 棺材

quan₅ [汉] 观 *d* 观念，思想

quan₆ [汉] 关 *d* 关: tương quan 相关

quan ải *d* [旧] 关隘

Quan âm *d* 观音

quan cách *t* 官架子的，官气的

quan chức *d* 官员

quan điểm *d* 观点

quan hệ *d* 关系 *t* 重要的

quan họ *d* [乐] 官贺 (越南民歌调)

quan khách *d* 客官，来宾，贵宾

quan lại *d* 官吏

quan liêu *d* 官僚 *t* 官僚作风的，官僚主义的

quan lớn *d* 大官，大人，大老爷

quan ngại *đg* 关注，关切

quan niệm *d* 观念 *đg* 认识，理解

quan sát *đg* 观察: quan sát viên 观察员

quan tài *d* 棺材

quan tâm *đg* ①关心，关怀②关注，感兴趣: Chuyện đó tôi không quan tâm. 那件事我没兴趣。

quan tham lại nhũng 贪官污吏

quan toà *d* 法官

quan trắc *đg* 观测: quan trắc chất lượng nước 观测水的质量

quan trên *d* 上峰，上司

quan trọng *t* 重要的: nhiệm vụ quan trọng 重要任务

quan trường *d* 官场

quan viên *d* ①官员②官人③ [旧] 狎客

quàn *đg* ①停灵②搁浅，搁置③暂缓，暂停

quản [汉] 管 *đg* 顾，管: Không ai quản được lũ trẻ này. 没人管得了这帮孩子。

quản chế *đg* 管制

quản chi *k* 哪怕，不管

quản đốc *d* 车间主任

quản gia *d* [旧] 管家

quản giáo *d* 狱警，监狱管教人员

quản lí *đg* 管理 *d* ①管理②管理员

quản ngại *đg* 顾忌，担心，害怕

quản thúc *đg* ①监视居住 (一种刑罚) ②管束

quản trị *đg* 管理: ban quản trị 管理委员会

quán₁ [汉] 观

quán₂ [汉] 馆 *d* 馆: đại sứ quán 大使馆

quán₃ [汉] 贯 *đg* 贯穿: quán thông 贯通 *d* 籍贯: nguyên quán 原籍

quán₄ [汉] 冠 *d* 冠: quán quân 冠军

quán₅ [汉] 惯 *đg* 习惯

quán₆ [汉] 灌 *đg* 灌: quán tẩy 灌洗

quán ăn *d* 小吃店

quán bar *d* 酒吧

quán cà phê *d* 咖啡馆

quán cóc *d* 街边小店

quán Internet *d* 网吧

quán hàng *d* 小店铺，小卖部

quán nghỉ *d* 凉亭

quán sách *d* 售书亭

quán trà *d* 茶馆，茶室

quán triệt *đg* 贯彻，落实

quán trọ *d* 小客店，小客栈

quán xuyến *đg* ①贯穿②承担，担当

quang₁ *d* 箩筐，筐

quang₂ [汉] 光 *d* 光，光学: phản quang 反光 *t* ①晴朗，明亮: trời quang mây tạnh 雨过天晴②空旷，无障碍

quang âm *d* 光阴

quang cảnh *d* ①光景，境况: Quang cảnh nhà anh ấy khá hơn trước nhiều. 他家的境况比从前好多了。②风景，景象: quang cảnh ngày mùa 丰收景象③情形，样子

quang chất *d* 镭

quang dầu *d* 光油 *đg* 上光油

quang đãng *t* 敞亮，明朗

quang gióng *d* 藤编的筐子

quang minh *t* 光明

quang minh chính đại 光明正大

quang năng *d* 光能

quang nguyên *d* 光源

Q

quang phổ *d* 光谱
quang quác [拟] 呱呱
quang tuyến *d* 光线
quang vinh *t* 光荣
quàng₁ *đg* ①搂，抱：quàng vai 勾肩搭背②围，披：quàng khăn 围围巾③磕绊：bị dây quàng một cái 被绳子绊了一下
quàng₂ *t* 匆匆忙忙 *p* 胡乱
quàng xiên *t* 胡乱
quảng [汉] 广
quảng bá *đg* 宣传，广告，推广，广为传播
quảng cáo *đg* 做广告 *d* 广告
quảng đại *t* ①广大：quảng đại quần chúng 广大群众②宽广：tấm lòng quảng đại 胸怀宽广
quảng giao *t* [旧] 交游广泛的，交际广的
quảng trường *d* 广场
quãng *d* ①（空间、时间）段：quãng đường phía trước 前面一段路 ②间距
quãng trống *d* 空旷处，空白处
quáng *t* 眩目
quáng gà *d* 夜盲症
quáng mắt=quáng
quáng quàng *t* [口] 匆忙，慌忙，仓促
quanh *d* 周围 *đg* 绕行：Cho xe quanh vào đây. 把车绕到这儿来。*t* ①绕圈②（道路、河流）弯曲
quanh co *t* ①曲折，弯曲：đường quanh co khúc khuỷu 道路曲折②拐弯抹角
quanh năm *d* 终年，一年到头
quanh quánh *t* 有点黏的
quanh quẩn *đg* ①环绕，围绕②（思想）萦回②来回，总共
quanh quất *d* 周遭，周围，附近①曲折：Đường đi quanh quất trong làng. 村子里的路弯弯曲曲的。
quanh quéo=quanh co
quành *đg* 绕过，拐弯：quành sang bên phải 往右拐
quánh *t* 黏稠的，黏结的
quạnh *t* 寂静，空寂，冷清

quạnh hiu *t* 寂寥，空旷，冷清清
quạnh không *t* 空寂
quạnh quẽ=quạnh
quạnh vắng *t* 冷寂
quart *d* 夸脱（1 夸脱 =1/4 加仑）
quát₁ [汉] 括，刮
quát₂ *đg*（大声）呵斥，责骂
quát chửi *đg* 呵骂，斥责
quát lác *đg* 训斥
quát mắng *đg* 大声叫骂
quát nạt *đg* 恫吓
quát tháo *đg* 呵喝，呵斥
quạt *d* 扇子 *đg* ①扇动：扫射②划水，划桨 ③严厉训责：nó bị quạt một trận nên thân. 他被狠狠训了一顿。
quạt bàn *d* 台扇
quạt cây *d* 落地扇
quạt cói *d* 蒲扇
quạt điện *d* ①电扇②电动鼓风机
quạt gió *d* ①鼓风机，电扇②风力电机
quạt hòm *d* 鼓风车
quạt máy *d* ①电扇，电风扇②鼓风机
quạt quay *d* 摇头风扇
quạt trần *d* 吊扇
quạt treo tường *d* 壁扇
quàu quạu *t* [方] 气鼓鼓，气呼呼
quáu *t* 扭曲，卷曲：sừng quáu 弯弯的角
quạu *đg* 发脾气，发火：nổi quạu 发火 *t* 暴躁
quạu quọ *đg*; *t*（因疼痛、生气）皱眉
quay *đg* ①旋转：Trái đất quay quanh mặt trời. 地球围绕太阳转。②掉转，折转：quay xe 掉转车头③拍摄④烤：vịt quay 烤鸭⑤出难题：quay thí sinh 为难考生 *d* 陀螺
quay cóp *đg* [口]（考试）作弊
quay cuồng *đg* 狂转，狂乱
quay đơ *đg* 晕厥，昏倒，不省人事
quay lơ *đg* 扑倒，打翻
quay phim bài *đg* ①拍视频，拍电影②夹带（考试作弊）
quay quắt *t* 诡诈，狡诈，刁钻
quay số *đg* 转彩，摇彩票
quay tít *đg* 飞转，直打转

quay vòng *đg* 周转

quày₁ *d* [方] 梳，串: quày chuối 一梳香蕉

quày₂ *d* 谷桶，大木柜

quảy *đg* 挑，扛

quắc₁ [汉] 幗，攫，帼

quắc₂ *đg* 瞪

quắc₃ *t* 炯炯: mắt sáng quắc 目光炯炯

quắc thước *t* 矍铄

quặc *đg* 反驳

quăm *t* 弯曲: bẻ quăm lại 扳弯

quăm quăm *t* 直瞪瞪

quăm quắp *t* 夹尾巴的，撅屁股的

quắm quặm *t* 冷酷，凶残

quắm *d* 弯头刀

quặm₁ *t* 弯曲: mũi quặm 勾鼻子

quặm₂ *t* 狰狞: quặm mặt hung tợn 面目狰狞

quặm quặm *t* 盛怒的

quăn *t* 卷曲: tóc quăn 卷发

quăn queo *t* 卷曲

quằn *t* ①刀钝的，卷刃的②弯曲

quằn quại *đg* (因病痛而)挣扎，蜷曲: đau bụng quằn quại 肚子痛得直打滚

quắn₁ *d* 次，趟，回: làm một quắn 做一次

quắn₂ *t* ①卷曲: tóc quắn 卷发②痛得打滚的

quặn *t* 绞痛的，扭紧的: quặn đau trong lòng 心如刀绞

quặn thắt *t* 绞痛

quăng *đg* 扔，抛，投，掷: quăng lưới 撒网

quăng quắc *t* 瞪眼的

quăng quật *đg* ①乱扔，乱放②劳累谋生

quẳng *đg* ①扔掉，丢掉②丢弃

quặng *d* 矿，矿石: quặng đồng 铜矿

quắp *đg* 折，夹紧

quặp *đg* ①弯折，折叠②紧紧夹住

quắt *t* 蔫，干瘪: Quả phơi khô quắt lại. 果子晒干瘪了。

quắt queo＝**quắt**

quắt quéo *t* 诡谲，狡诈

quặt *đg* ①反扭，反折②转向，拐弯: quặt sang bên trái 向左转弯

quặt quẹo *t* 体弱多病

quân₁ [汉] 君，均

quân₂ [汉] 军 *d* ①军，军队②军事③军卒，士兵④之流，之类⑤纸牌，棋子

quân báo *d* 军事情报

quân bị *d* 军备: chạy đua quân bị 军备竞赛

quân bình *t* 平衡，均衡: Lực lượng hai bên ở thế quân bình. 双方旗鼓相当。

quân cảnh *d* 宪兵

quân chính *d* 军政

quân chủ *d* 君主: quân chủ lập hiến 君主立宪

quân chủng *d* 军种

quân dụng *d* 军用品 *t* 军用的，军事的

quân dự trữ *d* 后备军

quân đánh thuê *d* 雇佣兵

quân đoàn *d* (陆军编制)军，军团

quân đội *d* 军队

quân hàm *d* ①军衔②军衔符号

quân hạm *d* [旧] 军舰

quân hồi vô lệnh 兵败如山倒

quân khí *d* ①军械②装备部

quân khu *d* 军区: quân khu7 第七军区

quân lệnh *d* 军令

quân lương *d* 军粮

quân lực *d* 兵力

quân nhảy dù *d* 伞兵

quân nhân *d* 军人: nữ quân nhân 女军人

quân nhu *d* 军需: kho quân nhu 军需仓库

quân pháp *d* 军法

quân phiệt *d* 军阀 *t* 军阀主义的

quân phục *d* 军服

quân quản *d* 军管

quân sĩ *d* [旧] 军士，兵士

quân sư *d* 军师: quân sư quạt mo 蹩脚军师

quân sự *d* 军事: quân sự hoá 军事化

quân thù *d* 敌军，敌人

Q

quân thường trực *d* 常备军

quân tiếp viện *d* 援军

quân tình nguyện *d* 志愿军

quân trang *d* 军装

quân tử nhất ngôn 君子一言，驷马难追

quân uỷ *d* 军委

quân viễn chinh *d* 远征军

quân vụ *d* 军务

quân y *d* 军医

quần₁ [汉] 裙

quần₂ *d* 裤子：may quần 缝制裤子

quần₃ *đg* ①践踏：Đàn trâu quần ruộng. 牛群践踏稻田。②揍，打③对峙：Bộ đội ta quần nhau với địch. 我军与敌军对峙。

quần₄ [汉] 群 *d* 群：quần thể 群体

quần áo *d* 衣服，衣裳：quần áo tân thời 时装

quần bò *d* 牛仔裤

quần chẽn ống *d* 马裤

quần chúng *d* 群众，大众 *t* 群众的

quần cụt *d* 短裤

quần cư *đg* 群居

quần dài *d* 长裤

quần dệt bông *d* 棉毛裤

quần đảo *d* 群岛

quần đùi *d* 裤衩儿，内裤；短裤

quần kép *d* 夹裤

quần lót *d* 内裤

quần ngựa *d* 赛马场

quần phăng *d* 女式西裤

quần quật *t* 终日劳作的

quần soóc *d* 西装短裤

quần tây *d* 西装裤

quần thể *d* 群体，群落

quần trong *d* 衬裤，内裤

quần tụ *đg* 群聚

quần vệ sinh *d* 卫生裤，绒裤

quần vợt *d* 网球：chơi quần vợt 打网球

quần xi líp *d* 三角裤

quần *đg* ①围绕，环绕，团团转：Khói quần trong phòng. 烟雾在屋里环绕。②羁绊，缠绕③思来想去：nghĩ quần lo quanh 左思右想

quẩn bách *t* 困窘

quẩn quanh *đg* ①环绕，围绕②（思想）萦回③来回，总共（=quanh quẩn）

quẩn trí *t* 束手无策

quận₁ [汉] 窘 *t* ①窘：cảnh quẩn 窘境②糊涂

quẩn bách *t* 窘迫：tình thế quẩn bách 情势窘迫

quẩn trí *t* 智穷，糊涂

quấn *đg* ①绕，缠②眷恋不离

quấn quít *đg* 缠磨，眷恋不离

quận₁ [汉] 郡 *d* ①郡（城市下一级行政区域，相当中国城市的“区”）：công an quận 郡公安局②郡（封建时代行政区域）

quận₂ *d* 卷：một quận giấy 一卷纸

quận huyện *d* 郡县

quầng *d* ①光晕，光圈②黑眼圈

quầng mắt *d* 黑眼圈

quầng mặt trời *d* 日晕

quầng trăng *d* 月晕

quẫng *t*（动物）兴奋

quất₁ *d* 金橘：chậu quất cảnh 金橘盆景

quất₂ *đg* 抽打：quất cho mấy roi 抽打几鞭

quất hồng bì *d* 黄皮果

quật₁ [汉] 窟，屈，倔

quật₂ *đg* 摔，扳倒：quật cổ 摔跤

quật₃ [汉] 掘 *đg* 掘：quật mồ mả 掘坟墓

quật₄ [汉] 崛 *đg* 起，崛起

quật cường *t* 坚强不屈

quều *đg* ①抓，抠：quều rất đau 抠得好痛②捉：Diều quều gà con. 老鹰捉小鸡。*d* 爪

quây *đg* 围，围绕

quây quần *đg* 围绕，围坐

quây tròn *đg* 围成圈

quầy *d* ①柜台②柜子

quầy quả *t* 烦扰

quầy quậy *đg* 不停地摇：lắc đầu quầy quậy 连连摇头

quẩy₁ *d* 油条：Sáng ăn quẩy. 早上吃油条。

quẩy₂ *đg* 挑，扛：quẩy hàng đi chợ 挑

货赶集

quẩy *đg* ①挣扎：Cá quẩy trong rổ. 鱼儿在篓子里挣扎。②挣脱：Đứa bé quẩy khỏi tay người lạ. 小孩挣脱了陌生人的手。

quẩy₁ *đg* 搅拌：quẩy cho đều 搅匀

quẩy₂ *t* 调皮，闹腾

quẩy₃ *t* [方] 有过错的

quẩy đảo *đg* 搅乱

quẩy nghịch *đg* 调皮，捣蛋，搞恶作剧

quẩy nhiễu *đg* 骚扰

quẩy phá *đg* 搅坏，破坏

quẩy quá *t* ①敷衍，搪塞：làm quẩy quá cho xong 敷衍了事②过错：làm quẩy quá 做错

quẩy rầy *đg* 烦扰，打搅

quẩy rối *đg* 扰乱，骚扰：quẩy rối tình dục 性骚扰

quậy₁ *đg* ①扑腾②挣扎③搅，冲

quậy₂ *đg* 捣乱：Thằng nhỏ quậy quá. 小家伙总爱捣乱。

que *d* ①小棍儿：que diêm 火柴棍②根，枝：một que đũa 一根筷子

que đan *d* 毛线针

que hàn *d* 焊条：que hàn điện 电焊条

que lửa *d* 拨火棍

què *t* (手足) 残疾的：què tay 手残

què quặt＝**què**

quẻ *d* 卦：xin một quẻ 占一卦

quen *t*；*đg* ①相识，熟悉：người quen 熟人②习惯，习性③熟练

quen biết *đg* 熟，相识，熟悉

quen chịu *t* 经得住的，耐得住的：quen chịu lạnh 耐冷

quen hơi bén tiếng 情投意合

quen lớn *t* 深交，知交

quen mặt *t* 面熟的，见过面的

quen miệng *t* 习惯的：câu quen miệng 口头禅

quen mui *đg* 吃惯嘴，尝惯甜头

quen nết *d* 坏习惯

quen rộng *t* 交游广的，交际广的

quen tay *t* 熟悉，熟练

quen thân₁ *đg* 养成不良习惯

quen thân₂ *t* 熟悉的，认识的

quen thói *đg* 养成坏习惯

quen thuộc *t* 熟识的，熟悉的

quèn *t* 不咋的，一般般的

queo *t* 弯曲，卷曲：Thanh củi khô queo. 木柴干枯弯曲。Sự việc bị bé queo. 事实被歪曲了。

quèo *t* (睡相) 弯曲不直：nằm quèo 屈身而睡

quéo *d* [植] 扁桃：cây quả quéo 扁桃树

queo *t* 折弯的：ngã queo chân 摔崴了脚 *đg* 拐弯：Cho xe queo sang trái. 车往左拐。

quét *đg* ①扫，打扫，扫除：quét sân 打扫庭院②涂刷：quét vôi 刷石灰③扫除，扫荡，扫平，肃清④扫射⑤扫描

quét dọn *đg* 打扫，整理

quét quáy *đg* [口] 清扫

quét tước *đg* 打扫：quét tước nhà cửa 打扫房屋

quẹt *đg* 擦：quẹt nước mắt 擦眼泪 *d* [方] 打火机

quê *d* ①乡村，乡下，乡间②家乡，故乡，故里，故土，乡土，老家：về quê 回老家 *t* 村野，土气

quê cha đất tổ 故土

quê hương *d* ①故乡②发祥地，摇篮

quê kệch *t* 村野，粗俗，土气

quê mùa *t* 村野，土里土气，乡土气

quê nhà *d* 家乡，故乡，故里，故土，老家

quê quán *d* 籍贯

quế [汉] 桂 *d* 桂：cây quế 桂树

Quế Lâm *d* [地] 桂林 (中国著名旅游城市)

quên *đg* ①忘，忘记：quên số điện thoại 忘了电话号码②遗下，落下：Quên chìa khoá ở nhà. 钥匙落在家里。

quên bẵng *đg* 忘光，忘个精光

quên béng *đg* [口] 忘掉，全忘，记不起来

quên khuấy *đg* [口] 忘得一干二净

quên lãng *đg* 忘记

Q

quên lửng đg 一时忘记

quên mất đg 忘光，忘掉

quên mình đg 忘我

quệnh quạng t 踉踉跄跄

quết đg ①捣碎，舂碎②抹

quệt đg ①擦碰：Hai xe quệt vào nhau. 两车擦碰。②沾：quệt ít dầu nhờn 沾一点润滑油③涂抹：quệt hồ lên giấy 在纸上抹米糊 d 一抹：Quệt mực trên má. 脸上有一抹墨水。

quều quào đg 扒拉：ăn quều quào mấy miếng cơm 扒拉两口饭

qui₁ [汉] 规，龟

qui₂ [汉] 归 đg ①归：hồi qui 回归②折合：qui thành tiền đô-la 折算成美元③归纳

qui bản d 龟板

qui cách d 规格

qui chế d 规定，制度，规范

qui chuẩn d 规范，标准

qui chụp đg 扣帽子，戴高帽

qui củ d 规矩 t 有条理的

qui đầu d [解] 龟头

qui định d 规定 đg 规定：Văn bản đã qui định rõ về tình hình này. 文件对这种情况做出了明确规定。

qui đổi đg 换算，折算：Qui đổi từ yên Nhật sang đồng Việt Nam. 把日元折算成越南盾。

qui hàng đg 归降

qui hoạch đg；d 规划：qui hoạch đô thị 城市规划

qui kết đg 归结

qui luật d 规律：qui luật di truyền 遗传规律

qui mô d 规模 t 大规模的

qui nạp đg 归纳

qui phạm d 规范：qui phạm kĩ thuật 技术规范

qui phục đg 归服，降服

qui tắc d 规则：qui tắc thi đấu 比赛规则

qui tập đg 归集，收拢

qui thuận đg 归顺

qui tội đg 归罪

qui trình d 规程，流程，程序：qui trình sản xuất 生产流程

qui tụ đg 归聚，聚集，聚拢

qui ước d 协议，约定 đg 协约，约定

qui y đg 皈依：qui y cửa Phật 皈依佛门

quì₁ [汉] 葵 d 向日葵

quì₂ d 金箔；银箔

quì₃ d 试纸，pH 纸

quì₄ đg 跪：quì trước bàn thờ 跪在祭桌前

quì gối đg 跪，屈膝

quì lạy đg 跪拜

quỉ₁ [汉] 诡

quỉ₂ [汉] 鬼 d ①鬼，魔鬼②捣蛋鬼，机灵鬼 t 鬼机灵的，鬼聪明的

quỉ dạ xoa d 夜叉

quỉ kế d 诡计

quỉ quái d 鬼怪 t 鬼机灵

quỉ quyệt t 诡谲

quỉ sứ d ①鬼怪，鬼魔，牛头马面②淘气鬼

quỉ thần d 鬼神

quỉ thuật d 幻术

quỉ trá t 诡诈

quĩ₁ [汉] 轨，匦

quĩ₂ [汉] 柜 d ①（某项）钱款：quĩ lớp 班会费②经费，款项，基金：công quĩ 公款

quĩ đạo d 轨道

quĩ đen d 小金库

quĩ tích d 轨迹

quí₁ [汉] 愧

quí₂ [汉] 癸 d 癸（天干末位）

quí₃ [汉] 季 d 季，季度：quí ba 第三季度

quí₄ [汉] 贵 đg 敬重，珍惜：quí thời gian 珍惜时间 t ①贵重，宝贵：của quí 贵重物品②尊贵，尊敬（敬辞）：quí trường 贵校

quí báu t 宝贵，珍贵

quí danh d 贵姓：Xin anh cho biết quí danh? 请问您贵姓？

quí giá t 贵重，珍贵，宝贵

quí hiếm t 珍稀：động vật quí hiếm 珍稀动物

quí hoá t 难能可贵的

quí hồ *k* 只要…就好

quí khách *d* ①贵客，贵宾②诸位，列位，诸公：Mời quí khách lên xe. 请诸位上车。

quí mến *đg* 珍爱，爱戴，敬爱

quí ngài *d* 阁下

quí nhân *d* 贵人

quí phái *t* 高贵，富贵：dáng điệu thanh cao quí phái 举止高贵淡雅

quí phi *d* [旧] 贵妃

quí tộc *d* 贵族 *t* 贵族的

quí trọng *đg* 珍重，珍爱，珍惜，珍视：quí trọng tình bạn 珍惜友情 *t* 珍贵，贵重

quí vị *d* 各位，诸位

quị [汉] 跪 *đg* 跪倒 *t* 身疲力竭

quị lụy *đg* 卑躬屈膝，乞求

quít *d* 橘子：cây quít 橘子树

quịt *đg* 赖账，赖债：quịt công 赖工钱

quọt quẹn *p* 仅仅

quota (cô ta) *d* 配额

quốc [汉] 国：ái quốc 爱国；ngoại quốc 外国

quốc âm *d* 国音；国语（指喃字）

quốc bảo *d* [旧] 国玺，玉玺

quốc ca *d* 国歌

quốc cấm *t* 违禁：hàng quốc cấm 违禁品

quốc dân *d* 国民

quốc doanh *t* 国营：xí nghiệp quốc doanh 国营企业

quốc đảo *d* 岛国（= đảo quốc）

quốc đạo=quốc lộ

quốc gia *d* 国家 *t* 国家主义的

quốc giáo *d* 国教：Phật giáo đã từng là quốc giáo Việt Nam. 佛教曾是越南国教。

quốc hiệu *d* 国号，国名

quốc hoa *d* 国花

quốc học *d* 国学

quốc hội *d* 国会

quốc huy *d* 国徽

quốc hữu *t* 国有的

quốc hữu hoá *đg* 国有化：quốc hữu hoá ruộng đất 土地国有化

quốc kế dân sinh *d* 国计民生：có lợi cho quốc kế dân sinh 有利于国计民生

quốc khánh *d* 国庆：ngày quốc khánh 国庆节

quốc khố *d* 国库

quốc kì *d* 国旗

quốc lập *d* 国立，公立：trường quốc lập 公立学校

quốc lộ *d* 国道

quốc nạn *d* 大灾难，全国性灾害

quốc ngữ *d* ①国语②越南拼音文字

quốc nội *d* 国内

quốc pháp *d* 国法

quốc phòng *d* 国防：lực lượng quốc phòng 国防力量

quốc sách *d* 国策

quốc sắc thiên hương 国色天香

quốc sự *d* 国事

quốc tế *d* 国际：tin quốc tế 国际新闻 *t* ①国际的②国际主义的

quốc tế ca *d* 国际歌

quốc tế hoá *đg* 国际化：xu thế quốc tế hoá 国际化趋势

quốc thiều *d* 国乐，国歌：cử quốc thiều 奏国歌

quốc thổ *d* 江山，国土，祖国

quốc thư *d* 国书：trình quốc thư 递交国书

quốc tịch *d* 国籍

quốc trái *d* 国债，公债

quốc trưởng *d* 国家元首

quốc tuý *d* [旧] 国粹

quốc tử giám *d* 国子监

quốc văn *d* 国文

quốc vụ *d* 国务：quốc vụ viện 国务院

quốc vương *d* 国王

quốc yến *d* 国宴

quơ *đg* ①划拉：quơ chân tìm dép 用脚来回划找拖鞋②乱抓一把，顺手一抓：Nó quơ vội cái áo mặc vào người. 匆忙中他顺手抓件衣服穿上。

quờ *đg* ①摸索，探寻：quờ tay lần tìm 摸索着找东西②乱抓一把

quờ quạng *đg* 摸索：quờ quạng sờ

tìm cái bật lửa 摸索着找打火机

quở đg ①责骂，呵责：bị cấp trên quở cho một trận 被领导训斥一番② 讥讽

quở mắng đg 责骂

quở phạt đg 责罚

quở trách đg 责骂，责备

quớ đg ①抓，逮住，揪②碰上，遇着：quớ phải ông chồng nghiện không cẩn thận 嫁了一个瘾君子

quứt đg 抽：quứt mấy roi 抽几鞭子

quyên₁ [汉] 娟

quyên₂ [汉] 鹃 d 杜鹃鸟

quyên₃ [汉] 捐 đg 捐，募捐：Quyên tiền ủng hộ đồng bào bị bão lụt. 捐 钱支援遭受水灾的同胞。

quyên góp đg 捐献

quyên mộ đg 募捐

quyên tặng đg 捐赠

quyền₁ [汉] 颧 d 颧骨

quyền₂ [汉] 拳 d 拳术

quyền₃ [汉] 权 d ①权利：quyền công dân 公民权②权力，势力：có quyền quyết định việc này 有权决 定这事 đg 代理：quyền giám đốc 代理厂长

quyền Anh d 英国拳，拳击

quyền bãi miễn d 罢免权

quyền bầu cử d 选举权

quyền biểu quyết d 表决权

quyền bình đẳng d 平等权

quyền hạn d 权限

quyền hành d 权力，权柄 t 跋扈，不可一世

quyền lợi d ①权利②权益，利益：quyền lợi của nhân dân lao động 劳 动人民的利益

quyền lực d 权力

quyền phủ quyết d 否决权

quyền quyết nghị d 决议权

quyền rơm vạ đá [口] 权轻责重

quyền sống d 生存权

quyền sở hữu d 所有权：quyền sở hữu trí tuệ 知识产权

quyền thế d 权势

quyền thừa kế d 继承权

quyền uy d 权威

quyền ứng cử d 被选举权

quyển [汉] 卷 d 卷，本，册：một quyển sách 一本书

quyến đg ①眷恋②引诱，勾引 d 亲属：quyến thuộc 眷属

quyến dỗ đg 引诱，劝诱：quyến dỗ những cô gái nhẹ dạ cả tin 引诱那 些容易上当的女孩

quyến luyến đg 眷恋，依依不舍

quyến rũ đg 引诱，诱使，吸引：bị sắc đẹp quyến rũ 被美色吸引

quyện đg 黏合，糅合，缠绕

quyết₁ [汉] 抉，诀，撅

quyết₂ [汉] 决 đg ①坚决：quyết không lùi bước 决不退却②决定， 拍板：Cấp trên đã quyết rồi. 上级 已拍板了。tr 绝对

quyết chí đg 决心，决意：quyết chí thi đỗ vào trường đại học quốc gia 决心考进国家大学

quyết chiến d；đg 决战，战斗到底

quyết đấu đg 决斗

quyết định đg 决定：Chính phủ đã quyết định phải tiếp tục dự án này. 政府决定继续做该项目。t 决定性的： ảnh hưởng có tính quyết định 决定 性的影响

quyết đoán đg 决断，断定

quyết liệt t 坚决，坚定，激烈

quyết nghị đg 决议，决定 d 决议

quyết sách d 决策

quyết tâm đg 决心，下决心：quyết tâm đầu tư 决心投资 d 决心：có quyết tâm 有决心

quyết thắng đg 必胜，一定要胜

quyết toán đg 结算

quyết tử đg 决死，敢死：quân quyết tử 敢死队

quyệt [汉] 谲 t 诡谲

quýnh đg；t 慌乱

quýnh cuống đg 慌乱，忙乱

quýnh đít t 慌忙，忙乱，忙得团团转

quýnh quýt t 慌乱，忙乱

R r

r，R 越语字母表的第 22 个字母

ra *đg* ①外出，离开②长出：Cây sắp ra hoa. 树快开花了。③提出，拟出：ra điều kiện 提出条件④松开，散开⑤表现出，成为…样子⑥（做趋向动词，置动词后，表示动作趋势）：bước ra 走出去⑦（表示增加、添加）：ngày càng béo ra 越来越胖⑧（表示突然发现或悟出）：À, ra thế! 啊，原来如此！

ra bài *đg* 出题

ra bộ *đg* 显出，摆样子

ra cái vẻ *đg* 装出…的样子．ra cái vẻ thật thà lắm 装出一副老实巴交的样子

ra chạm vai，vào chạm mặt 低头不见抬头见

ra chiều *đg* 表现出…的样子：Giám đốc gật gù，ra chiều vừa ý lắm. 经理点点头，表现出很满意的样子。

ra công *đg* 下功夫，花力气

ra dáng₁ *đg* 好像是，很像是：Dạo này nó ra dáng người lớn rồi. 最近他像个大人了。

ra dáng₂ *p* 极度，得很：Đẹp ra dáng! 美极了！

radian *d* 弧度

ra-đa（radar）*d* 雷达：trạm ra-đa 雷达站

ra đi *đg* 出行，出走，出发，离去

ra-đi-ô（radio）*d* 收音机

ra-đi-ô cát-xét（radio-cassette）*d* 收录机

ra điệu *đg* 表示，表现出…的样子

ra đời *đg* 出世，诞生，降生，问世

ra gì *t*（不）像话的，像样的

ra hiệu *đg* 递眼神儿，示意，传暗号：nháy mắt ra hiệu 使眼色暗示

ra hồn *t* 像样的，像回事儿的

ra lệnh *đg* 下令

ra lò *đg* ①刚出炉，刚生产出②刚培训完：các cầu thủ mới ra lò 刚培训完的球员

ra mắt *đg* ①面见：Cô gái dẫn người yêu về ra mắt bố mẹ. 姑娘带男朋友回家面见父母。②面世，公之于世：Cuốn sách mới ra mắt bạn đọc. 那本书刚面世。

ra mặt *đg* ①明目张胆，毫不掩饰：ra mặt chống đối 明目张胆地反对②露面，出面：Lần này anh ta không ra mặt. 这次他不露面。

ra ngôi *đg* 间苗，移栽

ra oai *đg* 逞威风，施威

ra phết *p* 挺，很，满，极其，非常，十分：Làm ăn khá ra phết! 生意好得很！

ra quân *đg* 出兵，出征

ra ràng *đg* 出窝，刚长成

ra rìa *đg* 被淘汰，被撂在一边：Đội bóng ấy ra rìa rồi. 那个球队被淘汰了。

ra sao *k* 如何，若何，怎样：Dạo này sức khoẻ anh ra sao？近来你身体怎么样？

ra sống vào chết 出生入死

ra sức *đg* 出力，使劲

ra tay *đg* 出手

ra tấm ra món［口］①（钱款）大笔，成批②成事儿，成样子，像样

ra tháng *d* 来月，下月

ra trò *t* 像样的，有名堂的

ra vẻ *đg* ①看起来像，好像②像模像

样：Ăn mặc cho ra vẻ một chút. 穿着要像个样子。

ra về *đg* 回去

ra ý *đg* 表示，表现出：ra ý bằng lòng 表示满意

rà *đg* ①搜查②查探，探摸③检查，详查

rà rẫm *đg* ①磨蹭②纠缠

rà soát *đg* 检查，核查

rả rích [拟] 淅淅沥沥（雨声）：Mưa rả rích suốt đêm. 雨淅淅沥沥地下了一夜。

rã *đg* ①散开，拆开，瓦解：rã hội 散会②烂，腐烂，散架：Đậu ngâm rã nát. 豆子泡烂了。

rã bọt mép *t* 口干舌燥

rã đám *đg* ①四散，散伙②涣散：tư tưởng rã đám 思想涣散

rã họng *t*（说）破了喉咙的：kêu rã họng 喊破了喉咙

rã ngũ *đg* 溃散：Địch đã rã ngũ. 敌军已溃散。

rã rời *t* 松散，（身体）瘫软无力：Nó bị cảm, toàn thân rã rời. 他感冒了，全身瘫软无力。

rã rượi *t* 无精打采，萎靡不振：Hàng ngũ rã rượi. 队伍萎靡不振。

rạ₁ *d* 稻秆：cắt rạ 割稻秆

rạ₂ *d* 水痘：Trẻ lên rạ. 孩子出水痘。

rạ₃ *d* 第二胎以后的孩子

rác *d* 垃圾：quét rác 扫垃圾 *t*（有垃圾而显得）脏的

rác rến=rác rưởi

rác rưởi *d* ①垃圾：rác rưởi đầy nhà 一屋子垃圾②污秽，社会残余，社会渣滓：trừ bỏ những rác rưởi của xã hội phong kiến 扫除封建社会残余

rác thải *d* 排泄物，废物

rạc *t* ①明显消瘦，瘦骨嶙峋②累，酸累：đi rạc cả chân 走得脚都酸③残败，凋零，枯萎：cây rạc hết lá 树叶凋零

rách *t* 破，烂：áo rách 破衣服

rách bươm=rách mướp

rách mướp *t* 破破烂烂

rách nát *t* 支离破碎

rách rưới *t* 破烂，褴褛

rách tả tơi *t* 破烂不堪

rách tườm=rách mướp

rách việc *t* 坏事的，添乱的

rạch₁ *d* 水渠，沟渠：đào rạch 挖沟渠

rạch₂ *đg* 裁开，划开，拉开，割开，剖开：rạch giấy 裁纸；rạch mủ cao su 割橡胶

rạch₃ *đg* 洄游：bắt cá rô rạch 抓洄游鲫鱼

rạch ròi *t* 详细分明的，区分明确的：phân biệt rạch ròi cái đúng cái sai 明辨对错

rải *đg* ①撒，散播，散布：rải gạo cho gà ăn 撒米给鸡吃②铺，铺开，展开：đường rải đá 铺石子路③（鱼）产卵：mùa cá rải 鱼的产卵期

rải rác *t* 分散的，零星的

rải rắc *đg* 散布：rải rắc tin đồn 散布谣言

rải thảm *đg* ①铺地毯②地毯式轰炸

rái *đg* 畏惧 *d* 水獭

rái cá [动] 水獭

rái chó=rái cá

ram₁ *d* [量] 令（500 张纸为一令）

ram₂ *d* [方] 炸春卷

ram₃ *đg*（煅打铁器时）淬水

ram ráp *t* 粗糙

rám *đg* 发黑：Da rám nắng sạm đen. 皮肤被晒黑。

rám má *d* 色斑

rạm *d* [动] 小毛蟹

ran *đg* ①响，回响，鸣响：pháo ran lên từng hồi 响起一阵阵鞭炮声②遍及，普遍

ran rát *t* 热辣辣

ràn rạt [拟] 哗啦哗啦，呼呼

ràn rụa *t*（泪）涔涔的：nước mắt ràn rụa 泪涔涔的

rán₁ *đg* ①油煎，油炸：rán đậu phụ 煎豆腐；cá rán 煎鱼②熬煎，干煎：rán mỡ 煎油

rán₂ *đg* 奋力，努力（=ráng₂）

rán sành ra mỡ ①一毛不拔，惜财如命②异想天开

rán sức *đg* 奋力，努力：rán sức mà

làm 努力干

rạn *đg* 龟裂，张裂：Tấm kính bị rạn nhiều chỗ. 玻璃裂了很多处。

rạn nứt *đg* ①破损：Gạch ngói bị rạn nứt. 砖瓦破损了。②破裂：tình bạn bị rạn nứt 友情破裂

rạn vỡ *đg* 破碎，破灭

rang *đg* 焙炒，干炒，烘炒：rang ngô 炒玉米

ràng buộc *đg* 束缚，约束，羁绊：Hợp đồng có giá trị ràng buộc đối với hai bên. 合同对双方都有约束力。

ràng rịt *đg* 缠绕，绕捆：buộc ràng rịt 捆了一道又一道

ráng₁ *d* 霞：ráng chiều 晚霞

ráng₂ *đg* 尽力，努力：ráng học 努力学习

rạng *t*；*đg* ①渐亮：Trời rạng dần lên. 天渐渐亮了。②闪亮，明亮：Ánh lửa chiếu rạng cả căn phòng. 火光照亮了整个房间。

rạng danh *t* 出名的，名声煊赫的

rạng đông *d* 黎明，拂晓，破晓

rạng mai *d* 明早

rạng mặt *t* 脸上有光的

rạng ngày *t* 天亮的，天光的

rạng ngời *t* 璀璨

rạng rỡ *t* 光彩照人，辉煌灿烂：khuôn mặt rạng rỡ nụ cười灿烂的笑容

rạng sáng *d* 拂晓

ranh *d* 界线，界限：giáp ranh 交界

ranh giới *d* 分界线，界限，界限

ranh ma *t* 狡诈，狡诡，鬼精：Thằng này ranh ma lắm. 这小子很狡诈。

ranh mãnh *t* 鬼机灵，鬼灵精怪

rành *t* ①分明，清楚，明了②纯粹，仅，只 *đg* 擅长：rành việc nấu nướng 擅长烹饪

rành đời *t* 老于世故

rành mạch *t* 清楚，明了，有条理：Sổ sách rất rành mạch. 账目很清楚。

rành rành *t* 昭昭，昭然，清楚，明白

rành rẽ=**rành rọt**

rành rõ *t* 清楚，有条理

rành rọt *t* 分明，一清二楚：Phân công rành rọt. 分工一清二楚。

rảnh *t* ①空闲，清闲：Dạo này rất rảnh. 最近很清闲。②免于妨碍的，免于闹心的

rảnh mắt *t* 眼前清静的

rảnh nợ *t* 了账的，无债务缠身的

rảnh rang *t* 闲，清闲

rảnh rỗi *t* 闲暇，闲空

rảnh tay *t* 闲暇，手头闲空：không rảnh tay đối phó 无暇应付

rảnh việc *t* 空闲的，没有事儿做的

rãnh *d* ①沟②槽

rãnh bên *d* 边沟

rãnh dẫn nước *d* 引水沟

rãnh khám tầu *d* 检车沟

rãnh lề đường *d* 侧沟，边沟

rãnh ngầm *d* 暗沟，阴沟

rãnh nước mưa *d* 天水沟

rãnh phòng hoả *d* 防火沟

rãnh thoát nước *d* 排水沟

rao *đg* 推销，叫卖：bán rao 叫卖

rao hàng *đg* 宣传商品，叫卖

rao vặt *d*（报纸上的小则）广告，启事

rào₁ *d*［方］小溪

rào₂ 篱笆 *đg* 围篱墙：rào vườn 围院墙

rào chắn *d* 隔离栏

rào đón *đg* 试探，揣测

rào giậu *d* 围栏

rào rào ［拟］哗啦啦

rào rạo ［拟］沙沙

rào rạt *t* 汹涌：sóng vỗ rào rạt 波涛汹涌

rào trước đón sau (说话) 留余地

rảo *đg* ①快步走：rảo bước 疾步走②巡，巡逻：lính đi rảo 士兵巡逻③游逛

rảo bước *đg* 疾行，快步走

rảo mắt *đg* 瞟，瞥，晃一眼

rão *t* ①松散，松动：Xích đã rão. 链条松了。②散架：Mệt rão người. 人累得散架。

ráo *t* 干燥：Nắng lên đường ráo ngay. 太阳一晒路就干了。*p* 精光，净尽：

đi vắng ráo cả 走了个精光

ráo hoảnh *t* ①干的，没有水的：Ấm nước ráo hoảnh. 水壶全干了。②（话语）干巴巴

ráo riết *t* ①加紧②严厉，厉害

ráo túi *t* 口袋空空，一文不剩

rạo *d* 渔网桩

rạo rạo [拟] 沙沙（嚼干物声）

rạo rực *đg* ①振奋：rạo rực lòng người 振奋人心②眩晕，恶心：rạo rực buồn nôn 恶心想吐

rap *d* 说唱（非洲、美洲的一种音乐形式）

ráp₁ *đg* ①拼装，组装：Ráp các bộ phận lại với nhau. 把各部分拼装起来。②聚集，集中：ráp lại hỏi chuyện 集中来问话

ráp₂ *đg* 围剿：Giặc đi ráp. 敌人出动围剿。

ráp₃ *đg* 打稿，起稿：bản ráp 草稿

ráp₄ *t* 粗糙，不光滑：giấy ráp 砂纸

rạp₁ *d* ①棚②礼堂，影院，剧院：rạp chiếu phim 电影院；rạp hát 歌剧院

rạp₂ *đg* 俯伏，趴伏，倒伏

rát₁ *đg* 辣痛，刺痛：Vết thương bị ngâm nước muối rát quá. 伤口沾了盐水很痛。

rát₂ *t* ①（程度）强，猛烈，厉害：bị theo dõi rát quá 被紧紧跟着②胆怯：rát như cáy 胆小如鼠

rát cổ *đg* 喉咙辣痛，喉咙干痛

rát cổ bỏng họng 口干舌燥

rát mặt *t* 脸红的，丢脸的

rát rạt *t* 猛烈：tấn công rát rạt 猛烈地进攻

rát ruột *đg* 心疼，痛惜

rạt₁ *đg* ①倒伏：nằm rạt xuống 趴下②侧翻，一边倒

rạt₂ rạt *t* 齐整，齐刷刷：rạt rạt đứng dậy 齐刷刷地站起来

rau *d* 蔬菜

rau bạc hà *d* 薄荷叶

rau cải *d* 白菜

rau cải bắp *d* 洋白菜，椰菜

rau cải bẹ *d* 肉芥菜

rau cải hoa *d* 菜花

rau cải ngọt *d* 小白菜

rau cải rổ *d* 芥蓝菜

rau cải thảo *d* 大白菜

rau cải thìa *d* 上海青

rau cần *d* 芹菜

rau câu *d* 江蓠，江蓠藻

rau chân vịt *d* 菠菜

rau cỏ *d* 菜蔬，青菜

rau cúc *d* 茼蒿

rau dại *d* 野菜

rau diếp *d* 莴苣

rau diếp đắng *d* 苦苣

rau dưa *d* ①腌菜，酸菜，咸菜②粗茶淡饭

rau khúc tẻ *d* 鼠曲草

rau má *d* 积雪草，雷公根，崩大碗

rau má lá rau muống *d* [植] 一点红

rau mác *d* [植] 慈姑

rau muối *d* 藜，灰条菜

rau mùi *d* 芫荽，香菜

rau muống *d* 空心菜，蕹菜

rau nào sâu ấy 有其父必有其子

rau nghể *d* 水蓼

rau ngót *d* 守宫木，天绿香

rau răm *d* 香蓼，辣蓼

rau sà lách *d* 生菜，玻璃菜

rau sạch *d* 无公害蔬菜

rau sam *d* [植] 马齿苋

rau sống *d* 生菜

rau súp–lơ *d* 花菜，西兰花

rau thơm *d* 香菜

rau tía tô *d* 紫苏菜

rau xanh *d* 青菜，蔬菜

ray *d* 钢轨，铁轨：đặt ray 铺轨

rảy *đg* 洒（=rẩy）

rãy *đg* 抛弃，遗弃

ráy₁ *d* 野芋，芋头：củ ráy 芋头

ráy₂ *d* 耳垢：ráy tai 耳垢

rắc *đg* 撒，播：rắc hạt tiêu vào thức ăn 在食物上撒胡椒

rắc rối *t* 错杂的，无头绪的

răm *d* [植] 鸭舌草

răm rắp *t* 统一，一致：Hàng ngũ răm rắp, chỉnh tề. 队伍整齐划一。

rằm *d* 望日（常指阴历每月十五日）

rắm *d* 屁：đánh rắm 放屁

rắm rít *d* ①屁②屁话

rậm *đg* 刺，扎：Chiếc chăn dạ này rậm quá. 这张毛毯很扎人。

răn₁ *đg* 劝诫，劝戒：tự răn mình告诫自己

răn₂ *t*；*đg* 皱：Quần áo bị răn rồi. 衣服皱了。

răn₃ *đg* 脱落，剥落：nước sơn bị răn 油漆脱落

răn bảo *đg* 劝诫，叮嘱

răn dạy *đg* 告诫，教导，劝导

răn đe *đg* 劝诫，警戒

răn rắn *t* 有点儿硬的，稍硬的

răn rắt *t* 齐刷刷：làm theo răn rắt 齐刷刷地跟着做

rằn *t* 多斑纹的，杂色的：khăn rằn 条纹毛巾

rằn ri *t* 花斑的，花花绿绿的

rằn rực *t*（色彩）斑斓

rắn₁ *d* 蛇：rắn độc 毒蛇

rắn₂ *t* ①坚固：chất rắn 固体②硬，韧：rắn như đá 硬得像石头

rắn cạp nong *d* 金环蛇

rắn cạp nia *d* 银环蛇

rắn chắc *t* 结实，坚硬，坚实：thân hình rắn chắc 身体结实

rắn đanh *t* 铁般硬，硬绷绷

rắn độc *d* 毒蛇

rắn mặt *t* 犟，不听话

rắn mối *d* 四脚蛇，蜥蜴

rắn nước *d* 水蛇

rắn ráo *d* 草花蛇

rắn rỏi *t* 坚定；刚劲，坚强

rắn trun đỉa *d* 蚯线蛇

rặn *đg* ①（大便或分娩时用力）憋劲，使劲（排出）②憋，吃力：Rặn mãi mới được một câu. 憋了半天才得一句话。

răng₁ *d* ①牙齿②齿状物：răng cưa 锯齿

răng₂ *d*；*tr*［方］何，什么，啥：Chẳng tại sao tại răng gì cả. 没有为什么不为什么的。

răng cấm *d* 臼牙，大牙

răng cửa *d* 门牙

răng hàm *d* 臼齿

răng khểnh *d* 龅牙

răng khôn *d* 智齿

răng nanh *d* 犬牙

răng sâu *d* 蛀牙，龋齿

răng sún *d* 龋齿

răng sữa *d* 乳牙

răng vổ *d* 龅牙

rằng *đg*（放在"说、想、考虑、相信"等词后面构成及物双音节词）：nghĩ rằng 想道；nói rằng 说道

rặng *d* 列，排，行：rặng tre 竹丛

rặng núi *d* 山脉

rắp *đg* 拟，打算，企图：giương cung rắp bắn 张弓欲射

rắp mưu *đg* 蓄谋

rắp ranh *đg* 蠢蠢欲动，蓄谋

rắp rắp *t* 整齐划一，齐整

rắp tâm *đg* 存心，处心积虑，蓄意

rắp toan *đg* 蓄谋，意欲

rặt *t* 单一，清一色，纯粹

rặt nòi *t* 纯种的

râm₁ *t* 阴，阴暗，昏暗：ngồi nghỉ chố râm mát 坐在阴凉的地方休息

râm₂ *t* 嘈杂

râm₃ *t* 斑，花斑，斑白：tóc râm 头发斑白

râm bụt *d* 扶桑花，朱槿花

râm mát *t* 背阴，阴凉

râm ran *t* ①鼎沸，喧闹：tiếng cười nói râm ran 人声鼎沸②持续的：nhậu nhẹt râm ran suốt ngày 整天不停地吃吃喝喝③蔓延的：Đau râm ran. 疼痛蔓延全身。

râm rẩm *t* 隐隐痛的：Bụng đau râm rẩm. 肚子隐隐作痛。

rầm₁ *t* 轰隆隆，喧闹：Tàu chạy rầm rầm. 火车轰隆隆地跑

rầm₂ *d*［建］梁子：rầm nhà 房梁

rầm rầm［拟］轰轰，隆隆

rầm rập *t* 嘈杂，喧闹

rầm rĩ *t* 喧闹，嘈杂，震天响（=ầm ĩ）

rầm rộ *t* 大举，大张旗鼓，轰轰烈烈

rấm *đg* ①捂：rấm thóc giống 捂稻种（催芽）②定好，瞄准：rấm sẵn một chỗ 定好位置

rấm bếp *đg* 封灶，封炉

rậm *t* 茂密，浓密，繁密，繁多：rừng rậm 密林

rậm đám *t* 人多的，众多的

rậm rạp *t* 茂密，浓密：cây cối rậm rạp 树木繁茂

rậm rật *t* 冲动，跃跃欲试

rậm rịch *t* 紧张，繁忙，紧锣密鼓 *đg* 筹备：Nghe đâu nó rậm rịch cưới vợ. 听说他正筹备婚事。

rậm rịt *t* 密匝匝的：Cỏ hoang mọc rậm rịt. 杂草丛生。

rân *đg* 散遍：người nóng rân 全身发热

rân rấn *đg* 含泪

rần rật *t* ①（火）熊熊：lửa cháy rần rật 烈火熊熊②（声音）急促

rấn *đg* 加劲，加油：làm rấn lên 加油干

rấn sức *đg* 起劲，加油，加把劲

rận *d* 虱子，跳蚤

rấp₁ *đg* ①堵，塞：rấp lối 堵路②掩盖，遮掩：rấp vụ tham ô 掩盖贪污事实

rấp₂ *đg* ①遭遇②磕绊 *t* 背时的，倒霉的

rập *đg* ①压模，打模，仿照②不约而同：cùng hô rập một tiếng 同时叫了起来

rập khuôn *đg* 模仿，照搬：rập khuôn cách làm nước ngoài 照搬国外做法

rập kiểu *đg* 仿制，仿照

rập ràng *t* 有节奏，整齐划一：bước chân rập ràng của đoàn quân 部队整齐划一的步伐

rập rềnh *đg* 起伏，漂荡（=dập dềnh）

rập rình₁ *đg* ①窥探，觊觎，窥伺：Kẻ gian rập rình ngoài kho hàng. 小偷在库房外窥探。②犹豫

rập rình₂ *t* ①晃荡，颠簸：Con thuyền rập rình trên sông. 小船在江面上摇荡。②抑扬顿挫

rập rờn *t* 隐隐约约，时隐时现

rất *p* 很，极，甚，挺，满：rất tốt 很好；rất đẹp 很漂亮

rất chi là *p* 很是，尤为

rất đỗi *p* 极，格外，非常，极为

rất mực *p*（人品、性格）极，极其

râu *d* 胡子；须：cạo râu 刮胡子

râu cá chốt *d* 八字须

râu hùm *d* 虬髯

râu mày *d* 须眉

râu mép *d* 髭

râu ngạnh trê *d* 二撇须

râu ngô *d* 玉米须

râu quai nón *d* 络腮胡

râu ria *d* ①胡须②次要，部分，细节

rầu *t* 愁苦，厌烦：mặt buồn rầu rầu 一脸愁容

rầu rĩ *t* 愁闷，忧郁，忧愁

rây *d* 细筛子 *đg* 筛饬

rầy *t* ①累赘，麻烦，烦忧②羞愧 *đg* 责骂，絮叨 *d* 稻飞虱

rầy la *đg* 责骂，训骂

rầy rà *t* 累赘，麻烦：Chuyện này vỡ lở thì rầy rà to. 这件事被暴露，麻烦就大了。

rẩy *đg* 洒：rẩy nước quét nhà 洒水扫地

rẫy₁ *d* 旱地，山坡地，畲地

rẫy₂ *đg* 遗弃，抛弃：bị chồng rẫy 被丈夫遗弃

rẫy₃ *đg* 扑腾，跳起来，挣扎：Cá rẫy đành đạch trong giỏ. 鱼在篓里不停地挣扎。

rẫy chết *đg* 垂死挣扎（=giãy chết）

rè *t* 沙哑的，音质不好的

rè rè［拟］沙沙

rẻ₁ *t* 廉，贱，便宜：giá rẻ 价格便宜 *đg* 轻视，藐视：coi rẻ 看不起

rẻ₂ *d* 扇，排：hình rẻ quạt 扇形

rẻ mạt *t* ①极贱的，极廉的：mua với giá rẻ mạt 以极低的价格买到②毫无价值的：văn chương rẻ mạt 毫无价值的文章

rẻ rúng *đg* 藐视，轻视

rẻ thối *t* 价格低贱的，不值钱的

rẻ tiền *t* 廉价，便宜

rẽ *đg* ①分开，拨开，扒开②拐弯，转弯：rẽ phải 往右拐

rẽ duyên *đg* 拆散姻缘，棒打鸳鸯

rẽ ròi *t* 分明，明确

ré₁ *d*［植］中稻：cơm gạo ré 中稻米

饭

ré₂ *đg* 吼叫，尖叫：kêu ré lên 尖叫起来

ré₃ *đg*（阳光）射入；（雨水）飘进

rèm *d* 帘，幔

rèm châu *d* 珠帘

rèm cửa *d* 门帘

rèm cửa sổ *d* 窗帘

rèm màn *d* 帐帘

ren *d* ①纱②针织工艺品：hàng ren 针织工艺品③螺旋纹：ren đinh ốc 螺旋纹

ren rén *t* 悄悄，蹑手蹑脚

rèn *đg* ①打铁，锻铁，炼：lò rèn 打铁炉②锻炼：rèn chí 锻炼意志

rèn cặp *đg* 帮教，指导：rèn cặp cán bộ trẻ 指导年轻干部

rèn đúc *đg* 锻冶，锻造，陶冶

rèn giũa *đg* 锻炼，磨炼：được rèn giũa trong quân ngũ 在部队锻炼过

rèn luyện *đg* 锻炼

rèn tập *đg* 练习

ren *t* 轻轻，蹑手蹑脚

reo *đg* ①欢呼②响起：điện thoại reo 电话铃响起

reo cười *đg* 欢笑

reo hò *đg* 齐声欢呼（=hò reo）

reo mừng *đg* 欢笑，欢呼

rẻo₁ *d* 一小块儿，一小片儿：giấy rẻo 纸片

rẻo₂ *đg* 沿着：rẻo theo bờ sông 沿着河边

rẻo cao *d*（间或有小块耕地的）山地

réo *đg* ①呼喊，叫喊：Đám trẻ réo ầm í. 孩子们欢叫。②响个不停

réo rắt *t*（音乐）悠扬，清越：tiếng sáo réo rắt 笛声悠扬

rét *t* 冷，寒冷：lên cơn rét 发冷

rét buốt *t* 刺冷的，冷得刺骨的

rét căm căm *t* 冰冷的，冻僵的

rét cắt da cắt thịt *t* 冷得刺骨的

rét mướt *t* 寒冷，阴冷

rét nàng Bân *d* 倒春寒

rét ngọt *t* 透心凉的

rét run *t* 打冷战的，冷得发抖的

rê₁ *d* 一饼儿：một rê thuốc 一饼儿烟叶

rê₂ *đg* ①扬风：rê thóc 扬谷子②推挪，带：rê chiếc bàn ra giữa nhà 把桌子挪到中间

rê-gát *d* 领带

rề rà *t* 拖拉，拖延：Nó cố tình rề rà. 他故意拖拉。

rề rề *t* ①慢吞吞，拖拖沓沓②（病情）反复的，久治不愈的：bệnh rề rề 久病不愈

rể *d* ①女婿：con rể 女婿②新郎：chú rể 新郎；phù rể 伴郎

rễ *d* 根：rễ cái 主根；rễ chùm 须根

rệ₁ *d* 旁边：rệ đường 路旁

rệ₂ *đg*（汽车轮子）跑偏：Xe bị rệ bánh. 汽车跑偏。

rệch *t*（碗筷、房间）脏，不干净

rên *đg* ①呻吟：không bệnh mà rên 无病呻吟②叫喊，抱怨：rên suốt ngày 整天抱怨

rên la *đg*（大声地）呻吟，惨叫

rên rẩm *đg*（不停）呻吟：rên rẩm cả đêm 整晚呻吟

rên rĩ *đg*（低声地）呻吟

rên siết *đg* 痛苦呻吟，悲叹

rền₁ *t* ①轰鸣声阵阵的：sấm rền 阵阵雷鸣②连续不断的：nắng rền mấy tháng liền 连续旱了几个月

rền₂ *t*（食物）黏软的：xôi rền 软软的糯米饭

rền rĩ *đg* 哀叹，悲鸣，哀鸣

rệp *d* 臭虫

rệp đậu *d* 黑豆蚜

rết *d* 蜈蚣

rêu *d* 苔藓

rêu biển *d* 海苔

rêu rao *đg* 散布，传播

rêu xanh *d* 青苔

rều *d* 漂浮物：Trong ao lắm rều. 池塘里有很多漂浮物。

rệu *t* ①松散，不稳固②坏，变质

rệu rã *t* 散架的，破朽的

rệu rạo *t* 散架的，摇摇欲坠的：Chiếc ghế rệu rạo lắm rồi. 这椅子快要散架了。

ri rĩ [拟] 嘀嘀，滴答（滴水声）

rì *tr* 之极（用作葱茏、浓密的或缓慢的助语）：cỏ xanh rì 草绿油油的；đi chậm rì 走得慢腾腾的

rì rào［拟］啾啾，淙淙（指轻微的声响）

rì rầm *t*（说话）叽叽咕咕的，嘀嘀咕咕的

rì rì *t* 慢吞吞：Xe lên dốc bò rì rì. 车子慢吞吞地爬坡

rỉ₁ *đg* ①渗出：Vết thương rỉ máu. 伤口渗出血来。②低语，耳语：rỉ nhỏ vào tai 凑到耳边小声说

rỉ₂ *d* 锈斑：rỉ sắt 铁锈 *đg* 生锈

rỉ lời *đg* 低语，低诉，耳语

rỉ tai *đg* 耳语，咬耳朵

rí rách［拟］（水流）滴答，潺潺：Mưa rơi rí rách. 雨滴答滴答地下。

ria₁ *d* 沿，边缘：ria đường 路边；ria sông 河沿②小胡子，八字胡 *đg* 切边，裁边，修剪：ria cỏ 剪草

ria₂ *đg* 横扫，扫射

rìa *d* 旁边，边缘：rìa đường 人行道；rìa làng 村边；chuyện ngoài rìa 花絮（花边新闻）

rỉa *đg* ①啄，咬：Cá rỉa mồi. 鱼咬鱼钩。Quả bị chim rỉa. 果子被鸟啄。②挖苦，讽刺

rỉa rói *đg* 数落

rịa *đg* 龟裂，张裂（=rạn）

rích *p* 甚，极（贬义）：cũ rích 陈旧不堪

rích rắc *t* 曲折

rích rích［拟］①嘻嘻②淅沥（雨声）

rích-te *d* 里克特震级，里氏震级

riềm *d* 边饰，镶边儿（=diềm）

riến *t* 平滑，平整：cắt riến 切得又平又滑

riêng *t* ①私人的，个人的：của riêng 私有物②专有的，特殊的，个别的：danh từ riêng 专有名词③单独的，分别的：ở riêng 独居 *tr* 仅仅，单单，只有：Riêng anh ta phản đối. 只有他反对。

riêng biệt *t* ①单独，独自，独立②特有，独有

riêng lẻ *t* 单独，个别，单个

riêng rẽ *t* 单独，个别

riêng tư *t* 私人的，个人的：Đấy là chuyện riêng tư của người ta. 那是别人的私事。

riềng₁ *d*［植］高良姜

riềng₂ *đg* 臭骂，责骂

riết róng *t* 刻薄，苛刻：lời riết róng 刻薄的话

riệt₁［拟］驾（呼喝牛直走的声音）

riệt₂ *đg* 扎紧：riệt chặt vết thương 扎紧伤口

riệt₃ *p* 一味，一直：đuổi riệt 一直追

riêu *d* 酸汤：canh riêu cua 酸蟹汤

rim *đg* 焖：rim thịt 焖肉

rim rim *t*（性格）孤僻，内向：tính tình rim rim 性格内向

rin rít *t*（皮肤上沾着灰尘）黏糊糊：rin rít mồ hôi 汗渍黏糊糊

rinh₁ *đg* 捧，端，扛：Rinh mâm cơm vào đây. 把饭端进来。

rinh₂ *p* 喧闹，嚷吵，吼叫

rinh rích［拟］①嘻嘻（笑声）②淅沥（雨声）

rình₁ *đg* ①伺机，窥伺②准备

rình₂ *p* 之极，极甚：hôi rình 臭死了

rình mò *đg* 窥探，觊觎，窥伺：Đề phòng kẻ trộm rình mò. 提防小偷觊觎。

rình nghe *đg* 偷听

rình rập *đg* 觊觎，窥探

rình rịch *t* 人来人往，络绎不绝

rình rõi *đg* 盯，窥守：Rình rõi mãi mới bắt được quả tang. 盯了很久才人赃俱获。

rít₁ *d* 蜈蚣

rít₂ *đg* ①呼啸，长鸣：tiếng còi rít lên 喇叭声长鸣②深吸：rít một hơi thuốc 深深地吸了一口烟

rít₃ *đg* 卡，不顺溜

rịt *đg* 敷药，贴药 *p* 死缠地，紧缠地

riu riu *t* 小火的，文火的

riu ríu *t* 乖乖，顺从，驯顺

rìu *d* 斧子：múa rìu qua mắt thợ 班门弄斧

ríu *đg* ①交错，缠绕：sợi ríu vào nhau 线缠在一起②僵硬：ríu lưỡi 舌头僵硬（说话不灵便）

ríu ran *t*（声音）清脆

ríu rít［拟］叽叽喳喳

RMB［缩］人民币

ro ró *đg* 蜗居（不出门）（=ru rú）

rò₁ *d* 株，棵：một rò hồng 一株玫瑰

rò₂ *đg* 渗漏：Thùng nước bị rò. 这个桶漏水。

rò điện *đg* 漏电

rò rỉ *đg* ①渗漏：Đường ống rò rỉ. 管道渗漏。②损失，损耗，消耗

rỏ *đg* 滴，点（=nhỏ₁）

rỏ dãi *đg* 流口水，垂涎

rỏ giọt *t* 滴漏的

rõ *đg* 清楚，了解：Ai chưa rõ thì hỏi lại. 谁不清楚就问。*t* 清楚，明了，分明 *tr* 甚，非常，实在：Nó nói rõ hay. 他说得非常好。

rõ khéo *tr* 真会，真行（反语，表讽刺）

rõ mồn một *t* 一清二楚，明明白白

rõ như ban ngày *t* 非常明显，显而易见

rõ ràng *t* 清楚，明了，明确

rõ rành rành *t* 昭昭，明明白白

rõ rệt *t* 明显，分明，显著

rõ thật là *tr* 真是的

ró₁ *d* 大草袋

ró₂ *đg* 扒窃，偷摸

ró ráy *đg* 探摸，摸来摸去

rọ *d* 竹笼子：rọ lợn 猪笼

rọ mọ *đg* 摸索，寻摸

rọ mõm *d* 嘴笼套

rọ rạy *đg* 动，动弹

róc₁ *đg* 削皮：róc mía 削甘蔗

róc₂ *t* 干涸，枯竭

róc₃ *t* 圆滑，老道：khôn róc đời 处世圆滑

róc rách［拟］潺潺，淙淙

rọc *đg* 裁，割：rọc giấy 裁纸

roi *d* ①莲雾（水果）②鞭子：roi ngựa 马鞭

roi rói *t* 鲜亮，靓丽，容光焕发

roi vọt *d* 鞭子

ròi *d* 蛆

rõi *đg* 追寻：rõi bước cha ông 追寻先辈的足迹

rói *t* 靓丽，亮丽，鲜亮

rọi *đg* 照射，直射

ROM［缩］只读存储器

róm₁ *d* 毛毛虫：sâu róm 毛毛虫

róm₂ *t* 干瘪，紧缩：Phơi khô róm lại còn có chút xíu. 晒干以后缩成一小点。

roneo（rô-nê-ô）*d* 复印机

ròn rã *t*（声音）清脆

rón *đg* ①拈（起）②踮起脚③扒，窃

rón rén *p* 蹑手蹑脚：rón rén bước vào 蹑手蹑脚地走进来

rón tay *đg* 捏取

rong₁ *d* 水藻

rong₂ *đg* 晃荡

rong biển *d* 海带；海藻

rong đuôi chó *d* 金鱼藻

rong huyết *d* 血崩

rong rêu *d* 水藻

rong róng *t* 游手好闲

rong ruổi *đg* 长途跋涉，长距离不停地走

rong vát *đg* 四处游荡

ròng₁ *d* 枘心

ròng₂ *t* 落潮：con nước ròng 落潮

ròng₃ *đg*（长长地）流：nước mắt tuôn ròng 泪流成河

ròng₄ *t* ①（金属含量）纯：vàng ròng 纯金②净，纯：thu nhập ròng 纯收入

ròng₅ *t* 连绵的，持续的：bặt tin mấy năm ròng 连续几年杳无音讯

ròng rã *t* 连续不断，漫长

ròng rọc *d* 辘轳，滑轮，单滑轮组

ròng rọc kép *d* 双滑轮

ròng ròng *t* 流淌的

ròng rảnh *t* 细长：cao ròng rảnh 细高个

róng₁ *d* 栏：róng chuồng trâu 围牛栏

róng₂ *đg* 抬高，仰起：róng cổ lên 抬起头来

rót *đg* ①斟，倒：rót rượu 倒酒②倾注，倾泻③划拨：Tài vụ rót tiền về tương đối đều. 财务正常划拨经费。

rót vào tai *đg* 中听，易于入耳

rọt *đg* ①漏水，溢满：Nước rọt xuống kênh. 水漫到渠里面。②消退：Chỗ

sưng mủ đã rọt. 脓疮已消。

rọt rẹt [拟] 窸窸窣窣, 沙沙

rô d 攀鲈: cá rô 攀鲈鱼

rô-bốt (robot) d 机器人

rô-nê-ô (roneo) d 油印机

rô-ti đg 烤: gà rô-ti 烧鸡

rô-to (rotor) d [工] 转子

rồ₁ đg (机动车) 启动

rồ₂ t 疯癫: thằng rồ 疯子

rồ dại t 愚蠢

rổ d 箩筐, 篮子

rỗ t ①麻的, 花的: mặt rỗ 麻脸②多孔的, 蜂窝状的

rỗ hoa t 麻斑的, 麻花的

rộ t ①齐起, 竞相: Hoa nở rộ. 花儿盛开。②轰轰烈烈: Phong trào rộ lên ở khắp nơi. 运动在各地轰轰烈烈地展开。

rốc₁ t 消瘦: Người rốc đi sau trận ốm. 得了一场病后人明显消瘦下去。

rốc₂ p 径直, 一直: đánh rốc tới 径直打过来

rốc₃ (rock) d 摇滚乐

rốc-két (rocket) d 火箭

rộc₁ d 小水沟, 水洼: lội qua rộc 趟过水沟

rộc₂ 消瘦

rộc rạc t 消瘦, 憔悴

rôi t 富余的, 多余的

rồi₁ p 以后, 不久

rồi đây p 以后, 不久

rồi đời đg 罪有应得, 遭到报应

rồi nữa p 再往后, 再后来

rồi ra p 以后, 将来: Cuộc sống rồi ra sẽ tốt đẹp hơn. 以后生活会更好。

rồi sao p 反正, 终归

rồi tay t 手闲

rồi việc t 空闲

rỗi d 渔船 đg 打鱼, 捕鱼

rỗi t ①闲暇的, 有空的: Rỗi thì đến

nhà chơi nhé. 有空就来我家玩啊。 ②解脱的, 超脱的

rỗi hơi t 有闲工夫的, 闲心的

rỗi rãi t 闲暇的, 闲空的, 有空的

rối₁ d 木偶: múa rối 木偶剧

rối₂ t 乱: lòng rối như tơ vò 心乱如麻

rối beng t 乱糟糟

rối bét đg 混乱, 乱得不可收拾: tình hình rối bét 局势混乱

rối bời t 乱, 乱七八糟: tóc rối bời 头发乱

rối loạn t 紊乱, 纷乱, 骚乱: rối loạn nội tiết 内分泌紊乱

rối mù t 乱套的

rối như mớ bòng bong 乱如麻团

rối rắm t 颠三倒四, 杂乱无章

rối ren t 混乱, 纷乱

rối rít t 慌忙, 手忙脚乱

rối rít tít mù=rối rít

rối ruột t [口] 焦虑, 心慌意乱

rối tinh t 乱套的, 摸不着头尾的

rối tinh rối mù=rối tinh

rối tung t 杂乱的, 乱成一团的, 乱七八糟的

rối tung rối mù=rối tinh

rôm₁ d 痱子: rôm nổi khắp mình 长了一身痱子

rôm₂ t 热闹, 热烈

rôm rả t 内容丰富, 气氛热烈

rốn₁ d ①肚脐, 脐带②物体中心的凹处③油田聚集处

rốn₂ đg 拖延, 多留一会儿

rốn lại đg 逗留

rốn thông tin d 通讯中枢

rộn đg ①不断地响起, 传来②掀起, 生起③忙乱④捣乱: Trẻ con hay làm rộn. 小孩子老捣乱。

rộn rã t ①欢快②振奋, 兴奋

rộn ràng t ①热闹, 欢腾: Người đi lại rộn ràng. 人来人往, 热闹非凡。②心情振奋

rộn rạo t 心绪不宁: Chị ấy rộn rạo trong lòng, không ngủ được. 她心神不宁, 睡不好觉。

rộn rịch t 热闹, 喧闹, 喧哗

rộn rịp t 熙熙攘攘 (=nhộn nhịp)

rông₁ *đg* 涨潮

rông₂ *t* 随意，不受约束：đi chơi rông 随意闲逛

rông₃ *t* 晦气，倒霉

rông₄ *t*（书法）圆润：nét chữ rông 字体圆润

rông rài *t* 冗长

rồng *d* ①龙②旧时对帝王的尊称：mình rồng 龙体；mặt rồng 龙颜

rồng bay phượng múa 龙飞凤舞

rồng rắn *d* 长蛇阵，排长龙：xếp hàng rồng rắn 排起长龙

rỗng *t* ①中空的②空的：Cái thùng rỗng. 桶中空空的。

rỗng bụng *t* 空腹的

rỗng không *t* 空洞的，空无所有的：cái túi rỗng không 空空的口袋

rỗng rỗng *t* 空落落：Em đi rồi, anh thấy phòng rỗng rỗng. 你走了，我觉得房子空落落的。

rỗng ruột *t* 空心的

rỗng tuếch *t* 空洞无物的：Bài văn rỗng tuếch. 文章空洞无物。

rỗng tuếch rỗng toác=rỗng tuếch

rống *đg* ①（动物）吼叫，嚎叫：sư tử rống 狮吼②号啕：khóc rống lên 号啕大哭

rộng *t* ①宽：chiều rộng 宽度②宽大，宽敞③宽宏，宽厚④宽阔：hiểu rộng 见识广

rộng bụng *t* 大度的，度量大的

rộng căng *t* 清闲，无拘无束

rộng chân rộng căng=rộng căng

rộng huếch *t* 宽大，肥大：áo rộng huếch 肥大的衣服

rộng huếch rộng hoác=rộng huếch

rộng lớn *t* 广阔，辽阔

rộng lượng *t* 宽宏大量

rộng mở *t* ①（心胸）宽广：tấm lòng rộng mở 宽广的胸怀②开放式的：một đề tài rộng mở 开放性的论题

rộng rãi *t* ①宽阔，宽敞②广泛

rộng xét *đg* 谅察，体察

rộp *đg*（烫）起泡，鼓起来：Mặt bàn gỗ dán rộp cả lên. 压合板桌子的面板都鼓了起来。

rốt₁ *đg* 关（同 nhốt）：Rốt gà vào chuồng. 把鸡关进笼里。

rốt₂ *t* 末的，最后的：con rốt 末生子

rốt bét *t* 最末的，倒数第一的

rốt cục=rốt cuộc

rốt cuộc *p* 结果，最后，最终

rốt đáy *t* 最底层的，垫底的

rốt lại *p* 末了，最后

rốt lòng *t* 最后一胎的，末生的

rốt năm *d* 年底，年终

rơ *t* 松动的，错位的：Trục giữa của xe đạp bị rơ. 自行车轴松了。

rơ-moóc *d* 拖车，拖卡

rờ mó *đg* 触摸，扪摸

rờ rẫm *đg* 摸索，摸黑

rờ rờ *t* 慢腾腾，慢吞吞

rở *đg*（孕妇）害口，害喜

rỡ *t* 灿烂，绚烂：rỡ mày rỡ mặt 容光焕发

rớ *đg* ①触碰②无意中得到或遇到

rợ₁ *d* 蛮夷，蛮人；暴徒

rợ₂ *t* 花哨，妖艳：Màu hơi rợ. 颜色有点艳。

rơi *đg* ①落，掉，坠：rơi nước mắt 落泪②陷，落

rơi rớt *đg* 遗落

rơi rụng *đg* 凋零，凋落，掉落，丢落

rơi tự do *đg* 自由落体运动

rơi vãi *đg* 散落，洒落

rời *đg* ①离开，走开：Thuyền rời bến. 船离开码头。②分离，离去：Con không rời mẹ. 儿不离娘。*t* 散，松散，散碎：như đống cát rời 像一盘散沙

rời khỏi *đg* 离开

rời rạc *t* 涣散，松散，零散，零星

rợi rợi *t* 习习（风柔和地吹）

rơm *d* 稻秆，秸秆

rơm rác *d* ①草芥②无价值、无意义的事物

rơm rớm *t* 盈盈：rơm rớm nước mắt 泪水盈眶

rởm *t* ①乖戾，古怪：tính rởm 性格古怪②假冒的：hàng rởm 假货

rởm đời *t* 乖戾

rớm *đg* 渗出，浸出

rơn *p*（高兴）之极，极甚，太，过于：mừng rơn 欢天喜地；sướng rơn 乐不可支

rờn *p* 非常之，很（绿）：xanh rờn 青翠

rờn rợn *đg*；*t* 微悚，有点儿发毛

rỡn *đg*［方］开玩笑（=giỡn）

rợn *t* 悚然，害怕，毛骨悚然

rợn ngợp *đg* 恐惧，害怕

rợn tóc gáy 毛骨悚然

rợp *t* ①阴凉的，背阴的②遮天蔽日的

rợp bóng *t* 阴凉，浓阴

rót *đg* ①滴落：Con bé rót nước rót cả ra bàn. 她倒水时水滴到桌子上。②遗落，落下：Anh ấy bị rót lại. 他掉队了。③（考试）没过，考砸④掉，落，摔：Máy bay bị rót. 飞机摔了下来。

rót giá *đg* 跌价，掉价

ru₁ *đg* 催眠，哄睡：ru con 哄孩子睡

ru₂ *tr* 是否，难道

ru hời *đg* 催眠，哄睡

ru ngủ *đg* ①催眠②麻醉，麻痹

ru rú *đg* 蜗居（不出门）：suốt ngày ru rú trong nhà 整天窝在家里

rù rờ *t* 慢吞吞，笨拙，木讷

rủ₁ *đg* 邀，约：rủ bạn đi chơi 约朋友出去玩

rủ₂ *đg* 低垂：rủ mành 垂帘

rủ lòng *đg* 垂顾：rủ lòng thương 垂爱

rủ rê *đg* 唆使，邀约（去干坏事）

rủ rỉ *t* 低声细语

rũ₁ *đg*；*t* ①蔫，枯萎②蔫，没精打采

rũ₂ *đg* 推诿，推脱，摆脱：rũ sạch lo âu 摆脱烦恼

rũ rượi *t*①披头散发的：đầu tóc rũ rượi 披头散发②萎拉，疲乏

rú₁ *d* 植被茂密的山

rú₂ *đg* 响，喊叫：Còi báo động rú lên từng hồi. 警报声阵阵响起。

rú còi *đg* 鸣笛

rú rí *t* 唧唧哝哝

rua *d* 流苏：tua rua 流苏 *đg* 抽纱，织绣：rua bông hoa trên ngực áo 在衣服胸口上绣花

rùa *d* 乌龟：chậm như rùa 慢得像乌龟

rửa *đg* 诅咒：rửa độc miệng 毒咒

rửa mát *đg* 指桑骂槐

rữa *t* 溃烂的，腐烂的

rúc₁ *đg* ①钻：Em bé rúc đầu vào lòng mẹ. 小孩一头钻进母亲的怀里。②拱，啄：Lợn rúc mõm xuống máng. 猪在食槽里拱食。

rúc₂ *đg* 鸣，啼，叫：Còi rúc. 汽笛长鸣。

rúc rỉa *đg* ①啜吮②搜刮：rúc rỉa nhân dân 搜刮民脂民膏

rúc rích［拟］吃吃（笑声、窃笑声）

rúc rúc *đg*（衣服）起毛，掉色

rục *t* ①（熟过头）烂：quả chín rục 果子熟烂②酥软无力

rục rịch *đg* ①准备②动弹

rui *d* 椽子

rủi *d* 不幸的事，倒霉的事，晦气

rủi ro *t*；*d* 倒霉，风险，有风险的

rủi tay *t* 手气不好的

rụi₁ *đg* ①凋谢，凋零，枯死：Cây rụi dần. 树慢慢枯死了。②垮塌，倒下：Căn nhà đổ rụi xuống. 房子垮塌了。

rụi₂ *t* 精光的，一无所剩的：Nhà cửa bị cháy rụi. 房子被烧得一干二净。

rum *d* ①紫红色②红花（一种草药）

rum-ba *d* 伦巴舞

rùm₁ *d* 岩盐：muối rùm 岩盐

rùm₂ *t* 喧哗的，大声吼的

rùm beng *t* 闹嚷嚷，大张旗鼓：quảng cáo rùm beng 大做广告

rúm *t*（被挤压）变形的，缩卷的

rúm ró *t* 干瘪，皱巴巴，凹扁的，蜷缩的

run *đg* ①发抖，哆嗦：rét run lên 冷得发抖②发颤：giọng hơi run 声音发颤

run cầm cập 瑟瑟发抖

run lẩy bẩy 簌簌发抖

run như cầy sấy 发抖，打哆嗦

run rẩy *đg* 抽搐，颤抖

run run *t* 微微发抖的

run sợ *đg* 战栗，胆战心惊

rùn₁ *đg* 缩：rùn đầu 缩起头来

rùn₂ *t* 退缩

rùn đầu rùn cổ *đg* 缩头缩脑，畏畏缩缩

缩

rủn *đg* (怕或饿) 瘫软: sợ rủn người 被吓得瘫软

rủn chí *đg* 丧志，丧气

rủn lòng *đg* 心灰意冷，泄气

rún *đg* ①屈腿②忍让 (=nhún)

rún rẩy *đg* [方] 蹦跳 (=nhún nhảy)

rung *đg* ①震动，震撼；摇动，晃动② 颤动

rung cảm *đg* 感动: Bài thơ làm rung cảm lòng người. 这首诗很感人。

rung chuyển *đg* 动摇，摇撼，震撼

rung động *đg* ①震动，撼动②激动， 感动

rung rinh *đg* 晃动，摇晃，摇曳: Cành hoa rung rinh trước gió. 花儿在风中摇曳。

rung rúc *t* (衣服) 旧而完好的

rung trời chuyển đất 震天动地，惊天动地

rùng₁ *d* 长方形大鱼网

rùng₂ *đg* ①震动，抖动: Mặt đất rùng lên. 地面震动。②筛·rùng thóc 筛稻谷

rùng mình *đg* 发抖，打战

rùng rợn *t* 毛骨悚然

rùng rùng *t* 轰轰隆隆，轰轰烈烈

rủng rỉnh *t* (钱财) 富足，满当当 [拟] 哗啦哗啦

rúng động *đg* 动摇

rúng rính *đg* ①抖动，晃动②动摇

rụng *đg* 脱落: răng rụng 掉牙

rụng rời *đg* 酥软，瘫软: mỏi rụng rời chân tay 累得手脚瘫软

ruốc *d* 肉松

ruốc bông *d* 肉松

ruồi *d* 苍蝇

ruồi muỗi *d* ①蚊蝇②[转] 小人

ruồi trâu *d* [动] 牛虻

ruồi xanh *d* ①绿头苍蝇②[转] 小人，卑鄙的人

ruổi *đg* 疾跑，疾奔: ruổi ngựa đuổi theo 飞马而追

ruỗi *đg* 伸直: ruỗi chân 伸直腿 *d* 屋梁

ruồng₁ *đg* ①抛弃，遗弃: ruồng bỏ vợ con 抛妻弃子②扫荡

ruồng₂ *d* 浮子: ống ruồng 浮筒

ruồng bỏ *đg* 遗弃，抛弃

ruồng rẫy *đg* 不顾，不管

ruỗng *t* 腐朽的，蛀空的: Khúc gỗ mọt ruỗng. 木头被蛀空。

ruỗng nát *t* 腐朽，朽烂: chế độ ruỗng nát 腐朽的制度

ruộng *d* 田: làm ruộng 种田

ruộng bãi *d* 沙田，滩地

ruộng bậc thang *d* 梯田

ruộng cạn *d* 旱田，旱地

ruộng chân trũng *d* 洼田

ruộng chiêm *d* 夏收田

ruộng đất *d* 田地，土地: ruộng đất phì nhiêu 土地肥沃

ruộng khô *d* 旱田，旱地

ruộng lúa *d* 稻田

ruộng mạ *d* 秧田

ruộng mùa *d* 晚稻田

ruộng muối *d* 盐田

ruộng nương *d* 田地，耕地

ruột *d* ①肠子；肠衣: ruột già 大肠② 芯: ruột phích 水壶胆③心肠，心情: nóng ruột 心急 *t* ①骨肉至亲的: anh em ruột 亲兄弟②亲密的，至亲的: bồ ruột 密友

ruột bút *d* 笔芯

ruột cùng *d* 直肠

ruột dư=ruột thừa

ruột đầu *d* 十二指肠

ruột để ngoài da 忠厚老实；没有城府

ruột gà *d* [口] ①弹簧；螺旋状物体: ống ruột gà thép 金属软管②气门芯

ruột gan *d* 心情，心境

ruột già *d* 大肠

ruột nghé=ruột tượng

ruột non *d* 小肠

ruột rà *t* 亲的，情同骨肉的

ruột thịt *t* 骨肉的，同胞的: anh em ruột thịt 同胞兄弟

ruột thừa *d* 阑尾

ruột tượng *d* 腰包，钱囊

rút *đg* ①抽，取: rút tiền 取钱②撤，退: rút cổ phần 退股③收缩，削减: rút ngắn bài văn 缩减篇幅④总结，吸取：rút kinh nghiệm 总结经验

rút bót đg 抽掉，节减，缩减

rút cuộc p 结果，最后，最终

rút dây động rừng 牵一发而动全身

rút giấy phép đg 吊销许可证

rút gọn đg 缩简，精简

rút lui đg ①撤退：rút lui khỏi trận địa 撤出阵地②撤回，收回：rút lui ý kiến 收回建议

rút ngắn đg 缩短：rút ngắn khoảng cách 缩短距离

rút quân đg 撤军

rút rát t 胆小畏怯，胆怯（=nhút nhát）

rút thăm đg 抓阄；抽签

rút tiền đg 取钱：đi ngân hàng rút tiền 去银行取钱

rút xương đg 去骨

rụt đg 缩回

rụt rè t 畏缩，缩手缩脚

rưa rứa t 相似，有点像

rửa đg ①洗：rửa mặt 洗脸②雪洗：rửa hờn雪恨③（洗）磨④［口］（有了好事而）请客：Anh vừa lên chức，phải rửa. 你升职了，要请客。

rửa ảnh đg 洗相片，洗照片

rửa nhục đg 雪耻

rửa oan đg 洗冤

rửa phim đg 冲洗胶卷

rửa ráy đg 洗涤：rửa ráy sạch sẽ 洗涤干净

rửa ruột đg 洗肠

rửa thù đg 报仇

rửa tiền đg 洗钱

rửa tội đg 洗礼（天主教的入教仪式）

rữa t 残败，腐烂：Thịt thối rữa. 肉都腐臭了。

rứa đ［方］如此，这样，这般

rựa d 劈柴刀，大砍刀：dao rựa 大砍刀

rức t 刺痛，疼痛（=nhức）

rực t ①辉耀，辉煌：đèn sáng rực 灯火辉煌②灿烂

rực rỡ t 辉煌，灿烂：nắng vàng rực rỡ 阳光灿烂

rưng rức［拟］（痛哭声）：khóc

rưng rức 痛哭

rưng rưng t（泪）汪汪的

rừng d ①丛林，森林②众多，很多 t 野生：lợn rừng 野猪

rừng cấm d 保护林

rừng chặn cát d 防沙林

rừng chồi d 再生林，次生林

rừng đặc dụng d 特种林

rừng già d 老林

rừng giữ cát d 固沙林

rừng gươm mưa đạn 枪林弹雨

rừng mưa nhiệt đới d 热带雨林

rừng nguyên sinh d 原始森林

rừng núi d 山林

rừng phòng hộ d 防护林

rừng rú d 森林

rừng rực t（火）熊熊燃烧的：lửa cháy rừng rực 熊熊大火

rừng sản xuất d 经济林

rừng sâu núi thẳm 深山密林

rừng tái sinh d 次生林，再生林

rừng xanh núi đỏ 山高路远

rửng mỡ đg 闲着没事干

rưng t ①（天）微亮的：Trời rưng sáng. 天刚蒙蒙亮。②透的，艳的：đỏ rưng 鲜红

rước đg ①游行，游玩②迎接，迎迓：rước khách 迎接客人

rước dâu đg 迎亲

rước mối d 中介，介绍

rước voi giày mả tổ 引狼入室

rước xách đg（隆重）迎接

rươi d［动］禾虫

rười rượi t 沉郁，忧郁

rưỡi d 半：một ngày rưỡi 一天半

rưới đg 洒，浇：rưới nước 洒水

rượi t 柔和，舒适（放在形容词之后）：mát rượi 凉爽

rườm t 冗赘，烦絮：nói rườm lời 说话啰唆

rườm rà t ①丛密，密杂，繁茂：bụi cây rườm rà 灌木丛密②冗长，多余

rướm đg 渗出，浸出（=rớm）

rươn rướn đg 伸出，探出

rườn rượt t 湿漉漉

rướn đg（尽量往前往上）伸，挺：

đứng rướn người lên 挺身站起来
rương *d* 箱子
rường *d* [建] 桁构 *đg* 张开，撑起
rường cột *d* 栋梁
rượng *d* (室内搁物用的) 棚架
rượt *đg* 追逐，追赶：rượt giặc 追敌
rượu *d* 酒：cất rượu 酿酒
rượu bào *d* 二蒸酒
rượu bia *d* 啤酒
rượu bổ *d* 补酒
rượu Brandy *d* 白兰地
rượu chè *đg* 大吃大喝，吃吃喝喝
rượu côc-tai *d* 鸡尾酒
rượu đậu *d* 二锅头
rượu đế *d* 烈酒
rượu gạo *d* 米酒
rượu lậu *d* 私蒸酒
rượu mạnh *d* 烈酒

rượu mùi *d* 果酒
rượu nếp *d* 糯米酒
rượu ngoại *d* 洋酒
rượu ngon *d* 头道蒸出的酒
rượu ngọt *d* 低度酒
rượu nhẹ *d* 低度酒
rượu nho=rượu vang
rượu rum *d* 朗姆酒
rượu sâm-banh *d* 香槟酒
rượu tăm *d* 发泡烈酒
rượu thuốc *d* 药酒
rượu trắng *d* 白酒
rượu uýt-ki *d* 威士忌，威士忌酒
rượu vang *d* 葡萄酒
rượu vốt-ca *d* 伏特加，伏特加酒
rút *đg* 拽，揪：rút dây 拽绳子
rút ruột *đg* 心如刀绞，肝肠寸断

R

S

s，S 越语字母表的第 23 个字母

sa₁［汉］沙，砂，裟，蹉

sa₂ *đg* ①掉，落，坠落：sa nước mắt 掉眼泪②陷入，落入，中计，上当：sa chân xuống giếng 失足落入井内

sa bàn *d* 沙盘

sa bẫy *đg* 落入陷阱，中计，上当：bị sa bẫy 落入陷阱

sa-bô-chê *d* 人参果（=hồng xiêm）

sa bồi *đg* 冲积：đất sa bồi 冲积土

sa-ca-rin（saccharine）*d* 糖精

sa chân *đg* 失足

sa châu *d* 沙洲

sa cơ *t* 失意的，遭遇风险的

sa cơ lỡ bước 陷入困境，遭遇不幸

sa dạ dày *d* 胃下垂

sa đà *đg* 恣意，放纵，放任

sa đắm *t* 沉迷的，沉湎的

sa đì *d* 小肠疝气，疝气

sa đoạ *t* 堕落：lối sống sa đoạ 生活堕落

sa lát *d* 沙拉，色拉

sa lầy *đg* ①陷入泥沼：Xe buýt bị sa lầy không động đậy nữa. 公交车陷入了泥沼，动弹不得。②沉迷于，不可自拔：Thằng bé sa lầy vào In-tơ-nét. 他沉迷于上网。

sa lông（xa lông）*d* ①沙龙（艺术家聚集场所）②沙发③客厅

sa mạc *d* 沙漠：sa mạc hoá 沙漠化

sa môn *đg*［宗］出家，皈依

sa ngã *đg* 堕落，把持不住，禁不住

sa nhân *d* ①［植］砂仁树②砂仁

sa sả *p* 纠缠不休地，骂不绝口地：mắng sa sả 骂不绝口

sa sâm *d* 沙参

sa sầm *t* 阴晦，阴沉：Trời trở nên sa sầm. 天转阴了。*đg* 沉下脸，拉下脸：Anh sa sầm mặt xuống. 他沉下脸。

sa sẩy *đg* 损耗：hàng hoá bị sa sẩy 货物被损耗

sa sút *đg* 衰落，衰退：kinh tế bị sa sút 经济衰退

sa thải *đg* 淘汰，辞退

sa trường *d* 沙场，战场

sà *đg* ①降落：Máy bay sà xuống. 飞机降落。②投向，扑向

sà lan *d* 驳船

sà sẫm *đg* 触摸，摸索：sà sẫm tiến bước 摸索前进

sả₁ *d*［植］香茅：cây sả 香茅草

sả₂ *d*［动］翡翠鸟：sả mỏ rộng 宽喙翡翠鸟

sả₃ *đg* 肢解，切割：sả thịt 切肉

sả₄ *t* 胡乱：chửi sả không kiêng nể 胡乱骂人

sã *đg* 垂：Chim sã cánh. 鸟垂下翅膀。

sá₁［汉］岔

sá₂ *đg* 说到，提及

sá₃ *p* 岂计

sá chi=sá gì

sá gì *p* 不论，不管

sá quản *p* 不管，不顾：sá quản vất vả và khó khăn 不辞辛劳困苦

sạ₁［汉］乍，槎

sạ₂ *đg* 抛（秧）

sác-giơ（chargeur）*d* ①弹梭，弹带②装弹机，上弹装置③充电器

sạc（charger）*đg* 装弹；充电

sách₁ *d* 皱胃，重瓣胃：lá sách bò 牛百叶

sách₂［汉］册 *d* ①书，书籍，图书：

sách báo 书报②竹简，木简

sách₃ [汉] 策 *d* 策略，方法：quốc sách 国策；thất sách 失策

sách₄ *d* ①索，条（纸牌或麻将中的牌名）②一种古文体

sách bìa cứng *d* 精装本

sách bìa mỏng *d* 简装本

sách bỏ túi *d* 袖珍本

sách công cụ *d* 工具书

sách giáo khoa *d* 教科书

sách gối đầu giường 常读的书；必备的书

sách lược *d* 策略

sách nhiễu *đg* 索贿

sách phong *đg* 册封：sách phong hoàng hậu 册封皇后

sách tham khảo *d* 参考书

sách trắng *d* 白皮书

sách vở *d* 学习资料；研究资料 *t* 书本的，脱离实际的

sạch *t* ①干净，清洁：áo sạch 干净的衣服②净尽，精光，无余：thua sạch tiền 输个精光

sạch bách *t* 净尽，　无所剩

sạch bóc *t* ①非常干净：Ga trải giường giặt sạch bóc. 床单洗得非常干净。② 精光，一点不剩：túi tiền sạch bóc 身无分文

sạch bong *t* 干干净净，一尘不染：Nhà cửa thu dọn sạch bong. 房子收拾得干干净净。

sạch bóng=sạch bong

sạch mắt *t* 干净，清洁

sạch như chùi 一尘不染：Đường phố sạch như chùi. 街道干净得一尘不染。

sạch nợ *đg* 清账，还清债务

sạch nước cản 过得去，一般般

sạch sành sanh *t* 一干二净，精光

sạch sẽ *t* 清洁，干净

sạch trơn *t* 精光，一点不剩

sai₁ [汉] 差 *đg* 差遣，差使

sai₂ *t* 硕果累累的：Cây vải sai quả. 荔枝挂满枝头。

sai₃ *t* ①错误，差错②违背，违反

sai bảo *đg* 差遣

sai con toán, bán con trâu 因小失大

sai khiến *đg* 差遣，差使，差派

sai khớp *đg* 脱臼，脱位：sai khớp cổ cột (关节) 脱位

sai lạc *t* 差错，谬误，错误：quan điểm sai lạc 错误的观点

sai lầm *t*；*d* 错误：xử lí sai lầm 处理错误

sai lệch *d* 差错：sai lệch chút ít 有稍许差错

sai một li đi một dặm 差之毫厘，谬之千里

sai ngạch *d* 差额

sai phạm *đg* 违反：sai phạm nội qui 违反规定 *d* 错误

sai sót *d* 差错，不足：đảm bảo không có sai sót 保证无差错

sai trái *t* 错误

sài₁ [汉] 豺

sài₂ *d* 各种小儿慢性病的泛称

sài₃ [汉] 柴：sài cửa 柴扉

sài cẩu *d* 豺，豺狗

sài đẹn *t* 病恹恹

sài giật=sài kinh

Sài Gòn *d* [地] 西贡（原南越首都，现为胡志明市中心城区）

sài hồ *d* [药] 柴胡

sài kinh *đg*（小儿）惊风

sài lang *d* 豺狼，豺狼虎豹；恶人

sải₁ *d*（装液体用的）漆筐

sải₂ *d* 庹（一庹约合五尺）*đg* ①张开，撑开：Con chim sải cánh bay. 鸟儿张开了翅膀。②飞跑：Con ngựa sải nước đại. 马儿撒腿飞奔。③伸直

sãi *d* 和尚，沙弥

sãi chùa *d* 和尚，出家人；守寺人，守庙人

sãi vãi *d* 僧尼

sái *đg* 偏差，错位；不对，不合；不宜，不吉利：sái mẫu mã 样式不合

sái chân *đg* 胫骨错位，崴脚

sái gân *đg* 筋络脱出，错位，软组织损伤，扭伤

sam₁ *d* [动] 鲎，马蹄蟹：con sam 鲎鱼

sam₂ *d* [植] 马齿苋：cây sam 马齿苋

草

sam₃ d [植] 杉树: gỗ sam 杉木

sam sưa t 简易，简朴，朴素: đời sống sam sưa 生活简朴

sàm [汉] 谗 t 胡乱说的，说三道四的，嫌弃的

sàm ngôn d 谗言

sàm sỡ t 放荡，粗俗下流，不检点

sàm sưa t 粗俗: ăn nói sàm sưa 举止粗俗

sám [汉] 忏 đg 忏悔，追悔

sám hối đg 忏悔

sạm t 晒焦，晒黑: bị sạm nắng 被晒黑

san₁ [汉] 珊，潸

san₂ d 披肩

san₃ [汉] 刊 d 刊: đặc san 特刊

san₄ đg ①平整: san bằng nền nhà 平整地面②匀平，摊平

san₅ [汉] 删 đg 删改，修改

san bằng đg 平整，夷平: san bằng mặt đất 平整土地

san định đg 校订，勘误校订

san hô d 珊瑚: đảo san hô 珊瑚岛

san lấp đg 填平，平整

san phẳng đg 整平: san phẳng mặt tường 整平墙面

san sát t ①紧靠的，紧连的②喋喋不休的

san sẻ đg 分摊，分享

san ủi đg 平整

sàn d 地板: sàn gỗ 木地板

sàn diễn d 表演舞台

sàn giao dịch d 交易平台

sàn nhà d 地板，楼板

sàn nhảy d 舞台

sàn nhược t 懦弱，怯弱

sàn sàn t 相似，近似: Ba chị em cao sàn sàn nhau. 三姐妹个头差不多高。

sản [汉] 产 d 产: tài sản 财产 đg [口] 生育，生产: hậu sản 产后症

sản dục d 生产和养育（婴儿）

sản giật đg [医] 产惊，子痫

sản hậu d 产后症，产褥热

sản khoa d 产科: bác sĩ sản khoa 产科医生

sản lượng d 产量: Sản lượng mỗi năm một tăng. 产量逐年增长。

sản nghiệp d 财产，产业

sản phẩm d 产品: khai thác sản phẩm mới 开发新产品

sản phụ d 产妇

sản sinh đg 产生: sản sinh năng lượng 产生能量

sản vật d 产物

sản xuất đg 生产，出产: sản xuất gang thép 生产钢铁 d 生产: bảo đảm sản xuất nông nghiệp 确保农业生产

sán₁ d 绦虫

sán₂ đg 凑近: ngồi sán vào 凑近坐

sán dây d 绦虫类，带虫类

sán dẹt d 蚂蟥类

sán khí d 疝气

sán lá d 绦虫

sán xơ mít=sán dây

sạn₁ [汉] 栈

sạn₂ d ①沙粒，沙子②尘土

sạn đạo d 栈道

sạn mặt t 难为情，不好意思，羞涩

sang₁ [汉] 枪，疮

sang₂ đg ①过，往，到…去；过渡: sang sông 过河②转换: sang tên 过户

sang₃ t 有地位，有名望；豪华，阔绰，阔气: nhà hàng sang 豪华餐馆；ăn mặc sang 穿着阔气

sang chấn d 损伤，伤害

sang giàu t 富贵（=giàu sang）

sang hèn t 贫富

sang mỗi người một thích, lịch mỗi người một mùi 萝卜青菜各有所爱

sang năm d 明年

sang ngang đg 过河，渡河

sang nhượng đg 转让: sang nhượng đất ở 转让住房用地

sang sảng t （声音）洪亮

sang sửa đg ①安排，打点②修整

sang tay=sang tên

sang tên đg 过户，更名: sang tên người mua nhà 给购房者过户

sang trọng t 贵重，华贵，阔气，华丽

sàng₁ 〔汉〕床 *d* 床

sàng₂ *d* 筛子 *đg* 筛：sàng gạo 筛米

sàng lọc *đg* 筛选：sàng lọc vật liệu sản xuất một cách nghiêm ngặt 严格筛选生产原料

sàng sảy *đg* 筛选，淘汰，删节；加工

sàng tuyển *đg* 筛选，分选

sảng₁ 〔汉〕爽

sảng₂ *đg* 昏迷，发昏：nói sảng 说胡话

sảng khoái *t* 爽朗

sáng₁ 〔汉〕创

sáng₂ *t* ①光．亮：Trời đã sáng. 天亮了。②明白，明了，明晰：Câu văn gọn và sáng. 语句简洁明了。*d* 早晨，清早：làm từ sáng đến chiều 从早干到晚

sáng bạch *t* (天色) 大亮

sáng bảnh mắt = sáng bạch

sáng chế *đg* 创造，发明：sáng chế ra loại máy mới 发明新机器

sáng choang *t* 亮堂堂，亮如白昼

sáng dạ *t* 聪明，聪颖

sáng giá *t* 有价值的

sáng kiến *d* 创见，创举，合理化建议：Đây là một sáng kiến vĩ đại. 这是一个伟大的创举。

sáng láng *t* ①明亮②聪明，聪敏

sáng lập *đg* 创立，创建，创办

sáng loà *t* 光辉夺目，亮得耀眼

sáng loáng *t* 亮闪闪

sáng mai *d* 明早

sáng mắt *t* ①目明，眼尖，眼力好：Bà cụ vẫn sáng mắt. 老太太眼神还很好。②明白，醒悟的：Tôi sáng mắt ra. 我豁然开朗。

sáng mắt ra *đg* 开阔眼界：Chuyến đi thăm nước ngoài này làm chúng tôi sáng mắt ra. 这次国外之行让我们开阔了眼界。

sáng nay *d* 今晨，今天上午

sáng nghiệp *đg* 创业：sáng nghiệp khó 创业难

sáng ngời *t* 光明，光辉，灿烂

sáng như ban ngày *t* 亮如白昼：Đèn điện trên phố sáng như ban ngày. 街

上灯光亮如白昼。

sáng qua *d* 昨天上午

sáng quắc *t* 炯炯有神

sáng rực *t* 辉煌，灿烂

sáng sớm *d* 清晨，清早

sáng sủa *t* ①明亮，敞亮，明朗：nhà cửa sáng sủa 房间敞亮②聪明：đầu óc sáng sủa 脑子聪明③明白，明确，明晰

sáng suốt *t* 英明，明智：sự lựa chọn sáng suốt 明智的选择

sáng tác *đg* 创作

sáng tai *t* 耳朵尖，听觉敏锐

sáng tạo *đg* 创造

sáng tinh mơ *t* 天蒙蒙亮，破晓，黎明

sáng tỏ *t* ①大亮：Trời đã sáng tỏ. 天已大亮。②大白：Sự thực đã sáng tỏ. 事实已大白。

sáng trưng *t* 亮堂堂，亮如白昼

sáng ý *t* 聪明：Anh rất sáng ý. 他很聪明。

sanh₁ *d* 榕属植物

sanh₂ *d* 〔乐〕云板，拍板，点子：gõ sanh 敲云板

sanh₃ *d* (平底) 炒菜锅：chiếc sanh đồng 铜炒锅

sành₁ *d* 瓦器，粗瓷制品：vại sành 瓦缸

sành₂ *đg* 善于，擅长，精于：Ông ấy sành về tranh sơn thuỷ Trung Quốc. 他擅长中国山水画。

sành điệu *t* ①老到，老练②时尚，前卫：ăn mặc sành điệu 穿着时尚

sành soạn *t* 熟练，精通：Cô đã nắm được tay nghề sành soạn. 她掌握了熟练的技艺。

sành sỏi *t* 老练，有阅历的

sảnh 〔汉〕厅 *d* 厅，大堂：tiền sảnh 前厅

sánh₁ *đg* ①比较，比拟②漾，溢：Nước trong thùng sánh ra. 桶里的水溢出来了。③并列，并排：sánh vai 并肩

sánh₂ *t* 稠糊：Cháo sánh quá. 粥太稠了。

sánh bước *đg* 并肩而行，并驾齐驱

sánh duyên *đg* 匹配，缔结姻缘

sánh đôi=sánh duyên

sánh vai *đg* 并肩，比肩

sao₁ *d* ①星星：ngôi sao 星辰②星：khách sạn 5 sao 五星级饭店③（流质表面的）小油星：bát canh đầy sao 浮满油星的汤

sao₂ [汉] 炒 *đg* 炒：sao thuốc Bắc 炒（制）中药

sao₃ [汉] 抄 *đg* 抄，抄写

sao₄ *d* [口] 怎，何，岂，何以，为何，为什么

sao Bắc Cực *d* 北极星

sao Bắc Đầu *d* 北斗星

sao băng *d* 流星

sao chép *đg* 抄录，誊录

sao chế *đg* 炒制（中药、茶）

sao Chổi *d* 彗星，扫帚星

sao chụp *đg* 复印；复制

sao Chức Nữ *d* 织女星

sao đành 岂能

sao đổi ngôi *d* [口] 贼星，流星

sao Hải Vương *d* 海王星

sao Hoả *d* 火星

sao Hôm *d* 金星的俗称

sao Kim *d* 金星

sao lăng=sao nhãng

sao lục *đg* 抄录：sao lục văn bản 抄录文件

sao Mai *d* 启明星

sao Mộc *d* 木星

sao nhãng *đg* 忽略，忽视：sao nhãng sự hỏi han với bố mẹ 忽略了对父母的关爱

sao sa *d* 流星

sao tẩm *đg* 炒制：sao tẩm chè 炒茶

sao Thiên Vương *d* 天王星

sao Thổ *d* 土星

sao Thuỷ *d* 水星

sao Vàng *d* 金星

sào₁ [汉] 巢

sào₂ *d* 篙，竹竿

sào banh *d*（撑船用的）竹竿

sào huyệt *d* 巢穴

sào sâu khó nhổ 深陷其中，欲罢不能

sảo₁ [汉] 稍

sảo₂ *d* 大箩筐

sáo₁ *d* [动] 八哥：sáo sậu 白脖八哥

sáo₂ *d* 箫，笛：thổi sáo 吹箫

sáo₃ *d* 竹帘

sáo₄ *t*（形容说话、文章风格）带套语的，带口头禅的：những lời nói sáo 口头禅

sáo dọc *d* 洞箫，竖笛

sáo mép *t* 说大话的，吹牛的：Nó chỉ được bộ sáo mép thôi. 他只会说大话。

sáo mòn *t* 陈词滥调的：Vẫn là lời văn sáo mòn, chẳng có gì mới cả. 还是陈词滥调，没什么新意。

sáo ngang *d* 横笛；横箫

sáo rỗng *t* 空洞无物的：Văn chương sáo rỗng. 文章空洞无物。

sạo *t* 瞎扯：nói sạo 瞎说

sáp₁ *d* ①蜡②唇膏，口红：đánh sáp 涂口红

sáp₂ [汉] 插 *đg* 并入

sáp đút miệng voi 杯水车薪

sáp nhập *đg* 合并，归并

sáp ong *d* 蜂蜡

sạp *d* ①舱板：sạp thuyền 甲板②竹榻，木榻③货摊：sạp hàng 货摊④（竹竿）舞：múa sạp 跳竹竿舞

sát₁ [汉] 煞

sát₂ [汉] 杀 *đg* ①（相）克②杀：sát sinh 杀生

sát₃ [汉] 查，察：sát hạch 核查；giám sát 监察

sát₄ *t* ①贴近，靠近，接近②粘连，紧贴③确切，准确④切合，符合

sát cánh *đg* 比翼，并肩：bay sát cánh 比翼双飞

sát cánh kề vai 肩并肩

sát hạch *đg* 考核，测验：sát hạch tay nghề 技术考核

sát hại *đg* 杀害

sát khí *d* 杀气

sát khuẩn *đg* 杀菌，灭菌

sát nách *đg* 毗连：hai nhà sát nách nhau 两家毗连

sát nhân *đg* 杀人：kẻ sát nhân 杀人

犯

sát nhân vô kiếm 杀人不见血

sát nút *t* 接近的，紧挨的

sát phạt *đg*［口］①厮杀，残杀②争斗，
争输赢

sát sàn sạt *t* 紧靠的（强调程度）

sát sao *t* ①紧密的，严密的②刚好，
恰巧

sát sạt *t* ①紧靠的②刚好的，一点不差
的③毫不顾忌的④一个劲的，一味的：
mặc cả sát sạt 一个劲儿地砍价

sát sinh *đg* ①杀生②屠宰

sát sườn *t* 紧密相关的，切身的：bảo
đảm lợi ích sát sườn của công nhân
保障工人的切身利益

sát thủ *d* 杀手

sát thực *t* 切合实际的，符合实际的

sát thương *đg* 杀伤：vũ khí mang tính
sát thương qui mô 大规模杀伤性武
器

sát trùng *đg* 杀菌，消毒：sát trùng vết
thương 给伤口消毒

sạt *đg* 坍塌，倾倒，塌：sạt tường nhà 屋
墙倒塌

sạt lở *đg* 坍塌，倒塌

sạt nghiệp *đg* 破产，倾家荡产：Bị
sạt nghiệp bởi thua lỗ quá nhiều. 因
亏损太多而破产。

sạt vai *đg*（挑太重）肩歪：Gánh nặng
quá sạt vai. 挑担太重肩膀都歪了。

sau *d* ①后：sau lưng 背后②次，第二，
下一：hôm sau 次日；tháng sau 下
个月③后来，以后④在…之后，继…
之后：sau khi tốt nghiệp 毕业后

sau cùng *d* 最后，最终

sau đại học *d* 大学后，研究生

sau hết *d* 最后

sau này *d* 今后，此后，以后

sau rốt *d* 最后，最末，最终

sáu *d* 六（数词）

say₁ *đg* ①晕（车、船）；醉（酒）：
say xe 晕车②沉迷，迷恋，醉心：
say về nghiên cứu 沉迷于研究

say₂ *d* 簖（插在河水里捉鱼、虾、蟹的
竹栅栏）

say đắm *đg* 沉溺，沉醉，沉迷，沉湎：
say đắm tửu sắc 沉迷酒色

say khướt *đg* 大醉

say máu *t* 激昂，冲动，（杀）红眼：
Kẻ thua càng say máu.（赌徒）输
得愈发红眼。

say máu ngà *t* 冲动，激动，热血沸腾

say mèm *đg* 酩酊大醉：Say mèm rồi
nằm lì bên đường. 喝得酩酊大醉躺
倒在路边。

say mê *đg* 沉迷，迷恋，醉心

say sưa *đg* 陶醉，沉酣

say xỉn *đg*［口］酗酒

sảy *d* 斑疹｜*đg* 簸：sảy gạo 簸米；sảy
thóc 簸谷

sắc₁［汉］敕

sắc₂［汉］色：sắc thái 色彩

sắc₃ *đg* 熬，煎（药）：sắc thuốc 熬药

sắc₄ *t* ①锋利：dao sắc 锋利的刀②锐
利，犀利

sắc bén *t* 锋利，锐利：vũ khí sắc bén
锐利武器

sắc cạnh *t* 世故，老练

sắc đẹp *d* 美色：sắc đẹp tuyệt trần
美貌无比

sắc giới *d*［宗］色戒

sắc lẻm *t* 锋利无比：con dao sắc lẻm
锋利无比的刀

sắc lẹm=sắc lẻm

sắc lệnh *d* 敕令，（国家元首发布的）
命令或法令：sắc lệnh chủ tịch 主席
令

sắc luật *d* 法令

sắc màu *d* 颜色，色彩

sắc như dao *t* ①如刀般锋利：lưỡi
sắc như dao 言辞犀利②锐利

sắc nước hương trời 国色天香

sắc phục *d* 服饰；服色

sắc sảo *t* 睿智，聪明，机智

sắc thái *d* 色彩

sắc tố *d* 色素

sắc tộc *d* 种族

sắc-xô-phôn（saxophone）［乐］萨
克斯管

sặc *đg* 呛｜*t* ①刺鼻，扑鼻：sặc mùi
thuốc Bắc 刺鼻的中药味②充满的

sặc gạch=sặc máu

S

sặc máu *đg* ①呕血，吐血②要命，够呛，够受

sặc mùi *t* ①（味儿）冲鼻子，呛鼻子：sặc mùi nước hoa 香水呛鼻②充满…的：Ăn nói sặc mùi bi quan. 言语间充满悲观情绪。

sặc sặc［拟］哈哈（大笑声）

sặc sỡ *t* 花花绿绿，大红大绿

sặc sụa *đg* ①不停②（味道）冲，呛

sặc tiết=sặc máu

săm *d* 车轮内胎：vá săm 补胎

săm lốp *d* 轮胎（包括内外胎）

săm se［方］=săm soi

săm soi *đg*（仔细）观赏，打量：săm soi kiểu tóc vừa mới làm 细细打量刚做好的发型

sắm *đg* 打点，准备，购置，购办：sắm hàng Tết 置办年货

sắm nắm *t*（兴奋地）忙碌，忙乱

sắm sanh=sắm

sắm sửa *đg* ①购置，购办②准备，整理

sắm vai *đg* 扮演：sắm vai chính 演主角

sặm *t*（颜色）深暗：đỏ sặm 深红色

sặm sì *t* 深黑：nước da sặm sì 肤色黝黑

săn₁ *đg* ①打猎②猎取，追捕

săn₂ *t* ①扭紧②绷紧，结实：bắp thịt săn chắc 肌肉结实③急速：nước suối chảy săn 溪水湍急

săn bắn *đg* 打猎：đi săn bắn 去打猎

săn bắt *đg* 追捕：săn bắt thủ phạm 追捕罪犯

săn đón *đg* 表现殷勤，表现热情：săn đón khách hàng 热情待客

săn đuổi *đg* 追求，奉行

săn lùng *đg* 搜寻，查找

săn sóc *đg* ①照料，料理：săn sóc việc nhà 料理家务②照顾，关心，关怀：săn sóc những trẻ mồ côi 照顾孤儿

săn tìm *đg*（仔细）找寻

sẵn *t* ①已有，固有，现成：quần áo may sẵn 成衣②充裕，充足，有的是 *p* 趁便，顺便

sẵn dịp *p* 趁便，顺便，借机

sẵn lòng *đg* 愿意，乐意：Mọi người sẽ sẵn lòng giúp đỡ bạn. 大家都愿意帮助你。

sẵn sàng *t* 时刻准备好的，随时准备着的

sẵn tay *p* 顺手，顺便

sắn *d* 木薯

sắn dây *d* 葛：Bột sắn dây có công hiệu thanh nhiệt. 葛粉有清热的功效。

sằng sặc［拟］哈哈（大笑声）

sấp₁ *d* ①帮，群②叠，沓：một sấp tiền giấy 一沓钞票

sấp₂ *đg* ①排列，安排②预备，准备

sấp₃ *p* 即将，快要：Trời sấp mưa. 天要下雨了。

sắp chết mới ôm chân Phật 临时抱佛脚

sắp đặt *đg* 安排，安置

sắp sửa₁ *đg* 准备：sắp sửa hành lí lên đường 准备上路的行装

sắp sửa₂ *p* 行将，快要：Tàu sắp sửa chuyển bánh. 火车快要开了。

sắp xếp *đg* 安排，安插，安置

sắt₁ *d* 铁：quặng sắt 铁矿 *t* 钢铁般坚硬的

sắt₂［汉］瑟 *d*［乐］瑟

sắt₃ *t* 变硬的，结实的：Giọng nói sắt lại. 语气变硬起来。

sắt đá *t* 铁石般，坚强，不可动摇

sắt phải đập khi còn nóng 趁热打铁

sắt rèn *d* 锻铁，熟铁，纯铁

sắt son *t* 忠诚，始终如一（=son sắt）

sắt tây *d* 洋铁皮，白铁皮，马口铁

sắt thép *d* 钢铁

sặc sừ *t* 颓废，无精打采，有气无力

sâm *d* ①［药］参：sâm cao li 高丽参②参星（指金星）

sâm banh（champagne）*d* 香槟酒

sâm cau *d* 仙茅

sâm cầm *d* 水鸡

sâm đại hành *d* 红皮蒜

sâm đất *d* 黄细参

sâm cao li *d* 高丽参

sâm nam *d* 鹅掌参

sâm sầm *d* [方] 傍黑，傍晚

sâm sẩm *t* ①黄昏②阴暗

sâm si *t* 参差，相差不大: Giá hàng Tết sâm si nhau. 年货的价都相差不大。

sâm tây dương *d* 西洋参

sầm₁ *t* 阴沉，阴暗，晦暗: Bà cụ sầm mặt lại. 老太太沉下脸来。

sầm₂ [拟] 轰隆: Cơn lũ làm đổ sầm nhà cửa. 洪水轰地将房屋冲倒了。

sầm sã *t* 滂沱: mưa sầm sã 滂沱大雨

sầm sập *t* 急速: Mưa đổ sầm sập. 大雨骤至。

sầm sì *t* (天色) 阴沉沉

sầm uất *t* 繁华，兴盛

sẩm *t* (天色) 暗，阴暗

sẫm *t* (颜色) 深，浓: Cô ta cứ thích mặc những bộ đồ sẫm màu. 她总喜欢穿深色衣服。

sấm *d* ①雷，雷声: tiếng vỗ tay như sấm dậy 掌声雷动②谶语，预言

sấm kí *d* (记录下来的) 谶语，预言

sấm sét *d* 雷霆 *t* 威力大

sấm truyền *d* 预言

sấm vang *d* 雷鸣，雷震: danh tiếng sấm vang 名声如雷贯耳

sậm *t* (颜色) 深暗 (=sẫm)

sậm sịch [拟] 沙沙 (脚步声)

sậm sịt *t* 阴沉沉

sân₁ *d* ①庭院，院落，天井②场地，坪: sân cỏ 草坪; sân bóng 球场

sân₂ *đg* 嗔

sân bãi *d* 场地；货场

sân bay *d* 机场

sân còn gần hơn ngõ 远亲不如近邻

sân chơi *d* ①娱乐或活动的场所② [口] (工作) 环境，条件，平台

sân gác *d* (楼顶) 晒台，阳台

sân khấu *d* 舞台: nghệ thuật sân khấu 舞台艺术

sân sau *d* 后院

sân si *đg* 嗔怒

sân siu *đg* 补平，拉平

sân sướng *d* 院落

sân tàu *d* 甲板

sân thượng=sân gác

sân trời=sân gác

sân trường *d* 校园

sần *t* ①疙里疙瘩，凹凸不平，粗糙不平，不光滑: Mặt anh sần trứng cá. 他满脸粉刺疙瘩。②汁少的: Quả cam sần. 橙子汁少。③夹生④愚钝，笨拙

sần đầu *t* ①头大的，头疼的②辛劳，劳碌

sần mặt *t* ①疙瘩②羞答答，忸怩: Nghe bà nói thế cô sần mặt lại. 听老人家这么说，她害着起来。

sần sùi *t* 疙里疙瘩

sẩn₁ *d* 疙瘩: nổi sẩn 起疙瘩

sẩn₂ *d* 粗丝: tơ sẩn 粗丝

sấn₁ *d* 后腿肉: thịt sấn 后腿肉

sấn₂ *đg* 冲入，扑入: sấn thân vào thương trường 投身商海 *t* 一股劲的: làm sấn tới 一股劲干下去

sấn số *t* 气势汹汹

sấp *t* 朝下的，背向的: nằm sấp trên giường 趴在床上

sấp bóng *đg* 背光: ngồi sấp bóng 背光坐

sấp mày sấp mặt 埋头苦干

sấp mặt *đg* 翻脸: sấp mặt như trở bàn tay 翻脸如翻手

sấp ngửa *t* 急匆匆: Anh vừa ăn xong đã sấp ngửa đi làm. 他刚吃过饭就急匆匆地去上班了。

sập₁ *d* 榻: sập gỗ 木榻

sập₂ *đg* ①坍塌: ngôi nhà sập đổ 房屋倒塌②猛地关上: đóng sập cửa 猛地关上门

sập sùi *t* 阴雨连绵的: Mưa sập sùi mãi. 阴雨连绵。

sập tiệm *đg* [口] 破产，关门，倒闭

sâu₁ *d*, *d* 虫: sâu hại 害虫 *t* 虫蛀的: mía sâu 虫蛀的甘蔗

sâu₂ *t* 深: rừng sâu 深林; nhà sâu 深宅大院

sâu bệnh *d* 病虫害

sâu bọ *d* 昆虫，虫豸

sâu cay *t* ①毒辣②尖刻，尖酸: lời nói sâu cay 尖酸的言语③惨痛: thất bại sâu cay 惨痛的失败

sâu cắn gié *d* 稻黏虫

sâu cuốn lá *d* 卷叶虫

sâu cuốn lá nhỏ *d* 稻纵卷叶螟

sâu dâu *d* 桑螟蛾

sâu đậm *t* 深厚，深刻：tình cảm sâu đậm 深厚的感情

sâu độc *t* 阴毒，毒辣：mưu mô sâu độc 毒辣的阴谋

sâu đục quả *d* 豆荚野螟

sâu đục thân *d* 二化螟

sâu gai *d*〔动〕水稻铁甲，水稻铁甲虫

sâu hoắm *t* 深凹的：một xoáy nước sâu hoắm 一个很深的漩涡

sâu keo *d* 蝗虫

sâu kín *t* 深沉：tình cảm sâu kín 深沉的感情

sâu lắng *t* 深沉，深切

sâu mọt *d* ①蠹虫②蛀虫（喻人）

sâu quảng *d*（脚胫间的）疽，毒疮

sâu răng *d* 龋齿，虫牙

sâu róm *d* 毛毛虫

sâu rộng *t* ①广博，渊博：tri thức sâu rộng 知识渊博②深入广泛

sâu sát *đg* 贴近，接近

sâu sắc *t* 深刻，深奥：ấn tượng sâu sắc 印象深刻

sâu sia *d* 昆虫的总称

sâu thẳm *t* 深邃

sâu xa *t* 深远，深长，深邃

sầu〔汉〕愁 *t* 忧愁：âu sầu 忧愁

sầu bi *t* 哀伤，悲伤

sầu đông *d*〔植〕苦楝子

sầu não *t* 哀愁，愁苦：vẻ mặt sầu não 愁容满面

sầu riêng *d* 榴梿

sầu thảm *t* 忧伤，忧郁

sấu₁ *d*〔植〕人面果，酸果：cây sấu 人面果树

sấu₂ *d*〔动〕鳄鱼：cá sấu 鳄鱼

sây₁ *t*（硕果）累累的：lúa sây hạt 沉甸甸的稻穗

sây₂ *đg*（轻微）擦伤：Mặt bị sây da. 脸被擦破了。

sây sát *đg* 擦伤，擦破，磨破

sầy *đg* 擦伤，擦破

sẩy₁ *d* 斑疹（=sảy）：nổi sẩy 起斑疹

sẩy₂ *đg* ①失误：sẩy tay đánh vỡ bình hoa quí 失手打破了珍贵的花瓶②小产：bị sẩy thai 流产

sẩy₃ *p* 忽然

sẩy chân *đg* 失足

sẩy đàn tan nghé 形只影单；孤家寡人

sẩy miếng *đg* 错失良机

sẩy miệng *đg* 口误，失言

sẩy tay *đg* 失手：Chị sẩy tay đánh rơi làm vỡ kính mắt. 她失手摔破了眼镜。

sẩy thai *đg* 流产，小产：Chị ấy bị sẩy thai do bị đâm xe máy. 她被摩托车撞引起小产。

sẩy vai xuống cánh tay 肥水不流外人田

sấy *đg* 烘，焙，烤：sấy khô 烘干

sấy tóc *đg* 吹头发

sậy *d* 芦苇

se *t* ①干，干涩：da se 皮肤干涩②痛心

se₂ *đg* 打，行凶：Se nó một trận. 打他一顿。

se sắt *t* ①忧愁②干冷

se se *t* ①渐干的，稍干的②较冷的：Trời đã se se lạnh. 天已经冷了。

se sẻ *d* 麻雀（=chim sẻ）

se sẽ *t* 轻轻地：Chị se sẽ vỗ vai chồng. 她轻轻地拍拍丈夫的肩膀。

se sua *đg*（以服饰等）炫耀于人

sè sè₁〔拟〕沙沙

sè sè₂ *t* 低平的

sè sẽ=se sẽ

sẻ₁ *d* 麻雀：chim sẻ 麻雀

sẻ₂ *đg* 分，匀

sẻ sớt *đg* 分摊，共分

sẽ₁ *t* 轻轻，轻柔：nói sẽ 轻轻说

sẽ₂ *p* 将，将要，快要：Mai sẽ nộp bài. 明天要交作业。

sẽ sàng *t* 非常轻（=khẽ khàng）

séc *d* 支票：ghi séc 开支票

séc du lịch *d* 旅游支票

séc khống *d* 空白支票

séc theo lệnh *d* 记名支票

séc vô danh *d* 无记名支票

sém *đg* 微燎（烧了一角），晒焦（一部分）: một mảng tóc bị sém 烧焦了一缕头发 *d* 锅巴

sen₁ *d* 斑鸠

sen₂ *d* ①莲，荷: hoa sen 荷花②荷香: chè sen 荷香茶③莲子

sèn *t* 悭吝; 吝啬: con người sèn 吝啬鬼

sèng [拟] 锵锵（铜器撞击声）

seo₁ *d* 公鸡（长而弯的）尾羽

seo₂ *t* 皱: seo da 皮肤皱

seo séo *t* 话多，能说会道

sẹo *d* ①疤，疤痕，疮痕: Vết thương khỏi đã thành sẹo. 伤口结疤了。②节子（木材的疤痕）: Ván gỗ có sẹo. 木板有节子。

sẹp *đg* 席地而坐: ngồi sẹp 席地而坐

sét₁ *d* 霹雳: Sét đánh gãy cây. 雷电把树劈断了。

sét₂ *d*（乒乓球和网球的）局: thua ba sét 输三局

sét₃ *d* 锈迹 *đg* 锈蚀，生锈: con dao sét 刀生锈

sét₄ *d* 黏土: nồi niêu bằng đất sét 黏土烧成的瓦锅

sét đánh ngang tai 晴天霹雳

sex *d* 性感

sexy *t* 性感的，挑逗的，露骨的

sê-ri（xê-ri）*d* 系列: sê-ri sản phẩm 产品系列

sề₁ *d* ①箩子: một sề rau 一箩菜②小簸箕

sề₂ *t₁* ①（指妇女因过多生育而）容颜枯槁的②已生猪崽的（母猪）: lợn sề 母猪

sề sệ *t* 下坠的

sễ *t* 低垂: vạt áo sễ xuống 衣襟低垂

sệ *t*（因过重而）沉降，下坠（=xệ）

sệ nệ *t*（走路）一跛一跛

sên₁ *d* ①蜗牛②蛞蝓，蛞蝓，鼻涕虫

sên₂ *d* 铁链，链条: dây sên 链条

sên₃ *đg* ①拧②抓住，逮住

sền sệt₁ *t* 微稠的: chè đường sền sệt 微稠的糖水

sền sệt₂ [拟]（拖鞋趿拉声）

sến₁ *d* 紫荆树

sến₂ *đg* 出让，出售: Anh sến được căn hộ gần đường. 他出售了靠路边的房子。

sênh₁ *d* [乐] 云板，拍板，点子: gõ sênh 敲云板

sênh₂ *t* 便宜: bán sênh 便宜卖

sểnh *đg* ①眼睁睁地失掉②未顾及，未注意: sểnh một tí là hỏng việc 一下未顾及就搞砸了

sểnh nhà ra thất nghiệp 在家千日好，出门一日难

sểnh ra *đg* 没有顾及，没有注意

sểnh tay *đg* 没留意，没留神

sếp *d* 领导，上级，主管

sếp sòng *d* 第一，头目，首魁: tài nghề sếp sòng 技术第一

sệp *đg* ①塌②居下风: đành chịu sệp 甘拜下风

sêu *đg*（未婚男方家逢年过节给女方家）送礼

sêu tết *đg* 送礼（统称）

sểu *đg* 穿过: Viên đạn bắn sểu qua của gỗ. 十弹直穿过木门。

sểu sảo *t* 马虎，草率: làm sểu sảo chắc chắn không qua được 马虎应付肯定过不了关

sếu₁ *d* [动] 鹤: sếu đầu đỏ 丹顶鹤

sếu₂ *t* 歪的，扭歪的

si₁ *d* [植] 垂叶榕

si₂ [汉] 痴 *t* 痴: si vì tình 为情而痴

si₃ [汉] 差 *t* 参差: sâm si 参差不齐

si cuồng *t* 痴狂

si-li-cát（silicat）*d* 硅酸盐

si-lích（silicium）*d* 硅

si mê *t* 痴迷: yêu đến nỗi si mê 爱到痴迷

si tình *t* 痴情: kẻ si tình 痴情汉

si tưởng *đg* 痴想，痴念

sì *p*（程度）极: ẩm sì 潮湿极了

sì-cút（scout）*d* 巡视员，侦察员

sì sì *t*（强调程度）极其: đen sì sì 黑极了

sì sụp *p* 连连，不停地: lễ sì sụp 连连作揖

sỉ₁ *đg* 批发: bán sỉ 批发

sỉ₂ [汉] 耻 *t* 耻辱: vô liêm sỉ 无耻

sĩ nhục *t* 耻辱：lấy làm sĩ nhục 觉得耻辱 *đg* 侮辱，羞辱：không được sĩ nhục người ta 不得侮辱他人

sĩ vả *đg* 辱骂

sĩ［汉］士 *d* ①士（古时研究学问的人）：tiến sĩ 进士②士，武官，军人：binh sĩ 士兵③士（男子通称）：tráng sĩ 壮士；vũ sĩ 武士 võ sĩ 家（有专门学问的和受尊敬的人）：ẩn sĩ 隐士一，ca sĩ 歌唱家⑤士（仕）（象棋子之一）

sĩ diện *d* 面子：mất sĩ diện 丢面子 *đg* 爱面子

sĩ khí *d* 志士，气概，士气：động viên sĩ khí 鼓舞士气

sĩ quan *d* 军官

sỉa *đg* 拉屎

sỉa *đg* 陷入：Bánh xe sỉa xuống hố. 车轮陷入坑里。

sỉa chân *d* 孕妇足部浮肿病

sịa *d* 簸箕

sịch［拟］砰（撞击声）

SIDA［缩］艾滋病（又称 AIDS）

siểm［汉］谄 *đg* 谄

siểm nịnh *đg* 谄媚

siêng *t* 勤：siêng đọc siêng viết 勤读勤写

siêng ăn nhác làm 好吃懒做

siêng năng *t* 勤勉，勤恳，勤劳不懈：làm việc siêng năng 做事勤恳

siết₁ *đg* 紧握，收紧

siết₂ *đg* 切（横），割：siết cổ 割颈（抹脖子）

siêu₁ *d* ①粗陶器（有提手，烧水或煮中药用）②大关刀

siêu₂［汉］超 *t* 超级：hát siêu hay 唱得超好

siêu âm *d* 超声；超声设备：sóng siêu âm 超音波 *t* 超声速的：máy siêu âm B B 超机

siêu cường *t* 超级：siêu cường quốc 超级大国

siêu dẫn *đg* 超导：vật liệu siêu dẫn 超导材料

siêu đẳng *t* 超级的

siêu điện thế *d* 超高压

siêu độ *đg*［宗］超度：lễ siêu độ 超度仪式

siêu hạng *d* 超级

siêu hình *t* 形而上学

siêu lợi nhuận *d* 超额利润

siêu mẫu *d* 超级模特

siêu nhân *d* 超人

siêu nhiên *t* 超然的，超自然的：lực lượng siêu nhiên 超自然力

siêu phàm *t* 超凡的，超凡入圣的

siêu sao *d* 超级明星

siêu sinh tịnh độ［宗］超脱

siêu tải *đg* 超载，超负荷

siêu tần *t* 超高频

siêu thị *d* 超市

siêu thị trên mạng internet *d* 网店

siêu thoát *đg*［宗］超脱，超生

siêu tốc *t* 飞快，超速度，快速

siêu trình diễn *d* 大型演出

siêu trọng *t* 超重的：Xe tải chở hàng siêu trọng sẽ bị phạt nặng. 货车装货超重会被重罚。

siêu trường *t* 超长

siêu vi trùng *d* 病毒（=vi-rút）

siêu việt *t* 非凡，出众：tài năng siêu việt 才能出众

siêu xa lộ thông tin *d* 信息高速路

sim₁ *d*［植］桃金娘：sim rừng 野生桃金娘

sim₂ *d* 用户身份识别卡，智能卡：sim điện thoại 电话卡

sin sít *t* ①贴近的，挨近的②刺耳的：giọng nói sin sít 刺耳的说话声

sinh₁［汉］甥

sinh₂［汉］生 *đg* ①生产：ngày sinh 生日；hộ sinh 接生②出现，发生③变成：Trẻ sinh hư. 小孩变坏了。④生，活：sinh hoạt 生活 *d* ①生，学生：thí sinh 考生②有学术技艺的人

sinh₃［汉］牲 *d* 牲畜：súc sinh 牲畜

sinh cặp *d* 孪生

sinh chuyện *đg* 生事，滋事：Hễ say rượu là anh sinh chuyện. 他一喝醉就生事。

sinh con đẻ cái 生儿育女

sinh dục *đg* 生育，生殖：cơ quan sinh dục 生殖器官

sinh dưỡng *đg* 生养：công ơn sinh dưỡng của cha mẹ 父母的养育之恩

sinh đẻ *đg* 生育，生养，生产

sinh địa *d* [药] 生地

sinh động *t* 生动：miêu tả sinh động 生动的描写

sinh hoa kết quả 开花结果

sinh hoá₁ *d* ①生物化学②疫苗

sinh hoá₂ *đg* 繁殖：sự sinh hoá của vạn vật 万物繁衍

sinh hoá học *d* 生物化学

sinh hoạt *d* ①生活：sinh hoạt vật chất 物质生活②组织生活：sinh hoạt đảng 党组织生活 *đg* ①生活：sinh hoạt giản dị 生活俭朴②组织…生活，组织…活动：sinh hoạt văn nghệ 组织文艺活动

sinh hoạt phí *d* 生活费

sinh học *d* 生物学

sinh kế *d* 生计

sinh khí *d* 生机，活力

sinh li tử biệt 生离死别

sinh lí₁ *t* 生理

sinh lí học *d* 生理学

sinh lí người *d* 人体生理

sinh linh *d* 生灵

sinh linh đồ thán 生灵涂炭

sinh lợi *đg* 生利，盈利：Tiền gửi vào ngân hàng sẽ sinh lợi. 钱存到银行能生利。

sinh lực *d* 有生力量：tiêu diệt sinh lực của địch 消灭敌人的有生力量

sinh mạng *d* 生命：bảo vệ an toàn của sinh mạng nhân dân 保护人民生命安全

sinh mệnh=sinh mạng

sinh nhai *đg* 以…为生，谋生：sinh nhai bằng nghề dạy học 教书为生

sinh nhật *d* 生日，诞辰：chúc mừng sinh nhật 祝贺生日

sinh nở *đg* ①生育，生产②繁殖

sinh quán *d* 出生和生长的地方

sinh quyển *d* 生物圈

sinh ra *đg* 变成，变得；生出：Dạo này cậu bé sinh ra cáu kinh. 近来小家伙变得急躁不安。

sinh sản *đg* ①生育，繁殖②生产：công cụ sinh sản 生产工具

sinh sản hữu tính 有性繁殖

sinh sản vô tính 无性繁殖

sinh sau đẻ muộn *d* 晚生，后辈

sinh sắc *d* 生气，生机

sinh sôi *đg* 生长繁殖：Cây trồng sinh sôi nảy nở. 农作物长势很好。

sinh sống *đg* 谋生，生活：điều kiện sinh sống kém 生活条件差

sinh sự *đg* 生事，滋事：Có người sinh sự trong lúc xảy ra động đất. 有人趁地震滋事。

sinh sự sự sinh 一波未平一波又起

sinh thái *d* 生态：Môi trường sinh thái đang bị suy giảm. 生态环境日渐恶化。

sinh thành *đg* 养育，抚养：Bố mẹ sinh thành chúng em. 父母养育我们成人。

sinh thiết *đg* 活体检测，活体组织病理检查

sinh thời *d* 生前

sinh thú *d* 生活乐趣

sinh thực khí *d* 生殖器

sinh tố *d* ①维生素②果汁：sinh tố xoài 杧果汁

sinh tồn *đg* 生存

sinh trưởng *đg* 生长，成长：quá trình sinh trưởng của cây lúa 稻子的生长过程

sinh tử *đg* 生死 *t* 生死攸关：Trong thời điểm sinh tử, cô ấy đã đứng ra. 在生死攸关时她挺身而出。

sinh vật *d* 生物

sinh vật cảnh *d* ①宠物②景观植物

sinh viên *d* 大学生：sinh viên năm thứ hai 大二学生

sình trương *t* 胀，鼓：bụng sình trương 肚子鼓胀

sình lầy *d* 泥泞：vùng sình lầy 泥泞地

sình sịch [拟] 轧轧（机器声）

sình thây *t* 懒得没治的

sính₁ [汉] 聘，逞

sính₂ *đg* 长大 *t* 稍大点的：Quả này sính hơn quả kia. 这果比那个大些。

sính *đg* 喜欢，嗜好

sính chí *đg* 喜好，爱好：những người sính chí thể dục thể thao 体育爱好者

sính lễ *d* 聘礼：sắp sửa sính lễ 准备聘礼

sính nghi=**sính lễ**

sít *t* 贴近的，挨近的，靠近的：Nhà tôi sít nhà anh ấy. 我家紧挨他家。

sít sao *t* 紧凑：Các chương trình diễn ra rất sít sao. 节目安排很紧凑。

sít sìn sịt=**sít sịt**

sít sịt *t* 密实：Cây cối mọc chen chúc sít sịt. 树木长得密密实实。

sịt *đg* 吸鼻（涕）

sịt mũi *đg*（鼻塞）吸鼻：nhức đầu sịt mũi 头痛鼻塞

so₁ *d* 头胎：đẻ con so 生头胎

so₂ *đg* 比较，对比，较量：so sánh với nhau 相互比较

so bì *đg* 计较：so bì từng li từng tí 斤斤计较

soda *d* 苏打饮料，碳酸水，苏打水

so đo *đg* 计较；比较

so đọ=**so đo**

so kè *đg* 斤斤计较

so le *t* 参差，参差不齐：Cây cối mọc so le. 树木长得参差不齐。

so mẫu *đg* 与样品比较

so sánh *đg* 权衡，比较，对比

so tài đọ sức 斗智斗勇

sò *d* 牡蛎，蚝，生蚝

sò hến kho *d* 干贝

sò huyết *d* 红蚬，毛蚶

sò sò [拟]（咳嗽声）：ho sò sò suốt đêm 咳了一晚上

sọ *d* ①（畜类）头：sọ lợn 猪头 ②头（物的尖端）：sọ tên 箭头

sọ *đg* 脑袋，头颅，脑瓜儿

sọ dừa *d* 椰壳，椰子瓢

soái [汉] 帅 *d* 帅：đại nguyên soái 大元帅

soàn soạt [拟] 唰唰，嚓嚓

soạn₁ [汉] 馔

soạn₂ [汉] 撰 *đg* ① 收拾，拾掇，整理：soạn hành lí 收拾行李 ②编撰，编辑：

soạn giáo án 编写教案

soạn giả *d* 编者：Cuốn sách này có hai soạn giả. 这本书有两个编者。

soạn sửa *đg* 整理，安排，打点

soạn thảo *đg* ①起草，草拟：Nhóm chuyên gia soạn thảo một bộ luật. 专家组起草一部法律。②编写，撰写

soát *đg* 检查，查核，核对：rà soát danh sách 核对名单；soát vé 检票

soát xét *đg* 仔细检查，审查：soát xét luận án 审查论文

soạt₁ *d* 大口鱼：miệng cá soạt 大口鱼的嘴

soạt₂ [拟] 唰唰

sóc₁ *d* 松鼠：sóc đỏ 红松鼠

sóc₂ *d*（越南高棉族的）村寨，村落

sóc₃ [汉] 朔 *d* 朔：ngày sóc 朔日

sóc vọng *d* 朔望（阴历初一和十五）

sọc *d* 纹路，直纹

soi₁ *đg* ①照射：soi đèn pin 打电筒 ②照镜子：soi gương chải tóc 照镜子梳头发

soi₂ *đg* 淤积层：bãi soi 淤泥滩

soi mói *đg* 挑剔，吹毛求疵：con người hay soi mói 爱挑剔的人

soi rọi *đg* 照耀

soi sáng *đg* 照亮

soi xét *đg* 鉴察，明察：soi xét oan khuất của dân chúng 体察民众冤屈

sòi *d* 乌桕

sỏi₁ *d* 卵石：đường rải sỏi 铺卵石的路

sỏi₂ *t* 老练的，历练的，有阅历的

sỏi đời *t* 饱经世故的，有阅历的，老成的：Ông ấy sỏi đời. 他见多识广。

sõi *t* ①（小孩口齿）清楚，流利 ②（外语）流利：tiếng Việt nói rất sõi 越南语说得很流利

sói *d* 狼：hang sói 狼窝

sói đỏ *d* 棕狼

sói khoác da cừu 披着羊皮的狼

sọm *t* 憔悴，瘦削

son₁ *d* ①赭石 ②朱漆 ③胭脂，口红，唇膏：bôi son 涂口红

son₂ *d* 尚无子女的年轻夫妻：đôi vợ chồng son 小两口

son môi *d* 口红

son phấn *d* ①化妆品②（女性）姿色

sonnet *d* 十四行诗，商籁体

son rỗi *t* 无子女的，没有子女的

son sắt *t* 忠诚，始终如一：lời thề son sắt 山盟海誓

son sẻ *t* ①年轻未婚的②细高，高挑：Dáng cô ấy son sẻ. 她身材高挑。

son trẻ *t* 年轻：nhớ thuở còn son trẻ 记得年轻的时候

són *đg* ①排便（失控）：Em bé són ra quần rồi. 孩子拉屎到裤子上了。②滴出，挤出

song₁ *d* 大藤：bộ bàn ghế song mây 一套藤桌椅

song₂ *d* 石斑鱼：cá song 石斑鱼

song₃〔汉〕窗 *d* ①窗：tựa án bên song 倚靠窗边②窗户，窗棂：Gió lùa qua song cửa sổ. 风穿过窗棂。

song₄〔汉〕双 *d* 双：song kiếm 双剑

song₅ *k* 然而：Có nhiều cơ hội, song cũng sẽ đứng trước nhiều thách thức mới. 有许多机遇，然而也面临着许多挑战。

song ca *d* 二重唱

song hành *đg* 平行，并列，并肩

song hỉ *d* 双喜字，"囍"字

song kiếm *d* 双剑

song ngữ *d* 双语：từ điển song ngữ 双语词典

song phương *d* 双方，双边：hợp tác song phương 双边合作

song sinh *d* 双生，孪生：Cặp song sinh này trông dễ thương. 这对孪生子好可爱。

song song *p* 双双，并排，平行：đi song song 并排走 *đ* 同时：hoàn thành song song hai hạng mục nghiên cứu *k* 与此同时：Song song với việc phát triển kinh tế, chúng ta còn phải chú ý làm tốt công tác bảo vệ môi trường. 在发展经济的同时，我们要注意做好环保工作。

song tấu *d* 二重奏

song toàn *t* 双全：trí dũng song toàn 智勇双全；Các cụ còn song toàn cả. 父母尚健在。

song tử diệp *d* 双子叶植物

sòng₁ *d* 赌场：đóng cửa sòng 关闭赌场

sòng₂ *d* 小水洼，小水坑

sòng₃ *t* 直截了当：nói sòng 直截了当地说

sòng phẳng *t* 直爽，爽快；态度分明，公正：chia sẻ sòng phẳng 公平分配

sòng sành *t* 摇摇晃晃：Chiếc thuyền sòng sành ở giữa biển. 船在海中摇摇晃晃。

sòng sành sọc sạch *t* 摇摇晃晃

sòng sọc₁ *t* 眼睛瞪大的：Cứ thấy con gái xinh là mắt hắn ta long sòng sọc. 一见到漂亮姑娘，他的眼睛就瞪得大大的。

sòng sọc₂〔拟〕咕噜咕噜

sòng sảnh *đg* 溢出：Nước trong chậu sòng sảnh. 盆里的水溢出来了。

sõng *d* 小竹艇

sóng₁ *d* ①浪，浪潮：sóng biển 海浪②波：sóng âm 声波③漾出，溢出：Nước sóng ra bàn. 水溢到桌上。

sóng₂ *đg* 并列，并排：sóng hàng cùng đi 并排走

sóng₃ *t* 平直不乱：Tóc trải sóng mượt. 头发梳得很平整。

sóng âm *d* 音波，声波

sóng bạc đầu *d* 白头浪

sóng điện từ *d* 电磁波

sóng đôi *d* 成双，成对：Đường hẹp quá không đi được sóng đôi. 路太窄，两人并排过不去。

sóng gió *d* 风浪，风险，风波：Cuộc đời đầy sóng gió. 人生充满了风浪。

sóng hạ âm *d*〔物〕次声波（频率小于 16 Hz）

sóng lừng *d* 巨浪

sóng ra-đi-ô *d* 广播电波

sóng sánh *đg* 荡漾

sóng soài=sóng sượt

sóng sượt *t* 直挺挺：một xác chết nằm sóng sượt 一具已硬直的尸体

sóng thần *d* 海啸：hệ thống báo động vụ sóng thần 海啸预警系统

sóng thu *d* 秋波

sóng tình *d* 情潮，情思

sóng to gió cả 大风大浪

sóng triều *d* 潮涌

sóng vô tuyến *d* 无线电波

sóng yên biển lặng 风平浪静

soóc *d*（齐膝的欧式）短裤

soong *d* 平底铝锅

SOS（save our souls）[缩] 求救信号

sót *đg* 遗漏，遗忘：in sót một đoạn dài 印漏了一大段

sọt *d* 篓子：một sọt xoài 一篓杜果

sô₁ [汉] 雏，皱，绉

sô₂ *d* 缌布，细麻布（常用来做丧服或蚊帐）

sô₃ *d* 演出，穴（演艺界）：chạy sô 走穴

sô-cô-la（chocolate）*d* 巧克力：kẹo sô-cô-la 巧克力糖

sô-cô-la bọc rượu *d* 酒心巧克力

sô-cô-la sữa *d* 牛奶巧克力

sô-đa（soda）*d* 苏打

sô gai *d* 缌（细麻布）

sô-lô（solo）*d* 独奏

sô-nát（sonat）*d* 奏鸣曲（也作 xô-nát）

sô-pha（sofa）*d* 沙发

sô vanh *d* 沙文主义

sồ sề *t* 臃肿，肥大：Trông chị sồ sề so với hồi trước. 看她整个人比以前胖了许多。

sồ sộ *t* 高大，伟岸，巍峨：thân hình sồ sộ 伟岸的身躯

sổ₁ *d* 簿子，册子，本子：sổ nhật kí 日记本

sổ₂ *d*（汉字）竖 *đg* ①画杠，打叉②划掉，勾销，销掉：bị sổ tên trong danh sách 被从名单中删掉名字

sổ₃ *đg* ①松开，脱离②出生

sổ₄ *t* 胖：Sao cậu bé lại sổ người như vậy. 这小子怎么胖成这模样。

sổ chi *d* 流水账

sổ đen *d* 黑名单

sổ điền *d* 田地簿

sổ đỏ *d* 土地使用证

sổ gấu *t* 不缝边的（丧服）

sổ gửi tiền *d* 存折

sổ hộ khẩu *d* 户口簿，户口本

sổ lòng *đg* 初生，刚生下：đứa con mới sổ lòng 初生婴儿

sổ lồng *đg* ①（鸟）出笼：Sổ lồng cho con sáo. 让八哥飞出笼。②越狱：Mấy tù nhân sổ lồng trái phép. 几个犯人越狱。

sổ lồng tung cánh 获得自由，脱离牢笼

sổ mũi *đg* 流鼻涕：Tôi luôn khoẻ mạnh, váng đầu sổ mũi cũng không có. 我身体一向很好，连头痛流鼻涕都没有过。

sổ sách *d* 本，簿，簿册，簿记，账簿

sổ tay *d* 小本子，小册子，手册

sổ thu *d* 账本：cất giữ sổ thu 保管账本

sổ toẹt *đg* 废除，推翻；涂改：Ý kiến đưa ra bị sổ toẹt. 提的意见被全部推翻了。

sổ *t* 放纵，放任，放肆，不拘礼节

sổ sàng *t* 放肆，放任，不规矩

số₁ [汉] 数 *d* ①数，数目，数额：chỉ số 指数②号码：phòng số 5 五号房③（汽车的）挡：sang số 换挡④码数：đi dép số 37 穿 37 码的鞋

số₂ *d* 命数，命运，运气：số may 好运

số ảo *d* 虚数

số âm *d* 负数

số báo danh *d* 报名号，准考证号：Ngồi đúng chỗ theo số báo danh. 按准考证号对号入座。

số bị chia *d* 被除数

số bị nhân *d* 被乘数

số bị trừ *d* 被减数

số bình quân *d* 平均数

số cào *d* 刮刮乐（彩票）

số chẵn *d* 偶数，双数

số chết rúc trong ống cũng chết 命中注定

số chia *d* 除数

số chính phương *d* 平方数

số dách *d*；*t* 第一等，一流，最：nói láo số dách 最会吹牛

số dư *d* 余数，余额

số dương *d* 正数

số đầu *d* 创刊号: số đầu của cuốn tạp chí Hoa Sen《荷花》杂志创刊号

số đặc biệt *d* 号外，特刊，专号: số đặc biệt của tờ Nhân Dân Nhật Báo《人民日报》特刊

số đen *t* 倒霉，不吉利

số đo *d* 测量值

số đỏ *t* 好彩头，好运，幸运

số độc đắc *d* 头彩: Anh may trúng số độc đắc. 他幸运地中了头彩。

số đối *d* 对数

số hạng *d*［数］项

số hiệu *d* 号数

số hoá *đg* 数字化

số học *d* 数学

số ít *d* 少数

số không *d* 零，零数: giảm thuế quan hoa quả con số không 实行水果零关税

số kiếp *d* 劫数，命运

số là *k* 由于，因为: Số là hôm qua tôi đang bận, nên không đến được. 因为昨天我忙，所以来不了。

số lẻ *d* ①奇数，单数②零，零数③尾数，余数

số liệu *d* 数字资料，数据: số liệu hữu quan cho thấy 有关数据表明

số lượng *d* 数量: số lượng học sinh 学生数量

số máy lẻ *d*（电话）分机号码

số mệnh *d* 命数，命运

số một *d* 首要，头号，首屈一指: nhân vật số một 首要人物

số mũ *d* 乘方数，指数

số nguyên *d* 整数

số nhân *d* 乘数: Trong 6×3=18 thì 3 là số nhân. 在 6 乘以 3 等于 18 中，3 是乘数。

số nhiều *d* 多数；复数: Người ủng hộ vẫn chiếm số nhiều. 拥护者还是占多数。

số nợ xấu *d* 坏账

số phận *d* 命运: cố gắng làm thay đổi số phận của mình 努力改变自己的命运

số tài khoản *d* 账号

số thực *d* 实数

số tiền hoá đơn *d* 发票金额

số trừ *d* 除数

số từ *d* 数词

sộ *t* 庞然

sốc *đg* 晕，休克

sộc sộc *t* 径直地，直冲地: Hắn ta cứ chạy sộc sộc vào nhà. 他径直冲进屋里。

sôi *đg* ①滚沸，沸腾: Nước đã sôi. 水沸了。②沸腾，翻腾: Không khí sôi lên. 气氛沸腾起来。

sôi bụng *đg* 闹肚子，腹泻: bị sôi bụng 闹起了肚子

sôi động *t* 热闹，繁华，繁忙，热火朝天

sôi gan *đg* 生气，发怒

sôi gan nổi mật 怒火中烧

sôi máu=sôi tiết

sôi nổi *t* ①热烈，鼎沸: thảo luận sôi nổi 讨论热烈②蓬勃，火热

sôi sục *t* 沸腾，热腾

sôi tiết *đg* 生气，冒火，发怒: Ông ấy sôi tiết. 他火冒三丈。

sồi₁ *d* 橡树

sồi₂ *t* 嫩，小: lông sồi 细毛

sồi đá *d* 石橡树（分布在越南中部）

sồn sồn₁ *t* ①闹闹嚷嚷: tiếng sồn sồn 吵嚷声②匆忙，草率，急躁: tính sồn sồn 急脾气

sồn sồn₂ *t* ①半生不熟的: cơm sồn sồn 半生不熟的饭②半老不老的，中年的: Ông ấy đã sồn sồn rồi. 他是中年人了。③半截的，未完的

sồn sột［拟］咯吱（嚼东西的声音）

sông *d* 江，河: dòng sông 河流

sông cái *d* 大河，干流: Những dòng sông nhỏ hội tụ chảy vào sông cái. 涓涓细流汇成大河。

sông cạn đá mòn 海枯石烂

sông con *d* 支流

sông đào *d* 运河

sông đâu không ngòi, khói đâu không lửa 无风不起浪

sông Hồng *d* 红河

sông máng *d* 运河，水渠，渠道

sông ngòi *d* 江河（总称）：Nước ta có nhiều sông ngòi. 我国有许多江河。

sông Ngô bể Sở 天各一方

sông núi *d* 山河；江山，国土，国家

sông nước *d* 江湖，江河

sông rộng sóng cả 大风大浪（喻困难重重）

sông sâu sào ngắn 鞭长莫及

sông Trường Giang *d* 长江

sồng *d* 乌木

sồng sềnh *t* 松垮，松散

sồng sộc *p* 径直冲进，直冲进地：chạy sồng sộc vào nhà 径直冲进屋

sổng *đg* 逃脱：Con gà vừa mới mua về đã sổng. 刚买回来的鸡跑掉了。

sống₁ *d* ①（刀、锯）背：sống dao 刀背②脉，椎骨：sống lá 叶脉；sống lưng 脊椎骨

sống₂ *đg* ①活：Người ta chỉ sống một lần, phải sống cho đẹp. 人就活一次，应该活得精彩。②生活：养活：sống bằng nghề may 靠裁缝手艺过活 *t* ①生动，活现：bài viết sống sinh động 生动的文章②活：bắt sống kẻ địch 活捉敌人

sống₃ *t* 雄性的：gà sống 公鸡

sống₄ *t* ①生的，未熟的，未经加工处理的：thịt sống 生肉；vôi sống 生石灰②生硬，生涩：câu văn còn sống 文句生硬③硬来的，明着的：cướp sống 抢劫

sống chết *đg* ①生死：sống chết bên nhau 生死与共②拼死拼活

sống chỉ mặt, chết chỉ mồ 恨之入骨

sống còn *đg* ①生存②生死攸关

sống để bụng chết mang theo 终生不忘 *đg* 保密：Chuyện này mày phải sống để bụng chết mang theo. 这件事你得保密。

sống động *t* 生动，活泼，富有生气：bức tranh sống động 生动的画面

sống đục sao bằng thác trong 宁为玉碎，不为瓦全

sống gửi nạc, thác gửi xương 生死相依

sống lại *đg* 回想：sống lại những ngày tháng trong quân đội 回想起军旅岁月

sống lâu giàu bền 多寿多福

sống lâu lên lão làng 论资排辈

sống mái *đg* 决一雌雄：sống mái với bọn địch 与敌人决一雌雄

sống mũi *d* 鼻梁：sống mũi cao 鼻梁高

sống nay chết mai 出生入死

sống nhăn *t* ①全生未熟的：Cơm sống nhăn thế ăn sao được? 饭还生的怎么吃？②（好端端地）活着的：Nó vẫn sống nhăn. 他还活着

sống ở làng sang ở nước 名扬四方，名声在外

sống sít *t* 生的，未熟的：Quả sống sít, ăn hơi chát. 果未熟，吃起来有点涩。

sống sót *đg* 劫后余生，死里逃生，幸存：may mắn sống sót sau vụ động đất 地震后幸运逃生

sống sượng *t* 生硬，不自然：Văn viết còn sống sượng. 文章写得生硬。

sống tết chết giỗ 铭记在心：Ai đã từng giúp tôi, tôi sẽ sống tết chết giỗ. 谁帮过我，我都会铭记在心。

sống trâu *d* 凹凸不平的地方

sộp₁ *d* 乌鱼（统称）

sộp₂ *t* [口] 阔气：khách sộp 阔佬

sốt *đg* ①发烧，发热：bị sốt cao 发高烧 *t* 热和的，温热的：cơm sốt 热饭②[口] 猛增，猛涨

sốt cà chua *d* 番茄酱

sốt cơn=sốt rét

sốt dẻo *t* ①（食物）热腾腾：chuẩn bị sẵn bữa cơm sốt dẻo 准备了热腾腾的饭菜②最新（消息）：bản tin sốt dẻo 最新消息

sốt gan *t* 着急，心急：Chuyện này làm cho anh sốt gan. 这件事让他着急。

sốt rét *d* 疟疾

sốt ruột *t* 心焦，着急

sốt ruột sốt gan 着急万分

sốt sắng *t* 热情，诚恳：sốt sắng với công việc chung 热心集体事务

sốt sột *t* ①热腾腾，刚出锅：một bát cháo sốt sột 一碗热气腾腾的粥 ②马上，立刻：đưa in sốt sột 马上拿去印

sốt vó *t* 担忧，慌里慌张：Mẹ lo sốt vó cho con. 母亲非常担心孩子。

sốt xuất huyết *d* [医] 登革热

sột [拟] 沙沙 (树叶抖动声)

sột sệt *t* (泥土) 黏黏的：Bùn ao sột sệt. 塘泥黏黏的。

sột soạt [拟] 簌簌，沙沙

sơ₁ [汉] 梳，蔬，初

sơ₂ *đg* (用筷子等) 搅动 (刚沸的米饭)

sơ₃ [汉] 疏 *t* ① 疏：thân sơ 亲疏 ②粗略：đọc sơ một lượt 粗略看过一遍

sơ bộ *t* 初步的：ý kiến sơ bộ 初步意见

sơ cảo *d* 初稿：Đây là bản sơ cảo. 这是初稿。

sơ cấp *t* 初级的：đạt trình độ sơ cấp kĩ thuật 达到初级技术水平

sơ chế *đg* 粗加工：sản phẩm sơ chế 粗加工产品

sơ cứu *đg* 初救，初步救治：sơ cứu những người bị thương 初步救治伤员

sơ đẳng *t* 初等的，初级的：trường sơ đẳng 初等学校

sơ đồ *d* 草图，略图，简图

sơ hở *đg* 疏忽，疏漏 *d* 空子，破绽，漏洞：Công việc này còn nhiều sơ hở. 这项工作还有许多疏漏。

sơ kết *đg* 小结：sơ kết công tác 工作小结

sơ khai *t* 起初的，初始的；开头的，最初的：những năm tháng sơ khai 最初的岁月

sơ khảo *đg* 初考，初试：đã qua sơ khảo 已经通过初试

sơ khởi *t* 起初的

sơ kì *d* 初期：sơ kì đồ đá cũ 旧石器时代初期

sơ lược *t* 疏略的，简略的，简明的：

bản báo cáo còn sơ lược 简略的报告

sơ-mi *d* 衬衣，衬衫

sơ nhiễm *đg* 初次感染：sơ nhiễm vi-rút cúm 初次感染流感病毒

sơ phục *d* 初伏 (指河水上涨期的第一周)

sơ sài *t* ①马虎，草率，粗枝大叶 ②简陋，粗糙：nhà tranh sơ sài 简陋的茅草房

sơ sinh *t* 初生的：trẻ sơ sinh 初生婴儿

sơ sót *t* 疏漏，疏忽

sơ sơ *t* 简略，粗略，粗浅：chỉ nắm được những điều sơ sơ 只掌握一些粗浅的知识

sơ suất *đg*；*d* 疏忽，差错：Chỉ một sơ suất nhỏ có thể để lại những hậu quả lớn. 稍有差错就可能导致严重的后果。

sơ tán *đg* 疏散：Chúng ta sẵn sàng sơ tán. 我们随时疏散。

sơ thảo *d* 初稿 *đg* 草拟，起草：Bản báo cáo này mới sơ thảo xong. 这篇报告才起草完。

sơ thẩm *đg* (法院) 初审

sơ ý *đg* 疏忽，大意：Sơ ý một chút đã gây nên một tai hoạ lớn. 一时大意酿成大祸。

sơ yếu *d* 简要，简介：bản lí lịch sơ yếu 一份简历

sờ *đg* ①触摸：Anh sờ tay lên mặt. 他摸摸脸。②理会，接触：Anh không bao giờ sờ đến việc nhà. 他从不理家务。

sờ chẳng ra, rà chẳng thấy 家徒四壁

sờ mó *đg* 摸弄：Các bạn đừng sờ mó vào cái máy này. 大家不要摸这机器。

sờ như xẩm tìm gậy (如盲人般) 到处摸

sờ sẫm *đg* 摸索，摸黑

sờ soạng *đg* (到处) 摸索：Anh ta sờ soạng tìm điện thoại di động. 他摸索着找手机。

sờ sờ *t* 分明，明显，明摆着：sờ sờ đặt trước mắt 明明就在跟前

sờ sợ *t* 有点怕的：Tối một mình đi qua bãi tha ma thấy sờ sợ. Đêm lên một người đi qua gò mả có điểm sợ.

sở₁ [汉] 楚，础

sở₂ *d* [植] 茶梅

sở₃ [汉] 所 *d* ①厅，局（省属行政机构）：sở giáo dục 教育厅②处，所：sở chỉ huy 指挥所

sở cầu *d* 所求，所愿：toại sở cầu 遂愿

sở chỉ huy *d* 指挥所

sở dĩ *k* 所以，之所以：Chúng tôi sở dĩ xử lí như vậy là theo qui định của chính sách. 我们之所以这么做是因为有政策规定。

sở đoản *d* 短处，弱处：Ai cũng có sở trường và sở đoản. 谁都有所长和有所短。

sở giao dịch *d* 交易所：sở giao dịch chứng khoán 证券交易所

sở hữu *đg* 所有，拥有：sở hữu một loại tàu ngầm mới 拥有新型潜艇 *d* 所有权，所有制：sở hữu toàn dân 全民所有制

sở hữu trí tuệ *d* 知识产权

sở tại *t* 所在地的，当地的：Dân sở tại được giảm một nửa giá vé. 当地人可以买半票。

sở thích *d* 所好，嗜好，爱好：Mỗi người một sở thích. 各人有各人的爱好。

sở thuộc *t* 所属的，领属的：quan hệ sở thuộc 领属关系

sở trường *d* 所长，特长，专长

sớ₁ *d* 纹路（=thớ₁）

sớ₂ [汉] 疏 *d* ①[旧] 疏（古时呈交皇帝的奏章）：dâng sớ 上疏②（焚于神前的）祝词：đốt sớ 烧祝词

sớ lợ *t* 嘴乖的，会说的：ăn nói sớ lợ 能说会道

sợ *đg* ①怕，惧，惊，吓：Thằng điếc không sợ súng. 聋子不怕炮。②担心，害怕：Muốn phơi chăn bông nhưng sợ trời mưa. 想晒棉被又担心下雨。

sợ bóng sợ gió 杞人忧天

sợ dựng tóc gáy 毛骨悚然

sợ hãi *đg* 恐惧，害怕，惊恐

sợ sệt *đg* 害怕，惧怕，恐惧

sợ xanh mắt mèo 惊慌失色

sởi *d* 麻疹：lên sởi 出麻疹

sới *d*（斗鸡等的）空地

sợi *d* ①纤维：sợi hoá học 化纤②棉纱：nhà máy sợi bông 棉纱厂③条，根，股：một sợi tóc 一根头发 *t* 线状的，丝状的：sợi thuốc lá 烟丝

sợi chỉ đỏ *d* 红线

sợi len *d* 毛线，绒线

sợi nhiễm sắc *d* 染色体

sợi quang học *d* 光纤

sơm sớm *t* 早些的：Đi sơm sớm khỏi bị nắng. 早些去免得太阳晒。

sòm sỡ *t* 粗俗，粗鄙

sớm *d* 早晨，清晨：sớm đi tối về 早出晚归 *t* 早，领先的，预先的：Hôm nay đi ngủ sớm hơn mọi ngày. 今天比往日睡得早。

sớm bửng *t* 一大早的，大清早的

sớm chẳng vừa, trưa chẳng vội 不慌不忙，从容不迫

sớm chiều *d* 朝暮，早晚

sớm đào tối mận 朝三暮四，水性杨花

sớm đầu tối đánh *t* 悖逆

sớm hôm *d* 早晚：sớm hôm có nhau 朝朝暮暮

sớm khuya *d* 早晚，朝暮：sớm khuya chăm chỉ học hành 早晚都认真学习

sớm muộn *t* 迟早的，早晚的，无论如何：Sớm muộn cũng phải hoàn thành trong hôm nay. 无论如何今天也要完成。

sớm nắng chiều mưa 朝晴暮雨（喻天气变化无常）：Mùa này sớm nắng chiều mưa. 这个季节天气变化无常。

sớm sủa *t* 早点儿的，不耽误的：Làm cố cho xong để về cho sớm sủa. 尽量早点儿做完回去。

sớm tối *d* 整天，朝夕，从早到晚

sơn₁ *d* ①漆树②油漆 *đg* 涂（漆）：sơn lại cửa sổ 重漆窗户

sơn₂ [汉] 山：sơn lâm 山林；giang sơn 江山

sơn bóng *d* 清光漆

sơn ca *d* ①百灵鸟，云雀②山歌

sơn cách điện *d* 绝缘漆

sơn cao thuỷ trường 山高水长

sơn chín *d* 熟漆

sơn cốc *d* 山谷：ẩn mình ở nơi sơn cốc 隐藏于山谷

sơn cùng thuỷ tận ①穷乡僻壤②山穷水尽：Anh nằm trong cảnh sơn cùng thuỷ tận. 他到了山穷水尽的地步。

sơn cước *d* ①山麓，山脚：Từ nhỏ ông đã ở làng sơn cước. 打小他就在山村生活。②山区：Bộ đội đóng tại sơn cước. 部队驻扎在山区。

sơn dã *d* 山野，野外

sơn dầu *d* ①（画油画用的）油（漆）：sơn dầu đỏ 红漆②油画

sơn dương *d* 野山羊

sơn động *d* 山洞

sơn hà *d* 河山，江山：sơn hà tươi đẹp biết bao 江山如此多娇

sơn hà dị cải, bản tính nan di 江山易改，本性难移

sơn hào hải vị 山珍海味

sơn khê cách trở 山高水远

sơn lâm *d* ①山林：chúa sơn lâm 山大王②山林（偏僻的地方）：sống ẩn dật ở chốn sơn lâm 隐居山林

sơn lâm chế ngược, vườn tược chế xuôi 因势利导，因地制宜

sơn mạch *d* 山脉

sơn mài *d* ①磨漆②漆画

sơn pháo *d* 山炮

sơn phòng *đg* 防守山林，护林

sơn quang dầu *d* 光油

sơn sống *d* 生漆

sơn ta=sơn sống

sơn thần *d* 山神：miếu sơn thần 山神庙

sơn then *d* 黑漆

sơn thù du *d*［植］山茱萸

sơn thuỷ hữu tình 风景宜人

sơn tra *d* 山楂

sơn trà *d* ①山茶树②山茶果

sơn trại *d*（聚众造反人群的）山寨：Các hảo hán trốn lên sơn trại. 好汉们躲到山寨里。

sơn tường *d* 涂料

sơn xì *d*；*đg* 喷漆：sơn xì khung xe đạp 给自行车架喷漆

sờn *đg* ①（纺织物）起毛：áo sờn cổ 衣领起毛②气馁：Thắng không kiêu bại không sờn. 胜不骄，败不馁。

sờn lòng *đg* 灰心，丧气：Dù thất bại cũng không sờn lòng. 就算失败也不灰心。

sờn lòng nản chí 灰心丧气

sởn *t* 悚然，发毛：sợ sởn tóc gáy 毛骨悚然

sởn da gà 起鸡皮疙瘩，毛骨悚然

sởn mởn *t* 丰腴，丰盈，丰满

sởn sơ *t* 娇媚：mặt mày sởn sơ 满脸娇媚

sớn sác *t* 惊慌失措的，慌乱的

sớt₁ *đg* 分，匀：sớt bớt nỗi buồn sầu với bè bạn 与朋友分忧

sớt₂ *đg* 擦过：Đạn sớt qua vai, 子弹从肩膀擦过。

sớt₃ *đg* 落，掉，淌：Nước sớt cả nhà. 水淌了一屋。

streptomycine *d*［药］链霉素

stress *d* 疲劳综合征，压力

su *d* 橡胶树

su hào *d*［植］苤蓝：su hào xào thịt 苤蓝炒肉

su sê *d* 苏塞饼（越南点心）

su su *d*［植］佛手瓜：xào su su 素炒佛手瓜

sù *t* 蓬松，粗大：sù lông 毛蓬松

sù sì *t* 粗糙，疙里疙瘩：da sù sì 粗糙的皮肤

sủ *đg* 求卜：sủ bói 求卜

sủ quẻ *đg* 算卦

sú₁ *d*［植］桐花树（组成红树林重要树种之一）：rừng sú 红树林

sú₂ *đg* 和，拌和，搅拌：sú bột 和面

sủa *đg* 吠：chó sủa 狗吠

suất₁ *d* 份：một suất cơm 一份饭

suất₂［汉］率 *d* 率，百分率

suất chiết khấu *d* 折扣率

suất khấu hao *d* 折旧率

suất lợi nhuận *d* 利润率

suất thuế *d* 税率

súc₁ [汉] 缩

súc₂ *d* 段，捆：một súc vải 一捆布

súc₃ *đg* 漱洗，涮洗：súc miệng bằng nước muối 用盐水漱口

súc₄ [汉] 畜 *d* 畜：gia súc 家畜

súc₅ [汉] 蓄 *d* 蓄：súc tích 含蓄

súc sản *d* 畜产

súc sắc *d* 骰子

súc sinh *d* 畜生

súc tích *t* 含蓄

súc vật *d* 牲畜

sục *đg* ①深深地插进：Một chân sục xuống bùn. 一只脚深深地插进泥潭。②搜索，搜寻：sục khắp khu rừng 搜遍林子

sục bùn *đg* 挠秧：làm cỏ sục bùn 除草挠秧

sục sạc *t* 粗鲁，蛮横

sục sạo *đg* 搜索，搜寻

sục sôi *t* 沸腾，热腾（=sôi sục）

sui₁ *d* [方] 亲家（总称）

sui₂ *d* [植] 见血封喉树（南洋箭毒树）

sui gia *d* [方] 亲家

sùi *đg* ①冒沫子：nói sùi bọt mép 说得口沫四溅②起疙瘩：Mặt sùi trứng cá. 脸上冒出痘痘。

sùi sùi *t* 疙里疙瘩：Mặt sùi sùi. 脸上疙里疙瘩的。

sùi sụt *t* ①（压抑的）哭泣声②细雨绵的

sủi *đg* 起泡，起沫子

sulfate *d* 硫酸盐

sulfur *d* 硫黄

sum họp *đg* 团聚，团圆，聚首：Nhà nào nhà nấy đều vui sum họp một nhà. 家家户户齐团圆。

sum sê *t* 郁郁葱葱，茂盛，葱茏：cây cối sum sê 树木葱茏

sum vầy=sum họp

sùm soà *t* ①繁茂：Nào nhãn, nào vải cành lá sùm soà. 龙眼树和荔枝树长得枝繁叶茂。②（衣裙等）宽大：bộ váy sùm soà 宽大的裙子

sùm sụp *t* 低矮：túp lều sùm sụp 矮矮的棚子

sun *đg* 挛缩，抽缩：sun đầu 缩头

sún₁ *đg*（嘴对嘴）喂：Chim mẹ sún mồi cho chim con. 鸟妈妈给小鸟喂食。

sún₂ *t*（小孩）齼牙：Em bé bị sún hai cái cửa răng. 小孩齼了两颗门牙。

sụn₁ *d* 软骨：xương sụn khớp 关节软骨

sụn₂ *t* 软而无力的：Sụn cả đầu gối. 脚都软了。

sụn₃ *đg* 下陷，塌陷：đất sụn 地陷

sung₁ *d* [植] 无花果：cây sung 无花果树

sung₂ [汉] 充 *đg* 担任，当：sung làm cán bộ 当干部

sung chức *đg* 提升：Ông ấy đã sung chức chủ nhiệm ban quản lí. 他已被提升为管理处的主任。

sung công *đg* 充公：Nhà cửa bị sung công. 房子被充公。

sung huyết *đg* 充血：sung huyết phổi 肺充血

sung mãn *t* 充沛，精力旺盛：sức lực sung mãn 体力充沛

sung quân *đg* 充军

sung số *đg* 充数

sung sức *t* 精力充沛

sung sướng *t* ①幸福：đời sống sung sướng 幸福的生活②愉快，高兴，快乐

sung túc *t* 丰衣足食，富裕

sùng₁ *d* 地蚕

sùng₂ [汉] 崇 *đg* 崇拜：tôn sùng 尊崇

sùng ái *đg* 宠爱

sùng bái *đg* 崇拜

sùng kính *đg* 崇敬：Vĩ nhân đáng được mọi người sùng kính. 伟人值得大家崇敬。

sùng mộ *đg* 仰慕

sùng ngoại *đg* 崇洋媚外

sùng sục [拟] 噗噗（水沸声）*t* 气势宏大

sùng sũng *t* 湿淋淋：Quần áo bị sùng sũng nước. 衣服被弄得湿淋淋的。

sùng tín *đg* 信奉：sùng tín đạo Phật 信佛

sụng₁ *t* 凹陷，低洼：Mặt đường bị sụng nhiều chỗ. 路面坑坑洼洼。

sủng₂［汉］宠 *đg* 宠：thất sủng 失宠

sủng ái *đg*［旧］宠爱

sủng thần *d* 宠臣

sũng *t* 湿漉漉：Trời mưa suốt, đất sũng nước. 雨下个不停，地上湿漉漉的。

súng₁［汉］铳

súng₂ *d* 睡莲：hoa súng 睡莲花

súng₃ *d* 枪；炮：bắn súng 枪击

súng cao su *d* 弹弓

súng cối=pháo cối

súng đạn *d* 枪支弹药

súng hơi *d* 气枪

súng kíp *d* 火药枪

súng liên thanh *d* 机关枪

súng máy=súng liên thanh

súng máy phòng không *d* 高射机枪

súng ngắn *d* 短枪，手枪

súng ống *d* ①枪（炮）；枪支②武器；军火

súng phun lửa *d* 喷火器

súng sen *d* 睡莲

súng trường *d* 长枪，步枪

súng trường bán tự động *d* 半自动步枪

súng tự động *d* 自动步枪

suôi *d* 芦苇

suối *d* ①溪：nước suối 溪水②泉：suối phun 喷泉

suối khoáng *d* 矿泉水

suối nước nóng *d* 温泉：tắm suối nước nóng 洗温泉浴

suối vàng *d* 黄泉

suôn *t* ①长挑，修长②顺畅，流畅：đọc rất suôn 读得很顺畅

suôn sẻ *t* 流利，顺畅：Trả lời suôn sẻ. 回答很流利。

suông *t* ①空洞，空泛：nói suông 空谈②清淡无物的：bát canh suông 清汤③（月色）暗淡，惨淡的：ánh trăng suông 暗淡的月光

suồng sã *t* 放肆，不规矩

suốt₁ *d* 锭子，纱锭

suốt₂ *đg* 脱，打，捋：suốt lúa 脱谷

suốt₃ *t* ①全部的，整个的，所有的②连续的：ôn bài suốt đêm 整晚复习

suốt đêm *d* 整夜：suốt đêm không ngủ 整晚没睡

suốt đời *d* 一生，终生：suốt đời bình yên 一生平安

suốt ngày *p* 终日，整天：suốt ngày lang thang 整日游手好闲

súp *d*（西餐）汤，羹：súp bơ 奶油汤

súp de *d* 锅炉

súp-lơ *d* 菜花：súp-lơ xanh 西兰花

sụp *đg* ①塌陷：hầm sụp 洞坍塌②坐下：quì sụp 跪坐

sụp đổ *đg* ①坍塌：Nhà bị sụp đổ. 房子倒塌了。②倒台，垮台

sút₁ *đg* ①射门：sút phạt 11 mét 罚点球 ②投篮：sút bóng vào lưới 投篮得分

sút₂ *đg* ①削减，下降：sút giá 跌价②消瘦，减瘦：Sau trận ốm, người sút hẳn. 病了一场，人都消瘦了。③衰弱，衰落：Lực lượng của địch đã sút. 敌人的力量衰弱了。

sút₃ *đg* 滑脱：Con dao sút cán. 刀柄脱开了。

sút cân *đg* 掉磅，体重减轻：sau trận ốm sút cân 病后体重减轻

sút giảm *đg* 大跌

sút kém *đg* 削减：mức thu sút kém 收入削减

sút mồ hôi hột 大汗淋漓

sụt *đg* ①陷落：chân đê bị sụt 堤坝塌陷②降低，下降：giá hàng sụt 物价下降

sụt giá *đg* 跌价：tiền tệ sụt giá 货币跌价

sụt giảm *đg* 降低，下降

sụt lùi *đg* 后退

sụt mạnh *đg* 暴跌

sụt sịt *t* 抽抽搭搭：khóc sụt sịt 啜泣

sụt sùi *t* ①（压抑的）哭泣的②细雨绵绵：mưa sụt sùi 绵绵细雨

suy₁［汉］推 *đg* ①想，思考：suy nghĩ 考虑②推究，推论：từ đó suy ra 由

此推论③推举，推崇：suy tôn 尊崇

suy₂ [汉] 衰 *đg* 衰落，衰弱：suy bại 衰败

suy bì *đg* 计较得失

suy bụng ta ra bụng người 以己度人；将心比心

suy diễn *đg* 演绎：phép suy diễn 演绎法

suy dinh dưỡng *d* 营养不良

suy đi nghĩ lại 思前想后

suy đoán *đg* 推断

suy đồi *t* 衰退的，没落的：quí tộc suy đồi 没落贵族

suy đốn *đg* 衰落，衰败：vận nhà suy đốn 家道衰落

suy đồng tính lạng 斤斤计较

suy giảm *đg* 衰减，削减，衰退：suy giảm kinh tế 经济衰退

suy hơn tính thiệt 患得患失；计较得失

suy kiệt *đg* 衰竭

suy lí *đg* 推理

suy luận *đg* ①推论②推测，猜测

suy ngẫm *đg* 深思，发人深思：Vấn đề này đáng để mọi người suy ngẫm. 这个问题发人深思。

suy nghĩ *đg* 思索，考虑：phải biết suy nghĩ 要善于思考

suy nhược *t* 衰弱：suy nhược thần kinh 神经衰弱

suy sụp *đg* 衰退，衰落：kinh tế bị suy sụp 经济衰退

suy sút *đg* 衰落，衰退

suy suyển *đg* ①变更，改变：Đồ đạc không suy suyển. 东西没变样。②减少，损失：Không cây nào suy suyển một quả. 树上的果一个也没少。

suy tàn *đg* 衰残，衰颓，没落

suy thoái *đg* 衰退：nền kinh tế suy thoái 经济衰退

suy tị *đg* 计较：Anh em không nên suy tị với nhau. 兄弟之间不应相互计较。

suy tiểu tri đại 窥一斑而知全豹

suy tính *đg* 据算，打算，思量，揣度

suy tôn *đg* 推崇，尊崇

suy tổn *đg* 损毁：làm suy tổn danh dự của gia đình 有损家庭的名誉

suy tư *đg* 沉思，深思

suy trước nghĩ sau 思前想后：Làm việc phải suy trước nghĩ sau. 做事得思前想后。

suy vong *đg* 衰亡

suy xét *đg* 考虑，审查：suy xét từ đại cục 从大局考虑

suy yếu *t* 衰弱，衰退的：kinh tế suy yếu 经济衰退

suyễn [汉] 喘 *d* 哮喘：lên cơn suyễn 哮喘发作

suýt *p* 差点儿，险些：suýt chết 险些丧命

suýt soát *t* 差不离：Hai người suýt soát tuổi nhau. 两人年龄差不多。

suỵt *đg* 吹口哨（使唤狗）*c* 嘘：Suỵt, khẽ nhé！嘘，轻点！

sư₁ [汉] 狮

sư₂ [汉] 师 *d* ①僧：sư trụ trì 住持②师：sư đồ 师徒

sư₃ [汉] 师 *d* [口] [军] 师（建制）

sư bà *d* 老尼姑

sư bác *d* 小尼姑，小和尚

sư cô *d* 师姑，尼姑

sư đệ *d* 师弟

sư đoàn *d* [军] 师：sư đoàn trưởng 师长

sư đồ *d* 师徒

sư huynh *d* 师兄

sư hữu *d* 师友（总称）

sư mẫu *d* 师母

sư nữ *d* 尼姑

sư phạm *d* 师范：trường sư phạm 师范学校

sư phụ *d* 师傅

sư sãi *d* 僧侣

sư trưởng *d* [军] 师长

sư tử *d* 狮子

sư tử biển *d* 海狮

sử₁ [汉] 使，驶

sử₂ [汉] 史 *d* 史：lược sử 略史；lịch sử của nước ta 我国的历史

sử ca *d* 史诗，韵文史

sử dụng *đg* 使用：sử dụng hợp lí 合

理使用

sử gia _d_ 历史学家

sử học _d_ 史学: nghiên cứu sử học 史学研究

sử kí _d_ 史记: ghi chép sử kí 史记记录

sử liệu _d_ 史料，历史资料

sử quan _d_ ①史官②历史观

sử quân tử _d_ [药] 使君子

sử sách _d_ 史册

sử thi _d_ 史诗

sử tích _d_ 史迹

sứ₁ [汉] 使 _d_ [旧] ①出使: đi sứ 出使②使者: đặc sứ 特使; công sứ 公使

sứ₂ _d_ 瓷: bát sứ 瓷碗

sứ giả _d_ 使者，使节

sứ mệnh _d_ 使命

sứ quán _d_ 使馆

sứ thần _d_ 使臣

sứ vệ sinh _d_ 卫浴陶瓷

sự [汉] 事 _d_ ①事: gây sự 惹事②（冠词，变动词为名词）: cảm ơn sự thông cảm của các vị 感谢大家的理解

sự biến _d_ 事变

sự cố _d_ 事故: xảy ra sự cố 发生事故

sự chênh lệch thời gian _d_ 时差

sự đời _d_ 人生: sự đời của ông ta một đời

sự kiện _d_ 事件

sự nghiệp _d_ 事业

sự thật _d_ 事实: bất chấp sự thật 不顾事实

sự thể _d_ 事体，事情，情况: làm rõ sự thể thế nào 搞清楚情况

sự thế _d_ 事态

sự tích _d_ 传说，故事，典故

sự tình _d_ 事情；事情的经过

sự vật _d_ 事物: sự vật mới 新生事物

sự việc _d_ 事情，事件: giải thích đầu đuôi của sự việc 解释事情的来龙去脉②事故: Sự việc đã xảy ra. 事故已经发生。

sự vụ _d_ 事情，事件（贬义）: Sự vụ đang trong điều tra. 事务正在调查当中。 _t_ 事务性的，事务主义的: Công việc sự vụ quá nhiều. 事务性的工作太多。

sửa _đg_ ①修正，修理，修改: sửa đường 修路②纠正，改正: sửa mình 改过自新③整治

sửa chữa _đg_ ①修理，维修: sửa chữa ô-tô 汽车维修②改正

sửa đổi _đg_ 修改，更改，改变: Tôi thấy điều gì bất hợp lí thì sửa đổi ngay. 我发现不合适就修改。

sửa sang _đg_ ①安排，打点②修整: sửa sang lại nhà cửa 将房子修整一新

sửa soạn _đg_ 整理，安排，打点: sửa soạn hành trang 打点行装

sữa _d_ ①奶，乳: sữa bò 牛奶②乳状物: sữa cao-su 橡胶汁③幼嫩之物: lợn sữa 乳猪

sữa chua _d_ 酸奶

sữa đậu nành _d_ 豆浆，豆奶

sữa me _d_ 母乳

sữa ong chúa _d_ 蜂王浆

sữa rửa mặt _d_ 洗面奶

sữa tươi _d_ 鲜奶

sứa₁ _d_ [动] 海蜇，水母

sứa₂ _đg_ 漾奶

sức₁ _d_ ①力量，劲头: có sức 有劲②能力: sức người 人力; sức của 物力

sức₂ [汉] 饰 _d_ 服饰

sức bật _d_ 弹跳力

sức bền _d_ 强度: sức bền của thép 钢的强度

sức cản _d_ 阻力

sức cạnh tranh _d_ 竞争力

sức cùng lực kiệt 筋疲力尽

sức dài vai rộng 身强力壮

sức ép _d_ 压力

sức kéo _d_ 牵引力，拉力

sức khoẻ _d_ ①健康: sức khoẻ dồi dào 身体健康②体质，健康情况

sức lao động _d_ 劳动力

sức lực _d_ 力量，体力，精力: tập trung toàn bộ sức lực 凝聚全部力量

sức mạnh _d_ 力量，强力，威力

sức mua _d_ 购买力: sức mua kém 购

买力弱

sức ngựa *d* 马力: sức ngựa lớn 大马力

sức sản xuất *d* 生产力: giải phóng sức sản xuất 解放生产力

sức sống *d* 生命力, 活力: Hoa dã quì có sức sống mãnh liệt. 葵花有着极强的生命力。

sức vóc *d* 力气, 力量

sực₁ *t* (气味) 浓烈: sực mùi hoa quế 浓烈的桂花香

sực₂ *p* 忽然, 骤然: sực nhớ ra một việc 忽然想起一件事

sực₃ *đg* 打, 揍: sực với nhau 互相打

sực nức *t* 浓烈, 浓郁

sưng *đg* ①肿, 肿大: khóc đến sưng cả mắt 哭得眼都肿了 ②发炎: sưng phổi 肺炎

sưng húp *đg* 肿大起来: mặt sưng húp 脸肿起来

sưng mày sưng mặt *đg* 沉下脸, 板起面孔

sưng phổi *d* 肺炎: bị sưng phổi 得了肺炎

sưng sia *đg* 沉下脸: Mới nói được một câu là mặt anh đã sưng sia. 刚说了一句, 他就沉下了脸。

sưng sưng *t* 脸色沉沉的: Mặt mày sưng sưng. 脸色难看。

sưng vều=sưng vù

sưng vếu=sưng vù

sưng vù *đg* 肿起: Bị ngã, đầu gối bị sưng vù. 摔了一跤, 膝盖摔肿了。

sừng *d* (动物头上的) 角: sừng tê giác 犀牛角

sừng sổ *t* 凶, 蛮横

sừng sộ *t* 气势汹汹, 盛气凌人: sừng sộ ập đến 气势汹汹地冲来

sừng sực *t* 气势汹汹

sừng sững *t* 巍峨, 巍然: Cây tùng đứng sừng sững bên vách đá. 松树巍然屹立在悬崖边上。

sửng cồ *t* 勃然, 愤愤, 愤然: Vừa nghe thấy câu chuyện này là anh sửng cồ ngay. 得知此事他勃然大怒。

sửng sốt *t* 惊愕, 愕然

sững *t* 呆, 木然

sững sàng *t* 发愣的, 发呆的: Mọi người thấy sững sàng trước tin ác. 噩耗传来, 大家都愣了。

sững sờ=sững sàng

sựng rựng *t* 犹豫, 踌躇

sười *d* 麻疹: lên sười 起麻疹 *đg* 取暖: bộ đồ sười ấm 取暖器材

sười nắng *đg* 晒太阳

sườn *d* ①肋: hai bên sườn 两肋 ②半腰: sườn núi 半山腰 ③肋骨, 排骨: sườn lợn 猪排 ④架子, 骨架: sườn xe 车架子

sườn sượt *đg* 掠过, 擦过 (=sượt)

sương₁ [汉] 孀, 厢, 箱

sương₂ [汉] 霜 *d* ①雾 ②霜 ③ (头发) 霜白色: tóc bạc sương 鬓白如霜

sương giá *d* 霜

sương giáng *d* 霜降 (二十四节气之一)

sương gió *d* 风霜, 风雨

sương móc *d* 露珠

sương mù *d* 雾

sương muối *d* 霜

sướng₁ [汉] 唱, 怅

sướng₂ [汉] 畅 *t* ①高兴, 快乐, 喜悦, 开心: khổ trước sướng sau 先苦后甜 ②痛快, 畅快: ngắm cho sướng mắt 饱眼福

sướng bằng đỗ trạng 欣喜若狂

sướng mạ *d* 秧田

sướng rơn *t* 喜悦, 痛快: Được gặp má nó, nó sướng rơn. 能见到母亲, 他高兴极了。

sượng *t* ①夹生: Bánh chưng luộc còn sượng. 粽子还夹生。②生硬: lời văn còn sượng 文笔生硬 ③羞涩, 难为情: Được khen, cô bé thấy sượng. 听到夸奖, 小姑娘不好意思了。

sượng mặt *t* 脸皮薄, 难为情

sượng sùng *t* 羞答答, 忸怩: Cô dâu lần đầu gặp bố mẹ chồng còn sượng sùng. 媳妇头次见公婆羞答答的。

sượng sượng *t* 有点夹生: Khoai lang luộc còn sượng sượng. 红薯煮得还有点夹生。

sướt *đg* ①掠过，擦过：Viên đạn sướt qua mặt. 子弹从跟前飞过。②擦伤

sướt mướt *t* ①泪潸潸，哭哭啼啼的：khóc sướt mướt 哭哭啼啼②伤感

sượt *đg* 掠过，擦过

sứt *đg* 崩缺，破损：Bát này bị sứt, thay một chiếc khác. 这碗是破的，换另一个。

sứt đầu mẻ trán 头破血流，损兵折将

sứt mẻ *đg* 崩缺，残缺不全，损伤：Tình cảm hai người bị sứt mẻ. 两人感情破裂。

sứt sẹo *t* 斑痕累累

sựt [拟] 嘎（啃硬物声）

sưu *d* [旧] 捐赋，丁赋：nộp sưu捐赋

sưu₁ [汉] 叟，嗖，馊，廋

sưu₂ [汉] 搜 *đg* 搜寻：sưu tầm 搜寻

sưu cao thuế nặng 苛捐杂税

sưu tầm *đg* 搜寻，搜集：sưu tầm tài liệu 搜集材料

sưu tập *đg* 搜集

sửu₁ [汉] 叟，漱

sửu₂ [汉] 丑 *d* ①丑（地支第二位）：năm Ki Sửu 己丑年②丑时（夜间1点至3点）

T t

t₁, **T₁** 越语字母表的第 24 个字母

t₂, **T₂**［缩］吨

ta₁ *đ* 我们，咱们：nước ta 咱们国家

ta₂ *t* 我国的；国产的，本土的：hàng ta 国货

ta đây［口］自命不凡，不可一世

ta-nin *đ*［药］丹宁酸，鞣质，单宁

tà₁ *đ* 衣襟：tà áo 衣角

tà₂［汉］邪 *đ* 邪魔 *t* 邪的，邪恶的

tà₃［汉］斜 *t* 斜：ánh nắng chiều tà 斜阳

tà dâm *t*；*đg* 淫乱，淫秽

tà dương *đ* 斜阳，夕阳

tà đạo *đ* 邪教

tà gian *t* 奸邪

tà giáo=tà đạo

tà khí *đ* 邪气：xua tan tà khí 驱除邪气

tà loa *t* 宽：chai miệng tà loa 宽口瓶

tà ma *đ* 邪魔，妖魔

tà tà₁ *t* 斜：tà tà bóng ngả về tây 斜阳西下

tà tà₂ *p* 慢慢：cứ tà tà mà làm 慢慢地做

tà tâm *đ* 邪念：lộ ra tà tâm 心生邪念

tà thuật *đ* 邪术

tà thuyết *đ* 邪说

tà vẹt *đ* 枕木：thay tà vẹt sắt 换钢枕木

tả₁［汉］泻 *đ* 霍乱

tả₂［汉］左 *đ*；*t* 左

tả₃［汉］写 *đg* 描写，表现：tả cảnh 写景

tả chân *đg* 写真，写实：nghệ thuật tả chân 写真艺术

tả hữu *đ* 左右；左膀右臂

tả khuynh *t*［政］左倾

tả ngạn *đ* 左岸

tả thực *đg* 写实

tả tơi *t* ①破烂不堪，褴褛：quần áo tả tơi 衣衫褴褛 ②不可收拾，紊乱

tã₁ *đ* 尿布，襁褓：thay tã 换尿布

tã₂ *t* 破烂，残旧：Chiếc xe này tã quá. 这辆车太旧了。

tã giấy *đ* 纸尿布

tã lót *đ* 尿布

tá₁［汉］借

tá₂［汉］佐 *đ* ①校，佐：đại tá 大校 ②协助，辅助：phụ tá 助手

tá₃ *đ* 一打（十二个）：Tôi mua một tá bánh bao. 我买一打包子。

tá dược *đ*（药品）添加剂，药用辅料

tá điền *đ* 佃农

tá gà *đg* 代写，代作（考题）

tá tràng *đ* 十二指肠

tạ₁ *đ* ①杠铃 ②铅球：cử tạ 举重

tạ₂［汉］榭 *đ* 榭（三面环水的亭阁）

tạ₃ *đ* 公担（重量单位）：một tạ thóc 一公担稻谷

tạ₄［汉］谢 *đg*［旧］谢：cảm tạ 感谢

tạ biệt *đg* 谢别，告别，告辞：Anh tạ biệt bố mẹ lên đường. 他辞别父母上路了。

tạ thế *đg* 谢世，过世：Cụ đã tạ thế. 老爷子已经过世。

tác［汉］作

tác chiến *đg* 作战：bộ đội tác chiến 作战部队

tác dụng *đ* 作用：Đây là một bộ phim có tác dụng giáo dục. 这是一部有教育作用的影片。*đg* 作用，发生作用：Hai thứ chất này tác dụng với nhau. 这两种物质相互作用。

tác dụng phụ *đ* 副作用

tác động *d* 影响: tác động của khí hậu đối với môi trường 气候对环境的影响 *đg* 产生作用

tác giả *d* 作者

tác hại *d* ; *đg* 危害, 妨害, 伤害: tác hại của cơn rét đậm 冻灾的危害

tác nghiệp *đg* 作业: ấn định kế hoạch tác nghiệp 制订作业计划

tác nhân *d* 动因, 原因

tác phẩm *d* 作品: tác phẩm xuất sắc 优秀作品

tác phong *d* 作风: tác phong làm việc 工作作风

tác quái *đg* 作怪

tác thành *đg* ①形成, 养成 ②培育, 造就: Xin cám ơn bà đã tác thành cháu nên người. 感谢您对我的培育之恩。

tạc₁ [汉] 凿 *đg* ①刻凿: tạc đá bia 刻石碑 ②铭记, 牢记: ghi tạc 铭记

tạc₂ [汉] 炸 *đg* 炸: oanh tạc 轰炸

tạc dạ ghi lòng 刻骨铭心

tách₁ 杯杯: một tách chè 一杯茶

tách₂ *đg* ①掰开, 剖开, 分割: tách quả bưởi ra từng múi 将柚子一瓣一瓣掰开 ②分开, 分别, 分裂

tách bạch *đg* 分开, 分离, 分别: tách bạch hai thứ này ra 把这两样东西分开

tách biệt *đg* ; *t* 分离, 分开

tách cổ phần *đg* 拆股, 分割(股票)

taekwondo *d* 跆拳道

tai₁ [汉] 灾, 哉

tai₂ *d* ①耳朵: tai nghe 耳塞 ②把(儿), 耳(指耳状物): tai ấm 壶把 *đg* 捆, 打, 批(耳光)

tai ác *t* 可恶, 缺德, 损德, 不道德

tai ách *d* [旧] 灾殃, 灾祸, 灾难, 不幸

tai bay vạ gió 飞来横祸, 祸从天降

tai biến *d* 灾变: Gia đình gặp cơn tai biến. 家里遭遇灾变。

tai biến bất kì 飞来横祸

tai hại *t* 有害的: tai hại đối với cây trồng 对农作物有害 *d* 灾害

tai hoạ *d* 灾祸

tai hoạ bất kì 无妄之灾

tai hồng *d* ①翼形螺母 ②[药] 柿蒂

tai mắt *d* ①耳目 ②[旧] 头面人物, 知名人士

tai nạn *d* ①灾难 ②事故: bồi thường tai nạn lao động 工伤事故赔偿

tai nghe mắt thấy 耳闻目睹

tai ngược *t* 恶劣, 强横: làm việc tai ngược 做事强横无理

tai qua nạn khỏi 消灾避难

tai quái *t* 顽皮, 调皮: Cậu bé này tai quái lắm. 这小家伙顽皮得很。

tai tái *t* 生的, 未熟的: miếng thịt tai tái 未煮熟的肉

tai tiếng *d* 恶名, 臭名: tai tiếng đồn xa 恶名远扬

tai to mặt lớn (人物) 位高权重(含贬义)

tai trời ách đất 大灾害, 大灾难

tai ương *d* 祸殃, 横祸: Lời nói của anh đã gieo rắc tai ương. 他的一番话竟已埋下祸根。

tai vạ *d* 灾祸, 灾难: Anh bình thản hứng chịu tai vạ. 他坦然面对灾祸。

tai vách mạch dừng 隔墙有耳

tài [汉] 才 *d* ①才能, 才干, 本领 ②司机 *t* 有才: cắt giấy rất tài 有剪纸才能

tài ba *d* 才气 *t* 有才能的, 多才多艺的: nghệ sĩ tài ba 多才多艺的艺术家

tài cán *d* 才干

tài cao đức trọng 德高望重

tài cao học rộng 博学多才

tài chính *d* ①财政, 财务; 金融: khủng hoảng tài chính tiền tệ 金融危机 ②资金

tài đức kiêm toàn 德才兼备

tài giỏi *t* 有才能的, 有才干的, 有本事的

tài hoa *d* 才华 *t* 有才华的: hoạ sĩ tài hoa 有才华的画家

tài khoá *d* 财政年度: dự toán tài khoá năm 财政年度预算

tài khoản *d* 账户: xoá tài khoản ngân hàng 注销银行账户

tài liệu *d* 材料, 资料, 文件: tài liệu tham khảo 参考资料

tài lực *d* 财力

tài lược *d* 才略

tài nào mà chẳng [口]不…才怪:Giao nhiệm vụ cho lũ này làm tài nào mà chẳng hỏng việc. 把任务交给这帮人干不耽误了才怪。

tài năng *d* 才能: trổ hết tài năng của mình 充分发挥自己的才能

tài nghệ *d* 才艺

tài nguyên *d* 资源,财源: tài nguyên khoáng sản 矿产资源

tài phán *đg* 裁判(仲裁): cơ quan tài phán 仲裁机关

tài phiệt *d* 财阀

tài sản *d* 财产,资产: tài sản khổng lồ 大笔财产; tài sản công cộng 公共资产

tài sản cố định *d* 固定资产

tài sản lưu động *d* 流动资产

tài sản tịnh *d* 净资产

tài sắc *d* 才色,才貌

tài sơ trí thiển *d* 才疏学浅

tài tình *t* 有才能的,有才干的,有本事的;英明的,天才的,卓越的

tài trí *d* 才思,才智,天资,智能: tài trí mẫn tiệp 才思敏捷 *t* 有才干的,聪明的

tài trợ *đg* 资助,赞助: tài trợ vùng sâu vùng xa 资助边远地区

tài tử *d* ①[旧]才子②演员,艺人 *t* ①业余②[口]放任不羁,任性

tài tử giai nhân 才子佳人

tài vụ *d* 财务

tài xế *d* 司机

tài₁ *d* 麻袋,麻包

tài₂ [汉]载 *đg* 运输: tài hàng 运输货物

tải điện *đg* 输电: trạm tải điện 输电站

tải thương *đg* 运送伤员 *d* 运送伤员者

tải trọng *d* 载重量: Tải trọng của xe này là 12 tấn. 这辆车的载重量是 12 吨。

tãi *đg* 摊开: Tãi lạc nhân phơi cho chóng khô. 将花生仁摊开来晒干得快。

tái₁ [汉]再,塞

tái₂ *t* ①(肉类)半熟的: thịt bò tái 半熟的牛肉②苍白,无血色的: Anh tái cả mặt. 他脸色发白。

tái bản *đg* 再版,重印: lần tái bản thứ ba 第三次重印

tái bút *đg* 再书,又及(书信用语)

tái cơ cấu *đg* 调整,重组

tái chế *đg* 再生: cao-su tái chế 再生胶

tái cử *đg* 再次当选: tái cử tổng thống 再次当选总统

tái diễn *đg* 重演: lịch sử tái diễn 历史重演

tái đầu tư *đg* 再投资,追加投资: tái đầu tư mở rộng sản xuất 再投资扩大生产

tái giá *đg* ①再嫁②补种,追种: cấy tái giá sau cơn thiên tai 灾后补种

tái hiện *đg* 再现,重现: tái hiện lịch sử 再现历史

tái hồi *đg* 重回故里

tái hồi Kim Trọng (夫妻)破镜重圆

tái hợp *đg* 重新团聚

tái kiểm *đg* 重新检查

tái lập *đg* 重新设立,重新确立,重建: tái lập gia đình 重建家庭

tái mét *t* 苍白,灰白,无血色的: Mặt cô tái mét. 她脸色苍白。

tái ngộ *đg* [旧]再遇,重逢

tái nhập *đg* (出口后)再进口

tái nhiễm *đg* 再次感染

tái nhợt *t* 苍白: mặt tái nhợt 脸色苍白

tái ông thất mã 塞翁失马,焉知非福

tái phạm *đg* 再犯,重犯: Ai mà tái phạm quyết xử trị nặng. 谁犯必重罚。

tái phát *đg* 复发: cơn bệnh tái phát 旧病复发

tái sản xuất *đg* 再生产: tăng thêm đầu tư tái sản xuất 追加再生产投资

tái sinh *đg* 再生: nguồn năng lượng có thể tái sinh 再生能源

tái tạo *đg* 再造,重现

tái tê *t* 悲伤,心痛

tái thẩm *đg* 复审: Vụ án này sẽ tái thẩm. 此案将复审。

tái thế *d* 再世,来世

tái thế tương phùng 恍如隔世

tái thiết *đg* 重建: tham gia công tác tái thiết sau động đất 参加震后重建工作

tái xanh *t* 脸色发青：Mặt anh tái xanh, im lặng. 他脸色发青，一句话也不说。

tái xanh tái xám 面无血色，脸色惨白

tái xuất *đg* 转口贸易

tại [汉] 在 *k* ①在，处在②由于，因为：tại xe hỏng nên đến muộn 因车坏而来晚

tại chỗ *t* 原地的，就地的，现场的：làm việc tại chỗ 现场办公

tại chức *t* [旧] 在职的：nghiên cứu sinh tại chức 在职研究生

tại ngũ *t* 在伍的，现役的：lính tại ngũ 现役军人

tại sao 缘何，为何，何故，为什么：Tại sao lại khóc？为何又哭？

tại trận *t* [口] 当场，就地：bị bắt tại trận 当场被抓

tại vị *đg* 在位

talc *d* 滑石；滑石粉

tam [汉] 三 *d* 三

tam bản *d* 舢板

tam bảo *d* [宗] 三宝 (佛、法、僧)

tam cấp *d* 二级

tam cố thảo lư 三顾茅庐

tam cung lục viện 三宫六院

tam đại *d* 三代 (父亲、祖父、曾祖父) *t* [口] 陈旧的，老掉牙的

tam đầu lục chi 三头六臂

tam giác *d* 三角

tam giác cân *d* [数] 等腰三角形

tam giác đều *d* [数] 等边三角形

tam giác vuông *d* [数] 直角三角形

tam giới *d* [宗] 三界 (欲界、色界、无色界)

tam huyền *d* [乐] 三弦琴

tam lệnh ngũ thân 三令五申

tam nhân đồng hành tất hữu ngã sư 三人行，必有我师

tam quân *d* 三军 (海、陆、空)

tam quốc *d* 三国 (指中国古代魏、蜀、吴)

tam quyền phân lập *d* [法] 三权分立

tam sinh *d* 三牲 (牛、羊、猪)

tam tấu *d* ; *đg* 三重奏

tam thập lục kế 三十六计

tam thập nhi lập 三十而立

tam thất *d* [药] 三七

tam toạng *t* 粗枝大叶，粗心大意，马马虎虎

tàm tạm *t* 还行的，过得去的：công việc tàm tạm 工作还行

tám *d* 八：tám tiếng 八小时

tám đời *d* ①八辈子②时间很久 (=tám hoánh)

tám hoánh *d* [口] 时间很久：Họ đi từ tám hoánh nào rồi. 他们去很久了。

tạm [汉] 暂 *p* 暂且，姑且，差不多：tạm quyết định như vậy 暂且这样决定 *đg* 对付着，凑合，将就：ăn tạm cái bánh cho đỡ đói 先凑合着吃块饼干

tạm biệt *đg* 再见，再会：Xin tạm biệt các đồng chí！再见了，同志们！

tạm chi *đg* 预支：tạm chi khoản tiền công trình 预支工程款

tạm cư *đg* 暂住：nhân viên tạm cư 暂住人员

tạm quyền *t* 临时的：chính phủ tạm quyền 临时政府

tạm thời *t* 暂时的，临时的：biện pháp tạm thời 临时措施 *p* 暂时

tạm thu *đg* 预征，暂收

tạm trú *đg* 暂住：giấy tờ tạm trú 暂住证

tạm tuyển *đg* 暂选，临时聘用：nhân viên tạm tuyển 临时工

tạm ứng *đg* 预支，预付：tạm ứng lương tháng sau 预支下个月的工资

tạm ước *d* 临时约定

tan *đg* ①散，散碎，粉碎：vỡ tan 打碎 ②溶解，消融：Muối tan trong nước. 盐在水中溶化。③分散，解散，散开：mây tan 云散开④结束：tan học 放学

tan cửa nát nhà 家破人亡

tan hoang *t* 破败，破落：Làng xóm tan hoang sau cơn bão. 台风后村子一片破败景象。

tan hợp *đg* 散合，离合

tan nát *t* 碎，残破，破毁：Lòng tan nát. 心已碎。

tan rã *đg* 粉碎，解体，瓦解：tổng công ti tan rã 总公司解体

tan tác *t* 溃散，七零八落，落花流水：

quân địch chạy tan tác 敌军溃散

tan tành *t* 支离破碎,残缺不全:Kính vỡ tan tành. 镜子全碎了。

tan tầm *đg* 放工,下班:Đến giờ tan tầm rồi. 下班时间到了。

tan thành mây khói 烟消云散

tan vỡ *đg* ①粉碎,破碎:tan vỡ trái tim 心碎②破灭,幻灭:hi vọng bị tan vỡ 希望破灭

tan xương nát thịt 粉身碎骨

tàn₁ *d* 罗伞,天帏

tàn₂ [汉] 残 *đg* 凋谢,凋残:hoa tàn 花谢

tàn₃ *d* 灰烬:tàn thuốc 烟灰

tàn ác *t* 残忍,凶狠

tàn bạo *t* 残暴

tàn binh *d* 残兵

tàn canh thặng phạn 残羹剩饭

tàn dư *d* 残余

tàn hại *đg* 残害

tàn hương *d* ①香灰,炉灰②[转]雀斑

tàn khốc *t* 残酷,残忍,冷酷

tàn lụi *đg* 凋萎,萎谢,枯萎:Cỏ cây tàn lụi vì hạn hán. 因为大旱,树木都枯萎了。

tàn nhẫn *t* 残忍,凶残

tàn phá *đg* 毁坏,损毁:Thành phố bị tàn phá bởi sóng thần. 城市被海啸毁坏。

tàn phế *t* 残废的:Anh ấy bị địch tra tấn đến tàn phế. 他被敌人拷打致残。

tàn sát *đg* 残杀

tàn tạ *t* 残谢,衰败 *đg* 凋落,凋谢:Thu đến hoa tàn tạ. 秋天来了,花凋谢了。

tàn tật *t* 残疾的:giúp đỡ người tàn tật 帮助残疾人

tàn tệ *t* 残酷无情,无情无义

tàn tích *d* 残迹,残余

tản₁ [汉] 伞

tản₂ [汉] 散 *đg* 分散,散乱开:khói bay tản ra 烟雾散开;Ba người chạy tản. 三人跑散了。

tản bộ *đg* 散步

tản cư *đg* 散居

tản mạn *t* 散漫

tản mát *đg* 散失,分散,散落:Tài liệu quí đã bị tản mát. 珍贵材料已散失。

tản văn *d* 散文

tán₁ [汉] 赞,散

tán₂ *d* ①华盖,天帏②伞状物:tán đèn 灯罩

tán₃ *đg* 研磨,粉碎

tán₄ *đg* 铆接:đinh tán 铆钉

tán₅ *đg* 哄骗:tán gái 哄女孩子

tán dóc *đg* 饶舌,多嘴

tán dương *đg* 赞扬

tán đồng *đg* 赞同,赞成:tán đồng cách nói này 赞成这个说法

tán gẫu *đg* 闲扯,闲聊,瞎聊:ngồi tán gẫu với nhau 坐着闲聊

tán hươu tán vượn 花言巧语

tán loạn *t* 散乱,混乱,无秩序

tán phát *đg* 散发:tán phát truyền đơn 散发传单

tán sắc *đg* 散色:hiện tượng tán sắc của ánh sáng mặt trời 阳光的散色现象

tán thành *đg* 赞成,赞同,同意:tán thành nhất trí 一致赞同

tán thưởng *đg* 赞赏,赞许

tán tỉnh *đg* 哄骗

tán tụng *đg* 赞颂

tang₁ [汉] 桑

tang₂ [汉] 丧 *d* 丧:nhà có tang 家有丧事

tang₃ [汉] 赃 *d* 赃:bắt quả tang 抓赃

tang chủ *d* 丧家

tang chứng *d* 罪证,犯罪证据

tang điền thương hải 沧海桑田

tang lễ *d* 丧礼

tang phục *d* 丧服

tang sự *d* 丧事,殡丧

tang tảng sáng *t* 天刚刚亮的

tang thương *d* 桑田 *t* 凄凉,凄惨,不幸,可怜:trông thật tang thương 看上去很可怜

tang tích=tang chứng

tang tóc *t* 凄凉,凄惨:cuộc đời tang tóc 凄惨的生活

tang vật=tang chứng

tàng [汉] 藏

tàng ẩn *đg* 隐藏:chỗ tàng ẩn 藏身处

tàng hình *đg* 隐身,隐形:máy bay tàng

hình 隐形飞机

tàng tàng *t* ①破旧,残旧,旧: Quần áo đã tàng tàng. 衣服旧了。②微醉,微醺

tàng thư *d* 藏书

tàng trữ *đg* 储藏

tảng₁ *d* ①基础: tảng nhà 房基②大块的物体: tảng đá 大石块

tảng₂ *đg* 假装: tảng không biết 假装不知道

tảng lờ *đg* 装傻: Anh thấy người quen cứ tảng lờ đi. 一看到熟人他就装傻走开。

tảng sáng *t* (天色) 蒙蒙亮: Lúc tỉnh dậy trời vừa tảng sáng. 醒来时天刚蒙蒙亮。

táng₁ [汉] 丧

táng₂ [汉] 葬 *đg* 葬: mai táng 埋葬

táng tận lương tâm 丧尽天良

tạng [汉] 脏 *d* ①脏: lục phủ ngũ tạng 五脏六腑②体质: tạng người khoẻ 体质健康

tạng phủ *d* 脏腑

tanh₁ *t* 腥: có mùi tanh 有腥味

tanh₂ *t* 萧条: nhà cửa vắng tanh 门庭萧条

tanh₃ *d* 轮胎边缘上的钢丝

tanh bành *t* 狼藉,混乱: Cảnh tanh bành trong nhà. 屋内一片狼藉。

tanh hôi *t* 腥臭 (=hôi tanh)

tanh tưởi *t* 恶臭

tánh₁ [汉] 性 *d* [方] ①性情②性质

tánh₂ *đg* 打算; 计算

tạnh *đg* ① (风、雨) 停, 放 晴: trời quang mưa tạnh 雨过天晴② (云) 散, 天晴: trời tạnh 晴天

tạnh ráo *t* 晴: Trời bỗng tạnh ráo. 天突然放晴了。

tao₁ [汉] 骚

tao₂ *d* 我 (表不客气或亲密时自称): Tao nói cho mày nghe. 我告诉你。

tao₃ [汉] 遭 *d* 遭,次,回: Một ngày vỡ bát 3 tao. 一天摔碎了三次碗。

tao khang *d* [旧] 糟糠: tao khang chi thê 糟糠之妻

tao nhã *t* 高雅,风雅: người tao nhã 雅

士

tao nhân mặc khách [旧] 文人墨客

tào [汉] 朝

tào lao *t* 徒然的,无益的,无用的,虚空的,不着实际的: Đừng ngồi đây trò chuyện tào lao nữa. 不要在这里东拉西扯。

tào phở *d* 豆腐脑

tảo₁ [汉] 扫,早

tảo₂ [汉] 藻 *d* 藻

tảo hôn *đg* 早婚

tảo mộ *đg* 扫墓

táo₁ [汉] 燥

táo₂ *d* ①枣②苹果

táo₃ [汉] 灶 *d* 灶王君: ông táo 灶王君

táo₄ *t* [口] 便秘的

táo bạo *t* 大胆, 勇 敢: cách nghĩ táo bạo 大胆的想法

táo bón *t* [医] 便秘的

táo đỏ *d* 红枣

táo quân *d* 灶君

táo ta *d* 青枣

táo tác *t* 鸡飞狗跳的

táo tây *d* 苹果

táo tợn *t* ①狂热②厉害

tạo₁ [汉] 皂

tạo₂ [汉] 造 *đg* 造,创造: tạo điều kiện 创造条件; nhân tạo 人造

tạo dáng *đg* 造型: nghề tạo dáng 造型行业

tạo dựng *đg* 树立,建立,建起,建设

tạo hình *đg* 造型,成型,造成形: nghệ thuật tạo hình 艺术造型

tạo hoá *d* 造化,造物主

tạo lập *đg* 创造,创立,开创: tự chủ tạo lập cơ nghiệp 自主创业

tạo mẫu *đg* 设计 (样式): nhà tạo mẫu thời trang 时装设计师

táp *đg* ①咬: bị chó táp 被狗咬②飘打, 吹打: Mưa táp vào mặt. 雨飘打在脸上。

táp nham *t* 混杂的,混合的

tạp [汉] 杂 *t* 杂,混,混杂,不纯

tạp ăn *đg* 杂食: động vật tạp ăn 杂食动物

tạp âm *d* 杂音: có tạp âm 有杂音

tạp chất *d* 杂质：không có tạp chất 无杂质

tạp chí *d* 杂志：tạp chí văn nghệ 文艺杂志

tạp chủng *d* 杂种

tạp dề *d* 围裙

tạp giao *đg* 杂交：lúa tạp giao 杂交水稻

tạp hoá *d* 杂货：cửa hàng tạp hoá 杂货铺

tạp nhạp *t* 杂碎，杂七杂八

tạp phẩm *d* 杂货

tạp văn *d* 杂文

tạp vụ *d* 杂务：nhân viên tạp vụ 杂务工

tát₁ *đg* 捆，掌脸(耳光)：tát cho một cái 打一耳光 *d* 耳光

tát₂ *đg* 戽，汲(水)：tát nước tưới tiêu 戽水浇灌

tát tai *đg* 打耳光

tạt *đg* ①拐弯②顺路：tạt vào thăm nhà 顺路探家③泼入，溅入：Mưa tạt vào cửa xe. 雨溅入车窗。

tau *d* 我(=tao)

tàu₁ *d* ①船，艇，舰：tàu chiến 战舰②火车(简称)③车辆、船只、飞机等交通工具的通称：bến tàu 车站；tàu vũ trụ 宇宙飞船

tàu₂ *d* (阔大的)叶：tàu chuối 芭蕉叶

tàu bay *d* 飞机

tàu bè *d* 轮船，船只

tàu biển *d* 海轮

tàu chậm *d* 慢车

tàu chiến *d* 军舰，战舰

tàu con thoi *d* 宇宙飞船

tàu cuốc *d* 挖泥船

tàu đánh cá *d* 打鱼船，渔轮

tàu đệm khí *d* 气垫船

tàu điện *d* 电车

tàu điện ngầm *d* 地铁

tàu đổ bộ *d* 登陆艇

tàu hoả *d* 火车：tàu hoả chở khách 客运列车

tàu hũ *d* 豆腐脑，豆腐花

tàu khu trục *d* 驱逐艇

tàu ngầm *d* 潜水艇

tàu nhanh *d* 快车

tàu sân bay *d* 航空母舰

tàu suốt *d* 直达列车，直通旅客快车

tàu thuỷ *d* 船

tàu thuyền *d* 船舶，船只

tàu tốc hành *d* 快速列车

tàu tuần dương *d* 巡洋舰

tàu tuần tiễu *d* 巡逻艇

tàu vét *d* 慢行客车

tàu vũ trụ *d* 宇宙飞船

tay *d* ①手：giơ tay 举手②人物：tay nhà báo 名记者③把手：tay ghế 椅子把手④(搭)把手：giúp một tay 帮搭把手⑤[口]家伙，小子

tay áo *d* 衣袖，袖子

tay ba *d* 三方，三边：cuộc thương thuyết tay ba 三方商谈

tay bắt mặt mừng 兴高采烈

tay cầm *d* 把手，扶手

tay chân *d* ①手脚，四肢②爪牙，狗腿子

tay chơi *d* 花花公子

tay đã nhúng chàm 追悔莫及

tay đôi *d* 双边，双方：quan hệ tay đôi 双边关系

tay đua *d* [口]赛车手

tay hòm chìa khoá (家里的)财务权

tay không *t* 白手，空手，徒手

tay lái *d* ①方向盘，驾驶室②司机

tay làm hàm nhai 自食其力

tay máy *d* 机械手

tay mặt=tay phải

tay nải *d* 褡裢儿

tay ngang *d* (人)生手 *t* (人)无经验的

tay nghề *d* 手艺：nắm được một tay nghề cao 掌握一门好手艺

tay phải *d* 右手

tay quay *d* 摇把，曲柄

tay sai *d* 走狗，走卒，爪牙，仆从

tay trái *d* ①左手②左方，左边

tay trắng *d* 白手

tay trên *đg* [口]截取，抢先一步

tay trong *d* 内应，内线：có sự giúp đỡ của tay trong 有内应相助

tay vịn *d* 扶手，栏杆

tày *đg* 齐平,可及,可比,赶得上：chẳng gì sánh tày 无可比拟

tày trời *t* 齐天的,天大的,滔天的：tội ác tày trời 滔天大罪

táy máy *đg* 多手多脚,乱摸乱动：Trẻ con hay táy máy. 小孩喜欢乱摸乱动。

tắc₁ [汉] 则

tắc₂ [汉] 塞 *đg* 塞,闭塞,淤塞,堵塞；受阻,卡住,塞住：ùn tắc giao thông 交通拥堵

tắc họng *đg* 无语,哑口无言；无话可说,理屈词穷

tắc kè *d* 蛤蚧

tắc lưỡi *đg* 弹舌（发出声响）

tắc nghẽn *đg* 闭塞,淤堵：Đường thoát nước bị tắc nghẽn. 排水道被堵了。

tắc thở *đg* 窒息,透不过气：suýt bị tắc thở 差点透不过气来

tắc tị *đg* ①堵,堵塞：máy nước tắc tị 水管堵塞②语塞,张口结舌

tắc trách *t* 敷衍塞责,马虎了事：làm việc tắc trách 做事马虎

tắc-xi (taxi) *d* 出租车,的士

tặc [汉] 贼 *d* 贼：đạo tặc 盗贼

tặc tử *d* 贼子,败家子

tăm₁ *d* 牙签：tăm tre 竹牙签

tăm₂ *d* ①泡沫：Nước sôi sủi tăm. 水（烧）开起泡了。②踪影,踪迹,消息,信息

tăm bông *d* 棉签

tăm cá bóng chim 水中月,镜中花,不切实际

tăm hơi *d* 声息,声气,消息：đi biệt tăm hơi 悄无声息

tăm-pông *d* 垫子,缓冲体

tăm tắp *t* 整齐：tăm tắp xếp hàng 整齐排队

tăm tiếng *d* ①声誉,声名②声息,音讯

tăm tối *t* 灰暗；愚钝

tằm *d* 蚕：nuôi tằm 养蚕

tắm *đg* ①洗澡,沐浴：tắm nắng 日光浴②（用酸液）洗（金或银器）

tắm biển *đg* ①海水浴②海边度假

tắm giặt *đg* 洗涤

tắm gội *đg* 沐浴：tắm gội sạch sẽ 沐浴干净

tắm rửa *đg* 洗澡,洗浴

tắm táp *đg* 洗澡,洗浴（总称）

tần tiện *đg*；*t* 节俭,俭朴：ăn tiêu tần tiện 勤俭持家

tẩn mẩn *t* 细心,小心

tăng₁ [汉] 曾,憎,缯,噌

tăng₂ [汉] 增 *đg* 增加,增长,加多,添加：tăng lương 加薪

tăng₃ [汉] 僧 *d* 僧徒,和尚

tăng âm *đg* 增音,增色

tăng cường *đg* 加强,增强：tăng cường đi lại 加强交往

tăng gia *đg* 增加

tăng giá *đg* 提高价格,提价

tăng hối suất *đg* 汇率上浮

tăng lữ *d* [口] 僧侣

tăng ni *d* [口] 僧尼

tăng sản *đg* 增产

tăng tiến *đg* 增进

tăng tốc *đg* 提速

tăng trưởng *đg* 增长：Kinh tế tăng trưởng vừa tốt vừa nhanh. 经济又好又快地增长。

tăng viện *đg* 增援

tằng₁ [汉] 曾

tằng₂ [汉] 层 *d* 层：thượng tầng kiến trúc 上层建筑

tằng tịu *đg* 纠缠,纠葛,缠磨,缠绵（贬义）

tằng tổ *d* 曾祖

tằng tôn *d* 曾孙

tặng [汉] 赠 *đg* 赠送：tặng quà 赠礼品

tặng phẩm *d* 赠品

tặng thưởng *đg* 授奖,颁奖：tặng thưởng huân chương 颁发勋章

tặng vật *d* 赠物,赠品

tắp₁ *đg* ①抹上,覆盖②顺便,趁便

tắp₂ *p* ①马上,快点②直,径直

tắp lự *p* 直直的,齐齐的

tắt₁ *đg* ①熄灭：tắt lửa 熄火②停息,止息：tắt máy 关机

tắt₂ *t* ①短,捷：đi tắt 走捷径②不足的,简略的：gọi tắt 简称

tắt bếp *đg* 熄灶,停炊

tắt hơi *đg* 绝气，断气

tắt kinh *đg* 停经

tắt lửa tối đèn 困难时刻

tắt mắt *đg* 小偷小摸

tắt ngấm *đg* 完全熄灭，(希望)破灭

tắt ngóm *đg* 突然熄灭(停止)：điện tắt ngóm 突然停电

tắt thở *đg* 停止呼吸

tấc *d* 寸，分米

tấc đất cắm dùi 弹丸之地

tấc đất tấc vàng 寸土寸金

tấc gang *d* 咫尺

tấc vuông *d* 平方分米

tâm [汉] 心 *d* ①心脏：tâm phổi 心肺 ②心思，精力：lao tâm 劳心 ③中心：chấn tâm 震中

tâm bão *d* 台风中心

tâm bệnh *d* 心病，心疾：mang tâm bệnh 有心理疾病

tâm can *d* ①心肝，肝胆，心事：bày tỏ tâm can 吐露心事②血性，志气

tâm đắc *đg* 领会，体会

tâm đầu ý hợp 情投意合

tâm địa *d* 心地

tâm điểm *d* 中心，重心

tâm giao *t* 心交的，深交的，知心的

tâm hồn *d* 心灵，心神，情怀，思想，感情

tâm huyết *d* 心血，心思，精神，精力：ngưng tụ tâm huyết của nhiều người 凝聚了许多人的心血 *t* 专注，热情，投入：rất tâm huyết 非常专注

tâm hương *d* [旧]供香，祭香

tâm khảm *d* 心坎：khắc sâu trong tâm khảm 铭记在心坎里

tâm lí *d* 心理：tâm lí học 心理学

tâm linh *d* 心灵

tâm lực *d* 心力，心机：tốn bao tâm lực 倾注了多少心力

tâm nguyện *d* 心愿：thực hiện tâm nguyện 实现心愿

tâm niệm *đg* 心念，记挂，想起

tâm phúc *d* 心腹

tâm phục *đg* 心服

tâm phục khẩu phục 心服口服

tâm sự *d* 心事 *đg* 私谈，谈心，交心

tâm tâm niệm niệm 一心一意，诚心诚意

tâm thần *d* ①心神，意念：tâm thần bất định 心神不定②精神病

tâm thần học *d* 精神病学

tâm thất *d* [解]心室

tâm thức *d* (潜)意识

tâm tình *d* 心情，情绪，情感 *đg* [口] 交心，袒露心情 *t* 要好的，可交心的

tâm tính *d* 心性，品性，禀赋

tâm trạng *d* 心理状态

tâm trí *d* 心思，精力：dồn hết tâm trí vào công việc 把所有精力放在工作上

tâm tư *d* 心思，心态

tầm₁ *d* 范围，限度，界限；距离：tầm nhìn 视野

tầm₂ [汉] 寻 *đg* 寻找：tầm sư học đạo 寻师学道

tầm bậy *t* 胡乱，不三不四，不伦不类

tầm chương trích cú 引经据典

tầm cỡ *d* ①程度，规模，等级②大概

tầm gửi *d* 寄生植物

tầm mắt *d* ①视距，视野②眼光，目光，眼界：có tầm mắt xa xôi 有远见

tầm nhìn xa *d* 能见度

tầm phào *t* 无关紧要的，没意义的，无聊的

tầm súng *d* 射程

tầm tã *t* 如倾如注，淋漓，滂沱

tầm thước *t* (身材)适中，不高不矮

tầm thường *t* 寻常，平凡，庸碌，平常：hạng người tầm thường 寻常之辈

tầm vóc *d* ①身材，个头：tầm vóc cao lớn 身高大②规模，规格，级别

tầm vông *d* ①实心竹②拐棍

tầm xích *d* ①禅杖②拐杖，拐棍

tầm xuân *d* [植]石南，多花蔷薇，野蔷薇

tẩm₁ [汉] 寝，沁

tẩm₂ [汉] 浸 *đg* 浸，浸渍，浸泡

tẩm bổ *đg* 补养，滋养，滋补

tẩm quất *đg* 推拿，按摩

tấm₁ *d* 碎米，米屑

tấm₂ *d* 面，张，幅，块，匹，个，片：một tấm liếp 一张竹笆

tấm bé *d* 小孩

tấm tắc *đg* 啧啧称赞,赞不绝口: tấm tắc khen ngợi 啧啧称赞

tấm tức *đg* ; *t* 不快,不平,愤愤

tân₁ [汉]宾

tân₂ [汉]新 *t* 新: cách tân 革新

tân₃ [汉]辛 *d* 辛(天干第八位)

tân binh *d* 新兵

tân dược *d* 新药,西药

tân gia *d* 新家落成典礼

tân hôn *d* 新婚

tân khách *d* 宾客

tân kì *t* 新奇

tân ngữ *d* 宾语

tân sinh *d* [地]新生纪

tân thời *t* 新潮,时尚,摩登: những người tân thời 时尚达人

tân tiến *t* [旧]新,先进,新潮

tân trang *đg* 重新整修,修缮一新: Tôi muốn tân trang lại nhà cửa. 我想将房子重新装修。

Tân Ước *d* [宗]新约,新约全书

tân văn *d* [旧]报刊;新闻

tân xuân *d* 新春

tần₁ [汉]频,濒,嫔,秦

tần₂ *đg* 油焖,炖: tần gà 炖鸡

tần mần *đg* 抚摸 *t* 不慌不忙,慢吞吞

tần ngần *đg* 犹豫不决

tần số *d* [无]频率(周波)

tần suất *d* 频率,次数

tần tảo *đg* 操劳,操持: sớm khuya tần tảo 日夜操劳

tẩn *đg* 打,揍

tẩn mẩn *t* 过于细心的,过于小心的: tính toán tẩn mẩn 仔细盘算

tẩn ngần tẩn ngần *đg* 犹犹豫豫,犹豫不决

tấn₁ [汉]进

tấn₂ *d* 出,场: một tấn bi kịch 一场悲剧

tấn₃ *d* 吨,吨位

tấn₄ *d* 扎马(武术)

tấn₅ *đg* 推

tấn₆ *đg* 用东西垫(使之稳固)

tấn công *đg* 进攻: tấn công dữ dội 猛烈进攻

tấn sĩ [方][旧]=tiến sĩ

tấn tới *đg* 进步,上进: Chúc anh học hành tấn tới. 祝你学业进步。

tận₁ [汉]烬,赆

tận₂ [汉]尽 *d* 尽 *k* 到: đưa tận tay 交到手里

tận cùng *t* 最后的,最终的: Anh kiên trì đến giờ phút tận cùng. 他坚持到最后一分钟。

tận diệt *đg* 彻底清除

tận dụng *đg* 充分利用

tận hưởng *đg* 尽情享受: Mọi người tận hưởng kì nghỉ cuối tuần. 大家尽情享受周末假期。

tận lực *t* 尽力的,竭力的: tận lực giúp đỡ 尽力帮助

tận mắt *t* 亲眼(所见)的: tận mắt thấy 亲眼所见

tận số *đg* ; *t* 尽数,命尽; 末日

tận tay *t* 直接: trao tận tay 直接交到手上

tận tâm *t* 尽心: trông nom tận tâm 尽心照顾

tận thế *d* [宗]世界末日

tận thiện tận mĩ 尽善尽美

tận thu *đg* 尽收,(税收)收清尾欠

tận tình *t* 周到,尽情,尽心: phục vụ tận tình 周到的服务

tận trung báo quốc 精忠报国

tận tụy *t* 竭力,竭诚,鞠躬尽瘁: làm việc tận tụy 忘我地工作

tâng₁ [汉]蹭

tâng₂ *đg* 增高,提高,抬高,激发

tâng bốc *đg* [口]捧场,吹拍,吹捧,吹捧

tâng công *đg* 邀功求赏

tâng hẩng *đg* [方]惘然,不知所措

tầng [汉]层 *d* 层: tầng thứ hai 第二层

tầng bậc *d* 阶梯

tầng lớp *d* 阶层: các tầng lớp xã hội 社会各阶层

tầng lớp cổ trắng *d* 白领,白领阶层

tầng lớp cổ vàng *d* 金领,金领阶层

tầng lớp cổ xanh *d* 蓝领,蓝领阶层

tầng nấc *d* 步骤,阶段

tầng ozon (tầng ô-zôn) *d* 臭氧层

tấp nập *t* 熙熙攘攘,熙来攘往

tập tễnh *đg* ①想要,意图②窃喜,暗自

高兴

tập₁ [汉]袭,辑,缉

tập₂ [汉]集 *d* ①一折,一沓: một tập tài liệu một sếp材料②集册: tập sách书册

tập₃ [汉]习 *đg* 练习: tập viết 练习写作

tập dưỡng sinh *đg* 健身操

tập dượt *đg* 演习,训练,操练

tập đại thành *d*；*đg* 集大成;集大成于…

tập đoàn *d* ① 集 团: tập đoàn gang thép 钢铁集团②群: tập đoàn san hô 珊瑚群

tập hậu *đg* [军]抄袭,包抄,抄后路

tập họp *đg* 聚集,汇聚,集合

tập hợp *đg* ①集合,集中,集成: tập hợp lại nguồn vốn 集中资金②[化]凝聚

tập huấn *đg* 训练,集训

tập kết *đg* 集结,集中: tập kết bộ đội 集结部队

tập kích *đg* 袭击

tập luyện *đg* 练习,训练(=luyện tập)

tập nhiễm *đg* 沾染,感染

tập quán *d* 习惯: phong tục tập quán 风俗习惯

tập quyền *đg* 集权

tập san *d* 杂志,期刊

tập sự *đg* 见习,随习,实习

tập tàng *t* 混杂,杂七杂八

tập tành *đg* 练习,锻炼

tập tễnh *t* (步履)蹒跚

tập thể *d* 集体: tập thể tiên tiến 先进集体

tập thể dục *đg* 体育锻炼;做操

tập thể hoá *đg* 集体化

tập tin *d* [计]文件夹

tập tính *d* 习性

tập tọng *t* 笨拙的,不熟练的,初学的

tập tranh *d* 画册

tập trận *đg* 军事演习: cuộc tập trận chung 联合军演

tập trung *đg* ① 集中: tập trung học tập 集中学习②汇总,综合: tập trung các con số thống kê 汇总各统计数字

tập tục *d* 习俗,惯例: tập tục dân tộc 民俗

tập vở *d* 作业本

tất₁ [汉]毕,膝

tất₂ [汉]袜子: đi tất 穿袜子

tất₃ [汉]悉 *d* 一切,全部,统统: ăn tất 吃光

tất₄ [汉]必 *p* 必,必定,一定,必然: tất phải hoàn thành 一定要完成

tất bật *t* 忙碌,疲于奔命的

tất cả *d* 一切,全部,所有: tất cả tài sản 所有财产

tất nhiên *t*；*p* 必然,当然: Tất nhiên phải kể đến chuyện này. 当然要提及此事。

tất niên *d* 除夕,年终: bữa tất niên 年夜饭

tất tả *t* 匆匆,匆忙,急忙

tất tật *d* 全部,一切

tất thảy *d* 一切,全部,所有(只用于人)

tất thắng *đg* 必胜:có lòng tin tất thắng 有必胜的信心

tất yếu *t* 必要的,必不可少的,必需的: Đây là điều kiện tất yếu. 这是必不可少的条件。

tật₁ [汉]嫉

tật₂ [汉]疾 *d* ①痼疾,宿疾②怪癖,老毛病,症结③[无]故障

tật bệnh=bệnh tật

tật nguyền *d* 残疾 *t* 残疾的(=tàn tật)

tẩu₁ *d* 烟斗

tẩu₂ [汉]走 *đg* ①走,逃②弄走,卷走

tẩu tán *đg* ①走散②分散

tẩu thoát *đg* 走脱,逃脱

tấu [汉]奏 *đg* ①[旧]奏,上奏,禀奏②演奏: độc tấu 独奏 *d* ①奏折②奏章

tấu nhạc *đg* 奏乐

tậu *đg* 购买,购置: tậu xe mới 购置新车

tây [汉]西 *d* 西方,西边 *t* 西洋的,西方的: người tây 西方人

Tây An *d* [地]西安(陕西省会)

Tây ba lô *d* (西方)自助游客,背包游客

tây bán cầu *d* 西半球

tây bắc *d* 西北，西北方

tây học *d* 西学，西洋学

tây nam *d* 西南，西南方

tây thiên *d* ①西方②西天

tây y *d* 西医

tầy đình *t* 齐天的，天大的，滔天的

tẩy₁ *d* 底子，底细，底蕴，底里：lật tầy揭底

tẩy₂ [汉] 洗 *đg* 洗，洗涤，洗除，洗刷：thuốc tẩy涂改液 *đ* 橡皮（文具）

tẩy chay *đg* 抵制，排斥：Chế độ mới bị nhiều người tẩy chay. 新制度遭到许多人抵制。

tẩy não *đg* 洗脑

tẩy rửa *đg* 清洗，洗涤

tẩy rửa tiền *đg* 洗钱：phòng ngừa phạm tội tẩy rửa tiền 防止洗钱犯罪

tẩy trang *đg* 卸妆

tẩy trừ *đg* 洗除，肃清：tẩy trừ thế lực thù địch 肃清敌对势力

tẩy uế *đg* (彻底)清洗(干净)

tấy₁ *đg* 红肿

tấy₂ *d* 水獭

te *d* 捕虾用的小网 *đg* (用网)捕虾(鱼)

te tái *t* 快跑的：Anh te tái chạy biến mất. 他一溜烟地跑没影了。

te te *t* 快跑的

te tét *t* 破破烂烂

tè *đg* [口] (小孩)小便

tè₂ *t* 矮小：vóc người lùn tè 身材矮小

tè he *t* ①盘腿的，盘膝的 ②叉开腿的

tẻ₁ *d* 籼米稻

tẻ₂ *t* ①憋闷，冷清：bầu không khí khá tẻ 气氛冷清②乏味

tẻ lạnh *t* 冷淡，不热情：tiếp đón tẻ lạnh 接待不热情

tẻ ngắt *t* 毫无生气，冷清，沉闷

tẻ nhạt *t* 乏味：đề tài tẻ nhạt 乏味的话题

tẽ *đg* ①劈，剖开：tẽ ngô 剥玉米②分开，分离

té₁ *đg* ①泼：hội té nước 泼水节②[方]流出，溢出

té₂ *đg* 跌倒，摔倒

té ngửa *đg* [方]摔(个底朝天)

té ra [口]原来，其实：Té ra tôi tính

sai. 原来是我算错。

té re *đg* [口]拉肚子，拉稀

té tát *t* 很凶(指骂得唾沫四溅)

téc *d* (大而有盖的)容器

tem *d* ①邮票②印花③(货物)标签，标识

tem thư *d* 邮票：chơi tem thư 集邮

tèm lem *t* (身体或衣服)到处脏污

tèm nhèm *t* 微不足道

tém *đg* 堆积，聚拢：Tém khoai lang vào góc tường. 将红薯堆集在墙角。

ten *d* 铜锈，铜绿，铜青 *đg* 起铜锈，起铜绿

ten-nít (tennis) *d* [体]网球

tẽn *t* [口] (脸)难看，难堪

tẽn tò *t* [口]羞愧，难为情，难堪

teo₁ *đg* 干瘪，干缩

teo₂ *t* 寂静：vắng teo 死寂

teo tóp *t* 萎缩的，皱巴巴的

tẻo teo *t* 小小的

tẹo *d* 一点点，少许，一丁点儿 *t* 极小的，极少的

tép *d* 小虾，虾米 *t* 小型的：pháo tép 小爆竹

tép riu *d* ①小虾②[口]低贱的或不值一提的人或物

tẹp nhẹp *t* [口]①小气，吝啬，鄙吝：tính vốn tẹp nhẹp 生性吝啬②琐屑，微不足道：chuyện tẹp nhẹp 小事一桩

tét *đg* [方] (用线或绳)切割：tét bánh chưng 切粽子

tẹt *t* 凹，扁：mũi tẹt 塌鼻梁 *đg* 消，泻，泄：Bóng tẹt. 球泄气了。

tetracyclin *d* 四环素

tê₁ [汉] 瘅

tê₂ [汉] 犀 *d* [动]犀

tê₃ *t* 麻木，麻痹：thuốc tê 麻醉药

tê₄ *đ* 那，那个：nơi tê 那里

tê dại *t* 麻木(无知觉)

tê giác *d* 犀牛

tê-lê-phôn (telephone) *d* 电话

te-lê-típ *d* 电传打字机

tê-lếch₁ *d* 电传

tê-lếch₂ *d* 越南语输入法的一种格式

tê liệt *t* 麻痹，瘫痪：trẻ bị tê liệt não 脑

瘫儿

tê mê *t* ①麻醉的,昏醉的,昏迷的: khóc đến tê mê 哭昏过去②如痴如醉,飘飘然

tê tái *t* 忧痛: lòng tê tái 悲痛欲绝

tê tê *d* [动]穿山甲

tê thấp *d* 风湿症

tề [汉]齐 *đg* 平整,整齐

tề chỉnh *t* 齐整: đội ngũ tề chỉnh 队伍齐整

tề gia, trị quốc, bình thiên hạ 齐家治国平天下

tề gia nội trợ [旧]当家,贤内助

tề tựu *đg* 齐集,聚集,集拢

tể [汉]宰

tể tướng *d* [旧]宰相

tễ [汉]剂 *d* 剂: thuốc tễ 药剂

tế₁ [汉]济,际,细

tế₂ [汉]祭 *đg* 祭祀: tế trời 祭天

tế₃ *đg* (马)大跑,驰骋: ngựa tế 马飞跑

tế bào *d* 细胞

tế nhị *t* ①得体,得当,知趣: ăn nói tế nhị 谈吐得体 ②微妙: Vấn đề này rất tế nhị. 这个问题很微妙。

tế tự *đg* [旧]祭祀

tệ₁ [汉]币 *d* ①币,钱币: Nhân dân tệ 人民币②恶习,弊端: tệ cờ bạc 赌博恶习

tệ₂ [汉]弊 *t* 坏,恶,不好 *p* 之极,透顶: Đẹp tệ! 美极了!

tệ bạc *t* ①薄情的,薄幸的②忘恩负义的: người tệ bạc 忘恩负义之人

tệ hại *d* 弊害 *t* 太糟糕 *p* 过分

tệ nạn *đg* 弊病,弊端: tệ nạn xã hội 社会弊端

tệ tục *d* 弊俗,恶俗

têch₁ *d* 一种用于造船的树木

têch₂ *đg* 走掉,溜掉

têch₃ *d* 柚木

tên₁ *d* 箭

tên₂ *d* ①名字,名称②个,名③(用作坏人的冠词)

tên hiệu *d* 别号,别名

tên huý *d* [旧]讳名

tên lửa *d* 火箭,导弹

tên lửa đẩy *d* 推进火箭

tên lửa đạn đạo *d* 弹道导弹

tên lửa hành trình *d* 巡航导弹

tên lửa vũ trụ *d* 宇宙火箭

tên lửa vượt đại châu *d* 洲际导弹

tên miền *d* 域名

tên riêng *d* (个人)名字

tên rơi đạn lạc 祸从天降,飞来横祸

tên thụy *d* [旧]谥号

tên tục *d* 乳名,俗名,小名

tên tuổi *d* ①姓名年龄: ghi rõ tên tuổi 写清楚姓名年龄②名字,姓名③名望,声誉: ca sĩ tên tuổi 著名歌手

tênh hênh *t* 大模大样,无遮拦

tênh tênh *t* 轻轻的,轻飘飘的

tệp *d* ①沓,刀(纸的计量单位)②[计]文件夹: mở tệp 打开文件夹

tệp tin *d* [计]文件夹(=tập tin)

tết₁ *d* ①农历新年,春节: về quê ăn Tết 回家过年②节日: tết Thanh Minh 清明节

tết₂ *đg* 结,扎: tết bím 扎辫子

Tết âm lịch *d* 春节,农历新年

Tết dương lịch *d* 元旦,新历年

Tết Nguyên Đán *d* 春节,(农历)新年

tết nhất *d* 节日,节假日

tết ta *d* 春节

tết tây *d* (阳历)新年,元旦

tếu *t* ①滑稽,搞笑②盲目

tếu táo *t* [口]极度俏皮,极度调皮

tha₁ [汉]他,她,它

tha₂ *đg* ①释放: được tha 获释②宽免,宽宥,恕罪,原谅: Tha lỗi cho. 请原谅。

tha₃ *đg* 叼,噙,含: Mèo tha chuột. 猫叼老鼠。

tha₄ *đg* 牵带,拖带: tha con 拖带着孩子

tha bổng *đg* [法]无罪释放,免罪释放

tha chết *đg* 饶命

tha hoá *đg* 蜕化,异化,腐蚀

tha hồ *p* ①任意,纵情,尽情,放怀: tha hồ chơi bời 尽情玩乐②[口]极尽,非常

tha hương *d* 他乡: tha hương ngộ cố tri 他乡遇故知

tha lỗi *đg* 宽恕,原谅: Xin tha lỗi! 请

原谅!

tha ma *d* 墓地, 坟场

tha mồi *đg* 叼食: Chim mẹ tha mồi về nuôi con. 母鸟叼食回来喂雏鸟。

tha nợ *đg* 免债

tha phương=tha hương

tha thẩn *t* 闲逛的, 瞎转悠的

tha thiết *t* ①深切: yêu nhau tha thiết 爱得很深②迫切, 殷切: nguyện vọng tha thiết 迫切愿望 *đg* 热衷于: tha thiết với nghề dạy học 热衷于教育工作

tha thứ *đg* 宽恕, 原谅, 容忍: cầu xin tha thứ 请求宽恕

tha thướt *t* 袅娜, 婀娜

tha tội *đg* 饶罪, 恕罪: Xin ông tha tội cho! 请您恕罪!

thà *p* 宁可, 宁愿, 情愿: thà chết không hàng 宁死不屈

thà là=thà

thà rằng *p* 宁愿, 宁可: Thà rằng bị lỗ cũng phải giữ uy tín. 宁可亏本也要守信用。

thả *đg* ①释放, 放开, 松开: thả diều 放风筝②放送, 放运, 流送③放养

thả bộ *đg* 散步, 踱步

thả cửa *t* 放肆, 放纵, 无拘无束

thả dù *đg* 空投: thả dù thực phẩm xuống vùng bị lũ 给洪灾地区空投食品

thả hổ về rừng 放虎归山

thả lỏng *đg* ①放松; 放宽: thả lỏng toàn thân 全身放松; thả lỏng chính sách 放宽政策②软禁

thả mồi *đg* 放饵, 下饵

thả neo *đg* 抛锚, 放锚, 停泊: Con tàu thả neo cập bến. 轮船放锚靠岸。

thả nổi *đg* 放开, 浮动: giá thả nổi 价格浮动

thả rong *đg* 放任自由, 不受约束

thả trôi *đg* 放任, 撒手不管(=buông trôi)

thá *d* 东西(常放在 gì 之前)

thác₁ [汉]错

thác₂ *d* 险滩, 急滩

thác₃ [汉]拓 *đg* 拓: khai thác 开拓

thác₄ *đg* 托故, 推托, 找借口

thác loạn *t* 错乱, 混乱: tâm thần thác loạn 神经错乱

thác ghềnh *d* 险滩

thác nước *d* 瀑布; 急滩

thác xiết *d* 急水滩, 险滩, 急流

thạc sĩ *d* 硕士

thách₁ *đg* ①挑战; 打赌: thách nhau互相挑战②索价, 讨高价: thách giá 叫价

thách₂ *đg* 窜起: nhảy thách lên 跳起来

thách cưới *đg* 索彩礼

thách đố *đg* 打赌, 赌赛

thách thức *đg* 挑战; 打赌: đứng trước thách thức 面临挑战

thạch₁ [汉]石

thạch₂ *d* 洋菜, 洋粉, 凉粉, 洋菜冻

thạch anh *d* [矿]石英

thạch ấn *d* 石印, 石版印刷

thạch bàn *d* 磐石

thạch bản *d* 石刻版

thạch bích *d* 石壁

thạch cao *d* 石膏

thạch đảm *d* [化]石胆, 胆矾

thạch lạp *d* [矿]石蜡

thạch lựu *d* 石榴

thạch nham *d* 岩石

thạch nhĩ *d* [植]石耳

thạch nhũ *d* ①钟乳石, 石乳②[药]石髓

thạch quyển *d* 地壳

thạch sùng *d* 壁虎

thạch tín *d* 信石, 砒霜

thai [汉]胎 *d* 胎, 孕

thai bàn *d* 胎盘

thai độc *d* 胎毒

thai đôi *d* 双胞胎

thai nghén *đg* ①怀胎, 受孕: thời kì thai nghén 怀孕期②酝酿, 孕育

thai nhi *d* 胎儿

thai phụ *d* 孕妇

thai sản *đg* 孕育

thai sinh *đg* 胎生: động vật thai sinh 胎生动物

thai trứng *d* 葡萄胎

thài lài *t* ①两腿叉开的: nằm thài lài

叉开腿躺着②平缓：cái dốc thài lài 平缓的坡③细长：sợi dây dài thài lài 细长的绳子

thải [汉] 汰 *đg* 排放，排除，排出：thải bỏ nước bẩn 排放脏水

thải hồi *đg* 解雇，裁减，辞退

thải loại *đg* 排除，排泄：thải loại chất căn bã 排放废弃物

thải trừ *đg* 排除，除去：thải trừ chất bẩn 除去脏物

thái₁ [汉] 泰，太

thái₂ *đg* 切，割：thái thịt 切肉

thái ấp *d* [旧] 领地，封土，采邑

thái bạch *d* [天] 金星，太白星

thái bình *t* 太平：thời thái bình 太平盛世

Thái Bình Dương *d* [地] 太平洋

thái chỉ *đg* 切丝：thịt thái chỉ 肉丝切丝

thái cổ *t* 太古的，上古的，远古的

thái cực *d* 太极：thái cực quyền 太极拳

thái dương *d* 太阳：Thái Dương Hệ 太阳系

thái dương kính *d* 太阳镜

thái đẩu *d* [旧] 泰斗，泰山北斗

thái độ *d* 态度：thái độ khách quan 客观态度

thái giám *d* 太监

thái hậu *d* 太后

Thái Lan *d* [地] 泰国（亚洲国家）：tiếng Thái Lan 泰语

thái miếu *d* 太庙

thái quá *p* 太过，过分：nhịn ăn thái quá không tốt 过分节食不好

thái thú *d* 太守（古官名）

thái thượng hoàng *d* 太上皇

thái tổ *d* 太祖

thái tuế *d* 太岁星，木星

thái tử *d* [旧] 太子

thái y *d* 太医（古官名）

tham₁ [汉] 参

tham₂ [汉] 贪 *đg* ① 贪：lòng tham không đáy 贪得无厌②贪多，过多：Đò đắm vì chở tham khách. 渡船因载客太多倾覆。

tham ăn *đg* 贪吃，贪食，馋嘴

tham bác *đg* 博览：tham bác bình thư 博览群书

tham bát bỏ mâm 捡了芝麻，丢了西瓜

tham chiến *đg* 参战

tham chính *d* 参政官 *đg* 参政

tham công tiếc việc 闲不住

tham dự *đg* 参与，参加，出席：tham dự đại hội 出席会议

tham đó bỏ đăng 喜新厌旧，朝三暮四

tham gia *đg* 参加

tham khảo *đg* 参考：sách tham khảo 参考书

tham kiến *đg* 参见，参谒，谒见

tham lại *d* 贪官污吏

tham lam *t* 贪婪，贪心

tham luận *đg* 发言，报告：đọc tham luận trên hội thảo 在研讨会上发言

tham mưu *đg* 参谋

tham nhũng *đg* 贪污，腐败，贪腐：tăng cường chống tham nhũng 加大反腐力度

tham ô *đg* 贪污：mắc tội tham ô 犯了贪污罪

tham quan₁ *d* 贪官

tham quan₂ *đg* 参观：dẫn khách tham quan 带客人参观

tham quan ô lại 贪官污吏

tham sinh *đg* 贪生

tham số *d* 参数；重要因数：tham số kĩ thuật 技术参数

tham sống sợ chết 贪生怕死

tham tài hiếu sắc 贪财好色

tham tàn *t* 贪婪凶残

tham tán *d* 参赞：tham tán thương mại 商务参赞

tham vàng bỏ ngãi 见财忘义

tham vấn *đg* 咨询

tham vọng *d* 妄想，奢望

thảm₁ *d* 毯，地毯：trải thảm 铺地毯

thảm₂ [汉] 惨 *t* 惨：thảm kịch 惨剧

thảm án *d* 惨案

thảm bại *đg* 惨败：Quân địch bị thảm bại. 敌军惨败。

thảm cảnh *d* 惨景，惨状

thảm đạm *t* 惨淡，萧条

thảm đỏ *d* 红地毯

thảm độc *t* 惨毒

thảm hại *t* ①惨重②凄惨: cảnh thảm hại 凄惨的景象

thảm hoạ *d* 灾祸,灾难

thảm khốc *t* 残酷,残忍: chiến tranh thảm khốc 残酷的战争

thảm kịch *d* 惨剧

thảm nhung *d* 绒毡

thảm sát *đg* 残杀: vụ thảm sát đẫm máu 血腥的残杀事件

thảm sầu *t* 愁惨,凄惨

thảm thê *t* 凄惨,惨理(=thê thảm)

thảm thiết *t* 悲切: tiếng khóc thảm thiết 悲切的哭声

thảm thực vật *d* 植被

thảm thương *t* 悲伤,悲惨,惨痛: cảnh thảm thương 悲惨的景象

thảm trạng *d* 惨状,惨况

thám [汉]探

thám báo *d* 探报,侦察员

thám hiểm *đg* 探险: đội thám hiểm 探险队

thám hoa *d* [旧]探花

thám không *đg* 高空探测: trạm thám không 高空探测站

thám sát *đg* 探察: thám sát tình hình tiêu thụ thị trường 探察市场销售情况

thám thính *đg* 探听,侦察

thám tử *d* 侦探: thám tử tư 私人侦探

than₁ *d* ①煤: khai thác than 采煤②炭

than₂ *đg* 嗟叹

than béo *d* 烟煤

than bùn *d* 泥煤

than cám *d* 碎煤

than chì *d* [矿]石墨,炭精

than cốc *d* 焦炭

than cục *d* 块煤

than củi *d* 木炭

than dầu *d* 油煤

than đá *d* 煤(统称)

than đen *d* 炭黑

than điện *d* [工]炭刷,电极

than gầy *d* 无烟煤

than hoạt tính *d* 活性炭

than ít khói *d* 半烟煤

than khóc *đg* 哭叹

than khói *d* 烟煤

than kíp-lê *d* 大块煤

than li-nhít *d* 褐煤

than luyện *d* 砖煤

than luyện cốc *d* 炼焦煤

than mỏ *d* 煤矿

than mỡ *d* 烟煤

than nắm *d* 煤球

than ngắn thở dài 长吁短叹

than nguyên khai *d* 原煤

than ôi *c* 呜呼,天啊

than phiền *đg* 怨叹,怨怼,怨尤

than quả bàng *d* 煤球

than sỉ *d* 煤渣

than tạp *d* 粗煤

than thở *đg* 叹息

than tổ ong *d* 蜂窝煤

than trách *đg* 怨怼,埋怨: than trách nhau 互相埋怨

than trắng *d* 水能,水力资源

than vãn *đg* 叹惋,叹诉

than vụn *d* 煤粉

thản [汉]坦

thản nhiên *t* 坦然,泰然: thản nhiên trước khó khăn 坦然面对困难

thán [汉]炭

thán khí *d* 二氧化碳,碳酸气

thán phục *đg* 叹服,佩服,钦佩: Mọi người thán phục tài ba của anh. 人们叹服他的才华。

thang₁ *d* 梯子,楼梯,阶梯: bắc thang 架梯子

thang₂ *d* [医] ① 服,剂: một thang thuốc 一服药②药引子: làm thang 做药引子

thang âm *d* 音阶

thang cuốn *d* 滚梯,扶梯

thang dây *d* 软梯,绳梯

thang điện *d* 电梯

thang độ *d* (逐渐升高的)阶梯式;价格

thang gác *d* 楼梯

thang lương *d* 工资等级,工资级别

thang máy=thang điện

thang mây *d* 云梯

thang nhiệt độ bách phân=**thang nhiệt độ Celsius**

thang nhiệt độ Celsius *d* 摄氏温度计量单位

thang nhiệt độ Fahrenheit *d* 华氏温度量单位

thang xếp *d* 折梯

thảng hoặc *p* 偶尔: tháng hoặc mới phải đi xa 偶尔才出一趟远门 *k* 万一, 要是: Mang sẵn lương khô tháng hoặc khi bụng đói. 备好干粮, 要是饿了可以充饥。

thảng thốt *đg* ; *t* 惊慌, 仓皇

tháng *d* ①月: ba tháng 三个月 ②月份: tháng giêng 一月 ③[生]月经: tháng không đều 月经不调

tháng ba ngày tám 青黄不接

tháng chạp *d* 腊月

tháng củ mật *d*[旧]腊月

tháng đợi năm chờ 长期等待

tháng đủ *d* 月满, 大月

tháng giêng *d* 元月, 正月, 一月

tháng một *d* ①一月 ②[口]农历十一月

tháng ngày *d* 日月, 日子

tháng nhuận *d* 闰月

tháng thiếu *d* 小月

thanh₁ [汉] 青

thanh₂ [汉] 清 *t* ①清雅, 不俗 ②清脆: Giọng nói rất thanh. 声音很清脆。③苗条: dáng người thanh thanh 苗条的身材

thanh₃ *d* 把, 枝, 根: thanh kiếm 一把剑

thanh₄ [汉] 声 *d* 声: âm thanh 声音

thanh âm *d* 声音

thanh bạch *t* 清白: gia đình thanh bạch 家世清白

thanh bần *t* 清贫, 清寒

thanh bình *t* 清平, 太平: Nhân dân sống cảnh thanh bình. 人民生活在太平盛世之中。

thanh cảnh *t* (饮食)简单; (吃相)斯文: ăn uống thanh cảnh 吃相斯文

thanh cao *t* 清高

thanh chắn *d* 汽车保险杠

thanh chéo *d* (桥梁)斜梁

thanh chống chéo *d* (桥梁)斜撑梁

thanh danh *d* 声名, 清誉

thanh đạm *t* ①(饮食)清淡 ②(生活)简朴

thanh điệu *d* 声调

thanh đới *d* 声带

thanh giằng *d* [建]拉梁

thanh hao *d* [植]青蒿

thanh hương *t* 清香的

thanh kế *d* 测音计

thanh khiết *t* 清洁, 纯洁

thanh khoản *đg* 清款, 清账, 结清

thanh la *d* 铜锣

thanh lắc *d* 摇臂

thanh lâu *d* [旧]青楼

thanh lí *đg* 清理, 处理: thanh lí hàng tồn kho 处理库存

thanh lịch *t* 清雅, 文雅

thanh liêm *t* 清廉: làm quan thanh liêm 为官清廉

thanh lọc *đg* 整顿, 清理: thanh lọc cán bộ 整顿干部队伍

thanh long *d* 火龙果

thanh mai *d* 毛杨梅

thanh mai trúc mã 青梅竹马

thanh mảnh *t* 清瘦; 秀气: nét chữ thanh mảnh 字体秀气

thanh minh₁ *d* 清明(二十四节气之一): tết Thanh Minh 清明节

thanh minh₂ *đg* 声明, 辩解: thanh minh cho hành vi của mình 为自己的行为辩解

thanh nhã *t* 清雅

thanh nhạc *d* 声乐

thanh nhàn *t* 清闲: cuộc sống thanh nhàn 清闲的生活

thanh niên *d* ①青年 ②小伙子 *t* 年轻活泼

thanh nữ *d* 女青年

thanh quang *t* 宽敞, 宽阔

thanh sạch *t* 纯洁, 清白

thanh sát *đg* 核查

thanh tao *t* 清高, 高雅

thanh tâm *t* 清心: thanh tâm quả dục 清心寡欲

thanh tân *t* ①清新②童贞的：gái thanh
tân 处女

thanh tần *d* [无]声频

thanh thản *t* 坦然，平静，淡定：nét mặt
thanh thản 淡定的表情

thanh thanh *t* 清瘦

thanh thế *d* 声势；声望：thanh thế ồ ạt
声势浩大

thanh thiên *d* [旧]青天 *t* 天蓝色的

thanh thiên bạch nhật 青天白日，光
天化日

thanh thiếu niên *d* 青少年

thanh thoát *t* ①潇洒，洒脱②流畅③坦
然，平静，舒畅

thanh thuỷ *d* 清水

thanh tịnh *t* 清净，清寂

thanh toán *đg* ①清算，结算；清理，清
偿；支付：thanh toán tiền nong 结算
钱款②清理，扫除：thanh toán nạn
mù chữ 扫除文盲

thanh tra *đg* 检察，监察 *d* 检察员，监
察员

thanh trùng *đg* 消毒：Sữa đã qua thanh
trùng. 奶（制品）已经消过毒。

thanh truyền *d* [机]传动杆

thanh trừ *đg* 清除，清洗，肃清，开除

thanh trừng *đg* 清洗，清除

thanh tú *t* 清秀

thanh u *t* 清幽，幽静：cảnh đêm thanh
u vắng ngắt 幽静无人的夜晚

thanh vắng *t* 清寂，静寂，清寥：chiều
thanh vắng 清寂的下午

thanh vận *d* [旧]青年运动，青年工作

thanh xuân *d* 青春

thành₁ [汉]诚

thành₂ [汉]城 *d* ①：thành cổ Phượng
Hoàng 凤凰古城②城市③壁：thành
mạch máu 血管壁

thành₃ [汉]成 *đg* 成：biến thành 变成

thành bại *đg* 成败

thành công *đg* 成功：phóng thành công
quả vệ tinh 成功发射卫星

thành cơm thành cháo 生米煮成熟饭

thành danh *đg* 成名

thành đạt *đg* 有成就，成事，成器：Con
cái đều thành đạt. 子女都有出息。

thành đô *d* 都市

thành đồng vách sắt 铜墙铁壁

thành hình *đg* 成型，形成：bức vẽ chưa
thành hình 未成型的画作

thành hoàng *d* 城隍，土地爷，土地神

thành hôn *đg* 成婚，结婚

thành khẩn *t* 诚恳

thành khí（木料）粗制成型的：gỗ
thành khí 粗制木料

thành kiến *đg*；*d* 成见：giữ thành kiến
抱有成见

thành kính *t* 诚敬，虔诚：tấm lòng thành
kính 虔诚之心

thành lập *đg* 成立，建立，组建，设立：
thành lập công ti 成立公司

thành ngữ *d* 成语

thành niên *t* 成年的：người thành niên
成年人

thành nội *d* 城内：đột nhập thành nội
攻入城内

thành phẩm *d* 成品：nửa thành phẩm
半成品

thành phần *d* ①成分；阶级成分：thành
phần hóa học 化学成分②参与者，成
员：thành phần nữ 女性成员

thành phố *d* 城市：thành phố trực thuộc
直辖市

Thành phố Hồ Chí Minh *d* [地]胡
志明市（越南著名城市）

thành quả *d* 成果

thành quách *d* 城郭

thành ra *k* 因此，由此，所以

thành tài *đg* 成才

thành tâm *t* 诚心，真心：thành tâm xin
lỗi 诚心道歉

thành tâm thành ý 诚心诚意

thành thạo *t* 纯熟，老练，熟练：kĩ nghệ
thành thạo 熟练的技艺

thành thân *đg* [旧]成亲，结婚

thành thật *t* 诚实，真心

thành thị *d* 城市

thành thục *t* ①熟练，纯熟：động tác
thành thục 动作熟练②（发育）成熟

thành thử *k* 因此，由此，所以

thành thực *t* 真诚，诚挚，衷心，由衷，
诚意：thành thực cám ơn 衷心感谢

thành tích *d* 成绩

thành tích bất hảo [口] 劣迹斑斑

thành tố *d* 成分，要素

thành trì *d* 城池

thành tựu *d* 成就: thành tựu vĩ đại 伟大成就

thành uỷ *d* 市委: thành uỷ viên 市委委员

thành văn *t* 成文的，书面的，文字的: luật bất thành văn 不成文的规定

thành viên *d* 成员: nước thành viên 成员国

thành ý *d* 诚意

thành thơi *t* 闲适，旷达，舒坦，舒畅，逍遥: lòng thành thơi 心情舒畅

thánh [汉] 圣 *d* ①圣: ông thánh 圣人 ②耶稣的尊称 *t* 神圣

thánh ca *d* 圣歌

thánh chỉ *d* 圣旨

thánh đường *d* [宗] 圣堂，教堂，礼拜堂，基督教堂，天主教堂

thánh giá *d* 十字架

thánh hiền *d* 圣贤

thánh hoàng *d* [旧] 皇上，圣上

Thánh Kinh *d* 《圣经》

thánh nhân *d* 圣人

thánh sống *d* 活神仙

thánh tha thánh thót *t* 清脆: Tiếng nói thánh tha thánh thót. 说话声音清脆。

thánh thiện *d* [旧] 圣善，至善

thánh thót *t* 清脆 [拟] 叮咚

thánh tích *d* [宗] 圣迹

thánh tượng *d* 圣像

thao [汉] 操，韬，洮

thao diễn *đg* 操练，演习

thao đũi *d* 粗线纱

thao láo *t* (眼睛) 直勾勾，直瞪瞪

thao luyện *đg* 操练

thao lược *d* 韬略 *t* 有韬略的

thao tác *đg* 操作: thao tác máy móc 操作机器

thao thao *t* 滔滔: thao thao bất tuyệt 滔滔不绝

thao thức *đg* 辗转反侧: thao thức khó ngủ 辗转难眠

thao trường *d* 操场

thao túng *đg* 操纵，控制，掌控，垄断，把持

thào₁ *p* 一下子，一会儿: quên thào 一下子就忘了

thào₂ *t* (说话) 声音小: nói thào qua tai 小声咬耳朵

thào thào *t* (声音) 微小，细小: giọng nói thào thào 声细如丝

thào thển *t* 上气不接下气，气喘吁吁

thào thợt *t* ①冷淡，不热情，不亲热，不情愿: đối đãi một cách thào thợt 态度冷淡 ②随意，不周到

thảo₁ [汉] 草 *đg* 草拟: thảo một bài văn 草拟一篇文章

thảo₂ *t* 有孝道的: lòng thảo 孝心

thảo₃ *t* 心肠好，宽厚忍让

thảo₄ [汉] 草 *d* [植] 草

thảo dã *d* 荒野

thảo dân *d* 草民

thảo dược *d* 草药

thảo đường *d* 草堂

thảo hèn [方] =thảo nào

thảo hiền *t* 孝贤

thảo khấu *d* 草寇

thảo lảo *t* 好心肠，大方，宽厚忍让: Cô ta vốn tính thảo lảo. 她的性格本来就大方。

thảo luận *đg* 讨论: mở cuộc họp thảo luận 召开讨论会

thảo lư *d* 草庐，草舍

thảo mộc *d* 草木，植物

thảo nào *k* 怪不得，难怪，莫怪乎

thảo nguyên *d* 草原

thảo quả *d* 草果

thảo quyết minh *d* [药] 草决明

thảo ước *d* 草约

tháo *đg* ①解开，解脱: tháo vòng vây 解围 ②拆卸: tháo máy 拆卸机器 ③放出，排放: tháo nước 放水

tháo chạy *đg* 逃跑，逃窜

tháo cũi sổ lồng 脱离牢笼;摆脱禁锢

tháo dạ *đg* [医] 拉肚子，拉稀

tháo dỡ *đg* 拆卸: tháo dỡ ô tô 拆卸汽车

tháo gỡ *đg* 拆除，排除: tháo gỡ mìn 排

雷

tháo khoán *đg* [口] 破例: Hôm nay chủ tháo khoán cho nghỉ. 今天老板破例给我们休息。

tháo láo *t* (眼睛) 直勾勾: mắt nhìn tháo láo 眼睛直勾勾地看

tháo lui *đg* 后退，撤退，退却，撤离: tháo lui vì sợ khó khăn mà lui 畏难而退

tháo thân *đg* 脱身，逃离，逃遁

tháo tổng *đg* [口] 拉肚子，拉稀

tháo vát *t* 机敏，精明，能干: làm ăn tháo vát 做事精明

thạo *t* 熟练，纯熟，老练，精通，通达，内行: thạo nghiệp vụ 业务熟练

thạo đời *t* 老练，老成，饱经世故，通达事理

thạo nghề *t* 技术熟练，内行，在行，老手的: công nhân thạo nghề 熟练工人

thạo việc *t* 干练，内行: thư kí thạo việc 干练的秘书

tháp₁ [汉] 塔 *d* 塔: Kim tự tháp 金字塔

tháp₂ *đg* 连接，嫁接，粘贴: tháp nhánh cây 嫁接树

tháp canh *d* 岗楼，瞭望台

tháp cất rượu *d* 酒厂蒸馏塔

tháp đèn pha *d* 照明灯塔

tháp kinh *d* [宗] 经塔，经幢

tháp ngà *d* 象牙塔

tháp nước *d* 水塔

tháp tùng *đg* 随从，随同

tháp tivi *d* 电视塔

tháp truyền hình *d* 电视塔

thạp *d* 瓦缸: thạp nước 水缸

thau₁ *d* ①黄铜: chậu thau 铜盆②[方] 盆: thau rửa mặt 洗脸盆

thau₂ *đg* 淘洗，清洗: thau chum 清洗坛子

thau₃ *đg* 溶化，溶解: Đường thau. 糖溶化了。

thau tháu *t* 快捷: viết thau tháu 写得飞快

tháu *t* 潦草: viết rất tháu 写得很潦草

tháu₂ *t* 未成年的: trâu tháu 牛犊

tháu cáy *đg* [口] 偷巧，取巧

thay₁ *đg* 更换，代替，替换

thay₂ *c* 哉，啊，呀: May thay！太幸运了!

thay bậc đổi ngôi [旧] 改朝换代

thay chân *đg* 代理，代替，顶替，替代

thay da đổi thịt 脱胎换骨，日新月异

thay đổi *đg* 变换，更换，改变

thay đổi như chong chóng 反复无常；瞬息万变

thay hình đổi dạng 改头换面；乔装打扮

thay lòng *đg* 变心: thay lòng đổi dạ 反复无常

thay lông đổi da 改头换面

thay mặt *đg* 代表: Tôi xin thay mặt cho cả nhà tôi. 我谨代表我全家。

thay ngựa giữa dòng 半途换人

thay phiên *đg* 轮流，轮番

thay tên đổi họ 改名换姓

thay thế *đg* 更换，替换

thay vì *k* 本来，本该

thay xương đổi cốt 脱胎换骨

thảy=**thầy**

thảy₁ *đg* ①掷，投

thảy₂ *d* 全部，所有

thắc mắc *đg* 疑虑，疑问 *d* 问题，顾虑，疑问

thăm₁ *d* 签，阄: rút thăm 抓阄儿

thăm₂ *đg* 探访，探视，参观，访问

thăm dò *đg* ①探询，打听，摸底②勘探: thăm dò địa chất 地质勘探

thăm hỏi *đg* 访问，慰问: thăm hỏi cán bộ về hưu 慰问退休干部

thăm khám *đg* 看病

thăm nom *đg* 照顾，照料，照管

thăm nuôi *đg* 探望

thăm thẳm *t* 幽深: vực sâu thăm thẳm 幽深的峡谷

thăm thú *đg* 游览，访问: đi chu du thăm thú nhiều nơi 游览了许多地方

thăm ván bán thuyền 喜新厌旧

thăm viếng *đg* 探访，拜访，访问，看望: thăm viếng bạn bè 看望朋友

thắm *t* 深，远: vực thẳm 深渊

thắm *t* ①深色的: đỏ thắm 深红色②浓厚，深厚: tình thắm 深厚的情谊

thắm thiết *t* 深厚，深切，深刻: sự đồng

tình thắm thiết 深切的同情

thằn *d* 里脊肉

thằn lằn *d* 蜥蜴，四脚蛇

thằn lằn đứt đuôi 恐慌，惊恐

thăng₁ [汉]升 *đg* 升：thăng quan 升官 *d* 升（容量单位）

thăng₂ *d* # 字（符号）：dấu thăng # 字符

thăng bằng *đg* 平衡：thăng bằng thu chi 平衡收支 *d* 平衡：giữ thăng bằng 保持平衡

thăng ca *d* [动]云雀

thăng chức *đg* 升职，晋职

thăng đường *đg* 升堂

thăng giá *đg* 升价

thăng giáng *đg* 升降职

thăng hà *đg* 驾崩：vua đã thăng hà 皇帝驾崩

thăng hạng *đg* 升级

thăng hoa *đg* ①[化]挥发②升华

Thăng Long *d* [地]升龙城（河内市旧称）

thăng lương *đg* 加薪，涨工资

thăng nhiệm *đg* 升任

thăng quan *đg* 升官

thăng quan tiến chức [旧]升官晋爵

thăng thiên *đg* 升天 *d* 冲天炮：pháo thăng thiên 冲天炮

thăng thiên độn thổ 上天入地

thăng trầm *t* 起伏不定的，浮沉的

thằng₁ [汉]绳

thằng₂ *d* ①仔，崽，家伙（对男性小孩或同辈的昵称）：thằng bé nhà tôi 我家小子②个（指人，卑称）：bắt được hai thằng tù binh 抓了两个俘虏

thằng cha *d* [口]家伙（用于中年男子）

thằng chả *d* [方]那个家伙，他

thằng cu *d* 小家伙（对小男孩的昵称）

thằng hề *d* 小丑，丑角

thằng hớ *d* [口]冤大头

thằng nhỏ *d* 小子，小鬼，小厮

thẳng *t* ①直：đường thẳng 直路②直率，坦白，直接：tính thẳng 直性子

thẳng băng *t* ①直，笔直，笔挺：con đường to thẳng băng 大路笔直②直率，爽直

thẳng cánh *t* 毫不留情：phê bình thẳng cánh 毫不留情地批评

thẳng cánh cò bay 一望无垠

thẳng cẳng *t* [口]①直挺挺：Nó nằm thẳng cẳng giữa nhà. 他直挺挺地躺在房子中间。②死的：Nó đã thẳng cẳng rồi. 他死了。

thẳng chóc *t* 笔直；径直②直接

thẳng đơ *t* 直挺挺：nằm thẳng đơ 直挺挺地躺着

thẳng đuồn đuột *t* 笔直，直挺挺：lưng thẳng đuồn đuột 直挺挺的腰身

thẳng đuỗn *t* 僵直，僵硬

thẳng đuột *t* ①直挺挺②耿直，直率

thẳng đứng *t* 直立，陡立，陡峭：vách núi thẳng đứng 峭壁

thẳng góc *t* 垂直：đường thẳng góc 直角线

thẳng một mạch *t* 一口气的，不间断的，一股劲的

thẳng mực tàu *t* 直率

thẳng ruột ngựa *t* 直肠子的

thẳng suốt *t* 纵贯的，直达的：xe chạy thẳng suốt 直达车

thẳng tay *t* ①直接②不留情，严厉：trị thẳng tay 严惩

thẳng tắp *t* 笔直：con đường thẳng tắp 笔直的道路

thẳng thắn *t* 坦率，直率，诚实，老实，刚直，正直

thẳng thơm [方]=thẳng thắn

thẳng thừng *t* 直率，不顾情面的

thẳng tính *t* 直性子的，心直口快的

thẳng tuồn tuột *t* 直率，坦率

thẳng tuột *t* ①（说话）直，坦率：nói thẳng tuột 直说②笔直，径直

thắng₁ [汉]胜 *đg* 胜利：chiến thắng 战胜

thắng₂ *đg* 熬：thắng kẹo 熬糖汁

thắng₃ *d* 闸（刹车零件）：bộ thắng xe đạp 自行车闸 *đg* 刹，擎：thắng xe 刹车

thắng₄ *đg* 套：thắng ngựa 套马

thắng bại *đg* 胜败：Thắng bại là lẽ thường. 胜败乃兵家常事。

thắng cảnh *d* 胜景：danh lam thắng

cảnh 风景名胜

thắng cử *đg* 中选(=đắc cử)

thắng kiện *đg* 胜诉

thắng lợi *đg* 胜利: hoàn thành thắng lợi 胜利完成 *d* 胜利: giành thắng lợi to lớn 取得巨大胜利

thắng như chẻ tre 势如破竹

thắng thầu *đg* 中标: thắng thầu công trình 工程中标

thắng thế *đg* 占优势, 领先: Bên ta thắng thế trong cuộc đua. 我方在比赛中领先。

thắng trận *đg* 战胜, 打胜仗, 胜利

thặng₁ [汉] 剩 *t* 过剩的

thặng₂ [汉] 乘 *d* 乘: thiên thặng 千乘

thặng chi *t* 透支的, 超支的: ngân sách thặng chi 透支的财政

thặng dư *t* 剩余的: giá trị thặng dư 剩余价值

thặng số *d* [数] 余数

thắp₁ *d* 笔套儿

thắp₂ *đg* 点, 燃, 烧: thắp hương 烧香

thắt *đg* 绑, 扎, 勒: Miệng túi được thắt chặt hơn. 袋口被扎得更紧了。

thắt chặt *đg* 束紧; 密切, 加强: thắt chặt mối liên lạc 密切联系

thắt cổ *đg* 绞死, 缢死, 上吊, 勒脖子

thắt cổ bồng *t* 收腰式的

thắt đáy lưng ong 杨柳细腰

thắt gan thắt ruột 撕心裂肺

thắt gút *đg* 捆绑, 打结

thắt lưng *d* 腰带, 腰部

thắt lưng buộc bụng 勒紧裤带, 厉行节俭

thắt ngặt *t* ①[方]艰难, 困苦 ②严厉, 苛刻

thắt nút *đg* 打结 *d* 冲突点

thâm₁ [汉] 深 *t* ①深色: bộ đồ thâm 深色衣服 ②深: sơn cao thuỷ thâm 山高水深 ③阴险, 过分, 厉害

thâm₂ *đg* 侵吞: tiêu thâm tiền quĩ 侵吞公款

thâm canh *đg* 精耕细作

thâm căn cố đế 根深蒂固

thâm độc *t* 阴险, 毒辣, 恶毒

thâm gan tím ruột 义愤填膺

thâm giao *t* 深交的, 知交的

thâm hiểm *t* 凶险, 阴险

thâm hụt *đg* 亏空, 亏损, 超支: thâm hụt ngân sách 财政超支

thâm nghiêm *t* 森严

thâm nhập *đg* ①深入 ②入侵

thâm nhập *đg* 打入市场, 进入市场

thâm nhiễm *đg* ①深染, 沾染, 侵染 ②侵蚀

thâm nho₁ *d* 儒学家 *t* 精通儒学的

thâm nho₂ *t* 深奥, 深邃

thâm niên *d* 工龄 *t* 资深的: lính thâm niên 老兵

thâm quầng *t* (眼圈) 黑的: mắt thâm quầng 黑眼圈

thâm tâm *d* 心底, 心坎, 内心

thâm thấp *t* 低矮的, 矮矮的

thâm thù *d* 深仇, 宿仇 *đg* 仇根

thâm thủng *đg* 亏空, 亏损, 超支

thâm thuý *t* 深邃, 深远: Bài viết mang ý nghĩa thâm thuý. 文章具有深远的意义。

thâm tình *d* 深情

thâm trầm *t* 深沉

thâm uyên *t* 渊博: con người thâm uyên có học vấn渊博的人

thâm xịt *t* 乌黑难看的: đôi môi thâm xịt 乌黑的嘴唇

thâm ý *d* 寓意, 隐意

thầm *t* 暗自的, 私下的, 悄悄的: nói thầm 私语

thầm kín *t* 深沉, 隐秘, 不露声色, 私密

thầm lặng *t* 沉静, 默默: sự hi sinh thầm lặng 默默地奉献

thầm lén *t* 暗地里, 私下的: yêu thầm lén 暗恋

thầm thì *t* ; *đg* 叽咕, 喁喁, 嘀嘀咕咕: thầm thì chuyện riêng 喁喁私语

thầm vụng *t* 偷偷摸摸: Hai người đi lại thầm vụng. 两人偷偷摸摸交往。

thầm yêu trộm nhớ 暗恋, 单相思

thẩm [汉]审, 渗

thẩm âm *đg* 声感: thẩm âm tốt 声感好

thẩm cung *đg* 审问

thẩm duyệt *đg* 审查, 审核(案件)

thẩm định *đg* 审定：Trình phương án cho sếp thẩm định. 送方案给领导审定。

thẩm lậu *đg* 渗漏，渗透

thẩm mĩ *đg* ①审美：thẩm mĩ học 美学②[口]美容：phẫu thuật thẩm mĩ 整容 *d* 美感：Nhà này thiếu thẩm mĩ. 这房子缺少美感。

thẩm mĩ viện *d* 美容院

thẩm phán *d* 审判官，审判员

thẩm quyền *d* 职权，权限，权力：cơ quan có thẩm quyền 职权部门

thẩm thấu *đg* 渗透：giấy bản thẩm thấu tốt 渗透性好的草纸

thẩm tra *đg* 审查

thẩm vấn *đg* 审问

thẩm xét *đg* 审察，审查：thẩm xét lại 重审

thẫm *t* 深色的：đỏ thẫm 深红

thấm₁ *đg* ①浸透，渗透，渗入：tính thấm nước 渗透性②浸吸③深刻感受

thấm₂ *đg* 有用，济事(仅用于否定)：chẳng thấm vào đâu 无济于事

thấm đẫm *đg* 湿透

thấm đậm *đg* 充满

thấm đượm *đg* 充满，饱含，浸透

thấm nhuần *đg* 浸润，领会，领悟，贯通，融合，融会

thấm tháp *đg* (不)济事：chẳng thấm tháp vào đâu 无济于事

thấm thía *đg* 渗沁，渗透

thấm thoát=**thấm thoắt**

thấm thoắt *t* (时光)荏苒：thời gian thấm thoắt 光阴荏苒

thậm [汉]甚 *p* [旧]甚，极

thậm chí *p* 甚至

thậm tệ *t* 残酷，极惨

thậm thà thậm thụt *t* 鬼鬼祟祟

thậm thịch *t* (声音)低沉、连续不断

thậm thọt=**thậm thụt**

thậm thụt *đg* 偷偷摸摸，暗地往来

thân₁ [汉]身 *d* ①身体，躯体：toàn thân 全身②躯干：thân cây 树干③身份④物件主体：thân tàu 船身

thân₂ [汉]绅 *d* 绅：thân sĩ 绅士

thân₃ [汉]申 *d* 申(地支第九位)

thân₄ [汉]亲 *t* ①(关系)亲密的：bà thân tôi 我的亲娘②亲近的：bạn thân 好朋友

thân ái *t* 亲切；尊敬：gửi lời chào thân ái 致以亲切的问候

thân bằng cố hữu [旧]亲朋好友

thân cận *t* 亲近的：bạn bè thân cận 密友

thân chinh *đg* 亲征 *t* 亲自的，亲手的

thân chủ *d* 事主，当事人，委托人

thân cô thế cô 势单力薄

thân củ *d* 根茎

thân đập *d* 坝体

thân đê *d* 堤身

thân đốt *d* 节状茎

thân hành *t* 亲自的，亲手的：thân hành giải quyết 亲自解决

thân hình *d* 身材，体形

thân hữu *d* 亲友：tình thân hữu 亲友情谊

thân làm tội đời 自作自受

thân lừa ưa nặng 自讨苦吃

thân mật *t* 亲密，亲切

thân mẫu *d* 亲母，生母

thân mềm *d* 软体动物，无脊椎动物

thân mến *t* 亲切，亲爱：người bạn thân mến 亲爱的朋友

thân nhân *d* 亲人，亲属

thân phận *d* (卑贱或不幸的)身世，身份

thân phụ *d* 亲父，生父

thân quen *t* 亲密

thân quyến *d* 亲属

thân sĩ *d* 绅士，士绅

thân sinh *đg* 亲生：người mẹ thân sinh 亲生母亲

thân sơ *t* (关系)有亲有疏的

thân tàn ma dại 形容枯槁

thân thể *d* 身体，身躯

thân thế *d* 身世，生平

thân thích *d* 亲戚

thân thiện *t* 亲善，友好，和睦：quan hệ láng giềng thân thiện 睦邻关系

thân thiết *t* 亲切，亲密

thân thuộc *d* 亲属，亲故 *t* 亲近，熟悉：lời nói thân thuộc 熟悉的声音

thân thương *t* 亲密,亲切,可爱

thân tín *d* ; *đg* 亲信: người thân tín của sếp 老板的亲信

thân tình *d* 亲情 *t* 亲热,亲切

thân tộc *d* 亲族

thân trâu trâu lo, **thân bò bò liệu** 各负其责,各司其职

thân xác *d* 躯体

thân yêu *t* 亲爱,可爱

thần₁ [汉] 神

thần₂ [汉] 臣 *d* 臣: trung thần 忠臣

thần₃ *t* 发呆的: mặt thần ra nghĩ ngợi 呆呆地想事情

thần bí *t* 神秘

thần binh *d* 奇兵,神兵

thần chết *d* 死神

thần chủ *d* 牌位,神位

thần chú *d* 神咒,咒语

thần công₁ *d* 鬼斧神工

thần công₂ *d* 古代火炮

thần dân *d* 臣民

thần diệu *t* 神妙

thần dược *d* 神药

thần đồng *d* 神童

thần giao cách cảm *d* 心灵感应

thần hiệu *t* 神效,奇效: phương thuốc thần hiệu 神效药方

thần học *d* [宗] 神学

thần hồn *d* 神魂,神志,精神

thần kì *t* 神奇: câu chuyện thần kì 神奇故事

thần kinh *d* ①神经②神经病: bị chứng thần kinh 患了神经病

thần linh *d* 神灵

thần phục *đg* 臣服,归化

thần quyền *d* 神权

thần sa *d* [矿] 辰砂

thần sắc *d* 神色

thần tài *d* 财神

thần thái *d* 神态: thần thái uể oải 疲惫的神态

thần thánh *d* 神圣,神灵 *t* 神圣

thần thế *t* 有神威的,有权势的 *d* 权势,神威

thần thoại *d* 神话,童话

thần thông *t* 神通广大

thần tiên *d* 神,神仙: thuốc thần tiên 神药

thần tình *t* 神奇,出神入化

thần tốc *t* 神速: hành quân thần tốc 行军神速

thần trí *d* 神志: thần trí sáng suốt 神志清醒

thần tượng *d* ①神像②偶像: thần tượng bóng đá 足球偶像

thần xác *d* [口] 身躯,躯壳

thần y *d* 神医

thẫn thờ *t* 恍惚,茫然 *đg* 徘徊

thẫn thờ *t* 惘然,怅惘,呆滞: ánh mắt thẫn thờ 呆滞的眼神

thận [汉] 肾 *d* [解] 肾脏: sỏi thận 肾结石

thận trọng *t* 慎重,谨慎: tính thận trọng 性格谨慎

thắng *t* 大声的,放大声音的: nói thắng 大声说

thấp₁ *t* ①低: năng suất thấp 产量低②低矮: nhà thấp 矮房子

thấp₂ [汉] 湿: bệnh tê thấp 风湿病

thấp điểm *d* 低点,低峰

thấp hèn *t* 卑贱,卑下,卑微

thấp kém *t* 低下,低微,差人一等

thấp khớp *d* 风湿病

thấp nhiệt *t* 湿热: mùa hè thấp nhiệt 湿热的夏天

thấp lè tè *t* 矮矬矬: ngôi nhà thấp lè tè 矮矬矬的房子

thấp lụp xụp *t* 又矮又破: ngôi nhà tranh thấp lụp xụp 又矮又破的茅草房

thấp tầng *t* (住宅) 多层的: khu chung cư thấp tầng 多层住宅区

thấp thó *t* 隐约: Ngôi nhà thấp thó dưới lùm tre. 竹林里的房子隐约可见。

thấp thoáng *t* 若隐若现,缥缈不定,隐约

thấp thỏm *t* 忐忑,惴惴不安,提心吊胆

thập₁ [汉] 什,拾

thập₂ [汉] 十 *d* ①[数] 十: thập niên 十年②十字形: hình chữ thập 十字形

thập ác *d* [宗] 十字架;十宗罪

thập cẩm *t* 什锦: nhân thập cẩm 什锦馅

thập kỉ *d* (十) 年代: thập kỉ 90 của thế kỉ 20 20 世纪 90 年代

thập nhị chi *d* 十二地支

thập nhị cung *d* 十二宫

thập niên *d* 年代: những năm cuối của thập niên 80 80 年代末

thập phân *d* [数] 十进法, 十进制

thập phương 普天之下, 四面八方

thập thò *đg* 探头探脑

thập thõm *t* 高一步低一步: Bà già đi thập thõm trên đường. 老太婆高一步低一步地在路上走着。

thập thững *t* 东倒西歪

thập toàn *t* 完美: thập toàn thập mĩ 十全十美

thập tử nhất sinh 九死一生

thập tự *d* 十字: thập tự chinh 十字军东征

thất₁ [汉] 失

thất₂ [汉] 七 *d* 七 (数词): thất phẩm 七品

thất₃ [汉] 室: trang trí nội thất 室内装修

thất bại *đg* 失败

thất bát *đg* (农作物) 歉收, 减产

thất cách *t* 不合适, 不对劲儿: Nhà làm thất cách. 房子建得不合适

thất chí *t* 失意, (意志) 消沉

thất cơ *đg* 失策: thất cơ lỡ vận 错失良机

thất cử *đg* 落选

thất đảm kinh hồn 丧魂落魄

thất điên bát đảo 七颠八倒, 颠三倒四; 七零八落

thất đức *đg*; *t* 缺德, 损德

thất hiếu *đg* 不孝: con cái thất hiếu 儿女不孝

thất học *đg* 失学: Trẻ em thất học vì nhà nghèo. 小孩因家庭贫困而失学。

thất hứa *đg* 失约, 违背诺言, 食言

thất lạc *đg* 遗失, 失散, 失踪

thất lễ *đg;t* 失礼, 失敬, 不敬, 不恭

thất nghiệp *đg* 失业: nạn thất nghiệp 失业现象

thất ngôn₁ *đg* [旧] 失言

thất ngôn₂ *d* 七言诗

thất niêm *t* 不押韵的

thất phẩm *d* 七品: quan thất phẩm 七品官

thất sách *t* 失策的, 失算的, 失宜的

thất sắc *đg* 失色: mặt mày thất sắc 面容失色

thất tán *đg* 失散

thất tha thất thểu 蹒跚, 踉跄

thất thanh *t* 失声: sợ quá la thất thanh 害怕得失声尖叫

thất thần *đg* 失神, 丢魂

thất thất *d* 七七 (指死后七七四十九天)

thất thế *đg* 失势: Đội bóng thất thế. 球队失势

thất thểu *t* 蹒跚, 踉跄: đi thất thểu 步履蹒跚

thất thiệt₁ *t* 失实, 失真, 不实

thất thiệt₂ *đg* 损失, 缺失: mùa màng bị thất thiệt 庄稼歉收

thất thoát *đg* 流失: thất thoát vốn 资金流失

thất thố *đg* 失态, 失措: đi đứng thất thố 举止失态

thất thu *đg* 歉收, 失收, 漏收: Mùa màng thất thu do hạn hán kéo dài. 持续干旱使庄稼歉收。

thất thủ *đg* 失守: cung thành thất thủ 球门失守

thất thường *t* 失常, 不正常, 反常, 没有规律, 不规则: ăn uống thất thường 饮食失调

thất tín *đg* 失信: không để thất tín với khách hàng 不要失信于顾客

thất tinh *d* [天] 七星 (指北斗七星)

thất tình *đg* 失恋, 失意

thất trách *đg* 失责, 失职

thất trận *đg* 打败仗: đội quân thất trận 败军

thất trinh *đg* 失贞

thất truyền *đg* 失传

thất tuyệt *d* 七绝诗, 七言绝句 (诗的体裁之一)

thất vọng *t* 失望

thất ý *t* 失意

thật [汉] 实 *t* 真实: thật lòng 真心 *p* 之极, 得很 *tr* 真是, 实在是: Tốt thật!

真好!

thật lực *p* [口]全力,使劲儿,竭尽全力：làm thật lực 使劲干活

thật như đếm *t* 老实,本分,质朴：người nông dân thật như đếm 质朴的农民

thật ra 实际上

thật sự *t* 真的,真正,实在：giỏi thật sự 真棒

thật thà *t* 老实

thật tình *t* 真诚 *p* 其实

thật tuyệt 真绝,妙极

thâu₁ *d* 秋：nghìn thâu 千秋(=thu₁)

thâu₂ *đg* [方]接收,收：thâu tiền 收钱

thâu₃ *t* 彻底的,贯通的：thâu đêm 通宵

thâu tóm *đg* ①包揽②概括,归纳

thầu₁ *đg* 承包,承揽；投标：chủ thầu 承包商；dự thầu 投标

thầu₂ *đg* 偷：bị kẻ cắp thầu mất cái ví tiền 被贼偷了钱包

thầu dầu *d* 蓖麻

thầu khoán *đg* 承包,承接,包工,承揽,包揽

thẩu *d* [方]玻璃罐；塑料罐：thẩu kẹo 糖果瓶

thấu *đg* 透,入：lạnh thấu xương 冷透骨 *t* 通透,透彻：hiểu thấu 理解透彻

thấu cảm *đg* 理解：Tôi thấu cảm lòng anh. 我理解你的心。

thấu chi *đg* 透支

thấu đáo *t* 透彻：hiểu thấu đáo mọi chuyện 知晓全部事情

thấu hiểu *đg* 完全理解,深知：Hai người thấu hiểu lòng nhau. 两人相互理解。

thấu kính *d* 透镜

thấu kính lõm *d* 凹透镜

thấu kính lồi *d* 凸透镜

thấu kính phân kì *d* 散光镜

thấu suốt *đg* 穿透,贯通,贯彻：thấu suốt tinh thần đại hội 贯彻大会精神

thấu tình đạt lí *đg* 通情达理

thấu triệt *t* 透彻 *đg* 贯通,精通：thấu triệt đường lối của Đảng 贯通党的路线

thấu trời *p* 非常,极其：thích thấu trời 极其喜欢

thây₁ *d* 尸体：chết không toàn thây 死无全尸

thây₂ *đg* 不管,不顾,随便：ai nói gì cũng thây (无论)谁说都不管

thây kệ *đg* 不管,不顾,不理

thây ma *d* 尸体

thầy *d* ①(男性)老师；师傅②父亲；主人

thầy bà *d* 江湖术士

thầy bói *d* 拆字先生,算命先生

thầy cả *d* [旧]神父,神甫

thầy cãi *d* [旧]律师,状师

thầy chùa *d* 和尚

thầy cúng *d* 巫神,巫师

thầy dòng *d* 传教士,修道士

thầy dùi *d* [口]挑拨离间者

thầy địa *d* [口]风水先生

thầy địa lí=thầy địa

thầy đồ *d* [旧]私塾先生

thầy giáo *d* (男性)老师,教员,教师

thầy lang *d* [口]郎中

thầy mo *d* 巫师

thầy pháp *d* 法师

thầy số *d* 算命先生

thầy thợ *d* [旧]工匠

thầy thuốc *d* 医生；药师

thầy tốt bạn hiền 良师益友

thầy tớ *d* [旧]主仆

thầy trò *d* 师生,师徒

thầy tu *d* [宗]修道士

thầy tướng *d* 相士,相面的,相手的,算命先生

thầy u *d* [口]爹娘

thấy *đg* ①看见：tai nghe mắt thấy 耳闻目睹②感觉到③认为,认识

thấy bà *t* [方]要命,非常：mệt thấy bà 累得要命

thấy dượng *t* 够呛：đau thấy dượng 痛得够呛

thấy đâu âu đấy 随遇而安

thấy kinh [口](妇女)行经,来月经

thấy tháng *đg* 行经,来月经

thấy trước *đg* 预见

the₁ *d* 薄纱：the dọc 直纹纱

the₂ *t* 麻的,麻辣的：ăn the miệng 吃得

嘴麻

the le *t* 多出一截的,参差不齐的

the thảy *t* 侥幸,走运,顺利

the thé *t* 刺耳: giọng nói the thé 刺耳的说话声音

thè *đg* 伸: thè lưỡi 伸舌头

thè lè *đg* ①伸出(来): thè lè lưỡi 伸出舌头②鼓出,凸出: bụng thè lè 大腹便便

thẻ *d* ①牌,卡,帖: thẻ ngân hàng 银行卡②卦,签: xin thẻ 求签③证件: thẻ ra vào 出入证

thẻ bảo hành *d* 保修卡

thẻ bảo hiểm *d* 保险卡,保险单

thẻ đỏ *d* 红牌

thẻ ghi nợ *d* 借记卡

thẻ hội viên *d* 会员证

thẻ nhớ *d* 储存卡,记忆棒

thẻ sinh viên *d* 学生证

thẻ tạm trú *d* 暂住证,临时居住证

thẻ thanh toán *d* 结算卡

thẻ thót₁ *đg* 多嘴,谈论

thẻ thót₂ *t* 清脆: chim kêu thẻ thót 清脆的鸟鸣

thẻ tín dụng *d* 信用卡

thẻ vàng *d* 黄牌

thé *t* (声音)尖细

thèm₁ *đg* ①馋,嗜;稀罕,垂涎,想要: thèm ăn 馋嘴②渴望,盼望: thèm một đứa cháu nội 盼着抱孙子

thèm₂ *t* 接近的,临近的: tuổi thèm chín mươi 年近90

thèm khát *đg* 渴望,渴求

thèm muốn *đg* 嗜,渴望: thèm muốn cuộc sống giàu sang 渴望富裕的生活 *đ* 渴望: cái nhìn thèm muốn 渴望的眼神

thèm thuồng *đg* 馋嘴,垂涎

thèm vào [口] 不稀罕,不愿,才不要

then₁ *d* ①闩,横栓: then cài cửa 门闩②横木 *đg* 门闩,拴紧

then₂ *t* (油漆)又黑又亮: sơn then 又黑又亮的油漆

then₃ *d* 神婆

then chốt *d* 枢纽,契机,关键

then chuyền *d* [机]连接杆

then khoá *d* ①门闩;钥匙②[转]秘诀

then ngang *d* 横栓,横闩

thèn thẹn *t* ①羞怯,羞涩②腼腆

thẹn *đg* 羞臊,使…羞怯,使…难为情 *t* 惭愧,羞愧: không thẹn với lòng mình 无愧于心

thẹn thò *đg* 羞臊 *t* 羞惭

thẹn thùng *đg* 羞臊: hở môi ra cũng thẹn thùng 羞于启齿 *t* 害羞,腼腆

thẹn thuồng *t* 羞涩,羞惭,惭愧

theo *đg* ①跟随,追随,依随,信奉②根据,遵循

theo chân nối gót 继承,继续,承继

theo dấu *đg* 跟踪,追踪

theo dõi *đg* ①盯梢,跟踪②关注,掌握,了解: theo dõi tình hình 掌握情况

theo đòi *đg* 追求,追逐,热衷于: theo đòi chúng bạn 赶时髦

theo đuôi *đg* 跟随

theo đuổi *đg* 追求,追寻

theo gió phất cờ 见风使舵,墙头草

theo gót *đg* 追随,步后尘,继承

theo gương *đg* 以…为榜样;向…学习: theo gương đồng chí Lôi Phong 向雷锋同志学习

theo ma mặc áo giấy 近墨者黑

theo ngành *đg* 从事…工作;学习…专业

theo vết xe đổ 重蹈覆辙

thèo lèo *d* 花生糖,轧糖

thèo lẻo *đg* 搬弄是非

thẻo *d* 小长块: thẻo đất 一小块地

thẹo₁ *d* (不规则)块: một thẹo đất 不规则地块

thẹo₂ *d* ①疤②牛鼻木环 *đg* 穿(牛鼻)

thẹo₃ *t* 斜歪的

thép *d* 钢: sắt thép 钢铁; thép cây 钢条

thép chữ I *d* 工字钢

thép crôm *d* 铬钢

thép dát *d* 薄钢板

thép dẹp *d* 扁钢

thép đúc *d* 铸钢

thép hợp kim *d* 合金钢

thép khối *d* 钢锭

thép không gì *d* 不锈钢

thép lá *d* 钢板

thép lò-xo *d* 弹簧钢

thép lòng máng *d* 槽钢

thép ni-ken *d* 镍钢

thép ống không viền *d* 无缝钢管

thép rèn *d* 锻钢

thép sáu cạnh *d* 六角钢

thép sợi cuộn *d* 盘条（钢）

thép tám cạnh *d* 八角钢

thép tấm *d* 钢板

thép than *d* 碳素结构钢

thép tôn *d* 薄钢板

thép tráng kẽm *d* 镀锌钢板

thép tròn *d* 圆钢

thép vằn *d* 螺纹钢

thép vòng bi *d* 滚珠轴承钢

thép vôn-phan *d* 钨钢

thép vuông *d* 方钢

thép xây dựng *d* 建筑钢材

thép xoáy trôn ốc *d* 螺纹钢

thẹp *d* 边缘，边角料，零碎物

thẹp cau *d* 槟榔片

thét *đg* 大嚷，大叫，大声喝

thét lác *đg* 呵斥

thê₁ [汉] 凄，梯

thê₂ [汉] 妻 *d* 妻

thê đội *d* 梯队

thê lương *t* 凄凉：cảnh sống thê lương 凄凉的生活状况

thê thảm *t* 凄惨，惨恻：cảnh tượng thê thảm 凄惨的情景

thê thiết *t* 凄切

thê tử *d* 妻子

thề *đg* 赌咒，发誓，立誓，宣誓

thề nguyền *đg* 发誓，誓愿

thề non hẹn biển 山盟海誓

thề sống thề chết 生死誓，对天发誓

thề thốt *đg* 赌咒，发誓

thề ước *đg* 誓约

thể₁ [汉] 体 *d* ①性质，形状：thể tròn 圆形②体态，状态：thể lỏng 流质③体制，制度，格式：thể thơ 诗的格式 *đg* 体谅；顺应：thể lòng dân 顺应民心

thể₂ [汉] 彩 *d* 彩色：gấm thất thể 七彩织锦

thể₃ *đg* 可能，能够：có thể 可能

thể chất *d* 体质：thể chất yếu 体质弱

thể chế *d* 体制，规章，规章制度

thể diện *d* 体面，面子，光彩：giữ thể diện 顾全面子

thể dục *d* 体操，肢体运动：thể dục thể thao 体育运动

thể dục chữa bệnh *d* 保健操

thể dục dụng cụ *d* 体操

thể dục nghệ thuật *d* 艺术体操

thể dục nhịp điệu *d* 韵律操

thể dục phát thanh *d* 广播体操

thể dục thể hình *d* 健美操

thể đặc *d* [理]固体

thể hiện *đg* 体现，演绎，表演

thể hình *d* 体形，身材：thể hình cân đối 身材匀称

thể hơi *d* [理]气体

thể khẳng định *d* [语]肯定式

thể khí *d* [理]气体

thể lệ *d* 体例，格式，规则，条例

thể loại *d* 体裁：thể loại văn học 文学体裁

thể lực *d* 体力：tăng cường thể lực 增强体力

thể nào 无论如何，不管怎样：Thể nào cũng phải giải quyết. 无论如何都要解决。

thể nghiệm *đg* 体验：thể nghiệm sinh hoạt 体验生活

thể nhân *d* 自然人

thể nhiễm sắc *d* 染色体

thể tất *đg* 体恤，原谅，体谅

thể thao *d* 体育，运动

thể theo *đg* 根据，依照，按照，依循

thể thống *d* 体统：Chẳng ra thể thống gì cả！成何体统！

thể thức *d* 格式，方式，规则，办法：thể thức thi đua 比赛规则

thể tích *d* [数]体积

thể trạng *d* 身体状况

thể trọng *d* 体重

thể văn *d* 文体：thể văn biền ngẫu 骈体文

thể xác *d* 躯体，身体

thế₁ [汉] 世，剃

thế₂ [汉] 势 *d* 势：thế đang mạnh như

chẻ tre 势如破竹

thế₃ *đg* ①替,替代②抵押,典当

thế₄ *đ* 如此,这样: cứ làm thế就这样做 *tr* 那么,那样,怎么,什么,这么: Sao mà vui thế? 咋这么高兴?

thế chân *đg* 代替,顶替

thế chấp *đg* 抵押: cho vay thế chấp 抵押贷款

thế chiến *d* 世界大战

thế cuộc *d* 时局,形势

thế cùng lực tận 陷入绝境,陷入被动

thế cưỡi hổ 骑虎难下

thế gia *d* 世家: con nhà thế gia 世家子弟

thế gian *d* 人间,世间;各地

thế giới *d* 世界

thế giới ngữ *d* 世界语

thế giới quan *d* 世界观

thế giới thứ ba *d* 第三世界

thế giới vi mô *d* 微观世界

thế giới vĩ mô *d* 宏观世界

thế hệ *d* 辈,代: thế hệ sau 下一代

thế kỉ *d* 世纪: thế kỉ hai mốt 21世纪

thế là *k* 于是,终于: Thế là mọi người bỏ về. 于是大家都回家了。

thế lực *d* 势力: bành trướng thế lực 扩充势力

thế mà *k* 然而: Cố gắng hết sức rồi, thế mà vẫn không xong. 尽力了,然而还不行。

thế mạnh *d* 优势,强项

thế nào ①怎样,如何: Món ăn này thế nào? 这道菜如何? ②无论如何: Thế nào tôi cũng đến. 无论如何我都要来。

thế ra [口]原来: Thế ra hai người đã quen nhau từ trước. 原来两人以前就认识。

thế thái *d* 世态: nhân tình thế thái 人情世态

thế thì *k* 那么

thế tổ *d* 世祖

thế tộc *d* 世族

thế trận *d* 阵势

thế vận hội [旧]*d* 奥运会(=Olympic)

thệ [汉]誓

thếch *p* 特,极,甚: trắng thếch 特白; canh nhạt thếch. 汤太淡。Túi nhẹ thếch. 袋子特轻。

thêm *đg* 增加,补充,添加,充实: ăn thêm 多吃点儿; làm thêm kíp 加班

thêm bớt *đg* 增减

thêm chuyện *đg* 添油加醋,节外生枝,推波助澜,煽风点火

thêm mắm thêm muối 添油加醋

thêm thắt *đg* (少量)增加: Có gì nói ấy, không thêm thắt. 有啥说啥,不添油加醋。

thềm *d* 檐下走道,廊下

thềm lục địa *d* [地]大陆架

thênh thang *t* 宽阔,宽敞,宽大,平坦: con đường rộng thênh thang 宽阔的道路

thênh thênh *t* ①空旷: nhà rộng thênh thênh 空旷的房屋②轻飘

thếp₁ *d* 沓: một thếp giấy 一沓纸

thếp₂ *d* 油灯碟子

thếp₃ *đg* 贴上: thếp vàng 贴金

thết [汉]设 *đg* 款待: thết khách 款待客人

thết đãi *đg* 款待,请客,做东: mở tiệc thết đãi khách quí 设宴款待贵客

thết tiệc *đg* 设宴,设宴招待

thêu *đg* 绣,刺绣,绣花: hàng thêu 刺绣品

thêu₂ *d* 铁锹

thêu dệt *đg* ①纺织,刺绣②捏造,虚构

thêu máy *d;đg* 机绣

thêu ren *d* 刺绣,挑花

thêu tay *d;đg* 手绣

thêu thùa *đg* 刺绣

thều thào *t* 上气不接下气的,语气很轻的: nói thều thào 轻轻地说

thi₁ [汉]诗,尸,施

thi₂ [汉]试 *đg* ①比赛,竞赛: thi hát 歌咏比赛②考试: đi thi 投考

thi ân *đg* 施恩

thi bút *đg* 笔试

thi ca *d* 诗歌

thi cách *d* 诗的格式,诗体

thi chạy *đg* 赛跑

thi công *đg* [建]施工: thời hạn thi

công 施工期限

thi cử *đg* 科举；考试：mùa thi cử 考试期

thi đàn *d* 诗坛；诗歌专栏

thi đấu *đg* [体]比赛：thi đấu bóng đá 足球比赛

thi đỗ *đg* 考上，考中

thi đua *đg* 竞赛

thi gan *đg* 比胆量，比勇气，较量

thi gan đấu trí 斗智斗勇

thi gan với cóc tía 拼命三郎

thi hài *d* 尸骸，尸首，尸体

thi hành *đg* 执行，实施，施行，履行

thi hào *d* 大诗人

thi hoạ *d* 诗画

thi hứng *d* 诗兴，灵感：dạt dào thi hứng 诗兴大发

thi năng khiếu *d* 技能考试；技能竞赛

thi nhân *d* 诗人：thi nhân thời xưa 古代诗人

thi nhân mặc khách 诗人墨客

thi phỏng vấn *đg* 面试

thi phú *d* 诗赋：văn chương thi phú 文章诗赋

thi rớt *đg* 落榜，考砸，考试没过

thi sĩ *d* 诗人：tâm hồn thi sĩ 诗人的心灵

thi tập *d* 诗集

thi thể *d* 尸体

thi thoảng *p* 偶尔

thi thố *đg* 施展：thi thố tài năng 施展才华

thi tuyển *đg* 选拔：thi tuyển người đẹp 选美

thi vấn đáp *d* 口试

thi vị *d* 诗意，诗味：đầy thi vị 充满诗意

thi viết *đg* 笔试

thì₁ [汉]时 *d* 时期，时候

thì₂ *k* 就，那么，则：Nếu mưa thì ở nhà. 如果下雨就留在家里。*tr* 就(放在句子中表示强调)：không làm thì thôi 不做就算

thì chớ [口]就算了，就罢了：Chốn học thì chớ, lại còn nói dối. 逃学就算了，还撒谎。

thì có *k* ①虽然…但是：Đẹp thì có đẹp nhưng đắt quá. 虽然好看但太贵。②[口]才是：Anh ngốc thì có. 你才是大傻瓜。

thì giờ *d* 时间：mất thì giờ 浪费时间

thì kế *d* 时辰表，精密时计，航海时计，经线仪

thì kí *d* [理]分秒表

thì là *d* [植]茴香菜

thì phải [口]①就得，就须，就要②对吧(表反问)：Hình như cô ta bị ốm thì phải? 好像她病了对吧?

thì ra [口]原来：Thì ra anh nói dối. 原来你撒谎。

thì thào *đg* 窃窃私语

thì thầm *đg* 叽咕，交头接耳，私语 *t* 交头接耳的

thì thôi 就算了：Anh không lấy thì thôi. 你不要就算了。

thì thùng [拟]咚咚

thì thụp *p* 连连，不停地(=sì sụp)

thì thụt *đg* 偷偷来往

thí₁ [汉]矢，始

thí₁ [汉]譬

thí₂ [汉]施 *đg* 施与：bố thí 布施

thí₃ *đg* 放弃

thí₄ [汉]试：hương thí 乡试

thí bỏ₁ *đg* 舍弃，牺牲

thí bỏ₂ *đg* 赐予

thí chủ *d* 施主

thí cô hồn *đg* ①施与孤魂②丢弃，舍弃

thí dụ *k* 譬喻，例如，比如 *d* 比方，例子：nêu thí dụ 举例

thí điểm *d*；*đg* 试点：công tác thí điểm 试点工作

thí mạng *đg* ①舍命：thí mạng cứu con 舍命救儿②拼命③舍弃

thí nghiệm *đg* 试验，实验

thí sinh *d* 考生

thị₁ [汉]示，侍，视，是，市，恃，嗜

thị₂ [汉]氏 *d* ①氏：Nguyễn Thị Nguyệt 阮氏月②[口]女人

thị chính *d* 市政：toà thị chính 市政厅

thị dân *d* [旧]市民

thị giá *d* 市价，行市

thị giác *d* 视觉

thị hiếu *d* 嗜好，爱好，喜爱：Bạn có thị hiếu gì ? 你有什么爱好？

thị lực *d* 视力：bảng đo thị lực 视力表

thị nữ *d* 侍女

thị phạm *đg* 示范：động tác thị phạm 示范动作

thị phần *d* 市场份额：chiếm 45% thị phần 占 45% 的市场份额

thị phi *t* ; *đg* 是非：thị phi rạch ròi 是非分明

thị sát *đg* 视察：thị sát thị trường 视察市场

thị tần *d* 视频

thị thần kinh *d* [生] 视神经

thị thực *d* 签证：thị thực nhập cảnh 入境签证

thị tộc *d* 氏族

thị trấn *d* 市镇，集镇，镇

thị trường *d* 市场：thị trường quốc tế 国际市场；thị trường chứng khoán 证券市场

thị trưởng *d* 市长

thị tứ *d* 新街区

thị uy *đg* 示威：biểu tình thị uy 示威游行

thị uỷ *d* (县级市) 市委

thị vệ *d* [旧] 侍卫

thị xã *d* (县级) 市

thìa *d* 羹匙，调羹，勺子：thìa cà phê 咖啡匙

thìa ép lưỡi *d* [医] 压舌棒，压舌板

thìa khoá *d* [方] 钥匙

thìa là *d* [植] 莳萝，小茴香

thìa lìa *t* 伸出的；碍事的：cành cây thìa lìa ngáng lối 树枝丫杈挡路

thìa súp *d* 汤匙，调羹，汤勺

thích₁ [汉] 戚

thích₂ [汉] 刺 *đg* ①刺：thích chữ 刺字 ②触碰

thích₃ [汉] 适 *đg* ①喜欢，爱好：thích đọc sách 爱读书 ②适于

thích₄ [汉] 释 *đg* 释：giải thích 解释

Thích Ca *d* [宗] 释迦牟尼

thích chí *t* 适意，惬意，欢喜，心欢：thích chí cười ha hả 开心大笑

thích dụng *t* 适用：Máy này thích dụng cho nông thôn. 这机器适用于农村。

thích đáng *t* 适当，恰当，妥当：chiếu cố thích đáng 给予适当的照顾

Thích giáo *d* [宗] 释教 (指佛教)

thích hợp *t* 适合，适宜：Món này thích hợp cho người già. 这道菜适合老人。

thích nghi *đg* 适应：thích nghi với môi trường 适应环境

thích thú *t* 满意 *đg* 产生趣味，感兴趣：Chả thích thú gì ! 毫无兴趣！

thích ứng *đg* 适应

thịch thịch [拟] 怦怦，扑通扑通

thiếc *d* [矿] 锡：mỏ thiếc 锡矿

thiếc già *d* 熟锡

thiếc hàn *d* 焊锡

thiếc lá *d* 锡箔

thiêm thiếp *đg* ① 打盹：thiêm thiếp được một lúc 打了一个盹 ② 瘫软：nằm thiêm thiếp trên giường 瘫在床上

thiềm [汉] 蟾 *d* [旧] 月亮：thiềm cung 蟾宫

thiềm thừ *d* [动] 蟾蜍

thiểm *t* [旧] 险毒，阴毒：bụng thiểm 心毒

thiểm độc *t* [旧] 狠毒，阴毒，险毒

thiệm [汉] 赡 *t* 充足，富足

thiệm dưỡng *đg* 赡养

thiên₁ [汉] 篇，迁，天，千

thiên₂ [汉] 偏 *đg* 偏，偏斜，倾向：thiên về bên tả 偏左

thiên bẩm *d* 天禀，天赋

thiên biến vạn hoá 千变万化

thiên binh *d* 天兵 *t* 天花乱坠，弥天大谎

thiên can *d* 天干

thiên cầu *d* [天] 天球

Thiên Chúa *d* [宗] 天主：Thiên Chúa giáo 天主教

thiên chức *d* 天职

thiên cổ *d* 千古：lưu danh thiên cổ 千古流芳

thiên cơ *d* 天机：không thể để lộ thiên cơ 天机不可泄漏

thiên cung *d* 天宫

thiên diễn *d* 天演,进化

thiên đàng *d* [方]天堂

thiên đầu thống *d* 青光眼

thiên địa *d* [旧]天地

thiên địch *d* 天敌

thiên đình *d* 天庭,天宫

thiên đỉnh *d* 天顶

thiên đường *d* [宗]天堂

thiên giới *d* 天界

thiên hà *d* [天]天河

thiên hạ *d* ①天下②[口]人们,大家

thiên hình vạn trạng 千形万状,五花八门,形形色色

thiên hướng *d* 偏向,偏差,倾向

thiên kiến *d* 偏见,成见

thiên la địa võng 天罗地网

thiên lệch *t* 偏颇

thiên lí₁ *d* [植]千里香

thiên lí₂ *d* 天理

thiên lí₃ *d* [旧]千里: thiên lí mã 千里马

thiên linh linh *d* 天灵盖

thiên lôi *d* [宗]雷公

thiên môn đông *d* [植]天门冬

thiên nga *d* 天鹅

thiên nhật hồng *d* [植]千日红

thiên nhiên *d* 天然,自然: những qui luật thiên nhiên 自然规律

thiên niên kỉ *d* 千纪(计算年代的单位,以一千年为一"千纪")

thiên phú *t* 天赋的,天生的: tài năng thiên phú 天赋的才华

thiên sứ *d* 天使

thiên tai *d* 天灾,自然灾害

thiên tài *d* 天才

thiên táng *đg* 天葬

thiên tào *d* 天庭,天宫(=thiên đình)

thiên tạo *t* 天造地设

thiên thạch *d* 天石,陨石

thiên thanh *t* 天青色的,天蓝色的

thiên thần *d* 天神,天使,天仙: đẹp như thiên thần 美若天仙

thiên thẹo *t* 歪斜

thiên thể *d* [理]天体: thiên thể lực học 天体力学

thiên thời *d* [旧]天时,天气: thiên thời, địa lợi, nhân hoà 天时、地利、人和

thiên thu *d* [旧]千秋,千秋万代

thiên tiên *d* 天仙

thiên tính *d* 天性,秉性: thiên tính trung hậu 秉性忠厚

thiên triều *d* 天朝

thiên truỵ *d* [医]偏坠,疝气,小肠气

thiên tuế₁ *d* [植]苏铁

thiên tư₁ *d* 天资,天赋

thiên tư₂ *đg* 偏袒

thiên tử *d* [旧]天子

thiên tướng *d* 天将

thiên văn *d* 天文: đài thiên văn 天文台

thiên vị *đg* 偏袒: đối xử công bằng không thiên vị 公平对待无偏袒

Thiên Vương Tinh *d* [天]天王星

thiền₁ [汉]婵

thiền₂ [汉]禅 *d* 禅

thiền₃ [汉]蝉 *d* [动]蝉

thiền định *d* 禅定

thiền đường *d* 禅堂

thiền gia *d* 禅家

thiền học *d* 禅学

thiền lâm *d* 禅林

thiền môn *d* 禅门

thiền phòng *d* 禅房

thiền quyên *d* 婵娟

thiền sư *d* 禅师

thiền tâm *d* 禅心

thiền thuế *d* [药]蝉蜕

thiền tông *d* 禅宗

thiền trượng *d* 禅杖

thiển [汉]浅 *t* 浅薄,肤浅: tài sơ học thiển 才疏学浅

thiển cận *t* 肤浅,无远见

thiển kiến *d* 浅见

thiển nghĩ *đg* 浅见,拙见

thiển ý *d* 浅见,鄙意

thiến *đg* 阉割,骟: gà thiến 阉鸡

thiện₁ [汉]善 *t* 善: làm việc thiện 做善事

thiện₂ [汉]擅 *đg* 擅: thiện quyền 擅权

thiện₃ [汉]禅 *đg* 禅: thiện vị 禅位

thiện₄ *d* 膳: ngự thiện 御膳

thiện cảm *d* 善感, 好感

thiện chí *d* 善意, 好心, 诚意: thiện chí hợp tác 合作诚意

thiện chiến *t* 善战的

thiện hành *đg* 擅自行动

thiện nam tín nữ 善男信女

thiện nghiệp *d* [宗] 善业

thiện tâm *d* 善心

thiện xạ *t* 善射的: tay thiện xạ 好射手

thiện ý *d* 善意

thiêng *t* ①神圣: đất thiêng 圣地 ②灵, 灵验, 灵应

thiêng liêng *t* 神圣, 灵验

thiếp₁ [汉] 妾 *d* [旧] 妾, 小老婆

thiếp₂ [汉] 帖 *d* ①帖子: thiếp mời 请帖 ②字帖 ③名片, 名帖

thiếp₃ *đg* 昏迷, 昏沉, 不省人事: ngủ thiếp đi 沉睡

thiếp₄ *đg* 渗透, 吸收

thiếp₅ *đg* 贴: thiếp vàng 贴金

thiếp chúc Tết *d* 贺年片

thiếp cưới *d* 喜帖

thiếp mời *d* 请帖, 请柬

thiếp phóng *d* 字帖

thiệp₁ [汉] 涉 *đg* [口] 涉历, 经历, 历练: người thiệp 有经验的人

thiệp₂ [汉] 帖 *d* [方] 帖子

thiết₁ [汉] 设, 切, 铁, 窃

thiết₂ *đg* 需要, 想, 喜欢: chả thiết ăn uống gì 什么都不想吃

thiết bị *d* 设备, 装置

thiết bị đầu cuối *d* 终端设备

thiết bị điện *d* 电气设备

thiết bị đóng gói *d* 包装设备

thiết bị hiển thị *d* 显示设备

thiết bị làm đường *d* 筑路设备, 铺路设备

thiết bị lọc tẩy *d* 净化装置

thiết bị ngoại vi *d* 外置设备

thiết bị thi công bê-tông *d* 混凝土施工设备

thiết bị trọn bộ *d* 成套设备

thiết bị viễn thông *d* 通信设备

thiết chế *d* 体制: thiết chế dân chủ dân chủ 民主体制

thiết diện *d* [数] 切面

thiết đãi *đg* 款待, 请客, 做东

thiết đồ *d* 剖面图

thiết giáp *d* 铁甲, 装甲: xe thiết giáp 装甲车

thiết kế *đg* 设计: thiết kế kĩ thuật 技术设计

thiết lập *đg* 设立, 建立: thiết lập cơ chế đối thoại 建立对话机制

thiết mộc *d* 硬木, 红木

thiết nghĩ *đg* (我个人) 认为, (我) 想: Việc này thiết nghĩ không nên quá vội vàng. 我个人认为这事不要太急。

thiết quân luật *đg* 戒严

thiết tha *t* ①深切 ②殷切, 热切 *đg* 热衷于

thiết thân *t* 切身: lợi ích thiết thân 切身利益

thiết thực *t* 切实, 实际, 务实, 实在

thiết tưởng=thiết nghĩ

thiết yếu *t* 必要, 紧要: mặt hàng thiết yếu 紧缺商品

thiệt₁ [汉] 舌

thiệt₂ *t* 吃亏, 损失: Hàng không được giá, bán nhiều thì thiệt nhiều. 没有好价钱, 卖得多就亏得多。

thiệt₃ *t* [方] 真实

thiệt hại *d* 损失

thiệt hơn *d* 利弊, 得失: cân nhắc thiệt hơn 权衡得失

thiệt lòng *t* [方] 真心的

thiệt mạng *đg* 毙命, 丧命

thiệt thà *t* [方] 老实, 忠厚

thiệt thòi *t* 吃亏的, 赔钱的 *d* 亏损

thiêu [汉] 烧 *đg* 烧: thiêu xác 火葬

thiêu đốt *đg* 燃烧

thiêu huỷ *đg* 烧毁, 焚毁

thiêu thân *d* 飞蛾, 夜蛾

thiểu₁ [汉] 少

thiểu₂ *d* [动] 鲌, 短尾鲌

thiểu não *t* 苦恼, 忧郁, 烦恼

thiểu năng *d* (器官功能) 衰竭

thiểu phát *đg*; *d* 通货紧缩

thiểu số *d* 少数: dân tộc thiểu số 少数民族

thiếu [汉] 少 *t*; *đg* 缺少, 欠缺: thiếu

cân 不足秤

thiếu điều [口] 只差没有，就差没有：
Tôi thiếu điều khóc với nó. 我只差
没哭给他看了。

thiếu đói *đg* 缺粮

thiếu gì [口] 不缺，有的是：Trên đời
thiếu gì người tài giỏi. 世上有的是
能人。

thiếu hụt *t* 欠缺的，短缺的，亏空的

thiếu nhi *d* 少年，儿童，小孩儿，少儿

thiếu niên *d* 少年：Đội thiếu niên tiền
phong 少年先锋队

thiếu nữ *d* 少女

thiếu phụ *d* 少妇

thiếu sót *d* 缺点，过失，漏洞：còn tồn
tại nhiều thiếu sót 还存在许多缺点

thiếu tá *d* [军] 少校

thiếu thốn *đg* 拮据，手头紧 *t* 贫乏，贫
苦

thiếu thời *d* 少年时代，少年时期

thiếu tướng *d* [军] 少将

thiếu uý *d* [军] 少尉

thiếu vắng *t* 缺失：thiếu vắng tình yêu
của mẹ 母爱缺失

thiệu [汉] 绍

thím *d* 婶母

thin thít *t* 很安静，鸦雀无声：im thin
thít 鸦雀无声

thìn [汉] 辰 *d* 辰（地支第五位）：giờ
thìn 辰时（旧时指上午 7 时至 9 时）

thinh *đg* 沉默，不吱声，一言不发；不理
会：làm thinh 装聋作哑；lặng thinh
默默无语

thinh không *p* 突然，毫无由来

thinh thích *t* 有点喜欢的：Tôi cũng
thinh thích. 我也有点喜欢。

thình lình *p* 突然，忽然

thình thịch [拟] 怦怦，扑通扑通

thỉnh₁ [汉] 请 *đg* 请，请教

thỉnh₂ *đg* 敲，打（寺庙的钟）

thỉnh an *đg* [旧] 请安

thỉnh giảng *t* 请来讲课的，客座的：giáo
sư thỉnh giảng 客座教授

thỉnh giáo *đg* 请教：đến thỉnh giáo thầy
来向老师请教

thỉnh kinh *đg* [宗] 取经，请经：Đường

Tăng sang Tây Trúc thỉnh kinh. 唐
僧前往西竺取经。

thỉnh thị *đg* 请示

thỉnh thoảng *p* 时常，常常，偶尔

thính₁ *d* 炒米或玉米研磨成的细粉

thính₂ [汉] 听 *t*（嗅觉或听觉）灵敏，
敏感：thính mũi 鼻子很灵；thính tai
耳朵很尖

thính giả *d* 听者，听众

thính giác *d* 听觉

thịnh [汉] 盛 *đg* ; *t* 盛，旺：thế đang
thịnh 势头正旺

thịnh hành *đg* ; *t* 盛行

thịnh lợi *t* 发达，顺利

thịnh nộ *đg* 盛怒，愤怒：thịnh nộ ầm
ầm 大发雷霆

thịnh soạn *t* 盛大：bữa tiệc thịnh soạn
盛筵

thịnh suy *đg* 兴衰，盛衰：triều đại thịnh
suy 朝代兴衰

thịnh thế *d* 盛世

thịnh tình *d* 盛情：cám ơn sự đón tiếp
thịnh tình 感谢盛情接待

thịnh trị *d* 大治，安定昌盛

thịnh vượng *t* 兴旺，繁荣：Chúc làm
ăn thịnh vượng. 祝生意兴旺。

thíp *t* ① 恰好漫过的，刚满的 ② 够，足

thít *đg* 勒紧，扎紧：thít dây cho chặt
勒紧绳子

thịt *d* ① 肉，肉类：thịt đông 冻肉 ② 水
果瓤：thịt quả đào 桃瓤 *đg* [口] 宰，
杀：thịt gà 杀鸡

thịt ba chỉ *d* 五花肉

thịt ba rọi *d* 半肥瘦（肉）

thịt bò *d* 牛肉：thịt bò khô 牛肉干

thịt hầm *d* 红焖肉

thịt mông sấn *d* 后臀尖肉

thịt mỡ *d* 肥肉

thịt muối *d* 腊肉

thịt nạc *d* 瘦肉

thịt nạm *d* 腩肉

thịt nát xương tan *d* 粉身碎骨

thịt quay *d* 烤肉

thịt thà *d* 肉类

thịt thà tanh tưởi *d* 荤腥

thịt thăn *d* 里脊肉

thịt tôm *d* 虾仁

thịt viên *d* 肉丸子

thiu₁ *t* 馊, 腐烂, 变味: cơm thiu 馊饭

thiu₂ *đg* 入睡: Anh ấy vừa mới thiu ngủ thì bị đánh thức. 他刚入睡就被叫醒了.

thiu người *đg* 令(人)心烦, 闹人

thiu thiu *t* 昏沉沉: ngủ thiu thiu 昏昏入睡

thìu *d* 横木, 横杆, 横梁

thò *đg* ①伸(出), 露(出), 凸(出): thò đầu ra 伸出头来②插入: Thò tay vào túi. 把手插进口袋里.

thò lò₁ *d* 骰子

thò lò₂ *đg* 挂着(鼻涕): thò lò mũi xanh 乳臭未干

thò lõ *d* 鹰钩鼻

thỏ [汉]兔 *d* 兔子: mũ lông thỏ 兔毛帽子

thỏ bạc *d* [旧]玉兔, 月亮

thỏ đế *d* ①野兔②[转]胆小的人

thỏ thẻ *t* 婉转, 细声细气, 娇滴滴

thó *đg* [口]偷窃: thó mất cái ví 偷了钱包

thọ₁ [汉]受

thọ₂ [汉]寿 *d* 寿, 寿命: trường thọ 长寿 *đg* 享寿, 享年: thọ tám mươi 享年 80 岁

thọ chung *đg* 寿终正寝

thọ đường *d* 寿材, 棺材

thọ giáo *đg* 受教

thọ giới *đg* 受戒

thọ mộc *d* 寿木, 棺材

thọ y *d* 寿衣

thoa₁ [汉]钗 *d* 钗: thoa cài tóc 头钗

thoa₂ *đg* 搽抹, 涂抹: thoa phấn 抹粉

thoa₃ *d* 梭: tuế nguyệt như thoa 岁月如梭

thoả [汉]妥 *t* 满足: thoả mắt 饱眼福

thoả chí *đg* 满意, 如愿, 心满意足

thoả đáng *t* 妥当, 恰当, 适当

thoả hiệp *đg* 妥协: hai bên cùng thoả hiệp 双方妥协

thoả lòng *đg* 满意, 如愿, 称心

thoả mãn *đg* 满足; 满意: thoả mãn nhu cầu 满足需要

thoả nguyện *đg* 如愿, 遂愿

thoả thích *t* 痛快, 过瘾: ăn cho thoả thích 吃个痛快

thoả thuận *đg* 协商, 商定 *d* 协议, 议定

thoả thuận khung *d* 框架协议

thoả thuê *t* 痛快, 心满意足: uống cho thoả thuê 喝个痛快

thoả ước *d* 协议, 条约: thoả ước hoà bình 和平条约

thoá mạ *đg* 唾骂

thoai thoải *t* 微陡的: cái dốc thoai thoải 小斜坡

thoải *t* 缓坡状的: nền đất đắp thoải 微斜的地面

thoải mái *t* ①舒畅, 轻松, 愉快, 心旷神怡, 舒服: tinh thần thoải mái 心情舒畅②[口]爽快: tính thoải mái 性格爽快

thoái [汉]退 *đg* 退: tiến thoái lưỡng nan 进退两难

thoái chí *đg* 意志衰退, 意志消沉: thoái chí nản lòng 灰心丧气

thoái hoá *đg* 蜕化, 退化

thoái hôn *đg* 退婚

thoái lui *đg* 后退, 退缩

thoái ngũ *đg* 退伍: quân nhân thoái ngũ 退伍军人

thoái thác *đg* 推托, 辞托: tìm cớ để thoái thác 找理由推托

thoái trào *đg* 衰退, 减弱

thoái vị *đg* 退位

thoại [汉]话 *d* 话: đối thoại 对话

thoán [汉]篡 *d* thoán đoạt 篡夺

thoán vị *đg* [旧]篡位: làm phản để thoán vị vua 造反篡夺皇位

thoang thoảng *t* 清淡, 淡淡

thoang thoáng *t* 匆匆, 快快: nhìn thoang thoáng 匆匆一瞥

thoảng *đg* 轻拂, 轻掠

thoáng₁ *d* 刹那, 瞬间

thoáng₂ *t* ①开阔, 空旷②开放, 宽松: chính sách rất thoáng 政策宽松

thoáng₃ *đg* 掠过: Một ý nghĩ thoáng qua trong đầu. 脑海里掠过一个想法.

thoáng đãng *t* 宽敞, 宽旷

thoáng đạt *t* 宽敞, 空旷: không gian thoáng đạt 宽敞的空间

thoáng gió *t* 通风, 空气流通: căn phòng thoáng gió 通风的房子

thoáng khí *t* 透气, 空气流通, 通气: một căn phòng thoáng khí 透气的房间

thoáng nhìn *đg* 瞥见, 乍看: thoáng nhìn mà không nhận ra được 乍看都认不出来

thoát [汉] 脱 *đg* ①脱离, 摆脱: giải thoát 解脱 ②排放: cống thoát nước 排水道 ③脱, 蜕

thoát giang *d* [医] 脱肛

thoát hoá *đg* 蜕化

thoát khỏi *đg* 摆脱, 脱离, 幸免: thoát khỏi cảnh nghèo đói 摆脱穷困

thoát li *đg* ①脱离: thoát li quan hệ cha con 脱离父子关系 ②脱产: thoát li đi học 脱产学习

thoát thai *đg* 蜕变, 升华, 脱胎(换骨)

thoát thân *đg* 脱身

thoát tội *đg* 脱罪, 免罪

thoát tục *đg* 远离尘世

thoát vị *đg* [医] 脱位: thoát vị hậu môn 脱肛

thoát xác *đg* 蜕皮, 蜕壳

thoạt *p* ①刚刚(做), 才(做): thoạt nghe đã hiểu 刚一听就明白 ②匆匆地: thoạt đến rồi thoạt đi 来去匆匆

thoạt đầu *d* 起初, 开头: Thoạt đầu rất khó khăn. 起初很艰难。

thoạt tiên *d* 开始, 最初

thoăn *thoát t* 快速, 迅捷: bước thoăn thoắt 飞快走

thoắng *t* 飞快: viết thoắng 飞快地写

thoắt *t* 猛然, 突然 *d* 瞬间, 刹那: thoắt cái biến mất 瞬间不见

thoắt chốc *d* 猝然间, 转瞬间, 刹那间

thóc *d* ①谷子: phơi thóc 晒谷子 ②稻子

thóc gạo *d* 稻米; 谷物

thóc lép *d* 秕谷

thóc lúa *d* 稻谷: thóc lúa đầy kho 稻谷满仓

thóc mách *t*; *d* 八卦(爱打听和传播别人的隐私)

thóc nếp *d* 糯稻

thóc tẻ *d* 籼稻

thóc thuế *d* 公粮, 农业税粮

thọc *đg* 插(人), 刺(人), 伸(人), 捅(人): thọc tay vào túi 把手插在口袋里

thọc huyết *đg* 宰杀(牲口)

thọc léc *đg* 胳肢

thọc miệng *đg* 乱插嘴: Đừng thọc miệng vào! 别乱插嘴!

thọc sâu *đg* 插入纵深: Biệt động thọc sâu vào lòng địch. 别动队直插敌人心脏。

thoi₁ *d* 织梭(=con thoi)

thoi₂ *d* 条, 锭: vàng thoi 金条

thoi₃ *đg* 揍, 捅: thoi cho một trận 好一顿揍

thoi thóp *t* ①奄奄一息 ②艰难

thoi thót *t* 零星, 稀少

thòi *đg* 露出, 突出: thòi ngón chân ra 露出脚趾

thòi lòi *đg* 露出, 外露: Cái dải rút cứ thế thòi lòi ra. 那裤腰带就这样露在外面。

thỏi *d* (一) 长条, (一) 截: thỏi sắt 铁条

thỏi hàn *d* 焊条

thói *d* 习惯, 习性: thói ăn nết ở 生活习惯

thói đời *d* 世态, 世俗: thói đời đen bạc 世态炎凉

thói hư tật xấu 陋习

thói quen *d* 习惯

thói quen nghề nghiệp *d* 行规, 行业习惯

thói tật *d* 陋习; 坏习惯

thói thường *d* 惯例; 常规

thói tục *d* (不良) 习惯, 习俗

thom lỏm *t* 眼巴巴: mắt thom lỏm nhìn hộp kẹo 眼巴巴地望着糖果盒

thom thóp *đg* 不安: sợ thom thóp 惊恐不安

thòm thèm *đg* 馋

thỏm *p* 一下子进入: đút thỏm vào mồm 一下子投入口中

thon *t* 细长, 纤细, 尖细: người thon 细

高个儿

thon lỏn *p* ①恰好，刚好②简短：trả lời một câu thon lỏn 简短地回答了一句

thon thả *t* 纤长，纤美

thon thon *t* 修长：ngón tay thon thon 修长的手指

thon thót *đg* 惊骇：giật mình thon thót 惊得跳起来

thong [汉] 从，青

thong dong *t* 从容，舒缓，悠闲，轻松

thong manh *t* 白内障的，视力模糊的

thong thả *t* ①清闲，轻松②从容不迫，缓缓 *đg* 缓一缓，等一等

thòng *đg* ① 放下：Thòng dây xuống từ trên cao. 从高处把绳子放下来。②垂下：Đầu dây thòng ra ngoài. 绳子垂了下来。

thòng lọng *d* 套索

thõng *đg* 悬，垂，耷拉

thõng theo *t* 无力，松垮垮

thõng thượt *t* 软塌塌

thọng *đg* ①吞，吃②搋，缩进

thóp *d* ①[解]囟门②弱点，小辫子，把柄，短处：bị bắt thóp 被抓住小辫子

thót₁ *đg* 缩小，收束：thót bụng 收腹

thót₂ *đg* ①(身体)跳起，打战：giật thót 吓一跳②蹿，闪

thót tim *t* 心惊胆战

thọt₁ *t* 瘸：người thọt 瘸子

thọt₂ *p* 一下子

thô [汉] 粗 *t* ①粗，粗糙：vải thô 粗布②粗俗，不雅，粗鲁：ăn nói thô quá 说话太粗俗

thô bạo *t* 粗暴：can thiệp thô bạo 粗暴干涉

thô bỉ *t* 粗俗，不雅，俗不可耐

thô kệch *t* 粗野，村野，粗鲁

thô lỗ *t* 粗鲁：ăn nói thô lỗ 语言粗鲁

thô lố *t* ①(眼)暴突：mắt mở thô lố 眼睛瞪得大大的②大得出奇：Đôi giày to thô lố. 鞋子大得出奇。

thô ráp *t* 粗糙：bàn tay thô ráp 粗糙的手

thô sơ *t* 简陋：phương tiện vận tải thô sơ 简陋的运输工具

thô thiển *t* 粗浅：hiểu một cách thô thiển 粗浅的理解

thô tục *t* 粗俗，庸俗，低级，不文雅

thô vụng *t* 粗笨

thồ *đg* 驮，驮运，载运：thồ hàng 驮运物资

thổ₁ [汉] 土 *d* 土

thổ₂ *d* 娼妓：nhà thổ 妓院

thổ₃ [汉] 吐 *đg* [口] 吐：thổ ra máu 吐血

thổ âm *d* 土音

thổ canh *d* 可耕地

thổ công *d* ①土地神②[转]地头蛇

thổ cư *d* 宅基地，建宅地

thổ dân *d* 土著，土人

thổ địa *d* ①土地②土地公，土地神

thổ huyết *đg* [医]吐血

thổ lộ *đg* 吐露，倾吐

thổ mộ *d* 两轮马车

thổ mộc *d* [建]土木

thổ ngữ *d* 土语

thổ nhưỡng *d* 土壤：phân tích thổ nhưỡng 土壤分析

thổ phỉ *d* 土匪：tiểu trừ thổ phi 剿匪

thổ phục linh *d* [药]土茯苓

thổ sản *d* 土产，土特产

thổ tả₁ *d* [医]霍乱：mắc bệnh thổ tả 患了霍乱

thổ tả₂ *t* 破烂，糟透：chiếc máy thổ tả này 这台破机器

thổ thần *d* 土神，土地爷

thổ ti *d* [旧]土司

Thổ Tinh *d* [天]土星

thổ trạch *d* [旧]土宅；房地产

thổ tục *d* 土俗，土风，风土习俗

thỏ₁ [汉] 兔

thỏ₂ *d* 小盅，盖盅：thỏ đựng cơm 饭盅

thốc *t* 畅通无阻，迅猛：Cơn giông ùn ùn thốc tới. 暴风雨来势迅猛。 *p* 一溜风

thốc tháo *p* 急速地，急剧地：bán thốc bán tháo 急忙出货

thôi₁ *d* ①回，顿②段：một thôi đường 一段路

thôi₂ *đg* 停止，罢休：thôi việc 辞职 *tr* ①(语气词) 而已，罢了：Một lát thôi！只那么一会儿罢了！②算啦(表示可

惜）: không tin thì thôi 不信就算 ③
催

thôi₃ *đg* 褪色,掉色: Vải hoa thôi màu.
花布掉色。

thôi học *đg* 退学,休学

thôi miên *đg* ; *d* 催眠: thuật thôi miên
催眠术

thôi sơn *t* (拳头) 重: quả đấm thôi sơn
重拳

thôi thì [口] ①那就 ②总之: Thôi thì
đủ mọi thứ. 总之什么东西都有。

thôi thôi *c* 休矣, 好了, 完了, 算了:
Thôi thôi, còn nói làm gì nữa! 算
了, 还说它干什么!

thôi thối *t* 有点臭的: Thứ gì mà thôi
thối thế? 什么东西臭臭的?

thôi thúc *đg* 催促, 紧逼: Tình thế thôi
thúc. 形势逼人。

thôi việc *đg* 辞退,辞职

thồi *d* 台,桌,席

thổi₁ *đg* ①吹: thổi kèn 吹笛子 ②吹牛,
放大: thổi to chuyện lên 夸大事实

thổi₂ *đg* [方] 炊,煮: thổi cơm 做饭

thổi nấu *đg* 烹饪,烹煮

thổi ngạt *đg* 人工呼吸

thổi phồng *đg* 吹牛,吹嘘,夸大

thối₁ *đg* [方] 找补: thối lại hai hào 找
补两角钱

thối₂ *t* 臭,腐烂,腐臭

thối hoắc *t* 臭烘烘,臭气熏天

thối hoẵng *t* 臭气熏天

thối mồm *t* 口快,嘴贱

thối nát *t* 腐败,腐朽,颓废

thối om *t* 恶臭

thối rữa *t* 腐败,腐烂: Thịt để lâu dễ
bị thối rữa. 肉放久了容易腐烂。

thối tai *d* [医] 中耳炎

thối tha *t* 腐败,卑鄙,无耻,下流,丑恶

thối thây *t* ①品行差,坏 ②懒惰

thối ủng *t* 霉烂,腐烂

thồm lồm *d* ①烂耳朵病 ②[植] 火炭母

thôn₁ [汉] 吞

thôn₂ [汉] 村 *d* 小村落

thôn ấp *d* 村子

thôn bản *d* 村寨, 屯: Đường đã mở
đến tận mỗi thôn bản. 路修到了每个
thôn bản.

村屯。

thôn dã *d* 乡村: du lịch thôn dã 乡村
旅游

thôn nữ *d* 村姑

thôn quê *d* 乡村,农村

thôn tính *đg* 吞并,鲸吞

thôn trang *d* 村庄: nơi thôn trang vắng
vẻ 冷清的村庄

thôn xóm *d* ①乡村 ②邻里, 同乡 (=làng
xóm)

thồn *đg* 塞入: thồn đầy bụng 塞满肚
子

thổn thức *đg* ①哽咽 ②忐忑: thổn thức
không yên 忐忑不安

thốn₁ *t* 刺痛: vết thương đau thốn 伤
口刺痛

thốn₂ *đg* 扎紧: đóng thốn vào 钉紧

thộn *t* 愚鲁,愚笨,愚蠢,呆笨

thộn thện *t* 肥笨

thông₁ [汉] 聪

thông₂ [汉] 松 *d* 松: nhựa thông 松脂

thông₃ [汉] 通 *đg* ①连通 ②通畅, 疏
通: thông cống thoát nước 疏通排
水道 ③连续不间断: Máy chạy thông
ca. 机器一直开着不休息。④理解:
giảng mãi vẫn không thông 怎么讲
都不懂

thông ba lá *d* 三叶松

thông báo *đg* 通报,通知,告诉 *d* 公报:
thông báo chung 联合公报

thông cảm *đg* 体谅,谅解,同情

thông cáo *d* 通告,通报,公报

thông cung *đg* 串供

thông dâm *đg* 通奸

thông dịch *đg* ①[旧] 通译,翻译 ②
[计] 解码和运行程序

thông dụng *t* 通 用 的: những tiếng
thông dụng 通用语

thông đá *d* 石松

thông đạt *đg* ①通知: gửi thông đạt 发
通知 ②知道,通晓

thông điệp *d* ①照会: thông điệp ngoại
giao 外交照会 ②国情咨文 ③信息:
Bức ảnh mang nhiều thông điệp. 相
片包含许多信息。④通告,宣告

thông đỏ *d* 红松

thông đồng *đg* 通同,串同,串通: thông đồng làm bậy 串同舞弊

thông đuôi ngựa *d* 马尾松

thông gia *d* 通家,姻亲,亲家

thông gió *t* 通风的

thông hành *đg* 通行 *d* 通行证

thông hiểu *đg* 通晓,理会,洞悉: thông hiểu luật pháp 精通法律

thông hiệu *d* 通报,消息,信息

thông hôn *đg* [旧]通婚

thông hơi *đg* 通气,通风: lỗ thông hơi 通风口

thông la hán *d* [植]罗汉松

thông lệ *d* 通例,惯例: thông lệ quốc tế 国际惯例

thông lệnh *d* 通告,告人民书

thông lưu *d* 汇流,汇合,合流

thông lượng *d* [无]通量,流量: thông lượng dòng nước 水流量

thông minh *t* 聪明: thông minh vặt 小聪明

thông ngôn [旧] *d* 翻译,译员: thông ngôn tiếng Việt 越语翻译 *đg* 口译

thông phân *d* [数]通分

thông phong *d* [旧](油灯)灯罩

thông qua *đg* ①通过,同意: thông qua nghị quyết 通过决议②经过,通过: thông qua thực tiễn để kiểm nghiệm 通过实践来检验

thông quan *đg* 通关: đơn giản hoá thủ tục thông quan 简化通关手续

thông suốt *t* ①畅通,畅达②通晓,畅通

thông sử *d* 通史: thông sử Việt Nam 越南通史

thông tầm *t* 连班的: làm thông tầm 上连班

thông tấn *đg* 通讯: thông tấn xã 通讯社

thông thái *t* 博学多才,博古通今: nhà thông thái 博学多才的学者

thông thạo *đg* 通晓,熟练掌握: thông thạo kĩ thuật lái ô-tô 熟练掌握汽车驾驶技术

thông thoáng *t* ①宽阔通畅: đường sá thông thoáng 宽阔通畅的道路②开放,宽松: chính sách thông thoáng 政策宽松

thông thốc *p* 径直,直冲冲: chạy thông thốc vào nhà 径直地跑回家

thông thống *t* 空无遮掩的

thông thuộc *đg* 熟悉,通晓,熟谙

thông thương *đg* 贸易,通商: thông thương hàng hóa 商品贸易

thông thường *t* ①通常,一般: Thông thường thì ông ta về nhà vào lúc 6 giờ. 他一般6点钟回家。②普通,一般

thông tin *đg* ①通信,通讯②通知,通报 *d* 新闻,通讯,信息,资料

thông tin đại chúng *đg* 传播

thông tin học *d* 传播学

thông tín *d* 通信,通讯

thông tỏ *đg* 了如指掌: thông tỏ mọi việc đã xảy ra 对发生的事情了如指掌

thông tri *d* 通知 *đg* 通知,告知

thông tục *t* 通俗: Lời văn thông tục dễ hiểu. 文章通俗易懂。

thông tư *d* 通知

thống [汉]痛,统

thống chế *d* [旧]①统制(古官名)②[军]统帅,大元帅

thống đốc *d* ①[政]总督②州长③(银行)行长: thống đốc ngân hàng 银行行长

thống kê *đg* 统计: thống kê chính thức 官方统计 *d* 统计: cơ quan thống kê 统计部门

thống kê học *d* 统计学

thống khổ *t* [旧]痛苦

thống lĩnh *đg* 统领,率领: vị tướng thống lĩnh ba quân 统领三军的将军 *d* 统领,统帅

thống nhất *đg* 统一: thống nhất bắc nam 南北统一 *t* 统一,一致: ý kiến thống nhất 一致的意见

thống soái *d* [军]统帅

thống thiết *t* 痛切,悲痛

thống trị *đg* 统治

thộp *đg* 抓住,揪住: thộp ngực 揪住胸口

thốt₁ *đg* 脱口而出: thốt mồm 脱口而

出

thốt₂ [汉] 猝 p 一下子, 忽然, 乍

thốt nhiên p 突然

thơ d ①诗②书信: viết thơ 写信③诗意④幼小: trẻ thơ 年幼

thơ ấu t 幼稚, 幼小: hồi thơ ấu 幼年

thơ ca d 诗歌

thơ cũ d 旧体诗

thơ dại t 幼稚, 天真无邪

thơ lục bát d 六八体诗 (越南诗体, 第一句为六个字, 第二句为八个字)

thơ mộng t 梦幻般的, 诗情画意的

thơ mới d 新诗

thơ ngây t 幼稚: suy nghĩ thơ ngây 幼稚的想法

thơ ngũ ngôn d 五字诗

thơ phú d 诗赋

thơ thẩn đg 徘徊: thơ thẩn quanh vườn 在院子里徘徊 t 茫然, 恍惚

thơ thới t [方] 轻松, 舒坦 (=thư thái)

thơ trẻ t 幼稚, 幼小: thời thơ trẻ 幼年时期

thơ từ [方] d 书信, 函件, 信件, 缄札 đg 书信往来 (=thư từ)

thơ yếu t 幼小羸弱

thờ đg 祭祀, 供奉: thờ phật 供佛

thờ cúng đg 祭供, 祭祀: thờ cúng tổ tiên 祭祀祖先

thờ kính đg 供养, 侍养: thờ kính cha mẹ 奉养父母

thờ ơ đg 无动于衷, 不闻不问, 漠不关心, 置若罔闻: thờ ơ với sự việc xảy ra 对发生的事情置若罔闻 t 冷淡, 冷漠: thái độ thờ ơ 冷漠的态度

thờ phụng đg 侍奉

thờ thẫn t 惆怅, 怅惘, 呆滞 (=thẫn thờ)

thở đg ①呼吸: ngạt thở 窒息②[口] 说: thở ra những lời không hay 说出难听的话语

thở dài đg 叹气, 叹息, 长叹: bật ra một tiếng thở dài 长叹一声

thở dốc đg 急喘, 喘气

thở hắt đg [口] 捯气儿: Người bệnh đã thở hắt. 病人捯气儿了。

thở hít đg 呼吸: thở hít nhân tạo 人工呼吸

thở hổn hển đg 喘气, 喘吁吁

thở như bò đg 气喘吁吁

thở phào đg 松了一口气: Anh thở phào một cái. 他松了一口气。

thở than đg 叹息 (=than thở)

thớ₁ d 纹路: thớ gỗ 木纹

thớ₂ [口] 东西 (表蔑视): Anh chả là cái thớ gì cả. 你什么东西都不是。

thớ lợ t 虚伪, 虚假: cười thớ lợ 虚伪的笑

thợ d 工匠, 工人, 技工, 匠人

thợ bạc d 首饰匠

thợ bạn d 伙计

thợ bào d 刨工

thợ cả d 领班

thợ cạo d 理发匠

thợ chạm d 雕刻匠

thợ chuyên nghiệp d 技工

thợ chữa xe d 修车工

thợ con d 学徒工

thợ đá d 石匠

thợ điện d 电工

thợ đóng sách d 装订工

thợ đồng hồ d 修表匠

thợ đúc d 翻砂工

thợ giày d 鞋匠

thợ giặt d 洗衣工

thợ gò d 钣金工

thợ hàn d 焊工

thợ khoá d 锁匠

thợ lặn d 潜水员

thợ lắp ráp d 装配工

thợ mạ d 电镀工

thợ may d 裁缝

thợ máy d 车工

thợ mỏ d 矿工

thợ mộc d 木匠

thợ nề d 泥水匠

thợ ngói d 瓦匠

thợ nguội d 钳工

thợ phay d 铣工

thợ phụ d 临时工

thợ rèn d 锻工

thợ săn d 猎人, 猎手

thợ sơn d 油漆工

thợ thêu d 绣花匠

thợ thủ công *d* 手工业者

thợ thuyền *d* 工人，工人阶级

thợ vẽ *d* 画工，图案工

thợ xây *d* 建筑工人

thoi *t*（井）深：giếng thoi 深井

thoi rói *t* 颓唐，颓废

thời₁〔汉〕时 *d* ①年代，时代②时候：xử lí kịp thời 及时处理③时态：thời quá khứ 过去时

thời₂ *k* ; *tr*〔旧〕〔口〕就：Không làm thời bỏ. 不干就算了。

thời₃ *đg*〔口〕吃掉，干掉：thời hết cả niêu cơm 吃掉一锅饭

thời bệnh *d* 时令病，季节性流行病；时疫

thời bình *d* 太平盛世，和平时期：sống trong thời bình 生活在和平年代

thời buổi *d* 时代，世道

thời chiến *d* 战争时期

thời cơ *d* 时机，机会：nắm vững thời cơ 掌握时机

thời cuộc *d* 时局：nắm bắt thời cuộc 掌控时局

thời đại *d* 时代：thời đại đồ đá 石器时代

thời điểm *d* 时分，时刻，时间，时段：thời điểm giao thừa 除夕时刻

thời đoạn *d* 时段

thời giá *d* 时价：tính theo thời giá 按时价计

thời gian *d* ①时间，时光，光阴②期间：trong thời gian làm việc tại Hà Nội 在河内工作期间

thời gian biểu *d* 时间表

thời giờ *d* 时间(=thì giờ)

thời hạn *d* 时限，期限：thời hạn học tập 学习期限；thời hạn hiệu lực 有效期

thời hiệu *d* 时效，有效期

thời khắc *d* 时刻

thời khoá biểu *d* 课程表

thời kì *d* 时期，期间

thời sự *d* ①时事②新闻：thời sự quốc tế 国际新闻

thời thế *d* 时势，局势

thời thượng *d* ; *t* 时尚

thời tiết *d* 时节，天气，气候：dự báo thời tiết 天气预报

thời trang *d* 时装：thiết kế thời trang 设计时装 *t* 时髦：ăn mặc rất thời trang 穿着时髦

thời vụ *d* 时令，农时，农务：kịp thời vụ 不误农时

thời vụ ế ẩm *d* 淡季

thời lời *t* 殷勤，热情

thơm₁ *d*〔方〕菠萝

thơm₂ *đg* 亲(吻)：Mẹ thơm! 妈妈亲一下！

thơm₃ *t* 香，芬芳，(名声)芳美

thơm lây *t*〔口〕沾光的

thơm lừng *t* 芳香四溢的

thơm lựng *t* 芳香扑鼻的

thơm ngát *t* 清香，馥郁：hương bưởi thơm ngát 馥郁的柚子香

thơm nức *t* 香气浓郁：mùi hoa lan thơm nức 浓郁的兰花香

thơm phức *t* 喷香

thơm phưng phức *t* 香喷喷：mùi cơm thơm phưng phức 香喷喷的米饭

thơm tay may miệng 得心应手

thơm thảo *t* ①孝顺：người con gái thơm thảo 孝顺的女儿②忠厚，善良

thơm tho *t* ①芬芳，馥郁②(名声)好：danh tiếng thơm tho 好名声

thờm lờm *t* 蓬松

thờm thàm *t* ①随意，乱七八糟②毛毛糙糙，粗心，粗糙

thơn thớt *t* 嘴甜心不诚的

thờn bơn *d* 比目鱼

thớt *d* 菜墩子，砧板

thu₁〔汉〕秋 *d* 秋天，岁月：gió thu 秋风

thu₂ *d* 马鲛鱼

thu₃〔汉〕收 *đg* ①收：thu tiền 收款②达到：thu được hiệu quả 达到效果③收缩：thu hẹp khoảng cách 缩小差距④收录，摄取：thu băng 录音⑤收拾，整理：đồ đạc thu vào một chỗ 把东西放在一起⑥蜷曲：ngồi thu hai chân lên ghế 两脚蜷蜷坐在椅子上

thu ba *d* 秋波：thu ba đưa tình 秋波传情

thu binh *đg* 收兵

thu chi *d* 〔经〕收支,收付,出纳:thăng bằng thu chi 平衡收支

thu dọn *đg* 收拾,打扫:công tác thu dọn 善后工作;thu dọn chiến trường 打扫战场

thu dung *đg* 收容,容纳,收纳:trạm thu dung trẻ lang thang 流浪儿收容所

thu dụng *đg* 收用,留用

thu giữ *đg* 扣留:thu giữ hàng hoá 扣留货物

thu gom *đg* 收集:thu gom rác thải 收集垃圾

thu hải đường *d* 〔植〕秋海棠

thu hẹp *đg* 收缩,缩小

thu hình *đg* ①摄像:máy thu hình 摄像机②蜷缩,蜷曲:ngồi thu hình 蜷曲身子坐

thu hoạch *đg* 收割,收成:thu hoạch mùa màng 收割庄稼 *d* 心得,体会,收获:viết thu hoạch 写心得体会

thu hồi *đg* ①收回,回收②〔经〕回笼:thu hồi tiền tệ 回笼货币

thu hút *đg* 吸收,吸取,吸引:thu hút đầu tư nước ngoài 吸引外国投资

thu không đủ chi 入不敷出

thu lôi *d* 避雷:cột thu lôi 避雷针

thu lu *t* 〔口〕蜷缩的

thu lượm *đg* ①搜集②采撷

thu mua *đg* 采购,收购:thu mua nông sản phẩm 收购农产品

thu nạp *đg* ①搜罗,网罗:thu nạp nhân tài 搜罗人才②吸收:thu nạp hội viên mới 吸收新会员

thu ngân *đg* 收款,收银:quầy thu ngân 收银台

thu nhặt *đg* 收集

thu nhận *đg* ①吸收②接收

thu nhập *đg*;*đg* 收入:tiền lương thu nhập hàng tháng 每月的工资收入

thu nhập ròng *d* 纯收入

thu nhỏ *đg* 缩小

thu phân *d* 秋分(二十四节气之一)

thu phục₁ *đg* 收服:thu phục nhân tâm 收服人心

thu phục₂ *đg* 收复:thu phục lại địa bàn 收复地盘

thu thanh *đg* 录音:máy thu thanh 录音机

thu thập *đg* 收集,搜集

thu thuế *đg* 收税:nhân viên thu thuế 收税官

thu thuỷ *d* 秋水

thu vén *đg* ①收拾,拾掇②攒积:thu vén từng tí 点滴攒积

thu xếp *đg* ①收拾,整理②安排,安置,布置

thù₁ 〔汉〕酬,殊

thù₂ 〔汉〕仇 *d* 仇敌,仇根 *đg* 仇恨

thù du *d* 〔植〕茱萸

thù địch *d* 敌人,仇敌,对头,敌手 *đg* 仇视:thái độ thù địch 仇视态度

thù ghét *đg* 仇恨

thù hằn *d*;*đg* 仇恨

thù hận *d*;*đg* 仇恨:thù hận dân tộc 民族仇恨;Họ thù hận nhau. 他们相互仇恨。

thù lao *d* 报酬,酬金,薪酬 *đg* 酬劳,酬报

thù lù₁ *t* 〔口〕矗立的,突兀

thù lù₂ *t* 〔方〕〔口〕肥胖

thù oán *đg* 仇怨,仇恨

thủ₁ 〔汉〕手,取

thủ₂ 〔汉〕首 *d* 首,头部:thủ lợn 猪头

thủ₃ *đg* ①〔口〕偷窃:Bị thủ mất cái đồng hồ. 手表被偷了。②藏掖:thủ con dao trên người 藏刀在身上③扮演,担任:thủ vai chính trong phim 在电影里担任主角

thủ₄ 〔汉〕守 *đg* 守:thế thủ 防守

thủ công *đg* 手工生产:hàng thủ công 手工艺品 *d* 手工课

thủ công mĩ nghệ *d* 工艺品,手工艺品

thủ công nghiệp *d* 手工业:thợ thủ công nghiệp 手工业者

thủ cựu *t* 守旧的:phái thủ cựu 守旧派

thủ dâm *đg* 手淫

thủ đắc *đg* 拥有,取得

thủ đoạn *d* 手段:giở thủ đoạn gian trá 使用奸诈的手段 *t* 有手腕的,有手段的

thủ đô *d* 首都，国都

thủ kho *d* 仓库管理员

thủ lĩnh *d* 首领：thủ lĩnh bộ lạc 部落首领

thủ môn *d* [体]守门员

thủ mưu *d* 主谋：kẻ thủ mưu 主犯

thủ phạm *d* 主犯，首犯：truy tìm thủ phạm 追查首犯

thủ pháo *d* [军]手雷

thủ pháp *d* 手法：thủ pháp nhân hoá trong sáng tác văn học 文学创作的拟人手法

thủ phận *t* 安分守己

thủ phủ *d* 首府

thủ quân *d* 球队队长

thủ quĩ *d* 出纳，出纳员

thủ thân *đg* 避险，保命：liệu kế thủ thân 想法子保命

thủ thế *đg* 防守：đứng thủ thế 处于防守

thủ thỉ *t* [拟]叽咕，咕哝，喁喁

thủ thuật *đg* ①手术②手法：thủ thuật nhà nghề 专业手法

thủ thư *d* 图书管理员

thủ tiêu *đg* 取消，销毁：thủ tiêu tang vật 消灭罪证

thủ trưởng *d* 首长，领导

thủ tục *d* 手续：làm thủ tục 办理手续

thủ tướng *d* 首相，总理

thủ xướng *đg* 首倡，倡议(=khởi xướng)

thú₁ [汉]兽 *d* 兽，兽类：cầm thú 禽兽

thú₂ [汉]趣 *d* 兴趣，情趣，乐趣 *đg* ①感兴趣：đang thú 兴致正浓②喜欢，喜爱：thú xem chiếu bóng 喜欢看电影 *t* [口]有趣，有意思

thú₃ [汉]首 *đg* 认错

thú₄ [汉]娶 *đg* 娶：giá thú 嫁娶

thú dữ *d* 野兽，猛兽

thú nhận *đg* 承认，供认：thú nhận mọi tội lỗi 供出全部罪行

thú thật *đg* ①坦白：thú thật hết mọi điều với cha mẹ 向父母坦白一切②坦白说，说实在的，老实说：Thú thật mình chả nhớ tí nào. 老实说我一点都不记得了。

thú tính *d* 兽性

thú tội *đg* 认罪，招供：Thủ phạm đã thú tội. 主犯已招供。

thú vật *d* 禽兽，畜生

thú vị *t* 有趣：trò chơi thú vị 有趣的游戏 *đg* 感兴趣：Nó không thú vị gì với chuyện đó. 他对那事一点都不感兴趣。

thú vui *d* 乐趣：thú vui trong cuộc sống 生活中的乐趣

thú y *d* [医]兽医

thụ [汉]受，授，树，售

thụ án *đg* 执行刑罚，执行判决

thụ cảm *đg* 感受，接受

thụ động *t* 被动：tiếp thu kiến thức một cách thụ động 被动地接受知识

thụ giáo *đg* 赐教：xin được thầy thụ giáo 请老师赐教

thụ hình *đg* 受刑

thụ hưởng *đg* 享受

thụ lí *đg* 受理：thụ lí vụ án 受理案件

thụ phần *đg* (花蕊)受粉；授粉：thụ phần nhân tạo 人工授粉

thụ thai *đg* [生]受孕

thụ tinh *đg* [生]受精：thụ tinh nhân tạo 人工授精

thua *đg* ①败，输，失利②负，亏③逊，比不上，差于

thua cay *đg* 输得一塌糊涂

thua chạy *đg* 败北，败逃

thua kém *đg* 逊色于，比不上，落后于：không chịu thua kém 不甘落后

thua kiện *đg* [法]败诉

thua lỗ *đg* 亏蚀，亏损，亏本儿

thua sút *đg* 减退，退步

thua thiệt *đg* 吃亏：Bà ta chẳng chịu thua thiệt tí nào. 她一点都不肯吃亏。

thùa₁ *d* [植]龙舌兰

thùa₂ *đg* 织补：thùa khuy 锁扣眼

thùa lùa *t* 溃烂的：ghẻ lở thùa lùa 疥疮溃烂

thuần₁ [汉]驯 *t* 驯服的，温和，温顺

thuần₂ [汉]纯 *t* ①纯，净：thuần thu nhập 纯收入②精纯，纯熟，精熟：tập nhiều thì thuần tay 多练就会顺手

thuần chất *t* 纯粹，纯净②原生态的

thuần chủng *t* 纯种的：giống lúa thuần

chùng 纯种水稻

thuần dưỡng *đg* 驯养

thuần hậu *t* 纯厚，淳厚

thuần hoá *đg* ① 驯化(植物)：thuần hoá lúa mới 驯化新稻种 ② 驯养：thuần hoá voi rừng 驯养野象

thuần khiết *t* 纯洁

thuần nhất *t* 纯一，单一，单纯，纯粹

thuần phác *t* 淳朴，纯厚，朴实

thuần phục *đg* 驯服：Kị sĩ đã thuần phục con ngựa bất kham. 骑士把不羁的马驯服了。

thuần thục₁ *t* 纯熟，熟练：tay nghề thuần thục 纯熟的手艺

thuần thục₂ *t* 温顺淳良

thuần tính *t* 温顺

thuần tuý *t* ①单纯②纯粹：cách xử lí thuần tuý về mặt kĩ thuật 纯粹的技术处理

thuẫn [汉]盾 *d* 盾

thuận [汉]顺 *t* 顺利，顺心，满意；赞成的，同意的，顺从的：bỏ phiếu thuận 投赞成票

thuận buồm xuôi gió 一帆风顺

thuận cảnh *d* 顺境，境遇顺利

thuận chèo mát mái 一帆风顺

thuận hoà *t* ① 风调雨顺：mưa gió thuận hoà 风调雨顺 ② 和顺，和睦 (=hoà thuận)

thuận lợi *t* 顺利，有利：điều kiện thuận lợi 有利条件 *d* 便利：tạo thuận lợi cho nhập khẩu 为进口提供便利

thuận mua vừa bán 公买公卖；公平交易

thuận tiện *t* 方便，便利

thuận tình *đg* 同意，满意

thuận vợ thuận chồng 夫妻和睦

thuật₁ [汉]述 *đg* 讲述，叙述：thuật lại đầu đuôi câu chuyện 讲述事情始末

thuật₂ [汉]术 *d* 术：mĩ thuật 美术

thuật ngữ *d* 术语

thuật toán *d* 演算规则，算术

thuật trần *đg* 陈述，叙说

thúc₁ [汉]叔

thúc₂ *đg* ① 插：thúc khuỷu tay vào sườn bạn 用肘捅朋友的腰②催促：

thúc nợ 催债

thúc bách *đg* 催逼，逼迫：Nó bị chủ nợ thúc bách. 他被债主催逼。*t* 急促，迫切：yêu cầu thúc bách 迫切的要求

thúc đẩy *đg* 推动，促进：thúc đẩy kinh tế phát triển 推动经济发展

thúc đẻ *đg* [医]催生，催产：tiêm thuốc thúc đẻ 打催产针

thúc ép *đg* 逼迫，催逼

thúc giục *đg* 催促，敦促，号召

thúc thủ *t* 束手(无策)，眼睁睁

thục₁ [汉]淑，熟，塾

thục₂ *đg* 插：thục tay vào túi 手插进口袋里

thục địa *d* [药]熟地

thục điểu *d* [动]蜀鸟，杜鹃

thục mạng *p* [口]①拼命地：cắm đầu chạy thục mạng 埋头拼命跑②不要命地

thục nữ *d* 淑女

thuê *đg* ①租，租赁②雇，雇佣

thuê bao *đg* 包租(电话、网络等)：phí thuê bao hàng tháng 每个月包租的费用 *d* [口](电话、网络等)用户：Số thuê bao tăng liên tục. 用户数不断增加。

thuê mua *đg* 租买，以租代购

thuê mướn *đg* ①雇佣：thuê mướn nhân công 雇佣工人②租，租赁：thuê mướn nhà 租房

thuể thoả *t* 惬意，满意

thuế [汉]税 *d* 税，税赋：tiền thuế 税款

thuế biểu *d* 税率表

thuế di sản *d* 遗产税

thuế doanh thu *d* 营业税

thuế đinh *d* 人头税

thuế giá trị gia tăng *d* 增值税

thuế gián thu *d* 间接税

thuế khoá *d* 税收，税赋

thuế lợi tức *d* 利息税

thuế má *d* 税课，赋税，税收

thuế nhập cảng *d* 进港税

thuế nhập khẩu *d* 进口税

thuế nông nghiệp *d* 农业税

thuế phụ thu *d* 附加税

thuế qua đường *d* 过境税,过路费

thuế quan *d* 关税

thuế quán hàng *d* 摊贩税,摊位费

thuế suất *d* 税率

thuế tem *d* 印花税

thuế thân *d* 人头税

thuế thổ trạch *d* 房地产税

thuế thu nhập *d* 所得税

thuế thu nhập cá nhân *d* 个人所得税

thuế tiêu dùng *d* 消费税

thuế trực thu *d* 直接税

thuế trước bạ *d* 契税

thuế VAT =thuế giá trị gia tăng

thuế vụ *d* 税务:cục thuế vụ 税务局

thuế xuất nhập khẩu *d* 进出口税

thui₁ *đg* 烧,烤:thui chân giò 烤猪蹄子

thui₂ *đg* 塌秧,蔫死,发蔫,枯萎

thui₃ *đg* 蜇,叮:bị kiến thui 被蚂蚁叮

thui chột *đg* ①(植物) 蔫塌②扼杀

thui thủi *t* 孤零零:sống thui thủi một mình 孤零零的一个人生活

thúi *t* [方] 臭,腐烂,腐臭(=thối₂)

thúi om *t* [方] 恶臭(=thối om)

thúi rùm *t* 臭熏熏:nhà xí thúi rùm 臭熏熏的厕所

thui *đg* 揍,捶:thui mấy cái 捶几下

thum *d* 窝棚

thum thủm *t* 微臭的:Nồi canh để lâu bốc mùi thum thủm. 锅里的汤放久了有点臭。

thùm lùm *t* ①繁茂:cây lá thùm lùm 枝叶繁茂②大垛的:đống lúa thùm lùm 一大垛稻子

thủm *t* 臭,腥臭:mùi nước mắm thùm 腥臭的鱼露

thun₁ *d* 绉纱布:chiếc áo thun 绉纱布衫

thun₂ *đg* 收缩,卷缩:thun lại 卷缩起来

thun lủn *t* 短橛橛:cái quần ngắn thun lủn 短橛橛的裤子

thun thút *t* 快且接连不断的,不停的:Đạn bay thun thút. 子弹飞个不停。

thùn *đg* 缩回,收缩

thung=thung lũng

thung huyên *d* 父母

thung lũng *d* 谷地,盆地:thung lũng sông Hồng 红河谷

thung thăng *t* 自由自在,悠然自得

thùng₁ *d* ①桶:thùng nước 水桶②便桶,马桶,粪桶③一桶(容量单位):thùng nước 一桶水

thùng₂ *t* 肥大,不合身:chiếc quần rộng thùng 肥大的裤子

thùng không đáy *d* 无底洞

thùng loa *d* 音箱

thùng rác *d* 果皮箱,垃圾箱

thùng sắt tây *d* 洋铁桶,白铁桶

thùng thiếc *d* 白铁桶

thùng thình *t* 松垮垮:Chiếc quần rộng thùng thình. 那宽大的裤子松垮垮的。

thùng thơ *d* 邮箱,邮筒

thùng tô lô *d* 大桶

thùng xe *d* 车厢,车身

thủng *đg* ①破,洞穿,穿透(=phủng):Đi thủng cả giày. 鞋底都磨穿了。②明白,理会,透彻:nghe thủng rồi 听明白了

thủng thẳng *t* 慢腾腾,慢条斯理,不慌不忙

thủng thỉnh *t* 从容不迫,悠然自得

thũng [汉] 肿 *d* [医] 水肿:bệnh thũng 水肿病 *t* 胀,肿:người bị thũng 身体水肿

thúng *d* ①箩筐②竹篾编的小船 *t* 大笔的,大量的

thúng mủng *d* 筐箩

thúng rế *d* 小筐

thúng thắng *t* 轻微(咳嗽)

thụng *t* 宽松,蓬松:áo may thụng 蓬蓬衫

thuốc₁ *d* 药品,药剂

thuốc₂ *d* 烟草:hút thuốc 吸烟

thuốc bán theo đơn *d* 处方药

thuốc bảo vệ thực vật *d* 农药

thuốc bắc *d* 中药

thuốc bổ *d* 补药

thuốc bôi *d* 外用药

thuốc bột *d* 药粉

thuốc bùa mê *d* 迷魂药

thuốc cao *d* 膏药

thuốc cao da lừa *d* 阿胶
thuốc cầm máu *d* 止血药
thuốc cấp cứu *d* 急救药
thuốc chén *d* 汤药
thuốc chủng *d* 疫苗
thuốc chuyên trị *d* 专用药
thuốc chữa cháy *d* 灭火剂
thuốc cốm *d* [药] 颗粒,冲剂
thuốc dấu *d* 跌打药
thuốc diệt chuột *d* 毒鼠药,灭鼠药
thuốc dịu *d* 止痛药
thuốc đạn *d* 栓剂
thuốc đánh răng *d* 牙膏
thuốc đặc hiệu *d* 特效药
thuốc đắng dã tật 良药苦口;忠言逆耳
thuốc đen *d* [化] 黑色炸药
thuốc điều kinh *d* 调经药
thuốc điếu *d* 纸烟,卷烟,烟卷
thuốc đỏ *d* 红药水
thuốc độc *d* 毒药
thuốc đốt *d* 助燃剂
thuốc gây nôn *d* 催吐药
thuốc ghẻ *d* 疥疮药
thuốc giải độc *d* 解毒药
thuốc giải nhiệt *d* 退烧药
thuốc giun *d* 打虫药,驱虫剂
thuốc gò *d* 土烟丝
thuốc hạ đờm *d* 祛痰剂
thuốc hàn *d* [工] 焊剂,焊药
thuốc ho *d* 止咳药
thuốc ho nước *d* 止咳露
thuốc hoá học *d* 化学药品
thuốc i-ốt *d* 碘酒
thuốc kháng sinh *d* 抗生素
thuốc kí-ninh *d* 奎宁片
thuốc lá *d* 烤烟,烟叶,烟卷
thuốc màu *d* [化] 颜料
thuốc muối *d* 小苏打,碳酸氢钠
thuốc men *d* 药品：tiền thuốc men 医药费
thuốc mê *d* 麻醉剂
thuốc mỡ *d* 药膏
thuốc nam *d* 南药(越南草药)
thuốc ngủ *d* 安眠药
thuốc nhỏ mắt *d* 眼药水

thuốc nhuận tràng *d* 润肠药
thuốc nhuộm *d* [化] 染料
thuốc nhuộm tóc *d* 染发剂
thuốc nổ *d* [化] 炸药
thuốc nước *d* ①[药] 水 剂：thuốc nước bôi ngoài da 外用药水②水彩：tranh thuốc nước 水彩画
thuốc phiện *d* ①罂粟②鸦片
thuốc phòng gỉ *d* [化] 防锈剂
thuốc phòng mọt *d* [化] 防蛀药
thuốc phòng mục *d* [化] 木材防腐剂
thuốc rê *d* 土烟丝,叶子烟
thuốc sán *d* 驱虫剂
thuốc sát trùng *d* 消毒药
thuốc sắc *d* 煎药(剂)
thuốc sâu *d* 杀虫药
thuốc sơn *d* [工] 涂料
thuốc súng *d* [军] 火药
thuốc sừng bò *d* (卷成牛角形的) 土烟
thuốc tán *d* 药散
thuốc tây *d* 西药
thuốc tẩy *d* ①[医] 泻药,驱虫药②[化] 洗涤剂
thuốc tê *d* 麻药
thuốc tễ *d* 药剂,药片,药丸
thuốc thang *d* 汤药
thuốc thử *d* [化] 化学试剂
thuốc tiêm *d* 注射剂
thuốc tím *d* 紫药水
thuốc TNT *d* [化] TNT 炸药
thuốc tránh thai *d* 避孕药
thuốc trợ tim *d* 强心剂
thuốc trừ sâu *d* 除虫剂,杀虫剂
thuốc trứng *d* (女用) 栓剂
thuốc vẽ *d* 颜料
thuốc viên *d* 药丸,药片
thuốc xì-gà *d* 吕宋烟,雪茄
thuốc xổ *d* 泻药
thuốc yên thai *d* 安胎药
thuộc₁ *đg* 鞣制：thuộc da 鞣皮革
thuộc₂ *đg* 熟谙,熟稔,熟悉：học thuộc bài 背熟课文
thuộc₃ [汉] 属 *đg* 属,属于,归于
thuộc địa *d* 属地,殖民地
thuộc làu *đg* 熟谙,熟记

thuộc lòng đg 背熟,熟诵,熟记

thuộc như cháo 熟记于心

thuộc như lòng bàn tay 了如指掌

thuộc tính d 属性

thuôn₁ đg 煮(肉):thịt bò thuôn 煮牛肉

thuôn₂ t 尖细形的

thuôn thuôn t 尖长,细长,细条:Cây bút chì gọt thuôn thuôn. 铅笔削得尖尖的。

thuồn đg ①塞入,放入:thuồn áo vào túi 把衣服塞进袋子里②转交,转给,塞给

thuồn thuỗn t 长长的

thuỗn t ①过长的②呆愣,呆滞

thuốn d 钎镐,钎子:xăm hầm bằng thuốn 用钎镐挖坑②钻:Mũi khoan thuốn sâu vào lòng đất. 钻头钻到地心深处。

thuông đg 驱,赶:thuông ruồi 赶苍蝇

thuồng luồng d [动]蛟龙,角蟒

thuổng d 半圆锹,穿洞器,模子铲,穿镐

thuở d 时代,时候:thuở xưa 古时候

thuở trước d 从前,过去

thuở xa xưa d 从前,古时

thụp đg 突然蹲下,突然坐下:ngồi thụp xuống 一屁股坐下来 [拟]噗

thút đg 穿入,穿进

thút gút đg 打结

thút nút đg ①[方]塞:thút nút cái chai lại 塞好瓶塞②打死结

thút thít [拟]嘤嘤

thụt₁ đg ①收缩,躲进:thụt đầu 缩头②陷进:thụt xuống hố 陷进坑里③落下,推后:đi thụt lại 落在后面④灌洗(肠道、阴道)⑤抽拉:thụt bễ 拉风箱

thụt₂ đg 冲洗:thụt rửa lòng lợn 冲洗猪肠

thụt₃ đg(利用职务)盗取:thụt công quĩ 盗取公款

thụt két đg [口]盗用公款

thụt lùi đg ①后退:cho xe thụt lùi 让车后退②退步:Thành tích thụt lùi. 成绩退步了。

thụt rửa đg [医]灌肠

thuỳ [汉]陲,垂

thuỳ dương d 垂杨柳

thuỳ mị t 温柔,柔情,柔媚

thuỷ₁ [汉]始

thuỷ₂ [汉]水 d 水:một bình thuỷ 一瓶水

thuỷ binh d 水兵;海军

thuỷ canh đg 水培

thuỷ cầm d 水禽

thuỷ châm đg 穴位注射

thuỷ chiến đg 水战,海战

thuỷ chung d 专一,始终

thuỷ cung d 水晶宫

thuỷ cung nhân tạo d 水族馆

thuỷ đậu d [医]水痘

thuỷ điện d 水电:nhà máy thuỷ điện 水电站

thuỷ động d 水下溶洞

thuỷ lôi d [军]水雷:tàu thuỷ lôi 水雷艇

thuỷ lợi d 水利

thuỷ lực d ①水力②液压:xi lanh thuỷ lực 液压气缸

thuỷ lực học d [理]水动力学;流体力学

thuỷ mạc d 水墨:tranh thuỷ mạc 水墨画

thuỷ năng d 水能

thuỷ ngân d [矿]水银,汞

thuỷ nông d [农]农田水利

thuỷ phân đg 水解

thuỷ phận d 水域

thuỷ phi cơ d 水上飞机

thuỷ quân d 水兵,海军

thuỷ quân lục chiến d 海军陆战队

thuỷ quyển d 水层

thuỷ sản d 水产

thuỷ sinh đg 水生:động vật thuỷ sinh 水生动物

thuỷ sư d 水师,水兵,海军

thuỷ tả d [医]水泻,泄泻

thuỷ tạ d 水榭:thuỷ tạ bờ hồ 湖滨水榭

thuỷ tai d 水灾

thuỷ táng đg 水葬:lễ thuỷ táng 水葬礼

thuỷ thành nham d [地]水成岩

thuỷ thần *d* 水神：miếu thờ thuỷ thần 水神庙

thuỷ thổ *d* 水土，地理环境：thông thạo thuỷ thổ vùng này 熟悉本地地理环境

thuỷ thủ *d* 水手，船员，海员：thuỷ thủ tàu hàng 货轮船员

thuỷ thũng *d* [医] 水肿

thuỷ tiên *d* 水仙花

Thuỷ Tinh₁ *d* [天] 水星

thuỷ tinh₂ *d* 玻璃

thuỷ tinh thép *d* 玻璃钢，钢化玻璃

thuỷ tinh thể *d* 水晶体

thuỷ tĩnh học *d* 水静力学

thuỷ tổ *d* 始祖

thuỷ tộc *d* 水族

thuỷ triều *d* 海潮，潮水：thuỷ triều lên 涨潮

thuỷ trúc *d* 水竹

thuỷ văn *d* 水文：đội địa chất thuỷ văn 水文地质队

thuỷ vận *d* 水运

thuý₁ [汉] 翠 *t* 翠绿的：màu thuý 翠绿色

thuý₂ [汉] 邃 *t* 深邃

thụy [汉] 瑞，睡，谥

thụy điểu *d* 瑞鸟，凤凰

thụy hương *d* [植] 瑞香

thuyên₁ [汉] 诠，铨

thuyên₂ [汉] 痊 *đg* 痊愈：Bệnh đã thuyên. 病已痊愈。

thuyên chuyển *đg* ① 调动：thuyên chuyển công tác 工作调动 ② 搬迁：Cơ quan đã thuyên chuyển. 单位搬走了。

thuyên giảm *đg* 痊减，减轻：Bệnh đã thuyên giảm. 病已减轻。

thuyền [汉] 船 *d*（小）船，舟：thuyền ván 木船

thuyền bè *d* 船只，舟楫，船舶：Thuyền bè chở hàng qua sông. 船只运货过江。

thuyền bồng *d* 乌篷船

thuyền buồm *d* 帆船

thuyền cao su *d* 橡皮艇

thuyền cấp cứu *d* 救生船

thuyền câu *d* 钓鱼船

thuyền chài *d* ① 渔船 ② 渔民

thuyền máy *d* 机动船

thuyền nan *d* 竹篾船

thuyền nhân *d*（乘船偷渡的）偷渡客

thuyền pê-rít-xoa *d* 赛艇

thuyền rồng *d* 龙船，龙舟

thuyền tán *d* 药碾子

thuyền thoi *d* 梭形船

thuyền trưởng *d* 船长

thuyền viên *d* 船员

thuyết [汉] 说 *d* 学说，理论 *đg* ① 空谈 ② 劝说

thuyết domino *d* 多米诺（骨牌）理论

thuyết duy vật biện chứng *d* 辩证唯物法

thuyết đa nguyên *d* 多元论

thuyết gia *d* 演讲者，演说家，雄辩家

thuyết giả *d* 论文作者

thuyết giảng *đg* 演讲，讲座，报告

thuyết giáo *đg* 说教，演说

thuyết hữu thần *d* 有神论

thuyết khách *đg* 游说，说服 *d* 说客

thuyết lí *đg* 说理

thuyết lượng tử *d* 量子论

thuyết minh *đg* 说明：bản thuyết minh 说明书

thuyết nhân quả *d* 因果论

thuyết nhất nguyên *d* 一元论

thuyết phục *đg* 说服

thuyết tiền định *d* 宿命论

thuyết tiến hoá *d* 进化论

thuyết trình *đg* 论述，论证，演讲，说明

thuyết trình viên *d* 解说员

thuyết tương đối *d* 相对论

thuyết vô thần *d* 无神论

thư₁ [汉] 书 *d* 书信，函件：viết thư 写信 *đg* 写信：Nhớ thư cho tớ nhé! 记得给我写信啊!

thư₂ [汉] 舒 *t* 舒缓 *đg* 纾，缓：Thư nợ cho một thời gian. 债务缓一段时间。

thư bảo đảm *d* 挂号信

thư chuyển tiền *d* 信汇

thư dãn *đg* 放松，舒缓；休闲

thư điện tử *d* 电子邮件

thư ghi số *d* 专递邮件

thư hàng không *d* 航空信
thư hoả tốc *d* 鸡毛信,急信,特快信函
thư hoạ *d* 书画
thư hoàng *d* [矿] 雌黄
thư hùng *đg*; *t* 雌雄(比喻胜负或高低): quyết trận thư hùng 决一雌雄
thư hương *d* [旧] 书香门第
thư khai giá *d* [经] 保价信函
thư kí *d* 秘书;文书,记录员
thư kí riêng *d* 私人秘书
thư mời thầu *d* 招标书
thư mục *d* ①目录②书目③[计] 文件夹
thư ngỏ *d* 公开信
thư nhàn *t* 闲的: dạo chơi công viên lúc thư nhàn 闲暇时去逛公园
thư pháp *d* 书法
thư phòng *d* 书房
thư quá giang *d* 转递信件
thư quán *d* 书馆
thư sinh *d* [旧] 书生 *t* 书生样的
thư tay *d* 托人捎的书信
thư thả *t* ①清闲,轻松②从容不迫
thư thái *t* 轻松,舒坦: Nghỉ ngơi cho đầu óc thư thái cái đã! 休息(一会儿)让头脑轻松一下!
thư thường *d* 平信
thư tịch *d* 书籍: thư tịch cổ 古籍
thư tín *d* 书信: trao đổi thư tín với nhau 互通书信
thư tín dụng *d* [经] 信用证(L/C)
thư tín điện tử *d* 电子邮件
thư truyện *d* 书传,书籍传记
thư từ *d* 书信,函件,信件,缄札: thư từ của bạn bè 朋友的书信 *đg* 书信往来
thư ủy quyền *d* 委托书
thư viện *d* 书院,图书馆
thừ *t* 不想动的,发呆的,麻木的: mệt thừ người ra 累得不想动了
thử *đg* ①试,尝试: thử xem 试试看②检测,探测: thử máu 验血
thử hỏi 试问: Nói năng như vậy, thử hỏi ai chịu được? 这样说话,试问谁能受得了?
thử lửa *đg* 火一般考验,严峻考验
thử nghiệm *đg*; *d* 试验

thử thách *đg* 考验
thứ₁ [汉] 庶,恕
thứ₂ ①*d* 类,种,样②东西
thứ₃ [汉] 次 *d* ①次第: thứ nhất 第一②星期 *t* 次(子);二(姨太): con thứ 次子
thứ ba *d* 星期二
thứ bảy *d* 星期六
thứ bậc *d* 层次,等级,辈分
thứ bực [方] = **thứ bậc**
thứ dân viện *d* (英国) 下议院
thứ hai *d* 星期一
thứ hạng *d* 等级
thứ liệu *d* 废料,次品: tái sử dụng thứ liệu 废料再利用
thứ lỗi *đg* 见谅,原谅,恕罪
thứ năm *d* 星期四
thứ phát *đg* [医] 继发: viêm nhiễm thứ phát 继发性感染
thứ phẩm *d* 次品
thứ sáu *d* 星期五
thứ sinh *t* 次生: rừng thứ sinh 次生林
thứ thiệt *t* 正宗,正牌
thứ trưởng *d* 次长,副部长
thứ tư *d* 星期三
thứ tự *đg* 次序,顺序: số thứ tự 序号
thứ tự làm việc *d* 工序
thứ yếu *t* 次要: nhân vật thứ yếu 次要人物
thưa₁ *đg* ①(用于开头语表尊敬): Thưa các đồng chí! 同志们! ②答应,搭理,回话,回应③[旧] 控告: thưa kiện 诉讼
thưa₂ *t* 稀疏,不稠密: tóc thưa 毛发稀疏②偶尔(发生)的
thưa gửi *đg* 禀告,禀陈
thưa kiện *đg* 呈文投诉,诉讼
thưa thốt *đg* 发言,开言
thưa thớt *t* 稀薄,稀稀拉拉: bóng người thưa thớt 人烟稀少
thưa vắng *t* 稀少
thừa₁ *t* 剩的,多余的
thừa₂ [汉] 乘 *đg* 乘,趁: thừa cơ 乘机
thừa₃ [汉] 承 *đg* 继承,承继: thừa nghiệp nhà 继承家业
thừa₄ *đg* 遵照: thừa lệnh của giám đốc

遵照经理的命令

thừa ân *đg* 承蒙, 承恩

thừa bứa *t* 绰绰有余

thừa cơ *đg* 乘机, 趁机: Nó thừa cơ không ai để ý, lẩn mất. 他趁大家不注意溜走了。

thừa giấy vẽ voi 画蛇添足

thừa gió bẻ măng 趁风折笋(喻趁机谋利)

thừa hành *đg* 奉行, 执行: thừa hành công vụ 执行公务

thừa hưởng *đg* 承继, 继承: thừa hưởng di sản cha mẹ 继承父母遗产

thừa kế *đg* 继承: thừa kế gia tài 继承家产

thừa lệnh *đg* 奉令, 奉命

thừa mứa *t* [口] 过剩的: Thức ăn thừa mứa ra. 饭菜过剩了。

thừa nhận *đg* 承认

thừa phương *d* [数] 乘方

thừa sống thiếu chết 差一点儿丧命; 命悬一线

thừa sức *t* [口] 卓有余力的, 完全有能力的

thừa thãi *t* 富余, 宽裕: Lương thực thừa thãi ăn không hết. 粮食富余, 吃不完。

thừa thắng *đg* 乘胜: thừa thắng xông lêu 乘胜追击

thừa thế *đg* 乘势, 仗势: thừa thế làm điều ác 仗势做坏事

thừa tự *đg* 承嗣: con thừa tự 嗣子

thừa tướng *d* 丞相

thừa ưa 不期: thừa ưa mà gặp 不期而遇

thừa ứa *t* 过多, 过剩

thửa₁ *d* 块, 片: thừa ruộng thí nghiệm 一块试验田

thửa₂ *đg* 订购, 订制

thửa₃ *d* 纹路(=thớ₁)

thức₁ [汉] 式

thức₂ *d* 种类: thức ăn 食品; thức dùng 用品

thức₃ *đg* ①不睡, 不眠: thức suốt đêm 彻夜不眠 ②醒来: thức giấc 睡醒了

thức ăn *d* ①食品, 食物; 饲料 ②菜肴

thức bổ *d* 滋养品, 补品, 保健品

thức dậy *đg* 起床, 睡醒

thức đêm *đg* 熬夜

thức giấc *đg* 睡醒, 觉醒

thức khuya dậy sớm 晚睡早起

thức lâu mới biết đêm dài 日久见人心

thức thời *t* 识时务的, 识相的, 明智的

thức tỉnh *đg* ①醒悟 ②唤起, 唤醒

thức uống *d* 饮料, 饮品

thực₁ [汉] 实 *t* 真实的

thực₂ [汉] 食 *đg* 食, 蚀: nguyệt thực 月食

thực₃ *p* 很, 真, 非常

thực bụng *d* 真心实意

thực chất *d* 实质

thực chi *đg* 实支: Số tiền thực chi cao hơn dự kiến. 实支款比预计的要多。

thực dân *d* 殖民

thực dụng *t* ①实用的 ②现实的

thực địa *d* 实地: khảo sát thực địa 实地考察

thực đơn *d* 食谱, 菜单, 菜谱

thực hành *đg* 实行, 实践

thực hiện *đg* 实施, 贯彻, 执行, 落实, 实现, 完成

thực hư *d* 虚实, 有无: làm sáng tỏ thực hư 弄明白虚实

thực khách *d* ①食客: thực khách ở nhờ 寄居的食客 ②(餐馆)顾客

thực lãi *d* [经] 纯利, 净利

thực lòng *t* 真心实意的

thực lợi *d* 食利, 吃利息

thực lực *d* 实力

thực nghiệm *đg* 实验

thực nghiệp *d* 实业

thực phẩm *d* 食品: xưởng chế biến thực phẩm 食品加工厂

thực quản *d* 食道: viêm thực quản 食道炎

thực quyền *d* 实权: Giám đốc nắm thực quyền. 经理掌实权。

thực ra 实际上(=thật ra)

thực số *d* 实数

thực sự *t* 真的, 真正, 实在

thực sự cầu thị 实事求是

thực tài *d* 真才实学

thực tại *d* 现实，现状，实际：thực tại tàn khốc 残酷的现实

thực tại ảo *d* 虚拟景象

thực tại khách quan 客观存在

thực tâm *t* 真心的：thực tâm xin lỗi 真心道歉

thực tập *đg* 实习，见习

thực tế *d* ①实际：áp dụng vào thực tế 运用到实际中②实际上：Thực tế không ai làm như vậy. 实际上没人这么做。*t* ①实际的：vấn đề rất thực tế 很实际的问题②务实的：tư duy rất thực tế 很务实的想法

thực thà *t* 老实(=thật thà)

thực thể *d* 实体：thực thể kinh tế 经济实体

thực thi *đg* ①执行：thực thi mệnh lệnh cấp trên 执行上级命令②实施：thực thi dự án xây dựng 实施建设项目

thực thu *đg* 实际收入

thực thụ *t* 真正的，名副其实的

thực tiễn *d* 实践：thực tiễn xã hội 社会实践

thực tình₁ *t* 真诚，诚挚

thực tình₂ *p* 其实，确实

thực tình mà nói [口] 老实说，说真的

thực trạng *d* 实情，现状，真相

thực từ *d* 实词：Danh từ là thực từ. 名词是实词。

thực vật *d* 植物：dầu thực vật 植物油

thực vật học *d* 植物学

thừng *d* 绳，缆

thững thờ₁ *t* 惘然，怅惘，呆滞

thước *d* ①越尺(有木工尺和量布尺两种，木工尺约合 0.425 米，量布尺约合 0.645 米)：một thước vải 一尺布②米：dây dài một thước 一米长的绳子③尺子

thước Anh *d* 英尺(1 英尺约合 0.3048 米)

thước cặp=thước kẹp

thước cong *d* 曲线板

thước cuộn *d* 伸缩尺，卷尺

thước dây *d* 皮尺

thước dẹp ba cạnh *d* 三角尺

thước đề giấy *d* 镇尺

thước đo *d* 测量尺

thước đo giá trị *d* [经]价值尺度

thước đo góc *d* 量角器

thước gấp *d* 折尺

thước kẻ *d* 学生尺，画线尺

thước kẹp *d* 卡尺

thước khối *d* 立方米

thước mẫu *d* 标准尺

thước mét *d* 米尺

thước mộc *d* 越尺，市尺(合 0.425 米)

thước nách *d* 曲尺，木工尺

thước quýp=thước khối

thước sào cưu chiếm 鹊巢鸠占

thước ta=thước mộc

thước tây *d* 米(公尺)

thước thăng bằng *d* 水平尺

thước thẳng *d* 直尺

thước thép *d* 钢尺

thước thợ *d* 曲尺(木工尺)

thước tỉ lệ *d* 比例尺

thước tính *d* 计算尺

thước trắc vi *d* [理]测微器，千分尺，分厘卡

thước vạch cong *d* 曲尺

thước vuông *d* 平方米

thược dược *d* [植]芍药

thườn thượt *t* 直挺挺(也作 thượt)

thưỡn *t* ; *đg* ①直愣愣②拉长：Mặt thưỡn ra thật khó coi. 脸拉长了真难看。

thưỡn thẹo *t* 扭扭捏捏

thương₁ [汉] 伤，商

thương₂ [汉] 枪 [旧]长枪

thương₃ *d* [数]商

thương₄ *đg* ①爱，疼爱：Mẹ thương con. 母亲疼爱子女。②怜悯，可怜

thương binh *d* 伤兵，伤员

thương cảm *đg* 伤感

thương cảng *d* 商港

thương chính *d* [旧]海关

thương cục *d* 大贸易公司，大商行

thương đau *t* 悲伤，伤痛

thương điếm *d* [旧]商店，店铺

thương đoàn *d* [旧]商团，商业公会，商业联合会

thương đội *d* 商队, 商船队

thương gia *d* 商人, 商家

thương giới *d* 商界, 商业界

thương hại *đg* 怜悯, 可怜

thương hàn *d* [医] 伤寒症

thương hiệu *d* 品牌: thương hiệu dân tộc 民族品牌

thương hội *d* 商会

thương lái *d* 商贩

thương lượng *đg* 商量

thương mại *d* 商业, 贸易: cuộc đàm phán về thương mại 贸易谈判

thương mại điện tử *d* 电子商务

thương mại hoá *đg* 商品化: thương mại hoá bản quyền 商品化版权

thương mến *đg* 疼爱, 珍爱, 爱怜 *t* 亲爱的

thương nghiệp *d* 商业

thương nhân *d* 商人

thương nhớ *đg* 思念: thương nhớ người con xa nhà 思念离家的儿子

thương ôi *c* 呜呼, 伤哉

thương phẩm *d* 商品

thương phiếu *d* 贸易票据

thương quyền *d* 商务权, 经营权

thương sự *d* 商务纠纷, 贸易纠纷

thương tâm *t* 伤心

thương tật *d* 伤残, 残疾

thương thảo *đg* 磋商, 商讨: thương thảo về vấn đề hợp tác 就合作问题进行磋商

thương thuyền *d* 商船

thương thuyết *đg* 商谈, 商讨, 谈判, 商榷

thương tích *d* 伤痕, 伤疤

thương tiếc *đg* 悼惜, 哀悼, 痛惜: thương tiếc người đã khuất 哀悼死者

thương tình *đg* 同情, 怜悯: thương tình giúp đỡ trẻ mồ côi 同情并帮助孤儿

thương tổn *d* ; *đg* 损伤, 损失, 伤害

thương trường *d* 商场

thương vong *d* 伤亡: Tai nạn giao thông gây thương vong nặng. 交通事故造成严重伤亡。

thương vụ *d* 商务: phòng thương vụ 商务处

thương xót *đg* 痛惜, 怅惜

thương yêu *đg* 疼爱, 怜爱, 钟爱, 相亲相爱: thương yêu nhau 相亲相爱

thường₁ [汉] 裳, 偿

thường₂ [汉] 常 *t* 平常, 平庸: thường người 普通人 *p* 常常, 时常, 经常: Đoạn đường này thường bị ùn tắc giao thông. 这段路经常塞车。

thường dân *d* 平民

thường dùng *đg* 常用

thường khi *p* 经常, 往往

thường kì *t* 定期的, 例行的: hội nghị thường kì 例行会议

thường lệ *d* 惯例, 常规

thường luật *d* 一般法令

thường ngày *d* 平日, 日常

thường niên *d* 常年

thường phạm *d* 普通犯人; 刑事犯

thường phục *d* 便服

thường sơn *d* [药] 常山

thường thức *d* 常识

thường tình *t* 正常, 平常

thường trú *đg* 常驻: đại sứ thường trú tại Liên Hợp Quốc 常驻联合国代表

thường trực *đg* 值班, 值勤: nhân viên thường trực 值班人员 *d* ①常设, 常务: phó thủ tướng thường trực 常务副总理②[口]门卫: Thường trực xét giấy tờ khách đến cơ quan. 门卫检查来访者的证件。

thường vụ *t* 常务: uỷ ban thường vụ 常务委员会

thường xuyên *t* 经常, 日常

thưởng [汉] 赏 *đg* ①奖赏②观赏

thưởng ngoạn *đg* 游览: thưởng ngoạn cảnh đẹp 游览美景

thưởng nóng *đg* [口] 当即发奖

thưởng phạt *đg* 赏罚, 奖惩: thưởng phạt rõ ràng 奖罚分明

thưởng thức *đg* 欣赏, 鉴赏: thưởng thức thơ Đường 唐诗鉴赏

thưởng trăng *đg* [旧] 赏月

thượng₁ [汉] 尚

thượng₂ [汉] 上 *đg* 上去, 登上, 搁:

thượng chân lên bàn 把脚搁到桌子上 d 上司, 长辈

thượng cẳng chân hạ cẳng tay 拳脚交加

thượng cấp d 上级

thượng cổ d 上古

thượng du d 上游: thượng du sông Hồng 红河上游

thượng đẳng t 上等

thượng đế d [宗] 上帝

thượng đỉnh d ①绝顶, 顶峰②最高级: hội nghị thượng đỉnh 峰会

Thượng Hải d [地] 上海 (中国直辖市)

thượng hạng t 上等, 头等, 高档: loại rượu thượng hạng 高档酒

thượng hảo hạng t 上乘, 最高级, 最好

thượng khách d 上客, 贵客, 尊客

thượng khẩn t 非常紧急

thượng lộ đg 上路: thượng lộ bình an 一路平安

thượng lương đg 上梁 d [旧][建] 上梁

thượng lưu d ①上游段, 上游流域: thượng lưu sông Trường Giang 长江上游②上流: hạng người thượng lưu 上流人物

thượng nghị sĩ d 参议员

thượng nghị viện d [政] 参议院

thượng nguồn d 上游, 源头

thượng nguyên d 上元节, 元宵节

thượng phong t 占上风的, 占优势的

thượng sách d 上策

thượng sĩ d [军] 上士

thượng số đg 上书

thượng tá d [军] 上校

thượng tầng d ①上层: thượng tầng không gian 上层空间②上层建筑

thượng tầng kiến trúc d 上层建筑

thượng thặng t 上乘

thượng thận d 肾上腺

thượng thọ d 上寿, 高寿

thượng thư d 尚书

thượng toạ d 上座

thượng tuần d 上旬

thượng tướng d [军] 上将

thượng uý d [军] 上尉

thượng vàng hạ cám [口] 什么都有, 一应俱全

thượng viện = thượng nghị viện

thượng võ đg 尚武 t 侠义的

thướt tha t 轻盈, 袅娜, 婀娜

thượt t 直挺挺: mệt quá nằm thượt ra giường 累得直挺挺地躺在床上

ti[1] [汉] 司 d [旧] 厅: Ti nông nghiệp 农业厅

ti[2] [汉] 丝 d 丝: tiếng ti, tiếng trúc 丝竹之声 t 细小: hạt sạn nhỏ ti 细小的沙子

ti[3] đg 喂奶: cho bé ti 奶孩子

ti hí t 眯缝的: mắt ti hí 眯缝眼儿

ti ma d 三个月孝期

ti ti t 无数, 很多, 到处都是

ti tiện t 卑微, 低下

ti toe đg [口] 炫耀: Chưa chi đã ti toe! 还没怎么呢就炫耀上了!

ti trúc d [旧] 丝竹, 笙歌

ti-vi d 电视机

tì[1] [汉] 疵, 裨, 婢

tì[2] đg 挨, 靠, 倚, 撑: tì tay xuống đất 手撑地

tì[3] [汉] 脾 d 脾脏: thuốc bổ tì 补脾药

tì bà d [乐] 琵琶

tì hưu d 貔貅

tì ố d 瑕疵: Viên ngọc có tì ố. 玉有瑕疵。

tì tì p 不停地 (吃、喝、睡): rượu uống tì tì 不停地喝酒

tì vết d 瑕斑

tì vị d 脾胃

tỉ[1] [汉] 姐, 比

tỉ[2] 十亿: tốn kém đến tiền tỉ 耗资十亿

tỉ giá d 比价: tỉ giá hối đoái 汇率

tỉ lệ d 比例: tỉ lệ bản đồ 地图比例

tỉ lệ nghịch d 反比例

tỉ lệ phần trăm d 百分比

tỉ lệ thuận d 正比例

tỉ lệ xích d 比例尺

tỉ mẩn t 详尽, 仔细

tỉ mỉ t 详细, 仔细

tỉ muội d [旧] 姐妹

tí như [口]比如，例如

tí phú d 富豪

tí số d 比数；比分

tí suất d 比率：tỉ suất khấu hao 折损率

tí tê đg；t 絮絮而语，轻声细语，轻声：tỉ tê trò chuyện với nhau 轻声交谈

tí trọng d 比重

tí₁ d [口]奶：bú tí 吃奶(婴儿吃母乳)

tí₂ [汉]子 d 子(地支第一位)：tí sửu dần mão 子丑寅卯

tí₃ d 一些，些许，一点儿：chỉ cho được một tí 只给了一点儿 t 细小：đôi mắt nhỏ tí 小眼睛

tí chút d 一点儿，一丁点儿(=chút ít)

tí đỉnh d [方]一丁点儿(=chút đỉnh)

tí hon t 小不点儿

tí nữa ①再来一点儿②险些儿，差一点儿：tí nữa thì bị ngã 差一点儿摔倒③一会儿，待会儿：Chờ thêm tí nữa là được. 再等一会儿就好了。

tí teo=tí tẹo

tí tẹo d ①一丁点，一星半点②一小会儿 t 非常小的

tí ti d [口]一丁点儿：một tí ti 一丁点儿 t 微小：con kiến tí ti 小小的蚂蚁

tí tị=tí ti

tí toáy đg (手)不停地摆弄，触摸：Hai tay tí toáy sờ hết cái này lại mó cái nọ. 两手不停地摸完这个摸那个。

tí toét đg [口]嘻嘻哈哈

tí tởn₁ đg；t [口](妇女)轻浮

tí tởn₂ t 高兴，欣喜：tí tởn ra mặt 面露喜色

tí xíu d [口]一点儿 t [口]小巧

tị [汉]巳 d 巳(地支第六位)

tị₁ d [口]一会儿，一点儿，一丁点儿

tị₂ đg 忌妒

tị hiềm đg ①避嫌②猜忌，猜疑

tị nạn đg 避难：tị nạn nơi khác 到外地避难

tị nạnh đg 比较，计较，忌妒

tia₁ d ①一丝，一线，一点点：tia hi vọng 一线希望②光线，射线：tia nắng 太阳光 đg 喷射：tia nước vào người 喷水到身上

tia₂ đg 寻觅：tia được một hòn đá lạ 觅

到一块奇石

tia an-pha d [理]阿尔法射线

tia bê-ta d [理]贝塔射线

tia chớp d 电光，闪光，闪电

tia cực tím d 紫外线

tia ga-ma d [理]伽马射线

tia hồng ngoại d 红外线

tia lửa d 火花

tia lửa điện d 电光，电火花

tia phản xạ d [理]反射线

tia phóng xạ d [理]放射线

tia ra d 书报印刷量

tia rón-gen d 伦琴射线，X 射线

tia sáng d 光线，光芒

tia tía t 浅紫色的

tia tử ngoại d [理]紫外线

tia vũ trụ d [理]宇宙射线

tia X d X 射线

tỉa đg ①修剪，修削，拔除(使稀疏)：tỉa cây 间苗②分割，分离，掰：tỉa bắp 掰玉米

tỉa gọt đg 修整，修削

tỉa tót đg 修剪·tỉa tót lông mày thật cẩn thận 细心地修剪眉毛

tía₁ t 紫，紫红：áo màu tía 紫色的衣服

tía₂ d [方]爹：tía má 爹妈

tía tô d [植]紫苏

tích₁ d 壶：tích nước 茶壶

tích₂ [汉]迹 d 足迹，足印：vết tích 痕迹

tích₃ d 故事，典故：tích cũ 典故

tích₄ d 昔，往昔

tích₅ d 功绩，功业：thành tích 成绩

tích₆ [汉]积 đg 积蓄，集

tích chứa đg 积聚，囤积：Nhà buôn tích chứa hàng chờ lên giá. 商家囤积商品等涨价。

tích cóp [口]=tích góp

tích cực t 积极：làm việc rất tích cực 工作很积极

tích điện d [电]电荷，蓄电

tích góp đg 积攒

tích hợp đg 集成：mạch tích hợp 集成电路

tích-kê (ticket) d 票，卡，牌

tích luỹ đg 积累：tích luỹ kinh nghiệm

积累经验；tích luỹ vốn 资本积累

tích phân d [数] 积分

tích phân kép d 双积分

tích số d [数] 乘积

tích sự d [口] 好处，益处：Chả được cái tích sự gì. 没有什么好处。

tích tắc [拟] 滴答(钟表声) d 眨眼间：trả lời ngay trong tích tắc 眨眼间就有了答案

tích tiểu thành đại 积小成大

tích truyện d 故事，旧事：tóm tắt tích truyện 故事简介

tích trữ đg 储存，囤积，积聚，积存：đầu cơ tích trữ 投机倒把

tích tụ đg 积聚，凝结，聚合：Cặn nước tích tụ trong phích. 水垢凝结在水壶里。

tích vật học d 古生物学

tích xưa d 典故，古典；传说

tịch₁ [汉] 籍，辟，夕，席

tịch₂ [汉] 寂 đg [宗] 涅槃，圆寂

tịch₃ đg [口] 完蛋：Chuyện mà bại lộ thì tịch cả nút！事情败露就全都完蛋！

tịch₄ đg [旧] [口] 没收

tịch biên đg 查封，充公，没收：tịch biên tài sản của kẻ tham nhũng 查封贪官财产

tịch cốc đg 辟谷

tịch dương d 夕阳

tịch điền d 籍田

tịch liêu t 寂寥，荒寂

tịch mịch t 寂静，杳然，沉寂，偏僻

tịch thu đg 没收：tịch thu hàng lậu 没收走私货

tiếc đg ①惜，爱惜，爱怜：tiếc thân 爱惜生命②可惜，遗憾：Rất đáng tiếc！真遗憾！

tiếc công đg 节省人力

tiếc của đg 吝啬，惜财

tiếc hùi hụi t [口] 很可惜的，心疼的

tiếc nuối đg 怀念，追忆(=nuối tiếc)

tiếc rẻ đg 惋惜，可惜，舍不得：vứt đi nhưng lại tiếc rẻ 丢掉又可惜

tiếc thương đg 惋惜，哀悼，痛惜

tiệc d 宴会，筵席，酒会：tiệc cưới 婚宴

tiệc đứng d 自助酒会

tiệc mặn d 荤筵

tiệc rượu d 酒席，酒会

tiệc trà d 茶话会

tiệc tùng d 宴饮，宴娱，宴乐

tiêm₁ [汉] 渐，纤

tiêm₂ đg 注射器

tiêm₃ đg 注射，打针：tiêm thuốc bổ huyết 注射补血剂

tiêm₄ đg 沾：tiêm nhiễm 沾染

tiêm₅ [汉] 歼 đg 歼：tiêm kích 歼击

tiêm₆ [汉] 尖 t 尖：tiêm đao 尖刀

tiêm bắp thịt d [医] 肌肉注射

tiêm chích đg 注射：tiêm chích ma tuý 注射毒品

tiêm chủng đg 接种：tiêm chủng cho gà 给鸡接种疫苗

tiêm dưới da d [医] 皮下注射

tiêm kích đg 歼击：máy bay tiêm kích 歼击机

tiêm mao d [解] 鞭毛

tiêm nhiễm đg 沾染，渲染：tiêm nhiễm thói xấu 染上坏毛病

tiêm phòng dịch d [医] 防疫注射，打防疫针

tiêm tất t 充裕，富足

tiêm thuốc đg [医] 打针

tiêm ven d 静脉注射

tiềm₁ [汉] 潜

tiềm₂ đg 炖：vịt tiềm 炖鸭

tiềm₃ d 装汤或饭的陶器

tiềm ẩn đg 隐藏，潜藏：Khoáng sản tiềm ẩn trong lòng đất. 地下蕴藏的矿产。

tiềm lực d 潜力：tiềm lực kinh tế 经济潜力

tiềm mưu d 阴谋

tiềm năng d 潜能：khai thác tiềm năng du lịch 开发旅游潜能

tiềm tàng t 潜藏的，潜在的：phát huy thế mạnh tiềm tàng 发挥潜在优势

tiềm thức d 潜意识：Tư tưởng tẩy chay ma tuý đã đi sâu vào tiềm thức. 抵制毒品的思想已进入(人们的)潜意识。

tiềm tiệm t ①还行的，过得去的②好像，似乎

tiếm đoạt đg 篡夺

tiếm quyền đg 越权: Thư kí tiếm quyền tổng giám đốc. 秘书僭越总经理的权力。

tiếm vị đg 篡位: gian thần tiếm vị 奸臣篡位

tiệm₁ [汉] 渐

tiệm₂ d [方] 店, 铺子, 馆, 厅 (营业机构): tiệm ăn 饭馆; tiệm nhảy 舞厅

tiệm cầm đồ d 当铺

tiệm cận đg 渐近, 接近

tiệm cơm d 饭馆, 馆子

tiệm nước d 茶馆

tiệm rượu d 酒馆, 酒家, 酒店

tiệm tiến t (循序) 渐进的: Tập luyện phải tiệm tiến từng bước một. 锻炼要循序渐进。

tiên₁ [汉] 笺, 先

tiên₂ [汉] 仙 d 神仙: cô tiên 仙女

tiên cảm đg 预感到 d 预感

tiên cảnh d 仙境

tiên cung d 仙宫

tiên đề d 定律, 命题

tiên đế d [旧] 先帝

tiên đoán đg 预见, 先见

tiên lễ hậu binh 先礼后兵

tiên liệu đg 预料, 预判, 预测

tiên lượng đg 预计, 预测: tiên lượng về xu thế phát triển của thị trường 预测市场发展趋势 d [医] 预后: Ung thư hậu kì thường có tiên lượng xấu. 一般晚期癌症的预后都不好。

tiên nhân d ①先人, 先辈: nối nghiệp tiên nhân 继承先辈事业②混蛋 (骂语): Tiên nhân cái nhà mày! 你这个混蛋!

tiên nho d 先儒

tiên nữ d 仙女

tiên ông d 仙翁

tiên phong d 先锋, 先驱 t 先遣: đội quân tiên phong 先遣部队

tiên quyết t 先决: điều kiện tiên quyết 先决条件

tiên sinh d ①私塾先生②前辈: Nhờ tiên sinh chỉ bảo cho! 请前辈多多指教!

tiên sư d ①先师, 鼻祖②混蛋 (骂语)

tiên tiến t 先进: kĩ thuật tiên tiến 先进技术

tiên tri đg 预知, 预言: nhà tiên tri 预言家

tiền₁ [汉] 钱 d 钱, 金钱, 钱币, 款项: tiêu tiền 花钱; kiếm tiền 挣钱

tiền₂ [汉] 前 t 前方的, 之前的: tiền chiến 战前

tiền án d 前科: có tiền án về tội hiếp dâm 有强奸罪前科

tiền ăn d 伙食费, 饭钱

tiền âm phủ d 冥币

tiền bạc d 银两, 金钱

tiền bảo đảm d 保证金

tiền bảo hiểm d 保险费

tiền bồi thường d 赔款, 赔偿金

tiền bối d 前辈

tiền cảnh d 前景

tiền cấp dưỡng d 赡养费

tiền chẵn d 大面值货币

tiền chịu d 欠款, 赊款

tiền chủ hậu khách 客随主便

tiền chuộc d 赎金, 赎买金

tiền cọc d 定金

tiền công d 工资, 工钱

tiền của d 钱财, 财产

tiền cước d 运费, 运杂费

tiền cược d 定金, 订金, 订购金, 预购金

tiền diêm thuốc d 小费

tiền duyên d 前沿

tiền dự trữ d 储备金, 预备费

tiền đạo d 前锋; 先头部队, 先锋队

tiền đặt cọc d 定金

tiền đề d 前提; 首要条件, 先决条件

tiền đình d 前庭: tiền đình miệng 口腔前庭

tiền định t 天定的, 注定的

tiền đồ d 前途

tiền đồn d 前哨

tiền đúc d 铸币

tiền đường d 前堂, 厅堂

tiền giấy d 纸币

tiền gốc d 本钱, 本金

tiền gửi d 存款: tiền gửi ngoại hối 外汇存款

tiền gửi có kì hạn 定期存款
tiền gửi tiết kiệm *d* 储蓄
tiền hầu nước *d* 小费
tiền hậu bất nhất 前后不一
tiền hết gạo không 一穷二白
tiền hoa hồng *d* 回扣,佣金
tiền hô hậu ủng 前呼后拥
tiền hôn nhân *t* 婚前的;未婚的
tiền hưu bổng *d* 退休金
tiền khấu hao *d* 折旧金,折旧资金
tiền khen thưởng *d* 奖金
tiền kiếp *d* 前世:duyên tiền kiếp 前世
　　姻缘
tiền lãi *d* 利息
tiền lãi cổ phần *d* 股利,红利,股息
tiền lẻ *d* 零钱,小票
tiền lệ *d* 先例
tiền lì xì *d* 红包,利市,喜钱
tiền liệt tuyến *d* 前列腺
tiền lót tay *d* 小费
tiền lời *d* 利钱,利润
tiền lương *d* 薪金,工资
tiền lương hưu *d* 养老金,退休金
tiền mặt *d* 现金,现款,现钱
tiền nào của ấy 一分钱一分货
tiền nào việc ấy 专款专用
tiền nhà *d* 房租,房金
tiền nhàn rỗi *d* 闲置资金,闲钱
tiền nhân *d* 前人
tiền nhiệm *d* 前任
tiền nhuận bút *d* 润笔,稿费
tiền nong *d* 钱,钞票,钱款
tiền nợ *d* 债款
tiền phạt *d* 罚款,罚金
tiền phạt nộp chậm *d* [经]滞纳金
tiền phong *d* 前锋,先锋:đội thiếu
　　niên tiền phong 少年先锋队
tiền phong bao *d* 压岁钱
tiền phụ cấp *d* 附加费,津贴费
tiền phương *d* 前方,前线
tiền quà *d* 小费
tiền quân *d* [军]前军
tiền sảnh *d* 前厅,大堂
tiền sử *d* 史前
tiền sự *d* 前科:Bị cáo từng có tiền sự.
　　被告有过前科。

tiền tài *d* 钱财,钱帛
tiền tệ *d* 货币,钱币:chính sách tiền tệ
　　货币政策
tiền tệ tín dụng *d* [经]信用货币
tiền thân *d* ①前世: kiếp tiền thân 上
　　辈子 ②前身: Tiền thân của công ti
　　chỉ là một hiệu nhỏ. 公司的前身只
　　是一个小店铺。
tiền thù lao *d* 报酬金,酬金
tiền thuế *d* 税款
tiền thuốc men *d* 医药费
tiền thưởng *d* 奖金,赏金,酬金
tiền tiêu *d* 前哨
tiền tố *d* [语]前缀
tiền trảm hậu tấu 先斩后奏
tiền trạm *d* (打)前站 *t* 先遣:làm nhiệm
　　vụ tiền trạm 做先遣工作
tiền tuất *d* 抚恤金
tiền túi *d* 私人腰包:tự móc tiền túi 自
　　掏腰包
tiền tuyến *d* 前线:xung phong ra tiền
　　tuyến 申请到前线去
tiền vay *d* 借款,贷款,债款
tiền vệ *d* 前锋:đội tiền vệ 先头部队
tiền viện trợ *d* 援款(援助款项)
tiền vô cổ nhân 前无古人
tiền vốn *d* 资金,资本,本钱
tiền xe cộ *d* 车马费,旅费
tiễn₁ [汉]箭,剪,践
tiễn₂ [汉]饯 *đg* 饯行:rượu tiễn 饯行
　　酒
tiễn biệt *đg* 饯别,送别:tiễn biệt người
　　thân 送别亲人
tiễn chân *đg* 送别,送行
tiễn đưa *đg* 送行:buổi tiệc tiễn đưa
　　送行宴会
tiễn khách *đg* 送客
tiến₁ [汉]进 *đg* ①向前移动②进步
tiến₂ [汉]荐 *đg* ①进贡②荐举: tiến
　　người hiền 荐引贤才
tiến bộ *t* ; *đg* 进步:nhà văn tiến bộ 进
　　步作家
tiến công *đg* 进攻
tiến cống *đg* 进贡
tiến cử *đg* 荐举,推荐,荐引:tiến cử
　　nhân tài 荐举人才

tiến độ *d* 进度: tiến độ công trình 工程进度

tiến hành *đg* 进行: tiến hành công tác điều tra dân số 进行人口普查工作

tiến hoá *đg* 进化: tiến hoá luận 进化论

tiến một lùi hai 进一步,退两步

tiến một lùi mười 进寸退尺

tiến quân *đg* 进军

tiến sĩ *d* ①[旧]进士②博士: luận án tiến sĩ 博士论文

tiến thân *đg* 晋升

tiến thoái *đg* 进退: tiến thoái lưỡng nan 进退两难

tiến thủ *đg* 进取,上进: không ngừng tiến thủ 不断进取; có chí tiến thủ 有上进心

tiến triển *đg* 进展: Công việc tiến triển không thuận lợi. 工作进展得不顺利。

tiến trình *d* 进程: tiến trình thi công bị chậm 延误施工进程

tiên₁ *đg* 旋切: tiện mía 旋切甘蔗

tiện₂ [汉] 便 *t* ①方便,便捷: Nhà có xe đi đâu cũng tiện. 家里有车去哪里都很方便。②顺便的: tiện tay lấy giúp 顺便给拿一下

tiện dân *d* 贱民

tiện dịp *p* 趁便,顺便,趁…之机: tiện dịp đến thăm anh 顺便来看看你

tiện dụng *t* 好使的: Công cụ này vừa nhẹ lại vừa tiện dụng. 这个工具又轻又好使。

tiện ích *d* ; *t* 便宜: những tiện ích của máy 机器的便宜之处

tiện lợi *t* 便利: giao thông tiện lợi 交通便利

tiện nghi₁ *d* 生活设施

tiện nghi₂ *t* 方便,合宜,适宜: môi trường sống tiện nghi 宜居环境

tiện nghi₃ *t* [旧]便宜(行事)的

tiện tay *t* 随手的,顺手的

tiện tặn *t* [方]节省,节俭

tiện thể *p* 趁便,顺便: tiện thể vào thăm bạn 顺便看看朋友

tiêng tiếc *t* 有点可惜: bỏ đi lại tiêng tiếc 丢掉又有点可惜

tiếng₁ *d* ①声音: tiếng cười 笑声②语言,话: tiếng Hán 汉语③[转]声誉,声望,名气

tiếng₂ *d* 小时,钟头: 8 tiếng 八小时

tiếng₃ *d* 字: Bức điện này có 60 tiếng. 这份电报共有 60 个字。

tiếng bấc tiếng chì 闲言碎语

tiếng đế *d* 双簧

tiếng địa phương *d* 地方话,土语,方言

tiếng đồn *d* 谣言,流言,传言

tiếng đồn không ngoa 名不虚传

tiếng động *d* 动静

tiếng gọi *d* 呼声,心声

tiếng kêu *d* 呼声,叫声;嚎声

tiếng là [口]名义上,虽说是: Tiếng là sếp nhưng cũng chả có là bao. 虽说是老板但也没几个钱。

tiếng lành đồn xa 口皆碑,芳名远扬

tiếng lóng *d* 隐语,黑话,暗语

tiếng mẹ đẻ *d* 母语

tiếng nói *d* 声音,话语

tiếng phổ thông *d* 普通话

tiếng rằng *p* [口]名义上,说是

tiếng suông *d* 虚名,虚声

tiếng tăm *d* 声息,音讯;声誉,声名: tiếng tăm lừng lẫy 声名赫赫

tiếng thế [口]虽说如此,但: Nơi đây tiếng thế mà làm ăn cũng dễ. 这里虽说如此,但还是容易生活。

tiếng thơm *d* 美名,香誉

tiếng truyền muôn thưở 名垂千古

tiếng vang *d* 反响

tiếng vọng *d* 声望

tiếp [汉] 接 *đg* ①连接;接续,继续②接待③接,收取④接援,接应⑤嫁接: tiếp cành 接枝⑥输送,注入: tiếp nước cho bệnh nhân 为病人输液

tiếp âm *đg* 转播: đài tiếp âm 转播台

tiếp biến *đg* 演化,演变

tiếp cận *đg* ①接近,趋前,凑上来②接触: tiếp cận công nghệ mới 接触新技术

tiếp chuyện *đg* 谈话,聊天,攀谈: tiếp chuyện khách 与客人说话

tiếp cứu *đg* 抢险,救灾: tiếp cứu vùng

bị lũ lụt đến洪灾地区抢险

tiếp diễn *đg* 继续下去,继续进行,接续

tiếp đãi *đg* 接待,招待

tiếp đầu ngữ *d* [语]前缀

tiếp điểm *d* [数]切线点;触点: Tiếp điểm công tắc bị hở. 开关的触点松了。

tiếp điểm trượt *d* 滑动触点

tiếp đón *đg* 接待,招待: được tiếp đón long trọng 受到隆重接待

tiếp giáp *đg* 交接,毗邻,接壤

tiếp hợp *đg* 接合,连接

tiếp kiến *đg* 接见,会见: được tiếp kiến thủ tướng 得到总理接见

tiếp liền *đg* 接着,跟着,随着

tiếp liệu *đg* ①喂料,进料: tiếp liệu cho máy 给机器喂料②供应物资

tiếp lời *đg* 接茬,接过话头

tiếp máu *đg* [医]输血

tiếp mộc *đg* 接术,嫁接

tiếp nhận *đg* 承受,接受: tiếp nhận tặng phẩm 接受礼品; tiếp nhận lời phê bình 接受批评

tiếp nối *đg* ①继承: tiếp nối sự nghiệp cha ông 继承先辈事业②连接,衔接

tiếp phẩm *đg* 供应食品: tiếp phẩm cho nhà ăn 为饭堂采购食品 *d* 食品采购员

tiếp phòng *đg* [军]接防

tiếp quản *đg* 接管

tiếp quĩ *đg* [经]资金下拨

tiếp ray *đg* (铁道)接轨

tiếp rước *đg* 迎接,欢迎

tiếp sức *đg* 接力: chạy tiếp sức 接力赛跑

tiếp tay *đg* 帮凶,助纣为虐: tiếp tay cho bọn buôn lậu 为走私者提供帮助

tiếp tân *đg* 迎宾: Ai tiếp tân? 谁迎宾?

tiếp tế *đg* 接济,物资救援: tiếp tế lương thực cho vùng bị lũ 为水灾区提供粮食救援

tiếp theo *đg* 继续,接着 *t* 下一个,接下来,后续: kế hoạch tiếp theo 接下来的计划

tiếp thị *đg* ①市场调研②营销,推销

tiếp thu *đg* ①接收: tiếp thu chiến lợi phẩm 接收战利品②接受: tiếp thu ý kiến phê bình 接受批评意见③吸取: tiếp thu bài học thất bại 吸取失败教训

tiếp thụ *đg* 接受,承受,收受

tiếp tục *đg* 继续: tiếp tục công việc hôm qua 继续昨天的工作

tiếp ứng *đg* 接应,增援

tiếp vận *đg* ①补给: tàu tiếp vận 补给船②信号中转: đài tiếp vận 微波站

tiếp vĩ ngữ *d* 后缀

tiếp viên *d* 服务员

tiếp viện *đg* 支援: đưa quân đi tiếp viện 派部队去支援

tiếp xúc *đg* 接触: tiếp xúc với nền văn hoá mới 接触新文化

tiệp₁ [汉]捷

tiệp₂ *đg* (颜色)调和,相配: tiệp màu 颜色调和

tiết₁ *d* 血: tiết gà 鸡血

tiết₂ *d* 节气,时令: thời tiết 天气

tiết₃ *d* 节(文章的段落)

tiết₄ *d* 气节: thủ tiết 守节

tiết₅ [汉]泄 *đg* 分泌,排泄: tiết mồ hôi 出汗

tiết canh *d* 血冻(动物的血凝结后生食)

tiết chế₁ *d* [旧]节度使 *đg* 节度,统兵

tiết chế₂ *đg* 节制,限制: tiết chế sinh dục 节育

tiết diện *d* 截面

tiết dục *đg* 节欲

tiết điệu *d* 节律

tiết giảm *đg* 节减,削减,减少

tiết hạnh *d* 德行,节操

tiết kiệm *đg* 节俭,节约,节省

tiết liệt *t* 贞烈,节烈

tiết lộ *đg* 揭露;泄露: tiết lộ bí mật 泄露机密

tiết mục *d* 节目: tiết mục hấp dẫn 精彩节目

tiết nghĩa *d* ; *t* 忠义

tiết niệu *đg* 泌尿: đường tiết niệu 尿道

tiết tấu *d* 节奏: Bài hát có tiết tấu nhanh. 这首歌节奏很快。

tiết tháo *d* 节操: tiết tháo của người cộng sản 共产党人的节操

tiết trinh *d* 贞节

tiết túc *d* 节肢(动物)

tiệt *đg* 截断, 断绝: tiệt trường bổ đoản 截长补短 *t* 精光: quên tiệt đi 全都忘光了

tiệt khuẩn *đg* 消毒, 灭菌, 杀菌: Dụng cụ đã được tiệt khuẩn. 用具已经过灭菌处理。

tiệt nhiên *t* 肯定, 毋庸置疑

tiệt nọc [口]*đg* 绝迹, 灭绝(=tuyệt nọc)

tiệt trùng *đg* 消毒, 灭菌, 杀菌: tiệt trùng cho trại gà 对养鸡场进行消毒

tiệt trừ *đg* 清除

tiêu₁ [汉]蕉, 萧, 宵, 焦, 迢, 潇

tiêu₂ [汉]销, 消 *đg* ①开支, 花费, 用钱: tiêu quá hạn định 超支 ② 消化: ăn không tiêu 不消化 ③消肿: Cái nhọt tiêu đi. 疮已消肿。④ 排泄: tiêu nước 排水

tiêu₃ [汉]箫 *d* 箫: thổi tiêu 吹箫

tiêu₄ [汉]椒 *d* 胡椒: bột tiêu 胡椒粉

tiêu₅ [汉]标 *d* 牌, 桩: cọc tiêu 标杆

tiêu âm *đg* 消音: bộ phận tiêu âm của ô tô 汽车消音器

tiêu bản *d* 标本: tiêu bản côn trùng 昆虫标本

tiêu bắc *d* 胡椒

tiêu biểu *đg* 典范, 代表, 标志: bài thơ tiêu biểu 代表诗作 *t* 模范: học sinh tiêu biểu 模范学生

tiêu chảy *d*; *đg* 腹泻, 拉肚子

tiêu chảy cấp *d* 急性肠胃炎

tiêu chí *d* 标志: tiêu chí phân loại thực vật 植物分类的标志

tiêu chuẩn *d* ①标准: tiêu chuẩn đánh giá 评估标准 ②指标: cấp gạo theo tiêu chuẩn 按指标发放粮食 *t* 标准, 规范

tiêu cự *d* 焦距

tiêu cực *t* 消极: tiêu cực lãn công 消极怠工

tiêu dao *t* [旧]逍遥

tiêu diệt *đg* 歼灭, 消灭: tiêu diệt sinh lực địch 消灭敌人的有生力量

tiêu diệt chiến *d* [军]歼灭战

tiêu diêu=tiêu dao

tiêu dùng *đg* 消费

tiêu đề *d* ①标题 ②函头: tiêu đề công ti 公司函头

tiêu điểm *d* ① 焦点: tiêu điểm quan tâm của dư luận 舆论关注的焦点 ② 中心

tiêu điều *t* 萧条, 不景气, 冷淡, 冷清: kinh tế tiêu điều 经济萧条

tiêu giảm *đg* 削减, 节减, 减少: tiêu giảm quân phí 削减军事费用

tiêu hao *đg* 消耗, 损耗: tiêu hao sinh lực địch 消耗敌人的兵力

tiêu hoá *đg* 消化

tiêu huỷ *đg* 销毁, 毁掉, 毁坏, 摧毁: tiêu huỷ gia cầm vùng ổ dịch 销毁疫区的家禽

tiêu khiển *đg* 消遣, 娱乐

tiêu ma [口]*đg* 全没, 耗光, 消散

tiêu mòn *đg* 消耗, 磨耗, 磨损

tiêu ngữ *d* 标语, 口号

tiêu pha *đg* 花销, 花费

tiêu phí *đg* 浪费: tiêu phí tiền bạc 浪费金钱

tiêu sọ *d* 去皮老胡椒

tiêu tan *đg* 消散, 破灭: làm tiêu tan hi vọng 希望破灭

tiêu tán [旧]=tiêu tan

tiêu thoát *đg* 泄排: công trình tiêu thoát nước 泄排设施

tiêu thụ *đg* ①出售, 销售: mức tiêu thụ 销售额 ②消耗, 消费

tiêu thuỷ *đg* 排水: tiêu thuỷ cho nội thành khỏi úng 城内排涝

tiêu thức *d* 方式, 方法

tiêu tiền như rác 挥金如土

tiêu trừ *đg* 消除, 排除: tiêu trừ tệ nạn tham nhũng 消除腐败现象

tiêu tùng [口]消失, 消散, 完蛋

tiêu vặt *d* 零花, 零用: tiền tiêu vặt 零花钱

tiêu vong *đg* 消亡: Chế độ phong kiến tiêu vong. 封建制度消亡了。

tiêu xài *đg* 挥霍: thả sức tiêu xài 尽情

挥霍

tiểu₁ [汉] 憔

tiểu₂ [汉] 樵 *d* 樵

tiểu phu *d* 樵夫

tiểu tụy *t* 憔悴: nét mặt tiểu tụy 脸色憔悴

tiểu₁ [汉] 小

tiểu₂ *d* 小和尚; 小尼姑 *t* 小; 年龄小

tiểu₃ 瓦棺 (盛死人骨骸的瓦器)

tiểu₄ *đg* 尿, 小便: nước tiểu 尿液

tiểu ban *d* 小组, 小组委员会

tiểu câu *d* 小渠

tiểu cầu *d* 血小板

tiểu chủ *d* 小业主

tiểu công nghệ *d* 手工艺

tiểu công nghiệp *d* 小工业

tiểu dẫn *d* 小序

tiểu dị *t* 小异: đại đồng tiểu dị 大同小异

tiểu đệ *d* [旧] 小弟

tiểu đoàn *d* [军] 营: tiểu đoàn trưởng 营长

tiểu đối *d* 对偶

tiểu đội *d* [军] 班: tiểu đội trưởng 班长

tiểu đường *d* 糖尿病

tiểu hàn *d* 小寒 (二十四节气之一)

tiểu hoạ *d* (手抄本上的) 小插图

tiểu học *d* 小学, 小学教育

tiểu hổ *d* 猫

tiểu khí hậu *d* 小气候

tiểu khu *d* 小区

tiểu liên *d* [军] 冲锋枪

tiểu luận *d* ①研究报告, 论文 ②文章: phát biểu bài tiểu luận 发表文章

tiểu mạch *d* 小麦

tiểu mãn *d* 小满 (二十四节气之一)

tiểu não *d* 小脑

tiểu ngạch *t* 小额的: mậu dịch tiểu ngạch 小额贸易

tiểu nhân *d* 小人: tiểu nhân đắc chí 小人得志

tiểu nông *d* 小农: kinh tế tiểu nông 小农经济

tiểu phẩm *d* ①短文: tiểu phẩm châm biếm 讽刺短文 ②小品: tiểu phẩm

hài 幽默小品

tiểu phẫu *d* 小手术

tiểu qui mô *t* 小规模: hoạt động tiểu qui mô 小规模活动

tiểu sản xuất *d* 小生产

tiểu sử *d* 简历

tiểu táo *d* 小灶

tiểu thủ công *d* 小手工业

tiểu thuỷ nông *d* 小型农业灌溉

tiểu thuyết *d* 小说

tiểu thử *d* 小暑 (二十四节气之一)

tiểu thương *d* 小商贩

tiểu tiện *đg* 小便, 撒尿: đi tiểu tiện 去小便

tiểu tiết *d* 小节, 细节: không nên sa đà vào tiểu tiết 不要纠缠于细节

tiểu tu *đg* 小修

tiểu tuyết *d* 小雪 (二十四节气之一)

tiểu tư sản *d* 小资产阶级 *t* 小资产阶级的

tiểu vùng *d* 小区域, 次区域: tiểu vùng sông Mê Kông 湄公河次区域

tiểu xảo *d* 小聪明

tiểu [汉] 剿 *đg* 剿, 讨伐: tiểu giặc 剿匪

tiểu phi *đg* 剿匪: đưa quân đi tiểu phi 派部队去剿匪

tiểu trừ *đg* 剿除: tiểu trừ thổ phi 剿除土匪

tiểu lâm *d* 笑林, 笑话集

tim *d* ① [解] 心脏 ②中央, 中心, 核心: tim trái đất 地球中心 ③芯: tim đèn 灯芯

tim đen *d* ①黑心, 坏心眼儿 ②心坎, 心底: nói trúng tim đen 说到心坎上

tim tím *t* 浅紫色的

tim mạch *d* 心血管: bệnh tim mạch 心血管病

tìm *đg* 寻找, 探求, 寻觅: tìm bạn 寻友

tìm cách *đg* 设法, 想办法, 想方设法

tìm hiểu *đg* ①了解, 调查, 弄清: tìm hiểu chân tướng sự thật 调查事实真相 ②恋爱: Họ đang tìm hiểu nhau. 他们在恋爱。

tìm kiếm *đg* 找寻, 寻觅: tìm kiếm việc làm 找工作; tìm kiếm giải pháp 寻

找解决办法

tìm ra *đg* 找出, 查出, 发现: tìm ra manh mối 找到线索

tìm tòi *đg* 钻研, 探求, 探索, 寻求: cặm cụi tìm tòi 刻苦钻研

tím *t* ①紫色的 ②青肿的, 发紫的: bị đánh tím cả mặt 被打得鼻青脸肿

tím gan *t* 大怒的, 肝火大的: giận tím gan 怒火中烧

tím lịm *t* 深紫色的

tím rịm=tím lịm

tím ruột=tím gan

tím than *t* 紫蓝色的

tím tím *t* 淡紫色的

tin₁ *d* 消息, 新闻: tin hàng ngày 每日新闻

tin₂ *đg* 传讯, 报信

tin₃ [汉]信 *đg* 相信: nghe một chiều, tin một chiều 偏听偏信

tin buồn *d* 噩耗, 凶讯, 凶耗

tin cẩn *đg* 信任: Anh ta được sếp tin cẩn 老板很信任他。

tin cậy *đg* 信赖, 相信, 信任: người đáng tin cậy 值得信赖的人

tin chính thức *d* 官方消息

tin dùng *đg* 信任: được sếp tin dùng 得到老板信任

tin dữ *d* 噩耗

tin đọc chậm *d* 记录新闻

tin đồn *d* 传闻, 谣言, 流言蜚语

tin học *d* 信息学: tin học hoá 信息化

tin giật gân *d* 突发消息

tin lành *d* [宗] ①福音教 ②福音, 喜信, 佳音

tin mừng *d* 喜讯, 好消息: nhận được tin mừng 收到好消息

tin ngắn *d* 短讯, 简讯, 零讯

tin nhảm *d* 谣言, 逸言, 无稽之谈

tin nhạn [旧] 鸿雁书书

tin nhanh *d* 快报, 快讯

tin phục *đg* 信服: làm cho người ta tin phục 令人信服

tin sét đánh 天大的噩耗

tin sương=tin nhạn

tin tặc *d* 黑客

tin theo *đg* 信从: tin theo lời bạn 信从朋友的话

tin tức *d* 信息, 讯息, 消息

tin tưởng *d* 信心, 信念: đầy tin tưởng 充满信心 *đg* 相信, 信任: tin tưởng tương lai 相信未来

tin vắn *d* 简讯

tin vỉa hè *d* 小道消息

tin vịt *d* 谎言, 谣言, 弥天大谎

tin vui *d* 喜讯: nhận được tin vui 收到喜讯

tin yêu *đg* 信任爱戴: được bạn bè tin yêu 受到朋友的信任爱戴

tìn tịt *t* 矮小

tín [汉]信 *d* ①(品德)信用: thủ tín 守信用 ②消息, 讯息: điện tín 电信

tín chấp *đg* 凭信用担保: vay tín chấp 信用担保贷款

tín chỉ *d* ①信纸, 信笺 ②学分证明, 课程证明, 合格成绩单

tín chủ *d* 信主

tín dụng *d* [经] 信用, 信贷: tín dụng thương nghiệp 商业信贷; thư tín dụng không huỷ ngang 不可撤销的信用证

tín điều *d* 信条

tín điểu *d* 信鸟, 信鸽; 候鸟

tín đồ *d* 信徒, 教徒: tín đồ Thiên Chúa giáo 天主教徒

tín hiệu *d* 信号, 信息: tín hiệu cầu cứu 呼救信号

tín hiệu số *d* 数字信号

tín hiệu tương tự *d* 模拟信号

tín hữu *d* 教友

tín nghĩa *d* 信义: Anh ta là con người có tín nghĩa. 他是一个有信义的人。

tín ngưỡng *d* 信仰: tự do tín ngưỡng tôn giáo 宗教信仰自由

tín nhiệm *đg* 信任, 相信: được mọi người tín nhiệm 得到大家的信任

tín nữ *d* 信女, 女信徒

tín phiếu *d* [经] 信用券, 有价证券

tín phong *d* 季候风

tín vật *d* 信物; 抵押物

tinh₁ [汉] 旌, 星, 晶

tinh₂ [汉] 精 *d* 精灵, 妖精, 精

tinh₃ [汉] 竹青: cạo tinh tre 刨竹青

tinh₄ [汉] 精 *t* 精 灵；犀 利：Đứa trẻ tinh mắt, nhận ra ngay mẹ từ xa. 小孩眼尖，老远就认出妈妈了。

tinh₅ *t* 纯净 *p* 净是，光是：ăn tinh thịt 光是吃肉

tinh anh *t* 精粹 *d* 精英，精华

tinh bạch *t* 清白

tinh binh *d* 精兵：tinh binh giản chính 精兵简政

tinh bột *d* [化] 淀粉

tinh cầu *d* [天] 星球

tinh chất *d* 高纯度的物质：vàng tinh chất 纯金

tinh chế *đg* 精制，精炼：thức ăn tinh chế 精制食品

tinh chỉnh *đg* ①校准：tinh chỉnh lại máy móc 重新校准机器②整顿：tinh chỉnh đội ngũ cán bộ 整顿干部队伍

tinh dầu *d* 精油；香精

tinh dịch *d* 精液

tinh đời *t* 老练，练达，深通世故的

tinh giảm *đg* 精减

tinh giản *đg* 精简

tinh gọn *t* 精干：đội ngũ quản lí tinh gọn 精干的管理队伍

tinh hoa *d* 精华

tinh hoàn *d* 睾丸

tinh khí *d* 精气

tinh khiết *t* 纯净：nước tinh khiết 纯净水

tinh khôi *t* 纯美

tinh khôn *t* 精灵，机灵：cậu bé tinh khôn 机灵的小男孩

tinh lọc *đg* 过滤；精滤：tinh lọc không khí 过滤空气

tinh luyện *t*；*đg* 精练，精炼：ngôn ngữ tinh luyện 精练的语言；tinh luyện nhôm 炼铝

tinh lực *d* 精力

tinh ma *t* 古灵精怪：những suy nghĩ tinh ma 古灵精怪的想法

tinh mơ *t* 蒙蒙亮：sớm tinh mơ 天蒙蒙亮 *d*（天）蒙蒙亮时：dậy từ tinh mơ（天）蒙蒙亮时起床

tinh nghịch *t* 调皮：cậu bé tinh nghịch dễ thương 调皮可爱的小男孩

tinh nhanh *t* 精敏，伶俐，机敏

tinh nhạy *t* 灵敏

tinh nhuệ *t* 精锐：bộ đội tinh nhuệ 精锐部队

tinh quái *t* 鬼精怪，鬼精灵

tinh quặng *d* 精矿

tinh ranh *t* 鬼精灵，机灵

tinh sương=tinh mơ

tinh tế *t* 精确，细致：lời nhận xét tinh tế 精确细腻的评语

tinh thần *d* 精神：đời sống tinh thần 精神生活

tinh thể *d* 晶体

tinh thể lỏng *d* 液晶：màn hình tinh thể lỏng 液晶显示器

tinh thông *đg* 精通，通晓

tinh tinh *d* 猩猩

tinh trùng *d* [生] 精虫，精子

tinh tú *d* 星宿

tinh tuý *d*；*t* 精髓，精华，精粹：những tinh tuý của văn minh loài người 人类文明的精髓

tinh tuyền *t* 纯色的：chuỗi ngọc trắng tinh tuyền 纯白色的串珠

tinh tươm *t* 整齐，周全，详尽：đã chuẩn bị tinh tươm đều chuẩn bị周全了

tinh tường *t* ①敏锐②详尽：lời giảng tinh tường 详尽的讲解

tinh tướng *t*；*đg* 自作聪明，自以为聪明

tinh vân *d* 星云

tinh vi₁ *t* ①精细：máy móc tinh vi 精细仪器②巧妙：thủ đoạn tinh vi 巧妙的手段

tinh vi₂ *đg* 自作聪明

tinh xác *t* 精确：Máy đo rất tinh xác. 机器测量很精确。

tinh xảo *t* 精巧，精细：đồ thủ công mĩ nghệ tinh xảo 精巧的手工艺品

tinh ý *t* 灵敏，敏锐

tình [汉] 情 *d* ①情感：tình thầy trò 师生情②情爱③情义：ăn ở có tình（为人）有情有义④情况，状况：nội tình 内情 *t* [口] 妩媚，性感，迷人：Trông cô ta tình lắm. 她看起来很妩媚。

tình ái *d* 情爱；爱情

tình bạn *d* 友情,友爱

tình báo *đg* 干情报工作 *d* 情报员

tình ca *d* 情歌

tình cảm *d* 情感,感情: giàu tình cảm 感情丰富 *t* [口]重情义的,重情感的

tình cảnh *d* 环境,情况,形势

tình chung *d* [旧]矢志不移的爱情,专一的爱情

tình cờ *t* 偶然,意外: cuộc gặp tình cờ 偶然的会面

tình dục *d* 性欲: tình dục học 性欲学

tình duyên *d* 姻缘,缘分: tình duyên trắc trở 姻缘曲折

tình đầu *d* [旧]来龙去脉,经过

tình địch *d* 情敌

tình điệu *d* 情调

tình hình *d* 情形,情况,形势,局势,状况: tình hình chính trị 政治形势

tình huống *d* 情况,状况

tình lang *d* 情郎

tình ngay lí gian 合情不合理

tình nghi *đg* 怀疑: bị tình nghi là kẻ trộm 被怀疑是小偷; đối tượng tình nghi 怀疑对象

tình nghĩa *d* 情义: tình nghĩa anh em 兄弟情义

tình nguyện *đg* 情愿,志愿

tình nhân *d* 情人

tình phụ *đg* [旧]薄情

tình sâu nghĩa nặng 情深义重;深情厚谊

tình si *d* 情痴

tình sử *d* 情史

tình tang *đg* [口]谈情说爱

tình thâm *d* [旧]深情

tình thật=tình thực

tình thế *d* 情势,局势,形势,处境 *t* 应对的

tình thư *d* 情书

tình thực *t* 真实,实在

tình thương *d* 关爱

tình tiết *d* 情节: Tình tiết câu chuyện rất hay. 故事情节很精彩。

tình trạng *d* 状态,状况

tình trường *d* 情场

tình tứ *t* 含情脉脉的,深情: đôi mắt

tình tứ 含情脉脉的眼睛

tình tựa keo sơn 如胶似漆

tình ý *d* 情意: Hai người có tình ý với nhau. 两人互生情意。

tình yêu *d* ①爱: tình yêu đất nước 祖国之爱②情爱: tình yêu trai gái 男女之情爱

tỉnh₁ [汉]省 *d* ①省②省会,省城: ra tỉnh 上省城

tỉnh₂ [汉]醒 *đg* 醒,清醒: như tỉnh như say 半梦半醒

tỉnh bộ *d* [政]省党部,省委会

tỉnh bơ *t* 漠然,漠视,无动于衷: Mặt tỉnh bơ như không biết gì. 表情漠然,像什么都不知道一样。

tỉnh đoàn *d* [政]省团委

tỉnh đòn *đg* 清醒,醒悟: bị lừa mấy cú mà vẫn chưa tỉnh đòn 被骗几次还没清醒

tỉnh giấc *đg* 睡 醒: Anh ta vẫn chưa tỉnh giấc. 他还没睡醒。

tỉnh hội *d* [政](协会)省分会

tỉnh khô *t* [口]漠然,无动于衷,nét mặt tỉnh khô 脸上表情无动于衷

tỉnh lẻ *d* 边远小省份

tỉnh lị *d* 省会,省城,首府

tỉnh lộ *d* 省级公路

tỉnh ngộ *đg* 醒悟: nghe lời khuyên mà tỉnh ngộ 听劝而醒悟

tỉnh ngủ *t* ①清醒: rửa mặt cho tỉnh ngủ 洗把脸清醒清醒②容易醒: Người già thường tỉnh ngủ. 老人一般都容易醒。

tỉnh như không [口]毫无表情,坦然

tỉnh như sáo [口]清醒,精神

tỉnh táo *đg* 清醒: Người bệnh vẫn tỉnh táo. 病人还清醒。đầu óc tỉnh táo 头脑清醒

tỉnh thành *d* 省城

tỉnh trưởng *d* 省长

tỉnh uỷ *d* 省委: tỉnh uỷ viên 省委委员

tĩnh₁ *d* ①祭坛,神坛②[口]大烟枪

tĩnh₂ [汉]静 *t* ①安静的: Nơi ở rất tĩnh. 住处很安静。②静态的: vẽ tĩnh vật 画静物

tĩnh dưỡng *đg* 静养,休养

tĩnh điện *d* 静电

tĩnh điện kế *d* 静电计

tĩnh học *d* 静力学

tĩnh lặng *t* 寂静

tĩnh mạch *d* 静脉

tĩnh mịch *t* 寂静，静谧: cánh rừng tĩnh mịch 寂静的森林

tĩnh tại *t* 静止，固定: nhà sư ngồi tĩnh tại 僧人打坐

tĩnh tâm *đg* 静心: tĩnh tâm dưỡng thần 静心养神

tĩnh thổ *d* [旧] 净土

tĩnh toạ *đg* 静坐: sư cụ tĩnh toạ 师父静坐

tĩnh trí *đg* 平静，镇静: bình tâm tĩnh trí 平心静气

tĩnh vật *d* 静物: tranh tĩnh vật 静物画

tính₁ [汉] 性 *d* ①性，本性，性格: tính thiện 性善②本质，特性③性质: tính chua 酸性④性: tính giao 性交⑤性别: nữ tính 女性

tính₂ *đg* ①算，计算: làm tính 演算②考虑，打算: tính danh cầu lợi 计较名利③包括: không tính cái này 不包括这个

tính cách *d* 性格

tính chất *d* 性质，特性: tính chất cơ học 机械性能; tính chất dân tộc 民族性

tính chuyện *đg* [口] 考虑，打算: tính chuyện lấy vợ 考虑娶老婆

tính danh *d* [旧] 姓名

tính dục *d* 性欲

tính đàn hồi *d* [理] 弹性

tính đảng *d* 党性

tính đố *d* 猜谜

tính đồng nhất *d* 同一性

tính giai cấp *d* 阶级性

tính giao *đg* 性交，交配

tính hạnh *d* [旧] 性格，性情

tính hướng *d* 趋向性

tính khí *d* 性情，秉性

tính kĩ lo xa 深谋远虑

tính kim loại *d* 金属性

tính lặn *d* 潜伏性

tính liệu *đg* 打算，考虑，安排(=lo liệu)

tính mạng *d* 生命，性命

tính mệnh=tính mạng

tính một đằng ra một nẻo 事与愿违

tính năng *d* 性能: tính năng của máy 机器性能

tính nết *d* 性情，脾气

tính nhẩm *d* 口算，心算

tính nhân quả *d* 因果性

tính nhớt *d* 黏性，胶黏性

tính phác *đg* 大体估计

tính phỏng *đg* 估算，约计，概算

tính sổ *đg* ①盘点: tính sổ cuối năm 年终盘点②清算，清除: tính sổ tên ác ôn 清除恶霸

tính siêu việt *d* 超越性，优越性

tính tẩu *d* 天琴

tính tiêu cực *d* 消极性

tính tình *d* 性情: Hai người tính tình hợp nhau. 两人性情相投。

tính toán *đg* ①计算，核算: tính toán sổ sách 核算账目②打算，考虑: tính toán toàn diện 全盘考虑③ 掂量，计较: Không tính toán gì trong quan hệ bạn bè. 朋友间不计较得失。

tính trạng *d* 性状

tính trời *d* 天性，禀性

tính trước nghĩ sau 思前想后

tính từ *d* [语] 形容词

tịnh₁ [汉] 净 *đg* 计算总净重: tịnh hàng vào kho 算入库货物总净重 *t* 净重

tịnh₂ *p* 完全，绝对，竟然: tịnh không biết gì 竟然什么都不知道

tịnh₃ [汉] 并 *tr* [口] 并(强调否定)

tịnh đế *t* 并蒂的: sen tịnh đế 并蒂莲

tịnh độ *d* 极乐世界

tịnh tiến *đg* ①平移: chuyển động tịnh tiến 平行移动②渐进

tịnh vô *t*; *p* 完全没有，绝对没有 *tr* 并无

tịnh xá *d* 净地

tít₁ *t* 遥远 *p* 之极，之甚: quay tít 猛打转

tít₂ *d* 标题，大标题: đọc lướt các tít trên tờ báo 浏览一下报纸的标题

tít mù [口] =tít₁

tít mù tắp [口] =tít tắp

tít tắp *t* 遥远：xa tít tắp 很遥远

tít thò lò *p* [口]（旋转）快且不停地：quay tít thò lò 不停地快速旋转

tịt₁ *d* 疙瘩：muỗi đốt nổi tịt 被蚊子叮起包

tịt₂ *t* ①封闭的，紧闭的，严密：lấp tịt cửa hang 把洞口封严②深嵌的，没顶的：Đóng tịt cái đinh vào tường. 把钉子打进墙壁。③低矮：nhà cửa thấp tịt 低矮的房子④呆木，呆滞，反应的：ở tịt trong nhà 呆呆地待在家里 *đg* 卡住，冷壳：Máy chạy được một lúc lại tịt. 机器动了一下又卡壳了。

tịt mít *t* [口]①（头脑）一片空白的：đầu óc tịt mít 脑子一片空白②一无所知的：Hỏi gì cũng tịt mít. 问什么都不知道。

tịt ngòi [口]缄默，哑口无言：Đuối lí, hắn tịt ngòi luôn. 理亏，他哑口无言。

titan *d* 钛

tiu hiu *t* 寂寞，孤零，冷清

tiu nghỉu *t* 灰溜溜，垂头丧气，大失所望

tíu *t* 忙乱：bận tíu lên 忙得晕头转向

tíu tít *t* [拟] 叽叽喳喳 *t* 忙乱，忙忙叨叨

to *t* ①大，巨大，粗：bé xé ra to 小题大做；vải to mặt 粗布；món tiền to 一笔巨款②惨重：thua to 惨败

to bụng *đg* 大肚子（指怀孕）：Chị ấy to bụng mấy tháng nay rồi. 她已经怀孕几个月了。

to chuyện *t* [口]把事情闹大的，把事态扩大的：cố ý làm cho to chuyện 故意把事搞大

to con *t* [口]（身材）高大，大块头的

to đầu *t* [口]成年的，成人的 *d* 大人物，头面人物：tóm những to đầu 抓了那些头面人物

to đầu mà dại 人老犯傻，老糊涂：Ông ta to đầu mà dại. 他老糊涂了。

to đùng *t* [口]超大，巨大：nồi cơm to đùng 超大的饭锅

to gan *t* 胆大

to gan lớn mật [口]胆大包天

to kệch *t* [口]大而丑

to kềnh *t* [口]庞大，硕大

to lớn *t* 巨大，重大：ý nghĩa to lớn 意义重大

to-lu-en *d* [化]甲苯

to lù lù *t* 庞大，硕大

to miệng lớn lời *t* 粗声粗气；声色俱厉

to mồm *t*；*đg* [口]大嚷大叫：Đã sai rồi mà còn to mồm cãi lại. 错了还大嚷大叫。

to nhỏ *đg* [口]窃窃私语

to sù sù *t* 庞大的，巨大的

to sụ *t* [口]又大又重：chiếc áo bông to sụ 又大又重的棉衣

to tát *t* [口]重要，严重：Chẳng có chuyện gì to tát cả. 没什么严重的事。

to tiếng *đg* 粗声粗气，大声争吵：Suýt nữa họ to tiếng với nhau. 他们差点吵起来了。

to tướng *t* [口]庞大，粗大，巨大：Quả mít to tướng. 好大一个波罗蜜。

to xác *t* 大块头的，大个子的（讽刺语）：Nó ta to xác mà dại. 他光长个不长心眼儿。

to xù *t* [口]粗大：bàn tay to xù 粗大的双手

tò mò *t* 好奇 *đg* 好打听，好管闲事

tò te₁ *t* 愕然，呆愣：lính mới tò te 愣头新兵

tò te₂ *d* 号声：kèn thổi tò te 号声响起

tò tí *t* [拟] 嘁嘁（私语）

tò tò *p* 寸步不离地

tò vò *d* ①[动]土蜂，细腰蜂②拱形：cửa tò vò 拱形门

tỏ *t* 明亮，明朗：đèn tỏ 灯光明亮；mắt vẫn tỏ 眼睛还好 *đg* ①明白，明显，清晰，清楚：chứng tỏ 证明②表示，表现：bày tỏ 表述

tỏ bày *đg* 表明，表达，说明（=bày tỏ）

tỏ lòng *đg* 表示，表达心意：tỏ lòng cảm ơn 表示谢意

tỏ lời *đg* 表示：tỏ lời cám ơn chân thành 表示衷心的感谢

tỏ ra *đg* 显出，露出，表现出：Đội bạn tỏ ra ưu thế. 客队体现出优势。

tỏ rạng *t* 光耀的，耀眼的：ánh sáng tỏ rạng 耀眼的光亮

tỏ rõ *đg* 表明，申明：tỏ rõ thái độ của mình 表明态度

tỏ tình *đg* 表示爱意，表达爱意

tỏ tường *đg* 清楚：đã tỏ tường mọi việc 已清楚所有的事情 *t* 详细

tỏ vẻ *đg* 表现出：tỏ vẻ không hài lòng 表现出不满

tỏ ý *đg* 示意，表示；tỏ ý hài lòng 表示满意

tó *d* 医用拐杖

tó ré *t* 骨瘦如柴的，瘦骨嶙峋的

toa₁ *d* 单，方：kê toa hàng 开货单

toa₂ *d* 漏斗状体，斗状物

toa₃ *d* 车厢，车皮：chở ba toa thóc 运三车皮的谷子

toa ăn *d* 餐车

toa cần trục *d* 起重机车

toa chở nặng *d* 载重车

toa hạng nhất *d* 头等厢

toa hành lí *d* 行李车

toa khách *d* 客车厢

toa khách ghế cứng *d* 硬席客车

toa khách ghế mềm *d* 软席客车

toa khám cân *d* 检衡车，称重车

toa không mui *d* 敞车

toa-lét (toilet) *d* 厕所，卫生间，洗手间

toa nằm cứng *d* 硬卧车厢

toa nằm mềm *d* 软卧车厢

toa rập *đg* 串通，勾结，拉帮结伙

toa thơ *d* 邮车

toa thuốc *d* [医] 药方

toa tụng *đg* 煽动上告，煽动告状

toa ướp lạnh *d* 冷藏车

toa xe *d* 车皮

toa xếp hàng lẻ *d* 零担车

toà₁ *d* ①法院②法庭：tòa hình sự 刑事法庭

toà₂ *d* ①幢：một toà nhà 一幢大房子② 莲花座

toà₃ *t* 阔绰，大方，阔气

toà án *d* [法] 法院

toà án phúc thẩm *d* 复审法院

toà án quân sự *d* 军事法庭

toà án quốc tế *d* 国际法庭

toà án sơ cấp *d* 初级法院

toà án sơ thẩm *d* 初审法院

toà án thượng thẩm *d* 复审法院

toà án tối cao *d* 最高法院

toà báo *d* 报馆，报社

toà giảng *d* 讲经堂

toà giảng kinh *d* 讲经台

toà phán xét *d* 法院审判庭

toà sen *d* [宗] 莲座

toà soạn *d* 编辑部

toà thánh *d* [宗] 教廷，圣廷

toà thị chính *d* [政] 市政厅

toà trừng trị *d* 轻罪裁判所

toả₁ [汉] 锁

toả₂ *đg* ①扩散，散播，辐射：Khói toả ngút trời. 烟雾弥漫。Mặt trời toả ánh sáng. 太阳光芒四射。②遮蔽：cây to toả bóng 大树遮阴③ 散开：Hàng hoá từ đây toả đi các nơi. 货物从这里运往各地。

toả₃ *đg* 挫折，摧折

toả ra *đg* 释放，放出

toả nhiệt *đg* 散热：sự toả nhiệt của cơ thể 身体散热功能

toá *đg* 散 开：Bọn trẻ chạy toá ra các ngả. 孩子们朝不同方向跑去。

toạ [汉] 座

toạ đàm *đg* 座谈

toạ đăng *d* 煤油灯

toạ độ *d* 坐标：xác định toạ độ 确定坐标

toạ độ cong *d* 曲线坐标

toạ độ địa lí *d* 地理坐标

toạ độ độc cực *d* 极坐标

toạ độ lưỡng cực *d* 两极坐标

toạ độ song song *d* 平行坐标

toạ độ tuyệt đối *d* 绝对坐标

toạ lạc *đg* 坐落：Ngôi nhà toạ lạc ngay trung tâm thành phố. 房子位于市中心。

toạ thiền *đg* 坐禅

toác *đg* ①张开，张大，敞开，开裂：mở toác cửa ra 敞开大门②撕破，撕裂：xé toác tờ báo 把报纸撕破③ [转] 直截了当，公开：nói toác ra 公开说出来

toác hoác *t* 洞开的：cửa mở toác hoác 房门门洞开

toạc *đg* 破裂: Gai cào toạc da. 荆棘划破皮。

toài *đg* ①匍匐, 蛇行, 爬行: Tập quân sự phải học lăn lê bò toài. 军训要学翻、滚、伏、爬。②鱼跃, 跳跃: toài người cứu bóng 鱼跃救球

toái [汉] 碎 *t* 碎, 零碎: toái ngọc 碎玉

toại [汉] 遂 *đg* 遂: công thành danh toại 功成名就

toại lòng *đg* 遂心, 如心所欲

toại nguyện *đg* 遂愿, 如愿, 得偿所愿

toan₁ *đg* 计划, 打算, 图谋, 意欲

toan₂ [汉] 酸 *d* 酸性: chất toan 酸性物质

toan₃ *d* 画布

toan định *đg*; *d* ①预定②打算

toan tính *đg* 打算, 盘算, 考虑 *d* 计划: trong đầu đầy toan tính 满脑子的计划

toàn [汉] 全 *t* 完全, 完整, 完善 *d* 全, 全部 *p* 全都, 皆是

toàn bích *t* 完满, 完美

toàn bộ *d* 全部, 全盘, 全局, 整套: tập trung toàn bộ nhân lực 集中全部人力

toàn cảnh *d* 全景: quay toàn cảnh 拍摄全景

toàn cầu *d* 全球, 全世界

toàn cầu hoá *đg* 使…全球化: toàn cầu hoá giáo dục 使教育全球化

toàn cục *d* 全局: phải có cách nhìn toàn cục 要有全局眼光

toàn diện *t* 全面

toàn lực *d* 全力: dốc toàn lực vào công việc 倾尽全力工作

toàn mĩ *t* 完美, 十全十美

toàn năng *t* 全能

toàn phần *t* 百分之百的, 全部的: nhật thực toàn phần 日全食

toàn quốc *d* 全国

toàn quyền *d* 全权: đại sứ đặc mệnh toàn quyền 特命全权大使

toàn tâm toàn ý 全心全意

toàn tập *d* 全集: Lê Nin toàn tập 列宁全集

toàn thắng *đg* 全胜, 大捷

toàn thân *d* 全身, 周身

toàn thể *d* ①全体: hội nghị toàn thể 全会②全面, 总体: nhìn trên toàn thể mà nói 总的来说

toàn thiện toàn mĩ 十全十美

toàn vẹn *t* 完整: toàn vẹn lãnh thổ 领土完整

toán₁ *d* 批, 群, 班, 伙, 帮, 支

toán₂ [汉] 算 *d* ①计算, 算数: toán học 算术②数学: làm bài toán 做数学题

toán đố *d* [数]算术题: giải bài toán đố 解算术题

toán học *d* [数]数学, 算术

toán kinh tế *d* 经济数学

toán loạn *t* 散乱, 混乱, 无秩序

toán thức *d* [数]算式

toán trưởng *d* 组长

toán tử *d* ①算式符号②对应式

toang *t* [口] ①敞开: cánh cửa mở toang 门户大开②粉碎

toang hoác *t* [口] 张大, 敞开: Giầy lục toang hoác ra. 鞋子咧开了大大的口子。

toang hoang *t* [口] ①(门户) 洞开②破败, 破落

toang toác [拟] 嚼嚷 *t* [口] 大声嚷嚷

toang toang *t* [口] 嘈杂, 大声喧哗

toáng *t* 大声的: hét toáng lên 大声喊叫

toát₁ *đg* ①冒出, 涌出, 沁出: toát mồ hôi 出汗②透出, 反映出, 放射出: Đôi mắt toát lên vẻ thông minh. 眼睛透着聪明。

toát₂ *đg* 臭骂

toát₃ *t* 纯粹: trắng toát 纯白

toát mồ hôi *đg* 冒汗, 冒冷汗: sợ toát mồ hôi 吓得直冒冷汗

toát xì cấu [口] 汗流浃背, 汗如雨下

toát yếu *đg* 概况, 摘要, 概括 *d* 摘要

toáy *t* [口] 慌忙: giục toáy lên 催得慌

tóc *d* ①头发, 发, 青丝: uốn tóc 烫发②[口] 丝: tóc đèn 灯丝

tóc bạc *d* 白发

tóc bím *d* 辫子

tóc bới *d* 发髻, 髻子

tóc chấm ngang vai 齐肩黑发

tóc độn d 假发，发套

tóc đuôi gà d 鸡尾式发式

tóc giả=tóc độn

tóc hoa râm t 头发花白的

tóc mai d 鬓，鬓发

tóc máu d 胎发

tóc mây d 云鬟

tóc mượt d 柔滑的头发

tóc ngứa=tóc sâu

tóc quăn d 卷发

tóc rễ tre d 又粗又硬的头发

tóc sâu d 少白头

tóc seo gà=tóc đuôi gà

tóc sương t 白发苍苍

tóc tai d 头发（含贬义）: Tóc tai bù xù. 头发乱蓬蓬的。

tóc thề d 少女披肩发

tóc tiên d［植］发菜

tóc tơ₁ d ①青丝，丝发②［转］丝毫，纤细 ③结发，情缘

tóc tơ₂ d 幼儿的头发，胎发

tóc xanh d 黑发，青丝

tọc mạch t;d 八卦（爱打听和传播别人的隐私）

toe₁ đg 咧嘴: toe miệng cười 咧嘴笑

toe₂ 破破烂烂

toe₃［拟］嘟嘟（汽车、火车鸣叫声）

toe toét₁ đg 咧着嘴: cười toe toét 咧嘴大笑

toe toét₂ t 沾满污物的

toè t（尖头）叉开；散开: Ngòi bút bị toè. 笔头又开了。

toé đg 四散: Bọn trẻ toé ra. 孩子们四处跑开。

toé đg 喷，泼，溅: Nước toé ra. 水溅出来。

toé khói p［口］极，甚: bị đuổi chạy toé khói 被追得没命地跑

toé loe đg［口］溅满，撒满地: Thóc đổ toé loe khắp nơi. 谷子撒得满地都是。

toé phở t［口］累瘫，累趴下

toen hoẻn t 狭小，小小的: mảnh đất toen hoẻn 小小的一块地

toèn toẹt［拟］啪啪

toét₁ đg 自然地张开: cười toét 咧嘴笑

toét₂ t 稀烂: Quả chuối bị giẫm nát toét. 香蕉被踩得稀烂。

toét₃ t（眼睛）红肿: Khói hun toét cả mắt. 烟熏红了眼睛。

toét nhèm t［口］（眼睛）红肿湿润: Mắt toét nhèm. 眼睛又红又肿。

toẹt₁（拟）噗（吐口水声，泼水声）

toẹt₂ p［口］毫不犹豫，敞开说: nói toẹt ra trước đám đông 在众人面前说开了

toi đg ①（家畜、家禽）发瘟病: toi gà 鸡瘟②［口］白费，枉费，徒劳: tiền toi 白花钱③［口］死: toi đời 完蛋了

toi cơm đg 白费粮食，吃了也白吃

toi dịch d（牲畜）瘟疫

toi mạng đg 白白丧命，白白送死

tòi đg ①伸出来，冒出来，钻出来: Cây đã tòi nõn. 树枝冒出嫩芽。②露出: tòi ra một vài chi tiết nhỏ 露出些许小细节

tỏi d 蒜: củ tỏi 蒜头

tỏi gà d 鸡腿: nhai tỏi gà 啃鸡腿

tỏi rừng d 百合

tỏi tây d 洋蒜

tom góp đg 凑集: tom góp được một số tiền 凑了一些钱

tòm［拟］咕咚

tòm tem đg［口］调情

tòm tõm［拟］咕咚咕咚

tõm［拟］咕咚

tóm đg ①抓住，捕捉②收拢，归纳，概括: nói tóm lại 概括地说

tóm cổ đg 抓获，抓住

tóm lại 总的来说(=nói tóm lại)

tóm lược đg 概括: tóm lược đại í bài văn 概括文章大意 t 扼要: bản tin tóm lược 简讯

tóm tắt t；đg 概括: tóm tắt nội dung 概括内容

tóm tém đg 微微吮嘴，微微抿嘴

ton hót đg 诌谀，拍马屁，巴结，讨好，吹捧

ton tả=tong tả

ton ton t 小步快跑

tòn ten t 悬摆的，悬吊的，荡来荡去的: Khẩu súng tòn ten trên vai. 肩上的

枪不停地摇来晃去。

tong *đg* [口] 消失, 耗光, 耗尽: Tong mấy triệu đồng. 几百万盾全耗光了。

tong tả *t* 急匆匆: tong tả ra phố 急匆匆上街

tong teo *t* [口] 消瘦, 瘦弱: ốm tong teo 病恹恹

tong tong [拟] 滴答, 淙淙 *t* 急匆匆

tong tong [拟] 潺潺, 滴答

tòng [汉] 从 *đg* [方] 从: phục tòng 服从

tòng chinh *đg* [旧] 从征, 从军

tòng phạm *d* 从犯

tòng quân *đg* 从军

tòng tọc *t* [口] (机器、车辆)破烂不堪

tỏng *đg* [口] 清楚, 明了, 识破, 看穿

tỏng tòng tong [口] 一清二楚, 详解

tọng *đg* [口] 塞满, 装填, 填满, 装满: tọng thuốc súng 填满火药

toòng teng *t* 摇晃的, 悬吊的, 荡来荡去的: Túi khoác toòng teng trên vai. 肩上的挎包晃来晃去。*d* 耳坠: toòng teng bạc 银耳坠

top *d* 最前列

top ten *d* 前十名

tóp₁ *d* 伙, 帮, 群

tóp₂ *t* 干瘪, 僵巴: Quả táo để lâu khô tóp lại. 枣子放久都瘪了。*đg* 扎, 捏: tóp ống quần 扎裤腿

tóp khô *t* 干瘪, 干枯

tóp mỡ *d* 猪油渣

tóp rọp *t* 干瘦, 瘦削, 消瘦

tóp ta tóp tép [拟] 吧唧吧唧

tóp tép [拟] 吧唧(咀嚼声)

tóp tọp *t* 干瘦, 精瘦: chân tay tóp tọp 手脚干瘦

tọp *t* 消瘦: Sau trận ốm người cứ tọp đi. 大病过后人瘦成皮包骨了。

tót *đg* 吱溜一下子: nhảy tót lên giường 吱溜一下子跳上床

tót đời *t* 出众, 绝世: tài sắc tót đời 绝世才色

tót vời *t* [旧] 绝佳, 绝顶

tọt *đg* 快速隐约 *p* 迅速隐约, 快捷地

tour *d* [口] ①趟, 线路: làm một tour du lịch 进行一趟旅游②旅游, 观光;

旅游公司

tô₁ *d* 海碗: hai tô phở 两大碗米粉

tô₂ [汉] 租 *d* 租税: địa tô 地租

tô₃ *đg* 涂描: tô màu 上色

tô bốc *đg* 过誉

tô cao thuế nặng 苛捐杂税

Tô Châu *d* [地] 苏州(中国著名旅游城市)

tô điểm *đg* 化装, 打扮, 装饰, 粉饰, 装点

tô giới *d* 租界

tô hấp *d* [植] 铁坚山杉

tô hô *t* [口] 赤裸, 赤条条

tô hồng *đg* 美化, 粉饰: tô hồng cuộc sống 美化生活

tô mộc *d* 苏木, 棕木, 红柴

tô son điểm phấn 涂脂抹粉, 粉饰

tô-tem (totem) 图腾

tô vẽ *đg* 粉饰, 装饰, 装扮

tồ *t* [口] 笨拙: thằng bé tồ 笨小孩

tồ tồ [拟] 哗哗(流水声)

tổ₁ [汉] 祖

tổ₂ *d* 窝, 巢穴: tổ chim 鸟窝; làm tổ 筑巢

tổ₃ [汉] 组 *d* 小组

tổ₄ *p* [口] 更加, 更: Chiều con lắm càng tổ hư hỏng. 孩子溺爱多了只会变坏。

tổ ấm *d* 家庭, 乐园, 安乐窝: xây dựng tổ ấm của mình 建设自己的家庭

tổ bố *t* super大, 特大: bao to tổ bố 超大袋子

tổ chấy *d* [口] 根底, 老底子

tổ chức *đg* 组织, 举行, 召开, 举办, 操办 *d* 组织, 机构

tổ dân phố *d* 居民小组

tổ đỉa₁ *d* 汗疱疹

tổ đỉa₂ *d* 含羞草

tổ hợp *đg* 组合, 联合 *d* ①联营小组②组合: tổ hợp âm thanh 组合音响③电话听筒

tổ hợp sản xuất *d* 生产组合

tổ khúc *d* [乐] 组曲

tổ nghiệp *d* 祖业, 家产

tổ ong *d* 蜂箱, 蜂房, 蜂巢: than tổ ong 蜂窝煤

tổ quốc *d* 祖国；江山；国家：yêu tổ quốc 爱祖国

tổ sâu *d* ①虫茧②螺旋状

tổ sư *d* 祖师（爷）：tổ sư Đạo 道教祖师爷

tổ tiên *d* 祖先：thờ cúng tổ tiên 供奉祖先

tổ tôm *d* 越南字牌游戏

tổ tông *d* 祖宗：làm rạng rỡ tổ tông 光宗耀祖

tổ trưởng *d* 组长

tổ viên *d* 组员

tố₁ [汉] 素

tố₂ *d* 风暴：giông tố 暴风雨

tố₃ [汉] 诉 *đg* 控诉：tố hành vi tàn bạo của bọn cướp 控诉掠夺者的残暴行为

tố cáo *đg* 控诉，告控，告发：tố cáo vụ tham ô 告发贪污行为

tố chất *d* 素质：Những tố chất của một nhà lãnh đạo 领导人的素质

tố giác *đg* 检举，告发；揭露

tố hộ *đg*（孔雀）鸣叫：Con công tố hộ trên rừng. 孔雀在森林里鸣叫。

tố khổ *đg* 诉苦，控诉：tố khổ bọn địa chủ cường hào 控诉地主恶霸

tố nga *d* 素娥（即嫦娥）

tố nữ *d* 素女（美女）：tranh tố nữ 素女图

tố tụng *đg* [法] 诉讼：luật tố tụng dân sự 民事诉讼法

tộ *d* [方] 大口的钵：tộ đá 石钵

tốc₁ *đg* 翻起，掀起，扬起：Gió thổi tốc mái nhà. 风把屋顶掀翻了。

tốc₂ [汉] 速 *đg* [口] 疾走：chạy tốc về nhà 速跑回家

tốc chiến tốc quyết 速战速决

tốc độ *d* 速度，速率：tốc độ phát triển mạnh mẽ của nền kinh tế 经济强劲的发展速度

tốc hành *t* 速行的，快：tàu tốc hành 快车

tốc hoạ *đg* 速写

tốc kí *đg* 速记：người tốc kí 速记员

tốc lực *d* 速率，速度：chạy xả hết tốc lực 以最高速度前进

tộc [汉] 族 *d* 族：dân tộc 民族

tộc người *d* 族人

tộc phả *d* 族谱

tộc trưởng *d* 族长

tôi₁ *d* 我：Tôi không biết. 我不知道。

tôi₂ *d* [旧] 仆役，勤务

tôi₃ *đg* ①（石灰）沸化②淬火：tôi thép 钢淬火

tôi con *d* [旧] 臣子，奴仆

tôi đòi *d* [旧] 仆役，奴仆，奴婢

tôi luyện *đg* 淬炼，锤炼，锻炼：cần được tôi luyện nhiều hơn 还要经受更多的锤炼

tôi ngươi *d* [旧] 仆役，奴仆

tôi nịnh *d* 佞臣

tôi rèn = **tôi luyện**

tôi tối *t* 有点黑的，擦黑的：Trời mới tôi tối. 天刚擦黑。

tôi tớ *d* [旧] 奴仆

tồi₁ [汉] 摧

tồi₂ *t* ①卑劣，拙劣，不良，恶劣：cử chỉ tồi 行为恶劣②不好，差劲儿：trình độ quá tồi 水平太差；không tồi 还不错

tồi tàn *t* 残破，残缺，破破烂烂

tồi tệ *t* 恶劣，很差：phong tục tồi tệ 颓风败俗

tối₁ *d* 夜晚：buổi tối 晚上 *t* ①黑暗，昏黑②[转] 暗色的：áo màu tối 深色的衣服③暧昧，晦涩，费解：Câu thơ hơi tối nghĩa. 诗句有点费解。④愚昧，呆笨

tối₂ [汉] 最 *p* 很，很：một việc tối quan trọng 一件最重要的事情

tối cao *t* 最高：mục đích tối cao 最高目标

tối dạ *t* 愚笨

tối đa *t* 最多，最大限度：tốc độ tối đa 最高速度

tối đất *t* [口]（黎明前的）黑暗

tối đen *t* 昏黑

tối giản *t* [数] 最简（分数）

tối hậu *d* 最后，最终：quyết định tối hậu 最终的决定

tối hậu thư *d* [政] 最后通牒

tối huệ quốc *d* 最惠国

tối khẩn *t* 火急，紧急：điện tối khẩn 加急电报

tối kị *t* 切忌的，最忌讳的：việc tối kị 最忌讳的事情

tối lửa tắt đèn 困难时刻

tối mày tối mặt [口]①忙得不可开交②晕头转向

tối mắt *t* [口]眼花的，昏眩的；昏聩，糊涂：thấy của là tối mắt lại 利令智昏

tối mắt tối mũi 忙得晕头转向，忙得不可开交

tối mật *t* 绝密：nhiệm vụ tối mật 绝密任务

tối mịt *t* 漆黑：trời tối mịt 天漆黑

tối mò *t* [口]黑沉沉，黑洞洞：Trời tối mò. 天黑沉沉的。

tối mù *t* [口]黑乎乎

tối mù tối mịt [口]黑咕隆咚

tối ngày *d* 整天，终日，夜以继日

tối nghĩa *t* 费解，晦涩：câu văn tối nghĩa 文章晦涩

tối như bưng ①黑漆漆，伸手不见五指②（头脑）空白：đầu óc tối như bưng 脑子一片空白

tối như mực 墨黑，漆黑：trời tối như mực 天黑黢黢

tối om *t* [口]漆黑：nhà tối om 屋里漆黑

tối sầm *t* ①变黑的：Trời bỗng tối sầm. 天空一下子黑了下来。②不高兴的：Mặt mũi tối sầm. 脸黑了下来。

tối tăm *t* ①昏暗，黯淡：Nhà cửa tối tăm. 房屋昏暗。②穷困，穷苦，贫寒：sống cuộc sống tối tăm 过着穷苦的生活③愚钝，愚昧

tối tăm mặt mũi [口]昏天黑地；晕头转向

tối tân *t* 最新的，最新式的，现代化的

tối thiểu *t* 最少的，起码的，最低限度的

tối thượng *t* 最高的

tối trời *d* 天色漆黑的，暗无星光的

tối um *t* [口]黑漆漆

tối ư *p* 很，非常，极其：Chuyện này tối ư quan trọng. 这事特别重要。

tối ưu *t* 最好的，最优的

tội₁ [汉]罪 *d* 罪，罪过，罪孽

tội₂ *d* 苦难：tội đời 生活的苦难

tội ác *d* 罪恶，罪过：tội ác tầy trời 滔天罪行

tội danh *d* 罪名

tội đồ *d* ①重刑②重刑罪犯，重罪犯

tội gì *p* [口]何苦，何必，犯不着：Tội gì phải làm như vậy？何必这样做呢？

tội gì mà [口]=tội gì

tội lỗi *d* 罪过，过失：ăn năn về tội lỗi của mình 对自身的过错感到自责

tội nghiệp *d* [宗]罪孽 *t* 可怜：Đứa bé trông tội nghiệp quá. 这孩子看起来太可怜了。

tội nhân *d* 罪犯，罪人

tội nợ *d* [口]累赘，拖累，麻烦

tội phạm *d* 罪犯：tội phạm chiến tranh 战犯

tội tình₁ *d* 罪情，罪过：Nó chẳng có tội tình gì. 他没有任何罪过。

tội tình₂ *p* 何必，何苦

tội trạng *d* 罪状

tội vạ *d*（处罚、惩罚的）后果，结果：Cứ làm đi, tội vạ gì tôi chịu. 尽管做吧，有什么后果我来扛。

tôm₁ *d*［动］虾：mắm tôm 虾酱

tôm₂ *d* 果粒：tôm bưởi 柚子果粒

tôm₃ *đg* 抓，逮：tôm cả nút 一网打尽

tôm bể *d* 海虾

tôm he *d* 明虾

tôm hùm *d* 龙虾

tôm nõn *d*（熟）虾仁

tôm rảo *d* 基围虾

tôm sú *d* 斑节对虾，竹节虾，斑节虾

tôm tép *d* ①小鱼小虾：Cá mú tôm tép đều rẻ. 小鱼小虾都便宜。②喽啰，小人物

tôm thẻ Nhật Bản *d* 日本对虾

tôn₁ [汉]孙 *d* ①孙：đích tôn 嫡孙②宗族：đồng tôn 同宗

tôn₂ *d* 镀锌铁皮：mái lợp tôn 铁皮房顶

tôn₃ [汉]尊 *đg* ①尊拜，尊崇，推崇：tôn làm thầy 尊拜为师②尊重，敬重：tôn những người già cả 尊重老年人

tôn₄ *đg* ①衬托：Hình thức đẹp làm

tôn thêm nội dung. 好的形式烘托出
内容。②加高: tôn cao con đê 加高
堤坝

tôn chỉ *d* 宗旨, 目的: tôn chỉ của một
tờ báo 报纸的宗旨

tôn giáo *d* 宗教

tôn kính *đg* 尊敬: được mọi người tôn
kính 受人尊敬

tôn miếu *d* 宗庙

tôn nghiêm *t* 尊严, 庄严

tôn sùng *đg* 尊崇, 崇拜, 推崇, 尊敬:
tôn sùng cá nhân 个人崇拜

tôn sư trọng đạo 尊师重道

tôn tạo *đg* 修建, 修缮: tôn tạo các di
tích văn hoá 修缮文化遗址

tôn thất *d* 宗室

tôn thờ *đg* 崇拜, 景仰: tôn thờ thần
tượng 崇拜偶像

tôn ti *d* 尊卑, 上下: xoá bỏ mọi tôn ti
đẳng cấp trong xã hội phong kiến
清除封建社会遗留下来的尊卑等级

tôn trọng *đg* 尊重, 敬重, 遵守: tôn
trọng lẫn nhau 互相尊重

tôn vinh *đg* 造就, 成就, 包装

tôn xưng *đg* 尊称: tôn xưng là anh cả
尊称为大哥

tồn₁ [汉] 存 *đg* 存, 保存: Hàng tồn trong
kho. 货存在库里。

tồn dư *đg* 结余, 残留

tồn đọng *đg* 结余, 滞压, 残留, 积压,
积存: tồn đọng vốn 结余资金; hàng
tồn đọng 滞压货物

tồn giữ *đg* 留存, 保留: tồn giữ nhiều
tài liệu quí 保留许多宝贵资料

tồn kho *đg* 库存: hàng tồn kho 库存物
资

tồn khoản *d* 余款, 余额

tồn lưu *đg* 残留: Thuốc bảo vệ thực
vật tồn lưu trên rau quả. 农药残留在
蔬菜上。

tồn nghi *t* 存疑的, 有疑点的: Vụ án này
còn nhiều tồn nghi. 这个案子还有多
处存疑点。

tồn quĩ *d* (货币) 库存

tồn tại *đg* 存在, 残留 *d* ①客观存在②
问题, 缺点

tồn trữ *đg* 贮藏, 贮存: Tồn trữ hàng
trong kho. 把货贮存在仓库里。

tồn ứ *t* 滞留的: Trong kho có nhiều
hàng tồn ứ. 仓库里有许多滞销货。

tồn vong *đg* 存亡

tổn [汉] 损 *đg* [口] ①损耗, 消耗, 耗
费: phí tổn 费用 ② 损 害: làm tổn
thanh danh 损害名声

tổn hại *đg* 损害, 损伤, 伤害

tổn hao *đg* 损耗, 消耗: tổn hao sức
lực 消耗体力

tổn ích *đg* 损益: tổn ích về mặt kinh
doanh 经营上的损益

tổn phí *đg* 耗费, 浪费, 损耗: tổn phí
thì giờ 浪费时间

tổn thất *đg*; *d* 损失: tổn thất tiền của
损失钱财; gây tổn thất kinh tế 造成
经济损失

tổn thọ *đg* 折寿, 减寿

tổn thương *đg* ① 损伤, 伤亡: Quân
địch bị tổn thương nặng. 敌军伤亡
惨重。②伤害: tổn thương đến lòng
tự trọng 伤害到自尊心

tốn₁ [汉] 巽 *d* 巽 (八卦之一); 东南:
gió tốn 东南风

tốn₂ *đg* 耗费, 花费, 浪费: tốn công 白
费力

tốn kém *đg* 耗费, 浪费, 花费: phải tốn
kém lắm 要花费很大

tốn phí = tổn phí

tốn tiền *đg* 花钱, 浪费钱

tông₁ [汉] 宗, 踪

tông₂ *d* 柄, 把子: tông dao 刀把

tông₃ *d* 色调: tông màu lạnh 冷色系

tông₄ *d* 声调: hát lạc cả tông 唱歌跑调

tông₅ *đg* 碰撞, 四散, 冲出, 送: hai xe
tông nhau 两车相撞

tông chi *d* 宗支: biết rõ tông chi họ hàng
清楚自己的宗支亲戚关系

tông đồ *d* 信徒

tông-đơ *d* 理发推子

tông đường *d* 宗祠

tông miếu *d* 宗庙

tông môn *d* 宗门; 族门

tông nhân *d* 族人; 宗人

tông phái *d* 宗派; 族系

tông tích *d* 来历

tông tốc *t* 口无遮拦的

tông tộc *d* 宗族

tông ngồng₁ *t* 赤裸

tông ngồng₂ *t* 大个儿,大块头

tông tộc *t* 一股脑儿的: nói tông tộc hết mọi điều 一股脑儿什么都说了

tổng [汉] 总 *d* ①总,区(旧行政区域名,属县,下辖数乡)②总,综: tổng công ti 总公司; tổng hợp 综合

tổng bãi công *d* 总罢工

tổng bí thư *d* 总书记

tổng biên tập *d* 总编辑

tổng bộ *d* [旧] 总部

tổng chi *d* 总支出

tổng chỉ huy *d* 总指挥

tổng công đoàn *d* 总工会

tổng công kích *đg* 总攻

tổng công ti *d* 总公司

tổng công trình sư *d* 总工程师

tổng cộng *đg* 总共,总计,合计,共计

tổng cục *d* 总局: tổng cục trưởng 总局局长

tổng diễn tập *d* 总演习

tổng duyệt *đg* (节目)总审查,总排练

tổng dự toán *d* [经] 总预算

tổng đài *d* 电话总机,交换机,交换台: tổng đài điều độ 总调度台

tổng đại diện *d* 总代表

tổng đại lí *d* 总代理

tổng đình công=tổng bãi công

tổng đốc *d* 总督

tổng đội *d* 总队

tổng động viên *đg* 总动员

tổng giám đốc *d* 总经理,总裁

tổng giám mục *d* [宗] 大主教

tổng hành dinh *d* [军] 大本营

tổng hoà *d* 综合,总体

tổng hội *d* 总会

tổng hợp *đg* 汇合,综合: lợi dụng tổng hợp 综合利用 *t* 合成的,复合的,综合的: sợi tổng hợp 合成纤维; phân tổng hợp 复合肥

tổng kết *đg* 总结

tổng kho *d* 总库

tổng khủng hoảng *d* 全面危机

tổng kim ngạch *d* 总金额

tổng lãnh sự *d* 总领事: tổng lãnh sự quán 总领事馆

tổng liên đoàn *d* 联合会,总会

tổng loại *d* 总类,大类

tổng luận *d* 总论

tổng lực *d* 综合力量: tổng lực quốc gia 综合国力

tổng lượng *d* 总量

tổng mục *d* 总目,总目录

tổng ngân sách *d* 总预算

tổng nha *d* 总署

tổng phát hành *đg* 总发行

tổng phổ *d* 总谱,总乐谱

tổng quan *t* 综观的,总体的,总览的: một báo cáo tổng quan 总体汇报

tổng quát *t* 总括的,统括的,概括的

tổng sản lượng *d* 总产量: tổng sản lượng nông nghiệp 农业总产量

tổng sản phẩm *d* 总产值: tổng sản phẩm quốc gia 国民生产总值

tổng số *d* 总数,总额,总和

tổng tập *d* 总集,丛书,全集

tổng tham mưu *d* [军] 总参谋(部): tổng tham mưu trưởng 总参谋长

tổng thanh tra *d* [法] 检察长,总检察官

tổng thành *d* 总成

tổng thể *d* 总体 *t* 总体的: qui hoạch tổng thể 总体规划

tổng thống *d* 总统

tổng thu *d* 总收入

tổng thuật *đg* 综述: tổng thuật kinh tế tuần qua 过周经济综述

tổng thư kí *d* 秘书长

tổng trưởng *d* 总长(相于部长)

tổng tuyển cử *d* [政] 普选

tổng tư lệnh *d* [军] 总司令

tổng vệ sinh *đg* 大扫除: tổng vệ sinh đường phố 街道大扫除

tống₁ [汉] 送 *đg* ①赶,撵,排除: Tống hết rác ra khỏi nhà. 把垃圾扫出门。②驱赶,送走: tống vào tù 送进监狱 ③[口] 塞进;送: Tống hết mọi thứ vào túi. 把所有的东西都塞进兜里。

tống₂ *đg* [口] 揍,打,击: tống một quả

đấm vào mặt 一拳打在脸上

tống biệt *đg* 送别: mấy lời tống biệt 临别赠言

tống chung *đg* 送终

tống cổ *đg* 赶出去，滚蛋，轰走: tống cổ ra khỏi nhà 逐出家门

tống đạt *đg* 送达，转达，转示: giấy tống đạt 传票

tống giam *đg* 扣押，拘留，关押，送监: lệnh tống giam 拘押令

tống gió *đg* 轰出去，撵出去

tống khứ *đg* [口] 赶跑，轰跑

tống táng₁ *đg* ①送葬，送丧②了结，结束

tống táng₂ *p* [口] 匆忙，急忙: bán tống táng 急售

tống tiền *đg* 敲诈，勒索: vụ tống tiền 敲诈案

tống tiễn *đg* 饯行，送行: tống tiễn bạn 为友人送行

tống tình *đg* [口] 眉目传情: Hai người tống tình với nhau. 两人互送秋波。

tộng phộng *t* 中空的，空空的

tốp₁ *d* 队，组，批，群: một tốp người 一群人

tốp₂ *đg* 停止，制止: yêu cầu hai người tốp lại 要求两人住手

tốp ca *d* 小组唱: tốp ca nữ 女声小组唱

tốp năm tốp ba 三五成群，三三两两

tốt₁ [汉] 卒 *d* 卒，兵

tốt₂ *t* ①好，善良，良好: người tốt 好人 ②相好的，交好的: Chị tốt với anh ta. 她跟他要好。③好，优秀，有能耐的，有本事的: học tốt 学习好 *p* 好，行，不错，可以

tốt bụng *t* 好心，好心肠

tốt duyên *t* 良缘的，缘分好: Tốt duyên lấy được vợ hiền. 缘分好娶得贤妻。

tốt đen *d* 小卒

tốt đẹp *t* 美好，美丽，美满，圆满: Mọi việc đều tốt đẹp cả. 一切都很好。

tốt đôi *t* 佳配的，鸳鸯配的: Cô cậu trông thật tốt đôi. 你们俩看起来很般配。

tốt giọng *t* 好嗓子

tốt giống *t* 良种: gà tốt giống 良种鸡

tốt lành *t* 善良，良好: Chúc mọi điều tốt lành！祝万事顺利！

tốt mã *t* 金玉其表的: tốt mã dẻ cùi 虚有其表

tốt nái *t* [口] 多产的: con lợn tốt nái 母猪多产

tốt nết *t* 正派的，品行好的

tốt nghiệp *đg* 毕业: bằng tốt nghiệp 毕业证

tốt nhịn *t* 能忍耐的，能克制自己的，能忍的

tốt nói *t* 巧嘴的，光说不干的: Nó chỉ được bộ dẻo mỏ, tốt nói mà thôi. 他就是那种光说不练的人。

tốt phúc *t* 好福气的: Nhà nó tốt phúc thật. 他们家好福气。

tốt số *t* 幸运，走运，好福气的: Cậu ấy tốt số thật！那小子好运！

tốt tính *t* 善良，性格好的: cô gái tốt tính 善良的姑娘

tốt trời *t* 好天气的，晴天的

tốt tươi *t* 繁茂: cây cối tốt tươi 树木繁茂

tột *p* 极端，极顶: Sướng tột！高兴极了！

tột bậc *d* 顶点，极点，最高峰: lên đến tột bậc 登峰造极 *t* 极其，非常; 登峰造极的: đau tột bậc 非常痛苦

tột cùng *t* 最大限度的: vui sướng tột cùng 非常高兴 *d* 极限

tột đỉnh *d* 顶峰，绝顶 *t* 顶峰的，至高无上的: tột đỉnh vinh quang 至高无上的光荣

tột độ *p* 极，极度，极其: vui sướng đến tột độ 高兴之极

tột vời *t* 极高，顶尖

tơ₁ [汉] 丝 *d* ①丝: hàng tơ 丝织品 ②纤维: tơ nhân tạo 人造纤维

tơ₂ *t* ①幼小: gà tơ 雏鸡 ②纤细: tóc tơ 丝发

tơ duyên *d* 姻缘

tơ đồng *d* 琴瑟; 琴声

tơ hào *đg* ①少量拿取②指望: Đừng có tơ hào hắn tốt với cô. 别指望他会对你好。

tơ hoá học *d* 人造丝，合成纤维

tơ hồng *d* ①红绳,红线②菟丝子,无根藤

tơ lòng *d* 心绪,思绪

tơ lơ mơ *t* 稀里糊涂

tơ lụa *d* 丝绸

tơ màng *đg* 指望得到(常用于否定句): không tơ màng được thưởng 不指望中奖

tơ mơ₁ *đg* 胡乱思忖: tơ mơ cô hàng xóm 暗地里想着邻家姑娘

tơ mơ₂ *t* ①糊里糊涂②装蒜的: đừng có tơ mơ nữa 别装蒜了

tơ nhân tạo *d* 人造丝

tơ nõn *d* 生丝

tơ sợi *d* 纤维

tơ tình *d* 情丝

tơ tóc *d* 丝毫,毫厘

tơ trúc *d* ①丝竹②笙歌

tơ vò *t* 一团乱丝般的

tơ vương *đg* ①思恋,纠葛,情累,藕断丝连: tơ vương mối tình đầu 对初恋藕断丝连②为情所困: Đừng tơ vương nữa! 别再为情所困了!

tờ *d* ①张,页: một tờ giấy 一张纸②文契,文书: tờ khai 登记表③纸面(喻指平静): Mặt hồ lặng như tờ. 湖面平静如纸。

tờ gấp *d* 折页

tờ mây *d* 云纹花笺

tờ mờ *t* 模糊,含糊;蒙蒙: tờ mờ sáng 蒙蒙亮

tờ rơi *d* 卡片;传单

tờ sao *d* 抄本,副本

tờ trình *d* 呈文,意见书

tở *đg* 散开,碎裂

tở mở *t* [方]①透亮,灿烂,晴朗②欢欣鼓舞: mặt mày tở mở 眉开眼笑

tớ₁ *d* 仆役: thầy tớ 主仆

tớ₂ *d* [口]我(对同辈自称): Ngày mai sang nhà tớ chơi nhé. 明天来我家玩。

tơi₁ *d* 蓑衣: mang tơi che mưa 穿蓑衣挡雨

tơi₂ *t* 散开,松散,散碎,粉糜

tơi bời *t* 稀烂,粉碎;褴褛,破烂不堪

tơi tả *t* ①破烂不堪,褴褛②不可收拾,紊乱

tơi tới *p* 频频,纷纷

tời *d* 卷扬机,绞车

tới *đg* ①到,到达,达到,抵达,至: tới ga 到站②下一个: tuần tới 下周 *k* 至,到: không biết tới bao giờ 不知到何时

tới bến 尽兴地: nhậu một chầu tới bến 大吃一顿

tới hạn *đg* 临界

tới lui *đg* ①进退: tới lui đều vướng 不知该如何进退②来往

tới số *đg* 气数已尽,日暮途穷: Bọn chúng đã tới số rồi. 他们的气数已尽。

tới tấp *t* 频繁,不断: Đạn pháo tới tấp rơi xuống trận địa. 炮弹不停地打到阵地上。

tởm *t* 可怕,恶心

tởm lởm *t* 反胃,恶心

tởn *d* [方]①畏惧,害怕②腻,腻味

tớn *đg* 撅起,翘起: môi cong tớn lên 撅起嘴巴

tớn tác *t* [口]鼠窜般的: chạy tớn tác 窜逃

tợn *t* ①[方]大胆: Thằng bé tợn lắm. 这小孩好大胆。②[口]凶,凶恶 *tr* [口]真,太,很,十分,极

tợn tạo *t* [口]不怕,不惧: Thằng bé tợn tạo quá! 小男孩天不怕地不怕!

tớp *đg* 猛喝一口,猛灌一口 *p* 草草,快速

tợp *đg* ①猛喝,猛饮: tợp một hơi一口气喝下去②猛咬一口 *d* 一口,满口: một tợp rượu 一口酒

tra₁ *đg* ①点,种: tra đỗ 点种豆子②上,滴,放: tra dầu vào máy 给机器上油③套上,插入

tra₂ [汉]查 *đg* 审问: tra hỏi 盘问

tra₃ [汉]查 *đg* 查,检索: tra tài liệu 查资料

tra₄ *t* [方]老: ông tra bà lão 老头老太

tra án *đg* 查案

tra-côm *d* 沙眼

tra cứu *đg* 查,检索,查究

tra hỏi *đg* 查问,审问

tra khảo₁ *đg* 考证: tra khảo tài liệu 查考资料

tra khảo₂ *đg* 拷问

tra tấn *đg* 拷问,上刑

tra vấn *đg* 盘问,拷问

tra xét *đg* 检查,考察

trà [汉]茶

trà đạo *d* 茶道

trà hoa *d* 茶花,山茶花

trà mi *d* 山茶花

trà quán *d* 茶馆

trà trộn *đg* 蒙混(进): Kẻ gian trà trộn vào đám đông. 坏人混进人群里。

trả₁ *d* [动]翠鸟

trả₂ *đg* ①还,交还,付还: trả nợ 还债②回报: trả lễ 答礼③还价: trả thấp nên không bán 还价太低不卖

trả bài *đg* 交作业

trả bữa *đg* (病后)食欲大增

trả chậm *đg* 分期付款,赊账: mua hàng trả chậm 赊账买东西

trả đũa *đg* 报复,以牙还牙

trả giá *đg* ①还价,议价②付出代价: trả giá bằng tính mạng 付出生命的代价

trả góp=trả chậm

trả lời *đg* ①回答,答复②回应,回复

trả lương *đg* 发薪水

trả lương theo lao động *d* 按劳取酬

trả miếng *đg* 还嘴,还击

trả nghĩa *đg* 报恩

trả ơn *đg* 报恩,回报: giúp người chẳng màng người trả ơn cho mình 助人不求回报

trả phép *đg* 销假

trả thù *đg* 报仇,报复

trả tiền *đg* 还款,兑付,偿付

trã *d* 砂锅

trã trẹt₁ *d* 翠鸟,鱼狗

trá₁ *đg* 酸洗: trá nhẫn vàng 酸洗金戒指

trá₂ *đg* 调换: trá của giả 以假乱真

trá₃ [汉]诈: gian trá 奸诈

trá hàng *đg* 诈降: trá hàng lừa địch 诈降骗敌人

trá hình *đg* ①假扮,乔装,易容②伪装,变形

trác₁ [汉]琢,卓

trác₂ *đg* [方]愚弄,耍弄

trác kiến *d* 卓见

trác táng *t* 淫逸,放浪

trác tuyệt *t* 卓绝,卓越,出色

trạc₁ *d* 挑土的筐

trạc₂ *d* 大概: Bà ấy trạc 60 tuổi. Bà约莫60岁。

trách₁ *d* [方]小砂锅

trách₂ [汉]责 *đg* 责怪,抱怨

trách cứ *đg* 责怪

trách mắng *đg* 责骂

trách móc *đg* 责备,埋怨

trách nhiệm *d* ①责任,职责,本分: trách nhiệm nặng nề 责任重大②负责任,承担责任

trách phạt *đg* 责罚

trai₁ *d* ①青年男子②[口]情郎,男朋友: dẫn trai về nhà 带男朋友回家

trai₂ *d* [动]蚌: ngọc trai 珍珠蚌

trai gái *d* 青年男女 *đg* [口]乱搞男女关系

trai giới *đg* 斋戒

trai lơ *t* 轻佻,轻浮: ăn nói trai lơ 举止轻浮

trai phòng *d* ①书斋②禅房

trai tài gái sắc 郎才女貌

trai tơ *d* 少年郎

trai tráng *d* 壮丁;健儿 *t* 少壮,身强力壮

trai trẻ *d* 年轻人 *t* 年轻,少壮: thời trai trẻ 青春时代

trải₁ *d* 舟,龙舟: bơi trải 划龙舟 *đg* ①推开,展开,铺开: trải chiếu 铺席子②经历,经过: trải nhiều đắng cay 经历了许多苦难

trải đời *đg;t* 经验丰富,阅历丰富,老到,历练

trải nghiệm *đg;d* 经历,经过,阅历

trái₁ *d* [方]①颗,个,座: trái lựu đạn 一颗手榴弹; trái núi 一座山②地雷

trái₂ *d* 天花,牛痘: lên trái 出痘

trái₃ *t* ①左: rẽ trái 左拐 ②反: mặt trái 反面

trái₄ *t* ①反,相反,违反的: rau trái vụ

反季节蔬菜②错误的: phải phân biệt lẽ phải trái要分清对或错

trái₅ [汉] *d* 债: trái phiếu 债券

trái cây *d* [方] 水果

trái chứng *t* 反常: Dạo này bà trái chứng, hay cáu gắt. 这阵子她有点反常, 爱发脾气。

trái cổ *d* 喉结

trái cựa *t* 相反, 反常, 悖谬: làm trái cựa 倒行逆施

trái đào *d* ①桃子②髻子

trái đất *d* 地球

trái gió trở trời *t* ①变天, 气候变化②头疼脑热, 生病③性情反复无常

trái khoáy *t* 反常, 不合常理: làm ăn trái khoáy 做事不合常理

trái lại *k* 相反, 反过来: Thành tích học tập không lên, trái lại còn tụt xuống. 学习成绩不但没上去, 反而变差了。

trái lệ *đg* 违反: trái lệ giao thông 违反交通规则

trái lí *t* 悖理, 无理

trái mắt *t* 刺眼的, 不顺眼的, 看不惯的

trái mùa *t* ①(作物)反季节: rau trái mùa 过季蔬菜②过时

trái nết = **trái tính**

trái nghĩa *t* 反义的

trái ngược *t* ①相反: Hành động hoàn toàn trái ngược với lời nói. 行动与言论完全相反。②乖戾, 乖谬, 反常

trái phá *d* 炸弹

trái phép *t* ①违法的: hành động trái phép 违法行为②非法的, 不法的

trái rạ *d* [方] 水痘

trái tai *t* 逆耳的, 不顺耳的: Nghe trái tai quá! 太不顺耳了! *d* 耳垂

trái tim *d* 心, 心灵

trái tính *t* 乖僻, (脾气)怪

trái trời *t* 变天的, 换季的, 不合时节的

trái vụ *t* 反季节的: rau trái vụ 反季节蔬菜

trái xoan *t* 鹅蛋形的: mặt trái xoan 鹅蛋脸儿

trái ý *đg* 逆意, 拂意: Chả ai dám trái ý sếp. 没有人敢违逆老板的意。

trại₁ [汉] 寨 *d* ①寨子, 农庄, 农场: trại chăn nuôi 养殖场②营寨, 营地: đóng trại 扎寨③坡地

trại₂ *t* (故意说)偏差, 不正确

trại ấp *d* ①庄园, 田庄②种植园

trại chăn nuôi *d* 牧场, 养殖场

trại giam *d* 监狱, 监牢

trại hè *d* 夏令营

trại lính *d* 军营, 兵营

trại mồ côi *d* 孤儿院

trại tạm giam *d* 拘留所, 看守所

trại tập trung *d* 集中营

trại thu dung *d* 收容所, 救助站

tràm₁ *d* [植] 白千层

tràm₂ *đg* 燎烧, 蔓延, 扩散: Lửa cháy tràm ra ngoài. 火蔓延开来。

trảm [汉] 斩 *đg* [旧] 斩: tiên trảm hậu tấu 先斩后奏

trám₁ *d* 橄榄: trám đen 乌榄; trám đường 糖榄; trám trắng 白榄

trám₂ *đg* 填补, 补足: trám răng 补牙填缝儿

trạm [汉] 站 *d* 站: trạm thu mua 收购站

trạm báo bão *d* [天] 台风警报站

trạm biến thế *d* [电] 变电站

trạm không gian *d* 空间站

trạm kiểm soát *d* 检查站

trạm phòng dịch *d* 防疫站

trạm sửa chữa *d* 修理部

trạm thuỷ điện *d* 水电站

trạm trưởng *d* 站长: trạm trưởng trạm kiểm lâm 森林检查站站长

trạm vũ trụ *d* 宇航站

trạm xá *d* 医疗站: trạm xá xã 乡医疗站

tràn₁ *d* 栈: tràn hàng 货栈

tràn₂ *d* 筛, 萝

tràn₃ *đg* 溢出, 涌出: tràn ra 溢出; tràn vào 涌入; đập tràn 溢水坝 *p* 盲目地: làm tràn 蛮干

tràn cung mây *t* [口] 放任, 放怀, 任意

tràn đầy *t* ①充足的: nước sông tràn đầy 充足的河水②充满的, 漫溢的

tràn lan *t*; *đg* 漫溢, 蔓延

tràn ngập *t*; *đg* 充满，洋溢，充塞

tràn trề *t* 漫溢的

trán *d* 额，额头

trang₁ [汉] 妆

trang₂ *d* 页：trang sách 一页书

trang₃ *d* 辈：trang hảo hán 好汉

trang₄ *đg* 木刮子：dồn thóc đồng bằng cái trang 用木刮子把稻谷拢成堆 *đg* ①平整：trang đất 平整土地②翻匀，掺匀：trang bài 洗牌③清理，清偿：trang nợ 清债

trang₅ [汉] 庄：trang ấp 村庄

trang₆ [汉] 装 *d* 装束：nữ trang 女装

trang bị *d* 装备，装置：trang bị hiện đại 现代化装备 *đg* 配备：trang bị vũ khí kiểu mới cho quân đội 为军队配备新型武器

trang chủ *d* 首页

trang điểm *đg* 装点，装饰，化妆，梳妆

trang hoàng *đg* 装潢；陈设；敷设

trang kim *đg* 贴金：tượng phật trang kim 贴金佛像

trang lứa *d* 同辈

trang mục *d* 栏目

trang nghiêm *t* 庄严：không khí trang nghiêm 庄严的气氛

trang nhã *t* 文雅：con người trang nhã 文雅的人

trang phục *d* 服饰，衣饰，服装，着装：chỉnh đốn trang phục 整理服装 *đg* 着装，打扮

trang sức *đg* 装饰：trang sức bằng bạc 用银装饰 *d* 装饰品：tráng sức lễ cưới 婚礼饰物

trang thiết bị *d* 装备和设备

trang trải *đg* 清理，清偿，清债

trang trại *d* 庄园，田庄：xây dựng trang trại 建设庄园

trang trí *đg* 布置，装饰，装潢，陈设：trang trí hội trường 布置会场

trang trọng *t* 庄重：Lễ đón tiếp rất trang trọng. 欢迎仪式很庄重。

trang viên *d* 庄园，田庄：cáo quan về nghỉ ở trang viên 辞官归田

trang web *d* 网页

tràng₁ *d* 长串，阵：tràng vỗ tay 一阵鼓掌声

tràng₂ [汉] 肠：đại tràng 大肠

tràng₃ [汉] 长：phố Tràng Thi 长诗街

tràng hạt *d* 佛珠，念珠，串珠

tràng kỉ *d* 长椅

tràng nhạc₁ *d* [医] 瘰疬

tràng nhạc₂ *d* 驼铃，马铃

tràng *d* 林间空地，平地①开阔地

tràng nắng *t* 朝阳的，向阳的：trồng cây chỗ tràng nắng 在向阳的地方种树

tráng₁ [汉] 壮 *d* 青壮年：trai tráng 健儿

tráng₂ *đg* ①涮洗，漱洗②搪，镀：tráng vàng 镀金③摊：tráng bánh 摊饼

tráng₃ *t* 空，旷：phơi chỗ tráng gió 在通风的空地上晾晒

tráng kiện *t* 健壮：thân thể tráng kiện 身体健壮

tráng lệ *t* 壮丽

tráng men *d* 搪瓷

tráng miệng *đg* 饭后吃水果、甜品：ăn quả chuối tráng miệng 饭后吃根香蕉

tráng niên *d* 壮年：thuở tráng niên 壮年时

tráng phim *đg* 冲底片

tráng sĩ *d* 壮士：tráng sĩ ra trận 壮士出征

trạng₁ [汉] 状 *d* 状纸，诉状

trạng₂ [汉] 状 *d* ①状元②能人（讥讽）：trạng cơm 饭桶；trạng nói 话匣子

trạng huống *d* 状况

trạng mạo *d* 相貌

trạng nguyên *d* 状元

trạng ngữ *d* 状语

trạng sư *d* 律师，状师：thuê trạng sư 请律师

trạng thái *d* 状态：Mọi vật ở trạng thái chuyển động. 各物体处于运动状态。

trạng thái khí *d* 气态

trạng thái lỏng *d* 液态

trạng thái rắn *d* 固态

trạng từ *d* [语] 副词

tranh₁ *d* 茅草：nhà tranh 茅屋

tranh₂ *d* 图画: tranh Việt Nam 越南画

tranh₃ [汉] 筝: đàn tranh 古筝

tranh₄ [汉] 争 *đg* ①争取, 夺: tranh nhau làm người tình nguyện 争着当志愿者 ②争光

tranh ảnh *d* 画, 画像, 图画, 图片

tranh áp phích *d* 招贴画

tranh biếm hoạ *d* 漫画, 讽刺画

tranh cãi *đg* 争辩, 舌战, 论战: cuộc tranh cãi gay go 激烈的论战

tranh chấp *đg* 争执, 争端, 纠纷, 争议

tranh cuộn *d* 轴子画

tranh cử *đg* 竞选: tranh cử tổng thống 竞选总统

tranh dầu *d* 油画

tranh đả kích *d* 漫画

tranh đấu *đg* 斗争, 争斗

tranh đoạt *đg* 相争, 争夺

tranh đua *đg* 争, 争夺: không tranh đua với đời 与世无争

tranh giành *đg* 角逐, 争夺, 钩心斗角: trành giành quyền lợi 争权夺利

tranh hoành tráng *d* 巨幅画

tranh hùng *đg* 争雄

tranh khảm màu *d* 镶嵌画

tranh khắc đồng *d* 铜版画

tranh khắc gỗ *d* 木版画, 版画

tranh lụa *d* 绢画

tranh luận *đg* 争论

tranh màu *d* 彩画

tranh sơn dầu *d* 油画

tranh sơn mài *d* 磨漆画

tranh sơn thuỷ *d* 山水画

tranh Tết *d* 年画

tranh thủ *đg* 争取

tranh thuỷ mạc *d* 水墨画

tranh thuỷ mặc=tranh thuỷ mạc

tranh truyện *d* 连环画

tranh tường *d* 壁画, 墙画

tranh vui *d* 幽默画

trành₁ *d* 钝残的刀剑

trành₂ *đg* 斜, 歪倒: Thuyền trành về một bên. 船斜向一边。

tránh *đg* ①避让: tránh đường 让路②避免: tránh lãng phí 避免浪费③躲避: tránh mưa 躲雨

tránh mặt *đg* 回避, 躲开, 避而不见

tránh né *đg* 回避, 躲避: tránh né câu hỏi khó 躲避难题

tránh thai *đg* 避孕: thuốc tránh thai 避孕药

tránh tiếng *đg* 避嫌: tránh tiếng thị phi 避嫌是非

tránh trở *đg* 避让, 避开

trạnh₁ *d* [方] 海龟; 大水龟

trạnh₂ *d* 铧: trạnh cày 犁铧

trao *đg* 交, 交付, 交给; 颁发: trao nhiệm vụ 交任务

trao đổi *đg* 交换, 交流, 沟通: trao đổi văn bản 交换文本; trao đổi kinh nghiệm 交流经验

trao gửi *đg* 托付: Tôi trao gửi con gái cho anh rồi đấy! 我把女儿托付给你了!

trao tay *đg* 面交, 亲手交: phải trao tay lá thư này cho thầy 要亲手交这封信给老师

trao tặng *đg* 授, 赠: trao tặng huân chương 授勋

trao trả *đg* 交还: trao trả tù binh 遣返俘虏

trao tráo *t* 直勾勾, 直瞪瞪: nhìn trao tráo vào mặt cô gái 直勾勾地看着姑娘的脸

trào₁ [汉] 潮, 朝, 嘲

trào₂ *đg* ①溢出, 涌出: Nước trào ra từ dưới đất. 水从地下涌出来。②潮涌: gió nổi sóng trào 风起浪涌

trào dâng *đg* 涌动, 掀起: sóng biển trào dâng 海浪汹涌

trào lộng *t* 嘲弄的: Bài viết mang ý trào lộng. 文章带有嘲弄的意味。

trào lưu *d* 潮流: trào lưu mới 新潮流

trào phúng *t* 嘲讽的, 讽刺的: tranh trào phúng 讽刺画

tráo *đg* ①调换, 调包: đánh tráo cặp tài liệu 文件夹被调包②头尾调换: tráo đầu trở xuống 头朝下

tráo đổi *đg* 调换: tráo đổi chỗ ngồi 调换位置

tráo trở *t* 多变的, 出尔反尔的, 没信誉的

tráo trưng *t* 虎视眈眈的, 圆瞪的

trạo đg ①搅动,搅拌②戕伤,扭伤

tráp d 小匣,小盒: tráp cau 槟榔盒

trát₁ đg 涂,涂抹: trát vôi 抹灰

trát₂ [汉]札 d 文札,公牒: trát hầu toà 法庭传票

trạt t 密匝: cỏ mọc trạt sân 杂草丛生

trau₁ đg 琢,磨: trau ngọc 磨玉

trau₂ đg 脱粒: trau lúa 打谷子

trau chuốt đg ①修饰,装饰,化装,打扮②锤炼,润饰: trau chuốt câu văn 润饰文句

trau dồi đg 磨炼,提高: trau dồi nghiệp vụ 提高业务

tràu d 蒌叶

trầu d [植]桐,油桐

tray t 麻烦,艰难

tràye d 杵(=chày)

tràye tràye d 结实,健壮

tràye trạye t 黝黑: da tràye trạye 皮肤黝黑

tràye₁ đg 摘,采: tràye cau 采槟榔

tràye₂ đg 削: tràye mắt tre 削竹子

tràye mày t 零碎,琐碎

trắc₁ [汉]侧,测

trắc₂ [汉]侧 d [植]酸枝

trắc₃ [汉]仄 t [语]仄声

trắc ẩn đg 恻隐: lòng trắc ẩn 恻隐之心

trắc bá d 侧柏

trắc bách diệp=trắc bá

trắc đạc đg 测度,测量

trắc địa đg 勘测: đội trắc địa 勘测队 d 勘测学: trắc địa học 测量学

trắc địa mỏ d 矿产勘测

trắc nghiệm đg ①检测,检验②测验,测试: trắc nghiệm tâm lí 心理测试

trắc thủ d 检测员,标图员

trắc trở đg ①阻碍,障碍: công việc bị trắc trở 事情受阻②挫折: Trong đời gặp nhiều trắc trở. 生活遇到很多挫折.

trắc vi kế d 测微器

trặc₁ đg 用钩子拉: trặc dừa 勾椰子

trặc₂ t 错位: trặc chân 脚错位

trăm d 百,一百: trăm tuổi 一百岁 t 很多: bận trăm việc 百事缠身

trăm cay nghìn đắng 千辛万苦

trăm họ d 百姓,群众: trăm họ yên vui 百姓安乐

trăm hoa đua nở 百花齐放

trăm năm d 百年,一辈子,一世

trăm ngàn d 成千上万

trăm nghìn=trăm ngàn

trăm nhà đua tiếng 百家争鸣

trăm phần trăm 百分之百;不折不扣;纯的: trăm phần trăm len cừu 纯羊毛

trăm phương nghìn kế 千方百计

trăm sự d 万事,所有事情: Trăm sự nhờ anh đấy. 所有事情都拜托你了。

trăm thứ bà giần 五花八门

trăm tuổi d ①长命百岁②百年之后(指去世)

trằm₁ d 耳环

trằm₂ đg 削平,打磨: trằm góc 把边角磨平

trắm₁ d [动]草鱼

trắm₂ đg 沉: trắm thuyền 船沉

trăn d 蟒蛇

trăn gấm d 花蟒

trăn trở đg ①翻来覆去,辗转反侧: trăn trở suốt đêm 整晚辗转反侧②忧虑

trần đg ①扭动(身子): Em bé trần mình không cho ăm. 小孩扭身不让抱。②拼力,奋力: trần lưng ra làm 拼命干活

trần trọc đg 翻腾,辗转,翻来覆去: trần trọc suốt đêm không ngủ được 一夜辗转难眠

trăng d 月亮: trăng non 新月

trăng già d [旧]月老

trăng gió d 风月: phường trăng gió 风月场

trăng hoa d 风花雪月

trăng khuyết d 月缺

trăng lưỡi liềm d 月牙,弯月,新月

trăng mật d 蜜月: tuần trăng mật 蜜月期

trăng non d 上弦月,新月

trăng trắng t 白白的,泛白的

trăng treo d 下弦月

trăng tròn d 圆月

trăng trối *đg* 死前留言: lời trăng trối 遗言

trắng *t* ①白,亮(色): vải trắng 白布② [政]白色的: khủng bố trắng 白色恐怖③空无所有: vừa nghèo vừa trắng 一穷二白④明白: nói trắng ra 说穿了

trắng án *t* 宣判无罪的

trắng bạch *t* 纯白

trắng bệch *t* 苍白: mặt trắng bệch 脸色苍白

trắng bóc *t* (皮肤)雪白,白嫩

trắng bong *t* 白净: Ga trải trong bệnh viện trắng bong. 医院的床单很白净。

trắng bốp *t* (衣服)白净

trắng bợt *t* 惨白的,无血色的

trắng dã *t* (眼)翻白的

trắng đen *t* 黑白,是非: lẫn lộn trắng đen 黑白不分

trắng đục *t* 灰白的,乳白的

trắng hếu *t* 白晃晃

trắng lôm lốp=**trắng lốp**

trắng lốp *t* 雪白

trắng mắt *t* 眼睁睁的,干瞪眼的,知道厉害的: Nói không nghe, bây giờ trắng mắt chưa? 不听劝,现在干瞪眼了吧?

trắng mởn *t* 白嫩

trắng muốt *t* 雪白: hàm răng trắng muốt 雪白的牙齿

trắng ngà *t* 象牙白: chiếc khăn lụa màu trắng ngà 象牙白的丝巾

trắng ngần *t* 白亮

trắng nhờn *t* 白森森

trắng nõn *t* 白皙

trắng nuột *t* 白亮,白皙

trắng phau *t* 洁白,纯白: bãi cát trắng phau 洁白的沙滩

trắng phớt hồng *t* 白里透红

trắng tay *t* 白手的,空手的

trắng tinh *t* 纯白,雪白,白茫茫

trắng toát *t* 白皑皑,白茫茫: ngọn núi tuyết phủ trắng toát 白皑皑的雪山

trắng trẻo *t* 白皙,白嫩: làn da trắng trẻo 白嫩的皮肤

trắng trong *t* 皎洁无瑕,清白

trắng trơn *t* 空空的: Trong phòng trắng trơn. 房间里空荡荡的。

trắng trợn *t* 露骨的,肆无忌惮的,明目张胆的

trắng xoá *t* 白茫茫,白皑皑: màn sương trắng xoá 白茫茫的雾

trâm₁ [汉]簪 *d* [植]簪树: cây trâm 簪树

trâm₂ [汉]簪 *d* 簪: cài trâm 插簪

trầm₁ [汉]沈

trầm₂ [汉]沉 *d* 沉香: đốt trầm 点沉香

trầm₃ [汉]沉 *đg* 沉没,深藏: Trầm mình dưới nước. 把身子沉入水中。 *t* 沉没

trầm₄ *t* 低沉: lên xuống trầm bổng 高低抑扬

trầm bổng *t* 抑扬: tiếng nhạc trầm bổng 抑扬的音乐

trầm cảm *t* 抑郁: chứng trầm cảm 抑郁症

trầm hùng *t* 雄壮: hành khúc trầm hùng 雄壮的进行曲

trầm hương *d* 沉香

trầm kha *d* 沉疴

trầm lắng *t* 深邃,深沉: dòng suy nghĩ trầm lắng 深邃的思想

trầm lặng *t* 沉静,凝重

trầm luân *đg* 沉沦

trầm mặc *t* 沉默,沉寂: cánh rừng trầm mặc dưới ánh chiều tà 夕阳下沉寂的森林

trầm mình *đg* 自溺,投河自尽

trầm ngâm *đg* 沉吟,迟疑不决

trầm tích *d* 沉积: lớp trầm tích dưới đáy hồ 湖底的沉积层

trầm tĩnh *t* 沉静,沉稳

trầm trệ *t* 沉滞,停滞,停顿

trầm trọng *t* 沉重,严重: sai sót trầm trọng 严重失误

trầm trồ *đg* 脱口: trầm trồ khen ngợi 脱口称赞

trầm tư *t* 深沉: nét mặt trầm tư 脸色深沉 *đg* 沉思: ngồi trầm tư 静坐沉思

trầm tư mặc tưởng 沉思默想

trầm uất *t* 忧郁: mắc chứng trầm uất 忧郁症

trẩm *đg* ①[旧]巧取,私吞,盗取: trầm

tiền công 私吞公款②僵芽: Trời rét quá hạt giống bị trầm nhiều. 天太冷, 种子僵芽了。

trầm [汉] 朕 *d* [旧] 朕 (君主、皇帝自称)

trầm mình *đg* 自溺, 投河自尽

trậm trầy trậm trật [口] 几经周折

trân₁ [汉] 珍

trân *t* ①呆滞, 呆愣: đứng trân ra đó 呆愣地站在那儿②[口] 厚脸皮

trân châu *d* 珍珠

trân tráo *t* 恬不知耻

trân trân *t* ①呆呆的, 直愣愣的②满不在乎的

trân trọng *đg* 珍重: trân trọng tình bạn 珍重友情

trân trối *t* 直瞪瞪: nhìn trân trối 直瞪瞪地看

trần₁ *d* 顶: trần nhà 天花板; trần xe 车顶

trần₂ *t* ①暴露的, 裸露的②光膀子, 半裸的: cởi trần 光膀子 *p* 仅此而已, 只有, 仅仅: Trên người chỉ trần một chiếc áo lót. 身上只有一件内衣。

trần₃ [汉] 尘 *d* 世间, 人间

trần₄ [汉] 陈: trần liệt 陈列

trần ai *d* 尘埃, 尘世 *t* 辛苦: Cuộc sống cũng trần ai lắm. 生活也很辛苦。

trần bì *d* [药] 陈皮

trần duyên *d* 尘缘

trần đời *d* 尘世

trần gian *d* 空间, 尘世

trần giới *d* 尘界

trần thế *d* [宗] 尘世

trần thuật *đg* 陈述: văn trần thuật 叙述文

trần tình *đg* 陈述, 陈情: trần tình nỗi oan ức của mình 陈诉冤情

trần trùi trụi *t* 毫无遮掩的: Mình trần trùi trụi. 身上一丝不挂。

trần trụi *t* ①赤裸, 光秃: Ngọn đồi trọc trần trụi. 山上光秃秃的。②毫无遮掩

trần truồng *t* 赤身裸体的, 赤条精光的

trần tục *t* 尘俗的, 世俗的

trấn [汉] 镇 *d* 镇: thị trấn 镇子 *đg* ①坐镇, 镇守②(用符箓、法术等) 镇住③[口] 打劫, 抢掠: Nó bị lưu manh

trấn hết. 他被流氓抢光了钱。

trấn an *đg* 平定: trấn an dư luận 平息舆论

trấn áp *đg* 镇压: trấn áp cuộc bạo loạn 镇压暴乱

trấn giữ *đg* 镇守

trấn lột *đg* 抢劫, 抢掠: bị trấn lột trên đường đi 在途中被抢劫

trấn thủ₁ *d* 棉背心: mặc thêm trấn thủ cho đỡ rét 加一件棉背心防寒

trấn thủ₂ *đg* 镇守: trấn thủ nơi xung yếu 镇守要塞

trấn tĩnh *đg* 镇静, 镇定, 安定, 安抚: trấn tĩnh nhân tâm 安定人心

trận [汉] 阵 *d* ①阵②阵容, 阵势③一场, 一阵: một trận gió 一阵风

trận địa *d* 阵地: giữ vững trận địa 坚守阵地

trận mạc *d* ①阵地, 战场②打仗, 交战

trận tuyến *d* ①(战场) 阵线, 战线②(立场) 阵线

trâng tráo *t* 明目张胆, 肆无忌惮: thái độ trâng tráo 态度张狂

trấp₁ *d* 廿, 二十: trấp niên 廿年

trấp₂ *d* 洼地①漂浮物 (草和垃圾): một dề trấp 一堆漂浮物

trấp tay *đg* 合十: trấp tay làm lễ 合十为礼

trập *đg* 往下收: trập dù 收伞

trập trùng *t* 重重叠叠

trật₁ [汉] 秩 *d* ①阶, 级, 品, 序: giáng một trật 降一级②一次, 一批③一段, 一截: Đi một trật nữa thì đến. 再走一段路就到了。

trật₂ *đg* ①滑脱, 错位: xe lửa trật bánh 火车脱轨②脱去, 摘下 *t* ①歪的, 偏的, 不准的: bắn trật mục tiêu 未击中目标②愣, 呆

trật khớp *t* 脱臼

trật lất *t* [方] 大错特错, 不中: Trả lời trật lất. 全部答错了。

trật tự *d* 秩序, 纪律: giữ trật tự 守秩序 *t* 守秩序的, 有秩序的

trâu₁ *d* 水牛

trâu₂ *d* 虫, 昆虫

trâu bò *d* 牛

trâu cày d 耕牛

trâu giẻ d 小种牛

trâu mộng d 大牡牛

trâu nái d 牝牛

trâu ngố d 大种牛

trâu ngựa d 牛马 t 牛马般的

trâu nước d [口] 河马

trâu thiến d 犍水牛

trầu d ①槟榔 (指槟榔片、萎叶、蚌灰三者之合称): ăn trầu 吃槟榔 ②萎叶

trầu héo cau ôi 婚姻生活不美满

trầu không d [植] 萎叶

trầu thuốc d 掺烟槟榔

trẩu d 木油桐

trấu d 大糠, 老糠: bếp đun trấu 烧糠炉

trây₁ đg ① 涂, 抹, 搽: trây bùn lên tường 往墙上抹泥 ②玷污, 弄脏

trây₂ đg [口] 赖: trây nợ 赖账

trây lười t 懒惰, 懈怠

trầy đg 擦伤, 擦损. trầy da 擦破皮

trầy da sứt thịt ①皮开肉绽 ②损伤, 损失

trầy trật t 艰难, 曲折

trầy trụa t 擦破的, 擦伤的, 挠伤的

trầy vi tróc vảy ① [口] 损伤惨重 ②累脱一层皮, 辛苦劳累

trầy xước t 擦破皮的

trẩy₁ đg 出远门, 赶, 赴: trẩy hội 赶庙会

trẩy₂ đg 采摘 (果实): trẩy trám 摘橄榄

trẩy hội đg 参加传统节日活动: trẩy hội "Na-ta-mu" 参加 "那达慕" 大会

tre d [植] 厚竹, 毛竹, 实心竹: luỹ tre 竹丛

tre đằng ngà d [植] 金丝竹

tre gai d 刺竹

tre nứa d 竹子的通称

tre pheo d 竹子

tre tầm vông d 龙头竹, 实心竹

tre trẻ t 有点年轻的

tre vầu d 簕竹

trẻ t ①年青的, 年少的 ②新生的, (属) 新手的 d 小孩子

trẻ con d 儿童, 小孩, 幼儿 t 孩子气

trẻ hoá đg 使…年轻化: trẻ hoá đội ngũ cốt cán của cơ quan 使机关骨干队伍年轻化

trẻ không tha già không thương 肆无忌惮; 任意妄为; 肆行无忌

trẻ măng t 幼稚, 年幼, 年轻: Trông anh ta còn trẻ măng. 他看起来很年轻。

trẻ mỏ d 小孩, 孩子: Nhà đông trẻ mỏ. 家里孩子多。t 年轻: còn trẻ mỏ gì nữa 不年轻了

trẻ lâu t [口] 显年轻, 不显老

trẻ người non dạ 年幼无知

trẻ nhãi d 顽童, 毛头小伙子

trẻ nít d 小孩, 幼儿, 儿童

trẻ ranh d 小毛孩, 小鬼头儿

trẻ sơ sinh d 初生婴儿

trẻ thơ d 幼儿, 婴儿: chăm sóc trẻ thơ 照看幼儿 t [转] 年幼无知, 天真无邪

trẻ trai t 年轻力壮, 血气方刚

trẻ trung t ①年轻, 少壮: chẳng còn trẻ trung nữa 不再年轻 ②生气勃勃, 显年轻, 不显老: tâm hồn trẻ trung 心态年轻

trẻ đg 拐弯: trẻ vào bên tay phải 往右手拐 d 火炉的通条

trèm đg 烘, 熏, (火) 燎, (火势) 蔓延: Lửa trèm vào mái nhà. 火势蔓延到房顶。

trèm trèm t 差点儿, 差不多

trèm trụa t (火烧) 斑驳, 凹凸: bị cháy trèm trụa 被烧得斑斑驳驳

trém t 嘴快, 巧嘴 (=lém₂)

trém mép t 多嘴的, 话多的

trèn trẹt t [口] 浅: Nước nông trèn trẹt. 水很浅。

trẽn₁ t [方] 羞怯: trẽn mặt 丢脸

trẽn₂ t (柴火) 潮湿, 不干

treo đg 悬, 吊, 悬挂: treo cờ 挂旗

treo cổ đg 绞刑, 上吊

treo đầu dê bán thịt chó 挂羊头卖狗肉

treo giá đg 抬价

treo giò đg ① [口] 禁赛 (取消比赛资格) ② [转] 束之高阁

treo gương đg 树立榜样

treo niêu *đg* [口]挨饿

treo trễ *t* 磨磨蹭蹭, 迟缓, 拖沓: Treo trễ trong công việc nộp thuế. 纳税工作做得太慢。

trèo *đg* ①攀, 登, 爬: trèo cao登高②攀高枝儿

trèo cao ngã đau 爬得越高, 摔得越痛

trèo đèo lội suối 跋山涉水

trèo trẹo₂ *t* 贫嘴的; 缠磨的: Thằng bé theo mẹ xin tiền trèo trẹo. 小孩缠着妈妈要钱。

trẽo trọt *t* 歪斜; 松垮: Chiếc bàn bị long mộng trẽo trọt. 松了榫头的桌子歪歪斜斜的。

tréo *t* 交叉的: Hai tay tréo sau lưng. 双手交叉到背后。

tréo giò *t* 拧着劲儿的; 不按规矩的: bố trí công việc tréo giò 不按规矩安排工作

tréo kheo *đg* 盘腿, 交叉腿: nằm tréo kheo 双腿交叉而卧

tréo khoeo=tréo kheo

tréo ngoảy=tréo kheo

trẹo₁ *t* ①错位的, 扭伤的, 崴伤的: Chân bị trẹo. 脚扭伤了。②歪, 偏: cố hiểu trẹo đi 故意想歪

trẹo₂ *d* 疤痕

trẹo họng *đg* 歪曲事实: trẹo họng nói điều phản phúc 歪曲事实诬赖人

trét *đg* ①填缝, 涂缝: trét vách 补墙缝儿②凑数, 充数

trẹt₁ *t* 浅: rổ trẹt 浅底筐

trẹt₂ *d* 簸箕

trê *d* [动]塘虱, 鲇鱼 (cá trê 的简称)

trề *đg* 翘起, 撅起: trề môi chê đắt 噘嘴嫌贵

trễ₁ *đg* 低垂, 下垮: kính trễ xuống mắt 镜下垂

trễ₂ *đg* 耽误, 延误: trễ công việc 耽误工作

trễ₃ *t* 晚, 迟缓: đến trễ 迟到

trễ nải *t* 懒散, 拖拉, 消极, 怠惰

trễ phép *đg* 超假

trễ tràng *t* 迟缓, 慢吞吞, 慢条斯理

trệ₁ [汉]滞 *đg* 停滞, 停顿: hàng trệ không chạy 商品滞销

trệ₂ *đg* 堕下, 垂下: trệ thai 堕胎

trệch *t* 歪, 偏, 错开: bắn trệch 射偏

trên *d* ①上面, 上头, 上边: cấp trên 上级②多, 余, …以上: trên 100 tuổi 一百多岁③头头, 前面: phía trên 前面④上好: hạng trên 上等 *k* ①在…上: trên cây 在树上②…上的: sao trên trời 天上的星星③往…上: chạy lên trên đồi 往山上跑去④在…之上: trên cơ sở hiệp nghị 在协议基础上

trên cơ [口]更胜一筹: một đối thủ trên cơ 对手更胜一筹

trên dưới *d* ①上下级: trên dưới một lòng 上下一条心②上下, 左右, 光景: trên dưới 50% 百分之五十左右

trên đe dưới búa 上下受压, 两头受夹

trên hết *d* 至上, 最重要的: hữu nghị trên hết 友谊至上

trên kính dưới nhường 尊老爱幼

trên tài [口]=**trên cơ**

trển *d* [方]上面, 上头

trết *đg* [口]粘, 沾

trệt *t* ①席地的 (坐, 躺): ngồi trệt xuống đất 一屁股坐在地上②挨地的, 贴地的: nhà trệt 平房

trêu *đg* 挑逗, 打趣, 戏耍

trêu chọc *đg* 挑逗, 戏弄

trêu chòng=trêu chọc

trêu gan *đg* 激怒, 挑逗: trêu gan người ta 激怒别人

trêu ghẹo *đg* 调戏, 戏弄: trêu ghẹo phụ nữ 调戏妇女

trêu ngươi *đg* 提弄, 挑弄: giở trò trêu ngươi 玩花招来作弄人

trêu tức=trêu gan

trêu tráo=trệu trạo

trệu *đg* 脱臼, 崴: mỏi trệu đầu gối 累得膝盖脱臼

trệu trạo [拟]吧嗒吧嗒 (咀嚼声)

tri [汉]知

tri âm *d* 知音: gặp bạn tri âm 遇知音

tri ân *đg* [旧]知恩, 感恩, 感谢

tri giác *d* 知觉: Tay tê mất cả tri giác. 手麻失去了知觉。

tri huyện *d* 知县

tri kỉ *d* 知己, 知心 *t* 知心的, 体己的

tri ngộ *đg* 知遇, 赏识: ơn tri ngộ 知遇之恩

tri phủ *d* 知府

tri thức *d* 知识: tri thức khoa học 科学知识

trì₁ [汉] 池, 驰, 持, 迟

trì hoãn *t* 迟缓: Việc rất gấp không thể trì hoãn được. 事情很急, 不能缓。

trì trệ *t* 迟滞, 停滞: công việc trì trệ 工作停滞

trĩ₁ [汉] 稚, 峙

trĩ₂ [汉] 雉 *d* 雉鸟(=chim trĩ)

trĩ₃ [汉] 痔 *d* 痔疮

trĩ mũi *d* 鼻痔, 鼻息肉

trí₁ [汉] 致

trí₂ [汉] 智 *d* 智: có trí có tài 才智兼备

trí dục *d* 智育

trí khôn *d* 智慧, 智力, 智能

trí lực *d* 智力, 智慧

trí mạng *t* 致命的: bị giáng đòn trí mạng 受到致命的打击

trí năng *d* 智能, 才智: phát triển trí năng của trẻ em 开发幼儿的才智

trí nhớ *d* 记忆力

trí óc *d* 头脑, 智力: trí óc sáng suốt 头脑聪明

trí thức *d* 知识, 知识分子

trí trá *t* 奸诈, 奸刁: ăn nói trí trá 为人奸诈

trí tuệ *d* 智慧

trí tuệ nhân tạo *d* 人工智能

trí tử *t* 致死的, 致命的: giáng cho một đòn trí tử 给以致命的打击

trị₁ [汉] 值

trị₂ [汉] 治 *đg* 治, 治理: trị nước 治国②医治, 治疗: trị bệnh 治病③[口] 整治: trừng trị 惩治④驱除: thuốc trị muỗi 驱蚊药

trị an *d* 治安: trị an xã hội 社会治安

trị bệnh cứu người 治病救人

trị giá *đg* 价值: Căn nhà trị giá bạc triệu. 这房子价值百万。

trị liệu *đg* 治疗: phương pháp trị liệu hoá học 化学治疗方法

trị số *d* [数]值, 数值, 价值

trị sự *d* (报社、杂志社的)发行部门

trị thuỷ *đg* 治水: công tác trị thuỷ 治水工作

trị tội *đg* 治罪, 惩罚

trị vì *đg* [旧]在位, 统治

tria *đg* 点播, 点种

trích₁ *d* 翠鸟

trích₂ [汉] 摘 *đg* ①摘: trích câu này dẫn câu kia 寻章摘句②抽拨, 提取, 提用

trích dẫn *đg* 摘引, 引用: trích dẫn tác phẩm của người khác 摘引他人作品

trích dịch *đg* 摘译, 节译: trích dịch tiểu thuyết 摘译小说

trích đăng *đg* 摘登

trích đoạn *đg* 摘片段: trích đoạn vở kịch 戏剧选段; đọc trích đoạn báo 摘读报纸小段

trích lập *đg* 建立, 设立(基金)

trích lục *đg* 摘录: trích lục cổ văn 摘录古文

trích ngang *đg* 摘抄

trích tiền *đg* [旧]拨款, 提成

trích yếu *đg* 摘要: 摘要, 摘抄: chỉ nên trích yếu mà thôi 只需摘要就行

trịch thượng *t* 摆谱儿的: nói giọng trịch thượng 打官腔

triền₁ [汉] 缠

triền₂ *d* ①流域: triền sông Hoàng Hà 黄河流域②坡: triền núi 山坡

triền miên *t* 连绵: suy nghĩ triền miên 绵绵思绪

triền sông *d* 流域

triển [汉] 展

triển khai *đg* 开展

triển lãm *đg* 展览: phòng triển lãm 展览馆

triển vọng *d* 希望, 前途: triển vọng phát triển của đất nước 国家的发展前途 *đg* 展望: triển vọng tương lai 展望未来

triện [汉] 篆 *d* ①篆书: viết lối chữ triện 写篆体字②印章, 印章: triện đồng 铜章

triện khắc *d* 篆刻

triện thư *d* 篆书

triêng₁ *d* 挑筐: đôi triêng 一对挑筐

triêng₂ *d* 沿, 檐: triêng mũ 帽檐

triêng *đg* 斜, 歪倒(=tránh₂)

triết [汉] 哲 *d* 哲学课(简说)

triết gia *d* 哲学家

triết giá *đg* [经] 折价

triết học *d* 哲学: nhà triết học 哲学家

triết khấu *d* 折扣

triết lí *d* 哲理 *đg* 人生说教

triệt₁ [汉] 彻

triệt₂ *đg* 清除: triệt tận gốc tệ nạn xã hội 彻底清除社会弊病

triệt để *t* 彻底, 充分: chấp hành triệt để chính sách nhà nước 坚决落实国家政策

triệt hạ *đg* 洗劫, 破坏, 毁坏

triệt phá *đg* 洗劫, 毁灭: triệt phá cả khu rừng 毁灭了整片森林

triệt sản *đg* 绝育

triệt tiêu *đg* 消除, 抵消: Hai con số đối xứng triệt tiêu nhau. 对称的正负两数相加等于零。

triều₁ [汉] 潮 *d* 潮: triều lưu 潮流

triều₂ [汉] 朝 *d* 朝廷, 朝代

triều chính *d* 朝政

triều cống *đg* 朝贡

triều đại *d* 朝代

triều đình *d* 朝廷

triều kiến *đg* 朝见, 朝晋, 晋见

triều suy *d* 弱潮

triều thần *d* 朝臣

Triều Tiên *d* [地] 朝鲜(亚洲国家): tiếng Triều Tiên 朝鲜语

triệu₁ [汉] 兆 *d* 百万

triệu₂ [汉] 召 *đg* 召见: triệu các quan đến bàn việc nước 召见官员共商国是

triệu chứng *d* 预兆, 征兆, 症状: triệu chứng có mưa 下雨的征兆

triệu hồi *đg* 召回: triệu hồi đại sứ 召回大使

triệu oát *d* [理] 兆瓦

triệu ôm *d* [理] 兆欧姆

triệu phú *d* 百万富翁

triệu tập *đg* 召集, 召开: triệu tập hội nghị 召开会议

triệu vôn *d* [理] 兆伏

trinh₁ [汉] 贞 *d* 贞: trung trinh 忠贞 *t* 童贞的, 未婚的: con gái còn trinh 处女

trinh₂ [汉] 侦 *đg* 侦: trinh sát 侦察

trinh bạch *t* 贞洁

trinh khiết *t* 贞洁, 贞烈

trinh nguyên *t* 纯洁, 纯真: tấm lòng trinh nguyên 纯洁的心灵

trinh nữ₁ *d* 贞女, 处女

trinh nữ₂ *d* [植] 含羞草

trinh sát *đg* 侦察: trinh sát hình sự 刑事侦查 *d* 侦察员

trinh sát hàng không *d* [军] 空中侦查

trinh sát viên *d* 侦察员

trinh thám *đg* 侦探, 侦察: trinh thám tình hình địch 侦察敌情 *d* 侦察员, 密探, 暗探: nhà trinh thám 侦探家 *t* 有侦探内容的, 悬疑的: truyện trinh thám 悬疑小说

trinh tiết *t* 贞洁: người phụ nữ trinh tiết 贞洁的女人 *d* 贞节

trình [汉] 呈 *đg* ①呈, 呈递②呈报

trình báo *đg* 呈报, 报告

trình bày *đg* ①陈列, 排列, 摆设, 展示: trình bày bìa cuốn sách 展示书的封面②介绍, 说明, 申明, 交代, 陈述: trình bày kế hoạch công tác 陈述工作计划③表演, 演出, 扮演: trình bày bài hát 演唱歌曲

trình chiếu *đg* 公演: bộ phim trình chiếu vào mới đây 最近公演的电影

trình diễn *đg* 公演, 演出

trình diện *đg* ①报到, 告知: trình diện với nhà chức trách 告知职能机关②公开; 面见: đưa bạn gái về trình diện gia đình 带女朋友回来见家人

trình duyệt₁ *đg* 呈批, 呈核, 呈准, 呈阅: trình duyệt kế hoạch 送批计划

trình duyệt₂ *d* [计] 浏览器: trình duyệt web 网页浏览器

trình dược viên *d* 医药代表

trình độ *d* 程度, 水平, 水准: nâng cao trình độ tay nghề 提升技术水平

trình làng *đg* [口] 发布, 展示: Công

ti sắp trình làng một sản phẩm mới. Công ty sắp phát hành sản phẩm mới. 公司即将发布新产品。

trình tấu đg 演奏

trình thức d 程式

trình tự d 程序: trình tự pháp luật 法律程序

trịnh trọng t 郑重, 庄严, 严肃, 严正

triod d 三极管

trít đg 塞紧, 涂堵: trít chỗ đổ xôi 封锅蒸糯米饭 t 紧紧: mắt nhắm trít 紧闭眼睛

trìu mến đg 疼爱, 关爱; 偎依 t 相亲相爱; 和蔼: thái độ trìu mến 态度和蔼

trĩu t 沉甸甸: sai trĩu 果实累累

trĩu nặng t 沉甸甸

trĩu trịt t 沉甸甸, 低沉: Cành cam trĩu trịt những quả. 橘子树上果实沉甸甸的。

tríu đg ①揪住, 抓紧②死缠着, 纠缠 t 繁忙, 不停: công việc cứ tríu lên. 工作太繁忙。

tro₁ d 灰, 灰烬: tro di hài cốt 骨灰

tro₂ d 蒲葵

trò₁ d 杂耍, 戏法: làm trò 变戏法② [转] 花样, 把戏, 手段: dở trò 耍花招

trò₂ d 学生, 学徒, 仆人: thày trò 师徒

trò bởn d 玩笑, 儿戏

trò chơi d 游戏, 玩意儿, 游艺活动

trò chuyện đg 谈笑, 谈心, 倾谈, 摆谈

trò cười d ①笑话, 游戏, 趣事②笑柄, 笑料

trò đời d 世态, 世故, 世事: Trò đời xưa nay vẫn thế. 世事从来就如此。

trò đùa d 玩笑, 儿戏: Chuyện thi cử đâu phải là trò đùa. 考试可不是儿戏。

trò hề d 丑剧, 谐剧, 滑稽戏

trò khỉ d 耍猴儿, 鬼把戏, 恶作剧

trò ma d [口] 欺骗手段, 狡诈之计

trò trống d 玩意儿, 名堂, 把戏

trò xiếc d 杂技, 竞技, 杂耍

trỏ đg 指, 点: trỏ đường 指路

trỏ tay năm ngón 指手画脚(=chỉ tay năm ngón)

trọ đg 暂住, 短期居住

trọ trẹ t 口齿不清的; 带口音的: tiếng miền Trung trọ trẹ 很重的中部口音

tróc₁ đg 脱落, 剥落: Vỏ cây bị tróc từng mảng. 树皮一片一片地剥落。

tróc₂ [汉] 捉 đg 捉拿: bị tróc phu 遭抓壮丁

tróc₃ đg 弹舌: 弹指

tróc da đg 蹭破皮, 脱皮: ngã tróc da đầu gối 摔得膝盖破皮

tróc lóc đg 脱落, 剥落

tróc nã đg [旧] 捉拿: tróc nã tù trốn trại 捉拿越狱犯

tróc vảy đg ①脱鳞②[医] 脱痂

trọc₁ [汉] 浊

trọc₂ 秃: núi trọc 秃顶山; trọc đầu 秃头

trọc hếu t 光秃秃

trọc lốc t 光溜溜

trọc lông lốc t 光溜溜=trọc lốc

trọc nhẵn t 光滑, 光溜溜

trọc phú d 愚蠢吝啬的富人

trọc tếu t 光秃秃, 光溜溜: Đầu cạo trọc tếu. 头剃得光溜溜的。

trọc thế d 浊世, 乱世

trọc trụi t 寸草不生的

trồi đg ①露出, 探(头、身): trồi lên mặt nước 浮出水面②吐出, 掏出: trồi tiền ra 掏出钱

trói đg 捆, 绑, 缚: cởi trói 松绑

trói buộc đg 捆缚, 捆绑; 束缚

trói chân đg 阻碍, 约束: bị trói chân bởi việc nhà 被家事所束缚

trói gà không chặt 手无缚鸡之力

trói giật cánh khuỷu 五花大绑

trọi₁ đg 斗: trọi gà 斗鸡

trọi₂ đg 用斗敲头

trọi₃ t 精光: hết trọi 精光

trọi lỏi t [口] ①精光, 空落落: Trong túi trọi lỏi không có một xu. 口袋里一分钱都没有。②孤零零

tròm trèm t ①[方] 差不多, 差不离儿, 将近②初燃的

trõm t 凹陷的: Thức khuya trõm cả mắt. 因为熬夜, 眼睛都陷下去了。

trõm lõm t (眼睛) 凹陷的: đôi mắt trõm lõm 双眼深凹

tróm trém đg [口] 细嚼, 细嚼慢咽:

Bà cụ nhai trầu tróm trém. 老婆婆细嚼着槟榔。

tron trót [拟] 呼呼: Roi quất tron trót. 鞭子抽得 "呼呼" 响。

tròn *t* ①圆: vòng tròn 圆圈②整: một năm tròn 整整一年③完全, 完整, 完善, 圆满: làm tròn nhiệm vụ 圆满完成任务④圆滑, 灵活: sống tròn 处世圆滑⑤圆润: giọng tròn 圆润的嗓音

tròn bóng *t* [口] 正午的, 日当午的

tròn trặn *t* 圆圆的, 满圆的, 正圆的

tròn trịa *t* ①滚圆, 圆滚滚②圆润: Tiếng hát tròn trịa ngân vang. 歌声圆润悠扬。

tròn trĩnh *t* 丰满, 结实

tròn vanh vạnh *t* 圆圆的, 正圆的

tròn vo *t* [口] 溜圆的

tròn xoay *t* [口] 圆滚滚

tròn xoe *t* [口] 滴溜圆: con mắt tròn xoe 眼珠滴溜溜圆

trọn *đg* 尽, 竭尽, 极尽: trọn phận làm con 尽了儿女的责任 *t* 完整, 全: trọn một bộ sách 全书

trọn đời *đg* 毕生, 终生, 一生: yêu nhau trọn đời 恩爱一生

trọn gói *đg* 一揽子, 整套: phục vụ trọn gói 整套服务

trọn vẹn *t* 圆满, 十全十美: hoàn thành trọn vẹn nhiệm vụ 圆满完成任务

trong₁ *d* ①里面, 里边: trong nhà 屋里②内, 里: trong năm 年内 *k* ①在…之中: trong hoàn cảnh khó khăn 在困难的环境中②在…期限内: trong vòng một tháng 一个月内

trong₂ *t* ①清澈, 洁净: nước sông trong 河水清澈②晴朗; 清脆: tiếng hát trong 歌声清脆

trong khi đó 同时, 与此同时

trong lành *t* 清新, 清澄

trong sạch *t* 纯洁, 清白, 洁白无瑕: con người trong sạch 清白的人

trong sáng *t* ①晴朗; 明朗; 明亮: cặp mắt trong sáng 明亮的双眼②纯粹, 纯正: giữ cho tiếng nói trong sáng 保持语言的纯洁

trong suốt *t* 清湛, 透明, 清澈

trong trắng *t* 纯白, 纯洁, 淳朴: tấm lòng trong trắng 襟怀坦荡

trong trẻo *t* 洁白, 白净, 清清的

trong vắt *t* 清澈

tròng *d* 眼珠, 眼球

tròng₂ *d* ①圈套, 套索②陷阱 *đg* ①套圈, 套绳: tròng vào cổ con vật 套圈到动物脖子上②披上: tròng áo 披衣

tròng đen *d* 瞳孔, 黑眼珠

tròng lọng *d* 绞索, 圈套

tròng trành *t* 摇晃不定的, 动荡不安的: Thuyền trôi tròng trành trên sông. 船在河里摇晃晃地漂着。

tròng trắng *d* 眼白

trọng [汉] 重 *đg* ①看重, 注重: trọng nam khinh nữ 重男轻女②敬重, 尊敬 *t* 严重, 重大: mắc bệnh trọng 患重病

trọng án *d* 重案, 大案, 要案

trọng âm *d* [语] 重音

trọng dụng *đg* 重用

trọng đãi *đg* 厚待, 优待

trọng đại *t* 重大: sự kiện lịch sử trọng đại 重大的历史事件

trọng điểm *d* 重点

trọng liên *d* 重机枪

trọng lực *d* 重力, 引力

trọng lượng *d* ①重力②重量, 分量

trọng nghĩa khinh tài 重义轻财

trọng pháo *d* 重炮, 重型火炮

trọng tài *d* ①裁判②公证人, 仲裁: hội đồng trọng tài kinh tế 经济仲裁委员会

trọng tải *d* ①载重, 吨位: Trọng tải của xe là 5 tấn. 汽车的载重吨数为5吨。②载重量③排水量, 吃水位

trọng tâm *d* 重心, 核心

trọng thể *t* 隆重, 庄严: cuộc mít tinh trọng thể 隆重的集会

trọng thị *đg* 重视

trọng thương *d* 重伤, 重创

trọng thưởng *đg* 重赏, 重奖

trọng tội *d* 重罪, 大罪

trọng trách *d* 重责, 重大责任

trọng trường *d* 磁场, 重力场

trọng vọng *đg* 敬重: được mọi người trọng vọng 受到大家敬重

trọng yếu *t* 重要：vị trí trọng yếu 重要位置

trót₁ *t* ①末尾的，最后的：chuyến xe giờ trót 末班车②整整：trót một năm trời 整整一年③到底的：làm trót buổi 干到最后

trót₂ *đg* ①失手：trót đánh vỡ gương 失手打破镜子②抽，挥：trót cho mấy roi 抽几鞭子

trót dại *đg* 犯傻，犯浑

trót lọt *t* 顺当，完好无损：làm trót lọt tất cả các đề thi 顺利答完试卷全部题目

trô trố *t* 直勾勾，直瞪瞪：Lũ trẻ trô trố nhìn. 孩子们直勾勾地看着。

trổ₁ *đg* ①苗生，发芽：trổ bông 开花②卖弄，显示，炫耀：trổ tài 卖弄手艺

trổ₂ *đg* 雕，雕镂：chạm trổ 雕刻

trổ₃ *đg* 洞穿，开辟 *d* 破洞：Chó chui qua trổ rào. 小狗钻过篱笆上的破洞。

trổ đòng *đg* 吐穗，抽穗

trổ tài *đg* [口]弄弄本事，逞能：được dịp trổ tài 趁机卖弄本事

trổ *đg* 抽穗：Lúa đang trổ. 稻子在抽穗。

trố *đg* 瞪目，瞪目 *t*（眼）稍突的：Mắt nó hơi trố. 他的眼睛有点突。

trộ₁ *đg* 恐吓：trộ trẻ con 吓小孩

trộ₂ *d* [方]阵，场（风、雨）

trốc₁ *d* ①头，顶：đỉnh trốc 头顶②上面：ăn trên ngồi trốc 高高在上

trốc₂ *đg* 翻起，扬起，掀起

trôi₁ *d* [动]鲮鱼

trôi₂ *d* 汤圆，元宵

trôi₃ *đg* ①顺流，顺水：thuyền trôi 顺水船②流逝，飞逝：ngày tháng trôi qua 时光飞逝 *t* 顺当，畅达，流利：nói trôi lắm 说得很流利

trôi chảy *t* ①流利，流畅：văn viết trôi chảy 文笔流畅②顺利，顺当：công việc trôi chảy 工作顺利

trôi dạt *đg* ①漂，漂移：Thuyền trôi dạt đi đâu mất？船漂哪儿去了？②漂泊，飘零

trôi nổi *đg* ①漂浮②漂泊

trôi sông *đg* [口]流送，漂流：thả đèn trôi sông 放河灯

trôi sông lạc chợ 流落街头，无处安身

trồi *đg* 伸出，冒出，露出，高出：trồi đầu ra mặt nước 从水里冒出头来

trồi sụt *đg* 起落，起伏

trỗi *đg* ①[方]起床，起身：trỗi dậy 爬起来②掀起，涌起：trỗi lên nỗi nhớ 掀起思潮③[方]（声音）响起

trỗi dậy *đg* 崛起，兴起

trối₁ *d* 根头：nhổ mạ bị đứt trối 拔断秧根头

trối₂ *đg*（死前）留遗嘱，留遗言，嘱托

trối chết *t* [口]拼死拼活的，没命的

trối già *đg* [口]死而无憾

trối kệ *đg* [口]不管，不睬，不搭理

trối thây *đg* [口]不理睬，不搭理，置之不理

trối trăng *đg* 留遗言，留遗嘱

trội *đg* ①露，突：trội lên 露出来②多增加，多出：tính trội lên 3 đồng 多算了 3 元钱③超越，强过

trội bật *t* 突出，出类拔萃

trội nổi *t* 显著，类出：giành thành tích trội nổi 取得显著成绩

trội vượt *t* 优越：tính chất trội vượt 优越性

trôm-pét *d* [乐]铜管

trộm *đg* ①窃窃，偷盗②暗中做，偷偷做：làm trộm 背地里做 *d* 小偷：bắt được trộm 抓到小偷

trộm cắp *đg* 盗窃，偷窃 *d* 小偷

trộm cướp *đg* 盗抢；盗窃；抢劫：phạm tội trộm cướp 犯抢劫罪 *d* 劫匪，盗匪，盗贼

trộm nghe *đg* 窃闻，私下听说：Tôi cũng trộm nghe chuyện này. 我私下也听说那件事。

trộm nghĩ *đg* 暗想，窃念

trộm nhớ thầm yêu 暗恋，单相思

trộm phép *đg* 请原谅，请见谅：Trộm phép bác, cháu xem trước rồi. 请您见谅，我先看了。

trôn *d* ①[口]屁股：miệng nôn trôn tháo 上吐下泻②物体的底部：trôn bát 碗底③果脐：trôn quả táo 苹果脐

trôn kim *d* 针孔，针鼻儿

trôn ốc *d* 螺旋：hình xoáy trôn ốc 螺

旋状

trốn *đg* ①避开, 躲避, 规避: trốn học 逃学②隐藏, 躲藏

trốn lính *đg* 逃避兵役

trốn nắng *đg* 歇凉, 避暑

trốn nợ *đg* 躲债: bỏ về quê để trốn nợ 回乡下躲债

trốn thuế *đg* 逃税

trốn tránh *đg* 逃避, 回避: trốn tránh trách nhiệm 逃避责任

trộn *đg* ①搅拌, 调和, 拌和: trộn bê tông 搅拌混凝土②混合, 掺杂: cơm trộn muối vừng 掺芝麻盐的饭

trộn gỏi *d* 一种凉拌菜

trộn trạo *đg* 混淆; 混入: Tên gian trộn trạo vào đám đông. 坏人混入人群中。

trông *đg* ①观, 望, 瞧, 看: trông thấy tận mắt 亲眼所见②看守, 监护, 照看: trông nhà 看家③指望, 指靠: Chẳng biết trông vào ai. 不知指望谁。④朝向, 对着: Cửa sổ trông ra vườn. 窗户向着院子。

trông cậy *đg* 指望, 依靠, 依托

trông chờ *đg* 企盼, 期望, 期待

trông chừng *đg* ①当心, 小心: trông chừng kẻ gian 小心坏人②看样子, 看来: Trông chừng trời sắp mưa. 看来要下雨了。

trông coi *đg* 看管, 管理, 照料

trông đợi *đg* 期待, 等待

trông gà hoá cuốc 看朱成碧, 看走眼

trông gió bỏ thóc 量体裁衣

trông mòn con mắt 望眼欲穿

trông mong *đg* 指望, 期望: trông mong vào con cái 指望儿女们

trông ngóng *đg* 翘企, 企望: trông ngóng mẹ về 翘盼母亲回家

trông người lại ngẫm đến ta 人比人, 气死人

trông nhờ *đg* 指望, 依托

trông nom *đg* 料理, 照应, 照顾, 照管

trông thấy *t* 看得见的: tiến bộ trông thấy 看得见的进步

trông vời *đg* 遥望, 瞭望: trông vời cố hương 遥望故乡

trồng *đg* ①栽, 种, 栽种, 种植: trồng cây 植树②埋, 植, 立, 镶(牙): trồng răng 镶牙

trồng chuối *đg* ①种蕉②[口]拿大顶, 倒立: Bọn trẻ tập trồng chuối. 孩子们练倒立。

trồng răng *đg* 镶牙

trồng trọt *đg* 种植, 栽种: Phát triển cả trồng trọt lẫn chăn nuôi. 耕种和养殖都要发展。

trồng trộng *t* 大个儿的

trống₁ *d* [乐]鼓: đánh trống 击鼓

trống₂ *t* 雄性的: gà trống 雄鸡

trống₃ *t* ①空, 空落落, 空荡荡: để trống 空着②敞开的: cửa hầm để trống 洞口敞开③空白的, 空的: căn buồng trống 空房子

trống bỏi *d* 拨浪鼓

trống cái *d* 大鼓

trống canh *d* 更鼓

trống châu *d* 阵鼓

trống chiến *d* 战鼓

trống chiêng *d* 鼓钲

trống con *d* 边鼓

trống cơm *d* 饭鼓(越南腰鼓)

trống đại *d* 大鼓

trống đánh xuôi kèn thổi ngược 各行其是

trống đồng *d* 铜鼓

trống ếch *d* 仪仗鼓

trống hoác *t* [口]空荡荡

trống hốc *t* [口]空, 空洞洞, 空旷

trống hơ trống hoác=**trống hoác**

trống huếch *t* [口]空荡荡

trống không *t* ①空空的, 空旷②不加称呼的: nói trống không 说话不加称呼

trống lốc *t* [口]空荡荡

trống lổng *t* 空空的

trống ngực *d* 心里打鼓, 心跳加速: Trống ngực đập thình thịch. 心里直打鼓。

trống phách *d* 鼓乐声

trống rỗng *t* ①空洞洞, 空虚: những lời nói trống rỗng 空洞的话语②空洞无物: Nhà kho trống rỗng. 仓库全空

了。

trống trải *t* 空旷,空落落②空虚,孤独：cảm thấy trống trải 感到空虚

trống trơn *t* ①空洞,空落落②虚空,空幻：Nó nói trống trơn ai mà dám tin. 他空口无凭,谁敢信。

trống tuếch *t* 空荡荡

trống tuếch trống toác=trống tuếch

trống tuềnh trống toàng 空无一物,空空如也

trống vắng *t* 空虚,空荡荡：cảm giác trống vắng, cô đơn 感觉空虚、孤独

trộng *t* ①稍大的②囫囵,整个

trột *d* 龙卷风,旋风

trơ *t* ① 愣, 呆：ngồi trơ ra như pho tượng 如雕像般呆坐着②坚硬,稳定：Đất trơ không trồng được thứ gì. 地太硬,什么都种不了。③惰性的：khí trơ 惰性气体④厚脸皮的,不知耻的⑤孤零零,剩下的：chỉ trơ lại chiếc giường 只剩下一张床⑥尴尬,难为情：đứng trơ giữa đám người xa lạ 尴尬地站在众多陌生人面前⑦钝的：dao trơ chuôi 钝刀⑧(水果)核大肉薄

trơ khấc *t* [口]孤零零：Đứng trơ khấc một mình. 一个人孤零零地站着。

trơ lì *t* 倔, 顽固：Thằng cha đó trơ lì lắm, không chịu nghe lời ai. 他很倔,谁的话都不听。

trơ mắt *t* [口]眼睁睁,干瞪眼

trơ mắt ếch *t* [口]①漠然,呆愣：Làm gì mà trơ mắt ếch ra đấy？在那里发什么愣？②干瞪眼：Mọi người chỉ có trơ mắt ếch ra nhìn. 大家只能干瞪眼。

trơ như phỗng 呆若木鸡

trơ thổ địa *t* ①孤单,孤独：Ông lão cứ trơ thổ địa suốt đời. 老人就这样孤单一人过了一辈子。②面无表情的：Hắn vẫn trơ thổ địa không nói năng gì. 他还是面无表情不作声。

trơ tráo *t* 厚颜无耻的

trơ trẽn *t* 恬不知耻的

trơ trọi *t* 孤零零,孤独：Sống cô đơn trơ trọi một mình. 一个人孤孤单单地过日子。

trơ trơ *t* 不变的,如故的

trơ trụi *t* ①(树木)光秃,精光,光杆儿：Cành cây trơ trụi. 树枝光秃秃的。②孤零零,孤单

trơ vơ *t* 孤独,孤单,孤零零：trơ vơ nơi đất khách 只身流落他乡

trở₁ *d* [方]丧事：nhà có trở 家有丧事

trở₂ *đg* ①翻转：trở vải 翻到布的另一面②返转,回转：trở về nhà 回家③改变：trở giọng 改变语调④反转,变调：trở mặt 反目

trở₃ [汉]阻 *đg* 阻：cản trở 阻碍

trở chứng *đg* 出毛病,出状况；变差,变坏：Chiếc xe lại trở chứng rồi. 车子又出毛病了。

trở dạ *đg* [医]产妇临盆前阵痛

trở giọng *đg* 反口,反悔,唱反调

trở lại *đg* ①返回,重返：trở lại trường cũ 重返母校②重新恢复：Sức khỏe đã trở lại bình thường. 身体恢复正常。③最多不超过：chừng năm mươi tuổi trở lại 最多不超过五十岁

trở lên *đg* 以上：tám tuổi trở lên 八岁

trở lực *d* 阻力,障碍

trở mặt *đg* 翻脸

trở mình *đg* 转侧,翻来覆去,翻身

trở nên *đg* ①变得：trở nên khó khăn 变得困难②变成,成为：trở nên giàu có 变得富有

trở ngại *đg* 阻碍：trở ngại giao thông 阻碍交通 *d* 障碍：vượt mọi trở ngại 克服所有障碍

trở ngón *đg* ①变卦②耍手腕,耍花招

trở quẻ=trở ngón

trở tang 服丧,戴孝

trở tay *đg* 应付,对付：không kịp trở tay 来不及应付

trở tay không kịp 措手不及

trở thành *đg* 变成,成为：ước mơ trở thành phi công 梦想成为飞行员

trở trời [口]变天,天气变化：Khi trở trời vết thương lại đau. 变天时伤口就痛。

trở về *đg* 返回,折回：trở về quê hương 返乡

trở xuống *đg* 以下：mười tuổi trở xuống 十岁以下

trớ₁ *đg* (婴儿)吐奶，溢奶

trớ₂ *đg* 避开，岔开：nói trớ đi 岔开话题

trớ trêu *t* 作弄的，嘲弄的

trợ [汉] 助

trợ bút *đg* 特约通讯员

trợ cấp *đg* 补助：tiền trợ cấp 补助费

trợ chiến *đg* 增援，支援(作战)：Pháo binh trợ chiến cho bộ binh. 炮兵火力支援步兵。

trợ động từ *d* [语] 助动词

trợ giá *đg* 价格补贴

trợ giảng *đg* 助教(职称)

trợ giáo *d* ①法属时期的小学教师②助教

trợ giúp *đg* 帮助，赞助：trợ giúp cho một khoản tiền nhất định 定额赞助款

trợ lí *d* 助理：trợ lí bộ trưởng 部长助理

trợ lực *đg* 助力，增强，加强：thuốc bổ trợ lực 增强体力的补品

trợ tá *d* 助手，助理

trợ thính *đg* 助听：máy trợ thính 助听器

trợ thủ *d* 助手：một trợ thủ đắc lực 得力助手

trợ tim *đg* 强心：tiêm thuốc trợ tim 打强心针

trợ từ *d* [语] 助词

trợ vốn *đg* 提供资金帮助：trợ vốn cho doanh nghiệp 为企业提供资金帮助

trời *d* ①天，天空：bầu trời 天空②天气：trời ấm 天气暖和③天色：trời nắng 晴天④老天：ông trời 老天爷 *t* ①野的，天生的，天然的：vịt trời 野鸭子②足足，整整：hơn ba năm trời 整整三年有余 *c* [口]天啊：Trời, sao lại làm như thế? 天啊！哪能这么做？

trời bể [口]=**trời biển**

trời biển *đg* ①海天：trời biển một màu 海天一色②天地 *t* [转] 海阔天空，不着边际：Thằng đó trời biển lắm. 那小子很不着边际的。

trời cao biển rộng 海阔天空

trời cao đất dày 天高地厚

trời có mắt 老天有眼

trời đánh [口] 天打雷劈(用于咒骂)

trời đất *d* 天地 *c* [口] 天啊：Trời đất, sao mà kì vậy! 天啊，太神奇了！

trời đất ơi [口] 天啊

trời già *d* [旧] 天公，老天爷

trời giáng *đg* ①雷劈，天打雷劈(骂人话或发誓用语)②猛击，痛打：bị một trận trời giáng 被痛打一顿

trời nam đất bắc 天南地北

trời ơi *t* ①非己的，不义的：của trời ơi 不义之财②无根据的，无由来的：Nói toàn chuyện trời ơi! 全是瞎扯！ *c* [口] 天啊：Trời ơi, mày làm gì thế? 天啊，你干吗？

trời ơi đất hỡi=**trời ơi**

trời trồng [口] 呆若木鸡：Làm gì mà cậu đứng như trời trồng vậy? 你干吗像木头那样站着？

trời tru đất diệt 天诛地灭

trời xanh *d* 苍天

trời xui đất khiến 鬼使神差

trơn *t* ①滑，平滑，光溜，滑溜：đất trơn 地滑②流畅，流利，顺利：nói trơn giảng得流利③平；素；光身的：gạch trơn không có hoa văn 无花纹素色砖④[口] 净，光：Không thấy ai hết trơn. 一个人都没看见。⑤普通，无头衔的：lính trơn 普通士兵

trơn bóng *t* 滑亮，油亮

trơn nhẫy *t* 油滑，黏滑：Da lươn trơn nhẫy. 鳝鱼皮黏滑。

trơn tru *t* ①平滑，光滑：bào cho thật trơn tru 刨得平平滑滑的②流利：Trả lời trơn tru. 回答很流利。③[口] 顺利：Mọi việc đều trơn tru cả. 一切都很顺利。

trơn tuột *t* [口] 滑溜溜：Con lươn trơn tuột. 鳝鱼滑溜溜的。

trớn₁ *d* 冲力，惯性力：Xe lấy trớn leo dốc. 车子借惯性冲上坡。

trớn₂ *đg* 瞪着眼看

trớn trác *đg* (眼睛)滴溜溜地转

trợn *đg* 瞪眼：mắt trợn ngược lên 两眼瞪圆

trợn mắt *đg* 瞪眼: trợn mắt nhìn 瞪眼看

trợn trạo *đg* 瞪眼 *t* 蛮横

trợn trừng *đg* 怒视, 瞪目

trợn trừng trợn trạc 横眉竖眼

trớt *đg* ①翘, 鼓: trớt môi 翘唇②划破皮: Gai cào trớt da. 荆棘划破皮肤。③错过: Đón xe mấy lần đều trớt hết. 等了几趟车, 全都错过了。

trớt *t* 干脆, 索性: Bán trớt mà về cho sớm. 干脆甩卖, 好早点回家。

trợt *t* 很浅的: nông trợt 浅得很

trợt *đg* ①滑, 砸: thi trợt 考砸了②蹭破, 划破: gai cào trợt da 被荆棘划破皮

trợt lớt *t* 全错的: Đoán trợt lớt hết. 全猜错了。

tru *d* [方] 水牛

tru *đg* ①[口] 大声哭, 喊②嗥, 嚎

tru *đg* 诛, 戮: trời tru đất diệt 天诛地灭

tru tréo *đg* 大声嚷嚷, 大喊大叫

trù [汉] 筹 *đg* 筹划, 筹备: tru một món tiền 筹一笔款子

trù *đg* 穿小鞋, 被整

trù bị *đg* 筹备 *t* 预备的: quân trù bị 预备役

trù dập *đg* 打击报复, 整人

trù ẻo *đg* 诅咒

trù hoạch *đg* 筹划, 谋划

trù liệu *đg* 筹备, 筹措, 筹划

trù phú *t* (人口) 稠密且富饶: đồng bằng trù phú 人口密集富饶的平原地区

trù tính *đg* 筹划, 计算: trù tính sản lượng lúa 计算水稻产量

trù trừ *đg* 犹豫, 踌躇: trù trừ mãi mới quyết định 犹豫良久才做决定

trù úm *đg* 给…穿小鞋, 整人

trú [汉] 住 *đg* ①住宿, 暂住: trú ở nhà người quen 在熟人家住宿②躲避: trú mưa 避雨③屯驻: trú quân 驻军

trú ẩn *đg* 隐藏, 防避, 躲避: hầm trú ẩn 防空洞

trú chân *đg* 停留, 逗留, 驻足: không biết trú chân ở đâu 不知道到哪里落脚

trú ngụ *đg* 暂住: trú ngụ nhà bạn 暂住朋友家

trú quán *d* (长期) 住地, (户籍) 所在地

trú quân *đg* 临时驻军, 临时安营扎寨

trụ [汉] 柱 *d* 柱, 墩子

trụ [汉] 宙 *d* ①宇宙: vũ trụ 宇宙②盔

trụ *đg* 驻扎, 部署: trụ trên đồi 在山上驻扎

trụ cầu *d* [建] 桥柱, 桥墩

trụ cột *đg* 支柱; 栋梁, 中流砥柱: trụ cột gia đình 家里的顶梁柱

trụ cột quốc gia 国家栋梁

trụ sở *d* 机关, 事务所, 办事处; 总部, 本部

trụ trì *đg* [宗] 住持

truân chuyên *t* 困窘, 艰苦

truất [汉] 黜 *đg* ①黜贬, 贬: Vua bị truất ngôi. 皇帝遭黜位。②剥夺: truất quyền thi đấu 剥夺参赛资格

trúc [汉] 竹 *d* ①[植] 玉竹②丝竹

trúc *t* 倒栽葱的

trúc bâu *d* [纺] 白布

trúc đào *d* [植] 夹竹桃

trúc mai *d* ①竹和梅②[转] 青梅竹马

trúc sênh *d* [乐] 芦笙

trúc tơ *d* [乐] 丝竹

trúc trắc *t* 不通顺, 不流利, 磕磕绊绊: Lời văn trúc trắc. 文章不通顺。

trục [汉] 逐

trục *đg* ①提升, 吊运: trục tàu đắm 把沉船吊起来②碾: trục lúa 碾稻谷

trục *d* ①起重用的 (机械): cần trục 起重机②轴心; 枢纽: trục giao thông 交通干道③轴: trục bánh xe 车轴

trục cam *d* [机] 凸轮轴

trục hoành *d* 横轴

trục lăn *d* 滚子, 碾子

trục lợi *đg* 逐利, 图利, 牟利

trục quả đào *d* [机] 偏心轴

trục quay *d* 转轴

trục toạ độ *d* [数] 坐标轴

trục trặc *d* 故障: Máy bay bị trục trặc. 飞机发生故障。*t* 不顺利, 有麻烦: Công việc bị trục trặc. 工作不顺利。

trục tung *d* 纵轴

trục vít *d* 齿轮轴

trục vớt *đg* 打捞

trục xuất *đg* 驱逐出境，逐出

trui *đg* 淬火，炼

trui luyện *đg* ［方］锤炼

trui rèn *đg* ［方］锤炼

trùi trũi *t* 黑黝黝，纯黑：bị phơi đen trùi trũi 被晒得黑黝黝的

trụi *t* ①光秃②干净，精光：hái trụi quả 摘光果子

trụi lùi *t* ［口］光秃秃：Đầu cạo trụi lùi. 头剃得光秃秃的。

trụi thui lủi *t* 光秃秃，光溜溜

trùm₁ *đg* 盖，蒙，遮，罩：trùm chăn lên đầu 用被子蒙住头

trùm₂ *d* 头目，头人：trùm cướp 匪首

trúm *d* 竹渔具 *t* 窄口：quần ống trúm 灯笼裤

trụm *t* 一窝子的，全部的：bắt trụm cả bọn cướp 一锅端了贼窝

trụm lùm *t* 囫囵，全部：nuốt trụm lùm miếng thịt 一口把整块肉吞下

trùn *d* 蚯蚓 *t* 残余的，剩余的

trùn bước *đg* 裹足不前，退却

trung₁ ［汉］中 *t* ①中间的，中空的，中等的：miền Trung 中部②（大写）中国的简称：quan hệ Trung - Việt 中—越关系

trung₂ ［汉］忠 *t* ①忠心：trung thần 忠臣②忠诚：trung với Đảng 忠于党

Trung Á *d* ［地］中亚

Trung Âu *d* ［地］中欧

trung bình *t* ①平均：thu nhập trung bình 平均收入②中等：mức sống trung bình 中等生活水平

trung cáo *đg* 忠告

Trung Cận Đông *d* ［地］中近东

trung cấp *t* 中级，中等

trung châu *d* 丘陵

trung chuyển *đg* 中转，中继：trung chuyển hàng hoá 中转货物

trung cổ *d* 中古，中世纪

trung du *d* 中游：vùng trung du 中游地带

trung dung *d* 中庸：đạo trung dung 中庸之道

trung dũng *t* 忠勇

trung đại *d* 中古时代

trung đại tu *đg*（机器）大中修

trung điểm *d* 中间点

trung đoàn *d* ［军］团

trung đoạn *d* ［数］中线

trung đội *d* ［军］排，中队

Trung Đông *d* ［地］中东

trung gian *t* 中间的：vị trí trung gian 中间位置 *d* 中介，中间人

trung hạn *t* 中期，中等期限

trung hậu *t* 忠厚

trung hiếu *t* 忠孝

trung hoà *đg* ［化］中和

trung học *d* 中学：trung học chuyên nghiệp 中专；trung học cơ sở 初中；trung học phổ thông 高中

trung hưng *đg* ; *t* 复兴

trung khu *d* 中枢神经

trung kiên *t* 忠坚，忠贞 *d* 中坚力量：bồi dưỡng trung kiên 培养中坚力量

trung lập *t* 中立：nước trung lập 中立国

trung liên *d* ［军］轻机枪

trung liệt *t* 忠烈

trung lưu *d* ①中游②中产阶级

Trung Mĩ *d* ［地］中美洲

trung nghĩa *t* 忠义

trung nguyên₁ *d* 中原

trung nguyên₂ *d* 中元节

trung niên *t* 中年的：người trung niên trạc tuổi bốn mươi 约四十岁的中年人

trung nông *d* 中农

trung phẫu *d* 中等手术

trung phong *d* ［体］中锋：một trung phong xuất sắc 一名优秀的中锋

trung quân₁ *d* 中军

trung quân₂ *đg* ［旧］忠君

Trung Quốc *d* ［地］中国（亚洲国家）：người Trung Quốc 中国人

trung sĩ *d* ［军］中士

trung tá *d* ［军］中校

trung tâm *d* ①中心：trung tâm thành phố 市中心；trung tâm nghe nhìn 视听中心②（培训）中心，学校 *t* 重心，重

点：công tác trung tâm 重点工作

trung tâm phóng vệ tinh d 卫星发射中心

trung thành t ① 忠诚：trung thành với tổ quốc 忠于祖国② [口] 真实, 忠实

trung thần d [旧] 忠臣

Trung Thu d 中秋：tết Trung Thu 中秋节

trung thực t ①忠实,忠诚老实②真实：phản ánh trung thực cuộc sống 真实地反映生活

trung tiện đg (肛门) 排气,放屁

trung tín t 守信的

trung tính t 中性的：muối trung tính 中性盐

trung trinh t 忠贞

trung trực₁ t 忠直,耿直：có tính trung trực 性格耿直

trung trực₂ d 垂直中线(面)

trung tu đg [机] 中修

trung tuần d 中旬：trung tuần tháng ba 3 月中旬

trung tuyến d ①(足球场) 中线②中线

trung tử d 中子

trung tướng d [军] 中将

trung uý d [军] 中尉

trung ương t ① 中枢的：thần kinh trung ương 中枢神经②中央的：ban chấp hành trung ương 中央执行委员会 d 中央(国家最高领导机构的简称,常用大写)

trung ương tập quyền d 中央集权

Trung văn d 中文

trung vệ d 中后卫球员

trung y d 中医

trùng₁ [汉] 重 đg 重复,重合：hai ngày trùng nhau 两个日子重合 t 层层,叠叠：vượt qua muôn trùng núi non 越过万重山

trùng₂ [汉] 虫 d 虫；细菌：côn trùng 昆虫

trùng₃ d 蛊

trùng cửu d 重九,重阳节

trùng dương₁ d 重洋,大洋

trùng dương₂ d 重阳

trùng điệp t 重叠,重重叠叠

trùng hôn đg [法] 重婚

trùng hợp₁ đg 聚合：chất trùng hợp 聚合物

trùng hợp₂ t ①巧合：sự trùng hợp ngẫu nhiên 偶然的巧合②相同：Ý kiến hai người khá trùng hợp. 两人意见比较一致。

trùng khơi d 重洋,海洋

trùng lặp đg 重复：xây dựng trùng lặp 重复建设

trùng phùng đg 重逢

trùng roi d 鞭毛虫

trùng triềng t 晃晃荡荡：Con thuyền trùng triềng giữa sông. 小船在河中间摇来晃去地漂荡。

trùng trục₁ t [口] ①圆鼓鼓②赤裸,一丝不挂：mấy đứa trẻ ở trần trùng trục 几个一丝不挂的小孩

trùng trục₂ d 淡水珠贝

trùng trùng t 层层叠叠

trùng tu đg 重修,修缮：trùng tu ngôi đền 重修亭子

trũng t 低陷,低洼：vùng đất trũng 低洼地

trúng [汉] 中 t ①准确击中的：ném trúng đích 投中目标②符合的,对的：đoán trúng ý 猜中心意③ [口] 刚好的：Ngày sinh trúng vào ngày Quốc khánh. 生日那天正好是国庆。đg ①中,着,遭,触：trúng đạn 中弹②当选：trúng vào ban lãnh đạo 当选领导班子(成员)③中奖：trúng số độc đắc 中了头彩④ [口] 盈利

trúng cử đg 当选：trúng cử giám đốc nhà máy 当选厂长

trúng độc đg 中毒：bị trúng độc 中毒了

trúng giá đg [方] (以好的价格) 卖出：Cà phê năm nay trúng giá. 今年咖啡卖好价钱。

trúng giải đg 中奖

trúng gió đg 着凉,受寒

trúng kế đg 中计

trúng mánh đg [口] 中奖,走大运

trúng phóc t [方] 完全对的

trúng phong *đg* [医]中风

trúng quả *t* 好运的

trúng thầu *đg* 中标: trúng thầu công trình 工程中标

trúng thực *đg* 食物中毒

trúng tủ *đg* ①[口]正如所料, 押中, 猜对②一言道破, 正中要害: Ông nói trúng tủ quá! 你说得很对!

trúng tuyển *đg* ①中举, 考上: trúng tuyển đại học 考上大学②获选, 获聘

trụng *đg* [方]焯, 烫: trụng gà 烫鸡

truông *d* 草甸子, 荒草地

truồng *t* 裸的, 光屁股的: cởi truồng 脱光

trút₁ *đg* ①倒, 倾: mưa như trút 大雨如注②倾吐: trút bầu tâm sự 倾吐心事③推卸, 转嫁: trút nạn 嫁祸

trút₂ *d* [动]穿山甲

trụt₁ *đg* [方]滑降, 滑落

trụt₂ *đg* 塌陷: nhà trụt ngói 屋顶塌陷

truy [汉]追 *đg* ①追查: truy cho ra mối 要把线索查出来②追问, 盘问: bị truy tợn 被紧紧追问③追加: truy tặng danh hiệu anh hùng 追封英雄称号

truy bức *đg* 追逼

truy cập *đg* 登录, 点击, 打开, 访问, 链接: truy cập Internet 登录互联网

truy cập ngẫu nhiên *d* 随机登录

truy cứu *đg* 追究: truy cứu trách nhiệm 追究责任

truy điệu *đg* 追悼

truy đuổi *đg* 追捕

truy gốc *đg* 追根究底

truy hoan *đg* [旧]寻欢作乐

truy hoàn *đg* 赔还, 追还

truy hỏi *đg* 追究, 追问, 盘问

truy hô *đg* 边追边喊: Mọi người truy hô tên kẻ cắp. 众人边追边喊抓贼。

truy kích *đg* 追击: bám sát truy kích 跟踪追击

truy lãnh [方]=truy lĩnh

truy lĩnh *đg* 补领: truy lĩnh lương 补领工资

truy lùng *đg* 搜捕: truy lùng kẻ giết người 搜捕杀人者

truy nã *đg* 追捕, 缉拿: truy nã tù vượt ngục 缉拿越狱犯

truy nguyên *đg* 追源, 追根究底

truy nhận *đg* 追认: được truy nhận là liệt sĩ 被追认为烈士

truy quét *đg* 追剿, 追歼

truy sát *đg* [旧]追杀, 追歼

truy tặng *đg* 追赠, 追授: truy tặng danh hiệu anh hùng 追授英雄称号

truy tầm *đg* 追寻

truy thu *đg* 追收: truy thu thuế 追税

truy tìm *đg* 追寻, 追查

truy tố *đg* [法]起诉: truy tố trước toà án 向法庭提起公诉

truy xét *đg* 审问: truy xét bị can 审问疑犯

truy xuất *đg* 拷贝, 下载: truy xuất thông tin từ Internet 从网上下载资料

trụy [汉]堕

trụy lạc *đg* 堕落, 蜕化

trụy thai *đg* 堕胎

trụy tim mạch *đg* 心血管衰竭

truyền [汉]传 *đg* ①传: truyền thụ 传授②输送, 传输: truyền máu 输血③传扬: truyền tin 传信

truyền bá *đg* 传播

truyền cảm *đg* 感染: giọng hát truyền cảm 具有感染力的歌声

truyền dẫn *đg* 传导, 传输: truyền dẫn tín hiệu 传输信号

truyền đạo *đg* [口]传道, 传教

truyền đạt *đg* 传达

truyền đơn *d* 传单: rải truyền đơn 发传单

truyền giáo *đg* [宗]传教

truyền giống *đg* [生]传种

truyền hình *đg* 发送电视 *d* [口]电视: xem truyền hình 看电视

truyền hình cáp *d* 有线电视

truyền khẩu *đg* 口传: văn học dân gian truyền khẩu 口传民间文学

truyền kiếp *t* 世传的, 传世的

truyền ngôi *đg* 传位

truyền nhiễm *đg* 传染: bệnh truyền nhiễm 传染病

truyền tải *đg* 传输: truyền tải thông

tin 传输信息

truyền thanh *đg* 播音，广播

truyền thần *t* 传神

truyền thông *đg* 传输，传送（信息）：công nghệ truyền thông 传输技术 *d* 传媒，媒体：phương tiện truyền thông 传媒工具

truyền thống *d*；*t* 传统：nghề thủ công truyền thống 传统手工业

truyền thụ *đg* 传授：truyền thụ kinh nghiệm 传授经验

truyền thuyết *d* 传说

truyền tụng *đg* 传颂，颂扬

truyện ［汉］传 *d* ①传，传记，故事，小说②经传（指《大学》《中庸》《论语》《孟子》）

truyện cổ *d* 古代传记故事

truyện cổ tích *d* 民间传说，民间故事

truyện cười *d* 幽默故事，笑话

truyện dài *d* 长篇小说

truyện kí *d* 传记

truyện ngắn *d* 短篇小说

truyện nôm *d* 喃字小说作品

truyện phim *d* 电影故事

truyện thơ *d* 诗体小说

truyện tranh *d* 漫画，连环画

truyện vừa *d* 中篇小说

trừ₁ ［汉］除 *đg* ①除，去除，驱除：thuốc trừ sâu 驱虫药②扣掉，去掉，减掉：bị trừ tiền công 被扣工钱③除…以外：Mọi người phải có mặt, trừ người ốm. 除生病的以外，大家都要上。④［数］减：5 trừ 2 còn 3. 5 减 2 等于 3。

trừ₂ *đg* 以…代…：ăn khoai trừ cơm 以薯代饭

trừ bì *đg* 净重：50 cân trừ bì 净重 50 斤

trừ bị *t* 后备：quân trừ bị 后备军

trừ bỏ *đg* 去除，革除，肃清

trừ bữa *đg* 充饥，当饭：ăn khoai trừ bữa 吃红薯当饭

trừ diệt *đg* 灭除，消除

trừ gian *đg* 除奸，锄奸

trừ hao *đg* ［经］扣除损耗，折旧

trừ khử *đg* 消除，清除：trừ khử phần tử tham nhũng 清除腐败分子

trừ phi *k* 除非，除了：Năm nay sẽ được mùa, trừ phi bị lụt lội bất thần. 今年将丰收，除非突发洪涝。

trừ tà *đg* 驱邪除魔

trừ tịch *d* 除夕

trữ ［汉］贮 *đg* 贮存：trữ hàng 囤积货物

trữ kim *d* ［经］黄金储备

trữ lượng *d* ［矿］储藏量：trữ lượng than 煤矿储藏量

trữ tình *t* 抒情：thơ trữ tình 抒情诗

trứ ［汉］著

trứ danh *t* 著名：tác giả trứ danh 著名作家

trứ tác *d* 著作 *đg* 写作

trự *d* ［方］银两，钱币

trưa *d* 午间，晌午：buổi trưa 中午 *t* 过了上午的，（比上午）迟，晚：đã trưa rồi 大晌午了

trưa trật *t* ［口］大晌午的：Trưa trật rồi mà vẫn chưa ngủ dậy. 都大晌午了还没起床。

trực₁ ［汉］值 *đg* 值守：bác sĩ trực 医生值班；trực bên giường bệnh 守在病床边

trực₂ *p* 突然间：trực nhớ 突然间想起来

trực₃ ［汉］直 *t* 直：tính rất trực 性格很直

trực ban *đg* 值班：cán bộ trực ban 干部值班员 *d* 值班员

trực cảm *d* 直觉

trực chiến *đg* 作战值班，战斗值勤

trực diện *t* 正面的，面对面的

trực giác *d* 直觉

trực giao *t* 直角交叉的：hai đường thẳng trực giao 直角交叉的两条线

trực hệ *d* 直系

trực khuẩn *d* ［医］杆菌

trực nhật *đg* 值日：phân công trực nhật 分工值日 *d* 值日生

trực quan *đg* ①直观：phương pháp giảng dạy trực quan 直观教学方法②［旧］直觉

trực tâm *d* 三角形垂直线交叉点

trực thăng *d* 直升机

trực thu *d* 直接税(=thuế trực thu)

trực thuộc *đg* 直属于, 直接管辖: thành phố trực thuộc trung ương 直辖市

trực tiếp *t* ①直接: nói chuyện trực tiếp với nhau 直接接触②亲自: Giám đốc công an tỉnh trực tiếp chỉ đạo phá án. 省公安厅厅长亲自指导破案。③直播: trực tiếp bóng đá 足球直播

trực tính *t* 直性子的, 刚直

trực tràng *d* 直肠

trực trùng *d* 杆菌

trực tuyến *t* ①[计]在线的: đường truyền trực tuyến 在线登录②直播的: chương trình truyền hình trực tuyến 直播电视节目

trưng₁ *đg* 摆设: trưng cổ 设寝

trưng₂ [汉]征 *đg* 征收: trưng đất 征地

trưng bày *đg* 陈列, 陈设, 摆设: phòng trưng bày hiện vật 实物陈列室

trưng cầu *đg* 征求, 听取: trưng cầu ý kiến 征求意见

trưng cầu dân ý *đg* 民意调查

trưng dụng *đg* 征用

trưng khẩn *đg* [旧]征垦

trưng mua *đg* [经]征购: trưng mua nông sản 征购农产品

trưng tập *đg* 征集, 征召

trưng thầu *đg* (向国家机关)承包: trưng thầu bến bãi 承包港口

trưng thu *đg* [经]征收

trừng *đg* 瞪, 瞪眼: trừng mắt đe dọa 瞪眼吓唬

trừng phạt *đg* 惩罚, 处分, 制裁: bị trừng phạt đích đáng 受到应有的惩罚

trừng trị *đg* 惩处, 惩治, 惩办

trừng trộ *đg* 瞪眼

trừng trừng *t* 直瞪瞪

trứng *d* 蛋, 卵: Gà đẻ trứng. 鸡下蛋。

trứng cá *d* [生]粉刺, 痤疮

trứng chọi với đá 以卵击石

trứng cuốc *t* (香蕉)熟透的, 起芝麻点的

trứng dái *d* [生]睾丸

trứng đen *d* 松花蛋, 皮蛋

trứng để đầu đẳng 危如累卵

trứng gà *d* 鸡蛋

trứng gà trứng vịt [口]半斤八两, 彼此彼此

trứng khôn hơn vịt 目无师长

trứng lộn *d* 毛蛋, 胚蛋, 屈头蛋

trứng muối *d* 咸蛋

trứng nước *t* 年幼, 幼稚, 蒙昧

trứng ốp lếp *d* 煎蛋

trước *d* ①前方: đi về phía trước 往前走②前面, 正面③先前, 之前: nghĩ kĩ trước khi nói 讲话之前想清楚 *k* 面对, 面向: trước tình thế nguy ngập 面对危急情况

trước bạ *đg* 所有权登记, 产权登记: sổ trước bạ 产权证

trước hết *d* 首先, 首要, 第一: Trước hết phải có kinh phí. 首先是要有经费。

trước khi *d* …前, …之前

trước kia *d* 以前, 从前, 过去

trước lạ sau quen 一回生二回熟

trước mắt *d* 目前, 当前: nhiệm vụ trước mắt 目前的任务

trước mặt *d* 面前, 当前

trước nay *d* 今昔, 古今: Trước nay người ta đều làm như thế. 从古至今人家都这么做

trước nhất *d* 最先, 首先, 头一个

trước sau *d* ①前后: nhìn ngó trước sau 前张后望②始终: trước sau như một 始终如一③迟早: Trước sau người ta cũng phải chấp nhận. 迟早大家都得承认。

trước sau như một 始终如一

trước tác *d* 著作 *đg* 创作, 著书

trước tiên *d* 最先, 第一: về đích trước tiên 最先到达终点

trườn *đg* 爬, 伏行, 蠕行, 匍匐

trương₁ *đg* 胀: ăn no trương cả bụng 吃撑了

trương₂ [汉]张 *đg* 张开, 撑开: trương buồm ra khơi 扬帆出海

trương lực *d* 张力

trương mục *d* (银行)账户, 户头

trương phềnh *t* 胀鼓鼓: Bụng con

cóc trương phềnh. 蟾蜍的肚子胀鼓鼓的。

trường₁ *d* ①学校: trường đại học 大学②场地: trường bắn 射击场③ 场所,舞台: trường quốc tế 国际舞台

trường₂ [汉]场 *d* [理]场: trường hấp dẫn 引力场; trường điện tử 电子场

trường₃ [汉]长 *t* 长,久: đường trường 长途

trường bay *d* 机场

trường bắn *d* ①靶场,射击场②刑场

trường ca *d* 长歌

trường cao đẳng *d* 大学专科

trường chinh *đg* 长征

trường cửu *t* 长久,永久: cơ nghiệp trường cửu 永久的基业

trường đấu *d* 格斗场

trường đoạn *d* 片段: trích một trường đoạn của bộ phim 剪辑电影片段

trường đời *d* 社会: kinh nghiệm trường đời 社会经验

trường đua *d* 赛场

trường giang *d* 长江 *t* [转]冗长: lối văn trường giang đại hải 长篇大论

trường giáo dưỡng *d* 教养所

trường học *d* 学校

trường hợp *d* 状况,情况;场合: trường hợp phức tạp 情况复杂

trường kì *t* 长期,持久

trường ốc *d* [旧]①考场②学校

trường phái *d* 学派,流派

trường quay *d* 制片场,演播厅

trường qui *d* [旧]考场纪律

trường sinh *đg* [旧]长生: trường sinh bất tử 长生不老

trường sở *d* 校舍

trường thành *d* 长城: xây đắp trường thành 修建长城

trường thi *d* [旧]考场

trường thọ *đg* 长寿

trường tồn *đg* 长存: tinh thần anh hùng trường tồn 英雄的精神长存

trường vốn *t* 资金充足的: Trường vốn mới làm ăn lâu được. 资金充足生意才做得久。

trưởng [汉]长 *d* 长,领导: bộ trưởng

部长 *t* 领头的,打头的: con trưởng 长子

trưởng ban *d*(委员会)主任;部长

trưởng đoàn *d* 代表团长

trưởng giả *t* 小资的,土豪的: lối sống trưởng giả 有钱人的生活方式 *d* 暴发户,新贵,土豪

trưởng kíp *d* 组长,工长,领班

trưởng lão *d* 长老

trưởng máy tàu *d*(轮船)轮机长

trưởng nam *d* 长子

trưởng nữ *d* 长女

trưởng phòng *d*(科、处等)科长,处长,主任

trưởng thành *đg* ①长成,成长: Con cái đã trưởng thành cả. 孩子们都长大了。②成长,成熟

trưởng thôn *d* 村长,村主任

trưởng tộc *d* 族长

trướng₁ *d* ①旗,幛子: cầm trướng 锦幛②绣锦,绣花锦,刺绣

trướng₂ [汉]涨,胀 *t* 涨,胀: bành trướng 膨胀; bụng trướng 腹胀

trượng₁ [汉]仗

trượng₂ [汉]杖 *d* 杖,大板

trượng₃ [汉]丈 *d* 丈(长度单位)

trượng phu *d* 大丈夫

trượt *đg* 滑,滑动,滑脱: Cẩn thận kẻo trượt ngã. 小心别滑倒。 *t* 偏的,不中的,不准的: thi trượt 没考上

trượt băng *đg* 滑冰

trượt giá *đg* 贬值: đồng tiền trượt giá 货币贬值

trượt tuyết *đg* 滑雪

trừu₁ [汉]抽

trừu₂ [汉]绸 *d* 绸

trừu tượng *t* 抽象: lối giải thích quá trừu tượng 解释得太抽象了

trừu tượng hoá *đg* 抽象化

TS (tiến sĩ) [缩]博士

T/T (Telegraphic Transfer) [缩]电汇

tu₁ [汉]修 *đg* [宗]修行: đi tu 出家

tu₂ *đg* 狂饮,畅饮,牛饮: tu một hơi hết cả cốc nước 一口气喝完一杯水

tu₃ [拟]嘟嘟

tu bổ *đg* 修补,修缮,保养

tu chí *đg* 修身养性: chú ý tu chí bản thân 注意自身修养

tu chỉnh *đg* [旧]修整, 修饰: tu chỉnh cầu cống đê điều 修整沟渠堤坝

tu dưỡng *đg* 修养

tu hành *đg* 修行: nhà tu hành 修行者

tu hú *d* 杜鹃鸟, 布谷鸟

tu huýt *d* 小哨子

tu kín *đg* 封闭修道: nhà tu kín 封闭修道者

tu luyện *đg* 修炼, 修养, 陶冶

tu mi *d* 须眉(指男子)

tu nghiệp *đg* 进修, 学习业务: tu nghiệp ở nước ngoài 到国外进修

tu nhân tích đức 修善积德

tu sĩ *d* 修士

tu sửa *đg* 修理, 修缮

tu tạo *đg* 修造: tu tạo chùa chiền 修造庙宇

tu thân *đg* 修身: quyết ý tu thân 决意修身

tu thư *đg* 编写, 编撰(教材)

tu tỉnh *đg* 醒悟, 悔悟

tu tu [拟]①嘟嘟②呜呜

tu từ *đg* 修辞: tu từ học 修辞学

tu viện *d* [宗]修道院

tù₁ [汉]酋

tù₂ [汉]囚 *đg* 囚禁, 关押, 坐牢: bị phạt ba năm tù 被判三年徒刑 *d*①囚徒, 罪犯: tù kinh tế 经济犯②监狱: nhà tù 囚室

tù₃ *t*①不流动的: nước tù 死水②钝: Mũi dùi bị tù. 锥子钝了。

tù án treo *đg* 缓刑

tù binh *d* 俘虏, 战俘

tù căng *t* [口]约束的, 束缚的

tù chính trị *d* 政治犯

tù chung thân *d* [法]无期徒刑

tù đày *đg* 监禁, 囚禁: bị tù đày nhiều năm 被囚禁多年

tù đọng *đg* (污秽)积压, 沉积: Ao hồ tù đọng. 湖水沉积着污秽。

tù giam *đg* 监禁: bị phạt tù giam 被判监禁

tù hãm *t* 困窘: sống trong cảnh tù hãm 生活在困窘之中

tù mù *t*①微弱, 朦胧(=lù mù)②模糊: kiểu tính toán tù mù 模糊计算方法

tù ngồi *đg* 坐牢, 囚禁: bị phạt năm năm tù ngồi 被判坐牢五年

tù nhân *d* 犯人, 囚犯

tù tì *t* [口]不间断的: đọc liền tù tì một mạch 一口气读下去

tù tội *đg* 受牢狱之苦, 坐牢

tù trưởng *d* [旧]酋长

tù túng *t* 困窘, 窘困: sống tù túng 困窘的生活

tù và *d* 号角, 螺号: thổi tù và 吹螺号

tủ₁ *d* 柜, 橱: tủ áo 衣柜

tủ₂ *t*①[口]拿手: bài (hát) tủ 拿手的歌②押题

tủ₃ *đg* 覆盖: tủ rơm rác vào gốc cây 把垃圾覆盖到树根上

tủ bạc *d* 保险柜, 保险箱

tủ bát *d* 碗柜, 碗橱

tủ búp-phê *d* 碗柜, 橱柜, 餐柜

tủ chè *d* 茶柜

tủ chữa cháy *d* 消火栓柜

tủ đá *d* 冰柜, 冰箱

tủ đứng *d* 立柜

tủ kính *d* 橱窗, 商品陈列窗

tủ lạnh *d* 电冰箱

tủ lệch *d* 高低柜

tủ li *d* 酒柜

tủ sách *d*①书橱, 书柜②丛书, 文库: tủ sách văn học 文学丛书

tủ sắt *d* [旧]铁柜; 保险柜

tủ sấy *d* 烤箱

tủ thuốc *d* [医]急救药箱, 急救药盒

tủ tường *d* 壁柜

tủ ướp lạnh *d* 冰柜

tú₁ [汉]秀

tú₂ *d* 扑克牌(tú lơ khơ 的简称)

tú bà *d* 老鸨

tú hụ *t* 满当当: bát cơm đầy tú hụ 满满一碗饭

tú lơ khơ *d* 扑克牌

tú tài *d*①[旧]秀才②高中毕业生

tú ụ *t* 满满, 满当当

tụ [汉]聚 *đg* 聚集, 淤积: Nước tụ ngập phố. 水积满街道。*d* 电容器(tụ điện 的简称)

tụ bạ *đg* [旧]结伙，聚众(做不正当的事)：tụ bạ nhau để đánh bạc 聚众赌博

tụ cầu *d* 葡萄球菌

tụ cư *đg* 聚居：nơi tụ cư của dân tộc ít người 少数民族聚居地

tụ điểm *d* 聚集点，汇合点，窝点：tụ điểm của bọn buôn lậu 走私犯的窝点

tụ điện *d* 电容器

tụ họp *đg* 聚合，纠合，集合

tụ hội *đg* 聚会，汇集

tụ huyết trùng *d* (畜禽)巴斯德氏菌病，出血性败血病

tụ nghĩa *đg* 聚义

tụ tập *đg* 聚集，荟萃

tua₁ *d* ①流苏，坠子，缨：tua đèn lồng 灯笼坠子 ②触须

tua₂ *d* 次，圈，周，顿：ba tua 三圈

tua₃ *đg* 倒带：tua lại đoạn đầu của bộ phim 倒到电影开头的片段

tua-bin (turbin) *d* [机]涡轮机

tua tủa *t* 拉碴的，刺刺的

tua vít *d* 改锥，螺丝刀

tủa *đg* ①散开；撒出：Thóc để tủa ra. 稻子散开放。②[口]分散开

túa *đg* ①冒，喷，涌：nước túa ra ngập phố. 水冒出来淹了街道。②涌出：Ong từ tổ túa ra. 蜜蜂从窝里涌出来。

tuân [汉]遵 *đg* 遵，遵循，依照：tuân theo kỉ luật 遵守纪律

tuân thủ *đg* 遵守：tuân thủ pháp luật 遵守法律法规

tuần₁ [汉]驯

tuần₂ *d* ①星期，周：một tuần 一个星期 ②祭七：cúng tuần đầu 做头七

tuần₃ [汉]巡 *đg* 巡逻 *d* 巡，轮：rượu đã 3 tuần 酒过三巡

tuần₄ [汉]旬 *d* 旬，时候：thượng tuần 上旬

tuần báo *d* 周报，周刊

tuần duyên *đg* 近海巡逻

tuần dương hạm *d* [军]巡洋舰

tuần hành *đg* 巡行，游行

tuần hoàn *đg* 循环：tuần hoàn máu 血液循环

tuần lễ *d* 星期，礼拜，一周(七天)

tuần lộc *d* 驯鹿

tuần phòng *đg* 巡防

tuần phủ *d* [旧]巡抚

tuần san *d* 旬刊

tuần thú *đg* [旧]巡幸，巡视

tuần tiễu *đg* 巡逻，巡弋：Tàu hải quân tuần tiễu trên mặt biển. 海军舰艇在海上巡弋。

tuần tra *đg* 巡查，巡逻

tuần trăng mật *d* 蜜月

tuần tự *p* 依次，陆续：tuần tự nhi tiến 循序渐进

tuần vận *d* 时运

tuẫn nạn *đg* [旧]殉难

tuẫn táng *đg* [旧]殉葬

tuẫn tiết *đg* [旧]殉节

tuấn kiệt *d* [旧]俊杰

tuấn mã *d* 骏马

tuấn tú *t* 俊秀，英俊：chàng trai tuấn tú 英俊青年

tuất₁ [汉]戌 *d* 戌(地支第十一位)：năm tuất 戌年，giờ tuất 戌时

tuất₂ *d* 抚恤金：nhận tuất 领取抚恤金

tuất dưỡng *đg* 抚恤

túc₁ [汉]足，宿，夙

túc₂ *đg* 吹响：túc còi 吹哨子

túc cầu *d* [旧]蹴鞠；足球

túc hạ *d* [旧]足下

túc tắc *t* [口]从容：túc tắc làm dần cũng xong 慢慢做也可以做完

túc trái *d* 宿债

túc trực *đg* 宿值，守候

túc túc [拟]咯咯

tục₁ [汉]俗 *d* 俗：tục cưới xin 婚俗

tục₂ *d* ①尘俗 ②俗称 *t* 粗俗，不雅：nói tục 讲粗话

tục danh *d* 俗名，小名，乳名

tục duyên *d* 俗缘

tục hôn *đg* 续婚，再婚

tục huyền *đg* 续弦，再娶

tục lệ *d* 俗例，惯例

tục ngữ *d* 俗语，谚语

tục tằn *t* 粗俗，粗野，庸俗，猥亵：ăn nói tục tằn 言语粗俗

tục tĩu *t* 粗俗，粗野

tục truyền *đg* 俗传，传说

tục tử *d* [旧]俗子，俗人

tuế₁ [汉]岁

tuế₂ *d* 铁树类的统称

tuế nguyệt *d* [旧]岁月

tuế toá *t* [口]随便说说的

Tuệ Tinh *d* [天]彗星

tuệch toạc *t* [口]心直口快

tuềnh toàng *t* [口]①简陋，空阔②随性，随意，大大咧咧

tui *đ* [方]我：Tui đã về. 我回来了。

tủi *đg* 自怜，自我感伤

tủi cực *t* 忧伤，忧烦

tủi hổ *t* 惭愧

tủi hờn *đg* 怨恨

tủi nhục *t* 羞辱，耻辱

tủi phận hờn duyên 怨天尤人

tủi thân *t* ; *đg* 委屈：tủi thân vì bị hiểu nhầm 因被误会而感到委屈

tủi thẹn *t* 惭愧，羞愧

túi₁ *d* ①口袋：túi áo 衣袋②囊，包，袋子：túi mật 胆囊

túi₂ *t* [方]黑暗：trời túi như mực 天黑黢黢

túi bóng *d* 塑料袋

túi bụi *t* 忙乱：bận túi bụi 忙得不可开交

túi dết *d* 挎包

túi du lịch *d* 旅行袋

túi không đáy (贪心) 无底洞，贪婪

túi mật *d* 胆囊

túi tham *d* 贪欲，贪婪的心，私囊：túi tham vô đáy 欲壑难填

túi tiền *d* [口]钱袋

túi trườm đá *d* 冰袋

túi xách *d* 手提包

tụi *d* [口]群，批，伙：tụi con nít 那帮小不点

tụi bay *đ* [口]尔辈，你们

tụi mình *đ* [口]我们，咱们

tụi nó *đ* [口]他们

tum *d* ①瓮②阁楼③单车轴承套

tum húm *t* [口]狭，小，窄

tum húp *t* [口]肿胀：mắt sưng tum húp 眼睛肿胀

tùm₁ [拟]咕咚

tùm₂ *d* 簇，丛：tùm lá 树叶丛

tùm hum *t* =tùm hụp

tùm hụp *t* 遮蔽的，低垂的：Mũ kéo tùm hụp cả mặt. 帽子拉下遮住了脸。

tùm lum *t* [口]杂乱，纷杂：cỏ mọc tùm lum 杂草丛生；bàn tán tùm lum 议论纷纷

tùm lum tà la [方]=tùm lum

tùm tũm [拟]扑通扑通

tủm tỉm *đg* 微笑，抿嘴笑

túm *đg* ①拢紧，束扎：túm chặt ống quần 系紧裤腿②揪住：túm lấy tóc 揪住头发③ [口]抓住：túm được tên kẻ trộm 抓住小偷④ [口]围拢聚集：Mọi người túm lại xem rất đông. 很多人围过来看。*d* 一扎，一把，一束：một túm lá 一把叶子

túm năm túm ba 三五成群

túm tụm *đg* 聚拢，靠拢：ngồi túm tụm với nhau 坐到一起

tụm *đg* 聚拢，靠拢：Mọi người tụm lại bàn tán. 大伙儿聚到一起商量。

tun hủn *t* 短橛橛

tun hút *t* 深邃，深长：đường hầm tun hút 深长的隧道

tủn mủn *t* 烦琐，琐碎；小气，吝啬：tính toán tủn mủn 斤斤计较

tủn ngủn *t* 短橛橛

tung₁ [汉]纵，踪

tung₂ *đg* ①抛，扬：Gió thổi tung bụi. 风刮得尘土飞扬。②抛撒③散布，抛出：tung tin đồn nhảm 散布谣言；tung hàng ra bán 甩货④碎散⑤打乱：Làm đối tung mọi việc. 把事情都搞乱了。

tung độ *d* 纵度

tung hoành *đg* 纵横

tung hô *đg* 高呼，山呼

tung hứng *d* (杂技) 抛接技巧

tung lưới *đg* 破网，(球) 进网：sút tung lưới 一脚破网

tung tăng *t* 雀跃的，欢蹦乱跳的：Các em nhỏ tung tăng tới trường. 小朋友们蹦蹦跳跳上学去。

tung tẩy *đg* ①摆动，摇摆，跳动② [口]自由，无束缚：tự do tung tẩy khắp

nơi tự do tự tại四处活动

tung thâm *d* 纵深

tung tích *d* ①踪迹②行踪，来历

tung toé *đg* 四溅，四射，泼溅，喷溅，飞溅：Nước bắn tung toé. 水四处飞溅。

tung tung [拟] 咚咚(小鼓点声)

tùng₁ [汉] 松 *d* [植] 松

tùng₂ [拟] 咚咚(大鼓点声)

tùng bách *d* 松柏

tùng chinh *đg* 从征，出征

tùng hương *d* 松香

tùng lâm *d* 修行地

tùng phèo *đg* [口] 四脚朝天

tùng quân *d* [旧] ①从军②壮士

tùng thư *d* [旧] 丛书

tùng tiệm *đg* 从俭，节省

tùng xẻo *đg* 凌迟

túng *t* ①拮据，贫困，穷苦：túng tiền 手头拮据②缺少：Làm văn túng từ. 写文章词穷了。

túng bấn *t* 窘迫，穷困

túng quẫn *t* 穷困，困窘，窘迫：ở vào thế túng quẫn 处在窘迫的境地

túng thế *t* 山穷水尽的，无计可施的：Túng thế thì liều một phen. 没办法，那就冒一次险。

túng thiếu *t* 拮据，经济困难的，手头紧

tụng [汉] 诵 *đg* 诵念：tụng kinh 诵经

tụng ca *đg* 歌颂：tụng ca đất nước 歌颂祖国

tụng niệm *đg* 念诵

tuốc-nơ-vít (tournevis) *d* [机] 起子

tuộc *d* [动] 真蛸，章鱼(=mực tuộc)

tuổi *đg* 爬；滑行：Rắn tuổi ra khỏi hang. 蛇从洞里爬出来。Đứa bé tuổi khỏi lưng mẹ. 小孩从妈妈背上滑了下来。

tuổi *d* ①岁：hai mươi tuổi 二十岁②年限：hai mươi năm tuổi nghề 二十年工龄③龄：con gà mười ngày tuổi 十日龄小鸡④生肖：tuổi khi 属猴⑤时代，时期：tuổi xuân 青春时代⑥足色：vàng mười tuổi 十成金

tuổi bền *d* 耐用性，耐用度

tuổi dậy thì *d* [生] 发育期，青春期，冲动期

tuổi đầu *d* 这把年纪，这个岁数

tuổi hạc *d* 鹤龄，高龄

tuổi hoa *d* 花季年华

tuổi mụ *d* 虚岁

tuổi nghề *d* 工龄

tuổi ta *d* [口] 虚岁

tuổi tác *d* 年龄，年纪

tuổi tây *d* [口] 实龄，周岁：Tuổi tây của nó là hai mươi chín. 他实岁二十九岁。

tuổi thọ *d* ①寿命②年限：tuổi thọ của thiết bị 设备使用年限

tuổi thơ *d* 童年，幼年时代

tuổi tôi *d* 足岁：Đứa bé vừa đầy tuổi tôi. 小孩刚满一岁。

tuổi trẻ *d* 青少年

tuổi xuân *d* 青春，妙龄

tuổi vàng *d* 黄金的成色

tuôn *đg* 流出，溢出，涌出，冒出：nước mắt tuôn rơi 泪如泉涌

tuồn *đg* ①爬行：Con rắn tuồn đi đâu mất. 蛇爬走了。②[口] 暗地里转移：Tuồn hàng qua biên giới. 把货物偷运过边界。

tuồn tuột *t* 一直不停的，连续不停的：nói tuồn tuột một thôi một hồi 连续不停地说

tuông *đg* [方] ①直冲②漏下，掉

tuồng₁ *d* ①嗓戏，嗓剧(越南剧种)②样子，架势：xem tuồng 看样子

tuồng₂ *d* 帮，群，伙：tuồng ô hợp 乌合之众

tuồng cổ *d* 古戏，古剧

tuồng đồ *d* 滑稽剧

tuồng như *p* 宛若，好像，似乎：Cậu ấy tuồng như muốn phát biểu. 他好像想发言。

tuốt₁ *đg* ①抽出，拔出：tuốt gươm 拔剑②捋脱：tuốt lúa 脱谷 *t* [口] 远远的：Nhà nó ở tuốt đằng kia. 他家在远远的那头。

tuốt₂ *đ* [口] 全部，一切：hơn tuốt mọi người 比谁都强

tuốt luốt *đ* [方] 全部，一切

tuốt tuồn tuột *đ* [口] 全部，一切：khai tuốt tuồn tuột 一股脑儿全招了

tuốt tuột *đ* [口] 全部，一切

tuột *đg* ① 滑落: tuột trên xuống 从上面滑下来 ②滑脱: tuột tay 失手 ③脱: tuột dép 脱鞋 *t* 快速利索: rũ tuột trách nhiệm 把责任推得一干二净

tuột dốc *đg* [口] 下滑: nền kinh tế bị tuột dốc 经济下滑

túp *d* 一小间: túp lều tranh 一小间茅屋

tút *d* 整条烟: hai tút thuốc 两条烟

tụt *đg* ①滑落，脱落 ②落后，陷入 ③落下，落后: tụt lại sau hàng quân 落到队伍后面 ④下降，减少: nhiệt độ tụt xuống 温度下降

tụt hậu *đg* 落后，拖后，滞后: cố gắng để khỏi bị tụt hậu 努力以免拖后

tuy [汉] 虽 *k* 虽，虽然，纵然，尽管

tuy-líp (tulipe) *d* 郁金香

tuy nhiên *k* 然而，但是: Cách lập luận khá chắc chắn, tuy nhiên có chỗ vẫn chưa đủ chứng cứ. 论述方法很好，然而有些地方论据不足。

tuy rằng *k* 虽然: Nó không phát biểu, tuy rằng nó biết rất rõ sự việc đó. 虽然他对整件事情很了解，但他没有表态。

tuy vậy *k* 虽然如此，话虽如此: Nó thi trượt, tuy vậy nó không buồn lắm. 他考砸了，尽管如此，他并不伤心。

tuỳ [汉] 随 *đg* ①顺势而为，量力而行: làm việc tuỳ theo sức mình 做事量力而行 ②随便，听便，听凭: Việc này tuỳ anh quyết định. 这件事由你决定。

tuỳ bút *d* 随笔，漫笔

tuỳ cơ *đg* 随机，依据形势: tuỳ cơ mà hành động 见机行动

tuỳ cơ ứng biến 随机应变

tuỳ hứng *t* 随兴的，随感的: sáng tác tuỳ hứng 随兴而发

tuỳ nghi *t* 因地制宜的: tuỳ nghi tìm cách phát triển 因地制宜地寻求发展

tuỳ táng *t* 随葬的

tuỳ tâm *đg* 随心: tuỳ tâm mà chơi 随心玩耍

tuỳ thân *t* 随身: những vật tuỳ thân 随身携带的物品

tuỳ theo *đg* 随着，依照

tuỳ thế *đg* 因势利导

tuỳ thích *đg* 随其所好: muốn đi đâu tuỳ thích 想去哪儿都行

tuỳ thời *đg* 因时制宜

tuỳ thuộc *đg* 附属，从属，取决于: Thi đỗ hay không là tuỳ thuộc vào sự cố gắng của mỗi người. 考不考得上取决于个人努力。

tuỳ tiện *t* 随便，随意，听便: ăn nói tuỳ tiện 说话随便 ② [旧] 因地制宜

tuỳ tùng *d* 随从 *đg* 随行: nhân viên tuỳ tùng 随行人员

tuỳ viên *d* ①随员: tuỳ viên sứ quán 使馆随员 ②参赞，武官: tuỳ viên quân sự 武官

tuỳ viên thương mại *d* 商务参赞

tuỳ ý *đg* 随意: muốn ăn gì tuỳ ý 想吃什么随意

tuỷ [汉] 髓 *d* ①骨髓，脊髓: viêm tuỷ xương 脊髓炎 ②髓: viêm tuỷ răng 牙髓炎

tuỷ sống *d* 脊髓

tuỷ xương *d* 骨髓: tuỷ xương sống 脊髓

tuý [汉] 醉

tuý luý *t* 烂醉如泥，酩酊大醉

tụy [汉] 胰 *d* [解] 胰，胰腺

tuyên [汉] 宣 *đg* [口] 宣判: bị tuyên tử hình 被宣判死刑

tuyên án *đg* 宣判，判决，下判词，宣读判决书，宣布判决

tuyên bố *đg* 宣布: tuyên bố danh sách trúng tuyển 宣布录取名单 *d* 声明，公报: lời tuyên bố 声明; tuyên bố chung 联合声明

tuyên cáo *đg* 宣告，宣读

tuyên chiến *đg* [军] 宣战: không tuyên chiến mà đánh 不宣而战

tuyên dương *đg* 表扬，颂扬，表彰

tuyên đọc *đg* 宣读

tuyên giáo *đg* 宣教，宣传教育

tuyên huấn *đg* 宣传培训: cán bộ tuyên huấn 从事宣传培训的干部

tuyên ngôn *d* 宣言

tuyên phạt *đg* [法] (当庭) 宣判

tuyên thệ *đg* 宣誓，发誓: tuyên thệ

trước quân kì 军旗前宣誓

tuyên truyền *đg* 宣传

tuyên truyền viên *d* 通讯员，宣传员

tuyên xử *đg* [法] 宣判，判决：Toà tuyên xử 3 năm tù. 法院判决 3 年徒刑。

tuyền *t* ①[方][旧] 全，完整 ②纯：màu trắng tuyền 纯白色 *d* 全部：Tuyền một màu xanh. 全都是绿色。

tuyền đài *d* [旧] 泉台，黄泉

tuyển *đg* 选，征选，招收，征募，录取，录用

tuyển chọn *đg* 选择

tuyển cử *đg* 选举：tổng tuyển cử 普选

tuyển dụng *đg* 选用，录用：tuyển dụng công nhân 录用工人

tuyển khoáng *đg* 选矿

tuyển lao động *đg* 招工

tuyển lựa *đg* 选择，挑选，选拔，甄拔：tuyển lựa giống tốt 挑选良种

tuyển mộ *đg* 招募，募集：tuyển mộ công nhân 招募工人

tuyển quân *đg* 征兵

tuyển sinh *đg* 招生

tuyển tập *d* 选集：tuyển tập thơ 诗选

tuyển thủ *d* [体] 选手，代表队：tuyển thủ bóng đá 足球选手

tuyến₁ [汉] 腺 *d* 腺体：tuyến sinh dục 性腺

tuyến₂ [汉] 线 *d* ①界线：tuyến phòng ngự 防御线 ②车行道：tuyến ô tô 机动车道 ③交通线：tuyến máy bay 航线

tuyến giáp trạng *d* 甲状腺

tuyến lệ *d* 泪腺

tuyến mật *d* （花的）蜜腺

tuyến mồ hôi *d* 汗腺

tuyến ngoại tiết *d* 外分泌腺

tuyến nội tiết *d* 内分泌腺

tuyến nước bọt *d* 唾液腺

tuyến thượng thận *d* 肾上腺

tuyến tiền liệt *d* 前列腺

tuyến tính *d* 线性

tuyến vú *d* 乳腺

tuyến yên *d* 垂体，脑垂体

tuyết₁ [汉] 雪 *d* 雪：mưa tuyết 下雪

tuyết₂ *d* ①绒：tuyết nhung 平绒 ②绒毛：chè tuyết 白毫茶

tuyết sương *d* 雪霜

tuyệt [汉] 绝 *đg* 断绝：tuyệt giống 绝种 *p* ①很，十分：tuyệt hay 极妙 ②绝对：tuyệt không ai biết 绝对没人知道

tuyệt bút *d* ①绝作，绝佳之作 ②绝笔

tuyệt chiêu *d* 绝招

tuyệt chủng *đg* 绝种，灭绝：Nhiều loài sinh vật đã tuyệt chủng. 很多生物已经绝种。

tuyệt cú₁ *d* 绝句：thơ tuyệt cú 绝句诗

tuyệt cú₂ *d* 绝妙的诗句

tuyệt diệt *đg* 灭绝，灭迹：Giống nòi bị tuyệt diệt. 种族被灭绝。

tuyệt diệu *t* 绝妙

tuyệt đại bộ phận 绝大部分

tuyệt đại đa số 绝大多数

tuyệt đích *d* 绝顶，最高水平

tuyệt đỉnh *d* ；*t* 绝顶，最高：tuyệt đỉnh vinh quang 最高荣誉

tuyệt đối *t* 绝对

tuyệt giao *đg* 绝交，断绝关系：Hai người đã tuyệt giao. 两人已绝交。

tuyệt hảo *t* 绝好：chất lượng tuyệt hảo 绝好的质量

tuyệt kĩ *d* 绝技

tuyệt mật *t* 绝密

tuyệt mệnh *đg* 绝命

tuyệt mĩ *t* 美丽，绝美：phong cảnh tuyệt mĩ 风景绝美

tuyệt nhiên *p* 决（不），绝对（没）：tuyệt nhiên không hé miệng nói một lời 决不开口说一句话

tuyệt nọc *đg* 绝迹，灭绝：làm tuyệt nọc bệnh dịch 让疫病彻底绝迹

tuyệt sắc *d* 绝色

tuyệt tác *d* 绝作

tuyệt thế *d* [旧] 绝世

tuyệt thực *đg* 绝食

tuyệt tích *đg* 绝迹

tuyệt tình *đg* ；*t* 绝情：ăn ở tuyệt tình với bạn bè 对朋友很绝情

tuyệt trần *t* 举世无双的，绝无仅有的：đẹp tuyệt trần 美貌绝伦

tuyệt tự *đg* 绝子：một gia đình tuyệt tự 无子嗣家庭

tuyệt vọng *đg* 绝望：Không nên để người ta tuyệt vọng. 不要让人家绝望。

tuyệt vô âm tín 杳无音信

tuyệt vời *p* 绝顶，极其：Đẹp tuyệt vời！美极了！

tuyệt xảo *t* 精妙绝伦的，绝对精巧的

tuyn *d* 网布：màn tuyn 尼龙蚊帐

túyp *d* 管，支，筒：đèn túyp 灯管

tuýt［拟］嘟嘟 *đg*［口］吹：Trọng tài tuýt còi phạt bóng. 裁判吹哨罚球。

tư₁［汉］咨，资，思，司，姿，滋

tư₂ *d*（序数词）四：tháng tư 四月

tư₃［汉］私 *t* 私人的：xe tư 私家车

tư bản *d* ①资本②资本家 *t* 资本主义的：các nước tư bản 资本主义国家

tư bản bất biến *d* 不变资本

tư bản chủ nghĩa *d* 资本主义的

tư bản cố định *d* 固定资本

tư bản khả biến *d* 可变资本

tư biện *đg* 思辨：triết học tư biện 思辨哲学

tư cách *d* ①资格：xác định tư cách 资格审查②身份③品质，品德，人品：mất hết tư cách 斯文扫地

tư cách pháp nhân *d* 法人资格

tư chất *d* 天资：người có tư chất tốt 天资聪慧的人

tư dinh *d* 私邸

tư doanh *t* 私营：công ti tư doanh 私营公司

tư duy *đg* 思维：khả năng tư duy 思维能力

tư gia *d* 私宅，私人住宅

tư hữu *t* 私有的；私有制的：ruộng đất tư hữu 私有土地

tư hữu hoá *đg* 私有化

tư lệnh *d*［军］司令，司令官，司令员

tư liệu *d* ①物资：tư liệu sinh hoạt 生活物资②资料：tư liệu sản xuất 生产资料

tư lợi *d* 私利

tư lự *đg* 思虑，思索：ngồi tư lự một mình 独自思索

tư nhân *d* 私人 *t* 私人的：công thương nghiệp tư nhân 私营工商业

tư pháp *d*［法］司法：Bộ Tư pháp 司法部

tư sản *d* 资产：giai cấp tư sản 资产阶级 *t* 资产阶级的：lối sống tư sản 资产阶级的生活方式

tư thất *d* 私宅，私室

tư thế *d* ①姿势：tư thế đứng nghiêm 立正姿势②风姿：tư thế quân nhân 军人的风姿

tư thông *đg* ①私通，暗中勾结②通奸，私通

tư thù *d* 私仇：xoá bỏ tư thù 消除私仇

tư thục *d* 私塾；私立学校

tư thương *d* 私商，个体户

tư tình *d* 私情 *đg* 偷情

tư trang *d* ①嫁妆②私人物品；行李

tư túi *d* 中饱私囊，侵吞公产：tư túi công quĩ 贪污公款，中饱私囊

tư tưởng *d* ①思想：tư tưởng danh lợi 名利思想②情绪，想法：đấu tranh tư tưởng 思想斗争

tư vấn *đg* 询问，咨询，顾问，解答，参谋

tư vị *đg* 徇私，偏袒

từ₁［汉］慈

từ₂［汉］祠 *d*［口］庙祝：ông từ 庙祝

từ₃［汉］词 *d* 词：động từ 动词

từ₄ *d* 辞赋

từ₅［汉］磁 *d* 磁性

từ₆［汉］辞 *đg* ①辞职②排除③不认

từ₇ *k* 从，自从：từ nay đến cuối tháng 从现在到月底

từ A đến Z［口］从头到尾：nhận làm từ A đến Z 从头到尾全部接受

từ bi *t*［宗］慈悲：lòng từ bi 慈悲之心

từ biệt *đg* 告别，告辞

từ bỏ *đg* ①遗弃，抛弃②离开，脱离

từ chối *đg* 推辞；拒绝，谢绝：từ chối lời mời 谢绝邀请

từ chức *đg* 辞职

từ điển *d* 词典，辞典：soạn từ điển 编辞典

từ điển bách khoa *d* 百科全书

từ điển điện tử *d* 电子词典

từ điển song ngữ *d* 双语词典

từ đồng âm *d* 同音词

từ đồng nghĩa *d* 同义词

từ đường *d* 祠堂

từ giã *đg* 告辞, 辞别

từ hải *d* 辞海

từ hoá *đg* [理] 磁化, 励磁: Lõi thép đã được từ hoá. 钢芯已被磁化。

từ học *d* [理] 磁学

từ hôn *đg* 退婚: Bên nhà gái từ hôn. 女方退婚。

từ hư *d* [语] 虚词 (也作 hư từ)

từ khoá *d* 关键词

từ khuynh *d* [理] 磁倾角

từ kiêng kị *d* 讳词, 忌语

từ loại *d* 词类

từ mẫu *d* 慈母

từ nguyên *d* 辞源: từ nguyên học 辞源学

từ ngữ *d* 词语, 词汇: từ ngữ học 词汇学

từ phản nghĩa *d* 反义词

từ pháp *d* 词法: phạm trù từ pháp 词法范畴

từ phú *d* 辞赋

từ rày *k* 从此

từ tâm *d* 慈心, 爱心: một bà cụ từ tâm 一个有爱心的老太太

từ thạch *d* 磁石

từ thiện *t* 慈善: làm việc từ thiện 行善

từ tính *d* [理] 磁性: có từ tính 有磁性

từ tổ *d* 词组

từ tố *d* 词素

từ tốn *t* (态度) 温顺谦虚, 慈蔼

từ trái nghĩa *d* 反义词

từ trần *đg* 逝世, 与世长辞: Cụ già đã từ trần. 老人与世长辞了。

từ trong trứng *d* 萌芽状态

từ trở *d* [理] 磁阻

từ trường *d* 磁场: từ trường quả đất 地球磁场

từ từ *t* 徐徐, 慢慢: đi từ từ 慢慢走

từ vị *d* 词汇, 词

từ vựng *d* 词汇: từ vựng học 词汇学

tử₁ [汉] 子 *d* 子: quí tử 贵子

tử₂ [汉] 死 *đg* 死: tham sinh uý tử 贪生怕死

tử biệt sinh li 生离死别

tử chiến *đg* 激战, 殊死战斗: trận tử chiến 决一死战

tử cung *d* [解] 子宫

tử địa *d* 死地: Giặc sa vào tử địa. 敌人陷入死地。

tử hình *d* 死刑

tử huyệt *d* 死穴

tử nạn *đg* 死难: đồng bào tử nạn 死难同胞

tử ngữ *d* 古语言, 死语言

tử số *d* [数] 分子

tử tế *t* ① 良好, 完备, 整齐: được ăn học tử tế 受到良好教育; áo quần tử tế 衣冠整齐 ② 正派, 厚道, 善良: ăn ở tử tế 为人正派

tử thần *d* 死神

tử thi *d* 死尸: khám nghiệm tử thi 验尸

tử thù *d* ① 死仇 ② 死敌, 死对头

tử thương *đg* 死伤

tử tội *d* [旧] 死罪: lãnh án tử tội 领死罪

tử trận *đg* 阵亡

tử tù *d* 死囚: kẻ tử tù 死囚犯

tử vi₁ *d* [植] 紫薇

tử vi₂ *d* (看生辰八字、星座的) 相术 (迷信)

tử vì đạo *đg* 殉道, 殉教

tử vong *đg* 死亡

tứ₁ [汉] 四 *d* (数词) 四: tứ thời 四时

tứ₂ [汉] 思 *d* 思: ý tứ 意思

tứ bề *d* 四方, 周遭, 四周, 周围

tứ chi *d* [解] 四肢

tứ chiếng *d;t* (来自) 四面八方, 五湖四海

tứ cố vô thân 举目无亲

tứ đại đồng đường 四代同堂

tứ giác *d* 四角: hình tứ giác 四边形

tứ kết *d* 四分之一赛

tứ phía *d* 四周, 四面: Giặc bị bao vây tứ phía. 敌人被四面包围。

tứ phương *d* 四方 (东南西北)

tứ quí *d* ① 四季 (春夏秋冬) ② 四君 (梅兰菊竹)

tứ tán *đg* 四散

tứ thời *d* 四时：tứ thời bát tiết 四时八节

tứ tuần *d* 四旬

tứ tung *t*［口］①到处：Bọn trẻ chạy tứ tung. 小孩子到处乱跑。②散乱：Sách vở để tứ tung. 书本散乱放着。

tứ xứ *d* 四处，四面八方：Người tứ xứ đều về dự hội. 四面八方的人都来赶集。

tự₁［汉］字 *d* 字：Hồng thập tự 红十字

tự₂［汉］寺 *d* 寺：Thiếu Lâm Tự 少林寺

tự₃［汉］自 *đ* 自己：Tự làm khổ mình. 自己折磨自己。

tự₄［汉］自 *k* ①自，从：tự cổ chí kim 从古至今 ②因为，由于：Tự anh nên việc mới hỏng bét. 因为你事情才办砸了。

tự ái *đg* 自尊，爱面子，要面子：lòng tự ái 自尊心

tự biên *đg* 自编：tự biên tự diễn 自编自演

tự cảm *đg*［电］自感(现象)

tự cao *t* 自大：tự cao tự đại 自高自大

tự cấp *đg* 自给，自供：tự cấp vốn 自筹资金

tự chủ *đg* 自主：quyền tự chủ 自主权

tự cung tự cấp *đg* 自供自给

tự cường *đg* 自强：ý thức tự cường dân tộc 民族自强意识

tự dạng *d* 笔迹

tự do *d*；*t* 自由：tự do mậu dịch 自由贸易

tự dưng *p*［口］平白，无端：tự dưng cãi nhau 无端吵架

tự dưỡng *đg*［生］自养

tự đắc *t* 自得：dương dương tự đắc 洋洋自得

tự điền *d* 祀田

tự động *t* ①自动：máy tự động 自动装置 ②主动：tự động tiến hành công việc 主动工作

tự động hoá *d* 自动化

tự giác *t* 自觉：tự giác tự nguyện 自觉自愿

tự hành *t* 自行，自动：pháo tự hành 自动火炮

tự hào *t* 自豪，骄傲：lòng tự hào 自豪感

tự học *đg* 自学：tự học thành tài 自学成才

tự khắc *p* 自然：Làm nhiều tự khắc sẽ quen. 做多了自然熟。

tự kỉ ám thị 自我暗示

tự kiêu *t* 骄傲，自大

tự kiêu tự đại 自高自大

tự lập *đg* 自立：tinh thần tự lập 自立精神

tự lực *đg* 自力：tự lực cánh sinh 自力更生

tự mãn *đg* 自满：mới có chút thành tích đã tự mãn 才取得一点成绩就自满

tự nguyện *đg* 自愿：tự nguyện đến giúp bạn 自愿来帮朋友

tự nhiên *d* 自然：khoa học tự nhiên 自然科学 *t* ①天然，自然：cao su tự nhiên 天然橡胶 ②随意，自便：Anh cứ tự nhiên, đừng khách khí! 请自便，别客气! ③自然而然 ④正常：thuận theo lẽ tự nhiên 按照常情

tự nhủ *đg* 自叮咛，自勉，自忖

tự phát *t* 自发的，自生的

tự phê bình *đg* 自我批评

tự phụ *đg*；*t* 自负

tự phục vụ *đg* ①自理：tập dần cho trẻ thói quen tự phục vụ 逐步培养孩子的自理习惯 ②自助：cửa hàng ăn tự phục vụ 自助餐馆

tự quản *đg* 自管，自律：Kí túc xá do sinh viên tự quản. 大学生自主管理大学宿舍。

tự quyền *đg*［口］自己有权，自己做主

tự quyết *đg* ①自决：quyền dân tộc tự quyết 民族自决权 ②自行决定：Phải đưa ra bàn tập thể, không dám tự quyết. 要经过集体讨论，不敢私自决定。

tự sản tự tiêu 自产自销

tự sát *đg* 自杀：rút súng tự sát 拔枪自杀

tự sự *d* 记叙文：lối văn tự sự 记叙文文体

tự sướng *đg* ①自我陶醉②自慰

tự tại *t* 自由自在: ung dung tự tại 从容自在

tự tạo *t* 自造: vũ khí tự tạo 自造的武器

tự tận *đg* 自尽

tự thân *d* 自身,本身

tự thiêu *đg* 自焚

tự thú *đg* 自首

tự thuật *đg* 自述: văn tự thuật 自述文

tự ti *t* 自卑: Vì tự ti mà nó không dám làm gì. 因为自卑他什么都不敢做。

tự tiện *t* 随意, 随便, 随心所欲

tự tin *đg* 自信: tự tin làm được 自信能胜任

tự tình *t* 抒情的: thơ tự tình 抒情诗

tự tôn₁ *d* 嗣孙

tự tôn₂ 自尊, 自爱: lòng tự tôn dân tộc 民族自尊心

tự trách *đg* 自责

tự trào *đg* 自嘲

tự trầm *đg* 自溺

tự trị *đg* 自治: tự trị dân tộc 民族自治

tự trọng *đg* 自重, 自尊, 自爱

tự truyện *d* 自传

tự túc *đg* ①自足, 自给: kinh tế tự túc 自给经济②自理, 自己承担, 自己负责: Mọi chi phí xin tự túc. 所有费用请自理。

tự tư *t* 自私: tự tư tự lợi 自私自利

tự tử *đg* 自杀

tự vẫn *đg* 自刎: rút gươm tự vẫn 拔剑自刎

tự vấn *đg* 自问; 自省: tự vấn lương tâm 扪心自问

tự vệ *đg* 自卫: quyền tự vệ 自卫权 *d* 自卫队

tự xúc tác *đg* [化] 自生催化

tự xưng *đg* ①自我介绍②号称, 自称③自封

tự ý *t* 随意, 随便: tự ý thay đổi kế hoạch 随意改变计划

tua *d* [医] 鹅口疮, 霉菌性口炎: Cháu bé bị tua lưỡi. 婴儿得了鹅口疮。

tửa tựa *t* 有点像的

túa *đg* ①流出, 淌出②溢, 吐(奶)

tựa₁ [汉] 序 *d* 序言

tựa₂ *đg* 倚, 靠: tựa vào cửa 靠着门 *d* 靠背: ghế tựa 靠背椅

tựa₃ [汉] 似 *t* 好像, 好似

tựa hồ *p* 好像

tựa nương *đg* 依赖, 依靠(=nương tựa)

tựa như *p* 仿佛, 犹如, 似乎是: tựa như đã gặp ở đâu đây 好像在哪里见过面

tức₁ *đg* ①憋着, 闷着: tức ngực 胸闷②激怒, 生气: tức anh ách 一肚子气

tức₂ *t* 紧绷: Áo mặc hơi tức. 衣服穿着有点紧。

tức₃ [汉] 息 *d* 利息: giảm tức 减息

tức₄ [汉] 即 *k* 即: Ta đi vào ngày kia, tức chủ nhật. 我们后天, 即星期天走。

tức cảnh *đg* 触景: tức cảnh sinh tình 触景生情

tức cười *t* [方] 好笑的, 搞笑的

tức giận *đg* 生气, 恼怒, 气愤

tức khắc *p* 即刻, 马上: Biết chuyện là nó tức khắc bỏ đi. 得知事情他马上离开。

tức khí *đg* 恼羞成怒

tức là 即, 就是: Nó không nói gì tức là ưng thuận. 他不再说话就是同意了。

tức mình *đg* 愤慨, 气愤

tức nước vỡ bờ *đg* 物极必反

tức thì *p* 即时, 即刻, 瞬时

tức thị *đg* [旧] [口] 就是: Người đó tức thị tôi đây. 那个人就是我。

tức thở *đg* [医] 闷气, 憋气

tức tốc *p* [口] 立刻, 马上

tức tối *đg* ①郁闷, 闷闷不乐②恼火, 气愤: Nó tức tối khi thấy đối thủ hơn mình. 他见对手超过自己很气恼。

tức tưởi *t* 呜咽的, 抽泣的, 抽咽的

tưng *đg* [方] 增高, 提高, 抬高; 激发

tưng bừng *t* 热烈, 兴高采烈, 欢欣鼓舞: không khí tưng bừng 热烈的气氛

tưng hửng *đg* 惘然, 不知所措

tưng tức *t*; *đg* 气不忿, 气不顺: tưng tức trong bụng 憋着一肚子气

tưng tửng *t* 一本正经的

từng₁ *p* 曾经: Anh ấy từng đến đây chơi. 他曾到过这里玩。

từng₂ *p* 成，上：từng đàn 成群

từng₃ *p* 逐一地：kế hoạch từng thời kì 分期计划；gặt hái từng đợt 分批采摘

từng₄ *d* [方]层：từng gác thứ ba 第三层楼

từng ấy 这些，这么多(还)：Từng ấy năm rồi mà vẫn không thay đổi. 这么多年了还没有变化。

từng bước *t* 逐步的，有步骤的：tiến dần từng bước 一步一步地向前进

từng li từng tí 一点一滴，无微不至：săn sóc từng li từng tí 无微不至的关怀

từng lớp *d* [方]阶层

từng trải *đg* 历经：đã từng trải việc đời 历经世事 *t* 老练，有经验：Cậu ấy từng trải lắm. 他很有经验。

tước₁ [汉]爵 *d* 爵位：phong tước 封爵

tước₂ [汉]雀 *d* 雀：tước bình 雀屏

tước₃ *đg* ①剥落，剥夺，解除：tước vũ khí 解除武装②撕，剥：Tước sợi dây làm đôi. 把绳子剥成两半。

tước chức *đg* 削职，解除职务

tước đoạt *đg* 掠夺，剥夺：tước đoạt quyền lợi chính trị 剥夺政治权利

tước lộc *d* 爵位，俸禄

tước vị *d* 爵位

tươi₁ *t* ①新鲜：cá tươi 鲜鱼②鲜艳：màu rất tươi 色彩鲜艳③[口]甜美：nụ cười rất tươi 笑得很甜

tươi₂ *t* (秤)高，旺(秤)：Cân tươi cho chị rồi！给你称多了！

tươi cười *t* 笑逐颜开的，喜形于色的：mặt tươi cười 满脸堆笑

tươi hơn hớn *t* 欢快，容光焕发：Ai nấy mặt tươi hơn hớn. 人人满面春风。

tươi mát *t* 鲜艳

tươi ngon *t* (味道)鲜美

tươi nhuận *t* 鲜润

tươi rói *t* 鲜艳，水灵

tươi sáng *t* ①光明，美好：tương lai tươi sáng 前途光明②鲜亮

tươi sống *t* 鲜活：hàng nông sản tươi sống 鲜活农产品

tươi tắn *t* 悦目，养眼，好看

tươi thắm *t* 鲜丽，鲜艳：bông hoa tươi thắm 鲜艳的花朵

tươi tốt *t* 鲜美，葱茏，美好：cây mọc tươi tốt 树木葱茏

tươi trẻ *t* 青春的

tươi vui *t* 快乐，快活

tưới *đg* 洒，浇，灌溉：tưới rau 浇菜 *p* 随意，乱来：nói tưới cho đã 乱说一通

tưới tắm *đg* [口]浇灌

tưới tiêu *đg* 排灌

tưới trần *đg* 漫灌

tươm₁ [汉]纤

tươm₂ *đg* 渗出，冒出：mình tươm mồ hôi 身上冒汗

tươm₃ *t* [口]不错，过得去：Có bằng ấy là tươm rồi. 有那么多就不错了。

tươm₄ *t* 破破烂烂

tươm tất *t* 纤悉，详尽，充分，妥当：Ăn mặc tươm tất. 穿着打扮妥当。

tương₁ [汉]相。

tương₂ [汉]酱 *d* 酱；浆：nhũ tương 乳浆

tương₃ *đg* [口]喷出，吐出：Nó tương ra những câu nói chối tai. 他嘴里吐出不堪入耳的话。

tương can *đg* 相干，相关，关联

tương đắc *t* 相得的，相投的，投契的：bạn bè tương đắc 投契的朋友

tương đối *t* ①还可以的，还不错的：Vụ mùa này thu hoạch tương đối. 这一季收成还不错。②相对的，比较的，相当的：tương đối khá 相当不错

tương đồng *t* 相同：những nét tương đồng 相同之处

tương đương *t* 相当的，同级的，同等的：Lực lượng hai bên tương đương nhau. 双方势均力敌。 *đg* ①相似，类似②相当于：trình độ tương đương đại học 相当于大学水平

tương hỗ *t* 相互的，交互的

tương hợp *đg* 符合，相投

tương kế tựu kế 将计就计

tương khắc *t* 相克的，不合的

tương kị *t* 相斥的，排斥的，相克的：Hai

vị thuốc này tương kị nhau. 这两味药相克。

tương lai *d* ①将来 ②未来,前途: lo cho tương lai của các con 操心孩子们的前途

tương ngộ *đg* 相遇

tương ớt *d* 辣椒酱

tương phản *t* 相反的: hình ảnh tương phản 相反的影像

tương phùng *đg* 相逢

tương quan *t* ①对比的: tương quan lực lượng 力量对比 ②相关的,相互联系的,有关的: vấn đề tương quan 有关问题

tương tác *đg* ①相互作用,相互促进: Các nhân tố tương tác lẫn nhau. 各种因素相互作用。②互动: tương tác giữa người và máy 人机互动

tương tàn *đg* 相残,互相残杀: huynh đệ tương tàn 兄弟相残

tương thích *t* 兼容的: phần mềm tương thích 兼容软件

tương tri *đg* 相知

tương trợ *đg* 相助,互助: tương trợ lẫn nhau 相互帮助

tương truyền *đg* 传说

tương tư *t* 相思的: ốm tương tư 相思病

tương tự *t* 相似的,类似的: chưa thấy hiện tượng tương tự như thế 未看到类似情况

tương ứng *t* 相应的,应合的: Công việc tương ứng với tiền lương. 工作与收入相符。

tương xứng *t* 相称的,对称的

tường₁ [汉]详,蔷

tường₂ [汉]墙 *d* 墙: xây tường 砌墙

tường bao *d* 围墙

tường giải *đg* 详解

tường minh *t* 详明,详细: giải thích một cách tường minh 详细地解释

tường tận *t* 详尽: biết tường tận sự việc 知道整件事的详尽情况

tường thành *d* 城墙,城垣

tường thuật *đg* 详述,详叙

tường trình *đg* 详细汇报,详细说明:

tường trình rõ đầu đuôi sự việc 详细说明情况

tường vây *d* [建]围墙

tường vi *d* [植]蔷薇

tưởng [汉]想 *đg* ①想,思: tư tưởng 思想; tưởng niệm 思念 ②以为: Tôi tưởng anh không đến. 我以为你不来了。③认为: Việc đó tôi tưởng cũng dễ thôi. 我认为这事不难。

tưởng bở *đg* [口]想得美,异想天开

tưởng chừng *đg* 以为,认为: Mới xem qua tưởng chừng đơn giản, kì thực rất phức tạp. 乍看以为简单,其实很复杂。

tưởng nhớ *đg* 悼念,追悼,怀念,哀悼

tưởng niệm *đg* 怀念: tưởng niệm vị anh hùng 怀念英雄

tưởng tượng *đg* 想象

tưởng vọng *đg* ①向往 ②悼念

tướng₁ [汉]将 *d* ①将军: đại tướng 大将 ②[转]伙计: Thôi, làm đi các tướng! Tốt! 伙计们干活吧! *t*[口] 很人: ăn một bát tướng cơm 吃一大碗饭 *p*[口]大声地: Sợ quá, hét tướng lên. 吓坏了,大声喊起来。

tướng₂ [汉]相 *d* ①相貌 ②相: thừa tướng 丞相

tướng công *d* [旧]①相公 ②宰相

tướng cướp *d* 贼头头,匪首,山大王

tướng lĩnh *d* 将领

tướng mạo *d* 相貌,面相

tướng quân *d* 将军

tướng quốc *d* 相国,宰相

tướng sĩ *d* 将士: tướng sĩ một lòng 将士一心

tướng soái *d* [军]将帅

tướng số *d* 命相(迷信)

tướng tá₁ *d* [军]将校;高级军官

tướng tá₂ *d* 相貌

tượng₁ [汉]象

tượng₂ [汉]像 *d* 像: tượng tạc 塑像

tượng binh *d* 象骑兵

tượng đài *d* 纪念台,纪念碑

tượng hình *d* [语]象形: văn tự tượng hình 象形文字

tượng thanh *d* [语]象声: từ tượng

thanh 象声词

tượng trưng đg 象征，代表：Bồ câu tượng trưng cho hoà bình. 鸽子象征和平。d 象征 t 象征性的

tướp t 稀巴烂，破破烂烂 đg（血）流出，溢出：Da xước tướp máu. 皮擦出血。d 絮：tướp đay 麻皮絮

tướt₁ d（婴儿）腹泄症

tướt₂ đg 划伤，擦伤，擦破：Gai cào tướt da. 荆棘划破皮肤。

tướt₃ p 立马，立即：làm tướt đi 立马就干

tướt₄ t 艰辛，费力

tướt bơ t 费很多工夫的，艰辛的：làm tướt bơ 费大力做

tượt đg ①掠过，擦过②擦伤（=sướt）

tười d 猴子（骂语）：Đồ con tười！死猴子！

tửu［汉］酒 d 酒

tửu điếm d 酒肆，酒馆

tửu lượng d 酒量

tửu quán d 酒馆，酒肆

tửu sắc d［旧］酒色：ham mê tửu sắc 沉迷酒色

tựu［汉］就

tựu chức đg 就职，就任

tựu trung k 终究，其实

tựu trường đg 开学：ngày tựu trường 开学日

TV（television）［缩］电视

TW（trung ương）［缩］中央

ty=ti

tỳ=tì

tỷ=tỉ

tỵ=tị

U u

u₁, U₁ 越语字母表的第 25 个字母

u₂ *d* 瘤: Có u ở trán. 额头长了个瘤。*đg* 肿大,瘀肿: Va vào tường u đầu. 头撞到墙,肿起一个包。

u₃ *d* 妈,娘(农村俗称)

u₄ *t* 幽暗

u ám *t* 幽暗,昏暗: Trời u ám sắp mưa. 天色昏暗,快下雨了。

u ẩn *t* 幽隐,深藏不露: mối tình u ẩn 感情深藏不露

u buồn *t* 幽忧,忧郁: nét mặt u buồn 满脸愁容

u cốc *d* 幽谷

u cư *đg* 幽居,隐居

u em *d* 奶妈,阿姨,保姆

u già *d* [旧] 老妈子, 老保姆(=vú già)

u hoài *t* 忧闷: Nỗi u hoài khó tả. 忧闷的心情难以言表。

u hồn *d* 幽魂

u linh *d* 幽灵: thế giới u linh 幽灵世界

u mặc *t* 幽默

u mê *t* 愚昧,愚笨;懵懂: tâm trí u mê 心智愚笨

u minh₁ *d* 幽明(阴间和阳间)

u minh₂ *t* 幽暗: cõi u minh 阴间

u môn *d* 幽门

u nang *d* 囊肿,包囊

u nhàn *t* 悠闲

u nhọt *d* [医] 疮瘤

u ơ [拟] 咿呀: khóc u ơ 呀呀的哭声 *đg* 牙牙学语(小孩学说话): nói u ơ 牙牙学语

u-rê (urea) *d* [化] 尿素

u sầu=u buồn

u tịch *t* 幽寂,幽静: Đi trên lối nhỏ u tịch trong đêm trăng. 月夜走在幽静的小路上。

u tịnh *t* 幽静

u tối *t* 幽暗: căn nhà u tối 幽暗的房间

u trầm *t* 幽沉,沉闷,沉默而忧愁: sống trong cảnh u trầm 生活在沉闷中

u uẩn=u ẩn

u uất *t* 幽郁,幽怨: Bao nhiêu tâm tình u uất biết kể với ai. 多少幽怨竟不知向谁诉说。*d* 幽怨,委屈

u ve *t* 半开的,开启的

u xơ *d* 纤维瘤

u xù *t* 乱蓬蓬,乱七八糟

ù₁ *đg* 和牌: liền ù ba ván 连和三局

ù₂ *t* 快速: chạy ù 快速地跑

ù₃ [拟] 呼呼: Tai ù đặc, không nghe thấy gì. 耳朵"呼呼"响,什么也听不见。

ù à ù ờ=ù ờ

ù cạc *t* 莫名其妙;一问三不知: Công an hỏi gì nó cũng ù cạc. 公安问什么他都一问三不知。

ù ì *t* 迟钝,慢吞吞

ù lì *t* 痴呆,呆头呆脑: Anh ấy ngồi ù lì một bên. 他呆呆地坐在一旁。

ù ờ *t* 支吾: Anh ù ờ khi trả lời vấn đề. 他回答问题时支支吾吾。

ù tai *t* 耳鸣

ù té *t* 快速,急速

ù ù [拟]: Gió thổi ù ù. 风"呜呜"地吹。

ù xoẹ *t* 随便,随意,草率: làm việc ù xoẹ cho xong 做事草率了事

ủ₁ [汉] 伛

ủ₂ *đg* 沤: ủ phân 沤肥

ủ₃ *đg* 捂,捂盖: ủ chặt 捂紧

ủ₄ *đg* ①枯萎,凋谢,萎谢 ②愁眉苦脸: mặt ủ mày chau 愁眉苦脸

ủ ấp *đg* ①ủ抱(使温暖)②孕育,酝酿
ủ bệnh *d* (病前的)潜伏期
ủ dột *t* ①忧郁,苦闷:vẻ mặt ủ dột 脸色忧郁②阴沉沉:bầu trời ủ dột 天阴沉沉
ủ ê *t* 伤心,凄凉,悲伤
ủ ĩ *t* 疲累,疲乏
ủ lò *đg* 封火,封炉子
ủ phân *đg* 沤肥:ủ phân ở nhà 在家沤肥
ủ rũ *t* ①郁闷,愁眉不展,闷闷不乐②垂头丧气,颓丧:mặt mày ủ rũ 垂头丧气的样子 *đg* 凋落,凋谢,耷拉:Vườn cây ủ rũ dưới nắng hè. 树木在夏日的阳光下耷拉着叶子。
ú₁ *d* 角粽
ú₂ *d* 坛,罐:ú nước 水坛
ú₃ *đg* ①淤积,堆积:Quần áo dơ ú hàng đống. 脏衣服积了一堆。②溢,漫
ú₄ *t* 痴肥:ăn béo ú ra 吃得痴肥
ú a ú ớ=ú ớ
ú hụ *t* 满满:đầy ú hụ 盛得满满的
ú ớ [拟] 哼哈,呜噜呜噜:ú ớ nói mê 呜噜呜噜梦呓;trả lời ú ớ 支吾着回答
ú sụ *t* 富有
ú tim₁ *d* 捉迷藏
ú tim₂ *đg* 心脏停止跳动:Nghe nó kể chuyện muốn ú tim. 听他讲故事,心都快停止跳动了。
ụ₁ *d* ①土堆,土丘,小冈②船坞
ụ₂ *t* 高起,凸起:bát cơm đầy ụ 满满一碗饭
ụ đất *d* 土堆;胸墙
ụ ghe *d* 小船坞
ụ nổi *d* 浮船坞
ụ pháo *d* (炮)掩体,炮台
ụ súng *d* [军]掩体
ụ tàu *d* 船坞
ụ xị *t* 混乱,没头绪 *đg* 使模糊,糊弄:Vấn đề này nó cũng ụ xị luôn. 这问题也被他糊弄过去了。
ua *c* 啊,咦,哟,哦,唷
ùa *đg* 涌出,蜂拥:ùa vào 涌进;Bọn trẻ ùa ra sân chơi. 小孩子涌到院子里玩。

ùa ạt *t* 拥挤,蜂拥
ùa theo *đg* 随声附和,随大流,起哄
ùa vào *đg* 涌进:Nước lũ ùa vào phố ngõ. 洪水涌进街道。
ủa *c* 咦,哟,哎哟,喔唷
úa *t* 枯萎,凋谢,枯黄:mạ úa 枯黄的秧苗
úa vàng *đg* 枯黄,凋谢:Gặp nạn hạn hán rau đều úa vàng hết. 碰到干旱,菜都枯黄了。
úa xào *đg* 枯黄
ụa *đg* 呕吐,恶心:Người chửa hay ụa khan. 孕妇常常恶心。
uẩn khúc *d* 隐情,秘密;奥妙
uất [汉] 郁 *đg* 愤怒,怨恨:Thái độ của con làm cho bố uất lên. 孩子的态度让父亲愤怒。
uất hận *d*;*đg* 怨恨,愤怒
uất nghẹn *đg* 郁闷:Anh thổ lộ tâm tình bằng giọng nói uất nghẹn. 他以郁闷的语气道出了想法。
uất ức *đg* 抑郁,抱屈:bị điều uất ức 受了委屈
UB (uỷ ban) [缩]委员会
ục₁ *đg* 捶打,揍:bị ục mạnh vào ngực 被狠狠地打在胸口上
ục₂ *đg* 脱落,掉落,垮塌:Nước lũ làm cho đê bị ục. 洪水将堤坝冲垮。
ục₃ *đg* 扑下:ngã ục 扑倒
ục ịch *t* 腹胀的:béo ục ịch 大腹便便
uể oải *t* 怠懒,不振作
uế [汉] 秽 *t* 秽,不净:ô uế 污秽
uế khí *d* 秽气,臭气:Bãi rác để lâu đầy uế khí. 垃圾堆放久了臭气难闻。
uế tạp *t* 污秽,污浊:làm uế tạp thanh danh 玷污名声
uế vật *d* 秽物,污物
ui *c* 喔唷,哎哟,哎呀 [拟]嘘(赶鸡犬声)
ùi₁ *đg* 熨:ùi quần áo 熨衣服
ùi₂ *đg* 推平:máy ùi 推土机
úi₁ *đg* (鱼)翻白肚:Cá úi đầy mặt ao. 鱼塘上满是翻白肚的鱼。
úi₂ *c* 哟,哎哟
úi chà *c* 哎哟,哎呀:Úi chà, đẹp quá! 哟!真漂亮!
úi dào=úi chà

úi úi *đg* 发抖,发颤 t 微冷,冷飕飕

um₁ *đg* 煨

um₂ *t* 茂盛浓密

um₃ *t* 嘈杂

um sùm *t* [口]嚷嚷,喧哗,嘈闹

um tùm *t* 浓密,繁茂,茂密,茂盛: cây cối um tùm 树木葱茏

ùm [拟]咕咚,扑通

ùm ùm [拟]扑通,咕咚(重物落水声)

ům *t* 幽暗,阴森(南部语)

úm₁ *đg* 欺骗,蒙蔽: Đừng úm nhau nữa. 别互相欺骗了。

úm₂ *đg* 搂,偎,抱: Mẹ úm con nhỏ. 母亲抱着小孩。

úm ba la *đg* 蒙蔽

un đúc *đg* 熏陶,陶冶,训练(=hun đúc)

ùn *đg* ①堆积,集聚: Rác rưởi ùn lên. 垃圾堆积如山。②推,推诿: ùn việc cho nhau 互相推诿

ùn tắc *đg* 堵塞,拥塞: giải quyết vấn đề ùn tắc giao thông 解决交通拥堵问题

ùn ùn *t* 源源不断的,蜂拥而至的: Nhân viên cứu trợ ùn ùn kéo đến. 救援人员源源不断地到来。

ủn ỉn [拟]哼哼(猪叫声)

ung₁ [汉]雍

ung₂ [汉]痈 *d* [医]痈: lên ung 长痈

ung₃ *t* 腐臭: trứng ung 臭蛋

ung bướu *d* [医]痈,突块,肿瘤: chữa trị ung bướu 治痈

ung dung *t* ①雍容,从容不迫②舒适: sống ung dung (生活)过得舒服

ung độc *d* [医]痈疽,毒瘤

ung nhọt *d* [医]痈

ung thư *d* [医]恶性肿瘤,癌症,癌: tế bào ung thư 癌细胞

ung thư gan *d* 肝癌

ung thư vú *d* 乳腺癌

ung ủng *t* 腐臭: Quả cam đã ung ủng. 橘子都腐臭了。

ùng oàng [拟]隆隆(炮弹声)

ùng ục [拟]咕嘟咕嘟(水沉闷的响声)

ủng₁ [汉]拥,臃

ủng₂ *d* ①古时武官的马靴②水鞋: Bác đi ủng để lội nước. 伯伯穿水鞋淌水。

ủng₃ *t* (果子等)烂熟: Chuối chín ủng. 香蕉熟过头了。

ủng da *d* 毡靴

ủng hộ *đg* ①拥护,赞成,支援,支持②捐助,资助,捐献: ủng hộ tiền và của 捐献钱物

ủng sũng *t* 臃肿

úng [汉]壅 *đg* ①淤水,积水②水淹,泡烂: Lúa bị úng. 稻子被泡烂了。

úng tắc *đg* 淤塞,堵塞: Mạch máu bị úng tắc. 血管被堵塞。

úng thuỷ *đg* 淤水: Cơn mưa to làm cho cánh đồng bị úng thuỷ. 一场大雨使得田地淤水。

uốn *đg* ①扳弯,拗弯: uốn câu 拗弯鱼钩②纠正,指教

uốn câu *đg* (稻谷)抽穗

uốn dẻo *đg* (杂技)表演软功: biểu diễn tiết mục xiếc uốn dẻo 表演软功杂技

uốn éo *đg* 撒娇,矫揉造作,娇里娇气

uốn khúc *t* 弯曲,蜿蜒: dòng sông uốn khúc 弯弯曲曲的河流

uốn lưng *đg* 弯腰;屈膝,卑躬屈节: Hắn uốn lưng trước bọn địch. 在敌人面前他卑躬屈节。

uốn lượn *đg* 蜿蜒,逶迤

uốn nắn *đg* 纠正,矫正: uốn nắn lệch lạc 纠正偏差

uốn quanh *đg* 蜿蜒,逶迤: sông Hồng uốn quanh 红河蜿蜒

uốn quăn *t* 卷曲,卷弯的: bộ tóc uốn quăn 卷卷的头发

uốn tóc *đg* 烫发,卷发

uốn ván *d* [医]破伤风

uổng [汉]枉 *đg* 枉费,徒然,白费: uổng công chờ đợi 白费时间; chết uổng mạng 枉死

uổng công *đg* 白费劲儿,徒劳无功

uổng phí *đg* 枉费,白费: uổng phí tâm cơ 枉费心机

uống *đg* ①喝,饮: uống nước 喝水②吃(药): uống thuốc 吃药

uống máu ăn thề 歃血为盟

uống nước nhớ nguồn 饮水思源

úp *đg* 罩，覆，翻：nằm úp mặt 俯卧

úp bô *đg* 抓捕；一窝端

úp giá *đg* 发豆芽：máy úp giá 豆芽机

úp mở *đg* 暧昧不明地说，模棱两可地说，遮遮掩掩地说

úp thìa *đg* 从后面抱着

úp úp mở mở 模棱两可，含糊其辞，遮遮掩掩

úp súp *đg* 坍塌：Túp lều úp súp. 茅草房塌了。

ụp₁ *đg* ①罩，盖，扣：Ụp nón lên đầu. 把帽子往头上扣。②冲进，涌入：ụp vào nhà 冲进屋里

ụp₂ *đg* 倒塌：Nhà đổ ụp xuống. 房子倒塌了。

USD (United States Dollar) [缩] 美元

út *t* 最小的，最末的，老幺的：em út 幺弟(妹)

út ít=út

ụt *d* [动] 鸥 *đg* 黑着个脸

uy [汉] 威 *d* 威名

uy hiếp *đg* 威胁：không sợ uy hiếp 不怕威胁

uy lực *d* 威力

uy nghi *t* 有威仪的

uy nghiêm *t* 威严

uy phong *d* 威风：uy phong lẫm liệt 威风凛凛

uy quyền *d* 威权

uy thế *d* 威势

uy tín *d* 威信，信誉：có uy tín với nhân dân 立信于民

uy vệ *t* 尊严，庄严；赫赫

uy vũ *t* 威武

uỷ₁ [汉] 慰，萎，诿，喂

uỷ₂ [汉] 委 *đg* ①委托，托付②委派，委任

uỷ ban *d* 委员会：Uỷ ban Kế hoạch nhà nước 国家计划委员会

uỷ ban nhân dân *d* 人民委员会，(地方)政府

uỷ lạo=uý lạo

uỷ mị *t* 萎靡，消沉：Dạo này thấy anh ta có vẻ uỷ mị. 近来看他一副消沉的样子。

uỷ nhiệm *đg* 委任，授权：thư uỷ nhiệm 委任书

uỷ quyền *đg* 授权：giấy uỷ quyền 授权书

uỷ thác *đg* 委托

uỷ trị *đg* [政] 托管

uỷ viên *d* 委员

uỷ viên Bộ Chính trị *d* 政治局委员

uỷ viên dự khuyết *d* 候补委员：uỷ viên dự khuyết Uỷ ban Trung ương Đảng 中央候补委员

uỷ viên hội đồng nhân dân *d* 人民代表大会委员

uỷ viên trưởng *d* 委员长

uý₁ [汉] 尉 *d* 尉：đại uý 大尉

uý₂ [汉] 畏 *đg* 畏，畏惧：hậu sinh khả uý 后生可畏

uý₃ *đg* 慰：uý lạo 慰劳

uý₄ *c* 噢，啊：Uý! không được đâu! 啊！不可以！

uý lạo *đg* 慰劳

uỵch₁ [拟] 吧 嗒，扑 通：nhảy uỵch xuống đất "吧嗒" 掉地上

uỵch₂ *đg* 揍；捅：uỵch cho một trận 揍一顿

uyên₁ [汉] 鸳 *d* 鸳

uyên₂ [汉] 渊 *t* 渊深

uyên bác *t* 渊博：kiến thức uyên bác 知识渊博

uyên thâm *t* 渊深，渊博：học vấn uyên thâm 学识渊博

uyên ương *d* 鸳鸯：đôi uyên ương 一对鸳鸯

uyển₁ [汉] 宛，婉，碗，惋，菀

uyển₂ [汉] 苑 *d* 苑：văn uyển 文苑

uyển chuyển *t* 婉转；婀娜：bài hát uyển chuyển êm tai 婉转动听的歌曲

uỳnh uỵch [拟] (重物落地或拳头打击的声音)

uýt-xki (whisky) *d* 威士忌

Ư ư

ư₁, Ư₁ 越语字母表的第 26 个字母

ư₂ [汉] 于, 於

ư₃ *tr* 是…吗: Vậy ư? 是这样吗？

ư₄ *tr* 极, 太

ư₅ *c* 哦, 噢, 嗯 (应诺语)

ư ử [拟] (呻吟声): tiếng rên ư ử không ngớt 不断的呻吟声

ư ứ [拟] 唔唔 (含糊不清的叫声)

ừ *c* 唔, 嗯, 哎, 欸 (表允诺或承认) *đg* 同意: Bác ấy đã ừ rồi. 老伯同意了。

ừ ào *đg* 应付, 敷衍: ừ ào cho xong việc 敷衍了事

ừ hử *đg* 支支吾吾, 含糊其辞: Nghe mẹ hỏi, nó chỉ trả lời ừ hử. 母亲问起, 他只支支吾吾地应答。

ứ₁ [汉] 淤积 *đg* ① 积压, 冻结: hàng hoá ứ lại 物资积压 ② 淤积, 淤塞 ③ 聚满, 挤满

ứ₂ *c* 哼 *p* 不 (带撒娇语气): Con ứ làm. 我不干嘛。

ứ đọng *đg* ① 积压, 冻结: Tiền vốn bị ứ đọng. 资金被冻结。② 淤积, 淤塞

ứ hơi *đg* 气过头来, 气不打一处来

ứ hự *c* 哼, 唔 (表示不满)

ứ tắc *đg* 淤塞: Ống thoát nước lại bị ứ tắc. 下水道又被堵塞了。

ứ trệ *đg* 淤滞, 滞销: Cuộc khủng hoảng tài chính dẫn đến nhiều hàng hoá bị ứ trệ. 金融危机使大批商品滞销。

ứ ừ *c* 唔 (带撒娇语气): Ứ ừ, thế thì chúng mình hẹn gặp vào tối mai nhé. 唔, 那我们明晚见吧。

ưa *đg* 喜爱, 爱好: ưa nhau 相爱; Xấu tính nên chẳng ai ưa. 脾气坏, 没人爱。

ưa chuộng *đg* 喜爱, 爱好: Ông ưa chuộng thư pháp. 他喜爱书法。

ưa đèn *t* (灯光下) 显得美的: Tối nay em ưa đèn quá. 今晚灯下的你太漂亮了。

ưa mới nới cũ 喜新厌旧

ưa nhìn *t* 耐看, 经看: khuôn mặt ưa nhìn 脸蛋耐看

ưa thích *đg* 喜好, 喜爱: Nhiều nam giới ưa thích xem đá bóng. 很多男士喜爱看足球。

ứa *đg* ① 溢出, 涌出, 流出: Ai nấy đều ứa nước mắt. 人人流泪。② 淤积, 积压: Hàng bị ứa trong kho. 货被积压在仓库。*t* 漫, 溢, 盈满: Thóc lúa ứa thừa. 稻谷满仓。

ựa *đg* 呕吐, 吐出: Thằng bé khóc đến ựa cơm. 孩子哭到呕吐。

ức₁ [汉] 忆

ức₂ [汉] 臆 *d* 臆, 胸: đánh vào ức 打中胸

ức₃ [汉] 抑 *đg* ① 抑, 压制: ức chế nỗi phẫn nộ 抑制愤怒的心情 ② 憋气, 生气, 委屈: Bị mắng oan nên rất ức. 被冤枉觉得很憋屈。

ức bách *đg* 强迫, 逼迫

ức chế *đg* 抑制: ức chế lạm phát 抑制通货膨胀

ức đoán *đg* ; *d* 估计, 预测: Sự việc xảy ra đúng như ức đoán. 事情的发生正如预测那样。*t* 漫, 溢, 盈满: Đây chỉ là sự ức đoán của anh. 这只是你的臆断。

ức hiếp *đg* 欺压, 欺负, 欺凌: ức hiếp dân thường 欺压百姓

ức lượng *đg* 估计, 估量 (=ước lượng)

ức uất *t* 抑郁

ực [拟] 咕嘟

ực ực [拟] 咕嘟咕嘟(大口喝水声)

ưng₁ [汉] 鹰

ưng₂ [汉] 鹰 *d* 鹰: dùng chim ưng đi săn 用鹰捕猎

ưng₃ *đg* ①应,应允,同意: Nói mãi mà ông cũng không ưng. 讲了半天他还是不同意。②遵令

ưng chịu *đg* 应允,答应,接受

ưng chuẩn *đg* 准许,允诺,许可,应准

ưng khuyển *đg* [旧] 鹰犬,帮凶,走狗

ưng theo *đg* 允从,听从: ưng theo lời dạy 听从教导

ưng thuận *đg* 应从,答应,应允: Tất cả mọi điều kiện chúng tôi đều ưng thuận. 所有条件我们都答应。

ưng ức *đg* 闷闷不乐,生闷气

ưng ửng *t* (脸因难为情而) 微红: Nghe cô giáo khen, mặt em ấy ưng ửng đỏ. 听到老师的夸奖,她的脸红起来了。

ưng ý *t* 称心,满意: Em chọn được bộ đồ ưng ý. 我挑选到满意的衣服。

ừng ực=ực ực

ửng *t* 淡红的,粉红的: Hai má đỏ ửng. 两颊泛起红晕。 *đg* (颜色) 渐变: Trái cam ửng vàng. 橘子渐渐黄了。

ứng₁ *đg* 预垫,预付: ứng trước tiền lương 预支工资

ứng₂ [汉] 应 *đg* ① 对应: ứng nhau từng chữ 对应每个字 ②[旧] 应: báo ứng 报应

ứng biến *đg* 应变: Anh phải tuỳ cơ ứng biến. 你要随机应变。

ứng chiến *đg* 应战: Chúng tôi sẵn sàng ứng chiến. 我们随时应战。

ứng cử *đg* 参加竞选,应选: ứng cử chức tổng thống 竞选总统

ứng cứu *đg* 救应,救急,应急: nhân viên ứng cứu 救急人员

ứng dụng *đg*; *d* 应用: ứng dụng trong thực tiễn 实际应用

ứng đáp *đg* 应答,回答: ứng đáp trôi chảy 对答如流

ứng đối *đg* 应对,应酬: ung dung ứng đối 从容应对

ứng khẩu *đg* 即兴而作: dịch ứng khẩu

即兴翻译; hát ứng khẩu 即兴唱

ứng lực *d* [理] 应力

ứng mộng *đg* 梦兆

ứng nghiệm *đg* 应验

ứng phó *đg* 应付,应对: cùng ứng phó với khủng hoảng tài chính 共同应对金融危机

ứng trước *đg* 垫付,预付: ứng trước một nửa 预付一半

ứng tuyển *đg* 应选,竞选,应聘

ứng viên *d* 候选人; 应聘人员

ứng xử *đg* 对待,应对,处理(人际关系),待人接物: biết cách ứng xử 善于处理人际关系

ước₁ [汉] 约 *d* [旧] 约定 *đg* [旧] 约定,制约: phụ lời ước 违背约定 *p* 大约,估计

ước₂ *đg* 盼望,渴望: Ước trúng xổ số. 盼望彩票能中奖。

ước ao *đg* 渴望,期望,希望: ước ao tự do 渴望自由

ước chừng *p* 大概,约莫: Ước chừng khoảng một tiếng sau xe sẽ đến ga. 车大概一小时后到站。

ước định *đg* ①约定: Hai người ước định sẽ gặp lại 10 năm sau. 两人约定十年后再见。②推测,判断: ước định thời tiết 50 năm sau 推测五十年后的气候

ước giá *đg* 估价

ước hẹn *đg* 约定,商定

ước khoảng *p* 大约,大概,左右

ước lượng *đg* 估计,估量

ước mong *đg* 期望,企望,盼望: Niềm ước mong trăm năm rốt cuộc biến thành hiện thực. 百年期盼终成现实。

ước mơ *đg* 幻想,梦想,憧憬

ước muốn *đg* 企望,渴望: ước muốn trở thành người nổi tiếng 企望成名人 *d* 愿望,希望: đạt được ước muốn 实现愿望

ước nguyện *đg* 希望,期望: Tôi ước nguyện được đi du lịch vòng quanh trái đất. 我期望能环球旅游。

ước số *d* [数] 约数

ước tính *đg* 估计,估算: Theo ước

tính công trình này sẽ hoàn thành vào sang năm. 据估计，这个工程明年完工。

ước vọng *d* 愿望，希望 *đg* 期望，盼望: Tôi ước vọng thế giới hoà bình. 我盼望世界和平。

ươm₁ *đg* 缫: ươm tơ 养蚕缫丝

ươm₂ 培育，孕育: ươm giống 育苗

ướm *đg* ①度，比，试: ướm quần áo 试衣服②试探: ướm lòng của em 试探她的心意

ướm hỏi *đg* 试探，探问，打听: Bà cẩn thận ướm hỏi quan toà vụ án của con bà ra sao. 她小心地向法官打听她儿子的案子。

ươn *t* ①腐，腐烂，腐败: cá ươn 腐鱼②微恙的: Thằng bé hôm nay ươn. 孩子今天身体不适。③怠惰无能: Con ươn quá. 你太懒了。

ươn hèn *t* 懒惰，怠惰，懒惰无能

ươn mình *t* 微恙的: Hai hôm nay thấy ươn mình. 这两天觉得不太舒服。

ươn thối *t* 腐臭

ươn ướt *t* 微湿，湿: Quần áo phơi cả ngày vẫn ươn ướt. 衣服晒了一天还有点湿。

ườn *t* ; *đg* 死挺挺，僵直

ưỡn *đg* 挺起: ưỡn ngực 挺胸

ưỡn ẹo *t* 扭扭捏捏: Chị đi ưỡn ẹo. 她走路扭扭捏捏的。

ương₁ [汉]殃

ương₂ *đg* 育苗: ương cá 培育鱼苗

ương₃ *t* 青，生，未成熟

ương₄ *t* 犟，不听话: Thằng bé rất ương. 这孩子很犟。

ương₅ [汉]央 *t* 央: trung ương 中央

ương₆ [汉]鸯 *d* 鸯: uyên ương 鸳鸯

ương ách *t* 固强，固执 *d* 厄运，灾殃

ương bướng *t* 固执，倔强: tính ương bướng 倔脾气

ương cây *đg* 育苗

ương dở *t* 乖僻，乖戾，神经质

ương gàn *t* 顽梗，倔强，顽固

ương giống *đg* 育(鱼)苗

ương ngạnh *t* 倔强: Con này ương ngạnh lắm. 这孩子倔得很。

ương ương *t* (果子)有点生的: Quả ổi ương ương. 番石榴有点生。

ương ưởng *t* 随便，应付

ướp *đg* ①腌，腌制: ướp muối 盐渍②(茶叶)熏香: chè ướp sen 荷香茶

ướp lạnh *đg* 冷藏，冰冻，冰镇: thịt ướp lạnh 冻肉

ướp nóng *đg* [医]热敷

ướt *t* 湿，潮: trời ẩm ướt 天气潮湿

ướt át *t* 湿，湿润，潮湿

ướt dầm *t* 湿淋淋，湿漉漉: Nước mắt làm cho vạt áo bị ướt dầm. 泪水打湿了衣襟。

ướt dẫm=ướt dầm

ướt mềm *t* 又湿又黏的: Quần áo của anh ấy ướt mềm. 他的衣服又湿又黏的。

ướt nhè *t* 浸湿的

ướt nhèm=ướt mềm

ướt rượt *t* [方]湿淋淋: đầu tóc ướt rượt 头发湿淋淋

ướt sũng *t* 湿淋淋，透湿

ướt sườn sượt *t* 湿淋淋

ưu₁ [汉]忧

ưu₂ [汉]优 *d* 优点: Ai cũng có cả ưu lẫn khuyết. 谁都有优点和缺点。 *t* 优胜: sản phẩm hạng ưu 优胜产品

ưu ái *đg* 厚爱

ưu đãi *đg* 优待: đặc biệt ưu đãi 特别优待

ưu điểm *d* 优点

ưu khuyết điểm *d* 优缺点

ưu phẫn *đg* 忧愤

ưu phiền *đg* 忧烦，忧闷

ưu sầu *đg* 忧愁

ưu thế *d* 优势，上风

ưu tiên *t* 优先: quyền ưu tiên 优先权 *đg* [口]优先做，优先发展: Châu Á ưu tiên năng lượng sạch. 亚洲优先发展清洁能源。

ưu tú *t* 优秀: nghệ sĩ ưu tú 优秀艺术家

ưu việt *t* 优越: tính ưu việt 优越性

V

v, V 越语字母表的第 27 个字母

va *đg* 碰,撞：Va đầu vào tường. 头撞墙。

va chạm *đg* ①碰撞,撞击②矛盾,冲突

va-dơ-lin (vaselin) *d* [化] 凡士林

va đập *đg* (猛烈) 碰撞：Hàng dễ vỡ, tránh va đập. 易碎品,禁止碰撞。

va đũa chạm bát 碗筷相碰(喻家庭小矛盾)

va-gông (wagon) *d* 火车车厢

va-li *d* (valise) 皮箱

va-ni (vanille) *d* ①香草,香子兰②香兰素

va-ni-lin *d* [化] 香草醛,香兰素

va quệt *đg* 刮碰：vụ va quệt ô tô 汽车刮碰事故

va-rơi *d* 短大衣,短褛

va vấp *đg* ①相撞,相碰②磕碰,出差错

và₁ *d* 几,若干：gửi và câu thương siếp几句思念的话

và₂ *đg* 扒,喂

và *k* ①和,与,跟：Nói và làm đi đôi với nhau. 言行要一致。②而且,并且：Nó thi đỗ, và đỗ rất cao. 他考上了,而且分数还很高。

vả₁ *d* [植] 三龙瓜：cây vả 三龙瓜

vả₂ *đg* 掴,扇：vả cho mấy cái 掴几下耳光

vả₃ *d* 它,那厮,他

vả₄ *k* 而且

vả chạt *đg* 猛掴,狠掴

vả chăng *k* 何况,况且

vả lại *k* 而且,况且,再说

vả mặt *đg* 掴脸,扇耳光

vã₁ *đg* 轻拍：Vã nước lên mặt cho tỉnh táo. 往脸上拍点水清醒一下。

vã₂ *đg* 冒,出：vã mồ hôi 冒汗

vã₃ *t* ①长时间地(聊或骂)：nói vã cả đêm 聊了一晚上；chửi vã 不停谩骂②徒步的

vã₄ *t* 净(吃),光(吃)：bốc rau ăn vã 净吃菜

vá₁ *d* ①铁锹：cái vá đào đất 挖土的铁锹②汤勺

vá₂ *d* 小孩脑门上留的小撮头发

vá₃ *đg* 补,缝补：vá áo 补衣服 *t* 花搭,斑驳：chó vá 花斑狗

vá chằng vá đụp 东补西补；补丁加补丁

vá chín *đg* 火补(轮胎)

vá may *đg* 缝补,缝缀

vá quàng *đg* 打补丁

vá răng *đg* 补牙

vá sống *đg* 生补,干补(轮胎)

vá víu *đg* 东补西补,凑合,拼凑

vạ₁ *d* ①祸,灾殃：mang vạ vào thân 惹祸上身②科罚,罚款：tiền vạ 罚款；nộp vạ 交罚款

vạ₂ *đg* 赖：nằm vạ 耍赖；ăn vạ 耍刁

vạ₃ *đg* 培,添：vạ thêm đất 培土

vạ gì mà 划不来,不值得,犯不着：Chúng mình vạ gì mà sinh sự với nó. 我们犯不着招惹他。

vạ lây *đg* 牵累,株连

vạ miệng *đg* 祸从口出

vạ mồm vạ miệng=vạ miệng

vạ vật *t* ①乱七八糟,乱扔乱放的：để vạ vật 乱放②随便,随意(坐或躺)

vạ vịt *d* 横祸：bỗng dưng phải cái vạ vịt 飞来横祸

vác *đg* 扛,掮,背：vác củi 背柴 *d* 捆：mấy vác củi 几捆柴 *t* (秤砣)微翘的

vác mặt *đg* ①靦着脸,厚着脸皮: vác mặt đến xin tiền 靦着脸来要钱②趾高气扬,骄傲自大: vác mặt lên làm cao 骄傲自大

vác-xin (vaccin, vacxin) *d* 疫苗

vạc₁ *d* 大铁锅,鼎,镬

vạc₂ *d* [动]鹭鸶

vạc₃ *đg* 割,削: vạc gỗ 削木头; vạc cỏ 割草

vạc₄ *đg* (炭火)将熄

vạc dầu *d* 油锅

vạc hoa *d* [动]花鹭鸶

vạc rạ *d* [动]鹭鸶

vạc rừng *d* 野鹤

vách *d* ①(用木、竹搭或糊成的)墙②壁: vách đá 石壁; vách giếng 井壁

vách chắn *d* 壁垒,隔墙

vách hút tiếng *d* 隔音板

vách kẽ núi *d* 谷壁

vách ngăn *d* 间壁,隔板

vách tường *d* 墙壁

vạch *đg* ①划，画·vạch một đường thẳng 画一条直线②划分,划定: vạch định đường biên giới 划定边境线③拨开,揭开,翻开: vạch áo ra 掀开衣服④揭露,指出: vạch ra sai lầm 指出错误⑤提出,制订: vạch kế hoạch 制订计划 *d* ①线条: vượt qua vạch cấm 越过禁区线②裁缝用的画尺

vạch đường *đg* 指路

vạch lá tìm sâu 吹毛求疵

vạch mắt *đg* 张开眼; 弄清是非

vạch mặt *đg* 揭穿

vạch mặt chỉ tên 指名道姓

vạch ra *đg* 指出,揭穿,揭示

vạch rõ *đg* 指明,说穿

vạch thuyền tìm kiếm 刻舟求剑

vạch trần *đg* 揭破,揭穿: vạch trần âm mưu của địch 揭穿敌人的阴谋

vai *d* ①肩膀②辈分: vai trên 上一辈③角色: đóng vai chính 担任主角

vai cày *d* 牛轭

vai chính *d* 主角,主要演员

vai hề *d* 丑角

vai ngang *d* 同辈,平辈

vai phụ *d* 配角

vai trò *d* ①角色②作用: giữ vai trò chính 起主要作用

vai u thịt bắp 四肢发达;体格健壮

vai vế *d* 头脸,头面: người có vai vế 头面人物

vài *d* 几,些许,若干: vài người 几个人

vài ba *d* 几,数,若干,三五: vài ba ngày 三五天

vải₁ *d* 布: áo vải 布衣

vải₂ *d* [植]荔枝

vải bạt *d* 帆布

vải băng *d* [医]绷带

vải bò *d* 牛仔布

vải bóng *d* 丝光布

vải bô *d* 粗布,次布

vải bông *d* 棉布

vải buồm *d* 帆布

vải chéo go *d* 斜纹布

vải diềm bâu *d* 市布

vải gai *d* 麻布

vải giả da *d* 人造革,仿皮

vải ka-ki *d* 卡其布

vải ka-tê *d* 涤棉布

vải kếp *d* 泡泡纱

vải không cháy *d* 防火布

vải không thấm *d* 防水布

vải lót *d* 衬布

vải màn *d* 蚊帐布(纱布)

vải mành *d* 挑花窗帘布

vải mộc *d* 坯布

vải mười *d* 粗布

vải nhám *d* 砂布

vải nhựa *d* 塑料布(尼龙布)

vải phin nõn *d* 精纺棉布

vải pô-ly-vi-nin *d* 聚氯乙烯薄膜

vải pô-pơ-lin *d* 府绸

vải ráp *d* 砂布(金刚砂布)

vải thiều *d* 米脂荔枝,清河荔枝

vải thô bố *d* 粗布(手工织布)

vải thưa *d* 疏布

vải thưa che mắt thánh 掩耳盗铃,自欺欺人

vải trắng *d* 漂布(白布)

vải tuyn *d* 网目布(蚊帐布)

vải vóc *d* 布匹

vãi₁ *d* 尼姑: sãi vãi 尼姑

vãi₂ *đg* ①播，撒：vãi hạt giống 播撒种子②撒落③禁不住：sợ vãi đái 害怕得尿裤子

vãi cứt *đg* 拉稀：vãi cứt vãi đái 屁滚尿流

vãi đái *đg* 尿裤子

vái *đg* 揖，拜：cúng vái 祭拜

vái cả nón *đg* [口]甘拜下风

vái van *đg* 祈求，拜求

vái xin *đg* 恳求，哀求

vại *d* ①瓦缸，泥缸：vại nước 水缸②半升装的啤酒杯：một vại bia 一大杯啤酒

vam *d* 扳手

vàm *d* 河口，溪口，浦口

vạm vỡ *t* 魁梧，强壮，高大，壮实：đôi cánh tay vạm vỡ 粗壮的双臂

van₁ *đg* 恳求，求：Có van cũng bằng thừa. 求也没有用。

van₂ *d* 气门，活门阀：van xe đạp 自行车内胎气门

van₃ (vals) *d* 华尔兹

van an toàn *d* 安全阀

van cấp cứu *d* 非常阀

van chặn hơi *d* 遮断阀

van điều chỉnh hơi *d* 调整阀

van hơi nước *d* 蒸汽阀

van lạy *đg* 祈求，拜求

van lơn *đg* 恳求，哀求

van mở hơi *d* 通气阀

van mở sớm *d* 先锋阀

van nài=van lơn

van nước xả *d* 出水阀

van tháo nước thừa *d* 泄水阀

van xin=van lơn

vàn *d* [数]万：muôn vàn 成千上万

văn₁ [汉] 挽 *d* 挽词：hát văn 唱挽词 *đg* 挽，挽扶：văn cứu 挽救

văn₂ *đg* 散，消，销：văn chợ 散圩；văn nợ 销账

văn₃ *đg* 观赏：khách văn cảnh 观光客

văn₄ [汉] 晚 *d* 晚，迟暮：văn niên 晚年

văn cảnh₁ *d* 晚景，晚年

văn cảnh₂ *đg* 玩景，赏景

văn cảnh chi giao *d* 忘年之交

văn hồi *đg* 挽回：Tình thế khó có thể văn hồi. 局势难以挽回。

văn sinh *d* 晚生(旧时自谦之称)

văn thành *đg* 晚成，大器晚成

ván₁ *d* 板，木板：xẻ ván 锯木板

ván₂ *d* 盘，局：chơi một ván cờ 下一盘棋

ván cầu *d* 桥板，桥面板；跳板

ván cổng *d* 闸板

ván cốt-pha *d* 模板

ván đã đóng thuyền 木已成舟

ván ống *d* 管状板

ván sợi *d* 纤维板

ván trượt *d* 滑板

ván trượt tuyết *d* 滑雪板

vạn₁ [汉] 万 *d* 万(同 vàn)：vạn sự như ý 万事如意

vạn₂ *d* ①渔村②行业协会，商会：vạn buôn 商会

vạn bất đắc dĩ 万不得已

vạn chài *d* (江河船民的)渔村

vạn đò=vạn chài

vạn kiếp *d* 万世，世世代代

vạn năng *t* 万能：vạn năng kế 万能表

vạn nhất *p* 万一：Vạn nhất có điều gì thì đánh điện ngay về. 万一有什么事就马上打电话回来。

vạn niên thanh *d* [植]万年青

vạn sự bình an 万事平安

vạn sự đại cát 万事大吉

vạn sự khởi đầu nan 万事开头难

vạn sự như ý 万事如意

vạn thế trường tồn 万世长存

vạn thọ₁ *đg* 万寿，万岁：vạn thọ vô cương 万寿无疆

vạn thọ₂ *d* [植]万寿菊

vạn tuế₁ *d* 万岁

vạn tuế₂ *d* [植]铁树

vạn vật *d* 万物

vang₁ *d* [植]苏木

vang₂ *d* 葡萄酒，红酒

vang₃ *đg* 鸣响：Pháo nổ vang khắp phố. 大街上爆竹声声响。

vang bóng một thời 名震一时

vang dậy *đg* 响彻：Tiếng vỗ tay vang dậy khắp hội trường. 掌声响彻礼

堂。

vang dội đg ①响震: Tiếng hoan hô vang dội quảng trường. 欢呼声响震广场。②[转]响亮,显赫: chiến công vang dội 战功显赫

vang lừng đg 响彻,响亮,雷动: danh tiếng vang lừng 名声大振

vang mình sốt mẩy 头疼脑热

vang trời đg 喧天,惊天,震天

vang trời dậy đất 惊天动地

vang vang đg 传响,响遍

vang vọng đg 响彻,(声音)回荡

vàng₁ d ①金子,黄金: nhẫn vàng 金戒指②冥宝,冥纸: đốt vàng 烧冥纸

vàng₂ d [方]盖子(中部语)

vàng₃ t ①黄色: hoa cúc vàng 黄菊花②金贵,难得: ông bạn vàng 挚友③优秀: giọng ca vàng 金嗓子

vàng anh d [动]黄莺: chim vàng anh 黄莺鸟

vàng ảnh t 鲜黄色的

vàng ẳng t 土黄色的

vàng bạc d 金银

vàng chái t 黄澄澄

vàng choé t 金黄色的

vàng cốm d 沙金

vàng dây d 金线,金丝

vàng đá d 金石: lời vàng đá 金玉之言

vàng đen d 黑金(指焦炭或油气)

vàng đeo ngọc dát 披金戴银

vàng đỏ d 赤金

vàng ệch t 暗黄: nước da vàng ệch 暗黄的肤色

vàng hoe t 昏黄

vàng hồ d 冥宝,纸钱

vàng hực t 黄灿灿,金灿灿

vàng hươm t 鲜黄,黄澄澄

vàng khè t 蜡黄色的

vàng khé t 艳黄色的

vàng khối d 金块,金锭

vàng lá d ①金箔②冥宝

vàng lụi d 黄锈病

vàng lưới d (海洋捕捞用)大渔网

vàng mã d 冥纸

vàng mười d 足金

vàng nghếnh t 黄灿灿

vàng ngoách t 淡黄,浅黄

vàng ngọc d ①金玉②[转]珍贵的,宝贵的

vàng như nghệ t 姜黄色的

vàng nhạt t 米黄色的

vàng óng t 金灿灿

vàng ối t 金红色的

vàng ròng d 纯金

vàng rộm t 金黄

vàng son d 黄金(时期);辉煌(时期): quá khứ vàng son 辉煌的过去

vàng tám d 八成金

vàng tấm d 沙金

vàng tây d 西金,混有铜的金子

vàng thỏi d 金条,金锭

vàng thử lửa, gian nan thử sức 真金不怕火炼

vàng tơ t 鹅黄色的

vàng trắng d 白金

vàng vàng t 淡黄,微黄

vàng võ t (脸色)蜡黄

vàng vọt t 浅黄

vãng đg ①往,去: vãng lai 往来②往昔

váng₁ d ①液体表面的薄膜: váng sữa 奶皮子; váng đậu 豆腐皮②蜘蛛网

váng₂ t ①尖叫的: hét váng lên 大声尖叫②震耳: Nghe váng cả tai. 耳朵都给震聋了。

váng₃ t 眩晕: đầu váng mắt hoa 头晕眼花

váng đầu đg 头晕

váng mình sốt mẩy 头疼脑热

váng mình váng mẩy =**váng mình sốt mẩy**

vanh vách t (读、说)清晰,清楚,朗朗: Em bé đọc báo vanh vách. 小孩读报声朗朗。

vanh vũm đg 修剪成圆形: Hớt tóc vanh vũm làm xấu cái đầu. 剪个锅盖头难看。

vành₁ d 圈,箍,环: vành thùng 桶箍 đg 睁开,竖起: vành tai ra mà nghe 竖起耳朵听

vành₂ d 手段,手腕,伎俩

vành bánh d (车轮)瓦圈

vành cửa mình *d* [解]阴唇

vành đai *d* 环带,地带: một vành đai, một con đường "一带一路"

vành hoa *d* [植]花冠

vành khuyên *d* ①耳环②翠鸟

vành mai *d* 拱形,穹窿形: vành mai cửa 拱门

vành móng ngựa *d* 马蹄席;被告席

vành mũ *d* 帽檐

vành ngoài cửa mình *d* [解]大阴唇

vành nguyệt *d* 转向齿轮

vành tai *d* 耳轮,耳郭

vành trong cửa mình *d* [解]小阴唇

vành trục *d* 轴瓦

vành vạnh *t* 滴溜圆,圆溜溜: Trăng rằm vành vạnh. 十五的月亮圆圆的。

vảnh *đg* ①竖起②张开,展开

vánh *t* 快速: chạy chóng vánh 快速地跑

vào₁ *đg* ①进,入,加入,进入: vào bộ đội 参军②到,往(由北向南): vào Nam 去南方③属于,列入④开始,着手: Chúng ta vào học nhé. 咱们开始上课吧。*k* ①向着,朝着: quay mặt vào tường 面壁 ②于: Tôi đến đây vào năm ngoái. 我于去年来到这里。

vào₂ *tr*（表示劝告或反诘的祈使语气）: Làm nhanh vào! 快点做喔!

vào cầu *t*（做生意）顺利,走运: Dạo này làm ăn vào cầu lắm. 近来做生意很顺利。

vào cuộc *đg* 入局,介入

vào đề *đg* 入题,开题: Vào đề rất khó. 开题很难。

vào hang hùm *đg* 入虎穴(喻入险境)

vào hùa *đg* 结伙,结帮,纠集

vào hùn *đg* ①合伙,搭伙: vào hùn buôn bán 合伙做生意②帮凶,帮腔

vào kho *đg* 入库

vào khoảng *p* 大约,大概: Thu nhập vào khoảng 1 triệu đô. 收入大约100万美金。

vào khuôn vào phép 遵规守矩,遵纪守法

vào liệm *đg* 入殓

vào lỗ hà ra lỗ hổng 入不敷出

vào lộng ra khơi *đg*（渔民）辛苦劳作

vào luồn ra cúi 卑躬屈膝

vào mẩy *đg* 结籽

vào quả cà ra quả táo 偷鸡摸狗

vào sinh ra tử 出生入死

vào sổ *đg* 入账,入册,登记

vào trạc *p*（年龄）大约,约莫

vào trong mắc đó, ra ngoài mắc đăng 进退两难;骑虎难下

vào tròng *đg* 上当,上钩,中套: Khéo nhé, không lại vào tròng người ta. 当心啊,要不然又上别人的当了。

vào tù ra tội 屡遭牢狱之灾

vào vai *đg* 入戏

VAT（Value Added Tax）[缩]增值税

vát *t* 偏,斜 *đg* 削,刮: vát đầu gậy 把棍子一头削尖

vát kế *d* [电]瓦特计

vạt₁ *d* ①衣襟: vạt áo 衣襟②长条形田地

vay₁ *đg* ①借,贷: vay tiền 借钱②多管闲事,自寻烦恼: thảy mướn lo vay 替别人哭丧: nghĩ替别人担忧

vay₂ *tr* 嗟叹,是呼,呜呼(表示感叹、惋惜或疑问的语气)

vay không lãi *đg* 无息贷款

vay lãi *đg* 有息贷款

vay mượn *đg* 借贷,借用

vay nợ *đg* 借债,举债

vay trước *đg* 预支,借支

vày₁ *d* 翎,箭羽: vày tên 箭翎

vày₂ *d* 绞盘: vày quay tơ 绞丝盘

vày₃ *d* [建]梁: vày nhà 房梁

vày₄ *đg* 乱捆,缠绕: vày thành một đống to tướng 捆成一大块

vày vò *đg* 揉搓,揉捏

vảy₁ *d* 鳞,甲,壳: vảy cá 鱼鳞

vảy₂ *đg* 抖掉,甩,泼,撩泼: vảy nước 抖掉水

vảy cá *d* 鱼鳞

vảy mắt *d* [医]眼翳

vảy mụn *d* [医]疮痂

vảy ốc *d* 螺掩(田螺的外盖)

vãy *đg* 挥,摇,摆,招: vãy tay 挥手

váy₁ *d* 裙子

váy₂ *đg* 挖,掏: váy tai 掏耳朵

váy áo *d* 裙子和衣服(泛指女装)

váy bó *d* 紧身裙

váy đầm *d* 西式连衣裙

váy liền áo *d* 连衣裙

váy lót *d* 衬裙

váy xoè *d* 公主裙

vạy₁ *d* 轭

vạy₂ *t* ①弯曲,卷曲: Cạy mạnh vạy mũi dao. Cạy được太用力刀口都卷了。②歪: vạy cổ 歪脖子

vặc *đg* 破口骂人(表示反对): Vừa nghe nói đã vặc lại ngay. 刚一听说就破口大骂。

vặc vặc *t* 明亮,皎洁: ánh trăng vặc vặc 皎洁的月光

vằm *đg* 剁,斫: vằm thịt 剁肉

văn₁ [汉] 文 *d* ①文学: nhà văn 文学家②文章: làm văn 写文章③文人

văn₂ [汉] 纹 *d* 纹,纹路,花纹: hoa văn 纹路

văn₃ *đg* 揉成团: văn tờ giấy 把纸揉成团

văn₄ [汉] 闻 *đg* 听闻: văn kì thanh bất văn kì hình 闻其声不见其形

văn bản *d* 文本,书面材料,资料,文件

văn bằng *d* 文凭

văn cảnh *d* 上下文,语境

văn châm biếm *d* 小品文,讽刺性文章

văn chương *d* ①文笔②文学作品

văn công *d* 文工团

văn đàn *d* 文坛

văn giáo *d* 文教

văn giở văn, võ giở võ ①文武双全②有求必应

văn giới *d* 文学界

văn hào *d* 文豪

văn hiến *d* 文献

văn hoa *d* 文华,文采,文雅

văn hoá *d* 文化

văn học *d* 文学: văn học dân gian 民间文学

văn học sử *d* 文学史

văn khế *d* 文契

văn khoa *d* 文科

văn khố *d* 文库

văn kiện *d* 文件: văn kiện bí mật 秘密文件

văn miếu *d* 文庙

văn minh *d* 文明: văn minh tinh thần 精神文明

văn nghệ *d* 文艺: văn nghệ sĩ 文艺工作者

văn ngôn *d* 文言

văn nhã *t* 文雅

văn ôn võ luyện 习文练武;文韬武略

văn phái *d* 文派,文学派别

văn phạm *d* 文范,文法,语法

văn pháp *d* 文法

văn phong *d* 文风

văn phòng *d* 办公室: văn phòng phẩm 办公用品

văn sĩ *d* 文士,文学人士

văn tài *d* 文才: người có văn tài 有文才的人

văn tập *d* 文集

văn tế *d* 祭文

văn thể₁ *d* (文章)文体

văn thể₂ *d* 文艺和体育

văn thơ *d* 诗文

văn thư *d* ①文书,公文②秘书③文秘工作

văn tinh *d* 文曲星

văn tuyển *d* 文选

văn tự *d* ①文字②文契

văn ước *d* 文约,文契

văn vắn *d* 短文

văn vần *d* 韵文,韵体文

văn vật *d* 文物: văn vật lịch sử 历史文物

văn vẻ *t* 书面的;文绉绉: Anh ấy ăn nói văn vẻ lắm. 他说话文绉绉的。

văn võ *d* 文武: văn võ kiện toàn 文武双全

văn xuôi *d* 散文

vằn *d* 花纹,斑纹: ngựa vằn 斑马 *đg* (眼)红,冒火: mắt vằn lên tức tối 气得眼睛都红了

vằn thắn *d* 馄饨,云吞

vằn vèo *t* 弯弯曲曲,七拐八弯

vằn vện *t* [方] 有斑纹的,五彩缤纷: bộ quần áo vằn vện 斑纹服装

vằn vọc *đg* 拿,捏(水果): Trái cây bị

vẳn vọc sẽ hư thối. 水果被捏来捏去的容易坏。

vắn *t* 短: than vắn thở dài 长吁短叹

vắn tắt *t* 简短, 简要: nói vắn tắt vài câu 简短说几句

vắn vỏi *t* 短促

vặn vỏi ①拧, 扭: vặn vỏi nước 拧水龙头②盘诘, 反驳: hỏi vặn 诘问

vặn lại *đg* 反诘, 反问, 反驳

vặn vẹo *đg* ①扭来扭去, 摆来摆去②掰来掰去, 折来折去③盘问, 诘问: vặn vẹo mãi 盘问了很久 *t* 弯曲, 蜿蜒: Đường lối vặn vẹo. 道路蜿蜒曲折。

vặn vọt *đg* ①扭紧, 拧紧②诘问, 盘问

văng₁ *d* 撑竿: cắm văng 支起撑竿

văng₂ *đg* ①抛, 甩, 撒: văng lưới 撒网②脱口而出 *p* 瞬间, 马上: làm văng 立马就干

văng mạng *t* 玩命的, 拼命的, 不顾后果的

văng tục *đg* 说粗话, 说脏话

văng tục nói rác 满嘴脏话

văng vẳng *t*（响声）隐隐约约: tiếng hát văng vẳng đâu đây 隐隐约约传来歌声

vắng vẳng *t* 寂静, 冷清

vẳng *đg* ①（牛用角）猛甩, 顶, 撞: Con trâu vẳng phải đứa bé toạc đầu. 牛甩头把小孩的头顶破了。②甩(开), 挣(脱)③顶撞, 争吵, 拉扯

vằng vặc *t*（月亮）明亮, 皎洁

vẳng *đg*（远处）传来: Tiếng gọi từ xa vẳng lại. 叫声从远处传来。

vắng *t* ①不在位的, 不在场的: đi vắng 外出②稀拉, 冷清, 萧条: Vắng người. 人稀少。

vắng bặt *t* 杳然: tăm hơi vắng bặt 杳无音讯

vắng khách *t* 顾客稀少的

vắng lặng *t* 静悄悄

vắng mặt *đg* 不在场, 缺席

vắng ngắt *t* 寂静, 空无一人的: Sân trường vắng ngắt. 校园一片寂静。

vắng tanh *t* 空寂, 萧条, 凄清: Trời chưa tối, nhưng đường đã vắng tanh. 天还没晚, 路上已经很凄清了。

vắng teo *t* 冷清, 凄清: Chợ vắng teo. 市场冷清。

vắng tiếng *t* 无声无息, 销声匿迹: Nó đã vắng tiếng. 他已经销声匿迹。

vắng tin *t* 音讯全无的

vắng vẻ *t* 静寂, 安静: canh đêm vắng vẻ 安静的夜晚

vắt₁ *d* 山蚂蟥

vắt₂ *d* 把, 团: một vắt cơm 一把饭

vắt₃ *đg* 拧, 扭, 挤, 绞: vắt chanh 挤柠檬汁

vắt₄ *đg* 挂, 搭: vắt áo lên vai 搭衣服到肩上

vắt chanh bỏ vỏ 鸟尽弓藏: 兔死狗烹

vắt chân chữ ngũ *đg* 跷二郎腿

vắt chân lên cổ 飞奔, 飞跑

vắt cổ chày ra nước 铁公鸡一毛不拔

vắt mũi chưa sạch 乳臭未干

vắt ngang *đg* 横搭着

vắt nước *đg* 脱水, 挤水

vắt óc *đg* 绞尽脑汁

vắt sổ *đg*（给衣物等）锁边

vắt vẻo *t* ①摇摇晃晃的②垂的, 吊的, 耷拉的: Lúa đã vắt vẻo đuôi gà. 水稻已经垂穗了。

vặt *đg* 煺, 去, 拔, 捋掉: vặt lông gà 煺鸡毛 *t* 零碎, 琐碎: ăn vặt 吃零食; tiền tiêu vặt 零花钱

vặt đầu vặt tai 抓头挠耳

vặt vãnh *t* 零碎, 琐碎: Chuyện vặt vãnh, chẳng đáng bận tâm. 小事一桩, 用不着介意。

vâm vạp *t* 大块头的, 强壮, 壮实: một chàng trai vâm vạp 壮实的小伙子

vân₁ [汉] 云, 芸

vân₂ [汉] 纹 *d* 纹路: vân gỗ 木纹

vân anh tía *d* [植] 紫云英

vân hương *d* [植] 芸香

vân mẫu *d* 用来镶嵌工艺品的贝壳

vân tay *d* 指纹

vân vân *d* ①始末, 原委: Kể hết vân vân sự tình. 把事情原委全说出来。②[口] 云云, 等等

vân vê *đg* 玩弄, 抚摸: vân vê mấy sợi râu 把弄胡须

vần₁ *d* ①韵, 诗韵, 韵律 ②韵母: đánh

vần 拼音③字母

vần₂ *đg* ①挪移,翻移: vần tảng đá 挪大块石头②翻转,涌动: gió giật mây vần 风起云涌③有用,济事(常用于否定句)

vần chân *d* 脚韵

vần chêm *d* 韵尾

vần chuyển *đg* 轮流,轮转

vần chữ cái *d* 字母表

vần thơ *d* ①诗韵②诗句

vần vè *t* 押韵的,有韵调的

vần vò *đg* 翻揉: Bối rối, vần vò chiếc mũ trong tay. 很窘迫,不停地翻揉手中的帽子。

vần xoay *đg* 循环,回转

vẩn₁ *đg* 搞混,搅浑,掺杂: Đàn vịt làm vẩn bùn ao. 鸭子把水塘的水搅浑了。

vẩn₂ *t* 胡乱,茫然: nghĩ vẩn 胡思乱想

vẩn đục *t* 混浊

vẩn vơ *t* 茫然,漫无目的

vẫn₁ *p* 仍然,依旧,还是·Cô ấy vẫn chờ anh ở văn phòng. 她还在办公室等你。

vẫn₂ *đg* 刎: vẫn cổ 刎颈

vấn₁ [汉]问 *đg* 问,询: phỏng vấn 访问

vấn₂ *đg* 卷,盘: vấn tóc 盘发

vấn an *đg* 问安,请安

vấn đáp *đg* 问答: thi vấn đáp 口试

vấn đề *d* 问题

vấn kế *đg* 问计: vấn kế trong dân 问计于民

vấn nạn *d* (社会性的)弊端,问题,痼疾,沉疴

vấn tâm *đg* 自问,问心: vấn tâm không thẹn 问心无愧

vấn vít *đg* 缠绕,纠缠

vấn vương *đg* 纠葛,有牵连

vận₁ [汉]运 *d* 运气: vận đỏ 红运

vận₂ [汉]韵 *d* 韵: ép vận 押韵

vận₃ [汉]运 *đg* 转运: vận chuyển 运输

vận₄ *đg* 穿: vận áo 穿衣服

vận₅ *đg* 揽,套,归: Gặp chuyện gì cô cũng vận vào mình. 什么事她都往自己身上揽。

vận ai nấy lo 各扫门前雪;各顾各的

vận chuyển *d* 运输

vận cước *d* 运费

vận dụng *đg* 运用,应用

vận động *d* 运动: vận động viên 运动员 *đg* 鼓动,动员: vận động quần chúng 动员群众

vận đơn *d* 货运单,托运单

vận hạn *d* 舛运,背运

vận hành *đg* 运行

vận học *d* 音韵学

vận hội *d* ①时运,运数: vận hội mở mang 时来运转②机遇: vận hội lịch sử 历史机遇

vận khí *d* 运气

vận mạng=vận mệnh

vận mệnh *d* 命运: vận mệnh của nhà nước 国家的命运

vận tải *đg* 运载,运输: vận tải ô-tô 汽车运输

vận tốc *d* 运行速度,航速

vận trù *đg* 运筹: vận trù học 运筹学

vâng *đg* ①好的,是,遵命(尊敬应诺之词)②顺从

vâng dạ *đg* 应诺

vâng lệnh *đg* 奉命,遵命

vâng lời *đg* 答应,听命,听从

vâng vâng dạ dạ 唯唯诺诺

vâng ý *đg* 顺从

vầng *d* 晕,光圈: vầng trăng 月晕

vầng dương *d* 太阳

vầng đông *d* 旭日

vấp *đg* ①磕,绊,碰: vấp phải viên đá 绊到石头②卡住,停顿: Đọc rất trôi chảy, không vấp một chữ nào. 读得很流利,一个字都没卡。③遭遇,碰到: vấp phải rào cản mới 遇到新阻碍

vấp chân *đg* 绊脚

vấp ngã *đg* 绊倒,摔倒(喻挫折)

vấp váp *đg* 受阻,受挫 *d* 难题,挫折,阻碍: những vấp váp trong công tác 工作中的挫折

vập *đg* (头)撞击,碰撞: vập đầu vào tường 用头撞墙

vất₁ *đg* 丢,甩,扔,抛

vất₂ *t* 辛苦

vất vả *t* 劳碌,辛苦

vất vơ *đg* 浪荡,流浪,漂泊

vất vưởng *t* ① 被丢弃的,被弃置的: Chiếc máy bơm cũ nằm vất vưởng bên lề đường. 旧抽水机被弃置路边。② 流浪,漂泊

vật₁ [汉] *d* ① 动物: thú vật 野兽; con vật 动物 ② 物体,物件,物品: vật báu 宝物

vật₂ *đg* ① 摔跤,扭打: xem đấu vật 看摔跤比赛 ② 扑倒,摔倒: nằm vật xuống giường 一下扑倒在床上 ③ 摔,翻滚: vật mình than khóc 滚地大哭 ④ 倾,歪 ⑤ (鱼)产卵: mùa cá vật 鱼产卵的季节 ⑥ 宰: vật bò 宰牛

vật₃ *đg* 拼搏,搏斗,较量: vật nhau với sóng gió 与风浪搏斗

vật bán dẫn *d* [理] 半导体

vật cách điện *d* [电] 绝缘物,绝缘材料

vật cản *d* 障碍物

vật cầm cố *d* 抵押品,典当物

vật chất *d* 物质: văn minh vật chất 物质文明

vật chứa *d* 容器

vật chứng *d* 物证

vật cổ *d* 文物,古物

vật dẫn *d* [理] 导体: vật dẫn điện tốt 良导体

vật dễ cháy *d* 易燃物

vật dụng *d* 日用品: vật dụng hàng ngày 日常用品

vật dự trữ *d* 储存品,储藏品

vật đến keo trèo đến mái 有始有终

vật đổi sao dời 物换星移

vật giá *d* 物价: chỉ số vật giá 物价指数

vật hậu học *d* 物候学;自然学

vật hoá *d* 物化

vật hỗn hợp *d* [化] 混合物

vật hữu cơ *d* [化] 有机物

vật kết cấu *d* [建] 构件

vật kỉ niệm *d* 纪念品,纪念物

vật kiến trúc *d* 建筑物

vật lí *d* 物理 *t* 具有物理学性质的: tác động vật lí 物理作用

vật lí hạt nhân *d* 核物理学

vật lí học *d* 物理学

vật lí khí quyển *d* 气象物理学

vật lí năng lượng cao *d* 高能物理学

vật lí phân tử *d* 分子物理学

vật lí trái đất *d* 地球物理学

vật lí trị liệu *d* 理疗

vật liệu *d* 物资,材料,物料: vật liệu xây dựng 建筑材料

vật lộn *đg* 挣扎,抗争,搏斗: vật lộn với bão gió 与风雨搏斗

vật lực *d* 物力

vật mang *d* 载体: vật mang thông tin 信息载体

vật mẫu *d* 标本,样品

vật nài *đg* 苦求,央求

vật ngang giá *d* 等价物

vật nuôi *d* 家畜,家禽

vật phẩm *d* 物品

vật sáng *d* 发光物

vật thể *d* 物体

vật trong suốt *d* [理] 透明体

vật tư *d* 物资

vật vã *đg* ① 打滚,翻滚,翻来滚去: Bệnh nhân vật vã trên giường. 病人在床上打滚。② 挣扎,搏斗: Con tàu vật vã trong giông tố. 船在风暴中挣扎。

vật vô cơ *d* [化] 无机物

vật vờ *đg* 摇晃,晃动,飘摇: Ngọn cờ vật vờ theo gió. 旗子随风飘摇。*t* 漂泊,漂泊不定

vật xúc tác *d* [化] 触媒剂,催化剂

vầu *d* [植] 大竻竹

vẩu *t* 龅: răng vẩu 龅牙

vấu₁ *d* 爪: vấu hổ 虎爪; vấu diều hâu 鹰爪

vấu₂ *d* 平底土锅

vấu₃ *d* 节,支点: vấu tre 竹节

vây₁ *d* 鱼鳍,鱼翅: vây cá 鱼翅

vây₂ *đg* 围,包围,围困: vòng vây 包围圈

vây bọc *đg* 包围,围住: vây bọc bằng dây thép gai 用铁丝网围住

vây bủa *đg* 围捕: vây bủa tội phạm 围捕罪犯

vây cánh *d* 党羽, 帮派, 羽翼

vây ép *đg* 围逼

vây hãm *đg* 围困

vây ráp *đg* 围捕, 搜捕

vây săn *đg* 围猎

vây quét *đg* 围剿, 扫荡; chống vây quét 反围剿

vầy₁ *đg* 搅动, 玩弄, 蹂躏: vầy nước 玩水; Đám cỏ bị trâu vầy nát. 草地被牛踩烂了。

vầy₂ *đg* 团聚, 团圆: vui vầy 欢聚

vầy₃ *d* 此, 斯, 这: làm như vầy 这样做

vầy vậy *t* 凑合, 过得去, 一般般: Công việc vầy vậy. 工作还凑合。

vầy vò *đg* 把玩, 把弄

vẩy₁ *d* 鳞片

vẩy₂ *đg* 甩, 洒: Vẩy nước rồi quét nhà cho đỡ bụi. 洒过水再扫, 灰尘少一些。

vẫy *đg* 摇, 招, 挥: vẫy tay 招手

vẫy gọi *đg* 召唤, 催促: tương lai vẫy gọi 未来在召唤

vẫy vùng *đg* 自由翻腾, 纵横, 扑腾

vấy *đg* ①沾上, 粘上: Quần áo vấy bùn. 衣服沾了污泥。②推卸, 推脱: đổ vấy trách nhiệm 推卸责任

vấy vá *đg* ①沾污: Chân tay mặt mũi vấy vá bùn đất. 全身上下都沾满泥土。②胡诌, 胡乱做, 随便做

vậy *d* 这, 此: như vậy 如此 *k* 因此, 所以, 那么 (置于句子或分句之首): Vậy anh tính sao? 那你有什么打算? *tr* 了, 吧 (置句末, 表示 "只好如此" 之意): Việc này nhờ anh vậy. 这件事就拜托你了。

vậy mà *k* 然而, 却: Ai cũng biết, vậy mà nó còn chối. 每个人都知道, 然而他还狡辩。

vậy ôi *tr* 啊, 呀, 哟 (用于句末, 表示惋惜的语气): Đau đớn lắm vậy ôi! 多么痛苦啊!

vậy ra *k* 原来, 这么说: Vậy ra là anh cái gì cũng không biết à? 这么说你什么都不懂啊?

vậy thay *tr* 呀, 啊 (用于句末, 表示肯定语气): Thương vậy thay! 多可怜

啊!

vậy thì *k* 那么, 那只好: Đắt quá, vậy thì thôi không mua. 太贵了, 那就别买了。

ve₁ *d* 蝉

ve₂ *d* (牛和狗等身上的) 蜱, 壁虱

ve₃ *d* 眼睑上的小疤

ve₄ *d* 小瓶子, 小壶: ve rượu 酒壶

ve₅ *d* 衣领: áo ve to 大翻领衣服

ve₆ *đg* 调戏: ve gái 泡妞

ve₇ *t* 嫩绿色的, 浅绿色的

ve áo *d* 翻领

ve bầu *d* 黑蝉

ve chai *d* ①玻璃瓶②酒瓶③ [转] 酒鬼

ve chó *d* 狗蜱

ve sầu *d* 蝉, 知了

ve vãn *đg* 调戏, 勾引

ve vẩy *đg* 摇晃: Con chó ve vẩy đuôi. 小狗摇晃尾巴。

ve ve [拟] 喳喳, 嚓嚓 (知了叫或小昆虫拍打翅膀的声音)

ve vuốt *đg* 抚摸: Người mẹ ve vuốt bàn tay con. 母亲轻抚孩子的手。

vè₁ *d* 水位标尺: cắm vè 插上水位标尺

vè₂ *d* 车轮挡板

vè₃ *d* 分枝, 分杈: chia vè 分权

vè₄ *d* 顺口溜

vè₅ *đg* 靠近, 挨近: Xuồng vè vô bờ. 小船靠岸。

vè₆ *đg* 瞟: vè mắt nhìn trộm 瞟了一眼

vè vãn *d* 快板

vẻ *d* 样子, 神态, 表情: mỗi người một vẻ 神态各异

vẻ đẹp *d* 美姿; 美景

vẻ mặt *d* 面容, 外表

vẻ vang *t* 光辉, 光荣, 光彩: sự nghiệp vẻ vang 光辉的事业

vẽ₁ *đg* ①绘, 画: vẽ tranh 绘画② 指出: vẽ đường 指路③ (没事) 找事, 来事, 多事

vẽ₂ *đg* 剥开: vẽ bắp ngô 剥玉米粒

vẽ chân rắn, giặm lông lươn ①画蛇添足②无中生有

vẽ chuyện *đg* 多事, 出花样: Đừng có vẽ chuyện. 不要多事。

vẽ đường cho hươu chạy 为虎作伥

vẽ hổ ra chó 画虎不成反类犬

vẽ mặt *đg* 粉饰，粉墨

vẽ mô-típ *đg* 构图

vẽ phác *đg* 打底稿，画草图

vẽ rắn thêm chân 画蛇添足

vẽ thập ác *đg* [宗] 画十字

vẽ trò=vẽ chuyện

vẽ voi *đg* 乱画乱涂，涂鸦

vẽ vời *đg* ①绘画②描绘，添彩，搞花样

vé *d* ①票：vé tàu 船票(火车票)；vé máy bay 飞机票②[口] 一百美元

vé nằm *d* 卧铺票

vé ngồi cứng *d* 硬座票

vé khứ hồi *d* 往返票，双程票

vé xổ số *d* 彩票

vé tháng *d* 月票

véc-ni (vecni) *d* 清漆

véc-tơ (vector) *d* [数] 向量，矢量

vẹc *d* 长尾猴

vẹm *d* 蚌

ven₁ *d* 边缘：ven đường 路边；ven sông 河边 *đg* 沿着：ven theo 沿着

ven₂ (vein) *d* 静脉：tiêm ven 静脉注射

ven theo *đg* 沿着：đi ven theo sườn đồi 沿着山坡走

vẻn vẹn *t* 仅有的

vén *đg* ①卷起，拉起：vén tay áo 卷起衣袖②盘起，拢起：vén tóc 盘头发③整，收拾

vén màn *đg* 揭示，披露

vẹn *t* ①尽，全：vẹn đạo làm con 尽儿女之责②完整无缺，完全，完美

vẹn cả đôi bề 两全其美

vẹn nguyên *t* 原样的

vẹn toàn *t* 完全，完美，圆满：hạnh phúc vẹn toàn 幸福美满

veo₁ *p* 空落落，光光：bụng đói veo 肚子空空；tiêu veo cả tiền 花光了钱

veo₂ [拟] 嗖嗖：Đạn bay veo qua tai. 子弹"嗖嗖"地从耳边掠过。

veo veo *t* 飞快：Thuyền lướt veo veo trên sông. 船在江面上飞快地滑行。

vèo *p* 一下子，一刹那 *đg* 掠过，飞过：Đạn vèo qua bên tai. 子弹在耳边飞过。

véo *d* 端，尖头：véo núi 山头；véo tre 竹尖

véo *đg* 捏，掐

véo von *t* 清脆：tiếng chim hót véo von 清脆的鸟叫声

vẹo *t* 偏，斜，扭歪：Đi vẹo người. 走路时人往一边歪。

vẹo vọ *t* 歪扭，不平衡：bàn ghế vẹo vọ 歪歪斜斜的桌椅

vét₁ *d* 西服：áo vét nữ 女式西服

vét₂ *đg* ①挖，掏：vét sông 疏浚河道②搜刮：Vét hết tiền trong túi. 兜里的钱都被搜光了。

vét đĩa *t* 最差劲的：đồ vét đĩa 最差的东西

vét-tông (veston) *d* 男士西装外套

vét túi đổ rương 翻箱倒柜

vét-xi (vetxi) *d* 球胆；笔囊

vẹt₁ *d* [动] 鹦鹉：học vẹt 鹦鹉学舌

vẹt₂ *d* [植] 红树

vẹt₃ *t* 磨损：Giầy vẹt gót. 鞋跟被磨平了。

vẹt₄ *đg* ①拨开，散开：vẹt cỏ mà đi 拨开草赶路②溅开：Tàu chạy nhanh nước vẹt ra hai bên. 船跑得快，水往两边溅。

vê *đg* 搓，捻，卷：vê điếu thuốc 卷一支烟

về *đg* 回，返，归：về nhà 回家 *k* ①往，向：từ nay về sau 从今往后②关于：về nghệ thuật truyền thống 关于传统艺术③因：Ông ta chết về bệnh lao. 他因患肺结核而死。

về già *đg* 到老，垂老，岁暮

về quê *đg* 回乡，归省

về sau *p* 以后，往后，日后：từ nay về sau 从今以后

về số *đg* (汽车等)降速，回挡

về trời *đg* 归天

về vườn *đg* 归隐田园

về *d* ①股，大腿上的肉②联，(词)阕：ra một vế đối 出一个上联③势力：mạnh về 强势；lép về 弱势

về câu *d* (句子的)半句

về dưới *d* (对联的)下联

về đùi *d* 大腿

về trên *d* (对联的)上联

vệ₁ *d* 边缘: vệ hè 人行道; vệ sông 河岸

vệ₂ [汉] 卫 *d* ①[旧] 卫(古代军队的一种编制单位,约 500 人)②[旧]卫国军: vệ quốc quân 卫国军

vệ binh *d* 卫兵

vệ quốc *đg* 卫国

vệ sĩ *d* 卫士

vệ sinh *d* 卫生: phong trào vệ sinh yêu nước 爱国卫生运动 *t* 清洁,卫生: Đồ ăn ở đây rất vệ sinh. 这里吃的东西很卫生。*đg* ①如厕,解手: Tôi đi vệ sinh cái đã. 我上一下厕所。② 搞卫生: Sáng dậy phải vệ sinh răng miệng. 早晨起来要搞口腔卫生。

vệ tinh *d* 卫星: vệ tinh nhân tạo 人造卫星; thành phố vệ tinh 卫星城

vếch *đg* 掀起,翘起,仰起: vếch mặt 仰脸

vên *d* ①锹,铲子②机器传送轴

vện *t* ①花斑的: chó vện 花斑狗②有裂纹的: cái chén vện 有裂纹的杯子

vênh *đg* ; *t* ①翘起②高傲,傲慢

vênh vang *t* 目中无人,趾高气扬

vênh váo *t* ①翘起的,不平的②趾高气扬: đi vênh váo ngoài đường 在路上大摇大摆地走

vênh vênh *t* ①有点翘的②满脸自负的

vểnh *đg* 竖起: vểnh tai 竖起耳朵

vết *d* 痕迹,印迹,瑕疵: vết chân 足迹

vết chàm *d* 胎记

vết mực *d* 墨迹

vết nhơ *d* 污点

vết thương *d* 伤痕,创伤: vết thương chiến tranh 战争创伤

vết tích *d* 痕迹,踪迹

vệt *d* 擦痕,印子: vệt bánh xe 车辙

vệt đen *d* 黑点,黑印

vêu₁ *t* 发愣,发呆: ngồi vêu cả ngày 整天呆坐

vêu₂ *t* 消瘦: đói vêu mõm 饿得脸都瘦了

vêu vao *t* (脸)消瘦,憔悴

vều *t* (嘴唇)肿起,鼓起: Ngã vều môi. 摔跤把嘴巴都摔肿了。

vi₁ [汉] 围,微,违

vi₂ *d* 鱼鳍(同 vây)

vi ba=vi sóng

vi cá *d* [方]鱼翅,鱼鳍

vi cảnh *đg* 违反规章: phạt vi cảnh 违章处罚

vi chất *d* 微量元素

vi-da (visa) *d* 签证

vi điện tử *d* 微电子

vi-đê-ô (video) *d* 放像机; 录像机, 录像

vi-đê-ô cát-xét (video cassette) *d* 卡带式录像机

vi hành *đg* 微服出行

vi huyết quản *d* 微血管

vi khí hậu *d* 小气候, 小环境

vi khốn *đg* 围困: bị vi khốn trong ba ngày đêm 被围困三天三夜

vi khuẩn *d* 细菌

vi-la (villa) *d* 别墅

vi lô *d* [植]芦苇

vi lượng *d* 微量: nguyên tố vi lượng 微量元素

vi mạch *d* [电]超微电路: bảng vi mạch 电脑主板

vi mô *d* 微观: thế giới vi mô 微观世界

vi nấm *d* 微生物菌

vi-ni-lông (vinylon) *d* 维尼龙

vi-ô-lông (violon) *d* [乐]小提琴

vi-ô-lông-xen (violoncelle) *d* [乐]大提琴

vi phạm *đg* 违犯,违反; 违规,违纪: vi phạm hiệp định 违反协定

vi phẫu thuật *d* 显微镜手术

vi phim *d* 缩微胶卷

vi-rút (virus) *d* 病毒: vi-rút máy tính 计算机病毒

vi sinh vật *d* [生]微生物

vi sóng *d* [理]微波: lò vi sóng 微波炉

vi-ta-min (vitamin) *d* [医]维生素

vi tích *d* [数]微积

vi tính *d* 微机,电脑: máy vi tính 电脑

vi trùng *d* [医]微生物,细菌

vi trùng bệnh *d* [医]病菌

vi vơ *đg* 沾到,触摸: chẳng hề vi vơ một tí tẹo 从来不沾

vi vu *t* ①（风）萧萧, 悠悠, 轻轻: Gió thổi vi vu. 风轻轻吹。②自在, 逍遥: Làm một chuyến vi vu vào Nam. 去南方逍遥一趟。

vi-xcô (visco, viscos, viscose) *d* 纤粘胶

vi xử lí *đg*（用微处理器）处理 *d* 微处理器

vì₁ *d* 一颗, 一位, 一名

vì₂ *d* 道, 排: một vì tường 一道墙

vì₃ *đg* 迁就, 看在（面子上）: nể vì mặt cụ già 看在老人的面子上

vì₄ *k* 因为, 为了

vì cầu *d* 大桥的梁

vì chống *d* 支架, 撑架

vì đâu *k* 为何, 因何, 何故: Vì đâu anh phải nói thế? 你为何这么说？

vì kèo *d* 房梁

vì nể *đg* 看面子, 留情面: Vì nể tình bạn bè nên thôi. 看在朋友的情面上所以作罢了。

vì sao 缘何, 为何, 何故, 为什么

vì thế *k* 因此, 所以

vì vậy=vì thế

vỉ *d* ①一板: Mỗi vỉ sáu viên thuốc. 每板六颗药。②竹垫子

vỉ ruồi *d* 蝇拍

vĩ [汉] 伟, 纬, 尾

vĩ đại *t* 伟大

vĩ độ *d* [地] 纬度

vĩ mô *d* 宏观: kinh tế vĩ mô 宏观经济

vĩ nhân *d* 伟人

vĩ tố *d* [语] 后缀, 词尾（也作 hậu tố）

vĩ tuyến *d* 纬线

ví₁ *d* 皮夹, 钱包: ví tiền 钱包

ví₂ *đg* 比喻, 比方; 对比

ví₃ *đg* 捆边: khăn xanh có ví hai đầu 两头捆边的绿围巾

ví₄ *k* 比如, 例如

ví dầu=ví dù

ví dù *k* 假如, 倘若, 就算是

ví dụ *k* 比如, 例如 *d* 例子: Xin anh cho thêm một ví dụ. 请你再举一个例子。

ví đầm *d* 提包, 挎包

ví như 比如, 例如

ví phỏng *đg* 比方

ví thử *k* 假使, 就说是

ví von *đg* 打比方

vị₁ [汉] 未, 谓

vị₂ [汉] 位 *d* 位, 位置: các vị 各位; địa vị 地位; cương vị 岗位

vị₃ [汉] 胃 *d* 胃: thuốc bổ vị 补胃药

vị₄ [汉] 味 *d* ①味道: vị thơm 香味; vị cay 辣味②味（药方）: một vị thuốc 一味药

vị₅ [汉] 为 *k* 为了: vị quốc 为国

vị chi [口] 谓之, 即: Năm với năm vị chi mười. 五加五等于十。

vị chủng *t* 大民族主义的

vị giác *d* 味觉

vị hôn *đg* 未婚: vị hôn phu 未婚夫

vị kỉ *t* 为己的, 利己的: lòng vị kỉ 私心

vị lạ *d* 怪味, 异味

vị lợi *t* 唯利是图的: Hắn là một kẻ vị lợi. 他是个唯利是图的家伙。

vị nể *đg* 看面子, 留情面（=vì nể）

vị ngã *t* 利己主义的, 以自我为中心的

vị ngữ *d* 谓语

vị sao *d* 星辰: những vị sao trên trời 天上的星辰

vị tất *p* 未必

vị tha *t* 利他的, 为他人着想的

vị thành niên *t* 未成年的: người vị thành niên 未成年人

vị thế *d* 地位: có vị thế cao trong xã hội 有崇高的社会地位

vị toan *d* 胃酸

vị trí *d* ①位置: vị trí địa lí 地理位置②（社会）地位: vị trí trong xã hội 社会地位

via₁ *d* 边: via đường 路边

via₂ *d* [矿] 层面: via quặng 矿层

via cụt *d* [矿] 断层

via hè *d* 人行道, 便道

via kẹp *d* 夹矸

via than *d* 煤层

vía *d* ①魂魄: mất hồn mất vía 失魂落魄②命相: lành vía 吉相③灵符, 护身符④招魂幡: cờ vía 招魂幡

vía van *d* 鬼魂

vích *d* [动] 海鳖

việc *d* ① 工作, 事情, 事务: làm việc làm sự ②(作冠词, 使动词名词化): việc phân phối vốn 资金分配

việc bé xé ra to 小题大做

việc đã rồi 已成定局, 事情已至此

việc gì *k* 干吗, 没必要, 犯不着: Việc gì phải làm hộ nó? 干吗要帮他做?

việc làm *d* ①工作: tìm việc làm 找工作 ②行动, 所做的事: Ông ấy rất hài lòng việc làm của anh. 他对你所做的事很满意。

việc như cơm bữa 家常便饭(喻经常发生)

việc trâu trâu lo, việc bò bò liệu 各司其职

việc vua việc quan *d* 国家大事; 公家事

viêm [汉] 炎 *d* 炎症

viêm bang *d* 炎热之地, 酷热之地

viêm dạ dày *d* 胃炎

viêm khớp xương *d* 关节炎

viêm nhiễm *đg* 发炎, 感染

viêm thận *d* 肾炎

viêm tuyến sữa *d* 乳腺炎

viêm trung nhĩ *d* 中耳炎

viêm tử cung *d* 子宫肌炎

viên₁ *đg* 搓圆: Hai tay viên hòn đất cho tròn vào. 两手把泥巴搓圆。

viên₂ [汉] 园 *d* 园: công viên 公园

viên₃ [汉] 员 *d* ①员: nhân viên 工作人员 ②粒, 颗, 丸: thuốc viên 药丸

viên chu *d* 圆周: viên chu suất 圆周率

viên chức *d* 职员, 员工: công nhân viên chức 职工

viên mãn *t* 圆满, 满意: kết quả viên mãn 圆满的结果

viên nang *d* 胶囊

viên ngoại *d* [旧] 员外

viên nhộng *d* [医] 胶囊, 胶丸

viên tịch *đg* [宗] 圆寂

viên trụ thể *d* 圆柱体

viền *đg* (衣服) 钩边, 锁边

viễn vông *t* 虚幻, 缥缈, 漫无边际: câu chuyện viễn vông 无稽之谈

viễn [汉] 远 *t* 远: kính viễn 远视镜

viễn ảnh *d* 远景, 远影

viễn biệt *đg* 远别, 别离

viễn cảnh *d* 远景: qui hoạch viễn cảnh 远景规划

viễn chí *d* [药] 远志

viễn chinh *đg* 远征: quân viễn chinh 远征军

viễn cổ *t* 远古: thời kì viễn cổ 远古时代

viễn du *đg* 远游: khách viễn du 远客

viễn dương *d* 远洋: tàu viễn dương 远洋轮船

viễn đại *t* 远大: chí hướng viễn đại 远大志向

Viễn Đông *d* 远东

viễn khách *d* 远客

viễn kính *d* 望远镜

viễn thám *đg* 远探, 遥感探测: viễn thám mặt trăng 遥感探测月球

viễn thị *t* 远视的

viễn thông *d* 远程通信, 电信

viễn tiêu *d* 瞭望塔, 观察哨

viễn tưởng *t* 幻想的: truyện khoa học viễn tưởng 科幻故事

viễn vọng *đg* 远望, 遥望: kính viễn vọng 望远镜; viễn vọng tương lai 远望未来

viện₁ [汉] 院 *d* 院, 所: Viện Khoa học xã hội Trung Quốc 中国社会科学院

viện₂ [汉] 援 *d* 援: cứu viện 救援

viện bảo tàng *d* 博物馆, 陈列馆, 文物馆

viện binh *d* 援兵

viện cớ *đg* 借故, 推故: Đã mời anh ấy, nhưng anh ấy viện cớ không đến. 已邀请他了, 但他借故不来。

viện dẫn *đg* 援引, 引用: viện dẫn sách kinh điển 引用经典著作

viện hàn lâm *d* 翰林院; 科学院

viện kiểm sát *d* 检察院

viện nghiên cứu *d* 研究院

viện phí *d* 住院费

viện quí tộc *d* 贵族院(指英国的上议院)

viện sĩ *d* 院士

viện thẩm mĩ *d* 美容院

viện trợ đg 援助：viện trợ không hoàn lại 无偿援助

viện trưởng d 院长

viện Văn học d 文学院

viếng đg ①访，探：thăm viếng 拜访② 凭吊

viếng mộ đg 祭墓，谒陵，谒墓

viếng thăm đg 探访，访问：viếng thăm nước láng giềng 访问邻国

viết đg 写，著：viết chữ 写字；viết sách 著书 d 笔杆子：cây viết 作家

viết bằng chữ đg 数字大写：2 viết hai "2"写作"贰"

viết chì d 铅笔字

viết đáp đg 拟稿，打草稿

viết hoa d；đg 大写："a" viết hoa là "A"．"a" 大写是"A"。

viết lách đg 抄抄写写：Gần đây không viết lách gì cả. 近来什么都没写。

viết ngoáy đg 写字潦草，写字不工整

viết tay đg 手写：tài liệu viết tay 手写材料

viết tắt đg 缩写，简写：chữ viết tắt 简体字

viết thảo đg 草书：Anh viết thảo quá, tôi không đọc được. 你写得太潦草了，我辨认不出。

viết thường đg (字母)小写

Việt₁ d 越南的简称(大写)

việt₂ [汉]①粤：phương ngôn Việt của tiếng Hán 汉语中的粤方言②越

việt dã đg 越野

Việt kiều d 越侨

Việt Nam d [地]越南(亚洲国家)：người Việt 越南人

Việt ngữ d 越语

Việt văn d 越文

việt vị đg [体]越位

vin đg ①拉,拽：vin cành hái quả 拽树枝下来摘果子②赖，借故

vin cớ đg 借口，借故

vin theo đg 依据，援例

vịn đg 扶：tay vịn 扶手

vinh [汉] 荣 t 光荣：Chết vinh còn hơn sống nhục. 光荣地死去胜过耻辱地活着。

vinh dự t；d 荣幸，荣誉：lấy làm vinh dự 觉得很荣幸

vinh hạnh t 荣幸：Rất vinh hạnh quen biết ông. 很荣幸认识您。d 有幸，荣幸

vinh hoa t 荣华：vinh hoa phú quí 荣华富贵

vinh nhục t 荣辱：vinh nhục có nhau 荣辱与共

vinh quang t；d 荣光，光荣：lao động là vinh quang 劳动光荣

vinh qui đg 荣归：vinh qui bái tổ 荣归故里

vinh thân phì gia 光宗耀祖

vĩnh biệt đg 永别

vĩnh cửu t 永远，永久：tình yêu vĩnh cửu 永远的爱

vĩnh hằng t 永恒

vĩnh tồn t 永存，长存：tình hữu nghị vĩnh tồn 友谊长存

vĩnh viễn t 永远，永久：nền hoà bình vĩnh viễn 永久的和平

vịnh₁ d 海湾：Vịnh Bắc Bộ 北部湾

vịnh₂ [汉] 咏 đg 咏：ca vịnh 歌咏

VIP [缩] 贵宾

visa d 签证

vít₁ d [工] 螺钉

vít₂ đg 扳，掰：vít cành cây 掰树枝

vít₃ đg 堵，塞：vít chặt các lỗ rò rỉ 堵住漏洞

vịt d ①鸭子：vịt trời 野鸭②鸭子形状器物：vịt dầu 油瓶 t [口] 虚构的，不确实的：tin vịt 小道消息

vịt cỏ d 麻鸭(小种鸭)

vịt đàn=vịt cỏ

vịt muối d 板鸭

vịt quay d 烤鸭

vịt tần d 炖鸭

vịt xiêm d 西洋鸭(也作 con ngan)

víu đg 攀，搭，抓，揪

vo₁ đg ①捏，搓(成圆状)②淘：vo gạo để thổi cơm 淘米煮饭

vo₂ đg 卷：Quần vo đến gối. 裤腿卷到膝盖。

vo viên đg 搓圆，揉成团

vò₁ d 瓮

vò₂ đg 搓，揉：vò quần áo 搓洗衣服

vò đầu bóp trán 冥思苦想

vò đầu bứt tai 抓耳挠腮

vò vẽ *d* 马蜂

vò vò *d* [动] 蜉游

vò xé *đg* 撕裂,折磨: vò xé tâm can 撕心裂肺

vỏ *d* ①皮,壳,套,盒: vỏ chuối 香蕉皮; vỏ gươm 剑鞘 ②(车)外胎

vỏ bào *d* 刨花

vỏ chai *d* 空瓶

vỏ đất *d* 地壳

vỏ máy *d* [工] 机壳,机匣

vỏ não *d* 大脑皮层

vỏ quýt dày có móng tay nhọn 强中更有强中手;一物降一物

vỏ trai *d* 蚌壳,贝壳

võ₁ [汉] 武 *d* 武: Anh ta giỏi võ. 他武功强。

võ₂ *đg* 瘦弱,病恹恹: Cụ già nằm võ trên giường. 老人病恹恹地躺在床上。

võ bị *d* 军备: giải trừ võ bị 裁减军备

võ biền *d* 武官,武弁

võ công *d* 武功

võ đài *d* ①擂台,比武台 ②舞台

võ đoán *t* ①武断 ②随意,任意

võ đường *d* 武馆

võ học *d* 武学

võ khí *d* 武器

võ lực *d* 武力

võ nghệ *d* 武艺

võ phái *d* 武学门派

võ phu *d* 武夫

võ quan *d* 武官

võ sĩ *d* 武士

võ sĩ đạo *d* 武士道

võ sinh *d* 武生,武术练习者

võ sư *d* 武师,武术教练

võ thuật *d* 武术: võ thuật Trung Quốc 中国武术

võ trang *đg* 武装(=vũ trang)

võ tướng *d* 武将

võ vàng *t* 憔悴: mặt võ vàng 憔悴的面容

võ vẽ *t* 粗通,一知半解

vó₁ *d* 板罾(渔具)

vó₂ *d* 蹄: vó trâu 牛蹄

vó ngựa *d* 马蹄

vọ₁ *d* 猫头鹰: mũi vọ 鹰钩鼻

vọ₂ *đg* [口] 蹭,插一脚,凑上来: ăn vọ 蹭饭吃

voan *d* 丝纱: khăn quàng voan 丝纱围巾

vóc₁ *d* 丝光绸: gấm vóc 锦绣

vóc₂ *d* 身材,体形: vóc người nhỏ nhắn 身材小巧

vóc dạc *d* [方] 身材,体型

vóc dáng *d* 身材,体型: vóc dáng cân đối 身材匀称

vọc *đg* (用手、脚)拌,搅(着玩): Trẻ con vọc đất. 小孩搅泥巴玩。

voi *d* 大象: ngà voi 象牙

voi biết voi, ngựa biết ngựa 君子有自知之明

voi cày chim nhặt 各司其职

voi chẳng đẻ, đẻ thì to 不鸣则已,一鸣惊人

voi đẻ trứng 大象下蛋(喻不可能的事,扯淡)

voi một ngà *d* 独牙象

vòi₁ *d* ①管子,象鼻: vòi voi 象鼻子 ②喷嘴: vòi nước 水龙头

vòi₂ *đg* 缠磨,索要: suốt ngày vòi ăn 整天要吃的

vòi hoa sen *d* 花洒,淋浴喷头

vòi phun *d* 喷嘴

vòi rồng *d* ①龙卷风 ②高压水枪,高压水炮

vòi sen=vòi hoa sen

vòi vĩnh *đg* 索要,缠磨: vòi vĩnh hết thứ này lại thứ khác 索要这样那样

vòi vọi *t* 眼望不到尽头的: Đỉnh núi cao vòi vọi. 山高耸入云,望不到顶。

vói *đg* ①够得着,摸得着: Tay ngắn chẳng vói được. 手短够不着。②喊话: nói vói sang nhà bên cạnh 向隔壁喊话

vòm *d* 拱形物,穹: hình vòm 拱形

vòm canh *d* 瞭望塔

vòm cứng *d* 硬腭

vòm đường *d* [建] 路拱

vòm họng *d* 鼻咽

vòm trời *d* 苍穹

vòm *d* 岩,崖：vòm đá 石崖

von (volt) *d* [电] 伏特：von kế 伏特计

von vót *t* 峻峭,高耸：cao von vót 高
高的

vòn vọt *t* 迅猛,迅速：giá cả tăng vòn
vọt 物价猛涨

vỏn vẹn *t* 仅有的,只有的：Chỉ có vỏn
vẹn mấy đồng bạc thì ăn thua gì？
仅有这几块钱顶得什么事呢？

vón *đg* 结块：Bột mì bị ẩm vón và mốc.
面粉受潮结块并发霉。

vong₁ [汉] 忘

vong₂ [汉] 亡 *d* 亡魂：cúng vong 供祭
亡魂

vong ân bội nghĩa 忘恩负义

vong bản *đg* 忘本

vong gia bại sản 亡家败产

vong gia thất thổ 倾家荡产

vong hồn=vong linh

vong linh *d* 亡灵

vong mạng *đg* 亡命,拼命：chạy vong
mạng 拼命地跑

vong nhân *d* 亡人

vong niên *d* 忘年(之交)

vong quốc *đg* 亡国：vong quốc nô 亡
国奴

vong tình *đg* 忘情

vòng *d* ① 环,圈：vòng cổ vàng 金项
圈 ②范围,限度 ③(体育比赛)轮次：
vòng bán kết 半决赛 *đg* 圈起,围绕,
环抱：Vòng tay ra sau lưng giữ đứa
trẻ. 手背到后面驮着小孩。*t* 弯,绕：
nói vòng (说话)绕弯子

vòng bi *d* [机]轴承;滚珠

vòng cao-su *d* 胶皮圈

vòng chung kết *d* [体]决赛阶段

vòng cổ *d* ①颈项②项圈

vòng cung *d* [数]圆弧

vòng dây *d* [电]线环,线圈

vòng đai *d* 环带,地带(=vành đai)

vòng đệm *d* [机]圆板,衬圈,垫圈

vòng đu *d* [体]吊环

vòng ghép *d* [无]耦合环

vòng hãm *d* [机]制动圈

vòng hoa *d* 花圈

vòng hương *d* 盘香

vòng kiềng *d* 罗圈腿

vòng loại *d* [体]小组赛

vòng lót săm *d* (车轮)衬带

vòng lồng *d* [机]子母环

vòng mép *d* 嘴唇的轮廓

vòng pít-tông *d* [机]活塞环

vòng quanh *đg* 环绕,围绕：đi dạo
vòng quanh hồ 绕着湖边散步

vòng quay *đg* 周转：vòng quay vốn
lưu động 流动资金周转

vòng tai *d* 耳环

vòng tay *d* 怀抱 *đg* 双手交叉胸前

vòng tránh thai *d* 避孕环

vòng treo *d* [体]吊环

vòng tròn *d* 圆,圆圈：vòng tròn đồng
tâm 同心圆

vòng trong vòng ngoài 里三圈外三
圈

vòng trục *d* [机]轴圈

vòng vây *d* 包围圈

vòng vèo *t* 弯曲,蜿蜒：đường núi
vòng vèo 山路蜿蜒

vòng vo *t* (说话)兜圈子的,绕弯弯的：
nói vòng vo 说话兜圈子

võng *t* (饭)多水的：Cơm chan võng.
饭煮得太烂了。

võng *d* 网床,吊床 *đg* (用担架)抬走：
võng người ốm đi viện 抬病人去医
院 *t* (往下)弯塌的,垂的：Dây điện
võng xuống. 电线往下弯垂。

võng mạc *d* 视网膜

võng mắc *d* 吊网,吊床

võng vải *d* 软床

võng vãnh *t* 一摊一摊的(水)：Sàn
nhà võng vãnh nước. 场地上一摊一
摊的水。

vóng₁ *đg* 抬头望,探头望：vóng nhìn
bốn phía 探头看四周

vóng₂ *t* 高,细长,瘦长：người cao vóng
个子高高瘦瘦的

vọng₁ [汉] 妄

vọng₂ *d* 瞭望塔,观测塔

vọng₃ [汉] 望 *đg* 望,往远处看望

vọng₄ *đg* (声音)传来：Tiếng đàn từ
trong nhà vọng ra. 琴声从房子里传
出来。

vọng canh *d* 瞭望哨

vọng cổ *d* 望古（越南戏剧之一）*đg* 忆故,怀古

vọng gác *d* 瞭望哨

vọng tiêu=vọng gác

vọng tộc *d* 望族: danh gia vọng tộc 名门望族

vọng tưởng *đg* 妄想

vọoc đầu trắng *d* 白头叶猴

vọp *d* 蛤蜊

vọp bẻ *d* [医]痉挛,抽筋(=chuột rút)

vót *đg* 削: vót đũa 削筷子 *t* 又高又尖的: cao chót vót 高耸入云

vọt₁ *d* 绳子,鞭子: roi vọt 鞭笞

vọt₂ *đg* ①喷,溅: máu vọt ra 血溅出来 ②跳跃: nhảy vọt 跳跃③挤压,揉搓: vọt cho mềm 挤一挤就软 *t* 急骤,飞速: giá hàng lên vọt 物价暴涨

vọt miệng *đg* 脱口而出

vọt tiến *đg* 跃进,突飞猛进

vô₁ [汉] 无

vô₂ *đg* [方] ①进,入,加入,进入: vô ra 进出②去,往（由北向南）: vô nam 去南方 *k* ①向着,朝着: quay mặt vô tường 面壁 ② 于: Tôi đến đây vô năm ngoái. 我于去年来到这里。③属于,列入: vô loại biết điều 属于懂事的人

vô cảm *t* 冷漠无情,无动于衷

vô băng₁ *đg* 录音,录磁带: vô băng bài hát 录歌

vô băng₂ *đg* 入伙,入帮: Bọn trộm cướp vô băng với nhau. 盗贼拉帮结派。

vô biên *t* 无边无际,无尽

vô bổ *t* 无益的,无用的,没有意义的: làm một việc vô bổ 做了件毫无意义的事

vô bờ *t* 无疆,无边

vô cảm *t* [无]无感的

vô can *t* 无关的,不相干的,无关系的

vô chính phủ *t* 无政府的,无政府主义的

vô chính trị *t* 非政治的

vô chủ *t* 无主的: ngôi nhà vô chủ 无主房

vô chừng *t* 无限度的,无止境的: thương nhớ vô chừng 无尽的思念

vô cớ *t* 无故

vô công rồi nghề 无所事事

vô cơ *t* [化]无机: hoá vô cơ 无机化学

vô cùng *t* 无穷,无限 *p* 万分,极度,极为: đẹp vô cùng 万分漂亮

vô cùng tận=vô cùng

vô cùng tận 无穷无尽

vô cực *t* 极,无限

vô danh *t* 无名氏,佚名: nhà thơ vô danh 佚名诗人

vô danh tiểu tốt 无名小卒

vô duyên₁ *t* 无缘的,没缘分的

vô duyên₂ *t* 无聊,不可爱

vô dụng *t* 无用的: đồ vô dụng 没用的家伙

vô đạo *t* 无道的

vô đề *t* 无题

vô địch *t* 无敌 *d* 冠军: đoạt giải vô địch 夺得冠军

vô điều kiện *t* 无条件的: đầu hàng vô điều kiện 无条件投降

vô định *t* ①不定的,无定的: phương trình vô định 不定式 ② 不安定: Cuộc sống phiêu lưu vô định. 生活漂泊不定。

vô đoan *t* 无端的

vô độ *t* 无度,无节制: lòng tham vô độ 贪得无厌

vô gia cư *t* 无处可居的,无家无室的

vô giá *t* 无价的: của quí vô giá 无价之宝

vô giá trị *t* 没有价值的

vô giáo dục *t* 没家教的

vô hại *t* 无害的

vô hạn *t* 无限的,无期的

vô hậu *t* 无后的

vô hiệu *t* 无效的,失效的

vô hình *t* 无形的: Một sợi dây vô hình buộc họ lại. 一根无形的绳子拴住他们。

vô hình trung *p* 无形中: vô hình trung đã tiếp tay cho giặc 无形中帮助了敌人

vô học *t* 不学无术的: kẻ vô học 不学无术之徒

vô hồi *t* 无边的, 无穷的: nhớ vô hồi 无边的思念

vô hồi kì trận *t* 连续不断的, 密密麻麻的: Mưa vô hồi kì trận. 雨下个不停。

vô hồn *t* 呆呆, 呆滞: đôi mắt vô hồn 呆滞的眼神

vô ích *t* 无益的, 白搭的, 白费的: nói nhiều vô ích 说多也白搭

vô kể *t* 不计其数的, 数不胜数的: Hàng hoá nhiều vô kể. 商品种类不计其数。

vô kế khả thi 无计可施

vô khối *t* 许许多多, 无穷无尽: làm mất vô khối thì giờ 浪费了大量时间

vô kì hạn *t* 不定期的, (存款) 活期的

vô kỉ luật *t* 无纪律的

vô lại *t* 无赖: đồ vô lại 无赖之徒

vô-lăng₁ *d* [机] 方向盘

vô-lăng₂ *d* 花边, 缀边

vô lễ *t* 无礼的, 没礼貌的: Sao mày vô lễ thế? 你怎么这么无礼?

vô lí *t* 无理的, 没有道理的: Anh nói như thế là vô lí. 你这样说是没道理的。

vô liêm sỉ *t* 无耻, 不知羞耻, 毫无廉耻: đồ vô liêm sỉ 无耻之徒

vô lo vô lự 无忧无虑

vô loại *t* 无耻, 没良心的

vô lối *t* 无理的, 无端的

vô luân *t* 不守纲常的, 不守道德的

vô luận *p* 无论, 不论

vô lượng *t* 不可估量的, 无量的: công đức vô lượng 功德无量

vô mưu *t* 无谋: hữu dũng vô mưu 有勇无谋

vô ngã *t* 忘我的, 无我的: tinh thần làm việc vô ngã 忘我的工作精神

vô ngần *t* 无与伦比的

vô nghề *t* ①不学无术的, 一无所长的 ②无业的: những người vô nghề 无业游民

vô nghĩa₁ *t* 毫无意义的

vô nghĩa₂ *t* 不仁义的: kẻ bất nhân vô nghĩa 不仁不义的家伙

vô nguyên tắc *t* 无原则的, 不遵守规则的

vô nhân *t* 不仁

vô nhân đạo *t* 不仁义, 不人道

vô ơn *t* 忘恩的: đồ vô ơn 忘恩负义的人

vô phép *t* 无礼, 没礼貌 *dg* 失礼, 对不起: Vô phép bác ngồi chơi tôi dở tí việc. 对不起, 您先坐会儿, 我忙点儿事。

vô phép vô tắc 无法无天; 没大没小

vô phúc *t* ①没福气, 不幸: Nó trèo cây, vô phúc bị ngã què chân. 他爬树, 不幸摔瘸了腿。②不孝: Đứa con vô phúc bỏ mặc bố mẹ già. 不孝之子扔下年迈的父母不管。

vô phương *t* 无法的, 没办法的: căn bệnh vô phương cứu chữa 不治之症

vô sản *d*; *t* 无产, 无产者

vô sỉ *t* 无耻

vô sinh₁ *t* 无生机的, 非生命的

vô sinh₂ *t* 不孕不育的: chứng vô sinh 不孕症

vô song *t* 无双的, 独一无二的: thiên hạ vô song 天下无双

vô số *t* 无数的, 不计其数的: Vô số công việc đang chờ đấy. 还有很多事情在等着呢。

vô sư vô sách 没教养, 没文化

vô sư vô sách, quỉ thần bất trách 不知者无罪

vô sự *t* 无事的: bình yên vô sự 平安无事

vô tài *t* 没才能的, 没能力的 (=bất tài)

vô tâm *t* ①大大咧咧②没有心计的, 毫不顾忌的

vô tận *t* 无尽, 无穷: niềm vui vô tận 无尽的欢乐

vô thanh *t* 无声的

vô thần *t* 无神的: vô thần luận 无神论

vô thiên lủng *t* 多得不得了的, 不计其数的

vô thời hạn *t* 无限期的, 长期的: Hội nghị hoãn vô thời hạn. 会议被无限期推延。

vô thừa nhận *t* 无人承认的, 无人认领的

vô thức *t* 无意识的, 下意识的: cử chỉ vô thức 下意识的举动

vô thường *t* 变化无常的

vô thượng *t* 无上的: vinh dự vô thượng 无上的荣誉

vô tích sự *t* 没用的, 无益的, 百无一用

vô tiền *t* 空前的, 前所未有的: vô tiền khoáng hậu 空前绝后

vô tình *t* ①无情的: ăn ở vô tình 待人无情②无意的: vô tình nói lỡ lời 无意中说错话

vô tính *t* 无性的: phồn thực vô tính 无性繁殖

vô tổ chức *t* 无组织的, 无组织性的

vô tội *t* 无罪的

vô tội vạ *t* 随随便便, 百无禁忌: ăn nói vô tội vạ 讲话随随便便的

vô trách nhiệm *t* 无责任心的, 不负责任的

vô tri *t* 无知的: vô tri vô giác 无知无觉

vô trùng *t* 无菌的: phòng vô trùng 无菌室 *đg* 消毒: vô trùng đồ tiêm 消毒针管

vô tuyến *d* ①无线电②电视节目: xem vô tuyến 看电视

vô tuyến điện *d* 无线电

vô tuyến điện thoại *d* 无线电话

vô tuyến truyền hình 电视

vô tuyến truyền thanh 无线电广播

vô tư₁ *t* ①无忧无虑, 无所顾忌: Sống vô tư nên trẻ lâu. 生活无忧无虑所以(显得)年轻。②[口]随便, 任意, 尽情

vô tư₂ *t* ①无私: chí công vô tư 大公无私②公正

vô tư lự *t* 无忧无虑

vô vàn *p* 无数, 盈千累万, 数不胜数: gặp vô vàn khó khăn 经历千辛万苦

vô vị *t* 无味, 无聊: thức ăn vô vị 食物无味

vô vọng *t* 无望的, 没有希望的

vô ý *t* ①无意的, 无意中的: vô ý nhặt được một đồng xu 无意中捡到一枚

硬币②大大咧咧

vô ý thức *t* 无意识的, 下意识的

vô ý vô tứ 大大咧咧; 没心没肺; 不拘礼节

vồ₁ *d* 打夯用的木槌

vồ₂ *đg* 扑, 抓住: vồ lấy dịp may 抓住好时机

vồ₃ *t* 突出, 凸起: trán vồ 前额凸起

vồ ếch *đg* 摔倒, 扑倒: Đường trơn, vồ ếch mấy lần. 路滑, 摔了几跤。

vồ vập *t* 热情, 殷勤

vốc₁ *d* 一捧, 一把: một vốc hương 一捧香

vốc₂ *d* 大竹(竹子的一种)

vỗ₁ *đg* ①拍: vỗ tay 拍手②拍击, 打击: Chim vỗ cánh. 鸟儿拍打着翅膀。③安抚: vỗ yên trăm họ 安抚百姓

vỗ₂ *đg* 推脱, 耍赖: vỗ nợ 赖账

vỗ₃ *đg* 催肥, 促膘: nuôi gà vỗ béo 催肥鸡

vỗ lòng *đg* 安抚, 安慰: vỗ lòng dân 抚慰民心

vỗ ngực *đg* 拍胸脯(表傲慢), 自以为是

vỗ tay *đg* 鼓掌, 拍手

vỗ tuột *đg* 抛弃, 推卸: vỗ tuột trách nhiệm 推卸责任

vỗ về *đg* 抚慰, 安抚: vỗ về dân chúng 安抚民众

vố₁ *d* ①(驯象用的)斧子②阵, 顿, 次: Nó bị lừa mấy vố liền. 他连续被骗了几次。

vố₂ *đg* ①抽打, 狠揍②狠训, 痛骂: Ông bà vố cho nó một trận. 两口子痛骂了他一顿。③压实: Nó vố cho chén cơm đầy nhóc. 他把一碗饭压得满满的。

vộc *đg* 掬: lấy tay vộc nước 用手掬水 *d* 一捧: một vộc gạo 一捧米

vôi *d* 石灰: đá vôi 石灰石

vôi bột *d* 石灰粉

vôi cát *d* 砂浆

vôi chín *d* 熟石灰

vôi cục *d* 生石灰

vôi hồ *d* 灰浆

vôi sống *d* 生石灰

vôi tôi *d* 熟石灰

vối *d* [植] 水榕

vội *t* 匆忙，慌忙，急忙：đi vội 匆匆而去

vội vã *t* 匆忙，急忙，慌忙，草率，仓促：vội vã bỏ chạy 慌忙逃跑

vội vàng *t* 急忙，匆忙：vội vàng ra cửa đón khách 急忙到门口迎客

vội vội vàng vàng 匆匆忙忙

vôn (volt) *d* [电] 伏特：nghìn vôn 千伏

vồn vã *t* 殷勤，热情

vốn₁ *d* ①资金，资本：vốn to 资本雄厚 ②经验，资源

vốn₂ *p* 原本，本来，素来

vốn có *p* 原有，固有，素有：Dân tộc ta vốn có truyền thống cách mạng vẻ vang. 我们的民族素来有着光荣的革命传统。

vốn cổ đông *d* 股东资金

vốn cổ phần *d* 股份资金

vốn cố định *d* 固定资金，固定资产

vốn danh nghĩa *d* 注册资金

vốn dĩ *p* 一贯，向来，本来：Người vốn dĩ thật thà. 他一贯老实。

vốn dự phòng *d* 备用资金

vốn điều lệ *d* 参股资金，股本

vốn đọng *d* 冻结的资金，积压的资金

vốn hoạt động *d* 活动资金

vốn lãi *d* 本利，本息

vốn liếng *d* 资本，本钱，资金

vốn luân chuyển *d* 周转资金

vốn lưu động *d* 流动资金

vốn nước ngoài *d* 外国投资，国外资金

vốn pháp định *d* 法定资金

vốn phát hành *d* 上市资金

vốn nhàn rỗi *d* 闲置资金

vốn nổi *d* 游资

vốn sẵn *p* 素有，天生就有

vốn sống *d* 生活经验

vốn thực hiện *d* 到位资金

vốn tự có *d* 自有资金

vốn vay *d* 贷款

vồng₁ *d* ①垄，行：đánh vồng 起垄 ②虹：cầu vồng 彩虹

vồng₂ *đg* 蹿长：Lợn vồng lên. 猪蹿长。

vồng₃ *đg* ①弹起，抛高：Cái banh chạm đất vồng lên. 球掉地上弹起来。②颠

簸：Xe chạy đường gồ nghề bị vồng mạnh. 车子行驶在坑洼洼的路上，颠簸得很厉害。③卷起，拱起：Sóng cuốn vồng lên. 海浪翻卷起来。

vổng *t* 翘高的：Tóc buộc vổng. 头发绑翘起来。

vơ₁ *đg* ①搂，捞，扒拉：vơ cỏ 搂草 ②揽：Cái gì cũng vơ vào. 什么都往自己身上揽。

vơ₂ *t* 胡乱，漫不经心的，毫无根据的

vơ đũa cả nắm 眉毛胡子一把抓；不加区别

vơ váo *đg* 聚敛，捞取 *t* (做事) 毛糙，随便

vơ vẩn *t* 茫然，浮泛，漫无目的 (=vẩn vơ)

vơ vất *t* ①被丢弃的，被弃置的 ②流浪，漂泊

vơ vét *đg* 搜刮，聚敛，榨取，盘剥：vơ vét của dân 搜刮民脂民膏

vờ₁ *d* [动] 蜉蝣

vờ₂ *đg* 假装，佯装：vờ như không biết 假装不知道

vờ điên giả dại 装疯卖傻

vờ vĩnh *đg* 装糊涂，装傻，装呆

vờ vịt *đg* 假装，装蒜

vở *d* ①本子，簿子：vở tập 练习本 ②幕，出：vở hát 一出戏

vỡ₁ *d* 深水处

vỡ₂ *đg* ①破，毁坏，破裂：gương vỡ lại lành 破镜重圆 ②暴露，露馅 ③大悟，了解：Tập làm rồi vỡ dần ra thôi. 做练习后慢慢就懂得做了。④开荒：vỡ đồi trồng ngô 在坡地上开荒种植玉米

vỡ chợ *t* (如集市般) 喧闹，喧嚣

vỡ chuyện *đg* 事情败露

vỡ da *đg* [生] 脱皮

vỡ đất *đg* 开垦荒地

vỡ đầu *đg* ①头破：đánh nhau vỡ đầu 打架打得头破血流 ②开始，破天荒

vỡ đầu sứt trán 焦头烂额

vỡ đê *đg* 决堤

vỡ giọng *đg* (声音) 破声

vỡ hoang *đg* 开荒，垦荒

vỡ lẽ *đg* 明白，了解，弄清楚：Bàn cãi

mãi mới vỡ lẽ. 争论了半天才弄清
楚。

vỡ lòng *đg* 启蒙,开智: thầy giáo vỡ
lòng 启蒙老师

vỡ lở *đg* 败露

vỡ mộng *đg* 梦想破灭

vỡ mủ *đg* [医]破疮,流脓

vỡ nợ *đg* 破产: Nhiều công ti vỡ nợ. 许
多公司破产。

vỡ tiếng *đg* 破声,破嗓

vỡ tổ *đg* 炸窝,倾巢而出: Địch ra như
ong vỡ tổ. 敌人倾巢而出。

vỡ vạc *đg* ①开荒②才知晓,悟到,悟出

vỡ việc=vỡ chuyện

vó₁ *d* 袜子

vó₂ *đg* 抓取,逮着

vớ bở *đg* 走大运

vớ lấy *đg* (胡乱地)抓取

vớ va vớ vẩn=vớ vẩn

vớ vẩn *t* 毫无道理,乱七八糟: nghĩ vớ
vẩn 胡思乱想 *đg* 瞎掰,乱来,乱整:
ăn nói vớ vẩn 乱说一气

vợ *d* 妻,老婆,爱人

vợ bé *d* 妾,小老婆,偏房

vợ bìu con ríu 拖家带口

vợ cả *d* 发妻,原配,正室

vợ chính *d* 发妻,正房

vợ chồng *d* 夫妻: vợ chồng con cái
妻儿老小

vợ chưa cưới *d* 未婚妻

vợ con *d* 妻儿

vợ kế *d* 继室,继配

vợ lẽ *d* 小妾,小老婆

vơi *t* 还不满的,还差一点点的: Chum
nước vơi. 水缸未满。 *đg* 消减,消退,
减少

vời₁ *t* 遥远: xa vời 遥远的 *d* 浩渺的水
面

vời₂ *đg* 召见,接见

vời vợi *t* 极,无限: cao vời vợi 极高的;
thương nhớ vời vợi 无限的思念

với₁ *đg* ①(伸手)触摸: với không tới
够不着; tầm với 摸高②仰望,高攀

với₂ *k* ①与,和,及,跟,同: anh với tôi
你和我② 在,以,凭着,对于,根据(表
示条件、方式、原因、特点等意义):

được bầu với số phiếu cao 以高票
当选

với₃ *tr* 吧,啊,嘛(表示请求): Giúp tôi
với! 帮帮我吧!

với lại *k* 而且,并且,再说: Tôi không
muốn đi, với lại cũng không có
tiền. 我不想去,再说也没有钱。

với nhau 一起,互相: làm việc với
nhau 一起工作

vợi *đg* 减去,减少: Nói ra cho vợi nỗi
đau khổ trong lòng. 说出来以减轻
心里的痛苦。

vờn₁ *đg* 戏耍,舞弄: Sư tử vờn ngọc.
狮子戏玉球。

vờn₂ *đg* 着色,显影: Lấy thuốc vờn
cho ảnh nổi lên. 用药使相片显影。

vợn *t* ①荡漾: mặt nước sóng vợn 水
波荡漾②混浊: nước vợn 混水

vợn vợn *t* (水波)荡漾

vớt *đg* ①捞起,打捞: vớt tầu đắm 打捞
沉船②挽救,搭救,补救: nhớ ơn cứu
vớt 铭记搭救之恩③截取④(录取考
试)补录: đỗ vớt 补录

vớt đòn *đg* (代替)挨打,被罚

vớt vát *đg* 挽救,补救

vợt *d* ①球拍: vợt cầu lông 羽毛球拍
② cây vợt 网球拍(喻网球选手)③
渔捞,捞鱼兜 *đg* 网捕,兜捕: đi vợt
cá 去网鱼

vu₁ [汉] 迂,芜,于

vu₂ [汉] 诬 *đg* 诬陷: bị vu 被诬陷

vu cáo *đg* 诬告

vu hoặc *đg* 迷惑,诱惑,蛊惑

vu hồi *đg* 迂回: đánh vu hồi 迂回战法

vu khống *đg* 诬告,诬蔑: Nó bịa chuyện
vu khống tôi. 他捏造事实诬蔑我。

vu oan *đg* 诬陷: vu oan giá hoạ 诬陷
并嫁祸

vu vạ *đg* 诬赖,诬陷: bị người khác
vu vạ 被别人诬陷

vu vơ *t* 漫无目的,随意

vù [拟] ①呼呼: Gió thổi vù. 风呼呼
地吹。②嗖: chạy vù đi 嗖地跑了

vũ [汉] 羽,雨,武,宇,舞

vũ bão *d* 暴风雨: cuộc tiến công vũ
bão 暴风雨般的进攻

vũ bị *d* 军备(=võ bị)

vũ biên *d* [旧]武编,武官

vũ công *d* 武功

vũ dũng *t* 武勇,勇猛:một viên tướng vũ dũng 一员猛将

vũ đài *d* 武台

vũ đạo *d* 舞蹈

vũ điệu *d* 舞步

vũ hội *d* 舞会

vũ kế *d* 雨量计

vũ khí *d* 武器

vũ khí hoá học *d* 化学武器

vũ khí huỷ diệt lớn *d* 大规模杀伤性武器

vũ khí la-de *d* 激光武器

vũ khí lạnh *d* 冷兵器

vũ khí nóng *d* 热兵器

vũ khí sinh học *d* 生物武器

vũ khí thô sơ *d* 简陋的武器

vũ khí thông thường *d* 常规武器

vũ khúc *d* 舞曲

vũ kịch *d* 舞剧

vũ lực *d* 武力

vũ nữ *d* 舞女

vũ phu *t* 粗鲁:Hắn ta là một kẻ vũ phu. 他是个粗鲁的人。*d* 武夫

vũ sư *d* 舞蹈老师,舞蹈教练

vũ thuật *d* 武术

vũ thuỷ *d* 雨水(二十四节气之一)

vũ trang *đg* 武装:vũ trang tận răng 武装到牙齿(喻装备精良)

vũ trụ *d* 宇宙:con tàu vũ trụ 宇宙飞船;nhà du hành vũ trụ 宇航员

vũ trụ dẫn lực *d* [理]万有引力

vũ trường *d* 舞场,舞厅

vũ tướng *d* 武将

vũ y *d* 羽衣

vú *d* ①乳房:núm vú 乳头②奶妈,乳母③乳房状物

vú cao-su *d* 奶嘴

vú đá *d* 钟乳石

vú em *d* 乳母,奶妈

vú già *d* [旧]老妈子,老保姆

vú giả *d* 橡皮奶嘴,假乳房

vú mớm *d* 乳房,奶子

vú sữa *d* ①奶妈,乳娘②牛奶果树

vú vê *d* (贬义)奶子,乳房

vụ₁ [汉]务 *d* 季节,农时,造,季:ruộng lúa làm 2 vụ 双造稻田

vụ₂ [汉]务 *d* (案件)起,桩,件

vụ₃ [汉]务 *d* 司,局(政府部级单位下属部门):vụ quản lí xuất nhập khẩu 进出口管理局

vụ₄ *d* 陀螺:buông vụ 抽陀螺

vụ₅ [汉]务 *đg* 图,谋取,追求:vụ danh lợi 图名利

vụ₆ [汉]雾:vân vụ 云雾

vụ chiêm *d* 早稻,夏稻:gặt vụ chiêm 夏收

vụ danh vụ lợi *đg* 追名逐利

vụ mùa *d* 晚稻,秋稻:thu hoạch vụ mùa 秋收

vụ tai tiếng *d* 丑闻

vụ trưởng *d* 司(局)长

vụ việc *d* 案件,事件

vua *d* 王,皇帝

vua bếp *d* 灶君,灶王爷

vua chúa *d* 帝王

vua phá lưới *d* [体]最佳射手

vua tôi *d* 君臣

vùa *d* 盂,钵:vùa hương 香炉

vùa sãi *d* (僧人用的)钵,盂

vùa vàng *d* 金瓯,金钵

vúc vắc *đg* 摇摆,摆动:Con chó vúc vắc cái đuôi. 小狗摇晃尾巴。*t* 趾高气扬,蛮横无理:dáng điệu vúc vắc 一副趾高气扬的模样

vục *đg* ①(头)插入,钻进:Vục đầu vào bể nước. 头伸到水里面。②舀:Vục đầy hai thùng nước. 舀满两桶水。③(迅速)爬起:Vấp ngã, rồi lại vục lên chạy tiếp. 被绊摔了一跤,马上爬起来继续跑。

vục vịch *t* 肥胖:béo vục vịch 臃肿肥胖

vui *t* 喜,高兴,兴奋,愉快

vui chân *t* 不知不觉,没意识到:vui chân đi quá đường 不知不觉走过头了

vui chơi *đg* 游乐,娱乐:nơi vui chơi giải trí 娱乐场所

vui cười *đg* 欢笑

vui dạ *t* 欢心,开心

vui đùa *đg* 嬉戏,玩耍: Trẻ con đang ở ngoài sân vui đùa. 小孩正在外面玩耍。

vui lòng *t* 欢心,称心,乐意: làm vui lòng cha mẹ 讨父母欢心 *đg* [口] 请,劳驾,麻烦: vui lòng giúp cho麻烦帮一下

vui mắt *t* 悦目,好看

vui miệng *t* 津津,津津有味,津津乐道

vui mồm=**vui miệng**

vui mừng *t* 高兴,欢欣,喜悦: vui mừng hớn hở 欢天喜地

vui nhộn *t* 欢腾,活跃,热闹: không khí vui nhộn 热闹的气氛

vui như hội 像过节一样热闹

vui như mở cờ trong lòng 心花怒放

vui như sáo 欢呼雀跃

vui như Tết=**vui như hội**

vui sướng *t* 快活,高兴,兴奋

vui tai *t* 悦耳: tiếng chim hót vui tai 悦耳的鸟鸣声

vui thích *t* 喜欢

vui thú *t* 有兴趣的

vui tính *t* (性格)乐观,开朗

vui tươi *t* 热闹,活泼

vui vầy *đg* 欢聚,喜洋洋: xum họp vui vầy 欢聚一堂

vui vẻ *t* 愉快,高兴,喜悦: chuyện trò vui vẻ 谈笑风生

vùi *t* 迷糊,沉迷: ngủ vùi 迷迷糊糊地睡 *đg* 埋: vùi xác chết 埋死尸

vùi dập *đg* ① 埋没: Nhiều tài năng bị vùi dập. 许多才能被埋没。② 虐待,残害

vùi đầu *đg* 埋头,专注: vùi đầu vào công tác 埋头苦干

vun *đg* 堆起,积起 *t* 堆高的,冒尖的

vun bón *đg* [农]培土追肥,培壅

vun cây *đg* 培苗,育苗

vun đắp *đg* 培育,培养: vun đắp tình hữu nghị 培育友谊

vun đất *đg* 培土

vun đống *đg* 堆成垛,堆成堆

vun trồng *đg* 栽培,培养,培育

vun vào *đg* 促使,撮合: vun vào cho hai người thành đôi 撮合他们成一对

vun vén *đg* 安排,收拾: vun vén bếp núc 收拾厨房

vun vút [拟] 嗖嗖

vun xới *đg* ①中耕培土②栽培,培养: vun xới nhân tài 培养人才

vùn vụt [拟] 呼呼,忽忽(鞭子抽打声)

vụn *t* 碎,零散,琐碎: vải vụn 破布 *d* 碎片: vụn thuỷ tinh 玻璃碎片

vụn bánh mì *d* 面包屑

vụn nát *t* 破碎: những đống gạch vụn nát 碎砖堆

vụn vặt *t* 琐碎,鸡毛蒜皮的: chuyện vụn vặt 鸡毛蒜皮的事

vung₁ *d* 盖子: vung trời 天穹

vung₂ *đg* ①挥动,扔,撒: vung gươm 挥剑②胡乱: nói vung 乱说

vung phí *đg* 挥霍,浪费: vung phí tiền bạc 挥霍钱财; ăn tiêu vung phí 铺张浪费

vung tay *đg* 甩手,拂袖: vung tay mà đi 拂袖而去

vung tay quá trán 大手大脚,挥霍无度

vung thiên địa *p* 肆意地,胡乱地

vung vai *đg* 伸懒腰

vung vãi *đg* ①乱扔,乱撒: Gạo vung vãi khắp nhà. 大米撒了一地。② 挥霍: vung vãi tiền của 挥霍钱财

vung vẩy *đg* 摇晃,摇摆

vung văng *đg* 甩手甩脚(表示不满、气愤): vung văng bỏ ra về 气呼呼地甩手回去了

vung vít *t* 胡乱: nói vung vít 乱说

vùng₁ *d* 地区,地带,区域: vùng mỏ 矿区; vùng núi 山区

vùng₂ *đg* 挣扎,奋起: Nhân dân vùng lên lật đổ ách thống trị của bọn vua chúa. 人民奋起推翻(封建)帝王的统治。

vùng biển *d* 海域

vùng bóng đen *d* 暗影区

vùng cao *d* 高山区,高原地区

vùng đất *d* 领土,地界

vùng đệm *d* 中间地带,过渡地区,中转地区

vùng kinh tế mới *d* 新经济区

vùng nhận dạng phòng không *d* 防空识别区

vùng sâu vùng xa *d* 偏远地区

vùng trời *d* 领空

vùng vằng=vung văng

vùng vẫy *đg* ①挣扎，挣脱：Nó đang vùng vẫy trong sông. 他在河里挣扎。②随意做，无拘束地做

vùng ven *d* 周边地区

vũng *d* ①泊坑，洼：vũng nước 水洼②海湾

vụng₁ *d* 港湾

vụng₁ *t* 笨拙，不善：vụng nấu bếp 不善厨艺

vụng₃ *t* 偷偷摸摸：ăn vụng 偷吃

vụng ăn vụng nói 笨嘴拙舌

vụng dại *t* ①笨手笨脚②愚钝，不懂事：Em còn vụng dại, nhờ các chị bảo ban cho. 小妹还很不懂事，请各位姐姐多多指教。

vụng miệng *t* 嘴笨，不善言谈：Tôi vụng miệng không biết nói. 我不善言谈。

vụng nghĩ *đg* 暗想，窃思，窃念

vụng trộm *t* 偷偷摸摸

vụng về *t* 笨拙：nói năng vụng về 笨嘴笨舌

vuông *t* ①方，方形的：mặt vuông chữ điền 国字脸②直角：tam giác vuông 直角三角形 *d*〔数〕平方：mét vuông 平方米

vuông thành sắc cạnh 方方正正；顺顺利利

vuông tre *d*（方形的）竹篱笆

vuông tròn *t*（常指生育或情缘）圆满，顺利：sinh nở vuông tròn 分娩顺利

vuông vắn *t* 方方正正

vuông vuông *t* 方方的

vuông vức *t* 四四方方：gói quà vuông vức 方方正正的礼盒

vuốt₁ *d* 利爪

vuốt₂ *đg* ①捋，抚摸：vuốt râu 捋胡子②消退，减轻：vuốt giận 消气

vuốt đuôi *đg* 马后炮，事后做样子

vuốt giận *đg* 消气，息怒：Anh hãy vuốt giận. 您请息怒。

vuốt mắt *đg* 用手为逝者合上眼睛（指送终）：không kịp về vuốt mắt cho bà mẹ già 来不及回来给老母亲送终

vuốt mặt không kịp 无力还口

vuốt phẳng *đg* 抚平，摸平

vuốt râu hùm 捋虎须（喻做危险的事）

vuốt ve *đg* ①抚摸②溜须奉承

vuột *đg* ①脱，掉：vuột khỏi tay 脱手②溜掉，脱逃：Thằng ăn cắp chạy vuột mất. 小偷溜走了。

vuột nợ *đg* ①赖账②清账

vút₁ *đg* 抽打：vút cho mấy roi 抽几鞭子

vút₂〔拟〕嗖嗖：nghe vút bên tai 耳边"嗖嗖"响

vút₃ *đg* ①淘洗：vút gạo nấu cơm 淘米做饭②（飞快地）冲，奔：lao vút đi 飞奔过去

vút vút=vun vút

vụt *đg* ①猛打，抽打②（体育）扣球：vụt một quả dứt điểm 扣球得分③ 投掷：vụt lựu đạn 投手榴弹④飞速，一闪而过：Đèn vụt tắt. 灯突然灭了。

vụt bóng *đg*〔体〕扣球

vụt một cái *p* 一转眼，一瞬间，一刹那

vừa₁ *t* ①适中，适合：Áo này tôi mặc không vừa. 这件衣服我穿不合身。②普通，一般

vừa₂ *p* ①刚好，刚刚：vừa đủ 刚好够② 刚才，方才：vừa ăn xong 刚吃完③ 边…边…；又…又…：vừa cười vừa nói 边笑边谈

vừa ăn cướp vừa la làng 贼喊捉贼

vừa chân *t* 合脚的：Đôi giày này đi vừa chân lắm. 这双鞋穿起来很合脚。

vừa chê vừa khen 毁誉参半

vừa chừng *t* 适当的，适度的，恰到好处的：ăn nói vừa chừng 说话恰到好处

vừa cỡ *t* 对尺寸的，合身的：Anh mặc áo này rất vừa cỡ. 你穿这件衣服很合身。

vừa dịp *p* 适值，正值，值此之际：Lúc ấy vừa dịp mùa xuân. 当时正值春季。

vừa…đã… *k* 一…就…；才…就…：

vừa mới chợp mắt trời đã sáng 刚闭眼天就亮了

vừa đói vừa rét 饥寒交迫

vừa đôi *t* 般配: vừa đôi phải lứa 天生一对

vừa làm vừa học 半工半读

vừa lòng *t* 合意, 满意: Anh làm như thế cô ấy rất vừa lòng. 你这么做她很满意。

vừa may *p* 凑巧, 恰巧, 正巧: Vừa may anh cũng ở đây. 正巧你也在这里。

vừa mắt *t* 顺眼, 中意

vừa miệng *t* 爽口, 可口, 好吃: Món nào cũng vừa miệng. 每个菜都好吃。

vừa mồm *t* (说话) 点到为止, 不过分

vừa mới *p* 刚刚: Chúng tôi vừa mới nói đến anh là anh đã đến. 我们刚说到你, 你就来了。

vừa nãy *p* 刚刚, 刚才, 适才: Vừa nãy tôi lỡ lời. 适才我失言了。

vừa phải *t* 适度, 适中, 适当, 适宜: giá cả vừa phải 价格适中

vừa qua *p* 最近, 上一个, 刚过去的: trong tuần vừa qua 在上周

vừa rồi *p* 刚才, 刚刚

vừa tay *t* 顺手的, 对劲儿的

vừa vặn *t* 刚好, 正好: Lá thư rất ngắn, vừa vặn nửa trang giấy. 信写得很短, 刚好半页纸。

vừa vừa *t* ①适可而止的, 不过分的: Làm việc gì cũng nên vừa vừa thôi. 做什么事都应该适可而止。②一般般, 普普通通, 马马虎虎

vừa...vừa... *k* 又⋯又⋯, 一边⋯一边⋯: vừa mừng vừa lo 亦喜亦忧

vừa ý *t* 合意, 满意

vữa₁ *d* 灰浆

vữa₂ *t* 发糟的, 发馊的: Cháo để lâu bị vữa ra. 稀饭放久都发馊了。

vữa ba ta *d* 泥灰浆

vựa *d* 囤, 仓: nhà vựa 仓库

vựa cá *d* 鱼仓

vựa hàng *d* 货栈

vựa lúa *d* 谷仓, 粮库

vực *d* ①深渊, 深处②(江、河、湖、海的) 最深处③域: khu vực 区域 *đg* ①帮

扶, 扶: vực người ốm dậy 把病人扶起来②驯导 (动物)

vừng₁ *d* 芝麻: rang vừng 炒芝麻

vừng₂ *d* 轮 (月亮): vừng trăng 一轮明月

vững *t* ①稳固, 牢靠: đứng vững 站稳②扎实: tay nghề vững 手艺扎实

vững bền *t* 坚固, 稳固: cơ nghiệp vững bền 基业稳固

vững chãi *t* ①稳固, 牢固: bức tường vững chãi 牢固的墙②稳健: bước đi vững chãi 步伐稳健

vững chắc *t* 坚固, 牢固: thành đồng vững chắc 铜墙铁壁

vững dạ *t* 心安的, 心定的

vững lòng *t* 意志坚强的, 坚定不移的

vững mạnh *t* 牢靠, 坚定

vững như bàn thạch 坚如磐石

vững như núi Thái Sơn 稳如泰山

vững vàng *t* 坚定, 坚实, 稳固: cơ sở vững vàng 坚实的基础

vững tâm *t* 心中有数的, 踏实, 安心

vựng₁ [汉] 汇 *đg* 汇聚, 汇集: từ vựng 词汇

vựng₂ [汉] 晕 *đg* 眩晕: huyết vựng 血晕; vựng đầu 头晕

vược *d* [动] 鲈鱼

vươn *đg* ①伸, 伸长②延伸③力争: vươn lên hàng đầu 力争上游

vươn vai *đg* 伸懒腰, 伸腰

vườn *d* 园, 圃, 园林; 园艺 *t* 土气

vườn bách thảo *d* 植物园, 百草园

vườn bách thú *d* 动物园, 百兽园

vườn cảnh *d* 园林

vườn cây *d* 果园

vườn địa đàng *d* 伊甸园

vườn hoa *d* 花园

vườn quốc gia *d* 国家森林公园

vườn ruộng *d* 田园

vườn trẻ *d* 幼儿园

vườn trường *d* 校园

vườn tược *d* 田地, 园林

vườn ươm *d* 苗圃, 苗床

vượn *d* 猿

vượn dài tay *d* 长臂猿

vượn người *d* 类人猿

vương₁ [汉]王

vương₂ *đg* ①羁绊,牵扯,勾住: vương phải gai 被蒺藜勾住 ②撒落: Rác rưởi vương trên sân. 垃圾撒落在院子里。

vương miện *d* [旧]王冠

vương phi *d* [旧]王妃

vương phủ *d* [旧]王府

vương quốc *d* 王国: Nơi đây là vương quốc của loài chim. 这里是鸟类的王国。

vương quyền *d* 王权

vương triều *d* [旧]王朝

vương vãi *đg* 撒落: Hạt đỗ vương vãi xuống đất. 豆子撒落一地。

vương vấn *đg* 纠葛,有牵连: Tôi và cô ấy không còn vương vấn gì nữa. 我和她再也没有任何牵连了。

vương vất *đg* ①缭绕,萦绕: Hình ảnh cô ấy vẫn vương vất trong tôi. 她的影子依然在我心中缭绕。②牵挂: Anh ra đi không còn vương vất gì nữa. 他了无牵挂地离开了。

vương vị *d* 王位

vương víu *đg* 纠葛,纠缠: Anh ta đang vương víu với mấy cuộc tình. 他被几段感情纠缠着。

vương vướng=**vướng**

vướng *đg* 缠着,碍着,绊着: vướng phải dây bị ngã 被绳子缠着,摔倒

vướng mắc *đg* 阻碍 *d* 障碍,疑难: tháo gỡ vướng mắc 排除障碍

vướng nợ *đg* 欠债,债务缠身

vướng vít *đg* 纠缠;牵挂

vượng [汉]旺: hưng vượng 兴旺

vượng khí *t* 旺气的

vượt *đg* ①越过,翻过,跨过: trèo đèo vượt núi 翻山越岭 ②渡过,克服: vượt khó khăn 克服困难 ③超越,超过: vượt kế hoạch 超额完成计划

vượt ẩu *đg* 违章超车,盲目超车

vượt bậc *đg* 跨越,飞跃

vượt biên *đg* 偷渡

vượt cạn *đg* [口]临盆,生育

vượt cấp *đg* 越级: đề bạt vượt cấp 越级提拔

vượt đèn đỏ *đg* 闯红灯

vượt hẳn *đg* 明显超过: Sản lượng năm nay vượt hẳn năm ngoái. 今年的产量明显超过去年。

vượt khỏi *đg* 渡过,克服: Mọi khó khăn đều có thể vượt khỏi. 任何困难都是可以克服的。

vượt mức *đg* 超额: hoàn thành vượt mức kế hoạch 超额完成任务

vượt ngục *đg* 越狱

vượt núi băng ngàn *đg* 跋山涉水

vượt qua=**vượt khỏi**

vượt quyền *đg* 越权

vượt rào *đg* ①冲破阻碍 ②[体]跨栏

vượt trội *đg* 超越,突出

vứt *đg* 扔,丢,甩,抛: Đồ không dùng nữa thì vứt đi. 不用的东西就扔了。

vứt bỏ *đg* 抛弃,丢掉

vưu vật *d* 尤物

W W

w, W 拉丁字母,常用于外来词
W ①[缩][理]瓦特(电功率单位)②
　[化]钨的元素符号
watt kế d 瓦特计

wh (watt-giờ)[缩]瓦特小时(功和能
　量单位)
WTO (World Trade Organization)
　[缩]世界贸易组织
Wushu d 武术

X X

x₁, **X₁** 越语字母表的第 28 个字母

x₂, **X₂** ①代数中的未知数②某个，某某③罗马数字 10

X-quang *d* X 光：chụp X-quang 拍 X 光片

xa₁ [汉] 车，奢

xa₂ *d* 纺车：tay quay xa 手摇纺车

xa₃ *t* 远：đường xa 路远；kém xa 差得远 *đg* 离开，远离：xa quê hương 离开家乡

xa cách *đg* 远离：xa cách quê hương 远离家乡 *d* 隔阂：Giữa anh và tôi không có xa cách. 你我之间没有隔阂。

xa chạy cao bay 远走高飞

xa gần *t* 远近：xa gần nổi tiếng 远近闻名

xa hoa *t* 奢华，奢侈：cuộc sống xa hoa 奢侈的生活

xa khơi *t* 遥远：nơi xa khơi 遥远的地方

xa lạ *t* ①陌生：người xa lạ 陌生人②奇异，古怪：Lối sống xa lạ với mọi người. 生活方式与众不同。

xa lánh *đg* 远离，回避：xa lánh ma tuý 远离毒品

xa lắc *t* [口] 遥遥，遥远

xa lắc xa lơ 远在天涯

xa lìa *đg* 脱离，离别，分离：xa lìa quan hệ 脱离关系

xa lộ *d* 高等级公路，大道

xa lộ thông tin *d* 信息网络：thời đại xa lộ thông tin 信息网络时代

xa lông *d* ①沙发②客厅③沙龙

xa phí *t* 奢侈浪费

xa phia (saphir) *d* 蓝宝石

xa rời *đg* 脱离，远离：xa rời quần chúng 脱离群众；xa rời người thân 远离亲人

xa tanh *d* 绸布，丝织品，印度绸

xa tắp *t* 迢迢，遥远

xa tầm tay (手) 够不着，拿不到

xa thẳm *t* 悠远，遥远：bầu trời xa thẳm 遥远的天空

xa thơm gần thối [口] 远香近臭；常处互相轻慢，远离方觉珍惜

xa tít *t* 远远：Mặt trời đã lặn phía chân trời xa tít. 太阳落在远远的天角下。

xa tít mù tắp *t* 遥远，迢迢，遥无边际

xa vắng *t* 远僻，荒远，荒凉 *đg* 远离：xa vắng chồng 远离丈夫

xa vời *t* 遥远：ước mơ xa vời 遥远的梦想

xa vời vợi *t* 非常遥远

xa xa *t* ①稍远的：Đứng xa xa một chút！站远一点！②远远的：Tiếng súng xa xa vọng lại. 枪声远远地传来。

xa xăm *t* ①遥远：bầu trời xa xăm 遥远的天空；thời đại xa xăm 远古时代②迷茫，迷惘

xa xỉ *t* 奢侈：xa xỉ phẩm 奢侈品

xa xôi *t* ①遥远：đường sá xa xôi 路途遥远②(还很) 远，深远：nghĩ ngợi xa xôi 深远考虑

xa xưa *t* 从前的，古时候的，很久以前的：chuyện thần thoại xa xưa 古时候的神话

xà₁ [汉] 蛇

xà₂ *d* ①[建] 檩，桁，梁：xà nhà 屋檩②[体] 单杠、双杠、高低杠的统称

xà bần *d* [口] [方] 建筑垃圾

xà beng *d* 钢钎,撬棍

xà bông *d* [方]肥皂

xà cạp *d* 绑腿布,裹腿布

xà cừ *d* 贝壳里层的彩壳

xà dọc *d* [建]屋桁,屋梁

xà đơn *d* 单杠

xà gồ *d* 棚梁,屋梁木

xà kép *d* 双杠

xà lách *d* [植]球生菜,包生菜

xà lan *d* 驳船

xà lệch *d* 高低杠

xà lim *d* 单人囚室

xà lỏn *d* [方]短裤

xà ngang *d* 横梁

xà phòng *d* 肥皂

xà rông *d* 筒裙: mặc xà rông 穿筒裙

xà tích *d* 银链(饰品)

xà xẻo *đg* [口]克扣,私吞,揩油: xà xẻo tiền công 克扣工钱

xả₁ *đg* 放,下,落: xả buồm 收帆

xả₂ *đg* ①喷,洒,释放: xả nước 喷水; xả áp 释放压力②泄出 ③放下,放出: xả buồm 落帆④漂,漂水: xả quần áo 漂洗衣服

xả₃ *đg* 砍: Xả con lợn làm tư. 把猪砍成四块。

xả₄ [汉]舍: xả thân 舍身

xả đông *đg* 解冻: xả đông thực phẩm 解冻食品

xả hơi *đg* [口]放气,歇息,松口气,歇歇气: Xả hơi cái đã! 歇一下吧!

xả láng *đg* [口]放纵,自由自在: ăn chơi xả láng 生活放纵

xả thân *đg* 舍身,捐躯: Các chiến sĩ xả thân cho cách mạng. 战士们为革命捐躯。

xã [汉]社 *d* ①乡②[口]乡政府的简称③[旧]封建社会的乡村小官职④社(古代供土神和祭土神的地方): tế xã 祭社

xã đội *d* 乡武装部

xã giao *d* 社交: phép xã giao 社交礼节 *đg* 社交,交际 *t* 礼节性的: đi thăm xã giao 礼节性拜访

xã hội *d* ①社会: xã hội loài người 人类社会②社会阶层: xã hội thượng

lưu 上流社会

xã hội chủ nghĩa *d* [旧]社会主义 *t* 社会主义的

xã hội đen *d* 黑社会

xã hội hoá *đg* [政]社会化: xã hội hoá nền giáo dục 教育社会化

xã hội học *d* 社会学

xã luận *d* 社论: phát biểu xã luận 发表社论

xã tắc *d* 社稷: sơn hà xã tắc 山河社稷

xã viên *d* 社员

xá₁ *đg* 拜: xá ba xá 拜三拜

xá₂ [汉]赦 *đg* 赦,赦免: đại xá 大赦

xá lị *d* 舍利

xá tội *đg* 赦罪

xá xị₁ *d* 汽水

xá xị₂ *d* [旧]白绸

xá xíu *d* 叉烧

xạ₁ [汉]射

xạ₂ [汉]麝 *d* 麝香(xạ hương 的简称)

xạ can *d* [药]射干草

xạ hương *d* 麝香

xạ kích *đg* 射击: tập xạ kích 练习射击

xạ thủ *d* 射手,枪手

xạ trị *đg* [医]放射性治疗

xác₁ [汉]确,榷

xác₂ [汉]壳 *d* ①身体②[口]身躯(含轻蔑意)③尸体④蜕,外壳: xác ve 蝉蜕⑤渣滓: xác mía 甘蔗渣 *t* (程度)精光的,只剩下空架子的: nhà nghèo xác 家徒四壁

xác chết *d* 尸体

xác đáng *t* 恰当,得当,正当: phòng vệ xác đáng 正当防卫

xác định *đg* 确定: xác định phương hướng 确定方向 *t* 确定的,预定的: quĩ đạo xác định 预定轨道

xác lập *đg* 确立: xác lập mục tiêu 确立目标

xác minh *đg* 证实,核实,鉴定: xác minh lời khai miệng 核实口供

xác nhận *đg* 确认: xác nhận không sai 确认无误

xác suất *d* 准确率,概率: xác suất không lớn 准确不高; Xác suất là

10%. 概率为 10%。

xác thịt *d* 躯壳,肉体

xác thực *t* 确实,确凿: xác thực đúng vậy 确实如此; chứng cứ xác thực 证据确凿

xác ướp *d* 木乃伊

xác xơ *t* 残垣断壁,破烂不堪(=xơ xác)

xạc *đg* [口]咒骂: xạc nó một trận 骂他一顿

xạc xào [拟]簌簌(风吹树叶声)

xách *đg* ①提,拎: xách va-li 提旅行箱 ②[口]携带,带领: xách em đi chơi 带妹妹去玩

xách mé *t* (说话)不恭,傲慢无礼: ăn nói xách mé 说话傲慢无礼

xài *đg* [方]花费,使用: xài hàng trong nước 用国产货

xài phí *đg* [方]挥霍: xài phí vô độ 挥霍无度

xải *d* 漆筐(竹编筐涂上漆可盛液体)

xái *d* (京烟、鸦片的)烟灰

xam xám *t* 微灰的

xam xưa *t* (饮食方面)不讲究

xàm xỡ *t* [旧]粗鄙,胡来

xám *t* 灰色的: Mây đen làm cho trời xám lại. 乌云把天空变成了灰色的。

xám ngắt *t* 灰白,惨白: bầu trời xám ngắt 天空灰白

xám ngoét *t* [口](肤色)灰白,惨白

xám xịt *t* 灰黑色的: da xám xịt 灰黑色的皮肤

xám tro *t* 灰色的

xám xám=xam xám

xán₁ *đg* 凑近,贴紧,依偎: Con cứ xán theo mẹ. 孩子依偎着母亲。

xán₂ *đg* [方]投,掷,扔

xán lạn *t* 灿烂,绚丽

xán xả *t* [方]气汹汹

xang₁ *d* [乐]商(五音之一)

xang₂ *đg* [方]转来转去

xàng xàng *t* [方]①一般般②差,旧: quần áo xàng xàng 衣服破旧

xàng xê *đg* [方]截留,揩油: Nó xàng xê một ít thóc của hợp tác xã. 他截留合作社的稻子。

xáng *đg* [方]打,揍: xáng cho một trận 揍一顿

xanh₁ *d* 平底铜锅

xanh₂ *d* [旧]天,老天爷

xanh₃ *t* ①绿,碧绿: lá xanh 绿叶②生,生涩: đu đủ xanh 生木瓜③少壮: tuổi xanh 青年

xanh biếc *t* 碧绿色: nước non xanh biếc 青山绿水

xanh cánh trả *d* 宝石蓝

xanh cỏ [口](坟头)已长满青草的(喻早已死亡): Ông cụ sớm đã xanh cỏ. 爷爷早已去世。

xanh da trời *t* 天蓝色,蓝色

xanh hoà bình [口]天蓝色(象征和平)

xanh lá cây *t* 叶绿色

xanh lá mạ *t* 苹果绿,翠绿,嫩绿

xanh lam *t* 天蓝色

xanh lè *t* ①青绿色②(水果)生,青涩,未熟: chuối xanh lè 生香蕉

xanh lét *t* (颜色)发蓝的

xanh lơ *t* 浅绿

xanh mắt *t* [口]眼睛发直的,惊恐

xanh mét *t* (皮肤)苍白

xanh mơn mởn *t* 嫩绿,绿油油

xanh ngắt *t* 深蓝色,湛蓝色: bầu trời xanh ngắt 深蓝色的天空

xanh rì *t* 翠绿,葱绿: bãi cỏ xanh rì 绿油油的草地

xanh rờn *t* 碧绿: nước hồ xanh rờn 湖水碧绿

xanh rớt *t* (肤色)发青,苍白: da mặt xanh rớt 脸色苍白

xanh thẳm *t* 深绿色

xanh thẫm *t* 深蓝

xanh tươi *t* 嫩绿,翠绿: cây cối xanh tươi 树木翠绿

xanh um *t* 翠绿茂密

xanh vỏ đỏ lòng 表里不一: Người này xanh vỏ đỏ lòng. 此人表里不一。

xanh xao *t* (肤色)苍白: da dẻ xanh xao 肤色苍白

xao động *đg* 拂动,晃动: bóng cây xao động 树影晃动

xao nhãng *đg* 忽略,忽视(=sao nhãng)

xao xác [拟]啾啾(禽类嘈杂声)

xao xuyến đg（心情）不安, 波动, 百感交集：lòng xao xuyến 心情百感交集

xào đg 炒：xào rau xanh 炒青菜

xào nấu đg 烹调：kĩ thuật xào nấu 烹调技术

xào thập cẩm d 越南佛教徒的一种什锦菜

xào xạc [拟] 飒飒, 瑟瑟

xào xáo đg [口] ①烹煮, 烹调：Xào xáo hai món ăn cho qua chuyện. 随便炒两个菜吃罢了。②抄袭, 照抄

xào xạo [拟] 嚓嚓, 沙沙

xảo [汉] 巧 t 狡猾：con người rất xảo 狡猾的人

xảo ngôn d 巧言, 花言巧语

xảo quyệt t 狡诈, 狡黠

xảo thuật d 技术, 巧术：xảo thuật ảo thuật 魔术技巧

xảo trá t 狡诈：thủ đoạn xảo trá 狡诈的手段

xáo đg ①（乱）翻 ②翻动

xáo động đg 骚乱, 扰乱 · xáo động trật tự xã hội 扰乱社会秩序

xáo trộn đg 混杂, 混淆, 混乱：xáo trộn phải trái 混淆是非

xáo xác t 惊慌失措, 慌乱：Mặt mày xáo xác. 满脸惊慌。

xáo xới đg 翻：xáo xới đất 翻土

xáp đg ①贴近, 接近, 靠近：xáp mục tiêu 接近目标 ②[方] 临近：xáp Tết 临近春节

xáp lá cà đg [方] 肉搏战

xát đg 擦, 拭, 搓：xát xà phòng 搓肥皂

xay đg 碾, 磨：xay bột 磨粉

xay xát đg 碾磨：xay xát gạo 碾米

xảy đg 发生, 突发：xảy ra hoả hoạn 发生火灾；sự việc xảy bất ngờ 突发事件

xắc d 提包

xắc cốt d 挎包

xắc da d 皮挎包

xăm₁ d 签：xin xăm 求签

xăm₂ d（捞小虾用的）细网

xăm₃ đg ① 文身, 刺：Ngực hắn xăm đầy những hình quái gở. 他胸前文了很多怪图形。②插, 串：xăm gừng

串姜 ③ 探测

xăm xăm p 急匆匆地（走）：cúi bước xăm xăm 伏身疾行

xăm xắm=xăm xăm

xăm xắn t 敏捷, 快捷, 麻利

xăm xắp t 水刚刚满（未溢出）：Bể bơi nước xăm xắp. 游泳池水刚好满。

xăm xúi p 急忙赶路：bước đi xăm xúi 快步赶路

xăm nắm t（兴奋地）忙碌, 忙乱

xăn [方]=xắn

xắn₁ đg 卷起, 窝起, 挽起：xắn tay áo 挽袖子

xắn₂ đg 切割, 分割：xắn bánh chưng thành 4 miếng 把粽子切成四块

xắn móng lợn（裤腿）卷过膝盖

xăng d 汽油

xăng dầu d 燃油

xăng đan d 皮凉鞋

xăng nhớt d 汽油和润滑油的统称

xăng-ti-mét（centimetre）d 厘米

xăng xái t 殷勤, 勤快, 麻利

xẳng t [口] 胡乱：nói xẳng 乱说

xẳng bậy t 胡闹, 乱七八糟

xẳng xịt t ①不对, 错误 ②零碎：ghép gỗ xẳng xịt thành cái bàn 用碎木头凑合成一张桌子

xẵng t（说话语调）生硬, 不满：Hắn xẵng giọng trả lời. 他生硬地回答。

xắp₁ t 临时的, 将就的：thợ làm xắp 临时工

xắp₂ p 将近, 将及：Nước xắp mắt cá chân. 水将近淹到脚踝。

xắt đg 切割：xắt miếng 切片

xấc t 无礼, 粗野：nói xấc 说话无礼

xấc láo t 无礼, 无礼貌

xấc xược t（对长辈）没大没小, 放肆, 不恭

xâm [汉] 侵 đg 侵入, 侵进

xâm canh đg 侵耕, 侵种他人田地

xâm chiếm đg ①侵占, 夺取, 掠夺：xâm chiếm đất đai 侵占土地 ②占据：Nỗi buồn xâm chiếm lòng anh. 忧愁占据了他的心。

xâm cư đg 非法占据：xây nhà xâm cư 非法占用土地建房

xâm hại *đg* 侵害: xâm hại quyền lợi tập thể 侵害集体利益

xâm lăng *đg* 侵略: quân xâm lăng 侵略军

xâm lấn *đg* 侵占: xâm lấn đất đai 侵占土地

xâm lược *đg* 侵略: chiến tranh xâm lược 侵略战争

xâm nhập *đg* ①入侵: kẻ xâm nhập 入侵者②进入

xâm phạm *đg* 侵犯

xâm thực *đg* 侵蚀, 腐蚀: Nước biển xâm thực vách đá. 海水侵蚀岩石。

xâm xẩm=**sâm sẩm**

xầm xì *đg* [方]①窃窃私语: Hai cô gái xầm xì với nhau. 两个姑娘窃窃私语。②议论纷纷: Mọi người xầm xì. 大家议论纷纷。

xẩm₁ *d* 盲人流浪歌手

xẩm₂ *d* 晦暗, 阴暗(=sẩm)

xẩm sờ voi 盲人摸象

xẩm xoan *d* (越南北部)盲人歌曲

xấp₁ *d* 沓, 刀(纸的计量单位): một xấp giấy 一刀纸

xấp₂ *đg* [方]蘸湿, 浸湿(=dấp)

xấp xỉ *t* 差不多, 相差无几的: cao xấp xỉ 差不多一样高

xập xệ *t* ①随随便便, 凌乱: ăn mặc xập xệ 穿着随随便便②差劲

xập xí xập ngầu 克扣, 缺斤短两; 账目不清

xập xình [拟]嚓嚓(音乐齐鸣声)

xập xụi *t* ①随随便便, 凌乱, 差劲②转眼的, 瞬间的: Xập xụi đã mười năm rồi. 转眼十年过去了。

xâu₁ *d* 帮, 群: một xâu trẻ con 一帮小孩

xâu₂ *đg* 穿: xâu chỉ luồn kim 穿针引线 *d* 串: một xâu chìa khoá 一串钥匙

xâu chuỗi *đg* 串联, 链接: bắt rễ xâu chuỗi 扎根串联

xâu xé *đg* 撕扯, 瓜分, 宰割, 分割

xấu *t* ①丑, 难看②恶, 坏, 不好: người xấu 坏人③质量差: hàng xấu 次品

xấu bụng *t* 坏心眼的, 居心不良的

xấu chơi *t* [口]缺德; 自私

xấu gỗ, tốt nước sơn 金玉其外, 败絮其中

xấu hổ *đg* ①惭愧: Trong lòng rất xấu hổ. 心里很惭愧。②害羞: hơi tí là xấu hổ đỏ mặt 动不动就害羞脸红 *d* 含羞草

xấu như ma 丑八怪

xấu nết *t* 品行不端的, 脾气坏的: Nó xấu nết lắm. 他脾气很坏。

xấu số *t* [口]背运, 命蹇, 倒霉

xấu xa *t* 丑恶, 下流, 卑鄙: thủ đoạn xấu xa 卑鄙手段

xấu xí *t* 丑陋, 丑恶

xây₁ *đg* 建, 兴建, 建造: xây nhà 建房

xây₂ *đg* [方]转向, 侧向: xây lưng lại 背过身去

xây cất *đg* 建造, 修建: xây cất nhà cửa 修建房屋

xây dựng *đg* 建设, 建造, 筑造: xây dựng nhà cửa 兴建房屋 *t* (意见, 态度)善意的, 有建设性的: góp ý kiến xây dựng 提出有建设性的意见

xây dựng cơ bản *d* 基建, 基本建设

xây dựng gia đình *đg* 结婚, 成家

xây đắp *đg* 建设, 建造, 建树

xây lắp *đg* 建筑安装, 土建安装

xây lâu đài trên cát 空中楼阁, 缺少基础

xây xẩm *t* 头晕眼花的, 两眼发黑的: xây xẩm mặt mày 感到头昏眼花

xẩy [方]=**xảy**

xe₁ *d* 车, 车辆: lái xe 开车

xe₂ *d* 烟杆

xe₃ *đg* ①纺, 搓: xe sợi dây 纺线②结姻缘: duyên trời xe 天赐良缘

xe ba gác *d* 三轮车

xe bàn *d* 平车, 斗车

xe ben *d* 自卸大卡车

xe bình bịch *d* [口]摩托车

xe bò *d* 牛车

xe bọc thép *d* 铁甲车, 装甲车

xe bồn *d* 砼车, 混凝土搅拌车

xe buýt *d* 公共汽车

xe ca *d* 长途客车, 班车, 大巴

xe cải tiến *d* 手推两轮车

xe cáp *d* 缆车

xe cần trục *d* [机]起重机,搬运吊车

xe cầu trục *d* [机]桥式吊车

xe chỉ huy *d* 指挥车

xe chuyên dùng *d* 专用车

xe chữa cháy *d* 消防车,救火车

xe con *d* 小轿车,小车

xe cộ *d* 车辆

xe cơ giới *d* 机动车

xe cút kít *d* 手推独轮车

xe cứu hoả=xe chữa cháy

xe cứu thương *d* 救护车

xe dây buộc mình 作茧自缚

xe díp=xe jeep

xe dò đường *d* (铁道)压道车

xe du lịch *d* 旅游车

xe đám ma *d* 殡葬车

xe đạp *d* 自行车: xe đạp địa hình 山地自行车

xe đạp nước *d* 水上自行车

xe đẩy *d* 手推车

xc điện *d* 电车: xe điện bánh hơi 无轨电车

xe điện ngầm *d* 地铁

xe điếu *d* 烟杆,烟枪

xe đò *d* [方]=xe ca

xe đổ rác *d* 垃圾车

xe gắn máy *d* 助力车

xe gió *d* 鼓风机,风箱,扇谷机

xe goòng *d* 轨道翻斗车,轨道送料车

xe hành khách *d* 客车

xe hòm *d* 厢包货车,箱式货车

xe hơi *d* [口]汽车

xe jeep *d* 吉普车

xe kéo *d* [口]①人力车,黄包车②牵引车

xe khách *d* [口]客车

xe lam *d* 有篷三轮摩托车

xe lăn *d* 轮椅,残疾人车

xe lăn đường *d* 压路机

xe lội nước *d* [军]水陆两栖车

xe lu=xe lăn đường

xe lửa *d* 火车,列车: xe lửa bọc sắt 装甲列车

xe máy *d* 摩托车

xe mở mui *d* 敞篷车

xe nâng *d* 叉车

xe ngựa *d* 马车

xe nhà binh *d* [口]军车,兵车

xe nôi *d* 婴儿车

xe nước *d* (用于灌溉的)水车

xe ôm *d* [口]摩的

xe pháo *d* [口]营运车辆

xe phun nước *d* 洒水车

xe quân sự *d* 军用车

xe quẹt *d* 畜力无轮车,橇车

xe riêng *d* 专用车,专车;私家车

xe tải *d* 卡车,货车

xe taxi *d* 出租车

xe tay *d* 人力车,黄包车

xe tăng *d* 坦克

xe téc *d* 罐车

xe thiết giáp *d* 装甲车

xe thồ *d* (经改装用来驮货的)自行车

xe thổ mộ *d* (越南南方的)马车

xe thông tin *d* 通讯车

xe thư *d* [方]邮政车

xe tốc hành *d* 快车

xe vận tải *d* 运输车

xe xích-lô *d* 人力三轮车

xè xè [拟](金属相碰时的响声)锵锵

xẻ *đg* ①劈,锯开: xẻ gỗ 锯木头②裁开: áo xẻ tà 给衣服开叉③挖开,开凿: xẻ mương 开渠

xẻ núi lấp biển 劈山填海

xé *đg* 撕,扯: xé rách 撕破

xé lẻ *đg* 分散,拆零: Xé lẻ 100 đồng này chia cho mọi người. 把这100元拆零分给大家。

xé phay *đg* 撕碎,撕烂: thịt gà xé phay 手撕鸡

xé rào *đg* [口][经]冲破壁垒,突破限制: xé rào thương mại 冲破贸易壁垒

xé ruột xé gan 撕心裂肺

xé xác *đg* [口]分尸,碎尸: xé xác trăm mảnh 碎尸万段

xem *đg* ①观,看,阅: xem sách 看书②看看,试试看③占卜: xem bói 看相④看作,当作: xem như người thân 视为亲人⑤看起来: Việc này xem ra không ổn. 这事看起来不太妥。

xem chừng₁ *đg* 当心(=coi chừng)

xem chừng₂ *p* 可能,也许: xem chừng không ổn 也许不妥

xem khinh *đg* 看轻,瞧不起

xem lại *đg* 重新考虑,再研究,再看: xem lại vấn đề 重新考虑问题

xem mạch *đg* 按脉,把脉

xem mặt *đg* (到女方家)相亲,提亲

xem ngày *đg* 看皇历,择吉日

xem ra *đg* [口]看来,看起来: Mẹo này xem ra được đấy. 这个办法看来可行。

xem tay *đg* (算命)看手相

xem thường *đg* 轻视,忽视

xem trọng *đg* 重视,珍惜,看得起

xem tuổi *đg* (算命)看生辰

xem tử vi *đg* (算命)看生辰八字

xem tướng *đg* (算命)看相

xem xét *đg* 查看,检查,观察: xem xét hiện trường 查看现场

xen *đg* ① 插入,挤进: xen vào đám đông 挤进人群里 ②参与,插手: xen vào việc riêng của người ta 插手别人的私事

xen cài *đg* 插入: xen cài vào giữa 插入中间

xen canh *đg* 间种: xen canh ngô với lạc (将)玉米和花生间种

xen đầm *d* [军]宪兵

xen kẽ *đg* 穿插,间隔,交错: xen kẽ ngang dọc 纵横交错

xen lẫn *đg* 穿插,混入,掺入: vui buồn xen lẫn 喜忧参半

xen-lu-lô (cellulose) *d* 纤维素

xén *đg* ①削剪,裁: xén tóc 削头发 ②克扣: xén tiền thưởng 克扣奖金

xén đầu bớt đuôi 掐头去尾

xèng *d* 越南封建时期的锌币

xẻng *d* 铲子

xeo₁ *đg* 撬起,挑起: xeo gỗ 撬木头

xeo₂ *đg* 灌纸浆入模框造纸

xèo [拟] 滋啦滋啦

xẻo₁ *d* [方] 小河沟,小溪,小渠

xẻo₂ *đg* 刳,割,切: xẻo miếng thịt 割一块肉

xéo₁ *đg* 践踏,踩踏: giày xéo 踩蹦

xéo₂ *đg* [口]滚,滚蛋

xẹo *t* 偏,倾斜: cột điện xẹo 电线杆倾斜

xẹo xọ *t* 歪斜,也乜斜斜: Chữ viết xẹo xọ. 字写得歪歪扭扭。

xép₁ *d* 小海湾

xép₂ *t* 小的,附设的: gác xép 小阁楼

xép xẹp *t* [口]瘪塌塌: Bánh xe xép xẹp. 车轮瘪了。

xẹp *t* ①泄气,瘪气: Quả bóng bị xẹp. 球瘪了。 ②[口]消退,不支: Sức khoẻ xẹp dần. 身体慢慢不行了。

xẹp lép *t* [口]干瘪瘪,漏气: quả bóng đá xẹp lép 漏气的足球

xét *đg* ①审查,审核: xét lí lịch 审查履历 ②检查: xét vé 查票

xét duyệt *đg* 审批: xét duyệt đơn xin 审批申请书

xét đoán *đg* 判断,推测: xét đoán chính xác 判断正确

xét hỏi *đg* 查问,审问,审讯: xét hỏi người đương sự 审问当事人

xét nét *đg* 挑剔

xét nghiệm *đg* 检验,查验,化验: xét nghiệm máu 化验血液

xét xử *đg* [法]审判,审理,处分: xét xử vụ án 审理案件

xẹt *đg* [口]掠过,滑过

xê *đg* 移动,挪移: Xê ra. 靠边站!

xê dịch *đg* 移动,挪动: xê dịch cái bàn 挪动桌子

xê ra *đg* 闪开,让开,躲开: Xê ra, đừng chắn đường! 让开,别挡道!

xê-ri (series) *d* 系列: xê ri sản phẩm 系列产品

xê xích *t* 相差不大的,稍有误差的: Các thông số hai lần thí nghiệm xê xích. 两次试验的数据相差不大。 *đg* 移动,浮动: Thu nhập có thể xê xích theo từng tháng. 收入可按月浮动。

xề xệ *đg* 沉坠,下坠

xế₁ *đg* ①斜落,倾斜: nắng xế 太阳西斜 ②错开,斜开: Nhà ở xế cổng trường. 家在学校斜对门。

xế₂ *d* [方]午后

xế bóng *t* 夕阳西下的,斜照的: mặt trời xế bóng 太阳西下

xế chiều *t* 后半晌的,傍晚的

xế tà *t* (太阳) 西斜的, 西下 的: mặt trời xế tà 西斜的太阳

xệ *t* 沉降,下坠: bụng xệ 肚皮下坠

xếch *t* 歪斜: lông mày xếch 斜眉毛 *đg* [口] 使变斜

xếch mé *t* 放肆,轻浮

xệch *t* 倾斜,歪斜: cửa bị xệch 门歪斜

xệch xạc *t* 歪歪斜斜,松松垮垮,变形的

xễm xếp *p* [口] 呆(坐),瘫坐,长时间(趴着): ngồi xễm xếp trên ghế 呆坐在凳子上

xên *đg* ①用蛋清过滤糖水,滤净: xên nước 过滤水②用小火焖: xên mứt 小火焖果脯

xênh xang *t* ①(衣着) 光鲜,阔气: ăn mặc xênh xang 穿着阔气②大摇大摆,得意: xênh xang bước vào 得意地走进来

xềnh xệch *p* 硬拖,硬拽

xồnh voàng *t* 随便,马虎,邋遢,不修边幅

xếp₁ *đg* ① 安排,安放,列入: được xếp vào loại giỏi 被列为优秀②搁置,延后: Xếp việc đó lại đã. 那件事先放一放。

xếp₂ *đg* 堆置,摆放: Xếp quần áo vào tủ. 把衣服放入衣柜。*d* 沓: một xếp giấy 一沓白纸

xếp ải *đg* [农] 翻晒泥土

xếp bằng *đg* [口] 盘腿: ngồi xếp bằng 盘腿而坐

xếp bằng tròn=xếp bằng

xếp chữ *đg* (印刷) 排字

xếp dọn *đg* 拾掇,收拾,整理: xếp dọn phòng 整理房间

xếp dỡ *đg* 装卸: công nhân xếp dỡ 装卸工

xếp đặt *đg* 安排,安置: xếp đặt công việc 安排工作

xếp hàng *đg* 排队: xếp hàng mua vé 排队买票

xếp hạng *đg* 排序,排列,列入,排名: xếp hạng ba 排名第三

xếp xó *đg* [口] 搁置,闲置,束之高阁: đồ xếp xó 闲置物品

xều *đg* [方] 流出,冒出,溢出: xều bọt mép (嘴里) 冒出白沫

XHCN (xã hội chủ nghĩa) [缩] 社会主义

xi₁ *d* 火漆,封蜡: gắn xi 上火漆

xi₂ *d* 油膏,油蜡: xi đánh giầy 鞋油

xi₃ *đg* (给小孩) 把(屎、尿): xi trẻ đái 给小孩把尿

xi-đa (SIDA) *d* 艾滋病

xi-lanh (cylinder) *d* [机] 汽缸

xi líp *d* 三角裤

xi măng *d* 水泥

xi-nê (cine) *d* [旧] 电影: xem xi-nê 看电影

xi-nhan (signal) *d* 交通信号灯 *đg* 打信号灯

xi-phông (siphon) *d* 虹吸管

xi-rô (sirop) *d* 糖浆,汽水

xì *đg* ①泄,漏: xì hơi 泄气②[口] 擤: xì mũi 擤鼻涕③[口] 挤出(话、钱等) ④[口] (表示不满或轻蔑): Xì ! Loại người này đáng ghét. 哼! 这种人可恶。

xì-căng-đan (scandal) *d* [口] 绯闻,丑闻: vụ xì-căng-đan chính trị 政治丑闻

xì dầu *d* 酱油

xì gà *d* 雪茄烟

xì ke *d* [口] 鸦片 *t* [口] 有毒瘾的: nghiện xì ke ma tuý 吸毒成瘾

xì xà xì xồ=xì xồ

xì xà xì xụp=xì xụp

xì xào [拟] 叽叽喳喳: Trong lớp có tiếng xì xào. 教室里发出"叽叽喳喳"的声音。*đg* 私下议论: Mọi người xì xào. 大家私下议论。

xì xằng *t* [口] 一般,小: Nó buôn bán xì xằng. 他做小生意。

xì xầm *đg* 私下议论(=xầm xì)

xì xèo *đg* 嘟嘟囔囔,发牢骚: Chúng nó đang xì xèo. 他们在发牢骚。

xì xị *đg* 拉长脸: Nó bị bố mắng, mặt xì xị. 他挨父亲骂,拉长脸。

xì xồ *đg* 叽里呱啦说(外语) *t* 叽咕,叽叽咕咕(交谈)

xì xục *đg* [方] 辗转反侧: xì xục không ngủ được 翻来覆去难入睡

xì xụp [拟]稀里哗啦(喝汤发出的响声)

xỉ₁ [汉]齿,侈

xỉ₂ *d* (冶炼矿产的)渣滓:xỉ than 煤渣滓

xỉ₃ *đg* 擤:xỉ mũi 擤鼻涕

xỉ vả *đg* 痛斥,辱骂:xỉ vả bọn bán nước 痛斥卖国贼

xí₁ [汉]企,厕

xí₂ *đg* 占,留位儿:xí chỗ ngồi 占位子

xí bệt *d* [口]坐厕,马桶,坐便器

xí nghiệp *d* 企业:xí nghiệp ba loại vốn 三资企业

xí xoá *đg* [口]放过,不算,勾销

xí xổm *d* [口]蹲厕

xí xớn *đg* [口]勾引,勾搭:xí xớn với gái 勾引女孩

xị *đg* [口]沉着脸,拉长脸

xia [方]*d* 钥匙 *đg* ①伸出②探出

xỉa *đg* ①穿,刺:Xỉa lưỡi lê vào ngực. 刺刀刺进胸膛。②剔:xỉa răng 剔牙③干涉,掺和④摊开,展开:Xỉa bài ra xem. 把牌摊开看。

xỉa xói *đg* 辱骂,谩骂

xía *đg* [方]插入:nói xía 插嘴

xích₁ [汉]赤,斥

xích₂ *d* 链子:xiềng xích 锁链 *đg* 上锁,上拴:Xích con chó lại. 把狗拴起来。

xích₃ *đg* 挪移,靠近:xích lại gần tường 挪到墙边

xích đái *d* [医]赤带

xích đạo *d* [地]赤道:xích đạo lưu 赤道流

xích đông *d* 墙壁固定架子

xích đới *d* [地]赤道带

xích đu *d* ①摇椅②铁链秋千

xích lô *d* 人力三轮车

xích mích *đg* 闹矛盾,闹别扭:Chúng nó xích mích vì một chuyện không đâu. 他们为了一件没由来的事闹别扭。*d* 矛盾,纠纷:xích mích kinh tế 经济纠纷

xịch₁ [拟](汽车停下来发出的声音)

xịch₂ *đg* [方]挪动:xịch ra 挪过去

xiếc *d* 马戏,杂技,杂耍 *đg* [口]骗,行骗:Bọn lừa đảo chuyên xiếc người

già cao tuổi. 骗子专门骗老年人。

Xiêm La *d* [旧]暹罗(泰国旧名)

xiên₁ *đg* 穿,串,插:xiên viên thịt 穿肉丸子 *d* 扦子:cầm xiên đi xiên cá 拿着扦子去叉鱼

xiên₂ *t* 倾斜:đường xiên 斜线

xiên xẹo *t* ①歪歪斜斜②狡诈

xiềng *d* 铁链,镣铐 *đg* 上镣铐

xiềng gông *d* 枷锁(=gông xiềng)

xiềng xích *d* 枷锁,锁链 *đg* 桎梏,禁锢

xiểng liểng *t* 一塌糊涂,七零八落

xiết₁ *đg* ① 刮,擦,划:xiết que diêm trên vỏ diêm 擦火柴②(水)奔流:Dòng nước chảy xiết. 河水奔流。

xiết₂ *đg* 紧握,收紧(=siết₁)

xiết₃ *đg* 当,抵押:xiết nợ 抵债

xiết₄ *p* 多么,无限,无穷:mừng khôn xiết 无比高兴

xiết bao *p* 多么,太:Đẹp xiết bao ! 多么漂亮!

xiêu *đg* ①歪,倾,侧:Cột điện xiêu. 电线杆歪了。②动摇;倾向(于):Nghe nó nói mãi cũng hơi xiêu. 听他游说有点儿动摇

xiêu bạt *đg* 漂泊(=phiêu bạt)

xiêu dạt *đg* 漂泊:xiêu dạt bất định 漂泊不定

xiêu lòng *đg* 动心,动摇:xiêu lòng vì những lời tán tỉnh bị cuốn động心

xiêu vẹo *t* 歪斜,倾斜:Nhà lều bị gió thổi xiêu vẹo. 棚屋被风吹得歪歪斜斜的。

xiêu xiêu *đg* 稍倾斜,稍歪斜:Cột điện xiêu xiêu. 电线杆有点倾斜

xin *đg* ①求,请求,申请,征求:đơn xin 申请书;xin ý kiến 征求意见②(礼貌用语)请,谨,敬:xin hứa 谨保证

xin âm dương *đg* 算卦,求阴阳卦

xin đểu *đg* 强索,强要:xin đểu tiền bảo vệ an toàn 强索保护费

xin đủ *đg* [口]难以忍受,不能再受,够了:Tôi không nghe anh nữa đâu, xin đủ ! 够了! 我不会再听你的了!

Xin-ga-po *d* [地]新加坡(亚洲国家)

xin lỗi *đg* ①对不起②劳驾,麻烦:Xin lỗi, anh cho tôi vào trước. 麻烦您让

我先进去。

xin nghỉ đg 请假，告假

xin phép đg ①申请，请准许，请示：xin phép lãnh đạo 请示领导②请假：xin phép về quê 请假回乡

xin quẻ đg 求签：lên chùa xin quẻ 到寺庙求签

xin việc đg 求职，找工作，找活儿

xin xỏ đg 乞求，求讨：xin xỏ người khác 乞求他人

xỉn₁ t 灰黑色的：răng bị xỉn 牙齿呈灰黑色

xỉn₂ t［口］（状态）醉：uống xỉn 喝醉

xịn t［口］高档，名贵：xe xịn 高档车

xinh t ①（小孩、姑娘、少妇）漂亮，美丽，可爱：cô gái xinh 美丽的姑娘②（物体）小巧玲珑，好看：chiếc nhẫn xinh 小巧玲珑的戒指

xinh đẹp t 美丽，婀娜，玲珑：cô gái xinh đẹp 美女

xinh tươi t 娇嫩，甜美：nụ cười xinh tươi 甜美的笑容

xinh xắn t 娇小，娇美，窈窕，娇俏，可爱，好看：vóc người xinh xắn 娇小的身材

xinh xinh t 小巧，娇美：khuyên tai xinh xinh 小巧的耳环

xình xịch［拟］轰鸣(机器轰鸣声)

xịt₁ đg 喷，射，洒：xịt nước hoa 喷香水

xịt₂ t ①泄，漏：xịt hơi 漏气②坏：pháo xịt 哑炮

xịt₃ t（颜色）深暗：màu tím xịt 深紫色

xìu［方］①变瘪的，沉下脸的②（车胎）没气的；疲软：Xe đạp xìu. 自行车胎没气儿了。③泄气，服软：Nó xìu rồi, không dám làm phách. 他已服软，不敢再捣乱了。

xỉu đg 昏迷，晕厥，瘫软：đói xỉu 饿晕了

xíu t；d 丁点儿，少量：chút xíu 一点

xíu mại d 烧卖

XN（xí nghiệp）［缩］企业

xo đg 耸，微抬：xo vai 耸肩 t 畏缩，郁闷，怅怅：ốm xo 病怅怅

xo ro như chó tiền rưỡi 畏畏缩缩

xo vai rụt cổ 缩头缩脑

xỏ đg ①穿，穿过：xỏ kim 穿针②穿上，套上，插入：xỏ giầy 穿鞋子③干涉，插手④［口］愚弄，耍弄，捉弄

xỏ chân lỗ mũi［口］牵着鼻子走

xỏ chân vào tròng 自投罗网

xỏ lá t 奸诈，奸猾

xỏ lá ba que 骗子和无赖

xỏ mũi đg［口］任人摆布，牵着鼻子走：đừng để chúng nó xỏ mũi 别让他们牵着鼻子走

xỏ ngọt đg［口］捉弄，嘲弄：bị chúng nó xỏ ngọt 被他们捉弄

xỏ xiên đg 讥讽，影射：xỏ xiên với bạn 讥讽朋友

xó d 隅，角，角落：gác xó 搁置一隅

xó xỉnh d 角落，旮旯：đầu đường xó xỉnh 街头巷尾

xọ đg 岔开，扯开

xoa đg ①搓搓，摩挲：xoa tay 搓手②涂，敷，抹：xoa dầu gió 涂风油精

xoa bóp đg 推拿，按摩，揉捏：xoa bóp cả người 全身按摩

xoa dịu đg 安慰，抚慰，平息：nói xoa dịu mấy câu 安慰几句

xoà đg 下垂，耷拉：cành liễu xoà xuống 柳枝垂下

xoã đg 垂散：tóc xoã xượi 披头散发

xoá đg ①擦，抹擦：xoá bảng đen 擦黑板②取消，注销，删除：Xoá cả một đoạn trong bài viết. 文章被删除一大段。③消除，扫除，消灭：xoá nạn mù chữ 扫盲

xoá bỏ đg 取消，废除，消灭，消除：xoá bỏ chế độ phong kiến 废除封建制度

xoá đói giảm nghèo ①越南国家的一项扶贫战略②扶贫

xoá mờ đg 冲淡，消除：Không thể xoá mờ được dấu ấn lịch sử. 历史的印记是消除不了的。

xoá mù đg［口］扫盲：công tác xoá mù 扫盲工作

xoá nhoà đg 变模糊，冲淡：Sương mù dày đặc, xoá nhoà cảnh vật. 大雾笼罩，景物变得模糊。

xoá nợ đg 清账，销账：Giữa anh và tôi đã xoá nợ. 你我之间已清账。

xoá sổ đg [口] 消灭,一笔勾销: xoá sổ bọn xâm lược 消灭侵略者

xoạc₁ đg 甩开,迈开: xoạc chân bước đi 甩开步子走

xoạc₂ đg 撕裂: Áo bị xoạc một mảnh. 衣服被撕裂掉一块。

xoài₁ d 杧果: xoài cát 大杧果

xoài₂ đg (四仰八叉的) 伸展: Nó nằm xoài trên giường. 他伸展着躺在床上。

xoài hương d 香杧

xoài thanh ca d 象牙杧果 (长形)

xoài tượng d 金边杧

xoài voi d 象牙杧果 (果形较圆)

xoãi₁ đg 张开: xoãi cánh 大张翅膀

xoãi₂ t 斜,倾斜: dốc xoãi 斜坡

xoan₁ d 苦楝子

xoan₂ t 青春,壮年的,当年的: Trai ba mươi tuổi đang xoan. 男儿三十正当年。

xoàn d [方] 钻石: nhẫn hột xoàn 钻石戒指

xoang₁ [汉] 腔 d [医] 腔,窦: viêm xoang mũi 鼻窦炎

xoang₂ d [乐] [旧] 曲调,腔调

xoàng t [口] 平庸,平凡,粗俗,普通,一般般: ăn mặc xoàng 衣着简朴

xoàng xĩnh t [口] 普普通通,一般般: cảnh nhà xoàng xĩnh 家境一般

xoạng = xoạc

xoành xoạch p [口] 接连地,不断地,接二连三地,一而再地 (含贬义): kế hoạch thay đổi xoành xoạch 不断地改变计划

xoay đg ①旋转: bánh xe xoay tít 车轮旋转②扭,旋: xoay chiếc ốc cho thật chặt 把螺丝旋紧③想方设法,千方百计④转向: Gió đã xoay chiều. 风已转向。

xoay chiều đg [理] ①交变②交流: điện xoay chiều 交流电

xoay chuyển đg 扭转,力挽,改变: xoay chuyển tình hình 扭转局势

xoay như chong chóng ①忙得不可开交②经常变动: Kế hoạch của chúng nó xoay như chong chóng. 他们的计划经常变动。

xoay quanh đg 围绕,环绕: Vệ tinh xoay quanh quả đất. 卫星环绕地球。

xoay trần đg [口] 赤膊,光膀子: xoay trần làm việc nhà nông 赤膊干农活

xoay trở đg ①兜圈子,转来转去: Xe ca xoay trở nhặt khách. 客车兜圈子拉客。②[口] 想方设法: xoay trở kiếm tiền 想方设法赚钱

xoay trời chuyển đất 翻天覆地: sự thay đổi xoay trời chuyển đất 翻天覆地的变化

xoay vòng đg 旋转: bánh xe xoay vòng 车轮旋转

xoay xoã = xoay xở

xoay xở đg 想方设法 (去做),千方百计 (去做): xoay xở tiền mua nhà 想方设法找钱买房子

xoáy₁ đg ①旋转,回转: cơn gió xoáy 旋风②打钻: xoáy mũi khoan vào tường 钻墙③围绕: Mọi người thảo luận xoáy vào tác chính. 大家围绕主要工作进行讨论。d 漩涡: Nước chảy thành nhiều xoáy. 水流形成很多漩涡。

xoáy₂ đg [口] 偷,窃: bị xoáy mất ví tiền 被偷了钱包

xoáy nước d 漩涡,盘涡

xoáy ốc d 螺纹线

xoăn t 卷曲: tóc xoăn 卷发

xoắn p [口] ①精 (光): tiêu xoắn cả túi tiền 花光手里的钱②刚刚: vừa xoắn 刚刚好

xoắn đg ①绞,缠: xoắn dây lại 绳子绞在一起②纠缠,缠扰: xoắn lấy không tha 纠缠着不放

xoắn khuẩn d 螺旋体细菌

xoắn ốc d [数] 螺旋形

xoắn trùng = xoắn khuẩn

xoắn xuýt đg 缠住,纠缠: Đứa con xoắn xuýt mẹ. 孩子缠着母亲。

xóc₁ đg 摇晃,颠簸: Đoạn đường này xe xóc lắm. 这段路车子颠得很。t ①坑坑洼洼,凹凸不平: Đường núi xóc. 山路坑坑洼洼。②[口] 呛: Mùi xóc lắm. 味道很呛。

xóc$_2$ *đg* 插入：bị chông xóc vào chân 被尖物刺了脚 *d* 串：mua vài xóc cua 买几串螃蟹
xóc đĩa *d* 摇钱押宝（赌博方式）
xóc thẻ *đg* 摇签，求签
xọc$_1$ *đg* 插入
xọc$_2$ *đg*（木工）垂直方向刨
xoè$_1$ *d*（越南）泰族舞蹈
xoè$_2$ *đg* 展开，张开：xoè cánh 展翅
xoen xoét *đg* 说个没完，喋喋不休
xoèn xoẹt［拟］唰唰，嚓嚓
xoẹt［拟］咔嚓 *p*［方］顷刻：làm xoẹt một cái là xong ngay 顷刻间做完
xoi *đg* ①捅破，疏通，疏导：xoi thông hai đường ngầm với nhau 疏通两个暗道②雕刻，钻，刻：xoi lỗ 钻孔
xoi bói *đg*［方］挑剔，吹毛求疵
xoi mói=soi mói
xói *đg* ①冲刷：Nước không ngừng xói vào chân cầu. 水不停地冲刷桥墩。②直射：Nắng xói vào mắt. 阳光直射入眼睛。
xói lở *đg*（水）冲塌，冲垮：Nước lũ xói lở đê. 洪水冲垮河堤。
xói móc *đg* 挑剔，吹毛求疵（=soi mói）
xói mòn *đg* 侵蚀：Nước biển xói mòn đá. 海水侵蚀岩石。
xóm *d* ①屯②做同一工种的村庄：xóm chài 渔村
xóm giềng *d* 乡邻，邻居
xóm làng *d* ①乡村②邻里，同乡
xon xón *p*（小孩）颠颠儿地走或跑
xon xót *t* 有点痛的：Tay bị dao cào xon xót. 手被刀划破有点痛。
xong *đg* ①结束，完成：Công việc đã xong. 工作做完了。②稳妥，顺当
xong chuyện *đg*［口］了事：làm cho xong chuyện 敷衍了事
xong đời *đg*［口］毙命；绝望
xong xuôi *t* 完毕，停当：chuẩn bị xong xuôi 准备完毕
xõng *t*（说话态度）无礼，没大没小：hỏi xõng 问话没礼貌
xoong *d* 平底铝锅（=soong）
xóp xọp=xọp
xọp *t* ①干（瘦），枯（瘦）：gầy xọp 枯瘦②空心的，空空的，飘飘然：nhẹ xọp 轻飘飘的
xót *đg* ①感到辣痛，感到刺痛：Nước muối thấm vào vết thương xót lắm. 盐水渗到了伤口，刺痛得很。②心痛，痛惜：thương xót 哀痛
xót ruột *đg* ①燥热难受，上火②痛心，痛楚③着急，焦虑
xót thương *đg* 痛惜，怜惜：khiến mọi người xót thương 令人痛惜
xót xa *t* 悲痛，辛酸：vô cùng xót xa 万分悲痛
xô$_1$ *d* 水桶：mua chiếc xô nhựa 买一个塑料水桶
xô$_2$ *đg* ①猛推②冲，涌
xô$_3$ *t*［口］混合的，不分优劣的
xô bát xô đũa［口］摔筷砸碗（指夫妻不和）
xô bồ *t* ①良莠混杂的，优劣不分的：mua xô bồ đủ loại 不论好坏什么都买②随随便便，不分青红皂白：ăn nói xô bồ 随便乱说
xô-đa (soda) *d* 小苏打
xô đẩy *đg* ①推搡，争先恐后：Không nên chen lấn xô đẩy！不要推搡拥挤！②推入，挤入，逼入：xô đẩy đến bước đường cùng 被逼得走投无路
xô gai *d* 缌麻服（丧服）
xô nát (sonata) *d* 奏鸣曲
xô xát *đg* 冲突，冲撞，摩擦：xảy ra xô xát 发生冲突
xồ *đg*［口］冲（出来）：Một con chó xồ ra. 一只狗冲出来。
xổ *đg* ①扑向，冲出：xổ ra đường 冲到路中间②松开，脱出：xổ tóc ra 松开头发③喷射：xổ ra một băng đạn 喷射出一梭子弹④［方］去除，清除：uống thuốc xổ giun 吃驱虫药
xổ số *d* 彩票
xốc$_1$ *d* 帮，群，伙，窝
xốc$_2$ *đg* ①挎起，拎起，翻出：xốc rơm rạ 翻稻草②扛起：xốc bó củi lên vai 把柴扛上肩③抽，拉：xốc lại quần áo cho chỉnh tề 把衣服拉整齐
xốc$_3$ *đg* ①［口］猛（地）：chạy xốc đến 猛跑进来②拱：Lợn xốc vào thức

ăn. 猪用嘴拱食物。

xốc nổi *t* 轻率,浮躁: tính xốc nổi 性情浮躁

xốc vác *t* 能干,能担当: tính xốc vác 积极能干 *đg* 担当,担负: Anh ấy không thể xốc vác mọi việc được. 他不可能担负所有工作。

xộc *đg* [口]①闯,冲: Con chó xộc ra. 狗冲出来。②直冒: Khói đem đặc xộc lên. 浓烟直冒上来。

xộc xà xộc xệch=**xộc xệch**

xộc xệch *t* ①松垮,破烂,松弛: cái bàn xộc xệch 桌子松垮②邋遢,随随便便: quần áo xộc xệch 衣着邋遢③[口]松散,不严谨: kết cấu xộc xệch 结构松散

xôi *d* 糯米饭: xôi vò 绿豆糯米饭

xôi hỏng bỏng không 鸡飞蛋打

xôi lúa=**xôi xéo**

xôi thịt *d* [口][旧]糯米和肉(指吃喝风气)*t* 吃喝玩乐的

xôi xéo *d* 香葱绿豆糯米饭

xổi *t* 临时的: ăn xổi ở thì 得过且过

xối *đg* 淋,浇,倾注: mưa như xối nước 大雨如注

xối xả *t* 倾注的,倾盆的: mưa xối xả 倾盆大雨

xôm *t* 热闹,热烈: Tổ chức liên hoan rất xôm. 联欢会很热闹。

xôm xốp *t* 松软: chăn bông xôm xốp 棉被松软

xờm *t* 毛茸茸: chó xờm 茸毛狗

xờm xoàm *t* [口] 茸茸的,拉碴: râu xờm xoàm 胡子拉碴

xổm₁ *đg* 蹲: ngồi xổm 蹲坐

xổm₂ *đg* ①[方]扒,窃: Bị xổm mất cái đồng hồ. 手表被扒走了。②[方]拣,拿: xổm cái bự nhất 拣最大的

xôn xang *t* 志忑不安,心潮澎湃

xôn xao *t* 喧闹,涌动 *đg* 议论纷纷

xốn xác *t* [方]惊慌,慌乱: Gà chạy xốn xác tứ tung. 鸡慌乱四散。

xốn xang *t* ①心烦意乱,忐忑不安,喜忧参半: xốn xang chờ đợi tin 忐忑不安地等待消息②[方]刺痛: vết thương xốn xang 伤口刺痛

xốn xáo *t* [方]①吵闹,热闹,嘈杂: Xốn xáo cả khu chợ. 整个集市都热闹起来。②纷纷: dư luận xốn xáo 舆论纷纷

xông₁ *đg* 冲进: đẩy cửa xông vào 推门冲进来

xông₂ *đg* (白蚁)蛀: Gỗ bị mối xông hỏng. 木头被白蚁蛀坏。

xông₃ *đg* ①(烟、味道)呛,熏: xông muỗi 熏蚊子②蒸汽: xông hơi 桑拿

xông hơi *đg* 蒸汽浴,桑拿浴

xông pha *đg* 冲锋,勇往,奔赴: xông pha trận mạc 冲锋陷阵

xông xáo *đg* 闯荡: xông xáo mọi nơi 闯荡江湖 *t* 积极肯干的,敢闯的: tính xông xáo có một vẻ闯劲儿

xông xênh *t* [口]钱多的,富有

xồng xộc *đg* [口]直冲,直闯: xồng xộc bước vào 直闯进来

xốp *t* ①酥松,酥脆,松散: bánh xốp 酥饼②(瓜果类)糖心的

xốp xồm xộp [口]=**xốp xộp**

xốp xộp *t* [口]非常松软: Kẹo bông xốp xộp. 棉花糖很松软。

xộp *đg* [方]抓住,逮: xộp được con cá lớn 逮着一条大鱼

xốt *d* (勾芡、蘸食用的)浆,汁,酱: xốt cà chua 番茄汁 *đg* (荤菜)勾芡: xốt cà chua 勾芡番茄鱼

xốt vang *d* 葡萄酒炖牛肉

xơ *d* 丝,筋,络(指瓜果里的纤维): xơ mướp 苦瓜丝 *t* 破损的,破成条状的

xơ cua *t* 储备的,备用的: Xe có lốp xơ cua. 汽车有备用轮胎。

xơ cứng *t* ①(细胞)硬化,僵硬: xơ cứng động mạch 动脉硬化②迟钝: đầu óc xơ cứng 头脑迟钝

xơ gan *d* 肝硬化

xơ hoá *đg* 纤维化: xơ hoá phổi 肺纤维化

xơ múi *d* [口]油水,好处 *đg* [口]谋利益,捞好处

xơ vữa *t* 硬化: xơ vữa động mạch 动脉硬化

xơ xác *t* 残垣断壁,破烂不堪: Nhà tranh xơ xác. 草房破烂不堪。

xớ lợ *t* [方] 虚伪, 虚假: nói xớ lợ 说假话

xớ rớ *p* [方] 瞬间, 刹那间, 转眼

xơi *đg* ① 享用, 请用: Mời anh xơi cơm. 请您用餐。② [口] 消灭, 吃掉: xơi cả sư đoàn địch 消灭敌军整个师 ③ [口] 被, 挨, 承担, 承受: xơi đòn 挨揍

xơi tái *đg* [口] 轻易得到: xơi tái chức vô địch 轻易获得冠军

xơi xơi *t* [口] 喋喋不休: nói xơi xơi 话说个不停

xởi lởi *t* [口] ① 热情, 平易近人: tiếp đón xởi lởi 热情接待 ② 大方: tính xởi lởi 性格大方豪爽

xới *đg* ① 翻松, 打松: xới đất 松土 ② 舀, 盛: xới cơm 盛饭

xới xáo *đg* 翻地, 松土: cuốc đất xới xáo 锄地松土

xơn xớt *t* [方] 滔滔不绝, 不停(说): Bà ta nói xơn xớt không ngớt lời. 她滔滔地说个不停。

xu₁ [汉] 趋

xu₂ *d* ① (货币单位) 分 ② [口] 微不足道的事, 极少的东西

xu chiêng *d* 胸罩, 文胸

xu hào *d* [植] 芥蓝头

xu hướng *d* 趋向

xu nịnh *đg* 献殷勤, 谄媚

xu-páp (soupape) *d* 阀门, 阀

xu thế *d* 趋势: xu thế phát triển 发展趋势

xu thời *đg* 趋时, 适时, 识时务: kẻ xu thời 识时务者

xu xoa *d* [方] 凉粉, 果冻

xù₁ *đg* 竖起(毛): Gà mái xù lông. 母鸡竖起羽毛。

xù₂ *t* [口] 粗大, 巨大: tàu chở hàng kếch xù 巨大的货轮

xù₃ *đg* [方] 赖账, 骗钱, 跑单 *t* 蓬松: tóc xù 蓬松的头发

xù lông *t* 毛茸茸: chó xù lông 毛茸茸的狗(茸毛狗)

xù xì *t* 粗糙, (表面)坑坑洼洼: da xù xì 皮肤粗糙

xú [汉] 臭: xú danh 臭名

xú uế *t* 臭, 恶臭

xua *đg* ① 驱赶, 驱散: xua ruồi 驱赶苍蝇 ② 摆手, 挥手: xua tay từ chối 摆手拒绝 ③ 消除, 解除: xua nỗi buồn phiền 消除烦恼

xua đuổi *đg* ① 驱赶, 驱逐: xua đuổi đàn trâu 驱赶牛群 ② 消除, 解除: nghe nhạc xua đuổi nỗi buồn 听音乐消除烦闷

xua tan *đg* 驱散

xua tay *đg* 摆手: xua tay ra hiệu 摆手示意

xuân₁ [汉] 椿

xuân₂ [汉] 春 *d* ① 春, 春天, 春季: mùa xuân 春季 ② 年岁, 岁月: Đã mấy xuân qua. 几年过去了。 *t* 青春, 青年: thời đại tuổi xuân 青年时代

xuân phân *d* 春分(二十四节气之一)

xuân phong đắc ý 春风得意

xuân sắc *d* 春色: đầy vườn xuân sắc 满园春色

xuân thu *d* [旧] 春秋, 岁月

xuân xanh *d* 青春: tuổi xuân xanh 青春年华

xuất [汉] 出 *đg* ① 支出: xuất tiền mặt 现金支出 ② 出口, 输出: hàng xuất 出口商品 ③ 发出, 出自: xuất phát từ đáy lòng 发自内心深处

xuất bản *đg* 出版: nhà xuất bản 出版社

xuất bản phẩm *d* 出版物

xuất binh *đg* 出兵

xuất cảng *đg* [旧] 出口, 出港, 输出: hàng xuất cảng 出口货物

xuất cảnh *đg* 出境: thủ tục xuất cảnh 出境手续

xuất chinh *đg* [旧] 出征, 参战

xuất chúng *t* 出众: có tài xuất chúng 有出众的才华

xuất đầu lộ diện 抛头露面

xuất gia *đg* 出家: xuất gia làm sư 出家当和尚

xuất hành *đg* 起程, 出行: Bao giờ xuất hành? 何时起程？

xuất hiện *đg* ① 出现: xuất hiện mục tiêu 目标出现 ② 发生, 掀起: xuất

hiện trào lưu mới khởi lên new/掀起新的潮流

xuất huyết *đg* 出血: xuất huyết dạ dày 胃出血

xuất khẩu *đg* [商]出口: hàng xuất khẩu 出口商品

xuất khẩu lao động *d* 劳务输出

xuất khẩu thành chương 出口成章

xuất khẩu tư bản 资本输出

xuất kích *đg* 出击

xuất nạp *đg* 出纳: sổ xuất nạp 出纳账本

xuất ngoại *đg* 出国: xuất ngoại du học 出国留学

xuất nhập cảnh *đg* 出入境

xuất nhập cân bằng *đg* [经]收支平衡

xuất nhập khẩu *đg* [商]进出口

xuất phát *đg* 出发: điểm xuất phát 出发点

xuất quân *đg* [军]出兵

xuất quỉ nhập thần 出神入化

xuất sắc *t* 优秀,出色

xuất siêu *d* [经]顺差: xuất siêu mậu dịch 贸易顺差

xuất thân *đg* 出身: xuất thân từ gia đình nông dân 农民家庭出身

xuất thổ *đg* 出土: văn vật xuất thổ 出土文物

xuất tinh *đg* 射精: xuất tinh sớm 早泄

xuất trận *đg* [旧]出征,上阵

xuất trình *đg* 呈献,出示: xuất trình giấy tờ 出示证件

xuất viện *đg* 出院

xuất xứ *d* 出处,来源,产地: nơi xuất xứ không rõ 产地不明

xuất xưởng *đg* 出厂: giá xuất xưởng 出厂价

xúc₁ [汉]触,促

xúc₂ *đg* ①铲起,盛,舀: xúc đất 铲土 ②捞起: xúc cá 捞鱼

xúc cảm *đg* 感触

xúc cảnh sinh tình 触景生情

xúc động *đg*; *đ* 激动,感动: dễ xúc động 容易激动

xúc giác *d* 触觉

xúc phạm *đg* 触犯,冒犯: xúc phạm pháp luật 触犯法律; xúc phạm bậc bề trên 冒犯老前辈

xúc tác *đg* [化]催化

xúc tiến *đg* 促进: xúc tiến hợp tác 促进合作

xúc tiến thương mại *đg* 贸促,贸易促进

xúc tu *d* (动物的)触须

xúc xích₁ *d* 香肠

xúc xích₂ *d* [口]链条: xúc xích sắt 铁链条

xúc xiểm *đg* 挑唆,唆使,煽动

xuê xoa *đg* 不计较,随随便便,不考究: ăn mặc xuê xoa 衣着随便

xuề xoà *t* 不拘泥,随和: Tính ông cụ cũng xuề xoà. 老人性格很随和。

xuể *p* 尽,能,完: nhiều quá không đếm xuể 太多了数不尽

xuềnh xoàng *t* 简单,简陋,随意: Gian phòng bố trí xuềnh xoàng. 房间摆设简陋。

xui₁ *đg* 怂恿,唆使,煽动

xui₂ *t* [方]倒霉: số xui 霉运

xui dại *đg* 出馊主意

xui khiến *đg* 唆使,指使: Không ai xui khiến nó cả! 没有人指使他!

xui nguyên giục bị 煽风点火

xui xẻo *t* [方]倒霉

xúi₁ *đg* 唆使,煽火,挑拨

xúi₂ *t* [口]倒霉: vận xúi 霉运

xúi bẩy *đg* [口]挑拨,煽动: xúi bẩy hai bên cãi nhau 挑拨双方吵架

xúi giục *đg* 唆使,怂恿,挑拨,煽动: xúi giục nó đi ăn cắp 唆使他去偷盗

xúi quẩy *t* [口]倒霉: gặp nhiều chuyện xúi quẩy 遇到许多倒霉事

xúm *đg* 聚集,聚拢,围拢: Mọi người xúm quanh nghe kể chuyện. 大家聚拢成一圈听故事。

xúm đen xúm đỏ [口]里三层外三层

xúm đông xúm đỏ [口]=xúm đen xúm đỏ

xúm xít *đg* 聚集,聚拢,簇拥: Đám trẻ con xúm xít dưới gốc cây đa chơi đùa. 一群小孩聚集在榕树下玩耍。

xun xoe *đg* 献殷勤,献媚: xun xoe với nó 向他献殷勤

xung₁ [汉] 冲,仲,翀

xung₂ *đg* 动怒: nổi xung 发怒

xung₃ *t* 忌讳的,相克的,不吉利

xung₄ *d* [理] 脉冲

xung điện *d* [理] 脉冲

xung động *d* ①刺激波②冲动,激动: phát ra một xung động nào đó (心中) 升起一股莫名的冲动

xung đột *đg*; *d* 冲突: xung đột võ trang 武装冲突; giải quyết xung đột 解决冲突

xung khắc *t* 相冲的,相克的,不和的: anh em xung khắc với nhau 兄弟不和

xung kích *đg* 突击: đội xung kích 突击队 *d* [口] 突击人员,先锋

xung lực *d* ①突击力量,突击队,先锋队,冲力②带头作用: Tổ A là xung lực trong sản xuất. 甲组在生产中起带头作用.

xung phong *đg* ①冲锋,前进: xung phong vào trận địa quân địch 冲进敌阵②带头;自告奋勇: xung phong hát một bài 自告奋勇唱一首歌

xung quanh *d* ①周围,四周: xung quanh quảng trường 广场周围②范围,周围界限

xung thiên *đg* 冲天

xung trận *đg* 冲锋陷阵

xung yếu *t* 要冲的,要害的,重要的: vị trí xung yếu 重要位置

xùng xình [方] *t* 松垮垮(=thùng thình)

xủng xẻng = xủng xoảng

xủng xoảng [拟] 叮叮当当

xúng xa xúng xính = xúng xính

xúng xính *t* (衣服) 肥大,臃肿

xuôi *t* 顺,顺当 *d* 下游平原地区 *đg* [口] ①往下游走,顺着往下: Tàu hoả xuôi Nam Định. 火车下南定。②同意,听从: Ông ấy đã xuôi rồi. 他已经同意了。

xuôi chèo mát mái 一帆风顺

xuôi chiều *đg* ①赞成,同意②顺流,顺行: Thuyền xuôi chiều. 船顺流而下。

xuôi dòng *t* 顺流的: Thuyền đi xuôi dòng. 船顺水行走。

xuôi gió *t* 顺风的: thuận buồm xuôi gió 一帆风顺

xuôi ngược *t* 来来去去的: tàu thuyền xuôi ngược 来来往往的船只

xuôi tai *t* 顺耳,中听: Bài hát này không xuôi tai. 这首歌曲不好听。

xuôi vần *d* 押韵

xuôi xả *t* [方] 顺利,顺遂,顺当: công việc xuôi xả 工作顺利

xuộm *t* 纯红的,纯黄的: vàng xuộm 金黄色

xuồng *d* 艇,无篷小船: xuồng máy 摩托艇

xuổng [方] *d* 半圆锹,模子铲,穿镐

xuống *đg* ①下,往下: xuống núi 下山②降,赐: xuống phúc 降福③下降,降下: giá hàng xuống 物价下降

xuống cân *đg* 掉磅,掉斤,减重

xuống cấp *đg* (建筑物) 失修,质量下降; nhà xuống cấp 房屋失修

xuống dòng *đg* 另起一行,下一行

xuống dốc *đg* ①下坡: Xe đang xuống dốc. 车正在下坡。②[口] (经济) 下滑,不景气: kinh tế xuống dốc 经济下滑

xuống đường *đg* 上街游行

xuống giống *đg* [口] 播种: thời vụ xuống giống 播种季节

xuống lỗ *đg* [口] 进棺材,入土

xuống mã *đg* [口] 色衰,衰老

xuống nước *đg* [口] 妥协,认输

xuống tay₁ *đg* [口] (使用暴力) 下手

xuống tay₂ *đg* [口] 业务水平下降: Nghề của anh ấy đã xuống tay rồi. 他的业务水平下降了。

xuống tóc *đg* [宗] 削发,落发(出家)

xuống trần *đg* 下凡: tiên nữ xuống trần 仙女下凡

xúp *d* (西餐) 汤,羹: ăn xúp 喝羹

xút *d* 纯碱

xuý xoá *đg* 勾销,抵销: xuý xoá món nợ 抵销债务

xuyên₁ [汉] 川

xuyên₂ [汉] 穿 *đg* ①穿,透: xuyên

qua 穿过②越过: xuyên qua quả núi
越过山岭③跨(境／国): sự hợp tác
xuyên quốc gia 跨国合作

xuyên bối mẫu *d* [药]川贝母

xuyên cầm *d* [药]川芩

xuyên khung *d* [药]川芎

xuyên liên *d* [药]川莲

xuyên ô *d* [药]川乌

xuyên phác *d* [药]川朴

xuyên quốc gia *t* 跨国的,跨境的: thanh
toán điện tử xuyên quốc gia 跨境电
子结算

xuyên tạc *đg* 歪曲: xuyên tạc sự thật
歪曲事实

xuyên táo *đg* (射)连串,串糖葫芦:
Bắn một phát xuyên táo hai con
chim. 一枪打中俩鸟。

xuyên tâm liên *d* [药]穿心莲

xuyên tục đoạn *d* [药]川续断

xuyến *d* ①钏,镯子: xuyến vàng 金手
镯②绸子③[方]茶壶

xuýt₁ *đg* [口]①唆使: xuýt trẻ đánh
nhau 唆使小孩打架②假冒,冒充:
nhận xuýt 冒领③吹口哨(使唤狗)

xuýt₂ *p* [旧]差点儿,差不多(=suýt)

xuýt nữa *p* 差一点儿,险些儿,几乎:
xuýt nữa thì ngã 差一点就摔跤

xuýt xoa [拟]呼呼(因疼痛等发出的
声音): bị ngã xuýt xoa 被摔得呼呼
(喊疼)

xuýt xoát *t* [旧]差不多,大同小异:
xuýt xoát bằng nhau 大小差不多

xử [汉]处 *đg* ①处理,对待: xử tốt
với em gái 善待妹妹②惩处: xử bắn
枪毙③判决: Toà án xử thắng kiện.
法院判决胜诉。

xử bắn *đg* [法]处决

xử công khai *đg* [法]公审

xử hoà *đg* 和解,调和: hai bên xử hoà
双方和解

xử lí *đg* 处理: xử lí các công việc
hàng ngày 处理日常事务

xử lí từ xa *đg* [电]远程处理

xử phạt *đg* 处罚

xử sự *đg* 处事: xử sự khéo léo 善于处
事

xử thế *đg* 处世: xử thế đúng mức 处
世得当

xử thử *d* 处暑(二十四节气之一)

xử trảm *đg* [旧]处斩

xử trí *đg* 处置,处理,对付: không biết
xử trí ra sao 不知如何对付

xử tử *đg* [法]处死,判处死刑

xứ [汉]处 *d* ①地区,地方②[宗](天
主教)小教区

xứ sở *d* 家乡,故土,籍贯,处所,地方:
xứ sở hoa quả 水果之乡

xưa *t* ①古的: đời xưa 古代②往昔的,
以往的: việc xưa 往事 *d* 古: từ xưa
đến nay 从古至今

xưa nay *d* 自古以来,一直,总是,素来

xức *đg* 敷,擦拭: xức dầu 擦身油

xực *đg* [口]食,吃(含贬义)

xưng [汉]称 *đg* ①称谓: xưng hô 称
呼②自封,自称③自我介绍: xưng
tên tuổi 自报姓名年龄

xưng danh *đg* 自称,自报姓名: Mọi
người tự xưng danh. 大家自报姓名。

xưng đế *đg* [旧]称帝

xưng hô *đg* 称呼

xưng hùng xưng bá [旧]称王称霸

xưng tội *đg* (信徒)忏悔,悔罪: đến
nhà thờ xưng tội 到教堂忏悔

xưng xưng *đg* 一口咬定(不实的事),
无中生有: Nó xưng xưng nói rằng
bị người ta đánh. 他一口咬定被人打
了。

xứng *t* 相称的,相配的,配得上的: Anh
ấy không xứng làm thầy giáo. 他不
配当老师。

xứng chức *t* 称职的: không xứng chức
不称职

xứng đáng *t* 不愧为,称得上,相称的,
当之无愧的: Chị Ba xứng đáng là
một cán bộ tốt. 三姐不愧是一名好
干部。

xứng đôi *t* 匹配,般配,相称: Hai đứa
nó thật xứng đôi. 他们俩很般配。

xứng đôi vừa lứa 两相匹配;门当户对

xước₁ *d* 土生漆,白牛漆

xước₂ *t* (痕迹)擦破的,划破的: Chiếc
gương bị xước nhiều chỗ. 镜子有多

处划痕。

xước măng rô *d* 手指倒刺

xược *t* [口] (小孩)没大没小,没礼貌: nói xược 说话没大没小

xương₁ [汉] 菖

xương₂ *d* ①骨头: xương cá 鱼刺②骨架子: xương quạt 扇架子 *t* ①瘦削: Ông ấy xương lắm. 他很瘦。②[口] 不好办的,棘手,难: Bài toán này xương lắm. 这道数学题很难解。

xương bả vai *d* 肩胛骨

xương bàn tay *d* 掌骨

xương bánh chè *d* 膝盖骨;髌骨

xương chậu *d* 盆骨

xương cốt *d* 骨骼

xương cụt *d* 尾椎骨

xương đòn *d* 锁骨

xương hàm *d* 下颌骨

xương máu *d* ①骨 肉 ②血: bài học xương máu 血的教训

xương mỏ ác *d* 胸骨

xương ngón chân *d* 趾骨

xương ống *d* [解]①小腿骨②筒子骨

xương sống *d* 脊骨

xương sụn *d* 软骨

xương sườn *d* [解]①肋骨②排骨

xương trán *d* 额骨

xương tuỷ *d* [解]骨髓

xương xẩu *d* ①骨头②废物 *t* 瘦削

xương xương *t* 瘦削

xường xám *d* 贴身高领连衣裙,长袍,长衫

xưởng *d* ①车间,厂: xưởng in 印刷厂②(画家或雕刻家工作的)室,场所: xưởng vẽ 画室

xướng [汉]唱 *đg* 大声唱: xướng một bài 唱一首歌

xướng hoạ *đg* [旧]对诗: Hai bên xướng hoạ với nhau. 双方互相对诗。

y₁, Y₁ 越语字母表的第 29 个字母

y₂ [汉] 衣, 咿

y₃ [汉] 医 *d* 医学, 医科: đại học Y 医科大学

y₄ *đ* 他, 它, 那厮 (贬义): Không ai biết y từ đâu đến. 没人知道他是从哪里来的。

y₅ [汉] 依 *t* 一样的: y như cũ 和原来一样

y án *đg* [法] 依照原判: quyết định y án tử hình 决定依照原判判死刑

y bạ *d* 病历簿

y bóc *t* [方] ① 一模一样: Nét mặt thằng bé y bóc cha nó. 孩子的脸长得跟他爸一模一样。② 完全正确: nói y bóc không sai 说得一点儿都不差

y chang *t* [方] 很像的: hai cái y chang 两个一模一样

y cụ *d* 医具, 医学用具

y dạng hồ lô 依样画葫芦

y đức *d* 医德

y giá *t* 按标价的, 按牌价的: Áo này bán y giá cho cô. 这件衣服按标价卖给你。

y giới *d* 医学界

y hệt *t* [口] 像极了的, 一模一样的: Hai đứa trẻ sinh đôi y hệt nhau. 双胞胎小孩长得一模一样。

y học *d* 医学: tiến sĩ y học 医学博士

y khoa *d* 医科

y lệnh *d* 医嘱, 医生的治疗方案: làm theo y lệnh 遵照医嘱

y lí *d* 医学理论

y nguyên *t* 依然如故的: Gia cụ bày y nguyên. 家具摆设依然如故。

y như *t* ① 一模一样的, 酷似的 ② [口]

总是

y như rằng [口] 果然, 不出所料, 总是

y phục *d* 衣服, 服装

y sì *t* [口] 一模一样

y sĩ *d* ① 医士 ② 太医

y sinh *d* 医科学生

y tá *d* 护士: y tá trưởng 护士长

y tế *d* ① 卫生: Bộ Y tế 卫生部 ② 医务, 医疗: công tác y tế 医务工作

y thuật *d* 医术: y thuật Trung Quốc 中国医术

y trang *d* 衣服和个人用品

y viện *d* 医院: quân y viện 军医院

y vụ *d* 医务科

y xá *d* 卫生院

ỳ=ì₁

ỳ ạch *t* ① 吃力: ỳ ạch khuân đồ lên gác 吃力地把东西扛上楼 ② 累赘

ỹ₁ *d* 神龛, 神位

ỹ₂ *đg* 倚, 恃, 仗: ỹ thế hiếp người 仗势欺人

ỹ lại *đg* 依赖: tư tưởng ỹ lại 依赖思想

ỹ quyền ỹ thế 依仗权势

ý₁ [汉] 薏, 懿

ý₂ [汉] 意 *d* ① 意思, 想法: làm theo ý người ta 照别人的意思去做 ② 情意: Hai đứa chúng nó sớm có ý với nhau. 他们俩早有情意。③ 表现: nét mặt có ý không vui 脸上有不高兴的表现

ý chí *d* 意志: ý chí sắt đá 坚强的意志

ý chừng *p* 似乎, 好像: Ý chừng anh ấy không muốn đi. 他好像不想去。

ý dĩ *d* 薏米

ý định *d* 打算, 念头, 想法

ý đồ *d* 意图: hiểu ý đồ đối phương 了

解对方意图

ý hợp tâm đầu 情投意合

ý kiến d 意见, 看法: góp ý kiến 提意见

ý muốn d 愿望: thực hiện ý muốn 实现愿望

ý nghĩ d 想法: ý nghĩ sai lầm 错误的想法

ý nghĩa d ① 意义: có ý nghĩa lịch sử 具有历史意义② 作用, 价值: Bài văn này không có ý nghĩa. 这篇文章没有价值。

ý nguyện d 意愿, 愿望: ý nguyện hoà bình 和平愿望

ý nhị t 含蓄, 耐人寻味: Lời nói của ông ấy ý nhị. 他的话耐人寻味。

ý niệm d 意念, 观念: ý niệm thời gian 时间观念

ý tại ngôn ngoại 言外之意

ý thức d 思想, 观念, 观点 đg [口] 意识

ý trung nhân d 意中人

ý tứ d ① 分寸: Đi đứng có ý tứ. 举止有分寸。② 寓意, 蕴含深意 t [口] 规矩, 拘谨: ăn nói rất ý tứ 说话很谨慎

ý tưởng d 想法, 创意, 设想, 构思: ý tưởng hay 好的想法

ý vị d ① 意味: ý vị sâu xa 意味深远 ② 意思: không có ý vị 没意思

yard d 码(长度计量单位): 1 yard bằng 0,9144 mét. 一码等于 0.9144 米。

yểm₁ [汉] 奄, 罨

yểm₂ [汉] 掩 đg 压, 镇(迷信做法): vật báu yểm nhà 镇宅之宝

yểm giấu đg 隐藏: yểm giấu tiền bạc của quí 隐藏财宝

yểm hộ đg 掩护: Xe tăng yểm hộ bộ binh. 坦克掩护步兵。

yểm trợ=yểm hộ

yếm d ① 动物的胸部 ② 旧时代妇女用的胸围、文胸、兜肚 ③ 围裙

yếm dãi d 围嘴, 口水兜(婴幼儿专用)

yếm thế t 厌世: tư tưởng yếm thế 厌世思想

yên₁ [汉] 烟, 胭, 晏, 焉, 咽

yên₂ [汉] 鞍 d ① 鞍: yên ngựa 马鞍 ② 坐垫: yên xe đạp 单车座

yên₃ [汉] 安 t ① 不动: ngồi yên một chỗ 坐着不动 ② 安静: Yên, để nó nói! 安静, 让他说！

yên₄ d 元(日本货币单位)

yên ả t 平静, 恬静: cuộc sống yên ả 平静的生活

yên ắng t 寂静, 静谧: đêm khuya yên ắng 静谧的夜晚

yên ấm t (家庭) 和睦(=êm ấm)

yên bình t 太平, 平安

yên giấc đg 安睡, 熟睡: Em bé đã yên giấc. 婴儿已熟睡。

yên giấc nghìn thu 与世长辞: Cụ già đã yên giấc nghìn thu. 老人已与世长辞。

yên lành t 安好, 安康: mọi sự đều yên lành 一切平安

yên lặng t 沉静, 寂静, 安静

yên lòng t 安心, 放心

yên nghỉ đg 安息: Anh hùng liệt sĩ yên nghỉ trên quả đồi. 英雄烈士在山头上安息

yên như bàn thạch 坚如磐石

yên ổn t 安稳, 稳定: cuộc sống yên ổn 生活稳定

yên phận đg 安分: yên phận thủ thường 安分守己

yên sóng t 风平浪静: Mặt biển yên sóng. 海面上风平浪静

yên tâm t 安心, 放心: yên tâm công tác 安心工作

yên thân t 安宁: không được yên thân 不得安宁

yên tĩnh t 安静: Trong phòng đọc rất yên tĩnh. 阅览室里很安静。

yên trí đg 放心: Cứ yên trí, mọi việc sẽ đâu vào đấy. 尽管放心, 一切会好的。

yên vị đg 安坐, 就座: mọi người yên vị 各就各位

yên vui t 安乐, 康乐

yến₁ [汉] 燕 d [动] 燕子

yến₂ [汉] 宴 d [旧] 宴: Vua ban yến. 皇帝赐宴。

yến₃ *d* 重量单位,合十公斤: một yến bột mì 十公斤面粉

yến mạch *d* 燕麦

yến sào *d* 燕窝

yến tiệc *d* [旧]宴席,大宴会

yêng hùng *d* [口]所谓的英雄(讽刺语)

yểng *d* 八哥儿

yết₁ [汉]谒,歇

yết₂ [汉]揭 *đg* 揭示,张贴: yết danh sách 张贴名单

yết giá *đg* [经]公布价格: Cửa hàng yết giá. 商场公布价格。*d* 价目表

yết hầu *d* ①咽喉,喉咙②交通要道

yết hậu *d* 歇后语

yết thị *đg* [旧]揭示,榜示,公示: ra yết thị 出告示 *d* 布告,榜文: xem yết thị 看榜文

yêu₁ *đg* ①爱,热爱: yêu tổ quốc 爱祖国②恋爱: người yêu 恋人

yêu₂ [汉]妖 *d* 妖,妖怪: yêu ma quỷ quái 妖魔鬼怪

yêu cầu *đg* 要求: yêu cầu đình chiến 要求停战 *d* 要求

yêu chiều *đg* 宠爱: Bà nội yêu chiều cháu gái. 奶奶宠爱孙女。

yêu chuộng *đg* 爱好,喜好,喜爱: yêu chuộng hoà bình 爱好和平

yêu con chị, vị con em 爱屋及乌

yêu dấu *t* 亲爱,可爱: quê hương yêu dấu 亲爱的故乡

yêu đời *đg* 热爱生活

yêu đương *đg* 恋爱

yêu kiều *t* 窈窕: cô gái yêu kiều 窈窕淑女

yêu ma *d* 妖魔

yêu mến *đg* 喜欢,喜爱,敬爱,尊敬: kính già yêu mến trẻ thơ 敬老爱幼

yêu nước thương nòi 爱国忧民

yêu quái *d* 妖怪

yêu quí *đg* 喜爱,疼爱: yêu quí trẻ thơ 疼爱小孩

yêu sách *đg* 强烈要求: Công nhân yêu sách tăng lương. 工人强烈要求加薪。*d* 要求: yêu sách phi lí 无理要求

yêu thích *đg* 喜爱: yêu thích vận động 喜爱运动

yêu thuật *d* 妖术

yêu thương *đg* 疼爱: yêu thương con cái 疼爱孩子

yêu tinh *d* 妖精

yểu *t* 夭,短命的: chết yểu 夭折

yểu điệu *t* 窈窕: dáng người yểu điệu 身材窈窕

yểu điệu thục nữ 窈窕淑女

yếu₁ *t* ①弱,衰弱: sức khoẻ yếu lắm 体弱多病②少,小: ăn yếu 饭量小 *đg* 生病: Ông cụ lại yếu rồi! 爷爷又生病了!

yếu₂ [汉]要 *t* 要害的: đánh trúng chỗ yếu 打中要害处

yếu bóng vía *t* 胆子小

yếu chân chạy trước 笨鸟先飞

yếu điểm *d* 重点,关键: yếu điểm công tác 工作重点

yếu đuối *t* 弱小,懦弱,脆弱

yếu hèn *t* 低能,无能,卑弱(= hèn yếu)

yếu kém *t* 差: trình độ yếu kém 水平差

yếu lĩnh *d* 要领: nắm vững yếu lĩnh 掌握要领

yếu lược *t* [旧]简要: sử yếu lược 简史

yếu như sên 软弱无力: tay chân yếu như sên 手脚无力

yếu ớt *t* 软弱,微弱: hơi thở yếu ớt 微弱的呼吸

yếu thế *d* 弱势: ở vào yếu thế 处于弱势

yếu tim *d* 心衰,心肌衰竭

yếu tố *d* ①要素②因素

yoga *d* ①瑜伽派(印度哲学派别)②瑜伽术: tập yoga 练瑜伽

Z z

z, **Z** 拉丁文字母,常用于外来词

zê-rô *d* 零: zê-rô phẩy năm 零点五

zigzag *d* 曲折前进, Z 字形,之字形 *t* 曲折,弯曲

22

汉越部分

A a

ā

阿 ā[方] ❶anh;chị;chú;cô;bé:~玉 bé Ngọc ❷(dùng trước một số từ xưng hô về họ hàng): ~婆 bà; ~哥 anh
另见 ē

【阿飞】āfēi<名>[方]cao bồi; du côn

【阿公】āgōng<名>[方]❶bố chồng ❷ông nội ❸ông cụ

【阿拉伯】Ālābó<名>A-rập: ~国家 các nước A-rập

【阿拉伯人】Ālābórén người A-rập

【阿拉伯数字】Ālābó shùzì chữ số A-rập

【阿司匹林】āsīpǐlín aspirin

【阿姨】āyí<名>❶[方]dì; già; bác (cách xưng hô với chị, em gái của mẹ) ❷cô; dì: 张~ cô Trương ❸cô mẫu giáo;ô sin(xưng hô với người giúp việc trong nhà)

啊 ā<叹>a; chà; ôi: ~, 太漂亮了! Chà, đẹp quá!
另见 á, a

á

啊 á<叹>❶(tỏ ý dồn hỏi) nào; thôi: ~? 最后你同意了吗? Nào, rốt cuộc anh có đồng ý không? ❷(dùng để đề nghị nhắc lại cái gì) hả; ủa: ~? 你想回家了? Ủa, anh muốn về nhà rồi sao?
另见 ā, a

a

啊 a<助>❶(đặt ở cuối câu cảm thán, với ý ca ngợi) quá; thật: 景色真美 ~! Cảnh sắc đẹp thật! ❷(đặt ở cuối câu tường thuật để bày tỏ tình cảm) nhỉ; đấy; vậy: 你这样说也有道理~! Anh nói thế cũng có lí đấy! ❸(đặt ở cuối câu, biểu thị giọng thúc giục hoặc dặn dò) nhé; đi; thôi: 一会 儿就好了~! Chỉ một lát là xong thôi mà! ❹(đặt ở cuối câu, biểu thị giọng nghi vấn) hả; chứ: 他还走不 走~?Anh ta có đi hay không hả? ❺(đặt ở giữa câu để ngắt giọng) ấy mà; ấy ư; đó mà: 我~, 什么时候 去都行. Tôi ấy ư, lúc nào đi cũng được. ❻(đặt sau những hạng mục liệt kê) nào...nào...; ...này...này: 鸡 ~, 鸭~, 养了一大群. Nào gà, nào vịt, nuôi cả một đàn. ❼(đặt sau động từ lặp lại, biểu thị quá trình dài) mãi: 我等~, 等~, 好不容易才 等到了公共汽车. Tôi đợi mãi mới có chiếc xe buýt đến.
另见 ā, á

āi

哎 āi<叹>❶(tỏ ý ngạc nhiên hoặc không vừa lòng) ôi; ồ: ~, 你怎么 不早说! Ôi, sao mà anh không nói trước? ❷(tỏ ý nhắc nhở) này; nhé: ~, 明天早点来啊! Này, ngày mai đến sớm nhé!

【哎呀】āiyā〈叹〉❶(tỏ ý ngạc nhiên) chà; ái chà; ơ kìa: ~, 好大的雨呀! Chà, mưa to thế! ❷(tỏ ý trách móc, nuối tiếc...) trời; trời ơi

【哎哟】āiyō〈叹〉(tỏ ý ngạc nhiên, đau đớn, tiếc nuối...) ôi; chao ôi; ối trời ơi; ấy chết

哀 āi❶〈形〉buồn; đau thương: 悲~ bi ai/buồn thương ❷〈动〉tưởng niệm; để tang: 默~ mặc niệm❸〈动〉xót thương; thương hại: ~其不幸 thương nó gặp bất hạnh

【哀愁】āichóu〈形〉buồn rầu; u sầu; buồn bã

【哀悼】āidào〈动〉thương nhớ; tưởng nhớ; tưởng niệm (người chết)

【哀号】āiháo〈动〉gào khóc thảm thiết

【哀求】āiqiú〈动〉van xin

【哀伤】āishāng〈形〉buồn thương; đau thương

【哀思】āisī〈名〉tình cảm nhớ thương; nỗi buồn nhớ; niềm thương nhớ: 寄托~ gửi gắm niềm thương nhớ

【哀叹】āitàn〈动〉than vãn; than thở: ~不幸 than thở gặp bất hạnh

【哀痛】āitòng〈形〉đau thương; đau buồn

【哀怨】āiyuàn〈形〉ai oán; đau thương oán hận

【哀乐】āiyuè〈名〉nhạc buồn; nhạc tang

埃 āi〈名〉đất bụi; tro bụi: 尘~ bụi bặm

挨 āi❶〈动〉sát; kề; liền: ~着坐 ngồi kề bên nhau; 游客一个~一个地走进博物馆。Du khách từng người một nối tiếp bước vào nhà bảo tàng. ❷〈介〉lần lượt; từng...một; theo (thứ tự): ~家~户搜查 khám từng nhà một
另见ái

【挨边】āibiān❶〈动〉men theo lề ❷〈动〉gần; suýt soát; xấp xỉ (một số lượng nào đó, phần lớn chỉ tuổi tác): 我爸八十~儿了。Bố tôi gần tám mươi tuổi rồi. ❸〈形〉sát với tình hình thực tế; sát thực tế

【挨个儿】āigèr〈副〉[口]từng...một; theo thứ tự; lần lượt

【挨家挨户】āijiā-āihù từng nhà từng hộ

【挨近】āijìn〈动〉tựa sát; kề sát; tiếp giáp; kề liền: 我们村~火车站。Thôn chúng tôi kề sát ga xe lửa.

唉 āi〈叹〉❶(tiếng đáp) ừ; ờ; vâng: ~, 我马上来。Ờ, tôi đến ngay. ❷(tiếng thở than) ôi; than ôi: ~! 他被癌症夺去了生命。Ôi, ông ấy đã qua đời vì bệnh ung thư.

【唉声叹气】āishēng-tànqì than ngắn thở dài; than vắn thở dài

ái

挨 ái〈动〉❶bị; chịu; phải: ~打 bị đánh; ~连累 bị liên luỵ ❷sống khổ sở; sống lần hồi: ~日子 lần hồi qua ngày ❸nấn ná; dềnh dàng; lần lữa; kéo dài: ~时间 kéo dài thời gian
另见āi

【挨饿】ái'è〈动〉nhịn đói; chịu đói

【挨罚】áifá〈动〉bị phạt

【挨骂】áimà〈动〉bị chửi

【挨宰】áizǎi〈动〉[口]bị ăn chặn; bị chém

【挨揍】áizòu〈动〉[口]chịu đòn

癌 ái〈名〉ung thư: 胃~ ung thư dạ dày; 皮肤~ ung thư da

【癌变】áibiàn〈动〉biến chứng thành ung thư (từ u lành sang u ác tính)

【癌细胞】áixìbāo〈名〉tế bào ung thư

【癌症】áizhèng〈名〉bệnh ung thư

A

ǎi

矮 ǎi〈形〉❶thấp; lùn: 他长得比我~。Anh ấy thấp hơn tôi. ❷(độ cao) thấp: ~墙 tường thấp ❸kém bậc: ~一级 thấp hơn một bậc

【矮胖】ǎipàng〈形〉béo lùn

【矮小】ǎixiǎo〈形〉thấp bé

【矮子】ǎizi〈名〉chú lùn; người lùn

ài

艾 ài〈名〉[植物]cây ngải cứu: ~草 rau ngải cứu

【艾绒】àiróng〈名〉[中医]vụn ngải cứu khô; ngải nhung; bột ngải

【艾滋病】àizībìng〈名〉bệnh SIDA; AIDS

爱 ài〈动〉❶yêu; thương; thích; mến: ~国 yêu nước; 拥军~民 nhân dân ủng hộ bộ đội, bộ đội quý mến nhân dân ❷ưa; thích: ~踢足球 thích đá bóng ❸quý trọng: ~公物 quý trọng của công ❹hay; dễ: ~发脾气 dễ nổi giận

【爱不释手】àibùshìshǒu thích đến mức không nỡ rời tay; ham thích đến mê mệt

【爱称】àichēng〈名〉tên gọi yêu

【爱戴】àidài〈动〉kính yêu; yêu quý; yêu mến

【爱抚】àifǔ〈动〉yêu thương vỗ về; vuốt ve âu yếm: 母亲~着孩子, 让他入睡。Mẹ vỗ về cho con ngủ.

【爱好】àihào❶〈动〉yêu chuộng; ham thích: ~打太极拳 ham thích môn thái cực quyền ❷〈名〉sở thích

【爱护】àihù〈动〉bảo vệ; quý trọng; giữ gìn: ~公物 giữ gìn của công

【爱怜】àilián〈动〉cưng yêu; âu yếm; mến thương

【爱恋】àiliàn〈动〉yêu say đắm; phải lòng: ~故乡 yêu thiết tha quê hương

【爱面子】ài miànzi sĩ diện; tự ái; sợ mất thể diện

【爱莫能助】àimònéngzhù thương nhưng không giúp được

【爱慕】àimù〈动〉❶hâm mộ; ưa thích; ưa chuộng: ~虚荣 chuộng hư danh ❷yêu; mến mộ: 互相~ mến mộ nhau

【爱情】àiqíng〈名〉ái tình; tình yêu

【爱人】àiren〈名〉❶vợ; chồng: 您~还好吗? Vợ ông có khoẻ không? ❷người yêu

【爱屋及乌】àiwū-jíwū yêu ngôi nhà yêu luôn cả con quạ đậu trên nóc nhà; yêu nhau yêu cả đường đi lối về; yêu nhau củ ấu cũng tròn

【爱惜】àixī〈动〉❶quý trọng; giữ gìn; chăm sóc ❷cưng yêu; chăm sóc

【爱心】àixīn〈名〉tình thương yêu

【爱憎分明】àizēng-fēnmíng yêu ghét rõ ràng

隘 ài❶〈形〉nhỏ; hẹp; hẹp hòi: 林深路~ rừng sâu đường hẹp; 气量狭~ bụng dạ hẹp hòi ❷〈名〉ải; cửa ải: 要~ cửa ải hiểm yếu

【隘口】àikǒu〈名〉hẻm núi

碍 ài〈动〉vướng; cản trở: 妨~交通 cản trở giao thông

【碍事】àishì❶〈动〉cản trở công việc; vướng víu; bất tiện ❷〈形〉nghiêm trọng; hệ trọng; can hệ: 不~ không can gì

【碍手碍脚】àishǒu-àijiǎo vướng chân vướng tay

暖 ài〈形〉[书]u ám

【暧昧】àimèi〈形〉❶(thái độ, ý đồ) nhập nhằng; mập mờ; lèm nhèm ❷(hành vi) đen tối; mờ ám; nhập nhằng: 据说他们两人关系~。Nghe nói quan hệ của hai người đó rất nhập nhằng.

ān

安¹ ān❶〈形〉yên; ổn định: ~睡 ngủ ngon; 坐立不~ đứng ngồi không

yên;心不能~ lòng không được an
❷<动>làm cho yên; an ủi; xoa dịu: ~
神 an thần❸<动>vừa lòng; thoải mái:
随遇而~ bằng lòng với mọi hoàn cảnh
❹<形>bình an; an toàn: 居~思危 lúc
bình an lo cơn hoạn nạn ❺<动>lắp
ráp; đặt: ~锁 lắp khóa ❻<动>đặt; bố
trí; xếp đặt; sắp xếp: 把我~在哪儿都
行. Sắp xếp cho tôi ở đâu cũng được.
❼<动>gắn; khép (tội): ~头衔 gắn hàm
tước ❽<动>rắp (tâm); ôm; mang: 不~
好心 rắp tâm làm xấu

安² ān<量>ampe

【安插】ānchā<动>cài; đặt: 在对方
队伍中~自己的人. Cài người vào
hàng ngũ đối phương.

【安定】āndìng❶<形>yên ổn; ổn định
❷<动>làm yên; xoa dịu: 他闭上
眼睛，慢慢~自己的情绪. Anh ta
nhắm mắt lại, từ từ làm dịu lòng
mình.

【安顿】āndùn❶<动>thu xếp ổn thỏa;
sắp xếp thỏa đáng ❷<形>yên; yên
ổn: 睡不~ ngủ không yên

【安放】ānfàng<动>bày đặt; đặt; xếp
gọn

【安分守己】ānfèn-shǒujǐ an phận
thủ thường

【安家】ānjiā<动>❶thu xếp gia đình;
ở ❷lập gia đình; kết hôn: 我刚毕
业，还没有~的打算. Em vừa mới
tốt nghiệp, còn chưa có ý định lập
gia đình.

【安检】ānjiǎn<动>kiểm soát an toàn

【安静】ānjìng<形>❶yên tĩnh; yên
lặng: 保持~ giữ trật tự ❷yên; yên
ổn ❸trầm tĩnh; cẩn trọng

【安居乐业】ānjū-lèyè an cư lạc
nghiệp

【安理会】Ānlǐhuì<名>Hội đồng Bảo
an (Liên hợp quốc)

【安眠】ānmián<动>❶ngủ ngon; yên
giấc ❷yên nghỉ: 卡尔·马克思~在
此. Các Mác yên nghỉ ở đây.

【安宁】ānníng<形>❶an ninh; thanh

bình: 确保边境~ đảm bảo an ninh
của vùng biên giới ❷yên; thanh
thản

【安排】ānpái<动>xếp đặt; sắp đặt;
bố trí: ~妥当 sắp đặt thỏa đáng

【安培】ānpéi<量>[电学]ampe; am-pe

【安全】ānquán<形>an toàn: 遵守交
通~法规 tuân theo luật lệ an toàn
giao thông

【安全带】ānquándài<名>dây an toàn

【安全门】ānquánmén<名>cửa an
toàn; lối sơ tán khán giả; cửa thoát
hiểm

【安全套】ānquántào<名>bao cao su;
bao tránh thai; ca-pốt

【安然无恙】ānrán-wúyàng bình
yên khỏe mạnh; bình yên vô sự

【安身】ānshēn<动>nương thân; an
thân; ở

【安神】ānshén<动>an thần: ~剂
thuốc an thần

【安危】ānwēi<名>an toàn và nguy
hiểm

【安慰】ānwèi❶<动>an ủi; khuyên
giải ❷<名>niềm an ủi: 这小女孩是
她父母莫大的~. Cô con gái này là
niềm an ủi lớn của bố mẹ.

【安稳】ānwěn<形>❶ổn định; bình
ổn ❷yên ổn; yên bình: 过~日子
sống yên ổn ❸cử chỉ bình tĩnh già
dặn

【安息】ānxī<动>❶an giấc; ngủ ngon
❷yên nghỉ; yên giấc nghìn thu

【安详】ānxiáng<形>yên lành; ung
dung; khoan thai: 神情~ dáng vẻ
ung dung

【安享】ānxiǎng<动>an hưởng: ~晚年
an hưởng tuổi già

【安心】ānxīn<形>yên tâm; an tâm;
yên lòng: ~工作 yên tâm làm việc

【安逸】ānyì<形>an nhàn; nhàn hạ
thoải mái

【安于】ānyú<动>yên lòng với; bằng
lòng với: ~清贫 bằng lòng với sự
nghèo khốn

A

【安葬】ānzàng〈动〉an táng; chôn cất

【安置】ānzhì〈动〉bố trí; sắp xếp; xếp đặt: ~灾民 bố trí cho người dân bị nạn

【安装】ānzhuāng〈动〉lắp; lắp đặt: ~空调机 lắp máy điều hòa

桉 ān〈名〉bạch đàn; cây khuynh diệp

氨 ān〈名〉[化学]amoniac

【氨基酸】ānjīsuān〈名〉axit amino

【氨气】ānqì〈名〉khí amoniac

庵 ān〈名〉❶[书]lều tranh ❷am; chùa: 尼姑~ am ni cô

鹌 ān

【鹌鹑】ānchún〈名〉chim cun cút; chim cút

鞍 ān〈名〉cái yên: 马~ yên ngựa

【鞍马】ānmǎ〈名〉❶[体育]bộ ngựa gỗ tay quay ❷[体育]môn thể dục dụng cụ ngựa gỗ tay quay ❸yên và ngựa; cuộc đời yên cương

ǎn

俺 ǎn〈代〉[方]❶chúng tôi: ~几个都去。Mấy anh em chúng tôi đều đi. ❷tôi: ~去去就回。Tôi đi một chút là về ngay.

àn

岸 àn〈名〉bờ: 江~ bờ sông ❷〈形〉[书]cao lớn: 伟~的身躯 thân hình vạm vỡ ❸〈形〉[书]cao ngạo; ngông nghênh

按¹ àn❶〈动〉ấn; bấm; đè: ~门铃 bấm chuông ❷〈动〉im đi; gác lại; để lại: 他把下属的市场调查报告~下了。Ông ta im đi bản báo cáo điều tra thị trường của cấp dưới. ❸〈动〉nén; kìm; ức chế: 他极力~住自己激动的情绪。Anh ta cố kìm nén sự xúc động của mình. ❹〈动〉[方]đặt: ~金 tiền đặt cọc ❺〈介〉theo; dựa vào: 每篮苹果~二十元计算。Mỗi làn táo tính 20 đồng RMB.

按² àn〈动〉❶[书]tra cứu; đối chiếu ❷chú giải; ghi thêm: 编者~ lời soạn giả

【按比例】àn bǐlì theo tỉ lệ: ~划分phân phối theo tỉ lệ; ~计算 tính theo tỉ lệ

【按部就班】ànbù-jiùbān theo đúng trình tự; theo đúng bài bản

【按键】ànjiàn〈名〉phím; then; núm bấm bằng tay

【按揭】ànjiē〈动〉cầm cứ; cầm của để vay tiền

【按劳分配】ànláo fēnpèi hưởng theo lao động; phân phối theo lao động

【按摩】ànmó〈动〉xoa bóp; mát xa: ~疗法 phép chữa bằng mát xa

【按钮】ànniǔ〈名〉nút bấm

【按期】ànqī〈副〉đúng kì hạn; theo hạn định; đúng hẹn

【按时】ànshí〈副〉đúng giờ; đúng thời gian; đúng lúc

【按压】ànyā〈动〉❶ấn; bấm: ~穴位 bấm huyệt ❷nén; kìm; ức chế

【按照】ànzhào〈介〉theo; chiếu theo; thể theo; dựa theo: ~惯例 theo lệ thường

案 àn〈名〉❶cái bàn dài: 书~ bàn đọc sách ❷mâm gỗ: 举~齐眉 bưng mâm ngang mày (ví vợ chồng mến trọng nhau) ❸vụ án; vụ kiện: 破~ phá án; 报~ trình báo vụ án ❹hồ sơ lưu trữ; biên bản: 记录在~ ghi chép trong biên bản; 备~ lập hồ sơ ❺văn bản kiến nghị: 方~ phương án; 决议草~ bản dự thảo nghị quyết

【案板】ànbǎn〈名〉cái thớt

【案底】àndǐ〈名〉tiền án; tiền sự

【案发】ànfā〈动〉xảy ra vụ án: ~地点 địa điểm xảy ra vụ án

【案犯】ànfàn〈名〉bị can; người gây án

【案件】ànjiàn〈名〉vụ án; vụ kiện: 民事~ vụ án dân sự; 公诉~ vụ kiện

A

công tố

【案卷】ànjuàn〈名〉hồ sơ lưu trữ; tài liệu lưu trữ; hồ sơ lưu

【案例】ànlì〈名〉vụ án; vụ kiện

【案情】ànqíng〈名〉tình tiết vụ án

【案头】àntóu〈名〉❶trên bàn giấy ❷công việc phân tích kịch bản

【案子】ànzi〈名〉❶bàn dài; cái thớt: 肉~ phản thịt ❷vụ án; vụ kiện: 审~ xử án

暗 àn〈形〉❶(ánh sáng) tối; tối tăm; mờ: 拉上窗帘后，整个房间~了下来。Sau khi kéo rèm cửa sổ lại, căn phòng tối mịt. ❷ngầm; thầm; kín: 心中~喜 trong bụng mừng thầm ❸(bụng dạ) tối; quáng; mù mờ ❹(màu sắc) tối; thẫm; sẫm

【暗暗】àn'àn〈副〉thầm; ngấm ngầm; trộm: ~称奇 khen thầm

【暗藏】àncáng〈动〉giấu; chứa ngầm

【暗处】ànchù〈名〉❶chỗ tối ❷chỗ kín; chỗ bí mật

【暗淡】àndàn〈形〉❶mờ tối; u ám ❷mờ nhạt: ~的色彩 sắc màu mờ nhạt ❸mờ mịt; ảm đạm; không có gì để hi vọng

【暗地里】àndìlǐ〈名〉ngầm; sau lưng; lén lút: ~活动 hoạt động sau lưng

【暗访】ànfǎng〈动〉phỏng vấn ngầm; khám xét ngầm

【暗号】ànhào〈名〉ám hiệu

【暗礁】ànjiāo〈名〉❶đá ngầm; cồn chìm ❷trở ngại ngầm; nguy hiểm ngầm: 成功的道路上会充满~。Con đường đi đến thành công có nhiều trở ngại tiềm ẩn.

【暗恋】ànliàn〈动〉yêu thầm

【暗杀】ànshā〈动〉ám sát; giết ngầm

【暗示】ànshì〈动〉❶ra hiệu ngầm; ngầm báo ❷[心理]ám thị: ~疗法 cách chữa ám thị

【暗送秋波】ànsòng-qiūbō❶liếc mắt đưa tình ❷lén lút câu kết

【暗算】ànsuàn〈动〉thanh toán ngầm; ám hại; hại ngầm

【暗喜】ànxǐ〈动〉mừng thầm

【暗箱操作】ànxiāng cāozuò lợi dụng chức quyền ngầm ngầm làm những việc bất công, bất chính

【暗语】ànyǔ〈名〉mật khẩu; tiếng lóng

【暗中】ànzhōng〈名〉❶trong bóng tối ❷ngầm; lén: ~参与 ngầm ngầm tham gia

【暗自】ànzì〈副〉ngầm; thầm kín; thầm lặng tự mình: ~落泪 thầm rơi nước mắt

āng

肮 āng

【肮脏】āngzāng〈形〉❶bẩn; bẩn thỉu; nhớp nhúa: ~的环境 môi trường bẩn thỉu ❷đê tiện; xấu xa: ~的勾当 mánh khóe xấu xa

áng

昂 áng❶〈动〉ngẩng; cất cao (đầu): ~起头 ngẩng cao đầu ❷〈形〉cao; dâng cao: 慷慨激~ khảng khái hiên ngang

【昂贵】ángguì〈形〉đắt mắc; đắt đỏ: ~的礼物 món quà đắt đỏ

【昂首挺胸】ángshǒu-tǐngxiōng ngẩng đầu ưỡn ngực

【昂扬】ángyáng〈形〉❶dâng cao; bừng bừng; sôi sục ❷(giọng, tiếng) cao vút; vang cao

àng

盎 àng〈形〉tràn đầy; chan chứa; dạt dào

【盎司】àngsī〈量〉aoxơ (đơn vị trọng lượng Anh Mĩ, 1 aoxơ = 28,35g)

āo

凹 āo〈形〉lõm; trũng

【凹凸不平】āotū-bùpíng gồ ghề;

lồi lõm mấp mô; không bằng phẳng

【凹陷】āoxiàn〈动〉lõm xuống; hóp; trũng xuống

áo

熬 áo〈动〉❶nấu; hầm; ninh ❷sắc; đun lọc ❸chịu đựng

【熬日子】áo rìzi sống khổ sở; kéo dài thời gian

【熬药】áoyào〈动〉sắc thuốc

【熬夜】áoyè〈动〉thức khuya; thâu đêm

翱 áo〈动〉lượn

【翱翔】áoxiáng〈动〉bay lượn

ǎo

袄 ǎo〈名〉áo: 皮~ áo da; 夹~ áo kép

ào

拗 ào〈动〉trúc trắc; trục trặc; không thuận
另见 niù

【拗口】àokǒu〈形〉trúc trắc

傲 ào〈形〉kiêu ngạo; kiêu căng; tự cao; khinh người: 骄~ kiêu ngạo

【傲慢】àomàn〈形〉ngạo mạn; khinh người; khinh khinh

【傲气】àoqì❶〈名〉thái độ, tác phong tự cao ❷〈形〉kiêu căng; vênh váo; trịch thượng: 她可~了。Cô ta vênh váo lắm.

奥 ào❶〈形〉(ý nghĩa) sâu xa; thâm uyên; thâm áo; khó hiểu: 深~ sâu kín/uyên thâm ❷〈名〉góc nhà sâu kín: 堂~ gian sâu kín trong nhà

【奥林匹克运动会】Àolínpǐkè Yùndònghuì Đại hội Thể dục thể thao Olimpic

【奥秘】àomì〈名〉huyền bí; bí ẩn

【奥妙】àomiào〈形〉thần tình; huyền diệu; huyền nhiệm; thâm thúy

【奥运村】àoyùncūn〈名〉làng Olimpic

澳¹ ào〈名〉vũng; bến

澳² Ào〈名〉❶nước Úc ❷châu Úc; châu Đại Dương

【澳大利亚】Àodàlìyà Ô-xtrây-li-a; Úc: ~人 người Úc

懊 ào〈动〉buồn phiền; hối tiếc; hối hận

【懊悔】àohuǐ〈动〉áy náy; ân hận; hối hận

【懊恼】àonǎo〈形〉buồn bực; buồn phiền; bực tức

B b

bā

八bā<数>❶tám; bát: ~岁 tám tuổi; ~班 lớp số tám ❷số nhiều: ~辈子 đời đời kiếp kiếp

【八宝饭】bābǎofàn<名>xôi bát bảo; xôi ngọt thập cẩm

【八宝粥】bābǎozhōu<名>chè bát bảo; cháo bát bảo

【八成】bāchéng❶(数量)tám phần mười; tám mươi phần trăm: 有~的把握 nắm chắc được tám mươi phần trăm❷<副>quá nửa; chắc lẽ; cầm chắc: 他今天没来上课，~是病了。Hôm nay cậu ấy không đến lên lớp, chắc là đã bị ốm.

【八方】bāfāng<名>tám phương; tám hướng; mọi nơi chung quanh: 四面~ bốn phương tám hướng

【八哥】bāge<名>con sáo; yểng

【八卦】bāguà❶<名>bát quái; tám quẻ (càn, khôn, chấn, tốn, khảm, li, cấn, đoài) ❷<形>nói điêu

【八角】bājiǎo<名>[方]hồi hương; hồi; đại hồi

【八一建军节】Bā-Yī Jiànjūn Jié Ngày thành lập Quân Giải phóng Nhân dân Trung Quốc (mồng 1 tháng 8)

【八月】bāyuè<名>tháng tám

【八字】bāzì<名>tướng số; mệnh số

巴bā❶<动>[方]mong; ngóng; trông mong ❷<动>bám; gắn chặt: ~在墙上 bám trên tường ❸<动>bén; dính;

食物~锅了。Thức ăn bị sát chảo. ❹<名>cháy (cơm): 锅~ miếng cháy

巴²bā<名>xe buýt

巴³bā<量>barơ (đơn vị đo áp suất)

【巴不得】bābudé[口]chỉ mong sao; ước gì; những mong sao

【巴结】bājie<动>nịnh nọt; ôm chân: ~老板 bợ đỡ ông sếp

【巴士】bāshì<名>[方]xe buýt (bus)

【巴亭广场】Bātíng Guǎngchǎng Quảng trường Ba Đình

【巴望】Bāwàng[方]❶<动>trông mong; mong mỏi; mong ngóng ❷<名>điều trông mong

【巴掌】bāzhang<名>bàn tay

扒bā<动>❶vin; vịn; bíu; víu: ~在窗台上 vịn vào bệ cửa sổ ❷cào; bới; đào: ~土 đào đất ❸vạch; rẽ; đẩy; bới: ~开草丛 bới lùm cỏ ❹bóc; cởi; bỏ; lột: ~落衣服 lột áo ra
另见pá

【扒车】bāchē<动>bíu leo lên tàu xe

【扒拉】bāla<动>[口]❶gảy (bàn tính) ❷gạt đi; gạt bỏ

芭bā<名>cỏ ba thơm (một loại thảo mộc có mùi thơm trong sách cổ)

【芭比娃娃】Bābǐ wáwa búp bê Baby; Barbie

【芭蕉】bājiāo<名>chuối tây

【芭蕾舞】bālěiwǔ<名>múa ba-lê

吧¹bā<拟>đánh rắc: ~的一声 "rắc" một tiếng

吧²bā<名>bar (phiên âm tiếng Anh, chỉ nhà hàng, quán, tiệm): 酒~ bar rượu; 网~ tiệm Internet

另见 ba

【吧台】bātái<名>quầy bar

疤 bā<名>❶(vết) sẹo: 伤口已经结～。Vết thương đã thành sẹo. ❷vệt; vết sần: 碗上有个～。Trên bát có một vết sần.

【疤痕】bāhén<名>sẹo; ve; vệt

捌 bā<数>(chữ "八" viết kép) tám

bá

拔 bá<动>❶nhổ; rút; tuốt: ～草 nhổ cỏ ❷hút ra: ～毒 hút nọc độc ra ❸cất nhắc; đề bạt; chọn dùng: 选～ lựa chọn cất nhắc; 提～ đề bạt ❹cất cao; nâng cao: ～起嗓子喊 cất cao giọng hò hét ❺nhô lên; vượt trên: 出类～萃 nổi hẳn lên ❻cướp lấy; đoạt; nhổ: ～寨 nhổ trại

【拔除】báchú<动>nhổ bỏ; dọn sạch; ～智齿 nhổ bỏ răng khôn

【拔刀相助】bádāo-xiāngzhù ra tay cứu trợ; tuốt gươm trợ giúp

【拔罐子】bá guànzi[中医]giác (chữa bệnh)

【拔河】báhé<名>kéo co

【拔尖儿】bájiānr❶<形>xuất chúng; nổi bật; siêu hạng: 学习成绩～ thành tích học tập nổi bật ❷<动>chơi trội; tự đề cao

【拔苗助长】bámiáo-zhùzhǎng nhổ mạ lên cho chóng lớn; nóng vội muốn chóng thành công

【拔丝】básī<动>❶kéo (kim loại) thành thanh; kéo thành sợi ❷(cách nấu) thắng đường: ～香蕉 chuối thắng đường

【拔腿】bátuǐ<动>❶sải chân; rảo bước ❷bứt khỏi; dứt ra; rút chân ra: 他工作太忙，拔不开腿。Anh ấy quá bận việc đến mức không dứt ra được.

【拔牙】báyá<动>nhổ răng

跋 bá<动>trèo; vượt; băng

【跋山涉水】báshān-shèshuǐ trèo đèo lội suối; vượt núi băng ngàn

【跋涉】báshè<动>lặn lội; trèo non lội nước: 长途～ lặn lội đường sá xa xôi

bǎ

把 bǎ❶<动>cầm; nắm: ～舵 cầm lái ❷<动>xi (trẻ ia, đái): ～尿 xi đái ❸<动>ôm giữ; ôm đồm: ～住很多事情 ôm đồm nhiều việc ❹<动>giữ; canh; gác; coi: ～大门 gác cổng ❺<动>[口]dựa; sát: ～着门口坐 ngồi sát cửa ❻<动>nẹp chặt; đánh đai; bó: ～伤口 nẹp chặt vết thương ❼<动>[方]cho; đưa cho: ～来做伞 đưa cho làm ô ❽<名>tay lái xe: 车～ tay lái xe ❾<名>bó; nắm; mớ; vốc: 草～ bó cỏ ❿<量>(dùng cho vật có tay cầm, chuôi, cán) cái; chiếc; con: 一～刀 một con dao; 一～扇子 một cái quạt ⓫<量>vốc; nắm (số lượng vốc được trong bàn tay): 一～米 một nắm gạo ⓬<量>(dùng cho một số sự vật trừu tượng): 一～年纪 một đống tuổi; 拉他一～ kéo anh ta một cái ⓭<介>đem ⓮<助>chừng; gần; ngót; xấp xỉ: 个～月 chừng một tháng; 百～人 ngót trăm người ⓯<名>kết nghĩa

另见 bà

【把柄】bǎbǐng<名>❶cán; chuôi; tay cầm; tay nắm ❷thóp; chỗ yếu

【把持】bǎchí<动>❶nắm giữ; cầm; lũng đoạn ❷cầm; nén; ức chế (tình cảm): ～住内心的冲动 kìm nén nỗi xúc động trong lòng

【把关】bǎguān<动>❶giữ cửa ải; trấn cửa ải ❷nắm khâu; kiểm soát: 层层～ nắm từng khâu

【把脉】bǎmài<动>[中医]bắt mạch; coi mạch

【把手】bǎshou<名>❶tay nắm; tay cầm ❷quai; quai xách; chuôi

【把守】bǎshǒu<动>coi giữ; trông

giữ; đứng gác; canh giữ; trấn giữ (nơi xung yếu): 分兵~ chia quân canh giữ

【把握】bǎwò❶<动>cầm; nắm; nắm chắc: ~方向盘 nắm chắc vô lăng ❷<动>nắm bắt; nắm lấy (cái trừu tượng): ~时机 nắm bắt thời cơ ❸<名>chắc; chắc chắn; ăn chắc

【把戏】bǎxì<名>❶tạp kĩ; xiếc: 看~ xem xiếc ❷trò; trò bịp; manh lới: 耍~ làm trò

靶 bǎ<名>bia (để ngắm bắn): 打~ bắn bia/tập bắn; 移动~ bia di động

【靶场】bǎchǎng<名>sân tập bắn; bãi bắn bia; sân bắn bia

【靶心】bǎxīn<名>hồng tâm; tim bia

【靶子】bǎzi<名>bia (ngắm bắn)

bà

坝 bà<名>❶đập: 拦河~ đập ngăn nước ❷kè; đê: 堤~ đê đập ❸[方]bãi đất bằng phẳng ❹bãi bồi

把 bà<名>❶quai; cán; chuôi; tay cầm: 奖杯~儿 quai cúp ❷cuống (hoa, lá, quả): 苹果~儿 cuống trái táo
另见bǎ

爸 bà<名>[口]cha; bố; ba; thầy

【爸爸】bàba<名>[口]cha; bố; ba; thầy

罢 bà<动>❶ngừng; thôi; dừng: 欲~不能 muốn thôi mà chẳng được ❷cách; bãi miễn: ~职 miễn chức ❸xong; hết; đoạn: 听~ nghe xong

【罢工】bàgōng<动>bãi công; đình công

【罢课】bàkè<动>bãi khóa

【罢了】bàle<助>mà thôi; thôi

【罢免】bàmiǎn<动>cách chức; bãi nhiệm

【罢休】bàxiū<动>thôi; ngừng; nghỉ

霸 bà❶<名>bá chủ; trùm: 称~ làm bá chủ ❷<名>cường hào; (ác) bá:车匪

路~ kẻ cướp ác ôn trên xe và đường bộ ❸<名>chủ nghĩa bá quyền ❹<动>chiếm cứ; xưng bá: 独~一方 chiếm cứ một vùng

【霸道】bàdào<形>ngang ngược; xấc láo; hỗn xược: 性格~ tính tình ngang ngược

【霸气】bàqì<名>hỗn xược; xấc láo; ngang ngược

【霸气】bàqì<形>hách; hống hách

【霸权】bàquán<名>bá quyền

【霸占】bàzhàn<动>bá chiếm; chiếm đoạt

【霸主】bàzhǔ<名>❶bá chủ; ngôi bá (thời Xuân Thu) ❷chúa tể; ông trùm: 文坛~ chúa tể văn đàn

ba

吧 ba<助>❶thôi; đi; nào: 努力点~! Cố gắng thêm chút đi! ❷thôi (được); nhé; nhớ: 好, 我跟你走~! Thôi được, mình đi với cậu nhé! ❸chắc; chứ; sao: 这家具是新买的~? Đồ nội thất này chắc mới mua hả? ❹thì phải; chắc (phải): 是~, 他好像是这么说的。Chắc phải, anh ta hình như nói thế. ❺ư; chăng: 做~, 不好; 不做~, 也不好。Làm ư, chẳng hay; không làm ư, cũng chẳng hay.
另见bā

bāi

掰 bāi<动>bẻ; cạy; tách; gập: ~着手数数 gập ngón tay để đếm số; ~玉米 bẻ ngô; ~箱盖 cạy nắp hòm

【掰开】bāikāi<动>cạy ra

【掰手腕】bāi shǒuwàn bẻ cổ tay; đọ sức tay

bái

白¹bái❶<形>trắng; bạc: ~色 màu

trắng ❷<形>sáng; rạng; quang sáng: 天已发~。Trời đã sáng. ❸<形>rõ ràng; rõ; làm rõ: 真相大~ rõ chân tướng ❹<形>trắng không; không; suông; trống: 他今天早餐只吃了一碗~粥。Bữa sáng nay ông ấy chỉ ăn một bát cháo trắng. ❺<副>mất công; uổng phí; toi: ~活了一世 uổng phí một đời ❻<副>không phải trả tiền: ~给 cho không ❼<形>trắng (phản động): ~区人民 dân ở vùng trắng (vùng bọn phản động cai trị) ❽<动>lườm; nguýt: 她生气地~了我一眼。Cô ta tức giận lườm tôi một cái. ❾<名>việc tang: 邻家有~事。Nhà láng giềng có việc tang. //(姓) Bạch

白² bái<形>(âm đọc, chữ viết) sai; nhầm:他把字念~了。Cậu ấy đọc sai chữ.

白³ bái❶<动>nói rõ; trình bày; nói; kể:告~ giãi bày ❷<名>lời bạch: 独~ độc thoại ❸<名>bạch thoại: 半文半~ nửa văn ngôn nửa bạch thoại ❹<名>tiếng địa phương

【白案】báiàn<名>việc thổi cơm, làm bánh

【白白】báibái<副>❶mất công; uổng phí; toi: ~浪费时间 uổng phí thời gian ❷vô điều kiện; không phải trả tiền

【白班】báibān<名>[口]kíp ban ngày; ca ngày

【白菜】báicài<名>rau cải; cải thìa; cải thảo

【白痴】báichī<名>❶bệnh ngớ ngẩn; chứng ngốc ❷người mắc chứng si đần ❸người ngớ ngẩn; thằng ngốc

【白炽灯】báichìdēng<名>đèn điện sáng trắng

【白醋】báicù<名>giấm trắng

【白搭】báidā<动>[口]vô ích; vô tích sự; công toi; phí sức

【白带】báidài<名>bạch đới (khí hư phụ nữ)

【白饭】báifàn<名>❶cơm không (không có thức ăn) ❷những thứ cho không

【白费】báifèi<动>uổng phí; mất toi; uổng công: ~力气 uổng phí sức lực

【白粉】báifěn<名>❶phấn (trang điểm) màu trắng ❷[方]vôi (quét tường) ❸[方]hê-rô-in

【白宫】Bái Gōng<名>Nhà Trắng

【白果】báiguǒ<名>(cây, quả) ngân hạnh; bạch quả

【白鹤】báihè<名>(chim) hạc trắng; bạch hạc; sếu trắng; cò trắng

【白喉】báihóu<名>[医]bệnh bạch hầu; bệnh yết hầu

【白话】¹báihuà<名>lời nói suông; lời nói hão; lời nói vu vơ: 空口说~ nói vu vơ

【白话】²báihuà<名>bạch thoại

【白金】báijīn<名>bạch kim; platin

【白金汉宫】Báijīnhàn Gōng Điện Buckingham (hoàng cung nước Anh); hoàng gia Anh

【白净】báijìng<形>trắng nõn nà; trắng muốt

【白酒】báijiǔ<名>rượu trắng; rượu ngang; rượu tăm

【白卷】báijuàn<名>bài thi để trống

【白开水】báikāishuǐ<名>nước sôi; nước lã đun sôi

【白兰地】báilándì<名>rượu brandi (brandy); rượu mạnh

【白领】báilǐng<名>công chức; lao động trí óc

【白鹭】báilù<名>[动物]cò trắng

【白露】báilù<名>tiết Bạch lộ

【白马王子】báimǎ wángzǐ bạch mã hoàng tử; ví chàng trai vẹn toàn nhất trong mắt các cô gái

【白茫茫】báimángmáng trắng xóa một màu

【白米】báimǐ<名>gạo trắng; gạo tẻ

【白面】báimiàn<名>bột mì

【白木耳】báimù'ěr<名>mộc nhĩ trắng; mộc nhĩ bạc

【白内障】báinèizhàng<名>chứng

đục thủy tinh; đục nhân mắt

【白嫩】báinèn<形>trắng nõn nà; trắng nõn; trắng mơn mởn

【白跑】báipǎo<动>chạy uổng công

【白皮书】báipíshū<名>sách trắng

【白旗】báiqí<名>❶cờ trắng; cờ hàng ❷cờ hiệu ngừng bắn giảng hòa

【白热化】báirèhuà gay gắt tột độ; căng thẳng tột cùng; quyết liệt

【白人】Báirén<名>người da trắng

【白肉】báiròu<名>❶thịt lợn luộc ❷thịt trắng (thịt gia cầm, tôm, cá, cua ít mỡ)

【白色】báisè<名>❶màu trắng; sắc trắng: ~金属 kim loại màu trắng ❷<形>trắng (chỉ phản động): ~政权 chính quyền trắng

【白事】báishì<名>việc tang chay; việc hiếu

【白手起家】báishǒu-qǐjiā tay trắng làm nên; tay không dựng nên cơ nghiệp

【白水】báishuǐ<名>nước lã đun sôi

【白糖】báitáng<名>đường trắng; đường tây; đường kính

【白天】báitiān<名>ban ngày

【白条】báitiáo<名>chứng từ viết tay; biên lai viết tay: 打~ làm chứng từ viết tay

【白头偕老】báitóu-xiélǎo (vợ chồng) trăm năm bạc đầu; hạnh phúc bên nhau trọn đời; bạc đầu giai lão; trăm tuổi về già; giai lão bách niên: 祝你俩~。Chúc anh chị bạc đầu trăm năm.

【白兔】báitù<名>thỏ trắng

【白皙】báixī<形>[书]trắng nõn; muốt; trắng ngần

【白细胞】báixìbāo<名>bạch huyết cầu

【白雪公主】báixuě gōngzhǔ công chúa Bạch Tuyết

【白血病】báixuèbìng<名>bệnh máu trắng; ung thư máu

【白眼】báiyǎn<名>nhìn khinh bỉ; khinh thị; coi thường

【白羊座】báiyángzuò<名>chòm sao Bạch dương

【白蚁】báiyǐ<名>con mối

【白银】báiyín<名>bạc; bạc trắng

【白玉】báiyù<名>bạch ngọc; ngọc lành

【白斩鸡】báizhǎnjī<名>thịt gà luộc

【白昼】báizhòu<名>ban ngày

拜 bái<动>chào; tạm biệt
另见bài

【拜拜】báibái<动>❶chào; tạm biệt ❷chia tay (kết thúc mối quan hệ)

bǎi

百 bǎi<数>❶trăm; một trăm: ~年好合 trăm năm hạnh phúc (mừng đám cưới) ❷bách; trăm; ví rất nhiều: ~草 bách thảo; ~货 bách hóa

【百般】bǎibān❶<副>bằng mọi cách; trăm phương nghìn kế; đủ ngón ❷(数量)đủ mọi loại; tất cả mọi thứ

【百倍】bǎibèi(数量)bội phần; gấp trăm lần

【百发百中】bǎifā-bǎizhòng❶trăm phát trăm trúng; bách phát bách trúng ❷làm việc gì chắc việc đó; ăn chắc

【百分比】bǎifēnbǐ<名>tỉ lệ phần trăm

【百分点】bǎifēndiǎn<名>điểm bách phân

【百分号】bǎifēnhào<名>kí hiệu bách phân; kí hiệu phần trăm

【百分之百】bǎifēnzhībǎi trăm phần trăm; toàn bộ: ~的羊绒 trăm phần trăm len casơmia

【百分制】bǎifēnzhì<名>thang điểm 100; quy chế cho điểm 100

【百感交集】bǎigǎn-jiāojí ngổn ngang trăm mối; trăm mối tơ vò; lòng dạ xốn xang

【百合】bǎihé<名>cây (củ) bách hợp

【百货】bǎihuò<名>bách hóa; tạp

hóa: ~公司 công ti bách hóa

【百家姓】bǎijiāxìng<名>Bách gia tính(sách ghi các họ phổ biến của người Trung Quốc)

【百科全书】bǎikē quánshū bách khoa toàn thư

【百里挑一】bǎilǐ-tiāoyī trăm chọn một; (được) lựa chọn kĩ càng; xuất sắc nhất

【百忙之中】bǎimángzhīzhōng giữa lúc đương bận tíu tít: 感谢您在~拨冗莅临。Cảm ơn ngài đang bận trăm việc đã bớt chút thì giờ tới dự.

【百万】bǎiwàn<数>trăm vạn; triệu

【百姓】bǎixìng<名>trăm họ; dân chúng

【百叶窗】bǎiyèchuāng<名>❶cửa chớp ❷cửa thông gió; lá gió

【百依百顺】bǎiyī-bǎishùn ngoan ngoãn nghe theo; chiều chuộng trăm bề

佰 bǎi<数>trăm ("百" viết kép)

柏 bǎi<名>cây bách; cây bá

【柏树】bǎishù<名>cây bách

【柏油】bǎiyóu<名>hắc ín; nhựa đường

【柏油路】bǎiyóulù<名>đường nhựa; đường rải nhựa

摆¹ bǎi❶<动>bày; xếp; dàn: ~碗筷 bày bát và đũa ❷<动>lòe; trộ; khoe: ~阔 khoe giàu ❸<动>lắc; lắc lư; lắc đi lắc lại: ~尾巴 lắc đuôi ❹<动>nói; bàn; trình bày: ~事实，讲道理 trình bày sự thật, nói ra lí lẽ ❺<名>quả lắc (đồng hồ): 钟~ quả lắc đồng hồ ❻<名>con lắc

摆² bǎi<名>gấu: 下~ gấu áo; 后~ gấu sau

【摆布】bǎibù<动>❶xếp đặt; sắp xếp; bố trí ❷chi phối; điều khiển; thao túng: 任人~ mặc cho người ta thao túng

túng

【摆地摊】bǎi dìtān bày quầy; bày sạp hàng; bày bán via hè

【摆动】bǎidòng<动>lúc lắc; lắc lư; đu đưa

【摆渡】bǎidù❶<动>chở qua sông; chở sang ngang: 把旅客~过河 chở du khách qua sông ❷<动>qua đò ❸<名>đò

【摆放】bǎifàng<动>bày; đặt; sắp xếp

【摆架子】bǎi jiàzi làm bộ; lên mặt; ra vẻ ta đây

【摆件】bǎijiàn<名>thứ trưng bày; đồ trang trí

【摆酒】bǎijiǔ<动>bày tiệc

【摆弄】bǎinòng<动>❶loay hoay; hí hoáy; tí toáy ❷điều khiển; chi phối: 受人~ bị người ta chi phối

【摆平】bǎipíng<动>❶đặt cho bằng phẳng; ví xử lí công bằng khéo léo: 关系摆不平 hài hòa quan hệ ❷[方]trừng trị

【摆设】bǎishè<动>bài trí; trưng bày

【摆设】bǎishe<名>❶đồ trang trí; đồ trưng bày; đồ bày biện: 书是用来读的，不是用来当~的。Sách là để đọc, không phải để làm vật trang trí. ❷đồ đẹp mà vô dụng

【摆手】bǎishǒu<动>❶xua tay; hươ tay: ~拒绝 xua tay từ chối ❷vẫy tay

【摆脱】bǎituō<动>thoát khỏi: ~贫困 thoát khỏi nghèo nàn

【摆样子】bǎi yàngzi ra dáng làm bộ; ra bô

bài

败 bài❶<动>thất bại; thua; bại: ~下阵来 bại trận ❷<动>đánh bại; đánh thắng: 甲队打~乙队。Đội A đánh bại đội B. ❸<动>hỏng; thất bại: 功~垂成 việc sắp thành mà hỏng ❹<动>hủy hoại; làm hỏng (việc): 身~名裂 hủy hoại danh tiếng ❺<动>

giải trừ; tiêu trừ; tiêu: ~毒 tiêu độc ❻<形>cũ rách; ươn; thối ❼<动>tàn tạ; úa tàn: ~叶 lá úa ❽<动>phá hại; làm tan nát: ~家 phá nhà/phá gia ❾<动>cảnh bị phá

【败坏】bàihuài<动>làm tổn hại; phá hoại ❷<形>suy sụp; suy đồi; bại hoại: 道德~ đạo đức bại hoại

【败火】bàihuǒ<动>thanh nhiệt; tiêu nhiệt; hạ hỏa; giải nhiệt

【败家】bàijiā<动>phá gia; phá tan gia nghiệp: 破财~ phá sản phá gia

【败类】bàilèi<名>kẻ hại loài (nòi); đồ mạt hạng; kẻ hư đốn

【败露】bàilù<动>bại lộ; bị phát giác; vỡ lở: 野心~ dã tâm bị lộ tẩy

【败退】bàituì<动>thua rút; bại trận; thua cuộc rút lui: 节节~ lần lượt thua cuộc rút lui

【败仗】bàizhàng<名>trận thua; trận bại

拜 bài<动>❶vái; lạy: 叩~ dập đầu vái lạy ❷mừng; chúc mừng: ~年 chúc tết ❸thăm; đi thăm ❹tôn; kết (quan hệ): ~师 tôn làm thầy ❺kính...: ~读 kính đọc
另见bái

【拜倒】bàidǎo<动>quỳ lễ; quỳ gối: 在石榴裙下 quỳ lạy mĩ nhân

【拜访】bàifǎng<动>thăm; thăm hỏi

【拜佛】bàifó<动>lễ Phật

【拜见】bàijiàn<动>yết kiến; đến chào

【拜年】bàinián<动>chúc Tết; chúc mừng năm mới

【拜师】bàishī<动>bái sư; nhận làm thầy; tôn làm sư phụ: ~学艺 tìm thầy học nghề

【拜寿】bàishòu<动>chúc thọ; mừng thọ

【拜托】bàituō<动>nhờ; kính nhờ; cậy: ~您帮个忙。 Kính nhờ ông giúp một tay.

【拜谢】bàixiè<动>bái tạ; vái tạ; cảm

tạ: 登门~ đến tận nhà bái tạ

bān

扳 bān<动>❶uốn; bẻ; vặn: ~手腕 bẻ cổ tay ❷gỡ lại: ~回一局 gỡ lại một ván

【扳倒】bāndǎo<动>❶vật ngã; làm cho đổ ❷đánh cho thua; đánh bại

【扳手】bānshou<名>❶tay quay; cờ lê ❷cần điều khiển; tay gạt

班 bān❶<名>lớp; tốp: 培训~ lớp huấn luyện ❷<名>ca; kíp; buổi làm việc: 夜~ ca đêm ❸<名>tiểu đội: 炊事~ tiểu đội nuôi quân ❹<名>gánh hát; phường trò: ~规 nội quy gánh hát ❺<量>tốp; nhóm; đám: 原~人马 đám người vốn có ❻<量>chuyến (khởi hành theo thời gian quy định): 末~车 chuyến xe cuối cùng

【班车】bānchē<名>xe chạy theo tuyến; xe đưa đón

【班次】bāncì<名>❶lớp; khối lớp ❷số chuyến

【班会】bānhuì<名>họp lớp

【班级】bānjí<名>khối lớp

【班门弄斧】bānmén-nòngfǔ múa rìu qua mắt thợ; đánh trống qua cửa nhà sấm

【班长】bānzhǎng<名>❶lớp trưởng ❷tiểu đội trưởng

【班主任】bānzhǔrèn<名>chủ nhiệm lớp

般 bān❶<量>thứ; loại; kiểu; cách: 这~辛苦 vất vả thế này❷<助>giống như; tựa như: 小鸟~清脆的声音 giọng thánh thót như chim hót

【般配】bānpèi<形>xứng đôi; đẹp đôi

颁 bān<动>ban bố; công bố; ban phát

【颁布】bānbù<动>ban bố; công bố

【颁发】bānfā<动>❶ban ra; phát ra; ban hành: ~法令 ban hành pháp lệnh ❷ban cho; trao; phát: ~奖状 trao bằng khen

B

【颁奖】bānjiǎng〈动〉trao thưởng: ~仪式 lễ trao giải thưởng

斑 bān ❶〈名〉chấm; vết; đốm; vằn; rằn: 雀~ tàn hương ❷〈形〉có vằn; có đốm: ~竹 tre vằn/trúc đốm; ~马 ngựa vằn

【斑白】bānbái〈形〉[书]đốm bạc; hoa râm: 两鬓~ hai mái tóc mai đốm bạc

【斑斑】bānbān〈形〉loang lổ; chi chít; lỗ chỗ; đầy rẫy: 污渍~ vết bẩn loang lổ

【斑点】bāndiǎn〈名〉lốm đốm; rằn ri

【斑鸠】bānjiū〈名〉chim cu; chim gáy

【斑马线】bānmǎxiàn〈名〉dải kẻ sọc ngang; lối đi bộ qua đường

搬 bān〈动〉❶khuân; chuyển; mang: ~东西 khuân đồ đạc ❷dời; dọn đi: ~新家 dọn đến nhà mới ❸dập khuôn làm theo

【搬家】bānjiā〈动〉❶dọn chuyển nhà ❷chuyển địa điểm; dời chỗ; di chuyển

【搬弄是非】bānnòng-shìfēi đặt điều thị phi

【搬迁】bānqiān〈动〉di chuyển; chuyển: ~出山区 di chuyển khỏi vùng núi

【搬移】bānyí〈动〉❶chuyển; dời ❷di chuyển; dời; dọn đi

【搬运】bānyùn〈动〉khuân vác; vận chuyển

【搬运工】bānyùngōng〈名〉công nhân bốc vác; cửu vạn

bǎn

板 bǎn ❶〈名〉ván: 木~ ván gỗ ❷〈名〉cánh cửa của hiệu buôn ❸〈名〉bảng đen ❹〈名〉cái phách: 檀~ cái phách (bằng gỗ đàn) ❺〈名〉nhịp; phách; tiết tấu: 慢~ nhịp chậm ❻〈形〉cứng nhắc; máy móc; cứng đờ: 呆~ cứng đờ ❼〈动〉nghiêm lại: ~着脸 nghiêm nét mặt lại ❽〈动〉kết rắn thành tảng

❾〈动〉[方]uốn nắn

【板报】bǎnbào〈名〉[口]báo bảng

【板材】bǎncái〈名〉vật liệu hình tấm; miếng như ván

【板擦儿】bǎncār〈名〉cái lau bảng

【板凳】bǎndèng〈名〉ghế băng; ghế dài

【板斧】bǎnfǔ〈名〉rìu to bản

【板块】bǎnkuài〈名〉❶bản khối: ~运动 bản khối di động ❷ví tổ hợp những bộ phận có liên quan

【板栗】bǎnlì〈名〉cây dẻ; hạt dẻ

【板书】bǎnshū❶〈动〉viết bảng ❷〈名〉chữ viết trên bảng

【板刷】bǎnshuā〈名〉bàn chải

【板子】bǎnzi〈名〉❶tấm ván; tấm; tấm gỗ ❷trượng

版 bǎn ❶〈名〉bản in; ván in: 排~ sắp chữ; 制~ chế bản ❷〈名〉bản in; bản xuất in: 翻~ bản in lại ❸〈量〉số lần (xuất bản): 第五~ xuất bản lần thứ 5 ❹〈量〉trang báo: 头~ trang nhất ❺〈名〉[书]ván khuôn

【版本】bǎnběn〈名〉bản; văn bản

【版画】bǎnhuà〈名〉tranh khắc; tranh ván khắc

【版面】bǎnmiàn〈名〉❶mặt trang (sách, báo) ❷(hình thức sắp xếp) trang in

【版权】bǎnquán〈名〉bản quyền (gồm quyền trước tác và bản quyền của nhà xuất bản): ~所有 bản quyền sở hữu

【版税】bǎnshuì〈名〉nhuận bút bản quyền (theo phần trăm đã thỏa thuận)

【版主】bǎnzhǔ〈名〉người chuyên trách quản lí cột, ô chính website

bàn

办 bàn ❶〈动〉làm; lo liệu; xử lí: ~手续 làm thủ tục ❷〈动〉lập; xây dựng; kinh doanh: ~企业 xây dựng xí nghiệp ❸〈动〉mua; sắm: ~年货 mua hàng Tết ❹<动>trừng trị; phạt; xử: 严~ nghiêm trị ❺<名>văn phòng; trụ sở

【办案】bàn'àn<动>xử lí vụ án; thụ lí vụ án

【办到】bàndào<动>làm nên; làm thành

【办法】bànfǎ<名>biện pháp; cách; phương pháp: ~多 nhiều biện pháp

【办公】bàngōng<动>làm việc: 现场 ~ xử lí tại hiện trường

【办公室】bàngōngshì<名>❶văn phòng; phòng giấy ❷phòng làm việc

【办理】bànlǐ<动>làm; giải quyết; xử lí

【办事】bànshì<动>làm việc; phục vụ

【办事处】bànshìchù<名>cơ quan đại diện; trụ sở

【办事员】bànshìyuán<名>cán sự

半 bàn ❶<数>một nửa; rưỡi: ~年 nửa năm; 减~ giảm bớt một nửa ❷<数>giữa; nửa; lưng chừng: 三更~夜 canh ba nửa đêm ❸<数>rất ít; chút ít; tí ti: 一星~点 tí tẹo ❹<副>không hoàn toàn; hơi: ~开玩笑 nửa đùa nửa thật

【半百】bànbǎi<数>năm mươi

【半辈子】bànbèizi<名>nửa đời người; nửa đời

【半边】bànbiān<名>nửa; một nửa; nửa phía

【半成品】bànchéngpǐn<名>bán thành phẩm

【半岛】bàndǎo<名>bán đảo: 雷州~ bán đảo Lôi Châu

【半点儿】bàndiǎnr<数量>tí chút; một chút; mảy may

【半价】bànjià<名>nửa giá: ~出售 bán với nửa giá

【半截儿】bànjiér<数量>một nửa; nửa mẩu; nửa chừng: ~粉笔 mẩu phấn viết

【半斤八两】bànjīn-bāliǎng kẻ tám lạng; người nửa cân; chẳng khác gì nhau

【半径】bànjìng<名>bán kính

【半决赛】bànjuésài<名>bán kết

【半路】bànlù<名>❶một nửa chặng đường ❷nửa chừng; giữa chừng; ví dụ sự việc đang trong quá trình tiến hành: 工作正忙，他没法~走开。Anh ấy đang bận việc, không thể bỏ đi giữa chừng.

【半球】bànqiú<名>bán cầu

【半山腰】bànshānyāo<名>sườn núi; lưng chừng núi

【半生不熟】bànshēng-bùshú ❶chưa chín hẳn; dở sống dở chín; sượng ❷không thạo; không thành thạo; ú ớ

【半数】bànshù<名>nửa số

【半死不活】bànsǐ-bùhuó sống dở chết dở; nửa sống nửa chết; ngắc ngoải

【半天】bàntiān（数量）❶nửa ngày; nửa buổi ban ngày: 前~ hồi sáng ❷lâu; hồi lâu

【半信半疑】bànxìn-bànyí nửa tin nửa ngờ; bán tín bán nghi

【半夜】bànyè<名>❶nửa đêm: 上~ nửa đêm trước; 下~ nửa đêm về sáng ❷nửa đêm; khuya; khuya khoắt

【半夜三更】bànyè-sāngēng nửa đêm canh ba; đêm khuya; đêm hôm khuya khoắt

扮 bàn<动>❶đóng vai; hóa trang; giả làm; đóng giả: 男~女装 trai đóng giả gái ❷pha trò

【扮鬼脸】bàn guǐliǎn làm xấu; nhăn mặt; làm mặt quỷ

【扮靓】bànliàng❶<动>diện ❷<形>ăn mặc diện

【扮演】bànyǎn<动>diễn vai; sắm vai

伴 bàn ❶<名>bạn: 舞~ bạn nhảy ❷<动>cùng (làm việc gì đó); kèm; theo

【伴郎】bànláng<名>phù rể

【伴侣】bànlǚ<名>bạn đời; bầu bạn

B

【伴娘】bànniáng〈名〉phù dâu

【伴随】bànsuí〈动〉theo; đi kèm; đi theo

【伴舞】bànwǔ〈动〉❶nhảy cùng ❷nhảy đệm; múa đệm

【伴奏】bànzòu〈动〉đệm nhạc

拌 bàn〈动〉❶xay; nhào; trộn; quấy: 搅~ quấy trộn; 凉~ món trộn ăn nguội/món nộm ❷cãi nhau; cãi lộn

【拌嘴】bànzuǐ〈动〉cãi nhau; cãi lộn

绊 bàn〈动〉vướng; vấp: ~倒 vấp ngã

【绊脚石】bànjiǎoshí〈名〉tảng đá ngáng chân; chướng ngại vật; hòn đá cản đường

瓣 bàn❶〈名〉cánh hoa: 花~ cánh hoa ❷〈名〉bành; ánh; nhánh; múi; tép: 蒜~儿 nhánh tỏi❸〈量〉phần; mảnh; miếng: 切成四~ bổ thành bốn miếng ❹〈名〉van ❺〈量〉cánh hoa (hoa, lá); nhánh; miếng

bāng

邦 bāng〈名〉nước; bang: 友~ nước bạn; 邻~ nước láng giềng; 联~ liên bang

【邦交】bāngjiāo〈名〉bang giao:~正常化 bình thường hóa quan hệ ngoại giao

帮 bāng❶〈动〉giúp đỡ; giúp; hộ: 互~ 互助 giúp đỡ lẫn nhau ❷〈动〉làm thuê: ~短工 làm mướn ❸〈名〉mạn; bên; thành; má: 鞋~ má giày❹〈名〉bẹ: 白菜~子 bẹ rau cải thảo ❺〈名〉đám; bọn; toán: 匪~ toán phỉ ❻〈量〉tốp; bọn: 一~小孩子 một tốp trẻ con ❼〈名〉bang; hội; hội kín: 青~ thanh bang

【帮衬】bāngchèn〈动〉[方]❶giúp đỡ ❷trợ cấp; bù trì

【帮倒忙】bāng dàománg giúp chả bõ phiền; giúp chẳng bõ làm lại phiền thêm

【帮教】bāngjiào〈动〉giúp đỡ và giáo dục

【帮忙】bāngmáng〈动〉giúp đỡ; đỡ đần

【帮派】bāngpài〈名〉bang phái; phe phái; băng đảng

【帮腔】bāngqiāng〈动〉❶hát theo; hát đệm; hát đế ❷về hùa; phụ họa; ủng hộ

【帮手】bāngshou〈名〉người giúp việc; trợ thủ

【帮凶】bāngxiōng❶〈动〉tiếp tay làm điều ác; nối giáo ❷〈名〉kẻ tiếp tay; kẻ nối giáo; tay sai

【帮助】bāngzhù〈动〉giúp; giúp đỡ; hỗ trợ: ~实现梦想 giúp thực hiện mơ ước

bǎng

绑 bǎng〈动〉buộc; trói: 松~ cởi trói

【绑匪】bǎngfěi〈名〉kẻ bắt cóc; bọn bắt cóc tống tiền

【绑架】bǎngjià〈动〉bắt cóc

【绑扎】bǎngzā〈动〉buộc; bó; thắt

榜 bǎng〈名〉❶bảng; danh sách: 光荣~ bảng danh dự; 发~ yết bảng/yết danh sách thí sinh ❷[旧]cáo thị: 张~ yết cáo thị ❸[书](tấm) biển; hoành phi: 题~ biển

【榜首】bǎngshǒu〈名〉đầu bảng; người đỗ đầu; người xếp thứ nhất

【榜样】bǎngyàng〈名〉tấm gương; gương; kiểu mẫu

膀 bǎng〈名〉❶vai; bả vai: 臂~ cánh tay ❷cánh chim: 翅~ cánh loài chim

另见páng

【膀子】bǎngzi〈名〉❶cánh tay: 光着~ mình trần ❷cánh chim

bàng

蚌 bàng〈名〉[动物]con trai (thuộc họ hến): 鹬~相争 trai cò quặp nhau

棒 bàng❶〈名〉gậy: 木~ gậy gỗ; 玉米

~ bắp ngô ❷<形>[口](thể lực, năng lực) khỏe; mạnh; cứng; tài; giỏi; cừ; (trình độ) cao; (thành tích) tốt: 身体~ sức khỏe tốt

【棒棒糖】 bàngbàngtáng<名>kẹo que

【棒槌】 bàngchuí<名>❶chày (để nện quần áo khi giặt) ❷ngoại đạo; ngoài ngành (dùng trong tuồng kịch)

【棒球】 bàngqiú<名>[体育]❶môn bóng chày; môn bóng gậy ❷quả bóng chày

【棒子】 bàngzi<名>❶gậy ❷[方]ngô; bắp

傍 bàng<动>❶tựa; kề; sát: 依山~水 sát núi liền sông ❷gần; sắp (thời gian): ~响 gần trưa ❸đi theo: 依~ tựa theo

【傍大款】 bàng dàkuǎn bám dựa vào người giàu; dựa hơi nhà giàu

【傍晚】 bàngwǎn<名>gần tối; sắp tối; chạng vạng tối

谤 bàng<动>[书]❶nói xấu; bêu riếu: 诽~ phỉ báng ❷công khai khiển trách

磅 bàng❶<量>bảng (đơn vị đo khối lượng Anh Mĩ) ❷<名>cái cân bàn ❸<动>cân: 请一下这袋苹果。Anh cân giúp túi táo này cho.

【磅秤】 bàngchèng<名>cái cân bàn; cái cân tạ

镑 bàng<名>bảng (đơn vị tiền tệ Anh, Ai Cập...)

bāo

包 bāo❶<动>gói; bọc; đùm: ~饺子 gói sủi cảo ❷<名>bọc; gói: 药~ bọc thuốc ❸<名>bao; túi: 钱~ ví tiền; 书~ cặp sách ❹<量>gói; bao; túi: 一~香烟 một gói thuốc lá ❺<动>vây quanh; bao vây; quây; bao bọc: 浓雾~住了山头。Sương mù dày đặc vây quanh đỉnh núi. ❻<名>khối u ❼<动>khoán ❽<动>bao gồm; bao

quát; bao trùm: 无所不~ bao trùm tất cả ❾<动>đảm bảo; bảo đảm; cam đoan: 打~票 làm giấy cam đoan ❿<名>nhà lều Mông Cổ ⓫<动>chuyên dùng: ~车 xe chuyên dùng ⓬<动>bao nuôi: ~二奶 bao nuôi vợ hai ⓭<名>ví như cái bọc: 受气~ cái bọc chịu bắt nạt ///(姓) Bao

【包办】 bāobàn<动>❶bao làm; làm tất ❷bao biện; ôm đồm; trọn gói

【包庇】 bāobì<动>bao che; bênh; che đậy: ~罪行 che đậy hành vi phạm tội

【包场】 bāochǎng<动>đặt mua vé cả buổi biểu diễn; mua bao cả rạp

【包车】 bāochē❶<动>thuê xe; bao xe: 从这里去景点只能~。Từ đây đến vùng cảnh quan phải thuê xe. ❷<名>xe bao; xe thuê

【包吃包住】 bāochī–bāozhù bao ăn bao ở: ~, 月薪两千元。Bao ăn bao ở, lương tháng 2000 đồng RMB.

【包袱】 bāofu<名>❶khăn gói; vải gói ❷gói; bọc; tay nải ❸gánh nặng: 思想~ gánh nặng tư tưởng ❹điểm cù trong các tiết mục tấu, vè

【包干儿】 bāogānr<动>❶nhận khoán; thầu làm; làm khoán: 财政~ bao khoán tài chính/bao thanh toán công tác phí ❷gánh vác công việc, bảo đảm hoàn thành

【包工】 bāogōng<动>bao công trình; làm khoán: ~到人 bao chỉ tiêu hoặc trách nhiệm đến đầu người

【包工头】 bāogōngtóu<名>chủ thầu

【包裹】 bāoguǒ❶<动>băng bó; bó; buộc: ~伤口 băng vết thương ❷<名>gói; túi; khăn gói: 邮寄~ gửi bưu kiện

【包含】 bāohán<动>chứa đựng; bao hàm

【包涵】 bāohán<动>xin thứ lỗi; xin thông cảm: 照顾不周, 请多多~。Chăm sóc không chu đáo, xin thông cảm cho.

【包机】bāojī❶<动>thuê máy bay ❷<名>máy bay thuê

【包间】bāojiān<名>phòng bao; phòng riêng để phục vụ khách hàng trong nhà hàng, khách sạn: 在酒店订一个~ đặt một phòng riêng trong khách sạn

【包括】bāokuò<动>bao gồm

【包揽】bāolǎn<动>bao làm tất; bao thầu; ôm cả:~全部四块金牌 giành hết tất cả bốn tấm huy chương vàng

【包罗万象】bāoluó-wànxiàng bao trùm hết thảy; gồm đủ mọi mặt

【包容】bāoróng<动>❶bao dung; khoan dung; rộng lượng: ~缺点 bao dung khuyết điểm ❷chứa

【包退包换】bāotuì-bāohuàn được trả lại hàng hay đổi lại hàng

【包围】bāowéi<动>❶bao bọc; vây quanh ❷bao vây

【包厢】bāoxiāng<名>ghế ngồi lô riêng

【包销】bāoxiāo<动>❶bao tiêu; nhận khoán tiêu thụ ❷kí hợp đồng bao thầu tiêu thụ toàn bộ sản phẩm

【包心菜】bāoxīncài<名>[方]bắp cải; cải bắp

【包修】bāoxiū<动>bảo hành; cam kết về mặt sửa chữa khi xảy ra trục trặc

【包月】bāoyuè<动>trả tiền (ăn, xe) theo tháng

【包扎】bāozā<动>băng; bó; buộc: ~伤口 băng bó vết thương

【包装】bāozhuāng❶<动>đóng gói; đóng hộp; gói buộc: 真空~ đóng gói chân không ❷<名>giấy, hộp, lọ gói (đựng hàng) ❸<动>tô điểm; trưng diện

【包子】bāozi<名>bánh bao

【包租】bāozū<动>❶thuê thầu ❷thuê bao ❸khoán địa tô (nạp một mức nhất định không kể được mùa, mất mùa)

苞bāo<名>đài hoa (lá cỏ bọc ngoài nụ hoa): 含~待放 hoa đương nụ

【苞谷】bāogǔ<名>[方]ngô; bắp; bẹ

【苞米】bāomǐ<名>[方]ngô; bắp; bẹ: 我家早餐常吃~米饭 Nhà ta bữa sáng hay ăn xôi bẹ.

胞bāo<名>❶nhau thai; màng bọc thai; bào thai ❷ruột thịt: 一母同~ anh em ruột thịt ❸đồng bào: 侨~ kiều bào

【胞妹】bāomèi<名>em gái ruột

【胞兄】bāoxiōng<名>anh ruột

剥bāo<动>bóc (vỏ); lột (da): ~皮 lột da
另见bō

【剥壳】bāoké<动>bóc vỏ

龅bāo

【龅牙】bāoyá<名>răng vẩu; răng vổ; răng hô

煲bāo[方]❶<名>nồi: 电饭~ nồi cơm điện ❷<动>nấu: ~汤 nấu canh

褒bāo<动>ca ngợi; khen thưởng; tuyên dương

【褒贬】bāobiǎn<动>khen chê; bình phẩm tốt xấu

【褒奖】bāojiǎng<动>khen thưởng

【褒义】bāoyì<名>ý nghĩa tốt; nghĩa hay

【褒义词】bāoyìcí<名>từ nghĩa tốt

báo

雹báo<名>mưa đá

【雹子】báozi<名>mưa đá

薄báo<形>❶mỏng: ~冰 băng mỏng ❷(tình cảm) lạnh nhạt; bạc bẽo; không thắm thiết: 待他不~ đối xử không bạc bẽo với anh ấy ❸không đậm; nhạt; nhẹ; loãng: 盖子没拧紧，酒味已变~。Mùi rượu đã nhẹ vì vặn nắp không chặt. ❹cằn; xấu: 家中只有一亩~地。Trong nhà chỉ có một mẫu đất cằn. ❺(gia cảnh) nghèo túng
另见bó, bò

【薄饼】báobǐng<名>bánh tráng

【薄脆】báocuì<名>❶bánh quế ❷bánh rán mỏng giòn; bánh phồng
【薄片】báopiàn<名>miếng mỏng; lát mỏng

bǎo

饱 bǎo❶<形>no: 吃~喝足 ăn uống no nê ❷<形>mẩy; chắc: 谷粒很~。Hạt thóc rất mẩy. ❸<副>đủ; đầy đủ; nhiều ❹<动>thỏa mãn; no ❺<动>vơ đầy; vơ vét cho đầy (túi): 中~私囊 vơ đầy túi riêng
【饱餐】bǎocān<动>ăn no: ~一顿 ăn một bữa no nê
【饱尝】bǎocháng<动>❶nếm đủ; thưởng thức đủ ❷trải nhiều; đủ mùi: ~苦痛 trải nhiều đau thương
【饱嗝儿】bǎogér<名>ợ no
【饱含】bǎohán<动>chứa đầy; ứ đầy; tràn đầy
【饱和】bǎohé<动>❶[物理]bão hòa: ~度 độ bão hòa ❷ví sự tiếp thu đã tới mức tối cao
【饱经沧桑】bǎojīng-cāngsāng nếm trải nhiều biến cố; nếm đủ tang thương
【饱满】bǎomǎn<形>❶đầy đặn; mẩy ❷đầy đủ; dồi dào; sung mãn: 尽管昨晚熬夜工作，今天她还是精神~地来上班。Mặc dù đêm qua thức khuya làm việc, hôm nay chị ấy vẫn dồi dào sức lực đi làm.
【饱受】bǎoshòu<动>chịu đựng hết; chịu đựng đủ thứ
【饱眼福】bǎo yǎnfú ngắm cho đã mắt; tha hồ thưởng ngoạn

宝 bǎo❶<名>báu vật; của báu; của quý: 无价之~ của quý vô giá/báu vật vô giá; 珠~ châu báu ❷<形>quý báu; báu ❸<形>tôn xưng: ~眷 bửu quyến/bảo quyến
【宝宝】bǎobao<名>cục cưng; con vàng con ngọc (tiếng gọi nựng trẻ); con yêu; trẻ sơ sinh

【宝贝】bǎobèi❶<名>bảo (bửu) bối; của báu; của quý ❷<名>cục cưng; con vàng con ngọc ❸<动>cưng; thích; cưng yêu: 老师可~这个学生了。Thầy thật rất cưng yêu em học sinh này. ❹<名>của quý hóa (mỉa mai kẻ bất tài hoặc ngông càn)
【宝岛】bǎodǎo<名>hòn đảo quý; chỉ Đài Loan
【宝地】bǎodì<名>❶mảnh đất quý; vùng đất quý: 风水~ đất quý phong thủy ❷tôn xưng xứ ở của đối phương
【宝典】bǎodiǎn<名>sách quý
【宝贵】bǎoguì❶<形>quý giá; quý báu: ~意见 ý kiến quý báu ❷<动>quý trọng; đáng quý; coi trọng
【宝库】bǎokù<名>kho báu; kho tàng
【宝石】bǎoshí<名>bảo thạch; đá quý
【宝塔】bǎotǎ<名>bảo tháp
【宝物】bǎowù<名>bảo vật; đồ quý giá
【宝藏】bǎozàng<名>bảo tàng; báu vật tàng trữ; của cải trữ tàng
【宝座】bǎozuò<名>ngôi; ngai; ngai vàng; tòa báu (của thần phật, đế vương)

保 bǎo❶<动>bảo vệ; giữ gìn: ~家卫国 giữ nước giữ nhà ❷<动>giữ: ~肥 giữ màu cho đất ❸<动>bảo đảm; cam đoan làm được; chắc chắn: ~质~量 bảo đảm chất lượng và số lượng ❹<动>bảo đảm; bảo lãnh (không phạm tội, không chạy trốn) ❺<名>người bảo lãnh; người bảo đảm: 作~ làm người bảo lãnh ❻<名>bảo hiểm
【保安】bǎo'ān❶<动>bảo vệ; nhân viên bảo vệ; đội bảo vệ ❷<动>bảo hộ lao động; bảo đảm an toàn lao động ❸<动>bảo vệ trị an
【保本】bǎoběn<动>giữ vốn
【保镖】bǎobiāo❶<动>hộ tống; hộ vệ ❷<名>người hộ tống; người hộ vệ; vệ sĩ

B

【保不住】bǎobuzhù ❶khó tránh khỏi; có thể; chưa biết chừng ❷không giữ được; chưa biết chừng; không bảo đảm được

【保持】bǎochí〈动〉giữ; giữ gìn; duy trì nguyên trạng

【保存】bǎocún〈动〉bảo tồn; giữ gìn

【保管】bǎoguǎn ❶〈动〉bảo quản; cất giữ và quản lí ❷〈名〉người bảo quản kho; thủ kho ❸〈副〉chắc chắn: 他~不知道这件事。Chắc chắn anh ấy không biết chuyện này.

【保护】bǎohù〈动〉gìn giữ; bảo vệ; bảo hộ: ~环境 bảo vệ môi trường

【保护人】bǎohùrén〈名〉người giám hộ; người bảo hộ

【保护伞】bǎohùsǎn〈名〉ô bảo hộ

【保健】bǎojiàn〈动〉bảo vệ sức khỏe: ~按摩 mát xa bảo vệ sức khỏe

【保健操】bǎojiàncāo〈名〉bài thể dục bảo vệ sức khỏe; thể dục dưỡng sinh

【保洁】bǎojié〈动〉giữ sạch sẽ; giữ vệ sinh

【保龄球】bǎolíngqiú〈名〉❶môn bóng bowling ❷bóng bowling

【保留】bǎoliú〈动〉❶lưu giữ; gìn giữ ❷lưu lại; bảo lưu; gác lại: ~意见 bảo lưu ý kiến ❸giữ lại; lưu giữ; giữ nghề

【保密】bǎomì〈动〉bảo mật; giữ bí mật; giữ kín; kín miệng

【保姆】bǎomǔ〈名〉❶bảo mẫu; ô sin ❷cô giữ trẻ ở nhà trẻ hoặc trung tâm mẫu giáo

【保暖】bǎonuǎn〈动〉giữ ấm

【保全】bǎoquán〈动〉❶bảo toàn; giữ tròn: ~名誉 giữ tròn danh dự ❷bảo dưỡng (máy móc): ~工 công nhân bảo dưỡng

【保释】bǎoshì〈动〉được bảo lãnh tha; được bảo lãnh thả tự do: ~出狱 được bảo lãnh thả ra tù

【保守】bǎoshǒu〈动〉❶giữ; giữ chắc: ~秘密 giữ bí mật ❷〈形〉bảo thủ

【保送】bǎosòng〈动〉cử đi học; gửi đi học: ~读研 cử đi học nghiên cứu sinh

【保胎】bǎotāi〈动〉giữ thai; dưỡng thai

【保卫】bǎowèi〈动〉bảo vệ; giữ gìn

【保温】bǎowēn〈动〉giữ độ ấm; giữ nóng; giữ nhiệt: ~杯 cốc giữ nhiệt; ~集装箱 công-te-nơ bảo ôn

【保鲜】bǎoxiān〈动〉giữ tươi; bảo quản tươi: ~袋 túi giữ tươi

【保险】bǎoxiǎn ❶〈名〉bảo hiểm: 人寿~ bảo hiểm nhân thọ ❷〈形〉chắc chắn ❸〈动〉đảm bảo; cam đoan ❹〈副〉[方]chắc chắn: 他明天~回来。Ngày mai anh ta chắc chắn sẽ về.

【保险单】bǎoxiǎndān〈名〉giấy bảo hiểm

【保险公司】bǎoxiǎn gōngsī công ti bảo hiểm

【保险柜】bǎoxiǎnguì〈名〉két sắt; tủ bảo hiểm; tủ an toàn

【保险丝】bǎoxiǎnsī〈名〉cầu chì; dây cầu chì

【保修】bǎoxiū〈动〉❶bảo hành; bảo đảm sửa chữa miễn phí: ~一年 bảo hành một năm ❷bảo dưỡng; duy tu: ~车辆 duy tu xe cộ

【保养】bǎoyǎng〈动〉❶bảo dưỡng; bồi dưỡng ❷bảo dưỡng: ~汽车 bảo dưỡng xe ô tô

【保佑】bǎoyòu〈动〉phù hộ; phù hộ độ trì: ~平安 phù hộ bình yên

【保育员】bǎoyùyuán〈名〉cô nuôi dạy trẻ; người giữ trẻ

【保育院】bǎoyùyuàn〈名〉trại trẻ côi cút

【保障】bǎozhàng ❶〈动〉bảo vệ; bảo hộ; bảo đảm ❷〈名〉(cái) bảo đảm: 艰苦奋斗是事业成功的~。Phấn đấu gian khổ là sự đảm bảo cho sự nghiệp thành công.

【保证】bǎozhèng ❶〈动〉bảo đảm; bảo đảm làm được; cam kết: ~完成任务 cam kết hoàn thành nhiệm vụ ❷⟨动⟩đảm bảo đạt (tiêu chuẩn) ❸⟨名⟩sự đảm bảo

【保证金】bǎozhèngjīn⟨名⟩tiền kí cược; tiền cam kết

【保证人】bǎozhèngrén⟨名⟩❶người bảo đảm ❷người bảo lãnh

【保证书】bǎozhèngshū⟨名⟩giấy cam đoan; bản cam kết

【保值】bǎozhí⟨动⟩bảo đảm giá trị

【保质期】bǎozhìqī⟨名⟩thời hạn đảm bảo chất lượng; thời hạn sử dụng: 过了~ hết hạn sử dụng

【保重】bǎozhòng⟨动⟩chú ý giữ gìn: ~身体 chú ý giữ gìn sức khỏe

堡 bǎo⟨名⟩lô cốt; boong ke; ụ súng

【堡垒】bǎolěi⟨名⟩❶lô cốt; boong ke; thành lũy ❷lô cốt; thành lũy; thành trì: 封建~ thành lũy phong kiến

bào

报 bào❶⟨动⟩báo tin; đưa tin, báo cáo: ~喜 báo tin mừng ❷⟨动⟩đáp lại; trả lời: ~之一笑 đáp bằng một nụ cười ❸⟨动⟩báo đáp; đền đáp: 恩将仇~ lấy oán trả ơn ❹⟨动⟩trả đũa; trả thù ❺⟨动⟩[宗教]báo ứng: 现世~ báo ứng kiếp này❻⟨名⟩báo chí: 晚~ báo tối ❼⟨名⟩tập san: 画~ hoạ báo ❽⟨名⟩bản thông báo: 战~ thông báo chiến sự ❾⟨名⟩điện báo; điện tín: 发~ gửi điện báo ❿⟨名⟩tin tức; thông tin; tín hiệu: 情~ tình báo ⓫⟨动⟩thanh toán: 差旅费thanh toán tiền trợ cấp đi công tác

【报案】bào'àn⟨动⟩trình báo vụ án; báo cáo vụ án

【报表】bàobiǎo⟨名⟩biểu liệt kê báo cáo; bảng kê khai

【报仇】bàochóu⟨动⟩phục thù; báo thù; trả thù

【报酬】bàochou⟨名⟩thù lao; tiền thù lao: 不计~ không tính thù lao

【报答】bàodá⟨动⟩báo đáp; đền đáp: ~养育之恩 báo đáp ơn nghĩa nuôi dưỡng

【报到】bàodào⟨动⟩trình diện; báo có mặt: ~入学 đăng kí nhập học

【报道】bàodào❶⟨动⟩đưa tin; loan báo: ~大会盛况 đưa tin về tình hình sôi nổi của đại hội ❷⟨名⟩bản tin; mẩu tin

【报恩】bào'ēn⟨动⟩báo ân; trả ơn; đền ơn: 知恩~ biết ơn đền ơn

【报废】bàofèi⟨动⟩hỏng bỏ; thanh lí

【报复】bàofù⟨动⟩trả thù; trả đũa; báo thù: 伺机~ đợi dịp trả đũa

【报告】bàogào❶⟨动⟩báo cáo ❷⟨名⟩bản báo cáo; bài nói; bài phát biểu: 研究~ bài báo cáo nghiên cứu; 书面~ bản báo cáo văn bản

【报告会】bàogàohuì⟨名⟩cuộc thảo luận;hội nghị chuyên đề: 年度总结~ hội nghị tổng kết năm

【报告人】bàogàorén⟨名⟩báo cáo viên; người báo cáo

【报关】bàoguān⟨动⟩khai báo hải quan: 进口~ khai báo hải quan khi nhập khẩu

【报价】bàojià❶⟨动⟩báo giá; phát giá; chào hàng ❷⟨名⟩giá chào hàng; giá đấu thầu

【报警】bàojǐng⟨动⟩báo cáo tình hình xảy ra với cơ quan an ninh; phát tín hiệu khẩn cấp

【报刊】bàokān⟨名⟩báo chí

【报考】bàokǎo⟨动⟩đăng kí dự thi; ghi tên dự thi; nộp đơn dự thi

【报料】bàoliào❶⟨动⟩thông báo tin tức cho báo chí ❷⟨名⟩những tin tức được thông báo cho báo chí

【报名】bàomíng⟨动⟩ghi tên; đăng tên; đăng kí: ~参军 đăng kí nhập ngũ

【报幕】bàomù⟨动⟩giới thiệu tiết mục

【报批】bàopī⟨动⟩trình duyệt; trình xin phê chuẩn

【报社】bàoshè⟨名⟩tòa báo

【报失】bàoshī⟨动⟩báo mất; khai

báo mất

【报时】bàoshí〈动〉báo giờ; thông báo giờ

【报数】bàoshù〈动〉xưng số

【报税】bàoshuì〈动〉khai báo thuế; khai báo hải quan

【报摊】bàotān〈名〉quầy báo chí; ki-ốt bán báo chí

【报亭】bàotíng〈名〉quầy báo; ki-ốt báo

【报销】bàoxiāo〈动〉❶thanh toán: ~车费 thanh toán tiền tàu xe ❷báo cáo thanh lí ❸hỏng mất; bỏ đi

【报效】bàoxiào〈动〉dốc tâm sức đền đáp: ~祖国 dốc sức đền ơn tổ quốc

【报信】bàoxìn〈动〉báo tin: 通风~ hé lộ tin/ bắn tin

【报修】bàoxiū〈动〉báo yêu cầu sửa chữa

【报业】bàoyè〈名〉ngành xuất bản báo chí

【报应】bàoyìng〈动〉báo ứng; quả báo

【报账】bàozhàng〈动〉thanh toán; báo cáo chi tiêu

【报纸】bàozhǐ〈名〉❶báo; nhật báo ❷giấy in báo

刨 bào❶〈名〉cái bào; máy bào: 平~ bào phẳng ❷〈动〉bào: ~木头 bào gỗ
另见páo

【刨冰】bàobīng〈名〉nước hoa quả đá

【刨床】bàochuáng〈名〉❶máy cắt bào ❷giá bào; cán bào; thân bào (bằng gỗ)

【刨花】bàohuā〈名〉vỏ bào; dăm bào; vụn bào; phoi bào

【刨子】bàozi〈名〉cái bào

抱 bào❶〈动〉ôm; bế; ẵm: ~小孩 ẵm trẻ con ❷〈动〉có; được ẵm: ~孙子了 có cháu rồi ❸〈动〉nhận nuôi ❹〈动〉ôm ấp; ấp ủ; mang trong lòng: ~希望 mang hi vọng trong lòng ❺〈动〉đoàn kết chặt chẽ ❻〈动〉ấp: 母鸡~窝 gà mái ấp trứng ❼〈量〉

ôm: 一~柴火 một ôm củi

【抱病】bàobìng〈动〉bệnh; đeo bệnh; ôm bệnh: ~工作 ôm bệnh làm việc

【抱不平】bào bùpíng bất bình; căm phẫn: 打~ tỏ sự bất bình

【抱负】bàofù〈名〉chí hướng rộng lớn; hoài bão: ~不凡 hoài bão lớn

【抱歉】bàoqiàn〈形〉thật không phải; xin lỗi; có lỗi

【抱养】bàoyǎng〈动〉nhận nuôi

【抱怨】bàoyuàn〈动〉oán trách; oán phàn nàn

豹 bào〈名〉con báo; beo: 金钱~ báo gấm/báo hoa

【豹子】bàozi〈名〉con báo; con beo

鲍 bào〈名〉bào ngư

【鲍鱼】bàoyú〈名〉bào ngư

暴¹ bào〈形〉❶bất ngờ mà dữ dội: ~饮~食 ăn uống ào ào ❷hung hãn; dữ tợn; tàn ác: 凶~ hung dữ; 粗~ thô bạo ❸nóng nảy; hấp tấp: ~脾气 tính tình nóng nảy

暴² bào〈动〉❶nổi lên; nhô hẳn lên: 青筋直~ gân xanh cứ nổi lên ❷lộ ra; hiện rõ; phơi bày ra: ~出内幕 vạch ra sự bê bối bên trong

【暴病】bàobìng〈名〉bệnh nặng đột ngột; ngã bệnh: ~而亡 ngã bệnh mà chết

【暴跌】bàodiē〈动〉tụt; sụt; tụt thấp; sụt hẳn: 股市~ giá cổ phiếu tụt hẳn

【暴动】bàodòng〈动〉bạo động

【暴发】bàofā〈动〉❶phát; phát (tiền của, thế lực) ❷bạo phát; bột phát; bùng phát; nổi lên đột ngột

【暴风】bàofēng〈名〉❶gió bão; bão lớn ❷[气象]gió to (gió cấp 11)

【暴风雪】bàofēngxuě〈名〉bão tuyết

【暴风雨】bàofēngyǔ〈名〉bão tố; giông tố

【暴富】bàofù〈动〉phát lên làm giàu; bất ngờ giàu lên

【暴君】bàojūn〈名〉bạo chúa; bạo quân; ông vua tàn bạo: 打倒~ lật đổ bạo chúa

【暴力】bàolì<名>❶bạo lực; vũ lực; lực lượng cưỡng chế: 家庭~ bạo hành gia đình ❷lực lượng cưỡng chế (của nhà nước)

【暴利】bàolì<名>lãi to; lãi kếch sù

【暴露】bàolù<动>lộ rõ; bộc lộ; phơi bày ra: ~目标 để lộ mục tiêu

【暴露无遗】bàolù–wúyí phơi bày ra hết; bộc lộ hết

【暴乱】bàoluàn<名>bạo loạn; nổi loạn: 镇压~ đàn áp bạo loạn

【暴怒】bàonù<动>hết sức phẫn nộ; hết sức tức tối

【暴晒】bàoshài<动>phơi nắng

【暴跳如雷】bàotiào–rúléi tức tối lồng lộn; nổi cơn tam bành; tức giận hầm hầm

【暴徒】bàotú<名>tên côn đồ; kẻ càn quấy; tên gây rối

【暴行】bàoxíng<名>hành vi tàn bạo; hành vi bạo ngược

【暴饮暴食】bàoyǐn–bàoshí ăn uống không hạn chế; ăn uống lu bù

【暴雨】bàoyǔ<名>❶mưa to ❷mưa giông

【暴躁】bàozào<形>nóng nảy; bộp chộp; đốp chát: ~的脾气 tính nết nóng nảy

【暴涨】bàozhǎng<动>❶dâng nhanh ❷vọt cao: 物价~ giá cả vọt cao

曝bào
另见pù

【曝光】bàoguāng<动>❶(phim hoặc giấy cảm quang) cảm quang ❷phơi trần; đưa ra ánh sáng; lộ ra

爆bào<动>❶nổ; tóe: 防~ phòng nổ ❷bất ngờ; đột nhiên (nảy sinh) ❸(dùng dầu mỡ đun sôi hoặc nước sôi) đảo tái; nhúng tái

【爆炒】bàochǎo<动>xào tái

【爆粗】bàocū<动>văng tục đôi khi còn đánh người

【爆发】bàofā<动>❶phun: 火山~ núi lửa phun ❷bột phát; xảy ra; bùng nổ: 战争~ chiến tranh bùng nổ

【爆冷门】bào lěngmén xảy ra bất ngờ

【爆裂】bàoliè<动>(vật thể) nứt nẻ; nổ toác; nổ tung

【爆满】bàomǎn<动>đầy ắp; đầy ứ; chật ních

【爆米花】bàomǐhuā<名>phồng; phồng gạo

【爆破】bàopò<动>đánh bộc phá; đánh mìn; làm nổ tung: ~敌人的碉堡 nổ sập lô cốt địch

【爆胎】bàotāi<动>bục săm; săm bị nổ

【爆笑】bàoxiào<动>cười phá

【爆炸】bàozhà<动>❶nổ; nổ tung; cho nổ: 炮弹~ đạn pháo nổ ❷bùng nổ: 信息~ bùng nổ thông tin

【爆炸物】bàozhàwù<名>vật nổ

【爆竹】bàozhú<名>pháo

bēi

杯bēi<名>❶cốc; chén: 酒~ chén rượu; 玻璃~ cốc thủy tinh ❷cúp: 世界~ cúp thế giới

【杯水车薪】bēishuǐ–chēxīn lấy một chén nước dập lửa một xe củi cháy; lấy chỉ buộc chân voi; lấy gậy chống trời

【杯子】bēizi<名>cốc; chén

卑bēi<形>❶[书](vị trí) thấp: 地处~势 ở địa thế thấp ❷(địa vị) thấp; hèn; mọn: 自~ tự ti ❸(phẩm chất, chất lượng) kém; hèn hạ; bần tiện: ~鄙 đê tiện ❹[书](biểu thị khiêm tốn cung kính): 谦~ khiêm tốn

【卑鄙】bēibǐ<形>❶đê tiện; xấu xa; hèn hạ: 这个富翁很~。Lão nhà giàu này rất hèn hạ. ❷[书]địa vị thấp hèn

【卑鄙无耻】bēibǐ–wúchǐ hèn hạ không biết sỉ nhục

【卑贱】bēijiàn<形>❶thấp hèn; hèn mọn ❷ti tiện hèn hạ

【卑劣】bēiliè<形>xấu xa; bỉ ổi; hèn hạ: ~行径 hành vi hèn hạ

【卑微】bēiwēi<形>(đơn vị) hèn mọn;

thấp kém: 出身~ xuất thân thấp hèn

背 bēi❶<动>cõng; mang; vác: ~小孩 cõng em bé ❷<动>gánh vác; mang: ~责任 gánh vác trách nhiệm ❸<量>[方]vác; gùi: 一~柴火 một vác củi

另见bèi

【背包】bēibāo<名>❶ba lô; khăn gói ❷túi khoác

【背包袱】bēi bāofu❶vác ba lô; mang gánh nặng❷cảm thấy nặng nề

【背带】bēidài<名>❶dây đeo; đai đeo (quần, váy) ❷quai đeo (súng, ba lô)

【背负】bēifù<动>❶khoác; mang; vác; cõng: ~老人到医院 cõng người già đến bệnh viện ❷gánh vác; mang

【背篓】bēilǒu<名>[方]cái gùi

【背囊】bēináng<名>ba lô; túi du lịch

悲 bēi❶<形>buồn; sầu; buồn rầu; sầu bi: 伤~ buồn đau ❷<动>thương; xót thương; thương hại: ~怜 xót thương

【悲哀】bēi'āi<形>buồn thương; đau buồn

【悲惨】bēicǎn<形>bi thảm; bi đát; thảm thương: ~的遭遇 cuộc gặp bi thảm

【悲愤】bēifèn<形>bi phẫn; buồn giận; đau đớn căm giận

【悲观】bēiguān<形>bi quan; yếm thế

【悲欢离合】bēihuān-líhé buồn vui tan hợp; vui buồn li hợp

【悲剧】bēijù<名>❶bi kịch (một loại hình kịch) ❷bi kịch (nói về cảnh ngộ bất hạnh): 社会~ bi kịch của xã hội

【悲凉】bēiliáng<形>buồn bã; buồn thê lương: ~的气氛 bầu không khí buồn bã

【悲切】bēiqiè<形>đau buồn; xót đau; buồn thương: 万分~ hết sức đau buồn

【悲情】bēiqíng❶<名>tình buồn; tình bi đát ❷<形>(những điều) gây tình đau buồn

【悲伤】bēishāng<形>đau đớn; bi thương

【悲痛】bēitòng<形>đau lòng; đau thương: 化~为力量 biến đau thương thành sức mạnh

【悲壮】bēizhuàng<形>bi tráng; đau thương mà oanh liệt

碑 bēi<名>bia đá; cột mốc; đài: 墓~ bia mộ;里程~ cột cây số; 人民英雄纪念~ đài kỉ niệm anh hùng nhân dân

【碑刻】bēikè<名>văn tự hoặc đồ họa khắc trên bia

【碑林】bēilín<名>rừng bia

【碑帖】bēitiè<名>mẫu chữ khắc bia

【碑文】bēiwén<名>bài văn bia; bài văn viết để khắc lên bia

běi

北¹ běi<名>❶phương bắc; phía bắc ❷miền bắc: 塞~ phía bắc trường thành Trung Quốc

北² běi<动>[书]đánh thua trận; thất bại

【北半球】běibànqiú<名>bắc bán cầu

【北边】běibian<名>❶phương Bắc ❷[口]miền Bắc

【北冰洋】Běibīng Yáng<名>Bắc Băng Dương

【北部】běibù<名>bắc bộ

【北部湾】Běibù Wān<名>vịnh Bắc Bộ

【北斗星】běidǒuxīng<名>chòm sao Bắc Đẩu

【北方】běifāng<名>❶phương Bắc ❷miền Bắc

【北风】běifēng<名>gió bắc; gió bấc

【北回归线】běihuíguīxiàn chí tuyến Bắc

【北极】běijí<名>Bắc cực

【北极星】běijíxīng<名>sao Bắc cực

【北极熊】běijíxióng<名>gấu bắc cực; gấu trắng

【北京】Běijīng<名>Bắc Kinh (thủ đô

Trung Quốc)

【北京时间】Běijīng shíjiān thời gian Bắc Kinh; giờ Bắc Kinh

【北美洲】Běiměizhōu〈名〉châu Bắc Mĩ

【北欧】Běi'ōu〈名〉Bắc Âu

【北纬】běiwěi〈名〉vĩ tuyến Bắc; vĩ Bắc

bèi

贝 bèi〈名〉❶loài sò hến: 扇~ trai hến ❷tiền (thời cổ xưa dùng vỏ trai sò làm tiền tệ)

【贝壳】bèiké〈名〉vỏ trai; vỏ sò; vỏ hến

【贝母】bèimǔ〈名〉[中药]bối mẫu

备 bèi❶〈动〉đủ; sẵn; có đủ: 德才兼~ tài đức vẹn toàn ❷〈动〉chuẩn bị sẵn; sẵn sàng; sửa soạn: 筹~ trù bị/tính liệu sẵn; 预~ dự bị ❸〈动〉phòng bị; phòng ngừa; đề phòng: 有·无患 có phòng bị thì mới tránh được tai họa ❹〈名〉thiết bị: 设~ thiết bị ❺〈副〉[书] (một cách) hoàn toàn đầy đủ: ~受关注 được chú ý hết mức

【备案】bèi'àn〈动〉làm hồ sơ; lưu hồ sơ

【备份】bèifèn❶〈名〉phần chuẩn bị sẵn để dùng ❷〈动〉lưu trữ riêng; dành riêng

【备货】bèihuò〈动〉chuẩn bị hàng bán

【备件】bèijiàn〈名〉linh kiện dự trữ; phụ tùng thay thế

【备考】bèikǎo❶〈动〉cho tham khảo ❷〈名〉tài liệu phụ lục, phụ chú tham khảo ❸〈动〉chuẩn bị cho kì thi

【备课】bèikè〈动〉soạn bài; chuẩn bị bài giảng

【备胎】bèitāi〈名〉lốp sơ-cua; lốp dự trữ

【备忘录】bèiwànglù〈名〉❶sổ ghi chép ❷bản ghi nhớ; bị vong lục

【备选】bèixuǎn〈动〉chuẩn bị để lựa chọn

【备用】bèiyòng〈动〉để dành; dự trữ; dự bị

【备注】bèizhù〈名〉❶(cột) bị chú; ghi chú (trong biểu bảng): ~栏 cột bị chú ❷bị chú; ghi chú

背 bèi❶〈名〉lưng: 马~ lưng ngựa ❷〈名〉mu; sống; mặt sau; mặt trái (của một số vật thể): 手~ mu bàn tay; 刀~儿 sống dao; 门~ mặt sau cửa ❸〈动〉quay lưng lại; tựa lưng vào: ~着太阳 quay lưng về mặt trời ❹〈动〉rời khỏi; xa cách: ~ 离家园 rời khỏi quê nhà ❺〈动〉tránh; giấu; vụng trộm: ~着人说坏话 nói vụng trộm sau lưng ❻〈动〉thuộc lòng: ~课文 đọc thuộc lòng bài học ❼〈动〉làm trái với; đi ngược lại: ~盟 đi ngược với liên minh ❽〈动〉quay đi; ngoảnh đi: 她把脸~过一边, 悄悄抹掉眼泪. Chị ấy quay mặt đi, lặng lẽ lau nước mắt. ❾〈形〉hẻo lánh; vắng vẻ: ~街 đường phố hẻo lánh ❿〈形〉đen đủi; xui xẻo; xúi quẩy; không may: 手气~ vận rủi/số đen ⓫〈形〉điếc: 耳朵~ tai điếc
另见bēi

【背道而驰】bèidào'érchí đi ngược lại; làm trái; trái hẳn

【背地里】bèidìlǐ〈名〉thầm; lén; sau lưng; ngấm ngầm

【背光】bèiguāng〈动〉che bóng; khuất sáng; khuất bóng

【背后】bèihòu〈名〉❶mặt sau; mặt trái; phía sau; sau lưng: 从~袭击敌人 tập kích kẻ địch từ phía sau ❷sau lưng; vụng trộm; lén

【背脊】bèijǐ〈名〉sống lưng; lưng

【背井离乡】bèijǐng-líxiāng xa nhà xa quê; phiêu bạt quê người; đi biệt xóm làng

【背景】bèijǐng〈名〉❶phông; bối cảnh; cảnh nền: 舞台~ bối cảnh sân khấu ❷phối cảnh; cảnh nền; cảnh vật phối trí: ~色 màu nền ❸hoàn cảnh; bối cảnh: 时代~ bối cảnh thời đại ❹hậu thuẫn; chỗ dựa: 家里有~ gia đình có chỗ dựa

【背靠背】bèikàobèi❶dựa lưng vào nhau ❷lánh mặt người đương sự

【背离】bèilí〈动〉❶rời khỏi; rời bỏ: ~ 故土 rời khỏi đất quê ❷xa rời; đi trệch; làm trái: ~初衷 xa rời ý nguyện ban đầu

【背面】bèimiàn〈名〉❶mặt sau; mặt trái ❷lưng (một số động vật)

【背叛】bèipàn〈动〉phản bội; làm trái; rời bỏ

【背弃】bèiqì〈动〉vứt bỏ; phản bội; ruồng bỏ; làm trái: ~诺言 vứt bỏ lời hứa

【背书】bèishū〈动〉❶đọc thuộc lòng ❷chứng thực đằng sau(séc)

【背诵】bèisòng〈动〉đọc thuộc lòng

【背心】bèixīn〈名〉áo may ô; áo gi-lê; áo lót cộc tay

【背阴】bèiyīn❶〈动〉rợp; cớm nắng; khuất nắng ❷〈名〉nơi khuất nắng

【背影】bèiyǐng〈名〉bóng lưng; hình bóng

倍 bèi❶〈量〉lần; bội: 成~增长 tăng gấp bội ❷〈动〉gấp bội: 事半功~ một công đôi việc

【倍加】bèijiā〈副〉bội phần; gấp bội

【倍数】bèishù〈名〉❶bội số ❷số thương

【倍增】bèizēng〈动〉tăng lên gấp bội; tăng bội phần; gấp đôi; nhân

被 bèi❶〈名〉cái chăn: 棉~ chăn bông❷〈动〉trùm; che; đắp; phủ ❸〈动〉bị; mắc; phải; gặp phải: ~灾 bị thiên tai ❹〈介〉bị; được (dùng trong câu bị động): 他~任命为班长。Anh ấy được chọn làm lớp trưởng. ❺〈助〉(đặt trước động từ tạo thành cụm bị động) bị...: ~剥削 bị bóc lột ❻〈动〉dùng trong trường hợp chỉ những cái được nhắc đến là không có thực(hàm ý mỉa mai): ~就

业啊 "có" việc làm

【被捕】bèibǔ〈动〉bị bắt giữ

【被单】bèidān〈名〉❶tấm ga; khăn trải giường ❷chăn đơn

【被动】bèidòng〈形〉❶thụ động ❷bị động: 陷入~不利的局面 sa vào cục diện bị động bất lợi

【被俘】bèifú〈动〉bị bắt làm tù binh

【被告】bèigào〈名〉bị cáo; bên bị cáo

【被害人】bèihàirén〈名〉người bị hại (trong vụ án hình sự dân sự); nạn nhân

【被里】bèilǐ〈名〉mặt trong (chăn, mền)

【被面】bèimiàn〈名〉mặt chăn; mặt mền

【被迫】bèipò〈动〉buộc phải; bị bắt buộc; bị ép: ~投降 buộc phải đầu hàng

【被褥】bèirù〈名〉chăn đệm

【被套】bèitào〈名〉❶túi vải đựng chăn đệm mang đi ❷vỏ chăn ❸ruột chăn bông; cốt chăn

【被窝儿】bèiwōr〈名〉chăn cuộn tròn (để ngủ);cái chăn

【被选举权】bèixuǎnjǔquán quyền ứng cử; quyền được bầu

【被罩】bèizhào〈名〉vỏ chăn

【被子】bèizi〈名〉chăn

辈 bèi〈名〉❶bậc; bề; lớp; vai lứa; thế hệ: ~分 bề trên/lớp người đi trước❷[书]hạng; loại; đồ; bọn; tụi: 风流之~ bọn phong lưu ❸đời: 半~子 nửa đời người

【辈分】bèifen〈名〉thứ bậc; bề; thế hệ; vai; lứa: 她~比我大。Chị ấy là bậc trên của tôi.

惫 bèi〈形〉mệt lử; mệt nhoài; mệt đuối: 疲~ mệt rã rời

焙 bèi〈动〉sao; rang; sấy: ~烧 nung/ hầm (khoáng thạch, nhưng không để nóng chảy)

蓓 bèi

【蓓蕾】bèilěi〈名〉nụ; nụ hoa; búp hoa

bēn

奔 bēn <动> ❶chạy; chạy nhanh: 飞~ chạy như bay ❷vội vàng; bận rộn; chạy lo ❸chạy trốn: 东-西窜 chạy tán loạn/chạy lủi khắp nơi
另见bèn

【奔波】bēnbō <动>bôn ba; chạy vạy

【奔驰】bēnchí <动>chạy vun vút; lao nhanh

【奔赴】bēnfù <动>lao tới; xông tới; tiến về: ~边疆 tiến tới vùng biên cương

【奔忙】bēnmáng <动>ngược xuôi bận bịu; chạy vạy vất vả; tất bật

【奔跑】bēnpǎo <动>chạy;chạy nhanh; chạy hấp tấp vội vã

【奔逃】bēntáo <动>bỏ chạy; chạy trốn

【奔腾】bēnténg <动> ❶(ngựa) phi như bay ❷chảy cuồn cuộn

【奔走】bēnzǒu <动> ❶chạy nhanh; chạy ❷chạy vạy; đi ngược về xuôi

bēn

本¹ běn ❶<名>gốc; thân: 草~ thân cỏ ❷<量>(dùng cho cây hoa) khóm; gốc; cây ❸<名>căn bản; căn nguyên; gốc: 忘~ mất gốc ❹<名>tiền vốn; vốn: 亏~ lỗ vốn❺<形>cái chính; chủ yếu; trung tâm: ~部 bản bộ ❻<副>vốn là; nguyên là: ~想去游泳，后来却和阿玉打羽毛球去了。Vốn định đi bơi, nhưng sau lại đi chơi cầu lông với Ngọc. ❼<代>(tiếng tự xưng thuộc phía mình) bản; của tôi; của ta; của chúng tôi: ~国 nước chúng tôi/ nước mình ❽<代>(tiếng chỉ thuộc hiện nay) nay; này: ~年 năm nay ❾<介>căn cứ; dựa vào; theo: ~着严肃认真的原则 theo nguyên tắc nghiêm túc và cẩn thận ❿<形>những căn cứ để dựa theo

本² běn ❶<名>quyển vở; sổ: 户口~ sổ hộ khẩu ❷<名>bản: 精装~ bản bìa cứng ❸<名>vở; kịch bản: 抄~ vở chép ❹<名>sớ; tấu; chương tấu (thời phong kiến): 奏~ tờ sớ ❺<量>cuốn; quyển: 一一词典 một cuốn từ điển

【本地】běndì <名>bản địa; gốc vùng này; bản xứ

【本分】běnfèn ❶<名>bổn phận: 尽~ làm tròn bổn phận ❷<形>yên phận; an phận

【本国】běnguó <名>nước mình; đất nước mình; nước nhà

【本行】běnháng <名> ❶nghề nghiệp; ngành nghề: 老~ nghề cũ ❷công việc (hiện tại): 熟悉~业务 thạo nghiệp vụ công tác

【本家】běnjiā <名>người cùng họ; họ mình: 兄弟 anh em cùng họ

【本金】běnjīn <名> ❶tiền gốc; tiền vốn ❷vốn kinh doanh công thương nghiệp; vốn doanh nghiệp

【本科】běnkē <名>đại học hệ chính quy

【本来】běnlái ❶<形>vốn có; lúc đầu; ban đầu: ~面目 bộ mặt vốn có ❷<副>vốn trước; trước kia ❸<副>đáng lẽ; vốn dĩ; lẽ ra: 你~就不应该欺骗她。Đáng lẽ anh không nên lừa cô ấy.

【本领】běnlǐng <名>bản lĩnh; năng lực; tài năng: 过人的~ bản lĩnh hơn người

【本命年】běnmìngnián <名>năm bản mệnh; năm tuổi; năm cầm tinh

【本末倒置】běnmò-dàozhì đầu đuôi lộn ngược; làm lẫn lộn

【本钱】běnqián <名> ❶tiền vốn: 生意的~ tiền vốn làm buôn bán ❷cơ sở; vốn liếng: 身体是革命的~。Sức khỏe là vốn liếng của cách mạng.

【本人】běnrén <代> ❶tôi; bản thân ❷tự thân; đích thân; chính người đó: 须~签名确认 phải đích thân kí tên để xác nhận

B

【本色】běnsè〈名〉bản sắc; diện mạo vốn có: 英雄~ bản sắc anh hùng

【本身】běnshēn〈代〉bản thân; tự thân; chính mình

【本事】běnshì〈名〉cốt truyện; câu chuyện thật; truyện nguyên mẫu

【本事】běnshi〈名〉bản lĩnh; năng lực; tài năng

【本土】běntǔ〈名〉❶quê hương; bản xứ ❷đất mẫu quốc; đất chính quốc: ~文化 văn hóa đất chính quốc ❸đất đai vùng này

【本息】běnxī〈名〉vốn và lãi; gốc và lãi

【本性】běnxìng〈名〉bản tính

【本性难移】běnxìng-nányí bản tính khó sửa; chứng nào tật ấy; chó đen giữ mực

【本意】běnyì〈名〉bản ý; chủ ý; ý định ban đầu

【本着】běnzhe〈介〉theo; tuân theo; thể theo; dựa vào: ~互利共赢的原则 thể theo nguyên tắc cùng có lợi, cùng thắng lợi

【本职】běnzhí〈名〉chức trách bản thân; chức vụ của mình

【本质】běnzhì〈名〉bản chất: 透过现象看~ xuyên qua hiện tượng nhìn thấy bản chất

【本子】běnzi〈名〉❶quyển vở; sổ ❷bản in ❸kịch bản ❹các loại bằng hay giấy tờ đóng thành dạng sổ tay

bèn

奔 bèn ❶〈动〉lao tới; xông tới; gia nhập; đến với: 投~红军 gia nhập Hồng Quân ❷〈介〉theo hướng; về phía; nhắm hướng: 汽车~西面开去。 Xe chạy về phía Tây. ❸〈动〉(tuổi) xấp xỉ; gần; độ: 他是~三十的人了。 Anh ấy đã gần ba mươi tuổi.
另见bēn

【奔头儿】bèntour〈名〉triển vọng; hi vọng; tiền đồ

笨 bèn〈形〉❶đần độn; ngu dốt; tối dạ: 愚~ ngu ngốc ❷vụng về: 手~ bàn tay vụng về ❸nặng nhọc; to nặng

【笨蛋】bèndàn〈名〉đồ ngu; đồ ngốc

【笨重】bènzhòng〈形〉❶thô nặng; nặng nề; cồng kềnh: ~的设备 thiết bị cồng kềnh nặng nề ❷nặng nhọc; mệt nhọc

【笨拙】bènzhuō〈形〉thô vụng; khờ vụng: 动作~ động tác thô vụng

bēng

崩 bēng〈动〉❶sụt; lở; sập; sụp đổ: 雪~ tuyết lở ❷vỡ; nứt vỡ; tan vỡ: 谈~了 cuộc hội đàm tan vỡ rồi ❸(mảnh vỡ) văng phải; bắn phải; nổ phải: 他被炸起的石头~伤了。 Anh ấy bị thương do mảnh đá nổ văng phải. ❹[口]bắn chết; bắn bỏ: 站住, 要不我就~了你。 Đứng lại, không thì tao sẽ bắn chết mày. ❺(vua chết) băng; băng hà: 驾~ băng hà

【崩溃】bēngkuì〈动〉sụp đổ; tan rã: 精神~ tinh thần sụp đổ

【崩裂】bēngliè〈动〉vỡ tan; vỡ tung

【崩塌】bēngtā〈动〉sụp đổ; sụt lở

绷 bēng ❶〈动〉ghì chặt; kéo căng: 直 kéo căng sợi dây ❷〈动〉căng; bó; chật bó: 连衣裙紧紧地~在身上很难看。 Chiếc váy liền áo mặc chật bó vào người, trông khó coi. ❸〈动〉(vật thể) giãn mạnh; bật văng: 弹簧~飞了。 Cái lò xo bật văng ra. ❹〈动〉khâu lược; may chần; đính; găm: ~被面 may mặt chăn ❺〈名〉giát giường (đan bằng mây hoặc bằng dây bên sợi móc cành cọ): 棕~ giát giường móc cọ ❻〈名〉khung thêu: ~架 khung thêu/giá thêu
另见běng

bĕng

绷 bĕng<动>[口] ❶lầm lầm; sa sầm: ~着脸 mặt lầm lầm ❷nín; nhịn; nén: ~住劲 nín sức
另见 bēng

bèng

泵 bèng ❶<名>cái bơm: 油~ cái bơm dầu ❷<动>bơm: ~水 bơm nước
迸 bèng<动> ❶bắn ra; tóe ra; phụt tóe: ~起浪花 tóe ra bọt sóng ❷nổ vụn; toác vụn: ~碎 nổ vụn
【迸发】bèngfā<动>tóe; bật tóe; phụt tóe
【迸裂】bèngliè<动>vỡ tung; vỡ toang; phọt; phụt; vọt: 山石~ đá núi vỡ tung
蹦 bèng<动> ❶nhảy; nhảy nhót: 欢~乱跳 vui mừng nhảy nhót ❷búng; bật; tung ra; bắn ra
【蹦床】bèngchuáng<名> ❶giường nhảy ❷môn thể dục nhảy giường (bật lò xo)
【蹦跶】bèngda<动>nhảy nhót
【蹦迪】bèngdí<动>nhảy disco
【蹦极】bèngjí<名>nhảy bungee; môn chơi lao mình từ cao (có thắt dây chun)
【蹦跳】bèngtiào<动>nhảy nhót

bī

逼 bī ❶<动>bức; bức bách; ép buộc: 被~无奈 buộc phải đành chịu ❷<动>thúc ép; hối thúc; dồn thúc ❸<动>áp sát; tiếp cận; sát gần: 直~城下 giáp thành ❹<形>[书]chật hẹp
【逼供】bīgòng<动>bức cung; ép cung: 严刑~ tra tấn bắt khai
【逼婚】bīhūn<动>cưỡng hôn; ép gả; ép duyên
【逼近】bījìn<动>áp sát; gần; sắp

【逼迫】bīpò<动>thúc bách; thúc ép; bức bách
【逼问】bīwèn<动>ép hỏi; dồn hỏi
【逼债】bīzhài<动>bức nợ; thúc nợ
【逼真】bīzhēn<形> ❶y như thật; giống hệt như thật: 形象~ hình ảnh như thật ❷rành rành; rõ mồn một

bí

荸 bí
【荸荠】bíqi<名>[植物](cây, củ) mã thầy; củ năng
鼻 bí ❶<名>mũi ❷<形>[书]khởi thủy; khai sáng
【鼻孔】bíkǒng<名>lỗ mũi
【鼻梁】bíliáng<名>sống mũi
【鼻青脸肿】bíqīng-liǎnzhǒng mặt sưng mày húp; sứt đầu mẻ trán
【鼻涕】bítì<名>mũi; nước mũi: 擤~ xì mũi/hỉ mũi
【鼻咽癌】bíyān'ái<名>bệnh ung thư mũi họng; ung thư vòm họng
【鼻炎】bíyán<名>viêm mũi
【鼻子】bízi<名>mũi

bǐ

匕 bǐ<名> ❶cái thìa; cái muôi (thời cổ) ❷[书]dao găm; đoản kiếm: 图穷~见 bản đồ mở xong thì dao găm hiện ra
【匕首】bǐshǒu<名>dao găm; lưỡi lê; đoản kiếm
比 bǐ ❶<动>so; so sánh; đọ sức: 一~高下 đọ sức hơn kém ❷<动>so được với; sánh với; như: 近邻~亲 láng giềng như người thân ❸<动>ra hiệu; làm điệu bộ: 他~画了一下手势，让我跟着进去。Anh ta ra hiệu để tôi đi vào theo. ❹<动>suy theo: 将心~心 suy bụng ta ra bụng người ❺<动>ví với; coi như; so sánh; tỉ dụ: 把它~作老虎。Ví nó với con hổ. ❻<名>tỉ lệ: 成正~ tỉ lệ thuận với nhau

B

❼〈动〉so sánh (tỉ số): 主队以三∶二胜客队。Đội chủ thắng đội khách với tỉ số 3∶2. ❽〈介〉so sánh khác biệt về tính chất, trạng thái, mức độ: 公园里小孩~大人多。Trong công viên trẻ em đông hơn người lớn.

【比比皆是】bǐbǐ-jiēshì khắp nơi đều vậy; đâu đâu cũng có; đầy rẫy

【比方】bǐfang❶〈动〉ví; tỉ dụ; so sánh; ví dụ: 打~ lấy ví dụ ❷〈动〉ví dụ; như: 广西的热带水果种类很多，~杜果、荔枝、龙眼等。Quảng Tây có rất nhiều loại hoa quả nhiệt đới, như xoài, vải, nhãn, v.v. ❸〈连〉giả dụ; giá như

【比分】bǐfēn〈名〉tỉ số; điểm số: 扳平~ san (gỡ) bằng tỉ số

【比基尼】bǐjīní〈名〉áo tắm nữ hai mảnh (bikini)

【比价】bǐjià❶〈动〉đấu giá; đấu thầu: ~单 phiếu đấu giá ❷〈名〉(giá cả) tỉ suất; tỉ giá

【比较】bǐjiào❶〈动〉so sánh ❷〈介〉so với; ...hơn...: 这篇文章~前一篇写得更好。Bài này viết tốt hơn bài trước. ❸〈副〉tương đối; khá

【比例】bǐlì〈名〉❶tỉ lệ thức ❷tỉ lệ ❸tỉ trọng

【比美】bǐměi〈动〉sánh ngang; tốt ngang; ngang tầm; sánh kịp

【比目鱼】bǐmùyú〈名〉cá thờn bơn

【比拟】bǐnǐ❶〈动〉so sánh: 无可~ không so sánh được ❷〈名〉(phép tu từ) ví von; nhân cách hóa; vật cách hóa

【比拼】bǐpīn〈动〉đọ sức

【比如】bǐrú〈动〉ví dụ; chẳng hạn như; thí dụ; tỉ như

【比萨饼】bǐsàbǐng〈名〉bánh pizza

【比赛】bǐsài❶〈动〉thi đấu; đấu; thi ❷〈名〉cuộc thi đấu

【比试】bǐshi〈动〉❶thi; đua tài; so tài ❷múa máy thử

【比武】bǐwǔ〈动〉đấu võ; thi võ

【比翼双飞】bǐyì-shuāngfēi chắp cánh cùng bay sánh đôi sánh duyên

【比喻】bǐyù❶〈动〉tỉ dụ; so sánh; ví von ❷〈名〉phương pháp ví von

【比照】bǐzhào〈动〉❶chiếu theo; đối chiếu với ❷so sánh đối chiếu; so sánh

【比重】bǐzhòng〈名〉❶tỉ trọng ❷tỉ lệ

彼bǐ〈代〉❶đấy; ấy; kia: 顾此失~ được cái này mất cái kia ❷đối phương; nó: 知己知~ biết người biết ta

【彼岸】bǐ'àn〈名〉❶bờ đối diện; bờ bên kia: 大洋~ bờ bên kia đại dương ❷cõi ước mơ; bến bờ lí tưởng: 到达胜利的~ đi đến bến bờ thắng lợi ❸[宗教]bỉ ngạn

【彼此】bǐcǐ〈代〉❶đây đó; hai bên; lẫn nhau ❷như nhau cả; cũng thế thôi mà: "你好厉害哟！" "咱俩的水平~~。" "Anh cừ lắm!" "Trình độ chúng ta như nhau cả."

笔bǐ❶〈名〉cái bút: 毛~ bút lông ❷〈名〉bút pháp (viết chữ, vẽ tranh, làm văn): 文~ bút pháp viết/phong cách viết ❸〈动〉viết: 代~ viết hộ ❹〈名〉bút tích (chữ hoặc tranh tự tay viết hoặc vẽ): 绝~信 thư tuyệt bút ❺〈名〉nét (chữ Hán): 再添几~ thêm mấy nét nữa ❻〈量〉khoản; món (tiền hoặc liên quan đến tiền): 欠一~账 mắc một khoản nợ ❼〈量〉nét(dùng cho nghệ thuật viết chữ và hội họa): 闲来无事，画了几~水墨画。Khi nhàn rỗi, vẽ lên mấy nét tranh thủy mặc.

【笔锋】bǐfēng〈名〉❶đầu bút lông ❷sức mạnh ngòi bút; văn chương sắc sảo: ~犀利 ngọn bút sắc bén

【笔杆子】bǐgǎnzi〈名〉❶quản bút; cán bút ❷cây bút (chỉ năng lực viết văn): 要~ vung cây bút ❸cây bút; người viết văn

【笔画】bǐhuà〈名〉❶nét chữ Hán ❷số nét

【笔记】bǐjì❶〈动〉ghi; chép ❷〈名〉bài

ghi chép ❸<名>bút kí

【笔记本】bǐjìběn<名>❶sổ ghi; sổ tay ❷máy tính xách tay

【笔迹】bǐjì<名>nét chữ; dạng chữ; bút tích

【笔录】bǐlù❶<动>ghi; chép ❷<名>bài ghi lại; biên bản

【笔名】bǐmíng<名>bút danh

【笔墨】bǐmò<名>bút mực; văn chương

【笔试】bǐshì<动>thi viết

【笔挺】bǐtǐng<形>❶thẳng tắp (đứng) ❷thẳng đứng; phẳng phiu

【笔误】bǐwù❶<动>viết nhầm ❷<名>chữ viết nhầm

【笔译】bǐyì<动>dịch viết

【笔者】bǐzhě<名>người viết; người coạn; tác giả (tự xưng)

【笔直】bǐzhí<形>thẳng tắp

鄙 bǐ❶<形>thô tục; đê tiện: 卑~ xấu xa/bỉ ổi; 粗~ thô bỉ/tục tằn ❷<形>bỉ thiển; tôi: ~人 bỉ nhân/tôi ❸<动>[书] coi khinh; xem thường; khinh thị: 轻 ~ khinh bỉ

【鄙薄】bǐbó❶<动>khinh thị; xem thường; khinh rẻ; coi khinh ❷<形>[书](lời nói khiêm tốn) thiển lậu; hèn mọn

【鄙视】bǐshì<动>khinh thị; coi thường; coi rẻ

bì

币 bì<名>tiền tệ; tiền: 硬~ tiền kim loại

【币值】bìzhí<名>giá trị đồng tiền

必 bì<副>❶ắt; ắt hẳn; chắc chắn; nhất định; tất nhiên: 未~ không chắc ❷ắt phải; nhất định phải: ~备 ắt phải có sẵn

【必不可少】bìbùkěshǎo　không thể thiếu được: 词典是学习语言~的工具。Từ điển là công cụ không thể thiếu được trong việc học ngôn ngữ.

【必定】bìdìng<副>❶nhất định; chắc chắn; tất; ắt: 革命~成功。Cách mạng ắt sẽ thành công. ❷nhất định; thế nào cũng

【必然】bìrán❶<形>tất nhiên: ~趋势 xu thế tất nhiên ❷<名>(quy luật) tất yếu

【必修】bìxiū<形>bắt buộc phải học: ~课程 môn học bắt buộc

【必须】bìxū<副>❶nhất định phải; ắt phải; tất phải ❷phải; nhất thiết phải

【必需】bìxū<动>nhu yếu; cần thiết phải có; không thể thiếu

【必需品】bìxūpǐn<名>nhu yếu phẩm; thứ cần thiết

【必要】bìyào<形>cần thiết; tất yếu

毕 bì❶<动>hết; xong; dứt; hoàn thành: 礼~ lễ xong; ~其功于一役 công thành trong một trận/quả quyết dứt điểm ❷<副>[书]tất cả; hoàn toàn: 真相~露 lộ hết chân tướng //(姓) Tất

【毕恭毕敬】bìgōng-bìjìng　hết mực cung kính; kính cẩn lễ phép

【毕竟】bìjìng<副>rốt cuộc; chung quy; suy cho cùng

【毕生】bìshēng<名>cả đời; trọn đời; suốt đời: 付出~精力 dốc sức cả đời

【毕业】bìyè<动>tốt nghiệp

闭 bì<动>❶đóng; khép; ngậm: 关~ đóng lại; 封~ đóng chặt lại ❷bí; bế; tắc ❸kết thúc; chấm dứt; ngừng

【闭合】bìhé❶<形>kín; đầu đuôi khép kín: ~曲线 đường gấp khúc khép kín ❷<动>đóng lại; nối kín; đóng kín

【闭会】bìhuì<动>bế mạc; kết thúc hội nghị

【闭卷】bìjuàn<动>(lối thi) không được giở sách

【闭幕】bìmù<动>❶hạ màn ❷bế mạc; kết thúc: 大会胜利~。Đại hội thắng lợi bế mạc.

【闭幕式】bìmùshì<名>lễ bế mạc

【闭塞】bìsè❶<动>tắc; nghẽn; ngạt:

B

鼻孔~ ngạt mũi ❷〈形〉(giao thông) bất tiện; khuất nẻo; hẻo lánh: ~的山区 vùng núi hẻo lánh ❸〈形〉mù tịt tin tức

【闭嘴】bìzuǐ〈动〉câm mồm

庇 bì〈动〉che; che đỡ; che chở: 包~ bao che

【庇护】bìhù〈动〉che chở; bảo hộ; bênh vực; bênh che: 政治~ bênh vực chính trị

陛 bì〈名〉[书]bậc thềm cung điện

【陛下】bìxià〈名〉bệ hạ

毙 bì〈动〉❶chết toi; bỏ mạng: 击~ bắn chết ❷[口]bắn chết; xử bắn; bắn bỏ ❸[书]vấp ngã; ngã đổ: 多行不义必自~。Làm nhiều điều bất nghĩa ắt sẽ tự diệt vong. ❹(dự án...) bị thủ tiêu

【毙命】bìmìng〈动〉bỏ mạng; mất mạng; toi đời: 当场~ chết ngay tại chỗ

辟 bì〈动〉[书]❶trừ; bài trừ: ~邪 trừ tà ❷tị; tránh: ~难 tị nạn/tránh nạn
另见 pì

碧 bì〈名〉[书]ngọc bích; ngọc xanh biếc ❷〈形〉xanh biếc: ~海 biển xanh

【碧空】bìkōng〈名〉bầu trời xanh; trời xanh: ~如洗 bầu trời trong vắt

【碧蓝】bìlán〈形〉xanh lam

【碧绿】bìlǜ〈形〉xanh biếc; xanh ngát

【碧玉】bìyù〈名〉ngọc bích; ngọc biếc

蔽 bì〈动〉che; đậy; đắp; chắn; che lấp; ẩn náu

弊 bì〈名〉❶hành vi dối trá lừa đảo: 作~ gian lận/lừa lọc/làm bậy; 营私舞~ lừa đảo kiếm chác ❷cái hại; tệ hại; sai sót: 利~ lợi hại

【弊病】bìbìng〈名〉❶tệ; tệ hại; tệ nạn: 抨击社会~ phê phán tệ nạn xã hội ❷sai sót; khuyết điểm

【弊端】bìduān〈名〉tệ nạn; thói xấu

壁 bì〈名〉❶tường; vách: 飞檐走~ trèo tường khoét vách ❷thành;

vách: 细胞~ thành tế bào ❸vách đá; vách núi dựng đứng: 峭~ vách đá/vách núi ❹lũy thành; tường xây quanh trại lính: 作~上观 đứng trên tường cao để nhìn/đứng ngoài cuộc/sống chết mặc bay

【壁橱】bìchú〈名〉tủ trong tường

【壁柜】bìguì〈名〉tủ vách; trạn vách

【壁虎】bìhǔ〈名〉thạch sùng

【壁画】bìhuà〈名〉bích họa; tranh vẽ trên tường

【壁垒】bìlěi〈名〉❶lũy quanh doanh trại; công sự phòng ngự ❷hàng rào; rào cản: 贸易~ rào cản thương mại; 关税~ hàng rào thuế quan

【壁炉】bìlú〈名〉lò sưởi trong tường

避 bì〈动〉❶tránh; lánh; trốn tránh; núp: 躲~ trốn tránh ❷phòng tránh; phòng ngừa: ~弹 phòng tránh súng đạn tới

【避而不谈】bì'érbùtán lảng tránh không nói; tránh không bàn tới

【避风】bìfēng〈动〉❶tránh gió ❷(ví việc tránh thế bất lợi) ẩn mình; ẩn nấp

【避风港】bìfēnggǎng〈名〉cảng tránh bão; chỗ ở ẩn; nơi lánh mình

【避讳】bìhuì〈动〉❶kiêng ❷né tránh: ~敏感问题 tránh vấn đề nhạy cảm

【避开】bìkāi〈动〉❶tránh; tránh né ❷thoát được; tránh được

【避雷针】bìléizhēn〈名〉cột thu lôi

【避免】bìmiǎn〈动〉tránh; tránh khỏi; phòng ngừa

【避难】bìnàn〈动〉tị nạn; lánh nạn; tránh nạn

【避难所】bìnànsuǒ〈名〉trại tị nạn; nơi tị nạn; chỗ lánh nạn

【避让】bìràng〈动〉trốn tránh; nhường tránh; nhường: 车辆应主动~行人。Xe cộ phải chủ động nhường tránh người qua đường.

【避暑】bìshǔ〈动〉❶nghỉ mát; tránh nắng: 夏天到山区~是不错的选择。Mùa hè đi nghỉ mát vùng núi là một sự lựa chọn hay. ❷tránh nắng; phòng cảm nắng

【避税】 bìshuì<动>tránh thuế trong khuôn khổ luật thuế cho phép

【避嫌】 bìxián<动>tị hiềm; tránh hiềm nghi

【避孕】 bìyùn<动>tránh thụ thai; tránh thai

【避孕套】 bìyùntào<名>bao cao su; bao tránh thai

【避重就轻】 bìzhòng-jiùqīng chọn việc nhẹ, tránh việc nặng; lánh nặng tìm nhẹ; tránh nói vào vấn đề chính

臂 bì<名>cánh tay: 两~ hai cánh tay

【臂膀】 bìbǎng<名>❶cánh tay ❷(ví với trợ thủ) cánh tay; trợ thủ

【臂章】 bìzhāng<名>băng đeo tay; phù hiệu đeo tay

biān

边 biān❶<名>cạnh (trong hình học) ❷<名>lề; bờ; mép; bên: 岸~ bên bờ❸<名>đường viền: 花~儿 đường diềm; 金~眼镜 kính viền vàng ❹<名>biên giới; địa giới; địa phận: 戍~ canh gác biên giới; 拓~ mở rộng địa giới ❺<名>giới hạn: 不着~际 không có giới hạn ❻<名>bên cạnh: 身~ bên mình ❼<名>bên; phía: 我给两~都说过了. Tôi đã nói với hai bên. ❽<名>(dùng sau danh từ chỉ thời gian từ hoặc số từ, biểu thị gần tới một thời điểm hoặc một số nào đó) gần; sắp; áp: 都四十~上还未成家. Gần bốn mươi tuổi mà còn chưa lập gia đình. ❾<副>vừa...vừa...(hai hoặc nhiều chữ "边" lần lượt đứng trước các động từ biểu thị động tác tiến hành đồng thời): ~读~写 vừa đọc vừa viết

边 bian bên; phía; đằng: 外~ bên ngoài; 西~ phía Tây

【边陲】 biānchuí<名>biên thùy; biên giới; biên cương

【边防】 biānfáng<名>biên phòng

【边防站】 biānfángzhàn<名>trạm biên phòng; đồn biên phòng

【边关】 biānguān<名>cửa khẩu biên giới; biên ải: ~小镇 thị trấn biên ải

【边疆】 biānjiāng<名>biên cương; biên thùy; bờ cõi

【边角料】 biānjiǎoliào<名>mảnh vụn; đầu thừa đuôi thẹo; vật liệu thừa; phế liệu

【边界】 biānjiè<名>(đường) biên giới; ranh giới: 划定~ phân định biên giới

【边境】 biānjìng<名>biên cảnh; biên giới; duyên biên: 中俄~ vùng biên giới Trung Quốc và Nga

【边境口岸】 biānjìng kǒu'àn cửa khẩu biên giới

【边境贸易】 biānjìng màoyì mậu dịch biên giới

【边民】 biānmín<名>dân biên giới

【边沿】 biānyán<名>ven; dọc ven; bờ ven: ~地带 vùng ven

【边远】 biānyuǎn<形>sát biên giới; xa xôi hẻo lánh: ~山区 vùng núi xa xôi hẻo lánh

【边寨】 biānzhài<名>bản làng vùng biên giới; trang trại vùng biên

编 biān❶<动>đan; tết: ~竹篮 đan giỏ tre ❷<动>sắp; xếp; tổ chức: 把他~在我们组吧! Xếp anh ấy vào tổ ta nhé! ❸<动>biên tập: ~教材 biên soạn sách giáo khoa ❹<动>soạn; sáng tác: ~曲 sáng tác nhạc ❺<动>bịa đặt; đặt điều; bịa chuyện: ~瞎话 bịa đặt chuyện vu vơ ❻<名>quyển; tập; cuốn; biên (sách thành tập, thường dùng làm tên sách): 续~ tục biên ❼<量>(đơn vị lớn hơn chương của bộ sách, phân theo nội dung) phần: 上~ phần đầu/ thượng biên ❽<名>biên chế: 在~ ở trong biên chế

【编程】 biānchéng<动>lập trình

B

【编导】biāndǎo❶〈动〉biên kịch và đạo diễn; biên đạo ❷〈名〉nhà soạn kịch và đạo diễn

【编号】biānhào❶〈动〉đánh số; ghi số; xếp theo thứ tự: 给书目~ ghi số cho thư mục ❷〈名〉kí hiệu; số thứ tự

【编辑】biānjí❶〈动〉biên tập:~诗集 biên tập tập thơ ❷〈名〉cán bộ biên tập; biên tập viên ❸〈名〉chức danh trong ngành xuất bản

【编校】biānjiào〈动〉biên tập và hiệu đính

【编剧】biānjù❶〈动〉biên kịch; soạn kịch ❷〈名〉người soạn kịch

【编排】biānpái〈动〉❶sắp xếp; bố trí: ~文字 sắp xếp văn tự ❷trình bày; sắp đặt; sửa soạn: ~文艺节目 sắp xếp trình bày tiết mục văn nghệ

【编审】biānshěn❶〈动〉biên tập và thẩm định ❷〈名〉cán bộ biên tập thẩm định ❸〈名〉chức danh ngành xuất bản

【编外】biānwài〈形〉ngoài biên chế

【编委】biānwěi〈名〉❶ban biên tập ❷thành viên trong ban biên tập

【编写】biānxiě〈动〉❶biên soạn; viết: ~参考书 biên soạn sách tham khảo ❷sáng tác; soạn: ~歌剧 soạn kịch hát

【编译】biānyì❶〈动〉biên tập và phiên dịch; biên dịch ❷〈名〉người biên dịch

【编造】biānzào〈动〉❶lập; lên; làm; biên soạn ❷hư cấu; tạo dựng: ~神话故事 hư cấu thần thoại ❸bịa; bịa đặt: ~谎言 bịa đặt lời nói láo

【编者】biānzhě〈名〉soạn giả; người biên tập

【编织】biānzhī〈名〉đan; móc; bện; tết

【编制】[1] biānzhì〈动〉❶đan: ~竹器 đan đồ tre ❷lập; lên; đặt (kế hoạch)

【编制】[2] biānzhì〈名〉biên chế: 部队~ biên chế bộ đội

【编撰】biānzhuàn〈动〉soạn; biên soạn; viết

蝙 biān

【蝙蝠】biānfú〈名〉con dơi

鞭 biān❶〈名〉cái roi: 马~ roi ngựa ❷〈名〉roi sắt: 竹节~ roi sắt mặt tre ❸〈名〉que; thước; gậy: 教~ thước dạy học ❹〈名〉sinh thực khí con thú đực ❺〈名〉pháo tép; pháo tràng: ~炮 pháo tép ❻〈动〉[书]quất; đánh; vút: ~马 quất ngựa

【鞭策】biāncè〈动〉quất roi; thúc giục; nghiêm khắc thúc giục

【鞭打】biāndǎ〈动〉quất đánh; đánh roi

【鞭炮】biānpào〈名〉❶pháo ❷pháo tràng; pháo bánh; pháo dây

【鞭子】biānzi〈名〉roi

biǎn

贬 biǎn〈动〉❶hạ thấp; giáng; biếm; giảm: ~为庶民 bị giáng cấp thành dân thường ❷chê: 褒~ khen chê

【贬低】biǎndī〈动〉hạ thấp; chê bai

【贬损】biǎnsǔn〈动〉nói xấu; làm tổn hại; chỉ trích; hạ thấp

【贬义】biǎnyì〈名〉nghĩa xấu; ý xấu: ~词 từ nghĩa xấu

【贬值】biǎnzhí〈动〉❶phá giá; mất giá: 货币~ mất giá tiền tệ ❷thả nổi; hạ thấp tỉ giá hối đoái hoặc hàm lượng vàng của đồng tiền bản vị nước mình ❸sụt giá (nói chung): 房产~ bất động sản sụt giá

扁 biǎn❶〈形〉bẹt; giẹp; dẹt; bẹp: 压~了 bị đè bẹp; 别把人看~了。Đừng có xem thường người ta. ❷〈动〉[方]đánh; đòn: 狠狠~他一顿。Đánh thằng ấy một trận nhừ tử.

【扁担】biǎndan〈名〉đòn gánh; đòn xóc

【扁豆】biǎndòu〈名〉đậu cô ve; biển đậu

【扁桃】biǎntáo<名>❶cây và quả quéo hương ❷cây và quả bàn đào

匾 biǎn<名>❶tấm biển; bức hoành phi (bằng gỗ, cũng có thể bằng lụa vải): 横~ bức hoành phi ❷nong; nia; mẹt

【匾额】biǎn'é<名>tấm biển; bức hoành phi

biàn

变 biàn❶<动>đổi khác; biến đổi; thay đổi: 改~ thay đổi ❷<动>thay đổi; trở thành; biến thành: 天堑~通途。Lạch trời biến thành đường đi. ❸<动>làm thay đổi; biến: ~沧海为桑田 biến biển cả thành ruộng dâu ❹<动>có thể thay đổi; đã thay đổi: ~数 nhân tố có thể thay đổi ❺<动>ban (nhà cửa đồ đạc) lấy tiền: ~产 bán của cải lấy tiền ❻<名>quyền biến linh hoạt: 通权达~ thông quyền đạt biến/giỏi quyền biến/giỏi biến báo ❼<名>biến đổi lớn bất ngờ; sự biến: 兵~ binh biến ❽<名>biến văn

【变本加厉】biànběn-jiālì ngày một thậm tệ; ngày càng táo tợn

【变成】biànchéng<动>trở thành

【变电站】biàndiànzhàn<名>trạm biến thế; trạm biến điện

【变调】biàndiào<动>❶biến điệu ❷chuyển điệu ❸đổi giọng; chuyển giọng

【变动】biàndòng<动>❶biến đổi: 工作~ thay đổi việc làm ❷thay đổi; sửa đổi

【变更】biàngēng<动>thay đổi; biến đổi

【变故】biàngù<名>biến cố; tai nạn; rủi ro; tai biến

【变卦】biànguà<动>thay đổi; trở mặt; lật lọng; giở quẻ

【变化】biànhuà<动>thay đổi; biến hóa: ~多端 biến hóa đa dạng/biến hóa đủ trò

【变幻】biànhuàn<动>biến ảo; biến đổi thất thường: ~莫测 biến đổi khôn lường

【变换】biànhuàn<动>đổi; thay đổi

【变节】biànjié<动>không giữ vững khí tiết; đầu hàng; mất khí tiết; phản bội

【变脸】biànliǎn<动>❶trở mặt ❷đổi nét mặt

【变卖】biànmài<动>bán (gia sản) lấy tiền: ~家产 bán gia sản lấy tiền

【变迁】biànqiān<动>chuyển đổi; biến đổi; dời đổi; biến thiên: 世事~ việc đời đổi thay/thế sự đổi thay

【变色】biànsè<动>❶đổi màu; biến màu; phai màu ❷biến sắc mặt khi giận dữ hay sợ hãi; sốt ruột: 脸不~心不跳。Mặt không biến sắc, tim không đập dồn.

【变速器】biànsùqì<名>hộp số (ở ô tô); hộp biến tốc; thiết bị tăng giảm tốc độ (vận hành của máy móc, ô tô, máy kéo); máy tăng tốc (ở máy bay)

【变态】biàntài❶<动>biến thái ❷<动>biến dị; biến thái ❸<动>không bình thường; khác thường; dị thường: ~心理 trạng thái tâm lí không bình thường ❹<名>trạng thái khác thường

【变天】biàntiān<动>❶trở trời; thời tiết thay đổi ❷đổi trời; đổi thời; đổi đời

【变通】biàntōng<动>linh hoạt; biến báo; quyền biến

【变味儿】biànwèir<动>❶thiu; ôi; trở mùi ❷biến chất

【变戏法】biàn xìfǎ❶biểu diễn ảo thuật ❷giở thủ đoạn lừa người

【变现】biànxiàn<动>đổi thành tiền mặt; quy đổi của cải; trái phiếu thành tiền mặt

【变相】biànxiàng<形>biến hình; trá hình; biến tướng

【变心】biànxīn<动>thay lòng đổi dạ

【变形】biànxíng<动>❶biến dạng; hình thù đổi khác ❷hóa hình; hóa phép

【变性】biànxìng<动>❶biến đổi tính chất ❷biến tính (của tế bào cơ thể) ❸thay đổi giới tính nam nữ

【变性人】biànxìngrén<名>người biến tính

【变压器】biànyāqì<名>máy biến thế

【变样】biànyàng<动>biến dạng; khác trước

【变质】biànzhì<动>biến chất

【变种】biànzhǒng<名>❶(sinh vật) biến chủng ❷biến tướng; trá hình (của một trào lưu hoặc trường phái tư tưởng sai lầm, phản động)

便 biàn❶<形>tiện; tiện lợi: 轻~ nhẹ nhàng tiện lợi ❷<名>dịp thuận tiện: 顺~ tiện thể ❸<形>thường; đơn giản: 着~装 mặc thường phục ❹<名>phân; nước tiểu: 排~ tiết phân và nước dải/ ia đái ❺<动>bài tiết phân, nước tiểu: 大 ~ đi ia; 小~ đi đái ❻<副>thì; bèn; liền: 说完~做 nói xong làm ngay ❼<连> cho dù; dù; ngay cả: ~是再艰难，也 要成功。Cho dù có khó khăn nữa thì cũng phải thành công.
另见pián

【便车】biànchē<名>xe tiện lợi

【便当】biàndāng<名>cơm hộp

【便当】biàndang<形>tiện; thuận tiện; dễ dàng; đơn giản

【便道】biàndào<名>❶đường tắt; lối hẻm: 抄~走 đi đường tắt ❷đường bộ hành; via hè ❸lối đi tạm; đường tránh

【便饭】biànfàn<名>cơm bữa; cơm thường

【便服】biànfú<名>thường phục

【便函】biànhán<名>thư thường

【便笺】biànjiān<名>❶mẫu thư nhắn; mẫu nhắn tin ❷sổ ghi nhắn

【便捷】biànjié<形>❶tiện lợi ❷nhanh gọn; nhạy bén (động tác)

【便利】biànlì❶<形>tiện lợi; thuận tiện; tiện: 交通~ giao thông tiện lợi ❷<动>tiện lợi cho; làm tiện lợi cho

【便秘】biànmì❶<名>căn bệnh táo bón ❷<动>táo bón

【便盆】biànpén<名>bô đại tiểu tiện; chậu vệ sinh

【便士】biànshì<名>đồng pen-ni (pence)

【便条】biàntiáo<名>giấy nhắn tin

【便携式】biànxiéshì cỡ nhỏ; kiểu cầm tay: ~计算机 máy tính kiểu cầm tay

【便血】biànxiě<动>đi ngoài ra máu

【便衣】biànyī<名>❶quần áo thường; thường phục ❷quân nhân hoặc cảnh sát mặc thường phục: ~警察 cảnh sát chìm/lính kín/mật thám

【便宜】biànyí<形>tiện; tiện lợi
另见piányi

【便于】biànyú<动>tiện cho; dễ cho

【便装】biànzhuāng<名>thường phục

遍 biàn❶<动>khắp; khắp cả; khắp nơi: 我们的朋友~天下。Bạn bè của chúng ta khắp thiên hạ. ❷<量>lượt; lần; đợt: 再读一~ đọc lại một lần nữa

【遍布】biànbù<动>phân bố khắp nơi; rải rác khắp nơi: ~全国 khắp cả nước

【遍地】biàndì❶<副>khắp cả ❷<动> khắp nơi; khắp chốn

【遍及】biànjí<动>rộng khắp đến tận…; khắp tận: ~全校 khắp tận cả trường

【遍体鳞伤】biàntǐ-línshāng thương tích khắp người; vết thương đầy người

辨 biàn<动>phân biệt; phân rõ: 明~ 是非 phân biệt rõ phải trái

【辨别】biànbié<动>biền biệt; phân biệt; phân rõ: ~方向 phân biệt phương hướng

【辨明】biànmíng<动>phân biệt;

phân rõ ~事理 phân biệt rõ lẽ phải

【辨认】biànrèn〈动〉nhận ra; nhận rõ; nhận biết: ~相片 nhận ra ảnh chụp

【辨析】biànxī〈动〉phân tích rõ; phân biệt: 词义~ phân biệt nghĩa từ

辨biàn〈动〉biện giải; biện luận: 争 - bàn cãi/tranh cãi; 诡~ cãi phứa/cãi bướng

【辨护】biànhù〈动〉❶biện hộ; bào chữa: ~律师 luật sư bào chữa ❷bênh vực; bảo vệ: 为真理~ bảo vệ chân lí

【辨解】biànjiě〈动〉biện giải; biện bạch; bày tỏ; giãi bày; giải thích

【辨论】biànlùn〈动〉biện luận; tranh luận; bàn cãi

【辨论会】biànlùnhuì〈名〉buổi hội thảo; cuộc biện luận

【辨证】biànzhèng❶〈动〉phân tích khảo chứng ❷〈形〉biện chứng: ~地看问题 nhận xét vấn đề một cách biện chứng

【辨证法】biànzhèngfǎ〈名〉❶phép biện chứng; biện chứng pháp ❷phép duy vật biện chứng; biện chứng pháp duy vật

辫biàn❶〈名〉bím tóc: 小发~ bím tóc nhỏ ❷〈名〉dải (dây) rơm; cói (bện mũ, làn, quạt…): 草帽~ dải (dây) rơm/cói (bện mũ, làn, quạt…) ❸〈动〉[方]túm: ~蒜 túm tỏi ❹〈量〉[方]túm: 一~蒜 một túm tỏi

【辫子】biànzi〈名〉❶bím tóc; đuôi sam: 梳~ chải bím tóc ❷túm: 蒜~ túm tỏi ❸(ví) cái cán; cái chuôi; cái bím: 揪~ túm lấy cái bím (ví túm lấy khuyết điểm hay lỗi lầm của kẻ khác)

biāo

标biāo❶〈名〉[书]ngọn cây ❷〈名〉cái ngọn; cái râu ria; chi tiết (của sự vật): 治~不治本 chữa ngọn không chữa gốc ❸〈名〉mốc; dấu hiệu: 浮

~ chiếc phao; 音~ kí hiệu phiên âm ❹〈名〉tiêu chuẩn; chỉ tiêu: 达~ đạt tiêu chuẩn ❺〈动〉đánh dấu; ghi rõ ❻〈名〉giải thưởng; phần thưởng: 夺~ đoạt giải ❼〈名〉giá bỏ thầu; giá đấu thầu: 投~ bỏ thầu

【标榜】biāobǎng〈动〉❶nêu chiêu bài; giương ngọn cờ; giơ danh nghĩa: ~自由 giơ hai chữ "tự do" ❷tâng bốc; tán tụng; quảng cáo; lăng xê:自我~ tâng bốc tự mình

【标本】biāoběn〈名〉❶gốc và ngọn: ~兼治 chữa trị cả gốc lẫn ngọn ❷tiêu bản: 昆虫~ tiêu bản sâu bọ ❸tiêu biểu; đại biểu ❹vật xét nghiệm (như máu, đờm, phân…)

【标兵】biāobīng〈名〉❶tiêu binh ❷tấm gương; mẫu mực; kiểu mẫu

【标尺】biāochǐ〈名〉❶thước đo ❷thước ngắm ❸ví tiêu chuẩn đánh giá

【标的】biāodì〈名〉❶cái bia (tập bắn) ❷mục đích ❸đối tượng trong việc thực hiện hợp đồng

【标点】biāodiǎn❶〈名〉dấu chấm câu ❷〈动〉chấm câu

【标点符号】biāodiǎn fúhào dấu chấm câu

【标号】biāohào〈名〉❶cấp; bậc; hạng; loại; mức ❷dấu; kí hiệu

【标记】biāojì❶〈动〉đánh dấu ❷〈名〉dấu hiệu; kí hiệu; dấu; mốc

【标价】biāojià❶〈动〉ghi giá: 明码~ ghi rõ giá tiền ❷〈名〉giá đề; giá ghi; giá yết

【标明】biāomíng〈动〉đề rõ; ghi rõ; yết rõ: ~出处 ghi rõ xuất xứ

【标牌】biāopái〈名〉nhãn hiệu; nhãn hàng hóa

【标签】biāoqiān〈名〉e-ti-két; nhãn hàng

【标枪】biāoqiāng〈名〉❶môn ném lao ❷cái lao (trong môn thi điền kinh) ❸cái thương; ngọn giáo; cái lao

【标示】biāoshì<动>chỉ rõ; nêu rõ

【标书】biāoshū<名>hồ sơ gọi thầu hoặc đấu thầu

【标题】biāotí<名>tiêu đề; đầu đề; tít; đề; tựa: 副~ tiêu đề phụ

【标新立异】biāoxīn-lìyì nêu ra chủ trương mới lạ; lập dị; khác người; nổi trội

【标语】biāoyǔ<名>biểu ngữ; khẩu hiệu

【标志】biāozhì❶<名>cái mốc; dấu hiệu; tiêu chí: 交通~ dấu hiệu giao thông ❷<动>đánh dấu; đặt mốc; chứng tỏ; tỏ rõ

【标致】biāozhì<形>xinh đẹp; xinh xắn; duyên dáng: 长相~ khuôn mặt xinh đẹp

【标准】biāozhǔn❶<名>tiêu chuẩn; mẫu mực: 达到~ đạt tiêu chuẩn ❷<形>chuẩn mực; mực thước; chuẩn: ~身高 chiều cao chuẩn mực (cơ thể)

【标准化】biāozhǔnhuà tiêu chuẩn hóa; chuẩn hóa

彪 biāo<名>[书]❶hổ con; cọp con ❷văn; văn thái; màu sắc rực rỡ; tài hoa

【彪悍】biāohàn<形>dữ, khỏe và dũng mãnh

膘 biāo<名>thịt mỡ: 长~ béo ra

飙 biāo<名>[书]gió bão: 狂~ bão lớn/dông tố/bão táp

【飙车】biāochē<动>phóng xe

【飙高】biāogāo<动>dâng cao như thổi: 金价~。Giá vàng tăng như thổi.

【飙升】biāoshēng<动>tăng vùn vụt

镖 biāo<名>mũi tiêu (vũ khí cổ): 飞~ phi tiêu; 袖~ mũi tiêu giấu trong ống tay áo

biǎo

表 biǎo❶<名>bề ngoài; mặt ngoài: 地~ mặt đất; 由~及里 từ ngoài vào trong ❷<名>họ (quan hệ bà con với bên chị em gái cùng vai vế và khác vai vế): ~哥 anh họ ❸<动>bày tỏ; biểu thị: 以~谢意 để tỏ lòng cảm ơn ❹<动>giải cảm; phát tán (phong hàn): ~汗 xông cho ra mồ hôi ❺<名>tấm gương; mẫu mực: 代~ đại biểu ❻<名>(sách hoặc văn kiện liệt kê sự việc theo hình thức biểu bảng) biểu; bảng: 登记~ bảng đăng kí ❼<名>cột đo bóng nắng thời xưa ❽<名>(dụng cụ đo một đại lượng nào đó) biểu kế; đồng hồ; công-tơ: 电~ công-tơ điện ❾<名>đồng hồ (nhỏ hơn đồng hồ báo thức, mang theo được): 怀~ đồng hồ quả quít/đồng hồ bỏ túi ❿<名>những cây cột, bia có khắc chữ hoặc hình đồ

【表白】biǎobái<动>bày tỏ; nói rõ; trình bày: ~诚意 bày tỏ lòng chân thành

【表层】biǎocéng❶<名>lớp ngoài; lớp vỏ ngoài ❷<形>bên ngoài; phi bản chất

【表达】biǎodá<动>biểu đạt; diễn đạt; bày tỏ: ~情意 bày tỏ tình cảm

【表弟】biǎodì<名>em trai họ

【表格】biǎogé<名>biểu bảng; biểu mẫu

【表姐】biǎojiě<名>chị họ

【表决】biǎojué<动>biểu quyết

【表露】biǎolù<动>biểu lộ; tỏ rõ

【表面】biǎomiàn<名>❶mặt ngoài; bề ngoài: 地球~ bề ngoài trái đất ❷ngoài mặt; bề ngoài; mẽ ngoài

【表明】biǎomíng<动>tỏ rõ: ~立场 tỏ rõ lập trường; ~态度 tỏ rõ thái độ

【表皮】biǎopí<名>❶lớp da; biểu bì ❷vỏ cây; biểu bì thực vật ❸bề mặt của sự vật

【表情】biǎoqíng❶〈动〉biểu lộ tư
tưởng tình cảm; diễn cảm: ~达意 diễn
tả tình cảm ❷〈名〉tư tưởng tình cảm
bộc lộ ra; biểu cảm; vẻ mặt; nét mặt

【表示】biǎoshì❶〈动〉biểu thị; tỏ;
bộc lộ: ~不服 tỏ ra không chịu phục
❷〈动〉chứng tỏ ❸〈名〉dấu hiệu
phản ứng

【表述】biǎoshù〈动〉nói rõ; thuyết
minh; trình bày; diễn đạt; diễn tả

【表率】biǎoshuài〈名〉tấm gương tốt

【表态】biǎotài〈动〉tỏ thái độ

【表现】biǎoxiàn❶〈动〉biểu hiện; thể
hiện: 他的无私~在好几个方面。Sự
vô tư của anh ấy thể hiện ở nhiều
mặt. ❷〈名〉(sự) biểu hiện; (sự) thể
hiện ❸〈动〉(cố ý) biểu hiện mình;
thể hiện mình: 好~ thích làm bộ

【表演】biǎoyǎn〈动〉❶biểu diễn;
trình diễn; diễn xuất; trình diễn: ~
节日 biểu diễn tiết mục ❷bày tỏ; làm
thấy rõ: ~电脑的基本操作 thể hiện
những thao tác cơ bản của máy tính
❸biểu diễn

【表扬】biǎoyáng〈动〉biểu dương;
tuyên dương; khen ngợi

【表彰】biǎozhāng〈动〉biểu dương;
tuyên dương; khen ngợi

裱biǎo〈动〉❶bồi; dán; giấy trang
trí ❷bồi; dán giấy hoặc lụa trang
hoàng tác phẩm thư hoạ

【裱糊】biǎohú〈动〉dán giấy lên
tường hoặc trần nhà; dán vách; dán
giấy

biē

憋biē❶〈动〉nhịn; nín; kìm; nén; bí;
túc: ~住不说 nhịn không nói ❷〈形〉
ngột ngạt; bực bội: 心里~得慌
lòng rất bực bội

【憋气】biēqì❶〈动〉nín hơi; nín thở;
nhịn thở: ~潜水 nín thở lặn dưới nước
❷〈形〉nghẹt thở; ngột ngạt; ấm ức;
túc anh ách

【憋屈】biēqū〈形〉[口]oán uất; oan uất

鳖biē〈名〉con ba ba

bié

别¹bié❶〈动〉chia li; xa cách: 告~
cáo biệt/từ biệt ❷〈代〉khác; ngoài
ra: ~人 người khác ❸〈动〉[方]quay;
ngoảnh; xoay chuyển; chuyển biến:
把头~过去 quay mặt đi

别²bié❶〈动〉tách chia; khu biệt;
phân biệt: 分门~类 chia ngành phân
loại ❷〈名〉sai biệt; khác biệt:天壤
之~ khác nhau một trời một vực
❸〈名〉loại biệt; khác biệt về loại: 性
~ giới tính

别³bié〈动〉❶ghim; găm; đính: 把两
张表格~在一起。Hãy ghim hai giấy
bảng vào với nhau. ❷giắt; chốt cài:
把门~上 chốt cửa lại/cài cửa ❸đệm;
ngã; khoèo ngã ❹chèn; chặn: ~车
chèn xe

别⁴bié〈副〉❶đừng; chớ; không nên:
上学~迟到。Đi học đừng đến muộn.
❷hẳn là; chắc là; hay là: 他那么晚
还没回来，~是发生什么意外了吧?
Muộn thế mà anh ấy vẫn chưa về,
hay là đã xảy ra việc gì bất trắc?
另见biè

【别称】biéchēng〈名〉tên khác; biệt
xưng

【别出心裁】biéchū-xīncái độc đáo
khác người; tạo được cái mới lạ
khác người

【别处】biéchù〈名〉chỗ khác; nơi
khác

【别管】biéguǎn〈连〉chẳng kể; bất
kể; bất cứ; dù; bất kì: ~是谁，都要
遵守纪律。Bất kể là ai, đều phải
tuân thủ kỉ luật.

【别家】biéjiā〈名〉nhà khác; xí nghiệp
khác

【别具一格】biéjù-yīgé có phong
cách riêng; độc đáo

【别来无恙】biélái–wúyàng vẫn khỏe; vẫn bình thường như trước

【别离】biélí<动>li biệt; lìa rời; xa rời: ~家乡 xa rời quê hương

【别名】biémíng<名>biệt danh; tên khác

【别人】[1] biérén<名>người khác

【别人】[2] biérén<代>người ta

【别墅】biéshù<名>biệt thự

【别说】biéshuō<连>❶đừng nói ❷[口] ấy thế; ấy thế mà

【别有风味】biéyǒu–fēngwèi có hương vị đặc biệt

【别有用心】biéyǒu–yòngxīn có ý đồ khác; có mưu đồ riêng

【别针】biézhēn<名>❶kim băng; ghim ❷hoa cài áo

【别致】biézhì<形>mới lạ; tân kì; khác thường; mới mẻ

【别字】biézì<名>❶chữ viết sai; chữ đọc sai ❷tên riêng

蹩biě<动>[方]sái; trẹo: ~痛了脚 trẹo đau cả chân

【蹩脚】biéjiǎo<形>[方]tồi; xấu; kém; dở: ~的英语 trình độ tiếng Anh dở

biě

瘪biě<形>móm; tóp; lép

biè

别biè<动>[方]xoay chuyển; đổi thay: ~不过 không xoay chuyển được
另见bié

【别扭】bièniu<形>❶kì cục; trái khoáy; khó tính; khó chịu; dở hơi: 这个人真~。Thằng này thật dở hơi. ❷khúc mắc; vướng mắc; khủng khinh: 闹~ xích mích nhau ❸(nói năng, làm văn) lủng củng; ngắt ngứ; trúc trắc: 这句话有点~。Câu này hơi lủng củng. ❹không tự nhiên; gò bó

bīn

宾bīn<名>khách: 贵~ khách quý

【宾馆】bīnguǎn<名>nhà khách; khách sạn: 五星级~ khách sạn năm sao

【宾客】bīnkè<名>tân khách; khách khứa: ~盈门 khách khứa đầy nhà

【宾语】bīnyǔ<名>tân ngữ

【宾至如归】bīnzhì–rúguī khách đến cảm thấy như về nhà mình

【宾主】bīnzhǔ<名>khách và chủ

彬bīn

【彬彬有礼】bīnbīn–yǒulǐ bặt thiệp; lịch thiệp; phong nhã; nho nhã

傧bīn

【傧相】bīnxiàng<名>❶người tiếp tân; người xướng lễ (thời xưa) ❷phù dâu; phù rể: 男~ phù rể; 女~ phù dâu

滨bīn❶<名>bờ: 海~ bờ biển; 湖~ bờ hồ ❷<动>ven; gần; giáp: ~海 ven biển

濒bīn<动>❶kề; gần; giáp: ~湖 sát hồ ❷gần; sắp: ~死 sắp chết

【濒临】bīnlín<动>tiếp giáp; sát bên: ~崩溃 sát bên bờ tan vỡ

【濒危】bīnwēi<动>lâm nguy (ốm nặng) sắp chết: 病人~ bệnh nhân hấp hối

【濒于】bīnyú<动>kề bên; bên bờ: ~灭亡 bên bờ diệt vong

bìn

殡bìn<动>quàn linh cữu; đưa linh cữu đến nơi mai táng: 出~ đưa đám/ chuyển linh cữu đi mai táng

【殡仪馆】bìnyíguǎn<名>nhà tang lễ

【殡葬】bìnzàng<动>đưa đám và mai táng

鬓bìn<名>tóc mai: 两~斑白 hai mái

tóc mai bạc trắng

【鬓发】bìnfà<名>tóc mai

【鬓角】bìnjiǎo<名>tóc mai

bīng

冰 bīng❶<名>băng; nước đá: 结~ đóng băng ❷<动>buốt; lạnh giá: 河水~人 nước sông giá buốt ❸<动>ướp đá; ướp lạnh ❹<名>thứ giống nước đá

【冰棒】bīngbàng<名>[方]kem que

【冰雹】bīngbáo<名>mưa đá

【冰川】bīngchuān<名>sông băng; băng hà

【冰袋】bīngdài<名>túi chườm nước đá

【冰灯】bīngdēng<名>băng đăng

【冰点】bīngdiǎn<名>điểm đông; điểm đóng băng

【冰雕】bīngdiāo<名>(nghệ thuật) khắc băng; chạm băng

【冰冻】bīngdòng❶<动>đóng băng ❷<名>[方]băng đá

【冰毒】bīngdú<名>băng độc; ma túy ice

【冰棍儿】bīnggùnr<名>kem que

【冰激凌】bīngjīlíng<名>kem

【冰块儿】bīngkuàir<名>cục băng đá

【冰冷】bīnglěng<形>❶giá lạnh; lạnh cóng; rét buốt ❷lạnh nhạt; lạnh băng; lạnh như tiền: 态度~ thái độ lạnh nhạt

【冰凉】bīngliáng<形>(vật thể) lạnh giá; lạnh ngắt: 浑身~ toàn thân lạnh giá

【冰球】bīngqiú<名>❶bóng băng (một lối chơi bóng trên băng) ❷quả bóng băng

【冰山】bīngshān<名>❶núi băng ❷tảng băng trôi; núi băng trôi ❸chỗ dựa mong manh

【冰糖】bīngtáng<名>đường phèn

【冰天雪地】bīngtiān-xuědì trời đất băng tuyết giá rét; trời đông tuyết

phủ

【冰箱】bīngxiāng<名>tủ lạnh

【冰鞋】bīngxié<名>giày trượt băng

【冰镇】bīngzhèn<动>ướp lạnh: ~果汁 nước hoa quả ướp lạnh

兵 bīng<名>❶vũ khí; binh khí: 短~相接 đánh giáp la cà/đánh áp sát ❷quân nhân; quân đội: 当~ làm quân nhân; 工程~ lính công trình/bộ đội công trình ❸lính: 士~ binh lính; 上等~ binh nhất ❹quân sự; chiến tranh; việc binh: 用~如神 dùng binh như thần

【兵法】bīngfǎ<名>binh pháp; phép dụng binh

【兵分两路】bīngfēnliǎnglù đạo quân chia làm hai mũi; quân chia hai ngả

【兵工厂】bīnggōngchǎng<名>binh công xưởng; xưởng quân giới; nhà máy quân giới

【兵力】bīnglì<名>binh lực

【兵马俑】bīngmǎyǒng<名>tượng gốm binh mã

【兵器】bīngqì<名>binh khí; khí giới; vũ khí

【兵强马壮】bīngqiáng-mǎzhuàng binh hùng tướng mạnh

【兵营】bīngyíng<名>trại lính; doanh trại quân đội

槟 bīng

【槟榔】bīngláng<名>(cây, quả) cau

bǐng

秉 bǐng<动>[书]❶cầm; nắm: ~笔 cầm bút ❷nắm giữ; chủ trì: ~权 cầm quyền

【秉承】bǐngchéng<动>tiếp thụ; nhận; vâng chịu; tuân theo (ý chỉ, chỉ thị)

【秉公】bǐnggōng<副>theo lẽ công bằng: ~办事 làm việc theo lẽ công bằng

【秉性】bǐngxìng<名>bẩm tính; tính trời; bản tính; tính cách: ~难移 bản

柄 bǐng ❶<名>cán; chuôi: 刀~ chuôi dao; 枪~ cán súng ❷<名>cuống: 叶~ cuống lá ❸<名>thóp; đuôi: 话~ đầu đề đàm tiếu; 笑~ trò cười ❹<动>[书]nắm giữ; cầm: ~政 nắm chính sự ❺<名>[书]quyền; quyền bính; quyền hành: 国~ quốc quyền ❻<量>[方]cái; chiếc: 两~斧头 hai chiếc búa

饼 bǐng <名>❶bánh: 烧~ bánh nướng ❷vật hình tròn như cái bánh: 铁~ cái đĩa ném (dụng cụ thể thao)

【饼干】bǐnggān<名>bánh bích quy

屏 bǐng<动>❶nín; nhịn: ~住呼吸 nín thở ❷trừ bỏ; bài trừ; vứt bỏ: ~除 bài trừ

另见píng

【屏气】bǐngqì<动>nín hơi; nín thở

【屏弃】bǐngqì<动>gạt bỏ; ruồng bỏ

bìng

并¹ bìng<动>gộp; ghép; nhập lại; hợp lại: 合~ sát nhập; 兼~ thôn tính

并² bìng❶<动>cùng hàng; sát ngang nhau; ngang liền nhau: 齐头~进 sát cánh tiến lên ❷<副>đồng thời; song song; đi đôi: 相提~论 coi ngang nhau ❸<副>quyết (không); hoàn toàn (không): 他~不知道这件事。Anh ấy quyết không biết chuyện này. ❹<连>hơn nữa; còn; và: 痛~快乐着 đang đau và mừng ❺<介>[书]cả đến...; đến...: ~此而不知 đến điều này mà chẳng biết

【并存】bìngcún<动>song song tồn tại; cùng tồn tại: 多种经济成分~ nhiều thành phần kinh tế cùng tồn tại

【并发】bìngfā<动>biến chứng; bội phát; bội nhiễm; phát thêm

【并非】bìngfēi<动>chẳng phải là; quyết không phải là; tuyệt nhiên không

【并购】bìnggòu<动>thu mua sát nhập

【并肩】bìngjiān❶<动>kề vai; sánh vai ❷<副>sát cánh; chung sức: ~作战 sát cánh tác chiến

【并进】bìngjìn<动>cùng tiến; song song tiến hành

【并举】bìngjǔ<动>cùng làm một lúc; tiến hành song song

【并列】bìngliè<动>đặt ngang hàng; xếp song song; ngang hàng: ~第一 cùng được xếp thứ nhất

【并拢】bìnglǒng<动>hợp ghép vào một chỗ; khép; nhắm: 双脚~ hai chân khép lại

【并排】bìngpái<动>song song; xếp đều hàng ngang; bày hàng ngang; dàn hàng ngang

【并且】bìngqiě<连>❶và; đồng thời ❷và; hơn nữa

【并入】bìngrù<动>sát nhập vào

【并吞】bìngtūn<动>thôn tính; xâm chiếm; nuốt chửng: ~别国领土 xâm chiếm lãnh thổ nước khác

【并用】bìngyòng<动>đồng thời sử dụng; dùng song song: 手脚~ làm cả băng tay lẫn chân

【并重】bìngzhòng<动>coi trọng như nhau

病 bìng❶<名>bệnh: 心脏~ bệnh tim ❷<动>ốm; đau; đau ốm: ~倒了 bị ốm ❸<名>bệnh; tệ hại: 幼稚的毛~ bệnh ấu trĩ ❹<名>khuyết điểm; sai lầm; lỗi: 语~ lỗi ngôn ngữ

【病变】bìngbiàn<动>diễn biến bệnh lí

【病残】bìngcán<名>❶người bệnh tật và người tàn khuyết ❷bệnh tàn; bệnh tật và tàn khuyết

【病虫害】bìngchónghài<名>(nạn) sâu bệnh

【病床】bìngchuáng<名>giường bệnh

【病从口入】bìngcóngkǒurù bệnh tòng khẩu nhập; mắc bệnh bởi ăn

uống

【病毒】bìngdú<名>❶virút gây bệnh; siêu vi trùng gây bệnh ❷virút máy tính

【病房】bìngfáng<名>phòng bệnh nhân; buồng bệnh nhân

【病故】bìnggù<动>ốm chết; mắc bệnh qua đời

【病害】bìnghài<名>(nạn) sâu bệnh; bệnh (cây trồng)

【病号】bìnghào<名>người ốm; bệnh nhân; bệnh binh

【病假】bìngjià<名>nghỉ ốm: 请~ xin phép nghỉ ốm

【病句】bìngjù<名>câu sai; câu què câu cụt

【病菌】bìngjūn<名>vi trùng bệnh; vi khuẩn gây bệnh; bệnh khuẩn

【病历】bìnglì<名>bệnh án; hồ sơ bệnh; bệnh lịch

【病例】bìnglì<名>ca; ca bệnh; trường hợp bị bệnh

【病情】bìngqíng<名>bệnh tình; tình trạng bệnh: ~恶化 bệnh nặng thêm

【病人】bìngrén<名>bệnh nhân; người bệnh; người ốm

【病逝】bìngshì<动>ốm chết; mắc bệnh qua đời

【病态】bìngtài<名>❶bệnh trạng; trạng thái bệnh ❷trạng thái không lành mạnh

【病痛】bìngtòng<名>đau yếu; ốm đau

【病危】bìngwēi<动>bệnh tình nguy cấp; bệnh đến lúc hiểm nghèo

【病休】bìngxiū<动>nghỉ ốm

【病因】bìngyīn<名>nguyên nhân nhiễm bệnh

【病愈】bìngyù<动>bình phục lành bệnh; bệnh đã khỏi

【病灶】bìngzào<名>ổ bệnh; điểm nhiễm bệnh (trong cơ thể); tổ bệnh

【病征】bìngzhēng<名>triệu chứng bệnh; bệnh chứng

【病症】bìngzhèng<名>chứng bệnh; bệnh

bō

拨 bō❶<动>(ra sức dùng tay, chân hoặc gậy) đẩy; gạt; gảy; lê; khêu; vặn; quay: ~算盘 gảy bàn tính; ~电话号码 quay số điện thoại ❷<动>trích cấp; chi cấp: ~款 cấp tiền ❸<动>quay lại: ~转车头 quay xe ❹<量>tốp; toán; đợt; lô: 分~干活 chia nhóm làm việc

【拨打】bōdǎ<动>gọi (điện thoại)

【拨号】bōhào<动>quay số; bấm số

【拨款】bōkuǎn❶<动>(nhà nước hoặc cấp trên) chi cấp tài khoản; cấp kinh phí; chi ngân sách; chi tiền; bỏ tiền ❷<名>khoản chi; kinh phí: 经济援助~ khoản tài trợ kinh tế

【拨浪鼓】bōlanggǔ<名>trống bởi; trống lắc

【拨乱反正】bōluàn-fǎnzhèng dẹp loạn khôi phục trật tự; bình định, lập lại trật tự

【拨弄】bōnòng<动>❶gảy; cời: ~琴弦 gảy dây đàn ❷chi phối; xếp đặt ❸gây chuyện; đơm đặt; sinh sự; khiêu khích: ~是非 đơm đặt phải trái/gây xích mích

波 bō<名>❶sóng: 水~ sóng nước ❷sóng chấn động; ba động: 声~ âm ba ❸cơn sóng: 一~未平，一~又起。 Sóng gió trận này chưa qua, trận khác đã ập tới.

【波长】bōcháng<名>bước sóng; làn sóng; sóng

【波动】bōdòng<动>thấp thỏm; bấp bênh; lên xuống thất thường: 物价~ vật giá bấp bênh

【波段】bōduàn<名>làn sóng; dải sóng

【波及】bōjí<动>lan tới; ảnh hưởng tới; tác động tới

【波浪】bōlàng<名>sóng nước; sóng: ~起伏 sóng nhấp nhô

【波罗蜜】bōluómì〈名〉[植物](cây, quả) mít

【波涛】bōtāo〈名〉sóng cả; ba đào: ~汹涌 sóng lớn cuồn cuộn

【波纹】bōwén〈名〉gợn sóng

【波折】bōzhé〈名〉trắc trở; thăng trầm; vấp váp: 几经~ qua mấy lần trắc trở

玻 bō

【玻璃】bōli〈名〉❶kính; thủy tinh ❷nhựa

【玻璃杯】bōlibēi〈名〉cốc thủy tinh

【玻璃窗】bōlichuāng〈名〉cửa kính

【玻璃钢】bōligāng〈名〉FRP;nhựa cốt sợi thuỷ tinh;vật liệu compsite

【玻璃瓶】bōlipíng〈名〉bình thủy tinh; lọ thủy tinh

【玻璃器皿】bōli qìmǐn đồ thuỷ tinh

剥 bō 义同"剥"(bāo), 用于合成词或成语, 如"剥夺、生吞活剥"。
另见bāo

【剥夺】bōduó〈动〉❶chiếm đoạt; cướp đoạt: ~劳动成果 cướp đoạt thành quả lao động ❷tước; tước đoạt; truất: ~政治权利 tước quyền chính trị

【剥离】bōlí〈动〉bong; tróc; tách ra

【剥落】bōluò〈动〉bong; tróc từng mảng

【剥削】bōxuē〈动〉bóc lột

菠 bō

【菠菜】bōcài〈名〉rau chân vịt

【菠萝】bōluó〈名〉dứa

播 bō〈动〉❶truyền bá; truyền đi: 传~ truyền bá❷gieo; vãi; gieo hạt; gieo trồng: 春~ gieo hạt mùa xuân

【播报】bōbào〈动〉phát tin qua truyền thanh, truyền hình

【播放】bōfàng〈动〉❶phát thanh: ~录音讲话 phát thanh ghi âm bài diễn văn ❷chiếu; truyền hình: ~比赛实况 truyền hình trực tiếp cuộc thi đấu

【播送】bōsòng〈动〉truyền thanh; phát sóng: ~音乐节目 phát sóng tiết mục âm nhạc

【播音】bōyīn〈动〉truyền đi; phát thanh; nói trên đài

【播音员】bōyīnyuán〈名〉phát thanh viên; người phát thanh

【播映】bōyìng〈动〉phát chương trình truyền hình; truyền hình

【播种】bōzhǒng〈动〉gieo hạt; gieo giống; gieo mạ: ~机 máy gieo giống

【播种】bōzhòng〈动〉trồng theo cách gieo hạt; gieo thẳng

bó

伯[1] bó〈名〉❶bác ❷(anh) cả

伯[2] bó〈名〉(tước) bá (tước thứ 3 trong 5 tước thời phong kiến)

【伯伯】bóbo〈名〉[口]bác (trai)

【伯父】bófù〈名〉❶bác (anh của cha) ❷bác

【伯乐】Bólè〈名〉Bá Lạc; người giỏi phát hiện và bồi dưỡng nhân tài

【伯母】bómǔ〈名〉bác gái

驳[1] bó〈动〉bác đi; bẻ lại; đập lại: 反~ phản bác/bác lại; 辩~ bác bỏ/biện bác

驳[2] bó〈形〉[书]màu sắc hỗn tạp; tạp màu: 斑~ rằn ri/sặc sỡ

驳[3] bó❶〈动〉chuyển; chở: ~运 chở hàng bằng sà lan ❷〈名〉sà lan: 铁~ sà lan sắt

【驳斥】bóchì〈动〉bác bỏ; đập lại

【驳船】bóchuán〈名〉sà lan

【驳倒】bódǎo〈动〉bác bẻ; đập tan; đánh đổ; phủ nhận: 在辩论中~对方 bác bẻ được đối phương trong cuộc biện luận

【驳回】bóhuí〈动〉bác; bác bỏ: ~诉讼 bác bỏ tố tụng

泊[1] bó〈动〉❶đỗ; ghé; cập bến: 停~ (tàu, thuyền) đỗ/cập bến ❷dừng; giạt: 漂~ phiêu dạt/trôi dạt/phiêu bạt ❸[方]đỗ (xe): ~车 đỗ xe

泊² bó<形>điềm đạm; điềm tĩnh: 淡~ điềm đạm

【泊位】 bówèi<名>❶vị trí đỗ tàu thuyền ❷[方]vị trí đỗ xe

勃 bó<形>[书]thịnh; vượng; mạnh mẽ: 蓬~ mạnh mẽ/hừng hực/bừng bừng

【勃起】 bóqǐ<动>cương cứng;dựng lên

【勃然】 bórán<形>❶mạnh mẽ; bừng bừng; ào ạt: ~而起 dấy lên ào ào ❷hầm hầm; đùng đùng; tím mặt: ~大怒 tím mặt tức giận

铂 bó<名>[化学]bạch kim; platin (kí hiệu: Pt)

【铂金】 bójīn<名>bạch kim; platinum

舶 bó<名>thuyền lớn đi biển: 船~ thuyền bè/tàu bè; 海~ hải thuyền/ thuyền đi biển

【舶来品】 bóláipǐn<名>hàng nhập khẩu; hàng ngoại quốc

脖 bó<名>❶cổ (cơ thể người) ❷cổ (đồ vật)

【脖颈儿】 bógěngr<名>[口]gáy

【脖子】 bózi<名>cổ (bộ phận nối đầu và thân)

博¹ bó❶<形>nhiều; dồi dào: 地大物~ đất rộng sản vật nhiều ❷<动>thông hiểu

博² bó<动>giành được; được; đổi lấy: ~得美名 giành được tiếng tăm tốt

博³ bó<名>blog: 微~ blog mini/tiểu blog

【博爱】 bó'ài<动>bác ái

【博彩】 bócǎi<名>ngành nghề cá cược, xổ số

【博大】 bódà<形>rộng rãi; dồi dào: ~的胸怀 tấm lòng rộng mở; ~精深 sâu rộng

【博导】 bódǎo<名>giáo sư hướng dẫn chỉ đạo tiến sĩ

【博得】 bódé<动>giành được; được (sự đồng tình...): ~信任 được tín nhiệm

【博客】 bókè<名>❶blog ❷người viết, gửi blog

【博览】 bólǎn<动>đọc nhiều; đọc rộng

【博览会】 bólǎnhuì<名>hội chợ; triển lãm sản phẩm

【博取】 bóqǔ<动>giành được; được (sự tín nhiệm, coi trọng...): ~欢心 giành được tình cảm ưa thích/lấy lòng

【博士】 bóshì<名>❶tiến sĩ ❷[旧] chuyên gia; trạng; trùm: 茶~ chuyên gia chè/trùm nghề chè❸[旧]quan chức dạy kinh học

【博士后】 bóshìhòu<名>giai đoạn tiếp tục nghiên cứu sau tiến sĩ; thực tập sinh hậu tiến sĩ

【博物馆】 bówùguǎn<名>viện bảo tàng; nhà bảo tàng

【博学】 bóxué<形>bác học; thông thái; học rộng

【博主】 bózhǔ<名>dân blog; chủ blog

搏 bó<动>❶đánh lộn; vật lộn: 肉~ đánh giáp lá cà ❷vồ bắt: 狮子~兔 sư tử vồ bắt con thỏ ❸đập: 脉~ mạch đập

【搏斗】 bódòu<动>❶đánh nhau áp sát bằng tay: 殊死~ trận đấu quyết tử ❷(ví) vật lộn; quyết đấu: 与困难~ quyết đấu với khó khăn

【搏杀】 bóshā<动>ác chiến; vật lộn

箔 bó<名>❶mảnh kim loại dát mỏng ❷vàng hồ; tiền vàng mã (tiền âm phủ)

【箔材】 bócái<名>giấy thiếc; giấy bạc

膊 bó<名>cánh tay: 赤~ cánh tay trần/xoay trần/mình trần/cởi trần

薄 bó❶<形>mỏng: ~冰 lớp băng mỏng ❷<形>nhỏ bé; ít ỏi; mọn: 稀~的空气 không khí loãng ❸<形>yếu ớt; bạc nhược: 单~ đơn bạc/mỏng manh/thiếu thốn/kém cỏi ❹<形>bạc bẽo; nghiệt; không trọng hậu; không trang trọng:刻~ khắc bạc/ nghiệt ngã ❺<形>cằn: ~地 đất cằn

❻<形>nhạt: ~酒 rượu nhạt ❼<动>coi nhẹ: 厚此~彼 bên trọng bên khinh
另见báo, bò

【薄酒】bójiǔ<名>rượu nhạt; rượu nhẹ

【薄礼】bólǐ<名>lễ mọn; chút quà; món quà nhỏ

【薄利】bólì<名>lãi ít: ~多销 lãi ít bán được nhiều

【薄命】bómìng<形>bạc mệnh; phận mỏng; xấu số

【薄膜】bómó<名>màng mỏng; lá mỏng; tấm phim

【薄情】bóqíng<形>bạc tình; bạc bẽo phụ tình

【薄弱】bóruò<形>bạc nhược; yếu đuối; yếu kém; không kiên cường

bǒ

跛bǒ<动>què; thọt; khập khiễng; tập tễnh: 一颠一~ khập khà khập khiễng/đi tập tễnh/ đi cà nhắc

【跛脚】bǒjiǎo<名>chân thọt; chân què; chân khập khiễng

【跛子】bǒzi<名>người thọt; người què

簸bǒ<动>❶sàng sảy; sàng: ~谷 sàng thóc ❷xóc; lắc
另见bò

【簸动】bǒdòng<动>lắc lư; tròng trành; xóc; rê; sảy

【簸箩】bǒluo<名>cái khay đan; rổ cạn; thúng cạn

bò

薄bò
另见báo, bó

【薄荷】bòhe<名>bạc hà

【薄荷糖】bòhetáng<名>kẹo bạc hà

簸bò 义同 "簸" (bǒ), chỉ dùng trong "簸箕".
另见bǒ

【簸箕】bòji<名>cái mẹt; cái hót (rác); mẹt sàng

bǔ

卜bǔ<动>❶bói; chiêm bốc: 占~ bói toán; 求签问~ xin xăm bói quẻ ❷[书]dự liệu; tính trước; đoán trước; ước đoán: 生死未~ sống chết chưa thể đoán trước

【卜辞】bǔcí<名>bốc từ; lời bói

【卜卦】bǔguà<动>bói quẻ; xem quẻ; bói toán

补bǔ❶<动>vá; 修桥~路 sửa cầu vá đường ❷<动>bổ sung; bù; thêm: 弥~ bù đắp ❸<动>bổ dưỡng: ~血 bổ máu ❹<名>[书]bổ ích; có ích: 于事无~ không giúp ích gì

【补办】bǔbàn<动>làm lại; bổ sung

【补报】bǔbào<动>❶báo cáo sau khi xong việc; báo cáo bổ sung ❷báo đáp; đền đáp (ơn đức)

【补仓】bǔcāng<动>mua vào thêm; trút thêm (trái phiếu, hàng định kì)

【补偿】bǔcháng<动>đền bù; bồi thường; bù cho đủ: ~损失 bồi thường tổn thất

【补充】bǔchōng<动>❶bổ sung ❷thêm; tăng thêm: ~任务 thêm nhiệm vụ

【补丁】bǔding<名>❶miếng vá; mụn vá ❷sửa hay bổ xung trình tự máy tính

【补给】bǔjǐ<动>cấp bù; tiếp tế: 医药~ trợ cấp y dược

【补救】bǔjiù<动>bổ cứu; cứu chữa

【补考】bǔkǎo<动>thi lại; thi bù

【补课】bǔkè<动>❶học bù; dạy bù ❷làm lại

【补品】bǔpǐn<名>món ăn bổ; thuốc bổ

【补贴】bǔtiē❶<动>phụ cấp; trợ cấp; bù: ~家用 phụ cấp chi dùng gia đình ❷<名>tiền trợ cấp; tiền cấp

【补习】bǔxí<动>học bổ túc

【补血】bǔxuè<动>bổ huyết; bổ máu: ~冲剂 thuốc bổ huyết dạng cốm

【补牙】 bǔyá<动>hàn răng

【补养】 bǔyăng<动>tẩm bổ; bổ dưỡng; bồi dưỡng: ~身体 bồi dưỡng sức khỏe

【补药】 bǔyào<名>thuốc bổ

【补助】 bǔzhù❶<动>trợ cấp; giúp đỡ ❷<名>khoản trợ cấp

【补足】 bǔzú<动>bù đủ; bổ sung cho đủ

捕 bǔ<动>bắt: 追~ đuổi bắt; 逮~ bắt giữ

【捕获】 bǔhuò<动>bắt được; tóm được; tóm cổ

【捕捞】 bǔlāo<动>vớt; đánh bắt

【捕猎】 bǔliè<动>săn bắt

【捕杀】 bǔshā<动>bắt và diệt trừ

【捕食】 bǔshí<动>❶vồ mồi; bắt mồi: ❷săn mồi; vồ ăn

【捕鱼】 bǔyú<动>bắt cá

【捕捉】 bǔzhuō<动>bắt; tóm cổ: ~老鼠 bắt chuột; ~罪犯 tóm cổ tội phạm

哺 bǔ❶<动>mớm; trún ❷<名>[书]thức ăn đang ngậm nhai trong miệng

【哺乳】 bǔrǔ<动>cho bú; cho bú sữa

【哺乳动物】 bǔrǔ dòngwù động vật có vú

【哺乳期】 bǔrǔqī<名>thời kì cho con bú

【哺育】 bǔyù<动>❶nuôi nấng; nuôi dưỡng; nuôi dạy: ~雏鸟 nuôi nấng chim con ❷bồi dưỡng; dạy dỗ

bù

不 bù<副>❶(phủ định) không; chẳng; chả: ~好 không tốt ❷(phụ tố cùng danh từ tạo thành tính từ) vô; phi; trái: ~道德 phi đạo đức; ~规范 trái với quy phạm ❸(phủ định ngắn gọn) không: "你知道他要来吗？" "~，我不知道。" "Anh có biết anh ấy sẽ đến không?" "Không, tôi không biết." ❹[方](dùng để hỏi)

có...không: 你父母好~? Cha mẹ em có khỏe không? ❺(đứng giữa kết cấu động bổ, biểu thị không thể đạt tới kết quả nào đó) không; không thể: 说~清 không thể nói rõ❻(trước và sau "不" lấy cùng một từ, tỏ ý chẳng đếm xỉa đến: 什么远~远的，我去定了。Xa với xiếc gì, tôi chắc chắn sẽ đi. 什么钱~钱的，你先拿着吧。Tiền với nong gì, anh cứ cầm lấy đã. ❼(dùng với "就", biểu thị lựa chọn) không...thì: 他~是今天来，就是明天来。Anh ta không đến hôm nay thì đến ngày mai. ❽đừng; chớ; không phải; khỏi cần (tỏ ý khiêm tốn): ~用谢! Đừng khách sáo!/Không có gì!/Không đáng gì!

【不安】 bù'ān<形>❶không yên; không ổn định; bất an: 动荡~ chao đảo không ổn định, bấp bênh; 忐忑~ bồn chồn không yên ❷áy náy; băn khoăn

【不卑不亢】 bùbēi-bùkàng điềm đạm mực thước; chừng mực tự nhiên; không tự ti cũng không cao ngạo

【不必】 bùbì<副>khỏi phải; không cần phải; không cần gì phải

【不便】 bùbiàn❶<形>bất tiện; không thuận tiện: 行动~ hành động bất tiện ❷<动>không tiện; không thích hợp (làm việc gì): ~过问 không tiện đoái hoài ❸<形>túng; thiếu tiền tiêu: 手头~ túng tiền

【不成材】 bùchéngcái đồ bỏ đi; không ra gì; chẳng ra trò trống gì

【不出所料】 bùchū-suǒliào đúng như đã tính trước; như đã định trước; đoán được

【不辞】 bùcí<动>❶không chào từ biệt: ~而别 ra đi không chào ❷chẳng quản; không ngại; không đẩy tránh; không chối từ: ~辛苦 chẳng quản vất vả

【不错】 bùcuò<形>❶đúng; chính xác;

B

không sai ❷khá; tốt: 他对朋友真~。 Anh ta đối xử với bạn bè thật tốt.

【不打自招】bùdǎ-zìzhāo không khảo mà xưng; chưa khảo đã khai

【不但】bùdàn<连>không những; chẳng những

【不当】budàng<形>không thỏa đáng; không thích đáng; không hợp

【不倒翁】bùdǎowēng<名>❶con lật đật ❷ví người xử sự khôn khéo, chức quan vững như kiềng

【不得】bùdé<动>không được; không thể

【不得】bude<助>không thể; không được: 吃~ ăn không được

【不得不】bùdébù phải; buộc phải; không thể không

【不得而知】bùdé'érzhī không biết; không thể biết được

【不得了】bùdéliǎo❶nguy cấp; gay go: 没有什么~的事。Không có việc gì đáng kể. ❷lắm; quá chừng; hết sức: 高兴得~ hết sức vui mừng

【不得人心】bùdé rénxīn không được lòng người; mất lòng dân

【不得已】bùdéyǐ bất đắc dĩ; cực chẳng đã; đành phải: ~而为之 đành phải làm như thế

【不等】bùděng<形>khác nhau; không đều; chênh lệch; so le: 数量 ~ số lượng khác nhau; 大小~ to nhỏ không đều

【不定】bùdìng❶<形>không ổn định ❷<副>chưa chắc; chưa biết chừng

【不动产】bùdòngchǎn<名>bất động sản

【不动声色】bùdòng-shēngsè thản nhiên như không; mặt không biến sắc; không kèn không trống

【不断】bùduàn❶<动>không ngừng ❷<副>liên tiếp; không ngừng: ~发展 không ngừng phát triển

【不对】bùduì<形>❶không đúng; sai ❷khang khác; không bình thường

脸色~ nét mặt khác thường ❸không hợp nhau; bất hòa: 母女俩感情~。 Mẹ và con gái tình cảm bất hòa.

【不对劲】bù duìjìn❶không vừa ý; không hài lòng; không thích hợp: 刚换的门锁，开起来~。 Chiếc khóa cửa mới thay này, khó mở. ❷không hợp nhau; không ăn ý; không ý hợp tâm đầu ❸khác thường; khang khác: 这事儿有点~。 Chuyện này hơi khác thường. ❹bị mệt; khó chịu

【不对头】bù duìtóu❶khác thường; lạ đời; không đúng ❷không hợp nhau

【不乏】bùfá<动>không thiếu; thiếu gì; chẳng hiếm; nhiều: ~其人 có khối người như vậy

【不法】bùfǎ<形>trái phép; vi phạm luật pháp: ~分子 những kẻ phạm pháp

【不妨】bùfáng<副>có thể; ngại gì

【不费吹灰之力】bù fèi chuī huī zhī lì dễ như phủi bụi; chẳng tốn công; chẳng tốn hơi sức nào

【不分彼此】bùfēn-bǐcǐ không phân biệt bên nọ với bên kia; không phân biệt đó với đây; tuy hai mà như một

【不分青红皂白】bù fēn qīnghóng zàobái không phân rõ trắng đen; lẫn lộn phải trái

【不符】bùfú<动>không phù hợp: 名实~ danh và thực không phù hợp

【不甘】bùgān<动>không cam tâm; không cam chịu; không chịu: ~落后 không cam chịu lạc hậu

【不敢当】bùgǎndāng không dám

【不共戴天】bùgòngdàitiān không đội trời chung

【不够】bùgòu❶<动>chưa đủ; còn thiếu: ~资格 chưa đủ tư cách ❷<副> chưa được...lắm: ~好 chưa được tốt lắm

【不顾】bùgù<动>❶không chiếu cố; không quan tâm; không chăm sóc: ~别人的感受 không quan tâm đến cảm nhận của người khác ❷không nghĩ đến; bất chấp: ~后果 bất chấp hậu quả

【不管】bùguǎn〈连〉bất kể; dù cho

【不管三七二十一】bùguǎn sān qī èrshíyī không kể ba bảy hăm mốt; phớt hết mọi điều; bất chấp tất cả

【不光】bùguāng[口]❶〈副〉không chỉ có; chẳng riêng gì ❷〈连〉không những; chẳng những

【不过】bùguò❶〈副〉nhất trên đời; chẳng gì bằng: 再好~ tốt chẳng gì hơn được nữa ❷〈副〉chỉ có; vẻn vẹn; không quá; chỉ; mới có: 他~说说而已。Anh ấy chỉ có nói thôi. ❸〈连〉nhưng; song; có điều là

【不好意思】bù hǎoyìsi❶ngượng ngùng; thẹn thùng; xấu hổ: 她被夸得~了。Cô ấy được khen đến phát ngượng lên. ❷nể tình; chẳng tiện; không nỡ: ~拒绝 không nỡ từ chối

【不和】bùhé〈形〉❶không hòa thuận; lục đục; bất hòa: 感情~ tình cảm không hợp nhau ❷không hòa nhịp, chưa hòa nhập: 阴阳~ âm dương bất hòa

【不怀好意】bùhuái-hǎoyì mang theo ý xấu; có dụng tâm xấu

【不慌不忙】bùhuāng-bùmáng chậm rãi; ung dung; thong thả; thủng thỉnh; không vội vàng

【不惑】bùhuò〈名〉[书]không bị mê hoặc; tuổi bốn mươi: ~之年 năm bốn mươi tuổi

【不及】bùjí〈动〉❶không sánh được; kém hơn ❷không kịp; chưa kịp: 后悔~ hối chẳng kịp

【不计】bùjì〈动〉không tính đến; không nghĩ đến: ~个人得失 không tính đến hơn thiệt cá nhân

【不见不散】bùjiàn-bùsàn không gặp không bỏ đi; phải chờ đến cùng

【不见得】bùjiànde không hẳn; không nhất định; chưa chắc

【不解】bùjiě〈动〉❶gắn bó ❷không giải thích nổi; không hiểu

【不介意】bù jièyì không để bụng; bất chấp

【不仅】bùjǐn❶〈副〉không chỉ: 今天请假的~她一个。Người xin phép hôm nay không chỉ có chị ấy. ❷〈连〉không những; chẳng những

【不经意】bù jīngyì không chú ý; lơ là; vô ý; không để ý

【不景气】bù jǐngqì❶tình trạng buôn bán ế ẩm; tình trạng sản xuất giảm sút ❷tiêu điều; đình trệ; sa sút

【不久】bùjiǔ〈形〉không lâu; ít lâu; chẳng bao lâu

【不拘小节】bùjū-xiǎojié không câu nệ chuyện vặt; không câu chấp tiểu tiết

【不堪】bùkān❶〈动〉không chịu nổi: ~其苦 không chịu nổi cái khổ ấy ❷〈动〉không thể; không thể...được: ~入耳 không lọt tai được ❸〈形〉quá chừng; hết sức; không tả nổi; hết chỗ nói: 破烂~ hết sức rách rưới ❹〈形〉tồi tệ; bất trị: 她被辱骂得太~了。Chị ấy bị mắng nhiếc thậm tệ.

【不堪设想】bùkān-shèxiǎng không thể tưởng tượng được; khôn lường

【不可多得】bùkě-duōdé hiếm có; ít có

【不可救药】bùkě-jiùyào không cứu chữa được; không cứu vãn được

【不可开交】bùkě-kāijiāo không dứt được; không sao thoát khỏi

【不可收拾】bùkě-shōushi không dàn xếp được

【不可思议】bùkě-sīyì không tưởng tượng lí giải nổi; kì diệu

【不可一世】bùkě-yīshì tự cho là nhất trên đời; kiêu căng ngông cuồng

【不愧】bùkuì〈副〉xứng đáng

【不赖】bùlài〈形〉[方]tốt; khá; không xoàng: 这孩子舞跳得真~。Cô bé này múa khá lắm.

【不劳而获】bùláo'érhuò không làm

mà hưởng; ngồi không ăn bám; ngồi mát ăn bát vàng

【不力】bùlì〈形〉không đắc lực; yếu ớt; không mạnh: 办事~ làm việc không năng nổi; 领导~ lãnh đạo bất lực

【不利】bùlì〈形〉bất lợi; không thuận lợi; ~因素 nhân tố bất lợi

【不了】bùliǎo〈动〉không dứt; liên miên; không ngớt: 大雨停~。Mưa không ngớt.

【不了了之】bùliǎo-liǎozhī bỏ dở mặc kệ

【不料】bùliào〈连〉không ngờ; chẳng dè

【不伦不类】bùlún-bùlèi nửa dơi nửa chuột; lăng nhăng lít nhít; chẳng ra gì; chẳng ra thể thống gì

【不论】bùlùn❶〈连〉bất cứ; bất kể; cho dù ❷〈动〉[书]không bàn luận; không biện luận: ~对错 không bàn luận đúng hay sai

【不买账】bù mǎizhàng mặc; phớt; không chấp nhận

【不满】bùmǎn〈形〉bất mãn; không vừa ý; bất bình; không bằng lòng

【不免】bùmiǎn〈副〉chẳng khỏi; không tránh khỏi: 忙中~出错 khi bận rộn thường dễ mắc sai lầm

【不妙】bùmiào〈形〉không tốt; không hay; chẳng lành

【不明真相】bùmíng-zhēnxiàng không rõ sự thật

【不谋而合】bùmóu'érhé không bàn trước mà khớp hợp; chẳng hẹn mà nên

【不配】bùpèi❶〈形〉không hợp nhau; không tương xứng ❷〈动〉không xứng đáng; không phù hợp

【不平】bùpíng❶〈形〉không công bằng; bất công ❷〈名〉việc bất công ❸〈动〉bất bình; phẫn nộ; tức giận: 愤愤~ tức tối bất bình ❹〈名〉nỗi bất bình; sự bất bình

【不切实际】bùqièshíjì không sát thực tế

【不求甚解】bùqiú-shènjiě qua loa đại khái; không đòi hỏi quá kĩ; qua loa xong chuyện

【不屈不挠】bùqū-bùnáo bất khuất; không khuất phục; không nao núng; không sờn lòng

【不然】bùrán❶〈形〉không vậy; chẳng phải: 其实~ thực ra chẳng phải vậy ❷〈形〉không thể; không: ~, 事情没有那么简单。Không, sự việc không đơn giản như thế. ❸〈连〉(liên từ giả thiết) chẳng thế thì...; không thì...; nếu không thì...

【不容】bùróng〈动〉không được; không cho phép

【不容置疑】bùróng-zhìyí chẳng nghi ngờ gì nữa; chân thật đáng tin

【不如】bùrú〈动〉không bằng; không như; chẳng thà; chi bằng

【不善】bùshàn❶〈形〉không tốt; chẳng lành: 来者~ lai giả bất thiện ❷〈动〉không giỏi; không sành; không thạo; không khéo: ~管理 không giỏi quản lí

【不上不下】bùshàng-bùxià dở dang; lở dở; nửa vời

【不声不响】bùshēng-bùxiǎng im lìm; im hơi lặng tiếng; không trống không kèn

【不胜】bùshèng❶〈动〉đảm đương không nổi; không chịu đựng nổi: ~酒力 không uống được nữa ❷〈动〉không thể; không tài nào; không xuể; không...hết: 美~收 đẹp khôn xiết ❸〈副〉hết sức; bội phần; vô cùng: ~感激 hết sức cảm kích

【不失时机】bùshī-shíjī không bỏ lỡ thời cơ

【不时】bùshí❶〈副〉chốc chốc; thỉnh thoảng ❷〈名〉những lúc; một khi: ~之需 một khi cần đến

【不识好歹】bùshí-hǎodǎi không biết điều; không phân biệt được tốt với xấu

【不是】bùshì<名>điều không phải; lỗi; sai sót

【不适】bùshì<形>khó chịu

【不速之客】bùsùzhīkè khách không mời mà đến

【不同】bùtóng<形>khác; khác nhau; không giống nhau

【不痛不痒】bùtòng-bùyǎng hời hợt; không đi đến đâu; chẳng giải quyết được vấn đề gì

【不图】bùtú❶<动>không mưu đồ; không màng; không theo đuổi ❷<连>[书]nào ngờ; chẳng ngờ; bất đồ

【不妥】bùtuǒ<形>không thích hợp; không thích đáng; không ổn

【不务正业】bùwù-zhèngyè❶không làm ăn lương thiện ❷làm những việc vớ vẩn; làm những việc đâu đâu

【不惜】bùxī<动>không tiếc; không quản: ~牺牲 không tiếc hi sinh

【不相干】bù xiānggān không dính dáng; không liên can đến; không liên quan gì với nhau

【不相上下】bùxiāng-shàngxià tương đương; ngang nhau; chẳng ai hơn kém ai

【不详】bùxiáng❶<形>không nắm rõ; chưa rõ ràng: 出生年月~ ngày sinh không rõ ràng ❷<动>không kể tường tận; không nói tỉ mỉ

【不祥】bùxiáng<形>chẳng lành: ~的预感 dự cảm không lành

【不像话】bùxiànghuà❶chẳng ra gì; không ra thể thống gì cả ❷dở không tả xiết

【不像样】bùxiàngyàng chẳng ra thứ gì; không ra gì cả: 她这样做实在~。 Cô ta làm như thế quả là chẳng ra gì cả.

【不行】bùxíng❶<动>không được ❷<形>kém; không giỏi; không hay; không ra gì; bất lực: 他画画~。 Anh ta vẽ không giỏi. ❸<动>khó qua khỏi; không ổn; sắp chết: 他快~了，

赶紧叫医生。Ông ấy khó qua khỏi, đi gọi bác sĩ ngay đi. ❹<形>không tốt; kém; tồi: 这批产品质量~。 Lô sản phẩm này chất lượng kém. ❺<动>quá chừng; khiếp lắm; ... chết đi được: 高兴得~ vui mừng quá chừng

【不幸】bùxìng❶<形>không may mắn; đau buồn; rủi ro: ~的消息 tin rủi ro ❷<形>bất hạnh; chẳng may: ~身亡 chẳng may bị chết ❸<名>điều bất hạnh; tai họa: 遭遇~ gặp phải tai họa

【不锈钢】bùxiùgāng<名>thép không gỉ; I-nốc

【不许】bùxǔ<动>❶không cho phép; không được ❷[口]không thể: 你就~自己试一试吗? Anh không thể tự mình làm thử à?

【不学无术】bùxué-wúshù bất học vô thuật; vô học bất tài; dốt nát

【不亚于】bùyàyú chẳng kém gì

【不要】bùyào<副>không nên; chớ; đừng; không được

【不要紧】bùyàojǐn❶không sao; không việc gì; không hề gì; không can gì ❷tưởng chẳng sao: 你这么一说~，弄得大伙都知道了。 Anh nói như thế tưởng chẳng sao, nhưng mọi người đều biết rồi.

【不要脸】bùyàoliǎn trơ trẽn; không biết xấu hổ; vô liêm sỉ; mặt mo; muối mặt

【不一】bùyī❶<形>không như nhau; không thống nhất; khác nhau: 大小~ to nhỏ không như nhau; 意见~ ý kiến khác nhau ❷<动>không kể tỉ mi

【不宜】bùyí<动>không thích hợp; không thích nghi; không nên

【不遗余力】bùyí-yúlì không tiếc sức; làm cật lực

【不用】bùyòng<副>chẳng cần; đừng; khỏi phải: ~客气 đừng khách sáo

【不由得】bùyóude❶không thể

B

❷không cầm được; bất giác: 听了他的一番话，她~抽噎起来。Nghe những lời của anh ấy, chị không nén được khóc rưng rức.

【不由自主】bùyóu-zìzhǔ không tự chủ được; bất giác; không chủ tâm; vô tình; tự dưng

【不约而同】bùyuē'értóng chẳng hẹn mà cùng

【不再】bùzài<动>không còn...nữa

【不在】bùzài<动>❶không ở nhà; không có mặt (ở một địa điểm); đi vắng ❷qua đời; mất; đi xa; không còn: 老人家去年就~了。Ông cụ đã qua đời từ năm ngoái.

【不在乎】bùzàihu chẳng bận tâm; chẳng sao; chẳng ngại gì; chẳng hề gì; không đếm xia: 满~ chẳng ngại gì cả

【不在话下】bùzài-huàxià chẳng đáng nói; phí lời; xem thường; coi khinh

【不择手段】bùzé-shǒuduàn không từ thủ đoạn nào cả; dùng đủ mọi ngón

【不怎么样】bù zěnmeyàng xoàng; thường; không tốt lắm; không có gì đặc sắc

【不折不扣】bùzhé-bùkòu không hơn không kém; chính cống; trăm phần trăm là...; hoàn toàn là...

【不正之风】bùzhèngzhīfēng khuynh hướng không lành mạnh; tệ nạn xã hội; hành động bất chính; hành động phi pháp: 纠正行业~ trừng trị hành động phi pháp của các ngành nghề

【不知不觉】bùzhī-bùjué thấm thoắt; bất giác; bất thình lình; vô tình

【不知所措】bùzhī-suǒcuò luống cuống; bối rối; lúng túng

【不值】bùzhí<动>không đáng: ~一提 không đáng kể

【不止】bùzhǐ❶<动>tiếp tục không dứt; mãi không thôi; không ngừng:

大笑~ cười mãi không ngớt ❷<副>hơn; ngoài

【不至于】bùzhìyú không đến nỗi; chưa đến nỗi

【不置可否】bùzhì-kěfǒu chẳng bảo đúng, cũng chẳng bảo sai; mập mờ

【不准】bùzhǔn<动>không cho phép; không được: ~入内 không cho phép vào; 此处~停车。Chỗ này không được đỗ xe.

【不自量力】bùzìliànglì không lượng sức mình

【不足】bùzú❶<动>chưa trọn ❷<动>không đáng: ~称道 không đáng nói ❸<动>không thể; không được: ~为据 không thể làm bằng chứng ❹<名>điều còn thiếu sót ❺<形>không đủ; chưa tới; thiếu; bất túc; thiếu sót

【不作声】bù zuòshēng làm thinh; im hơi lặng tiếng; không nói năng gì

布¹ bù<名>❶vải: 棉~ vải bông; ~鞋 giày vải ❷tiền bố thời xưa

布² bù<动>❶nói ra; tuyên cáo; tuyên bố: 公~ công bố ❷trải ra; phân bố: 遍~全国 phân bố khắp nước ❸bố trí; dàn; xếp: 布da giăng: 星罗棋~ giăng bày khắp nơi như sao trên trời

【布丁】bùdīng<名>pudding (món điểm tâm kiểu Tây)

【布告】bùgào❶<名>(tờ) bố cáo; yết thị: 张贴~ dán thông cáo ❷<动>bố cáo; thông cáo; thông báo: ~天下 bố cáo thiên hạ

【布局】bùjú❶<动>bố cục ❷<动>(cờ vây, cờ tướng) dàn trận; ra quân ❸<名>bố cục

【布料】bùliào<名>vải vóc; vải

【布匹】bùpǐ<名>vải vóc

【布娃娃】bùwáwa<名>con búp-bê bằng vải

【布网】bùwǎng<动>giăng lưới

【布展】bùzhǎn<动>bố trí triển lãm

【布置】bùzhì〈动〉❶bố trí; bài trí: ~会场 bố trí hội trường❷bố trí; tổ chức; sắp xếp: ~任务 bố trí nhiệm vụ

步 bù❶〈名〉bước; bước chân: 寸~难行 khó đi được một bước ❷〈名〉giai đoạn; bước; chặng: 初~ bước đầu ❸〈名〉bước; nước; tình cảnh; nông nỗi: 不幸落到这一~ không may lâm vào tình cảnh này ❹〈量〉[旧]bộ ❺〈动〉đi bộ; bước: ~入婚礼殿堂 bước vào sảnh đường hôn lễ; 亦~亦趋 bước theo người khác ❻〈动〉[书]giẫm lên; đi theo; làm theo: ~人后尘 làm theo người khác ❼〈动〉[方]đo bằng bước đi

【步兵】bùbīng〈名〉bộ binh

【步步高升】bùbù-gāoshēng thăng cấp liên tục

【步调】bùdiào〈名〉nhịp bước; nhịp độ; tiến độ: 一致 nhịp bước đều nhau

【步伐】bùfá〈名〉❶nhịp bước: 稳健 bước đi vững chắc ❷bước đi ❸ví tốc độ của sự vật phát triển

【步枪】bùqiāng〈名〉súng trường

【步入】bùrù〈动〉bước vào

【步行】bùxíng〈动〉đi bộ

【步行街】bùxíngjiē〈名〉phố đi bộ; phố bộ hành

【步骤】bùzhòu〈名〉bước; trình tự tiến hành

【步子】bùzi〈名〉bước chân

部 bù❶〈名〉phần; bộ phận; nơi: 内~ phần trong/nội bộ; 局~ cục bộ; 南~ Nam bộ/miền Nam ❷〈名〉Bộ : 教育~ Bộ Giáo dục ❸〈名〉ban; phòng; quầy: 编辑~ ban biên tập/bộ biên

tập; 市场~ ban thị trường❹〈名〉ban chỉ huy; trụ sở ban chỉ huy: 师~ ban chỉ huy sư đoàn; 指挥~ bộ chỉ huy ❺〈名〉bộ đội: 率~阻击敌军 dẫn bộ đội chặn đánh quân địch ❻〈动〉[书]thống nhất; chỉ huy; quản hạt; cai quản: 所~甚众 có nhiều đơn vị dưới quyền chỉ huy❼〈量〉quyển; bộ; chiếc: 两~字典 hai quyển từ điển; 一~电影 một bộ phim; 一~汽车 một chiếc ô tô ❽〈名〉bộ (môn loại): ~首 bộ thủ

【部队】bùduì〈名〉bộ đội

【部分】bùfen〈名〉bộ phận; một số; phần

【部件】bùjiàn〈名〉❶bộ kiện; bộ phận máy ❷các bộ phận ghép thành chữ Hán

【部落】bùluò〈名〉bộ lạc

【部门】bùmén〈名〉ngành; bộ môn; đơn vị; khâu: 主管~ đơn vị quản lí chính; 职能~ ngành chức năng

【部首】bùshǒu〈名〉bộ thủ; bộ

【部署】bùshǔ〈动〉sắp xếp; bố trí: 战略~ bố trí chiến lược

【部委】bùwěi〈名〉bộ và ủy ban

【部位】bùwèi〈名〉bộ phận; bộ vị

【部下】bùxià〈名〉bộ hạ; thuộc hạ; cấp dưới

【部长】bùzhǎng〈名〉❶bộ trưởng: 外交部~ Bộ trưởng Bộ Ngoại giao ❷trưởng ban: 省委宣传部~ trưởng ban tuyên giáo tỉnh

簿 bù〈名〉sổ sách: 户口~ sổ hộ khẩu

【簿子】bùzi〈名〉sổ ghi chép; tập ghi chép; sổ tay

C c

cā

擦 cā ⟨动⟩ ❶ma sát; cọ xát: ~破皮 bị xây xát sầy da ❷lau; chùi: ~地板 lau sàn ❸bôi; tra; xoa: ~药 bôi thuốc ❹sát mép: ~边球 bóng sát mép ❺nạo (dưa, bí…) thành sợi nhỏ: 把萝卜~成丝儿 nạo củ cải thành sợi nhỏ

【擦粉】cāfěn ⟨动⟩xoa phấn; thoa phấn

【擦肩而过】cājiān'érguò lướt qua nhau

【擦拭】cāshì ⟨动⟩lau chùi

【擦洗】cāxǐ ⟨动⟩lau rửa; lau dầu

cāi

猜 cāi ⟨动⟩ ❶đoán ❷nghi ngờ; ngờ vực

【猜测】cāicè ⟨动⟩đoán; suy đoán

【猜忌】cāijì ⟨动⟩nghi kị; ngờ vực; nghi ngờ

【猜谜】cāimí ⟨动⟩ ❶đoán câu đố; giải câu đố ❷đoán mò; đoán chừng

【猜透】cāitòu ⟨动⟩đoán đúng: ~心思 đoán đúng tâm tư

【猜想】cāixiǎng ⟨动⟩đoán; phỏng đoán; đoán chừng

【猜疑】cāiyí ⟨动⟩nghi; ngờ; nghi ngờ

【猜中】cāizhòng ⟨动⟩đoán đúng; đoán trúng

cái

才[1] cái ⟨名⟩ ❶tài; tài năng: 德~兼备 tài đức kiêm toàn ❷người tài: 奇~ kì tài

才[2] cái ⟨副⟩ ❶vừa mới: 节目~开始。 Chương trình vừa mới bắt đầu. ❷mới (xảy ra hoặc kết thúc muộn): 你怎么~来? Sao anh giờ này mới đến? ❸mới (nối câu phức) ❹mới: 经他这么一解释，我~明白是怎么回事。Nghe anh ấy giải thích, tôi mới biết rõ sự việc. ❺mới (chỉ mới có) ❻mới (nhấn mạnh): 屋子里不热，外面~热呢! Trong nhà không nóng, bên ngoài mới nóng đấy.

【才干】cáigàn ⟨名⟩tài cán; tài ba: 外交~ tài ba ngoại giao

【才华】cáihuá ⟨名⟩tài hoa: ~横溢 tài hoa nổi trội; ~出众 tài hoa xuất chúng

【才能】cáinéng ⟨名⟩tài năng; tài cán: 组织~ tài năng tổ chức; 管理~ tài quản lí

【才女】cáinǚ ⟨名⟩gái tài

【才疏学浅】cáishū-xuéqiǎn tài sơ học thiển; tài hèn học ít

【才学】cáixué ⟨名⟩tài năng học vấn

【才艺】cáiyì ⟨名⟩tài năng và tay nghề; tài nghệ: ~表演 biểu diễn tài nghệ

【才智】cáizhì ⟨名⟩tài năng và trí tuệ: ~过人 tài trí hơn người

【才子】cáizǐ ⟨名⟩tài tử; bậc tài hoa

材 cái<名>❶gỗ; vật liệu: 木～ gỗ; 药～ thuốc bắc ❷quan tài; áo quan; cái hòm: 寿～ quan tài ❸tài liệu; tư liệu: 教～ giáo trình ❹chỉ một loại người nào đó: 蠢～ đồ ngu

【材料】cáiliào<名>❶vật liệu: 建筑～ vật liệu kiến trúc ❷tài liệu: 参考～ tài liệu tham khảo❸tư liệu tham khảo: 人事～ tư liệu tham khảo về nhân sự ❹nhân tài

【材质】cáizhì<名>❶chất (kết cấu) gỗ ❷chất liệu: 您想要什么～的门？ Anh cần cánh cửa bằng loại vật liệu gì?

财 cái<名>tiền; của: 发～ phát tài; 理～ quản lí tài vụ

【财产】cáichǎn<名>tài sản; của cải: 没收非法～ tịch thu tài sản phi pháp

【财产权】cáichǎnquán<名>quyền tài sản

【财富】cáifù<名>của cải

【财经】cáijīng<名>kinh tế tài chính

【财会】cáikuài<名>kế toán tài vụ

【财力】cáilì<名>tài lực; sức lực của cải: ～雄厚 tài lực hùng hậu

【财神】cáishén<名>thần giữ của

【财团】cáituán<名>tập đoàn tài chính

【财务】cáiwù<名>tài vụ; công việc tài chính: ～报表 bản báo cáo tài vụ; ～报告 báo cáo tài chính

【财物】cáiwù<名>tiền tài và vật tư; của cải; tiền của: 个人～ tiền của tư nhân

【财源】cáiyuán<名>nguồn tiền tài; nguồn lợi; nguồn vốn: ～滚滚 nguồn vốn dồi dào

【财政】cáizhèng<名>tài chính

【财政部】Cáizhèng Bù<名>Bộ Tài chính

【财政赤字】cáizhèng chìzì thâm hụt tài chính: 减少～ giảm thâm hụt tài chính

【财政预算】cáizhèng yùsuàn ngân sách tài chính

裁 cái❶<动>cắt; rọc: ～剪 may mặc; ～衣 cắt áo ❷<量>phần tờ giấy: 八～报纸 tám phần tờ báo ❸<动>giảm; bớt; cắt giảm: ～军 tài giảm quân bị; ～员 cắt giảm nhân viên ❹<动>sắp xếp chọn lọc: 别出心～ sáng tạo độc đáo ❺<名>lối; cách (văn chương): 体～ thể loại ❻<动>cân nhắc; phán đoán; xét định: ～判 xét xử ❼<动>khống chế; ngăn chặn; xét xử: 制～ trừng phạt/chế tài

【裁定】cáidìng<动>xét định; phán định

【裁缝】cáiféng<动>cắt may

【裁缝】cáifeng<名>thợ may

【裁减】cáijiǎn<动>cắt giảm

【裁决】cáijué<动>quyết định; phán quyết: 依法～ phán quyết theo pháp luật

【裁军】cáijūn<动>tài giảm binh bị; giải trừ quân bị

【裁判】cáipàn❶<动>phán xử; phán quyết (chỉ quyết định của tòa đối với vụ án) ❷<动>làm trọng tài; điều khiển (thi đấu thể dục thể thao) ❸<名>trọng tài

【裁判员】cáipànyuán<名>trọng tài

【裁员】cáiyuán<动>cắt giảm biên chế; cắt giảm nhân viên

cǎi

采[1] cǎi<动>❶hái; ngắt; bẻ: ～茶 hái chè ❷khai thác; đào nhặt: ～煤 khai thác than ❸thu nhặt; sưu tập; thu thập: ～标本 sưu tầm tiêu bản ❹chọn lấy: ～取措施 áp dụng biệp pháp

采[2] cǎi<名>sắc mặt; thần sắc; tinh thần: 神～ sắc mặt/vẻ mặt; 风～ phong thái

【采伐】cǎifá<动>đẵn chặt; đốn chặt; đốn gỗ: ～林木 đốn chặt gỗ rừng/ khai thác gỗ

【采访】cǎifǎng<动>❶phỏng vấn; lấy tin: 记者～ phóng viên phỏng vấn

❷sưu tập tìm hỏi

【采购】cǎigòu<动>❶chọn mua; mua sắm; thu mua: 现金~ mua sắm bằng tiền mặt ❷<名>nhân viên mua hàng: ~经理 giám đốc mua hàng

【采购员】cǎigòuyuán<名>nhân viên thu mua; nhân viên chạy hàng

【采光】cǎiguāng<动>bắt sáng; lấy ánh sáng;đón ánh sáng:这个房间~很好。Căn phòng này có nhiều ánh sáng.

【采集】cǎijí<动>thu thập; sưu tập; hái; hái lượm: ~蜂蜜 thu thập mật ong; ~样本 sưu tập bản mẫu

【采矿】cǎikuàng<动>khai thác mỏ; khai thác quặng: 露天~ khai thác mỏ lộ thiên

【采纳】cǎinà<动>tiếp thu; tiếp nhận: ~意见 tiếp nhận ý kiến; ~计划 tiếp nhận kế hoạch

【采取】cǎiqǔ<动>❶áp dụng; thi hành; sử dụng: ~新政策 thi hành chính sách mới; ~强硬的手段 áp dụng biện pháp cứng rắn ❷lấy

【采样】cǎiyàng<动>lấy mẫu

【采用】cǎiyòng<动>áp dụng; sử dụng

【采摘】cǎizhāi<动>trẩy; hái; ngắt; bẻ;vặt

彩cǎi<名>❶màu sắc: 五~ ngũ sắc ❷lụa màu: 剪~ cắt băng khánh thành; 张灯结~ treo đèn kết hoa/chăng đèn kết hoa ❸tiếng hoan hô khen ngợi: 喝~ hoan hô ❹kiểu; loại; vẻ; vẻ đẹp; nét đặc sắc: 丰富多~ nhiều màu nhiều vẻ❺vé số; giải thắng cuộc: 中~ trúng số

【彩电】cǎidiàn<名>❶truyền hình màu ❷ti vi màu: 一台~ một chiếc ti vi màu

【彩虹】cǎihóng<名>cầu vồng

【彩绘】cǎihuì<名>❶đồ họa màu: ~陶俑 tượng gốm họa màu ❷<动>vẽ màu; tô màu; sơn màu

【彩礼】cǎilǐ<名>lễ ăn hỏi: 送~ tặng lễ ăn hỏi

【彩铃】cǎilíng<名>tiếng chuông êm tai mới lạ trong máy điện thoại

【彩排】cǎipái<动>❶diễn thử; biểu diễn thử ❷tổng duyệt; diễn tập có hóa trang

【彩票】cǎipiào<名>vé xổ số

【彩旗】cǎiqí<名>cờ màu

【彩色】cǎisè<名>màu; màu sắc

【彩云】cǎiyún<名>ráng mây; ráng chiều

【彩照】cǎizhào<名>ảnh màu

睬cǎi<动>ngó đến; đáp lại; để ý: 理~ ngó ngàng; 不要~他。Đừng đáp lại nó.

踩cǎi<动>❶giẫm; xéo; đạp: ~油门 tăng ga; 把火~灭 giẫm lửa cho tắt ❷(ví) vùi giập; chà đạp; trù giập: 把困难~在脚下 đạp bằng khó khăn

【踩点】cǎidiǎn<动>lần mò; mò đường; thám thính

cài

菜cài❶<名>rau: 野~ rau rừng/rau dại ❷<名>cải dầu: ~籽 hạt cải; ~油 dầu hạt cải ❸<名>thức ăn; món ăn: 川~ ẩm thực Tứ Xuyên ❹<形>dùng làm cái ăn: ~牛 bò thịt ❺<形>[口]chất lượng xấu; năng lực kém

【菜单】càidān<名>❶thực đơn ❷menu chọn chương trình

【菜刀】càidāo<名>dao bầu; dao phay; dao thái

【菜地】càidì<名>đất trồng rau

【菜贩子】càifànzi<名>người mua bán rau

【菜花】càihuā<名>❶hoa cải dầu ❷cây súp lơ

【菜谱】càipǔ<名>❶thực đơn ❷sách hướng dẫn nấu nướng

【菜市】càishì<名>chợ bán thức ăn

【菜心】càixīn<名>lõi cọng rau cải; nõn cải

【菜肴】càiyáo<名>thức ăn; thức nhắm

【菜园】càiyuán<名>vườn rau

【菜籽油】càizǐyóu<名>dầu hạt cải; dầu cải

cān

参 cān<动>❶tham gia; gia nhập; vào; dự: ~军 nhập ngũ❷tham khảo; xem thêm: ~阅 đọc duyệt thêm; ~考 tham khảo
另见shēn

【参股】cāngǔ<动>nhập cổ phần; góp tiền vào hội

【参观】cānguān<动>tham quan; đi thăm: ~博物馆 tham quan bảo tàng

【参加】cānjiā<动>❶tham gia; tham dự; gia nhập: ~会议 tham dự hội nghị; ~考试 tham gia cuộc thi ❷nêu; góp

【参见】¹cānjiàn<动>xem; xem thêm: ~下文 xem nội dung sau

【参见】²cānjiàn<动>bái kiến; yết kiến: ~皇上 yết kiến hoàng thượng

【参考】cānkǎo<动>❶tra cứu dữ liệu trong học tập hay nghiên cứu ❷tham khảo: 仅供~ chỉ để tham khảo ❸xem thêm

【参考书】cānkǎoshū<名>sách tham khảo

【参谋】cānmóu❶<名>cán bộ tham mưu trong quân đội: 总~长 Tổng tham mưu trưởng ❷<动>tham mưu; bày mưu; bày kế; mách nước: 这事你可以给他~一下。Anh có thể tham mưu cho anh ấy về việc này. ❸<名>người bày kế; người mách nước

【参赛】cānsài<动>dự thi; tham gia thi đấu: ~选手 đấu thủ dự thi

【参事】cānshì<名>tham sự

【参与】cānyù<动>tham dự; tham gia

【参赞】cānzàn<名>tham tán; tùy viên: 文化~ tham tán văn hóa

【参战】cānzhàn<动>tham chiến

【参照】cānzhào<动>tham chiếu; bắt chước: ~原文 tham khảo nguyên văn

【参照物】cānzhàowù<名>vật mốc; vật tham chiếu

餐 cān❶<动>ăn (cơm): 饱~ ăn no ❷<名>bữa cơm; cơm: 快~ thức ăn nhanh ❸<量>bữa: 一日三~ một ngày ba bữa

【餐车】cānchē<名>❶toa ăn ❷xe quầy bán cơm

【餐馆】cānguǎn<名>nhà ăn; tiệm ăn

【餐巾】cānjīn<名>khăn ăn

【餐巾纸】cānjīnzhǐ<名>khăn giấy

【餐具】cānjù<名>bộ đồ ăn: 摆~ sắp đặt bộ đồ ăn

【餐厅】cāntīng<名>nhà ăn

【餐饮】cānyǐn<名>ăn uống

【餐桌】cānzhuō<名>bàn ăn

cán

残 cán❶<动>hỏng; hư hại; sứt mẻ; thiếu khuyết; không đủ: 身~志不~ thân tàn nhưng không nhụt chí ❷<形>còn thừa; sắp hết: ~敌 quân thù còn sót lại; ~冬 cuối đông ❸<动>giết hại; làm hại; hủy hoại: 摧~ tàn phá ❹<形>hung ác; tàn ác: 凶~ tàn ác

【残奥会】Cán'àohuì<名>Paralympic; Thế vận hội của những người khuyết tật

【残暴】cánbào<形>tàn bạo; tàn ác; hung ác: ~不仁 tàn bạo bất nhân

【残废】cánfèi❶<动>tàn phế; tàn tật ❷<名>người tàn tật; người tàn phế

【残害】cánhài<动>giết hại; làm tổn hại; tàn hại: ~生命 giết hại sinh mệnh

【残疾】cánjí<名>tàn tật; khuyết tật

【残疾人】cánjírén<名>người tàn tật; người khuyết tật

【残酷】cánkù<形>tàn khốc; ác liệt; độc ác: ~剥削 bóc lột độc ác; ~竞争 cạnh tranh ác liệt

C

【残留】cánliú〈动〉còn lại; rơi rớt lại; sót lại

【残忍】cánrěn〈形〉tàn nhẫn; hung ác độc địa

【残杀】cánshā〈动〉tàn sát; giết hại

【残余】cányú❶〈动〉tàn dư; sót lại: ~势力 thế lực tàn dư ❷〈名〉tàn dư; thứ rơi rớt lại: 封建~ tàn dư phong kiến

蚕 cán〈名〉con tằm

【蚕豆】cándòu〈名〉đậu tằm; đậu răng ngựa

【蚕茧】cánjiǎn〈名〉kén tằm

【蚕丝】cánsī〈名〉tơ tằm

惭 cán〈形〉xấu hổ: 大言不~ ăn to nói lớn mà không biết xấu hổ

【惭愧】cánkuì〈形〉ngượng ngùng; xấu hổ; hổ thẹn: ~不已 hổ thẹn vô cùng

căn

惨 căn〈形〉❶bi thảm; thê thảm; thảm thương; đau buồn: ~遭不幸 gặp phải bất hạnh thảm thương ❷thảm hại; (mức độ) nghiêm trọng: 冻~了 lạnh chết đi được; ~败 thảm bại ❸hung ác; ác độc

【惨案】căn'àn〈名〉❶vụ thảm sát: 五卅~ vụ thảm sát Ngày 30-5 ❷vụ thảm họa

【惨白】cănbái〈形〉❶ảm đạm ❷tái nhợt; nhợt nhạt; tái xanh

【惨败】cănbài〈动〉thất bại thảm hại; thất bại nặng nề; thua đau

【惨不忍睹】cănbùrěndǔ thê thảm không nỡ nhìn

【惨痛】căntòng〈形〉đau đớn

【惨无人道】cănwúréndào tàn ác vô nhân đạo; tàn bạo không còn tính người; vô cùng tàn ác

【惨重】cănzhòng〈形〉cực kì nặng nề; vô cùng nghiêm trọng

càn

灿 càn〈形〉xán lạn; chói lọi; rực rỡ; sáng rực: 金~~ ánh vàng kim sáng lóa

【灿烂】cànlàn〈形〉chói lọi; rực rỡ; sáng rực; xán lạn: ~辉煌 rực rỡ chói lọi

cāng

仓 cāng〈名〉nhà kho; vựa: 谷~ vựa lúa; 粮~ kho thóc

【仓促】cāngcù〈形〉vội vã; vội vàng; gấp gáp: 时间~ thời gian có hạn

【仓皇】cānghuáng〈形〉hốt hoảng; luống cuống; cuống cuồng

【仓库】cāngkù〈名〉kho; kho tàng

苍 cāng❶〈形〉xanh lá cây; xanh biếc: ~松 tùng xanh ❷〈形〉bạc; xám trắng; xám nhạt ❸〈名〉[书]trời; trời xanh

【苍白】cāngbái〈形〉❶trắng xanh; nhợt nhạt; bạc phơ: 脸色~ sắc mặt trắng xanh ❷yếu ớt; thiếu hẳn sức sống; nhợt nhạt yếu đuối: 这篇文章~无力。Bài văn này nhợt nhạt yếu đuối, thiếu hẳn sức sống.

【苍劲】cāngjìng〈形〉già dặn cứng cáp; mạnh mẽ: 笔力~ nét chữ cứng cáp rắn rỏi

【苍老】cānglǎo〈形〉❶già nua; già yếu ❷già dặn; cứng cỏi; chắc khỏe (tài viết chữ, vẽ tranh)

【苍茫】cāngmáng〈形〉mênh mông; bao la; mờ mịt: 暮色~ trời chiều bảng lảng

【苍天】cāngtiān〈名〉trời; trời xanh: ~有眼 trời có mắt

【苍蝇】cāngying〈名〉nhặng; ruồi; ruồi xanh

沧 cāng〈形〉màu xanh nước biển

【沧海桑田】cānghǎi-sāngtián bãi bể nương dâu; bể dâu; thương hải tang điền

【沧桑】cāngsāng<名>bể dâu; tang thương: 饱经~ dãi dầu sương gió

舱 cāng<名>khoang; buồng: 船~ khoang tàu

【舱位】cāngwèi<名>chỗ ngồi; giường nằm (trên tàu thủy)

cáng

藏 cáng<动>❶ẩn nấp; giấu: 包~ chứa đựng ❷cất; trữ cất; cất giữ: 收~ cất giữ; 珍~ giữ gìn cẩn thận; 冷~ ướp lạnh
另见zàng

【藏龙卧虎】cánglóng-wòhǔ rồng nấp hổ nằm; rồng phục hổ nằm; nhân tài ẩn dật

【藏匿】cángnì<动>giấu kín; trốn tránh: ~罪犯 che giấu tội phạm

【藏品】cángpǐn<名>vật phẩm cất giữ

【藏身】cángshēn<动>náu mình; dung thân; nương mình: ~之处 chỗ náu mình

【藏书】cángshū❶<动>tàng trữ sách; lưu trữ sách ❷<名>sách lưu trữ; sách cất giữ

cāo

操 cāo❶<动>cầm; nắm: ~刀 cầm dao ❷<动>điều khiển; thao tác; nắm vững trong tay: 稳~胜券 nắm chắc phần thắng ❸<动>làm (việc); làm nghề: 重~旧业 lại làm nghề cũ ❹<动>nói: ~一口流利的英语 nói tiếng Anh rất lưu loát ❺<动>tập; luyện tập; thao luyện: 出~ đi thao luyện ❻<名>thể dục; thể thao: 健美~ thể dục thẩm mĩ ❼<名>phẩm hạnh; đức hạnh: ~守 phẩm hạnh

【操办】cāobàn<动>lo liệu; lo làm

【操场】cāochǎng<名>thao trường; sân vận động; bãi tập

【操持】cāochí<动>❶lo liệu; xử

lí; giải quyết: ~家务 lo liệu việc nhà ❷trù hoạch; trù biện; trù tính; hoạch định; lo liệu

【操控】cāokòng<动>thao túng; điều khiển

【操劳】cāoláo<动>làm lụng vất vả; lo toan (công việc); bận tâm

【操练】cāoliàn<动>❶thao luyện; tập luyện ❷tập luyện; rèn luyện; tập huấn: 身体~ luyện sức khỏe

【操心】cāoxīn<动>lo nghĩ; lo toan; bận tâm; lao tâm khổ tứ: 为国事~ lo toan việc nước

【操之过急】cāozhī-guòjí quá vội; nóng vội; quá hấp tấp

【操纵】cāozòng<动>❶điều khiển; thao tác; vận hành ❷thao túng; khống chế; giật dây: 幕后~ giật dây ở phía sau; ~价格 thao túng giá cả

【操作】cāozuò<动>❶thao tác ❷lao động; làm việc: 手工~ làm việc thủ công

【操作系统】cāozuò xìtǒng bộ thao tác; hệ thống thao tác

糙 cāo<形>thô; thô sơ; sơ sài; cẩu thả: ~纸 giấy thô

【糙米】cāomǐ<名>gạo lức; gạo chưa giã

cáo

嘈 cáo<形>ầm ĩ; ồn ào

【嘈杂】cáozá<形>ầm ĩ; huyên náo: 人声~ tiếng người ầm ĩ

槽 cáo❶<名>máng ăn: 马~ máng ngựa ❷<名>máng nước: 水~ máng nước❸<名>rãnh; lõm; lòng máng; mương: 河~ lòng sông

【槽钢】cáogāng<名>thép có rãnh; thép chữ U

cǎo

草 cǎo❶<名>cỏ: 青~ cỏ xanh; 药~ thảo dược; 水~ bèo rong ❷<名>rơm;

rạ: ~堆 đống rạ ❸<形>chốn sơn dã; dân gian; thảo dã: ~民 dân đen ❹<形>[方]cái; mái: ~驴 lừa cái ❺<形>cẩu thả; qua loa; sơ sài: 潦~ cẩu thả ❻<名>chữ Thảo: ~书 lối chữ Thảo ❼<形>sơ thảo ❽<动>[书]khởi thảo; thảo: ~拟 sơ thảo

【草案】cǎo'àn<名>bản dự thảo; dự án: 宪法~ bản dự thảo hiến pháp; 决议~ dự án nghị quyết

【草本】cǎoběn<形>thân thảo

【草草】cǎocǎo<副>qua loa; qua quít; vội vàng: ~了事 qua loa cho xong chuyện; ~收场 vội vàng kết thúc

【草场】cǎochǎng<名>bãi cỏ chăn nuôi

【草丛】cǎocóng<名>bụi cỏ; lùm cỏ

【草地】cǎodì<名>❶bãi cỏ; sân cỏ ❷đồng cỏ

【草稿】cǎogǎo<名>bản nháp; bản phác thảo; bản thảo: 打~ viết bản nháp

【草帽】cǎomào<名>mũ rơm

【草莓】cǎoméi<名>thảo mai; dâu tây; dâu đất

【草皮】cǎopí<名>vầng cỏ

【草坪】cǎopíng<名>bãi cỏ

【草书】cǎoshū<名>chữ thảo; thảo thư

【草率】cǎoshuài<形>qua quít; cẩu thả; sơ sài: ~从事 xử trí qua quít

【草图】cǎotú<名>bản vẽ phác thảo: 画~ vẽ sơ đồ

【草药】cǎoyào<名>thảo dược; thuốc Nam: 中~ thảo dược thuốc Bắc

【草鱼】cǎoyú<名>cá trắm cỏ

【草原】cǎoyuán<名>thảo nguyên; đồng cỏ

cè

册 cè ❶<名>sách; sổ; vở: 装订成~ đóng sách ❷<量>quyển; cuốn: 这套书一共五~。Bộ sách này gồm năm cuốn.

【册子】cèzi<名>vở; sổ; sách

厕 cè<名>nhà xí: 男~ nhà vệ sinh nam

【厕所】cèsuǒ<名>nhà xí; hố xí; nhà vệ sinh

侧 cè❶<名>bên cạnh: 左~ bên trái ❷<动>nghiêng; lệch: ~着身子睡 nằm ngủ nghiêng

【侧门】cèmén<名>cửa bên; cửa mạch

【侧面】cèmiàn<名>mặt bên; trắc diện; bên sườn: 从~了解 tìm hiểu từ mặt bên

【侧身】cèshēn<动>nghiêng người

【侧重】cèzhòng<动>nghiêng về; thiên về; nặng về

测 cè<动>❶đo; lường; trắc đạc: 深不可~ sâu không đo được ❷lượng đoán; lượng tính; ngờ tới: 变化莫~ biến đổi khôn lường

【测定】cèdìng<动>trắc định; đo lường rồi xác định: ~温度 trắc định nhiệt độ

【测绘】cèhuì<动>đo vẽ; trắc; trắc họa

【测量】cèliáng<动>trắc lượng: 土地~ việc trắc đạc đất đai

【测试】cèshì<动>❶khảo thí; thi; kiểm tra; trắc nghiệm: 参加~ tham gia cuộc thi ❷kiểm tra: ~信号 kiểm tra tín hiệu

【测算】cèsuàn<动>đo lường tính toán; suy tính; tính toán: ~距离 đo và tính khoảng cách

【测验】cèyàn<动>❶kiểm nghiệm ❷kiểm tra thành tích học tập

策[1] cè❶<名>thẻ tre; thẻ gỗ: 简~ thẻ tre khắc chữ ❷<名>văn sách (thẻ văn khoa cử xưa): 对~ đối sách ❸<名>sách thước tính ngày xưa ❹<名>mưu kế; biện pháp; mẹo: 决quyết sách ❺<动>[书]trù hoạch; trù tính; toan tính: ~动 xúi giục; ~划 trù tính

策² cè❶<名>roi ngựa (thời xưa) ❷<动>[书]dùng roi quất ngựa: 鞭~ thúc giục

【策划】cèhuà<动>trù tính; sắp đặt: 精心~ dày công trù tính; 幕后~ sắp đặt phía sau

【策略】cèlüè❶<名>sách lược: 斗争~ sách lược đấu tranh ❷<形>khôn khéo; mưu lược

céng

层 céng❶<动>tầng tầng lớp lớp; trùng trùng; trùng điệp: ~峦叠嶂 núi non trùng điệp ❷<名>tầng; lớp: 云~ tầng mây ❸<量>tầng; lớp: 两~被子 cái chăn hai lớp ❹<量>bước; chặng; tầng; thứ: 他这话还有一~意思。Lời nói của anh ấy còn một nghĩa khác nữa. ❺<量>lớp; màng: 一~油漆 một lớp sơn

【层层】céngoóng<形>từng cấp một; từng lớp một

【层出不穷】céngchū-bùqióng xuất hiện liên tục hết lớp này đến lớp khác

【层次】céngcì<名>❶tầng lớp; tầng thứ; lớp lang; mạch lạc ❷cấp; nấc; thang bậc: 各~行政机关 cơ quan hành chính các cấp ❸tầng; lớp; cấp bậc: 高~人才 nhân tài bậc cao

曾 céng<副>đã từng; từng; đã: 未~谋面 chưa từng gặp mặt
另见zēng

【曾经】céngjīng<副>từng; từng; đã

chā

叉 chā❶<名>cái nĩa; cái chĩa; cái đinh ba: 钢~ nĩa thép; 鱼~ cây lao móc ❷<动>xỉa; đâm; xiên: ~鱼 đâm cá; ~肉 xiên thịt ❸<名>dấu gạch chéo (×): 在错误的答案后打~。Đánh dấu gạch chéo (×) sau đáp án sai.
另见chà

【叉车】chāchē<名>xe nâng chuyển hàng hóa

【叉烧】chāshāo❶<动>xiên nướng thịt ❷<名>xá xíu

【叉腰】chāyāo<动>chống nạnh

【叉子】chāzi<名>cái nĩa; cái đĩa

差 chā❶<形>sai khác; chênh lệch: 补~价 bù hoặc trợ cấp giá chênh lệch ❷<名>[数学]hiệu số; sai số: ~数 sai số
另见chà, chāi

【差别】chābié<名>khác biệt; chênh lệch; sai khác

【差错】chācuò<名>❶sai lầm; nhầm lẫn ❷việc bất trắc; chuyện rủi ro; điều chẳng lành

【差额】chā'é<名>mức chênh lệch; số chênh lệch: 补足~ bổ sung khoản chênh lệch

【差价】chājià<名>giá chênh lệch

【差距】chājù<名>khoảng cách; khoảng chênh lệch; chỗ thua kém: 弥合~ bù đắp chỗ thua kém

【差异】chāyì<名>khác nhau; sai biệt; khác biệt: 气候~ khác biệt về khí hậu

插 chā<动>❶cắm; cấy; giâm: 把门~上 cài cửa; 把手~在口袋里 cho tay vào túi ❷chen; xen; cắm: 安~ cắm vào

【插兜】chādōu❶<动>túi, ô để thư báo (bày thành hàng) ❷<名>[方]túi quần

【插队】chāduì<动>❶chen ngang ❷cắm đội: ~知识青年 thanh niên trí thức cắm đội

【插花】chāhuā<动>❶cắm hoa: ~艺术 nghệ thuật cắm hoa ❷thêu hoa

【插话】chāhuà❶<动>lời nói xen vào ❷<名>câu chuyện xen đệm ❸<动>nói chen vào; nói chõ vào

【插件】chājiàn<名>[计算机]plug-in

【插孔】chākǒng<名>lỗ cắm

【插口】[1] chākǒu<名>lỗ cắm; ổ cắm: 麦克风~ lỗ cắm của mi-crô

【插口】[2] chākǒu<动>nói chen vào; chêm lời

【插曲】chāqǔ<名>❶bản nhạc nền; bài hát đệm ❷sự việc xen giữa; ví đoạn xen đặc biệt trong sự kiện tiến hành liên tục: 生活中的一段~ một mẩu chuyện nhỏ xen trong đời sống

【插入】chārù<动>len vào; xen vào; thọc vào; tra: 将钥匙~锁中 cắm chìa vào ổ khóa

【插手】chāshǒu<动>❶chen tay (giúp làm): 这事就不麻烦您~了。Việc này thì không phiền ông nữa. ❷nhúng tay; thọc tay

【插头】chātóu<名>đầu cắm; phích cắm

【插图】chātú<名>tranh ảnh minh họa; đồ thị minh họa

【插销】chāxiāo<名>❶then sắt; chốt sắt (cài cửa) ❷đầu cắm; phích cắm

【插秧】chāyāng<动>cấy mạ; cấy lúa

【插嘴】chāzuǐ<动>nói leo; nói xen vào; chõ mõm vào: 大人说话小孩少~。Khi người lớn nói chuyện thì trẻ em đừng nói leo.

【插座】chāzuò<名>ổ cắm (điện)

chá

茶 chá<名>cây chè: ~花 hoa chè ❷<名>trà; nước chè: 喝~ uống trà ❸<形>màu nước chè: ~色玻璃 thủy tinh màu nước chè ❹<名>(tên thức uống) chè: 奶~ chè sữa ❺<名>cây dầu sở: ~油 dầu sở; ~籽 hạt cây dầu sở ❻<名>cây sơn trà

【茶杯】chábēi<名>tách chè; chén chè

【茶场】cháchǎng<名>❶nông trường chè ❷vườn chè

【茶点】chádiǎn<名>nước chè và bánh trái; nước chè và món điểm tâm

【茶馆】cháguǎn<名>tiệm trà; quán nước

【茶壶】cháhú<名>ấm nước (chè)

【茶花】cháhuā<名>hoa sơn trà

【茶话会】cháhuàhuì<名>tiệc chè

【茶几】chájī<名>bàn chè; trà ki

【茶具】chájù<名>bộ đồ trà; tách chén uống trà

【茶水】cháshuǐ<名>nước uống; trà nước: ~站 trạm nước uống

【茶歇】cháxiē<动>uống chè giải lao; uống chè nghỉ ngơi

【茶叶】cháyè<名>trà; lá chè

【茶叶蛋】cháyèdàn<名>trứng luộc với chè; trứng luộc bằng nước chè

【茶座】cházuò<名>❶quầy bán nước chè; quán nước; quán trà: 音乐~ quán trà âm nhạc ❷chỗ ngồi (trong quán nước)

查 chá<动>❶tra; xét; kiểm tra; soát: ~血 xét nghiệm máu; ~户口 kiểm tra hộ khẩu ❷điều tra: ~个水落石出 điều tra cho rõ sự thật ❸tra; giờ xem: ~字典 tra từ điển

【查办】chábàn<动>xét xử; xử: 撤职~ cách chức xét xử

【查处】cháchǔ<动>xét xử; xử

【查对】cháduì<动>kiểm tra đối chiếu; rà soát đối chiếu: ~原文 đối chiếu nguyên văn; ~账目 kiểm tra sổ sách kế toán

【查访】cháfǎng<动>điều tra dò hỏi

【查封】cháfēng<动>kiểm tra niêm phong

【查岗】chágǎng<动>❶đốc gác; kiểm tra việc canh gác ❷kiểm tra tình hình công tác tại cương vị

【查核】cháhé<动>kiểm tra đối chiếu

【查获】cháhuò<动>lùng bắt được; truy tầm; khám phá

【查禁】chájìn<动>cấm; tra bắt cấm chi: ~赌博 cấm đánh bạc

【查看】chákàn<动>kiểm tra xem xét: ~账目 kiểm tra sổ sách tài chính

【查明】chámíng<动>điều tra rõ; xét rõ

【查收】cháshōu〈动〉❶kiểm nhận; xét nhận ❷kiểm tra mà tịch thu

【查问】cháwèn〈动〉❶tra hỏi ❷xét hỏi: ~证人 xét hỏi nhân chứng

【查询】cháxún〈动〉tra hỏi

【查验】cháyàn〈动〉khám nghiệm; khám xét; xét nghiệm: ~护照 khám xét hộ chiếu; ~遗嘱 xét nghiệm di chúc

【查阅】cháyuè〈动〉lục xem; tìm xem; giở xem: ~档案 tìm xem hồ sơ

【查账】cházhàng〈动〉kiểm tra sổ sách (kế toán)

【查找】cházhǎo〈动〉xét tìm; tìm kiếm; tra tìm: ~原因 tra tìm nguyên nhân; ~失主 tìm kiếm người mất của

【查证】cházhèng〈动〉điều tra chứng minh; xác minh

搽 chá〈动〉xoa; toa; bôi; quệt: ~粉 thoa phấn; ~药 bôi thuốc; ~雪花膏 bôi kem

察 chá〈动〉xem; xem xét; kiểm tra; điều tra: ~其言，观其行。Xét lời nói, xem việc làm.

【察觉】chájué〈动〉nhận biết; xét thấy; thấy: ~到危险 thấy nguy hiểm

【察看】chákàn〈动〉❶xem xét; quan sát; theo dõi ❷một loại xử phạt đối với người phạm sai lầm

【察言观色】cháyán-guānsè nghe lời nói, trông nét mặt; trông mặt xem lời

chà

叉 chà〈名〉chẽ: 头发分~ chẽ tóc
另见chā

杈 chà〈名〉nhánh; cành: 树~ nhánh cây

【杈子】chàzi〈名〉cành; nhánh cây

岔 chà❶〈名〉(đường) chia ngả; rẽ ngả; phân rẽ: 三~路口 ngã ba ❷〈动〉rẽ; ngoặt; quẹo: 往右~ rẽ sang phải ❸〈动〉lảng: 打~ đánh trống lảng

❹〈动〉so le; chếch nhau: 他俩的上班时间~开了。Giờ làm việc của hai người không trùng với nhau nữa. ❺〈名〉sự cố; sai lầm: 出~子 xảy ra sự cố

【岔口】chàkǒu〈名〉chỗ rẽ

【岔路】chàlù〈名〉đường rẽ; lối rẽ: 这条路在哪儿分成三条~? Ngã ba con đường này ở đâu nhỉ?

【岔子】chàzi〈名〉❶đường rẽ ❷sự cố; sai lầm: 出~ xảy ra sự cố

刹 chà〈名〉chùa: 古~ chùa cổ
另见shā

【刹那】chànà〈名〉một thoáng; một chớp mắt: 一~ một chớp mắt

诧 chà〈动〉kinh ngạc; ngạc nhiên: 惊~ kinh ngạc

【诧异】chàyì〈形〉kinh ngạc; ngạc nhiên

差 chà❶〈形〉khác; không khớp; sai biệt: ~得远 khác rất xa; 不~分毫 không sai tí nào ❷〈形〉sai: 说~了 nói sai ❸〈动〉thiếu; thiếu sót: ~两个人 thiếu hai người ❹〈形〉kém; dở; tồi; non: 质量~ chất lượng kém
另见chā, chāi

【差不多】chàbuduō❶xấp xỉ; na ná; gần như; chẳng khác mấy; chẳng kém mấy: 两队水平~。Trình độ hai đội xấp xỉ nhau. ❷non; xuýt xoát; hầu như

【差点儿】chàdiǎnr❶〈形〉non một chút; kém một tí; hơi kém ❷〈副〉suýt; suýt nữa: ~摔倒 suýt bị ngã

【差劲】chàjìn〈形〉kém dở; tồi; không tốt

chāi

拆 chāi〈动〉❶mở; bóc; tháo; dỡ; gỡ (ra): ~信 bóc thư; ~机器 tháo gỡ máy móc ❷dỡ bỏ; dỡ phá: ~房子 dỡ nhà

【拆除】chāichú〈动〉dỡ bỏ

【拆穿】chāichuān〈动〉vạch trần; bóc

trần: ~谎言 vạch trần lời nói dối; ~骗局 bóc trần trò bịp

【拆毁】chāihuǐ〈动〉dỡ hủy; phá dỡ

【拆卖】chāimài〈动〉tách bán lẻ từng bộ phận: 这套书可以~。Bộ sách này có thể tách bán lẻ từng cuốn.

【拆迁】chāiqiān〈动〉dỡ bỏ và di dọn

【拆墙脚】chāi qiángjiǎo khoét chân tường (ý làm cho sụp đổ, phá đám)

【拆散】chāisǎn〈动〉tách rời các bộ phận ra khỏi bộ; lẻ bộ: 不要把整套的东西~。Đừng tháo rời bộ đồ này.

【拆散】chāisàn〈动〉giải tán; chia lìa; làm tan (cửa) nát (nhà); phá vỡ: ~婚姻 rẽ thúy chia uyên/phá vỡ đám hôn nhân; ~联盟 giải tán liên minh

【拆台】chāitái〈动〉phá đám; phá: 工作要相互支持，不要相互~。Trong công tác phải giúp đỡ lẫn nhau, không nên phá đám.

【拆线】chāixiàn〈动〉tháo chỉ

【拆卸】chāixiè〈动〉tháo rời; tháo dỡ

差 chāi❶〈动〉sai; sai bảo; sai phái: 鬼使神~ ma xui quý khiến ❷〈名〉việc cử đi làm; công vụ; chức vụ: 公~ công vụ/công cán; 出~ đi công tác

另见 chā, chà

【差旅费】chāilǚfèi〈名〉công tác phí

【差遣】chāiqiǎn〈动〉cử; phái; sai phái; điều động: 听候~ chờ cắt cử/chờ điều động

【差使】chāishǐ〈动〉cắt cử; sai phái

【差事】chāishi〈名〉việc cử đi làm; công vụ được sai phái

chái

柴 chái❶〈名〉củi: 砍~ đốn củi; 木~củi gỗ ❷〈形〉[方]kém; tồi: 他技术太~了。Kĩ thuật của anh ấy kém quá. ❸〈形〉[方]dai; lắm xơ: 这爱肉太~了，嚼不动。Miếng thịt nạc này dai quá, rất khó nhai.

【柴火】cháihuo〈名〉rơm củi đun bếp

【柴米油盐】chái-mǐ-yóu-yán gạo nước củi giả; tương cà mắm muối

【柴油】cháiyóu〈名〉dầu ma dút

【柴油机】cháiyóujī〈名〉động cơ đi-ê-den; động cơ chạy bằng dầu ma dút

豺 chái〈名〉[动物]con sài

【豺狼】cháiláng〈名〉lang sói

chān

掺 chān〈动〉trộn; pha trộn; nhào trộn: 用水~酒 trộn nước với rượu

【掺兑】chānduì〈动〉pha; trộn lẫn; độn

【掺和】chānhuo〈动〉❶trộn đều ❷khoắng vào; quấy; thọc; chõ mũi: 这事跟你没关系，别在这瞎~。Việc này không liên can gì đến anh, anh đừng thọc vào.

【掺假】chānjiǎ〈动〉trộn cái giả cái xấu vào

【掺杂】chānzá〈动〉hỗn tạp; xen trộn

搀 chān〈动〉đỡ; dìu; vực

【搀扶】chānfú〈动〉đỡ; dìu

chán

谗 chán〈动〉gièm pha; nói xấu

【谗言】chányán〈名〉lời gièm pha

馋 chán〈形〉❶thèm ăn; tham ăn; háu ăn ❷hâm mộ; thèm; háo

【馋嘴】chánzuǐ❶〈形〉háu ăn; tham ăn ❷〈名〉đồ háu ăn

禅 chán〈名〉❶thiền; thiền định; tĩnh tọa:坐~ ngồi thiền định; 参~ tham thiền/ngồi thiền ❷thuộc Phật giáo; thiền; Phật

【禅师】chánshī〈名〉thiền sư

【禅宗】chánzōng〈名〉thiền tông

缠 chán〈动〉❶quấn; vấn; bó: ~绷带 quấn băng gạc ❷quấn quít; vướng víu: 琐事~身 việc lặt vặt vướng víu lấy thân ❸[方]ứng phó; đối phó; đối chọi: 难~ khó xử

【缠绵】chánmián<形>❶triền miên; dây dưa; vương vấn: 相思~ tương tư triền miên ❷ngân nga; du dương

【缠绕】chánrào<动>❶buộc bó; băng quấn ❷quấy rầy; bíu lấy; bám lấy

蝉 chán<名>con ve sầu

【蝉联】chánlián<动>liên tục; liên tiếp: ~世界冠军 liên tiếp giật giải quán quân thế giới

chǎn

产 chǎn❶<动>sinh; đẻ: 流~ sẩy thai; 难~ khó đẻ ❷<动>sản xuất: ~粮 sản xuất lương thực ❸<名>sản vật; sản phẩm: 水~ thủy sản; 土特~ đặc sản bản địa ❹<名>của cải; tài sản; thuộc về sản xuất công nghiệp: 家~ gia sản; 房地~ địa ốc

【产地】chǎndì<名>nơi sản xuất

【产房】chǎnfáng<名>buồng đẻ

【产妇】chǎnfù<名>sản phụ; bà đẻ

【产科】chǎnkē<名>sản khoa; khoa đỡ đẻ

【产量】chǎnliàng<名>sản lượng

【产卵】chǎnluǎn<动>đẻ trứng

【产品】chǎnpǐn<名>sản phẩm

【产权】chǎnquán<名>quyền sở hữu tài sản

【产生】chǎnshēng<动>sản sinh; nảy sinh; xuất hiện; sinh ra: ~影响 có ảnh hưởng; ~幻觉 xuất hiện ảo giác; 湿木头燃烧时会~许多烟。Khi gỗ bị ẩm đốt cháy sẽ sinh ra nhiều khói.

【产物】chǎnwù<名>sản phẩm; kết quả; con đẻ

【产销】chǎnxiāo<动>sản xuất và tiêu thụ: ~结合 kết hợp sản xuất với tiêu thụ

【产业】chǎnyè<名>❶tài sản; của cải ❷sản xuất công nghiệp

【产值】chǎnzhí<名>giá trị sản lượng

谄 chǎn<动>xiểm nịnh; nịnh hót; bợ đỡ

【谄媚】chǎnmèi<动>nịnh nọt; bợ đỡ

铲 chǎn❶<名>cái xẻng; cái xúc: 饭~ cái xúc cơm ❷<动>xúc lấy; đào bỏ; san xúc: ~煤 xúc than; 把地~平 san bằng đất

【铲车】chǎnchē<名>xe xúc đất

【铲除】chǎnchú<动>trừ tiệt; trừ tận gốc; xóa sạch: ~杂草 trừ tiệt cỏ dại

【铲土机】chǎntǔjī<名>máy xúc đất; máy xúc ủi đất

【铲子】chǎnzi<名>cái xẻng; cái mai; cái xúc

阐 chǎn<动>nói rõ

【阐明】chǎnmíng<动>nói rõ; trình bày rõ; làm sáng tỏ: ~案情真相 nói rõ chân tướng của vụ án; ~自己的立场 trình bày rõ lập trường của mình

【阐述】chǎnshù<动>trình bày rõ; thuật rõ

chàn

忏 chàn❶<动>sám hối; ăn năn: 拜~ làm lễ sám hối ❷<名>đọc kinh sám hối

【忏悔】chànhuǐ<动>❶ăn năn; sám hối; hối hận ❷sám hối (trước thần phật cầu được khoan thứ)

颤 chàn<动>rung động; run rẩy: 声音发~ tiếng run run

【颤动】chàndòng<动>rung lên; rung động; rung rinh: 树叶在微风中~。Lá cây rung rinh trong gió nhẹ.

【颤抖】chàndǒu<动>run lên; run rẩy

chāng

昌 chāng<形>xương thịnh; hưng thịnh: ~盛 hưng thịnh

猖 chāng<形>hung dữ; điên cuồng

【猖獗】chāngjué<形>hung hãn; hùng hổ; dữ tợn: 疾病~ bệnh tật hung hãn

【猖狂】chāngkuáng<形>điên cuồng;

ngông cuồng: ~的挑衅 sự khiêu khích ngông cuồng

cháng

长 cháng ❶<形>dài: 这条河很~。Con sông này rất dài. ❷<名>độ dài; chiều dài: 那座桥全~2000米。Cái cầu kia có độ dài 2000 mét. ❸<名>mặt hay; cái giỏi; sở trường: 取~补短 lấy sở trường bù sở đoản ❹<动>giỏi; sở trường: 她~于绘画。Chị ấy giỏi về vẽ.

另见 zhǎng

【长城】Chángchéng<名>❶trường thành; vạn lí trường thành ❷ví sức mạnh hùng cường, chướng ngại không thể vượt qua

【长处】chángchù<名>ưu điểm; ưu thế; sở trường; mặt ưu; cái hay

【长度】chángdù<名>độ dài; chiều dài

【长短】chángduǎn ❶<名>chiều dài ❷<名>tai họa; sự chẳng lành: 万一他有个~, 怎么办? Nhỡ anh ấy gặp sự chẳng lành, nên làm sao? ❸<名>tốt xấu; hay dở; phải trái: 背地里说人~是不对的。Sau lưng soi mói người khác là không đúng.

【长方体】chángfāngtǐ<名>khối hộp chữ nhật

【长方形】chángfāngxíng<名>hình chữ nhật

【长假】chángjià<名>❶nghỉ dài hạn (nghỉ liên tục nhiều ngày) ❷[旧]từ chức

【长江】Cháng Jiāng<名>Sông Trường Giang: ~三角洲 vùng châu thổ sông Trường Giang

【长颈鹿】chángjǐnglù<名>hươu cao cổ

【长久】chángjiǔ<形>lâu dài; kéo dài; lâu: ~打算 kế hoạch lâu dài

【长裤】chángkù<名>quần dài

【长廊】chángláng<名>hành lang dài

【长眠】chángmián<动>yên nghỉ; yên giấc ngàn thu; chết

【长命百岁】chángmìng-bǎisuì sống lâu trăm tuổi

【长年】chángnián<副>suốt năm; cả năm; quanh năm: ~出差在外 quanh năm công tác bên ngoài

【长年累月】chángnián-lěiyuè quanh năm suốt tháng; năm này qua năm khác

【长跑】chángpǎo<名>chạy đua đường dài; chạy dai sức

【长篇】chángpiān ❶<形>trường thiên; dài: ~小说 truyện dài ❷<名>tác phẩm dài (chỉ tiểu thuyết)

【长期】chángqī ❶<形>dài hạn; trường kì: ~计划 kế hoạch dài hạn ❷<名>thời gian lâu dài

【长寿】chángshòu<形>trường thọ; cao tuổi; sống lâu: 健康~ khỏe mạnh sống lâu

【长途】chángtú<形>đường trường; đường dài; tầm xa: ~旅行 du lịch đường xa; ~汽车 ô tô đường trường

【长销】chángxiāo<动>(hàng hoá) bán chạy và bán được lâu

【长于】chángyú<动>giỏi về; sở trường về

【长远】chángyuǎn<形>lâu dài: ~规划 quy hoạch lâu dài; ~利益 lợi ích lâu dài

【长征】chángzhēng ❶<动>đi xa; du lịch đường dài ❷<名>cuộc trường chinh: 二万五千里~ cuộc trường chinh hai vạn năm nghìn dặm

场 cháng ❶<名>sân phơi; sân đập; sân trục (lúa): 打~ đập trục lúa trên sân ❷<名>[方]chợ; chợ phiên: 赶~ đi chợ ❸<量>trận; cơn; cuộc: 一~大雨 một trận mưa to

另见 chǎng

肠 cháng<名>❶ruột: 大~ ruột già ❷lạp xưởng; xúc xích: 腊~ lạp xưởng; 火腿~ xúc xích

【肠梗阻】chánggěngzǔ bị tắc ruột

【肠胃】chángwèi<名>ruột và dạ dày; hệ thống tiêu hóa: ~病 bệnh ruột và dạ dày

【肠胃炎】chángwèiyán<名>viêm ruột và dạ dày

【肠炎】chángyán<名>viêm ruột

【肠子】chángzi<名>❶ruột ❷chỉ mưu toan; tính tình

尝 cháng❶<动>nếm; nếm thử xem: ~酒 nếm rượu ❷<动>nếm trải; trải qua: ~苦头 nếm trải mùi cay đắng ❸<副>[书]đã từng: 未~ chưa từng; 何~ đâu có

【尝试】chángshì<动>thử; thí nghiệm; thử nghiệm: ~各种办法 thử nghiệm mọi biện pháp; ~写小说 thử viết tiểu thuyết

常 cháng❶<形>thường; bình thường; thông thường: 反~ khác thường ❷<形>không đổi; luôn luôn thế: 四季常青 xanh quanh năm ❸<副>thường; luôn; thường hay: 他们~去打乒乓球。Họ thường đi chơi bóng bàn.//(姓)Thường

【常常】chángcháng<副>thường; thường hay; luôn luôn

【常规】chángguī❶<名>thường lệ; thường quy; thông thường: 打破~ phá bỏ thường lệ ❷<形>thông thường ❸<名>[医学]nội quy xử lí y học

【常规武器】chángguī wǔqì vũ khí thông thường

【常见】chángjiàn<形>thường gặp; thường xuất hiện

【常客】chángkè<名>khách quen

【常理】chánglǐ<名>lẽ thường; đạo lí thông thường: 按~ theo lẽ thường

【常年】chángnián❶<副>quanh năm; suốt năm; lâu dài ❷<名>năm thường; năm bình thường

【常任】chángrèn<形>thường nhiệm; thường trực; thường vụ: ~理事 ủy viên thường trực

【常识】chángshí<名>thường thức; tri thức thông thường

【常事】chángshì<名>việc bình thường; việc thường gặp

【常态】chángtài<名>trạng thái bình thường: 一反~ trái với trạng thái bình thường

【常委】chángwěi<名>❶ban thường vụ: 人大~ Ủy ban thường vụ Đại hội đại biểu nhân dân ❷thành viên ủy ban thường vụ

【常温】chángwēn<名>nhiệt độ bình thường

【常务】chángwù<形>thường vụ; thường trực

【常销】chángxiāo<动>tiêu thụ thường xuyên

【常用】chángyòng<动>thường dùng

【常住】chángzhù❶<动>thường trú; ở thường xuyên: ~人口 nhân khẩu thường trú ❷<动>thường trụ (chỉ Phật pháp bất diệt) ❸<名>tài sản đền chùa của nhà phật; nhà đạo

【常驻】chángzhù<动>thường trú: ~办事机构 cơ quan đại diện thường trú

偿 cháng<动>❶hoàn trả; đền bù: 得不~失 được chẳng bù mất/lợi bất cập hại ❷thỏa mãn; thỏa; toại: 如愿以~ thỏa lòng mong muốn/toại nguyện

【偿还】chánghuán<动>trả; đền trả: ~贷款 trả tiền cho vay

【偿命】chángmìng<动>đền mạng

嫦 cháng

【嫦娥】Cháng'é<名>Thường Nga; Hằng Nga; chị Hằng: ~奔月 Hằng Nga bay lên cung trăng

chǎng

厂 chǎng<名>❶xưởng máy; nhà máy; công xưởng; xưởng: 他是十八岁进工~的。Năm mười tám tuổi anh ấy chính thức vào nhà máy. ❷cửa hàng; bãi bán

【厂家】chǎngjiā<名>nhà sản xuất

【厂商】chǎngshāng<名>người kinh doanh nhà máy; đại diện công xưởng: 承包~ bên xưởng nhận thầu; 军火制造~ chủ nhà máy chế tạo súng đạn

【厂长】chǎngzhǎng<名>giám đốc; xưởng trưởng

【厂址】chǎngzhǐ<名>địa chỉ nhà máy

【厂子】chǎngzi<名>❶nhà máy; xưởng: 扩大~的规模 mở rộng quy mô của nhà máy ❷cửa hàng; bãi bán: 木~ cửa hàng đồ gỗ

场 chǎng❶<名>bãi; sân; chỗ: 操~ sân vận động; 战~ chiến trường ❷<名>sân khấu; vũ đài; sàn diễn: 上~ ra sân khấu; 入~ vào sân ❸<名>(phạm vi một hoạt động) chốn; nơi: 名利~ hội chợ phù hoa ❹<名>nơi xảy chuyện: 当~ ngay tại chỗ; 在~ có mặt ❺<名>toàn buổi; toàn cuộc: 开~ bắt đầu/khai diễn ❻<量>cảnh (tuồng kịch): 第二幕第三~ cảnh ba màn hai ❼<量>trận; đợt: 一~电影 một buổi phim ảnh; 一~球赛 một cuộc thi bóng ❽<名>[物理]trường: 磁~ từ trường; 电~ điện trường

另见cháng

【场地】chǎngdì<名>bãi; sân bãi: 比赛~ sân bãi thi đấu; 施工~ bãi thi công

【场馆】chǎngguǎn<名>sân bãi và nhà thể dục thể thao: 比赛~ sân bãi và nhà thi đấu

【场合】chǎnghé<名>trường hợp

【场景】chǎngjǐng<名>❶pha; cảnh ❷cảnh; tình huống; cảnh tượng

【场面】chǎngmiàn<名>❶cảnh; pha (cảnh huống trong tuồng kịch, điện ảnh, kịch truyền hình) ❷tình huống; tình tiết (trong tác phẩm văn học) ❸tốp nhạc đệm trong biểu diễn hí khúc: 文~ tốp nhạc văn ❹cảnh

tượng; quy mô; tình huống (nói chung): 热烈的~ cảnh tưng bừng ❺mẽ ngoài; hình thức: 摆~ giữ bề thế

【场所】chǎngsuǒ<名>nơi; chỗ: 公共~ nơi công cộng; 娱乐~ chỗ vui chơi

敞 chǎng❶<形>rộng rãi; thoáng: 宽~ rộng thoáng ❷<动>mở; há; để ngỏ: ~着门 mở toang cửa

【敞开】chǎngkāi❶<动>mở toang; mở rộng; rộng mở: ~衣襟 phanh ngực ❷<副>thả nổi; buông thả; tha hồ; mặc sức

【敞篷车】chǎngpéngchē<名>xe mui trần; xe không mui

chàng

畅 chàng<形>❶thông suốt; không nghẽn tắc: 流~ lưu loát; 顺~ trôi chảy ❷thỏa thích; hả hê; khoái trá; tha hồ: ~读奇书 thỏa thích đọc các loại sách li kì

【畅快】chàngkuài<形>sảng khoái; khoan khoái; hả hê; thoải mái

【畅所欲言】chàngsuǒyùyán tha hồ mà nói; nói thoải mái

【畅谈】chàngtán<动>nói chuyện thỏa thích; nói chuyện say sưa

【畅通】chàngtōng<形>thông suốt

【畅想】chàngxiǎng<动>tưởng tượng thả sức; tha hồ suy tưởng

【畅销】chàngxiāo<动>bán chạy; đắt hàng; rộng đường tiêu thụ: ~书 sách bán chạy

【畅饮】chàngyǐn<动>uống thỏa thích; uống tha hồ: 开怀~ tha hồ mà uống

倡 chàng<动>đề xướng; xướng xuất; đề ra: 首~ đề xướng đầu tiên

【倡导】chàngdǎo<动>đề xướng; khởi xướng: ~新风尚 đề xướng nếp sống mới

【倡议】chàngyì❶<动>đề xướng; đề

nghị: ~召开国际会议 đề nghị họp hội nghị quốc tế ❷<名>sáng kiến; kiến nghị

【倡议书】chàngyìshū<名>thư kiến nghị

唱 chàng❶<动>hát; ca: 独~ đơn ca; 合~ đồng ca ❷<动>gọi to; xướng; gáy: 鸡~三遍。Gà gáy ba lần.

【唱对台戏】chàng duìtáixì hát đối; ví sự chống lại, đối lập

【唱反调】chàng fǎndiào chống lại; làm ngược lại; chủ trương ngược lại

【唱歌】chànggē<动>hát,ca hát

【唱片】chàngpiàn<名>đĩa hát

【唱腔】chàngqiāng<名>[音乐]làn điệu; lối hát

【唱诗】chàngshī<动>❶[宗教]thơ tụng ca (đạo Ki tô) ❷[书]ngâm thơ

【唱戏】chàngxì<动>[口]hát tuồng kịch

chāo

抄¹ chāo<动>❶sao; chép: 誊~ sao chép ❷sao chép; cóp (tác phẩm của người khác mình sao chép lại) ❸tóm; bắt; lấy: ~起扫帚扫地 lấy chổi quét nhà ❹khám xét tịch thu: 查~ khám xét tịch thu

抄² chāo<动>❶đi tắt: ~近道 đi đường tắt ❷hai tay luồn ống tay áo vòng trước ngực

【抄本】chāoběn<名>bản sao

【抄查】chāochá<动>lục soát tịch thu

【抄录】chāolù<动>sao lục; chép lại

【抄袭】¹ chāoxí<动>❶đạo văn; sao chép văn người khác làm văn của mình: ~他人成果 sao trộm thành quả của người khác ❷sao chép, bắt chước một cách máy móc; cóp bài

【抄袭】² chāoxí<动>vòng đến phía cạnh hay phía sau đánh lén

【抄写】chāoxiě<动>sao; chép lại theo nguyên bản: ~全文 chép lại toàn văn

钞 chāo<名>giấy bạc; tiền giấy: 现~ tiền mặt

【钞票】chāopiào<名>bạc giấy; tiền bạc

超 chāo<动>❶vượt; quá: ~世界先进水平 vượt hẳn trình độ tiên tiến thế giới ❷siêu: ~高温 nhiệt độ siêu cao ❸ngoài tầm; siêu; vượt ra ngoài: ~现实 siêu hiện thực ❹nhảy; vượt qua

【超标】chāobiāo<动>vượt tiêu chuẩn

【超常】chāocháng<动>khác thường; xuất chúng

【超车】chāochē<动>vượt lên xe trước

【超出】chāochū<动>vượt quá; vượt ra ngoài: ~规定 vượt quá quy định

【超短裙】chāoduǎnqún<名>váy ngắn (trên đầu gối); mini juýp

【超额】chāo'é<动>vượt mức; vượt định mức: ~完成任务 vượt mức hoàn thành nhiệm vụ

【超负荷】chāofùhè❶quá tải ❷gánh vác nhiệm vụ quá mức

【超过】chāoguò<动>❶vượt (lên trước) ❷hơn; vượt; cao hơn: ~服务期限 đã vượt kì hạn dịch vụ

【超级】chāojí<形>siêu cấp; ngoại hạng; siêu hạng

【超链接】chāoliànjiē nối tiếp xích siêu cấp

【超龄】chāolíng<动>quá tuổi

【超前】chāoqián<形>vượt lên trước: ~消费 tiêu dùng vượt khả năng mình

【超声波】chāoshēngbō<名>sóng siêu âm

【超市】chāoshì<名>siêu thị; cửa hàng tự chọn

【超速】chāosù<动>vượt quá tốc độ quy định; phóng nhanh

【超脱】chāotuō❶<形>siêu thoát; thanh thoát; phóng khoáng:性格~

C

tính tình thanh thoát ❷〈动〉dứt khỏi; siêu xuất; thoát li: ~hiện thực dứt khỏi hiện thực ❸〈动〉giải thoát; cởi bỏ; xóa bỏ

【超越】chāoyuè〈动〉vượt hơn; vượt qua

【超载】chāozài〈动〉chở quá mức; quá tải: ~hành xử chạy quá tải

【超支】chāozhī ❶〈动〉chi quá; chi vượt ❷〈名〉khoản lĩnh vượt quá quy định

【超重】chāozhòng〈动〉❶vượt quá trọng lượng vốn có; siêu trọng ❷(xe) quá tải ❸vượt quá trọng lượng quy định

cháo

巢 cháo〈名〉❶tổ; ổ: 鸟~ tổ chim ❷ổ; tổ; sào huyệt: 匪~ ổ cướp; 倾~出动 đổ xô ra

【巢穴】cháoxué〈名〉❶hang ổ ❷hang ổ; sào huyệt

朝 cháo ❶〈名〉triều đình: 上~ đi chầu ❷〈名〉triều đại: 唐~ nhà Đường/thời Đường ❸〈名〉đời vua; triều vua: 乾隆~ triều vua Càn Long ❹〈动〉triều kiến; chầu lạy (nhà vua); lễ bái (thần, Phật) ❺〈动〉ngoảnh mặt về; hướng về: 坐北~南 tọa bắc hướng nam ❻〈介〉nhằm hướng; về phía: ~南走 đi về phía nam; ~敌人开火 bắn vào phía địch
另见zhāo

【朝拜】cháobài〈动〉chầu lạy; triều yết (nhà vua); lễ bái (thần, Phật): ~圣地 triều yết đất thánh

【朝代】cháodài〈名〉triều đại

【朝鲜】Cháoxiǎn〈名〉Triều Tiên: ~人 người Triều Tiên; ~语 tiếng Triều Tiên

【朝阳】cháoyáng〈动〉hướng về mặt trời; hướng nam
另见zhāoyáng

嘲 cháo〈动〉chế giễu; chế nhạo; chế:

冷~热讽 chê bai giễu cợt

【嘲讽】cháofěng〈动〉chế nhạo; chế giễu; châm biếm cười mỉa

【嘲弄】cháonòng〈动〉giễu cợt; đùa bỡn; trêu chọc

【嘲笑】cháoxiào〈动〉chế giễu; chế nhạo; chê cười

潮 cháo ❶〈名〉thủy triều; con nước: 涨~ nước lên ❷〈名〉phong trào; trào lưu; làn sóng: 学~ phong trào học sinh sinh viên; 怒~ làn sóng mạnh mẽ; 思~ trào lưu tư tưởng ❸〈形〉ẩm; ướt: 返~ ẩm ❹〈形〉mốt: 新~ mốt mới; ~男 nam giới mốt

【潮流】cháoliú〈名〉❶dòng thủy triều; nước triều: 船逆~而上。Con thuyền đi ngược nước. ❷(ví) trào lưu: 历史~ trào lưu lịch sử

【潮湿】cháoshī〈形〉ẩm ướt; ẩm thấp

【潮水】cháoshuǐ〈名〉thủy triều

【潮汐】cháoxī〈名〉❶thủy triều ❷hải triều

chǎo

吵 chǎo ❶〈形〉ồn ào; ầm ĩ; làm ồn: 太~ ầm ĩ quá ❷〈动〉cãi nhau; tranh cãi: 大~大闹 cãi nhau om sòm ❸〈动〉quấy rầy: ~醒 đánh thức

【吵架】chǎojià〈动〉cãi lộn; tranh cãi ầm ĩ: 拌嘴~ cãi lộn

【吵闹】chǎonào ❶〈动〉cãi nhau; lời đi tiếng lại om sòm: ~不休 cãi nhau không ngớt ❷〈动〉làm ồn; quấy phá ầm ĩ ❸〈形〉(tiếng) ầm ĩ; inh ỏi: 人声~ tiếng người ầm ĩ

【吵嚷】chǎorǎng〈动〉tranh cãi inh ỏi; la hét ầm ĩ

【吵嘴】chǎozuǐ〈动〉tranh cãi; cãi vã; cãi cọ

炒 chǎo〈动〉❶xào; rang: ~肉丝 xào sợi thịt ❷sang tay; mua đi bán lại: ~地皮 mua đi bán lại đất ❸[方]đuổi việc; mất việc: 公司老总把她给~了。Sếp của công ti đã buộc thôi việc cô ta. ❾quảng cáo; lăng xê

【炒菜】chǎocài❶〈动〉xào rau; xào thức ăn ❷〈名〉rau xào; món ăn xào

【炒饭】chǎofàn❶〈名〉cơm rang ❷〈动〉rang cơm

【炒股】chǎogǔ〈动〉mua đi bán lại cổ phiếu; chơi cổ phiếu

【炒锅】chǎoguō〈名〉cái chảo xào thức ăn

【炒勺】chǎosháo〈名〉xoong chảo xào rán thức ăn (có tay cầm, hình như cái muôi)

【炒鱿鱼】chǎo yóuyú cuốn gói; ví mất việc; đuổi việc; sa thải

【炒作】chǎozuò〈动〉❶buôn đi bán lại để kiếm lời ❷quảng cáo; cho mọi người biết

chē

车 chē❶〈名〉xe: 火~ xe lửa/tàu hỏa ❷〈名〉guồng: 纺~ guồng quay sợi ❸〈名〉máy: 停~ tắt máy ❹〈动〉tiện: ~螺丝钉 tiện ren ốc vít ❺〈动〉đạp guồng (dẫn nước): ~水 đạp guồng (dẫn nước)

【车床】chēchuáng〈名〉máy tiện

【车次】chēcì〈名〉chuyến tàu; chuyến xe

【车道】chēdào〈名〉đường dành cho xe cộ: 单向~ đường một chiều

【车队】chēduì〈名〉❶đoàn xe ❷đội xe

【车工】chēgōng〈名〉❶nghề tiện ❷thợ tiện

【车祸】chēhuò〈名〉tai nạn ô tô; tai nạn xe cộ

【车间】chējiān〈名〉phân xưởng: ~主任 quản đốc phân xưởng

【车库】chēkù〈名〉❶nhà đỗ xe ❷kho chứa xe

【车辆】chēliàng〈名〉xe cộ

【车轮】chēlún〈名〉bánh xe

【车牌】chēpái〈名〉biển xe; biển số xe

【车皮】chēpí〈名〉toa tàu; toa hàng; toa đen

【车票】chēpiào〈名〉vé xe: 预订~ đặt vé

【车水马龙】chēshuǐ-mǎlóng ngựa xe như nước; xe cộ đi lại như mắc cửi

【车胎】chētāi〈名〉săm lốp xe

【车位】chēwèi〈名〉điểm gửi xe; chỗ đỗ xe

【车厢】chēxiāng〈名〉toa tàu; thùng xe ô tô

【车站】chēzhàn〈名〉bến xe; ga

chě

扯 chě〈动〉❶kéo; lôi; níu: ~着嗓子喊 kéo dài giọng ra gọi; 拉~ lôi kéo ❷xé; giật xuống: ~下假面具 giật phăng mặt nạ giả dối ❸nói chuyện gẫu: 闲~ tán gẫu; 别~远了。Đừng nói khoác lác.

【扯淡】chědàn〈动〉[方]tán gẫu; tán nhăng

【扯皮】chěpí〈动〉❶cãi vã; cãi cọ ❷lằng nhằng; nhùng nhằng; không dứt khoát: 互相~ đưa đẩy nhau

chè

彻 chè〈形〉thông; suốt; thấu: 透~ thấu suốt; 响~云霄 vang vọng bầu trời

【彻底】chèdǐ〈形〉triệt để; tận cùng; tận gốc: ~失败 thất bại triệt để; ~消灭 tiêu diệt tận gốc

【彻头彻尾】chètóu-chèwěi từ đầu đến đuôi hoàn toàn; trăm phần trăm

撤 chè〈动〉❶trừ bỏ; dỡ bỏ; cách bỏ: ~去职务 cách bỏ chức vụ ❷rút lui; thoái lui: 后~ thoái lui

【撤除】chèchú〈动〉xóa bỏ; dỡ bỏ

【撤换】chèhuàn〈动〉rút thay; bỏ thay; đổi; thay

【撤军】chèjūn〈动〉rút quân

C

【撤离】chèlí<动>rút khỏi; rời khỏi: ~阵地 rút khỏi trận địa; ~现场 rời khỏi hiện trường

【撤退】chètuì<动>rút lui

【撤销】chèxiāo<动>xóa bỏ; cách bỏ: ~职务 cách bỏ chức vụ; ~处分 xóa bỏ trừng phạt

【撤职】chèzhí<动>cách bỏ chức vụ

【撤走】chèzǒu<动>rút; rút đi

chén

臣 chén<名>❶bề tôi: 忠~ trung thần; 君~ vua tôi ❷thần; hạ thần

尘 chén<名>❶bụi đất; bụi bặm: 一~不染 trong sạch không vướng bụi trần ❷trần thế; cõi trần; trần gian: 红~ hồng trần ❸vết chân; vết cũ: 步人后~ làm theo người khác

【尘埃】chén'āi<名>bụi bặm; bụi đất: ~落定 bụi đã rơi xuống đất

【尘肺】chénfèi<名>[医学]bệnh ho dị ứng do hít phải nhiều bụi

【尘封】chénfēng<动>bụi phủ kín; phủ bụi

【尘世】chénshì<名>[宗教]cõi trần; trần gian

【尘土】chéntǔ<名>bụi đất; bụi bặm

辰 chén<名>❶thần (tên gọi chung mặt trời, mặt trăng, sao): 星~ sao ❷giờ: 时~ giờ ❸thời gian; thời khắc; ngày: 生~ ngày giờ sinh

【辰星】chénxīng<名>sao mai

沉 chén❶<动>chìm; đắm: 石~大海 đá chìm đáy biển ❷<动>(vật thể) sụt xuống: 下~ sụt xuống ❸<动>nén xuống; ghìm xuống: ~下心来 nén lòng/ghìm lòng; ~不住气 không bình tĩnh ❹<形>sâu; rất: 睡得很~ ngủ rất say ❺<形>nặng: 这箱子太~了。Cái hòm này nặng quá. ❻<形>(cảm giác) nặng nề (khó chịu): 头~ nặng đầu

【沉甸甸】chéndiàndiàn nặng trình

trịch; nặng trĩu: ~的谷穗 bông lúa nặng trĩu

【沉淀】chéndiàn❶<动>lắng cặn; xuống đáy: 杂质~了。Tạp chất đã lắng cặn. ❷<名>cặn; cặn lắng ❸<动>(ví) ngưng đọng; sâu lắng; lắng đọng: 情感需要~, 才能写出好诗。Tình cảm cần lắng đọng mới có thể sáng tác những bài thơ hay.

【沉积】chénjī<动>❶trầm tích; bồi đắp ❷kết tủa; lắng đọng (vật chất trong dung dịch) ❸(xương, vỏ, xác sinh vật như sò, điệp biển...) chất đống; kết tảng ❹(ví sự vật trừu tượng) lắng đọng; tích tụ: 历史~ tích tụ lịch sử; 文化~ lắng đọng văn hóa

【沉浸】chénjìn<动>ngâm; ngập vào; chìm đắm; đắm mình (trong)

【沉静】chénjìng<形>❶tĩnh mịch; vắng lặng; lặng yên: ~的深夜 đêm khuya tĩnh mịch ❷trầm tĩnh; bình tĩnh; trầm lặng: ~的神色 vẻ mặt trầm lặng

【沉闷】chénmèn<形>❶ngột ngạt; nặng nề; bức bối ❷buồn tẻ; phiền muộn; tẻ nhạt; trầm muộn: 心情~ tâm tình buồn tẻ ❸trầm; không vang: ~的雷声 sấm rền

【沉迷】chénmí<动>đam mê; ham mê; mê đắm

【沉没】chénmò<动>chìm; đắm; chìm nghim

【沉默】chénmò❶<形>trầm mặc; trầm lặng: ~寡言 trầm lặng ít nói ❷<动>nín lặng; trầm mặc

【沉溺】chénnì<动>sa vào; chìm đắm (trong tập quán xấu)

【沉睡】chénshuì<动>ngủ say; êm giấc

【沉思】chénsī<动>trầm tư; suy nghĩ; suy tư: 陷入~ rơi vào trầm tư

【沉痛】chéntòng<形>❶trĩu nặng đau buồn; đau đớn; đau xót: 表示~

的哀悼 bày tỏ lòng thương tiếc đau đớn ❷sâu sắc mà đau xót

【沉稳】chénwěn<形>❶trầm tĩnh chín chắn; vững vàng; chắc chắn: 举止~ cử chỉ trầm tĩnh ❷yên ổn; êm

【沉香】chénxiāng<名>❶[植物]trầm hương ❷gỗ trầm hương

【沉吟】chényín<动>❶ngâm nho nhỏ (lời văn, câu thơ...): ~诗句 ngâm nho nhỏ câu thơ ❷(khi gặp việc khó khăn phức tạp) ngập ngừng lẩm bẩm; trầm ngâm: ~良久 trầm ngâm hồi lâu

【沉重】chénzhòng<形>❶nặng; nặng nề ❷nặng trĩu: 心情~ trong lòng nặng trĩu

【沉着】chénzhuó<形>điềm tĩnh; bình tĩnh: ~镇静 bình tĩnh điềm đạm

【沉醉】chénzuì<动>say sưa; say đắm

陈¹ chén<动>❶đặt; bày; bày biện ❷kể; trình bày; giãi bày: 另函详~ thư sau sẽ kể tỉ mỉ

陈² chén<形>cũ; để lâu: ~年往事 chuyện năm cũ //(姓)Trần

【陈醋】chéncù<名>giấm lâu năm

【陈旧】chénjiù<形>cũ; lỗi thời

【陈列】chénliè<动>trưng bày; bày

【陈皮】chénpí<名>[中药]vỏ quýt; trần bì

【陈设】chénshè❶<动>trưng bày; bày biện; trần thiết: ~豪华 bày biện một cách xa xỉ hào hoa ❷<名>đồ trưng bày; vật bày biện

【陈述】chénshù<动>kể; thuật lại; tường thuật; trình bày; bày tỏ

晨 chén<名>sáng sớm: 早~ buổi sáng

【晨光】chénguāng<名>ánh bình minh; ánh sáng ban mai

【晨练】chénliàn<动>tập thể dục buổi sáng

【晨曦】chénxī<名>ánh ban mai

chèn

衬 chèn❶<动>lót trong; lồng vào trong: ~上一层纸 lót vào trong một lớp giấy ❷<名>(vải, áo, quần) lót ❸<名>tấm lót; miếng đệm; lớp vải lót: 袖~ tấm vải lót ống tay ❹<动>làm nền cho...; tôn cho...: 绿叶~红花 lá xanh làm nền cho hoa hồng

【衬裤】chènkù<名>quần lót

【衬裙】chènqún<名>váy lót; váy trong

【衬衫】chènshān<名>áo cánh; sơ mi; áo lót: 短袖~ sơ mi ngắn tay

【衬托】chèntuō<动>làm nền cho; làm đệm: ~音乐 nhạc đệm

【衬衣】chènyī<名>áo lót; sơ mi

称 chèn<形>vừa; hợp; xứng với; tương xứng với: 对~ đối xứng 另见chēng

【称心】chènxīn<形>vừa lòng; vừa ý: ~如意 đẹp lòng vừa ý

【称职】chènzhí<形>xứng đáng với chức vụ

趁 chèn<介>nhân lúc; sẵn dịp: ~风起帆 mượn gió căng buồm

【趁火打劫】chènhuǒ-dǎjié mượn gió bẻ măng

【趁机】chènjī<副>thừa cơ; nhân dịp đó

【趁热打铁】chènrè-dǎtiě nhân cơ hội tốt làm cho xong việc; thuận đà làm cho nhanh

【趁早】chènzǎo<副>sớm; nhân lúc còn sớm: ~动身 tranh thủ lên đường sớm

chēng

称¹ chēng❶<动>xưng; gọi: 我们都~他为"铁人"。Chúng tôi đều tôn xưng anh ấy là "Người thép". ❷<名>danh xưng; tên gọi: 俗~ tên tục ❸<动>nói: 拍手~快 vỗ tay nói hay

称[2] chēng〈动〉cân: ~重 cân trọng lượng
另见chèn

【称号】chēnghào〈名〉danh hiệu

【称呼】chēnghu❶〈动〉gọi; xưng hô: 请问您怎么~? Xin lỗi, anh tên là gì? ❷〈名〉tên xưng hô

【称为】chēngwéi〈动〉gọi là

【称谓】chēngwèi〈名〉tên xưng gọi

【称兄道弟】chēngxiōng-dàodì xưng anh em; xưng huynh xưng đệ

【称赞】chēngzàn〈动〉khen; khen ngợi; tán thưởng

蛏 chēng〈名〉con hến; con thắn; con đốt ngón tay (sống ở bãi biển)

撑 chēng〈动〉❶đỡ; chống; nâng: 我~不住了。Tôi không đỡ được nữa. ❷chống: ~船 chống đò ❸xòe ra; căng; banh; mở rộng: ~伞 xòe chiếc ô ❹căng tức; đầy ứ; phình: 少吃点，别~着。Ăn ít một chút kẻo tức bụng. ❺giữ; kìm; nín; nhịn: 她~不住，笑了。Chị ấy không nhịn nổi phải phì cười.

【撑场面】chēng chǎngmiàn giữ bề thế; tô điểm bộ mặt hình thức

【撑竿跳高】chēnggān tiàogāo[体育] nhảy cao chống sào

【撑腰】chēngyāo〈动〉đỡ lưng; nâng đỡ; cổ vũ; ủng hộ: 别怕，有大伙给你~。Đừng lo, chúng tôi làm hậu cho anh.

瞠 chēng〈动〉[书]giương mắt nhìn

【瞠目结舌】chēngmù-jiéshé trố mắt ra, nói không ra lời

chéng

成[1] chéng❶〈动〉hoàn thành; nên; thành công; làm tròn: 事~之后 sau khi nên việc; 大功告~ sự nghiệp lớn đã thành ❷〈动〉tác thành; giúp đỡ nên: ~人之美 giúp đỡ người ta làm nên việc ❸〈动〉trở thành: 绿树

~荫 cây xanh rợp bóng ❹〈名〉thành quả; thành tựu; kết quả: 坐享其~ ngồi hưởng thành quả/ngồi mát ăn bát vàng ❺〈形〉đã trưởng thành: ~人 người thành niên ❻〈形〉định sẵn; có sẵn: ~规 quy định sẵn ❼〈动〉hàng: ~千上万 hàng nghìn hàng vạn ❽〈动〉(tỏ ý đồng ý, cho phép) được: ~，就这么办吧! Được, cứ làm như thế! ❾〈形〉giỏi; cừ; được (có năng lực): 说起外语来，他可真~! Anh ta rất giỏi ngoại ngữ!

成[2] chéng〈量〉phần; một phần mười; mười phần trăm; phân: 增产两~ tăng sản lượng hai mươi phần trăm

【成败】chéngbài〈名〉thành bại; trưởng thành; thành công hoặc thất bại

【成本】chéngběn〈名〉giá thành

【成才】chéngcái〈动〉thành tài; trưởng thành người tài giỏi: 自学~ tự học thành tài

【成材】chéngcái〈动〉nên người

【成分】chéngfèn〈名〉thành phần; nhân tố: 营养~ thành phần dinh dưỡng

【成功】chénggōng❶〈动〉thành công; đạt kết quả ❷〈形〉(kết quả) vừa ý

【成果】chéngguǒ〈名〉thành quả; kết quả

【成绩】chéngjì〈名〉thành tích; kết quả

【成家】chéngjiā〈动〉kết hôn; thành gia thất; lập gia đình

【成家立业】chéngjiā-lìyè lập gia đình và thành đạt trong sự nghiệp

【成见】chéngjiàn〈名〉❶thành kiến: 消除~ xóa bỏ thành kiến ❷định kiến

【成交】chéngjiāo〈动〉thỏa thuận xong; đã thành giao kèo; đã ăn giá

【成就】chéngjiù❶〈名〉thành tựu: 艺

术~ thành tựu nghệ thuật ❷<动> hoàn thành; thành tựu

【成立】chénglì<动>❶thành lập ❷đứng vững được: 这个论点不能 ~。Luận điểm này không đứng vững được.

【成名】chéngmíng<动>thành danh; nổi tên tuổi: 一举~ nổi tiếng luôn

【成年】[1] chéngnián<动>thành niên; trưởng thành: ~人 người thành niên

【成年】[2] chéngnián<副>[口]quanh năm; suốt năm; cả năm

【成年累月】chéngnián-lěiyuè quanh năm suốt tháng; quanh năm ngày tháng

【成批】chéngpī<形>hàng loạt; hàng lô; từng tốp

【成品】chéngpǐn<名>thành phẩm: ~油 dầu thành phẩm/dầu đã lọc

【成亲】chéngqīn<动>kết hôn; thành vợ thành chồng

【成全】chéngquán<动>tác thành; giúp người nên việc: ~好事 tác thành điều hay

【成人】chéngrén❶<名>người lớn; người thành niên: ~礼 nghi thức người lớn ❷<动>thành người lớn; đã trưởng thành: 长大~ đã trưởng thành

【成色】chéngsè<名>❶hàm lượng; tỉ lệ vàng: ~十足的金子 vàng mười/ vàng ròng ❷chất lượng

【成熟】chéngshú❶<动>(quả cây, sinh vật) đã chín ❷<形>thành thục; chín muồi; thành thạo; hoàn thiện: 时机~ thời cơ đã chín muồi

【成套】chéngtào<动>bộ; toàn bộ; trọn bộ: ~设备 thiết bị đồng bộ/thiết bị trọn bộ

【成为】chéngwéi<动>trở thành

【成效】chéngxiào<名>công hiệu; hiệu quả: 初见~ đã có hiệu quả bước đầu

【成心】chéngxīn<副>cố ý; định bụng; chủ tâm; cố tình: ~捣蛋 cố

tình quấy rối

【成衣】chéngyī❶<动>may quần áo: ~店 nhà hàng may sẵn ❷<名>quần áo may sẵn

【成语】chéngyǔ<名>thành ngữ

【成员】chéngyuán<名>thành viên

【成长】chéngzhǎng<动>phát triển trưởng thành; lớn lên; sinh trưởng: 苗壮~ phát triển lành mạnh

呈 chéng❶<动>lộ ra; hiện ra; mang: 大海~天蓝色。Biển cả mang màu xanh da trời. ❷<动>trình lên: ~递 入党申请书 nộp đơn xin gia nhập Đảng ❸<名>tờ trình: 辞~ tờ trình từ chức

【呈报】chéngbào<动>trình báo: ~备 案 trình báo để lưu hồ sơ

【呈现】chéngxiàn<动>hiện ra; lộ ra

诚 chéng❶<形>chân thành; thực lòng: ~心~意 thành tâm thành ý/thật lòng ❷<副>[书]thực sự; đích thực: ~ 有此事 quả có việc này

【诚恳】chéngkěn<形>thành khẩn: 态 度~ thái độ thành khẩn

【诚聘】chéngpìn<动>chân thành thuê mướn; trân trọng mời (nhậm chức)

【诚实】chéngshí<形>thành thực; không giả dối: ~劳动,合法经营。 Lao động chân chính, kinh doanh hợp pháp.

【诚心】chéngxīn❶<名>thành tâm; lòng thành ❷<形>thành khẩn: ~帮助 giúp đỡ thành khẩn

【诚信】chéngxìn<名>thành tín; thành thực giữ chữ tín

【诚意】chéngyì<名>thành ý; thiện chí; lòng thành: 缺乏~ thiếu thiện chí

【诚挚】chéngzhì<形>chân thành: ~ 的谢意 lòng cảm ơn chân thành

承 chéng<动>❶đỡ; hứng; đón: ~ 重 chịu lực ❷gánh vác; đảm nhận; nhận làm: ~印 nhận in ❸(tiếng khách sáo) được; đội ơn: ~您过奖。 Được ông quá khen. ❹kế tục; nối tiếp: 继~ kế thừa ❺vâng nhận; tiếp nhận (mệnh lệnh hoặc căn dặn): 乘 ~ vâng nhận

【承办】chéngbàn<动>nhận làm; nhận tổ chức: ~晚会 nhận tổ chức dạ hội

【承包】chéngbāo<动>thầu khoán; nhận thầu: ~工程 nhận thầu công trình

【承担】chéngdān<动>gánh vác; đảm đương; đảm nhiệm; gánh chịu: ~责任 gánh vác trách nhiệm

【承接】chéngjiē<动>❶hứng ❷nhận; đảm nhiệm ❸tiếp nối; tiếp: ~上文 tiếp nối đoạn văn trên

【承蒙】chéngméng<动>được; được nhờ; đội ơn: ~关照 nhờ ơn chăm sóc

【承诺】chéngnuò<动>nhận lời; hứa làm: 慨然~ khảng khái nhận lời

【承认】chéngrèn<动>❶thừa nhận; chấp nhận; nhận: ~错误 thừa nhận sai lầm❷thừa nhận; công nhận (về mặt quan hệ quốc tế): ~新政府 thừa nhận chính phủ mới

【承上启下】chéngshàng-qǐxià nối liền trên dưới; chuyển tiếp

【承受】chéngshòu<动>❶chịu; chịu đựng ❷thừa kế; tiếp nhận: ~父亲的房产 thừa kế quyền sở hữu nhà ở của cha

城 chéng<名>❶bức thành; tường thành: 长~ trường thành ❷nội thành: ~东 khu đông thành ❸thành phố; đô thị: ~乡 thành phố và nông thôn ❹trung tâm: 汽车~ trung tâm mua bán ô tô

【城堡】chéngbǎo<名>thành lũy

【城管】chéngguǎn<名>❶sự quản lí thành phố ❷nhân viên quản lí đường phố

【城楼】chénglóu<名>lầu thành: 天安门~ lầu thành Thiên An Môn

【城墙】chéngqiáng<名>thành tường

【城区】chéngqū<名>khu vực thành phố; khu nội thành

【城市】chéngshì<名>thành thị; thành phố; đô thị

【城镇】chéngzhèn<名>thành phố và thị trấn

乘[1] chéng❶<动>đi; ngồi; cưỡi: ~车 đi xe ❷<介>nhân lúc; nhằm lúc; lợi dụng lúc: ~人不备 nhân lúc người ta không phòng bị ❸<名>[宗教](giáo nghĩa Phật giáo) thừa: 大~ đại thừa; 小~ tiểu thừa

乘[2] chéng<动>nhân; tính nhân: 以~ nhân; ~数 số nhân

【乘法】chéngfǎ<名>phép nhân

【乘机】chéngjī<副>thừa cơ; nhân cơ hội: ~行事 nhân cơ hội hành động

【乘客】chéngkè<名>hành khách

【乘凉】chéngliáng<动>nghỉ mát; hóng mát: 大树底下好~。Dưới bóng râm cây to tiện cho hóng mát (ví nhờ thế lực người khác để bảo vệ mình).

【乘人之危】chéngrénzhīwēi nhằm lúc người khác lâm nguy

【乘务员】chéngwùyuán<名>nhân viên phục vụ hành khách

【乘坐】chéngzuò<动>đi; đáp: ~飞机 đáp máy bay

盛 chéng<动>❶đựng (vào đồ đựng); bỏ vào đồ đựng; múc; xới: ~汤 múc canh ❷chứa
另见shèng

程 chéng❶<名>khuôn phép; phép tắc: 规~ quy trình; 章~ điều lệ ❷<名>trình tự: 课~ tiến trình (lịch trình) các môn học ❸<名>tuyến đường; đoạn đường: 启~ lên đường ❹<名>dặm đường; khoảng cách: 里~碑 cột cây số; 行~ hành trình ///(姓) Trình

【程度】chéngdù<名>❶trình độ: 文化~ trình độ văn hóa ❷mức; mức độ

【程序】chéngxù<名>❶trình tự; chương trình: 法律~ trình tự pháp luật ❷chương trình máy tính

惩 chéng<动>❶trừng phạt: 严~不贷 trừng trị nghiêm khắc không khoan thứ ❷cảnh giới

【惩处】 chéngchǔ<动>xử phạt; trừng trị

【惩罚】 chéngfá<动>trừng phạt: ~措施 biện pháp trừng phạt

【惩治】 chéngzhì<动>trừng trị; xử phạt

澄 chéng❶<形>trong; trong veo: ~空 trời trong veo ❷<动>làm trong sáng; làm trong sạch

【澄清】 chéngqīng❶<形>trong sạch: ~的湖水 nước hồ trong veo ❷<动>làm rõ; làm sáng tỏ: ~事实 làm rõ sự thật

橙 chéng❶<名>(cây, quả) cam ❷<形>(màu) da cam

【橙色】 chéngsè<名>màu da cam

【橙子】 chéngzi<名>quả cam; cam sành

chěng

逞 chěng<动>❶tỏ rõ; trổ; khoe: ~威风 ra oai ❷thực hiện được: 得~ thực hiện được ❸buông thả;dung túng; để mặc: ~一时之快 buông thả một thời

【逞能】 chěngnéng<动>trổ tài; khoe tài

【逞强】 chěngqiáng<动>hiếu thắng; ngựa non háu đá: ~好胜 hiếu thắng

【逞凶】 chěngxiōng<动>hành hung

chèng

秤 chèng<名>cái cân; cân tay: 台~ cân bàn

【秤砣】 chèngtuó<名>quả cân

chī

吃 chī❶<动>ăn; uống: ~糖 ăn kẹo; ~酒 uống rượu ❷<动>ăn theo tiêu chuẩn: ~食堂 ăn ở nhà ăn ❸<动>sống nhờ; ăn nhờ: ~利钱 ăn tiền lời ❹<动>thấm; ngấm; hút: 这种纸不~墨。 Loại giấy này không thấm mực. ❺<动>ăn sâu; ngập: 这条船~水浅。 Chiếc thuyền này mớn nước nông. ❻<动>tiêu diệt; xơi; ăn: ~掉敌人一个团 xơi tái một trung đoàn địch ❼<动>lĩnh hội; nắm chắc: ~透文件精神 hiểu thấu tinh thần văn kiện ❽<动>chịu đựng; gánh chịu: ~败仗 bị thua trận ❾<动>bị: ~批评 bị phê bình ❿<动>hao phí; tốn: 感到~力 cảm thấy mệt mỏi ⓫<名>cái ăn: 缺少穿 thiếu ăn thiếu mặc

【吃饱】 chībǎo<动>ăn no

【吃不开】 chībukāi vô tích sự; không được hoan nghênh; làm không xuôi; không làm nổi: 你这种性格在社会上~。 Tính nết của cô như vậy không được cộng đồng ưa thích đâu.

【吃不了,兜着走】 chī bu liǎo, dōuzhe zǒu xài không hết, gói tất tật mà đi (ngụ ý gây ra chuyện thì phải gánh chịu mọi hậu quả)

【吃不消】 chībuxiāo không chịu nổi; không chịu đựng được

【吃不准】 chībuzhǔn nắm không chắc; xác định không được: 这句话什么意思, 我还~。 Ý câu này tôi còn chưa rõ lắm.

【吃醋】 chīcù<动>ghen tuông; đánh ghen; ghen

【吃得开】 chīdekāi được hoan nghênh; xài được

【吃得消】 chīdexiāo chịu đựng được; gánh chịu được

【吃饭】 chīfàn<动>ăn cơm; sinh sống

【吃官司】 chī guānsi bị kiện cáo; bị

tố cáo

【吃喝玩乐】chīhē-wánlè ăn tiêu chơi bời

【吃惊】chījīng〈动〉giật mình; hoảng hồn; kinh ngạc

【吃苦】chīkǔ〈动〉chịu khổ; chịu đựng gian khổ: ~耐劳 chịu khó chịu khổ

【吃苦头】chī kǔtou chịu đau khổ; bị giày vò; chịu cay đắng; ngậm đắng nuốt cay

【吃亏】chīkuī〈动〉❶bị hớ; bị lỗ; bị thiệt ❷có điểm yếu; bất lợi: 他~在不懂外语。Mặt yếu của anh ta là không biết tiếng nước ngoài.

【吃老本】chī lǎoběn ăn lẹm vào vốn; xài vốn cũ

【吃力】chīlì〈形〉❶mệt sức; vất vả; khó nhọc ❷[方]mệt mỏi; mệt nhọc: 5000米跑下来感到很~。Chạy xong 5000 mét này cảm thấy mệt mỏi quá.

【吃零食】chī língshí ăn vặt; ăn quà

【吃软不吃硬】chī ruǎn bù chī yìng ưa nhẹ không ưa nặng; mềm nắn rắn buông

【吃闲饭】chī xiánfàn ngồi ăn không; ăn không ngồi rồi

【吃香】chīxiāng〈形〉[口]được hoan nghênh; được ưa chuộng; được trọng thị

【吃一堑，长一智】chī yī qiàn, zhǎng yī zhì ngã một keo, leo một nấc

【吃斋】chīzhāi〈动〉❶ăn chay: ~念佛 ăn chay niệm Phật ❷(nhà sư) ăn cơm; dùng bữa ❸(người đời, người thế tục) ăn cơm nhà chùa

痴 chī❶〈形〉ngu si; đần độn; khờ dại: 白~ đồ ngu ❷〈形〉quá si mê: ~情 si tình ❸〈名〉người si mê: 书~ mê sách

【痴呆】chīdāi〈形〉❶đờ đẫn; ngây dại: 老年~症 bệnh Alzheimer,bệnh AD ❷lú ra

【痴迷】chīmí〈动〉đam mê; si mê:

~不悟 si mê không tỉnh ngộ

【痴情】chīqíng❶〈名〉tình yêu si mê; mối tình si: 一片~ một tấm tình si ❷〈形〉si tình; si đắm

【痴心】chīxīn❶〈名〉tấm lòng mê say: 一片~ một tấm tình si ❷〈形〉si mê; say mê; chết mê chết mệt: ~情郎 anh chàng si tình

【痴心妄想】chīxīn-wàngxiǎng mơ tưởng hão huyền; cứ mơ tưởng hão

chí

池 chí〈名〉❶ao; đầm; bể (nhân tạo): 水~ ao nước; 游泳~ bể bơi ❷bồn (chỗ giữa trũng xung quanh cao): 花~ bồn hoa; 舞~ sân nhảy ❸[书] hào (quanh thành): 城~ thành và hào/thành phố ❹phía đầu tầng trệt nhà hát đối diện với sân khấu

【池塘】chítáng〈名〉❶ao; chuôm; đầm: ~养殖 (nghề) nuôi dưỡng trong ao đầm ❷bể tắm

弛 chí〈动〉❶[书]chùng xuống; buông lỏng: 一张一~ khi căng khi chùng ❷[书]giải trừ: ~禁 bỏ lệnh cấm ❸nới lỏng; lơi lỏng: 松~ thả lỏng

驰 chí〈动〉❶chạy nhanh; phóng nhanh: 奔~ chạy nhanh ❷truyền bá; truyền khắp; vang khắp: ~名 nổi tiếng

【驰骋】chíchěng〈动〉rong ruổi; tung hoành: ~疆场 tung hoành trên chiến trường

迟 chí❶〈形〉chậm; chậm chạp; rề rà; dềnh dàng: 事不宜~ công việc không thể rề rà ❷trễ; muộn: 对不起，来~了。Xin lỗi, tôi đến muộn.

【迟到】chídào〈动〉đến muộn; đến chậm

【迟钝】chídùn〈形〉phản ứng chậm chạp; trì độn: 反应~ phản ứng chậm chạp

【迟缓】chíhuǎn〈形〉chậm chạp; chậm rãi: 进展~ tiến triển chậm rãi

【迟疑】chíyí<形>chần chừ; do dự; lần chần: ~不决 chần chừ không quyết

【迟早】chízǎo<副>sớm muộn; không sớm thì muộn

持chí<动>❶cầm; nắm: ~枪 cầm súng ❷giữ; giữ lấy: ~保留态度 giữ thái độ bảo lưu ❸ủng hộ; kiên trì: ~久 kiên trì lâu dài ❹chủ quản; trông coi; lo liệu: 主~ chủ trì ❺khống chế; cưỡng chế: 劫~ bức chế❻đối chọi; chống chọi: 相~不下 chống chọi nhau/không chịu nhường nhau

【持家】chíjiā<动>lo liệu việc nhà: 勤俭~ cần kiệm chăm lo việc nhà

【持久】chíjiǔ<形>giữ lâu dài; lâu dài

【持续】chíxù<动>kéo dài không dứt; duy trì liên tục: ~发展 phát triển bền vững

【持有】chíyǒu<动>❶cầm trong tay ❷giữ trong lòng

【持之以恒】chízhī-yǐhéng kiên trì liên tục; bền bỉ giữ vững

匙chí<名>cái thìa; cái muỗng: 汤~ thìa canh; 茶~ thìa uống trà

chǐ

尺chǐ❶<量>thước: 挖地三~ cuốc đất sâu ba thước ❷<名>cái thước: 折~ thước gấp ❸<名>thước đồ họa: 放大~ thước phóng đại ❹<名>vật hình giống cái thước: 计算~ thước tính

【尺寸】chǐcùn<名>❶độ dài; kích thước: 量~ đo kích thước ❷[口]mức độ: 她为人处事很讲究~。 Cô ấy cư xử rất đúng mức.

【尺度】chǐdù<名>tiêu chuẩn; mực thước: 做事要有~。 Làm việc phải có mực thước.

【尺码】chǐmǎ<名>❶số kích thước; cỡ số; số đo: 你穿多大~的鞋子? Anh đi giày cỡ bao nhiêu? ❷kích cỡ to nhỏ; tiêu chuẩn

【尺子】chǐzi<名>thước

齿chǐ❶<名>răng: 长牙~ mọc răng ❷<名>(bộ phận hình răng trên vật thể) răng: 锯~ răng cưa ❸<名>(vật) có răng: ~轮 bánh khía

【齿轮】chǐlún<名>bánh răng; bánh khía; bánh răng khế

耻chǐ❶<动>xấu hổ; hổ thẹn: 不~下问 học hỏi người dưới mà không xấu hổ ❷<名>nhục; nhục nhã; sỉ nhục: 国~ nhục nước

【耻辱】chǐrǔ<名>(sự) sỉ nhục; nhục; chuyện xấu hổ: 莫大的~ điều nhục nhã vô cùng

【耻笑】chǐxiào<动>chê cười khinh bỉ; nhạo báng chế giễu

chì

叱chì<动>quát mắng; chửi mắng: 怒~ quát mắng giận dữ

【叱责】chìzé<动>trách mắng

【叱咤风云】chìzhà-fēngyún hò hét làm mây làm gió; thét ra lửa

斥chì<动>❶trách cứ; khiển trách; lên án khiển trách: 驳~ bác bỏ/phản bác ❷gạt; đuổi: 排~ bài xích ❸[书]đưa; chi trả

【斥责】chìzé<动>quở mắng; khiển trách; lên án: 厉声~ quở mắng gay gắt

赤chì❶<形>màu đỏ tươi hơi nhạt; màu son ❷<形>màu đỏ (chỉ chung): 面红耳~ đỏ mặt tía tai ❸<形>đỏ (tượng trưng cách mạng): ~卫队 đội tự vệ đỏ ❹<形>trung thành; son sắt: ~胆 lòng trung thành ❺<动>trần; trần truồng: ~脚 chân trần ❻<形>không; không có gì cả ❼<名>chỉ vàng ròng: 金无足~ vàng ròng cũng có chút ít tạp chất

【赤膊】chìbó❶<动>cởi trần; xoay trần ❷<名>mình trần

【赤诚】chìchéng<形>chân thành hết mực

【赤道】chìdào<名>❶đường xích đạo ❷đường xích đạo thiên cầu

【赤脚】chìjiǎo❶<动>để chân trần; đi chân đất: ~下地干活 đi chân đất làm ruộng ❷<名>chân trần; chân đất

【赤裸】chìluǒ<动>❶phơi trần; trần truồng: ~上身 mình để trần ❷trơ trọi; phơi trần; trống trơn; trần trụi: ~的小山坡 đống gò trơ trọi ❸trắng trợn

【赤裸裸】chìluǒluǒ❶trần trùng trục; trần truồng; lõa lồ ❷trắng trợn; không giấu giếm: ~的剥削 bóc lột trắng trợn

【赤手空拳】chìshǒu-kōngquán tay không; tay không tấc sắt

【赤子】chìzǐ<名>❶trẻ sơ sinh: ~之心 tấm lòng trẻ thơ trung thành ❷người con trung thành với tổ quốc: 海外~ đứa con hải ngoại trung thành

【赤字】chìzì<名>chữ số đỏ; số thâm hụt: 财政~ thâm hụt tài chính

炽 chì<形>❶[书]rực cháy ❷hừng hực; sục sôi; bừng bừng

【炽热】chìrè<形>❶cực nóng; nóng bỏng ❷nồng cháy: ~的感情 tình cảm nồng cháy

翅 chì<名>❶cánh ❷cánh quả cây ❸vây cá ❹vật hình cánh

【翅膀】chìbǎng<名>❶cánh ❷cánh chim ❸vật hình cánh chim

chōng

冲¹ chōng❶<名>đường lớn thông suốt; nơi trọng yếu: 首当其~ đứng mũi chịu sào ❷<动>lao tới; xông tới; xộc tới: ~出重围破围 thoát ra ❸<动>va chạm mạnh; va đập mãnh liệt: ~犯 xúc phạm ❹<动>xung hi ❺<名>xung đối(hiện tượng thiên văn)

冲² chōng<动>❶pha; hãm: ~茶 pha

trà ❷giội rửa; xô; va; đập; xối: ~澡 tắm rửa ❸rửa (ảnh) ❹triệt tiêu lẫn nhau: 对~ chuyển khoản
另见chòng

【冲刺】chōngcì<动>❶lao nước rút ❷ví sắp thành công hết sức nỗ lực

【冲淡】chōngdàn<动>❶pha loãng; pha nhạt: 把溶液~ pha loãng dung dịch ❷làm loãng làm nhạt; làm giảm; làm yếu: ~戏剧效果 làm giảm hiệu quả hí kịch

【冲动】chōngdòng❶<名>phấn khích; hưng phấn: 创作~ hưng phấn sáng tác ❷<形>xúc động; xung động

【冲锋】chōngfēng<动>xung phong; xông thẳng tới

【冲锋枪】chōngfēngqiāng<名>tiểu liên

【冲服】chōngfú<动>pha uống

【冲击】chōngjī<动>❶(nước) xô; vỗ: 海浪~着礁石。Sóng biển xô đập vào ghềnh đá. ❷xung phong ❸tấn công; va đập; cạnh tranh: 对社会道德观念的~ xung kích quan niệm đạo đức xã hội

【冲剂】chōngjì<名>thuốc cốm; thuốc (bột)pha nước uống

【冲浪】chōnglàng<动>[体育]lướt sóng

【冲刷】chōngshuā<动>❶cọ rửa; gột rửa: 把厕所~干净 cọ rửa nhà vệ sinh cho sạch ❷xói mòn; xói lở

【冲突】chōngtū<动>❶xung đột; mâu thuẫn: 武装~ xung đột vũ trang ❷mâu thuẫn không ăn khớp: 这样安排时间上有~。Sắp xếp như thế không ăn khớp được về thời gian.

【冲洗】chōngxǐ<动>❶cọ rửa; gột rửa; tẩy rửa; giội rửa ❷[摄影]tráng rửa (ảnh): ~放大 tráng rửa phóng to

【冲撞】chōngzhuàng<动>❶va đập; vỗ vào; xô vào; đánh vào ❷xúc phạm; đụng chạm: 我的话~了她。

Lời nói của tôi đã xúc phạm chị ấy.

充 chōng ❶〈形〉đầy; đủ: ~足 đầy đủ ❷〈动〉bổ sung cho đủ; chất đầy; bịt lại ❸〈动〉đảm nhiệm; làm: ~任 đảm nhiệm ❹〈动〉giả làm; giả bộ: 冒~ giả bộ

【充斥】chōngchì〈动〉đầy rẫy; tràn ngập; lấp đầy; chất đầy: 次货~市场。Hàng chất lượng kém tràn ngập thị trường.

【充当】chōngdāng〈动〉làm; gánh vác nhiệm vụ; giữ chức

【充电】chōngdiàn〈动〉❶sạc điện; nạp điện: 给手机~。Nạp điện cho điện thoại di động. ❷ví học thêm, bổ túc, bồi bổ kiến thức: 利用业余时间~。Lợi dụng thời gian ngoài giờ làm để bồi bổ kiến thức.

【充电器】chōngdiànqì〈名〉bộ nạp điện

【充耳不闻】chōng'ěr-bùwén bịt tai không nghe

【充分】chōngfèn〈形〉❶đầy đủ ❷hết mức; hết sức; tận lực: ~发挥 phát huy hết mức

【充饥】chōngjī〈动〉ăn cho đỡ đói; lót dạ: 吃些点心~ ăn tí điểm tâm để lót dạ

【充满】chōngmǎn〈动〉❶lấp đầy; chăng đầy; tràn đầy: 空气中~了花香。Trong không khí tràn đầy hương thơm của hoa trái. ❷chứa đầy; chan chứa

【充沛】chōngpèi〈形〉tràn trề; đầy ắp; dồi dào: 精力~ tinh lực tràn trề

【充实】chōngshí❶〈形〉phong phú; đầy đủ; dồi dào: 内容~ nội dung phong phú ❷〈动〉bổ sung; tăng cường

【充数】chōngshù〈动〉ghép trộn vào cho đủ; dùng trộn vào cho đủ số

【充裕】chōngyù〈形〉dư đủ; thừa thãi: 时间~ thời gian dư thừa

【充值】chōngzhí〈动〉gửi tiền vào card; nạp tiền

【充足】chōngzú〈形〉đầy đủ; dồi dào: 经费~ kinh phí dồi dào

憧 chōng

【憧憬】chōngjǐng〈动〉hướng về; ước vọng; mơ tưởng: ~未来 ước vọng tương lai

chóng

虫 chóng〈名〉❶con trùng; sâu; bọ ❷(chỉ những người có đặc điểm, say mê vào việc gì nào đó) mọt: 书~ mọt sách

【虫牙】chóngyá〈名〉răng bị sâu

【虫蛀】chóngzhù〈动〉(đồ bị) mọt; mục; nát; bị mối xông

【虫子】chóngzi〈名〉côn trùng; sâu; bọ

重 chóng ❶〈动〉trùng; lặp: 这两个例子~了。Hai ví dụ này trùng nhau. ❷〈副〉lại; một lần nữa: 久别~逢 gặp lại sau nhiều năm xa cách ❸〈量〉lớp; tầng; trùng: 双~领导 lãnh đạo hai tầng

另见zhòng

【重播】chóngbō〈动〉phát lại

【重蹈覆辙】chóngdǎo-fùzhé đi theo vết xe đổ

【重叠】chóngdié〈动〉trùng điệp; chồng chất; chồng chéo

【重逢】chóngféng〈动〉trùng phùng: 旧友~。Bạn cũ gặp lại.

【重复】chóngfù〈动〉❶trùng lặp; lặp ❷làm lặp lại lần nữa: ~我说的话 nhắc lại câu tôi đã nói

【重婚】chónghūn〈动〉trùng hôn

【重建】chóngjiàn〈动〉tái thiết; xây dựng lại: ~家园 xây dựng lại nhà cửa

【重庆】Chóngqìng〈名〉Trùng Khánh

【重申】chóngshēn〈动〉một lần nữa khẳng định; nhắc lại: ~立场 nhắc lại lập trường

【重孙】chóngsūn〈名〉chắt trai

【重新】chóngxīn〈副〉❶lại; một lần

nữa ❷lại (bắt đầu từ đầu): ~考虑 suy nghĩ lại

【重阳节】Chóngyáng Jié〈名〉tết Trùng dương (mồng 9 tháng 9 âm lịch)

崇 chóng ❶〈形〉cao ❷〈动〉tôn kính; tôn sùng; tôn trọng; trọng thị: 推~ suy tôn

【崇拜】chóngbài〈动〉sùng bái; tôn sùng; kính phục

【崇高】chónggāo〈形〉cao cả; cao thượng: ~的理想 lí tưởng cao cả

【崇敬】chóngjìng〈动〉sùng kính; tôn kính; tôn sùng

【崇洋媚外】chóngyáng-mèiwài sùng bái bợ đỡ những gì của nước ngoài

chǒng

宠 chǒng〈动〉sùng ái; yêu chiều: 受 ~ được yêu chiều

【宠爱】chǒng'ài〈动〉sùng ái; yêu chiều; chiều chuộng

【宠儿】chǒng'ér〈名〉con cưng

【宠物】chǒngwù〈名〉vật nuôi cảnh; vật cưng: ~粮 thức ăn cho thú kiểng

chòng

冲¹ chòng〈形〉[口]❶hăng ❷mạnh ❸(mùi) nồng nặc; sặc sụa: 药味很 ~。Mùi thuốc rất nồng nặc sặc sụa.

冲² chòng[口]❶〈介〉hướng về; đối với; với: 他~我笑了笑。Anh ấy cười với tôi. ❷〈动〉hướng ra: 那幢 房子~着大海。Nhà lầu đó hướng ra phía biển. ❸〈介〉bằng vào; dựa vào: 就~你这句话，我也要帮你这个忙。 Theo lời anh nói thì tôi cũng phải giúp anh về việc này.

冲³ chòng〈动〉dập; dập đột
另见chōng

【冲床】chòngchuáng〈名〉[机械]bàn dập; máy dập đột

chōu

抽¹ chōu〈动〉❶rút; kéo; bốc: 从文 件夹里~出一份报告 rút ra một bản báo cáo từ trong cặp văn kiện ❷rút ra một số; lấy một bộ phận: ~时间 dành thì giờ ❸nảy; trổ: 谷子~穗。 Kê trổ bông. ❹hút; bơm: ~烟 hút thuốc

抽² chōu〈动〉❶co: 这布一洗就~。 Loại vải này hễ giặt thì co. ❷quất; đánh: ~陀螺 đánh con quay; ~牲口 quất con gia súc

【抽查】chōuchá〈动〉kiểm tra chọn điểm

【抽搐】chōuchù〈动〉chứng co rút; co giật: 全身~ co giật toàn thân

【抽调】chōudiào〈动〉điều; rút; điều động

【抽奖】chōujiǎng〈动〉rút thăm xác định người trúng giải thưởng

【抽筋】chōujīn〈动〉❶rút gân đi: 剥 皮~ lột da rút gân ❷[口]chuột rút: 腿~ đùi bị chuột rút

【抽空】chōukòng〈动〉dành thời gian; bớt thì giờ

【抽泣】chōuqì〈动〉khóc thút thít: 暗 自~ khóc thút thít

【抽签】chōuqiān〈动〉rút thăm; bắt thăm; bốc thăm

【抽取】chōuqǔ〈动〉rút lấy; lấy ra; thu lấy: ~版税 lấy nhuận bút

【抽水机】chōushuǐjī〈名〉máy bơm

【抽屉】chōuti〈名〉ngăn kéo

【抽象】chōuxiàng❶〈动〉trừu tượng hóa ❷〈形〉trừu tượng: ~概念 khái niệm trừu tượng

【抽烟】chōuyān〈动〉hút thuốc lá

【抽样】chōuyàng〈动〉lấy mẫu; rút mẫu: ~调查 rút mẫu kiểm tra

【抽油烟机】chōuyóuyānjī máy hút khói dầu

chóu

仇 chóu <名> ❶kẻ thù; kẻ địch: 嫉恶如~ ghét cái ác như kẻ thù ❷(mối) thù; thù hận: 结~ kết thành hận thù

【仇恨】chóuhèn ❶<动>căm ghét; căm thù: ~敌人 căm ghét kẻ địch ❷<名>mối thù; mối căm hờn; hận thù: 民族~ hận thù dân tộc

【仇人】chóurén <名>kẻ thù

【仇视】chóushì <动>thù hằn; căm thù

惆 chóu <形>[书]chán ngán; đau buồn

【惆怅】chóuchàng <形>ngao ngán; buồn thương: ~若失 buồn thương như mất đi những gì quý giá

绸 chóu <名>lụa: 彩~ lụa màu

【绸缎】chóuduàn <名>lụa và vóc; lụa là; tơ lụa

【绸子】chóuzi <名>lụa

酬 chóu ❶<动>[书](chủ nhân) mời rượu (khách): ~酢 chuốc rượu nhau ❷<动>đền đáp; báo đáp: 重金~谢 đền đáp bằng nhiều tiền ❸<名>thù lao; tiền công: 报~ thù lao ❹<动>đi lại giao tiếp: 应~ xã giao ❺<动>thực hiện: 壮志未~ chí lớn chưa được thực hiện

【酬宾】chóubīn <动>bán giá ưu đãi cho khách mua: ~展销 triển lãm chào hàng bán giá ưu đãi

【酬金】chóujīn <名>tiền thù lao: ~丰厚 thù lao hậu hĩnh

【酬劳】chóuláo ❶<动>cảm tạ; tạ ơn ❷<名>thù lao: 请收下这点~。Xin vui lòng nhận chút thù lao này.

【酬谢】chóuxiè <动>tạ ơn; đền ơn; đền đáp (bằng tiền hay quà cáp): 日后将~各位。Sau này sẽ tạ ơn các vị.

稠 chóu <形>❶đặc: 粥很~ cháo rất đặc ❷trù mật; đông: 地窄人~ đất hẹp người đông

【稠密】chóumì <形>đông đúc; dày đặc; rậm rạp: 人烟~ dân cư đông đúc

愁 chóu ❶<动>ưu lo; lo nghĩ: 发~ sinh buồn ❷<名>nỗi buồn; nỗi buồn thương: 乡~ nỗi buồn xa quê; 离~ mối sầu li biệt

【愁眉不展】chóuméi-bùzhǎn mặt mày ủ dột

【愁眉苦脸】chóuméi-kǔliǎn mặt nhăn mày nhó; mặt ủ mày ê

【愁闷】chóumèn <形>nhăn mặt nhăn mày; khổ sở

【愁容】chóuróng <名>nét buồn; vẻ buồn lo: 一脸~ nét mặt buồn rầu/khuôn mặt buồn

筹 chóu ❶<名>thẻ: 竹~ thẻ tre ❷<动>trù hoạch; lo; trù tính: 统~ trù tính chung ❸<动>xoay sở: ~款 trù hoạch tiền ❹<名>kế sách; biện pháp: 一~莫展 chẳng thi thố được kế sách gì

【筹办】chóubàn <动>trù biện; sửa soạn; lo làm việc gì đó: ~婚礼 lo làm đám cưới

【筹备】chóubèi <动>trù bị; trù hoạch chuẩn bị: ~展览 trù tính chuẩn bị triển lãm

【筹划】chóuhuà <动>❶trù liệu; nghĩ cách; vạch kế hoạch; dự tính ❷lo liệu; kiếm; lo chạy: ~资金 lo chạy vốn

【筹集】chóují <动>xoay xở gom góp: ~资金 lo gom vốn/khai thác nguồn vốn

【筹建】chóujiàn <动>trù liệu xây dựng; vạch kế hoạch xây dựng

【筹码】chóumǎ <名>❶thẻ số ❷điều kiện; vốn liếng ❸tiền; ngân phiếu; chứng khoán

【筹资】chóuzī <动>xoay gom vốn

chǒu

丑 chǒu ❶<形>xấu xí: 美~ đẹp và xấu ❷<名>xấu xa; bẩn thỉu: 她感到

在这件事上出了~。Cô ta cảm thấy bị xấu mặt vì chuyện này. ❸〈形〉[方]xấu; dở; không hay: 脾气~ khó tính ❹〈名〉[戏剧]vai hề

【丑恶】chǒu'è〈形〉xấu xa; bỉ ổi; bẩn thỉu: 戳穿他~的嘴脸 vạch trần bộ mặt bỉ ổi của hắn

【丑化】chǒuhuà〈动〉bôi đen; bôi nhọ; bôi xấu: ~形象 bôi đen hình tượng

【丑话】chǒuhuà〈名〉❶lời tục tằn; chuyện tục tĩu ❷chuyện xấu khó nghe; chuyện chối tai

【丑角】chǒujué〈名〉❶vai hề ❷vai trò chẳng đẹp đẽ gì; vai hề nhục nhã

【丑陋】chǒulòu〈形〉xấu xí: 相貌~ tướng mạo xấu xí

【丑事】chǒushì〈名〉việc bê bối; việc xấu xa; việc bỉ ổi

【丑态】chǒutài〈名〉bộ mặt xấu xa; dơ dáng: ~毕露 bộ mặt bỉ ổi rốt cuộc lòi ra

【丑闻】chǒuwén〈名〉tiếng xấu: 官场~ chuyện bê bối quan trường

瞅 chǒu〈动〉[方]nhìn; ngó

【瞅见】chǒujiàn〈动〉[方]trông thấy; nhìn thấy; thấy: 你今天~老王了吗? Hôm nay bác có thấy ông Vương không ạ?

chòu

臭 chòu❶〈形〉(mùi) thối; hôi thối: ~味 mùi thối ❷〈形〉thối; xấu; tồi tệ: ~架子 bộ tịch rởm ❸〈形〉thấp vụng; kém cỏi; không cao: 水平真~ trình độ kém cỏi ❹〈副〉thậm tệ; nên thân; rất dữ: ~骂一顿 quát cho một trận nên thân

【臭豆腐】chòudòufu〈名〉đậu phụ thối

【臭烘烘】chòuhōnghōng thối hoắc; thối um

【臭美】chòuměi〈动〉❶trang điểm;

làm đẹp ❷làm đỏm; đỏm dáng; bánh choe

【臭名】chòumíng〈名〉tiếng xấu: ~昭著 khét tiếng/tiếng xấu đồn xa

【臭气】chòuqì〈名〉mùi thối; mùi khai; mùi khẳm: ~熏天 hơi thối nồng nặc

【臭味相投】chòuwèi-xiāngtóu mèo mả gà đồng gặp nhau; hợp nhau

【臭氧】chòuyǎng〈名〉[化学]ozon; chất O_3

chū

出[1] chū〈动〉❶ra; xuất: ~院 ra viện ❷đến; có mặt: ~席 có mặt; ~场 đến dự ❸vượt; quá; hơn: ~格 quá mức; ~月 qua một tháng (thường chỉ trẻ sơ sinh một tháng) ❹ra; đưa ra: ~题 ra đề; ~主意 đưa ra chủ trương ❺sản xuất; làm ra; nảy sinh: ~成果 làm ra thành quả; ~人才 nảy sinh người có tài ❻xuất bản; ra: ~书 xuất bản sách ❼phát ra; nảy; mọc: ~芽 nảy mầm; ~天花 lên đậu mùa ❽trích từ; lấy ở: ~处 chỗ trích từ ❾nổi rõ; lộ tỏ: ~名 nổi tiếng ❿dôi ra; nở hơn: 这种米~饭. Loại gạo này nấu nở cơm hơn.⓫chi tiêu: 量入为~ liệu thu mà chi ⓬xảy ra

出[2] chū〈量〉vở; hồi: 一~戏 một vở tuồng

出[3] chū〈动〉ra; rõ; nên: 看得~ nhìn được rõ; 做~成绩 làm ra thành tích

【出版】chūbǎn〈动〉xuất bản

【出版社】chūbǎnshè〈名〉nhà xuất bản

【出版物】chūbǎnwù〈名〉xuất bản phẩm

【出殡】chūbìn〈动〉đưa đám; đưa tang

【出岔子】chū chàzi sơ suất; xảy ra trục trặc; xảy ra sự cố

【出差】chūchāi〈动〉❶đi công tác

❷đi công tác biệt phái

【出产】chūchǎn❶<动>sản xuất ra ❷<名>sản vật: 我们老家~丰富。Quê hương chúng tôi sản vật dồi dào.

【出厂】chūchǎng<动>xuất xưởng; ra xưởng: ~日期 ngày tháng xuất xưởng

【出场】chūchǎng<动>❶ra sân khấu; lên sân khấu: 男主角~了。Vai chính nam đã lên sân khấu rồi. ❷vào sân; ra sân vận động

【出丑】chūchǒu<动>xấu mặt; mất mặt: 当众~ xấu mặt trước đám đông

【出处】chūchù<名>xuất xứ: 注明~ viết rõ xuất xứ

【出动】chūdòng<动>❶lên đường; ra đi: 待命~ chờ lệnh lên đường ❷điều động; huy động; điều ❸cùng ra tay làm; cùng hành động: 全体~抢险救灾 Tất cả cùng ra tay cứu trợ người bị tai nạn.

【出发】chūfā<动>❶xuất phát; lên đường; ra đi: 准备~ chuẩn bị ra đi ❷(cân nhắc, giải quyết vấn đề) xuất phát từ: 一切从人民的利益~ Tất cả đều xuất phát từ lợi ích của nhân dân.

【出发点】chūfādiǎn<名>❶nơi xuất phát; chỗ khởi hành ❷(động cơ, điểm quan tâm căn bản nhất) xuất phát điểm

【出份子】chū fènzi[口]❶góp tiền làm lễ tặng ❷đến mừng; đến viếng

【出风头】chū fēngtou chơi trội; lòe; khoe tài

【出轨】chūguǐ<动>❶(tàu hỏa, tàu điện...) trật bánh ❷(ví ngôn ngữ, hành động) sai thiếu; thiếu nề nếp; quá trớn: 他一喝醉就会说些~的话。Ông ấy hễ uống say là nói nhảm.

【出国】chūguó<动>ra nước ngoài; xuất dương; xuất ngoại: ~考察 ra nước ngoài khảo sát

【出海】chūhǎi<动>ra khơi; đi khơi; đi biển: ~捕鱼 ra khơi bắt cá

【出乎意料】chūhū-yìliào ngoài sự tưởng tượng; điều bất ngờ

【出击】chūjī<动>xuất kích; ra trận

【出价】chūjià<动>mở giá; thách giá; trả giá; mặc cả

【出嫁】chūjià<动>xuất giá; đi lấy chồng

【出境】chūjìng<动>❶ra khỏi biên giới; xuất cảnh: 驱逐~ trục xuất ra khỏi lãnh thổ; 办理~手续 làm thủ tục xuất cảnh ❷ra ngoài khu vực; vượt khỏi địa phận

【出口】chūkǒu❶<动>mở miệng; nói ra ❷<名>cửa ra; lối ra ❸<动>rời bến cảng ❹<动>xuất khẩu: ~贸易 mậu dịch xuất khẩu

【出来】[1] chūlái<动>❶ra; ra đây ❷xuất hiện; có được: 这个问题相当复杂，~不同的意见是正常的。Vấn đề này hết sức phức tạp, có những ý kiến khác nhau là chuyện bình thường.

【出来】[2] chūlái<动>❶(dùng sau động từ, biểu thị động tác từ trong ra ngoài) ra: 拿~ lấy ra ❷(dùng sau động từ, biểu thị động tác đã hoàn thành hoặc đã thực hiện) ra: 你回去好好考虑一下，明天把报告写~。Anh về suy nghĩ cho kĩ, mai viết báo cáo. ❸(dùng sau động từ, biểu thị từ ẩn kín ra hiện rõ) ra: 我认出他来了。Tôi nhận ra anh ta rồi.

【出类拔萃】chūlèi-bácuì xuất chúng; tài giỏi hơn người; vượt trội hơn người

【出力】chūlì<动>ra sức; dốc sức; gắng sức: ~不讨好 dốc hết sức mà không đạt hiệu quả

【出笼】chūlóng<动>❶lấy từ lồng hấp ra ❷(ví hàng đầu cơ tích trữ) tuôn ra bán; sổ lồng (lúc lạm phát tiền giấy); (ví tác phẩm dở, hàng giả, hàng xấu) sổng chuồng; nhan nhản ❸ban bố; cho ra mắt

【出路】chūlù<名>❶đường ra; lối ra ❷tiền đồ; lối thoát: 另谋~ tìm lối thoát khác ❸đầu ra; chỗ bán; chỗ tiêu thụ: 优质的产品不愁没~。Sản phẩm chất lượng cao nhất định có chỗ tiêu thụ, khỏi phải lo.

【出马】 chūmǎ〈动〉(tướng sĩ) ra trận; ra tay làm; thân chinh; đích thân: 亲自~ đích thân ra tay làm

【出卖】 chūmài〈动〉❶bán; đem bán: 这能以高价~。Thứ đồ này có thể bán với giá cao. ❷bán rẻ; bán đứng

【出毛病】 chū máobìng trục trặc; xảy ra sơ xuất; hỏng hóc; xảy ra sự cố: 收音机~了。Máy ra-đi-ô đã trục trặc rồi.

【出门】 chūmén〈动〉❶đi ra ngoài; đi vắng; đi chơi ❷rời nhà đi xa; xa nhà: ~在外，要照顾好身体。Xa nhà, phải biết chăm sóc mình cho tốt. ❸[方]đi lấy chồng

【出面】 chūmiàn〈动〉đứng ra; ra mặt: ~调解 đứng ra dàn xếp

【出名】 chūmíng〈形〉nổi tiếng; có danh tiếng; có tên tuổi: 他要求严格是出了名的。Ông ấy nổi tiếng về yêu cầu nghiêm ngặt.

【出没】 chūmò〈动〉ẩn hiện; lúc ẩn lúc hiện; đi lại; qua lại

【出谋划策】 chūmóu-huàcè bày mưu tính kế: 躲在背后~ bày mưu tính kế sau lưng

【出纳】 chūnà〈名〉❶việc thu chi ❷thủ quỹ ❸công tác quản lí thu chi giao nhận nói chung

【出品】 chūpǐn❶〈动〉sản xuất; xuất phẩm; chế tạo ra ❷〈名〉sản phẩm; hàng chế tạo ra: 新~ sản phẩm mới

【出气】 chūqì〈动〉trút giận; trút bực tức

【出勤】 chūqín〈动〉đi làm: ~率 tỉ lệ đi làm

【出去】 chūqù〈动〉ra; đi khỏi; đi vắng: ~走走 ra ngoài đi dạo

【出让】 chūràng〈动〉nhượng lại; để lại; nhượng bán

【出人意料】 chūrényìliào không thể ngờ được; ngoài sự tưởng tượng; bất ngờ

【出入】 chūrù❶〈动〉ra vào: ~请随手关门。Ra vào tiện tay khép cửa lại. ❷〈名〉(số liệu, nội dung) khác nhau; không khớp nhau; có chênh lệch

【出色】 chūsè〈形〉xuất sắc; nổi bật; trội

【出身】 chūshēn❶〈动〉xuất thân; lai lịch: ~于教师家庭 xuất thân gia đình nhà giáo ❷〈名〉thành phần lí lịch bản thân hoặc gia đình: 本人是农民出身。Thành phần bản thân là nông dân.

【出生】 chūshēng〈动〉sinh; đẻ; ra đời: 他~于1982年。Anh ấy sinh năm 1982.

【出生入死】 chūshēng-rùsǐ vào sinh ra tử; vào sống ra chết

【出声】 chūshēng〈动〉nói; cất tiếng; đánh tiếng

【出示】 chūshì〈动〉xuất trình: ~黄牌警告 giơ thẻ vàng cảnh cáo/phạt thẻ vàng

【出世】 chūshì〈动〉❶sinh ra; ra đời ❷nảy sinh; ra đời; chào đời: 旧制度灭亡，新制度~。Chế độ cũ diệt vong, chế độ mới ra đời. ❸xuất thế; siêu thoát đời tục: ~思想 tư tưởng thoát tục ❹cao vút khỏi cõi thế: 横空~ cao vút ngang trời

【出事】 chūshì〈动〉xảy ra sự cố; xảy ra chuyện: 放心吧，不会~的。Yên tâm đi, sẽ không có chuyện gì đâu.

【出手】 chūshǒu❶〈动〉bán đi: 那些货物已经~了。Những hàng đó đã bán. ❷〈动〉rút túi ra; lấy ra: ~大方 chi tiêu rộng rãi ❸〈动〉hành động; bắt tay đánh nhau: 该~时就~。Đáng ra tay thì phải ra tay. ❹〈名〉chiều dài tay áo ❺〈名〉bản lĩnh; tài nghệ

【出售】 chūshòu〈动〉bán; đem bán: 廉价~ bán với giá rẻ

【出台】 chūtái〈动〉❶(diễn viên) ra

sân khấu ❷ra mặt; công khai hoạt động ❸(chính sách, biện pháp...) ban hành; thực thi; áp dụng: ~计划 ban hành kế hoạch

【出逃】chūtáo<动>chạy trốn; trốn đi: 仓皇~ hốt hoảng chạy trốn

【出庭】chūtíng<动>ra tòa: ~作证 ra tòa làm chứng

【出头】chūtóu<动>❶ngóc đầu lên được; mở mày mở mặt: ~之日 ngày cất đầu lên ❷nhô đầu; thò đầu: 枪打~鸟. Bắn vào con chim ló đầu ra. ❸đứng ra; ra mặt; đứng đầu ❹(dùng sau số nguyên biểu thị còn có số lẻ nữa) hơn; trên; ngoài; có lẽ

【出席】chūxí<动>tham dự; đến dự; có mặt: ~代表大会 tham dự đại hội đại biểu

【出息】chūxi❶<名>triển vọng; hứa hẹn; tiền đồ: 有~的青年 thanh niên có tiền đồ ❷<动>[方]tiến bộ; khá lên; lớn xinh ra: 他比前几年~多了。Anh ta tiến bộ hơn nhiều so với mấy năm trước.

【出现】chūxiàn<动>xuất hiện; hiện ra; nảy sinh ra: 市场上~假冒商品。Hàng giả xuất hiện trên thị trường.

【出血】chūxiě<动>xuất huyết; bị chảy máu: 牙龈~ lợi bị chảy máu

【出行】chūxíng<动>xuất hành; ra đi: 安全~ an toàn xuất hành

【出洋相】chū yángxiàng làm trò cười cho thiên hạ; xấu mặt

【出游】chūyóu<动>đi du lịch

【出于】chūyú<动>❶do; bởi; xuất phát từ; mục đích nhằm ❷bắt nguồn từ; sinh ra từ

【出账】chūzhàng❶<动>ghi khoản chi vào sổ kế toán; vào sổ ❷<名>[方]khoản chi

【出诊】chūzhěn<动>(bác sĩ) khám chữa bệnh ngoài bệnh viện

【出众】chūzhòng<动>xuất chúng; hơn người; nổi trội; lỗi lạc: 能力~ năng lực nổi bật

【出走】chūzǒu<动>bỏ đi; trốn đi: 离家~ bỏ nhà ra đi

【出租】chūzū<动>cho thuê; cho mượn; phát canh (cho thuê ruộng đất): 房屋~ cho thuê nhà

【出租车】chūzūchē<名>xe tắc xi

初 chū❶<形>đầu; phần khởi đầu: ~夏 đầu hạ ❷<名>đầu; khoảng thời gian đầu tiên: 月~ đầu tháng ❸thứ nhất; đầu tiên; mồng: ~十 mồng mười ❹<副>lần đầu; lần thứ nhất; vừa mới bắt đầu: ~战 trận chiến lần đầu ❺<形>(đẳng cấp) thấp nhất; bậc thấp: ~等 bậc thấp nhất ❻<形>lúc đầu; ban đầu: ~愿 ước nguyện ban đầu ❼<名>tình huống vốn có: 和好如~ hòa hảo như trước

【初步】chūbù<形>sơ bộ; bước đầu: ~达成共识 đạt đến nhất trí sơ bộ

【初次】chūcì<名>lần đầu tiên: ~见面，请多多关照。Lần đầu gặp nhau, xin được quan tâm nhiều hơn.

【初等教育】chūděng jiàoyù giáo dục sơ cấp

【初稿】chūgǎo<名>sơ cảo; bản thảo thô; bản thảo đầu tiên

【初级】chūjí<形>sơ cấp; cấp thấp: ~阶段 giai đoạn sơ cấp

【初恋】chūliàn<动>❶yêu đương lần đầu; mối tình đầu ❷mới yêu nhau

【初期】chūqī<名>sơ kì; thời kì đầu; buổi đầu: 抗战~ buổi đầu kháng chiến

【初赛】chūsài<名>vòng sơ kết; vòng đấu đầu; cuộc thi sơ khảo

【初试】chūshì<动>❶thử lần đầu; thí điểm lần đầu ❷sơ khảo

【初学者】chūxuézhě<名>người mới học

【初中】chūzhōng<名>trung học cơ sở

【初衷】chūzhōng<名>tâm nguyện ban đầu; ý nguyện ban đầu

chú

除 chú ❶<动>trừ bỏ: 为民~害 trừ hại cho dân ❷<介>không tính đến ❸<动>chia: 8~以4得2. Tám chia bốn được hai. ❹<动>[书]trao; phong (quan chức)

【除法】 chúfǎ<名>phép chia

【除非】 chúfēi ❶<连>trừ phi; chỉ có: 若要人不知, ~己莫为. Nếu muốn người ta không biết, trừ phi mình đừng làm. ❷<介>ngoài; trừ...ra: 这事~他, 谁也不能告诉. Ngoài anh ấy ra, chuyện đó không được mách cho ai biết.

【除了】 chúle<介>❶không tính; không kể; ngoài ra ❷ngoài ra…còn...: ~化学, 我还喜欢物理. Ngoài hóa học ra, tôi còn thích vật lí. ❸chẳng… thì...: 这几天~刮风, 就是下雨. Mấy hôm nay chẳng gió thì mưa.

【除名】 chúmíng<动>xóa tên

【除外】 chúwài<动>trừ; trừ ra; ngoài; không tính; không kể

【除夕】 chúxī<名>trừ tịch; đêm giao thừa

厨 chú<名>❶nhà bếp: 下~ xuống bếp ❷đầu bếp: 大~ người đầu bếp

【厨房】 chúfáng<名>nhà bếp

【厨具】 chújù<名>dụng cụ nhà bếp; nồi niêu dao thớt

【厨师】 chúshī<名>đầu bếp; người làm bếp

【厨艺】 chúyì<名>kĩ năng nấu ăn

锄 chú ❶<名>cái cuốc ❷<动>cuốc đất; xới đất; giẫy ❸<动>diệt trừ; quét sạch

【锄头】 chútou<名>cái cuốc

雏 chú<形>(chim) non; con

【雏形】 chúxíng<名>❶dạng chưa định hình ❷hình mẫu thu nhỏ

橱 chú<名>tủ; chạn: 衣~ tủ áo

【橱窗】 chúchuāng<名>❶tủ kính trưng bày hàng hóa ❷tủ kính trưng bày tranh ảnh

【橱柜】 chúguì<名>❶tủ nhà bếp ❷tủ quầy

chǔ

处 chǔ<动>❶[书]ở: 穴居野~ sống trong hang động hoang dã ❷ăn ở; chung sống; đi lại giao thiệp: 相~ chung sống với nhau ❸để; đặt; ở vào: 设身~地 đặt mình vào hoàn cảnh ❹xử; giải quyết: ~事 xử sự ❺xử: ~以徒刑 xử tù hình phạt
另见chù

【处罚】 chǔfá<动>xử phạt; trừng trị

【处方】 chǔfāng ❶<动>kê đơn (thuốc) ❷<名>đơn thuốc

【处方药】 chǔfāngyào<名>thuốc kê đơn (là những thuốc phải sử dụng thận trọng và chặn chế chỉ định)

【处分】 chǔfèn ❶<动>xử; xử phạt; thi hành kỉ luật: ~违反校规的学生 thi hành kỉ luật đối với học sinh vi phạm nội quy trường ❷<名>quyết định về xử phạt

【处境】 chǔjìng<名>cảnh ngộ; hoàn cảnh; tình cảnh

【处决】 chǔjué<动>❶hành hình; thi hành án tử hình; xử quyết: ~犯人 hành hình phạm nhân ❷xử lí và quyết định

【处理】 chǔlǐ<动>❶bố trí; sắp xếp; giải quyết: ~遗留问题 giải quyết vấn đề để lại ❷xử phạt trừng trị: ~犯人 xử phạt phạm nhân ❸bán giảm giá hoặc theo giá thanh lí ❹xử lí (bằng một phương pháp riêng): 热~ xử lí nhiệt

【处理品】 chǔlǐpǐn<名>hàng thanh lí (hàng để lâu)

【处男】 chǔnán<名>trai tơ

【处女】 chǔnǚ ❶<名>gái trinh ❷<形>lần đầu

【处女作】 chǔnǚzuò<名>tác phẩm đầu tay

【处女座】chǔnǚzuò<名>chòm sao Xử nữ

【处世】chǔshì<动>xử thế; ăn ở; đối xử; ứng xử: 为人~ đối nhân xử thế

【处事】chǔshì<动>xử sự; giải quyết công việc: ~果断 xử sự quả đoán

【处暑】chǔshǔ<名>tiết Xử thử

【处死】chǔsǐ<动>xử tử

【处于】chǔyú<动>ở vào

【处置】chǔzhì<动>❶xử lí ❷trừng trị; xử trí; xử

础 chǔ<名>đá tảng

储 chǔ❶<动>trữ; cất giữ; để dành: 存 ~ dự trữ ❷<名>người đã được xác định chờ kế vị vua

【储备】chǔbèi❶<动>dự trữ: ~黄金 dự trữ vàng bạc ❷<名>vật tư dự trữ; của cải dự trữ

【储藏】chǔcáng<动>❶cất giữ; bảo tàng; tàng trữ: ~室 nhà tàng trữ; 冷 冻~ cất giữ đông lạnh ❷trữ; chứa

【储存】chǔcún<动>trữ; dự trữ; để dành; dành dụm: ~粮食 dự trữ lương thực

【储户】chǔhù<名>hộ gửi tiền

【储蓄】chǔxù❶<动>dành dụm; gửi tiết kiệm: 定期~ tiền gửi theo định kì ❷<名>tiền của để dành

【储蓄所】chǔxùsuǒ<名>quầy gửi tiền tiết kiệm

chù

处 chù<名>❶nơi; chốn; chỗ; điều: 住~ nơi ở; 长~ chỗ mạnh ❷đơn vị nghiệp vụ trong hệ thống tổ chức của cơ quan (tương đương phòng, ban hoặc cao hơn một chút): 人事~ phòng nhân sự

另见chǔ

【处处】chùchù<副>nơi nơi; khắp nơi; mọi mặt

【处所】chùsuǒ<名>nơi; nơi chốn

【处长】chùzhǎng<名>trưởng phòng; trưởng ban

畜 chù<名>con vật: 牲~ súc vật

另见xù

【畜生】chùsheng<名>đồ súc vật; đồ súc sinh (lời mắng)

触 chù<动>❶tiếp xúc: ~电 bị điện giật ❷va; chạm; đụng: ~碰 va chạm ❸xúc động; cảm động: 感~ cảm xúc

【触动】chùdòng<动>❶va; đụng ❷chạm đến; vi phạm đến: ~当权者 的利益 đụng chạm đến quyền lợi của người đương quyền ❸khuấy động; chạm đến: ~灵感 khuấy động linh cảm

【触发】chùfā<动>gây ra; kích động; kích khởi phản ứng (do bị tác động bên ngoài): ~大战 kích khởi đại chiến

【触犯】chùfàn<动>xúc phạm; xâm phạm; đụng đến: ~刑法 xúc phạm luật pháp hình sự

【触及】chùjí<动>động chạm đến

【触角】chùjiǎo<名>râu xúc giác

【触觉】chùjué<名>xúc giác; cảm xúc; cảm giác khi sờ vào

【触摸】chùmō<动>tiếp xúc; chạm; đụng: 手机~屏 màn hình chạm điện thoại di động

【触目惊心】chùmù-jīngxīn nhìn thấy mà giật mình; nhìn mà động lòng

矗 chù<动>đứng thẳng; vươn cao

【矗立】chùlì<动>đứng sừng sững

chuāi

揣 chuāi<动>giấu; cất; bọc: 把糖~在 兜里 cất kẹo trong túi

另见chuǎi

chuǎi

揣 chuǎi<动>đoán; phỏng đoán; áng chừng

另见chuāi

【揣测】chuǎicè〈动〉phỏng đoán; suy đoán; đoán áng chừng: 妄加~ phỏng đoán bừa bãi

【揣摩】chuǎimó〈动〉nghiền ngẫm; ngẫm nghĩ; đoán: ~作者意图 nghiền ngẫm ý đồ của tác giả

chuài

踹 chuài〈动〉❶đạp; đá: ~门 đạp cửa ❷giẫm

chuān

川 chuān〈名〉❶sông: 山~ núi sông ❷dải đất thấp bằng phẳng giữa các ngọn núi hoặc cao nguyên; thung lũng: 一马平~ đất bằng phẳng vó ngựa phi

【川贝】chuānbèi〈名〉[中药]xuyên bối; bối mẫu

【川菜】chuāncài〈名〉món ăn Tứ Xuyên

穿 chuān〈动〉❶chọc thủng; xuyên thủng; chọc thấu: ~云破雾 chọc thấu mây mù ❷đi qua; xuyên: ~过马路 đi ngang qua đường ❸xâu thành chuỗi: 将贝壳~成项链 xâu vỏ trai thành vòng cổ ❹mặc; đi: ~新衣 mặc áo mới ❺rõ; thấu: 看~他的丑恶嘴脸 nhìn rõ bộ mặt xấu xa của hắn

【穿插】chuānchā〈动〉❶cài; xen; xen kẽ: 舞蹈和歌唱~表演。Nhảy múa và ca hát xen kẽ trình diễn. ❷cài (chêm) vào các tình tiết phụ ❸chọc sâu vào quân địch; thọc sâu vào quân địch: ~到敌后 chọc sâu vào sau lưng quân địch

【穿刺】chuāncì〈动〉[医学]chọc lấy vật phẩm(làm sinh tiết)

【穿戴】chuāndài❶〈动〉ăn mặc; trang điểm: ~整齐 ăn mặc chỉnh tề ❷〈名〉cái để mặc; cái để đội: 不注

重~ không chú trọng ăn mặc

【穿孔】chuānkǒng〈动〉❶thủng (dạ dày, ruột); đục thủng; xuyên qua: 胃~ bị thủng dạ dày ❷khoan: ~机 máy khoan

【穿山甲】chuānshānjiǎ〈名〉con tê tê; con xuyên sơn giáp

【穿梭】chuānsuō〈动〉đưa thoi; như con thoi; qua lại không ngớt

【穿越】chuānyuè〈动〉vượt qua; thông qua; xuyên qua: ~云层 vượt qua tầng mây; ~地中海 xuyên qua Địa Trung Hải

【穿针引线】chuānzhēn-yǐnxiàn xâu kim luồn chỉ; ví với sự chắp nối giữa đôi bên

【穿着】chuānzhuó〈名〉ăn mặc; quần áo: ~时髦 ăn mặc thời thượng

chuán

传 chuán〈动〉❶truyền lại; truyền cho: 流~ lưu truyền ❷truyền thụ: 言~身教 dạy bằng lời và cả sự gương mẫu của bản thân ❸truyền bá: ~为佳话 được truyền tụng cho là chuyện hay; 坏事~千里。Chuyện xấu truyền xa. ❹truyền dẫn: ~热 dẫn nhiệt; ~电 dẫn điện ❺biểu đạt: 眉目~情 tỏ tình qua ánh mắt ❻truyền lệnh gọi; ra lệnh gọi: ~证人 truyền gọi nhân chứng ❼truyền nhiễm; lây; lây truyền: ~上流感 bị truyền nhiễm bệnh cúm
另见zhuàn

【传播】chuánbō〈动〉truyền; truyền bá; phổ biến: ~知识 truyền bá tri thức

【传承】chuánchéng〈动〉truyền thụ và kế thừa

【传达】chuándá❶〈动〉truyền đạt; phổ biến: ~讯息 cho biết thông tin ❷〈动〉theo dõi; hướng dẫn: ~室 phòng thường trực ❸〈名〉người thường trực; người gác cổng

【传递】chuándì<动>đưa; chuyển: ~
眼神 đưa con mắt; ~信件 chuyển
thư

【传话】chuánhuà<动>chuyển lời;
nhắn hộ: ~给对方 chuyển lời cho
đối phương

【传家宝】chuánjiābǎo<名>của báu
gia truyền

【传媒】chuánméi<名>❶cơ quan
truyền thông ❷đầu mối; nguồn lây
truyền bệnh tật (môi trường, vật
thể, con đường)

【传票】chuánpiào<名>❶[法律]lệnh
truyền; lệnh gọi; giấy gọi; giấy triệu
tập (của tòa án, viện kiểm sát...): 发
出~ cất giấy gọi ❷[会计]chứng từ
thanh toán

【传奇】chuánqí<名>❶truyện truyền
kì: ~故事 truyện truyền kì ❷truyền
kì ❸li kì; huyền thoại

【传染】chuánrǎn<动>❶truyền
nhiễm; lây truyền; lấy: 空气~ truyền
nhiễm qua không khí ❷ảnh hưởng
đến (về tâm lí, tình cảm): 快乐是可
以~的。Niềm vui có thể truyền lại
cho nhau.

【传染病】chuánrǎnbìng<名>bệnh
truyền nhiễm; bệnh lây

【传神】chuánshén<形>sinh động
giống như thật; truyền thần

【传授】chuánshòu<动>truyền thụ;
truyền dạy; truyền: ~技艺 truyền
dạy kĩ nghệ

【传输】chuánshū<动>[电学]chuyển
tải: ~信号 chuyển tải tín hiệu

【传说】chuánshuō❶<动>thuật lại;
truyền nhau thuật lại: ~纷纭 cứ
truyền nhau thuật lại ❷<名>truyền
thuyết

【传送】chuánsòng<动>chuyển

【传送带】chuánsòngdài<名>dây
truyền; băng truyền; băng tải

【传诵】chuánsòng<动>truyền tụng;
ca tụng: ——时 truyền tụng một thời

【传统】chuántǒng❶<名>truyền

thống ❷<形>truyền thống: ~习惯
tập quán truyền thống ❸<形>bảo
thủ

【传闻】chuánwén❶<动>nghe đồn;
nghe nói ❷<名>tin đồn: ~失实 tin
đồn không đúng sự thật

【传销】chuánxiāo<动>khuyến mại trái
phép; khuyến mại mang tính chất
lừa gạt

【传言】chuányán❶<名>lời đồn
đại: ~多不可信。Không thể tin vào
những lời đồn đại. ❷<动>[书]đồn

【传阅】chuányuè<动>truyền nhau
đọc: 此文件仅限内部~。Văn kiện
này chỉ được truyền cho nhau xem
trong nội bộ.

【传真】chuánzhēn❶<动>vẽ truyền
thần; tả chân ❷<名>fax ❸<动>fax ra

【传真机】chuánzhēnjī<名>máy fax

【传宗接代】chuánzōng-jiēdài
truyền tông nối dòng

船 chuán<名>thuyền; đò; ghe: 划~
chèo thuyền; 帆~ thuyền buồm

【船舱】chuáncāng<名>khoang
thuyền; khoang tàu

【船票】chuánpiào<名>vé tàu

【船坞】chuánwù<名>ụ tàu

【船员】chuányuán<名>thuyền viên;
nhân viên trên tàu thuyền

【船长】chuánzhǎng<名>thuyền
trưởng

【船只】chuánzhī<名>thuyền bè; tàu
bè

chuǎn

喘 chuǎn<动>❶thở gấp; thở dốc: 累
得直~ mệt đến đứt hơi ❷hổn hển:
哮~ thở khò khè/hen suyễn

【喘气】chuǎnqì<动>❶thở gấp; thở
sâu: ~粗重 thở nặng nhọc ❷tạm
dừng; tạm nghỉ; xả hơi: 喘口气再
干。Xả hơi một chút rồi làm tiếp.

【喘息】chuǎnxī<动>❶thở gấp; thở
hổn hển: ~未定 vẫn còn thở gấp

❷xả hơi; tạm nghỉ: ~的机会 dịp xả hơi

chuàn

串chuàn❶<动>xuyên suốt: 贯~ quán xuyến ❷<名>chuỗi: 羊肉~儿 chuỗi thịt dê ❸<量>chuỗi; xâu: 一~钥匙 một chuỗi chìa khóa ❹<动>thông đồng; lén lút câu kết: ~通 thông đồng với nhau ❺<动>lẫn; nói nhầm: ~线 nói nhầm dây ❻<动>đi lang thang; đi lại; đi chơi: ~亲戚 đi thăm bà con; 在街上乱~ đi lang thang trên phố ❼<动>sắm vai: 反~ sắm ngược vai nhau ❽<动>pha trộn; lẫn lộn: ~味 pha trộn mùi vị

【串联】chuànlián<动>❶xâu chuỗi; móc nối; liên hệ ❷[电学]ghép nối tiếp; mắc nối tiếp: ~电路 mắc nối tiếp mạch điện

【串门】chuànmén<动>la cà; ngồi lê

【串线】chuànxiàn<动>lẫn; nói nhầm: 我家的电话经常~。Điện thoại của nhà tôi thường hay bị nối nhầm.

【串珠】chuànzhū<名>chuỗi hạt

chuāng

创chuāng❶<名>vết thương ❷<动>làm bị thương: 予以重~ gây thiệt hại nặng/làm bị thương nặng
另见chuàng

【创伤】chuāngshāng<名>❶nơi bị thương; vết thương: 颈部~ vết thương trên cổ ❷nỗi đau; vết thương: 心灵的~ nỗi đau trong lòng/vết thương tâm hồn

疮chuāng<名>❶lở; loét: 冻~ loét vì rét/nẻ da; 毒~ loét vì nhiễm độc ❷vết thương

【疮疤】chuāngbā<名>❶vết sẹo; sẹo ❷nỗi đau hoặc niềm riêng tư: 揭人~ vạch nỗi đau của người khác

窗chuāng<名>cửa sổ: 玻璃~ cửa sổ kính

【窗户】chuānghu<名>cửa sổ

【窗口】chuāngkǒu<名>❶cửa sổ ❷trước cửa sổ ❸cửa ghi-sê; cửa con (để bán vé, ghi tên...): 售票~ cửa bán vé ❹làm dâu trăm họ: ~行业 nghề làm dâu trăm họ ❺windows máy tính

【窗帘】chuānglián<名>rèm cửa sổ

【窗台】chuāngtái<名>bệ cửa sổ

chuáng

床chuáng❶<名>giường: 双人~ giường đôi ❷<名>vật có hình giống chiếc giường: 机~ máy cái ❸<名>chỗ mặt đất phẳng: 河~ lòng sông ❹<量>cái; chiếc: 一~被子 một chiếc chăn

【床单】chuángdān<名>ga giường; khăn trải giường

【床垫】chuángdiàn<名>cái đệm giường

【床铺】chuángpù<名>giường và đệm

【床上用品】chuángshàng yòngpǐn đồ dùng trên giường (chăn, màn, gối...)

【床头柜】chuángtóuguì<名>tủ con đầu giường

【床位】chuángwèi<名>chỗ nằm; giường ngủ

chuǎng

闯chuǎng<动>❶xông; xông xáo: ~进来 xông vào ❷mở ra; mở rộng: ~出一片新天地 mở ra một tương lai sáng sủa ❸bôn ba; hoạt động khắp nơi: 走南~北 vào nam ra bắc ❹gây ra: ~祸 gây ra tai họa

【闯荡】chuǎngdàng<动>xông pha; lăn lộn

【闯红灯】chuǎng hóngdēng vượt

đèn đỏ

【闯劲】chuǎngjìn<名>sức xông xáo; tinh thần phấn đấu

chuàng

创 chuàng<动>mở đầu; bắt đầu; khởi; sáng lập đầu: 开~ mở đầu; 首 ~ khai sáng

另见chuāng

【创办】chuàngbàn<动>bắt đầu lập ra

【创纪录】chuàng jìlù lập kỉ lục

【创建】chuàngjiàn<动>sáng lập; thành lập

【创举】chuàngjǔ<名>tiên phong; sự mở đường; việc làm đầu tiên

【创立】chuànglì<动>sáng lập

【创始人】chuàngshǐrén<名>người sáng lập; sáng lập viên

【创收】chuàngshōu<动>kiếm tiền

【创新】chuàngxīn❶<动>đổi mới; sáng tạo cái mới: 勇于实践, 大 胆~。Dũng cảm đi vào thực tiễn, mạnh dạn sáng tạo cái mới. ❷<名> tính sáng tạo cái mới

【创业】chuàngyè<动>sáng tạo sự nghiệp; sáng lập; lập nghiệp

【创意】chuàngyì❶<名>nét sáng kiến; mầm sáng tạo ❷<动>nêu ra những ý kiến hoặc ý nghĩ sáng tạo

【创造】chuàngzào<动>sáng tạo; tạo ra; tạo nên: ~价值 sáng tạo giá trị

【创作】chuàngzuò❶<动>sáng tác; viết: 文学~ sáng tác văn học ❷<名> tác phẩm

chuī

吹 chuī<动>❶thổi: ~气 thổi hơi❷thổi (thành tiếng kêu): ~口琴 thổi ác-mô-ni-ca ❸(gió) thổi; quạt: 风~乱 了头发。Đầu tóc bị gió thổi rối bù. ❹khoác lác; khoe khoang: 自~自 擂 tự khoe khoang khoác lác ❺xu

nịnh; tâng bốc: 他们把他~上了天。 Họ tâng bốc anh ta lên tận mây xanh. ❻[口](công việc, tình cảm…) tan vỡ; hỏng; đi tong; đi đứt: 旅行计 划告~。Chương trình du lịch bị lỡ.

【吹风】chuīfēng<动>❶ra gió ❷sấy tóc: 只理发不~。Chỉ cắt mà không sấy tóc. ❸tỏ ý; để lộ; tiết lộ cho biết: ~会 họp ngỏ ý

【吹风机】chuīfēngjī<名>máy sấy; máy quạt loại nhỏ

【吹拂】chuīfú<动>(gió) hây hẩy; hiu hiu lướt qua

【吹毛求疵】chuīmáo-qiúcī vạch lá tìm sâu; bới lông tìm vết

【吹牛皮】chuī niúpí nói khoác; khoác lác; ba hoa

【吹捧】chuīpěng<动>tâng bốc bợ đỡ

【吹嘘】chuīxū<动>khoác lác; khoe khoang; thổi phồng: 自我~ tự mình khoe khoang

【吹奏】chuīzòu<动>thổi tấu (nhạc)

炊 chuī<动>nhóm lửa làm cơm: 去郊 外野~。Ra ngoại ô thổi cơm ngoài trời.

【炊具】chuījù<名>dụng cụ nấu ăn

【炊烟】chuīyān<名>khói bếp: ~袅袅 khói bếp bốc lên nghi ngút

chuí

垂 chuí❶<动>rủ xuống; buông xuống: ~发 tóc rủ❷<副>[书](lời nói kính trọng) rủ lòng: ~询 ngỏ lời/rủ lòng hỏi đến ❸<动>[书]lưu truyền: 永~不朽 lưu truyền muôn đời/đời đời bất diệt ❹<动>sắp; gần: ~危 lâm nguy

【垂钓】chuídiào<动>thả câu; câu cá: 禁止~。Cấm câu cá.

【垂挂】chuíguà<动>buông rủ; treo rủ

【垂柳】chuíliǔ<名>liễu rủ; thùy dương

【垂头丧气】chuítóu-sàngqì mặt mày ủ ê; ủ ê thất vọng; ảo não

【垂直】chuízhí<动>vuông góc; thẳng góc

捶 chuí<动>đấm; nện; đập: ~背 đấm lưng

锤 chuí❶<名>quả chùy ❷<名>quả cân: 秤~ quả cân ❸<名>cái búa: 铁 ~ búa thép/búa tạ ❹<动>nện; gõ; đập; đóng

【锤炼】chuíliàn<动>❶luyện; rèn luyện; rèn giũa ❷nhuận sắc ;trau chuốt: ~字句 trau chuốt câu văn

【锤子】chuízi<名>cái búa

chūn

春 chūn<名>❶mùa xuân: 大地回 ~。Mùa xuân trở về. ❷[书]chỉ thời gian một năm: 三十~ ba mươi năm ❸xuân (chỉ tình yêu đương trai gái): 怀~ hoài xuân ❹sức sống: 妙手 回~ thầy thuốc cao tay cải tử hoàn sinh

【春分】chūnfēn<名>tiết Xuân phân

【春耕】chūngēng<动>cày bừa vụ xuân

【春光】chūnguāng<名>cảnh sắc mùa xuân; phong cảnh mùa xuân: ~明媚 cảnh xuân tươi đẹp

【春季】chūnjì<名>mùa xuân

【春节】Chūnjié<名>Tết (âm lịch); tết Nguyên đán; tết Xuân

【春卷】chūnjuǎn<名>nem rán; chả nem

【春联】chūnlián<名>câu đối Tết

【春色】chūnsè<名>❶cảnh sắc mùa xuân ❷sắc xuân: 满面~ nét mặt tươi vui

【春天】chūntiān<名>mùa xuân

chún

纯 chún❶<形>tinh; tinh khiết; ròng: ~金 vàng ròng ❷<形>thuần túy; đơn thuần; tuyền: ~黑 đen tuyền ❸<形> thành thạo; thuần thục: 功夫不~ tay nghề không thành thạo ❹<副>thuần túy

【纯粹】chúncuì❶<形>thuần; thuần chất; không pha tạp: 一个~的人 một con người chân chất ❷<副>đơn thuần; thuần túy; hoàn toàn

【纯洁】chúnjié❶<形>thuần khiết; tinh khiết; trong sạch ❷<动>làm trong sạch: ~组织 làm trong sạch tổ chức

【纯净】chúnjìng❶<形>tinh khiết; trong vắt ❷<动>làm sạch; làm đẹp

【纯朴】chúnpǔ<形>thật thà chất phác; thuần phác

【纯情】chúnqíng❶<名>tình cảm trong sáng; tình yêu trong sáng❷<形> trong sáng; trong trắng: ~少女 thiếu nữ trong trắng

【纯真】chúnzhēn<形>trong sáng thuần phác; chân thành

【纯正】chúnzhèng<形>❶thuần túy; chính cống: 他能讲~的英语。Anh ta nói tiếng Anh rất sõi. ❷trong sáng; đúng đắn: 动机~ động cơ đúng đắn

唇 chún<名>môi

【唇齿相依】chúnchǐ-xiāngyī gắn bó như môi với răng

【唇膏】chúngāo<名>son môi

【唇枪舌剑】chúnqiāng-shéjiàn lời lẽ đanh thép; ngôn từ sắc bén; tranh luận kịch liệt

淳 chún<形>thuần phác; thành thực chất phác

【淳朴】chúnpǔ<形>thật thà chất phác; thuần phác

chǔn

蠢 chǔn<形>❶ngu xuẩn ❷vụng về

【蠢蠢欲动】chǔnchǔn-yùdòng đang rục rịch

【蠢话】chǔnhuà<名>lời nói ngu

ngốc; lời nói không phải lúc

chuō

戳 chuō ❶<动>chọc; đâm: 在纸上一个洞 chọc một lỗ trên giấy ❷<动>[方]treọ; quằn: ~伤脚 treọ chân ❸<动>[方]dựng; đứng ❹<名>con dấu: 邮~ dấu bưu điện

【戳穿】chuōchuān<动>❶đâm thủng; chọc thủng: ~纸灯笼 chọc thủng đèn lồng giấy ❷vạch trần; nói toạc ra: ~谎言 vạch trần lời lừa bịp

chuò

啜 chuò ❶<动>[书]uống ❷<形>nức nở

【啜泣】chuòqì<动>nức nở; khóc nức nở

绰 chuò<形>giàu có: 阔~ giàu có

【绰绰有余】chuòchuō-yǒuyú giàu có dư dật; có của ăn của để

【绰号】chuòhào<名>biệt hiệu; tên lóng

辍 chuò<动>ngừng; nghỉ; bỏ: 笔耕不~ viết không ngừng bút

【辍学】chuòxué<动>bỏ học

cí

词 cí<名>❶lời: ~不达意 lời không đạt ý ❷từ (một thể loại văn vần thời Đường, Tống ở Trung Quốc): 宋~ từ Tống ❸[语言]từ: 生~ từ mới

【词典】cídiǎn<名>từ điển: 袖珍~ từ điển bỏ túi

【词汇】cíhuì<名>từ vựng

【词汇表】cíhuìbiǎo<名>bảng từ vựng

【词句】cíjù<名>từ và câu; câu chữ; lời lẽ: 空洞的~ lời lẽ trống rỗng

【词性】cíxìng<名>từ loại; từ tính

【词义】cíyì<名>nghĩa từ

【词语】cíyǔ<名>từ ngữ

【词组】cízǔ<名>từ tổ; cụm từ

祠 cí<名>từ đường; nhà thờ; đền

【祠堂】cítáng<名>từ đường; đền thờ

瓷 cí<名>đồ sứ

【瓷器】cíqì<名>đồ sứ

【瓷碗】cíwǎn<名>bát sứ

【瓷砖】cízhuān<名>gạch men sứ; gạch tráng men

辞[1] cí<名>❶từ ngữ; lời (ngôn từ; văn chương, lời nói đẹp hay): 修~ tu từ ❷từ (một thể loại văn học cổ điển Trung Quốc): 楚~ Sở từ ❸từ (một thể loại thơ cổ): 《木兰~》 Mộc Lan từ

辞[2] cí<动>❶chào: 告~ cáo từ; 不~而别 chia tay không một lời từ biệt ❷từ chức: ~去主席职务 từ chức chủ tịch ❸chối từ; sa thải: ~退 thôi việc ❹trốn; tránh; thoái thác: 不~辛劳 không trốn tránh gian lao

【辞别】cíbié<动>từ biệt

【辞呈】cíchéng<名>đơn xin từ chức

【辞工】cígōng<动>❶sa thải ❷bỏ việc

【辞旧迎新】cíjù-yíngxīn❶tiễn cũ đón mới ❷tiễn năm cũ đón năm mới

【辞令】cílìng<名>lời lẽ đối đáp: 外交~ ngôn ngữ ngoại giao

【辞世】císhì<动>[书]từ trần; tạ thế; khuất núi

【辞退】cítuì<动>❶thải; sa thải; cho thôi việc: ~员工 sa thải viên chức ❷từ chối; không nhận: ~礼物 không nhận lễ vật

【辞行】cíxíng<动>chào từ biệt

【辞职】cízhí<动>từ chức: ~信 thư từ chức

慈 cí<形>❶hiền; hiền từ: 仁~ nhân từ ❷<动>[书]yêu thương; chăm sóc đối với kẻ dưới: 敬老~幼 kính già yêu trẻ ❸<名>mẹ: ~亲 người mẹ

【慈爱】cí'ài<形>yêu thương: ~的目光 ánh mắt âu yếm

【慈悲】cíbēi<形>từ bi: 大发~ mở

rộng lòng từ bi; ~为怀 rộng lượng từ bi

【慈母】címǔ<名>mẹ hiền; từ mẫu

【慈善】císhàn<形>từ thiện: ~机构 tổ chức từ thiện; ~事业 sự nghiệp từ thiện

【慈祥】cíxiáng<形>hiền từ; hiền hậu; đôn hậu: ~的笑容 nụ cười hiền hậu

磁 cí<名>nam châm; từ

【磁场】cíchǎng<名>từ trường

【磁带】cídài<名>băng từ

【磁卡】cíkǎ<名>thẻ từ

【磁铁】cítiě<名>sắt nam châm; nam châm

【磁性】cíxìng<名>từ tính

雌 cí<形>(giống) cái: ~兔 thỏ cái

【雌激素】cíjīsù<名>kích tố nữ tính; estrogenic hormone; estrogen

【雌性】cíxìng<名>giống cái

糍 cí

【糍粑】cíbā<名>bánh dầy; bánh gai

cǐ

此 cǐ<代>❶này: ~处 chỗ này ❷đây; bây giờ; chỗ này: 从~以后 từ bấy giờ trở đi; 由~往南 từ đây đi về phía nam ❸như thế; như vậy: 长~以往 cứ như thế nữa

【此后】cǐhòu<名>sau đó; từ đó về sau

【此刻】cǐkè<名>lúc này; bây giờ

【此时】cǐshí<名>hiện giờ; giờ đây; lúc này

【此外】cǐwài<连>ngoài ra

cì

次 cì❶<名>thứ tự; thứ bậc: 车~ chuyến xe; 依~进入会场。Bước vào hội trường theo thứ tự. ❷<形>hàng thứ hai (theo thứ tự): ~子 con thứ; ~日 ngày hôm sau ❸<形>chất lượng kém; phẩm chất tồi: ~品 thứ phẩm ❹<形>[化学]gầy; thiếu (gốc axít hoặc hợp chất thiếu hai nguyên tử oxy hoặc hiđrô) ❺<量> lần; lượt; chuyến: 第一~ lần thứ nhất

【次品】cìpǐn<名>thứ phẩm; hàng kém phẩm chất

【次日】cìrì<名>ngày hôm sau

【次数】cìshù<名>số lần

【次序】cìxù<名>thứ tự; trình tự

【次要】cìyào<形>thứ yếu: ~矛盾 mâu thuẫn thứ yếu

伺 cì
另见sì

【伺候】cìhou<动>hầu hạ; chăm nom; phục vụ

刺 cì❶<动>đâm; chọc (thủng): ~伤 đâm bị thương ❷<动>kích thích; chối; chói: ~鼻 chối mũi ❸<动>ám sát: 行~ ám sát ❹<动>dò hỏi; hỏi thăm: ~探 dò hỏi ❺<动>châm biếm; mỉa mai: 讽~ châm biếm ❻<名>giằm; gai; xương (nhọn): 鱼~ xương cá ❼<名>[书]danh thiếp

【刺刀】cìdāo<名>lưỡi lê

【刺耳】cì'ěr<形>chói tai: ~的叫声 tiếng kêu chói tai

【刺骨】cìgǔ<动>rét nhức xương; lạnh buốt: ~的寒风 gió rét thấu xương

【刺激】cìjī<动>❶kích thích: ~消费 kích thích tiêu dùng ❷kích động; xúc động ❸khuyến khích; thúc đẩy: ~经济发展 thúc đẩy sự phát triển kinh tế

【刺客】cìkè<名>thích khách; kẻ ám sát

【刺猬】cìwei<名>[动物]con nhím

【刺绣】cìxiù❶<动>thêu ❷<名>đồ thêu; công nghệ thêu

【刺眼】cìyǎn<形>❶chói mắt: ~的光芒 ánh sáng chói mắt ❷chướng

mắt; gai mắt

cōng

匆 cōng<形>gấp gáp; vội vã; vội vàng

【匆匆】cōngcōng<形>vội vã; vội vàng: 来去~ đi lại vội vàng; 行色~ đi vội vã

【匆促】cōngcù<形>vội; vội vàng; gấp gáp: 时间~ thời gian gấp gáp

【匆忙】cōngmáng<形>vội vàng; vội vã; gấp gáp

葱 cōng❶<名>cây hành: 小~ hành lá; 洋~ hành tây ❷<形>(màu) xanh

【葱翠】cōngcuì<形>xanh biếc; xanh tươi; xanh xanh: ~的竹林 rừng tre xanh biếc

聪 cōng❶<名>[书]thính giác: 失~ bị điếc/ khiếm thính ❷<形>thính (tai): 耳~目明 tai thính mắt tinh ❸<形>thông minh

【聪慧】cōnghuì<形>thông minh; sáng suốt; có trí tuệ

【聪明】cōngmíng<形>thông minh

【聪明一世，糊涂一时】cōngmíng-yīshì, hútu-yīshí khôn ba năm, dại một giờ

cóng

从 cóng❶<动>đi theo: ~俗 theo tục lệ; ~征 tòng chinh ❷<动>nghe theo; thuận theo: 力不~心 lực bất tòng tâm ❸<动>tham gia; làm: 军 tòng quân ❹<动>theo phương châm; có thái độ: ~宽处理 xử lí khoan hồng ❺<名>người đi theo: 随~ tùy tùng ❻<形>thứ yếu; phụ thuộc: 主~关系 quan hệ chính phụ; ~犯 tòng phạm ❼<形>họ hàng: ~兄 anh họ ❽<介>từ; bắt đầu từ: ~理论到实践 từ lí luận đến thực tiễn ❾<介>từ; qua: ~门缝里

往外望 nhìn ra ngoài qua khe cửa ❿<副>từ trước tới nay: 我~没答应过你。Từ trước tới nay tôi chưa hề nhận lời với anh.

【从此】cóngcǐ<副>từ đó; từ nay

【从而】cóng'ér<连>do đó mà; từ đó; cho nên; nên

【从今以后】cóngjīn yǐhòu từ nay về sau

【从来】cónglái<副>từ trước tới nay; xưa nay

【从命】cóngmìng<动>nghe lời; vâng lời; nghe theo (lời khuyên): 恭敬不如~ cung kính chẳng bằng vâng lời

【从前】cóngqián<名>ngày trước; trước đây

【从容】cóngróng<形>❶ung dung; thung dung; thong dong: ~应付 ung dung ứng phó ❷thời gian dồi dào; dư dật: 时间很~。Thời gian rất rộng rãi.

【从始至终】cóngshǐ-zhìzhōng từ đầu chí cuối

【从事】cóngshì<动>❶làm; tham gia: ~贸易工作 làm công tác mậu dịch ❷xử lí; giải quyết: 慎重~ xử lí thận trọng

【从速】cóngsù<动>mau; nhanh; nhanh chóng: ~处理 giải quyết nhanh

【从头】cóngtóu<副>❶(làm) từ đầu ❷(làm) lại từ đầu: ~再来 làm lại từ đầu

【从未】cóngwèi<副>chưa bao giờ: 他~到过北京。Anh ấy chưa từng đến qua Bắc Kinh.

【从小】cóngxiǎo<副>từ nhỏ; từ bé

【从业】cóngyè<动>hành nghề; làm nghề: ~人数 số người làm việc

【从优】cóngyōu<动>ưu đãi; ưu tiên đãi ngộ ưu tiên

【从中】cóngzhōng<副>ở giữa; ở

trong; bên trong: ~获益 được hưởng lợi ích trong đó

从 cóng ❶<动>tụ tập; tập hợp; cụm lại ❷<名>bụi; lùm; đám: 草~bụi cỏ; 树~ lùm cây ❸<名>rừng: 人~ rừng người ❹<量>đám: 一~杂草 một đám cỏ

【丛林】cónglín<名>❶rừng cây; rậm rạp: 热带~ rừng nhiệt đới ❷tùng lâm

【丛生】cóngshēng<动>❶(cỏ cây) mọc thành bụi; um tùm: 荒草~ cỏ dại mọc thành bụi ❷cùng phát một lúc (nhiều bệnh): 百病~ phát đủ trăm thứ bệnh

【丛书】cóngshū<名>tùng thư; tủ sách

CÒU

凑 còu<动>❶tụ tập; tập hợp; xúm: ~人数 tập hợp số người ❷gặp; nhân lúc: ~空儿 nhân lúc rảnh rỗi ❸đến gần; tiếp cận; sán lại; xúm lại: ~到跟前 sán đến trước mặt

【凑份子】còu fènzi ❶góp tiền; góp suất ❷[方]thêm phiền phức

【凑合】còuhe<动>❶tụ tập; tập hợp; quây quần lại; xúm lại ❷góp nhặt; chắp vá: 这篇演讲稿是临时~起来的。Bài diễn văn này lại mới được chắp vá lại. ❸tạm; tàm tạm: 这本小说还~。Cuốn tiểu thuyết này còn tàm tạm.

【凑近】còujìn<动>sán lại gần; nhích lại gần

【凑钱】còuqián<动>góp tiền; gom tiền

【凑巧】còuqiǎo<形>đúng lúc; may; gặp may; khéo: 真不~! 他刚出去。Thật không may! Anh ấy vừa ra ngoài.

【凑热闹】còu rènao ❶góp vui; dự cuộc vui ❷thêm rắc rối; rối rắm;

rách việc

【凑数】còushù<动>❶góp nhặt cho đủ số ❷lấy gượng thêm; miễn cưỡng lấy thêm cho đủ số; chọn ép

CŪ

粗 cū ❶<形> (vật) to; thô: ~绳 dây thô ❷<形> (nét) to; đậm: ~线条 nét vẽ thô/ nét đậm ❸<形> (hạt) to; thô: ~盐 muối thô ❹<形> (tiếng nói) ồ: ~声大气 giọng ồ ồ ❺<形>thô (không tinh): ~加工 chế biến thô ❻<形>qua loa đại khái; không chu đáo: ~疏 cẩu thả ❼<形> lỗ mãng; thô lỗ; thô kệch: ~人 con người thô kệch ❽<副>chút ít; sơ sơ; sơ qua; hơi: ~具规模 hơi có quy mô; ~通文字 biết chữ chút ít

【粗暴】cūbào<形>thô bạo; lỗ mãng: ~无礼 lỗ mãng bất lịch sự

【粗糙】cūcāo<形>❶(chất liệu) thô ráp: 皮肤~ da dẻ sần sùi ❷(làm) ẩu; không cẩn thận; xoàng: 做工~ việc làm ẩu

【粗茶淡饭】cūchá-dànfàn cơm nước đạm bạc

【粗放】cūfàng<形>❶quảng canh: ~型农业 nông nghiệp quảng canh ❷qua loa; đại khái; không cẩn thận: 管理~ quản lí lỏng lẻo ❸khoáng đạt; hào phóng: 笔调~ ngòi bút phóng khoáng

【粗犷】cūguǎng<形>❶thô lỗ; thô kệch ❷hào phóng: ~的性格 tính cách hào phóng

【粗话】cūhuà<名>lời thô tục: 说~ nói lời thô tục

【粗粮】cūliáng<名>lương thực phụ; màu

【粗劣】cūliè<形>thô; xấu; xoàng: ~的赝品 hàng giả thô; 质量~ chất lượng xấu

【粗鲁】cūlǔ<形>thô lỗ; lỗ mãng: 举止~ cử chỉ lỗ mãng

【粗俗】cūsú<形>thô tục; thô lỗ: 说话

~ nói năng thô tục

【粗心】cūxīn〈形〉sơ ý; không cẩn thận; hồ đồ; hàm hồ

【粗野】cūyě〈形〉(cử chỉ) thô lỗ; thô thiển; ngông nghênh; thiếu lịch sự: 举止~ cử chỉ thô thiển

【粗制滥造】cūzhì-lànzào làm ẩu; làm bừa; có chất lượng xấu

【粗壮】cūzhuàng〈形〉❶(người) to khỏe: 体格~ thân người to khỏe ❷(đồ vật) thô to và chắc: ~的绳子 dây thừng thô to và chắc ❸(giọng) to khỏe: 声音~ giọng nói to khỏe

cù

促 cù ❶〈形〉ngắn: 时间短~ thời gian ngắn ngủi ❷〈动〉thúc giục; thúc đẩy: 催~ thôi thúc ❸〈动〉gần gũi; kề

【促成】cùchéng〈动〉tác thành; thúc đẩy tới thành công: ~和谈 tác thành đàm phán hòa bình

【促进】cùjìn〈动〉xúc tiến; thúc đẩy: ~贸易合作 xúc tiến hợp tác thương mại

【促使】cùshǐ〈动〉thúc đẩy: ~我们加倍努力 thúc đẩy chúng tôi cố gắng gấp bội

【促销】cùxiāo〈动〉khuyến mại; thúc đẩy việc tiêu thụ hàng hóa

猝 cù〈副〉[书]bất ngờ

【猝不及防】cùbùjífáng bất ngờ không kịp đề phòng

【猝发】cùfā〈动〉đột nhiên xảy ra; bất ngờ xảy ra

【猝死】cùsǐ〈动〉đột tử; chết đột ngột

醋 cù〈名〉❶giấm:陈~ giấm để lâu ngày ❷máu ghen; ghen tuông: 吃~ ghen tuông

【醋酸】cùsuān〈名〉[化学]axit axêtic

簇 cù ❶〈动〉tụ tập ❷〈名〉đám; đống: 花团锦~ sắc màu rực rỡ ❸〈量〉bó:

一~鲜花 một bó hoa tươi

【簇拥】cùyōng〈动〉vây quanh; vây chặt; chen chúc; túm tụm; quây quần

cuān

蹿 cuān〈动〉nhảy lên; nhảy tót: ~房越脊 nhảy lên nóc nhà đi băng băng

cuàn

窜 cuàn〈动〉❶chạy toán loạn; lủi; chuồn: 流~ chạy tán loạn khắp nơi ❷[书]đày đi; đuổi đi ❸sửa đổi; cắt xén: 点~ sửa chữa/nhuận sắc

【窜改】cuàngǎi〈动〉sửa đổi; soán cải; cắt xén: ~记录 cắt xén biên bản

【窜逃】cuàntáo〈动〉tháo chạy

篡 cuàn〈动〉cướp: 王莽~汉 Vương Mãng cướp ngôi nhà Hán

【篡夺】cuànduó〈动〉cướp

【篡改】cuàngǎi〈动〉bóp méo; xuyên tạc: ~历史 bóp méo lịch sử

【篡权】cuànquán〈动〉cướp đoạt quyền lực

cuī

催 cuī〈动〉❶thúc giục; giục: 扬鞭~马 vung roi giục ngựa ❷thúc đẩy nhanh sự xuất hiện và biến đổi của sự vật: ~肥 vỗ béo

【催促】cuīcù〈动〉giục; thúc giục

【催化剂】cuīhuàjì〈名〉chất xúc tác

【催眠】cuīmián〈动〉thôi miên

【催熟】cuīshú〈动〉❶thúc cho (hoa quả) sớm chín ❷làm cho sớm già dặn

【催债】cuīzhài〈动〉thúc nợ; đòi nợ

摧 cuī〈动〉bẻ gãy; phá hoại: 无坚不~ có thể phá hủy những gì kiên cố nhất

【摧残】cuīcán<动>tàn phá; hủy hoại; làm thiệt hại nghiêm trọng: ~身体 làm thiệt hại sức khỏe

【摧毁】cuīhuǐ<动>phá hủy; đập tan; đập nát

cuì

脆cuì<形>❶giòn; dễ vỡ: 这纸太~。Loại giấy này dễ rách quá. ❷giòn: 香~可口 thơm giòn ngon miệng ❸(âm thanh) giòn ❹[方]dứt khoát: 干~利落 dứt khoát gọn ghẽ

【脆弱】cuìruò<形>yếu đuối: ~的心灵 tâm hồn yếu đuối

啐cuì❶<动>nhổ; khạc: ~了一口唾沫 nhổ một bãi nước bọt ❷<叹>xì: ~! 你简直胡说八道! Xì! Anh chỉ được cái nói năng tầm bậy!

翠cuì❶<形>(màu) cánh chả; xanh biếc: ~竹 tre xanh ❷<名>chim trả: 点~ điểm thúy (mĩ nghệ phẩm làm bằng lông chim trả) ❸<名>ngọc bích thúy; ja-đê-ít: 珠~ châu ngọc màu xanh trả hảo hạng/đồ châu ngọc màu xanh trả hảo hạng

【翠绿】cuìlǜ<形>(màu) xanh cánh trả; xanh biếc

【翠玉】cuìyù<名>thúy ngọc

cūn

村cūn❶<名>thôn; làng ❷<形>nhà quê;quê mùa

【村民】cūnmín<名>dân làng

【村委会】cūnwěihuì<名>ủy ban thôn xóm; hội thôn xóm

【村寨】cūnzhài<名>làng bản; trại

【村长】cūnzhǎng<名>trưởng thôn

【村镇】cūnzhèn<名>thôn làng và thị trấn

【村庄】cūnzhuāng<名>thôn trang; làng mạc; thôn xóm

【村子】cūnzi<名>làng; thôn xóm

cún

存cún<动>❶tồn tại; sinh tồn; còn: 残~ sót lại; 生~ sống còn ❷trữ; tích trữ; bảo tồn: 封~ đóng kín để bảo tồn ❸tích trữ; dành dụm: 一下雨, 洼地里就~了好些水。Hễ mưa xuống thì chỗ đất trũng tích nhiều nước. ❹để dành: ~款 để dành tiền ❺gửi: 寄~ gửi để bảo quản ❻bảo lưu; giữ: 保~ bảo tồn ❼(số) dư; còn lại: 收支相抵, 净~两万元。Lấy thu bù chi, thực còn hai vạn đồng RMB. ❽mang trong lòng: 心~侥幸 hi vọng ăn may; 不~幻想 không mang ảo tưởng

【存储】cúnchǔ<动>trữ; dự trữ; để dành; dành dụm

【存储器】cúnchǔqì<名>[计算机]bộ nhớ (trong máy tính)

【存单】cúndān<名>biên lai gửi tiền; phiếu gửi tiền

【存档】cúndàng<动>lưu hồ sơ

【存放】cúnfàng<动>gửi: ~行李 gửi hành lí

【存根】cúngēn<名>cuống biên lai; tồn căn

【存货】cúnhuò<名>hàng tồn kho; hàng tích trữ đợi bán

【存款】cúnkuǎn❶<动>gửi tiền tiết kiệm: 到银行~ đến ngân hàng gửi tiền tiết kiệm ❷<名>số tiền gửi ngân hàng

【存钱】cúnqián<动>gửi tiền tiết kiệm

【存心】cúnxīn❶<动>ý định; mưu đồ: ~不良 ý định không tốt ❷<副>rắp tâm; cố ý; cố tình: ~报复 rắp tâm trả thù

【存在】cúnzài❶<动>tồn tại; còn; có ❷<名>tồn tại

【存折】cúnzhé<名>sổ gửi tiền; sổ tiết kiệm

cùn

寸 cùn ❶<量>tấc (đơn vị đo chiều dài) ❷<形>rất ngắn; rất bé; chút ít: ~进 chút ít tiến bộ; 鼠目~光 tầm nhìn hạn hẹp

【寸步难行】cùnbù-nánxíng không tiến được một bước; không nhích được một bước; khó mà nhắc chân lên được một bước

【寸土必争】cùntǔ-bìzhēng giành từng tấc đất

cuō

搓 cuō<动>xoa; xát; xe: ~麻绳 xe sợi thừng; ~衣服 vò quần áo

【搓板】cuōbǎn<名>cái bàn xát

【搓麻将】cuō májiàng chơi mà chược

【搓洗】cuōxǐ<动>giặt; vò

【搓澡】cuōzǎo<动>tắm kì cọ (có người chà lưng giúp)

磋 cuō<动>❶[书]cắt gọt; mài giũa ngà voi thành vật dụng: 切~ mài giũa cọ xát ❷bàn bạc; thương lượng; thảo luận

撮 cuō❶<动>tụ họp lại; tập hợp ❷<动>vun; đánh trống: ~成一堆 vun lại thành một đống ❸<动>[方]nhón: ~一点盐 nhón một tí muối ❹<动>trích: ~要 trích yếu ❺<动>[方]ăn: 上馆子~一顿。Đi tiệm ăn một bữa. ❻<量>(đơn vị đo dung lượng) 1/1000 của thăng ❼<量>[方]nhúm; mớ: 一~头发 một mớ tóc

【撮合】cuōhe<动>làm mối

cuó

痤 cuó
【痤疮】cuóchuāng<名>mụn; trứng cá

cuò

挫 cuò<动>❶áp chế; ngăn cản; đàn áp: 受~ bị thất bại ❷hạ; làm giảm đi: ~敌人的锐气 làm giảm nhuệ khí của địch

【挫败】cuòbài<动>❶thất bại: 希望你能从~中走出来。Mong anh thoát khỏi được sự ám ảnh của cuộc thất bại lần này. ❷đánh bại; làm thất bại: 在战役中~敌军。Đánh bại quân địch trong trận chiến.

【挫伤】cuòshāng❶<动>[医学]tổn thương vì va chạm, chen chúc ❷<动>ảnh hưởng; tổn thương tới (tinh thần hăng hái) ❸<名>bầm tím

【挫折】cuòzhé<动>❶áp chế; chèn ép; ngăn trở: 不要~他学习的积极性。Không nên gây áp lực đối với tinh thần tích cực học tập của anh ấy. ❷thất bại; bất lợi

措 cuò<动>❶sắp đặt; xử trí: 不知所~ không biết xử trí ra sao, chen chúc ❷lo liệu; thu xếp; xoay xở: 筹~款项 lo liệu tiền nong/lo kinh phí

【措辞】cuòcí<动>chọn lọc và sử dụng từ ngữ: ~强硬 lời nói cứng rắn

【措施】cuòshī<名>biện pháp

【措手不及】cuòshǒu-bùjí trở tay không kịp

锉 cuò❶<名>cái giũa ❷<动>giũa

【锉刀】cuòdāo<名>cái giũa

错 cuò❶<动>rối; trộn lẫn; so le; đan vào nhau: 交~ đan xen với nhau ❷<动>nghiến; mài; cọ: ~牙 nghiến răng ❸<动>tránh; bỏ qua: ~失良机 bỏ lỡ dịp tốt ❹<动>xê xích ❺<形>sai; nhầm: ~别字 chữ sai ❻<名>sai lầm; lỗi; chỗ sai: 没~ không có chỗ sai; 犯~ phạm sai lầm ❼<形>tồi; kém; sai: 这数目儿~不了。Con số này rất đúng.

【错怪】cuòguài<动>trách nhầm;

C

trách oan; giận oan

【错过】cuòguò<动>lỡ; mất

【错觉】cuòjué<名>cảm giác sai lầm; cảm giác lầm lẫn

【错漏】cuòlòu<动>lầm lẫn; sai sót: 这份报告~百出。Bản báo cáo này sai sót quá nhiều.

【错乱】cuòluàn<形>rối loạn; thất thường; thác loạn: 精神~ tâm trí thất thường/loạn thần kinh

【错落】cuòluò<动>chằng chịt; xen vào nhau; không đều: ~有致 đan xen nhau rất thú vị; ~不齐 cao thấp không đều

【错位】cuòwèi<动>❶[医学]chệch vị trí: 骨关节~ sai khớp xương ❷ví mất trạng thái bình thường

【错误】cuòwù❶<形>sai lầm; trái với thực tế khách quan: ~的观念 quan niệm sai lầm ❷<名>sự việc hành vi hay quan niệm không đúng: 犯~ phạm sai lầm

【错综复杂】cuòzōng-fùzá đan xen vào nhau; rối rắm phức tạp

D d

dā

耷 dā <名>[书]tai to

【耷拉】dāla<动>cúi (xuống); rủ (xuống); cúp; cụp; gục: ~着脸 cúi mặt

搭 dā<动>❶bắc; dựng; làm: ~桥 bắc cầu ❷mắc; vắt: 把毛巾~在肩膀上吧。Vắt cái khăn mặt trên vai nhé. ❸nối nhau; ăn khớp: 前言不~后语。Câu trước câu sau không khớp nhau. ❹thêm vao; góp vào. 再~上点钱才够。Thêm ít tiền nữa mới đủ. ❺độn vào; kèm với: 荤素~配 món mặn độn với món chay ❻khiêng; nhấc: 把桌子~高点。Nhấc cái bàn lên cao chút nữa. ❼đáp; đi: ~下一班飞机 đáp chuyến máy bay sau

【搭便车】dā biànchē đi nhờ xe

【搭车】dāchē<动>❶tiện đường đi nhờ xe ❷ví nhân đà kiếm lời

【搭乘】dāchéng<动>đáp; lên; ngồi lên

【搭档】dādàng❶<动>hợp sức ❷<名>người cộng tác; người hợp sức: 老~ người cộng tác cũ

【搭伙】dāhuǒ<动>❶nhập bọn; kết nhóm ❷chung bếp; ăn chung: 他和同事~。Anh ấy ăn chung với các cộng sự.

【搭建】dājiàn<动>bắc; dựng; làm: ~工棚 dựng lán công nhân

【搭救】dājiù<动>cứu; cứu giúp

【搭理】dāli<动>chào hỏi; trả lời: 别人叫你你不~，这是不礼貌的。Người ta gọi mà cậu chẳng thưa, thật là thất lễ.

【搭配】dāpèi❶<动>phân phối theo yêu cầu nhất định ❷<动>phối hợp ❸<形>tương xứng; cân xứng hợp gu: 你的衣服和鞋子不~。Chiếc áo của chị không hợp gu với đôi giày.

【搭腔】dāqiāng<动>tiếp lời; đáp lời: 我问了他半天，他都不~。Tôi hỏi anh ta mãi mà anh không chịu đáp lời.

【搭桥】dāqiáo<动>❶bắc cầu ❷giới thiệu; chắp mối: 牵线~ chắp môi xe duyên ❸[医学]nối mạch máu: 心脏~手术 phẫu thuật nối mạch tim

【搭讪】dāshàn<动>bắt chuyện; kiếm chuyện làm quà

答 dā 义同"答"(dá)，专用于"答应"等词。

另见dá

【答应】dāying<动>❶đáp lại ❷đáp ứng; đồng ý; hứa hẹn: 你既然~了就不能食言。Đằng ấy đã hẹn thì đừng nuốt lời đấy nhé.

dá

打 dá<量>tá (mười hai cái): 一~手套 một tá găng tay

另见dǎ

达 dá❶<动>đến; thông: 本次航班直~胡志明市。Chuyến máy bay này sẽ bay thẳng thành phố Hồ Chí Minh. ❷<动>đạt được: ~到目的 đạt được mục đích ❸<动> thông hiểu; thông đạt: 知书~理 có tri thức, biết lễ phép ❹<动>biểu đạt: 传~会议决议 truyền đạt nghị quyết hội nghị ❺<形>hiển đạt: ~官贵人 quan lại quyền quý

【达标】dábiāo<动>đạt tiêu chuẩn

【达成】dáchéng<动>đạt được (kết quả thương lượng): ~共识 đi tới nhận thức chung

【达到】dádào<动>đạt được: ~国际水平 đạt tới trình độ quốc tế

【达人】dárén<名>❶người có tài; người năng nổ ❷[书]con người thông đạt lạc quan

【达人秀】dárénxiù<名>cuộc thi trổ tài

沓 dá<量>xấp; tệp: 一~纸 một xấp giấy

另见tà

答 dá<动>❶trả lời; đáp: 一问一~ một hỏi một đáp ❷đáp lại; báo đền; đền đáp: ~谢 đáp tạ; 报~ đền đáp

另见dā

【答案】dá'àn<名>đáp án; câu trả lời

【答辩】dábiàn<动>trả lời và bảo vệ; biện hộ: 论文~ bảo vệ luận án

【答非所问】dáfēisuǒwèn trả lời không trúng vào nội dung câu hỏi; hỏi một đằng, trả lời một nẻo

【答复】dáfù<动>trả lời; phúc đáp

【答话】dáhuà<动>trả lời; đáp lời (phần nhiều dùng ở hình thức phủ định)

【答题】dátí<动>làm bài thi; làm bài tập

【答谢】dáxiè<动>đền đáp; đáp lễ; đáp tạ

dǎ

打¹ dǎ<动>❶đánh; gõ; phát (tín hiệu): ~鼓 đánh trống ❷đánh; đập; đánh lộn; ẩu đả: 两人~了起来。 Hai người đánh nhau. ❸đánh; chơi;

đoán (câu đố): ~乒乓球 chơi bóng bàn ❹làm; đánh; đi: ~游击 du kích ❺vỡ; bị vỡ: 鸡飞蛋~ gà bay trứng vỡ/xôi hỏng bỏng không ❻xây; đắp: ~坝 đắp đập; ~墙 tường ❼làm; rèn: ~铁 rèn sắt ❽đào; đục; mở: ~开瓶盖 mở nắp chai ❾cắt; chặt; tia; ngắt: 上山~柴 lên núi chặt củi; ~草 cắt cỏ ❿phát; bắn; nã; gọi: ~电话 gọi điện thoại; ~雷 sấm rền ⓫lấy; múc: ~水 lấy nước; ~汤 múc canh ⓬mua: ~酱油 mua xì dầu ⓭bắt: ~鱼 đánh cá ⓮nhào; trộn; đảo: ~馅 trộn nhân bánh; ~糯子 quấy hồ ⓯tết; đan; bện: ~毛衣 đan áo len ⓰vẽ; vạch; đánh (dấu); phết; in; mang theo: 给车~蜡 đánh bóng xi cho ô tô ⓱giương; cầm; xách; buông: ~伞 cầm ô ⓲cuốn; cuộn; gói: ~包 đóng gói/đóng kiện; ~铺盖卷儿 cuộn chăn màn ⓳chỉ một động tác nào đó của thân thể: ~哈欠 ngáp; ~嗝儿 nấc ⓴(dùng một phương thức nào đó) lấy; nêu; đưa ra: ~比喻 nêu ví dụ ㉑hành vi giao thiệp: ~官司 kiện cáo; ~交道 giao tiếp với ㉒cho là; gán cho là ㉓[方]cấp hoặc lĩnh giấy tờ: ~介绍信 cấp giấy giới thiệu ㉔định ra; tính toán: ~草稿 viết nháp

打² dǎ<介>[口]từ; qua; bằng: ~这儿直走，过一个十字路口就到了。Từ đây đi thẳng, qua một ngã tư thì tới.

另见dá

【打靶】dǎbǎ<动>bắn bia: ~场 trường bắn

【打败】dǎbài<动>❶đánh bại: ~敌军 đánh bại quân thù ❷thua; bị thua

【打扮】dǎban❶<动>ăn mặc; trang điểm; trang hoàng; tô điểm: 妈妈把女儿~得像个小公主。Người mẹ trang điểm cho cô con gái như một công chúa nhỏ. ❷<名>cách ăn mặc; áo quần ăn mặc

【打包】dǎbāo<动>❶gói thành bao;

đóng bao: ~装箱 gói bao đóng hòm ❷mở gói (bao) ra: ~检查 mở bao ra kiểm tra

【打抱不平】dǎbàobùpíng can thiệp vào chuyện bất bình; bênh vực kẻ yếu, giữa đường thấy việc bất bình chẳng tha

【打比方】dǎ bǐfāng ví như; nêu ví dụ

【打草惊蛇】dǎcǎo-jīngshé rút dây động rừng; động chà cá nhảy

【打岔】dǎchà〈动〉ngắt lời; xen vào; cắt ngang; phá quấy

【打车】dǎchē〈动〉đi tắc-xi; gọi tắc-xi

【打赤膊】dǎ chìbó cởi trần

【打赤脚】dǎ chìjiǎo đi chân đất; chân không

【打倒】dǎdǎo〈动〉❶đánh ngã vật ra: 把他~在地 đấm cho nó ngã vật xuống ❷đả đảo; đánh đổ: ~帝国主义! Đả đảo chủ nghĩa đế quốc!

【打得火热】dǎde huǒrè thân với nhau; rất ăn ý với nhau

【打的】dǎdī〈动〉[口]thuê tắc-xi; đi tắc-xi

【打点滴】dǎ diǎndī truyền huyết thanh; truyền dịch; truyền sésum

【打掉】dǎdiào〈动〉❶đánh vỡ; đập gãy ❷xóa bỏ; tiêu diệt; tẩy trừ: ~敌人的据点 tiêu diệt cứ điểm của địch

【打动】dǎdòng〈动〉làm xúc động; làm rung động

【打斗】dǎdòu〈动〉đấm đá vật lộn; ẩu đả

【打赌】dǎdǔ〈动〉đánh đố; đánh cuộc; cá cược; cược

【打断】dǎduàn〈动〉❶đập gãy ❷ngắt lời: 别~他, 听他说下去 Đừng ngắt lời, nghe nó nói tiếp.

【打盹儿】dǎdǔnr〈动〉[口]ngủ gật; ngủ gà ngủ gật

【打哆嗦】dǎ duōsuo run; rùng mình (do lạnh, sợ hãi)

【打发】dǎfa〈动〉❶cử (đi); phái (đi); sai (đi): ~他去干农活。Sai nó đi làm đồng. ❷đuổi; xua: 给点钱~他走吧。Cho tiền mà xua nó đi nhé. ❸cho qua; để trôi qua; giết (thời gian): ~时间 giết thời gian ❹(phần nhiều gặp ở bạch thoại trong thời kì đầu) sắp xếp: 她~众人住下。Chị ấy sắp xếp cho mọi người ở lại.

【打翻】dǎfān〈动〉❶đánh đổ ❷đạp đổ; lật đổ: ~封建势力 lật đổ thế lực phong kiến

【打分】dǎfēn〈动〉cho điểm; đánh giá và chấm điểm

【打嗝儿】dǎgér〈动〉❶nấc ❷ợ hơi

【打工】dǎgōng〈动〉làm thuê; làm công; làm mướn

【打钩】dǎgōu〈动〉đánh dấu móc (nhiều khi biểu thị ý khẳng định)

【打光棍儿】dǎ guānggùnr (nam giới) sống độc thân

【打滚】dǎgǔn〈动〉❶lăn; lăn lộn ❷lăn lộn, sinh sống: 她是在大山沟里~长大的。Cô ấy lăn lộn và lớn lên ở vùng miền núi hẻo lánh.

【打呼噜】dǎ hūlu[口]ngáy

【打滑】dǎhuá〈动〉❶(bánh xe) bị trơn trượt ❷bị trượt chân

【打火机】dǎhuǒjī〈名〉cái bật lửa; máy lửa

【打击】dǎjī〈动〉❶đánh; gõ: ~乐器 nhạc cụ gõ ❷đánh; giáng; trù dập; đả kích

【打假】dǎjiǎ〈动〉chống lại hành vi giả mạo, buôn bán hàng giả

【打架】dǎjià〈动〉❶đánh nhau; đánh lộn ❷ví trước sau mâu thuẫn với nhau

【打搅】dǎjiǎo〈动〉❶quấy; quấy rầy: 他在休息, 别去~。Anh ấy đang nghỉ, đừng quấy rầy. ❷làm phiền; quấy quả: ~您一下。Xin làm phiền ngài một chút.

【打劫】dǎjié〈动〉cướp; cướp đoạt: 趁火~ thừa gió bẻ măng/nhân nước đục thả câu

【打开】dǎkāi〈动〉❶mở; cởi; giở: ~抽屉 mở ngăn kéo ra ❷mở ra; tạo ra; tháo gỡ: ~新局面 mở ra một cục diện mới; ~僵局 tháo gỡ bế tắc

【打瞌睡】dǎ kēshuì ngủ gật

【打垮】dǎkuǎ〈动〉đánh đổ; đánh gục; đánh tan

【打捞】dǎlāo〈动〉vớt; trục vớt: ~沉船 trục vớt thuyền đắm

【打雷】dǎléi〈动〉có sấm; sấm động

【打理】dǎlǐ〈动〉sửa soạn; quản lí: ~生意 trông coi công việc kinh doanh

【打量】dǎliang〈动〉ngắm nghía; quan sát: 他们上上下下~我。Họ đưa mắt nhìn tôi từ đầu đến chân.

【打猎】dǎliè〈动〉đi săn; săn bắn

【打乱】dǎluàn〈动〉phá hoại; gây hỗn loạn

【打骂】dǎmà〈动〉chửi và đánh: 他动不动就~妻儿。Động tí là hắn chửi bới, đánh đập vợ con.

【打闹】dǎnào〈动〉đánh đùa nhau

【打拍子】dǎ pāizi đánh nhịp: 你唱吧，我~。Chị hát nhé, tôi đánh nhịp cho chị.

【打喷嚏】dǎ pēntì hắt hơi

【打拼】dǎpīn〈动〉[方]cố gắng làm việc; làm việc rất chăm chỉ

【打破】dǎpò〈动〉phá vỡ; phá; phá bỏ; xóa bỏ: ~纪录 phá kỉ lục

【打气】dǎqì〈动〉❶bơm: 他在给单车~。Ông ấy đang bơm xe. ❷hà hơi tiếp sức; động viên tinh thần: 老师在给学生们~。Cô giáo đang động viên khích lệ cho các sinh viên.

【打气筒】dǎqìtǒng〈名〉cái bơm

【打枪】dǎqiāng〈动〉[1]bắn súng

【打枪】dǎqiāng〈动〉[2]làm hộ bài thi; thi hộ

【打情骂俏】dǎqíng-màqiào tán tình ve vãn

【打拳】dǎquán〈动〉đánh võ; đánh quyền; tập võ

【打扰】dǎrǎo〈动〉❶quấy rầy ❷(khiêm từ) quấy rầy: 对不起，~了！Xin lỗi, đã quấy rầy nhiều.

【打扫】dǎsǎo〈动〉quét; quét dọn; làm vệ sinh; thu dọn: ~院子 quét sân

【打手】dǎshou〈名〉tay chân; lâu la

【打手势】dǎ shǒushì ra hiệu

【打算】dǎsuàn❶〈动〉suy tính; định; dự định; tính: 通盘~ tính toán toàn diện; 你~什么时候回国? Cậu định bao giờ về nước? ❷〈名〉cách nghĩ; ý nghĩ; lo toan; tính toán

【打碎】dǎsuì〈动〉❶đập vỡ ra từng mảnh: 他把碗~了。Nó đã đánh vỡ cái bát. ❷phá vỡ; phá tan: 她嫁入豪门的梦想被~了。Giấc mơ gả vào nhà giàu của chị ấy đã bị phá vỡ.

【打太极拳】dǎ tàijíquán tập thái cực quyền; ví không tỏ rõ ý kiến

【打探】dǎtàn〈动〉hỏi thăm; dò hỏi; thám thính: ~消息 hỏi thăm tin tức

【打听】dǎting〈动〉hỏi thăm; dò hỏi

【打退堂鼓】dǎ tuìtánggǔ bỏ cuộc; rút lui; bỏ dở công việc (thời phong kiến quan lại hết giờ làm việc trên công đường thì đánh trống báo hiệu, nay được dùng để chỉ nửa chừng bỏ dở công việc)

【打问号】dǎ wènhào đánh dấu hỏi

【打下手】dǎ xiàshǒu làm trợ thủ; làm phụ tá: 你做饭，我~。Chị nấu cơm, em phụ giúp.

【打消】dǎxiāo〈动〉làm tiêu tan; xóa bỏ; xóa tan: ~顾虑 xóa tan nỗi lo âu

【打烊】dǎyàng〈动〉[方]cửa hàng đóng cửa nghỉ (thường vào ban đêm)

【打印】dǎyìn〈动〉❶đóng dấu ❷đánh máy và in rô-nê-ô ❸in những dữ liệu trong máy tính

【打印机】dǎyìnjī〈名〉máy in vi tính

D

【打杂儿】dǎzár〈动〉[口]làm tạp vụ

【打造】dǎzào〈动〉❶làm; đóng; chế tạo (những đồ kim loại): ~农具 làm nông cụ ❷sáng tạo hoặc đào tạo: ~品牌 tạo dựng mác chính hiệu

【打仗】dǎzhàng〈动〉đánh trận; tác chiến; giao chiến: 打了个漂亮仗 đánh một trận tuyệt vời

【打招呼】dǎ zhāohu❶chào hỏi ❷báo cho biết: 他要是回来会先跟你~的。Nếu về anh ấy sẽ báo cho chị biết trước.

【打折扣】dǎ zhékòu❶hạ giá; trừ phần trăm của giá cũ ❷giảm bớt; cắt xén; bớt xén: 做作业要认真，不应该~。Làm bài tập phải chăm chỉ, không nên làm cẩu thả.

【打针】dǎzhēn〈动〉tiêm; chích

【打主意】dǎ zhǔyi có ý định; định bụng

【打字】dǎzì〈动〉đánh máy chữ

dà

大 dà❶〈形〉to; lớn: 年纪~ tuổi tác cao ❷〈形〉mức độ lớn nhỏ: ~吃一惊 vô cùng kinh ngạc ❸〈形〉cả; trưởng; lớn (thứ nhất trong anh chị em): ~哥 anh cả ❹〈副〉kết hợp với "不" tạo thành "không...lắm" "chưa...lắm" "chẳng mấy khi": 不~出门 chẳng mấy khi ra khỏi nhà ❺〈名〉người lớn tuổi: 一家~小 cả gia đình ❻〈形〉tôn xưng (người, vật có liên quan): 尊姓~名 quý danh ❼〈形〉đặt trước từ chỉ thời tiết, mùa (có ý nhấn mạnh): ~清早 sáng sớm tinh mơ

另见dài

【大巴车】dàbāchē〈名〉xe buýt

【大白】dàbái〈动〉rõ ràng; phơi trần; phơi bày: 真相得以~于天下。Chân tướng được phơi trần ra trước mắt thiên hạ.

【大白菜】dàbáicài〈名〉rau cải trắng

【大白天】dàbáitiān〈名〉ban ngày

【大班】dàbān〈名〉lớp mẫu giáo lớn

【大半】dàbàn❶〈数〉phần lớn; quá nửa: ~减肥药都是没有效的。Phần lớn thuốc giảm béo là vô hiệu. ❷〈副〉chắc là; rất có thể

【大本营】dàběnyíng〈名〉❶đại bản doanh ❷(phiếm chỉ nơi phát sinh ra một hoạt động nào đó) quê hương

【大便】dàbiàn❶〈名〉cứt; phân ❷〈动〉ỉa; đi ngoài; đại tiện

【大伯】dàbó〈名〉❶bác ruột ❷bác (tôn xưng người đàn ông ngang tuổi với cha mình hoặc hơn tuổi cha mình)

【大不了】dàbuliǎo❶đáng lo; ghê gớm; đáng sợ: 这事儿有什么~，别怕! Chuyện này có gì đáng lo, đừng sợ nhé! ❷cùng lắm: ~还给他就是了! Quá lắm chỉ trả lại cho nó chứ gì!

【大部分】dàbùfen〈名〉phần lớn

【大材小用】dàcái-xiǎoyòng phí phạm người tài

【大餐】dàcān〈名〉❶bữa tiệc; yến tiệc ❷bữa ăn kiểu Tây

【大肠】dàcháng〈名〉ruột già

【大吵大闹】dàchǎo-dànào quát tháo ầm ĩ

【大臣】dàchén〈名〉đại thần; quan lớn

【大吃大喝】dàchī-dàhē ăn uống lu bù

【大厨】dàchú〈名〉đầu bếp; bếp trưởng

【大葱】dàcōng〈名〉hành cây to

【大错特错】dàcuò-tècuò hoàn toàn sai lầm; sai bét

【大大咧咧】dàdaliēliē qua loa đại khái; lớt pha lớt phớt

【大胆】dàdǎn〈形〉can đảm; gan dạ; mạnh dạn

【大道】dàdào〈名〉đại lộ: 通往成功的~ con đường đi tới thành công

【大道理】 dàdàolǐ〈名〉❶lẽ phải lớn; đạo lí lớn ❷lí luận trống rỗng; lí luận không thực tế: 我不需要你跟我说什么~. Tôi không cần anh lên lớp cho tôi.

【大抵】 dàdǐ〈副〉đại thể; nói chung; nhìn chung: 情形~如此. Tình hình đại thể như vậy.

【大地】 dàdì〈名〉❶đất nước; khắp nơi; mặt đất rộng lớn: ~母亲 đất mẹ ❷bề mặt trái đất

【大地飞歌】 Dàdì Fēigē *Đất trời rộn tiếng ca*

【大典】 dàdiǎn〈名〉❶đại lễ: 开国~ đại lễ dựng nước ❷[书]nghị định; pháp lệnh quan trọng ❸[书]sách điển quan trọng

【大跌】 dàdiē〈动〉giảm xuống đến mức thấp hẳn: 股价~ cổ phiếu sụt giảm

【大豆】 dàdòu〈名〉❶cây đậu tương ❷hạt đậu tương

【大都市】 dàdūshì〈名〉thành phố lớn; đô thị lớn

【大度】 dàdù〈形〉[书]rộng lượng; độ lượng

【大队】 dàduì〈名〉❶đại đội; toán đông (người): 生产~ đại đội sản xuất; ~人马 toán đông người ❷tiểu đoàn; trung đoàn

【大多数】 dàduōshù〈名〉đại đa số; phần lớn; số đông

【大发雷霆】 dàfā-léitíng nổi trận lôi đình; nổi cơn tam bành

【大方】 dàfang〈形〉❶rộng rãi ❷tự nhiên; không gượng gạo: 举止~ cử chỉ nói năng tự nhiên ❸trang nhã; nền nã: 陈设~ bày biện trang nhã

【大粪】 dàfèn〈名〉phân người

【大腹便便】 dàfù-piánpián bụng phưỡn ra; bụng phệ chềnh ềnh (ý xấu)

【大概】 dàgài❶〈名〉nét lớn; nét chung ❷〈形〉chung chung; qua loa; đại

khái: 事情~的经过就是这样. Tình hình về chuyện đó đại khái là thế. ❸〈副〉chắc là

【大纲】 dàgāng〈名〉đề cương; dàn bài; đại cương

【大哥】 dàgē〈名〉❶anh cả ❷ông anh; đại ca

【大公无私】 dàgōng-wúsī❶chí công vô tư ❷công bằng không thiên vị

【大锅饭】 dàguōfàn〈名〉❶cơm tập thể ❷ví chế độ bình quân như nhau

【大海】 dàhǎi〈名〉biển cả

【大海捞针】 dàhǎi-lāozhēn mò kim đáy bể; đáy bể mò kim

【大寒】 dàhán〈名〉tiết Đại hàn

【大汉】 dàhàn〈名〉người đàn ông cao lớn

【大汗淋漓】 dàhàn-línlí mồ hôi nhễ nhại

【大号】[1] dàhào〈名〉quý danh

【大号】[2] dàhào〈形〉cỡ lớn; số lớn: ~的衬衣 áo sơ mi cỡ lớn

【大合唱】 dàhéchàng〈名〉đại hợp xướng: 黄河~ Hoàng Hà đại hợp xướng

【大亨】 dàhēng〈名〉người có thế lực lớn; trùm tư bản: 传媒~ nhà đại tư bản truyền thông

【大后天】 dàhòutiān〈名〉ngày kia nữa; ngày kìa

【大胡子】 dàhúzi〈名〉râu xồm; người để râu xồm

【大话】 dàhuà〈名〉lời nói khoác

【大会】 dàhuì〈名〉❶đại hội; hội nghị toàn thể ❷mít tinh

【大伙儿】 dàhuǒr〈代〉[口]mọi người; bọn mình

【大获全胜】 dàhuò-quánshèng chiến thắng; thắng lợi hoàn toàn

【大祸临头】 dàhuò-líntóu những tai họa xảy đến trước mắt; những mối nguy hiểm đang ập đến

【大吉】 dàjí〈形〉❶rất may mắn; rất

tốt lành: 开市~ mở cửa hàng may mắn ❷(đặt sau động từ hoặc kết cấu động từ tạo nên cách nói hài hước) là thượng sách; là hay nhất; cho được việc: 溜之~ chuồn là thượng sách

【大计】dàjì〈名〉sự việc trọng đại; kế hoạch lâu dài: 发展~ kế hoạch phát triển

【大忌】dàjì〈名〉cấm kị; điều kiêng kị quan trọng: 犯~ phạm điều cấm kị

【大家】[1] dàjiā〈名〉❶chuyên gia: ~手笔 tác phẩm của chuyên gia ❷thế gia; đại gia

【大家】[2] dàjiā〈代〉(tất cả) mọi người (trong phạm vi nhất định): 在村里，~都叫她莺姐。Bà con trong làng đều gọi chị là chị Oanh.

【大奖】dàjiǎng〈名〉phần thưởng lớn

【大街小巷】dàjiē-xiǎoxiàng đường phố lớn và ngõ hẻm nhỏ (nghĩa là khắp nơi trong thành phố)

【大惊小怪】dàjīng-xiǎoguài động tí đã hoảng hồn; lấy làm lạ

【大局】dàjú〈名〉toàn cục; đại cục; tình hình chung

【大开眼界】dàkāi-yǎnjiè mở rộng tầm nhìn: 这次非洲之行真令我~。Chuyến thăm châu Phi lần này thật làm cho tôi mở rộng tầm mắt.

【大客车】dàkèchē〈名〉xe hành khách lớn; ô tô buýt

【大款】dàkuǎn〈名〉người giàu sụ

【大老远】dàlǎoyuǎn một chặng đường dài; nơi xa xôi: 她~地跑来找你。Chị ấy đã đi cả chặng đường dài để tìm anh.

【大理石】dàlǐshí〈名〉đá cẩm thạch

【大力】dàlì❶〈名〉sức mạnh to lớn: 下~ ráng hết sức ❷〈副〉gắng sức; dốc sức: ~推动 ra sức đẩy mạnh

【大力士】dàlìshì〈名〉người dân có sức vóc lớn; lực sĩ

【大量】dàliàng〈形〉❶một khối lượng

lớn ❷rộng lượng: 宽宏~ khoan hồng rộng lượng

【大楼】dàlóu〈名〉nhà lầu; tòa nhà

【大陆】dàlù〈名〉❶lục địa; đất liền: 北美~ lục địa Bắc Mĩ ❷Đại lục Trung Quốc

【大妈】dàmā〈名〉❶bác gái ❷bác (phụ nữ có tuổi)

【大麻】dàmá〈名〉[植物]❶cây gai ❷cây cần sa; cây gai Ấn Độ

【大麦】dàmài〈名〉❶cây lúa mạch ❷hạt lúa mạch

【大湄公河次区域合作】dà Méigōng Hé cì qūyù hézuò hợp tác khu vực Tiểu vùng sông Mê-kông

【大门】dàmén〈名〉cửa chính; cổng

【大米】dàmǐ〈名〉gạo

【大名】dàmíng〈名〉❶tên chính thức ❷quý danh ❸tiếng tăm: 久仰~ được nghe tiếng tăm đã lâu

【大名鼎鼎】dàmíng-dǐngdǐng tiếng tăm lẫy lừng

【大模大样】dàmú-dàyàng vẻ nghênh ngang; vẻ vênh váo

【大拇指】dàmǔzhǐ〈名〉[口]ngón tay cái

【大难临头】dànàn-líntóu thảm họa sắp xảy ra

【大脑】dànǎo〈名〉đại não; óc

【大逆不道】dànì-bùdào đại nghịch vô đạo, ngỗ ngược

【大年夜】dàniányè〈名〉đêm giao thừa

【大娘】dàniáng〈名〉[方]❶bác gái ❷bác (phụ nữ lớn tuổi)

【大怒】dànù〈动〉thịnh nộ; giận dữ

【大排档】dàpáidàng〈名〉[方]quán cơm bình dân; sạp bán hàng

【大牌】dàpái❶〈名〉❶ngôi sao; nhân vật nổi tiếng (nghệ thuật, thể dục thể thao...): 要~ tỏ vẻ cự phách ❷〈形〉có trình độ cao và tiếng tăm lớn: ~歌手 danh ca nổi tiếng

【大炮】dàpào〈名〉❶pháo ❷"cỗ đại

bác"; ví người hay khoác lác hoặc nói năng bốp chát

【大批】dàpī<形>lô (hàng) lớn; số lượng lớn

【大片】dàpiàn❶<形>mảnh lớn; dải lớn: ~土地 mảnh đất lớn ❷<名>bộ phim thành công và nổi tiếng; phim bom tấn

【大气】¹dàqì<名>khí quyển

【大气】²dàqì<名>hơi thở: 喘~ thở hổn hển

【大气压】dàqìyā<名>❶áp suất không khí ❷đơn vị áp suất không khí

【大千世界】dàqiān-shìjiè thế giới rộng bao la; thế giới rộng vô biên

【大前年】dàqiánnián<名>năm kia

【大前天】dàqiántiān<名>hôm kia

【大清早】dàqīngzǎo<名>buổi sớm

【大权】dàquán<名>quyền hành lớn; quyền bính lớn

【大热天】dàrètiān<名>trời nóng nực

【大人】dàrén<名>(tôn xưng bề trên trong thời phong kiến, nay thường dùng trong thư tín) đại nhân: 父亲~ cha kính yêu

【大人物】dàrénwù<名>nhân vật có tên tuổi

【大赛】dàsài<名>cuộc thi đấu lớn

【大嫂】dàsǎo<名>❶chị dâu ❷bà chị

【大厦】dàshà<名>nhà lầu; cao ốc

【大赦】dàshè<动>đại ân xá

【大声】dàshēng<名>lên tiếng; to tiếng

【大师】dàshī<名>❶bậc thầy; đại sư: 国际象棋~ đại kiện tướng cờ vua ❷(tôn xưng hoà thượng) đại sư

【大使】dàshǐ<名>❶đại sứ ❷người đại diện: 文化~ đại sứ văn hoá

【大使馆】dàshǐguǎn<名>đại sứ quán

【大势所趋】dàshì-suǒqū chiều hướng của tình thế chung; xu thế chung

【大事】dàshì<名>việc lớn: 国家~ việc lớn của quốc gia

【大手大脚】dàshǒu-dàjiǎo vung tay quá trán; ăn tiêu phung phí

【大暑】dàshǔ<名>tiết Đại thử

【大甩卖】dàshuǎimài bán hạ giá; bán xon; bán tháo

【大肆】dàsì<副>bừa phứa; không kiêng dè gì: ~破坏 phá hoại một cách bừa bãi

【大蒜】dàsuàn<名>tỏi

【大堂】dàtáng<名>❶công đường ❷đại sảnh; phòng lớn (của khách sạn, nhà hàng)

【大提琴】dàtíqín<名>đàn vi-ô-lông xen

【大体】dàtǐ❶<名>lí lẽ quan trọng; điều quan trọng: 识~, 顾大局. Biết điều quan trọng, xem xét toàn cục. ❷<副>đại thể; nói chung

【大厅】dàtīng<名>đại sảnh; phòng lớn

【大庭广众】dàtíng-guǎngzhòng nơi đông người; nơi công chúng

【大同小异】dàtóng-xiǎoyì đại đồng tiểu dị; giống nhiều khác ít

【大头针】dàtóuzhēn<名>đinh ghim

【大腿】dàtuǐ<名>đùi; vế

【大腕儿】dàwànr<名>người có thực lực và danh tiếng (giới văn nghệ)

【大西洋】Dàxī Yáng<名>Đại Tây Dương

【大喜】dàxǐ<动>rất vui mừng: 今天是他俩~的日子. Hôm nay là ngày vui (ngày cưới) của hai người.

【大显身手】dàxiǎn-shēnshǒu trổ tài; thi thố tài năng; phô trương tài cán

【大象】dàxiàng<名>con voi

【大小】dàxiǎo❶<名>(ước lượng mức độ to nhỏ) bằng, vừa: 这款手机只有手掌~. Loại điện thoại di động này chỉ to bằng bàn tay. ❷<名>thứ bậc trên dưới: 不分~ không phân biệt người trên kẻ dưới ❸<名>người lớn và trẻ em: 一家~ cả người lớn lẫn trẻ em trong gia đình ❹<副>bất kể trình độ (lớn hay bé, to hay nhỏ...) thế nào; thế nào; dẫu sao

【大校】dàxiào<名>[军事]đại tá

【大笑】dàxiào<动>cười ha hả

【大写】dàxiě❶<名>chữ kép ❷<动>viết hoa; viết chữ in ❸<名>chữ viết hoa

【大猩猩】dàxīngxing<名>con gôrila; khỉ đột; đười ươi

【大型】dàxíng<形>cỡ lớn; quy mô lớn: ~拍卖会 cuộc bán đấu giá lớn

【大熊猫】dàxióngmāo<名>gấu mèo; gấu trúc

【大选】dàxuǎn<动>tổng tuyển cử

【大学】dàxué<名>đại học

【大学生】dàxuéshēng<名>sinh viên đại học

【大雪】dàxuě<名>❶tiết Đại tuyết ❷tuyết lớn (trong 24 tiếng lượng tuyết dày từ 5mm trở lên) ❸trận mưa tuyết khá lớn

【大洋洲】Dàyángzhōu<名>Châu Đại Dương

【大摇大摆】dàyáo-dàbǎi ngông nghênh; nghênh ngang

【大爷】dàyé<名>ông lớn; cậu lớn; cụ lớn: ~脾气 tính khí cụ lớn

【大爷】dàye<名>[口]❶bác trai ❷ông; cụ (người đàn ông lớn tuổi)

【大业】dàyè<名>sự nghiệp vĩ đại: 统一~ công cuộc thống nhất

【大衣】dàyī<名>áo pađơxuy; áo măng tô; măng tô san; áo khoác

【大意】dàyì<名>ý chính; ý tổng quát

【大意】dàyi<形>sơ suất; sơ ý

【大鱼大肉】dàyú-dàròu lắm thịt nhiều cá; bữa ăn thịnh soạn

【大于】dàyú<动>lớn hơn

【大雨】dàyǔ<名>❶mưa to; mưa lớn ❷mưa to (lượng mưa trong 24 tiếng từ 25-49.9 mm nước)

【大院】dàyuàn<名>sân nhà rộng to; khoảnh đất rào kín

【大约】dàyuē❶<副>khoảng; độ; ước chừng; chắc là; rất có thể: 他~六十岁。Ông ấy khoảng 60 tuổi. ❷<形>không chắc chắn

【大杂烩】dàzáhuì<名>❶món hổ lốn; món tạp phí lù; món tạp nham ❷ví xáo lộn nhiều sự vật

【大张旗鼓】dàzhāng-qígǔ trống giong cờ mở; rầm rầm rộ rộ

【大丈夫】dàzhàngfu<名>đại trượng phu; đấng mày râu

【大致】dàzhì❶<副>vào khoảng; độ chừng ❷<形>đại thể; đại khái: ~的情况 tình hình chung

【大众】dàzhòng<名>đại chúng; quần chúng: ~化 đại chúng hóa

【大专】dàzhuān<名>đại học chuyên ngành; cao đẳng

【大专院校】dàzhuān yuànxiào trường cao đẳng và đại học chuyên ngành

【大自然】dàzìrán<名>thiên nhiên; tạo hoá

【大宗】dàzōng❶<形>số lượng lớn; hàng loạt; lô lớn; lô hàng lớn ❷<名>(loại sản phẩm) đứng đầu về số lượng

dāi

呆 dāi❶<形>ngốc; ngu; đần độn: ~性 tính ngốc nghếch ❷<形>đờ; thừ; ngẩn: 发~ ngẩn ra; 吓~了 sợ đờ người ra ❸<动>ở lại; ở yên: ~了几天 ở lại mấy ngày

【呆板】dāibǎn<形>cứng nhắc; khô cứng; khô khan

【呆笨】dāibèn<形>ngu đần; đần độn

【呆头呆脑】dāitóu-dāinǎo đầu óc đần độn; ngốc nga ngốc nghếch

【呆账】dāizhàng<名>món nợ khó đòi

【呆子】dāizi〈名〉thằng ngốc

待 dāi〈动〉[口]ở lại; lưu lại: 你可以~在这儿。Anh có thể ở lại đây.
另见dài

dǎi

歹 dǎi〈形〉xấu; xấu xa; xằng bậy: ~徒 kẻ xấu; 为非作~ làm những điều xấu xa

【歹毒】dǎidú〈形〉hiểm độc xấu xa

【歹心】dǎixīn〈名〉ý đồ xấu

逮 dǎi〈动〉bắt; vồ; tóm
另见dài

dài

大 dài 义同 "大"(dà), dùng ở "大夫、大王"。
另见dà

【大夫】dàifu〈名〉[口]thầy thuốc; bác sĩ

代 dài❶〈动〉thay; thạy thế; hộ: ~课 dạy thay ❷〈动〉quyền; thay mặt: ~局长 quyền cục trưởng ❸〈名〉thời; đời; đại: 近~ cận đại; 现~ hiện đại ❹〈名〉triều đại; đời; nhà: 改朝换~ thay đổi triều đại ❺〈名〉đời; thế hệ: 下一~ thế hệ sau ❻〈名〉phân kì niên đại địa chất

【代办】dàibàn❶〈动〉làm giúp; làm hộ: ~托运 đi gửi hàng giúp ❷〈名〉đại diện ngoại giao ❸〈名〉đại biện (người thay quyền đại sứ hoặc công sứ khi họ vắng mặt)

【代表】dàibiǎo❶〈名〉đại biểu: 人大~ đại biểu quốc hội ❷〈名〉đại diện: 全权~ đại diện toàn quyền ❸〈名〉(vật) tiêu biểu: ~作 tác phẩm tiêu biểu ❹〈动〉thay mặt ❺〈动〉đại biểu cho; tiêu biểu cho: 红色~热情、喜庆。Màu đỏ tượng trưng cho sự nồng nhiệt và hân hoan.

【代表大会】dàibiǎo dàhuì đại hội đại biểu

【代表人物】dàibiǎo rénwù người tiêu biểu

【代表团】dàibiǎotuán〈名〉đoàn đại biểu

【代称】dàichēng〈名〉tên gọi thay

【代词】dàicí〈名〉đại từ

【代代相传】dàidài-xiāngchuán giữ gìn và lưu truyền từ thế hệ trước sang thế hệ sau

【代付】dàifù〈动〉trả thay cho

【代管】dàiguǎn〈动〉bảo quản cho; quản lí cho

【代号】dàihào〈名〉bí danh; bí số

【代价】dàijià〈名〉❶cái giá ❷giá phải trả: 不惜一切~ bằng bất cứ giá nào

【代金券】dàijīnquàn〈名〉vé, phiếu thay cho tiền mặt để mua

【代劳】dàiláo〈动〉❶làm giúp (cho mình): 请~把这封信寄出。Xin anh gửi giúp lá thư cho tôi. ❷làm cho người khác: 找人~ tìm người làm cho

【代理】dàilǐ〈动〉❶quyền: ~主管 quyền giám đốc ❷đại diện; thay mặt

【代理人】dàilǐrén〈名〉❶người đại diện; người được ủy quyền ❷tay sai; tay chân

【代理商】dàilǐshāng〈名〉đại lí

【代码】dàimǎ〈名〉❶[计算机] mã số ❷[通讯] mã ❸[谍报] bí số

【代收】dàishōu〈动〉thu hộ; thu cho: ~费用业务 dịch vụ thu hộ tiền

【代售】dàishòu〈动〉bán giúp: 火车票~点 phòng đại lí bán vé tàu hỏa

【代数】dàishù〈名〉đại số

【代替】dàitì〈动〉thay thế

【代销】dàixiāo〈动〉bán giúp; đại lí

【代谢】dàixiè〈动〉❶thay cái cũ; thay thế nhau ❷trao đổi chất; thay cũ đổi mới

【代言人】dàiyánrén〈名〉người thay mặt phát ngôn

带 dài❶<名>dây; đai: 安全~ dây đai an toàn ❷<名>săm lốp (xe đạp hay ô tô): 车~ săm lốp xe ❸<名>vùng; dải đất; khu vực; xứ: 热~ nhiệt đới ❹<名>khí hư; bạch đới (về phụ nữ) ❺<动>mang (theo); đem (theo); đưa (theo): ~孩子去玩 đưa con đi chơi ❻<动>tiện thể; tiện tay: 下班~点熟菜回来。Nghỉ việc thì tiện thể đi mua ít thức ăn chín. ❼<动>hiện ra; lộ ra: 面~难色 tỏ vẻ lúng túng, ngượng nghịu ❽<动>có: ~薪假期 kì nghỉ có lương ❾<动>lẫn; kèm thêm; (vừa)...vừa...: 连滚~爬 bò lăn mà đi ❿<动>dẫn dắt; dìu dắt; chỉ đạo; dìu dắt: ~头 dẫn đầu ⓫<动>thúc đẩy; tác động đến: 以点~面 lấy điểm tác động đến diện ⓬<动>trông coi: ~孩子 trông trẻ

【带刺儿】dàicìr<动>hàm ý móc máy; có ý châm chọc: 你说话怎么老~呀! Sao anh cứ thích nói châm chọc vậy!

【带动】dàidòng<动>❶làm chuyển động; kéo ❷dẫn dắt; thúc đẩy; tác động: 银行改革将~经济发展。Cuộc cải cách ngân hàng sẽ đẩy mạnh sự phát triển của nền kinh tế.

【带队】dàiduì<动>dẫn đầu đội

【带劲】dàijìn<形>❶hăng (hái); hăng say ❷hào hứng; thích thú; thú: 跳莎莎舞可真~! Nhảy điệu múa salsa thích lắm!

【带宽】dàikuān<名>[通信]dải thông; bề rộng băng tần; dãy sóng

【带来】dàilái<动>mang lại; đem lại

【带领】dàilǐng<动>❶dẫn; đưa ❷chỉ huy; lãnh đạo; đưa; dẫn: 共产党~人民闹革命。Đảng Cộng sản lãnh đạo nhân dân làm cách mạng.

【带路】dàilù<动>dẫn đường; đưa đường

【带头】dàitóu<动>dẫn đầu; cầm đầu

【带信儿】dàixìnr<动>nhắn tin

【带鱼】dàiyú<名>cá hố

贷 dài<动>❶vay: 信~ vay tín dụng ❷cho vay: 银行~给他两万元，无须抵押。Ngân hàng cho ông ấy vay 20 nghìn đồng RMB không cần thế chấp. ❸đùn; đẩy; đổ: 责无旁~ trách nhiệm không thể thoái thác ❹tha thứ; dung tha: 严惩不~ nghiêm trị không tha

【贷方】dàifāng<名>[会计]cột cho vay; bên cho vay

【贷款】dàikuǎn❶<动>cho vay ❷<名>khoản (tiền) vay

待¹ dài<动>❶đối đãi; đối xử; cư xử: 以礼相~ đối xử lịch sự ❷đãi; tiếp đãi; thết đãi: ~客 đãi khách

待² dài<动>❶chờ; đợi; chờ đợi: ~到重逢时 chờ đến ngày gặp lại ❷cần: 自不~说 tất nhiên không cần nói ❸muốn; định: 正~出门，有人来了。Đang định ra ngoài thì có bạn đến.
另见dāi

【待查】dàichá<动>chờ điều tra

【待产】dàichǎn<动>chờ đẻ

【待岗】dàigǎng<动>chờ giao việc; chờ được phân công

【待命】dàimìng<动>chờ lệnh; đợi lệnh

【待人接物】dàirén-jiēwù cư xử; đối nhân xử thế

【待业】dàiyè<动>chờ việc

【待遇】dàiyù❶<动>[书]đối xử; cư xử ❷<名>sự đối xử; thái độ cư xử: 特殊~ sự đối xử riêng biệt ❸<名>quyền lợi; đãi ngộ: 同等的~ đãi ngộ ngang nhau ❹<名>lương bổng; thù lao; đãi ngộ: 福利~ tiền lương và phúc lợi

怠 dài<形>❶lười; biếng nhác; chểnh mảng: 懈~ chậm chạp/uể oải ❷khinh mạn; khinh khinh; khinh khi

【怠工】dàigōng<动>lãn công; làm việc uể oải: 消极~ lãn công tiêu cực

【怠慢】dàimàn<动>❶lạnh nhạt; không

要~了客人。Không được thờ ơ với khách. ❷thiếu sót; không được chu đáo: 多有~, 还请见谅。Còn nhiều thiếu sót, xin thông cảm cho.

袋 dài❶〈名〉túi; bao; bị: 塑料~ túi nhựa ❷〈量〉bao; gói; túi: 一~糖 một gói kẹo

【袋鼠】dàishǔ〈名〉con căng-gu-ru; con chuột túi

【袋子】dàizi〈名〉cái bao; cái túi

逮 dài 义同"逮"(dǎi), 只用于"逮捕"。
另见 dǎi

【逮捕】dàibǔ〈动〉bắt; bắt bó

戴 dài〈动〉❶đội; đeo; mang: ~帽子 đội mũ ❷quý trọng; kính yêu: 爱~ kính yêu

【戴绿帽】dài lǜmào (vợ) cắm sừng (cho chồng)

【戴帽子】dài màozi❶chụp mũ ❷chẩn đoán xác định căn bệnh

【戴孝】dàixiào〈动〉có tang; mặc đồ tang

【戴罪立功】dàizuì-lìgōng lập công chuộc tội; lập công khi đang mang tội

dān

丹 dān〈名〉❶đỏ; màu đỏ: ~砂 chu sa (màu đỏ) ❷đan; đơn: 丸散膏~ cao đơn hoàn tán

【丹顶鹤】dāndǐnghè〈名〉sếu đầu đỏ

【丹参】dānshēn〈名〉[中药]đan sâm

【丹田】dāntián〈名〉huyệt đan điền

担 dān〈动〉❶gánh: ~水 gánh nước; ~柴 gánh củi ❷gánh vác; đảm đương: ~责任 chịu trách nhiệm; ~风险 gánh vác rủi ro
另见 dàn

【担保】dānbǎo〈动〉đảm bảo

【担保金】dānbǎojīn〈名〉phí bảo lãnh

【担保书】dānbǎoshū〈名〉chứng thư bảo lãnh

【担不起】dānbuqǐ không thể gánh vác được

【担当】dāndāng〈动〉đảm đương; gánh vác; nhận lấy: ~重任 gánh vác nhiệm vụ nặng nề

【担负】dānfù〈动〉chịu (trách nhiệm, công việc, chi phí): ~起历史使命 đảm đương sứ mệnh lịch sử

【担架】dānjià〈名〉băng ca; cáng cứu thương

【担惊受怕】dānjīng-shòupà lo âu khiếp sợ

【担任】dānrèn〈动〉đảm nhiệm; làm: ~领导职务 đảm nhiệm chức vụ lãnh đạo

【担心】dānxīn〈动〉không yên tâm; lo lắng

【担忧】dānyōu〈动〉lo lắng; lo âu: 儿行千里母~。Con đi ngàn dặm trăm bề mẹ lo.

单 dān❶〈形〉đơn; một: ~人间 buồng đơn ❷〈形〉đơn độc; một mình: ~身独身 thân ❸〈形〉(số) lẻ: ~数 số lẻ ❹〈形〉mỏng; yếu: ~薄 mỏng manh ❺〈形〉không phức tạp; 简~ đơn giản ❻〈副〉chỉ: ~看标题就很吸引人了。Mới xem đầu đề thì đã thấy rất hấp dẫn. ❼〈名〉khăn trải giường: 床~儿 khăn trải giường; 被~儿 chăn đơn ❽〈名〉đơn; giấy tờ: 名~ bản danh sách ❾〈形〉một lớp vải: 穿夹衣比~衣暖和。Vận áo kép ấm hơn áo đơn.

【单边贸易】dānbiān màoyì mậu dịch đơn phương

【单薄】dānbó〈形〉❶(mặc) phong phanh: 衣裳~ mặc quần áo mỏng manh ❷gầy yếu: 身子~ thân hình mảnh mai ❸yếu mỏng; không vững: 证据~ chứng cứ không vững

【单车】dānchē〈名〉[方]xe đạp

【单程】dānchéng〈名〉một chuyến; một lượt: ~票 vé một chuyến

【单纯】dānchún<形>❶hồn nhiên; thuần nhất: 她是个~的女孩。Chị ấy là một cô gái hồn nhiên. ❷chỉ; đơn thuần

【单词】dāncí<名>❶từ ❷từ đơn thuần

【单打】dāndǎ<名>đánh đơn (môn bóng)

【单单】dāndān<副>chỉ riêng; riêng có

【单调】dāndiào<形>đơn điệu: ~乏味的工作 công việc buồn tẻ, chán ngắt

【单独】dāndú<副>đơn độc; một mình: ~见面 gặp riêng nhau

【单方面】dānfāngmiàn<名>một bên; một phía: ~撕毁协议。Đơn phương xóa bỏ hiệp ước.

【单干】dāngàn<动>làm ăn riêng rẽ

【单杠】dāngàng<名>❶xà đơn ❷môn xà đơn

【单个儿】dāngèr❶<副>một mình ❷<形>từng cái (trong một bộ): 这套茶具不~卖。Bộ đồ trà này không bán riêng từng chiếc một.

【单价】dānjià<名>đơn giá

【单间】dānjiān<名>❶nhà một gian ❷buồng cho một người

【单据】dānjù<名>biên lai; biên nhận

【单枪匹马】dānqiāng-pǐmǎ đơn thương độc mã

【单人】dānrén<名>một người

【单身】dānshēn❶<动>độc thân; chưa lập gia đình ❷<名>người độc thân ❸<副>một mình

【单身汉】dānshēnhàn<名>người đàn ông độc thân

【单数】dānshù<名>❶số lẻ ❷[语法]dạng số ít; từ ở dạng số ít

【单位】dānwèi<名>❶đơn vị đo lường ❷đơn vị; cơ quan: 机关~ đơn vị sự nghiệp

【单相思】dānxiāngsī yêu đơn phương

【单项】dānxiàng<名>hạng mục riêng; môn riêng

【单行线】dānxíngxiàn<名>đường một chiều

【单一】dānyī<形>đơn nhất; duy nhất

【单元】dānyuán<名>đơn vị; khối; đơn nguyên; thành phần: 内存~ khối nhớ mở rộng

【单子】dānzi<名>❶ga trải giường ❷bản liệt kê: 开~ kê ra một bản

耽 dān<动>hoãn; dời lại

【耽搁】dānge<动>❶ở lại; nán lại ❷kéo dài; dây dưa: 事情紧急, 不能~。Việc rất gấp, không thể trì hoãn được. ❸bỏ lỡ; làm hỏng: 他起那么晚, 难怪把工作给~了。Nó dậy muộn thế, chẳng trách làm lỡ công việc.

【耽误】dānwu<动>làm lỡ; làm hỏng

dǎn

胆 dǎn<名>❶túi mật ❷gan dạ; dũng cảm: 壮~ làm cho can đảm lên; 斗~ mạnh bạo ❸cái ruột: 瓶~ ruột phích

【胆大】dǎndà<形>gan dạ; can đảm; to gan

【胆矾】dǎnfán<名>[化学]sunfat đồng

【胆固醇】dǎngùchún<名>colextêrôn

【胆量】dǎnliàng<名>dũng khí

【胆怯】dǎnqiè<形>nhút nhát; nhát gan

【胆小】dǎnxiǎo<形>nhát gan; rụt rè

【胆小鬼】dǎnxiǎoguǐ<名>đồ nhát gan

【胆战心惊】dǎnzhàn-xīnjīng kinh hoàng, khiếp sợ

【胆汁】dǎnzhī<名>mật (trong túi mật)

dàn

但 dàn❶<副>chỉ; chỉ là: 不求有功, ~求无过。Không mong có công, chỉ mong không lỗi. ❷<连>nhưng: 工作虽辛苦, ~没有叫苦的。Công việc nặng nhọc, nhưng không ai kêu ca.

【但是】dànshì<连>nhưng; mà; nhưng mà; song

【但愿】dànyuàn<动>chỉ mong: ~如此 chỉ mong như vậy

担 dàn❶<名>gánh: 货~ gánh hàng ❷<量>gánh: 一~菜 một gánh rau ❸<量>(đơn vị trọng lượng) 50kg
另见dān

【担子】dànzi<名>❶quang gánh ❷gánh (chỉ trách nhiệm phải gánh vác)

诞 dàn❶<动>ra đời ❷<名>ngày sinh; sinh nhật: 寿~ ngày mừng thọ (cho người cao tuổi)

【诞辰】dànchén<名>sinh nhật (kính từ)

【诞生】dànshēng<动>ra đời: 一个新的时代~了。Một kỉ nguyên mới đã bắt đầu.

淡 dàn<形>❶loãng: 天高云~ trời cao mây nhẹ; ~粥 cháo loãng ❷(vị) nhạt: ~啤酒 bia nhẹ; ~句 câu khô khan ❸(màu) nhạt; mờ: ~绿 xanh nhạt; 轻描~写 phác qua vài nét ❹lãnh đạm: 态度冷~ thái độ thờ ơ lạnh nhạt ❺(buôn bán) ế ẩm: 生意清~ buôn bán ế ẩm

【淡薄】dànbó<形>❶mỏng; thưa: ~的晨雾 sương mù buổi sáng thưa mỏng ❷(ấn tượng) nhạt; mơ hồ: 印象~ ấn tượng mờ nhạt ❸(tình cảm, hứng thú) nhạt; phai nhạt: 人情~ tình người nhạt nhẽo ❹vị nhạt, không mặn

【淡菜】dàncài<名>con trai (vẹm, chem chép) đã được phơi khô

【淡出】dànchū<动>❶(truyền hình) làm mờ dần cảnh; làm mờ dần âm thanh ❷(dần dần) rút ra

【淡化】dànhuà<动>❶chế biến thành nước ngọt ❷phai nhạt; lạnh nhạt dần ❸làm mờ nhạt đi: ~矛盾 làm dịu mâu thuẫn

【淡季】dànjì<名>mùa ế ẩm; mùa vắng khách: 销售~ mùa vắng khách

【淡漠】dànmò<形>❶lạnh nhạt; nhạt nhẽo: 表情~ tỏ vẻ lạnh nhạt ❷phai mờ; phai nhạt

【淡水】dànshuǐ<名>nước ngọt

【淡忘】dànwàng<动>lãng quên

【淡雅】dànyǎ<形>thanh nhã: 香气~ mùi thơm thanh nhã

弹 dàn<名>❶hòn bi ❷viên đạn; bom: 燃烧~ bom napan; 信号~ đạn tín hiệu
另见tán

【弹弓】dàngōng<名>súng cao su; ná bắn đạn

【弹药】dànyào<名>đạn dược

【弹子锁】dànzisuǒ<名>khóa sập; khóa có lẫy

蛋 dàn❶<名>trứng: 鸡~ trứng gà ❷<名>viên; hòn (hình tròn): 泥~儿 cục đất; 山药~儿 củ khoai tây ❸<形>nuôi để đẻ trứng: ~鸡 gà nuôi để đẻ trứng

【蛋白质】dànbáizhì<名>protein; Anbumin; chất đạm

【蛋糕】dàngāo<名>bánh ga-tô

【蛋黄】dànhuáng<名>lòng đỏ trứng

【蛋卷】dànjuǎn<名>bánh trứng cuộn

【蛋清】dànqīng<名>[口]lòng trắng trứng

氮 dàn<名>❶[化学]nitơ; đạm (kí hiệu: N) ❷khí nitơ

【氮肥】dànféi<名>phân đạm

dāng

当¹ dāng❶<动>làm; là: ~教员 làm giáo viên ❷<动>nhận; xứng đáng: 敢做敢~ dám làm dám chịu ❸<动>điều hành; quản lí: ~家做主 làm chủ ❹<形>bằng; tương xứng: 门~户对 môn đăng hộ đối ❺<动>phải; nên: 理~如此 lẽ ra nên như vậy ❻<介>đứng trước; hướng về: 首~其冲 đứng mũi chịu sào ❼<介>đang; đương: ~今

hiện nay

当² dāng<拟>(tiếng) leng keng
另见dàng

【当班】dāngbān<动>trực ban; đang ca

【当场】dāngchǎng<副>ngay tại chỗ: ~出丑 dơ mặt ngay tại chỗ

【当初】dāngchū<名>lúc đầu; ban đầu; trước đây; lúc đó: ~这所学校很小。Ban đầu, trường học này rất nhỏ.

【当代】dāngdài<名>ngày nay; thời nay; đương đại: ~文学 văn học đương đại

【当地】dāngdì<名>vùng đó; địa phương; nơi đó: ~政府 chính quyền địa phương; ~人 dân bản xứ

【当归】dāngguī<名>[中药]đương quy

【当机立断】dāngjī-lìduàn quyết đoán kịp thời

【当即】dāngjí<副>lập tức

【当家】dāngjiā❶<动>lo liệu việc nhà ❷<形>chính; chủ chốt: ~花旦 vai đào chính

【当今】dāngjīn<名>❶đương kim; bây giờ; ngày nay ❷[旧]vua đang tại vị

【当局】dāngjú<名>đương cục

【当面】dāngmiàn<副>trước mặt: ~道歉 xin lỗi trước mặt

【当年】dāngnián❶<名>năm xưa; hồi đó: 想～ nhớ lại năm xưa ❷<动>hồi tráng niên
另见dàngnián

【当前】dāngqián❶<名>hiện nay; trước mắt ❷<动>ở trước mặt: 大敌～ quân thù ngay trước mặt

【当权】dāngquán<动>cầm quyền; nắm quyền: ~者 người cầm quyền

【当然】dāngrán❶<形>phải như vậy: 理所～ lí lẽ là như vậy ❷<副>tất nhiên; đương nhiên

【当日】dāngrì<名>ngày hôm đó

【当时】dāngshí❶<名>hồi đó; khi ấy ❷<动>đương đúng thời
另见dàngshí

【当事人】dāngshìrén<名>❶đương sự (cả bên nguyên và bên bị) ❷người hữu quan; người có liên quan

【当天】dāngtiān<名>hôm đó; ngày ấy
另见dàngtiān

【当务之急】dāngwùzhījí việc khẩn cấp

【当下】dāngxià❶<名>hiện nay; trước mắt: 珍惜~ trân trọng hiện tại ❷<副>lập tức; ngay

【当心】dāngxīn¹<动>cẩn thận: 开车要~! Lái xe hãy cẩn thận!

【当心】dāngxīn²<名>[方]giữa ngực; giữa

【当选】dāngxuǎn<动>trúng cử; đắc cử

【当政】dāngzhèng<动>nắm quyền

【当之无愧】dāngzhī-wúkuì xứng đáng

【当中】dāngzhōng<名>❶giữa: 院子~有一株古树。Giữa sân có một cây cổ thụ. ❷trong khi; trong số: 在所有的动物~我最喜欢熊猫。Trong tất cả các loài động vật, tôi thích gấu trúc nhất.

裆 dāng<名>❶đũng: 裤~ đũng quần ❷háng

dǎng

挡 dǎng❶<动>ngăn; chặn: 螳臂~车 châu chấu đá voi ❷<动>che chắn: 遮风~雨 che mưa chắn gió ❸<名>tấm chắn: 炉~儿 tấm chắn lò ❹<名>hộp số (ô tô, máy kéo v.v.): 挂空~ cài số không ❺<名>cấp độ về lượng điện, nhiệt, ánh sáng...(của những dụng cụ đo)

【挡板】dǎngbǎn〈名〉tấm chắn

【挡风玻璃】dǎngfēng bōli kính chắn gió

【挡箭牌】dǎngjiànpái〈名〉lá chắn; cái cớ

【挡路】dǎnglù〈动〉chắn đường

党 dǎng〈名〉❶[书]chính đảng; đảng phái ❷Đảng (tên gọi tắt của một số chính đảng) ❸bè cánh: 死~ bè lũ ngoan cố/bạn thân

【党代会】dǎngdàihuì〈名〉đại hội đại biểu của Đảng

【党风】dǎngfēng〈名〉tác phong của đảng

【党籍】dǎngjí〈名〉đảng tịch

【党派】dǎngpài〈名〉đảng phái

【党参】dǎngshēn〈名〉[中药]đảng sâm

【党委】dǎngwěi〈名〉Đảng ủy

【党校】dǎngxiào〈名〉trường Đảng

【党章】dǎngzhāng〈名〉điều lệ đảng

【党政机关】dǎngzhèng jīguān các cơ quan Đảng và nhà nước

【党支部】dǎngzhībù〈名〉Đảng bộ; chi bộ

【党中央】dǎngzhōngyāng〈名〉Ban chấp hành Trung ương Đảng (Đảng Cộng sản)

【党组织】dǎngzǔzhī〈名〉tổ chức của Đảng

dàng

当[1] dàng❶〈形〉đáng; đúng: 妥~ thỏa đáng ❷〈动〉bằng như: 以一~十 lấy một chọi mười ❸〈动〉xem là; coi như: 安步~车 cuốc bộ thay xe ❹〈动〉cho là; tưởng; nghĩ là: ~真 cho là thật ❺〈代〉(thời gian) đó; ấy ❻〈形〉cùng một: ~村 cùng làng

当[2] dàng❶〈动〉cầm; đem cầm: 典~ cầm đồ ❷〈名〉đồ bị đem cầm cố: 赎~ chuộc đồ cầm cố
另见dǎng

【当年】dàngnián〈名〉năm đó; cùng năm
另见dāngnián

【当铺】dàngpù〈名〉tiệm cầm đồ

【当时】dàngshí〈副〉ngay khi đó: 听到那个消息，她~就大哭起来。Nghe tin đó chị ấy khóc òa lên ngay.
另见dāngshí

【当天】dàngtiān〈名〉ngay hôm đó; cùng ngày
另见dāngtiān

【当晚】dàngwǎn〈名〉ngay đêm hôm đó

【当真】dàngzhēn❶〈动〉tưởng thật: 本来是玩笑话，哪知道他~了。Chỉ là nói đùa thôi, biết đâu nó cho là thật. ❷〈副〉đúng; quả thật: 他~再也不来了。Ông ấy quả thật không đến nữa.

【当作】dàngzuò〈动〉coi là; cho là

荡[1] dàng❶〈动〉khua; đung đưa: ~秋千 đánh đu ❷〈动〉rong chơi: 逛~ đi lang thang; 闲~ rong chơi ❸〈动〉rửa: ~口 súc miệng; 涤~ gột rửa ❹〈动〉làm hết sạch: 扫~ quét sạch ❺〈形〉buông thả; phóng túng: 坦~ rộng rãi bằng phẳng

荡[2] dàng〈形〉phóng đãng; bừa bãi: ~子 người đàn ông phóng đãng; 浪~ lêu lổng

【荡妇】dàngfù〈名〉❶người đàn bà nhếch nhác bẩn thiu ❷đàn bà dâm đãng

【荡漾】dàngyàng〈动〉(nước) dập dềnh; (sóng) nhấp nhô; trầm bổng: 碧波~ sóng nước dập dềnh

档 dàng❶〈名〉tủ hồ sơ; túi đựng hồ sơ: 存~ lưu trữ (vào tủ) ❷〈名〉hồ sơ: 调~ xét duyệt hồ sơ ❸〈名〉cái then: 床~儿 then giường ❹〈名〉hạng; loại; bậc: 高~ cấp bậc cao ❺〈名〉[方]sạp hàng: 大排~ sạp hàng ăn bình dân ❻〈量〉[方]vụ; tiết mục: 看一~戏法儿 xem tiết mục ảo thuật ❼<名>quãng thời gian

【档案】dàng'àn<名>hồ sơ: ~袋 túi hồ sơ

【档次】dàngcì<名>phẩm cấp; thứ bậc

dāo

刀 dāo❶<名>dao; đao: 小~ dao nhíp; 砍~ dao dựa ❷<量>tệp (100 trang giấy) ❸<名>đồ vật giống con dao: 闸~ cầu dao

【刀具】dāojù<名>các loại dao tiện, cắt, gọt

【刀口】dāokǒu<名>❶lưỡi dao ❷chỗ đúng; chỗ chính đáng: 把劲儿使在 ~上。Dốc sức vào đúng chỗ. ❸vết dao

【刀片】dāopiàn<名>❶lưỡi dao: 剃 刀~ lưỡi dao cạo ❷lưỡi dao bào, phay, tiện

【刀刃】dāorèn<名>❶lưỡi dao ❷ví chỗ đắc dụng: 好钢用在~上。Thép tốt chọn làm lưỡi dao.

【刀削面】dāoxiāomiàn<名>mì xéo

【刀子】dāozi<名>con dao

叨 dāo

【叨唠】dāolao<动>[口]lải nhải; nhai nhải

dǎo

导 dǎo<动>❶dẫn đường: ~游 người hướng dẫn du lịch ❷truyền; dẫn: ~致 dẫn đến ❸chỉ bảo; chỉ dắt: 训~ dạy bảo; 指~ chỉ dẫn ❹đạo diễn: ~戏 đạo diễn kịch

【导出】dǎochū<动>đưa ra: ~数据文件 đưa ra dữ liệu; ~结论 rút ra kết luận

【导弹】dǎodàn<名>tên lửa

【导电】dǎodiàn<动>dẫn điện

【导读】dǎodú<动>chỉ đạo, hướng dẫn đọc sách

【导购】dǎogòu❶<动>hướng dẫn mua hàng: 为顾客~ hướng dẫn khách hàng mua hàng ❷<名>tiếp thị

【导管】dǎoguǎn<名>❶ống dẫn ❷ống; mạch (cấu trúc dạng ống trong cơ thể động vật hay cây cối, dẫn truyền hoặc chứa máu hay chất lỏng khác)

【导航】dǎoháng<动>dẫn đường (máy bay hay tàu thủy)

【导火线】dǎohuǒxiàn<名>❶ngòi; ngòi nổ; dây mìn ❷ngòi; ngòi lửa

【导盲犬】dǎomángquǎn<名>con chó dẫn đường

【导入】dǎorù<动>rãnh vào; nhập vào: ~文件 nhập tài liệu

【导师】dǎoshī<名>❶giáo viên hướng dẫn ❷người thầy; bậc thầy: 精神~ người thầy tinh thần

【导体】dǎotǐ<名>vật dẫn điện

【导演】dǎoyǎn❶<动>đạo diễn ❷<名>đạo diễn

【导致】dǎozhì<动>dẫn đến

岛 dǎo<名>đảo; cù lao (ở biển); gò (ở hồ ao)

【岛屿】dǎoyǔ<名>hòn đảo

捣 dǎo<动>❶giã; đâm; đập: ~药 giã thuốc; ~蒜 đập tỏi; 直~黄龙 thọc thẳng sào huyệt ❷gây; chọc phá: ~ 蛋 gây rắc rối

【捣鬼】dǎoguǐ<动>làm trò ma; làm trò bịp bợm

【捣毁】dǎohuǐ<动>phá hủy; phá tan

【捣烂】dǎolàn<动>nghiền nát; giã nát

【捣乱】dǎoluàn<动>❶phá hoại; phá rối: 那小家伙老在课堂上~。Thằng bé ấy cứ gây gổ trên lớp. ❷gây sự

倒[1] dǎo<动>❶ngã; đổ: 墙~了 bức tường đổ xuống; ~头大睡 ngả lưng đi ngủ ❷sụp đổ; sập tiệm; đổ vỡ: 闭~ sập tiệm ❸lật đổ; đánh đổ: 打~ đánh đổ ❹chán; ngán: ~胃口 chán phè

倒² dǎo〈动〉❶đổi; chuyển: ~换 thay phiên nhau; 颠~ đảo lộn ❷xoay trở; thu vén ❸nhượng lại; bán lại; để lại: ~手 bán lại ❹phe

另见 dào

【倒班】dǎobān〈动〉đổi ca; đổi kíp

【倒闭】dǎobì〈动〉đóng cửa; sập tiệm

【倒汇】dǎohuì〈动〉buôn bán ngoại tệ; phe ngoại tệ

【倒卖】dǎomài〈动〉phe: 打击~车票 行为。Chống nạn phe vé.

【倒霉】dǎoméi〈形〉số đen; không may; xui xẻo: 把钱包弄丢了，真~。Thật không may đã đánh rơi mất ví tiền.

【倒手】dǎoshǒu〈动〉❶đổi tay ❷bán lại; đổi chủ: ~转卖 bán trao tay

【倒塌】dǎotā〈动〉đổ sập; sập; đổ sụp: 房屋~ căn nhà đổ sập

【倒台】dǎotái〈动〉sụp đổ

【倒胃口】dǎo wèikou❶chán miệng ❷chán phè

祷 dǎo〈动〉cầu xin; cầu khẩn: 祈~ khẩn cầu

【祷告】dǎogào〈动〉cầu khẩn

dào

到 dào❶〈动〉đến; tới: ~达 tới nơi; ~家 đến nhà ❷〈动〉đi (ra); đi (vào): ~北京 去 đi Bắc Kinh ❸〈动〉được; thấy: 听 ~ nghe thấy; 说~做~ nói được thì làm được ❹〈形〉chu đáo: 面面俱~ chu đáo mọi mặt

【到岸价格】dào'àn jiàgé giá CIF

【到场】dàochǎng〈动〉có mặt tại chỗ; đến tận nơi

【到处】dàochù〈副〉khắp nơi; mọi nơi; khắp chốn

【到达】dàodá〈动〉đến; tới nơi

【到底】dàodǐ❶〈动〉đến cùng: 坚持~ kiên trì đến cùng ❷〈副〉cuối cùng; kết quả ❸〈副〉rốt cuộc: 昨晚 你~去哪了？Rốt cuộc tối qua cậu đi

đâu đấy? ❹〈副〉xét đến cùng; xét cho cùng: ~姜还是老的辣。Xét cho cùng là gừng càng già càng cay.

【到点】dàodiǎn〈动〉đến giờ

【到访】dàofǎng〈动〉đến thăm; thăm viếng

【到货】dàohuò〈动〉giao hàng tới nơi

【到来】dàolái〈动〉đến; tới

【到期】dàoqī〈动〉đến kì; đến hạn: 债 务~ món nợ đến kì phải trả

【到手】dàoshǒu〈动〉vào tay; đến tay; giành được: 这种邮票很难搞~。 Loại tem này khó mà tìm được.

【到头】dàotóu〈动〉đến cuối; đến hết

【到位】dàowèi❶〈动〉đến đúng chỗ; tới đúng vị trí: 传球~ chuyền bóng đến đúng chỗ ❷〈形〉đúng mức: 你 的论述很~。Sự giải nghĩa của anh rất đúng.

【到站】dàozhàn〈动〉đến bến; đến ga

倒 dào❶〈动〉ngược; lộn ngược; đảo ngược: ~立 chồng ngược người lên ❷〈动〉rót; đổ; hắt: ~酒 đổ rượu ❸〈动〉lùi; lui: ~车 lùi xe; ~退 tụt lùi ❹〈副〉ngược lại; trái lại: ~贴 trả ngược lại ❺〈副〉chỉ kết quả ngược lại với ý định: 没得到奖赏，~反被惩 罚了。Đã không được thưởng ngược lại còn bị phạt. ❻〈副〉sự việc không phải như vậy; có ý trái lại ❼〈副〉tỏ ý nhượng bộ: 这件衣服漂亮~是漂亮， 可是贵得要命。Chiếc áo này đẹp thì đẹp, nhưng đắt quá. ❽〈副〉thúc giục hoặc căn vặn: 你~是说啊！Anh cứ nói đi!

另见 dǎo

【倒彩】dàocǎi〈名〉hay ngược; dở; tồi

【倒计时】dǎojìshí đếm ngược thời gian

【倒流】dàoliú〈动〉chảy ngược: 外币~ ngoại tệ chảy ngược ra nước ngoài

【倒是】dàoshì〈副〉❶chỉ kết quả ngược lại với ý định: 该来的没来，

不该来的~来了。Người nên có mặt thì vắng, người không nên có mặt thì lại có mặt. ❷sự việc không phải như vậy: 想得~容易, 可事情哪有那么好办! Nói thì dễ, nhưng làm có dễ đâu! ❸tỏ ý nhượng bộ: 房子~挺大, 就是房租贵了点儿。Nhà thì đúng là rộng thật, nhưng giá thuê hơi đắt một chút. ❹thúc giục hoặc căn vặn: 你~去不去啊! Anh có đi hay không nào! ❺tỏ ý bất ngờ: 我~头回听说。Tôi quả thực lần đầu nghe nói thế. ❻chuyển ý: 个子虽小, 力气~挺大的。Người tuy bé con, mà sức cũng khỏe ghê.

【倒数】dàoshǔ〈动〉đếm ngược

【倒贴】dàotiē〈动〉các thêm; bù thêm

【倒退】dàotuì〈动〉lui; lùi lại; trở về trước

【倒影】dàoyǐng〈名〉bóng (hình) lộn ngược

【倒置】dàozhì〈动〉đặt ngược; để ngược: 本末~ gốc ngọn lộn tùng phèo

【倒转】dàozhuàn〈动〉quay ngược lại

【倒装】dàozhuāng〈动〉phép đảo

盗 dào ❶〈动〉ăn trộm: 偷~ trộm cắp ❷〈名〉kẻ trộm; kẻ cướp: 海~ hải tặc

【盗版】dàobǎn ❶〈动〉ăn cắp bản quyền; in lậu: ~光盘 đĩa in lậu ❷〈名〉bản in lậu

【盗匪】dàofěi〈名〉giặc cướp

【盗卖】dàomài〈动〉lấy trộm đi bán: ~钢筋 lấy trộm rồi đem bán cốt thép

【盗窃】dàoqiè〈动〉trộm cắp

【盗取】dàoqǔ〈动〉lấy trộm; trộm

【盗用】dàoyòng〈动〉lấy cắp; biển thủ: ~公款 biển thủ công quỹ

【盗贼】dàozéi〈名〉giặc trộm cướp

悼 dào〈动〉thương tiếc: 哀~ thương tiếc

【悼词】dàocí〈名〉lời điếu

【悼念】dàoniàn〈动〉thương tiếc: 沉痛~已故好友 xót xa thương tiếc bạn tri kỉ đã mất

【悼唁】dàoyàn〈动〉chia buồn

道¹ dào ❶〈名〉đường đi: ~路 đường lối; 铁~ đường sắt ❷〈名〉dòng: 河~ dòng sông ❸〈名〉phương pháp; lối làm; lí lẽ: 门~儿 lối làm; 生财之~ cách kiếm tiền ❹〈名〉đạo đức: ~义 đạo nghĩa ❺〈名〉bản lĩnh; kĩ thuật: 茶~ trà đạo ❻〈名〉đạo (hệ tư tưởng của học thuật hoặc tôn giáo): 尊师重~ tôn sư trọng đạo ❼〈名〉thuộc về đạo tín đồ: ~士 đạo sĩ ❽〈名〉gạch vạch; vệt: 铅笔~儿 nét gạch bút chì ❾〈量〉lượng từ (dòng, tia, vệt, lần, lượt...hay chỉ mệnh lệnh, đề mục): 一~河 một dòng sông; 一~闪电 một tia chớp

道² dào〈动〉❶nói: 能说会~ khéo ăn khéo nói ❷cho là; tưởng là: 我~是谁呢, 原来是你。Tưởng là ai, té ra là anh. ❸dùng lời để tỏ tình ý: ~贺 chúc mừng; ~谢 cảm ơn ❹rằng: 说~ nói rằng

【道别】dàobié〈动〉❶cáo từ; cáo biệt; chia tay ❷từ biệt

【道不是】dào bùshi xin lỗi: 见她生气, 他连忙给她~。Thấy chị ta tức giận, anh ấy đã xin lỗi chị ngay lập tức.

【道德】dàodé ❶〈名〉đạo đức: ~标准 tiêu chuẩn đạo đức ❷〈形〉hợp với tiêu chuẩn đạo đức

【道德规范】dàodé guīfàn quy phạm đạo đức

【道行】dàoheng〈名〉[口]công phu tu hành (đạo hành); phiếm chỉ kĩ năng: ~不浅 tu hành đã lâu

【道教】Dàojiào〈名〉Đạo giáo (một tôn giáo do Trương Đạo Lăng thời Đông Hán Trung Quốc sáng lập)

【道具】dàojù〈名〉đạo cụ; đồ dùng để biểu diễn

【道理】dàolǐ〈名〉❶quy luật; nguyên

tắc: 热胀冷缩的~ quy luật nóng thì nở ra và lạnh thì co lại. ❷lí; lí lẽ ❸biện pháp; dự tính; tính; liệu: 咱们可先将它带回去，再作~. Chúng ta có thể đưa nó về rồi hãy định liệu.

【道路】dàolù〈名〉❶đường đi; đường ❷con đường chạy thông giữa hai miền

【道歉】dàoqiàn〈动〉xin lỗi

【道听途说】dàotīng-túshuō nghe phong phanh; nghe hơi nồi chõ; nghe lỏm ngoài đường

【道谢】dàoxiè〈动〉tạ ơn; cảm ơn; cảm tạ

稻 dào〈名〉❶cây lúa ❷hạt lúa

【稻草】dàocǎo〈名〉rơm

【稻谷】dàogǔ〈名〉hạt lúa; hạt thóc

【稻穗】dàosuì〈名〉gié; bông lúa

【稻田】dàotián〈名〉ruộng lúa

【稻子】dàozi〈名〉lúa; thóc

dé

得 dé❶〈动〉được: ~失 được và mất; ~奖 được phần thưởng ❷〈动〉là; thành; còn: 三三九 ba nhân ba là chín ❸〈形〉thích hợp; xác đáng; thích đáng: ~当 xác đáng ❹〈形〉đắc ý: 扬扬自~ dương dương tự đắc ❺〈动〉[口]được; xong; thành: 衣服洗~了. Quần áo đã giặt xong. ❻〈动〉[口]ừ; được: ~，就这么办. Ừ thôi làm như thế. ❼〈动〉[口]thôi xong: ~，半年来的努力又白费了! Thôi xong, nỗ lực trong suốt nửa năm nay đã thành công dã tràng. ❽〈动〉được; cho phép; có thể ❾〈动〉[方]tiện cho; thuận
另见 de, děi

【得不偿失】débùchángshī được không bù mất; lợi bất cập hại; được một mất mười

【得逞】déchěng〈动〉được thực hiện (ý xấu): 我们决不让敌人的阴谋~. Chúng ta quyết không để cho âm mưu của địch được thực hiện.

【得寸进尺】décùn-jìnchǐ được voi đòi tiên; được đằng chân, lân đằng đầu

【得当】dédàng〈形〉thỏa đáng; xác đáng; thích hợp

【得到】dédào〈动〉được

【得分】défēn❶〈动〉được điểm; ăn điểm; ghi điểm ❷〈名〉điểm giành được

【得空】dékòng〈动〉rỗi; rảnh rỗi

【得力】délì❶〈动〉giúp ích; có hiệu quả ❷〈形〉đắc lực; có tài: ~助手 trợ thủ đắc lực ❸〈形〉có sức mạnh: 领导~ sự lãnh đạo mạnh mẽ

【得失】déshī〈名〉❶cái được và cái mất: 计较个人~ so đo cái được cái mất của cá nhân ❷cái lợi cái hại

【得势】déshì〈动〉đắc thế; có quyền thế (thường với ý xấu): 小人~. Tiểu nhân đắc thế.

【得手】déshǒu〈动〉suôn sẻ; thuận lợi; toại nguyện

【得数】déshù〈名〉đắc số; đáp số

【得体】détǐ〈形〉thích đáng; thỏa đáng; thích hợp: 举止~ cử chỉ thỏa đáng

【得心应手】déxīn-yìngshǒu thuận tay như ý

【得益】déyì〈动〉được giúp ích

【得意】déyì〈形〉vừa ý; đắc chí: ~之作 tác phẩm hài lòng

【得意忘形】déyì-wàngxíng hí ha hí hửng

【得意扬扬】déyì-yángyáng dương dương đắc chí; trông bộ rất khoái chí

【得知】dézhī〈动〉được biết

【得志】dézhì〈动〉đắc chí: 小人~ tiểu nhân đắc chí

【得主】dézhǔ〈名〉người được giải (trong thi đấu)

【得罪】dézuì〈动〉đắc tội với: 宁~君子，勿~小人。Thà đắc tội quân tử, chớ đắc tội tiểu nhân.

德 dé〈名〉❶đạo đức; phẩm hạnh; phẩm chất chính trị: 美~ đức tính tốt; 公~ đạo đức chung ❷lòng; tấm lòng: 同心同~ chung sức chung lòng ❸ơn đức; ân huệ: 感恩戴~ cảm ơn nhớ đức

【德才兼备】décái-jiānbèi đức tài toàn vẹn

【德高望重】dégāo-wàngzhòng đạo đức cao cả; uy danh lớn lao; đạo cao đức trọng

【德国】Déguó〈名〉Đức: ~人 người Đức

【德行】déxíng〈名〉đức hạnh: ~好 có đức hạnh

【德语】Déyǔ〈名〉tiếng Đức

de

地 de〈助〉một cách (trợ từ đứng sau trạng ngữ): 工作有条不紊~开展。Công việc được triển khai một cách có trật tự.

另见dì

的 de〈助〉❶(đặt sau từ hay đoản ngữ làm định ngữ để biểu thị sự tùy thuộc hay bổ sung, miêu tả, tô điểm cho danh từ trung tâm đứng sau nó): 他~钱包 chiếc ví của anh ấy ❷(đặt sau danh từ, tính từ hay động từ, tổ hợp thành cụm từ mang tính chất danh từ có kết cấu tương biểu là chữ "的"): 男~女~都喜笑颜开。Những người đàn ông và đàn bà đều nở nụ cười rạng rỡ. ❸(đặt ở cuối câu để biểu thị sự khẳng định hay đã hoàn tất): 这个解决办法大家都认可~。Giải pháp này mọi người đều đã chấp nhận. ❹(đặt giữa động từ và tân ngữ của một số dạng câu, dùng để nhấn mạnh thời gian, địa

điểm, phương thức trong mối tương quan giữa đối tượng chủ động và thụ động): 她是昨天去~北京。Chị ấy đi Bắc Kinh vào hôm qua.

另见dī, dì

得 de〈助〉❶được(dùng sau động từ, biểu thị khả năng): 她去~，我为什么去不~? Cô ta đi được, sao tôi không đi được? ❷được(đặt giữa động từ và bổ ngữ, biểu thị khả năng): 办~到 làm được ❸(bổ ngữ đặt sau động từ hay tính từ để biểu thị mức độ hay kết quả): 天气热~很。Trời nóng nực quá. ❹(dùng sau động từ biểu thị động tác đã hoàn thành): 赶~到车站来车已开。Đến được bến xe thì xe đã chạy.

另见dé, děi

děi

得 děi〈动〉[口]❶cần, phải; cần phải: 要想保冠军就~再加把劲。Muốn bảo vệ được chức vô địch thì cần phải cố gắng hơn nữa. ❷đoán chừng: 待会儿必~淋雨 lát nữa thế nào cũng bị dầm mưa

另见dé, de

dēng

灯 dēng〈名〉❶đèn; đăng: 电~ đèn điện; 冰~ băng đăng ❷đèn (thay cho lò): 酒精~ đèn cồn ❸bóng; đèn (điện tử): 五~收音机 máy thu thanh năm bóng điện tử

【灯管】dēngguǎn〈名〉[口]ống đèn

【灯光】dēngguāng〈名〉❶ánh đèn ❷ánh sáng: ~设备 thiết bị ánh sáng

【灯火】dēnghuǒ〈名〉đèn đóm; đèn đuốc; ánh đèn: ~阑珊 ánh đèn thưa thớt

【灯具】dēngjù〈名〉đèn đóm

【灯笼】dēnglong〈名〉đèn lồng: 挂~

treo đèn lồng

【灯笼椒】dēnglóngjiāo〈名〉ớt chuông

【灯谜】dēngmí〈名〉câu đố (dán trên đèn)

【灯泡】dēngpào〈名〉[口]bóng đèn

【灯塔】dēngtǎ〈名〉tháp đèn; hải đăng

【灯芯绒】dēngxīnróng〈名〉nhung kẻ

登 dēng〈动〉❶(người) trèo; leo; lên: ~山 trèo núi; 一步~天 một bước lên trời ❷đăng; ghi; vào sổ: ~报 đăng báo ❸(lúa, hoa màu) chín: 五谷丰~ lúa thóc chín vàng ❹giẫm; đạp: ~锋履刃 chân giẫm lưỡi dao (xung phong hãm trận) ❺[口]đi; mặc (giày, quần): 脚~长靴 chân đi bốt

【登场】dēngcháng〈动〉đưa về sân kho: 小麦已经~。Lúa mì đã đưa vào sân phơi.

【登场】dēngchǎng〈动〉ra sân khấu

【登高】dēnggāo〈动〉❶lên chỗ cao: ~远眺 lên cao nhìn xa ❷lên cao

【登机】dēngjī〈动〉lên máy bay

【登机口】dēngjīkǒu〈名〉cửa lên máy bay

【登记】dēngjì〈动〉đăng kí; vào sổ sách

【登陆】dēnglù〈动〉❶lên bờ; đổ bộ: 台风~ cơn bão đổ bộ ❷chiếm lĩnh thị phần

【登录】dēnglù〈动〉đăng kí; ghi vào: ~账号 đăng nhập tên tài khoản

【登山】dēngshān〈动〉trèo núi

【登台】dēngtái〈动〉❶lên sân khấu; trình diễn: 首次~ trình diễn lần đầu tiên

【登月】dēngyuè〈动〉đổ bộ lên mặt trăng

【登载】dēngzǎi〈动〉đăng tải; đăng báo

蹬 dēng〈动〉❶giẫm; đạp: ~三轮车 đạp xích lô; ~足 giẫm chân ❷giẫm;

đạp: ~上桌子擦吊扇 giẫm lên bàn lau quạt trần ❸đi; mặc (giày, quần): ~上裤子 mặc quần; ~上鞋 đi giày ❹[口]hất cẳng; bỏ

děng

等1 děng❶〈名〉hạng; loại; đẳng; cấp; bậc: 社会~级 tầng lớp xã hội; 优~品 sản phẩm hạng nhất ❷〈形〉ngang; bằng: ~于 bằng ❸〈助〉vân vân: 今天他上街去买笔、纸... Hôm nay anh ấy ra phố mua bút, giấy v.v. ❹〈量〉loại

等2 děng❶〈动〉chờ; đợi: ~人 chờ người; ~待 chờ đợi ❷〈介〉chờ tới

【等次】děngcì〈名〉phân cấp

【等待】děngdài〈动〉chờ; đợi: 我~着你的好消息。Tôi chờ tin mừng của anh.

【等到】děngdào〈介〉chờ đến lúc

【等等】děngdeng❶〈动〉chờ tí; chờ lát: ~, 有人敲门。Chờ tí, có ai đang gõ cửa. ❷〈助〉vân vân

【等号】děnghào〈名〉dấu bằng

【等候】děnghòu〈动〉chờ; đợi: ~命令 chờ mệnh lệnh; ~火车 chờ tàu hỏa

【等级】děngjí〈名〉hạng; loại; cấp bậc; đẳng cấp; thứ bậc

【等价】děngjià〈动〉ngang giá: ~交换 trao đổi ngang giá

【等式】děngshì〈名〉[数学]đẳng thức

【等同】děngtóng〈动〉coi bằng nhau

【等于】děngyú〈动〉❶bằng; là: 二加二~四。Hai cộng hai là bốn. ❷có nghĩa là; cũng như: 没有理想~没有未来。Không có lí tưởng có nghĩa là không có tương lai.

【等着瞧】děngzheqiáo cứ đợi đấy

dèng

凳 dèng〈名〉ghế; bàn: 方~ ghế vuông

【凳子】dèngzi<名>ghế đẩu

瞪 dèng<动>❶giương mắt; trừng
mắt; trợn mắt: ~大双眼 trố đôi mắt
trừng trừng ❷lườm; trợn mắt; trừng
mắt: 她气呼呼地~了他一眼。Cô ấy
tức giận trừng mắt nhìn hắn một
cái.

dī

低 dī❶<形>thấp (cự li phía dưới so
với phía trên): 蜻蜓~飞要下雨。
Chuồn chuồn bay thấp thì mưa.
❷<形>dưới mức trung bình (về
mặt số lượng, chất lượng, trình
độ, giá cả): ~价出售 bán giá thấp;
调儿有点~。Giọng hát hơi thấp.
❸<形>dưới; kém: ~年级学生 học
sinh lớp dưới ❹<动>cúi xuống: ~头
cúi đầu xuống

【低矮】dī'ǎi<形>thấp (khoảng cách
gần với mặt đất): ~的灌木丛 bụi
rậm thấp

【低保】dībǎo<名>đảm bảo tối thiểu

【低层】dīcéng❶<形>tầng thấp: ~住
宅 nhà ở tầng thấp ❷<形>cấp thấp:
~官员 quan chức cấp thấp ❸<名>
tầng dưới

【低潮】dīcháo<名>❶thủy triều thấp
❷điểm thấp; thoái trào

【低沉】dīchén<形>❶u ám; phủ mây
(bầu trời) ❷(giọng, âm) thấp và ấm:
~的嗓音 giọng nói trầm thấp ❸chán
nản; sa sút: 情绪~ tâm trạng u buồn

【低档】dīdàng<形>(hàng hóa) loại
kém phẩm chất

【低等】dīděng<形>bậc thấp: ~生物
sinh vật bậc thấp

【低调】dīdiào❶<名>âm điệu thấp;
ví cách xử lí tiêu cực ❷<形>nhún
mình; khiêm tốn kín đáo: 做人~ cư
xử kín đáo

【低端】dīduān<形>cấp thấp

【低估】dīgū<动>đánh giá thấp: ~了

野外探险的风险 đánh giá thấp sự
nguy hiểm của cuộc thám hiểm dã
ngoại

【低谷】dīgǔ<名>(thời kì) xấu; (tình
hình) tồi tệ

【低级】dījí<形>❶cấp thấp; thấp: ~阶
段 giai đoạn thấp ❷thấp kém; thấp
hèn: ~趣味 sự thích thú thấp kém

【低价】dījià<名>giá rẻ: ~机票 vé máy
bay giá rẻ

【低廉】dīlián<形>giá rẻ: 租金~ cho
thuê với giá rẻ

【低劣】dīliè<形>(chất lượng) kém;
quá tồi: ~品质 phẩm chất quá tồi

【低落】dīluò❶<动>(giá cả) sụt; giảm
sút ❷<形>(tinh thần) sa sút

【低迷】dīmí<形>suy sụp; suy thoái

【低三下四】dīsān-xiàsì khom lưng
uốn gối; tỏ vẻ hèn hạ; đê tiện

【低损耗】dīsǔnhào ít hao phí; ít
tổn thất

【低碳环保】dītàn huánbǎo ít các-
bon và lợi cho môi trường

【低头】dītóu<动>❶cúi đầu ❷khuất
phục; chịu thua

【低洼】dīwā<形>trũng: 地势~ địa
thế trũng

【低微】dīwēi<形>❶tiếng nhỏ; khe
khẽ: ~地吟唱 hát khe khẽ ❷ít ỏi;
nhỏ nhoi: ~的收入 tiền lương ít ỏi
❸thấp kém; hèn mọn: 门第~ gia thế
thấp kém

【低温】dīwēn<名>nhiệt độ thấp

【低下】dīxià<形>❶thấp kém (dưới
mức trung bình): 水平~ trình độ
thấp kém ❷thấp hèn: 品味~ những
thị hiếu thấp hèn

【低血糖】dīxuètáng<名>hạ đường
huyết

【低血压】dīxuèyā<名>hạ huyết áp

【低压】dīyā<名>❶[物理]áp lực
cường độ tương đối thấp ❷[电学]
điện thế tương đối thấp ❸huyết áp
thấp

的 dī<名>tắc-xi; xe dùng để chuyên chở
另见 de, dì

【的士】dīshì<名>xe tắc-xi

堤 dī<名>đê: 河~ đê sông; 筑~ đắp đê

【堤坝】dībà<名>đê đập; đập nước

提 dī 义同 "提" (tí)❶, dùng cho dưới đây từ điều.
另见 tí

【提防】dīfang<动>đề phòng

滴 dī❶<动>nhỏ giọt; chảy: 水~石穿 nước chảy đá mòn ❷<动>nhỏ; giỏ: ~眼药水 nhỏ thuốc đau mắt ❸<名>giọt: 汗水成~地淌下。Mồ hôi nhỏ giọt. ❹<量>giọt: 一~水 một giọt nước

【滴答】dīdā<拟>tích tắc; tí tách

【滴答】dīda<动>nhỏ xuống từng giọt một

dí

迪 dí<动>[书]dìu dắt; hướng dẫn: 启~ gợi ý

【迪斯尼乐园】Dísīní lèyuán công viên Walt Disney

敌 dí❶<形>đối lập: ~军 quân địch ❷<名> phía đối lập; kẻ thù: 轻~ khinh địch ❸<动>đối đầu; chống chọi: ~不住 không chống nổi; 寡不~众 số ít không địch được số đông ❹<形>ngang nhau: 势均力~ lực lượng ngang nhau

【敌对】díduì<动>thù địch; đối địch: ~态度 thái độ đối địch

【敌情】díqíng<名>tình hình địch

【敌人】dírén<名>kẻ địch; quân thù

【敌视】díshì<动>căm giận; thù địch: 互相~ thù địch nhau

【敌手】díshǒu<名>đối phương; đối thủ

【敌意】díyì<名>lòng thù oán; hận thù

笛 dí<名>❶sáo: 竹~ sáo trúc; ~声 tiếng sáo ❷còi: 汽~ còi hơi; 鸣~ kéo còi

【笛子】dízi<名>sáo (nhạc cụ)

嫡 dí❶<名>(vợ) chính; cả: ~子 con vợ cả ❷<形>dòng họ gần nhất: ~兄弟 anh em họ gần ❸<形>chính tông; chính thống: ~传 đích truyền

【嫡亲】díqīn<形>dòng họ gần nhất: ~姐妹 chị em ruột; ~侄子 cháu họ gần

【嫡系】díxì<名>❶dòng chính; đích tôn: ~子孙 con cháu thuộc dòng chính ❷trực hệ: ~部队 bộ đội trực hệ

dǐ

诋 dǐ<动>[书]nói xấu: ~辱 bêu riếu

【诋毁】dǐhuǐ<动>gièm pha; vu khống: ~别人 vu khống người khác

抵[1] dǐ<动>❶chặn; chống đỡ: 用椅子~住门 chặn cửa lại bằng ghế ❷chống lại: ~御 chống cự ❸đền; bù đắp: ~偿 bồi thường; ~命 đền mạng ❹cầm cố: 用田地做~ cầm cố ruộng vườn ❺bằng; ngang; đáng: 家书~万金。Thư nhà nhận được đáng nghìn vàng. ❻bài xích ❼triệt tiêu; hòa cả làng

抵[2] dǐ<动>[书]đến; tới: 顺利~沪 đến Thượng Hải một cách thuận lợi

【抵偿】dǐcháng<动>đền bù

【抵触】dǐchù<动>đối lập; chống lại

【抵达】dǐdá<动>đến: 他们已经~南宁。Họ đã đến thành phố Nam Ninh.

【抵挡】dǐdǎng<动>chống cự; chống lại

【抵抗】dǐkàng<动>chống chọi; chống cự: 坚决~到底 quyết chống chọi đến cùng

【抵赖】dǐlài<动>chối cãi: 铁证如山，不容~。Chứng cớ rành rành, không thể chối cãi.

【抵消】 dǐxiāo<动>triệt tiêu; làm ngang bằng: 正负电荷相互~。Điện tích dương và âm triệt tiêu nhau.

【抵押】 dǐyā<动>cầm: 把房子~给银行。Cầm nhà cho ngân hàng.

【抵御】 dǐyù<动>chống lại; chống đỡ: ~外侵 chống giặc ngoại xâm

【抵债】 dǐzhài<动>gán nợ; trả nợ: 用房子~ gán nợ bằng nhà

【抵账】 dǐzhàng<动>gán nợ; trả nợ

【抵制】 dǐzhì<动>tẩy chay

【抵罪】 dǐzuì<动>đền tội

底 dǐ<名>❶đáy: 湖~ đáy hồ ❷tẩy: 揭~ lật tẩy; 刨根问~ hỏi rõ ngọn nguồn/hỏi tận gốc ❸gốc; nguồn gốc: ~本 bản gốc ❹cuối: 年~ cuối năm ❺nền; nền tảng: 蓝~白花 nền xanh hoa trắng ❻cơ số

【底部】 dǐbù<名>phần dưới

【底层】 dǐcéng<名>❶tầng dưới cùng ❷tầng lớp dưới cùng. 食物链的~ tầng dưới cùng của chuỗi thức ăn

【底价】 dǐjià<名>❶giá thấp nhất ❷giá sàn

【底牌】 dǐpái<名>❶bài tẩy ❷bài tủ ❸át chủ bài

【底片】 dǐpiàn<名>❶âm bản (phim) ❷phim chưa chụp

【底细】 dǐxì<名>gốc ngọn; nội tình

【底下】 dǐxia<名>❶ở dưới; bên dưới: 眼皮~ dưới con mắt ❷sau đó; về sau ❸cấp dưới

【底线】[1] dǐxiàn<名>❶[体育]đường phía sau (sân bóng) ❷đường gốc; mức tối thiểu: 道德~ đường gốc đạo đức

【底线】[2] dǐxiàn<名>người làm tay trong; nhân viên nằm vùng; tình báo

【底薪】 dǐxīn<名>lương cơ bản

【底蕴】 dǐyùn<名>❶chi tiết; điều tỉ mỉ ❷sự tích lũy: 文化~ sự tích lũy của văn hóa ❸tài trí, công sức được tàng trữ

【底子】 dǐzi<名>❶đế; đáy: 鞋~ đế giày ❷nội tình: 摸清~ tìm hiểu về nội tình ❸cơ sở; nền; nền tảng ❹bản phác thảo; bản thảo: 记得留着设计图的~。Đừng quên giữ bản phác thảo về bức tranh thiết kế nhé. ❺vét kho: 货~ hàng vét kho ❻nền; phông

dì

地 dì<名>❶đất; địa: ~球 quả đất; ~质 địa chất ❷đất (mặt bằng): 山~ vùng núi; ~下通道 đường hầm dưới đất ❸ruộng; đồng: 田~ cánh đồng; 犁~ cày ruộng; 蔗~ đất trồng mía ❹sàn nhà; mặt đất: 木~板 sàn gỗ; ~毯 tấm thảm trải sàn ❺chỗ; nơi; vùng; miền: 西北~区 miền tây bắc ❻nền: 白~黑字 nền trắng chữ đen ❼đường: 离这儿两站~。Cách đây hai trạm (bến xe). ❽nơi; chốn; mục đích: ~地 nơi đi tới ❾địa phương; bản địa: ~税 thuế địa phương ❿cảnh ngộ ⓫địa vị

另见de

【地板】 dìbǎn<名>sàn nhà

【地标】 dìbiāo<名>mốc; điểm mốc

【地表】 dìbiǎo<名>bề mặt trái đất

【地产】 dìchǎn<名>ruộng đất sở hữu; địa sản

【地秤】 dìchèng<名>cân cầu đường (máy để cân có bệ gắn vào lòng đường để cân vật nặng)

【地道】 dìdào<名>đường hầm; đường ngầm

【地道】 dìdao<形>❶của chính địa phương (nổi tiếng): ~的珍珠 ngọc trai từ nơi xuất xứ ❷chính cống ❸đúng tiêu chuẩn: 她干的活儿真~。Chị ấy làm việc rất đạt.

【地点】 dìdiǎn<名>nơi; chỗ; địa điểm: 出事~ nơi xảy ra tai nạn

【地洞】 dìdòng<名>hang; lỗ (dưới đất)

【地段】dìduàn<名>đoạn đường; chặng đường: 繁华~ chặng đường nhộn nhịp

【地方】dìfāng<名>❶địa phương: ~政府 chính quyền địa phương ❷bản xứ; bản địa: ~特产 đặc sản bản xứ

【地方】dìfang<名>❶nơi; miền; vùng: 你从什么~来? Anh đến từ nơi nào? ❷phần; chỗ

【地方特色】dìfāng tèsè đặc sắc địa phương

【地瓜】dìguā<名>[方]❶khoai lang ❷củ đậu

【地基】dìjī<名>❶nền; móng (nhà) ❷diện tích nền nhà

【地级市】dìjíshì<名>thành phố cấp chuyên khu (một cấp hành chính tại Trung Quốc)

【地窖】dìjiào<名>hầm; hầm đất; hầm ngầm (chứa rau, thịt và rượu v.v.)

【地雷】dìléi<名>mìn; địa lôi

【地面】dìmiàn<名>❶mặt đất: 离~十米高 10 mét so với mặt đất ❷sàn nhà: 水泥~ sàn xi măng

【地名】dìmíng<名>địa danh

【地盘】dìpán<名>❶địa bàn; phạm vi; khu vực (ai chịu trách nhiệm): 这是他们的~。Đây là khu vực do họ chịu trách nhiệm. ❷[方]nền; móng

【地平线】dìpíngxiàn<名>chân trời

【地铺】dìpù<名>ổ rơm; trải chăn ra sàn

【地契】dìqì<名>giấy ruộng; văn tự (khế ước) ruộng đất

【地壳】dìqiào<名>[地质]vỏ quả đất

【地球】dìqiú<名>địa cầu; quả đất

【地球仪】dìqiúyí<名>mô hình địa cầu

【地区】dìqū<名>❶vùng; khu vực: 南部~ khu vực miền nam ❷khu hành chính giữa tỉnh với huyện tại Trung Quốc ❸khu hành chính đặc cách

【地势】dìshì<名>địa thế: ~险要 địa thế hiểm trở

【地税】dìshuì<名>❶thuế đất ❷thuế địa phương

【地摊】dìtān<名>hàng bày vỉa hè

【地毯】dìtǎn<名>thảm trải sàn

【地铁】dìtiě<名>tàu điện ngầm

【地图】dìtú<名>bản đồ

【地位】dìwèi<名>địa vị: 国际~ địa vị quốc tế; 合法~ địa vị hợp pháp

【地下】dìxià❶<名>dưới đất: ~建筑 công trình kiến trúc tầng hầm ❷<形>bí mật: ~组织 tổ chức bí mật

【地下室】dìxiàshì<名>nhà hầm

【地心引力】dìxīn yǐnlì sức hút của tâm trái đất

【地形】dìxíng<名>địa hình; địa mạo

【地狱】dìyù<名>địa ngục

【地域】dìyù<名>❶khu vực; vùng ❷địa phương; xứ sở: ~特色 đặc sắc địa phương

【地震】dìzhèn<动>động đất

【地址】dìzhǐ<名>địa chỉ

【地中海】Dìzhōng Hǎi<名>Địa Trung Hải

【地主之谊】dìzhǔzhīyì bổn phận của chủ nhà

【地砖】dìzhuān<名>gạch đất

弟dì<名>❶em trai; em họ (nam); đệ ❷bạn bè tự xưng một cách khiêm tốn, thường dùng trong thư từ

【弟弟】dìdi<名>em trai; em trai họ

【弟媳】dìxí<名>em dâu

【弟兄】dìxiong<名>anh em

【弟子】dìzǐ<名>học trò; đệ tử

的dì<名>cái đích; cái bia: 目~ mục đích

另见de, dī

帝dì<名>❶trời; đế: 上~ thượng đế ❷vua: 皇~ hoàng đế ❸đế quốc

【帝国】dìguó<名>đế quốc

【帝王】dìwáng<名>đế vương

递dì<动>❶đưa; chuyển: ~眼色 đưa mắt ra hiệu; 麻烦您把那本书~给我。Làm ơn đưa cho tôi quyển sách đó.

❷lần lượt; theo thứ tự: ~减 giảm dần

【递交】dìjiāo<动>đệ; trình; giao: ~报告 trình lên bài báo cáo

【递进】dìjìn<动>lũy tiến; tăng dần lên

【递送】dìsòng<动>đưa; chuyển: ~邮件 đưa bưu kiện

【递增】dìzēng<动>tăng dần: 逐年~ tăng lên từng năm

第¹ dì❶(tiền tố) thứ; hạng; bậc ❷<名>đỗ (thi cử): 及~ đỗ; 落~ trượt

第² dì<名>dinh: 宅~ dinh thự; 门~ gia thế

【第六感觉】dì-liù gǎnjué giác quan thứ sáu

【第三产业】dì-sān chǎnyè sản nghiệp thứ ba (ngành dịch vụ)

【第三世界】dì-sān shìjiè thế giới thứ ba (các nước đang phát triển)

【第三者】dìsānzhě<名>❶người thứ ba (ngoài người đương sự) ❷kẻ thứ ba; tình nhân

【第一】dì-yī<数>❶thứ nhất: 他在比赛中赢得~。Anh ấy giành được giải nhất trong cuộc thi đấu. ❷quan trọng nhất: 质量~ chất lượng được đặt lên hàng đầu

【第一把手】dìyībǎshǒu người đứng đầu; người chịu trách nhiệm cao nhất

【第一时间】dì-yī shíjiān trước tiên

【第一线】dìyīxiàn<名>tiền tuyến; tuyến đầu; hàng đầu: 战斗在~。Chiến đấu ở tuyến đầu.

蒂 dì<名>cuống (dưa, quả): 瓜~ cuống dưa; 根深~固 gốc sâu rễ bền

缔 dì<动>kết; kí kết: ~姻 kết thông gia; ~盟 liên minh

【缔交】dìjiāo<动>❶[书]kết giao ❷đặt quan hệ ngoại giao: 两国已经~了。Hai nước đã lập quan hệ ngoại giao.

【缔结】dìjié<动>kí kết: ~同盟 kí kết thiết lập mối quan hệ liên minh

【缔约】dìyuē<动>kí hiệp ước

【缔造】dìzào<动>sáng lập; lập ra

diān

掂 diān<动>nhấc; nâng lên

【掂量】diānliang<动>❶nhấc xem nặng nhẹ ra sao ❷cân nhắc; đắn đo: 你好好~。Anh cứ đắn đo kĩ.

颠 diān<动>❶xóc: 车子~得厉害。Chiếc xe bị xóc bần bật. ❷đảo lộn; lật nhào: ~覆 lật đổ

【颠簸】diānbǒ<动>tròng trành; nghiêng ngả

【颠倒】diāndǎo<动>❶đảo lộn; đảo ngược: 出场次序~了。Thứ tự ra sân khấu bị đảo ngược. ❷đảo điên; rối rắm: 神魂~ đầu óc rối rắm ❸làm cho đảo lộn

【颠倒黑白】diāndǎo-hēibái đổi trắng thay đen

【颠覆】diānfù<动>❶đổ; lật: 防止列车~ đề phòng đoàn tàu bị lật ❷lật đổ: ~政权 lật đổ chính quyền

【颠三倒四】diānsān-dǎosì lộn xộn; rối tung: 说话~ nói năng lộn xộn

巅 diān<名>đỉnh; ngọn; chóp: 山~ đỉnh núi

【巅峰】diānfēng<名>❶ngọn núi ❷điểm cao nhất

癫 diān<形>điên; điên dại: 痴~ điên rồ

【癫狂】diānkuáng<形>❶điên cuồng; điên rồ ❷không tử tế

【癫痫】diānxián<名>[医学]bệnh động kinh

diǎn

典¹ diǎn<名>❶mẫu mực: ~制 điển chương chế độ ❷điển: 经~ kinh điển

❸diǎn cố: dùng~ dùng điển cố ❹lễ: thịnh~ đại hội; ~礼 nghi lễ

典² diǎn〈动〉cầm cố: ~田 cầm ruộng

【典当】diǎndàng ❶〈动〉cầm đồ ❷〈名〉[方]hiệu cầm đồ

【典范】diǎnfàn〈名〉mẫu mực; kiểu mẫu

【典故】diǎngù〈名〉điển tích: 文学~ điển cố văn học

【典型】diǎnxíng ❶〈名〉điển hình: 先进~ điển hình tiên tiến ❷〈形〉tiêu biểu; điển hình; mẫu mực: 这是个~的案例。Đây là một vụ án tiêu biểu. ❸〈名〉hình ảnh nghệ thuật mang tính điển hình

【典雅】diǎnyǎ〈形〉tao nhã; thanh nhã: ~的气质 tính thanh nhã

点¹ diǎn ❶〈名〉hạt; giọt: 雨~儿 giọt mưa ❷〈名〉chấm; vết: 斑~ đốm ❸〈名〉nét chấm ❹〈名〉điểm; điều: 重~ trọng điểm ❺〈名〉dấu phẩy trong số thập phân ❻〈名〉nơi; chỗ: 地~ địa điểm ❼〈名〉điểm trong hình học ❽〈动〉chọn; chỉ định: ~菜 chọn món ăn ❾〈动〉chạm vào; động đến; điểm: ~穴 điểm huyệt ❿〈动〉gật: ~头 gật đầu ⓫〈动〉nhỏ; tra: ~眼药 nhỏ thuốc mắt ⓬〈动〉kiểm soát: ~数 kiểm lại số lượng; ~名 điểm danh ⓭〈量〉ít: 一~儿 chút ít ⓮〈动〉gợi; chỉ vẽ: 指~ chỉ vẽ; ~拨 gợi ý ⓯〈动〉đốt; thắp: ~灯 thắp đèn ⓰〈量〉giọt: 几~水花儿 mấy giọt bọt nước ⓱〈量〉(đặt sau số từ): 两~意见 hai ý kiến ⓲〈动〉chạm phải: ~到 chạm phải ⓳〈动〉tô điểm ⓴〈动〉động tác chấm

点² diǎn〈名〉giờ: 钟~ giờ phút; 现在几~了? Bây giờ mấy giờ?

点³ diǎn〈名〉bánh: 糕~ điểm tâm

【点播】diǎnbō〈动〉tuyển chọn chương trình (của đài phát thanh hoặc đài truyền hình): ~歌曲 tuyển chọn bài hát

【点滴】diǎndī ❶〈形〉chút ít; vài nét; từng li từng tí ❷〈名〉vài nét: 高考~ vài nét về kì thi tuyển sinh đại học

【点火】diǎnhuǒ〈动〉đốt lửa; nhóm lửa ❷gây chuyện: 煽风~ kích động gây chuyện

【点货】diǎnhuò〈动〉kiểm kê hàng hóa

【点击率】diǎnjīlǜ〈名〉tỉ lệ nhấp chọn

【点名】diǎnmíng〈动〉❶điểm danh; chấm tên; gọi tên ❷chỉ đích danh

【点燃】diǎnrán〈动〉đốt; châm: ~蜡烛 thắp nến

【点头】diǎntóu〈动〉gật đầu: ~示意 gật đầu mà chào; ~批准 gật đầu phê chuẩn

【点心】diǎnxin〈名〉bánh ngọt; điểm tâm

【点缀】diǎnzhuì〈动〉❶tô vẽ; tô điểm: 歌声~着人生。Tiếng hát tô điểm cuộc đời. ❷lấy có: 这样做不过是~而已。Làm thế chỉ là làm lấy có thôi.

【点子】diǎnzi〈名〉[1]❶giọt; hạt: 雨~ giọt mưa ❷chấm; vết: 泥~ vết bùn ❸nhịp điệu: 鼓~ nhịp trống

【点子】diǎnzi〈名〉[2]❶cái chính; điều chủ yếu; trúng tủ: 这句话说到~上了。Câu đó nói rất trúng tủ. ❷biện pháp; cách: 他~多。Nó khéo nghĩ cách.

碘 diǎn〈名〉[化学]I-ốt (kí hiệu: I)

【碘酒】diǎnjiǔ〈名〉cồn I-ốt

踮 diǎn〈动〉kiễng chân

diàn

电 diàn ❶〈名〉điện: ~热 sưởi (bằng) điện ❷〈名〉chớp điện ❸〈动〉bị điện giật: 她在使用电器时被~到了。Chị ấy bị điện giật khi dùng đồ điện. ❹〈名〉điện tín: 急~ bức điện khẩn ❺〈动〉gửi điện: 致~以告知家人。Điện ngay về cho gia đình biết tin.

【电报】diànbào<名>điện tín; điện báo: 发~ gửi điện tín

【电笔】diànbǐ<名>bút thử điện

【电表】diànbiǎo<名>❶đồng hồ điện ❷điện kế

【电冰箱】diànbīngxiāng<名>tủ lạnh

【电波】diànbō<名>làn sóng điện

【电厂】diànchǎng<名>nhà máy điện

【电车】diànchē<名>xe điện

【电池】diànchí<名>pin

【电传】diànchuán❶<名>tê-lếch ❷<动>gửi (một bức thư) bằng tê-lếch; liên lạc với (ai) bằng tê-lếch

【电吹风】diànchuīfēng<名>máy sấy tóc

【电磁炉】diàncílú<名>lò điện từ

【电灯】diàndēng<名>đèn điện

【电灯泡】diàndēngpào<名>bóng đèn điện

【电动】diàndòng<形>chạy bằng điện: ~自行车 xe đạp điện

【电动机】diàndòngjī<名>động cơ điện

【电镀】diàndù<动>mạ điện

【电饭锅】diànfànguō<名>nồi cơm điện

【电风扇】diànfēngshàn<名>quạt điện; quạt máy

【电工】diàngōng<名>thợ điện

【电焊】diànhàn<动>hàn điện

【电话】diànhuà<名>❶máy điện thoại ❷điện thoại; dây nói: 打~ gọi điện thoại

【电汇】diànhuì<名>ngân phiếu

【电机】diànjī<名>máy điện

【电缆】diànlǎn<名>cáp điện

【电量】diànliàng<名>lượng điện

【电炉】diànlú<名>lò điện

【电路】diànlù<名>mạch điện; mạch

【电脑】diànnǎo<名>máy vi tính: 平板~ máy tính bảng; ~内存 bộ nhớ máy tính

【电瓶】diànpíng<名>bình ắc quy, ắc quy

【电瓶车】diànpíngchē<名>xe chạy bằng bình ắc quy

【电气】diànqì<名>điện khí: ~化 điện khí hóa

【电器】diànqì<名>❶thiết bị điện ❷đồ điện

【电闪雷鸣】diànshǎn-léimíng sấm vang chớp giật

【电视】diànshì<名>❶TV; máy truyền hình ❷truyền hình

【电视剧】diànshìjù<名>kịch truyền hình; phim truyền hình

【电视台】diànshìtái<名>đài truyền hình

【电台】diàntái<名>❶đài phát thanh ❷máy phát sóng vô tuyến

【电梯】diàntī<名>thang máy; thang điện

【电筒】diàntǒng<名>đèn pin

【电网】diànwǎng<名>❶hàng rào điện ❷mạng lưới điện

【电蚊拍】diànwénpāi<名>vỉ điện bắt muỗi

【电线】diànxiàn<名>dây điện

【电信】diànxìn<名>điện tín; viễn thông

【电压】diànyā<名>điện áp; điện thế

【电影】diànyǐng<名>điện ảnh; phim: 看~ xem phim; ~院 rạp phim

【电源】diànyuán<名>nguồn điện

【电熨斗】diànyùndǒu<名>bàn là điện

【电闸】diànzhá<名>công tắc điện

【电子】diànzǐ<名>điện tử: ~表格 bảng tính điện tử; ~词典 từ điển điện tử

【电子版】diànzǐbǎn<名>phiên bản điện tử

【电子琴】diànzǐqín<名>đàn điện tử

【电子商务】diànzǐ shāngwù thương mại điện tử

【电子书】diànzǐshū<名>sách điện tử

【电子信箱】diànzǐ xìnxiāng hòm thư điện tử

【电子邮件】diànzǐ yóujiàn thư điện
tử

【电子游戏】diànzǐ yóuxì trò chơi
điện tử

【电钻】diànzuàn<名>khoan điện

店 diàn<名>❶cửa hàng; hiệu: 书~
hiệu sách ❷quán: 小~ quán trọ

【店铺】diànpù<名>cửa hàng; cửa
hiệu

【店员】diànyuán<名>người làm việc
ở cửa hiệu

【店主】diànzhǔ<名>chủ hiệu

砧 diàn❶<名>[书]vết; tì (trên ngọc
trắng) ❷<动>làm bẩn; làm nhơ bẩn

【砧污】diànwū<动>làm bẩn; bôi
nhọ: ~清誉 bôi nhọ thanh danh

垫 diàn❶<动>kê; chèn; lót: 把桌角
~高。Kê chân bàn cho cao thêm.
❷<动>xen vào ❸<动>ứng: ~付现金
ứng tiền mặt ❹<名>đệm; nệm: 床~
đệm giường

【垫底】diàndǐ<动>❶lót đáy ❷lót dạ;
lót lòng: 你先吃点面包~, 到地方
我们就吃晚饭。Em ăn lót dạ trước
chút bánh mì, khi tới nơi thì ta sẽ
ăn cơm tối ngay. ❸làm nền ❹xếp
cuối; hạng bét

【垫肩】diànjiān<名>❶cái lót vai (khi
gánh khi khiêng) ❷miếng đệm vai
(may vào áo)

【垫款】diànkuǎn❶<动>ứng tiền cho
❷<名>tiền ứng

【垫圈】diànquān<名>[机械]vòng
đệm

【垫子】diànzi<名>cái đệm; cái lót

淀 diàn<动>lắng; đọng: 沉~ lắng
xuống đáy

【淀粉】diànfěn<名>bột lọc

惦 diàn<动>nhớ; lo lắng: ~挂 nhớ và
lo lắng; 老~着工作 cứ lo công việc

【惦记】diànjì<动>nhớ; lo nghĩ

【惦念】diànniàn<动>lo lắng; lo nghĩ:
母亲总是~着离家的孩子。Người mẹ
nào mà chẳng lo lắng cho đứa con

xa nhà.

奠[1] diàn<动>đặt

奠[2] diàn<动>cúng tế: 祭~ cúng tế

【奠定】diàndìng<动>đặt; gây: ~基础
đặt cơ sở/gây cơ sở

【奠基】diànjī<动>đặt nền móng: ~石
viên đá đặt nền

【奠基人】diànjīrén<名>người đặt
nền móng

殿[1] diàn<名>điện: 宫~ cung điện

殿[2] diàn<动>(ở) cuối cùng: ~后 đi
cuối

【殿堂】diàntáng<名>cung điện lầu
gác

diāo

刁 diāo<形>❶giảo hoạt; xảo quyệt:
~民 thăng đểu; ~滑 xảo quyệt ❷[方]
kén ăn; khảnh ăn: 嘴~ kén ăn

【刁蛮】diāomán<形>bướng bỉnh;
khó bảo: ~任性 ngang bướng khó
bảo

【刁难】diāonàn<动>làm khó dễ: 百
般~ gây khó dễ trăm bề

【刁钻】diāozuān<形>xảo quyệt; khó
xử; hóc búa

叼 diāo<动>ngậm; cắm; tha: 鸟儿~着
虫子。Chim ngậm mồi.

凋 diāo<动>tàn rụng; suy tàn; tàn
tạ: ~萎 khô héo; ~霜 chết cóng (vì
sương giá)

【凋零】diāolíng<动>❶tàn lụi; xơ xác
❷sa sút: 家道~ cảnh nhà sa sút

【凋谢】diāoxiè<动>❶rụng; héo; tàn:
百花~ trăm hoa tàn lụi ❷(người già)
qua đời

貂 diāo<名>con chồn

【貂皮】diāopí<名>bộ da lông chồn

碉 diāo<名>lô cốt

【碉堡】diāobǎo<名>lô cốt; boong-ke

雕[1] diāo❶<动>khắc; chạm; trổ: ~
花 trổ hoa ❷<动>có tranh màu trang

trí: ~鞍 yên ngựa với tranh màu ❸<名>nghệ thuật điêu khắc: 浮~ nghệ thuật chạm nổi; 木~ tác phẩm khắc gỗ

雕² diāo<名>diều hâu

【雕花】diāohuā❶<动>chạm hoa; trổ hoa ❷<名>tác phẩm trổ hoa

【雕刻】diāokè❶<动>điêu khắc; chạm trổ: 这件茶几~得十分精美。Chiếc tủ chè được chạm trổ rất tinh vi. ❷<名>tác phẩm điêu khắc

【雕塑】diāosù❶<动>khắc nặn; nặn tượng ❷<名>tượng nặn

【雕像】diāoxiàng<名>pho tượng điêu khắc

【雕琢】diāozhuó<动>❶chạm trổ ❷gọt giũa (câu văn): 逐字逐句~ gọt giũa từng câu, từng chữ

diào

吊¹ diào❶<动>treo: ~灯 đèn treo trần ❷<动>trục; nâng; bốc; nhấc lên: ~运建筑材料 bốc xếp vận chuyển vật liệu xây dựng ❸<动>lót lông: ~里儿 lót mền ❹<动>bỏ: 近网轻~ bỏ nhỏ sát lưới ❺<动>thu hồi ❻<量>đơn vị tiền tệ cũ

吊² diào<动>điếu; viếng

【吊车】diàochē<名>xe ba-lăng; cần trục

【吊床】diàochuáng<名>cái võng

【吊带】diàodài<名>❶dây nịt ❷áo chẳng ❸dây đai; dây quai

【吊带背心】diàodài bèixīn cooc-xê ngoài

【吊顶】diàodǐng<动>làm trần giả

【吊儿郎当】diào'erlángdāng cà lơ phất phơ, ba lăng nhăng

【吊钩】diàogōu<名>móc; móc treo

【吊环】diàohuán<名>vòng treo

【吊脚楼】diàojiǎolóu<名>nhà sàn

【吊兰】diàolán<名>cây mẫu tử (tên dân gian là lục thảo trổ)

【吊桥】diàoqiáo<名>cầu treo; cầu chẳng

【吊扇】diàoshàn<名>quạt trần

【吊销】diàoxiāo<动>hủy bỏ; rút bỏ: ~律师牌照 rút bỏ giấy phép hành nghề luật sư

【吊唁】diàoyàn<动>chia buồn

钓 diào<动>❶câu: ~鱼 câu cá; ~饵 mồi câu ❷dùng thủ đoạn để mưu danh lợi: 沽名~誉 mưu cầu danh tiếng

【钓竿】diàogān<名>cần câu

【钓钩】diàogōu<名>lưỡi câu

【钓具】diàojù<名>bộ đồ câu

调¹ diào<动>❶điều động: ~任到总部 chuyển sang tổng công ti ❷điều tra: ~研 khảo sát ❸đổi nhau

调² diào<名>❶giọng nói: 南腔北~ giọng nam tiếng bắc ❷nhịp điệu ❸âm điệu: C~ đô trưởng C ❹luận điệu; quan điểm: 他们都是一个~儿。Họ có cùng quan điểm với nhau ❺thanh điệu: ~类 loại thanh điệu
另见tiáo

【调包】diàobāo<动>đánh tráo; đổi lén

【调拨】diàobō<动>❶phân phối; chia phần: ~物资 điều phối nguyên vật liệu ❷sai phái
另见tiáobō

【调查】diàochá<动>điều tra: ~火灾原因 điều tra nguyên nhân vụ hỏa hoạn

【调动】diàodòng<动>❶điều động ❷động viên: ~积极性 động viên tính tích cực

【调度】diàodù<动>❶<动>điều hành; điều vận: ~室 phòng điều vận ❷<名>nhân viên điều vận

【调换】diàohuàn<动>❶đổi cho nhau: 我们~一下位置吧。Chúng ta đổi chỗ nhé. ❷thay đổi: 如果鞋码不合适, 你可以来~。Nếu cỡ giày không thích hợp thì chị có thể đổi lại.

【调集】diàojí<动>tập hợp; huy động: ~资金 huy động tiền vốn

【调离】diàolí<动>điều động rời khỏi một đơn vị nào đó: 他被~该厂。Anh ấy đã điều động rời khỏi nhà máy này.

【调令】diàolìng<名>lệnh điều động

【调配】diàopèi<动>phân phối; phân chia: ~物资给灾民 phân phối vật tư cho nạn dân
另见tiáopèi

【调遣】diàoqiǎn<动>điều khiển; điều động: ~部队 điều động bộ đội

【调任】diàorèn<动>điều động nhậm chức

【调研】diàoyán<动>khảo sát; khảo sát và nghiên cứu: 市场~ đi khảo sát thị trường

【调运】diàoyùn<动>điều phối và vận chuyển; điều vận

【调职】diàozhí<动>thuyên chuyển công tác

掉¹ diào<动>❶rơi; rớt: ~眼泪 rơi nước mắt ❷tụt: ~队 tụt lại sau đoàn ❸đánh rơi; đánh mất: 钱包~了。Đánh rơi mất cái ví. ❹đổi: 我想用大的~小的。Tôi muốn lấy cái to đổi cái nhỏ. ❺đi; mất: 擦~ xóa đi

掉² diào<动>❶đu đưa; quậy (đuôi) ❷ngoặt; ngoảnh lại; quay lại: ~转脸 ngoảnh mặt đi; ~头回去 quay đầu trở về

【掉队】diàoduì<动>❶rớt lại sau đoàn ❷tụt lại sau; tụt hậu

【掉价】diàojià<动>❶sụt giá; mất giá ❷hạ thấp (uy tín, địa vị, thể diện)

【掉色】diàoshǎi<动>phai màu: 衣服洗了几次就~了。Chiếc áo giặt mấy lần đã bị phai màu.

【掉头】diàotóu<动>quay đầu; ngoảnh cổ lại: 车子~ chiếc xe quay đầu

【掉以轻心】diàoyǐqīngxīn lơ là; thiếu cảnh giác

【掉转】diàozhuǎn<动>quay ngược lại

diē

爹 diē<名>[口]bố; cha

【爹妈】diēmā<名>bố và mẹ

跌 diē<动>❶ngã: ~倒 bị ngã xuống ❷sụt (giá); mất giá: 油价下~得厉害。Giá dầu sụt mạnh. ❸tụt xuống; hạ thấp xuống: 水位下~ mực nước tụt xuống

【跌打损伤】diēdǎ sǔnshāng tổn thương do bị ngã hoặc bị đánh đập

【跌跌撞撞】diēdiēzhuàngzhuàng lảo đảo, chân nam đá chân chiêu

【跌幅】diēfú<名>mức độ sụt giảm

【跌跟头】diē gēntou ❶bị ngã ❷bị thất bại

【跌价】diējià<动>sụt giá; mất giá

【跌跤】diējiāo<动>❶bị ngã ❷bị thất bại

【跌落】diēluò<动>❶ngã; rơi ❷(giá cả) hạ xuống

【跌停板】diētíngbǎn<名>[证券]giới hạn xuống (chứng khoán)

dié

谍 dié<名>❶gián điệp; tình báo: 间~ điệp viên ❷tình báo viên

叠 dié<动>❶chồng chất; trùng nhau: 重~ trùng điệp ❷xếp; gấp: ~衣服 gấp quần áo

【叠椅】diéyǐ<名>ghế xếp

碟 dié<名>đĩa

【碟片】diépiàn<名>[方]đĩa (hát, phim)

【碟子】diézi<名>đĩa: 瓷~ đĩa sứ

蝶 dié<名>bướm

【蝶泳】diéyǒng<动>bơi bướm

dīng

丁¹ dīng<名>❶con trai: 男~ đàn ông ❷nhân khẩu: 添~ thêm đinh ❸người làm việc vặt: 园~ thợ làm vườn //(姓) Đinh

丁² dīng<名>(món ăn thái) hạt lựu: 辣子炒鸡~ ớt xào thịt gà hạt lựu

【丁克】dīngkè<形>kiểu cặp vợ chồng quyết định không sinh con (DINK)

【丁字路口】dīngzì lùkǒu ngã ba

叮 dīng<动>❶(muỗi và một số côn trùng khác) cắn, đốt: 被蚊子~了一个包 bị muỗi đốt một nốt ❷dặn dò

【叮当】dīngdāng<拟>leng keng; xủng xoảng; loảng xoảng

【叮咛】dīngníng<动>căn dặn; dặn dò; dặn đi dặn lại

【叮咬】dīngyǎo<动>đốt; cắn: 蚊虫~ muỗi đốt

【叮嘱】dīngzhǔ<动>dặn dò; căn dặn; đinh ninh

盯 dīng<动>nhìn chăm chú; nhìn chòng chọc: 学生们都~着黑板。Các em học sinh đều chăm chú nhìn lên bảng đen.

【盯梢】dīngshāo<动>theo dõi; dò: 她雇了私家侦探~她丈夫。Bà ấy thuê thám tử để theo dõi chồng.

钉 dīng❶<名>cái đinh: 螺丝~儿 đinh ốc ❷<动>theo dõi; bám riết: ~梢 theo dõi ❸<动>thúc; giục
另见dìng

【钉锤】dīngchuí<名>búa đanh

【钉子】dīngzi<名>❶cái đinh ❷ví gai góc hóc búa, khó xử ❸ví kẻ thù ngầm

dǐng

顶 dǐng❶<名>đỉnh; ngọn; chóp; nóc: 山~ ngọn núi; ~点 đỉnh cao ❷<动>đội: 头~天，脚踩地。Đầu đội trời, chân đạp đất. ❸<动>húc: ~球 tết bóng; 两只羊~起来了。Hai con dê húc nhau. ❹<动>nhô; nhú ❺<动>đẩy; chống: ~住门不让进 chống cửa lại không cho vào ❻<动>ngược chiều: ~风 đi ngược chiều gió ❼<动>chống; cãi vã: ~角 chống nhau ❽<动>gánh vác; chịu đựng: ~住压力 chịu đựng áp lực ❾<动>bằng; tương đương: 一个~俩儿。Một mình bằng hai người. ❿<动>thay thế; đánh tráo: 冒名~替 mạo danh; ~缸 chịu thay; ~罪 chịu tội thay ⓫<量>cái; chiếc: 两~帽子 hai chiếc mũ ⓬<动>chuyển nhượng ⓭<副>nhất; vô cùng

【顶灯】dǐngdēng<名>❶đèn trên nóc xe ❷đèn trần

【顶点】dǐngdiǎn<名>đỉnh cao; cực điểm: 到达~ lên đến đỉnh điểm

【顶端】dǐngduān<名>đỉnh; ngọn

【顶多】dǐngduō<副>nhiều nhất; cùng lắm: 这事儿~一星期就能做完。Việc này bất quá một tuần là xong.

【顶峰】dǐngfēng<名>❶đỉnh núi cao nhất ❷đỉnh cao: 攀登科学~ leo lên đỉnh cao của khoa học

【顶呱呱】dǐngguāguā tuyệt; tốt nhất: 他在班上是~的。Trong lớp nó (là người) giỏi nhất.

【顶级】dǐngjí<形>cấp tối cao: 世界~品牌 nhãn hiệu cấp cao nhất trên thế giới

【顶尖】dǐngjiān❶<名>ngọn: 棉花的~ ngọn cây bông ❷<名>chóp đỉnh ❸<形>tuyệt đỉnh: ~高手 bậc thầy tuyệt vời

【顶梁柱】dǐngliángzhù<名>cột trụ; rường cột

【顶事】dǐngshì<形>ăn thua: 这点钱不~儿。Chút tiền này thì ăn thua gì.

【顶替】dǐngtì<动>thay thế

【顶头上司】dǐngtóu shàngsi

người lãnh đạo trực tiếp

【顶用】dǐngyòng<形>được việc; có ích

【顶撞】dǐngzhuàng<动>va chạm; đụng chạm: ~父母 va chạm với bố mẹ

【顶嘴】dǐngzuǐ<动>[口]cãi lại

鼎¹ dǐng ❶<名>cái vạc ❷<名>[书]ngôi vua: 定~ định đô; 问~ mưu toan cướp ngôi ❸<名>[方]cái nồi ❹<形>[书]to; lớn: ~族 gia tộc lớn

鼎² dǐng<副>đang: ~盛 đang thịnh

【鼎力】dǐnglì<副>[书]góp sức: ~支持 góp sức ủng hộ

【鼎盛】dǐngshèng<形>cường thịnh; đang thịnh: ~时期 thời kì đang thịnh

dìng

订 dìng<动>❶kí kết: 婚~ đính hôn ❷đặt trước: ~购 đặt mua ❸sửa chữa: 校~ sửa đổi ❹đóng (sách): ~书机 máy đóng sách

【订单】dìngdān<名>đơn đặt hàng

【订购】dìnggòu<动>đặt mua: ~机票 đặt mua vé máy bay

【订货】dìnghuò❶<动>đặt hàng ❷<名>hàng đặt

【订货合同】dìnghuò hétóng hợp đồng đặt hàng

【订货会】dìnghuòhuì<名>hội giao dịch hàng hóa

【订金】dìngjīn<名>tiền đặt cọc

【订立】dìnglì<动>kí kết

【订票】dìngpiào<动>đặt vé

【订票处】dìngpiàochù<名>văn phòng đặt vé

【订书钉】dìngshūdīng<名>ghim; đinh kẹp

【订阅】dìngyuè<动>đặt mua (báo, tạp chí)

【订制】dìngzhì<动>đặt (hàng...) theo yêu cầu

钉 dìng<动>❶đóng: ~钉子 đóng đinh

❷đơm; đính: ~扣子 đơm khuy/đính khuy

另见dīng

定 dìng ❶<动>yên; bình tĩnh: 立~ đứng yên; 心神不~ đứng ngồi không yên ❷<动>quyết định: 商~ bàn định ❸<形>chừng mực nhất định: ~期 định kì ❹<形>những điều đã xác định; không thể thay đổi: ~论 định luận ❺<副>[书]nhất định: 必~ chắc chắn ❻<动>đặt ❼<动>cố định

【定案】dìng'àn❶<动>kết án; quyết định: 拍板~ quyết định hẳn phương án ❷<名>bản định án: ~已呈报。 Bản định án đã được trình lên.

【定点】dìngdiǎn❶<动>xác định; chỉ định địa điểm: ~检查 kiểm tra tại chỗ ❷<形>được chọn; được theo đơn đặt hàng: ~生产商 nhà máy sản xuất theo đơn đặt hàng ❸<形>định giờ: ~航班 chuyến bay định giờ

【定夺】dìngduó<动>định đoạt; quyết định

【定额】dìng'é<名>định mức; hạn ngạch

【定购】dìnggòu<动>đặt mua

【定价】dìngjià❶<动>đặt giá: 合理~ đặt giá hợp lí ❷<名>giá đã định

【定金】dìngjīn<名>tiền đặt cọc

【定居】dìngjū<动>định cư

【定局】dìngjú❶<动>kết cục: 事情还没~，你先别着急。 Sự việc vẫn chưa đi đến kết cục, anh đừng lo nhé. ❷<名>tình hình đã chắc chắn; tình thế đã khẳng định

【定量】dìngliàng❶<动>định lượng: ~分析 phân tích (theo) định lượng ❷<名>số lượng quy định

【定论】dìnglùn<名>định luận; kết luận

【定期】dìngqī❶<动>xác định thời gian: 婚礼尚未~。 Ngày cưới còn chưa định. ❷<形>định kì: ~会议

phiên họp định kì

【定亲】dìngqīn<动>đính hôn; kết thông gia: 他俩早已~。Hai người đã đính hôn từ lâu.

【定时】dìngshí❶<动>theo đúng giờ: ~起床 dậy đúng giờ; ~炸弹 bom nổ chậm ❷<名>thời gian nhất định

【定式】dìngshì<名>phương thức; cách thức; định thức

【定位】dìngwèi❶<动>định vị: 用指南针~ định vị bằng la bàn ❷<名>vị trí đã xác định ❸<动>đánh giá nhận xét

【定向】dìngxiàng<动>❶định hướng; xác định hướng: 无线电~ ra-đi-ô định hướng/ra-đi-ô định vị ❷có định hướng: ~爆破 phá dỡ định hướng bằng thuốc nổ

【定型】dìngxíng<动>định hình

【定义】dìngyì❶<名>định nghĩa ❷<动>định nghĩa

【定员】dìngyuán❶<动>quy định số người: 本船~20人。Số người trên tàu này không được vượt quá 20. ❷<名>số người trong biên chế

【定做】dìngzuò<动>đặt; thửa: ~一套精品西服 thửa một bộ com lê thật tốt

diū

丢 diū<动>❶mất: ~失 mất đi ❷vứt quăng; ném: 衣服~得到处都是。Quần áo vứt lộn xộn đầy nhà. ❸bỏ

【丢丑】diūchǒu<动>xấu mặt; mất mặt

【丢掉】diūdiào<动>❶mất: ~工作 đánh mất việc làm ❷vứt; bỏ: ~一双旧鞋 vứt bỏ một đôi giày cũ

【丢脸】diūliǎn<动>xấu mặt; mất mặt; mất thể diện

【丢弃】diūqì<动>bỏ đi; vứt đi; quẳng đi

【丢人】diūrén<动>mất mặt; xấu mặt;

bẽ mặt; xấu hổ

【丢人现眼】diūrén-xiànyǎn xấu mặt; mất mặt; mất thể diện

【丢三落四】diūsān-làsì rơi vãi; quên trước sót sau

dōng

东 dōng<名>❶phương đông; phía đông: ~部 miền đông ❷người chủ: ~家 chủ nhà; 股~ cổ đông ❸chủ (mời khách): 我做~, 大家尽情吃。Tôi khao, các bạn ăn thoải mái nhé.

【东半球】dōngbànqiú<名>đông bán cầu

【东北】dōngběi<名>❶đông bắc ❷(Dōngběi) vùng Đông Bắc (Trung Quốc)

【东奔西走】dōngbēn-xīzǒu bôn tẩu bốn phương; dốc sức chạy chọt

【东倒西歪】dōngdǎo-xīwāi❶(tư thế) xiêu vẹo, lảo đảo; ngất ngưỡng ❷đổ ngổn ngang: 树木被大风刮得~。Cây cối đổ ngổn ngang trong cơn bão.

【东道主】dōngdàozhǔ<名>chủ nhà; chủ (trong quan hệ với khách)

【东躲西藏】dōngduǒ-xīcáng chạy khắp nơi để ẩn náu

【东方】dōngfāng<名>❶phía Đông ❷(Dōngfāng) phương Đông (chỉ châu Á bao gồm cả Ai Cập)

【东拉西扯】dōnglā-xīchě dây cà ra dây muống; nói quanh nói quẩn; nói bâng quơ

【东南】dōngnán<名>❶đông nam ❷(Dōngnán) vùng duyên hải Đông Nam (Trung Quốc)

【东南亚】Dōngnányà<名>Đông Nam Á

【东南亚国家联盟】Dōngnányà Guójiā Liánméng Hiệp hội các quốc gia Đông Nam Á (ASEAN) với 10 nước thành viên gồm: Thái Lan,

Xin-ga-po, Ma-lai-xi-a, In-đô-nê-xi-a, Phi-lip-pin, Việt Nam, Lào, Cam-pu-chia, Mi-an-ma và Bru-nây.

【东欧】Dōng'ōu<名>Đông Âu; Khối Đông Âu

【东拼西凑】dōngpīn-xīcòu chắp chỗ nọ ghép chỗ kia

【东山再起】dōngshān-zàiqǐ khôi phục địa vị; trở lại cầm quyền

【东西】dōngxī<名>❶phía đông và phía tây ❷từ đông đến tây

【东西】dōngxi<名>❶đồ vật; đồ ❷cái của nợ (tỏ ý chán ghét hoặc âu yếm): 真是狼心狗肺的~! Thật là đồ lòng lang dạ thú!

【东亚】Dōngyà<名>Đông Á; khu vực Đông Bắc Á

【东张西望】dōngzhāng-xīwàng nhìn đông nhìn tây; nhìn ngược nhìn xuôi

冬 dōng<名>mùa đông

【冬虫夏草】dōngchóng-xiàcǎo đông trùng hạ thảo

【冬瓜】dōngguā<名>(cây, quả) bí đao

【冬季】dōngjì<名>mùa đông

【冬季奥运会】Dōngjì Àoyùnhuì Thế vận hội mùa đông; Olympic mùa đông

【冬眠】dōngmián<动>ngủ đông

【冬青】dōngqīng<名>[植物]cây nhựa ruồi

【冬笋】dōngsǔn<名>măng mùa đông

【冬天】dōngtiān<名>mùa đông

【冬至】dōngzhì<名>tiết Đông chí

dǒng

董 dǒng❶<动>[书]giám sát; đổng: ~督 giám sát ❷<名>thành viên ban giám đốc: 校~ thành viên ban giám đốc nhà trường //(姓)Đổng

【董事】dǒngshì<名>thành viên hội đồng quản trị

【董事会】dǒngshìhuì<名>hội đồng quản trị

【董事长】dǒngshìzhǎng<名>chủ tịch hội đồng quản trị

懂 dǒng<动>hiểu; biết: 你听~了吗? Em nghe hiểu chưa?

【懂得】dǒngde<动>hiểu; biết (ý nghĩa, cách làm...): 你~怎么操作这台机器吗?Anh có biết cách điều khiển chiếc máy này không?

【懂行】dǒngháng<动>thạo nghề: ~的师傅người thợ thạo nghề

【懂事】dǒngshì<形>biết điều; khôn

dòng

动 dòng❶<动>động; lay; lung lay: 坐着不敢~ ngồi yên không dám động ❷<动>động tác; hành động: 一举一~nhất cử nhất động ❸<动>(thay đổi vị trí hoặc hình dáng của sự vật) đi; thay: 拉~ kéo đi; 改~ thay đổi ❹<动>sử dụng; làm cho tác dụng: ~脑 động não; ~笔 bắt đầu viết ❺<动>động; chạm; chọc; đụng (tư tưởng tình cảm): 触~ đụng đến; ~怒 nổi giận ❻<动>xúc động; cảm động: 动人心弦 làm cảm động lòng người ❼<副>[书]động một tí; thường; thường thường

【动不动】dòngbudòng động một tí

【动车】dòngchē<名>tàu hỏa hay tàu điện có thiết bị động lực riêng

【动词】dòngcí<名>động từ

【动荡】dòngdàng❶<动>xao động: 水面~ mặt nước xao động ❷<形>rối ren; không ổn định: 社会~ tình hình xã hội rối ren

【动工】dònggōng<动>❶khởi công; bắt tay vào làm: ~典礼 lễ khởi công ❷thi công: 工地正在~。Công trường đang thi công.

【动画片】dònghuàpiàn<名>phim hoạt hình; phim hoạt họa

【动机】dòngjī<名>động cơ

【动静】dòngjing<名>❶tiếng động ❷tình hình; động tĩnh: 打探敌人的~ dò sát tình hình của địch

【动力】dònglì<名>❶động lực; lực tác dụng: ~来源 nguồn động lực ❷động lực

【动乱】dòngluàn<动>hỗn loạn; rối ren: 局势~ tình hình đang rất hỗn loạn

【动脉】dòngmài<名>❶động mạch ❷(ví đường giao thông quan trọng) huyết mạch

【动漫】dòngmàn<名>phim hoạt hình và truyện tranh

【动情】dòngqíng<动>❶xúc động ❷nảy sinh tình cảm; khao khát; động tình: 姑娘已对小伙子~。Cô gái đã nảy sinh tình cảm với chàng trai.

【动人】dòngrén<形>cảm động lòng người; hấp dẫn: ~的表演 cuộc biểu diễn hấp dẫn

【动身】dòngshēn<动>khởi hành; lên đường: 他早晨六点就~了。Anh ấy đã khởi hành vào lúc sáu giờ sáng.

【动手】dòngshǒu<动>❶bắt tay làm; làm: 你收拾完就~做饭吧。Em dọn dẹp xong là bắt tay làm bếp nhé. ❷sờ mó; sờ tay vào: 她笨手笨脚的，一一就砸坏东西。Cô ta vụng về, sờ vào cái gì là hỏng cái ấy. ❸đánh người; đánh nhau: 什么事都要好好说，不应该~。Chuyện gì cũng phải bình tĩnh nói cho rõ, không nên đánh nhau.

【动手动脚】dòngshǒu-dòngjiǎo❶đánh người ❷trêu ghẹo; sờ mó lợi dụng

【动手术】dòng shǒushù mổ; phẫu thuật

【动态】dòngtài❶<名>động thái; tình hình đang diễn ra; tin tức: 发展~ tình hình phát triển ❷<名>thần thái; cách biểu hiện: 画中人物~各异。Cách biểu hiện các nhân vật trong bức tranh mỗi người một khác. ❸<名>động; biến động: ~电流 dòng điện động ❹<形>năng động: ~分析 phân tích năng động

【动弹】dòngtan<动>cử động; nhúc nhích: 我们累得~不得。Chúng ta mệt đến nỗi không buồn nhúc nhích.

【动听】dòngtīng<形>dễ nghe; nghe hay; êm tai: 她的歌声真~。Cô ấy hát nghe rất hay.

【动武】dòngwǔ<动>dùng vũ lực (để đánh nhau)

【动物】dòngwù<名>động vật

【动物园】dòngwùyuán<名>vườn thú; vườn bách thú

【动向】dòngxiàng<名>chiều hướng phat triển

【动心】dòngxīn<动>động lòng; cảm động: 没说几句就~了 mới nói thế mà đã động lòng

【动摇】dòngyáo❶<动>nghiêng ngả; không vững vàng; không kiên định ❷<形>lay chuyển; làm dao động: 心意已决，没有什么可以~。Chí đã quyết, khó có gì lay chuyển nổi.

【动用】dòngyòng<动>sử dụng: ~武力 dùng vũ lực; ~公款 sử dụng công quỹ

【动员】dòngyuán<动>❶động viên; huy động (nhân tài vật lực phục vụ chiến tranh) ❷động viên; cổ vũ: ~全村植树造林。Huy động cả làng trồng cây gây rừng.

【动真格】dòng zhēngé làm nghiêm túc

【动作】dòngzuò❶<名>động tác: ~轻快 động tác nhanh nhẹn ❷<动>hoạt động; làm việc; áp dụng biện pháp

冻dòng❶〈动〉đông: 水~成冰 nước đông lại thành băng ❷〈名〉món đông: 皮~ bì heo nấu đông ❸〈动〉cóng; rét cóng: 天儿很冷，真~得慌。Trời rét buốt, cóng chết đi được. ❹〈动〉bị thương do giá rét

【冻疮】dòngchuāng〈名〉vết nẻ da; cước; mụn lạnh

【冻僵】dòngjiāng〈动〉đông lại (vì lạnh); lạnh cứng

【冻结】dòngjié〈动〉❶đóng băng: 水~成冰 nước đóng băng ❷giữ nguyên; đình chỉ; đóng băng: 银行存款~。Để tiền đóng băng trong ngân hàng. ❸tạm đình chỉ, tạm hoãn mối quan hệ

【冻伤】dòngshāng〈名〉(cơ thể) tổn thương do giá rét

栋dòng❶〈名〉đòn nóc; xà nha ❷〈量〉ngôi (nhà)

【栋梁】dòngliáng〈名〉xà nhà

【栋梁之材】dòngliángzhīcái riềng cột của đất nước, xã hội

洞dòng❶〈名〉động; hốc; lỗ: ~穴 hang động ❷〈数〉không; linh❸〈形〉thấu; thấu triệt; sâu xa: ~悉 hiểu thấu

【洞察】dòngchá〈动〉xét rõ; thấy rõ: ~其本质 thấy rõ bản chất của nó

【洞房】dòngfáng〈名〉động phòng

【洞窟】dòngkū〈名〉hang động

恫dòng〈动〉❶[书]sợ hãi; khiếp sợ ❷đe dọa

【恫吓】dònghè〈动〉dọa; đe dọa; uy hiếp: 用武力~ đe dọa bằng vũ lực

dōu

都dōu〈副〉❶đều; cũng: 我们~是学生。Chúng tôi đều là sinh viên. ❷(kết hợp với "是") do; vì; tại: ~是他害我们来晚了。Chính vì nó mà chúng tôi đến muộn. ❸đến nỗi; thậm chí: 冷得牙齿~打战了 đã rét đến run cầm cập ❹đã: 错~错了，后悔也没用。Đã chót sai rồi, hối tiếc cũng là vô ích.

另见dū

兜dōu❶〈名〉túi: 网~ túi lưới ❷〈动〉bọc; túm: ~着床单四个角儿 túm bốn góc khăn lại ❸〈动〉lượn; vòng ❹〈动〉thu hút; chèo kéo: ~销 bán rao ❺〈动〉bao; chịu; gánh: 冷静点儿，出事我~着。Bình tĩnh lại, có tội gì thì tôi chịu. ❻〈动〉lật tẩy; vạch trần: ~底 lột mặt nạ (ai)

【兜风】dōufēng〈动〉❶(buồm...) đón gió: 帆儿~，船儿快行。Buồm đón gió thì thuyền lướt nhanh. ❷đi hóng gió; đi hóng mát: 乘车~ phóng xe đi hóng mát

【兜揽】dōulǎn〈动〉❶câu khách; chào mời khách: ~生意 chào hàng ❷chuốc lấy; ôm đồm

【兜圈子】dōu quānzi❶lượn vòng; đi vòng ❷vòng vo; quanh co: 兜着圈子说 nói vòng vo

【兜售】dōushòu〈动〉❶rao hàng; bán rao ❷ví rêu rao truyền bá (một quan điểm hoặc chủ trương)

dǒu

斗dǒu❶〈量〉đấu (đơn vị đo dung tích, 1 đấu = 10 thăng) ❷〈名〉cái đấu (dụng cụ đong lường, thường bằng gỗ, dùng ở một số địa phương để đong hạt rời) ❸〈名〉vật có hình cái đấu, tẩu, phễu...: 烟~ cái tẩu thuốc; 漏~ cái phễu ❹〈名〉vân tay tròn ❺〈名〉cái đấu đựng rượu thời xưa ❻〈名〉sao Bắc Đẩu (gọi tắt)

另见dòu

【斗车】dǒuchē〈名〉xe goòng

【斗胆】dǒudǎn〈副〉bạo gan; đánh

bạo: ~进谏 bạo gan khuyên can

【斗笠】dǒulì<名>nón; mũ

【斗篷】dǒupeng<名>áo khoác

抖 dǒu<动>❶run rẩy: 手脚发~。 Chân tay run rẩy. ❷giặt; giũ: ~~ 衣服上的尘土 gột giũ bụi bám trên quần áo ❸(dùng với) dốc hết ra; vạch trần; phanh phui: ~漏 vạch trần; ~风 (điều bí mật) lọt ra ngoài ❹cổ vũ; phấn chấn (tinh thần): ~起 精神 cổ vũ tinh thần ❺lên mặt; vênh váo (vì có tiền, có địa vị): 他发了点 财就~起来了。 Ông ta vừa mới giàu lên đã lên mặt vênh váo.

【抖动】dǒudòng<动>❶run lên: 她吓 得面如土色，浑身~。 Cô ta sợ xanh cả mặt, toàn thân run lẩy bẩy. ❷lay; giật; rung: 一阵风吹过，树枝~。 Một cơn gió thoáng qua, cành lá đung đưa.

【抖擞】dǒusǒu<动>làm phấn chấn: ~精神 làm phấn chấn tinh thần

陡 dǒu<形>❶rất dốc; dốc dựng đứng ❷đột nhiên; đột ngột

【陡坡】dǒupō<名>sườn dốc

【陡峭】dǒuqiào<形>dốc dựng đứng; cheo leo

dòu

斗 dòu<动>❶đánh nhau; đấu: 战~ chiến đấu ❷đấu: ~恶霸 đấu (bọn) ác bá cường hào ❸chọi (cho động vật đánh nhau): ~鸡 chọi gà ❹đấu; đọ (thi nhau giành thắng lợi): ~棋 đấu cờ
另见dǒu

【斗殴】dòu'ōu<动>đánh nhau; đánh lộn; ẩu đả

【斗心眼儿】dòu xīnyǎnr đọ mánh khóe

【斗争】dòuzhēng<动>❶đấu tranh: 在善恶之间~ đấu tranh giữa cái thiện và cái ác ❷đấu ❸ra sức phấn

đấu: 为建设美好的未来而~。 Ra sức phấn đấu cho một tương lai tươi đẹp.

【斗志】dòuzhì<名>ý chí chiến đấu

【斗智斗勇】dòuzhì-dòuyǒng đấu trí đấu dũng

豆 dòu<名>❶cây đậu (đỗ); hạt đậu (đỗ): 黄~ đậu nành ❷hạt (vật có hình dáng giống hạt đậu): 花生~ hạt lạc

【豆瓣儿酱】dòubànrjiàng<名>tương (đậu nành)

【豆饼】dòubǐng<名>bánh bã đậu

【豆豉】dòuchǐ<名>đậu xị

【豆腐】dòufu<名>đậu phụ

【豆腐乳】dòufurǔ<名>đậu phụ nhự; chao

【豆腐渣工程】dòufuzhā gōngchéng những công trình làm ẩu

【豆浆】dòujiāng<名>sữa đậu nành: 打~ làm sữa đậu nành

【豆角儿】dòujiǎor<名>[口]quả đậu; đậu đũa; đậu cô ve

【豆奶】dòunǎi<名>sữa đậu nành

【豆沙】dòushā<名>bột đậu; đậu giã trộn đường (làm nhân bánh): ~包 bánh bao nhân đậu

【豆芽儿】dòuyár<名>giá đỗ; đậu giá

【豆制品】dòuzhìpǐn<名>các sản phẩm đậu nành

【豆子】dòuzi<名>❶cây đậu ❷hạt đậu ❸vật giống như hạt đậu

逗[1] dòu❶<动>trêu chọc; trêu; dỗ: 他 正拿着一个球~小狗玩。 Anh ta đang cầm một quả bóng trêu đùa với con chó. ❷<动>thu hút; khiến: 这小孩 真~人喜欢。 Đứa bé này khiến mọi người phải thương. ❸<动>đùa cợt: 他这个人很爱~。 Ông ta tính hay đùa cợt. ❹<形>buồn cười: 她说话真 ~。 Cô ấy nói năng buồn cười thật.

逗[2] dòu<动>dừng lại

【逗号】dòuhào<名>dấu phẩy

【逗乐儿】dòulèr<动>pha trò; gây

cười: 事情紧急，你还有心思~。Việc cấp bách mà cậu còn pha trò được.

【逗留】dòuliú<动>nán lại; dừng lại

【逗趣儿】dòuqùr<动>góp vui; pha trò

【逗笑儿】dòuxiàor<动>pha trò

痘 dòu<名>❶bệnh đậu mùa ❷vắc-xin đậu mùa ❸nốt đậu mùa; rỗ hoa

dū

都 dū<名>❶thủ đô: 定~ đóng đô ❷thành phố lớn; nơi nổi tiếng: ~市 đô thị

另见dōu

【都会】dūhuì<名>thành phố lớn

督 dū<动>đôn đốc; giám sát; chỉ huy: 监~ giám sát; ~战 đốc chiến

【督办】dūbàn❶<动>đôn đốc làm ❷<名>người giám sát

【督察】dūchá❶<动>giám sát; đôn đốc: ~施工进度 giám sát tiến độ thi công ❷<名>đốc sát (chức quan thời xưa chuyên giám sát, trông nom, coi sóc một loại công việc nhất định): ~御史 đốc sát ngự sử ❸<名>người giám sát

【督促】dūcù<动>đôn đốc; đốc thúc: ~小孩做作业 đôn đốc con trẻ làm bài tập

dú

毒 dú❶<名>chất độc: ~蘑菇 nấm độc ❷<名>chất độc; độc hại (có hại đối với ý thức): 肃清流~ thanh toán những nọc độc đang lưu truyền ❸<名>ma túy; chất nghiện: 禁~ chống ma túy ❹<动>đánh bả; giết: ~害 đầu độc ❺<形>ác độc; gay gắt: 发~誓 thề độc

【毒草】dúcǎo<名>cỏ độc; ví tác phẩm và lời nói có hại về tinh thần

【毒打】dúdǎ<动>đòn hiểm; đánh đập một cách dã man

【毒贩】dúfàn<名>kẻ buôn ma túy

【毒害】dúhài❶<动>đầu độc: 黄色音像制品~年轻人。Phim ảnh khiêu dâm đầu độc giới trẻ. ❷<名>chất độc hại

【毒辣】dúlà<形>độc ác; tàn bạo; nham hiểm: 手段~ thủ đoạn nham hiểm

【毒品】dúpǐn<名>chất ma túy; chất độc hại (như thuốc phiện, moóc-phin v.v.)

【毒气】dúqì<名>chất hơi độc; khí độc; gas độc

【毒蛇】dúshé<名>rắn độc

【毒手】dúshǒu<名>thủ đoạn hiểm độc

【毒素】dúsù<名>❶chất độc ❷điều xấu có hại cho tư tưởng: 封建~ nọc độc phong kiến

【毒药】dúyào<名>thuốc độc; độc dược

独 dú❶<形>một; độc: ~生 con độc ❷<副>đơn; một mình: ~唱 hát đơn ca ❸<名>người già không có con trai: 鳏寡孤~ quan quả cô độc ❹<副>chỉ có; duy nhất: 独~创 sáng tạo độc nhất ❺<形>[口]tự tư; ích ki ❻<副>độc đáo

【独裁】dúcái<动>độc tài: ~统治 nền thống trị độc tài

【独创】dúchuàng<动>sáng tạo độc đáo: ~一格 sáng tạo riêng một kiểu

【独到】dúdào<形>độc đáo: ~的见解 kiến giải độc đáo

【独家】dújiā<名>riêng một nhà: ~经营 kinh doanh riêng một nhà

【独家代理】dújiā dàilǐ làm đại lí độc quyền

【独角戏】dújiǎoxì<名>❶kịch một vai ❷ví một mình gánh vác công việc của mấy người

【独居】dújū<动>sống một mình: 他老人家~山上。Cụ sống một mình trên núi.

【独揽】dúlǎn<动>một mình nắm lấy: ~大权một mình nắm quyền

【独立】dúlì❶<动>đứng một mình ❷<动>tự lập: ~生活 sống tự lập ❸<动>chủ quyền không phụ thuộc bên ngoài: ~的国家 nhà nước độc lập ❹<形>biên chế riêng: ~营 tiểu đoàn độc lập ❺<动>tách riêng ra: 子公司已经~出去了。Công ti con đã tách riêng ra.

【独立核算】dúlì hésuàn hạch toán độc lập

【独联体】Dúliántǐ<名>Cộng đồng các quốc gia Độc lập

【独木桥】dúmùqiáo<名>cầu độc mộc

【独身】dúshēn❶<副>một mình: ~在外 một mình ở xa nhà ❷<动>độc thân: 他一辈子~。Ông ấy cả đời sống độc thân.

【独生女】dúshēngnǚ<名>con gái một (chỉ một con); độc nữ

【独生子】dúshēngzǐ<名>con trai một (chỉ một con)

【独特】dútè<形>độc đáo; đặc biệt: ~的风格 phong cách độc đáo

【独一无二】dúyī-wú'èr có một không hai; độc nhất vô nhị

【独有】dúyǒu<动>có riêng

【独占】dúzhàn<动>độc chiếm: ~市场 độc chiếm thị trường

【独占鳌头】dúzhàn-áotóu đỗ trạng nguyên; đoạt giải vô địch

【独柱寺】Dúzhù Sì<名>Chùa Một cột

【独资】dúzī<形>một bên tự bỏ vốn: ~公司 công ti nguồn duy nhất

【独自】dúzì<副>một mình: ~生活 sống một mình

【独奏】dúzòu<动>độc tấu

读 dú❶<动>đọc: 请~出黑板上的字。Đề nghị em đọc những chữ trên bảng đen. ❷<动>xem; đọc: ~者 độc giả ❸<动>học: ~书 đi học ❹<名>cách đọc: 破~ âm đọc khác

【读本】dúběn<名>sách tập đọc; sách học

【读后感】dúhòugǎn<名>cảm tưởng sau khi đọc

【读卡器】dúkǎqì<名>bộ đọc thẻ

【读取】dúqǔ<动>[计算机]đọc và ghi

【读书】dúshū<动>❶đọc sách ❷học ❸đi học: 他九岁才~。Cho đến chín tuổi nó mới đi học.

【读物】dúwù<名>sách báo (nói chung)

【读音】dúyīn<名>âm đọc

【读者】dúzhě<名>độc giả; bạn đọc; người đọc

渎 dú<动>[书]khinh mạn; bất kính: 亵~ khinh nhờn; 烦~ xúc phạm

【渎职】dúzhí<动>không làm tròn chức trách

【渎职罪】dúzhízuì<名>[法律]tội thất trách

犊 dú<名>con bê, con nghé: ~子 con bê

dǔ

肚 dǔ<名>món dạ dày (dê, lợn...) 另见dù

【肚子】dǔzi<名>món dạ dày 另见dùzi

笃 dǔ❶<形>trung thực; thành thật; một lòng một dạ: ~信 tin chắc ❷<形>(bệnh) nặng; trầm trọng; nguy kịch: 危~ nguy kịch ❸<副>[书]rất: ~爱 rất yêu

堵 dǔ❶<动>bịt; lấp; chắn: ~洪水 chắn dòng nước lũ; ~窟窿 bịt lỗ hổng lại ❷<形>buồn; buồn bã: 看她伤心, 我心里也怪~的。Thấy cô ấy buồn, tôi cũng buồn lắm. ❸<量>bức (tường)

【堵车】dǔchē<动>nghẽn xe; tắc xe

【堵截】dǔjié<动>chặn; chặn đứng; chặn đường: ~敌军 chặn đứng quân

dịch

【堵塞】dǔsè〈动〉bịt, lấp, chặn; tắc nghẽn: 各条道路都~了。Các ngả đường đều bị tắc nghẽn.

赌 dǔ〈动〉❶đánh bạc: ~场 sòng bạc ❷cược; đánh cược: 打~ cá cược

【赌博】dǔbó〈动〉đánh bạc: 沉迷~ ham đánh bạc

【赌棍】dǔgùn〈名〉con bạc

【赌局】dǔjú〈名〉cuộc đánh bạc

【赌气】dǔqì〈动〉giận dỗi

【赌钱】dǔqián〈动〉đánh bạc

【赌球】dǔqiú〈动〉cá cược bóng đá

【赌徒】dǔtú〈名〉người đánh bạc; con bạc

【赌债】dǔzhài〈名〉nợ cờ bạc

【赌咒】dǔzhòu〈动〉thề thốt

【赌注】dǔzhù〈名〉tiền đặt cược

睹 dǔ〈动〉nhìn thấy: 耳闻目~ tai nghe mắt thấy

dù

杜¹ dù〈名〉cây đường lê /// (姓) Đỗ

杜² dù〈动〉ngăn; nhét; bịt: ~耳恶闻 bịt tai không nghe; ~塞 ngăn chặn

【杜鹃】dùjuān〈名〉❶[植物](cây, hoa) đỗ quyên ❷[动物]chim đỗ quyên

【杜绝】dùjué〈动〉ngăn chặn; xóa bỏ; tiêu diệt (việc xấu): ~腐败 ngăn chặn triệt để vụ tham nhũng

【杜仲】dùzhòng〈名〉[中药]đỗ trọng

【杜撰】dùzhuàn〈动〉bịa đặt; hư cấu

肚 dù〈名〉cái bụng
另见dǔ

【肚量】dùliàng〈名〉❶độ lượng; khoan dung ❷sức ăn

【肚皮舞】dùpíwǔ〈名〉múa bụng

【肚脐】dùqí〈名〉cái rốn

【肚子】dùzi〈名〉❶bụng ❷bắp thịt: 腿~ bắp chân
另见dǔzi

妒 dù〈动〉ghen ghét; đố kị: 嫉~ ghen ghét; ~妇 người đàn bà hay ghen

【妒忌】dùjì〈动〉đố kị

度 dù ❶〈名〉cách đo: ~量衡 cân đo ❷〈名〉độ (độ cứng, độ nóng, độ ẩm...) ❸〈量〉đơn vị đo lường: 60~角 góc 60 độ ❹〈名〉mức độ: 知名~ mức độ nổi tiếng ❺〈名〉hạn độ: 过~ quá độ ❻〈名〉chuẩn mực hành vi: 制~ chế độ ❼〈名〉độ; ngưỡng (trong triết học) ❽〈名〉độ lượng: 大~ rộng lượng ❾〈名〉tư thế; khí chất (của người): 态~ thái độ ❿〈名〉thời gian hoặc không gian: 年~ năm ⓫〈名〉sự tính toán: 置之~外 đặt ngoài sự suy tính ⓬〈动〉sống; qua: ~岁 ăn Tết ⓭〈动〉thoát khỏi trần tục; (tăng ni, đạo sĩ) khuyên người ta đi tu ⓮〈量〉lần: 一年一~ mỗi năm một lần
另见duó

【度过】dùguò〈动〉trải qua; sống qua (một khoảng thời gian)

【度假】dùjià〈动〉nghỉ; nghỉ ngơi: 去海边~ đi nghỉ mát ở bờ biển

【度假村】dùjiàcūn〈名〉khu nghỉ mát

【度假胜地】dùjià shèngdì nơi nghỉ mát tuyệt vời

【度量】dùliàng〈名〉độ lượng; khoan dung: 有~的人 người có độ lượng

【度蜜月】dù mìyuè hưởng tuần trăng mật

【度日】dùrì〈动〉sống qua ngày đoạn tháng: 艰难~ sống cơ cực

【度日如年】dùrì-rúnián sống khổ sống sở

【度数】dùshu〈名〉số độ: 近视~ độ cận thị

渡 dù ❶〈动〉vượt; qua; sang (sông, biển): ~过难关 vượt qua khó khăn ❷〈动〉chuyên chở qua sông: 我们的货物可以用船~过河。Hàng hóa của ta có thể chuyên chở qua sông bằng thuyền。❸〈名〉bến (thường dùng làm địa danh)

【渡船】dùchuán〈名〉đò ngang; phà

【渡口】dùkǒu〈名〉bến đò

【渡轮】dùlún〈名〉tàu thủy; ca nô; phà máy (chở sang sông)

镀dù〈动〉mạ; tráng: ~镍 mạ kền

【镀金】dùjīn〈动〉❶mạ vàng ❷làm mới; đánh bóng; đi "mạ vàng" (làm cho tốt hơn)

duān

端[1] duān〈名〉❶đầu (của vật): 顶~ chóp đỉnh; 末~ đoạn cuối ❷bắt đầu (sự việc): 开~ mở đầu ❸nguyên nhân; cớ: 事~ điều gây rối loạn ❹hạng mục: 举其一~ đưa ra một mục

端[2] duān❶〈形〉đứng đắn; nghiêm trang: ~坐 ngồi thẳng lưng ❷〈动〉bưng: ~茶 bưng chè ra ❸〈动〉diệt trừ

【端口】duānkǒu〈名〉[计算机]cổng

【端午】Duānwǔ〈名〉tết Đoan Ngọ (mồng 5 tháng 5 âm lịch)

【端详】[1]duānxiáng〈名〉tình hình tỉ mỉ

【端详】[2]duānxiáng〈形〉đoan trang ung dung

【端详】duānxiang〈动〉ngắm nghía

【端正】duānzhèng❶〈形〉ngay ngắn ❷〈形〉đứng đắn: 品行~的人 một người đứng đắn ❸〈动〉chấn chỉnh

【端庄】duānzhuāng〈形〉đoan trang: 气质~大方 tính nết đoan trang, thùy mị

duǎn

短duǎn❶〈形〉ngắn: ~期 ngắn hạn ❷〈动〉thiếu: ~吃少穿 thiếu ăn thiếu mặc ❸〈名〉khuyết điểm; sở đoản: 取长补~ lấy chỗ mạnh bù chỗ yếu

【短波】duǎnbō〈名〉sóng ngắn

【短秤】duǎnchèng〈动〉thiếu cân; hụt cân

【短处】duǎnchù〈名〉khuyết điểm; nhược điểm; chỗ yếu

【短促】duǎncù〈形〉ngắn ngùi; gấp gáp; vội vã: 生命~ cuộc đời ngắn ngùi

【短大衣】duǎndàyī〈名〉áo bành tô ngắn

【短刀】duǎndāo〈名〉dao ngắn

【短见】duǎnjiàn〈名〉❶kiến giải nông cạn; tầm nhìn chật hẹp: 庸人~ kẻ ngu thì nông cạn ❷tự sát: 寻~ tự tử

【短裤】duǎnkù〈名〉quần cộc; quần đùi

【短路】duǎnlù〈动〉[电学](điện) chập mạch, đoản mạch

【短跑】duǎnpǎo〈名〉(môn) chạy cự li ngắn

【短篇小说】duǎnpiān xiǎoshuō truyện ngắn

【短片】duǎnpiàn〈名〉phim ngắn

【短期】duǎnqī❶〈名〉thời gian ngắn ❷〈形〉ngắn hạn

【短浅】duǎnqiǎn〈形〉nông cạn: 见识~ kiến thức nông cạn

【短缺】duǎnquē〈动〉thiếu thốn; không đủ: 物资~ vật liệu không đủ

【短裙】duǎnqún〈名〉váy ngắn

【短统靴】duǎntǒngxuē〈名〉giày ống ngắn

【短途】duǎntú〈形〉đường ngắn: ~飞行 chuyến bay đường ngắn

【短袜】duǎnwà〈名〉bít-tất ngắn

【短文】duǎnwén〈名〉bài văn ngắn

【短线】duǎnxiàn〈形〉❶(sản phẩm) cung không đủ cầu ❷chu kì ngắn mà hiệu quả nhanh: ~投资 đầu tư ngắn hạn mà hiệu quả nhanh

【短小】duǎnxiǎo〈形〉❶(bài văn, kịch) ngắn ❷(tầm vóc) thấp nhỏ

【短信】duǎnxìn〈名〉❶thư ngắn ❷tin nhắn

【短袖】duǎnxiù〈名〉ngắn tay

【短暂】duǎnzàn〈形〉(thời gian) ngắn ngùi; chốc lát

duàn

段 duàn ❶<量>đoạn; quãng; khúc: 一~时间 một quãng thời gian; 一一路 một chặng đường ❷<名>đẳng cấp; xếp hạng (trong một số môn thi đấu) ❸<名>đơn vị hành chính ở xí nghiệp, nhà máy, ngành giao thông //(姓)Đoạn

【段落】duànluò<名>đoạn; chặng

【段子】duànzi<名>tiết mục ngắn

断 duàn ❶<动>đứt: 锯~木头 cưa đứt khúc gỗ ❷<动>mất; đứt; cắt đứt; đoạn tuyệt: ~电 cúp điện; 打~思路 cắt đứt dòng suy nghĩ ❸<动>cản; ngăn chặn: 设法阻~疫病传播渠道 tìm biện pháp ngăn chặn kênh lây truyền của dịch bệnh ❹<动>bỏ; cai: ~奶 cai sữa ❺<动>phán đoán: 诊~ chẩn đoán ❻<副>[书]tuyệt đối; nhất định (với dáng phủ định)

【断层】duàncéng ❶<名>[地质]đứt gãy địa tầng ❷<动>hụt hẫng: 人才~ nhân tài hụt hẫng

【断炊】duànchuī<动>đứt bữa

【断档】duàndàng<动>❶bán hết: 日用小百货快卖~了。Hàng bách hóa nhỏ sẽ bán hết. ❷thiếu người kế tục

【断定】duàndìng<动>khẳng định; đoán định; kết luận: 缺乏证据，无法~。Chứng cứ chưa đầy đủ nên chưa khẳng định được.

【断断续续】duànduànxùxù cách quãng; không liên tục; lúc rõ lúc không

【断根】duàngēn<动>❶tuyệt tự ❷xóa bỏ tận gốc: 治疗要~，以防复发。Chữa bệnh thì phải dứt điểm để tránh sự tái phát.

【断后】[1] duànhòu<动>tuyệt tự

【断后】[2] duànhòu<动>chặn hậu: 带人~ dẫn quân đi chặn hậu

【断交】duànjiāo<动>tuyệt giao; cắt đứt quan hệ ngoại giao

【断绝】duànjué<动>đoạn tuyệt; cắt đứt: ~关系 cắt đứt quan hệ

【断裂】duànliè<动>tan nát; tan vỡ

【断气】duànqì<动>tắt thở; chết

【断然】duànrán ❶<形>dứt khoát; quả đoán: ~回绝 dứt khoát từ chối ❷<副>tuyệt đối; nhất định: ~不能接受 tuyệt đối không chấp nhận được

【断送】duànsòng<动>toi; mất đứt; hủy hoại: ~性命 toi mạng

【断言】duànyán ❶<动>nói quả quyết; nói một cách khẳng định ❷<名>kết luận: 现在还不能做出这样的~。Bây giờ chưa có thể kết luận như vậy.

缎 duàn<名>vóc: 绸~ vóc lụa

【缎带】duàndài<名>dải ruy-băng

【缎面】duànmiàn<名>sa-tanh

【缎子】duànzi<名>sa-tanh

锻 duàn<动>rèn: ~铁 rèn sắt

【锻工】duàngōng<名>❶thợ rèn ❷công việc rèn

【锻炼】duànliàn<动>❶rèn và đúc ❷rèn luyện sức khỏe: ~身体 rèn luyện thân thể ❸rèn luyện năng lực

【锻造】duànzào<动>rèn

duī

堆 duī ❶<动>chồng; chất; xếp: ~成堆儿 cái nọ chồng lên cái kia ❷<名>đống: 土~ đống đất ❸<名>gò (thường dùng làm tên đất) ❹<量>đống; đám: 一一工作 hàng đống việc

【堆放】duīfàng<动>xếp đống; chất đống

【堆肥】duīféi<名>[农业]phân ủ; phân xanh

【堆积】duījī<动>chồng chất; xếp đống: ~如山 chất đống cao như núi

【堆集】duījí<动>chất đống

duì

队 duì ❶<名>hàng; đội ngũ; hàng ngũ: 排~ xếp hàng ❷<名>đội: 足球~ đội bóng đá ❸<名>Đội Thiếu niên tiền phong (nói tắt): 入~ được kết nạp vào Đội ❹<量>đội; đoàn; toán: 一~人马 một đội quân

【队列】duìliè<名>hàng ngũ; đội ngũ

【队伍】duìwu<名>❶bộ đội; quân đội: 地方~ bộ đội địa phương ❷hàng ngũ; đội ngũ: 知识分子~ đội ngũ trí thức

【队员】duìyuán<名>đội viên

对 duì ❶<动>trả lời: 无言以~ không trả lời được ❷<动>đối; đối phó; đối đãi: 应~ ứng đối ❸<动>hướng về; nhằm về (thường đi với): ~着大海 hướng ra biển ❹<动>đối (hai bên hướng vào nhau): ~调 đổi chác ❺(形>đối; đối địch; đối diện: 马路~面 bên kia đường; ~手 đối thủ ❻<动>hợp; phù hợp: ~口味 hợp khẩu vị ❼<动>đối; so sánh: ~照 đối chiếu ❽<动>điều chỉnh; chỉnh (cho hợp với mức chuẩn): ~焦距 điều chỉnh tiêu cự ❾<动>chế thêm; cho thêm (chất lỏng): 锅里~点水 cho thêm nước vào nồi; ~着喝 hòa lẫn với nhau rồi uống ❿<动>chia đôi: ~分 chia đôi ⓫<形>đúng; chính xác; bình thường: 你说得~. Anh nói rất đúng. ⓬<名>câu đối: 喜~ câu đối mừng ⓭<量>đôi; cặp: 一~情侣 đôi người tình ⓮<介>đối với: ~他来说，这事儿一点不难. Đối với ông ta, việc ấy đâu có gì khó.

【对岸】duì'àn<名>bờ bên kia

【对白】duìbái<名>đối thoại (trong kịch, phim)

【对半儿】duìbànr<动>chia đôi

【对比】duìbǐ ❶<动>so sánh: ~双方的实力 so sánh lực lượng giữa hai bên ❷<名>tỉ lệ

【对不起】duìbuqǐ xin lỗi; có lỗi với: ~父母 có lỗi với bố mẹ

【对策】duìcè<名>đối sách; biện pháp đối phó: 拿出~ đưa ra những đối sách

【对称】duìchèn<形>đối xứng

【对答如流】duìdá-rúliú đối đáp trôi chảy

【对打】duìdǎ<动>đánh nhau; đối chọi

【对待】duìdài<动>❶đối xử: 小兰~朋友很贴心. Cô Lan đối xử với bạn bè rất chu đáo. ❷ở thế tương đối: 好与坏是互相~的. Điều hay và điều xấu là tương đối với nhau.

【对得起】duìdeqǐ xứng đáng; không hổ thẹn

【对等】duìděng<形>ngang nhau

【对调】duìdiào<动>đổi cho nhau: 工作~ đổi công tác cho nhau

【对方】duìfāng<名>đối phương; đối tác

【对付】duìfu ❶<动>ứng phó: ~财政危机 ứng phó với khủng hoảng tài chính ❷<动>tạm: 先吃点干粮~着. Ăn tạm chút lương khô cho đỡ đói.

【对歌】duìgē<动>hát đối; hát bè

【对号】duìhào<动>❶chiếu theo số: ~就座 chiếu theo số vào chỗ ngồi ❷phù hợp

【对话】duìhuà<动>❶đối thoại: 三方~ cuộc đối thoại tay ba ❷đối thoại; tiếp xúc: 从对立到~ chuyển từ đối đầu sang đối thoại

【对话框】duìhuàkuàng<名>[计算机] hộp thoại

【对家】duìjiā<名>❶phía bên kia; bên đối diện (cờ bạc) ❷bên ấy

【对讲机】duìjiǎngjī<名>máy bộ đàm

【对接】duìjiē<动>ghép; lắp ghép; kết nối; tiếp nối; liên kết: 企业与市场~ xí nghiệp liên kết với thị trường

【对劲儿】duìjìnr<形>❶thích chí; thỏa mãn (với ý phủ định): 屏幕太小, 看

得不~。Màn hình quá nhỏ, xem thì không thỏa mãn. ❷ăn ý; hợp: 小两口一向~。Cặp vợ chồng luôn luôn hợp nhau. ❸bình thường: 今天他不太~。Hôm nay trông nó không như ngày thường.

【对决】duìjué<动>thi đấu chung kết

【对抗】duìkàng<动>❶đối lập ❷đối kháng; chống đối: ~的关系 quan hệ đối kháng

【对立】duìlì<动>❶đối lập: ~面 mặt đối lập ❷trái ngược: 有很多~的看法 có nhiều ý kiến trái ngược

【对联】duìlián<名>câu đối

【对路】duìlù<形>❶đúng theo yêu cầu; phù hợp với nhu cầu: 适销~的产品 sản phẩm hợp với nhu cầu của khách hàng ❷thích; thích thú: 他觉得做煅工挺~。Anh ấy cảm thấy rất thích thú với công việc thợ rèn. ❸ăn ý; hợp: 交朋友要~, 不然就别交了。Chọn bạn thì phải ăn ý, nếu không thì thôi.

【对门】duìmén❶<动>ở đối diện: 阿华和阿海家~儿。Nhà Hoa và nhà Hải ở đối diện. ❷<名>nhà đối diện

【对面】duìmiàn❶<名>đối diện ❷<名>phía trước mặt: ~有个人在向他招手。Phía trước mặt ông có một người đang vẫy tay. ❸<副>mặt đối mặt; trực tiếp: 有事就~说以避免误会。Có gì thì trực tiếp nói với nhau để tránh sự hiểu lầm.

【对牛弹琴】duìniú-tánqín đàn gảy tai trâu

【对偶】duì'ǒu<动>[修辞]đối ngẫu; phép đối

【对齐】duìqí<动>sắp cho thẳng hàng

【对手】duìshǒu<名>❶đối thủ: 淘汰~ hạ đo ván đối thủ ❷kẻ ngang sức ngang tài: 棋逢~ kì phùng địch thủ

【对头】duìtóu<形>❶đúng; thích hợp: 你这话~。Ông nói rất đúng.

❷bình thường: 看他不太~, 可能是病了。Trông nó không như ngày thường, có lẽ bị ốm rồi. ❸hợp nhau (với dáng phủ định)

【对头】duìtou<名>❶thù địch: 死~ kẻ tử thù ❷đối thủ

【对外】duìwài<动>đối ngoại: ~政策 chính sách đối ngoại

【对外开放】duìwài kāifàng mở cửa (để giao lưu với nước khác)

【对外贸易】duìwài màoyì mậu dịch đối ngoại; ngoại thương

【对虾】duìxiā<名>tôm he

【对象】duìxiàng<名>❶đối tượng: 采访~ đối tượng phỏng vấn ❷người yêu: 找~ tìm người yêu

【对应】duìyìng<动>❶đối ứng: 基本的~关系 mối quan hệ đối ứng cơ bản ❷đối phó: ~措施 biện pháp đối phó

【对于】duìyú<介>đối với

【对账】duìzhàng<动>kiểm tra đối chiếu các tài khoản

【对照】duìzhào<动>❶đối chiếu: ~样品 đối chiếu hàng mẫu ❷so sánh

【对着干】duìzhegàn❶ganh đua ❷chống lại; trả miếng; trả đũa

【对症下药】duìzhèng-xiàyào đối chứng điều trị bệnh nào thuốc nấy; bốc thuốc theo bệnh

【对质】duìzhì<动>đối chất: 出庭~ ra tòa đối chất

【对峙】duìzhì<动>đứng sóng đôi: 两军~ quân hai bên ở thế giằng co

【对准】duìzhǔn<动>nhắm đúng: ~敌人开火 nhắm bắn quân thù

兑 duì<动>❶(đem đồ vàng bạc cũ) đổi lấy (đồ vàng bạc mới) ❷trả tiền hay lĩnh tiền (theo chứng từ): 汇~ hối đoái ❸pha thêm nước; trút thêm nước: 往酒里~水 pha thêm nước vào rượu

【兑换】duìhuàn<动>đổi; hối đoái: ~

现金 đổi tiền mặt

【兑奖】duìjiǎng〈动〉đổi phiếu thưởng lấy phần thưởng

【兑现】duìxiàn〈动〉❶rút tiền (từ ngân hàng): ~支票 rút tiền bằng séc ❷thực hiện (lời hứa): ~诺言 thực hiện lời hứa

dūn

吨 dūn〈量〉❶tấn (bằng 1000 kg) ❷đơn vị trọng lượng của các nước Anh, Mĩ ❸đơn vị đo dung tích của tàu bè, bằng 2,8317 mét khối ❹đơn vị tính cước phí vận tải hàng trên tàu thuyền, tính theo thể tích quy ra tấn tùy từng loại hàng

【吨位】dūnwèi〈名〉❶trọng tải (của tàu, xe, thuyền bè) ❷lượng vận tải của tàu thuyền, tính theo dung tích tàu thuyền

敦 dūn❶〈形〉chân thành; thành khẩn ❷〈动〉thúc giục

【敦促】dūncù〈动〉thúc giục; giục giã

【敦厚】dūnhòu〈形〉trung hậu: 他为人~. Ông ấy tính vốn trung hậu.

【敦实】dūnshi〈形〉thấp lùn chắc nịch

墩 dūn❶〈名〉gò; đống: ~台 đống đất ❷〈名〉cái bệ; cái thớt: 树~ gốc cây ❸〈名〉cái đôn (dùng để ngồi): 锦~ cái đôn (bọc)gấm

蹲 dūn〈动〉❶cúi; ngồi xổm: ~久腿脚麻了. Cúi lâu hai chân bị tê cứng. ❷rỗi rãi; ngồi rỗi: ~窝 ngồi rỗi trong nhà

【蹲点】dūndiǎn〈动〉cắm chốt; nằm vùng

【蹲守】dūnshǒu〈动〉rình phục; mai phục

dǔn

盹 dǔn〈动〉ngủ chợp một lát: 打~儿 ngủ gật

dùn

炖 dùn〈动〉❶hầm: ~鸡 hầm gà ❷đun; hâm: ~药 hâm thuốc

钝 dùn〈形〉❶cùn: 刀~了，要磨一磨. Dao cùn rồi, phải mài đi. ❷đần độn: 迟~ đần độn; 愚~ ngu đần

【钝角】dùnjiǎo〈名〉[数学]góc tù

【钝器】dùnqì〈名〉dụng cụ hoặc công cụ cùn

盾[1] dùn〈名〉❶lá chắn; cái mộc ❷vật hình lá chắn, nhất là huy hiệu trên đồng tiền: 金~ huy hiệu vàng

盾[2] dùn〈名〉đồng (phiên âm tiền bản vị của Hà Lan, Việt Nam, In-đô-nê-xi-a)

【盾牌】dùnpái〈名〉❶lá chắn ❷cái cớ để thoái thác, từ chối

顿[1] dùn❶〈动〉ngừng; tạm dừng: 停~ tạm ngừng ❷〈动〉viết nhấn nét: 一横的两头都要~一~. Viết nét ngang phải nhấn bút ở cả hai đầu. ❸〈动〉giậm (đầu xuống đất); giậm (chân): 捶胸~足 đấm ngực giậm chân ❹〈动〉xử lí sắp đặt: 整~ chỉnh đốn ❺〈副〉bỗng; bỗng nhiên: ~悟 chợt tỉnh ngộ ❻〈量〉bữa; trận: 他吃了~早饭就出发了. Sau khi ăn bữa sáng, anh ấy đã lên đường ngay.

顿[2] dùn〈形〉mệt nhọc: 劳~ vất vả

【顿号】dùnhào〈名〉dấu ngừng

【顿时】dùnshí〈副〉lập tức; liền

【顿足】dùnzú〈动〉giậm chân

duō

多 duō❶〈形〉nhiều: ~年 nhiều năm ❷〈动〉thừa: 还~一张票，给你吧. Còn thừa một tấm vé, cho cậu nhé. ❸〈形〉đa; lắm (quá mức cần thiết): ~嘴 lắm mồm ❹〈数〉(dùng sau số từ) hơn: 三十~岁 hơn ba mươi tuổi ❺〈形〉(chỉ mức độ so sánh) hơn

D

nhiều: 她比我高~了。Chị ấy cao hơn tôi nhiều. ❻<代>(dùng trong câu hỏi) bao nhiêu; bao lâu: 他~久来一次? Ông ấy bao lâu đến một lần? ❼<副>(dùng trong câu cảm thán) biết bao, quả thật là: ~幸福啊! Hạnh phúc biết bao! ❽<副>bao nhiêu; thế nào; bấy nhiêu (chỉ mức độ nhất định): 不管有~难也要完成。Dù khó mấy cũng phải làm xong.

【多半】duōbàn❶<数>phần lớn; phần nhiều; quá nửa ❷<副>chắc là; có lẽ

【多边】duōbiān<形>nhiều bên: ~贸易 mậu dịch nhiều bên

【多才多艺】duōcái-duōyì đa tài đa nghệ; lắm tài nghệ

【多愁善感】duōchóu-shàngǎn đa sầu đa cảm

【多此一举】duōcǐyījǔ việc làm thừa; những động tác không cần thiết

【多动症】duōdòngzhèng<名>bệnh hiếu động của nhi khoa

【多多益善】duōduō-yìshàn càng nhiều càng tốt; đa đa ích thiện

【多发病】duōfābìng<名>bệnh thường gặp

【多方】duōfāng❶<形>đa phương; đa bên: ~经济合作 hợp tác kinh tế đa phương ❷<副>về nhiều mặt ❸<副>bằng nhiều cách: ~救助 tìm nhiều cách để cứu trợ

【多功能】duōgōngnéng đa chức năng

【多极化】duōjíhuà nhiều cực; đa cực: ~发展 phát triển đa cực

【多快好省】duō-kuài-hǎo-shěng nhiều nhanh tốt rẻ

【多亏】duōkuī<动>may mà: ~有你，我们才能完成任务。May mà có cậu chúng ta mới hoàn thành được nhiệm vụ.

【多虑】duōlǜ<动>lo lắng quá nhiều: 那只是意外，你~了。Đó chỉ là ngẫu nhiên, chị quá lo lắng thôi.

【多么】duōme❶<代>bao nhiêu; đến đâu; mấy (trong câu hỏi) ❷<副>biết bao; thật là (trong câu cảm thán): ~美丽的风景啊! Phong cảnh đẹp biết bao! ❸<副>mấy; bao nhiêu (nghĩa là mức độ cao)

【多媒体】duōméitǐ<名>truyền thông đa phương tiện

【多情】duōqíng<形>đa tình; si tình: ~的眼神 con mắt đa tình

【多如牛毛】duōrúniúmáo nhiều như lông bò; nhiều vô kể

【多少】duōshǎo❶<名>chỉ số lượng: ~不一。Có cái thì nhiều, có cái thì ít. ❷<副>nhiều hay ít: 他的话~有些道理。Lời anh ấy ít nhiều cũng có lí lẽ. ❸<副>hơi; tí chút; có phần

【多少】duōshao<代>❶bao nhiêu; mấy (trong câu hỏi): 你们有~人? Các em có mấy người? ❷bao nhiêu; bấy nhiêu: 有~拿~ có bao nhiêu lấy bấy nhiêu

【多时】duōshí<名>một thời gian dài; đã lâu: 等候~ chờ lâu

【多事】duōshì<动>❶hay xen vào việc của người khác: 你不必多他的事。Cậu đừng xen vào việc của nó. ❷lắm chuyện: 她真是~，整天在背后嚼舌根。Bà ấy quả là lắm chuyện, suốt ngày cứ nói xấu sau lưng người khác.

【多数】duōshù<名>đa số

【多退少补】duōtuì-shǎobǔ nộp quá mức thì trả về, chưa đủ thì bù vào

【多维】duōwéi<形>đa chiều: ~分类体系 hệ thống phân loại đa chiều

【多谢】duōxiè<动>cảm ơn: ~你帮助我们。Cảm ơn chị đã giúp chúng tôi.

【多心】duōxīn<动>đa nghi; nghĩ ngợi vẩn vơ: 你别~，他不是冲你说的。Chị đừng nghĩ ngợi vẩn vơ, không phải anh ấy nói chị đâu.

【多样】duōyàng<形>đa dạng; nhiều dạng; nhiều kiểu: ~的货品 hàng hóa rất đa dạng

【多于】duōyú<副>hơn; nhiều hơn

【多余】duōyú❶<动>dư thừa: 我们还有~的库存。Chúng ta còn dư thừa các hàng tồn kho. ❷<形>thừa

【多元】duōyuán<形>đa nguyên: ~论 thuyết đa nguyên

【多灾多难】duōzāi-duōnàn nhiều tai họa bất hạnh; xấu số

【多种多样】duōzhǒng-duōyàng đủ các loại; gồm nhiều loại khác nhau

【多种经营】duōzhǒng jīngyíng kinh doanh đa dạng; nhiều mặt hàng

【多姿多彩】duōzī-duōcǎi phong phú và đa dạng

【多嘴】duōzuǐ<动>lắm mồm; lắm lời; nhiều lời: ~多舌 lắm mồm lắm miệng

哆 duō

【哆嗦】duōsuo<动>run lập cập; run rẩy

duó

夺[1] duó<动>❶cướp; đoạt: 战争~走了多少人的生命。Chiến tranh đã cướp đi biết bao sinh mạng. ❷giành lấy đầu tiên: ~第一 giành được giải vô địch; ~红旗 giành lấy cờ đỏ ❸hơn hẳn; đè bẹp; áp đảo: 巧~天工 hơn hẳn bàn tay tạo hóa ❹tước bỏ: 剥~ tước đoạt; 褫~ lột bỏ

夺[2] duó<动>quyết định: 定~ định đoạt

【夺标】duóbiāo<动>❶đoạt giải vô địch ❷trúng thầu: 一家跨国公司在城市新区建设招标中~。Một công ti xuyên quốc gia đã trúng thầu dự án xây dựng khu đô thị mới.

【夺冠】duóguàn<动>đoạt giải vô địch

【夺目】duómù<形>chói mắt; chói lòa: 这条珍珠项链发出~的光芒。Vòng cổ ngọc trai này tỏa sáng rực rỡ.

【夺取】duóqǔ<动>❶chiếm lấy; đoạt lấy: ~人口和土地 chiếm đoạt đất đai và con người ❷ra sức giành lấy: ~优势 giành lấy ưu thế

度 duó<动>suy đoán; ước tính: 揣~ suy đoán

另见dù

踱 duó<动>bước đi chậm rãi: ~步 lững thững; ~来~去 quanh đi quẩn lại

duǒ

朵 duǒ<量>bông; đóa; cụm: 一~花 một đóa hoa; 一~云 một cụm mây

躲 duǒ<动>ẩn náu; tránh; trốn: ~车 tránh xe; ~藏 ẩn nấp; ~难 trốn tránh tai nạn

【躲避】duǒbì<动>❶tránh né; tránh mặt: 他似乎在~我的问题。Hình như anh ta đang tránh né những câu hỏi của tôi. ❷trốn tránh nhau: 总是这样~是消除不了误会的。Cứ trốn tránh nhau sẽ không thể giải tỏa được bất hòa.

【躲藏】duǒcáng<动>trốn tránh; đi trốn; ẩn náu

【躲躲闪闪】duǒduoshǎnshǎn lập lờ; lấp lửng: ~地说 nói lập lờ nước đôi

【躲债】duǒzhài<动>trốn nợ

duò

剁 duò<动>chém; băm; chặt: ~肉 băm thịt; 把骨头~成两半。Chặt khúc xương làm đôi.

垛 duò❶<动>chồng; chất: ~积 chồng chất/chất thành đống ❷<名>đống; kiêu: 砖~ đống gạch ❸<量>đống: 一~柴 một đống củi

舵 duò ⟨名⟩ bánh lái: 掌~ cầm lái

【舵手】 duòshǒu ⟨名⟩ ❶ tay lái ❷ người chỉ huy

堕 duò ⟨动⟩ rơi: ~马 ngã ngựa

【堕落】 duòluò ⟨动⟩ ❶ sa đọa: ~的生活 lối sống sa đọa ❷ rơi vào; rơi xuống; lâm vào: ~凡间 lâm vào trần gian

【堕胎】 duòtāi ⟨动⟩ phá thai

惰 duò ⟨形⟩ lười: 懒~ lười biếng

【惰性】 duòxìng ⟨名⟩ ❶ [化学] tính trơ ❷ tính ì

跺 duò ⟨动⟩ giậm

【跺脚】 duòjiǎo ⟨动⟩ giậm chân

D

ē

阿¹ē<动>hùa theo; theo đuôi: ~谀 a dua; ~其所好 bênh phía mình thích

阿²Ē<名>Đông Á (thuộc tỉnh Sơn Đông, Trung Quốc)

另见ā

【阿胶】ējiāo<名>[中药] a giao

【阿谀奉承】ēyú-fèngchéng a dua bợ đỡ; nịnh hót

é

讹é❶<形>sai; lầm: ~字 chữ sai; ~谬 sai lầm ❷<动>lừa gạt: ~钱 lừa gạt tiền bạc

【讹诈】ézhà<动>❶hạch sách ❷dọa dẫm; đe dọa: 经济~ đe dọa về kinh tế

俄É<名>nước Nga

【俄罗斯】Éluósī<名>Nga: ~人 người Nga

【俄语】Éyǔ<名>tiếng Nga

鹅é<名>con ngỗng: 白~ con ngỗng trắng; ~蛋形 hình trứng ngỗng

蛾é<名>con ngài

额é<名>❶trán ❷tấm biển: 匾~ hoành phi; 横~ biển ngang ❸mức quy định: 限~ hạn ngạch; 金~ số tiền; 总~ tổng số

【额定】édìng<形>có mức quy định

【额度】édù<名>chỉ tiêu; hạn ngạch

【额头】étóu<名>trán

【额外】éwài<形>ngoài ngạch quy định

ě

恶ě

另见è, wù

【恶心】ěxin❶<形>buồn nôn ❷<动>lợm giọng; tởm lợm: 血腥味儿让人~。Mùi máu tanh tởm lợm. ❸<动>[方]lật tẩy: 找机会~他，让他知道厉害。Tìm dịp lật tẩy cho nó biết tay.

è

厄è[书]<名>tai ách: 困~ khốn quẫn; ~难 tai nạn

【厄运】èyùn<名>vận đen; vận rủi; số phận bất hạnh

扼è<动>❶bóp; chẹn: ~喉 bóp cổ; 腕叹息 vặn vẹo cổ tay mà than thở ❷canh giữ; giữ vững; chốt giữ: ~守 chốt giữ; ~制 kìm nén

【扼杀】èshā<动>❶bóp chết; bóp ghẹt ❷đè nén; bóp chết

【扼要】èyào<形>vắn tắt; ngắn ngọn: 简明~ ngắn ngọn rõ ràng

恶è❶<名>ác (đối nghĩa với thiện):~孽 tội ác; 嫉~如仇 thù ghét cái ác ❷<形>hung ác: 凶~ hung ác ❸<形>xấu; xấu xa: ~人 kẻ xấu

另见ě, wù

【恶霸】èbà<名>ác bá

【恶臭】èchòu❶<名>mùi hôi; mùi thối ❷<形>rất xấu: 名声~ tai tiếng

xấu xa

【恶毒】èdú〈形〉ác độc

【恶搞】ègǎo〈动〉rùng rợn bắt chước; nhại lại hài hước

【恶棍】ègùn〈名〉ác ôn

【恶果】èguǒ〈名〉hậu quả xấu; quả độc: 自食~ tự chuốc hậu quả xấu

【恶狠狠】èhěnhěn dữ dội: 他~地骂了几句。Thằng ấy dữ dội chửi mấy câu.

【恶化】èhuà〈动〉❶xấu đi ❷làm xấu đi

【恶劣】èliè〈形〉ác nghiệt; khắc nghiệt: ~的环境 môi trường khắc nghiệt

【恶魔】èmó〈名〉❶ác quỷ ❷tên ác ôn; kẻ hung ác

【恶人】èrén〈名〉❶kẻ xấu; kẻ ác ❷người làm mất lòng người khác

【恶习】èxí〈名〉thói xấu; tật xấu: 消除~ xóa bỏ thói xấu

【恶性】èxìng〈形〉ác tính: ~肿瘤 khối u ác tính; ~循环 vòng tuần hoàn ác tính

【恶意】èyì〈名〉ác ý

【恶作剧】èzuòjù〈名〉trò chơi ác; trò chơi khăm; đùa nhả

饿è❶〈形〉đói: 我不~，你吃吧。Tôi không đói, em ăn đi. ❷〈动〉bỏ đói; để đói

噩è〈形〉kinh hoàng

【噩耗】èhào〈名〉tin dữ

【噩梦】èmèng〈名〉giấc mơ kinh hoàng; cơn ác mộng

【噩运】èyùn〈名〉vận đen; vận rủi

鳄è〈名〉cá sấu: 金融大~ ông trùm tài chính

【鳄鱼】èyú〈名〉cá sấu

ēn

恩ēn〈名〉ơn: 感~ nhớ ơn; 记~ ghi ơn

【恩爱】ēn'ài〈形〉ân ái; âu yếm: ~夫妻 vợ chồng ân ái

【恩赐】ēncì〈动〉ban ơn; ân tứ

【恩惠】ēnhuì〈名〉ơn huệ

【恩将仇报】ēnjiāngchóubào lấy oán trả ơn

【恩情】ēnqíng〈名〉ân tình

【恩人】ēnrén〈名〉ân nhân

【恩怨】ēnyuàn〈名〉ân oán

èn

摁èn〈动〉bấm; nhận: ~电铃 bấm chuông điện

ér

儿[1]ér❶〈名〉trẻ nhỏ: 婴~ trẻ sơ sinh; ~童 trẻ con; 小~ hài nhi ❷〈名〉người trẻ tuổi (phần lớn chỉ đàn ông): 男~ chàng trai; 健~ thanh niên trai tráng ❸〈名〉con trai: 生~育女 sinh con đẻ cái ❹〈形〉đực: ~马 ngựa đực

儿[2]ér❶(hậu tố của danh từ): 刀~ con dao; 猫~ con mèo ❷(hậu tố của một số ít động từ): 玩~ chơi; con đàn cháu đống

【儿科】érkē〈名〉khoa nhi

【儿女】érnǚ〈名〉❶con cái: 养育~ nuôi dạy con cái ❷nam nữ; trai gái; nhi nữ: 英雄气短，~情长。Nhi nữ tình trường, anh hùng khí đoản.

【儿孙】érsūn〈名〉con cháu: ~满堂 con cháu đông đúc; con đàn cháu đống

【儿童】értóng〈名〉nhi đồng

【儿媳妇儿】érxífur〈名〉con dâu

【儿子】érzi〈名〉con trai

而ér〈连〉❶mà; và: 小~轻 nhỏ và nhẹ; 质优~价廉 tốt mà rẻ; 错在他~不在我。Lỗi ở nó chứ không ở tôi. ❷đến: 由弱~强 từ yếu đến mạnh; 由北~南 từ bắc chí nam ❸nối liền những thành phần chỉ thời gian

hoặc phương thức với động từ: 为正
义~战 vì chính nghĩa mà chiến đấu;
匆匆~来 vội vã đi tới ❹chen giữa
động từ và vị ngữ; có nghĩa như
"nếu"

【而且】érqiě<连>mà còn

【而已】éryǐ<助>mà thôi

ěr

尔 ěr[书]❶<代>anh; bọn bay: ~等
chúng mày; ~父 bố anh ❷<代>như
thế này; như vậy: 不过~~ chẳng qua
chỉ như vậy ❸<代>đó; này: ~后 sau
đó ❹<助>mà thôi ❺hậu tố của tính
từ: 莞~ mỉm cười

【尔虞我诈】ěryú-wǒzhà nghi ngờ
lừa bịp lẫn nhau

耳¹ ěr<名>❶tai: ~朵 tai; ~聋 tai điếc;
~闻目睹 mắt thấy tai nghe ❷nhĩ: 木
~ mộc nhĩ

耳² ěr<助>[书]mà thôi; thế thôi: 想当
然~ nghĩ rằng là như thế thôi

【耳鼻喉科】ěr-bí-hóukē khoa tai
mũi họng

【耳边风】ěrbiānfēng<名>gió thoảng
ngoài tai; để ngoài tai; phớt lờ: 别
人说什么都当作~。Ai nói gì cũng
phớt lờ.

【耳垂】ěrchuí<名>dái tai

【耳光】ěrguāng<名>cái tát

【耳环】ěrhuán<名>khuyên tai

【耳机】ěrjī<名>❶ống nghe; tai nghe
❷bộ tai nghe

【耳目】ěrmù<名>❶tai và mắt ❷điều
tai nghe mắt thấy; kiến thức: ~所及
những điều tai nghe mắt thấy ❸tai
mắt; tay chân: ~亲信 tay chân thân
tín

【耳濡目染】ěrrú-mùrǎn xem nhiều
bị nhiễm, nghe lắm bị lây

【耳熟能详】ěrshú-néngxiáng nghe
mãi mà đã thuộc lòng

【耳语】ěryǔ<动>nói thì thầm

【耳坠】ěrzhuì<名>hoa tai

饵 ěr<名>❶bánh ngọt: 香~ bánh
ngọt; 果~ bánh trái ❷mồi: 鱼~ mồi
cá

èr

二 èr❶<数>hai; nhì; nhị: 独一无~ có
một không hai ❷<形>hai kiểu; hai
loại: 不~价 không có giá khác

【二重唱】èrchóngchàng<名>hát bộ
đôi

【二郎腿】èrlángtuǐ<名>bắt chân chữ
ngũ

【二手】èrshǒu<形>cũ; đã sử dụng
rồi: ~商店 cửa hàng đồ cũ

【二维码】èrwéimǎ<名>mã ma trận;
mã vạch hai chiều

【二线】èrxiàn<名>hạng hai; loại hai;
thứ cấp: ~城市 đô thị loại hai

【二月】èryuè<名>tháng hai

【二战】Èrzhàn<名>Thế chiến thứ hai

【二者】èrzhě<名>hai cái; hai điều;
hai người

贰 èr<数>chữ "二" viết kép

F f

fā

发 fā ❶<动>phát; giao: ~货 giao hàng ❷<动>bắn: 百~百中 trăm phát trăm trúng ❸<动>sản sinh; ra; nảy; mọc: ~电 phát điện ❹<动>biểu đạt; phát ra: ~言 phát ngôn ❺<动>mở rộng; triển khai: ~展 phát triển ❻<动>phát: ~家 làm cho gia đình giàu có ❼<动>nở ra: 面~了。Bột mì đã nở. ❽<动>phát tán (bốc hơi, bay đi): 蒸~ bay hơi ❾<动>vạch ra; mở ra: 揭~ vạch ra ❿<动>(thành) ra; (sinh) ra (do biến hóa): ~潮 bị ẩm; ~臭 thối ra ⓫<动>sinh ra; biểu lộ ra (tình cảm): ~怒 phát cáu ⓬<动>phát; cảm thấy: 麻 thấy tê ⓭<动>đi; lên đường: 出~ lên đường ⓮<动>bắt đầu hành động: 先~制人 hành động trước để kiềm chế đối phương ⓯<动>làm cho; gợi mở: ~人深省 khiến người ta tinh ngộ ⓰<动>sai đi; phát đi: ~兵 ra quân ⓱<量>phát; viên (đạn): 一~子弹 một viên đạn

另见 fà

【发榜】fābǎng<动>yết bảng; niêm yết; công bố kết quả thi

【发报】fābào<动>phát tin

【发表】fābiǎo<动>❶phát biểu; tuyên bố; công bố: ~意见 phát biểu ý kiến ❷đăng; cho đăng: ~文章 đăng bài viết

【发病】fābìng<动>phát bệnh

【发布】fābù<动>công bố; tuyên bố; đưa ra: ~新闻 đưa tin; ~命令 ra lệnh

【发财】fācái<动>phát tài; làm giàu: 升官~ thăng quan phát tài

【发车】fāchē<动>cho xe chạy; (xe) khởi hành

【发愁】fāchóu<动>lo; buồn; đâm lo: 为你的健康~ lo cho sức khỏe của anh

【发出】fāchū<动>❶phát ra: ~奇怪声音 phát ra âm thanh lạ ❷phát ra; công bố: ~号召 phát ra lời kêu gọi ❸đưa; phát; gửi (hàng hóa, thư từ...)

【发达】fādá<形>phát triển; thịnh vượng; mở mang: 网络~ mạng lưới phát triển

【发达国家】fādá guójiā quốc gia (nước)phát triển

【发呆】fādāi<动>ngẩn người ra; ngây người ra

【发电】fādiàn<动>❶phát điện ❷đánh điện báo; gửi điện

【发电机】fādiànjī<名>máy phát điện

【发电站】fādiànzhàn<名>trạm phát điện

【发动】fādòng<动>❶gây ra; phát động: ~进攻 bắt đầu tiến công ❷phát động; làm cho hành động: ~青年参加植树造林活动 phát động thanh niên tham gia phong trào trồng cây gây rừng ❸nổ; khởi động: ~机器 nổ máy

【发动机】fādòngjī<名>động cơ; máy động lực; máy nổ

【发抖】fādǒu<动>run lên: 气得~ tức

run lên

【发放】fāfàng<动>❶phát tiền hoặc vật tư: ~经营许可证 cấp giấy phép kinh doanh ❷phát ra; phóng ra ❸xử lí; xử trí; xử

【发奋】fāfèn<动>❶hăng hái; hăm hở ❷quyết tâm cố gắng

【发疯】fāfēng<动>❶phát điên; bị điên; phát khùng ❷điên lên; điên rồ; bất bình thường: 气得~ tức điên lên

【发福】fāfú<动>béo ra; phát phì: 人到中年容易~。Đến tuổi trung niên dễ phát phì.

【发糕】fāgāo<名>bánh xốp; bánh bò

【发光】fāguāng<动>phát quang; tỏa sáng: ~强度 cường độ phát quang

【发号施令】fāhào-shīlìng ra lệnh; chỉ huy

【发狠】fāhěn<动>❶hăng lên; quyết tâm; bất chấp mọi thứ: ~工作 hăng say làm việc ❷tức giận; nổi đóa

【发话】fāhuà<动>❶chỉ thị miệng: 上边~了，本周末要加班。Cấp trên đã nói, cuối tuần này phải làm thêm. ❷lên tiếng

【发慌】fāhuāng<动>lo sợ cuống lên; phát hoảng: 已经两天联系不上妻子，他~了。Anh ấy lo sợ cuống lên vì đã hai ngày không liên lạc được với vợ.

【发挥】fāhuī<动>❶phát huy ❷trình bày hết ý: 借题~ mượn dịp trình bày hết ý của mình

【发昏】fāhūn<动>❶ngây ngất ❷mê lú: 头脑~ đầu óc mê lú

【发火】fāhuǒ<动>❶phát hỏa; bốc cháy: ~点 điểm bốc cháy ❷bắt nổ; điểm hỏa: 那枚地雷没有~。Quả mìn đó chưa nổ. ❸nổi cáu

【发货】fāhuò<动>giao hàng; gửi hàng; chuyển hàng; cho hàng xuất kho: ~单 đơn giao hàng; ~港 cảng gửi hàng

【发家】fājiā<动>làm giàu; phát tài: ~致富 làm cho gia đình giàu có

【发奖】fājiǎng<动>ban thưởng; tặng thưởng

【发酵】fājiào<动>lên men

【发觉】fājué<动>phát giác; phát hiện; biết rõ

【发掘】fājué<动>khai quật; khai thác; đào lên: ~潜能 khai thác tiềm năng

【发狂】fākuáng<动>phát điên; phát cuồng

【发牢骚】fā láosāo cằn nhằn; than phiền; càu nhàu

【发愣】fālèng<动>[口]ngẩn ra; ngớ ra

【发亮】fāliàng<动>rạng; láng bóng

【发落】fāluò<动>xử lí; xử trí; xử: 从轻~ được xử phạt nhẹ; 听候~。Chờ xử lí.

【发霉】fāméi<动>lên mốc; mốc

【发面】fāmiàn❶<动>ủ cho bột lên men ❷<名>bột đã lên men

【发明】fāmíng❶<动>phát minh; sáng tạo: 爱迪生~了电话机。Ông Ai-đi-sen đã phát minh ra máy điện thoại. ❷<名>sự phát minh sáng tạo

【发难】fānàn<动>❶gây phiền loạn; gây chống đối ❷[书]hỏi vặn; xoay

【发怒】fānù<动>cáu; nổi giận; nổi khùng

【发胖】fāpàng<动>béo ra; phát phì

【发脾气】fā píqi cáu; nổi cáu; nổi khùng

【发票】fāpiào<名>hóa đơn

【发起】fāqǐ<动>❶khởi xướng ❷phát động: ~总反攻 phát động tổng phản công

【发情】fāqíng<动>[动物]động hớn; động đực: ~周期 chu kì động hớn

【发热】fārè<动>❶phát nhiệt; sản sinh nhiệt lượng; nhiệt độ tăng ❷sốt; lên cơn sốt ❸nóng lên; không tỉnh táo: 头脑~ đầu óc nóng lên/

hăng máu

【发人深省】fārénshēnxǐng khiến mọi người tỉnh ngộ hoặc đi sâu tự xét lại mình

【发烧】fāshāo〈动〉sốt; lên cơn sốt

【发烧友】fāshāoyǒu〈名〉[方]người hâm mộ cuồng nhiệt; người đam mê

【发射】fāshè〈动〉bắn; phóng; phát: ~炮弹 bắn đạn pháo

【发生】fāshēng〈动〉phát sinh; nảy sinh; xảy ra: ~事故 xảy ra sự cố

【发誓】fāshì〈动〉thề

【发售】fāshòu〈动〉bán ra

【发送】fāsòng〈动〉❶phát (tín hiệu) ❷gửi đi: ~文件 gửi văn kiện đi; ~旅 客 đưa tiễn hành khách

【发帖】fātiě〈动〉❶gửi thiếp mời ❷đăng bài phát biểu ý kiến trên mạng

【发现】fāxiàn〈动〉❶phát hiện: 及早 ~, 迅速处理。Phát hiện sớm, xử lí nhanh. ❷phát giác; nhận thấy

【发泄】fāxiè〈动〉phát tiết; trút ra: 服 务员把怒火~到客人身上。Người bồi bàn trút cơn giận dữ vào các vị khách.

【发行】fāxíng〈动〉phát hành

【发芽】fāyá〈动〉nảy mầm; đâm chồi

【发言】fāyán❶〈动〉phát biểu ý kiến ❷〈名〉lời phát biểu; tham luận: 经理 的~很精彩。Lời phát biểu của giám đốc thật tuyệt vời.

【发言人】fāyánrén〈名〉người phát ngôn

【发炎】fāyán〈动〉viêm; bị nhiễm trùng

【发扬】fāyáng〈动〉❶phát huy; nêu cao: ~民主 phát huy dân chủ ❷phát huy: ~优势 phát huy thế mạnh

【发音】fāyīn❶〈动〉phát âm ❷〈名〉 âm phát ra

【发育】fāyù〈动〉phát dục; dậy thì: ~ 不良 phát dục bất bình thường

【发源】fāyuán〈动〉❶bắt nguồn; phát

nguyên ❷bắt đầu nảy sinh: 佛教~ 于印度。Đạo Phật bắt nguồn từ Ấn Độ.

【发展】fāzhǎn〈动〉❶phát triển ❷mở rộng; phát triển

【发展中国家】fāzhǎn zhōng guójiā nước đang phát triển

【发作】fāzuò〈动〉❶phát ra (đột ngột); lên cơn; phát huy tác dụng: 精神病~ lên cơn thần kinh ❷nổi cáu; phát cáu

fá

乏 fá❶〈动〉thiếu: 不~其人 không thiếu người như thế ❷〈形〉mệt mỏi; mệt: 人困马~ người kiệt sức, ngựa hết hơi ❸〈形〉[口]không có sức mạnh; không có tác dụng: ~煤 than đốt dở

【乏力】fálì❶〈形〉mệt mỏi; không còn hơi sức: 浑身~ toàn thân rã rời ❷〈动〉không có năng lực; không đủ sức

【乏味】fáwèi〈形〉kém thú vị; vô vị; nhạt nhẽo: 这是最~的节目。Đây là chương trình nhạt nhẽo nhất.

伐 fá〈动〉❶chặt; đốn; đẵn (cây): ~木 đẵn gỗ ❷đánh: 征~ chinh phạt

罚 fá〈动〉phạt: 惩~ trừng phạt

【罚单】fádān〈名〉giấy phạt; đơn phạt

【罚酒】fájiǔ〈动〉phạt uống rượu

【罚款】fákuǎn❶〈动〉phạt tiền ❷〈动〉 phạt một khoản tiền nhất định do vi phạm hợp đồng ❸〈名〉tiền nộp phạt

【罚球】fáqiú〈动〉phạt bóng

阀 fá〈名〉cái van

【阀门】fámén〈名〉van

筏 fá〈名〉bè; mảng: 竹~ bè tre

fǎ

法[1] fǎ❶〈名〉pháp; pháp luật; luật: 合

~合法; 犯~ phạm pháp ❷〈名〉phương pháp; cách thức; phương thức: 办~ biện pháp; 用~ cách dùng ❸〈名〉tiêu chuẩn; mẫu mực; mẫu: ~帖 thiếp chữ mẫu ❹〈动〉bắt chước: 师~ học theo ❺〈名〉Phật pháp: 佛~ Phật pháp ❻〈名〉phép; pháp thuật: 斗~ đấu pháp thuật

法² Fǎ〈名〉nước Pháp: ~语 tiếng Pháp

【法办】fǎbàn〈动〉xử theo pháp luật

【法宝】fǎbǎo〈名〉pháp bảo; phép báu; ví công cụ, biện pháp, kinh nghiệm đặc biệt có hiệu quả

【法定】fǎdìng〈形〉pháp định; luật pháp quy định: ~节假日 ngày lễ hành chính

【法官】fǎguān〈名〉quan tòa

【法规】fǎguī〈名〉pháp quy; luật lệ

【法国】Fǎguó〈名〉nước Pháp: ~人 người Pháp

【法纪】fǎjì〈名〉pháp luật kỉ cương

【法律】fǎlǜ〈名〉pháp luật; luật pháp

【法人】fǎrén〈名〉pháp nhân

【法术】fǎshù〈名〉phép thuật; phù phép

【法庭】fǎtíng〈名〉❶tòa án (cơ quan tư pháp) ❷tòa; tòa án

【法网】fǎwǎng〈名〉lưới pháp luật: 落入~ sa lưới pháp luật

【法西斯】fǎxīsī〈名〉❶quyền tiêu ❷ phát-xít

【法医】fǎyī〈名〉pháp y

【法院】fǎyuàn〈名〉tòa án

【法则】fǎzé〈名〉❶quy luật; phép tắc; quy tắc ❷chuẩn mực

【法制】fǎzhì〈名〉pháp chế

【法治】fǎzhì〈动〉pháp trị

砝fǎ

【砝码】fǎmǎ〈名〉quả cân

fà

发fà〈名〉tóc: 理~ cắt tóc/hớt tóc

另见fā

【发菜】fàcài〈名〉một loài tảo

【发髻】fàjì〈名〉búi tóc

【发廊】fàláng〈名〉hiệu cắt tóc làm đầu

【发妻】fàqī〈名〉vợ (đầu)

【发卡】fàqiǎ〈名〉cặp tóc

【发型】fàxíng〈名〉kiểu tóc

珐fà

【珐琅】fàláng〈名〉men; men pháp lang

fān

帆fān〈名〉❶buồm: 一~风顺 thuận buồm xuôi gió ❷[书]thuyền buồm

【帆布】fānbù〈名〉vải buồm; vải bạt

【帆船】fānchuán〈名〉❶thuyền buồm ❷môn thuyền buồm

番¹fān〈名〉nước ngoài; ngoại bang; ngoại tộc: ~薯 khoai lang

番²fān〈量〉❶loại; cõi: 别有一~大地 riêng một cõi trời đất ❷lần; hồi; phen ❸hồi; phen; tấm

【番号】fānhào〈名〉phiên hiệu

【番茄】fānqié〈名〉cà chua

【番茄酱】fānqiéjiàng〈名〉xốt cà chua; tương cà chua

【番石榴】fānshíliu〈名〉ổi; quả ổi; cây ổi

【番薯】fānshǔ〈名〉khoai lang

翻fān〈动〉❶lật; đảo; nghiêng đổ: 推~ lật đổ ❷lục lọi; đảo lộn (để tìm): ~衣柜 lục lọi tủ quần áo ❸lật (đổ cái cũ): ~案 lật án ❹trèo qua; vượt qua: ~越隔离带 trèo qua dải phân cách ❺tăng gấp bội: 一~番 tăng gấp đôi ❻dịch; phiên dịch: ~译课 程 môn học về phiên dịch ❼[口]trở mặt; lật mặt: 她跟丈夫闹~了。Chị ấy đã trở mặt với chồng.

【翻案】fān'àn〈动〉❶lật lại bản án; phiên án ❷lật ngược phán xử cũ

【翻版】fānbǎn〈名〉❶bản in lại; bản

sao; phiên bản ❷in lại; phiên bản

【翻唱】fānchàng〈动〉hát phỏng theo bài ca gốc

【翻车】fānchē〈动〉❶xe bị đổ ❷ví sự việc nửa chừng trục trặc hoặc thất bại ❸[方]trở mặt

【翻动】fāndòng〈动〉thay đổi vị trí, hình dạng vốn có

【翻番】fānfān〈动〉tăng gấp bội: 产量 ~ sản lượng tăng gấp bội

【翻跟头】fān gēntou❶lộn nhào ❷trắc trở vấp váp

【翻工】fāngōng〈动〉[方]làm lại; gia công lại

【翻滚】fāngǔn〈动〉❶cuồn cuộn ❷lăn lộn; lăn mình; quần quại: 疼得满地 ~ đau quá lăn lộn trên đất

【翻来覆去】fānlái-fùqù❶trở mình; trăn trở; trằn trọc ❷nhiều lần; lặp đi lặp lại: 消化紊乱~出现是很危险的。Quá trình rối loạn tiêu hóa lặp đi lặp lại rất nguy hiểm.

【翻脸】fānliǎn〈动〉trở mặt; lật mặt

【翻领】fānlǐng〈名〉cổ bẻ (của áo): ~ 大衣 áo khoác cổ bẻ

【翻拍】fānpāi〈动〉chụp lại

【翻山越岭】fānshān-yuèlǐng trèo đèo lội suối; vượt đèo qua suối; khắc phục đủ loại khó khăn

【翻身】fānshēn〈动〉❶trở mình ❷vươn lên; vùng lên: ~农奴 nông nô vươn mình ❸đổi đời

【翻腾】fānténg〈动〉❶cuồn cuộn; quay cuồng ❷nhảy lộn nhào

【翻新】fānxīn〈动〉❶tân trang; lộn lại; may lại (quần áo) ❷đổi mới

【翻修】fānxiū〈动〉xây dựng lại; làm lại (nhà cửa, đường sá) trên quy mô cũ

【翻译】fānyì❶〈动〉phiên dịch; thông dịch: ~错误 dịch sai ❷〈名〉(người) phiên dịch; thông dịch

【翻阅】fānyuè〈动〉lật xem; giở xem

【翻越】fānyuè〈动〉vượt qua: ~雪山 vượt qua núi tuyết

【翻转】fānzhuǎn〈动〉lật chuyển; nhào lộn; xoay chuyển và quay vòng

fán

凡[1] fán❶〈形〉bình thường: 自命不~ tự cho là phi thường ❷〈名〉thế gian; phàm trần; trần tục: 仙女下~ nàng tiên xuống trần gian

凡[2] fán〈副〉phàm; phàm là; tất cả: ~发现抄袭，论文一律作废。Phàm phát hiện ra việc "đạo văn", luận án đều phải hủy bỏ.

【凡人】fánrén〈名〉❶người bình thường ❷người phàm; người trần

【凡士林】fánshìlín〈名〉va-dơ-lin

【凡事】fánshì〈名〉mọi việc; bất cứ việc gì: ~我都习惯一个人做。Tôi quen làm một mình mọi việc.

【凡是】fánshì〈副〉phàm; hễ là; mọi

烦 fán❶〈形〉phiền muộn; buồn: ~ 恼 buồn rầu ❷〈形〉chán; nhàm: 听 ~了 nhàm tai ❸〈形〉rườm rà; lôi thôi: ~杂 phiền phức ❹〈动〉phiền; nhờ: 我不打算麻~你。Tôi không định làm phiền anh đâu. ❺〈动〉làm cho chán

【烦闷】fánmèn〈形〉buồn rầu; phiền muộn

【烦恼】fánnǎo〈形〉phiền não; buồn phiền

【烦人】fánrén〈形〉khó chịu; dễ ghét; khiến người ta bực mình

【烦琐】fánsuǒ〈形〉phiền toái; phiền hà; rườm rà

【烦心】fánxīn❶〈动〉[方]phiền lòng; đáng buồn: 不要让父母~。Đừng để cha mẹ phiền lòng. ❷〈形〉buồn phiền; lo lắng; hao tâm tổn trí

【烦躁】fánzào〈形〉buồn bực; bực bội

繁 fán❶〈形〉nhiều; phức tạp ❷〈动〉sinh sôi; nảy nở

【繁多】fánduō<形>nhiều; phong phú: 名目~ danh mục phong phú

【繁华】fánhuá<形>phồn hoa; sầm uất

【繁忙】fánmáng<形>bận rộn

【繁荣】fánróng❶<形>(kinh tế hoặc sự nghiệp) phồn vinh; phồn thịnh; phát triển: 祖国日益~。Đất nước ngày một phồn vinh. ❷<动>làm cho phồn vinh

【繁荣昌盛】fánróng-chāngshèng phồn vinh thịnh vượng; hưng thịnh phát đạt

【繁体】fántǐ<名>phồn thể; chữ phồn thể: ~字 chữ phồn thể

【繁衍】fányǎn<动>[书]đông dần lên; rộng dần ra: ~生息 sinh sôi đông đúc thêm

【繁杂】fánzá<形>(công việc) bộn bề phức tạp: 事务~ công việc bộn bề

【繁殖】fánzhí<动>phồn thực; sinh sôi nảy nở; sinh đẻ

【繁重】fánzhòng<形>nặng nề; nặng nhọc

fǎn

反 fǎn❶<形>ngược; trái ngược: ~面 mặt trái ❷<动>lật trái; lật lại: ~守为攻 chuyển thủ thành công ❸<动>về; trở lại: ~问 phản vấn ❹<动>chống lại; phản kháng; phản đối: ~贪污 chống tham nhũng ❺<动>làm phản; phản loạn: 造~ tạo phản ❻<名>phản cách mạng; phản động: 镇~ trấn áp phản cách mạng ❼<动>loại suy ❽<副>ngược lại; trái lại: 他不接受批评，~而指责别人。Hắn không chịu phê bình, trái lại còn chỉ trích người ta. ❾<名>[语言]phiên thiết

【反比】fǎnbǐ<名>❶tỉ lệ ngược ❷phát triển ngược chiều

【反驳】fǎnbó<动>phản bác; bác bỏ

【反差】fǎnchā<名>❶độ tương phản đen trắng ❷độ chênh lệch so sánh tương phản

【反常】fǎncháng<形>không bình thường; khác thường

【反调】fǎndiào<名>giọng ngược: 唱~ hát giọng ngược/có ý kiến trái ngược nhau

【反动】fǎndòng❶<形>phản động: ~思想 tư tưởng phản động ❷<名>phản tác dụng

【反对】fǎnduì<动>phản đối; chống

【反而】fǎn'ér<副>trái lại

【反方】fǎnfāng<名>phía phản đối

【反复】fǎnfù❶<副>nhiều lần; lặp đi lặp lại ❷<动>lật lọng; thay đổi: ~无常 lật lọng thất thường ❸<动>(tình hình) lặp lại ❹<名>tình hình trùng lặp

【反感】fǎngǎn❶<名>phản cảm; cảm giác khó chịu ❷<形>chán ghét; không vừa ý

【反攻】fǎngōng<动>phản công

【反光】fǎnguāng❶<动>phản quang: 这种金属~度高。Kim loại này có độ phản quang cao. ❷<名>ánh sáng phản chiếu

【反过来】fǎnguòlái trái lại

【反话】fǎnhuà<名>lời nói ngược

【反悔】fǎnhuǐ<动>nuốt lời hứa; phản lại lời hứa

【反击】fǎnjī<动>phản kích

【反抗】fǎnkàng<动>phản kháng; chống

【反恐】fǎnkǒng<动>chống khủng bố: ~战争 cuộc chiến chống khủng bố

【反馈】fǎnkuì<动>❶đưa trở lại để tăng mạnh hoặc giảm yếu hiệu ứng tín hiệu đưa vào ❷hiệu ứng ngược ❸(tin, phản ánh...) phản hồi: 关于产品质量的~信息 những thông tin phản hồi về chất lượng sản phẩm

【反面】fǎnmiàn❶<名>mặt trái ❷

<形>phản diện; mặt tiêu cực: ~形象 hình tượng phản diện ❸<名>mặt trái; mặt bên kia: 问题的~ mặt trái của vấn đề

【反目】fǎnmù<动>không hòa thuận: ~成仇 đổi lật thành kẻ thù

【反派】fǎnpài<名>nhân vật phản diện

【反叛】fǎnpàn<动>làm phản; chống lại: 意图~ mưu đồ làm phản

【反射】fǎnshè<动>❶phản xạ (của sóng quang, âm thanh, điện từ) ❷phản xạ (của hệ thần kinh sinh vật, khi được kích thích): 他条件~似的转过身，以为有人叫他。Nó quay lại theo phản xạ vì tưởng có người gọi.

【反手】fǎnshǒu<动>❶lật bàn tay; đặt bàn tay ra sau lưng ❷trở bàn tay (rất dễ): ~可得 dễ như trở bàn tay

【反思】fǎnsī<动>nghĩ lại; suy ngẫm

【反锁】fǎnsuǒ<动>khóa trái

【反弹】fǎntán<动>❶bật trở lại; nảy trở lại ❷lên trở lại (tình hình thị trường): 股市~ thị trường cổ phiếu lên lại ❸ví sự vật đã thay đổi tình thế phát triển rồi lại hồi phục

【反胃】fǎnwèi<动>buồn nôn; muốn ói mửa

【反问】fǎnwèn<动>❶hỏi lại (người hỏi) ❷phản vấn

【反响】fǎnxiǎng<名>âm thanh dội lại; tiếng dội lại; phản ứng: 社会~强烈 phản ứng xã hội mạnh mẽ

【反向】fǎnxiàng<动>ngược chiều

【反省】fǎnxǐng<动>phản tỉnh; tự kiểm điểm: 自我~，自我批评。Tự kiểm điểm và tự phê bình.

【反义词】fǎnyìcí<名>từ trái nghĩa

【反应】fǎnyìng❶<动>phản ứng phản ứng thuốc (tiêm, uống) ❷<动>phản ứng hóa học ❸<动>phản ứng: 热核~ phản ứng nhiệt hạch ❹<名>(thái độ) phản ứng; hiệu quả

【反映】fǎnyìng<动>❶phản ánh: 眼神能~内心思想。Ánh mắt có thể phản ánh được tư tưởng nội tâm. ❷phản ánh

【反正】fǎnzhèng<副>❶dù...cũng...: 不管妻子怎么说，~丈夫就是不干家务。Dù rằng vợ nói thế nào, ông chồng cũng không chịu làm việc nhà. ❷dù sao thì cũng...: 不管怎样，~他是家里最小的成员。Dù sao, cậu ta cũng là thành viên nhỏ nhất trong gia đình.

【反之】fǎnzhī<连>[书]trái lại; ngược lại với điều đó: ~亦然 trái lại cũng vậy

【反作用】fǎnzuòyòng<名>❶(lực) phản tác dụng ❷tác dụng ngược lại

返 fǎn<动>về; trở về

【返潮】fǎncháo<动>bị ẩm; iu: 奶粉容易~。Sữa bột dễ bị ẩm.

【返程】fǎnchéng❶<名>đường về ❷<动>trở về

【返工】fǎngōng<动>làm lại

【返航】fǎnháng<动>(tàu, thuyền, máy bay) quay trở lại (nơi xuất phát)

【返还】fǎnhuán<动>trả lại: ~押金 hoàn trả tiền đặt cọc

【返回】fǎnhuí<动>về; trở về (chỗ cũ)

【返聘】fǎnpìn<动>mời (người về hưu) ở lại hay trở lại tiếp tục công tác

fàn

犯 fàn❶<动>phạm; trái: ~法 phạm pháp ❷<动>xâm phạm; đụng đến: 秋毫无~ không mảy may đụng đến ❸<名>tội phạm: 战~ tội phạm chiến tranh ❹<动>phát sinh; xảy ra: ~错误 mắc sai lầm

【犯病】fànbìng<动>(bệnh) tái phát

【犯不着】fànbuzháo không đáng:

~花那么多钱买一辆旧车。Không đáng bỏ nhiều tiền để mua một chiếc xe cũ.

【犯愁】fànchóu〈动〉lo; lo lắng

【犯得着】fàndezháo đáng

【犯法】fànfǎ〈动〉phạm pháp; trái phép

【犯规】fànguī〈动〉phạm lỗi; trái luật

【犯忌】fànjì〈动〉phạm vào điều cấm kị

【犯困】fànkùn〈动〉mệt mỏi buồn ngủ

【犯人】fànrén〈名〉phạm nhân; kẻ phạm tội

【犯事】fànshì〈动〉phạm tội

【犯罪】fànzuì〈动〉phạm tội: 他犯了故意杀人罪。Nó can tội cố ý giết người.

饭 fàn❶〈名〉cơm; gạo nấu chín: 稀~ cháo ❷〈名〉cơm gạo tẻ: 吃~吃面都行。Ăn cơm hay ăn mì đều được. ❸〈名〉bữa cơm; bữa ăn: 晚~ cơm tối ❹〈动〉ăn cơm: ~前 trước khi ăn cơm

【饭菜】fàncài〈名〉❶cơm canh; cơm và thức ăn ❷thức ăn đưa cơm

【饭店】fàndiàn〈名〉❶khách sạn ❷hiệu ăn; quán cơm

【饭馆】fànguǎn〈名〉hiệu ăn; quán cơm

【饭盒】fànhé〈名〉cặp lồng; hộp đựng cơm

【饭局】fànjú〈名〉bữa tiệc; bữa ăn liên hoan: 他参加了一场特别的~。Anh ấy từng tham dự một bữa tiệc đặc biệt.

【饭量】fànliàng〈名〉sức ăn; lượng cơm ăn

【饭厅】fàntīng〈名〉nhà ăn; phòng ăn

【饭碗】fànwǎn〈名〉❶bát ăn cơm ❷cần câu cơm

【饭桌】fànzhuō〈名〉bàn ăn

泛 fàn❶〈动〉[书]trôi nổi: ~舟 bơi thuyền ❷〈动〉tỏa ra; bốc lên: ~出

香味 bốc mùi thơm ❸〈形〉phiếm; rộng rãi; chung chung ❹〈形〉hời hợt; nông cạn: 空~ hời hợt ❺〈动〉tràn: 黄~区 khu vực tràn lũ của sông Hoàng Hà

【泛泛而谈】fànfàn'értán nói qua loa

【泛滥】fànlàn〈动〉❶lụt; tràn; tràn ngập ❷(việc xấu) lan tràn; tùm lum

【泛指】fànzhǐ〈动〉❶phiếm chỉ; chỉ chung chung ❷mở rộng phạm vi nghĩa phát sinh của một từ

范 fàn❶〈名〉[书]cái khuôn: 钱~ khuôn đúc tiền ❷〈名〉quy phạm; kiểu mẫu; gương mẫu: 典~ tấm gương ❸〈名〉phạm vi: ~畴 phạm trù ❹〈动〉[书]hạn chế: 防~ đề phòng //〈姓〉Phạm

【范本】fànběn〈名〉bản mẫu

【范畴】fànchóu〈名〉❶phạm trù ❷loại hình; phạm vi: 共同的语言~ cùng chung loại hình ngôn ngữ

【范例】fànlì〈名〉ví dụ điển hình; tấm gương tiêu biểu

【范围】fànwéi〈名〉phạm vi: 活动~ phạm vi hoạt động

【范文】fànwén〈名〉bài mẫu; bài văn mẫu: 提供~ đưa ra bài mẫu

贩 fàn❶〈动〉(thương nhân) mua hàng; bán hàng: ~药材 mua bán dược liệu ❷〈名〉lái buôn; người buôn thúng bán mẹt; người buôn vặt: 小~ tiểu thương

【贩毒】fàndú〈动〉buôn ma túy

【贩卖】fànmài〈动〉buôn; buôn bán; mua vào bán ra: ~文物 buôn bán cổ vật

【贩运】fànyùn〈动〉buôn chuyển: ~货物 buôn hàng chuyển

【贩子】fànzi〈名〉con buôn; lái buôn

fāng

方 fāng❶〈形〉vuông: ~块字 chữ vuông

❷<名>lũy thừa: 平~ bình phương ❸
<量>cái; chiếc; tấm (có hình vuông): 一
~手帕 một chiếc mùi soa ❹<形>đứng
đắn; ngay thẳng; chính trực: 品行~正
phẩm hạnh đứng đắn ❺<名>phương
hướng; phương; hướng; phía: 四面
八~ bốn phương tám hướng ❻<名>
bên; phía: 双~ song phương ❼
<名>nơi; chỗ; địa phương: ~言 tiếng
địa phương ❽<名>cách; phương
pháp: 千~百计 trăm phương ngàn
kế ❾<名>bài thuốc; phương thuốc:
偏~ bài thuốc dân gian ❿<副>[书]
đang: ~兴未艾 còn đang phát triển ⓫
<副>[书]mới; vừa: 如梦~醒 như mơ
mới tỉnh ⓬<副>[书]còn //(姓) Phương

【方案】fāng'àn<名>❶kế hoạch
❷phương án: 作战~ phương án tác
chiến

【方便】fāngbiàn❶<形>tiện lợi: ~之门
cánh cửa tiện lợi ❷<动>giúp tiện lợi;
tạo thuận lợi: ~群众 tạo thuận lợi cho
quần chúng ❸<形>tiện; thích hợp: 这
儿说话不~。Nói ở đây không tiện.
❹<形>(lời nói uyển chuyển) dư dật;
sẵn (tiền): 你手头~吗? Tôi muốn vay anh ít tiền. ❺<动>(lời nói
uyển chuyển) đại tiểu tiện; tùy ý

【方便面】fāngbiànmiàn<名>mì ăn
liền

【方程】fāngchéng<名>phương
trình: 化学~式 phương trình hóa
học

【方法】fāngfǎ<名>phương pháp;
cách

【方方面面】fāngfāngmiànmiàn mọi
phương diện; mọi mặt; các mặt

【方格】fānggé<名>ô vuông

【方块字】fāngkuàizì<名>chữ vuông;
chữ khối vuông

【方框】fāngkuàng<名>ô vuông

【方面】fāngmiàn<名>phương diện;
mặt; phía

【方式】fāngshì<名>phương thức

【方位】fāngwèi<名>❶phương vị;
phương hướng ❷phương hướng và
vị trí

【方向】fāngxiàng<名>❶phương
hướng; hướng: 朝着河流的~跑了过
去 chạy ra hướng sông ❷phương
hướng; mục tiêu tiến tới: 研究~
hướng nghiên cứu

【方言】fāngyán<名>tiếng địa
phương; phương ngữ

【方针】fāngzhēn<名>phương châm:
指导~ phương châm chỉ đạo

【方阵】fāngzhèn<名>❶ma trận
vuông ❷đội hình vuông (gồm hình
chữ nhật)

【方桌】fāngzhuō<名>bàn vuông

芳 fāng❶<形>thơm: ~香 thơm tho ❷
<名>hoa: 群~ các loại hoa ❸<形>(đạo
đức, tiếng tăm) thơm; tốt đẹp: ~名
danh thơm

【芳龄】fānglíng<名>tuổi hoa

【芳名】fāngmíng<名>❶tên đẹp (chỉ
tên của các cô gái trẻ) ❷tiếng thơm

【芳香】fāngxiāng❶<名>mùi thơm
(của cỏ hoa): ~浓郁 mùi thơm đậm
đà ❷<形>thơm ngát

【芳心】fāngxīn<名>[书]tấm lòng
thơm thảo

fáng

防 fáng❶<动>phòng; phòng ngừa:
预~ dự phòng ❷<名>phòng vệ;
phòng thủ: 边~ biên phòng ❸<名>
đê; kè: 堤~ đê kè

【防暴】fángbào<动>phòng chống
bạo lực hoặc bạo động

【防备】fángbèi<动>phòng bị; đề
phòng

【防病】fángbìng<动>phòng bệnh: 治
病~的办法 cách chữa bệnh, phòng
bệnh

【防不胜防】fángbùshèngfáng

phòng bị không xuể

【防潮】fángcháo<动>❶chống ẩm ❷chắn thủy triều

【防尘】fángchén<动>chống bụi

【防盗】fángdào<动>phòng chống trộm cướp: ~门 cửa phòng chống trộm cướp

【防毒】fángdú<动>phòng độc: ~面具 mặt nạ phòng độc

【防范】fángfàn<动>phòng bị; đề phòng

【防腐】fángfǔ<动>chống thối rữa: ~剂 thuốc chống thối rữa

【防寒】fánghán<动>chống rét

【防洪】fánghóng<动>phòng lũ

【防护】fánghù<动>phòng hộ

【防滑】fánghuá<动>chống trượt: 用橡胶~ chống trượt bằng cao su

【防火】fánghuǒ<动>phòng hỏa; phòng cháy

【防火墙】fánghuǒqiáng<名>❶tường phòng hỏa; tường ngăn lửa ❷[计算机]bức tường lửa

【防空】fángkōng<动>phòng không

【防晒霜】fángshàishuāng<名>kem chống nắng

【防身】fángshēn<动>phòng thân: 他弯腰捡了几块石头用来~。Anh cúi xuống nhặt mấy hòn đá để phòng thân.

【防守】fángshǒu<动>❶phòng giữ; canh phòng bảo vệ ❷phòng thủ: 最好的~方法是进攻。Cách phòng thủ tốt nhất là tấn công.

【防暑】fángshǔ<动>chống nóng; phòng say nắng: ~材料 vật liệu chống nóng

【防水】fángshuǐ<动>chống nước: ~手表 đồng hồ không thấm nước

【防伪】fángwěi<动>chống làm giả

【防卫】fángwèi<动>phòng vệ

【防线】fángxiàn<名>phòng tuyến

【防汛】fángxùn<动>phòng lụt

【防疫】fángyì<动>ngăn phòng dịch

tễ; phòng dịch: ~站 trạm phòng dịch

【防御】fángyù<动>phòng ngự

【防震】fángzhèn<动>❶chống rung ❷chống động đất: ~演习 diễn tập chống động đất

【防止】fángzhǐ<动>phòng ngừa; đề phòng

【防治】fángzhì<动>phòng trị

坊 fáng<名>phường (khu tập trung của một ngành, nghề): 染~ phường nhuộm

妨 fáng<动>gây trở ngại: 不~事 không hề gì

【妨碍】fáng'ài<动>trở ngại; gây trở ngại, ảnh hưởng (xấu)

【妨害】fánghài<动>phương hại; có hại: 吸烟~健康。Hút thuốc có hại sức khỏe.

房 fáng❶<名>nhà: 楼~ nhà lầu ❷<名>gian; phòng; buồng: 客~ phòng khách ❸<名>vật có kết cấu và tác dụng như cái nhà: 蜂~ tổ ong ❹<名>chi (của gia tộc): 长~ chi trưởng ❺<量>người: 两~儿媳妇 hai người con dâu

【房产】fángchǎn<名>bất động sản; tài sản nhà cửa

【房车】fángchē<名>❶xe RV; ngôi nhà di động ❷[方]chiếc ô tô con sang trọng

【房贷】fángdài<名>tiền vay để mua nhà

【房地产】fángdìchǎn<名>bất động sản; địa ốc

【房东】fángdōng<名>chủ nhà

【房管】fángguǎn<名>quản lí nhà đất: ~局 cục quản lí nhà đất

【房间】fángjiān<名>gian phòng

【房客】fángkè<名>người thuê nhà

【房事】fángshì<名>chuyện buồng the; chuyện sinh hoạt vợ chồng

【房屋】fángwū<名>nhà cửa

【房主】fángzhǔ<名>chủ nhà; chủ hộ;

chủ sở hữu nhà ở

【房租】fángzū<名>tiền nhà; tiền thuê nhà

fǎng

仿 fǎng❶<动>bắt chước; phỏng theo: ~造 chế tạo phỏng theo ❷<动>giống ❸<名>chữ viết theo mẫu; chữ viết tập: 写了一张~ viết được một tờ chữ theo mẫu

【仿佛】fǎngfú❶<副>dường như; như: 道路~没有尽头。Con đường dường như dài vô tận. ❷<动>giống; như

【仿古】fǎnggǔ<动>phỏng cổ; bắt chước đồ cổ

【仿冒】fǎngmào<动>nhại theo; bắt chước làm giả: ~名牌商品 nhại theo các hàng xịn

【仿效】fǎngxiào<动>phỏng theo; mô phỏng; học theo; bắt chước

【仿造】fǎngzào<动>chế tạo theo (mẫu); phỏng chế: 这件古董肯定是~的。Đồ cổ này chắc chắn là đồ phỏng chế.

【仿照】fǎngzhào<动>phỏng theo

【仿制】fǎngzhì<动>chế tạo theo mẫu; phỏng chế: ~品 đồ phỏng chế

访 fǎng❶<动>thăm: ~友 thăm bạn ❷điều tra; tìm hiểu: 采~ phỏng vấn

【访客】fǎngkè<名>❶khách đến thăm ❷người đến xin dữ liệu

【访问】fǎngwèn<动>❶phỏng vấn; thăm ❷truy cập mạng vi tính tìm kiếm dữ liệu

纺 fǎng❶<动>xe sợi; kéo sợi: ~纱 quay sợi ❷<名>là (hàng dệt tơ thưa, mỏng nhẹ hơn lụa): 杭~ là Hàng Châu

【纺织】fǎngzhī<动>dệt: ~厂 nhà máy dệt

【纺织品】fǎngzhīpǐn<名>hàng dệt;

sản phẩm dệt

fàng

放 fàng<动>❶tha; thả: 释~ phóng thích ❷ngừng; nghỉ (học tập, công tác); tan (ca, học): ~学 nghỉ học ❸buông; phóng: ~声高歌 cất cao tiếng hát ❹chăn; thả: ~牛 chăn trâu ❺đày; lưu đày: 流~ lưu đày ❻bắn; phóng; phát ra: ~箭 bắn tên ❼châm; đốt: ~火 châm lửa ❽cho vay: ~款 cho vay nợ ❾mở rộng: ~大 phóng to ❿(hoa) nở: 百花齐~ trăm hoa đua nở ⓫gác lại: 这件事不要紧，先~一~。 Việc này không gấp, cứ tạm gác lại đã. ⓬làm đổ; hạ: 上山~树 lên núi hạ cây ⓭đặt; để: 把书~在桌子上 đặt sách lên bàn ⓮bỏ vào; cho thêm: 菜里多~点酱油。Cho thêm ít xì dầu vào thức ăn. ⓯làm cho; giữ cho: ~稳重些 hãy thận trọng một chút ⓰phát cho ⓱phát (thanh); chiếu (phim)

【放大】fàngdà<动>phóng to; phóng đại

【放大镜】fàngdàjìng<名>kính phóng đại; kính lúp; thấu kính lồi

【放荡】fàngdàng<形>phóng đãng

【放风】fàngfēng<动>[口]❶thông khí ❷(nhà ngục) cho người bị giam ra thông hơi ❸đưa tin; tung tin; để lộ tin ❹[方]canh chừng

【放过】fàngguò<动>bỏ qua; bỏ lỡ; bỏ đi; vứt bỏ: 他们不会~你的。Họ chẳng tha cho anh đâu.

【放火】fànghuǒ<动>❶phóng hỏa ❷kích động bạo loạn; xúi giục làm loạn

【放假】fàngjià<动>nghỉ

【放开】fàngkāi<动>thả ra; mở ra

【放宽】fàngkuān<动>nới lỏng: ~期限 nới lỏng giới hạn

【放疗】fàngliáo❶<动>chạy tia; điều

trị bằng tia phóng xạ; (chữa u ác tính) bằng tia xạ: ~注意事项 những lưu ý khi điều trị bằng tia ❷<名> xạ trị; cách chữa bệnh bằng tia phóng xạ

【放牧】fàngmù<动>chăn thả

【放牛】fàngniú<动>chăn trâu

【放炮】fàngpào<动>❶bắn pháo: 连长下令~。Đại đội trưởng ra lệnh bắn pháo. ❷đốt pháo ❸nổ mìn: 工地~开采石料。Công trường nổ mìn phá đá. ❹nổ: 车胎~了。Nổ lốp rồi. ❺mắng té tát; đập tơi bời

【放屁】fàngpì<动>❶đánh rắm ❷vô tích sự; nói láo

【放弃】fàngqì<动>vứt bỏ; gột bỏ

【放晴】fàngqíng<动>tạnh; hửng

【放任】fàngrèn<动>mặc kệ;buông thả: ~自流 để tự do

【放哨】fàngshào<动>canh gác

【放射】fàngshè<动>phóng xạ

【放生】fàngshēng<动>phóng sinh; thả cho sống: ~池 ao phóng sinh

【放手】fàngshǒu<动>❶buông tay ❷ra tay: ~发动群众 ra tay phát động quần chúng

【放肆】fàngsì<形>bừa bãi; trắng trợn

【放松】fàngsōng<动>buông lơi; lơi lỏng; lơ là: 每分每秒都不能~。Không được lơ là một phút một giây.

【放下】fàngxià<动>bỏ xuống; lặn xuống

【放下包袱】fàngxià bāofu quảng cục nợ; quẳng gánh lo âu; trút được gánh nặng

【放心】fàngxīn<动>yên tâm; không lo

【放行】fàngxíng<动>(trạm gác, hải quan) cho đi: 免税~ cho đi miễn thuế

【放学】fàngxué<动>hết giờ học; tan học

【放养】fàngyǎng<动>❶nuôi thả: ~鸡鸭 nuôi thả gà vịt ❷thả động vật hoang dã đang nuôi nhốt về rừng

【放映】fàngyìng<动>chiếu; chiếu bóng

【放债】fàngzhài<动>cho vay (nợ) lãi

【放置】fàngzhì<动>để; đặt

【放纵】fàngzòng❶<动>buông thả ❷<形>vô lễ; sàm sỡ; hỗn láo: ~不羁 buông tuồng hỗn láo

fēi

飞fēi❶<动>bay: 鸟~了。Chim bay rồi. ❷<动>bay (bằng động lực cơ giới): ~行 phi hành ❸<动>bay; trôi (trên bầu trời): ~雪花了。Tuyết bay. ❹<动>rất nhanh: ~跑 chạy như bay ❺<动>bay hơi: 香味~完了。Mùi thơm bay mất hết. ❻<形>bất ngờ; vô cớ; bỗng dưng: ~灾 tai họa bất ngờ

【飞奔】fēibēn<动>bẳng đi như bay; chạy băng băng

【飞镖】fēibiāo<名>❶phi tiêu (vũ khí cổ) ❷[体育]phi tiêu

【飞驰】fēichí<动>(ngựa, xe) chạy như bay; băng nhanh; lao vùn vụt

【飞船】fēichuán<名>❶con tàu vũ trụ; phi thuyền ❷khí cầu máy

【飞碟】fēidié<名>❶UFO ❷đĩa bay: 射~ bắn đĩa bay

【飞黄腾达】fēihuáng-téngdá thăng quan tiến chức nhanh; lên như diều

【飞机】fēijī<名>máy bay; phi cơ

【飞溅】fēijiàn<动>bắn tung tóe

【飞快】fēikuài<形>❶nhanh như bay; rất nhanh ❷rất sắc

【飞来横祸】fēilái-hènghuò tai bay vạ gió; tai họa bất ngờ ập đến

【飞逝】fēishì<动>(thời gian) bay đi mất: 时光~ thời gian bay đi

【飞速】fēisù<副>rất nhanh

【飞吻】fēiwěn<动>hôn gió

【飞舞】fēiwǔ〈动〉bay lượn; bay múa: 雪花~ hoa tuyết tung bay

【飞翔】fēixiáng〈动〉bay lượn; bay liệng; bay: 自由~ tự do bay lượn

【飞行】fēixíng〈动〉bay

【飞行员】fēixíngyuán〈名〉phi công; phi hành gia; người lái máy bay

【飞扬】fēiyáng〈动〉❶tung bay; bay tung ❷(tinh thần) hưng phấn: 神采~ thần thái hưng phấn

【飞跃】fēiyuè〈动〉❶nhảy vọt; vượt bậc: 科学技术的~进展 bước tiến vượt bậc của khoa học kĩ thuật ❷nhanh chóng; nhảy vọt ❸bay nhảy

【飞越】fēiyuè〈动〉❶bay qua; bay vượt ❷hưng phấn

【飞涨】fēizhǎng〈动〉tăng vọt; (mực nước) dâng cao: 物价~ vật giá tăng vọt

非¹fēi❶〈形〉sai; trái: 是~ phải trái ❷〈动〉không hợp; trái: ~法 phi pháp ❸〈动〉phản đối; chống; trách móc: ~难 trách móc ❹〈动〉không phải: 答~所问 hỏi một đằng trả lời một nẻo; ~敌~友 không phải kẻ địch cũng không phải bạn bè ❺〈副〉(kết hợp với "不") nhất thiết phải: ~如此不可 nhất thiết phải như thế ❻〈形〉[书]tồi tệ: 昔是今~ trước kia tốt đẹp mà giờ đây thì tồi tệ ❼ngoài phạm trù: ~金属 phi kim loại ❽〈副〉không: ~同寻常 không tầm thường

非²Fēi〈名〉châu Phi

【非常】fēicháng❶〈形〉đặc biệt; bất thường: ~时期 thời kì đặc biệt ❷〈副〉hết sức; rất: ~光荣 hết sức vẻ vang

【非处方药】fēichǔfāngyào thuốc không cần kê đơn (thuốc OTC)

【非此即彼】fēicǐ-jíbǐ hoặc này hoặc kia; không cái này thì cũng cái kia

【非但】fēidàn〈连〉không những; không chỉ

【非得】fēiděi〈副〉cần phải; nhất thiết phải: 钱~还我不可。Thế nào cũng phải trả tiền cho tôi.

【非典】fēidiǎn〈名〉bệnh SARS

【非法】fēifǎ〈形〉phi pháp; bất hợp pháp; trái luật pháp

【非凡】fēifán〈形〉lạ thường; phi phàm; khác thường

【非分】fēifèn〈形〉❶không giữ phận; không an phận: ~之想 ý nghĩ không an phận ❷không thuộc phần mình

【非婚生子女】fēihūnshēng zǐnǚ con hoang; con vô thừa nhận

【非礼】fēilǐ❶〈形〉không hợp lệ; vô lễ ❷〈动〉[方]trêu ghẹo (phụ nữ)

【非卖品】fēimàipǐn〈名〉hàng không bán; đồ không bán

【非难】fēinàn〈动〉trách móc; chê trách; trách cứ

【非亲非故】fēiqīn-fēigù không phải người thân cũng không phải bạn cũ

【非同小可】fēitóngxiǎokě sự việc quan trọng; tình hình nghiêm trọng; không phải vừa; không phải chuyện bình thường

【非同寻常】fēitóngxúncháng không thể xem nhẹ; không thể xem thường

【非物质文化遗产】fēiwùzhì wénhuà yíchǎn di sản văn hóa phi vật thể

【非议】fēiyì〈动〉trách cứ; quở trách

【非正式】fēizhèngshì phi chính thức: ~会议 cuộc họp phi chính thức

【非洲】Fēizhōu〈名〉châu Phi

【非专业】fēizhuānyè phi chuyên nghiệp; không chuyên

菲 fēi〈形〉(cỏ hoa) đẹp và thơm ngào ngạt: 芳~ đẹp thơm ngào ngạt

【菲律宾】Fēilǜbīn〈名〉Phi-lip-pin: ~人 người Phi-lip-pin

绯 fēi〈形〉đỏ: ~红 đỏ tươi

【绯闻】fēiwén〈名〉tin tức đào hoa; chuyện đào hoa

【翡翠】fěicuì<名>❶chim trả ❷ngọc bích

féi

肥 féi❶<形>béo; mập: ~猪 lợn béo ❷<形>phì nhiêu; màu mỡ ❸<动>làm cho phì nhiêu; bón: ~田 粉 bột bón ruộng ❹<名>phân: 化～ phân hóa học ❺<形>thu thập nhiều; lắm lộc; béo bở: ~活 công việc thơm ❻<动>phất lên; giàu lên (nhờ thu thập không chính đáng) ❼<名>lợi ích: 分～ chia lợi ích ❽<形>(quần áo) rộng

【肥大】féidà<形>❶(quần áo) vừa dài vừa rộng; rộng thùng thình: ~的衣服 quần áo rộng thùng thình ❷(sinh vật) to béo; đẫy đà; to mập ❸sưng; to (vì bệnh): 扁桃体～ sưng a-mi-đan

【肥厚】féihòu<形>❶chắc mập; béo chắc: ~的手掌 bàn tay chắc mập ❷giãn to: 心室～ tâm thất giãn to ❸(lớp đất) phì nhiêu dày dặn ❹nhiều; hậu hĩnh: 薪俸～ lương bổng hậu hĩnh

【肥料】féiliào<名>phân bón

【肥胖】féipàng<形>béo: ~症 bệnh béo mập

【肥缺】féiquē<名>chức quan béo bở; chỗ kiếm được nhiều tiền

【肥肉】féiròu<名>thịt mỡ

【肥沃】féiwò<形>phì nhiêu; màu mỡ: ~的稻田 ruộng lúa phì nhiêu

【肥皂】féizào<名>xà phòng

fěi

匪 fěi<名>phỉ; kẻ cướp: 盗~ bọn cướp

【匪徒】fěitú<名>❶kẻ cướp ❷bọn phản động; tên phản động

诽 fěi<动>nói xấu; phỉ báng; vu cáo

【诽谤】fěibàng<动>phỉ báng; đặt điều nói xấu; vu cáo

翡 fěi

fèi

吠 fèi<动>sủa: 狗~ chó sủa

肺 fèi<名>phổi

【肺癌】fèi'ái<名>ung thư phổi

【肺病】fèibìng<名>bệnh lao phổi; bệnh phổi

【肺腑】fèifǔ<名>❶tạng phủ trong cơ thể ❷ví với nội tâm

【肺结核】fèijiéhé<名>lao phổi

【肺泡】fèipào<名>phế nang

【肺气肿】fèiqìzhǒng khí thũng phổi; giãn phổi

【肺炎】fèiyán<名>viêm phổi; sưng phổi

【肺叶】fèiyè<名>lá phổi

废 fèi❶<动>phế; bỏ: ~除 hủy bỏ ❷<形>hoang vu; suy tàn: ~墟 đống hoang tàn ❸<形>vô dụng; mất hết tác dụng: ~纸 giấy bỏ đi ❹<动>tàn phế: ~疾 phế tật ❺<动>phế truất

【废除】fèichú<动>hủy bỏ; bãi bỏ; thủ tiêu: ~合同 hủy bỏ hợp đồng

【废话】fèihuà❶<名>lời vô ích; lời thừa: 连篇 cả bài toàn lời thừa ❷<动>nói lời thừa; nói vớ vẩn

【废旧】fèijiù<形>cũ kĩ bỏ đi; thải loại: ~物资 vật tư thải loại

【废品】fèipǐn<名>❶phế phẩm; sản phẩm không đạt quy cách ❷phế phẩm; đồ cũ bỏ đi

【废气】fèiqì<名>khí thải

【废弃】fèiqì<动>vứt bỏ; bỏ đi

【废水】fèishuǐ<名>nước thải

【废物】fèiwù<名>đồ bỏ; đồ phế thải: ~坑 kho chứa đồ phế thải

【废物】fèiwu<名>người vô dụng

【废墟】fèixū<名>bãi hoang tàn; đống gạch vụn

【废止】fèizhǐ<动>bãi bỏ; hủy bỏ (pháp lệnh, chế độ): ~不公平的政策

bãi bỏ những chính sách bất công

【废纸篓】fèizhǐlǒu<名>thùng rác để giấy lộn

【废置】fèizhì<动>gác bỏ một bên; bỏ xó

沸 fèi<动>sôi: ~水 nước sôi

【沸点】fèidiǎn<名>điểm sôi

【沸水】fèishuǐ<名>nước sôi

【沸腾】fèiténg<动>❶sôi sùng sục ❷sục sôi; sôi nổi: 热血~ sôi bầu máu nóng ❸(ví) ầm ĩ ồn ào

费 fèi❶<名>tiền phí tổn; phí: 医药~ tiền thuốc ❷<动>phí; hao phí; tổn: 消~ tiêu dùng ❸<动>hao; tổn nhiều: ~油 hao xăng

【费工】fèigōng<动>tốn công; mất công

【费话】fèihuà<动>tốn lời; nói nhiều

【费解】fèijiě<形>khó hiểu; khó lí giải

【费劲】fèijìn<动>tốn sức; vất vả

【费力】fèilì<动>tốn sức; vất vả

【费神】fèishén<动>hao phí tinh thần; chịu khó

【费事】fèishì<动>tốn công sức; khó làm; khó khăn

【费心】fèixīn<动>(lời khách sáo, khi nhờ vả) chịu khó: 你~帮我买一点吧。Em chịu khó mua giúp cho anh một tí.

【费用】fèiyong<名>phí tổn; chi phí

痱 fèi

【痱子】fèizi<名>rôm; sảy

fēn

分 fēn❶<动>phân; chia; tách ra: ~散 phân tán ❷<动>phân; phân phối: ~配工作 phân phối công việc ❸<动>phân biệt: ~清是非 phân rõ phải trái ❹<形>bộ phận; chi nhánh: ~局 phân cục ❺<名>điểm: 考得100~ bài thi được 100 điểm ❻<名>phân số: 约~ phân số giản ước ❼<名>phần: 二~之一 một phần hai ❽<名>một phần mười: 七~成绩，三~缺点。Bảy phần thành tích, ba phần khuyết điểm. ❾<量>phân (đơn vị chiều dài) ❿<量>xu (đơn vị tiền tệ) ⓫<量>phút (đơn vị thời gian)

另见fèn

【分贝】fēnbèi<量>đề-xi-ben

【分崩离析】fēnbēng-líxī tan rã; sụp đổ

【分辨】fēnbiàn<动>phân biệt

【分辩】fēnbiàn<动>biện bạch; nói rõ; phân bua

【分别】[1] fēnbié<动>chia tay; chia li; li biệt: ~时，全家依依不舍。Khi chia tay, cả nhà đều bịn rịn.

【分别】[2] fēnbié❶<动>phân biệt: ~是非 phân biệt phải trái ❷<副>khác nhau; phân biệt: ~对待 phân biệt đối xử ❸<副>chia nhau; ai nấy; nhóm nào nhóm ấy ❹<名>sự khác nhau

【分布】fēnbù<动>phân bố; rải rác

【分部】fēnbù<名>chi nhánh: 开设新的~ mở chi nhánh mới

【分餐】fēncān<动>❶ăn riêng ❷chia phần thức ăn

【分岔】fēnchà<动>rẽ

【分成】fēnchéng<动>ăn chia: 四六~ chia theo tỉ lệ 4/6

【分寸】fēncun<名>chừng mực: 说话要有~。Ăn nói phải có chừng mực.

【分担】fēndān<动>chia sẻ: ~烦恼 chia sẻ buồn bực

【分店】fēndiàn<名>cửa hàng nhánh

【分发】fēnfā<动>❶phân phát ❷phân đi

【分割】fēngē<动>chia cắt; tách rời

【分隔】fēngé<动>ngăn cách; phân cách

【分工】fēngōng<动>phân công

【分公司】fēngōngsī<名>chi nhánh công ti

【分管】fēnguǎn<动>phân công quản lí

【分行】fēnháng<名>chi nhánh ngân hàng

【分号】fēnhào<名>dấu chấm phẩy

【分红】fēnhóng<动>❶chia công điểm ❷chia lãi; chia lời: 年终~ chia lời cuối năm; 按股~ chia lãi theo cổ phần

【分化】fēnhuà<动>❶phân hóa; phân chia: 阶级~ sự phân chia giai cấp; 贫富~日益明显。Sự phân hóa giàu nghèo ngày càng rõ rệt. ❷phân hóa; làm phân hóa: 内部~ phân hóa nội bộ ❸phân hóa

【分家】fēnjiā<动>❶ra ở riêng ❷(từ một chỉnh thể) tách riêng ra

【分解】fēnjiě<动>❶phân thành (nhiều bộ phận) ❷phân hủy ❸dàn xếp; điều giải; phân giải: 难以~ khó lòng điều giải được; ~双方的矛盾 phân giải sự xích mích giữa hai bên ❹phân hóa; làm tan rã ❺giải thích; trình bày ❻phân giải

【分界】fēnjiè<动>❶phân chia ranh giới ❷<名>giới tuyến; đường phân giới

【分界线】fēnjièxiàn<名>đường phân giới; giới tuyến; ranh giới

【分居】fēnjū<动>❶ở riêng; ra ở riêng: 两地~ ở riêng hai nơi ❷(vợ chồng) sống riêng rẽ

【分开】fēnkāi<动>❶cách biệt; xa cách ❷chia; tách ra; chia tách ra; rẽ ra: 把优点和缺点~评说。Tách riêng ưu điểm với khuyết điểm ra đánh giá nhận xét.

【分类】fēnlèi<动>xếp hạng; phân loại

【分离】fēnlí<动>❶tách rời; tách ra: 这两个问题~不开。Hai vấn đề này không thể tách rời được. ❷xa cách; biệt li

【分理处】fēnlǐchù<名>chi nhánh nhỏ của ngân hàng

【分裂】fēnliè<动>❶phân chia; phân tách; phân liệt: 细胞~ phân tách tế bào ❷phân liệt; chia rẽ: 避免内部~ tránh sự chia rẽ trong nội bộ

【分门别类】fēnmén-biélèi phân loại; phân loại và hệ thống hóa chia ngành chia loại

【分泌】fēnmì<动>tiết ra

【分秒】fēnmiǎo<名>giây phút; từng phút từng giây: ~必争 tranh thủ từng phút từng giây

【分母】fēnmǔ<名>[数学]mẫu số

【分派】fēnpài<动>❶phái cử; phân chia: ~专人负责 phái người chuyên trách ❷gán; phân bổ đóng góp: 各方利润平均~。Lãi được phân bổ đều cho các bên.

【分配】fēnpèi<动>❶phân chia; chia cắt; phân phối: 财产~ phân chia tài sản ❷sắp xếp; phân phối; phân công: ~政策 chính sách phân phối ❸phân phối

【分批】fēnpī<动>chia từng nhóm; chia từng đợt: ~交货 giao hàng từng đợt

【分期】fēnqī<动>❶phân kì ❷chia theo từng kì; phân trả từng kì; trả góp

【分期付款】fēnqī fùkuǎn trả góp; thanh toán làm nhiều kì; trả dần từng kì

【分歧】fēnqí❶<形>khác nhau: 意见~ ý kiến khác nhau ❷<名>sự bất đồng; sự khác nhau

【分散】fēnsàn❶<形>phân tán; rải rác: 居民住得很~。Dân cư sống rải rác. ❷<动>làm phân tán: 力量被~。Lực lượng bị phân tán. ❸<动>rải; phân phát

【分手】fēnshǒu<动>chia tay

【分数】¹fēnshù<名>điểm

【分数】²fēnshù<名>[数学]phân số

【分水岭】fēnshuǐlǐng<名>❶đường phân thủy ❷phân giới; ranh giới

【分摊】fēntān<动>chia nhau gánh

vác; chịu một phần; phân bổ: ~水电费 phân bổ tiền điện nước

【分头】fēntóu<副>chia nhau; phân công nhau

【分文不取】fēnwén-bùqǔ không lấy đồng xu nào

【分析】fēnxī<动>phân tích; nhận định: ~人物心理 phân tích tâm lí nhân vật

【分享】fēnxiǎng<动>chia sẻ hưởng thụ

【分销】fēnxiāo<动>chuyển bán; bán lẻ: ~商 thương nhân bán lẻ

【分心】fēnxīn<动>❶phân tâm; phân tán tư tưởng ❷quan tâm; để tâm: 不会再有几个人~注意这件事了。Không còn mấy ai để tâm đến chuyện này nữa.

【分忧】fēnyōu<动>chia sẻ nỗi lo buồn; giúp giải quyết khó khăn: ~解愁 chia sẻ nỗi lo âu

【分赃】fēnzāng<动>❶chia chác: ~不均 chia chác không đều ❷chia chác quyền lợi hoặc lợi ích không chính đáng

【分支】fēnzhī<名>chi nhánh

【分钟】fēnzhōng<名>phút

【分子】[1] fēnzǐ<名>[数学]tử số

【分子】[2] fēnzǐ<名>[化学]phân tử 另见fènzǐ

【分组】fēnzǔ<动>phân tổ; chia thành nhóm; chia thành tổ

芬 fēn<名>mùi thơm: ~芳 thơm tho

吩 fēn

【吩咐】fēnfù<动>[口]dặn; dặn dò; sai bảo

纷 fēn❶<形>nhiều; lộn xộn: ~乱 hỗn loạn ❷<名>cãi cọ xích mích: 排忧解~ hòa giải các vụ xích mích

【纷纷】fēnfēn❶<形>xôn xao; dồn dập; tới tấp: 他一声不吭地站着，听朋友们议论~。Anh ấy đứng lặng lẽ nghe lũ bạn xôn xao bàn tán. ❷<副>liên tiếp; tới tấp

【纷争】fēnzhēng<名>tranh chấp; phân tranh; xích mích

氛 fēn<名>không khí: 气~ bầu không khí

【氛围】fēnwéi<名>bầu không khí

fén

坟 fén<名>mồ mả; mộ: 祖~ mộ tổ

【坟地】féndì<名>nghĩa địa; bãi tha ma

【坟墓】fénmù<名>phần mộ; mồ mả

焚 fén<动>thiêu; đốt: ~香 thắp hương

【焚烧】fénshāo<动>đốt; thiêu; thiêu đốt

fěn

粉 fěn❶<名>bột; phần: 面~ bột mì ❷<名>phấn trang điểm: 香~ phấn thơm ❸<名>thức ăn bằng tinh bột: 凉~ cháo bột đậu ❹<名>bún; miến; phở: 米~ bún ❺<动>nát như bột; nghiền thành bột: ~碎 đập tan ❻<动>[方]quét vôi: ~墙 quét vôi tường ❼<形>trắng; mang phấn trắng: ~蝶 bướm trắng ❽<形>màu hồng

【粉笔】fěnbǐ<名>phấn viết

【粉刺】fěncì<名>mụn trứng cá

【粉底】fěndǐ<名>phấn lót; phấn nền

【粉红】fěnhóng<形>màu hồng

【粉末】fěnmò<名>bột; vụn

【粉嫩】fěnnèn<形>trắng mịn; trắng nõn

【粉扑儿】fěnpūr<名>cái nùi bông thoa phấn

【粉刷】fěnshuā<动>quét vôi

【粉丝】[1] fěnsī<名>miến

【粉丝】[2] fěnsī<名>người hâm mộ; người sùng bái; Fans

【粉碎】fěnsuì❶<形>tan vỡ; tan tành ❷<动>làm cho tan vỡ; nghiền nát ❸<动>đập tan; làm thất bại hoàn toàn: ~敌人的阴谋 đập tan âm mưu của địch

fèn

分 fèn<名>❶thành phần; phần: 水~ thành phần nước ❷phần; mức: 过 ~ quá mức ❸tình: 看在朋友~上 nể tình bạn
另见fēn

【分量】fènliàng<名>trọng lượng: 增 加自己话语的~ tăng trọng lượng cho lời nói của mình

【分外】fènwài❶<副>khác thường; đặc biệt: 在同龄人中，她的才能~突 显。Trong số người cùng tuổi, tài năng của cô bé cực kì trội nổi. ❷<形> ngoài bổn phận

【分子】fènzǐ<名>tầng lớp; phần tử; kẻ; người: 知识~ tầng lớp tri thức
另见fēnzǐ

份 fèn❶<名>phần: 股~ cổ phần ❷ <量>suất: 一~饭 một suất cơm ❸<量> 份; bản (báo, văn kiện): 一~报纸 một tờ báo

【份额】fèn'é<名>mức được chia trong chỉnh thể: 占有百分之三十的 市场~ chiếm 30% thị phần

【份子】fènzi<名>❶suất: 他们凑~给老 师买了一份礼物。Họ góp tiền mua tặng cô giáo một món quà. ❷tiền biếu: 出~ gửi tiền biếu

奋 fèn<动>❶hăng lên: 振~ phấn chấn ❷vung lên: ~臂高呼 vung cánh tay hô to

【奋斗】fèndòu<动>phấn đấu

【奋发】fènfā<动>hăng hái; hăm hở: ~工作 hăng hái công tác

【奋力】fènlì<副>ra sức

【奋勇】fènyǒng<动>hăng hái dũng cảm: ~前进 hăng hái dũng cảm tiến lên

【奋战】fènzhàn<动>hăng hái chiến đấu; chiến đấu anh dũng

粪 fèn<名>phân; cứt: 猪~ phân lợn

【粪便】fènbiàn<名>phân và nước tiểu; cứt đái

【粪坑】fènkēng<名>❶hố phân ❷hố xí

愤 fèn<动>giận; cáu; tức giận: 气~ tức giận

【愤恨】fènhèn<动>căm hờn

【愤慨】fènkǎi<形>[书]giận dữ bất bình

【愤怒】fènnù<形>phẫn nộ: ~的人群 đám đông phẫn nộ

【愤世嫉俗】fènshì-jísú giận đời ghét tục; căm ghét xã hội với những thói tục xấu xa

fēng

丰 fēng❶<形>phong phú; dồi dào ❷<动>làm cho đẩy thêm: ~乳 bơm vú ❸<形>to; lớn

【丰碑】fēngbēi<名>tấm bia lớn; ví kiệt tác, công tích vĩ đại

【丰产】fēngchǎn<动>cao sản; sản lượng cao

【丰富】fēngfù❶<形>phong phú; dồi dào; giàu: 想象力~ giàu trí tưởng tượng; ~的资源 nguồn tài nguyên phong phú ❷<动>làm phong phú; làm giàu

【丰厚】fēnghòu<形>❶dày dặn ❷hậu hĩ; phong phú: 报酬~ thù lao hậu hĩ

【丰满】fēngmǎn<形>❶đầy ắp; sung túc; đầy đủ ❷nở nang; đầy đà: 体态 ~ dáng người đầy đà ❸mượt mà

【丰盛】fēngshèng<形>phong phú (chi phương diện vật chất)

【丰收】fēngshōu<动>được mùa

【丰硕】fēngshuò<形>(quả) nhiều và to: ~的成果 thành quả to lớn

【丰衣足食】fēngyī-zúshí cơm no áo ấm

风 fēng❶<名>gió: 季~ gió mùa ❷<动> hong khô; quạt (sạch): ~干 hong cho khô ❸<形>hong: ~肉 thịt hong ❹<形>nhanh như gió: ~行 thịnh hành ❺<名>phong khí; phong tục: 不正之～ phong khí bất chính ❻ <名>cảnh tượng: ～景 phong cảnh ❼ <名>thái độ: 作～ tác phong ❽<名> phong thanh; tin đồn; tin tức: 闻～而 动 nghe tin liền nổi dậy ❾<形>đồn đại; không có căn cứ chắc chắn: ～闻 nghe đồn ❿<名>dân ca: 采～ thu thập dân ca ⓫<名>bệnh phong

【风暴】fēngbào<名>❶gió bão; bão táp ❷ví sự kiện, hiện tượng lớn lao, mãnh liệt

【风波】fēngbō<名>sóng gió; phong ba: 家庭～ phong ba trong gia đình

【风采】fēngcǎi<名>❶phong thái: 艺术家的～ phong thái của nghệ sĩ ❷tài hoa văn nghệ

【风餐露宿】fēngcān-lùsù ăn gió nằm sương

【风车】fēngchē<名>❶máy dùng sức gió ❷quạt gió; xe gió ❸cái chong chóng

【风尘仆仆】fēngchén-púpú lăn lộn trong gió bụi; hấp tấp mệt mỏi

【风吹草动】fēngchuī-cǎodòng gió thổi cỏ lay; ví những biến cố nhỏ

【风度】fēngdù<名>phong độ; khí phách: 有君子～ có phong độ quân tử

【风风雨雨】fēngfēngyǔyǔ mưa gió; cuộc sống gian truân; cuộc đời phong ba nhiều trắc trở

【风干】fēnggān<动>hong khô

【风格】fēnggé<名>❶phong cách; tác phong: ～高尚 phong cách cao thượng ❷phong cách (đặc điểm ngôn ngữ và nghệ thuật): 现代～ phong cách hiện đại

【风光】[1]fēngguāng<名>phong cảnh; cảnh tượng: 我的家乡～如画。Quê hương tôi phong cảnh đẹp như tranh.

【风光】[2]fēngguāng<形>[口]rôm rả thể diện; mát mặt: 让父母～ làm cho bố mẹ mát mặt

【风寒】fēnghán<名>❶gió rét ❷(bệnh) cảm phong hàn

【风华】fēnghuá<名>phong thái và tài hoa; phong nhã hào hoa: 绝代～ tài hoa hơn đời

【风化】[1]fēnghuà<名>phong hóa; phong tục giáo hóa: 有伤～ có hại cho phong hóa

【风化】[2]fēnghuà<动>phong hóa (bị gió ăn mòn): ～石 đá bị phong hóa

【风景】fēngjǐng<名>phong cảnh: 看 ～ ngắm phong cảnh; ～区 khu du ngoạn

【风浪】fēnglàng<名>❶sóng và gió (trên mặt nước) ❷sóng gió; ví việc gặp nguy hiểm: 承受人生的种种～ chịu đựng bao sóng gió cuộc đời

【风力】fēnglì<名>❶sức gió: ～发电 phát điện bằng sức gió ❷sức gió (cường độ)

【风凉话】fēngliánghuà<名>lời nói mát; lời châm chọc bóng gió

【风铃】fēnglíng<名>chuông gió

【风流】fēngliú<形>❶đàng hoàng; lỗi lạc ❷phong lưu; phóng khoáng: ～才子 tài tử phong lưu ❸trăng hoa; hoa nguyệt: ～韵事 chuyện trăng hoa ❹phóng đãng; bừa bãi

【风貌】fēngmào<名>❶phong cách và diện mạo; dáng vẻ; đặc trưng: 时代～ đặc trưng của thời đại ❷phong thái tướng mạo: ～轩昂 tướng mạo hiên ngang ❸cảnh tượng; phong cảnh: 山川～ phong cảnh núi non

【风靡】fēngmǐ<动>thịnh hành; phổ biến: ～全国 phổ biến khắp cả nước

【风气】fēngqì<名>phương thức; cách thức: 社会～ lối sống xã hội

【风情】fēngqíng<名>❶tình hình gió (hướng gió và sức gió) ❷[书]cách đi đứng; cách cư xử ❸[书]tình cảm; sự thích thú: 别有一番～ có một nỗi niềm riêng ❹tình ý; lẳng lơ: 卖弄

~ làm bộ lẳng lơ ❺phong thổ nhân tình ❻cảnh tượng

【风趣】fēngqù❶<名>sự dí dỏm hài hước lí thú ❷<形>dí dỏm lí thú; hài hước

【风骚】fēngsāo<形>lả lơi; làm đỏm; làm dáng

【风沙】fēngshā<名>gió cát

【风扇】fēngshàn<名>quạt điện

【风尚】fēngshàng<名>phong tục thời thượng; tinh thần nếp sống: 社会~ nếp sống xã hội

【风声】fēngshēng<名>❶tiếng gió thổi ❷phong thanh; tin đồn; tin tức

【风湿】fēngshī<名>bệnh phong thấp

【风霜】fēngshuāng<名>phong sương; sương gió: 饱经~ dày dạn gió sương

【风水】fēngshuǐ<名>phong thủy: ~宝地 nơi có phong thủy tốt

【风水先生】fēngshui xiānsheng thầy địa lí; thầy phong thủy

【风俗】fēngsú<名>phong tục

【风调雨顺】fēngtiáo-yǔshùn mưa thuận gió hòa

【风头】fēngtou<名>❶đầu ngọn gió; chiều hướng: 避~ tránh đầu ngọn gió ❷trội; nổi: 出~ chơi trội

【风味】fēngwèi<名>phong vị; màu sắc; đặc sắc: 家乡~ phong vị quê hương

【风险】fēngxiǎn<名>mối hiểm nghèo; rủi ro

【风向】fēngxiàng<名>❶hướng gió ❷chiều hướng: 逆~行动，必将彻底失败。Ngược dòng trào lưu sẽ bị thất bại hoàn toàn.

【风衣】fēngyī<名>áo gió

【风雨】fēngyǔ<名>❶gió mưa ❷gian nan khốn khổ: 经~，见世面。Trải mưa gió, biết sự đời. 不管多少~，母爱依旧深厚。Dù trải qua bao gió mưa, tình mẹ vẫn thiết tha.

【风雨交加】fēngyǔ-jiāojiā gió táp mưa sa; mưa to gió lớn

【风雨同舟】fēngyǔ-tóngzhōu mưa bão cùng thuyền; cùng hội cùng thuyền

【风云人物】fēngyún rénwù nhân vật làm mưa làm gió; nhân vật quan trọng

【风韵】fēngyùn<名>❶phong vận; cái duyên của phụ nữ: ~犹存 vẫn còn phong vận/vẫn rất hấp dẫn ❷phong cách; ý vị

【风疹】fēngzhěn<名>phong chẩn

【风筝】fēngzheng<名>cái diều; diều giấy

枫fēng<名>cây phong

【枫树】fēngshù<名>cây phong

【枫叶】fēngyè<名>lá phong

封¹fēng❶<动>đóng; phong bế: 查~ niêm phong; ~路 chặn đường ❷<名>phong bì; giấy gói; túi giấy: 信~ phong bì thư ❸<量>phong; lá; bức: 一~信 một phong thư

封²fēng❶<名>[书]biên giới ❷<动>phong; ban: ~王 phong vương

【封闭】fēngbì<动>❶đậy kín; gói kín; đóng kín ❷niêm phong: ~房屋 niêm phong nhà cửa

【封存】fēngcún<动>đóng kín để bảo tồn

【封顶】fēngdǐng<动>❶mầm ngọn cây ngừng sinh trưởng ❷đóng mái; xây xong phần trên cùng: 大楼~了。Nhà lầu đã đóng mái. ❸hạn mức tối đa: 上不~，下不保底。Trên không hạn mức tối đa, dưới không đảm bảo tối thiểu.

【封建】fēngjiàn❶<名>phong kiến ❷<名>phong kiến: ~社会 xã hội phong kiến ❸<形>(mang màu sắc xã hội) phong kiến

【封口】fēngkǒu❶<动>làm kín; đóng kín: 永远不能~的伤痕 vết thương không bao giờ kín miệng ❷<动>ngậm miệng không nói; nói chặn lại; bịt miệng: 先封住他的口。Nói chặn trước để bịt miệng ông ấy. ❸<名>miệng bì; miệng túi

【封面】fēngmiàn<名>❶trang bìa đầu ❷bìa ngoài ❸trang bìa 1

【封杀】fēngshā<动>ngăn chặn; ngăn cản

【封锁】fēngsuǒ<动>❶phong tỏa; bao vây: 实施经济~政策 áp dụng chính sách bao vây kinh tế ❷phong tỏa không cho đi

【封条】fēngtiáo<名>tờ giấy niêm phong; băng giấy niêm phong

疯 fēng❶<动>điên: 发~ bệnh điên ❷<形>❶lông bông; không giữ kẽ: 姑娘你别太~。Cô đừng quá lông bông. ❸<动>chơi đùa phóng túng ❹<动>(cây trồng) lốp; cây cỏ mọc nhiều và tốt nhưng không ra hoa kết quả: ~长 mọc lốp

【疯疯癫癫】fēngfengdiāndiān điên điên khùng khùng

【疯狂】fēngkuáng<形>điên cuồng

【疯子】fēngzi<名>người điên

峰 fēng❶<名>đỉnh; ngọn: 高~ đỉnh cao ❷<名>vật giống như đỉnh núi: 驼~ bướu lạc đà

【峰回路转】fēnghuí-lùzhuǎn quanh co uốn lượn

【峰会】fēnghuì<名>hội nghị thượng đỉnh: 中国—东盟商务与投资~ Hội nghị thượng đỉnh thương mại và đầu tư Trung Quốc- ASEAN

烽 fēng<名>ngọn lửa

【烽火】fēnghuǒ<名>❶khói lửa biên phòng báo động thời xưa ❷khói lửa; chiến tranh

锋 fēng<名>❶mũi nhọn: 刀~ mũi dao ❷hàng đầu: 前~ tiền phong ❸mặt giao phong giữa khối khí lạnh với khối khí ấm trong không khí: 冷~ mặt lạnh

【锋利】fēnglì<形>❶sắc nhọn: ~的刀片 nhát dao sắc nhọn ❷(lời, văn)

sắc bén gay gắt: 谈吐~ nói năng gay gắt

【锋芒】fēngmáng<名>❶mũi nhọn ❷sự sắc sảo: ~毕露 bộc lộ rõ tài năng

蜂 fēng<名>❶con ong ❷ong mật: ~蜜 mật ong ❸thành đàn (như ong)

【蜂巢】fēngcháo<名>tổ ong

【蜂蜡】fēnglà<名>sáp ong

【蜂窝】fēngwō<名>❶tổ ong ❷nhiều lỗ như tổ ong: ~煤 than tổ ong

【蜂拥】fēngyōng<动>chen chúc; xúm xít: 人流如潮, ~而至。Dòng người ùa đến như chiều dâng.

féng

逢 féng<动>gặp gỡ; gặp phải: 相~ gặp nhau

【逢场作戏】féngchǎng-zuòxì thỉnh thoảng gặp dịp thì góp vui

【逢迎】féngyíng<动>đón ý; nịnh bợ: 百般~ xu nịnh bằng mọi cách

缝 féng<动>may; khâu
另见fèng

【缝补】féngbǔ<动>may vá; khâu vá

【缝合】fénghé<动>khâu (vết thương): 他自己~了伤口。Anh ấy tự khâu vết thương lại.

【缝纫】féngrèn<动>may, may mặc

【缝纫机】féngrènjī<名>máy may; máy khâu

【缝制】féngzhì<动>may; khâu

fěng

讽 fěng<动>châm biếm; trào phúng; chế nhạo; nhạo báng: 嘲~ trào phúng

【讽刺】fěngcì<动>châm biếm

fèng

凤 fèng<名>phượng hoàng: 龙~ rồng

phượng

【凤凰】fènghuáng<名>phượng hoàng

【凤梨】fènglí<名>cây dứa; quả dứa

【凤毛麟角】fèngmáo-línjiǎo lông phượng sừng lân; (đồ) rất hiếm

【凤尾竹】fèngwěizhú<名>trúc phượng vĩ

【凤仙花】fèngxiānhuā<名>❶cây bóng nước; cây lá móng ❷hoa bóng nước

【凤爪】fèngzhǎo<名>phượng trảo; chân gà

奉fèng❶<动>cho; dâng cho; hiến dâng: ~上书信一封 trình lên một bức thư ❷<动>vâng; được: ~命 được lệnh ❸<动>tôn trọng; tôn: ~为上宾 tôn làm khách quý ❹<动>tín ngưỡng; tin: 信~道教 đi theo đạo giáo ❺<动>hầu hạ: ~养 phụng dưỡng ❻<副>kính; xin: ~告 kính báo

【奉承】fèngcheng<动>xu nịnh; tạn hót; nịnh bợ

【奉公守法】fènggōng-shǒufǎ tuân theo pháp luật, phụng sự việc công

【奉还】fènghuán<动>xin trả lại; xin hoàn lại: 如数~ xin hoàn đủ số

【奉命】fèngmìng<动>phụng mệnh; vâng mệnh: ~南下 phụng mệnh xuống miền Nam

【奉陪】fèngpéi<动>tiếp; hầu; cùng dự: 你去哪里我都~。 Anh đi đâu tôi cũng đi cùng.

【奉献】fèngxiàn❶<动>kính dâng; hiến dâng ❷<名>vật kính dâng; cống hiến: 为教育事业做点~。 Đóng góp chút xíu cho sự nghiệp giáo dục.

缝fèng<名>❶mối ghép ❷khe hở; kẽ: 裂~ kẽ nứt
另见féng

【缝隙】fèngxì<名>khe hở; kẽ

fó

佛fó<名>❶(Fó) Phật ❷Phật: 立地成~ lập tức thành Phật ❸Phật giáo: ~家 nhà Phật ❹tượng Phật: 铜~ tượng Phật bằng đồng ❺hiệu Phật hoặc kinh Phật: 念~ niệm Phật

【佛教】Fójiào<名>Phật giáo; đạo Phật

【佛经】fójīng<名>kinh Phật; kinh điển Phật giáo: 通晓~ thông tỏ kinh Phật

【佛龛】fókān<名>khám thờ Phật

【佛手瓜】fóshǒuguā<名>quả su su

【佛塔】fótǎ<名>tháp Phật

【佛像】fóxiàng<名>❶tượng Phật ❷tượng thờ trong chùa; thần tượng Phật giáo

【佛学】fóxué<名>Phật học

【佛祖】fózǔ<名>Phật tổ; Thích Ca Mâu Ni

fǒu

否fǒu❶<副>phủ định: ~认 phủ nhận ❷<副>không ❸<助>[书] không; chăng: 先生同意~? Thầy có đồng ý không? ❹<副>phải chăng; có...không: 这场比赛能~取胜，关键还在于队员的努力程度。 Trận đấu này có thắng được hay không chủ yếu dựa vào sự cố gắng của các đội viên.

【否定】fǒudìng❶<动>phủ định ❷<形>phủ định; tỏ ý phủ nhận

【否决】fǒujué<动>phủ quyết

【否则】fǒuzé<连>bằng không; nếu không; không thế thì: 他肯定已经走了，~就应该还在这里。 Chắc nó đã đi rồi, bằng không thì phải còn ở đây chứ.

fū

夫fū<名>❶chồng: ~妻 vợ chồng

F

❷người đàn ông: 匹~ kẻ thất phu ❸người lao động (chân tay): 农~ người làm ruộng

【夫唱妇随】fūchàng-fùsuí phu xướng phụ tùy; vợ chồng hòa thuận

【夫妇】fūfù〈名〉vợ chồng

【夫妻】fūqī〈名〉vợ chồng

【夫人】fūrén〈名〉phu nhân; vợ

【夫子】fūzǐ〈名〉❶[旧]phu tử (tôn xưng học giả): 孔~ Khổng phu tử ❷phu tử; ông đồ: 老~ ông đồ già

肤 fū❶〈名〉da; da dẻ: 切~之痛 đau như cắt ❷〈形〉nông cạn

【肤浅】fūqiǎn〈形〉nông cạn; hời hợt

【肤色】fūsè〈名〉màu da

麸 fū〈名〉trấu vỏ

孵 fū〈动〉ấp (trứng)

【孵蛋】fūdàn〈动〉ấp trứng

【孵化】fūhuà〈动〉(trứng) nở

敷 fū〈动〉❶bôi; xoa; đắp: ~药 bôi thuốc ❷bày ra; trải ra; dàn ra: ~设轨道 đặt đường ray ❸đủ: 入不~出 thu không đủ chi

【敷衍】fūyǎn〈动〉bôi bác; qua loa; làm lấy lệ

fú

伏[1] fú❶〈动〉cúi xuống: ~案 cúi xuống bàn ❷〈动〉xuống; thấp xuống: 起~ lên cao xuống thấp ❸〈动〉ẩn nấp; ẩn náu; phục: ~击 phục kích ❹〈名〉ngày phục ❺〈动〉khuất phục; cúi đầu thừa nhận; buộc phải chịu: ~输 chịu thua ❻〈动〉bắt khuất phục; hàng phục: 降龙~虎 hàng long phục hổ

伏[2] fú〈量〉vôn

【伏案】fú'àn〈动〉cúi xuống bàn: ~备课 chăm chú chuẩn bị bài

【伏兵】fúbīng〈名〉phục binh; quân mai phục

【伏击】fújī〈动〉phục kích

【伏特】fútè〈量〉volt; vôn: ~表 volt kế/vôn kế

【伏特加】fútèjiā〈名〉rượu Wodga

扶 fú〈动〉❶dìu; cầm; vịn: ~着椅子 vịn ghế ❷đỡ dậy; nâng dậy: 他得有人~才能站起来。Phải có người đỡ anh ấy mới đứng dậy được. ❸cứu giúp; giúp đỡ: ~贫 giúp đỡ người nghèo

【扶持】fúchí〈动〉❶nâng dìu ❷giúp đỡ; nâng đỡ

【扶贫】fúpín〈动〉giúp đỡ người nghèo; xóa đói giảm nghèo

【扶桑】fúsāng〈名〉cây râm bụt

【扶手】fúshǒu〈名〉tay vịn; chỗ vịn (tay)

【扶梯】fútī〈名〉❶cầu thang có tay vịn ❷cái thang

【扶养】fúyǎng〈动〉nuôi nấng

【扶植】fúzhí〈动〉gây dựng; bồi dưỡng

【扶助】fúzhù〈动〉giúp đỡ: ~贫困大学生 giúp đỡ các sinh viên nghèo khó

芙 fú

【芙蓉】fúróng〈名〉❶phù dung (mộc phù dung) ❷hoa sen

拂 fú〈动〉❶lướt nhẹ qua; phe phẩy; phây: 春风~面 gió xuân thoảng nhẹ qua mặt ❷rũ; phất: ~袖 phất tay áo

【拂晓】fúxiǎo〈名〉tờ mờ sáng; tảng sáng; sáng tinh mơ

服 fú❶〈名〉quần áo: 制~ đồng phục; 西~ áo tây ❷〈名〉tang phục: 有~在身 có tang ❸〈动〉mặc: ~丧 để tang ❹〈动〉uống (thuốc): ~药 uống thuốc ❺〈动〉đảm nhiệm; thực thi: ~兵役 làm nghĩa vụ quân sự ❻〈动〉phục; tin phục: 心~口~ tâm phục khẩu phục ❼〈动〉thuyết phục; khiến người ta phục: 以理~人 thuyết phục bằng lí lẽ ❽〈动〉thích ứng; quen; hợp: 水土不~ lạ nước lạ cái 另见 fù

【服从】fúcóng〈动〉phục tùng; tuân theo; nghe theo: ~管理 phục tùng

quản lí

【服毒】fúdú〈动〉uống thuốc độc

【服法】[1] fúfǎ〈动〉nhận tội

【服法】[2] fúfǎ〈名〉liều dùng; cách dùng (thuốc)

【服气】fúqì〈动〉chịu phục

【服丧】fúsāng〈动〉để tang; để trở; để chế

【服式】fúshì〈名〉(cách) ăn mặc; lối trang phục: 古典~ trang phục cổ điển

【服侍】fúshi〈动〉hầu hạ; chăm sóc

【服饰】fúshì〈名〉phục sức; ăn mặc trang sức

【服输】fúshū〈动〉chịu thua; thừa nhận thất bại

【服帖】fútiē〈形〉❶ngoan ngoãn; thuần phục ❷thỏa đáng; ổn thỏa; đâu vào đấy

【服务】fúwù〈动〉phục vụ

【服务生】fúwùsheng〈名〉bồi; phục vụ viên; tiếp viên

【服务台】fúwùtái〈名〉quầy phục vụ; quầy tiếp tân: 宾馆~ quầy tiếp tân khách sạn

【服务员】fúwùyuán〈名〉người phục vụ; nhân viên phục vụ

【服刑】fúxíng〈动〉bị tù; chịu hình phạt

【服役】fúyì〈动〉❶làm nghĩa vụ (quân sự) ❷phục dịch (làm lao dịch thời xưa) ❸đang sử dụng các trang thiết bị hay phương tiện ❹vận động viên phục vụ ở cương vị chuyên ngành

【服用】fúyòng〈动〉uống

【服装】fúzhuāng〈名〉trang phục; quần áo: 传统~ trang phục truyền thống

袄 fú

【袄苓】fúlíng〈名〉phục linh

俘 fú ❶〈动〉bắt sống ❷〈名〉tù binh; kẻ bị bắt sống

【俘获】fúhuò〈动〉bắt được

【俘虏】fúlǔ ❶〈名〉tù binh ❷〈动〉bắt

sống

浮 fú ❶〈动〉nổi: ~在水面上 nổi trên mặt nước ❷〈动〉[方] bơi; bơi lội ❸〈形〉ở trên mặt; ở mặt ngoài: ~土 đất mặt ❹〈形〉có thể di động; nổi: ~财 của nổi ❺〈形〉tạm thời: ~支 tạm chi ❻〈形〉nông nổi; bộp chộp: 做人不要太~。Làm ăn không nên quá nông nổi. ❼〈形〉suông; hão; không thiết thực: 打击~夸风 chống đối thói ba hoa

【浮标】fúbiāo〈名〉phao tiêu

【浮沉】fúchén〈动〉chìm nổi

【浮出水面】fúchū-shuǐmiàn nổi lên mặt nước; phơi trần

【浮雕】fúdiāo〈名〉phù điêu; chạm nổi

【浮动】fúdòng〈动〉❶trôi lững lờ; trôi nổi ❷lên xuống; không cố định: 汇率~ tỉ giá hối đoái không cố định ❸không ổn định; hoang mang: 民心~ lòng người hoang mang

【浮夸】fúkuā〈形〉ba hoa; không thiết thực: 语言~ nói năng ba hoa

【浮萍】fúpíng〈名〉bèo

【浮现】fúxiàn〈动〉❶hiện lên; hiện ra (trong óc) ❷lộ rõ; hiện lên: 他脸上~出愉悦之情。Trên khuôn mặt anh ấy ánh hiện niềm vui.

【浮躁】fúzào〈形〉nông nổi; xốp nổi; bộp chộp: 性情~ tính tình nông nổi

【浮肿】fúzhǒng〈动〉phù thũng; phù; bủng

符 fú ❶〈名〉phù tiết: 兵~ binh phù ❷〈名〉kí hiệu; dấu: 音~ nốt nhạc ❸〈动〉phù hợp; khớp ❹〈名〉lá bùa; đạo bùa: 护身~ bùa hộ mệnh

【符号】fúhào〈名〉❶kí hiệu; dấu ❷phù hiệu

【符合】fúhé〈动〉phù hợp; hợp; khớp

幅 fú ❶〈名〉khổ; khổ rộng (của vải, lụa, nhung, ni...): 单~ khổ đơn ❷〈名〉bề rộng: ~度 bức độ ❸〈量〉bức; mảnh: 一~画 một bức tranh

【幅度】fúdù〈名〉biên độ

【幅员】fúyuán〈名〉diện tích lãnh thổ: ~辽阔 diện tích lãnh thổ bao la

辐 fú〈名〉nan hoa (xe)

【辐射】fúshè〈动〉❶tia: ~形 hình tia ❷bức xạ: ~能 năng lượng bức xạ

福 fú❶〈名〉phúc; may; sự may mắn: 让人民享~。Để cho nhân dân được hưởng hạnh phúc. ❷〈动〉(phụ nữ thời xưa) cúi đầu vái chào ❸(Fú)〈名〉tỉnh Phúc Kiến

【福利】fúlì❶〈名〉phúc lợi; hạnh phúc ❷〈动〉đem lại lợi ích

【福利彩票】fúlì cǎipiào xổ số phúc lợi

【福利院】fúlìyuàn〈名〉viện phúc lợi

【福气】fúqi〈名〉số may mắn; tốt phúc

【福星】fúxīng〈名〉phúc tinh

【福音】fúyīn〈名〉❶[宗教]Phúc âm; Phước âm ❷tin vui; tin lành

fǔ

抚 fǔ〈动〉❶an ủi; hỏi thăm: 安~ an ủi ❷che chở ❸xoa nhẹ: ~摩 vuốt ve

【抚摩】fǔmó〈动〉xoa nhẹ; xoa xoa; vuốt ve

【抚弄】fǔnòng〈动〉❶đàn; khảy; gảy; đánh đàn ❷vuốt ve; sờ mó; xoa; vuốt

【抚慰】fǔwèi〈动〉an ủi

【抚恤】fǔxù〈动〉(nhà nước hoặc tổ chức) an ủi và trợ cấp vật chất

【抚养】fǔyǎng〈动〉nuôi dạy: ~子女 nuôi dạy con cái

【抚育】fǔyù〈动〉❶chăm sóc nuôi dạy; nuôi nấng: ~子女 nuôi nấng con cái ❷chăm sóc bảo dưỡng (động vật, thực vật): ~草木 chăm sóc cây cỏ

斧 fǔ〈名〉❶cái rìu: 板~ rìu tọ bản ❷cái búa; cái phủ (binh khí cổ)

【斧头】fǔtóu〈名〉cái rìu

府 fǔ〈名〉❶công đường; cơ quan chính quyền nhà nước: 政~ chính phủ ❷kho chứa sách vở, của cải của phủ quan ngày xưa: ~库 phủ khố ❸phủ; dinh (của quan to, quý tộc): 王~ vương phủ ❹(từ kính trọng, gọi nhà ở của người đối thoại): 贵~ quý phủ

【府上】fǔshàng〈名〉quý phủ

俯 fǔ〈动〉cúi đầu: ~视 nhìn xuống

【俯冲】fǔchōng〈动〉bổ nhào; lao xuống

【俯瞰】fǔkàn〈动〉nhìn xuống; cúi nhìn; trông xuống

【俯卧】fǔwò〈动〉nằm sấp

【俯卧撑】fǔwòchēng〈名〉nằm sấp chống tay

辅 fǔ〈动〉phụ; phụ trợ; phụ giúp: 相~而行 nương tựa lẫn nhau

【辅导】fǔdǎo〈动〉giúp đỡ; phụ đạo; kèm cặp

【辅导员】fǔdǎoyuán〈名〉hướng dẫn viên; phụ đạo viên

【辅料】fǔliào〈名〉❶phụ liệu; vật liệu ❷nguyên ~ vật liệu phụ trong nấu nướng chế biến thức ăn

【辅路】fǔlù〈名〉con đường phụ

【辅食】fǔshí〈名〉thức ăn phụ

【辅音】fǔyīn〈名〉phụ âm

【辅助】fǔzhù❶〈动〉giúp đỡ; phụ trợ ❷〈形〉phụ; phụ trợ; phụ giúp: ~疗法 trị liệu phụ trợ

脯 fǔ〈名〉❶thịt khô: 鹿~ thịt hươu khô ❷mứt: 果~ mứt trái cây
另见 pú

腐 fǔ❶〈动〉thiu thối; rữa nát: ~朽 mục nát ❷〈名〉đậu phụ: ~乳 đậu phụ nhự

【腐败】fǔbài❶〈动〉thiu thối; ôi thiu; mục nát ❷〈形〉(tư tưởng) cổ hủ; (hành vi) sa đọa ❸〈形〉(chế độ, tổ chức, cơ cấu…) hỗn loạn; đen tối: 社会~ xã hội mục nát

【腐臭】fǔchòu〈动〉hôi thối

【腐化】fǔhuà<动>❶sa đọa biến chất: 贪污~ tham ô hủ hóa ❷làm sa đọa hủ bại: 道德~ đạo đức thối rữa ❸thối rữa

【腐烂】fǔlàn❶<动>thối rữa ❷<形>sa đọa ❸<形>mục nát

【腐蚀】fǔshí<动>❶ăn mòn: 酸可以~铁。A-xít có thể ăn mòn sắt. ❷đục khoét; đục ruỗng; xói mòn; làm sa đọa

【腐朽】fǔxiǔ❶<动>mục; mục nát ❷<形>(tư tưởng) hủ bại; (sinh hoạt) sa đọa; (chế độ) thối nát: 生活~ cuộc sống sa đọa

【腐竹】fǔzhú<名>sợi đậu phụ khô; phụ trúc

fù

父 fù<名>❶cha: ~子 cha con ❷bậc cha chú: 祖~ ông nội

【父爱】fù'ài<名>tình yêu con cái của người cha

【父辈】fùbèi<名>bậc cha chú

【父老乡亲】fùlǎo-xiāngqīn bà con cô bác; bà con làng xóm

【父母】fùmǔ<名>bố mẹ; cha mẹ

【父亲】fùqīn<名>bố; cha; phụ thân

讣 fù❶<动>báo tang ❷<名>thư báo tang

【讣告】fùgào❶<动>cáo phó ❷<名>tin buồn

付 fù<动>❶trao cho; gửi gắm: 交~ giao phó ❷trả (tiền): ~款 trả tiền

【付出】fùchū<动>trả (tiền, giá…)

【付费】fùfèi<动>trả tiền; trả cước phí

【付款】fùkuǎn<动>trả tiền; giải ngân

【付清】fùqīng<动>trả sạch; thanh toán hết

【付现】fùxiàn<动>trả tiền mặt

【付账】fùzhàng<动>trả tiền

负 fù❶<动>cõng; vác; đeo (trên lưng): ~重 mang vác nặng ❷<动>gánh; gánh vác: ~责任 gánh trách nhiệm ❸<名>trách nhiệm (phải gánh vác) ❹<动>dựa; dựa vào: ~隅 dựa vào địa thế hiểm yếu ❺<动>bị; chịu: ~伤 bị thương ❻<动>được; có: 久~盛名 nổi tiếng từ lâu ❼<动>mắc; thiếu: ~债 mắc nợ ❽<动>phụ; làm trái: ~约 phụ ước ❾<动>bại; thua: 胜~ thắng bại ❿<形>âm; dưới không: ~数 số âm ⓫<形>[电学]âm: ~极 cực âm

【负担】fùdān❶<动>đảm nhận; gánh chịu ❷<名>gánh nặng; sức ép

【负电】fùdiàn<名>điện âm

【负号】fùhào<名>dấu âm

【负荷】fùhè❶<动>[书]đảm nhận; gánh chịu ❷<名>phụ tải; sức chịu đựng

【负离子】fùlízǐ<名>Ion âm

【负面】fùmiàn<形>mặt trái; mặt tiêu cực; phản diện: ~影响 ảnh hưởng tiêu cực

【负伤】fùshāng<动>bị thương

【负心】fùxīn<动>phụ lòng; bạc tình; phụ bạc: ~人 kẻ bạc tình

【负责】fùzé❶<动>phụ trách; chịu trách nhiệm ❷<形>có trách nhiệm

【负责人】fùzérén<名>người phụ trách

【负增长】fùzēngzhǎng tăng trưởng âm

【负债】fùzhài❶<动>mắc nợ: ~累累 nợ như chúa chổm ❷<名>cột ghi nguồn vốn doanh nghiệp

妇 fù<名>❶đàn bà; phụ nữ: ~幼 đàn bà trẻ con ❷đàn bà; người đã có chồng: 少~ thiếu phụ ❸vợ: 夫~ vợ chồng

【妇产科】fùchǎnkē<名>khoa phụ sản

【妇科】fùkē<名>phụ khoa; khoa chữa bệnh phụ nữ: ~病 bệnh phụ khoa

【妇女】fùnǚ<名>phụ nữ

【妇幼保健院】fùyòu bǎojiànyuàn

bệnh viện bảo vệ sức khỏe bà mẹ và trẻ em

附 fù〈动〉❶kèm theo; phụ thêm: ~设 đặt thêm/đặt kèm ❷kề; gần: ~近 phụ cận ❸dựa theo; phụ họa: ~庸 phụ thuộc

【附带】fùdài❶〈动〉kèm theo; bổ sung ❷〈副〉nhân tiện ❸〈形〉phụ; thứ yếu; lệ thuộc: ~的劳动 lao động phụ thêm

【附和】fùhè〈动〉phụ họa; (nói, làm) theo người khác: ~别人的意见 hùa theo ý kiến người khác

【附会】fùhuì〈动〉gán ghép; khiên cưỡng: 牵强~ gán ghép khiên cưỡng

【附加】fùjiā〈动〉phụ thêm; kèm theo; phụ gia; ngoài mức; phụ

【附加税】fùjiāshuì〈名〉thuế phụ gia; thuế thu thêm

【附件】fùjiàn〈名〉❶văn kiện phụ; văn kiện kèm theo (bổ sung văn kiện chính) ❷văn kiện hoặc vật phẩm hữu quan phát cùng với văn kiện chính ❸linh kiện phụ; phụ kiện ❹bộ phận sinh dục nội của phụ nữ

【附近】fùjìn❶〈形〉phụ cận; sát gần; lân cận: ~区域 khu vực phụ cận ❷〈名〉nơi lân cận

【附录】fùlù〈名〉phụ lục

【附属】fùshǔ❶〈形〉phụ thuộc: ~医院 bệnh viện phụ thuộc ❷〈动〉tùy thuộc vào; phụ thuộc vào

【附着】fùzhuó〈动〉bám vào

服 fù〈量〉chén; thang: 一~药 một thang thuốc
另见 fú

赴 fù〈动〉❶đi đến: ~宴 đi dự tiệc ❷bơi: ~水 bơi dưới nước

【赴任】fùrèn〈动〉đi nhậm chức

【赴宴】fùyàn〈动〉đi dự tiệc

【赴约】fùyuē〈动〉đến nơi hẹn hò; đi đến cuộc hẹn

复[1] fù〈形〉❶lặp lại: ~制 nhân bản ❷phiền phức; đúp; kép: ~分数 phân số phức

复[2] fù❶〈动〉quay đi hoặc quay trở lại: 往~ lặp đi lặp lại ❷〈动〉trả lời; phúc đáp: ~信 thư trả lời ❸〈动〉khôi phục: 收~ thu phục ❹〈动〉trả thù; báo phục: ~仇 trả thù ❺〈副〉lại: ~发 tái phát

【复本】fùběn〈名〉bản trùng lặp

【复查】fùchá〈动〉kiểm tra lại

【复仇】fùchóu〈动〉trả thù; báo thù

【复出】fùchū〈动〉ra lại; phục chức

【复读】fùdú〈动〉học lại; ở lại lớp; học đúp

【复发】fùfā〈动〉(bệnh cũ) tái phát: 旧病~ bệnh cũ tái phát

【复方】fùfāng〈名〉❶đơn thuốc kép: ~丹参片 phức phương Đan sâm phiến ❷thuốc tổng hợp (kí hiệu: Co)

【复工】fùgōng〈动〉trở lại làm việc

【复合】fùhé〈动〉ghép; phức hợp: ~材料 vật liệu phức hợp

【复核】fùhé〈动〉❶rà lại; thẩm tra đối chiếu lại ❷phúc thẩm án tử hình

【复婚】fùhūn〈动〉phục hôn; khôi phục quan hệ hôn nhân sau khi đã li hôn

【复活】fùhuó〈动〉❶sống lại ❷làm sống lại

【复活节】Fùhuó Jié〈名〉Lễ Phục sinh

【复赛】fùsài〈动〉thi đấu vòng hai và bán kết

【复审】fùshěn〈动〉❶phúc duyệt ❷(tòa án xử) phúc thẩm

【复试】fùshì〈动〉thi vòng hai

【复述】fùshù〈动〉❶nói lại một lượt ❷kể lại; thuật lại

【复苏】fùsū〈动〉❶sống lại; tỉnh lại: 死而~ chết đi sống lại ❷hồi phục; khôi phục: 经济~ khôi phục nền kinh tế

【复位】fùwèi〈动〉❶phục vị; vào khớp trở lại; lại khớp ❷(vua mất ngôi) phục vị; trở lại ngai báu

【复习】fùxí〈动〉ôn tập

【复信】fùxìn❶〈名〉thư trả lời: 她立即写了~。Cô ấy viết thư trả lời ngay lập tức. ❷〈动〉trả lời thư; phúc thư

【复印】fùyìn〈动〉photocopy; in chụp; sao chụp

【复印机】fùyìnjī〈名〉máy photocopy

【复员】fùyuán〈动〉❶từ trạng thái thời chiến chuyển sang trạng thái thời bình ❷phục viên: ~回乡 phục viên về quê

【复原】fùyuán〈动〉❶khôi phục sức khỏe (sau cơn ốm) ❷phục nguyên; khôi phục nguyên trạng

【复杂】fùzá〈形〉phức tạp

【复诊】fùzhěn〈动〉khám lại; phúc chẩn

【复制】fùzhì〈动〉phục chế

【复制品】fùzhìpǐn〈名〉sản phẩm phục chế

副[1] fù❶〈形〉phó; ở vị trí thứ hai: ~主席 phó chủ tịch ❷〈名〉chức phó; người cấp phó: 团~ trung đoàn phó ❸〈形〉phụ; kèm thêm: ~业 nghề phụ ❹〈动〉phù hợp: 名~其实 danh xứng với thực

副[2] fù〈量〉❶(dùng cho những vật thành bộ, thành đôi) bộ; đôi: 一~对联 một đôi câu đối ❷bộ mặt; nét mặt; gương mặt: 一~笑脸 một bộ mặt tươi cười

【副本】fùběn〈名〉❶bản sao ❷bản phụ; phụ bản: 照会的~ bản sao của công hàm

【副产品】fùchǎnpǐn〈名〉sản phẩm phụ

【副词】fùcí〈名〉phó từ

【副教授】fùjiàoshòu〈名〉phó giáo sư

【副刊】fùkān〈名〉phụ san; phụ bản

【副食】fùshí〈名〉thức ăn (cá thịt rau v.v.): ~店 cửa hàng thực phẩm

【副手】fùshǒu〈名〉trợ thủ; người phụ giúp

【副业】fùyè〈名〉nghề phụ; nghề tay trái

【副作用】fùzuòyòng〈名〉tác dụng phụ; chống chi định

赋[1] fù❶〈动〉(trên) trao cho (dưới): ~予 trao cho ❷〈名〉bản tính con người: 天~ tính trời

赋[2] fù❶〈名〉thuế nông nghiệp thời xưa: 田~ thuế ruộng ❷〈动〉[书]trưng thu; thu (thuế)

赋[3] fù❶〈名〉thể phú ❷〈动〉làm thơ; làm từ: ~诗 làm thơ

富 fù❶〈形〉giàu: 贫~ giàu nghèo ❷〈动〉làm giàu; làm cho giàu lên: ~民政策 chính sách làm cho dân giàu có ❸〈名〉tài nguyên; của cải: 财~ vật tư của cải ❹〈形〉phong phú; giàu

【富二代】fù'èrdài〈名〉con cái nhà giàu

【富贵】fùguì〈形〉phú quý; giàu sang

【富贵病】fùguìbìng〈名〉bệnh phú quý

【富豪】fùháo〈名〉phú hào

【富丽堂皇】fùlì-tánghuáng to đẹp đàng hoàng

【富婆】fùpó〈名〉phụ nữ giàu có; phú bà; bà giàu

【富强】fùqiáng〈形〉giàu mạnh; phú cường

【富饶】fùráo〈形〉giàu có; màu mỡ

【富商】fùshāng〈名〉nhà buôn giàu; phú thương

【富翁】fùwēng〈名〉phú ông; người giàu; nhà giàu

【富有】fùyǒu❶〈形〉giàu có ❷〈动〉có nhiều; giàu: ~代表性 giàu tính tiêu biểu

【富余】fùyu〈动〉dôi dư; dư thừa: 一个自由、物质~的社会 một xã hội tự

do, vật chất dư thừa

【富裕】fùyù❶<形>(của cải) dồi dào; dư dật ❷<动>làm cho dồi dào giàu có

【富足】fùzú<形>giàu có sung túc

腹 fù<名>❶bụng ❷trong lòng: ~议 suy tính trong lòng ❸phần phình ra của cái đỉnh hoặc cái bình: 瓶~ bụng bình/thân lọ

【腹部】fùbù<名>bụng

【腹腔】fùqiāng<名>ổ bụng; khoang bụng; xoang bụng

【腹痛】fùtòng<动>đau bụng

【腹泻】fùxiè<动>đi rửa; ia chảy; tháo dạ

覆 fù<动>❶che; đậy: ~盖 che lấp/bao phủ ❷lật; lộn nhào; đổ: 颠~ lật đổ

【覆盖】fùgài❶<动>che; phủ: 大地~着一层厚厚的雪。Tuyết đóng dày phủ kín mặt đất. ❷<名>thực vật; cây cỏ

【覆灭】fùmiè<动>bị tiêu diệt toàn bộ

G

gā

咖 gā
另见 kā
【咖喱】gālí<名>bột ca-ri

gāi

该[1] gāi<动>❶nên; đáng; cần phải: 应~慎重考虑 nên thận trọng suy nghĩ ❷đến lượt; nên (đến lượt làm) ❸như thế là đúng; đáng: 活~ đáng đời ❹sẽ; phải: 再不走~迟到了。Giờ này mà còn không đi thì sẽ muộn mất.

该[2] gāi<代>này; đó; ấy
【该死】gāisǐ<动>[口]chết tiệt; khổ quá; đáng chết: 真~, 又下雨了。Khổ quá, trời lại mưa rồi. 这辆~的车, 动不动就坏了。Chiếc xe chết tiệt, hơi một tí là hỏng.

gǎi

改 gǎi<动>❶thay đổi: ~名 đổi tên ❷chữa; sửa; sửa chữa ❸cải chính; sửa chữa: 知错能~, 善莫大焉。Biết sai sửa sai là điều rất tốt.
【改版】gǎibǎn<动>❶điều chỉnh, thay đổi nội dung, phong cách và chu kì của sản phẩm xuất bản ❷đài phát thanh, đài truyền hình điều chỉnh, thay đổi chuyên mục hoặc chương trình ❸điều chỉnh, đổi mới kiểu cách và chức năng của hàng hóa
【改编】[1] gǎibiān<动>cải biên; sửa chữa; biên tập lại
【改编】[2] gǎibiān<动>biên chế lại: ~军队 biên chế lại quân đội
【改变】gǎibiàn<动>❶thay đổi; biến đổi ❷đổi; sửa đổi: ~样式 đổi kiểu
【改掉】gǎidiào<动>bỏ; từ bỏ; bỏ đi: 下决心~坏习惯 quyết tâm từ bỏ thói hư tật xấu
【改动】gǎidòng<动>sửa; thay đổi
【改革】gǎigé<动>cải cách; cải tiến; đổi mới: 技术~ cải tiến kĩ thuật
【改革开放】gǎigé kāifàng cải cách mở cửa
【改观】gǎiguān<动>thay đổi bộ mặt
【改过自新】gǎiguò-zìxīn sửa sai; tự đổi mới
【改行】gǎiháng<动>đổi nghề; đổi ngành; chuyển nghề
【改嫁】gǎijià<动>cải giá; tái giá; đi bước nữa
【改进】gǎijìn<动>cải tiến
【改良】gǎiliáng<动>❶cải tạo (cho tốt hơn); cải lương; cải tiến ❷cải thiện
【改期】gǎiqī<动>thay đổi thời hạn; đổi ngày
【改日】gǎirì<副>hôm khác; ngày khác
【改善】gǎishàn<动>cải thiện
【改天】gǎitiān<副>đổi ngày (hẹn)
【改头换面】gǎitóu-huànmiàn thay hình đổi dạng (chỉ đổi hình thức, không đổi nội dung)
【改邪归正】gǎixié-guīzhèng cải tà

quy chính

【改写】gǎixiě<动>❶sửa chữa ❷viết lại; cải biên: ~历史 viết lại lịch sử

【改选】gǎixuǎn<动>bầu lại

【改造】gǎizào<动>❶sửa đổi một phần nào ❷cải tạo tận gốc

【改正】gǎizhèng<动>cải chính; sửa chữa (cho đúng)

【改制】gǎizhì<动>thay đổi thể chế (chính trị, kinh tế…)

【改装】gǎizhuāng<动>❶cải trang; thay đổi cách ăn mặc ❷thay đổi bao gói: 商品~ thay đổi bao bì hàng hóa ❸lắp đặt lại: ~计算机 lắp đặt lại máy vi tính

【改组】gǎizǔ<动>cải tổ

gài

钙 gài<名>[化学]canxi (kí hiệu: Ca)

盖 gài❶<名>nắp; vung: 锅~ vung nồi ❷<名>mu; mai: 乌龟~ mu rùa ❸<名>cái lọng; cái ô (thời xưa): 华~ mui xe hình lọng ❹<动>che; phủ; đậy: 遮~ che lại ❺<动>đóng (dấu): ~钢印 đóng dấu in nổi ❻<动>lấn át; áp đảo: 隆隆的机器声~过了他们谈话的声音 Tiếng máy ầm ầm đã át hết tiếng nói chuyện của họ. ❼<动>xây cất (nhà cửa): 翻~楼房 xây lại nhà cửa

【盖章】gàizhāng<动>đóng dấu

【盖子】gàizi<名>❶cái vung; cái nắp ❷mai; mu (của một số động vật)

概¹ gài❶<名>đại thể: 大~ đại khái ❷<副>nhất loạt: 货物出门，~不退换。Hàng ra khỏi cửa, nhất loạt không đổi không trả lại. ❸<动>tóm tắt; tổng quát

概² gài<名>khí phách: 气~ khí khái

【概况】gàikuàng<名>tình hình chung; tình hình tổng quát; tình hình đại khái

【概括】gàikuò<动>khái quát; tổng quát ❷<形>tóm tắt nét chính: 作品的~意义 ý nghĩa khái quát của tác phẩm

【概率】gàilǜ<名>xác xuất

【概论】gàilùn<名>khái luận; khái quát về (thường dùng làm tên sách)

【概念】gàiniàn<名>khái niệm

【概述】gàishù<动>trình bày qua; trình bày sơ bộ; kể qua

【概要】gàiyào<名>khái yếu; đại cương; nội dung chính (thường làm tên sách)

gān

干¹ gān<名>cái thuẫn; cái mộc (thời xưa); lá chắn

干² gān<名>thiên can: ~支 can chi

干³ gān<动>liên quan; dính đến: ~涉 can thiệp

干⁴ gān❶<形>khô: ~燥 khô ráo ❷<形>khô (không dùng nước): ~洗 giặt khô ❸<形>rỗng; không có gì: 外强中~ miệng hùm gan sứa ❹<副>không thực chất: ~笑 cười gượng ❺<形>kết nghĩa; nuôi: ~妈 mẹ nuôi ❻<副>khan; vô ích: ~着急 lo lắng hoài ❼<名>thực phẩm khô: 豆腐~ đậu phụ khô

另见gàn

【干巴巴】gānbābā❶khô không khốc: 饭煮得~的 cơm thổi khô không khốc ❷(ngôn ngữ, văn chương) khô khan; nghèo nàn

【干爸】gānbà<名>cha nuôi; bố nhận

【干杯】gānbēi<动>cạn chén

【干贝】gānbèi<名>sò hến khô; gân sò khô

【干瘪】gānbiě<形>❶khô tóp lại; khô quắt; khô đét; héo hon; teo lại; sắt lại ❷(văn chương) khô khan, nhạt nhẽo: 八股一类的文章，~得很。Loại văn sáo mòn, vô cùng khô khan.

【干脆】gāncuì<形>❶dứt khoát; thẳng thắn: 他动作~、敏捷. Các động tác của anh ấy nhanh và dứt khoát. ❷<副>dứt khoát một mực

【干瞪眼】gāndèngyǎn chỉ giương mắt nhìn (lo hoài chứ không giúp được gì)

【干电池】gāndiànchí<名>pin

【干旱】gānhàn<形>hạn hán

【干涸】gānhé<形>(sông, ao hồ) cạn khô: ~的河道 sông ngòi khô cạn

【干红】gānhóng<名>rượu nho đỏ (chỉ hàm lượng đường thấp vì đã lên men hoàn toàn)

【干货】gānhuò<名>hàng khô

【干净】gānjìng<形>❶sạch sẽ: ~的被单 chiếc vỏ chăn sạch sẽ ❷gãy gọn ❸hết sạch: 这事给忘~了。Chuyện ấy đã quên sạch rồi.

【干枯】gānkū<形>❶khô ❷(da dẻ) khô ❸cạn khô: 河已经~了。Sông ngòi đã khô cạn rồi.

【干粮】gānliang<名>lương khô

【干裂】gānliè<动>nứt; khô nẻ: 木板~ ván gỗ nứt nẻ

【干扰】gānrǎo<动>❶quấy rối; quấy rầy ❷nhiễu

【干瘦】gānshòu<形>gầy gòm

【干爽】gānshuǎng<形>❶(khí hậu) khô ráo trong mát: 秋天刚到，空气就~多了。Vừa sang thu, tiết trời trở nên hanh mát hơn. ❷(đất, đường sá) khô; khô ráo

【干预】gānyù<动>can dự; can thiệp: ~他人 can dự người khác

甘 gān❶<形>ngọt (đối nghĩa với "苦" đắng): ~泉 suối ngọt ❷<动>tự nguyện; cam chịu: ~愿 cam chịu

【甘拜下风】gānbài-xiàfēng bái phục chịu thua; chịu nhận nước lép

【甘当】gāndāng<动>❶cam tâm giữ vai trò gì đó ❷tình nguyện làm; đành lòng: ~处罚 đành chịu phạt

【甘苦】gānkǔ<名>❶ngọt bùi và cay đắng; cam khổ: 同~，共患难. Đồng cam cộng khổ/chia bùi sẻ ngọt. ❷nỗi đắng cay

【甘露】gānlù<名>cam lộ; mưa móc

【甘甜】gāntián<形>ngọt: ~如蜜 ngọt như mật ong

【甘心】gānxīn<动>❶cam lòng; bằng lòng: 他~受罚. Anh ấy cam tâm nhận tội. ❷thỏa mãn

【甘愿】gānyuàn<动>cam lòng; cam chịu

【甘蔗】gānzhe<名>mía

肝 gān<名>gan

【肝癌】gān'ái<名>ung thư gan

【肝胆相照】gāndǎn-xiāngzhào lòng dạ cùng soi; gan mật cùng soi

【肝功能】gāngōngnéng<名>chức năng gan

【肝火】gānhuǒ<名>nóng nảy; can hỏa: ~旺 can hỏa vượng/tính nóng nảy

【肝炎】gānyán<名>viêm gan: 慢性~ viêm gan mãn tính

【肝硬化】gānyìnghuà<名>bệnh xơ gan

【肝脏】gānzàng<名>gan

柑 gān<名>(cây, quả) cam

【柑橘】gānjú<名>cam quýt

竿 gān<名>cái cần: 钓~ cần câu

尴 gān

【尴尬】gāngà<形>❶lúng túng; khó xử ❷(thần sắc, thái độ) không tự nhiên; ngượng ngập; gượng gạo: 气氛~ không khí ngượng ngập

găn

杆 găn❶<名>cán; quản: 枪~ báng súng ❷<量>dùng với vật có cán: 一~枪 một khẩu súng

赶 găn❶<动>đuổi theo: 你先走，我在后面~。Anh đi trước, tôi đuổi

theo sau. ❷〈动〉vội; gấp; tranh thủ (không bỏ lỡ thời gian): ~任务 gấp rút hoàn thành nhiệm vụ ❸〈动〉đi: ~集 đi chợ ❹〈动〉đánh (xe, súc vật): ~驴 đánh con lừa đi ❺〈动〉xua đuổi: ~苍蝇 xua ruồi ❻〈动〉gặp (trường hợp nào đó); nhân (dịp): ~巧 vừa đúng lúc ❼〈介〉[口]đến lúc: ~明儿 咱们也去。Đến mai chúng mình cũng đi.

【赶不上】gǎnbushàng❶đuổi không kịp; theo không kịp: 我的功课~他。Sức học của tôi không theo kịp anh ấy. ❷không kịp ❸không gặp; không có được

【赶到】gǎndào❶〈介〉khi; đến khi: ~明儿, 可就误事了。Chờ đến ngày mai thì hỏng việc. ❷〈动〉đến kịp

【赶得上】gǎndeshàng❶theo kịp; đuổi kịp ❷kịp ❸gặp được (điều mong đợi): 我来了两次三次才~这一绝妙美景。Tôi đã đến hai ba lần mới gặp được cảnh tuyệt đẹp này.

【赶赴】gǎnfù〈动〉vội vến ngay (một nơi nào đó): 他没吃什么东西就~现场了。Anh không ăn uống gì mà chạy ngay đến hiện trường.

【赶工】gǎngōng〈动〉đẩy nhanh tiến độ; làm gấp rút; chạy nước rút

【赶紧】gǎnjǐn〈副〉tranh thủ thời gian; mau; nhanh: ~拿水来给我洗脸! Mau lấy nước cho tôi rửa mặt!

【赶快】gǎnkuài〈副〉gấp; mau mau; khẩn trương

【赶路】gǎnlù〈动〉đi gấp (cho chóng đến nơi)

【赶忙】gǎnmáng〈副〉vội vàng; ngay

【赶上】gǎnshàng〈动〉❶bắt kịp; đuổi kịp ❷gặp phải; vấp phải: ~困难时期 gặp phải thời buổi khó khăn ❸kịp; còn kịp ❹sánh bằng; sánh; sánh với: 你的水平都快~老师了。Trình độ của anh đã sắp sánh được với thầy rồi.

【赶时髦】gǎn shí máo chạy theo mốt; đua đòi theo trào lưu

【赶走】gǎnzǒu〈动〉❶đánh đuổi: 把狗~。Đuổi chó. ❷đuổi ra khỏi; trục xuất

敢 gǎn❶〈形〉can đảm; có dũng khí: 勇~ dũng cảm ❷〈动〉dám: ~做 dám làm ❸〈动〉(trợ động từ) dám; chắc (không chắc chắn): 飞机能否准时起飞, 谁也不~说。Máy bay liệu có thể cất cánh đúng giờ hay không, chẳng ai dám chắc.

【敢于】gǎnyú〈动〉dám: ~斗争 dám đấu tranh

感 gǎn❶〈动〉cảm thấy: 他~到自己错了。Anh ấy cảm thấy mình đã sai. ❷〈动〉cảm động: ~人肺腑 xúc động lòng người ❸〈动〉cảm ơn: ~谢 cảm ơn ❹〈动〉(đông y) cảm; cảm lạnh: 外~内伤 ngoại cảm nội thương ❺〈名〉cảm giác; tình cảm; cảm tưởng: 成就~ cảm giác thành công ❻〈动〉(phim, giấy ảnh) tiếp xúc ánh sáng mà có sự biến đổi: ~光 cảm quang

【感触】gǎnchù〈名〉cảm xúc

【感动】gǎndòng❶〈形〉cảm động: 正是这一点让我非常~。Chính điều này làm tôi hết sức cảm động. ❷〈动〉làm xúc động; làm cảm động

【感恩】gǎn'ēn〈动〉cảm ơn; cảm kích: ~图报 cảm ơn và tìm cách báo đáp

【感恩节】Gǎn'ēn Jié〈名〉Ngày lễ Tạ ơn (ở Mĩ là thứ năm của tuần thứ tư tháng 11)

【感激】gǎnjī〈动〉cảm kích; cảm ơn

【感觉】gǎnjué❶〈名〉cảm giác: 一种绝妙无比的~ một cảm giác vô cùng tuyệt diệu ❷〈动〉cảm thấy ❸〈动〉nhận thấy; thấy: 我~心里七上八下的。Tôi nhận thấy lòng mình bắt đầu hồi hộp xao xuyến.

【感慨】gǎnkǎi〈动〉cảm khái

【感冒】gǎnmào❶〈名〉bệnh cảm sốt; bệnh cúm: 他得的是流行性~。Anh

ấy mắc bệnh cảm cúm. ❷<动>bị
cảm

【感情】gǎnqíng<名>❶cảm tình;
lòng yêu mến: 个人~ cảm tình cá
nhân ❷tình cảm yêu mến

【感染】gǎnrǎn<动>❶bị nhiễm: 病人
因~而发烧. Bệnh nhân sốt cao vì bị
viêm nhiễm. ❷truyền cảm

【感人】gǎnrén<形>khiến người ta
cảm động: 言辞恳切, ~肺腑. Ngôn
từ tha thiết làm cảm động lòng
người.

【感受】gǎnshòu❶<动>tiếp nhận;
cảm nhận ❷<名>cảm nhận; cảm thụ

【感叹】gǎntàn<动>cảm thán; than

【感想】gǎnxiǎng<名>cảm tưởng;
cảm nghĩ: 发表个人~ phát biểu cảm
tưởng cá nhân

【感言】gǎnyán<名>lời cảm nghĩ

【感应】gǎnyìng<动>❶(điện) cảm
ứng ❷cảm ứng: ~开关 công tắc cảm
ứng

橄 gǎn

【橄榄】gǎnlǎn<名>❶cây trám ❷quả trám
❸cây ô liu

擀 gǎn<动>❶cán: ~面 cán bột mì ❷
[方]lau kĩ: 灰墙抹好再~一遍. Bức
tường trát vữa xong láng một lượt
cho nhẵn.

【擀面杖】gǎnmiànzhàng<名>chày cán
bột

gàn

干¹ gàn<名>❶cán; thân: 树~ thân
cây ❷cán bộ: ~群关系 quan hệ giữa
cán bộ với quần chúng

干² gàn❶<动>làm: 埋头苦~ cặm cụi
làm việc ❷<形>có năng lực; giỏi
giang: 精~ (con người) rất có khả
năng ❸<动>đảm nhiệm; làm: 他~过
厂长. Ông ấy từng làm giám đốc
nhà máy. ❹<动>[方]hỏng; xấu đi:
要~ sắp hỏng rồi

另见gān

【干部】gànbù<名>cán bộ

【干活】gànhuó<动>làm việc; lao
động; công tác

【干劲】gànjìn<名>lòng hăng hái

【干练】gànliàn<形>năng nổ; dày
dạn; có năng lực và kinh nghiệm

【干什么】gàn shénme làm gì

【干事】gànshi<名>cán sự (người
chuyên trách một sự vụ cụ thể): 世
贸组织副总~ phó tổng cán sự Tổ
chức Thương mại thế giới

【干细胞】gànxìbāo<名>❶tế bào gốc
❷đặc chỉ tế bào gốc tạo máu

【干线】gànxiàn<名>tuyến chính;
đường trục; đường ống (dẫn nước,
dẫn dầu) chính

gāng

刚¹ gāng<形>cứng rắn; kiên cường:
他性情太~. Tính nó quá cương.

刚² gāng<副>❶vừa vặn ❷chỉ có;
vừa đủ để: 清早出发的时候天还很
黑, ~能看出前面的人的背包. Sáng
sớm lên đường trời còn rất tối,
chỉ có thể thấy ba lô của người đi
trước. ❸vừa; mới: 他~从省里回来.
Anh ta vừa ở tỉnh về. ❹(kết hợp với
"就") vừa...đã...: ~过中秋, 天气就
渐渐凉下来了. Vừa qua tết Trung
thu là khí trời đã dần dần trở nên
mát lạnh.

【刚才】gāngcái<名>vừa rồi

【刚刚】gānggāng<副>vừa; vừa vặn;
vừa mới: 不多不少, ~十公斤.
Không nhiều không ít, vừa đủ 10
kg.

【刚好】gānghǎo❶<形>vừa vặn; vừa
khít; vừa đẹp: 这套衣服很漂亮, 尺
寸也~. Bộ quần áo này đẹp quá mà
vận lên cũng vừa với khổ người.
❷<副>vừa khéo: ~两人都学美术, 就
把他们编到了一个组. Vừa khéo, cả

hai cùng học mĩ thuật, nên đã biên chế vào cùng một tổ.

【刚烈】gānglie〈形〉rắn rỏi khí khái: 禀性~ bản tính rắn rỏi khí khái

【刚强】gāngqiáng〈形〉(tính cách, ý chí…) kiên cường (không sợ khó, không khuất phục): 意志~ ý chí kiên cường

【刚巧】gāngqiǎo〈副〉vừa vặn; ngẫu nhiên; vô tình; may mắn

【刚柔并济】gāngróu-bìngjì cương nhu phối hợp; rắn mềm bổ sung cho nhau

【刚毅】gāngyì〈形〉cương nghị

肛 gāng〈名〉hậu môn

【肛门】gāngmén〈名〉hậu môn

纲 gāng〈名〉❶cương; giềng (của lưới) ❷bộ phận chủ yếu: 提~挈领 nêu bật nét chính; 大~ đại cương ❸lớp (sinh vật học phân loại, dưới ngành) ❹đoàn; đội: 花石~ đoàn chở đá hoa

【纲领】gānglǐng〈名〉❶cương lĩnh ❷nguyên tắc có tác dụng chỉ đạo

【纲要】gāngyào〈名〉❶đề cương ❷cương yếu; khái yếu: 战略构建~ cương yếu xây dựng chiến lược

钢 gāng〈名〉thép

【钢板】gāngbǎn〈名〉❶tấm thép ❷nhíp giảm xóc trên ô tô ❸bảng thép (dùng để kê viết giấy nến)

【钢笔】gāngbǐ〈名〉bút máy

【钢材】gāngcái〈名〉vật liệu thép

【钢管】gāngguǎn〈名〉ống thép

【钢化】gānghuà〈动〉thép hoá: ~玻璃 thủy tinh công nghiệp/kính không vỡ

【钢筋】gāngjīn〈名〉cốt thép

【钢筋混凝土】gāngjīn hùnníngtǔ bê tông cốt thép

【钢盔】gāngkuī〈名〉mũ sắt

【钢琴】gāngqín〈名〉pi-a-nô

【钢丝】gāngsī〈名〉dây thép

【钢铁】gāngtiě❶〈名〉gang thép ❷

〈形〉kiên cường: ~战士 chiến sĩ kiên cường

【钢印】gāngyìn〈名〉❶con dấu in nổi (bằng kim loại) ❷hình dấu nổi

缸 gāng〈名〉❶cóng; liễn; ang; vò (sứ, thủy tinh, sành): 水~ cóng nước ❷sành; gốm: ~盆 chậu sành ❸vật có hình vại: 汽~ xi lanh

【缸子】gāngzi〈名〉ca; lọ: 搪瓷~ cốc sứ

gǎng

岗 gǎng〈名〉❶đồi: 土~子 đồi đất ❷lằn; hằn (vết hằn nổi): 进村口的路上有道~子。Con đường đầu thôn có vết lằn. ❸cương vị; trạm gác ❹cương vị: 在~ đang tại chức

【岗哨】gǎngshào〈名〉❶trạm gác; vọng gác ❷người đứng gác

【岗亭】gǎngtíng〈名〉trạm gác; bốt gác

【岗位】gǎngwèi〈名〉❶vị trí gác ❷cương vị

港 gǎng❶〈名〉vịnh cảng; cảng: ~口 bến cảng ❷〈名〉cảng hàng không; sân bay: 空~ cảng hàng không ❸〈名〉nhánh sông (thường dùng làm tên sông): 江山~ Cảng Giang Sơn ❹〈形〉[口]mang đặc sắc Hồng Kông: ~味十足 đậm nét Hồng Kông

【港币】gǎngbì〈名〉tiền Hồng Kông; đô-la Hồng Kông

【港口】gǎngkǒu〈名〉cửa cảng; bến cảng

【港湾】gǎngwān〈名〉vịnh cảng

gàng

杠 gàng❶〈名〉gậy; đòn: 顶门~ gậy chống cửa ❷〈名〉xà: 高低~ xà lệch ❸〈名〉cọc (linh kiện có hình cái gậy): 丝~ cọc tơ ❹〈名〉đòn ma (khênh quan tài) ❺<名>gạch thẳng (đánh dấu) ❻<动>gạch: 这段文字下~了一道红线。Đoạn này đã được gạch đỏ. ❼<名>ví một tiêu chuẩn nhất định

【杠杆】gànggǎn<名>❶đòn bẩy ❷ví sự vật hoặc sức mạnh có tác dụng cân bằng hoặc điều tiết: 经济~ đòn bẩy kinh tế

【杠铃】gànglíng<名>tạ đĩa (thể thao)

gāo

高 gāo❶<形>cao: ~峰 ngọn cao ❷<形>cao (trên mức bình thường): ~速公路 đường cao tốc ❸<形>(cấp độ) cao: ~校 trường đại học và cao đẳng ❹<名>(độ) cao: 塔~二十米 tháp cao 20 mét ❺<名>đường cao (hình học)❻<形>lời kính trọng: ~见 lẽ chỉ phải ❼<形>trong gốc axít hoặc hợp chất so với gốc axít tiêu chuẩn nhiều hơn một nguyên tử ô-xy: ~锰酸钾 kali permanganat // (姓)Cao

【高昂】gāo'áng❶<动>vươn cao; ngẩng cao ❷<形>(âm thanh, tình cảm) vang dậy; cao: 斗志~ tinh thần cao ❸<形>(giá cả) cao; đắt: 价格~ giá cả rất đắt

【高傲】gāo'ào<形>cao ngạo; kiêu căng

【高才生】gāocáishēng<名>học sinh giỏi

【高层】gāocéng❶<名>cao tầng: 我家住~。Tôi ở nhà cao tầng. ❷<形>nhiều tầng (thông thường chỉ hơn 10 tầng): ~住宅 nhà ở nhiều tầng ❸<形>cấp cao; tầng lớp trên: ~岗位 cương vị cấp cao ❹<名>nhân vật hoặc bộ môn cấp bậc cao: 两国~已有交往。Lãnh đạo cấp cao hai nước đã có sự đi lại với nhau.

【高产】gāochǎn❶<形>cao sản; sản lượng cao ❷<名>sản lượng cao: 这些新产品可取得~，同时质量上乘。Các sản phẩm mới này có thể đạt sản lượng cao mà chất lượng tốt.

【高超】gāochāo<形>cao siêu: ~的技艺 kĩ nghệ cao siêu

【高潮】gāocháo<名>❶mực nước triều cao nhất ❷cao trào; giai đoạn phát triển cao ❸cao trào; đỉnh cao

【高大】gāodà<形>❶cao lớn; cao to: ~的身影 bóng dáng cao to ❷(tuổi) cao

【高档】gāodàng<形>cao cấp; hạng sang: ~化妆品 mĩ phẩm cao cấp

【高等】gāoděng<形>❶cao đẳng; cao cấp: ~物理 vật lí cao cấp ❷(trường) đại học: ~教育 giáo dục đại học

【高低】gāodī<名>❶(mức) cao thấp; độ cao ❷hơn kém; cao thấp: 今天我要和你在赛场上见个~。Hôm nay chúng ta sẽ so độ hơn kém trên sân đua. ❸nông sâu; nặng nhẹ: 不知~ không biết nông sâu

【高调】gāodiào❶<名>cao giọng; ví nói phách nói tướng, thoát li thực tế: 少唱~，多办实事。Ít nói phách nói suông, cố gắng làm những việc thiết thực. ❷<形>cấp tiến mà nói toạc ra

【高度】gāodù❶<名>độ cao: 飞行~ độ cao bay ❷<形>cao: ~的劳动热情 nhiệt tình lao động cao

【高端】gāoduān❶<形>cao cấp; tầng cao: ~对话深化区域合作。Đối thoại tầng cao đi sâu hợp tác khu vực. ❷<名>quan chức hoặc người phụ trách tầng cao

【高额】gāo'é<形>kếch xù; lớn; khổng lồ: ~利润 món lãi kếch xù

【高尔夫球】gāo'ěrfūqiú❶môn gôn; golf: ~场 sân gôn ❷quả bóng gôn

【高发】gāofā<形>tỉ lệ phát bệnh cao: 食道癌~地区 khu vực mắc bệnh ung thư thực quản tỉ lệ cao

【高峰】gāofēng<名>❶đỉnh núi cao ❷đỉnh cao; cao điểm: ~期 giờ cao điểm ❸người đứng đầu: ~会议 hội nghị thượng đỉnh

【高跟儿鞋】gāogēnrxié<名>giày cao gót

【高贵】gāoguì<形>❶cao cả: 那是对歌手最~的称号。Đó là danh hiệu cao quý nhất của người ca sĩ. ❷quý giá; sang trọng: 她穿着~的服饰。Cô ấy mặc một bộ quần áo sang trọng. ❸cao sang

【高级】gāojí<形>❶cao cấp: ~官员 quan chức cao cấp ❷chất lượng cao

【高价】gāojià<名>giá cao: ~收买 mua với giá cao

【高架桥】gāojiàqiáo<名>cầu vượt; cầu cạn

【高洁】gāojié<形>cao khiết; trong sáng cao thượng

【高考】gāokǎo<名>cuộc thi tuyển sinh đại học và cao đẳng

【高科技】gāokējì<名>khoa học kĩ thuật cao; khoa học công nghệ cao

【高空】gāokōng<名>tầng không gian cao: 仰望~ ngước nhìn bầu trời cao

【高丽参】gāolíshēn<名>sâm cao li

【高粱】gāoliang<名>❶cây cao lương ❷hạt cao lương

【高龄】gāolíng❶<名>tuổi hạc; tuổi thọ: 爷爷已是80多岁的~。Cụ đã thọ trên 80. ❷<形>có tuổi; cao tuổi: 病人是一位~产妇。Bệnh nhân là một sản phụ có tuổi.

【高明】gāomíng❶<形>(kiến giải, kĩ năng) cao siêu ❷<名>người tài giỏi: 你另请~吧，我不干了! Anh đi mà tìm người tài giỏi hơn, tôi không làm nữa!

【高能耗】gāonénghào tiêu thụ năng lượng cao

【高攀】gāopān<动>❶chơi trèo; với cao: ~不起 không dám chơi trèo

❷ví giá cả, số lượng tăng lên mạnh

【高强度】gāoqiángdù cường độ cao

【高尚】gāoshàng<形>❶(đạo đức) cao thượng: 道德~ đạo đức cao thượng ❷những việc làm chính đáng, có ích

【高烧】gāoshāo<名>sốt cao: 他在发~。Anh ấy đang bị sốt cao.

【高升】gāoshēng<动>(chức vụ) lên cao: 步步~ thăng quan tiến chức

【高手】gāoshǒu<名>cao thủ; người tài giỏi

【高寿】gāoshòu❶<形>sống lâu; thọ ❷<名>(lời kính trọng, dùng để hỏi tuổi người già) tuổi thọ: 您~啦? Ông thọ bao nhiêu ạ?

【高耸】gāosǒng<动>cao vút

【高速】gāosù<形>tốc độ cao; cao tốc

【高汤】gāotāng<名>nước dùng; nước xuýt: 用~做酸菜鱼 dùng nước xuýt nấu món cá dưa chua

【高挑儿】gāotiǎor<形>[口](vóc người) dong dỏng: ~身材 vóc người dong dỏng

【高铁】gāotiě<名>đường sắt cao tốc

【高危】gāowēi<形>nguy cơ cao; độ rủi ro cao: ~行业 các ngành nghề có độ rủi ro cao

【高效】gāoxiào<形>hiệu suất cao; tính năng mạnh

【高新区】gāoxīnqū<名>khu công nghệ cao và mới

【高兴】gāoxìng❶<形>vui vẻ; vui mừng: 见到您很~。Rất vui mừng được gặp ông. ❷<动>thích; thích thú

【高血糖】gāoxuètáng<名>đường huyết cao

【高血压】gāoxuèyā<名>cao huyết áp

【高压】gāoyā❶<名>cao áp; áp suất cao: ~锅 nồi áp suất ❷<名>điện áp cao ❸<名>áp lực của máu đối với huyết quản khi tim co bóp ❹<形>áp bức tàn khốc; đè nén cực độ: ~手段 thủ đoạn áp bức tàn khốc

【高压线】gāoyāxiàn<名>đường dây cao áp; dây điện cao thế

【高雅】gāoyǎ<形>cao nhã; cao thượng

【高音】gāoyīn<名>giọng cao: 男-giọng nam cao

【高原】gāoyuán<名>cao nguyên

【高瞻远瞩】gāozhān-yuǎnzhǔ nhìn xa trông rộng

【高涨】gāozhǎng❶<动>(vật giá, mức nước) tăng nhanh; tăng vọt; dâng cao: 物价~ vật giá tăng vọt ❷<形>(phong trào, tinh thần khí thế) hăng say

【高职】gāozhí<名>❶chức vụ cao; chức danh cao ❷trường cao đẳng dạy nghề ❸ngành dạy nghề cao đẳng

【高中】gāozhōng<名>trường trung học phổ thông

羔gāo<名>dê (cừu) con: 羊~ con cừu non

【羔羊】gāoyáng<名>con cừu non; ví những người ngây thơ, trong trắng hoặc nhỏ yếu: 迷途的~ con cừu non bị lạc

睾gāo

【睾丸】gāowán<名>tinh hoàn; hòn dái; dịch hoàn

膏gāo<名>❶dầu; mỡ: 民脂民~ mồ hôi nước mắt nhân dân/tài sản và sức lực của dân ❷chất đặc: 龟苓~ thạch quy linh

【膏药】gāoyao<名>thuốc cao (dán ngoài)

糕gāo<名>bánh

【糕点】gāodiǎn<名>bánh ngọt; bánh điểm tâm

gǎo

搞gǎo<动>❶làm: ~生产 sản xuất

❷kiếm; tìm cách có được: ~材料 kiếm tài liệu ❸trị; hành tội

【搞定】gǎodìng<动>hoàn thành; làm tròn

【搞对象】gǎo duìxiàng hẹn hò; yêu đương; tìm đối tượng

【搞鬼】gǎoguǐ<动>giở trò ngầm: 敌人暗中~, 要注意。Phe địch đang ngấm ngầm giở trò, phải chú ý.

【搞混】gǎohùn<动>nhầm lẫn; làm lẫn lộn; làm hỗn loạn

【搞小动作】gǎo xiǎodòngzuò giở trò

【搞笑】gǎoxiào❶<动>gây cười; chọc cười; hài hước ❷<形>khôi hài; tiếu lâm: ~节目 chương trình khôi hài

稿gǎo<名>❶bản thảo: 手~ bản thảo viết tay ❷bản thảo công văn: 拟~ thảo công văn

【稿费】gǎofèi<名>tiền nhuận bút

【稿件】gǎojiàn<名>bản thảo (tác giả gửi đến tòa báo hay nhà xuất bản)

【稿纸】gǎozhǐ<名>giấy viết bài

【稿子】gǎozi<名>❶bản thảo (thơ văn, tranh vẽ): 写~ viết bài ❷bài (thơ, văn)

gào

告gào<动>❶nói cho biết; bảo: ~知 bảo cho biết ❷tố cáo; kiện: ~状 cáo trạng ❸tỏ ý; bày tỏ: ~辞 nói lời từ biệt/cáo từ ❹tuyên bố: ~成 tuyên bố hoàn thành ❺xin: ~假 xin nghỉ phép

【告别】gàobié<动>❶chào tạm biệt; chia tay (thường ra hiệu chào hoặc nói một câu) ❷chào từ biệt; cáo từ; từ giã ❸vĩnh biệt: 向烈士遗体~ chào vĩnh biệt trước di hài các liệt sĩ

【告成】gàochéng<动>tuyên bố hoàn thành; hoàn thành: 大功~ việc lớn đã thành

【告辞】gàocí<动>cáo từ; chào từ biệt

【告发】gàofā<动>tố giác; tố cáo (với cơ quan pháp luật)

【告急】gàojí<动>cấp báo: 灾区~ vùng bị nạn cấp báo xin cứu viện

【告诫】gàojiè<动>cảnh cáo; nhắc nhở; răn đe; khuyên răn: 再三~, 毫无效果 nhiều lần khuyên răn vô hiệu quả

【告密】gàomì<动>cáo giác; tố giác

【告破】gàopò<动>tuyên bố vụ án đã được khám phá; tuyên bố phá án

【告示】gàoshi<名>❶cáo thị; yết thị; bố cáo

【告诉】gàosu<动>bảo; nói cho biết

【告退】gàotuì<动>❶xin rút lui; xin cáo lui: 您现在那么忙，我还是先~吧。Bây giờ anh quá bận, xem ra tôi phải về trước đã. ❷ra khỏi (tập thể)

【告知】gàozhī<动>bảo cho biết

【告终】gàozhōng<动>kết thúc; cáo chung

【告状】gàozhuàng<动>❶cáo trạng ❷kiện

gē

戈 gē<名>qua; giáo; mác lao (vũ khí cổ): 干~ vũ khí

【戈壁】gēbì<名>sa mạc; gô-bi

【戈壁滩】gēbìtān<名>bãi sa mạc; bãi gô-bi

疙 gē

【疙瘩】gēda❶<名>mụn cơm: 肉~ mụn thịt ❷<名>cục; nút; hạt: 面~ cục bột mì vón ❸<名>vướng mắc; mắc mớ: 有什么~解不开的话，就来我这谈一谈。Nếu có vướng mắc gì không giải quyết được cứ sang đây bàn với tôi.

【疙疙瘩瘩】gēgedādā gồ ghề; gập gềnh; mắc míu; trở ngại

哥 gē<名>❶anh ruột: 大~ anh cả ❷anh họ: 表~ anh họ ❸những

người đàn ông cùng lứa hơn tuổi

【哥哥】gēge<名>❶anh ruột ❷anh họ: 远房~ anh họ xa

【哥们儿】gēmenr<名>[口]❶anh em ❷anh em ta (bạn bè thân mật): 虽然离得远，但我们仍然是朋友，是~。Tuy cách xa nhưng chúng tôi vẫn là bạn, là anh em.

胳 gē

【胳膊】gēbo<名>cánh tay

鸽 gē<名>chim bồ câu: 信~ bồ câu đưa thư

【鸽子】gēzi<名>chim bồ câu

搁 gē<动>❶đặt: 把画~在桌面上。Đặt bức tranh xuống mặt bàn. ❷bỏ thêm vào: ~点糖到豆浆里。Bỏ thêm tí đường vào sữa đậu. ❸gác lại (làm sau)

【搁浅】gēqiǎn<动>❶(thuyền) mắc cạn ❷kẹt; gặp cản trở: 谈判~ cuộc đàm phán bị cản trở

【搁置】gēzhì<动>bỏ; gác lại

割 gē<动>❶cắt; gặt; hái: ~肉 thái thịt ❷chia cắt; cắt bỏ: ~地 cắt đất

【割爱】gē'ài<动>cắt bỏ (thứ mình yêu thích): 忍痛~ chịu đau đớn mà cắt bỏ

【割除】gēchú<动>cắt bỏ; cắt đi

【割断】gēduàn<动>cắt đứt: ~电话线 cắt đứt đường dây điện thoại

【割裂】gēliè<动>chia rẽ; chia cắt; tách rời (thường dùng cho sự vật trừu tượng)

【割破】gēpò<动>cắt

【割让】gēràng<动>cắt nhượng (lãnh thổ) (vì thua trận hoặc bị xâm lược)

【割肉】gēròu<动>cắt thịt; ví bán ra lỗ vốn

【割舍】gēshě<动>cắt bỏ; dứt bỏ

歌 gē❶<名>ca khúc: 民~ dân ca ❷<动>hát; ca: 高~一曲 ca vang một bài

【歌唱】gēchàng<动>❶hát; ca: ~家 ca

sĩ ❷ngợi ca; hát mừng

【歌词】gēcí<名>lời bài hát

【歌喉】gēhóu<名>giọng hát; tiếng hát: ~清亮纯洁。Giọng hát cao vút và thanh khiết.

【歌剧】gējù<名>ca kịch

【歌迷】gēmí<名>❶người mê hát ❷người hâm mộ ca sĩ; fan

【歌曲】gēqǔ<名>ca khúc; bài hát

【歌声】gēshēng<名>tiếng hát

【歌手】gēshǒu<名>ca sĩ

【歌颂】gēsòng<动>ca tụng; ca ngợi

【歌坛】gētán<名>giới ca nhạc; giới thanh nhạc; làng hát

【歌厅】gētīng<名>phòng ca hát

【歌舞】gēwǔ<名>ca múa; múa hát

【歌星】gēxīng<名>ngôi sao ca hát; ca sĩ trội nổi; danh ca

【歌谣】gēyáo<名>ca dao

gé

革 gé❶<名>da thuộc: 皮~ da ❷<动>thay đổi: ~新 đổi mới ❸<动>cách chức; khai trừ: ~职 cách chức

【革除】géchú<动>❶từ bỏ; bỏ ❷khai trừ; cách chức: 把他从公司~出去。Khai trừ anh ấy ra khỏi công ti.

【革命】gémìng❶<动>cách mạng ❷<形>cách mạng (có ý thức cách mạng): ~歌曲 nhạc cách mạng ❸<动>cách mạng (cải cách căn bản): 技术~ cách mạng kĩ thuật

【革职】gézhí<动>cách chức

阁 gé<名>❶lầu các; mái đình nhỏ có gác: 亭台楼~ đình đài lầu các ❷nội các: 组~ thành lập nội các ❸[书]cái giá để đồ vật: 束之高~ bỏ lại gác lên giá cao

【阁楼】gélóu<名>gác xép; gác lừng

【阁下】géxià<名>các hạ; ngài: 大使~ ngài đại sứ

格¹ gé<名>❶ô: 方~纸 giấy kẻ ô vuông ❷quy cách; cách thức: 合~

hợp quy cách ❸phong độ; phẩm chất: 人~ nhân cách ❹[语言]cách

格² gé<动>đánh: ~斗 đánh nhau kịch liệt

【格调】gédiào<名>cách điệu; phong cách: ~高雅 phong cách cao nhã

【格格不入】gégé-bùrù không ăn ý; hoàn toàn xa lạ; không hợp nhau

【格局】géjú<名>bố cục; kết cấu và cách thức: 房间内的~十分巧妙。Bố cục trong căn phòng rất khéo.

【格林尼治时间】Gélínnízhì shíjiān giờ quốc tế; giờ GMT

【格式】géshì<名>cách thức; quy cách; mẫu: 合同~ quy cách hợp đồng

【格外】géwài<副>❶đặc biệt; vô cùng: 老同学相聚，都感到~亲切。Bạn học cũ gặp mặt cảm thấy hết sức thân thiết. ❷ngoài mức; ngoại ngạch; thêm: 这是为你~准备的点心。Đây là bánh kẹo được chuẩn bị riêng cho anh.

【格言】géyán<名>cách ngôn

【格子】gézi<名>ô: ~布 vải kẻ ô

蛤 gé<名>ngao sò
另见há

【蛤蚧】géjiè<名>con tắc kè

【蛤蜊】gélí<名>❶con sò ❷ngao sò

隔 gé<动>❶ngăn; ngăn cách; cách trở: ~河相望 cách sông nhìn nhau ❷xa; cách xa: 相~很远 cách nhau rất xa

【隔壁】gébì<名>hàng xóm sát vách; nhà bên cạnh sát vách: 他就住在我家~。Anh ấy ở cạnh nhà tôi.

【隔断】¹géduàn<动>ngăn cách; đoạn tuyệt

【隔断】²géduàn<名>tấm ngăn; ván ngăn; liếp ngăn (chia phòng ra nhiều ngăn nhỏ)

【隔行如隔山】géháng rú géshān khác nghề như cách núi

【隔阂】géhé<名>ngăn cách (về tư tưởng tình cảm): 思想~ tư tưởng ngăn cách

【隔绝】géjué<动>cách tuyệt; ngăn cách: 与世~ cách tuyệt với đời

【隔离】gélí<动>❶ngăn cách; chia tách (không cho tụ họp, đi lại với nhau) ❷cách li (người, súc vật mắc bệnh truyền nhiễm): ~病房 buồng bệnh cách li

【隔日】gérì<动>cách nhật; cách một ngày

【隔三岔五】gésān-chàwǔ cách chẳng bao lâu; thường hay; cách dăm ba hôm

【隔夜】géyè<动>cách đêm

【隔音】géyīn<动>cách âm

gè

个 gè❶<量>cái; con; quả…: 一~玻璃杯 một chiếc cốc thủy tinh ❷<量>(dùng trước số ước lượng): 他扛~五六十斤没问题。Anh ấy khuân độ hai ba chục ki-lô không vấn đề gì. ❸<量>(dùng sau động từ mang tân ngữ, có tác dụng biểu thị động lượng; ở chỗ vốn không thể dùng "个" cũng dùng "个"): 捎~口信儿。Gửi lời nhắn. ❹<量>(dùng giữa động từ và bổ ngữ, khiến bổ ngữ phần nào mang tính chất của tân ngữ; có lúc dùng liền với "得"): 喝~痛快 uống cho đã ❺<形>lẻ; đơn độc; riêng lẻ: ~体 cá thể ❻<量>(hậu tố của lượng từ "些", trong tiếng Việt có thể không dịch): 那些~小朋友 mấy em nhỏ

【个案】gè'àn<名>vụ việc cá biệt; trường hợp cá biệt

【个把】gèbǎ<量>[方]cá biệt; riêng biệt; trường hợp cá biệt; hiếm có; hơn một: 她去欧洲已有~月了。Cô ấy đi châu Âu đã hơn một tháng rồi.

【个别】gèbié❶<副>riêng lẻ; riêng biệt: ~谈话 nói chuyện riêng ❷<形>rất ít; hiếm hoi; cá biệt

【个个】gègè<代>mỗi người; mọi người: ~在埋头书写。Mọi người đang vùi đầu vào viết.

【个例】gèlì<名>thí dụ hay trường hợp cá biệt, đặc thù

【个人】gèrén<名>❶cá nhân: ~主义 chủ nghĩa cá nhân ❷tôi; cá nhân tôi

【个人所得税】gèrén suǒdéshuì thuế thu nhập cá nhân

【个体】gètǐ<名>❶(người hoặc vật) đơn lẻ; cá thể; cá nhân: ~经济 kinh tế cá thể ❷hộ riêng lẻ

【个体户】gètǐhù<名>hộ riêng lẻ; hộ cá thể (nông dân hoặc người công thương kinh doanh riêng lẻ)

【个头儿】gètóur<名>vóc dáng

【个性】gèxìng<名>❶cá tính (con người): 每人~不同 cá tính mỗi người mỗi khác ❷đặc tính (của sự vật, tức là tính đặc thù của mâu thuẫn)

【个子】gèzi<名>❶thân hình; vóc dáng: 高~ dáng cao ❷bó: 麦~ bó lúa mì

各 gè❶<代>các; tất cả: 世界~国 các nước trên thế giới ❷<副>mỗi bên: ~执一词 mỗi bên một quan điểm

【各别】gèbié<形>phân biệt; khác nhau: ~对待 đối xử khác nhau

【各持己见】gèchí-jǐjiàn ai giữ ý nấy; không ai chịu nghe ai; mỗi người một ý

【各得其所】gèdé-qísuǒ mỗi người hoặc mỗi vật đều được sắp đặt đâu vào đấy (đúng chỗ)

【各地】gèdì<名>khắp nơi; các địa phương

【各个】gègè❶<代>mỗi cái; tất cả: ~汉字都有不同的意义。Mỗi một chữ Hán đều có nghĩa riêng. ❷<副>từng cái một

【各行各业】gèháng-gèyè các ngành các nghề; mọi ngành mọi nghề

【各级】gèjí<名>các cấp: ~领导 lãnh đạo các cấp

【各界】gèjiè<名>các giới

【各取所需】gèqǔ-suǒxū ai nấy đều lấy được những thứ mình cần

【各人】gèrén<代>mỗi người; mọi người

【各式各样】gèshì-gèyàng đủ kiểu đủ loại

【各位】gèwèi<代>❶các vị: ~同志 các đồng chí ❷mọi người: ~请注意。Mọi người hãy chú ý.

【各自】gèzì<代>mỗi cá nhân riêng lẻ; mỗi mặt riêng lẻ

硌 gè<动>[口]cộm (chạm vào vật lồi ra, cảm thấy khó chịu hoặc bị tổn thương): ~脚 cộm bàn chân

【硌牙】gèyá<动>cộm răng

gěi

给 gěi❶<动>cho: 妈妈~了他十块钱。Mẹ đã cho cậu ta 10 đồng. ❷<介>(dùng sau động từ) giao cho; cho: 送~ tặng cho ❸<介>giúp...; cho...: 我~你们做导游。Tôi xin làm hướng dẫn viên du lịch cho các bạn. ❹<介>(giới thiệu đối tượng của động tác, như "向") với; hướng tới (thường không dịch): 新人~长辈鞠躬。Cô dâu chú rể cúi chào người bề trên. ❺<动>để; để cho (cho ai làm việc gì đó): 农场拨出一块地来~他们做实验。Nông trường dành ra một mảnh đất cho họ làm thí nghiệm. ❻<动>cho phép: 那封信他收着不~看。Phong thư ấy nó giữ lại không cho xem. ❼<介>bị: 羊~狼吃了。Cừu đã bị sói ăn thịt. ❽<助>(biểu thị bị động hoặc trong câu xử sự, nhấn mạnh ngữ

khí): 她把饭~烧煳了。Cô ấy nấu cơm khê rồi. ❾<介>(dẫn vào người bị thiệt hại): 他把事~我办糟了。Nó làm hỏng việc cho tôi rồi. ❿<介>(nhấn mạnh ngữ khí cầu khiến): 快~我把门关上! Đóng cửa ngay cho tôi!

另见jǐ

【给力】gěilì<形>đắc lực

【给面子】gěi miànzi[口]giữ thể diện cho; nể tình

【给以】gěiyǐ<动>cho; trao

gēn

根 gēn❶<名>rễ cây ❷<名>con cháu; hậu thế: 孩子生下来，他就觉得自己有了~。Sự ra đời của đứa con khiến anh thấy mình đã có hậu thế. ❸<名>cuống; cuối (phần cuối hoặc phần nối liền với vật khác): 墙~ chân tường ❹<名>nguồn gốc; gốc rễ: 祸~ nguồn gốc tai họa ❺<副>tận gốc; triệt để: ~治 chữa trị triệt để ❻<名>cái cơ bản để dựa vào: ~据 căn cứ ❼<量>(dùng cho vật nhỏ mà dài) cây; chiếc: 一~竹竿 một cây sào tre

【根本】gēnběn❶<名>căn bản; gốc rễ ❷<形>chủ yếu; trọng yếu: 这才是最~的问题。Đây mới là vấn đề chủ yếu nhất. ❸<副>vốn; xưa nay; từ trước đến giờ: 她~没爱过你。Từ trước đến giờ chị ấy đâu có yêu anh. ❹<副>từ đầu chí cuối; trước sau; tuyệt nhiên: 我~就不好名利。Tôi tuyệt nhiên không ham danh lợi. ❺<副>triệt để

【根除】gēnchú<动>trừ tận gốc

【根雕】gēndiāo<名>(nghệ thuật) điêu khắc gốc cây (cũng chỉ tác phẩm điêu khắc bằng gốc cây)

【根基】gēnjī<名>❶nền móng; cơ sở: 树立稳固~ đặt nền móng vững chắc ❷vốn liếng; vốn gốc; tài sản: 我

G

们家~差，要节约点。Tiền của nhà mình chẳng có là bao, nên chú ý tiết kiệm.

【根据】gēnjù❶〈动〉căn cứ vào; dựa trên; theo ❷〈名〉chứng cứ; căn cứ ❸〈介〉theo (tiền đề của kết luận hoặc cơ sở hành động): ~天气预报，明天要下雨。Theo dự báo thời tiết, ngày mai sẽ có mưa.

【根据地】gēnjùdì〈名〉khu căn cứ địa

【根深蒂固】gēnshēn-dìgù thâm căn cố đế; rễ sâu gốc vững; ví với cơ sở vững chắc không dễ lung lay

【根源】gēnyuán❶〈名〉nguồn gốc; nguyên nhân ❷〈动〉bắt nguồn (ở)

【根治】gēnzhì〈动〉chữa triệt để; trị tận gốc (thiên tai, tật bệnh…): ~脚臭 trị tận gốc chứng hôi chân

跟 gēn❶〈名〉gót (chân): 脚后~ gót chân ❷〈动〉theo; đi theo: ~上时代潮流 theo kịp trào lưu thời đại ❸〈动〉theo; lấy; ở bên (làm chồng) ❹〈介〉cùng; với: 有什么难事就~我说。Có việc gì khó thì nói với tôi. ❺〈介〉hướng về; cho; với: 你这方法好，快~我们说说。Giải pháp của anh hay đấy, mau nói cho chúng tôi nghe đi. ❻〈介〉giống; cũng như: 她待我~待亲儿子一样。Bà ấy đối xử với tôi như với con đẻ vậy. ❼〈连〉và; cùng: 货架上堆满了蔬菜~水果。Trên giá hàng bày đầy những rau tươi và hoa quả.

【跟班】¹ gēnbān〈动〉theo lớp; cùng đi (học tập hoặc lao động với một tập thể): ~听课 cùng đi nghe giảng theo lớp

【跟班】² gēnbān〈名〉người hầu; tùy tùng

【跟不上】gēnbushàng❶tụt hậu; lạc hậu; không theo kịp ❷không bằng; thua kém hơn

【跟得上】gēndeshàng kịp; theo kịp

【跟风】gēnfēng〈动〉theo mốt; học đòi

【跟进】gēnjìn〈动〉❶đi theo ❷phối hợp làm theo

【跟随】gēnsuí〈动〉theo

【跟帖】gēntiě❶〈名〉những bài hùa theo bài của người khác phát biểu trên mạng Internet ❷〈动〉viết bài hùa theo các bài trên mạng

【跟头】gēntou〈名〉❶cú ngã: 小弟弟摔了两个~。Em bé bị hai cú ngã. ❷bổ nhào; lộn nhào: 翻~ nhào lộn

【跟着】gēnzhe❶〈动〉theo ❷〈副〉tiếp theo

【跟踪】gēnzōng〈动〉(đuổi, giám sát) sát theo sau: ~追击 bám theo truy kích

gēng

更 gēng❶〈动〉thay đổi: 变~ biến đổi ❷〈名〉canh (xưa chia đêm thành 5 canh, mỗi canh khoảng 2 giờ): 打~ điểm canh

另见gèng

【更迭】gēngdié〈动〉thay đổi luân phiên: 朝代~ triều đại đổi thay

【更改】gēnggǎi〈动〉thay đổi; sửa đổi

【更换】gēnghuàn〈动〉thay đổi; thay: ~计划 thay đổi chương trình; ~绷带 thay băng/thay gạc

【更名】gēngmíng〈动〉đổi tên

【更年期】gēngniánqī〈名〉thời kì chuyển sang tuổi già; thời kì mãn kinh ở phụ nữ

【更替】gēngtì〈动〉thay đổi: 人事~ thay đổi nhân sự

【更新】gēngxīn〈动〉❶canh tân; đổi mới: 万象~ muôn vật đổi mới ❷(rừng) tái sinh

【更新换代】gēngxīn-huàndài đổi mới; thay đổi thế hệ mới; bỏ cũ lấy mới

【更衣室】gēngyīshì〈名〉phòng thay

quần áo; phòng thay đồ; phòng thay và để đồ (dùng cho vận động viên)

【更正】gēngzhèng〈动〉sửa lại; đính chính; cải chính

耕 gēng〈动〉❶cày: ~田 cày ruộng ❷ví công việc lao động khác: 笔~ cày bằng bút

【耕地】gēngdì ❶〈动〉cày ruộng ❷〈名〉đất trồng trọt; đất canh tác

【耕耘】gēngyún〈动〉❶làm việc đồng áng (thường dùng trong ti dụ) ❷ví chăm chú làm việc nghiên cứu, sáng tác

【耕种】gēngzhòng〈动〉cày ruộng và trồng trọt

【耕作】gēngzuò〈动〉canh tác; làm đất (cày, bừa, cuốc xới)

羹 gēng〈名〉canh; xúp: 鸡蛋~ xúp trứng gà

gěng

埂 gěng〈名〉❶bờ: 田~ bờ ruộng ❷đê; bờ đê: 堤~ bờ đê

耿 gěng〈形〉❶[书]sáng sủa ❷thẳng thắn; cương trực

【耿耿于怀】gěnggěngyúhuái canh cánh trong lòng

【耿直】gěngzhí〈形〉(tính tình) ngay thẳng; bộc trực

哽 gěng〈动〉❶nghẹn (thức ăn tắc cuống họng, không nuốt được): 吃得快容易~着 ăn nhanh dễ bị nghẹn ❷(yết hầu) tắc nghẹn; nghẹn ngào(vì xúc động, nói không nên lời): ~咽 nghẹn ngào

梗 gěng ❶〈名〉cành; cuống; cọng: 花~ cuống hoa ❷〈动〉vươn thẳng: ~着 脖子 vươn cổ ra ❸〈形〉thẳng tính: ~直 ngay thẳng ❹〈形〉[书]bướng; ngoan cố: 顽~ bướng bỉnh ❺〈动〉tắc; ngăn trở: 从中作~ ngấm ngầm gây bế tắc

【梗概】gěnggài〈名〉nội dung chính

【梗塞】gěngsè〈动〉❶tắc nghẽn ❷tắc cục bộ động mạch

【梗死】gěngsǐ〈动〉[医学]hoại tử bộ phận (vì tắc động mạch, thường xảy ra ở tim, thận, phổi, não…)

【梗阻】gěngzǔ〈动〉❶tắc nghẽn; cách trở ❷cản trở

gèng

更 gèng〈副〉❶càng; càng thêm: 高中生的课业负担~重。Gánh vác về bài vở của các em trung học phổ thông càng nặng hơn. ❷[书]lại: ~上一层楼 lại lên một tầng lầu nữa

另见gēng

【更加】gèngjiā〈副〉càng thêm; hơn

gōng

工 gōng ❶〈名〉công nhân; thợ; giai cấp công nhân: 矿~ thợ mỏ ❷〈名〉công tác; lao động sản xuất: 上~ đi làm ❸〈名〉công trình: 竣~ hoàn thành công trình ❹〈名〉công nghiệp: 化~ công nghiệp hóa chất ❺〈名〉kĩ sư; công trình sư: 高~ công trình sư cao cấp ❻〈名〉(ngày) công ❼〈名〉kĩ thuật và trau giồi kĩ thuật: 唱~ nghệ thuật hát ❽〈动〉giỏi về; khéo về: ~诗善画 hay thơ giỏi vẽ ❾〈形〉tinh xảo; tinh tế: ~巧 khéo léo

【工本】gōngběn〈名〉giá thành sản xuất; giá vốn

【工厂】gōngchǎng〈名〉công xưởng; nhà máy

【工程】gōngchéng〈名〉❶công trình (xây dựng thổ mộc hoặc các ngành sản xuất, chế tạo khác) ❷chỉ chung các công tác đòi hỏi đầu tư nhiều nhân lực vật lực: 菜篮子~ công trình làn rau

【工程师】gōngchéngshī<名>công trình sư; kĩ sư

【工地】gōngdì<名>hiện trường thi công; công trường

【工夫】gōngfu<名>❶thời gian (chỉ thời gian phải dùng) ❷thì giờ rỗi: 我没有~出去。Tôi chẳng có thì giờ rảnh rỗi để ra ngoài.

【工会】gōnghuì<名>công đoàn

【工件】gōngjiàn<名>linh kiện được gia công ra

【工匠】gōngjiàng<名>thợ; thợ thủ công

【工具】gōngjù<名>❶công cụ (để sản xuất, như cưa, bào, cày, cuốc) ❷công cụ (ví phương tiện để đạt tới mục đích): 检索~ công cụ tìm kiếm

【工具书】gōngjùshū<名>sách công cụ; sách tra cứu

【工科】gōngkē<名>khoa học công trình

【工龄】gōnglíng<名>tuổi nghề; thâm niên: ~津贴 phụ cấp; ~资 lương

【工农业】gōngnóngyè<名>công nghiệp và nông nghiệp

【工期】gōngqī<名>kì hạn của công trình: ~将延缓几天。Kì hạn công trình sẽ bị hoãn thêm vài ba ngày.

【工钱】gōngqián<名>❶tiền công: 做套衣服需多少~? May bộ quần áo hết bao nhiêu tiền công? ❷[口]tiền lương

【工人】gōngrén<名>công nhân

【工伤】gōngshāng<名>tai nạn lao động

【工商管理】gōngshāng guǎnlǐ quản lí công thương

【工商局】Gōngshāng Jú<名>Sở Công thương; Cục Công thương

【工商业】gōngshāngyè<名>công thương nghiệp

【工时】gōngshí<名>giờ công

【工事】gōngshì<名>công sự

【工头】gōngtóu<名>viên đốc công

【工效】gōngxiào<名>hiệu suất công tác

【工薪阶层】gōngxīn jiēcéng tầng lớp ăn lương

【工休】gōngxiū<动>❶nghỉ việc; nghỉ ngơi sau một giai đoạn làm việc ❷nghỉ giữa giờ làm

【工序】gōngxù<名>trình tự các công đoạn

【工业】gōngyè<名>công nghiệp

【工艺】gōngyì<名>❶công nghệ: 最新~ công nghệ mới nhất ❷mĩ nghệ; nghệ thuật thủ công: ~品 hàng mĩ nghệ

【工艺美术】gōngyì měishù mĩ thuật công nghệ

【工友】gōngyǒu<名>❶lao công; nhân viên tạp vụ (trong cơ quan, trường học…) ❷công nhân; bạn thợ

【工整】gōngzhěng<形>ngay ngắn; nắn nót; không cẩu thả: 字体~漂亮。Chữ viết nắn nót đẹp mắt.

【工种】gōngzhǒng<形>chủng loại công việc

【工资】gōngzī<名>tiền lương

【工作】gōngzuò❶<动>công tác; làm việc ❷<名>việc làm; nghề: 找~ tìm việc làm ❸<名>nghiệp vụ; nhiệm vụ; công tác: ~量 khối lượng công việc

【工作人员】gōngzuò rényuán nhân viên công tác

【工作日】gōngzuòrì<名>❶thời gian làm việc ❷ngày công tác; ngày làm việc

弓 gōng❶<名>cái cung: ~箭 cung tên ❷<名>cái cung; cái cần: 弹棉花的绷~ cần bật bông ❸<动>cong; uốn cong: ~背 khom lưng

【弓形】gōngxíng<名>cong; hình vòm; hình cong

公¹ gōng❶<形>công (của nhà nước hoặc tập thể): ~款 tiền của công ❷<形>chung; công: ~约 công ước ❸<形>(thuộc về) quốc tế: ~海 vùng

biển quốc tế ❹<形>công bằng: 秉
~办理 giải quyết công bằng ❺<动>
đưa ra công khai; công bố: ~布
công bố ❻<名>việc công: 办~ làm
việc công

公² gōng❶<名>ông (tôn xưng người
đàn ông lớn tuổi): 诸~ các ông ❷
<名>chồng: 两~婆 hai vợ chồng ❸
<名>bố chồng ❹<形>(cầm thú)
giống đực: ~羊 dê đực; ~鸡 gà trống
❺<名>tước công (tước đầu trong
năm tước phong kiến): ~爵 công
tước

【公安】gōng'ān<名>❶trị an của
chính thể xã hội ❷nhân viên công
an: 人民~ công an nhân dân

【公安部】Gōng'ān Bù<名>Bộ Công
an

【公安厅】Gōng'ān Tīng<名>Sở Công
an

【公布】gōngbù<动>công bố: ~产品
标准 công bố tiêu chuẩn của sản
phẩm

【公差】gōngchāi<名>công vụ

【公车】gōngchē<名>❶xe hơi công
cộng; xe buýt: 免费~ xe buýt miễn
phí ❷xe nhà nước; xe cơ quan; xe
công

【公道】gōngdào<名>lẽ phải; đạo
lí công bằng: 主持~ chủ trì đạo lí
công bằng

【公道】gōngdao<形>công bằng; hợp
lí: 说句~话 nói cho công bằng

【公德】gōngdé<名>công đức; đạo
đức công cộng: 社会~ công đức xã
hội

【公敌】gōngdí<名>kẻ thù chung

【公费】gōngfèi<名>chi phí do nhà
nước (đoàn thể) cung cấp

【公愤】gōngfèn<名>công phẫn

【公干】gōnggàn❶<名>việc chung:
有何~? Có việc chung gì không?
❷<动>công cán

【公告】gōnggào❶<动>thông cáo;

thông báo: 特在此~。Đặc biệt
thông báo ở đây. ❷<名>bản thông
cáo

【公公】gōnggong<名>❶bố chồng
❷[方]ông nội ❸[方]ông ngoại ❹tôn
xưng các cụ già ❺thái giám; hoạn
quan

【公共】gōnggòng<形>công cộng;
chung: ~场所 nơi công cộng

【公共厕所】gōnggòng cèsuǒ nhà
vệ sinh công cộng; nhà xí công
cộng

【公共汽车】gōnggòng qìchē ô tô
công cộng; xe buýt

【公关】gōngguān<名>quan hệ công
cộng: ~部门 ngành quan hệ công
cộng

【公害】gōnghài<名>❶ô nhiễm môi
trường chung; phá hoại môi trường
chung ❷mối hại chung; ví với tệ
nạn xã hội

【公函】gōnghán<名>công hàm

【公积金】gōngjījīn<名>❶quỹ công;
vốn tích lũy chung (để tái sản xuất
mở rộng) ❷quỹ phúc lợi tích lũy
dài hạn

【公家】gōngjia<名>[口]công (thuộc
về nhà nước, cơ quan, đoàn thể…
phân biệt với tư nhân)

【公交车】gōngjiāochē<名>xe buýt

【公斤】gōngjīn<量>ki-lô-gam

【公开】gōngkāi❶<形>công khai: ~
审判 xét xử công khai ❷<动>đưa ra
công khai

【公开信】gōngkāixìn<名>thư ngỏ

【公筷】gōngkuài<名>đôi đũa chung

【公里】gōnglǐ<量>ki-lô-mét

【公历】gōnglì<名>công lịch; dương
lịch; lịch quốc tế hiện dùng

【公路】gōnglù<名>đường cái; đường
quốc lộ

【公民】gōngmín<名>công dân

【公墓】gōngmù<名>nghĩa địa; nghĩa
trang

G

【公派】gōngpài<动>nhà nước cử

【公判】gōngpàn<动>❶tuyên án công khai (của tòa án) ❷bình phẩm của công chúng; phán xét của công chúng

【公平】gōngpíng<形>công bằng: ~ 秤 cân công bằng/cân chuẩn

【公顷】gōngqǐng<量>héc-ta

【公然】gōngrán<副>công nhiên; không kiêng nể gì

【公认】gōngrèn<动>công nhận

【公审】gōngshěn<动>công thẩm; xét xử công khai

【公升】gōngshēng<量>lít

【公示】gōngshì<动>tuyên bố công khai; niêm yết

【公式】gōngshì<名>❶công thức (toán học) ❷công thức (phương thức, phương pháp có thể ứng dụng cho sự việc cùng loại)

【公事】gōngshì<名>việc công: ~公 办 việc công thì xử lí theo nguyên tắc chung

【公司】gōngsī<名>công ti

【公诉】gōngsù<动>công tố

【公摊】gōngtān<动>phần gánh vác chung

【公投】gōngtóu<动>bỏ phiếu toàn dân

【公文】gōngwén<名>công văn: ~袋 túi đựng công văn

【公务】gōngwù<名>công vụ

【公务员】gōngwùyuán<名>cán bộ công chức

【公物】gōngwù<名>của công: 不要 损坏~! Không được làm hư hại của công!

【公信力】gōngxìnlì<名>sức tín nhiệm của công chúng

【公休】gōngxiū<动>nghỉ ngơi chung: ~日 ngày nghỉ chung

【公益】gōngyì<名>công ích; lợi ích chung

【公用】gōngyòng<动>dùng chung: ~电话 điện thoại công cộng

【公有】gōngyǒu<动>công hữu; sở hữu tập thể hoặc nhà nước

【公有制】gōngyǒuzhì<名>chế độ công hữu

【公寓】gōngyù<名>quán trọ; nhà trọ (cho thuê tháng)

【公元】gōngyuán<名>công nguyên

【公园】gōngyuán<名>công viên; vườn hoa công cộng

【公章】gōngzhāng<名>con dấu của tổ chức, cơ quan, đoàn thể

【公正】gōngzhèng<形>công bằng chính trực: 为人~ xử sự công bằng chính trực

【公证】gōngzhèng<动>công chứng

【公职】gōngzhí<名>chức vụ hành chính: 担任~ đảm nhiệm chức vụ hành chính

【公众】gōngzhòng<名>công chúng; đại chúng

【公主】gōngzhǔ<名>công chúa

【公子】gōngzǐ<名>công tử

功 gōng<名>❶công; công lao: 立~ lập công ❷sự nghiệp, việc lớn: 大~ 告成 việc lớn đã thành ❸kĩ thuật và trau dồi kĩ thuật: 唱~ kĩ năng hát ❹ [物理]công

【功臣】gōngchén<名>công thần

【功成名就】gōngchéng-míngjiù công thành danh toại

【功德】gōngdé<名>❶công đức; công ơn ❷[宗教]công đức: ~无量 công đức vô lượng

【功底】gōngdǐ<名>cơ sở của kĩ năng cơ bản: ~扎实 cơ sở vững vàng

【功夫】gōngfu<名>❶bản lĩnh; sự tu dưỡng rèn luyện ❷võ thuật ❸thời gian và sức lực khi làm việc phải hao phí

【功绩】gōngjì<名>công tích; công lao sự nghiệp: ~卓著 công lao sự nghiệp rạng rỡ

【功课】gōngkè<名>❶bài học; môn

học ❷bài vở; bài tập: 学生每天都应该完成一定量的~。Mỗi học sinh hàng ngày đều phải làm số bài tập thích hợp. ❸[宗教](tín đồ Phật giáo) tụng kinh niệm Phật (theo giờ giấc quy định) ❹phiếm chỉ công tác chuẩn bị trước khi làm việc gì đó

【功劳】gōngláo〈名〉công lao

【功力】gōnglì〈名〉❶công hiệu ❷công phu sức lực

【功利】gōnglì〈名〉❶công hiệu và lợi ích: ~显著 công hiệu và lợi ích rõ rệt ❷công danh lợi lộc

【功名】gōngmíng〈名〉công danh

【功能】gōngnéng〈名〉công năng; chức năng

【功效】gōngxiào〈名〉công hiệu; công năng; hiệu suất

攻 gōng〈动〉❶đánh; tiến công: 围~ vây đánh ❷công kích: 群起而~之 bị mọi người công kích ❸nghiên cứu; học tập: 他是专~哲学的. Anh ấy chuyên nghiên cứu triết học.

【攻打】gōngdǎ〈动〉tiến đánh; đánh; tấn công

【攻读】gōngdú〈动〉nỗ lực học tập hoặc nghiên cứu (một học vấn nào đó): ~博士学位 nỗ lực theo học học vị tiến sĩ

【攻关】gōngguān〈动〉tiến công cửa ải; ví việc nỗ lực đột phá điểm khó về phương diện khoa học kĩ thuật

【攻击】gōngjī〈动〉❶tiến công; công kích ❷công kích; chỉ trích một cách ác ý

【攻克】gōngkè〈动〉❶đánh chiếm; hạ ❷khắc phục; giải quyết

【攻略】gōnglüè〈名〉sách lược; mẹo: 旅游~ sách lược du lịch

【攻破】gōngpò〈动〉đánh vỡ; công phá; chọc thủng: ~城垒 công phá thành lũy

【攻占】gōngzhàn〈动〉đánh chiếm

供 gōng❶〈动〉cung cấp; cung ứng; cung: ~不应求 cung bất ứng cầu/ cung ứng không đủ cho nhu cầu ❷〈动〉để cho; dùng để; dành để: ~消费者选购 để người tiêu dùng chọn mua ❸〈动〉trả góp: ~房 trả góp tiền nhà ❹〈名〉tiền trả góp: 月~ tiền trả góp hàng tháng

另见gòng

【供不应求】gōngbùyìngqiú cung bất ứng cầu; cung ứng không theo kịp nhu cầu

【供电】gōngdiàn〈动〉cung cấp điện

【供货】gōnghuò〈动〉cung ứng hàng hóa

【供给】gōngjǐ〈动〉cung cấp

【供求】gōngqiú〈名〉cung (và) cầu (thường chỉ hàng hóa)

【供销】gōngxiāo〈名〉cung tiêu; cung cấp và tiêu thụ; mua bán

【供养】gōngyǎng〈动〉phụng dưỡng

另见gòngyǎng

【供应】gōngyìng〈动〉cung ứng

【供应商】gōngyìngshāng〈名〉thương gia cung ứng; nhà cung cấp

宫 gōng〈名〉❶cung (nhà ở của vua, hoàng hậu và thái tử...): ~殿 cung điện ❷cung (nhà vui chơi hoặc hoạt động văn hóa của nhân dân): 少年~ cung thiếu nhi ❸cung (nhà ở của thần tiên trong thần thoại): 天~ thiên cung ❹cung (đền miếu): 雍和~ Ung Hoà Cung ❺tử cung: ~颈 cổ tử cung

【宫廷】gōngtíng〈名〉❶cung đình (nơi ở của nhà vua): ~音乐 âm nhạc cung đình ❷tập đoàn thống trị triều đình

恭 gōng〈形〉cung kính

【恭贺】gōnghè〈动〉cung kính chúc mừng: ~新年 chúc mừng năm mới

【恭候】gōnghòu〈动〉cung kính chờ đợi: ~光临 cung kính chờ đợi đến thăm

【恭敬】gōngjìng〈形〉cung kính; lễ phép: 态度~ thái độ cung kính lễ phép

【恭维】gōngwéi〈动〉nịnh hót; vâng dạ lấy lòng; tâng bốc: ~话 lời nịnh hót

【恭喜】gōngxǐ〈动〉(lời khách sáo) chúc mừng: ~发财 chúc mừng phát tài

【恭祝】gōngzhù〈动〉cung chúc: ~新春 cung chúc tân xuân/chúc mừng xuân mới

gǒng

巩 gǒng〈动〉củng cố

【巩固】gǒnggù❶〈动〉củng cố ❷〈形〉vững chắc: 基础~ cơ sở vững chắc

汞 gǒng〈名〉thủy ngân (kí hiệu: Hg): ~中毒 ngộ độc thủy ngân

拱¹ gǒng❶〈动〉chắp tay vái: ~手 chắp tay vái ❷〈动〉vây quanh: ~卫 bảo vệ chung quanh ❸〈动〉khom (lưng); cong (chân): ~肩缩背 cong lưng rụt vai ❹〈形〉vòm (kiến trúc hình cung): ~门 cửa vòm

拱² gǒng〈动〉❶đẩy; dũi; đùn (dùng thân thể huých vào vật khác hoặc gạt đất ra): 用身子~开大门。Lấy thân đẩy cửa ra. ❷nhú: 苗儿~出土了。Mầm đã nhú lên khỏi mặt đất.

【拱桥】gǒngqiáo〈名〉cầu vòm; cầu cuốn

【拱手】gǒngshǒu〈动〉chắp tay trước ngực (tỏ ý cung kính): ~相迎 chắp tay nghênh tiếp

【拱手相让】gǒngshǒu-xiāngràng dâng cho người khác; hai tay đem nhường cho người khác

【拱形】gǒngxíng〈名〉hình vòm

gòng

共 gòng❶〈形〉chung; giống nhau: ~性 tính chung ❷〈动〉cùng; chung: ~患难 cùng chung hoạn nạn ❸〈副〉cùng nhau: ~鸣 cộng hưởng ❹〈副〉tổng cộng; có cả thảy: 全班~50名学生。Cả lớp có tất cả 50 em học sinh.

【共产党】gòngchǎndǎng〈名〉Đảng Cộng sản

【共产主义】gòngchǎn zhǔyì chủ nghĩa cộng sản

【共处】gòngchǔ〈动〉chung sống: 和平~ chung sống hòa bình

【共存】gòngcún〈动〉cùng tồn tại

【共和国】gònghéguó〈名〉nước cộng hòa

【共计】gòngjì〈动〉❶tính chung lại ❷cùng bàn tính: ~大事 cùng bàn đại sự

【共建】gòngjiàn〈动〉cùng xây dựng, chung tay gây dựng

【共聚一堂】gòngjù-yītáng sum họp một nhà

【共鸣】gòngmíng〈动〉❶cộng hưởng (hiện tượng vật thể vì cộng chấn mà phát ra âm thanh) ❷sự đồng cảm

【共谋】gòngmóu〈动〉đồng mưu; đồng lõa

【共青团】gòngqīngtuán〈名〉Đoàn Thanh niên Cộng sản

【共识】gòngshí〈名〉nhận thức chung

【共事】gòngshì〈动〉cộng sự; cùng làm việc: 我与您已~多年了。Tôi đã cộng sự với ông nhiều năm rồi.

【共同】gòngtóng❶〈形〉chung: ~市场 thị trường chung ❷〈副〉cùng nhau: ~行动 cùng hành động

【共同体】gòngtóngtǐ〈名〉❶cộng đồng ❷khối; cộng đồng các nước: 经济~ khối cộng đồng kinh tế

【共享】gòngxiǎng<动>cùng hưởng: ~单车 xe đạp công cộng

【共性】gòngxìng<名>cộng tính; đặc điểm chung; nét chung

【共赢】gòngyíng<动>cùng thắng lợi

【共用】gòngyòng<动>sử dụng chung

贡 gòng❶<动>dâng lên (thần dân dâng lên vua, hoặc thuộc quốc dâng lên hoàng đế): ~奉 dâng lên ❷<名>vật tiến cống: 进~ tiến cống

【贡品】gòngpǐn<名>cống phẩm; vật tiến cống

【贡献】gòngxiàn❶<动>cống hiến; đóng góp: 把自己完全~给国家。Cống hiến hết mình cho đất nước. ❷<名>cống hiến; sự đóng góp

供¹ gòng❶<动>dâng cúng; dâng lễ; cúng; bày đồ cúng: ~粽子 dâng cúng bánh trưng ❷<名>đồ cúng: 上~ dâng cúng

供² gòng❶<动>cung khai; khai: ~认 thú nhận ❷<名>khẩu cung; lời khai: 录~ ghi khẩu cung
另见gōng

【供词】gòngcí<名>lời khai; khẩu cung

【供奉】gòngfèng<动>thờ cúng; cúng dâng

【供品】gòngpǐn<名>đồ cúng (hoa quả, rượu thịt)

【供香】gòngxiāng<动>thắp hương

【供养】gòngyǎng<动>cúng dâng (thần Phật và tổ tiên)
另见gōngyǎng

【供桌】gòngzhuō<名>bàn thờ (bày đồ cúng)

gōu

勾 gōu<动>❶gạch móc(mang ý gạch bỏ hoặc nhấn mạnh): ~销 gạch bỏ ❷phác thảo: 先用笔~出大致的轮廓。Dùng bút phác họa hình dạng sơ thảo. ❸miết vữa: ~墙缝 miết khe tường ❹điều hòa (trộn) cho đặc lại: ~芡 thêm bột vào xúp cho sánh ❺lôi kéo; dụ dỗ ❻kết hợp ❼khòm; uốn cong (lưng, tay): ~着腰 khòm lưng
另见gòu

【勾搭】gōudā<动>câu kết; lôi kéo móc nối nhau (làm việc không chính đáng)

【勾兑】gōuduì<动>hòa trộn phối chế rượu: 学习~技术 học kĩ thuật pha chế rượu

【勾结】gōujié<动>câu kết; thông đồng; móc ngoặc; ăn cánh

【勾引】gōuyǐn<动>❶lôi kéo ❷khêu gợi; khiến cho

佝 gōu

【佝偻】gōulóu<动>[口]cúi người; khom lưng

【佝偻病】gōulóubìng<名>bệnh còi xương

沟 gōu<名>❶kênh rạch; công sự; đám ~ cống ngầm ❷rãnh ❸mương ngòi (nói chung): 山~ mương núi

【沟壑】gōuhè<名>khe rãnh; khe hốc: ~纵横 khe rãnh ngang dọc

【沟渠】gōuqú<名>mương máng; ngòi lạch (gọi chung mương tưới tiêu)

【沟通】gōutōng<动>❶nối liền ❷nối bạc trao đổi; giao lưu: 加强两国之间的~ tăng cường sự giao lưu giữa hai nước

钩 gōu❶<名>cái móc: 秤~ móc cân ❷<名>nét móc câu trong chữ Hán ❸<名>dấu hình móc câu ❹<动>móc; khều; kều: 用脚~住绳索 móc chân vào dây ❺<动>móc (đan sợi bằng kim móc): ~花的简单方法 cách móc hoa đơn giản

【钩心斗角】gōuxīn-dòujiǎo mưu tính hại nhau; tìm cách hất cẳng nhau

【钩针】gōuzhēn<名>cái kim móc

G

【钩子】gōuzi〈名〉❶cái móc: 火~ cái
móc lò ❷vật giống cái móc

簕gōu〈名〉[书]cái lồng

【簕火】gōuhuǒ〈名〉đống lửa trên
cánh đồng; lửa trại

gǒu

苟gǒu〈副〉tùy tiện; cẩu thả: 不~言
笑 không nói cười tùy tiện

【苟活】gǒuhuó〈动〉sống tạm bợ

【苟且】gǒuqiě〈形〉❶sống tạm bợ
được chăng hay chớ: ~偷生 sống
cầu an tạm bợ ❷qua loa xong
chuyện; cẩu thả; qua loa; qua quít:
因循~ qua quýt như cũ ❸bừa bãi;
không chính đáng (chỉ quan hệ nam
nữ); bất chính

狗gǒu〈名〉chó

【狗急跳墙】gǒují-tiàoqiáng chó
cùng rứt giậu; ví cùng đường làm
bừa

【狗屁不通】gǒupì-bùtōng rắm chó
không kêu; chẳng biết cóc khô gì
hết

【狗熊】gǒuxióng〈名〉❶gấu chó; gấu
đen ❷ví kẻ hèn nhát vô dụng

【狗仗人势】gǒuzhàngrénshì chó
cậy chủ nhà; chó cậy gần nhà, gà
cậy gần chuồng

枸gǒu

【枸杞】gǒuqǐ〈名〉cây cẩu ki

gòu

勾gòu❶giống "够", thường thấy ở
bạch thoại thời kì đầu❷(họ)Câu
另见gōu

【勾当】gòudàng〈名〉vụ việc; trò;
thủ đoạn: 走私~ vụ việc buôn lậu

构gòu〈动〉❶cấu tạo; kết hợp thành;
làm nên: ~词 cấu tạo từ ❷cấu
thành; tạo thành (dùng với sự vật

trừu tượng): 虚~ hư cấu

【构成】gòuchéng❶〈动〉cấu thành;
tạo nên; hình thành ❷〈名〉kết cấu;
cơ cấu

【构件】gòujiàn〈名〉❶cấu kiện (linh
kiện, bộ phận) ❷cấu kiện (xà, cột)

【构建】gòujiàn〈动〉xây dựng; lập
nên

【构思】gòusī〈动〉cấu tứ

【构图】gòutú〈动〉cấu tạo tranh;
dựng tranh

【构想】gòuxiǎng❶〈动〉cấu tứ; ý tứ;
ý nghĩ: 这部小说~巧妙。Bộ tiểu
thuyết này cấu tứ khéo léo. ❷〈名〉ý
tưởng

【构造】gòuzào❶〈名〉cấu tạo; kết
cấu: 地球的内部~ cấu tạo bên trong
của trái đất ❷〈动〉chế tạo; tạo ra;
xây dựng: ~房屋 cấu trúc nhà cửa

购gòu〈动〉mua: 采~ mua sắm

【购买】gòumǎi〈动〉mua

【购物】gòuwù〈动〉mua hàng

【购物车】gòuwùchē〈名〉xe mua
hàng

【购物中心】gòuwù zhōngxīn trung
tâm thương mại; trung tâm mua bán

【购置】gòuzhì〈动〉mua sắm (những
đồ dùng lâu dài): ~汽车 mua sắm xe
ô tô

垢gòu❶〈形〉[书]bẩn thiu; dơ dáy;
nhem nhuốc: 蓬头~面 đầu tóc bù xù
mặt mũi bẩn thiu ❷〈名〉cáu bẩn: 牙
~ bựa răng

够gòu❶〈动〉đủ: 钱不~用 tiền không
đủ dùng ❷〈动〉đạt đến (một trình
độ nhất định): ~标准 đạt đến tiêu
chuẩn; ~格 đạt tư cách ❸〈动〉với
tay (lấy vật ở xa): 伸手~ đưa tay với
❹〈副〉(nhấn mạnh mức độ): 天气~
冷的。Trời rét thật.

【够不着】gòubuzháo với không tới

【够劲儿】gòujìnr〈形〉[口]❶quá sức

❷đủ mạnh: 这酒真~。Rượu này mạnh thật.

【够朋友】gòu péngyou có tình nghĩa với bạn

【够呛】gòuqiàng〈形〉[口]quá sức; quá chừng; quá quắt: 疼得~ đau quá chừng

【够意思】gòu yìsi[口]❶thú vị lắm; khá lắm: 这场球赛真~。Trận đấu bóng này thú vị lắm. ❷có tình nghĩa với bạn bè: 这点小事也不肯帮忙，太不~了。Việc nhỏ mọn vậy mà chẳng chịu giúp cho thật là mất cả tình nghĩa.

gū

估gū〈动〉tính phỏng; đánh giá: 低~ đánh giá thấp; 预~ dự tính

【估计】gūjì〈动〉đoán; đoán là; đoán định; xem chừng

【估价】gūjià〈动〉❶ước giá: 给古董~ ước giá cho đồ cổ ❷đánh giá

【估量】gūliang〈动〉đánh giá: 不可~的损失 thiệt hại không thể đánh giá

【估算】gūsuàn〈动〉ước tính

孤gū❶〈形〉mồ côi: ~儿 trẻ mồ côi ❷〈名〉người mồ côi ❸〈形〉côi cút; trơ trọi; lẻ loi; cô đơn; chơ vơ: ~雁 cánh nhạn cô đơn; ~岛 hòn đảo chơ vơ ❹〈名〉cô (vương hầu phong kiến tự xưng)

【孤单】gūdān〈形〉❶bơ vơ; lẻ loi; trơ trọi; cô đơn: ~一人 lẻ loi một mình ❷(lực lượng) mỏng manh: 力量~ sức lực mỏng manh

【孤独】gūdú〈形〉trơ trọi; lẻ loi; cô độc

【孤儿】gū'ér〈名〉❶con côi (cha chết) ❷trẻ mồ côi (cha mẹ đều chết)

【孤寡】gūguǎ❶〈名〉mẹ góa con côi ❷〈形〉cô độc; cô đơn: ~老人 ông già cô đơn

【孤苦】gūkǔ〈形〉bơ vơ khốn khổ: ~

伶仃 lẻ loi bơ vơ khốn khổ

【孤立】gūlì❶〈形〉trơ trọi; chơ vơ; cô lập: ~事件 sự kiện cô lập ❷〈形〉bị cô lập: ~无援 bị cô lập không được ai cứu giúp ❸〈动〉cô lập: ~对方 cô lập đối phương

【孤零零】gūlínglíng trơ trọi; lẻ loi

【孤陋寡闻】gūlòu-guǎwén hiểu biết nông cạn; kiến thức nghèo nàn

【孤僻】gūpì〈形〉cô độc quái gở: 性情~ tính tình cô độc quái gở

姑[1]gū〈名〉❶cô; bác (chị, em gái của cha): 表~ bác gái họ (chỉ họ của cha) ❷chị; cô (chị, em gái của chồng): 小~子 em gái chồng ❸[书] mẹ chồng: 翁~ bố mẹ chồng ❹cô sư; ni cô: 尼~ ni cô

姑[2]gū〈副〉[书]tạm; tạm thời; hãy

【姑父】gūfu〈名〉dượng (chồng của chị, em gái bố)

【姑姑】gūgu =【姑妈】

【姑妈】gūmā〈名〉[口]cô; bác gái (đã lấy chồng)

【姑娘】gūniang〈名〉❶cô gái (chưa chồng) ❷[口]đứa con gái

【姑且】gūqiě〈副〉tạm; tạm thời: 你~住这。Anh tạm ở đây.

【姑息】gūxī〈动〉khoan dung vô lối; tha thứ bừa bãi

【姑爷】gūye〈名〉[口]ông rể; chú rể

【姑丈】gūzhàng〈名〉dượng

轱gū

【轱辘】gūlu❶〈名〉[口]bánh xe ❷〈动〉lăn lông lốc

辜gū❶〈名〉tội: 无~ vô tội ❷〈动〉[书] vứt bỏ; phụ: ~恩背义 vong ân bội nghĩa

【辜负】gūfù〈动〉phụ

箍gū❶〈动〉đánh đai; đóng đai; quấn: 用铁丝把桶~上 dùng dây thép đóng đai thùng ❷〈名〉đai; vòng; băng: 金~ đai vàng; 铁~ băng thép

gǔ

古 gǔ❶<名>xưa; cổ: 从~到今 từ xưa đến nay ❷<形>cổ: ~城 thành cổ ❸<形>cổ xưa: ~朴 đơn sơ cổ xưa ❹<形>thật thà chất phác: 人心不~ lòng người không thật thà chất phác ❺<名>thơ cổ thể

【古板】gǔbǎn<形>cổ lỗ cứng nhắc

【古代】gǔdài<名>❶cổ đại ❷thời xa xưa

【古典】gǔdiǎn❶<名>điển cố ❷<形>cổ điển: ~文学 văn học cổ điển

【古董】gǔdǒng<名>❶đồ cổ; vật cổ ❷đồ cổ hủ; đồ cổ lỗ sĩ

【古怪】gǔguài<形>kì cục; kì quái; cổ quái: 行为~ hành vi cổ quái

【古国】gǔguó<名>quốc gia lâu đời; nước cổ

【古籍】gǔjí<名>sách cổ

【古迹】gǔjì<名>di tích cổ; dấu vết xưa; cổ tích

【古今中外】gǔjīn-zhōngwài cổ kim trung ngoại; từ cổ chí kim, trong nước và ngoài nước

【古老】gǔlǎo<形>cổ xưa; lâu đời

【古里古怪】gǔligǔguài kì quái; kì lạ; lập dị

【古人】gǔrén<名>người xưa; cổ nhân

【古色古香】gǔsè-gǔxiāng hương sắc cổ xưa; phong vị cổ kính

【古诗】gǔshī<名>❶thơ cổ thể ❷thơ ca thời cổ đại; thơ cổ

【古时】gǔshí<名>thời cổ; thời xưa

【古玩】gǔwán<名>đồ cổ; vật cổ

【古为今用】gǔwéijīnyòng lấy cái xưa phục vụ hiện nay

【古稀】gǔxī<名>cổ hi; cổ lai hi; 70 tuổi

【古筝】gǔzhēng<名>đàn tranh

【古装戏】gǔzhuāngxì<名>hí kịch cổ trang

谷¹ gǔ<名>khe; kẽm; hẻm; hẻm: 深~ hẻm sâu

谷² gǔ<名>❶cây lương thực có hạt; ngũ cốc: 五~ ngũ cốc ❷kê: ~穗 bông kê ❸cây lúa; thóc lúa

【谷仓】gǔcāng<名>kho thóc; vựa thóc

【谷物】gǔwù<名>❶các loại hạt ngũ cốc ❷các loại cây ngũ cốc

【谷雨】gǔyǔ<名>tiết Cốc vũ

【谷子】gǔzi<名>❶kê ❷hạt kê ❸[方] thóc

股 gǔ❶<名>đùi ❷<名>bộ phận; tổ; ban: 财务~ ban tài vụ ❸<名>sợi: 电缆里有三~线。Trong cáp điện có 3 dây. ❹<名>suất; phần: 合~生 意 buôn bán hợp cổ phần ❺<名>cổ phiếu ❻<量>chiếc; dòng; cái; con: 一~泉水 một dòng nước suối ngầm ❼<量>luồng; làn; nguồn: 一~新鲜 空气 một làn không khí tươi mát ❽<量>nhóm; toán; tốp; bọn: 一~土匪 một toán thổ phi

【股东】gǔdōng<名>cổ đông

【股份】gǔfèn<名>❶cổ phần: ~公司 công ti cổ phần ❷suất vốn (đơn vị vốn góp vào hợp tác xã tiêu thụ)

【股份制】gǔfènzhì<名>tổ chức theo hình thức cổ phần

【股民】gǔmín<名>người hoạt động giao dịch cổ phiếu

【股票】gǔpiào<名>cổ phiếu

【股权】gǔquán<名>quyền giữ cổ phiếu; cổ quyền

【股市】gǔshì<名>thị trường cổ phiếu

骨 gǔ<名>❶xương; cốt (của người và động vật) ❷cốt; khung: 船的龙~ khung thuyền ❸phẩm chất; khí phách; tính cách: 傲~ tính cách ngang tàng

【骨干】gǔgàn<名>❶thân xương ❷cốt cán; nòng cốt: ~分子 bộ phận cốt cán

【骨骼】gǔgé〈名〉bộ xương

【骨灰】gǔhuī〈名〉❶tro hài cốt ❷tro xương động vật (dùng làm phân bón)

【骨架】gǔjià〈名〉khung xương; bộ khung

【骨科】gǔkē〈名〉khoa xương khớp

【骨牌】gǔpái〈名〉bộ bài xương

【骨气】gǔqì〈名〉khí cốt; tính cách kiên cường: 有~的人 người có khí cốt

【骨肉】gǔròu〈名〉❶cốt nhục; ruột thịt; máu mủ: ~之情 tình máu mủ ❷như ruột thịt: ~相连 khăng khít như xương với thịt

【骨瘦如柴】gǔshòurúchái gầy như que củi

【骨头】gǔtou〈名〉❶xương (của người và động vật) ❷chỉ phẩm chất của người: 硬~ người cứng cỏi bất khuất

【骨折】gǔzhé〈动〉gãy xương

【骨质疏松】gǔzhì shūsōng[医学] loãng xương

【骨质增生】gǔzhì zēngshēng[医学] bệnh gai xương

蛊 gǔ〈动〉đầu độc; bỏ bùa

【蛊惑】gǔhuò〈动〉đầu độc; mê hoặc: ~人心 mê hoặc lòng người

鼓 gǔ❶〈名〉cái trống: 铜~ trống đồng ❷〈名〉(vật có hình dạng, âm thanh, tác dụng như trống) trống: 耳~ màng tai; 蛙~ trống ếch ❸〈动〉gõ; đánh; vỗ: ~琴 đánh đàn; ~掌 vỗ tay ❹〈动〉quạt; thổi: ~风 quạt gió ❺〈动〉phát động; khuyến khích; động viên: ~励 khuyến khích; ~舞 cổ vũ ❻〈动〉phồng lên; u lên; dầu: ~着嘴 dầu mồm ❼〈形〉rất phồng

【鼓吹】gǔchuī〈动〉❶tuyên truyền: ~革命 tuyên truyền cách mạng ❷thổi phồng

【鼓动】gǔdòng〈动〉❶cổ động; động viên: ~群众 cổ động quần chúng

❷vỗ; vẫy; đập: ~翅膀 đập cánh

【鼓风机】gǔfēngjī〈名〉máy quạt gió; bễ

【鼓励】gǔlì〈动〉khích lệ; động viên: ~孩子好好学习 động viên trẻ em học giỏi

【鼓手】gǔshǒu〈名〉tay trống

【鼓舞】gǔwǔ❶〈动〉cổ vũ; khuyến khích; khích lệ: ~士气 cổ vũ lòng người ❷〈形〉phấn chấn; phấn khởi: 欢欣~ vui mừng phấn khởi

gù

固¹ gù❶〈形〉chắc; vững: 坚~ vững chắc❷〈形〉rắn: 凝~ ngưng kết rắn lại ❸〈副〉kiên quyết; cố: ~请 cố mời ❹〈动〉làm cho vững (chắc): ~堤 củng cố đê đập cho vững chắc ❺〈形〉bệnh nan y: ~疾 bệnh nan y

固² gù[书]❶〈副〉vốn: ~有 vốn có ❷〈连〉cố nhiên; dĩ nhiên

【固定】gùdìng❶〈形〉cố định: ~节目 tiết mục cố định ❷〈动〉(làm cho không thay đổi) cố định: 请把节目单~下来. Xin cố định chương trình tiết mục.

【固然】gùrán〈连〉❶cố nhiên: 这么做~稳当些，但是要慢一些. Làm như vậy cố nhiên vững chắc hơn, nhưng chậm hơn. ❷dĩ nhiên; đương nhiên: 他能来~很好，不来也没有关系. Anh đến được đương nhiên là tốt, không đến cũng không sao.

【固守】gùshǒu〈动〉❶cố thủ; giữ đến cùng; cố giữ: ~阵地 cố giữ trận địa ❷bo bo; khư khư

【固态】gùtài〈名〉trạng thái rắn

【固体】gùtǐ〈名〉thể rắn

【固执】gùzhí〈形〉cố chấp; khư khư giữ; khăng khăng giữ

故¹ gù❶〈名〉sự cố; tai nạn; việc không may (bất ngờ xảy ra): 变~

biến cố ❷<名>nguyên nhân; duyên cớ; lí do: 借~离开 mượn cớ để đi khỏi ❸<副>cố ý; cố tình: ~作神秘 cố tình làm ra vẻ thần bí ❹<连>cho nên; do đó

故² gù ❶<形>xưa; cũ; trước kia: ~乡 quê cũ ❷<名>bạn; tình bạn: 一见如~ vừa gặp đã như là thân quen ❸<动> (người) mất; khuất; chết: 病~ ốm chết

【故宫】gùgōng<名>Cố Cung (ở Bắc Kinh Trung Quốc)

【故居】gùjū<名>nhà ở cũ

【故弄玄虚】gùnòng-xuánxū cố ý giờ trò; cố ý giờ mánh khóe; cố làm ra vẻ huyền bí

【故人】gùrén<名>❶bạn cũ ❷người thiên cổ; người đã khuất

【故事】gùshi<名>❶truyện: 民间 ~ truyện dân gian ❷tình tiết; cốt truyện (của tác phẩm văn nghệ)

【故土】gùtǔ<名>quê cũ; quê hương

【故意】gùyì❶<副>cố ý; cố tình: ~夸 大 cố ý khuếch đại ❷<名>ý ban đầu; ý gốc

【故障】gùzhàng<名>trục trặc; sự cố; hỏng hóc

顾 gù ❶<动>quay đầu lại nhìn; nhìn: 回~ nhìn lại ❷<动>chú ý; trông nom; chăm sóc: 照~ chăm sóc ❸<动> thăm viếng: 三~茅庐 tam cố thảo lư ❹<动>mua hàng; yêu cầu phục vụ: ~客 khách mua hàng/khách hàng ❺<连>[书]nhưng ❻<副>[书]ngược lại ❼<动>giữ gìn; thương tiếc: 不~ 个人安危 bất chấp nguy hiểm của bản thân //(姓)Cố

【顾此失彼】gùcǐ-shībǐ chú ý được cái này thì mất cái kia; chú ý được cái nọ thì bỏ cái kia

【顾及】gùjí<动>chú ý đến; chăm lo: 无暇~ không có thời gian chú ý đến

【顾忌】gùjì<动>e ngại; kiêng dè: 无 所~ không có gì phải kiêng dè

【顾家】gùjiā<动>chăm lo gia đình

【顾虑】gùlǜ❶<动>dè dặt; đắn đo ❷ <名>điều e ngại: 打消一切~ trút bỏ hết mọi điều e ngại

【顾名思义】gùmíng-sīyì hiểu nghĩa qua mặt chữ; duy danh định nghĩa

【顾全】gùquán<动>lo cho vẹn tròn; lo cho tốt

【顾问】gùwèn<名>cố vấn

雇 gù<动>❶thuê người làm; mướn người làm: ~保姆 thuê ô xin ❷thuê: ~车 thuê xe

【雇工】gùgōng❶<动>thuê người làm; mướn người làm ❷<名>người làm thuê

【雇佣】gùyōng<动>làm thuê: ~工人 công nhân làm thuê

【雇用】gùyòng<动>thuê làm

【雇员】gùyuán<名>nhân viên hợp đồng; nhân viên phụ động

【雇主】gùzhǔ<名>chủ thuê

guā

瓜 guā<名>❶tên chung các loại bầu, bí, mướp, dưa: 黄~ dưa chuột; 丝~ mướp ❷quả của các loại cây trên

【瓜分】guāfēn<动>chia cắt; phân chia; xâu xé

【瓜葛】guāgé<名>dây dưa; dính líu; liên quan: 他跟这些犯罪嫌疑人有~。 Hắn ta có dính líu với những nghi can phạm tội này.

【瓜果】guāguǒ<名>dưa và trái cây; trái cây

【瓜子】guāzǐ<名>❶hạt dưa ❷hạt hướng dương

呱 guā

【呱呱】guāguā<拟>cạc cạc (tiếng kêu của ếch, vịt)

【呱呱叫】guāguājiào[口]tuyệt vời; cực kì hay

刮¹ guā<动>❶gọt; cạo; cọ: ~胡子 cạo râu ❷phết; quét: ~糨子 phết hồ

❸vơ vét (của cải): 搜~ vơ vét

刮² guā<动>(gió) thổi; nổi (gió): ~风 thổi gió

【刮痕】guāhén<名>vết trầy; vết xước

【刮目相看】guāmù-xiāngkàn nhìn nhận đối xử với con mắt hoàn toàn khác

【刮痧】guāshā<动>đánh gió; cạo gió

guǎ

寡 guǎ❶<形>ít; ít ỏi: 不论多~ không kể ít hay nhiều ❷<形>nhạt nhẽo vô vị: ~然无味 nhạt nhẽo vô vị ❸<名>góa chồng: 守~ góa chồng

【寡妇】guǎfu<名>góa phụ; bà góa

【寡头】guǎtóu<名>(vài vị) trùm; đầu sỏ: 财政~ trùm tài chính

【寡言】guǎyan<形>ít nói; không hay nói; ít lời: 沉默~ trầm mặc ít nói

guà

卦 guà<名>quẻ: 卜~ bói quẻ

挂 guà❶<动>treo: ~到墙上 treo lên tường ❷<动>gác máy; bỏ máy: ~电话 gác máy điện thoại ❸<动>treo; chưa xử: 这事先~着吧。Hãy treo việc này đã. ❹<动>gọi điện thoại: 请~教务处 xin gọi điện thoại cho phòng giáo vụ ❺<动>mắc; vướng: 裙子被钉子~住了。Chiếc váy bị mắc vào đinh. ❻<动>lo nhớ: 记~ lo nhớ❼<动>phủ; tráng; bám: 药丸~了一层糖衣。Viên thuốc được phủ lớp vỏ bọc đường. ❽<动>đăng kí; ghi tên xếp hàng ❾<量>cỗ; bánh: 一~鞭炮 một bánh pháo tép

【挂彩】guàcǎi<动>❶treo đèn kết hoa; trang hoàng rực rỡ ❷bị thương (trong chiến đấu): 他手臂~了。

Cánh tay anh ấy bị thương.

【挂车】guàchē<名>xe rơ-moóc

【挂挡】guàdǎng<动>gài số

【挂钩】guàgōu❶<动>móc hai toa xe với nhau; nối toa ❷<动>liên kết; hợp tác: 收入与经济效益~。Tính thu nhập theo hiệu quả kinh tế. ❸<名>cái móc treo hàng trên cần cẩu; cái móc toa

【挂果】guàguǒ<动>kết trái; ra quả; sai quả

【挂号】guàhào<动>❶đăng kí lấy số khám bệnh; ghi tên ❷bảo đảm

【挂号处】guàhàochù<名>nơi đăng kí khám bệnh

【挂号费】guàhàofèi<名>lệ phí lấy số đăng kí

【挂号信】guàhàoxìn<名>thư bảo đảm

【挂机】guàjī<动>tắt máy điện thoại

【挂历】guàlì<名>lịch treo tường

【挂名】guàmíng<动>đứng tên làm vì: ~合伙人 người hợp tác làm vì

【挂念】guàniàn<动>lo lắng; lo nghĩ; không yên tâm; nhớ nhung: ~亲人 lo nghĩ cho người thân

【挂牌】guàpái<动>❶treo biển hành nghề: 他刚开始~当律师。Anh ấy mới treo biển hành nghề luật sư. ❷một số đơn vị thành lập chính thức hay bắt đầu làm việc ❸cổ phiếu yết giá vào thị trường ❹câu lạc bộ bán cầu thủ ❺đeo biển

【挂失】guàshī<动>đăng kí đánh mất (vật gì): ~存折 đăng kí đánh mất sổ gửi tiền

【挂帅】guàshuài<动>thống soái; đứng đầu

【挂图】guàtú<名>bản đồ, biểu đồ hay tranh treo trên cao

【挂羊头，卖狗肉】guà yángtóu, mài gǒuròu treo đầu dê bán thịt chó

【挂衣钩】guàyīgōu<名>cái móc mắc áo

G

【挂账】guàzhàng<动>cho mua chịu; bán chịu

【挂职】guàzhí<动>❶tạm quyền ❷giữ nguyên chức

褂 guà<名>áo mặc ngoài

【褂子】guàzi<名>áo cánh kiểu Trung Quốc

guāi

乖 guāi<形>❶(trẻ em) ngoan; vâng lời: ~孩子 con ngoan ❷linh lợi; nhanh nhẹn: 嘴~ mồm mép linh lợi

【乖乖】guāiguāi❶<形>ngoan ngoãn; vâng lời ❷<名>cưng; bé ngoan (gọi yêu trẻ)

【乖巧】guāiqiǎo<形>❶khôn khéo; khéo léo: 为人~ xử sự khôn khéo ❷linh lợi: ~伶俐 tinh khôn; ~伶俐 tinh khôn linh lợi

guǎi

拐¹ guǎi❶<动>rẽ; quặt; ngoặt ❷<名>[方]chỗ ngoặt; góc; xó: 墙~ xó tường ❸<动>tập tễnh: 一瘸一~地走 đi tập tễnh ❹<数>bảy (7) (dùng khi nói con số) ❺<名>cái nạng: 拄着~走 路 chống nạng đi bộ

拐² guǎi<动>lừa dối; lừa phỉnh; lừa gạt: ~款潜逃 cuỗm tiền trốn biệt

【拐点】guǎidiǎn<名>điểm ngoặt (toán học cao đẳng, kinh tế học)

【拐角】guǎijiǎo<名>góc ngoặt

【拐卖】guǎimài<动>lừa bán: ~妇女 儿童 lừa bán phụ nữ trẻ em

【拐骗】guǎipiàn<动>lừa đảo; lừa cuỗm đi; lừa đưa đi; dỗ bắt đi: ~钱 财 lừa đảo tiền của

【拐弯】guǎiwān❶<动>rẽ; quẹo; quặt; ngoặt: 一~就上了高速。 Rẽ sang bên là đã lên đường cao tốc. ❷<动>(luồng suy nghĩ, lời nói) chuyển hướng; đổi hướng ❸<名> chỗ ngoặt

【拐杖】guǎizhàng<名>ba toong; gậy chống

guài

怪 guài❶<形>kì quái; quái lạ; kì lạ: ~念头 ý nghĩ kì quái ❷<动>lấy làm lạ: 大惊小~ hoảng hồn vì chuyện vặt ❸<副>[口]rất: ~可怜的 rất đáng thương ❹<名>quái; quái vật; yêu quái: 鬼~ quỷ quái ❺<动>trách; oán: 都~我不好。Chỉ trách tôi không tốt.

【怪不得】guàibude❶thảo nào; chẳng trách: 他每天要吃五顿, ~这 么胖。Anh ấy mỗi ngày ăn những năm bữa, thảo nào béo thế. ❷không trách được; đừng trách

【怪诞】guàidàn<形>quái đản

【怪话】guàihuà<名>lời nói xằng; lời nói bậy; lời nói kì quặc; lời oán trách

【怪模怪样】guàimú-guàiyàng bộ dạng quái gở; lố lăng

【怪癖】guàipǐ<名>sở thích kì quặc; sở thích quái gở

【怪僻】guàipì<形>gàn dở; lẩm cẩm; hâm: 性情~ tính tình gàn dở

【怪事】guàishì<名>sự việc kì lạ

【怪物】guàiwu<名>❶quái vật ❷kẻ quái dị

【怪异】guàiyì❶<形>quái dị; kì lạ: 行 为~ hành vi kì lạ ❷<名>chuyện lạ thường; hiện tượng khác thường

guān

关 guān❶<动>đóng; khép: ~门 đóng cửa ❷<动>đóng; tắt: ~灯 tắt đèn ❸<动>nhốt; giam: ~犯人 giam tội phạm ❹<动>đóng cửa; dẹp tiệm: 把 分公司~了 đóng cửa công ti nhánh ❺<动>đóng lại (nói tắt) ❻<动>liên can; có liên quan: 这事与我有~。

Việc này có liên quan với tôi. ❼ 〈动〉phát; lĩnh: ~饷 phát lương ❽ 〈名〉vùng ngoại thành: 城~ vùng ngoại thành ❾〈名〉then cửa; chốt cửa ❿〈名〉trạm kiểm tra hàng hóa; trạm thu thuế: ~税 thuế quan ⓫ 〈名〉cửa ải; cửa khẩu: 入~ vào cửa khẩu ⓬〈名〉điểm nút; điểm xung yếu: 难~ điểm nút khó khăn ⓭〈名〉chỗ nối tiếp; khớp

【关爱】guān'ài〈动〉quan tâm yêu thương

【关闭】guānbì〈动〉❶đóng ❷đóng cửa

【关怀】guānhuái〈动〉quan tâm; chăm sóc: ~备至 hết sức quan tâm

【关机】guānjī〈动〉❶tắt máy ❷kết thúc công việc quay phim

【关键】guānjiàn❶〈名〉then; chốt ❷〈名〉then chốt; mấu chốt; cơ sở ❸〈形〉(cái) quan trọng nhất; (điều) có ý nghĩa quyết định; then chốt. ~时刻 thời khắc then chốt

【关节】guānjié〈名〉❶khớp xương ❷khâu then chốt; mắt xích then chốt ❸móc ngoặc; đút lót : 打~ đút lót

【关口】guānkǒu〈名〉❶cửa khẩu; cửa ải; cửa ngõ: 把守~ canh gác cửa khẩu ❷nơi quan trọng; thời cơ quyết định

【关联】guānlián〈动〉liên quan; dính dáng

【关贸总协定】guānmào zǒngxiédìng hiệp định chung về thuế quan và mậu dịch

【关门】guānmén❶〈动〉đóng cửa; nghỉ kinh doanh: 动物园下午六点~。Vườn bách thú đóng cửa vào sáu giờ chiều. ❷〈动〉bịt hết đường (không còn chỗ để thương lượng): 双方在谈判中还没有~。Hai bên còn chưa bịt hết đường trong cuộc đàm phán. ❸〈动〉đóng cửa; bế quan tỏa

cảng: ~主义 chủ nghĩa bế quan tỏa cảng ❹〈形〉cuối cùng: ~之作 tác phẩm cuối cùng

【关卡】guānqiǎ〈名〉❶trạm thuế; trạm kiểm soát ❷ví để khó dễ và cản trở

【关切】guānqiè❶〈形〉gần gũi; thân thiết ❷〈动〉quan ngại

【关头】guāntóu〈名〉thời cơ quyết định; bước quyết định; điểm ngoặt: 紧要~ thời cơ quan trọng cấp bách

【关系】guānxì❶〈名〉quan hệ: 外交~ quan hệ ngoại giao ❷〈名〉mối quan hệ; mối liên lạc: 师生~ quan hệ thầy trò ❸〈名〉can hệ: ~重大 có can hệ trọng đại ❹〈名〉điều kiện; lí do ❺〈名〉giấy chứng nhận (về một tổ chức nào đó) ❻〈动〉có liên quan đến: 农业~到国计民生。Nền nông nghiệp có liên quan đến quốc kế dân sinh.

【关心】guānxīn〈动〉quan tâm

【关押】guānyā〈动〉giam: ~犯人 giam phạm nhân

【关于】guānyú〈介〉về; đối với: ~这件事 về chuyện này

【关照】guānzhào〈动〉❶chăm lo: 请多多~。Xin anh chăm lo hộ. ❷phối hợp lo liệu các mặt ❸báo miệng

【关注】guānzhù〈动〉quan tâm chú ý; theo dõi

观 guān❶〈动〉nhìn; ngắm; xem: 参~ tham quan; 旁~ đứng nhìn ❷〈名〉diện mạo; bộ mặt; cảnh tượng: 景~ cảnh tượng ❸〈名〉cách nhìn: ~点 quan điểm; 乐~ lạc quan
另见guàn

【观测】guāncè〈动〉❶quan trắc; quan sát và đo đạc ❷theo dõi

【观察】guānchá〈动〉quan sát; xem xét kĩ: ~形势 quan sát tình hình

【观光】guānguāng〈动〉thăm; tham quan: 旅游~ tham quan du lịch

【观看】guānkàn〈动〉xem; theo dõi;

G

quan sát; ngắm nhìn: ~表演 xem
biểu diễn

【观摩】guānmó<动>theo dõi; quan
sát

【观念】guānniàn<名>quan niệm; ý
thức: 传统~ quan niệm truyền thống

【观赏】guānshǎng<动>thưởng thức;
xem; ngắm nhìn: ~月亮 ngắm trăng

【观望】guānwàng<动>❶trông chờ;
thờ ơ; chờ xem sao: 采取~态度 với
thái độ chờ xem ❷nhìn xung quanh:
四下~ nhìn khắp xung quanh

【观音】Guānyīn<名>Phật Quan Thế
Âm; Quan Âm

【观众】guānzhòng<名>khán giả;
người xem

官[1] guān❶<名>quan: 军~ sĩ quan ❷
<形>công; nhà nước: ~俸 tiền công
❸<形>công cộng: ~款 tiền công
cộng

官[2] guān<名>khí quan; cơ quan: 五~
ngũ quan; 感~ cảm quan/giác quan

【官兵】guānbīng<名>❶quan và lính
(sĩ quan và binh lính) ❷[旧]quân
đội

【官场】guānchǎng<名>quan trường

【官邸】guāndǐ<名>dinh thự; dinh

【官方】guānfāng<名>chính thức; của
nhà nước (của chính phủ): 身份～ tư
cách chính thức

【官僚】guānliáo<名>❶quan lại; quan
liêu ❷quan liêu: ~主义 chủ nghĩa
quan liêu

【官腔】guānqiāng<名>giọng quan
cách: 打~ giọng quan cách

【官司】guānsi<名>[口]kiện cáo; tố
tụng; kiện tụng: 打~ đi kiện

【官衔】guānxián<名>quan hàm;
hàm

【官员】guānyuán<名>cán bộ; nhân
viên; quan chức; viên chức

【官职】guānzhí<名>chức quan

冠guān❶<名>cái mũ: 免~照片 ảnh
chụp không mũ ❷(hình dáng giống

như cái mũ hoặc phần ở trên đỉnh)
mào; tán: 花~ tán hoa
另见guàn

【冠冕堂皇】guānmiǎn-tánghuáng
mũ áo đàng hoàng; dáng vẻ nghiêm
trang

【冠心病】guānxīnbìng<名>bệnh
động mạch vành; bệnh nghẹt tim

棺guān<名>áo quan; quan tài; săng

【棺材】guāncai<名>áo quan; quan
tài; săng; ván

鳏guān<形>(đàn ông) góa vợ; ông
mãnh

【鳏夫】guānfū<名>đàn ông góa vợ;
đàn ông ế vợ

guǎn

馆guǎn<名>❶nhà tiếp khách: 宾
~ khách sạn; 公~ công quán ❷trụ
sở đoàn ngoại giao: 使~ sứ quán
❸quán; hiệu; tiệm: 咖啡~ quán cà
phê ❹viện; nhà: 博物~ viện bảo
tàng

【馆藏】guǎncáng❶<动>lưu giữ (ở
thư viện): ~图书30万册。Lưu giữ
300 nghìn cuốn sách. ❷<名>sách
vở, đồ vật lưu giữ (ở thư viện, ở
bảo tàng): ~丰富 sách vở lưu giữ
phong phú

【馆员】guǎnyuán<名>nhân viên
(thư viện, bảo tàng v.v.)

【馆长】guǎnzhǎng<名>giám đốc
(thư viện, bảo tàng v.v.)

【馆子】guǎnzi<名>quán (bán cơm,
bán rượu): 下~ ăn quán

管guǎn❶<名>ống; quản: 气~
phế quản; 吸~ ống hút ❷<名>bộ
hơi (nhạc cụ để thổi): 双簧~ kèn
saluymô ❸<名>bóng; đèn: 晶体~
bóng đèn tinh thể ❹<动>quản;
quản lí; trông coi; coi; trông nom;
điều khiển: ~生产 điều khiển sản
xuất ❺<动>cai quản; quản; quản lí

❻<动>trông nom: ~孩子 trông nom con cái ❼<动>đảm nhiệm; phụ trách: 我~接待. Tôi phụ trách tiếp đón. ❽<动>để ý tới; để mắt tới; quan tâm: 少~闲事. Chớ quan tâm việc không đâu vào đâu. ❾<动>bảo đảm; chịu trách nhiệm: ~吃~住 bảo đảm ăn ở ❿<动>[方]liên quan đến ⓫<量>chiếc; ống: 一~牙膏 một ống thuốc đánh răng ⓬<介>(công dụng gần như "把", chuyên đi với "叫") gọi…là: 他叫大哥 gọi anh ấy là anh cả ⓭<介>[方](công dụng gần như "向"): ~父母要钱 xin bố mẹ tiền ⓮<连>[方]bất kể

【管不着】guǎnbuzháo ngoài khuôn khổ quản lí, cai quản: 我干我的, 你~. Tôi làm mặc tôi, chẳng can hệ gì với anh.

【管道】guǎndào<名>❶đường ống; ống dẫn ❷kênh

【管家】guǎnjiū<名>❶quản gia ❷nhân viên quản lí; người tay hòm chìa khóa

【管教】guǎnjiào<动>❶dạy bảo; giáo dục: 严加~ dạy bảo nghiêm khắc ❷<动>trông nom dạy dỗ; quản giáo: ~所 ban quản giáo ❸<名>nhân viên phụ trách quản chế và giáo dục qua lao động

【管理】guǎnlǐ<动>❶quản lí: ~企业 quản lí xí nghiệp ❷trông coi giữ gìn; quản lí: ~车辆 quản lí xe ❸trông coi; coi: ~服刑人员 trông coi tù nhân

【管事】guǎnshì❶<动>trông nom công việc ❷<形>được việc; hiệu nghiệm; có tác dụng: 这种药很~. Loại thuốc này rất hiệu nghiệm.

【管束】guǎnshù<动>quản thúc; ràng buộc

【管辖】guǎnxiá<动>quản lí; cai quản

【管弦乐】guǎnxiányuè<名>nhạc kèn

【管线】guǎnxiàn<名>các đường dây điện và đường ống

【管用】guǎnyòng<形>có tác dụng; có kết quả; hiệu nghiệm

【管账】guǎnzhàng<动>quản lí tài khoản

【管制】guǎnzhì<动>❶kiểm tra quản lí nghiêm ngặt: 交通~ quản lí nghiêm giao thông ❷quản chế (đối với bọn tội phạm và phần tử xấu)

guàn

观 guàn<名>quán (chùa chiền đạo giáo)
另见guān

贯 guàn❶<动>xuyên; thông: 学~中西 học thông Trung Tây ❷<动>nối nhau; nối liền: 鱼~ nối đuôi nhau ❸<量>quan: 万~家财 gia tài hàng vạn quan ❹<名>quê quán: 籍~ quê quán ❺<名>[书]thành lệ: 一~如故 thành lệ như trước

【贯彻】guànchè<动>quán triệt

【贯穿】guànchuān<动>❶xuyên qua; thông suốt ❷thấu triệt

【贯通】guàntōng<动>❶thấu suốt; thông hiểu: 融会~ hiểu thấu suốt ❷thông suốt: 铁路全线~ toàn tuyến đường ray thông suốt

冠 guàn❶<动>[书]đội mũ ❷<动>thêm vào trước: ~名 thêm tên vào trước ❸<动>đứng thứ nhất; chiếm giải nhất: 勇~三军 dũng cảm nhất trong ba quân ❹<名>quán quân; vô địch: 夺~ giành ngôi vô địch; 四连~ vô địch bốn lần liền
另见guān

【冠军】guànjūn<名>quán quân; giải nhất

惯 guàn<动>❶quen: 菜太辣了吃不~. Món ăn quá cay ăn không quen. ❷nuông; chiều; nuông chiều: 娇生~养 nâng niu chiều chuộng

【惯犯】guànfàn<名>kẻ phạm có tiền

G

án

【惯例】guànlì〈名〉❶thông lệ; lệ thường; thường lệ: 国际~ thông lệ quốc tế; 打破~ phá bỏ thường lệ ❷nếp cũ; lệ cũ

【惯偷】guàntōu〈名〉kẻ cắp chuyên nghiệp

【惯性】guànxìng〈名〉quán tính

【惯用】guànyòng〈动〉quen dùng; dùng thường xuyên: ~语 từ ngữ quen dùng

【惯于】guànyú〈动〉quen; hay: 他是~搬弄是非之人。Anh ấy là người hay chọc ngoáy.

盥 guàn[书]❶〈动〉rửa (tay, mặt) ❷〈名〉đồ dùng (chậu) rửa mặt

【盥洗】guànxǐ〈动〉rửa tay rửa mặt

【盥洗室】guànxǐshì〈名〉phòng toa-lét

灌 guàn〈动〉❶tưới: 浇~农田 tưới đồng ruộng ❷đổ vào; rót vào; ào vào; đóng vào: ~热水 đổ nước nóng ❸ghi âm; thu âm: ~唱片 ghi âm vào đĩa hát ❹ép uống

【灌溉】guàngài〈动〉tưới; tưới tắm

【灌木】guànmù〈名〉cây bụi; cây lúp xúp

【灌输】guànshū〈动〉❶dẫn nước tưới ❷truyền bá; nhồi: ~爱国思想 truyền bá tư tưởng yêu nước

【灌注】guànzhù〈动〉rót vào; đổ vào

【灌装】guànzhuāng〈动〉đóng rót

【灌醉】guànzuì〈动〉quá chén; say khướt

罐 guàn〈名〉❶hộp; lon; chai; vại: 水~ vại nước; 瓦~ vại sành ❷xe kín

【罐车】guànchē〈名〉xe bồn; xe xi-téc; toa két

【罐头】guàntou〈名〉❶hộp; lon; cóng ❷đồ hộp

【罐装】guànzhuāng〈名〉đóng gói; đóng hộp bằng hộp, lon: ~食品 thực phẩm đóng hộp

guāng

光 guāng❶〈名〉ánh sáng: 阳~ ánh sáng mặt trời ❷〈名〉quang cảnh; phong cảnh; cảnh tượng: 春~ phong cảnh mùa xuân ❸〈名〉vinh dự; vẻ vang ❹〈名〉được nhờ: 沾~ được nhờ ❺〈副〉(lời mời kính trọng, tỏ ý hoan nghênh) hạ cố; chiếu cố ❻〈动〉làm vẻ vang; làm rạng rỡ: ~前裕后 rạng rỡ tổ tông, giàu sang con cháu ❼〈形〉sáng; bóng: ~泽 bóng láng ❽〈形〉nhẵn; trơn; mịn: 抛~ đánh nhẵn ❾〈形〉hết nhẵn; sạch sành sanh; hết sạch; sạch trơn: 吃~ ăn hết ❿〈动〉trần: ~脚 chân trần ⓫〈副〉chỉ: ~说不做 chỉ nói không làm

【光膀子】guāngbǎngzi cởi trần

【光标】guāngbiāo〈名〉quang tiêu

【光彩】guāngcǎi❶〈名〉màu sắc; ánh sáng rực rỡ; hào quang ❷〈形〉vẻ vang; vinh dự: 他做了件不~的事。Anh ta đã làm một việc không vinh dự.

【光彩夺目】guāngcǎi-duómù sặc sỡ lóa mắt; sáng chói; sáng lòa

【光顾】guānggù〈动〉chiếu cố

【光棍儿】guānggùnr〈名〉(đàn ông) độc thân; ông mãnh; không vợ

【光滑】guānghuá〈形〉trơn; nhẵn; nhẵn nhụi; nhẵn bóng; mịn màng

【光环】guānghuán〈名〉❶quầng sáng; vầng sáng (của một số thiên thể) ❷vòng phát sáng ❸vầng hào quang (tỏa ra xung quanh tượng thần) ❹ví vinh dự

【光辉】guānghuī❶〈名〉ánh sáng; tia sáng ❷〈形〉sáng sủa; rạng rỡ; chói lọi: ~形象 hình ảnh chói lọi

【光景】guāngjǐng〈名〉❶quang cảnh ❷cảnh; tình cảnh; điều kiện

【光缆】guānglǎn〈名〉cáp quang

【光亮】guāngliàng❶<形>sáng; bóng ❷<名>ánh sáng

【光临】guānglín<动>hạ cố đến: 欢迎~。Chào mừng đến thăm chỉ đạo.

【光溜溜】guāngliūliū❶trơn tuột; trơn nhẫy; trơn như đổ mỡ ❷trần trụi; trần truồng; trụi lủi

【光芒】guāngmáng<名>ánh sáng; tia sáng

【光明】guāngmíng❶<名>sáng; ánh sáng ❷<形>sáng; sáng sủa ❸<形>sáng sủa; tươi sáng: 就业前景~ tương lai tựu nghiệp sáng sủa ❹<形>trong sáng; ngay thẳng; quang minh: ~磊落 trong sáng ngay thẳng

【光明正大】guāngmíng-zhèngdà quang minh chính đại

【光能】guāngnéng<名>năng lượng ánh sáng; quang năng

【光盘】guāngpán<名>đĩa CD, DVD v.v.

【光驱】guāngqū<名>ổ CD-ROM

【光圈】guāngquān<名>vòng điều chỉnh ống kính

【光荣】guāngróng❶<形>vẻ vang: ~传统 truyền thống vẻ vang ❷<名>vinh quang; vinh dự; quang vinh

【光荣榜】guāngróngbǎng<名>bảng danh dự; bảng vàng

【光速】guāngsù<名>[物理]tốc độ ánh sáng

【光天化日】guāngtiān-huàrì thanh thiên bạch nhật; ban ngày ban mặt: ~之下 giữa ban ngày ban mặt

【光头】guāngtóu❶<动>để đầu trần ❷<名>đầu trọc; đầu trọc tếu

【光秃秃】guāngtūtū trọc lốc; trụi thùi lụi; trơ trụi; trọc lông lốc

【光纤】guāngxiān<名>sợi quang học

【光鲜】guāngxiān<形>[方]❶tươi sáng; gọn gàng sạch đẹp: 衣着~ ăn mặc gọn gàng sạch đẹp ❷vẻ vang; vinh dự: 事情办得~体面 việc làm ngon đẹp

【光线】guāngxiàn<名>tia sáng

【光阴】guāngyīn<名>thời gian; quang âm: 虚度~ lãng phí thời gian

桃guāng

【桃榔】guāngláng<名>[植物]cây báng

【桃榔粉】guānglángfěn<名>bột báng

guǎng

广 guǎng❶<形>(diện tích, phạm vi) rộng: 地~人稀 đất rộng người thưa ❷<形>nhiều; đông: ~众 đông người ❸<动>mở rộng; phổ biến rộng rãi: 推~ phổ biến rộng rãi

【广播】guǎngbō❶<动>phát thanh; truyền thanh: 实况~ phát thanh trực tuyến ❷<名>tiết mục phát thanh; tiết mục truyền thanh: 外语~ tiết mục phát thanh ngoại ngữ

【广播电台】guǎngbō diàntái đài phát thanh

【广场】guǎngchǎng<名>❶quảng trường; bãi rộng: 巴亭~ Quảng trường Ba Đình ❷siêu thị lớn

【广大】guǎngdà<形>❶(diện tích, không gian) rộng lớn: 幅员~ đất đai rộng lớn ❷(phạm vi, quy mô) rộng lớn; lớn lao ❸đông đảo; nhiều: ~读者 đông đảo bạn đọc

【广泛】guǎngfàn<形>rộng; rộng rãi; rộng khắp; nhiều: 爱好~ nhiều sở thích

【广告】guǎnggào<名>quảng cáo

【广交会】Guǎngjiāohuì<名>Hội chợ Quảng Châu

【广角镜】guǎngjiǎojìng<名>❶tê-lê rộng; ống kính góc rộng ❷cặp kính thần

【广阔】guǎngkuò<形>rộng rãi; rộng lớn; (rộng) mênh mông; (rộng) bao la; bát ngát

【广州】Guǎngzhōu<名>Quảng Châu

guàng

逛 guàng〈动〉đi dạo: 闲~ dạo chơi; ~商店 đi dạo nhà hàng

【逛街】guàngjiē〈动〉bát phố;dạo phố

guī

归 guī❶〈动〉trở về; về: ~国 về nước ❷〈动〉trả về; trả cho: 物~原主 vật trả về chủ cũ ❸〈动〉tập trung vào; đổ vào; quy vào; hướng về: 殊途同～ khác đường nhưng cùng một đích ❹〈动〉thuộc về; là của: ~我所有 thuộc về tôi ❺〈动〉(đặt giữa cặp động từ láy để biểu thị rằng không có kết quả tương ứng) thì cứ ❻〈介〉do (ai phụ trách): 这项工作~他管 Việc này do anh ấy phụ trách. ❼〈动〉quy thuận

【归案】guī'àn〈动〉quy án; nghi can đã bị tóm cổ và trao cho cơ quan hữu quan xét xử

【归并】guībìng〈动〉❶nhập vào; dồn vào; hợp vào; đưa về ❷hợp lại; hộn

【归档】guīdàng〈动〉sắp xếp hồ sơ; đưa vào hồ sơ lưu trữ

【归队】guīduì〈动〉❶trở về đội ngũ ❷trở về ngành nghề cũ

【归根结底】guīgēn-jiédǐ quy cho đến cùng; xét cho cùng; chung quy; chung quy lại

【归功】guīgōng〈动〉quy công; công lao... là do...; công lao thuộc về...: 他将自己的成绩~于老师的教诲。Anh ta cho rằng thành công của mình là do công lao dạy dỗ của thầy.

【归还】guīhuán〈动〉trả; trả lại; trả về

【归结】guījié❶〈动〉quy lại; tóm lại ❷〈名〉kết cục

【归来】guīlái〈动〉về

【归类】guīlèi〈动〉phân loại

【归纳】guīnà〈动〉❶tóm lại; đúc kết lại; quy lại ❷quy nạp

【归侨】guīqiáo〈名〉kiều dân về nước

【归属】guīshǔ〈动〉thuộc về; quy về

【归宿】guīsù〈名〉nơi về; nơi quy tụ; nơi hội tụ: 人生的~ nơi quy tụ của cuộc đời

【归于】guīyú〈动〉❶thuộc về ❷đi đến; đạt tới

【归罪】guīzuì〈动〉đổ tội; đổ lỗi; quy tội: ~于人 đổ tội cho người ta

龟 guī〈名〉con rùa

【龟缩】guīsuō〈动〉co lại; thụt lại; rụt vào: 敌人~在巷子里。Bọn địch co rút vào trong ngõ.

【龟头】guītóu〈名〉quy đầu; buổi

规 guī❶〈名〉compa: 圆~ compa ❷〈名〉quy tắc; quy chế: 犯~ vi phạm quy chế; 常~ thường quy ❸〈动〉khuyên ❹〈动〉trù liệu; trù tính

【规避】guībì〈动〉lẩn tránh; trốn tránh; tránh né: ~问题的实质 lẩn tránh thực chất của vấn đề

【规定】guīdìng❶〈动〉quy định: 在~的时间内 trong thời gian quy định ❷〈名〉quy định; quy chế: 符合法律~ hợp với quy định của pháp luật

【规范】guīfàn❶〈名〉quy phạm; chuẩn mực: 行为~ quy phạm hành vi ❷〈形〉chuẩn; đúng phép: 用语~ dùng từ đúng phép ❸〈动〉chuẩn hóa: 用道德~自身的行为 chuẩn hóa hành vi của mình bằng đạo đức

【规格】guīgé〈名〉❶quy cách: 产品符合~。Sản phẩm phù hợp quy cách. ❷tiêu chuẩn: 接待来宾的~很高。Tiêu chuẩn tiếp đãi khách rất cao.

【规划】guīhuà❶〈名〉quy hoạch: 长远~ quy hoạch lâu dài ❷〈动〉làm (lật, vạch) quy hoạch

【规矩】guīju❶〈名〉khuôn phép; phép

tắc; nếp: 按~办事 làm việc theo đúng phép tắc ❷<形>(hành vi) đúng mực; đứng đắn; nghiêm chỉnh: 字写得很~。Chữ viết rất nghiêm chỉnh.

【规律】guīlǜ❶<名>quy luật ❷<形>có quy luật

【规模】guīmó<名>quy mô

【规则】guīzé❶<名>quy tắc; luật lệ; thể lệ: 交通~ luật lệ giao thông ❷<名>quy luật; phép tắc: 自然~ quy luật tự nhiên ❸<形>lề lối; nề nếp; mẫu mực

【规章】guīzhāng<名>❶nội quy; điều lệ: ~制度 nội quy ❷văn kiện quy phạm về quản lí hành chính nhà nước ban bố

闺 guī<名>phòng khuê; phòng con gái: 深~ phòng khuê kín đáo

【闺女】guīnü<名>❶con gái chưa chồng; khuê nữ ❷[口]con gái

硅 guī<名>[化学]silic (kí hiệu: Si)

【硅谷】guīgǔ<名>thung lũng điện tử; Silicon Valley (thuộc bang California Mĩ)

【硅胶】guījiāo<名>nhựa silic

瑰 guī

【瑰宝】guībǎo<名>của quý (báu)

鲑 guī<名>cá hồi

【鲑鱼】guīyú<名>cá hồi

guǐ

轨 guǐ<名>❶thanh ray: 铁~ thanh ray thép ❷đường ray: 有~电车 tàu điện chạy đường ray ❸nếp thường; lệ thường: 越~ quá mức cho phép

【轨道】guǐdào<名>❶đường ray ❷quỹ tích (thiên thể vận hành trong vũ trụ) ❸quỹ đạo; đường vận hành; quỹ tích ❹nề nếp; quỹ đạo

【轨迹】guǐjì<名>❶quỹ tích ❷quỹ đạo; đường vận hành; quỹ tích ❸con đường đã qua

诡 guǐ<形>❶gian trá; xảo quyệt; xảo trá quỷ quyệt ❷[书]kì lạ

【诡辩】guǐbiàn<动>❶ngụy biện ❷cãi chày cãi cối; cãi bừa

【诡计】guǐjì<名>mưu mô xảo quyệt; quỷ kế

【诡计多端】guǐjì-duōduān quỷ kế đa đoan; mưu ma chước quỷ

【诡异】guǐyì<形>kì dị; kì lạ; độc đáo

鬼 guǐ❶<名>ma; quỷ ❷<名>dân nghiện (nghiền); kẻ: 酒~ con sâu rượu; 小气~ đồ keo kiệt ❸<形>lén lút; vụng trộm; giấu giếm: ~~祟祟 lén la lén lút ❹<名>mờ ám; âm mưu; mưu mô: 捣~ âm mưu làm xằng bậy ❺<形>xấu; ma mãnh; ma giáo; chết tiệt: ~天气 thời tiết xấu ❻<形>[口] ranh; tinh ranh; ranh ma; ranh mãnh

【鬼点子】guǐdiǎnzi<名>ý đồ xấu; biện pháp ranh ma

【鬼怪】guǐguài<名>quỷ quái: 妖魔~ yêu ma quỷ quái

【鬼话】guǐhuà<名>lời nói dối trá

【鬼混】guǐhùn<动>❶sống vất vưởng cho qua ngày ❷sống bừa bãi; sống phóng đãng; trác táng

【鬼脸】guǐliǎn<名>❶mặt nạ (của trẻ con chơi) ❷làm xấu: 扮~ nhăn mặt làm xấu

【鬼门关】guǐménguān<名>cửa âm phủ; đất hiểm; hiểm địa

【鬼迷心窍】guǐmíxīnqiào ma đưa lối quỷ dẫn đường

【鬼使神差】guǐshǐ-shénchāi ma xui quỷ khiến

guì

柜 guì<名>❶tủ; chạn: 碗~ chạn bát; 书~ tủ sách ❷quầy thu tiền; cửa hàng: 掌~的 chủ hiệu/chủ hàng

【柜台】guìtái<名>❶quầy hàng ❷quầy ngân hàng

【柜员机】guìyuánjī<名>máy ATM

剑 guì<动>[书]cắt đứt

【剑子手】guìzishǒu<名>❶đao phủ ❷kẻ giết người; tên đao phủ

贵 guì❶<形>đắt: 昂~ đắt đỏ ❷<形>quý: 珍~ quý báu ❸<动>(cái) đáng quý; quý trọng: 体育锻炼~在持之以恒。Cái đáng quý trong rèn luyện thân thể là cần phải kiên trì bền bỉ. ❹<形>sang trọng: 达官~人 kẻ quyền quý ❺<形>(từ xưng hô chỉ sự kính trọng) quý; vàng ngọc

【贵宾】guìbīn<名>khách quý

【贵宾卡】guìbīnkǎ<名>thẻ VIP

【贵金属】guìjīnshǔ<名>kim loại quý

【贵客】guìkè<名>khách quý; quý khách

【贵人】guìrén<名>❶quý nhân; người cao sang; bậc tôn quý; người mang lại lợi ích cho mình ❷quý nhân (chức nữ quan trong hoàng cung ngày xưa)

【贵姓】guìxìng<名>quý tính; quý danh (từ hỏi họ người khác một cách lịch sự, tôn trọng. Người Trung Quốc hỏi họ, còn người Việt Nam thì hỏi tên)

【贵重】guìzhòng<形>quý; đắt tiền; có giá trị cao

【贵族】guìzú<名>quý tộc

桂¹ guì<名>❶cây nhục quế; quế ❷cây mộc tê; quế: 金~ kim quế ❸cây nguyệt quế ❹cây quế bì

桂² Guì<名>sông Quế; Quế Giang (dòng sông chảy qua khu tự trị dân tộc Choang Quảng Tây Trung Quốc)

【桂冠】guìguān<名>vòng nguyệt quế; vành nguyệt quế; quán quân; danh hiệu cao quý

【桂花】guìhuā<名>❶cây hoa quế ❷hoa quế (tên thường gọi của hoa mộc tê)

【桂皮】guìpí<名>❶cây quế bì ❷vỏ cây quế bì ❸(cây, vỏ) nhục quế

【桂圆】guìyuán<名>quế viên; long nhãn

跪 guì<动>quỳ: 下~ quỳ xuống

【跪拜】guìbài<动>quỳ lạy

【跪倒】guìdǎo<动>quỳ; quỳ gối

gǔn

滚 gǔn❶<动>lăn: 打~儿 lăn lộn ❷<动>cút; bước; xéo: ~开 cút đi ❸<动>sôi: 炉子上的汤正~着。Nồi canh trên bếp vẫn đang sôi. ❹<动>viên; vê; nặn: ~元宵 vê bánh trôi ❺<动>viền: ~边 đường viền ❻<副>rất; đặc biệt

【滚蛋】gǔndàn<动>cút xéo; cút đi

【滚动】gǔndòng<动>❶lăn ❷từng bước mở rộng ❸liên tục không ngừng

【滚瓜烂熟】gǔnguā-lànshú thuộc làu làu; thuộc nhừ như cháo

【滚滚】gǔngǔn<形>❶cuồn cuộn; bon bon: 波涛~ sóng cả cuồn cuộn ❷rền; không bao giờ cạn: 财源~ tài nguyên không bao giờ cạn

【滚开】¹gǔnkāi<形>sôi; đang sôi: ~的水冲茶可不太好，还是稍等片刻吧。Nước đang sôi pha trà không ngon lắm, hãy đợi nguội tí.

【滚开】²gǔnkāi<动>cút xéo; cút

【滚水】gǔnshuǐ<名>nước sôi; nước đang sôi

【滚烫】gǔntàng<形>nóng bỏng; nóng rát

gùn

棍 gùn<名>❶cái gậy: 木~ gậy gỗ ❷kẻ xấu; tên vô lại: 恶~ tên ác ôn

【棍棒】gùnbàng<名>❶gậy gộc ❷côn; gậy (dụng cụ thể thao)

tranh thủy mặc

guō

锅 guō ⟨名⟩❶cái nồi: 饭~ nồi cơm; 砂~ nồi đất ❷một số dụng cụ dùng để đun chất lỏng: 火~ cái lẩu; 蒸~ nồi hấp

【锅巴】guōbā⟨名⟩❶cơm cháy ❷cơm chiên

【锅铲】guōchǎn⟨名⟩cái muôi xào

【锅炉】guōlú⟨名⟩nồi nấu hơi; nồi súp-pe

蝈 guō

【蝈蝈儿】guōguor⟨名⟩con dế; con dế mèn

guó

国 guó❶⟨名⟩nước; quốc gia: 岛~ đảo quốc; 东道~ nước chủ nhà ❷⟨名⟩quốc, nước: ~旗 quốc kì; ~歌 quốc ca ❸⟨形⟩đại diện cho trình độ đứng đầu cả nước: ~脚 cầu thủ bóng đá quốc gia ❹⟨名⟩đặc chỉ Trung Quốc: ~粹 quốc túy

【国宝】guóbǎo⟨名⟩❶đồ quốc bảo ❷của báu của đất nước

【国标】guóbiāo⟨名⟩❶tiêu chuẩn quốc gia ❷tiêu chuẩn quốc tế

【国宾】guóbīn⟨名⟩khách của nhà nước; quốc tân

【国策】guócè⟨名⟩quốc sách

【国产】guóchǎn⟨形⟩sản xuất trong nước; sản xuất trong nội địa: ~电影 phim nội

【国法】guófǎ⟨名⟩quốc pháp; kỉ cương luật pháp nhà nước

【国防】guófáng⟨名⟩quốc phòng

【国防部】Guófáng Bù⟨名⟩Bộ Quốc phòng

【国富民强】guófù-mínqiáng nước giàu dân mạnh

【国画】guóhuà⟨名⟩quốc họa (hội họa truyền thống của Trung Quốc);

【国徽】guóhuī⟨名⟩quốc huy

【国会】guóhuì⟨名⟩quốc hội

【国货】guóhuò⟨名⟩hàng nội; hàng trong nước sản xuất

【国籍】guójí⟨名⟩❶quốc tịch ❷thuộc nước nào đó

【国际】guójì❶⟨形⟩quốc tế ❷⟨名⟩của quốc tế

【国家】guójiā⟨名⟩❶nhà nước ❷quốc gia; đất nước

【国家机关】guójiā jīguān❶cơ quan nhà nước ❷cơ quan trung ương

【国界】guójiè⟨名⟩đường biên giới quốc gia; ranh giới giữa hai nước

【国境】guójìng⟨名⟩❶lãnh thổ quốc gia ❷biên giới quốc gia

【国库】guókù⟨名⟩kho bạc nhà nước

【国库券】guókùquàn⟨名⟩trái phiếu (trái khoán) nhà nước

【国民】guómín⟨名⟩quốc dân: ~经济 nền kinh tế quốc dân

【国内】guónèi⟨形⟩quốc nội; trong nước: ~市场 thị trường trong nước

【国企】guóqǐ⟨名⟩xí nghiệp nhà nước; doanh nghiệp quốc hữu; xí nghiệp quốc doanh

【国庆】guóqìng⟨名⟩quốc khánh

【国事】guóshì⟨名⟩❶quốc sự; việc nước ❷công việc giữa hai nước

【国税】guóshuì⟨名⟩thuế nhà nước

【国土】guótǔ⟨名⟩lãnh thổ quốc gia

【国外】guówài⟨形⟩nước ngoài

【国王】guówáng⟨名⟩vua; quốc vương

【国务卿】guówùqīng⟨名⟩❶quốc vụ khanh ❷bộ trưởng ngoại giao (Mĩ)

【国务院】guówùyuàn⟨名⟩❶Quốc vụ viện ❷nội các ❸bộ ngoại giao kiêm một phần công việc nội chính (Mĩ)

【国有企业】guóyǒu qǐyè doanh nghiệp quốc hữu

【国有资产】guóyǒu zīchǎn tư sản

quốc hữu; vốn nhà nước

【国语】guóyǔ<名>❶quốc ngữ ❷bài ngữ văn của trung tiểu học (của Trung Quốc thời xưa)

【国债】guózhài<名>quốc trái; công trái

guǒ

果 guǒ❶<名>quả; trái: 干~ quả khô ❷<名>(kết quả, kết cục) quả: 因~ nhân quả ❸<副>quả nhiên; quả là; quả như vậy: ~不出所料 quả nhiên đúng như dự đoán ❹<连>nếu quả đúng là ❺<形>quả đoán: ~敢 quả cảm

【果冻】guǒdòng<名>thạch

【果断】guǒduàn<形>quyết đoán

【果脯】guǒfǔ<名>mứt hoa quả; mứt

【果核】guǒhé<名>hạt trái cây; hột trái cây

【果酱】guǒjiàng<名>tương trái cây

【果林】guǒlín<名>rừng cây ăn quả

【果然】guǒrán❶<副>quả nhiên; quả là ❷<连>quả đúng là

【果实】guǒshí<名>❶quả cây ❷thành quả

【果树】guǒshù<名>cây ăn quả

【果糖】guǒtáng<名>đường fructô

【果园】guǒyuán<名>vườn quả

【果真】guǒzhēn❶<副>quả nhiên; quả thật; quả là ❷<连>quả đúng là

【果汁】guǒzhī<名>nước hoa quả

【果子狸】guǒzilí<名>cầy hương

裹 guǒ<动>❶băng bó; buộc gói lại; bọc: ~头巾 chít khăn đầu ❷độn nhét

【裹腿】guǒtui❶<动>bó chân ❷<名>vải bó chân

guò

过[1] guò❶<动>qua; sang; sống: ~马路 qua đường ❷<动>chuyển; sang: ~户 sang tên ❸<动>giần; sàng; rây; lọc: ~滤 lọc ❹<动>xem; nhớ lại: ~目 xem qua ❺<动>quá; vượt quá: ~期 quá hạn ❻<动>[书]đến thăm: ~访 đến thăm ❼<动>[方]tạ thế; mất; ra đi: qua đời: ~世 qua đời ❽<动>(dùng sau động từ có mang "得" chỉ ý thực hiện được điều đó) được; nổi; bằng: 信得~ tin được ❾<名>lỗi lầm; thiếu sót; sai sót: 记~ ghi lỗi ❿<形>[口]quá đáng ⓫<副>quá mức

过[2] guò<动>❶(đứng sau động từ) đi qua: 走~球场 đi qua sân bóng ❷(đứng sau động từ)đổi hướng: 回~头 ngoảnh đầu lại ❸(đứng sau động từ hay tính từ) so sánh: 今年好~去年。Năm nay khá hơn năm ngoái.

过 guo<助>❶(dùng sau động từ) xong; hết: 洗~手再吃饭。Rửa tay xong hãy ăn cơm. ❷(dùng sau động từ) đã; từng: 他昨天来~了。Hôm qua anh ta đã đến.

【过磅】guòbàng<动>đưa lên bàn cân; cân (cân bằng cân bàn)

【过不去】guòbuqù❶không đi lọt (qua) được ❷gây khó dễ: 别跟自己~。Đừng làm khổ mình. ❸áy náy; băn khoăn: 让大家等了这么久，我心里很~。Để cho các bạn đợi lâu, tôi rất áy náy.

【过程】guòchéng<名>quá trình

【过秤】guòchèng<动>cân

【过错】guòcuò<名>lỗi lầm; làm lỡ

【过道】guòdào<名>❶hành lang (đi vào các phòng) ❷ngõ hẻm

【过得去】guòdequ❶đi qua được ❷(cuộc sống) tạm được; tàm tạm ❸tạm cho là được; tạm gọi là được ❹yên lòng (thường dùng trong câu phản vấn)

【过度】guòdù<形>quá mức; quá độ; quá đáng: 饮酒~ uống rượu quá mức

【过渡】guòdù<动>quá độ; chuyển tiếp: ~时期 thời kì quá độ

【过关】guòguān<动>qua cửa khẩu; qua cửa ải

【过后】guòhòu<名>❶sau này; về sau ❷sau đó; rồi sau

【过火】guòhuǒ<形>quá; quá đáng: 行为有些~ hành vi có phần quá đáng

【过激】guòjī<形>quá khích: ~的言论 ngôn luận quá khích

【过家家】guò jiājiā chơi nhà chòi

【过奖】guòjiǎng<动>quá khen

【过节】guòjié<动>❶ăn tết; làm lễ kỉ niệm ❷qua ngày lễ

【过境】guòjìng<动>quá cảnh; qua biên giới; qua địa giới

【过来】guòlái<动>❶lại đây; sang đây ❷(dùng sau động từ biểu thị thời gian, năng lực, số lượng đầy đủ, thường đi liền với "得" hoặc "不") quá: 这几天天我忙不~。Mấy ngày nay tôi bận quá. ❸(dùng sau động từ biểu thị động tác hướng tới người nói) tới; đến: 海浪不断向船头涌~。Những ngọn sóng không ngừng xô dập vào mũi tàu. ❹(dùng sau động từ biểu thị đối diện với mình) lại ❺(dùng sau động từ biểu thị sự trở lại trạng thái vốn có, bình thường) lại; ra; được

【过来人】guòláirén<名>người từng trải

【过劳死】guòláosǐ chết vì quá mệt mỏi

【过量】guòliàng<形>quá mức; quá liều lượng

【过路】guòlù<动>qua đường: ~费 lệ phí qua đường

【过敏】guòmǐn❶<动>dị ứng ❷<形>quá mẫn cảm; quá nhạy cảm

【过目】guòmù<动>xem (qua): ~不忘 xem qua là nhớ luôn

【过年】guònián<动>❶ăn Tết ❷qua Tết; sau Tết; ra năm

【过期】guòqī<动>quá hạn; hết hạn

【过去】[1] guòqù<名>ngày trước; trước đây; quá khứ

【过去】[2] guòqù<动>❶đi; đi qua: 从这里~ đi sang từ chỗ này ❷qua đời; ra đi; đi; đi xa (phải thêm "了" ở sau)

【过去】[3] guòqù<动>❶đi khỏi: 踢~ đá đi ❷sang (mặt trái): 翻~ lật sang mặt trái ❸đi (trạng thái thất thường): 晕~ bị ngất đi ❹trót lọt: 蒙不~ sự đánh tráo không lọt được

【过人】guòrén<动>❶hơn người: 勇气~ dũng khí hơn người ❷đưa bóng qua đối thủ (bóng đá, bóng rổ)

【过日子】guò rìzi sống; cuộc sống

【过山车】guòshānchē<名>tàu vượt núi

【过生日】guò shēngrì mừng sinh nhật; tổ chức sinh nhật

【过剩】guòshèng<动>❶quá thừa; thừa mứa: 精力~ tinh lực quá thừa ❷dư thừa

【过失】guòshī<名>❶lầm lỡ; thiếu sót ❷sai trái (theo pháp luật)

【过时】guòshí❶<动>quá thời gian: ~作废 quá thời gian thì bãi bỏ ❷<形>lỗi thời; không hợp thời: ~的观念 quan niệm lỗi thời

【过头】guòtóu<形>quá mức; quá đáng: 聪明~ thông minh quá đáng

【过往】guòwǎng❶<动>qua lại; đi lại: ~行人 người qua lại ❷<动>qua lại; tới lui ❸<名>trước đây

【过问】guòwèn<动>quan tâm; hỏi đến: 亲自~ đích thân quan tâm

【过夜】guòyè<动>❶qua đêm; ngủ đêm ❷để qua đêm

【过意不去】guòyìbùqù áy náy; băn khoăn

【过瘾】guòyǐn<形>đã thỏa chí; đã cơn nghiện

【过硬】guòyìng<形>giỏi (chịu được thử thách); vững chắc

【过于】guòyú<副>quá; quá ư: ~紧张 quá căng thẳng

G

H h

hā

哈¹ hā ❶〈动〉hà (hơi); thở ra: ~气擦眼镜片 hà hơi lau mắt kính ❷〈叹〉ha ha; khà khà: ~~, 看你往哪里逃? Ha ha, xem mày chạy đâu cho thoát?

哈² hā〈动〉[口]cúi (xuống); khom lưng

另见hǎ

【哈哈大笑】hāhā dàxiào ha ha cười vang

【哈哈镜】hāhājìng〈名〉gương dị dạng (gương gây cười)

【哈密瓜】hāmìguā〈名〉dưa Ha-mi; dưa bở Tân Cương

【哈欠】hāqian〈名〉(cái) ngáp: 打个长~ ngáp dài một cái

【哈腰】hāyāo〈动〉[口]❶khom lưng; cúi xuống: ~系鞋带 cúi xuống buộc dây giày ❷gập người (hơi khom lưng tỏ ý lễ phép khi chào): 点头~ khom lưng gật đầu (chào)

há

蛤há

另见gé

【蛤蟆】háma〈名〉ếch nhái và con cóc (gọi chung)

hǎ

哈hǎ〈动〉[方]mắng; trách móc: 被老板~了几句，他心里不舒服 Bị sếp trách móc cậu ta rất buồn.

另见hā

【哈巴狗】hǎbagǒu〈名〉❶chó cảnh Nhật ❷chó săn (đầy tớ trung thành)

hāi

咳hāi〈叹〉ôi; ô (biểu thị sự thương cảm, hối hận, kinh ngạc)

另见ké

hái

还hái〈副〉❶vẫn: 你~是老样子。Anh vẫn như cũ。❷còn: 这件事~没有做完。Việc này còn chưa làm xong。❸kể cũng (tạm coi là được): 这辆车修得~好。Chiếc xe được sửa chữa lại kể cũng được đấy。❹cũng; vẫn còn: 我~是个学生。Em còn là một học sinh。❺không ngờ; thế mà: 对手~真有实力。Đối thủ thế mà có thực lực đấy。❻ngay từ

另见huán

【还好】háihǎo〈副〉may là; vẫn bình thường: ~我带了伞。May là tôi đã mang theo chiếc ô.

【还是】háishi ❶〈副〉vẫn: 尽管如此，我~应该感谢你。Tuy nhiên, tôi vẫn phải cám ơn anh。❷〈副〉vẫn là: 对

比一下，~去上海读书好些。So sánh
vẫn là đi học ở Thượng Hải thì hơn.
❸<副>nên (thì tốt hơn): 看他急得那
样儿，你~劝劝他吧。Trông anh ấy
nóng nảy như vậy, anh nên khuyên
anh ấy đi. ❹<连>hay; hay là: 去看朋
友~去看电影，他 ·时拿不定主意。
Đi thăm bạn hay là đi xem phim,
anh ấy chưa quyết định được ngay.
❺<连>hay (phối hợp với "bất cứ")

孩 hái<名>con; bé; trẻ: 男~ cậu bé
【孩子】háizi<名>❶nhi đồng; em bé:
小~ trẻ con/em bé/trẻ em ❷con
【孩子气】háiziqì❶tính trẻ con ❷như
trẻ con: 你别太~. Anh đừng có mà
như trẻ con ấy.

骸 hái<名>❶xương ❷thân thể; thể
xác: 遗~ đi hài
【骸骨】háigǔ<名>hài cốt

hǎi

海 hǎi❶<名>biển; bể: 航~ đi biển/
hàng hải ❷<形>to: ~碗 bát to ❸<形>
ví rộng, nhiều như biển: 旗~ biển cờ
❹<副>[方]bâng quơ; lung tung: ~找
tìm lung tung ❺<副>[方]thả cửa: ~
吃~喝 ăn uống thả cửa ❻<名>hải
ngoại: ~归 từ hải ngoại trở về
【海岸】hǎi'àn<名>bờ biển
【海拔】hǎibá<名>độ cao so với mặt
biển; độ cao tuyệt đối
【海报】hǎibào<名>quảng cáo; áp
phích
【海豹】hǎibào<名>hải báo; beo biển
【海滨】hǎibīn<名>ven biển
【海产】hǎichǎn❶<形>hải sản; đồ
biển: 新鲜~品 đồ biển tươi sống ❷
<名>sản vật biển
【海带】hǎidài<名>rong biển nâu; tảo
biển nâu
【海岛】hǎidǎo<名>hải đảo
【海盗】hǎidào<名>quân cướp biển;
hải tặc

【海港】hǎigǎng<名>cảng biển; hải
cảng
【海关】hǎiguān<名>hải quan: ~手续
thủ tục hải quan
【海龟】hǎiguī<名>con trạnh; cá
trạnh; rùa biển
【海角天涯】hǎijiǎo-tiānyá chân trời
góc biển
【海军】hǎijūn<名>hải quân
【海口】hǎikǒu<名>❶cửa biển; cửa
sông ra biển ❷hải cảng trong vịnh
【海蓝】hǎilán<形>màu xanh nước
biển
【海里】hǎilǐ<量>hải lí
【海量】hǎiliàng❶<名>rộng lượng;
lượng hải hà: 我错了，望您~包涵。
Em lầm rồi, xin anh rộng lượng cho.
❷<名>tửu lượng cao ❸<形>số lượng
cực lớn
【海轮】hǎilún<名>tàu (đi) biển
【海螺】hǎiluó<名>ốc biển
【海洛因】hǎiluòyīn<名>heroin; bạch
phiến
【海马】háimǎ<名>cá ngựa; hải mã
【海绵】hǎimián<名>❶[动物]bọt biển;
hải miên (một loài động vật cấp
thấp ở biển) ❷bọt biển (bộ xương
của con bọt biển; dùng làm vật kì
cọ) ❸mút; chất xốp (chế tạo bằng
cao su hay nhựa): ~床垫 tấm mút
đệm giường
【海难】hǎinàn<名>tai nạn trên biển
(cháy thuyền, chìm tàu)
【海内存知己，天涯若比邻】hǎinèi cún
zhījǐ, tiānyá ruò bǐlín bốn bể có
tri âm, chân trời như hàng xóm
【海平面】hǎipíngmiàn<名>mực
nước biển
【海参】hǎishēn<名>hải sâm
【海事】hǎishì<名>❶công việc về
biển; hải sự: ~法庭 tòa án hải sự
❷tai nạn trên biển: ~救助 cứu trợ
trên biển

H

【海滩】hǎitān<名>bãi biển

【海外】hǎiwài<名>hải ngoại; ngoài nước: ~侨胞 kiều bào sinh sống ở nước ngoài

【海湾】hǎiwān<名>vịnh biển

【海王星】hǎiwángxīng<名>sao Hải Vương

【海味】hǎiwèi<名>hải vị

【海峡】hǎixiá<名>eo biển: ~两岸 hai bờ eo biển

【海鲜】hǎixiān<名>đồ biển tươi sống; món ăn hải sản tươi

【海选】hǎixuǎn<动>tuyển chọn vòng ngoài

【海燕】hǎiyàn<名>hải yến; chim mòng biển; én biển

【海洋】hǎiyáng<名>❶biển ❷hải dương; biển cả; biển khơi

【海洋生物】hǎiyáng shēngwù sinh vật biển

【海鱼】hǎiyú<名>cá biển

【海域】hǎiyù<名>hải vực; vùng biển

【海员】hǎiyuán<名>nhân viên hàng hải

【海运】hǎiyùn<动>vận tải đường biển

【海藻】hǎizǎo<名>rong biển; tảo biển

【海蜇】hǎizhé<名>con sứa

hài

骇hài<动>sợ hãi; kinh sợ: 惊~ kinh hãi

【骇人听闻】hàiréntīngwén nghe rợn cả người

害hài❶<名>tai hại: 水~ các tai hại bởi nước ❷<形>có hại ❸<动>làm thiệt hại; hại: 假信息~我股票赔了本。Thông tin nhảm khiến cho cổ phiếu của tôi bị tổn thất. ❹<动>giết; hại: 失踪女孩已经遇~了。Cô gái mất tích đã bị giết hại. ❺<动>bị đau; ốm;

phải chứng: ~了红眼病 bị bệnh đau mắt đỏ ❻<动>tinh thần không bình thường: ~羞 e thẹn; ~怕 sợ hãi

【害虫】hàichóng<名>sâu bọ hại

【害处】hàichù<名>chỗ hại; chỗ có hại

【害怕】hàipà<动>sợ hãi

【害人害己】hàirén-hàijǐ hại người hại mình

【害臊】hàisào<形>[口]thẹn thùng; xấu hổ

【害羞】hàixiū<形>e thẹn; xấu hổ; hổ thẹn

hān

酣hān<形>❶(uống say) thỏa thích; thỏa thú: ~饮 uống (rượu) hả hê ❷say; say sưa: ~睡 ngủ say

【酣畅】hānchàng<形>say sưa; sảng khoái; hả hê: 玩得~尽兴 vui chơi một phen sảng khoái

【酣畅淋漓】hānchàng-línlí vô cùng sảng khoái; dạt dào cảm xúc (đối với tác phẩm nghệ thuật)

憨hān<形>❶si dại; ngốc: ~笑 cười ngây ngô ❷chất phác; ngây thơ: ~厚 mộc mạc

【憨厚】hānhòu<形>thật thà trung hậu

【憨态】hāntài<名>(vẻ) ngây thơ khờ khạo

【憨态可掬】hāntài-kějū lộ rõ vẻ ngây thơ khờ khạo

【憨笑】hānxiào<动>cười ngây ngô; cười ngây thơ

【憨直】hānzhí<形>trung thực; thẳng thắn

鼾hān<动>ngáy

【鼾声】hānshēng<名>tiếng ngáy

【鼾睡】hānshuì<动>ngủ say ngáy khò khò

hán

含 hán<动>❶ngậm: ~着药片 ngậm viên thuốc ❷có; chứa: ~糖量 hàm lượng đường ❸có vẻ; có ý: ~羞 có vẻ thẹn

【含苞待放】hánbāo-dàifàng (hoa) còn phong nhụy chờ ngày nở

【含糊】hánhu<形>❶lơ mơ; ngơ ngác; không rõ ràng: 他~的话语 让人摸不着头脑。Mọi người ngơ ngác về lời nói của ông ấy. ❷lơ mơ; hàm hồ: 做事做人不能~。Làm việc và làm người đều không được phép hàm hồ. ❸chịu lép; chịu thua (thường dùng ở thể phủ định)

【含混】hánhùn<形>mơ hồ; không rõ ràng

【含金量】hánjīnliàng<名>❶hàm lượng vàng ❷chất lượng thực tế của sự vật

【含量】hánliàng<名>hàm lượng

【含片】hánpiàn<名>viên ngậm

【含情】hánqíng<动>có tình ý; đưa tình (phần nhiều chỉ tình yêu)

【含沙射影】hánshā-shèyǐng nói xấu sau lưng; ngấm ngầm làm hại; phỉ báng ngầm

【含笑】hánxiào<动>tủm tỉm; mủm mỉm; chúm chím

【含辛茹苦】hánxīn-rúkǔ ngậm đắng nuốt cay

【含蓄】hánxù❶<动>chứa đựng; bao hàm ❷<形>hàm súc; (ngôn ngữ, thơ văn tình cảm cô đọng, sâu sắc) kín đáo: 性格~ tính cách kín đáo

【含义】hányì<名>hàm nghĩa; ý nghĩa

【含意】hányì<名>hàm ý: 深刻~ hàm ý sâu sắc

【含冤】hányuān<动>hàm oan; ngậm oan

函 hán<名>❶[书]cái hộp; cái tráp: 木~ cái tráp gỗ ❷thư từ; hàm: 邀请~ giấy mời; 公~ công hàm

【函电】hándiàn<名>thư và điện

【函件】hánjiàn<名>thư từ

【函授】hánshòu<动>hàm thụ: 通过网络进行~ hàm thụ qua mạng internet

【函数】hánshù<名>[数学]hàm số

涵 hán❶<形>rộng lượng: 包~ lượng thứ ❷<名>cống: 桥~ cầu cống

【涵洞】hándòng<名>cống

【涵盖】hángài<动>bao quát

【涵养】hányǎng❶<名>điềm đạm; đảm tính; biết điều; phẩm chất; tu dưỡng ❷<动>giữ: 修筑水库来~水资源。Xây dựng hồ chứa nước để giữ nguồn tài nguyên nước.

韩 Hán /// (姓) Hàn

【韩国】Hánguó<名>Hàn Quốc: ~人 người Hàn Quốc

寒 hán❶<形>lạnh; rét: 防~ chống rét ❷<动>sợ; sợ hãi: 胆~ kinh sợ ❸<形>nghèo khó: 贫~ nghèo nàn/nghèo túng/bần hàn

【寒潮】háncháo<名>[气象]luồng không khí lạnh

【寒冬】hándōng<名>mùa đông giá rét; rét đông

【寒风】hánfēng<名>gió lạnh; gió rét

【寒假】hánjià<名>nghỉ đông (ở trường học)

【寒冷】hánlěng<形>lạnh lẽo; rét mướt

【寒流】hánliú<名>❶luồng nước biển lạnh ❷[气象]luồng không khí lạnh

【寒露】hánlù<名>tiết Hàn lộ

【寒气】hánqì<名>❶luồng không khí lạnh ❷hơi lạnh; khí lạnh

【寒舍】hánshè<名>tệ xá (chỉ nhà mình với ý khiêm tốn)

【寒酸】hánsuān<形>❶xo xúi; lúi xùi ❷nhếch nhác; lúi xùi

【寒心】hánxīn<动>đau lòng (vì thất vọng)

【寒暄】hánxuān<动>hàn huyên

H

hǎn

罕 hǎn〈形〉hiếm; ít: 稀~ hiếm hoi

【罕见】hǎnjiàn〈形〉ít thấy; hiếm thấy

喊 hǎn〈动〉❶kêu; hô: 大~大叫 lớn tiếng hò hét ❷gọi; kêu: ~人来帮忙 gọi người khác đến giúp đỡ ❸[方] (xưng hô) gọi; kêu: 他~她表姐。Anh ấy gọi chị ấy bằng chị họ.

【喊话】hǎnhuà〈动〉kêu gọi

【喊价】hǎnjià〈动〉gọi giá

【喊叫】hǎnjiào〈动〉la hét; la ó

【喊冤】hǎnyuān〈动〉kêu oan

hàn

汉 Hàn〈名〉❶đời nhà Hán (một triều đại lịch sử của Trung Quốc), gồm Tây Hán và Đông Hán ❷tiếng Hán ❸dân tộc Hán ❹người đàn ông: 好~ hảo hán; 孬~ thằng tồi ❺ngân hà

【汉白玉】hànbáiyù〈名〉đá cẩm thạch trắng

【汉奸】hànjiān〈名〉Hán gian

【汉语】Hànyǔ〈名〉tiếng Hán; Hán ngữ

【汉子】hànzi〈名〉❶người đàn ông ❷[方]người chồng

【汉字】Hànzì〈名〉chữ Hán; chữ Trung Quốc; chữ Nho

汗 hàn〈名〉mồ hôi

【汗斑】hànbān〈名〉❶vết muối trắng mồ hôi ❷[医学]lang-ben

【汗流浃背】hànliú-jiābèi mồ hôi ướt đẫm lưng; mồ hôi đầm đìa

【汗马功劳】hànmǎ-gōngláo công lao chinh chiến; công lao chiến đấu khó nhọc

【汗毛】hànmáo〈名〉lông tơ (trên da người)

【汗衫】hànshān〈名〉❶lót; may ô ❷[方](áo) sơ mi

【汗水】hànshuǐ〈名〉mồ hôi

旱 hàn❶〈形〉hạn; hạn hán: 今年遇~。Năm nay gặp hạn hán. ❷〈形〉khô: ~烟 thuốc lá sợi ❸〈形〉khô; cạn: ~稻 lúa cạn ❹〈名〉bộ: 走~路 đi đường bộ

【旱冰】hànbīng〈名〉[体育]băng khô; pa-tanh

【旱季】hànjì〈名〉mùa khô

【旱涝保收】hànlào-bǎoshōu bảo đảm được mùa bất kể hạn lụt; bất kể tình hình ra sao vẫn có lợi

【旱鸭子】hànyāzi〈名〉loài vịt cạn; người không biết bơi (ví dí dỏm)

【旱灾】hànzāi〈名〉nạn hạn hán

捍 hàn〈动〉bảo vệ; giữ gìn

【捍卫】hànwèi〈动〉bảo vệ

悍 hàn〈形〉❶dũng mãnh; gan dạ: 彪~ dũng mãnh ❷hung hãn; dữ dằn: 凶~ hung dữ

焊 hàn〈动〉hàn: 电~ hàn điện

【焊接】hànjiē〈动〉❶hàn liền (hàn hơi, hàn điện...): ~车间 phân xưởng hàn ❷hàn nối (hàn bằng que hàn)

【焊枪】hànqiāng〈名〉mỏ hàn hơi

撼 hàn〈动〉lay; rung: ~天动地 rung trời chuyển đất

【撼动】hàndòng〈动〉lay động; rung chuyển

憾 hàn〈动〉đáng tiếc: 深表遗~ rất lấy làm đáng tiếc

【憾事】hànshì〈名〉việc đáng tiếc

hāng

夯 hāng❶〈名〉cái đầm: 用~砸地 nện đất bằng cái đầm ❷〈动〉đầm ❸〈动〉[方]đánh; đấm: 举起拳头向下~ giơ nắm tay đấm xuống ❹〈动〉[方] khiêng

【夯实】hāngshí〈动〉đầm chặt; đầm cho chắc: ~基础 củng cố nền tảng

【夯土机】hāngtǔjī〈名〉máy đầm đất

háng

行háng❶<名>hàng; dòng: 第二~ hàng thứ hai ❷<动>thứ (thứ bậc trong anh chị em): 你~几? Anh là thứ mấy? ❸<名>ngành; nghề: 干哪~学哪~。 Làm nghề gì thì học nghề ấy. ❹<名>hàng; cửa hàng: 银~ ngân hàng ❺<量>(từ chỉ đơn vị) hàng; dòng; dàn thành hàng: 一~白鹭上青天。 Đàn cò trắng thành hàng vút lên tầng mây xanh.

另见 xíng

【行规】hángguī<名>quy ước phường hội; lệ phường hội

【行行出状元】hángháng chū zhuàng-yuan bất kể ngành nghề nào cũng có thể làm nên sự nghiệp của mình

【行话】hánghuà<名>tiếng nghề nghiệp; tiếng lóng trong nghề

【行家】hángjiā<名>người thạo nghề; người trong nghề

【行列】hángliè<名>hàng ngũ; hàng

【行情】hángqíng<名>tình hình thị trường; tình hình giá cả: 熟悉~ nắm vững tình hình giá cả

【行业】hángyè<名>ngành; nghề

航háng❶<名>[书]tàu; thuyền ❷<动>(máy bay) bay; (tàu) đi; chạy: 返~ lượt về

【航班】hángbān<名>chuyến bay; chuyến tàu (tàu thủy)

【航标】hángbiāo<名>phao tiêu

【航程】hángchéng<名>hành trình chuyến bay; hàng trình chuyến tàu (tàu thủy)

【航船】hángchuán<名>tàu bè

【航次】hángcì<名>❶thứ tự chuyến bay (chuyến tàu) ❷số chuyến bay; số chuyến tàu chạy

【航道】hángdào<名>đường bay; đường hàng hải; đường sông; luồng tàu: 疏浚~ nạo vét đường tàu thuyền

【航海】hánghǎi<动>hàng hải; chạy tàu trên biển

【航空】hángkōng<动>hàng không

【航空港】hángkōnggǎng<名>cảng hàng không

【航空母舰】hángkōng mǔjiàn hàng không mẫu hạm; tàu sân bay

【航天】hángtiān<动>bay trong vũ trụ

【航天飞机】hángtiān fēijī máy bay vũ trụ; tàu con thoi

【航天员】hángtiānyuán<名>phi công vũ trụ; phi hành gia vũ trụ

【航行】hángxíng<动>hàng hải; phi hành

【航运】hángyùn<名>vận tải đường thủy

háo

号háo<动>❶gào; thét: 呼~ hò hét/ kêu gào ❷gào khóc; khóc thét: 哀~ gào khóc thê thảm

另见 hào

【号哭】háokū<动>kêu khóc; la hét

【号啕大哭】háotáo-dàkū gào khóc thảm thiết

蚝háo<名>con hàu; con hà

【蚝油】háoyóu<名>mắm hàu; dầu hào; tương hàu; tương hà

毫háo❶<名>lông: 兔~笔 bút lông thỏ ❷<名>bút lông: 挥~ viết (bằng bút lông) ❸<名>dây của cân tiểu li: 头~ dây đầu (của cân tiểu li) ❹<副>một chút; một ít (dùng ở thể phủ định): ~不费力 chẳng hao tổn chút công sức gì ❺<量>một phần nghìn của một đơn vị đo lường; mili: ~米 milimét ❻<量>(tên của đơn vị đo lường truyền thống của Trung Quốc) hào

【毫毛】háomáo<名>lông; lông tơ

豪háo❶<名>người tài giỏi: 鲁迅是中

国的大文~。Lỗ Tấn là đại văn hào của Trung Quốc. ❷〈形〉thẳng thắn; cởi mở; phóng khoáng: ~饮 uống ừng ực ❸〈名〉có tiền có quyền thế: 富~ phú hào ❹〈形〉ngang ngược; ngang nhiên: ~夺 ngang nhiên cướp đoạt

【豪放】háofàng〈形〉hào phóng; phóng khoáng: 他性格~。Tính cách của anh ấy hết sức phóng khoáng.

【豪华】háohuá〈形〉❶xa hoa; xa xỉ: 过着~的生活 sống xa hoa ❷lộng lẫy: ~的建筑物những kiến trúc lộng lẫy

【豪杰】háojié〈名〉hào kiệt

【豪迈】háomài〈形〉hào hùng; đầy khí phách: ~的步伐 bước đi hào hùng

【豪门】háomén〈名〉gia đình có quyền thế; nhà quyền quý

【豪气】háoqì〈名〉hào khí

【豪爽】háoshuǎng〈形〉thẳng thắn; hào phóng

【豪言壮语】háoyán-zhuàngyǔ lời nói hào hùng

【豪宅】háozhái〈名〉nhà cao cửa rộng; căn hộ cao sang

壕 háo〈名〉❶hầm; hào: 防空~ hầm phòng không; 战~ chiến hào ❷hào lũy: 城高~深 thành cao hào sâu

【壕沟】háogōu〈名〉❶hào giao thông (giao thông hào) ❷hào rãnh

嚎 háo〈动〉❶gào; tru: ~叫 gào thét; 狼~ sói gào ❷gào khóc; khóc tru tréo: 哀~ gào khóc thảm thương

hǎo

好 hǎo ❶〈形〉tốt; tốt đẹp; tươi tốt: ~事 việc tốt ❷〈形〉đẹp; hay; ngon: ~看 đẹp mắt ❸〈形〉thân; tốt: 她待人很~。Chị ấy rất thân thiện. ❹〈形〉khỏe mạnh; khỏi (bệnh): 他的病完全~了。Bệnh của anh ấy đã khỏi hẳn rồi.

❺〈形〉lời chào: ~睡 ngủ ngon ❻〈形〉xong; hoàn hảo: 车子修~了。Xe đã sửa chữa xong rồi. ❼〈形〉được; thôi: ~,我就来。Được, tôi sẽ đến ngay. ❽〈形〉được thôi; hừ được: ~,汽车抛锚了。Hừ, xe chết máy rồi. ❾〈形〉dễ: 这道题~做。Bài này dễ làm. ❿〈动〉để; tiện; thuận tiện: 拉上网~打鱼。Giăng lưới để tiện cho việc đánh cá. ⓫〈副〉mức độ nhiều hoặc lâu: ~多 rất nhiều; ~久 khá lâu ⓬〈副〉khá; ghê; quá: ~冷 lạnh ghê; ~辣 cay quá ⓭〈形〉thích đáng; lẽ phải: 该怎么说才~? Nên nói thế nào mới phải?

另见hào

【好比】hǎobǐ〈动〉cũng như; giống như: 话语伤人~刀割人心。Câu nói tựa như cứa vào lòng người.

【好不容易】hǎobù róngyì vất vả lắm

【好吃】hǎochī〈形〉ăn ngon

【好处】hǎochù〈名〉❶(cái) hay; (cái) tốt: 这样做有什么~? Làm như vậy có gì hay? ❷lợi ích; quyền lợi

【好歹】hǎodǎi ❶〈名〉tốt xấu: 这事的~如何还不得而知。Việc này xấu tốt ra sao còn chưa biết rõ. ❷〈名〉mệnh hệ gì ❸〈副〉qua loa; tạm: 别弄太多菜,~吃点就得了。Đừng bày vẽ nữa, ăn qua loa một ít là được rồi. ❹〈副〉bất kể thế nào; dẫu sao: ~也要办。Dù thế nào cũng phải làm.

【好端端】hǎoduānduān đang yên đang lành; đang tự nhiên

【好多】hǎoduō ❶〈数〉rất nhiều: ~东西 khá nhiều đồ ❷〈代〉[方]bao nhiêu (hỏi số lượng): 打死的老鼠有~? Đã diệt được bao nhiêu con chuột rồi?

【好感】hǎogǎn〈名〉có cảm tình (tốt); thiện cảm

【好过】hǎoguò〈形〉❶(cuộc sống) dễ chịu; khá: 政府出台农政策后, 农民的日子~多了。Sau khi có chính

H

sách ưu tiên nông nghiệp của nhà nước, đời sống của bà con nông dân đã trở nên rất khá giả. ❷dễ chịu

【好汉不吃眼前亏】hǎohàn bù chī yǎnqiánkuī kẻ khôn ngoan luôn thức thời,tránh những điều bất lợi cho mình

【好话】hǎohuà<名>❶lời nói có ích ❷lời khen; lời nói êm tai: 人人都爱听~。 Ai cũng thích nghe những lời xuôi tai. ❸lời cầu xin; lời xin lỗi: 我说了不少~，可是不管用。 Tôi đã nói nhiều rồi nhưng cũng chẳng giúp ích gì được.

【好儿】hǎojǐ<数>❶mấy ❷hàng mấy: 我大她~岁。 Tôi hơn chị ấy những mấy tuổi.

【好家伙】hǎojiāhuo giỏi thật; tài thật: ~，你们全都来了! Rõ hay, các bạn đến cả rồi đấy nhỉ!

【好久】hǎojiǔ<形>rất lâu; khá lâu: 我~没见他了。 Tôi đã khá lâu không gặp anh ấy.

【好看】hǎokàn<形>❶đẹp mắt; đẹp ❷mát mặt; mát lòng: 儿子高考得了全省第一名，家长脸上也~。 Thằng con trai thi đại học đứng đầu bảng trong toàn tỉnh, cha mẹ thật là mát mặt. ❸hành hạ; hành tội; làm khổ; bẽ mặt: 你当众说我坏话，这不是让我~吗? Anh rêu pha tôi trước mặt mọi người, chẳng phải là định làm bẽ mặt tôi hay sao?

【好莱坞】Hǎoláiwù<名>Hô-li-út

【好评】hǎopíng<名>đánh giá tốt

【好人】hǎorén<名>❶người tốt: ~有好报。 Ở hiền gặp lành. ❷người khỏe mạnh ❸người dĩ hòa vi quý: 他是一个老~。 Ông ấy ba phải.

【好日子】hǎorìzi<名>❶ngày tốt ❷ngày vui; ngày cưới: 他俩订了~。 Hai anh chị đã xác định ngày kết hôn. ❸cuộc sống tốt đẹp

【好容易】hǎoróngyì❶rất khó khăn; rất vất vả: 我们~才爬到山顶。 Chúng tôi vất vả lắm mới leo tới đỉnh núi. ❷rất dễ: 这道题~。 Bài tập này rất dễ.

【好事】hǎoshì<名>❶việc tốt ❷việc lễ bái cầu cúng ❸việc thiện: 他们到福利院做~。 Họ đã đến Viện phúc lợi làm việc thiện. ❹việc hỉ; việc vui mừng: 今天他们家有~。 Hôm nay nhà ấy có chuyện vui.

【好事多磨】hǎoshì-duōmó việc hay thường gặp trắc trở; việc tốt phải dày công

【好手】hǎoshǒu<名>tay lành nghề; tay thạo nghề

【好受】hǎoshòu<形>dễ chịu; khoan khoái

【好说】hǎoshuō<动>❶(lời khách sáo) không dám; đâu dám: ~，您过奖了。 Không dám, thầy quá khen. ❷đồng ý; được thôi: 他们想来这儿实习? ~。 Các em ấy muốn đến đây thực tập à? Dược thôi.

【好听】hǎotīng<形>❶(âm thanh) nghe êm tai; nghe vui tai ❷nghe hay: 不光要会说~的话，还要会做。 Không những phải biết nói lời hay mà còn nên biết làm việc tốt. ❸nghe bùi tai; dễ lọt tai; mát tai

【好玩儿】hǎowánr<形>thú vị

【好戏】hǎoxì<名>❶kịch hay ❷sự việc khó lường

【好像】hǎoxiàng❶<动>giống ❷<副>dường như; hình như

【好笑】hǎoxiào<形>buồn cười; nực cười

【好心】hǎoxīn<名>hảo tâm; lòng vàng; tốt bụng

【好样儿的】hǎoyàngrde❶[口]con người tài ba khí phách ❷cừ lắm

【好意】hǎoyì<名>lòng tốt; nhã ý

【好意思】hǎoyìsi không biết ngượng; không xấu hổ

【好运】hǎoyùn<名>vận may; số đỏ

H

【好在】hǎozài〈副〉được cái; may mà: 下雨也不要紧，~我带雨伞来。Mưa cũng chẳng sao, may là tôi có mang ô.

【好转】hǎozhuǎn〈动〉chuyển biến tốt; sáng sủa lên: 形势~ tình thế đã có chiều hướng tốt

hào

号¹ hào ❶〈名〉tên; hiệu: 国~ quốc hiệu/tên nước ❷〈名〉biệt hiệu; tên hiệu riêng ❸〈名〉cửa hàng; cửa hiệu: 商~ hiệu buôn/cửa hàng ❹〈名〉dấu; dấu hiệu: 句~ dấu chấm câu; 做暗~ làm ám hiệu ❺〈名〉số thứ tự; số hiệu: 挂~ lấy số thứ tự ❻〈名〉cỡ: 大~ cỡ lớn ❼〈量〉(chỉ thứ tự, đặt sau chữ số) số: 1~ số một ❽〈量〉(từ chỉ đơn vị) lượt người: 我们机关就百来~人。Cơ quan chúng tôi chỉ hơn trăm người. ❾〈动〉đánh số; đánh dấu: ~房子 đánh số nhà ❿〈动〉bắt (mạch); xem mạch: ~脉 bắt mạch ⓫〈量〉loại: 这~人 loại người này ⓬〈名〉người: 病~ người bệnh

号² hào〈名〉❶hiệu lệnh: 一声~令 ra hiệu lệnh ❷loa ❸kèn: 吹~ thổi kèn ❹tiếng kèn hiệu: 冲锋~ kèn xung trận
另见háo

【号称】hàochēng〈动〉❶mệnh danh; được gọi là: 上海~现代国际大都市。Thượng Hải được mệnh danh là đô thị quốc tế hiện đại. ❷trên danh nghĩa; mang danh nghĩa

【号角】hàojiǎo〈名〉tù và; kèn lệnh

【号令】hàolìng❶〈动〉ra hiệu lệnh: ~大军向目的地进发。Ra hiệu lệnh cho đại quân tiến về điểm đích. ❷〈名〉hiệu lệnh: 军队的~ hiệu lệnh của quân đội

【号码】hàomǎ〈名〉số; mã số

【号召】hàozhào〈动〉hiệu triệu; kêu gọi: 响应~ hưởng ứng lời kêu gọi

好 hào〈动〉❶thích; ưa thích: 爱~ sở thích ❷thường hay: 刚学游泳~呛水。Mới tập bơi nên thường hay bị sặc.
另见hǎo

【好吃懒做】hàochī-lǎnzuò ham ăn biếng làm

【好客】hàokè〈形〉hiếu khách

【好奇】hàoqí〈形〉hiếu kì; tò mò: 有~心，才有求知欲。Có tính tò mò mới thích tìm hiểu kiến thức.

【好强】hàoqiáng〈形〉hiếu thắng; thích hơn người; không chịu kém

【好色】hàosè〈形〉(đàn ông) háo sắc: ~之徒 thằng háo sắc

【好胜】hàoshèng〈形〉hiếu thắng: ~心 tính hiếu thắng

【好逸恶劳】hàoyì-wùláo thích an nhàn, sợ khó nhọc; siêng ăn nhác làm

耗¹ hào〈动〉❶hao; hao hụt: ~油量 lượng hao dầu ❷[方]chùng chình

耗² hào〈名〉tin xấu; tin không vui: 噩~ tin buồn

【耗电】hàodiàn〈动〉hao điện

【耗费】hàofèi〈动〉tiêu hao; tốn kém; đầu tư vào

【耗尽】hàojìn〈动〉❶kiệt quệ; cạn kiệt ❷dốc hết; hết

【耗能】hàonéng〈动〉tiêu hao năng lượng

【耗损】hàosǔn〈动〉hao tổn

【耗资】hàozī〈动〉tiêu hao tiền của; đầu tư

【耗子】hàozi〈名〉[方]con chuột

浩 hào〈形〉❶lớn: 声势~大 thanh thế lớn ❷nhiều: ~博 rất nhiều

【浩大】hàodà〈形〉(khí thế, quy mô...) to lớn; lớn lao

【浩荡】hàodàng〈形〉❶mênh mang; mênh mông ❷rầm rộ; rầm rập

【浩瀚】hàohàn〈形〉[书]❶mênh

mang; mênh mông ❷bao la; nhiều vô kể; rất nhiều

【浩劫】hàojié〈名〉tai nạn lớn; tai họa lớn

【浩气】hàoqì〈名〉chính khí; hạo khí

hē

呵¹ hē〈动〉thở ra; hà hơi ra: 天太冷，她不停地往双手~气。Trời quá lạnh, cô ấy không ngừng hà hơi lên hai bàn tay.

呵² hē〈动〉mắng: ~责 quở mắng

呵³ hē〈叹〉(biểu thị kinh ngạc) chà

【呵斥】hēchì〈动〉quở mắng

【呵护】hēhù〈动〉che chở; đùm bọc; quan tâm ưu ái

【呵欠】hēqian〈名〉[方]ngáp

喝 hē〈动〉❶uống; húp: ~水 uống nước ❷uống rượu
另见hè

hé

禾 hé〈名〉❶cây lúa: 锄~ xới đất cho lúa ❷thóc; lúa; kê (cách nói trong sách cổ): 割~ gặt hái kê (hay lúa)

【禾苗】hémiáo〈名〉mạ; cây giống (của các loại cây lương thực)

合 hé❶〈动〉ngậm; nhắm: ~眼 nhắm mắt ❷〈动〉hợp; hiệp: 适~ thích hợp ❸〈形〉cả; toàn: 一家团聚 cả nhà sum họp ❹〈动〉hợp; phù hợp: 情投意~ tâm đầu ý hợp ❺〈动〉bằng; cộng cả lại: 一百万越盾~人民币多少钱? Một triệu đồng Việt Nam thì bằng bao nhiêu Nhân dân tệ?

【合并】hébìng〈动〉❶sáp nhập; gộp lại; lại thêm: ~机构 sáp nhập cơ cấu ❷hợp chứng (bệnh chưa khỏi, lại bị thêm bệnh khác nhập vào): 感冒~支气管炎 bị cảm lại thêm chứng viêm phế quản

【合不来】hébulái không hợp nhau: 他俩~。Hai người không hợp nhau.

【合唱】héchàng〈动〉hợp xướng; đồng ca

【合唱团】héchàngtuán〈名〉đoàn hợp xướng

【合成】héchéng〈动〉❶hợp thành; cấu thành: 两个部分~一个整体。Hai bộ phận hợp thành một chỉnh thể. ❷hợp chất; tổng hợp

【合成纤维】héchéng xiānwéi sợi tổng hợp

【合得来】hédelái hợp nhau; ăn ý nhau: 两人~。Hai người hợp nhau.

【合法】héfǎ〈形〉hợp pháp

【合格】hégé〈形〉đạt yêu cầu; đạt tiêu chuẩn: 质量~ chất lượng đạt yêu cầu

【合格证】hégézhèng〈名〉chứng chỉ hợp quy cách chất lượng

【合乎】héhū〈动〉hợp với; phù hợp với: ~事实 phù hợp với sự thực

【合伙】héhuǒ〈动〉hợp thành bè; chung nhau lại; chung vốn: ~经营 chung vốn kinh doanh

【合伙人】héhuǒrén〈名〉đối tác; người cộng tác; người chung vốn

【合计】héjì〈动〉tổng cộng; tính gộp lại; cộng lại; gồm

【合计】héji〈动〉❶tính toán; lo toan ❷bàn bạc

【合金】héjīn〈名〉hợp kim

【合理】hélǐ〈形〉hợp lí; có lí

【合拢】hélǒng〈动〉gấp lại; đóng kín

【合谋】hémóu〈动〉đồng mưu; cùng lập mưu; cùng nhau mưu tính

【合拍】¹hépāi〈形〉ăn nhịp; ăn khớp

【合拍】²hépāi〈动〉❶hợp tác quay phim: ~片 phim hợp tác giàn dựng ❷chụp ảnh chung

【合情合理】héqíng-hélǐ hợp tình hợp lí

【合身】héshēn〈形〉vừa người; mặc rất vừa

【合时】héshí<形>hợp thời; hợp thời thượng; hợp thời trang

【合适】héshì<形>vừa vặn; thích hợp: 我穿38码鞋才~。Tôi phải đi giày cỡ 38 mới vừa.

【合算】hésuàn❶<形>kinh tế ❷<动>tính toán; cân nhắc

【合同】hétóng<名>hợp đồng

【合同工】hétónggōng<名>công nhân hợp đồng

【合页】héyè<名>bản lề

【合意】héyì<形>hợp ý; đúng ý

【合营】héyíng<动>hợp doanh; kinh doanh chung: 他们~了一家公司。Họ cùng kinh doanh chung một công ti.

【合影】héyǐng❶<名>ảnh (chụp) chung ❷<动>chụp ảnh chung; chụp chung (ảnh): 我们~留念。Chúng ta chụp ảnh chung làm kỉ niệm.

【合用】héyòng❶<动>dùng chung: 两队~一个球场进行训练。Hai đội sử dụng chung một sân bóng để huấn luyện. ❷<形>dùng được

【合约】héyuē<名>giao kèo; giao ước

【合资】hézī<动>chung vốn; góp vốn; hợp tác đầu tư

【合作】hézuò<动>hợp tác; cùng làm: ~共赢 hợp tác cùng thắng lợi

何 hé<代>❶gì; thế nào: 如~ thế nào ❷sao: 为~? Tại sao?/Sao thế? //(姓) Hà

【何必】hébì<副>hà tất; cần gì: ~如此。Hà tất như vậy./Cần gì phải thế.

【何不】hébù<副>sao không; tại sao không

【何尝】hécháng<副>không phải là không...,sao lại: 我~不想去旅游, 只是家里有病人需要照顾而已。Tôi không phải là không muốn đi du lịch mà là phải chăm nom người ốm trong nhà.

【何地】hédì<副>ở đâu; nơi đâu

【何方】héfāng<代>chốn nào; bên nào; nơi nào

【何妨】héfáng<副>ngại gì; sao không: ~试试 cứ thử xem có sao đâu

【何故】hégù<副>vì sao; cớ sao; cớ gì; tại sao: ~你不来参加晚会? Vì sao anh không tham gia dạ hội?

【何苦】hékǔ<副>tội gì phải...; việc gì phải...: 任何事情都会过去的, 你~想不开呢? Bất kể là việc gì rồi cũng sẽ qua đi, tội gì mà anh cứ phải nghĩ quẩn thế?

【何况】hékuàng<连>huống hồ

【何乐而不为】hé lè ér bù wéi sao lại không làm (dùng ngữ khí phản vấn, hỏi vặn để chỉ là rất có thể hoặc rất muốn làm)

【何日】hérì<名>ngày nào

【何时】héshí<代>giờ nào

【何止】hézhǐ<动>đâu chỉ (dùng ngữ khí phản vấn, hỏi vặn để chỉ ý vượt ra ngoài phạm vi hoặc con số nào đó)

和¹ hé❶<形>ôn hòa; hòa dịu: 温~ ôn hòa ❷<形>hài hòa; hòa thuận: ~衷共济 cùng hội cùng thuyền; 夫妻~睦 vợ chồng ăn ở chan hòa ❸<动>hòa: 议~ đàm phán hòa bình ❹<动>hòa cuộc; hòa: ~局 đấu hòa/ ván hòa/hòa

和² hé❶<动>...cả: ~盘托出 đưa hết tất cả ❷<介>với: 他~这件事情没有关系。Anh ấy chẳng có quan hệ gì với việc này. ❸<连>và: 工人~农民 công nhân và nông dân ❹<名>tổng; tổng số: 一加一的~是二。Tổng của 1 và 1 là 2.
另见hè, hú, huó, huò

【和蔼】hé'ǎi<形>hòa nhã; dịu dàng

【和好】héhǎo❶<形>hòa thuận: 兄弟~ anh em hòa thuận ❷<动>hòa hảo: ~如初 hòa hảo như trước

【和解】héjiě<动>hòa giải

【和睦】hémù<形>hòa thuận; yên ấm: 家庭~ gia đình hòa thuận

【和平】hépíng❶<名>hòa bình; thái bình: ~环境 môi trường hòa bình ❷<形>dịu; êm: 药性~ chất thuốc dịu

【和平鸽】hépínggē<名>chim hòa bình; chim bồ câu

【和平共处】hépíng gòngchǔ chung sống hòa bình

【和平谈判】hépíng tánpàn đàm phán hòa bình

【和气】héqi❶<形>hòa nhã; dịu dàng: 说话~ nói năng hòa nhã ❷<形>êm ấm; hòa thuận: 他们彼此很~。Họ rất hòa thuận với nhau. ❸<名>hòa khí

【和气生财】héqi-shēngcái hòa khí phát tài

【和善】héshàn<形>hiền hòa; hiền lành: 他人很~。Anh ấy rất hiền hòa

【和尚】héshang<名>sư nam; hòa thượng

【和事佬】héshìlǎo<名>người hòa giải; ông ba phải

【和谈】hétán<动>hòa đàm; đàm phán hòa bình

【和田玉】hétiányù<名>ngọc bích Hòa Điền (Hòa Điền là tên địa phương tại Tân Cương Trung Quốc)

【和谐】héxié<形>❶(phối hợp) thích đáng ❷hài hòa: ~社会 xã hội hài hòa

劾 hé<名>hạch tội: 弹~ hạch tội/đàn hặc

河 hé<名>❶sông: 江~ sông ngòi ❷ngân hà: ~外星系 hệ sao ngoài Ngân Hà ❸(Hé) đặc chỉ sông Hoàng Hà

【河边】hébiān<名>bờ sông

【河床】héchuáng<名>lòng sông

【河堤】hédī<名>bờ đê; con đê sông

【河流】héliú<名>sông ngòi

【河马】hémǎ<名>hà mã

【河内】Hé'nèi<名>Hà Nội

【河水】héshuǐ<名>nước sông

【河滩】hétān<名>bãi sông

【河鲜】héxiān<名>đồ tươi sống của sông (như cá, tôm...)

【河鱼】héyú<名>cá sông

荷¹ hé<名>cây sen

荷² Hé<名>Hà Lan
另见hè

【荷包】hébāo<名>ví; hầu bao

【荷包蛋】hébāodàn<名>trứng ốp lết; trứng lập là

【荷花】héhuā<名>❶hoa sen ❷cây hoa sen

【荷叶】héyè<名>lá sen: ~边 viền lá sen

核¹ hé<名>❶hột (hạt): 果子里有~。Trái cây có hạt. ❷nhân: 细胞~ nhân tế bào ❸hạt nhân: 原子~ hạt nhân nguyên tử

核² hé❶<动>xem xét kĩ: ~算 hạch toán; 复~ duyệt lại ❷<形>[书]chân thực
另见hú

【核查】héchá<动>kiểm tra kĩ lưỡng: 对过路车辆都——~。Kiểm tra kĩ lưỡng từng chiếc xe qua lại.

【核磁共振】hécí gòngzhèn cộng hưởng hạch từ

【核弹】hédàn<名>đạn hạt nhân; bom nguyên tử

【核电站】hédiànzhàn<名>nhà máy điện nguyên tử; nhà máy điện hạt nhân

【核定】hédìng<动>thẩm định: ~资金 thẩm định tiền vốn

【核对】héduì<动>xem xét đối chiếu; soát xét; rà soát kĩ: ~账目 soát lại sổ sách; ~事实 đối chiếu sự thực

【核发】héfā<动>duyệt và cấp phát

【核辐射】héfúshè❶bức xạ hạt nhân

❷các tia xạ an-pha, bê-ta, ga-ma và nơ-tron

【核计】héjì<动>hạch toán; tính toán kĩ

【核能】hénéng<名>năng lượng hạt nhân; năng lượng nguyên tử

【核潜艇】héqiántǐng<名>tàu ngầm nguyên tử; tàu ngầm hạt nhân

【核实】héshí<动>❶kiểm tra xác định ❷đã xác nhận

【核桃】hétao<名>❶cây hồ đào ❷quả hồ đào

【核武器】héwǔqì<名>vũ khí hạt nhân; vũ khí nguyên tử

【核心】héxīn<名>hạt nhân; trung tâm; chủ chốt: ~刊物 tập san định kì chủ chốt (có trình độ bài viết cao, chất lượng tốt)

【核准】hézhǔn<动>xét duyệt thẩm định; phê chuẩn: 他的移民申请已被~。Đơn xin di dân của anh ấy đã được xét duyệt.

盒 hé<名>❶hộp: 文具~ hộp bút ❷bánh pháo hoa

【盒饭】héfàn<名>cơm hộp

【盒子】hézi<名>❶cái hộp ❷pháo hoa dạng hộp

hè

和 hè<动>❶họa theo: 一唱百~ một người hát, trăm người họa theo ❷họa thơ: ~一首诗 họa một bài thơ
另见hé, hú, huó, huò

贺 hè<动>mừng; chúc mừng: 恭~ chúc mừng; 道~ mừng //(姓) Hạ

【贺词】hècí<名>lời chúc mừng

【贺电】hèdiàn<名>điện chúc mừng

【贺卡】hèkǎ<名>thiếp mừng

【贺礼】hèlǐ<名>quà mừng; lễ mừng

【贺岁片】hèsuìpiàn<名>phim mừng tuổi; phim mừng xuân

【贺喜】hèxǐ<动>chúc mừng: 来~的人不少。Người đến chúc mừng khá

đông.

【贺信】hèxìn<名>thư chúc mừng

荷 hè<动>❶vác: ~锄 vác cuốc ❷[书]gánh vác: 负~过重 gánh vác quá nặng ❸chịu ơn; đội ơn
另见hé

【荷枪实弹】hèqiāng-shídàn súng lăm lăm, đạn lên nòng

【荷重】hèzhòng<名>[建筑]tải trọng

喝 hè<动>hét; thét: 吆~ thét/gào hét; 大~一声 hét to
另见hē

【喝彩】hècǎi<动>hò reo khen hay

【喝倒彩】hè dàocǎi la hét chế nhạo, chê bai

【喝令】hèlìng<动>thét lên ra lệnh

赫¹ hè<形>nổi bật; to lớn: 声势~~ thanh thế to lớn

赫² hè<量>héc (đơn vị tần suất)

【赫赫有名】hèhè-yǒumíng danh tiếng hiển hách lẫy lừng

【赫然】hèrán<形>❶nổi bật; nổi cộm: 公司的招牌~在目。Tấm biển của công ti rất nổi bật. ❷hầm hầm; đùng đùng

褐 hè❶<名>[书]vải thô; áo vải thô ❷<形>màu hạt dẻ

【褐色】hèsè<形>(màu) hạt dẻ

鹤 hè<名>con hạc

【鹤立鸡群】hèlìjīqún hạc giữa bầy gà (tài năng hoặc dung mạo nổi trội hơn tất cả mọi người xung quanh)

hēi

黑 hēi❶<形>đen ❷<形>tối: 天~了。Trời đã tối rồi. ❸<名>ban đêm: 起早摸~ đầu tắt mặt tối ❹<形>đen; chui: ~市 chợ đen; ~话 tiếng lóng ❺<形>xấu; độc: ~心 xấu bụng/bụng dạ xấu xa ❻<形>phi pháp; phản động: ~社会 xã hội đen/ma-phi-a ❼<动>lừa gạt, công kích ngầm ❽<动>qua

Internet đột nhập vào hệ thống máy tính của người khác để tìm kiếm, thay đổi, trộm lấy dữ liệu kín hoặc quấy nhiễu chương trình máy tính

【黑暗】hēi'àn〈形〉tối tăm; tối đen: 屋里~, 请开灯. Trong nhà tối ngòm, xin hãy bật đèn lên. ❷tối tăm (tăm tối); đen tối: ~ 的制度 chế độ đen tối

【黑白】hēibái〈名〉❶(màu sắc) đen trắng: ~分明 đen trắng rõ ràng ❷(phải trái) trắng đen: 颠倒~ đảo lộn (phải trái) trắng đen

【黑板】hēibǎn〈名〉bảng đen

【黑帮】hēibāng〈名〉băng nhóm làm ăn phi pháp; đảng phái phản động

【黑车】hēichē〈名〉xe đen; xe chui

【黑沉沉】hēichénchén (phần nhiều chỉ sắc trời) tối đen; tối mịt: ~的天空 bầu trời tối mịt

【黑道】hēidào〈名〉❶đường tối ❷con đường bất chính; con đường phi pháp: ~生意 làm ăn bất hợp pháp ❸tổ chức xã hội đen; băng nhóm xã hội đen: ~人物 người của băng nhóm xã hội đen

【黑店】hēidiàn〈名〉❶hắc điếm; quán trọ kẻ cướp lập ra để giết người cướp của ❷cửa hàng, quán trọ không có giấy phép kinh doanh

【黑豆】hēidòu〈名〉đỗ đen

【黑乎乎】hēihūhū❶đen thui; đen sì sì: 他正在给自行车换链条, 双手~的. Ông ấy đang thay xích xe đạp, đôi bàn tay lấm đen. ❷tối sẫm; tối mò ❸đen kịt; đen sẫm

【黑客】hēikè〈名〉tin tặc; hacker

【黑名单】hēimíngdān〈名〉sổ đen; danh sách đen

【黑幕】hēimù〈名〉bức màn ám muội; nội tình bê bối

【黑木耳】hēimù'ěr〈名〉mộc nhĩ đen

【黑钱】hēiqián〈名〉đồng tiền bẩn thiu

【黑人】[1] hēirén〈名〉❶người ở chui

(không có tên trong hộ khẩu) ❷kẻ sống chui lủi

【黑人】[2] Hēirén〈名〉người da đen

【黑色】hēisè❶〈名〉màu đen ❷〈形〉trái phép

【黑色食品】hēisè shípǐn thực phẩm màu đen (chủ yếu bao gồm mộc nhĩ và các loại đậu, hạt màu đen có giá trị dinh dưỡng cao)

【黑手】hēishǒu〈名〉bàn tay đen; bàn tay tội lỗi; thế lực hắc ám: 幕后~ thế lực hắc ám đằng sau

【黑匣子】hēixiázi〈名〉[航空]hộp đen (của máy bay)

【黑心】hēixīn❶〈名〉lòng độc ác: 起~ sinh lòng độc ác ❷〈形〉nham hiểm; thâm hiểm: ~的老板 ông chủ thâm hiểm

【黑猩猩】hēixīngxing〈名〉hắc tinh tinh; đười ươi

【黑夜】hēiyè〈名〉đêm tối

【黑影】hēiyǐng〈名〉bóng đen

【黑芝麻】hēizhīma〈名〉vừng đen

嘿 hēi〈叹〉❶(biểu thị sự nhắc nhở, gọi) này: ~! 屋里有人吗？Này! Trong nhà có ai không? ❷(biểu thị sự đắc ý) chà: ~, 这饺子包得多漂亮! Chà, những sủi cảo gói đẹp thật! ❸(biểu thị sự ngạc nhiên) ơ; ô hay: ~, 为何这样干？Ô hay! Sao lại làm như thế?

hén

痕 hén〈名〉vết; ngấn: 留~ để lại dấu vết

【痕迹】hénjì〈名〉❶vết; dấu ❷vết tích; dấu tích: 车轮的~ vết bánh xe

hěn

很 hěn〈副〉rất; lắm: ~快 rất nhanh

狠 hěn❶〈形〉ác; tàn nhẫn: 凶~ hung ác ❷〈动〉nén; dằn ❸〈形〉kiên

quyết; vững: 他下手又快又~。Anh ấy ra tay vừa nhanh lại kiên quyết. ❹〈形〉ghê gớm; dữ dội: ~角色 cái vai ghê gớm

【狠毒】hěndú〈形〉độc ác

【狠心】hěnxīn❶〈形〉nhẫn tâm; gian ác: ~的海盗 bọn hải tặc gian ác ❷〈动〉quyết tâm lớn

hèn

恨hèn❶〈名〉căm giận; oán giận: 此~难消 mối hận thù khôn phai ❷〈动〉hối hận; đáng tiếc: 两人相见~晚。Hai người nuối tiếc bởi gặp nhau quá muộn.

【恨不得】hènbude ước gì; rất mong muốn: 她~长出双翅，飞回父母身边。Cô ấy mong được chắp đôi cánh bay về với cha mẹ.

【恨之入骨】hènzhīrùgǔ căm giận thấu xương

hēng

亨hēng〈形〉thuận lợi; trôi chảy

【亨通】hēngtōng〈形〉hanh thông; dễ dàng thuận lợi: 万事~ mọi sự hanh thông

哼hēng〈动〉❶rên ❷khẽ hát; ngâm nga: 他得意地~着小曲。Anh ấy thích chí ngâm nga vài câu.

【哼唱】hēngchàng〈动〉ngâm nga

【哼声】hēngshēng〈动〉kêu vo vo

héng

恒héng❶〈形〉vĩnh cửu; lâu dài: ~久 mãi mãi ❷〈名〉bền lòng; bền chí: 持之以~ kiên trì lâu dài ❸〈形〉thường; thông thường: 人之~情 lẽ thường tình của con người

【恒定】héngdìng〈动〉cố định vĩnh viễn; vĩnh viễn không thay đổi

【恒速】héngsù〈名〉tốc độ không đổi

【恒温】héngwēn〈名〉nhiệt độ không đổi; nhiệt độ tương đối ổn định

【恒心】héngxīn〈名〉bền lòng; bền chí

【恒星】héngxīng〈名〉hằng tinh; định tinh

横héng❶〈形〉ngang: ~贯 chạy ngang qua; ❷〈形〉chiều ngang: 北回归线~贯我省。Chí tuyến Bắc xuyên ngang qua tỉnh ta. ❸〈形〉theo chiều ngang: 随意~穿马路危险。Tùy tiện sang ngang qua đường rất nguy hiểm. ❹〈形〉bề ngang: ~躺在床上 nằm ngang trên giường ❺〈动〉quay ngang: 用尺子~着量 dùng thước đo quay ngang ❻〈形〉ngang dọc lung tung; ngang dọc loạn xị: 老泪纵~ nước mắt đầm đìa ❼〈形〉ngang ngược: ~加阻拦 ngang ngược ngăn cản ❽〈名〉nét ngang (của chữ Hán): "目"字里面有两~。Bên trong chữ "目" có hai ngạch ngang. ❾〈副〉[方]dù sao; dù thế nào: 别犹豫了，你~竖要过面试这一关。Đừng do dự nữa, đằng nào anh cũng phải qua kì thi này.

另见hèng

【横冲直撞】héngchōng-zhízhuàng xông xáo dọc ngang; hoành hành ngang ngược; ngang nhiên xông vào

【横穿】héngchuān〈动〉xuyên qua; ngang qua

【横渡】héngdù〈动〉qua sông; sang ngang: ~黄河 qua sông Hoàng Hà

【横额】héng'é〈名〉băng rôn; băng hoành phi

【横跨】héngkuà〈动〉bắc ngang; vắt ngang; băng qua

【横七竖八】héngqī-shùbā lung tung lộn xộn; ngổn ngang bừa bộn

【横扫】héngsǎo〈动〉❶quét sạch; càn quét ❷đưa mắt quét ngang; đưa

mắt nhìn quanh: 老师走上讲台，目光向台下~了一遍。Thầy bước lên bục giảng, đưa mắt nhìn quanh một lượt.

【横心】héngxīn<动>bất chấp; quả quyết

【横行霸道】héngxíng-bàdào hoành hành ngang ngược; ỷ thế làm càn

衡 héng❶<名>cái cân ❷<动>cân: ~器 khí cụ cân ❸<形>[书]băng: 失~ mất cân băng ❹<动>cân nhắc: 权~ đắn đo cân nhắc

【衡量】héngliáng<动>❶so sánh; đánh giá; cân nhắc: ~事情的轻重 cân nhắc suy đoán sự hơn kém trong công việc ❷suy tính; cân nhắc

hèng

横 hèng<形>❶thô bạo; hung hăng: 专~ hung dữ/láo xược ❷rủi; bất ngờ 另见héng

【横暴】hèngbào<形>hung hăng thô bạo: ~行径 hành vi hung bạo

【横财】hèngcái<名>của trên trời rơi xuống; của bất chính

【横祸】hènghuò<名>tai họa bất ngờ

hōng

轰 hōng❶<拟>oành; ầm: 突然~的一声，树倒了下来。Bỗng cây đổ đánh ầm một cái. ❷<动>nổ vang: 炮~ bắn pháo nổ vang ❸<动>đuổi; xua: 牧童~着羊群下山了。Cậu bé chăn dê xua cả đàn dê xuống dưới chân núi.

【轰动】hōngdòng<动>chấn động; (làm) náo động; xôn xao

【轰动一时】hōngdòng-yīshí đã một thời làm xôn xao dư luận

【轰轰烈烈】hōnghōnglièliè lẫy lừng vang dội; rầm rộ

【轰鸣】hōngmíng<动>ầm vang; nổ ran: 雷声~ tiếng sấm đùng đùng

【轰炸】hōngzhà<动>oanh tạc; ném bom

【轰炸机】hōngzhàjī<名>máy bay ném bom; máy bay oanh tạc

哄 hōng❶<拟>ầm ĩ; ồn ào: 闹~~ ầm ĩ hỗn loạn ❷<动>ầm lên: ~动全城 làm xôn xao cả thành phố 另见hǒng, hòng

【哄抢】hōngqiǎng<动>xô nhau mua; xô vào cướp

【哄堂大笑】hōngtáng-dàxiào ầm cả nhà; cười ầm lên; cười phá lên; cười rộ

烘 hōng<动>❶sưởi; hơ; sấy: 衣服湿了~一~。Áo quần ướt rồi hơ một lát cho khô. ❷tôn lên; làm nổi bật

【烘焙】hōngbèi<动>sấy khô; sao (chè, thuốc lá...)

【烘干】hōnggān<动>hong khô; sấy khô

【烘烤】hōngkǎo<动>nướng; quay

【烘托】hōngtuō<动>❶làm nổi bật ❷tô điểm ❸làm nền: 蓝天~着白云。Trời xanh làm nền cho mây trắng.

hóng

弘 hóng❶<形>to; lớn: ~伟的事业 sự nghiệp hoành tráng/sự nghiệp lớn lao ❷<动>mở rộng; rộng lớn: 恢~ rộng lớn

【弘扬】hóngyáng<动>làm rạng rỡ; phát huy; hoằng dương

红 hóng❶<形>đỏ; hồng: ~旗飘扬。Cờ đỏ phấp phới tung bay. ❷<名>vải đỏ; lụa hồng: 挂~ treo hoa đỏ ❸<形>thuận lợi; thành công: ~运 số đỏ ❹<形>hồng; đỏ: 又~又专 vừa hồng vừa chuyên ❺<名>lợi nhuận; lãi; hoa hồng: 分~ chia hoa hồng

【红案】hóng'àn<名>việc chế biến thức ăn mặn (phân biệt với "白案"

là việc thổi cơm và làm bánh)

【红白喜事】hóng bái xǐ shì việc hiếu hi; việc cưới xin ma chay

【红包】hóngbāo<名>phong bao; phong bì

【红宝石】hóngbǎoshí<名>đá rubi; hồng ngọc

【红茶】hóngchá<名>chè đen

【红尘】hóngchén<名>hồng trần; bụi trần; trần gian: ~滚滚 mù mịt bụi trần

【红得发紫】hóngde-fāzǐ nổi tiếng; cực kì thịnh hành; lừng danh vượt bậc

【红灯区】hóngdēngqū<名>khu đèn đỏ

【红豆】hóngdòu<名>❶[植物]cây đậu đỏ ❷hạt đậu đỏ

【红光满面】hóngguāng-mǎnmiàn mặt mũi hồng đào

【红花梨】hónghuālí<名>gỗ hương

【红花油】hónghuāyóu<名>dầu hồng hoa

【红火】hónghuo<形>rực rỡ; sôi nổi; náo nhiệt; tấn tới; khẩm khá; thịnh vượng

【红利】hónglì<名>❶lợi nhuận hoặc tiền phúc lợi do doanh nghiệp chi trả ❷lợi nhuận (phần vượt quá mức cổ tức, công ti cổ phần cho cổ đông) ❸thu nhập ngoài tiền lương

【红领巾】hónglǐngjīn<名>❶khăn quàng đỏ ❷đội viên khăn quàng đỏ (thiếu niên tiền phong): 助人为乐的 "~" "đội viên khăn quàng đỏ" lấy giúp đỡ người khác làm niềm vui cho mình

【红绿灯】hónglǜdēng<名>đèn xanh đèn đỏ; đèn tín hiệu (giao thông)

【红毛丹】hóngmáodān<名>[植物] quả chôm chôm

【红木】hóngmù<名>gỗ quý màu sẫm, gồm hàng chục chủng loại khác nhau

【红娘】Hóngniáng<名>bà mối; bà mai

【红牌】hóngpái<名>❶[体育]thẻ đỏ (trọng tài dùng để phạt đối tượng phạm lỗi nặng) ❷ví sự cảnh cáo nghiêm túc hoặc xử phạt nặng với cá nhân hoặc đơn vị có sai phạm

【红扑扑】hóngpūpū đỏ bừng; đỏ gay

【红旗】hóngqí<名>❶cờ đỏ; cờ cách mạng ❷cờ thi đua (thường cho người ưu tú): 流动~ cờ đỏ luân lưu ❸tiên tiến: ~单位 đơn vị tiên tiến

【红人】hóngrén<名>❶người được tin cậy mến chuộng ❷người gặp vận may

【红润】hóngrùn<形>đỏ hồng; đỏ hây hây: 气色~ mặt đỏ hây hây

【红色】hóngsè❶<名>màu đỏ ❷<形>đỏ màu cách mạng: ~江山 non nước rực hồng màu cách mạng

【红烧】hóngshāo<动>rim; kho: ~排骨 món sườn kho/rim sườn

【红十字会】Hóngshízìhuì hội chữ thập đỏ

【红薯】hóngshǔ<名>khoai lang

【红糖】hóngtáng<名>đường đỏ; đường vàng; đường đen; đường hoa mai

【红桃】hóngtáo<名>❶đào hồng ❷quân bích đỏ (trong bộ tú-lơ-khơ)

【红彤彤】hóngtóngtóng đỏ rực; đỏ sẫm: ~的太阳 mặt trời đỏ rực

【红外线】hóngwàixiàn<名>tia hồng ngoại

【红细胞】hóngxìbāo<名>hồng huyết cầu

【红颜】hóngyán<名>hồng nhan; má hồng (má đào): ~薄命 hồng nhan bạc mệnh

宏 hóng<形>to lớn; lớn lao: 规模~大 quy mô to lớn

【宏大】hóngdà<形>lớn lao; to lớn

【宏观】hóngguān<形>❶vĩ mô: ~世

界 thế giới vĩ mô ❷cấp vĩ mô; toàn
bộ: ~调控 điều hành vĩ mô
【宏图】hóngtú<名>ý tưởng lớn lao;
kế hoạch to lớn: 大展~ triển khai
mạnh mẽ kế hoạch to lớn
【宏伟】hóngwěi<形>lớn lao; to lớn:
~的计划 kế hoạch to lớn

虹 hóng<名>cầu vồng: 彩~桥 cầu
vồng

洪 hóng❶<形>to; lớn: ~亮 trầm vang
❷<名>(nước) lũ; lụt: 山~暴发 cơn lũ
rừng tràn xuống; 防~ chống lũ //(姓)
Hồng
【洪大】hóngdà<形>vang dội; ầm
vang
【洪峰】hóngfēng<名>đinh lũ; mức
nước rông cao nhất
【洪福】hóngfú<名>hồng phúc; phúc
lớn: 齐天~ phúc lớn vô biên
【洪亮】hóngliàng<形>vang dội; sang
sang; rền vang; ầm vang: 声音~
tiếng nói sang sảng
【洪水】hóngshuǐ<名>nước lũ
【洪灾】hóngzāi<名>nạn lụt

鸿 hóng❶<名>chim hồng ❷<名>[书]
thư từ: 来~ thư đến ❸<形>to; lớn: ~
运当头 vận may lớn đang đến
【鸿沟】hónggōu<名>sự ngăn cách;
giới hạn
【鸿雁】hóngyàn<名>❶chim hồng
❷[书]thư từ: ~往来 thư từ qua lại

hǒng

哄 hǒng<动>❶lừa dối; bịp: 我~了
他，心里很不安。Tôi đã lừa dối anh
ấy, nên trong lòng áy náy khó chịu.
❷dỗ: 他很会~小孩儿。Anh ấy rất
khéo dỗ dành trẻ em.
另见hōng, hòng
【哄逗】hǒngdòu<动>dỗ; nựng
【哄骗】hǒngpiàn<动>đánh lừa; lừa
bịp

【哄劝】hǒngquàn<动>an ủi dỗ dành

hòng

哄 hòng<动>ồn ào; ầm ĩ: 起~ ồn lên;
一~而散 nhao nhao giải tán
另见hōng, hǒng

hóu

侯 hóu<名>❶hầu: 诸~ chư hầu
❷người quyền quý; người cao sang:
王~将相 vương hầu quan tướng
喉 hóu<名>cổ họng; hầu: 咽~ cổ
họng
【喉癌】hóu'ái<名>ung thư vòm họng
【喉咙】hóulóng<名>họng
【喉舌】hóushé<名>miệng lưỡi; tiếng
nói
【喉头】hóutóu<名>cổ họng
猴 hóu❶<名>khỉ; bú dù ❷<形>[方]ma
lanh; tinh ranh; lắu linh: 这小子可~
啦。Thằng bé này láu linh lắm.
【猴头菇】hóutóugū<名>nấm đầu khi
【猴子】hóuzi<名>con khi

hǒu

吼 hǒu<动>❶gầm; rống: 狮~ sư tử
gầm ❷gào thét: 怒~ gào thét ❸(gió,
còi hơi…) rú; hú: 狂风怒~ cơn lốc
gầm gào
【吼叫】hǒujiào<动>gầm; thét: 大声~
lớn tiếng gào thét
【吼声】hǒushēng<名>tiếng thét;
tiếng la hét; tiếng gầm

hòu

后¹ hòu❶<名>(chi không gian)
sau; đằng sau: 屋~ sau nhà ❷<名>
(chi thời gian) sau; sau này: 先来~
到 tới trước đến sau ❸<名>(thứ tự
ở phía dưới) sau; cuối; dưới: ~排

hàng dưới/hàng sau ❹<名>đời sau; con cháu: 绝~ đoạn hậu ❺<形>(bố) dượng; (mẹ) kế ❻<名>sau (khi sự vật nào đó nảy sinh)

后² hòu<名>❶(vợ vua chúa) hậu: 皇 ~ hoàng hậu ❷[旧]vua chúa

【后半生】hòubànshēng<名>nửa cuối đời

【后半夜】hòubànyè<名>nửa đêm về sáng

【后备】hòubèi❶<形>hậu bị; dự bị: ~ 干部 cán bộ hậu bị ❷<名>dự phòng

【后背】hòubèi<名>sau lưng; đằng sau

【后辈】hòubèi❶<名>đời sau; con cháu ❷lớp trẻ; bậc đàn em; thế hệ trẻ; thế hệ sau; hậu bối

【后边】hòubian<名>phía sau; đằng sau

【后部】hòubù<名>phần đuôi

【后代】hòudài<名>❶thời đại sau; đời sau; thế hệ sau: 我们的~会做出 评价的。Thế hệ sau của chúng ta sẽ đưa ra nhận xét đánh giá. ❷người đời sau; con cháu

【后盾】hòudùn<名>hậu thuẫn

【后方】hòufāng<名>❶hậu phương ❷phía sau; đằng sau: ~人员 nhân viên ở hậu phương

【后顾之忧】hòugùzhīyōu mối lo về hậu phương; mối lo về sau; mối lo về gia đình

【后果】hòuguǒ<名>hậu quả: ~自负 tự chịu lấy hậu quả

【后患】hòuhuàn<名>hậu họa; tai họa về sau: ~无穷 tai họa lâu dài về sau

【后悔】hòuhuǐ<动>hối hận; ăn năn: ~莫及 hối hận chẳng kịp

【后会有期】hòuhuì-yǒuqī sau này có ngày gặp lại; hẹn gặp lại; hẹn ngày gặp lại

【后记】hòujì<名>lời bạt; vài lời cuối sách

【后进】hòujìn❶<名>đối tượng còn non về tư cách hay học thức ❷<形>chậm tiến; trình độ tương đối thấp ❸<名>cá nhân hay tập thể chậm tiến; trình độ tương đối thấp

【后劲】hòujìn<名>❶sức ngấm lâu; tác dụng về sau: 卯足~ dồn hết sức còn lại ❷sức mạnh về cuối; sức mạnh dự trữ: 这种电子产品市场~十 足。Thị trường sản phẩm điện tử này có tiềm năng mạnh mẽ.

【后来】hòulái<名>❶sau đó ❷đến sau

【后路】hòulù<名>❶đường phía sau; đường rút: 掐断~ chặn đứt con đường rút lui ❷chỗ lùi: 留有~ phải có chỗ lùi

【后妈】hòumā =【继母】

【后门】hòumén<名>❶cửa sau; cổng sau (của nhà): 从~走进来 đi từ cổng sau vào ❷cửa sau; (luồn) cổng sau

【后面】hòumiàn<名>❶mặt sau; phía sau ❷phía dưới; ở dưới: 别着急，好 戏在~。Đừng vội, nội dung đặc sắc được sắp xếp ở đoạn sau.

【后脑勺儿】hòunǎosháor<名>[口] chẩm

【后年】hòunián<名>năm sau nữa

【后期】hòuqī<名>hậu kì; thời kì cuối

【后勤】hòuqín<名>hậu cần

【后人】hòurén<名>❶người đời sau ❷con cháu

【后生】hòushēng[方]❶<名>chàng trai: 这些~很有活力。Những chàng trai này tràn đầy sức sống. ❷<形>trẻ

【后事】hòushì<名>❶việc sau ❷hậu sự; việc tang

【后台】hòutái<名>❶hậu trường; hậu đài ❷kẻ điều khiển ở hậu trường; kẻ điều khiển giấu mặt: 这些坏人有 ~。Sau lưng đám người xấu này có kẻ giật dây.

【后天】¹hòutiān<名>ngày kia

【后天】²hòutiān<名>sau khi đẻ

(sinh): 知识是~获得的，不是先天就有的。Kiến thức có được là do tích lũy chứ không phải do bẩm sinh.

【后退】hòutuì〈名〉lùi lại; thụt lùi; rút lui: 敌军~ quân giặc rút lui

【后卫】hòuwèi〈名〉❶[军事]bộ đội bảo vệ phía sau ❷[体育]hậu vệ

【后续】hòuxù〈形〉đến sau

【后遗症】hòuyízhèng〈名〉❶di chứng về sau ❷di hại về sau

【后裔】hòuyì〈名〉hậu duệ (con cháu của người đã chết)

【后援】hòuyuán〈名〉quân tiếp viện; lực lượng chi viện

【后院】hòuyuàn〈名〉❶sân sau ❷hậu phương; nội bộ: ~起火 nội bộ rối ren

【后者】hòuzhě〈名〉sau; phần sau; phần dưới

【后肢】hòuzhī〈名〉[动物]chi sau

厚 hòu❶〈形〉dày: ~毛毯 chăn len dày ❷〈名〉bề dày; độ dày: 这本书~2厘米。Cuốn sách này dày 2cm. ❸〈形〉sâu sắc; thắm thiết mặn mà: 深~的友谊 tình bạn mặn mà ❹〈形〉hậu: 憨~ đôn hậu ❺〈形〉lớn; to: 优~ ưu tiên hậu hĩ ❻〈形〉(mùi vị) nồng; đậm: 酒香醇~ hương rượu nồng đượm ❼〈形〉(gia sản) giàu có: 家底儿~实 nhà giàu có ❽〈动〉hậu đãi; tôn sùng: ~此薄彼 hậu đãi kẻ này, bạc đãi người kia

【厚爱】hòu'ài〈动〉yêu mến hết mức

【厚薄】hòubó〈名〉❶độ dày; dày mỏng: ~不一 dày mỏng không đồng đều ❷này nọ; thế này thế khác

【厚待】hòudài〈动〉hậu đãi; ưu đãi; trọng đãi

【厚道】hòudao〈形〉phúc hậu; tốt bụng: 做人要~。Nên làm người phúc hậu.

【厚度】hòudù〈名〉độ dày

【厚礼】hòulǐ〈名〉món quà lớn; lễ vật hậu hĩ

【厚脸皮】hòuliǎnpí mặt dày; trơ trẽn; trơ (mặt mo); trơ mặt ra

【厚实】hòushi〈形〉[口]❶dày dặn ❷rộng dày; chắc nịch: ~的肩膀 vai rộng chắc nịch ❸thâm hậu; vững chắc: ~的专业基本功 có cơ sở vững chắc về chuyên môn ❹trung hậu; tốt bụng: 为人~ là con người phúc hậu ❺giàu có: 公司积累了~的资产 Công ti đã tích lũy được khoản vốn đầy đủ.

【厚望】hòuwàng〈名〉kì vọng lớn: 不负~ không phụ lòng mong mỏi thiết tha

【厚颜无耻】hòuyán-wúchǐ mặt dày không biết xấu hổ

【厚意】hòuyì〈名〉lòng tốt; tình cảm sâu đậm: 深情~ tình sâu nghĩa nặng

【厚重】hòuzhòng〈形〉❶vừa dày vừa nặng: ~的地毯 tấm thảm len trải sàn vừa dày vừa nặng ❷hậu hĩ: ~的礼物 món lễ vật hậu hĩ

候¹ hòu〈动〉❶chờ; đợi: 等~ đợi chờ ❷hỏi thăm: 问~ hỏi thăm

候² hòu〈名〉❶thời gian; thời tiết: 时~ thời gian; 气~ khí hậu ❷xưa cứ 5 ngày là một hậu: ~温 nhiệt độ bình quân trong 5 ngày ❸tình hình: 要了解症~ phải theo dõi tình hình diễn biến của bệnh tật

【候补】hòubǔ〈动〉dự khuyết

【候车】hòuchē〈动〉chờ xe

【候车室】hòuchēshì〈名〉phòng chờ xe; phòng đợi tàu

【候机楼】hòujīlóu〈名〉sảnh đợi máy bay

【候鸟】hòuniǎo〈名〉chim mùa

【候选人】hòuxuǎnrén〈名〉người ứng cử; người được đề cử

【候诊】hòuzhěn〈动〉chờ khám bệnh

【候诊室】hòuzhěnshì〈名〉phòng

H

chờ khám bệnh

hū

乎[1] hū<助>[书](biểu thị nghi vấn hay phản vấn) ư; chăng: 汝知之~? Ông có biết chăng?

乎[2] hū❶(hậu tố của động từ) với; đối với: 合~情理 hợp tình hợp lí ❷(hậu tố của tính từ hoặc phó từ): 确~如此 quả thực như thế

呼[1] hū<动>❶thở ra: ~了一口气 thở một hơi ❷hô; kêu ❸gọi: 一~百应 một lời kêu gọi, trăm người hưởng ứng

呼[2] hū<拟>ù ù; vù vù: 北风~~地吹。Gió bắc thổi ù ù.

【呼风唤雨】hūfēng-huànyǔ hô gió gọi mưa; kêu mưa hú gió; hô phong hoán vũ

【呼喊】hūhǎn<动>hò la; hô hoán: 大声~ kêu to

【呼唤】hūhuàn<动>❶kêu gọi: ~自由 kêu gọi tự do ❷hô hoán

【呼叫】hūjiào<动>❶[通信]gọi: 如需帮助请~总台。Nếu cần được giúp đỡ xin gọi về tổng đài. ❷hò la; hò hét

【呼救】hūjiù<动>kêu cứu; cầu cứu

【呼啦圈】hūlāquān<名>vòng lắc (một loại khí cụ thể thao quần chúng)

【呼噜】hūlū<拟>(ngáy) khò khè

【呼声】hūshēng<名>❶tiếng hô; tiếng kêu la ❷tiếng nói: 倾听群众的~ lắng nghe tiếng nói của quần chúng

【呼吸】hūxī<动>thở hít; hô hấp: ~新鲜空气 thở hít không khí mới

【呼啸】hūxiào<动>gào thét; gào rú: 风~着 gió gào/gió rít

【呼应】hūyìng<动>(bên) gọi (bên) đáp; (kẻ) hô (người) ứng: 结果与预设目标相~。 Kết quả đúng với mục

tiêu dự định.

【呼吁】hūyù<动>kêu gọi; hô hào: 发出~ phát ra lời kêu gọi

忽[1] hū<动>không chú ý; coi nhẹ: 不可~视这力量。Không thể coi nhẹ lực lượng này.

忽[2] hū<副>bỗng; thoắt; đột nhiên: 声音~大~小。Tiếng lúc to lúc nhỏ.

【忽地】hūdì<副>bỗng nhiên; đột ngột

【忽冷忽热】hūlěng-hūrè thoắt nóng thoắt lạnh

【忽略】hūlüè<动>không chú ý; coi nhẹ: ~了她的感受 đã coi nhẹ cảm thụ của cô ta

【忽然】hūrán<副>bỗng nhiên; đột nhiên

【忽视】hūshì<动>coi nhẹ; coi thường: 不应~困难。Không nên coi thường khó khăn.

【忽悠】hūyou<动>[方]lòe bịp

糊 hū<动>quét; trát
另见hú, hù

hú

囫 hú

【囫囵】húlún<形>nguyên cả; trọn cả: ~觉 ngủ trọn giấc cả đêm

【囫囵吞枣】húlún-tūnzǎo nuốt chửng cả quả táo; ăn sống nuốt tươi

和 hú<动>ù bài; thắng ván bài (tổ tôm, chắn…); kết thúc thắng lợi: 谁放炮让他~的? Ai ra con bài này cho ông ta ù bài đấy?
另见hé, hè, huó, huò

狐 hú<名>con cáo

【狐臭】húchòu<名>(mùi) hôi(nách); (mùi) khắm

【狐假虎威】hújiǎhǔwēi cáo mượn oai hùm

【狐狸】húli<名>con cáo; hồ li

【狐朋狗友】húpéng-gǒuyǒu bạn bè

xấu; bạn đầu trộm đuôi cướp

弧 hú <名>cung: ~形 hình cung

【弧度】húdù <量>radian; độ (của) cung

【弧线】húxiàn <名>đường vòng cung

胡[1] hú❶(Hú)<名>Hồ (thời xưa người Hán gọi các dân tộc thiểu số ở miền Bắc và miền Tây Trung Quốc là Hồ) ❷<名>hồ (chỉ những thứ từ miền bắc, miền tây Trung Quốc tới hoặc từ nước ngoài tới); ngoại ❸<副>láo; ẩu: 瞎~闹 làm bừa làm càn //(姓) Hồ

胡[2] hú <名>râu: 大~子 lão râu rậm

【胡编乱造】húbiān-luànzào bịa đặt lung tung

【胡扯】húchě <动>tán gẫu; tán hươu tán vượn

【胡搞】húgǎo <动>làm bậy

【胡话】húhuà <名>nói mê; nói sảng

【胡椒】hújiāo <名>❶hồ tiêu; tiêu ❷hạt tiêu (quả của cây tiêu)

【胡搅蛮缠】hújiǎo-mánchán quấy rầy quấy phá

【胡来】húlái <动>❶làm bừa; làm liều ❷làm bậy; làm láo: 这是办公场所, 不许~。Đây là nơi làm việc, không được phép làm bậy.

【胡乱】húluàn <副>❶bừa; phứa ❷bừa bãi; lung tung

【胡萝卜】húluóbo <名>❶cà rốt ❷củ cà rốt

【胡闹】húnào <动>quấy rối; phá rối

【胡说】húshuō <动>nói bậy; nói ẩu; nói bừa; nói nhảm; nói xằng; nói láo

【胡说八道】húshuō-bādào nói xằng nói bậy

【胡思乱想】húsī-luànxiǎng nghĩ lung tung; nghĩ bậy nghĩ bạ; nghĩ ngợi quàng xiên; nghĩ vớ vẩn

【胡同】hútòng <名>ngõ; hẻm

【胡须】húxū <名>râu ria

【胡志明市】Húzhìmíng-shì <名>Thành phố Hồ Chí Minh

【胡子】húzi <名>râu: 刮~ cạo râu

【胡作非为】húzuò-fēiwéi làm xằng làm bậy

核 hú
另见hé

【核儿】húr <名>[口]hột; hạt; hòn; viên

壶 hú <名>ấm; bình: 水~ ấm nước

葫 hú

【葫芦】húlu <名>❶cây bầu ❷quả bầu

湖 hú <名>❶hồ: 鄱阳~ hồ Bá Dương ❷(Hú) Hồ Châu (thuộc tỉnh Chiết Giang): ~笔 bút lông Hồ Châu ❸(Hú) Hồ Nam, Hồ Bắc: ~广 các tỉnh Hồ Nam, Hồ Bắc, Quảng Đông, Quảng Tây

【湖边】húbiān <名>bên hồ; bờ hồ

【湖泊】húpō <名>hồ; đầm: ~已经干涸。Hồ nước đã khô cạn.

【湖水】húshuǐ <名>nước hồ

蝴 hú

【蝴蝶】húdié <名>con bướm; bươm bướm

【蝴蝶结】húdiéjié <名>cái nơ (hình) bướm

【蝴蝶兰】húdiélán <名>điệp lan

糊 hú❶<动>dán: ~灯笼 dán đèn lồng ❷<名>hồ: 糨~ hồ dán ❸<名>cháo
另见hū, hù

【糊糊】húhu <名>[方]cháo đặc dạng hồ (thường nấu bằng cám ngô, bột ngô, bột mì)

【糊口】húkǒu <动>sống cho qua ngày; sống lay lắt: 靠做小买卖~ nhờ vào buôn bán cò con sống cho qua ngày

【糊里糊涂】húlihútu vớ va vớ vẩn; dấm da dấm dớ

【糊涂】hútu <形>❶hồ đồ; lơ mơ: 装~ giả lơ ❷lung tung; lộn xộn; rối bét; nát bét: 屋里被弄得一塌~。Cả căn nhà đã bị rối bời.

hǔ

虎 hǔ ❶〈名〉hổ; hùm; cọp: 华南~虎 Hoa Nam ❷〈形〉dũng mãnh: ~~生威 oai phong dũng mãnh ❸〈动〉[方] lộ vẻ dữ dằn; lộ vẻ dữ tợn: ~着脸 vẻ mặt dằn dữ

【虎将】hǔjiàng〈名〉dũng tướng; hổ tướng

【虎口】¹ hǔkǒu〈名〉miệng hùm; chỗ nguy hiểm: 逃离~ thoát khỏi miệng hùm

【虎口】² hǔkǒu〈名〉hổ khẩu (kẽ giữa ngón tay cái và ngón tay trỏ)

【虎视眈眈】hǔshì-dāndān nhìn chòng chọc; lăm le chầu chực

【虎头虎脑】hǔtóu-hǔnǎo khỏe mạnh rắn rỏi (người lớn); khỏe mạnh kháu khỉnh (trẻ con)

【虎头蛇尾】hǔtóu-shéwěi đầu voi đuôi chuột

【虎穴】hǔxué〈名〉hang cọp: 龙潭~ đầm rồng hang cọp

琥 hǔ

【琥珀】hǔpò〈名〉hổ phách

hù

互 hù〈副〉nhau; với nhau; lẫn nhau: ~不干涉内政 không can thiệp vào công việc nội bộ của nhau

【互补】hùbǔ〈动〉❶(góc) bù nhau ❷bổ sung với nhau

【互动】hùdòng〈动〉tương tác

【互访】hùfǎng〈动〉đi thăm lẫn nhau

【互换】hùhuàn〈动〉trao đổi với nhau

【互惠互利】hùhuì-hùlì giành sự ưu tiên cho nhau và cùng có lợi

【互利共赢】hùlì-gòngyíng cùng có lợi, cùng thắng

【互联网】hùliánwǎng〈名〉mạng Internet

【互让】hùràng〈动〉nhường nhịn nhau; nhân nhượng nhau

【互通】hùtōng〈动〉thông thương với nhau; trao đổi với nhau: ~消息 trao đổi tin tức với nhau

【互通有无】hùtōng-yǒuwú bù đắp cho nhau; trao đổi, bổ trợ cho nhau (về hàng hóa)

【互相】hùxiāng〈副〉lẫn nhau; nhau: ~学习 học hỏi lẫn nhau

【互助】hùzhù〈动〉giúp nhau; hỗ trợ nhau

户 hù ❶〈名〉cửa: 足不出~ không bước ra khỏi cửa ❷〈名〉hộ gia đình: 个体~ hộ cá thể ❸〈名〉gia thế; địa vị gia đình: 大~人家đại gia ❹〈量〉hộ (người đứng tên trong sổ sách): 千家万~ muôn nhà nghìn hộ ❺〈名〉tài khoản: 开~ mở tài khoản

【户籍】hùjí〈名〉hộ tịch; cư dân của địa phương

【户口】hùkǒu〈名〉❶hộ khẩu ❷hộ tịch

【户口簿】hùkǒubù〈名〉sổ hộ khẩu

【户头】hùtóu〈名〉chủ tài khoản

【户外】hùwài〈名〉ngoài cửa; ngoài trời: ~运动 hoạt động ngoài trời

【户型】hùxíng〈名〉kiểu dạng căn hộ

【户主】hùzhǔ〈名〉chủ hộ

护 hù〈动〉❶bảo hộ; bảo vệ: 爱~花草 bảo vệ cỏ cây ❷bênh vực; che chở: 庇~ che chở cho

【护短】hùduǎn〈动〉bào chữa; biện bạch; bênh

【护肤】hùfū〈动〉dưỡng da

【护肤霜】hùfūshuāng〈名〉kem dưỡng da

【护工】hùgōng〈名〉hộ lí

【护栏】hùlán〈名〉❶lan can bảo vệ ❷hàng rào

【护理】hùlǐ〈动〉❶chăm sóc: ~产妇 chăm sóc cho sản phụ ❷bảo vệ chăm sóc: 芦荟很容易种植~. Lô hội là thứ cây rất dễ trồng và dễ chăm sóc.

【护身符】hùshēnfú〈名〉❶bùa hộ mệnh; bùa hộ thân ❷thần hộ mệnh; người che chở

【护士】hùshi〈名〉y tá

【护送】hùsòng〈动〉hộ tống

【护卫】hùwèi❶〈动〉hộ vệ; bảo vệ: 在保安人员的~下他安全抵达机场。Dưới sự bảo vệ của nhân viên an ninh, ông ấy đã an toàn tới sân bay. ❷〈名〉nhân viên bảo vệ; nhân viên an ninh: 雇佣私人~ thuê nhân viên bảo vệ tư nhân

【护膝】hùxī〈名〉cái bọc đầu gối (của vận động viên)

【护养】hùyǎng〈动〉❶chăm sóc: ~兰花 chăm bón hoa lan ❷bảo dưỡng

【护照】hùzhào〈名〉hộ chiếu

糊hù〈名〉hồ; bột
另见hū, hú

【糊弄】hìnong〈动〉[方]❶lừa dối; lừa bịp: 你别~我，我已经知道真相了。Đừng có lừa tôi nữa, tôi đã biết rõ chân tướng rồi. ❷tạm

huā

花[1]huā❶〈名〉hoa: ~草 cỏ hoa ❷〈名〉(vật có hình dạng như hoa) hoa: 火~ tia lửa ❸〈名〉(một loại pháo hoa) hoa: 烟~ pháo hoa ❹〈名〉vân hoa: 这床单~儿太密。Chiếc vỏ chăn này vân hoa quá dày. ❺〈名〉(tinh hoa, tinh túy) bông hoa: 生命之~ bông hoa sự sống ❻〈名〉(chỉ gái điếm hoặc có liên quan đến gái điếm) hoa: 寻~问柳 tìm hoa hỏi liễu ❼〈名〉bệnh đậu mùa: 他出了~儿。Anh ta bị bệnh đậu mùa. ❽〈形〉(màu sắc hoặc chủng loại hỗn tạp) hoa; đốm: ~衣裳 chiếc áo hoa ❾〈形〉(mắt nhìn lờ mờ) hoa; mờ: 老~ hoa mắt ❿〈名〉hoa khôi; gái đẹp: 名~有主 hoa khôi đã có chủ ⓫〈名〉bị

thương: 挂了~ đã bị thương ⓬〈形〉[方]sờn ⓭〈形〉giả dối ⓮〈名〉bông ⓯〈名〉giọt; vụn ⓰〈名〉[方]nhỏ; con

花[2]huā〈动〉tiêu; dùng: ~了多少钱? Tiêu mất bao nhiêu tiền?

【花白】huābái〈形〉(râu tóc) hoa râm; muối tiêu: 头发~ tóc hoa râm

【花瓣】huābàn〈名〉cánh hoa

【花边】huābiān〈名〉❶[印刷]đường diềm bố cục; đường viền hoa: 这本相册边框的~很精致。Khung lề của tập album ảnh này rất đẹp mắt. ❷[纺织]diềm hoa; đăng ten ❸(thuật ngữ về ấn loát) vi nhét; ngoài lề; không chính thức: ~消息 tin ngoài lề

【花布】huābù〈名〉vải hoa

【花茶】huāchá〈名〉trà ướp hoa; chè hương: 玫瑰~ chè hoa hồng

【花丛】huācóng〈名〉lùm hoa; cụm hoa

【花旦】huādàn〈名〉[戏曲]hoa đán; kép đào (diễn viên đóng vai con gái có tính cách hoạt bát hoặc phóng đãng đanh đá, trong hí khúc Trung Quốc): 名~ vai hoa đán nổi tiếng

【花灯】huādēng〈名〉đèn hoa; hoa đăng: 赏~ ngắm đèn hoa đăng

【花掉】huādiào〈动〉tiêu mất

【花朵】huāduǒ〈名〉bông hoa; đóa hoa

【花儿】huā'ér〈名〉hát Hoa; Hoa nhi (một làn điệu dân ca miền Tây Bắc Trung Quốc)

【花费】huāfèi〈动〉tiêu phí; tốn kém: 新居装修~很大。Trang trí nội thất cho nhà mới rất tốn kém.

【花粉】huāfěn〈名〉❶phấn hoa ❷[中药]thiên hoa phấn

【花岗岩】huāgāngyán❶đá hoa cương ❷cứng nhắc: ~脑袋 đầu óc cứng nhắc

【花骨朵儿】huāgūduor〈名〉nụ hoa

【花好月圆】huāhǎo-yuèyuán trăng

tròn hoa thắm; hoa đẹp trăng tròn; vuông tròn đôi lứa (lời chúc buổi tân hôn)

【花花公子】 huāhuā-gōngzǐ công tử nhà giàu; cậu ấm; công tử bột

【花花绿绿】 huāhuālùlù màu sắc rực rỡ; màu sắc lòe loẹt

【花花世界】 huāhuā-shìjiè nơi phồn hoa; thế giới ăn chơi; chốn phồn hoa; chốn bụi trần

【花环】 huāhuán〈名〉❶tràng hoa ❷vòng hoa

【花卉】 huāhuì〈名〉❶hoa cỏ ❷tranh Trung Quốc vẽ về cỏ hoa

【花季】 huājì〈名〉❶mùa hoa nở ❷tuổi hoa; tuổi dậy thì

【花甲】 huājiǎ〈名〉hoa giáp; sáu mươi tuổi: 年逾~ đã trên 60 tuổi

【花椒】 huājiāo〈名〉❶cây tần bì gai ❷hạt hoa tiêu

【花卷】 huājuǎn〈名〉bánh mì hấp (hình xoáy trôn ốc)

【花篮】 huālán〈名〉❶lẵng hoa; giỏ hoa ❷chiếc làn hoa có hoa văn: 她是编~的能手. Cô ấy rất sành việc đan làn hoa.

【花蕾】 huālěi〈名〉nụ hoa; búp hoa

【花梨木】 huālímù〈名〉gỗ sưa

【花露水】 huālùshuǐ〈名〉nước hoa

【花名册】 huāmíngcè〈名〉danh sách

【花木】 huāmù〈名〉hoa; cây cảnh: ~葱茏 hoa tươi cỏ thắm

【花盆】 huāpén〈名〉chậu hoa; bồn hoa

【花瓶】 huāpíng〈名〉bình cắm hoa

【花旗参】 huāqíshēn〈名〉sâm Hoa Kì; dương sâm

【花钱】 huāqián〈动〉tiêu tiền: ~如流水 tiêu tiền như nước

【花圈】 huāquān〈名〉vòng hoa

【花容月貌】 huāróng-yuèmào mặt hoa da phấn; hoa sắc nguyệt dung

【花色】 huāsè〈名〉❶màu sắc và vân hoa ❷kiểu dáng: ~繁杂 kiểu dáng

phong phú

【花哨】 huāshao〈形〉❶sặc sỡ: 穿着~ ăn mặc sặc sỡ ❷nhiều kiểu dáng

【花生】 huāshēng〈名〉(cây, hạt) lạc; đậu phộng

【花坛】 huātán〈名〉bồn hoa; luống hoa

【花天酒地】 huātiān-jiǔdì ăn chơi đàng điếm; rượu chè be bét

【花纹】 huāwén〈名〉hoa văn

【花销】 huāxiao[口]❶〈动〉tiêu; tiêu pha: 他~起来总是大手大脚。Ông ấy mà tiêu pha thì mạnh tay lắm. ❷〈名〉chi phí; chi tiêu

【花心】 huāxīn❶〈名〉hoa tâm; tình cảm không chung thủy ❷〈形〉không trung thành

【花絮】 huāxù〈名〉tin ngoài lề

【花言巧语】 huāyán-qiǎoyǔ❶nói ngon nói ngọt ❷lời đường mật; lời ngon ngọt: 他的那套~, 我早有lĩnh giáo。Những lời đường mật của anh ta, tôi đã được nếm thử từ lâu.

【花眼】 huāyǎn❶〈名〉[医学]mắt viễn; mắt lão; mắt mờ ❷〈动〉chói mắt; hoa mắt; lóa mắt

【花样】 huāyàng〈名〉❶kiểu hoa văn; chủng loại; kiểu dáng: ~百出 chủng loại đủ kiểu ❷mẫu thêu ❸mánh khóe; trò bịp: 玩~ giở mánh khóe

【花椰菜】 huāyēcài〈名〉rau xúp lơ

【花园】 huāyuán〈名〉vườn hoa

【花招】 huāzhāor〈名〉❶miếng võ đẹp; miếng võ hoa lá ❷trò bịp; mánh khóe

哗 huā〈拟〉róc rách
另见 huá

【哗啦】 huālā〈拟〉rầm ào

huá

划¹ huá〈动〉chèo; bơi

划² huá〈动〉đáng: ~算 bõ/đáng

划³ huá<动>bổ; rạch; cắt; quệt; xước: ~玻璃 cắt thủy tinh

另见huà

【划不来】huábulái không đáng giá; không xứng

【划船】huáchuán<动>chèo thuyền; bơi thuyền

【划得来】huádelái đáng giá

【划拳】huáquán<动>(trò chơi) đoán ngón tay (sái mã)

【划算】huásuàn❶<动>tính; tính toán ❷<形>có lợi; đáng giá

【划艇】huátǐng<名>❶[体育]môn bơi thuyền ❷thuyền bơi

华¹ huá❶<形>rực rỡ: ~美 đẹp rực rỡ ❷<形>(dồi dào, sung túc) hoa: 繁~ phồn hoa ❸<形>xa xỉ: 浮~ phù hoa ❹<形>(tóc) hoa râm; muối tiêu; lốm đốm bạc: ~发 tóc hoa râm ❺<名>xa xỉ; xa hoa: 陈设奢~ bày biện xa hoa ❻<名>thời gian: 似水年~ thời gian trôi đi như nước chảy ❼<形>[书](từ tôn kính) của quý ngài: ~诞 sinh nhật của quý ngài/sinh nhật của quý bà ❽<名>quầng (của mặt trời, mặt trăng)

华² Huá<名>❶Hoa; Trung Quốc: ~夏 Hoa Hạ ❷tiếng Hoa; tiếng Hán: ~越词典 từ điển Hoa-Việt //(姓) Hoa

【华北】Huáběi<名>Hoa Bắc (miền bắc Trung Quốc, bao gồm: tỉnh Hà Bắc, tỉnh Sơn Tây, thành phố Bắc Kinh, thành phố Thiên Tân và khu tự trị Nội Mông)

【华东】Huádōng<名>Hoa Đông (miền đông Trung Quốc gồm: tỉnh Sơn Đông, tỉnh Giang Tô, tỉnh Chiết Giang, tỉnh An Huy, tỉnh Giang Tây, tỉnh Phúc Kiến, tỉnh Đài Loan và thành phố Thượng Hải)

【华尔街】Huá'ěr Jiē<名>phố U-ôn (một đường phố ở Niu-oóc nước Mĩ)

【华尔兹】huá'ěrzī<名>điệu nhảy van

【华贵】huáguì<形>❶đẹp và quý; quý giá: ~的服饰 bộ trang phục hào hoa ❷giàu sang: 雍容~ hào hoa quý phái

【华丽】huálì<形>lộng lẫy; hoa lệ: 装饰~ trang trí lộng lẫy

【华南】Huánán<名>Hoa Nam (miền nam Trung Quốc gồm: tỉnh Quảng Đông, Khu tự trị dân tộc Choang Quảng Tây, tỉnh Hải Nam, đặc khu Hồng Kông và Áo Môn)

【华侨】huáqiáo<名>Hoa kiều

【华人】huárén<名>❶người Hoa; người Trung Quốc ❷người gốc Hoa

【华氏温度】Huáshì wēndù nhiệt độ F

【华文】Huáwén<名>Hoa văn

【华夏】Huáxià<名>Hoa Hạ (tên cổ của Trung Quốc): ~子孙 con cháu Hoa Hạ

【华裔】huáyì<名>Hoa kiều đã nhập quốc tịch nước sở tại; người gốc Hoa

【华语】Huáyǔ<名>tiếng Hán; tiếng Hoa

哗 huá<动>ồn ào; ầm ĩ: 寂静无~ im lặng không ồn

另见huā

滑 huá❶<形>trơn; nhẵn: 下雨以后地很~。Sau cơn mưa đường rất trơn. ❷<动>trượt: ~了一跤 trượt chân bị ngã ❸<形>xảo trá; xảo quyệt: 耍~ giở trò xảo trá ❹<动>đánh lộn sòng: 罪犯休想~脱了。Tội phạm cho dù có đánh lộn sòng cũng đừng hòng thoát thân.

【滑板】huábǎn<名>[体育]❶ván trượt ❷ môn trượt ván

【滑冰】huábīng❶<名>[体育]môn thể thao trượt băng ❷<动>trượt băng; lướt trên băng

【滑动】huádòng<动>trượt; lướt

【滑旱冰】huá hànbīng trượt pa-tanh

【滑稽】huájī〈形〉hài hước; khôi hài

【滑跤】huájiāo〈动〉trượt ngã trên mặt băng

【滑溜】huáliu〈形〉[口]bóng láng; nhẵn thín

【滑轮】huálún〈名〉ròng rọc; puli

【滑坡】huápō〈动〉❶[地质]lở đất; lở núi; xa sút ❷thụt lùi; xuống dốc: 质量~ chất lượng thụt lùi

【滑石】huáshí〈名〉[矿业]hoạt thạch; tan-cơ

【滑水】huáshuǐ〈名〉[体育]môn trượt nước

【滑梯】huátī〈名〉cầu trượt (của trẻ em)

【滑头】huátóu❶〈名〉kẻ xảo trá; kẻ ranh ma: 老~ tên trùm xảo trá ❷〈形〉xảo trá; ranh ma: ~滑脑 ranh ma xảo trá

【滑翔】huáxiáng〈动〉lượn; liệng

【滑翔机】huáxiángjī〈名〉tàu lượn

【滑行】huáxíng〈动〉❶trượt ❷trượt theo đà

【滑雪】huáxuě〈动〉trượt tuyết

【滑雪板】huáxuěbǎn〈名〉ván trượt tuyết

huà

化¹ huà❶〈动〉hoá; làm biến đổi; đổi: 千变万~ biến đổi khôn lường ❷〈动〉cảm hoá; biến: ~敌为友 biến thù thành bạn ❸〈动〉chảy; tan: 雪~了。Tuyết tan rồi. ❹〈动〉tiêu; tiêu hoá: 止咳~痰 tiêu đờm cầm ho ❺〈动〉đốt; thiêu: 火~ dùng lửa đốt/hoả táng ❻〈动〉(sư, đạo sĩ) hoá; chết: 羽~ hoá tiên/về chầu Phật ❼〈名〉hoá học: 物理和~ lí hoá ❽(hậu tố) hoá: 现代~工业 công nghiệp hiện đại hoá

化² huà〈动〉khuyến giáo

【化肥】huàféi〈名〉phân hoá học

【化工】huàgōng〈名〉công nghiệp hoá chất: ~产品 sản phẩm hoá chất

【化合物】huàhéwù〈名〉hợp chất

【化解】huàjiě〈动〉hoá giải; loại bỏ; gạt bỏ; loại trừ: ~心中疑虑 loại bỏ sự nghi ngại trong lòng

【化疗】huàliáo〈动〉chữa bệnh (ung thư ác tính) bằng hoá dược; hoá liệu pháp; hoá thị

【化名】huàmíng❶〈动〉dùng bí danh; dùng tên giả: 他~实施了多起诈骗。Hắn dùng tên giả để thực thi nhiều vụ lừa đảo. ❷〈名〉bí danh; tên giả

【化脓】huànóng〈动〉mưng; mưng mủ

【化身】huàshēn〈名〉❶hoá thân ❷hiện thân

【化石】huàshí〈名〉hoá thạch

【化痰】huàtán〈动〉khử đờm; tan đờm

【化纤】huàxiān〈名〉sợi hoá học

【化学】huàxué〈名〉hoá học: ~成分 thành phần hoá học

【化学反应】huàxué fǎnyìng phản ứng hoá học

【化学元素】huàxué yuánsù nguyên tố hoá học

【化验】huàyàn〈动〉hoá nghiệm; phân chất: ~水质 hoá nghiệm chất nước

【化妆】huàzhuāng〈动〉trang điểm: ~品 đồ trang điểm/phấn son

【化装】huàzhuāng〈动〉❶hoá trang: 演员~ diễn viên hoá trang ❷hoá trang; cải trang

划¹ huà〈动〉❶vạch; chia: ~等级 phân chia cấp hạng ❷chuyển: ~款 chuyển khoản ❸hoạch định; bày;đặt: 谋~ bày mưu ❹đánh dấu; vạch

划² huà〈名〉nét (chữ Hán): 笔~ nét bút
另见huá

【划拨】huàbō<动>❶chuyển cho ❷chia cho; phân phát: ~尾款chia khoản tiền còn lại

【划定】huàdìng<动>hoạch định; phân định: ~范围 phân định phạm vi

【划分】huàfēn<动>❶phân chia; phân định ❷phân biệt

【划痕】huàhén<名>vết xước

【划价】huàjià<动>(quầy thuốc của bệnh viện) ghi tiền thuốc và các khoản phí tổn điều trị khác vào đơn thuốc

【划款】huàkuǎn<动>chuyển khoản; cấp vốn; cấp ngân sách: 由财政厅~ do Sở Tài chính cấp ngân sách

【划清】huàqīng<动>phân rõ: ~界限 phân rõ giới hạn/phân rõ ranh giới

画¹ huà<动>vẽ; hoạ: ~画 vẽ tranh ❷<动>trang trí bằng tranh: ~堂 phòng tranh ❸<名>tranh: 国~ tranh Trung Quốc/Tranh mực Nho

画² huà❶<动>kẻ; vạch: ~线 kẻ một đường ❷<名>nét ngang (của chữ Hán): 一笔一~ từng nét một/đường ngang nét dọc ❸<量>nét: "大" 字有三~。Chữ "大" có ba nét. ❹<名>[方] nét bút

【画报】huàbào<名>báo ảnh; hoạ báo

【画册】huàcè<名>tập tranh

【画家】huàjiā<名>hoạ sĩ

【画卷】huàjuàn<名>❶cuộn tranh ❷ví cảnh tượng tráng lệ như bức tranh

【画廊】huàláng<名>❶hành lang có vẽ tranh trên trần trên xà cột ❷phòng trưng bày (triển lãm) tranh

【画龙点睛】huàlóng-diǎnjīng vẽ rồng điểm mắt

【画眉】huàméi<名>[动物](chim) hoạ mi

【画面】huàmiàn<名>[电影]hình ảnh trên tranh; hình ảnh trên màn hình

【画蛇添足】huàshé-tiānzú vẽ rắn thêm chân; làm điều thừa

【画十字】huà shízì❶vẽ chữ thập; vẽ dấu cộng (thay cho chữ kí của người không biết chữ) ❷[宗教](tín đồ đạo Ki tô) làm dấu thánh

【画室】huàshì<名>phòng vẽ tranh

【画图】huàtú❶<名>bức tranh; bức hoạ đồ (thường dùng để ví von) ❷<动>vẽ: 他在设计院里负责~。Anh ấy phụ trách khâu vẽ kĩ thuật tại Viện thiết kế.

【画外音】huàwàiyīn<名>[电影]âm thanh ngoài hình ảnh (trên màn ảnh)

【画像】huàxiàng❶<动>vẽ chân dung; truyền thần: 他在街头给人~。Anh ấy vẽ truyền thần trên phố. ❷<名>chân dung

【画展】huàzhǎn<名>triển lãm tranh 举办~ tổ chức triển lãm tranh

【画作】huàzuò<名>tác phẩm tranh hoạ

话 huà❶<名>lời; tiếng thoại: 说~ nói chuyện ❷<名>tiếng địa phương: 广东~ tiếng Quảng Đông ❸<动>nói; kể

【话别】huàbié<动>chuyện trò lúc chia tay: 他俩在机场依依~。Hai người trò chuyện bịn rịn trong buổi tiễn chân tại sân bay.

【话柄】huàbǐng<名>chuỗi lời nói; điểm dễ bị người ta bắt bẻ trong lời nói

【话不投机】huàbùtóujī lời không ăn ý: ~半句多。Lời không ăn ý nửa câu cũng thừa.

【话费】huàfèi<名>cước phí điện thoại

【话剧】huàjù<名>kịch nói

【话梅】huàméi<名>ô mai

【话题】huàtí<名>đầu đề câu chuyện

【话筒】huàtǒng<名>❶ống nói ❷micrô ❸cái loa

H

【话务员】huàwùyuán<名>nhân viên tổng đài điện thoại

【话匣子】huàxiázi<名>[方]❶máy hát; máy thu thanh ❷con khướu; mạch câu chuyện, cái máy nói (chỉ người nói nhiều)

huái

怀 huái❶<名>ngực; trước ngực; lòng: 把孩子抱在~里。Ôm con vào lòng. ❷<名> bụng; bụng dạ: 耿耿于~ canh cánh trong lòng ❸<动>nhớ; nhớ nhung: ~念 tưởng nhớ ❹<动>mang: ~胎 mang thai; ~孕 chửa ❺<动>có trong lòng: 心~不满 mang sự bất mãn trong lòng

【怀抱】huáibào❶<动>ôm trong lòng; ôm ấp: ~雄心壮志 ôm ấp chí lớn trong lòng ❷<名>trước ngực; trong lòng: 回到母亲的~ trở về với mẹ ❸<动>ấp ủ trong lòng: ~着远大的理想 ôm ấp một lí tưởng lớn lao cao xa

【怀表】huáibiǎo<名>đồng hồ quả quýt

【怀鬼胎】huái guǐtāi thầm mang ý xấu; có ý định xấu: 心~ mang ý định xấu

【怀恨】huáihèn<动>ôm hận; mang hận: ~在心 oán hận trong lòng

【怀旧】huáijiù<动>nhớ chuyện cũ người xưa

【怀疑】huáiyí<动>❶hoài nghi; nghi ngờ: 引起~ gây hoài nghi ❷đoán; nghĩ rằng: 我~这事难办成。Tôi nghĩ rằng việc này khó mà thành công đấy.

【怀有】huáiyǒu<动>mang: ~敌意 mang theo ý thức đối chọi

踝 huái<名>mắt cá (chân)

【踝关节】huáiguānjié<名>khớp mắt cá chân

huài

坏 huài❶<形>tồi; kém: 好~不分 hồ đồ không phân định điều hay cái dở ❷<形>xấu: 坚决与~人做斗争 kiên quyết đấu tranh với kẻ xấu ❸<形>hỏng; hư: 自行车~了。Xe đạp hỏng rồi. ❹<动>làm cho hỏng; làm cho hư: ~事了! Hỏng việc rồi! ❺<形>quá; rất: 急~了! Sốt ruột quá! ❻<名>ý đồ xấu: 小心他背后使~。Cẩn thận nó ngầm giở trò xấu.

【坏处】huàichù<名>chỗ xấu; chỗ dở

【坏蛋】huàidàn<名>[口]đồ khốn; đồ đểu

【坏话】huàihuà<名>❶lời (nói) sai; lời (nói) dở; lời không lọt tai ❷nói xấu: 在背后说人~影响团结。Ngầm nói xấu người khác làm ảnh hưởng đoàn kết.

【坏人】huàirén<名>người xấu: ~终会有恶报。Kẻ xấu sẽ tự chuốc lấy ác báo.

【坏事】huàishì❶<动>hỏng việc: 千万要小心，别坏了事。Cần hết sức thận trọng kẻo hỏng việc. ❷<名>việc xấu; việc có hại

【坏死】huàisǐ<动>hoại tử: 骨头~ xương bị hoại tử

【坏习惯】huàixíguàn<名>thói quen xấu

【坏心眼儿】huàixīnyǎnr<名>xấu bụng; ý định xấu

huān

欢 huān<形>❶vui; hoan hỉ: ~唱 hát vui ❷yêu thích; vui thích: 孩子们真~。Trẻ em thật vui thích. ❸[方]sôi nổi: 篝火烧得正~。Những ngọn đuốc bập bùng reo vui.

【欢畅】huānchàng<形>vui vẻ; phấn khởi

【欢度】huāndù<动>vui; chào mừng; vui ngày lễ: ~国庆 chào mừng Quốc khánh

【欢呼】huānhū<动>hoan hô

【欢聚】huānjù<动>vui sum họp: ~一堂 sum họp vui vầy/vui đoàn tụ

【欢快】huānkuài<形>vui vẻ thoải mái; vui tươi: ~的步伐 nhịp bước vui tươi

【欢乐】huānlè<形>vui; vui mừng

【欢庆】huānqìng<动>chào mừng; chúc mừng; mừng; đón mừng

【欢送】huānsòng<动>vui vẻ tiễn đưa

【欢喜】huānxǐ❶<形>vui sướng; niềm vui: 皆大~ mọi người đều hân hoan trong niềm vui ❷<动>thích; yêu thích: 这孩子讨人~。Cậu bé này thật dễ thương.

【欢笑】huānxiào<动>cười vui; vui cười

【欢心】huānxīn<名>yêu mến; vui lòng: 令人~ làm cho người ta vui lòng

【欢迎】huānyíng<动>❶chào đón; chào mừng: ~光临 chào mừng quý khách ❷hoan nghênh; hâm mộ; quý mến

huán

还huán<动>❶trở về; trở lại: ~家 trở về nhà ❷trả: ~钱 trả tiền ❸đáp lại; chống trả: ~嘴 cãi lại; ~手 đánh trả lại

另见hái

【还本】huánběn<动>trả lại vốn; giả lại gốc: ~付息 trả cả vốn lẫn lãi

【还价】huánjià<动>mặc cả (mà cả); trả giá: 讨价~ mặc cả giá

【还清】huánqīng<动>trả hết; trả dứt: ~债务 trả hết tiền nợ

【还手】huánshǒu<动>đánh lại;

giáng trả: 打不~ bị đánh mà không đánh lại

【还乡】huánxiāng<动>hồi hương; về quê: 衣锦~ áo gấm về làng

【还原】huányuán<动>❶trở lại như cũ; hoàn nguyên ❷khử (ô-xy)

【还愿】huányuàn<动>❶lễ tạ (thần Phật) ❷thực hiện lời hứa

【还债】huánzhài<动>trả nợ; trả tiền vay: 借债要~。Đã vay thì phải trả nợ.

环huán❶<名>khuyên; vòng: 铁~ vòng sắt ❷<名>khâu: 这是工程的重要一~。Đây là một khâu quan trọng của công trình. ❸<动> bao quanh; xoay quanh: ~城铁路 đường sắt quanh thành ❹<量>điểm (trong bia bắn)

【环保】huánbǎo❶<名>bảo vệ môi trường ❷<形>có tính chất bảo vệ môi trường

【环抱】huánbào<动>bao quanh; bao bọc

【环节】huánjié<名>❶phân đốt; đốt: ~动物 động vật phân đốt ❷khâu

【环境】huánjìng<名>❶môi trường; xung quanh: ~卫生 vệ sinh môi trường ❷hoàn cảnh; môi trường: 生态~ môi trường sinh thái

【环球】huánqiú❶<动>vòng quanh trái đất: ~旅行 đi du lịch vòng quanh trái đất ❷<名>toàn thế giới; khắp toàn cầu; hoàn cầu

【环绕】huánrào<动>vây quanh; bao bọc: 月亮~地球转动。Mặt trăng xoay quanh trái đất.

【环卫工人】huánwèi gōngrén công nhân bảo vệ vệ sinh môi trường; thợ làm vệ sinh

【环游】huányóu<动>đi du lịch xung quanh: ~世界 du ngoạn vòng quanh thế giới

H

huǎn

缓 huǎn ❶<形>chậm; trễ: ~步而行 đi chậm ❷<动>hoãn; hoãn lại: 急不容 ~ gấp lắm không cho phép hoãn lại ❸<动>dịu; thong thả ❹<动>hồi lại; tỉnh lại

【缓冲】huǎnchōng<动>làm dịu sự xung đột; hoãn xung; đệm: ~地带 khu hoãn xung

【缓和】huǎnhé ❶<形>hòa hoãn; hòa dịu: 风势渐趋~. Sức gió đang dịu dần. ❷<动>làm dịu: ~紧张局势 làm dịu cục diện căng thẳng

【缓急】huǎnjí<名>việc gấp và việc không gấp

【缓慢】huǎnmàn<形>chậm rãi; thong thả; chậm chạp: 工程进行~. Công trình tiến triển chậm chạp.

【缓期】huǎnqī<动>hoãn lại; lùi kì hạn lại: ~执行 hoãn chấp hành (thực thi)

huàn

幻 huàn ❶<形>ảo; không có thật: ~ 影 ảo ảnh ❷<动>biến hóa kì lạ: 变~ 多端 biến hóa nhiều

【幻灯】huàndēng<名>❶đèn chiếu; ảo đăng ❷máy chiếu phim đèn chiếu

【幻灯片】huàndēngpiàn<名>phim đèn chiếu

【幻觉】huànjué<名>ảo giác

【幻灭】huànmiè<动>ảo mộng tiêu tan; ảo tưởng tan vỡ

【幻听】huàntīng<名>thính giác ảo

【幻想】huànxiǎng ❶<名>viễn tưởng: 科学~ khoa học viễn tưởng ❷<动> tưởng tượng

【幻影】huànyǐng<名>ảo ảnh

换 huàn<动>❶đổi; đổi chác; trao đổi: 交~条件 điều kiện trao đổi ❷đổi; thay: ~衣服 thay quần áo ❸đổi tiền: ~外币 đổi ngoại tệ

【换班】huànbān<动>đổi ca; thay ca: 守卫~ thay ca bảo vệ

【换代】huàndài<动>❶thay đổi triều đại: 改朝~ thay đổi triều đại ❷cải tiến; đổi đời: 电子产品更新~得很 快。Sản phẩm điện tử đổi đời rất nhanh.

【换房】huànfáng<动>đổi nhà; đổi phòng

【换季】huànjì<动>(ăn mặc) thay đổi theo mùa

【换届】huànjiè<动>thay lãnh đạo nhiệm kì mới: ~选举 bầu cử thay khóa lãnh đạo mới

【换气】huànqì<动>thay khí, cho dòng không khí đối lưu

【换钱】huànqián<动>❶đổi tiền ❷bán lấy tiền: 老奶奶每天靠捡破烂 ~。Bà lão ngày nào cũng nhặt đồ ve chai rồi đem bán lấy ít tiền.

【换取】huànqǔ<动>đổi lấy

【换算】huànsuàn<动>tính quy đổi thành (đổi số lượng của một đơn vị này ra thành số lượng của một đơn vị khác): 单位~ đơn vị quy đổi

【换洗】huànxǐ<动>thay giặt: ~衣物 thay giặt quần áo

【换血】huànxiě<动>thay máu (thay đổi, điều chỉnh các thành viên của tổ chức, cơ cấu…); thay người: 今 年公司高层大~。Năm nay cấp lãnh đạo của công ti đã có sự điều chỉnh lớn.

【换样】huànyàng<动>❶thay đổi ❷thay mẫu mã

唤 huàn<动>gọi; kêu gọi

【唤起】huànqǐ<动>❶kêu gọi…đứng lên; kêu gọi…vùng lên: ~民众 kêu gọi dân chúng đứng lên ❷làm thức dậy; thức tỉnh

涣 huàn<动>tan rã; tiêu tan

【涣散】huànsàn ❶<形>tan rã; rã rời: 思想~ tư tưởng rã rời ❷<动>làm rệu rã; làm tan rã: ~军心 làm rệu rã tinh thần quân lính

患huàn❶<名>họa; nạn: 灾~ tai nạn ❷<动>lo nghĩ; suy tính: ~得~失 suy tính thiệt hơn ❸<动>mắc (bệnh); bị (ốm): ~肝炎 mắc bệnh viêm gan

【患病】huànbìng<动>mắc bệnh; bị bệnh

【患难】huànnàn<名>hoạn nạn: 同甘苦，共~。Đồng cam cộng khổ, cùng chung hoạn nạn.

【患难与共】huànnàn-yǔgòng cùng chung hoạn nạn

【患者】huànzhě<名>người mắc bệnh

焕huàn<名>sáng

【焕发】huànfā<动>❶rạng rỡ; sáng láng: 精神~ tinh thần phơi phới ❷phát huy: ~激情 phát huy tinh thần hăng say

【焕然一新】huànrán-yīxīn (bộ mặt) sáng sủa mới mẻ

huāng

荒huāng❶<动>hoang; bỏ hoang: 不少地~了。Nhiều đất bị bỏ hoang. ❷<形>hoang vắng; vắng vẻ: ~村 làng vắng vẻ ❸<名>mất mùa; (mùa màng) thất bát: 备~ phòng khi mất mùa ❹<名>đất hoang: 生~ đất hoang ❺<动>sao nhãng; lơ là: 别把学了多年的英语~了。Không nên sao nhãng tiếng Anh vốn đã học nhiều năm. ❻<名>khan hiếm; quá thiếu thốn: 粮~ khan hiếm lương thực ❼<形>vô lí; nhảm nhí: ~谬 xằng bậy ❽<形>bừa bãi; phóng đãng: 行为~唐 hành vi phóng đãng

【荒诞】huāngdàn<形>hoang đường

【荒废】huāngfèi<动>❶bỏ hoang ❷xao nhãng; lơ là: ~学业 xao nhãng học hành ❸hoang phí; bỏ phí: 她从不把时间~在玩乐上。Cô ấy không

bao giờ bỏ phí thời giờ vào việc chơi bời.

【荒凉】huāngliáng<形>vắng vẻ; hiu quạnh: ~的沙漠 vùng sa mạc hiu quạnh

【荒谬】huāngmiù<形>nhảm nhí; xằng bậy: 真~! Thật nhảm nhí!

【荒漠】huāngmò❶<形>mênh mông hoang vắng: ~的草原 đồng cỏ mênh mông hoang vắng ❷<名>hoang mạc; khu vực rộng rãi ít cây cỏ không thích hợp canh tác: ~变良田。Vùng hoang mạc đã trở thành cánh đồng màu mỡ.

【荒唐】huāngtáng<形>❶hoang đường; nhảm nhí: ~可笑 hoang đường nực cười ❷phóng túng; bừa bãi: 行为~ hành vi phóng túng

【荒芜】huāngwú<形>hoang vu: 良田变得~。Cánh đồng màu mỡ đã trở nên hoang vu.

【荒野】huāngyě<名>hoang dã; đồng không mông quạnh

慌huāng<形>hoảng; cuống: 惊~ kinh hoảng; ~乱 kinh hoàng hỗn loạn

慌huang<形>quá; ghê gớm: 疼得~ đau ghê gớm; 胸口闷得~。Tức ngực.

【慌乱】huāngluàn<形>hoảng loạn

【慌忙】huāngmáng<形>luống cuống; bối rối: 眼看要迟到了，小男孩~把早餐吃了。Thấy sắp bị muộn, cậu bé luống cuống ăn sáng.

【慌张】huāngzhāng<形>hoảng hốt; hoảng sợ; hoang mang: 沉住气，别~。Hãy bình tĩnh, đừng hoang mang.

huáng

皇huáng<名>vua; hoàng: 三~五帝 tam hoàng ngũ đế; 英~ vua nước Anh

【皇帝】huángdì<名>hoàng đế

H

【皇宫】huánggōng<名>hoàng cung; cung vua

【皇后】huánghòu<名>hoàng hậu

【皇家】huángjiā<名>hoàng gia

【皇历】huánglì<名>[口]quyển lịch cổ

【皇上】huángshang<名>hoàng thượng

【皇室】huángshì<名>❶hoàng thất ❷triều đình; hoàng thất

【皇位】huángwèi<名>ngôi vua

黄 huáng❶<形>(màu) vàng ❷<名>vàng: ~货 đồ bằng vàng ❸<名>lòng đỏ trứng ❹<形>(suy đồi, trụy lạc) vàng: ~书 sách vàng ❺(Huáng)<名>sông Hoàng Hà: ~泛区 vùng lũ tràn sông Hoàng Hà ❻(Huáng)<名>Hoàng Đế (một vị vua trong truyền thuyết Trung Quốc): 炎~子孙 con cháu Viêm Hoàng ❼<动>[口]thất bại; đổ vỡ: 明天如果下雨，我们的计划就~了。Mai mà mưa thì kế hoạch của chúng ta sẽ nhỡ hết. //(姓) Hoàng, Huỳnh

【黄疸】huángdǎn<名>[医学]bệnh hoàng đản; bệnh vàng da vàng mắt

【黄澄澄】huángdēngdēng vàng chói; vàng rực; vàng óng: 稻谷熟了，放眼望去全是~的一片。Lúa đã chín, cả cánh đồng một màu vàng óng.

【黄帝】Huángdì<名>Hoàng Đế

【黄豆】huángdòu<名>đậu nành; đậu tương

【黄蜂】huángfēng<名>ong vàng; ong nghệ

【黄瓜】huángguā<名>dưa chuột

【黄河】Huáng Hé<名>sông Hoàng Hà

【黄花菜】huánghuācài<名>rau hoa hiên

【黄花梨】huánghuālí<名>gỗ sưa

【黄昏】huánghūn<名>hoàng hôn; chạng vạng tối

【黄金】huángjīn❶<名>vàng ❷<形> hoàng kim; quý báu

【黄酒】huángjiǔ<名>hoàng tửu (rượu gạo màu vàng, nồng độ tương đối thấp)

【黄连】huánglián<名>[中药]hoàng liên

【黄牛】huángniú<名>❶con bò ❷[方] con phe: ~党 bọn phe

【黄牌】huángpái<名>[体育]thẻ vàng: ~警告 thẻ vàng cảnh cáo

【黄芪】huángqí<名>[中药]hoàng kì

【黄色】huángsè❶<名>màu vàng ❷<形>hủ bại; đồi trụy: ~网站 trang web đồi trụy

【黄色人种】huángsè rénzhǒng người da vàng

【黄鳝】huángshàn<名>con lươn

【黄鼠狼】huángshǔláng<名>con chồn cáo

【黄土】huángtǔ<名>đất lớt; hoàng thổ: ~高坡 vùng cao nguyên đất vàng

【黄油】huángyóu<名>❶[化学]mỡ vàng; nhớt đặc: 把~放进轴承。Tra mỡ vào ổ bi. ❷bơ: ~面包 bánh mì bơ

惶 huáng<动>sợ

【惶恐】huángkǒng<形>kinh sợ; kinh hoàng: ~万分 kinh hoàng cực độ

蝗 huáng<名>châu chấu

【蝗虫】huángchóng<名>châu chấu

簧 huáng<名>❶lưỡi gà (thanh đồng mỏng phát âm thanh trong nhạc cụ) ❷lò xo; giây cót

huǎng

恍 huǎng❶<形>bừng; chợt: ~悟 bừng tỉnh ngộ ❷<副>dường như; phảng phất: ~然如梦 phảng phất tựa như trong giấc mơ

【恍惚】huǎnghū<形>❶lơ mơ; ngẩn ngơ: 精神~ ngẩn ngơ trong lòng

❷mang máng

【恍然大悟】huǎngrán-dàwù bừng tỉnh ngộ; chợt hiểu ra

晃 huǎng〈动〉❶chói; sáng chói: 明 ~~的刺刀 lưỡi lê sáng loáng ❷lướt qua; thoáng qua: 青葱年华一~而 过。Tuổi thanh xuân loáng cái đã qua.

另见huàng

【晃眼】huǎngyǎn〈形〉lấp lánh: 阳 光照在水晶石上好~。Ánh nắng rọi trên viên đá pha lê lấp lánh.

谎 huǎng❶〈名〉lời dối: 说~ nói dối ❷〈形〉dối; bịa đặt

【谎报】huǎngbào〈动〉báo cáo láo; báo cáo man trá: ~财产 khai man tài sản

【谎话】huǎnghuà〈名〉lời nói dối

【谎言】huǎngyán〈名〉lời dối trá

幌 huǎng〈名〉[书]màn che

【幌子】huǎngzi〈名〉❶chiêu bài; biển quảng cáo (của cửa hiệu) ❷chiêu bài

huàng

晃 huàng〈动〉lắc; lay

另见huǎng

【晃荡】huàngdang〈动〉❶lắc lư; tròng trành: 塑料鸭子玩具在水上 ~。Chú vịt đồ chơi nhựa nổi bồng bềnh trên mặt nước. ❷rong chơi; nhởn nhơ; nhơn nhơn: 你别在我面 前~了行吗? Cậu đừng có mà nhởn nhơ trước mặt tôi nhé?

【晃动】huàngdòng〈动〉lắc lư; lay động

huī

灰 huī❶〈名〉tro (gio); tàn: 炉~ tro lò ❷〈名〉bụi bặm; bột: 满脸都是 ~。Bụi bặm đầy mặt. ❸〈名〉vôi: 抹 ~ quét vôi ❹〈形〉(màu) xám; (màu)

tro: ~色 màu xám/màu tro ❺〈形〉 nhụt (chí); nản (lòng): 心~意冷 nản lòng nhụt chí

【灰暗】huī'àn〈形〉tăm tối: 心情~ tâm trạng u ám

【灰白】huībái〈形〉hoa râm; màu xám nhạt

【灰尘】huīchén〈名〉chén bụi; bụi bặm

【灰烬】huījìn〈名〉tro tàn

【灰溜溜】huīliūliū❶xám xịt ❷(nét mặt) iu xìu; ỉu ê: ~的样子 vẻ mặt iu xìu

【灰蒙蒙】huīméngméng mờ mịt; mù mịt; mịt mùng

【灰色】huīsè❶〈名〉màu tro ❷〈形〉 bi quan; tiêu cực: ~的心情 tâm tình bi quan ❸〈形〉lừng chừng; lửng lơ; mập mờ: ~幽默 câu chuyện hài hước mỉa mai

【灰色收入】huīsè shōurù khoản thu nhập ngoài đồng lương và trợ cấp

【灰心】huīxīn〈形〉nản lòng; nhụt chí

【灰指甲】huīzhǐjia〈名〉bệnh nấm móng

挥 huī〈动〉❶huy; khua ❷gạt; vuốt: ~ 泪 gạt lệ ❸chỉ huy (quân đội) ❹tỏa ra; bốc hơi; phung phí; vung: ~发 tỏa ra

【挥动】huīdòng〈动〉vung; vẫy

【挥霍】huīhuò〈动〉tiêu hoang; ho- ang phí: 大肆~ tiêu sài hoang phí

【挥手】huīshǒu〈动〉vẫy tay; xua tay

【挥舞】huīwǔ〈动〉vẫy; khua: 孩子 们~着鲜花欢呼。Các cháu vẫy đóa hoa tươi hoan hô.

恢 huī〈形〉[书]rộng lớn

【恢复】huīfù〈动〉❶khôi phục; lập lại: ~原状 khôi phục như cũ ❷thu hồi; lấy lại

辉 huī❶〈名〉ánh sáng rực rỡ: 光~ sáng rực ❷〈动〉chiếu rọi; soi sáng: ~映 sáng chói

H

【辉煌】huīhuáng〈形〉❶rực rỡ: 金碧~ lộng lẫy rực rỡ ❷huy hoàng: ~的历史 lịch sử xán lạn

【辉映】huīyìng〈动〉chiếu rọi; rọi sáng

徽 huī❶〈名〉dấu hiệu tượng trưng; huy hiệu: 国~ quốc huy ❷〈形〉tốt đẹp: ~号 danh hiệu tốt đẹp

【徽章】huīzhāng〈名〉huy chương; huy hiệu

huí

回¹ huí❶〈动〉quay lại; vòng lại: 迂~ vòng lại sau lưng ❷〈动〉quay: ~头看了看 quay lại nhìn ❸〈动〉về; trở về: ~家 về nhà ❹〈动〉trả lời; đáp lại: ~信 gửi thư trả lời ❺〈动〉bẩm báo ❻〈动〉từ chối; thoái thác: ~绝 từ chối/cự tuyệt (bằng câu trả lời) ❼〈量〉lần; lượt: 去了几~了? Đã đi mấy lần rồi? ❽〈量〉hồi: 《红楼梦》一共一百二十~。Hồng Lâu Mộng gồm có 120 hồi.

回² huí〈动〉lại; về: 收~ thu lại/thu về

【回报】huíbào〈动〉❶báo cáo: 及时~灾情 kịp thời báo cáo tình hình thiên tai ❷báo đáp; đền ơn: ~您的养育之恩 đền đáp lại công ơn nuôi dạy của thầy ❸trả thù; quật lại

【回避】huíbì〈动〉tránh; né tránh; tránh mặt; lánh mặt

【回潮】huícháo〈动〉❶ẩm lại (trời trở lại ẩm hoặc đồ khô bị ẩm): 饼干~后味道就不好了。Bánh quy bị ẩm, hương vị sẽ kém đi nhiều. ❷ngóc đầu dậy: 最近看风水的风气又~了。Gần đây tục xem phong thủy lại ngóc đầu.

【回车】huíchē〈动〉[计算机]nhập; enter: ~键 phím enter (nhập)

【回程】huíchéng〈名〉đường về; đường quay về

【回答】huídá〈动〉trả lời; lời đáp: ~问题 trả lời câu hỏi

【回电】huídiàn❶〈动〉điện trả lời; điện phúc đáp ❷〈名〉bức điện trả lời

【回访】huífǎng〈动〉❶đi thăm đáp lễ: ~老师 đi thăm đáp lễ nhà thầy ❷xí nghiệp đi thăm khách hàng, hỏi ý kiến về chất lượng sản phẩm và phục vụ

【回放】huífàng〈动〉đảo lại (băng cát-xét); chiếu lại (phim)

【回复】huífù〈动〉❶trả lời; phúc đáp: 我已写信~他。Tôi đã viết thư trả lời anh ấy. ❷khôi phục: ~古画的原貌 phục hồi nguyên dạng tranh cổ

【回顾】huígù〈动〉ôn lại; ngoảnh đầu lại nhìn

【回归】huíguī〈动〉trở về; về lại (chỗ cũ): ~祖国的怀抱 trở về với Tổ quốc

【回锅肉】huíguōròu〈名〉thịt áp chảo

【回国】huíguó〈动〉về nước

【回函】huíhán〈名〉thư (công văn) trả lời

【回合】huíhé〈名〉hợp; hiệp

【回话】huíhuà❶〈动〉thưa lại (dưới đối với trên) ❷〈名〉lời đáp; lời phúc đáp; câu trả lời

【回击】huíjī〈动〉đánh trả: 奋力~ dốc sức đánh trả

【回教】Huíjiào〈名〉đạo Hồi; đạo Islam

【回扣】huíkòu〈名〉tiền hoa hồng; tiền môi giới

【回来】¹ huílái〈动〉về; trở về

【回来】² huílái〈动〉quay lại; trở lại

【回笼】huílóng〈动〉❶hấp lại (hấp lại bánh bao): 包子冷了，拿去~一下。Bánh bao để nguội rồi, mang đi hấp lại. ❷(tiền tệ) quay về ngân hàng: ~资金 nguồn vốn đã quay vòng trở lại

【回路】huílù〈名〉❶đường quay về ❷[电学]mạch kín; mạch phản hồi; mạch đóng: 电流~ mạch điện phản hồi

【回落】huíluò<动>xuống trở lại; hạ trở lại: 近来油价有所~。 Gần đây giá dầu có xuống trở lại đôi chút.

【回门】huímén<动>lại mặt sau đám cưới; hồi môn

【回民】Huímín<名>người dân tộc Hồi

【回迁】huíqiān<动>trở về nơi ở cũ

【回请】huíqǐng<动>mời lại; mời đáp lễ

【回去】huíqù<动>trở về; trở lại: 跑~ chạy về

【回神】huíshén<动>định thần

【回升】huíshēng<动>lại lên; lại lên cao: 气温~ thời tiết lại ấm dần lên

【回声】huíshēng<名>tiếng vọng lại; tiếng vang trở lại

【回收】huíshōu<动>❶thu gom: 余热~ thu gom nhiệt lượng thừa ❷thu hồi: ~太空垃圾 thu hồi rác rưởi ngoài tầng không gian

【回首】huíshǒu<动>[书]❶quay đầu lại ❷nhớ lại: ~往事 hồi tưởng những việc đã qua

【回头】huítóu❶<动>quay đầu lại sau; ngoảnh đầu lại ❷<动>trở về; quay về: 到了路口马上~。 Đến đầu đường thì lập tức quay lại. ❸<动>ăn năn; hối lỗi: 浪子~金不换。 Người lầm đường lạc lối biết quay trở lại còn quý hơn vàng. ❹<副>đợi một chút; lát nữa ❺<连>nếu không

【回头客】huítóukè<名>khách quen (của cửa hàng, khách sạn)

【回头率】huítóulǜ<名>❶tỉ lệ quay lại của khách quen ❷mức độ gây chú ý

【回味】huíwèi❶<名>dư vị ❷<动>suy ngẫm từ việc đã qua

【回味无穷】huíwèi-wúqióng❶ăn hoặc uống rồi dư vị vẫn còn mãi ❷càng nghĩ càng thấm thía

【回乡】huíxiāng<动>về quê; về làng; hồi hương

【回想】huíxiǎng<动>nhớ lại; hồi tưởng

【回心转意】huíxīn-zhuǎnyì hồi tâm chuyển ý; thay đổi ý nghĩ (không còn thành kiến); nghĩ lại

【回信】huíxìn❶<动>viết thư trả lời: 希望你~。 Mong anh viết thư trả lời. ❷<名>thư trả lời; thư phúc đáp ❸<名>tin trả lời: 事情办妥了，我给你个~儿。 Công việc xong xuôi, tôi sẽ báo tin cho anh.

【回形针】huíxíngzhēn<名>ghim vòng (cặp giấy)

【回旋】huíxuán<动>❶đi vòng quanh; lượn vòng quanh: 老鹰在上空~。 Con diều hâu đang chao lượn trên không. ❷xoay chuyển; xoay trở: ~的余地 chỗ để xoay xở

【回忆】huíyì<动>nhớ lại; hồi tưởng: ~往事 hồi tưởng những chuyện đã qua

【回忆录】huíyìlù<名>hồi kí

【回音】huíyīn<名>❶tiếng dội lại; tiếng vọng lại ❷hồi âm; thư trả lời: 静候~ chờ hồi âm

【回应】huíyìng<动>đáp lời; thưa

【回执】huízhí<名>❶biên lai nhận ❷biên lai ghi nhận đã nhận được bưu kiện ❸biên lai gửi về ban tổ chức, xác nhận có dự hội hay không

茴huí
【茴香】huíxiāng<名>thì là

蛔huí<名>giun đũa
【蛔虫】huíchóng<名>giun đũa

huǐ

悔huǐ<动>hối hận; ăn năn
【悔改】huǐgǎi<动>hối cải
【悔过】huǐguò<动>hối lỗi; thừa nhận lầm lỗi
【悔恨】huǐhèn<动>hối hận; ăn năn
【悔悟】huǐwù<动>ăn năn tỉnh ngộ

毁 huǐ〈动〉❶phá hỏng; làm nát: 这把椅子谁~的? Cái ghế này ai làm hỏng đấy? ❷đốt cháy: 烧~ thiêu hủy ❸phỉ báng; nói xấu: ~谤 gièm pha/phỉ báng

【毁谤】huǐbàng〈动〉bôi nhọ; nói xấu

【毁坏】huǐhuài〈动〉hủy hoại; làm tổn thương: ~公物 hủy hoại của chung

【毁灭】huǐmiè〈动〉hủy diệt; diệt sạch: ~性的打击 sự đánh phá mang tính hủy diệt

【毁容】huǐróng〈动〉hủy hoại khuôn mặt

【毁损】huǐsǔn〈动〉làm thiệt hại; làm tổn hại: 蝗灾过后, 庄稼严重~。Nạn châu chấu làm cho cây trồng bị thiệt hại nghiêm trọng.

【毁约】huǐyuē〈动〉hủy bỏ hiệp ước (điều ước, hợp đồng…)

huì

汇¹ huì❶〈动〉hợp lại; họp lại: 百川所~ nơi trăm sông đổ vào ❷〈动〉tập hợp; gộp lại: ~成小册子 gộp lại thành cuốn sổ tay ❸〈名〉sự tập hợp; một tập hợp: 词~ từ vựng

汇² huì❶〈动〉chuyển tiền (qua bưu điện, ngân hàng): ~款 gửi tiền ❷〈名〉ngoại hối; ngoại tệ: 换~ đổi ngoại tệ

【汇报】huìbào〈动〉tổng hợp báo cáo; hội báo

【汇编】huìbiān❶〈动〉tập hợp biên soạn thành: ~史料 tập hợp biên soạn tập tài liệu lịch sử ❷〈名〉tổng tập

【汇费】huìfèi〈名〉phí chuyển tiền

【汇合】huìhé〈动〉hợp lại; tụ lại; tập trung

【汇集】huìjí〈动〉tập hợp; tập trung; thu thập: ~所有力量 tập trung mọi lực lượng

【汇款单】huìkuǎndān〈名〉phiếu gửi tiền

【汇率】huìlǜ〈名〉ti suất hối đoái; ti suất trao đổi

【汇票】huìpiào〈名〉hối phiếu; ngân phiếu

【汇总】huìzǒng〈动〉tổng hợp lại báo cáo lên: ~表 tổng hợp lại bảng biểu

会¹ huì❶〈动〉hội; họp lại: ~师 hội quân ❷〈动〉gặp gỡ; gặp mặt: ~晤 gặp gỡ; 相~ gặp nhau ❸〈名〉hội; cuộc họp: 今天有一个记者招待~。Hôm nay có cuộc họp báo. ❹〈名〉hội; đoàn: 委员~ ủy ban ❺〈名〉hội; lễ hội; hội hè ❻〈名〉hội tương trợ (góp nhặt số vốn ít ỏi rồi luân phiên sử dụng) ❼〈名〉thành phố quan trọng: 省~ tỉnh lị ❽〈名〉dịp; thời cơ: 机~ cơ hội ❾〈副〉[书]vừa hay; đúng lúc: ~有客来 vừa hay có khách đến

会² huì❶〈动〉hiểu: 误~ hiểu lầm ❷〈动〉hiểu biết; thông hiểu: 他~游泳。Anh ấy biết bơi. ❸〈动〉biết: 他不~操作这台机器。Anh ấy không biết thao tác chiếc máy này. ❹〈动〉thạo; giỏi: 他~计算机。Anh ấy giỏi về máy tính. ❺〈动〉sẽ; có thể: 他不~来了。Anh ấy có lẽ không đến nữa. ❻〈副〉[书]sẽ phải
另见kuài

【会餐】huìcān〈动〉ăn liên hoan: 毕业~ tiệc liên hoan mừng tốt nghiệp

【会场】huìchǎng〈名〉hội trường

【会费】huìfèi〈名〉hội phí: 交~ nộp hội phí

【会合】huìhé〈动〉hợp lại; tập hợp: 他们打算在北京~。Họ tính sẽ tập hợp ở Bắc Kinh.

【会话】huìhuà〈动〉hội thoại

【会集】huìjí〈动〉tập hợp; gom góp; tụ họp; hội tụ: 门口~了不少人。Trước cổng đã tụ họp không ít người.

【会见】huìjiàn<动>gặp gỡ: 总理~外宾。Thủ tướng gặp gỡ khách nước ngoài.

【会考】huìkǎo<动>thi thống nhất; thi chung: 毕业~ thi chung tốt nghiệp

【会客】huìkè<动>tiếp khách; gặp gỡ khách

【会面】huìmiàn<动>gặp mặt; gặp gỡ

【会签】huìqiān<动>(hai bên hoặc nhiều bên) kí kết chung: ~合同 cùng kí hợp đồng

【会所】huìsuǒ<名>câu lạc bộ

【会谈】huìtán<动>hội đàm: 六方~ hội đàm sáu bên

【会务】huìwù<名>công việc phục vụ hội nghị

【会晤】huìwù<动>gặp gỡ; hội kiến

【会心】huìxīn<动>hiểu ngầm ý: 一笑 mim cười hiểu ý

【会演】huìyǎn<名>hội diễn: 文艺~ hội diễn văn nghệ

【会议】huìyì<名>❶hội nghị; cuộc họp: 举行~ tổ chức hội nghị ❷hội nghị; hội đồng: 东盟~ Hội nghị ASEAN

【会意】huìyì<动>hiểu ý; biết ý

【会阴】huìyīn<名>[生理]hội âm

【会员】huìyuán<名>hội viên; đoàn viên

【会长】huìzhǎng<名>hội trưởng; chủ tịch

【会诊】huìzhěn<动>hội chẩn

讳 huì❶<动>kiêng; kị; kiêng kị: 直言不~ nói một cách không kiêng rè ❷<名>điều kiêng kị: 犯~ phạm điều kiêng kị ❸<名>tên húy: 名~ tên húy

荟 huì<形>[书]sum sê; rậm rạp

【荟萃】huìcuì<动>(anh tài, tinh hoa) tụ họp; tụ tập; tụ hội

绘 huì<动>vẽ

【绘画】huìhuà<动>hội họa

【绘图】huìtú<动>vẽ bản đồ; vẽ hình

mẫu

【绘制】huìzhì<动>vẽ; ấn định; lập (biểu đồ, bản vẽ, chương trình…): ~蓝图 lập kế hoạch xây dựng

贿 huì❶<名>[书]của cải ❷<动>đút lót; hối lộ: 行~ đút lót

【贿赂】huìlù❶<动>hối lộ; đút lót: 有~行为 có hành vi đút lót ❷<名>của đút; của hối lộ: 收受~ ăn nhận hối lộ

烩 huì<动>❶xào: ~豆腐 đậu phụ xào sên sệt ❷nấu lẫn; thổi lẫn: 杂~菜汤 canh hổ lốn/ canh thập cẩm

彗 huì<名>cái chổi

【彗星】huìxīng<名>sao chổi

晦 huì❶<名>ngày hối: ~朔 ba mươi mồng một ❷<形>u ám; mờ mịt: ~浊 mờ đục

【晦气】huìqì❶<形>xúi quầy; rủi; đen đùi: 真~，掉了钱包。Thật xúi quầy, đánh mất chiếc ví rồi. ❷<名>ủ ê; ủ dột

秽 huì<形>❶bẩn; nhơ: 污~ nhơ nhớp/nhơ bẩn/bẩn thiu ❷xấu xa; nhơ bẩn

【秽语】huìyǔ<名>lời nói tục tĩu; lời nói dâm dật

惠 huì❶<名>ơn; lợi ích: 施~于人 ban ơn cho người ❷<动>mang lại lợi ích cho người khác ❸<副>(lời kính trọng) hạ cố; chiếu cố: ~音 thư của bạn thân (cách ví trân trọng) ❹<形>hiền lành

【惠存】huìcún<动>(kính tặng) xin hãy giữ gìn

【惠顾】huìgù<动>hạ cố

【惠赠】huìzèng<动>vinh hạnh được tặng quà

慧 huì<形>thông minh

【慧眼】huìyǎn<名>tuệ nhãn (từ của Phật giáo, chỉ khả năng nhận thức được quá khứ và tương lai) tầm mắt sắc sảo

hūn

昏 hūn ❶ <名>nhá nhem; chạng vạng: 晨~ chạng vạng tối ❷ <形>tối; lờ mờ; mờ mờ: 天~地暗 trời đất tối mù ❸ <形>lơ mơ; mơ mơ màng màng ❹ <动>mất tri giác: 病人~过去了。 Bệnh nhân đã ngất đi.

【昏暗】hūn'àn<形>lờ mờ; tối

【昏沉】hūnchén<形>❶âm u; u tối: 暮色~ trời chiều âm u ❷choáng váng: 头脑~ đầu óc mê mẩn

【昏花】hūnhuā<形>mờ; loà

【昏昏欲睡】hūnhūn-yùshuì gật gà gật gù; ngái ngủ

【昏厥】hūnjué<动>ngất; xỉu; choáng

【昏迷】hūnmí<动>hôn mê

【昏睡】hūnshuì<动>ngủ mê man

【昏死】hūnsǐ<动>ngất đi; chết ngất

【昏庸】hūnyōng<形>ngu đần; u mê

荤 hūn ❶ <名>(thức ăn) mặn; chất tanh (trái với chay): 吃~不吃素 ăn mặn không ăn chay ❷ <形>tục tĩu; dâm ô: ~话 những lời tục tĩu

【荤菜】hūncài<名>món ăn mặn; thức ăn tanh

【荤腥】hūnxīng<名>thức ăn tanh (cá, thịt...)

婚 hūn ❶ <动>kết hôn; lấy vợ; lấy chồng; lấy nhau: 已~ đã kết hôn ❷ <名>hôn nhân: 离~ li hôn/li dị; 结~ kết hôn

【婚嫁】hūnjià<名>cưới vợ gả chồng; việc hôn nhân

【婚介所】hūnjièsuǒ<名>phòng môi giới hôn nhân

【婚礼】hūnlǐ<名>hôn lễ; lễ cưới: 举行~ tổ chức lễ cưới

【婚期】hūnqī<名>ngày tháng kết hôn

【婚庆】hūnqìng<名>việc hôn lễ

【婚纱】hūnshā<名>quần áo cưới của cô dâu

【婚事】hūnshì<名>việc cưới xin; việc hôn nhân

【婚外恋】hūnwàiliàn<名>tình yêu ngoài hôn nhân

【婚姻】hūnyīn<名>hôn nhân: ~自由 tự do hôn nhân

【婚姻法】hūnyīnfǎ<名>luật hôn nhân

【婚姻状况】hūnyīn zhuàngkuàng tình hình hôn nhân

【婚约】hūnyuē<名>hôn ước; ước hẹn lấy nhau

hún

浑 hún<形>❶vẩn đục; chuyện rối rắm: 趟~水 dính vào chuyện rối rắm ❷ngớ ngẩn; đần độn: ~头~脑 đầu óc đần độn ❸tự nhiên; mộc mạc: ~厚 đôn hậu ❹cả; đầy: ~身 khắp cả người

【浑蛋】húndàn<名>đồ khốn nạn; thằng đốn mạt; thằng đểu

【浑厚】húnhòu<形>❶hồn hậu: 性情~ tính tình hồn hậu ❷(phong cách nghệ thuật...) mộc mạc khỏe khoắn: 笔力~ nét bút mộc mạc ❸(âm thanh) trầm đục; trầm hùng: 歌声~ giọng hát trầm hùng

【浑身】húnshēn<名>cả người; toàn thân: ~是汗 mồ hôi đầm đìa toàn thân

【浑浊】húnzhuó<形>đục; vẩn đục

魂 hún<名>❶hồn; linh hồn: 鬼~ hồn ma; 招~ gọi hồn ❷tinh thần; tâm thần: 神~颠倒 tâm thần xao xuyến ❸(tinh thần cao cả) hồn: 民族~ hồn dân tộc ❹phiếm chỉ tinh thần nhân cách hóa của sự vật: 音乐之~ hồn âm nhạc

【魂不守舍】húnbùshǒushè hồn lìa khỏi xác; bạt hồn bạt vía

【豁出去】huōchuqu đánh liều; chẳng sá gì nữa

huó

和 huó<动>trộn; nhào
另见hé, hè, hú, huò

活 huó❶<动>sống: ~在自己的世界里 sống trong thế giới của mình ❷<副>sống: ~捉 bắt sống ❸<动>nuôi sống; cứu sống: 养家~口 nuôi sống gia đình và bản thân ❹<形>linh hoạt: 方法要~ phương pháp cần phải linh hoạt ❺<形>sinh động; sống động: 他把猴王演~了。Ông ấy diễn vai Hầu vương thật sinh động. ❻<副>hệt như: 这孩子真淘气，~像只猴子。Thằng bé rất tinh nghịch hệt như chú khỉ nhỏ. ❼<名>công việc: 体力~ việc lao động chân tay ❽<名>sản phẩm · 这批~儿做得真好。Lô sản phẩm này làm khá lắm.

【活蹦乱跳】huóbèng-luàntiào tung tăng nhảy nhót

【活动】huódòng❶<动>cử động; vận động; khởi động ❷<动>lung lay: 牙齿有点~。Răng hơi lung lay. ❸<形>linh hoạt; linh động: 条文规定得比较~。Các điều khoản quy định tương đối linh động. ❹<名>hoạt động: 进行革命~ tiến hành hoạt động cách mạng ❺<动>chạy chọt; xoay xở: 他为了升职而四处~。Ông ta chạy chọt khắp nơi cho việc thăng chức của mình. ❻<动>hoạt động

【活法】huófǎ<名>[口]cách thức sinh hoạt; lối sống

【活该】huógāi<动>[口]đáng đời

【活计】huójì<名>❶nghề thủ công; nghề may: 针线~ việc khâu vá ❷sản phẩm (thủ công): 她做得一手好~。Tay nghề thủ công của chị ấy rất

hùn

混 hùn❶<动>trộn; nhập; gộp: 把糖~入面粉。Bột mì trộn với đường. ❷<动>trà trộn: 不让坏人~进来。Không cho kẻ xấu trà trộn vào đây. ❸<动>sống tạm bợ; sống cho qua ngày: 不要~一天算一天。Không nên sống bừa bãi được ngày nào hay ngày ấy.

【混饭】hùnfàn<动>miếng ăn hoặc lợi ích không chính đáng: 别上这里来~吃。Đừng hòng đến đây kiếm chác.

【混纺】hùnfǎng[纺织]❶<动>dệt pha ❷<名>vải pha

【混合】hùnhé<动>❶hỗn hợp; phối hợp: ~双打 đánh đôi nam nữ phối hợp ❷hỗn hợp; trộn lẫn: ~剂 chất hỗn hợp

【混乱】hùnluàn<形>hỗn loạn; lộn xộn

【混凝土】hùnníngtǔ<名>bê tông

【混日子】hùn rìzi qua ngày đoạn tháng; sống cho qua ngày

【混入】hùnrù<动>chui vào; trà trộn vào; lẫn vào

【混同】hùntóng<动>đánh đồng; vơ đũa cả nắm

【混淆】hùnxiáo<动>❶lẫn lộn; trộn lẫn: ~真伪 xáo lộn cái thực và cái giả ❷làm lẫn lộn: ~是非 làm lẫn lộn phải trái

【混血儿】hùnxuè'ér<名>con lai

【混杂】hùnzá<动>hỗn tạp; pha tạp

【混账】hùnzhàng<形>đều cáng; vô liêm sỉ

【混浊】hùnzhuó<形>vẩn đục; bẩn

huō

豁 huō<动>liều; đánh liều; cố hết sức
另见huò

H

cao.

【活结】huójié<名>nút sống (cởi ra để dàng)

【活力】huólì<名>sức sống

【活路】huólù<名>❶lối thông suốt: 往这边走有条~。Đi về phía này có con đường thông được. ❷lối làm có hiệu quả ❸đường sống

【活路】huólu<名>việc làm, tay nghề trong lao động chân tay: 他什么~都会干。Anh ấy công việc gì cũng thạo.

【活埋】huómái<动>chôn sống

【活命】huómìng❶<动>sống ❷<动>cứu sống; cứu mạng: ~之恩 ơn cứu sống/ơn tái tạo ❸<名>mạng sống: 留他一条~。Để lại mạng sống cho hắn.

【活泼】huópō<形>hoạt bát; nhanh nhẹn: 天真~的孩子 đứa bé ngây thơ và hoạt bát

【活期】huóqī<形>(gửi tiền tiết kiệm) loại không kì hạn: ~存款 gửi tiết kiệm không kì hạn

【活塞】huósāi<名>pít-tông

【活生生】huóshēngshēng❶sống động; sinh động: 这幅肖像画得~的。Bức vẽ truyền thần này rất sống động. ❷(đang) sống: 那场灾难~地夺去了她的生命。Tai họa đó đã tàn nhẫn cướp mất tính mạng chị ấy.

【活受罪】huóshòuzuì[口]chịu tội sống

【活水】huóshuǐ<名>nước lưu thông; nước trong dòng chảy (ngược với nước tù, nước động)

【活像】huóxiàng<动>giống hệt; cực giống: 这小女孩~她妈妈。Cô bé này giống hệt mẹ nó.

【活性】huóxìng<形><名>hoạt tính

【活血】huóxuè<动>[中医]lưu thông máu; hoạt huyết

【活页】huóyè<名>tờ rời

【活跃】huóyuè❶<形>tích cực; sôi nổi: 这个单位的文艺活动真~。Hoạt động văn nghệ của đơn vị này thật là sôi nổi. ❷<动>khuấy động; sôi động: ~边境贸易 khuấy động mậu dịch biên giới

huǒ

火 huǒ❶<名>lửa: 明~ lửa đóm ❷<名>súng ống đạn dược: 军~ vũ khí đạn dược ❸<名>nhiệt: 降~ giải nhiệt/giảm nhiệt ❹<名>đỏ (màu sắc): ~热的太阳 mặt trời đỏ rực ❺<副>khẩn; gấp: ~速 hỏa tốc ❻<名>nóng (tính) nổi nóng: 请你不要发~。Xin anh đừng nổi nóng. ❼<形>[口]khẩm khá; phát tài: 买卖很~ làm ăn rất khẩm khá

【火把】huǒbǎ<名>đuốc

【火暴】huǒbào<形>❶nóng nảy; nóng vội ❷sôi động; náo nhiệt; rực rỡ

【火柴】huǒchái<名>diêm

【火场】huǒchǎng<名>đám cháy; bãi cháy

【火车】huǒchē<名>tàu hỏa; xe lửa

【火罐儿】huǒguànr<名>[中医]bầu giác (dùng để đánh giác chữa bệnh)

【火光】huǒguāng<名>ánh lửa

【火锅】huǒguō<名>nồi lầu; lẩu

【火海】huǒhǎi<名>biển lửa

【火红】huǒhóng<形>❶đỏ như lửa: ~的玫瑰 bông hồng đỏ thắm ❷rực lửa; sôi động: ~的生活 cuộc sống sôi động

【火候】huǒhou<名>❶độ lửa ❷độ; trình độ (chỉ mức độ rèn giũa cao thấp): 他的武术到~了。Võ thuật của anh ấy thật điêu luyện. ❸đúng lúc (chỉ thời điểm gay cấn)

【火花】huǒhuā<名>tia lửa; đốm lửa

【火鸡】huǒjī<名>gà tây

【火箭】huǒjiàn<名>tên lửa; hỏa tiễn

【火警】huǒjǐng<名>cháy; vụ cháy;

hỏa hoạn: ~电话 điện thoại cứu hỏa

【火炬】huǒjù<名>đuốc; bó đuốc

【火辣辣】huǒlàlà❶nóng hầm hập: ~ 的热浪 luồng không khí nóng hầm hập ❷bỏng rát; đau rát ❸nôn nóng; nóng lòng; nóng bừng: 羞愧使她脸 上~的. Xấu hổ đến mức khuôn mặt chị ấy nóng bừng lên. ❹cay nghiệt; gay gắt: ~的心肠 tâm địa cay nghiệt

【火炉】huǒlú<名>bếp lò; lò lửa

【火冒三丈】huǒmàosānzhàng nộ khí đằng đằng; lửa giận bừng bừng

【火盆】huǒpén<名>chậu than sưởi

【火气】huǒqì<名>❶nộ khí; bực tức ❷nhiệt lượng (cơ thể người):他~ 足, 不怕冷. Ông ấy nhiệt lượng đầy đủ ít sợ lạnh. ❸[中医]chứng nhiệt

【火情】huǒqíng<名>❶tình hình hỏa hoạn ❷sức lửa; thế lửa (trong đám cháy)

【火热】huǒrè<形>❶nóng như lửa: ~的炉子 bếp lửa nóng hồng ❷bốc lửa: ~的誓言 lời thề bốc lửa ❸thân thiết; sôi nổi: 谈得~ trò chuyện thân thiết ❹căng thẳng; quyết liệt: ~的竞 争 cạnh tranh quyết liệt

【火山】huǒshān<名>núi lửa

【火上浇油】huǒshàng-jiāoyóu đổ dầu vào lửa; lửa cháy đổ thêm dầu

【火烧】huǒshao<名>bánh nướng (không rắc vừng)

【火烧眉毛】huǒshāo-méimao lửa cháy đến nơi; cấp bách nguy hiểm

【火势】huǒshì<名>thế lửa

【火速】huǒsù<副>hỏa tốc; gấp rút

【火炭】huǒtàn<名>than lửa; than củi

【火腿】huǒtuǐ<名>chân giò hun khói; giăm bông (đặc sản nổi tiếng của vùng Kim Hoa tỉnh Chiết Giang và Tuyên Uy tỉnh Vân Nam)

【火险】huǒxiǎn<名>❶bảo hiểm cháy ❷hiểm họa cháy

【火线】huǒxiàn<名>❶tuyến lửa; mặt trận: 受伤不下~ bị thương mà không rời hỏa tuyến ❷[电学]dây điện dương; dây nóng

【火星】[1] huǒxīng<名>[天文]sao Hỏa; hỏa tinh

【火星】[2] huǒxīng<名>đốm lửa li ti

【火焰】huǒyàn<名>ngọn lửa

【火药】huǒyào<名>thuốc súng; thuốc nổ

【火灾】huǒzāi<名>hỏa hoạn; nạn cháy

【火种】huǒzhǒng<名>ngòi lửa; mồi lửa

伙 huǒ❶<名>việc ăn uống; sự ăn uống ❷<名>bè bạn; người cộng sự: ~伴 bạn bè ❸<名>nhóm; băng: 合 ~ lập nhóm/lập băng ❹<量>bọn; lũ: 他们一~人 lũ chúng nó/bọn chúng nó ❺<副>cùng chung; liên kết: ~买 chung tiền mua/mua chung

【伙伴】huǒbàn<名>người (bạn) cùng hội; người cộng tác

【伙房】huǒfáng<名>nhà bếp tập thể

【伙计】huǒji<名>người cộng sự; bạn cùng hội: ~, 快帮我一把. Này ông bạn, mau giúp tôi một cái.

【伙食】huǒshí<名>việc ăn uống; cơm nước; bữa ăn

【伙食费】huǒshífèi<名>tiền ăn

【伙同】huǒtóng<动>chung nhau

huò

或 huò❶<连>chắc là; có lẽ: ~多~ 少 hoặc ít hoặc nhiều ❷<副>hoặc; hoặc là: ~会同意 hoặc là có thể chấp nhận ❸<代>[书]người nào đó; ai đó: ~告之曰 có người cho biết rằng ❹ <副>[书]hơi; một chút nào: 不可~缺 không thể thiếu chút nào

【或许】huòxǔ<副>có lẽ; chắc là

【或者】huòzhě❶<副>có lẽ; chắc là ❷ <连>hoặc; hoặc là ❸<连>hay (biểu thị quan hệ như nhau)

和 huò<动>nhào; trộn; hòa (nước) 另见 hé, hè, hú, huó

【和稀泥】huò xī ní hòa giải vô nguyên tắc; dàn hòa vô lí; ba phải

货 huò<名>❶tiền tệ; tiền: 通~ tiền tệ ❷hàng hóa; thương phẩm: 进~ nhập hàng; 订~ đặt hàng ❸đồ (chỉ người, lời mắng): 笨~ đồ ngu

【货比三家】huòbǐsānjiā so sánh giữa nhiều cửa hàng để mà lựa chọn hàng; ví không nên vội vàng quyết định

【货币】huòbì<名>tiền tệ

【货仓】huòcāng<名>kho hàng

【货舱】huòcāng<名>khoang (chứa) hàng hóa

【货车】huòchē<名>tàu hàng; xe (chở) hàng

【货船】huòchuán<名>thuyền chở hàng

【货单】huòdān<名>đơn hàng

【货到付款】huòdào fùkuǎn chi trả sau khi nhận hàng

【货柜】huòguì<名>tủ bày hàng

【货款】huòkuǎn<名>tiền (mua bán) hàng

【货轮】huòlún<名>tàu (thủy) hàng

【货色】huòsè<名>❶mặt hàng: ~齐全 mặt hàng đầy đủ/đầy đủ các mặt hàng ❷món hàng

【货梯】huòtī<名>thang máy chuyển hàng

【货物】huòwù<名>hàng hóa; hàng bán

【货样】huòyàng<名>mẫu hàng

【货运】huòyùn<名>dịch vụ vận chuyển hàng hóa; ngành vận chuyển hàng hóa

【货真价实】huòzhēn-jiàshí hàng thật giá phải chăng

获 huò<动>❶bắt; bắt được: 抓~ bắt được ❷thu được; giành được: ~奖 giành được giải thưởng ❸thu hoạch; gặt hái: 这次学习有很大的收~。Trong đợt học tập này thu hoạch rất lớn.

【获得】huòdé<动>thu được; được; giành được: ~高度评价 giành được sự đánh giá cao

【获救】huòjiù<动>được cứu: 落水儿童~了。Cậu bé rơi xuống sông đã được cứu sống.

【获利】huòlì<动>được lợi

【获取】huòqǔ<动>giành được; thu được: ~知识 thu được kiến thức

【获胜】huòshèng<动>giành được thắng lợi

【获释】huòshì<动>được phóng thích; được trả tự do

【获悉】huòxī<动>được tin tức; biết tin; được biết

祸 huò❶<名>tai họa; tai nạn: 惹~ gây ra tai nạn ❷<动>gây tổn thất; làm tổn hại: ~人~己 làm hại người khác cũng gây tai họa cho mình

【祸从天降】huòcóngtiānjiàng tai họa ập xuống

【祸根】huògēn<名>nguồn gốc tai họa; mầm tai họa

【祸害】huòhai❶<名>tai họa ❷<名>người hay vật gây tai họa: 这孩子真是家里的~。Cậu bé thường hay gây tai họa cho gia đình. ❸<动>tổn hại; phá hoại: ~一方 tay chuyên phá phách trong vùng

【祸患】huòhuàn<名>tai họa; tai nạn

【祸事】huòshì<名>tai họa; việc rủi ro

【祸水】huòshuǐ<名>kẻ gây tai họa; việc gây nên họa

惑 huò❶<形>nghi hoặc; mê hoặc: 大~不解 hết sức khó hiểu ❷<动>làm mê hoặc

霍 huò<副>[书]bỗng nhiên; bỗng dưng: 手电筒~然一亮。Đèn pin bỗng nhiên lóe sáng. //(姓) Hoắc

【霍乱】huòluàn<名>❶[医学]bệnh dịch tả ❷[中医]chứng thổ tả (đông

y chỉ chung các chứng bệnh đường ruột gây nôn mửa, ỉa chảy)

豁 huò ❶<形>rộng rãi; rộng mở; rộng thoáng: 显~ thông thoáng rõ ràng ❷<动> miễn trừ

另见 huō

【豁达】huòdá<形>(tính cách) cởi mở; phóng khoáng, sáng sủa

【豁免】huòmiǎn<动>miễn trừ (thuế má, lao dịch)

【豁然开朗】huòrán-kāilǎng rộng rãi thoáng đạt

藿 huò<名>[书]lá của các cây họ đậu

【藿香】huòxiāng<名>[中药]hoắc hương

H

J j

jī

几¹ jī〈名〉bàn con: 茶~ bàn trà

几² jī〈副〉[书]gần; chừng; hầu như 另见 jǐ

【几乎】jīhū〈动〉❶suýt soát; gần ❷suýt nữa: 你不说我~都忘了。Anh không nói thì suýt nữa tôi quên mất.

讯 jī〈动〉giễu cợt; chế giễu

【讯讽】jīfěng〈动〉trào phúng; châm biếm

【讯笑】jīxiào〈动〉chê cười; chế giễu

击 jī〈动〉❶đánh; gõ; vỗ: ~门 gõ cửa ❷tấn công: 袭~ tập kích ❸va chạm; chạm trán: 飞机撞~事件 vụ va chạm máy bay

【击败】jībài〈动〉đánh bại: ~对手 đánh bại đối thủ

【击毙】jībì〈动〉bắn chết

【击倒】jīdǎo〈动〉đánh bại; đánh gục

【击鼓】jīgǔ〈动〉đánh trống

【击剑】jījiàn〈名〉[体育]đấu kiếm

【击溃】jīkuì〈动〉đánh tan: 敌人被~了。Bọn địch đã bị đánh tan rồi.

【击落】jīluò〈动〉bắn rơi: ~敌机 bắn rơi máy bay địch

【击退】jītuì〈动〉đánh lui: ~敌人 đánh lui quân địch

【击掌】jīzhǎng〈动〉❶vỗ tay: ~庆贺 vỗ tay chúc mừng ❷bắt tay; vỗ tay nhau: ~为盟 bắt tay kết đồng minh

【击中】jīzhòng〈动〉bắn trúng; nhắn vào: ~目标 bắn trúng mục tiêu

叽 jī〈拟〉chiêm chiếp

【叽咕】jīgu〈动〉thì thầm; thì thào

【叽叽喳喳】jījizhāzhā chiêm chiếp; líu la líu lo: 鸟儿在树上~地叫。Chim hót líu la líu lo trên cành cây.

饥¹ jī〈形〉đói: 充~ ăn cho đỡ đói

饥² jī〈形〉nạn đói: 遇到~荒年 gặp năm nạn đói

【饥不择食】jībùzéshí đói bụng ăn tất; đói lòng sung chát cũng ăn

【饥饿】jī'è〈形〉đói

【饥荒】jīhuang〈名〉❶nạn đói bởi mất mùa; thất bát: 过去这个地区曾闹~。Trước đây vùng này từng bị mất mùa và xảy ra nạn đói. ❷[口]thiếu ăn chật vật; thiếu thốn chạy vạy

【饥渴】jīkě〈形〉đói khát

机 jī❶〈名〉máy: 拖拉~ máy kéo ❷〈名〉máy bay: 直升~ máy bay trực thăng ❸〈名〉cái nút (của sự việc biến đổi); khâu; dịp; cơ hội: 事情会有转~的。Sự việc sẽ có khả năng chuyển biến tốt. ❹〈名〉cơ hội; thời cơ: 错失良~ mất thời cơ tốt ❺〈名〉cơ năng sống: 有~体 thể hữu cơ ❻〈名〉vụ việc quan trọng: 日理万~ hàng ngày giải quyết trăm công ngàn việc ❼〈名〉tâm tư; ý nghĩ: 动了杀~ có ý đồ giết người ❽〈形〉nhanh nhạy; linh hoạt: ~智 tháo vát/mưu trí/tinh nhanh

【机场】jīchǎng〈名〉sân bay; phi trường

【机床】jīchuáng〈名〉máy cái; máy cắt gọt kim loại

【机动】[1] jīdòng〈形〉khởi động bằng máy: ~车 xe cơ động

【机动】[2] jīdòng〈形〉❶linh động; linh hoạt (xử lí, vận dụng) ❷cơ động: ~费 kinh phí cơ động

【机房】jīfáng〈名〉❶buồng dệt cửi (thời xưa) ❷buồng máy

【机构】jīgòu〈名〉❶cơ cấu; bộ phận ❷bộ phận; đơn vị: 国家~ đơn vị nhà nước ❸bộ máy; cơ cấu: 调整~ điều chỉnh cơ cấu

【机关】jīguān❶〈名〉bộ phận chính (của máy móc) ❷〈形〉bằng máy: ~枪 súng máy ❸〈名〉cơ quan; bộ phận: 政府~ cơ quan chính phủ ❹〈名〉cơ mưu: 你真是~算尽啊。Anh đúng là đã sử dụng hết mọi mưu kế

【机会】jīhuì〈名〉thời cơ; cơ hội; dịp

【机警】jījǐng〈形〉mẫn cảm tháo vát; tinh nhanh

【机灵】jīling〈形〉thông minh; lanh lợi

【机密】jīmì❶〈形〉cơ mật; bí mật: ~文件 công văn bí mật ❷〈名〉việc bí mật; việc cơ mật: 军人要保守国家~。Quân nhân phải giữ gìn bí mật quốc gia.

【机敏】jīmǐn〈形〉nhạy bén; nhanh nhạy

【机能】jīnéng〈名〉[生理]cơ năng

【机票】jīpiào〈名〉vé máy bay

【机器】jīqì〈名〉cơ khí; máy móc

【机器人】jīqìrén〈名〉người máy; rô-bốt

【机枪】jīqiāng〈名〉súng máy

【机械】jīxiè❶〈名〉cơ giới; máy móc: 实现农业~化 thực hiện nông nghiệp cơ giới hóa ❷〈形〉cứng nhắc; máy móc: 他的工作方法太过~。Phương pháp làm việc của hắn quá máy móc.

【机型】jīxíng〈名〉dạng máy; modle máy

【机修厂】jīxiūchǎng〈名〉nhà máy sửa chữa máy móc

【机要】jīyào〈形〉cơ yếu: ~秘书 thư kí cơ yếu

【机油】jīyóu〈名〉dầu máy; dầu nhờn

【机遇】jīyù〈名〉thời cơ; cơ hội

【机缘】jīyuán〈名〉cơ duyên; cơ may: ~巧合 cơ duyên tốt đẹp

【机长】jīzhǎng〈名〉cơ trưởng; đội trưởng đội bay

【机制】[1] jīzhì〈形〉làm bằng máy; chế tạo bằng máy: ~纸 giấy sản xuất bằng máy

【机制】[2] jīzhì〈名〉❶cơ chế: 计算机的~ cơ chế máy vi tính ❷cơ chế hữu cơ ❸quy luật ❹cơ chế xã hội: 市场~ cơ chế thị trường

【机组】jīzǔ〈名〉❶[机械]tổ hợp máy: 制冷~ tổ hợp máy lạnh ❷[航空]tổ bay; đội bay: ~乘务员 nhân viên phục vụ trong tổ bay

肌 jī〈名〉bắp thịt; cơ

【肌肤】jīfū〈名〉da thịt

【肌肉】jīròu〈名〉bắp thịt; cơ bắp: ~发达 bắp thịt nở nang

【肌体】jītǐ〈名〉cơ thể; thân thể

鸡 jī〈名〉gà

【鸡蛋】jīdàn〈名〉trứng gà

【鸡奸】jījiān〈动〉giao hợp đồng tính nam giới

【鸡笼】jīlóng〈名〉lồng gà

【鸡毛】jīmáo〈名〉lông gà

【鸡毛蒜皮】jīmáo-suànpí chổi cùn rế rách; chuyện vụn vặt

【鸡皮疙瘩】jīpí gēda nổi da gà; sởn gai ốc

【鸡肉】jīròu〈名〉thịt gà

【鸡尾酒】jīwěijiǔ〈名〉rượu cốc tai

【鸡眼】jīyǎn〈名〉[医学]mụn cơm nguội; bệnh chai chân

奇 jī〈形〉đơn; lẻ: ~数 số lẻ
另见 qí

积 jī❶〈动〉tích; tích lũy; chồng chất: 日~月累 tích lũy tháng ngày ❷〈形〉

lưu cửu; lâu đời: 摈除~习 gạt bỏ tập tục lưu cửu ❸<名>[中医]bệnh cam tích: 食~ biếng ăn ❹<名> tích của phép nhân

【积存】jīcún<动>tích góp; tích cóp: ~粮食 tích góp lương thực

【积德】jīdé<动>tích đức (chỉ làm điều lành): ~行善 tích đức hành thiện

【积淀】jīdiàn<动>tích đọng; tích tụ; ngưng tụ

【积分】jīfēn❶<动>tích điểm ❷<动> tích phân

【积极】jījí<形>❶đúng; tích cực: 发挥 ~作用đóng góp tích cực ❷tiến thủ; nhiệt tâm: ~分子 thành viên tích cực

【积极性】jījíxìng<名>tính tích cực

【积劳成疾】jīláo-chéngjí mệt quá hóa tật; lâm bệnh do mệt mỏi quá sức

【积累】jīlěi❶<动>tích lũy: ~知识 tích lũy kiến thức ❷<名>vốn tích lũy: 没 有资金~ không có vốn tích lũy

【积木】jīmù<名>gỗ xếp hình (đồ chơi cho trẻ em)

【积少成多】jīshǎo-chéngduō tích tiểu thành đại; góp gió thành bão; góp ít thành nhiều

【积水】jīshuǐ❶<动>tụ nước ❷<名> nước tụ ❸<名>nước báng ❹<动>bị báng nước

【积蓄】jīxù❶<动>tích góp; tích trữ: ~力量tích trữ lực lượng ❷<名>tiền để dành; tiền dành dụm: 我还有一 点~。Tôi còn có một ít tiền dành dụm.

【积压】jīyā<动>ứ đọng; chứa chất

屐 jī<名>❶guốc: 木~ guốc gỗ ❷guốc dép: ~履 guốc dép

基 jī❶<名>nền; móng: 地~ nền đất ❷ <形>nền tảng; cơ sở: ~层单位 đơn vị cơ sở ❸<名>nhóm hóa chất: 氨~ nhóm amino

【基本】jīběn❶<名>gốc rễ; nền tảng ❷<形>căn bản: ~矛盾 mâu thuẫn căn bản ❸<形>trên cơ sở: ~原因 nguyên nhân chủ yếu ❹<副>về cơ bản; cơ bản: ~达标 trên cơ bản đạt yêu cầu chủ yếu

【基本功】jīběngōng<名>tri thức và kĩ năng cơ bản

【基层】jīcéng<名>cơ sở

【基础】jīchǔ<名>❶nền móng (công trình xây dựng) ❷cơ sở; nền tảng: 政治~ cơ sở chính trị

【基础教育】jīchǔ jiàoyù giáo dục cơ sở

【基础设施】jīchǔ shèshī cơ sở hạ tầng

【基地】jīdì<名>căn cứ; cơ sở

【基点】jīdiǎn<名>❶vùng trọng điểm; trọng điểm: 以此为~向外扩展。Lấy đó làm trọng điểm rồi mở rộng ra. ❷cơ sở; mấu chốt

【基调】jīdiào<名>❶làn điệu cơ bản; giai điệu cơ bản ❷phong cách cơ bản ❸tinh thần cơ bản; quan điểm chủ yếu: 这部作品的~是积极的。 Quan điểm chính của tác phẩm là tích cực.

【基督】Jīdū<名>chúa Cơ Đốc; chúa cứu thế

【基督教】Jīdūjiào<名>đạo Cơ Đốc

【基金】jījīn<名>quỹ; ngân sách

【基金会】jījīnhuì<名>quỹ tiền tệ

【基数】jīshù<名>❶số đếm (các số nguyên dương: 1, 2, 3...) ❷cơ số: 计 税~ cơ số tính thuế

【基因】jīyīn<名>gien; gen

【基于】jīyú<介>căn cứ vào; theo; trên cơ sở: ~以上原因, 我完全同 意他的观点。Theo nguyên nhân nói trên, tôi hoàn toàn đồng ý quan điểm của anh ấy.

缉 jī<动>truy nã; lùng bắt

【缉捕】jībǔ<动>truy nã: ~凶手 truy nã hung thủ

【缉查】jīchá<动>khám xét

【缉毒】jīdú<动>lùng bắt tội phạm buôn bán ma túy

【缉拿】jīná<动>truy nã; truy bắt

【缉私】jīsī<动>khám xét buôn lậu; bắt giữ kẻ buôn lậu: ~船 tàu bắt buôn lậu

畸 jī<形>bất thường; dị thường

【畸形】jīxíng<形>❶dị hình; dị dạng: ~发育 phát triển dị dạng ❷phiến diện; không bình thường: ~发展 phát triển không bình thường

稽 jī<动>❶tra cứu; xem xét: 有案可~ có hồ sơ để tra cứu ❷tính toán; so bì: 反唇相~ cãi lại và so bì ganh tị lại

【稽查】jīchá❶<动>kiểm soát; khám xét: ~毒品走私 kiểm soát buôn lậu ma túy ❷<名>kiểm soát viên

激 jī❶<动>(nước) bắn lên; tóe lên ❷<动>ngấm lạnh; cảm lạnh: 洗澡时无意中拧到冷水阀，真是被~着了。 Lúc tắm vô ý mở vòi nước lạnh, thế là bị cảm lạnh liền. ❸<动>làm tái phát; kích động (tình cảm): 刺~ kích thích ❹<动>(tình cảm) xúc động: 感~ cảm kích ❺<形>mãnh liệt; kịch liệt: 双方~战了一整天。 Hai bên kịch chiến cả ngày đêm.

【激动】jīdòng❶<形>xúc động; sôi động: 情绪~ tình cảm xúc động ❷<动>xao động; rung động; làm xúc động; khuấy động

【激发】jīfā<动>❶kích thích; gợi mở; thôi thúc: ~员工的积极性 thôi thúc tính hăng hái của công nhân viên chức ❷kích phát; làm biến đổi trạng thái

【激光】jīguāng<名>tia lade

【激化】jīhuà<动>❶(mâu thuẫn) trở nên gay gắt ❷làm cho gay gắt: ~矛盾 làm gay gắt thêm mâu thuẫn

【激励】jīlì<动>khích lệ; khuyến khích

【激烈】jīliè<形>(hành động, lời nói) sôi nổi; hăng hái; quyết liệt: 会上争论得很~。 Tranh luận rất gay gắt trong cuộc họp.

【激流】jīliú<名>dòng chảy xiết; dòng nước xiết

【激怒】jīnù<动>làm (ai) nổi giận; chọc tức: 别~对方。 Đừng chọc tức bên đó.

【激起】jīqǐ<动>❶khuấy động ❷gây nên

【激情】jīqíng<名>tình cảm mãnh liệt; cảm xúc mạnh mẽ

【激素】jīsù<名>hoóc-môn; kích thích tố

【激增】jīzēng<动>tăng vọt: 收入指数~ chỉ số thu nhập tăng vọt

羁 jī[书]❶<名>cái dàm (ngựa, chó): 无~之马 con ngựa không dàm ❷<动>gò bó; ràng buộc: 放荡不~ phóng đãng không bó buộc gì ❸<动>dừng lại: ~旅 ở lâu

【羁绊】jībàn<动>[书]ràng buộc; trói buộc

【羁押】jīyā<动>giam giữ; bắt giữ: ~期限 thời hạn giam giữ

jí

及 jí❶<动>đạt tới; đến: 法律普~ phổ biến pháp luật ❷<动>bằng; sánh kịp: 妹妹不~姐姐漂亮。 Em gái không đẹp bằng chị. ❸<动>[书]suy xét tới; chiếu cố tới: 老吾老，以~人之老。 Đem lòng kính trọng ông bà cha mẹ mình cũng suy xét tới ông bà cha mẹ của người khác. ❹<动>kịp: 生病了要~早治疗。 Bị bệnh thì phải điều trị kịp thời. ❺<连>và; cho đến: 政治、经济、文化、社会~其他领域 chính trị, kinh tế, văn hóa, xã hội và những lĩnh vực khác

【及格】jígé<动>đạt yêu cầu; cập cách

【及时】jíshí❶<形>đúng lúc; kịp thời:

消防员来得很~。Các đội viên cứu hỏa đến rất kịp thời. ❷〈副〉ngay; lập tức: 有问题要~解决。Có vấn đề thì phải giải quyết ngay lập tức.

【及时雨】jíshíyǔ〈名〉❶mưa đúng lúc ❷cứu tinh

吉 jí〈形〉tốt đẹp; may mắn; tốt lành: 凶多~少 lành ít dữ nhiều

【吉利】jílì〈形〉tốt lành; thuận lợi

【吉普车】jípǔchē〈名〉xe díp

【吉日】jírì〈名〉ngày lành; cát nhật

【吉他】jítā〈名〉đàn ghi ta

【吉祥】jíxiáng〈形〉cát tường: ~图案 đồ án cát tường

【吉凶】jíxiōng〈名〉lành dữ; hung cát

【吉言】jíyán〈名〉lời nói tốt lành

【吉兆】jízhào〈名〉điềm lành; dấu hiệu tốt lành

汲 jí〈动〉hút nước; bơm nước lên: ~水 bơm nước lên

【汲取】jíqǔ〈动〉hấp thụ; đúc rút: ~经验 đúc rút kinh nghiệm

级 jí❶〈名〉cấp; bậc: 上~ cấp trên ❷〈名〉khối; niên khoá: 留~ lưu ban ❸〈名〉bậc; thềm: 石~ bậc đá ❹〈量〉bậc: 一~茶叶 chè loại I ❺〈量〉bậc; bước: 七~台阶 bảy bậc cầu thang

【级别】jíbié〈名〉khác biệt cấp bậc; thứ tự đẳng cấp

极 jí❶〈名〉đỉnh cao; đầu cùng: 登峰造~ lên đến đỉnh cao ❷〈名〉cực (trái đất, từ trường, nguồn điện): 南北~ cực nam cực bắc/bắc~ cực nam cực bắc ❸〈动〉tận cùng; đạt tới cực điểm: ~力 cực lực/dốc hết sức ❹〈形〉cuối cùng; cao nhất ❺〈副〉rất; cực kì; hết sức (biểu thị đạt tới mức độ cao nhất): ~好 cực kì tốt;好~了! Tốt quá!/Hay quá!

【极大】jídà〈形〉cực to; kếch sù

【极点】jídiǎn〈名〉cực điểm; cực độ

【极度】jídù❶〈副〉cực kì; hết sức: 疲劳 hết sức mệt mỏi ❷〈名〉cực độ

【极端】jíduān❶〈名〉cực đoan; đỉnh

điểm: 他看问题容易走~。Anh ấy nhìn nhận vấn đề dễ bị cực đoan. ❷〈形〉cực đoan; tuyệt đối; quá khích ❸〈副〉cực kì; hết sức: ~困难 cực kì khó khăn

【极品】jípǐn〈名〉thượng hạng; hảo hạng

【极其】jíqí〈副〉cực kì; vô cùng: ~重视 cực kì chú trọng

【极为】jíwéi〈副〉cực kì; vô cùng; hết sức (chỉ mức độ cao)

【极限】jíxiàn〈名〉❶giới hạn cao nhất: 汽车的载重已经达到了~。Tải trọng của ô tô đã lên đến giới hạn cao nhất. ❷cực hạn; lim (toán học)

【极致】jízhì〈名〉tột đỉnh; đỉnh cao nhất: 美到~ tuyệt đẹp

即 jí❶〈动〉sát; gần; tiếp cận: 若~若离 như gần như xa ❷〈动〉lên (chức); bắt đầu làm: ~位 lên ngôi ❸〈名〉ngay; trước mắt: ~日启程 khởi hành ngay hôm nay ❹〈介〉nhân (hoàn cảnh trước mắt): ~景 tức cảnh ❺〈动〉[书]là; chính là: 非此~彼 không thế này thì ắt là thế kia ❻〈副〉[书]sẽ; thì: 一触~发 động vào là bùng ra ❼〈连〉[书]cho dù

【即便】jíbiàn〈连〉cho dù

【即将】jíjiāng〈副〉sắp; sắp sửa: 孩子~出生，他很兴奋。Đứa con sắp sửa ra đời, anh ấy mừng lắm.

【即刻】jíkè〈副〉tức khắc; ngay; lập tức: ~出发 xuất phát ngay

【即日】jírì〈名〉❶cùng ngày; ngày hôm nay: 本条例自~起开始生效。Điều lệ này có hiệu lực ngay trong ngày hôm nay. ❷trong ngày

【即时】jíshí〈副〉lập tức; ngay: ~到账 (tiền) vào sổ ngay

【即使】jíshǐ〈连〉cho dù; dẫu rằng: ~他有过错，也不至于被解聘吧。Cho dù anh ấy có lỗi thì cũng không đến nỗi phải bị buộc thôi việc.

急 jí❶〈形〉sốt ruột; nóng ruột: 他眼都

~红了。Anh ấy nóng ruột đến đỏ cả mặt. ❷〈动〉làm sốt ruột ❸〈形〉nóng nảy: ~性子 tính tình nóng nảy ❹〈形〉xối xả; xiết; gấp: ~雨 mưa xối xả ❺〈形〉cấp bách; khẩn cấp: ~事 việc gấp ❻〈名〉việc nghiêm trọng khẩn cấp: 当务之~ việc nguy cấp đến nơi ❼〈动〉sốt sắng trợ giúp: ~人之难 sốt sắng cứu giúp người gặp nạn

【急巴巴】jíbābā hấp tấp; cập rập; nóng lòng

【急病】jíbìng〈名〉bệnh nguy cấp

【急不可待】jíbùkědài sốt ruột; nóng lòng

【急匆匆】jícōngcōng tất tưởi; hộc tốc

【急促】jícù〈形〉❶gấp gáp; hổn hển: ~的喇叭声 tiếng còi gấp gáp ❷(thời gian) gấp rút

【急电】jídiàn ❶〈动〉khẩn cấp điện cho: ~总部请求支援 điện gấp cho tổng bộ xin chi viện ❷〈名〉bức điện khẩn

【急功近利】jígōng-jìnlì nóng vội theo đuổi công lợi trước mắt; một bước đến đích

【急火】jíhuǒ〈名〉❶lửa to; lửa mạnh ❷hỏa khí; sự nóng nảy: ~攻心 hỏa khí hừng hực trong lòng

【急件】jíjiàn〈名〉văn kiện khẩn cấp

【急救】jíjiù〈动〉cấp cứu

【急剧】jíjù〈形〉gấp gáp; đột ngột: 气温~下降。Nhiệt độ hạ xuống đột ngột.

【急流】jíliú〈名〉dòng nước xiết

【急忙】jímáng〈副〉vội vàng; cập rập

【急切】jíqiè〈形〉❶bức thiết; khẩn thiết: ~的要求 yêu cầu bức thiết ❷vội vàng

【急速】jísù〈形〉cấp tốc; cực nhanh

【急先锋】jíxiānfēng〈名〉người đi tiên phong; người đi đầu

【急性】jíxìng〈形〉❶(bệnh) cấp tính: ~阑尾炎 viêm ruột thừa cấp tính ❷nóng nảy; hấp tấp

【急性子】jíxìngzi ❶nóng nảy; nóng vội ❷người nóng vội

【急需】jíxū〈动〉nhu cầu cấp thiết

【急用】jíyòng〈动〉cần (tiêu, dùng) gấp

【急于】jíyú〈动〉vội ngay; muốn thành ngay: ~求成 muốn thành ngay

【急躁】jízào〈形〉bồn chồn; thấp thỏm: 性情~ lòng dạ bồn chồn

【急诊】jízhěn〈名〉ca cấp cứu

【急诊室】jízhěnshì〈名〉phòng cấp cứu

【急症】jízhèng〈名〉chứng kịch phát; bệnh cấp tính

疾¹ jí ❶〈名〉bệnh tật: 腿~ bị tật ở chân ❷〈形〉đau khổ: ~苦 nỗi đau khổ ❸〈动〉căm hận; căm ghét: ~恶如仇 căm ghét điều ác như kẻ thù

疾² jí〈形〉nhanh; gấp; mạnh mẽ

【疾病】jíbìng〈名〉bệnh tật

【疾驰】jíchí〈动〉lao nhanh; phóng nhanh: 他开着新车在高速路上~。Ông ấy lái chiếc xe mới phóng nhanh trên đường cao tốc.

棘 jí ❶〈名〉cây táo chua ❷〈名〉(chỉ chung) loại cây có gai ❸〈动〉đâm; găm

【棘手】jíshǒu〈形〉(gai) đâm vào tay; vấn đề hóc búa; tình huống gay go

集 jí ❶〈动〉tập hợp; tụ tập: 汇~ tập hợp ❷〈名〉chợ phiên; chợ: 赶~ đi chợ ❸〈名〉tập: 诗~ tập thơ ❹〈量〉tập: 三~连播 phát liền ba tập

【集成】jíchéng〈动〉sưu tập; tập thành

【集成电路】jíchéng diànlù mạch tổ hợp; mạch tích hợp

【集合】jíhé〈动〉❶tập hợp; tập trung (người hoặc vật): ~部队 tập hợp bộ đội ❷tập hợp (tài liệu, sách vở): ~各方意见 tập hợp ý kiến các bên

【集会】jíhuì ❶〈名〉mít tinh ❷〈动〉hội

J

họp

【集结】jíjié〈动〉tập kết: ~兵力 tập kết binh lực

【集聚】jíjù〈动〉tập hợp; tụ tập

【集贸市场】jímào shìchǎng chợ; chợ tập trung

【集日】jírì〈名〉ngày họp chợ

【集散地】jísàndì〈名〉nơi tập kết và phân phối hàng

【集市】jíshì〈名〉chợ phiên

【集体】jítǐ〈名〉tập thể

【集团】jítuán〈名〉tập đoàn; bè lũ

【集训】jíxùn〈动〉tập huấn

【集邮】jíyóu〈动〉sưu tập tem thư; chơi tem

【集中】jízhōng〈动〉tập trung: ~精力 tập trung tinh thần và lực lượng

【集装箱】jízhuāngxiāng〈名〉công-te-nơ

【集资】jízī〈动〉tập trung vốn

辑 jí❶〈动〉biên tập; tập lục: 编~ biên tập ❷〈量〉phần (của trọn bộ sách hay tư liệu):《人民日报》第一~ phần 1 *Nhân dân Nhật báo*

【辑录】jílù〈动〉sưu tập ghi chép thành sách; tập lục

嫉 jí〈动〉❶đố kị; ghen ghét ❷căm ghét

【嫉妒】jídù〈动〉đố kị; ghen ghét

【嫉恨】jíhèn〈动〉căm ghét (vì đố kị)

籍 jí〈名〉❶thư tịch; sổ sách: 古~ sách cổ ❷quê quán; nguyên quán: 原~ nguyên quán ❸tịch (quan hệ lệ thuộc của mỗi cá nhân với nhà nước hoặc tổ chức): 国~ quốc tịch

【籍贯】jíguàn〈名〉quê quán

jǐ

几 jǐ❶〈代〉mấy: 你每周上~节课? Mỗi tuần anh giảng mấy tiết? ❷〈数〉mấy; vài (biểu thị con số ước định trên 1 và dưới l0): ~年 vài năm
另见jī

【几次三番】jǐcì-sānfān năm lần bảy lượt

【几何】jǐhé〈名〉[数学](môn) hình học

【几时】jǐshí〈代〉giờ nào; lúc nào; bao giờ; mấy giờ

己 jǐ〈代〉mình; tự mình: 知~知彼 biết mình biết người

【己方】jǐfāng〈名〉phía mình; bên mình

【己见】jǐjiàn〈名〉ý kiến của bản thân: 坚持~ kiên trì ý kiến của mình

挤 jǐ❶〈动〉chen chúc; (công việc) chồng chất ❷〈形〉chật chội: 过道太~了。Hành lang quá chật chội. ❸〈动〉chen: 人多~不进来。Người đông, không chen vào được. ❹〈动〉nặn; vắt: ~牛奶 vắt sữa bò ❺〈动〉loại ra; gạt ra; bị loại khỏi: 他被~出局了。Anh ta bị gạt ra cuộc.

【挤满】jǐmǎn〈动〉chen chúc; chật ních: 公车上~了人。Trên xe buýt đã chật ních người.

【挤眉弄眼】jǐméi-nòngyǎn nháy mắt ra hiệu

【挤占】jǐzhàn〈动〉lấn chiếm

给 jǐ❶〈动〉cung cấp; cung ứng: 补~ tiếp tế ❷〈形〉giàu có; sung túc: 家~户足 nhà nhà no đủ
另见gěi

【给付】jǐfù〈动〉trả: 本月~工程款 chi trả tiền dự án ngay trong tháng này

【给养】jǐyǎng〈名〉vật tư hậu cần

【给予】jǐyǔ〈动〉[书]cho: ~问候 gửi lời hỏi thăm

脊 jǐ〈名〉❶xương sống; cột sống: ~椎动物 động vật có xương sống ❷sống; gáy: 山~ sống núi

【脊背】jǐbèi〈名〉lưng; sống lưng

【脊梁】jǐliáng〈名〉❶sống lưng ❷trụ cột; ví những người phát huy vai trò trung kiên đối với đất nước, dân tộc hay cộng đồng: 民族~ trụ cột của dân tộc

【脊椎】jǐzhuī〈名〉❶cột sống: ~病

bệnh cột sống ❷xương sống

jì

【计】jì❶<动>tính: 统~ thống kê ❷<动>đếm: 失踪人数~25人. Đã đếm được 25 người mất tích. ❸<名>ý định; sách lược: 缓兵之~ kế hoãn binh ❹<动>đặt kế hoạch; dự định: 设~ thiết kế ❺<动>tính toán; suy nghĩ: 不~得失 bất chấp sự được mất ❻<名>kế: 温度~ nhiệt kế

【计策】jìcè<名>kế sách

【计酬】jìchóu<动>tính thù lao; tính công: 按质~ tính thù lao theo chất lượng

【计费】jìfèi<动>tính phí

【计划】jìhuà❶<名>kế hoạch: 工作~ kế hoạch làm việc ❷<动>đặt kế hoạch; định

【计件工资】jìjiàn gōngzī lương sản phẩm

【计较】jìjiào<动>❶tính toán; so bì: 凡事不要~那么多. Không nên tính toán chi li. ❷tranh luận ❸định liệu; suy tính

【计量】jìliàng<动>❶đo; đo lường ❷lường; tính

【计谋】jìmóu<名>mưu kế; sách lược

【计时】jìshí<动>tính theo giờ: 停车~收费 thu phí đỗ xe theo giờ

【计时工资】jìshí gōngzī lương trả theo giờ

【计时器】jìshíqì<名>máy tính giờ

【计数】jìshù<动>đếm; thống kê (con số)

【计算】jìsuàn<动>❶tính; tính toán: ~工资 tính lương ❷suy tính; trù tính: 做事要长远~. Làm việc phải tính về lâu về dài. ❸âm mưu; mưu tính; mưu mô

【计算机】jìsuànjī<名>máy tính

【计算器】jìsuànqì<名>máy tính

【记】jì❶<动>nhớ; ghi nhớ: 我~得孩子出生的情景。Tôi vẫn nhớ lúc cậu bé mới lọt lòng. ❷<动>ghi; đăng kí: ~账 ghi nợ ❸<名>(văn) kí; bài ghi chép: 日~ nhật kí ❹<名>dấu hiệu: 标~ dấu hiệu ❺<名>vết bớt; vết ruồi (trên da): 右边耳朵上有个黑~. Tai phải có một vết đen. ❻<量>chiếc; cái: 一~耳光 một cái tát

【记得】jìde<动>nhớ; còn nhớ

【记功】jìgōng<动>ghi công

【记过】jìguò<动>ghi lại khuyết điểm; phê bình; kỉ luật: ~处分 bị phê bình kỉ luật

【记号】jìhao<名>dấu; dấu hiệu

【记恨】jìhèn<动>ghi hận: ~在心. Ghi hận trong lòng.

【记录】jìlù❶<动>ghi chép; ghi lại: ~孩子的成长 ghi lại quá trình trưởng thành của trẻ em ❷<名>biên bản: 活动~ biên bản ghi chép những hoạt động ❸<名>thư kí: 每次开会都是他当~. Mỗi lần họp là anh ấy đều làm thư kí.

【记名】jìmíng<动>ghi tên; kí tên: 无~投票 bỏ phiếu kín

【记起】jìqǐ<动>nhớ: 我~来了。Tôi nhớ ra rồi.

【记事】jìshì<动>❶ghi chép công việc: ~册 sổ ghi chép ❷chép sử: ~官 quan chức chép sử

【记述】jìshù<动>ghi lại; ghi chép thuật lại

【记性】jìxing<名>trí nhớ

【记叙文】jìxùwén<名>văn tự sự

【记忆】jìyì❶<动>nhớ; nhớ lại ❷<名>kí ức; ấn tượng

【记载】jìzǎi<动>ghi chép: ~历史 ghi chép lịch sử

【记账】jìzhàng<动>ghi sổ; ghi nợ

【记者】jìzhě<名>nhà báo; kí giả; phóng viên

【记住】jìzhù<动>nhớ được; nhớ lấy

【纪】jì<名>kỉ: 执行~律 chấp hành kỉ luật

J

纪² jì ❶〈动〉tưởng niệm; kỉ niệm: 十周年~念 kỉ niệm 10 năm ❷〈名〉(thời xưa) khoảng thời gian 12 năm; (nay) khoảng thời gian dài: 中世~ thời trung cổ (trong lịch sử châu Âu) ❸〈名〉kỉ (sự phân kì địa chất): 侏罗~ kỉ Jura

【纪检】jìjiǎn〈名〉(ban) kiểm tra kỉ luật

【纪录】jìlù〈名〉kỉ lục: 打破~ phá kỉ lục

【纪录片】jìlùpiàn〈名〉phim tài liệu; phim phóng sự

【纪律】jìlǜ〈名〉kỉ luật: 遵守~ giữ kỉ luật

【纪念】jìniàn ❶〈动〉kỉ niệm; tưởng nhớ: ~革命先烈 tưởng nhớ các bậc tiên liệt cách mạng ❷〈名〉vật kỉ niệm: 送张照片做~ tặng tấm ảnh để làm kỉ niệm

【纪念碑】jìniànbēi〈名〉bia kỉ niệm; đài tưởng niệm: 烈士~ đài tưởng niệm liệt sĩ

【纪念册】jìniàncè〈名〉sổ lưu niệm

【纪念馆】jìniànguǎn〈名〉nhà tưởng niệm

【纪念品】jìniànpǐn〈名〉vật kỉ niệm; kỉ vật

【纪念日】jìniànrì〈名〉ngày kỉ niệm: 中华人民共和国成立60周年~ngày kỉ niệm 60 năm thành lập nước Cộng hoà Nhân dân Trung Hoa

【纪实】jìshí〈动〉ghi chép hiện thực: ~文学 văn học tả thực ❷〈名〉(thể) kí; phóng sự; bút kí (ghi lại người thực việc thực): 《中越青年联欢~》 Phóng sự về Đại liên hoan thanh niên Trung-Việt

【纪委】jìwěi〈名〉ủy ban kiểm tra kỉ luật

【纪要】jìyào〈名〉kỉ yếu; tóm tắt

技 jì〈名〉kĩ năng; tài nghệ: 口~ khẩu kĩ; 绝~ tài nghệ tuyệt vời

【技法】jìfǎ〈名〉kĩ xảo và phương pháp (hội họa, điêu khắc): 绘画~ kĩ xảo hội họa

【技工】jìgōng〈名〉công nhân kĩ thuật: ~学校 trường trung học dạy nghề

【技能】jìnéng〈名〉kĩ năng: ~竞赛 thi kĩ năng

【技巧】jìqiǎo〈名〉❶kĩ xảo ❷thể dục tự do

【技师】jìshī〈名〉kĩ thuật viên; kĩ sư

【技术】jìshù〈名〉❶công nghệ; kĩ thuật: 科学~ khoa học kĩ thuật ❷trang bị kĩ thuật: ~改造 đổi mới kĩ thuật

【技艺】jìyì〈名〉tay nghề: ~超群 tay nghề trội nổi

系 jì〈动〉thắt nút; cài
另见 xì

忌 jì〈动〉❶ghen ghét: 猜~ nghi ngờ ❷sợ; e ngại ❸kiêng; kị: ~生冷食物 kiêng đồ ăn sống, lạnh ❹cai; chừa: ~烟酒 cai thuốc lá và rượu

【忌辰】jìchén〈名〉ngày kị; ngày giỗ

【忌妒】jìdu〈动〉ghen ghét; ganh ghét; đố kị

【忌讳】jìhuì ❶〈动〉kiêng; kiêng kị: 她~和别人谈论感情问题。Chị rất kiêng bàn luận chuyện tình cảm với người khác. ❷〈动〉tránh; kị ❸〈名〉điều cấm; điều kiêng kị: 注意别犯~。Chú ý những điều kiêng kị.

际 jì ❶〈名〉giáp ranh; ranh giới: 边~ đường biên ❷〈名〉bên trong ngực: 胸~ bên trong ngực ❸〈名〉giữa (quan hệ giữa các bên): 国~ quốc tế ❹〈名〉[书]khi; lúc: 危急之~ vào lúc nguy cấp ❺〈动〉[书]nhân dịp; giữa lúc: ~此盛会 nhân cuộc hội lớn này ❻〈动〉gặp phải; gặp: 遭~ gặp phải

妓 jì〈名〉gái điếm

【妓女】jìnǚ〈名〉gái điếm

季 jì〈名〉❶mùa; quý: 春~ mùa xuân ❷mùa; vụ: 雨~ mùa mưa ❸tháng cuối (của một mùa): ~春 tháng cuối xuân ❹người con trai thứ ba //(姓) Quý

【季度】jìdù〈名〉quý (3 tháng): ~奖金

tiền thưởng theo từng quý

【季风】jìfēng<名>gió mùa

【季节】jìjié<名>mùa; vụ; thời vụ

【季军】jìjūn<名>giải ba

剂jì❶<动>điều hòa; pha chế ❷<名>thuốc; tễ: 清凉~ thuốc thanh mát ❸<名>chất (có tác dụng lí, hóa) ❹<名>nắm; viên ❺<量>liều; chén: 一~中药 một liều thuốc Bắc

【剂量】jìliàng<名>liều dùng; liều lượng (điều trị)

迹jì<名>❶dấu vết; vết tích ❷di tích (kiến trúc hoặc đồ vật) ❸cử chỉ thái độ

【迹象】jìxiàng<名>triệu chứng; hiện tượng: 案发现场有明显的搏斗~。Hiện trường vụ án có vết tích giằng co rõ rệt.

济jì<动>❶qua đò; qua sông: 同舟共~ cùng hội cùng thuyền ❷cứu; cứu giúp: 接~ tiếp tế ❸giúp; bổ ích: 无~于事 chẳng ích gì cho công việc

既jì❶<副>đã: ~得利益 lợi ích đã có được ❷<连>đã ❸<副>đã; vừa: ~聪明又努力 đã thông minh lại chăm chỉ

【既然】jìrán<连>đã: ~你知道了，那就告诉我们们吧！Anh đã biết thì bảo cho chúng tôi biết đi.

继jì<动>tiếp tục; kế tiếp: 前赴后~ lớp trước ngã lớp sau kế tiếp ❷<连>kế đó; rồi sau

【继承】jìchéng<动>❶thừa kế: ~遗产 thừa kế di sản ❷kế thừa (văn hóa, tri thức): ~传统美德 kế thừa đạo đức truyền thống tốt đẹp ❸kế tục: ~祖业 kế tục sự nghiệp gia truyền

【继承人】jìchéngrén<名>người thừa kế

【继而】jì'ér<连>kế đó; tiếp đó: 人们先是一惊，~哄堂大笑。Mọi người sững sờ rồi kế đó cười phá lên.

【继父】jìfù<名>bố dượng

【继母】jìmǔ<名>mẹ kế; dì ghẻ

【继任】jìrèn<动>kế nhiệm: ~总理 thủ tướng kế nhiệm

【继续】jìxù<动>tiếp tục; tiếp

【继子】jìzǐ<名>❶con trai thừa tự ❷con riêng của chồng hoặc vợ kế

祭jì<动>❶thờ cúng; tế tự: ~祖 thờ cúng tổ tiên ❷tế: 地震遇难同胞公~ tế chung đồng bào bị nạn trong thiên tai động đất ❸dùng; bày ra: ~起一件法宝 bày ra một bảo bối

【祭奠】jìdiàn<动>(lễ) truy điệu; lễ cúng; tưởng niệm; tế: ~亡灵 tế giỗ vong linh

【祭品】jìpǐn<名>tế phẩm; đồ tế lễ

【祭祀】jìsì<动>tế tự; cúng tế; thờ cúng

寄jì<动>❶gửi: ~信 gửi thư ❷nhờ; gửi gắm ❸nhờ vả; nương nhờ: ~居 ở nhờ

【寄存】jìcún<动>gửi; để nhờ: ~行李 gửi hành lí

【寄放】jìfàng<动>gửi; để nhờ

【寄卖】jìmài<动>gửi bán; kí gửi

【寄生】jìshēng<动>❶kí sinh; sống nhờ: ~体 vật kí sinh ❷ăn bám

【寄生虫】jìshēngchóng<名>❶kí sinh trùng ❷kẻ ăn bám

【寄宿】jìsù<动>❶ở nhờ; tá túc: 昨晚他~在同学家里。Đêm hôm qua anh ấy ở nhờ nhà bạn học. ❷nội trú: ~学校 trường nội trú

【寄托】jìtuō<动>❶gửi; gửi nhờ ❷gửi gắm:精神~ sự gửi gắm về tinh thần

【寄予】jìyǔ<动>❶gửi gắm: 老师对我们~了很大的希望。Thầy giáo gửi gắm niềm hi vọng to lớn đối với chúng em. ❷dành cho (sự thông cảm, quan tâm): ~深切的关怀 dành sự quan tâm sâu sắc

寂jì<形>❶yên tĩnh; im ắng: 万籁俱~ yên lặng như tờ ❷buồn tẻ; cô quạnh

【寂静】jìjìng<形>im ắng; yên ắng

【寂寞】jìmò<形>❶cô đơn lạnh lẽo ❷vắng vẻ; hiu quạnh

绩jì❶<动>xe sợi; xe chi: ~麻 xe sợi đay ❷<名>công lao; thành quả: 成~

thành tích

【绩效】jìxiào<名>[书]thành tích hiệu quá

鲫 jì<名>cá giếc

【鲫鱼】jìyú<名>cá giếc

jiā

加 jiā<动>❶phép cộng: 一~二等于三。Một cộng hai bằng ba. ❷thêm; tăng lên: ~快 tăng nhanh ❸thêm vào: ~批注 thêm vào lời phê ❹tiến hành: 不~思考 chẳng suy nghĩ gì

【加班】jiābān<动>làm thêm giờ; thêm ca: ~加点 làm thêm ca thêm giờ

【加倍】jiābèi❶<动>tăng gấp đôi: ~偿还 bồi thường gấp đôi ❷<副>tăng gấp bội: ~努力 cố gắng gấp bội

【加大】jiādà<动>làm to (lớn) thêm hoặc rộng hơn

【加法】jiāfǎ<名>phép tính cộng

【加工】jiāgōng<动>❶gia công: 面粉~厂 xưởng gia công bột mì ❷hoàn thiện; sửa sang: 技术~ hoàn thiện kĩ thuật

【加固】jiāgù<动>gia cố

【加害】jiāhài<动>làm hại; gây phương hại; rắp tâm làm hại

【加快】jiākuài<动>❶tăng nhanh; đẩy nhanh: ~速度 tăng nhanh nhịp độ ❷đổi thành vé tàu nhanh

【加仑】jiālún<量>ga-lông (đơn vị đo dung tích của Anh = 4,546L, của Mĩ = 3,785L)

【加盟】jiāméng<动>gia nhập (đoàn thể, tổ chức…): ~连锁快餐店 gia nhập hệ thống nhà hàng cơm suất liên lập

【加拿大】Jiānádà<名>Ca-na-đa: ~人 người Ca-na-đa

【加强】jiāqiáng<动>tăng cường

【加入】jiārù<动>❶cho thêm; thêm vào: ~少许盐 thêm vào một ít muối

❷tham gia; gia nhập: ~高尔夫俱乐部 tham gia câu lạc bộ Golf

【加上】jiāshàng<连>cộng (thêm)

【加深】jiāshēn<动>làm sâu sắc thêm: ~印象 làm sâu sắc thêm ấn tượng

【加湿器】jiāshīqì<名>bộ tăng độ ẩm

【加速】jiāsù<动>❶tăng tốc; gia tốc: tăng thêm tốc độ: 飞机~起飞。Máy bay tăng tốc cất cánh. ❷làm nhanh thêm; đẩy nhanh hơn: ~增长 tăng nhanh tốc độ tăng trưởng

【加薪】jiāxīn<动>tăng lương

【加压】jiāyā<动>tăng thêm áp lực; tăng áp suất

【加以】jiāyǐ❶<动>xúc tiến; tiến hành: 非物质文化遗产要~保护。Cần xúc tiến bảo vệ di sản văn hóa phi vật thể. ❷<连>hơn nữa; thêm vào đó

【加油】jiāyóu<动>❶nạp xăng: ~站 cây xăng ❷cố gắng; cố lên: ~! 你一定行的。Cố lên, bạn ắt sẽ làm được!

【加重】jiāzhòng<动>tăng nặng; nặng thêm

夹 jiā❶<动>kẹp; gắp: ~菜 gắp thức ăn ❷<动>cắp; cặp (vào nách): ~着书包 cắp cặp sách ❸<动>kẹp giữa; kẹt giữa: 把报纸~在报夹里。Kẹp tờ báo vào trong cặp. ❹<动>chen lẫn; lẫn vào: ~在人群里 lẫn vào giữa đám đông ❺<名>cái cặp: 活页~ cái cặp tờ rơi

另见jiá

【夹层】jiācéng<名>kép; hai lớp

【夹带】jiādài<动>❶giắt; giấu (theo người): 海关人员发现了~在一个行李箱里的逃税货物。Nhân viên hải quan phát hiện hàng hóa trốn thuế giấu trong va li. ❷cuốn theo: 水~着泥沙流过去。Nước cuốn theo đất đá chảy đi.

【夹道】jiādào❶<名>đường hẻm ❷<动>sắp hàng hai bên đường: ~欢迎

đứng hai bên đường chào đón

【夹缝】jiāfèng〈名〉khe; kẽ

【夹紧】jiājǐn〈动〉cặp chặt: 把工件~。 Cặp chặt linh kiện.

【夹克】jiākè〈名〉áo jacket; áo bu-dông

【夹心】jiāxīn〈形〉có nhân: ~饼干 bánh bích quy có nhân

【夹杂】jiāzá〈动〉xen (chen) lẫn: 好坏 ~ cái tốt xen lẫn với cái xấu

【夹竹桃】jiāzhútáo〈名〉(cây) trúc đào

【夹子】jiāzi〈名〉cái kẹp; cặp

佳jiā〈形〉tốt; đẹp; hay

【佳话】jiāhuà〈名〉giai thoại; câu chuyện hay

【佳节】jiājié〈名〉ngày lễ; ngày tết

【佳丽】jiālì(~儿)❶〈形〉xinh đẹp; tươi đẹp ❷〈名〉cô gái xinh đẹp

【佳期】jiāqī〈名〉❶ngày cưới: 他俩 ~已近。Ngày cưới của hai người đã đến gần. ❷cuộc hò hẹn (của trai gái đang yêu)

【佳人】jiārén〈名〉[书]người đẹp; giai nhân

【佳音】jiāyīn〈名〉[书]tin vui; tin lành: 静候~ bình thản mà đợi tin vui

【佳作】jiāzuò〈名〉tác phẩm xuất sắc; tuyệt tác

枷jiā〈名〉gông đeo cổ (bằng gỗ)

【枷锁】jiāsuǒ〈名〉gông xiềng; chịu đè nén, áp bức: 精神~ gông xiềng về tinh thần

家jiā❶〈名〉nhà; gia đình: ~里上有 老，下有小。Trong gia đình trên có mẹ già dưới có con thơ. ❷〈名〉nhà ở; chỗ ở: 回~ về nhà ❸〈名〉nơi làm việc: 董事长不在~，甭找了。Chủ tịch hội đồng quản trị đi vắng, khỏi tìm nữa. ❹〈名〉nhà (chỉ người làm một nghề gì đó): 船~ nhà thuyền ❺〈名〉nhà chuyên môn; chuyên gia: 艺术 ~ nghệ sĩ ❻〈名〉trường phái (học thuật): 道~ Đạo gia ❼〈名〉bên; tay (chỉ mỗi người trong các đám

đánh bài, cược rượu) ❽〈名〉khiêm từ dùng để chỉ người thân bậc trên của mình khi nói với người khác: ~ 父 gia phụ/cụ thân sinh ❾〈形〉nhà nuôi: ~禽 gia cầm ❿〈量〉gian

家jiā[口]đám; cánh; bọn: 姑娘~ đám con gái; con gái con đứa

【家常】jiācháng〈名〉thường nhật: ~ 事 công việc thường nhật

【家常便饭】jiācháng-biànfàn❶cơm thường; cơm rau dưa ❷việc cơm bữa; chuyện cơm bữa

【家丑】jiāchǒu〈名〉việc xấu trong nhà

【家畜】jiāchù〈名〉gia súc

【家传】jiāchuán〈动〉gia truyền: ~手 艺 tay nghề gia truyền

【家当】jiādàng〈名〉[口]của nả; gia tài

【家底】jiādǐ〈名〉của cải (vốn liếng) trong nhà: ~厚实 của cải trong nhà rất hậu bĩ

【家电】jiādiàn〈名〉đồ điện gia dụng

【家规】jiāguī〈名〉nếp nhà; phép nhà

【家伙】jiāhuo〈名〉[口]❶cái thứ (công cụ, vũ khí) ❷lão; thằng cha; chị chàng ❸cái con (chỉ súc vật)

【家家户户】jiājiāhùhù nhà nào nhà nấy

【家教】jiājiào〈名〉❶gia giáo: ~良好 gia giáo tốt lành ❷gia sư: 英语~ gia sư tiếng Anh

【家境】jiājìng〈名〉gia cảnh; cảnh nhà

【家具】jiājù〈名〉đồ dùng gia đình; thiết bị nội thất

【家谱】jiāpǔ〈名〉gia phả

【家人】jiārén〈名〉❶cả nhà: ~团聚 cả nhà đoàn tụ ❷[旧]người ở

【家事】jiāshì〈名〉chuyện nhà; chuyện gia đình

【家属】jiāshǔ〈名〉người thân trong gia đình (trừ chủ hộ chính); người trong gia đình của công chức

【家庭】jiātíng〈名〉gia đình: ~成员 thành viên trong gia đình

【家庭妇女】jiātíng fùnǚ phụ nữ nội

trợ; bà nội trợ

【家务】jiāwù〈名〉việc (trong) nhà; gia chính; việc nội trợ: ～繁重 việc nội trợ nặng nhọc

【家乡】jiāxiāng〈名〉quê hương; quê nhà

【家宴】jiāyàn〈名〉tiệc gia đình

【家用】jiāyòng ❶〈名〉chi tiêu gia đình: 贴补～ trợ cấp chi tiêu gia đình ❷〈形〉đồ dùng (trong gia đình): ～金属制品 đồ gia dụng kim loại

【家用电器】jiāyòng diànqì đồ điện gia dụng

【家喻户晓】jiāyù-hùxiǎo mọi nhà đều biết

【家园】jiāyuán〈名〉quê nhà; gia đình

【家长】jiāzhǎng〈名〉❶người đứng đầu gia đình; gia trưởng ❷phụ huynh (hoặc người đỡ đầu): 开～会 họp phụ huynh

【家政】jiāzhèng〈名〉việc nội trợ; việc gia chính: ～服务 dịch vụ gia chính

【家装】jiāzhuāng〈名〉trang trí nội thất gia đình

【家族】jiāzú〈名〉gia tộc; họ tộc

嘉 jiā❶〈形〉đẹp tốt: ～礼 hôn lễ ❷〈动〉khen ngợi và tiếp nhận

【嘉宾】jiābīn〈名〉khách quý

【嘉奖】jiājiǎng❶〈动〉khen thưởng ❷〈名〉lời khen; phần thưởng: 受到单位的～ nhận được phần thưởng của đơn vị

jiá

夹 jiá〈形〉kép; hai lớp
另见jiā

【夹袄】jiá'ǎo〈名〉áo; kép

jiǎ

甲[1] jiǎ〈动〉hạng nhất; bậc nhất: 桂林山水～天下。Non nước Quế Lâm đẹp nhất thiên hạ.

甲[2] jiǎ〈名〉❶mai (rùa): 龟～ mai rùa ❷giáp bọc (bằng kim loại hoặc da): 装～车 xe bọc thép ❸móng: 指～ móng tay

【甲板】jiǎbǎn〈名〉boong tàu

【甲虫】jiǎchóng〈名〉bọ cánh cứng

【甲级】jiǎjí〈名〉hạng A; loại I: 这些木耳是～品。Đây là mộc nhĩ loại I.

【甲鱼】jiǎyú〈名〉con ba ba

【甲状腺】jiǎzhuàngxiàn〈名〉tuyến giáp trạng: ～肿大 sưng giáp trạng

钾 jiǎ〈名〉Kali (kí hiệu: K)

【钾肥】jiǎféi〈名〉phân Kali

假 jiǎ❶〈形〉giả; dối trá: ～话 lời giả dối ❷〈动〉giả định: ～设 giả thiết ❸〈连〉giả dụ; giá như: ～使 giả sử ❹〈动〉[书]mượn; vay: ～公济私 mượn tiếng công để kiếm lợi tư ❺〈动〉[书]dựa vào: 不～思索 không qua sự suy nghĩ
另见jià

【假扮】jiǎbàn〈动〉đóng giả; cải trang; hóa trang: ～成商人去探听消息 hóa trang thành thương nhân để dò la tin tức

【假币】jiǎbì〈名〉tiền giả

【假定】jiǎdìng❶〈动〉giả định; nếu như: ～你赢了他，你有什么打算？Nếu thắng nó thì anh sẽ tính sao? ❷〈名〉giả thiết khoa học: 科学～ giả thiết khoa học

【假发】jiǎfà〈名〉tóc giả

【假话】jiǎhuà〈名〉lời giả dối

【假货】jiǎhuò〈名〉hàng giả; hàng nhái

【假冒】jiǎmào〈动〉giả mạo; mạo nhận

【假冒伪劣】jiǎmào-wěiliè giả mạo và kém chất lượng

【假如】jiǎrú〈连〉giả dụ; nếu như: ～你不来，他也不会来。Nếu như anh không đến thì hắn cũng sẽ không đến.

【假设】jiǎshè ❶<动>giả dụ; giả sử ❷<动>hư cấu ❸<名>giả thiết

【假象】jiǎxiàng<名>hiện tượng giả tạo; vẻ bề ngoài

【假惺惺】jiǎxīngxīng giả vờ; vờ vĩnh

【假性】jiǎxìng<形>giả: ~近视 cận thị giả

【假牙】jiǎyá<名>răng giả

【假意】jiǎyì<名>❶lòng dạ giả dối: 虚情~ tình ý giả vờ ❷<副>vờ

【假造】jiǎzào<动>❶giả: ~证件 giấy tờ giả ❷bịa; giả tạo: 他涉嫌~证据。 Hắn ta bị nghi đã tạo nặn bằng chứng giả tại phiên tòa.

【假正经】jiǎzhèngjing làm ra vẻ tử tế

【假肢】jiǎzhī<名>chi (cánh tay hoặc chân)giả

【假装】jiǎzhuāng<动>giả vờ; làm ra vẻ: ~若无其事 làm ra vẻ không có chuyện gì xảy ra

jià

价jià<名>❶giá; giá cả: 物~ vật giá ❷giá trị; giá: 等~交换 trao đổi ngang giá

【价格】jiàgé<名>giá cả

【价目】jiàmù<名>giá hàng niêm yết; bảng giá

【价钱】jiàqián<名>giá tiền; giá cả: ~合适 giá tiền vừa phải

【价值】jiàzhí<名>❶giá trị (hàng hóa): 财产~ giá trị tài sản ❷giá trị (tác dụng tích cực)

驾jià❶<动>(bắt, buộc) súc vật kéo: ~着马车进城 đánh xe ngựa vào nội thành ❷<动>lái; điều khiển: ~驶游艇 lái tàu du lịch ❸<名>xin làm ơn; cảm phiền: 劳~ làm ơn ❹<名>xa giá (xe ngựa của vua, mượn chỉ vua): 接~ nghênh đón nhà vua ❺<量>

chiếc; cỗ ❻<叹>tiếng hét thúc gia súc

【驾驶】jiàshǐ<动>điều khiển; lái: ~汽车 lái xe hơi

【驾驭】jiàyù<动>❶điều khiển (xe, súc vật kéo xe): 这是一匹难以~的野马。 Đây là con ngựa bất kham. ❷chế ngự: 谁能~瞬息万变的股市? Ai mà chế ngự được thị trường cổ phiếu luôn thay đổi?

架jià❶<名>cái giá; khung: 衣~ mắc áo; 房~ khung nhà ❷<动>bắc; mắc; gác lên: ~桥 bắc cầu ❸<动>đỡ: 用树干~住危房 đỡ nhà nguy hiểm bằng cột cây ❹<动>bắt cóc ❺<动>dìu; cáng: 护士~着病人往病房走去。 Y tá dìu người bệnh đi về hướng phòng bệnh nhân. ❻<名>sự đánh nhau; sự cãi nhau: 打~ đánh nhau ❼<量>chiếc; cỗ

【架设】jiàshè<动>dựng; bắc; mắc: 过江浮桥 bắc cầu phao qua sông

【架势】jiàshi<名>❶[口]tư thế, tư thái: 一副盛气凌人的~ làm ra tư thế hết sức trịch thượng hách dịch ❷[方]thế; tình thế: 看这~, 还要下雨呢! Xem tình thế này chắc còn mưa nữa!

【架子】jiàzi<名>❶cái giá: 舞台~ cái để sân khấu ❷khung; sườn; dàn ý ❸cao ngạo; ra vẻ ta đây: 他虽说是局长, 可一点~都没有。 Tuy là giám đốc sở, nhưng ông ấy không bao giờ làm ra vẻ ta đây. ❹tư thế; dáng

假jià<名>nghỉ (theo sự cho phép hoặc theo quy định): 请~ xin nghỉ 另见jiǎ

【假期】jiàqī<名>kì; (đợt) nghỉ; thời gian nghỉ

【假日】jiàrì<名>ngày nghỉ: ~经济 kinh tế ngày nghỉ

【假条】jiàtiáo<名>giấy xin phép nghỉ: 病~ giấy xin phép nghỉ ốm

嫁jià<动>❶lấy chồng: 出~ đi lấy

chồng; ~人 gả chồng ❷đổ cho người khác (tai họa, thiệt hại, tội vạ): 转~ đổ vạ cho người khác

【嫁接】jiàjiē〈动〉chiết ghép cành; ghép chồi

【嫁娶】jiàqǔ〈动〉cưới xin

【嫁妆】jiàzhuang〈名〉của hồi môn

稼 jià ❶〈动〉trồng trọt (ngũ cốc): 耕~ cày cấy trồng trọt ❷〈名〉ngũ cốc: 庄~ mùa màng

jiān

尖 jiān ❶〈形〉nhọn: 这木棍被削得~~ 的。Cây gậy gỗ đã được vót nhọn. ❷〈形〉giọng the thé; lanh lảnh: ~声 ~气 tiếng the thé ❸〈形〉thính; tinh (tai, mũi, mắt): 眼~ mắt tinh ❹〈动〉 cao giọng: 她~叫了几声。Chị ấy đã cao giọng gọi vài tiếng. ❺〈名〉 đầu (mũi) nhọn: 笔~ ngòi bút ❻〈名〉 trội nhất; đầu bảng: 他是班里的~ 儿。Anh ấy trội nhất trong lớp. ❼ 〈形〉[方]keo kiệt; bủn xin: 她这人太 ~，一毛不拔。Bà ta là con người hết sức keo kiệt. ❽〈形〉bốp chát; đáo để: 大家都知道他嘴~，说话不 饶人。Mọi người đều biết hắn ta rất bốp chát đáo để, khi nói chuyện chẳng chịu tha cho ai.

【尖刀】jiāndāo〈名〉mũi nhọn; mũi đột phá

【尖端】jiānduān ❶〈名〉mũi nhọn; đỉnh cao ❷〈形〉tối tân; hàng đầu: ~ 武器 vũ khí tối tân; ~科学 khoa học mũi nhọn

【尖角】jiānjiǎo〈名〉góc nhọn

【尖叫】jiānjiào〈动〉kêu ré lên; kêu thất thanh

【尖刻】jiānkè〈形〉sắc sảo; chua ngoa

【尖利】jiānlì〈形〉❶nhọn sắc ❷sắc bén; nhạy bén: 眼光~ con mắt sắc sảo ❸chói tai

【尖锐】jiānruì〈形〉❶sắc nhọn: ~的鱼

叉cây lao gọn sắc ❷sắc bén; nhạy bén ❸chói tai; chát chúa: ~的汽笛 声 tiếng còi chói tai ❹gay gắt: 领导 者要容得下~的批评。Lãnh đạo cần bao dung đối với lời phê bình gay gắt.

【尖细】jiānxì〈形〉(âm thanh) lanh lảnh

【尖子】jiānzi〈名〉❶đầu nhọn; mũi nhọn ❷trội nhất; nổi nhất ❸giọng cao vút lên (giọng bổng cao vút lên trong hí khúc)

【尖嘴猴腮】jiānzuǐ-hóusāi mặt dơi tai chuột

奸[1] jiān ❶〈形〉gian dối; dối trá: ~笑 cười nham hiểm ❷〈形〉không trung thành; phản bội: ~臣 gian thần ❸ 〈名〉kẻ gian; kẻ bán nước: 汉~ Hán gian ❹〈形〉gian lận: 藏~耍滑 mưu mô xảo trá

奸[2] jiān〈动〉gian dâm; 通~ thông dâm

【奸计】jiānjì〈名〉gian kế: 我们要小 心，避免中了敌人的~。Chúng ta cần thận trọng, tránh trúng phải gian kế của kẻ địch.

【奸污】jiānwū〈动〉cưỡng dâm; dụ dỗ cưỡng hiếp: ~妇女 cưỡng hiếp phụ nữ

【奸细】jiānxì〈名〉kẻ nội gián; gian tế

【奸淫】jiānyín〈动〉❶gian dâm ❷hãm hiếp; hiếp dâm

【奸诈】jiānzhà〈形〉gian trá; gian dối

歼 jiān〈动〉tiêu diệt

【歼击机】jiānjījī〈名〉máy bay tiêm kích

【歼灭】jiānmiè〈动〉tiêu diệt

坚 jiān ❶〈形〉cứng; vững: 身残志~ thân thể khuyết tật mà ý chí kiên cường ❷〈名〉kiên cố: 攻~ công kiên ❸〈形〉kiên định; kiên quyết: ~守阵地 kiên quyết giữ vững trận địa

【坚持】jiānchí〈动〉kiên trì; giữ vững: ~就是胜利。Kiên trì ắt sẽ thắng lợi.

【坚持不懈】jiānchí-bùxiè kiên trì không mệt mỏi

【坚定】jiāndìng❶<形>kiên định; vững vàng: ~的信念 vững vàng niềm tin ❷<动>giữ vững: ~立场 giữ vững lập trường

【坚定不移】jiāndìng-bùyí vững vàng không lay chuyển

【坚固】jiāngù<形>kiên cố; bền vững: 这房子很~。Căn nhà này rất kiên cố.

【坚果】jiānguǒ<名>quả khô; quả vỏ cứng

【坚决】jiānjué<形>kiên quyết

【坚强】jiānqiáng❶<形>kiên cường: 意志~ ý chí kiên cường ❷<动>tăng cường; làm vững thêm; vững bền

【坚实】jiānshí<形>❶kiên cố; vững chắc: ~的房子 ngôi nhà kiên cố ❷chắc nịch; tráng kiện: 这小伙子身体很~。Cơ thể anh chàng này chắc nịch ghê.

【坚守】jiānshǒu<动>cố thủ; bám giữ; bám trụ: ~阵地 bám giữ trận địa

【坚挺】jiāntǐng<形>❶kiên cường mạnh mẽ; cứng cáp ❷(giá cả) bình ổn

【坚信】jiānxìn<动>vững tin; tin chắc

【坚硬】jiānyìng<形>cứng chắc; rắn câng

间 jiān❶<名>giữa: 夫妻之~ (giữa) hai vợ chồng ❷<名>ở; tại; vào: 人世~ ở trên thế gian ❸<名>gian nhà; buồng: 套~ căn hộ ❹<量>gian; phòng; buồng: 一~客房 một gian phòng khách
另见jiàn

【间距】jiānjù<名>khoảng cách (giữa hai vật nào đó)

肩 jiān❶<名>vai: 并~作战 sát cánh kề vai tác chiến ❷<动>gánh vác: 身~重任 gánh vác trách nhiệm to lớn

【肩膀】jiānbǎng<名>vai

【肩负】jiānfù<动>gánh vác: ~责任 gánh vác trách nhiệm

【肩关节】jiānguānjié<名>khớp xương vai

艰 jiān<形>khó khăn

【艰巨】jiānjù<形>khó khăn nặng nề

【艰苦】jiānkǔ<形>gian khổ; vất vả

【艰难】jiānnán<形>gian nan; khó nhọc; khó khăn

【艰险】jiānxiǎn<形>khó khăn nguy hiểm: 历经~ từng trải gian nguy

【艰辛】jiānxīn<形>gian khổ: 不畏~ không ngại gian khó

监 jiān❶<动>coi; theo dõi: ~考 thị ❷<名>nhà giam: 探~ thăm phạm nhân

【监测】jiāncè<动>theo dõi kiểm nghiệm

【监督】jiāndū❶<动>theo dõi đốc thúc; giám sát: ~生产 theo dõi quá trình sản xuất ❷<名>giám sát viên: 安全~ giám sát viên an toàn

【监工】jiāngōng❶<动>đốc công; theo dõi sản xuất ❷<名>đốc công

【监管】jiānguǎn<动>quản giáo

【监护】jiānhù<动>❶giám hộ: ~人 người giám hộ ❷theo dõi chăm sóc: ~病人 theo dõi chăm sóc bệnh nhân

【监护人】jiānhùrén<名>người giám hộ

【监禁】jiānjìn<动>cầm tù; giam giữ

【监控】jiānkòng<动>❶giám sát điều khiển: ~录像 camera giám sát ❷theo dõi khống chế

【监牢】jiānláo<名>[口]trại giam; nhà tù

【监视】jiānshì<动>theo dõi: ~敌人 的一举一动 theo dõi mọi hoạt động của địch

【监听】jiāntīng<动>theo dõi, giám sát (sự đàm thoại và các tín hiệu đường dây): 广播~ theo dõi phát thanh

【监狱】jiānyù<名>nhà giam; nhà tù

兼 jiān❶<形>gấp đôi; hai lần: ~程

J

đi gấp rút ❷<动>kiêm; có đủ; gồm đủ: 一人身~数职 Một mình kiêm nhiệm nhiều chức vụ.

【兼备】jiānbèi<动>có đủ; kiêm toàn: 人力和物力~。Nhân lực và vật lực đều có đủ.

【兼并】jiānbìng<动>thôn tính; kiêm tính

【兼顾】jiāngù<动>đồng thời chú ý nhiều mặt: ~事业和家庭 lo cả sự nghiệp và gia đình

【兼任】jiānrèn<动>kiêm nhiệm: ~工会主席 kiêm nhiệm chủ tịch công đoàn

【兼容】jiānróng<动>dung hòa đồng thời; tương thích: ~性强 giàu tính tương thích

【兼职】jiānzhí❶<动>kiêm chức; kiêm việc: 她在校外~。Chị ấy kiêm làm thêm ở ngoài trường. ❷<名>chức vụ kiêm nhiệm; việc kiêm thêm: 辞去~ từ bỏ chức vụ kiêm nhiệm

煎 jiān❶<动>rán: ~肉饼 bánh thịt rán ❷<动>pha; hãm; sắc: ~药 sắc thuốc ❸<量> nước (lần sắc của thuốc bắc)

【煎熬】jiān'áo<动>dày vò; dằn vặt: 备受~ chịu đựng sự dày vò

【煎饼】jiānbing<名>bánh tráng; bánh rán

【煎锅】jiānguō<名>chảo rán; chảo chiên

jiǎn

拣 jiǎn<动>lựa chọn: 挑肥~瘦 kén cá chọn canh

【拣选】jiǎnxuǎn<动>chọn; lựa chọn: ~优质药材 chọn lọc những dược liệu hảo hạng

茧¹ jiǎn<名>cái kén

茧² jiǎn<名>chai

柬 jiǎn<名>tấm thiếp

【柬埔寨】Jiǎnpǔzhài<名>Cam-pu-chia: ~人 người Cam-pu-chia

【柬帖】jiǎntiě<名>thiếp mời; giấy mời: 结婚~ thiếp cưới

俭 jiǎn<形>tiết kiệm: 勤~ cần kiệm

【俭朴】jiǎnpǔ<形>giản dị tiết kiệm: 过着~的生活 sống cuộc sống giản dị tiết kiệm

捡 jiǎn<动>nhặt

【捡便宜】jiǎn piányi mua được hàng giá rẻ; được lợi

【捡破烂儿】jiǎn pòlànr nhặt nhạnh chổi cùn rế rách (người ta vứt đi)

【捡拾】jiǎnshí<动>nhặt nhạnh; thu nhặt

检 jiǎn<动>❶kiểm tra: 体~ kiểm tra sức khỏe ❷kiềm chế; gò bó: 行为不~ hành vi không kiềm chế ❸nhặt

【检测】jiǎncè<动>kiểm định: ~酒精含量 kiểm định hàm lượng cồn

【检查】jiǎnchá❶<动>kiểm tra; khám: ~身体 khám sức khỏe ❷<动>tra cứu; kiểm duyệt ❸<动>kiểm thảo; kiểm điểm ❹<名>bản kiểm điểm: 写~ viết bản kiểm điểm

【检察官】jiǎncháguān<名>kiểm sát viên

【检察院】jiǎncháyuàn<名>viện kiểm sát

【检举】jiǎnjǔ<动>tố giác; tố cáo: ~人 người tố giác

【检票】jiǎnpiào<动>soát vé; kiểm phiếu (bầu cử): 上车前必须~。Cần soát vé trước khi lên xe.

【检讨】jiǎntǎo❶<动>kiểm điểm; kiểm thảo: 做自我~ tự kiểm điểm ❷<名>bản kiểm điểm ❸<动>nghiên cứu; nghiên cứu

【检修】jiǎnxiū<动>kiểm tra sửa chữa: ~电路 kiểm tra sửa chữa đường dây điện

【检验】jiǎnyàn<动>kiểm nghiệm: 实践是~真理的唯一标准。Thực tiễn là tiêu chuẩn duy nhất để kiểm nghiệm chân lí.

【检疫】jiǎnyì<动>kiểm dịch: ~证明书

giấy chứng nhận kiểm dịch

【检阅】jiǎnyuè〈动〉❶duyệt: 国家主席~海陆空三军仪仗队. Chủ tịch nước duyệt đội danh dự hải lục không quân. ❷[书]đọc duyệt: ~书稿 đọc duyệt bản thảo sách

减 jiǎn〈动〉❶giảm; trừ: 裁~ cắt giảm ❷giảm bớt; kém; sút đi: ~轻 giảm nhẹ

【减产】jiǎnchǎn〈动〉sản lượng sút kém; sản xuất thu hẹp: 农作物~ cây nông nghiệp giảm sản lượng

【减法】jiǎnfǎ〈名〉phép trừ

【减肥】jiǎnféi〈动〉giảm béo; giữ eo; giảm cân

【减号】jiǎnhào〈名〉dấu trừ

【减价】jiǎnjià〈动〉giảm giá

【减免】jiǎnmiǎn〈动〉miễn giảm; miễn: ~赋税 giảm miễn thuế vụ

【减轻】jiǎnqīng〈动〉giảm nhẹ: ~工作压力 giảm nhẹ sức ép công việc

【减少】jiǎnshǎo〈动〉giảm bớt; giảm thiểu: ~损失 giảm thiểu tổn thất

【减速】jiǎnsù〈动〉giảm tốc: ~行驶 giảm tốc mà đi

【减退】jiǎntuì〈动〉hạ thấp; suy giảm

【减小】jiǎnxiǎo〈动〉giảm thiểu; giảm nhẹ: 风力~ sức gió giảm nhẹ

【减刑】jiǎnxíng〈动〉giảm hình phạt

剪 jiǎn❶〈名〉cái kéo: ~刀 cái kéo ❷〈名〉cái kẹp; kẹp gắp: 火~ cặp gắp than ❸〈动〉cắt: ~头发 cắt tóc ❹〈动〉cắt bỏ; diệt trừ: ~草除根 diệt trừ tận gốc

【剪报】jiǎnbào❶〈动〉cắt báo (lưu trữ tư liệu) ❷〈名〉(bài, tư liệu) cắt từ báo ra: 这是一本精美的~集. Đây là tập bài và tài liệu quý cắt từ báo ra.

【剪裁】jiǎncái〈动〉❶cắt quần áo: 服装~ cắt may quần áo ❷gọt giũa; cắt xén: 图片~ cắt xén tấm hình

【剪彩】jiǎncǎi〈动〉cắt băng khánh thành

【剪除】jiǎnchú〈动〉gạt bỏ; loại trừ; tiêu diệt

【剪纸】jiǎnzhǐ❶〈动〉cắt giấy (thành tranh): ~艺术 nghệ thuật cắt giấy ❷〈名〉tranh cắt giấy: ~图片 một tờ tranh cắt giấy

睑 jiǎn〈名〉[书]mí mắt; mi mắt: 眼~ mí mắt

简¹ jiǎn❶〈形〉giản đơn: ~体 giản thể ❷〈动〉đơn giản hoá: 精兵~政 tinh giản cơ cấu và biên chế

简² jiǎn〈名〉❶thẻ tre (để viết chữ thời xưa): ~册 cuốn thẻ tre ❷thư từ: 书~集 tập thư

【简报】jiǎnbào〈名〉tin, thông tin vắn tắt

【简便】jiǎnbiàn〈形〉giản tiện: 使用方法~ phương pháp sử dụng giản tiện

【简称】jiǎnchēng❶〈名〉tên gọi tắt; hình thức gọi tắt ❷〈动〉gọi tắt

【简单】jiǎndān〈形〉❶giản đơn; đơn giản. 先学~的知识 học tập kiến thức đơn giản trước ❷bình thường; tầm thường: 李教授知识渊博, 博古通今, 可真不~. Giáo sư Lí kiến thức uyên bác, thông hiểu chuyện cổ kim, thật không tầm thường. ❸qua loa; qua quít: ~应付 ứng phó qua loa

【简短】jiǎnduǎn〈形〉ngắn gọn

【简化】jiǎnhuà〈动〉giản hóa; đơn giản hóa

【简洁】jiǎnjié〈形〉ngắn gọn

【简介】jiǎnjiè❶〈动〉giới thiệu tóm tắt ❷〈名〉bản giới thiệu khái quát: 内容~ tóm tắt nội dung

【简历】jiǎnlì〈名〉sơ yếu lí lịch; tiểu sử: 个人~ tiểu sử cá nhân

【简练】jiǎnliàn〈形〉ngắn gọn súc tích

【简陋】jiǎnlòu〈形〉sơ sài: 奶奶家的房子很~. Căn nhà bà ở rất đơn sơ.

【简明扼要】jiǎnmíng-èyào khái quát ngắn gọn

【简谱】jiǎnpǔ〈名〉nhạc số; nhạc giản phổ

【简体字】jiǎntǐzì〈名〉chữ giản thể

J

【简易】jiǎnyì〈形〉❶giản đơn; đơn giản: ~办法 biện pháp đơn giản ❷thô sơ; sơ sài: ~楼房 nhà lầu thô sơ

【简直】jiǎnzhí〈副〉quả thực; thật là; quá là

【简装】jiǎnzhuāng〈形〉đóng gói đơn giản; bao bì thường

碱 jiǎn〈名〉❶bazơ: 纯~ soda ❷kiềm: ~性食品 thực phẩm mang tính kiềm

【碱性】jiǎnxìng〈名〉tính kiềm; kiềm tính, tính chất base

jiàn

见¹ jiàn❶〈动〉nhìn thấy; thấy: 耳听为虚，眼~为实。Tai nghe không bằng mắt thấy. ❷〈动〉gặp; tiếp xúc: 这种粉末~水即化。Loại bột này tiếp xúc với nước là hòa tan ngay. ❸〈动〉thấy được; thể hiện ra: 初~成效 đã thấy được thành quả bước đầu ❹〈动〉xem: ~下页 xem trang tiếp ❺〈动〉gặp gỡ; thăm: 拜~ gặp gỡ ❻〈名〉ý kiến; cách nhìn nhận: 主~ chủ kiến

见² jiàn〈助〉[书]❶(trợ từ đặt trước động từ) bị coi là; được coi như: ~笑于人 bị người ta chê cười ❷chỉ đối tượng chịu chi phối là bản thân: ~谅 xin thông cảm

【见不得】jiànbudé❶không thể tiếp xúc; kị: 这是未冲洗的胶卷，~光。Đây là cuộn phim chưa tráng, không thể để lộ sáng. ❷lén lút; khuất tất: 这件古玩是他们偷来的，~人。Đây là đồ cổ bị bọn chúng đánh cắp nên không dám đưa ra công khai. ❸[方] nhìn không quen mắt; không ưa: 我~人发牢骚。Tôi không ưa những người hay càu nhàu.

【见地】jiàndì〈名〉ý kiến; kiến giải; nhận xét: 很有~ nhận xét rất độc đáo

【见多识广】jiànduō-shíguǎng tiếp xúc rộng rãi, kiến thức uyên bác

【见怪】jiànguài〈动〉trách; chê trách (thường chỉ về mình): 我的英文不好，请不要~。Tiếng Anh của tôi kém, xin đừng chê trách.

【见机行事】jiànjī-xíngshì xem tình thế mà làm việc; tùy cơ mà hành động

【见解】jiànjiě〈名〉kiến giải; cách nhìn nhận: ~独到 cách nhìn nhận độc đáo

【见面】jiànmiàn〈动〉gặp mặt; gặp gỡ

【见世面】jiàn shìmiàn trải đời; biết sự đời

【见识】jiànshi❶〈动〉hiểu biết; mở rộng kiến thức; biết: 在国外，我~了很多新鲜事情。Ở nước ngoài tôi đã hiểu biết thêm nhiều chuyện mới lạ. ❷〈名〉kiến thức; tri thức; hiểu biết: ~广 hiểu biết rộng

【见外】jiànwài〈形〉coi như người ngoài; xem như người xa lạ

【见闻】jiànwén〈名〉những điều tai nghe mắt thấy

【见笑】jiànxiào〈动〉❶bị chê; bị cười: 我的字写得不好，让您~了。Chữ tôi viết kém, thật đáng chê cười. ❷cười; chê (tôi): 我不会做菜，你别~。Tôi không biết nấu nướng, xin ông đừng chê cười nhé.

【见效】jiànxiào〈动〉hiệu nghiệm; có hiệu quả

【见证】jiànzhèng❶〈动〉chứng kiến; làm chứng: ~人 người làm chứng; 这座古建筑~了时代的变迁。Tòa kiến trúc cổ đã chứng kiến sự thiên biến của thời đại. ❷〈名〉nhân chứng; chứng cứ: 寻找~ tìm nhân chứng

件 jiàn❶〈量〉chiếc; cái: 一~事 một sự việc ❷〈名〉đơn vị tính toán sự vật, sự việc: 案~ vụ án ❸〈名〉văn kiện; công văn: 急~ công văn khẩn cấp

间 jiàn ❶<名>kẽ hở; chỗ hở: 乘~ lợi dụng kẽ hở ❷<名>hiềm khích; xa cách: 紧密无~ thân thiết keo sơn ❸<动>ngăn cách; tách biệt: 晴雨相 ~ lúc nắng lúc mưa ❹<动>chia rẽ; li gián: 挑拨离~ chia rẽ li gián ❺<动>tỉa bớt (cây non): ~玉米苗 tỉa bớt những cây ngô non mọc quá rậm
另见jiān

【间谍】jiàndié<名>gián điệp

【间断】jiànduàn<动>gián đoạn

【间隔】jiàngé ❶<名>khoảng cách; cách nhau: 禾苗的~很整齐。Khoảng cách giữa những hàng lúa rất đều đặn. ❷<动>cách rời; cách biệt: 每 八个小时吃一次药 cứ cách tám tiếng đồng hồ là uống thuốc một lần

【间接】jiànjiē<形>gián tiếp: ~经验 kinh nghiệm gián tiếp

【间歇】jiànxiē<动>ngắt quãng; khoảng dừng

饯[1] jiàn<动>mở tiệc đưa tiễn
饯[2] jiàn<动>dầm (hoa quả)

【饯行】jiànxíng<动>mở tiệc tiễn đưa: 为朋友~ mở tiệc tiễn bạn lên đường

建 jiàn<动>❶xây dựng: ~房子 xây dựng nhà cửa ❷thành lập; thiết lập: ~军 thành lập quân đội ❸nêu ra; đề xướng

【建材】jiàncái<名>vật liệu xây dựng

【建国】jiànguó<动>❶dựng nước: ~大业 sự nghiệp lớn dựng nước ❷xây dựng đất nước

【建交】jiànjiāo<动>thiết lập quan hệ ngoại giao: 两国已~50多年。Hai nước thiết lập quan hệ ngoại giao đã hơn 50 năm.

【建立】jiànlì<动>❶thành lập: 在我市一所综合性大学 thành lập một trường đại học tổng hợp tại thành phố ta ❷thiết lập; xây dựng: ~友谊 xây dựng tình hữu nghị

【建设】jiànshè<动>kiến thiết; xây dựng: 经济~ xây dựng kinh tế

【建议】jiànyì ❶<动>đề nghị ❷<名>kiến nghị: 提出合理的~ đặt ra kiến nghị hợp lí

【建造】jiànzào<动>kiến tạo; xây dựng

【建筑】jiànzhù ❶<动>xây dựng ❷<名>công trình xây dựng; kiến trúc: 现代 ~ công trình xây dựng hiện đại

荐 jiàn<动>❶tiến cử; giới thiệu: 推 ~ giới thiệu ❷[书]hiến; tế: ~书 văn bản giới thiệu/văn bản đề cử

贱 jiàn<形>❶rẻ: ~卖 bán rẻ ❷hèn kém: 卑~ ti tiện ❸bỉ ổi; đê tiện: ~货 đồ tồi tệ

剑 jiàn<名>(thanh) kiếm; gươm

【剑麻】jiànmá<名>cây dứa gai

【剑鞘】jiànqiào<名>bao kiếm; vỏ gươm

【剑术】jiànshù<名>kiếm thuật

健 jiàn ❶<形>khỏe mạnh; sức khỏe ❷<动>làm cho khỏe mạnh; bồi bổ ❸<动>giỏi; hay; dễ: ~忘 hay quên

【健步】jiànbù<名>giỏi đi bộ; đi bộ giỏi; bước đi khỏe khoắn

【健将】jiànjiàng<名>❶kiện tướng (giỏi trên một lĩnh vực nào đó) ❷kiện tướng (danh hiệu cao nhất về đẳng cấp dành cho vận động viên) 体育~ kiện tướng thể dục thể thao

【健康】jiànkāng<形>❶khỏe mạnh; sức khỏe: 身体~ thân thể khỏe mạnh; ~状况 tình hình sức khỏe ❷lành mạnh

【健美】jiànměi<形>khỏe đẹp: 体型~ dáng người khỏe đẹp

【健美操】jiànměicāo<名>bài tập thể dục thẩm mĩ

【健全】jiànquán ❶<形>khỏe mạnh lành lặn: 身心~ cơ thể và tinh thần đều khỏe mạnh ❷<形>hoàn thiện; hoàn chỉnh: 安保措施~ các biện pháp bảo vệ an toàn rất hoàn thiện ❸<动>kiện toàn: ~产业链 kiện toàn

J

chuỗi ngành nghề

【健身】jiànshēn<动>rèn luyện sức khỏe: ~房 phòng rèn luyện sức khỏe

【健忘】jiànwàng<形>đãng trí; hay quên; dễ quên: ~症 bệnh đãng trí

【健在】jiànzài<动>còn khỏe: 父母都~。Cha mẹ đều khỏe cả.

【健壮】jiànzhuàng<形>tráng kiện; khỏe mạnh: 那名举重运动员可~了。Vận động viên cử tạ kia thật khỏe.

舰 jiàn<名>tàu quân sự (lượng rẽ nước 500 tấn trở lên)

【舰艇】jiàntǐng<名>hạm tàu; tàu thuyền

涧 jiàn<名>khe nước (trong núi)

渐 jiàn<副>dần dần: 天气~冷。Thời tiết rét dần.

【渐变】jiànbiàn<动>tiệm biến; thay đổi dần:色彩~ gam màu thay đổi dần

【渐渐】jiànjiàn<副>dần dần

【渐进】jiànjìn<动>tiệm tiến: 循序~ tiến dần từng bước

谏 jiàn<动>[书]khuyên can; can gián (vua, bề trên hoặc bạn bè): 进~ can gián đối với nhà vua

践 jiàn<动>❶giẫm: ~踏 giẫm đạp ❷thi hành; thực hiện: 实~ thực tiễn

【践踏】jiàntà<动>❶giẫm đạp; xéo lên: 不要~庄稼。Không nên giẫm đạp lên lúa má. ❷chà đạp; giày xéo: 尊严岂容~。Danh dự không được phép chà đạp.

【践行】jiànxíng<动>làm theo; noi theo: ~雷锋精神 noi theo tinh thần Lôi Phong

毽 jiàn<名>cầu (đá bằng chân)

【毽子】jiànzi<名>quả cầu

腱 jiàn<名>gân

【腱子】jiànzi<名>cơ bắp; bắp chân

溅 jiàn<动>bắn; tóe: ~了一身水 nước bắn đầy người

鉴 jiàn❶<名>cái gương (thời xưa làm bằng đồng) ❷<动>soi (gương):

油光可~ bóng loáng có thể soi gương ❸<动>xem xét; xem kĩ: ~别 xem xét giám định ❹<名>tấm gương soi; bài học: 引以为~ lấy làm gương soi

【鉴定】jiàndìng❶<动>nhận định; nhận xét (ưu, khuyết điểm): 自我~ tự nhận xét ❷<名>lời nhận xét: 实习~ lời nhận xét đối với thực tập sinh ❸<动>giám định; xác định

【鉴赏】jiànshǎng<动>xem xét và thưởng thức

【鉴于】jiànyú❶<介>xét thấy; xét đến: ~你的职务，你更要多担当些。Xét đến chức vụ của mình, anh phải đảm trách công việc nhiều hơn. ❷<连>xét (bởi): ~他表现优异，我们给予重奖。Xét những thể hiện xuất sắc của anh ấy, chúng tôi trao giải thưởng lớn cho anh ấy.

键 jiàn<名>❶chốt (bánh xe) ❷[书]chốt cửa (bằng sắt) ❸phím ❹gạch ngắn (biểu thị hóa trị của nguyên tố)

【键盘】jiànpán<名>bàn phím

箭 jiàn<名>❶mũi tên: 射~ bắn cung ❷tầm bắn: 一~之遥 xa bằng một tầm tên bắn ❸hình mũi tên: 火~ hỏa tiễn/tên lửa

【箭头】jiàntóu<名>❶đầu mũi tên ❷hình mũi tên (chỉ phương hướng): 标~ đặt ra mũi tên chỉ hướng

jiāng

江 jiāng<名>❶sông lớn: 漓~ sông Li Giang ❷(Jiāng) Trường Giang (Trung Quốc) //(姓) Giang

【江湖】jiānghú<名>[旧]❶giang hồ; khắp bốn phương: ~义气 nghĩa khí giang hồ ❷kẻ lưu lạc giang hồ; người bán dạo; nghề bán dạo: ~郎中 thầy lang băm

【江郎才尽】jiāngláng-cáijìn tài

năng cạn kiệt

【江米】jiāngmǐ〈名〉gạo nếp

【江南】Jiāngnán〈名〉❶Giang Nam: 自古~出美女。Đất Giang Nam từ xưa nhiều mĩ nữ. ❷Nam Trường Giang

【江山】jiāngshān〈名〉❶giang sơn; đất nước ❷chính quyền

【江山易改，本性难移】jiāngshān-yìgǎi, běnxìng-nányí non sông dễ thay, tính nết khó đổi; giang sơn dị cải, bản tính nan di

【江水】jiāngshuǐ〈名〉nước sông

将 jiāng❶〈动〉chiếu tướng: ~军 chiếu tướng ❷〈动〉châm chọc; khích bác: 拿话来~他，他也无所谓。Cho dù có khích bác nó cũng bơ đi. ❸〈介〉đem; lấy: ~功赎罪 lấy công chuộc tội ❹〈副〉sắp, sẽ: 部队~开拔。Bộ đội sắp lên đường. ❺〈副〉vừa...vừa: ~信~疑 nửa tin nửa ngờ

另见 jiàng

【将近】jiāngjìn〈副〉gần; xấp xỉ; ngót: ~傍晚时分 thời điểm sắp tối

【将就】jiāngjiu〈动〉tạm; (chịu) vậy

【将军】jiāngjūn❶〈动〉chiếu tướng: ~，你输了。Chiếu tướng, anh bị thua rồi. ❷〈动〉làm khó; làm (ai đó) chết dở ❸〈名〉tướng quân; tướng: 他去年当上了~。Ông ấy thăng quân hàm cấp tướng vào năm ngoái.

【将来】jiānglái〈名〉tương lai; mai sau

【将要】jiāngyào〈副〉sắp; sẽ: 事情~发生。Sự việc sắp xảy ra.

姜 jiāng〈名〉❶cây gừng: 这块土地适合种~。Khoảnh ruộng này thích hợp trồng gừng. ❷củ gừng: 生~ gừng tươi //(姓) Khương

【姜糖】jiāngtáng〈名〉kẹo gừng

浆 jiāng❶〈名〉tương; chất lỏng sệt: 豆~ sữa đậu nành ❷〈动〉hồ (vải, lụa): ~洗 giặt hồ

【浆果】jiāngguǒ〈名〉quả chứa nhiều nước (như nho, cà chua...)

僵 jiāng❶〈形〉cứng; cứng đờ: ~冷 lạnh cứng ❷〈形〉bế tắc; căng ❸〈动〉[方]đờ (mặt): 我话一说完，他的脸就~了。Nghe tôi nói anh ấy đờ mặt ra.

【僵化】jiānghuà〈动〉xơ cứng; cứng nhắc: 思想~ tư tưởng cứng nhắc

【僵局】jiāngjú〈名〉cục diện bế tắc; thế giằng co: 打破~ phá vỡ thế bế tắc

【僵尸】jiāngshī〈名〉xác chết cứng đơ; sự vật mục ruỗng

【僵硬】jiāngyìng〈形〉❶cứng đờ: 站久了腿~ đứng lâu hai chân đã cứng đờ ❷cứng nhắc: 态度~ thái độ cứng nhắc

缰 jiāng〈名〉cương; dây cương

【缰绳】jiāngsheng〈名〉dây cương

疆 jiāng〈名〉❶biên giới; biên cương: 边~ biên cương ❷(Jiāng) chỉ Tân Cương: 南~ vùng Nam Tân Cương

【疆界】jiāngjiè〈名〉biên giới; ranh giới

【疆土】jiāngtǔ〈名〉lãnh thổ; cương vực

【疆域】jiāngyù〈名〉lãnh thổ quốc gia; cương vực; bờ cõi

jiǎng

讲 jiǎng❶〈动〉nói; kể: ~笑话 kể chuyện cười ❷〈动〉giảng giải; giải thích: ~书 dạy học ❸〈动〉thương lượng; bàn bạc: ~价 mặc cả ❹〈介〉nói về; bàn về: ~年龄他比你大，~体力你不如他。Về tuổi tác thì ông ấy hơn anh, về thể lực thì anh không bằng ông ấy. ❺〈动〉để ý; chú trọng: ~文明 chú trọng về văn minh

【讲话】jiǎnghuà❶〈动〉phát biểu; nói chuyện: 她~很幽默。Chị ấy nói chuyện rất dí dỏm. ❷〈动〉phê phán; chỉ trích: 大家都~了，你还敢这样做。

Mọi người đã phê phán mà anh vẫn dám làm như vậy. ❸<名>lời diễn giảng ❹<名>những bài nói chuyện (soạn thành tập sách)

【讲解】jiǎngjiě<动>giảng giải; giải thích

【讲究】jiǎngjiu❶<动>coi trọng; chú trọng: ~卫生 chú trọng vệ sinh ❷<名>điều đáng suy xét; điều đáng chú ý: 说到功夫的招式, 那可有~。Nói về chiêu thức trong võ thuật thì có nhiều điều đáng chú ý. ❸<形>đẹp đẽ: 这篇文章遣词造句很~。Bài viết này có nhiều cái đẹp trong câu cú tu từ.

【讲课】jiǎngkè<动>giảng bài

【讲理】jiǎnglǐ❶<动>làm rõ phải trái; làm cho ra nhẽ: 咱们跟他~去。Chúng ta đến làm rõ phải trái với nó. ❷<形>biết lẽ phải; biết điều: 蛮不~ bất chấp lẽ phải

【讲明】jiǎngmíng<动>nói rõ: ~道理 nói rõ lí lẽ

【讲师】jiǎngshī<名>giảng viên

【讲授】jiǎngshòu<动>giảng; dạy: ~知识 giảng dạy kiến thức

【讲述】jiǎngshù<动>kể lại; giảng lại

【讲台】jiǎngtái<名>bục giảng

【讲坛】jiǎngtán<名>diễn đàn: 百家~ diễn đàn bách gia

【讲学】jiǎngxué<动>thinh giảng

【讲义】jiǎngyì<名>giảng nghĩa; tài liệu giảng dậy;giáo tài

【讲座】jiǎngzuò<名>báo cáo chuyên đề; thuyết trình khoa học

奖 jiǎng❶<动>thưởng; khen thưởng: 嘉~ khen thưởng ❷<名>giải thưởng; phần thưởng: 中~ trúng thưởng

【奖杯】jiǎngbēi<名>cúp (giải thưởng)

【奖罚分明】jiǎngfá-fēnmíng thưởng phạt phân minh

【奖金】jiǎngjīn<名>tiền thưởng

【奖励】jiǎnglì<动>khen thưởng khuyến khích: ~好人好事 khen thưởng người tốt việc tốt

【奖牌】jiǎngpái<名>huy chương

【奖品】jiǎngpǐn<名>tặng phẩm; phần thưởng

【奖赏】jiǎngshǎng<动>tặng thưởng; khen thưởng: ~有功人员 khen thưởng những người lập công

【奖学金】jiǎngxuéjīn<名>học bổng

【奖章】jiǎngzhāng<名>huy chương

【奖状】jiǎngzhuàng<名>bằng khen; giấy khen

桨 jiǎng<名>mái chèo

jiàng

匠 jiàng<名>❶thợ: 鞋~ thợ đóng giày ❷[书]bậc thầy: 文学巨~ bậc thầy lớn trong văn học

降 jiàng<动>❶hạ xuống; hạ thấp: 下~ hạ thấp ❷giáng; hạ: ~价 hạ giá 另见xiáng

【降低】jiàngdī<动>hạ thấp; hạ: ~身份 hạ thấp tư cách

【降价】jiàngjià<动>hạ giá: 商品~ hàng hạ giá

【降落】jiàngluò<动>rơi xuống; hạ xuống

【降落伞】jiàngluòsǎn<名>dù; cái dù

【降水】jiàngshuǐ❶<名>nước mưa ❷<动>mưa; mưa tuyết: ~量 lượng mưa

【降温】jiàngwēn<动>❶(làm) giảm nhiệt độ; hạ nhiệt: 防暑~ hạ nhiệt chống nóng ❷nhiệt độ không khí giảm (xuống thấp): 受寒潮影响, 明天要~。Chịu ảnh hưởng của luồng không khí lạnh, nhiệt độ ngày mai sẽ giảm xuống. ❸nhiệt tình giảm; chiều hướng phát triển yếu đi: 出国留学没有~的趋势。Du học nước ngoài không xuất hiện chiều hướng thuyên giảm.

【降雨】jiàngyǔ<动>mưa

【降职】jiàngzhí<动>giáng chức

将 jiàng ❶<名>tướng; tướng lĩnh: 上~ thượng tướng ❷<动>[书]cầm quân; chỉ huy
另见 jiāng

【将领】jiànglǐng<名>tướng lĩnh: 高级~ tướng lĩnh cao cấp

【将士】jiàngshì<名>tướng sĩ; cán bộ và chiến sĩ

强 jiàng<形>ương ngạnh; không chịu khuất phục: 倔~ tính ương ngạnh
另见 qiáng, qiǎng

酱 jiàng ❶<名>tương: ~油 xì dầu ❷<动>rim, ướp, kho, dầm (tương, xì dầu): ~肉 thịt muối ướp; ~白菜 dầm rau cải trắng ❸<名>các thực phẩm ở dạng tương: 番茄~ tương cà chua

【酱菜】jiàngcài<名>rau dầm tương hoặc xì dầu

犟 jiàng<形>bướng; ương ngạnh

jiāo

交 jiāo ❶<动>giao; trao; nộp: ~税 nộp thuế ❷<动>đến; tới (giờ hoặc mùa nào đó): 明天就~夏至了。Ngày mai là đến tiết Hạ Chí. ❸<动>tiếp giáp; giáp ranh (về thời gian hoặc khu vực): ~界 giáp giới ❹<动>kết giao; qua lại: ~朋友 kết bạn ❺<动>giao hợp (ở người); giao phối (ở động, thực vật): 杂~ tạp giao/lai giao ❻<名>giao nhau; đan xen: 两河之~ điểm giao hội của hai dòng sông ❼<名>bè bạn; tình nghĩa qua lại: 建~ thiết lập quan hệ ngoại giao ❽<副>tương hỗ; với nhau: ~流 giao lưu ❾<副>cùng; đồng thời (xảy ra): 在一个风雨~加的夜晚 trong cái đêm gió giật mưa nghiêng

【交班】jiāobān<动>giao ban; giao ca

【交叉】jiāochā<动>❶giao nhau; đan chéo ❷đan xen; trùng hợp: 学科~理论 lí thuyết về sự đan xen giữa hai ngành ❸giao thoa: ~作业 bài tập giao thoa

【交差】jiāochāi<动>báo cáo kết quả công việc

【交出】jiāochū<动> giao nộp

【交代】jiāodài<动>❶bàn giao: ~工作 bàn giao công tác ❷dặn dò: 妈妈一再~我出门要注意安全。Mẹ dặn đi dặn lại bảo tôi ra ngoài phải chú ý an toàn. ❸trình bày: ~问题 trình bày vấn đề

【交道】jiāodào<名>đi lại với nhau; giao du: 跟媒体打~ giao du với cơ quan truyền thông

【交付】jiāofù<动>giao cho; giao phó

【交给】jiāogěi<动>giao cho

【交互】jiāohù❶<副>lẫn nhau ❷<副>thay nhau ❸<动>liên hệ, trao đổi lẫn nhau

【交还】jiāohuán<动>trả lại; trao trả

【交换】jiāohuàn<动>❶trao đổi: ~留学生 trao đổi lưu học sinh ❷hàng đổi hàng; mua bán trao đổi: 等价~ trao đổi ngang giá

【交火】jiāohuǒ<动>giao chiến; bắn nhau; đọ lửa; đọ súng

【交货】jiāohuò<动>giao hàng: 请及时~。Xin giao hàng kịp thời.

【交集】jiāojí<动>❶xen lẫn; hòa lẫn ❷giao thoa; hội tụ

【交际】jiāojì<动>giao tiếp; giao thiệp; giao tế

【交际花】jiāojìhuā<名>bông hoa giao tế; người đàn bà lọc lõi có tiếng (ý miệt thị)

【交接】jiāojiē<动>❶nối tiếp: 夏秋~的季节 chuyển mùa hè thu ❷chuyển giao; giao nhận: 办理~手续 làm thủ tục chuyển giao ❸giao du; giao kết

【交警】jiāojǐng<名>cảnh sát giao thông

【交流】jiāoliú<动>❶cuồn cuộn; dầm dề ❷trao đổi; giao lưu: ~工作经验 trao đổi kinh nghiệm công tác

【交流电】jiāoliúdiàn<名>dòng điện xoay chiều; điện giao thế

【交纳】jiāonà<动>nộp; giao nộp: ~水

电费 nộp tiền điện nước

【交配】jiāopèi〈动〉giao phối

【交情】jiāoqíng〈名〉tình bạn; tình cảm (với nhau): ~深厚 tình cảm sâu nặng

【交涉】jiāoshè〈动〉giao thiệp; điều đình

【交谈】jiāotán〈动〉nói chuyện với nhau

【交通】jiāotōng❶〈动〉[书]liền nhau: 阡陌~ đường ngang dọc liền nhau ❷〈名〉vận tải và bưu chính (nói chung): ~部门 ngành giao thông ❸〈名〉giao liên: ~站 trạm giao liên ❹〈名〉người giao liên: ~员 người liên lạc ❺〈动〉[书]giao lưu; câu kết: ~官府 câu kết với nhà quan

【交通事故】jiāotōng shìgù sự cố giao thông; tai nạn giao thông

【交头接耳】jiāotóu-jiē'ěr ghé tai thì thầm; ri tai

【交往】jiāowǎng〈动〉đi lại; quan hệ

【交响乐】jiāoxiǎngyuè〈名〉nhạc giao hưởng

【交心】jiāoxīn〈动〉tâm sự

【交易】jiāoyì〈动〉giao dịch buôn bán: 公平~ giao dịch công bằng

【交易所】jiāoyìsuǒ〈名〉sở giao dịch (thị trường chứng khoán hoặc thị trường hàng hóa)

【交谊舞】jiāoyìwǔ〈名〉khiêu vũ giao tế

【交友】jiāoyǒu〈动〉giao kết bè bạn: 广泛~ giao kết bạn bè rộng rãi

【交战】jiāozhàn〈动〉giao chiến; đánh nhau: ~双方 hai bên giao chiến

郊 jiāo〈名〉ngoại ô

【郊区】jiāoqū〈名〉khu vực ngoại thành; vùng ngoại ô

【郊外】jiāowài〈名〉ngoại ô; ngoại thành

【郊游】jiāoyóu〈动〉đi chơi ngoại ô

浇 jiāo〈动〉❶đổ; dội; dầm; tưới: ~花 tưới hoa ❷đổ; đúc: ~铅字 đúc chữ chì

【浇灌】jiāoguàn〈动〉❶đổ; đúc: ~混凝土 đổ bê tông ❷tưới nước: ~田地 tưới nước cho đồng ruộng đất

【浇铸】jiāozhù〈动〉đúc (kim loại)

娇 jiāo❶〈形〉mềm mại, xinh xắn dễ thương: ~美 yêu kiều/duyên dáng/cái đẹp mềm mại dễ thương ❷〈形〉nũng nịu; nhõng nhẽo: 小孩子喜欢在父母跟前撒~. Thằng bé thích nhõng nhẽo với bố mẹ. ❸〈动〉chiều; nuông chiều: 他那小孙子让他给~坏了. Ông ấy quá nuông chiều làm hư hỏng đứa cháu.

【娇滴滴】jiāodīdī❶nũng nịu; yểu điệu; uốn éo: ~的声音 giọng uốn éo ❷yếu ớt; ẻo lả: 这是个~的女孩子. Đây là một cô gái rất yếu ớt ẻo lả.

【娇惯】jiāoguàn〈动〉nuông chiều; cưng chiều

【娇媚】jiāomèi〈形〉❶nũng nịu; làm nũng ❷thướt tha; điệu đàng: ~的容颜 khuôn mặt điệu đàng

【娇嫩】jiāonèn〈形〉mềm mại; ẻo lả

【娇气】jiāoqì❶〈形〉ẻo lả: 这点东西都搬不动, 也太~了. Có thế mà cũng không bê nổi, thật là quá ẻo lả. ❷〈名〉tính nhu nhược ham thích hưởng thụ xa hoa ❸〈形〉(đồ) dễ hỏng vỡ

【娇生惯养】jiāoshēng-guànyǎng nuông chiều từ thuở nhỏ; cưng chiều từ bé

【娇小】jiāoxiǎo〈形〉xinh xắn nhỏ nhắn

【娇艳】jiāoyàn〈形〉mềm mại tươi tắn: ~的玫瑰 bông hồng tươi đẹp

【娇纵】jiāozòng〈动〉nuông chiều thả lỏng

骄 jiāo〈形〉❶kiêu ngạo: 戒~戒躁 chống kiêu căng, chống nôn nóng ❷[书]gay gắt mạnh mẽ: ~阳 nắng chói chang

【骄傲】jiāo'ào❶〈形〉kiêu ngạo: ~自满 kiêu ngạo tự mãn ❷〈形〉tự

hào; kiêu hãnh: 我们都为你感到~。 Chúng ta đều cảm thấy tự hào vì anh. ❸<名>niềm tự hào; niềm kiêu hãnh

【骄傲自大】jiāo'ào-zìdà kiêu căng tự đại

【骄横】jiāohèng<形>kiêu ngạo ngang ngược

胶 jiāo❶<名>keo: 橡~ cao su ❷<动>dán bằng keo: 鞋底脱了, 你能把它~一下吗? Đế giày bị bong, anh có thể dùng keo dán lại được không? ❸<名>dính (như keo): ~泥 đất sét dính ❹<名>cao su: ~鞋 giầy cao su

【胶布】jiāobù<名>❶băng dính: 用~缠住 dùng băng dính cột chặt lại ❷[口]cao dán

【胶合板】jiāohébǎn<名>gỗ dán

【胶卷】jiāojuǎn<名>phim (chụp ảnh): 冲洗~ tráng phim

【胶囊】jiāonáng<名>(thuốc uống) viên nang; viên con nhộng

【胶片】jiāopiàn<名>phim nhựa

【胶水】jiāoshuǐ<名>nhựa dán; keo (cồn) dán: 用~把这张纸贴上 dùng keo để dán tờ giấy này

【胶原蛋白】jiāoyuándànbái chất tạo keo; collagen proteine

教 jiāo<动>dạy
另见jiào

【教书】jiāoshū<动>dạy học

【教学】jiāoxué<动>dạy học
另见jiàoxué

椒 jiāo<名>cây có quả hoặc hạt có vị cay

【椒盐】jiāoyán<名>muối tiêu

焦 jiāo❶<形>cháy khô; khô giòn: 我闻到什么东西~了。 Tôi đã ngửi thấy mùi gì khê rồi. ❷<名>than cốc ❸<形>nóng lòng; sốt ruột: ~急 sốt ruột lo lắng ❹<名>[中医]tiêu: 下~ hạ tiêu //(姓)Tiêu

【焦点】jiāodiǎn<名>❶tiêu điểm ❷điểm hội tụ ❸điểm mấu chốt; điểm chốt: 争论的~ tiêu điểm tranh luận

【焦急】jiāojí<形>sốt ruột; lo lắng: 她心里万分~。 Trong lòng cô ấy hết sức lo lắng.

【焦距】jiāojù<名>[物理]tiêu cự

【焦渴】jiāokě<形>khát khô cổ; khát cháy cổ: ~难耐 khát cháy cổ họng hết sức khó chịu

【焦虑】jiāolǜ<形>lo lắng buồn rầu; lo phiền

【焦炭】jiāotàn<名>than cốc

【焦头烂额】jiāotóu-làn'é nhếch nhác khốn khổ

【焦油】jiāoyóu<名>hắc ín: 香烟里含有大量~。 Thuốc lá chứa rất nhiều hắc ín.

【焦躁】jiāozào<形>nóng lòng sốt ruột: ~不安 nóng lòng sốt ruột không yên tâm

跤 jiāo<名>lộn; ngã lộn nhào: 路滑, 小心摔~。 Đường trơn, cần thận kẻo ngã.

蕉 jiāo<名>cây chuối

礁 jiāo<名>❶đá ngầm: 触~ va phải đá ngầm ❷đá san hô: 珊瑚~ đá san hô

【礁石】jiāoshí<名>đá ngầm

jiáo

矫 jiáo
另见jiǎo

【矫情】jiáoqing<形>[口]cố tình trái với thường tình (không chân thực); lập dị

嚼 jiáo<动>nhai

【嚼舌】jiáoshé<动>❶nói linh tinh; nói bậy bạ: 这个女人特别喜欢在背后~。 Cái bà này rất thích nói bới nói móc sau lưng. ❷cãi vã: 没工夫跟你~。 Không hơi đâu mà cãi vã với anh.

J

jiǎo

角 jiǎo ❶<名>sừng; gạc: 羊~ sừng dê ❷<名>túi và: 号~ thổi túi và ❸<名>vật có hình giống cái sừng: 皂~ quả bồ kết ❹<名>địa danh: 成山~ Thành Sơn Giác ❺<名>góc: 英语~ góc tiếng Anh ❻<名>góc (hình học): 直~ góc vuông ❼<量>góc;mẩu: 一~饼 một góc bánh ❽<量>hào (đơn vị tiền tệ Trung Quốc)

另见jué

【角尺】jiǎochǐ<名>ê ke; thước thợ

【角度】jiǎodù<名>❶độ lớn của góc ❷góc độ; góc nhìn (đánh giá xem xét sự vật): 看问题的~不同 nhìn nhận vấn đề từ những góc độ khác nhau

【角落】jiǎoluò<名>❶góc; xó: 花盆放在办公室~ Chậu hoa đặt ở nơi góc văn phòng. ❷xó xỉnh; hang cùng ngõ hẻm; mọi nơi: 他几乎走遍了祖国的每一个~ Ông ấy cơ hồ đi khắp mọi miền đất nước.

【角膜】jiǎomó<名>giác mạc: 捐献~ cống hiến giác mạc

侥 jiǎo

【侥幸】jiǎoxìng<形>may mắn; cơ may

佼 jiǎo<形>[书]đẹp; tốt đẹp

【佼佼】jiǎojiǎo<形>[书]trội hẳn; nổi trội: ~者 người nổi trội

狡 jiǎo<形>giảo hoạt; xảo quyệt

【狡辩】jiǎobiàn<动>ngụy biện; cãi lấp liếm: 他善于~。Anh ấy rất hay cãi lấp liếm.

【狡猾】jiǎohuá<形>giảo hoạt; xảo quyệt: 这人很~。Tên này rất xảo quyệt.

【狡诈】jiǎozhà<形>xảo trá quỷ quyệt

饺 jiǎo<名>sủi cảo; bánh chẻo (làm bằng bột mì, có nhân, hấp hoặc luộc)

【饺子】jiǎozi<名>bánh chẻo; sủi cảo

绞 jiǎo❶<动>xoắn; bện: 把铜线~成线圈。Dùng dây đồng xoắn thành vòng tròn. ❷<动>vắt: ~尽脑汁 vắt óc suy nghĩ ❸<动>doa: ~孔 doa lỗ ❹<动>(hình phạt) treo cổ: ~刑 xử phạt treo cổ ❺<动>quay tời; trục kéo: ~车 ròng rọc ❻<量>cuộn; con: 一~纱 một cuộn sợi

【绞架】jiǎojià<名>giá treo cổ: 死刑犯被送上了~。Can phạm tử hình bị đưa lên giá treo cổ.

【绞肉】jiǎoròu<动>xay thịt: ~机 máy xay thịt

【绞痛】jiǎotòng<形>đau thắt

铰 jiǎo❶<动>[口]cắt: 用剪子~指甲 cắt móng tay bằng kéo ❷<动>khoan; xuyên lỗ: ~孔 xuyên lỗ ❸<名>khớp nối; bản lề

【铰链】jiǎoliàn<名>bản lề

矫[1] jiǎo<动>❶sửa; sửa chữa; uốn nắn: ~枉过正 sửa sai thái quá ❷giả bộ; giả dạng: ~饰 vờ vĩnh để che đậy

矫[2] jiǎo<形>mạnh mẽ; khỏe: ~若游龙 mạnh tựa rồng cuốn

另见jiáo

【矫健】jiǎojiàn<形>khỏe mạnh; vạm vỡ; hùng dũng: 身手~ thân hình vạm vỡ

【矫形】jiǎoxíng<动>chỉnh hình (bằng phẫu thuật): 医生给她的牙齿~。Bác sĩ đã chỉnh hình bộ răng cho chị ấy.

【矫正】jiǎozhèng<动>sửa chữa; uốn nắn: ~发音 uốn nắn phát âm

【矫治】jiǎozhì<动>chữa trị (các khuyết tật như lác, nói lắp...): ~口吃 chữa trị chứng nói lắp

皎 jiǎo<形>sáng trắng: ~月 trăng sáng vằng vặc

【皎洁】jiǎojié<形>sáng trong; sáng ngời

脚 jiǎo ⟨名⟩❶chân cẳng: 右~ chân phải ❷chân đế: 桌~ chân bàn ❸chỉ lao động khuân vác: ~夫 cu li/cửu vạn ❹đầu thừa đuôi thụng

【脚本】jiǎoběn⟨名⟩kịch bản gốc: 电影~ kịch bản bộ phim

【脚步】jiǎobù⟨名⟩❶bước chân: ~大 bước chân dài ❷bước: 放轻~ bước nhẹ chân

【脚踝】jiǎohuái⟨名⟩mắt cá chân

【脚尖】jiǎojiān⟨名⟩mũi bàn chân; đầu bàn chân: 踮起~才看得见。Kiễng chân lên mới trông thấy.

【脚镣】jiǎoliào⟨名⟩cái xiềng chân; cùm chân

【脚气】jiǎoqì⟨名⟩❶bệnh tê phù ❷bệnh nấm kẽ chân

【脚手架】jiǎoshǒujià⟨名⟩giàn giáo

【脚踏车】jiǎotàchē⟨名⟩[方]xe đạp: 他每天都骑~上班。Anh ấy hôm nào cũng đi xe đạp đi làm.

【脚踏实地】jiǎotà-shídì cẩn thận chắc chắn

【脚丫子】jiǎoyāzi⟨名⟩[方]bàn chân

【脚印】jiǎoyìn⟨名⟩vết chân; dấu chân

【脚趾】jiǎozhǐ⟨名⟩ngón chân

【脚注】jiǎozhù⟨名⟩cước chú (chú thích ở cuối trang)

搅 jiǎo⟨动⟩❶trộn; quấy: 把水~混 quấy đục nước ❷làm rối; quấy rầy: 胡~蛮缠 quấy rầy quậy phá

【搅拌】jiǎobàn⟨动⟩trộn; đảo; quấy

【搅拌机】jiǎobànjī⟨名⟩máy nhào trộn

【搅动】jiǎodòng⟨动⟩❶quấy rầy; quấy rối ❷khuấy; khuấy động

【搅和】jiǎohuo⟨动⟩[口]❶pha lẫn ❷quấy rối

【搅乱】jiǎoluàn⟨动⟩quấy rối; làm rối loạn

剿 jiǎo⟨动⟩diệt; tiêu diệt

【剿匪】jiǎofěi⟨动⟩tiễu phỉ; diệt phỉ

【剿灭】jiǎomiè⟨动⟩tiêu diệt: ~敌军 tiêu diệt quân địch

缴 jiǎo⟨动⟩❶nộp; giao nộp: ~税 nộp thuế/đóng thuế ❷tước (vũ khí): 收~管制刀具 tước các loại dao cụ trong diện quản chế

【缴获】jiǎohuò⟨动⟩tước (được); tịch thu: 海关~了大批走私物资。Hải quan đã tịch thu một khối lượng lớn hàng buôn lậu.

【缴纳】jiǎonà⟨动⟩nộp: ~物业管理费 nộp phí quản lí nhà cửa

【缴械】jiǎoxiè⟨动⟩❶tước (vũ khí) ❷nộp vũ khí: ~投降 nộp vũ khí đầu hàng

jiào

叫 jiào❶⟨动⟩kêu; gáy: 鸡~ gà gáy ❷⟨动⟩gọi: 有人~你。Có người gọi anh. ❸⟨动⟩gọi (xe, món ăn): ~车 gọi xe ❹⟨动⟩gọi là; tên là: 你~什么? Anh tên là gì? ❺⟨形⟩[方]con đực (chỉ gia súc, gia cầm): ~鸡 gà trống ❻⟨动⟩bảo; dặn; làm cho: ~他早点回去。Bảo anh ấy về sớm một chút. ❼⟨动⟩cho phép; cho: 不~他去，他偏要去。Không cho anh ấy đi nhưng anh ấy cứ đòi đi. ❽⟨介⟩bị: 他~狗咬了。Ông ấy bị chó cắn. ❾⟨介⟩theo

【叫喊】jiàohǎn⟨动⟩gào; hét: 别大声~。Đừng có to tiếng la hét.

【叫好】jiàohǎo⟨动⟩khen hay

【叫号儿】jiàohàor⟨动⟩gọi con số (xếp hàng)

【叫花子】jiàohuāzi⟨名⟩[口]người ăn xin; kẻ ăn mày

【叫唤】jiàohuan⟨动⟩❶kêu to; gào; hét: 疼得直~ đau quá cứ hét toáng lên ❷(động vật) kêu; hót; rống: 牲口直~ gia súc cứ kêu

【叫价】jiàojià⟨动⟩báo giá: 漫天~ báo giá cao ngất trời

【叫骂】jiàomà⟨动⟩lớn tiếng chửi bới

【叫卖】jiàomài⟨动⟩rao hàng

【叫嚷】jiàorǎng⟨动⟩kêu gào: 大声

lớn tiếng kêu gào

【叫嚣】jiàoxiāo<动>gào thét; la hét

【叫醒】jiàoxǐng<动>đánh thức

【叫作】jiàozuò<动>tên là; gọi là: 曲尺还~角尺。Thước thợ còn gọi là thước góc.

【叫座】jiàozuò<形>(vở diễn hoặc diễn viên) ăn khách: 他导演的第一部电影很~。Bộ phim đầu tiên do anh ấy làm đạo diễn rất đắt khách.

觉 jiào<名>giấc ngủ: 午~ ngủ trưa
另见jué

校 jiào<动>❶đính chính; sửa: ~稿子 sửa bài viết ❷đọ sức; thi đấu: ~场 trường đấu
另见xiào

【校订】jiàodìng<动>hiệu đính: ~手稿 hiệu đính bản nháp

【校对】jiàoduì❶<动>so theo chuẩn; kiểm tra theo chuẩn ❷<动>hiệu đính: ~翻译稿 hiệu đính bản dịch ❸<名>người hiệu đính

【校样】jiàoyàng<名>bản in thử; morát: 校对~ hiệu đính bài

【校阅】jiàoyuè<动>❶hiệu duyệt; duyệt và hiệu đính ❷[书]duyệt: ~三军 duyệt ba quân

【校正】jiàozhèng<动>hiệu chỉnh; chỉnh lại: ~拼写错误 hiệu chỉnh lại những lỗi đánh vần

【校准】jiàozhǔn<动>hiệu chỉnh cho chính xác (máy móc, thiết bị): ~时钟 hiệu chỉnh lại đồng hồ

轿 jiào<名>cái kiệu

【轿车】jiàochē<名>❶[旧]xe ngựa (chở người, có thùng che) ❷xe ô tô: 小~ ô tô con

【轿子】jiàozi<名>cái kiệu

较 jiào❶<副>so đọ; so sánh: 比~ so sánh ❷<副>tương đối: ~多 khá nhiều ❸<动>[书]tính toán; cân nhắc: 锱铢必~ tính toán chi li ❹<介>so với; hơn: 产量~去年提高 sản lượng tăng hơn năm ngoái

【较量】jiàoliàng<动>đọ sức; đua tài; đấu: ~枪法 đấu súng

【较真】jiàozhēn<形>[方]chăm chỉ; nghiêm túc

教[1] jiào❶<动>dạy; dạy bảo; giáo dục: 言传身~ giáo dục bằng lời và gương mẫu của bản thân ❷<名>tôn giáo: 佛~ Phật giáo

教[2] jiào<动>khiến cho; để: 他乖乖称臣 khiến anh ta phải ngoan ngoãn nhận thua
另见jiāo

【教案】jiào'àn<名>giáo án

【教材】jiàocái<名>tài liệu giảng dạy

【教参】jiàocān<名>tài liệu tham khảo cho giảng dạy

【教程】jiàochéng<名>giáo trình (thường dùng làm tên sách)

【教导】jiàodǎo<动>dạy bảo; giáo dục; dạy dỗ

【教辅】jiàofǔ<形>(sách) đọc thêm; (sách) hỗ trợ

【教父】jiàofù<名>❶cha đạo ❷cha giám hộ rửa tội

【教工】jiàogōng<名>giáo viên; cán bộ công nhân viên nhà trường

【教会】jiàohuì<名>giáo hội

【教诲】jiàohuì<动>[书]dạy dỗ; giáo huấn: 谆谆~ dạy dỗ ân cần

【教科书】jiàokēshū<名>sách giáo khoa

【教练】jiàoliàn❶<动>huấn luyện: ~车 xe huấn luyện ❷<名>huấn luyện viên: 篮球~ huấn luyện viên bóng rổ

【教师】jiàoshī<名>giáo viên; thầy giáo

【教室】jiàoshì<名>lớp học; phòng học

【教授】jiàoshòu<名>giáo sư: 他刚被评为~。Ông ấy vừa được phong giáo sư.

【教唆】jiàosuō<动>xúi giục; xúi bẩy

【教堂】jiàotáng<名>giáo đường; nhà

thờ

【教徒】jiàotú<名>tín đồ

【教务】jiàowù<名>giáo vụ (nhà trường)

【教学】jiàoxué<名>dạy học: ~大纲 đề cương môn học
另见jiāoxué

【教训】jiàoxùn❶<动>răn dạy: ~徒弟 răn dạy đồ đệ ❷<名>bài học (thất bại): 深刻的~ bài học sâu sắc

【教养】jiàoyǎng❶<动>dạy dỗ; giáo dục: ~子女 dạy dỗ con cái ❷<名>tu dưỡng

【教育】jiàoyù❶<名>nền giáo dục: 九年义务~ giáo dục nghĩa vụ chín năm ❷<动>giáo dục; chỉ dẫn; bảo ban: ~孩子改掉不良的习惯 chỉ dẫn bảo ban các cháu uốn nắn lại những thói hư tật xấu

【教育部】Jiàoyù Bù<名>Bộ Giáo dục

【教员】jiàoyuán<名>giáo viên

窖jiào❶<名>hầm; hố; 地~ hầm ngầm ❷<动>cất giấu các thứ vào hầm: 马上把这些红薯~起来。Mau cất giấu số khoai lang này vào hầm đi.

【窖藏】jiàocáng<动>cất giữ bằng hầm

酵jiào<动>lên men

【酵母】jiàomǔ<名>con men; cái men: 用~来发面 dùng men để làm nở bột

jiē

阶jiē<名>❶bậc: ~梯 bậc thang ❷cấp bậc: 官~ bậc quan

【阶层】jiēcéng<名>❶tầng lớp ❷giới (trong xã hội, như giới trí thức): 社会各~人士 nhân sĩ các tầng lớp trong xã hội

【阶段】jiēduàn<名>giai đoạn

【阶级】jiējí<名>❶[书]bậc thềm ❷đẳng cấp (quan lại): 无~之分 không phân biệt đẳng cấp ❸giai cấp: 无产~ giai cấp vô sản

【阶梯】jiētī<名>bậc thềm; bậc thang; bước đường tiến thân

皆jiē<副>đều; đều là

【皆大欢喜】jiēdàhuānxǐ ai nấy đều hài lòng; vẹn cả đôi đường

结jiē<动>đơm; kết (hoa, trái)
另见jié

【结巴】jiēba❶<动>nói lắp ❷<名>người nói lắp

【结果】jiēguǒ<动>kết trái; ra quả
另见jiéguǒ

【结实】jiēshi<形>❶bền chắc: 这张凳子很~。Chiếc ghế này bền chắc lắm. ❷chắc nịch; vạm vỡ; khỏe mạnh

接jiē<动>❶kề cận; gần; giáp bên: 交头~耳 chụm đầu ghé tai ❷nối; ghép; chắp: ~电线 nối đường dây điện ❸đỡ; hứng: ~球 đỡ bóng ❹tiếp; nhận: ~电话 nhận điện thoại ❺đón ❻thay; kế tiếp: ~任 kế nhiệm

【接班】jiēbān<动>❶thay ca; đổi ca ❷làm thay; kế tục

【接班人】jiēbānrén<名>người kế tục

【接触】jiēchù<动>❶đụng vào; chạm vào; tiếp xúc ❷tiếp xúc; giao tiếp

【接待】jiēdài<动>đón tiếp: ~客人 đón khách

【接二连三】jiē'èr-liánsān liên tiếp; không ngớt

【接风】jiēfēng<动>mời cơm khách từ xa đến; mời cơm tẩy trần: 今晚咱们给你~。Tối nay chúng tôi sẽ mời cơm tẩy trần cho anh.

【接管】jiēguǎn<动>tiếp quản

【接轨】jiēguǐ<动>nối vào mạch đường; đi vào quỹ đạo chung; hòa hợp

【接合】jiēhé<动>[机械]gắn vào

【接见】jiējiàn<动>tiếp kiến; gặp gỡ

【接近】jiējìn<动>tiếp cận; gần gũi

【接口】jiēkǒu<名>chỗ nối; giao diện

【接力】jiēlì<动>tiếp sức

【接纳】jiēnà<动>❶kết nạp; đón

nhận: ~入公司 thu dụng vào công ti ❷ghi nhận; thu nhận: 最终大家~了她的观点.Rốt cuộc mọi người đã chấp nhận quan điểm của chị ấy.

【接洽】jiēqià<动>liên hệ và bàn bạc; giao thiệp: ~工作 giao thiệp công việc

【接球】jiēqiú<动>bắt bóng; đón bóng; nhận bóng

【接壤】jiērǎng<动>giáp ranh; giáp giới

【接入】jiērù<动>đấu vào

【接生】jiēshēng<动>đỡ đẻ; hộ sinh

【接收】jiēshōu<动>❶nhận: ~无线电信号 nhận tín hiệu vô tuyến điện ❷thu về theo pháp luật: ~逆产 thu nhận tài sản của kẻ phản dân hại nước ❸tiếp nhận; kết nạp: ~异地学生 tiếp nhận học sinh ngoài địa bàn

【接受】jiēshòu<动>❶nhận: ~礼物 nhận quà biếu ❷chịu; tiếp thu: ~老师的批评 tiếp thu lời phê bình của thầy giáo

【接听】jiētīng<动>nhận nghe; nghe

【接通】jiētōng<动>bắt; đấu; nối tiếp: ~电话 bắt dây nói; 把冰箱电源~ Hãy cắm tủ lạnh vào nguồn điện.

【接头】jiētóu<动>❶nối ❷[口]liên lạc; chắp mối: 我们在车站~. Chúng ta gặp nhau ở ga.

【接吻】jiēwěn<动>hôn (nhau)

【接应】jiēyìng<动>❶tiếp ứng ❷tiếp tế; tiếp viện: 粮草~不上. Lương thực không tiếp tế tới được.

【接着】jiēzhe❶<动>đỡ; cầm: 这个苹果给你, ~! Quả táo này cho anh, cầm lấy nhé! ❷<副>tiếp; tiếp theo: 她洗完碗, ~拖地板. Chị rửa xong bát rồi lại tiếp tục lau nhà.

秸 jiē<名>rơm; xác cành; xác cây (đã tuốt hoặc bứt hạt, quả)

【秸秆】jiēgǎn<名>rơm cọng

揭 jiē<动>❶bóc: ~别人的疮疤 bóc cái vảy trên vết thương của người ❷mở; vén lên: ~开锅盖 mở vung

nồi ❸vạch; phơi bày: ~开真相 phơi bày bộ mặt thật

【揭不开锅】jiēbukāi guō đứt bữa; thiếu ăn

【揭穿】jiēchuān<动>vạch rõ; vạch trần; phơi trần: 她的谎言被当场~了. Lời man trá của chị ta đã bị vạch trần ngay.

【揭发】jiēfā<动>lật tẩy; lột (mặt nạ); vạch rõ (tim đen): ~坏人坏事 lật tẩy người xấu việc xấu

【揭开】jiēkāi<动>vạch toạc

【揭老底】jiē lǎodǐ lật tẩy; bới móc việc riêng tư của người khác

【揭露】jiēlù<动>vạch rõ; bóc trần; vạch trần: ~事实的真相 bóc trần chân tướng sự thật

【揭秘】jiēmì<动>vén màn bí mật; phơi bày điều bí ẩn

【揭幕】jiēmù<动>❶khánh thành: 纪念碑~仪式 lễ khánh thành đài ki niệm ❷mở đầu; bắt đầu (hoạt động lớn hoặc quan trọng): 展览会~ mở đầu triển lãm

【揭示】jiēshì<动>❶công bố; thông báo: ~牌 bảng yết thị ❷làm sáng tỏ: ~宇宙的奥秘 làm sáng tỏ sự huyền bí của vũ trụ

【揭晓】jiēxiǎo<动>công bố (kết quả sự việc): 比赛结果已经~. Kết quả thi đấu đã công bố.

街 jiē<名>❶phố; đường phố: 大~小巷 phố lớn ngõ nhỏ ❷[方]chợ: 赶~ đi chợ

【街道】jiēdào<名>❶đường phố ❷phường: ~办事处 văn phòng làm việc phường

【街坊】jiēfang<名>[口]láng giềng

【街头】jiētóu<名>phố; đầu phố

【街舞】jiēwǔ<名>điệu nhảy; hip-hop

jié

节¹ jié❶<名>gióng; đốt; khớp: 关~

khớp xương ❷<名>đoạn; mạch; nhịp: 音~ âm tiết ❸<名>ngày lễ; tết: 春~ Tết Nguyên Đán ❹<名>mục; việc: 细~ chi tiết ❺<名>tiết tháo; khí tiết: 气~ khí tiết ❻<动>trích; lược trích: ~选 trích tuyển ❼<动>tiết kiệm; hạn chế: ~水 tiết kiệm nước ❽<量>đoạn; phần: 文章第一~ đoạn đầu bài viết ❾<名>gậy trung tiết

节² jié<量>tiết (một hải lí/giờ)

【节哀顺变】jié'āi-shùnbiàn nén đau thương

【节操】jiécāo<名>[书]tiết tháo; khí tiết

【节假日】jiéjiàrì<名>các ngày lễ ngày nghỉ

【节俭】jiéjiǎn<形>tiết kiệm: 厉行~ thực hành tiết kiệm

【节令】jiélìng<名>thời tiết; dịp

【节目】jiémù<名>tiết mục; chương trình; mục

【节能】jiénéng<动>tiết kiệm năng lượng

【节日】jiérì<名>ngày lễ

【节省】jiéshěng<动>tiết kiệm; giảm bớt

【节食】jiéshí<动>giảm bớt khẩu phần ăn; hạn chế ăn uống

【节余】jiéyú❶<动>dành dụm được ❷<名>tiền của để dành

【节育】jiéyù<动>hạn chế sinh đẻ: ~手术 phẫu thuật hạn chế sinh đẻ

【节约】jiéyuē<动>tiết kiệm: 厉行~ ra sức tiết kiệm

【节制】jiézhì<动>❶chỉ huy; điều hành ❷khống chế; hạn chế: ~饮食 khống chế ăn uống

【节奏】jiézòu<名>❶tiết tấu (âm nhạc); giai điệu: 小女孩跟着音乐的~跳起舞来。Cô bé nhảy múa theo giai điệu âm nhạc. ❷điều độ; nhịp nhàng (trong công việc): 有~地打拍子 bắt nhịp một cách nhịp nhàng

劫¹ jié<动>❶cướp; cướp bóc: 打~ ăn

cướp ❷ép buộc; bức hiếp: ~持 ép buộc/bức hiếp

劫² jié<名>tai họa: 在~难逃 tai họa khó tránh khỏi

【劫匪】jiéfěi<名>bọn cướp; tên cướp

【劫机】jiéjī<动>cưỡng đoạt máy bay

【劫掠】jiélüè<动>cướp bóc

【劫难】jiénàn<名>tai nạn; tai họa: 历经~ từng trải qua những gian nan tai họa

杰 jié❶<名>người tài xuất chúng: 豪~ hào kiệt ❷<形>kiệt xuất: ~作 kiệt tác

【杰出】jiéchū<形>kiệt xuất; xuất sắc

【杰作】jiézuò<名>kiệt tác: 绝世~ kiệt tác tuyệt vời

诘 jié<动>[书]cật vấn; hỏi vặn

【诘问】jiéwèn<动>[书]căn vặn; hỏi vặn; cật vấn: 受到~ bị vặn hỏi

拮 jié

【拮据】jiéjū<形>túng thiếu; túng quẫn: 生活~ cuộc sống túng thiếu

洁 jié❶<形>sạch; trong sạch ❷<形>thuần khiết ❸<动>làm cho sạch

【洁白】jiébái<形>trắng muốt: ~无瑕 tinh tươm trắng muốt

【洁净】jiéjìng<形>sạch sẽ

【洁面乳】jiémiànrǔ<名>kem rửa mặt

【洁癖】jiépǐ<名>quá ưa sạch sẽ

结 jié❶<动>bện; tết; kết; ❷<动>đan lưới; kết lại; kết hợp: ~仇 gây nên thù oán ❸<动>kết thúc; chấm dứt: 归根~底 suy cho cùng ❹<名>nút; mối; nơ: 打~ thắt nút ❺<动>đọng; ngưng đọng
另见jiē

【结案】jié'àn<动>kết án

【结疤】jiébā<动>đã lành và kết thành vết sẹo

【结伴】jiébàn<动>kết bạn; cùng (làm, đi): 一起~走吧! Cùng đi nhé!

【结冰】jiébīng<动>đóng băng

【结肠】jiécháng<名>kết tràng; ruột kết

J

【结成】jiéchéng〈动〉kết thành: ~夫妻 nên vợ nên chồng

【结发夫妻】jiéfà fūqī kết tóc xe tơ; vợ chồng kết hôn lần đầu

【结构】jiégòu❶〈名〉kết cấu; cấu tạo: ~完整 kết cấu hoàn chỉnh ❷〈名〉[建筑]cấu trúc ❸〈动〉bố cục; giàn xếp

【结果】[1] jiéguǒ❶〈名〉kết quả: 取得良好的~ giành được kết quả tốt đẹp ❷〈连〉kết quả; kết cục; rốt cuộc

【结果】[2] jiēguǒ〈动〉kết liễu 另见jiéguǒ

【结合】jiéhé〈动〉❶kết hợp: 理论~实际。Lí luận kết hợp thực tế. ❷kết duyên vợ chồng

【结婚】jiéhūn〈动〉kết hôn

【结痂】jiéjiā〈动〉kết sẹo; thành vết sẹo: 伤口已~。Vết thương đã lành thành sẹo.

【结交】jiéjiāo〈动〉kết giao; kết nghĩa

【结晶】jiéjīng❶〈动〉kết thành tinh thể (từ chất lỏng hoặc chất khí) ❷〈名〉tinh thể ❸〈名〉kết tinh (thành quả, trí tuệ): 金字塔是古埃及人民智慧的~。Kim Tự Tháp là kết tinh trí tuệ của nhân dân Ai Cập thời cổ đại.

【结局】jiéjú〈名〉kết cục; chung cục: 圆满的~ kết cục hoàn mĩ

【结论】jiélùn〈名〉❶kết luận: 论文~ phần kết luận của luận án ❷xét đoán cuối cùng; phán xét cuối cùng: 下~ đưa ra phán xét cuối cùng

【结盟】jiéméng〈动〉liên kết: 不~运动phong trào Không liên kết

【结亲】jiéqīn〈动〉❶kết hôn; cưới: 他们两家~了。Hai người đã kết hôn với nhau. ❷đính hôn; kết thông gia

【结清】jiéqīng〈动〉thanh toán hết

【结石】jiéshí〈名〉sỏi: 肾~ sỏi thận

【结识】jiéshí〈动〉quen biết

【结束】jiéshù〈动〉❶kết thúc ❷trang điểm; chải chuốt (trong bạch thoại thời kì đầu)

【结算】jiésuàn〈动〉kết toán: ~账户 kết toán tài khoản

【结尾】jiéwěi〈名〉đoạn cuối; giai đoạn kết thúc

【结账】jiézhàng〈动〉thanh toán (tiền nong, sổ sách)

捷[1] jié〈形〉nhanh; 敏~ nhanh nhạy

捷[2] jié〈动〉chiến thắng; thắng: 连战连~ đánh trận nào thắng trận ấy

【捷报】jiébào〈名〉tin chiến thắng: ~频传 tin chiến thắng dồn dập

【捷径】jiéjìng〈名〉đường tắt; con đường tới đích ngắn nhất

睫jié〈名〉lông mi

【睫毛】jiémáo〈名〉lông mi

截jié❶〈动〉cắt; xén (vật có hình dài): ~头去尾 cắt đầu xén đuôi ❷〈动〉chặn; ngăn lại: 拦~ ngăn chặn ❸〈动〉đến (mốc thời gian cuối cùng): ~至昨天，已有三百多人报名。Cho đến hôm qua, đã có hơn ba trăm người đăng kí. ❹〈量〉khúc; đoạn: 一~儿木头 một khúc gỗ

【截断】jiéduàn〈动〉❶cắt đứt: 他的小拇指被电锯~。Ngón tay út của anh ấy đã bị lưỡi cưa điện cắt đứt. ❷cắt ngang; cản trở; ngăn chặn: 电话铃声~了他的话。Chuông điện thoại đã cắt ngang lời anh ta.

【截获】jiéhuò〈动〉bắt được; thu được: ~情报 thu được tình báo

【截留】jiéliú〈动〉chặn giữ; om lại (vật phẩm hoặc khoản tiền phải qua tay mình)

【截取】jiéqǔ〈动〉lấy ra; trích lấy (một đoạn): ~一段文字 trích ra một đoạn (trong bài viết)

【截肢】jiézhī〈动〉cưa (cắt) chân (hoặc tay): ~手术 phẫu thuật cắt cụt

【截止】jiézhǐ〈动〉chấm dứt; ngừng

【截至】jiézhì〈动〉đến...hết hạn: 报名日期~本月底。Việc ghi tên đến cuối tháng này hết hạn.

竭 jié ❶〈动〉hết; kiệt: 取之不尽，用
之不~。 Lấy không hết, dùng không
cạn. ❷〈形〉[书]cạn kiệt: 枯~ khô kiệt
【竭尽】 jiéjìn〈动〉dùng hết; dốc hết: ~
全力 dốc hết toàn lực

jiě

姐 jiě〈名〉chị
【姐夫】 jiěfu〈名〉anh rể
【姐姐】 jiějie〈名〉❶chị gái; chị ruột
❷chị họ: 远房~ chị họ xa
【姐妹】 jiěmèi〈名〉❶chị em gái ❷anh
chị em (ruột)

解 jiě〈动〉tách ra; phân chia ra: 瓦
~ tan rã ❷〈动〉cởi: ~衣服 cởi quần
áo ❸〈动〉giải trừ; bãi bỏ: ~渴 giải
khát ❹〈动〉giải thích: 注~ chú giải
❺〈动〉hiểu; hiểu rõ: 善~人意hiểu
người ❻〈动〉đi đại tiểu tiện: 大~ đại
tiện ❼〈名〉giải nghiệm (của ẩn số
phương trình) ❽〈动〉giải (phương
trình)
【解馋】 jiěchán〈动〉đỡ thèm
【解除】 jiěchú〈动〉bỏ; bãi bỏ; giải
trừ; bãi miễn: ~警报 bãi bỏ báo
động; ~职务 bãi miễn chức vụ
【解答】 jiědá〈动〉giải đáp
【解冻】 jiědòng〈动〉❶(mặt sông) tan
băng ❷giải đông cho thực phẩm
đông lạnh ❸giải tỏa (vốn ứ đọng)
【解毒】 jiědú〈动〉❶giải độc ❷giải
nhiệt
【解读】 jiědú〈动〉giải thích; phân tích
【解放】 jiěfàng〈动〉giải phóng: ~思想
giải phóng tư tưởng
【解放军】 jiěfàngjūn〈名〉quân giải
phóng
【解放日】 jiěfàngrì〈名〉(越南) Ngày
Giải phóng miền Nam
【解雇】 jiěgù〈动〉sa thải; đuổi việc
【解禁】 jiějìn〈动〉bãi bỏ lệnh cấm
【解决】 jiějué〈动〉❶giải quyết: ~问题
giải quyết vấn đề ❷diệt; xóa sổ: 残
余匪徒全给~了。 Tàn quân phỉ đã bị

diệt gọn.
【解开】 jiěkāi〈动〉cởi; cởi ra; cởi bỏ
【解密】 jiěmì〈动〉❶giải mật ❷cho
phép công khai
【解剖】 jiěpōu〈动〉❶giải phẫu: ~尸体
giải phẫu thi thể ❷mổ xẻ phân tích:
严于~自己 nghiêm khắc tự phân
tích kiểm điểm mình
【解散】 jiěsàn〈动〉❶giải tán ❷giải
thể; xóa bỏ: ~合唱团 giải thể đoàn
hợp xướng
【解释】 jiěshì〈动〉❶giải thích: ~自然
现象giải thích hiện tượng tự nhiên
❷nói rõ; làm rõ: ~误会 làm rõ sự
hiểu lầm
【解手】 jiěshǒu〈动〉đi đại tiểu tiện
【解说】 jiěshuō〈动〉giảng giải; thuyết
minh
【解题】 jiětí〈动〉❶giải đáp; giải bài;
làm bài ❷hiểu hoặc giải thích nội
dung đề bài ❸chú giải về tác giả,
tập, nội dung, phiên bản của tác
phẩm nào đó
【解体】 jiětǐ〈动〉❶giải thể; phân giải
❷tan rã; tan vỡ: 自然经济~ nền kinh
tế tự nhiên tan rã
【解脱】 jiětuō〈动〉❶[宗教]giải thoát
(từ nhà Phật) ❷thoát khỏi ❸mở
lối thoát; gỡ: 他犯下的罪责无法~。
Trách nhiệm và tội lỗi của anh ta
không có cách nào tháo gỡ được.
【解围】 jiěwéi〈动〉❶giải vây ❷cứu
nguy
【解析】 jiěxī〈动〉giải thích

jiè

介 jiè〈动〉❶ở giữa hai bên ❷giới
thiệu: 个人简~ giới thiệu sơ lược
về cá nhân ❸để lại; giữ lại: ~意 để
bụng
【介词】 jiècí〈名〉giới từ
【介入】 jièrù〈动〉chen vào; can dự
vào
【介绍】 jièshào〈动〉❶giới thiệu: 下面

J

请自我~一下。Sau đây xin tự giới thiệu. ❷tiến cử

【介绍人】jièshàorén<名>người giới thiệu

【介绍信】jièshàoxìn<名>giấy giới thiệu

【介意】jièyì<动>để tâm; để bụng

【介于】jièyú<动>nằm giữa; ở giữa: 90~85和100之间。90 là con số nằm giữa 85 và 100.

戒 jiè❶<动>chừa; cai: ~烟 cai thuốc lá ❷<名>điều cấm; việc cấm kị: 开~ phá giới ❸<名>giới luật (Phật giáo): 受~ thụ giới ❹<动>phòng tránh; cảnh giác: ~心 lòng cảnh giác ❺<名>nhẫn; cà rá: 钻~ nhẫn bằng kim cương

【戒备】jièbèi<动>❶phòng bị; cảnh giới: ~森严 phòng bị nghiêm ngặt ❷cảnh giác đề phòng; dè chừng: 他对陌生人都有所~。Ông luôn giữ thái độ dè chừng đối với người lạ.

【戒除】jièchú<动>cai; chừa (thói quen không tốt): ~烟 cai thuốc lá

【戒毒】jièdú<动>cai độc; cai nghiện

【戒酒】jièjiǔ<动>cai rượu

【戒严】jièyán<动>giới nghiêm; thiết quân luật

【戒指】jièzhi<名>nhẫn (đeo tay); cà rá

芥 jiè<名>❶rau cải đắng: ~末 mù tạc ❷cỏ rác; ví các đồ linh tinh vụn vặt: 命如草~ tính mệnh như cỏ rác

【芥菜】jiècài<名>rau cải đắng

届 jiè❶<动>đến (khi, lúc): ~时 đến giờ ❷<量>khóa (chỉ lượt thứ): 历~政府 chính phủ các khóa trước

【届时】jièshí<副>đến giờ; đến lúc (đã định): ~务必参加。Đến giờ nhất thiết phải tham gia.

界 jiè<名>❶ranh giới; giới hạn: 边~ biên giới ❷phạm vi; tầm: 开阔眼~ mở rộng tầm nhìn ❸giới; tầng lớp:

医学~ giới y học ❹giới (sinh vật) ❺giới (địa tầng)

【界碑】jièbēi<名>bia chỉ giới; cột mốc chỉ giới

【界定】jièdìng<动>giới định

【界面】jièmiàn<名>❶mặt tiếp xúc (giữa hai vật thể) ❷gọi tắt giao diện với người dùng

【界限】jièxiàn<名>❶ranh giới: 划清~ vạch rõ ranh giới ❷giới hạn; hạn độ

【界线】jièxiàn<名>❶giới tuyến: 跨越~ vượt qua giới tuyến ❷ranh giới; giới hạn: ~河 sông ranh giới; 超越~ vượt qua giới hạn ❸vạch phân chia; vạch chỉ giới

疥 jiè<名>ghẻ

【疥疮】jièchuāng<名>bệnh ghẻ

诫 jiè<动>khuyên răn; răn nhủ: 告~ nhắc nhở

借¹ jiè<动>❶mượn; vay: ~钱 vay tiền ❷cho mượn; cho vay: 我~车给他开。Tôi mượn xe cho ông ấy lái.

借² jiè<动>❶vin vào; viện cớ: ~故离开 viện cớ rời khỏi ❷dựa vào; nhờ vào; cậy: ~助 nhờ vào

【借贷】jièdài❶<动>vay mượn (tiền): 银行~利率 lãi suất khoản vay ngân hàng ❷<名>bên cho vay và bên nợ

【借调】jièdiào<动>biệt phái; điều động biệt phái

【借花献佛】jièhuā-xiànfó mượn hoa cúng Phật; của người phúc ta

【借鉴】jièjiàn<动>noi gương; lấy làm gương: 可资~ có thể lấy làm gương

【借据】jièjù<名>giấy biên nhận vay nợ; chứng từ vay nợ

【借口】jièkǒu❶<动>lấy cớ; viện lí do: 不能~赶时间而超速行驶。Không được lấy cớ thời gian gấp mà phóng nhanh vượt ẩu. ❷<名>cái cớ; lí do (viện ra)

【借款】jièkuǎn❶<动>vay tiền: 向银行~一般需要抵押。Vay tiền của ngân hàng thường cần phải có thế chấp. ❷<名>khoản tiền vay: 这笔 ~什么时候还? Khoản tiền vay này bao giờ thì hoàn trả?

【借宿】jièsù<动>tá túc; ở nhờ

【借条】jiètiáo<名>giấy biên nhận (vay nợ); giấy vay

【借用】jièyòng<动>mượn; dùng nhờ: 我~一下你的电脑。Tôi dùng nhờ máy vi tính của anh nhé.

【借阅】jièyuè<动>mượn đọc

【借债】jièzhài<动>vay nợ

【借助】jièzhù<动>nhờ vào; dùng đến; nhờ đến: 要看到极远的东西，就得~于望远镜。Muốn nhìn thấy vật ở nơi cực xa, thì phải dùng đến ống nhòm.

jīn

巾 jīn<名>cái khăn

【巾帼】jīnguó<名>cân quắc; khăn trùm; khăn vấn tóc (của phụ nữ thời xưa); dùng chỉ phụ nữ: ~英雄 cân quắc anh hùng

斤¹ jīn<量>cân (đơn vị trọng lượng, xưa là 16 lạng, sau đổi thành 10 lạng = 500 gam): 两~花生仁 hai cân lạc nhân

斤² jīn<名>cái rìu đốn gỗ

【斤斤计较】jīnjīn-jìjiào tính toán quá chi li; đo lọ nước mắm, đếm củ dưa hành

今 jīn<名>❶hiện tại; ngày nay; thời nay: 当~ hiện nay ❷nay; ngay thời điểm này: ~早 sớm nay; ~晚 tối nay

【今非昔比】jīnfēixībǐ xưa không thể bì với nay

【今后】jīnhòu<名>từ nay trở đi

【今年】jīnnián<名>năm nay

【今世】jīnshì<名>❶đời nay ❷thời đại ngày nay

【今天】jīntiān<名>❶hôm nay: ~是个好日子。Hôm nay là ngày tốt.

❷bây giờ; hiện nay: ~的孩子生活得很幸福。Cuộc sống trẻ em hiện nay rất hạnh phúc.

金 jīn❶<名>kim loại: 五~ ngũ kim ❷<名>tiền: 现~ tiền mặt ❸<名>nhạc khí; gõ bằng kim loại: 鸣~收兵 nổi chiêng thu quân ❹<名>vàng (kí hiệu: Au): 黄~ vàng ❺<形>vàng (ví sự tôn quý, quý báu): ~口玉言 lời vàng tiếng ngọc ❻<形>(màu) vàng: ~发 tóc vàng //(姓) Kim

【金币】jīnbì<名>đồng tiền (bằng) vàng

【金碧辉煌】jīnbì-huīhuáng vàng son lộng lẫy

【金灿灿】jīncàncàn ánh vàng rực rỡ; ánh vàng chói chang

【金额】jīné<名>số tiền; kim ngạch

【金刚石】jīngāngshí<名>kim cương; đá kim cương

【金黄】jīnhuáng<形>vàng óng: ~的麦穗 nhánh lúa mạch vàng óng

【金婚】jīnhūn<名>đám cưới vàng (phong tục châu Âu ki niệm tròn 50 năm ngày cưới)

【金奖】jīnjiǎng<名>huy chương vàng; cúp vàng

【金牛座】jīnniúzuò<名>chòm sao Kim ngưu

【金牌】jīnpái<名>huy chương vàng

【金钱】jīnqián<名>tiền bạc; tiền tệ

【金融】jīnróng<名>hoạt động tiền tệ: ~风暴 cơn bão tài chính

【金融危机】jīnróng wēijī nguy cơ tài chính; khủng hoảng tài chính

【金色】jīnsè<名>màu vàng

【金闪闪】jīnshǎnshǎn ánh vàng lấp lánh; vàng óng ánh

【金属】jīnshǔ<名>kim loại

【金星】jīnxīng<名>kim tinh; sao Kim

【金银财宝】jīnyín-cáibǎo vàng bạc tiền của

【金鱼】jīnyú<名>cá vàng; cá cảnh

J

【金子】jīnzi〈名〉vàng (kim loại): 是~总会发光的。Là vàng ắt sẽ tỏa sáng.

【金字塔】jīnzìtǎ〈名〉kim tự tháp

津 jīn ❶〈名〉nước dãi; nước bọt: 生~止渴 tiết nước bọt chống khát ❷〈名〉mồ hôi: 遍体生~ mồ hôi đầm đìa ❸〈动〉ướt át; nhớp nháp: ~润的双眼 đôi mắt ướt át

【津津有味】jīnjīn-yǒuwèi hứng thú dạt dào

【津贴】jīntiē ❶〈名〉tiền trợ cấp ❷〈动〉trợ cấp; cho phụ cấp: 公司每月~员工交通费。Hàng tháng công ti đều trợ cấp tiền giao thông đi lại cho nhân viên.

矜 jīn[书] ❶〈动〉thương tình; tiếc rẻ ❷〈动〉khoe khoang; tự cao: 骄~ kiêu căng tự phụ ❸〈形〉thận trọng; cẩn trọng

【矜持】jīnchí〈形〉❶ cẩn trọng; nghiêm túc; câu nệ: 女孩子一般都比较~。Các cô gái thường mang tính cẩn trọng. ❷mất tự nhiên, e dè

筋 jīn〈名〉❶bắp thịt; cơ bắp: 伤~动骨 bị thương bắp xương ❷[口]dây chằng; gân: 牛蹄~儿 gân vó bò ❸đồ giống gân: 钢~ cốt thép

【筋疲力尽】jīnpí-lìjìn bải hoải rã rời

禁 jīn〈动〉❶chịu đựng; kham: 弱不~风 yếu ớt không chịu nổi gió ❷nín nhịn: 情不自~ không nén nổi tình cảm

另见jìn

【禁不起】jīnbuqǐ không chịu đựng được: ~考验 không chịu được thử thách

【禁不住】jīnbuzhù❶chịu không nổi; không kham được: 这座桥~30吨。Chiếc cầu này không chịu nổi trọng lượng 30 tấn. ❷bất giác; không nén được: 孩子们的表演很感人，父母~泪流满面。Biểu diễn của các cháu giành được sự cảm phục, các vị cha

mẹ đã ứa nước mắt.

【禁受】jīnshòu〈动〉chịu; chịu đựng

jǐn

仅 jǐn〈副〉chỉ; vẻn vẹn

【仅仅】jǐnjǐn〈副〉chỉ; vẻn vẹn

尽 jǐn ❶〈动〉hết sức; cố: ~可能 hết sức cố gắng ❷〈介〉chỉ: 先~着这座山搜寻。Tìm ở ngọn núi này trước đã. ❸〈介〉trước hết; trước: 食物不够了，~着老人和孩子先吃。Đồ ăn không đủ thì trước hết phải dành cho người cao tuổi và các cháu nhỏ. ❹〈副〉tận cùng; nhất: 他在队伍的~前头站着。Anh ấy đứng ở vị trí trên cùng của đội ngũ. ❺〈副〉[方]chỉ; suốt: 她~埋头吃饭，不搭理父母。Cô ta cắm cúi ăn cơm mà chẳng thèm để ý tới cha mẹ.

另见jìn

【尽管】jǐnguǎn ❶〈副〉cứ; cứ việc: 你~做，不要怕。Anh cứ làm đi, đừng sợ. ❷〈连〉cho dù: ~他诚恳道歉，女朋友还是不原谅。Dù anh ấy đã chân thành xin lỗi nhưng bạn gái vẫn không chịu lượng thứ.

【尽快】jǐnkuài〈副〉nhanh nhất; sớm nhất: ~完成任务 hoàn thành nhiệm vụ sớm nhất

【尽量】jǐnliàng〈副〉hết sức; cố hết sức

另见jìnliàng

【尽早】jǐnzǎo〈副〉sớm nhất; nhanh nhất

紧 jǐn ❶〈形〉căng: 绳子拉得很~。Dây thừng kéo rất căng. ❷〈形〉chắc; chặt: 把螺丝钉往~里拧一拧 Siết chặt đinh ốc. ❸〈形〉kích; chặt; khít: 全国人民团结~。Nhân dân cả nước đoàn kết chặt chẽ. ❹〈形〉gấp; dồn dập: 抓~时间 nắm chắc thời gian ❺〈形〉(kinh tế) eo hẹp; túng thiếu: 这个月手头有点~。Tháng này tiền tiêu hơi túng thiếu. ❻<动>thắt chặt; siết chặt: 他~了一下腰带。Anh ấy thắt chặt dây lưng.

【紧巴巴】jǐnbābā❶căng; chật ních ❷chật vật

【紧凑】jǐncòu<形>chặt chẽ; khít khao; ăn khớp: 时间~ thời gian rất khít khao

【紧跟】jǐngēn<动>theo sát: ~时代潮流 hòa theo nhịp bước thời đại

【紧急】jǐnjí<形>gấp; khẩn cấp: ~疏散人群cho mọi người sơ tán khẩn cấp

【紧紧】jǐnjǐn<副>chặt; choàng lấy: 他~地搂着妈妈的脖子。Anh ấy ôm choàng lấy mẹ của mình.

【紧密】jǐnmì<形>❶chặt chẽ: ~联系群众 liên hệ chặt chẽ với quần chúng ❷dồn dập; liên tục: 赛程~ lịch thi đấu được sắp xếp một cách liên tục

【紧迫】jǐnpò<形>cấp bách; bức bách: 形势~ tình thế cấp bách

【紧缺】jǐnquē<形>(hàng hóa) bán chạy; đắt hàng; khan hiếm: 物资~ vật tư khan hiếm

【紧身】jǐnshēn<形>chật bó sát người (chỉ áo)

【紧要】jǐnyào<形>quan trọng; xung yếu: ~关头 bước ngoặt quan trọng

【紧张】jǐnzhāng<形>❶hồi hộp; thấp thỏm ❷căng thẳng; gay go: ~的工作 công việc căng thẳng ❸căng; căng thẳng: 供应~ tình hình cung ứng căng thẳng

锦jǐn❶<名>gấm: 壮~ thổ cẩm của dân tộc Choang ❷<形>rực rỡ; bóng bẩy

【锦标赛】jǐnbiāosài<名>giải vô địch: 世界游泳~ giải vô địch bơi lội thế giới

【锦纶】jǐnlún<名>sợi tổng hợp; sợi ni-lon

【锦囊】jǐnnáng<名>cẩm nang: ~妙计 kế sách hay

【锦旗】jǐnqí<名>cờ thưởng; cờ thi đua

【锦上添花】jǐnshàng-tiānhuā thêm hoa cho gấm; tô điểm đẹp thêm

谨jǐn❶<形>cẩn thận: 拘~ quá giữ kẽ ❷<副>trân trọng; trịnh trọng; kính cẩn: 我~向各位代表表示热烈的欢迎。Tôi xin trân trọng bày tỏ sự hoan nghênh nhiệt liệt với các vị đại biểu.

【谨防】jǐnfáng<动>đề phòng cẩn thận: ~短信诈骗 cần phòng ngừa lừa đảo qua tin nhắn

【谨慎】jǐnshèn<形>cẩn thận

jìn

尽jìn❶<动>hết: 取之不~ lấy không hết ❷<动>[书]từ vong; chết: 同归于~ cùng chết ❸<动>đến tận cùng; đến cực điểm: 山穷水~ sơn cùng thủy tận ❹<动>dốc hết; tận cùng: ~心力 dốc lòng dốc sức ❺<动>làm hết sức: ~职~责 làm việc hết lòng hết sức ❻<副>tất cả; toàn bộ; đều: ~说废话 toàn là những lời nói vô ích
另见jǐn

【尽力】jìnlì<动>tận lực; dốc hết sức: ~而为 làm hết sức

【尽量】jìnliàng<动>đến mức tối đa; cố hết sức
另见jǐnliàng

【尽情】jìnqíng<副>tận tình; hết mình; tha hồ: ~释放 hết mình xả láng/xả cho hết mới thôi

【尽人皆知】jìnrén-jiēzhī mọi người đều biết cả

【尽善尽美】jìnshàn-jìnměi tận thiện tận mĩ; cực kì hoàn mĩ

【尽是】jìnshì<动>cứ; cơ man nào; toàn là: 一眼看过去，~石头。Đưa mắt nhìn lại cơ man nào là đá.

【尽头】jìntóu<名>tận cùng; chót cùng

【尽孝】jìnxiào<动> hết lòng hiếu thảo

J

【尽心】jìnxīn〈动〉tận tâm; hết lòng

【尽义务】jìn yìwù làm tròn nghĩa vụ

【尽责】jìnzé〈动〉làm hết trách nhiệm

【尽职】jìnzhí〈动〉làm tốt chức trách; làm tốt công việc

进¹jìn❶〈动〉tiến lên (phía trước): 前~ tiến lên ❷〈动〉vào; đi vào: ~入 đi vào ❸〈动〉thu nhập: ~货 nhập hàng ❹〈动〉trình lên; gửi lên: ~言 trình ý kiến ❺〈动〉tới; vào: ~食 ăn cơm ❻〈量〉dãy; ngăn (nhà trệt)

进²jìn〈动〉(động từ chỉ hướng): 走~ đi vào

【进步】jìnbù❶〈动〉tiến bộ; tiến tới: 学习~ học hành tiến tới ❷〈形〉tiến bộ

【进餐】jìncān〈动〉ăn cơm; ăn uống

【进程】jìnchéng〈名〉tiến trình: 城市化~ tiến trình đô thị hóa

【进出】jìnchū〈动〉❶ra vào: 汽车都从北门~。Xe hơi đều ra vào qua cửa Bắc. ❷thu chi; xuất nhập (hàng): 超市每天~数额巨大。Lượng xuất nhập hàng mỗi ngày của siêu thị rất lớn.

【进出口】jìnchūkǒu xuất nhập khẩu: ~贸易 mậu dịch xuất nhập khẩu

【进度】jìndù〈名〉tiến độ: 授课~ tiến độ giảng bài

【进攻】jìngōng〈动〉❶tiến đánh ❷tấn công: 猛烈~ tấn công mạnh mẽ

【进口】jìnkǒu❶〈动〉cập bến ❷〈动〉nhập khẩu: 从外国~玉米 nhập khẩu ngô từ nước ngoài ❸〈名〉cửa vào

【进口关税】jìnkǒu guānshuì thuế quan nhập khẩu

【进来】¹jìnlái〈动〉vào; tiến vào; đi vào

【进来】²jìnlái〈动〉thổi vào; bay vào

【进球】jìnqiú〈动〉làm bàn; sút vào; ghi điểm

【进取】jìnqǔ〈动〉vươn lên; vươn tới; tiến thủ

【进去】¹jìnqù〈动〉đi vào: 这家商店的水果很新鲜，常常吸引客人~。Trái cây của cửa hiệu này rất tươi, luôn thu hút khách hàng.

【进去】²jìnqù〈动〉vào: 把这里的货物都搬~。Dọn hết hàng ở đây vào trong.

【进入】jìnrù〈动〉vào; bước vào

【进退】jìntuì〈动〉❶tiến và lùi; tiến thoái: 共同~ cùng tiến thoái ❷(giữ đúng) chừng mực: 不知~ không biết chừng mực

【进退两难】jìntuì-liǎngnán tiến thoái lưỡng nan

【进行】jìnxíng〈动〉❶tiến hành: 大会正在~。Đại hội đang tiến hành. ❷tiến lên

【进修】jìnxiū〈动〉tiến tu; học tập nâng cao; bổ túc

【进一步】jìnyībù thêm một bước; hơn nữa

【进展】jìnzhǎn〈动〉tiến triển

近jìn❶〈形〉gần: 两人住得很~。Hai người ở rất gần nhau. ❷〈动〉tiếp cận; gần như: 年~六十 gần tuổi sáu mươi ❸〈形〉gần gũi; thân mật: 亲~ thân thiết ❹〈形〉dễ hiểu

【近处】jìnchù〈名〉nơi gần

【近代】jìndài〈名〉❶cận đại ❷thời đại chủ nghĩa tư bản

【近况】jìnkuàng〈名〉tình hình gần đây

【近来】jìnlái〈名〉gần đây

【近路】jìnlù〈名〉đường gần; đường tắt

【近旁】jìnpáng〈名〉sát cạnh; gần cạnh

【近视】jìnshì〈形〉❶cận thị ❷tầm mắt hạn hẹp; thiển cận trước mắt: 只顾眼前利益是一种~行为。Chỉ nhằm vào lợi ích trước mắt là hành vi thiển cận.

劲jìn〈名〉❶sức lực; sức: 他的手~真大。Lực tay anh ấy rất mạnh. ❷tinh

thần; tâm trạng: 干~ lòng hăng hái ❸vẻ mặt; thái độ: 他的得意~惹恼了对手。 Thái độ đắc ý của anh ấy làm cho đối thủ tức giận. ❹hứng; hứng thú: 没~ không hứng ❺công hiệu
另见jìng

【劲头】jìntóu<名>[口]❶sức lực; sức vóc ❷lòng hăng hái; hào hứng: 他们工作的~很足。 Tinh thần hăng hái làm việc của họ rất cao. ❸vẻ mặt; thái độ

晋 jìn<动>❶tiến: ~见 yết kiến ❷thăng; thăng cấp: ~职 thăng chức

【晋级】jìnjí<动>[书]thăng cấp

【晋升】jìnshēng<动>[书]thăng chức; thăng cấp: ~中将 thăng cấp trung tướng

浸 jìn❶<动>ngâm nước: 把衣服放在水里一下。 Cho quần áo vào ngâm trong nước. ❷<动>thấm; rỉ nước: 汗水~湿了衣服。 Mồ hôi thấm ướt áo quần.

【浸泡】jìnpào<动>ngâm; dầm

【浸染】jìnrǎn<动>❶tiêm nhiễm dần ❷nhuộm: 上衣被墨水~了。 Chiếc áo bị giây vết mực.

【浸透】jìntòu<动>❶ngấm sũng; sũng: 衣服~了再搓洗。 Quần áo cần ngâm cho thấm đã rồi mới vò giặt. ❷thấm: 汗水~了内衣。 Mồ hôi làm ướt sũng áo lót. ❸chứa đầy; thấm đượm

禁 jìn❶<动>cấm; cấm chỉ: ~酒 cấm rượu ❷<动>giam cầm; nhốt: ~闭 giam nhốt ❸<名>điều cấm: 违~ vi phạm lệnh cấm
另见jīn

【禁地】jìndì<名>cấm địa; đất cấm

【禁毒】jìndú<动>cấm ma túy: ~形势严峻 tình hình cấm ma túy hết sức gay go

【禁忌】jìnjì❶<名>cấm kị; kiêng kị ❷<动>kiêng; kiêng khem: ~酸辣 kiêng đồ chua cay

【禁令】jìnlìng<名>lệnh cấm

【禁区】jìnqū<名>❶khu vực cấm: 军事~ khu vực quản lí quân sự ❷phạm vi cấm ❸mảng cấm (y học) ❹vòng cấm địa

【禁食】jìnshí<动>cấm ăn

【禁烟】jìnyān<动>cấm thuốc lá; cấm hút thuốc

【禁欲】jìnyù<动>cấm dục; ức chế dục vọng

【禁止】jìnzhǐ<动>cấm: ~喧哗 cấm gây ồn ào

jīng

茎 jīng<名>❶thân cây; cọng cây: 块~ thân củ ❷vật có hình thẳng giống thân cây

京 jīng<名>thủ đô

【京都】jīngdū<名>kinh đô; kinh thành

【京剧】jīngjù<名>Kinh kịch

【京族】jīngzú<名>dân tộc Kinh

经 jīng❶<名>sợi dọc (trên tấm dệt): ~线 kinh tuyến ❷<名>mạch chủ; kinh: 膀胱~ kinh bàng quang ❸<名>kinh độ: 东~ kinh độ đông ❹<动>kinh doanh; điều hành: ~商 kinh doanh buôn bán ❺<形>luôn luôn; bình thường: ~常 thường xuyên ❻<名>kinh điển; sách kinh: 四书五~ Tứ thư ngũ kinh ❼<名>kinh nguyệt: ~期 kì kinh nguyệt ❽<动>trải qua; qua: 我~手办的事记得比较清楚。 Việc qua tay xử lí nên tôi khá rõ ngọn ngành. ❾<动>chịu; chịu đựng: ~得起时间的检验 chịu được sự kiểm nghiệm của thời gian ❿<名>bộ Kinh (phân loại sách cổ)

【经不起】jīngbuqǐ không chịu nổi: 我这把年纪~这样的折腾了。 Tuổi tác của tôi đã không chịu nổi sự vật vã như vậy nữa.

【经不住】jīngbuzhù không chịu nổi: 妈妈~孩子的哀求, 答应给他买玩具。Không chịu nổi sự nằn nì của con, mẹ đã nhận lời mua đồ chơi cho nó.

【经常】jīngcháng❶〈形〉ngày thường; hàng ngày: ~性工作công việc hàng ngày ❷〈副〉thường xuyên; thường thường: 要~注意个人卫生. Phải thường xuyên lưu ý vệ sinh cá nhân.

【经典】jīngdiǎn❶〈名〉kinh điển: 阅读~ đọc tác phẩm kinh điển ❷〈名〉sách kinh của các tôn giáo: 佛教~ sách kinh Phật giáo ❸〈形〉(tác phẩm) tiêu biểu: ~作品 tác phẩm tiêu biểu ❹〈形〉(sự vật) tiêu biểu

【经费】jīngfèi〈名〉kinh phí

【经过】jīngguò❶〈动〉đi qua; qua ❷〈名〉quá trình: 事情的~就是这样. Cả quá trình vụ việc là như vậy.

【经纪人】jīngjìrén〈名〉❶người môi giới; người dắt mối ❷đại lí; người đại lí

【经济】jīngjì❶〈名〉kinh tế: ~领域 lĩnh vực kinh tế ❷〈形〉cây trồng vật nuôi: ~作物 cây công nghiệp ❸〈名〉mức sống: ~宽裕之后，他买了一辆新车. Sau khi đã khấm khá, anh ấy mua luôn chiếc xe mới. ❹〈形〉tiết kiệm: 这种产品~又实惠. Sản phẩm này vừa tiết kiệm lại thiết thực. ❺〈动〉[书]kinh bang tế thế

【经济技术开发区】jīngjì jìshù kāifāqū khu khai thác kinh tế

【经济特区】jīngjì tèqū đặc khu kinh tế

【经济效益】jīngjì xiàoyì hiệu quả kinh tế: 这个项目将产生良好的~. Dự án này sẽ mang lại hiệu quả kinh tế cao.

【经济学】jīngjìxué〈名〉kinh tế học

【经理】jīnglǐ❶〈动〉quản lí: 这家公司由你~. Công ti này do ông quản lí. ❷〈名〉giám đốc

【经历】jīnglì❶〈动〉trải qua: ~过地震，他更懂得珍惜生命. Trải qua

trận động đất, ông ấy càng thấm thía cái đáng quý của sự sống. ❷〈名〉kinh lịch; sự việc từng trải qua: 工作~ sự việc từng trải trong công việc

【经络】jīngluò〈名〉[中医]kinh lạc (kinh và lạc trong cơ thể)

【经贸】jīngmào〈名〉kinh tế thương mại

【经手】jīngshǒu〈动〉qua tay (giải quyết); đích tay (xử lí)

【经受】jīngshòu〈动〉chịu đựng: 她~住多重打击. Chị ấy đã chịu đựng nhiều thử thách.

【经纬度】jīngwěidù〈名〉kinh độ và vĩ độ

【经销】jīngxiāo〈动〉tiêu thụ

【经验】jīngyàn❶〈名〉kinh nghiệm: 生活~ kinh nghiệm cuộc sống ❷〈动〉trải qua; thể nghiệm; trải nghiệm

【经营】jīngyíng〈动〉❶kinh doanh: 个体~ kinh doanh cá thể ❷thiết kế và tổ chức: 业务 triển khai nghiệp vụ

荆 jīng〈名〉cây mận gai

【荆棘】jīngjí〈名〉bụi gai; bụi cây gai: ~丛生 bụi cây gai rậm rạp

惊 jīng〈动〉❶kinh: 心~胆战 kinh hồn bạt vía ❷kinh động: 打草~蛇 rút dây động rừng ❸(lừa, ngựa) lồng lên: 突然响起的鞭炮声让马受~了. Chợt nghe tiếng pháo nổ con ngựa chạy lồng lên.

【惊动】jīngdòng〈动〉làm kinh động; làm giật mình

【惊呼】jīnghū〈动〉kinh hãi hét lên; kêu thất thanh

【惊慌】jīnghuāng〈形〉sợ hãi hoang mang: ~失措 hoảng sợ luống cuống

【惊叫】jīngjiào〈动〉kêu thất thanh; sợ hét lên

【惊恐】jīngkǒng〈形〉sợ hãi lo lắng; lo sợ

【惊奇】jīngqí〈形〉kinh ngạc; lấy làm lạ

【惊人】jīngrén<形>làm (người ta) kinh ngạc; làm cho ngạc nhiên: ~之举 cử động kinh ngạc

【惊喜】jīngxǐ<形>kinh ngạc và vui mừng; vừa mừng rỡ vừa ngạc nhiên

【惊吓】jīngxià<动>khiếp sợ; sợ hãi

【惊险】jīngxiǎn<形>rùng rợn

【惊心动魄】jīngxīn-dòngpò rung động lòng người

【惊醒】jīngxǐng<动>❶bị tỉnh giấc: 从噩梦中~过来 bừng tỉnh trong cơn ác mộng ❷làm tỉnh giấc: 关门声~了熟睡的婴儿。Tiếng đóng cửa đánh thức cháu bé đang ngủ say.

【惊讶】jīngyà<形>ngạc nhiên; kinh ngạc

【惊异】jīngyì<形>ngạc nhiên lạ kì: ~的样子 dáng ngạc nhiên kì lạ

【惊蛰】jīngzhé<名>tiết Kinh trập

晶jīng❶<形>ánh sáng: 亮~~ sáng long lanh ❷<名>thủy tinh: 茶~ kính (thủy tinh) màu trà ❸<名>tinh thể: 结~ kết tinh

【晶体】jīngtǐ<名>tinh thể

【晶莹】jīngyíng<形>(sáng) óng ánh: 这块玉佩~剔透。Viên ngọc đẹp này óng ánh sắc màu.

睛jīng<名>nhãn cầu; con ngươi

粳jīng<名>lúa tẻ: ~米 gạo tẻ

兢jīng

【兢兢业业】jīngjīngyèyè cẩn thận; thận trọng

精jīng❶<形>tinh (đã tinh luyện hoặc chọn lọc): ~盐 muối tinh ❷<名>tinh hoa: 香~ hương liệu ❸<形>hoàn mĩ; tốt đẹp nhất: 武器~良 vũ khí tối tân ❹<形>tinh xảo; tinh vi: ~加工 chế biến tinh vi ❺<形>tinh khôn; tinh anh: ~干 giỏi giang ❻<形>tinh thông; giỏi: 她~于烹饪。Chị ấy giỏi việc nấu nướng. ❼<名>tinh thần; tinh lực: 聚~会神 tập trung hết tinh thần ❽<名>tinh dịch: 受~ thụ tinh ❾<名>yêu tinh: 白蛇~ Bạch Xà

tinh (Tinh rắn trắng) ❿<副>[方]rất; vô cùng: ~瘦 rất gầy

【精兵】jīngbīng<名>tinh binh; quân tinh nhuệ

【精彩】jīngcǎi❶<形>hay; đặc sắc: 今晚的表演很~。Buổi biểu diễn đêm nay rất đặc sắc. ❷<名>[书]thần sắc

【精打细算】jīngdǎ-xìsuàn tính toán kĩ lưỡng

【精读】jīngdú<动>đọc kĩ càng tỉ mỉ; đọc nghiên cứu: 这篇文章老师要求~。Thầy giáo yêu cầu đọc kĩ về bài viết này.

【精光】jīngguāng<形>❶hết trơn; sạch nhẵn: 他很快就把一碗面条吃得~。Anh ta nhanh chóng ăn hết sạch cả tô mì. ❷bóng loáng; bóng lộn

【精华】jīnghuá<名>❶tinh hoa ❷[书]ánh sáng: 日月之~ ánh sáng của mặt trời mặt trăng

【精简】jīngjiǎn<动>tinh giản: ~程序 tinh giản trình tự

【精力】jīnglì<名>sức lực; tinh lực

【精炼】jīngliàn❶<动>tinh luyện; chắt lọc: ~棕榈油 dầu cọ tinh luyện ❷<形>ngắn gọn

【精美】jīngměi<形>tinh xảo; đẹp đẽ

【精密】jīngmì<形>tinh vi; tinh tế; tinh xác tỉ mỉ

【精明】jīngmíng<形>nhanh nhạy; thông minh; tháo vát

【精疲力竭】jīngpí-lìjié sức tàn lực kiệt

【精辟】jīngpì<形>sâu sắc; thấu triệt: ~的论述 sự thuyết trình sâu sắc

【精品】jīngpǐn<名>hàng cao cấp; tác phẩm thượng thặng

【精巧】jīngqiǎo<形>tinh xảo

【精确】jīngquè<形>tinh xác; cực kì chuẩn xác

【精神】jīngshén<名>❶tinh thần: ~生活 đời sống tinh thần ❷ý chí; tinh thần: 传达会议~ truyền đạt tinh thần hội nghị

【精神】jīngshen❶<名>thần sắc; sức

J

sống:青年人很有~。Tuổi trẻ tràn đầy sức sống. ❷〈形〉hoạt bát; sôi nổi ❸〈形〉khôi ngô; tuấn tú: 很~的小伙子 một chàng trai tuấn tú

【精神病】jīngshénbìng〈名〉bệnh tâm thần

【精神支柱】jīngshén zhīzhù trụ cột tinh thần

【精髓】jīngsuǐ〈名〉tinh hoa; tinh túy

【精通】jīngtōng〈动〉tinh thông: ~两门外语 tinh thông hai ngoại ngữ

【精细】jīngxì〈形〉❶tinh xảo; tinh vi: 这个工艺品做得非常~。Đồ công nghệ này được gia công rất tinh vi. ❷nhạy bén tinh tế: 为人~ tính cách nhạy bén tinh tế

【精心】jīngxīn〈形〉hết lòng; dày công

【精液】jīngyè〈名〉tinh dịch

【精益求精】jīngyìqiújīng phấn đấu cho ngày càng hoàn thiện hơn

【精装】jīngzhuāng〈形〉❶bìa (sách) cứng: ~本 quyển bìa cứng ❷bao bì đẹp; đóng gói đẹp

【精准】jīngzhǔn〈形〉rất chuẩn xác; tinh xác: 定位 ~ định vị tinh xác

【精子】jīngzǐ〈名〉tinh trùng

鲸 jīng〈名〉cá kình; cá voi

【鲸鱼】jīngyú〈名〉cá voi

jǐng

井 jǐng〈名〉❶cái giếng: 水~ giếng nước ❷〈名〉các hình dạng giống cái giếng: 矿~ giếng quặng; hầm mỏ ❸〈名〉chòm xóm; cụm dân cư: 市~风情 nếp sống dân phố ❹〈形〉ngay ngắn chỉnh tề: ~然有序 ngăn nắp chỉnh tề có trật tự

【井井有条】jǐngjǐng-yǒutiáo chỉnh tề; ngăn nắp

【井下】jǐngxià〈名〉dưới giếng; dưới hầm mỏ

颈 jǐng〈名〉❶cổ ❷phần cổ: 瓶~ miệng lọ

【颈椎】jǐngzhuī〈名〉đốt sống cổ: ~病 bệnh đốt sống cổ

景¹ jǐng〈名〉❶phong cảnh: 风~ phong cảnh ❷tình hình: 前~ tương lai ❸cảnh trí: 外~地 ngoại cảnh

景² jǐng〈动〉tôn kính; khâm phục

【景德镇陶瓷】Jǐngdézhèn táocí gốm sứ (của thị trấn) Cảnh Đức

【景点】jǐngdiǎn〈名〉điểm tham quan du lịch: ~介绍 giới thiệu thắng cảnh du lịch

【景观】jǐngguān〈名〉❶cảnh vật; cảnh: 草原~ cảnh vật thảo nguyên ❷cảnh quan: 人文~ cảnh quan nhân văn

【景气】jǐngqì❶〈名〉(kinh tế) phồn thịnh: ~指数 chỉ số phồn thịnh ❷〈形〉hưng thịnh; lạc quan: 这家企业近几年不太~。Mấy năm gần đây tình hình của doanh nghiệp này không được lạc quan cho lắm.

【景区】jǐngqū〈名〉khu cảnh quan

【景色】jǐngsè〈名〉cảnh sắc: ~美丽 cảnh sắc đẹp đẽ

【景泰蓝】jǐngtàilán〈名〉Cảnh Thái Lam (hàng mĩ nghệ truyền thống của Trung Quốc)

【景物】jǐngwù〈名〉cảnh vật

【景象】jǐngxiàng〈名〉cảnh tượng

警 jǐng❶〈动〉đề phòng ❷〈形〉nhạy cảm: 机~ nhanh nhạy ❸〈动〉nhắc nhở; cảnh báo: ~示 cảnh báo ❹〈名〉tình huống (sự việc khẩn cấp) ❺〈名〉cảnh sát (gọi tắt): 交~ cảnh sát giao thông

【警报】jǐngbào〈名〉báo động

【警备】jǐngbèi〈动〉canh gác; canh phòng: 高度~ canh phòng nghiêm ngặt

【警察】jǐngchá〈名〉cảnh sát: ~局 cục cảnh sát

【警方】jǐngfāng〈名〉phía cảnh sát

【警告】jǐnggào〈动〉❶khuyên răn;

răn nhủ; cảnh cáo: 交警~他不能乱停
车。Cảnh sát giao thông cảnh cáo
anh ấy không được tùy tiện đỗ xe.
❷nhắc; nhắc nhở: 商场~顾客注意小
偷。Cửa hàng nhắc nhở khách chú
ý đề phòng kẻ cắp.

【警官】jǐngguān<名>cảnh sát
【警戒】jǐngjiè<动>❶khuyên răn; răn
nhủ ❷cảnh giới; canh phòng
【警觉】jǐngjué❶<名>linh cảm nhạy
bén; tính cảnh giác ❷<动>cảnh giác
【警铃】jǐnglíng<名>chuông báo
động
【警犬】jǐngquǎn<名>chó của cảnh
sát; cảnh khuyển
【警惕】jǐngtì<动>cảnh giác
【警卫】jǐngwèi❶<动>cảnh vệ ❷<名>
cảnh vệ
【警钟】jǐngzhōng<名>tiếng chuông
cảnh tỉnh: ~长鸣 lời cảnh tỉnh luôn
văng vẳng bên tai

JING

劲jìng<形>mạnh mẽ kiên cường
另见jìn
【劲敌】jìngdí<名>đối thủ mạnh; đối
thủ lợi hại; kình địch
径jìng❶<名>đường mòn; đường
nhỏ: 小~ con đường nhỏ ❷<名>con
đường tới đích: 科学研究没有捷~可
走。Nghiên cứu khoa học không có
những con đường tắt dẫn tới thành
công. ❸<名>đường kính: 私家车扩
大了人们的生活半~。Xe hơi riêng đã
mở rộng bán kính vòng sinh hoạt của
con người. ❹<副>thẳng thắn; trực
tiếp
【径直】jìngzhí<副>❶thẳng đến;
trực tiếp: 这辆车~驶往北京。Chiếc
xe này chạy thẳng đến Bắc Kinh.
❷một mạch; một lèo: 她~向主管汇
报了。Cô ấy báo cáo hết một lèo
với người chủ quản.

净jìng❶<形>sạch; tinh
khiết: ~水
nước sạch ❷<动>lau sạch: ~~窗户
làm sạch cửa sổ ❸<形>cho hết; làm
cho không thừa: 婴儿没有喝~瓶里
的牛奶。Đứa trẻ chưa uống hết sữa
trong chai. ❹<形>ròng; tịnh: ~利润
lãi ròng ❺<副>chỉ; toàn: 参加活动的
~是些学生。Những người tham gia
hoạt động toàn là các em học sinh.

【净化】jìnghuà<动>tinh khiết hóa;
trong sạch hóa: ~空气 làm trong
sạch không khí
【净值】jìngzhí<名>giá trị còn lại; giá
trị thực tế (sau khi đã trừ khấu hao
vật chất từ giá trị tổng sản lượng)
【净重】jìngzhòng<名>trọng lượng
tịnh
【净赚】jìngzhuàn<名>lãi ròng

痉jìng
【痉挛】jìngluán<动>co giật: 肌肉~
co giật bắp cơ

竞jìng<动>cạnh tranh; thi đua: ~选
tranh cử
【竞标】jìngbiāo<动>đấu thầu
【竞技】jìngjì<动>thi đấu thể thao
【竞拍】jìngpāi❶bán đấu giá
❷đấu giá
【竞赛】jìngsài<动>thi đua; thi đấu
【竞选】jìngxuǎn<动>tranh cử
【竞争】jìngzhēng<动>cạnh tranh: ~
上岗 cạnh tranh cương vị công việc
【竞走】jìngzǒu<名>[体育]môn thi đi
bộ

竟jìng❶<动>hoàn tất: 他继承父亲
未~的事业。Anh ấy đã kế thừa sự
nghiệp mà người cha chưa hoàn
thành. ❷<形>trọn; tất cả: ~日 cả
ngày ❸<副>[书]cuối cùng; rốt cuộc:
毕~ dù sao thì cũng ❹<副>lại (biểu
thị sự bất ngờ): 他~敢顶撞领导。
Ông ta lại dám cãi lại với lãnh đạo.
【竟然】jìngrán<副>lại; mà lại

敬jìng<动>❶kính trọng: 致~ kính
chào ❷cung kính; kính: ~赠 kính

biểu ❸dâng; chúc (đồ ăn uống hoặc đồ vật): ~酒 chúc rượu

【敬爱】jìng'ài<动>kính yêu; kính mến

【敬老院】jìnglǎoyuàn<名>viện dưỡng lão

【敬礼】jìnglǐ<动>❶chào: 向首长~ chào thủ trưởng ❷kính chào; kính thư (dùng ở cuối bức thư): 此致, ~! Kính thư, chào thân ái!

【敬佩】jìngpèi<动>kính phục; kính nể

【敬畏】jìngwèi<动>kính úy; vừa kính vừa sợ; nể sợ: ~自然 (thái độ) kính sợ đối với tạo hóa

【敬业】jìngyè<动>chí thú sự nghiệp; chí thú công việc; yêu nghề

【敬意】jìngyì<名>lòng kính trọng

【敬重】jìngzhòng<动>kính trọng; tôn trọng: 夫妻要相互~. Vợ chồng nên tôn trọng lẫn nhau.

静 jìng❶<形>bất động; yên: 安~ yên lặng ❷<形>yên tĩnh; im lặng: 清~ thanh vắng ❸<动>lắng lại; giữ trật tự: ~一下, 我有好消息要宣布. Đề nghị giữ trật tự, tôi sẽ tuyên bố tin mừng.

【静电】jìngdiàn<名>tĩnh điện

【静候】jìnghòu<动>bình tĩnh chờ đợi: ~消息 bình tĩnh chờ đợi tin tức

【静脉】jìngmài<名>tĩnh mạch

【静悄悄】jìngqiāoqiāo im phăng phắc

【静态】jìngtài❶<名>trạng thái tĩnh; trạng thái nghỉ ngơi: ~变量 sự thay đổi về lượng trong trạng thái tĩnh ❷<形>xem xét ở trạng thái tĩnh: ~分析 phân tích theo trạng thái tĩnh

【静物】jìngwù<名>tĩnh vật

【静心】jìngxīn<动>tĩnh tâm: ~读书 tĩnh tâm đọc sách

【静养】jìngyǎng<动>tĩnh dưỡng

【静止】jìngzhǐ<动>đứng yên

【静坐】jìngzuò<动>❶tĩnh tọa; ngồi thiền (phép khí công): 他正在~练

功. Ông ấy đang ngồi thiền. ❷biểu tình ngồi: ~示威 biểu tình ngồi thị uy

境 jìng<名>❶biên cương; biên giới: 国~ biên giới quốc gia ❷nơi; vùng; chốn: 环~ môi trường ❸hoàn cảnh; cảnh ngộ: 逆~ nghịch cảnh

【境地】jìngdì<名>❶cảnh ngộ; hoàn cảnh; thế: 陷入难堪的~ bị dồn vào thế bí ❷mức độ; trình độ

【境界】jìngjiè<名>❶ranh giới: ~线 đường ranh giới ❷mức độ; trình độ: 理想~ trình độ lí tưởng

【境况】jìngkuàng<名>tình trạng (thường chỉ mặt kinh tế): ~不佳 tình trạng sa rút

【境内】jìngnèi<名>trong vùng

【境外】jìngwài<名>ngoài vùng

【境遇】jìngyù<名>cảnh ngộ

镜 jìng<名>❶gương: 后视~ gương phản chiếu ❷kính mắt: ~片 tấm kính mắt

【镜头】jìngtóu<名>❶ống kính (máy ảnh) ❷pha ảnh ❸cảnh quay (chụp)

【镜子】jìngzi<名>gương

jiǒng

窘 jiǒng❶<形>nghèo túng: ~苦 nghèo khổ ❷<形>lúng túng; bỡ ngỡ: 你这样做令我很~. Anh làm như thế khiến cho tôi rất lúng túng. ❸<动>làm khó dễ; gây khó xử: 你这话~我了. Anh nói vậy là làm khó đối với tôi.

【窘境】jiǒngjìng<名>thế bí

【窘迫】jiǒngpò<形>❶quẫn bách; khốn đốn: 经济~ kinh tế khốn đốn ❷khó xử: 处境~ lâm vào thế bí

jiū

纠[1] jiū<动>❶vướng mắc; vướng vít

❷tập hợp; đàn đúm: ~合 tụ tập

纠² jiū‹动›❶[书]giám sát; tố giác: ~察 giữ trật tự ❷sửa chữa; uốn nắn: ~错 uốn nắn sai lầm

【纠缠】jiūchán‹动›❶rối rắm; vướng vít: ~不清 rối mù không rõ ràng ❷quấy rầy; làm phiền

【纠纷】jiūfēn‹名›việc tranh chấp

【纠葛】jiūgé‹名›việc rắc rối vướng mắc; tranh chấp

【纠结】jiūjié‹动›quấn quýt; vấn vít

【纠正】jiūzhèng‹动›sửa chữa (khuyết điểm, sai sót): ~错误 sửa chữa sai lầm

究 jiū❶‹动›xem xét kĩ lưỡng: 推~ xem xét và truy cứu ❷‹副›[书]đến cùng; rốt cuộc

【究竟】jiūjìng❶‹名›kết quả; ngọn nguồn: 他遇事总爱问个~。Gặp chuyện gì ông ấy cũng đều muốn hỏi cho ra ngọn nguồn. ❷‹副›rốt cuộc: 他~怎么啦? Rốt cuộc thì ông ấy thế nào rồi? ❸‹副›cuối cùng; xét cho cùng

揪 jiū‹动›nắm chặt; nắm lấy lôi đi

【揪出】jiūchū‹动›moi ra

【揪心】jiūxīn‹形›[口]thấp thỏm; lo lắng

jiǔ

九 jiǔ❶‹数›chín; cửu ❷‹名›ngày cửu: 数~ vào cửu ❸‹数›nhiều: 直上~天 lên thẳng chín tầng mây xanh

【九死一生】jiǔsǐ-yīshēng thập tử nhất sinh; mười phần chết chín

【九霄云外】jiǔxiāo-yúnwài ngoài chín tầng mây; xa tít xa tắp

【九月】jiǔyuè‹名›tháng chín

久 jiǔ‹形›lâu; lâu dài: 很~不见，您近来可好? Lâu lắm không gặp, bác dạo này vẫn khỏe chứ?

【久别】jiǔbié‹动›cách biệt đã lâu: ~重逢 xa cách lâu ngày gặp lại

【久等】jiǔděng‹动›đợi lâu: 不好意思，让你~了。Xin lỗi, làm anh phải đợi lâu.

【久而久之】jiǔ'érjiǔzhī ngày này qua ngày khác

【久负盛名】jiǔfù-shèngmíng nổi tiếng từ lâu

【久违】jiǔwéi‹动›lâu ngày không gặp (cách nói xã giao)

【久仰】jiǔyǎng‹动›ngưỡng mộ từ lâu: ~大名 ngưỡng mộ tiếng đã lâu

【久远】jiǔyuǎn‹形›lâu dài; dài lâu

玖 jiǔ‹数›chữ viết kép "9"

韭 jiǔ‹名›lá hẹ

【韭菜】jiǔcài‹名›rau hẹ

酒 jiǔ‹名›rượu

【酒吧】jiǔbā‹名›bar; quầy rượu

【酒杯】jiǔbēi‹名›cốc rượu

【酒店】jiǔdiàn‹名›❶cửa hàng rượu ❷khách sạn: 四星级~ khách sạn bốn sao

【酒鬼】jiǔguǐ‹名›con ma men; sâu rượu

【酒柜】jiǔguì‹名›quầy rượu

【酒会】jiǔhuì‹名›tiệc rượu; tiệc cốc tai

【酒精】jiǔjīng‹名›cồn: ~中毒 ngộ độc cồn

【酒楼】jiǔlóu‹名›nhà hàng

【酒肉朋友】jiǔròu-péngyou bạn nhậu; bạn rượu thịt

【酒水】jiǔshuǐ‹名›❶rượu, bia và các loại nước giải khát ❷[方]chi rượu và đồ ăn

【酒席】jiǔxí‹名›mâm cỗ (tiếp khách); mâm cơm rượu: 婚宴~ mâm tiệc cưới

【酒醉】jiǔzuì‹动›say rượu

jiù

旧 jiù❶‹形›cũ; lỗi thời: ~式 kiểu cũ;

~思想 tư tưởng lỗi thời ❷<形>cũ; cũ kĩ: ~车子 chiếc xe cũ kĩ ❸<形>trước đây; đã từng là: ~居 nhà ở trước kia ❹<名>tình xưa; bạn cũ: 怀~ nhớ người xưa

【旧地】jiùdì<名>vùng đất năm xưa: ~重游 thăm lại vùng đất năm xưa

【旧货】jiùhuò<名>đồ cũ

【旧历】jiùlì<名>âm lịch

【旧事】jiùshì<名>chuyện đã qua; chuyện cũ

【旧俗】jiùsú<名>tục lệ cũ; tập tục cũ

臼 jiù<名>❶cối giã gạo ❷vật cụ giống hình cối (lõm phần giữa)

【臼齿】jiùchǐ<名>răng hàm

咎 jiù❶<名>sai lầm; tội lỗi: 引~辞职 nhận sai lầm và từ chức ❷<动>trách mắng; truy cứu: 既往不~ không truy cứu những việc trước đây

【咎由自取】jiùyóuzìqǔ tự chuốc lấy vạ vào thân; tội vạ tự mình chuốc lấy

疚 jiù<动>[书]đau khổ; áy náy: 内~ bứt rứt

柩 jiù<名>áo quan; quan tài (có xác người chết)

救 jiù<动>❶cứu: ~济 cứu tế ❷cứu giúp: ~荒 cứu đói

【救兵】jiùbīng<名>quân cứu trợ; cứu binh

【救国】jiùguó<动>cứu quốc; cứu nước

【救护】jiùhù<动>cứu hộ: ~伤兵 cứu hộ thương binh

【救活】jiùhuó<动>cứu sống

【救火】jiùhuǒ<动>cứu hỏa

【救急】jiùjí<动>cấp cứu

【救命】jiùmìng<动>cứu mạng

【救生衣】jiùshēngyī<名>áo phao

【救死扶伤】jiùsǐ-fúshāng cứu người sắp chết, giúp người bị thương

【救星】jiùxīng<名>cứu tinh

【救援】jiùyuán<动>cứu viện: ~部队 bộ đội cứu viện

【救灾】jiùzāi<动>❶cứu tế dân bị nạn: 放粮~ mở kho lương thực cứu tế dân bị nạn ❷cứu nạn: 防洪~ chống lũ cứu nạn

【救治】jiùzhì<动>cứu chữa

【救助】jiùzhù<动>cứu trợ: ~伤员 cứu trợ những người bị thương

就 jiù❶<动>kề gần; tựa vào: 迁~ nhượng bộ ❷<动>đến; bắt tay làm: ~职 tựu chức/nhận chức ❸<动>bị; chịu: ~擒 bị tóm cổ/bị bắt ❹<动>xong; trọn vẹn: 成~ thành tựu ❺<动>nhắm (rượu): 用腰果~酒. Nhắm rượu với hạt điều. ❻<介>nhân tiện: ~近 tiện thể gần ❼<介>về: ~这点来说,她比别人有优势. Về điều này thì cô ấy có thế mạnh hơn so với những người khác. ❽<副>liền; sắp; ngay: 您稍等一会, 我~来. Ông đợi một lát nhé, tôi đến ngay. ❾<副>đã: 他今天一大早~出发了. Ông ấy đã xuất phát ngay từ sáng sớm. ❿<副>liền; bèn: 他想起什么~做什么. Ông ấy nghĩ đến đâu liền làm ngay đến đó. ⓫<副>thì; sẽ (thường đi kèm sau các từ "đã, nếu, chỉ cần"): 谁想做~做. Ai muốn làm thì làm. ⓬<副>tới; đến; những; là: 你们那么多人都没把事情做好, 她一个人~做好了. Các cậu từng ấy người mà chẳng xong, chỉ mỗi mình chị ấy mà đã hoàn tất công việc. ⓭<副>thì (biểu thị sự chấp nhận): 杯子小~小点了, 凑合着用吧. Cái li nhỏ thì nhỏ một chút, cứ dùng tạm đã. ⓮<副>đã; vốn đã: 我~这么做了, 你要如何处理呢? Tôi đã làm như vậy, anh muốn xử lí như thế nào? ⓯<副>mỗi; chỉ: 以前这个岗位~她一人, 现在有五人了. Trước đây cương vị công việc này chỉ mỗi mình chị ấy, giờ đây thì phải cần đến năm người. ⓰<副>nhất định;

quyết: 我~不信这个邪。Tôi quyết chẳng tin vào những điều vớ vẩn ấy. ⓰<副>chính; chính là: 问题的关键~在这里。Điều then chốt của vấn đề chính là ở đó. ⓲<连>dù; cho dù

【就餐】jiùcān<动>ăn cơm

【就地】jiùdì<副>tại chỗ: ~解决问题 giải quyết ngay tại chỗ

【就读】jiùdú<动>theo học

【就范】jiùfàn<动>tuân theo sự chi phối và điều khiển

【就近】jiùjìn<副>ở nơi gần: 这些东西~都能买到。Những đồ này đều có thể mua ngay ở gần đấy.

【就寝】jiùqǐn<动>đi ngủ

【就事论事】jiùshì-lùnshì bàn luận chỉ nhằm vào sự việc

【就是】jiùshì ❶<助>là được; là xong: 有什么要求，跟我说~了。Có yêu cầu gì cứ nêu ra với tôi. ❷<副>được; đúng; chính: 我~要找这本书。Tôi đúng là muốn tìm cuốn sách này. ❸<连>chỉ có; chỉ là: 这套房子一切都好，~离我上班的地方太远了。Căn hộ này mọi điều kiện đều tốt cả, chỉ có cái là cách nơi làm việc của tôi xa quá.

【就算】jiùsuàn<连>[口]cho dù; mặc dù: 这事~我说了也不顶用。Việc này thì cho dù tôi có ý kiến cũng không xong đâu.

【就位】jiùwèi<动>vào vị trí; vào chỗ

【就绪】jiùxù<动>xong xuôi; ổn thỏa: 一切~。mọi điều đều ổn thỏa cả

【就要】jiùyào<副>sắp; sắp sửa

【就业】jiùyè<动>có việc làm; làm việc

【就座】jiùzuò<动>ngồi vào; an tọa

舅 jiù<名>❶cậu: 大~ cậu cả ❷anh em vợ: 妻~ anh vợ/em vợ

【舅舅】jiùjiu<名>[口]cậu

【舅妈】jiùmā<名>[口]mợ

jū

拘 jū<动>❶bắt bớ; giam giữ: ~拿

bắt giữ ❷gò bó; câu thúc: 无~无束 không hề gò bó ❸không linh hoạt; khư khư: ~泥 câu nệ ❹hạn chế: 不~一格 không bó hẹp một kiểu

【拘捕】jūbǔ<动>bắt giữ

【拘谨】jūjǐn<形>(lời nói, hành vi) quá giữ kẽ

【拘禁】jūjìn<动>giam cấm

【拘留】jūliú<动>❶tạm giam; tạm giữ: 他因偷盗而被~。Hắn ta vì ăn cắp mà bị tạm giam. ❷giam giữ ngắn hạn; phạt hành chính

【拘束】jūshù❶<动>bó buộc; gò ép: 受~ bị gò bó ❷<形>gò ép mình; ngượng ngập

【拘押】jūyā<动>giam giữ: 嫌疑犯~在看守所。Nghi can bị giam trong trại.

狙 jū<动>[书]nhòm

【狙击】jūjī<动>bắn tỉa

居 jū❶<动>ở: 同~ ở chung (thường chỉ những đôi nam nữ không có quan hệ hôn nhân) ❷<动>đứng ở vị trí: 位~前列 đứng hàng đầu ❸<动>đương; nhận; coi: ~功至伟 công lao to lớn không thể xóa nhòa ❹<动>[书]dừng lại; cố định: 岁月不~ năm tháng không dừng lại ❺<名>nhà ở: 故~ nơi ở cũ ❻<名>nhà hàng

【居多】jūduō<动>chiếm đa số; phần lớn

【居家】jūjiā<动>ở nhà

【居留】jūliú<动>ở; cư trú: 申请~证 xin giấy phép cư trú

【居民】jūmín<名>cư dân

【居然】jūrán<副>lại có thể; lại: 她~一夜成名了。Cô ấy lại có thể trong chốc lát đã nổi tiếng.

【居室】jūshì<名>phòng ở

【居委会】jūwěihuì<名>tổ dân phố

【居心】jūxīn<动>rắp tâm; có ý: 他这个人~险恶。Hắn ta rắp tâm hiểm ác.

【居于】jūyú<动>ở vào; ở (địa vị nào đó): 她的成绩~全班之首。Thành

tích chị ấy ở vào vị trí hàng đầu trong lớp.

【居住】jūzhù<动>cư trú; sống

驹 jū<名>❶ngựa: 千里~ thiên lí mã ❷(lừa, la, ngựa) chưa đầy một tuổi: 小马~儿 chú ngựa con

鞠 jū<动>khom

【鞠躬】jūgōng<动>khom lưng chào: ~致歉 cúi gập người xin lỗi

【鞠躬尽瘁】jūgōng-jìncuì hết lòng tận tụy: ~, 死而后已. Hết lòng tận tụy cho đến lúc nhắm mắt xuôi tay.

jú

局¹ jú<名>bàn cờ: 棋~ ván cờ ❷<名>ván cờ: 和~ hòa ❸<名>tình hình; hoàn cảnh: 当~者迷 người trong cuộc lú lẫn mê mụ ❹<名>khí lượng của một người: ~度 khí phách phong độ ❺<量>cuộc; ván; đám: 三~两胜 chơi ba ván, bên thắng hai ván là thắng ❻<名>tròng; cái vòng: 骗~ mẹo lừa ❼<名>cuộc; buổi (hội tụ): 饭~ buổi tiệc

局² jú<名>❶bộ phận: ~部 cục bộ ❷cục: 财政~ cục tài chính ❸cửa hàng: 书~ hiệu sách ❹cơ cấu ngành dịch vụ: 邮政~ cục bưu chính

局³ jú<形>hạn chế; chật hẹp: ~限 giới hạn

【局促】júcù<形>❶chật; hẹp ❷[方] (thời gian) ngắn ngủi; eo hẹp ❸lúng túng; thiếu tự nhiên: ~不安 lúng túng không yên

【局面】júmiàn<名>cục diện: 打开~ mở ra cục diện

【局势】júshì<名>cục diện; tình thế: 认清~ nhận thức rõ cục diện

【局外人】júwàirén<名>người ngoài cuộc

【局限】júxiàn<动>hạn chế

【局域网】júyùwǎng<名>[信息]mạng cục bộ; mạng LAN

菊 jú<名>hoa cúc

【菊花】júhuā<名>❶cây hoa cúc ❷hoa cúc: ~香 hương cúc

橘 jú<名>❶cây quít; cây cam giấy ❷quả quít

【橘红】júhóng❶<名>trần bì ❷<形>(màu) hồng vỏ quít: ~的灯 đèn (màu) hồng vỏ quít

【橘汁】júzhī<名>nước quít

【橘子】júzi<名>❶cây quít ❷quả quít

jǔ

沮 jǔ❶<动>[书]ngăn chặn: ~其成行 cản trở chuyến đi (của người nào đó) ❷<形>mất tinh thần: ~丧 tinh thần ủ rũ

【沮丧】jǔsàng<形>uể oải; ủ rũ: 感到~ cảm thấy tinh thần rệu rã

矩 jǔ<名>❶thước thợ: ~尺 thước thợ ❷phép tắc: 循规蹈~ tuân thủ phép tắc

【矩形】jǔxíng<名>hình chữ nhật

举 jǔ❶<动>giơ lên; giương lên; cử: ~起手来! Giơ tay lên! ❷<动>khởi; nổi dậy: ~兵 dấy binh ❸<动>tiến cử; bầu cử: 选~ tuyển cử ❹<动>nêu ra; đề ra: 列~ liệt kê ra ❺<名>hành động; cử (động): 善~ hành động mang thiện chí ❻<形>[书]cả; tất cả; toàn: ~家 cả nhà

【举办】jǔbàn<动>tổ chức; tiến hành: ~摄展 tổ chức triển lãm tranh ảnh

【举报】jǔbào<动>trình báo; tố giác (đối với kẻ xấu, việc xấu): ~不法行为 tố giác hành vi trái phép

【举杯】jǔbēi<动>nâng cốc: ~畅饮 nâng cốc nốc rượu

【举出】jǔchū<动>nêu ra: ~数据 nêu ra số liệu

【举措】jǔcuò<名>[书]hành động; biện pháp

【举动】jǔdòng<名>cử động; hành

động

【举例】jǔlì〈动〉nêu ví dụ

【举手】jǔshǒu〈动〉giơ tay

【举手投足】jǔshǒu-tóuzú cử chỉ; cử động chân tay

【举手之劳】jǔshǒuzhīláo dễ như trở bàn tay

【举行】jǔxíng〈动〉cử hành; tiến hành; tổ chức

【举一反三】jǔyī-fǎnsān suy một ra ba; từ một biến nhiều

【举止】jǔzhǐ〈名〉cử chỉ

【举重】jǔzhòng〈名〉cử tạ

【举足轻重】jǔzú-qīngzhòng rất quan trọng; đóng vai trò quyết định

jù

巨 jù〈形〉lớn; rất lớn: ~型 cỡ lớn

【巨大】jùdà〈形〉to lớn: ~的影响 ảnh hưởng to lớn

【巨额】jù'é〈形〉số lượng lớn

【巨款】jùkuǎn〈名〉khoản tiền lớn

【巨轮】jùlún〈名〉❶tàu thuyền cỡ lớn ❷bánh xe khổng lồ

【巨人】jùrén〈名〉❶người khổng lồ ❷người có ảnh hưởng lớn

【巨头】jùtóu〈名〉đầu sỏ: 石油~ trùm dầu mỏ

【巨蟹座】jùxièzuò〈名〉chòm sao Cự giải

【巨星】jùxīng〈名〉❶[天文]thiên thể lớn (có độ sáng và thể tích lớn, mật độ nhỏ) ❷ngôi sao lớn; vì tinh tú: 文坛~ vì tinh tú trong làng văn học

【巨资】jùzī〈名〉khoản vốn rất lớn

句 jù〈名〉❶câu: 造~ đặt câu ❷〈量〉câu (đơn vị lời nói)

【句号】jùhào〈名〉dấu chấm câu

【句型】jùxíng〈名〉mẫu câu; kiểu câu

【句子】jùzi〈名〉câu; cú: ~成分 thành phần câu

拒 jù〈动〉❶chống đỡ ❷cự tuyệt

【拒捕】jùbǔ〈动〉(tội phạm) chống lại lệnh bắt: 公然~ công khai chống lệnh truy nã

【拒付】jùfù〈动〉từ chối trả tiền: ~全部费用 từ chối chi trả toàn bộ phí tổn

【拒绝】jùjué〈动〉cự tuyệt; từ chối

【拒签】jùqiān〈动〉❶từ chối kí ❷từ chối cấp visa: 他的留学申请再次遭到~. Anh ấy lại một lần nữa bị từ chối cấp visa du học.

【拒收】jùshōu〈动〉chống nhận: ~贿赂 chống nhận hối lộ

【拒载】jùzài〈动〉từ chối chuyên chở

具¹ jù❶〈名〉dụng cụ: 工~ công cụ ❷〈量〉[书]chiếc; bộ: 一~尸体 một bộ thi thể

具² jù〈动〉❶có; vốn có ❷[书]chuẩn bị; có đủ; làm: ~呈 đưa trình

【具备】jùbèi〈动〉có; đầy đủ: 他~当兵的条件. Anh ấy có đủ điều kiện nhập ngũ.

【具体】jùtǐ❶〈形〉cụ thể: ~的实施方案 phương án thực thi cụ thể ❷〈动〉xác định rõ ràng, cụ thể: 布置方案~到每一个细节. Phương án sắp xếp cụ thể đến từng chi tiết nhỏ.

【具有】jùyǒu〈动〉có

俱 jù〈副〉[书]toàn; đều

【俱乐部】jùlèbù〈名〉câu lạc bộ

剧¹ jù〈名〉hí kịch: 话~ kịch nói

剧² jù〈形〉dữ; mạnh: 加~ trầm trọng thêm

【剧本】jùběn〈名〉kịch bản

【剧变】jùbiàn〈动〉biến đổi mạnh mẽ: 形势~ tình thế biến đổi mạnh

【剧场】jùchǎng〈名〉kịch trường; rạp; rạp hát

【剧毒】jùdú〈名〉kịch độc; chất độc mạnh

【剧烈】jùliè〈形〉mạnh; kịch liệt; gay gắt: 竞争日益~. Cạnh tranh ngày càng quyết liệt.

【剧情】jùqíng〈名〉tình tiết của vở kịch

【剧痛】jùtòng〈名〉đau dữ dội

J

【剧团】jùtuán〈名〉đoàn kịch

【剧院】jùyuàn〈名〉❶kịch viện; rạp ❷nhà hát

【剧增】jùzēng〈动〉tăng mạnh: 人口~ dân số tăng mạnh

据 jù❶〈动〉chiếm cứ: ~为己有 chiếm làm của riêng ❷〈动〉dựa vào: ~险固守 dựa vào thế hiểm yếu để cố thủ ❸〈介〉căn cứ: ~理力争 theo lí lẽ mà giành bằng được ❹〈名〉chứng cứ; bằng cớ: 证~ chứng cứ

【据称】jùchēng〈动〉theo tin; nghe nói

【据点】jùdiǎn〈名〉❶cứ điểm; điểm đóng chốt ❷ổ (nghĩa xấu)

【据说】jùshuō〈动〉nghe nói

【据悉】jùxī〈动〉theo tin cho biết

距 jù❶〈名〉cự li; khoảng cách ❷〈动〉cách nhau

【距离】jùlí❶〈动〉cách; khoảng cách: 她家~单位不远。Nhà chị ấy cách đơn vị không xa. ❷〈名〉cự li: 保持~ giữ cự li

惧 jù〈动〉sợ hãi

【惧怕】jùpà〈动〉sợ hãi

锯 jù❶〈名〉cái cưa: 电~ cưa điện ❷〈动〉cưa: ~树 cưa cây

【锯齿】jùchǐ〈名〉răng cưa

【锯子】jùzi〈名〉[方]cái cưa

聚 jù〈动〉tụ tập; tập hợp

【聚餐】jùcān〈动〉liên hoan; bữa ăn liên hoan

【聚会】jùhuì❶〈动〉tụ hợp; gặp nhau ❷〈名〉cuộc họp mặt: 明天我们组织~。Ngày mai chúng tôi sẽ tổ chức cuộc gặp mặt.

【聚集】jùjí〈动〉tập trung; tập hợp; tụ họp; tụ tập

【聚焦】jùjiāo〈动〉❶tụ (ánh sáng) vào tiêu điểm ❷ví tập trung sự chú ý

【聚精会神】jùjīng-huìshén tập trung chú ý; chăm chú

【聚少成多】jùshǎo-chéngduō tích nhỏ thành lớn; góp ít thành nhiều

【聚众】jùzhòng〈动〉kéo bè; vào hùa: ~斗殴 kéo bè ẩu đả với nhau

juān

捐 juān〈动〉❶vứt bỏ; bỏ đi: ~躯 hi sinh tính mạng ❷quyên góp; tặng cúng: ~钱 quyên tiền

【捐款】juānkuǎn❶〈动〉quyên góp tiền: 为失学儿童~ quyên tiền giúp trẻ thất học ❷〈名〉khoản tiền quyên góp

【捐献】juānxiàn〈动〉quyên; biếu; tặng: ~骨髓 quyên tặng tủy

【捐赠】juānzèng〈动〉quyên tặng

【捐助】juānzhù〈动〉quyên giúp

圈 juān〈动〉❶nhốt; giữ lại: 把羊~起来。Nhốt cừu lại (trong chuồng). ❷giam; giam chân

另见juàn, quān

juǎn

卷 juǎn❶〈动〉cuốn; cuộn: ~烟 thuốc cuộn ❷〈动〉quấn; gói; cuộn: ~起一阵风沙 cuộn lên một cơn gió cát ❸〈名〉cuộn: 铺盖~儿 cuộn chăn đệm ❹〈名〉nem cuốn: 春~儿 chả nem ❺〈量〉cuộn: 一~儿纸 một cuộn giấy

另见juàn

【卷笔刀】juǎnbǐdāo〈名〉dao gọt bút chì; đồ chuốt viết chì

【卷尺】juǎnchǐ〈名〉thước cuộn; thước cuốn

【卷发】juǎnfà❶〈名〉tóc xoăn; tóc quăn ❷〈动〉xoăn tóc; quăn tóc; uốn tóc

【卷帘门】juǎnliánmén〈名〉cửa cuốn

【卷曲】juǎnqū〈形〉gấp khúc; quăn

【卷入】juǎnrù〈动〉(bị) cuốn vào; (bị) kéo vào: ~纷争 bị lôi kéo vào cuộc phân tranh

【卷缩】juǎnsuō〈动〉co ro; quăn: 刺

猬~成一团。Con nhím co ro mình lại.
【卷筒纸】juǎntǒngzhǐ〈名〉giấy cuộn
【卷心菜】juǎnxīncài〈名〉[方]rau cải bắp

juàn

卷 juàn❶〈名〉quyển (sách, vở): 开~有益 xem sách có ích ❷〈量〉quyển; tập: 这套书有上下两~。Bộ sách gồm 2 tập I và II. ❸〈名〉bài kiểm tra; bài thi: 答~ làm bài thi ❹〈名〉văn kiện hồ sơ: 调~ lấy hồ sơ vụ án
另见juǎn
【卷轴】juànzhóu〈名〉[书]giấy ống quyển; cuộn sách
【卷宗】juànzōng〈名〉❶hồ sơ ❷cặp hồ sơ
倦 juàn〈形〉❶mệt mỏi: 困~ mệt mỏi buồn ngủ ❷chán chường: 诲人不~ dạy dỗ tận tâm (không biết chán)
【倦怠】juàndài〈形〉mệt mỏi: 感到~ cảm thấy mệt mỏi
【倦意】juànyì〈名〉vẻ mệt mỏi
绢 juàn〈名〉lụa
圈 juàn〈名〉chuồng trại: 猪~ chuồng lợn
另见juān, quān
【圈养】juànyǎng〈动〉nuôi nhốt: ~牲畜 nuôi nhốt súc vật
眷 juàn❶〈名〉thân quyến: 家~ gia quyến❷〈动〉[书]quan tâm; quan niệm
【眷恋】juànliàn〈动〉[书]lưu luyến; quyến luyến: 南宁是天下民歌~的地方。Nam Ninh là mảnh đất được nghệ thuật dân ca thiên hạ lưu luyến.
【眷属】juànshǔ〈名〉thân thuộc; gia quyến: 有情人终成~。Những người có nghĩa tình rồi sẽ nên vợ nên chồng.

juē

噘 juē〈动〉bĩu; dẩu
【噘嘴】juēzuǐ〈动〉bĩu môi; dẩu môi

jué

决[1] jué❶〈动〉quyết định: 表~ biểu quyết ❷〈副〉quyết; nhất định: ~不罢休 quyết không chịu thôi ❸〈动〉quyết định thắng bại: ~战 quyết chiến ❹〈动〉xử tử: 枪~ xử bắn
决[2] jué〈动〉chỗ đê vỡ: 溃~ nước lũ tràn vỡ đê
【决策】juécè❶〈名〉quyết sách ❷〈动〉đưa ra quyết sách
【决定】juédìng❶〈动〉quyết định ❷〈名〉việc được quyết định: 宣读~ đọc bản quyết định ❸〈动〉(có tính chất) quyết định: ~性作用 có tính chất quyết định
【决断】juéduàn〈动〉quyết đoán
【决裂】juéliè〈动〉tan vỡ; đoạn tuyệt: 夫妻关系~ quan hệ vợ chồng tan vỡ
【决赛】juésài〈动〉trận chung kết; thi chung kết
【决胜】juéshèng〈动〉quyết thắng: ~沙场 quyết chiến nơi sa trường
【决心】juéxīn〈动〉quyết tâm: 他~要干一番大事业。Anh ấy quyết tâm phải làm nên sự nghiệp lớn.
【决一胜负】juéyīshèngfù quyết một phen thắng bại
【决议】juéyì〈名〉nghị quyết: ~草案 bản thảo nghị quyết
【决意】juéyì〈动〉quyết; quyết ý: ~已定 đã quyết định
诀[1] jué〈名〉❶vè: 口~ khẩu quyết ❷bí quyết: 秘~ bí quyết
诀[2] jué〈动〉tách rời: 永~ vĩnh biệt
【诀别】juébié〈动〉xa nhau; chia li
【诀窍】juéqiào〈名〉mẹo; bí quyết

J

抉 jué〈动〉[书]chọn; lựa
【抉择】juézé〈动〉[书]lựa chọn: 难以~ rất khó để lựa chọn

角¹ jué〈名〉❶vai diễn: 主~ vai chính ❷diễn viên: 名~ diễn viên nổi tiếng

角² jué〈动〉thi; đấu: 口~ cãi vã
另见jiǎo
【角斗】juédòu〈动〉đấu sức: ~士 đấu sĩ
【角色】juésè〈名〉vai; nhân vật

觉 jué❶〈名〉giác quan: 嗅~ khứu giác ❷〈动〉[书]ngủ dậy: 大梦初~。Vừa tình giấc mộng dài. ❸〈动〉giác ngộ: 自~ tự giác ❹〈动〉cảm thấy
另见jiào
【觉察】juéchá〈动〉phát giác
【觉得】juéde〈动〉❶cảm thấy ❷cho rằng; cảm thấy: 我~这个答案是正确的。Tôi thấy câu trả lời này là đúng.
【觉悟】juéwù〈动〉❶tỉnh ngộ; giác ngộ ❷〈名〉sự giác ngộ
【觉醒】juéxǐng〈动〉giác ngộ; thức tỉnh

绝 jué❶〈动〉đoạn tuyệt: 隔~ cách tuyệt/ngăn cách ❷〈形〉hết đường: ~地 đường cùng ❸〈动〉hết sạch: 斩尽杀~ chém giết sạch ❹〈形〉vô song; tuyệt vời: ~技 tài nghệ vô song ❺〈动〉hết cả: 气~ tắt thở ❻〈副〉cực; nhất: ~大部分 tuyệt đại bộ phận ❼〈副〉tuyệt đối: ~无恶意 tuyệt đối không có ác ý
【绝不】juébù〈副〉tuyệt không; tuyệt đối không; không bao giờ
【绝顶】juédǐng❶〈副〉tuyệt đỉnh; tuyệt vời: ~手艺 tay nghề tuyệt vời ❷〈名〉[书]đỉnh cao nhất: 华山~ đỉnh chóp trên ngọn Hoa Sơn
【绝对】juéduì❶〈形〉tuyệt đối: ~深度 độ sâu tuyệt đối ❷〈副〉hoàn toàn; nhất định; tuyệt vời: 她~是个好妈妈。Bà ấy là một người mẹ tuyệt vời.

【绝后】juéhòu〈动〉❶tuyệt hậu; không có con cháu ❷từ nay về sau không có: 空前~ không tiền khoáng hậu
【绝活】juéhuó〈名〉tay nghề cao siêu; tài nghệ độc đáo
【绝技】juéjì〈名〉tuyệt kĩ; kĩ nghệ điêu luyện và độc đáo: 他有一手~。Ông ta có tuyệt kĩ trong tay.
【绝迹】juéjì〈动〉mất dấu vết
【绝交】juéjiāo〈动〉tuyệt giao
【绝境】juéjìng〈名〉❶[书]nơi bị cô lập ❷tình cảnh tuyệt vọng không lối thoát: 陷入~ bị dồn vào cảnh tuyệt vọng
【绝路】juélù❶〈动〉cùng đường; hết cách ❷〈名〉đường cùng; con đường chết: 逼上~ bị dồn vào bước đường cùng
【绝密】juémì〈形〉tuyệt mật: ~文件 văn kiện tuyệt mật
【绝妙】juémiào〈形〉tuyệt diệu; tuyệt vời: ~的计划 chương trình tuyệt vời
【绝食】juéshí〈动〉tuyệt thực
【绝望】juéwàng〈动〉tuyệt vọng: 彻底~ hoàn toàn tuyệt vọng
【绝无仅有】juéwú-jǐnyǒu rất hiếm có; chỉ có một
【绝育】juéyù〈动〉triệt sản; tuyệt dục
【绝缘】juéyuán〈动〉❶cách biệt: 他俩就此~了。Từ đó hai người cách biệt nhau. ❷[电学]cách điện: ~体 vật cách điện
【绝招儿】juézhāor〈名〉❶kĩ nghệ tuyệt vời: 身怀~ mang trên mình kĩ nghệ tuyệt vời ❷tuyệt chiêu; mẹo; bí quyết
【绝症】juézhèng〈名〉tuyệt chứng; bệnh không chữa được
【绝种】juézhǒng〈动〉tuyệt chủng

倔 jué〈形〉(tính tình) thẳng thắn; (thái độ) cứng nhắc
【倔强】juéjiàng〈形〉thẳng tính; bướng bỉnh; ương ngạnh: 性格~ tính cách bướng bỉnh

掘 jué<动>đào: ~土 đào đất
【掘墓人】juémùrén<名>kẻ đào huyệt
【掘土机】juétǔjī<名>máy đào đất

崛 jué<动>[书]nhô lên
【崛起】juéqǐ<动>[书]❶nhô lên ❷quật khởi; dấy lên; nổi lên: 民族~ dân tộc nổi lên

爵 jué<名>tước vị
【爵士乐】juéshìyuè<名>nhạc Jazz

jūn

军 jūn<名>❶quân đội: 参~ nhập ngũ ❷quân đoàn: 第十~ quân đoàn 10 ❸quân chủng
【军备】jūnbèi<名>quân bị; biên chế và trang bị quân sự: ~竞赛 chạy đua vũ trang
【军队】jūnduì<名>quân đội
【军工厂】jūngōngchǎng<名>nhà máy quân sự
【军功】jūngōng<名>quân công
【军官】jūnguān<名>sĩ quan
【军火】jūnhuǒ<名>vũ khí đạn dược: 严禁走私~ nghiêm cấm buôn lậu vũ khí đạn dược
【军纪】jūnjì<名>kỉ luật quân đội: 严明~ quân kỉ nghiêm minh
【军舰】jūnjiàn<名>quân hạm; chiến hạm
【军礼】jūnlǐ<名>chào (trong quân đội)
【军令】jūnlìng<名>quân lệnh
【军民】jūnmín<名>quân và dân: ~关系融洽 quan hệ quân dân chan hòa
【军旗】jūnqí<名>quân kì
【军情】jūnqíng<名>tình hình quân sự; binh tình: 刺探~ trinh sát tình hình quân sự
【军区】jūnqū<名>quân khu: ~司令部 lệnh tư lệnh quân khu
【军人】jūnrén<名>quân nhân; người lính
【军师】jūnshī<名>cố vấn; quân sư

【军事】jūnshì<名>quân sự; việc quân sự
【军事基地】jūnshì jīdì căn cứ quân sự
【军事演习】jūnshì yǎnxí (cuộc) tập trận
【军属】jūnshǔ<名>gia đình quân nhân
【军委】jūnwěi<名>quân ủy; hội đồng quân sự
【军衔】jūnxián<名>quân hàm
【军校】jūnxiào<名>trường quân đội; trường quân sự
【军需】jūnxū<名>❶quân nhu: 供给~ cung cấp quân nhu ❷[旧]cán bộ quân nhu
【军训】jūnxùn<动>huấn luyện quân sự
【军营】jūnyíng<名>doanh trại quân đội
【军装】jūnzhuāng<名>quân trang; quân phục

均 jūn❶<形>bằng; đều: 平~ bình quân ❷<动>chia đều ❸<副>đều; toàn: 人员~已到齐。Tất cả đã đến đông đủ cả.
【均等】jūnděng<形>bình quân; ngang nhau: 势力~ thế lực ngang nhau
【均分】jūnfēn<动>chia đều; phân đều
【均衡】jūnhéng<形>cân đối; cân bằng
【均价】jūnjià<名>giá đều; giá trung bình
【均码】jūnmǎ<名>mã đều; cỡ đều; size đều
【均摊】jūntān<动>chia đều: 水电费由三人~。Tiền điện nước chia đều cho ba người.
【均匀】jūnyún<形>đều đặn

君 jūn<名>❶vua chúa ❷tôn xưng đối với đại từ nhân xưng ngôi thứ hai
【君主】jūnzhǔ<名>quân chủ; vua

J

【君子】jūnzǐ〈名〉quân tử; con người cao thượng: 正人~ đấng quân tử trung trực thẳng thắn

菌jūn〈名〉khuẩn; vi khuẩn: 球~ cầu khuẩn
另见jùn

jùn

俊jùn〈形〉❶(tướng mạo) khôi ngô tuấn tú: 这孩子长得真~。Đứa trẻ này trông khôi ngô quá. ❷người tài trí hơn người: 英~ đẹp trai

【俊杰】jùnjié〈名〉tuấn kiệt: 识时务者为~。Hiểu thời thế mới là người tuấn kiệt.

【俊俏】jùnqiào〈形〉xinh đẹp khôi ngô tuấn tú

骏jùn〈名〉ngựa khỏe

【骏马】jùnmǎ〈名〉ngựa khỏe; tuấn mã

菌jùn〈名〉nấm
另见jūn

【菌子】jùnzi〈名〉[方]nấm

竣jùn〈动〉hoàn thành

【竣工】jùngōng〈动〉hoàn thành; khánh thành: 工程~ đã hoàn thành công trình

J

K k

kā

咔 kā〈拟〉tách
【咔嚓】kāchā〈拟〉rắc

咖 kā
另见 gā
【咖啡】kāfēi〈名〉cà-phê: ~杯 cốc li cà-phê
【咖啡色】kāfēisè〈名〉màu cà-phê
【咖啡厅】kāfēitīng〈名〉tiệm cà phê; quán cà phê

kǎ

卡 kǎ❶〈名〉các; phiếu; tờ: 年历~ tờ lịch ❷〈名〉thẻ (từ): 银行~ thẻ ngân hàng ❸〈名〉cửa băng: 双~录音机 máy cát-xét hai cửa băng ❹〈名〉xe tải: 载重十吨的~车 xe trọng tải 10 tấn ❺〈量〉ca lo
另见 qiǎ
【卡车】kǎchē〈名〉xe chở hàng; xe cam nhung
【卡拉OK】kǎlāOK ka-ra-ô-kê
【卡路里】kǎlùlǐ〈量〉[物理]calo (calorie)
【卡片】kǎpiàn〈名〉tấm card; tấm thẻ; danh thiếp; tíc kê
【卡通】kǎtōng〈名〉❶phim hoạt hình ❷tranh châm biếm; tranh vui

咯 kǎ〈动〉khạc: ~血 khạc ra máu; ho ra máu

kāi

开[1] kāi❶〈动〉mở: ~抽屉 mở ngăn kéo ❷〈动〉khai thông; mở mang: ~矿 khai thác mỏ ❸〈动〉tách ra; nở ra: ~花结果 nở hoa kết trái ❹〈动〉(sông hồ) tan băng: 七九河~，八九燕来. Thất cửu băng trên mặt sông tan, bát cửu con én bay về. ❺〈动〉bỏ; hủy: 大~杀戒 hủy sát giới/bắt đầu tàn sát ❻〈动〉khởi động; điều khiển: ~枪 bắn súng ❼〈动〉xuất phát; đến; ra đi: ~往前线 ra tiền tuyến ❽〈动〉lập; thành lập: ~网吧 mở bar Internet ❾〈动〉bắt đầu: 在电视台~讲 bắt đầu nói chuyện trên truyền hình ❿〈动〉kẻ; viết: ~罚单 viết phiếu phạt ⓫〈动〉sôi; sôi lên: 水~了。Nước đã sôi rồi. ⓬〈动〉tổ chức: ~展销会 tổ chức hội chợ ⓭〈动〉chi; trả: ~饷 trả lương ⓮〈动〉[方]khai trừ: ~掉懒人 khai trừ kẻ lười biếng ⓯〈动〉dọn ra: ~饭 dọn cơm ⓰〈动〉chỉ tỉ lệ phần mười: 四六~ tỉ lệ phần mười là bốn sáu ⓱〈量〉khổ giấy in

开[2] kāi〈动〉❶tách ra; tránh; rời khỏi: 窗打不~。Cửa sổ mở chẳng được. ❷mở rộng; lan rộng: 喜讯传~了。Tin mừng đã truyền rộng.

开[3] kāi〈量〉cara (đơn vị tính hàm lượng vàng)

【开班】kāibān〈动〉mở lớp; khai giảng

【开办】kāibàn〈动〉xây dựng

【开采】kāicǎi〈动〉đào; khai thác (khoáng sản): ~石油 khai thác dầu mỏ

【开场】kāichǎng〈动〉mở màn; mở đầu; bắt đầu: 电影~了。Bộ phim đã bắt đầu.

【开场白】kāichǎngbái〈名〉lời mở đầu; lời dạo đầu

【开车】kāichē〈动〉❶chạy xe; lái xe; cho xe chạy ❷mở máy; bật máy (máy móc)

【开诚布公】kāichéng-bùgōng chân thành; thẳng thắn vô tư

【开除】kāichú〈动〉khai trừ; đuổi: ~学籍 khai trừ học bạ/xóa tư cách học sinh

【开船】kāichuán〈动〉nổ máy chạy tàu

【开创】kāichuàng〈动〉bắt đầu; khởi đầu; mở ra: ~历史 mở ra trang sử

【开刀】kāidāo〈动〉❶phẫu thuật; mổ ❷[口]bắt tay vào việc (từ khâu nào hoặc từ ai đó): 他要再不听话就拿他~。Nếu nó còn không nghe lời thì sẽ bị xử phạt.

【开导】kāidǎo〈动〉khuyên bảo

【开道】kāidào〈动〉mở đường; dẫn đường: 摩托车~ xe máy dẫn đường

【开动】kāidòng〈动〉❶mở; chạy (xe cộ, máy móc chuyển động): ~机器 mở máy/chạy máy ❷xuất phát; tiến lên

【开端】kāiduān〈名〉bắt đầu; mở đầu

【开发】kāifā〈动〉❶khai phá; mở mang: ~荒山 khai phá núi hoang ❷khai thác; phát triển; phát hiện nhân tài: ~先进技术 khai thác kĩ thuật tiên tiến

【开发区】kāifāqū〈名〉vùng kinh tế mới; vùng đang phát triển

【开饭】kāifàn〈动〉❶dọn cơm ❷nhà ăn bắt đầu phục vụ

【开放】kāifàng❶〈动〉(hoa) nở ❷〈动〉mở cửa: 图书馆全天~。Thư viện mở cửa cả ngày. ❸〈形〉cởi mở; thông thoáng; không câu nệ: ~政策 chính sách mở cửa

【开工】kāigōng〈动〉❶(nhà máy, xí nghiệp) bắt đầu đi vào hoạt động sản xuất: 新厂~了。Nhà máy mới bước vào sản xuất. ❷(công trình xây dựng) khởi công; bắt đầu xây dựng

【开关】kāiguān〈名〉❶công tắc điện ❷van (trên đường ống dầu, khí)

【开户】kāihù〈动〉mở tài khoản; đăng kí tài khoản: 去银行~ đi mở tài khoản ngân hàng

【开户银行】kāihù yínháng ngân hàng đăng kí tài khoản

【开花】kāihuā〈动〉❶nở hoa: 桃树~。Cây đào nở hoa. ❷nở hoa; ví với chuyện vui hay sự phát triển của một sự nghiệp: 心里乐开了花。Vui như mở cờ trong bụng. ❸bùng nổ: 小心脑袋~。Cẩn thận đầu óc bung ra. ❹kinh nghiệm thấm nhuần: 遍地~ thấm nhuần rộng khắp

【开会】kāihuì〈动〉họp; tổ chức hội nghị

【开火】kāihuǒ〈动〉❶bắn; nổ súng ❷công kích

【开机】kāijī〈动〉❶khởi động; mở máy: 定时~ đặt chế độ định giờ khởi động máy ❷bắt đầu ghi hình (phim, vô tuyến)

【开价】kāijià〈动〉phát giá: ~合理 phát giá hợp lí

【开具】kāijù〈动〉[书]viết; kê: ~证明 viết giấy chứng nhận

【开卷】kāijuàn〈动〉❶[书]mở sách; đọc sách: ~有益 đọc sách có ích ❷(thi) mở sách (cho phép tra cứu tài liệu): ~考试 cuộc thi cho phép tra cứu tài liệu

【开课】kāikè〈动〉❶bắt đầu khai giảng; khai trường ❷giảng bài; dạy học: 在电视栏目上~ giảng bài ở mục chuyên đề trên truyền hình

【开阔】kāikuò❶〈形〉rộng rãi; bao la: ~地 khu đất rộng rãi ❷〈形〉trong sáng: 视野~ tầm nhìn rộng thấu suốt ❸〈动〉mở mang: ~思路 mở mang tư duy

【开朗】kāilǎng〈形〉❶rộng rãi thoáng đãng; rộng rãi sáng sủa: 豁然~ thoáng đãng sáng sủa ❷(tính tình, tấm lòng) rộng rãi; vui tươi: 性格~ tính cách rộng mở vui tươi

【开列】kāiliè〈动〉lập danh sách; liệt kê

【开路】kāilù❶〈动〉mở đường: 逢山~，遇水架桥 Gặp núi mở đường, gặp sông bắc cầu. ❷〈动〉dẫn đường: 坦克在前面~. Phía trước là xe tăng dẫn đường. ❸〈名〉mạch hở; mạch ngắt

【开门】kāimén〈动〉❶mở rộng cửa (thường dùng để ví von) ❷bắt đầu làm việc

【开门见山】kāimén-jiànshān mở cửa là thấy núi; đi thẳng vào chủ đề

【开明】kāimíng〈形〉văn minh; sáng suốt: 思想~ tư tưởng sáng suốt

【开幕】kāimù〈动〉❶mở màn ❷khai mạc; khai trương: ~词 lời khai mạc

【开幕式】kāimùshì〈名〉lễ khai mạc

【开盘】kāipán〈动〉❶mở (lập) bảng kê giá: 楼市~ thị trường nhà lầu lập bảng kê giá ❷thị trường chứng khoán, mua bán vàng lần đầu tiên báo cáo tình hình mua bán trong ngày ❸bắt đầu thi đấu cờ

【开辟】kāipì〈动〉❶mở; lập ra: ~航线 mở tuyến đường bay ❷khai thác phát triển: ~新市场 khai thác thị trường mới ❸sáng lập

【开票】kāipiào〈动〉❶mở hòm phiếu sau khi bỏ phiếu: 当众~ công khai mở hòm phiếu ❷viết hóa đơn

【开瓶器】kāipíngqì〈名〉cái mở nút chai

【开启】kāiqǐ〈动〉❶mở ra ❷tạo ra

【开枪】kāiqiāng〈动〉nổ súng: ~示警 bắn cảnh cáo

【开窍】kāiqiào〈动〉❶đông y chỉ mở tâm trí cho bệnh nhân bị ngất tỉnh lại ❷làm thông; đả thông (tư tưởng) ❸trẻ em bắt đầu hiểu biết: 现在的孩子~早. Trẻ em hiện nay hiểu biết sớm.

【开衫】kāishān〈名〉áo dệt mở vạt

【开设】kāishè〈动〉❶xây dựng; mở; thiết lập (nhà máy, cửa hàng…): ~汽车修理店 lập hiệu sửa chữa ô tô ❷bố trí; sắp xếp (thời khóa biểu): ~数学课 sắp xếp chương trình môn toán

【开始】kāishǐ❶〈动〉bắt đầu: 会议~了. Cuộc họp đã bắt đầu. ❷〈动〉bắt tay tiến hành: ~新生活 bắt đầu cuộc sống mới ❸〈名〉giai đoạn đầu

【开市】kāishì〈动〉❶mở cửa bán hàng ❷bán mở hàng: 今天一天都没~. Cả ngày hôm nay còn chưa bán mở hàng.

【开水】kāishuǐ〈名〉nước đun sôi; nước sôi: 用~泡茶 pha trà bằng nước sôi

【开庭】kāitíng〈动〉mở phiên tòa: ~审理 mở phiên tòa xét xử

【开通】kāitōng〈动〉❶khai thông ❷(tư tưởng) tiến bộ; thông suốt: ~风气 bầu không khí thông thoáng

【开头】kāitóu❶〈动〉mở đầu ❷〈动〉bắt đầu ❸〈名〉giai đoạn mở đầu

【开拓】kāituò〈动〉❶khai phá; mở ra: ~边疆 mở mang bờ cõi ❷khai thác (mỏ): ~巷道 khai thác hầm lò

【开玩笑】kāi wánxiào❶nói đùa; trêu đùa: ~，别当真了. Nói đùa thôi, đừng quá nghiêm túc. ❷làm trò đùa

【开胃】kāiwèi〈动〉khai vị

【开销】kāixiāo❶〈动〉trả tiền; chi tiền: 这是个人消费项目，不能拿公账~. Đây là nội dung tiêu thụ cá nhân, không được dùng quỹ công chi trả. ❷〈名〉khoản tiền tiêu

K

【开小差】kāi xiǎochāi❶đào ngũ ❷(tư tưởng) phân tán; không tập trung

【开心】kāixīn❶<形>hài lòng; vui vẻ ❷<动>trêu chọc: 他们喜欢拿他~。Họ cứ thích trêu chọc cậu ấy.

【开学】kāixué<动>khai giảng; khai trường

【开业】kāiyè<动>bắt đầu hành nghề: ~大吉 khai nghiệp đại cát lợi

【开源节流】kāiyuán-jiéliú tăng thu giảm chi

【开展】kāizhǎn❶<动>triển khai ❷<形>cởi mở: 思想~ tâm tư cởi mở

【开战】kāizhàn<动>❶khai chiến; bắt đầu đánh trận ❷giao chiến với...

【开张】kāizhāng<动>❶khai trương ❷bán mở hàng; giao dịch đầu tiên trong ngày: 今天总算~了。Hôm nay cũng đã bán mở hàng rồi. ❸mở đầu của sự việc

【开支】kāizhī❶<动>chi trả (tiền): 这项活动需要~。Hoạt động lần này cần phải chi trả. ❷<名>khoản chi; khoản chi phí

揩kāi<动>lau; chùi: ~汗 lau mồ hôi

【揩油】kāiyóu<动>ăn bớt; ăn xén (của công, của người khác): 别想从他身上~。Đừng hòng mà ăn bớt của ông ấy.

kǎi

凯kǎi<名>(bài ca) thắng lợi; khải hoàn: ~旋 khải hoàn

铠kǎi<名>áo giáp

慨kǎi❶<动>phẫn khích: 愤~ giận dữ bất bình ❷<动>xúc động: 感~ xúc cảm ❸<形>khảng khái: 慷~大方 khảng khái hào hiệp

楷kǎi<名>❶mẫu; kiểu mẫu; phép tắc: ~模 gương mẫu ❷chữ khải: 小~ tiểu khải

【楷书】kǎishū<名>khải thư (một lối viết chân phương chữ Hán)

kān

刊kān❶<名>tập san; tạp chí hay ấn phẩm được xuất bản định kì: 校~ tập san nhà trường ❷<动>xuất bản: ~发 xuất bản tập san ❸<动>sửa; chữa: ~落 cắt bỏ

【刊登】kāndēng<动>đăng: ~启事 đăng thông tin nhắc nhớ

【刊物】kānwù<名>tập san; sách báo xuất bản: 非法~ tập san trái phép

【刊载】kānzǎi<动>đăng báo

看kān<动>❶trông coi; săn sóc: ~店 trông coi cửa hiệu ❷giám sát; theo dõi; canh gác ❸kèm cặp kĩ đối thủ 另见kàn

【看管】kānguǎn<动>❶coi giữ: 严加~ coi giữ nghiêm ngặt ❷trông coi: ~财物 trông coi đồ vật

【看护】kānhù❶<动>chăm sóc: ~病人 chăm sóc bệnh nhân ❷<名>y tá; hộ lí

【看家】kānjiā❶<动>coi nhà; trông nhà; trông coi nhà cửa cho gia đình hay đơn vị ❷<形>sở trường đặc sắc; (bài, ngón) tủ: ~本领 kĩ năng tủ

【看门】kānmén<动>coi nhà; gác cổng; coi cổng

【看守】kānshǒu<动>❶trông coi săn sóc: ~庄稼 chăm sóc cây trồng ❷theo dõi quản lí (phạm nhân): ~犯人 canh giữ phạm nhân

【看守所】kānshǒusuǒ<名>trại tạm giam; nơi tạm giam

勘kān<动>❶hiệu đính; đối chiếu: 校~ đối chiếu khảo cứu ❷quan sát thực địa: 踏~ khảo sát thực địa

【勘测】kāncè<动>thăm dò đo đạc

【勘察】kānchá<动>[地质]điều tra cơ bản

【勘探】kāntàn<动>thăm dò địa chất

堪kān<动>❶có thể: 不~言状 không

thể tả bằng lời ❷chịu được; chịu: không~一击 không chịu nổi một đòn

【堪称】kānchēng<动>có thể nói; xứng đáng là: ~绝技 xứng đáng là một kĩ thuật tuyệt vời

kǎn

坎 kǎn<名>❶quẻ Khảm (một trong bát quái, tiêu biểu cho nước) ❷gờ đất; bậc ruộng ❸[书]nơi đất trũng; hố

【坎肩】kǎnjiān<名>áo ngoài ngắn tay

【坎坷】kǎnkě<形>❶(đường, đất) gập ghềnh: 道路~ đường sá gập nghềnh ❷[书]long đong; lận đận: 人生多~。 Đời người nhiều lận đận.

侃 kǎn<动>[方]chuyện phiếm; chuyện dông dài: 神~ nói chuyện phiếm

【侃侃而谈】kǎnkǎn'értán nói năng đĩnh đạc

砍 kǎn<动>❶chặt; đẵn; đốn. ~伤手指 chặt đốn làm bị thương ngón tay ❷giảm; cắt bỏ: ~价 mặc cả

【砍刀】kǎndāo<名>dao chặt; dao rựa

【砍伐】kǎnfá<动>chặt cây; đốn gỗ

【砍伤】kǎnshāng<动>chém bị thương

【砍头】kǎntóu<动>chém đầu

槛 kǎn<名>bậc cửa: 门~ bậc thềm cửa

kàn

看 kàn❶<动>xem; ngắm: 雾里~花 ngắm hoa trong sương ❷<动>xem; thấy ❸<动>thăm hỏi: 回家~~老人 về nhà thăm hỏi các cụ ❹<动>đối đãi: ~待 đối đãi ❺<动>khám; chữa: 我的病还没~好。 Bệnh của tôi còn chưa chữa khỏi. ❻<动>chăm sóc ❼<动>liệu chừng; dè chừng: 前景~好 xem đoán tương lai sáng sủa ❽

<助>xem (thử): 试试~ thử xem ❾ <动>nhờ theo: 这件事能不能成功全~ 你了。Việc này có thành công hay không phải nhờ vào anh đấy.

另见kān

【看病】kànbìng<动>❶khám chữa bệnh ❷tìm thầy thuốc chữa bệnh

【看不出】kànbuchū không ngờ; không phát hiện

【看不惯】kànbuguàn không chấp nhận; xem ngứa mắt

【看不起】kànbuqǐ[口]coi thường

【看不上】kànbushàng coi khinh; coi nhẹ

【看不顺眼】kànbushùn yǎn điều gai mắt: 心烦的时候样样都~。 Trong cơn bực bội thì điều gì xem ra cũng gai mắt.

【看出】kànchū<动>nhìn ra; nhận thấy

【看穿】kànchuān<动>nhìn rõ; thấy rõ: ~了他的阴谋 biết tỏng mưu mô của hắn

【看待】kàndài<动>đối đãi; nhìn nhận: ~问题要客观公正。Nhìn nhận vấn đề cần phải khách quan công bằng.

【看到】kàndào<动>nhìn thấy; nhận thấy

【看得起】kàndeqǐ[口]coi trọng

【看法】kànfǎ<名>quan điểm; cách nhìn

【看好】kànhǎo<动>❶lạc quan cho rằng ❷có chiều hướng phát triển tốt: 养猪业前景~。Tương lai ngành chăn nuôi lợn có chiều hướng phát triển tốt.

【看机会】kàn jīhuì tìm cơ hội: ~再 说吧。Đợi dịp khác hãy hay.

【看见】kànjiàn<动>nhìn thấy; trông thấy

【看看】kànkan<动>xem qua

【看来】kànlái<动>xem ra; xem

K

chừng

【看齐】kànqí〈动〉❶nhìn thẳng (chỉnh hàng): 立正! 向右~。Nghiêm, nhìn bên phải, thẳng. ❷noi theo

【看起来】kàn qǐlai xem ra

【看热闹】kàn rènao❶ngắm cảnh đông vui náo nhiệt ❷thấy người khác bị vấp mà tự mình cảm thấy thích thú (từ nghĩa xấu)

【看上】kànshàng〈动〉thích; ưng thích; thấy vừa mắt: 看不上 không lọt vào mắt; 看得上 ưng mắt

【看上去】kàn shàngqù nhìn về; coi bộ: 她~显得很年轻。Trông chị ấy còn rất trẻ.

【看透】kàntòu〈动〉❶nhìn thấy rõ; hiểu thấu đáo ❷nhận rõ: 我早就~你了。Tôi đã nhận rõ anh.

【看望】kànwàng〈动〉đi thăm

【看笑话】kàn xiàohua lấy chuyện (không hay) của người ra làm trò cười

【看样子】kàn yàngzi xem chừng

【看中】kànzhòng〈动〉ưng ý; vừa ý

【看重】kànzhòng〈动〉coi trọng

【看作】kànzuò〈动〉coi là; xem là; coi như

kāng

康 kāng〈形〉❶khỏe mạnh: 祝阖府安~。Chúc gia đình an khang. ❷[书] đầy đủ; dư dật; xung túc: 生活水平小~ mức sống khá giả //(姓) Khang

【康复】kāngfù〈动〉hồi phục sức khỏe: 迅速~ nhanh chóng phục hồi sức khỏe

【康乃馨】kāngnǎixīn〈名〉cây cẩm chướng; hoa cẩm chướng

慷 kāng

【慷慨】kāngkǎi〈形〉❶(thái độ, giọng nói) hùng hồn khảng khái: ~就义 khảng khái tựu nghĩa ❷rộng tay; không tiếc của: ~相助 hào phóng rộng tay giúp người

糠 kāng❶〈名〉vỏ trấu; cám: 米~ cám gạo ❷〈形〉bấc; xốp: 萝卜~了。Củ cải bị bấc rồi.

káng

扛 káng〈动〉khiêng; vác

kàng

亢 kàng〈形〉❶cao: 高~ cao vút ❷rất; vô cùng: ~旱 đại hạn hán ❸kiêu căng; ngạo mạn: 不卑不~ chẳng rụt rè mà cũng chẳng tự kiêu

抗 kàng〈动〉❶đề kháng; chống đỡ: ~病毒 chống vi-rút ❷cự tuyệt; chống cự: ~命 chống lệnh ❸ngang nhau: ~衡 ngang bằng nhau

【抗癌】kàng'ái〈动〉chống ung thư

【抗寒】kànghán〈动〉chống rét

【抗旱】kànghàn〈动〉chống hạn: ~保收 chống hạn đảm bảo cho mùa màng

【抗洪】kànghóng〈动〉chống lũ lụt: ~抢险 triển khai hành động cứu nguy chống lũ lụt

【抗击】kàngjī〈动〉đánh lại; chống lại: ~侵略者 chống lại kẻ xâm lược

【抗拒】kàngjù〈动〉chống cự; kháng cự: 奋力~ ra sức kháng cự

【抗生素】kàngshēngsù〈名〉thuốc kháng sinh

【抗体】kàngtǐ〈名〉kháng thể

【抗议】kàngyì〈动〉kháng nghị: ~游行示威 biểu tình thị uy kháng nghị

【抗灾】kàngzāi〈动〉chống đỡ tai họa; chống thiên tai

【抗战】kàngzhàn〈动〉❶kháng chiến ❷đặc chỉ cuộc kháng chiến chống Nhật ở Trung Quốc

【抗争】kàngzhēng〈动〉chống lại; đấu tranh

炕 kàng〈名〉giường đất; giường lò (của người miền bắc Trung Quốc): ~沿 mép giường lò

kǎo

考 kǎo <动> ❶thi cử: 他~上重点大学了。Anh ấy thi đậu trường đại học trọng điểm. ❷kiểm tra: ~察 khảo sát ❸nghiên cứu; suy nghĩ: ~究 nghiên cứu suy nghĩ ❹lục vấn; hỏi: ~问 khảo vấn

【考查】kǎochá <动>kiểm tra

【考场】kǎochǎng <名>trường thi; phòng thi

【考古】kǎogǔ ❶<动>khảo cổ: ~有新发现。Có phát hiện mới về khảo cổ. ❷<名>khảo cổ học: ~专业 chuyên ngành khảo cổ

【考官】kǎoguān <名>quan giám khảo; khảo quan; quan chủ khảo (cũ)

【考核】kǎohé <动>sát hạch; kiểm tra: 年度~ sát hạch hàng năm

【考级】kǎojí <动>thi cấp bậc

【考究】kǎojiu ❶<动>khảo cứu: 这问题值得~一番。Vấn đề này đáng được khảo cứu. ❷<动>cầu kì: 他的穿着不太~。Ông ấy ăn mặc không cầu kì cho lắm. ❸<形>đẹp

【考卷】kǎojuàn <名>bài thi

【考虑】kǎolǜ <动>suy nghĩ

【考取】kǎoqǔ <动>thi đỗ; thi đậu: 他~了艺术院校。Anh ấy đã thi đậu trường nghệ thuật.

【考生】kǎoshēng <名>thí sinh; người dự thi

【考试】kǎoshì <动>thi; khảo thí

【考题】kǎotí <名>đề thi

【考研】kǎoyán <动>thi nghiên cứu sinh; thi cao học

【考验】kǎoyàn <动>khảo nghiệm; thử thách

【考证】kǎozhèng <动>khảo chứng; chứng minh

拷[1] kǎo <动>tra tấn; đánh đập

拷[2] kǎo <动>copy

【拷贝】kǎobèi ❶<名>bản sao phim; phim gốc ❷<动>phô tô hoặc cóp lại các loại phim, đĩa, dữ liệu máy tính ❸<名>phim, đĩa, dữ liệu máy tính đã được copy

【拷打】kǎodǎ <动>tra tấn

【拷问】kǎowèn <动>tra hỏi

烤 kǎo <动>❶sưởi: ~火 sưởi ấm ❷nướng; hơ: ~面包 nướng bánh mì

【烤鸡】kǎojī <名>gà quay

【烤肉】kǎoròu <名>thịt nướng

【烤箱】kǎoxiāng <名>lò quay; lò nướng

【烤鸭】kǎoyā <名>vịt nướng; vịt quay

kào

铐 kào ❶<名>cái còng tay: 镣~ cùm chân ❷<动>còng tay (phạm nhân): 被告被~出庭。Bị cáo đã bị còng tay ra tòa.

犒 kào <动>khao

【犒劳】kàoláo ❶<动>khao: ~将士 khao tướng sĩ ❷<名>rượu và đồ nhắm để khao

靠 kào <动>❶dựa; tựa: ~枕 gối tựa ❷dựng: ~门上 dựng vào cánh cửa ❸dựa sát; tiếp cận: ~港 cập cảng ❹nhờ vào; dựa vào: ~做小买卖为生 nhờ vào nghề buôn bán nhỏ mà sinh sống ❺tin cậy: 质量~得住。Chất lượng đáng tin cậy.

【靠背】kàobèi <名>chỗ dựa lưng (của cái ghế); vai ghế

【靠边】kàobiān ❶<动>sát vào bên cạnh: 水~流。Nước chảy sát bờ. ❷<形>gần đúng: 这话还~。Nói thế còn tạm nghe được.

【靠不住】kàobuzhù không tin cậy được

【靠得住】kàodezhù đáng tin

【靠近】kàojìn <动>❶ghé sát vào: 两人坐得十分~。Hai người ngồi kề

sát nhau. ❷áp sát; gần gũi

【靠拢】kàolǒng<动>cập; sát vào

【靠谱儿】kàopǔr<形>đáng tin; đáng tin cậy

【靠山】kàoshān<名>chỗ dựa vững chắc

kē

苛 kē<形>hà khắc; ngặt nghèo; khắc nghiệt

【苛刻】kēkè<形>hà khắc; khắt khe: 为人~ đối xử hà khắc với người khác

【苛求】kēqiú<动>yêu cầu quá nghiêm khắc

科 kē<名>❶khoa; ngành: 文~ khoa văn ❷phòng: văn phòng: 保卫~ phòng bảo vệ ❸khoa cử ❹đào tạo bài bản ❺họ: 猫~ họ mèo ❻[书] điều khoản pháp luật: 作奸犯~ làm việc xấu phạm pháp

【科幻】kēhuàn<名>khoa học viễn tưởng

【科技】kējì<名>khoa học công nghệ

【科目】kēmù<名>❶khoa mục ❷danh mục khoa cử

【科普】kēpǔ<动>phổ cập khoa học

【科室】kēshì<名>khoa; phòng

【科学】kēxué❶<名>khoa học ❷<形>hợp với quan niệm khoa học: ~理念 quan niệm khoa học

【科学技术】kēxué jìshù khoa học kĩ thuật

【科学家】kēxuéjiā<名>nhà khoa học

【科研】kēyán<动>nghiên cứu khoa học: 搞~ tiến hành nghiên cứu khoa học

【科员】kēyuán<名>nhân viên văn phòng

【科长】kēzhǎng<名>trưởng phòng: 财务科~ trưởng phòng tài vụ

棵 kē<量>cây

颗 kē<量>hạt; hòn; giọt

【颗粒】kēlì<名>❶hạt; hòn: 小分子~ hạt phân tử nhỏ ❷từng hạt: ~不漏 chẳng sót một hạt

磕 kē<动>❶sứt; mẻ; dập: 被桌子~了一下 bị dập vào chiếc bàn một cái ❷gõ; dập: ~掉鞋底的泥 gõ gạt hết bùn bám dưới đế giày ❸[方]đối chọi

【磕碰】kēpèng<动>❶va vào nhau; va chạm: 陶瓷经不起~。Đồ gốm sứ cần tránh va chạm vào nhau. ❷[方] chạm vào ❸va chạm; cãi vã

【磕头】kētóu<动>quỳ lạy (rạp đầu sát mặt đất); dập đầu lạy

瞌 kē

【瞌睡】kēshuì<动>buồn ngủ; ngủ gật: 打～ngủ gà ngủ gật

蝌 kē

【蝌蚪】kēdǒu<名>nòng nọc

ké

壳 ké 义同 "壳" (qiào), 用于口语, 如 "贝壳、鸡蛋壳、子弹壳"。

另见 qiào

咳 ké<动>ho

另见 hāi

【咳嗽】késou<动>ho

kě

可[1] kě❶<动>được; có thể; đồng ý (biểu thị đồng ý): 不置~否 không tỏ ý chấp thuận hay không ❷<动>có thể (biểu thị khả năng hay đồng ý): ~有~无 có thể có cũng có thể không ❸<动>đáng: ~敬~亲 đáng kính đáng yêu ❹<动>thích hợp: ~人意 hợp ý mọi người ❺<动>(bệnh) thuyên giảm; khỏi bệnh

可[2] kě❶<连>nhưng: 她人小志气~小。Cô bé nhỏ người nhưng mà chí khí rất cao. ❷<副>thật là: 雨下得~大了。Cơn mưa thật to. ❸<副>mà: 这

目标~怎么实现呢? Mục tiêu này làm sao mà có thể thực hiện được. ❹〈副〉phải không

【可爱】kě'ài〈形〉đáng yêu: ~的中国 Trung Hoa mến yêu

【可悲】kěbēi〈形〉đáng buồn; đáng đau lòng: ~的历史 lịch sử đau lòng

【可乘之机】kěchéngzhījī những cơ hội có thể lợi dụng

【可持续发展】kěchíxù fāzhǎn phát triển bền vững

【可耻】kěchǐ〈形〉đáng hổ thẹn; nhục nhã

【可充电电池】kěchōngdiàn diànchí loại pin có thể sạc điện; loại pin có thể nạp điện

【可否】kěfǒu〈动〉được chăng: 请问~随时解约? Xin hỏi có thể hủy hợp đồng vào bất cứ lúc nào hay không?

【可观】kěguān〈形〉❶đáng xem; có thể xem: 这出戏大有~之处。Vở kịch này rất đáng xem. ❷khả quan

【可贵】kěguì〈形〉quý; có giá trị; đáng quý

【可恨】kěhèn〈形〉đáng giận; đáng ghét

【可回收】kěhuíshōu có thể thu hồi

【可见】kějiàn〈连〉có thể thấy; có thể nghĩ tới; đủ thấy

【可敬】kějìng〈形〉đáng kính

【可卡因】kěkǎyīn〈名〉cô-ca-in (co-caine)

【可靠】kěkào〈形〉❶đáng tin cậy ❷đáng tin: 信息来源~. Nguồn cung cấp thông tin đáng tin.

【可可】kěkě〈名〉ca-cao

【可口】kěkǒu〈形〉ngon miệng; hợp khẩu vị

【可怜】kělián❶〈形〉đáng thương; tội nghiệp: 她的身世很~. Cảnh ngộ chị ấy rất đáng thương. ❷〈动〉thương; xót thương ❸〈形〉tội nghiệp; đáng thương (chỉ số lượng nhỏ không đáng kể): 少得~ ít ỏi đến mức độ

thật tội nghiệp

【可能】kěnéng❶〈形〉có thể: ~性 tính khả dĩ ❷〈名〉khả năng ❸〈动〉có lẽ; có thể là: 他~洗澡去了。Có lẽ ông ấy đi tắm rồi. 天~要下雨。Trời có lẽ sắp mưa.

【可怕】kěpà〈形〉đáng sợ

【可取】kěqǔ〈形〉có thể lựa chọn; đáng được

【可燃】kěrán〈形〉cháy được: ~材料 vật liệu cháy

【可是】kěshì❶〈连〉nhưng (biểu thị chuyển ý) ❷〈副〉quả thật là

【可恶】kěwù〈形〉đáng ghét

【可惜】kěxī〈形〉đáng tiếc

【可喜】kěxǐ〈形〉đáng mừng: ~可贺 đáng được chúc mừng

【可想而知】kěxiǎng'érzhī hoàn toàn có thể tưởng tượng

【可笑】kěxiào〈形〉❶đáng chê cười; nực cười ❷buồn cười; tức cười: 回想起来，这件事情真~. Nghĩ lại mà thấy việc này thật tức cười

【可信】kěxìn〈形〉đáng tin; có thể tin

【可疑】kěyí〈形〉khả nghi; đáng ngờ: 对过路~人进行盘查 xét hỏi những người qua lại khả nghi

【可以】kěyǐ❶〈动〉có thể ❷〈动〉đồng ý; cho phép: ~回家了。Được phép về nhà rồi. ❸〈形〉[口]khá tốt; được; tạm được: 这家餐馆的菜味道还~. Món ăn của nhà hàng này còn tạm được. ❹〈形〉[口]lợi hại; ghê gớm: 他的手段真~. Thủ đoạn của hắn thật ghê gớm. ❺〈动〉đáng

【可有可无】kěyǒu-kěwú có hay không cũng thế cả

渴 kě〈形〉❶khát: 解~ giải khát ❷khao khát: ~求 yêu cầu khát khao

【渴望】kěwàng〈动〉khát vọng: ~成功 khát vọng thành công

kè

克¹ kè〈动〉❶có thể; vừa: ~勤~俭 vừa

chăm chỉ vừa chắt chiu/vừa cần vừa kiệm ❷khắc phục; kiềm chế: 柔能 ~刚 cái mềm dẻo có thể chế ngự được cái cứng rắn ❸chiến thắng: 战无不~ đánh đâu thắng đấy ❹tiêu hóa: ~化 tiêu hóa

克² kè<量>gam: 一百~黄金 100 gam vàng

【克服】kèfú<动>❶khắc phục: 群策群力，~重重困难。Người người chung sức chung lòng, khắc phục mọi khó khăn. ❷[口] kiềm chế; chịu đựng khó khăn

【克扣】kèkòu<动>bớt xén; ăn bớt: ~薪酬 ăn bớt tiền lương

【克拉】kèlā<量>carat

【克隆】kèlóng<动>❶sinh sản vô tính; nhân bản ❷phục chế (giống hệt); clone

【克星】kèxīng<名>khắc tinh

【克制】kèzhì<动>kiềm chế: 采取~的态度 giữ thái độ kiềm chế

刻 kè❶<动>khắc; chạm: ~印章 chạm khắc con dấu ❷<量>một khắc (=15 phút): 一~钟 15 phút ❸<名>thời gian: 此~ lúc này ❹<形>sâu sắc: 深~ sâu sắc ❺<形>nghiêm ngặt: 苛~ hà khắc ❻<动>hạn định chặt chẽ

【刻板】kèbǎn❶<动>khắc bản in ❷<形> cứng nhắc

【刻薄】kèbó<形>hà khắc; khắt khe; khắc nghiệt; cay nghiệt: 为人~ đối với người khác rất cay nghiệt

【刻不容缓】kèbùrónghuǎn không được chậm trễ chút nào

【刻骨铭心】kègǔ-míngxīn ghi lòng tạc dạ; khắc cốt ghi xương

【刻苦】kèkǔ<形>❶chăm chỉ: ~学习 chăm chỉ học hành ❷khắc khổ

【刻录】kèlù<动>ghi (âm thanh, hình ảnh)

【刻录机】kèlùjī<名>máy ghi âm và hình

【刻意】kèyì<副>dốc tâm trí; dốc

lòng: ~打扮 dốc tâm trí vào việc trang điểm

恪 kè<形>[书]thận trọng và cung kính

【恪守】kèshǒu<动>[书]nghiêm chỉnh tuân thủ: ~本分 nghiêm chỉnh giữ bổn phận

客 kè❶<名>người khách: 贵~ khách quý ❷<名>lữ khách: ~车 xe khách ❸<动>ở nhờ hoặc chuyển đến ở nơi khác: ~居 sống nơi đất khách quê người ❹<名>người đi buôn: 珠宝~ người đi buôn châu báu ❺<名>hành khách: ~源 nguồn khách ❻<名>người đi lại (giữa các nơi để làm gì đó) ❼<形>sự tồn tại độc lập ngoài ý thức con người: ~观 khách quan ❽<量>[方]suất; phần: 三~肠粉 ba suất bánh cuốn ❾<形>phi bản xứ, từ nơi khác đến: ~队 đội khách

【客舱】kècāng<名>khoang (phòng) khách (tàu, máy bay...)

【客船】kèchuán<名>tàu (chở) khách

【客队】kèduì<名>đội khách; đội bạn

【客房】kèfáng<名>phòng khách: ~都订满了。Phòng khách đã đặt hết.

【客服】kèfú<形>dịch vụ tiếp khách

【客户】kèhù<名>❶tá điền ❷[旧] người ngụ cư ❸khách hàng; bạn hàng: 与~交谈 trao đổi với bạn hàng

【客机】kèjī<名>máy bay chở khách

【客轮】kèlún<名>tàu (thủy) chở khách

【客气】kèqi❶<形>lịch sự; lễ phép: ~话 lời lẽ lễ phép, khiêm nhượng ❷<动>khách sáo: 都是自己人，别~。Người nhà cả, đừng khách sáo.

【客人】kèrén<名>❶khách: ~都到齐了。Khách đã đến đủ cả rồi. ❷hành khách ❸khách buôn

【客商】kèshāng<名>lái buôn; nhà buôn; khách thương: ~云集 hội tụ số đông thương khách

【客套】kètào❶<名>lời lẽ khách sáo

❷〈动〉nói xã giao: 他进门后与主人~
了几句。Sau khi vào nhà ông ấy đã
xã giao vài câu với chủ nhà.

【客套话】kètàohuà〈名〉lời nói
khách sáo

【客厅】kètīng〈名〉phòng khách

【客运】kèyùn〈名〉vận tải hành
khách; vận chuyển hành khách

【客栈】kèzhàn〈名〉khách sạn bình
dân; quán trọ; nhà trọ

课 kè〈名〉❶giờ dạy học: 星期天没
有~。Ngày chủ nhật không có giờ
dạy. ❷môn học: 选修~ môn học tự
lựa chọn/chuyên ngành B ❸thời
gian; giờ dạy; giờ học: 四节~ 4 giờ
dạy/4 tiết học ❹bài học: 本册课本
有18~。Cuốn sách giáo khoa này
gồm 18 bài.

【课本】kèběn〈名〉sách giáo khoa: 中
学~ sách giáo khoa trung học

【课标】kèbiāo〈名〉tiêu chuẩn giáo
trình; tiêu chuẩn sách giáo khoa

【课程】kèchéng〈名〉khóa trình môn
học: 大学~ khóa trình đại học

【课件】kèjiàn〈名〉chương trình học;
chương trình giảng dạy

【课时】kèshí〈名〉giờ học; tiết học

【课堂】kètáng〈名〉giảng đường; lớp
học

【课题】kètí〈名〉đề bài; vấn đề chính:
新的研究~ vấn đề mới được nghiên
cứu

【课外】kèwài〈名〉ngoại khóa; ngoài
giờ học: ~阅读 tài liệu ngoại khóa

【课文】kèwén〈名〉bài học; bài văn:
默写~ viết ám tả bài văn

【课余】kèyú〈名〉thời giờ rảnh rỗi
(ngoài giờ học): ~活动 hoạt động
trong thời giờ rảnh rỗi

kěn

肯 kěn〈动〉❶đồng ý; bằng lòng: 获
得首~ được sự đồng ý ❷chịu: ~开动

脑筋 chịu suy nghĩ

【肯定】kěndìng❶〈动〉khẳng định:
我敢~他是骗子。Tôi dám khẳng
định hắn là tay bợm. ❷〈形〉thừa
nhận; khẳng định: 他给出了~的答
复。Ông ấy đã có câu trả lời mang
tính khẳng định. ❸〈形〉nhất định;
chắc chắn: 情况~有变化。Tình hình
chắc chắn có thay đổi. ❹〈副〉xác
định; rõ ràng

【肯干】kěngàn❶〈动〉đồng ý làm ❷
〈形〉chăm chỉ làm việc

垦 kěn〈动〉vỡ đất; khai khẩn (đất
hoang); cày: ~荒 khai khẩn đất
hoang

恳 kěn❶〈形〉chân thành; thành
khẩn: ~求 khẩn thiết cầu xin ❷〈动〉
thỉnh cầu; cầu xin: 敬~ kính cẩn cầu
xin

【恳切】kěnqiè〈形〉khẩn thiết; tha
thiết

【恳请】kěnqǐng〈动〉tha thiết mời;
tha thiết cầu xin

啃 kěn〈动〉gặm: ~骨头 gặm xương/
giải quyết vấn đề khó khăn

kēng

坑 kēng❶〈名〉vũng; hốc; hố: 粪
~ hố phân ❷〈名〉hầm; địa đạo ❸
〈动〉hãm hại: 你这不是~人吗？
Như vậy thì anh chẳng phải là
hãm hại người khác hay sao?

【坑害】kēnghài〈动〉hãm hại; làm
hại: ~游客 làm hại du khách

【坑坑洼洼】kēngkēngwāwā mấp
ma mấp mô; khấp kha khấp khểnh

【坑人】kēngrén〈动〉[口]lừa người;
bẫy người

吭 kēng〈动〉nói năng; lên tiếng

【吭气】kēngqì〈动〉lên tiếng

【吭声】kēngshēng〈动〉lên tiếng;
nói năng; đằng hắng (thường dùng

K

ở dạng phủ định)

kōng

空 kōng❶<形>không; rỗng; trống rỗng: 两手~~ hai bàn tay trắng ❷<名>bầu trời; không trung: 高~ bầu trời cao ❸<副>vô ích; uổng công: ~忙一场 bận một hồi mà rồi uổng công

另见kòng

【空巢老人】kōngcháo lǎorén ông bà già ở cô đơn

【空挡】kōngdǎng<名>gam số không (của ô tô hoặc các loại động cơ khác)

【空洞】kōngdòng❶<名>lỗ rỗng; chỗ rỗng ❷<形>trống rỗng; suông: ~的说教 thuyết giáo suông

【空房】kōngfáng<名>❶phòng bỏ không; phòng không có người ở ❷người đàn bà vắng chồng; phòng không

【空腹】kōngfù<动>đói bụng; bụng không

【空话】kōnghuà<名>nói suông; lời nói trống rỗng

【空欢喜】kōnghuānxǐ niềm vui trống; mừng hụt: ~一场 một lần mừng hụt

【空间】kōngjiān<名>không gian

【空姐】kōngjiě<名>nữ tiếp viên hàng không

【空军】kōngjūn<名>không quân

【空旷】kōngkuàng<形>trống trải: ~的沙滩 bãi cát trống trải

【空难】kōngnàn<名>tai nạn trên không; tai nạn máy bay

【空气】kōngqì<名>❶không khí ❷bầu không khí

【空前】kōngqián<动>chưa từng có: 盛况~ vẻ long trọng chưa từng có

【空手】kōngshǒu<动>tay không: ~套白狼 tay không săn bắt sói trắng (ví không bỏ vốn mà lãi nhiều)

【空谈】kōngtán❶<动>nói suông; nói để đấy ❷<名>lí luận suông; lời nói viển vông: 纸上~ lời nói viển vông trên tờ giấy

【空调】kōngtiáo<名>máy điều hòa nhiệt độ; máy lạnh: 安装~ lắp điều hòa nhiệt độ

【空袭】kōngxí<动>không kích: ~警报 báo động máy bay oanh tạc

【空想】kōngxiǎng❶<动>không tưởng; nghĩ vẫn vơ ❷<名>ảo tưởng; hão huyền: ~主义 chủ nghĩa không tưởng

【空心菜】kōngxīncài<名>rau muống

【空虚】kōngxū<形>trống rỗng; hư không: 内心~ sự trống rỗng về nội tâm

【空运】kōngyùn<动>vận chuyển đường không; không vận

【空置】kōngzhì<动>(nhà ở) bỏ không

【空中】kōngzhōng❶<名>bầu trời; không trung: ~作业 làm việc trên không ❷<形>mạng tín hiệu vô tuyến: ~艺坛 sân khấu khúc nghệ vô tuyến

kǒng

孔 kǒng❶<名>lỗ; vòm: 毛~ lỗ chân lông ❷<量>[方](từ chỉ đơn vị hang động) cái; gian: 一~土窑 một gian nhà hầm ///(姓) Khổng

【孔庙】Kǒng Miào<名>đền thờ Khổng Tử; Văn miếu

【孔雀】kǒngquè<名>con công; khổng tước

【孔子】Kǒngzǐ<名>Khổng Tử, người sáng lập trường phái tư tưởng Nho gia

恐 kǒng❶<动>sợ; kinh sợ: ~慌 lo sợ ❷<动>dọa; dọa dẫm: ~吓 dọa nạt ❸<副>e rằng; sợ rằng: ~难幸免 e rằng khó mà tránh khỏi

【恐怖】kǒngbù<形>khiếp sợ; khủng

bố: 白色~ khủng bố trắng

【恐怖分子】kǒngbù fènzǐ kẻ khủng bố; phần tử khủng bố

【恐吓】kǒnghè<动>dọa dẫm; hăm dọa: 当事人受到~。Đương sự bị hăm dọa.

【恐慌】kǒnghuāng<形>hoảng sợ; lo sợ

【恐惧】kǒngjù<形>sợ hãi: ~心理 tâm lí sợ hãi

【恐龙】kǒnglóng<名>khủng long

【恐怕】kǒngpà❶<动>lo sợ ❷<副>e rằng; sợ rằng ❸<副>có lẽ: 他~是溜了。Có lẽ hắn đã chuồn mất rồi.

kòng

空 kòng❶<动>bỏ trống; để trống: ~两行 để trống hai hàng ❷<形>không; trống: ~白 trống không ❸<名>chỗ trống; khoảng trống: 填~ điền chỗ trống

另见 kōng

【空白】kòngbái<名>chỗ trống; chỗ trắng: 填补~ lấp chỗ trống

【空地】kòngdì<名>❶đất trống: 这块~可以利用起来。Mảnh đất trống này nên được tận dụng. ❷chỗ trống

【空格】kònggé<名>❶ngăn trống; ô trống ❷phím cách; phím dấu cách

【空缺】kòngquē<名>❶ghế trống; thiếu người ❷khoảng trống; chỗ thiếu hụt: 填补~ bù đắp chỗ thiếu hụt

【空隙】kòngxì<名>❶khe hở; rỗi ❷cơ hội để lợi dụng: 钻~ lợi dụng cơ hội

【空闲】kòngxián❶<形>nhàn rỗi ❷<名>lúc nhàn rỗi; thời gian nhàn rỗi: 工作的~ lúc nhàn rỗi ngoài công việc ❸<形>để không: 这台电脑是~的。Chiếc máy vi tính này để không.

【空余】kòngyú<形>trống; rỗi rãi: ~时间 thời gian rảnh rỗi

【空子】kòngzi<名>❶chỗ trống; lúc rỗi; lúc rảnh ❷cơ hội để lợi dụng (làm việc xấu): 钻~ lợi dụng chỗ sơ hở

控¹ kòng<动>tố giác; tố cáo: 指~ chỉ trích tố cáo

控² kòng<动>khống chế; điều khiển

【控告】kònggào<动>tố cáo; tố giác

【控股】kònggǔ<动>khống chế cổ phần; kiểm soát cổ phần

【控诉】kòngsù<动>lên án; khiếu tố

【控制】kòngzhì<动>❶khống chế; điều khiển; kiểm soát ❷chiếm lĩnh; chi phối: ~经济 chi phối kinh tế

kōu

抠 kōu❶<动>moi; móc; khêu: 用手~喉咙 dùng tay khêu cổ họng ❷<动>khắc chạm (hoa văn): 在桥上~图案 khắc trạm hoa văn trên cầu ❸<动>mày mò vô ích; đi sâu vào phương diện hẹp: ~字眼 gọt giũa từng chữ ❹<形>hà tiện; keo kiệt

【抠门儿】kōuménr<形>[方]bủn xỉn; hà tiện

kǒu

口 kǒu❶<名>miệng; mồm: 中医上的五官指的是: 目、舌、~、鼻、耳。Ngũ quan trong Đông y: mắt, lưỡi, miệng, mũi và tai. ❷<名>khẩu vị: ~重 khẩu vị mặn ❸<名>nhân khẩu: 户~ hộ khẩu ❹<名>miệng (các đồ vật đựng): 碗~ miệng bát ❺<名>các cửa ải của Trường Thành (thường dùng làm địa danh, cũng dùng chỉ chung các cửa ải này): ~外 Khẩu ngoại ❻<名>chỗ toạc; chỗ rách: 伤~ miệng vết thương ❼<名>đầu mối (quản lí): 政法~ đầu mối quản lí ngành chính trị và pháp luật ❽<名>lưỡi (dao, kiếm, kéo): 刀~卷了。Lưỡi dao bị quằn rồi. ❾<量>từ chỉ đơn vị: 三~之家 gia đình ba thành viên ❿<名>ăn nói; nói năng: ~才 tài ăn nói ❶<名>cửa: 入~ cửa vào ❷<名> tuổi răng (lừa, ngựa)

【口岸】kǒu'àn<名>cửa khẩu; bến cảng

【口碑】kǒubēi<名>bia miệng; tiếng khen; lời truyền tụng

【口才】kǒucái<名>tài ăn nói; khiếu nói năng

【口吃】kǒuchī<动>nói lắp

【口齿】kǒuchǐ<名>cách nói năng, khả năng ăn nói: ~不清 nói chẳng nên lời

【口袋】kǒudai<名>❶cái túi ❷túi áo

【口服】¹ kǒufú<动>khẩu phục: ~心服 khẩu phục tâm phục

【口服】² kǒufú<动>uống: ~药 uống thuốc

【口福】kǒufú<名>cái số được ăn ngon (hàm ý hài hước); số may: ~ 不浅 số hay được ăn ngon

【口干】kǒugān<形>khô miệng: ~舌 燥 miệng lưỡi khô khốc

【口感】kǒugǎn<名>cảm giác khi ăn

【口号】kǒuhào<名>khẩu hiệu

【口红】kǒuhóng<名>son môi

【口径】kǒujìng<名>❶đường kính ❷kích cỡ: 螺母~ kích cỡ của đai ốc ❸ví nguyên tắc và quan điểm xử lí vấn đề: 他俩~一致。Hai người giữ nhất trí về cách nhìn nhận vấn đề.

【口诀】kǒujué<名>bài vè

【口角】kǒujué<动>cãi nhau; cãi cọ: 发生~ xảy ra cãi cọ

【口渴】kǒukě<形>khát

【口口声声】kǒukoushēngshēng nói khăng khăng; luôn mồm nói

【口令】kǒulìng<名>❶khẩu lệnh: 喊 ~ hô khẩu lệnh ❷mật khẩu: 问~ hỏi mật khẩu

【口气】kǒuqì<名>❶khẩu khí ❷giọng điệu: 听~，他来头不小。Nghe giọng điệu thì ông ta là người có vai vế. ❸ý; ý tứ

【口腔】kǒuqiāng<名>khoang miệng

【口琴】kǒuqín<名>kèn ac-mô-ni-ca

【口若悬河】kǒuruòxuánhé mồm miệng liến thoắng; miệng như tép nhảy; nói thao thao bất tuyệt

【口哨儿】kǒushàor<名>sáo miệng: 吹~ huýt sáo

【口舌】kǒushé<名>❶hiểu nhầm; tranh cãi: ~之争 sự tranh cãi ❷lời lẽ; lời (khuyên giải biện luận, giao thiệp): 枉费~ uổng công khuyên giải

【口试】kǒushì<动>thi vấn đáp

【口是心非】kǒushì-xīnfēi miệng nói một đằng, bụng nghĩ một nẻo

【口述】kǒushù<动>trình bày miệng; kể miệng: ~文章 trình bày bài viết bằng miệng

【口水】kǒushuǐ<名>nước bọt; nước dãi: 流~ chảy nước bọt

【口算】kǒusuàn<动>nhẩm; tính nhẩm: 笔算不如~。Tính bằng bút không bằng tính nhẩm.

【口头】kǒutóu❶<名>cửa miệng; ngoài miệng ❷<形>bằng miệng; nói miệng: ~总结 tổng kết nói miệng

【口头禅】kǒutóuchán<名>câu nói cửa miệng

【口味】kǒuwèi<名>❶mùi vị (thức ăn); hương vị: ~太重 mùi vị thức ăn quá đậm ❷khẩu vị ❸sở thích

【口吻】kǒuwěn<名>❶đầu; mõm ❷giọng

【口香糖】kǒuxiāngtáng<名>kẹo cao su; kẹo sê-gôm; xing-gôm

【口信】kǒuxìn<名>lời nhắn miệng; tin báo miệng: 带个~ nhắn lời hộ

【口译】kǒuyì<动>dịch nói; dịch miệng

【口音】kǒuyīn<名>❶tiếng nói; giọng nói: 南部~ giọng miền Nam ❷âm địa phương: ~很重 âm địa phương đặc sệt

【口语】kǒuyǔ<名>khẩu ngữ; ngôn ngữ nói: ~练习 tập khẩu ngữ

【口罩】kǒuzhào<名>khẩu trang: 戴 上~ đeo khẩu trang

kòu

叩 kòu〈动〉❶gõ; đập: ~门 gõ cửa ❷rạp đầu sát đất; rập đầu: 三跪九~ ba lần quỳ chín lần rập đầu

【叩头】kòutóu〈动〉rập đầu

扣 kòu❶〈动〉cài; gài; móc: ~扣子 cài cúc áo ❷〈动〉úp; đậy: 把杯子~过来。Úp đậy chiếc cốc xuống. ❸〈动〉khép; truy chụp: ~帽子 khép tội ❹〈动〉bắt giữ; giam giữ: 将来人~住。Bắt giữ kẻ này lại. ❺〈动〉khấu; trừ: ~分 trừ điểm ❻〈名〉cái nút: 系~ thắt cái nút ❼〈名〉cái cúc: 衣~ cúc áo ❽〈动〉cú đập: ~球 đập bóng/vụt bóng ❾〈名〉khuôn dệt; go cửi: 丝丝入~ sợi vào go cửi đều đều ❿〈名〉vòng ren: 拧了两~ vặn hai vòng ren

【扣除】kòuchú〈动〉khấu trừ; trừ đi: ~伙食 trừ đi khoản tiền ăn

【扣发】kòufā〈动〉❶cúp lương; cúp thưởng: ~军饷 cúp lương lính ❷giữ lại; để lại (giấy tờ bản thảo không phát hoặc không đăng)

【扣紧】kòujǐn〈动〉khóa chặt

【扣留】kòuliú〈动〉giam giữ; giữ

【扣人心弦】kòurénxīnxián rung động lòng người

【扣肉】kòuròu〈名〉khâu nhục; thịt ba chỉ rán qua rồi hấp với húng lìu

【扣押】kòuyā〈动〉giam giữ; giữ: ~财产 giữ tài sản

【扣子】kòuzi〈名〉❶nút dây: 原来的绳~解不开。Nút dây cũ không sao cởi được. ❷cái cúc áo; khuy

寇 kòu❶〈名〉kẻ cướp; giặc; kẻ địch; kẻ thù: 外~ giặc ngoại xâm ❷〈动〉kẻ thù xâm nhập: ~边 kẻ thù xâm phạm biên giới

kū

枯 kū❶〈形〉khô; héo: ~草 cỏ khô héo ❷〈形〉cạn: ~井 giếng cạn ❸〈形〉gầy guộc ❹〈形〉ủ rũ; buồn bã: ~坐 ngồi ủ rũ ❺〈名〉[方]khô (đầu); bã: 菜~ bã rau

【枯黄】kūhuáng〈形〉khô vàng; khô úa: 脸色~ sắc mặt vàng khô

【枯竭】kūjié〈形〉❶(nguồn nước) cạn kiệt: 水源~ nguồn nước khô cạn ❷(sức lực, của cải) kiệt quệ; cạn kiệt: 精力~ sức lực kiệt quệ

【枯瘦】kūshòu〈形〉gầy đét; gầy khẳng khiu

【枯萎】kūwěi〈形〉khô cằn; khô héo: 草木~ cỏ cây khô héo

【枯燥】kūzào〈形〉đơn điệu tẻ nhạt: ~无味 tẻ nhạt vô vị

哭 kū〈动〉khóc

【哭鼻子】kū bízi[口]khóc nhè (có ý khôi hài)

【哭喊】kūhǎn〈动〉khóc

【哭哭啼啼】kūkūtítí khóc sướt mướt; khóc ti ti

【哭闹】kūnào〈动〉quấy khóc: 孩子~ đứa bé quấy khóc

【哭泣】kūqì〈动〉khóc tấm tức; khóc sụt sịt

【哭诉】kūsù〈动〉khóc lóc kể lể; tố khổ: ~冤屈 kêu khóc kể lể nỗi oan

【哭笑不得】kūxiào-bùdé dở khóc dở cười

窟 kū〈名〉❶hang; hốc: 魔~ hang ổ của bọn giết người ❷ổ; sào huyệt: 贫民~ nhà ổ chuột của dân nghèo

【窟窿】kūlong〈名〉❶hang; lỗ; hốc: 冰~ hốc băng ❷thâm hụt; lỗ vốn ❸thất thoát; sơ hở: 堵住~ ngăn bịt thất thoát

骷 kū

【骷髅】kūlóu〈名〉đầu lâu; xương cốt; xương hài

kǔ

苦 kǔ❶〈形〉đắng: ~药 thuốc đắng ❷

〈形〉khổ; đau khổ: 艰~ gian khổ ❸ 〈动〉làm khổ; gây khó chịu: 他肩负家庭的重担，可~了他了。Thật là làm khổ cho ông ấy vì đã phải gánh vác hết gánh nặng gia đình. ❹〈动〉khổ vì: ~旱 khổ vì hạn hán ❺〈副〉hết sức; cố gắng; khổ công: ~练本领 khổ luyện bản lĩnh

【苦楚】kǔchǔ〈形〉đau khổ; khổ sở: 心中~ nỗi đau trong lòng

【苦处】kǔchù〈名〉nỗi khổ

【苦丁茶】kǔdīngchá〈名〉chè vàng; khổ đinh trà (Ilex cornuta Lindl)

【苦工】kǔgōng〈名〉❶lao động khổ sai: 做~ lao động khổ sai ❷phu khổ sai; cu-li

【苦功】kǔgōng〈名〉khổ công; dày công

【苦瓜】kǔguā〈名〉mướp đắng; khổ qua: ~炒蛋 mướp đắng xào trứng

【苦海】kǔhǎi〈名〉bể khổ; cảnh khổ ải: ~无边 cảnh khổ ải vô biên

【苦口婆心】kǔkǒu-póxīn khuyên bảo mọi nhẽ; khuyên bảo hết nước hết cái

【苦苦】kǔkǔ〈副〉❶cố hết sức; cố công: ~追寻 cố công tìm tòi ❷rất đau khổ

【苦练】kǔliàn〈动〉gian khổ rèn luyện

【苦闷】kǔmèn〈形〉buồn khổ

【苦难】kǔnàn〈名〉khổ cực; khổ đau

【苦恼】kǔnǎo〈形〉đau khổ buồn phiền: 令人~ khiến cho người ta buồn phiền

【苦肉计】kǔròujì〈名〉khổ nhục kế

【苦涩】kǔsè〈形〉❶đắng chát; đắng cay ❷cay đắng chua xót (tâm trạng)

【苦头】kǔtóu〈名〉nỗi đau khổ; không may; cái khó cái khổ

【苦味】kǔwèi〈名〉mùi đắng; vị đắng

【苦笑】kǔxiào〈动〉cười gượng; cười đau khổ

【苦心】kǔxīn❶〈名〉công sức vất và: 一片~ nặng lòng vất và với công việc ❷〈副〉dốc lòng; dốc tâm trí: ~维护 dốc lòng gìn giữ bảo vệ

【苦衷】kǔzhōng〈名〉nỗi khổ tâm

【苦中作乐】kǔzhōngzuòlè trong hoàn cảnh khó khăn mà vẫn lạc quan yêu đời

kù

库 kù〈名〉❶kho: 国~ kho bạc nhà nước ❷kho dữ liệu

【库存】kùcún〈名〉tiền của; vật tư tồn kho

【库房】kùfáng〈名〉nhà kho

裤 kù〈名〉quần: 灯笼~ quần ống túm

【裤衩儿】kùchǎr〈名〉quần lót: 大~ quần lót rộng/quần đùi rộng

【裤裆】kùdāng〈名〉đũng quần

【裤子】kùzi〈名〉quần

酷¹ kù❶〈形〉tàn khốc; tàn ác: ~刑 hình phạt tàn khốc ❷〈副〉rất; cực kì: ~热 cực nóng/nóng khủng khiếp

酷² kù〈形〉hào phóng

【酷爱】kù'ài〈动〉say mê: ~运动 say mê thể dục thể thao

【酷暑】kùshǔ〈名〉ngày hè nóng gắt: ~严冬 mùa hè nóng bức, mùa đông giá lạnh

【酷似】kùsì〈动〉giống hệt

kuā

夸 kuā〈动〉❶phóng đại; thổi phồng: ~大其词 thổi phồng lên ❷khen: 人人都~家乡好。Mọi người đều khen quê hương mình giàu đẹp.

【夸大】kuādà〈动〉phóng đại; thổi phồng

【夸奖】kuājiǎng〈动〉khen ngợi: 老师~他进步很快。Các thầy cô giáo đều khen ngợi anh ấy tiến bộ rất nhanh.

【夸夸其谈】kuākuā-qítán ba hoa khoác loác; ba hoa chích chòe

【夸耀】kuāyào<动>khoe khoang; phô trương: ~自己 tự bốc thơm bản thân

【夸张】kuāzhāng❶<形>khuếch đại; nói quá sự thật: 举动太~ cử chỉ rất khoa trương ❷<名>phép khoa trương ❸<名>thủ pháp khoa trương

kuǎ

垮kuǎ<动>❶đổ; vỡ; sụp: 堤~了。Vỡ đê. ❷suy sụp: 别把身体累~了。Đừng để cho sức khỏe suy sụp bởi quá mệt.

【垮台】kuǎtái<动>sụp đổ; tan vỡ

kuà

挎kuà<动>❶khoác; xách: ~篮子 khoác làn ❷đeo: ~背包 đeo túi

【挎包】kuàbāo<名>túi khoác

胯kuà<名>háng

跨kuà❶<动>bước: ~越式发展 phát triển theo bước nhảy vọt ❷<动>cưỡi; ngang qua: 彩虹~天空。Cầu vồng ngang qua lưng trời. ❸<动>vượt quá: ~行业 liên ngành nghề ❹<形>phụ; xếp: ~间 gian xếp

【跨地区】kuà dìqū xuyên khu vực

【跨度】kuàdù<名>❶khẩu độ; chiều rộng ❷khoảng cách (nói chung): 空间~ khoảng cách không gian

【跨国公司】kuàguó gōngsī công ti liên quốc gia

【跨年度】kuà niándù vượt qua năm khác; bắc cầu giữa hai năm

【跨入】kuàrù<动>bước vào: ~新世纪 bước vào thế kỉ mới

【跨文化】kuà wénhuà giao lưu văn hóa: ~研究 nghiên cứu về giao lưu văn hóa

【跨学科】kuà xuékē khoa học liên ngành: ~学习 học môn liên ngành

【跨越】kuàyuè<动>vượt qua

kuài

会kuài<动>tính tổng cộng
另见 huì

【会计】kuàijì<名>❶công tác kế toán ❷kế toán viên

【会计师】kuàijìshī<名>❶kế toán cao cấp ❷kế toán trưởng: 注册~ kế toán trưởng công chứng

块kuài❶<名>miếng; cục; tảng: 糖~ miếng (kẹo) đường ❷<量>mảnh; bánh; miếng; chiếc: 两面包 hai miếng bánh mì ❸<量>[口]đồng (đơn vị của tiền): 五~钱 năm đồng bạc

【块头】kuàitóu<名>[方]khổ người (gầy, béo); vóc người: ~大 vóc người cao to

快kuài❶<形>nhanh: 工作进展很~。Công việc tiến triển rất nhanh. ❷<形>nhanh nhạy; nhạy bén: 眼疾手~ nhanh mắt nhanh tay ❸<形>sắc; bén: ~刀 con dao sắc ❹<形>thoải mái; thẳng thắn: 你真是~人一语。Anh đúng là một người thẳng thắn sởi lởi. ❺<形>vui vẻ; dễ chịu: 拍手称~ vỗ tay vui mừng ❻<形>mau chóng: ~来呀! Mau lên! ❼<副>mau; ngay: ~来帮忙! Mau tới giúp một tay! ❽<副>sắp; sắp sửa: 稍等一会，我~回去了。Chờ đợi một lát, tôi sắp về rồi.

【快餐】kuàicān<名>suất ăn nhanh (cơm hộp): ~食品 thực phẩm ăn liền

【快车】kuàichē<名>tàu nhanh; ô tô tốc hành

【快递】kuàidì<名>chuyển phát nhanh

【快活】kuàihuo<形>thoải mái; vui vẻ

【快件】kuàijiàn<名>❶hàng chuyển nhanh: 我的行李已经办理了~托运。Hành lí của tôi đã làm thủ tục gửi hàng chuyển nhanh. ❷bưu kiện chuyển phát nhanh ❸những công

K

việc cần hoàn thành gấp rút

【快节奏】kuàijiézòu〈名〉nhịp sống nhanh; nhịp độ nhanh

【快捷】kuàijié〈形〉nhanh; nhanh nhẹn

【快乐】kuàilè〈形〉vui vẻ; hài lòng: ~人生 cuộc sống vui vẻ

【快门】kuàimén〈名〉màn trập; cửa trập

【快人快语】kuàirén-kuàiyǔ con người sởi lởi; nhanh tay mau miệng

【快速】kuàisù〈形〉nhanh; cấp tốc; siêu tốc

【快艇】kuàitǐng〈名〉ca-nô; xuồng cao tốc

【快要】kuàiyào〈副〉sắp; sắp sửa: 天 ~下雨了。Trời sắp mưa.

脍 kuài[书]❶〈名〉thịt, cá thái chỉ ❷〈动〉thịt, cá thái lát mỏng: ~鲤 cá chép thái lát

【脍炙人口】kuàizhì-rénkǒu món ngon ai cũng thèm ăn; ví văn hay luôn được nhắc tới

筷 kuài〈名〉đũa

【筷子】kuàizi〈名〉đũa

kuān

宽 kuān❶〈形〉rộng: 肩膀~ vai rộng ❷〈名〉chiều rộng: 这房间有三米~。Căn phòng này có chiều rộng ba mét. ❸〈动〉thảnh thơi; nới lỏng: ~心 thảnh thơi ❹〈形〉rộng lượng; khoan dung: ~容 khoan dung ❺〈形〉sung túc; dư dật: 生活~裕 cuộc sống sung túc

【宽敞】kuānchang〈形〉rộng rãi

【宽大】kuāndà〈形〉❶rộng; to: ~的 厨房 nhà bếp rộng rãi ❷bao dung; khoan dung: ~为怀 rộng lượng ❸khoan hồng: ~政策 chính sách khoan hồng

【宽带】kuāndài〈名〉băng rộng

【宽度】kuāndù〈名〉bề rộng; chiều ngang

【宽广】kuānguǎng〈形〉❶lớn; rộng rãi; bát ngát ❷phạm vi lớn: 涉及的

领域很~ phạm vi liên quan rất rộng ❸(tầm nhìn, nhận thức) rộng mở: 心胸~ tấm lòng rộng mở

【宽厚】kuānhòu〈形〉❶rộng và dày: 肩膀~ bờ vai chắc rộng ❷khoan dung; độ lượng: ~待人 đối xử với người rất độ lượng ❸trầm hùng: 音 域~ âm vực trầm hùng

【宽阔】kuānkuò〈形〉❶rộng; rộng rãi: ~的原野 cánh đồng bát ngát ❷thoáng đạt; rộng thoáng (chỉ tư tưởng): 思路~ lối nghĩ thoáng đạt

【宽容】kuānróng〈动〉khoan dung độ lượng; khoan thứ

【宽恕】kuānshù〈动〉khoan dung; tha thứ: ~伤害过自己的人。Khoan dung tha thứ cho kẻ đã từng xúc phạm mình.

【宽松】kuānsōng❶〈形〉rộng rãi; giãn ra ❷〈形〉thư thái; thảnh thơi: 心情~ tâm trạng thư thái ❸〈动〉thư giãn ❹〈形〉thư thả; nhẹ nhõm: ~的 环境 hoàn cảnh thư thả ❺〈形〉khá giả; dư dật ❻〈形〉(áo quần) rộng: 这衣服有点~。Bộ quần áo này hơi rộng.

【宽心】kuānxīn〈动〉khuây khỏa

【宽裕】kuānyù〈形〉dư dật; khá giả

【宽窄】kuānzhǎi〈名〉rộng hẹp; kích cỡ: ~不一 kích cỡ rộng hẹp khác nhau

kuǎn

款[1] kuǎn❶〈形〉chân thành; ân cần: ~留 tha thiết giữ lại ❷〈动〉tiếp đãi; khoản đãi: ~待贵宾 tiếp đãi khách quý

款[2] kuǎn❶〈名〉điều khoản: 第二条 ~ điều khoản thứ hai ❷〈名〉khoản, món (tiền): 公~ khoản tiền công ❸ 〈名〉tên chữ đề tặng (của tác giả tặng tranh, sách): 落~ tên người gửi và người nhận ❹〈名〉kiểu dáng; mẫu mã: 新~家具 kiểu gia cụ mới ❺〈量〉

kiều; món (từ chỉ đơn vị): 两~大衣 hai kiểu áo khoác

【款待】kuǎndài<动>khoản đãi; tiếp đãi

【款式】kuǎnshì<名>kiểu cách; kiểu dáng

【款项】kuǎnxiàng<名>❶khoản tiền; món tiền: 预付~ khoản tiền ứng trước ❷điều khoản: 第二~ điều khoản thứ hai

【款子】kuǎnzi<名>[口]khoản tiền; món tiền: 三笔~ ba món tiền

kuāng

哐 kuāng<拟>choang; xoảng (từ tượng thanh)

【哐啷】kuānglāng<拟>sầm; sập

筐 kuāng<名>cái sọt

【筐子】kuāngzi<名>sọt hay rổ nhỏ

kuáng

狂 kuáng❶<形>điên; cuồng: 这人又发~了。Người này lại phát điên rồi. ❷<形>mạnh mẽ; dữ dội: ~风暴雨 mưa rền gió dữ ❸<副>hết sức; thả cửa: 他~欢了整个晚上。Anh ấy vui thả cửa cả đêm. ❹<形>ngông cuồng: ~言 lời lẽ ngông cuồng

【狂奔】kuángbēn<动>chạy lồng lên

【狂跌】kuángdiē<动>sụt giảm; giảm mạnh: 股票~ cổ phiếu sụt mạnh

【狂风】kuángfēng<名>❶gió mạnh; cuồng phong: ~暴雨 mưa to gió lớn ❷gió giật (gió cấp 10)

【狂欢】kuánghuān<动>vui mặc sức; liên hoan: ~节 lễ hội Ca-ni-van

【狂犬病】kuángquǎnbìng<名>bệnh dại (chủ yếu lây từ chó dại)

【狂热】kuángrè<形>cuồng nhiệt: ~分子 phần tử cuồng nhiệt

【狂妄】kuángwàng<形>điên cuồng càn rở; ngông cuồng: ~无知 càn rở vô tri

【狂喜】kuángxǐ<形>mừng hết chỗ nói; mừng quýnh

【狂笑】kuángxiào<动>cười phá lên; cười vỡ bụng

【狂言】kuángyán<名>lời lẽ ngông cuồng: 口出~ thốt ra lời lẽ ngông cuồng

【狂野】kuángyě<形>không thuần hóa

【狂躁】kuángzào<形>nóng nảy mất bình tĩnh: ~不安 nóng nảy không yên

kuàng

旷 kuàng❶<形>trống trải mênh mông: ~荡的草原 thảo nguyên hoang vắng mênh mông ❷<形>phóng khoáng: ~达 khoáng đạt ❸<动>bỏ lỡ; phí: 这小孩整天~课。Con bé này thường hay bỏ học.

【旷工】kuànggōng<动>bỏ việc (vô cơ không đi làm): ~现象严重 hiện tượng bỏ việc nghiêm trọng

【旷课】kuàngkè<动>bỏ học

【旷野】kuàngyě<名>đồng trống bao la; đồng không mông quạnh

况¹ kuàng<名>tình hình: 情~紧急 tình hình khẩn cấp

况² kuàng<连>[书]huống chi; huống hồ

【况且】kuàngqiě<连>huống chi; hơn nữa

矿 kuàng❶<形>hầm mỏ: ~工 thợ mỏ ❷<名>mỏ quặng: 铁~ quặng sắt ❸<名>mỏ: 煤~ mỏ than

【矿藏】kuàngcáng<名>tài nguyên khoáng sản: ~丰富 tài nguyên khoáng sản dồi dào

【矿产】kuàngchǎn<名>khoáng sản: ~资源 tài nguyên khoáng sản

【矿工】kuànggōng<名>thợ mỏ

【矿井】kuàngjǐng<名>giếng quặng; hầm lò

K

【矿难】kuàngnàn〈名〉tai nạn dưới hầm mỏ

【矿区】kuàngqū〈名〉khu mỏ; vùng mỏ

【矿泉水】kuàngquánshuǐ〈名〉suối nước khoáng; nước khoáng

【矿山】kuàngshān〈名〉khu mỏ; vùng mỏ

【矿石】kuàngshí〈名〉quặng

框 kuàng ❶〈名〉khung cửa: 门~ khung cửa ❷〈名〉khung; gọng: 眼镜~ khung kính ❸〈名〉khung; vòng tròn bao quanh: 用铅笔在这～里写。Dùng bút chì viết trong khung đây. ❹〈动〉khoanh tròn lại: 把这几个字～起来。Khoanh tròn lại mấy chữ cái này lại. ❺〈动〉gò bó; hạn chế

【框架】kuàngjià〈名〉❶giàn khung của công trình ❷cấu trúc; bố cục: 论文的～ bố cục của luận văn

【框框】kuàngkuang〈名〉❶vòng tròn bao quanh ❷cách thức cũ; khuôn phép cũ: 咱不受条条～的约束。Ta không chịu sự ràng buộc của khuôn sáo cũ.

kuī

亏 kuī〈动〉❶thiệt thòi; hụt: ~本 sinh ý buôn bán lỗ vốn ❷thiếu: 月圆月~ trăng tròn trăng khuyết ❸phụ: ~心 sự việc phụ lòng ❹may mà: ~他来得及时 may mà anh ấy đến kịp ❺thế mà: 这么肮脏的事~你做得出来。Cái việc bẩn thiu đến vậy mà anh vẫn nhẫn tâm làm.

【亏本】kuīběn〈动〉lỗ vốn

【亏待】kuīdài〈动〉bạc đãi; xử tệ

【亏空】kuīkong ❶〈动〉thâm nợ: 国库~ ngân khố nhà nước thâm nợ ❷〈名〉công nợ; vay nợ: 公司出现了～。Công ti xuất hiện khoản nợ.

【亏欠】kuīqiàn〈动〉nợ nần; công nợ

【亏损】kuīsǔn〈动〉❶thâm hụt; lỗ vốn: ~严重 thâm hụt nghiêm trọng ❷(sức khỏe) sút kém

【亏心】kuīxīn〈形〉trái với lương tâm; trái lẽ: ~事 việc trái với lương tâm mình

盔 kuī〈名〉❶cái vại: ~子 vại sành ❷mũ kim loại: 军用钢~ mũ sắt quân dụng ❸mũ không vành: 头~ mũ sắt

【盔甲】kuījiǎ〈名〉mũ và áo giáp

窥 kuī〈动〉❶nhìn trộm; nhòm ❷dò xét ngầm: ~伺 ngắm ngầm đợi dịp

【窥见】kuījiàn〈动〉nhìn ra; cảm nhận được

【窥视】kuīshì〈动〉nhòm ngó; ngầm xem xét: ~对方 nhòm ngó đối phương

【窥探】kuītàn〈动〉ngầm xem xét: ~军情 bí mật xem xét tình hình quân sự

kuí

葵 kuí〈名〉các loại cây có hoa bông to (như cẩm quỳ, phổ quỳ)

【葵花】kuíhuā〈名〉hoa hướng dương

【葵花子】kuíhuāzǐ〈名〉hạt hướng dương

魁 kuí ❶〈名〉đứng đầu; số một: 罪~ 祸首 đầu sỏ tội phạm ❷〈形〉(thân thể) cao lớn: (vóc người) vạm vỡ ❸〈名〉sao Khôi; Khôi tinh

【魁梧】kuíwu〈形〉vạm vỡ; cao lớn khỏe mạnh: 身材~ thân hình vạm vỡ

kuǐ

傀 kuǐ

【傀儡】kuǐlěi〈名〉❶con rối ❷bù nhìn

kuì

匮 kuì〈动〉[书]thiếu; thiếu thốn

【匮乏】kuìfá〈形〉[书](vật tư) thiếu thốn; ít ỏi

馈 kuì〈动〉❶biếu; tặng ❷chuyển tải

【馈赠】kuìzèng〈动〉biếu; ~人 biếu cho người khác

溃 kuì〈动〉❶(nước) xô vỡ (đê): ~堤 vỡ đê ❷[书]phá vây: ~围 phá vỡ vòng vây ❸tan tác thất bại; tan vỡ: 不战而~ chưa đánh mà đã tan vỡ ❹thối rữa; loét: 口腔~烂 khoang miệng bị loét

【溃败】kuìbài〈动〉(quân đội) bị đánh tan; tan vỡ

【溃烂】kuìlàn〈动〉loét; nhiễm trùng mưng mủ

【溃疡】kuìyáng〈动〉vết loét: 胃~ loét dạ dày

愧 kuì〈形〉hổ thẹn

【愧恨】kuìhèn〈动〉hổ thẹn và ân hận: ~交织 hổ thẹn và hối hận chồng chất

【愧疚】kuìjiù〈形〉hổ thẹn áy náy

kūn

昆 kūn〈名〉[书]❶anh trai: ~仲 anh em trai ❷con cháu; người nối dõi: 后~ con cháu nối dõi

【昆虫】kūnchóng〈名〉côn trùng

kǔn

捆 kǔn❶〈动〉buộc; bó: 上山~柴 lên rừng bó củi ❷〈量〉bó (từ chỉ đơn vị): 一~稻草 một bó rơm ❸〈名〉bó: 行李~ bó hành lí/lô hành lí

【捆绑】kǔnbǎng〈动〉trói (người): 把凶手~起来. Trói gô tên hung thủ lại.

【捆扎】kǔnzā〈动〉buộc; thắt; bó

kùn

困 kùn❶〈动〉khốn đốn; khốn khổ: 他为情所~. Anh ta bị sa vào tấm lưới tình. ❷〈动〉kìm hãm; vây hãm: 把敌人围~在山谷里. Vây hãm địch

trong thung lũng. ❸〈形〉khó khăn: 条件~难 điều kiện khó khăn ❹〈形〉mệt mỏi: 爸妈~了, 已经睡下了. Bố mẹ mệt quá, đã đi ngủ rồi. ❺〈形〉ngái ngủ; buồn ngủ: 你~了就先睡, 我把剩下的事情做完再睡. Em buồn ngủ thì cứ ngủ trước đi, chị làm xong việc còn lại mới ngủ. ❻〈动〉[方]ngủ: ~觉 ngủ

【困顿】kùndùn〈形〉❶mệt bải hoải; mệt rũ rượi: ~不堪 mệt rũ rượi thật khó chịu ❷khốn đốn; khốn quẫn; túng thiếu

【困乏】kùnfá〈形〉mệt mỏi

【困惑】kùnhuò❶〈形〉lúng túng khó xử: 令人~ khiến cho người ta lúng túng khó xử ❷〈动〉khiến cho khó hiểu

【困境】kùnjìng〈名〉hoàn cảnh khó khăn; tình cảnh khó khăn

【困倦】kùnjuàn〈形〉mệt mỏi buồn ngủ

【困苦】kùnkǔ〈形〉(cuộc sống) khốn khổ; chật vật

【困难】kùnnan❶〈形〉rắc rối; khó khăn: 哪里~哪里有青年人. việc gì khó có thanh niên. ❷〈形〉nghèo khó; khó khăn: 生活~ đời sống khó khăn ❸〈名〉khó khăn

【困扰】kùnrǎo〈动〉vây hãm và gây nhiễu: ~人心 gây nhiễu trong lòng

kuò

扩 kuò〈动〉mở rộng thêm

【扩充】kuòchōng〈动〉mở rộng thêm; tăng cường thêm: ~队伍 tăng cường thêm cho đội ngũ

【扩大】kuòdà〈动〉mở rộng: ~活动范围 mở rộng phạm vi hoạt động

【扩建】kuòjiàn〈动〉xây dựng mở mang: ~宾馆 xây dựng mở rộng khách sạn

【扩散】kuòsàn〈动〉khuếch tán; lan rộng: 谣言~ tin đồn lan rộng

K

【扩印】kuòyìn<动>phóng to (ảnh); in phóng: ~照片 in phóng ảnh

【扩展】kuòzhǎn<动>mở rộng thêm

【扩张】kuòzhāng<动>mở rộng; nới rộng; bành trướng

括 kuò<动>❶buộc; thắt ❷bao gồm ❸ngoặc lại

【括号】kuòhào<名>dấu ngoặc (các loại)

阔 kuò<形>❶rộng; rộng rãi: 路~六米 đường này rộng sáu mét ❷trống rỗng; không thiết thực: 他说的全是高谈~论。Hắn toàn nói những chuyện rỗng tuếch. ❸hào phóng; giàu có; xa xỉ: 这人很喜欢摆~。Người này rất thích bày biện cho ra vẻ giàu sang.

【阔步】kuòbù<动>mạnh bước; dấn bước; rảo bước; nhanh bước: 昂首~ ngẩng đầu mạnh bước

【阔绰】kuòchuò<形>xa xỉ hào phóng

【阔气】kuòqì<形>hào hoa sang trọng

廓 kuò❶<形>rộng lớn: 寥~的天空 bầu trời bao la ❷<名>khuôn; vành; đường khung bên ngoài: 轮~ nét phác; 耳~ vành tai

K

L

lā

垃lā

【垃圾】lājī ❶〈名〉rác rưởi: ~桶 thùng rác ❷〈形〉(đồ) mất giá trị

【垃圾食品】lājī shípǐn thực phẩm rác

拉¹ lā〈动〉❶kéo; lôi: 你把那头猪~过来。Anh kéo con lợn đó lại đây. ❷chuyên chở; chở: 套车去~肥料 móc xe vào để chở phân bón ❸dẫn đi: 把二年级（3）班~到路那边去。Dẫn các em lớp 2c sang bên kia đường. ❹chơi; kéo (đàn): ~小提琴 kéo vi-ô-lông ❺kéo dài ra: 逐渐~开了距离 khoảng cách đã dần dần kéo dài ra ❻[方]nuôi nấng; nuôi dưỡng ❼giúp đỡ: 关键时刻是老师~了他一把。Vào giờ phút then chốt thầy giáo đã giúp em ấy một tay. ❽liên lụy; làm lụy: 这是你们的事情，别~上我。Đây là chuyện giữa các anh, đừng làm liên lụy đến tôi. ❾lôi kéo; bắt mối: ~关系 bắt quan hệ ❿tổ chức ⓫chào hàng; chào mời: ~生意 chào hàng/mời khách ⓬[方]chuyện gẫu; chuyện phiếm: ~家常 nói chuyện thường ngày ⓭mang; mắc: ~下不少债 đã mắc nhiều khoản nợ

拉² lā〈动〉[口]đi ngoài; đi lỏng: ~肚子 đau bụng đi lỏng/tháo dạ

【拉帮结派】lābāng-jiépài kéo bè kéo cánh

【拉扯】lāche〈动〉[口]❶kéo; lôi: 你

~住他，别让他再出去。Anh kéo nó lại, đừng cho nó đi nữa. ❷nuôi nấng vất vả: 父母把你~大，很不容易。Cha mẹ đã dày công vất vả nuôi cậu khôn lớn. ❸nâng đỡ; cất nhắc: 他机灵乖巧，领导会~他的。Anh ta thông minh lanh lẹ và lại khôn ngoan, chắc là sẽ được lãnh đạo cất nhắc. ❹câu kết; lôi kéo; đàn đúm: 别和那些不三不四的人~在一起。Đừng có đàn đúm với những người ba lăng nhăng. ❺làm liên lụy: 自己做事自己承担，不要~别人。Việc anh làm anh tự gánh chịu, không nên để liên lụy đến người khác. ❻tán gẫu; chuyện phiếm: 我没空和你~。Tôi chẳng có thời gian nói chuyện phiếm với anh.

【拉倒】lādǎo〈动〉[口]cho qua; thì thôi: 你不来~。Anh không đến thì thôi.

【拉动】lādòng〈动〉lôi kéo; thúc đẩy

【拉杆】lāgān〈名〉❶[机械]cần kéo ❷ống lồng kéo

【拉关系】lā guānxi lôi kéo quan hệ; chèo kéo làm quen

【拉后腿】lā hòutuǐ níu áo; níu chân; làm liên lụy đến

【拉开】lākāi〈动〉mở; kéo để mở: ~距离 kéo giãn khoảng cách

【拉客】lākè〈动〉❶mời chào khách hàng ❷chở khách (bằng tắc xi hoặc xe ba bánh) ❸mời chào khách làng chơi

【拉拉扯扯】lālāchěchě lôi; kéo; lằng

L

nhẳng

【拉力赛】lālìsài〈名〉đua đường trường; đua Rally (ô tô, xe mô tô)

【拉链】lāliàn〈名〉phéc-mơ-tuya; khóa kéo

【拉拢】lālǒng〈动〉lôi kéo; chèo kéo

【拉面】lāmiàn〈名〉[方]mì sợi (gia công theo phương thức nhào bột và gập kéo nhiều lần): 兰州~ món mì sợi Lan Châu

【拉平】lāpíng〈动〉san bằng; gỡ hòa (tỉ số thi đấu)

【拉伤】lāshāng〈动〉chấn thương: 肌肉~ bắp cơ bị chấn thương

【拉生意】lā shēngyi chào hàng; câu khách

【拉手】lāshǒu〈动〉bắt tay; nắm tay

【拉手】lāshou〈名〉tay nắm; tay cầm (cửa sổ, ngăn kéo); núm nắm

【拉下水】lāxià shuǐ lôi kéo; dụ dỗ (người khác làm việc xấu cùng với mình)

【拉闸】lāzhá〈动〉đóng van; kéo cầu dao

啦lā

【啦啦队】lālāduì〈名〉đội cổ động; đội động viên

邋lā

【邋遢】lāta〈形〉[口]lôi thôi; lếch thếch; nhếch nhác

lǎ

喇lǎ

【喇叭】lǎba〈名〉❶[音乐]cái kèn ❷cái loa; cái còi: 摩托车~ còi xe máy

【喇叭花】lǎbahuā〈名〉hoa bìm bìm

【喇嘛】lǎma〈名〉[宗教]Lạt-ma; thầy tu ở Tây Tạng

là

落là〈动〉❶sót; thiếu: 这句话~了两个字。Câu này sót mất hai chữ. ❷để quên; bỏ quên: 他把钥匙~在家里

了。Anh ấy bỏ quên chìa khóa ở nhà rồi. ❸rớt lại: 快跟上,别~在后面。Mau cố lên, đừng có rớt lại sau cùng.

另见lào, luò

腊là〈名〉❶tháng chạp âm lịch ❷thịt, cá ướp rồi hong hoặc sấy khô

【腊八】Làbā〈名〉mồng 8 tháng chạp

【腊肠】làcháng〈名〉lạp xưởng

【腊肉】làròu〈名〉thịt sấy

【腊月】làyuè〈名〉tháng chạp: 寒冬~ tháng chạp mùa đông giá lạnh

蜡là〈名〉❶sáp (như sáp ong) ❷nến

【蜡笔】làbǐ〈名〉bút vẽ bằng nến màu; bút sáp

【蜡黄】làhuáng〈形〉vàng ệch: 面色~ mặt vàng ệch

【蜡梅】làméi〈名〉[植物]❶cây mai vàng ❷hoa mai vàng

【蜡染】làrǎn❶〈动〉nhuộm vải hoa bằng sáp ❷〈名〉sản phẩm nhuộm sáp

【蜡像】làxiàng〈名〉hình (người, vật) nặn bằng sáp; tượng sáp

【蜡烛】làzhú〈名〉nến; ngọn nến; cây nến

辣là❶〈形〉cay: 火~ cay bỏng lưỡi ❷〈动〉bị cay ❸〈形〉cay độc; độc địa: 阴险毒~ thâm hiểm độc địa

【辣酱】làjiàng〈名〉tương ớt

【辣椒】làjiāo〈名〉❶cây ớt ❷quả ớt

lái

来¹lái❶〈动〉đến; tới: ~去 tới lui ❷〈动〉xảy ra; diễn ra; đến: 暴风雨~了。Cơn bão đã ập đến. ❸〈动〉làm (một việc gì đó, dùng thay cho động từ có ý nghĩa cụ thể hơn): 你歇歇,让我~。Anh nghỉ đi để tôi làm cho. ❹〈动〉nổi; xong: 这活儿我干不~。Việc này tôi làm không nổi. ❺〈动〉(được sử dụng ở trước một động từ khác, biểu thị cần phải làm việc gì đó): 你~做个示范。

Anh làm trước để hướng dẫn đi. ❻
<形>tương lai; sắp tới: ~日不多
những ngày sắp tới chẳng còn là
bao ❼<名>từ trước đến nay; nay:
有生以~ từ lúc lọt lòng đến nay ❽
<助>khoảng; chừng ❾<动>để; để
mà: 你用什么方法~说服他? Anh
dùng cách nào để thuyết phục anh
ấy? ❿<动>để: 拿什么~回报? Lấy gì
để đền đáp? ⓫<助>(dùng sau các
số từ liệt kê lí do): 他这次上南宁，
一~是看病，二~是探望亲戚。Ông
ấy chuyến này đến Nam Ninh, một
là để khám bệnh, hai là để thăm họ
hàng. ⓬từ tố: 近~ gần đây

来² lái<助>này; này là; ới a: 正月里~
是新春。Tháng giêng này là tháng
đầu xuân.

来³ lái<动>❶(dùng sau động từ, biểu
thị động tác hướng động về vị trí
của người nói): 请你把杯子拿~。
Nhờ chị đem chiếc cốc lại đây.
❷(dùng sau đông từ, biểu thị kết
quả hoặc ước tính): 说~话长 nói ra
thì dài dòng

【来宾】láibīn<名>khách mời

【来不及】láibují không kịp

【来得及】láidejí còn kịp; kịp

【来电】láidiàn❶<动>đánh điện tới;
gọi điện tới: ~慰问 gọi điện đến hỏi
thăm ❷<名>có điện gọi tới: 对方~
中断。Điện thoại đầu máy bên kia
bị ngắt. ❸<动>sinh ra tình cảm giữa
trai và gái

【来电显示】láidiàn xiǎnshì hiện lên
số điện thoại gọi đến

【来访】láifǎng<动>đến thăm

【来稿】láigǎo❶<动>gửi bản thảo
đến; gửi bài đến ❷<名>bài gửi đến

【来函】láihán❶<名>thư gửi đến
❷<动>gửi thư đến

【来回】láihuí❶<动>đi về; khứ hồi
❷<名>một lượt đi về ❸<副>chạy đi
chạy lại; đi đi lại lại: 水池里的鱼
儿在~游动。Đàn cá bơi đi bơi lại

trong bể.

【来劲】láijìn<形>[口]❶hăng hái;
mạnh mẽ; mãnh liệt; phấn khởi
❷làm phấn chấn

【来历】láilì<名>lai lịch

【来料加工】láiliào jiāgōng nhận
nguyên liệu để gia công

【来临】láilín<动>đến; tới; bước vào:
晚会高潮即将~。Dạ hội sắp bước
vào giai đoạn cao trào.

【来龙去脉】láilóng-qùmài địa thế
rồng cuộn (mê tín nói về phong
thủy); đầu đuôi ngọn nguồn; ngọn
ngành

【来路】láilù<名>lai lịch: ~不明的包裹
bưu phẩm không rõ lai lịch

【来日方长】láirì-fāngcháng ngày
tháng (tương lai) còn dài; đời còn
dài; ngày rộng tháng dài

【来势】láishì<名>thế; khí thế: ~迅猛
khí thế mạnh mẽ nhanh chóng

【来头】láitou<名>❶lai lịch; vai vế:
这人多半有点~。Người ấy chắc hẳn
là có vai vế. ❷lí do; nguyên do: 我
不清楚他这些话的~。Tôi không rõ
nguyên do anh ta lại nói như thế.
❸thế; khí thế: 看他这~，我们得提
防着点儿。Cứ nhìn cái vẻ của hắn
ta thì chúng ta cũng nên có sự đề
phòng trước. ❹[口]hứng; hứng thú

【来往】láiwǎng<动>❶đi lại; vãng lai:
~车辆请注意行人过马路。Xe cộ đi
lại nên chú ý người đi bộ ngang qua
đường. ❷qua lại; có quan hệ; giao
du: 他们经常有~。Chúng thường
xuyên qua lại với nhau.

【来信】láixìn❶<动>gửi thư đến ❷<名>thư
đã gửi

【来意】láiyì<名>mục đích đến; ý đồ
đến: 表明~ bày tỏ mục đích chuyến
thăm

【来源】láiyuán❶<名>nguồn: 消息
~可靠。Nguồn tin đáng tin cậy.
❷<动>khởi nguồn; bắt nguồn

【来之不易】láizhībùyì không dễ có

L

được

lài

赖¹ lài❶<动>dựa vào; nhờ vào: 仰~ nhờ cậy ❷<形>vô lại: ~皮 ăn quịt/ ăn vạ ❸<动>ỳ ra (không chịu đi): 他就是~着不走。 Anh ấy cứ ỳ ở đấy không chịu đi. ❹<动>quịt: ~债 quịt nợ ❺<动>vu; vu khống: 都是你干的, 干吗~我? Những việc này toàn là anh làm, sao lại vu cho tôi? ❻<动>trách; trách móc: 这事不能全~她, 我也有责任。 Chuyện này không hoàn toàn trách cô ấy, tôi cũng có trách nhiệm. // (姓) Lại

赖² lài<形>[口]tồi; xấu; kém: 他家孩子学习真不~。 Con nhà ấy học hành không kém đâu.

【赖床】 làichuáng<动>ngủ ì; ngủ không muốn dậy

【赖皮】 làipí❶<形>vô lại; đều cáng; xỏ lá ❷<名>trò vô lại; trò xỏ lá ❸<名>kẻ vô lại

【赖账】 làizhàng<动>quịt nợ; chối nợ: 他老实本分, 不会~的。 Ông ấy rất thật thà giữ nguyên tắc, không quịt nợ đâu.

癞 lài[方]❶<名>bệnh phong; bệnh hủi ❷<形>chốc đầu

【癞蛤蟆】 làiháma<名>con cóc

【癞皮狗】 làipígǒu<名>chó ghẻ; đồ vô liêm sỉ

lán

兰 lán<名>❶hoa lan ❷cỏ lan ❸mộc lan (theo sách cổ)

【兰花】 lánhuā<名>cây lan; hoa lan; cỏ lan

拦 lán<动>❶chặn; ngăn lại: 交警~住了车子。 Cảnh sát giao thông ngăn chiếc xe lại. ❷trúng vào; nhằm trúng: ~头一棍 một gậy đón đầu

【拦挡】 lándǎng<动>chặn lại; ách lại; ngăn cách: 警方用警戒线把案发现场~起来。 Cảnh sát đã dùng tuyến ngăn cách khoanh lại khu vực xảy ra vụ án.

【拦截】 lánjié<动>chặn lại; chặn

【拦路】 lánlù<动>chặn đường: ~抢劫的强盗遭到了惩罚。 Bọn tội phạm chặn đường cướp giật đã bị trừng trị.

【拦路虎】 lánlùhǔ<名>lũ cướp đường (cũ); khó khăn trở ngại trên đường đi

【拦阻】 lánzǔ<动>ngăn cản; chặn

栏 lán<名>❶lan can: 木~ lạn can gỗ ❷chuồng gia súc: 牛~ chuồng trâu ❸cột; mục; trang (báo): 书评~ cột mục bình sách ❹khung (biểu bảng): 备注~ cột ghi chú trong bảng biểu ❺bảng: 宣传~ bảng tuyên truyền ❻rào: 跨~ chạy vượt rào

【栏杆】 lángān<名>lan can; tay vịn

【栏目】 lánmù<名>đề mục; chuyên mục

阑 lán[书]❶<形>sắp tàn: 夜~人静 đêm khuya vắng vẻ ❷<副>tự tiện; tự

【阑尾】 lánwěi<名>[生理]ruột thừa

【阑尾炎】 lánwěiyán<名>bệnh viêm ruột thừa: 急性~ viêm ruột thừa cấp

蓝 lán❶<形>xanh da trời: 蔚~ xanh tốt ❷<名>xanh chàm; xanh lam

【蓝宝石】 lánbǎoshí<名>ngọc xapia

【蓝本】 lánběn<名>bản gốc

【蓝莓】 lánméi<名>việt quất

【蓝皮书】 lánpíshū<名>sách xanh

【蓝色】 láns è<名>màu xanh

【蓝图】 lántú<名>❶bản in giấy xanh ❷kế hoạch xây dựng; bản vẽ quy hoạch

【蓝牙】 lányá<名>bluetooth (một kĩ thuật ứng dụng chuyển tải vô tuyến cự li ngắn)

褴 lán

【褴褛】lánlǚ<形>rách rưới; lam lũ

篮 lán<名>❶cái làn; cái rổ xách; cái giỏ xách: 网~ túi lưới ❷rổ ném bóng: 投~儿 ném rổ ❸bóng rổ

【篮球】lánqiú<名>❶(môn thể thao) bóng rổ ❷bóng rổ

【篮球场】lánqiúchǎng<名>sân bóng rổ

【篮子】lánzi<名>làn; giỏ xách; lẳng

lǎn

览 lǎn<动>xem; ngắm: 展~ triển lãm

揽 lǎn<动>❶ôm: 爷爷把孙女~在怀里。Ông nội ôm đứa cháu gái vào lòng. ❷buộc lại; bó lại: 把柴火~在一起捆上。Vơ gọn bó củi rồi buộc lại. ❸nhận về mình; kéo về mình ❹nắm giữ: 大权独~ độc đoán nắm giữ quyền lớn

【揽活】lǎnhuó<动>tìm việc; nhận việc

【揽客】lǎnkè<动>chào khách; cò khách

【揽事】lǎnshì<动>ôm đồm công việc

缆 lǎn❶<名>cáp; chão (buộc thuyền): 解~ (开船) mở chão buộc thuyền ❷<名>dây cáp: 电~ dây cáp điện ❸<动>neo thuyền; buộc cáp thuyền: 把船~住 buộc thuyền lại

【缆车】lǎnchē<名>❶xe cáp ❷thùng cáp; toa cáp

【缆绳】lǎnshéng<名>dây chão; cáp; dây thừng

懒 lǎn<形>❶lười: 好吃~做 ham ăn biếng làm ❷mệt mỏi; uể oải: 身子发~，大概是感冒了。Người thấy mệt mỏi, chắc bị cảm rồi.

【懒得】lǎnde<动>ngại; lười; chẳng thèm

【懒惰】lǎnduò<形>lười; lười biếng; bê rạc

【懒汉】lǎnhàn<名>kẻ lười biếng

【懒人】lǎnrén<名>người lười nhác

【懒散】lǎnsǎn<形>thả lỏng; rệu rã: 作风~ tác phong rệu rã, tản mạn

【懒洋洋】lǎnyángyáng uể oải; ỉu xìu

làn

烂 làn❶<形>nhừ; nát; nhũn: 锅里的肉要炖得~一些。Thịt trong nồi cần kho cho kĩ. ❷<形>rữa; thối: 这两个苹果没人吃，都~了。Hai quả táo này không ai ăn đã thối rồi. ❸<形>vỡ; rách: 破衣~衫 ăn mặc rách rưới ❹<形>rối tinh; lộn xộn ❺<副>rất; quá: 滚瓜~熟 thuộc như cháo

【烂漫】lànmàn<形>❶rực rỡ; sặc sỡ: 山花~ hoa rực rỡ trên núi ❷hồn nhiên: 天真~ hồn nhiên ngây thơ

【烂泥】lànní<名>bùn lầy

【烂熟】lànshú<形>❶chín rục; chín nhừ ❷thuộc làu: ~于心 thuộc lòng

【烂摊子】làntānzi<名>cục diện rối mù

【烂醉】lànzuì<动>say mềm; say bí ti; say túy lúy; say khướt

滥 làn<形>❶tràn lan ❷quá mức; bừa bãi: ~用职权 lạm dụng chức quyền ❸phù phiếm

【滥交】lànjiāo<动>❶giao kết bè bạn không lựa chọn ❷quan hệ tình dục với nhiều đối tượng

【滥杀无辜】lànshā-wúgū giết hại người vô tội một cách bừa bãi

【滥用】lànyòng<动>lạm dụng

【滥竽充数】lànyú-chōngshù lẻn vào đội ca nhạc giả mạo nghệ sĩ; nhập nhèm trà trộn; xếp bừa cho đủ số

láng

郎 láng<名>❶lang (chức quan thời xưa): 侍~ quan thị lang ❷người (cách gọi một loại người nào đó): 卖油~ ông bán dầu ❸chàng (phụ nữ gọi chồng hoặc người tình): ~情妾

意 tình anh nghĩa em ❹[旧]cậu nhà; cậu (thời xưa dùng để chỉ con trai nhà khác): 令~ lệnh lang

【郎才女貌】lángcái-nǚmào trai tài gái sắc; xứng đôi vừa lứa; đẹp đôi

狼 láng<名>chó sói

【狼狈】lángbèi<形>nhếch nhác khốn khổ; luống cuống; thảm hại; thế bí

【狼狈为奸】lángbèi-wéijiān vào hùa làm bậy

【狼狗】lánggǒu<名>chó săn

【狼吞虎咽】lángtūn-hǔyàn ăn uống hùng hục; ăn ngốn ngấu; ăn như hùm đổ đó; ăn như Hà bá đánh vực

【狼心狗肺】lángxīn-gǒufèi lòng lang dạ thú; vong ơn bội nghĩa

廊 láng<名>hành lang: 文化长~ hành lang văn hóa

lǎng

朗 lǎng<形>❶sáng sủa; trong sáng: 天气晴~ trời cao mây tạnh ❷vang; rõ ràng

【朗读】lǎngdú<动>đọc diễn cảm; đọc rành rọt: ~诗歌 đọc diễn cảm bài thơ

【朗诵】lǎngsòng<动>ngâm (thơ); đọc cất giọng và ngâm ngợi diễn cảm (văn)

làng

浪 làng❶<名>sóng: 海~ sóng biển ❷<名>có dáng vẻ nhấp nhô, lên xuống như sóng: 声~ sóng âm thanh ❸<动>bừa bãi; phóng túng: ~荡 phóng túng ❹<动>[方]bát; dạo: 到街上~了一天 đi bát phố suốt cả ngày

【浪潮】làngcháo<名>làn sóng: 全球化~ làn sóng toàn cầu hóa

【浪荡】làngdàng❶<动>lêu lổng; lông bông; lang thang; rong chơi vô công rồi nghề ❷<形>buông tuồng;

phóng đãng: 行为~ hành vi buông tuồng

【浪费】làngfèi<动>lãng phí: ~粮食 lãng phí lương thực

【浪花】lànghuā<名>❶bọt sóng; ngọn sóng ❷một đoạn đời; một sự kiện (đặc biệt nào đó) trong đời: 生命的~ những pha thú vị trong đời

【浪漫】làngmàn<形>❶lãng mạn; thi vị: ~的爱情故事 câu chuyện tình lãng mạn ❷phóng đãng; buông thả (về quan hệ tình ái)

【浪漫主义】làngmàn zhǔyì chủ nghĩa lãng mạn

【浪子回头金不换】làngzǐ huítóu jīn bù huàn con hư biết nghĩ lại quý hơn vàng; biết nhận lỗi là tốt rồi; cải tà quy chính chẳng gì bằng

lāo

捞 lāo<动>❶vớt; mò: 捕鱼~虾 đánh cá bắt tôm ❷chuộc lời; kiếm chác; xoay xở: 趁机大~一笔 nhân cơ hội chuộc món lời lớn ❸[方]vơ; cầm

【捞取】lāoqǔ<动>❶mò; vớt; đánh bắt ❷kiếm chác; xoay xở: ~政治资本 xoay xở vốn liếng chính trị

【捞外快】lāo wàikuài kiếm tiền ngoài nghề chính

【捞一把】lāo yībǎ vớ bở; chuộc lợi: 趁机~ thừa cơ chuộc lợi

【捞油水】lāo yóushuǐ vơ món béo bở

láo

劳 láo❶<动>lao động; làm việc: 多~多得 làm nhiều hưởng nhiều ❷<动>phiền; cảm phiền; xin làm ơn: ~驾 làm phiền/xin làm ơn ❸<名>người lao động: ~资双方 người lao động và chủ ❹<形>vất vả; mệt nhọc: 辛~ vất vả ❺<名>công; công lao: 功~ công lao ❻<动>thăm hỏi: ~军 thăm hỏi binh sĩ

L

【劳保】láobǎo<名>❶bảo hiểm lao động ❷bảo hộ lao động

【劳动】láodòng❶<名>lao động ❷<动>lao động chân tay

【劳动合同】láodòng hétóng hợp đồng lao động

【劳动力】láodònglì<名>❶sức lao động ❷người lao động

【劳动模范】láodòng mófàn chiến sĩ thi đua; điển hình lao động

【劳动者】láodòngzhě<名>người lao động; người lao động chân tay

【劳烦】láofán<动>[方]phiền; làm phiền; làm ơn

【劳改】láogǎi<动>lao động cải tạo: ~人员 đối tượng lao động cải tạo

【劳驾】láojià<动>làm ơn; phiền; nhờ

【劳教】láojiào<动>giáo dục lao động

【劳累】láolèi❶<形>vất vả; mệt nhọc ❷<动>phiền; quấy quả

【劳力】láolì❶<名>sức lao động ❷<名>người lao động ❸<动>[书]làm lụng

【劳民伤财】láomín-shāngcái hao người tốn của

【劳损】láosǔn<动>[医学]tổn thương: 腰肌~ tổn thương phần cơ lưng

【劳务】láowù<名>dịch vụ

【劳务费】láowùfèi<名>công dịch vụ; phí dịch vụ: 发放~ cấp phát phí dịch vụ

【劳逸结合】láoyì jiéhé điều hòa lao động và nghỉ ngơi

【劳资】láozī<名>thợ và chủ (tư bản)

【劳作】láozuò❶<名>thủ công; lao động (môn học trong chương trình tiểu học cũ) ❷<动> lao động; làm việc: 辛勤~ làm việc cần mẫn

牢 láo❶<名>chuồng gia súc: 亡羊补~ mất bò mới lo làm chuồng ❷<名>[旧]con vật tế lễ ❸<名>nhà tù; lao tù: ~狱之灾 bị tù ❹<形>vững chắc; bền vững

【牢不可破】láobùkěpò bền vững không gì phá vỡ nổi

【牢固】láogù<形>vững chắc; kiên cố

【牢记】láojì<动>ghi nhớ đinh ninh

【牢靠】láokào<形>❶kiên cố; chắc chắn: 这把椅子做得很~。Chiếc ghế tựa này rất chắc. ❷vững vàng; chín chắn: 他这人办事很~。Ông ấy làm việc chín chắn lắm.

【牢笼】láolóng❶<名>lồng; chuồng; vòng trói buộc (con người); lao lung: 青年人要冲破旧思想的~。Thanh niên phải phá vỡ sự trói buộc của tư tưởng cũ. ❷<名>tròng; bẫy: 身陷~ sa bẫy ❸<动>[书]dụ dỗ lôi kéo ❹<动>ràng buộc

【牢骚】láosāo❶<名>ấm ức; hậm hực: 发~ phát bực ❷<动>oán trách; phàn nàn; ca cẩm

唠 láo

【唠叨】láodao<动>lải nhải; càu nhàu; làm nhảm; lẩm cẩm

lǎo

老 lǎo❶<形>già: ~汉 ông già ❷<形>út ❸<动>chết ❹<形>già dặn; lão luyện: 少年~成 trẻ nhưng chững chạc ❺<形>cũ; xưa; quen; lâu: ~宅 căn nhà xưa ❻<形>cũ kĩ; cổ lỗ: 你的自行车太~了。Chiếc xe đạp này của anh đã quá cổ lỗ. ❼<形>trước kia; cũ: ~规矩 khuôn sáo cũ ❽<形>(rau) già; quá lứa: 南瓜苗太~了。Ngọn bí ngô đã quá già. ❾<形>già lửa; quá lửa: 牛肉煮~了。Thịt bò quá lửa bị dai. ❿<形>đã biến chất ⓫<副>luôn luôn; suốt; cứ; luôn: ~提它干吗? Cứ nhắc nó làm gì? ⓬<副>rất; lắm: 大~远 xa lắm ⓭<名>cụ già; phụ lão ⓮từ đệm: ~王 ông Vương

【老百姓】lǎobǎixìng<名>[口]dân; thường dân

【老板】lǎobǎn<名>chủ; ông chủ; sếp

【老板娘】lǎobǎnniáng<名>bà chủ

(vợ ông chủ)

【老伴儿】lǎobànr<名>[口]bạn về già (chồng hoặc vợ)

【老本】lǎoběn<名>❶vốn ban đầu ❷ví những cái đã có

【老成】lǎochéng<形>lão thành; từng trải: 他看上去挺~的。Cậu ta trông có vẻ già dặn lắm.

【老搭档】lǎodādàng<名>(bạn) cộng sự hàng ngày; cộng sự lâu năm

【老大】lǎodà❶<形>[书]tuổi già: 少壮不努力，～徒伤悲。Lúc trẻ mà không chịu nỗ lực, về già sẽ ân hận. ❷<名>cả (thứ nhất) ❸<名>[方]lái đò chính; lái đò ❹<名>đại ca; đầu chùm sỏ ❺<副>rất; vô cùng: 心里~不乐意。Trong lòng rất không thoải mái.

【老大不小】lǎodà-bùxiǎo chẳng còn bé bỏng

【老大娘】lǎodàniáng<名>[口]cụ; cụ bà

【老大爷】lǎodàye<名>[口]cụ; cụ ông

【老到】lǎodào<形>❶(làm việc) chín chắn; chu đáo: 功力~ suy nghĩ chín chắn ❷cứng cáp rắn rỏi

【老底】lǎodǐ<名>❶nội tình; gốc gác ❷của chìm (cha ông để lại); vốn liếng

【老掉牙】lǎodiàoyá già cỗi; cũ kĩ lỗi thời; cổ lỗ sĩ: 别再说这个~的故事了。Đừng nhai lại câu chuyện cổ lỗ sĩ này nữa.

【老公】lǎogōng<名>[口]chồng

【老古董】lǎogǔdǒng<名>❶đồ cổ ❷người cổ hủ; người cổ lỗ sĩ

【老规矩】lǎoguīju<名>tập quán cũ; lệ cũ

【老汉】lǎohàn<名>❶ông cụ; ông lão ❷lão; già (ông cụ già tự xưng)

【老好人】lǎohǎorén<名>[口]người mát tính; người dễ dãi

【老糊涂】lǎohútu<名>kẻ già đầu óc u mê; người lẩm cẩm

【老虎】lǎohǔ<名>❶hổ; hùm; cọp ❷máy móc thiết bị ngốn nhiều năng lượng hoặc nguyên liệu: 电~ máy ngốn điện ❸kẻ tàn ác: 母~ hổ cái/sư tử Hà Đông ❹kẻ tham ô

【老虎机】lǎohǔjī<名>máy đánh bạc

【老虎钳】lǎohǔqián<名>❶bàn ê-tô ❷kìm cắt; kìm nhổ đinh

【老花眼】lǎohuāyǎn<名>mắt viễn thị; lão thị

【老化】lǎohuà<动>❶biến chất; biến dạng ❷già đi: 细胞已~。Tế bào đã già đi. ❸lão hóa ❹cũ kĩ lỗi thời: 知识~ kiến thức lỗi thời

【老话】lǎohuà<名>❶tục ngữ; châm ngôn; lời truyền dạy từ ngàn xưa ❷chuyện xưa; chuyện cũ

【老家】lǎojiā<名>❶quê nhà; quê hương ❷nguyên quán; quê quán

【老奸巨猾】lǎojiān-jùhuá gian tà quỷ quyệt

【老交情】lǎojiāoqing<名>[口]người bạn xưa (cũ)

【老老少少】lǎolǎoshàoshào già có trẻ có; cả già lẫn trẻ

【老练】lǎoliàn<形>già dặn; vững vàng

【老路】lǎolù<名>❶đường cũ; lối xưa ❷cung cách cũ; lối cũ

【老毛病】lǎomáobìng<名>[口]căn bệnh cũ; khuyết điểm hoặc nhược điểm tồn tại từ lâu

【老面孔】lǎomiànkǒng<名>khuôn mặt quen

【老谋深算】lǎomóu-shēnsuàn lo trước tính sau; lo xa tính kĩ; mưu thâm tính giỏi

【老奶奶】lǎonǎinai<名>❶cụ bà (sinh ra cha); bà; tăng tổ mẫu ❷cụ (tôn xưng các cụ bà)

【老年】lǎonián<名>tuổi già; già

【老年人】lǎoniánrén<名>người già; cụ già; người cao tuổi

【老婆】lǎopo<名>[口]vợ

【老气】lǎoqi<形>❶vẻ già dặn; có vẻ thạo đời ❷vẻ già cỗi; cổ lỗ

【老气横秋】lǎoqì-héngqiū❶làm ra vẻ ta đây; cụ non ❷lừ rà lừ rừ

【老前辈】lǎoqiánbèi<名>bậc tiền bối; lão tiền bối; lão thành

【老人】lǎorén<名>❶người già; người cao tuổi ❷cha mẹ già; ông bà cụ

【老人家】lǎorenjia<名>[口]cụ; cụ ấy ❷ông bà cụ (của tôi hoặc của anh)

【老少】lǎoshào<名>già trẻ: ~咸宜 thích hợp với cả già và trẻ

【老生常谈】lǎoshēng-chángtán lời lẽ sáo mòn

【老师】lǎoshī<名>thầy giáo; thầy dạy; cô giáo

【老实】lǎoshi<形>❶thật thà; thành thực: 忠诚~ thật thà trung thực ❷ngoan ngoãn; nề nếp: 他是个~人，从不撒谎。Ông ấy là con người thật thà không nói dối bao giờ. ❸ngố; tồ (nói uyển chuyển chỉ sự kém thông minh)

【老实巴交】lǎoshibājiāo hiền lành nhút nhát; thật thà

【老手】lǎoshǒu<名>tay kì cựu; tay già đời; tay cừ khôi; tay cự phách; (kẻ) sành sỏi giàu kinh nghiệm

【老寿星】lǎoshòuxing<名>❶bậc đại thọ ❷đại lão (gọi cụ già được chúc thọ)

【老鼠】lǎoshǔ<名>chuột

【老太太】lǎotàitai<名>bà; cụ; bà lão

【老态龙钟】lǎotài-lóngzhōng già cả lẩy bẩy; già nua mắt mờ chân chậm

【老天爷】lǎotiānyé<名>ông trời

【老头子】lǎotóuzi<名>❶lão già; ông lão ❷ông nó; ông lão nhà tôi ❸đại lão (thủ lĩnh trong một băng)

【老外】lǎowài<名>[口]❶người ngoại đạo; người ngoài cuộc ❷người nước ngoài

【老顽童】lǎowántóng<名>ông già tính trẻ con

【老挝】Lǎowō<名>Lào: ~人 người Lào; ~语 tiếng Lào

【老乡】lǎoxiāng<名>❶đồng hương ❷bác (xưng hô đối với người nông dân chưa biết họ tên)

【老兄】lǎoxiōng<名>ông anh; ông bạn

【老朽】lǎoxiǔ❶<形>già yếu; cổ hủ; lụi bại ❷<名>già này; kẻ già cổ hủ này (người già tự nói nhún)

【老眼昏花】lǎoyǎn-hūnhuā (người già) mắt mũi kèm nhèm

【老爷】lǎoye❶<名>quan lớn; ông lớn ❷<名>[旧]cụ lớn (đầy tớ gọi ông chủ) ❸<名>ông ngoại ❹<形>cũ rích; cổ lỗ: ~椅 chiếc ghế tựa cổ

【老爷爷】lǎoyéye<名>❶cụ ông; cụ (sinh ra ông bà) ❷ông (trẻ con gọi các cụ ông)

【老爷子】lǎoyézi<名>[口]❶cụ (đàn ông) ❷ông cụ nhà tôi; ông cụ bên nhà

【老一辈】lǎoyībèi<名>lớp người già; thế hệ trước; tiền bối

【老一套】lǎoyītào<名>kiểu cũ; lập tục cũ; cách làm cũ

【老鹰】lǎoyīng<名>diều hâu

【老丈人】lǎozhàngren<名>cha vợ; bố vợ; nhạc phụ; ông nhạc

【老资格】lǎozīgé<名>tuổi nghề cao; tư cách già

【老子】Lǎozǐ<名>Lão Tử, người sáng lập trường phái tư tưởng Đạo gia

【老子】lǎozi<名>[口]❶bố; cha ❷lão đây; bố mày đây; ta đây: ~天不怕，地不怕，难道还怕你不成? Lão đây đến đất trời còn chẳng sợ chẳng lẽ phải sợ mày?

【老总】lǎozǒng<名>❶[旧]thầy đội; thầy cai ❷ông tổng (cách gọi tôn kính đối với những vị lãnh đạo cấp cao trong quân đội) ❸sếp (xưng hô chung cho giám đốc hoặc người đứng đầu doanh nghiệp)

佬lǎo<名>tên; lão; thằng (gọi kiểu khinh miệt): 阔~ (con người) rộng rãi giàu có/lão nhà giàu

姥 lǎo

【姥姥】lǎolao<名>❶bà ngoại ❷[方] bà đỡ; bà mụ

【姥爷】lǎoye<名>[口]ông ngoại

lào

烙 lào<动>❶là (quần áo) hoặc in (dấu đốt nóng lên vật nào đó): ~印 dấu ấn ❷nướng; rán; chiên (bánh): ~玉米饼 rán bánh bột ngô

【烙饼】làobǐng<名>bánh nướng; bánh rán: 南瓜~ bánh nướng bột bí đao

【烙铁】làotie<名>❶cái bàn là ❷cái mỏ hàn

【烙印】làoyìn❶<名>dấu vết; dấu ấn: 打上~ in dấu ấn ❷<动>in dấu lên (súc vật, đồ vật); ấn tượng sâu sắc lưu lại

涝 lào❶<形>úng; lụt: 防~工作 công tác phòng chống úng lụt ❷<名>nước úng: 排~保收 tháo úng đảm bảo cho thu hoạch

【涝灾】làozāi<名>nạn úng lớn

落 lào 义同"落"(luò)❶❷❻❼❽。
另见là, luò

【落不是】lào bùshi bị trách móc; bị trách

【落枕】làozhěn<动>bị sái cổ; trẹo cổ

酪 lào<名>❶pho mát: 干~ pho mát bánh ❷nước cốt hoa quả: 水果~ nước cốt hoa quả

lè

乐 lè❶<形>vui; vui mừng: ~事 chuyện vui mừng ❷<动>thích thú: 他~于替人分忧。Anh ấy thường vui vẻ san sẻ gánh nặng công việc cho người khác. ❸<动>cười: 这一说, 把大家都逗~了。Nghe nói vậy mọi người đều bật cười vui vẻ.

另见yuè

【乐此不疲】lècǐ-bùpí làm không biết mệt; làm không biết chán (đối với công việc mình yêu thích)

【乐观】lèguān<形>lạc quan

【乐呵呵】lèhēhē vui mừng hớn hở

【乐极生悲】lèjí-shēngbēi vui quá hóa buồn

【乐趣】lèqù<名>hứng thú; niềm vui

【乐天派】lètiānpài<名>người sống vô tư

【乐意】lèyì❶<动>vui lòng (tự nguyện); hài lòng ❷<形>vừa ý; bằng lòng

【乐于】lèyú<动>vui lòng

【乐园】lèyuán<名>❶nơi vui chơi ❷thiên đường (Kitô giáo)

【乐在其中】lèzàiqízhōng vui mừng vì việc đó; lấy đó làm vui

【乐滋滋】lèzīzī[口]sung sướng; khoái trá; vui lâng lâng

勒 lè❶<名>[书]cái dàm ngựa ❷<动>gò ❸<动>cưỡng bức; bắt buộc: ~令 mệnh lệnh cưỡng chế ❹<动>[书]thống soái; tổng chỉ huy: 亲~三军 thân chinh chỉ huy ba quân

另见lēi

【勒令】lèlìng<动>ra lệnh bắt buộc

【勒索】lèsuǒ<动>bắt chẹt; vơ vét (tài sản): ~钱财 vơ vét tiền tài

le

了 le<助>❶(trong trường hợp động tác hoặc sự biến hóa đã xảy ra) đã: 去年我去~北京。Tôi đã đi Bắc Kinh vào năm ngoái. ❷(trong trường hợp động tác đã xảy ra hoặc giả thiết xảy ra) xong; rồi: 我拜访~他就去找你。Tôi đi thăm ông ấy rồi sẽ đến tìm anh. ❸(biểu thị đã hoặc sẽ xuất hiện tình hình nào đó) rồi; nữa: 下雪~。Mưa tuyết rồi. ❹(biểu thị sự xuất hiện tình hình nào đó trong điều kiện nào đó) nữa; rồi; thôi: 如

果你去你就知道~。Nếu anh đi thì anh sẽ biết thôi. ❺(biểu thị nhận thức, cách suy nghĩ, chủ trương, hành động có sự thay đổi) rồi; đã: 他后来认识到自己错~。Sau đó anh ấy đã nhận thấy là mình sai. ❻(biểu thị sự thôi thúc hoặc khuyên can) thôi; rồi: 不要管他--。Thôi, mặc kệ anh ta.

另见liǎo

lēi

勒 lēi<动>❶(dùng dây) thít chặt lại; buộc chặt: ~紧鞋带 thắt chặt giày giày ❷[方]cưỡng bức; bắt buộc: 他硬~着大伙儿在地里种烟草。Hắn ta cứ bắt ép mọi người trồng cây thuốc lá trên ruộng.

另见lè

léi

累 léi
另见lěi, lèi
【累累】léiléi<形>[书]nối nhau thành chuỗi; từng chuỗi liền nhau: 硕果~ sai quả chi chít
另见lěilěi
【累赘】léizhui❶<形>(sự vật) phiền toái; (câu văn) rườm rà ❷<动>làm phiền (cho người khác) ❸<名>đồ vật thừa; đồ đạc linh kinh

雷 léi❶<名>sấm: 春~ sấm mùa xuân ❷<名>mìn: 地~ địa lôi ❸<动>[口]làm chấn động
【雷达】léidá<名>rađa
【雷打不动】léidǎbùdòng bền lòng vững chí; (lập trường) vững vàng không gì lay chuyển nổi
【雷电】léidiàn<名>sấm sét; sấm chớp
【雷击】léijī<动>sét đánh
【雷厉风行】léilì-fēngxíng sấm rền gió cuốn (hình dung chấp hành mệnh lệnh hay phong cách làm việc mạnh tay, nghiêm chỉnh, nhanh gọn)
【雷鸣】léimíng<动>❶sấm rền; sấm sét rền động: ~电闪 sấm rền sét chớp ❷vang lên như sấm dậy: 掌声~般地响起来。Tiếng vỗ tay vang lên như sấm dậy.
【雷同】léitóng<形>hùa theo; phụ họa theo; như nhau; tương đồng
【雷雨】léiyǔ<名>mưa dông
【雷阵雨】léizhènyǔ<名>mưa rào có sấm sét

擂 léi<动>❶[方]tán; nghiền (bát) mài mực ❷đấm; thụi; thoi
另见lèi
【擂鼓】léigǔ<动>đấm trống; đánh trống

lěi

垒 lěi❶<动>đắp; xây ❷<名>[军事](tường) lũy; công sự (của quân đội): 坚固的壁~ công sự kiên cố ❸<名>tuyến phòng thủ; tuyến phòng ngự
【垒球】lěiqiú<名>môn bóng gậy (chày)

累[1] lěi❶<动>tích lũy: 成千~万 hàng nghìn hàng vạn ❷<副>nhiều lần; liên tục: 连篇~牍 bài văn dài dòng lê thê
累[2] lěi<动>dây dưa; liên lụy; dính líu
另见léi, lèi
【累次】lěicì<副>nhiều lần: 你~犯错, 难以原谅。Anh đã nhiều lần mắc sai phạm, thật khó lượng thứ.
【累积】lěijī<动>tích lũy; tích lại; gộp lại
【累及】lěijí<动>liên lụy đến
【累计】lěijì<动>tính tổng cộng
【累累】lěilěi❶<副>nhiều lần; liên tục ❷<形>tích lũy; tích tụ rất nhiều: 罪行~ tội ác chồng chất
另见léiléi

L

磊 lěi

【磊落】lěiluò〈形〉❶ngay thẳng; chính trực; lỗi lạc: 光明~ quang minh chính đại ❷[书]lộn nhộn lởm khởm

蕾 lěi〈名〉nụ hoa

lèi

肋 lèi〈名〉sườn

【肋骨】lèigǔ〈名〉xương sườn

泪 lèi〈名〉nước mắt; lệ

【泪痕】lèihén〈名〉ngấn lệ; vết nước mắt

【泪流满面】lèiliú-mǎnmiàn nước mắt ràn rụa; khóc sướt mướt

【泪如雨下】lèirúyǔxià lệ tuôn như mưa

【泪水】lèishuǐ〈名〉nước mắt

【泪汪汪】lèiwāngwāng rưng rưng nước mắt

【泪眼】lèiyǎn〈名〉mắt đẫm lệ; đôi mắt tràn lệ

【泪珠】lèizhū〈名〉giọt nước mắt

类 lèi❶〈名〉loài; loại; thứ: ~属 loại thuộc ❷〈动〉tương tự; giống như: ~人猿 vượn tựa như người ❸〈量〉loại: 两~人 hai loại người

【类别】lèibié〈名〉loại (chủng loại); sự phân loại: 土壤的~ các loại thổ nhưỡng

【类风湿性关节炎】lèifēngshīxìng guānjiéyán[医学]viêm khớp dạng thấp

【类似】lèisì〈动〉na ná; tương tự; giống

【类同】lèitóng〈动〉giống nhau

【类推】lèituī〈动〉suy ra; loại suy: 如此~ từ đó suy ra

【类型】lèixíng〈名〉loại hình; kiểu; loại

累 lèi❶〈形〉mệt mỏi; mệt nhọc: 我今天很~。Hôm nay tôi mệt lắm rồi. ❷〈动〉làm cho mệt mỏi; làm cho vất vả; làm phiền: 不好ý思, 我们老~你。Xin lỗi nhé, cứ phải làm

phiền anh mãi. ❸〈动〉(làm lụng) vất vả: 他为儿女~了一辈子。Ông đã làm lụng vất vả suốt cả đời cho con cái.

另见léi, lěi

擂 lèi〈名〉võ đài; rạp đấu (sân đấu ngoài trời)

另见léi

【擂台】lèitái〈名〉sạp đấu; võ đài

【擂主】lèizhǔ〈名〉chủ võ đài

léng

棱 léng〈名〉❶cạnh: 墙的~角 góc tường ❷gờ; sống; đường gờ gờ: 瓦~ sống ngói/ luồng ngói

【棱角】léngjiǎo〈名〉❶góc và cạnh ❷tài năng; sự sắc sảo: 我已被现实磨得没有~了。Tôi đã bị hiện thực mài gọt hết sự sắc sảo của mình.

【棱镜】léngjìng〈名〉[物理]lăng kính

lěng

冷 lěng❶〈形〉lạnh; rét: ~水 nước lạnh ❷〈动〉[方]để nguội (thức ăn): 等水~了再喝。Để nước nguội rồi mới uống. ❸〈形〉lạnh nhạt; nhạt nhẽo: ~言~语 nói năng lạnh nhạt ❹〈形〉yên tĩnh; im ắng; vắng lặng: ~清清 vắng tanh ❺〈形〉ít thấy; hiếm thấy; lạ ❻〈形〉ít được quan tâm; ít người chú ý; bất ngờ: 爆~门 gây bất ngờ ❼〈形〉lén; ngầm; trộm: ~不防 không dè/nào ngờ ❽〈形〉chán chường; nản lòng; thất vọng: 看到这情景, 我的心一下~了。Thấy tình cảnh này trong lòng tôi hết sức thất vọng.

【冷傲】lěng'ào〈形〉lạnh lùng; kiêu ngạo

【冷板凳】lěngbǎndèng〈名〉❶bị ghẻ lạnh ❷bị xếp vào chức vụ hoặc vị chí công tác không quan trọng ❸chỉ cầu thủ không được huấn luyện viên cho vào sân tham gia đấu bóng mà ngồi xem ở ngoài sân

【冷冰冰】lěngbīngbīng❶lạnh như tiền; hờ hững; lạnh lùng: ~的神情 vẻ mặt giá lạnh ❷lạnh buốt; băng giá

【冷不丁】lěngbudīng[方]bỗng; bỗng nhiên; thình lình; bất thình lình

【冷不防】lěngbufáng không ngờ; thình lình; đột ngột

【冷菜】lěngcài<名>xa-lát trộn; món nguội

【冷藏】lěngcáng<动>ướp lạnh

【冷场】lěngchǎng<动>❶(buổi diễn) tẻ ngắt (trường hợp biểu diễn kém) ❷(buổi họp) tẻ ngắt (không có người phát biểu ý kiến) ❸khán giả rất ít

【冷嘲热讽】lěngcháo-rèfěng chê bai giễu cợt; châm chọc cạnh khóe

【冷淡】lěngdàn❶<形>lạnh lẽo; im lìm: 生意~ buôn bán ế ẩm ❷<形>lãnh đạm; lạnh nhạt: 她对他很~. Bà ta rất lạnh nhạt với ông ấy ❸<动>lạnh nhạt (với); thờ ơ (với)

【冷冻】lěngdòng<动>làm đông lạnh; ướp lạnh

【冷风】lěngfēng<名>❶gió lạnh ❷lời bóng gió; lời nói mát (sau lưng)

【冷柜】lěngguì<名>tủ lạnh

【冷汗】lěnghàn<名>mồ hôi lạnh: 被吓出一身~ bị dọa toát mồ hôi

【冷静】lěngjìng<形>❶vắng vẻ; thanh vắng; yên lặng ❷bình tĩnh: 遇事要~. Gặp vấn đề cần xử lí thì phải bình tĩnh.

【冷峻】lěngjùn<形>lạnh lùng khắc nghiệt

【冷库】lěngkù<名>nhà ướp lạnh; kho ướp lạnh

【冷酷】lěngkù<形>cay nghiệt; khắc nghiệt; lạnh lùng đến tàn nhẫn

【冷酷无情】lěngkù-wúqíng phũ phàng; đối xử lạnh lùng hà khắc

【冷冷清清】lěnglěngqīngqīng lạnh lẽo vắng vẻ; vắng teo

【冷落】lěngluò❶<形>vắng vẻ; lạnh lẽo ❷<动>(đối xử) lạnh nhạt

【冷门】lěngmén<名>❶ngành nghề ít người chú ý ❷bất ngờ

【冷漠】lěngmò<形>thờ ơ; ghẻ lạnh; không quan tâm

【冷暖】lěngnuǎn<名>❶sự nóng lạnh ❷đời sống thường ngày: 人间~ nỗi buồn vui trong cuộc sống thường ngày

【冷盘】lěngpán<名>món ăn nguội

【冷僻】lěngpì<形>❶vắng vẻ hẻo lánh ❷(chữ, tên gọi, điển cố, sách) ít gặp; hiếm thấy

【冷气】lěngqì<名>❶hơi lạnh; khí lạnh ❷máy lạnh

【冷清】lěngqīng<形>quạnh quẽ; vắng vẻ thê lương

【冷却】lěngquè<动>làm lạnh; làm nguội

【冷若冰霜】lěngruòbīngshuāng (thái độ) thờ ơ lạnh nhạt; mặt lạnh như tiền

【冷水】lěngshuǐ<名>❶nước lạnh: 泼~ dội nước lạnh (ví với việc đả kích người khác) ❷nước lã

【冷飕飕】lěngsōusōu lạnh buốt; rét căm căm

【冷天】lěngtiān<名>thời tiết lạnh

【冷笑】lěngxiào<动>cười nhạt; cười khẩy; cười gằn

【冷言冷语】lěngyán-lěngyǔ lời nói châm chọc; lời nhạt lời mặn

【冷眼】lěngyǎn<名>❶(thái độ) bình tĩnh; khách quan ❷đối xử lạnh nhạt

【冷眼旁观】lěngyǎn-pángguān khoanh tay đứng nhìn; thờ ơ lạnh nhạt

【冷饮】lěngyǐn<名>đồ uống lạnh; nước giải khát

【冷战】lěngzhàn<名>chiến tranh lạnh

【冷战】lěngzhan<名>[口]rùng mình (vì lạnh hoặc sợ hãi)

L

lèng

愣 lèng ❶〈动〉sững sờ; ngẩn ra; ngó ra: 发~ sững sờ ❷〈形〉[口]ngang ngạnh; lỗ mãng; làm bừa: 你真~! Cậu ngang ngạnh quá! ❸〈副〉[口] khăng khăng; một mực; cứ: 他~不听劝。Anh ta cứ khăng khăng không chịu nghe theo lời khuyên.

【愣头愣脑】lèngtóu-lèngnǎo cứng đầu cứng cổ; đầu bò đầu biểu

【愣头儿青】lèngtóurqīng〈名〉[方]kẻ cản rỡ; kẻ lỗ mãng; thằng liều

lí

厘 lí ❶〈数〉li (1% của đơn vị đo lường): ~米 cen-ti-mét ❷〈量〉cen-ti-mét ❸〈量〉li (đơn vị tính lãi suất) ❹〈动〉[书]chỉnh lí; trị lí; điều khiển

离 lí ❶〈动〉❶xa; lìa; rời: 母子分~ mẹ con xa cách ❷cách: 我们家~她家很近。Nhà chúng tôi ở rất gần nhà chị ấy. ❸thiếu: ~开水，植物无法生存。Thiếu nước thì thực vật sẽ không thể sống nổi.

【离岸价】lí'ànjià〈名〉[经济]giá FOB (trong thương mại quốc tế)

【离别】líbié〈动〉biệt li; xa cách; chia tay: ~家乡 xa cách quê hương

【离岗】lígǎng〈动〉rời cương vị

【离合器】líhéqì〈名〉bộ li hợp; khớp li hợp

【离婚】líhūn〈动〉li hôn; li dị

【离境】líjìng〈动〉xuất cảnh

【离开】líkāi〈动〉rời khỏi; xa rời; xa lìa; tách khỏi; tách rời

【离谱】lípǔ〈形〉vượt quy tắc; phá rào: 物价高得~。Vật giá leo thang kinh khủng.

【离奇】líqí〈形〉li kì; kì lạ; khác thường

【离任】lírèn〈动〉rời chức

【离散】lísàn〈动〉❶li tán; chia lìa (người trong gia đình) ❷phân tán; lẻ tẻ; rời rạc

【离题】lítí〈动〉lạc đề

【离退休】lí-tuìxiū người già hưu trí

【离乡背井】líxiāng-bèijǐng xa rời nơi chôn rau cắt rốn; rời xa quê hương; bỏ quê ra đi

【离休】líxiū〈动〉nghỉ an dưỡng; chế độ nghỉ hưu đặc cách cho cán bộ cách mạng lão thành

【离异】líyì〈动〉li hôn; li dị: 他们夫妻早已~。Họ đã li dị lâu rồi.

【离职】lízhí〈动〉❶tạm rời khỏi cương vị công tác; tạm xa rời công việc ❷thôi việc; nghỉ việc

梨 lí〈名〉❶cây lê ❷quả lê

【梨花】líhuā〈名〉hoa lê

【梨园】Líyuán〈名〉Lê Viên (nơi Đường Huyền Tông dạy cung nữ ca múa nhạc); rạp hát; giới nghệ sĩ sân khấu

【梨子】lízi〈名〉quả lê

犁 lí ❶〈名〉cái cày ❷〈动〉cày (ruộng): ~地 cày ruộng

【犁地】lídì〈动〉cày đất

【犁田】lítián〈动〉cày ruộng

黎 lí〈形〉[书]❶đông: ~民 lê dân ❷đen sì // (姓) Lê

【黎明】límíng〈名〉bình minh; rạng đông; ban mai

罹 lí〈动〉[书]gặp phải; mắc phải (bệnh tật hoặc tai họa)

【罹难】línàn〈动〉[书]mắc nạn; bị hại

篱 lí〈名〉rào; giậu; bờ giậu: 竹~茅舍 nhà tranh có hàng rào tre/bờ giậu

【篱笆】líba〈名〉hàng rào; bờ giậu

lǐ

礼 lǐ ❶〈名〉lễ; lễ nghi: 举办婚~ tổ chức lễ cưới ❷〈名〉chào; vái: ~节 lễ tiết ❸〈名〉quà biểu; quà tặng: 送~ tặng quà ❹〈动〉[书]đối xử với nhau theo lễ

【礼拜】lǐbài〈动〉❶[宗教]lễ bái; lễ: 做

~ làm lễ ❷<名>[口]tuần; tuần lễ: 下~ tuần sau ❸<名>[口]thứ; ngày thứ (trong tuần): ~五 thứ sáu ❹<名>[口] chủ nhật

【礼拜天】lǐbàitiān<名>[口]chủ nhật

【礼法】lǐfǎ<名>lễ phép; kỉ cương phép tắc

【礼服】lǐfú<名>lễ phục

【礼盒】lǐhé<名>hộp quà; hộp (đựng) quà

【礼花】lǐhuā<名>pháo hoa; pháo bông

【礼节】lǐjié<名>cử chỉ lễ phép; lễ tiết

【礼金】lǐjīn<名>tiền lễ; tiền mừng; tiền biếu

【礼貌】lǐmào❶<名>lễ độ ❷<形>lễ phép; lịch sự

【礼品】lǐpǐn<名>lễ vật; quà biếu

【礼轻情意重】lǐ qīng qíngyì zhòng quà nhỏ mà nặng tình nghĩa; của ít lòng nhiều

【礼券】lǐquàn<名>tem phiếu nhận quà

【礼让】lǐràng<动>lịch thiệp khiêm nhường

【礼尚往来】lǐshàngwǎnglái có đi có lại mới toại lòng nhau; đáp lễ theo lệ

【礼堂】lǐtáng<名>lễ đường; hội trường

【礼物】lǐwù<名>tặng phẩm; quà tặng; lễ vật

【礼仪】lǐyí<名>lễ nghi; nghi thức

【礼遇】lǐyù<名>tiếp đãi long trọng (trọng thể); trọng đãi

李 lǐ<名>❶cây mận ❷quả mận // (姓) Lí

【李子】lǐzi<名>❶cây mận ❷quả mận

里¹ lǐ<名>❶lót (bên trong áo, chăn); mặt trái của vải vóc ❷phía trong; bên trong; trong: 他住在~屋。Anh ấy ở buồng trong.

里² lǐ<名>❶phố phường: 邻~ hàng xóm ❷quê hương: 故~ quê cũ ❸lí (thôn, thời xưa quy định năm nhà là một lân, năm lân là một lí)

里³ lǐ<量>dặm (400 mét)

里 lǐ<名>❶trong; nội bộ: 盆~ trong chậu ❷nơi; chỗ; bên; đằng; phía (dùng sau các từ chỉ địa điểm): 那~ ở chỗ kia

【里边】lǐbian<名>trong: 柜子~ trong tủ

【里程】lǐchéng<名>❶chặng đường; cuộc hành trình: 飞行~ chặng bay ❷quá trình phát triển

【里程碑】lǐchéngbēi<名>❶mốc (cột) cây số ❷cái mốc đánh dấu (quá trình phát triển của lịch sử hoặc một sự kiện lớn)

【里脊】lǐji<名>thịt thăn

【里里外外】lǐliwàiwài tất cả mọi việc; việc trong việc ngoài

【里面】lǐmiàn<名>bên trong

【里头】lǐtou<名>[口]bên trong

【里屋】lǐwū<名>buồng (gian) trong

【里应外合】lǐyìng-wàihé nội công ngoại ứng; nội công ngoại kích; trong ngoài phối hợp

【里子】lǐzi<名>lót bên trong áo hay chăn; lớp vải lót; nội dung bên trong

俚 lǐ<形>tục; thô tục; dung tục

【俚语】lǐyǔ<名>lời nói thô tục, quê mùa khó hiểu

理 lǐ❶<名>thớ; đường vân: 肌~ thớ thịt ❷<名>lí; lí lẽ: ~当如此 lẽ ra phải như vậy ❸<名>khoa học tự nhiên; vật lí học: 数~化 toán lí hóa ❹<动>quản lí; xử sự ❺<动>chỉnh lí; sửa sang; sắp xếp (cho gọn gàng): ~发 hớt tóc ❻<动>để ý (thái độ và ý kiến đối với người khác, thường dùng với ý phủ định)

【理财】lǐcái<动>quản lí tài chính; quản lí tiền của

【理睬】lǐcǎi<动>để ý; quan tâm

L

【理发】lǐfà〈动〉cắt tóc

【理工】lǐgōng〈名〉khoa học công nghệ và tự nhiên: ~大学 Đại học Bách khoa

【理会】lǐhuì〈动〉❶hiểu; lĩnh hội ❷chú ý; để ý ❸hỏi han; đoái hoài ❹tranh luận; trao đổi ❺chăm sóc; xử lí

【理解】lǐjiě〈动〉hiểu biết; lí giải

【理科】lǐkē〈名〉khoa học tự nhiên; các môn khoa học tự nhiên

【理亏】lǐkuī〈形〉đuối lí; trái lẽ phải

【理疗】lǐliáo❶〈动〉vật lí trị liệu ❷〈名〉lí liệu (cách gọi tắt); lí liệu pháp

【理论】lǐlùn❶〈名〉lí luận; lí thuyết: 科学~ lí luận khoa học ❷〈动〉tranh luận; trao đổi: 我不想和她~太多。Tôi không muốn tranh luận nhiều với cô ấy.

【理念】lǐniàn〈名〉❶niềm tin; lòng tin ❷quan niệm; tư tưởng

【理赔】lǐpéi〈动〉xử lí dịch vụ bồi thường

【理屈词穷】lǐqū-cíqióng đuối lí cứng lưỡi

【理事】lǐshì❶〈动〉quản lí; quản trị ❷〈名〉người thường trực; người quản lí

【理事会】lǐshìhuì〈名〉ban trị sự; hội đồng

【理顺】lǐshùn〈动〉làm cho thuận lợi

【理所当然】lǐsuǒdāngrán lẽ đương nhiên; lẽ tất nhiên

【理想】lǐxiǎng❶〈名〉lí tưởng ❷〈形〉lí tưởng; tốt (như mong muốn)

【理性】lǐxìng❶〈形〉lí tính: ~认识 nhận thức lí tính ❷〈名〉lí trí

【理应】lǐyīng〈动〉đáng lí; lẽ ra

【理由】lǐyóu〈名〉lí do

【理直气壮】lǐzhí-qìzhuàng (đầy) lí lẽ hùng hồn

【理智】lǐzhì❶〈名〉lí trí ❷〈形〉lí tính và thông minh

锂 lǐ〈名〉Li-ti (kí hiệu: Li)

【锂电池】lǐdiànchí〈名〉pin bằng Li

鲤 lǐ〈名〉cá chép

lì

力 lì❶〈名〉lực ❷〈名〉lực lượng; năng lực: 财~物~ sức người sức của ❸〈名〉thể lực; sức lực; sức khỏe: 用~推车 dùng sức đẩy xe đi ❹〈动〉cố gắng; tận lực; nỗ lực: ~争提前完成任务 cố gắng hoàn thành nhiệm vụ trước thời hạn

【力不从心】lìbùcóngxīn lực bất tòng tâm

【力度】lìdù〈名〉❶sức (cấp độ lực) ❷cường độ âm nhạc ❸sức nặng; chiều sâu

【力量】lìliàng〈名〉❶sức lực: 人小~大 người nhỏ mà sức lớn ❷tác dụng; hiệu lực: 这种农药的~大。Tác dụng của thuốc trừ sâu này rất mạnh. ❸năng lực; khả năng: 尽一切~完成任务。Cố gắng hết khả năng để hoàn thành nhiệm vụ. ❹lực lượng: 军事~ lực lượng quân sự

【力气】lìqì〈名〉[口]sức lực; sức; lực: 费~ mất công sức

【力气活儿】lìqihuór〈名〉công việc nặng

【力求】lìqiú〈动〉gắng đạt tới; cố đạt tới: ~成 cố gắng nên việc

【力所能及】lìsuǒnéngjí khả năng cho phép (làm được); đủ sức cáng đáng

【力图】lìtú〈动〉phấn đấu; cố gắng đạt được; cố sức

【力挽狂澜】lìwǎn-kuánglán ra sức xoay chuyển tình thế hiểm nghèo

【力邀】lìyāo〈动〉ra sức mời

【力争】lìzhēng〈动〉❶tranh thủ; cố gắng: ~过关 cố gắng thông qua một cách chót lọt ❷tranh luận; đấu lí: 据理~ dựa vào lí để tranh luận

【力争上游】lìzhēng-shàngyóu cố gắng vượt lên hàng đầu

L

【力作】lìzuò<名>tác phẩm kì công

历¹ lì ❶<动>trải qua; từng trải: ~险半月 từng trải gay go nguy hiểm trong suốt nửa tháng ❷<形>trước; trước kia: ~代 các đời trước ❸<副>[书]đủ; khắp; tất cả: ~访各地 đi thăm khắp nơi ❹<副>[书]từng cái một: ~数 đếm từng cái một ❺<名>từng trải: 病~ y bạ

历² lì<名>lịch: 阴~ âm lịch

【历程】lìchéng<名>lịch trình; chặng đường (trải qua): 心路~ quá trình tâm lí

【历次】lìcì<形>các lần trước

【历代】lìdài<名>❶các triều đại: ~名画 những danh họa của các triều đại ❷qua nhiều thế hệ: 这个家族~从医。Nhiều thế hệ của gia tộc này đều hành nghề y. ❸các thời kì: 这里的珍珠养殖业~不衰。Nghề nuôi trai ở vùng này qua nhiều thời kì vẫn không bị suy yếu.

【历届】lìjiè<形>các khóa trước; các nhiệm kì trước

【历尽】lìjìn<动>nhiều lần trải qua; nhiều lần gặp phải: ~沧桑 trải qua nhiều đau thương

【历经】lìjīng<动>từng trải; trải qua

【历来】lìlái<副>xưa nay; vốn

【历练】lìliàn ❶<动>từng trải; rèn luyện ❷<形>lão luyện; đầy kinh nghiệm; lịch duyệt

【历年】lìnián<名>bao năm qua

【历任】lìrèn ❶<动>đảm nhiệm nhiều lần; lần lượt đảm nhiệm ❷<形>các nhiệm kì trước

【历时】lìshí ❶<动>(sự việc) trải qua thời gian dài; kéo dài trong ❷<形>các thời kì khác nhau trong sự phát triển của lịch sử

【历史】lìshǐ<名>❶lịch sử; quá trình phát triển: ~文物 văn vật lịch sử ❷sự việc quá khứ ❸tài liệu ghi chép sự việc quá khứ ❹môn lịch sử; sử học

【历险】lìxiǎn<动>trải qua nguy hiểm; mạo hiểm

厉 lì<形>❶nghiêm; ngặt ❷nghiêm túc; nghiêm khắc: ~色 nét mặt nghiêm khắc

【厉害】lìhai<形>❶ghê gớm; lợi hại; hung dữ mạnh mẽ ❷nghiêm khắc

立 lì ❶<动>đứng: ~正 đứng nghiêm ❷<动>dựng (đứng) lên: 把梯子~起来。Dựng cái thang lên. ❸<形>đứng thẳng; đứng: ~柜 tủ đứng ❹<动>xây dựng; lập: ~功 lập công ❺<动>lập ra; định ra; kí kết: ~约 lập ước ❻<动>[旧]lập ngôi vua; lên ngôi: ~皇太子 tấn phong hoàng thái tử ❼<动>tồn tại; đứng vững: 独~ độc lập ❽<动>xác lập; lập ngôi kế vị ❾<副>lập tức; tức khắc; ngay

【立案】lì'àn<动>❶ghi biên bản; làm hồ sơ đăng kí ❷lập hồ sơ chuyên án ❸đưa hồ sơ chuyên án vào việc xét xử

【立场】lìchǎng<名>❶chỗ đứng và thái độ xử sự ❷lập trường: ~坚定 lập trường vững vàng

【立春】lìchūn ❶<动>bắt đầu mùa xuân; sang xuân ❷<名>tiết Lập xuân

【立定】lìdìng<动>❶đứng lại (khẩu lệnh quân sự, thể thao) ❷đứng vững: ~脚跟 gót chân hình chữ V (đứng nghiêm) ❸xác định rõ ràng: ~目标 xác định rõ mục tiêu

【立冬】lìdōng ❶<动>bắt đầu mùa đông (mùa đông đến) ❷<名>tiết Lập đông

【立法】lìfǎ<动>lập pháp

【立方】lìfāng ❶<名>lập phương; lũy thừa ba ❷<名>khối lập phương; hình lập phương (gọi tắt) ❸<量>mét khối (m^3)

【立竿见影】lìgān-jiànyǐng dựng sào thấy bóng; xấu hay tốt bày ra cả đấy; hiệu quả nhanh chóng

L

【立功】lìgōng〈动〉lập công: 多次~ nhiều lần lập công

【立即】lìjí〈副〉lập tức; ngay; tức khắc: 用完~交回。Dùng xong trả lại ngay.

【立交桥】lìjiāoqiáo〈名〉cầu vượt

【立刻】lìkè〈副〉tức khắc; lập tức; ngay

【立马】lìmǎ〈副〉[方]lập tức; tức tốc

【立秋】lìqiū❶〈动〉lập thu; bắt đầu vào thu ❷〈名〉tiết Lập thu

【立体】lìtǐ❶〈形〉[数学]hình khối; hình ba chiều: ~图形 đồ hình lập thể ❷〈名〉khối hình học ❸〈形〉(trên dưới) nhiều tầng; đa phương: ~气候 khí hậu đan xen nhau ❹〈形〉hình nổi: ~思维 tư duy hình nổi/tư duy ba chiều

【立夏】lìxià❶〈动〉vào (mùa) hè; bắt đầu vào hạ ❷〈名〉tiết Lập hạ

【立项】lìxiàng〈动〉lập thành hạng mục công trình (được phê chuẩn)

【立业】lìyè〈动〉❶lập nghiệp: 建功~ kiến công lập nghiệp ❷gây dựng cơ đồ: 成家~ thành gia lập nghiệp

【立意】lìyì〈动〉❶quyết định ❷xác định chủ đề; lập ý

【立正】lìzhèng〈动〉nghiêm (khẩu lệnh quân sự hoặc thể thao)

【立志】lìzhì〈动〉lập chí; nuôi chí; quyết chí

【立足】lìzú〈动〉❶đứng vững; trụ vững ❷giữ vững; bám chặt

吏 lì〈名〉[旧]❶lại; viên chức nhỏ ❷quan lại: 酷~ quan lại độc ác

丽 lì〈形〉đẹp; đẹp đẽ; mĩ lệ: 秀~ xinh xắn

励 lì〈动〉❶khích lệ; khen ❷[书]hăng hái

【励精图治】lìjīng-túzhì hăng hái lo toan việc nước; chăm lo việc nước

【励志】lìzhì〈动〉[书]dốc chí; quyết chí

利 lì❶〈形〉sắc; sắc bén: ~器 vũ khí sắc bén ❷〈形〉thuận lợi; tiện lợi: 不

~ bất lợi ❸〈名〉lợi ích; bổ ích: 权衡 ~弊 sự cân nhắc giữa cái lợi với cái hại ❹〈名〉lãi; lời; lợi nhuận; lợi tức ❺〈动〉làm lợi cho; lợi cho: ~人~己 lợi người lợi ta

【利弊】lìbì〈名〉lợi hại; hơn thiệt

【利害】lìhài〈名〉lợi hại; hơn thiệt: ~ 攸关 liên quan đến lợi ích của mình

【利率】lìlǜ〈名〉lãi suất; tỉ lệ lãi

【利落】lìluo〈形〉❶(lời nói, động tác) nhanh nhẹn; linh hoạt: 办事~ làm việc nhanh gọn ❷chỉnh tề; gọn gàng: 她把屋子收拾得干净~。Chị ấy đã dọn dẹp căn phòng gọn gàng sạch sẽ. ❸hoàn tất; hẳn: 等你的病 好~了再去。Để bệnh của anh khỏi hẳn rồi mới đi.

【利尿】lìniào〈动〉lợi tiểu

【利器】lìqì〈名〉❶vũ khí sắc bén ❷công cụ sắc bén

【利润】lìrùn〈名〉lợi nhuận; lãi

【利市】lìshì❶〈名〉[书]lợi nhuận; lãi; lời: ~三倍 lợi nhuận gấp ba lần ❷〈名〉[方]dự đoán việc mua bán gặp thuận lợi ❸〈名〉[方]tiền thưởng ❹〈形〉[方]may mắn; thuận lợi; tốt lành; tốt đẹp

【利税】lìshuì〈名〉tiền thuế về lợi nhuận

【利息】lìxī〈名〉lợi tức; lãi

【利益】lìyì〈名〉lợi ích; quyền lợi; ích lợi: ~互通 lợi ích tương thông

【利用】lìyòng〈动〉❶lợi dụng; sử dụng; dùng ❷lợi dụng (dùng thủ đoạn để trục lợi)

【利诱】lìyòu〈动〉dụ dỗ; cám dỗ; quyến rũ

【利于】lìyú〈动〉có lợi cho; có lợi đối với

沥 lì❶〈动〉nhỏ giọt: ~血 nhỏ giọt máu ❷〈名〉giọt: 余~ giọt còn lại

【沥青】lìqīng〈名〉hắc ín; nhựa đường

例 lì❶〈名〉ví dụ ❷〈名〉lệ; lề thói; thói quen ❸〈名〉trường hợp; ca: 病~ ca

bệnh ❹<名>quy tắc; thể lệ; thể thức: chế định điều lệ ❺<形>thường
制定条~ đặt ra điều lệ ❺<形>thường
lệ; lệ thường: 开~会 họp thường kì

【例会】lìhuì<名>hội nghị thường kì; cuộc họp thường lệ

【例假】lìjià<名>❶thời gian nghỉ; dịp nghỉ (trong những ngày lễ, tết) ❷kinh nguyệt; hành kinh; kì kinh nguyệt

【例句】lìjù<名>câu ví dụ

【例如】lìrú<动>ví dụ; ví như

【例题】lìtí<名>vấn đề nêu làm ví dụ; câu hỏi ví dụ; ví dụ mẫu

【例外】lìwài❶<动>ngoại lệ; lệ ngoại ❷<名>trường hợp ngoại lệ

【例行】lìxíng<动>xử lí theo quy định hay thông lệ: ~检查 kiểm tra theo quy định

【例证】lìzhèng<名>ví dụ chứng minh

【例子】lìzi<名>[口]ví dụ; thí dụ; giả dụ

隶 lì❶<动>phụ thuộc; lệ thuộc ❷<名>[旧]nô lệ; đầy tớ: 仆~ đầy tớ ❸<名>[旧]nha dịch ❹<名>(thể) lệ thư (một thể viết chữ Hán)

【隶书】lìshū<名>(kiểu chữ) lệ thư

【隶属】lìshǔ<动>lệ thuộc; phụ thuộc

荔 lì<名>quả vải; cây vải

【荔枝】lìzhī<名>❶cây vải ❷quả vải

莅 lì<动>[书](kính từ) đến; đi đến; tới

【莅临】lìlín<动>[书]quá bộ; ghé bước; đến: 欢迎领导~我校。Chào mừng lãnh đạo đến trường chỉ đạo.

栗[1] lì<名>❶dẻ ❷hạt dẻ

栗[2] lì<动>run; run lẩy bẩy: 不寒而~ không rét mà run

【栗子】lìzi<名>hạt dẻ

砾 lì<名>đá dăm

【砾石】lìshí<名>đá cuội; sỏi

粒 lì❶<名>hạt (nhỏ); mảnh (nhỏ vụn): 米~儿 hạt gạo ❷<量>hạt; viên: 几~黄豆 vài hạt đậu tương

【粒子】lìzǐ<名>hạt cơ bản (hạt particle): 带电~ hạt tích điện

【粒子】lìzi<名>hạt

痢 lì<名>bệnh kiết lị

【痢疾】lìji<名>bệnh kiết lị

liǎ

俩 liǎ(数量)[口]❶hai (người); đôi: 夫妻~ đôi vợ chồng ❷chút ít; vài ba: 以前他每个月就挣~钱。Trước đây thì tháng nào ông ấy cũng chỉ kiếm được chút ít tiền.

lián

连 lián❶<动>gắn bó; liên kết; gắn liền: 军民~心 quân dân gắn bó đồng lòng ❷<副>liền; suốt; liên tiếp: 一年丰收 được mấy năm liền ❸<介>gồm cả; kể cả: ~这个盘子共有十个。Kể cả chiếc này thì tất cả có 10 chiếc đĩa. ❹<介>thậm chí. 此事我也不知。Việc ấy ngay cả tôi cũng chẳng rõ. ❺<名>[军事]đại đội: 炮兵~ đại đội pháo binh

【连本带利】liánběn-dàilì cả vốn lẫn lãi

【连词】liáncí<名>liên từ; từ nối

【连带】liándài<动>❶liên quan; liên hệ; liên đới: 夫妻之间有~关系。Vợ chồng có quan hệ liên đới với nhau. ❷liên lụy; dính dáng: ~责任 trách nhiệm liên lụy ❸phụ thêm; bổ sung thêm; tiện thể; nhân tiện: 你帮我修表时,~把表带换了。Khi chữa đồng hồ, anh tiện thể thay luôn cho tôi cái dây đeo.

【连队】liánduì<名>đại đội

【连贯】liánguàn<动>ăn khớp; nối liền (nhau); liên quan: 意思~ nghĩa liên quan

【连滚带爬】liángǔn-dàipá lăn lê bò toài (thường ví đã áp dụng tất cả

L

mọi biện pháp)

【连环】liánhuán〈形〉liên hoàn

【连环画】liánhuánhuà〈名〉tranh truyện; tranh liên hoàn

【连接】liánjiē〈动〉❶(sự vật) liên tiếp; san sát ❷nối; nối liền; tiếp nối: ~互 联网 tiếp nối mạng Internet

【连襟】liánjīn〈名〉anh em đồng hao; anh em cọc chèo

【连累】liánlei〈动〉liên lụy; dính líu; liên quan đến

【连连】liánlián〈副〉liên tiếp; lia lịa; liên tục

【连忙】liánmáng〈副〉vội vàng; vội vã

【连绵】liánmián〈动〉san sát; liên miên; liên tục: 战火~ chiến tranh liên miên

【连任】liánrèn〈动〉liên tục đảm nhiệm một chức vụ

【连日】liánrì〈动〉liền mấy ngày; mấy ngày liền

【连声】liánshēng〈副〉không ngớt lời

【连锁店】liánsuǒdiàn〈名〉cửa hàng liên lập; cửa hàng dây chuyền

【连锁反应】liánsuǒ fǎnyìng phản ứng dây chuyền

【连天】liántiān〈动〉❶mấy ngày liền; suốt mấy ngày: ~大雪 mưa tuyết lớn mấy ngày liền ❷liên tục; không ngừng: 叫苦~ không ngớt kêu khổ ❸liền với trời: 大海~ biển trời một màu

【连同】liántóng〈连〉liền; với; liền với

【连续】liánxù〈动〉liên tục; liên tiếp; luôn

【连续剧】liánxùjù〈名〉phim truyền hình nhiều tập

【连夜】liányè❶〈副〉trong đêm; suốt đêm ❷〈动〉liền mấy đêm; suốt mấy đêm liền

【连衣裙】liányīqún〈名〉váy liền áo; váy đầm; áo váy

【连用】liányòng〈动〉❶dùng liền nhau; đi liền nhau ❷dùng liên tục

【连载】liánzǎi〈动〉đăng liền; đăng liên tiếp

【连长】liánzhǎng〈名〉đại đội trưởng

【连轴转】liánzhóuzhuàn (ví) lao động suốt ngày đêm; bận công việc xoay như chong chóng; bận tíu tít

怜 lián〈动〉❶thương; thương hại: ~ 惜 thương tiếc ❷thương yêu; yêu thích: 爱~ yêu thương

【怜爱】lián'ài〈动〉thương yêu; mến yêu; trìu mến

【怜悯】liánmǐn〈动〉thương xót; thương hại

【怜惜】liánxī〈动〉thương tiếc; thương xót: 她让人~。Chị ấy đã khiến cho mọi người hết sức thương tiếc.

【怜香惜玉】liánxiāng-xīyù thương hương tiếc ngọc; chăm sóc sắc đẹp; thương yêu đàn bà con gái

帘 lián〈名〉❶phông biển (làm bằng vải, treo ở cửa hiệu): 酒~ bảng hiệu hàng rượu ❷rèm; mành: 窗~ mành che cửa sổ

【帘幕】liánmù〈名〉phông màn

【帘子】liánzi〈名〉[口]mành; rèm

莲 lián〈名〉❶cây sen ❷hạt sen

【莲花】liánhuā〈名〉❶hoa sen ❷(cây) sen: 养了几盆~ trồng mấy bồn sen

【莲藕】lián'ǒu〈名〉củ sen; ngó sen

【莲蓬】liánpeng〈名〉đài sen

【莲蓉】liánróng〈名〉nhân mứt sen

【莲子】liánzǐ〈名〉hạt sen

联 lián❶〈动〉liên kết; liên hợp; liền ❷〈名〉câu đối: 春~ câu đối Tết

【联办】liánbàn〈动〉cùng tổ chức

【联邦】liánbāng〈名〉liên bang

【联播】liánbō〈动〉tiếp âm; chương trình phát thanh, truyền hình liên hợp: 新闻~ chương trình thời sự liên hợp

【联唱】liánchàng〈动〉hát nối; liên khúc: 歌曲大~ hát liền nhiều bài hát

【联防】liánfáng〈动〉❶phối hợp phòng ngự; cùng phòng ngự ❷[体

育](thi đấu bóng) phối hợp phòng thủ; cùng phòng thủ

【联合】liánhé❶<动>liên hợp; chung; đoàn kết: 大家~起来对付敌人。Mọi người chung sức lại cùng đối phó với kẻ địch. ❷<形>liên hợp; chung; cùng chung: ~声明 tuyên bố chung ❸<动>liên hợp

【联合国】Liánhéguó<名>Liên hợp quốc

【联合国教科文组织】Liánhéguó Jiào-Kē-Wén Zǔzhī Tổ chức Giáo dục Khoa học và Văn hóa Liên hợp quốc (UNESCO)

【联欢】liánhuān<动>liên hoan: 大家在一起~。Mọi người hội tụ lại cùng liên hoan.

【联结】liánjié<动>liên kết nối liền; gắn liền

【联考】liánkǎo<动>liên khảo; thi chung

【联络】liánluò<动>liên lạc; giao liên: ~员 liên lạc viên

【联络处】liánluòchù<名>ban liên lạc

【联袂】liánmèi<动>[书]dắt tay nhau; nắm tay nhau; cùng nhau: ~演出 cùng nhau diễn xuất

【联盟】liánméng<名>❶khối liên minh (giữa hai hoặc nhiều nước) ❷liên minh

【联名】liánmíng<动>liên danh: ~上奏 liên danh lên tấu trình

【联赛】liánsài<名>đấu vòng tròn (giữa các đội cùng hạng)

【联手】liánshǒu<动>liên hiệp; liên hợp; cùng

【联通】liántōng<动>liên thông với nhau; nối liền nhau

【联网】liánwǎng<动>liên lạc mạng lưới; nối kết mạng lưới

【联系】liánxì<动>liên hệ; gắn bó; gắn liền: ~同学 liên lạc với bạn học

【联系方式】liánxì fāngshì phương thức liên hệ

【联系人】liánxìrén<名>người liên

lạc

【联想】liánxiǎng<动>liên tưởng; nghĩ đến

【联谊】liányì<动>giao tiếp hữu nghị

【联谊会】liányìhuì<名>hội hữu ái; buổi giao lưu

【联营】liányíng<动>liên doanh; hợp tác kinh doanh: ~公司 công ti liên doanh

【联运】liányùn<动>liên vận: 水陆~ liên vận đường thủy và đường bộ

廉 lián<形>❶liêm; trong sạch: ~正 liêm chính ❷(giá) rẻ: 价~物美 hàng tốt giá rẻ

【廉耻】liánchǐ<名>liêm sỉ: ~心 lòng liêm sỉ

【廉价】liánjià<形>giá rẻ; giá hạ

【廉洁】liánjié<形>liêm khiết; trong sạch: 清正~ thanh chính liêm khiết

【廉明】liánmíng<形>liêm khiết sáng suốt

【廉政】liánzhèng<动>làm trong sạch bộ máy (chính trị, chính quyền)

【廉租房】liánzūfáng<名>nhà thuê chính sách giá rẻ

鲢 lián<名>cá mè

【鲢鱼】liányú<名>cá mè

镰 lián<名>cái liềm

【镰刀】liándāo<名>cái liềm

liǎn

敛 liǎn<动>❶[书]thu lại; gom lại: ~容 nghiêm nét mặt lại ❷[书]gò lại; gò bó: ~迹 thu mình lại ❸góp; gom lại; thu góp: ~钱 gom tiền

【敛财】liǎncái<动>vơ vét của cải; vơ của; vơ vét tiền của

脸 liǎn<名>❶mặt; bộ mặt: 洗~ rửa mặt ❷mặt trước; phía trước: 鞋~儿 mặt giầy ❸thể diện; liêm sỉ: ~面全失 mất hết thể diện

【脸蛋儿】liǎndànr<名>hai má; má; khuôn mặt

【脸红】liǎnhóng<动>xấu hổ; thẹn; đỏ

mặt: ~心跳 đỏ mặt trống ngực đập
thình thịch

【脸红耳赤】liǎnhóng-ěrchì đỏ mặt
tía tai

【脸颊】liǎnjiá<名>má; gò má

【脸孔】liǎnkǒng<名>khuôn mặt

【脸面】liǎnmiàn<名>❶mặt; bộ mặt;
khuôn mặt: ~浮肿 khuôn mặt sưng
vù ❷nể mặt; thể diện

【脸庞】liǎnpáng<名>[书]khuôn mặt;
gương mặt

【脸盆】liǎnpén<名>chậu rửa mặt

【脸皮】liǎnpí<名>❶da mặt ❷thể
diện; sĩ diện ❸ngượng; xấu hổ;
nhục: 薄~ hay ngượng

【脸谱】liǎnpǔ<名>[戏曲]bộ mặt tuồng

【脸色】liǎnsè<名>❶sắc mặt: ~发黑
sắc mặt đen sạm ❷thần sắc; khí sắc
(biểu hiện tình trạng sức khỏe) ❸vẻ
mặt; nét mặt: 看~行事。Nhìn vẻ
mặt mà hành động.

liàn

练 liàn❶<名>[书]lụa (màu) trắng:
江平如~。Dòng sông phẳng lặng
như dải lụa trắng. ❷<动>[书]ươm
tơ ❸<动>tập luyện; luyện tập: ~
书法 tập rèn thư pháp ❹<形>thạo;
thông thạo; sành: 干~ dày dạn kinh
nghiệm

【练兵】liànbīng<动>❶luyện quân
❷huấn luyện; tập dượt

【练操】liàncāo<动>tập luyện; thao
luyện

【练功】liàngōng<动>luyện tập kĩ
năng; tập võ: 运气~ vận khí công để
tập võ

【练球】liànqiú<动>tập bóng

【练嗓子】liàn sǎngzi[口]tập tiếng;
luyện giọng

【练声】liànshēng<动>luyện thanh

【练摊】liàntān<动>[口]bày sạp mua
bán cá thể

【练武】liànwǔ<动>❶tập võ; luyện

võ: 他俩正在~。Hai người đang tập
võ. ❷tập quân sự: 战士们~以保卫
国家。Các chiến sĩ tập quân sự sẵn
sàng bảo vệ Tổ quốc.

【练习】liànxí❶<动>luyện tập; tập: ~
写文章 tập viết văn ❷<名>bài tập: ~
本 vở bài tập

【练习册】liànxícè<名>vở bài tập

【练习题】liànxítí<名>đề bài tập

炼 liàn<动>❶luyện; cô (cho) đặc: ~
油 lọc dầu ❷đốt; nung: 真金不怕火
~。Vàng thật không sợ lửa nung.
❸gọt giũa; cân nhắc: ~句 luyện câu

【炼钢】liàngāng<动>luyện thép

【炼乳】liànrǔ<名>sữa đặc

【炼铁】liàntiě<动>luyện sắt: ~炉 lò
luyện sắt

【炼油】liànyóu<动>❶lọc dầu ❷chiết
xuất dầu ❸trộn dầu; rán mỡ

【炼制】liànzhì<动>luyện chế

恋 liàn<动>❶yêu đương: 失~ thất
tình ❷nhớ nhung; lưu luyến: ~~不
舍 lưu luyến

【恋爱】liàn'ài❶<动>yêu nhau; yêu
đương ❷<名>tình tự; tơ tình

【恋旧】liànjiù<动>yêu cũ; lưu luyến
với cái cũ

【恋恋不舍】liànliàn-bùshě bịn rịn;
quyến luyến; lưu luyến; quấn quít
không nỡ rời

【恋情】liànqíng<名>❶tình yêu; tấm
lòng yêu mến ❷tình yêu; tình ái

【恋人】liànrén<名>người yêu; người
tình; tình nhân

链 liàn❶<名>dây xích: 铁~儿 dây
xích sắt ❷<量>tầm Anh, Mĩ (cable
= 20,116m) ❸<量>tầm hải lí (1/10
hải lí)

【链接】liànjiē<动>kết nối: ~到网上
kết nối với mạng Internet

【链条】liàntiáo<名>❶dây curoa
❷dây xích

【链子】liànzi<名>❶xích; dây xích: 铁~
xích sắt ❷[口]xích (xe đạp, xe máy)

liáng

良 liáng ❶ ⟨形⟩tốt; hay: 优~ tuyệt hảo ❷ ⟨名⟩(con) người lương thiện; người tốt: 除暴安~ trừ bạo an dân ❸ ⟨副⟩[书]rất; lắm: 用心~苦 tâm huyết lắm

【良策】liángcè ⟨名⟩diệu kế; mưu mẹo tài tình: 抗敌~ diệu kế chống địch

【良辰吉日】liángchén-jírì ngày lành tháng tốt

【良辰美景】liángchén-měijǐng ngày tốt cảnh đẹp

【良方】liángfāng ⟨名⟩phương thuốc lành

【良好】liánghǎo ⟨形⟩tốt; tốt đẹp; tốt lành; hay: 成绩~ thành tích tốt đẹp/ bậc điểm khá

【良机】liángjī ⟨名⟩cơ hội tốt; dịp may

【良久】liángjiǔ ⟨形⟩[书]rất lâu

【良师益友】liángshī-yìyǒu thầy tốt bạn hiền

【良田】liángtián ⟨名⟩ruộng tốt; đất đai màu mỡ

【良宵】liángxiāo ⟨名⟩[书]đêm tốt lành

【良心】liángxīn ⟨名⟩lương tâm

【良性】liángxìng ⟨形⟩❶tích cực; có kết quả tốt: ~循环 tuần hoàn tốt ❷lành

【良药】liángyào ⟨名⟩thuốc hay; thuốc tốt: ~苦口 thuốc đắng dã tật

【良莠不齐】liángyǒu-bùqí tốt xấu lẫn lộn; người ba đẳng, của ba loài

【良知】liángzhī ⟨名⟩lương tri

【良种】liángzhǒng ⟨名⟩giống tốt

凉 liáng ⟨形⟩❶mát; nguội: 阴~ râm mát ❷nản; chán; nản lòng: 我听到 他的这一番话，心都~了。Tôi nghe câu nói của anh ấy mà trong lòng hết sức thất vọng. ❸bi thương; sầu đau ❹tẻ nhạt; kém sôi động

另见liàng

【凉拌】liángbàn ❶⟨动⟩trộn; làm nộm ❷⟨名⟩món nộm

【凉拌菜】liángbàncài ⟨名⟩rau sống trộn; món nộm

【凉菜】liángcài ⟨名⟩thức ăn nguội; món nguội

【凉茶】liángchá ⟨名⟩trà mát; trà giải nhiệt

【凉粉】liángfěn ⟨名⟩miến; thạch; bánh bột lọc; bánh đậu lọc; bánh đúc đậu

【凉风】liángfēng ⟨名⟩gió mát

【凉快】liángkuai ❶⟨形⟩mát; mát mẻ: 中秋过后，天气越来越~了。Sau Trung thu khí trời ngày càng mát mẻ. ❷⟨动⟩hóng mát

【凉气】liángqì ⟨名⟩hơi mát; gió mát: ~袭人 gió mát ùa về

【凉爽】liángshuǎng ⟨形⟩mát mẻ; mát: 天气~ khí trời mát mẻ

【凉水】liángshuǐ ⟨名⟩❶nước mát; nước nguội ❷nước lã

【凉飕飕】liángsōusou lạnh lẽo; lành lạnh: 秋风~的。Gió thu mát lạnh.

【凉台】liángtái ⟨名⟩sân thượng; ban công (nơi hóng mát)

【凉亭】liángtíng ⟨名⟩quán (chòi, đình) hóng mát (tránh mưa)

【凉席】liángxí ⟨名⟩chiếu mát; chiếu tre

【凉鞋】liángxié ⟨名⟩dép

【凉药】liángyào ⟨名⟩thuốc giải nhiệt (Đông y)

【凉意】liángyì ⟨名⟩cảm giác mát mẻ (mát dịu)

梁 liáng ⟨名⟩❶xà ngang ❷xà gồ ❸cầu ❹ sống (lưng) // (姓) Lương

量 liáng ⟨动⟩❶đo; đong: 用尺~布 dùng thước đo vải ❷suy xét; ước lượng

另见liàng

【量杯】liángbēi ⟨名⟩cốc đong (bằng thủy tinh có khắc độ)

【量度】liángdù〈动〉đo lường; đo

【量角器】liángjiǎoqì〈名〉thước đo góc (thường có hình nửa vành tròn)

【量身定做】liángshēn dìngzuò may quần áo theo khổ người

粮 liáng〈名〉❶lương thực: 杂~ hỗn hợp lương thực/hoa màu ❷thóc thuế: 钱~ tiền thóc thuế nông

【粮仓】liángcāng〈名〉❶kho thóc ❷vựa lúa

【粮草】liángcǎo〈名〉quân lương: ~充足 quân lương đầy đủ

【粮店】liángdiàn〈名〉cửa hàng lương thực

【粮库】liángkù〈名〉kho lương thực

【粮食】liángshi〈名〉lương thực

【粮食作物】liángshi zuòwù cây lương thực

【粮油】liángyóu〈名〉lương thực và dầu ăn: ~公司 công ti lương thực và dầu ăn

【粮站】liángzhàn〈名〉trạm lương thực

粱 liáng〈名〉[书]❶giống lúa tốt ❷thức ăn ngon

liǎng

两¹ liǎng〈数〉❶hai: ~本书 hai quyển sách ❷hai bên; đôi bên; lưỡng: ~相情愿 hai bên đều bằng lòng ❸vài; mấy: 过~天 qua một hai ngày

两² liǎng〈量〉lạng

【两岸】liǎng'àn〈名〉❶hai bờ (sông, biển) ❷hai bờ (eo biển Đài Loan)

【两败俱伤】liǎngbài-jùshāng cả hai bên đều tổn thất; người mẻ đầu kẻ sứt trán

【两半】liǎngbàn〈名〉hai nửa

【两边】liǎngbiān〈名〉❶hai mép ❷hai mặt; hai nơi ❸đôi bên; hai phía

【两边倒】liǎngbiāndǎo dao động, nghiêng ngả về cả hai bên

【两地】liǎngdì〈名〉hai nơi: 分隔~ xa cách hai nơi

【两端】liǎngduān〈名〉hai đầu

【两公婆】liǎnggōngpó〈名〉[口]hai vợ chồng

【两回事】liǎnghuíshì hai việc (chuyện) khác nhau (không dính dáng nhau)

【两极分化】liǎngjí fēnhuà sự phân hóa theo hai mặt đối lập

【两件套】liǎngjiàntào〈名〉một bộ hai chiếc

【两口子】liǎngkǒuzi〈名〉hai vợ chồng

【两廊一圈】liǎng láng yī quān hai hành lang một vành đai

【两肋插刀】liǎnglèi-chādāo ví sẵn sàng hết lòng vì bạn

【两面】liǎngmiàn〈名〉❶mặt trái và mặt phải; mặt trước và mặt sau: 这张纸的~ hai mặt của tờ giấy này ❷hai bên; hai phía: 左右~ hai bên trái phải ❸hai mặt (đối lập của sự vật): ~性 tính hai mặt

【两面派】liǎngmiànpài〈名〉❶lá mặt lá trái ❷đòn xóc hai đầu

【两面三刀】liǎngmiàn-sāndāo đòn xóc hai đầu; đâm bị thóc, chọc bị gạo

【两难】liǎngnán〈形〉khó cả đôi đường; lưỡng nan: 他目前处于~之境。Hiện giờ thì ông ấy đang khó cả đôi đường.

【两旁】liǎngpáng〈名〉hai bên (phải trái); hai bên rìa

【两栖】liǎngqī〈动〉❶lưỡng cư; lưỡng thê (vừa ở cạn vừa ở nước): ~作战 tác chiến thủy bộ ❷kiêm nhiệm

【两栖动物】liǎngqī dòngwù động vật lưỡng thê

【两全其美】liǎngquán-qíměi vẹn cả đôi đường; thỏa mãn cả đôi bên

【两手】liǎngshǒu〈名〉❶bản lĩnh; tài nghệ: 有~ có bản lĩnh ❷cả hai tay: 对小学阶段的学生读写教学要~抓。Đối với học sinh giai đoạn tiểu học phải coi trọng cả dạy đọc và viết.

L

【两头】liǎngtóu〈名〉❶hai đầu: 抓
~ nắm chặt hai đầu ❷hai bên; hai
phía: ~都满意. Cả hai bên đều hài
lòng. ❸hai nơi

【两下子】liǎngxiàzi[口]❶vài (mấy)
lần (chỉ số lượng động tác) ❷bản
lĩnh; kĩ năng

【两相情愿】liǎngxiāng-qíngyuàn
hai bên đều ưng ý

【两样】liǎngyàng〈形〉khác nhau

【两用】liǎngyòng〈动〉hai tác dụng;
lưỡng dụng

liàng

亮 liàng ❶〈形〉sáng; sáng sủa: 豁~
sáng sủa rộng rãi ❷〈动〉phát sáng;
tỏa sáng ❸〈形〉vang lừng; vang
dội; vang động; vang: 洪~ âm vang
❹〈动〉cất cao (giọng); lên giọng;
cất giọng: 起嗓子 lên giọng ❺
〈形〉(đầu óc, tư tưởng) cởi mở; sáng
tỏ: 思想明~ tư tưởng sáng láng ❻
〈动〉tỏ rõ; lộ diện: ~相 lộ diện ❼
〈形〉sáng màu

【亮底牌】liàng dǐpái sử dụng át
chủ bài

【亮点】liàngdiǎn〈名〉❶điểm sáng;
điểm nhấn; trung tâm của sự chú ý;
điểm thu hút ❷ví ưu điểm

【亮度】liàngdù〈名〉độ sáng; mức độ
ánh sáng

【亮光】liàngguāng〈名〉❶điểm sáng;
tia sáng ❷ánh sáng; độ bóng

【亮晃晃】liànghuǎnghuǎng long
lanh; lóng lánh; sáng loáng: ~的钢
刀 lưỡi dao sáng loáng

【亮晶晶】liàngjīngjīng (sáng) óng
ánh; long lanh; lấp lánh

【亮丽】liànglì〈形〉❶đẹp lộng lẫy
❷tốt đẹp; trong sáng

【亮闪闪】liàngshǎnshǎn sáng ngời;
sáng long lanh

【亮堂】liàngtang〈形〉❶sáng sủa: 商
场~ cửa hàng sáng sủa ❷(lòng dạ,
tư tưởng) sáng tỏ; hiểu rõ: 心胸~
sáng lòng sáng dạ ❸vang lên: 嗓门
~ giọng sang sảng

【亮堂堂】liàngtángtáng sáng
choang; sáng trưng; sáng rực

【亮相】liàngxiàng〈动〉❶[戏曲](sân
khấu) pha tĩnh; pha dừng ❷lộ diện;
ra mắt (trên sàn diễn) ❸công khai
bày tỏ ý kiến; bộc lộ rõ quan điểm

凉 liàng〈动〉để nguội: ~一~再喝. Để
nguội hãy uống.
另见liáng

谅 liàng〈动〉❶tha thứ; thông cảm:
体~ lượng thứ ❷đoán: ~你不敢
来. Đoán anh không dám đến.

【谅解】liàngjiě〈动〉thông cảm và bỏ
qua:这事我实在没办法，请你~。
Việc này tôi thật sự không còn cách
nào khác, mong anh thông cảm
cho.

辆 liàng〈量〉chiếc

靓 liàng〈形〉[方]đẹp; diện; xinh; mặt
mũi sáng sủa

【靓丽】liànglì〈形〉đẹp; xinh; đẹp mắt

【靓女】liàngnǚ〈名〉[方]cô gái xinh
đẹp

【靓仔】liàngzǎi〈名〉[方]đẹp trai;
bảnh bao

量 liàng ❶〈名〉thưng; đấu (dụng cụ
đong đo ngày xưa) ❷〈名〉lượng;
mức: 饭~ lượng cơm ❸〈名〉số
lượng; con số: 降雨~ lượng mưa ❹
〈动〉cân nhắc; tính toán: ~入为出
tùy mức thu mà chi
另见liáng

【量变】liàngbiàn〈名〉[哲学]lượng
biến; biến đổi về lượng và mức độ

【量词】liàngcí〈名〉lượng từ

【量化】liànghuà〈动〉lượng hóa; định
lượng

【量力而行】liànglì'érxíng liệu sức
mà làm

【量体裁衣】liàngtǐ-cáiyī đo người
cắt áo; liệu cơm gắp mắm

L

【量刑】liàngxíng<动>[法律]cân nhắc mức hình phạt: 从轻~ xử hình phạt nhẹ

晾liàng<动>❶hong (gió): ~鱼干 hong cho cá khô ráo ❷phơi (nắng): ~被子 phơi chăn ❸quẳng; quăng; vứt; bỏ mặc: 我讨厌被~在一边的感觉。Tôi rất ngán cái cảm giác bị bỏ mặc một bên. ❹để nguội

【晾干】liànggān<动>hong khô

【晾晒】liàngshài<动>trải ra phơi nắng

【晾衣架】liàngyījià<名>giá phơi áo; mắc áo

踉liàng

【踉踉跄跄】liàngliàngqiàngqiàng thất tha thất thểu

【踉跄】liàngqiàng<动>(đi) chệnh choạng; loạng choạng; lảo đảo: ~前行 loạng choạng đi về phía trước

liāo

撩liāo<动>❶vén: ~裙子 vén váy ❷vảy: ~些水 vảy ít nước
另见liáo

liáo

辽liáo<形>xa; xa xôi

【辽阔】liáokuò<形>mênh mông; bao la; bát ngát: ~的草原 thảo nguyên mênh mông

疗liáo<动>chữa bệnh; điều trị: 理~ vật lí trị liệu

【疗法】liáofǎ<名>cách chữa bệnh

【疗伤】liáoshāng<动>điều trị vết thương

【疗效】liáoxiào<名>hiệu quả chữa bệnh (điều trị); công hiệu: ~显著 công hiệu rõ rệt

【疗养】liáoyǎng<动>điều dưỡng

【疗养院】liáoyǎngyuàn<名>viện nghỉ dưỡng

聊¹liáo[书]❶<副>tạm; tạm thời; hẵng tạm: ~以自慰 tạm thời để tự an ủi ❷<副>hơi một chút; chút ít; chút đỉnh: ~表寸心 tỏ chút lòng thành ❸<动>dựa vào; nương dựa; nhờ vào: 民不~生 dân không biết dựa vào đâu mà sống

聊²liáo<动>[口]chuyện phiếm; tán gẫu

【聊天儿】liáotiānr<动>[口]nói chuyện phiếm; chuyện trò; tán gẫu

【聊天室】liáotiānshì<名>phòng tâm sự; phòng chát

僚liáo<名>❶quan lại ❷người cùng làm quan với nhau: 同~ đồng liêu

寥liáo<形>❶thưa thớt; lưa thưa: 落~ thưa thớt ❷tĩnh mịch; im lìm: 寂~ vắng vẻ/quạnh hiu ❸[书]trống trải; trống rỗng: ~无人烟 vắng tanh không người ở

【寥廓】liáokuò<形>[书]mênh mang: 海天~ biển trời mênh mang

【寥寥无几】liáoliáo-wújǐ chẳng có mấy; vẻn vẹn đếm được trên đầu ngón tay

撩liáo<动>[书]ghẹo; trêu; trêu ghẹo
另见liāo

【撩拨】liáobō<动>trêu ghẹo; khêu gợi

【撩动】liáodòng<动>khêu gợi; gợi ra; khuấy động

嘹liáo

【嘹亮】liáoliàng<形>lanh lảnh; âm vang

獠liáo

【獠牙】liáoyá<名>răng nanh

潦liáo

【潦草】liáocǎo<形>❶(chữ viết) ngoáy; nguệch ngoạc ❷(làm việc) cẩu thả; qua quít; đại khái

【潦倒】liáodǎo<形>chán nản; buồn chán; thất ý: 落魄~ buồn chán rệu rã như kẻ mất hồn

缭liáo<动>❶quấn; cuốn: ~绕 quấn quanh ❷viền; vắt: ~缝儿 khâu vắt

【缭乱】liáoluàn〈形〉[书]rối bời; lộn xộn; bối rối

【缭绕】liáorào〈动〉lượn lờ; cuộn tròn

liǎo

了¹liǎo❶〈动〉xong; kết thúc: ~事 xong việc ❷〈动〉có thể (làm); được (làm) nổi: 做得~ làm được ❸〈副〉[书]hoàn toàn: ~无牵挂 chẳng còn gì phải lưu luyến

了²liǎo〈动〉hiểu; hiểu rõ; rõ: ~然 hiển nhiên hiểu được

另见le

【了不得】liǎobudé❶[口]hết mức; vô cùng; nổi bật: 兴奋得~ phấn khởi tột cùng ❷hỏng rồi; nguy rồi: ~，出大事了! Nguy rồi, xảy ra việc nghiêm trọng rồi!

【了不起】liǎobuqǐ❶phi thường; nổi bật: 他真~。Anh ấy thật cừ. ❷trọng đại; to lớn; nghiêm trọng: 这点困难没啥~。Chút ít khó khăn chẳng hề gì.

【了得】liǎodé〈形〉❶chết; hỏng mất: 这还~! Như thế thì hỏng mất! ❷khác thường; nổi bật: 此人身手非常~。Anh ta võ nghệ siêu phàm.

【了断】liǎoduàn〈动〉kết thúc; chấm dứt

【了结】liǎojié〈动〉giải quyết; kết thúc; chấm dứt

【了解】liǎojiě〈动〉❶hiểu rõ; biết rõ; tìm hiểu: 老师逐个~学生的家庭情况。Cô giáo tìm hiểu tình hình gia đình của từng em học sinh. ❷tìm hiểu; điều tra; thăm dò: ~案情 điều tra vụ việc

【了却】liǎoquè〈动〉kết thúc; xóa được; chấm dứt; xong

【了如指掌】liǎorúzhǐzhǎng rõ như trong lòng bàn tay; rõ như ban ngày; thuộc như lòng bàn tay; thông tỏ ngọn ngành

【了事】liǎoshì〈动〉cho qua chuyện; cho xong chuyện

liào

料¹liào〈动〉❶dự đoán; mong đợi; lường trước: 意~之中 hoàn toàn trong dự đoán ❷chăm sóc; trông coi: ~理 chăm nom/chăm sóc/trông nom

料²liào❶〈名〉vật liệu; nguyên liệu: 涂~ vật liệu dùng để quét (tráng) ❷〈名〉thức ăn gia súc: 草~ cỏ cho gia súc ❸〈量〉liều: 配一~药 pha chế một liều thuốc

【料到】liàodào〈动〉lường trước được

【料定】liàodìng〈动〉nhìn thấy trước; dự liệu được

【料酒】liàojiǔ〈名〉rượu gia vị (dùng để nấu thức ăn)

【料理】liàolǐ❶〈动〉sắp xếp; xử lí; lo liệu ❷〈动〉chế biến thức ăn ❸〈名〉thức ăn; món ăn: 韩国~ món ăn Hàn Quốc

【料石】liàoshí〈名〉vật liệu đá; đá

【料事如神】liàoshì-rúshén dự toán chính xác như (có phép) thần; đoán đâu đúng đấy

【料想】liàoxiǎng〈动〉lường trước; dự đoán

【料子】liàozi〈名〉❶[方]vải vóc lụa là ❷vật liệu gỗ ❸[口]người có năng khiếu

撂liào〈动〉[口]❶bỏ xuống; đặt xuống; gác lại: 他~下自己手头的事来帮忙。Anh ấy tạm gác lại công việc của mình mà sang đây giúp đỡ. ❷hạ thủ; quật ngã: 我把他~倒在地。Tôi đã quật ngã hắn xuống đất. ❸ném; quăng đi: 前任~下一个烂摊子。Người tiền nhiệm đã quăng lại một mớ bòng bong.

【撂倒】liàodǎo〈动〉vật ngã; gạt ngã

【撂挑子】liào tiāozi[口]bỏ gánh; quẳng gánh; mặc kệ

L

瞭liào<动>ngắm; quan sát

【瞭望】liàowàng<动>❶leo cao nhìn xa ❷lên cao để quan sát

【瞭望塔】liàowàngtǎ<名>tháp quan sát

镣liào<名>cái cùm chân

【镣铐】liàokào<名>cái cùm chân và xiềng tay; gông cùm; gông xiềng

liě

咧liě<动>❶toét (miệng); toe toét (cười); há miệng: ~着嘴笑 cười toe toét ❷[方]văng (nghĩa xấu)

【咧嘴】liězuǐ<动>nhếch mép; nheo miệng: ~一笑 nheo miệng cười

liè

列liè❶<动>bày ra: ~阵 xếp thành đội hình ❷<动>xếp vào; liệt vào: ~入名单 xếp vào danh sách ❸<名>hàng ngũ; đội ngũ: 入~ đứng vào hàng ngũ ❹<名>loại; hạng: 不属此~ không thuộc loại này ❺<代>các (số nhiều): ~位 các vị ❻<量>đoàn (tàu…): 一~火车 một đoàn xe lửa

【列表】lièbiǎo<动>kê thành bảng biểu

【列车】lièchē<名>đoàn tàu

【列车员】lièchēyuán<名>nhân viên chạy tàu

【列车长】lièchēzhǎng<名>tàu trưởng

【列出】lièchū<动>bày ra: ~日程表 soạn thảo bảng nhật trình

【列队】lièduì<动>xếp thành hàng: ~迎接 xếp thành hàng chào đón

【列举】lièjǔ<动>liệt kê; nêu ra từng cái: ~事例 liệt kê từng ví dụ

【列席】lièxí<动>dự thính: ~代表 đại biểu dự thính

劣liè<形>❶kém; liệt; không tốt: 低~ tồi kém ❷nhỏ hơn (tiêu chuẩn): ~弧 cung (nhỏ hơn vòng tròn)

【劣等】lièděng<形>loại kém: ~品 đồ kém phẩm chất

【劣迹】lièjì<名>việc xấu; vết xấu; thành tích bất hảo

【劣势】lièshì<名>thế kém; hoàn cảnh xấu; tình thế xấu: 扭转~ xoay chuyển tình thế xấu

【劣质】lièzhì<形>loại kém; chất lượng kém: ~产品 sản phẩm chất lượng kém/hàng kém phẩm chất

烈liè❶<形>mãnh liệt; mạnh mẽ; hừng hực: ~焰 ngọn lửa hừng hực ❷<形>thẳng thắn; nghiêm trang: 刚~ cương quyết ❸<名>người hi sinh vì nghĩa cả: 英~ anh hùng liệt sĩ ❹<名>[书]công trạng

【烈火】lièhuǒ<名>ngọn lửa bừng bừng; ngọn lửa ngùn ngụt

【烈酒】lièjiǔ<名>rượu mạnh

【烈日】lièrì<名>mặt trời chói chang: ~炎炎 trời nắng chang chang

【烈士】lièshì<名>❶liệt sĩ hi sinh vì nghĩa cả: ~陵园 nghĩa trang liệt sĩ ❷[书]người có chí lớn

【烈属】lièshǔ<名>gia đình liệt sĩ

【烈性】lièxìng<形>❶tính cương cường: ~女子 cô gái can trường ❷mạnh; mãnh liệt: ~酒 rượu mạnh

【烈焰】lièyàn<名>lửa cháy mạnh

猎liè<动>❶săn; bắt; săn bắt: 狩~ săn thú dữ ❷tìm kiếm: ~奇 tìm kiếm cái lạ

【猎豹】lièbào<名>beo; báo

【猎捕】lièbǔ<动>săn bắt

【猎奇】lièqí<动>tìm kiếm cái lạ

【猎枪】lièqiāng<名>súng săn

【猎取】lièqǔ<动>❶săn bắt ❷cướp lấy; cướp đoạt (danh lợi): ~名利 cướp đoạt công danh lợi lộc

【猎犬】lièquǎn<名>chó săn

【猎人】lièrén<名>người đi săn; thợ săn

【猎杀】lièshā<动>săn giết

【猎手】lièshǒu<名>thợ săn

【猎头】liètóu<名>kẻ săn lùng nhân tài: ~公司 công ti săn lùng người tài

【猎物】lièwù<名>thú săn; mồi săn

【猎鹰】lièyīng<名>diều hâu săn bắt

裂 liè❶<动>nứt ra; tan vỡ; rạn nứt: 迸~ rạn nứt ❷<名>[植物]khía (lá, cành hoa)

【裂变】lièbiàn<动>❶[物理]phân chia: 原子核~ sự phân chia hạt nhân ❷sự đột biến

【裂缝】lièfèng❶<动>nứt ra; rạn nứt ❷<名>vết nứt

【裂痕】lièhén<名>vết rạn; vết nứt

【裂开】lièkāi<动>nứt ra

【裂口】lièkǒu❶<名>chỗ bị nứt ❷<动>nứt ra; nứt nẻ

【裂纹】lièwén<名>❶vết rạn ❷hoa văn rạn (trên đồ sứ)

līn

拎 līn<动>[方]xách: ~着一桶水 xách một xô nước

【拎包】līnbāo<名>[方]giỏ xách; túi xách

【拎起】līnqǐ<动>xách lên

lín

邻 lín❶<名>hàng xóm; láng giềng ❷<动>gần bên cạnh: ~座 chỗ ngồi bên cạnh

【邻邦】línbāng<名>lân bang; nước láng giềng: 友好~ nước láng giềng hữu nghị

【邻国】línguó<名>nước láng giềng

【邻近】línjìn❶<动>sát bên cạnh: ~大海 giáp biển ❷<名>phụ cận; bên cạnh

【邻居】línjū<名>người hàng xóm; láng giềng

【邻里】línlǐ<名>❶ở quê; quê nhà ❷đồng hương; người làng xóm: ~关系 quan hệ đồng hương

林 lín<名>❶rừng: 防风~ rừng chắn gió ❷nhiều như cây trong rừng: 碑~ rừng bia đá ❸lâm nghiệp // (姓) Lâm

【林场】línchǎng<名>lâm trường

【林立】línlì<动>mọc lên như rừng; san sát: 新的城区高楼~。Những tòa cao ốc mọc lên san sát tại khu mới.

【林林总总】línlínzǒngzǒng nhiều như rừng; nhiều vô số

【林木】línmù<名>❶rừng; cây rừng ❷cây trong rừng

【林区】línqū<名>khu rừng

【林业】línyè<名>lâm nghiệp; nghề rừng

【林荫道】línyīndào<名>đường có bóng mát; đường rợp bóng mát

【林子】línzi<名>[口]rừng; cánh rừng

临 lín❶<动>gần; đối diện; đứng trước: ~河 gần sông ❷<动>đến; tới: 光~ đến ❸<动>mô phỏng theo: ~摹 tập viết phỏng theo chữ mẫu ❹<介>sắp; sắp sửa: ~别 sáp chia tay

【临产】línchǎn<动>sắp đẻ

【临场】línchǎng<动>❶trường thi; nơi thi: ~经验不足 thiếu kinh nghiệm trường thi ❷đến hiện trường: ~部署 đến hiện trường bố trí

【临床】línchuáng<动>lâm sàng: ~医学 y học lâm sàng

【临街】línjiē<动>sát đường; đối diện đường cái

【临近】línjìn<动>ở gần sát; gần; bên cạnh

【临门】línmén<动>❶tới nhà; lâm môn; tới cửa: 双喜~ song hi lâm môn ❷[体育]trước khung thành: ~一脚 cú sút trước khung thành

【临时】línshí❶<副>đến lúc; đến khi: ~决定 đến lúc đó mới quyết định ❷<形>tạm thời; lâm thời

【临时抱佛脚】línshí bào fójiǎo nước đến chân mới nhảy

【临时工】línshígōng<名>công nhân hợp đồng

【临时户口】línshí hùkǒu hộ tịch lâm thời

【临死】línsǐ<动>sắp chết

【临头】líntóu<动>gặp phải; xảy ra: 事到~，只能随机应变了。Gặp việc đột ngột đành phải tùy cơ ứng biến.

【临危不惧】línwēi-bùjù đứng trước gian nguy cũng không hề run sợ

【临阵脱逃】línzhèn-tuōtáo lâm trận liền quay đầu chạy; vào việc lùi tránh

【临终】línzhōng<动>lâm chung; lúc sắp chết: ~关怀 quan tâm lâm chung

淋 lín<动>❶(mưa) xối; giội; dầm: 日晒雨~ mưa dầm nắng giội ❷đổ vào; cho vào; thêm vào: ~花 tưới hoa
另见lìn

【淋巴】línbā<名>[生理]tuyến bạch huyết; lâm ba: ~细胞 tế bào bạch huyết

【淋巴癌】línbā'ái<名>ulynpho(u ác tính ở hạch bạch huyết)

【淋巴结】línbājié<名>hạch; tuyến hạch

【淋漓】línlí<形>❶nhễ nhại; đầm đìa; loang lổ: 他大汗~，衣服都湿透了。Ông ấy đầm đìa mồ hôi ướt sũng cả quần áo. ❷(vui) tràn trề: 痛快~ vui sướng tràn trề

【淋漓尽致】línlí-jìnzhì (bài văn, bài nói) lâm li sâu sắc; tinh tế sâu sắc

【淋湿】línshī<动>dội ướt; bị dội ướt

【淋透】líntòu<动>bị dội làm ướt sũng

【淋雨】línyǔ<动>bị mưa; dầm mưa

【淋浴】línyù<动>tắm xối nước; tắm vòi hoa sen

琳 lín<名>[书]ngọc đẹp

【琳琅满目】línláng-mǎnmù rực rỡ đủ loại; hàng bày la liệt

遴 lín<动>[书]chọn lọc kĩ lưỡng

【遴选】línxuǎn<动>❶chọn lọc (nhân tài); cân nhắc ❷chọn lựa

磷 lín<名>[化学]lân (Phốt-pho) (kí hiệu: P)

【磷肥】línféi<名>phân lân

【磷火】línhuǒ<名>lửa lân tinh

【磷酸】línsuān<名>axít phốtphoric (H_3PO_4)

【磷虾】línxiā<名>tôm lân

鳞 lín❶<名>vảy ❷<形>có hình dạng như vảy cá: ~波 sóng gợn lăn tăn

【鳞次栉比】líncì-zhìbǐ san sát nối tiếp

【鳞片】línpiàn<名>❶vảy ❷vảy màu ❸vảy bắc; vảy nốt đậu

lǐn

凛 lǐn<形>❶rét; lạnh ❷oai nghiêm; nghiêm nghị: 大义~然 khí phách hiên ngang ❸[书]sợ hãi

【凛冽】lǐnliè<形>lạnh thấu xương: ~的北风 gió bắc lạnh buốt

【凛凛】lǐnlǐn<形>❶rét căm căm: 寒风~ gió rét căm căm ❷nghiêm nghị; lẫm liệt: ~正气 chính khí nghiêm nghị

【凛然】lǐnrán<形>nghiêm nghị; lẫm liệt

lìn

吝 lìn<形>tiếc rẻ; keo kiệt

【吝啬】lìnsè<形>keo kiệt; bủn xin

【吝惜】lìnxī<动>tiếc rẻ

赁 lìn<动>❶thuê ❷cho thuê: 小汽车租~公司 hãng cho thuê xe con

【赁金】lìnjīn<名>tiền thuê

淋 lìn<动>lọc
另见lín

【淋病】lìnbìng<名>bệnh lậu

líng

○ líng<数>số không

伶 líng <名>[旧]đào kép

【伶仃】 língdīng <形>❶cô độc; không nơi nương tựa ❷gầy còm

【伶俐】 línglì <形>lanh lợi; tháo vát

【伶牙俐齿】 língyá-lìchǐ nhanh mồm nhanh miệng; miệng mồm lanh lợi; khéo ăn khéo nói

灵 líng ❶<形>khéo; nhanh nhẹn: ~慧 khôn ngoan nhanh nhẹn ❷<形>linh nghiệm ❸<名>tinh thần; linh hồn: 心~ tâm linh ❹<名>linh thiêng ❺ <名>linh cữu: ~位 linh vị

【灵便】 língbian <形>❶linh lợi; nhanh nhẹn; lẹ làng; thính: 耳朵不 大~ tai tai không được thính lắm ❷dễ dùng; dễ điều khiển

【灵车】 língchē <名>linh xa; xe linh cữu

【灵丹妙药】 língdān-miàoyào linh đơn diệu dược; thuốc tiên; thuốc hay hiệu nghiệm

【灵感】 línggǎn <名>cảm hứng; cảm nghĩ: 这件事引发了他的创作~。 Chuyện đó đã gợi ra cảm hứng sáng tác của anh ấy.

【灵魂】 línghún <名>❶linh hồn ❷linh hồn; tư tưởng; tâm hồn: 圣洁的~ tâm hồn trong sạch ❸nhân cách; lương tâm: 出卖~ bán rẻ lương tâm ❹linh hồn (ví nhân tố có tác dụng quyết định): 文化是一座城市的~。Văn hóa là linh hồn của một thành phố.

【灵活】 línghuó <形>❶nhanh nhạy; linh hoạt: 他的头脑很~。Bộ óc của ông ấy rất nhanh nhạy. ❷linh hoạt; năng động: ~安排工作 sắp xếp công tác một cách linh hoạt

【灵活性】 línghuóxìng <名>tính linh hoạt

【灵机一动】 língjī-yīdòng rất nhạy bén

【灵柩】 língjiù <名>linh cữu

【灵敏】 língmǐn <形>nhanh nhạy

【灵气】 língqì <名>❶trí thông minh ❷năng lực thần kì ❸phong độ của tiên ❹tiếng tăm

【灵巧】 língqiǎo <形>linh hoạt và khéo léo: ~的双手 đôi bàn tay linh hoạt và khéo léo

【灵堂】 língtáng <名>linh đường; nhà quàn; nhà tang lễ

【灵通】 língtōng <形>❶linh thông; nhanh nhạy; thạo tin: 消息~ thông tin nhanh nhạy ❷[方]có hiệu quả ❸[方]linh hoạt; linh động

【灵位】 língwèi <名>bài vị

【灵醒】 língxǐng <形>thông minh khéo léo

【灵性】 língxìng <名>khôn; trí thông minh

【灵验】 língyàn <形>❶linh nghiệm; hiệu nghiệm ❷(dự đoán) chính xác

【灵异】 língyì ❶<名>thần quái ❷ <形>thần kì; kì dị; thần bí: 山水 núi sông huyền bí

【灵芝】 língzhī <名>nấm linh chi

玲 líng

【玲珑】 línglóng <形>❶tinh vi; xinh xắn ❷(người) nhanh nhẹn; hoạt bát

【玲珑剔透】 línglóng-tītòu❶tinh xảo đặc sắc ❷thông minh lanh lợi

铃 líng <名>❶chuông ❷vật hình chuông: 棉~ quả bông non ❸quả nang của cây bông hay lanh

【铃铛】 língdang <名>cái chuông nhỏ; chuông lắc

【铃声】 língshēng <名>tiếng chuông: ~悦耳 tiếng chuông êm tai

凌¹ líng <动>❶xâm phạm; xúc phạm; lấn: 欺~ ức hiếp ❷gần; sát: ~ 晨 trời sắp sáng ❸cao; lên cao: ~空 cao vút trên không

凌² líng <名>[方]tảng băng

【凌晨】 língchén <名>hửng đông; tảng sáng: ~时分 lúc tang tảng sáng

【凌驾】 língjià <动>vượt lên; bao trùm; ngự trị

【凌空】 língkōng <动>chọc trời; vút lên trời cao: 老鹰~翱翔。Con diều

L

hâu bay vút lên cao.

【凌厉】línglì〈形〉mạnh mẽ

【凌乱】língluàn〈形〉lộn xộn; nhốn nháo; mất trật tự: ~不堪 lộn xộn vô cùng/tùm lum tùm la

【凌辱】língrǔ〈动〉lăng nhục; làm nhục

陵 líng❶〈名〉đồi: ~谷 đồi núi ❷〈名〉lăng mộ ❸〈动〉[书]hiếp nạt; xâm phạm

【陵墓】língmù〈名〉lăng tẩm

【陵园】língyuán〈名〉nghĩa trang

聆 líng〈动〉[书]nghe

【聆听】língtīng〈动〉[书]nghe; lắng nghe

菱 líng〈名〉❶cây củ ấu ❷củ ấu

【菱角】língjiao〈名〉củ ấu

【菱形】língxíng〈名〉hình thoi; hình lăng; hình quả trám

羚 líng〈名〉❶con linh dương ❷sừng linh dương

【羚羊】língyáng〈名〉con linh dương

绫 líng〈名〉lĩnh vải

【绫罗绸缎】líng-luó-chóu-duàn các loại lụa tinh chế

零 líng❶〈形〉vụn vặt; lẻ tẻ: ~售 bán lẻ ❷〈名〉số lẻ; số dôi: 五十挂 ~ hơn 50 tuổi ❸〈数〉lẻ: 一年~三天 một năm lẻ ba ngày ❹〈数〉linh; số không: 二~五号 số hai không năm ❺〈数〉độ không: ~下20℃ 20℃ âm ❻〈动〉khô héo ❼〈数〉số lượng không ❽〈动〉[书]tuôn rơi; tuôn trào (nước mưa, nước mắt): 感激涕~ biết ơn và xúc động đến rơi nước mắt

【零部件】língbùjiàn〈名〉linh kiện; phụ tùng

【零存整取】língcún zhěngqǔ gửi lẻ lấy chẵn (gửi tiết kiệm)

【零点】língdiǎn〈名〉không giờ (12 giờ đêm)

【零分】língfēn〈名〉điểm không

【零工】línggōng〈名〉❶việc vặt ❷người làm việc vặt

【零花钱】línghuāqián〈名〉tiền tiêu vặt

【零件】língjiàn〈名〉linh kiện; phụ tùng

【零距离】língjùlí〈名〉không cự li

【零卖】língmài〈动〉❶bán lẻ ❷bán lặt vặt

【零配件】língpèijiàn〈名〉linh bộ kiện

【零钱】língqián〈名〉❶tiền lẻ ❷tiền tiêu vặt ❸khoản vụn vặt

【零散】língsǎn〈形〉rải rác; phân tán; tản mát

【零时】língshí〈名〉không giờ

【零食】língshí〈名〉đồ ăn vặt; quà vặt

【零售】língshòu〈动〉bán lẻ

【零售店】língshòudiàn〈名〉cửa hàng bán lẻ

【零售价】língshòujià〈名〉giá bán lẻ

【零售市场】língshòu shìchǎng thị trường bán lẻ

【零碎】língsuì❶〈形〉vặt vãnh; lặt vặt: ~物品 đồ vật lặt vặt ❷〈名〉đồ đạc vặt vãnh

【零头】língtóu〈名〉❶số lẻ ❷còn lẻ; còn chỗ lẻ

【零星】língxīng〈形〉❶vụn vặt; số ít còn lại ❷lác đác; rải rác: ~小雨 mưa nhỏ rải rác

【零用】língyòng❶〈动〉tiêu vặt: 这些钱是给孩子~的。Đây là số tiền để cho cháu nó tiêu vặt. ❷〈名〉tiền tiêu vặt

【零用钱】língyòngqián〈名〉tiền tiêu vặt

【零嘴】língzuǐ〈名〉[方]ăn vặt; ăn quà vặt; ăn hàng

龄 líng〈名〉❶tuổi: 低~化 nhỏ tuổi hóa ❷tuổi nghề; tuổi thọ: 工~ tuổi nghề ❸[生物]giai đoạn trưởng thành

lǐng

岭 lǐng<名>❶núi ❷dãy núi lớn

领 lǐng❶<名>cổ: ~带 cra-vát/cà vạt ❷<名>cổ áo: 翻~ lộn cổ áo ❸<名>vòng cổ áo ❹<名>cương lĩnh; yếu lĩnh: 要~ sơ lược ❺<量>chiếc (áo dài, chiếu) ❻<动>dẫn; dắt: ~队 dẫn đầu (một đội ngũ) ❼<动>chiếm: ~空 không phận ❽<动>lĩnh lấy; nhận lấy ❾<动>tiếp thu; tiếp nhận ❿<动>hiểu; lĩnh hội

【领班】lǐngbān❶<动>đứng đầu; quản ca ❷<名>trưởng kíp; quản ca; đốc công

【领唱】lǐngchàng❶<动>lĩnh xướng ❷<名> người lĩnh xướng

【领导】lǐngdǎo❶<动>lãnh đạo ❷<名>người lãnh đạo

【领导班子】lǐngdǎo bānzi ban lãnh đạo

【领导干部】lǐngdǎo gànbù cán bộ lãnh đạo

【领地】lǐngdì<名>❶lãnh địa ❷lãnh thổ

【领队】lǐngduì❶<动>dẫn đầu: 这次活动由你~。Hoạt động lần này do anh dẫn đầu. ❷<名>người dẫn đầu đội ngũ

【领海】lǐnghǎi<名>lãnh hải; vùng biển; hải phận

【领航】lǐngháng❶<动>hoa tiêu ❷<名>người hoa tiêu

【领会】lǐnghuì<动>thấm nhuần; lĩnh hội; hiểu

【领奖】lǐngjiǎng<动>lĩnh thưởng; nhận thưởng

【领教】lǐngjiào<动>❶lĩnh giáo; biết mùi: 你这一套我早已~过了。Tôi đã biết mùi cái ngón này của anh rồi. ❷thỉnh giáo; xin được chỉ bảo ❸thể nghiệm

【领结】lǐngjié<名>cái nơ (cài ở cổ áo)

【领巾】lǐngjīn<名>khăn quàng (cổ): 红~ khăn quàng đỏ

【领军】lǐngjūn<动>dẫn quân

【领空】lǐngkōng<名>không phận; vùng trời: ~权 quyền không phận

【领口】lǐngkǒu<名>❶cổ (áo) ❷ve áo

【领路】lǐnglù<动>dẫn đường

【领略】lǐnglüè<动>lĩnh hội; hiểu ý; nhận thức

【领情】lǐngqíng<动>cảm kích; biết ơn; tiếp nhận tình cảm tốt đẹp

【领取】lǐngqǔ<动>lĩnh; nhận: ~邮包 nhận bưu kiện

【领事】lǐngshì<名>lãnh sự

【领事馆】lǐngshìguǎn<名>lãnh sự quán

【领受】lǐngshòu<动>tiếp nhận; đón nhận

【领头】lǐngtóu<动>[口]dẫn đầu: ~羊 con chim đầu đàn

【领土】lǐngtǔ<名>lãnh thổ: ~完整 toàn vẹn lãnh thổ

【领悟】lǐngwù<动>lĩnh hội; hiểu ý; ngộ ra

【领先】lǐngxiān<动>❶dẫn đầu; đi trước ❷dẫn đầu; đi đầu (mức độ, thành tích)

【领衔】lǐngxián<动>người kí tên ở đầu bảng trong văn bản

【领袖】lǐngxiù<名>lãnh tụ

【领养】lǐngyǎng<动>nhận nuôi

【领域】lǐngyù<名>❶khu vực; vùng ❷lĩnh vực; phạm vi

【领子】lǐngzi<名>cổ áo

lìng

另 lìng❶<代>khác ❷<副>ngoài; khác: ~有安排 có sắp xếp khác

【另当别论】lìngdāng-biélùn coi là một vấn đề khác

【另类】lìnglèi❶<名>loại người khác; loại khác: 小说中的~ thể loại khác trong tiểu thuyết ❷<形>lập dị; khác

L

người: 他写作的文风有点~。Phong cách viết bài của anh ấy hơi lập dị.

【另立门户】lìnglì-ménhù tách ra thiết lập một gia đình riêng; tạo một trường phái mới

【另谋出路】lìngmóu-chūlù tìm một lối thoát khác

【另起炉灶】lìngqǐ-lúzào ❶dựng lại bếp núc; làm lại từ đầu ❷ví làm cái khác; làm theo kiểu khác

【另请高明】lìngqǐng-gāomíng đi mời người giỏi hơn

【另外】lìngwài ❶<代>khác: 他想跟你谈~一份合同。Anh ấy muốn bàn với cậu bản hợp đồng khác. ❷<副>thêm: 我队又~补充几名新队员。Đội ta lại bổ sung thêm mấy đội viên mới. ❸<连>ngoài ra: 他买了两套西装，~还买了一件大衣。Anh ấy đã mua hai bộ comple, ngoài ra còn mua thêm chiếc áo khoác.

【另眼相看】lìngyǎn-xiāngkàn nhìn với con mắt khác; phân biệt đối xử

令¹ lìng ❶<动>lệnh; ra lệnh ❷<名>lệnh; mệnh lệnh: 号~ hiệu lệnh ❸<动>khiến; làm cho ❹<名>trò chơi góp vui khi uống rượu ❺<名>thể thơ từ: 小~ tiểu lệnh ❻<名>[旧]chức quan: 县~ huyện lệnh

令² lìng <名>tiết (chỉ thời tiết)

令³ lìng <形>❶[书]tốt; tốt đẹp: ~德 đạo đức tốt ❷nhà; nhà ta (lời nói kính trọng): ~堂 mẹ của ngài

【令人发指】lìngrén-fàzhǐ làm cho tức đến nỗi tóc dựng ngược lên; uất đến tận cổ; tức nghẹn cổ

【令人鼓舞】lìngrén-gǔwǔ khiến người lấy làm cổ vũ

【令人捧腹】lìngrén-pěngfù khiến người ôm bụng cười

【令人注目】lìngrén-zhùmù gây nên sự chú ý của mọi người

【令人作呕】lìngrén-zuò'ǒu khiến

người ta buồn nôn; lợm giọng

【令行禁止】lìngxíng-jìnzhǐ có lệnh thì hành, hễ cấm thì ngừng

liū

溜¹ liū ❶<动>trượt; trượt xuống ❷<动>nhẵn; tròn ❸<动>chuồn; lỉnh: ~光 chuồn sạch/chuồn hết ❹<动>[方]nhìn; xem ❺<动>xuôi theo; men theo: ~边 dựa vào bên ❻<副>[方]rất; vô cùng

溜² liū <动>xào lăn
另见liù

【溜冰】liūbīng <动>❶trượt băng ❷trượt pa-tanh

【溜冰场】liūbīngchǎng <名>sân băng; sân pa-tanh

【溜冰鞋】liūbīngxié <名>giày trượt băng; giày trượt pa-tanh

【溜达】liūda <动>[口]đi bách bộ; đi dạo; đi bát phố: 你又上哪儿~去了? Anh đã đi dạo những đâu rồi?

【溜旱冰】liū hànbīng trượt pa-tanh

【溜须拍马】liūxū-pāimǎ nịnh nọt; nịnh hót; ton hót; a dua

【溜之大吉】liūzhī-dàjí chuồn; chuồn mất; biến mất (ý khôi hài)

【溜走】liūzǒu <动>chuồn; biến; lỉnh; lùi

liú

刘 Liú // (姓) Lưu

【刘海儿】liúhǎir <名>tóc bờm; chỏm tóc Hi Nhi

浏 liú <形>[书]nước trong vắt

【浏览】liúlǎn <动>xem lướt; đọc lướt; xem qua

【浏览器】liúlǎnqì <名>bộ trình duyệt

留 liú <动>❶lưu lại; ở lại; giữ vị trí cũ: ~守 ở lại thủ giữ ❷giữ lại; không cho rời khỏi: 拘~ tạm giam ❸để ý; lưu tâm: ~意 lưu ý ❹để lại

❺nhận ❻du học ❼ghi lại

【留步】liúbù<动>không cần phải tiễn (lời nói khách sáo): 你不必送了, 请~吧。Xin anh cứ tự nhiên, không cần phải tiễn.

【留存】liúcún<动>❶bảo tồn; lưu trữ lại: ~备查 lưu trữ lại để tra cứu ❷còn lại; còn giữ lại được

【留底】liúdǐ<动>giữ lại cái gốc, cái ban đầu

【留后路】liú hòulù sắp xếp sẵn lối rút lui; để lối thoát

【留级】liújí<动>lưu ban; ở lại học đúp

【留恋】liúliàn<动>lưu luyến

【留名】liúmíng<动>lưu danh; để lại tiếng tăm

【留念】liúniàn<动>lưu niệm: 合影~ ảnh chụp chung làm lưu niệm

【留情】liúqíng<动>nể nang; nể tình

【留任】liúrèn<动>vẫn giữ lại làm; tiếp tục nhiệm chức

【留神】liúshén<动>lưu ý; để ý; chu y

【留守】liúshǒu<动>❶lưu thủ (chỗ vua ở khi đi vi hành) ❷đóng giữ; đơn vị trực ở lại

【留守儿童】liúshǒu értóng trẻ em ở lại quê nhà (do cha mẹ đi lao động trong thành thi)

【留宿】liúsù<动>❶giữ ngủ lại; cho ở trọ: 非酒店房客不得~。Ngoài khách thuê phòng không được phép ở trọ. ❷ngủ trọ; ngủ lại; nghỉ lại: 天太晚了, 你就在我家~吧。Muộn rồi, anh nghỉ lại nhà tôi vậy.

【留下】liúxià<动>ở lại; giữ lại

【留校】liúxiào<动>ở lại trường: 她毕业后~任教。Sau ngày tốt nghiệp chị ấy ở lại giảng dạy trong trường.

【留心】liúxīn<动>để tâm; lưu tâm; để ý

【留学】liúxué<动>du học; đi du học nước ngoài

【留学生】liúxuéshēng<名>lưu học sinh

【留言】liúyán❶<动>nhắn tin ❷<名>lời góp ý

【留言簿】liúyánbù<名>sổ góp ý kiến

【留医】liúyī<动>nằm viện

【留一手】liú yīshǒu giấu nghề; giữ nghề; giữ miếng

【留意】liúyì<动>lưu ý; chú ý

【留影】liúyǐng❶<名>ảnh lưu niệm ❷<动>chụp ảnh lưu niệm

【留用】liúyòng<动>❶lưu dụng; giữ lại làm việc (nhân viên): 他表现不错, 可以~。Cậu ấy biểu hiện rất khá, có thể giữ lại làm việc. ❷tiếp tục sử dụng (vật phẩm)

【留余地】liú yúdì để lối thoát; để chỗ nói (làm) khác đi

【留种】liúzhǒng<动>[农业]để giống (cây trồng hay vật nuôi)

流¹ liú❶<动>chảy: ~口水 chảy nước rãi ❷<动>di động; lưu chuyển: ~水 dòng nước chảy ❸<动>truyền đi; lưu truyền: ~布 lưu truyền ❹<动>chuyển đổi ❺<动>rơi vào. ~失 thất thoát ❻<名>dòng; luồng (điện nước, không khí...) ❼<名>loại; hạng; đẳng cấp: 名~ nhân sĩ danh tiếng ❽<动>đày đi: 被~放 bị đày đi

流² liú<量>[物理]tên gọi tắt của lumen

【流鼻涕】liú bítì chảy nước mũi

【流产】liúchǎn<动>❶sẩy thai; đẻ non ❷thất bại (kế hoạch): 原定的计划~了。Kế hoạch đã bị phá sản.

【流畅】liúchàng<形>lưu loát; trôi chảy: 运行~ vận hành trôi chảy

【流程】liúchéng<名>❶đường chảy của dòng nước; dòng chảy ❷thủ tục; quy trình công nghệ; lưu trình: 工艺~图 sơ đồ quy trình công nghệ/ sơ đồ lưu trình công nghệ

【流出】liúchū<动>đổ ra; chảy ra

【流传】liúchuán<动>lưu truyền

【流窜】liúcuàn<动>chạy trốn tán loạn; lẩn: ~犯 can phạm chạy trốn

L

【流动】liúdòng〈动〉❶(nước) chảy ❷lưu động; luân lưu: 人员~ nhân viên lưu động

【流动人口】liúdòng rénkǒu dân số lưu động

【流动资金】liúdòng zījīn vốn lưu động

【流放】liúfàng〈动〉đi đày; đày đi

【流感】liúgǎn〈名〉bệnh cảm cúm; dịch cúm

【流浪】liúlàng〈动〉lưu lạc; lang thang

【流浪汉】liúlànghàn〈名〉kẻ lang thang

【流离失所】liúlí-shīsuǒ bơ vơ không nơi nương tựa

【流利】liúlì〈形〉❶(lời nói, câu văn) lưu loát ❷trôi chảy

【流连忘返】liúlián-wàngfǎn lưu luyến quên về

【流量】liúliàng〈名〉❶lượng nước chảy: 水~ lượng nước chảy ❷lưu lượng (người, xe cộ)

【流露】liúlù〈动〉bộc lộ; thổ lộ

【流落】liúluò〈动〉❶phiêu bạt; lưu lạc; trôi giạt ❷thất lạc: 这些文物~民间已久。Những văn vật này thất lạc nơi dân gian đã lâu.

【流氓】liúmáng〈名〉❶lưu manh; người sống lang thang: ~恶棍 kẻ lưu manh ác ôn ❷thủ đoạn lưu manh; thói lưu manh

【流派】liúpài〈名〉dòng tư tưởng; trường phái: 文学~ trường phái văn học

【流入】liúrù〈动〉truyền vào

【流沙】liúshā〈名〉❶cát trôi ❷cát tơi; cát lắng ❸đất cát

【流失】liúshī〈动〉❶trôi mất; xói mòn: 水土~ đất cát bị xói mòn ❷mất; thất thoát: 肥效~ mất hiệu lực của phân ❸chuyển đi; rời đi: 人才~ nhân tài chuyển đi nơi khác

【流食】liúshí〈名〉món ăn lỏng; thức ăn lỏng

【流逝】liúshì〈动〉(như nước) trôi đi mất: 青春~ tuổi xuân trôi đi

【流水线】liúshuǐxiàn〈名〉dây chuyền sản xuất

【流水账】liúshuǐzhàng〈名〉❶sổ chi thu hàng ngày ❷ví sự trình thuật thiếu trọng tâm

【流水作业】liúshuǐ zuòyè sản xuất dây chuyền

【流淌】liútǎng〈动〉chảy, nhẹ trôi

【流通】liútōng〈动〉❶lưu thông; thông thoáng ❷(hàng, tiền) lưu thông: 商品~ hàng hóa lưu thông

【流通货币】liútōng huòbì tiền tệ lưu thông

【流亡】liúwáng〈动〉lưu vong

【流线型】liúxiànxíng〈名〉hình giọt nước; dáng thuôn; dáng khí động

【流向】liúxiàng〈名〉❶hướng chảy ❷xu hướng; khuynh hướng

【流星】liúxīng〈名〉❶sao băng; sao sa ❷vũ khí hay động tác giống sao sa

【流行】liúxíng〈动〉lưu hành phổ biến; thịnh hành: ~音乐 âm nhạc thịnh hành

【流行病】liúxíngbìng〈名〉❶bệnh truyền nhiễm; bệnh dịch ❷ví tệ nạn xã hội

【流行歌曲】liúxíng gēqǔ ca khúc được yêu thích; bài hát quen thuộc; nhạc thịnh hành

【流行性感冒】liúxíngxìng gǎnmào cúm

【流行语】liúxíngyǔ〈名〉ngữ lưu hành; tiếng thông dụng (những câu nói mới đang phổ biến sử dụng)

【流血】liúxuè〈动〉đổ máu; chảy máu

【流言】liúyán〈名〉lời đồn; lời bịa đặt; lời đồn đại: ~蜚语 những lời đồn đặt

【流域】liúyù〈名〉lưu vực (sông)

【流质】liúzhì❶〈形〉lỏng ❷〈名〉thức ăn lỏng

琉liú
【琉璃】liúli<名>ngọc lưu li
【琉璃瓦】liúliwǎ<名>ngói lưu li; ngói tráng men

硫liú<名>[化学]lưu huỳnh (kí hiệu: S)
【硫化物】liúhuàwù<名>vật lưu hóa; sulfide
【硫黄】liúhuáng<名>lưu huỳnh
【硫酸】liúsuān<名>a-xít sun-phu-ric

榴liú<名>thạch lựu
【榴梿】liúlián<名>cây và quả sầu riêng

瘤liú<名>khối u
【瘤子】liúzi<名>[口]nhọt; u nhọt

liǔ

柳liǔ<名>cây liễu // (姓) Liễu
【柳暗花明】liǔ'àn-huāmíng liễu xanh hoa thắm; ví triển vọng tốt đẹp
【柳眉】liǔméi<名>mày liễu; lông mày lá liễu: ~弯弯 cặp mày lá liễu cong cong
【柳树】liǔshù<名>cây liễu
【柳条】liǔtiáo<名>cành liễu
【柳絮】liǔxù<名>tơ liễu; bông liễu: ~飘飞 tơ liễu bay phất phơ

liù

六liù<数>sáu; lục
【六角形】liùjiǎoxíng<名>hình lục giác
【六亲】liùqīn<名>lục thân (sáu người thân: phụ, mẫu, huynh, đệ, thê, tử): ~不认 mất hết tình nghĩa họ hàng thân nhân
【六神无主】liùshén-wúzhǔ hoang mang; lo sợ; mất bình tĩnh; hớt hải
【六一国际儿童节】Liù-Yī Guójì Értóng Jié Ngày Quốc tế Thiếu nhi (mồng 1 tháng 6)
【六月】liùyuè<名>tháng sáu

陆liù<数>chữ "六" viết kép
另见lù

遛liù<动>❶đi dạo; đi thong thả: ~弯 tản bộ ❷dắt đi dong: ~马 dắt ngựa đi dong
【遛狗】liùgǒu<动>dắt chó đi dạo

溜¹liù❶<名>dòng nước xiết: 大~ nước chảy xiết ❷<形>[方] nhanh nhẹn ❸<名>máng xối ❹<名>dãy; luống: 承~ hứng nước mưa trên mái nhà đổ xuống ❺<名> vùng; nơi ❻<动>[方]luyện giọng

溜²liù<动>[方]trát; bịt
另见liū

lóng

龙lóng<名>❶con rồng ❷long (tượng trưng cho vua, cũng chỉ các đồ vật thuộc về vua): ~袍 long bào
【龙船】lóngchuán<名>thuyền rồng
【龙飞凤舞】lóngfēi-fèngwǔ rồng bay phượng múa: 他的书法～。Chữ viết anh ấy như rồng bay phượng múa.
【龙凤胎】lóngfèngtāi<名>sinh đôi trai gái
【龙卷风】lóngjuǎnfēng<名>gió xoáy; gió lốc; gió thần phong
【龙舌兰】lóngshélán<名>[植物]lan lưỡi rồng; cỏ thùa
【龙套】lóngtào<名>❶áo rồng ❷diễn viên mặc áo vằn hổ
【龙头】lóngtóu<名>❶vòi nước ❷[方]ghi đông xe đạp ❸dẫn đầu; chủ đạo ❹[方]thủ lĩnh giang hồ; đại ca giới giang hồ; trùm xã hội đen
【龙头企业】lóngtóu qǐyè xí nghiệp hàng đầu; doanh nghiệp đầu tàu
【龙虾】lóngxiā<名>tôm hùm
【龙须面】lóngxūmiàn<名>loại mì nhỏ sợi
【龙眼】lóngyǎn<名>[植物](cây, quả) nhãn
【龙争虎斗】lóngzhēng-hǔdòu sự

đấu chọi giữa rồng và hổ; tranh hùng

【龙舟】lóngzhōu<名>thuyền rồng

聋 lóng<形>điếc; nghễnh ngãng

【聋哑】lóngyǎ<形>câm điếc

【聋哑人】lóngyǎrén<名>người câm điếc

【聋子】lóngzi<名>người điếc; người khiếm thính

笼 lóng❶<名>cái lồng; cái chuồng: 木~ chiếc lồng gỗ ❷<名>cái vi (hấp): 面包蒸~ vi hấp bánh bao ❸<名>lao lung (cái cũi nhốt phạm nhân) ❹<动>[方]khoanh tay (trong ống tay áo): ~手站在一旁 khoanh tay đứng một bên
另见lǒng

【笼屉】lóngtì<名>cái vi (hấp)

【笼头】lóngtou<名>cái dàm (ở đầu lừa, ngựa)

【笼子】lóngzi<名>cái lồng

隆 lóng❶<形>to lớn; bề thế; to tát: ~重 long trọng ❷<形>hưng thịnh; thịnh vượng: 生意兴~ làm ăn thịnh vượng ❸<形>sâu sắc; sâu đậm; thắm thiết; đậm: ~情 tình cảm sâu đậm ❹<动>lồi ra; gồ lên; u lên: 山脊~起。Lưng núi gồ lên.

【隆鼻】lóngbí<动>độn cho sống mũi cao lên

【隆冬】lóngdōng<名>mùa đông giá lạnh: ~腊月 tháng chạp giá rét

【隆隆】lónglóng<拟>ầm ầm; ình ình; ì ầm; ầm vang

【隆起】lóngqǐ<动>nổi lên; gồ lên

【隆胸】lóngxiōng<动>độn ngực; bơm vú

lǒng

拢 lǒng<动>❶khép lại: 合~大门 khép lại cánh cổng lớn ❷áp sát đến; cập sát: 靠~ áp sát vào ❸gộp lại; cộng lại: 归~ quy tụ lại ❹bó lại; ôm lấy: 收~ bó buộc lại ❺chải (tóc)

垄 lǒng<名>❶luống (đất): ~沟 rãnh ❷bờ (ruộng) ❸gờ

【垄断】lǒngduàn<动>lũng đoạn; độc quyền: 市场已被这个厂家~。Cả thị trường đã bị xí nghiệp này lũng đoạn.

【垄断市场】lǒngduàn shìchǎng thị trường lũng đoạn

笼 lǒng❶<动>chụp xuống; ập xuống; che phủ ❷<名>cái lồng: 竹~ lồng tre
另见lóng

【笼络】lǒngluò<动>lôi kéo; lung lạc; mua chuộc: ~人心 mua chuộc lòng người

【笼统】lǒngtǒng<形>chung chung; qua loa; khái quát

【笼罩】lǒngzhào<动>bao phủ

lòng

弄 lòng<名>[方]ngõ hẻm; hẻm
另见nòng

【弄堂】lòngtáng<名>[方]ngõ hẻm

lōu

搂 lōu<动>❶vơ ❷vén lên ❸vơ vét ❹[方]kéo; giật lại ❺[方]đối chiếu; tính toán
另见lǒu

lóu

楼 lóu<名>❶lầu; gác; nhà tầng; nhà lầu: 百货大~ bách hóa đại lầu ❷tầng; gác: 我家在五~。Nhà tôi ở gác năm. ❸lầu: 鼓~ lầu gõ trống điểm canh ❹lầu; quán; tiệm; nhà: 茶~ quán trà

【楼层】lóucéng<名>tầng gác

【楼道】lóudào<名>hành lang

【楼房】lóufáng<名>nhà lầu; nhà cao tầng

【楼阁】lóugé<名>lầu và gác; nhà gác

【楼盘】lóupán<名>nhà lầu đang xây dựng hoặc bán

【楼上】lóushàng<名>trên gác

【楼市】lóushì<名>❶thị trường địa ốc ❷tình hình thị trường địa ốc

【楼梯】lóutī<名>thang gác; cầu thang

【楼下】lóuxià<名>dưới nhà

【楼主】lóuzhǔ<名>chủ nhà

lǒu

搂 lǒu❶<动>ôm; ẵm ❷<量>bó
另见lōu

【搂抱】lǒubào<动>ôm; ôm ấp; ẵm

篓 lǒu<名>cái sọt (gùi)

【篓子】lǒuzi<名>cái sọt; sọt

lòu

陋 lòu<形>❶xấu: 丑~ xấu xí ❷thô; sơ sài; xoàng xĩnh: 粗~ thô thiển ❸nhỏ hẹp; chật hẹp; sơ sài; rách nát: ~室 nhà rách ❹cổ hủ; không văn minh; không hợp lí; thô bạo: 摒除~习 gạt bỏ những tập tục thiếu văn minh ❺(kiến thức) nông cạn: 知识浅~ kiến thức nông cạn

【陋室】lòushì<名>nhà cửa xuềnh xoàng

【陋习】lòuxí<名>thói xấu

镂 lòu<动>điêu khắc; chạm trổ

【镂花】lòuhuā<名>hoa văn chạm trổ

【镂空】lòukōng<动>chạm rỗng; chạm lộng; khắc chìm; chạm chìm

漏 lòu❶<动>cháy; rỉ; rò; dột: 汤汁~出来了。Nhân lòng đã dột ra. ❷<动>thùng; hở: ~肩衫 áo hở vai ❸<名>ấm thủng ❹<动>lộ; để lộ; tiết lộ: 走~消息 tin tức bị tiết lộ ra ngoài ❺<动>sót; rơi; để sót; bỏ sót; thiếu sót: 请问还~了谁的名字吗? Xin hỏi có bỏ sót tên ai không nhỉ?

chiếc cốc thủng đáy/li dò

【漏电】lòudiàn<动>rò điện: 小心~ cẩn thận dò điện

【漏洞】lòudòng<名>❶lỗ hở; vết nứt: 这水桶有个~。Chiếc thùng này có vết nứt. ❷(chỗ) sơ hở; thiếu sót: 他的话里有很多~。Lời nói của anh ấy có lắm chỗ thiếu sót.

【漏洞百出】lòudòng-bǎichū có rất nhiều sơ hở

【漏斗】lòudǒu<名>cái phễu

【漏风】lòufēng<动>❶lọt gió; lùa gió ❷phều phào (do bị rụng răng) ❸để lộ tin

【漏缝】lòufèng<名>khe hở

【漏气】lòuqì<动>xịt hơi, thoát hơi

【漏勺】lòusháo<名>muôi vớt

【漏税】lòushuì<动>lậu thuế; trốn thuế: 偷税~可耻。Trốn thuế lậu thuế là điều sỉ nhục.

【漏网】lòuwǎng<动>lọt lưới

【漏网之鱼】lòuwǎngzhīyú cá lọt lưới, ví tội phạm hay quân địch trốn thoát

【漏油】lòuyóu<动>rò thoát dầu (xăng)

【漏嘴】lòuzuǐ<动>nói hở; nhỡ mồm (nhỡ miệng): 他一不小心说~了。Anh ta không cẩn thận mà nói hở rồi.

露 lòu 义同"露²"(lù), dùng cho những từ dưới đây.
另见lù

【露背】lòubèi<动>hở lưng: ~装 kiểu trang phục hở lưng

【露风】lòufēng<动>lộ tin: 这件事不能~。Việc này cấm lộ tin.

【露富】lòufù<动>khoe giàu; phô của

【露脸】lòuliǎn<动>❶mặt mày rạng rỡ; vẻ vang; đẹp mặt ❷[方]lộ diện; ló mặt; xuất hiện

【露马脚】lòu mǎjiǎo lòi đuôi; lộ tẩy; lộ rõ chân tướng

【露面】lòumiàn<动>lộ diện; lộ mặt; xuất đầu lộ diện; đứng ra: 老板近来

很少在公司~。Thời gian này sếp rất ít khi xuất hiện tại công ti.

【露脐装】lòuqízhuāng<名>kiểu áo hở rốn

【露头】lòutóu<动>❶thò đầu ra ❷mới xuất hiện
另见lùtóu

【露馅儿】lòuxiànr<动>lòi (cái dối trá) ra; lộ tẩy

【露一手】lòu yīshǒu trổ tài; thể hiện tài năng; bộc lộ năng khiếu (ở một phương diện hay một việc gì đó)

lú

芦 lú<名>[植物]cây lau; cây sậy
【芦花】lúhuā<名>hoa lau; bông lau
【芦荟】lúhuì<名>lô hội
【芦笙】lúshēng<名>khèn
【芦笋】lúsǔn<名>măng tây
【芦苇】lúwěi<名>lau sậy
【芦席】lúxí<名>chiếu đan bằng sậy; chiếu lau

庐 Lú<名>Lư Châu
【庐山】Lú Shān<名>núi Lư Sơn, nằm ở tỉnh Giang Tây Trung Quốc, khu du lịch nổi tiếng Trung Quốc

炉 lú<名>bếp; lò
【炉火纯青】lúhuǒ-chúnqīng lửa lò đã xanh đều; thành thục; hoàn mĩ; tay nghề điêu luyện
【炉具】lújù<名>dụng cụ đồ bếp
【炉灶】lúzào<名>bếp lò; bếp núc; bếp
【炉子】lúzi<名>bếp; lò

鸬 lú
【鸬鹚】lúcí<名>chim cốc

颅 lú<名>đầu lâu; đầu
【颅骨】lúgǔ<名>đầu lâu; sọ; xương sọ
【颅腔】lúqiāng<名>khoang sọ; hộp sọ

鲈 lú<名>cá lô; cá vược
【鲈鱼】lúyú<名>cá vược; cá béc ca

lǔ

卤 lǔ❶<名>nước chạt; nước muối ❷<名>[化学]Halogen ❸<动>rim: ~蛋 món trứng rim ❹<名>nước sốt (nước đun cô lại, canh đặc từ thịt, trứng, dùng để rưới lên mì sợi hoặc thức ăn khác) ❺<名>đồ uống đặc
【卤菜】lǔcài<名>món ăn rim hay kho mặn
【卤面】lǔmiàn<名>mì sốt trứng thịt
【卤肉饭】lǔròufàn<名>cơm thịt kho
【卤水】lǔshuǐ<名>❶nước muối; nước ót; nước chạt (sau khi nấu muối) ❷dung dịch muối mỏ
【卤味】lǔwèi<名>thức ăn ướp (để rim)
【卤汁】lǔzhī<名>nước cốt rim

掳 lǔ<动>[书]bắt cóc
【掳掠】lǔlüè<动>bắt người cướp của; bắt cóc và cướp giật

鲁 lǔ<形>❶đần độn; chậm chạp; lù khù: 愚~ ngu đần ❷thô lỗ: 粗~ thô lỗ
【鲁钝】lǔdùn<形>[书]ngu ngốc; đần độn
【鲁莽】lǔmǎng<形>lỗ mãng

橹 lǔ<名>mái chèo

lù

陆 lù<名>lục địa; đất liền; trên cạn; trên bộ // (姓) Lục
另见liù
【陆地】lùdì<名>lục địa; đất liền; trên bộ; trên cạn
【陆海空】lù-hǎi-kōng<名>lục hải không: ~三军仪仗队 đội danh dự lục hải không quân
【陆军】lùjūn<名>lục quân; bộ binh
【陆路】lùlù<名>đường bộ: ~交通 giao thông đường bộ
【陆续】lùxù<副>lần lượt; lục tục

录 lù❶<动>ghi chép; chép; sao lục: 摘~好词佳句 ghi chép lại những

câu và từ hay ❷<动>thu âm; sang băng; quay video ❸<动>thu nhận; sử dụng; tuyển dụng ❹<名>sổ sách; danh mục; tập (bản) danh sách: 目~ mục lục

【录播】lùbō<动>ghi lại và phát sóng

【录放机】lùfàngjī<名>máy video; máy ghi âm

【录取】lùqǔ<动>❶tuyển chọn; kết nạp vào; chọn được: 她已通过考试，被~为公务员。Chị ấy đã thông qua kì thi xét tuyển và được tuyển chọn làm công chức. ❷[方]ghi lại

【录入】lùrù<动>nhập liệu vào (máy tính)

【录像】lùxiàng❶<动>ghi hình; thu hình lại; video ❷<名>hình ảnh video

【录像机】lùxiàngjī<名>máy video

【录像师】lùxiàngshī<名>nhân viên quay video

【录音】lùyīn❶<动>ghi âm ❷<名>âm thanh được ghi lại

【录音笔】lùyīnbǐ<名>bút ghi âm

【录音电话】lùyīn diànhuà điện thoại ghi âm

【录音棚】lùyīnpéng<名>phòng thu

【录音室】lùyīnshì<名>phòng ghi âm

【录用】lùyòng<动>❶tuyển dụng (nhân viên); nhận; dùng: ~单位 đơn vị tuyển dụng ❷sử dụng

【录制】lùzhì<动>ghi hình; ghi âm

鹿 lù<名>con hươu (nai)

【鹿角】lùjiǎo<名>❶sừng hươu ❷chướng ngại vật

【鹿茸】lùróng<名>lộc nhung; nhung hươu

绿 lù 义同"绿"(lǜ)，用于"绿林、绿营、鸭绿江"等。
另见lǜ

【绿林】lùlín<名>lục lâm

碌 lù<形>❶bình thường; tầm thường; thường (chỉ người): 庸~无为 tầm thường ❷bận bịu; long đong; vất vả; bề bộn: 劳~半生 tất bật suốt nửa đời người

【碌碌】lùlù<形>❶tầm thường; thường; xoàng: ~无为 tầm thường vô tích sự ❷bề bộn; bận rộn; long đong

路 lù❶<名>đường; sá; lối đi ❷<名>lộ trình; chặng đường: 走一里~ đi một dặm đường ❸<名>phương diện: 各~英雄 anh hùng mọi nẻo ❹<量>loại; thứ hạng: 他是哪~人? Hắn là hạng người gì? ❺<名>đường lối; biện pháp: 活~ lối sống ❻<名>dòng mạch: 思~ mạch tư duy ❼<名>tuyến, số xe buýt: 5~车 xe buýt tuyến số 5

【路边摊】lùbiāntān<名>quán hàng bên đường; quán cóc

【路标】lùbiāo<名>❶biển (báo) giao thông; biển chỉ đường; cột hiệu ❷tiêu chí liên lạc (của một đội ngũ khi hành động cắm ở dọc đường)

【路程】lùchéng<名>❶lộ trình; hành trình, chặng đường: 遥远 chặng đường xa xôi ❷độ dài; chiều dài

【路灯】lùdēng<名>đèn đường

【路段】lùduàn<名>đoạn đường

【路费】lùfèi<名>lộ phí; tiền đi đường

【路过】lùguò<动>đi qua; ghé qua: ~此地 đi qua nơi này

【路基】lùjī<名>nền đường

【路径】lùjìng<名>❶con đường; đường lối; đường đi; lối đi ❷bí quyết; hướng; kênh; biện pháp

【路口】lùkǒu<名>nút đường; ngã đường

【路况】lùkuàng<名>tình hình đường sá

【路牌】lùpái<名>biển trên đường phố; biển chỉ đường

【路人】lùrén<名>người đi đường; khách qua đường; người dưng

【路人皆知】lùrénjiēzhī ai ai cũng biết

【路上】lùshang<名>❶trên mặt đường ❷dọc đường; trên đường đi:

L

~要注意安全。Nên chú ý an toàn trên đường.

【路途】lùtú<名>❶đường; đường đi; lối (đi) ❷lộ trình; chặng đường; đường sá: ~艰辛 chặng đường gian truân

【路线】lùxiàn<名>❶tuyến đường ❷đường lối

【路由器】lùyóuqì<名>bộ định tuyến (router)

【路障】lùzhàng<名>chướng ngại vật

【路子】lùzi<名>đường đi; con đường; bí quyết

辚lù

【辚轳】lùlu<名>ròng rọc kéo nước; pa lăng

鹭lù<名>[动物]con cò; (con) cò diệc

【鹭鸶】lùsī<名>con cò diệc

露¹lù<名>❶sương móc: 甘~ cam lộ ❷nước giải khát (chế bằng hoa quả); nước: 荷叶~ nước lá sen

露²lù<动>❶lộ ra; để lộ; phơi trần: ~天 ngoài trời ❷biểu hiện; bộc lộ: ~出真面目 bộc lộ bộ mặt thật
另见lòu

【露出】lùchū<动>lộ ra

【露骨】lùgǔ<形>lộ liễu; trắng trợn

【露水】lùshui❶<名>sương móc ❷<形>ví quan hệ tạm thời, ngắn ngủi, dễ bị tiêu tan

【露宿】lùsù<动>(ngủ, ở) ngoài trời: ~街头 ngủ ngoài đầu đường

【露台】lùtái<名>[方]sân gác; sân thượng; ban công; sân trời

【露天】lùtiān❶<名>ngoài trời; ở ngoài trời ❷<形>lộ thiên

【露头】lùtóu<名>via khoáng lộ thiên; phần nhô lên (của mỏ than)
另见lòutóu

【露营】lùyíng<动>❶đóng quân ngoài trời ❷cắm trại; hoạt động dã ngoại

【露珠】lùzhū<名>giọt sương; hạt sương

lǘ

驴lǘ<名>con lừa

【驴友】lǘyǒu<名>người du lịch ba lô; khách du lịch ba lô: 他是一名资深~。Ông ấy đã là một khách ba lô kì cựu.

【驴子】lǘzi<名>[方]con lừa

lǚ

吕lǚ // (姓) Lữ, Lã

捋lǚ<动>vuốt: ~辫子 vuốt bím tóc
另见luō

旅¹lǚ❶<动>ở nơi đất khách; lữ hành; du lịch: ~途 chặng đường du lịch ❷<名>người ở đất khách: 行~ lữ khách

旅²lǚ❶<名>lữ; lữ đoàn (đơn vị biên chế trong quân đội): ~长 lữ đoàn trưởng ❷<名>quân đội: 劲~ quân đội lớn mạnh ❸<副>[书]cùng

【旅伴】lǚbàn<名>bạn đường; bạn đồng hành

【旅程】lǚchéng<名>chặng đường du lịch

【旅店】lǚdiàn<名>quán trọ; khách sạn

【旅费】lǚfèi<名>lộ phí; tiền đi đường

【旅馆】lǚguǎn<名>quán trọ; nhà trọ; khách sạn

【旅居】lǚjū<动>trú; trọ; ngụ cư

【旅客】lǚkè<名>lữ khách; hành khách

【旅社】lǚshè<名>lữ xá; quán trọ; khách sạn; nhà nghỉ: 青年~ khách sạn Thanh niên

【旅途】lǚtú<名>dọc đường đi; trên đường đi (du lịch)

【旅行】lǚxíng<动>du lịch

【旅行社】lǚxíngshè<名>hãng du lịch

【旅行团】lǚxíngtuán<名>đoàn du

lịch

【旅游】lǚyóu〈动〉du lịch

【旅游车】lǚyóuchē〈名〉xe du lịch

铝lǚ〈名〉[化学]nhôm (kí hiệu: Al)

【铝箔】lǚbó〈名〉[材料]màng nhôm; giấy bạc

【铝厂】lǚchǎng〈名〉nhà máy nhôm

【铝锅】lǚguō〈名〉nồi nhôm

【铝合金】lǚhéjīn〈名〉hợp kim nhôm

【铝矿】lǚkuàng〈名〉bô-xít

【铝土矿】lǚtǔkuàng〈名〉quặng bô-xit

屡lǚ〈副〉nhiều lần; liên tiếp; luôn luôn; dồn dập

【屡次】lǚcì〈副〉nhiều lần; hết lần này đến lần khác

【屡次三番】lǚcì-sānfān nhiều lần; năm lần bảy lượt

【屡教不改】lǚjiào-bùgǎi giáo dục nhiều lần mà không sửa; đánh chết cái nết không chừa

【屡屡】lǚlǚ〈副〉nhiều lần, luôn

缕lǚ❶〈名〉tơ; sợi; dây; mố ❷〈副〉từng điều một; cặn kẽ ti mi ❸〈量〉sợi; cuộn; mớ; làn; mối; sợi: 千丝万~ trăm mối ngàn tơ

履lǚ❶〈名〉giày; dép ❷〈动〉dẫn bước; giẫm; vượt; đi ❸〈名〉bước chân; bước đi ❹〈动〉thực hiện; thi hành

【履带】lǚdài〈名〉[机械]dây xích; bánh xích

【履历】lǚlì〈名〉❶lí lịch (cá nhân) ❷bản lí lịch

【履历表】lǚlìbiǎo〈名〉tờ khai lí lịch

【履行】lǚxíng〈动〉thực hiện; thực thi; làm tròn: ~职责 thực hiện bổn phận

lǜ

律lǜ❶〈名〉pháp luật; luật; quy tắc; quy định: 规~ quy luật ❷〈名〉[音乐]tiêu chuẩn định nhạc âm cao thấp của Trung Quốc thời xưa ❸〈名〉thơ Đường luật: 七~诗 thơ luật bảy chữ ❹〈动〉[书] ràng buộc; gò bó; kiềm chế: 严于~己 nghiêm khắc với chính mình

【律例】lǜlì〈名〉luật lệ

【律师】lǜshī〈名〉luật sư

【律师事务所】lǜshī shìwùsuǒ văn phòng luật sư

率lǜ〈名〉ti lệ; ti suất; mức: 圆周~ ti lệ chu vi hình tròn so với đường kính/số pi (π)
另见shuài

绿lǜ〈形〉xanh lá cây; xanh lục
另见lù

【绿宝石】lǜbǎoshí〈名〉lục bảo thạch; đá cườm xanh

【绿草如茵】lǜcǎo-rúyīn thảm cỏ xanh mượt; cỏ xanh như nệm êm

【绿茶】lǜchá〈名〉trà xanh; chè xanh

【绿灯】lǜdēng〈名〉đèn xanh

【绿地】lǜdì〈名〉dải xanh; bãi cỏ; đất được xanh hóa (trong thành phố)

【绿豆】lǜdòu〈名〉đậu xanh

【绿豆糕】lǜdòugāo〈名〉bánh đậu xanh

【绿化】lǜhuà〈动〉xanh hóa; phủ xanh

【绿化带】lǜhuàdài〈名〉dải cây xanh

【绿卡】lǜkǎ〈名〉thẻ xanh; giấy cư trú dài hạn (cho người nước ngoài)

【绿帽子】lǜmàozi〈名〉khăn chít (đầu) xanh; bị cắm sừng

【绿色】lǜsè❶〈名〉màu xanh ❷〈形〉xanh (chi đạt yêu cầu về bảo vệ môi trường, không ô nhiễm): ~能源 nguồn năng lượng xanh

【绿色食品】lǜsè shípǐn thực phẩm xanh

【绿色通道】lǜsè tōngdào kênh xanh

【绿色植物】lǜsè zhíwù thực vật xanh; cây xanh

【绿松石】lǜsōngshí〈名〉[矿物]đá lam ngọc

L

【绿叶】lǜyè〈名〉lá xanh

【绿荫】lǜyīn〈名〉bóng cây; rợp bóng cây xanh

【绿油油】lǜyóuyóu xanh mướt; xanh mơn mởn

【绿洲】lǜzhōu〈名〉ốc đảo (trên sa mạc)

氯lǜ〈名〉[化学]❶Clo (kí hiệu: Cl) ❷khí clo

【氯化钾】lǜhuàjiǎ〈名〉kali clorua

【氯化钠】lǜhuànà〈名〉natri clorua

【氯离子】lǜlízǐ〈名〉ion clorua

【氯霉素】lǜméisù〈名〉cloromixetin

【氯气】lǜqì〈名〉Clo (cách gọi thông thường)

【氯乙烯】lǜyǐxī〈名〉vinyl clorua

滤lǜ〈动〉lọc

【滤布】lǜbù〈名〉vải lọc

【滤尘】lǜchén〈动〉lọc bụi

【滤水池】lǜshuǐchí〈名〉bể lọc nước

【滤水器】lǜshuǐqì〈名〉máy lọc nước

【滤网】lǜwǎng〈名〉lưới lọc

【滤芯】lǜxīn〈名〉lõi lọc

【滤纸】lǜzhǐ〈名〉giấy lọc

【滤嘴】lǜzuǐ〈名〉đầu lọc; miệng lọc

luán

孪luán〈形〉[书]sinh đôi

【孪生】luánshēng〈形〉sinh đôi: ~姐妹 chị em sinh đôi

luǎn

卵luǎn〈名〉❶trứng: 产~ đẻ trứng ❷trứng thụ tinh ❸ngọc hành; dương vật

【卵巢】luǎncháo〈名〉buồng trứng; noãn sào

【卵磷脂】luǎnlínzhī〈名〉Lecithin

【卵泡】luǎnpāo〈名〉nang bào (noãn bào trong buồng trứng)

【卵生】luǎnshēng〈形〉đẻ (bằng) trứng: ~动物 động vật đẻ trứng

【卵细胞】luǎnxìbāo〈名〉tế bào trứng

【卵形】luǎnxíng〈名〉hình oval; hình bầu dục

【卵子】luǎnzǐ〈名〉trứng; loãn tử

luàn

乱luàn❶〈形〉loạn; rối; hỗn loạn; lộn xộn: 混~ hỗn loạn ❷〈名〉chiến tranh; loạn lạc; loạn: 叛~ phản loạn ❸〈动〉làm hỗn loạn; gây rắc rối: 捣~ gây rối ❹〈形〉(lòng dạ) rối bời; rối trí: 意~情迷 lòng dạ rối bời ❺〈副〉lung tung; bừa bãi: ~说 nói lung tung ❻〈形〉(quan hệ nam nữ) bất chính; dâm loạn; lăng nhăng: 淫~ dâm loạn

【乱成一团】luànchéngyītuán làm đảo lộn lung tung; rối như mớ bòng bong

【乱喊】luànhǎn〈动〉la hét om sòm

【乱哄哄】luànhōnghōng ầm ĩ; hỗn loạn; xôn xao

【乱叫】luànjiào〈动〉hò hét; (chó) hay sủa: 公共场所不要~。Ở nơi công cộng đừng hò hét inh ỏi.

【乱来】luànlái〈动〉làm đại; liều lĩnh

【乱伦】luànlún〈动〉loạn luân

【乱码】luànmǎ〈名〉mã loạn; mã sai

【乱蓬蓬】luànpéngpéng rối bời; bù xù; bờm xờm

【乱七八糟】luànqībāzāo lộn xộn lung tung; rối bời; bát nháo: 房间里~的。Trong nhà cứ lộn xộn lung tung.

【乱世】luànshì〈名〉thời loạn

【乱套】luàntào〈动〉[方]lộn xộn; mất trật tự; làm rối mù lên

【乱糟糟】luànzāozāo lộn xộn; rối bời

【乱子】luànzi〈名〉tai vạ; tai họa; việc rối loạn: 最近村里出~了。Gần đây trong thôn gặp chuyện rắc rối.

L

lüè

掠 lüè<动>❶cướp; cướp đoạt: ~人之美 cướp công danh của người khác ❷lướt nhẹ; lướt quai: 柳丝轻~湖面。Tơ liễu lướt nhẹ trên mặt hồ. ❸[书]vụt; quất

【掠夺】lüèduó<动>cướp đoạt; cướp bóc

【掠夺者】lüèduózhě<名>kẻ cướp đoạt; kẻ cướp

【掠过】lüèguò<动>lướt qua

【掠取】lüèqǔ<动>cướp đoạt; vơ vét

略[1] lüè❶<形>qua loa; sơ lược; giản đơn: 粗~浏览一下 duyệt qua loa ❷<名>tóm tắt: 概~ khái quát ❸<动>lược bớt; bỏ bớt: 这部分可以~写。Bộ phận này có thể lược bỏ. ❹<副>một chút; sơ sơ

略[2] lüè<名>kế hoạch; sách lược; mưu lược: 发展战~ chiến lược phát triển

略[3] lüè<动>xâm lược; xâm chiếm: 侵~ xâm lược

【略胜一筹】lüèshèng-yīchóu so cũng hơn chút đỉnh

【略微】lüèwēi<副>một chút; một tí; sơ sơ

【略为】lüèwéi<副>hơi; một chút; thoáng: 他近年来~发福了。Mấy năm gần đây anh ta cũng đã béo ra chút ít rồi.

【略有】lüèyǒu<副>hơi; có chút: ~出入 có chút khác biệt/có đôi chỗ chưa khớp với nhau

lūn

抡 lūn<动>❶vung mạnh (tay) quai ❷quẳng; ném

【抡拳】lūnquán<动>vung nắm đấm

lún

伦 lún<名>❶luân lí; luân thường đạo lí; nhân luân: ~理 luân lí ❷thứ tự; trật tự; nền nếp: ~次 thứ tự/mạch lạc ❸cùng loại; sánh ngang; như nhau: 无以~比 không gì so sánh bằng

【伦巴】lúnbā<名>điệu nhảy rumba

【伦理】lúnlǐ<名>luân lí

沦 lún<动>❶chìm; chìm đắm ❷sa vào; rơi vào (cảnh ngộ bất lợi); thất thủ

【沦落】lúnluò<动>❶lưu lạc; lang thang: ~街头 lang thang nơi đầu đường xó chợ ❷[书]sa sút; suy tàn ❸trầm luân; chìm đắm; chìm nổi

【沦丧】lúnsàng<动>tiêu vong; mất: 道德~ mất đạo đức

【沦为】lúnwéi<动>sa vào

【沦陷】lúnxiàn<动>❶(đất đai) lọt vào tay giặc; bị xâm chiếm ❷[书]đắm chìm; chìm ngập

轮 lún❶<名>bánh xe: 三~车 xe ba bánh ❷<名>vành; vầng (chỉ vật hình tròn): 年~ vòng tăng trưởng ❸<名>tàu thủy ❹<动>lần lượt; luân phiên: 岗位~换 luân chuyển cương vị ❺<量>vầng; vành: 一~明月 một vầng trăng sáng ❻<量>vòng; giáp: 全国象棋冠军赛已赛五~。Giải vô địch cờ tướng toàn quốc đã thi đấu năm vòng.

【轮班】lúnbān<动>cắt lượt; luân phiên; thay ca: 我们小组~值夜。Nhóm chúng tôi luân phiên trực ca đêm.

【轮船】lúnchuán<名>tàu thủy: ~驶出港口。Tàu thủy rời khỏi cảng.

【轮渡】lúndù❶<名>tàu phà ❷<动>chở bằng tàu phà

【轮番】lúnfān<副>luân phiên; thay nhau: ~轰炸 luân phiên oanh tạc

【轮岗】lúngǎng<动>luân phiên

L

cương vị

【轮滑】lúnhuá<名>trượt pa-tanh

【轮换】lúnhuàn<动>thay phiên nhau

【轮回】lúnhuí<动>❶[宗教]luân hồi (cách gọi của đạo Phật) ❷tuần hoàn

【轮奸】lúnjiān<动>hiếp dâm tập thể

【轮廓】lúnkuò<名>❶đường viền; cái khung; hình vẽ phác: 暮色中只见群山的~。Trời chạng vạng chi còn thấy những đường viền của núi non. ❷nét khái quát (của sự việc); tình hình chung

【轮流】lúnliú<动>luân phiên; thay phiên; lần lượt

【轮胎】lúntāi<名>săm lốp; săm xe

【轮替】lúntì<动>thay nhau

【轮休】lúnxiū<动>❶(người làm việc) luân phiên nghỉ ngơi ❷luân canh

【轮椅】lúnyǐ<名>xe đẩy; xe lăn

【轮值】lúnzhí<动>luân phiên trực ca

【轮转】lúnzhuàn<动>❶quay tròn; luân chuyển ❷[方]luân lưu; luân phiên

【轮子】lúnzi<名>bánh xe

lùn

论lùn❶<动>luận bàn; xét đoán: 争~ tranh luận ❷<名>lời bình luận; ý kiến bàn luận: 谬~ ngụy biện ❸<名>học thuyết; khoa học: 天体~ học thuyết thiên thể ❹<动>nhìn nhận; đối xử: 就事~事 nói nhằm vào sự việc (không bàn về việc khác) ❺<动>cân nhắc; đánh giá: ~资排辈 dựa vào tư cách để xếp thứ tự ❻<介>tính theo; nói theo: ~斤卖 bán theo cân

【论处】lùnchǔ<动>luận tội

【论点】lùndiǎn<名>luận điểm

【论调】lùndiào<名>luận điệu

【论断】lùnduàn❶<动>suy luận phán đoán; nhận định ❷<名>suy đoán; nhận định

【论据】lùnjù<名>luận cứ: ~充分 luận

cứ đầy đủ

【论理】lùnlǐ❶<动>nói lí; giảng giải ❷<副>theo lí mà nói; lẽ ra; đúng ra

【论述】lùnshù<动>trình bày và phân tích; luận bàn

【论说】lùnshuō❶<动>luận thuyết; nghị luận (thường chỉ văn viết) ❷<副>[口]theo lí mà nói; lẽ ra; đúng ra

【论坛】lùntán<名>diễn đàn: 举办~ tổ chức diễn đàn; 中国—东盟文化产业~ Diễn đàn ngành nghề văn hóa Trung Quốc-ASEAN

【论题】lùntí<名>❶luận đề ❷câu hỏi thảo luận

【论文】lùnwén<名>luận văn; luận án: ~答辩 bảo vệ luận án

【论证】lùnzhèng❶<动>luận chứng ❷<动>trình bày và chứng minh ❸<名>luận cứ

【论著】lùnzhù<名>chuyên khảo; tác phẩm nghiên cứu: ~等身 tác phẩm nghiên cứu cao bằng người

luō

捋luō<动>vuốt; vén; xắn: ~胳膊 xắn tay áo; ~袖子 xắn (ống) tay áo
另见lǚ

啰luō

【啰唆】luōsuo❶<形>lắm điều; lải nhải ❷<形>(việc) rườm rà; lôi thôi ❸<动>nói năng phiền phức; nói đi nói lại

luó

罗[1]luó❶<名>lưới (bắt chim): 布下天~地网 bố trí thiên la địa võng ❷<名>màng lọc; vải lọc: 铜丝~ giần dây đồng ❸<名>(hàng dệt bằng tơ) lượt; the; lụa: 绫~绸缎 the lụa lượt là ❹<动>chăng lưới (bắt chim) ❺<动>đón vời; thu thập; tập hợp: 网~党羽 gom góp tay sai ❻<动>bày biện; trưng bày: ~列事实 trình bày sự thật ❼<动>lọc; rây; giần: ~面 rây bột // (姓) La

罗² luó<量>(dùng trong thương nghiệp) gốt (mười hai tá, tức 144 chiếc); một lô

【罗布麻】luóbùmá<名>[植物] apocynum

【罗非鱼】luófēiyú<名>cá rô phi

【罗汉果】luóhànguǒ<名>❶quả la hán ❷cây la hán

【罗汉松】luóhànsōng<名>tùng la hán; thông nước; thông tre

【罗列】luóliè<动>❶bày ra; dàn ra ❷kể ra; liệt kê: ~数据 liệt kê dữ liệu

【罗马数字】Luómǎ shùzì chữ số La Mã

【罗曼蒂克】luómàndìkè lãng mạn

【罗盘】luópán<名>la bàn

【罗圈腿】luóquāntuǐ<名>chân vòng kiềng

【罗网】luówǎng<名>lưới; cái lưới (đánh chim, cá); cạm bẫy

萝 luó<名>cây thân bò; cây thân leo

【萝卜】luóbo<名>❶cây củ cải ❷củ cải: 拔出~带出泥 nhổ củ cải kéo bùn đất theo củ

逻 luó<动>tuần tra: 巡~ tuần tiễu

【逻辑】luójí<名>❶lôgic ❷tính quy luật khách quan ❸lôgic học

锣 luó<名>thanh la; chiêng; cồng

【锣鼓】luógǔ<名>chiêng trống

笸 luó<名>bồ; sọt; rá; thúng; rổ; lồ; giành

【笸筐】luókuāng<名>lồ; giành; bồ sọt; thúng mủng; rổ rá

骡 luó<名>[动物]con la

【骡马】luómǎ<名>ngựa và la; chỉ gia súc lớn nói chung

【骡子】luózi<名>con la

螺 luó<名>❶[动物]con ốc ❷vân tay hình xoắn ốc

【螺钉】luódīng<名>đinh ốc; ốc vít

【螺口】luókǒu<名>miệng xoay: ~灯

泡 bóng điện miệng xoay

【螺母】luómǔ<名>đai ốc; mũ ốc vít; ê-cu: 拧紧~ vít ê-cu cho chặt

【螺栓】luóshuān<名>[机械]bu-lông và ê-cu; đinh ốc và mũ ốc vít

【螺丝】luósī<名>đinh ốc; ốc vít

【螺丝刀】luósīdāo<名>cái vặn vít; tua-vít

【螺蛳】luósī<名>ốc nước ngọt; ốc đồng

【螺蛳粉】luósīfěn<名>bún ốc

【螺纹】luówén<名>❶vân tay ❷ren; đường ren (của bu-lông và ê-cu); xoắn trôn ốc; đường ruột gà

【螺旋】luóxuán<名>❶hình xoắn ốc; xoáy trôn ❷trục vít

【螺旋桨】luóxuánjiǎng<名>chân vịt (tàu thủy); cánh quạt (máy bay)

【螺旋藻】luóxuánzǎo<名>tảo xoắn

luǒ

裸 luǒ❶<动>lộ ra; trần trụi, khỏa thân ❷<形>không kèm theo gì cả

【裸奔】luǒbēn<动>chạy khỏa thân

【裸机】luǒjī<名>máy tính để trần (chưa lắp đặt hệ thống thao tác và phần mềm); điện thoại cục gạch

【裸露】luǒlù<动>lộ ra; trần trụi

【裸视】luǒshì❶<动>dùng mắt nhìn (trần) ❷<名>thị lực (trần)

【裸体】luǒtǐ❶<名>khỏa thân; lõa thể ❷<动>cởi trần truồng

【裸眼】luǒyǎn<名>mắt trần (không đeo kính)

luò

骆 luò<名>[动物]ngựa trắng bờm đen (nói trong sách cổ)

【骆驼】luòtuo<名>lạc đà

络 luò❶<名>xơ; mạng: 丝瓜~ xơ mướp ❷<名>[中医](hệ) kinh lạc (trong cơ thể con người); mạch thông: 经~ kinh lạc ❸<动>trùm; gói;

L

chụp (bằng vật có dạng lưới): 她头上～着发网。Chị ấy đầu đội lưới tóc. ❹〈动〉cuốn; quấn: ～纱 quấn sợi

【络腮胡子】luòsāi húzi râu quai nón; râu xồm

【络绎不绝】luòyì-bùjué nườm nượp không ngót

落 luò ❶〈动〉rơi; rụng: ～叶 lá rụng ❷〈动〉xuống thấp; xuống; hạ; lặn: 日～ mặt trời lặn ❸〈动〉hạ xuống: ～笔 hạ bút ❹〈动〉sa sút; suy đồi; suy sụp; tiêu điều: 寥～ tàn tạ ❺〈动〉rớt lại; lạc hậu; trượt: ～单 trơ trọi/đơn độc ❻〈动〉dừng lại; để lại; ở lại; đậu lại: ～脚 dừng chân ❼〈动〉thuộc về; vào tay ❽〈动〉được; bị; mắc ❾〈动〉viết; ghi; đề: ～款 lạc khoản chữ đề trên bức vẽ hoặc tác phẩm thư pháp ❿〈名〉chỗ dừng lại; tông tích; tăm hơi: 着～ nơi ngụ lại ⓫〈名〉nơi cư trú: 部～ bộ lạc

另见là, lào

【落榜】luòbǎng〈动〉thi trượt; thi rớt: ～生 học sinh thi trượt

【落差】luòchā〈名〉❶mức nước chênh lệch; độ chênh lệch mức nước (do độ cao thấp của lòng sông so với mặt biển) ❷sự chênh lệch; độ khác biệt: 心理～ sự mất cân bằng về mặt tâm lí

【落成】luòchéng〈动〉hoàn thành (công trình xây dựng); khánh thành: ～典礼 lễ khánh thành

【落地】luòdì〈动〉❶(vật) rơi xuống đất: 平稳～ rơi xuống đất một cách êm đềm ❷(trẻ) mới sinh; chào đời; ra đời: 呱呱～ cất tiếng khóc chào đời

【落地窗】luòdìchuāng〈名〉cửa sổ sát đất (sàn); cửa kính

【落地灯】luòdìdēng〈名〉đèn cây

【落地签证】luòdì qiānzhèng visa cấp ngay tại các cửa khẩu

【落地扇】luòdìshàn〈名〉quạt sàn

【落后】luòhòu❶〈动〉rớt lại sau; tụt lại sau ❷〈动〉tiến độ chậm (so với kế hoạch) ❸〈形〉lạc hậu: 虚心使人进步，骄傲使人～。Khiêm tốn khiến ta tiến bộ, kiêu ngạo làm ta lạc hậu.

【落户】luòhù〈动〉❶ngụ lại; định cư: 安家～ định cư yên ổn gia đình ❷đăng kí hộ khẩu; nhập hộ khẩu

【落花流水】luòhuā-liúshuǐ tan tác tả tơi; tơi bời; thất bại thảm hại

【落荒而逃】luòhuāng'értáo chạy vắt chân lên cổ; chạy vào rừng rú

【落脚】luòjiǎo〈动〉dừng chân; ở trọ; ở đậu: 屋里挤满了人，简直无处～。Căn phòng chật ních người, không có lấy một chỗ đứng.

【落脚点】luòjiǎodiǎn〈名〉❶điểm dừng chân; nơi tạm trú ❷mục đích; điểm đến

【落井下石】luòjǐng-xiàshí thấy người ngã xuống giếng không những không cứu mà còn lấy đá ném vào đầu; giậu đổ bìm leo

【落空】luòkōng〈动〉hỏng; hụt; hẫng; tan vỡ: 他的计划～了。Kế hoạch của anh ta bị tan vỡ rồi.

【落款】luòkuǎn❶〈动〉đề chữ; ghi tên (trên bức vẽ, tặng phẩm) ❷〈名〉lạc khoản; chữ kí hoặc dấu trên bức vẽ hay tác phẩm thư pháp: 他在～处盖了一枚印章。Anh ấy đóng dấu lên chỗ kí tên.

【落泪】luòlèi〈动〉rơi lệ; rơi nước mắt

【落落大方】luòluò-dàfāng ăn nói đĩnh đạc; chững chạc; cử chỉ đàng hoàng; ung dung; tự nhiên, thoải mái

【落幕】luòmù〈动〉bế mạc; hạ màn: 运动会已经～。Đại hội thể dục thể thao đã kết thúc.

【落难】luònàn〈动〉mắc nạn; sa vào cảnh khốn khổ

【落魄】luòpò〈形〉[书]❶thất thế ❷phóng túng làm càn

【落实】luòshí ❶〈动〉làm cho chắc chắn ❷〈动〉thực hiện; thực thi ❸

〈形〉[方]cảm thấy yên ổn, vững dạ

【落汤鸡】luòtāngjī〈名〉(ướt như) chuột lột

【落网】luòwǎng〈动〉sa lưới; bị tóm cổ

【落伍】luòwǔ〈动〉❶tụt lại ❷lỗi thời; tụt hậu

【落选】luòxuǎn〈动〉không trúng cử

【落叶归根】luòyè-guīgēn lá rụng về cội; lạc diệp quy căn

M m

mā

妈 mā<名>❶[口]mẹ; má ❷bà; cô; bác ❸(dùng cùng với họ chỉ người phụ nữ lớn tuổi đi ở giúp việc): 张~ bà Trương/cô Trương

【妈妈】māma<名>❶[口]mẹ ❷[方] mẹ; bà

【妈祖】Māzǔ<名>nữ thần biển (trong truyền thuyết vùng ven biển)

抹 mā<动>[口]❶lau; lau chùi ❷vuốt xuống; kéo xuống ❸xóa bỏ; xóa sổ 另见mǒ, mò

【抹布】mābù<名>giẻ lau; khăn lau

【抹掉】mādiào<动>lau sạch; lau đi

【抹干】māgān<动>lau khô

má

吗 má<代>[方]gì; cái gì 另见mǎ, ma

麻¹ má❶<名>đay; gai: ~织品 đồ dệt đay ❷<名>sợi đay (gai): ~绳 dây đay ❸<名>vừng; mè: ~油 dầu vừng ❹<形>nhám; ráp: 墙体表面发~。 Mặt tường ráp. ❺<形>rỗ: ~点 điểm rỗ ❻<形>lấm chấm; lỗ chỗ

麻² má<形>tê; tê tê: 头枕得手都~ 了。Cánh tay gối trên đầu đã bị tê.

【麻包】mábāo<名>bao tải; bao gai

【麻痹】mábì❶<动>tê liệt: 半边肢体~ nửa phần thân người bị tê liệt ❷<形> lơ là; mất cảnh giác ❸<动>làm…lơ là

【麻痹大意】mábì-dàyì lơ là sao lãng; sơ suất; mất cảnh giác

【麻布】mábù<名>vải gai; vải thô; vải bố

【麻袋】mádài<名>bao tải; bao gai (đay)

【麻烦】máfan❶<形>phiền phức; phiền toái; phiền hà; lôi thôi: 这个 问题很~。Vấn đề này rất lôi thôi . ❷<动>phiền lòng; phiền hà: ~你帮 我捡起那本书。Phiền anh nhặt hộ tôi quyển sách. ❸<名>việc rắc rối; việc phiền phức

【麻风病】máfēngbìng<名>bệnh phong; bệnh hủi

【麻花】máhuā<名>[食品]bánh quẩn thừng

【麻黄】máhuáng<名>[中药]ma hoàng

【麻将】májiàng<名>mạt chược

【麻酱】májiàng<名>tương vừng

【麻辣】málà<形>tê cay

【麻利】máli❶<形>nhanh nhẹn; tháo vát; nhạy bén ❷<副>[口]nhanh; mau chóng: 他~地穿好衣服。Cậu ta đã nhanh chóng mặc xong quần áo.

【麻木】mámù<形>❶tê; tê liệt; tê dại ❷đờ đẫn (phản ứng) chậm chạp: 思 维~了。Tư duy chậm chạp.

【麻木不仁】mámù-bùrén tê liệt; không còn cảm giác; không quan tâm đến cái gì

【麻雀】máquè<名>❶chim sẻ ❷(bài) mạt chược

【麻绳】máshéng<名>dây thừng; dây gai

【麻酥酥】másūsū hơi tê tê: 站得太久了，脚~的。Đứng lâu quá thấy chân đã hơi tê tê.

【麻糖】mátáng〈名〉kẹo vừng

【麻线】máxiàn〈名〉chỉ gai (đay); dây gai

【麻药】máyào〈名〉thuốc mê; thuốc tê

【麻疹】mázhěn〈名〉bệnh sởi

【麻织品】mázhīpǐn〈名〉hàng dệt bằng đay gai

【麻子】mázi〈名〉❶mặt rỗ ❷người mặt rỗ

【麻醉】mázuì〈动〉❶gây mê（全身麻醉）; gây tê（局部麻醉）: 针刺~是中国特有的医术。Châm cứu gây tê là phương pháp điều trị đặc thù trong y học Trung Hoa. ❷mê hoặc; làm mê mẩn

【麻醉品】mázuìpǐn〈名〉ma túy

【麻醉师】mázuìshī〈名〉bác sĩ gây mê

【麻醉药】mázuìyào〈名〉thuốc mê

mǎ

马 mǎ❶〈名〉ngựa ❷〈形〉to lớn //（姓）Mã

【马鞍】mǎ'ān〈名〉yên ngựa; hình yên ngựa

【马鞭】mǎbiān〈名〉roi ngựa

【马不停蹄】mǎbùtíngtí ngựa không dừng vó; không nghỉ; luôn luôn tiến lên

【马场】mǎchǎng〈名〉sân quần ngựa

【马车】mǎchē〈名〉❶xe ngựa: ~夫 người đánh xe ngựa ❷xe (ngựa, lừa) thồ

【马齿苋】mǎchǐxiàn〈名〉rau sam

【马达】mǎdá〈名〉mô-tơ; động cơ: 启动~ cho chạy mô-tơ/nổ máy

【马大哈】mǎdàhā❶đại khái; qua loa; sơ sài: 这事非常重要，切不可~。Việc này hết sức quan trọng, không được cẩu thả. ❷người cẩu thả

【马到成功】mǎdào-chénggōng thành công nhanh chóng; đã đánh là thắng; mã đáo thành công

【马蜂】mǎfēng〈名〉ong vò vẽ

【马蜂窝】mǎfēngwō〈名〉tổ ong vò vẽ: 惹到她就等于捅了~。Động vào bà ấy thì bằng chọc phải tổ ong vò vẽ.

【马海毛】mǎhǎimáo〈名〉lông dê núi Ăng-gô-la; len hảo hạng

【马赫】mǎhè〈量〉[物理]ma-khơ

【马后炮】mǎhòupào〈名〉❶vuốt đuôi; lời nói vuốt đuôi ❷mã hậu pháo (thuật ngữ cờ tướng)

【马虎】mǎhu〈形〉qua loa; đại khái; tàm tạm: 财务账本千万不能~。Sổ sách tài vụ không cho phép qua loa đại khái.

【马甲】mǎjiǎ〈名〉[方]áo may ô; áo lót; áo gi-lê; áo chẳn thủ

【马脚】mǎjiǎo〈名〉sơ sót; thiếu sót; sơ hở: 露~ lộ tẩy/lộ chỗ dở

【马厩】mǎjiù〈名〉chuồng ngựa; tàu ngựa

【马裤】mǎkù〈名〉quần cưỡi ngựa; quần bó ống; quần bò

【马拉松】mǎlāsōng❶thi chạy ma-ra-tông: 国际~赛 cuộc thi chạy ma-ra-tông quốc tế ❷kéo dài; lâu; dài dòng: ~式的谈判让双方都精疲力竭。Cuộc đàm phán kéo dài khiến cho cả hai bên kiệt sức.

【马来西亚】Mǎláixīyà Ma-lai-xi-a: ~人 người Ma-lai-xi-a

【马力】mǎlì〈量〉mã lực; sức ngựa

【马铃薯】mǎlíngshǔ〈名〉❶cây khoai tây ❷củ khoai tây

【马路】mǎlù〈名〉❶đường cái; đường sá; đường ô tô ❷đường quốc lộ

【马马虎虎】mǎmǎhūhū❶qua loa; đại khái; cẩu thả ❷tạm được; tàm tạm: 日子过得~。Cuộc sống cũng gọi là tạm được.

【马匹】mǎpǐ〈名〉ngựa

【马屁精】mǎpìjīng〈名〉kẻ nịnh bợ; nịnh hót thành tinh

【马赛克】mǎsàikè<名>❶gạch men nhỏ ❷hình trang trí bằng gạch men nhỏ ❸hình che lấp màn ảnh (giống như xây bằng gạch men nhỏ)

【马上】mǎshàng<副>lập tức; ngay: ~出发 xuất phát ngay

【马术】mǎshù<名>thuật cưỡi ngựa; tài cưỡi ngựa: ~表演 biểu diễn cưỡi ngựa

【马蹄】mǎtí<名>❶vó ngựa; móng ngựa ❷[方]củ mã thầy; củ năn

【马蹄糕】mǎtígāo<名>bánh bột củ năn

【马桶】mǎtǒng<名>cái bô

【马尾辫】mǎwěibiàn<名>tóc đuôi ngựa; tóc đuôi gà

【马尾松】mǎwěisōng<名>thông đuôi ngựa

【马戏】mǎxì<名>xiếc động vật; xiếc thú

【马戏团】mǎxìtuán<名>đoàn xiếc động vật

吗mǎ
另见má, ma

【吗啡】mǎfēi<名>Moóc-phin

玛mǎ

【玛瑙】mǎnǎo<名>mã não

码¹mǎ❶<名>con số; số: 数~ mã số; 号~ số hiệu ❷<名>dụng cụ biểu thị mã số ❸<量>việc; chuyện

码²mǎ<动>xếp; xếp đống; chất lên

【码垛】mǎduò<动>xếp chồng

【码放】mǎfàng<动>xếp đặt

【码头】mǎtóu<名>❶bến đò; bến phà; bến cảng; bến tàu; bến sông ❷[方]cửa ngõ; đầu mối (giao thông)

【码洋】mǎyáng<名>tổng giá trị sách báo

蚂mǎ
另见mà

【蚂蟥】mǎhuáng<名>con đỉa

【蚂蚁】mǎyǐ<名>con kiến

mà

蚂mà
另见mǎ

【蚂蚱】màzha<名>[方]con châu chấu

骂mà<动>❶chửi; chửi bới; mắng ❷trách; trách móc; mắng

【骂街】màjiē<动>chửi đổng; chửi bâng quơ; chửi bóng chửi gió

【骂骂咧咧】màmaliēliē nói kháy; chửi mát

【骂娘】màniáng<动>chửi mẹ

ma

吗ma<助>❶(dùng ở cuối câu, biểu thị sự nghi vấn) ư; à; chưa; không: 你喜欢这里~? Anh có thích nơi đây không? ❷(dùng ở giữa câu, dừng hơi, ngắt nghỉ để nhấn mạnh) ấy à; ấy ư
另见má, mǎ

嘛ma<助>❶(tỏ ý dĩ nhiên) đi; mà; mà lị: 喜欢这件衬衣就买下来~。Thích chiếc áo sơ mi này thì mua đi. ❷(ngữ điệu cầu khiến) mà; nhé: 抽烟伤身体，你就别抽了~。Hút thuốc có hại cho sức khỏe, anh đừng hút nữa nhé. ❸ ấy; a; á; ư; ấy à

mái

埋mái<动>❶chôn; chôn vùi; lấp ❷giấu
另见mán

【埋藏】máicáng<动>❶chôn giấu trong lòng đất; vùi; tàng trữ; tiềm ẩn: 据说这山洞里~有黄金。Nghe nói trong hang núi này có chôn giấu vàng. ❷giữ kín (trong lòng); ấp ủ; để bụng; chôn ❸cấy; cấy dưới da; cấy thuốc

【埋伏】máifú<动>❶mai phục: 战

士们~在草丛中。Các chiến sĩ mai phục trong bụi rậm. ❷nằm vùng; chứa chất; gài lại (gián điệp)

【埋没】máimò<动>❶chôn cất; chôn giấu; chôn vùi ❷mai một; vùi dập; làm thui chột: 他的音乐才华被~了。Tài hoa âm nhạc của anh ta đã bị mai một.

【埋设】máishè<动>chôn đặt; chôn cài

【埋头】máitóu<动>vùi đầu; chuyên tâm; miệt mài

【埋头苦干】máitóu-kǔgàn vùi đầu làm việc; tham công tiếc việc

【埋葬】máizàng<动>❶chôn cất; mai táng ❷tiêu diệt; diệt trừ; loại bỏ

霾 mái<名>khói mù

mǎi

买 mǎi<动>mua; 购~ mua sắm

【买办】mǎibàn<名>mại bản; môi giới

【买单】mǎidān<动>[方]trả tiền; đài thọ; chịu trách nhiệm: 谁来为决策失误~? Ai gánh chịu sự tổn thất do sai lầm về quyết sách gây nên?

【买东西】mǎi dōngxi mua hàng

【买断】mǎiduàn<动>mua đứt: ~工龄 mua đứt thời đoạn công tác

【买方市场】mǎifāng shìchǎng thị trường bên mua

【买家】mǎijiā<名>người mua

【买进】mǎijìn<动>mua vào

【买空卖空】mǎikōng-màikōng❶buôn nước bọt; buôn bán đầu cơ tiền vàng hàng hóa ❷phe phẩy bịp bợm

【买卖】mǎimai<名>❶buôn bán; mua bán ❷cửa hàng; cửa hiệu; hiệu buôn

【买卖公平】mǎimai gōngpíng công bằng mua bán

【买通】mǎitōng<动>mua (chuộc); đút lót

【买账】mǎizhàng<动>chịu (thua);

chịu lép; phục tùng (dùng nhiều ở dạng phủ định)

【买主】mǎizhǔ<名>người mua; khách hàng

mài

迈¹ mài<动>bước; cất bước; đi: ~向明天 bước sang ngày mai/bước sang tương lai

迈² mài<形>già; già cả; già nua: 年~ tuổi tác già nua

【迈步】màibù<动>bước (đi)

【迈进】màijìn<动>tiến bước; tiến lên; thẳng tiến; mạnh bước tiến

【迈入】màirù<动>bước vào

【迈向】màixiàng<动>bước đi; hướng tới

麦 mài<名>❶lúa mạch; lúa mì: ~粉 bột mạch ❷tiểu mạch

【麦当劳】Màidāngláo<名>Macdona

【麦冬】màidōng<名>[中药]mạch môn

【麦垛】màiduò<名>đụn rơm

【麦秸】màijiē<名>vỏ (lúa mạch); trấu

【麦克风】màikèfēng<名>mi-crô; máy phóng thanh; microphone

【麦片】màipiàn<名>cốm yến mạch

【麦芽】màiyá<名>mạch nha

【麦芽糖】màiyátáng<名>kẹo mạch nha; đường mạch nha

【麦子】màizi<名>lúa mạch; lúa mì

卖 mài❶<动>bán: ~货 bán hàng ❷<动>(vì lợi ích bản thân) bỏ hết; không tiếc; bán rẻ: ~祖宗 bán rẻ cha ông ❸<动>cố sức; bỏ sức ra; dốc sức: ~力气干活 dốc sức lực làm việc ❹<动>khoe (tài): ~弄 khoe khoang ❺<量>[旧]đĩa; món (thức ăn): 一~炒牛肉 một đĩa thịt bò xào

【卖场】màichǎng<名>trường sở bán hàng; sân bán

【卖唱】màichàng<动>hát rong; hát đào

【卖点】màidiǎn<名>❶mặt thu hút người mua ❷mốc thích hợp bán ra (trái phiếu...)

【卖方市场】màifāng shìchǎng thị trường bên bán

【卖乖】màiguāi<动>ra vẻ thông minh; khoe mẽ: 得了便宜就别~了。Đã chuộc lợi rồi thì đừng khoe mẽ nữa.

【卖关子】mài guānzi❶ngừng lại để nhấn mạnh; chỗ nhấn; điểm nhấn (người kể chuyện cố tình dừng lại trước tình tiết quan trọng để hấp dẫn người nghe) ❷chơi trò úm; ép khéo

【卖国】màiguó<动>bán nước: ~求荣 bán nước cầu vinh

【卖力】màilì<形>dốc sức; gắng sức; đem hết sức (ra làm)

【卖力气】mài lìqi❶dốc sức; ra sức; gắng sức ❷bán sức lao động

【卖命】màimìng❶<动>dốc sức lực cho người khác; bỏ hết sức lực ❷<形>làm quá sức

【卖弄】màinong<动>khoe khoang; phô trương: ~风骚 khoe khoang lẳng lơ

【卖钱】màiqián<动>bán lấy tiền

【卖身】màishēn<动>❶bán mình ❷mại dâm; bán dâm: ~投靠 bán rẻ thân mình

【卖相】màixiàng<名>(làm cho) mã ngoài đẹp ra

【卖艺】màiyì<动>diễn trò; gánh hát: 民间艺人在街头~。Nghệ nhân dân gian gánh hát bên đường.

【卖淫】màiyín<动>mại dâm; bán dâm

【卖主】màizhǔ<名>người bán; chủ hàng

【卖座】màizuò<动>❶đắt khách ❷ăn khách

脉 mài<名>❶[生理]mạch (máu): 动~ động mạch ❷mạch đập; nhịp đập (của mạch) ❸gân (trên lá) ❹mạch

(dãy, rặng): 山~ rặng núi/dãy núi

另见mò

【脉搏】màibó<名>mạch; mạch đập; nhịp đập của mạch

【脉络】màiluò<名>❶[中医]gọi chung động mạch và tĩnh mạch ❷(ví) mạch lạc; trình tự (trong văn chương)

【脉象】màixiàng<名>[中医]nhịp đập (của mạch); tình trạng mạch (nhanh chậm, khỏe yếu, sâu nông...)

mán

埋 mán

另见mái

【埋怨】mányuàn<动>oán trách; trách móc; oán hận

蛮 mán❶<形>dã man; thô bạo; ngang ngược; ngang ngạnh: ~横不讲理 thô bạo vô lí ❷<形>lỗ mãng; láo xược; hung hãn: ~干 làm liều ❸<名>Man mọi ❹<副>[方]rất; khá: 这件衣服~漂亮的。Chiếc áo này đẹp thật đấy.

【蛮不讲理】mánbùjiǎnglǐ ngang ngược vô lí

【蛮干】mángàn<动>làm liều; làm ẩu

【蛮横】mánhèng<形>(thái độ) thô bạo; ngang ngược: ~无理 ngang ngược vô lí

【蛮劲】mánjìn<名>sức khỏe; sức mạnh

馒 mán

【馒头】mántou<名>màn thầu

瞒 mán<动>giấu; giấu giếm

【瞒报】mánbào<动>giấu giếm không báo cáo

【瞒天过海】mántiān-guòhǎi lừa dối; giấu giếm

鳗 mán<名>[动物]cá chình

【鳗鲡】mánlí<名>[动物]cá chình

mǎn

满 mǎn ❶<形>đầy; chật ❷<动>làm cho đầy ❸<动>hết kì hạn ❹<形>khắp; đầy; cả ❺<副>hoàn toàn; toàn bộ ❻<动>thỏa mãn; vừa lòng ❼<形>kiêu ngạo; tự kiêu

【满不在乎】mǎnbùzàihu thờ ơ như không; dửng dưng; chẳng hề để ý

【满城风雨】mǎnchéng-fēngyǔ dư luận xôn xao (thường chỉ việc xấu)

【满打满算】mǎndǎ-mǎnsuàn tính toán mọi bề; tính ngược tính xuôi

【满额】mǎn'é<动>đủ số; hết chỗ: 本校招生已经~。Nhà trường sử dụng hết hạn ngạch tuyển sinh.

【满分】mǎnfēn<名>số điểm cao nhất (tuyệt đối)

【满负荷】mǎnfùhè đầy tải

【满腹经纶】mǎnfù-jīnglún người có tài năng; người tài giỏi; người có học vấn cao

【满腹牢骚】mǎnfù-láosāo bất mãn chất chứa trong lòng

【满怀】[1] mǎnhuái ❶<动>dạt dào; tràn đầy: ~激情 dạt dào tình cảm ❷<名>phần ngực trước

【满怀】[2] mǎnhuái<动>(gia súc cái) có chửa đồng loạt; đến lứa

【满口】mǎnkǒu ❶<名>cả mồm; đầy mồm: ~假牙 đầy mồm răng giả ❷<名>đặc giọng: ~四川话 đặc giọng tiếng Tứ Xuyên ❸<副>luôn mồm; hoàn toàn: ~答应 luôn mồm nhận lời

【满满当当】mǎnmǎndāngdāng đầy (ăm) ắp; đầy tràn; đầy phè

【满面春风】mǎnmiàn-chūnfēng mặt mày hớn hở tươi vui; mặt mày rạng rỡ

【满面红光】mǎnmiàn-hóngguāng khuôn mặt hồng hào

【满脑子】mǎnnǎozi canh cánh: ~发财梦 suốt ngày chỉ canh cánh chuyện phát tài

【满期】mǎnqī<动>mãn kì; kết thúc; hết hiệu lực: 合同已~。Hợp đồng đã hết thời hạn.

【满腔】mǎnqiāng<动>đầy (lòng); tràn đầy; chứa chan: ~热情 đầy nhiệt tình

【满勤】mǎnqín<动>đủ ngày công: 他一直出~。Anh ấy luôn làm đủ ngày công.

【满山遍野】mǎnshān-biànyě đầy khắp núi đồi; phạm vi rộng lớn

【满头大汗】mǎntóu-dàhàn mồ hôi nhễ nhại

【满意】mǎnyì<动>vừa ý; hài lòng; vừa lòng; thỏa mãn

【满员】mǎnyuán<动>đủ số người; đủ vé; hết ghế (theo quy định)

【满月】[1] mǎnyuè<动>đầy tháng; đầy cữ (trẻ sinh được tròn một tháng): ~酒 tiệc rượu đầy tháng

【满月】[2] mǎnyuè<名>trăng tròn; trăng rằm

【满载】mǎnzài<动>❶(xe cộ) chở đầy; chứa đầy ❷(máy móc, thiết bị) đủ mức phụ tải quy định

【满载而归】mǎnzài'érguī được vụ mùa lớn; có nhiều thu hoạch

【满足】mǎnzú<动>❶thỏa mãn; đầy đủ ❷thỏa mãn nhu cầu: ~工艺要求 thỏa mãn yêu cầu công nghệ

【满座】mǎnzuò<动>hết chỗ; hết vé; kín rạp (hết chỗ ngồi)

螨 mǎn<名>con bét; tích (loài bọ thân đốt hút máu người hay súc vật)

【螨虫】mǎnchóng<名>con mạt

màn

曼 màn<形>❶dịu dàng; uyển chuyển; mềm mại ❷dài; kéo dài; lan ra

【曼妙】mànmiào<形>[书](âm nhạc, dáng múa) uyển chuyển; dịu dàng

【曼延】mànyán<动>liên miên không

dứt; chạy dài

漫 màn〈动〉khinh mạn; coi thường; vô lễ

【谩骂】mànmà〈动〉chửi bới; nguyền rủa

蔓 màn 义同"蔓"(wàn), 多用于合成词, 如"蔓草、枝蔓"等。

【蔓草】màncǎo〈名〉cỏ bò lan dưới đất; cỏ dại

【蔓延】mànyán〈动〉lan rộng; lan ra; lan tràn

幔 màn〈名〉màn che: ~帐 màn trướng

漫 màn❶〈动〉tràn ra; đầy tràn: 水~出来。Nước chảy tràn rồi。❷〈动〉ngập: 菜地~水。Ruộng rau bị ngập。❸〈动〉khắp nơi; đầy; đâu cũng có: ~山 khắp núi ❹〈形〉rộng; rộng rãi; dài: ~~长路 con đường dài dằng dặc ❺〈形〉tự do; không bị gò bó: 散~ tản mạn ❻〈副〉không cần; chớ: ~说 đừng nói

【漫不经心】mànbùjīngxīn thờ ơ; không để ý

【漫步】mànbù〈动〉đi dạo; dạo chơi

【漫长】màncháng〈形〉dài dằng dặc; dài đằng đẵng

【漫画】mànhuà〈名〉tranh châm biếm; tranh đả kích

【漫山】mànshān〈名〉đầy núi: ~遍野 đầy khắp núi đồi

【漫谈】màntán〈动〉mạn đàm: 国际形势~ buổi mạn đàm về tình hình quốc tế

【漫天】màntiān❶〈动〉khắp bầu trời; đầy trời; mù trời ❷〈形〉vô hạn; hết mức; quá đáng; thấu trời: ~胡侃 mạn đàm hết mức chuyện trên trời dưới biển

【漫天要价】màntiān-yàojià nói thách quá mức

【漫无边际】mànwúbiānjì❶không bờ bến; mênh mông bát ngát ❷(văn) lan man; không đâu vào đâu

【漫游】mànyóu〈动〉❶dạo chơi; ngao du ❷điện thoại di động chuyển vùng

【漫游费】mànyóufèi〈名〉cước phí chuyển vùng

慢 màn❶〈形〉chậm; chậm chạp ❷〈形〉từ từ; khoan; đừng vội; muộn lại ❸〈形〉chớ; không nên; không cần ❹〈动〉khinh mạn; ngạo mạn; vô lễ

【慢车】mànchē〈名〉tàu chậm

【慢火】mànhuǒ〈名〉lửa nhỏ

【慢镜头】mànjìngtóu〈名〉đoạn phim quay chậm

【慢跑】mànpǎo〈动〉chạy chậm

【慢手慢脚】mànshǒu-mànjiǎo ì à ì ạch; chậm chạp

【慢腾腾】mànténgténg chậm chạp; chậm rãi; chậm rì rì

【慢条斯理】màntiáo-sīlǐ thong thả; chậm rãi; ung dung; thư thả

【慢吞吞】màntūntūn chậm như rùa

【慢性】mànxìng❶〈形〉mãn tính; kinh niên: ~鼻炎 viêm mũi kinh niên ❷〈形〉tính lề mề ❸〈名〉người lề mề

【慢性病】mànxìngbìng〈名〉bệnh mãn tính

【慢性中毒】mànxìng zhòngdú ngộ độc mãn tính

【慢性子】mànxìngzi❶tính chậm chạp; tính lề mề ❷người chậm chạp

【慢悠悠】mànyōuyōu chậm rì rì; chậm như rùa

【慢走】mànzǒu〈动〉❶(lời khách sáo) đi chậm ❷xin tạm dừng lại

máng

芒 máng〈名〉[植物]❶cỏ chè vè ❷râu thóc; râu lá mì

【芒硝】mángxiāo〈名〉sun-phát nát-tri ngậm nước ($Na_2SO_4 \cdot 10H_2O$); mang tiêu; phác tiêu

【芒种】mángzhòng〈名〉tiết Mang chủng

忙 máng ❶〈形〉bận; bận bịu ❷〈动〉vội vàng; gấp

【忙活儿】mánghuór ❶〈动〉bận việc; bận làm ăn: 别光顾着~，先歇会吧。Đừng bận việc quá mức mà nên chú ý nghỉ ngơi. ❷〈名〉việc cần làm; việc gấp

【忙活】mánghuo〈动〉[口]bận; bận rộn; bận bịu

【忙里忙外】mánglǐ-mángwài bận rộn; bận bịu; bận tíu tít

【忙里偷闲】mánglǐ-tōuxián tranh thủ lúc rảnh rỗi; tranh thủ thời gian

【忙碌】mánglù〈形〉bận rộn; bận bịu rối ren

【忙乱】mángluàn〈形〉bận túi bụi; lộn xộn; rối ren

【忙音】mángyīn〈名〉tiếng tín hiệu máy bận (trong điện thoại)

【忙于】mángyú〈动〉bận (về việc...); bận (làm...): 最近他~写回忆录。Gần đay ông bận trong việc viết lồi kí.

【忙中出错】mángzhōng-chūcuò vội quá hoá hỏng; vội vàng hấp tấp dễ bị sai sót

杧 máng

【杧果】mángguǒ〈名〉quả xoài

盲 máng ❶〈形〉mù; lòa: ~童 cháu bé khiếm thị ❷〈名〉người khiếm thị ❸〈形〉mù (không phân biệt rõ sự vật): 音~ mù về âm thanh ❹〈副〉mù quáng

【盲肠】mángcháng〈名〉manh tràng

【盲肠炎】mángchángyán〈名〉viêm ruột thừa

【盲从】mángcóng〈动〉làm theo một cách mù quáng; theo đuôi; theo bừa; hùa theo: 要理性分析，不能~。Cần phân tích một cách bình tĩnh chứ không thể hùa theo người khác.

【盲道】mángdào〈名〉đường dành cho người khiếm thị

【盲点】mángdiǎn〈名〉❶[医学]điểm mù; ám điểm (ở phía sau nhãn cầu)

❷điểm sơ hở; chỗ sơ hở

【盲干】mánggàn〈动〉làm bừa; làm liều; làm càn

【盲目】mángmù〈形〉mù; mù quáng: ~崇拜 sùng bái một cách mù quáng

【盲区】mángqū〈名〉❶vùng nhiễu; vùng mù: 雷达~ vùng ra đa nhiễu ❷điểm mù: 对幼儿超前教育存在~。Việc giáo dục trẻ thơ siêu giai đoạn tồn tại điểm mù.

【盲人】mángrén〈名〉người mù; người khiếm thị

【盲文】mángwén〈名〉❶chữ nổi ❷sách báo chữ nổi

茫 máng〈形〉❶mênh mang; xa vời; mịt mù ❷mờ tịt; không biết gì

【茫茫】mángmáng〈形〉mênh mông; mênh mang; mù mịt: ~人海 mù mịt biển người

【茫然】mángrán〈形〉❶mù tịt; không biết gì; chả biết gì ❷mù mờ; ngỡ ngàng: ～的表情 vẻ mặt ngỡ ngàng

mǎng

莽¹ mǎng ❶〈名〉cỏ rậm ❷〈形〉[书]lớn

莽² mǎng〈形〉lỗ mãng: ~夫 người đàn ông lỗ mãng

【莽莽】mǎngmǎng〈形〉❶(cỏ mọc) rậm rạp; xanh tốt ❷(đồng cỏ) rộng mênh mông, bao la: ~大草原 đồng cỏ bao la

【莽撞】mǎngzhuàng〈形〉lỗ mãng; cục cằn; liều lĩnh: 无理~ sự lỗ mãng vô lí

蟒 mǎng〈名〉❶[动物]con trăn; măng xà: ~蛇 con trăn ❷măng bào; áo chầu thêu con măng

māo

猫 māo ❶〈名〉con mèo ❷〈动〉[方]ở nhàn; lảng trốn; ẩn náu

【猫儿腻】māornì〈名〉[方]thủ đoạn bịp bợm; sự việc hoặc mánh lới bí ẩn

【猫头鹰】māotóuyīng〈名〉cú mèo

【猫眼石】māoyǎnshí〈名〉đá quý opal; đá mắt mèo

máo

毛¹ máo ❶〈名〉lông: 兔~ lông thỏ ❷〈名〉mốc: 黄豆酱发霉长~了。Tương đậu đã bị mọc sợi mốc dài. ❸〈形〉thô; chưa gia công: ~坯 phôi thô ❹〈形〉không thuần; pha tạp: 营业~收入 mức thu nhập ròng ❺〈形〉sơ lược ❻〈形〉nhỏ; ranh; nhóc con: ~孩子 thằng nhóc ❼〈形〉(đồng bạc) sụt giá; mất giá: 钱~了。Tiền bị mất giá rồi. ❽〈形〉cẩu thả; hấp tấp: ~手~脚 vụng về ❾〈量〉[口]hào: 一~钱一斤。Một hào một cân. // (姓) Mao

毛² máo ❶〈形〉sởn tóc gáy; hoang mang: 心里直发~。Trong lòng cứ thấy rờn rợn. ❷〈动〉[方]phát cáu; tức giận: 别把他惹~了。Đừng làm cho nó lên cơn giận.

【毛背心】máobèixīn〈名〉áo len trấn thủ

【毛笔】máobǐ〈名〉bút lông: 用~练书法 dùng bút lông để tập viết thư pháp

【毛笔字】máobǐzì〈名〉chữ bút lông; chữ mực nho

【毛边】máobiān〈名〉❶mép vải chưa viền; mép sách sờn ❷giấy bản; giấy moi (giấy viết bút lông, gọi tắt)

【毛病】máobìng〈名〉❶sự cố; trục trặc; sai sót (trong công tác): 工作出了点小~。Trong công tác đã xuất hiện một chút sai sót. ❷khuyết điểm; thói xấu; tật xấu: 他有爱传瞎话的~。Anh ấy có khuyết điểm là hay đưa tin những chuyện không đâu vào đâu. ❸[方]ốm; bệnh

【毛玻璃】máobōli〈名〉kính mờ; thủy tinh mờ

【毛糙】máocao〈形〉thô; không kĩ; ẩu: 这事他处理得太~。Việc này ông ấy xử lí quá ẩu.

【毛豆】máodòu〈名〉đậu tương non (vỏ nhiều lông)

【毛发】máofà〈名〉lông; tóc (trên cơ thể người)

【毛纺】máofǎng〈形〉sợi len: ~厂 nhà máy dệt len

【毛骨悚然】máogǔ-sǒngrán sởn tóc gáy; rùng rợn

【毛巾】máojīn〈名〉khăn mặt: 棉质~ khăn bông

【毛巾被】máojīnbèi〈名〉loại chăn được dệt như dạng khăn bông

【毛孔】máokǒng〈名〉lỗ chân lông

【毛裤】máokù〈名〉quần len

【毛利】máolì〈名〉phần lãi gộp; lãi nguyên

【毛料】máoliào〈名〉hàng len dạ

【毛驴】máolǘ〈名〉con lừa (thường chỉ những con lừa thấp bé)

【毛毛虫】máomaochóng〈名〉sâu róm; sâu lông

【毛毛雨】máomaoyǔ〈名〉❶mưa bụi; mưa phùn; mưa lất phất ❷báo tin trước ❸chút lòng thành

【毛囊】máonáng〈名〉mao nang; chân lông

【毛坯】máopī〈名〉❶phôi thô; phôi liệu; bán thành phẩm ❷linh kiện đúc; linh kiện rèn

【毛坯房】máopīfáng〈名〉nhà phôi thô

【毛皮】máopí〈名〉da lông

【毛票】máopiào〈名〉[口]tiền hào (bằng giấy)

【毛茸茸】máoróngróng lông xù; lông lồm xồm; lông rậm: 小女孩喜欢抱着~的玩具入睡。Cô bé rất thích ôm thú bông lông xù để ngủ.

【毛手毛脚】máoshǒu-máojiǎo (chân tay) vụng về; hấp ta hấp tấp;

lúng ta lúng túng; nặng chân nặng
tay

【毛刷】máoshuā<名>bàn chải; bàn
chải bằng lông

【毛遂自荐】máosuì-zìjiàn Mao
Toại tự đề cử mình; tự mình tiến cử

【毛毯】máotǎn<名>thảm len; chăn
chiên

【毛线】máoxiàn<名>sợi len; len
đan: 羊～ len cừu

【毛衣】máoyī<名>áo len đan; áo len
sợi

【毛躁】máozao<形>❶(tính tình) hấp
tấp; bộp chộp: 性子～ tính tình nóng
nảy ❷mất bình tĩnh; không đắn đo
suy nghĩ

【毛织品】máozhīpǐn<名>❶hàng dệt
len ❷quần áo dệt len

【毛重】máozhòng<名>trọng lượng
cả bì: 这箱货～50千克。 Thùng hàng
này trọng lượng 50 kg cả bì.

【毛竹】máozhú<名>(tre) bương;
(tre) mai

矛 máo<名>cái mác; ngọn giáo (vũ
khí cổ)

【矛盾】máodùn<名>mâu thuẫn

【矛头】máotóu<名>mũi nhọn; mũi
dùi: 你怎么能把～指向自己的朋友
呢? Tại sao anh lại hướng mũi giáo
về phía bạn của mình?

茅 máo<名>cỏ tranh

【茅草】máocǎo<名>cỏ tranh

【茅坑】máokēng<名>❶[口]hố phân
❷[方]hố xí; nhà xí

【茅塞顿开】máosè-dùnkāi nghĩ ra;
hiểu ra

【茅台酒】Máotáijiǔ<名>rượu Mao
Đài

【茅屋】máowū<名>nhà tranh; nhà
cỏ; nhà lá: 一间～ một mái nhà cỏ

牦 máo

【牦牛】máoniú<名>bò Y-ắc; bò Tây
Tạng

锚 máo<名>neo; mỏ neo

mǎo

卯 mǎo<名>lỗ mộng; lỗ bắt bu-lông;
lỗ bắt ri-vê; ngàm

【卯榫】mǎosǔn<名>mộng và chốt;
mộng mẹo

【卯眼】mǎoyǎn<名>lỗ mộng; lỗ bắt
bu-lông; lỗ bắt ri-vê; ngàm

铆 mǎo<动>❶ri-vê ❷tán đinh ri-
vê ❸[口]dốc sức: 他今天～上劲了。
Hôm nay anh ấy đã cố hết sức.

【铆钉】mǎodīng<名>đinh tán; đinh
ri-vê

【铆接】mǎojiē<动>ghép đinh ri-vê

mào

茂 mào<形>❶rậm rạp; tươi tốt; um
tùm ❷phong phú đẹp đẽ

【茂密】màomì<形>rậm rạp; um tùm;
tươi tốt: ～的树林 rừng cây rậm rạp

【茂盛】màoshèng<形>❶(cây cối)
tươi tốt; xanh tươi ❷(kinh tế) thịnh
vượng; phát đạt

冒 mào<动>❶bốc lên; nổi lên; sủi
lên; tỏa ra; ứa ra; phả ra: ～汗 toát
mồ hôi ❷bất chấp (nguy hiểm,
hoàn cảnh ác liệt): ～雨 đội mưa
❸mạo muội; liều lĩnh: ～犯 xúc
phạm ❹mạo nhận; mạo tên; giả vờ:
～领钱财 nhận vơ tiền của

【冒充】màochōng<动>mạo nhận;
giả danh; giả mạo: ～公安人员 mạo
danh công an

【冒犯】màofàn<动>xúc phạm; mạo
phạm; động chạm: 他人 xúc phạm
người khác

【冒汗】màohàn<动>toát mồ hôi: 急
得～ sốt ruột đến nỗi toát cả mồ hôi

【冒号】màohào<名>dấu hai chấm

【冒火】màohuǒ<动>tức giận; nổi
nóng; phát cáu

【冒尖】màojiān<动>❶đầy có ngọn;
đầy tràn; đầy lên ❷nhỉnh hơn;
nhích hơn một chút ❸nổi bật; nổi

trội: 他在业务上很~。Anh ấy rất trội nổi về mặt nghiệp vụ. ❹nổi lên; xuất hiện

【冒金星】màojīnxīng nổi đom đóm

【冒进】màojìn<动>làm liều; liều lĩnh; làm bừa

【冒领】màolǐng<动>mạo danh nhận: ~奖品 mạo danh nhận phần thưởng

【冒昧】màomèi<形>(lời nói, hành động) mạo muội; đánh liều; đánh bạo: 想我~。Xin phép được mạo muội.

【冒名顶替】màomíng-dǐngtì đội tên người khác; mượn danh nghĩa

【冒牌】màopái<形>(hàng hóa) giả mác; làm giả nhãn hiệu

【冒牌货】màopáihuò<名>hàng nhái; mác giả; nhãn hiệu giả; đồ giả mạo

【冒失】màoshi<形>lỗ mãng; sỗ sàng: ~的举动 cử chỉ lỗ mãng

【冒险】màoxiǎn<动>mạo hiểm; liều lĩnh; phiêu lưu: 他~登雪山。Anh ấy mạo hiểm trèo núi tuyết.

【冒险家】màoxiǎnjiā<名>kẻ mạo hiểm

【冒烟】màoyān<动>bốc khói

贸¹ mào<副>tùy tiện; bừa; ẩu

贸² mào<动>mậu dịch; buôn bán; trao đổi; thương mại

【贸促会】màocùhuì<名>hội xúc tiến mậu dịch; hội xúc tiến thương mại

【贸然】màorán<副>tùy tiện; bừa; ẩu; đường đột; thiếu suy nghĩ: 他不敢~上前搭讪。Anh ấy không dám đến bắt chuyện một cách đường đột.

【贸易】màoyì<名>mậu dịch; buôn bán

【贸易额】màoyì'é<名>kim ngạch mậu dịch

【贸易公司】màoyì gōngsī công ti mậu dịch

【贸易伙伴】màoyì huǒbàn đối tác mậu dịch; bạn hàng

【贸易逆差】màoyì nìchā nhập siêu mậu dịch

【贸易洽谈】màoyì qiàtán hội đàm mậu dịch; thương thuyết mậu dịch

【贸易顺差】màoyì shùnchā xuất siêu mậu dịch

【贸易中心】màoyì zhōngxīn trung tâm mậu dịch

帽 mào<名>❶mũ; nón ❷nắp; nắp đậy; đai

【帽檐】màoyán<名>vành mũ

【帽子】màozi<名>❶cái mũ ❷tội lỗi; tiếng xấu

貌 mào<名>❶tướng mạo; diện mạo; bề ngoài ❷bộ mặt; hình thù; hình dáng

【貌不惊人】màobùjīngrén tướng mạo bình thường

【貌合神离】màohé-shénlí bằng mặt không bằng lòng

【貌似】màosì<动>bề ngoài giống như; có vẻ như: ~公正 bề ngoài có vẻ như công bằng

méi

没 méi❶<动>không có (phủ định sở hữu): ~票 không có vé ❷<副>không 另见mò

【没把握】méi bǎwò không chắc chắn

【没边儿】méibiānr<动>[方]❶vô căn cứ; vu vơ: 这话~。Đây là chuyện vu vơ. ❷vô cùng; vô bờ bến: 他的脾气坏得~。Tính tình anh ấy đã xấu vô cùng.

【没出息】méi chūxi vô tích sự

【没错儿】méicuòr<动>đúng thế

【没大没小】méidà-méixiǎo không biết kẻ trên người dưới; không biết lớn nhỏ

【没法子】méi fǎzi không có biện pháp: 日子真~过了。Cuộc sống

thế này thì chẳng còn gì nữa.

【没关系】méi guānxi　không sao; không việc gì; đừng ngại

【没规矩】méi guīju　không có quy củ; vô phép tắc; không tử tế

【没好气儿】méi hǎoqìr　không hơi đâu mà

【没劲】méijìn❶〈动〉mệt người ❷〈形〉chán; vô vị: 星期天一个人待在家里真~。 Ngày chủ nhật mà một mình om trong nhà thật là vô vị.

【没精打采】méijīng-dǎcǎi　buồn bã; thần thờ; ỉu xìu; ủ rũ

【没救】méijiù〈动〉không cứu được: 她病得不轻，看来~了。 Bà ấy bị bệnh nặng xem ra không cứu được nữa.

【没空】méikòng〈动〉không có rỗi

【没脸】méiliǎn〈动〉không mặt mũi nào; mất mặt; xấu hổ

【没良心】méi liángxīn　vô lương tâm

【没门儿】méiménr〈动〉〈方〉❶không có lối thoát; bế tắc; hết đường hết cách ❷không được ❸đừng hòng

【没命】méimìng〈动〉❶mất mạng; toi mạng: 再晚来十分钟，病人就~了。 Chỉ chậm mười phút nữa là người bệnh sẽ mất mạng. ❷bạt mạng; bất chấp tất cả: 小偷~地逃跑。 Tên trộm bỏ chạy thục mạng. ❸vô phúc; không may; không có số

【没谱儿】méipǔr[口]❶〈动〉chưa có chủ định; chưa có kế hoạch nhất định; chưa định kế hoạch chắc chắn ❷〈形〉không đáng tin: 那是~的事，别信。 Đó là việc chưa đâu vào đâu, đừng tin.

【没趣】méiqù〈形〉mất mặt; khó coi; bẽ mặt; chán: 自讨~ tự chuốc họa vào thân

【没商量】méi shāngliang　hết cách; hết đất: 这件事~！ Việc này đã hết cách!

【没事】méishì〈动〉❶nhàn rỗi

(không có việc gì làm) ❷thất nghiệp: 你要是~就来我公司上班吧。 Anh mà không có việc làm thì đến làm ở công ti tôi vậy. ❸không việc gì; không có sự cố gì ❹không có liên can; không ảnh hưởng; không sao: 不是一句"对不起"就~了。 Không thể chỉ câu "xin lỗi" là xong chuyện đâu. ❺không có gì; không sao

【没事找事】méishì-zhǎoshì　cố tình kiếm chuyện

【没说的】méishuōde❶không trách (chê) vào đâu được ❷không có gì phải nói nữa ❸không thành vấn đề; khỏi biện bạch

【没头没脑】méitóu-méinǎo　vật vờ, không suy nghĩ

【没完没了】méiwán-méiliǎo　dây cà ra dây muống; lê thê; triền miên

【没戏】méixì〈动〉〈方〉vô vọng; hết hi vọng

【没心没肺】méixīn-méifèi❶hồn nhiên vô tư; vô tư lự:一副~的样子 vẻ mặt vô tư lự ❷vô tình; vô cảm

【没心眼儿】méi xīnyǎnr　làm việc không xem xét hậu quả; không có ý định hại người

【没意思】méi yìsi❶buồn chán; vô ý nghĩa; vô vị ❷không có hứng thú; không hay; không hấp dẫn

【没影儿】méiyǐngr〈动〉❶biệt vô âm tín; biệt vô tăm tích ❷vô căn cứ

【没有】méiyǒu❶〈动〉không có; chẳng có: ~钱 không có tiền ❷〈动〉đều không: ~谁去。 Chả ai đi cả. ❸〈动〉không bằng; kém ❹〈动〉không tới; không đến; chưa được ❺〈副〉chưa; chưa hề; chưa từng

【没辙】méizhé〈动〉[口]chịu; bế tắc; hết cách

【没治】méizhì[口]❶〈动〉chịu bó tay; hỏng to; nguy to ❷〈动〉không biết làm thế nào; hết cách; bó tay ❸

M

<形>(người, sự vật) quá tốt; không chê vào đâu được nữa

【没准儿】méizhǔnr<动>không hẳn; chưa hẳn; chưa chắc; không chừng: ~是他得第一。Không chừng anh ấy đứng đầu bảng cũng nên.

玫 méi<名>[书]một loại đá ngọc
【玫瑰】méiguì<名>❶cây hoa hồng ❷hoa hồng
【玫瑰花】méiguìhuā<名>hoa hồng
【玫红】méihóng<形>đỏ hồng: ~色衣服 quần áo màu hoa hồng

枚 méi<量>(thường dùng cho vật nhỏ) cái, chiếc, tấm: 一~硬币 một đồng xu
【枚举】méijǔ<动>nêu ra: 不胜~ nêu không hết/kể không hết

眉 méi<名>❶(lông) mày ❷mép; lề (trang sách)
【眉飞色舞】méifēi-sèwǔ mặt mày tươi cười đắc ý; mặt mày hớn hở
【眉开眼笑】méikāi-yǎnxiào mặt mày hớn hở; mặt mày rạng rỡ
【眉来眼去】méilái-yǎnqù đầu mày cuối mắt; liếc mắt đưa tình; ngấm ngầm câu kết
【眉毛】méimao<名>lông mày: ~很长 lông mày rất dài
【眉目】méimù<名>❶dung mạo ❷điểm cốt yếu
【眉目】méimu<名>đầu đuôi (sự việc); manh mối: 这事至今仍未找出点~。Chuyện này đến nay còn chưa ra manh mối.
【眉目传情】méimù-chuánqíng ánh mắt đưa tình
【眉清目秀】méiqīng-mùxiù mặt mày xinh đẹp; mặt mũi thanh tú
【眉梢】méishāo<名>đuôi mắt; đuôi lông mày: 愁锁~ cau mày lo lắng
【眉头】méitóu<名>đầu mày; giữa đôi lông mày: 皱~ chau mày
【眉心】méixīn<名>ấn đường

梅 méi<名>❶cây mai; cây mơ ❷hoa mai ❸quả mơ

【梅毒】méidú<名>[医学]bệnh giang mai
【梅花】méihuā<名>❶hoa mơ ❷[方] cây mai; hoa mai
【梅花鹿】méihuālù<名>hươu sao
【梅雨】méiyǔ<名>mưa dầm: ~时节 mùa mưa dầm
【梅子】méizi<名>❶cây mơ ❷quả mơ

媒 méi<名>❶người làm mối ❷môi giới; truyền thông đại chúng
【媒介】méijiè<名>môi giới; phương tiện truyền thông: 传播~ môi giới truyền thông
【媒婆】méipó<名>[旧]bà mối
【媒人】méiren<名>người làm mối (dắt mối, mối manh)
【媒体】méitǐ<名>phương tiện truyền thông (báo, phát thanh, quảng cáo...): 电视~ phương tiện truyền hình

煤 méi<名>than (đá)
【煤层】méicéng<名>via than; tầng than
【煤灰】méihuī<名>tro than
【煤井】méijǐng<名>giếng than
【煤矿】méikuàng<名>mỏ than: 露天~ mỏ than lộ thiên
【煤炉】méilú<名>bếp than; lò than
【煤气】méiqì<名>❶hơi ga; khí đốt; gas ❷hơi độc than ❸khí dầu hóa lỏng
【煤气管道】méiqì guǎndào đường ống khí đốt
【煤气罐】méiqìguàn<名>bình hơi ga
【煤气灶】méiqìzào<名>lò ga; bếp ga
【煤气中毒】méiqì zhòngdú ngộ độc hơi ga: 谨防~ cần phòng ngừa bị ngộ độc hơi ga
【煤炭】méitàn<名>than đá
【煤田】méitián<名>mỏ than: 开采~ khai thác mỏ than
【煤油】méiyóu<名>dầu hỏa; dầu lửa
【煤渣】méizhā<名>xi than; than xi

酶 méi<名>[生化]men; enzyme
【酶蛋白】méidànbái<名>men protein

霉 méi❶<名>nấm mốc ❷<动>mốc; meo
【霉变】méibiàn<动>bị mốc: ~食品 thực phẩm bị mốc
【霉菌】méijūn<名>nấm mốc
【霉烂】méilàn<动>thối rữa; mốc meo: 蔬菜~ rau bị thối rữa
【霉气】méiqì❶<名>mùi mốc ❷<形>[方]rủi; không may

měi

每 měi❶<代>từng; mỗi; mỗi một: ~个国家 mỗi nước ❷<副>mỗi khi; cứ mỗi lần: ~逢周末他都探望父母。Cứ vào dịp cuối tuần là anh ấy lại về thăm cha mẹ. ❸<副>[书]cứ đến; thường; luôn
【每当】měidāng<副>mỗi khi
【每逢】měiféng<副>mỗi khi: ~佳节倍思亲。Mỗi dịp ngày tết càng nhớ người thân.
【每隔】měigé<副>cứ cách: ~一个月检查一次。Cứ cách một tháng lại kiểm tra một lần.
【每每】měiměi<副>mỗi lần; mỗi khi; thường thường
【每年】měinián<副>❶hàng năm; mỗi năm: 他~都要出国旅游。Mỗi năm ông ấy đều đi du lịch nước ngoài. ❷những năm qua; mọi năm
【每时每刻】měishí-měikè mỗi giờ mỗi phút; từng giờ từng phút

美¹ měi❶<形>đẹp; xinh đẹp; xinh: 这里的风景很~。Phong cảnh nơi đây đẹp lắm. ❷<动>làm (cho) đẹp; làm cho tốt: ~容 làm đẹp ❸<形>khiến cho vừa lòng; làm đẹp lòng; tốt: ~酒佳肴 rượu ngon và đồ nhắm ngon ❹<名>sự vật tốt; việc tốt: 成人之~ giúp người thành đạt ❺<形>[方]hài lòng; đắc chí; sướng; thích: 才说你舞跳得好,你就~成这样了?Vừa

khen em múa đẹp mà em đã đắc chí đến vậy sao?

美² Měi<名>❶Châu Mĩ ❷nước Mĩ: ~籍华人 người Mĩ gốc Hoa
【美不胜收】měibùshèngshōu đẹp không sao xem hết được
【美餐】měicān❶<名>thức ăn ngon ❷<动>ăn thỏa thích
【美差】měichāi<名>việc làm béo bở
【美称】měichēng<名>tiếng khen; lời khen; lời ca ngợi
【美德】měidé<名>phẩm chất (đức tính, đạo đức) tốt đẹp; mĩ đức: 乐于助人的~ phẩm chất tốt sẵn lòng giúp đỡ người khác
【美发店】měifàdiàn<名>hiệu làm đầu
【美感】měigǎn<名>mĩ cảm; cảm thụ về cái đẹp
【美工】měigōng<名>❶công tác mĩ thuật; trang trí (sân khấu, điện ảnh) ❷nghệ nhân trang trí (sân khấu, điện ảnh...)
【美观】měiguān<形>mĩ quan; đẹp; đẹp mắt: ~大方 đẹp mắt trang nhã
【美国】Měiguó<名>Mĩ: ~人 người Mĩ
【美好】měihǎo<形>tốt đẹp; đẹp; mĩ hảo
【美化】měihuà<动>làm cho đẹp; điểm tô cho đẹp: ~环境 làm đẹp môi trường
【美景】měijǐng<名>cảnh đẹp; cảnh sắc tươi đẹp
【美酒】měijiǔ<名>rượu ngon
【美丽】měilì<形>đẹp; tươi đẹp; xinh đẹp: ~的城市 thành phố tươi đẹp
【美满】měimǎn<形>cuộc sống đầy đủ; mĩ mãn; đầm ấm: ~家庭 gia đình đầm ấm
【美貌】měimào❶<名>khuôn mặt xinh đẹp; bộ mặt đẹp đẽ ❷<形>xinh đẹp; xinh xắn; đẹp
【美梦】měimèng<名>mộng đẹp: ~成真 ước mơ đẹp trở thành hiện thực

M

【美妙】měimiào<形>tuyệt vời; tươi đẹp; kì diệu: 歌声~ tiếng hát tuyệt vời

【美名】měimíng<名>tiếng thơm; tiếng tăm; danh tiếng; tên hay

【美男子】měinánzǐ<名>chàng trai đẹp; mĩ nam tử; người đàn ông tuấn tú

【美女】měinǚ<名>mĩ nữ; gái đẹp; người đẹp; xinh gái

【美人】měirén<名>người đẹp; mĩ nhân: 英雄难过~关. Anh hùng thường phải cúi đầu trước sắc đẹp.

【美人计】měirénjì<名>kế mĩ nữ; mĩ nhân kế

【美人蕉】měirénjiāo<名>cây chuối cảnh; hoa chuối tây

【美容】měiróng<动>làm đẹp; trang điểm; thẩm mĩ; sửa sang sắc đẹp; mĩ dung: 她经常去~. Chị ấy thường đi trang điểm làm đẹp.

【美容师】měiróngshī<名>thợ chuyên nghiệp về làm đẹp dung nhan (không bao gồm giải phẫu)

【美容院】měiróngyuàn<名>mĩ viện; viện thẩm mĩ

【美若天仙】měiruòtiānxiān đẹp như tiên

【美色】měisè<名>mĩ sắc; sắc đẹp

【美声】měishēng<名>(thanh nhạc) opera (lối hát mượt mà có xuất xứ từ Italia)

【美食】měishí<名>món ăn ngon; mĩ thực: 中华~, 名扬世界. Món ngon Trung Hoa lừng danh thế giới.

【美食家】měishíjiā<名>người sành ăn

【美食街】měishíjiē<名>đường phố món ăn ngon; phố ẩm thực

【美术】měishù<名>❶nghệ thuật tạo hình; mĩ thuật ❷hội họa

【美术馆】měishùguǎn<名>quán mĩ thuật

【美味】měiwèi<名>thức ăn (tươi) ngon

【美学】měixué<名>mĩ học

【美艳】měiyàn<形>diêm dúa quyến rũ

【美元】měiyuán<名>đồng đô-la Mĩ

【美中不足】měizhōng-bùzú đẹp chưa trọn vẹn; điều chưa hoàn mĩ; ngọc còn có vết

【美洲】Měizhōu<名>châu Mĩ

【美滋滋】měizīzī khoái chí; đắc ý; sung sướng

镁 měi<名>[化学]ma-giê (kí hiệu: Mg)

【镁光】měiguāng<名>ánh sáng ma-giê: ~灯 đèn (nháy) ma-giê

mèi

妹 mèi<名>❶em gái ❷người con gái (ít tuổi hơn) ❸cô gái (trẻ); con gái

【妹夫】mèifu<名>em rể

【妹妹】mèimei<名>❶em gái (ruột) ❷em gái (họ)

【妹子】mèizi<名>[方]❶em gái ❷cô gái; bé gái

昧 mèi❶<形>mờ mịt; mơ hồ; mê muội ❷<动>che giấu; giấu giếm ❸<形>[书]tối tăm; u ám ❹<动>[书]xúc phạm; mạo muội

【昧良心】mèi liángxīn trái với lương tâm; dối lòng (làm chuyện xấu)

媚 mèi❶<动>nịnh bợ; lấy lòng; nịnh hót ❷<形>tốt đẹp; tươi đẹp; đáng yêu; xinh đẹp

【媚眼】mèiyǎn<名>cái lườm yêu

魅 mèi❶<名>ma; quỷ; yêu ma ❷<动>mê hoặc

【魅力】mèilì<名>sức quyến rũ; sức cuốn hút; sức hấp dẫn: 她的舞姿散发着~. Điệu múa của chị ấy có sức cuốn hút.

mēn

闷 mēn ❶<形>bí; ngột ngạt; oi bức; khó thở: 天气~热 trời oi bức nóng nực ❷<动>đóng kín; hãm; ngấm (chè): 粥煮好后~一会再开盖。Nồi cháo nấu xong ủ một lúc rồi mở vung ra. ❸<动>âm thầm; không lên tiếng: ~声不响 im hơi lặng tiếng ❹<形>[方]ấp a ấp úng; nói không ra hơi ❺<动>nằm gí (trong nhà): 整天~在家里会~出病来。Suốt ngày cứ nằm gí trong nhà rồi sinh bệnh cũng nên.
另见mèn

【闷气】mēnqì<形>ngột ngạt
另见mènqì

【闷热】mēnrè<形>oi bức; nóng nực; ngột ngạt: ~的天气 thời tiết nóng nực

【闷声不响】mēnshēng-bùxiǎng lầm lì; nói chẳng ra hơi

mén

门 mén ❶<名>cửa; ngõ: 后~ cửa sau ❷<名>cánh cửa: 铁~ cửa sắt ❸<名>cửa (của các đồ vật): 炉~ cửa lò ❹<名>cửa; van: 阀~ van ❺<名>tay nghề; bí quyết; mối manh: ~路 kĩ xảo/tay nghề ❻<名>gia đình; nhà; hộ: 家~不幸，出此逆子。Cả nhà bất hạnh vì này nòi ra đứa nghịch tử. ❼<名>cửa; phái (tôn giáo, học thuật): ~派 môn phái ❽<名>môn (cùng một thầy): ~徒 môn đồ ❾<名>môn (học); loài; loại: 五花八~ đủ kiểu đủ loại ❿<名>ngành (động, thực vật): ⓫<名>một sự kiện nào đó ⓬<量>khẩu; môn

【门把】ménbà<名>tay nắm cửa; quả đấm cửa: 拉住~ kéo tay nắm cửa

【门匾】ménbiǎn<名>tấm biển (treo trên cửa)

【门当户对】méndāng-hùduì môn đăng hộ đối; xứng vai xứng vế; gia cảnh xứng nhau; gia thế xứng nhau

【门道】méndào<名>lối vào cửa

【门道】méndao<名>[口]lề lối; cách thức; con đường; bí quyết

【门第】méndì<名>nhà; dòng dõi; gia thế; môn đệ: ~相当 dòng dõi tương xứng

【门风】ménfēng<名>nếp nhà; nền nếp gia đình; gia phong: 败坏~ làm bại hoại gia phong

【门缝】ménfèng<名>khe cửa

【门户】ménhù<名>❶cửa; cửa ngõ (tên gọi chung) ❷nhà; gia đình ❸môn phái; bè phái; phe cánh ❹gia thế

【门槛】ménkǎn<名>❶ngưỡng cửa; bậc cửa ❷mẹo; bí quyết; bản lãnh ❸tiêu chuẩn

【门口】ménkǒu<名>cửa; cổng

【门框】ménkuàng<名>khung cửa

【门廊】ménláng<名>hành lang: 拱形~ hành lang hình vòng cung

【门类】ménlèi<名>môn; loại; loài

【门帘】ménlián<名>rèm cửa; màn cửa

【门脸儿】ménliǎnr<名>[方]❶nơi gần cổng thành; vùng phụ cận trước cổng thành ❷bộ mặt cửa hàng; mặt tiền của cửa hàng ❸cửa hàng

【门铃】ménlíng<名>chuông cửa: 请按~。Vui lòng bấm chuông cửa.

【门路】ménlu<名>❶phương pháp; cách thức; bí quyết; biện pháp tài nghệ: 他在销售方面有~。Anh ta có tài trong lĩnh vực tiêu thụ. ❷chỗ quan hệ; chỗ quen biết

【门面】ménmian<名>❶mặt tiền cửa hàng: 装点~ trang trí mặt tiền cửa hàng ❷bề ngoài; vẻ ngoài

【门牌】ménpái<名>biển số nhà: ~号码 số nhà

【门票】ménpiào<名>vé vào cửa

【门球】ménqiú<名>crôkê; môn bóng vồ: 他喜欢打~。Anh ta rất thích

M

đánh bóng vồ.

【门神】ménshén<名>thần giữ cửa (tranh hộ pháp dán trên cánh cửa)

【门市】ménshì<名>cửa hàng bán lẻ

【门市部】ménshìbù<名>quầy bán hàng; nơi bán hàng; cửa hàng

【门闩】ménshuān<名>then cửa; chốt cửa: 拉上~ cài chặt then cửa

【门锁】ménsuǒ<名>cái khóa cổng (cửa)

【门庭若市】méntíng-ruòshì trước cửa sân đình đông như chợ; đông như kiến cỏ; đông như trẩy hội

【门童】méntóng<名>nhân viên trực cửa ra vào; người gác cổng; trẻ trực ở cổng

【门外汉】ménwàihàn<名>người ngoài ngành; tay ngang (ngoại đạo, không chuyên)

【门卫】ménwèi<名>người gác cổng; người gác cửa

【门牙】ményá<名>răng cửa

【门诊】ménzhěn<动>khám bệnh; chẩn đoán bệnh: 24小时~ khám chữa bệnh trong vòng 24 giờ

【门诊部】ménzhěnbù<名>phòng khám bệnh

mèn

闷 mèn<形>❶buồn phiền; không vui ❷bí hơi; kín mít
另见mēn

【闷得慌】mèndehuāng chán ngán; buồn ghê gớm: 她觉得心里~。Cô ấy cảm thấy trong lòng buồn ghê gớm.

【闷葫芦】mènhúlú<名>❶hũ nút; ví những lời nói và sự việc rất khó đoán, khó hiểu, làm người ta phát bực ❷người ít nói

【闷酒】mènjiǔ<名>rượu buồn

【闷闷不乐】mènmèn-bùlè buồn bã không vui

【闷气】mènqì<名>oi bức; khó chịu; bí hơi; ngột ngạt; buồn bực (cảm giác)
另见mēnqi

【闷香】mènxiāng<名>mê hồn hương

焖 mèn<动>om; nấu; hầm; kho; dim

【焖饭】mènfàn<动>ủ cơm; nấu cơm

【焖锅】mènguō<名>nồi hầm: 用~羊肉 dùng nồi hầm để hầm thịt dê

【焖肉】mènròu<动>hầm thịt; kho thịt

men

们 men (dùng sau đại từ hoặc danh từ chỉ người; biểu thị số nhiều) các; chúng; những: 孩子~，到这边来！Các cháu bé ơi, lại đây nào!

mēng

蒙[1] mēng<动>❶lừa bịp; dối trá ❷đoán mò; nói bừa

蒙[2] mēng<动>u mê; hôn mê; xây xẩm
另见méng, Měng

【蒙蒙亮】mēngmēngliàng tờ mờ sáng

【蒙骗】mēngpiàn<动>lừa dối; lừa gạt; đánh lừa; lừa bịp: ~外行 lừa dối người ngoài ngành

【蒙头转向】mēngtóu-zhuànxiàng đầu óc quay cuồng; choáng váng

méng

萌 méng<动>❶manh nha; nảy mầm ❷nảy sinh

【萌发】méngfā<动>❶(hạt giống) nảy mầm; đâm chồi: 麦芽~ hạt mạch nảy mầm ❷(sự vật) phát sinh; nảy sinh: ~出爱慕之情 nảy sinh tình cảm ngưỡng mộ

【萌生】méngshēng<动>(bắt đầu) nảy sinh: ~杀机 nảy sinh ý định giết người

【萌芽】méngyá❶<动>manh nha; nảy sinh; nảy mầm: ~阶段 giai đoạn nảy mầm ❷<名> mầm mống; ví cái mới đang hình thành

蒙méng<动>❶che; đậy; bịt; trùm; phủ ❷lừa dối ❸gặp; bị; được ❹mông muội; tối tăm
另见měng, Měng

【蒙蔽】méngbì<动>che đậy (chân tướng); lừa dối: ~老百姓 lừa dối dân chúng

【蒙混】ménghùn<动>lừa dối; bịp; gạt: ~过关 lừa gạt qua mắt

【蒙眬】ménglóng<形>mơ màng; lơ mơ: ~睡去 lơ mơ ngủ thiếp đi

【蒙昧】méngmèi<形>❶mông muội (tối tăm): ~主义 chủ nghĩa mông muội ❷ngu si; ngu dốt; không hiểu biết gì: 无知~ tối tăm ngu dốt

【蒙蒙】méngméng<形>❶(mưa) lất phất; lâm thâm; lấm tấm: ~细雨 mưa lâm thâm/ mưa bay lất phất ❷mơ mịt; mù mịt: 大~亮。Trời lờ mờ sáng.

【蒙面】méngmiàn<动>bịt mặt: ~窃贼 tên trộm bịt mặt

【蒙受】méngshòu<动>bị; chịu

【蒙太奇】méngtàiqí<名>[电影]dựng phim (montage); thủ pháp ghép màn ảnh phim

【蒙羞】méngxiū<动>nhục nhã

【蒙冤】méngyuān<动>bị oan (uổng): ~入狱 vào tù một cách oan uổng

【蒙在鼓里】méngzàigǔli rúc đầu vào trống, chẳng thấy người gõ; bị bịt mắt bịt tai; bị lừa mà không hay biết

盟méng❶<名>liên hiệp; liên minh; đồng minh ❷<动>kết nghĩa (anh em) ❸<名>minh ❹<动>thề; ăn thề

【盟国】méngguó<名>nước đồng minh

【盟军】méngjūn<名>quân đội đồng minh

【盟友】méngyǒu<名>❶bạn đồng minh; bạn kết nghĩa ❷nước đồng minh

【盟约】méngyuē<名>hiệp ước đồng minh; lời thề đồng minh: 缔结~ kí kết hiệp ước đồng minh

朦méng

【朦胧】ménglóng<形>❶(ánh trăng) mờ ❷lờ mờ; u ám; mông lung

【朦胧美】ménglóngměi vẻ đẹp mờ ảo; vẻ đẹp mơ hồ

měng

猛měng❶<形>mạnh; mạnh mẽ; mãnh liệt ❷<副>bỗng; đột nhiên; bất ngờ ❸<动>dồn sức làm

【猛冲】měngchōng<动>xung phong mạnh mẽ; bổ nhào; lao vào: 向前~ bổ nhào về phía trước

【猛跌】měngdiē<动>giảm mạnh: 股票~ cổ phiếu giảm mạnh/cổ phiếu sụt mạnh

【猛攻】měnggōng<动>tấn công mạnh mẽ

【猛击】měngjī<动>đánh mạnh mẽ: ~一掌 đánh một đòn mạnh

【猛将】měngjiàng<名>dũng tướng; mãnh tướng

【猛劲儿】měngjìnr[口]❶<动>dồn sức; dốc sức; tận lực ❷<名>sức mạnh dồn lại ❸<名>hăng hái

【猛烈】měngliè<形>❶mãnh liệt; dữ dội; gắt gao: ~进攻 tiến công dữ dội ❷nguy kịch; dữ dội: 巨浪~地拍打着岩石。Sóng lớn đập dữ dội vào bờ đá.

【猛扑】měngpū<动>lao vào: 老虎向猎物~过去。Con hổ dồn sức vồ mồi.

【猛然】měngrán<副>bỗng nhiên; đột nhiên; bất ngờ: ~醒悟 đột nhiên tỉnh ngộ

【猛兽】měngshòu<名>mãnh thú; thú dữ

M

【猛醒】měngxǐng<动>sực tỉnh; bỗng hiểu ra

【猛增】měngzēng<动>tăng mạnh: 节假日期间公园游客~。Du khách đến công viên trong các ngày nghỉ ngày lễ tăng mạnh.

【猛涨】měngzhǎng<动>tăng vọt; dâng cao:洪水~ nước lũ dâng cao

蒙 Měng
另见měng, méng

【蒙古包】měnggǔbāo<名>lều (nhà bạt) Mông Cổ: 牧民住在~里。Dân du mục sống trong lều Mông Cổ.

锰 měng<名>[化学]Man-gan(kí hiệu: Mn)

【锰钢】měnggāng<名>thép hợp kim Man-gan

【锰矿】měngkuàng<名>quặng Man-gan

懵 měng<形>lờ mờ; hồ đồ; ngờ nghệch: ~懵懂懂 dại dột ngờ nghệch

【懵懂】měngdǒng<形>hồ đồ; dốt nát; ngờ nghệch: 聪明一世,一时。Khôn ba năm, dại một giờ.

mèng

孟 mèng<名>❶[书]anh cả ❷mạnh // (姓) Mạnh

【孟子】Mèngzǐ<名>Mạnh Tử, người kế thừa học thuyết Khổng Tử

梦 mèng❶<名>giấc mơ; giấc chiêm bao ❷<动>nằm mơ; chiêm bao ❸<名>mộng tưởng; ước mơ

【梦话】mènghuà<名>❶lời nói mê ❷chuyện hoang đường

【梦幻】mènghuàn<名>mộng ảo; cõi mộng: ~美 đẹp như trong mơ

【梦见】mèngjiàn<动>mơ thấy

【梦境】mèngjìng<名>cõi mộng; cảnh đầy thơ mộng: ~成真 cảnh trong mộng thành sự thật

【梦寐】mèngmèi<名>chiêm bao; nằm mơ: ~以求 ước mơ tha thiết

【梦乡】mèngxiāng<名>cảnh mộng; giấc mơ

【梦想】mèngxiǎng❶<动>ảo tưởng; mộng tưởng; mơ mộng hão huyền ❷<动>khát vọng; ước mơ; mơ tưởng: 我~成为一名医生。Tôi mơ ước trở thành bác sĩ. ❸<名>sự ước mơ

【梦魇】mèngyǎn<动>giật mình trong cơn ác mộng

【梦遗】mèngyí<动>mộng tinh; di tinh

【梦游】mèngyóu<动> mộng du

【梦中情人】mèngzhōngqíngrén người tình trong mộng

mī

咪 mī

【咪表】mībiǎo<名>đồng hồ tính giờ thu tiền dừng đỗ xe

【咪咪】mīmī<拟>(từ tượng thanh) meo meo

眯 mī<动>❶mắt híp; lim dim; nhẹo: ~着眼 nheo mắt ❷[方]chợp mắt (ngủ)
另见mí

【眯瞪】mīdeng<动>[方]chợp mắt (ngủ)

【眯缝】mīfeng<动>híp mắt lại

mí

弥 mí❶<形>khắp; đầy; mù mịt ❷<动>bù đắp (chỗ sai lầm; thiếu sót); che lấp ❸<副>[书]càng; càng thêm

【弥补】míbǔ<动>bù đắp; bổ khuyết: ~不足之处 bù đắp khiếm khuyết

【弥合】míhé<动>làm lành; làm kín lại: ~裂痕 làm lành vết rạn nứt

【弥留】míliú<动>[书]hấp hối: ~之际 trong lúc/trước khi ra đi hấp hối

【弥漫】mímàn<动>(sương, bụi, nước) tràn đầy; dày đặc; bao phủ; mù mịt: 空气中~着一股芳香。Hương thơm tràn ngập trong không khí.

【弥撒】mísa〈名〉[宗教]lễ mi-sa (missa)

【弥天大谎】mítiān-dàhuǎng dối như cuội; nói dối thiên hạ

迷 mí❶〈动〉lạc; không phân biệt được: ~失自我 đánh mất chính mình ❷〈动〉mê; nghiện; say; ham thích: ~上拉小提琴 say mê đàn vi-ô-lông ❸〈动〉làm cho mê muội: 鬼~心窍 ma đưa lối, quỷ dẫn đường ❹〈名〉kẻ đam mê: 歌~ kẻ mê ca hát

【迷彩服】mícǎifú〈名〉quần áo sặc sỡ; bộ đồ rằn ri

【迷迭香】mídiéxiāng〈名〉[植物]cây cỏ hương; hương thảo

【迷宫】mígōng〈名〉mê cung

【迷糊】míhu❶〈形〉mê; mơ hồ; mơ mơ màng màng ❷〈动〉[口]chợp mắt

【迷幻药】míhuànyào〈名〉thuốc tạo ảo giác

【迷魂汤】míhúntāng〈名〉thuốc mê hồn; liều thuốc mê; ví lời đường mật

【迷魂阵】míhúnzhèn〈名〉cạm bẫy; mê hồn trận

【迷惑】míhuò❶〈形〉mê hoặc; mê mẩn ❷〈动〉làm cho mê hoặc

【迷惑不解】míhuò-bùjiě không thể lí giải nổi; thắc mắc

【迷离】mílí〈形〉mơ mơ màng màng; mơ hồ; mập mờ: ~的眼神 ánh mắt mơ màng

【迷恋】míliàn〈动〉say mê; say đắm: ~网络游戏 say mê trò chơi trên mạng

【迷路】mílù〈动〉❶lạc đường; lạc hướng ❷lầm đường lạc lối

【迷茫】mímáng〈形〉❶bao la mù mịt ❷sợ hãi; mơ màng

【迷蒙】míméng〈形〉❶mờ; mờ mịt; mịt mù ❷(tâm trí) u mê

【迷迷糊糊】mímihūhū mơ màng; gật gà gật gù

【迷你】mínǐ〈形〉mi-ni; loại nhỏ; cỡ nhỏ: ~型摄像机 máy quay phim mi-ni

【迷你裙】mínǐqún〈名〉váy ngắn; mi-ni-juýp

【迷人】mírén〈形〉làm cho mê mẩn; làm say mê; làm cho mê hoặc

【迷失】míshī〈动〉không nhận ra (phương hướng); lạc đường; lạc hướng: 他在森林里~了方向。Trong rừng sâu, anh ta bị mất phương hướng.

【迷途】mítú❶〈动〉lầm đường lạc lối: ~知返 lạc đường biết trở về ❷〈名〉con đường sai lầm

【迷雾】míwù〈名〉❶sương mù dày đặc ❷làm mất phương hướng

【迷信】míxìn〈动〉❶mê tín; tin: không ~命运。Đừng nên tin vào số mệnh. ❷tín ngưỡng; sùng bái

【迷住】mízhù〈动〉say mê; bị mê; bị thôi miên: 他被那个女人~了。Anh ta đã bị người đàn bà đó mê hoặc.

眯 mí〈动〉bị dặm mắt (bụi vào mắt không mở được)
另见 mī

猕 mí

【猕猴】míhóu〈名〉khỉ ma các

【猕猴桃】míhóutáo〈名〉quả kiwi

谜 mí〈名〉❶câu đố; lời đố ❷chỉ việc khó hiểu; khó giải quyết

【谜底】mídǐ〈名〉❶lời giải câu đố; đáp án câu đố ❷chân tướng; sự thật

【谜面】mímiàn〈名〉câu đố (để người ta đoán)

【谜团】mítuán〈名〉điều bí ẩn; huyền bí

【谜语】míyǔ〈名〉lời đố; câu đố: 猜~ giải câu đố

糜 mí❶〈名〉cháo ❷〈动〉thối nát; nhừ; rữa ❸〈动〉lãng phí

【糜烂】mílàn❶〈动〉bị bào mòn; lở loét; thối nát: 皮肤~ da bị bào mòn ❷〈形〉sa đọa

麋 mí〈名〉[动物]con nai

【麋羚】mílíng〈名〉linh dương có gạc

【麋鹿】mílù<名>con nai

mǐ

米[1] mǐ<名>❶gạo: 粳~ gạo tẻ ❷hạt; nhân: 高粱~ hạt cao lương; 花生 ~ lạc nhân ❸vật nhỏ như gạo: 虾~ tôm nõn

米[2] mǐ<量>mét

【米醋】mǐcù<名>giấm ăn (làm bằng gạo)

【米饭】mǐfàn<名>cơm

【米粉】mǐfěn<名>❶bột gạo ❷bánh phở; bún phở: 越南人爱吃~。Người Việt Nam thích món bún phở.

【米糕】mǐgāo<名>bánh hấp bột gạo; bánh đúc

【米糊】mǐhú<名>bột gạo; hồ

【米花】mǐhuā<名>hạt gạo hoặc ngô đã rang giòn; bỏng gạo

【米酒】mǐjiǔ<名>rượu gạo

【米糠】mǐkāng<名>cám gạo

【米老鼠】mǐlǎoshǔ<名>con chuột Mickey

【米粒】mǐlì<名>hạt gạo

【米色】mǐsè<名>màu trắng ngà; màu kem

【米汤】mǐtāng<名>❶nước cơm ❷cháo loãng

【米线】mǐxiàn<名>[方]bún; bánh phở: 过桥~ bún qua cầu (một món bún đặc sắc Vân Nam Trung Quốc)

mì

觅mì<动>tìm; kiếm; tìm kiếm: 寻~ tìm kiếm; ~知音 tìm bạn tri kỉ

【觅食】mìshí<动>kiếm ăn

泌mì<动>tiết ra; ứa ra; rỉ ra

【泌尿科】mìniàokē<名>khoa tiết niệu

秘mì❶<形>bí mật; kín: 神~ thần bí ❷<动>giữ bí mật; giữ kín ❸ <形>hiếm; hiếm có: ~本 cuốn sách

hiếm có ❹<名>thư kí

【秘传】mìchuán<动>bí truyền

【秘而不宣】mì'érbùxuān giữ kín không tuyên bố; giữ kín không nói ra

【秘方】mìfāng<名>phương thuốc bí truyền; bài thuốc gia truyền

【秘籍】mìjí<名>sách quý hiếm (được cất giữ)

【秘诀】mìjué<名>bí quyết

【秘密】mìmì❶<形>bí mật; kín: ~ 谈 cuộc hội đàm kín ❷<名>chuyện bí mật; việc bí mật; chuyện riêng: 泄露~ để lộ bí mật

【秘书】mìshū<名>❶thư kí: 董事会 ~ thư kí Hội đồng quản trị ❷công tác thư kí: ~管理 quản lí công tác thư kí

【秘书处】mìshūchù<名>ban thư kí

【秘书长】mìshūzhǎng<名>tổng thư kí

【秘闻】mìwén<名>chuyện riêng; chuyện bí mật

密mì<形>❶dày; đặc: ~集 dày đặc ❷chặt chẽ; gần; thân thiết: 亲~关 系 quan hệ chặt chẽ ❸tinh tế; tỉ mỉ; kĩ càng: 周~的安排 sắp xếp kĩ càng ❹bí mật; kín: 举行秘~会谈 tổ chức cuộc hội đàm kín

【密报】mìbào❶<动>mật báo; bí mật báo cáo: 向上级~ bí mật báo cáo lên cấp trên ❷<名>tin mật báo: 收到~ nhận được tin mật báo

【密闭】mìbì❶<动>bịt kín; đóng kín: ~门窗 đóng kín cửa sổ ❷<形>kín: ~ 舱 khoang kín

【密布】mìbù<动>(phân bố) dày đặc; chi chít

【密电】mìdiàn❶<名>bức điện mật ❷<动>đánh điện mật: ~中央 đánh điện mật lên Trung ương

【密度】mìdù<名>❶mật độ; độ dày: 人口~ mật độ dân số ❷[物理]tỉ trọng: 水的~是 1 g/cm³。Ti trọng của nước là 1 g/cm³.

【密封】mìfēng<动>bọc kín; đóng

kín; niêm phong: 此信没~好。Bức thư này chưa niêm phong kín.

【密封舱】mìfēngcāng<名>khoang kín

【密封袋】mìfēngdài<名>túi niêm phong

【密会】mìhuì❶<动>gặp gỡ bí mật; họp kín ❷<名>cuộc gặp gỡ bí mật; hội nghị kín

【密集】mìjí❶<动>tập trung ❷ <形>đông đúc; dày đặc: 远离人群~的地方 lánh xa những nơi đông người

【密件】mìjiàn<名>văn kiện mật; công văn mật; tài liệu mật

【密林】mìlín<名>rừng rậm: 深山~ núi sâu rừng rậm

【密令】mìlìng❶<动>mật lệnh; bí mật ra lệnh: ~撤军 bí mật ra lệnh rút quân ❷<名> mật lệnh; mệnh lệnh bí mật: 接~ nhận được mật lệnh

【密码】mìmǎ<名>mật mã; mật khẩu: 输入~ nhập mật khẩu

【密码锁】mìmǎsuǒ<名>chiếc khóa mật khẩu

【密码箱】mìmǎxiāng<名>hộp khóa mật khẩu

【密密麻麻】mìmimámá chi chít; chằng chịt; đông nghịt

【密谋】mìmóu<动>mưu mô bí mật; âm mưu sắp đặt: ~抢劫银行 mưu mô định cướp nhà băng

【密切】mìqiè❶<形>chặt chẽ; mật thiết; thân mật: 关系~ quan hệ chặt chẽ ❷<动>làm cho gần gũi; thắt chặt

【密实】mìshi<形>kĩ; dày dặn; chặt; kín đáo

【密使】mìshǐ<名>mật sứ; sứ giả bí mật

【密室】mìshì<名>phòng kín; buồng kín

【密谈】mìtán<动>tọa đàm bí mật; mật đàm

【密探】mìtàn<名>mật thám; thám tử

【密友】mìyǒu<名>bạn thân

蜜 mì❶<名>mật ong: 桂花蜂~ mật ong hoa quế ❷<名>những thứ như mật ong; mật: 糖~ rì mật ❸<形>ngọt (ngào); đường mật: 甜~ ngọt ngào

【蜜蜂】mìfēng<名>con ong mật

【蜜罐】mìguàn<名>hũ mật; môi trường sinh sống dễ chịu và hạnh phúc: 在~里长大 lớn lên trong hoàn cảnh sung túc

【蜜饯】mìjiàn❶<名>mứt hoa quả: 什锦~ mứt hoa quả thập cẩm ❷ <动>dầm hoa quả bằng đường

【蜜橘】mìjú<名>quít đường

【蜜糖】mìtáng<名>mật ong

【蜜月】mìyuè<名>tuần trăng mật

【蜜枣】mìzǎo<名>mứt táo

mián

眠 mián<动>❶ngủ: 失~ mất ngủ ❷ngủ giấc dài

绵 mián❶<名>bông tơ; tơ tằm ❷ <动>kéo dài; liên tục; liền: ~延千里 kéo dài nghìn dặm ❸<形>êm; mềm; mỏng manh; nhỏ bé: ~薄的贡献 đóng góp nhỏ bé ❹<形>(tính tình) dịu dàng; hiền hòa: 性格~和 tính tình hiền hòa

【绵白糖】miánbáitáng<名>đường kính mịn (hạt như bột)

【绵薄】miánbó<名>tài hèn sức mọn; năng lực kém cỏi; non yếu (lời nói khiêm tốn)

【绵长】miáncháng<形>dài lâu; dài dằng dặc; mãi mãi: ~的思念 nỗi nhớ dằng dặc

【绵绵不绝】miánmián-bùjué liên miên không dứt; vô tận

【绵延】miányán<动>kéo dài; chạy dài

【绵羊】miányáng<名>con cừu

棉 mián<名>❶cây bông: 彩~ cây bông màu ❷bông; xơ bông: ~织品 hàng dệt bông ❸vật tựa như tơ bông: 石~ a-mi-ăng

【棉被】miánbèi〈名〉chăn bông

【棉布】miánbù〈名〉vải bông; vải sợi bông: ~裙子 váy bông

【棉大衣】miándàyī〈名〉áo khoác bông

【棉纺厂】miánfǎngchǎng〈名〉nhà máy dệt bông

【棉纺织品】miánfǎngzhīpǐn hàng dệt bông

【棉花】miánhuā〈名〉❶cây bông ❷xơ bông; bông: 摘~ hái bông

【棉花糖】miánhuātáng〈名〉kẹo bông

【棉裤】miánkù〈名〉quần bông

【棉毛衫】miánmáoshān〈名〉áo vệ sinh dệt bông; áo sợi bông; áo đông xuân

【棉签】miánqiān〈名〉tăm bông

【棉球】miánqiú〈名〉hòn bông nhỏ

【棉纱】miánshā〈名〉sợi bông

【棉鞋】miánxié〈名〉giày bông

【棉絮】miánxù〈名〉❶xơ (sợi) bông ❷ruột bông; cốt bông; mền bông

【棉籽】miánzǐ〈名〉hạt bông

miǎn

免 miǎn〈动〉❶miễn trừ; bỏ đi; không lấy: 他已被~职。Ông ấy đã bị miễn chức. ❷tránh; khỏi: 早做准备~得被动。Sớm chuẩn bị để tránh bị động. ❸miễn; không được; đừng: 闲人~进! Không phận sự miễn vào!

【免不了】miǎnbuliǎo khó tránh; không tránh được: 这么晚才回家~被妈妈唠叨。Về nhà muộn thế không tránh khỏi bị mẹ cầu nhàu.

【免除】miǎnchú〈动〉trừ bỏ; xóa bỏ; miễn trừ: ~学费 miễn học phí

【免得】miǎnde〈连〉để tránh; đỡ phải; kẻo: 带上雨衣，~路上挨淋。Đem theo áo mưa, kẻo bị mưa ướt.

【免费】miǎnfèi〈动〉miễn phí; không thu tiền: ~回收 miễn phí thu hồi

【免冠】miǎnguān〈动〉❶bỏ mũ; ngả mũ (chào) ❷không đội mũ

【免检】miǎnjiǎn〈动〉miễn kiểm tra

【免礼】miǎnlǐ〈动〉miễn lễ

【免赔条款】miǎnpéi tiáokuǎn điều khoản miễn bồi thường

【免票】miǎnpiào ❶〈动〉không cần vé; không cần lấy vé: ~入场 miễn vé vào cửa ❷〈名〉vé miễn phí

【免签】miǎnqiān〈动〉miễn thị thực; miễn visa

【免试】miǎnshì〈动〉❶không cần qua thi cử; miễn thi; miễn thi cử: ~入学 vào học không qua thi cử ❷miễn trắc thử (đối với máy móc và cơ khí)

【免税】miǎnshuì〈动〉miễn thuế: ~进口 nhập khẩu miễn thuế

【免税区】miǎnshuìqū〈名〉khu vực miễn thuế quan

【免税商店】miǎnshuì shāngdiàn cửa hàng miễn thuế

【免税商品】miǎnshuì shāngpǐn hàng hóa miễn thuế

【免谈】miǎntán〈动〉không cần bàn bạc; khỏi phải nói

【免烫】miǎntàng〈动〉không cần là: ~衬衣 áo sơ-mi không cần là

【免提】miǎntí〈形〉loa ngoài: ~电话 điện thoại loa ngoài

【免疫】miǎnyì〈动〉miễn dịch

【免疫力】miǎnyìlì〈名〉sức miễn dịch

【免于】miǎnyú〈动〉miễn; khỏi: ~处罚 miễn xử phạt

【免予】miǎnyú〈动〉được miễn; không cần: ~追究 không cần truy cứu

【免责】miǎnzé〈动〉miễn chịu trách nhiệm; không chịu trách nhiệm

【免征】miǎnzhēng〈动〉miễn trưng thu

【免职】miǎnzhí〈动〉bãi miễn chức vụ; cách chức: 他因玩忽职守被~。Anh ấy bị cách chức bởi lơ là chức trách của mình.

勉 miǎn<动>❶gǎng gỏi; nỗ lực; gắng sức: 勤~ cần mẫn nỗ lực ❷khuyến khích; khuyên răn; khích lệ: 共~ cùng khích lệ ❸miễn cưỡng; gắng gượng

【勉励】 miǎnlì<动>khuyến khích; động viên; cổ vũ: 父亲~孩子坚持跑完全程。Người cha đã khích lệ đứa con kiên trì chạy hết cả chặng đường.

【勉强】 miǎnqiǎng❶<形>gắng gượng; cố sức: 他~把杠铃举起来。Anh ấy cố hết sức cử chiếc tạ lên. ❷<形>miễn cưỡng; tàm tạm: ~组成一个队 miễn cưỡng tổ chức thành một đội ❸<动>gò ép; cố ép: 不要~他做不愿做的事 Không nên gò ép anh ấy làm những việc anh ấy không muốn. ❹<形>khiên cưỡng ❺<形>tàm tạm

【勉为其难】 miǎnwéiqínán gắng gượng mà làm; cố mà làm (việc quá sức); cố làm việc quá với sức mình

缅 miǎn<形>xa xăm: ~怀 tưởng nhớ những người đã đi xa

【缅甸】 Miǎndiàn<名>Mi-an-ma: ~人 người Mi-an-ma; ~语 tiếng Mi-an-ma

【缅怀】 miǎnhuái<动>tưởng nhớ; nhớ lại

腼 miǎn

【腼腆】 miǎntiǎn<形>thẹn thùng; xấu hổ; ê lệ: 姑娘~地低下头。Cô bé thẹn thùng cúi gằm mặt xuống.

miàn

面¹ miàn❶<名>mặt: 见~ gặp mặt; 汗流满~ mồ hôi ròng ròng trên mặt ❷<动>hướng về; quay về: ~向未来 hướng tới tương lai ❸<名>mặt (bề mặt vật thể); bề mặt: 桌~ mặt bàn ❹<动>gặp mặt: 谋~ gặp mặt ❺<副>trước mặt; trực tiếp: ~谈 bàn bạc trực tiếp ❻<名>bề ngoài: 看人不能只看

表~。Nhìn nhận và đánh giá con người không thể chỉ xem xét vẻ ngoài. ❼<名>mặt; diện (hình học): 平~ mặt phẳng/mặt bằng ❽<名>phía; vị trí; phương diện; mặt: 反~ mặt trái ❾(hậu tố phương vị từ) phía; bên: 里~ bên trong ❿<量>cái; lá; tấm: 一~铜镜 một tấm gương đồng ⓫<量>lần: 两人只见过一~。Hai người chỉ gặp qua một lần.

面² miàn❶<名>bột: 玉米~ bột ngô ❷<名> bột xay nhỏ: 胡椒~ bột tiêu ❸<名>mì; mì sợi: 牛肉~ mì thịt bò ❹<形>[方]bở: 这红薯很~。Loại khoai lang này bở lắm.

【面包】 miànbāo<名>bánh mì

【面包车】 miànbāochē<名>xe hình bánh mì; xe buýt nhỏ

【面包店】 miànbāodiàn<名>cửa hàng bánh mì

【面饼】 miànbǐng<名>bánh bột mì

【面不改色】 miànbùgǎisè mặt không biến sắc

【面部】 miànbù<名>mặt; bộ mặt: ~表情 vẻ mặt

【面点】 miàndiǎn<名>các loại bánh trái làm bằng bột mì hay bột gạo

【面对】 miànduì<动>đứng trước; diện: 我们应当勇敢地~困难险阻。Chúng ta cần can đảm trực diện với những khó khăn gian khổ.

【面对面】 miànduìmiàn đối diện; trực diện; trực tiếp: ~地提问题 trực tiếp nêu ra vấn đề

【面额】 miàn'é<名>mệnh giá (tiền tệ); giá trị đồng tiền ghi trên giấy bạc: 大~钞票 tờ giấy bạc mệnh giá lớn

【面粉】 miànfěn<名>bột mì: 精白~ bột mì tinh trắng

【面疙瘩】 miàngēda<名>bột nặn

【面馆】 miànguǎn<名>quán mì sợi, vằn thắn, các thức ăn bằng bột mì

【面红耳赤】 miànhóng-ěrchì đỏ mặt tía tai: 两人吵得~。Hai người

M

cãi cọ đến đỏ mặt tía tai.

【面糊】 miànhù〈名〉❶hồ bột; bột nhão ❷[方]hồ dán (quấy thành bột)

【面黄肌瘦】 miànhuáng-jīshòu mặt mũi xanh xao; mặt bủng da chì; mình gầy xác ve

【面积】 miànjī〈名〉diện tích

【面颊】 miànjiá〈名〉gò má

【面巾纸】 miànjīnzhǐ〈名〉khăn giấy chùi mặt

【面筋】 miànjin〈名〉cốt bột mì

【面具】 miànjù〈名〉❶mặt nạ: 防毒~ mặt nạ chống hơi độc ❷mặt nạ; bộ mặt giả dối: 撕下假~ xé toạc bộ mặt giả dối

【面孔】 miànkǒng〈名〉khuôn mặt; bộ mặt; gương mặt

【面料】 miànliào〈名〉❶nguyên liệu mặt ngoài áo và bọc giày; vải ❷vật liệu dán bề mặt

【面临】 miànlín〈动〉trước; đứng trước; gặp phải (vấn đề, tình thế...): ~困境 gặp phải tình thế khốn quẫn

【面貌】 miànmào〈名〉❶bộ mặt; tướng mạo; gương mặt: 这小姑娘~很清秀。Cô bé có gương mặt xinh xắn. ❷cảnh tượng; bộ mặt; diện mạo

【面貌一新】 miànmào-yīxīn (bộ mặt) hoàn toàn đổi mới

【面面俱到】 miànmiàn-jùdào chu đáo mọi mặt; đầy đủ; chu toàn (mọi mặt)

【面面相觑】 miànmiàn-xiāngqù ngơ ngác nhìn nhau (ý kinh hãi, bất lực, đành chấp nhận)

【面膜】 miànmó〈名〉mặt nạ dưỡng da

【面目】 miànmù〈名〉❶bộ mặt; mặt mũi: ~丑陋 mặt mũi xấu xí ❷cảnh tượng; bộ mặt; diện mạo: 揭露罪犯的真~ vạch trần bộ mặt của tội phạm ❸mặt mày

【面目全非】 miànmù-quánfēi hoàn toàn thay đổi; bộ mặt khác hẳn

【面庞】 miànpáng〈名〉khuôn mặt

【面前】 miànqián〈名〉trước; trước mặt; trước mắt: 困难~不低头 Quyết không cúi đầu trước khó khăn.

【面容】 miànróng〈名〉nét mặt; vẻ mặt; dung nhan: ~姣好 gương mặt xinh đẹp

【面色】 miànsè〈名〉sắc mặt: ~惨白 sắc mặt nhợt nhạt

【面纱】 miànshā〈名〉❶mạng che mặt (phụ nữ): 头戴~ đội mạng che mặt ❷vật che giấu hoặc ngụy trang; màn: 撩开神秘的~ vén lên tấm màn huyền bí

【面生】 miànshēng〈形〉lạ; lạ mặt

【面食】 miànshí〈名〉thức ăn làm bằng bột mì; bánh trái

【面世】 miànshì〈动〉ra đời; ra mắt; ra lò

【面市】 miànshì〈动〉bắt đầu cung ứng thị trường

【面试】 miànshì〈动〉thi trực tiếp; phỏng vấn; thi vấn đáp

【面授】 miànshòu〈动〉❶truyền thụ (dạy) trực tiếp ❷kiểu dạy trực tiếp: 一对一~ dạy trực tiếp 1/1

【面熟】 miànshú〈形〉quen mặt; mặt quen: 两人一见面都觉得~。Hai người vừa gặp mặt đã cảm thấy rất thân quen.

【面谈】 miàntán〈动〉trao đổi, đàm thoại trực tiếp

【面条儿】 miàntiáor〈名〉mì sợi

【面团】 miàntuán〈名〉cục mì bột; nắm bột mì (đã nhào nước)

【面向】 miànxiàng〈动〉hướng về; hướng tới: ~北方 hướng về phương Bắc

【面相】 miànxiàng〈名〉[方]mặt; diện mạo; tướng mạo

【面议】 miànyì〈动〉thương lượng; bàn bạc; trao đổi trực tiếp

【面有愧色】 miànyǒukuìsè lộ vẻ áy

náy, hổ thẹn

【面罩】miànzhào<名>mặt nạ; mạng che mặt (có tác dụng bảo vệ)

【面子】miànzi<名>❶mặt ngoài; bề ngoài; vẻ ngoài (của đồ vật): 被~ vỏ chăn ❷thể diện; sĩ diện: 丢~ mất thể diện ❸nể mặt: 对他可不留~ không cần phải nể mặt ông ta

miáo

苗miáo<名>❶mầm; mạ; lộc; lá non; nõn: 拔~助长 nhổ gốc cho mạ lên ❷manh mối ❸nòi giống; con cháu (thế hệ sau): 他是这家的独~. Anh ấy là con một trong gia đình. ❹con giống; giống (chỉ loài vật): 秧~ cây mạ; 鱼~ giống cá ❺vắc-xin: 流感~ vắc-xin dịch cúm ❻ngọn; chồi; búp: 火~ ngọn lửa

【苗圃】miáopǔ<名>vườn ươm; vườn cây giống

【苗条】miáotiao<形>thon thả; thướt tha; mảnh mai: 身材~ vóc người thon thả

【苗头】miáotou<名>xu thế phát triển; manh mối

【苗子】miáozi<名>❶[方]mầm; mạ; lộc: 树~ cây giống ❷mầm non; lớp trẻ; hạt giống: 篮球~ lớp trẻ năng khiếu bóng rổ ❸[方]manh mối; đầu mối

描miáo<动>❶tô; vẽ theo ❷viết phỏng; tô lại

【描红】miáohóng❶<动>tô hồng; tô màu ❷<名>chữ son (mẫu chữ tập viết)

【描画】miáohuà<动>phác họa; mô tả: ~美好前景 phác họa tương lai tươi đẹp

【描绘】miáohuì<动>mô tả; miêu tả; tô vẽ: ~出生动的画面 miêu tả một khung cảnh sinh động

【描摹】miáomó<动>❶viết, vẽ theo mẫu: ~字帖 tô viết theo mẫu chữ

❷mô tả; thể hiện

【描述】miáoshù<动>miêu tả; tả; thuật lại (một cách hình tượng): 故乡的巨变非笔墨所能~. Sự biến đổi của quê hương không một cây bút nào có thể tả xiết.

【描图】miáotú<动>đồ (bức hoạ)

【描写】miáoxiě<动>miêu tả; mô tả: 生动地~了人物特点 miêu tả một cách sinh động đặc điểm nhân vật

瞄miáo<动>ngắm

【瞄准】miáozhǔn<动>❶ngắm trúng (đích): ~目标 ngắm trúng mục tiêu ❷nhằm trúng: ~东南亚市场 nhằm trúng vào thị trường Đông Nam Á

miǎo

秒miǎo<量>❶(đơn vị thời gian) giây: 分~必争 tranh thủ từng phút từng giây ❷(đơn vị góc hoặc vòng cung: 角度为三十二度五十分四十~ góc 32°50′40″ ❸đơn vị kinh, vĩ độ

【秒表】miǎobiǎo<名>đồng hồ bấm giây

【秒杀】miǎoshā<动>❶thắng đối thủ trong thời gian cực ngắn ❷giải quyết hoặc chấm dứt trong thời gian cực ngắn: ~购物成功 đã mua được trong tích tắc

【秒针】miǎozhēn<名>kim giây

渺miǎo<形>❶mênh mang; mù mịt; mịt mù ❷nhỏ bé; bé nhỏ

【渺茫】miǎománg<形>❶mờ mịt; mịt mù: 她出国后音信~. Từ sau khi ra nước ngoài, chị ấy mờ mịt tăm hơi. ❷(tương lai) khó dự đoán; khó liệu chừng: 前途~ tương lai khó dự đoán

【渺小】miǎoxiǎo<形>nhỏ bé; bé; nhỏ

藐miǎo❶<形>nhỏ: 在大自然的面前，人还是很~小的. Đứng trước thiên nhiên tạo hóa con người chúng ta hết sức bé nhỏ. ❷<动>coi thường

【藐视】miǎoshì〈动〉coi thường; coi nhẹ: ~困难 coi thường khó khăn

miào

妙 miào〈形〉❶đẹp; hay; diệu; tài tình; tuyệt vời: 这首歌~极了。Bài hát này thật tuyệt vời. ❷thần kì; tài tình; tuyệt diệu; hay; giỏi: 奇~ thần kì

【妙笔生花】miàobǐ-shēnghuā ngòi bút tài hoa

【妙不可言】miàobùkěyán đẹp không sao tả xiết; đẹp tuyệt vời: 那里的景色~。Đó là một cảnh đẹp tuyệt trần.

【妙处】miàochù〈名〉điều tốt; điều hay: 音乐的~ sự tuyệt vời của âm nhạc

【妙计】miàojì〈名〉diệu kế: 这真是一箭双雕的~。Đây thật là diệu kế một công đôi việc.

【妙龄】miàolíng〈名〉tuổi xuân; tuổi thanh xuân: ~少女 thiếu nữ dậy thì

【妙论】miàolùn〈名〉lập luận phi thường: 人生~ lập luận phi thường về nhân sinh

【妙趣横生】miàoqù-héngshēng ý vị tuyệt vời; dào dạt ý hay; thú vị

【妙手回春】miàoshǒu-huíchūn bàn tay vàng; bàn tay thần diệu; lương y chữa bệnh tài tình

【妙用】miàoyòng❶〈动〉sử dụng khéo léo: 他~成语，达到言简意赅的效果。Anh ấy sử dụng thành ngữ một cách khéo léo đạt hiệu quả xúc tích về ngôn ngữ. ❷〈名〉tác dụng tuyệt vời

【妙语如珠】miàoyǔ-rúzhū lời nói sắc sảo

庙 miào〈名〉❶miếu; đền thờ: 宗~ tông miếu; 家~ nhà thờ tổ tiên (của gia đình) ❷miếu thờ: 关帝~ miếu thờ Quan Công ❸[书]triều đình: ~

堂 miếu đường ❹hội chùa; hội hè: 男女老幼一起赶—会。Già trẻ gái trai cùng đi trẩy hội.

【庙会】miàohuì〈名〉hội chùa; hội làng; hội hè

【庙宇】miàoyǔ〈名〉chùa chiền; miếu (mạo)

miè

灭 miè〈动〉❶tắt: 灯~了。Đèn đã tắt. ❷dập (tắt): 用灭火器~火 dùng bình cứu hỏa để dập lửa ❸ngập lút: ~顶之灾 thảm họa hủy diệt ❹diệt; tiêu diệt; diệt trừ; mất: 剿~土匪 tiễu trừ thổ phi ❺xóa bỏ; diệt trừ: ~蚁行动 hành động diệt trừ kiến

【灭火】mièhuǒ〈动〉dập tắt lửa

【灭火器】mièhuǒqì〈名〉bình chữa cháy; dụng cụ chữa cháy

【灭绝】mièjué〈动〉❶diệt sạch; diệt hết; tuyệt diệt: 这个物种已经~。Loại giống này đã bị tuyệt chủng. ❷mất hết; mất sạch; hết sạch: ~人性 mất hết tính người/mất hết lương tri

【灭口】mièkǒu〈动〉bịt miệng; bịt đầu mối; diệt khẩu

【灭亡】mièwáng〈动〉diệt vong

蔑 miè[书]❶〈形〉miệt thị; coi thường ❷〈副〉không; không có

【蔑称】mièchēng❶〈动〉gọi một cách khinh miệt; vênh váo gọi ❷〈名〉xưng hô láo

【蔑视】mièshì〈动〉coi thường; miệt thị; khinh rẻ: ~死神 coi thường cái chết

篾 miè〈名〉lạt; nan (tre, nứa...)

【篾刀】mièdāo〈名〉dao chẻ lạt

【篾匠】mièjiàng〈名〉thợ đan (đồ tre nứa)

【篾片】mièpiàn〈名〉nan tre; lạt tre

【篾席】mièxí〈名〉chiếu nan

mín

民 mín<名>❶dân; nhân dân: 执政 为~ cầm quyền vì dân ❷người; dân: 渔~ dân chài ❸dân gian: ~间 故事 chuyện dân gian ❹dân chúng; dân sự; dân: 得到~众支持 được dân chúng ủng hộ

【民办】mínbàn<形>dân lập: ~组织 tổ chức dân lập; ~教师 giáo viên dân lập

【民兵】mínbīng<名>dân quân

【民不聊生】mínbùliáoshēng nhân dân lầm than cực khổ; đời sống nhân dân bấp bênh

【民法】mínfǎ<名>luật dân sự

【民房】mínfáng<名>nhà dân

【民愤】mínfèn<名>sự phẫn nộ (lòng căm phẫn) của dân chúng: 激起~ gây nên sự phẫn nộ của dân chúng

【民风】mínfēng<名>nền nếp xã hội; lối sống người dân: ~淳朴 nếp sống thuần phác của người dân

【民歌】míngē<名>dân ca: ~节 liên hoan dân ca

【民工】míngōng<名>❶dân công ❷nông dân ra thành phố làm thuê

【民航】mínháng<名>hàng không dân dụng

【民间】mínjiān<名>❶dân gian: ~疾 苦 nỗi khổ dân gian ❷không chính thức; phi chính phủ: ~交往 sự trao đổi phi chính phủ

【民间组织】mínjiān zǔzhī tổ chức dân gian

【民警】mínjǐng<名>cảnh sát nhân dân

【民居】mínjū<名>nhà dân; khu dân cư

【民情】mínqíng<名>❶dân tình; tình hình dân chúng ❷tâm tư; nguyện vọng của dân: 体察~ hiểu dân

【民权】mínquán<名>dân quyền; quyền lực của dân

【民生】mínshēng<名>dân sinh; đời sống của dân: ~无小事 Việc dân sinh là việc lớn.

【民事】mínshì<名>dân sự: ~纠纷 tranh chấp dân sự

【民事诉讼】mínshì sùsòng tố tụng dân sự

【民俗】mínsú<名>phong tục tập quán dân tộc

【民心】mínxīn<名>lòng dân: 深得~ rất được lòng dân

【民谚】mínyàn<名>ngạn ngữ dân gian

【民谣】mínyáo<名>ca dao dân gian

【民以食为天】mín yǐ shí wéi tiān dân tôn miếng ăn là ông Trời; dân dĩ thực vi thiên

【民意】mínyì<名>ý dân; dân ý: 重视 ~ coi trọng ý dân

【民营企业】mínyíng qǐyè doanh nghiệp dân doanh; xí nghiệp tư nhân

【民用】mínyòng<形>dân dụng: ~工 业 công nghiệp dân dụng

【民宅】mínzhái<名>nhà dân: 私闯~ tự ý xộc vào nhà dân

【民政部】Mínzhèng Bù<名>Bộ Dân chính

【民政局】Mínzhèng Jú<名>Cục Dân chính

【民众】mínzhòng<名>dân chúng; quần chúng nhân dân

【民主】mínzhǔ❶<名>quyền dân chủ: 体现~权利 thể hiện quyền dân chủ ❷<形>dân chủ: ~制度 chế độ dân chủ

【民主党派】mínzhǔ dǎngpài đảng phái dân chủ

【民主人士】mínzhǔ rénshì nhân sĩ dân chủ

【民主选举】mínzhǔ xuǎnjǔ bầu cử dân chủ

【民族】mínzú<名>❶cộng đồng tộc người ❷dân tộc: ~自治 tự trị dân tộc; ~自豪感 tự hào dân tộc

M

mǐn

抿¹ mǐn<动>chải (tóc) (bằng nước hoặc dầu): ~头发 chải đầu

抿² mǐn<动>❶mím; mịm chúm chím (môi, miệng); cụp (cánh): 她只~着嘴笑不吭声。 Cô chi mỉm môi cười chúm chím mà không lên tiếng. ❷nhấp; nhấp: ~一小口酒 nhấp một ngụm rượu

泯 mǐn<动>tiêu tan; mất đi; phai mờ; tiêu biến: ~除成见 giải trừ thành kiến

【泯灭】mǐnmiè<动>(vết tích, ấn tượng) mất; phai mờ; tiêu tan; mất hẳn: 良心~ mất hết lương tâm

敏 mǐn<形>❶nhanh nhẹn; nhanh nhạy; nhạy cảm; nhạy bén: 他也是个~感之人。 Anh ấy cũng là con người khá nhạy cảm. ❷thông minh; nhanh trí; thính: 聪~ thông minh lanh lợi

【敏感】mǐngǎn<形>❶thính; nhạy; nhạy cảm; mẫn cảm: 对声音很~ rất nhạy cảm đối với âm thanh ❷dễ xảy ra phản ứng

【敏捷】mǐnjié<形>nhanh nhẹn; mau lẹ; mẫn tiệp: 他身手~。 Động tác của anh ấy rất nhanh nhẹn.

【敏锐】mǐnruì<形>(cảm giác) nhạy; nhạy bén; (con mắt) tinh tường; tinh sắc: 目光~ con mắt tinh tường

míng

名 míng❶<名>tên; tên gọi: 起~ đặt tên ❷<名>tên (gọi) là: 请问您尊姓大~? Xin hỏi bác tên gì ạ? ❸<名>danh nghĩa ❹<名>danh tiếng; tiếng; tiếng tăm: 远近闻~ nổi tiếng khắp nơi ❺<形>nổi tiếng; có tiếng tăm: ~人 danh nhân ❻<动>[书]nói ra; diễn tả ❼<动>[书]chiếm hữu: 一

文不~ không tơ hào một đồng ❽<量>lượng từ chỉ người: 上万人参加考试却只录用一~。 Hàng vạn người dự thi nhưng chỉ tuyển dụng có một người. ❾<量>chỉ ngôi thứ: 他取得了第一~的好成绩。 Anh ấy giành thành tích xuất sắc đứng thứ nhất.

【名不副实】míngbùfùshí tên gọi không đúng với thực chất; danh không đúng với thực; có tiếng tăm không có thực chất; hữu danh vô thực

【名不虚传】míngbùxūchuán tiếng đồn không ngoa; danh bất hư truyền: 他是一位~的诗人。 Ông ấy là một nhà thơ danh bất hư truyền.

【名册】míngcè<名>bản danh sách; sổ ghi tên: 花~ danh sách

【名称】míngchēng<名>tên gọi (sự vật) (cũng dùng cho tập thể người)

【名垂青史】míngchuíqīngshǐ lưu danh thiên cổ; để lại tiếng thơm muôn thuở; lưu danh sử xanh

【名词】míngcí<名>❶danh từ ❷thuật ngữ: 现在网上出现了许多新~。 Giờ đây trên mạng internet xuất hiện nhiều thuật ngữ mới. ❸từ chỉ khái niệm (trong kết cấu tam đoạn luận)

【名次】míngcì<名>thứ tự tên gọi; thứ bậc trong danh sách

【名存实亡】míngcún-shíwáng danh nghĩa thì còn, thực tế thì đã mất; chỉ còn trên danh nghĩa

【名单】míngdān<名>danh sách

【名额】míng'é<名>chỉ tiêu; hạn mức số người (nhân viên)

【名分】míngfèn<名>danh phận; thân phận; chức vị; địa vị: 没有~ không có danh phận gì

【名副其实】míngfùqíshí danh tiếng đúng với thực tế; danh bất hư truyền

【名贵】míngguì<形>nổi tiếng và quý giá: ~中药 thuốc bắc quý giá

【名花有主】mínghuā-yǒuzhǔ cô gái đã có người yêu

【名家】míngjiā<名>những học giả có tiếng tăm; học giả nổi tiếng; nhân vật nổi tiếng

【名句】míngjù<名>danh ngôn: 千古~ danh ngôn thiên cổ

【名利】mínglì<名>danh lợi: 淡泊~ coi nhẹ danh lợi

【名利双收】mínglì-shuāngshōu được cả danh lẫn lợi

【名列前茅】mínglièqiánmáo đứng đầu bảng: 他在班上的成绩一直~。Thành tích của cậu ấy luôn đứng đầu bảng trong lớp.

【名流】míngliú<名>nhân sĩ nổi tiếng (về học thuật và chính trị); nhân vật nổi tiếng

【名录】mínglù<名>sổ tay ghi tên; danh sách; danh mục: 世界文化遗产~ danh mục di sản văn hóa thế giới

【名落孙山】míngluòsūnshān thi trượt; thi rớt

【名门闺秀】míngmén-guīxiù con gái nhà quyền quý

【名目】míngmù<名>danh mục: 巧立~ bày đặt đủ trò

【名目繁多】míngmù-fánduō nhiều món nhiều loại; nhiều tên gọi khác nhau

【名牌】míngpái<名>❶nhãn hiệu (thương hiệu) có uy tín: ~大学 trường đại học có uy tín ❷bảng tên; biển đề tên người; bảng tên hàng hóa

【名片】míngpiàn<名>danh thiếp

【名气】míngqi<名>tiếng tăm: 没有~ không có tiếng tăm gì cả

【名曲】míngqǔ<名>khúc nhạc nổi tiếng

【名人】míngrén<名>danh nhân; người có tiếng tăm

【名声】míngshēng<名>tiếng tăm; danh vọng; thanh danh: ~远扬 tiếng tăm đồn xa

【名胜】míngshèng<名>danh thắng: ~古迹 danh lam thắng cảnh

【名师】míngshī<名>bậc thầy nổi tiếng; thầy giỏi; danh sư

【名师出高徒】míngshī chū gāotú thầy giỏi học trò cũng giỏi; thầy nổi danh có trò tài giỏi

【名堂】míngtang<名>❶trò; mục: 这孩子~真多，又哭又闹的。Thằng bé này thì nhiều trò lắm, vừa kêu khóc vừa phá quấy. ❷thành tựu; kết quả: 我们必须讨论出一个~来。Chúng ta nhất thiết phải thảo luận cho ra một kết quả gì đó. ❸lẽ gì đó; trò gì đó: 真不简单，这里面还有~呢。Thật không đơn giản, trong đó chắc còn có uẩn khúc nữa kia.

【名望】míngwàng<名>uy tín; danh vọng; tiếng tăm: 他在这一带是个~很高的人。Ông ấy là người rất có danh vọng trong vùng.

【名言】míngyán<名>danh ngôn; câu nói nổi tiếng

【名扬四海】míngyáng-sìhǎi nổi tiếng gần xa

【名医】míngyī<名>danh y; bác sĩ nổi tiếng

【名义】míngyì<名>❶danh nghĩa; tư cách, trên danh nghĩa: 以个人~ nhân danh cá nhân ❷bề ngoài; hình thức

【名优产品】míngyōu chǎnpǐn sản phẩm nổi tiếng chất lượng cao

【名誉】míngyù❶<名>danh dự: 注重~ chú trọng danh dự ❷<形>danh dự (trên danh nghĩa): ~主席 chủ tịch danh dự

【名噪一时】míngzào-yīshí vang bóng một thời

【名正言顺】míngzhèng-yánshùn danh chính ngôn thuận

【名著】míngzhù<名>tác phẩm nổi tiếng

【名字】míngzi<名>❶tên (người) ❷tên (sự vật)

明¹ míng ❶〈形〉sáng (đối lập với tối): ～月 trăng sáng ❷〈形〉rõ ràng; sáng tỏ: 说～ nói rõ ❸〈动〉công khai; lộ: lộ rõ ❹〈动〉có hiểu: 有何看法请～示. Có nhận xét gì xin nêu rõ. ❹〈形〉(mắt) sáng; (mắt) tinh; tinh mắt; sắc bén: 眼～手快 tay chân nhanh nhẹn, đôi mắt tinh tường ❺〈形〉quang minh chính đại; lòng dạ ngay thẳng: ～人不做暗事 Con người lòng ngay dạ thẳng không làm việc mờ ám. ❻〈名〉thị giác: 双目失～ mù loà cả đôi mắt ❼〈动〉hiểu; hiểu biết: 他嘴上不说其实心里～白得很. Tuy không nói ra nhưng trong thâm tâm anh ấy hiểu rất rõ điều này. ❽〈动〉[书]biểu hiện; biểu thị; tỏ ra: 以诗～志 bày tỏ tâm trí bằng những câu thơ ❾〈副〉rõ ràng: 你～知道今晚有暴风雨，为何不关上门窗呢? Cậu đã biết rõ là đêm nay có mưa to gió lớn mà tại sao không đóng cửa sổ?

明² míng〈名〉ngày mai; sang năm: 三个大工程～年开工建设. Có ba công trình lớn sẽ được khởi công xây dựng vào năm tới.

明³ Míng〈名〉đời nhà Minh (một triều đại lịch sử của Trung Quốc)

【明白】míngbai ❶〈形〉rõ; rõ ràng; dễ hiểu: 我讲得很～了. Tôi đã giảng giải rất rõ ràng rồi. ❷〈形〉công khai; nói thẳng; thẳng (thắn): 他已～表示不赞成. Anh ấy đã thẳng thắn tỏ ý không tán thành. ❸〈形〉thông minh; sáng dạ; khôn ngoan; biết lẽ phải; biết điều: 他是个～人. Cậu ấy là người sáng dạ. ❹〈动〉hiểu; biết; hiểu biết: 我～大家的意思. Tôi hiểu ý của mọi người.

【明摆着】míngbǎizhe bày rõ ràng ra; rất rõ ràng

【明辨是非】míngbiàn-shìfēi làm sáng tỏ phải trái; phân biệt rõ đúng

sai

【明灯】míngdēng〈名〉ngọn đèn sáng chói; ngọn đèn pha

【明矾】míngfán〈名〉phèn chua; bạch phàn

【明晃晃】mínghuǎnghuǎng sáng loáng; sáng ngời: ～的剑锋 lưỡi gươm sáng loáng

【明净】míngjìng〈形〉trong sáng tinh khiết; trong vắt; trong suốt, sáng sủa: ～的阅览室 căn phòng đọc sách sáng sủa

【明镜】míngjìng〈名〉gương sáng

【明快】míngkuài〈形〉❶(văn chương) khúc chiết: 笔法～ lời văn khúc chiết ❷(tính tình) cởi mở; thẳng thắn; (làm việc) dứt khoát; quả quyết ❸sáng; sáng sủa

【明朗】mínglǎng〈形〉❶sáng; sáng sủa; sáng rõ; sáng tỏ; trong sáng: ～的月光 ánh trăng sáng tỏ ❷rõ ràng; sáng tỏ: 态度～ thái độ rõ ràng ❸trong sáng; cởi mở: ～的风格 phong cách cởi mở

【明理】mínglǐ ❶〈动〉hiểu đạo lí; hiểu biết; biết điều: 我们要做～之人. Chúng ta phải làm người hiểu đạo lí. ❷〈名〉lí lẽ rõ ràng

【明亮】míngliàng〈形〉❶sáng rực; sáng sủa; sáng trưng: 灯火～ đèn điện sáng trưng ❷sáng ngời; ngời sáng: ～的眼睛 đôi mắt sáng ngời ❸sáng tỏ; hiểu rõ; hiểu ra: 对这件事情，他心里～得很. Ông ấy hiểu rất rõ về chuyện này.

【明了】míngliǎo ❶〈形〉minh bạch; rõ ràng: 你的一番话简单～. Lời phát biểu của anh đơn giản mà rõ ràng. ❷〈动〉sáng tỏ; hiểu rõ: 大家的意思我～. Ý của mọi người tôi đã hiểu rồi.

【明码标价】míngmǎ-biāojià niêm yết giá bán

【明媒正娶】míngméi-zhèngqǔ cuộc hôn nhân chính đáng; cưới hỏi

đàng hoàng

【明明】 míngmíng〈副〉rõ ràng; rành rành: ~是他错了。Rõ ràng là anh ấy sai rồi.

【明明白白】 míngmíngbáibái❶rõ ràng; rõ rành rành ❷tỉnh táo; minh mẫn ❸quang minh chính đại

【明眸皓齿】 míngmóu-hàochǐ mắt sáng răng trắng

【明目】 míngmù❶〈动〉làm sáng đôi mắt ❷〈名〉đôi mắt sáng

【明目张胆】 míngmù-zhāngdǎn trắng trợn; táo tợn; không kiêng dè

【明年】 míngnián〈名〉sang năm; năm sau

【明确】 míngquè❶〈形〉rõ ràng; đúng đắn: 目的~ mục đích rõ ràng ❷〈动〉xác định rõ: ~自己的任务 làm sáng tỏ nhiệm vụ của mình

【明日】 míngrì〈名〉ngày mai

【明示】 míngshì〈动〉chỉ thị rõ ràng

【明说】 míngshuō〈动〉nói rõ; nói thẳng

【明天】 míngtiān〈名〉❶ngày mai: ~就开学了。Ngày mai sẽ khai giảng. ❷mai đây; tương lai: 为了我们下一代的~ vì tương lai con em chúng ta

【明文】 míngwén〈名〉(có) văn bản rõ ràng; thành văn (chỉ pháp lệnh, quy chế): 法律已有~规定。Pháp luật đã có quy định rõ ràng bằng văn bản.

【明细】 míngxì〈形〉rõ ràng; tỉ mỉ: 分工~ phân công rõ ràng tỉ mỉ

【明虾】 míngxiā〈名〉tôm he

【明显】 míngxiǎn〈形〉rõ nét; nổi bật; rõ rệt: 进步~ tiến bộ rõ rệt

【明信片】 míngxìnpiàn〈名〉bưu thiếp

【明星】 míngxīng〈名〉❶sao Kim (trong sách cổ) ❷ngôi sao; minh tinh: 影视~ minh tinh màn bạc

【明眼人】 míngyǎnrén〈名〉người hiểu biết; người sáng suốt

【明早】 míngzǎo〈名〉❶sớm mai ❷[方]ngày mai

【明争暗斗】 míngzhēng-àndòu đấm đá nhau công khai và ngầm ngầm; đấu đá nhau đủ kiểu

【明知故犯】 míngzhī-gùfàn biết sai vẫn làm; cố tình phạm lỗi

【明知故问】 míngzhī-gùwèn đã biết còn vờ hỏi

【明智】 míngzhì〈形〉thức thời; sáng suốt; khôn khéo: ~的选择 lựa chọn sáng suốt

鸣 míng〈动〉❶kêu; hót; gáy: 鸟~ chim hót ❷phát ra tiếng kêu; tiếng động; làm cho kêu: 机器轰~。Máy móc phát ra tiếng động ầm ầm. ❸bày tỏ; biểu đạt (tình cảm, ý kiến, chủ trương): ~冤 kêu oan

【鸣笛】 míngdí〈动〉kéo còi

【鸣叫】 míngjiào〈动〉(chim, côn trùng) kêu

【鸣谢】 míngxiè〈动〉(công khai) tỏ lòng cảm ơn

【鸣冤叫屈】 míngyuān-jiàoqū khiếu nại trình bày nỗi oan

冥 míng❶〈形〉tối; tối tăm: 幽~ âm u ❷〈形〉sâu; sâu xa; sâu kín; thâm trầm: ~思 suy tư nghiền ngẫm ❸〈形〉ngu dốt; ngu đần; hồ đồ: ~昧 ngu đần dốt nát ❹〈名〉âm phủ; địa ngục

【冥思苦想】 míngsī-kǔxiǎng trầm tư suy nghĩ; lao tâm khổ tứ: 他~却找不到答案。Anh ấy vắt óc suy nghĩ mà không sao tìm ra đáp án.

【冥王星】 míngwángxīng〈名〉sao Diêm vương

铭 míng❶〈名〉bài minh: 墓志~ chữ khắc trên bia mộ ❷〈动〉khắc chữ trên đồ vật; ghi nhớ; không quên; khắc sâu: 刻骨~心 ghi xương khắc cốt

【铭记】 míngjì❶〈动〉ghi nhớ; ghi sâu; khắc sâu: 您的恩情我们~在心。

M

Công ơn của thầy chúng em mãi ghi sâu trong lòng. ❷<名>bài minh; văn khắc; minh kí

【铭刻】míngkè❶<名>bài minh ghi công đức; chữ khắc vào đồ vật ❷<动>khắc ghi; ghi nhớ; nhớ mãi không quên: 沉痛的教训~在心中。 Bài học đau đớn ghi khắc trong lòng không bao giờ quên.

【铭牌】míngpái<名>tấm nhãn gắn trên các cỗ máy

【铭文】míngwén<名>chữ khắc; văn khắc; minh văn (trên đồ vật)

瞑 míng❶<动>nhắm mắt: 死不~目 chết không nhắm mắt ❷<形>hoa mắt: 耳聋目~ mắt mờ tai điếc

螟 míng<名>sâu keo

【螟虫】míngchóng<名>sâu keo

mǐng

酩 mǐng

【酩酊大醉】mǐngdǐng-dàzuì say bí tỉ

mìng

命¹ mìng<名>❶mạng; mạng sống; tính mạng: 救~ cứu mạng ❷tuổi thọ: 延长寿~ kéo dài tuổi thọ ❸vận mệnh; số mệnh; số; số phận: 算~ xem bói toán

命² mìng❶<动>ra lệnh; chỉ thị; sai; phái; cử: 队长~他参赛。 Đội trưởng cử anh ấy tham gia thi đấu. ❷<名>mệnh; lệnh; mệnh lệnh; chỉ thị: 我受~上前线。 Tôi nhận lệnh ra tiền tuyến. ❸<动>cho; ban (tên): ~名 đặt tên

【命案】mìng'àn<名>án mạng; án giết người

【命大】mìngdà<形>số đỏ; vận may: 大难不死，他真够~。 Ông ấy số đỏ, qua tai nạn lớn mà may mắn sống sót.

【命根】mìnggēn<名>vận mệnh; hòn

ngọc; mệnh căn

【命令】mìnglìng❶<动>ra lệnh; chỉ thị; sai; phái ❷<名>mệnh lệnh; chỉ thị

【命脉】mìngmài<名>huyết mạch; sinh mệnh và mạch máu

【命名】mìngmíng<动>đặt tên; mệnh danh

【命题】mìngtí<动>ra đề; ra đầu bài; mệnh đề: ~作文 bài viết theo cách thức ra đầu bài

【命运】mìngyùn<名>❶số; số phận; số kiếp: 悲惨的~ số phận bi thảm ❷xu hướng (phát triển tiến hóa); vận mệnh: 前途和~ tiền đồ và vận mệnh

【命在旦夕】mìngzàidànxī tính mệnh trong lúc nguy kịch

【命中注定】mìngzhōng-zhùdìng số do trời định

miù

谬 miù<形>sai; bậy; sai lầm: 差之毫厘，~之千里。 Sai một li đi ngàn dặm.

【谬论】miùlùn<名>lời lẽ sai trái; luận điệu hoang đường

【谬误】miùwù<名>sai lầm; lầm lẫn

mō

摸 mō<动>❶sờ; mó; xoa; vuốt: 老奶奶轻轻抚~小孙女的头发。 Bà âu yếm vuốt nhẹ mái tóc đứa cháu gái nhỏ. ❷mò; sục; lần mò; tìm kiếm; bắt: ~鱼 mò cá ❸mò ra; tìm ra; nắm được; thăm dò: 需要~清合作伙伴的想法。 Cần nắm được cách nghĩ của đối tác. ❹mò mẫm; lần mò

【摸不透】mōbutòu không nắm được; không rõ

【摸不着边儿】mōbuzháo biānr hoàn toàn không nắm được (ý nghĩ, sự việc)

M

【摸底】mōdǐ<动>tìm hiểu kĩ càng; thăm dò; dò biết: ~考试 cuộc thi trắc nghiệm

【摸黑儿】mōhēir<动>[口]mò mẫm; lần mò (trong bóng tối): 人们~前行。Đoàn người mò mẫm tiến lên trong bóng tối.

【摸奖】mōjiǎng<动>bốc thăm; rút thăm

【摸索】mōsuǒ<动>❶dò dẫm; mò: ~了半天都没找到电灯开关 mò mãi không thấy công tắc đèn ❷tìm kiếm; tìm tòi; mò mẫm: ~新的解决方法 tìm kiếm những giải pháp mới; 不断~ không ngừng tìm tòi

【摸透】mōtòu<动>làm sáng tỏ; nắm vững

mó

摹 mó<动>mô phỏng; phỏng theo; tô; vẽ theo

【摹本】móběn<名>bản tô lại, bản khắc lại

【摹绘】móhuì<动>[书]vẽ (theo nguyên dạng)

模 mó❶<名>mô hình; khuôn; mẫu; chuẩn: 航~ mô hình tàu thuyền hay máy bay ❷<动>noi theo; bắt chước; mô phỏng: ~拟实况 mô phỏng tình hình thực tế ❸<名>gương mẫu; mô phạm: 全国劳动~范 anh hùng lao động ❹<名>người mẫu; mô-đen
另见mú

【模本】móběn<名>bản gốc; bản mẫu

【模范】mófàn❶<形>điển hình; mẫu mực; gương mẫu; mô phạm: ~事迹 sự tích điển hình ❷<名>tấm gương; gương sáng: 道德~ tấm gương đạo đức

【模仿】mófǎng<动>bắt chước; mô phỏng theo; học theo: ~名人的风格 mô phỏng theo phong cách của bậc danh nhân

【模糊】móhu❶<形>mờ; lờ mờ; mập mờ; mờ nhạt; mơ hồ: 字迹~ nét chữ mờ nhạt ❷<动>lẫn lộn; mơ hồ: 不要~了是非界限。Không nên mơ hồ ranh giới đúng sai.

【模块】mókuài<名>mô-đun

【模棱两可】móléng-liǎngkě ba phải; thế nào cũng được; mập mờ

【模拟】mónǐ<动>bắt chước; mô phỏng; phỏng theo

【模式】móshì<名>mô thức; mẫu

【模特儿】mótèr<名>❶kiểu; mẫu; môđen ❷người mẫu: 汽车~ người mẫu xe hơi

【模型】móxíng<名>❶mô hình; hình mẫu: 工业园区~ mô hình khu công nghiệp ❷lõi gỗ đắp khuôn đúc ❸khuôn ❹mô thức học thuật

膜 mó<名>❶màng: 细胞~ màng tế bào ❷lớp mỏng (như màng): 农用薄~ màng nhựa sử dụng trong nông nghiệp

【膜拜】móbài<动>quỳ lễ; lễ bái

摩 mó<动>❶tiếp xúc; xoa; cọ xát: ~肩接踵 chen vai thích cánh ❷xoa; vỗ về: 按~ xoa bóp ❸nghiên cứu; nghiền ngẫm: 揣~ suy ngẫm

【摩擦】mócā❶<动>cọ xát; mài: 将两条塑料棒相互~ lấy hai cây nhựa cọ xát vào nhau ❷<名>[物理]lực ma sát ❸<名>va chạm; xung đột; xích mích; đụng chạm: 尽量避免~。Cố gắng tránh xảy ra xung đột.

【摩登】módēng<形>hiện đại; tân thời; kiểu mới; mốt; môđen: ~女郎 gái tân thời

【摩羯座】mójiézuò<名>chòm sao Ma kiết; chòm sao Ma hạt

【摩拳擦掌】móquán-cāzhǎng vuốt cánh xoa tay; hăm hở; hăng hái

【摩丝】mósī<名>keo xịt tóc

【摩天大楼】mótiān dàlóu cao ốc; tòa lầu cao chọc trời

【摩天轮】mótiānlún<名>vòng đu quay

【摩托】mótuō<名>❶động cơ đốt

M

trong ❷mô-tô

【摩托车】mótuōchē〈名〉xe mô-tô; xe máy

【摩托艇】mótuōtǐng〈名〉ca-nô; thuyền máy; xuồng máy

磨 mó〈动〉❶ma sát; cọ; xát; chà; cọ xát: 手~出茧 bàn tay cọ xát thành lớp chai ❷mài: 铁杵~成针。Mài sắt nên kim. ❸giày vò; làm khổ: 这场官司~得她精疲力尽。Vụ kiện cáo này đã giày vò làm cho chị ấy tâm sức kiệt quệ. ❹quấy rầy; lằng nhằng; lèo nhèo: 这个客户真够~人的。Vị khách này thật là lằng nhằng. ❺mất đi; phai mờ; nhạt; tiêu diệt: 永不~灭 đời đời bất diệt ❻hao phí; kéo dài (thời gian); dềnh dàng; dây dưa: ~洋工 làm việc dềnh dàng uể oải, kéo dài thời gian

另见mò

【磨蹭】móceng〈动〉❶đi nhẹ; lê nhẹ; cọ xát nhẹ: 她的脚在地上~着。Bàn chân cô lê nhẹ trên mặt đất. ❷lê đi; lò dò bước đi; nấn ná; dềnh dàng; dây dưa; lề mề: 别~了, 电影快开场了。Đừng dềnh dàng nữa, sắp tới giờ chiếu phim rồi. ❸quấy; bám; kéo; mè nheo

【磨床】móchuáng〈名〉máy mài

【磨刀】m ó d ā o〈动〉mài dao

【磨刀不误砍柴工】mó dāo bù wù kǎn chái gōng mài dao không nhỡ công chặt củi; có chuẩn bị tốt, công việc sẽ dễ dàng hơn

【磨刀石】módāoshí〈名〉đá mài

【磨工夫】mó gōngfu tốn công sức; tốn thì giờ: 要达成这份协议还真够~。Đi đến bản thỏa thuận này thật là tốn bao công sức.

【磨光机】móguāngjī〈名〉máy đánh bóng

【磨合】móhé〈动〉❶mài nhẵn thín (vết xước trên bề mặt máy móc) ❷giàn xếp điều chỉnh quan hệ

【磨砺】mólì〈动〉mài sắc; rèn giũa; tu

rèn; rèn luyện: 经过困难的~, 她更加坚强。Sự tu rèn trong khó khăn khiến cho chị ấy càng kiên cường.

【磨炼】móliàn〈动〉rèn luyện; tôi luyện; nung đúc (con người trong gian khổ): ~意志 rèn luyện ý chí

【磨灭】mómiè〈动〉(dấu vết, ấn tượng, công lao thành tích, sự thật, lí lẽ) mất dần; phai mờ; xóa bỏ

【磨难】mónàn〈名〉nỗi giày vò (nhọc nhằn); sự vất vả: 经受了许多~ từng trải biết bao khốn khổ nhọc nhằn

【磨砂玻璃】móshā bōli kính mờ

【磨砂纸】móshāzhǐ〈名〉giấy ráp

【磨碎机】mósuìjī〈名〉máy nghiền

【磨损】mósǔn〈动〉mài mòn; hao tổn; hao mòn (do mài giũa và sử dụng)

【磨削】móxiāo〈动〉gia công trên máy mài

【磨牙】[1] móyá〈动〉[方]lắm lời; thừa hơi tốn sức, cãi vã vô ích

【磨牙】[2] móyá〈名〉răng mài; răng cối

【磨洋工】mó yánggōng làm dềnh dàng; làm dây dưa; lãn công

【磨嘴皮子】mó zuǐpízi nói lai rai; mất công thuyết phục

蘑 mó〈名〉nấm

【蘑菇】[1] mógu〈名〉nấm ăn

【蘑菇】[2] mógu〈动〉❶quấy rầy; cố ý làm khó dễ; lôi thôi; lằng nhằng; nói đi nói lại: 别~他了。Đừng nói lằng nhằng lôi thôi với nó nữa. ❷lề mề; chậm chạp

魔 mó❶〈名〉ma; quỷ; ma quỷ: 妖~ yêu ma ❷〈形〉thần bí; kì dị; kì lạ; huyền bí: ~境 cõi thần bí

【魔法】mófǎ〈名〉phép tà ma; ma thuật; yêu thuật

【魔法师】mófǎshī〈名〉người làm phép tà ma

【魔方】mófāng〈名〉ru-bic (một loại đồ chơi trí lực)

【魔鬼】móguǐ〈名〉❶ma; ma quỷ

❷kẻ tàn ác; thế lực hung tàn

【魔幻】móhuàn〈形〉huyền bí; huyền ảo

【魔力】mólì〈名〉ma lực; sức hút thần kì; sức hấp dẫn; sức quyến rũ

【魔术】móshù〈名〉ma thuật; ảo thuật

【魔术师】móshùshī〈名〉nhà ảo thuật

【魔芋】móyù〈名〉❶khoai nưa ❷củ khoai nưa

【魔掌】mózhǎng〈名〉bàn tay quỷ dữ; bàn tay ma; thế lực hung ác

【魔爪】mózhǎo〈名〉nanh vuốt; vuốt của quỷ dữ; thế lực hung ác

mǒ

抹 mǒ❶〈动〉bôi; quét; phết; xoa: ~漆 quét sơn ❷〈动〉quệt; chùi; lau: 给面包~上黄油。Quệt bơ vào bánh mì. ❸〈动〉gạt (ra); bỏ (đi); xóa; dập; vùi dập: ~杀别人的功劳 vùi dập công lao của người khác ❹〈量〉(dùng cho mây) vầng; áng; đám: 一~淡淡的秋云 áng mây nhạt mùa thu
另见mā, mò

【抹鼻子】mǒ bízi quệt mũi khóc

【抹粉】mǒfěn〈动〉trát phấn; ví che lấp cái xấu và làm đẹp

【抹黑】mǒhēi〈动〉bôi đen; bôi nhọ

【抹去】mǒqù〈动〉xóa đi; dập xóa; xóa nhòa: 墙上涂写的文字已被~。Chữ viết trên bức tường đã bị xóa đi.

mò

末 mò〈名〉❶ngọn; đầu mút; chóp; đỉnh; chót; cuối: 一只蝴蝶停在一根竹子的~端。Con bướm đậu trên ngọn trúc. ❷sự vật vụn vặt (thứ yếu); đuôi; ngọn ❸cuối (cùng); kết thúc; đuôi: 幸好搭上了~班车 may

mà kịp đáp chuyến xe chót ❹vụn; mạt; bột: 只剩下茶~了。Chỉ còn thừa lại mạt chè.

【末班车】mòbānchē〈名〉❶chuyến xe vét; chuyến tàu vét (trong ngày) ❷cơ hội cuối cùng; dịp chót: 他很幸运赶上了房改的~。Anh ấy may mắn kịp cơ hội cuối cùng trong đợt cải cách chế độ nhà ở.

【末代】mòdài〈名〉đời cuối của một triều đại; đời cuối; cuối đời; cuối cùng

【末端】mòduān〈名〉đầu chót; điểm chót cùng

【末路】mòlù〈名〉bước đường cùng: 穷途~ cùng đường cụt lối

【末期】mòqī〈名〉thời kì cuối; giai đoạn cuối; mạt kì

【末日】mòrì〈名〉ngày diệt vong; ngày tận thế

【末梢】mòshāo〈名〉đầu; đầu mút; đoạn cuối; cuối; chót: 神经~ đầu mút dây thần kinh

【末尾】mòwěi〈名〉phần cuối; bộ phận sau cùng; phần đuôi; phần chót

没 mò〈动〉❶chìm; lặn: ~入水中 chìm xuống nước ❷ngập; lụt: 河水~了马背。Nước sông ngập đến lưng ngựa. ❸ẩn: 出~ ẩn hiện ❹tịch thu: 财产被抄~ tài sản bị tịch thu ❺suốt; đến cuối; cho đến hết: ~世 suốt đời
另见méi

【没落】mòluò〈动〉suy sụp; suy đồi; suy tàn; suy vong; sa sút

【没收】mòshōu〈动〉tịch thu; sung công: 发现假币, 一律~。Phát hiện tiền giả đều bị tịch thu.

抹 mò〈动〉❶trát (vữa); xoa: ~墙 trát tường ❷vòng quanh: 你别拐弯~角。Anh đừng có nói vòng quanh.
另见mā, mǒ

茉 mò

【茉莉花】mòlìhuā〈名〉hoa nhài

陌 mò〈名〉đường ruộng; bờ ruộng;

đường

【陌生】mòshēng〈形〉lạ; xa lạ; không quen biết: 看起来很~ trông rất xa lạ

【陌生人】mòshēngrén〈名〉người lạ

脉 mò

另见 mài

【脉脉】mòmò〈形〉lẳng lặng (nhìn, tỏ tình); đắm đuối; chan chứa tình cảm: 她含情~的眼神令我陶醉。Tôi say đắm trong ánh mắt chan chứa tình cảm của cô.

莫 mò

〈副〉❶[书]không có ai; không có gì; chẳng cái nào ❷[书]so sánh: ~如 chi bằng ❸không cần; không nên; đừng; chớ: ~要担心 đừng có mà lo; ~着急 chớ vội ❹(biểu thị sự phán đoán hoặc phản vấn, thường đi với các từ phủ định): 这件事~不是你做的? Chuyện này chẳng lẽ là anh làm? // (姓) Mạc

【莫不】mòbù〈副〉không ai không; không có cái nào không

【莫大】mòdà〈形〉không có gì lớn hơn; vô hạn; vô cùng; hết sức: 能认识你是我~的荣幸. Được làm quen với anh tôi thật hết sức hân hạnh.

【莫代尔】mòdài'ěr〈名〉modal (một loại sợi dạng mới)

【莫非】mòfēi〈副〉phải chăng; chẳng lẽ: 你~是来做说客的? Chẳng lẽ anh đến đây để làm thuyết khách ư?

【莫过于】mòguòyú còn hơn: 人生的惨剧~家破人亡, 妻离子散. Trên đời có tấn bi kịch nào đau hơn nhà tan cửa nát, vợ con chia lìa.

【莫名其妙】mòmíng-qímiào không hiểu ra sao; sự việc kì lạ không sao nói rõ được

【莫须有】mòxūyǒu có lẽ có

蓦 mò

〈副〉đột nhiên; bỗng; bất thình lình

【蓦地】mòdì〈副〉không ngờ; bất thình lình; bỗng: ~只听见他惨叫一声. Bỗng nghe tiếng hét thất thanh

của anh ấy.

【蓦然】mòrán〈副〉bỗng; bỗng nhiên; chợt: ~回首 chợt ngoảnh đầu lại

漠 mò

❶〈名〉sa mạc ❷〈形〉lãnh đạm; thờ ơ; lạnh nhạt: 冷~ lạnh nhạt

【漠不关心】mòbùguānxīn lãnh đạm; thờ ơ; hờ hững; không quan tâm

【漠然】mòrán〈形〉hờ hững; thờ ơ; thản nhiên: ~处之 đối xử một cách hờ hững

【漠视】mòshì〈动〉đối xử lạnh nhạt; thờ ơ; hờ hững; không quan tâm; không chú ý: 不能~安全操作规程。Không thể không chú ý quy trình thao tác an toàn.

墨 mò

❶〈名〉mực: 磨~ mài mực ❷〈名〉các loại mực viết và mực in nói chung: 油~ mực in ❸〈名〉tranh, vẽ hãy chữ viết bằng mực: ~宝 tác phẩm (viết, tranh vẽ) quý báu ❹〈名〉chữ nghĩa; học vấn kiến thức; sự hiểu biết: 胸无点~ kém hiểu biết về chữ nghĩa ❺〈名〉đường mực (thợ mộc dùng để kẻ đường thẳng); quy củ; chuẩn tắc: ~规 khuôn khổ này mực ❻〈形〉đen; râm: ~镜 kính râm ❼〈动〉[书]tham ô: ~吏 quan lại tham những ❽〈名〉(hình phạt) chích chữ lên mặt; chích mặt: ~刑 hình phạt chích mặt ❾(Mò)〈名〉Mặc gia

【墨宝】mòbǎo〈名〉tranh quý; tranh chữ đẹp

【墨粉】mòfěn〈名〉bột mực

【墨盒】mòhé〈名〉hộp mực

【墨迹】mòjì〈名〉❶nét mực: 小心, ~未干. Cẩn thận, nét mực chưa ráo. ❷bút tích; nét chữ

【墨家】Mòjiā〈名〉Mặc gia

【墨镜】mòjìng〈名〉kính râm; kính đen

【墨绿】mòlǜ〈形〉(màu) xanh sẫm; (màu) xanh đen

【墨守成规】mòshǒu-chéngguī bảo

thủ; khư khư giữ khuôn phép cũ

【墨水】mòshuǐ〈名〉❶mực: 红~ mực đỏ ❷mực viết ❸học vấn; chữ nghĩa; học thức: 他肚子里还有点儿~。Anh ta là người được học hành đôi chút đấy.

【墨鱼】mòyú =【乌贼】

【墨汁】mòzhī〈名〉mực nước; mực lỏng; mực chai (lọ)

【墨子】Mòzǐ〈名〉Mặc Tử, người sáng lập trường phái tư tưởng Mặc gia

默 mò〈动〉❶lặng lẽ; không lên tiếng: ~读 nhẩm đọc ❷viết chính tả; ám tả: ~英语单词 viết ám tả từ tiếng Anh

【默哀】mò'āi〈动〉mặc niệm

【默记】mòjì〈动〉ghi lại thầm: 他快速记下车牌~下来。Anh ấy đã nhanh chóng nhẩm nhớ biển số xe.

【默默】mòmò〈副〉im lặng; lặng lẽ: ~坐在一旁 ngồi lặng lẽ một bên

【默默无闻】mòmò-wúwén âm thầm lặng lẽ; không có tiếng tăm gì

【默念】mòniàn〈动〉❶đọc thầm ❷nghĩ thầm

【默契】mòqì〈形〉ăn ý; ăn giơ; hiểu ngầm: 他俩动作~。Động tác của hai người rất ăn ý nhau. ❷〈名〉hẹn ngầm; kí kết ngầm: 达成~ thỏa thuận ngầm với nhau

【默认】mòrèn〈动〉đồng ý ngầm; ngầm thừa nhận; tiếp thu ngầm; nhận ngầm

【默诵】mòsòng〈动〉❶đọc thuộc lòng thầm ❷đọc thầm

【默写】mòxiě〈动〉thuộc lòng và viết ra ám tả

【默许】mòxǔ〈动〉đồng ý ngầm (cho phép); bằng lòng ngầm; ưng thuận ngầm: 他~了手下人的行为。Anh ấy đã chấp thuận ngầm cho hành vi của những người bên dưới.

磨 mò❶〈名〉cối xay: 石~ cối xay đá ❷〈动〉xay (bằng cối): ~碎 xay nát ❸

〈动〉quay lại: 把车慢慢地~过来。Từ từ quay xe lại.

另见mó

【磨坊】mòfáng〈名〉xưởng xay; nhà xay (nơi xay bột)

【磨叽】mòji〈动〉[口]❶lải nhải: 他~了半天也没说清楚。Ông ấy lải nhải mãi mà vẫn chưa nói rõ được. ❷làm việc (hành động) chậm chạp: 快点吧！再~就误车了。Mau lên, còn ì ạch thế thì nhỡ xe mất!

móu

牟 móu〈动〉kiếm lấy: ~利 kiếm lợi

【牟利】móulì〈动〉kiếm lợi; trục lợi: 非法~ kiếm lợi trái phép

【牟取】móuqǔ〈动〉mưu cầu; kiếm lấy; kiếm chác: ~名利 kiếm chác danh lợi

谋 móu❶〈名〉mưu; kế; mưu kế; mưu mô; tính toán: 智~ mưu trí ❷〈动〉tìm cách; mưu cầu; mưu tính: ~幸福 mưu cầu hạnh phúc ❸〈动〉bàn bạc; trao đổi ý kiến: 不~而合 không bàn bạc mà hợp ý nhau

【谋财害命】móucái-hàimìng mưu toan cướp đoạt tài sản và tính mạng của người khác

【谋反】móufǎn〈动〉mưu phản; mưu mô làm phản

【谋害】móuhài〈动〉mưu hại

【谋划】móuhuà〈动〉vạch kế hoạch; trù hoạch; mưu tính: 认真~赛事 nghiêm túc trù hoạch việc thi đấu

【谋利】móulì〈动〉kiếm lợi; trục lợi: 他为了~铤而走险。Hắn vì trục lợi mà làm liều.

【谋略】móulüè〈名〉mưu lược; bày mưu tính kế

【谋面】móumiàn〈动〉[书]gặp nhau; quen nhau; gặp gỡ; gặp mặt: 他俩素未~。Hai vị ấy chưa gặp nhau bao giờ.

【谋求】móuqiú〈动〉mưu cầu; mưu

M

tìm; tìm kiếm: ~幸福 mưu cầu hạnh phúc

【谋取】móuqǔ〈动〉mưu cầu; giành; mưu toan giành lấy; kiếm lấy: ~利益 giành lợi ích

【谋杀】móushā〈动〉mưu sát; ám sát; tìm cách giết người

【谋杀罪】móushāzuì〈名〉tội mưu sát

【谋生】móushēng〈动〉kiếm sống; mưu sinh: 以写作~ kiếm sống bằng nghề viết lách

【谋事】móushì〈动〉❶lo toan công việc; trù tính công việc; bàn việc: 让干部专心~。Để cán bộ có thể chuyên tâm lo toan công việc. ❷kiếm việc (làm); tìm việc (làm): 托人帮忙~ nhờ người khác tìm kiếm việc làm

【谋私】móusī〈动〉mưu đồ lợi ích cá nhân: 以权~ dùng quyền lực mưu đồ lợi ích cá nhân

【谋职】móuzhí〈动〉tìm việc làm; tìm chỗ đứng

mǒu

某 mǒu〈代〉❶chỉ một người hay một vật (có tên nhưng không nói ra): 李~ Lí mỗ ❷nào đó: ~人 người nào đó ❸(dùng để tự xưng mà không nói tên) tôi: 黄~ Hoàng mỗ tôi/lão Hoàng này ❹dùng để thay thế tên người khác (thường có ý không khách khí)

【某地】mǒudì〈名〉nơi nọ; một địa điểm nào đó

【某日】mǒurì〈名〉hôm nọ; một ngày nào đó

【某时】mǒushí〈名〉giờ nọ; một thời gian nào đó

【某些】mǒuxiē〈名〉một số; có những

mú

模 mú〈名〉❶khuôn đúc; khuôn mẫu;

khuôn ❷hình dáng 另见mó

【模板】múbǎn〈名〉[建筑]gỗ cốp pha (đổ bê tông); cốt pha; ván khuôn

【模件】mújiàn〈名〉mô-đun

【模具】mújù〈名〉các loại khuôn đúc

【模样】múyàng〈名〉❶hình dáng; vẻ ngoài: 这孩子的~像他爸爸。Cậu bé này rất giống bố. ❷áng chừng; chạc chừng; khoảng; độ: 等了大概有两个小时的~ chờ độ hai tiếng đồng hồ ❸tình thế; xu thế; tình hình

【模子】múzi〈名〉[口]khuôn; mẫu; mô hình

mǔ

母 mǔ❶〈名〉mẹ ❷〈名〉bà; bác; cô ❸〈形〉giống cái; mái; cái: ~鸡 gà mái; ~牛 bò (trâu) cái ❹〈名〉lỗ ốc vít: 螺~生锈了。Đai ốc đã bị han gỉ. ❺〈形〉(máy) cái; mẹ: 工作~机 máy cái

【母爱】mǔ'ài〈名〉tình mẹ; lòng mẹ; tình mẫu tử: 伟大的~ tình mẹ con vĩ đại

【母本】mǔběn〈名〉[植物]cây mẹ; cây cái

【母带】mǔdài〈名〉băng gốc

【母公司】mǔgōngsī〈名〉công ti mẹ

【母老虎】mǔlǎohǔ〈名〉❶hổ cái ❷người đàn bà đanh đá

【母女】mǔnǚ〈名〉mẹ và con gái

【母亲】mǔqīn〈名〉mẹ; má

【母亲节】Mǔqīn Jié〈名〉Ngày hội các bà mẹ (ngày chủ nhật thứ hai tháng 5)

【母乳】mǔrǔ〈名〉sữa mẹ

【母系】mǔxì〈形〉❶mẫu hệ; dòng máu mẹ: ~亲属 họ hàng đằng mẹ ❷kế thừa về phía mẹ: ~家族制度 chế độ gia tộc mẫu hệ

【母校】mǔxiào〈名〉trường mẹ; trường cũ; mái trường xưa

【母夜叉】mǔyèchā〈名〉❶mụ Dạ thoa

(ác quỷ trong cổ tích) ❷ví người phụ nữ hung ác, xấu xí

【母语】mǔyǔ<名>❶tiếng mẹ đẻ ❷tiếng gốc

【母子】mǔzǐ<名>mẹ con

牡 mǔ<形>con đực: ~牛 trâu (bò) đực

【牡丹】mǔdɑn<名>❶cây mẫu đơn ❷hoa mẫu đơn

【牡蛎】mǔlì<名>mẫu lệ; con hàu; sò biển

亩 mǔ<量>mẫu

拇 mǔ<名>ngón cái

mù

木 mù❶<名>cây; cây cối: 苗~ cây con ❷<名>gỗ: 松~砧板 thớt gỗ thông ❸<名>quan tài: 行将就~ sắp bị cất vào áo quan ❹<形>lành (như gỗ); chất phác: ~讷 cù mì chất phác ❺<形>phản ứng chậm: 他这人一直都是这样~头~脑的。Ông ấy lúc nào cũng ngu ngơ ngù ngờ. ❻<形>tê: 麻~ đần độn

【木板】mùbǎn<名>ván gỗ

【木棒】mùbàng<名>cây gậy gỗ

【木本植物】mùběn zhíwù thực vật thân gỗ

【木材】mùcái<名>vật liệu gỗ; gỗ

【木柴】mùchái<名>củi gỗ; củi đuốc; củi

【木地板】mùdìbǎn<名>sàn gỗ

【木雕】mùdiāo<名>hình tượng khắc trên gỗ; tượng gỗ

【木耳】mù'ěr<名>mộc nhĩ; nấm mèo

【木工】mùgōng<名>❶nghề mộc ❷thợ mộc: 他在工场里做~。Anh ấy làm thợ mộc ở công trường.

【木瓜】mùguā<名>đu đủ

【木棍】mùgùn<名>gậy gỗ

【木屐】mùjī<名>guốc mộc; guốc

【木匠】mùjiàng<名>thợ mộc

【木刻】mùkè<名>tranh khắc gỗ

【木料】mùliào<名>gỗ; vật liệu gỗ

【木马】mùmǎ<名>❶con ngựa gỗ ❷[体育]ngựa gỗ (dụng cụ thể thao) ❸ngựa gỗ (đồ chơi của trẻ con)

【木马病毒】mùmǎ bìngdú vi-rút Tơ-roa (máy tính)

【木棉】mùmián<名>❶cây gạo; cây mộc miên ❷lông tơ (trên thân cây gạo)

【木乃伊】mùnǎiyī<名>❶xác ướp (của người Ai Cập thời xưa) ❷sự vật cứng đờ; cứng nhắc

【木讷】mùnè<形>[书]cù mì ít nói: 他性格~，不善言辞。Tính anh ấy cù mì ít nói.

【木偶】mù'ǒu<名>con nộm (bằng gỗ); tượng gỗ; ông phỗng; con rối

【木偶戏】mù'ǒuxì<名>múa rối; kịch con rối

【木器】mùqì<名>đồ gỗ

【木然】mùrán<形>đờ đẫn (như cây gỗ)

【木梳】mùshū<名>lược gỗ

【木薯】mùshǔ<名>sắn

【木炭】mùtàn<名>than củi

【木糖醇】mùtángchún<名>xylitol

【木桶】mùtǒng<名>thùng gỗ

【木头】mùtou<名>gỗ

【木屋】mùwū<名>nhà gỗ

【木箱】mùxiāng<名>hòm gỗ

【木星】mùxīng<名>sao Mộc

【木已成舟】mùyǐchéngzhōu ván đã đóng thuyền; gạo đã thành cơm; việc đã rồi

【木鱼】mùyú<名>cái mõ gỗ

【木制品】mùzhìpǐn<名>chế phẩm gỗ

目 mù❶<名>mắt: 注~ dán mắt ❷<名>mắt lưới; mạng lưới: 一百~的细筛子 chiếc sàng mịn 100 mắt lưới ❸<动>[书]xem; nhìn: ~为奇迹 coi là điều kì diệu ❹<名>hạng mục ❺<名>bộ (trong bảng phân loại sinh học) ❻<名>mục lục: 剧~ danh mục các vở kịch ❼<名>danh mục: 中国企业名

M

~ danh mục doanh nghiệp Trung Quốc ❾<量>[围棋]ván

【目标】mùbiāo<名>❶đích; mục tiêu (đối tượng nhằm bắn; tấn công; tìm kiếm): 瞄准~ nhằm trúng mục tiêu ❷đích; tiêu chuẩn; mục tiêu (muốn đạt tới): 实现经济增长的~ đạt mục tiêu tăng trưởng kinh tế

【目不识丁】mùbùshídīng không biết một chữ; dốt đặc cán mai; chữ đinh cũng không biết

【目不转睛】mùbùzhuǎnjīng chăm chú nhìn; nhìn chòng chọc; nhìn không chớp mắt

【目测】mùcè<动>đo bằng mắt; ước lượng bằng mắt

【目瞪口呆】mùdèng-kǒudāi ngẩn người; trố mắt nhìn; giương mắt nhìn

【目的】mùdì<名>mục đích

【目的地】mùdìdì<名>điểm đích

【目睹】mùdǔ<动>mắt thấy; mục kích

【目光】mùguāng<名>❶đường nhìn; tầm mắt ❷ánh mắt: ~炯炯 ánh mắt long lanh ❸tầm mắt; tầm nhìn: ~远大 nhìn xa trông rộng

【目光短浅】mùguāng-duǎnqiǎn tầm nhìn hẹp hòi thiển cận

【目击】mùjī<动>mục kích; nhìn thấy tận mắt; chứng kiến

【目击者】mùjīzhě<名>người chứng kiến

【目空一切】mùkōngyīqiè coi trời bằng vung

【目录】mùlù<名>❶bản kê; mục lục ❷mục lục; thư mục

【目前】mùqián<名>hiện nay; trước mắt; hiện giờ

【目送】mùsòng<动>nhìn theo; đưa mắt nhìn theo

【目中无人】mùzhōng-wúrén mục hạ vô nhân; không coi ai ra gì; khinh người

沐 mù<动>❶gội (đầu); tắm gội: ~雨栉风 gội mưa trải gió ❷[书]bị; chịu

【沐浴】mùyù<动>❶tắm gội ❷tắm mình; đắm mình: 在美丽的海边，人们尽情地~着阳光。Bên bờ biển xinh đẹp người ta thỏa thích tắm mình dưới ánh nắng chan hòa. ❸đắm chìm: 我~在甜蜜的爱情中。Tôi đắm chìm trong tình yêu ngọt ngào.

【沐浴露】mùyùlù<名>kem tắm; sữa tắm

牧 mù<动>chăn nuôi: 游~ du mục

【牧草】mùcǎo<名>cỏ chăn

【牧场】mùchǎng<名>❶nông trường cỏ; bãi cỏ; đồng cỏ (để chăn thả) ❷nông trường; xí nghiệp chăn nuôi gia súc

【牧马】mùmǎ<动>chăn nuôi ngựa

【牧民】mùmín<名>dân chăn nuôi; người làm nghề chăn nuôi

【牧区】mùqū<名>❶bãi chăn thả ❷khu chăn nuôi

【牧师】mùshī<名>mục sư (đạo Tin Lành)

【牧羊】mùyáng<动>chăn cừu; chăn dê

【牧羊犬】mùyángquǎn<名>chó chăn cừu

【牧业】mùyè<名>nghề chăn nuôi

募 mù<动>mộ: ~捐 mộ quyên/tập hợp lại; ~集经费 trưng tập kinh phí

【募股】mùgǔ<动>gom tụ cổ phần

【募集】mùjí<动>thu thập; thu góp; trưng thu: ~善款 thu góp tiền từ thiện

【募捐】mùjuān<动>quyên góp; quyên tiền: 为灾区人民~ quyên góp cho nhân dân vùng bị thiên tai

墓 mù<名>mộ; mồ; mả; mồ mả: 烈士~ mộ liệt sĩ

【墓碑】mùbēi<名>bia mộ; mộ chí

【墓地】mùdì<名>nghĩa địa; bãi tha ma

【墓葬】mùzàng<名>mộ táng

【墓志铭】mùzhìmíng<名>chữ khắc trên bia mộ

幕 mù ❶<名>nhà bạt; lều vải: 帐~ lều vải ❷<名>phông; màn chiếu: 开~ mở màn; 银~ màn ảnh/màn bạc ❸ <名>trướng ❹<量>màn (kịch): 第四 ~第二场 màn bốn cảnh hai ❺<名>ví như màn: 夜~ màn đêm

【幕布】 mùbù<名>màn vải (sân khấu); hồi (kịch)

【幕后】 mùhòu<名>hậu trường; kẻ giật dây; hậu đài

【幕后黑手】 mùhòu hēishǒu kẻ đứng đằng sau giật dây

睦 mù<形>hòa mục; hòa thuận; thân thiện: 家庭和~ gia đình hòa mục

【睦邻】 mùlín<动>hòa mục (thân thiện) với láng giềng (chòm xóm): ~友好 láng giềng hữu nghị

慕 mù<动>❶hâm mộ; ngưỡng mộ: ~ 名 mộ danh ❷ưa thích; yêu quý; ưa chuộng: 爱~ yêu mến

【慕名】 mùmíng<动>mộ danh; ngưỡng mộ danh tiếng; mến tiếng: ~而来 mến mộ danh tiếng mà tìm đến

暮 mù ❶<名>trời sắp tối; chiều tối; hoàng hôn ❷<形>(thời gian) cuối; sắp hết; muộn: ~年 cuối đời

【暮霭】 mù'ǎi<名>sương chiều; sương mù buổi hoàng hôn

【暮年】 mùnián<名>tuổi già; tuổi cuối đời: 安度~ sống vui tuổi già

【暮色】 mùsè<名>cảnh chiều hôm; sắc trời chiều: ~苍茫 trời chiều bảng lảng

穆 mù<形>ôn hòa kính cẩn; cung kính; nghiêm túc: 肃~ cung kính

【穆斯林】 mùsīlín<名>tín đồ đạo Hồi (Muslim)

M

N n

ná

拿 ná ❶<动>cầm; lấy; cầm lấy: ~行李 cầm hành lí ❷<动>đoạt; tóm; bắt; lấy; hạ: 捉~ tóm lấy ❸<动>nắm; giữ; nắm vững: 这工作你能~得住吗? Công việc này anh nắm vững chứ? ❹<动>gây khó khăn; làm khó dễ; bắt bí: 这活不难，你~不住人。Việc này chẳng khó, anh không dễ bắt bí người ta đâu. ❺<动>cố tình làm ra: 好不容易求你一次，你倒~架子了。Chẳng dễ xin anh mất lần mà anh lại ra vẻ ta đây. ❻<动>lĩnh; được: 这次奥运会我国~了多少块金牌? Đại hội Olimpic lần này nước ta giành được bao nhiêu huy chương vàng? ❼<动>làm hỏng; làm hư hại ❽<介>dùng; bằng; lấy: ~鼻子闻闻，是什么味? Hãy ngửi xem, mùi gì thế? ❾<介>lấy; đem

【拿不出去】ná bu chūqù xấu hổ đến khó phô bày ra: 这东西根本就~。Cái đó thì ông ấy khó mà đem phô bày ra.

【拿不准】nábuzhǔn không xác định được

【拿出】náchū<动>đưa ra: 企业~了改革方案。Doanh nghiệp đưa ra phương án cải cách.

【拿得起】nádeqǐ nắm được; có tài năng: 庄稼活他没一样~。Trong nghề làm ruộng thì anh ấy chẳng thạo việc gì cả.

【拿定主意】nádìng zhǔyì quyết định; có chủ định: 这件事情她已经~。Về việc này chị ấy đã có chủ định của mình.

【拿获】náhuò<动>bắt được; tóm được; bắt giữ

【拿架子】ná jiàzi kênh kiệu; làm ra vẻ; tỏ vẻ

【拿开】nákāi<动>lấy đi; mang đi khỏi

【拿手】náshǒu ❶<形>sở trường; tủ: 他这方面很~。Về mặt này thì anh ta rất có sở trường. ❷<名>chắc ăn: 没~ không chắc chắn

【拿手好戏】náshǒu hǎoxì ❶tiết mục tủ ❷ngón sở trường: 木工活是他的~。Làm nghề mộc là sở trường của anh ấy.

【拿稳】náwěn<动>nắm vững; giữ chặt

【拿下】náxià<动>hoàn tất; giành được: 她很快就~第一局比赛。Chị ấy đã nhanh chóng thắng ngay ván đầu.

【拿主意】ná zhǔyì quyết định; có chủ định: 这件事得你自己~。Việc này để anh tự quyết định lấy.

nǎ

哪 nǎ<代>❶nào; ai (dùng để hỏi về cái cần biết và cần xác định cụ thể): 我们单位有两个张强，你找~一个? Ở chỗ chúng tôi có hai Trương Cường, anh hỏi ai? ❷cái nào ❸nào (từ dùng để chỉ ra mà không nói cụ thể): ~天有空请你来我家玩。Hôm nào rỗi mời anh sang nhà tôi chơi. ❹nào (từ dùng để chỉ một cái bất kì trong một tập hợp những cái cùng loại): ~个人去都可以。Người nào đi cũng được. ❺đâu; sao (từ biểu thị phản vấn)

【哪个】nǎge<代>❶nào; cái nào: 你喜欢~? Bạn thích cái nào? ❷[方]ai: ~敲门? Ai gõ cửa?

【哪里】nǎlǐ<代>❶ở đâu; đâu; chỗ nào: 你要到~去? Bạn muốn đi đâu? ❷đâu đâu; bất kì chỗ nào: 她周末都在家，~都没去过。Cuối tuần chị ấy đều ở nhà không đi đâu cả. ❸(dùng trong câu phản vấn, biểu thị ý phủ định) đâu có; đâu phải ❹(lời nói khiêm tốn) đâu có; đâu dám: "你这篇文章写得真好！" "~，~！" "Bài này anh viết hay lắm!" "Đâu có, đâu có!"

【哪能】nǎnéng<副>đâu có mà; làm sao có thể

【哪怕】nǎpà<连>cho dù; dù; dẫu: ~困难再大，也要按时完成任务。Cho dù khó đến mấy cũng phải hoàn thành nhiệm vụ đúng thời hạn.

【哪儿】nǎr<代>[口]chỗ nào; đâu: ~人多他就往~挤。Chỗ nào đông người là ông ấy chen vào đấy.

【哪位】nǎwèi<代>ai: 请问您是~? Xin hỏi anh là ai ạ?

【哪些】nǎxiē<代>những...gì; những...nào: 参加旅游团的都有~人? Tham gia tour du lịch có những ai nào?

nà

那nà❶<代>kia; ấy: ~个学生 cậu học sinh ấy; ~座城市 thành phố ấy ❷<代>(dùng độc lập) đó; kia: ~是游泳池。Bên kia là bể bơi. ❸<连>thế; vậy: 你不舒服，~就好好休息吧。

Anh mệt thì cứ nghỉ ngơi cho khỏe.

【那边】nàbian<代>bên đó; bên ấy; bên kia

【那个】nàge<代>❶cái đó; cái ấy: ~菜市里的东西相当便宜。Đồ trong chợ đó rất rẻ. ❷cái ấy; việc ấy: 你还在为刚才~烦恼呢? Anh còn buồn phiền về cái việc ban nãy à? ❸(dùng trước động từ hoặc tính từ, mang ý phô trương) ghê lắm: 桂林山水~美呀，实在难以形容。Non nước Quế Lâm đẹp tuyệt vời, thật khó tả nổi.

【那会儿】nàhuìr<代>[口]lúc ấy; lúc bấy giờ: ~他正在读高中。Lúc bấy giờ anh ta đang học trung học phổ thông.

【那口子】nàkǒuzi<名>[口]bà xã;ông xã; nhà tôi

【那里】nàlǐ<代>chỗ ấy: ~有一口井。Chỗ ấy có một cái giếng.

【那么】nàme❶<代>như vậy; như thế; thế; vậy: 别吃得~快。Đừng ăn nhanh vậy. ❷<代>(dùng trước từ số lượng) chừng độ; độ chừng; chừng: 调皮捣蛋的学生也就~三四个人。Số học sinh nghịch ngợm thì cũng chỉ chừng vài ba em. ❸<连>thế thì; vậy thì: 既然没有感情了，~我们分手吧。Đã không còn tình cảm nữa thì chúng ta chia tay vậy.

【那时】nàshí<代>lúc đó; lúc bấy giờ

【那些】nàxiē<代>những...ấy: ~人是举重运动员。Các anh ấy là vận động viên cử tạ.

【那样】nàyàng<代>như thế; thế ấy; như

【那阵子】nàzhènzi[口]lúc; khi: ~正发大水。Khi ấy đang cơn lụt lớn.

呐nà

【呐喊】nàhǎn<动>gào thét: 大声~lớn tiếng gào thét

纳¹nà<动>❶nạp; nhập; nộp: 闭门不~ đóng cửa không cho vào

N

❷thu nhận: 采~意见 tiếp thu ý kiến ❸hưởng thụ: ~凉 hóng mát ❹đưa vào: ~入管理范围 đưa vào phạm vi quản lí ❺nộp: ~税 nộp thuế

纳² nà 〈动〉khâu đột: ~鞋底 khâu đế giày

【纳闷儿】nàmènr〈动〉[口]thắc mắc; bối rối; khó hiểu

【纳米】nàmǐ〈量〉na-nô-mét; nanô

【纳入】nàrù〈动〉đưa vào; quy vào

【纳税】nàshuì〈动〉nộp thuế

【纳税人】nàshuìrén〈名〉người nộp thuế

钠 nà〈名〉[化学]natri (kí hiệu: Na)

【钠灯】nàdēng〈名〉đèn natri

【钠合金】nàhéjīn〈名〉hợp kim natri

【钠盐】nàyán〈名〉muối natri

捺 nà ❶〈动〉nén; kiềm chế: 再也按~ 不住 không kiềm chế được nữa ❷〈动〉ấn; bấm: ~手印 ấn dấu tay ❸〈名〉nét mác của chữ Hán

nǎi

奶 nǎi ❶〈名〉[口]vú ❷〈名〉sữa: 牛~ sữa bò ❸〈动〉cho bú: ~孩子 bú con ❹〈形〉nuôi để lấy sữa: ~牛 bò sữa ❺〈形〉sơ sinh

【奶茶】nǎichá〈名〉nước chè pha sữa; trà sữa

【奶粉】nǎifěn〈名〉sữa bột

【奶酪】nǎilào〈名〉pho mát; phô mai

【奶妈】nǎimā〈名〉vú em; bà vú; nhũ mẫu

【奶奶】nǎinai〈名〉❶[口]bà nội ❷[口]bà (gọi những người phụ nữ ngang vai, ngang tuổi với bà nội) ❸[方]bà trẻ (gọi các con gái đã lấy chồng và vợ các con trai nhà quan thời trước)

【奶瓶】nǎipíng〈名〉bình sữa

【奶水】nǎishuǐ〈名〉[口]sữa

【奶糖】nǎitáng〈名〉kẹo sữa

【奶昔】nǎixī〈名〉kem sữa (lắc): 木瓜 ~ kem sữa hương đu đủ

【奶油】nǎiyóu〈名〉bơ: ~蛋糕 bánh ga tô bơ

【奶制品】nǎizhìpǐn〈名〉chế phẩm sữa

【奶嘴】nǎizuǐ〈名〉núm vú(cao su); núm ty

nài

奈 nài〈动〉❶làm thế nào; làm sao: 无 ~ bất đắc dĩ ❷[书]không biết làm thế nào; không hiểu làm ra sao

【奈何】nàihé〈动〉❶không biết làm thế nào; không biết làm sao: 事已 至此, 我~不得。Việc đã thế rồi, tôi không làm thế nào được。❷〈代〉[书] sao; sao lại ❸〈动〉(có đại từ đặt vào giữa) làm gì được: 我偏要做, 你 奈我何? Tôi cứ làm đấy, anh làm gì được tôi nào?

耐 nài〈动〉❶chịu nổi; nén được ❷kiên trì, nhẫn nại

【耐饱】nàibǎo〈形〉no lâu; chắc bụng

【耐不住】nàibuzhù không thể chịu đựng; không chịu nổi

【耐穿】nàichuān〈形〉mặc bền: 厚底 的鞋子~。Giày có đế dày đi rất bền.

【耐烦】nàifán〈形〉bình tĩnh; kiên nhẫn; chịu khó; bền chí

【耐高温】nàigāowēn chịu nhiệt độ cao

【耐寒】nàihán〈形〉chịu rét: ~作物 cây trồng chịu rét

【耐旱】nàihàn〈形〉chịu khô hạn; chịu hạn: ~植物 thực vật chịu hạn/ thực vật ưa khô

【耐火】nàihuǒ〈形〉chịu lửa: ~材料 vật liệu chịu lửa

【耐久】nàijiǔ〈形〉bền: 坚固~ bền chắc kiên cố

【耐看】nàikàn〈形〉đẹp mắt; xem không biết chán: 这套裙子很~。Bộ váy này ngắm mãi không biết chán.

【耐力】nàilì〈名〉sức (khả năng) chịu đựng

【耐磨】nàimó<形>chịu mài mòn

【耐热】nàirè<形>chịu nóng

【耐人寻味】nàirénxúnwèi ý vị sâu xa; giàu dư vị; đáng suy ngẫm

【耐洗】nàixǐ<形>có thể giặt được mà không hỏng

【耐心】nàixīn❶<形>kiên trì; kiên nhẫn ❷<名>tính kiên trì

【耐性】nàixìng<名>tính kiên nhẫn; bền chi

【耐压】nàiyā<形>khả năng chịu điện thế cao; chịu áp lực

【耐用】nàiyòng<形>bền; dùng bền: 不锈钢筷子比木筷子~。Đũa inox bền hơn đũa chất liệu gỗ.

nán

男 nán❶<形>nam; trai: ~鞋 giầy kiểu nam ❷<名>con trai: 生~育女 sinh con đẻ cái

【男扮女装】nánbàn-nǚzhuāng đóng giả gái; trai giả gái

【男大当婚，女大当嫁】nándàdānghūn, nǚdàdāngjià trai lớn lấy vợ, gái khôn gả chồng

【男低音】nándīyīn<名>giọng nam trầm

【男方】nánfāng<名>bên trai; phía nhà trai

【男高音】nángāoyīn<名>giọng nam cao

【男孩儿】nánháir<名>con trai

【男婚女嫁】nánhūn-nǚjià trai lấy vợ gái lấy chồng

【男男女女】nánnánnǚnǚ cả trai lẫn gái: 大街上，~个个都衣着整齐。Trên đường phố, gái trai đều ăn mặc chỉnh tề.

【男女混合双打】nánnǚ hùnhé shuāngdǎ đánh đôi nam nữ phối hợp

【男女老少】nán-nǚ-lǎo-shào già trẻ trai gái

【男朋友】nánpéngyou<名>bạn trai

【男人】nánrén<名>người đàn ông

【男人】nánren<名>[口]ông chồng; người chồng

【男生】nánshēng<名>❶học sinh nam; nam sinh ❷nam giới

【男声】nánshēng<名>giọng nam

【男声合唱】nánshēng héchàng dàn hợp xướng nam; dàn đồng ca nam

【男士】nánshì<名>phái nam; quý ông

【男式】nánshì<形>kiểu dành cho nam: ~西服 bộ com lê kiểu nam

【男童】nántóng<名>bé trai

【男性】nánxìng<名>nam tính; tính khí đàn ông

【男婴】nányīng<名>bé trai sơ sinh

【男主角】nánzhǔjué<名>vai nam chính

【男主人公】nánzhǔréngōng nhân vật nam chính

【男装】nánzhuāng<名>quần áo nam

【男子】nánzǐ<名>người đàn ông

【男子汉】nánzǐhàn<名>đàn ông; con trai

南 nán<名>❶phía nam: 朝~ hướng nam ❷khu vực phía nam: ~货 hàng miền nam

【南半球】nánbànqiú<名>nam bán cầu

【南北】nánběi<名>❶nam và bắc ❷chiều dài từ nam chí bắc: ~约有100米。Chiều dài từ nam chí bắc khoảng độ 100 mét.

【南边】nánbian<名>❶phía nam ❷[口]miền nam

【南部】nánbù<名>miền nam

【南方】nánfāng<名>❶phía nam ❷miền nam

【南瓜】nánguā<名>❶cây bí ngô; bí đỏ ❷quả bí đỏ

【南瓜子】nánguāzǐ<名>hạt bí

【南国】nánguó<名>[书]miền nam Trung Quốc: ~风光 cảnh sắc vùng miền nam

【南极】nánjí<名>Nam Cực

N

【南极洲】Nánjízhōu<名>Châu Nam Cực

【南来北往】nánlái-běiwǎng nam lai bắc vãng; vào nam ra bắc

【南美洲】Nánměizhōu<名>châu Nam Mĩ

【南面】nánmiàn<名>❶phía nam ❷mặt nam

【南宁】Nánníng<名>Nam Ninh

难 nán❶<形>khó; khó khăn: ~做 khó làm ❷<动>làm cho bí:你~倒我了。Anh làm khó cho tôi quá。❸<形>không (dễ dàng); ít khả năng: ~免 khó tránh ❹<形>không hay: 你在公共场合这么耍赖就太~看了。Em ăn vạ nơi công cộng thế này thì khó coi lắm。

另见 nàn

【难熬】nán'áo<形>khó chịu đựng nổi: 饥饿~ cơn đói khát khó nhịn

【难办】nánbàn<形>khó làm

【难保】nánbǎo<动>❶khó đảm bảo: 工作如此粗心，~不出问题。Làm việc cẩu thả đến thế thật khó mà bảo đảm không xảy ra vấn đề。❷khó giữ được: 性命~ tính mệnh khó mà bảo toàn

【难辨真伪】nánbiàn-zhēnwěi khó phân biệt thật giả

【难缠】nánchán<形>khó đối phó

【难产】nánchǎn<动>❶đẻ khó ❷(tác phẩm) khó viết

【难处】nánchǔ<形>khó sống chung; khó giao tiếp: 她只是脾气暴躁些，并不算~。Cô ấy chỉ hơi nóng tính thôi, chứ không đến mức khó giao tiếp đâu。

【难处】nánchù<名>chỗ khó; khó khăn: 各有各的~。Mỗi người đều có nỗi khó riêng。

【难打交道】nán dǎ jiāodao khó giao thiệp; khó qua lại; khó tiếp xúc

【难当】nándāng<动>❶khó đảm nhận; khó làm: ~重任 khó mà gánh vác trọng trách ❷khó chịu đựng:

羞愧~ xấu hổ chết đi được/hổ thẹn khôn xiết

【难倒】nándǎo<动>bó tay

【难道】nándào<副>❶chẳng lẽ; chẳng nhẽ: 这件事~我们就认输了? Việc này không lẽ mình lại chịu thua? ❷há; lẽ nào; có lẽ nào: ~有这么多? Lẽ nào lại có nhiều đến thế sao?

【难得】nándé<形>❶khó có được; khó được; hiếm có ❷ít thấy; ít có: 这样美丽的晚霞是~见到的。Ráng chiều đẹp như thế này thật ít thấy lắm。

【难点】nándiǎn<名>chỗ khó; chỗ mắc míu; điểm khó: 突破~ đột phá điểm khó

【难度】nándù<名>mức độ khó khăn; độ khó

【难怪】nánguài❶<副>thảo nào; chả trách: ~小华今天那么高兴，原来是她考了满分。Hóa ra bé Hoa thi được điểm mười, thảo nào hôm nay vui thế。❷<动>khó trách; chẳng trách; chớ trách

【难关】nánguān<名>cửa ải khó khăn; chỗ khó

【难过】nánguò<形>❶khó sống: 那个经济困难的时期，日子好~。Thời buổi kinh tế khó khăn kia, khó sống lắm。❷buồn; khó chịu đựng: 听到妈妈被解雇的消息，他非常~。Nghe tin mẹ bị đuổi việc, thằng bé buồn lắm。

【难堪】nánkān❶<动>khó chịu đựng: ~寂寞无聊的日子 khó chịu đựng cuộc sống cô đơn nhàm chán ❷<形>bí; khó xử; xấu hổ: 他的话让我~。Lời nói của ông ấy làm tôi xấu hổ。

【难看】nánkàn<形>❶xấu; khó coi; chướng mắt: 这座楼真~。Ngôi nhà cao tầng này trông chướng quá。❷xấu hổ; nhục; xấu mặt ❸không dễ gần; không bình thường: 上司的

脸色很~，不知道发生了什么事情。
Mặt sếp khó đăm đăm, không biết
đã xảy ra chuyện gì.

【难忍】nánrěn<动>khó chịu đựng: 疼
痛~ nỗi đau đớn khó chịu đựng

【难舍难分】nánshě-nánfēn　khó
chia lìa

【难事】nánshì<名>việc khó: 天下无
~，只怕有心人。Không có việc gì
khó, chỉ sợ lòng không bền.

【难受】nánshòu<形>❶khó chịu; khó
ở: 浑身疼得~。Đau nhức khó chịu
khắp người. ❷buồn bã; không vui:
知道自己落榜了，他~极了。Biết
mình thi trượt, anh ấy buồn lắm.

【难说】nánshuō<动>❶khó nói;
không tiện nói ra: 道歉的话语并
不~。Câu xin lỗi thật chẳng khó
nói đâu. ❷khó mà kết luận; không
chắc: 谁能升职这还很~。Khó nói
chắc ai sẽ được lên chức.

【难题】nántí<名>vấn đề khó khăn;
đề khó. 出 一道难题

【难听】nántīng<形>❶khó nghe;
không êm tai: 这首歌真~。Bài hát
này thật khó nghe. ❷chướng tai: 开
口就骂人，多~! Mở miệng là chửi
bới, thật chướng tai! ❸không hay
ho; khó nghe: 这种事情说出去多~!
Việc này nói ra chẳng hay ho gì!

【难忘】nánwàng<动>khó quên: 往
事~ chuyện cũ khó quên

【难为】nánwei<动>❶gây khó khăn;
làm khổ: 她很胆小的，就别再~她
了。Cô ấy nhát lắm, thôi đừng làm
khó cô ấy nữa. ❷thật là khó: 一个
人做一大堆事情，真~了她。Một
người mà phải làm cả đống việc,
thật khó cho cô ấy. ❸(lời nói khách
sáo) phiền; cảm phiền: 衣服都帮我
准备好了，真~你了。Quần áo cũng
chuẩn bị sẵn cho tôi rồi, thật phiền
chị quá.

【难为情】nánwéiqíng❶thẹn thùng;
xấu hổ: 迟到被老师批评，她很~。

Đến muộn bị thầy phê bình, cô ấy
rất thẹn. ❷ngượng ngùng

【难言之隐】nányánzhīyǐn　việc
khó nói ra

【难以】nányǐ<动>khó mà; khó: ~置
信 khó mà tin được

【难以形容】nányǐ-xíngróng　khó
hình dung; khó tả

【难于】nányú<动>khó với; khó mà;
không dễ gì: ~收效 khó mà thu
được hiệu quả

楠 nán

【楠木】nánmù<名>❶cây giổi; cây
gụ ❷gỗ giổi; gỗ gụ

nàn

难nàn❶<名>nạn; tai nạn:大~临头
tai nạn lớn ập xuống ❷<动>vặn hỏi;
căn vặn; chất vấn: 非~ phê bình vặn
hỏi
另见nán

【难民】nànmín<名>nạn dân

【难民营】nànmínyíng<名>trại tị
nạn

【难兄难弟】nànxiōng-nàndì người
cùng cảnh ngộ (người cùng hội
cùng thuyền)

náng

囊náng❶<名>túi: 药~ túi thuốc; 皮
~ túi da ❷<名>đồ vật có hình cái túi:
胆~ túi mật ❸<动>[书]đựng (vào
túi)

【囊括】nángkuò<动>thâu tóm; bao
trùm; bao quát

【囊性肿瘤】nángxìng zhǒngliú u
nang

【囊中羞涩】nángzhōng-xiūsè kinh
tế khó khăn; không có đồng xu dính
túi

【囊肿】nángzhǒng<名>u nang (lành
tính)

N

náo

挠 náo<动>❶gãi: ~痒 gãi ngứa ❷ngăn cản; ngăn trở: 阻~工作 ngăn trở công việc ❸cong (queo); khuất phục: 不屈 不~ không chịu khuất phục

【挠头】náotóu<形>vò đầu (bứt tai); khó xử: 调解邻里矛盾真让人~。 Điều hoà mâu thuẫn giữa bà con lối xóm thật là một việc rất khó xử.

蛲 náo

【蛲虫】náochóng<名>giun kim

nǎo

恼 nǎo<动>❶bực; cáu; tức giận ❷buồn; buồn bực

【恼恨】nǎohèn<动>cáu giận: 她十分~孩子撒谎。Bà rất giận những đứa trẻ nói dối.

【恼火】nǎohuǒ<形>nổi cáu

【恼怒】nǎonù<动>❶bực tức; nổi nóng: 男同事的诽谤令她十分~。Sự gièm pha phi báng của các đồng sự nam làm cho chị ấy rất bực mình. ❷làm cho tức giận: 孩子不认错的态度~了父亲。Thái độ không chịu nhận lỗi của con làm cho người cha tức giận.

【恼羞成怒】nǎoxiū-chéngnù thẹn quá hóa khùng

脑 nǎo<名>❶não; bộ não; bộ óc: ~溢血 chảy máu não ❷đầu; sọ: 摇头晃~ lắc la lắc lư cái đầu ❸suy nghĩ; trí nhớ: ~力劳动 lao động trí óc ❹tinh chất; tinh túy; tinh hoa: 薄荷~ tinh thể bạc hà

【脑出血】nǎochūxuè<名>xuất huyết não

【脑袋】nǎodai<名>[口]❶đầu óc: 圆圆的~ cái đầu tròn trĩnh ❷đầu óc; trí tuệ: ~不开窍 đầu óc u mê

【脑电图】nǎodiàntú<名>điện não đồ (EEG)

【脑动脉】nǎodòngmài<名>động mạch não

【脑干】nǎogàn<名>[解剖]hành não

【脑海】nǎohǎi<名>đầu óc; trí nhớ; kí ức

【脑筋】nǎojīn<名>❶trí óc; trí nhớ; chất xám: 费~ mất nhiều chất xám ❷ý thức: 死~ ý thức cổ hủ bảo thủ

【脑瘤】nǎoliú<名>u não

【脑颅】nǎolú<名>sọ

【脑门儿】nǎoménr<名>[口]trán

【脑缺氧】nǎoquēyǎng<名>thiếu ô-xy não

【脑神经】nǎoshénjīng<名>thần kinh não

【脑瘫】nǎotān<名>bại não

【脑外科】nǎowàikē<名>ngoại khoa não

【脑细胞】nǎoxìbāo<名>tế bào não

【脑血管】nǎoxuèguǎn<名>mạch máu não

【脑血栓】nǎoxuèshuān<名>huyết khối não

【脑震荡】nǎozhèndàng<名>chấn động não

【脑中风】nǎozhòngfēng<名>não trúng phong

【脑子】nǎozi<名>❶[口]não; bộ óc ❷trí nhớ; đầu óc

nào

闹 nào❶<形>ồn ào; ầm ĩ: 热~ náo nhiệt ❷<动>gào; cãi lộn; náo động: 又哭又~ vừa khóc vừa gào ❸<动>quấy rầy; làm loạn: 孙悟空大~天宫。Tôn Ngộ Không đại náo thiên cung. ❹<动>tỏ ra; thể hiện ra; phát tiết (tình cảm): ~情绪 tỏ ra giận dỗi ❺<动>mắc (bệnh); gặp; xảy ra: ~水灾 bị lụt lội ❻<动>làm; tiến hành: ~革命 làm cách mạng ❼<动>trêu đùa; trêu; đùa

【闹别扭】nào bièniu giận dỗi; xích

mích; khúc mắc với nhau: 这两个孩子
正在~。 Hai đứa trẻ đang giận nhau.

【闹洞房】 nào dòngfáng trêu chọc
tân lang tân nương trong đêm tân
hôn

【闹肚子】 nào dùzi[口]tháo dạ; đi
lỏng; tiêu chảy

【闹翻】 nàofān<动>cãi vã; xung đột;
trở mặt: 两人~了, 谁也不理谁。 Hai
người cãi vã, không thèm nhìn mặt
nhau.

【闹翻天】 nàofān tiān náo động;
ầm ĩ

【闹鬼】 nàoguǐ<动>❶xảy ra chuyện
quỷ quái quấy phá (mê tín) ❷đồn
chuyện ma

【闹哄哄】 nàohōnghōng nhốn
nháo; ồn ào; ầm ĩ

【闹僵】 nàojiāng<动>giận dỗi nhau;
giằng co; găng

【闹纠纷】 nào jiūfēn tranh chấp;
bất hòa; xích mích

【闹剧】 nàojù<名>❶trò khôi hài; trò
hề; kịch vui nhộn ❷việc hoang
tưởng; chuyện khôi hài; chuyện lố
bịch gây rối loạn

【闹离婚】 nào líhūn đòi li hôn; đòi
li dị

【闹铃】 nàolíng<名>chuông báo
thức

【闹矛盾】 nào máodùn bất hòa;
xích mích với nhau; gây mâu thuẫn

【闹脾气】 nào píqi cáu kỉnh; giận;
bực

【闹市区】 nàoshìqū<名>phố xá sầm
uất; phố xá náo nhiệt

【闹事】 nàoshì<动>gây sự; gây rối;
gây náo loạn; phá rối

【闹笑话】 nào xiàohua làm trò
cười

【闹着玩儿】 nàozhe wánr❶đùa vui;
nô đùa; nói đùa: 姐弟俩在院子里~
呢。 Hai chị em nô đùa trong sân
nhà. ❷trêu chòng; trêu ghẹo: 我跟
你~的, 别当真呀。 Tôi trêu anh

thôi, đừng quá nghiêm túc nhé.
❸trò đùa; chuyện đùa: 开车可不是
~的。 Lái xe không phải là chuyện
đùa đâu.

【闹钟】 nàozhōng<名>đồng hồ báo
thức

nè

讷 nè<形>[书](nói) chậm rãi: 木~
ngây ngô

ne

呢 ne<助>❶(dùng để hỏi) thế; nhỉ:
这个道理在哪儿~? Lí lẽ ở đâu nhỉ?
❷(dùng ở câu kể) nhé; nhỉ; cơ: 收
获不小~。 Thu hoạch cũng không
nhỏ đâu. ❸(dùng ở cuối câu kể, chỉ
sự việc còn đang tiếp diễn) đấy: 大
家都在上课~。 Mọi người đang lên
lớp đấy. ❹(dùng ở giữa câu, chỉ ý
ngừng ngắt): 她~, 比以前进步多
了。 Cô ấy ư, đã tiến bộ hơn trước
nhiều rồi.

另见ní

nèi

内 nèi<名>❶trong; phía trong; bên
trong: 车~ trong xe ❷vợ; đằng vợ:
我~人觉得难受。 Bà xã nhà tôi thấy
khó chịu trong người. ❸nội tâm;
nội tạng; trong lòng

【内宾】 nèibīn<名>❶khách trong
nước ❷[旧]khách nữ

【内部】 nèibù<名>bên trong; nội bộ

【内部消息】 nèibù xiāoxi thông tin
nội bộ

【内层】 nèicéng<名>lớp trong

【内衬】 nèichèn<名>lót trong

【内存】 nèicún<名>❶bộ nhớ ❷dung
lượng bộ nhớ

【内存储器】 nèicúnchǔqì bộ nhớ
của máy tính

N

【内存卡】nèicúnkǎ<名>thẻ nhớ

【内存条】nèicúntiáo<名>bộ nhớ

【内存芯片】nèicún xīnpiàn chip bộ nhớ

【内地】nèidì<名>nội địa

【内弟】nèidì<名>em trai vợ

【内定】nèidìng<动>quyết định nội bộ

【内分泌】nèifēnmì<名>nội tiết: ~失调 rối loạn nội tiết

【内服】nèifú<动>uống thuốc: ~药 thuốc uống

【内涵】nèihán<名>❶nội hàm ❷nội dung ❸hàm dưỡng nội tại

【内行】nèiháng❶<形>trong nghề; thành thạo; tinh thông ❷<名>người thạo nghề; người trong ngành: 向~请教 học hỏi người thạo nghề

【内讧】nèihòng<动>lục đục; tranh chấp nội bộ

【内奸】nèijiān<名>nội gian; nội phản

【内疚】nèijiù<形>hổ thẹn day dứt

【内科】nèikē<名>khoa nội; nội khoa: ~医生 bác sĩ nội khoa

【内裤】nèikù<名>quần trong; quần lót

【内涝】nèilào<名>úng ngập

【内敛】nèiliǎn<形>tính tình hướng nội, không phô trương

【内陆】nèilù<名>nội địa; lục địa

【内乱】nèiluàn<名>nội loạn: 发生~ xảy ra nội loạn; 平定~ dẹp yên nội loạn

【内幕】nèimù<名>tình hình bên trong; bê bối bên trong (ngoài không thấy)

【内勤】nèiqín<名>❶công việc nội bộ; công tác nội bộ (trong quân đội hoặc cơ quan) ❷nhân viên phục vụ (trong quân đội); cán bộ cơ quan làm công tác nội bộ

【内情】nèiqíng<名>nội tình; tình hình bên trong; tình hình nội bộ

【内燃】nèirán<动>đốt trong: ~机 động cơ đốt trong/máy nổ

【内容】nèiróng<名>nội dung

【内容提要】nèiróng tíyào tóm tắt nội dung

【内伤】nèishāng<名>❶chấn thương bên trong ❷bệnh u uất bên trong

【内退】nèituì<动>về hưu non

【内务】nèiwù<名>❶nội vụ; việc trong nước ❷công việc trong phòng tập thể

【内线】nèixiàn<名>❶nội tuyến (người, công việc hoạt động trong lòng đối phương): 情报人员开展~工作。Nhân viên tình báo hoạt động trong lòng địch. ❷quan hệ móc ngoặc: 走~ lợi dụng quan hệ móc ngoặc ❸tuyến tác chiến trong vòng vây của địch: 突破敌人~包围 đột phá vòng vây ngay trong lòng địch ❹(đường dây) điện thoại nội bộ

【内向】nèixiàng<形>❶hướng nội; hướng về trong nước: ~型经济 kinh tế hướng nội ❷tính tình kín đáo ít nói: 她是~的人，不轻易与别人谈心。Cô ấy là con người kín đáo, không dễ dàng tâm sự với người khác.

【内销】nèixiāo<动>tiêu thụ trong nước; tiêu thụ tại chỗ

【内心】nèixīn<名>nội tâm; trong lòng; trong bụng: ~斗争 đấu tranh trong nội tâm

【内需】nèixū<名>nhu cầu trong nước; nội nhu

【内衣】nèiyī<名>áo trong; áo lót

【内因】nèiyīn<名>nguyên nhân bên trong; yếu tố nội tại

【内在】nèizài<形>❶nội tại; tồn tại bên trong: ~规律 quy luật nội tại ❷nội tâm (không biểu lộ ra ngoài): ~美 nét đẹp nội tâm

【内脏】nèizàng<名>nội tạng; lòng

【内贼】nèizéi<名>kẻ trộm ẩn náu trong nội bộ; kẻ gian trong nội bộ

【内战】nèizhàn<名>nội chiến

nèn

嫩 nèn<形>❶non; mềm: ~叶 lá non ❷(đồ ăn) mềm: 这碟牛肉炒得很 ~。Đĩa thịt bò này xào rất mềm. ❸(màu sắc) nhạt: ~绿 màu xanh nhạt ❹non nớt; không dày dặn: 他 担任总经理还嫌~了点。Anh ta đảm nhiệm chức tổng giám đốc thì e là hơi non.

【嫩肉】nènròu<名>thịt non mịn

【嫩芽】nènyá<名>mầm non; chồi

néng

能 néng❶<名>năng lực; khả năng; tài: 无~之辈 kẻ bất tài ❷<名>năng lượng: 电~ điện năng ❸<形>có năng lực; có tài: ~诗擅画 có tài làm thơ và vẽ giỏi ❹<副>có thể: 他自己 ~找到回家的路。Tự nó có thể tìm đường về nhà.

【能干】nénggàn<形>giỏi; năng nổ; đảm đang: ~的妻子 người vợ đảm đang

【能歌善舞】nénggē-shànwǔ hát hay múa giỏi

【能工巧匠】nénggōng-qiǎojiàng người thợ khéo tay hay làm

【能够】nénggòu<动>❶có thể: 希望 你~快点来。Mong anh có thể đến sớm. ❷có điều kiện; có khả năng: 按照这个进度, 工程~在明天完工。 Theo đà này, công trình có thể hoàn tất vào ngày mai.

【能力】nénglì<名>năng lực; khả năng

【能量】néngliàng<名>❶năng lượng: 绿色~ năng lượng xanh ❷khả năng hoạt động

【能耐】néngnai[口]<名>tài; tài năng; năng lực; bản lĩnh ❷<形>tài giỏi

【能人】néngrén<名>người tài ba; người tài giỏi; người giỏi; người

tài: ~辈出 đầy người tài ba

【能手】néngshǒu<名>tay thiện nghệ; tay cừ

【能说会道】néngshuō-huìdào khéo ăn khéo nói

【能源】néngyuán<名>nguồn năng lượng

【能者多劳】néngzhě-duōláo biết nhiều thì đảm trách nhiều; người có tài thì làm nhiều

ní

尼 ní<名>ni cô

【尼姑】nígū<名>ni cô

【尼龙】nílóng<名>ni-lon

呢 ní<名>dạ
另见ne

【呢绒】níróng<名>(hàng) len dạ; nhung dạ

【呢子大衣】nízi dàyī áo khoác dạ

泥 ní<名>❶bùn: 烂~ bùn nhão ❷chất nhão; sánh như bùn: 印~ mực dấu; 枣~ táo nghiền; 蒜~ tỏi giã nát

【泥巴】níba<名>[方]bùn

【泥箕】níjī<名>mẹt đất; sọt

【泥浆】níjiāng<名>bùn nhão; bùn lầy

【泥坑】níkēng<名>vũng bùn; hố đất

【泥泞】nínìng❶<形>lầy lội: 道路 ~ đường lầy lội ❷<名>vũng bùn: 陷入 ~ sa vào vũng bùn

【泥锹】níqiāo<名>xẻng

【泥鳅】níqiū<名>cá chạch

【泥沙】níshā<名>cát; bùn

【泥石流】níshíliú<名>dòng đất đá; đất đá trôi (từ trên núi); lún đất

【泥潭】nítán<名>vũng bùn; đầm lầy

【泥塘】nítáng<名>vũng bùn; chỗ lầy lội; đầm lầy

【泥土】nítǔ<名>❶thổ nhưỡng ❷đất dính; đất sét

【泥瓦匠】níwǎjiàng<名>thợ đóng gạch ngói; thợ nề

N

霓 ní ‹名›cầu vồng

【霓虹灯】níhóngdēng ‹名›đèn tuýp; đèn ống; đèn nê-ông

nǐ

拟 nǐ ‹动›❶nghĩ ra; đặt ra; khởi thảo; thiết kế: 我们~了一个计划草案. Chúng tôi đã khởi thảo một dự án kế hoạch. ❷dự định; muốn: 他~于明年去越南. Anh ấy dự tính sang năm sẽ đi Việt Nam. ❸bắt chước: 模~ mô phỏng ❹suy đoán; giả thiết ❺so sánh; ví von

【拟订】nǐdìng ‹动›sắp xếp; định; đặt: ~计划 đặt kế hoạch

【拟定】nǐdìng ‹动›❶định ra; đặt ra: ~远景规划 định ra quy hoạch tương lai ❷đoán định; dự tính

你 nǐ ‹代›❶ông; bà; anh; chị (đại từ nhân xưng ngôi thứ hai): 麻烦~帮我一把. Phiền anh giúp tôi một cái. ❷(phiếm chỉ bất kì người nào, có khi thực tế là chỉ bản thân) bạn; mình; ta; người ta: 她说的话很有道理, 让~不得不听. Chị ấy nói rất có lí, khiến người ta không thể không nghe theo.

【你方】nǐfāng ‹名›bên bạn; bên anh (chị); bên ông (bà)

【你们】nǐmen ‹代›(đại từ nhân xưng ngôi thứ hai số nhiều) các anh; các chị; các ông; các bà

【你死我活】nǐsǐ-wǒhuó (đấu tranh) sống mái; một mất một còn

【你追我赶】nǐzhuī-wǒgǎn tranh đua nhau

nì

昵 nì ‹形›thân; thân mật; gần

【昵爱】nì'ài ‹动›thân mật; thân yêu

【昵称】nìchēng ❶‹名›cách gọi thân mật ❷‹动›xưng hô một cách thân mật

逆 nì ❶‹动›ngược; nghịch; đảo; trái (chiều): ~风 ngược gió ❷‹动›chống lại; không thuận theo; không phục tùng; chọi lại: 忠言~耳 lời thật mất lòng ❸‹形›không suôn sẻ ❹‹名›kẻ phản nghịch: ~臣 nghịch thần

【逆差】nìchā ‹名›nhập siêu

【逆耳】nì'ěr ‹形›trái tai; chối tai; chướng tai; khó nghe; nghe khó chịu; nghịch nhĩ

【逆反心理】nìfǎn xīnlǐ tâm lí phản nghịch

【逆光】nìguāng ‹动›sắp bóng; phản quang; ngược chiều ánh sáng; ngược nắng

【逆境】nìjìng ‹名›cảnh ngộ khó khăn (trái ngược); nghịch cảnh

【逆来顺受】nìlái-shùnshòu chịu lép về; nhẫn nhục chịu đựng

【逆流】nìliú ❶‹动›ngược dòng: ~而上 đi ngược nước ❷‹名›dòng nước ngược

【逆时针】nìshízhēn ngược chiều kim đồng hồ

【逆行】nìxíng ‹动›đi ngược chiều

【逆转】nìzhuǎn ‹动›đảo ngược; xoay ngược lại; chuyển biến xấu; xấu đi

【逆子】nìzǐ ‹名›thằng con bất hiếu; nghịch tử

匿 nì ‹动›giấu; che giấu: 隐~ ẩn giấu

【匿名】nìmíng ‹动›nặc danh; giấu tên: ~信 thư nặc danh

腻 nì ❶‹形›chán; ngấy; ngậy: 油~ béo ngậy ❷‹形›cảm thấy chán, ngấy: 他那些话我都听~了. Những lời nói của anh ấy tôi nghe chán rồi. ❸‹形›tinh tế; tế nhị: 细~ tinh tế ❹‹形›dính: ~手 dính tay ❺‹名›dơ bẩn; bẩn thiu: 尘~ bụi bẩn

【腻烦】nìfan[口]❶‹形›nhàm chán; ngấy: 老看那本书你不觉得~吗? Đọc mãi cuốn sách ấy anh không thấy nhàm chán à? ❷‹动›chán ghét: 他

是一个虚伪的人，我真~他。Anh ta là một người giả dối làm tôi rất chán ghét.

【腻味】nìwei[方]❶<形>chán; chán ngấy ❷<动>nhàm chán; ngấy: 别~我。Đừng làm phiền tôi.

溺 nì<动>❶chìm ❷chìm đắm; sa đà; quá

【溺爱】nì'ài<动>quá yêu; nuông chiều; cưng chiều (con cái): 不能~孩子。Không nên quá nuông chiều con cái.

【溺水】nìshuǐ<动>chìm; ~身亡 chết đuối

【溺死】nìsǐ<动>chết chìm; chết đuối

niān

拈 niān<动>nhón; nhặt: ~点盐 nhón ít muối

【拈花惹草】niānhuā-rěcǎo giăng hoa; trăng hoa; trêu trăng ghẹo gió

【拈阄儿】niānjiūr<动>rút thăm; bốc thăm; bắt thăm

【拈轻怕重】niānqīng-pàzhòng chọn việc nhẹ, sợ việc nặng; chọn cá kén canh

蔫 niān<形>❶héo; khô: 太阳太大，花儿都~了。Trời nắng quá, hoa đã héo rồi. ❷iu xìu; lờ đờ; ủ rũ ❸[方]chậm; không lanh lẹ: ~性子 tính chậm chạp

nián

年 nián❶<名>năm: 2014~5月 tháng 5 năm 2014 ❷<量>năm: 连续五~ năm năm liền ❸<名>hằng năm; mỗi năm: 经济~会 hội nghị kinh tế hàng năm ❹<名>tuổi; tuổi tác; lứa tuổi: ~满二十 tròn hai mươi tuổi ❺<名>thời; thuở: 少~ tuổi thiếu niên ❻<名>thời kì; thời đại; năm tháng: 清朝末~ cuối đời nhà Thanh ❼<名>thu hoạch trong năm; mùa màng trong năm: ~景不好 năm mất

mùa ❽<名>Tết: 过~ ăn Tết ❾<名>vật phẩm tiêu dùng ngày Tết: 买~货 sắm hàng Tết

【年报】niánbào<名>❶báo cáo hàng năm ❷tập san định kì mỗi năm xuất bản một lần; báo năm; niên báo

【年表】niánbiǎo<名>❶niên biểu; bảng kê sự kiện theo năm ❷báo cáo tài vụ hàng năm

【年产】niánchǎn<名>sản lượng năm

【年初】niánchū<名>đầu năm

【年代】niándài<名>❶thời đại; thời kì; năm tháng; niên đại: ~久远 niên đại xa xưa ❷thập kỉ: 上个世纪90~ thập kỉ 90 của thế kỉ trước

【年底】niándǐ<名>cuối năm

【年度】niándù<名>năm; niên độ; hàng năm: ~报告 báo cáo niên độ

【年度预算】niándù yùsuàn dự toán năm

【年饭】niánfàn<名>bữa cơm tất niên; cỗ giao thừa

【年份】niánfèn<名>❶một năm (nào đó): 这篇文章是哪个~发表的? Bài viết này được phát biểu vào năm nào? ❷thời hạn; niên đại

【年富力强】niánfù-lìqiáng trẻ chung khỏe mạnh; sức lực dồi dào; đang độ sung sức

【年复一年】niánfùyīnián năm này qua năm khác

【年糕】niángāo<名>bánh Tết (làm bằng bột gạo nếp trộn với đường đen,hấp chín)

【年画】niánhuà<名>tranh Tết

【年会】niánhuì<名>phiên họp (cuộc họp) hàng năm

【年货】niánhuò<名>hàng Tết

【年级】niánjí<名>lớp; năm thứ (mấy)

【年纪】niánjì<名>tuổi tác; tuổi

【年检】niánjiǎn<动>kiểm tra hàng năm: 车辆~ kiểm nghiệm xe hàng năm

【年金】niánjīn<名>niên kim

N

【年老体衰】niánlǎo-tǐshuāi tuổi già sức yếu

【年历】niánlì<名>lịch; lịch năm

【年利率】niánlìlǜ<名>lãi suất hàng năm

【年利润】niánlìrùn<名>lợi nhuận hàng năm

【年龄】niánlíng<名>tuổi; tuổi tác: 结婚~ tuổi kết hôn

【年轮】niánlún<名>[植物]vân tuổi (của gỗ); vòng tuổi (của cây)

【年迈】niánmài<形>tuổi già: ~的父亲 bố đã già

【年末】niánmò<名>cuối năm

【年年有余】niánniányǒuyú mỗi năm đều dư dật

【年青】niánqīng<形>trẻ; trẻ tuổi

【年轻】niánqīng<形>❶trẻ; tuổi trẻ; thanh niên: 看他还很~。Xem ra ông ta vẫn còn trẻ. ❷trẻ trung

【年轻人】niánqīngrén<名>người thanh niên; thanh niên; bạn trẻ

【年轻力壮】niánqīng-lìzhuàng tuổi trẻ sung sức

【年少】niánshào❶<形>trẻ; tuổi trẻ: ~时期 tuổi thanh xuân ❷<名>[书] thanh niên nam giới

【年审】niánshěn<动>thẩm tra hàng năm; đăng kiểm hàng năm

【年收入】niánshōurù<名>thu nhập hàng năm

【年岁】niánsuì<名>❶tuổi: 上了~的人，走路要小心。Người đã có tuổi, đi đứng phải cẩn thận. ❷năm tháng; thời kì; thời đại ❸[方]mùa màng thu hoạch

【年头儿】niántóur<名>❶năm ❷nhiều năm; thâm niên: 他做司机已经有~了。Ông ấy làm nghề lái xe đã lâu năm. ❸thời; năm tháng ❹mùa màng; thu hoạch: 今年~比去年好。Mùa màng năm nay khá hơn năm ngoái.

【年息】niánxī<名>lợi tức hàng năm

【年限】niánxiàn<名>niên hạn: 学习~ thời hạn học tập

【年薪】niánxīn<名>lương năm; lương tính theo năm: ~制 chế độ tiền lương tính theo năm

【年夜饭】niányèfàn<名>bữa cơm tất niên

【年幼】niányòu<形>bé; nhỏ

【年幼无知】niányòu-wúzhī thơ dại; nhỏ dại; thơ ấu

【年终】niánzhōng<名>cuối năm; hết năm: ~总结 tổng kết cuối năm

【年终奖】niánzhōngjiǎng<名>tiền thưởng cuối năm

【年租】niánzū<名>tiền thuê một năm

鲇 nián<名>cá nheo; cá ngát

【鲇鱼】niányú<名>cá nheo; cá ngát

黏 nián<形>dính; sánh: ~稠 sánh đặc

【黏巴】niánba<形>dính; nhớp nháp: 靠近厨房的地板很~。Sàn nhà gần bếp rất nhớp nháp.

【黏度】niándù<名>độ dính; độ nhầy; độ nhớt

【黏附】niánfù<动>dính vào; chắp dính; kết dính

【黏合】niánhé<动>dính chặt; kết lại

【黏合剂】niánhéjì<名>chất kết dính; chất gắn; keo dán

【黏糊】niánhu<形>❶dính; sánh; bết; quánh; bầy nhầy; nhớp nháp: 粥太~了，很难吃。Cháo sánh đặc thật khó ăn. ❷uể oải; lờ đờ; lừ đừ; rù rờ; chậm chạp: 他总是一副~样。Anh ấy tính hay rù rờ.

【黏糊糊】niánhūhū dính bê bết

【黏胶】niánjiāo<名>keo dính; keo dán

【黏结】niánjié<动>dính vào nhau; kết lại với nhau; kết dính; cố kết

【黏膜】niánmó<名>niêm mạc

【黏土】niántǔ<名>đất sét; đất thó

【黏性】niánxìng<名>độ dính

【黏液】niányè<名>niêm dịch; dịch nhầy; chất nhớt; chất nhờn

【黏着】niánzhuó<动>dán; chắp dính

niǎn

捻 niǎn❶<动>vê; xe; bện; vặn; vo: ~红线 xe chỉ đỏ ❷<名>sợi xe; dây xoắn: 纸~儿 giấy vo xoắn ❸ <动>[方]vớt; vét: ~河泥 vét bùn sông

【捻碎】niǎnsuì<动>nghiền vụn

【捻子】niǎnzi<名>sợi; dây (xe): 药~ sợi thuốc (xe trong giấy); 纸~ sợi giấy

撵 niǎn<动>❶đuổi; xua đuổi: ~她出 去。Đuổi nó đi. ❷[方]đuổi theo

【撵下台】niǎnxià tái❶buộc từ chức ❷đuổi xuống sân khấu

【撵走】niǎnzǒu<动>đuổi đi

碾 niǎn❶<名>cái cối; cối xay; cối nghiền; con lăn: 石~ cái cối đá ❷ <动>xay; tán; nghiền; nghiền: ~米 xay gạo ❸<动>[书]gọt giũa; chạm trổ; khắc (đá ngọc)

【碾米机】niǎnmǐjī<名>máy xay

【碾磨机】niǎnmójī<名>máy nghiền

【碾碎】niǎnsuì<动>nghiền vụn

【碾压】niǎnyā<动>nghiền ép

【碾子】niǎnzi<名>❶cối xay; cối nghiền (ngô, lúa mì, bột…) ❷dụng cụ nghiền tán: 药~ cối nghiền thuốc

niàn

念¹ niàn❶<动>nhớ; nhớ nhung; mong: 想~ nhớ nhung ❷<名>ý nghĩ; suy nghĩ: 私心杂~ tư tâm tạp niệm

念² niàn<动>❶đọc: ~诗 đọc thơ ❷học: 我姐姐在~大学。Chị tôi đang học đại học.

【念叨】niàndao<动>❶nhắc tới; nói đến: 他常~起你。Anh ấy thường nhắc tới anh. ❷[方]nói; bàn (bạc): 这件事咱们得~~。Việc này ta nên bàn với nhau một chút.

【念佛】niànfó<动>niệm Phật; khẩn Phật: 吃斋~ ăn chay niệm phật; 诵 经~ tụng kinh niệm phật

【念经】niànjīng<动>tụng (đọc) kinh

【念旧】niànjiù<动>nhớ tình bạn xưa

【念念不忘】niànniàn-bùwàng đinh ninh; canh cánh trong lòng; nhớ mãi không quên

【念书】niànshū<动>đọc sách; đi học

【念头】niàntou<名>nghĩ; ý định: 邪 恶的~ ý nghĩ xấu xa

niáng

娘 niáng<名>❶[口]mẹ; má; mạ; u; bầm; me; đẻ: 爹~ cha mẹ ❷bà; bác (gái): 大~ bác gái ❸cô gái: 新~ cô dâu

【娘家】niángjiā<名>nhà mẹ đẻ

【娘娘】niángniang<名>❶hoàng hậu; quý phi: 正宫~ chính cung hoàng hậu ❷nữ thần; bà (thần): ~庙 miếu bà

【娘娘腔】niángniangqiāng<名>giọng (đàn ông) the thé (giống người đàn bà)

【娘儿】niángr<名>[口]mẹ con; bác cháu; cô cháu: ~俩 hai mẹ con

【娘胎】niángtāi<名>(trong) bụng mẹ

【娘子】niángzǐ<名>❶[方]vợ; bà xã ❷bác; cô; chị (gọi kính trọng phụ nữ thời kì trước)

niàng

酿 niàng❶<动>ủ; cất; nấu: 酝~ cất rượu/lên men rượu ❷<动>gây (mật): 蜜蜂~蜜。Con ong gây mật. ❸ <动>ấp ủ; nung nấu: ~成水灾 gây úng lụt ❹<动>nhồi: 肉末~苦瓜 Thịt băm nhồi mướp đắng. ❺<名> rượu: 陈~ rượu cất lâu năm

【酿成】niàngchéng<动>gây nên: ~ 重大事故 gây nên tai nạn lớn

【酿祸】niànghuò<动>gây ra tai họa

【酿酒】niàngjiǔ<动>cất rượu: ~厂 nhà máy chưng cất rượu

【酿造】niàngzào<动>cất; chưng; ủ; nấu

N

niǎo

鸟 niǎo<名>chim

【鸟巢】niǎocháo<名>tổ chim

【鸟瞰】niǎokàn❶<动>(từ trên cao) nhìn xuống: ~全城 nhìn xuống toàn cảnh thành phố ❷<名>khái quát; tóm lược; tóm tắt: 世界形势~ vài nét về tình hình thế giới

【鸟笼】niǎolóng<名>lồng chim

【鸟鸣】niǎomíng<动>chim hót

【鸟枪】niǎoqiāng❶<名>súng bắn chim ❷súng hơi

【鸟儿】niǎor<名>[口]chim (loại nhỏ)

【鸟语花香】niǎoyǔ-huāxiāng hoa nở chim hót: 走进一个~的世界 bước vào một thế giới hoa nở chim hót

niào

尿 niào❶<名>nước tiểu; nước đái; nước giải ❷<动>đi tiểu; đi đái; đái; tiểu tiện

【尿不湿】niàobùshī<名>tã giấy

【尿布】niàobù<名>tã lót; tã

【尿道炎】niàodàoyán<名>viêm đường tiết niệu

【尿毒症】niàodúzhèng<名>chứng tăng urê-huyết

【尿壶】niàohú<名>cái bô; bình đái

【尿急】niàojí<形>buồn đái

【尿结石】niàojiéshí<名>sỏi đường tiết niệu

【尿尿】niàoniào<动>[口]đái

【尿盆】niàopén<名>cái bô

【尿酸】niàosuān<名>a-xít u-ríc; niệu toan

【尿血】niàoxiě<动>đái ra máu

niē

捏 niē<动>❶nắn; bóp; cầm; nắm: ~笔写字 cầm bút viết ❷vê; nặn; nắn; đắp: ~饼 nặn bánh ❸ghép vào nhau; gán ghép: 想法子把他俩~到一块儿去。Nghĩ cách ghép hai người này thành đôi. ❹nặn chuyện; bịa; bịa đặt; bịa chuyện ❺làm cho hòa hợp, đồng nhất

【捏合】niēhé<动>❶ghép vào; gán ghép; làm trung gian; làm mối: 双方家庭有意~两人。Gia đình hai bên có ý gán ghép hai người. ❷bịa đặt; nặn chuyện (ít dùng)

【捏一把汗】niē yī bǎ hàn toát (mướt) mồ hôi (vì lo)

【捏造】niēzào<动>bịa đặt; nặn ra; đặt điều

niè

镊 niè❶<名>cái nhíp; cái kẹp ❷<动>kẹp; cặp: 把飞进耳朵里的小虫~出来。Kẹp con bọ nhỏ ra khỏi lỗ tai.

【镊子】nièzi<名>cái kẹp; cái nhíp; cái panh

镍 niè<名>[化学]kền; niken (kí hiệu: Ni)

【镍钢】niègāng<名>thép niken

【镍镉电池】niègé diànchí pin Ni-Cd; pin nickel-cadmium

【镍合金】nièhéjīn<名>hợp kim niken

【镍氢电池】nièqīng diànchí pin Ni-MH

蹑 niè<动>❶khẽ; nhẹ (bước chân): 他~着脚走进家门。Anh ấy nhón chân khẽ bước vào nhà. ❷đi theo; rượt theo; đuổi theo ❸[书]giẫm

【蹑手蹑脚】nièshǒu-nièjiǎo rón ra rón rén

孽 niè❶<名>nghiệt ngã; ác nghiệt: 妖~ yêu nghiệt ❷<名>tội ác: 造~ gây ra tội ác ❸<形>[书]bất trung; bất hiếu: ~臣 bề tôi bất trung

【孽债】nièzhài<名>khoản nợ nghiệt

ngã; nợ kiếp trước (theo Đạo Phật)

【孽种】nièzhǒng<名>❶cội nguồn tai họa ❷(lời chửi của bề trên đối với con cháu hư) đồ yêu nghiệt; đồ vô phúc

【孽子】nièzǐ<名>đứa con bất hiếu

nín

您 nín<代>ngài; ông (đại từ ngôi thứ hai, tỏ ý kính trọng): ~走好! Ông về ạ!

níng

宁 níng❶<形>yên ổn: 心神不~ tâm thần bất định ❷<动>[书]làm cho yên: 息事~人 dàn xếp ổn thỏa
另见nìng

【宁静】níngjìng<形>yên tĩnh: ~的夏天 mùa hè yên tĩnh

拧 níng<动>❶vắt; vặn; bện; kết: ~干衣服 vắt khô quần áo; ~水龙头 vặn vòi nước ❷véo; cấu: 妈妈轻轻地~了孩子一把。Bà mẹ véo nhẹ thằng bé.
另见nǐng, nìng

狞 níng<形>(mặt mày) dữ tợn; hung ác; gớm ghiếc

【狞笑】níngxiào<动>cười gằn; cười độc ác; cười dữ tợn

柠 níng

【柠檬】níngméng<名>❶cây chanh ❷quả chanh

【柠檬茶】níngméngchá<名>chè chanh; trà chanh

【柠檬汁】níngméngzhī<名>nước chanh

【柠檬酸】níngméngsuān<名>axít xi-tríc

凝 níng<动>❶ngưng; đông lại: 冷~ làm ngưng lạnh ❷chăm chú; mải miết; tập trung chú ý: ~思 trầm tư

【凝固】nínggù<动>❶đông đặc; cứng lại; ngưng kết: 伤口周围的血液很快~了。Máu ở các vết thương nhanh chóng đông lại. ❷(ví) bất biến; bất di bất dịch; trì trệ

【凝固剂】nínggùjì<名>chất gây ngưng kết

【凝结】níngjié<动>đông lại; kết lại; ngưng kết: 湖面~起一层冰。Trên mặt hồ đóng một lớp băng.

【凝聚】níngjù<动>❶ngưng tụ; đọng lại: 雨后荷叶上~着露珠。Sau cơn mưa trên mặt lá sen đọng những giọt sương. ❷tập trung; ngưng tụ; kết tụ; ngưng kết

【凝聚力】níngjùlì<名>❶lực dính kết ❷sức mạnh liên kết

【凝视】níngshì<动>nhìn chằm chằm; chăm chú nhìn: 他深情地~着自己的妻子。Anh ấy nhìn vợ đắm đuối.

【凝重】níngzhòng<形>❶đoan trang; trang trọng ❷(âm thanh) hồn hậu; sâu lắng ❸đậm đặc; dày đặc; nặng nề (u ám): 大空布满~的乌云。Bầu trời bị che phủ bởi lớp mây dày đặc.

nǐng

拧 nǐng❶<动>vặn: 把瓶盖~开 vặn mở cái nắp ra ❷<形>lộn; lẫn; lẫn lộn; sai: 他把话说~了, 引起哄堂大笑。Anh ấy nói lẫn lộn mọi người cười ầm lên. ❸<形>mâu thuẫn; va chạm; căng với nhau
另见níng, nìng

【拧紧】nǐngjǐn<动>❶vít ❷vặn cho chặt: ~螺丝 vặn ốc vít cho chặt

【拧开】nǐngkāi<动>mở ra; mở vặn: ~瓶盖 vặn mở nút chai

nìng

宁 nìng<副>thà (rằng): ~死不投降 thà chết chứ không chịu đầu hàng
另见níng

N

【宁可】nìngkě<副>thà rằng: 与其在这儿等车，~走着去。Thà đi bộ còn hơn đợi xe ở đây.

【宁肯】nìngkěn<副>thà: 我~自己吃点亏，也不损害朋友的情谊。Tôi thà rằng chịu thiệt thòi đôi chút chứ quyết không làm tổn hại tình bằng hữu.

【宁缺毋滥】nìngquē-wúlàn thà thiếu một chút còn hơn bừa bãi để chất lượng tồi

【宁愿】nìngyuàn<副>thà rằng: 这么热的天，我~待在家里，也不愿去逛街。Trời nóng thế này tôi thà cứ ì ở nhà chứ không đi bát phố.

拧 nìng<形>[方]bướng bỉnh; cứng đầu; cứng cổ

另见níng，nǐng

niū

妞 niū<名>[方]con gái

niú

牛 niú❶<名>con bò; con trâu ❷<形>ngoan cố: ~脾气 cứng nhắc/bướng ❸<形>[口]cừ: 他的球技真~。Kĩ thuật chơi bóng của anh ấy cừ lắm. // (姓) Ngưu

【牛巴】niúbā<名>thịt bò khô

【牛百叶】niúbǎiyè<名>dạ dày bò

【牛蒡】niúbàng<名>[植物]cây ngưu bàng

【牛痘】niúdòu<名>❶bệnh đậu mùa ❷vắc-xin đậu mùa

【牛犊】niúdú<名>con bê; con nghé

【牛顿】niúdùn<量>Niu-tơn (đơn vị lực)

【牛粪】niúfèn<名>phân bò; phân trâu; cứt bò

【牛肝菌】niúgānjūn<名>nấm thông; bolete

【牛黄】niúhuáng<名>[中药]ngưu hoàng (sỏi mật của trâu bò)

【牛角】niújiǎo<名>sừng trâu

【牛角尖】niújiǎojiān<名>mũi sừng trâu; ví chỗ bế tắc: 钻~ đi vào chỗ bế tắc

【牛栏】niúlán<名>chuồng trâu bò

【牛毛】niúmáo<名>lông trâu bò; ví rất nhiều: 街头上各种小广告多如~，令人讨厌。Thật là đáng ghét, trên phố nhan nhản những tờ quảng cáo nhỏ.

【牛奶】niúnǎi<名>sữa bò

【牛腩】niúnǎn<名>[方]nầm bò

【牛排】niúpái<名>miếng thịt bò lớn và dày; miếng thịt bò dày để nướng; món bít tết

【牛皮】niúpí❶<名>da bò ❷<名>lời nói khoác lác: 喜欢吹~ tính hay khoác lác ❸<形>dai

【牛皮癣】niúpíxuǎn<名>bệnh vảy nến

【牛皮纸】niúpízhǐ<名>giấy dai bọc hàng; giấy xi măng

【牛脾气】niúpíqi<名>tính ương bướng

【牛肉】niúròu<名>thịt bò

【牛市】niúshì<名>thị trường cổ phiếu theo chiều giá lên: 股票市场好不容易才盼来~。Chật vật lắm thị trường cổ phiếu mới bước vào giai đoạn giá lên.

【牛蛙】niúwā<名>ếch trâu; ếch Cuba

【牛仔】niúzǎi<名>cao bồi

【牛仔裤】niúzǎikù<名>quần bò

niǔ

扭 niǔ❶<动>ngoảnh; quay; xoay: ~过头 quay đầu ❷<动>vặn: ~断铁丝 vặn đứt dây thép ❸<动>sái; treo: ~了腰 bị sái lưng ❹<动>vặn vẹo; uốn éo: ~秧歌 nhảy điệu Ương ca ❺<动>túm; bắt: ~打 túm đánh ❻<形>cong; vẹo

【扭动】niǔdòng<动>lắc lư; uốn éo: 她走路故意~着腰身。Cô ấy cố tình

đi õng ẹo.

【扭干】niǔgān<动>vắt khô: 请把衣服
~再晾晒。Hãy vắt khô quần áo rồi
mới đem ra phơi.

【扭亏为盈】niǔkuī-wéiyíng chuyển
lỗ thành lãi

【扭扭捏捏】niǔniǔniēniē nũng nịu;
ngập ngừng; e dè

【扭伤】niǔshāng<动>bị trẹo: ~手腕
bị trẹo cổ tay

【扭头】niǔtóu<动>❶ngoảnh đầu;
ngoảnh mặt; quay người ❷quay
đầu; xoay người: 他见到了死对头,
~就走。Gặp phải kẻ thù không thể
hòa giải, anh ấy quay đầu bỏ đi.

【扭秧歌】niǔ yāngge múa Ương
ca (một loại điệu múa dân gian
Trung Quốc)

【扭转】niǔzhuǎn<动>❶quay; xoay:
~头离开 quay đầu rời đi ❷xoay
chuyển; thay đổi; cải biến: ~不利局
面 xoay chuyển cục diện bất lợi

纽 niǔ❶<名>núm, tay cầm: 秤~ day
cầm cân ❷<名>cúc; khuy; nút (áo) ❸
<动>buộc; nối ❹<名>quả (vừa kết
trái)

【纽带】niǔdài<名>dây thắt; sợi dây
gắn bó: 孩子是增进夫妻感情的~。
Con cái là dải lụa gắn bó tình cảm
vợ chồng.

【纽扣】niǔkòu<名>cái khuy; cái cúc

【纽扣式电池】niǔkòushì diànchí
pin nút

钮 niǔ<名>❶cái cần; cái khuy ❷nút
bấm; công tắc

niù

拗 niù<形>cộc cằn; bướng; ngoan cố:
这个孩子脾气很~。Cậu bé này tính
rất bướng.

另见ào

【拗不过】niùbuguò không bẻ nổi;
không xoay chuyển được (sự cố
chấp của người khác)

nóng

农 nóng<名>❶nông nghiệp: 务~ làm
nghề nông ❷nông dân: 菜~ người
nông dân trồng rau

【农产品】nóngchǎnpǐn<名>nông
sản; nông phẩm

【农场】nóngchǎng<名>nông trường;
trang trại

【农村】nóngcūn<名>nông thôn

【农副产品】nóngfù chǎnpǐn các
loại nông sản và phụ phẩm

【农耕】nónggēng<动>canh tác; cấy
cày: 不事~ không làm nghề nông

【农户】nónghù<名>nông hộ

【农活儿】nónghuór<名>việc đồng
áng; việc cấy cày: 他的~做得很棒。
Anh ấy rất sành sỏi việc đồng áng.

【农机】nóngjī<名>máy móc nông
nghiệp: ~工业 ngành công nghiệp
chế tạo máy nông nghiệp

【农家】nóngjiā<名>nhà nông

【农家乐】nóngjiālè<名>du lịch sinh
thái; du lịch nông thôn

【农具】nóngjù<名>nông cụ

【农历】nónglì<名>❶nông lịch; âm
lịch ❷sách lịch sử dụng trong nông
nghiệp

【农林牧副渔】nóng-lín-mù-fù-
yú nông nghiệp-lâm nghiệp-chăn
nuôi-nghề phụ và ngư nghiệp: 我县
的目标是~全面发展。Mục tiêu của
huyện ta là thực hiện sự phát triển
toàn diện về nông lâm ngư nghiệp,
chăn nuôi và nghề phụ.

【农忙】nóngmáng<名>ngày mùa

【农贸市场】nóngmào shìchǎng
chợ nông sản

【农民】nóngmín<名>nông dân

【农民工】nóngmíngōng<名>những
người nông dân làm thuê trong
thành thị

【农时】nóngshí<名>thời vụ: 不误~
không lỡ thời vụ

N

【农田】nóngtián<名>đồng ruộng: ~ 基本建设 xây dựng cơ bản đồng ruộng

【农田水利】nóngtián shuǐlì công trình thủy lợi nông nghiệp

【农闲】nóngxián<名>nông nhàn: ~ 季节 buổi nông nhàn

【农药】nóngyào<名>thuốc trừ sâu: ~ 中毒 ngộ độc thuốc trừ sâu

【农业】nóngyè<名>nông nghiệp

【农艺师】nóngyìshī<名>kĩ sư nông nghiệp

【农庄】nóngzhuāng<名>❶thôn trang ❷trang trại nông nghiệp

【农作物】nóngzuòwù<名>cây nông nghiệp

浓 nóng<形>❶đặc; đậm đặc ❷màu thẫm ❸nồng hậu; nồng nàn

【浓度】nóngdù<名>nồng độ: 硫酸~ nồng độ a-xít sunfuric

【浓厚】nónghòu<形>❶(mây, khói) dày đặc: ~的乌云 mây đen dày đặc ❷(màu sắc, bầu không khí) đậm; nồng nàn: ~的节日气氛 bầu không khí ngày tết nồng nàn ❸(hứng thú) lớn

【浓烈】nóngliè<形>mạnh, nồng nàn: 酒味~ sặc mùi rượu

【浓眉】nóngméi<名>mày rậm

【浓密】nóngmì<形>rậm; dày đặc: 一头~的秀发 bộ tóc dày mượt mà

【浓缩】nóngsuō<动>❶sắc; cô lại (cho đặc): 把甘蔗汁~成糖浆 Cô nước mía thành mật. ❷chưng; lọc: ~铀反应堆 lò phản ứng cô đặc Urani

【浓雾】nóngwù<名>sương mù dày đặc

【浓香】nóngxiāng<形>hương thơm nồng nàn

【浓烟】nóngyān<名>khói lửa dày đặc

【浓郁】nóngyù<形>❶sực nức; ngào ngạt: ~的香气 mùi thơm ngào ngạt ❷đậm đà

【浓妆艳抹】nóngzhuāng-yànmǒ trang điểm lộng lẫy; trang điểm rực rỡ

脓 nóng<名>mủ: 伤口化~ vết thương bị mưng mủ

【脓包】nóngbāo<名>❶mụn mủ ❷kẻ vô dụng: 他是个一事无成的~。Hắn ta là kẻ bất tài vô dụng.

【脓疮】nóngchuāng<名>nhọt

【脓肿】nóngzhǒng<名>sự mưng mủ

nòng

弄 nòng<动>❶chơi; nghịch: 这小家伙在~什么呢？Con bé đang chơi gì vậy? ❷làm; xử lí: 我~饭去了。Tôi đi làm cơm. ❸lấy; kiếm: 给我~张足球票。Hãy kiếm cho tôi một vé bóng đá. ❹giở: ~手段 giở thủ đoạn 另见lòng

【弄错】nòngcuò<动>hiểu nhầm; làm sai: 你别~时间了。Anh đừng có làm sai giờ nhé.

【弄好】nònghǎo<动>làm tốt; làm xong

【弄坏】nònghuài<动>làm hỏng; làm xấu đi: 谁把我的电脑~了？Ai đã làm hỏng máy vi tính của tôi?

【弄假成真】nòngjiǎ-chéngzhēn đùa hóa thật; làm giả hóa thật

【弄清】nòngqīng<动>làm rõ; làm sáng tỏ: 我们要~事实真相。Chúng ta cần làm rõ chân tướng sự thật.

【弄手脚】nòng shǒujiǎo giở trò: 在这件事情上他肯定~了。Chắc là ông ấy đã giở trò trong vụ việc này.

【弄死】nòngsǐ<动>làm chết; giết chết: 小孩子把金鱼~了。Cậu bé đã làm chết con cá vàng rồi.

【弄通】nòngtōng<动>làm cho rõ

【弄虚作假】nòngxū-zuòjiǎ dối trá gạt người: 统计工作绝不能~。Công tác thống kê tuyệt đối không cho phép dối trá.

【弄脏】nòngzāng<动>làm bẩn

nú

奴 nú❶<名>nô lệ; tôi tớ: 农~ nông nô ❷<名>[旧](tự xưng của phụ nữ) thiếp: ~家 tì thiếp ❸<动>nô dịch; sai khiến như nô lệ: ~役 nô dịch ❹ <名>ẩn dụ bởi phải trả nợ mà mất đi tự do và tự chủ như nô tì: 房~ nô tì nhà ở (vì phải trả góp mà trở thành con nợ)

【奴才】núcái<名>❶gia nô; đầy tớ ❷nô tì; kẻ cam tâm làm đầy tớ cho người khác

【奴隶】núlì<名>nô lệ

【奴隶主】núlìzhǔ<名>chủ nô lệ

【奴隶社会】núlì shèhuì xã hội nô lệ

nǔ

努 nǔ<动>❶gắng (sức): ~力 gắng sức ❷lồi ra; dầu lên: ~眼睛 mắt lồi ra ❸[方]là đi (vì miệt)

【努嘴】nǔzuǐ<动>giảu mồm: 奶奶直~, 让他不要往下说。Bà cứ giảu mồm ngăn không cho cậu ấy nói tiếp.

弩 nǔ<名>cái nỏ: 剑拔~张 vung kiếm căng nỏ

【弩弓】nǔgōng<名>cái nỏ

nù

怒 nù❶<动>phẫn nộ: 无比愤~ vô cùng phẫn nộ ❷<形>(khí thế) bừng bừng; dữ dội: ~潮 làn sóng phẫn nộ

【怒斥】nùchì<动>quở mắng: ~叛徒 quở mắng tên phản bội

【怒冲冲】nùchōngchōng hầm hầm; giận giữ; đùng đùng nổi giận: 他~地离开了家。Anh ấy nổi giận hầm hầm rời khỏi nhà.

【怒放】nùfàng<动>nở rộ: 春天, 各种花儿争相~。Mùa xuân muôn loài hoa nở rộ.

【怒吼】nùhǒu<动>gầm thét; hét lên: 我们的战士~着向前冲。Chiến sĩ ta hét lên lao mình về phía trước.

【怒火】nùhuǒ<名>giận; tức giận: 压不住心头~ không nén nổi cơn giận trong lòng

【怒骂】nùmà<动>mắng chua chát

【怒目】nùmù❶<动>trợn mắt: ~而视 trợn trừng đôi mắt ❷<名>quắc mắt: ~圆睁 quắc mắt nhìn thẳng

【怒气】nùqì<名>nộ khí; phẫn nộ; vẻ giận dữ

【怒气冲冲】nùqì-chōngchōng mặt đầy nộ khí

【怒气冲天】nùqì-chōngtiān nổi cơn thịnh nộ; nổi cơn tam bành

nǚ

女 nǚ❶<形>gái; nữ; đàn bà; nữ giới; ~学生 học sinh nữ/nữ sinh ❷ <名>con gái: 独生~ cô con một

【女扮男装】nǚbàn-nánzhuāng nữ cải trang nam; nữ đóng vai nam: 她~, 瞒过了敌人的眼睛。Cô ấy cải trang thành nam giới và đã che được mắt địch.

【女大当嫁】nǚdàdāngjià gái đến tuổi nên lấy chồng

【女低音】nǚdīyīn<名>giọng nữ trầm

【女儿】nǚ'ér<名>con gái: 她生了一对双胞胎~。Chị ấy đã sinh đôi hai con gái.

【女方】nǚfāng<名>phía nhà gái: ~不同意庭外和解。Bên nhà gái không chấp nhận hòa giải ngoài tòa án.

【女服务员】nǚfúwùyuán nhân viên phục vụ nữ; cô phục vụ; nữ tiếp viên

【女高音】nǚgāoyīn<名>giọng nữ cao

【女工】nǚgōng<名>❶nữ công nhân ❷[旧]người làm mướn nữ

N

【女孩子】nǚháizi〈名〉con gái: ~谁不爱漂亮。Con gái thì ai mà chẳng thích đẹp.

【女皇】nǚhuáng〈名〉nữ hoàng; bà hoàng

【女眷】nǚjuàn〈名〉gia quyến nữ

【女郎】nǚláng〈名〉cô gái; cô nàng: 摩登~ cô gái modern

【女朋友】nǚpéngyou〈名〉bạn gái

【女强人】nǚqiángrén〈名〉đàn bà có nhiều năng lực, quyền lực hoặc ảnh hưởng

【女权】nǚquán〈名〉nữ quyền; quyền lợi phụ nữ: 尊重~ tôn trọng quyền lợi phụ nữ

【女权主义】nǚquán zhǔyì chủ nghĩa nữ quyền

【女人】nǚrén〈名〉phụ nữ; đàn bà

【女人】nǚren〈名〉[口]vợ

【女人味】nǚrénwèi〈名〉tính nết đàn bà: 她很有~. Chị ấy rất đàn bà.

【女色】nǚsè〈名〉nữ sắc; sắc đẹp của phụ nữ: 他经不起~的引诱. Ông ấy không chống nổi sự cám dỗ của sắc đẹp.

【女神】nǚshén〈名〉nữ thần

【女生】nǚshēng〈名〉❶học sinh nữ; nữ sinh: ~宿舍 kí túc xá nữ sinh ❷thiếu nữ

【女声】nǚshēng〈名〉giọng nữ

【女声合唱】nǚshēng héchàng đồng ca nữ

【女士】nǚshì〈名〉bà

【女式】nǚshì〈形〉kiểu phụ nữ: ~摩托车 xe máy (kiểu) nữ

【女童】nǚtóng〈名〉bé gái

【女娲】Nǚwā〈名〉Nữ Oa: ~补天 Nữ Oa vá trời

【女王】nǚwáng〈名〉nữ vương

【女巫】nǚwū〈名〉bà đồng; bà cốt; bà mo

【女性】nǚxìng〈名〉❶nữ tính: ~特有的温柔 sự thùy mị độc đáo của giới nữ tính ❷phụ nữ: 已婚~ phụ nữ đã kết hôn

【女婿】nǚxu〈名〉❶con rể ❷[方]chồng

【女演员】nǚyǎnyuán〈名〉diễn viên nữ

【女婴】nǚyīng〈名〉bé gái sơ sinh

【女佣】nǚyōng〈名〉người giúp việc nữ

【女招待】nǚzhāodài〈名〉[旧]nữ tiếp viên

【女职工】nǚzhígōng〈名〉công nhân viên nữ; nữ công nhân viên

【女主角】nǚzhǔjué〈名〉vai chính nữ: 她出演该片的~. Cô ấy là vai chính nữ của bộ phim.

【女主人】nǚzhǔrén〈名〉bà chủ nhà: 大家都感觉~很热情好客. Mọi người đều cảm thấy bà chủ nhà rất nhiệt tình mến khách.

【女主人公】nǚzhǔréngōng vai chính nữ

【女装】nǚzhuāng〈名〉nữ trang; quần áo phụ nữ

【女子】nǚzǐ〈名〉nữ tử; phụ nữ: 谁说~不如男? Ai dám nói phụ nữ không bằng đàn ông?

nuǎn

暖 nuǎn❶〈形〉ấm; ấm áp: 冬~夏凉 mùa hè mát mẻ, mùa đông ấm áp ❷〈动〉hâm nóng; sưởi ấm: 她~了一孩子的奶瓶. Chị ấy đã hâm nóng chai sữa cho cháu bé.

【暖冬】nuǎndōng〈名〉mùa đông ấm áp

【暖风】nuǎnfēng〈名〉gió nóng

【暖烘烘】nuǎnhōnghōng ấm; ấm áp: 冬天，开了空调的房间~的。Vào mùa đông, căn phòng bật máy điều hòa rất ấm.

【暖乎乎】nuǎnhūhū ấm áp; ấm cúng

【暖和】nuǎnhuo❶〈形〉ấm áp; ấm lên: 立春过后，天气逐渐~起来了。Sau tiết lập xuân, khí trời đã ấm dần lên. ❷〈动〉sưởi ấm

【暖流】nuǎnliú〈名〉❶dòng nước ấm ❷cảm giác ấm áp: 一股~涌上心头。Cảm giác ấm áp trào dâng trong lòng.

【暖气】nuǎnqì〈名〉❶hơi ấm ❷lò sưởi ❸luồng không khí ấm áp

【暖气管】nuǎnqìguǎn〈名〉ống sưởi ấm

【暖气片】nuǎnqìpiàn〈名〉bộ tỏa nhiệt

【暖融融】nuǎnróngróng ấm áp dễ chịu

【暖色】nuǎnsè〈名〉gam màu ấm; màu ấm

【暖水瓶】nuǎnshuǐpíng〈名〉phích nước nóng

【暖洋洋】nuǎnyángyáng ấm áp: 冬天，~的太阳照在身上很舒服。Ánh nắng mùa đông hắt lên trên người thật dễ chịu.

nüè

疟 nüè〈名〉sốt rét; bệnh sốt rét
【疟疾】nüèji〈名〉bệnh sốt rét

虐 nüè❶〈形〉tàn bạo; độc ác: 暴~ tàn bạo ❷〈名〉[书]nạn loạn; tai họa

【虐待】nüèdài〈动〉ngược đãi: 不许~老人! Không được ngược đãi người cao tuổi!

【虐杀】nüèshā〈动〉hành hạ đến chết: 我们反对~动物。Chúng tôi phản đối việc hành hạ giết chết động vật.

nuó

挪 nuó〈动〉chuyển; di dịch: 请你往右~一步。Mời anh dịch một bước về phía bên phải.

【挪动】nuódong〈动〉di chuyển; thay đổi vị trí; chuyển dịch: 把桌子~一下 chuyển dịch chiếc bàn

【挪窝儿】nuówōr〈动〉[口]di chuyển nơi ở; dọn nhà; chuyển đi nơi khác

【挪用】nuóyòng〈动〉❶tiêu chẳng: 不得~专款。Không được tiêu chẳng khoản tiền chuyên dụng. ❷tiêu lạm: ~公款 lạm dụng công quỹ

nuò

诺 nuò❶〈动〉đồng ý; cho phép; cam kết: ~言 lời cam kết; 许~ lời hứa ❷〈名〉ừ; vậy: 唯唯~~ ừ ừ gật gật

【诺贝尔奖】Nuòbèi'ěrjiǎng jiǎng Nobel: ~获得者 người được giải Nobel

懦 nuò〈形〉yếu hèn

【懦夫】nuòfū〈名〉người nhu nhược bất tài

【懦弱】nuòruò〈形〉hèn yếu; nhu nhược

糯 nuò〈形〉(gạo) dẻo; nếp

【糯米】nuòmǐ〈名〉gạo nếp

【糯米饭】nuòmǐfàn〈名〉cơm nếp; xôi

【糯米酒】nuòmǐjiǔ〈名〉rượu nếp

N

ō

噢 ō〈叹〉(biểu thị sự hiểu ra) ồ; à

ōu

讴 ōu ❶〈动〉hát ca; ngợi ca ❷〈名〉dân ca: 吴~ dân ca nước Ngô (vùng Giang Tô Trung Quốc)

【讴歌】ōugē〈动〉[书]ca ngợi; ca tụng; khen ngợi: ~伟大的祖国 ngợi ca Tổ quốc vĩ đại

欧[1] ōu〈名〉châu Âu

欧[2] ōu〈量〉Om

【欧共体】Ōugòngtǐ〈名〉khối cộng đồng châu Âu (EC)

【欧盟】Ōuméng〈名〉liên minh châu Âu (EU)

【欧姆】ōumǔ〈量〉Om

【欧元】ōuyuán〈名〉đồng Euro

【欧洲】Ōuzhōu〈名〉châu Âu

殴 ōu〈动〉đánh (nhau)

【殴打】ōudǎ〈动〉ẩu đả; đánh lộn

鸥 ōu〈名〉chim âu: 海~ hải âu

ǒu

呕 ǒu〈动〉thổ; nôn; mửa: 刚喝下的药，全~出来了。Thuốc vừa uống vào đã nôn ra hết.

【呕吐】ǒutù〈动〉nôn mửa

【呕血】ǒuxuè〈动〉nôn ra máu; hộc máu; thổ huyết

偶[1] ǒu〈名〉tượng; thần tượng: 木~ con rối

偶[2] ǒu ❶〈形〉chẵn; thành đôi: ~数 số chẵn ❷〈名〉vợ chồng; đôi lứa: 配~ đôi vợ chồng/vợ/chồng

偶[3] ǒu〈副〉ngẫu nhiên: ~然 tình cờ

【偶尔】ǒu'ěr ❶〈副〉thỉnh thoảng; có khi: 我们~也去看场电影。Thỉnh thoảng chúng tôi cũng đi xem phim. ❷〈形〉ngẫu nhiên

【偶然】ǒurán ❶〈形〉ngẫu nhiên: ~所得 thu hoạch bất ngờ ❷〈副〉tình cờ

【偶像】ǒuxiàng〈名〉thần tượng: 他崇拜的~是毛泽东。Thần tượng của cậu ta là Mao Trạch Đông.

【偶遇】ǒuyù〈动〉tình cờ gặp nhau: 街头~ tình cờ gặp nhau đầu phố

藕 ǒu〈名〉ngó sen

【藕断丝连】ǒuduàn-sīlián vương vấn không dứt ra được; dẫu lìa ngó ý còn vương tơ lòng

【藕粉】ǒufěn〈名〉bột ngó sen

【藕片】ǒupiàn〈名〉miếng ngó

òu

沤 òu〈动〉ngâm; ủ

【沤肥】òuféi ❶〈动〉ủ phân ❷〈名〉phân ủ

怄 òu〈动〉[方] ❶giận dỗi; tức giận; bực tức: 孩子还在跟妈妈~气。Con vẫn chưa thôi giận dỗi mẹ. ❷khiến cho bực mình, tức giận: 你别~我! Mày đừng có chọc tức tao!

【怄气】òuqì〈动〉giận dỗi; bực bội; buồn giận

P p

pā

趴 pā<动>❶ngã sấp; nằm sấp: ~在地上装死 nằm sấp trên mặt đất giả vờ chết ❷ tì sấp mặt; nhoài về phía trước: ~在窗口往外看 nhoài người bên cửa sổ nhìn ra ngoài

【趴下】pāxià<动>nằm rạp xuống: 大家都累得~了。Mọi người đều mệt nhoài đến nỗi phải nằm rạp cả xuống.

啪 pā<拟>(tiếng súng, tiếng đổ vỡ) đùng

【啪嚓】pāchā<拟>bộp; choang

【啪嗒】pādā<拟>lách cách; lã chã: 小姑娘的眼泪~~往下掉。Nước mắt của cô bé lã chã rơi xuống.

【啪啦】pālā<拟>bôm bốp

pá

扒 pá<动>❶gạt; cào: ~柴火 cào rơm và cỏ làm chất đốt ❷[方]gãi: ~痒 gãi ngứa ❸hầm nhừ: ~羊肉 thịt cừu hầm ❹móc túi; ăn cắp vặt
另见bā

【扒开】pákāi<动>gạt ra; lột ra

【扒窃】páqiè<动>ăn cắp; móc túi

【扒手】páshǒu<名>kẻ móc túi; tên ăn cắp: 政治~ kẻ cắp chính trị

爬 pá<动>❶bò: 蛇~进洞里。Rắn bò vào hang. ❷leo trèo: ~楼梯 leo cầu thang ❸thức dậy: 他早上五点就~起来学习。Anh ấy thức dậy và bắt đầu học từ lúc 5 giờ sáng.

【爬虫】páchóng<名>tên gọi cũ của loài bò sát

【爬坡】pápō<动>leo dốc: 手扶拖拉机~很慢。Chiếc máy kéo đẩy tay chậm chạp leo dốc.

【爬墙】páqiáng<动>leo tường: 小偷欲~逃跑。Kẻ cắp định leo qua bờ tường chạy trốn.

【爬山】páshān<动>leo núi; trèo núi

【爬山虎】páshānhǔ<名>❶[植物]dây thường xuân (một loại dây leo, có thể mọc bám trên đá hoặc trên tường) ❷[方]kiệu đi núi

【爬升】páshēng<动>❶(máy bay, tên lửa) bay lên cao; tăng độ cao: 飞机开始~。Máy bay bắt đầu tăng độ cao. ❷ví tăng lên hoặc nâng cao

【爬梯】pátī<名>❶thang gác; cầu thang ❷thang rèo; thang dây

【爬行】páxíng<动>❶bò ❷ví thủ cựu; lề mề: ~思想 tư tưởng thủ cựu

耙 pá❶<名>cái cào; cái bừa: 竹~ cái cào tre ❷<动>bừa; cào: ~匀稻谷 cào thóc cho đều đặn

【耙地】pádì<动>bừa ruộng

【耙料机】páliàojī<名>máy cào

【耙子】pázi<名>cái cào; cái bừa

pà

帕 pà<名>❶một loại khăn để lau tay, mặt: 手~ khăn tay/khăn mùi xoa ❷khăn đầu: 丝~ khăn đầu tơ tằm

【帕金森综合征】Pàjīnsēn zōnghé zhēng hội chứng Parkinson

P

怕 pà❶<动>sợ; sợ hãi: ~冷 sợ rét ❷<动> sợ rằng; e rằng: 他~我忘了, 所以再次提醒我。Sợ tôi quên, anh ấy đã nhắc lại lần nữa. ❸<动>không thể chịu được: 感冒的人~风。Người bị cảm không chịu được gió lạnh. ❹<副>có thể; đại khái

【怕黑】pàhēi<形>sợ bóng tối

【怕热】pàrè<形>sợ nóng

【怕人】pàrén<形>❶gặp người thì sợ: 动物园里的动物不~。Những con thú trong vườn bách thú đều không sợ người. ❷khiếp; ghê; hãi; kinh người: 她打扮的样子好~。kiểu hoá trang của bà ấy thật kinh người.

【怕生】pàshēng<形>xấu hổ với người lạ; sợ người lạ: 孩子小, ~。Trẻ nhỏ sợ người lạ.

【怕事】pàshì<形>sợ phiền phức; e ngại phiền phức: 胆小~ nhút nhát sợ xảy ra phiền phức

【怕死】pàsǐ<形>sợ chết: 哪有不~的呀! Làm gì có kẻ không sợ chết.

【怕羞】pàxiū<形>xấu hổ; ngượng: 他和女性交往时很~。Khi giao tiếp với nữ giới anh ấy rất ngượng ngùng xấu hổ.

pāi

拍 pāi❶<动>đánh; vỗ; đập: ~球 đập bóng ❷<名>la-két; vợt; cái vi: 羽毛球~ vợt cầu lông ❸<名>nhịp: 节~ nhịp phách ❹<动>chụp (ảnh); quay (phim): ~电影 quay phim ❺<动>đánh; phát (điện báo, điện tín): ~电报 đánh điện báo ❻<动>tâng bốc; bợ đỡ: ~马屁 tâng bốc nịnh nọt ❼<动>bán đấu giá

【拍案叫绝】pāi'àn-jiàojué đập bàn khen hay; vỗ đùi khen tuyệt

【拍巴掌】pāi bāzhang vỗ tay

【拍板】pāibǎn❶<动>đánh nhịp ❷<动>gõ búa tay quyết định bán(trong cuộc bán đấu giá) ❸<动>quyết định

这事得由领导~。Việc này nên do lãnh đạo quyết định. ❹<名>cái phách

【拍打】pāidǎ<动>❶phủi; phẩy: ~车窗 phủi lên cửa sổ xe ❷vỗ

【拍档】pāidàng[方]❶<动>hiệp đồng hợp tác ❷<名>đối tác; người phối hợp

【拍卖】pāimài<动>❶bán đấu giá; gõ thước (hay búa tay) quyết định (trong bán đấu giá): ~名人字画 bán đấu giá tranh và chữ của danh nhân ❷bán hạ giá; bán đổ bán tháo

【拍卖会】pāimàihuì<名>cuộc đấu giá

【拍卖价】pāimàijià<名>giá đấu thầu

【拍卖师】pāimàishī<名>người chủ trì cuộc đấu giá

【拍品】pāipǐn<名>hàng hóa bán đấu giá: 这些~价值不高。Những hàng bán đấu giá này giá trị không cao.

【拍球】pāiqiú<动>đập bóng

【拍摄】pāishè<动>quay; chụp

【拍手】pāishǒu<动>vỗ tay

【拍手称快】pāishǒu-chēngkuài vỗ tay thích thú

【拍戏】pāixì<动>quay phim; làm phim

【拍下】pāixià<动>❶chụp ảnh ❷mua lại (trong đấu giá) ❸đánh xuống

【拍照】pāizhào<动>chụp ảnh

【拍子】pāizi<名>❶vợt; vở ❷(âm nhạc) nhịp

pái

排¹ pái❶<动>xếp; sắp xếp: 论资~辈 xếp đặt theo tư cách ❷<名>hàng; dãy: 他坐在第三~。Anh ấy ngồi ở dãy ghế thứ ba. ❸<名>trung đội: ~长 trung đội trưởng ❹<动>dàn dựng: 彩~ diễn tập sân khấu (có hóa trang) ❺<量>loạt; băng; dãy: 一~房子 một dãy nhà ❻<名>cái bè; cái mảng: 竹~ bè tre ❼<名>bóng chuyền ❽<名>bít-tết

排² pái〈动〉❶đẩy đi; loại bỏ ❷tháo; rả: ~水 tháo thải nước; ~泄 bài tiết ❸đẩy

【排版】páibǎn〈动〉sắp bản lên khuôn: 这套丛书已经开始~。Bộ sách này đã bắt đầu sắp bản.

【排便】páibiàn〈动〉đại tiện; thải ra; bài thải: ~不畅 đại tiện bị táo bón

【排查】páichá〈动〉điều tra; kiểm tra kĩ

【排场】páichǎng❶〈形〉linh đình; hoành tráng: 今晚的晚会很够~。Dạ hội đêm nay thật hoành tráng. ❷〈形〉phô trương: 他们的婚礼搞得过于~。Hôn lễ của họ thật quá phô trương. ❸〈名〉thể diện

【排斥】páichì〈动〉bài xích; bài bác; gạt bỏ; loại trừ: 同事之间不要互相~。Giữa đồng nghiệp không nên bài xích lẫn nhau.

【排出】páichū〈动〉xả ra; thả ra

【排除】páichú〈动〉❶bài trừ; gạt bỏ ❷vứt đi; loại bỏ; vượt lên: 万难 vượt lên mọi khó khăn

【排除法】páichúfǎ〈名〉phương pháp loại bỏ

【排挡】páidǎng〈名〉cần số; sang số

【排档】páidàng〈名〉[方]quầy; ki-ốt

【排毒】páidú〈动〉loại bỏ độc tố ra cơ thể: ~养颜 loại bỏ độc tố để giữ gìn nhan sắc

【排队】páiduì〈动〉sắp xếp theo thứ tự; xếp hàng: ~买票 xếp hàng mua vé

【排放】páifàng〈动〉❶đẩy ra; tuôn ra; tỏa ra; xả: ~污水 xả nước thải ❷(động vật) phóng tinh trùng hoặc rụng trứng

【排风机】páifēngjī〈名〉máy thông gió; quạt thông gió

【排风扇】páifēngshàn〈名〉quạt hút gió (để thay đổi không khí)

【排骨】páigǔ〈名〉xương sườn; xương cột sống (heo, bò) để làm thức ăn

【排汗】páihàn〈动〉ra mồ hôi

【排行】páiháng〈动〉hàng (anh, chị, em): 他在家里~老二。Trong nhà thì cậu ấy là anh hai.

【排行榜】páihángbǎng〈名〉bảng xếp hạng: 这部影片登上了这个月的~。Bộ phim này đã lọt vào bảng top trong tháng.

【排号】páihào〈动〉xếp hàng; xếp bậc; sắp xếp thứ tự

【排号机】páihàojī〈名〉máy xếp số

【排洪】páihóng〈动〉xả lũ; tháo lũ

【排挤】páijǐ〈动〉chèn ép; bài xích; gạt bỏ (địa vị hoặc quyền lợi): 他在公司里受到了一些人的~。Trong công ti anh ấy bị những người khác bài xích.

【排解】páijiě〈动〉❶giải quyết ❷dàn xếp: 经过~，冲突得到了平息。Sau khi dàn xếp, cuộc xung đột đã được lắng xuống.

【排练】páiliàn〈动〉dàn dựng và tập luyện (một vở kịch, một tiết mục văn nghệ): ~节目 luyện tập chương trình, tiết mục

【排列】páiliè❶〈动〉xếp theo thứ tự ❷〈名〉phép hoán vị

【排卵期】páiluǎnqī〈名〉chu kì rụng trứng

【排名】páimíng〈动〉xếp hạng

【排尿】páiniào〈动〉đái; tiểu tiện

【排脓】páinóng〈动〉chích mủ

【排气】páiqì〈动〉xả hơi; thoát khí

【排气孔】páiqìkǒng〈名〉lỗ thông hơi; lỗ thông gió

【排气扇】páiqìshàn〈名〉quạt thông gió

【排球】páiqiú〈名〉bóng chuyền

【排热】páirè〈动〉giải nhiệt; thoát nhiệt

【排水】páishuǐ〈动〉thoát nước; thải nước

【排头】páitóu〈名〉người đứng đầu hàng

P

【排外】páiwài<动>bài ngoại

【排污】páiwū<动>thải chất ô nhiễm: 做好~处理工作 làm tốt công tác xử lí nước thải

【排戏】páixì<动>dàn dựng biểu diễn kịch

【排险】páixiǎn<动>loại trừ tình huống nguy hiểm

【排险抢修】páixiǎn-qiǎngxiū sửa chữa tu tạo lại gấp rút để phòng chống tai họa

【排泄】páixiè<动>bài tiết

【排序】páixù<动>xếp thứ tự: 被选举人名单按照姓氏笔画~。Danh sách ứng cử viên sẽ được sắp xếp theo thứ tự nét chữ họ tên.

【排印】páiyìn<动>xếp in; sắp chữ và in: 文稿已交付~。Bài đã giao nộp để sắp chữ và in.

徘 pái

【徘徊】páihuái<动>❶quanh quẩn một chỗ; đi đi lại lại: 在门口~ lẩn quẩn ngay trước cửa ❷lưỡng lự; chần chừ: ~不前 chần chừ dậm chân tại chỗ ❸lên xuống: 这只股票的价格在十元左右~。Giá cổ phiếu này chỉ lên xuống ở mức khoảng 10 đồng RMB.

牌 pái<名>❶tấm biển ❷biển (cửa hiệu): 门~ biển số cửa ❸nhãn hiệu: 名~货 hàng xịn/hàng hiệu nổi tiếng ❹bài (tây): 扑克~ tú-lơ-khơ ❺nhịp điệu; làn điệu ❻lá chắn

【牌匾】páibiǎn<名>tấm biển; hoành phi: 这块~出自名家之手。Tấm biển này là bút tích của danh nhân.

【牌坊】páifāng<名>cổng lầu (dùng để biểu dương những người trung hiếu trinh nữ...)

【牌技】páijì<名>❶kĩ xảo chơi bài giải trí ❷thủ pháp chơi bài trong ảo thuật

【牌价】páijià<名>giá đề; giá niêm yết; hóa giá: 零售~ giá đề bán lẻ

【牌九】páijiǔ<名>cốt bài

【牌局】páijú<名>cuộc chơi hoặc tình thế ván bài

【牌位】páiwèi<名>bài vị

【牌照】páizhào<名>giấy phép; bằng lái xe

【牌证】páizhèng<名>biển số; giấy tờ

【牌子】páizi<名>❶biển quảng cáo áp phích: 街头立着各种广告~。Trên phố có nhiều biển áp phích quảng cáo. ❷biển tiêu chí: 车~ biển xe ❸nhãn hiệu (sản phẩm): 我喜欢这种~的化妆品。Tôi thích mĩ phẩm nhãn hiệu này. ❹tên của từ điệu hoặc khúc điệu

pài

派 pài❶<名>phái: 他属于乐观~。Anh ấy thuộc phái lạc quan. ❷<名>tác phong; phong độ; bề thế: 建筑物看起来很有气~。Cụm kiến trúc xem ra rất có bề thế. ❸<名>phái; bè; cánh: 拉帮结~ kéo bè kéo cánh ❹<量>vẻ; dáng: 一~胡言 toàn những lời nói bậy bạ ❺<名>[书]nhánh sông ❻<动>cắt cử; giao nhiệm vụ: 领导已经~人去了。Lãnh đạo đã cử người đi. ❼<动>chỉ trích ❽<动>phân bổ trách nhiệm ❾<形>[方]có phong độ

【派出所】pàichūsuǒ<名>trạm cảnh sát khu vực; đồn cảnh sát nội bộ; đồn công an

【派对】pàiduì<名>[方]tiệc; họp mặt

【派发】pàifā<动>❶phân phát; phân chia: 经常有人在街头~小广告。Trên đầu phố thường có người phân phát những tờ quảng cáo. ❷bán ra (chứng khoán)

【派活儿】pàihuór<动>bố trí; phân bổ công việc: 班长给大家~。Lớp trưởng bố trí công việc cho mọi người.

【派遣】pàiqiǎn<动>(chính phủ, cơ quan, đoàn thể) cử; phái: ~代表团

出访联合国总部 cử đoàn đại biểu đi thăm Trụ sở Liên hợp quốc

【派送】pàisòng〈动〉phân phát

【派头】pàitóu〈名〉dáng; vẻ: 他总是给人一副~十足的样子。Ông ấy luôn gây cho người ta ấn tượng là rất ta đây.

【派系】pàixì〈名〉phái; bè phái; phe cánh

pān

攀 pān〈动〉❶leo; trèo: 他~上了泰山顶峰。Anh ấy đã leo lên đỉnh núi Thái Sơn. ❷với cao (chỉ việc tìm kiếm quan hệ với người có vị trí cao): 他们~上了亲戚。Họ đã nhận họ hàng với nhau. ❸tìm cách tiếp xúc: 他经常主动找人~谈。Anh ấy thường chủ động tìm cách tiếp xúc tâm sự với các đối tượng. ❹dây dưa; dính líu

【攀比】pānbǐ〈动〉so bừa; so sánh gượng ép; so sánh tùy tiện

【攀登】pāndēng〈动〉leo; leo trèo; vươn lên

【攀高】pāngāo〈动〉❶leo cao; lên cao: 这几天股市不断~。Mấy hôm nay giá cổ phiếu không ngừng leo cao. ❷so tị (với kẻ hơn mình) ❸nịnh nhờ kẻ trên

【攀爬】pānpá〈动〉leo trèo

【攀亲】pānqīn〈动〉❶làm quen; làm thân; bắt quàng làm họ ❷[方]nghị hôn; đính hôn: 他们托人给儿子~。Họ đã nhờ người khác hỏi vợ cho con.

【攀升】pānshēng〈动〉leo lên cao: 这几个月的营业额一路~。Mức doanh thu mấy tháng nay liên tục trên đà vươn lên.

【攀谈】pāntán〈动〉bắt chuyện; nói chuyện

【攀岩】pānyán[体育]❶〈名〉môn leo vách ❷〈动〉leo vách

【攀缘】pānyuán〈动〉❶bám leo ❷tìm chỗ dựa; tìm quan thầy; tìm ô dù; bám đít

【攀缘植物】pānyuán zhíwù cây leo

【攀越】pānyuè〈动〉leo vượt: 此处禁止~。Cấm leo trèo.

pán

胖 pán〈形〉[书]khoan khoái; thảnh thơi; thoải mái: 心宽体~ lòng dạ thảnh thơi thư thái
另见pàng

盘 pán❶〈名〉[旧]chậu rửa mặt ❷〈名〉cái đĩa to; cái khay; cái mâm: 托~ cái mâm; 瓷~ khay sứ ❸〈名〉bàn; khay: 棋~ bàn cờ; 沙~ sa bàn ❹〈动〉vòng vèo; quấn: 树枝上~着一条蛇。Có con rắn quấn trên cành cây. ❺〈动〉gạn hỏi: ~问 xét hỏi ❻〈动〉chuyển nhượng: 他昨天把商店~给我了。Hom qua anh ấy đã chuyển nhượng cửa hàng cho tôi. ❼〈动〉chuyển; vận chuyển: 把东西~出仓库。Dọn chuyển đồ đạc ra kho. ❽〈量〉cỗ; mâm; đĩa ❾〈动〉kiểm tra kĩ: ~点 kiểm kê ❿〈名〉tình hình giao dịch: 开~ lên sàn/bắt đầu kinh doanh/khai trương

【盘查】pánchá〈动〉truy hỏi; tra xét: 严格~ tra xét nghiêm ngặt

【盘秤】pánchèng〈名〉cân bàn

【盘根错节】pángēn-cuòjié rắc rối phức tạp; trăm mối tơ vò; gốc rễ chằng chịt

【盘活】pánhuó〈动〉áp dụng biện pháp làm cho tài sản, tiền vốn xoay chuyển có hiệu quả

【盘货】pánhuò〈动〉kiểm kê hàng hóa tồn kho

【盘踞】pánjù〈动〉chiếm giữ; chiếm cứ: ~山区 chiếm giữ vùng núi

【盘库】pánkù〈动〉kiểm kho

【盘面】pánmiàn〈名〉[金融]tình hình

giao dịch của cổ phiếu (thuật ngữ chứng khoán)

【盘尼西林】pánníxīlín pê-ni-xi-lin

【盘绕】pánrào<动>❶xoay quanh; uốn quanh ❷luẩn quẩn; quanh quẩn: 青藤顺着树干~到顶。Cây leo bám thân cây lên dần tới ngọn cây.

【盘山】pánshān<动>uốn lượn; quanh co trên núi: 公路~而建。Con đường quốc lộ được mở quanh co bên sườn núi.

【盘算】pánsuan<动>tính toán; trù tính (trong lòng): 在心里~tính toán trong bụng

【盘梯】pántī<名>thang lượn; thang xoắn ốc

【盘腿】pántuǐ<动>ngồi xếp bằng tròn; bắt chéo chân

【盘香】pánxiāng<名>hương vòng; nhang vòng

【盘旋】pánxuán<动>❶lượn vòng; đi vòng vèo; luẩn quẩn: 老鹰在天空中~了老半天，等候着猎物出现。Con diều hâu cứ lượn vòng chờ đợi con mồi hiện thân. ❷quần quanh

【盘账】pánzhàng<动>❶kết toán sổ sách ❷kiểm tra sổ sách; soát sổ

【盘子】pánzi<名>❶cái đĩa; cái khay; cái mâm ❷tình hình buôn bán hàng hóa ❸phạm vi và quy mô của sự việc

【盘坐】pánzuò<动>ngồi bó gối; ngồi xếp bằng

pàn

判 pàn❶<动>phân biệt; phân định:~别是非 phân biệt rõ phải trái ❷<形>(khác) hẳn; (khác nhau) rõ rệt: ~若两人 tựa như hai người hoàn toàn khác biệt ❸<动>phê phán: 评~ phán xét ❹<动>phán quyết; quyết định: 公~ phán quyết công khai

【判案】pàn'àn<动>phán quyết vụ án

【判别】pànbié<动>phân biệt; nhận biết: 提高~能力 nâng cao khả năng nhận biết

【判处】pànchǔ<动>phán xử; xét xử: 罪犯已被~十年徒刑。Can phạm đã bị phán xử 10 năm.

【判定】pàndìng<动>phán định; xét đoán: 我们只能从他的言行来~他的为人。Chúng ta chỉ có thể xác định sự tốt xấu qua những lời nói và hành động của ông ta.

【判断】pànduàn❶<动>phán đoán: 据我~，这事很有可能发生。Theo sự phán đoán của tôi việc này rất có thể sẽ xảy ra. ❷<名>nhận định; đoán định: 正确的~ sự nhận định chính xác ❸<动>[书]phán quyết

【判分】pànfēn<动>cho điểm; chấm điểm: 高考~的标准是很严格的。Tiêu chuẩn chấm điểm thi đại học rất nghiêm ngặt.

【判决】pànjué<动>❶phán quyết của tòa: ~无效 sự phán quyết vô hiệu lực ❷phán quyết của trọng tài

【判决书】pànjuéshū<名>án văn; lời phán quyết

【判刑】pànxíng<动>tuyên phạt; định hình phạt

【判罪】pànzuì<动>kết tội

盼 pàn<动>❶chờ mong; mong đợi: 她终于~到儿子归来。Rốt cuộc rồi bà ấy cũng đã chờ đến ngày đứa con trai trở về. ❷nhìn: 左顾右~ nhìn trái nhìn phải

【盼复】pànfù<动>mong đợi hồi âm

【盼头】pàntou<名>hi vọng: 她越来越觉得生活有~。Chị ấy càng ngày càng cảm thấy cuộc sống có hi vọng.

【盼望】pànwàng<动>trông mong; trông chờ: 我~您早日康复。Tôi cứ mong ông sớm ngày bình phục.

叛 pàn<动>phản bội: ~贼 tên phản bội; ~匪 tên phỉ phản tặc

【叛变】pànbiàn<动>làm phản; phản

bội

【叛国】pànguó<动>phản quốc: ~罪 tội phản quốc

【叛离】pànlí<动>phản bội và li khai

【叛乱】pànluàn<动>phiến loạn: ~分子 phần tử phiến loạn

【叛逆】pànnì❶<动>phản nghịch; phản bội: 这些~行为很清楚了。Những hành vi phản bội này đã trở nên rất rõ ràng. ❷<名>người phản nghịch

【叛逃】pàntáo<动>phản bội bỏ chạy

【叛徒】pàntú<名>kẻ phản bội

畔pàn<名>❶bờ; lề (sông, hồ...): 湖~ bờ hồ ❷bờ ruộng

páng

彷páng

【彷徨】pánghuáng<动>do dự; đi đi lại lại: 他在长夜里~。Cậu ấy bàng hoàng trong đêm dài.

庞páng<形>❶to lớn; cồng kềnh: 机构~ cơ cấu cồng kềnh ❷nhiều và rối: 事情很~杂。Sự việc phức tạp rối ren. // (姓) Bàng

【庞大】pángdà<形>đồ sộ

【庞然大物】pángrán-dàwù đồ vật to lớn

【庞杂】pángzá<形>nhiều và rối

旁páng❶<名>bên cạnh: ~边 bên cạnh ❷<代>cái khác; ngoài ra: ~人 người ngoài ❸<名>(bộ) thiên bàng; bộ thủ ❹<形>rộng rãi

【旁白】pángbái<名>(bộ phim) lời nói riêng; lời nói một mình

【旁边】pángbiān<名>hai bên; ven; chỗ tiếp cận; bên cạnh

【旁观】pángguān<动>bàng quan; đứng ngoài quan sát

【旁观者】pángguānzhě<名>người bàng quan

【旁人】pángrén<代>người ngoài; người khác

【旁若无人】pángruòwúrén thản nhiên; tự nhiên như không có ai

【旁听】pángtīng<动>bàng thính; dự thính: 他曾经在北京大学~了几门课。Anh ấy từng dự thính mấy môn học tại trường Đại học Bắc Kinh.

【旁证】pángzhèng<名>luận cứ phụ; bằng chứng phụ

膀páng

另见bǎng

【膀胱】pángguāng<名>bàng quang:~炎 viêm bàng quang

螃páng

【螃蟹】pángxiè<名>con cua

pàng

胖pàng<形>béo; mập; bụ

另见pán

【胖乎乎】pànghūhū mập; bụ bẫm

【胖头鱼】pàngtóuyú<名>cá mè

【胖子】pàngzi<名>người béo: 大~ người to béo

pāo

抛pāo<动>❶quăng; ném; vứt: ~球 ném bóng ❷bỏ rơi; mất đi: ~弃 bỏ đi ❸bán tháo: ~售股票 bán tháo cổ phiếu ❹lộ: ~头露面 xuất đầu lộ diện

【抛光】pāoguāng<动>đánh bóng: 他在车间从事~工作。Anh ấy phụ trách khâu đánh bóng trong phân xưởng.

【抛开】pāokāi<动>thoát khỏi; vứt đi; bỏ đi; bỏ qua; gác lại

【抛空】pāokōng<动>[证券]bán không; bán hết: 他决定~清仓。Anh ấy quyết định bán hết cổ phiếu của mình.

【抛锚】pāomáo<动>❶thả neo; hãm tàu; chết máy: 汽车在半路上~了。Ô tô bị chết máy giữa đường. ❷ví sự việc đến nửa chừng bị kẹt lại: 工程因资金短缺中途~了。Công trình bị chựng lại giữa chừng bởi thiếu

P

nguồn vốn.

【抛盘】pāopán[金融]❶<动>bán cổ phiếu hoặc hàng kì hạn ❷<名>số hàng kì hạn hoặc chứng khoán bán ra trong một thời điểm

【抛洒】pāosǎ<动>❶vãi ❷rắc xuống

【抛撒】pāosǎ<动>quăng; loại bỏ; rải: ~传单 rải truyền đơn

【抛售】pāoshòu<动>bán tháo; bán đổ; bán tháo

【抛头露面】pāotóu-lùmiàn xuất đầu lộ diện: 母亲告诫女儿不要到处~。Người mẹ răn đứa con gái đừng quá xuất đầu lộ diện.

【抛砖引玉】pāozhuān-yǐnyù thả con săn sắt bắt con cá rô; vứt hòn ngói, bói hòn ngọc; tung ra hòn gạch, đổi lấy viên ngọc (lời tự khiêm)

泡¹ pāo❶<名>bong bóng: 水~ bóng nước ❷<形>[方](mềm xốp) mục; thối; ủng

泡² pāo<量>(chỉ phân và nước tiểu) bãi

另见pào

【泡桐】pāotóng<名>cây trẩu

páo

刨 páo<动>❶đào bới: ~土 đào đất; ~坑 đào hố ❷[口]bỏ đi; bớt đi; trừ đi: ~去成本，基本上没什么利润了。Trừ đi giá thành, hầu như không còn lợi nhuận gì nữa.

另见bào

【刨除】páochú<动>bớt đi; giảm đi

【刨根问底】páogēn-wèndǐ hỏi tận gốc; hỏi đến ngành đến ngọn; hỏi đến đầu đến đuôi

咆 páo<动>[书]gầm

【咆哮】páoxiào<动>❶gầm: 狮子~ sư tử gầm lên ❷gào thét: ~如雷 tiếng gầm gào như sấm động

炮 páo<动>❶[中药]bào chế ❷[书]quay; nướng

另见pào

【炮制】páozhì<动>❶bào chế (thuốc đông y) ❷bịa đặt; đặt điều; nặn ra: 坚决反对~假新闻的行为。Kiên quyết phản đối hành vi đưa tin bịa đặt.

袍 páo<名>áo dài; áo bào; kì bào: 旗~ kì bào

【袍子】páozi<名>áo dài; áo choàng; áo khoác ngoài

pǎo

跑 pǎo<动>❶chạy: ~上楼 chạy lên gác ❷chạy trốn: 兔子~了。Con thỏ chạy trốn mất rồi. ❸[方]đi: 他~一整天了。Anh ấy đã đi suốt cả ngày. ❹chạy;lao đầu vào:~材料 lo việc buôn bán vật liệu ❺rò rỉ; chảy ❻bay hơi: 香水瓶盖没盖好，香味都~了。Nút chai nước hoa chưa đậy kín, mùi nước hoa bay hơi ra ngoài.

【跑表】pǎobiǎo<名>đồng hồ bấm giây

【跑步】pǎobù<动>chạy bộ: 孩子今天去操场~。Hôm nay các em ra sân tập chạy.

【跑步机】pǎobùjī<名>máy tập chạy

【跑车】¹ pǎochē<名>❶xe quệt ❷xe thể thao, xe đua

【跑车】² pǎochē<动>[口]theo tàu; theo xe (công tác): 他在铁路部门~。Anh ấy làm việc trong ngành đường sắt, thường theo tàu.

【跑道】pǎodào<名>❶đường băng (máy bay) ❷đường chạy

【跑调儿】pǎodiàor<动>lạc giọng; sai điệu: 他唱歌总是~。Anh ấy toàn hát sai điệu.

【跑关系】pǎo guānxì chạy việc

【跑江湖】pǎo jiānghú khách giang hồ; sống giang hồ: 他是一个~的骗子。Ông ta là một tay bợm giang hồ.

【跑来跑去】pǎolái-pǎoqù chạy đi

chạy lại: 你老是~干什么呀? Anh cứ chạy đi chạy lại làm gì thế?

【跑龙套】pǎo lóngtào đóng vai phụ; làm việc sai vặt

【跑马场】pǎomǎchǎng〈名〉sân vận động đua ngựa

【跑买卖】pǎo mǎimai buôn chuyến: ~的小商小贩 những người làm ăn buôn chuyến nhỏ

【跑题】pǎotí〈动〉lạc đề

【跑腿儿】pǎotuǐr〈动〉[口]chân chạy (chỉ người làm việc tạp dịch)

【跑鞋】pǎoxié〈名〉giày chạy; giày thể thao

pào

泡¹ pào ❶〈动〉ngâm: 他的双腿被海水~得发白。Đôi chân anh ấy đã bị nước biển ngâm trắng bệch. ❷〈名〉vật có dạng giống bóng: 水~ bong bóng nước

泡² pào〈动〉❶ngâm; muối. 南方人喜欢~酸菜。Người miền Nam thích muối dưa. ❷câu giờ; kéo dài thời gian; lề mề
另见pāo

【泡吧】pàobā〈动〉chơi quán ba (thường ví những người đến quán ba giết thời gian)

【泡菜】pàocài〈名〉rau dầm; rau muối; rau dưa; kim chi: 韩国的~很出名。Món dưa kim chi Hàn Quốc rất nổi tiếng.

【泡茶】pàochá〈动〉pha trà: 他在家~待客。Anh ấy pha trà tiếp khách ngay trong nhà.

【泡饭】pàofàn〈名〉cơm chan canh

【泡芙】pàofú〈名〉bánh ngọt; bánh xốp nhân bơ có nguồn gốc từ I-ta-li-a

【泡沫】pàomò〈名〉❶bọt; bong bóng ❷ví hiện tượng hư ảo bất thực

【泡沫经济】pàomò jīngjì kinh tế bong bóng: 房地产业要避免陷入~的困境。Ngành địa ốc phải tránh rơi vào tình trạng khó khăn kinh tế bong bóng.

【泡沫灭火器】pàomò mièhuǒqì bình chữa cháy

【泡妞】pàoniū〈动〉tán gái

【泡泡糖】pàopaotáng〈名〉kẹo cao su

【泡汤】pàotāng〈动〉[口]bị nhỡ; bị hẳng; đi phèo; không ăn thua: 这事看来要~了。Xem ra việc này đã bị hẳng rồi.

【泡影】pàoyǐng〈名〉tan vỡ; hỏng (như bong bóng): 满腔热情, 顷刻化为~。Bầu nhiệt huyết cuối cùng đã vỡ tan như bong bóng.

【泡澡】pàozǎo〈动〉tắm ngâm trong bồn: 他喜欢~。Ông ấy thích tắm ngâm trong bồn.

炮 pào〈名〉❶súng; pháo; đại bác ❷pháo đốt: 放烟花~ đốt pháo hoa ❸mìn (phá đất đá)
另见páo

【炮兵】pàobīng〈名〉pháo binh

【炮弹】pàodàn〈名〉đạn pháo

【炮灰】pàohuī〈名〉kẻ làm bia đỡ đạn

【炮火】pàohuǒ〈名〉bom đạn; lửa đạn; hỏa lực

【炮击】pàojī〈动〉pháo kích: 团长命令停止~。Trung đoàn trưởng hạ lệnh ngừng pháo kích.

【炮舰】pàojiàn〈名〉pháo hạm; pháo thuyền

【炮楼】pàolóu〈名〉pháo đài

【炮声】pàoshēng〈名〉tiếng pháo; tiếng mìn (phá núi)

【炮台】pàotái〈名〉pháo đài

【炮眼】pàoyǎn〈名〉❶lỗ nạp thuốc nổ; lỗ đánh mìn ❷lỗ bắn

疱 pào〈名〉mụn nước

【疱疹】pàozhěn〈名〉bệnh mụn nước; mụn rột: 他得了~。Ông ấy bị bệnh mụn nước.

pēi

胚 pēi<名>phôi

【胚胎】pēitāi<名>❶phôi thai ❷ví mầm mống của sự vật

【胚芽】pēiyá<名>❶mầm phôi ❷ví mầm mống của sự vật

péi

陪 péi<动>❶bồi tiếp; đi cùng; tháp tùng: ~同人员 nhân viên tháp tùng ❷hỗ trợ: ~读 trợ học

【陪伴】péibàn<动>đi cùng; đi với; đi theo

【陪衬】péichèn❶<动>trang điểm; tô điểm; làm nền; kèm theo: 这个雕塑, 对整个建筑物起了很好的~作用。 Pho tượng này đã làm nổi thêm cho tòa kiến trúc. ❷<名>vật làm nền: 我是来做~的。 Tôi đến chỉ là làm nền thôi.

【陪床】péichuáng<动>túc trực cạnh giường để chăm sóc bệnh nhân: 病人晚上需要有人~。 Bệnh nhân buổi tối cần có người túc trực chăm nom.

【陪护】péihù<动>đi cùng để chăm sóc

【陪嫁】péijià<名>của hồi môn: 她准备了不少~。 Cô ấy đã chuẩn bị nhiều của hồi môn.

【陪酒】péijiǔ<动>hầu tiệc

【陪客】péikè❶<动>tiếp khách; tháp tùng: 今晚要去~。 Tối nay cần phải đi tiếp khách. ❷<名>người được mời cùng tiếp khách

【陪练】péiliàn❶<动>tháp tùng cùng huấn luyện: 今天我来跟大家~。 Hôm nay tôi sẽ tháp tùng cùng huấn luyện với các đội viên. ❷<名>người cùng phe để tập luyện

【陪聊】péiliáo<动>làm bạn tiếp chuyện (với khách): ~已经成为一种职业。 Trò chuyện với khách đã trở thành một nghề nghiệp.

【陪审】péishěn<动>bồi thẩm

【陪审团】péishěntuán<名>ban bồi thẩm

【陪审员】péishěnyuán<名>người bồi thẩm; hội thẩm

【陪同】péitóng<动>đi cùng; tháp tùng

【陪葬】péizàng<动>tùy táng; chôn theo

【陪葬品】péizàngpǐn<名>đồ vật tùy táng

培 péi<动>❶bồi; đắp thêm ❷bồi dưỡng; đào tạo: ~养后备干部 đào tạo cán bộ hậu bị

【培根肉】péigēnròu<名>thịt muối

【培护】péihù<动>chăm sóc: ~草坪 chăm sóc thảm cỏ

【培土】péitǔ<动>bồi đất; vun đất

【培训】péixùn<动>bồi dưỡng và huấn luyện: 他负责~新学员。 Anh ấy phụ trách việc đào tạo và huấn luyện cho các học viên mới.

【培训班】péixùnbān<名>lớp huấn luyện; lớp đào tạo

【培训证书】péixùn zhèngshū chứng chỉ huấn luyện

【培训中心】péixùn zhōngxīn trung tâm huấn luyện

【培养】péiyǎng<动>❶nuôi cấy: ~试管牛胚胎 nuôi cấy phôi thai bò trong ống nghiệm ❷đào tạo; bồi dưỡng và huấn luyện: ~学科带头人 đào tạo chuyên gia đầu ngành khoa học

【培育】péiyù<动>❶đào tạo; bảo dưỡng ❷gây trồng: 他从事~水稻优良品种的工作。 Anh ấy làm công tác nuôi trồng giống lúa nước chất lượng cao.

【培植】péizhí<动>❶gây trồng và nuôi dưỡng ❷bồi dưỡng; đào tạo: 为国家的未来~新生力量。 Bồi dưỡng lực lượng mới cho ngày mai của đất nước.

【培殖】péizhí〈动〉nuôi trồng

赔 péi〈动〉❶bồi thường; đền bù: 弄坏了人家的东西，当然要~。Làm hỏng đồ vật của người ta dĩ nhiên là phải bồi thường. ❷thua lỗ: 这单生意，他~定了。Lô hàng này ông ấy ắt sẽ bị lỗ.

【赔本】péiběn〈动〉hụt vốn; thua thiệt: 不要干~买卖。Đừng có kinh doanh những thứ hàng lỗ vốn.

【赔不起】péibuqǐ đền không nổi; không có khả năng đền bù

【赔不是】péi bùshi tạ lỗi; xin lỗi; chịu lỗi: 快向老人家~。Mau xin lỗi cụ đi!

【赔偿】péicháng〈动〉đền; bồi thường: ~金 tiền bồi thường/tiền đền

【赔错】péicuò〈动〉❶tạ lỗi ❷thừa nhận sai lầm

【赔付】péifù〈动〉thanh toán bồi thường

【赔款】péikuǎn❶〈动〉đền tiền; bồi thường tiền ❷〈名〉tiền bồi thường

【赔礼】péilǐ〈动〉xin lỗi; nhận sai: 孩子不懂事，我给你们~了。Cháu nó sai sót, cho tôi xin lỗi cho nhé.

【赔礼道歉】péilǐ-dàoqiàn xin lỗi và mong tha thứ

【赔钱】péiqián〈动〉❶đền tiền ❷lỗ vốn

【赔笑脸】péi xiàoliǎn cười làm lành; cười xòa

【赔罪】péizuì〈动〉xin lỗi; nhận lỗi

pèi

佩 pèi❶〈动〉đeo: 不许~枪! Không được phép đeo súng! ❷〈动〉khâm phục: 这种精神可敬可~。Tinh thần này thật đáng kính nể khâm phục. ❸〈名〉[旧]đồ trang sức trên dải áo

【佩带】pèidài〈动〉đeo: 不许~武器进入会场。Không được mang theo vũ khí vào hội trường.

【佩戴】pèidài〈动〉đeo: 进学校必须~校徽。Vào trường học cần đeo huy hiệu trường.

【佩服】pèifú〈动〉khâm phục

配 pèi❶〈动〉sự kết hợp giữa hai giới nam nữ: 婚~ hôn phối ❷〈名〉bạn đời; vợ; chồng: 原~ vợ đầu ❸〈动〉phối; phối giống: ~马 phối giống cho ngựa ❹〈动〉pha; hòa: ~色 pha màu ❺〈动〉phân phối; phân chia theo kế hoạch: 公司给每一个人都~发了手机。Công ti đã trang bị máy di động cho mọi người. ❻〈动〉lắp thêm; thay: ~钥匙 lắp chìa khóa ❼〈动〉đệm; làm nền: 红花~绿叶。Lá xanh điểm thêm hoa thắm. ❽〈动〉đủ tư cách; xứng: 他~得上这个荣誉称号 Anh ấy xứng với danh hiệu vinh dự này. ❾〈形〉ăn khớp; phù hợp: 她找到了跟自己相~的丈夫。Cô ấy đã chọn được người chồng xứng đôi với mình. ❿〈动〉sung quân; đi đày: 被发~到边远地区 bị đày đi nơi xa hẻo lánh

【配备】pèibèi❶〈动〉trang bị; phân phối: 根据工作需要~电脑 thể theo nhu cầu của công việc mà trang bị máy tính ❷〈动〉bố trí (lực lượng): ~干部 xếp đặt cán bộ ❸〈名〉trang thiết bị đồng bộ: 现代化~ trang thiết bị hiện đại

【配比】pèibǐ〈名〉tỉ lệ pha hòa; pha trộn

【配菜】pèicài〈动〉pha trộn món ăn: 他负责在厨房~。Ông ấy phụ trách việc điều phối món ăn trong nhà bếp.

【配餐】pèicān❶〈动〉trộn các loại thức ăn vào nhau: 营养师给幼儿园的孩子~。Chuyên gia dinh dưỡng tổng hợp các loại thực phẩm cho nhà trẻ. ❷〈名〉thức ăn tổng hợp

【配电】pèidiàn〈动〉phân phối điện: ~装置 thiết bị phân phối điện

【配电板】pèidiànbǎn〈名〉bảng phân phối điện

【配电箱】pèidiànxiāng<名>hộp phân phối điện

【配电站】pèidiànzhàn<名>trạm biến điện

【配对】pèiduì<动>❶ghép đôi: 他们俩~双打。 Hai người phối hợp trong môn đánh đôi. ❷[口]giao phối

【配额】pèi'é<名>ngạch phân phối; hạn ngạch: 这个月的~不够。 Hạn ngạch của tháng này không đủ.

【配发】pèifā<动>❶phân phát: ~武器 phân phát vũ khí ❷gửi kèm; đăng kèm

【配方】pèifāng❶<动>điều chế; pha chế ❷<名>công thức pha chế ❸<动>công thức bù bình phương

【配合】pèihé<动>❶phối hợp: 密切~ phối hợp chặt chẽ ❷kết hợp

【配合】pèihe<形>cân xứng; hòa hài

【配给】pèijǐ<动>bao cấp; bán phân phối; cung cấp theo kế hoạch: ~量 số lượng được phân phối

【配件】pèijiàn<名>❶linh kiện; bộ phận ❷linh kiện thay thế; phụ tùng: 摩托车~ phụ tùng xe máy

【配角】pèijué❶<名>vai phối hợp; vai phụ ❷<名>trợ lí; người phụ việc ❸<动>phân phối vai diễn

【配料】pèiliào❶<名>gia vị: 中餐的~很丰富。 Gia vị của món ăn Trung Quốc rất dồi dào. ❷<动>phối liệu: 按比例~ phối liệu theo ti lệ

【配偶】pèi'ǒu<名>vợ; chồng

【配饰】pèishì<名>đồ trang sức

【配售】pèishòu<动>bán phân phối; bán kèm

【配送】pèisòng<动>giao hàng tận nơi; phân phối hàng hóa

【配套】pèitào<动>đồng bộ; làm thành bộ; hoàn chỉnh

【配药】pèiyào<动>điều chế thuốc; pha chế thuốc

【配音】pèiyīn<动>phối âm; lồng tiếng: 他是一名~演员。 Ông ta là một diễn viên lồng tiếng.

【配乐】pèiyuè<动>phối nhạc; đệm nhạc

【配制】pèizhì<动>❶phối chế; phối hợp chế tạo; bào chế ❷phụ chế

【配置】pèizhì<动>phối chế; phân phối; bố trí; sắp xếp: ~兵力 sắp xếp binh lực

【配种】pèizhǒng<动>phối giống; lai giống

pēn

喷 pēn<动>❶phụt ra ❷phun ra ❸bắn ra: 火山~发 núi lửa phun bắn ra
另见pèn

【喷出】pēnchū<动>phun ra; phát tỏa: 火山~很多岩浆。 Núi lửa phun ra một khối lượng lớn dung nham.

【喷镀】pēndù<动>mạ xì

【喷发】pēnfā<动>phụt ra; phun ra; phun nổ

【喷管】pēnguǎn<名>ống phun

【喷灌】pēnguàn<动>tưới phun: ~技术很节水。 Tưới phun là kĩ thuật tiết kiệm nước rất hiệu quả.

【喷绘】pēnhuì<动>in tranh bằng máy in phun

【喷火】pēnhuǒ<动>phun lửa

【喷火器】pēnhuǒqì<名>bình phun lửa

【喷剂】pēnjì<名>thuốc phun; thuốc xịt

【喷溅】pēnjiàn<动>phun ra; bắn ra: 他被打得鲜血~。 Anh ấy bị đánh đến phọt máu.

【喷墨式打印机】pēnmòshì dǎyìnjī máy in phun mực

【喷漆】pēnqī❶<动>xì sơn; phun sơn: 汽车~后漂亮多了。 Sau khi phun sơn, chiếc ô tô đã đẹp hẳn lên. ❷<名>nước sơn sơn xì

【喷气】pēnqì<动>dòng khí phát ra; phun trào bùng nổ của dòng không khí

【喷气嘴】pēnqìzuǐ<名>miệng (van)

phun khí

【喷枪】pēnqiāng<名>súng phun

【喷泉】pēnquán<名>suối phun

【喷洒】pēnsǎ<动>phun vẩy

【喷施】pēnshī<动>phun tưới (phân bón...)

【喷水池】pēnshuǐchí<名>bể phun nước

【喷嚏】pēntì<名>hắt hơi

【喷头】pēntóu<名>❶vòi hoa sen; gương sen (ở phòng tắm...) ❷đầu phun bình tưới nước

【喷涂】pēntú<动>phun sơn

【喷雾剂】pēnwùjì<名>thuốc xịt

【喷雾器】pēnwùqì<名>bình phun thuốc; máy phun thuốc; bơm phun

【喷泻】pēnxiè<动>phun ra

【喷涌】pēnyǒng<动>phun trào: 消火栓被撞断，自来水~而出。Vòi rồng chữa cháy bị va gãy, nước máy phun trào ra.

pén

盆 pén<名>❶chậu ❷hình chậu

【盆地】péndì<名>thung lũng; đất lòng chảo; bồn địa: 四川~ bồn địa Tứ Xuyên

【盆景】pénjǐng<名>cây cảnh; bồn cảnh; chậu cảnh; bôn-sai

【盆盆罐罐】pénpénguànguàn bồn và chậu; thường ví đồ đạc: 房间里到处是~，卫生条件很差。Trong căn buồng bày đầy những bồn và chậu, điều kiện vệ sinh rất kém.

【盆浴】pényù<动>tắm bồn; tắm chậu: 这个小男孩喜欢~。Cậu bé này rất thích tắm bồn.

【盆栽】pénzāi❶<动>trồng bằng chậu ❷<名>cây hoa chậu

【盆子】pénzi<名>[口]bồn; chậu

pèn

喷 pèn[方]❶<名>(rau quả, tôm cá)

mùa đang rộ; đang đúng mùa: 杧果正在~儿上。Xoài đang đúng vụ. ❷<量>lứa; mẻ; loạt; lớp: 头~稻谷 lúa lúa đầu mùa

另见pēn

【喷香】pènxiāng<形>thơm phức; thơm ngát; thơm lừng

pēng

抨 pēng<动>[书]công kích; đả kích; phê phán; vạch tội

【抨击】pēngjī<动>công kích; đả kích

怦 pēng<拟>thình thịch; thình thình

【怦然心动】pēngrán-xīndòng trống ngực đánh thình thịch

砰 pēng<拟>ầm; đầm; đoàng: ~的一声，整块天花板就倒下来了。Ầm một tiếng cả mảng trần nhà đổ ụp xuống.

烹 pēng<动>❶nấu; hầm: ~鱼煮肉 nấu cá hầm thịt ❷rán nhanh trong dầu nóng rồi trộn trong nước xốt

【烹饪】pēngrèn<动>nấu nướng: ~大师 đại sư nấu nướng

【烹调】pēngtiáo<动>nấu nướng

péng

朋 péng❶<名>bạn; bạn bè: 高~满座 bè bạn hội tụ đông vui ❷<动>[书]kết đảng ❸<动>[书]so sánh; cùng loại

【朋友】péngyou<名>❶bạn; bạn bè: 我们是多年的好~。Chúng ta là những người bạn tri kỉ lâu năm. ❷người yêu

棚 péng<名>❶lều; lán ❷chuồng: 凉~ lều hóng mát ❸trần nhà trang trí bằng ván, các tông...

【棚户区】pénghùqū<名>khu ổ chuột; khu lều bạt

【棚子】péngzi<名>❶lều; lán; chuồng: 他在天台上搭建了一个~乘凉。Ông ấy dựng một lều hóng mát ngay

P

trên sân thượng.

蓬 péng ❶ ‹名›cỏ bồng ❷ ‹动›bù xù: 他认为～着头就是一种时尚。Anh ta cho rằng tóc bù xù cũng là một phong cách thời thượng. ❸ ‹量›bụi; khóm (cây, tre nứa)

【蓬勃】péngbó ‹形›mạnh mẽ; phồn vinh; hừng hực: 教育事业～发展。Sự nghiệp giáo dục phát triển mạnh mẽ.

【蓬莱】Pénglái ‹名›Bồng Lai: ～仙境 Bồng Lai tiên cảnh

【蓬乱】péngluàn ‹形›rối tung; bù xù; rối bời

【蓬松】péngsōng ‹形›xốp tung; xốp

【蓬头垢面】péngtóu-gòumiàn mặt mũi bẩn thiu; tóc tai bù xù

【蓬头散发】péngtóu-sànfà đầu tóc rối bù; đầu bù tóc rối

硼 péng ‹名›[化学]Bo; borum (kí hiệu: B)

【硼砂】péngshā ‹名›borac; bằng sa; hàn the

【硼酸】péngsuān ‹名›a-xít boraxic

澎 péng

【澎湃】péngpài ‹形›❶cuồn cuộn; ào ào; sôi sục; mạnh mẽ: 大海波涛汹涌～。Biển cả sục sôi những đợt sóng dữ. ❷nhiệt liệt; sôi nổi

篷 péng ‹名›❶rèm; mui ❷buồm

【篷布】péngbù ‹名›rèm bồng; mui; buồm; cánh buồm

【篷车】péngchē ‹名›xe có mui che

【篷船】péngchuán ‹名›thuyền có mui

【篷帐】péngzhàng ‹名›lều vải; lều bạt

【篷子】péngzi ‹名›rèm; mui

膨 péng ‹动›phình to; phình ra

【膨大】péngdà ‹动›to ra; phình ra; phồng lên: 木耳泡水后比原来～了很多。Mộc nhĩ khô sau khi ngâm nước nở phồng ra rất nhiều.

【膨化剂】pénghuàjì ‹名›chất phồng

【膨化食品】pénghuà shípǐn thực phẩm nở phồng

【膨胀】péngzhàng ‹动›❶dãn nở ❷bành trướng; tăng thêm; phồng lên

蟛 péng

【蟛蜞】péngqí ‹名›[动物]con cáy

pěng

捧 pěng ❶ ‹动›nâng; bê; ôm: 她双手～着孩子的脸亲了一口。Hai tay chị ấy ôm mặt đứa bé lên và áp vào đó một nụ hôn. ❷ ‹动›tán tụng; tâng bốc: 不要这样～孩子。Đừng tâng bốc các cháu nhỏ như vậy. ❸ ‹量›vốc; bốc: 她捧了两～米给对方。Chị ấy vốc 2 bốc gạo cho họ.

【捧场】pěngchǎng ‹动›cổ động; cổ vũ

【捧腹大笑】pěngfù-dàxiào ôm bụng cười sặc sụa; cười vỡ bụng

【捧托】pěngtuō ‹动›tán tụng

pèng

椪 pèng

【椪柑】pènggān ‹名›❶cây quýt đường ❷quả quýt đường

碰 pèng ‹动›❶va; chạm; vấp; đụng: 她不小心～掉了杯子。Chị ấy vô ý đụng phải làm rơi chiếc cốc. ❷gặp: 我昨天在书城～上了老王。Hôm qua tôi gặp ông Vương trong hiệu sách. ❸thăm dò; thử tìm: 你这是在～运气吧。Cậu đang thử vận may của mình chứ gì.

【碰杯】pèngbēi ‹动›chạm cốc; cụm li: 双方～祝合作成功。Hai bên cụm li chúc sự hợp tác thành công.

【碰壁】pèngbì ‹动›đụng phải tường; gặp trở ngại

【碰瓷】pèngcí ‹动›[方]cố ý gây chuyện lấy cớ bắt người ta bồi thường

【碰钉子】pèng dīngzi vấp đinh; vấp phải trắc trở; ví việc gặp trở

ngại không thuận lợi: 他昨天在老板
面前~了。Hôm qua ông ta gặp xui
với sếp.

【碰见】pèngjiàn<动>gặp

【碰面】pèngmiàn<动>gặp mặt

【碰碰车】pèngpengchē<名>xe đâm;
xe đâm sầm

【碰巧】pèngqiǎo<副>may; vừa vặn;
vừa hay: 我去找她时，~她来了。
Khi tôi đi tìm thì vừa hay cô ấy đã
đến.

【碰伤】pèngshāng<动>va (vấp,
chạm) phải bị thương: 孩子被~了小
腿。Cậu bé va vấp bị thương ở bắp
chân.

【碰上】pèngshàng<动>gặp nhau

【碰头】pèngtóu<动>gặp mặt: ~会
buổi gặp mặt; 别忘了，明天上午在
公园~。Đừng quên nhé, sáng mai
sẽ gặp mặt ở công viên.

【碰运气】pèng yùnqi thử hên xui;
thử may rủi

【碰撞】pèngzhuàng<动>❶va đập;
đụng nhau; đâm nhau ❷va chạm;
mạo muội xúc phạm

pī

批¹ pī<动>❶phê: ~公文 phê duyệt
công văn ❷phê phán; phê bình: ~判
phê phán

批² pī❶<形>số lượng lớn; lô: 一大~
货 một lô hàng lớn ❷<动>bán buôn;
bán sỉ ❸<量>tập; thếp; xấp; tốp ❹
<名>[口]xơ nhỏ

【批办】pībàn<动>phê chuẩn cho
phép: 越权~ phê chuẩn vượt quyền
hành

【批驳】pībó<动>bác bỏ: ~某些人的
错误言论 bác bỏ luận điệu sai lầm
của những người nào đó

【批捕】pībǔ<动>phê chuẩn bắt; cho
phép bắt; kí lệnh bắt

【批次】pīcì<量>lô lần: 他们一天检查

了十五~货物。Họ đã khám kiểm 15
lô đợt hàng trong một ngày.

【批发】pīfā<动>bán sỉ; bán buôn:
按照~价卖给老客户 bán cho khách
quen theo giá bán sỉ

【批发商】pīfāshāng<名>nhà buôn
bán

【批发市场】pīfā shìchǎng thị
trường bán buôn

【批复】pīfù<动>trả lời; phúc đáp (ý
kiến ghi trên báo cáo của cấp dưới)

【批改】pīgǎi<动>chấm; sửa: 老师每
天都要~作业。Hàng ngày thầy giáo
đều phải chấm bài.

【批号】pīhào<名>kí hiệu sản xuất:
买食品一定要看清楚~。Mua thực
phẩm cần xem rõ kí hiệu sản xuất.

【批量】pīliàng❶<副>hàng loạt: 这
种药已经进行~生产。Loại thuốc
này đã được sản xuất hàng loạt. ❷
<名>quy mô lô hàng

【批评】pīpíng<动>❶phê bình; bình
luận; đánh giá: 文学~ phê bình văn
học ❷phê bình: 自我~ tự phê bình

【批示】pīshì❶<动>duyệt (ghi ý kiến
phúc đáp vào công văn của cấp
dưới): 领导出差了，报告还没有~。
Lãnh đạo đi công tác, báo cáo chưa
được phê duyệt. ❷<名>lời phê duyệt

【批文】pīwén<名>văn bản trả lời
(phúc đáp); giấy phép

【批语】pīyǔ<名>❶lời phê ❷lời duyệt

【批阅】pīyuè<动>phê duyệt: 董事
长已经~了这份报告。Chủ tịch Hội
đồng quản trị đã phê duyệt bản báo
cáo này.

【批注】pīzhù❶<动>phê bình và chú
giải:《红楼梦》~ phê bình và chú
giải cho tác phẩm *Hồng Lâu Mộng*
❷<名>lời phê bình chú giải

【批准】pīzhǔn<动>phê chuẩn: 他被~
加入共产主义青年团。Anh đã được
phê chuẩn gia nhập Đoàn thanh
niên Cộng sản.

坯 pī<名>❶phôi (gạch ngói, đồ sứ

chưa nung): 土~ phôi đất ❷cái khuôn phôi ❸[方]bán thành phẩm: ~布 vải mộc

【坯胎】pītāi〈名〉phôi; cốt

【坯子】pīzi〈名〉❶phôi ❷bán thành phẩm ❸mầm non (chỉ thanh thiếu niên): 天生美人~ một mẫu người đẹp tự nhiên

披 pī〈动〉❶khoác: ~甲 khoác áo giáp ❷mở ra: ~卷 lật mở cuốn sách ❸nứt; nẻ: 这个竹筒~了。Ông bương đã nứt.

【披风】pīfēng〈名〉vải khoác ngoài (áo); áo choàng không tay

【披肩发】pījiānfà〈名〉tóc chấm vai

【披巾】pījīn〈名〉khăn choàng; khăn quàng

【披露】pīlù〈动〉❶phát biểu; công bố; tiết lộ: 记者的调查报告~了很多内幕。Báo cáo điều tra của phóng viên đã tiết lộ nhiều chi tiết kín bên trong. ❷bày tỏ; biểu lộ: 他向心爱的姑娘~了自己的爱慕之情。Anh ấy đã bày tỏ tình cảm trước cô gái mình yêu.

【披散】pīsan〈动〉rối tung; bù xù

砒 pī〈名〉[化学]❶asen (kí hiệu: As) ❷thạch tín; nhân ngôn

【砒霜】pīshuāng〈名〉nhân ngôn; tín thạch

劈 pī❶〈动〉bổ; chẻ: ~柴 bổ củi/chẻ củi ❷〈动〉nứt; rạn ❸❹nhằm vào; đâm thẳng vào: ~头~脸 nhằm thẳng vào mặt ❹〈动〉bị sét đánh: 老树让雷~了。Cây cổ thụ bị sét đánh. ❺〈名〉lưỡi rìu
另见 pǐ

【劈刀】pīdāo〈名〉❶dao bổ củi ❷kĩ thuật đâm chém

【劈斧】pīfǔ〈名〉búa rìu; búa bổ củi

【劈开】pīkāi〈动〉bổ; bửa; xẻ

【劈头盖脸】pītóu-gàiliǎn đổ ập xuống đầu và mặt; phủ đầu: 他刚被老板~训了一顿。Ông ta vừa bị sếp phê cho một mẻ phủ đầu.

霹 pī

【霹雳】pīlì〈名〉tiếng sét đánh

pí

皮 pí❶〈名〉da (người, động vật); vỏ (trái cây, cây cối): 树~ vỏ cây ❷〈名〉da (thuộc): ~革 da thuộc/giả da ❸〈名〉lớp bao ngoài: 馄饨~ vỏ vằn thắn ❹〈名〉vỏ; lớp ngoài: 地~ vỏ ngoài trái đất/lớp đất ngoài ❺〈名〉lớp mỏng; màng mỏng: 豆腐~ đậu phụ mỏng ❻〈形〉dai; bền: ~糖 kẹo gôm ❼〈形〉bướng: 调~ nghịch ngợm ❽〈形〉lì ra; chai lì: 被大家说多了，他早就~了。Bị người ta nói nhiều anh ấy đâm lì ra. ❾〈名〉cao su: 橡~ cục tẩy

【皮袄】pí'ǎo〈名〉áo da

【皮包】píbāo〈名〉túi da xách tay; cặp da; ví da: 女士真皮~ túi xách nữ thật da

【皮包公司】píbāo gōngsī công ti hộp thư; công ti ma

【皮包骨】píbāogǔ da bọc xương: 孩子被发现的时候，已经瘦得只剩~了。Khi được phát hiện thì cháu bé đã gầy còm đến mức chỉ còn da bọc xương.

【皮鞭】píbiān〈名〉roi da

【皮草】pícǎo〈名〉[方]đồ da

【皮层】pícéng〈名〉❶lớp vỏ bọc ❷vỏ não

【皮尺】píchǐ〈名〉thước cuộn; thước dây

【皮带】pídài〈名〉❶dây cu-roa ❷thắt lưng da

【皮蛋】pídàn〈名〉[方]trứng bách thảo; trứng vịt Bắc Thảo; trứng vôi

【皮筏】pífá〈名〉bè da

【皮肤】pífū〈名〉da: ~瘙痒 ngứa ngoài da

【皮肤病】pífūbìng〈名〉bệnh ngoài da

【皮肤过敏】pífū guòmǐn dị ứng

ngoài da: 花粉容易使~。Phấn hoa
rất dễ gây dị ứng ngoài da.

【皮货】píhuò〈名〉da lông: 他是从事
~生意的。Ông ấy kinh doanh mặt
hàng da lông.

【皮夹克】píjiākè〈名〉Jacket da; áo
bu-dông da

【皮夹子】píjiāzi〈名〉cặp da; ví da

【皮筋儿】píjīnr〈名〉dây chun: 小女
孩都喜欢跳~。Các cô bé rất thích
chơi nhảy dây chun.

【皮具】píjù〈名〉đồ da: ~专卖店 cửa
hàng chuyên bán chính phẩm đồ da

【皮毛】pímáo〈名〉❶da thú ❷lớp bề
ngoài ❸ví hiện tượng hời hợt, bề
mặt, lướt qua: 略懂~ chỉ hiểu sơ sơ

【皮球】píqiú〈名〉bóng da; bóng cao
su

【皮肉】píròu〈名〉da thịt; xác thịt: 受
尽~之苦 chịu hết mọi đau đớn về da
thịt

【皮试】píshì〈名〉tiêm dưới da để
kiểm nghiệm dị ứng

【皮艇】pítǐng〈名〉❶xuồng da;
xuồng bơi ❷môn bơi xuồng

【皮箱】píxiāng〈名〉va li da

【皮笑肉不笑】pí xiào ròu bù xiào
cười sống sượng; cười ruồi

【皮鞋】píxié〈名〉giày da

【皮靴】píxuē〈名〉giầy (hia) da cao
ống; bót

【皮炎】píyán〈名〉viêm da

【皮衣】píyī〈名〉áo da

【皮影戏】píyǐngxì〈名〉múa rối đèn
chiếu; kịch bóng

【皮疹】pízhěn〈名〉mẩn mụn; ban
chẩn ngoài da

枇pí

【枇杷】pípa〈名〉cây tì bà; quả tì bà

毗pí〈动〉[书]❶liền nhau; giáp nhau:
两国~邻 hai nước giáp liền ❷giúp
thêm; bổ trợ; trợ cấp thêm

【毗连】pílián〈动〉tiếp giáp

【毗邻】pílín〈动〉bên cạnh; sát bên
cạnh

疲pí〈形〉❶mệt mỏi; mệt nhọc: ~
劳 mệt mỏi ❷sa sút: 竞争力~软 sức
cạnh tranh sa sút

【疲惫】píbèi〈形〉mệt nhọc; mệt mỏi

【疲惫不堪】píbèi-bùkān mệt bở
hơi tai; mệt phờ râu trê

【疲乏】pífá〈形〉❶mệt; mệt nhọc;
uể oải: 人连续工作五个小时会~。
Làm việc liên tục suốt 5 tiếng đồng
hồ là sẽ cảm thấy uể oải. ❷mệt
mỏi; giảm sút

【疲倦】píjuàn〈形〉mệt mỏi

【疲劳】píláo〈形〉❶mệt mỏi lao lực;
mệt nhọc ❷mệt mỏi; giảm sút ❸sút
kém vì quá sức

【疲软】píruǎn〈形〉❶mệt là; mệt mỏi
rã rời; tay chân bủn rủn: 两腿~ hai
chân bủn rủn ❷uể oải; sa sút; sụt
giá: 价格~ giá sụt; 市场~ thị trường
sa sút

【疲态】pítài〈名〉❶dáng vẻ mệt mỏi
❷sa sút, xuống dốc: 金价下滑，黄
金市场已显露~。Giá vàng lao dốc,
thị trường vàng đã lộ rõ thế sa sút.

【疲于奔命】píyúbēnmìng mệt mỏi
tất bật; ngược xuôi cực nhọc: 为生
计~ ngược xuôi tất bật vì kế sinh
nhai

啤pí〈名〉bia

【啤酒】píjiǔ〈名〉bia

琵pí

【琵琶】pípa〈名〉đàn tì bà

脾pí〈名〉tì; lá lách: 增强~胃功能
tăng cường chức năng tì vị

【脾气】píqi〈名〉❶tính cách; tính
tình: 共事多年，我已摸透了他的
~。Cùng công tác lâu năm, tôi quá
hiểu tính cách của anh ta. ❷cáu
kỉnh; nóng tính

【脾性】píxìng〈名〉[方]tính nết; tính
khí; tập tính

【脾脏】pízàng〈名〉lá lách; tì tạng

蜱pí〈名〉rệp; con rệp; sâu rệp

【蜱虫】píchóng〈名〉sâu rệp

貔pí〈名〉tì hưu (một loại mãnh thú

P

được nhắc đến trong sách cổ)

【貔貅】píxiū<名>[书]❶tì hưu (mãnh thú trong truyền thuyết luôn mang đến điều tốt lành) ❷đội quân dũng mãnh

pǐ

匹¹ pǐ❶<动>sánh được; tương đương: ~配sánh đôi ❷<形>lẻ loi; đơn độc: ~夫 thất phu

匹² pǐ<量>❶con (lừa, ngựa): 一~好马 một con ngựa tốt ❷cuộn; xấp; tấm; súc (vải, lụa): 三~布 ba súc vải

【匹敌】pǐdí<动>tương đương; bằng: 他的口才无人～。Tài hùng biện của anh ta thì không ai bằng.

【匹夫】pǐfū<名>❶thất phu; dân thường: 国家兴亡，～有责。Quốc gia hưng vong, thất phu hữu trách. ❷kẻ vô học; kẻ không mưu trí

【匹配】pǐpèi<动>❶[书]sánh đôi; nên duyên: 他俩上个月已经～良缘。Hai người đã nên duyên vợ chồng hồi tháng trước. ❷phối hợp: 血型～dạng máu phối hợp khớp nhau

痞 pǐ<名>❶khối cứng; cục cứng; cái u (trong bụng) ❷lưu manh; côn đồ: 地~ du côn bản địa

【痞子】pǐzi<名>lưu manh; côn đồ

劈 pǐ<动>❶chẻ ra; chia ra; tách ra ❷tách rời ❸xoải chân; doãi chân

另见pī

【劈叉】pǐchà<动>ngồi dạng hai chân

【劈腿】pǐtuǐ<动>❶dạng chân; xoạc chân (trong thể dục) ❷bắt cá hai tay (cùng lúc hẹn hò yêu đương với nhiều người)

癖 pǐ<名>ưa thích; nghiền; nghiện; đam mê

【癖好】pǐhào<名>ham mê; sở thích; thói quen

pì

屁 pì❶<名>rắm; trung tiện ❷<名>vô bổ; vớ vẩn; còn con: 你说的什么～话？Mày nói những điều vớ vẩn gì thế? ❸<代>khỉ gì: 你懂个～! Mày hiểu cái khỉ gì chứ!

【屁股】pìgu<名>❶[口]mông: 他的～上长了一个疮。Anh ấy mọc một cái nhọt ở mông. ❷phần đít; phần đáy ❸đuôi; đầu mút (vật thể): 汽车一冒烟就开走了。Đuôi xe ô tô xì ra luồng khói rồi chạy mất.

【屁滚尿流】pìgǔn-niàoliú (sợ hãi) phọt cứt vãi đái; vãi cứt vãi đái

辟 pì❶<动>mở đầu; khai mở; vỡ: 沿江一带将～为公园。Dải đất ven sông sẽ được khai thác làm công viên. ❷<形>thấu suốt; thấu đáo: 你说的话太精～了! Lời anh nói thấu đáo quá! ❸<动>bác bỏ; loại trừ: ~谣 bác bỏ tin đồn

另见bì

媲 pì<动>sánh kịp; đọ được; địch nổi

【媲美】pìměi<动>đẹp sánh với; xếp ngang hàng; sánh ngang

僻 pì<形>❶hoang vắng: 穷乡～壤 quê nghèo đất vắng ❷lập dị; kì dị: 怪～ quái dị ❸lạ; ít gặp: 生~ ít thấy

【僻静】pìjìng<形>vắng vẻ; vắng lặng: ~的山村 xóm núi vắng lặng

譬 pì<动>ví như; ví dụ; tỉ dụ; chẳng hạn

【譬如】pìrú<动>ví như; ví dụ như

piān

片 piān 义同 "片" (piàn)❶❷, dùng于口语, như "相片儿、电视片儿" 等。

另见piàn

【片子】piānzi<名>❶(bộ) phim ❷phim chụp X quang ❸đĩa hát

另见piànzi

偏 piān❶<形>chếch; nghiêng; xiên;

lệch: 太阳~西。Mặt trời chếch đằng tây. ❷〈形〉thiên vị; thiên lệch: 不~不倚 không thiên lệch, không ưu ái ❸〈形〉phụ trợ; phó (không chiếm vị trí chủ đạo) ❹〈动〉so sánh: ~高 hơi cao/cao hơn quy định ❺〈副〉lại; cứ; cố ý: 让他往东他~往西。Bảo nó đi đằng đông, nó cố ý đi đằng tây.

【偏爱】piān'ài〈动〉chỉ yêu thích; thiên về: 在各学科中他~地理。Trong các môn học, cậu ta thiên về môn địa lí.

【偏差】piānchā〈名〉❶độ lệch; độ chệch ❷lệch lạc; sai lầm (trong công tác)

【偏方】piānfāng〈名〉bài thuốc dân gian; phương thuốc cổ truyền

【偏光镜】piānguāngjìng〈名〉kính phân cực

【偏好】piānhào〈动〉ham mê; say mê: 她虽文静，却~摇滚乐。Cô ấy tuy điềm đạm nho nhã, nhưng lại say mê nhạc rốc.

【偏护】piānhù〈动〉thiên vị; bênh

【偏激】piānjī〈形〉quá đáng; quá khích; cực đoan: 他的做法太~。Cách làm của anh ta quá cực đoan.

【偏见】piānjiàn〈名〉thành kiến; thiên kiến

【偏离】piānlí〈动〉lệch khỏi quỹ đạo; đi lạc; lệch hướng: 他的发言~主题。Phát biểu của anh ta đi lạc chủ đề.

【偏旁】piānpáng〈名〉bộ gốc (chữ Hán)

【偏僻】piānpì〈形〉hoang vu; hẻo lánh: 晚上独自一人最好不要走~的小道。Buổi tối chỉ có một mình thì tốt nhất không đi đường nhỏ hẻo lánh.

【偏偏】piānpiān〈副〉❶lại; cứ: 明明都对，他~说不对。Rõ ràng là đúng, anh ấy lại cứ cho là sai. ❷mà lại (sự thực và hi vọng trái ngược): 给他买了今晚的电影票，~他出差了。Đã mua cho anh ấy vé xem phim tối nay mà anh ấy lại đi công tác. ❸riêng (trong phạm vi): 为啥大家

都有，~我没有？Tại sao mọi người đều có, riêng tôi không có?

【偏食】¹ piānshí〈名〉sự ăn dần (hiện tượng mặt trời, mặt trăng bị che khuất từng phần): 日~ nhật thiên thực/nhật thực một phần

【偏食】² piānshí〈动〉thích riêng (một món ăn nào đó); kén ăn: 小孩~会影响身体发育。Trẻ con kén ăn sẽ ảnh hưởng đến sự phát triển của cơ thể.

【偏瘫】piāntān〈动〉bại liệt nửa người

【偏袒】piāntǎn〈动〉thiên vị một phía; ủng hộ một phía: 你明明就是~他嘛。Ông rõ ràng là thiên vị anh ấy.

【偏题】piāntí〈名〉đề thi hiếm thấy; đề thi khó

【偏头痛】piāntóutòng〈名〉đau nhức nửa đầu; bệnh thiên đầu thống

【偏向】piānxiàng❶〈名〉thiên hướng; khuynh hướng ❷〈动〉thiên lệch; thiên vị: 做裁判不能~某一方。Làm trọng tài thì không được thiên vị cho bên nào. ❸〈动〉tán thành; nghiêng về

【偏心】piānxīn〈形〉thiên lệch; không công bằng: 父母对子女不能~。Bố mẹ không thể không công bằng với con cái.

【偏远】piānyuǎn〈形〉xa xôi hẻo lánh

【偏执】piānzhí〈形〉quá cực đoan cố chấp: ~的性格使他失去友情。Tính cách quá cực đoan cố chấp khiến anh ta mất hết tình bạn.

【偏重】piānzhòng〈动〉nặng về; chú trọng đến:目前我们要~于解决社会民生问题。Trước mắt chúng ta cần chú trọng giải quyết vấn đề an sinh xã hội.

篇 piān❶〈名〉thiên; bài: ~章 bài văn ❷〈名〉tờ; trang (giấy, sách): 单~讲义 bài giảng in rời từng tờ ❸〈量〉tờ; bài; quyển: 这~文章语言、内容俱佳。Bài văn này lời hay ý đẹp.

P

【篇幅】piānfú<名>❶độ dài của bài viết: 这篇文章~不长。Bài văn này không dài。❷số trang; phạm vi (của sách, báo)

【篇目】piānmù<名>❶tiêu đề chương ❷mục lục; danh sách các bài

【篇章】piānzhāng<名>văn chương; bài viết; đoạn ca: 谱写历史新~ viết thêm những trang sử mới

翩 piān<形>[书]bay nhanh; bay vụt qua

【翩翩】piānpiān<形>❶khiêu vũ uyển chuyển; bay nhảy tung tăng: 孩子们在草地上~起舞。Những đứa trẻ bay nhảy tung tăng trên bãi cỏ。❷[书] nhanh nhẹn; hoạt bát: 这位新星风度~, 成为女孩子们的偶像。Phong độ hoạt bát đã khiến cho ngôi sao mới này trở thành thần tượng của các cô gái。

pián

便 pián
另见biàn

【便宜】piányi❶<形>rẻ: 这里的水果很~。Hoa quả ở đây rất rẻ。❷<名>lợi; có lợi: 贪小~ tham lợi nhỏ ❸<动>cho được lợi; tha thứ: 这事绝不能~他。Việc này quyết không tha thứ cho hắn。
另见biànyí

【便宜货】piányihuò<名>hàng rẻ; đồ rẻ tiền

piàn

片 piàn❶<名>tấm; mảnh (dẹt, mỏng): 纸~ mảnh giấy ❷<名>phim ❸<名>phần; vùng: ~区 tiểu vùng ❹<动>cắt; thái: ~肉片儿 thái miếng thịt ❺<形>phiến diện: ~面理解 hiểu biết phiến diện ❻<量>viên; miếng; đám; mảnh; tấm; bãi; vùng; bầu: 一~白云 một đám mây trắng

另见piān

【片酬】piànchóu<名>thù lao đóng phim

【片段】piànduàn<名>một đoạn trong một chỉnh thể (thường dùng trong bài viết, kịch, tiểu thuyết hay từng trải trong đời sống): 精彩的~ đoạn phim đặc sắc

【片剂】piànjì<名>thuốc viên: 这种药是~, 每片0.1克。Loại thuốc này dạng viên, mỗi viên 0,1g。

【片刻】piànkè<名>khoảnh khắc; phút chốc: 请您稍等~。Xin bác hãy vui lòng đợi một lát ạ。

【片面】piànmiàn❶<形>phiến diện: ~地看问题 nhìn nhận vấn đề phiến diện ❷<名>một chiều

【片状】piànzhuàng<形>hình phiến; dạng miếng; dạng bẹt: 这种产品是~的小颗粒。Loại sản phẩm này là loại hạt nhỏ dạng bẹt。

【片子】piànzi<名>❶miếng; mảnh; mẩu ❷danh thiếp
另见piānzi

骗 piàn<动>❶lừa gạt; lừa dối; dối trá; bịp bợm: ~人 lừa người ❷lừa lấy: ~钱 lừa lấy tiền

【骗局】piànjú<名>trò bịp bợm: 这是一个彻头彻尾的~。Đây đúng là trò bịp bợm rành rành。

【骗取】piànqǔ<动>đánh lừa; lừa phỉnh; lừa gạt: 他用积极工作的假象来~领导的信任。Nó giả vờ tích cực làm việc để lừa gạt sự tín nhiệm của lãnh đạo。

【骗术】piànshù<名>trò dối trá; trò chơi xỏ: 骗子的~并不高明。Trò bịp của kẻ bị bợm cũng chẳng cao tay。

【骗子】piànzi<名>kẻ lường gạt; kẻ lừa đảo

piāo

剽 piāo❶<动>cướp đoạt; cướp giật: ~掠 cướp bóc ❷<形>lanh lẹ; nhanh nhẹn: ~悍 nhanh nhẹn dũng mãnh

【剽悍】piāohàn〈形〉lanh lẹ dũng mãnh

【剽窃】piāoqiè〈动〉đánh cắp; lấy cắp; sao chép (tác phẩm của người khác): 他这篇论文是~别人的。Bài luận án này của anh ta là sao chép của người khác.

漂 piāo〈动〉❶nổi; trôi: ~流 phiêu lưu ❷(nổi) bồng bềnh; phập phồng
另见 piǎo, piào

【漂泊】piāobó〈动〉❶phiêu bạt; trôi nổi: 他在外流浪~多年。Anh ta phiêu bạt nơi đất khách đã nhiều năm. ❷lênh đênh; lang thang; nay đây mai đó

【漂荡】piāodàng〈动〉❶trôi nổi; lênh đênh: 小船儿轻轻~在水面上。Chiếc thuyền nhỏ lênh đênh trên mặt nước. ❷phiêu bạt

【漂浮】piāofú〈动〉❶trôi nổi; bập bềnh: 江面~着一些垃圾。Trên sông rác rưởi trôi lềnh bềnh. ❷〈形〉hời hợt; qua loa; sơ sài; nông nổi: 他工作很~, 经常出现失误。Anh ta làm việc rất hời hợt, thường xuyên sai sót.

【漂流】piāoliú〈动〉❶dập dềnh; trôi nổi; du ngoạn ❷trôi dạt; phiêu bạt: 他~四海, 没有一个固定的家。Anh ta phiêu bạt bốn phương, làm gì có nhà cố định nào.

【漂洋过海】piāoyáng-guòhǎi phiêu du trùng dương; phiêu bạt viễn dương

【漂移】piāoyí〈动〉trôi nổi; chuyển dời: 冰块随着海流~。Tảng băng trôi nổi theo dòng hải lưu.

缥 piāo

【缥缈】piāomiǎo〈形〉lúc ẩn lúc hiện: 云雾~ mây mù lúc ẩn lúc hiện

飘 piāo❶〈动〉phấp phới; phất phơ; tung bay: 随风~落 phất phơ theo gió ❷〈形〉run lẩy bẩy; rung rung ❸〈形〉lông bông; lơ là

【飘带】piāodài〈名〉dải cờ; dải mũ

【飘荡】piāodàng〈动〉❶phấp phới; bồng bềnh; ngân vang; bay bổng: 剧场里~着歌声。Tiếng hát vang lên trong nhà hát. ❷phiêu bạt

【飘动】piāodòng〈动〉lay động; tung bay; bồng bềnh trôi: 白云在天空中~。Mây trắng bồng bềnh trôi trên vòm trời.

【飘拂】piāofú〈动〉phất phơ: 杨柳随风~。Dương liễu phất phơ theo gió.

【飘浮】piāofú❶〈动〉bồng bềnh; lững lờ: 天空中~着朵朵白云。Trên vòm trời là những cụm mây trắng lững lờ trôi. ❷〈形〉hời hợt; nông nổi

【飘红】piāohóng〈动〉(cổ phiếu) tăng giá; nhảy vọt (màu đỏ trên bảng niêm yết giá cổ phiếu biểu thị cho cổ phiếu tăng): 昨天股市全线~, 股民都很振奋。Hôm qua cổ phiếu trên sàn đồng loạt tăng giá, nhà đầu tư đều rất phấn khích

【飘忽】piāohū〈动〉❶(gió, mây) lững lơ bay; chuyển động nhẹ nhàng: 烟雾在微风中~。Cụm khói mù lững lơ bay theo chiều gió thoảng. ❷lay động; lướt

【飘绿】piāolǜ〈动〉(cổ phiếu) giảm giá; sụt giảm (màu xanh lá cây trên bảng niêm yết giá cổ phiếu biểu thị cho cổ phiếu giảm giá): 股市~, 股民们进退两难。Cổ phiếu sụt giảm, nhà đầu tư tiến thoái lưỡng nan.

【飘落】piāoluò〈动〉rơi; nhẹ rơi

【飘飘然】piāopiāorán〈形〉❶bồng bềnh; phơi phới; hớn hở: 才取得一些成绩, 他就~了。Mới đạt được một số thành tích, anh ta đã hả hê rồi.

【飘飘欲仙】piāopiāo-yùxiān bồng bềnh chốn thần tiên; phiêu bồng tiên cảnh

【飘洒】piāosǎ❶〈动〉bay lả tả: 朵朵雪花纷纷扬扬地~在大地上。Những bông tuyết không ngừng rơi lả tả

P

trên mặt đất. ❷〈形〉tự nhiên hào phóng

【飘散】piāosàn〈动〉lan tỏa; bay lên và tan ra

【飘舞】piāowǔ〈动〉lay động theo gió; vờn bay theo gió

【飘扬】piāoyáng〈动〉phấp phới; lay động; tung bay: 五星红旗迎风~。Cờ đỏ năm sao tung bay trước gió.

【飘摇】piāoyáo〈动〉❶bay lượn lờ; bay dập dờn; lơ lửng: 风雨~ gió dồn mưa dập ❷thời thế bấp bênh

【飘移】piāoyí〈动〉lướt nhẹ; lướt đi

piáo

嫖 piáo〈动〉chơi gái; mua dâm: ~妓 hủ hóa với gái điếm

【嫖娼】piáochāng〈动〉mua dâm

【嫖客】piáokè〈名〉kẻ làng chơi; gã mua dâm

瓢 piáo〈名〉cái muôi; cái gáo; cái muỗng

【瓢虫】piáochóng〈名〉bọ rùa

piǎo

漂 piǎo〈动〉❶tẩy; tẩy trắng: 把这块布再一一下。Tẩy mảnh vải này lại lần nữa đi. ❷đãi; lọc; gột
另见piāo, piào

【漂白】piǎobái〈动〉❶tẩy trắng ❷ví ngụy trang phi tang tội lỗi

【漂白粉】piǎobáifěn〈名〉bột (thuốc) tẩy trắng; chloramine B

【漂白剂】piǎobáijì〈名〉chất tẩy trắng

【漂染】piǎorǎn〈动〉tẩy trắng và nhuộm

【漂洗】piǎoxǐ〈动〉giặt tẩy; tẩy trắng; tẩy sạch: 这些衣服在洗衣机里要~两遍。Những bộ quần áo này phải giặt hai lần trong máy giặt.

瞟 piǎo〈动〉liếc; đánh mắt: 他一了桌面上的钟一眼。Anh ta liếc mắt nhìn chiếc đồng hồ trên bàn.

piào

票 piào❶〈名〉vé; phiếu; thẻ: 车~ vé xe ❷〈名〉tiền: 钞~ tiền giấy ❸〈名〉con tin: 绑~ bắt làm con tin ❹〈量〉[方]món; chuyến: 一~大买卖 một chuyến buôn bán lớn ❺〈名〉kịch tuồng nghiệp dư

【票额】piào'é〈名〉tổng số (mức) ghi trên phiếu hay giấy bạc; mệnh giá

【票贩子】piàofànzi〈名〉(bọn) phe vé

【票房】piàofáng〈名〉❶phòng bán vé: 她在码头的~工作。Chị ấy làm việc ở phòng bán vé bến tàu. ❷doanh thu phòng bán vé

【票价】piàojià〈名〉giá vé

【票据】piàojù〈名〉❶ngân phiếu định mức; hối phiếu: 银行~ hối phiếu của ngân hàng ❷biên lai; hóa đơn

【票数】piàoshù〈名〉số phiếu

嘌 piào〈形〉[书]rất nhanh; nhanh chóng

【嘌呤】piàolìng〈名〉[生化]purin ($C_5H_4N_4$ một hợp chất chứa nitơ có cấu trúc phân tử hai vòng)

漂 piào〈动〉[方]vỡ; thất bại; hỏng; mất không
另见piāo, piǎo

【漂亮】piàoliang〈形〉❶đẹp; xinh: 这姑娘真~! Cô bé này đẹp thế! ❷xuất sắc: 这活干得~! Làm việc này quá xuất sắc!

piē

撇¹ piē〈动〉bỏ đi; vứt bỏ: 把旧的规章制度都~了。Đã hủy bỏ hết các quy tắc điều lệ cũ.

撇² piē〈动〉vớt; hớt: ~油 vớt dầu/hớt dầu
另见piě

【撇开】piēkāi〈动〉bỏ sang một bên; gác sang một bên

【撇清】piēqīng〈动〉thanh minh; cách li quan hệ với việc gì đó

瞥 piē〈动〉lườm; liếc; đánh mắt: 她温柔的一~让他牢牢记在心上。Cái liếc mắt tình tứ dịu dàng của cô ấy làm anh ấy nhớ mãi.

piě

撇 piě❶〈动〉ném; vứt; liệng; lẳng; quẳng: ~砖头 quẳng hòn gạch ❷〈动〉nghiêng; xiêu vẹo; vẩy: 他是八字脚，走路向外~。Anh ta đi chân vòng kiềng, khi đi chân vẩy ra ngoài. ❸〈动〉bĩu; trề (môi); mếu máo: 小孩嘴一~，就哭起来了。Đứa bé mếu máo rồi khóc òa lên. ❹〈名〉nét phẩy ❺〈量〉hình nét phẩy

另见 piē

【撇嘴】piězuǐ〈动〉bĩu môi; trề môi

pīn

拼¹ pīn〈动〉❶ghép lại; chắp lại: 把这两张桌子一~起来。Ghép hai cái bàn này lại. ❷tạo nhóm; lập nhóm; cùng chung: ~团购买 ghép nhóm mua chung

拼² pīn〈动〉❶liều: 你竟然打我，我和你~了！Mày đã đánh tao, thì tao cũng liều mạng với mày! ❷đọ sức; đọ tài

【拼搏】pīnbó〈动〉quyết đấu: 敢于~ dám quyết đấu

【拼车】pīnchē〈动〉chung xe; cùng xe

【拼凑】pīncòu〈动〉chắp vá; gom góp

【拼读】pīndú〈动〉đánh vần

【拼接】pīnjiē〈动〉chắp ghép; ghép nối; ghép mộng

【拼命】pīnmìng❶〈动〉liều mạng: 和歹徒~ liều mạng với quân vô lại ❷〈副〉dùng hết sức; giành giật; giành: 母亲~争夺孩子的抚养权。Người mẹ tìm đủ mọi cách giành về quyền nuôi con.

【拼盘】pīnpán〈名〉đĩa (thức ăn) hỗn hợp; tổng hợp: 水果~ đĩa hoa quả tổng hợp

【拼图】pīntú❶〈动〉ghép tranh; ghép hình ❷〈名〉tranh ghép; tranh chắp vá

【拼团】pīntuán〈动〉ghép đoàn; lập nhóm

【拼写】pīnxiě〈动〉viết theo quy tắc ghép âm (đánh vần)

【拼音】pīnyīn〈动〉ghép vần; đánh vần

【拼音字母】pīnyīn zìmǔ❶chữ cái (trong loại chữ ghép âm) ❷mẫu tự phiên âm; 26 chữ cái La tinh để ghi âm chữ Hán

【拼装】pīnzhuāng〈动〉lắp ráp; ghép nối; lắp ghép: ~玩具 đồ chơi ghép hình

【拼字游戏】pīnzì yóuxì trò chơi xếp chữ

pín

贫¹ pín❶〈形〉nghèo: 清~ thanh bần ❷〈动〉thiếu; không đủ: ~血 thiếu máu ❸〈形〉sư tăng tự xưng: ~僧 bần tăng

贫² pín〈形〉[方]lầu bầu; nhảm nhí: 这人嘴真~。Cái người này lúc nào cũng lầu bà lầu bầu.

【贫乏】pínfá〈形〉❶bần cùng: 家境~ gia cảnh bần cùng ❷thiếu hụt; nghèo nàn; không phong phú

【贫富差距】pínfù chājù khoảng cách giàu nghèo: 缩小~ thu hẹp khoảng cách giàu nghèo

【贫寒】pínhán〈形〉đói rét; bần hàn

【贫瘠】pínjí〈形〉cằn cỗi; bạc màu: 土地~ đất đai cằn cỗi

【贫苦】pínkǔ〈形〉nghèo khổ

【贫困】pínkùn〈形〉nghèo khó

【贫民】pínmín〈名〉dân nghèo

P

【贫民窟】pínmínkū<名>khu dân nghèo; khu ổ chuột

【贫民区】pínmínqū<名>khu dân cư nghèo; khu ổ chuột

【贫穷】pínqióng<形>nghèo túng; bần cùng

【贫嘴】pínzuǐ<形>huyên thuyên; hay pha trò

频 pín❶<副>liên tiếp; nhiều lần ❷<名>tần suất

【频道】píndào<名>kênh

【频发】pínfā<动>liên tục phát sinh; thường xuyên xảy ra: 近年来地质灾害~。Những năm gần đây tai họa địa chất thường xuyên xảy ra.

【频繁】pínfán<形>liên tiếp nhiều lần

【频率】pínlǜ<名>tần số; tần suất

【频频】pínpín<副>nhiều lần; liên tục: ~挥手致意 liên tục vẫy tay chào

【频谱仪】pínpǔyí<名>máy quang phổ

pǐn

品 pǐn❶<名>phẩm; sản phẩm: 商~ thương phẩm ❷<名>thứ; hạng: 优等~ loại hảo hạng ❸<名>giống; lai ❹<名>phẩm chất: 人~ phẩm chất con người ❺<动>bình phẩm; đánh giá; nếm: 细~红酒 tỉ mỉ nếm và đánh giá rượu đỏ ❻<动>[书]thổi (sáo, tiêu): ~箫 thổi tiêu

【品茶】pǐnchá<动>nếm và bình phẩm trà

【品尝】pǐncháng<动>nếm; nhấm nháp; thưởng thức

【品德】pǐndé<名>phẩm chất; đạo đức

【品格】pǐngé<名>❶phẩm cách; nhân cách; phẩm giá: 淳朴善良的~ phẩm cách thuần phác, lương thiện ❷chất lượng; phong cách

【品酒】pǐnjiǔ<动>nếm và bình phẩm rượu

【品名】pǐnmíng<名>tên hàng; tên vật phẩm

【品牌】pǐnpái<名>nhãn mác; nhãn hiệu nổi tiếng; chính hiệu

【品位】pǐnwèi<名>❶[书]phẩm vị; phẩm cấp (của quan lại ngày xưa) ❷cấp; tỉ lệ phần trăm (quặng): 这批矿石~较高。Tỉ lệ phần trăm của lô quặng này tương đối cao. ❸chất lượng: 高~的享受 hưởng thụ chất lượng cao

【品味】pǐnwèi❶<动>thưởng thức; nếm: 地方特色小吃 thưởng thức món ăn đặc sắc của địa phương ❷<动>nghiền ngẫm; suy ngẫm: ~人生 suy ngẫm về cuộc đời ❸<名>phẩm chất và phong vị; hạng loại cao ❹<名>cách điệu; phong cách: ~高雅 phong cách cao nhã

【品学兼优】pǐnxué-jiānyōu tính nết và học vấn đều tốt

【品质】pǐnzhì<名>❶phẩm chất: ~高尚 phẩm chất cao thượng ❷chất lượng: ~优良 chất lượng tốt

【品种】pǐnzhǒng<名>❶giống: 优良~ giống tốt ❷loại; phẩm loại

pìn

聘 pìn<动>❶mời: ~任 mời làm ❷[书]thăm viếng ❸kết thân; kết thông gia ❹[口]con gái đi lấy chồng; xuất giá: 出~ đi lấy chồng

【聘金】pìnjīn<名>❶thù lao; tiền biếu khách tới làm việc ❷lễ cheo; lễ đen; tiền thách cưới

【聘礼】pìnlǐ<名>❶quà tặng; quà biếu ❷lễ vật ăn hỏi; sính lễ

【聘期】pìnqī<名>thời gian đảm nhiệm công việc

【聘请】pìnqǐng<动>mời người đảm nhiệm (công việc hoặc chức vụ)

【聘书】pìnshū<名>thư mời ứng tuyển; thư tuyển dụng; thư mời

nhậm chức

【聘用】pìnyòng<动>mời làm; tuyển dụng

pīng

乒 pīng❶<拟>pẳng; đoành ❷<名>bóng bàn

【乒乓】pīngpāng❶<拟>lộp bộp; tạch tạch; dùng đoàng ❷<名>bóng bàn; bóng pinh-pông

píng

平 píng❶<形>bằng phẳng: 道路又~又直。Con đường vừa phẳng vừa thẳng. ❷<形>ngang hàng: ~世界纪录 ngang kỉ lục thế giới ❸<形>ổn định; yên ổn: ~稳过渡 chuyển tiếp ổn định ❹<形>chia đều; cân bằng ❺<形>thanh bằng ❻<动>san bằng; san phẳng: ~整土地 san phẳng ruộng đất hay đất đai ❼<动>đàn áp; dẹp yên: ~叛 dẹp pllến loạn ❽<动>nén; kìm (bực tức) ❾<副>thường xuyên; bình thường

【平安】píng'ān<形>bình an

【平安无事】píng'ān-wúshì bình an an vô sự

【平安夜】píng'ānyè<名>đêm vọng Lễ Giáng Sinh

【平白无故】píngbái-wúgù vô duyên vô cớ; không có lí do

【平板车】píngbǎnchē<名>❶xe tải không có thùng xe ❷xe ba gác kéo tay không có thùng xe

【平板电脑】píngbǎn diànnǎo máy tính bảng

【平常】píngcháng❶<形>bình thường; giản dị ❷<名>ngày thường

【平淡】píngdàn<形>nhạt nhẽo; tầm thường; vô vị

【平等】píngděng<形>❶bình đẳng; công bằng ❷địa vị ngang bằng

【平等互利】píngděng-hùlì bình đẳng cùng có lợi

【平底锅】píngdǐguō<名>nồi đế bằng; chảo đáy bằng

【平底鞋】píngdǐxié<名>giày đế bằng; dép bệt

【平地】píngdì❶<名>đất bằng; chỗ đất bằng phẳng ❷<动>san bằng đất; san lấp đất đai

【平定】píngdìng❶<形>ổn định; bình tĩnh; yên ổn ❷<动>làm dịu ❸<动>bình định; dẹp yên: ~内乱 dẹp yên nội loạn

【平凡】píngfán<形>bình thường; tầm thường

【平反】píngfǎn<动>sửa sai: 这桩冤案得到了~。Vụ án oan đã được sửa sai.

【平方】píngfāng❶<名>bình phương ❷<量>mét vuông (m²)

【平方公里】píngfāng gōnglǐ ki-lô-mét vuông (km²)

【平方米】píngfāngmǐ<量>mét vuộng (m²)

【平房】píngfáng<名>❶nhà một tầng; phòng trệt ❷[方]nhà mái bằng

【平分】píngfēn<动>chia đều; phân đều

【平复】píngfù<动>❶khôi phục trạng thái bình thường; trở lại yên tĩnh: ~心情 tâm trạng đã bình thường ❷bình phục

【平跟鞋】pínggēnxié<名>dép bệt; giày đế bằng

【平和】pínghé❶<形>hòa nhã: 心态~ trạng thái tâm lí ôn hòa ❷<形>(thuốc) có tác dụng ôn hòa; dịu: 药性~ tính chất thuốc khá dịu ❸<形>êm đềm ❹<动>[方]ổn thỏa

【平衡】pínghéng❶<形>cân đối; cân bằng: 各地区发展水平不~。Trình độ phát triển ở các khu vực không cân bằng. ❷<形>thăng bằng; vững vàng: 心理不~ tâm lí không vững vàng ❸<动>làm cho thăng bằng

【平衡木】pínghéngmù<名>[体育]

P

❶cầu thăng bằng ❷môn cầu thăng bằng

【平滑】pínghuá<形>bằng phẳng; nhẵn nhụi

【平缓】pínghuǎn<形>❶(địa thế) bằng phẳng thoai thoải: 平原地区地势~。Vùng đồng bằng địa thế bằng phẳng. ❷êm dịu; nhẹ nhàng: 语调~ giọng nói êm dịu ❸từ từ; chầm chậm

【平价】píngjià❶<动>bình ổn giá ❷<名>giá ổn định: ~商品 thương phẩm giá cả ổn định ❸<名>giá phải chăng; giá chung ❹<名>ti suất chuẩn kim bản vị của một quốc gia

【平价商店】píngjià shāngdiàn cửa hàng một giá; cửa hàng đồng giá; cửa hàng giá rẻ

【平角】píngjiǎo<名>góc phẳng; góc bẹt

【平脚短裤】píngjiǎo duǎnkù quần đùi; quần lót ống rộng của nam giới

【平静】píngjìng<形>yên ổn; yên lặng; bình lặng; không xáo động

【平局】píngjú<名>trận đấu hòa

【平均】píngjūn❶<形>bình quân; trung bình; đều đặn: ~发展 phát triển đều đặn ❷<动>đồng đều; chia đều

【平均数】píngjūnshù<名>số bình quân; số trung bình

【平面】píngmiàn<名>mặt phẳng; mặt bằng

【平面几何】píngmiàn jǐhé hình học phẳng

【平面设计】píngmiàn shèjì thiết kế đồ thị; thiết kế đồ họa; thiết kế quảng cáo mặt phẳng

【平民】píngmín<名>bình dân; dân thường; dân đen

【平平】píngpíng<形>thường thường; bình thường; không có gì nổi bật: 成绩~ thành tích bình thường/thành tích không có gì nổi bật

【平起平坐】píngqǐ-píngzuò địa vị ngang bằng; quyền lực ngang bằng

【平日】píngrì<名>thường ngày

【平生】píngshēng<名>❶suốt đời; cả đời ❷bình sinh; thường ngày; xưa nay; từ trước đến nay

【平时】píngshí<名>❶thường ngày; hàng ngày: ~的工作 công việc hàng ngày ❷thời bình

【平手】píngshǒu<名>hòa nhau: 打了个~ chơi một trận hòa nhau

【平台】píngtái<名>❶sân phơi: 晾晒~ sân phơi nắng ❷nhà mái bằng ❸bàn làm việc ❹sân chơi; môi trường; nền tảng:商务电子~ nền tảng thương mại điện tử

【平坦】píngtǎn<形>bằng phẳng

【平头】píngtóu<名>(kiểu tóc) đầu húi cua

【平土机】píngtǔjī<名>máy san nền; máy ủi bằng

【平稳】píngwěn<形>❶bình an yên ổn; ổn định; không có sóng gió gì: 局势~ tình hình ổn định ❷vững chãi; không lung lay; không bị lắc: ~飞行 hành trình bay không bị lắc

【平息】píngxī<动>❶lắng xuống; ngừng lại: 这场风波总算~了。Cơn sóng gió này cuối cùng cũng đã lắng xuống. ❷dẹp yên; dẹp loạn: ~动乱 dẹp yên loạn lạc

【平行】píngxíng❶<形>ngang hàng; cùng cấp ngang bằng: ~志愿 nguyện vọng đăng kí song hành ❷<形>song song: ~作业 tác nghiệp song song ❸<动>đồng hành; song hành

【平行线】píngxíngxiàn<名>đường thẳng song song

【平易近人】píngyì-jìnrén❶giản dị dễ gần: 他是一位~的老师,同学们都很喜欢他。Ông là một người thầy giản dị dễ gần, học trò rất yêu mến. ❷đơn giản dễ hiểu

【平庸】píngyōng<形>bình thường không nổi bật; tầm thường; không

có gì đặc sắc

【平原】píngyuán〈名〉bình nguyên; đồng bằng

【平账】píngzhàng〈动〉cân đối tài chính; cân đối thu chi

【平整】píngzhěng❶〈动〉san phẳng: ~路面 san bằng mặt đường ❷〈形〉bằng phẳng vuông vức

评 píng〈动〉❶bình luận; phê bình; đánh giá: 好~ đánh giá tốt ❷bình xét; lựa chọn

【评比】píngbǐ〈动〉bình luận; phân tích; bình xét

【评标】píngbiāo〈动〉đánh giá đấu thầu

【评定】píngdìng〈动〉đánh giá; định giá

【评分】píngfēn❶〈动〉cho điểm; chấm điểm ❷〈名〉điểm số đánh giá

【评估】pínggū〈动〉đánh giá; thẩm định; định giá

【评级】píngjí〈动〉bình xét cấp bậc; bình xét bậc lương

【评价】píngjià❶〈名〉bình giá; đanh gia: 高度的~ đánh giá cao độ ❷〈动〉bình xét giá trị: ~诗歌创作 bình xét về sáng tác thơ ca

【评奖】píngjiǎng〈动〉bình chọn khen thưởng; bình xét khen thưởng

【评卷】píngjuàn〈动〉đánh giá bài thi; chấm thi

【评理】pínglǐ〈动〉xem xét đúng sai

【评论】pínglùn❶〈动〉bình luận; nhận xét ❷〈名〉bài bình luận

【评论文章】pínglùn wénzhāng bài phê bình; lời bình

【评论员】pínglùnyuán〈名〉nhà phê bình; người bình luận

【评判】píngpàn〈动〉bình phán; phán xét; phân xử

【评聘】píngpìn〈动〉đánh giá tư cách và chọn mời: ~分离 tách rời đánh giá tư cách với chọn mời

【评审】píngshěn❶〈动〉đánh giá và thẩm tra; xem xét và đánh giá; thẩm định; thẩm tra ❷〈名〉nhân viên thẩm tra

【评书】píngshū〈名〉Bình thư (một loại hình văn nghệ dân gian vừa ca vừa kể)

【评述】píngshù〈动〉bình luận và tường thuật

【评说】píngshuō〈动〉đánh giá; bình luận

【评头论足】píngtóu-lùnzú đánh giá và khen chê; soi mói

【评委】píngwěi〈名〉thành viên trong ban giám khảo

【评析】píngxī〈动〉bình luận và phân tích: ~近期黄金走势 bình luận và phân tích xu thế giá vàng trong thời gian gần đây

【评选】píngxuǎn〈动〉bình chọn; bình bầu

【评议】píngyì〈动〉bình nghị; bình xét; bàn bạc; xem xét

【评语】píngyǔ〈名〉lời bình; lời nhận xét

坪 píng❶〈名〉bãi: 草~ bãi cỏ ❷〈量〉đơn vị đo diện tích đất đai nhà cửa (thường dùng ở Đài Loan), 1 bình = 3,3m²: 这套别墅占地600~. Căn biệt thự này chiếm diện tích 600 bình (1980m²).

苹 píng

【苹果】píngguǒ〈名〉(cây, quả) táo tây

【苹果派】píngguǒpài〈名〉❶bánh ga-tô mứt táo ❷dòng Apple

凭 píng❶〈动〉tựa vào; dựa vào: ~窗远眺 tựa cửa sổ nhìn ra xa ❷〈动〉dựa vào; phụ thuộc vào: 只~他一个人的力量，完成这件事比较困难. Nếu chỉ dựa vào sức lực của ông ấy, e rằng khó hoàn thành được việc này. ❸〈名〉chứng cứ; bằng chứng: 文~ văn bằng ❹〈介〉theo; căn cứ: ~介绍信办理相关手续 căn cứ theo giấy giới thiệu để làm thủ tục có liên quan ❺〈连〉dù; dù cho

P

【凭单】píngdān<名>chứng từ

【凭吊】píngdiào<动>tưởng niệm

【凭借】píngjiè<动>dựa vào: ~集体的力量dựa vào lực lượng của tập thể

【凭据】píngjù<名>bằng chứng; chứng cứ

【凭空】píngkōng<副>vô căn cứ; không có cơ sở: ~想象 tưởng tượng vô căn cứ

【凭证】píngzhèng<名>bằng chứng; chứng cứ; bằng cớ; bằng cứ; chứng từ

屏 píng ❶<名>bình phong; màn che ❷<名>tranh bức ❸<动>ngăn; che đậy; che chở ❹<名>hình bình phong: 孔雀开~ chim công xòe đuôi
另见bǐng

【屏蔽】píngbì ❶<动>ngăn che; che chở ❷<名>bức bình phong; lá chắn; bức thành che chở ❸<名>kĩ thuật chống nhiễu sóng

【屏风】píngfēng<名>bình phong

【屏幕】píngmù<名>màn hình

【屏障】píngzhàng ❶<动>[书]che chở; che chắn ❷<名>bức thành che chở; bình phong che chở; cái chắn

瓶 píng<名>bình; lọ

【瓶颈】píngjǐng<名>❶cổ lọ; cổ chai ❷khâu then chốt; mấu chốt; chỗ bị vướng mắc

【瓶塞】píngsāi<名>nút chai

【瓶装】píngzhuāng<形>đóng chai (đồ uống): ~水 nước đóng chai

【瓶子】píngzi<名>lọ; chai; bình

萍 píng<名>bèo; lục bình

【萍水相逢】píngshuǐ-xiāngféng bèo nước gặp gỡ; bình thủy tương phùng; tình cờ gặp nhau

pō

坡 pō ❶<名>sườn dốc: 山~ sườn núi ❷<形>nghiêng; dốc: ~度 độ nghiêng/độ dốc

【坡地】pōdì<名>ruộng nghiêng;

sườn đồi

【坡跟鞋】pōgēnxié<名>dép (giày) cao gót

【坡面】pōmiàn<名>bề mặt dốc; mặt nghiêng

泼¹ pō<动>hắt; giội; vầy; sánh: 奶奶一不小心把汤水~出来了。Bà nội không cẩn thận đã làm sánh nước canh ra ngoài.

泼² pō<形>❶ngang ngược; đáo để; hung hăng: 作风~辣 tác phong hung hăng ❷[方]hăng hái; có khí thế: 厂长做事很~。Giám đốc làm việc rất hăng hái.

【泼妇】pōfù<名>người đàn bà chanh chua đanh đá

【泼辣】pōlà<形>❶(đàn bà) đanh đá; chua ngoa; sắc sảo; đáo để; tai ngược: 他的妻子很~。Vợ anh ta rất đanh đá. ❷cả quyết; tháo vát; năng nổ; dứt khoát

【泼冷水】pō lěngshuǐ giội nước lạnh; làm nhụt chí; đả kích

【泼洒】pōsǎ<动>vãi tung tóe; bắn tung tóe

【泼水】pōshuǐ<动>té nước; hắt nước; đổ nước; vầy nước

【泼水节】Pōshuǐ Jié<名>Lễ té nước

pó

婆 pó<名>❶bà; bà già: 老太~ bà lão ❷bà; mụ: 地主~ mụ địa chủ ❸mẹ chồng: 公~ bố mẹ chồng

【婆家】pójiā<名>nhà chồng

【婆婆】pópo<名>❶mẹ chồng ❷[方]bà nội; bà ngoại ❸[方]bà già

【婆婆妈妈】pópomāmā nói năng ấp úng; ăn nói lằng nhằng; (tình cảm) yếu đuối: 你说话怎么这么~的，真让人心烦。Mày nói chuyện kiểu gì mà ấp a ấp úng, làm người nghe mà thấy mệt.

【婆媳】póxí<名>mẹ chồng nàng dâu

pò

迫 pò❶<动>cưỡng bức; bức bách: ~于形势bị ép buộc bởi tình thế ❷<形>túc tốc; cấp tốc; vội vã: 从容不~ thong dong không vội vã ❸<动>tiếp cận; áp sát

【迫不得已】pòbùdéyǐ cực chẳng đã; bất đắc dĩ

【迫不及待】pòbùjídài khẩn cấp; gấp rút; vội vã; nhanh chóng; không thể chờ đợi được

【迫害】pòhài<动>bức hại: 遭到~ bị bức hại

【迫切】pòqiè<形>bức thiết; cấp bách

【迫使】pòshǐ<动>buộc; ép buộc; buộc phải: ~对方做出让步 buộc đối phương phải nhượng bộ

破 pò❶<动>vỡ; rách: 戳~ xé toạc/chọc rách ❷<动>phá vỡ; phá hỏng ❸<动>chẻ; bổ: 势如~竹 thế mạnh như chẻ tre ❹<动>đổi chẵn thành lẻ; phá lẻ: 把这一百元~成两张五十元。Đổi tờ tiền 100 đồng RMB thành hai tờ 50 đồng RMB. ❺<动>đạp đổ; phá đổ: ~格提拔 đặc cách đề bạt ❻<动>đánh bại; san bằng: 大~敌军 đánh bại quân địch ❼<动>tiêu phí; phí tiền: ~财 mất tài sản ❽<动>lộ chân tướng: ~案 phá án; 一语道~ nói rõ chân tướng ❾<形>không hay; chẳng ra gì ❿<形>rách; tồi: ~衣服 quần áo rách nát

【破败】pòbài❶<形>tàn phá; tan hoang: ~的城堡 thành lũy tan hoang ❷<动>đổ nát; lụi bại: 家业~ gia nghiệp lụi bại

【破冰船】pòbīngchuán<名>tàu phá băng

【破财消灾】pòcái-xiāozāi mất của khỏi gặp tai nạn; của đi thay người

【破产】pòchǎn<动>❶mất hết tài sản ❷phá sản ❸bị thất bại

【破除】pòchú<动>phá bỏ; gạt bỏ; bài trừ: ~迷信 bài trừ mê tín

【破费】pòfèi<动>phung phí; lãng phí; tiêu pha; tiêu tốn; tốn kém: 这顿饭很丰盛，让你~了。Bữa cơm này rất thịnh soạn, làm anh tốn kém quá.

【破格】pògé<动>đặc biệt; khác lệ thường; ngoại lệ; đặc cách: ~录取 đặc cách tuyển thẳng

【破罐破摔】pòguàn-pòshuāi chiếc vại vỡ lại còn bị đạp lên; ví cam lòng chịu kém cỏi hẩm hiu

【破坏】pòhuài<动>❶phá hoại; làm hỏng: ~整个计划 làm hỏng toàn bộ kế hoạch ❷làm tổn hại; gây thiệt hại: ~别人的家庭 làm tổn hại đến gia đình người khác ❸sửa đổi: ~规矩 sửa đổi quy tắc ❹phản bội; phá hỏng: ~祖国名誉 phản bội danh dự của tổ quốc ❺bị hỏng; bị tổn hại: 红细胞被~了。Hồng cầu bị tổn hại

【破坏力】pòhuàilì<名>sức phá hoại; sức tàn phá: 台风具有强大的~。Bão có sức tàn phá cực lớn.

【破获】pòhuò<动>❶phá án và bắt giam: ~案件12起 phá án 12 vụ ❷khám phá ra mật mã

【破解】pòjiě<动>❶vạch trần; bóc giải; giải mã: ~谜团 giải mã điều thần bí ❷phá giải: ~巫术 phá giải trò ma thuật

【破旧】pòjiù<形>vừa rách vừa cũ; rách nát; tồi tàn: ~的房子 căn phòng tồi tàn

【破口大骂】pòkǒu-dàmà ngoác mồm ra chửi; chửi ầm lên; chửi như tát nước

【破烂】pòlàn❶<形>rách nát ❷<名>đồ vật rách nát; phế phẩm; đồng nát: 收~ thu phế phẩm

【破烂不堪】pòlàn-bùkān rách tả tơi

【破例】pòlì<动>không theo lệ cũ; phá lệ: 这是公司的规定，不能~。Đây là quy định của công ti, không

P

được phá lệ.

【破裂】pòliè<动>❶vỡ ra; vỡ; tách: 血管~ vỡ mạch máu ❷rạn nứt; tan vỡ: 关系~ rạn nứt mối quan hệ

【破灭】pòmiè<动>(hi vọng...) tan vỡ; sụp đổ: 梦想~ mộng ước tan vỡ

【破伤风】pòshāngfēng<名>bệnh uốn ván

【破碎】pòsuì<动>❶vỡ tan; nát tan: 山河~ non sông tan nát ❷nghiền vụn: 用机器~建筑垃圾。Dùng máy móc nghiền vụn rác thải kiến trúc.

【破碎机】pòsuìjī<名>máy nghiền

【破损】pòsǔn<动>tàn phá; hủy hoại; phá hủy: ~严重 tàn phá nghiêm trọng

【破天荒】pò tiānhuāng xưa nay chưa thấy; lần đầu tiên: 他~地送了妻子一束玫瑰花。Lần đầu tiên anh đã tặng vợ một bó hoa hồng.

【破土动工】pòtǔ-dònggōng động thổ khai công

【破相】pòxiàng<动>mặt mày đổi xấu đi; gương mặt biến dạng (vì bị thương hay nguyên nhân khác): 火灾使他~了。Hỏa hoạn đã khiến gương mặt anh ta bị biến dạng.

【破译】pòyì<动>biết tỏng và dịch thành công (văn tự cổ, mật mã)

【破绽】pòzhàn<名>kẽ hở; chỗ sơ hở: 露出~ lộ ra kẽ hở

【破绽百出】pòzhàn-bǎichū quá nhiều sơ hở

魄 pò<名>❶(hồn) phách: 魂~ hồn phách ❷khí phách: 气~ khí phách

【魄力】pòlì<名>táo bạo dám làm; quyết đoán: 他是一位有~的领导。Ông ấy là một lãnh đạo có tính quyết đoán.

pōu

剖 pōu<动>❶giải phẫu; mổ xẻ: 解~ giải phẫu ❷phân biệt; phân tích: ~明利弊 phân tích rõ ưu và nhược điểm

【剖腹产】pōufùchǎn phẫu thuật mổ đẻ

【剖开】pōukāi<动>mổ ra; mổ xẻ: ~腹部 mổ xẻ phần bụng

【剖面图】pōumiàntú<名>bản vẽ mặt cắt; sơ đồ mặt cắt; sơ đồ tiết diện

【剖析】pōuxī<动>phân tích; mổ xẻ: 深度~ đi sâu phân tích

pū

扑 pū<动>❶bổ nhào về phía trước; lao vào: ~到母亲怀里 xà vào lòng mẹ ❷dốc lòng; dốc sức: 他一门心思都~到工作上了。Anh ấy hết lòng với công việc. ❸đánh; thốc vào: ~粉底 đánh phấn nền ❹vỗ; đập: ~苍蝇 đập ruồi ❺[方]phục; phủ phục: ~在桌上睡觉 phủ phục trên bàn ngủ

【扑鼻】pūbí<动>xộc vào mũi: 一股花香~而来。Hương hoa xộc thẳng vào mũi.

【扑打】pūdǎ<动>đập; vỗ: ~苍蝇 đập ruồi

【扑打】pūda<动>phủi: ~灰尘 phủi bụi

【扑粉】pūfěn<名>❶phấn trang điểm ❷phấn rôm

【扑救】pūjiù<动>❶dập lửa cứu người và tài sản ❷vồ (thủ môn vồ bóng)

【扑克】pūkè<名>bài tây; bài tú-lơ-khơ

【扑空】pūkōng<动>vồ trượt; bắt hụt; tóm trượt: 由于走漏消息,警察到达赌博窝点时~了。Do tin tức bị lộ ra ngoài, khi cảnh sát đến sòng bạc đã bắt hụt.

【扑面】pūmiàn<动>tạt vào mặt; hắt vào mặt: 冷气~ gió lạnh thốc vào mặt

【扑灭】pūmiè<动>❶đập chết ❷dập tắt: 大火被~了。Ngọn lửa to đã được dập tắt.

【扑通】pūtōng<拟>ùm; tõm; tùm

铺 pū ❶<动>trải ra; trải bằng: ~桌布 khăn trải bàn ❷<量>[方]cái (giường, giường lò): 一~暖炕 một chiếc giường sưởi ấm

另见pù

【铺床】pūchuáng<动>trải giường

【铺地砖】pū dìzhuān lát gạch nền

【铺垫】pūdiàn ❶<动>phù; đệm ❷<动>làm nền ❸<名>chăn đệm

【铺盖】pūgài<动>rắc; phủ; rải

【铺盖】pūgai<名>chăn đệm: 卷~走人 cuộn chăn màn đi rồi (ví bị thôi việc)

【铺路】pūlù<动>❶trải đường; làm đường: 用混凝土~ dùng bê tông trải đường ❷dọn đường: 现在所做的工作都是为今后的改革~. Tất cả những việc đang làm hiện tại đều là dọn đường cho cải cách sau này.

【铺路机】pūlùjī<名>máy trải đường

【铺平】pūpíng<动>❶trải cho bằng; san bằng ❷mở (đường)

【铺设】pūshè<动>trải; rải; đặt (đường ray, đương ống...): ~管道 đặt đường ống

【铺天盖地】pūtiān-gàidì rợp trời kín đất; ùn ùn kéo đến

【铺展】pūzhǎn<动>dàn trải; phủ trải: 把地图~在桌上。Trải tấm bản đồ lên mặt bàn.

【铺张】pūzhāng<形>❶phô trương bày biện quá đáng: ~浪费 phô trương lãng phí ❷khoa trương

pú

仆 pú<名>❶đầy tớ: 女~ nô tì/con ở ❷(thời xưa tôi tớ tự xưng) con, bầy tôi

【仆人】púrén<名>tôi tớ; nô bộc; người ở

匍 pú

【匍匐】púfú<动>❶nằm rạp xuống; bò: ~前进 nằm rạp xuống tiến về phía trước ❷trườn; bò lăn: 小狗~在门坎前。Chó con nằm rạp trước

thềm cửa.

菩 pú

【菩萨】púsà<名>❶bồ tát ❷thần Phật ❸tấm lòng Bồ tát

【菩萨心肠】púsà-xīncháng tấm lòng bồ tát; tấm lòng nhân ái

【菩提】pútí<名>bồ đề

【菩提树】pútíshù<名>cây bồ đề

脯 pú<名>ngực; ức: 胸~ vùng ngực

另见fǔ

葡 pú

【葡萄】pútao<名>cây và quả nho

【葡萄干】pútaogān<名>nho khô

【葡萄酒】pútaojiǔ<名>rượu nho; rượu vang

【葡萄糖】pútaotáng<名>đường gluco

蒲 pú<名>❶cói; lác ❷hương bồ

【蒲草】púcǎo<名>cành lá hương bồ

【蒲公英】púgōngyīng<名>(cây, hoa) bồ công anh

【蒲葵】púkuí<名>cây bồ quỳ

【蒲扇】púshàn<名>quạt hương bồ

【蒲席】púxí<名>chiếu cói

pǔ

朴 pǔ<形>mộc mạc; chất phác; giản dị: 简~ giản dị

【朴实】pǔshí<形>❶giản dị: ~的穿着 ăn mặc giản dị ❷thành thật; chất phác ❸mộc mạc; tự nhiên: ~的文笔 lời văn mộc mạc

【朴素】pǔsù<形>❶mộc mạc; giản dị: ~真挚的情感 tình cảm mộc mạc chân thành ❷(sinh hoạt) tiết kiệm: 发扬艰苦~的优良作风 phát huy tác phong chịu đựng gian khổ, tiết kiệm ❸(màu mè) nhã nhạt, không lòe loẹt

圃 pǔ<名>vườn: 花~ vườn hoa

普 pǔ<形>phổ biến; rộng khắp

【普遍】pǔbiàn<形>phổ biến; rộng rãi: ~现象 hiện tượng phổ biến

【普遍性】pǔbiànxìng<名>tính phổ biến

【普查】pǔchá<动>tổng điều tra; khảo sát chung: 人口~ tổng điều tra dân số

【普洱茶】pǔ'ěrchá<名>chè Phổ Nhĩ (chè được trồng ở Phổ Nhĩ, Vân Nam)

【普法】pǔfǎ<动>phổ biến kiến thức pháp luật: 进行~宣传 tiến hành tuyên truyền phổ biến kiến thức pháp luật

【普及】pǔjí<动>❶phổ cập: 此次竞赛 ~全省。Cuộc thi này phổ cập khắp toàn tỉnh. ❷phổ biến rộng rãi: ~心 理健康常识 phổ biến rộng rãi kiến thức tâm lí sức khỏe chung

【普快】pǔkuài<名>tàu nhanh phổ thông; tàu nhanh

【普天同庆】pǔtiān-tóngqìng mọi người cùng vui mừng chào đón; khắp nơi vui mừng

【普天之下】pǔtiānzhīxià khắp thiên hạ; thiên hạ

【普通】pǔtōng<形>phổ thông; bình thường

【普通话】pǔtōnghuà<名>tiếng phổ thông

【普通人】pǔtōngrén<名>người bình thường; người dân thường

【普选】pǔxuǎn<动>tổng tuyển cử

【普照】pǔzhào<动>chiếu rọi khắp nơi: 阳光~大地。Mặt trời chiếu rọi khắp mặt đất.

谱pǔ❶<名>phổ; phả: 族~ tộc phả/ gia phả ❷<名>sách dạy ❸<动>soạn; phổ (lời nhạc): 给这段歌词~上曲 phổ nhạc cho đoạn bài hát này ❹ <名>bản nhạc: 旧琴~ bản nhạc đàn cổ ❺<名>tiêu chuẩn ❻<名>(làm) phách

【谱写】pǔxiě<动>soạn (nhạc); viết

蹼pǔ<名>màng chân (của ếch, rùa, vịt...): 鸭~ màng chân vịt

【蹼泳】pǔyǒng<名>môn thi đấu bơi lặn có màng chân

pù

铺¹pù<名>cửa hàng; cửa hiệu; cửa tiệm: 杂货~ cửa hàng tạp hóa

铺²pù<名>giường phản: 卧~ giường nằm (trên tàu, xe)
另见pū

【铺面】pùmiàn<名>mặt ngoài cửa hiệu; cửa hàng mặt tiền

【铺位】pùwèi<名>giường nằm (trên toa tàu)

【铺子】pùzi<名>cửa hàng: 点心~ cửa hàng điểm tâm

瀑pù<名>thác nước

【瀑布】pùbù<名>thác nước

曝pù<动>[书]phơi; hong
另见bào

【曝露】pùlù<动>[书]lộ ra; bộc lộ ra; phơi ra: ~于田野上 phơi ra trên cánh đồng

【曝晒】pùshài<动>phơi nắng; phơi phóng: 把被子拿到阳光下~。Đem chăn ra phơi nắng đi.

q

qī

七 qī<数>bảy; thất: ~张椅子 bảy chiếc ghế; 他排第~。Anh ấy xếp thứ bảy.

【七彩】qīcǎi<名>bảy màu; nhiều màu sắc: ~虹 bảy sắc cầu vồng

【七分裤】qīfēnkù<名>quần lửng

【七老八十】qīlǎobāshí người già đến bảy tám mươi tuổi; già cả

【七拼八凑】qīpīn-bācòu chắp vá lung tung; rời rạc

【七上八下】qīshàng-bāxià thấp tha thấp thỏm; hồi hộp: 心里~的。Đang trong tâm trạng thấp tha thấp thỏm.

【七手八脚】qīshǒu-bājiǎo tay năm tay mười; vội vã hấp tấp

【七夕】qīxī<名>thất tịch; đêm mồng 7 tháng 7 âm lịch

【七月】qīyuè<名>tháng bảy

【七折八扣】qīzhé-bākòu hạ giá nhiều

【七嘴八舌】qīzuǐ-bāshé mồm năm miệng mười; ba mồm bảy mép

沏 qī<动>pha; ngâm bằng nước sôi: ~一杯浓茶 pha cốc chè đặc

妻 qī<名>vợ: 未婚~ vợ chưa cưới

【妻儿老小】qī'ér-lǎoxiǎo vợ chồng con cái cha mẹ; bố mẹ vợ con; cả gia đình

【妻管严】qīguǎnyán<名>cụ chuột; người đàn ông sợ vợ

【妻离子散】qīlí-zǐsàn lạc vợ xa con; cha lìa con, vợ lìa chồng

【妻子】qīzi<名>vợ

柒 qī<数>chữ "七" viết kép

栖 qī<动>đỗ lại; dừng lại; nghỉ lại: 两~动物 loài động vật lưỡng thê

【栖身】qīshēn<动>nương thân; cư trú (tạm thời): 无处~ không chốn nương thân

【栖息】qīxī<动>đậu lại; đỗ lại; nghỉ ngơi; dừng lại: 鸟儿~在高高的树上。Chim đậu trên cây cao.

【栖息地】qīxīdì<名>nơi cư trú, nơi nương thân; nơi sinh sống

凄 qī<形>❶rét buốt; lạnh lẽo; lạnh lùng: 冷雨~风 mưa gió lạnh lùng ❷tiêu điều; lạnh lẽo ❸buồn bã đau thương

【凄惨】qīcǎn<形>thê thảm; thảm thương: ~的景象 cảnh tượng thảm thương

【凄凉】qīliáng<形>❶vắng lặng; lạnh lẽo: 地震之后，留下一片~的景象。Để lại một vùng vắng lặng sau trận động đất. ❷thê lương; thê thảm; buồn tênh: 身世~ cảnh đời thê thảm/cuộc đời buồn đau

【凄切】qīqiè<形>thảm thiết; thảm thương; sầu thảm: 哭声~ tiếng khóc thảm thiết

期 qī❶<名>kì hạn; thời hạn: 定~ định kì; 过~ quá hạn; 保修~ thời hạn bảo hành ❷<名>kì; thời kì: 学~ kì học; 生育~ thời kì sinh đẻ ❸<动>hẹn: 不~而遇 không hẹn mà gặp ❹<动>

chờ đợi; mong mỏi: ~盼 mong đợi
❺〈量〉kì; khóa; số: 训练班迄今办了
三~。Lớp huấn luyện đến nay đã tổ
chức được ba khóa.

【期待】qīdài〈动〉chờ đợi; mong đợi;
trông đợi: ~着胜利的那一天 mong
đợi ngày chiến thắng

【期货】qīhuò〈名〉hàng hẹn ngày
giao; hàng kì hạn

【期货市场】qīhuò shìchǎng thị
trường hàng kì hạn

【期间】qījiān〈名〉thời kì; trong thời
gian: 放假~ trong thời gian nghỉ
phép

【期刊】qīkān〈名〉tập san ra hàng kì:
~号 số tập san

【期末】qīmò〈名〉cuối học kì: ~考试
thi cuối kì

【期盼】qīpàn〈动〉mong đợi; trông
đợi: ~着相聚的那一天 trông đợi
ngày hội ngộ

【期望】qīwàng〈动〉hi vọng; mong
mỏi: 决不辜负父母的~。Quyết
không phụ lòng mong mỏi của cha
mẹ.

【期限】qīxiàn〈名〉thời hạn; kì hạn:
~延长 gia hạn/kéo dài thời hạn

【期中】qīzhōng〈名〉giữa kì: ~考试
thi giữa học kì

欺 qī〈动〉❶dối; lừa dối: 本店童叟
无~。Cửa hiệu này không dối bất
cứ ai, từ trẻ đến già. ❷nạt; ức hiếp:
别净拣软的~。Đừng cứ ức hiếp
những người hiền lành.

【欺负】qīfu〈动〉ức hiếp; ăn hiếp; bắt
nạt; hà hiếp: ~小孩子 ăn hiếp trẻ
con

【欺凌】qīlíng〈动〉hiếp đáp; lăng
nhục; làm nhục: ~弱小 hiếp đáp
người thấp hèn

【欺瞒】qīmán〈动〉đánh lừa; lừa gạt;
lòe bịp: ~公众 lòe bịp công chúng

【欺骗】qīpiàn〈动〉lừa dối; lừa gạt;
đánh lừa: 不要自己~自己。Đừng có tự
lừa dối mình.

【欺人太甚】qīréntàishèn ức hiếp
người quá đáng

【欺软怕硬】qīruǎn-pàyìng mềm
nắn rắn buông; nạt người yếu kiềng
kẻ mạnh

【欺生】qīshēng〈动〉❶bắt nạt người
lạ: 这个地方有些人有点~。Một số
người vùng này hay có tính bắt nạt
người lạ. ❷(ngựa) bất kham với
chủ mới; không thuần phục người
lạ

【欺压】qīyā〈动〉bắt nạt và áp bức;
hà hiếp áp bức: ~百姓 hà hiếp áp
bức dân chúng

【欺诈】qīzhà〈动〉bịp bợm; lừa gạt:
~顾客 lừa gạt khách hàng

漆 qī❶〈名〉sơn: 生~ sơn sống ❷
〈动〉sơn: ~门 sơn cửa

【漆包线】qībāoxiàn〈名〉dây bọc sơn

【漆布】qībù〈名〉vải sơn; vải nhựa

【漆工】qīgōng〈名〉❶nghề sơn; nghề
sơn mài ❷thợ sơn; thợ sơn mài
❸chất lượng, kĩ thuật sơn

【漆黑】qīhēi〈形〉❶đen kịt; đen nhánh
❷tối đen; tối mịt; tối như mực: 闪电
划破~的天空。Tia chớp lóe sáng cả
bầu trời tối mịt.

【漆画】qīhuà〈名〉tranh sơn mài

【漆匠】qījiang〈名〉thợ sơn; thợ sơn
mài

【漆器】qīqì〈名〉đồ sơn mài; đồ dùng
ngoài có sơn

蹊 qī

【蹊跷】qīqiao〈形〉kì quặc; kì lạ: ~的
事情 chuyện kì quặc

qí

齐 qí❶〈形〉chỉnh tề; ngay ngắn; đều
đặn: 牙齿长得很~。Hàm răng đều
đặn. ❷〈动〉ngang; bằng: ~腰高 cao
ngang lưng ❸〈形〉như nhau; giống
nhau; ngang nhau ❹〈副〉đều; cùng;

đồng thời: 父子~上阵。Cha con cùng ra trận. ❺<形>đủ; đầy đủ; xong xuôi: 客人都到~了。Khách đã đến đủ. ❻<介>sát ❼<名>hợp kim

【齐备】qíbèi<形>đủ; đầy đủ; xong xuôi: 生活设施~ đầy đủ tiện nghi sinh hoạt

【齐步走】qíbù zǒu đi đều bước; bước đều bước

【齐全】qíquán<形>đầy đủ; đủ cả: 设备配套~ các thiết bị đồng bộ đầy đủ

【齐刷刷】qíshuāshuā đều; ngay ngắn; chỉnh tề: 树木长得~的。Hàng cây mọc đều đặn.

【齐心协力】qíxīn-xiélì đồng tâm hiệp lực; chung sức chung lòng; đồng sức đồng lòng

【齐整】qízhěng<形>ngay ngắn; gọn gàng; đều đặn; ngăn nắp: 穿戴~ ăn mặc chỉnh tề

其¹ qí<代>❶của nó; của chúng; của họ: 名副 其 职。Người nào việc nấy. ❷nó; người ấy; chúng nó: 任~发展 để mặc cho nó phát triển ❸cái đó; việc đó: 真有~人~事 có người đó việc đó thật ❹không chỉ cụ thể ai: 言过~实 nói quá sự thật

其² qí dùng làm hậu tố của từ: 极~ cực kì; 尤~ đặc biệt là

【其次】qícì<代>❶thứ hai; kế tiếp; sau đó: 负主要责任的是你, ~是他。Người chịu trách nhiệm chính là anh, sau đó là anh ấy. ❷thứ yếu; đứng sau về tầm quan trọng: 首先要保证人员安全, 财产还在~。Trước hết phải đảm bảo an toàn cho con người, tài sản là thứ yếu.

【其后】qíhòu<名>sau đó: 紧随~ theo sau nó

【其间】qíjiān<名>❶ở giữa; trong đó; giữa cái đó: ~还有未为人知的故事。Trong đó còn có những mẩu chuyện chưa có ai biết. ❷thời gian đó

【其乐无穷】qílè-wúqióng vui thú vô cùng

【其实】qíshí<副>kì thực; thực ra

【其他】qítā<代>cái khác; khác: 除了这个办法, 还有没有~的?Ngoài cách này ra, còn có cách khác không?

【其余】qíyú<代>còn lại

【其中】qízhōng<名>trong đó: 一共有60人遇难, ~有30名学生。Tất cả có 60 người bị tai nạn, trong đó có 30 em học sinh.

奇 qí❶<形>hiếm thấy; lạ; đặc biệt: ~迹 kì tích; 人才~缺 nhân tài rất thiếu ❷<形>bất ngờ; đột ngột: ~袭 tập kích bất ngờ ❸<动> ngạc nhiên; kinh ngạc; lấy làm lạ: 不足为~ không lấy gì làm lạ
另见jī

【奇才】qícái<名>người tài ba lỗi lạc; kì tài

【奇怪】qíguài<形>❶kì quái; kì lạ; khác thường: 孩子有一些~的表现。Đứa trẻ có những biểu hiện khác thường. ❷lạ; khó hiểu

【奇观】qíguān<名>kì quan: 长城是世界一大~。Trường Thành là một kì quan lớn trên thế giới.

【奇幻】qíhuàn<形>❶kì ảo; hão huyền: ~的遐想 mơ mộng hão huyền ❷kì lạ; luôn biến đổi: ~莫测的大自然景象 cảnh thiên nhiên kì lạ luôn biến đổi

【奇妙】qímiào<形>kì diệu; kì lạ; mới lạ; thần tình: 想法~ ý tưởng mới lạ

【奇葩】qípā<名>bông hoa đẹp kì lạ: 文坛~ biệt tài trên văn đàn

【奇巧】qíqiǎo<形>tinh xảo; khéo léo: 构思~ cấu tứ tài tình

【奇缺】qíquē<动>vô cùng thiếu; rất thiếu: 灾区蔬菜、药品~。Trong vùng bị nạn rất thiếu rau và thuốc.

【奇人】qírén<名>❶người kì lạ ❷

Q

người tài ba

【奇事】qíshì〈名〉việc lạ; chuyện lạ

【奇思妙想】qísī-miàoxiǎng cách nghĩ mới lạ kì diệu

【奇谈怪论】qítán-guàilùn lời lẽ quái gở

【奇特】qítè〈形〉lạ; lạ lùng; kì quặc; đặc biệt: 造型~ tạo hình đặc biệt

【奇闻】qíwén〈名〉sự việc lạ tai; tin lạ: 惊天~ chuyện lạ kinh người

【奇形怪状】qíxíng-guàizhuàng hình thù kì lạ; hình thù quái dị

【奇异】qíyì〈形〉❶kì lạ; mới lạ: ~的服装款式 những kiểu áo mới lạ ❷lạ lẫm; kinh ngạc: 看到什么都感到~ trông cái gì cũng lạ lẫm

【奇珍异宝】qízhēn-yìbǎo của báu vật lạ

【奇装异服】qízhuāng-yìfú kiểu quần áo lố lăng; áo quần kì lạ; áo quần lạ lùng

歧 qí〈形〉❶(đường) rẽ; (đường) nhánh ❷ khác nhau

【歧路】qílù〈名〉❶đường rẽ; đường nhánh: 在~前徘徊 chần chừ trước đường rẽ ❷con đường sai lầm: 不要走上~。Không thể đi vào con đường sai lầm.

【歧视】qíshì〈动〉kì thị; phân biệt đối xử; đối xử không bình đẳng: 种族~ phân biệt chủng tộc

【歧途】qítú〈名〉con đường sai lầm; con đường lầm lạc: 误入~ lỡ bước vào con đường lầm lạc

【歧义】qíyì〈名〉nghĩa khác; ý nghĩa khác nhau; đa nghĩa; chênh lệch nghĩa

祈 qí〈动〉❶cầu khẩn; cầu xin; nài xin ❷thỉnh cầu; hi vọng; cầu mong

【祈祷】qídǎo〈动〉cầu khẩn; cầu đảo; cầu nguyện

【祈福】qífú〈动〉cầu chúc hạnh phúc; cầu phúc: 为百姓~ cầu chúc cho dân

【祈盼】qípàn〈动〉mong; hi vọng: ~回复 mong được phúc đáp

【祈求】qíqiú〈动〉cầu khẩn; cầu xin: ~风调雨顺 cầu mong cho mưa thuận gió hòa

【祈使句】qíshǐjù〈名〉câu cầu khiến

脐 qí〈名〉❶rốn; cuống rốn ❷yếm cua

【脐橙】qíchéng〈名〉cam naven

【脐带】qídài〈名〉cuống rốn

畦 qí❶〈名〉ruộng có bờ ❷〈量〉luống; vồng: 种一~菜 trồng một luống rau

崎 qí〈形〉[书]nghiêng; xiêu vẹo; gồ ghề; mấp mô

【崎岖】qíqū〈形〉gồ ghề; gập ghềnh; khúc khuỷu; khấp khểnh: ~的道路 đường gồ ghề

骑 qí❶〈动〉cưỡi; đi: ~马 cưỡi ngựa; ~自行车 đi xe đạp ❷〈动〉giáp lai ❸〈名〉ngựa dùng để cưỡi; động vật dùng để cưỡi: 坐~ ngựa/động vật dùng để cưỡi ❹〈名〉kị; kị binh; người cưỡi ngựa

【骑兵】qíbīng〈名〉kị binh; lính cưỡi ngựa: 一分队 một phân đội kị binh

【骑虎难下】qíhǔ-nánxià cưỡi hổ khó xuống; đâm lao phải theo lao; đã trót phải trét; cưỡi trên lưng hổ

【骑楼】qílóu〈名〉[方]mái hiên: ~底 dưới mái vòm

【骑士】qíshì〈名〉kị sĩ

棋 qí〈名〉❶cờ: 国际象~ cờ vua ❷quân cờ; nước cờ: 妙~ nước cờ hay tuyệt

【棋逢对手】qíféngduìshǒu kì phùng địch thủ; ngang sức ngang tài

【棋牌室】qípáishì〈名〉phòng đánh cờ và chơi bài

【棋盘】qípán〈名〉bàn cờ

【棋赛】qísài〈名〉cuộc đấu cờ

【棋手】qíshǒu〈名〉người đánh cờ; kì thủ

【棋坛】qítán〈名〉giới đánh cờ

【棋艺】qíyì〈名〉nghệ thuật đánh cờ:

~精湛 nghệ thuật đánh cờ cao siêu

【棋子】qízǐ<名>quân cờ

旗qí<名>lá cờ: 红~ cờ đỏ

【旗号】qíhào<名>cờ hiệu; kì hiệu; chiêu bài: 他们打着科学的~，到处招摇撞骗。Bọn chúng núp dưới chiêu bài "khoa học", đi lừa đối khắp nơi.

【旗舰店】qíjiàndiàn<名>cửa hàng hàng đầu; cửa hàng chính

【旗开得胜】qíkāi-déshèng thắng ngay từ trận đầu; vừa ra quân đã lập công

【旗袍】qípáo<名>kì bào; áo dài của phụ nữ Trung Quốc

【旗帜】qízhì<名>❶cờ; lá cờ; cờ xí: 挥舞~ phất cờ ❷tấm gương tốt: 这个先进集体是行业的一面~。Tập thể tiên tiến này là một tấm gương tốt của ngành. ❸ngọn cờ: 和平的~ ngọn cờ hòa bình

鳍qí<名>vây cá: 胸~ vây ngực

麒qí

【麒麟】qílín<名>kì lân; con kì lân (một loài vật trong truyền thuyết)

qǐ

乞qǐ<动>xin; cầu xin: ~讨 ăn xin

【乞丐】qǐgài<名>người ăn xin; kẻ ăn mày; người hành khất

【乞怜】qǐlián<动>van xin; xin rủ lòng thương: 摇尾~ cúi đầu van xin

【乞求】qǐqiú<动>xin; van xin; cầu mong: ~宽恕 cầu xin tha thứ

【乞讨】qǐtǎo<动>ăn mày; ăn xin; xin xỏ: 以~为生 sống bằng nghề ăn xin

岂qǐ<副>[书]há; sao; đâu: 你捅了这么大的娄子~能饶你? Mày làm ra chuyện tày đình như vậy đâu có thể tha thứ cho mày?

【岂不】qǐbù<副>chẳng phải...sao: 大家一起去~更好? Mọi người cùng đi

chẳng phải tốt hơn hay sao?

【岂敢】qǐgǎn<动>đâu dám

【岂能】qǐnéng<动>há nỡ; đâu có thể được sao: ~言而无信? Há có thể nói rồi lại lật lọng!

【岂有此理】qǐyǒucǐlǐ đâu có lẽ đó; đâu có lí đó; sao có thể như thế được; thật là vô lí: 你自己的过错却要别人背黑锅，真是~! Lỗi tại anh mà người ta phải gánh chịu thay, thật là vô lí!

企qǐ<动>❶kiễng chân ❷mong đợi; trông chờ; mong chờ

【企鹅】qǐ'é<名>chim cánh cụt

【企管】qǐguǎn<名>sự quản lí doanh nghiệp: ~部门 cơ quan quản lí doanh nghiệp

【企盼】qǐpàn<动>mong muốn; mong đợi; trông mong: 翘首~ nghe ngóng trông mong

【企求】qǐqiú<动>mong muốn; khao khát; mong được; cầu mong: 找不~ 你的理解。Tôi không mong được sự thông cảm của anh.

【企图】qǐtú<名>❶ý đồ; ý định: 另有~ có ý định khác ❷<动>định; hòng; mưu toan; toan tính: ~掩盖事实 hòng che giấu sự thật

【企业】qǐyè<名>xí nghiệp; doanh nghiệp: ~重组 tái cơ cấu doanh nghiệp

【企业法人】qǐyè fǎrén pháp nhân xí nghiệp

【企业家】qǐyèjiā<名>doanh gia; doanh nhân

【企业所得税】qǐyè suǒdéshuì thuế thu nhập doanh nghiệp

杞qǐ

【杞人忧天】qǐrén-yōutiān người nước Ki lo chuyện trời sập mà ăn ngủ không yên; lo bò trắng răng

启qǐ❶<动>mở; bóc: ~封 bóc niêm phong ❷<动>mở đường; dẫn dắt: ~

Q

蒙 vỡ lòng; ~发 gợi mở ❸〈动〉bắt đầu: ~用 bắt đầu sử dụng

【启程】qǐchéng〈动〉khởi hành; lên đường: 明天他~前往北京。Mai anh ấy lên đường đi Bắc Kinh.

【启齿】qǐchǐ〈动〉mở miệng; nói ra; hé răng; mở mồm: 羞于~ thẹn không nói ra

【启迪】qǐdí〈动〉khêu gợi; chỉ bảo; mở lối chỉ đường

【启动】qǐdòng〈动〉❶khởi động; mở máy; chạy máy: ~机器 mở máy ❷khởi động; bắt đầu: ~新一轮谈 判 khởi động một vòng đàm phán mới ❸mở mang: ~乡镇机构改革 mở mang công việc cải cách thị trấn và nông thôn

【启动器】qǐdòngqì〈名〉bộ khởi động

【启动资金】qǐdòng zījīn vốn khởi động

【启蒙教育】qǐméng jiàoyù giáo dục ban đầu; giáo dục cơ bản: 接受 ~ tiếp nhận giáo dục cơ bản

【启蒙老师】qǐméng lǎoshī thầy cô giáo vỡ lòng

【启明星】qǐmíngxīng〈名〉sao mai; sao kim

【启瓶器】qǐpíngqì〈名〉cái mở chai

【启示】qǐshì❶〈名〉sự cảm hứng ❷〈动〉gây cảm hứng; truyền cảm; gợi ý; chỉ cho thấy

【启事】qǐshì〈名〉thông báo; yết thị: 张贴~ treo một tờ yết thị

【启用】qǐyòng〈动〉bắt đầu sử dụng; đưa vào sử dụng: ~新的生产线 đưa vào sử dụng dây chuyền sản xuất mới

起¹ qǐ❶〈动〉dậy: 晚睡早~ thức khuya dậy sớm ❷〈动〉rời; rời khỏi ❸〈动〉thăng; lên; nảy lên: ~落 lên xuống ❹〈动〉nổi lên; mọc; sưng lên: ~痱 子 nổi rôm ❺〈动〉nhổ; cậy; bóc; kéo; moi; xúc: ~钉子 nhổ đinh ❻

〈动〉nổi: ~风 nổi gió ❼〈动〉dựng; xây; làm; cất; xây dựng: ~房子 xây nhà ❽〈动〉thảo; nháp; vạch ra; đặt: ~名字 đặt tên ❾〈动〉lĩnh; nhận; lấy: ~护照 nhận hộ chiếu ❿〈动〉bắt đầu: 从现在~ bắt đầu từ nay ⓫〈动〉bắt đầu từ: 从二月 算~ bắt đầu tính từ tháng hai ⓬〈量〉cái; vụ; lần: 发生一~交通事故 xảy ra một vụ tai nạn giao thông ⓭〈量〉tốp; bầy; loạt; nhóm; đoàn ⓮〈动〉khởi; dấy: ~义 khởi nghĩa

起² qǐ〈动〉❶lên (dùng sau động từ, biểu thị hướng đi lên): 抬~头 ngẩng đầu lên ❷nổi; được (dùng sau động từ, biểu thị đủ sức hay không đủ sức): 伤不~ không chịu nổi nỗi đau xót ❸lên (dùng sau động từ): 湖面 荡~了涟漪。Mặt hồ gợn sóng lăn tăn. ❹đến; tới (dùng sau động từ): 想~童年往事 nghĩ về những câu chuyện thời thơ ấu

【起笔】qǐbǐ❶〈动〉đặt bút; bắt đầu viết; mở đầu một nét bút (về thư pháp) ❷〈名〉nét (chữ) đầu tiên ❸〈名〉những câu đầu của văn chương

【起搏器】qǐbóqì〈名〉máy điều hòa nhịp tim

【起步】qǐbù〈动〉❶bắt đầu đi: 车子~ 了。Xe bắt đầu chuyển bánh. ❷cất bước; bắt đầu; khởi đầu: ~工资 lương khởi điểm

【起步价】qǐbùjià〈名〉tiền trả cho đoạn khởi bước (tắc xi...); tiền khởi điểm; giá khởi điểm

【起草】qǐcǎo〈动〉khởi thảo; thảo ra: ~一份合同 dự thảo một hợp đồng

【起初】qǐchū〈名〉lúc đầu; thoạt đầu; ban đầu: ~公司也遇到不少困难。Ban đầu công ti cũng gặp nhiều khó khăn.

【起床】qǐchuáng〈动〉dậy; ngủ dậy; thức dậy

【起点】qǐdiǎn〈名〉❶khởi điểm; chỗ bắt đầu đi: 新的~ khởi điểm mới

❷[体育]điểm xuất phát; vị trí xuất phát

【起动】qǐdòng<动>khởi động; bật máy

【起飞】qǐfēi<动>❶cất cánh: 飞机~ máy bay cất cánh ❷thăng tiến; cất cánh: 经济~ nền kinh tế cất cánh

【起伏】qǐfú<动>❶nhấp nhô; trập trùng: 波浪~ sóng nhấp nhô; 山峦 ~ đồi núi trập trùng ❷khi lên khi xuống; lên xuống bập bênh: 商品价格~不定。Giá hàng lên xuống thất thường.

【起航】qǐháng<动>nhổ neo; khởi hành; bắt đầu chuyến bay

【起哄】qǐhòng<动>❶(đám đông) gây ồn ào; quấy rối: 瞎~ gây rối tầm bậy ❷trêu chọc; trêu đùa; đùa giỡn: 年轻人互相~。Bọn trẻ trêu chọc nhau.

【起火】qǐhuǒ<动>❶đỏ lửa; nấu cơm ❷cháy; bốc cháy: 房子~了。Cháy nhà. ❸nổi nóng; nổi giận

【起货】qǐhuò<动>dỡ hàng

【起家】qǐjiā<动>gây dựng cơ đồ; dựng nên sự nghiệp: 白手~ tay trắng dựng nên cơ đồ

【起劲】qǐjìn<形>hăng; hăng hái; hăng say: 大家干得很~。Mọi người làm việc rất hăng say.

【起居】qǐjū<名>sinh hoạt hàng ngày; ăn ở; nghỉ ngơi: 要照顾好病人的饮食~。Phải trông nom chu đáo việc ăn uống nghỉ ngơi cho bệnh nhân.

【起居室】qǐjūshì<名>phòng khách

【起来】[1] qǐlái<动>❶dậy; ngồi dậy; đứng dậy: 姑娘~把座位让给了一位老太太。Cô đứng dậy nhường chỗ cho một bà cụ ngồi. ❷dậy; ngủ dậy: 他刚~就去书房看书了。Ông ấy vừa mới ngủ dậy đã đến phòng đọc để đọc sách. ❸đứng lên; vùng lên: ~推翻封建统治制度 vùng lên lật đổ ách thống trị phong kiến

【起来】[2] qǐlái<动>❶lên (đứng sau động từ): 太阳升~了。Mặt trời đã mọc lên. ❷lên; bắt đầu (đứng sau động từ, tính từ): 慢慢好~ dần dần khá lên ❸lại; ra (đứng sau động từ, tính từ): 团结~ đoàn kết lại ❹chừng

【起立】qǐlì<动>đứng dậy; nghiêm (khẩu lệnh): 全体~! Tất cả đứng dậy!/ Nghiêm!

【起码】qǐmǎ<形>mức thấp nhất; ít nhất; tối thiểu: 这件工作~要一个星期才能完成。Việc này ít nhất phải một tuần mới xong.

【起毛】qǐmáo<动>❶nùi bông; nạm bông ❷lo lắng; hoảng sợ ❸sợi ngắn trên mặt vải; ni; tuyết nhung v.v.

【起锚】qǐmáo<动>nhổ neo

【起拍价】qǐpāijià<名>giá tối thiểu trong cuộc bán đấu giá; giá khởi điểm

【起跑】qǐpǎo<动>bắt đầu chạy; xuất phát

【起跑线】qǐpǎoxiàn<名>vạch xuất phát: 不能输在~上。Không thể thua ngay từ vạch xuất phát.

【起泡】qǐpào<动>❶rộp lên: 手掌~ bàn tay rộp lên ❷tạo bọt; nổi bọt

【起色】qǐsè<名>khởi sắc; chuyển biến tốt lên; khá hơn: 工作有了~。Công việc đã khá hơn.

【起身】qǐshēn<动>❶lên đường; bắt đầu ra đi: 他明天~回一趟老家。Ngày mai anh ấy lên đường về quê. ❷dậy; ngủ dậy; thức dậy ❸đứng dậy: ~打招呼 đứng dậy chào hỏi

【起始】qǐshǐ❶<动>bắt đầu; xuất phát: ~页 trang đầu ❷<名>ban đầu

【起诉】qǐsù<动>khởi tố; kiện; kiện tố; truy tố: ~犯罪嫌疑人 khởi tố người nghi can

【起诉人】qǐsùrén<名>người phát đơn kiện

【起诉书】qǐsùshū<名>bản cáo trạng

【起跳】qǐtiào<动>lấy đà nhảy; bật nhảy

【起头】qǐtóu❶<动>bắt đầu; mở đầu;

khởi đầu: 万事~难。 Vạn sự khởi đầu nan. ❷〈名〉lúc đầu; chỗ bắt đầu: 这件事很重要，你从~说清楚。 Việc này quan trọng lắm, anh nói rõ từ đầu đi.

【起舞】qǐwǔ〈动〉nhảy múa; múa

【起夜】qǐyè〈动〉đi đái đêm; đêm dậy đi tiểu; dậy đêm

【起义】qǐyì〈动〉khởi nghĩa; dấy nghĩa: 农民~ cuộc khởi nghĩa nông dân

【起因】qǐyīn〈名〉nguyên nhân gây ra; căn nguyên

【起用】qǐyòng〈动〉❶dùng lại; phục chức; tái bổ dụng: ~退休科研人员 sử dụng lại cán bộ khoa học hưu trí ❷đề bạt; sử dụng; cất nhắc: 得到上级~ được cấp trên cất nhắc

【起源】qǐyuán❶〈动〉bắt nguồn; khởi nguyên: 红河~于中国云南省。 Sông Hồng bắt nguồn từ tỉnh Vân Nam Trung Quốc. ❷〈名〉nguồn gốc; căn nguyên: 生命的~ nguồn gốc của sự sống

【起早贪黑】qǐzǎo-tānhēi thức khuya dậy sớm; đi sớm về tối; một nắng hai sương

【起征点】qǐzhēngdiǎn〈名〉mức thuế bắt đầu thu; tiền thuế tối thiểu bắt đầu thu

【起止】qǐzhǐ〈动〉khởi đầu và kết thúc: ~日期 ngày tháng khởi đầu và kết thúc

【起重机】qǐzhòngjī〈名〉cần cẩu; cần trục; máy trục

【起子】qǐzi〈名〉❶cái mở nút chai ❷[方]tuốc-nơ-vít ❸[方]bột nở

qì

气 qì❶〈名〉hơi; khí: 天然~ khí đốt thiên nhiên; 煤~ gas ❷〈名〉không khí: 新鲜空~ không khí tươi mát ❸〈名〉hơi thở: ~息微弱 hơi thở yếu ớt ❹〈名〉khí trời; thời tiết; hiện tượng nóng lạnh: 天~ thời tiết ❺〈名〉mùi: 臭~ mùi thối ❻〈名〉khí thế ❼〈名〉tinh thần; khí phách: 勇~ dũng khí; 朝~蓬勃 dạt dào sức sống ❽〈名〉tác phong; thói; tính: 孩子~ tính trẻ con ❾〈动〉tức giận; phát cáu; chọc tức: 你不要故意~我。 Anh đừng cố ý chọc tức tôi. ❿〈名〉bắt nạt; ức hiếp: 受~ bị ức hiếp ⓫〈名〉khí (Đông y): 元~ nguyên khí; ~血 khí huyết ⓬〈名〉từ Đông y chỉ một số hiện tượng bệnh: 痰~ bệnh tâm thần/trúng phong ⓭〈名〉số mệnh

【气泵】qìbèng〈名〉máy bơm hơi

【气冲冲】qìchōngchōng〈形〉tức giận đùng đùng; hầm hầm tức giận

【气喘】qìchuǎn〈动〉thở dốc; hen; suyễn; siễn: ~吁吁 thở hổn hển

【气粗】qìcū〈形〉❶nóng nảy ❷khí thế rất mạnh: 财大~ cậy giàu lên mặt/ cậy của khinh người

【气垫】qìdiàn〈名〉❶cái đệm hơi ❷đệm không khí: ~船 tàu đệm khí

【气度】qìdù〈名〉phong thái; khí phách và độ lượng: ~不凡 phong thái khác thường

【气短】qìduǎn〈形〉❶hụt hơi; hết hơi; thở hổn hển; thở dốc: 他扛着行李爬上七楼，一点也不觉得~。 Ông ấy xách hành lí đến gác bày cũng chẳng bị thở dốc. ❷nhụt chí; sờn lòng; nản chí: 儿女情长，英雄~。 Nhi nữ dài tình, anh hùng nản chí.

【气氛】qìfēn〈名〉bầu không khí: 友好的~ bầu không khí hữu nghị

【气愤】qìfèn〈形〉căm giận; bực tức; căm tức: 听他这么说，谁都~。 Nghe nó nói vậy, ai cũng tức giận.

【气概】qìgài〈名〉khí khái; khí phách; phong thái: 英雄~ khí phách anh hùng

【气缸】qìgāng〈名〉xi lanh

【气功】qìgōng〈名〉khí công

【气鼓鼓】qìgǔgǔ đầy giận dữ

【气管】qìguǎn<名>khí quản

【气管炎】qìguǎnyán<名>viêm khí quản

【气焊】qìhàn<动>hàn hơi

【气候】qìhòu<名>❶khí hậu; thời tiết: ~温暖 thời tiết ấm áp ❷tình thế; không khí; hoàn cảnh: 经济~ hoàn cảnh kinh tế ❸kết quả; thành tựu: 要想将来成~, 现在就得下苦功. Muốn tương lai có thành tựu thì phải cố gắng gấp bội từ bây giờ.

【气呼呼】qìhūhū thở phì phì; tức giận thở hồn hển; thở hồng hộc: ~地走了 ra đi giận dỗi

【气话】qìhuà<名>những câu nói trút ra trong khi tức giận

【气急败坏】qìjí-bàihuài quá giận mất khôn; rối loạn

【气孔】qìkǒng<名>❶lỗ khí; khí khổng ❷lỗ thở ❸lỗ hổng; lỗ thông hơi ❹rỗ

【气流】qìliú<名>❶luồng không khí ❷[语言]luồng hơi thở

【气门】qìmén<名>❶[动物]lỗ thở (trên mình của côn trùng) ❷van hơi ❸cửa hơi

【气门芯】qìménxīn<名>❶tâm van; ruột van ❷ống cao su (dùng làm ruột van)

【气囊】qìnáng<名>❶túi khí; khí nang (ở trong cơ thể của loài chim) ❷khí cầu

【气恼】qìnǎo<形>tức giận; nổi giận; bực tức

【气馁】qìněi<形>nhụt chí; nản lòng; nản chí; thoái chí: 失败了也不要~. Dù thất bại cũng không nản chí.

【气派】qìpài❶<名>phong thái: 艺术家的~ phong thái của nghệ sĩ ❷<形>khí thế; cung cách: 这座楼看上去非常~. Tòa nhà này trông khí thế lắm.

【气泡】qìpào<名>bong bóng; bọt; tăm

【气枪】qìqiāng<名>súng hơi

【气球】qìqiú<名>bóng hơi; khí cầu; khinh khí cầu

【气色】qìsè<名>khí sắc; thần sắc: 最近她的~很好, 看起来很红润. Gần đây khí sắc của chị ấy rất tốt, mặt mũi hồng hào.

【气势】qìshì<名>khí thế: ~磅礴 khí thế bàng bạc; ~恢宏 khí thế hùng vĩ

【气态】qìtài<名>trạng thái hơi

【气体】qìtǐ<名>thể hơi; thể khí

【气筒】qìtǒng<名>cái bơm

【气头上】qìtóushàng<名>lúc tức giận: 老板正在~, 你还是下次再来吧. Sếp đang cơn giận, khi khác anh đến nhé.

【气味】qìwèi<名>❶mùi vị; hơi ❷tính cách; sở thích; tính khí: ~相投 tính khí hợp nhau

【气温】qìwēn<名>nhiệt độ không khí

【气息】qìxī<名>❶hơi thở. ~奄奄 hơi thở thoi thóp ❷mùi vị; khí vị; hương vị: 节日的~ hương vị ngày tết

【气象】qìxiàng<名>❶khí tượng ❷khí tượng học; khoa học khí tượng ❸tình hình; cảnh tượng; quang cảnh: 万千 quang cảnh muôn hình vạn trạng ❹khí thế: ~宏伟 khí thế hùng vĩ

【气象台】qìxiàngtái<名>đài khí tượng

【气汹汹】qìxiōngxiōng giận dữ; cuồng giận: 他~地冲进屋子. Nó giận dữ xộc vào nhà.

【气吁吁】qìxūxū thở hồng hộc

【气虚】qìxū<形>khí hư; khí huyết suy nhược

【气压】qìyā<名>khí áp; sức ép của không khí

【气焰】qìyàn<名>sự kiêu căng; tính ngạo mạn: ~嚣张 kiêu căng hết sức

【气质】qìzhì<名>❶khí chất ❷phong cách; phong thái: 知识分子的~

phong thái của người trí thức

迄 qì ❶<动>đến; tới ❷<副>vẫn: ~未见 效 vẫn chưa thấy hiệu quả

【迄今】 qìjīn<动>cho đến nay; đến nay; mãi đến giờ: ~为止 cho đến bây giờ

弃 qì<动>bỏ đi; vứt đi; bỏ mặc: 抛~ vứt bỏ; 舍~ vứt bỏ đi

【弃儿】 qì'ér<名>đứa con bị ruồng bỏ

【弃权】 qìquán<动>không bỏ phiếu; bỏ phiếu trắng; bỏ cuộc

【弃婴】 qìyīng ❶<动>ruồng bỏ trẻ sơ sinh ❷<名>đứa bé bị ruồng bỏ

汽 qì<名>❶hơi ❷hơi nước: ~机 máy hơi nước

【汽车】 qìchē<名>ô tô; xe hơi: ~制造 商 nhà sản xuất xe hơi

【汽车旅馆】 qìchē lǚguǎn nhà trọ/ khách sạn cho người lái xe; motel

【汽车站】 qìchēzhàn<名>bến xe

【汽船】 qìchuán<名>❶tàu hơi nước ❷thuyền máy; ca nô

【汽锤】 qìchuí<名>búa máy; búa hơi

【汽笛】 qìdí<名>còi: ~拉响。Tiếng còi vang lên.

【汽缸】 qìgāng<名>xi lanh

【汽化】 qìhuà<动>khí hóa; sự bay hơi; bốc hơi: 水到一定温度就会~。 Nước đến nhiệt độ nhất định sẽ bốc hơi.

【汽轮机】 qìlúnjī<名>động cơ chạy bằng hơi nước; tua-bin khí

【汽水】 qìshuǐ<名>nước giải khát có ga: 冰镇~ nước giải khát ướp lạnh

【汽艇】 qìtǐng<名>thuyền máy; ca nô

【汽油】 qìyóu<名>xăng; dầu xăng

【汽油机】 qìyóujī<名>động cơ xăng

泣 qì ❶<动>khóc thút thít; khóc không thành tiếng: 哭~ khóc lóc ❷<名>nước mắt: 饮~ nuốt nước mắt

【泣不成声】 qìbùchéngshēng khóc nghẹn ngào; khóc không thành tiếng

契 qì ❶<动>[书]chạm; khắc ❷<名>

[书]chữ khắc: 书~ khắc chữ ❸<名> văn khế; văn tự: 地~ văn tự đất/khế ước mua bán đất ❹<动> hợp nhau; thỏa thuận với nhau; ăn ý nhau: 达 成默~ đi tới nhất trí

【契合】 qìhé ❶<动>phù hợp; khớp; thích hợp: 他找到了~自己专业的工 作。Anh ấy đã xin được việc làm hợp với chuyên môn. ❷<形>hợp nhau; ăn rơ: 他们两人看起来感情 很~。Hai người ấy có vẻ hợp nhau.

【契机】 qìjī<名>thời cơ: 这项政策的 实施将给经济发展带来新的~。Thi hành chính sách này sẽ đưa lại cơ hội mới cho việc phát triển kinh tế.

【契税】 qìshuì<名>thuế chuyển nhượng bất động sản

【契约】 qìyuē<名>khế ước; giao kèo

砌 qì ❶<动>xây: ~墙 xây tường ❷ <名>[书]bậc thềm: 雕栏玉~ lan can chạm trổ/bậc thềm đá hoa

器 qì ❶<名>dụng cụ; công cụ; khí cụ; đồ: 电~ đồ điện ❷<名>khí quan; cơ quan: 生殖~ cơ quan sinh dục ❸ <名>máy; hộp: 变压~ máy biến thế ❹<名>đức độ; tài năng; nhân tài: 大 ~晚成 tài cao thành đạt muộn ❺<动> [书]quý trọng; coi trọng

【器材】 qìcái<名>khí tài; thiết bị

【器官】 qìguān<名>khí quan; cơ quan; bộ máy: 发音~ cơ quan phát âm

【器官移植】 qìguān yízhí cấy ghép khí quan; ghép phủ tạng

【器皿】 qìmǐn<名>đồ đựng: 家用~ đồ đựng trong nhà

【器械】 qìxiè<名>❶dụng cụ chuyên môn:医疗~ dụng cụ chữa bệnh ❷vũ khí; khí giới

【器乐】 qìyuè<名>khí nhạc; âm nhạc diễn tấu bằng nhạc cụ

【器重】 qìzhòng<动>coi trọng; quý; quý trọng: 他精明能干,老总很~他。 Anh ấy tháo vát năng nổi, cấp trên rất quý trọng anh.

qiā

掐 qiā❶<动>ngắt; cấu; bấu; véo; bấm: 谁把我种的花~了?Ai đã ngắt hoa tôi trồng? ❷<动>bóp: 一把~住 bóp chặt lấy ❸<量>[方]dúm; túm: 一~小葱 một dúm hành ❹ <动>[方]đánh nhau

【掐断】qiāduàn<动>cắt đứt: ~电源 cắt nguồn điện

【掐算】qiāsuàn<动>bấm ngón tay tính toán

【掐头去尾】qiātóu-qùwěi ngắt đầu bỏ đuôi

qiǎ

卡 qiǎ❶<动>mắc; kẹt; hóc; kẹp chặt: 喉咙里~了鱼刺。Cổ họng bị hóc phải xương cá. ❷<动>ngăn chặn; giữ lại; ách lại: ~累开支 quan lí các khoản chi tiêu ❸<动>bóp chặt: ~脖子 bóp chặt cổ ❹<名>cái cặp ❺<名>trạm kiểm soát: 税~ trạm thu thuế
另见kǎ

【卡壳】qiǎké<动>❶(súng) hóc; kẹt ❷tạm ngừng; bị kẹt; trục trặc; bị tắc: 他说着说着就~了。Anh ấy đang nói thì bị nghẹn lại.

【卡子】qiǎzi<名>❶cái cặp; cái kẹp ❷trạm kiểm soát

qià

洽 qià❶<形>hòa thuận; hợp nhau: 融~ hợp nhau ❷<动>bàn bạc; giao thiệp; tiếp xúc; thương lượng: 面~ bàn bạc trực tiếp ❸<形>[书]sâu rộng; đầy đủ; nhiều: 博识~闻 nghe nhiều biết rộng

【洽谈】qiàtán<动>bàn bạc; thảo luận; thương lượng: ~业务 thương lượng về nghiệp vụ

恰 qià❶<形>thích đáng; thỏa đáng; thích hợp: 措辞不~ câu chữ dùng không thích hợp ❷<副>vừa vặn; vừa đúng; vừa hay: ~到好处 vừa đến mức

【恰当】qiàdàng<形>thích đáng; thỏa đáng; thích hợp; xác đáng

【恰到好处】qiàdào-hǎochù vừa đúng chỗ; đúng mức

【恰好】qiàhǎo<副>vừa vặn; vừa đúng lúc; vừa hay; vừa may: ~把钱 花完 vừa vặn tiêu hết tiền

【恰恰】qiàqià<副>vừa đúng; hoàn toàn; vừa hay: 结果~证明她是对的。Kết quả lại vừa vặn chứng minh chị ấy là đúng.

【恰恰舞】qiàqiàwǔ<名>múa cha-cha

【恰巧】qiàqiǎo<副>vừa khéo; vừa may; vừa vặn: ~大家都在。Vừa may mọi người đã đến đủ cả.

qiān

千 qiān<数>❶nghìn; ngàn: ~里 ngàn dặm ❷rất nhiều: ~家万户 rất nhiều gia đình

【千变万化】qiānbiàn-wànhuà biến hóa vô cùng; thiên biến vạn hóa

【千层饼】qiāncéngbǐng<名>bánh nướng nhiều lớp

【千差万别】qiānchā-wànbié khác nhau rất nhiều

【千方百计】qiānfāng-bǎijì trăm phương nghìn kế

【千伏】qiānfú<量>[电学]ki-lô-vôn

【千古】qiāngǔ❶<名>nghìn xưa; nghìn đời; muôn đời; thiên cổ: 名留 ~ lưu danh thiên cổ ❷<动>thiên cổ (lời viếng): 老夫人~ bà cụ thiên cổ

【千赫】qiānhè<量>ki-lô-héc

【千家万户】qiānjiā-wànhù mỗi một gia đình; từng gia đình

【千斤】qiānjīn(数量)nghìn cân; ví trách nhiệm nặng nề: ~重担一肩挑。Gánh nặng nghìn cân một mình gánh vác.

【千斤顶】qiānjīndǐng〈名〉cái kích để kích vật nặng

【千金】qiānjīn❶〈名〉nghìn vàng; rất nhiều tiền: ~难买 bao nhiêu tiền cũng khó mua được ❷〈形〉rất quý giá: ~之躯 tấm thân ngàn vàng ❸〈名〉quý nữ; thiên kim

【千钧一发】qiānjūn-yīfà nghìn cân treo sợi tóc

【千克】qiānkè〈量〉ki-lô-gam

【千里马】qiānlǐmǎ〈名〉thiên lí mã; ngựa ngày đi ngàn dặm; con người tài giỏi

【千里迢迢】qiānlǐ-tiáotiáo nghìn dặm xa xôi; xa xôi ngàn trùng

【千里眼】qiānlǐyǎn〈名〉❶thiên lí nhãn; nhìn xa ngàn dặm; cặp mắt tinh tường ❷[旧]kính viễn vọng

【千米】qiānmǐ〈量〉ki-lô-mét

【千篇一律】qiānpiān-yīlǜ nghìn bài một điệu; rập cùng một khuôn; rập khuôn máy móc

【千奇百怪】qiānqí-bǎiguài vô cùng kì quái; trăm hình ngàn vẻ; hết sức mới lạ

【千千万万】qiānqiānwànwàn❶hàng nghìn hàng vạn: ~的同胞 hàng nghìn hàng vạn đồng bào ❷nhất định; nhất thiết: 路上~要小心。Trên đường đi nhất thiết phải hết sức cẩn thận.

【千秋万代】qiānqiū-wàndài muôn đời muôn thuở

【千山万水】qiānshān-wànshuǐ muôn núi ngàn sông; vạn thủy thiên sơn; núi sông nghìn trùng

【千丝万缕】qiānsī-wànlǚ chằng chịt trăm mối; trăm mối tơ vò

【千瓦】qiānwǎ〈量〉một nghìn oát; kilôoát; kw

【千瓦小时】qiānwǎxiǎoshí ki-lô-oát giờ

【千辛万苦】qiānxīn-wànkǔ trăm đắng ngàn cay; muôn vàn gian khổ

【千言万语】qiānyán-wànyǔ muôn ngàn lời nói

【千兆】qiānzhào〈量〉ki-lô mêga

【千真万确】qiānzhēn-wànquè cực kì chính xác; hoàn toàn chính xác; chân thực trăm phần trăm

迁 qiān〈动〉❶di chuyển; dị; dời; dọn: ~都 dời đô ❷chuyển biến; biến đổi; đổi thay: 时过境~ năm tháng trôi qua, hoàn cảnh đổi thay

【迁户口】qiān hùkǒu chuyển hộ khẩu

【迁就】qiānjiù〈动〉nhân nhượng; chiều lòng; cả nể

【迁离】qiānlí〈动〉di dời; dời khỏi: ~故土 dời khỏi quê nhà

【迁怒】qiānnù〈动〉trút giận; giận lây sang: ~于人 giận chó đánh mèo; giận cá chém thớt

【迁移】qiānyí〈动〉di chuyển; dời; chuyển chỗ: 公司已~到开发区去了。Công ti đã được chuyển dời đến khu công nghiệp.

仟 qiān〈数〉chữ "千" viết kép

牵 qiān〈动〉❶dắt; kéo: ~牛 dắt bò ❷dắt dây; kéo theo; dính dáng; dính dấp ❸mong nhớ; nhớ nhung

【牵肠挂肚】qiāncháng-guàdù bồn chồn mong nhớ; nhớ da diết; bận tâm: 为孩子的事情~ bận tâm đến chuyện con cái

【牵扯】qiānchě〈动〉kéo; gắn; liên lụy; có liên quan: 怎么把我也~进去了? Sao lại có thể liên quan đến tôi?

【牵动】qiāndòng〈动〉❶tác động đến: ~社会关注 gây được sự chú ý của xã hội ❷khơi dậy; gợi đến; động đến: 地震灾区的情况正~着全国同胞的心。Tình hình của vùng động đất đang khuấy động tấm lòng của đồng bào cả nước.

【牵挂】qiānguà〈动〉bận tâm; nhớ;

vướng víu

【牵连】qiānlián<动>❶liên lụy; dính dáng đến: 受~ bị dính vào ❷liên quan; gắn

【牵牛花】qiānniúhuā<名>hoa bìm bìm

【牵强】qiānqiǎng<形>gò; gò ép; khiên cưỡng; gượng ép: 理由~ lí do gượng ép

【牵涉】qiānshè<动>dính dáng đến; liên quan; liên đới; quan hệ với: 那件事~到你。Việc đó có dính dáng đến anh đấy.

【牵手】qiānshǒu<动>❶tay nắm tay ❷bắt tay nhau; chung sức

【牵头】qiāntóu<动>cầm đầu; đứng đầu; dẫn đầu: 这件事你~去做吧。Việc này anh hãy đứng đầu làm đi.

【牵线搭桥】qiānxiàn-dāqiáo kéo dây bắc cầu; xe duyên đôi lứa

【牵引】qiānyǐn<动>❶kéo; lôi: 那辆机车可以~多少节车厢? Đầu máy ấy có thể kéo được bao nhiêu tọa tàu? ❷kéo đần khúp cổ, khớp sống để điều trị thương tật: 她腰疼, 现在正接受~治疗 Cô ấy đã bị đau lưng và hiện đang điều trị bằng cách kéo giãn.

【牵制】qiānzhì<动>kiềm chế; khiên chế; giam chân; kìm giữ: ~敌军 kiềm chế quân địch

铅 qiān<名>❶[化学]chì (kí hiệu: Pb) ❷ruột bút chì; than chì

【铅笔】qiānbǐ<名>bút chì

【铅笔刀】qiānbǐdāo<名>cái gọt bút chì

【铅笔盒】qiānbǐhé<名>hộp bút chì

【铅球】qiānqiú<名>[体育]❶môn đầy tạ; môn ném tạ ❷quả tạ (đầy)

【铅印】qiānyìn<动>in máy; in ti-pô

【铅字】qiānzì<名>chữ chì; chữ in

谦 qiān<形>khiêm tốn; nhún mình; nhún nhường; nhũn nhận

【谦恭】qiāngōng<形>khiêm tốn lễ

độ: 态度~ thái độ khiêm tốn lễ độ

【谦和】qiānhé<形>khiêm tốn nhã nhặn: 为人~ khiêm tốn hòa nhã với mọi người

【谦让】qiānràng<动>khiêm nhường; khiêm nhượng: 大家~了一番便依次落了座。Mọi người nhún nhường nhau một lát rồi ngồi vào chỗ.

【谦虚】qiānxū❶<形>khiêm tốn: ~地请教于专业人士 khiêm tốn hỏi ý kiến của người chuyên nghiệp ❷<动>nói khiêm tốn; nói nhún nhường: 对于大家的赞美, 她~了一番。Chị ấy tỏ ra khiêm tốn trước những lời khen của mọi người.

【谦逊】qiānxùn<形>khiêm tốn; nhũn nhặn

签¹ qiān<动>❶kí: 请您在文件上~字。Xin ông kí tên vào văn bản. ❷ghi; viết ý kiến: ~注意见 ghi chú ý kiến

签² qiān❶<名>cái thẻ, cai thăm: 抽~ rut thăm; 求~ xin thẻ ❷<名>mẩu giấy đánh dấu; cái nhãn; nhãn dính: 标~ tem ❸<名>cái tăm: 牙~ cái tăm ❹<动>khâu sơ qua; khâu vắt vết mổ; may lược

【签到】qiāndào<动>đăng kí có mặt

【签到处】qiāndàochù<名>bàn đăng kí có mặt

【签订】qiāndìng<动>kí kết: ~劳动合同 kí kết hợp đồng lao động

【签发】qiānfā<动>kí và phát đi; kí để gửi đi: ~护照 kí và phát hộ chiếu

【签名】qiānmíng❶<动>kí tên; kí ❷<名>chữ kí

【签收】qiānshōu<动>kí nhận: 包裹须由收件人~。Bưu kiện phải do người nhận kí nhận.

【签署】qiānshǔ<动>kí chính thức: ~合同 kí chính thức hợp đồng

【签约】qiānyuē<动>kí hiệp ước; kí hợp đồng; kí giao kèo: ~仪式 lễ kí

【签证】qiānzhèng❶<动>thị thực: 入

境~ thị thực nhập cảnh ❷<名>thẻ thị thực; visa

【签字】qiānzì❶<动>kí tên: ~仪式 lễ kí ❷<名>chữ kí

qián

荨qián
另见xún

【荨麻】qiánmá<名>❶cây tầm ma ❷sợi tầm ma

前qián❶<名>phía trước; đằng trước; tiền: 面~ trước mặt ❷<名>đầu; trước: ~三名 ba ngôi đầu ❸<动>tiến lên; đi về phía trước: 勇往直~ dũng mãnh tiến lên ❹<名>...kia; trước kia: ~天 hôm kia; 五天~ năm hôm trước ❺<名>ngày xưa; trước kia: ~总统 cựu tổng thống ❻<名>tiền; trước...: ~科学 tiền khoa học ❼<名>trước; phía trước; tương lai: ~程 con đường phía trước/con đường tương lai ❽<名>tiền phương; tiền tuyến; mặt trận: 支~ chi viện tiền tuyến

【前半生】qiánbànshēng<名>nửa đời đầu

【前半夜】qiánbànyè<名>nửa đêm trước

【前辈】qiánbèi<名>❶ông cha; tiền bối; lớp trước ❷đàn anh

【前边】qiánbian<名>đằng trước; phía trước

【前程】qiánchéng<名>❶tiền đồ; tương lai; tiền trình; con đường phía trước: 锦绣~ tương lai tươi đẹp ❷[旧]đường công danh, chức tước

【前额】qián'é<名>trán

【前方】qiánfāng<名>❶phía trước: 观察~ theo dõi tình hình phía trước ❷tiền phương; tiền tuyến: 支援~ chi viện cho tiền phương

【前锋】qiánfēng<名>❶quân tiên phong: ~部队 đội quân tiên phong ❷[体育]tiền đạo

【前夫】qiánfū<名>người chồng trước

【前赴后继】qiánfù-hòujì người trước tiến người sau cũng tiến theo; người sau tiếp bước người trước

【前功尽弃】qiángōng-jìnqì công sức trước kia bỏ đi sạch trơn

【前后】qiánhòu<名>❶trước sau: 春节~ trước sau Tết Nguyên đán ❷từ đầu đến cuối: 他~只来过三次. Từ đầu chí cuối nó chỉ đến có ba lần. ❸đầu và cuối; trước sau

【前进】qiánjìn<动>tiến lên; tiến tới; tiến bước

【前景】qiánjǐng<名>❶tiền cảnh ❷triển vọng; cảnh tương lai: ~无限美好. Có triển vọng tốt đẹp.

【前科】qiánkē<名>tiền án; tiền sự

【前来】qiánlái<动>đến đây; có mặt tại đây: ~报到 đến nhận công tác

【前列腺】qiánlièxiàn<名>tuyến tiền liệt: ~炎 viêm tuyến tiền liệt

【前面】qiánmiàn<名>❶đằng trước; mặt trước; phía trước: 站在~ đứng ở đằng trước ❷trên; trên đây: 文章的~交代了写作缘由. Phần đầu bài văn đã nêu rõ nguyên do viết bài.

【前年】qiánnián<名>năm kia

【前排】qiánpái<名>hàng trước: ~就坐 ngồi ở hàng trước

【前妻】qiánqī<名>người vợ trước

【前期】qiánqī<名>giai đoạn đầu; tiền kì: ~工程 công trình của thời kì đầu

【前前后后】qiánqiánhòuhòu❶trước sau; từ đầu chí cuối: 编写这本词典~花了五年时间. Biên soạn cuốn từ điển này từ đầu chí cuối mất 5 năm. ❷đầu đuôi: 事情的~ đầu đuôi của sự việc

【前去】qiánqù<动>đi; đi tới: ~观赏 đi thưởng ngoạn

【前人】qiánrén<名>người trước; người xưa; người tiền nhân

【前任】qiánrèn<名>(người) tiền nhiệm; người phụ trách trước;

người đảm nhiệm trước: ~部长 bộ trưởng tiền nhiệm

【前日】qiánrì〈名〉hôm kia

【前身】qiánshēn〈名〉❶tiền thân: 这家服装企业的~是纺纱厂。Tiền thân của xí nghiệp may mặc này là nhà máy dệt. ❷vạt trước áo dài

【前世】qiánshì〈名〉kiếp trước; đời trước

【前所未有】qiánsuǒwèiyǒu xưa nay chưa từng có: ~的规模 quy mô xưa nay chưa từng có

【前台】qiántái〈名〉❶phần trước sân khấu ❷sân khấu ❸phía trước; nơi công khai: 他只是在~露面当傀儡。Nó chỉ đứng ở phía trước làm bù nhìn. ❹quầy lễ tân

【前提】qiántí〈名〉❶tiền đề ❷điều kiện tiên quyết

【前途】qiántú〈名〉tiền đồ; tương lai; triển vọng: ~远大 tương lai rộng lớn

【前往】qiánwǎng〈动〉đi; ra: ~机场迎接客人 ra sân bay đón tiếp tân khách

【前卫】qiánwèi❶〈名〉tiền vệ; cảnh giới phía trước: ~部队 cánh quân cảnh giới phía trước ❷〈名〉[体育] tiền vệ ❸〈形〉tiên phong: ~作家 nhà văn tiên phong

【前夕】qiánxī〈名〉❶đêm trước: 圣诞节~ đêm trước lễ Giáng sinh ❷trước lúc; trước giờ phút: 比赛~ đêm sát nút trước cuộc thi đấu

【前线】qiánxiàn〈名〉mặt trận; tiền tuyến; tuyến đầu: 他在~战斗。Anh ấy đang chiến đấu trên tuyến đầu.

【前言】qiányán〈名〉❶lời nói đầu ❷lời nói ở trên

【前因后果】qiányīn-hòuguǒ nguyên nhân và hậu quả; nhân trước quả sau

【前兆】qiánzhào〈名〉điềm; điềm báo trước; triệu chứng: 感冒的~ triệu chứng bị cảm

【前者】qiánzhě〈代〉người trước; điều trên

虔 qián〈形〉cung kính; kính cẩn

【虔诚】qiánchéng〈形〉thành kính; ngoan đạo: ~的信徒 tín đồ ngoan đạo

钱[1] qián〈名〉❶đồng tiền: 一串铜~ một chuỗi đồng tiền ❷tiền; tiền bạc: 有~出~,有力出力。Có tiền góp tiền, có sức góp sức. ❸khoản tiền; món tiền: 饭~ tiền cơm ❹tiền của: 有~人 người giàu có ❺vật có hình dạng giống đồng tiền: 纸~ vàng giấy/tiền âm phủ //(姓) Tiền

钱[2] qián〈量〉tiền; hoa; chỉ; đồng cân (1/10 lạng)

【钱包】qiánbāo〈名〉ví tiền; hầu bao

【钱财】qiáncái〈名〉tiền tài; tiền bạc; tiền của: 看重~ coi trọng tiền tài

【钱夹】qiánjiā〈名〉ví tiền; ví đựng tiền

【钱款】qiánkuǎn〈名〉khoản tiền; món tiền

钳 qián❶〈名〉cái kìm: 尖嘴~ kìm nhọn đầu; 老虎~ cái ê tô ❷〈动〉cặp; kẹp: 用钳子~住 cặp chặt bằng kìm ❸〈动〉kìm; hãm; chặn: ~制 kiềm chế

【钳床】qiánchuáng〈名〉bàn ê tô

【钳工】qiángōng〈名〉❶công việc nguội ❷thợ nguội

【钳子】qiánzi〈名〉❶cái kìm; cái cặp; cái kẹp ❷[方]vòng tai; khuyên tai; hoa tai

乾 qián〈名〉quẻ Càn (một trong bát quái, tiêu biểu cho trời)

【乾坤】qiánkūn〈名〉càn khôn; trời đất: 扭转~ xoay chuyển càn khôn/ xoay trời chuyển đất

潜 qián❶〈动〉lặn: ~泳 bơi lặn ❷〈动〉ẩn giấu; tiềm ẩn; ngầm: 长期~伏 mai phục lâu dài ❸〈副〉kín đáo; bí mật ❹〈名〉tiềm lực

【潜伏】qiánfú〈动〉tiềm phục; ẩn nấp; ẩn náu; ẩn mình

Q

【潜伏期】qiánfúqī<名>thời kì ủ bệnh

【潜规则】qiánguīzé<名>quy tắc ngầm

【潜力】qiánlì<名>tiềm lực; tiềm năng; khả năng tiềm tàng; sức tiềm tàng: 具有经济发展~ có tiềm lực phát triển kinh tế

【潜能】qiánnéng<名>tiềm năng; tiềm lực: 挖掘~ khai thác tiềm năng

【潜入】qiánrù<动>❶tiềm nhập; lẻn vào; chui vào: ~室内 lẻn vào trong nhà ❷lặn xuống: 潜水员再次~水底。Thợ lặn một lần nữa lặn xuống đáy nước.

【潜水】qiánshuǐ<动>lặn; ngụp; hụp

【潜水艇】qiánshuǐtǐng<名>tàu lặn; tàu ngầm

【潜水衣】qiánshuǐyī<名>quần áo lặn

【潜水员】qiánshuǐyuán<名>thợ lặn

【潜台词】qiántáicí<名>❶ý ở ngoài lời ❷ẩn ý

【潜逃】qiántáo<动>lẩn trốn; chạy trốn: 携公款~ ôm quỹ công chạy trốn

【潜心】qiánxīn<动>dốc lòng; chuyên tâm: ~研究 chuyên tâm nghiên cứu

【潜移默化】qiányí-mòhuà mưa lâu thấm nhuần biến đổi ngầm ngầm; thấm dần biến dần; ảnh hưởng ngầm

【潜意识】qiányìshí<名>tiềm thức

【潜泳】qiányǒng<动>lặn; bơi lặn

【潜在】qiánzài<形>tiềm tàng; tiềm ẩn; ẩn chứa bên trong: ~市场 thị trường tiềm tàng; ~危机 nguy cơ tiềm ẩn

qiǎn

浅 qiǎn<形>❶nông; cạn: 河水~ nước sông cạn ❷đơn giản; dễ hiểu ❸mỏng; nông cạn: 见识~ kiến thức nông cạn ❹nhạt nhẽo; không sâu đậm: 感情~ tình cảm nhạt nhẽo ❺nhạt; mờ: 颜色~ màu nhạt ❻ngắn ngày; chưa được bao lâu: 资历~ non kinh nghiệm/ít từng trải ❼(mức độ) nhẹ; không nghiêm trọng ❽hơi hơi

【浅薄】qiǎnbó<形>❶nông cạn: 见识~ kiến thức nông cạn ❷không mặn mà; nhạt nhẽo; mỏng manh: 缘分~ duyên phận mỏng manh ❸nhỏ nhăng; không thuần phác: 时俗~ thói đời nhỏ nhăng

【浅陋】qiǎnlòu<形>nông cạn sơ sài; kém hiểu biết

【浅色】qiǎnsè<名>màu nhạt

【浅水区】qiǎnshuǐqū<名>vùng nước nông

【浅滩】qiǎntān<名>bãi nông; bãi cạn; chỗ nước cạn

【浅显】qiǎnxiǎn<形>dễ hiểu; rõ ràng: 话说得~而有说服力。Lời nói dễ hiểu và có sức thuyết phục.

遣 qiǎn<动>❶cử đi; phái đi; sai khiến; khiển: 调兵~将 điều binh khiển tướng ❷giải trí; tiêu khiển: 消~ giải trí

【遣返】qiǎnfǎn<动>đưa về nơi cũ; trao trả: ~俘虏 trao trả tù binh

【遣散】qiǎnsàn<动>❶giải tán; cho về; cho thôi việc ❷giải tán; cho hồi hương

【遣送】qiǎnsòng<动>đưa (đi, về): ~回国 đưa về nước

谴 qiǎn<动>trách; trách cứ; trách mắng: 自己过 tự trách lỗi mình

【谴责】qiǎnzé<动>khiển trách; lên án: 所有人都~这种行为。Mọi người đều lên án hành động này.

qiàn

欠¹ qiàn<动>❶ngáp; há miệng ❷kiễng; nhổm; rướn người: ~身 nhổm mình

欠² qiàn<动>❶nợ; mắc:~租 nợ tiền

thuê ❷không đủ; thiếu sót: ~发达 thiếu phát triển/chậm phát triển

【欠费】qiànfèi<动>chậm trả tiền nợ: ~停机 đình chỉ dịch vụ thuê bao điện thoại vì chậm trả tiền

【欠佳】qiànjiā<动>không được tốt: 近来身体~。Dạo này sức khỏe không được tốt.

【欠款】qiànkuǎn❶<动>nợ tiền ❷<名>nợ còn khất lại; tiền nợ chưa trả; nợ đọng: 货物~ nợ đọng tiền hàng

【欠缺】qiànquē❶<动>thiếu: 能力~ thiếu năng lực ❷<名>chỗ thiếu; khiếm khuyết

【欠税】qiànshuì<动>nợ tiền thuế

【欠条】qiàntiáo<名>giấy nợ

【欠妥】qiàntuǒ<形>không thỏa đáng

【欠薪】qiànxīn❶<动>nợ tiền lương ❷<名>tiền lương còn nợ: 补发~ chi trả lại tiền lương còn nợ

【欠债】qiànzhài❶<动>mắc nợ; nợ nần: ~太多 nợ nần quá nhiều ❷<名>món nợ: 偿还~ trả hết món nợ

【欠账】qiànzhàng❶<动>mắc nợ; nợ nần ❷<名>món nợ

纤 qiàn<名>dây kéo thuyền
另见xiān

【纤夫】qiànfū<名>[旧]thợ kéo thuyền

【纤绳】qiànshéng<名>dây kéo thuyền

芡 qiàn<名>❶cây hoa súng ❷nước hoà bột súng: 勾~ cho bột vào nấu thành hồ

【芡粉】qiànfěn<名>bột hạt súng

【芡实】qiànshí<名>[植物]hạt súng

倩 qiàn<形>[书]đẹp; xinh

【倩女】qiànnǚ<名>cô gái xinh đẹp

【倩影】qiànyǐng<名>bóng hình xinh đẹp

嵌 qiàn<动>khảm; cẩn: ~入 khảm vào

歉 qiàn❶<形>mất mùa; thu hoạch kém ❷<动>áy náy; ân hận

【歉疚】qiànjiù<形>áy náy; day dứt

【歉收】qiànshōu<动>mất mùa; thu hoạch kém

【歉意】qiànyì<名>áy náy; day dứt; xin lỗi: 深表~ tỏ ý xin lỗi

qiāng

呛 qiāng<动>sặc; bị sặc: 吃饭被~着 ăn cơm bị sặc
另见qiàng

枪¹ qiāng<名>❶súng: 手~ súng lục/ súng ngắn ❷dụng cụ giống như cây súng: 焊~ súng hàn ❸cây giáo

枪² qiāng<动>làm thay ai hoặc cái gì khác

【枪毙】qiāngbì<动>❶xử bắn ❷bác bỏ; từ chối: 提议被~了。Kiến nghị bị từ chối.

【枪法】qiāngfǎ<名>❶kĩ thuật bắn súng ❷kĩ thuật múa giáo: ~纯熟 thương pháp thuần thục

【枪击】qiāngjī<动>bắn súng

【枪口】qiāngkǒu<名>họng súng

【枪林弹雨】qiānglín-dànyǔ mưa bom bão đạn; đạn vãi như mưa

【枪炮】qiāngpào<名>súng ống

【枪杀】qiāngshā<动>bắn giết; bắn chết: ~平民 bắn chết dân thường

【枪声】qiāngshēng<名>tiếng súng

【枪手】¹qiāngshǒu<名>người bắn súng; tay súng

【枪手】²qiāngshǒu<名>người làm thay; người thi hộ

【枪战】qiāngzhàn❶<动>bắn nhau ❷<名>cuộc đọ súng: ~片 phim về cuộc đọ súng

【枪支】qiāngzhī<名>súng; súng ống: ~弹药 súng ống đạn dược

【枪子儿】qiāngzǐr<名>[口]đạn

腔 qiāng❶<名>xoang; lồng; khoang: 口~ khoang miệng ❷<名>lời; lời nói: 不搭~儿 không tiếp lời ❸<名>giọng nói: 学生~ giọng học sinh ❹<名>điệu hát; giọng hát: 高~ giọng cao ❺〈量〉con: 一~山羊 một con dê (đã mổ)

【腔调】qiāngdiào〈名〉❶giai điệu; làn điệu: 京剧的~ làn điệu Kinh kịch ❷giọng điệu; luận điệu: 不要用这种~跟我说话。Không được nói với tôi bằng những giọng điệu như vậy. ❸giọng nói: 听他的~像是四川人。Nghe giọng nói chắc anh ấy là người Tứ Xuyên.

qiáng

强 qiáng❶〈形〉mạnh; khỏe; cứng; giỏi: 身~力壮 thân thể khỏe mạnh ❷〈形〉kiên cường; mạnh mẽ; cao: 这位班主任的责任心很~。Chủ nhiệm lớp này có tinh thần trách nhiệm rất cao. ❸〈动〉cưỡng bức; bắt ép; ép buộc ❹〈形〉tốt; khá: 她数学很~。Cô ấy giỏi về toán. ❺〈形〉trên; già; hơn: 三分之二~ trên hai phần ba ❻〈动〉làm cho lớn mạnh; làm cho khỏe mạnh: 富国~兵 làm cho nước giàu quân mạnh
另见 jiàng, qiǎng

【强暴】qiángbào❶〈形〉cường bạo: ~行为 hành vi cường bạo ❷〈名〉thế lực cường bạo: 不畏~ không sợ kẻ bạo tàn ❸〈动〉cưỡng dâm; hiếp dâm

【强大】qiángdà〈形〉lớn mạnh; hùng mạnh: ~的国家 nhà nước lớn mạnh

【强盗】qiángdào〈名〉cường đạo; bọn giặc; bọn cướp

【强调】qiángdiào〈动〉cường điệu; nhấn mạnh: 必须~产品的质量。Cần phải nhấn mạnh chất lượng của sản phẩm.

【强度】qiángdù〈名〉❶cường độ; độ mạnh: 声音~ cường độ của âm thanh ❷tăng cường trình độ, mức độ: 比赛前要增加训练~。Trước khi thi đấu phải tăng cường trình độ huấn luyện. ❸sức chống đỡ của vật thể: 度 bền; độ cứng: 抗震~ độ bền

chống động đất

【强风】qiángfēng〈名〉❶gió to; gió mạnh ❷gió cấp 6

【强攻】qiánggōng〈动〉đánh mạnh; đột chiếm; cường công; tấn công bằng sức mạnh

【强国】qiángguó❶〈名〉cường quốc; đất nước hùng mạnh ❷〈动〉làm cho đất nước hùng mạnh: ~之路 con đường xây dựng đất nước hùng mạnh

【强悍】qiánghàn〈形〉dũng mãnh

【强化】qiánghuà〈动〉làm cho mạnh mẽ; tăng cường: ~训练 tăng cường huấn luyện

【强奸】qiángjiān〈动〉cưỡng hiếp; hiếp; hiếp dâm; cưỡng dâm

【强碱】qiángjiǎn〈名〉bazơ mạnh

【强健】qiángjiàn❶〈形〉cường tráng; khỏe mạnh; lực lưỡng: ~的体格 cơ thể cường tráng ❷〈动〉làm cho khỏe mạnh

【强劲】qiángjìng〈形〉mạnh: 发展势头~ thế phát triển mạnh

【强烈】qiángliè〈形〉❶mạnh; mãnh liệt; gay gắt: ~的光线 ánh sáng chói ❷rõ ràng; nồng cháy: ~的个性 một cá tính mạnh mẽ ❸kịch liệt; gay gắt; kiên quyết: ~反对 kiên quyết phản đối

【强强联手】qiángqiáng-liánshǒu tay mạnh bắt tay với tay mạnh; những phe mạnh liên hợp với nhau

【强权】qiángquán〈名〉cường quyền: ~政治 chính trị cường quyền

【强盛】qiángshèng〈形〉cường thịnh; hùng mạnh và thịnh vượng

【强势】qiángshì〈名〉❶thế mạnh; uy thế: 形成~ gây dựng uy thế ❷thế lực mạnh mẽ; ưu việt: ~地位 địa vị ưu việt

【强手】qiángshǒu〈名〉tay cừ; cao thủ

【强酸】qiángsuān〈名〉axít mạnh;

cường toan

【强项】qiángxiàng<名>môn thể dục thể thao có thế mạnh

【强心剂】qiángxīnjì<名>thuốc trợ tim

【强行】qiángxíng<副>cưỡng chế thi hành; bắt làm; ép làm; buộc phải: ~决定 quyết định một cách ngang bướng

【强压】qiángyā<动>áp đặt; dặn; nén: ~怒火 nén cơn giận

【强硬】qiángyìng<形>cứng rắn; cứng cỏi: ~措施 biện pháp cứng rắn

【强有力】qiángyǒulì mạnh mẽ; mãnh liệt

【强占】qiángzhàn<动>❶cưỡng chiếm; chiếm đoạt; cướp lấy: ~地盘 chiếm lấy địa bàn ❷đánh chiếm: ~有利地形 đánh chiếm địa hình có lợi

【强者】qiángzhě<名>tay mạnh; kẻ mạnh

【强制】qiángzhì<动>cưỡng chế; bắt buộc: ~执行 chấp hành bắt buộc

【强壮】qiángzhuàng❶<形>cường tráng; khỏe mạnh: 那小伙子身体很~。Chàng trai ấy rất cường tráng. ❷<动>tăng cường thể lực

墙 qiáng<名>❶tường: 石头~ tường đá; 城~ tường thành ❷vách ngăn; lá chắn

【墙报】qiángbào<名>báo tường

【墙壁】qiángbì<名>tường; bức tường

【墙角】qiángjiǎo<名>góc tường; xó

【墙脚】qiángjiǎo<名>❶chân tường ❷cơ sở; nền tảng; móng; nền móng: 挖~ đào chân tường/đục khoét nền tảng

【墙头】qiángtóu<名>❶đầu tường; đầu bờ tường ❷tường vây (thấp, ngắn)

【墙纸】qiángzhǐ<名>giấy dán tường

蔷 qiáng

【蔷薇】qiángwēi<名>❶cây hoa tường vi ❷hoa tường vi

qiǎng

抢 qiǎng<动>❶cướp; đoạt; giật; tranh: ~劫 ăn cướp; 包被~走了。Chiếc túi đã bị cướp. ❷tranh đua; vượt lên; tranh trước; giành lấy trước: ~着付钱 tranh nhau trả tiền ❸gấp gáp; vội vã; nhanh: ~修 sửa chữa gấp

【抢答】qiǎngdá<动>tranh nhau trả lời

【抢夺】qiǎngduó<动>cướp giật; cướp đoạt: ~资源 cướp đoạt tài nguyên

【抢风头】qiǎng fēngtou giành sự chú ý; giành được sự hoan nghênh nhiệt liệt

【抢购】qiǎnggòu<动>tranh mua; mua vét: ~商品 mua vét hàng hóa

【抢劫】qiǎngjié<动>cướp; cướp đoạt; cướp bóc: ~银行 cướp ngân hàng

【抢劫犯】qiǎngjiéfàn<名>kẻ cướp

【抢镜头】qiǎng jìngtóu❶chụp nhanh; chộp ❷gây sự chú ý

【抢救】qiǎngjiù<动>cấp cứu: 送医院 ~ đưa đi bệnh viện cấp cứu

【抢钱】qiǎngqián<动>❶cướp tiền ❷làm ăn kiểu chụp giật

【抢亲】qiǎngqīn<动>cướp cô dâu (một tập tục cũ); cưỡng hôn

【抢生意】qiǎng shēngyì làm ăn kiểu chụp giật; tranh giành khách hàng

【抢时间】qiǎng shíjiān tranh thủ thời gian

【抢收】qiǎngshōu<动>gặt gấp; hái gấp

【抢手】qiǎngshǒu<形>đắt khách: 足球门票十分~。Vé bóng đá rất đắt khách.

【抢先】qiǎngxiān<动>giành trước; tranh trước; vượt lên trước: ~付账

Q

tranh trả tiền trước

【抢险】qiǎngxiǎn〈动〉cứu nguy gấp; cứu nguy cấp tốc: 抗洪~ cứu nguy chống lụt gấp

【抢眼】qiǎngyǎn〈形〉bắt mắt; nổi; gây sự chú ý: 穿这件衣服太~了。Mặc chiếc áo này nổi quá.

【抢占】qiǎngzhàn〈动〉❶chiếm giữ; tranh chiếm trước: ~市场 chiếm giữ thị trường ❷chiếm hữu phi pháp; chiếm đoạt: ~集体财产 chiếm đoạt tài sản của tập thể

强 qiǎng〈动〉miễn cưỡng; gượng gạo

另见jiàng, qiáng

【强逼】qiǎngbī〈动〉cưỡng bức; ép buộc

【强词夺理】qiǎngcí-duólǐ già mồm lấn áp lẽ phải; cãi chày cãi cối

【强迫】qiǎngpò〈动〉ép buộc; cưỡng bức; bắt buộc

【强迫症】qiǎngpòzhèng〈名〉chứng ám ảnh

【强求】qiǎngqiú〈动〉gò ép; yêu cầu quá đáng

【强人所难】qiǎngrénsuǒnán làm khó dễ cho người khác: 你就不要~了。Anh đừng làm khó dễ cho người ta nữa.

襁 qiǎng〈名〉[书]cái địu trẻ con

【襁褓】qiǎngbǎo〈名〉tã lót; tã bọc; cái địu trẻ

qiàng

呛 qiàng〈动〉cay mũi; sặc: 油烟~人。Khói dầu làm cho người ta bị sặc.

另见qiāng

qiāo

悄 qiāo

另见qiǎo

【悄悄】qiāoqiāo〈副〉lặng lẽ; nhẹ nhàng: ~溜进会场 lẻn vào hội trường

【悄悄话】qiāoqiāohuà〈名〉lời nói rì rầm; lời nói thì thầm; thủ thỉ bên tai

锹 qiāo〈名〉cái xẻng; cái mai: 铁~ cái xẻng sắt

敲 qiāo〈动〉❶gõ; đánh; khua: ~门 gõ cửa ❷[口]bán quá đắt; chém đẹp

【敲打】qiāodǎ〈动〉❶gõ; đánh; đập: 豆大的雨点~着窗户。Những hạt mưa lớn đập vào cửa sổ. ❷[口]nói kháy; nói cạnh; chỉ trích: 聪明人无须~。Người khôn đâu cần thôi thúc.

【敲定】qiāodìng〈动〉xác định: ~结婚日期 xác định ngày cưới

【敲击】qiāojī〈动〉gõ; đánh; đập: ~键盘 gõ bàn phím

【敲警钟】qiāo jǐngzhōng khua chuông báo động

【敲锣打鼓】qiāoluó-dǎgǔ khua chiêng đánh trống

【敲门砖】qiāoménzhuān〈名〉viên gạch dùng để gõ cửa; bàn đạp; bước đi: 走向成功的~ bàn đạp đầu tiên trên con đường đi đến thành công

【敲诈】qiāozhà〈动〉bóp nặn; đục khoét; bắt chẹt: ~百姓 bóp nặn của dân

【敲竹杠】qiāo zhúgàng chém đẹp; bắt chẹt; bắt bí: 你这样卖东西简直就是~。Bà bán kiểu này là chém đẹp đấy.

qiáo

乔[1] qiáo〈形〉cao: ~木林 rừng cây cao

乔[2] qiáo〈动〉cải trang

【乔木】qiáomù〈名〉cây; cây cao (như thông, bạch đàn, sấu v.v.)

【乔迁之喜】qiáoqiānzhīxǐ mừng thăng quan tiến chức; mừng dọn đến nhà mới

【乔装打扮】qiáozhuāng-dǎbàn ăn mặc giả trang; cải trang; giả dạng

侨 qiáo ❶<动>ngụ cư; sống ở nước ngoài: ~胞 kiều bào ❷<名>kiều dân: 华~ Hoa kiều; 外~ ngoại kiều

【侨办】qiáobàn<名>ủy ban kiều vụ

【侨居】qiáojū<动>cư trú ở nước ngoài; kiều cư: ~海外 cư trú ở nước ngoài

【侨民】qiáomín<名>kiều dân

【侨乡】qiáoxiāng<名>khu vực có nhiều kiều dân

荞 qiáo

【荞麦】qiáomài<名>❶cây kiều mạch ❷hạt kiều mạch

桥 qiáo<名>cầu: 木~ cầu gỗ

【桥墩】qiáodūn<名>trụ cầu; mố cầu

【桥拱】qiáogǒng<名>vòm cầu

【桥梁】qiáoliáng<名>❶cầu; cầu cống ❷cái cầu nối; nhịp cầu: 友谊~ nhịp cầu hữu nghị

【桥牌】qiáopái<名>bài brit

翘 qiáo❶<动>ngẩng đầu: ~首 ngẩng lên nhìn ❷<形>vênh lên; vênh: 木板 ~起来了。Tấm ván vênh lên rồi.
另见qiào

憔 qiáo

【憔悴】qiáocuì<形>hốc hác; tiều tụy: 面容~ mặt mũi tiều tụy

樵 qiáo❶<名>củi: 砍~ đốn củi ❷<动>[书]kiếm củi; hái củi: 渔~ ngư tiều/người đánh cá và người đốn củi

【樵夫】qiáofū<名>tiều phu; người đốn củi

瞧 qiáo<动>[口]nhìn; trông; coi; xem; ngó; thăm: ~见 nhìn thấy

【瞧不起】qiáobuqǐ[口]coi khinh; coi thường; khinh thường: ~对手 coi khinh đối thủ

【瞧不上眼】qiáobushàng yǎn coi

khinh; bơ đi; không thích: 这样的衣服我~。Những kiểu áo này tôi không thích.

【瞧热闹】qiáo rènao[口]xem cảnh náo nhiệt

qiǎo

巧 qiǎo❶<形>khéo léo; kĩ thuật cao: 她的手艺很~。Tay nghề của bà ấy rất cao. ❷<形>khéo (tay, mồm): 心灵手~ sáng trí khéo tay/nhanh nhạy khéo léo ❸<形>vừa vặn; đúng lúc; vừa hay: 恰~ vừa khéo ❹<形>lời nói hoa mĩ; hoa lá: 花言~语 nói ngon nói ngọt ❺<名>kĩ thuật; hoa tay: 技~ kĩ xảo

【巧辩】qiǎobiàn<动>khéo mồm; giỏi tranh cãi

【巧妇难为无米之炊】qiǎofù nán wéi wú mǐ zhī chuī không có gạo, cô dâu khéo mấy cũng chẳng nấu thành cơm; không có bột, đố gột nên hồ

【巧合】qiǎohé<形>vừa khớp; trùng hợp: 他们都是从上海来的，真是~。Họ đều đến từ Thượng Hải, thật khéo trùng hợp.

【巧计】qiǎojì<名>diệu kế; kế hay; kế sách khéo léo

【巧克力】qiǎokèlì<名>sô-cô-la

【巧妙】qiǎomiào<形>khéo léo; tài tình; diệu kì: 构思~ cấu tứ rất khéo

【巧手】qiǎoshǒu<名>khéo tay

【巧遇】qiǎoyù<动>gặp gỡ tình cờ

悄 qiǎo<形>❶im bặt; im phắc; khẽ; sẽ: ~无声息 im phăng phắc; 低声~语 nói se sẽ ❷[书]lo buồn; buồn rầu
另见qiāo

【悄然】qiǎorán<形>[书]❶rầu rầu; rầu rĩ: ~落泪 rầu rầu rơi lệ ❷im phăng phắc

qiào

壳 qiào〈名〉vỏ cứng: 地~ vỏ trái đất
另见 ké

俏 qiào〈形〉❶xinh đẹp; thanh tú; duyên dáng: ~佳人 cô gái xinh đẹp ❷tiêu thụ mạnh; bán chạy: 这种商品卖得很~。Hàng này bán chạy lắm.

【俏丽】qiàolì〈形〉xinh đẹp: 容貌~ dung nhan xinh đẹp

【俏皮】qiàopí〈形〉❶(mặt mũi, ăn mặc) đẹp; lịch sự; dễ coi ❷(cử chỉ) hoạt bát; ý nhị: 她说话很~。Cô ấy nói chuyện rất dí dỏm.

【俏皮话】qiàopíhuà〈名〉❶câu nói giễu; câu nói đùa ❷yết hậu ngữ

窍 qiào〈名〉❶khiếu; cái lỗ: 七~ bảy lỗ (hai lỗ mắt, hai lỗ tai, lỗ miệng và hai lỗ mũi) ❷bí quyết; thủ thuật: 一~不通 dốt đặc cán mai

【窍门】qiàomén〈名〉bí quyết; điểm then chốt; thủ pháp: 解决问题的~ điểm then chốt giải quyết vấn đề

翘 qiào〈动〉vểnh lên; cong lên; vênh lên: 木地板~起来了。Sàn gỗ bị vênh lên.
另见 qiáo

【翘尾巴】qiào wěiba cong đuôi; vểnh đuôi; ví kiêu căng tự phụ

撬 qiào〈动〉cạy; nạy; bẩy: ~门 nạy cửa

【撬杠】qiàogàng〈名〉cái xà beng; đòn bẩy

qiē

切 qiē〈动〉❶thái; bổ; cắt: ~开 bổ ra; ~片 cắt ra từng miếng ❷tiếp; tiếp xúc
另见 qiè

【切除】qiēchú〈动〉cắt bỏ: ~肿瘤 cắt bỏ khối u

【切磋】qiēcuō〈动〉bàn bạc; thảo luận; trao đổi: ~棋艺 trao đổi kĩ thuật đánh cờ

【切断】qiēduàn〈动〉cắt; cắt đứt: ~通讯联系 cắt đứt thông tin liên lạc

【切分】qiēfēn〈动〉chia cắt; cắt bổ; chia xẻ: 土地被~成了很多块。Mảnh đất bị chia xẻ thành nhiều miếng.

【切割】qiēgē〈动〉cắt đứt (bằng dao máy hoặc lửa, điện)

【切换】qiēhuàn〈动〉đổi; chuyển mạch; chuyển nhanh từ cảnh này sang cảnh khác (trong phim, video, truyền hình): 镜头从商店~到街道。Cảnh chuyển nhanh từ cửa hàng sang ngoài phố.

【切口】qiēkǒu〈名〉❶mép sách; xén trang sách ❷vết thương; vết cắt; đường rạch ❸tiện mặt đầu; tiện đầu mút

【切入】qiērù〈动〉đi vào; tiếp cận: ~正题 vào chủ đề

【切入点】qiērùdiǎn〈名〉điểm tiếp cận

【切碎】qiēsuì〈动〉cắt vụn; thái vụn

qié

茄 qié〈名〉cà

【茄子】qiézi〈名〉❶cây cà ❷quả cà

qiě

且[1] qiě〈副〉tạm; tạm thời: 你~不要跟他说。Anh tạm thời đừng nói với ông ta.

且[2] qiě〈连〉[书]❶mà; còn ❷và; mà; lại: 既漂亮~聪明 đã xinh đẹp lại thông minh

【且不说】qiěbùshuō tạm không nói; tạm gác không nhắc tới

【且慢】qiěmàn〈动〉khoan đã; đừng một chút

qiè

切 qiè❶<动>hợp; phù hợp; sát: 不~
实际 không sát thực tế; 文章~题。
Văn viết sát đề. ❷<形>thân thiết;
gần gũi: 亲~ thân thiết ❸<形>cấp
thiết; bức thiết; tha thiết: 迫~需要
nhu cầu bức thiết ❹<副>quyết; nhất
thiết phải: ~不可骄傲。Nhất thiết
không được kiêu căng.
另见 qiē

【切合】qièhé<动>phù hợp; sát: ~实
际 sát thực tế

【切记】qièjì<动>ghi nhớ kĩ; phải
luôn nhớ: 做人~要守信。Phải nhớ
cho kĩ, làm người phải giữ chữ tín.

【切忌】qièjì<动>chớ có; phải tránh;
phải ngăn chặn: 学习~骄傲自满。
Việc học hành tối kị kiêu căng tự
mãn.

【切身】qièshēn<形>❶thiết thân: ~利
益 lợi ích thiết thân ❷bản thân: ~体
会 sự thể nghiệm của bản thân

【切实】qièshí<形>thiết thực; thực
sự: ~措施 biện pháp thiết thực

怯 qiè<动>e sợ; sợ hãi: 羞~ e thẹn
【怯场】qièchǎng<动>luống cuống
trước đám đông: 第一次登上舞台,
不免有点~。Lần đầu tiên lên sân
khấu, không tránh khỏi hồi hộp
luống cuống.

【怯懦】qiènuò<形>nhút nhát; hèn
nhát; khiếp nhược

【怯弱】qièruò<形>khiếp nhược; nhút
nhát yếu đuối: ~女子 người đàn bà
yếu đuối

窃 qiè❶<动>ăn cắp; ăn trộm; trộm:
行~ đi ăn trộm ❷<动>cướp; cướp
đoạt; thoán đoạt: ~国大盗 kẻ cướp
nước ❸<副>thầm; vụng trộm: ~
笑 cười thầm/cười vụng ❹<副>[书]
riêng mình; về phần tôi: ~以为不
可不防。Thiết nghĩ rằng không thể
không đề phòng.

【窃窃私语】qièqiè-sīyǔ thì thầm;thầm
thì; rì rầm nói chuyện riêng

【窃取】qièqǔ<动>đánh cắp: ~胜利果
实 đánh cắp thành quả thắng lợi

【窃听】qiètīng<动>nghe trộm; nghe
lén: ~电话 nghe trộm điện thoại

【窃听器】qiètīngqì<名>máy nghe
trộm: 安装~ đặt máy nghe trộm

【窃喜】qièxǐ<动>mừng thầm trong
bụng: 听到快要升职的消息, 他心
中一阵~。Được tin sắp được thăng
chức, nó mừng thầm trong bụng.

【窃贼】qièzéi<名>kẻ trộm; tên ăn
cắp

惬 qiè<形>[书]vừa ý; thỏa mãn; vừa
lòng
【惬意】qièyì<形>mãn nguyện; vừa ý;
thoải mái: ~的生活 cuộc sống thoải
mái

锲 qiè<动>[书]điêu khắc; trạm trổ
【锲而不舍】qiè'érbùshě kiên nhẫn;
miệt mài; cắm cúi; bền chí

qīn

钦 qīn❶<动>kính trọng; kính phục ❷
<副>chỉ việc vua tự làm
【钦慕】qīnmù<动>kính trọng và
ngưỡng mộ
【钦佩】qīnpèi<动>khâm phục; kính
phục

侵 qīn<动>xâm nhập
【侵犯】qīnfàn<动>❶xâm phạm; can
thiệp; vi phạm: ~人权 xâm phạm
nhân quyền ❷xâm nhập: ~领空
xâm nhập vùng trời

【侵害】qīnhài<动>❶phá hoại; làm
hại: 减少沙尘暴的~ hạn chế sự phá
hoại của bão cát ❷xâm phạm; xâm
hại: ~公共利益 làm tổn hại đến lợi
ích của cộng đồng

【侵略】qīnlüè<动>xâm lược xâm
lăng: 反抗~ chống xâm lược

【侵权】qīnquán<动>vi phạm quyền

Q

【侵入】qīnrù〈动〉❶xâm nhập: ~边境 xâm nhập vào biên giới ❷đi vào; chui vào; xâm nhập: 外国资本的~ sự nhập vào của vốn nước ngoài

【侵蚀】qīnshí〈动〉❶xâm thực; ăn mòn; lấn chiếm: ~青年人的思想 làm hư hỏng tư tưởng của người thanh niên ❷bòn rút; chiếm dần: ~公款 bòn rút công quỹ

【侵吞】qīntūn〈动〉❶chiếm đoạt; nuốt; biển thủ; tham ô: ~公款 tham ô công quỹ ❷thôn tính; lấn chiếm

【侵袭】qīnxí〈动〉xâm nhập và tập kích: 沿海地带遭遇台风~。Cơn bão tập kích vào vùng ven biển.

【侵占】qīnzhàn〈动〉❶chiếm đoạt; lấn chiếm: 非法~土地 xâm chiếm đất đai trái phép ❷xâm chiếm

亲 qīn ❶〈名〉bố mẹ: 父~ bố; 母~ mẹ ❷〈形〉do mình sinh ra: ~女儿 đứa con gái ruột ❸〈形〉ruột thịt: ~兄弟 anh em ruột ❹〈形〉họ hàng; họ mạc: ~戚 thân thích ❺〈名〉hôn nhân: ~事 việc hôn nhân ❻〈名〉vợ mới cưới; cô dâu: 迎~ đón dâu ❼〈形〉gần gũi; thân: ~近 gần gũi ❽〈副〉tự mình; đích thân: ~口 tự miệng mình ❾〈动〉hôn; thơm: ~嘴 hôn môi ❿〈动〉thân với
另见qìng

【亲爱】qīn'ài〈形〉thân ái; thân mến; thân yêu: ~的朋友 bạn thân

【亲笔】qīnbǐ❶〈动〉tự tay viết; chính tay viết: ~信 thư tự tay viết ❷〈名〉bút tích: 这是作家的~。Đây là bút tích của nhà văn.

【亲骨肉】qīngǔròu〈名〉máu mủ ruột thịt

【亲和力】qīnhélì〈名〉❶[化]ái lực ❷có tính gần gũi với mọi người

【亲近】qīnjìn❶〈动〉gần gũi; thân nhau: 在外地工作，难得跟孩子~。Đi làm ở xứ khác, ít được gần gũi con cái. ❷〈形〉thân cận: ~的朋友 những bạn bè thân cận

【亲历】qīnlì〈动〉[书]đích thân trải qua: ~海啸 đích thân trải qua cơn sóng thần

【亲密】qīnmì〈形〉thân mật; thân tình: 他俩~无间。Hai người rất thân thiết nhau.

【亲昵】qīnnì〈形〉âu yếm; trìu mến: ~的目光 ánh mắt âu yếm

【亲戚】qīnqi〈名〉thân thích; họ hàng; bà con: 他在这个地方没什么~。Anh ấy không có họ hàng thân thích ở đây.

【亲切】qīnqiè〈形〉❶gần gũi; thân thiết; thân mật ❷nhiệt tình ân cần: ~地握手 bắt tay thân tình

【亲情】qīnqíng〈名〉tình thân; tình ruột thịt; tình thương yêu: 父子~ tình thân cha con

【亲热】qīnrè❶〈形〉thân mật; thân thiết; nồng nhiệt: 奶奶和孙女~地拉起了家常。Hai bà cháu nói chuyện với nhau một cách thân mật. ❷〈动〉vuốt ve một cách trìu mến: 这对小情侣就在大街上~起来。Đôi bạn tình trẻ đã ôm hôn nhau say đắm ngay trên phố.

【亲人】qīnrén〈名〉❶người thân; người ruột thịt; người nhà ❷ví thân như người nhà: 子弟兵就是我们的~。Bộ đội là người thân của chúng ta.

【亲身】qīnshēn〈形〉tự mình; bản thân: ~经历 bản thân mình trải qua/ sự từng trải của bản thân mình

【亲生】qīnshēng〈形〉thân sinh: 阿明是她~的孩子。Anh Minh là con ruột của bà.

【亲手】qīnshǒu〈副〉tự tay; đích thân

【亲属】qīnshǔ〈名〉họ hàng; thân thuộc: 直系~ họ hàng trực hệ

【亲吻】qīnwěn〈动〉hôn; thơm: 母亲~了孩子的脸颊。Mẹ thơm lên má bé.

【亲信】qīnxìn❶〈名〉thân tín ❷〈动〉thân tín; tin cậy và gần gũi: ~小人 thân tín kẻ tiểu nhân

【亲眼所见】qīnyǎn-suǒjiàn trông thấy tận mắt

【亲友】qīnyǒu<名>bạn thân; họ hàng bè bạn: ~团 chỗ họ hàng bạn bè

【亲子】qīnzǐ❶<名>quan hệ máu mủ giữa bố mẹ con cái: ~鉴定 giám định quan hệ bố mẹ và con cái ❷<名>con ruột ❸<动>dạy con bằng tình cảm âu yếm

【亲自】qīnzì<副>tự mình; đích thân; thân hành: 有什么疑问你可以~去问他本人。Có gì thắc mắc anh có thể tự đi hỏi bản thân ông ấy.

qín

芹 qín<名>[植物]rau cần

【芹菜】qíncài<名>rau cần

覃 Qín // （姓）Đàm

琴 qín<名>❶đàn; cầm ❷đàn (tên gọi chung cho một số loại đàn)

【琴棋书画】qín-qí-shū-huà cầm kì thư họa

【琴师】qínshī<名>nghệ sĩ chơi đàn; nhạc công

禽 qín<名>❶loài chim; chim muông: 家~ gia cầm ❷[书]cầm thú

【禽流感】qínliúgǎn<名>dịch cúm gia cầm

【禽兽】qínshòu<名>❶cầm thú ❷loài cầm thú; đồ súc sinh: 衣冠~ loài cầm thú lốt người

勤 qín❶<形>chăm chỉ; cần mẫn; siêng năng: ~学苦练 chăm chỉ học tập, chịu khó rèn luyện ❷<形>thường xuyên; năng; siêng: ~来往 năng đến thăm nhau ❸<名>công tác; làm việc: 内~ công tác trong cơ quan ❹<名>chuyên cần: 考~ kiểm tra về chuyên cần/ chấm công

【勤奋】qínfèn<形>siêng năng; cần cù: 她学习很~。Chị ấy chăm chỉ học tập.

【勤俭】qínjiǎn<形>cần kiệm: ~持家 ăn cần ở kiệm; ~节约 cần kiệm

【勤恳】qínkěn<形>cần cù chăm chỉ; cần cù trung thực: ~工作 làm việc cần cù trung thực

【勤快】qínkuai<形>[口]siêng năng; cần mẫn: 做事很~。Làm việc rất siêng năng.

【勤劳】qínláo<形>cần lao; cần cù lao động: ~致富 cần cù làm giàu

【勤勉】qínmiǎn<形>cần mẫn; chăm chỉ: ~学习 chăm chỉ học hành

【勤能补拙】qínnéngbǔzhuō cần mẫn có thể bù lại chỗ vụng về; cần cù bù thông minh

【勤务兵】qínwùbīng<名>lính cần vụ

【勤杂】qínzá<名>hậu cần và tạp vụ: ~工 cần vụ

擒 qín<动>tóm; bắt

【擒获】qínhuò<动>tóm được; bắt được: ~歹徒 bắt được kẻ xấu

【擒拿】qínná❶<动>truy nã: ~罪犯 truy nã tội phạm ❷<名>miếng võ bắt sống

qǐn

寝 qǐn❶<动>ngủ: 废~忘食 quên ăn quên ngủ ❷<名>phòng ngủ; buồng ngủ: 入~ vào buồng ngủ; 寿终正~ qua đời ở nhà ❸<名>mộ vua; tẩm: 陵~ lăng tẩm

【寝食不安】qǐnshí-bù'ān ăn ngủ không yên

【寝室】qǐnshì<名>phòng ngủ; buồng ngủ

qìn

沁 qìn<动>thấm vào; ngấm vào; rịn ra: 额上~出了汗珠。Trên trán đã rịn mồ hôi.

【沁人心脾】qìnrénxīnpí thấm vào

gan ruột; mát lòng mát dạ

qīng

青 qīng ❶<形>xanh: ~天 trời xanh ❷<形>màu đen: ~布 vải đen ❸<名> cỏ xanh; cỏ cây xanh rì: 踏~ đạp thanh ❹<名>thanh niên ❺<形>trẻ trung; trẻ; trẻ tuổi: ~工 công nhân trẻ

【青菜】qīngcài<名>❶rau xanh ❷cải thìa; cải ngọt

【青草】qīngcǎo<名>cỏ xanh; cỏ tươi

【青出于蓝而胜于蓝】qīng chūyú lán ér shèngyú lán trò giỏi hơn thầy; thế hệ sau giỏi hơn thế hệ trước

【青春】qīngchūn<名>❶thanh xuân; tuổi trẻ: ~岁月 thời thanh niên ❷xuân xanh; tuổi tác (của bạn trẻ)

【青春痘】qīngchūndòu<名>mụn; trứng cá

【青春期】qīngchūnqī<名>tuổi dậy thì

【青翠】qīngcuì<形>xanh biếc; xanh thẳm; xanh tươi

【青豆】qīngdòu<名>đậu xanh

【青光眼】qīngguāngyǎn<名>bệnh tăng nhãn áp; bệnh glô-côm

【青红皂白】qīnghóng-zàobái đen trắng; đúng sai; phải trái; đầu cua tai nheo: 不分~ không phân biệt trắng đen phải trái

【青花瓷】qīnghuācí<名>đồ sứ hoa xanh

【青黄不接】qīnghuáng-bùjiē giáp hạt; giáp vụ; ngày ba tháng tám

【青椒】qīngjiāo<名>ớt tây; ớt ngọt; ớt cà chua

【青稞】qīngkē<名>❶mạch khỏa (một loại đại mạch ở cao nguyên Thanh Tạng) ❷hạt mạch khỏa

【青睐】qīnglài<动>[书]quý mến; coi trọng: 得到读者的~ được người đọc ưa thích

【青梅竹马】qīngméi-zhúmǎ thanh mai trúc mã

【青霉素】qīngméisù<名>pê-ni-xi-lin

【青年】qīngnián<名>❶trẻ tuổi; trẻ: ~时代 thời tuổi trẻ ❷thanh niên: 好~ người thanh niên tốt

【青色】qīngsè<名>màu xanh lục

【青涩】qīngsè<形>xanh; chưa chín

【青山】qīngshān<名>non xanh: ~绿水 non xanh nước biếc

【青少年】qīngshàonián<名>thanh thiếu niên

【青松】qīngsōng<名>cây tùng xanh

【青苔】qīngtái<名>rêu

【青天】qīngtiān<名>❶bầu trời xanh ❷thanh thiên: ~作证 thề có trời xanh chứng giám

【青铜器】qīngtóngqì<名>đồ đồng đen

【青蛙】qīngwā<名>nhái; ếch

【青鱼】qīngyú<名>cá trắm đen

【青肿】qīngzhǒng<形>sưng vù và bầm tím

【青壮年】qīngzhuàngnián<名>trai tráng

轻 qīng ❶<形>nhẹ: 身~如燕 mình nhẹ như chim yến ❷<形>nhỏ; ít; non; nhẹ nhàng: 年纪~ tuổi nhỏ; ~ 风 gió nhẹ ❸<形>gọn nhẹ: ~装 hành trang gọn nhẹ ❹<形>nhẹ nhàng; nhẹ nhõm; thoải mái: ~音乐 nhạc nhẹ ❺ <形>nhẹ; không quan trọng: 责任~ trách nhiệm nhẹ ❻<形>nhẹ nhàng; khẽ: ~声说 nói khẽ; 她走路很~。 Cô ấy đi rất êm. ❼<形>chớt nhả; cợt nhả ❽<形>khinh suất; thiếu suy nghĩ ❾<动>coi nhẹ; xem thường; coi thường: 老人把钱财看得很~。 Người già coi nhẹ tiền của.

【轻便】qīngbiàn<形>❶nhẹ nhàng; tiện dụng; thuận tiện; tiện lợi: 这辆自行车很~。 Chiếc xe đạp này rất tiện dụng. ❷thoải mái; dễ dàng: 贪图~ chỉ cốt thoải mái dễ dàng

【轻薄】qīngbó<形>khinh bạc; cợt nhả; chớt nhả: 态度~ thái độ chớt nhả

【轻车熟路】qīngchē-shúlù xe nhẹ đường quen; quen đường thuộc lối; quen việc dễ làm

【轻度】qīngdù<形>ở mức độ nhẹ: ~感染 bị nhiễm khuẩn nhẹ

【轻而易举】qīng'éryìjǔ dễ như bỡn; làm dễ như chơi; dễ như trở bàn tay

【轻工业】qīnggōngyè<名>công nghiệp nhẹ

【轻轨】qīngguǐ<名>đường ray nhẹ

【轻活儿】qīnghuór<名>công việc nhẹ

【轻快】qīngkuài<形>❶nhẹ nhàng; không phí sức: 步履~ bước chân nhanh nhẹ ❷nhẹ nhàng vui vẻ; khoan khoái; vui tươi

【轻慢】qīngmàn<动>khinh mạn; coi khinh; khinh thường ngạo mạn: 不可~客人。Không được khinh mạn đối với khách.

【轻描淡写】qīngmiáo-dànxiě phác qua; qua loa; lớt phớt hời hợt

【轻蔑】qīngmiè<动>khinh miệt

【轻飘飘】qīngpiāopiāo❶nhẹ như bông; nhẹ bổng: ~的雪花 những bông tuyết nhẹ như bông ❷nhanh nhẹn; nhẹ nhàng; hoạt bát: 脚底下~ bước chân nhẹ lâng lâng ❸nông cạn, không sâu sắc

【轻巧】qīngqiǎo<形>❶nhẹ nhàng và tiện lợi: 身材~ người nhẹ nhàng khéo léo ❷khéo léo; nhẹ nhàng: 动作~ động tác nhẹ nhàng khéo léo ❸đơn giản dễ dàng: 你说得~，不如来试试吧? Anh nói đơn giản quá nhỉ, thế anh làm thử xem sao?

【轻轻】qīngqīng<形>nhè nhẹ; khe khẽ: 雨点~地敲打着窗户。Tiếng mưa tí tách trên cửa sổ.

【轻柔】qīngróu<形>mềm mại; nhẹ mềm: 声音~ âm thanh dịu dàng mềm mại

【轻伤】qīngshāng<名>vết thương nhẹ

【轻生】qīngshēng<动>coi nhẹ mạng sống; chán đời; tự tử

【轻声】qīngshēng<名>thanh nhẹ: 这个音节念~。Âm tiết này đọc thanh nhẹ.

【轻视】qīngshì<动>khinh thị; coi thường

【轻率】qīngshuài<形>khinh suất; bộp chộp không thận trọng; thiếu suy nghĩ: 行为~ hành động thiếu thận trọng

【轻松】qīngsōng<形>nhẹ nhàng thoải mái; nhẹ nhõm: ~愉快 vui vẻ thoải mái

【轻微】qīngwēi<形>nhẹ; không đáng kể; tí chút: ~的头痛 nhức đầu nhẹ

【轻信】qīngxìn<动>dễ tin; cả tin; nhẹ dạ: ~谣言 cả tin vào tin đồn

【轻型】qīngxíng<形>kiểu nhẹ; loại nhẹ: ~纸 giấy kiểu nhẹ

【轻易】qīngyì❶<形>dễ dàng: 你以为能~学会驾驶汽车吗?Anh cứ tưởng có thể dễ dàng nắm được kĩ thuật lái xe chắc? ❷<副>tùy tiện: 他不~批评别人。Anh ấy không tùy tiện phê bình người khác.

【轻盈】qīngyíng<形>❶thon thả; uyển chuyển: ~的脚步 bước đi uyển chuyển nhanh nhẹn ❷thoải mái; sảng khoái: ~的笑语 nói cười sảng khoái

【轻重】qīngzhòng<名>❶nặng nhẹ (trọng lượng): 看一看~多少。Xem nặng nhẹ bao nhiêu. ❷nặng nhẹ (mức độ): ~程度 mức độ nặng nhẹ ❸đúng mức; có chừng mực; ở mức độ thích đáng: 说话要分~。Nói năng phải có chừng mực.

【轻装】qīngzhuāng<名>❶hành trang gọn nhẹ: ~上阵 nhẹ nhàng

Q

xuất trận ❷trang bị gọn nhẹ: ~部队 khinh binh

氢 qīng〈名〉[化学]hidro; khinh khí (kí hiệu: H)

【氢化物】qīnghuàwù〈名〉hydride

【氢气】qīngqì〈名〉khinh khí; khí hidro

【氢气球】qīngqìqiú〈名〉khinh khí cầu

倾 qīng〈动〉❶nghiêng; lệch; ngả: 身子向前~ ngả người về phía trước ❷khuynh hướng; nghiêng về; thiên về: 左~ tả khuynh ❸倒; sập: 大厦将~ tòa nhà sắp đổ ❹trút hết; đổ hết; dốc hết: 盆大雨 mưa như trút nước; ~尽全力 dốc hết sức ❺cố gắng; dốc sức: ~诉 nói hết mọi điều

【倾巢】qīngcháo〈动〉dốc toàn lực; đổ hết quân: ~出动 toàn bộ xuất quân/đổ hết quân lực

【倾倒】qīngdǎo〈动〉❶bị nghiêng nên đổ: 那座危房要~了。Căn nhà bị nghiêng sắp đổ. ❷khâm phục; hâm mộ: 邓丽君甜美的歌声~了千万听众。Tiếng hát ngọt ngào của Đặng Lệ Quân làm say lòng muôn vàn thính giả.

【倾倒】qīngdào〈动〉đổ hết; dốc hết; trút hết: 她把一肚子的委屈都~出来了。Cô ấy trút hết được nỗi uất ức trong lòng.

【倾覆】qīngfù〈动〉❶lật; đổ; sập; sụp: 船在风暴中~了。Con thuyền bị lật do cơn bão. ❷lật đổ; làm cho sụp đổ

【倾家荡产】qīngjiā-dàngchǎn khuynh gia bại sản; khánh kiệt gia tài

【倾慕】qīngmù〈动〉hết lòng ái mộ; rất yêu quý: 他对邻居的女儿~已久。Anh ta ái mộ cô gái hàng xóm đó đã lâu.

【倾囊相助】qīngnáng-xiāngzhù dốc túi giúp nhau; đem hết tiền ra giúp nhau

【倾诉】qīngsù〈动〉thổ lộ; giãi bày: ~衷曲 giãi bày nỗi lòng

【倾塌】qīngtā〈动〉đổ sụp; đổ sập

【倾听】qīngtīng〈动〉nghe; lắng nghe:认真~员工的意见 chú ý lắng nghe ý kiến của công nhân viên chức

【倾吐】qīngtǔ〈动〉thổ lộ; giãi bày: ~衷肠 giãi bày tình cảm

【倾向】qīngxiàng❶〈动〉nghiêng về; thiên về ❷〈名〉phương hướng phát triển; xu thế; thiên hướng: 艺术~ thiên hướng nghệ thuật

【倾销】qīngxiāo〈动〉bán phá giá; bán đổ bán tháo: 反~政策 chính sách chống bán phá giá

【倾斜】qīngxié〈动〉❶nghiêng; lệch; xiêu vẹo: ~的房屋 căn nhà xiêu vẹo ❷thiên vị; nghiêng về: 力量的天平向我方~。Cán cân lực lượng nghiêng về phía ta.

【倾泻】qīngxiè〈动〉trút đổ; đổ dồn xuống: 瀑布~而下。Dòng thác đổ ào ào xuống.

【倾心】qīngxīn〈动〉❶ngưỡng mộ; xiêu lòng: 一见~ vừa gặp đã đem lòng mến mộ ❷chân thành: ~交谈 chuyện trò chân thành cởi mở

【倾注】qīngzhù〈动〉❶trút đổ; đổ dồn xuống: 把酒~到瓶子里。Trút rượu vào chai. ❷(tình cảm, lực lượng...) dốc vào; trút vào: 把所有感情都~到孩子身上。Dành tất cả tình cảm cho con cái.

清 qīng❶〈形〉trong; trong vắt: 水~见底 nước trong vắt thấu đáy ❷〈形〉sạch sẽ; trong sạch ❸〈形〉yên tĩnh: ~静 vắng lặng ❹〈形〉thanh liêm: ~官 vị quan thanh liêm ❺〈形〉rõ; rõ ràng: 问~底细 hỏi rõ nguồn cơn ❻〈形〉thuần khiết; tinh khiết ❼〈形〉xong; hết: 把账还~ trả hết nợ ❽〈动〉thanh lọc; làm trong sạch ❾

〈动〉(nợ nần) trả hết; thanh toán xong ❿〈动〉điểm; đếm: ~点货物 đếm hàng hóa

【清白】qīngbái〈形〉thuần khiết; trong sạch: 历史~ lí lịch trong sạch

【清仓】qīngcāng〈动〉❶kiểm kê kho hàng; kiểm kho ❷bán thanh lí hàng tồn kho: ~价 giá bán thanh lí hàng tồn kho

【清茶】qīngchá〈名〉❶chè xanh ❷nước chè suông

【清查】qīngchá〈动〉thanh tra; kiểm tra: ~户口 kiểm tra hộ khẩu

【清产核资】qīngchǎn hézī tổng kiểm kê thanh tra

【清场】qīngchǎng〈动〉thu dọn hiện trường

【清唱】qīngchàng〈动〉hát vo

【清澈】qīngchè〈形〉trong suốt; trong vắt: ~的眼睛 đôi mắt trong vắt

【清晨】qīngchén〈名〉sáng sớm

【清除】qīngchú〈动〉dọn sạch; quét sạch; tẩy trừ; thanh trừ: ~积雪 dọn sạch tuyết; ~内奸 quét sạch bọn nội gián

【清楚】qīngchu❶〈形〉rõ ràng; rõ: 你让她把话说~。Anh cứ để chị ấy nói cho rõ đi. ❷〈形〉minh mẫn; tinh tường ❸〈动〉hiểu rõ; nắm được: 这件事的经过他很~。Anh ấy biết rõ quá trình xảy ra việc này.

【清纯】qīngchún〈形〉❶trong trắng: ~少女 thiếu nữ trinh bạch ❷trong sạch; trong vắt

【清脆】qīngcuì〈形〉❶trong trẻo; véo von: ~的鸟啼声 tiếng chim hót véo von ❷thơm ngon và giòn: 鲜黄瓜~可口。Dưa chuột tươi giòn, ăn ngon miệng.

【清单】qīngdān〈名〉bảng kiểm kê; danh mục chi tiết; hóa đơn: 节目~ bảng tiết mục; 列张~ làm một bản danh mục

【清淡】qīngdàn〈形〉❶nhẹ; thanh dịu: ~的花香 mùi thanh dịu của hoa ❷thanh đạm; nhẹ; dễ tiêu: 饮食~ ăn uống thanh đạm ❸thanh nhã; tao nhã ❹doanh thu thấp; ế ẩm: 生意比较~。Công việc buôn bán có phần ế ẩm.

【清点】qīngdiǎn〈动〉kiểm điểm; kiểm kê: ~物资 kiểm kê vật tư

【清风】qīngfēng〈名〉gió mát: ~徐来 gió mát hây hây thổi

【清福】qīngfú〈名〉an nhàn sung sướng; thanh nhàn sung sướng: 享~ được hưởng an nhàn sung sướng

【清高】qīnggāo〈形〉❶trong sạch cao thượng; thanh cao ❷không hòa hợp với tập thể

【清规戒律】qīngguī-jièlǜ❶những giới luật đối với tăng ni ❷luật này lệ nọ; những điều cấm giới này nọ

【清火】qīnghuǒ〈动〉[中医]thanh nhiệt; thanh hỏa; hạ hỏa

【清洁】qīngjié〈形〉sạch sẽ; vệ sinh: ~能源 nguồn năng lượng sạch sẽ

【清洁工】qīngjiégōng〈名〉lao công

【清洁剂】qīngjiéjì〈名〉chất tẩy

【清净】qīngjìng〈形〉❶trong vắt: 湖水~ nước hồ trong vắt ❷thanh tịnh; không bị quấy rầy: 耳根~ khỏi bị quấy rầy

【清静】qīngjìng〈形〉thanh tĩnh; yên tĩnh; thanh vắng; vắng vẻ: 到~的地方去度假 đến chỗ yên tĩnh để nghỉ phép

【清冷】qīnglěng〈形〉❶lành lạnh; se lạnh: ~的秋夜 đêm thu lành lạnh ❷vắng lạnh; vắng ngắt; vắng tanh: 深宵街道~。Đường phố canh khuya vắng tanh.

【清理】qīnglǐ〈动〉thanh lí; kiểm kê: ~房间 dọn dẹp trong phòng

【清廉】qīnglián〈形〉thanh liêm; trong sạch: 为官~ làm quan thanh liêm

【清凉】qīngliáng〈形〉mát mẻ; mát lành; mát dịu: 清晨~的空气 không

khí mát lành của buổi ban mai

【清凉油】qīngliángyóu<名>dầu gió; dầu cù là; dầu cao

【清明】qīngmíng<名>tiết Thanh minh

【清盘】qīngpán<动>[经济]thanh lí hết tài sản

【清贫】qīngpín<形>thanh bần; bần cùng; nghèo khốn: 甘守~ nguyện giữ phần thanh bần

【清泉】qīngquán<名>con suối trong vắt

【清热】qīngrè<动>[中医]giải nhiệt; thanh nhiệt; hạ nhiệt: ~解毒 thanh nhiệt giải độc

【清扫】qīngsǎo<动>quét dọn; dọn sạch: ~房间 quét dọn nhà cửa

【清爽】qīngshuǎng<形>❶mát mẻ; trong lành: 空气~ không khí trong lành ❷khoan khoái nhẹ nhàng; thoải mái: 把烦恼说出来之后，心里很~. Nói ra những điều buồn phiền, trong lòng nhẹ nhàng hẳn lên.

【清水】qīngshuǐ ❶<名>thanh thủy; nước trong ❷<形>liêm khiết; không có lời lộc

【清算】qīngsuàn<动>❶thanh toán; tính sổ: ~债务 thanh toán món nợ; 年终~ tính sổ cuối năm ❷thanh toán; tính sổ: ~敌人的罪恶 tính sổ mọi tội ác của địch

【清汤寡水】qīngtāng-guǎshuǐ cơm bữa ít mỡ

【清甜】qīngtián<形>ngọt; ngọt ngào

【清退】qīngtuì<动>thanh lí và trả lại: ~公家财产 thanh lí và trả lại của công

【清晰】qīngxī<形>rõ ràng; rõ rệt; rõ nét: 发音~ phát âm rõ ràng

【清洗】qīngxǐ<动>❶rửa; rửa sạch; dội rửa ❷thanh trừ; thanh trừng; trừ khử; diệt trừ

【清闲】qīngxián<形>nhàn rỗi; thanh nhàn; an nhàn: ~自在 an nhàn thư thái

【清香】qīngxiāng<名>mùi hương dễ chịu; thơm mát: 散发出~ thoảng mùi thơm dịu

【清新】qīngxīn<形>❶tươi mới; trong lành: 山区污染少，空气很~. Vùng núi ít bị ô nhiễm, không khí rất trong lành. ❷mới mẻ; tinh khiết

【清新剂】qīngxīnjì<名>chất làm sạch không khí

【清醒】qīngxǐng ❶<形>tỉnh táo; minh mẫn: 要保持~的头脑. Phải giữ cho đầu óc tỉnh táo. ❷<动>tỉnh lại; hồi tỉnh: 被害人经过抢救~过来了. Qua cấp cứu, nạn nhân đã hồi tỉnh lại.

【清秀】qīngxiù<形>thanh tú; xinh đẹp: 容貌~ khuôn mặt thanh tú

【清一色】qīngyīsè　nhất loạt như nhau: 穿着~的衣服 mặc quần áo nhất loạt như nhau

【清早】qīngzǎo<名>[口]sáng sớm; tinh mơ; tờ mờ sáng

【清账】qīngzhàng ❶<动>thanh toán; quyết toán sổ sách; kết sổ: 年终公司要~. Đến cuối năm công ti phải kết sổ. ❷<名>sổ kết toán

【清障】qīngzhàng<动>tháo gỡ trở ngại

【清真】qīngzhēn<形>❶đạo Islam; đạo Hồi: ~点心 bánh chay của đạo Hồi ❷[书]thuần khiết giản dị và mộc mạc

【清真寺】qīngzhēnsì<名>nhà thờ đạo Islam; nhà thờ Hồi giáo

【清蒸】qīngzhēng<动>hấp (gà, thịt, cá): ~鱼 cá hấp

蜻qīng

【蜻蜓】qīngtíng<名>con chuồn chuồn

【蜻蜓点水】qīngtíng-diǎnshuǐ　chuồn chuồn đạp nước

qíng

情 qíng＜名＞❶tình; tình cảm: 热 ~ nhiệt tình; 深~ tình cảm sâu sắc ❷tình lí; đạo lí: 不~之请 sự thỉnh cầu có phần quá đáng chăng (lời nói khách sáo) ❸ái tình; tình yêu: 谈~说爱 nói chuyện yêu thương ❹tình dục; tính dục: 发~期 thời kì phát dục ❺tình hình; tình trạng: 病~ bệnh tình; 军~ tình hình quân sự ❻tình người; thể diện: 托~ nhờ người nói giúp

【情爱】qíng'ài＜名＞❶tình ái; tình yêu ❷tình thương yêu giữa con người

【情报】qíngbào＜名＞tình báo; tin tức; thông tin: 军事~ tình báo quân sự

【情不自禁】qíngbùzìjīn không nén nổi tình cảm; cầm lòng chẳng được; mất tự chủ do xúc động

【情场】qíngchǎng＜名＞tình trường; cuộc tình; chuyện tình yêu: ~失意 thất vọng trong cuộc tình

【情敌】qíngdí＜名＞tình địch

【情调】qíngdiào＜名＞sắc thái tình cảm; phong thái: 浪漫~ phong thái lãng mạn

【情分】qíngfèn＜名＞tình cảm; tình nghĩa giữa con người với nhau: 朋友~ tình bạn

【情夫】qíngfū＜名＞bồ; tình nhân nam (của người đàn bà ngoại tình)

【情妇】qíngfù＜名＞bồ; tình nhân nữ (của người đàn ông ngoại tình)

【情感】qínggǎn＜名＞❶tình cảm ❷cảm tình

【情歌】qínggē＜名＞tình ca; bài ca tình yêu

【情节】qíngjié＜名＞❶tình tiết; trường hợp: 故事~ tình tiết câu chuyện ❷tình hình chi tiết của tội lỗi

【情结】qíngjié＜名＞mắc mứu về tình

【情景】qíngjǐng＜名＞tình cảnh; tình huống; trường hợp: 让人伤心的~ tình cảnh rất đáng thương

【情境】qíngjìng＜名＞tình cảnh; cảnh ngộ

【情况】qíngkuàng＜名＞tình hình; tình huống: ~复杂 tình hình phức tạp

【情郎】qíngláng＜名＞tình lang; bạn trai; bồ nam

【情理】qínglǐ＜名＞tình và lí: 合乎~ hợp tình hợp lí

【情侣】qínglǚ＜名＞bạn tình; người yêu: ~装 trang phục đôi lứa

【情面】qíngmiàn＜名＞quan hệ tình cảm và thể diện; nể mặt: 看~ nể tình; 不留~ không nể mặt

【情趣】qíngqù＜名＞❶tính tình sở thích; chí hướng và hứng thú: 两人~相投。Tính tình, chí hướng hai người hợp nhau. ❷ý vị: 两人说起话来很有~。Hai người nói chuyện rất ý vị.

【情人】qíngrén＜名＞❶người yêu ❷tình nhân; người tình; bạn tình; bồ bịch

【情人节】Qíngrén Jié＜名＞Ngày Valentine (ngày 14 tháng 2)

【情人眼里出西施】qíngrén yǎnli chū Xī- shī coi bạn tình đẹp như nàng Tây Thi; ví trong mắt người yêu cái gì cũng đẹp

【情商】qíngshāng＜名＞EQ; trí thông minh cảm xúc

【情书】qíngshū＜名＞thư tình

【情同手足】qíngtóngshǒuzú thân như anh em ruột thịt

【情投意合】qíngtóu-yìhé tình đầu ý hợp; tâm đầu ý hợp

【情形】qíngxing＜名＞tình hình: 生活~ tình hình cuộc sống

【情绪】qíngxù＜名＞❶tinh thần: ~高

Q

涨 tinh thần hăm hở ❷bực dọc; giận
dỗi: 今天她又闹~了。Hôm nay cô ta
lại lên cơn giận.

【情义】qíngyì<名>tình nghĩa: 他待
人很有~。Anh ấy cư xử rất có tình
nghĩa.

【情谊】qíngyì<名>tình thâm giao;
tình thân mật; tình hữu nghị: 深厚的
~ tình hữu nghị sâu đậm

【情有独钟】qíngyǒudúzhōng có
tình cảm riêng

【情有可原】qíngyǒukěyuán có thể
tha lỗi được

【情欲】qíngyù<名>tình dục

【情愿】qíngyuàn❶<动>tình nguyện;
cam chịu: ~牺牲一切 cam chịu hi
sinh tất cả; 两相~ hai bên bằng lòng
nhau ❷<副>thà; thà rằng: 早知如
此，~待在家里。Biết thế này, thà ở
nhà cho xong.

【情真意切】qíngzhēn-yìqiè chân tình
thực ý

晴 qíng<形>nắng; quang; hửng: 天已
放~。Trời đã quang.

【晴好】qínghǎo<形>trời quang: 天气
~ trời quang mây tạnh

【晴空】qíngkōng<名>trời quang: ~万
里 trời xanh ngắt một màu

【晴朗】qínglǎng<形>đẹp trời; nắng
đẹp

【晴天】qíngtiān<名>trời quang; tốt
trời

【晴雨表】qíngyǔbiǎo<名>phong vũ
biểu

qǐng

顷¹ qǐng<量>khoảnh (đơn vị đo diện
tích, bằng một trăm mẫu Trung
Quốc, tương đương với 6,667 hét-ta):
两~地 hai khoảnh đất

顷² qǐng[书]<名>khoảnh khắc; chốc
lát: 少~ một chốc

【顷刻】qǐngkè<名>khoảnh khắc;

chốc lát: 那件事只发生在~之间。
Việc ấy chỉ diễn ra trong khoảnh
khắc.

请 qǐng<动>❶xin; đề nghị: ~大家发
表意见。Đề nghị mọi người phát
biểu ý kiến. ❷mời: ~医生 mời thầy
thuốc; ~朋友喝啤酒 thết bạn một
chầu bia ❸mời; xin mời: 您~喝水。
Mời chị uống nước. ❹[旧]thỉnh;
xin: ~阴阳 xin âm dương

【请便】qǐngbiàn<动>xin tùy ý; xin
tự nhiên: 您~。Xin ông cứ tự nhiên.

【请假】qǐngjià<动>xin nghỉ phép: ~
条 đơn xin nghỉ phép

【请柬】qǐngjiǎn<名>thiếp mời; giấy
mời

【请教】qǐngjiào<动>thỉnh giáo; xin
ý kiến; xin chỉ bảo: 向各位大师~
đến thỉnh giáo các bậc đại sư

【请客】qǐngkè<动>mời khách; đãi
khách: ~吃饭 đãi khách ăn cơm

【请求】qǐngqiú❶<动>thỉnh cầu; xin;
đề nghị: ~援助 xin viện trợ ❷<名>
yêu cầu; đề nghị: 恳切的~ yêu cầu
tha thiết

【请示】qǐngshì<动>thỉnh thị; xin ý
kiến; xin chỉ thị: 向上级~ xin chỉ thị
của cấp trên

【请帖】qǐngtiě<名>thiếp mời

【请问】qǐngwèn<动>xin hỏi; xin
phép hỏi: ~去火车站怎么走? Xin hỏi
nhà ga nên đi lối nào?

【请香】qǐngxiāng<动>thắp hương

【请愿】qǐngyuàn<动>xin đáp ứng
nguyện vọng; yêu sách; kiến nghị;
thỉnh nguyện

【请罪】qǐngzuì<动>nhận tội; nhận
lỗi; chủ động xin lỗi: 负荆~ cúi đầu
chịu tội/cúi đầu nhận tội

【请坐】qǐngzuò<动>mời ngồi

qìng

庆 qìng❶<动>chúc mừng; mừng: ~

寿 chúc thọ/mừng thọ; ~丰收 chúc mừng được mùa ❷〈名〉ngày kỉ niệm hàng năm để chúc mừng: 国~ Quốc khánh

【庆典】qìngdiǎn〈名〉lễ mừng; lễ kỉ niệm: 周年~ kỉ niệm năm tròn

【庆功】qìnggōng〈动〉chúc mừng thắng lợi; mừng công

【庆贺】qìnghè〈动〉chúc mừng: ~新年 chúc mừng năm mới

【庆幸】qìngxìng〈动〉vui mừng (vì gặp may)

【庆祝】qìngzhù〈动〉chúc mừng; chào mừng: ~元旦 chúc mừng năm mới

亲 qìng
另见 qīn

【亲家】qìngjia〈名〉thông gia; thân gia; sui gia

罄 qìng〈动〉[书]hết; sạch: 售~ bán hết

【罄竹难书】qìngzhú nánshū tội ác chồng chất không sao tả xiết

qióng

穷 qióng ❶〈形〉nghèo; bần cùng: ~人 người nghèo ❷〈动〉cùng tận; giới hạn; hết: 力大无~ lực lưỡng vô cùng ❸〈动〉tận dụng; dùng hết sức lực: ~其精力 dùng hết toàn bộ sức mạnh và nghị lực ❹〈副〉triệt để; hết sức: ~究 truy đến cùng ❺〈副〉cực kì; vô cùng: ~凶极恶 cực kì hung ác ❻〈副〉quá mức

【穷光蛋】qióngguāngdàn〈名〉[口]kẻ nghèo hèn; kẻ cùng đinh; khố rách áo ôm

【穷尽】qióngjìn ❶〈动〉đến cùng ❷〈名〉cùng tận; cạn kiệt: 知识是没有~的。Tri thức là vô cùng tận.

【穷开心】qióngkāixīn nhất mực vui chơi; tuy nghèo nhưng vẫn vui vẻ

【穷苦】qióngkǔ〈形〉cùng khổ; nghèo khổ

【穷困】qióngkùn〈形〉khốn cùng; nghèo túng: 生活~ cuộc sống nghèo túng

【穷困潦倒】qióngkùn-liáodǎo chán ngán vì cảnh khốn cùng

【穷乡僻壤】qióngxiāng-pìrǎng nơi hoang vắng nghèo nàn; hang cùng ngõ hẻm; chốn quê nghèo hẻo lánh

【穷追】qióngzhuī〈动〉đuổi đến cùng: ~不舍 quyết đuổi đến cùng

琼 qióng〈名〉[书]ngọc đẹp; ngọc quý; vật đẹp

【琼浆】qióngjiāng〈名〉[书]rượu ngon: ~玉液 rượu ngon

【琼脂】qióngzhī〈名〉thạch trắng

qiū

丘 qiū ❶〈名〉gò đất; đống đất; đồi: 沙~ gò cát ❷[书]mồ; mả

【丘比特】Qiūbǐtè〈名〉Cupid (thần Ái tình của người La Mã)

【丘陵】qiūlíng〈名〉đồi núi; đồi; gò đồi: ~地带 vùng gò đồi

【丘疹】qiūzhěn〈名〉mẩn mụn đỏ; sần; nốt sần

秋 qiū〈名〉❶mùa thu: 深~ cuối thu ❷vào mùa; đến ngày thu hoạch ❸[书]một năm: 千~ ngàn năm ❹thời kì; lúc: 生死存亡之~ lúc nguy ngập sống còn ❺cây trồng chín vào mùa thu

【秋波】qiūbō〈名〉khóe thu ba (chỉ mắt người phụ nữ đẹp): 暗送~ liếc mắt đưa tình

【秋播】qiūbō〈动〉gieo mùa

【秋分】qiūfēn〈名〉tiết Thu phân

【秋风】qiūfēng〈名〉❶gió thu ❷mượn danh nghĩa để tống tiền

【秋高气爽】qiūgāo-qìshuǎng trời thu trong sáng dịu mát

【秋后算账】qiūhòu-suànzhàng cuối

cùng mới biết dở hay ; hãy đợi đấy (sẽ báo thù)

【秋季】qiūjì<名>mùa thu

【秋千】qiūqiān<名>cái đu: 打~ đánh đu

【秋色】qiūsè<名>sắc thu; cảnh sắc mùa thu

【秋收】qiūshōu❶<动>thu hoạch vụ thu ❷<名>vụ thu

【秋天】qiūtiān<名>mùa thu

【秋汛】qiūxùn<名>nước lũ mùa thu

【秋雨】qiūyǔ<名>mưa mùa thu

【秋装】qiūzhuāng<名> áo mùa thu; quần áo mặc trong mùa thu

蚯 qiū

【蚯蚓】qiūyǐn<名>con giun đất

qiú

囚 qiú❶<动>cầm tù; bỏ tù; giam ❷<名>tù; tù phạm: 死~ tử tù

【囚犯】qiúfàn<名>tội phạm; tù phạm; tù nhân

【囚禁】qiújìn<动>cầm tù; giam cầm

【囚牢】qiúláo<名>ngục tù; nhà lao

【囚徒】qiútú<名>tù nhân; tù phạm

求 qiú<动>❶cầu; xin; cầu xin: ~人帮忙 cầu xin người ta giúp hộ ❷yêu cầu; đòi hỏi: 精益~精 đã tốt càng phải tốt hơn ❸theo đuổi; mưu cầu: 不~名利 không hám danh cầu lợi ❹nhu cầu; sự cần thiết: 供~关系 quan hệ cung cầu

【求爱】qiú'ài<动>tỏ tình

【求购】qiúgòu<动>hỏi mua

【求欢】qiúhuān<动>yêu cầu được làm tình với nhau

【求婚】qiúhūn<动>cầu hôn

【求见】qiújiàn<动>xin gặp; xin được tiếp kiến

【求教】qiújiào<动>thỉnh giáo; xin được chỉ bảo: 谦虚~ khiêm tốn thỉnh giáo

【求救】qiújiù<动>cầu cứu: ~信号 tín

hiệu cầu cứu

【求偶】qiú'ǒu<动>tìm vợ; tìm chồng

【求签】qiúqiān<动>rút thẻ; xin quẻ

【求亲】qiúqīn<动>xin kết thông gia

【求情】qiúqíng<动>xin thương tình; xin được sự đồng ý: ~告饶 xin lượng tình tha thứ

【求全】qiúquán<动>❶cầu toàn ❷cố gắng làm cái gì trọn vẹn

【求饶】qiúráo<动>xin tha thứ: 跪地~ quỳ lạy xin tha

【求神拜佛】qiúshén-bàifó cầu trời lạy Phật

【求生】qiúshēng<动>tìm đường sống; tìm cách sống: ~的信念 niềm tin về sự sống

【求学】qiúxué<动>❶đi học; học ở trường ❷tìm tòi học vấn

【求医】qiúyī<动>mời thầy thuốc

【求援】qiúyuán<动>cầu viện; xin viện trợ

【求证】qiúzhèng<动>tìm chứng cứ; tìm cách chứng thực

【求之不得】qiúzhī-bùdé không gì tốt hơn: 这样的结果真是~。Được kết quả như vậy quả là không gì tốt bằng.

【求知】qiúzhī<动>tìm tòi kiến thức; ham học hỏi: ~欲 ham học hỏi

【求职】qiúzhí<动>tìm việc làm; xin việc

【求助】qiúzhù<动>cầu xin giúp đỡ

酋 qiú<名>❶tù trưởng ❷thủ lĩnh

【酋长】qiúzhǎng<名>tù trưởng

球 qiú<名>❶cầu: ~体 khối cầu ❷các vật hình cầu: 卫生~ hòn băng phiến ❸quả bóng: 足~ bóng đá ❹[体育]môn bóng; trò chơi bóng ❺trái đất; địa cầu

【球场】qiúchǎng<名>sân bóng; bãi bóng

【球队】qiúduì<名>đội bóng

【球门】qiúmén<名>cầu môn; khung thành; gôn

【球迷】qiúmí<名>người mê bóng; người hâm mộ cầu thủ; cổ động viên

【球拍】qiúpāi<名>vợt (bóng bàn, tennis, cầu lông...)

【球赛】qiúsài<名>đấu bóng

【球坛】qiútán<名>giới đánh bóng: ~老将 lão tướng trong giới đánh bóng

【球童】qiútóng<名>trẻ con nhặt, lượm bóng cho người chơi quần vợt trong các trận đấu

【球鞋】qiúxié<名>giày đá bóng; giày thể thao

【球星】qiúxīng<名>ngôi sao trong giới chơi bóng

【球形】qiúxíng<名>hình cầu

【球衣】qiúyī<名>quần áo đánh bóng

【球艺】qiúyì<名>nghệ thuật chơi bóng; kĩ xảo chơi bóng

【球员】qiúyuán<名>thành viên trong đội đánh bóng

【球状】qiúzhuàng<名>dạng cầu

qū

区 qū❶<动>phân biệt; phân chia: ~分 khu biệt ❷<名>vùng; khu: 山~ vùng núi ❸<名>khu; quận (đơn vị hành chính): 自治~ khu tự trị

【区别】qūbié❶<动>phân biệt: ~对 待 phân biệt đối xử ❷<名>sự khác biệt: 找出它们之间的~ tìm ra những chỗ khác biệt giữa chúng

【区号】qūhào<名>mã vùng

【区间】qūjiān<名>cung; đoạn (tuyến giao thông, thông tin liên lạc chia thành cung, đoạn): ~车 xe chạy ở cung đường

【区区】qūqū<形>nhỏ; nhỏ nhặt; còn con; ít: ~小事，无足挂齿。Chuyện cỏn con cần gì phải nhắc.

【区域】qūyù<名>khu vực; vùng: ~合 作 hợp tác khu vực

曲¹ qū❶<形>cong; khom: ~线 đường cong; 弯腰~背 khom lưng ❷<动>làm cong ❸<名>chỗ cong; chỗ uốn khúc: 河~ chỗ sông ngoặt ❹<形>vô lí; không công bằng: 是非~直 phải trái trắng đen

曲² qū<名>men (rượu...)
另见qǔ

【曲别针】qūbiézhēn<名>kim kẹp giấy

【曲尺】qūchǐ<名>thước ê-ke; thước góc; thước đặt góc

【曲棍球】qūgùnqiú<名>❶bóng khúc côn cầu ❷môn khúc côn cầu

【曲解】qūjiě<动>giải thích sai; xuyên tạc; bóp méo

【曲奇饼】qūqíbǐng<名>bánh quy

【曲线】qūxiàn<名>❶đường cong; đường cong ❷đường gấp khúc; đường uốn lượn ❸đường nét: ~玲珑 thân hình đường nét hấp dẫn

【曲折】qūzhé<形>❶quanh co; khúc khuỷu; ngoằn ngoèo: ~的小路 đường mòn ngoằn ngoèo ❷phức tạp; rắc rối: ~变化 biến đổi phức tạp

驱 qū<动>❶đuổi; lùa (súc vật): ~ 牛 lùa trâu ❷lái xe; ngồi xe ❸chạy nhanh; đi; tiến lên: 先~ người đi trước ❹đuổi đi; xua đuổi ❺thúc đẩy

【驱车】qūchē<动>lái xe; ngồi xe; 前往 lái xe đến

【驱虫】qūchóng<动>loại trừ sâu: ~ 药 thuốc tẩy giun; ~剂 thuốc trừ sâu

【驱除】qūchú<动>xua đuổi; trừ bỏ; xua tan: ~强盗 trừ giặc giã

【驱动】qūdòng<动>❶vận hành; điều khiển: 蒸汽~的机器 máy chạy bằng hơi nước ❷sai khiến: 受利益的~ chịu sự sai khiến của lợi ích

【驱动轮】qūdònglún<名>bánh xe phát động

【驱动器】qūdòngqì<名>❶thiết bị truyền lực ❷ổ đĩa: 光盘~ ổ đĩa CD;

硬盘~ ổ cứng

【驱风油】qūfēngyóu<名>dầu gió

【驱赶】qūgǎn<动>❶đuổi; xua; dồn; lùa ❷đánh đuổi: ~苍蝇 xua ruồi

【驱寒】qūhán<动>đánh gió; khử hàn; làm ấm người lên

【驱散】qūsàn<动>❶giải tán; xua đuổi: ~游行队伍 giải tán cuộc biểu tình ❷làm tiêu tan; xua tan

【驱使】qūshǐ<动>❶xúi giục ❷thúc đẩy: 被好奇心所~ thúc giục bởi lòng hiếu kì

【驱蚊剂】qūwénjì<名>thuốc xua muỗi

【驱邪】qūxié<动>trừ tà

【驱逐】qūzhú<动>xua đuổi; trục xuất: ~出境 trục xuất ra khỏi biên giới

【驱逐舰】qūzhújiàn<名>khu trục hạm; tàu khu trục

屈qū<动>❶co; cong; uốn cong ❷khuất phục: 宁死不~ thà chết không chịu khuất phục ❸đuối lí ❹oan; oan khuất

【屈才】qūcái<动>có tài mà không phát huy được

【屈从】qūcóng<动>nghe theo; chịu khuất theo

【屈服】qūfú<动>khuất phục; chịu khuất phục

【屈光度】qūguāngdù<量>điôp; độ khúc xạ

【屈居】qūjū<动>đành chịu lép: ~亚军 đành chịu lép về với ngôi á quân

【屈辱】qūrǔ<名>bị áp bức và lăng nhục

【屈体】qūtǐ<动>uốn mình; co mình: 做一个~动作 làm một động tác co mình

【屈膝】qūxī<动>quỳ gối; uốn gối: 卑躬~ khom lưng quỳ gối

【屈指可数】qūzhǐ-kěshǔ đếm trên đầu ngón tay

【屈尊】qūzūn<动>hạ mình; nhún mình: ~求教 hạ mình xin được chi

giáo

祛qū<动>tiêu trừ; loại bỏ; xua tan

【祛除】qūchú<动>xua tan; loại trừ; giũ sạch: ~风寒 trừ phong hàn

【祛风】qūfēng<动>[中医]khu phong

【祛痰】qūtán<动>[中医]tan đờm; long đờm: ~剂 thuốc tan đờm

【祛淤活血】qūyū-huóxuè trục ứ hoạt huyết

蛆qū<名>giòi

【蛆虫】qūchóng<名>con giòi; ví quân giòi bọ

躯qū<名>thân thể; vóc người; mình: 捐~ hiến thân

【躯干】qūgàn<名>thân người; mình

【躯壳】qūqiào<名>thể xác; xác thịt

【躯体】qūtǐ<名>thân thể; thân hình; vóc người: ~魁梧 thân hình cao to vạm vỡ

趋qū<动>❶đi nhanh; rảo bước: ~前 đi nhanh lên phía trước ❷hướng tới; xu hướng: 大势所~ xu thế chung

【趋势】qūshì<名>xu thế; chiều hướng

【趋向】qūxiàng❶<动>có chiều hướng; hướng về; phát triển theo hướng ❷<名>xu hướng; hướng phát triển; xu thế

蛐qū

【蛐蛐儿】qūqur<名>[方]con dế

qú

渠qú<名>con; kênh; mương: 沟~ kênh rạch; 水到~成 nước đến đâu thành ngòi đến đấy

【渠道】qúdào<名>❶kênh dẫn nước; kênh tưới tiêu ❷cách, lối (để cầu cạnh)

qǔ

曲qǔ<名>❶khúc; từ khúc ❷bài hát:

高歌一~ hát một bài ❸nhạc: 作~
soạn nhạc
另见qū

【曲调】qǔdiào〈名〉làn điệu; điệu hát;
điệu ca: ~优美 điệu hát hay

【曲目】qǔmù〈名〉tiết mục ca, nhạc

【曲子】qǔzi〈名〉từ khúc; ca khúc

取 qǔ〈动〉❶lấy; rút: ~款 lấy tiền ra
❷đạt được; dẫn đến ❸áp dụng;
chọn lấy

【取材】qǔcái〈动〉lấy tài liệu; dùng
vật liệu: 就地~ lấy vật liệu tại chỗ

【取长补短】qǔcháng-bǔduǎn lấy
dài nuôi ngắn; lấy thừa bù thiếu;
lấy hơn bù kém; lấy cái hay bù cái
dở

【取代】qǔdài〈动〉chiếm chỗ; thay
chân; thế chỗ; giành lấy: 没有人可
以~他的地位。Không ai có thể thay
chân ông ấy.

【取得】qǔdé〈动〉giành được; đạt
được; thu được; lấy được: 胜利
giành được thắng lợi

【取缔】qǔdì〈动〉cấm; thủ tiêu: ~非法
交易 cấm giao dịch trái phép

【取而代之】qǔ'érdàizhī hất cẳng;
thay thế; thế chân

【取经】qǔjīng〈动〉❶thỉnh kinh; đi
lấy kinh ❷ví học tập kinh nghiệm:
今天我们到贵公司~来了。Hôm nay
chúng tôi đến quý công ti để học
hỏi kinh nghiệm.

【取决】qǔjué〈动〉được quyết định
bởi; do... quyết định: 成绩的大小~
于努力的程度。Thành tích lớn hay
nhỏ quyết định ở mức độ cố gắng.

【取款机】qǔkuǎnjī〈名〉máy rút tiền;
máy ATM

【取乐】qǔlè〈动〉tìm điều vui thích;
giải trí; mua vui: 喝酒~ uống rượu
mua vui

【取名】qǔmíng〈动〉chọn một cái tên;
đặt tên

【取闹】qǔnào〈动〉❶cãi lộn; quấy

đảo: 无理~ cãi lộn vô lối ❷vui đùa;
trêu chọc

【取暖】qǔnuǎn〈动〉sưởi ấm: ~设备
thiết bị sưởi

【取舍】qǔshě〈动〉lấy hay bỏ; lựa
chọn: 难于~ rất khó lựa chọn

【取胜】qǔshèng〈动〉giành thắng lợi

【取消】qǔxiāo〈动〉tước bỏ; xóa bỏ;
thủ tiêu; hủy bỏ: ~资格 tước bỏ tư
cách

【取笑】qǔxiào〈动〉giễu cợt; chê
cười; chế nhạo

【取样】qǔyàng〈动〉lấy mẫu: ~检验
lấy mẫu để kiểm nghiệm

【取悦】qǔyuè〈动〉lấy lòng; lấy cảm
tình: 他经常~上司。Hắn hay lấy
lòng cấp trên.

【取证】qǔzhèng〈动〉lấy chứng cứ:
调查~ điều tra lấy chứng cứ

娶 qǔ〈动〉cưới vợ; lấy vợ: 嫁~ cưới
vợ gả chồng

【娶妻】qǔqī〈动〉lấy vợ; cưới vợ

【娶亲】qǔqīn〈动〉đón dâu; lấy vợ

【娶媳妇】qǔ xífu[方]lấy vợ

龋 qǔ〈动〉răng bị hỏng bởi bệnh sâu
răng

【龋齿】qǔchǐ〈名〉❶bệnh sâu răng
❷răng sâu

qù

去[1] qù❶〈动〉đi: 他~图书馆了。Anh
ấy đã đi thư viện. ❷〈动〉rời; lìa; xa
rời: ~国怀乡 xa rời tổ quốc, nhớ về
quê hương ❸〈动〉mất đi; qua đi:
大势已~ tình thế đã qua đi ❹〈动〉
trừ đi; gạt bỏ: 头发太长了，~短一点
儿。Tóc dài quá, cắt ngắn một chút.
❺〈动〉[书]cách; cách nhau: 相~不远
cách nhau không xa ❻〈形〉chỉ thời
gian đã qua: ~年 năm ngoái ❼〈动〉
mất; đi xa; qua đời ❽〈动〉để; mà: 提
一桶水~浇花。Xách thùng nước để

tưới hoa. ❾<动>[口]vượt xa; quá mức: 他读过的书多了~了. Số sách ông ấy đã đọc nhiều vô kể. ❿<动>đã đi: 他吃饭~了. Anh ấy đã đi ăn cơm. ⓫<动>(tỏ ý cầu khiến): 你~想一想. Em hãy nghĩ mà xem.

去² qù<动>❶đi (dùng sau động từ, biểu thị động tác xa dần khỏi người nói): 拿~ cầm đi ❷đi; tiếp (dùng sau động từ, biểu thị sự tiếp diễn của động tác): 让他说~. Để anh ấy nói tiếp.

【去除】qùchú<动>trừ đi; trừ bỏ

【去处】qùchù<名>❶nơi đi; chỗ đi: 谁也不知道他的~. Ai cũng không biết nó đã đi đâu. ❷nơi; chỗ; địa điểm: 那是一个学习的好~. Đó là một địa điểm tốt để học tập.

【去掉】qùdiào<动>trừ bỏ; vứt bỏ

【去火】qùhuǒ<动>[中医]hạ hỏa; hạ nhiệt; giải nhiệt: 夏天喝绿豆汤可以~. Vào mùa hè, uống nước đậu xanh có thể hạ hỏa.

【去路】qùlù<名>đường đi tới; lối đi: 不要挡住~. Đừng chặn cản đường đi.

【去皮】qùpí<动>bỏ vỏ

【去世】qùshì<动>tạ thế; qua đời

【去痛药】qùtòngyào<名>thuốc giảm đau

【去污】qùwū<动>tẩy sạch; tẩy rửa: ~能力 khả năng tẩy sạch

【去向】qùxiàng<名>hướng đi: 不知~ không biết rõ hướng đi

趣 qù<名>❶hứng thú; thú vị: 这件事很有~. Chuyện này rất thú vị. ❷<形>lí thú ❸<名>sở thích; ý chí

【趣事】qùshì<名>chuyện vui; sự việc lí thú: 逸闻~ chuyện vui trong dân gian

【趣谈】qùtán❶<名>chuyện vui ❷<动>mạn đàm một cách thú vị

【趣味】qùwèi<名>thú vị; lí thú: ~无穷 vô cùng thú vị

【趣闻】qùwén<名>chuyện vui; tin vui

quān

圈 quān❶<名>cái vòng; vòng tròn: 站成一~ đứng thành một vòng ❷<名>vòng; phạm vi: 包围~ vòng vây ❸<动>khoanh; rào; vây; quây: ~出一块地 rào ra một miếng đất ❹<动>khuyên; khoanh tròn: 用红笔把拼写错误~出来. Khoanh tròn bằng mực đỏ những lỗi chính tả.

另见juān, juàn

【圈定】quāndìng<动>vẽ vòng tròn để xác định

【圈内】quānnèi<名>trong vòng

【圈圈】quānquān<名>cái vòng; vòng tròn

【圈套】quāntào<名>cái tròng; tròng bẫy; thòng lọng: 落入~ mắc bẫy

【圈占】quānzhàn<动>rào đất đai lại để chiếm: 反对~公地 chống lại việc rào đất công cộng

【圈子】quānzi<名>❶vòng tròn; vật có hình tròn: 他说话总喜欢绕~. Nó hay nói vòng vo không thẳng thắn. ❷phạm vi; vòng: 生活~ trong phạm vi cuộc sống

quán

权 quán❶<名>[书]quả cân; cái cân ❷<动>[书]cân; cân nhắc: ~其轻重 cân nhắc nặng nhẹ ❸<名>quyền lực; quyền: 掌握决定~ nắm quyền định đoạt ❹<名>quyền; quyền lợi: 选举~ quyền bầu cử ❺<动>quyền biến; thích ứng: 通~达变 quyền biến linh hoạt/xử trí linh hoạt ❻<副>tạm thời: ~且 tạm thế đã

【权衡】quánhéng<动>cân nhắc: ~得失 cân nhắc cái được cái mất

【权衡利弊】quánhéng-lìbì cân nhắc

lợi hại

【权力】quánlì<名>❶quyền lực ❷quyền lực; trách nhiệm

【权利】quánlì<名>quyền lợi: 合法~ quyền lợi hợp pháp

【权谋】quánmóu<名>mưu kế ứng biến; quyền mưu

【权势】quánshì<名>quyền thế: 依仗 ~ ỷ vào quyền thế

【权威】quánwēi❶<名>quyền uy; uy quyền; thẩm quyền: 建立~ gây dựng uy quyền ❷<名>uy tín; quyền uy: 医学~ chuyên gia quyền uy trong y học ❸<形>có uy tín; có uy quyền: ~人士 người có thẩm quyền

【权限】quánxiàn<名>quyền hạn: 超越~ vượt quá quyền hạn

【权益】quányì<名>quyền lợi; quyền: 合法~ quyền và lợi ích hợp pháp

【权重】quánzhòng<名>hệ số tầm quan trọng trong một tiêu chuẩn

【权重股】quánzhònggǔ<名>trái phiếu hệ trọng

全quán❶<形>đủ; hoàn toàn: 这个书店的书很~。Hiệu sách này đủ các loại sách. ❷<动>bảo toàn; giữ nguyên vẹn: 两~其美 vẹn cả đôi đường ❸<形>toàn bộ; cả; tất cả: ~家 cả nhà; ~神贯注 tập trung toàn bộ tinh thần ❹<副>hoàn toàn; đều: 你交代的事我~办好了。Những gì anh giao phó tôi đã làm xong.

【全部】quánbù<名>toàn bộ; tất cả: ~赞成。Tất cả đều tán thành.

【全场】quánchǎng<名>❶tất cả mọi người; tất cả khán giả trong rạp (sân...): ~起立。Tất cả mọi người đứng dậy. ❷cả hãng kinh doanh; tất cả các gian hàng

【全称】quánchēng<名>tên gọi đầy đủ; toàn danh

【全程】quánchéng<名>cả quá trình; toàn bộ lộ trình; hành trình: ~需要两个小时。Toàn bộ hành trình cần tới hai tiếng đồng hồ.

【全都】quándōu<副>tất cả; đều: 人~到齐了。Mọi người đều đến đủ cả.

【全方位】quánfāngwèi<名>tất cả các hướng; tất cả các vị trí; toàn diện: ~经济协作 hợp tác kinh tế toàn diện

【全封闭】quánfēngbì phong bế hoàn toàn; hoàn toàn khép kín

【全国】quánguó<名>toàn quốc; cả nước

【全国人民代表大会】Quánguó Rénmín Dàibiǎo Dàhuì Đại hội Đại biểu Nhân dân toàn quốc; Quốc hội

【全国政协】Quánguó Zhèngxié Chính hiệp toàn quốc; Hội nghị Hiệp thương Chính trị toàn quốc

【全会】quánhuì<名>hội nghị toàn thể: 中央~ Hội nghị toàn thể Ban chấp hành Trung ương

【全集】quánjí<名>toàn tập

【全家福】quánjiāfú<名>❶tấm ảnh cả gia đình ❷món ăn hổ lốn

【全局】quánjú<名>toàn cục: ~观念 quan niệm toàn cục

【全军】quánjūn<名>toàn quân: ~覆没 đội quân bị tiêu diệt hoàn toàn

【全力以赴】quánlìyǐfù dốc toàn lực; dốc hết tâm sức

【全麦】quánmài<名>bột mì có cả cám lẫn mộng; bột mì thô: ~面包 bánh mì đen

【全貌】quánmào<名>toàn bộ mặt; toàn diện; bộ mặt đầy đủ: 观看城市~ ngắm toàn cảnh thành phố

【全面】quánmiàn❶<名>toàn diện; mọi mặt; đủ các mặt: ~情况 tình hình mọi mặt ❷<形>tỉ mỉ chu đáo: ~考虑 suy tính chu đáo

【全民】quánmín<名>toàn dân: ~动员 động viên toàn dân

【全能】quánnéng<形>toàn năng: ~运动员 vận động viên toàn năng

【全年】quánnián<名>cả năm

【全盘】quánpán<形>tất cả; toàn bộ; toàn diện: ~否定 phủ định tất cả

【全票】quánpiào<名>❶cả vé ❷toàn

bộ phiếu bầu

【全球】quánqiú<名>toàn cầu; cả thế giới: 誉满~ nổi tiếng thế giới

【全球化】quánqiúhuà toàn cầu hóa

【全日制】quánrìzhì<名>chế độ cả ngày: ~教育 chế độ học cả ngày

【全身】quánshēn<名>toàn thân; cả người: 用尽~力气 dùng hết sức lực của toàn thân

【全身心】quánshēnxīn toàn bộ tâm sức

【全盛】quánshèng<形>toàn thịnh; phồn vinh nhất: ~时期 thời kì toàn thịnh

【全数】quánshù<名>toàn bộ; tất cả: ~归还 trả lại toàn bộ

【全套】quántào<名>trọn bộ; toàn bộ; trọn gói: ~设备 thiết bị trọn bộ

【全体】quántǐ<名>toàn thể; tất cả: ~人员 tất cả mọi người

【全天候】quántiānhòu mọi thời điểm; mọi thời tiết: ~服务 phục vụ cả ngày

【全文】quánwén<名>toàn văn: ~如下 toàn văn như sau

【全心全意】quánxīn-quányì toàn tâm toàn ý; một lòng một dạ: ~为人民服务 hết lòng hết dạ phục vụ nhân dân

【全新】quánxīn<形>hoàn toàn mới; mới nguyên

【全休】quánxiū<动>nghỉ cả ngày; nghỉ hẳn; nghỉ suốt

【全员】quányuán<名>nhân viên đầy đủ

【全责】quánzé<名>trách nhiệm hoàn toàn

【全脂奶粉】quánzhī nǎifěn sữa bột nguyên chất

【全职】quánzhí<形>chuyên trách: ~教师 giáo viên chuyên trách

【全职太太】quánzhí tàitai người phụ nữ không đi làm, chuyên trách lo liệu việc nhà, chăm sóc chồng con; người nội trợ; bà nội trợ

【全自动】quánzìdòng hoàn toàn tự động; automatic

泉 quán<名>❶suối: 温~ suối nước nóng ❷mạch suối ❸suối vàng; âm phủ: 九~ chín suối

【泉水】quánshuǐ<名>nước suối

【泉眼】quányǎn<名>mạch suối

拳 quán❶<名>nắm tay; nắm đấm; quả đấm: 双手握~。Hai bàn tay nắm lại thành quả đấm. ❷<名>quyền: 太极~ thái cực quyền; 练~ tập đánh quyền ❸<动>co; cong; xoắn; khoanh: ~着身子 co người lại

【拳打脚踢】quándǎ-jiǎotī tay đấm chân đá; thượng cẳng tay, hạ cẳng chân

【拳击】quánjī<名>quyền Anh; box: ~比赛 đấu box

【拳手】quánshǒu<名>võ sĩ: 业余~ võ sĩ nghiệp dư

【拳术】quánshù<名>quyền thuật; võ tay không

【拳头】quántóu<名>quả đấm; nắm tay; nắm đấm

【拳头产品】quántóu chǎnpǐn hàng "át chủ bài"; sản phẩm mũi nhọn

【拳王】quánwáng<名>nhà vô địch quyền Anh; nhà vô địch đánh quyền

痊 quán<动>khỏi bệnh

【痊愈】quányù<动>khỏi bệnh; hồi phục

蜷 quán<动>co; cuộn tròn; co rúm; khoanh tròn: 两腿一起来。Hai chân khoanh lại.

【蜷曲】quánqū<动>co quắp; cong queo; khoanh tròn: 他喜欢~着睡觉。Nó thích nằm co quắp ngủ.

【蜷缩】quánsuō<动>cuộn tròn; co quắp; gập lại; cuộn lại: 一个瘦小的男孩~在墙角。Một cậu bé gầy gò đang co rúm vào góc tường.

颧 quán

【颧骨】quángǔ<名>xương gò má

quǎn

犬quǎn<名>con chó: 警~ chó của cảnh sát

【犬牙】quǎnyá<名>❶răng nanh ❷răng chó

【犬子】quǎnzǐ<名>thằng con bất tài của tôi

quàn

劝quàn<动>❶khuyên; khuyên giải; khuyên nhủ; thuyết phục: ~人谦逊 khuyên người nên khiêm tốn ❷[书] cổ vũ; khuyến khích; động viên

【劝导】quàndǎo<动>khuyên bảo; khuyên răn chỉ bảo

【劝告】quàngào❶<动>khuyến cáo; khuyên nhủ: 再三~ khuyên bảo nhiều lần ❷<名> những lời khuyên răn: 大家的~都是为了你好。Những lời khuyên của mọi người đều vì anh cả.

【劝架】quànjià<动>khuyên giải; khuyên can

【劝解】quànjiě<动>❶khuyên; khuyên giải: 大家都去~他。Mọi người đều đi khuyên giải anh ấy. ❷khuyên can; can: 她把吵架的人~开。Cô ấy đã can đám cãi nhau.

【劝诫】quànjiè<动>khuyên răn; khuyên bảo: ~孩子 khuyên răn con cái

【劝酒】quànjiǔ<动>chúc rượu; mời rượu; ép uống rượu: 大家互相~。Mọi người mời rượu nhau.

【劝说】quànshuō<动>khuyên bảo; khuyên: 不听~ không nghe lời khuyên bảo

【劝退】quàntuì<动>động viên nghỉ không làm nữa

【劝慰】quànwèi<动>khuyên giải và an ủi

【劝阻】quànzǔ<动>khuyên can; can ngăn

券quàn<名>phiếu; vé: 入场~ vé vào cửa

quē

缺quē❶<动>thiếu; thiếu hụt: ~水 thiếu nước ❷<动>vắng mặt; không có mặt: ~课 không đi học ❸<动>bị sứt: 这个杯子~了个口。Chiếc cốc này bị sứt miệng. ❹<名>trống; khuyết; thiếu; sứt: 肥~ chỗ béo bở; 补一个~ bù vào một chỗ khuyết

【缺吃少穿】quēchī-shǎochuān thiếu ăn thiếu mặc

【缺德】quēdé<形>thiếu đạo đức; thất đức

【缺点】quēdiǎn<名>khuyết điểm; thiếu sót: 克服~ sửa chữa khuyết điểm

【缺乏】quēfá<动>thiếu; thiếu thốn; thiếu hụt; không đủ: ~经验 thiếu kinh nghiệm; ~感情 thiếu thốn tình cảm

【缺憾】quēhàn<名>chỗ thiếu sót; điều đáng tiếc

【缺货】quēhuò<动>thiếu hàng; khan hàng; không có hàng

【缺斤少两】quējīn-shǎoliǎng cân hụt; cân thiếu

【缺口】quēkǒu<名>❶chỗ khuyết; chỗ hổng; chỗ vỡ: 海堤上的一个~ một lỗ hổng ở đê biển ❷lỗ hổng: 原材料~很大。Lỗ hổng nguyên vật liệu rất lớn.

【缺漏】quēlòu<名>chỗ thiếu sót; điều bỏ sót

【缺勤】quēqín<动>nghỉ việc; vắng mặt buổi làm (học)

【缺少】quēshǎo<动>thiếu: 不可~的条件 điều kiện không thể thiếu được

Q

【缺失】quēshī ❶〈动〉thiếu: ~管理 thiếu sự quản lí ❷〈名〉khiếm khuyết; khuyết điểm

【缺损】quēsǔn〈动〉❶hư hao; thiếu hụt: 教材如有~，可以更换。Sách giáo khoa nếu có hư hao, có thể đổi lại. ❷khuyết tật

【缺席】quēxí〈动〉vắng mặt

【缺陷】quēxiàn〈名〉sự thiếu sót; chỗ không hoàn hảo

【缺心眼】quē xīnyǎn không minh mẫn; thiếu sáng suốt

【缺一不可】quēyī-bùkě không thể thiếu (người hoặc thứ gì)

qué

瘸 qué〈动〉tập tễnh; thọt; què: ~腿 chân thọt; 摔~了 bị ngã què chân

【瘸子】quézi〈名〉[口]người què

què

却 què ❶〈动〉lùi; rút lui: ~步 lùi bước ❷〈动〉làm cho lùi; đẩy lùi: ~敌 đẩy lùi quân địch ❸〈动〉chối từ; cự tuyệt: 推~ từ chối ❹〈动〉mất; mất đi: 冷~ lạnh đi ❺〈副〉lại; mà lại; nhưng lại: 他话虽不多，~很有分量。Anh ấy nói không nhiều, nhưng lại rất sâu sắc.

雀 què〈名〉con chim sẻ

【雀斑】quèbān〈名〉tàn nhang; nốt tàn nhang

【雀跃】quèyuè〈动〉nhảy nhót vui mừng; nhảy nhót tung tăng: 欢呼~ tung tăng reo hò

确 què ❶〈形〉xác thực; chân thực: 的~ đích xác; 千真万~ vô cùng xác thực ❷〈副〉đúng; chắc; chắc chắn: ~有其事 đúng có việc đó ❸〈形〉vững; vững chắc; chắc chắn: ~信 tin chắc

【确保】quèbǎo〈动〉bảo đảm chắc chắn: ~交通顺畅 bảo đảm giao thông thông suốt

【确定】quèdìng ❶〈动〉xác định; khẳng định: ~人数 xác định số người ❷〈形〉rõ ràng chắc chắn; rõ ràng dứt khoát: ~的回复 câu trả lời rõ ràng, dứt khoát

【确立】quèlì〈动〉xác lập; xây dựng: ~信心 xây dựng niềm tin

【确切】quèqiè〈形〉❶xác đáng; chuẩn xác; xác thực: 用字~ dùng chữ chuẩn xác ❷chắc chắn; dứt khoát: 我明天没有~的计划。Tôi không có chương trình chắc chắn cho ngày mai.

【确认】quèrèn〈动〉xác nhận; ghi nhận; thừa nhận: ~笔迹 xác nhận bút tích

【确实】quèshí ❶〈形〉xác thực; chính xác ❷〈副〉quả thật; thật sự: ~如此 đúng là như vậy

【确信】quèxìn ❶〈动〉tin chắc; vững tin: ~发射成功 tin chắc là phóng thành công ❷〈名〉tin tức xác thực; tin đúng

【确凿】quèzáo〈形〉vô cùng xác thực; rất chính xác: 证据~ chứng cớ rành rành

【确诊】quèzhěn〈动〉chẩn đoán xác định

鹊 què〈名〉chim khách

【鹊桥】quèqiáo〈名〉cầu Ô Thước: 相会 gặp nhau trên cầu Ô Thước

qún

裙 qún〈名〉❶cái váy: 连衣~ váy liền áo ❷cái giống như váy: 围~ tạp dề

【裙带】qúndài ❶〈名〉thắt lưng váy; gấu váy ❷〈形〉nhờ và đến vợ, con gái, chị, em gái: ~关系 quan hệ hôn nhân nhằm nhờ và lẫn nhau

【裙裤】qúnkù〈名〉quần váy; quần ống rộng

【裙子】qúnzi〈名〉cái váy

群 qún ❶〈名〉đám; bầy; đàn: 人~

đám người ❷<名>số đông; quần chúng ❸<量>đàn; bầy: 一~孩子 một bầy trẻ con

【群岛】qúndǎo<名>quần đảo

【群发】qúnfā❶<动>nhắn tin đồng loạt ❷<形> (sự kiện) xảy ra có đông người tham gia

【群居】qúnjū<动>❶quần cư; ở tập trung; ở chung với nhau ❷[书]đông người tụ tập

【群落】qúnluò<名>quần thể; cụm: 古建筑~ quần thể kiến trúc cổ

【群殴】qún'ōu<动>ẩu đả; đánh lộn

【群体】qúntǐ<名>❶quần thể ❷tập thể; cụm: 英雄~ tập thể anh hùng

【群星】qúnxīng<名>các ngôi sao: ~云集 các ngôi sao tập họp đông đúc

【群众】qúnzhòng<名>❶quần chúng; dân chúng: 领导干部要深入到~中去。Cán bộ lãnh đạo cần đi sâu vào quần chúng. ❷đối tượng quần chúng chưa vào Đảng, Đoàn ❸người không đảm nhiệm chức vụ lãnh đạo

Q

R r

rán

然 rán ❶〈代〉như thế; như vậy: 不尽 ~ không hoàn toàn như vậy; 他只知 其一，不知其所以～。Anh ta chỉ biết là như thế, nhưng không biết tại sao lại như thế. ❷〈形〉đúng; không sai: 不以为～ không cho là đúng ❸〈连〉[书]tuy nhiên; nhưng ❹nhiên: 突～ bỗng nhiên; 猛～ đột nhiên

【然而】rán'ér〈连〉tuy nhiên; nhưng mà; vậy mà: 他的进步虽小，～很 可贵。Sự tiến bộ của cậu ấy tuy ít nhưng rất đáng quý.

【然后】ránhòu〈连〉sau đó

燃 rán〈动〉❶cháy; bốc cháy: 自～ tự cháy; ～起熊熊大火 lửa cháy rừng rực một góc trời ❷châm lửa; đốt; thắp: ～香 thắp hương

【燃点】rándiǎn〈名〉[化学]điểm cháy

【燃放】ránfàng〈动〉đốt; châm ngòi (cho nổ): ～烟花 đốt pháo hoa

【燃料】ránliào〈名〉chất đốt; nhiên liệu

【燃气】ránqì〈名〉khí đốt; gas

【燃气热水器】ránqì rèshuǐqì bình nóng lạnh bằng khí đốt

【燃烧】ránshāo〈动〉❶cháy; bùng cháy: 慢慢～起来 cháy âm ỉ; 火一下子 就～起来。Trong khoảnh khắc, lửa đã bùng cháy. ❷(tình cảm, ham muốn) bừng lên

【燃油】rányóu〈名〉xăng dầu nhiên liệu

【燃油附加费】rányóu fùjiāfèi khoản tiền thu thêm ngoài giá vé áp dụng khi giá xăng dầu lên cao

rǎn

染 rǎn ❶〈动〉nhuộm: ～指甲 sơn móng tay; ～成红色 nhuộm đỏ ❷〈动〉 lây; nhiễm: ～上恶习 nhiễm phải thói hư tật xấu; 一尘不～ không vương một hạt bụi ❸〈名〉quan hệ bẩn thỉu (thường dùng trong quan hệ nam nữ): 两人有～。Hai người có quan hệ không chính đáng.

【染病】rǎnbìng〈动〉nhiễm bệnh; mắc bệnh: ～在床 mắc bệnh nằm bẹp một chỗ

【染发】rǎnfà〈动〉nhuộm tóc

【染发剂】rǎnfàjì〈名〉thuốc nhuộm tóc

【染料】rǎnliào〈名〉thuốc nhuộm

【染色】rǎnsè〈动〉❶nhuộm màu: 容 易～ dễ nhuộm màu ❷lên màu cho các tổ chức cơ thể, tế bào để dễ quan sát

【染色体】rǎnsètǐ〈名〉nhiễm sắc thể

rāng

嚷 rāng 义同"嚷"（rǎng），只用于"嚷 嚷"。

另见rǎng

【嚷嚷】rāngrang〈动〉[口]❶ầm ĩ; to tiếng: 什么都不知道就～起来了。 Chưa hiểu mô tê gì đã làm ầm ĩ lên.

❷làm rùm beng; làm ầm ĩ; toáng lên: 八字还没一撇就~开了。Chưa chi đã làm toáng lên.

ráng

瓤 ráng❶〈名〉cùi; thịt; ruột (hoa quả): 红~西瓜 dưa hấu ruột đỏ ❷〈名〉phần ruột; phần bên trong: 信~ ruột lá thư ❸〈形〉[方]không tốt; yếu; xoàng

răng

壤 răng〈名〉❶đất; thổ nhưỡng; đất đai: 沃~ đất đai phì nhiêu; 红~ đất đỏ ❷trái đất; đất: 天~之别 một trời một vực ❸vùng; vùng đất; nơi: 穷乡僻~ vùng đất xa xôi hẻo lánh

嚷 răng〈动〉❶kêu; gào; thét: 大家不要大叫大~。Mọi người đừng gào thét ầm lên。❷[口]cãi cọ: 我气得跟他~了一顿。Tức quá tôi cãi với nó một trận。❸[方]trách móc; mắng; quở: 不要向孩子乱~。Không được quở mắng các em.

另见 rāng

【嚷叫】răngjiào〈动〉gào thét

ràng

让 ràng❶〈动〉nhân nhượng; nhường: 互谅互~ thông cảm và nhân nhượng lẫn nhau ❷〈动〉mời: ~茶 mời uống chè; 她把客人~进屋。Chị ấy mời khách vào nhà. ❸〈动〉nhượng; bán lại: 出~ nhượng lại; 转~土地使用权 nhượng quyền sử dụng đất ❹〈动〉để; bảo; bắt; khiến: ~我劝劝他。Để tôi khuyên nó. ❺〈动〉tránh: 请~一~。Tránh ra. ❻〈介〉bị: 衣服~雨给淋湿了。Quần áo bị mưa ướt hết. ❼〈介〉theo: ~我看,那件事准成。Theo

tôi, việc đó chắc là được. ❽〈动〉hãy (để cho): ~我们每个人都献出一份爱心。Mỗi người chúng ta hãy thể hiện tình yêu thương của mình. ❾〈动〉kém hơn

【让步】ràngbù〈动〉nhượng bộ; nhường nhịn: 谁都不肯~。Ai cũng không chịu nhượng bộ.

【让出】ràngchū〈动〉❶nhường; nhường lại; để dành cho: ~一部分利润 nhường lại một phần lợi nhuận ❷né; tránh: ~一条通道 né cho người ta đi qua

【让开】ràngkāi〈动〉né; tránh; tránh ra

【让利】ànglì〈动〉nhường lợi: ~给熟客 giảm giá cho khách quen

【让路】rànglù〈动〉nhường đường; nhường bước

【让位】àngwèi〈动〉❶nhường ngôi; nhường chức: ~给接班人 nhường chức cho người nối tiếp ❷[方]nhường chỗ: 给孕妇~ nhường chỗ cho phụ nữ có thai

【让座】àngzuò〈动〉❶nhường chỗ: 给老人~ nhường chỗ cho người già ❷mời khách ngồi: 她站起来给客人~。Cô ấy đứng dậy mời khách ngồi.

ráo

饶 ráo❶〈形〉nhiều; phong phú: 丰~ phong phú; ~有情趣 có nhiều hứng thú ❷〈动〉thêm: 我们只有三人, ~他进来也不多。Chúng ta chỉ có ba người, kéo thêm nó vào cũng không nhiều. ❸〈动〉tha thứ: ~了他吧。Tha cho nó đi. ❹〈连〉[口]mặc dù; cho dù

【饶命】ráomìng〈动〉tha mạng; tha cho khỏi chết

【饶恕】ráoshù〈动〉tha thứ: 不可~ không thể tha thứ

R

rǎo

扰 rǎo ❶〈动〉quấy nhiễu; quấy rối; quấy rầy; làm phiền ❷〈形〉[书]rối ren; hỗn loạn nhiều nhương ❸〈动〉(lời nói khách sáo) phiền: 打~一下。Phiền anh cho tôi hỏi.

【扰乱】rǎoluàn〈动〉quấy nhiễu; gây rối; làm rối loạn: ~治安 làm rối loạn trật tự an ninh

【扰民】rǎomín〈动〉nhiễu dân; làm phiền dân chúng

rào

绕 rào〈动〉❶quấn; cuộn: ~铁丝 cuộn dây thép lại ❷vòng quanh: 围~ vây quanh ❸lách; đi vòng qua: ~过街角 đi vòng qua góc phố ❹quần quanh; luẩn quẩn; quẩn trí: 那个问题一直~在脑子里。Vấn đề đó cứ luẩn quẩn trong đầu.

【绕道】ràodào〈动〉đi đường vòng

【绕口令】ràokǒulìng〈名〉vè đọc nhịu; những câu nói líu lưỡi

【绕圈子】rào quānzi ❶đi vòng vèo ❷nói loanh quanh; nói vòng vo

【绕弯儿】ràowānr〈动〉❶[方]lượn vòng; dạo chơi ❷nói vòng vo: 你们有话直说，别~。Các bạn có gì nói thẳng, đừng có vòng vo tam quốc.

【绕行】ràoxíng〈动〉đi đường vòng; đi vòng qua

rě

惹 rě〈动〉❶dẫn đến; gây ra: ~麻烦 gây rắc rối ❷trêu; trêu chọc: 他正在生气，别~他。Ông ấy đang giận, đừng trêu chọc vào. ❸làm cho; khiến cho: ~人疼 khiến cho người ta thương yêu

【惹不起】rěbuqǐ ❶không châm chọc được; không dám động đến ❷không xúc phạm được

【惹火烧身】rěhuǒ-shāoshēn gây vạ cho mình; chuốc vạ vào thân

【惹祸】rěhuò〈动〉gây tai họa; chuốc họa

【惹恼】rěnǎo〈动〉làm cho bực tức; châm chọc: 你~人家干吗？Cậu chọc tức người ta làm gì?

【惹事】rěshì〈动〉gây rắc rối; gây chuyện; gây sự: 他这个人就喜欢~。Cậu này hay gây sự lắm.

【惹是生非】rěshì-shēngfēi gây ra những chuyện thị phi; gây rắc rối; sinh sự

【惹眼】rěyǎn〈形〉bắt mắt: 打扮~ ăn mặc bắt mắt

rè

热 rè ❶〈名〉nhiệt: 吸~ hút nhiệt ❷〈形〉nóng; nhiệt độ cao: 忍受炎~天气 chịu đựng thời tiết nóng nực ❸〈动〉đun; hâm; làm nóng lên: 把汤~一~。Hâm lại nồi canh. ❹〈名〉sốt: ~药 thuốc hạ sốt ❺〈形〉thân mật; sốt sắng; nhiệt tâm: 亲~ thân mật; ~心肠的人 người sốt sắng ❻〈形〉mong muốn; say mê: 眼~ thèm muốn ❼〈形〉thu hút; được hoan nghênh: ~销 bán chạy ❽〈名〉cơn sốt; mốt: 消费~ cơn sốt tiêu dùng ❾〈名〉bầu không khí sôi nổi ❿〈形〉nhiệt (có tính phóng xạ cao)

【热爱】rè'ài〈动〉yêu; yêu chuộng; tha thiết; nhiệt tâm: ~祖国 yêu Tổ quốc

【热忱】rèchén〈名〉nhiệt tình; nhiệt tâm; hăng hái; sôi nổi

【热诚】rèchéng〈形〉nhiệt thành; chí tình; tận tình: ~欢迎 nhiệt thành chào đón/nhiệt liệt chào mừng

【热处理】rèchǔlǐ[机械]nhiệt luyện; xử lí nhiệt: ~车间 phân xưởng xử lí nhiệt

【热带】rèdài<名>nhiệt đới

【热带鱼】rèdàiyú<名>cá cảnh vùng nhiệt đới

【热带雨林】rèdài yǔlín rừng mưa nhiệt đới

【热得快】rèdekuài<名>điện trở đun nước

【热点】rèdiǎn<名>❶điểm nóng: 地区 ~ điểm nóng trong vùng ❷sốt dẻo; giật gân: 新闻~话题 câu chuyện sốt dẻo trên báo ❸vấn đề nan giải: 种族歧视是一个~政治问题. Phân biệt chủng tộc là một vấn đề chính trị nan giải. ❹có sức hấp dẫn; quyến rũ: ~城市 một thành phố quyến rũ

【热狗】règǒu<名>[食品]xúc xích; hot dog

【热烘烘】rèhōnghōng nóng hừng hực: 锅炉房内~的. Trong phòng nồi hơi nóng hừng hực.

【热乎乎】rèhūhū❶nóng hổi: ~的饭菜 cơm nước nóng hổi ❷ấm áp: 我心里感到~的. Trong lòng tôi cảm thấy ấm áp.

【热火朝天】rèhuǒ-cháotiān rầm rộ; nhộn nhịp tưng bừng; hăng hái: 大家正干得~. Mọi người đang làm rất hăng say.

【热键】rèjiàn<名>[计算机]phím khởi động; hot key

【热辣】rèlà<形>tưng bừng sôi nổi

【热浪】rèlàng<名>❶khí nóng: 室外 ~逼人. Ngoài trời nóng bức, ngột ngạt. ❷bầu không khí cuồng nhiệt: 运动场上掀起了一阵又一阵的~. Sân vận động dấy lên từng cơn sóng cuồng nhiệt. ❸[气象]luồng khí nóng; đợt nóng

【热泪】rèlèi<名>nước mắt vì cảm động, xúc động: ~盈眶 nước mắt rưng rưng

【热恋】rèliàn<动>❶yêu nồng nhiệt; yêu tha thiết: 两人正在~之中. Hai người đang yêu nhau tha thiết.

❷lưu luyến thiết tha: ~故土 lưu luyến thiết tha với quê hương

【热量】rèliàng<名>nhiệt lượng

【热烈】rèliè<形>nhiệt liệt; sôi nổi: ~欢迎 nhiệt liệt chào mừng

【热卖】rèmài<动>bán chạy: 这款手机在~. Kiểu máy di động này đang bán rất chạy.

【热门】rèmén<形>hấp dẫn; ăn khách: ~话题 đề tài hấp dẫn

【热闹】rènao❶<形>náo nhiệt; tưng bừng: 公园里很~. Trong công viên rất náo nhiệt. ❷<动>làm cho sôi nổi: 周末大家~吧. Cuối tuần ta vui vẻ đi. ❸<名>cảnh náo nhiệt: 看~ xem cảnh náo nhiệt

【热捧】rèpěng<动>theo đuổi; đeo đuổi; hâm mộ

【热启动】rèqǐdòng khởi động lại

【热气】rèqì<名>❶hơi nóng; không khí nóng: 冒~ bốc hơi nóng ❷tinh thần hăng hái; khí thế bừng bừng: 人多~高. Người đông khí thế bừng bừng.

【热气球】rèqìqiú<名>khí cầu nóng

【热钱】rèqián<名>tiền nóng

【热切】rèqiè<形>khẩn thiết; thiết tha

【热情】rèqíng❶<名>lòng nhiệt tình; lòng hăng hái ❷<形>niềm nở; nhiệt tình: ~接待 tiếp đãi nhiệt tình; ~奔放 nhiệt tình cởi mở

【热身】rèshēn<动>sự khởi động: ~赛 cuộc đấu khởi động

【热水袋】rèshuǐdài<名>túi chườm nước nóng

【热水瓶】rèshuǐpíng<名>phích nước nóng

【热水器】rèshuǐqì<名>bình nóng lạnh

【热腾腾】rèténgténg nóng bừng bừng; nóng hầm hập

【热天】rètiān<名>thời tiết nóng

【热线】rèxiàn<名>❶đường dây nóng: 两位领导人之间的~ đường dây nóng giữa hai nhà lãnh đạo ❷tuyến ăn khách: 旅游~ tuyến du lịch hấp dẫn

【热销】rèxiāo<动>bán chạy

【热心】rèxīn<形>nhiệt tâm; nhiệt tình; sốt sắng

【热心肠】rèxīncháng ❶lòng nhiệt tình; tốt bụng; lòng hảo tâm: 她有一副~。Cô ấy sẵn lòng nhiệt tình. ❷có lòng tốt; hảo tâm

【热血】rèxuè<名>nhiệt huyết; máu nóng; lòng hăng hái: ~动物 động vật máu nóng

【热饮】rèyǐn<名>đồ uống nóng

【热胀冷缩】rèzhàng lěngsuō nóng nở ra, lạnh co vào; gặp nóng dãn, gặp lạnh thì co

【热衷】rèzhōng<动>❶khao khát; thèm muốn: ~名利 thèm khát danh lợi ❷đam mê; say mê: ~于收集邮票 say mê sưu tập tem

rén

人 rén<名>❶người; con người: 男~ người đàn ông/nam giới ❷mỗi người; mọi người: ~所共知 mọi người đều biết ❸người lớn; người đã trưởng thành: 长大成~ lớn lên thành người ❹(người tham gia vào một công việc cụ thể nào đó) nhân; người: 工~ công nhân ❺người khác: 帮助~ giúp đỡ người khác ❻(chỉ phẩm chất, tính cách, danh dự của con người) người: 这位同事~很诚实。Người bạn đồng nghiệp này rất thật thà. ❼(chỉ trạng thái sức khỏe, cảm giác trong cơ thể con người) người; trong người: ~不大舒服。Trong người hơi mệt. ❽người làm; sức người; nhân tài: 我们现在缺的不是~，而是资金。Giờ đây chúng tôi chẳng thiếu người mà là thiếu vốn.

【人才】réncái<名>❶nhân tài; người có đức có tài: ~短缺 thiếu nhân tài ❷[口]chỉ tướng mạo xinh đẹp, dễ coi: 一表~ tướng mạo xuất chúng

【人才济济】réncái-jǐjǐ dồi dào nhân tài

【人才市场】réncái shìchǎng thị trường nhân tài; thị trường lao động

【人财两空】réncái-liǎngkōng mất cả người lẫn của; mất cả chì lẫn chài

【人次】réncì<量>lượt người

【人道】réndào❶<名>nhân đạo; nhân đức: 合乎~ hợp với nhân đạo ❷<形>đạo làm người; nhân đạo: 这种做法很不~。Cách làm này thật vô nhân đạo. ❸<名>[书]lẽ làm người ❹<名>thời xưa chỉ luân thường đạo lí theo lễ giáo phong kiến

【人道主义】réndào zhǔyì chủ nghĩa nhân đạo

【人贩子】rénfànzi<名>kẻ buôn người

【人格】réngé<名>❶tính cách; cá tính: ~缺陷 thiếu nhân cách ❷nhân cách; nhân phẩm: 降低~ hạ thấp nhân phẩm ❸tư cách làm chủ; thực thể hợp pháp

【人工】réngōng❶<形>nhân tạo: ~森林 rừng nhân tạo ❷<名>nhân lực; sức người: ~操作 điều khiển bằng sức người ❸<名>nhân công; ngày công: 修建这个水利工程需要一百个~。Xây dựng công trình thủy lợi này đòi hỏi phải có 100 nhân công.

【人工呼吸】réngōng hūxī hô hấp nhân tạo

【人工降雨】réngōng jiàngyǔ làm mưa nhân tạo

【人工流产】réngōng liúchǎn nạo thai; phá thai

【人工授精】réngōng shòujīng thụ tinh nhân tạo

【人际】rénjì<形>giữa người với người: ~交往 giao tiếp giữa người với người

【人际关系】rénjì guānxì mối quan hệ giữa người với người

【人家】rénjiā<名>❶nhà; hộ; gia đình: 乡里有近千户~。Cả xã có gần

một nghìn hộ. ❷gia đình: phú quý~ gia đình sung túc ❸nhà người; gia đình chồng chưa cưới: 她已经有~了。Cô ta đã có chồng chưa cưới.

【人家】rénjia<代>❶người ta: ~是人，你也是人。Người ta là người, anh cũng là người. ❷người ta; người khác: 夫妻吵架，~会笑话的。Vợ chồng cãi nhau, người ta chê cười đấy. ❸(đại từ ngôi thứ nhất) người ta; mình: 你别坏了~的事。Ông đừng làm hỏng việc của người ta.

【人间】rénjiān<名>nhân gian; trần gian

【人均】rénjūn<动>bình quân mỗi người: ~收入 thu nhập bình quân đầu người

【人口】rénkǒu<名>❶dân số: ~普查 tổng điều tra dân số ❷nhân khẩu: ~不多 nhân khẩu không đông ❸người; khẩu: 添~ thêm người ❹miệng người: 脍炙~ được truyền miệng

【人来人往】rénlái-rénwǎng người đi kẻ lại

【人类】rénlèi<名>nhân loại; loài người

【人力】rénlì<名>nhân lực; sức người

【人力车】rénlìchē<名>xe kéo tay; xe đẩy tay

【人力资源】rénlì zīyuán nguồn nhân lực

【人流】rénliú<名>dòng người

【人马】rénmǎ<名>❶người và ngựa; đội quân: 全部~撤出敌人的包围圈。Toàn bộ đội quân rút khỏi vòng vây của địch. ❷bộ sậu: 原班~ toàn bộ bộ sậu ban đầu

【人脉】rénmài<名>quan hệ xã hội (của người): ~资源 nguồn lực quan hệ xã hội

【人满为患】rénmǎn-wéihuàn người đông thành tệ; thừa người đến mức kinh khủng

【人们】rénmen<名>mọi người; dân chúng

【人民】rénmín<名>nhân dân; dân: 为~服务 phục vụ nhân dân

【人民币】rénmínbì<名>Nhân dân tệ; đồng RMB (tiền Trung Quốc, kí hiệu: ¥)

【人民代表大会】rénmín dàibiǎo dàhuì Đại hội đại biểu nhân dân; Hội đồng nhân dân; Quốc hội: 全国~常务委员会 Ủy ban thường vụ Đại hội đại biểu nhân dân toàn quốc

【人名】rénmíng<名>tên người

【人命】rénmìng<名>nhân mạng; mạng người; tính mạng con người

【人品】rénpǐn<名>❶nhân phẩm; phẩm chất con người: ~好 phẩm chất tốt ❷[口]dáng vẻ bên ngoài của con người: ~出众 dáng vẻ xuất chúng

【人气】rénqì<名>❶hơi người: 屋子里冷冷清清的，没有一点儿~。Trong nhà vắng lạnh, không thấy một bóng người. ❷tính quần chúng; sự mến mộ của nhiều người: ~旺 được nhiều người ái mộ ❸[方]phẩm chất con người

【人情】rénqíng<名>❶nhân tình; tình người: 不近~ không hợp tình người ❷tình cảm riêng: 托~ nhờ nói hộ; 不讲~ chẳng nể tình ❸ân huệ; tình nghĩa: 做个~ làm ơn/biểu xén ❹chuyện thăm viếng hiếu hỉ: 行~ thực hiện việc thăm viếng hiếu hỉ ❺quà; lễ vật: 送~ biếu quà

【人情味】rénqíngwèi<名>tình cảm chân thành giữa con người

【人权】rénquán<名>nhân quyền; quyền con người: ~保障 đảm bảo nhân quyền

【人群】rénqún<名>đoàn người; đám người; đám đông

【人人】rénrén<名>người người; mọi người; mỗi người

【人肉搜索】rénròu sōusuǒ nhờ cư

dân mạng truy tìm và đưa tin trên mạng Internet

【人肉炸弹】rénròu zhàdàn kẻ đánh bom tự sát

【人山人海】rénshān-rénhǎi biển người; người đông nghìn nghịt; người đông như kiến

【人身】rénshēn<名>thân người; thân thể con người

【人参】rénshēn<名>nhân sâm; sâm

【人生】rénshēng<名>nhân sinh; cuộc sống; đời người

【人生观】rénshēngguān<名>nhân sinh quan; quan niệm về cuộc đời

【人士】rénshì<名>nhân sĩ

【人世】rénshì<名>thế gian; nhân gian

【人事】rénshì<名>❶việc người (các sự kiện xảy ra trong cuộc sống của con người) ❷nhân sự; tổ chức: ~处 phòng tổ chức ❸chuyện người với người: ~纠纷 tranh chấp giữa người nọ với người kia ❹phải trái; sự đời: 不谙~ không hiểu sự đời ❺việc sức người có thể làm được: 尽~ gắng sức làm những gì mình làm được ❻cảm giác; tri giác: 翻车了，司机不省~。Xe bị lật, lái xe bất tỉnh nhân sự. ❼[方]quà cáp

【人手】rénshǒu<名>nhân viên; người làm việc: ~不足 thiếu người làm việc

【人寿保险】rénshòu bǎoxiǎn bảo hiểm nhân thọ

【人数】rénshù<名>số người; đầu người

【人体】réntǐ<名>thân thể; nhân thể

【人头】réntóu<名>❶phần đầu của cơ thể người ❷đầu người; nhân số; con người: 按~分 chia theo đầu người ❸quan hệ với người khác: ~熟 chỗ quen thuộc ❹[方]nhân phẩm; tính cách: ~儿次 phẩm chất xấu

【人为】rénwéi<动>hành động: 事在~。Muốn thành công thì phải

hành động.❷<形>nhân tạo; do người làm ra: ~的困难 khó khăn do người tạo nên

【人文】rénwén<名>nhân văn: ~科学 khoa học nhân văn

【人无完人】rénwúwánrén người không ai hoàn mĩ, ai cũng có khuyết điểm riêng

【人物】rénwù<名>❶nhân vật; bậc: 英雄~ bậc anh hùng; 著名~ nhân vật lừng danh ❷vai; nhân vật: 塑造小说中的典型~ xây dựng nhân vật điển hình trong tiểu thuyết

【人像】rénxiàng<名>tượng người; tranh vẽ người; chân dung

【人心】rénxīn<名>❶nhân tâm; lòng người: 收买~ thu phục nhân tâm ❷thấu tình đạt lí; lương tâm

【人心惶惶】rénxīn-huánghuáng ai nấy đều lo lắng

【人行道】rénxíngdào<名>đường dành cho người đi bộ; vỉa hè; lề đường

【人行天桥】rénxíng tiānqiáo cầu vượt cho người đi bộ

【人性】rénxìng<名>nhân tính; tính người: 违反~ trái với nhân tính

【人选】rénxuǎn<名>ứng cử viên; người lựa chọn; người được chọn

【人烟】rényān<名>dân cư; hộ dân

【人言可畏】rényán-kěwèi lưỡi mềm độc quá nọc ong

【人妖】rényāo<名>người có bộ phận sinh dục biến đổi bằng phẫu thuật để trở thành giới tính khác; người ái nam ái nữ; người chuyển giới; bê đê

【人影】rényǐng<名>❶bóng người: 远处隐约有一个~。Mơ hồ thấy một bóng người ở đằng xa. ❷bóng dáng: 我一天都看不到他的~。Suốt cả ngày, tôi không thấy bóng dáng của hắn.

【人员】rényuán<名>nhân viên; cán bộ; thành viên trong một tập thể

【人缘儿】rényuánr<名>nhân duyên; được ưa chuộng

【人云亦云】rényún-yìyún bảo sao hay vậy; ai nói sao bảo hao làm vậy

【人造】rénzào<形>nhân tạo: ~血管 mạch máu nhân tạo

【人造卫星】rénzào wèixīng vệ tinh nhân tạo

【人证】rénzhèng<名>nhân chứng: ~物证俱全。Nhân chứng vật chứng đầy đủ.

【人之常情】rénzhīchángqíng nhân chi thường tình

【人质】rénzhì<名>con tin

【人种】rénzhǒng<名>nhân chủng; loại người; giống người

【人字拖】rénzìtuō<名>dép xỏ ngón

仁¹ rén❶<形>nhân ái; lòng thương yêu: ~心 lòng nhân ái ❷<名>tỏ lòng tôn kính: ~兄 nhân huynh

仁² rén<名>❶hạt; nhân; hột: 核桃~ hột hồ đào, 花生 lạc nhân ❷những thứ giống như nhân: 虾~ tôm nõn

【仁慈】réncí<形>nhân từ

【仁厚】rénhòu<形>nhân hậu: 他为人~。Ông ấy rất nhân hậu với anh em.

【仁义】rényì<名>nhân nghĩa

【仁至义尽】rénzhì-yìjìn chí nhân chí nghĩa; hết sức nhân nghĩa

rěn

忍 rěn<动>❶nhịn; nén; chịu đựng: ~痛 chịu đau ❷nỡ lòng: 不~心 không nỡ lòng

【忍耐】rěnnài<动>nhẫn nại; chịu đựng bền bỉ: 无法~ không thể nhẫn nại

【忍气吞声】rěnqì-tūnshēng nén giận; nín hơi nuốt tiếng; nén lòng chịu đựng

【忍让】rěnràng<动>nhường nhịn; nhẫn nhịn: 要不是对方一再~, 早就

出大事了。Đối phương nhẫn nhịn nhiều chứ nếu không thì đã sinh chuyện to rồi.

【忍受】rěnshòu<动>chịu đựng: ~孤独的煎熬 chịu đựng sự giày vò của nỗi cô đơn

【忍痛割爱】rěntòng-gē'ài chịu đựng đau khổ mà từ bỏ; chịu khổ mà nhường lại

【忍无可忍】rěnwúkěrěn muốn nhịn mà không nhịn được

【忍心】rěnxīn<动>nỡ; nỡ lòng; đang tâm: 你怎么~放弃这么好的机会呢? Sao anh nỡ nào lại bỏ lỡ một dịp tốt như vậy?

【忍住】rěnzhù<动>gắng sức chịu đựng: ~痛苦 chịu đựng nỗi buồn đau

rèn

刃 rèn❶<名>lưỡi: 刀~ lưỡi dao ❷<名>con dao ❸<动>[书]giết bằng dao

认 rèn<动>❶biết; nhận: ~路 biết đường; ~出熟人 nhận ra người quen ❷nhận; đặt quan hệ: ~为亲家 nhận làm thông gia ❸đồng ý; chịu: ~错 nhận lỗi ❹chịu; chịu thiệt: 这次被骗我~了。Bị lừa cú này tôi xin chịu. ❺[口]chấp nhận; tiếp nhận: 我只~这个牌子。Tôi chỉ chấp nhận nhãn hiệu này.

【认出】rènchū<动>nhận ra

【认错】rèncuò<动>nhận sai; nhận lỗi: 向大家~ nhận lỗi trước mọi người

【认得】rènde<动>biết được; nhận ra: 我不~这个字。Tôi không biết chữ này.

【认定】rèndìng<动>❶nhận định; cho rằng: ~某人无罪 xác nhận người nào vô tội ❷xác định: ~目标 xác định mục tiêu

【认购】rèngòu〈动〉nhận mua: ~债券 nhận mua trái phiếu

【认可】rènkě〈动〉❶cho phép; đồng ý: 点头~ gật đầu đồng ý ❷cảm giác hay; cảm thấy tốt

【认领】rènlǐng〈动〉❶nhận; lĩnh: 来 ~失窃的车子 đến nhận chiếc xe bị mất cắp ❷nhận làm con nuôi: 他是 他们~的孩子。Cậu ấy là con nuôi của họ.

【认命】rènmìng〈动〉cam chịu số phận

【认亲】rènqīn〈动〉❶nhận làm thông gia ❷xác nhận quan hệ họ hàng thân thích: 他打算通过亲子鉴定~。 Anh ấy định thông qua giám định quan hệ bố mẹ và con cái để xác định quan hệ.

【认清】rènqīng〈动〉nhận rõ: ~形势 nhận rõ tình hình

【认生】rènshēng〈形〉sợ người lạ (thường chỉ trẻ con)

【认识】rènshi❶〈动〉biết; quen biết: 我~王教授。Tôi có quen biết giáo sư Vương. ❷〈名〉nhận thức: 感性~ nhận thức cảm tính ❸〈动〉nắm bắt quy luật

【认输】rènshū〈动〉nhận thua; chịu thua

【认同】rèntóng〈动〉❶đồng cảm; nhất trí: 文化~感 sự đồng cảm văn hóa ❷công nhận; thừa nhận: ~他的 资格 thừa nhận tư cách của anh ấy

【认为】rènwéi〈动〉cho rằng: 我~这样 处理是对的。Tôi cho rằng xử lí như thế là đúng.

【认账】rènzhàng〈动〉chịu nhận; chịu lỗi: 他借了我的钱还不~。Hắn vay tiền của tôi lại không chịu nhận.

【认真】rènzhēn❶〈动〉tin tưởng thật; tin thật: 对她的话你不要太~。Những gì cô ta nói cậu đừng quá tin. ❷〈形〉 chuyên cần; nghiêm túc; cẩn thận:

~学习 học hành chuyên cần

【认证】rènzhèng〈动〉chứng nhận; xác nhận; chứng thực: 知识产权~ chứng nhận quyền sở hữu trí tuệ

【认罪】rènzuì〈动〉nhận tội; thú tội

任¹ rèn❶〈动〉bổ nhiệm; sử dụng: 被 ~为科长 được bổ nhiệm làm trưởng phòng ❷〈动〉đảm nhiệm; nhậm; nhận; cử: ~职 nhậm chức; 连~ tái đắc cử ❸〈动〉gánh chịu; chịu đựng; đảm đương: ~劳~怨 chịu vất vả, chịu oán hờn ❹〈名〉chức vụ; vị trí: 留~ ở lại vị trí cũ ❺〈量〉lần; khóa; nhiệm kì: 前~总统 cựu tổng thống

任² rèn❶〈动〉tùy ý; mặc; để mặc: 放 ~ để mặc ❷〈连〉bất kể; bất luận; bất cứ: ~谁都要遵守交通法规。Bất luận ai cũng phải tuân thủ luật lệ giao thông.

【任何】rènhé〈代〉bất cứ; bất kể: ~人 bất kể ai

【任教】rènjiào〈动〉làm giáo viên: 在 大学~ làm giáo viên tại trường đại học

【任劳任怨】rènláo-rènyuàn không từ khó nhọc; nhẫn nhục chịu khó; tận tụy; không ngại oán hờn

【任免】rènmiǎn〈动〉bổ nhiệm và miễn nhiệm

【任命】rènmìng〈动〉bổ nhiệm; cử: 公司董事会~他为经理。Anh ấy được hội đồng quản trị của công ti cử làm giám đốc.

【任凭】rènpíng❶〈动〉mặc ý; tùy ý: 嫁不嫁人，~我自己。Có gả chồng hay không là tùy ý tự tôi. ❷〈连〉bất luận; bất kì; bất chấp: ~别人怎么 说，他就是不听。Cho dù mọi người nói thế nào, anh ta nhất định không nghe. ❸〈连〉dù cho

【任期】rènqī〈名〉nhiệm kì

【任务】rènwù〈名〉nhiệm vụ

【任性】rènxìng<形>tùy thích; bướng; tự do phóng khoáng; tự do tùy tiện: 我女儿有点~。Con gái tôi có phần hơi bướng.

【任意】rènyì❶<副>tùy tiện; tùy hứng; tha hồ: ~歪曲历史 tùy tiện bóp méo lịch sử ❷<形>không có điều kiện gì; bất kì: ~三角形 hình tam giác bất kì

【任职】rènzhí<动>nhậm chức; làm việc: 在基层~ làm việc tại cơ sở

韧 rèn<形>dẻo; dai; dẻo dai; mềm dẻo

【韧带】rèndài<名>dây chằng (trong cơ thể)

【韧性】rènxìng<名>❶tính dai ❷tinh thần bền bỉ

妊 rèn<动>chửa; có thai; mang thai; có bầu

【妊娠】rènshēn<动>có thai; có bầu; mang bầu

rēng

扔 rēng<动>❶ném: ~手榴弹 ném lựu đạn ❷vứt; quăng: 别把衣服乱~。Quần áo chớ vứt mỗi nơi một chiếc.

【扔掉】rēngdiào<动>vứt đi; bỏ đi

【扔下】rēngxià<动>bỏ lại; vứt bỏ: ~手头的工作 bỏ lại công việc đang làm

réng

仍 réng❶<动>dựa vào; chiếu theo; theo như: 一~其旧 theo như cũ ❷<动>[书]nhiều lần; lặp đi lặp lại: 频~ nhiều lần ❸<副>vẫn: 我做得不够好，~须努力。Tôi làm chưa được tốt lắm, vẫn phải cố gắng thêm.

【仍然】réngrán<副>vẫn; vẫn còn; vẫn cứ; lại: 问题~没有解决。Vấn đề vẫn chưa được giải quyết.

rì

日 rì<名>❶mặt trời: ~出 mặt trời mọc ❷(Rì)nước Nhật Bản: ~元 đồng Yên (tiền Nhật Bản) ❸ban ngày: ~夜工作 làm suốt ngày đêm ❹ngày; hôm: 改~再谈 hôm khác bàn lại ❺ngày; mỗi ngày; hàng ngày: ~趋繁荣 ngày một phồn vinh ❻thời gian; một khoảng thời gian: 近~ những ngày gần đây ❼chỉ riêng ngày lễ; ngày tết; ngày kỉ niệm: 国庆~ ngày Quốc khánh; 三月八~ ngày mồng 8 tháng 3

【日报】rìbào<名>nhật báo; báo ra hàng ngày

【日本】Rìběn<名>Nhật Bản: ~人 người Nhật; ~语 tiếng Nhật

【日常】rìcháng<形>hàng ngày; thường ngày: ~生活 cuộc sống hàng ngày

【日常用品】rìcháng yòngpǐn đồ dùng hàng ngày

【日程】rìchéng<名>nhật trình; chương trình làm việc

【日光】rìguāng<名>❶ánh nắng ❷thời gian: ~尚早。Thời gian còn sớm.

【日光灯】rìguāngdēng<名>đèn huỳnh quang

【日光浴】rìguāngyù tắm nắng

【日后】rìhòu<名>sau này; tương lai

【日积月累】rìjī-yuèlěi góp nhặt lâu ngày; qua nhiều ngày tháng

【日记】rìjì<名>nhật kí; ghi chép hàng ngày

【日久见人心】rìjiǔ jiàn rénxīn ở lâu mới biết lòng người

【日久生情】rìjiǔ-shēngqíng trải qua lâu ngày nảy sinh ra tình cảm; lửa gần rơm lâu ngày cũng bén

【日久天长】rìjiǔ-tiāncháng lâu ngày; ngày qua tháng lại

【日历】rìlì<名>lịch ngày; cuốn lịch

R

【日落】rìluò<动>mặt trời lặn

【日期】rìqī<名>ngày; thời gian

【日食】rìshí<名>nhật thực

【日思夜想】rìsī-yèxiǎng ngày đêm nhớ nhung

【日托】rìtuō<动>ban ngày gửi con cái ở nhà trẻ

【日新月异】rìxīn-yuèyì ngày một đổi mới; ngày tháng đổi mới

【日薪】rìxīn<名>lương ngày

【日夜】rìyè<名>ngày đêm: ~苦读 ngày đêm miệt mài học hành; ~兼程 đi cả ngày và đêm

【日益】rìyì<副>ngày càng: ~强大 ngày một hùng mạnh

【日用】rìyòng❶<名>chi phí hàng ngày ❷<形>sử dụng hàng ngày: ~小商品 hàng bách hóa nhật dụng

【日用品】rìyòngpǐn<名>đồ dùng hàng ngày; nhu yếu phẩm

【日照】rìzhào<名>thời gian nắng chiếu trong ngày

【日志】rìzhì<名>sổ ghi chép hàng ngày; nhật kí

【日子】rìzi<名>❶ngày; ngày tháng: 好~ ngày lành tháng tốt ❷thời gian: 他学了有一段~了。Anh ấy đã học được một thời gian rồi. ❸cuộc sống; sinh kế: 一家三口的~美滋滋的。Gia đình ba người cuộc sống êm ấm.

róng

茸róng❶<形>mượt mà; mơn mởn ❷<名>nhung: 鹿~ nhung hươu

【茸毛】róngmáo<名>lông tơ

荣róng<形>❶tươi tốt; um tùm: 欣欣向~ sum sê tươi tốt ❷hưng thịnh; phát đạt: 繁~ phồn vinh ❸vinh; vinh quang; vinh dự: ~登榜首 vinh dự được đứng đầu bảng

【荣光】róngguāng<形>vinh quang; vẻ vang: 无上~ vô cùng vinh quang

【荣获】rónghuò<动>vinh dự giành được: ~冠军 vinh dự giành được quán quân

【荣辱】róngrǔ<名>vinh nhục; vinh quang và nhục nhã

【荣幸】róngxìng<形>vinh hạnh; hân hạnh; may mắn

【荣耀】róngyào<形>vinh quang; rạng rỡ: ~的军人生涯 đời quân ngũ vinh quang

【荣誉】róngyù❶<名>vinh dự; danh dự: ~归于集体。Vinh dự thuộc về tập thể. ❷<形>vẻ vang: ~称号 danh hiệu vẻ vang

绒róng<名>❶lông tơ; nhung: 鸭~ nhung lông vịt ❷hàng dệt nhung: 棉~ nhung bông ❸chỉ thêu: 红绿~儿 chỉ thêu xanh đỏ

【绒布】róngbù<名>vải nhung; vải lông

【绒毛】róngmáo<名>❶lông tơ ❷tuyết nhung

【绒毯】róngtǎn<名>thảm nhung

【绒线】róngxiàn<名>❶chỉ thêu ❷[方]sợi len

容¹róng❶<动>chứa; chứa đựng; dung nạp: 无地自~ không đất dung thân ❷<动>dung thứ; khoan dung; tha thứ: 大度~人 độ lượng khoan dung ❸<动>để; cho phép; chấp nhận: 请~我说几句话。Xin để tôi nói vài lời. ❹<副>[书]có thể; có lẽ

容²róng<名>❶dáng mặt; vẻ mặt: 笑~ vẻ mặt tươi cười ❷tướng mạo; dung nhan: 整~ chỉnh sửa dung nhan ❸bộ mặt: 市~ bộ mặt thành phố

【容光焕发】róngguāng-huànfā nét mặt rạng rỡ

【容积】róngjī<名>dung tích

【容量】róngliàng<名>❶dung lượng; lượng chứa ❷số lượng dung nạp

【容貌】róngmào<名>dung mạo; mặt mày; khuôn mặt

【容纳】róngnà<动>❶dung nạp; chứa ❷bao dung; tiếp nhận: ~不同意见 tiếp nhận ý kiến khác nhau

【容器】róngqì<名>đồ đựng

【容人】róngrén<动>rộng lượng với người; thể tất cho người

【容忍】róngrěn<动>khoan nhượng; tha thứ; dung thứ; nhẫn nhịn

【容身】róngshēn<动>dung thân; nương thân: 寻找~之地 tìm chỗ nương thân

【容许】róngxǔ<动>cho phép; được

【容颜】róngyán<名>dung nhan; nhan sắc: ~秀丽 dung nhan xinh đẹp

【容易】róngyì<形>❶dễ; dễ dàng: 这个问题不~解决。Vấn đề này không dễ giải quyết. ❷dễ; có thể: ~晕船 dễ say sóng

溶róng<动>hòa tan: ~于水中 hòa tan trong nước

【溶洞】róngdòng<名>hang động đá vôi

【溶化】rónghuà<动>❶hòa tan; tan ra nước ❷từ thể rắn chuyển sang thể lỏng

【溶剂】róngjì<名>dung môi

【溶解】róngjiě<动>tan; hòa tan

【溶液】róngyè<名>dung dịch

榕róng<名>cây đa; cây si

【榕树】róngshù<名>cây đa; cây si

熔róng<动>nóng chảy; luyện: ~焊 hàn bằng cách làm nóng chảy

【熔点】róngdiǎn<名>[物理]điểm nóng chảy; nhiệt độ nóng chảy

【熔化】rónghuà<动>nóng chảy

【熔解】róngjiě<动>nóng chảy

融róng<动>❶tan: 春雪易~。Tuyết xuân dễ tan. ❷hòa hợp; điều hòa: 油水不相~。Dầu và nước không hòa hợp được. ❸lưu thông: 金~ lưu thông tiền tệ

【融合】rónghé<动>hòa hợp; dung hợp

【融和】rónghé<形>❶ấm áp; điều

hòa: 天气~。Thời tiết ấm áp. ❷hòa hợp

【融化】rónghuà<动>tan; tan ra nước

【融洽】róngqià<形>hòa hợp; hòa nhau; hài hòa: 关系~ mối quan hệ hài hòa

【融资】róngzī❶<动>dung hợp và lưu thông vốn ❷<名>tiền vốn đã được dung hợp và lưu thông

rǒng

冗rǒng❶<形>thừa; dư: ~词赘句 câu chữ rườm rà ❷<形>bề bộn; lộn xộn ❸<名>công việc bận rộn: 希望拨~出席。Mong bớt chút thì giờ đến dự.

【冗长】rǒngcháng<形>dài dòng

róu

柔róu❶<形>mềm; mềm dẻo: ~枝嫩叶 canh mềm lá non ❷<动>làm cho mềm: ~麻 làm mềm sợi gai ❸<形>nhu; nhu mì; dịu dàng: 性格温~ tính nết mềm mại dịu dàng ❹<动>[书]xoa dịu; làm cho nguôi đi: 怀~政策 chính sách xoa dịu lòng người

【柔道】róudào<名>nhu đạo; judo

【柔和】róuhé<形>❶êm dịu; êm ái: ~的绿色 màu xanh êm dịu ❷mềm mại; êm ái: 线条~ đường nét mềm mại

【柔美】róuměi<形>mềm mại đẹp mắt; êm và đẹp: ~的舞姿 dáng múa mềm mại đẹp mắt

【柔情】róuqíng<名>tình cảm êm dịu; tình cảm dịu dàng

【柔韧】róurèn<形>mềm dẻo; dẻo dai

【柔软】róuruǎn<形>mềm mại; mềm dẻo: ~体操 thể dục mềm dẻo

【柔弱】róuruò<形>dịu; mềm yếu; yếu đuối: ~的身躯 thân thể yếu đuối

【柔顺】róushùn<形>hiền hòa; hiền

lành; nhu mì: 性情~ tính tình hiền hòa

【柔顺剂】róushùnjì〈名〉chất làm cho mềm

揉róu〈动〉❶dụi; vò: ~眼睛 dụi mắt ❷xoa; nhào: ~面 nhào bột mì

【揉搓】róucuo〈动〉❶dụi; vò: ~衣服 vò quần áo ❷[方]dằn vặt; dày vò; đay nghiến

ròu

肉 ròu❶〈名〉thịt: 牛~ thịt bò ❷〈形〉giống động vật chăn nuôi để làm thực phẩm: ~牛 bò để thịt ❸〈名〉ruột; cùi; thịt (trái cây): 桂圆~厚。Cùi nhãn dày。❹〈形〉[方]không giòn; dai: ~瓤 ruột dai ❺〈形〉[方]lề mề; chậm chạp: ~脾气 tính lề mề

【肉包子】ròubāozi〈名〉bánh bao nhân thịt

【肉饼】ròubǐng〈名〉bánh nướng kẹp thịt; bánh rán nhân thịt

【肉苁蓉】ròucōngróng〈名〉[中药] nhục thung dung

【肉店】ròudiàn〈名〉cửa hàng bán thịt

【肉桂】ròuguì〈名〉quế; cây quế; nhục quế

【肉酱】ròujiàng〈名〉tương thịt

【肉类】ròulèi〈名〉loài thịt

【肉麻】ròumá〈形〉ghê; rợn; ớn; khiếp

【肉末】ròumò〈名〉thịt băm; thịt vụn

【肉排】ròupái〈名〉miếng thịt cắt từ xương sườn; sườn lợn hoặc sườn bò; bít-tết

【肉片】ròupiàn〈名〉miếng thịt thái mỏng

【肉食】ròushí❶〈形〉(loài) ăn thịt ❷〈名〉thực phẩm làm bằng thịt

【肉丝】ròusī〈名〉thịt sợi

【肉松】ròusōng〈名〉ruốc; chà bông thịt

【肉体】ròutǐ〈名〉thể xác; xác thịt

【肉丸子】ròuwánzi〈名〉thịt viên; chả viên

【肉馅儿】ròuxiànr〈名〉nhân thịt

【肉眼】ròuyǎn〈名〉❶mắt người: ~看不见绝大部分的微生物。Mắt người thường không trông thấy được phần lớn vi sinh vật. ❷mắt thịt

【肉制品】ròuzhìpǐn〈名〉thực phẩm chế biến bằng thịt

rú

如¹ rú❶〈动〉theo đúng; đúng như: ~期完成 hoàn thành đúng kì hạn ❷〈动〉như; giống như: 兄弟~手足。Anh em như tay với chân. ❸〈动〉kịp; bằng; sánh với: 徒弟不~师傅经验丰富。Kinh nghiệm của đồ đệ không dày dạn bằng sư phụ. ❹〈动〉ví dụ; như; chẳng hạn ❺〈连〉nếu; nếu như: ~不同意可以提意见。Nếu không đồng ý thì cứ nêu ý kiến. ❻〈介〉hơn: 光景一年强~一年。Tình hình năm sau khá hơn năm trước. ❼〈动〉[书]đi; đến

如² rú (đặt sau tính từ): 突~其来 đến một cách đột ngột

【如常】rúcháng〈动〉như thường; như bình thường: 行走~ đi lại như thường

【如痴如醉】rúchī-rúzuì say sưa

【如此】rúcǐ〈代〉như vậy; như thế

【如法炮制】rúfǎ-páozhì bào chế theo đơn; làm theo lối cũ

【如故】rúgù〈动〉❶như cũ; như trước đây: 依然~ vẫn như cũ ❷giống như bạn cũ: 一见~ mới gặp nhau lần đầu mà như bạn cũ

【如果】rúguǒ〈连〉nếu; nếu như: ~有时间我一定去。Nếu có thời gian tôi nhất định đến.

【如何】rúhé〈代〉như thế nào; ra sao: 这道菜味道~? Món ăn này mùi vị ra sao?

【如花似玉】rúhuā-sìyù 如 hoa như ngọc; đẹp như ngọc ngà

【如获至宝】rúhuòzhìbǎo như được của báu

【如今】rújīn<名>ngày nay; hiện nay

【如来】Rúlái<名>[宗教]Phật Như Lai

【如期】rúqī<副>đúng hạn; đúng thời hạn: 我们团队已~完成任务。Đoàn ta đã hoàn thành nhiệm vụ đúng thời hạn.

【如实】rúshí<副>đúng sự thật

【如释重负】rúshìzhòngfù 如 trút gánh nặng

【如数】rúshù<副>đủ số

【如同】rútóng<动>dường như; giống như

【如下】rúxià<动>như sau

【如意】rúyì❶<动>như ý: 万事~。 Muôn sự như ý. ❷<名>ngọc như ý

【如鱼得水】rúyúdéshuǐ 如 cá gặp nước

【如愿】rúyuàn<动>như nguyện; như mong muốn: 以偿 thỏa mãn nguyện vọng

儒 rú<名>❶(Rú) đạo Nho; nhà Nho ❷[旧]người có học

【儒家】Rújiā<名>nhà Nho; Nho gia

【儒雅】rúyǎ<形>❶nho nhã ❷thâm nho; học vấn sâu sắc

蠕 rú<动>nhúc nhích; bò ngoằn ngoèo; bò vặn vèo

【蠕虫】rúchóng<名>giun sán

【蠕动】rúdòng<动>bò ngoằn ngoèo

rǔ

乳 rǔ❶<名>sữa: 母~ sữa mẹ ❷<形>chăn nuôi để lấy sữa: ~牛 bò sữa ❸<名>vú: 哺~动物 động vật có vú ❹<名>chất lỏng giống sữa: 豆~ sữa đậu nành ❺<形>mới nở; sơ sinh: ~ 燕 chim én mới nở ❻<动>sinh sản: 孳~ sinh sôi

【乳白】rǔbái<形>màu sữa

【乳房】rǔfáng<名>vú

【乳鸽】rǔgē<名>chim bồ câu sơ sinh

【乳沟】rǔgōu<名>phần khe ngực giữa hai vú

【乳化】rǔhuà<动>nhũ hóa; sữa hóa

【乳剂】rǔjì<名>dạng sữa

【乳酪】rǔlào<名>pho mát

【乳名】rǔmíng<名>tên mụ; tên tục

【乳酸】rǔsuān<名>a-xít lac-tic

【乳酸菌】rǔsuānjūn<名>k h u ẩ n lactobacillus

【乳糖】rǔtáng<名>lac-toz; đường sữa

【乳头】rǔtóu<名>❶núm vú; đầu vú ❷vật có hình giống như núm vú

【乳腺】rǔxiàn<名>tuyến sữa

【乳牙】rǔyá<名>răng sữa

【乳罩】rǔzhào<名>cái nịt vú; xu chiêng; coóc-sê; áo con

【乳汁】rǔzhī<名>sữa (tươi)

【乳制品】rǔzhìpǐn<名>sản phẩm chế biến bằng sữa

【乳猪】rǔzhū<名>lợn con; lợn sữa

辱 rǔ❶<名>nhục; nhục nhã: 奇耻大 ~ mối nhục lớn ❷<动>làm nhục; sỉ nhục: 丧权~国 mất quyền nhục nước ❸<动>làm nhục; bôi nhọ ❹ <副>[书]may; may mà

【辱骂】rǔmà<动>nhục mạ; chửi rủa

rù

入 rù❶<动>đi vào; vào: 进~ đi vào ❷ <动> tham gia; gia nhập: ~中国籍 nhập quốc tịch Trung Quốc ❸<动> thu thập; nhập vào; đưa vào: 纳~考 核范围 đưa vào phạm vi khảo sát ❹<动>phù hợp; hợp; thích ứng với: ~时 hợp thời ❺<名>thu; thu nhập: 量~为出 liệu thu để chi ❻<名>[语言] nhập thanh: 平上去~ bình, thường, khứ, nhập

【入不敷出】rùbùfūchū thu không đủ chi

【入场】rùchǎng<动>vào; đi vào; vào cửa; vào hội trường

【入场券】rùchǎngquàn〈名〉vé vào
cửa

【入耳】rù'ěr〈形〉lọt tai; xuôi tai; dễ
nghe: 不堪~的话 lời nói chói tai

【入股】rùgǔ〈动〉mua cổ phần; trở
thành cổ đông

【入户】rùhù〈动〉❶ngụ lại; định cư: ~
北京 định cư ở Bắc Kinh ❷đăng kí;
nhập hộ khẩu

【入伙】rùhuǒ〈动〉❶nhập bọn; vào
bè phái ❷gia nhập; vào nhà ăn tập
thể

【入会】rùhuì〈动〉nhập hội

【入籍】rùjí〈动〉nhập tịch; nhập quốc
tịch

【入境】rùjìng〈动〉nhập cảnh: ~签证
thị thực nhập cảnh

【入口】rùkǒu❶〈动〉nhập khẩu; nhập
cảng ❷〈动〉vào miệng: 微辣 vào
miệng hơi cay ❸〈名〉lối vào; cửa
vào; cổng vào

【入库】rùkù〈动〉cho vào kho; nhập
kho

【入殓】rùliàn〈动〉nhập liệm; khâm
liệm

【入门】rùmén❶〈动〉nhập môn; mở
đầu vào một môn học; mới vào
nghề: ~仪式 lễ nhập môn ❷〈名〉loại
sách sơ đẳng; ABC: 摄影~ sách
hướng dẫn nhiếp ảnh

【入迷】rùmí〈动〉mê mẩn; say mê

【入眠】rùmián〈动〉ngủ; yên giấc;
vào giấc

【入木三分】rùmù-sānfēn❶bút lực
mạnh mẽ ❷bàn luận sâu sắc; đánh
giá sâu sắc

【入侵】rùqīn〈动〉xâm nhập; xâm
lược: ~邻国 xâm nhập vào nước
láng giềng

【入神】rùshén❶〈动〉thích; mê mẩn:
~地观赏 mê mẩn ngắm nhìn ❷〈形〉
tinh vi; tinh xảo; tuyệt diệu

【入市】rùshì〈动〉đi vào thị trường;
tung ra thị trường: 投资有风险, ~
需谨慎。Đầu tư có rủi ro, mua bán

phải cẩn trọng.

【入手】rùshǒu〈动〉bắt tay; bắt đầu

【入睡】rùshuì〈动〉ngủ; đi vào giấc
ngủ

【入土】rùtǔ〈动〉chết; mai táng: 快~
的人 người sắp chết; ~为安 xuống
đất là yên

【入托】rùtuō〈动〉gửi vào nhà trẻ

【入网】rùwǎng〈动〉hòa mạng; truy
cập mạng

【入围】rùwéi〈动〉lọt vào vòng trong

【入伍】rùwǔ〈动〉nhập ngũ; đi bộ đội

【入席】rùxí〈动〉vào chỗ ngồi; vào
tiệc

【入乡随俗】rùxiāng-suísú nhập gia
tùy tục

【入选】rùxuǎn〈动〉trúng cử; đắc cử;
được tuyển vào

【入学】rùxué〈动〉❶nhập học; vào
học: 就近~ vào học nơi gần nhất
❷bắt đầu đi học: 他六岁~。Cậu ta
nhập học từ năm lên 6.

【入狱】rùyù〈动〉bắt vào tù; ngồi tù

【入院】rùyuàn〈动〉nhập viện

【入账】rùzhàng〈动〉vào sổ; nhập
vào sổ

【入住】rùzhù〈动〉ở: ~新房 ở nhà mới

褥 rù〈名〉cái đệm; cái nệm

【褥疮】rùchuāng〈名〉loét hoại tử;
bệnh loét mông

【褥子】rùzi〈名〉đệm: 虎皮~ đệm da
hổ

ruǎn

软 ruǎn❶〈形〉mềm: ~底鞋 giày đế
mềm; 把粉丝泡~ ngâm nước cho
sợi miến mềm ra ❷〈形〉nhẹ; dịu
dàng; nhũn: ~语 lời nói dịu dàng
❸〈形〉mỏi nhừ; bủn rủn: 小姑娘害
怕得手脚发~。Cô bé sợ đến nỗi tay
chân bủn rủn. ❹〈形〉hèn yếu; mềm
yếu; yếu đuối: 欺~怕硬 mềm nắn
rắn buông ❺〈形〉kém; xấu; tồi: 本
领~ bản lĩnh kém ❻〈形〉mủi lòng;

nhẹ dạ; 心~ mùi lòng; 耳朵~ nhẹ dạ cả tin ❼<动>trở nên yếu đuối; mềm lòng; nhu nhược: 看到孩子的眼泪，他心就~了. Nhìn những giọt nước mắt của các cháu ông ấy đã mềm lòng. ❽<形>mềm; mềm dẻo; nắng nặc: ~政策 chính sách mềm dẻo

【软包装】ruǎnbāozhuāng<名>bao bì mềm

【软尺】ruǎnchǐ<名>thước dây; thước cuộn

【软钉子】ruǎndīngzi<名>đinh mềm; ví sự từ chối khéo léo: 碰了个~ gặp phải sự từ chối khéo léo

【软膏】ruǎngāo<名>thuốc cao; kem bôi; thuốc mỡ

【软骨头】ruǎngǔtou đồ hèn; đồ hèn nhát; kẻ không có khí tiết

【软管】ruǎnguǎn<名>ống mềm; ống cao su

【软乎乎】ruǎnhūhū mềm nhũn

【软化】ruǎnhuà<动>❶mềm hóa: 在酸的作用下，蛋壳逐渐~. Dưới tác dụng của a-xít vỏ trứng bắt đầu mềm ra. ❷nhũn dần; dịu dần; làm cho nguôi đi: 对方的态度逐渐~. Thái độ của phía bên kia dịu dần đi. ❸làm mềm: ~血管 làm mềm huyết quản ❹tạo nhuyễn

【软化剂】ruǎnhuàjì<名>thuốc làm mềm; chất làm mềm

【软和】ruǎnhuo<形>mềm mại; mềm mỏng

【软件】ruǎnjiàn<名>❶[计算机]phần mềm; thiết bị mềm ❷những yêu cầu và điều kiện tương ứng với phần cứng

【软禁】ruǎnjìn<动>giam lỏng

【软肋】ruǎnlèi<名>ví nhược điểm hoặc chỗ yếu: 攻人~ đánh vào chỗ yếu

【软绵绵】ruǎnmiánmián❶mềm; mềm mại: ~的枕头 chiếc gối mềm mại ❷mệt rũ; mềm nhũn; yếu đuối

【软磨硬泡】ruǎnmó-yìngpào những

nhẽo quấy rầy để được sự đồng ý và chấp nhận

【软木塞】ruǎnmùsāi<名>cái nút bần

【软盘】ruǎnpán<名>đĩa mềm

【软弱】ruǎnruò<形>❶mềm yếu; yếu đuối:他性格~，常常被同学欺负。Cậu ta tính nhút nhát mềm yếu thường bị bạn học bắt nạt. ❷sức yếu: 老人身体~，无法下地干活。Cụ ấy sức yếu không thể làm việc đồng áng được nữa.

【软弱无能】ruǎnruò-wúnéng yếu đuối bất lực

【软糖】ruǎntáng<名>kẹo mềm

【软梯】ruǎntī<名>thang dây

【软体动物】ruǎntǐ dòngwù loài nhuyễn thể; động vật thân mềm

【软卧】ruǎnwò<名>giường mềm (trên xe lửa)

【软心肠】ruǎnxīncháng<名>lòng đôn hậu

【软硬兼施】ruǎnyìng-jiānshī vừa đấm vừa xoa; mềm rắn đủ cả

【软着陆】ruǎnzhuólù❶đổ bộ nhẹ nhàng ❷kinh tế hạ cánh mềm

【软组织】ruǎnzǔzhī<名>[生理]mô mềm

【软座】ruǎnzuò<名>ghế mềm

阮 Ruǎn // (姓) Nguyễn

ruǐ

蕊 ruǐ<名>nhị; nhụy hoa: 雌~ nhị cái; 雄~ nhị đực; 花~ nhụy hoa

ruì

锐 ruì❶<形>sắc bén; nhọn: 受到了尖~的批评 bị phê bình gay gắt ❷<名>nhuệ khí❸<形>nhanh; gấp; mạnh: ~减 giảm mạnh

【锐不可当】ruìbùkědāng mạnh mẽ; sức mạnh không gì cản nổi: ~的气势 khí thế mạnh mẽ không gì cản nổi

【锐角】ruìjiǎo〈名〉[数学]góc nhọn

【锐利】ruìlì〈形〉❶sắc nhọn; sắc bén: 剑锋很~。Lưỡi kiếm rất sắc. ❷sắc sảo; sắc bén: ~的目光 cái nhìn sắc sảo

【锐气】ruìqì〈名〉nhuệ khí; lòng hăng hái

【锐增】ruìzēng〈动〉tăng mạnh

瑞 ruì〈形〉may mắn; thuận lợi; tốt lành

【瑞雪】ruìxuě〈名〉tuyết xuống hợp thời; tuyết lành: ~兆丰年。Tuyết lành báo hiệu năm được mùa.

rùn

闰 rùn〈名〉[天文]nhuận

【闰年】rùnnián〈名〉năm nhuận

【闰月】rùnyuè〈名〉tháng nhuận

润 rùn❶〈动〉thấm; xấp; nhấp: ~嗓子 thấm giọng ❷〈形〉ẩm ướt: 湿~ ẩm ướt; 土~苔青 đất ẩm rêu xanh ❸〈形〉trơn; mịn; bóng mượt: 皮肤光~ nước da mịn ❹〈动〉chải chuốt; gọt giũa; sửa văn ❺〈名〉lợi ích; lợi nhuận; lãi: 利~ lợi nhuận

【润唇膏】rùnchúngāo〈名〉son dưỡng môi giữ ẩm

【润肺】rùnfèi〈动〉[中医]nhuận phổi

【润肤露】rùnfūlù〈名〉kem dưỡng da

【润喉片】rùnhóupiàn〈名〉viên nhuận họng

【润滑】rùnhuá❶〈动〉bôi trơn ❷〈形〉mịn và nhẵn bóng

【润滑油】rùnhuáyóu〈名〉dầu bôi trơn

【润色】rùnsè〈动〉nhuận sắc; sửa chữa

ruò

若 ruò❶〈副〉như; dường như: ~有~无 như có như không ❷〈连〉nếu; giá như; giá mà: 我们~不及时赶到，后果将很严重。Nếu chúng ta không đến kịp được thì hậu quả sẽ rất nghiêm trọng.

【若非】ruòfēi〈连〉nếu không phải

【若干】ruògān〈代〉một số; bao nhiêu: ~问题 một số vấn đề

【若即若离】ruòjí-ruòlí lúc gần lúc xa; như gần mà lại như xa

【若是】ruòshì〈连〉nếu như

【若无其事】ruòwúqíshì coi như không; thản nhiên như không có việc gì xảy ra

【若隐若现】ruòyǐn-ruòxiàn lúc ẩn lúc hiện

弱 ruò❶〈形〉yếu; yếu sức: 年老体~ tuổi già sức yếu; ~势 yếu thế ❷〈形〉trẻ; tuổi nhỏ: 老~ già trẻ ❸〈形〉kém; không bằng; thua: 示~ tỏ ra không bằng ❹〈形〉yếu; yếu ớt; nhu nhược: 懦~ yếu hèn ❺〈形〉non; ngót: 二十公斤~ non 20 cân ❻〈动〉[书]mất; chết: 画坛大家又~一位。Trong giới hội họa lại mất đi một họa sĩ nổi tiếng.

【弱不禁风】ruòbùjīnfēng liễu yếu đào tơ; yếu đến mức gió thổi cũng ngã

【弱点】ruòdiǎn〈名〉điểm yếu; nhược điểm

【弱肉强食】ruòròu-qiángshí kẻ mạnh nuốt kẻ yếu; cá lớn nuốt cá bé

【弱势】ruòshì〈名〉thế yếu (gồm xu thế yếu và thế lực yếu): ~群体 nhóm yếu thế

【弱视】ruòshì〈形〉thị giác kém; khiếm thị

【弱项】ruòxiàng〈名〉môn yếu; chỗ yếu

【弱小】ruòxiǎo〈形〉nhược tiểu; nhỏ yếu

【弱者】ruòzhě〈名〉kẻ yếu; người yếu

【弱智】ruòzhì〈形〉trí lực kém

R

S s

sā

撒 sā ⟨动⟩ ❶buông; tung; bỏ: ~网 tung lưới; ~手 buông tay ❷rỉ ra; rò rỉ: ~气孔 lỗ rò; 自行车轮胎~气。Lốp xe đạp xì hơi. ❸vung vãi bừa bãi: ~泼打滚 lăn đất ăn vạ
另见sǎ

【撒旦】sādàn⟨名⟩[宗教]con quỷ Satăng; ma vương; kẻ ác vô cùng

【撒谎】sāhuǎng⟨动⟩[口]nói dối; bịa đặt; bịa

【撒娇】sājiāo⟨动⟩làm nung; nũng nịu

【撒赖】sālài⟨动⟩ăn vạ; càn quấy; ngang ngược

【撒尿】sāniào⟨动⟩[口]đái; đi giải; đi tiểu; đi đái

【撒泼】sāpō⟨动⟩kêu khóc ầm ĩ; ngang bướng

【撒手】sāshǒu⟨动⟩buông tay; thả ra; buông trôi: ~不管 buông trôi bỏ mặc

【撒手锏】sāshǒujiǎn⟨名⟩bài tủ; ngón đòn sở trường

【撒腿】sātuǐ⟨动⟩chạy ù; ù té chạy: ~就跑 ù té chạy

【撒网】sāwǎng⟨动⟩thả lưới

【撒野】sāyě⟨动⟩ngang ngược; thô bỉ làm liều

sǎ

洒 sǎ ⟨动⟩❶rắc; vẩy; rơi vãi tỏa: ~水 vẩy nước ❷vãi: ~了一地粮食 thóc gạo rơi vãi cả ra

【洒泪】sǎlèi⟨动⟩rơi nước mắt; tuôn lệ

【洒落】sǎluò⟨动⟩rơi; phun tưới; rắc; tỏa: 汗水~在地上。Mồ hôi rơi lã chã xuống đất

【洒水】sǎshuǐ⟨动⟩vẩy nước: 扫地前先洒些水。Trước khi quét nhà cần vẩy ít nước.

【洒脱】sǎtuō⟨形⟩cởi mở; tự nhiên; chững chạc: 他性情~。Anh ấy tính cởi mở.

撒 sǎ⟨动⟩❶vãi; rắc; tung; vẩy; gieo: ~肥料 tung phân bón; ~传单 rải truyền đơn ❷vãi; đổ; sánh: 汤~了。Nước canh sánh ra ngoài.
另见sā

【撒播】sǎbō⟨动⟩gieo hạt

【撒种】sǎzhǒng⟨动⟩gieo giống

sāi

腮 sāi⟨名⟩má; mặt; mang tai

【腮帮子】sāibāngzi⟨名⟩[口]má; mặt; mang tai

【腮红】sāihóng⟨名⟩❶má hồng ❷đỏ phơn phớt; đỏ hây

【腮腺炎】sāixiànyán⟨名⟩sưng quai bị

塞 sāi❶⟨动⟩nhét; đút; bịt; nút; cho vào: 用棉花~住耳朵 dùng bông bịt tai ❷⟨名⟩cái nút: 软木~ nút bần

【塞车】sāichē⟨动⟩[方]tắc xe; kẹt xe

S

【塞子】sāizi〈名〉cái nút (chai, lọ)

鳃 sāi〈名〉mang: 鱼~ mang cá

sài

赛 sài〈动〉❶thi; thi đua; thi đấu: ~跑 thi chạy; 如果你愿意，我们两个~一~。Nếu anh đồng ý thì hai chúng mình thi đua với nhau. ❷thắng; hơn: 一个~一个。Người nào cũng tài giỏi trội nổi.

【赛场】sàichǎng〈名〉trường đua; sân thi đấu

【赛车】sàichē❶〈动〉đua xe ❷〈名〉xe đua

【赛过】sàiguò〈动〉thắng; vượt; hơn: 此地风光~江南。Phong cảnh ở đây hơn cả vùng Giang Nam.

【赛况】sàikuàng〈名〉tình hình thi đua; tình hình thi đấu

【赛龙舟】sài lóngzhōu đua thuyền rồng

【赛马】sàimǎ❶〈动〉đua ngựa: ~场 bãi đua ngựa/trường đua ngựa ❷〈名〉ngựa đua

【赛跑】sàipǎo〈动〉thi chạy; chạy thi; chạy đua

【赛事】sàishì〈名〉hoạt động thi đấu

【赛艇】sàitǐng❶〈动〉đua thuyền ❷〈名〉thuyền đua

sān

三 sān〈数〉❶ba; tam ❷(biểu thị số nhiều hay nhiều lần): ~番五次 năm lần bảy lượt

【三八国际妇女节】Sān-Bā Guójì Fùnǚ Jié Ngày Quốc tế Phụ nữ (mồng 8 tháng 3)

【三岔路口】sān chà lùkǒu ngã ba đường

【三长两短】sāncháng-liǎngduǎn tối lửa tắt đèn; việc bất trắc; việc không may

【三点式】sāndiǎnshì〈名〉đồ tắm nữ; bikini

【三番两次】sānfān-liǎngcì ba lần bảy lượt; năm lần bảy lượt

【三更半夜】sāngēng-bànyè đêm hôm khuya khoắt

【三姑六婆】sāngū-liùpó cô nọ bà kia; những người đàn bà làm những nghề bị coi là không chính đáng

【三国】Sān Guó〈名〉Tam Quốc (ba chính quyền cắt cứ ở Trung Quốc thời Tam Quốc: Nguỵ, Thục, Ngô)

【三好学生】sānhǎo xuéshēng học sinh ba tốt (tư tưởng tốt, học hành tốt, sức khỏe tốt)

【三合板】sānhébǎn gỗ dán; ván ép; ghép ba lớp

【三件套】sānjiàntào〈名〉bộ ba

【三角】sānjiǎo❶〈名〉tam giác; ba góc ❷〈名〉[数学]hình tam giác: 等边~形 tam giác cân ❸〈形〉liên quan đến ba bên: ~恋爱 yêu đương tay ba

【三角板】sānjiǎobǎn〈名〉ê-ke

【三角尺】sānjiǎochǐ〈名〉thước dẹp ba cạnh

【三角形】sānjiǎoxíng〈名〉hình tam giác

【三脚架】sānjiǎojià〈名〉giá ba chân; kiềng ba chân

【三教九流】sānjiào-jiǔliú❶người ba đẳng, của ba loài; ba đẳng ba loài; đủ các hạng người ❷các trường phái ngành nghề

【三九天】sānjiǔtiān〈名〉những ngày giá rét sau tiết đông chí

【三军】sānjūn〈名〉❶ba quân (lục quân, hải quân, không quân) ❷quân đội nói chung

【三令五申】sānlìng-wǔshēn răn đe nhiều lần; ra lệnh, răn bảo nhiều lần

【三轮车】sānlúnchē〈名〉xe ba bánh; xích lô

【三明治】sānmíngzhì〈名〉bánh xăng-uých, bánh mì kẹp

【三年五载】sānnián-wǔzǎi vài ba năm

【三七】sānqī<名>[中药]tam thất

【三三两两】sānsān-liǎngliǎng tốp năm tốp ba

【三十而立】sānshí-érlì tam thập nhi lập (ở tuổi ba mươi là đã trưởng thành, đã lập thân rồi, theo quan niệm xưa)

【三天打鱼，两天晒网】sāntiān-dǎyú, liǎngtiān-shàiwǎng ba ngày đánh cá, hai ngày phơi lưới; buổi đực buổi cái

【三头六臂】sāntóu-liùbì ba đầu sáu tay; tam đầu lục chi

【三围】sānwéi<名>số đo ba vòng của người (vòng ngực, vòng bụng, vòng mông)

【三维动画】sānwéi dònghuà hoạt hình ba chiều (3D)

【三维空间】sānwéi kōngjiān không gian ba chiều

【三文鱼】sānwényú<名>cá hồi

【三鲜】sānxiān<名>ba mĩ vị; ~水饺 sủi cảo ba mĩ vị

【三心二意】sānxīn-èryì chần chừ; không toàn tâm toàn ý

【三言两语】sānyán-liǎngyǔ những lời vắn tắt; vài ba câu: 他~就把大家给说服了。Ông ấy nói vài ba câu là đã thuyết phục được mọi người.

【三月】sānyuè<名>tháng ba

叁 sān<数>chữ 3 viết kép

sǎn

伞 sǎn<名>❶ô; dù: 撑~ giương ô; 遮阳~ chiếc ô che nắng ❷dù: 跳~ nhảy dù

【伞兵】sǎnbīng<名>lính dù

散 sǎn❶<动>rời rạc; rải rác; phân tán: 累得~架 mỏi rời cả chân tay ❷<形>lẻ tẻ; lẻ: ~装 gói lẻ ❸<名>bột (thuốc): 丸~ thuốc viên và thuốc bột

另见sàn

【散工】sǎngōng<名>người làm thuê ngắn ngày; người làm thuê vặt

【散光】sǎnguāng<形>tán quang; loạn thị

【散户】sǎnhù<名>❶hộ cá nhân; hộ riêng lẻ ❷hộ đầu tư cổ phần phân tán và nhỏ

【散架】sǎnjià<动>❶gãy; rời; tan rã; sụp đổ: 房子~了。Căn nhà bị sụp đổ. ❷tan rã: 合唱团没几年就~了。Đoàn đồng ca chỉ được mấy năm đã giải thể.

【散客】sǎnkè<名>du khách cá nhân

【散乱】sǎnluàn<形>tán loạn; hỗn loạn; rải rác

【散漫】sǎnmàn<形>❶tản mạn; tùy tiện: 工作作风~。Nếp làm việc tản mạn. ❷phân tán; không tập trung

【散曲】sǎnqǔ<名>tản khúc

【散文】sǎnwén<名>văn xuôi; tản văn

【散养】sǎnyǎng<动>nuôi buông thả

【散装】sǎnzhuāng<形>hàng rời

sàn

散 sàn<动>❶giải tán; tan: 驱~ xua tan ❷tỏa ra; rải: ~发出香味 tỏa ra mùi thơm ❸trừ bỏ; giải: ~闷 giải sầu

另见sǎn

【散布】sànbù<动>❶rải; tán ra; tung; phân bố rải rác: ~在草坪上 phân bố rải rác trên bãi cỏ ❷tung ra; truyền đi: ~谣言 tung tin bịa đặt

【散步】sànbù<动>đi bách bộ; đi dạo

【散发】sànfā<动>❶tỏa ra; phát ra: ~出迷人的芳香 tỏa ra hương thơm hấp dẫn ❷phát hành; phân phối; rải: ~传单 rải truyền đơn; ~文件 phát văn kiện

【散会】sànhuì〈动〉tan họp

【散伙】sànhuǒ〈动〉giải thể; tan rã; tan vỡ; giải tán: 舞蹈队~了。Đội vũ đạo đã giải thể.

【散开】sànkāi〈动〉tỏa ra; tan ra; tan tành

【散落】sànluò〈动〉❶tản mát ❷rơi rải rác ❸thất tán; thất lạc

【散热】sànrè〈动〉tản nhiệt: ~器 máy tỏa nhiệt/bộ tản nhiệt

【散心】sànxīn〈动〉giải khuây; giải sầu; giải buồn

sāng

丧 sāng〈名〉tang: 国~ quốc tang
另见sàng

【丧礼】sānglǐ〈名〉tang lễ; đám ma; lễ tang

【丧事】sāngshì〈名〉tang sự; việc tang

【丧葬】sāngzàng〈名〉mai táng; tang ma chôn cất

桑 sāng〈名〉cây dâu tằm

【桑巴舞】sāngbāwǔ〈名〉điệu nhảy samba

【桑蚕】sāngcán〈名〉tằm nuôi; tằm nhà

【桑拿】sāngná〈名〉tắm hơi

【桑葚】sāngshèn〈名〉quả dâu

sǎng

嗓 sǎng〈名〉❶cổ họng ❷giọng

【嗓门儿】sǎngménr〈名〉giọng

【嗓音】sǎngyīn〈名〉giọng

【嗓子】sǎngzi〈名〉❶cổ họng ❷giọng

sàng

丧 sàng〈动〉❶mất; mất đi: ~尽天良 mất hết lương tâm ❷ủ rũ; iu xìu; phờ phạc; tiu nghiu: 垂头~气 tiu nghiu như mèo chết con

另见sāng

【丧胆】sàngdǎn〈动〉(sợ) mất vía; (sợ) mất mật: 闻风~ nghe tiếng đã sợ mất mật

【丧尽天良】sàngjìn-tiānliáng táng tận lương tâm

【丧命】sàngmìng〈动〉mất mạng; thiệt mạng: 在车祸中~ bị thiệt mạng trong tai nạn giao thông

【丧偶】sàng'ǒu〈动〉góa vợ; góa chồng; mất vợ hay chồng

【丧气】sàngqì〈动〉tiu nghiu; iu xìu; mất tinh thần: 客队输掉比赛只好一脸~地回去了。Đội khách thua trận đành tiu nghiu rút lui.

【丧气】sàngqi〈形〉[口]xúi quẩy; rủi ro; không may mắn: ~话 lời nói xúi quẩy

【丧失】sàngshī〈动〉mất: ~信心 mất lòng tin

【丧心病狂】sàngxīn-bìngkuáng mất hết lí trí, điên cuồng rồ dại

sāo

搔 sāo〈动〉gãi

【搔首弄姿】sāoshǒu-nòngzī gãi đầu làm bộ

【搔痒】sāoyǎng〈动〉gãi ngứa

骚¹ sāo〈动〉bối rối; rối loạn; nhộn nhạo

骚² sāo〈形〉❶cợt nhả; lẳng lơ; lăng nhăng: 风~ lẳng lơ/kiêu hãnh ❷[方] đực (một số gia súc): ~驴 lừa đực

【骚动】sāodòng〈动〉rối loạn; hỗn hoạn: 引起一阵~ gây rối loạn

【骚乱】sāoluàn〈动〉rối loạn; hỗn loạn; mất trật tự: 制造~ gây hỗn loạn

【骚扰】sāorǎo〈动〉quấy nhiễu; quấy rối: 敌人~ quấy rối quân địch

臊 sāo〈形〉hôi; khai: ~臭味 mùi hôi thối

另见sào

sǎo

扫 sǎo❶〈动〉quét: ~雪 quét tuyết ❷〈动〉loại bỏ; hủy bỏ; tiêu diệt; thanh toán: ~文盲 thanh toán nạn mù chữ ❸〈动〉lia; ria; quét: ~了一眼子周围 đưa mắt nhìn xung quanh căn nhà ❹〈形〉tập trung lại: ~数 gộp lại tất cả các số

另见sào

【扫除】sǎochú〈动〉❶làm vệ sinh; quét dọn: 大~ tổng vệ sinh ❷gạt bỏ; thanh toán; quét sạch, tiêu diệt: ~障碍 quét sạch mọi trở ngại

【扫荡】sǎodàng〈动〉❶càn quét ❷xóa bỏ

【扫地】sǎodì〈动〉❶quét sân; quét nhà ❷mất đi; mất sạch: 信誉~ mất hết uy tín

【扫黄】sǎohuáng〈动〉đả kích tệ nạn mại dâm và sản xuất, mua bán văn hoá phẩm đồi trụy

【扫盲】sǎománg〈动〉xóa nạn mù chữ; thanh toán nạn mù chữ

【扫描】sǎomiáo〈动〉sự phân hình; quét (máy rada); scan

【扫描仪】sǎomiáoyí〈名〉máy rada; bộ scan

【扫墓】sǎomù〈动〉tảo mộ

【扫清】sǎoqīng〈动〉quét sạch: ~土匪 quét sạch bọn thổ phỉ

【扫射】sǎoshè〈动〉❶bắn phá; bắn quét ❷lia ánh mắt; lia ánh đèn

【扫兴】sǎoxìng〈动〉mất hứng; cụt hứng

嫂 sǎo〈名〉❶chị dâu ❷người phụ nữ đã có chồng, tuổi chưa nhiều

【嫂子】sǎozi〈名〉[口]chị dâu

sào

扫 sào 义同"扫"(sǎo), 用于"扫帚、扫把"等。

另见sǎo

【扫帚】sàozhou〈名〉cái chổi

【扫帚星】sàozhouxīng〈名〉[口]sao chổi

瘙 sào〈名〉bệnh ghẻ

【瘙痒】sàoyǎng〈形〉ngứa ngáy: ~难忍 ngứa ngáy khó chịu

臊 sào〈动〉thẹn; ngượng; xấu hổ: 害~ e thẹn

另见sāo

sè

色 sè〈名〉❶màu; màu sắc: 粉红~ màu hồng ❷vẻ mặt; sắc mặt: 喜形于~ sự vui mừng hiện ra sắc mặt ❸thứ; loại; chủng loại: 货~齐全 đầy đủ các loại hàng ❹tình cảnh; cảnh tượng: 夜~ cảnh đêm ❺chất lượng: 这种样品成~很好。Hàng này chất lượng rất tốt. ❻sắc đẹp; nhan sắc: 姿~ vẻ đẹp của phụ nữ ❼tình dục; nhục dục

另见shǎi

【色彩】sècǎi〈名〉❶màu sắc: ~斑斓 màu sắc sặc sỡ ❷màu sắc; sắc thái: 地方~ sắc thái địa phương

【色调】sèdiào〈名〉❶màu; hòa sắc: 暖~ màu ấm ❷màu sắc; sắc thái; sự diễn cảm

【色鬼】sèguǐ〈名〉kẻ háo sắc; kẻ dâm đãng

【色拉油】sèlāyóu〈名〉dầu sa-lát

【色狼】sèláng〈名〉con quỷ dâm dục; kẻ dâm đãng

【色盲】sèmáng〈名〉(bệnh) mù màu; sắc manh

【色眯眯】sèmīmī dâm đãng; dâm mê

【色情】sèqíng〈名〉tình dục; vẻ phong tình; khiêu dâm

【色弱】sèruò〈名〉mù màu ở mức độ nhẹ

S

【色相】sèxiàng〈名〉❶tướng sắc (trong gam màu) ❷sắc tướng (Đạo Phật dùng để chỉ hình dáng diện mạo của mọi sự vật) ❸sắc đẹp quyến rũ tình dục

涩 sè〈形〉❶(vị) chát ❷rít; ráp; sần sùi: 锁头发~，要上点油了。Chiếc khóa bị rít, nên cho chút dầu vào. ❸(câu văn) tối nghĩa; trúc trắc: 文章艰深~难懂。Câu văn tối nghĩa khó hiểu. ❹(nét mặt) không được tự nhiên, (xử sự) chưa được chín chắn: 羞~ e thẹn

sēn

森 sēn〈形〉❶cây rậm; rừng ❷dày đặc; rậm rạp; um tùm ❸tối tăm; âm u: 房子阴~ căn nhà âm u
【森林】sēnlín〈名〉rừng; rừng rậm
【森严】sēnyán〈形〉nghiêm mật; nghiêm ngặt; cẩn mật: 壁垒~ thành lũy nghiêm mật; 戒备~ canh phòng cẩn mật

sēng

僧 sēng〈名〉người tu hành (đạo Phật); sư tăng
【僧侣】sēnglǚ〈名〉tăng lữ
【僧尼】sēngní〈名〉tăng ni; hòa thượng và ni cô
【僧人】sēngrén〈名〉nhà sư

shā

杀 shā〈动〉❶giết; diệt; thịt: ~死 giết chết; ~猪 mổ lợn ❷đánh; chiến đấu: ~出一条血路 mở con đường máu ❸giảm; bớt; trừ; áp đảo; làm yếu: ~价 ép giá ❹kết thúc; dừng: ~尾 kết thúc/cuối cùng ❺dùng sau động từ để chỉ mức độ cao: 气~我也。Tôi tức chết đi được. ❻[方]xót; rát; cay:

~得慌! Xót quá!
【杀虫剂】shāchóngjì〈名〉thuốc trừ sâu
【杀毒】shādú〈动〉❶[计算机]diệt vi-rút ❷khử trùng
【杀害】shāhài〈动〉sát hại; giết hại
【杀鸡儆猴】shājī-jǐnghóu giết gà dọa khỉ
【杀菌】shājūn〈动〉diệt vi trùng; sát trùng
【杀戮】shālù〈动〉giết hại; giết chóc; tàn sát
【杀人犯】shārénfàn〈名〉kẻ giết người
【杀人灭口】shārén-mièkǒu giết người diệt khẩu
【杀伤】shāshāng〈动〉giết và làm bị thương; làm sát thương
【杀伤力】shāshānglì〈名〉khả năng sát thương
【杀生】shāshēng〈动〉sát sinh
【杀手】shāshǒu〈名〉❶sát thủ; kẻ giết người; dân dao búa ❷ví những bệnh tật, vật chất nguy hại con người

沙¹ shā〈名〉❶cát: ~土 đất cát; 满天风~ gió cát mịt trời ❷bột; vật nhỏ như cát: 豆~ bột đậu/đậu giã trộn đường

沙² shā〈形〉(giọng) khàn
【沙包】shābāo〈名〉❶đụn cát ❷bao cát ❸túi cát (đồ chơi của trẻ con)
【沙场】shāchǎng〈名〉chiến trường; sa trường
【沙尘暴】shāchénbào〈名〉bão cát
【沙袋】shādài〈名〉bao cát; túi cát
【沙丁鱼】shādīngyú〈名〉cá xác-đin; cá dích
【沙发】shāfā〈名〉ghế xô-pha; ghế bành
【沙画】shāhuà〈名〉tranh cát
【沙拉】shālā〈名〉sa-lát
【沙梨】shālí〈名〉[植物]lê đường; quả

mắc cọoc

【沙粒】shālì<名>cát

【沙龙】shālóng<名>❶sa-lông; phòng khách ❷sa-lông

【沙漏】shālòu<名>đồng hồ cát

【沙漠】shāmò<名>sa mạc

【沙沙】shāshā<拟>(tiếng, âm thanh) lạo xạo; lao xao; xỏa xạc

【沙滩】shātān<名>bãi cát

【沙土】shātǔ<名>đất cát

【沙哑】shāyǎ<形>(giọng) khàn khàn: 声音~ tiếng khàn

【沙眼】shāyǎn<名>bệnh mắt hột

【沙子】shāzi<名>❶cát ❷những cái giống như cát

纱 shā<名>❶sợi; chỉ: 棉~ sợi bông ❷the; sa: ~帘 rèm the ❸vải mỏng; gạc ❹lưới đan bằng sợi kim loại rất mảnh

【纱布】shābù<名>vải xô; vải thưa; gạc

【纱窗】shāchuāng<名>màn cửa sổ; cửa sổ có lưới

【纱巾】shājīn<名>khăn sa; khăn the

【纱笼】shālóng<名>xà-rông; váy quần

【纱线】shāxiàn<名>sợi; chỉ

刹 shā<动>❶phanh; hãm (xe, máy) ❷chặn đứng; kìm hãm

另见chà

【刹车】shāchē❶<动>phanh xe lại ❷<动>hãm máy ❸<动>đình chỉ; ngăn chặn ❹<名>cái phanh; bộ hãm

砂 shā<名>cát

【砂锅】shāguō<名>nồi đất; niêu đất

【砂糖】shātáng<名>đường cát; đường kính

【砂纸】shāzhǐ<名>giấy ráp; giấy nhám

痧 shā<名>[中医]một số bệnh cấp tính như tả, viêm ruột, cảm nắng v.v.: 刮~ đánh gió

鲨 shā

【鲨鱼】shāyú<名>cá mập; cá nhám

shá

啥 shá<代>[方]cái gì; nào: 你想干~? Anh muốn làm gì?

shǎ

傻 shǎ<形>❶ngu; dốt; dại; ngu ngốc: 别说~话。Đừng có dại dại miệng. ❷máy móc; quần quật: ~干 làm một cách máy móc

【傻瓜】shǎguā<名>thằng ngốc

【傻呵呵】shǎhēhē ngô nghĩnh

【傻事】shǎshì<名>những việc dại khờ

【傻头傻脑】shǎtóu-shǎnǎo ngô nghĩnh; thơ dại

【傻小子】shǎxiǎozi<名>thằng khi

【傻笑】shǎxiào<动>cười ngớ ngẩn; cười ngây ngô

【傻眼】shǎyǎn<动>[口]sững sờ; ngơ ngác; ngẩn tò te: 得知考试没有通过，他~了。Biết tin thi trượt, nó sững sờ ra.

【傻样】shǎyàng<名>khuôn mặt dại khờ

【傻子】shǎzi<名>thằng ngốc; thằng khờ

shà

厦 shà<名>❶ngôi nhà to lớn: 高楼大~ nhà lầu cao ốc ❷[方]hiên nhà: 前廊后~ hành lang phía trước hiên nhà phía sau

煞¹ shà<名>hung thần: 凶神恶~ hung thần ác quỷ

煞² shà<副>vô cùng; rất; cực kì: ~是好看 cực kì đẹp

【煞白】shàbái<形>tái mét; trắng bệch: 脸色~ mặt tái mét

【煞费苦心】shàfèi-kǔxīn vô cùng nhọc lòng; mất nhiều tâm sức

S

霎 shà ⟨名⟩nhoáng; chốc lát

【霎时间】shàshíjiān ⟨名⟩trong nháy mắt; trong chốc lát

【霎眼】shàyǎn ⟨名⟩thoáng; loáng; trong chốc lát

shāi

筛[1] shāi ❶⟨名⟩cái rây; cái sàng; cái giần ❷⟨动⟩sàng; giần; ~煤 sàng than ❸⟨动⟩sàng lọc; loại bỏ

筛[2] shāi ⟨动⟩❶hâm nóng (rượu): 把酒~一~再喝。Hâm rượu lên rồi hãy uống. ❷rót; đổ (rượu)

【筛查】shāichá ⟨动⟩❶kiểm tra; điều tra ❷[医学]xét nghiệm; sàng lọc: ~艾滋病 xét nghiệm sàng lọc bệnh HIV

【筛选】shāixuǎn ⟨动⟩❶sàng tuyển ❷sàng lọc: ~出新稻种 sàng lọc ra giống lúa mới

【筛子】shāizi ⟨名⟩cái sàng; cái rây

shǎi

色 shǎi ⟨名⟩[口]màu sắc: 掉~ phai màu; 不变~ không đổi màu
另见sè

【色子】shǎizi ⟨名⟩con súc sắc: 掷~ gieo súc sắc

shài

晒[1] shài ⟨动⟩❶nắng: 烈日~得人头晕。Người bị nắng gắt phơi choáng cả đầu. ❷phơi; phơi phóng: ~衣服 phơi áo ❸[方]ngâm; ách lại; bỏ mặc

晒[2] shài ⟨动⟩phơi trần; bày ra; công khai:~工资 công khai tiền lương

【晒干】shàigān ⟨动⟩phơi khô

【晒台】shàitái ⟨名⟩❶sân phơi ❷sân thượng; ban công

【晒太阳】shài tàiyáng phơi nắng; tắm nắng; sưởi nắng

【晒图】shàitú ⟨名⟩❶bản vẽ; bản sơ đồ; bản thiết kế ❷⟨动⟩in ô-da-lít

shān

山 shān ⟨名⟩❶núi; non: 爬~ trèo núi ❷đồng (hình dáng như núi): 冰~ núi băng ❸[方]né: 蚕上了~了。Tằm đã lên né rồi. ❹đầu hồi: 房~ đầu hồi nhà ❺rừng núi; thôn quê

【山坳】shān'ào ⟨名⟩đèo; đường đi trên rặng núi

【山茶】shānchá ⟨名⟩[植物]cây sơn trà; hoa trà: ~油 dầu sơn trà

【山川】shānchuān ⟨名⟩sông núi; non nước: ~壮丽 núi sông tươi đẹp

【山村】shāncūn ⟨名⟩bản làng; xóm núi

【山地】shāndì ⟨名⟩❶vùng núi; miền núi; vùng rẻo cao ❷nương rẫy; đất đồi núi; ruộng nương; ruộng trên đồi

【山地车】shāndìchē ⟨名⟩xe đạp việt dã

【山顶】shāndǐng ⟨名⟩đỉnh núi; chóp núi

【山洞】shāndòng ⟨名⟩hang núi; hang động

【山峰】shānfēng ⟨名⟩đỉnh núi; ngọn núi

【山冈】shāngāng ⟨名⟩quả đồi; núi đồi

【山歌】shāngē ⟨名⟩khúc sơn ca; dân ca miền núi

【山沟】shāngōu ⟨名⟩❶con khe; dòng suối; lạch nước ❷hẻm núi; thung lũng; khe núi ❸vùng núi hẻo lánh

【山谷】shāngǔ ⟨名⟩thung lũng; khe núi; hẻm núi

【山洪】shānhóng ⟨名⟩nước lũ rừng

【山货】shānhuò ⟨名⟩❶đặc sản rừng núi; hàng lâm thổ sản: ~铺 cửa hàng lâm thổ sản ❷hàng làm bằng tre, gỗ, đay, đất xét

【山涧】shānjiàn<名>suối; khe núi

【山脚】shānjiǎo<名>chân núi

【山林】shānlín<名>rừng núi; sơn lâm

【山路】shānlù<名>đường núi; đường rừng: ~崎岖 đường núi gập ghềnh

【山峦】shānluán<名>đồi núi: ~起伏 đồi núi nhấp nhô

【山脉】shānmài<名>rặng núi; dãy núi; dải núi

【山盟海誓】shānméng-hǎishì thề non hẹn biển

【山坡】shānpō<名>sườn núi; sườn đồi; triền núi; dốc núi

【山清水秀】shānqīng-shuǐxiù non xanh nước biếc

【山穷水尽】shānqióng-shuǐjìn sơn cùng thủy tận; cùng đường bí lối

【山丘】shānqiū<名>đồi

【山区】shānqū<名>vùng núi; miền núi

【山泉】shānquán<名>suối (trên núi)

【山水】shānshuǐ<名>❶nước từ trên núi chảy xuống ❷cảnh sông núi; phong cảnh; cảnh thiên nhiên: 桂林~甲天下。Phong cảnh Quế Lâm nhất thiên hạ. ❸tranh sơn thủy: 泼墨~ vẽ tranh sơn thủy

【山水画】shānshuǐhuà<名>tranh sơn thủy

【山水相连】shānshuǐ-xiānglián núi sông liền một dải

【山头】shāntóu<名>❶đỉnh núi; đỉnh đồi; ngọn núi ❷bè phái: 拉~ kéo bè phái

【山崖】shānyá<名>vách đá; vách núi

【山羊】shānyáng<名>❶sơn dương; dê núi ❷[体育]hòm nhảy (dụng cụ thể thao)

【山腰】shānyāo<名>sườn núi; lưng chừng núi

【山野】shānyě<名>❶đồng rừng; núi rừng; sơn dã ❷thôn quê; đồng quê; thảo dã: ~之民 dân thôn quê

【山楂】shānzhā<名>sơn tra

【山寨】shānzhài❶<名>sơn trại ❷<名>bản làng rẻo cao ❸<形>phỏng chế; phi chính thức ❹<形>không phải xu hướng chính; dân gian

【山寨机】shānzhàijī<名>máy di động mô phỏng

【山珍海味】shānzhēn-hǎiwèi sơn hào hải vị

【山庄】shānzhuāng<名>❶sơn trang; làng núi; xóm núi ❷biệt thự

杉 shān<名>[植物]gỗ samu; gỗ sam

【杉树】shānshù<名>cây samu; cây sam

删 shān<动>cắt bỏ; xóa bỏ; lược; lược bỏ: 这一段可以~掉。Đoạn này có thể bỏ đi.

【删除】shānchú<动>xóa bỏ; cắt bỏ; lược đi; gạt đi

【删改】shāngǎi<动>sửa; thêm bớt sửa sang: ~文章 thêm bớt sửa sang bài văn

【删节】shānjié<动>lược bớt; cắt bớt; tóm tắt; rút ngắn: ~本 bản rút gọn

衫 shān<名>❶áo; áo cánh: 衬~ áo sơ mi; 汗~ áo lót ❷quần áo gọi chung

珊 shān

【珊瑚】shānhú<名>san hô

【珊瑚礁】shānhújiāo<名>cồn san hô; cù lao

扇 shān<动>❶ quạt: ~扇子 quạt bằng cái quạt ❷tát; vả: ~了一巴掌 tát cho một cái ❸xúi giục; xúc xiểm
另见shàn

【扇动】shāndòng<动>❶vỗ; đập: ~翅膀 vỗ cánh ❷xúi giục; kích động

煽 shān<动>❶quạt ❷xúi giục; kích động

【煽动】shāndòng<动>xúi giục; kích động: ~暴乱 xúi giục nổi loạn

【煽风点火】shānfēng-diǎnhuǒ gieo gió châm lửa

【煽情】shānqíng<动>khơi gợi hứng thú và tình cảm: 一部~的影片 một bộ phim khơi gợi tình cảm

shǎn

闪 shǎn ❶〈动〉lánh; tránh; né: ~到一边 lánh sang một bên ❷〈动〉chợt hiện; lóe lên: 黑暗中突然~出一个人。Trong bóng tối chợt hiện ra một người ❸〈动〉lấp lánh; lóe sáng: 金光~~ lấp lánh ánh vàng ❹〈动〉lạng; chao; lảo đảo: 他身子~了一下，差点摔倒。Anh ấy hơi lảo đảo, suýt nữa bị ngã。❺〈动〉[方]bỏ rơi ❻〈名〉chớp: 打~ đánh chớp ❼〈动〉sụn; sái: ~了腰 sụn cả lưng

【闪存】shǎncún〈名〉[计算机]bộ nhớ flash

【闪电】shǎndiàn〈名〉chớp

【闪光】shǎnguāng ❶〈名〉tia chớp; luồng chớp ❷〈动〉tỏa ra ánh sáng

【闪光灯】shǎnguāngdēng〈名〉đèn nháy; đèn chớp; đèn flat

【闪光点】shǎnguāngdiǎn〈名〉điểm sáng; ưu điểm

【闪婚】shǎnhūn〈动〉kết hôn đột ngột

【闪开】shǎnkāi〈动〉lánh; né; tránh

【闪亮】shǎnliàng ❶〈形〉sáng; sáng ngời: ~的眼睛 đôi mắt sáng ngời ❷〈动〉lóe sáng

【闪闪】shǎnshǎn〈形〉sáng loáng; sáng ngời: 刀光~ lưỡi dao sáng loáng

【闪身】shǎnshēn〈动〉❶né; tránh; né tránh: 躲过巴掌 nghiêng mình tránh cái tát ❷lách; lách mình: ~挤进人群 lách qua đám đông

【闪烁】shǎnshuò〈动〉❶nhấp nháy; lóng lánh: 星光~ ngôi sao nhấp nháy ❷(nói) mập mờ, úp mở: 女儿对那件事言语~。Về chuyện đó thì đứa con gái cứ úp úp mở mở.

【闪耀】shǎnyào〈动〉❶nhấp nháy ❷chói ngời; chói sáng: 群星~ những vì sao lấp lánh

shàn

扇 shàn ❶〈名〉cái quạt ❷〈名〉cánh; tấm: 门~ cánh cửa; 隔~ tấm bình phong ❸〈量〉cánh; cái: 一门 một cái cửa
另见shān

【扇贝】shànbèi〈名〉con sò

【扇形】shànxíng〈名〉hình quạt

【扇子】shànzi〈名〉cái quạt

善 shàn ❶〈形〉lành; từ thiện; lương thiện: ~心 thiện tâm/lòng từ thiện ❷〈名〉việc thiện; điều thiện: 劝人行~ khuyên người làm điều lương thiện ❸〈形〉tốt; đẹp; hay: ~策 ý tưởng hay ❹〈形〉hữu hảo; hữu nghị; thân nhau: 与邻为~ hữu hảo với hàng xóm láng giềng ❺〈形〉quen thuộc; quen mặt: 有点面~ hơi quen mặt ❻〈动〉khéo léo; tài giỏi: ~于团结群众 giỏi đoàn kết quần chúng ❼〈副〉hết sức; cố gắng: ~自保重 cố gắng giữ gìn cho mình ❽〈动〉làm tốt ❾〈副〉dễ dàng: ~忘 chóng quên

【善变】shànbiàn〈动〉dễ thay đổi; biết thay đổi: 灵活~ linh hoạt biết thay đổi

【善待】shàndài〈动〉đối xử tốt: ~员工 đối xử tốt với công nhân viên chức

【善后】shànhòu〈动〉xếp đặt cho ổn thỏa sau khi xảy ra việc không may; giải quyết tốt hậu quả

【善良】shànliáng〈形〉lương thiện

【善人】shànrén〈名〉người lương thiện; người hảo tâm

【善始善终】shànshǐ-shànzhōng đầu xuôi đuôi lọt

【善事】shànshì〈名〉việc thiện

【善心】shànxīn〈名〉thiện tâm; có lòng tốt: 发~ có lòng tốt

【善意】shànyì〈名〉thiện ý; thiện chí

【善于】shànyú〈动〉giỏi về; có sở

trường về; có tài: ~经营 giỏi về làm ăn

擅 shàn ❶<副>tự ý; tự tiện ❷<动> giỏi về; có sở trường về ❸<动>lộng quyền

【擅长】 shàncháng<动>giỏi về; có sở trường về: ~花样滑冰 giỏi về môn trượt băng nghệ thuật

【擅自】 shànzì<副>tự tiện; tùy tiện: ~使用别人的东西 tự tiện dùng đồ của người khác

膳 shàn<名>bữa cơm; bữa ăn: 用~ dùng cơm/ăn cơm

【膳食】 shànshí<名>bữa ăn; cơm cháo

赡 shàn<动>nuôi dưỡng; cấp dưỡng

【赡养】 shànyǎng<动>nuôi dưỡng; nuôi nấng

鳝 shàn<名>[动物]con lươn: ~粥 cháo lươn

shāng

伤 shāng ❶<名>tổn thương; bị thương; thương tích: 内~ nội thương ❷<动> làm tổn thương; gây thương tích; làm tổn hại: 脊椎受~ bị tổn thương cột sống ❸<形> đau thương; thương tiếc: 悲~ bi thương ❹<动> ngán; chán: 吃~了。Ăn nhiều thấy ngán quá. ❺<动>có hại; cản trở: 有~风化 có hại tới thuần phong mĩ tục

【伤疤】 shāngbā<名>❶vết sẹo: 伤口已经留下~。Vết thương đã thành sẹo. ❷cái xấu; sai lầm đã phạm phải: 揭别人的~ bới cái xấu của người khác

【伤病员】 shāngbìngyuán<名>người bị thương hoặc ốm đau; thương bệnh binh

【伤风】 shāngfēng ❶<名>bị cảm; cảm mạo ❷<动>bị cảm; cảm lạnh: 天冷，衣着单薄容易~。Trời lạnh, ăn mặc phong phanh dễ bị cảm.

【伤感】 shānggǎn<形>thương cảm; mủi lòng: 不胜~ ngậm ngùi thương cảm

【伤害】 shānghài<动>có hại; phương hại; làm tổn thương: ~感情 có phương hại đến tình cảm

【伤寒】 shānghán<名>[中医]❶bệnh thương hàn ❷bệnh sốt; cảm lạnh

【伤和气】 shāng héqi[口]tổn thương đến tình cảm

【伤痕】 shānghén<名>vết thương; thương tích: ~累累 Vết thương đầy mình.

【伤筋动骨】 shāngjīn-dònggǔ bị tổn thương gân cốt

【伤口】 shāngkǒu<名>vết thương

【伤脑筋】 shāng nǎojīn[口]đau đầu; nhức óc: 这个问题真让人~。Vấn đề này thật làm cho người ta đau đầu nhức óc.

【伤人】 shāngrén<动>❶làm cho người ta bị mất mặt; làm tổn thương đến thanh danh: 不要出口~。Không thể nói những lời làm cho người ta bị mất mặt. ❷làm hại sức khỏe; làm tổn thương thân thể: 不许~! Không được làm tổn thương thân thể của người khác!

【伤神】 shāngshén❶<动>hao tổn tinh thần; đau đầu: 为孩子~ đau đầu vì con ❷<形>đau lòng; xót thương: 黯然~ ủ ê đau xót

【伤势】 shāngshì<名>tình trạng vết thương

【伤天害理】 shāngtiān-hàilǐ điều phi nghĩa, trái đạo lí, vô nhân đạo, thương luân bại lí: ~的事 việc làm trái đạo lí

【伤痛】 shāngtòng❶<形>đau xót; đau buồn: ~过度 Bị kiệt sức vì quá đau buồn. ❷<名>nỗi đau đớn tinh thần; sự bất hạnh; vết thương hoặc sự đau đớn về thể xác: 治疗~ chữa chỗ đau

【伤亡】shāngwáng❶〈动〉chết và bị thương: 没有~ không có ai bị chết và bị thương ❷〈名〉thương vong

【伤心】shāngxīn〈形〉thương tâm; đau lòng: ~事 những chuyện đau lòng

【伤员】shāngyuán〈名〉thương binh; người bị thương

商 shāng❶〈动〉thương lượng; bàn bạc: 有事相~ có việc cần bàn với nhau ❷〈名〉buôn bán; thương nghiệp: 经~ làm ăn buôn bán ❸〈名〉thương nhân; người đi buôn bán: 米~ người buôn gạo ❹〈名〉[数学] thương số ❺〈动〉[数学]được; là; bằng; lấy...làm thương: 四除以二~二。Bốn chia cho hai được hai.

【商标】shāngbiāo〈名〉nhãn hàng hóa; nhãn hiệu; mác

【商场】shāngchǎng〈名〉❶khu chợ; khu cửa hàng ❷cửa hàng tổng hợp lớn: 百货~ cửa hàng bách hóa ❸thương trường; thị trường: ~如战场。Thương trường như chiến trường.

【商城】shāngchéng〈名〉❶khu chợ; khu cửa hàng ❷trung tâm mua bán

【商店】shāngdiàn〈名〉cửa hàng; hiệu buôn; thương điếm

【商定】shāngdìng〈动〉bàn định; thỏa thuận: 按~的价格销售 bán theo giá thỏa thuận

【商贩】shāngfàn〈名〉tiểu thương; lái buôn

【商函】shānghán〈名〉❶thư từ thương mại❷công văn trao đổi

【商行】shāngháng〈名〉❶công ti doanh nghiệp; hãng ❷cửa hàng lớn

【商户】shānghù〈名〉nhà buôn; cửa hiệu

【商会】shānghuì〈名〉hội thương mại; hiệp hội các nhà buôn

【商机】shāngjī〈名〉cơ hội buôn bán; thời cơ thương mại

【商家】shāngjiā〈名〉thương gia; nhà buôn; nhà kinh doanh

【商界】shāngjiè〈名〉giới thương mại; giới kinh doanh

【商量】shāngliang〈动〉thương lượng; bàn bạc; trao đổi

【商贸】shāngmào〈名〉thương mại và mậu dịch

【商品】shāngpǐn〈名〉hàng hóa; thương phẩm: ~成本 giá thành hàng hóa

【商品房】shāngpǐnfáng〈名〉nhà xây để bán; chung cư

【商品经济】shāngpǐn jīngjì kinh tế hàng hóa

【商洽】shāngqià〈动〉đàm phán; thảo luận; thương thuyết: ~合作事宜 thương thuyết về việc hợp tác

【商榷】shāngquè〈动〉thảo luận; tranh luận: 文章的观点还值得~。Quan điểm của bài văn vẫn còn đáng được tranh luận.

【商人】shāngrén〈名〉thương nhân; nhà buôn; con buôn; người đi buôn

【商厦】shāngshà〈名〉trung tâm mua bán; nhà thương mại

【商谈】shāngtán〈动〉bàn bạc; thảo luận; trao đổi

【商讨】shāngtǎo〈动〉đàm phán; trao đổi; thương thảo

【商务】shāngwù〈名〉việc thương mại; việc buôn bán

【商务部】Shāngwù Bù〈名〉Bộ Thương mại

【商务参赞】shāngwù cānzàn tham tán thương mại

【商务代表】shāngwù dàibiǎo đại diện thương mại; đại lí thương mại

【商务中心】shāngwù zhōngxīn trung tâm thương mại

【商学院】shāngxuéyuàn〈名〉học viện thương mại

【商业】shāngyè〈名〉thương nghiệp; thương mại

【商业化】shāngyèhuà thương mại
hóa

【商业街】shāngyèjiē〈名〉khu phố
buôn bán

【商业区】shāngyèqū〈名〉khu phố
buôn bán

【商议】shāngyì〈动〉thương lượng;
bàn định: ~决定 bàn bạc xác định

【商住楼】shāngzhùlóu〈名〉khu hỗn
hợp nhà ở và văn phòng

shǎng

晌 shǎng❶〈量〉một lúc; một hồi;
buổi: 后半~儿 buổi chiều ❷〈名〉[方]
buổi trưa

【晌午】shǎngwǔ〈名〉[方]buổi trưa

赏¹ shǎng❶〈动〉thưởng; ban cho: 论
功行~ thưởng theo thành tích ❷〈名〉
giải thưởng: 悬~ treo thưởng

赏² shǎng〈动〉❶thưởng thức; ngắm
nhìn: 尽~美景 thưởng ngoạn cảnh
đẹp ❷đánh giá cao: 赞~ tán thưởng

【赏赐】shǎngcì❶〈动〉thưởng; ban
cho ❷〈名〉phần thưởng

【赏罚】shǎngfá〈动〉thưởng phạt: ~
分明 thưởng phạt công minh

【赏光】shǎngguāng〈动〉[口]xin vui
lòng đến dự

【赏鉴】shǎngjiàn〈动〉thưởng thức
giám định: ~古董 thưởng thức và
giám định đồ cổ

【赏金】shǎngjīn〈名〉tiền thưởng

【赏脸】shǎngliǎn〈动〉[口]xin vui
lòng nhận cho

【赏识】shǎngshí〈动〉đánh giá cao;
thưởng thức; tán thưởng: 其才能得
到~。Tài năng của họ được đánh
giá cao.

【赏心悦目】shǎngxīn-yuèmù vui
mắt đẹp lòng

【赏月】shǎngyuè〈动〉ngắm trăng;
thưởng trăng

shàng

上¹ shàng❶〈名〉trên; cao; thượng:
~游 thượng du ❷〈名〉(đẳng cấp,
chất lượng) cao: ~级 cấp trên ❸〈名〉
(thứ tự, thời gian) thượng; trước: ~
一周 tuần trước ❹〈名〉nhà vua: ~谕
dụ của nhà vua ❺〈动〉lên: ~山 lên
núi ❻〈动〉đi lên: ~进 vươn lên ❼
〈动〉đưa lên trên: ~书 trình thư ❽
〈动〉tiến lên; ra: ~阵 ra trận ❾〈动〉
đưa ra; mang ra: ~菜 dọn thức ăn
ra ❿〈动〉bù thêm; thêm: ~水 thêm
nước ⓫〈动〉lắp: ~螺丝 lắp ốc ⓬
〈动〉bôi; quét; phết; sơn: ~药 bôi
thuốc ⓭〈动〉đăng lên; ghi vào: ~报
đăng báo ⓮〈动〉bắt đầu thực hiện
công việc theo thời gian quy định: ~
班 đi làm; ~课 lên lớp ⓯〈动〉đạt tới;
đến mức: ~千人 hàng nghìn người
⓰〈名〉[语言]thanh thượng: 平~去入
bình thượng khứ nhập ⓱〈动〉ra sân:
~场 ra sân ⓲〈动〉đến; đi; ra: ~街 đi
phố ⓳〈动〉vặn: ~发条 lên dây cót

上² shàng〈动〉❶từ thấp lên cao: 爬
~山顶 trèo lên đỉnh núi; 跟~时代步
伐 theo kịp bước tiến của thời đại
❷đạt tới kết quả hoặc mục đích: 考
~大学 thi đỗ đại học ❸chỉ bắt đầu
và tiếp tục: 爱~种花 bắt đầu yêu
nghề trồng hoa

上³ shàng〈名〉❶trên (đặt sau danh
từ, chỉ ở trên bề mặt của vật thể): 面
~ trên mặt ❷trong (đặt sau danh từ,
chỉ ở trong một phạm vi nào đó):
在课堂~ trong giờ học ❸trong; trên
(chỉ một phương diện nào đó): 事实
~ trên thực tế

【上岸】shàng'àn〈动〉lên bờ: 在大连
港装卸~ bốc xếp lên bờ tại cảng Đại
Liên

【上岸费】shàng'ànfèi〈名〉phí bốc
hàng lên bờ; phí chuyển hàng

S

lên bờ

【上岸码头】shàng'àn mǎtóu bến dỡ hàng lên bờ

【上班族】shàngbānzú〈名〉người làm công ăn lương

【上半场】shàngbànchǎng〈名〉tăng đầu; hiệp một

【上半年】shàngbànnián〈名〉nửa năm đầu

【上半身】shàngbànshēn〈名〉nửa thân trên; phần trên thân thể

【上半天】shàngbàntiān〈名〉buổi sáng

【上半夜】shàngbànyè〈名〉nửa đêm trước

【上榜】shàngbǎng〈动〉ghi tên (trong danh sách); có tên (trong danh sách); ghi danh: 你~了。Anh đã được ghi tên trong danh sách.

【上报】[1]shàngbào〈动〉lên báo; đăng báo; đưa lên báo: 你的文章~了。Bài viết của anh đã được đăng báo.

【上报】[2]shàngbào〈动〉báo cáo lên trên: 有什么情况应及时~。Gặp tình huống gì phải báo cáo lên trên ngay.

【上辈子】shàngbèizi〈名〉❶kiếp trước; đời trước ❷thế hệ trước

【上边】shàngbian〈名〉❶cấp trên: ~派人来调查了。Cấp trên đã cử người đến điều tra. ❷ở trên; trên: 桌子~有一张地图。Ở phía trên bàn có một một bức bản đồ.

【上宾】shàngbīn〈名〉thượng khách; khách quý

【上菜】shàngcài〈动〉bày món ăn

【上层】shàngcéng〈名〉❶trên; tầng trên: 大气层~ thượng tầng khí quyển ❷bậc trên; cấp trên; tầng lớp trên: ~领导 lãnh đạo cấp trên

【上层建筑】shàngcéng jiànzhù thượng tầng kiến trúc

【上场】shàngchǎng〈动〉❶lên sân khấu: 到你~了。Đến lượt anh lên sân khấu rồi. ❷[体育]ra sân; tham

dự cuộc đấu: ~阵容 đội hình ra sân

【上车】shàngchē〈动〉lên xe

【上乘】shàngchéng❶〈名〉[宗教] thượng thừa; đại thừa ❷〈形〉tuyệt hảo; thượng hảo hạng: 属~货 thuộc loại hàng tuyệt hảo

【上传】shàngchuán〈动〉tải lên trên: ~文件 tải tệp lên trên

【上船】shàngchuán〈动〉lên tàu

【上床】shàngchuáng〈动〉❶lên giường; đi ngủ ❷có quan hệ tình dục với nhau

【上蹿下跳】shàngcuān-xiàtiào❶(động vật) chạy nhảy khắp nơi ❷chui luồn khắp nơi; chạy chọt khắp nơi; hoạt động khắp nơi

【上当】shàngdàng〈动〉bị lừa; mắc lừa; mắc mưu

【上等】shàngděng〈形〉thượng đẳng; hảo hạng; cao cấp; bậc cao

【上帝】Shàngdì〈名〉❶Thượng đế ❷Chúa trời

【上吊】shàngdiào〈动〉thắt cổ; treo cổ: ~自杀 treo cổ tự tử

【上调】shàngdiào〈动〉❶điều lên trên; điều động thăng chức: 他~担任工业部部长。Ông ấy được điều lên làm bộ trưởng Bộ Công nghiệp. ❷cấp trên điều chuyển (tiền của): 物资将被~。Vật tư sẽ được cấp trên điều động sử dụng.

【上颚】shàng'è〈名〉hàm trên

【上访】shàngfǎng〈动〉khiếu oan; lên cơ quan cấp trên (phản ánh vấn đề và yêu cầu giải quyết)

【上坟】shàngfén〈动〉viếng mộ; thăm mồ mả; cúng mộ

【上风】shàngfēng〈名〉❶đầu gió: 香味从~吹来。Hương thơm bay từ đầu gió lại. ❷lợi thế; ưu thế: 她渐渐占了~。Chị ấy đã dần dần chiếm được lợi thế.

【上浮】shàngfú〈动〉tăng lên

【上岗】shànggǎng〈动〉❶lên cương vị: ~培训 đào tạo trước đảm nhận

chức vụ, nhiệm vụ ❷đi canh gác

【上告】shànggào〈动〉❶kiện; kiện cáo; kiện lên cấp trên ❷báo cáo với cấp trên

【上钩】shànggōu〈动〉❶mắc câu; cắn câu:鱼儿已~。Cá đã cắn câu. ❷mắc mưu; bị lừa:敌人果然~。Quả nhiên bọn địch đã mắc mưu.

【上轨道】shàng guǐdào vào quỹ đạo; vào nề nếp

【上海】Shànghǎi〈名〉thành phố Thượng Hải

【上好】shànghǎo〈形〉thượng hạng; tốt nhất:我有~的止痛药。Tôi có thuốc cầm đau thượng hạng.

【上呼吸道】shànghūxīdào đường hô hấp trên

【上回】shànghuí〈名〉hồi trước; lần trước

【上火】shànghuǒ〈动〉❶[中医]bốc hỏa:这个季节容易~。Mùa này hay bị bốc hỏa. ❷[方]giận; phát cáu; nổi cáu

【上机】shàngjī〈动〉❶lên máy bay ❷thao tác máy:~实习 thực tập thao tác máy

【上级】shàngjí〈名〉cấp trên; thượng cấp

【上将】shàngjiàng〈名〉thượng tướng

【上交】shàngjiāo〈动〉nộp; nộp lên

【上缴】shàngjiǎo〈动〉nộp; nộp lên trên:这笔款应~给国家。Món tiền này phải nộp cho chính phủ.

【上街】shàngjiē〈动〉ra phố; lên phố; đi phố:相邀~ rủ nhau đi phố

【上届】shàngjiè〈名〉khóa trước; lần trước; kì trước

【上进】shàngjìn〈动〉tiến bộ; tiến thủ

【上镜】shàngjìng❶〈动〉xuất hiện trước ống kính (xuất hiện trong phim ảnh, truyền hình) ❷〈形〉ăn ảnh:最~小姐 hoa hậu ăn ảnh nhất

【上来】¹ shànglái❶〈动〉bắt đầu; khởi đầu; lúc đầu:他一~就背了一首诗。Vừa bắt đầu anh ấy đã đọc ngay

một bài thơ. ❷〈名〉[书]tổng kết; tóm tắt

【上来】² shànglái〈动〉từ thấp lên cao; từ xa tới gần:洪水慢慢~了。Nước lũ dâng lên dần.

【上来】³ shànglái〈动〉❶lên; tới (dùng sau động từ, biểu thị từ thấp lên cao, từ xa tới gần):把饭菜端~。Đưa cơm canh lên đây. ❷được; tốt (dùng sau động từ, biểu thị sự thành công):就具体方案我还说不~。Về phương án cụ thể có lẽ tôi chưa thể trình bày được rõ. ❸[方](đặt sau tính từ chỉ mức độ tăng lên) càng ngày càng; lên

【上列】shàngliè〈形〉ở trên; kể trên; nói trên:~条件 những điều kiện kể trên

【上流】shàngliú〈名〉❶thượng du ❷thượng lưu:~社会 hạng thượng lưu xã hội

【上楼】shànglóu〈动〉lên gác

【上路】shànglù〈动〉❶lên đường:他们已经~回家乡了。Họ đã lên đường về quê. ❷đi vào quỹ đạo; vào nề nếp:工作开始~了。Công việc đã bắt đầu đi vào quỹ đạo.

【上马】shàngmǎ〈动〉❶lên ngựa ❷khởi công:这项工程已经~。Công trình này đã khởi công.

【上门】¹ shàngmén〈动〉❶đi thăm (ai); đến tận nhà: 送货~ đưa hàng đến tận nhà ❷[方]đi ở rể

【上门】² shàngmén〈动〉❶đóng cửa ❷cài then cửa

【上面】shàngmiàn〈名〉❶phía trên; trên ❷trên; trước:综合~所述 tóm lại phần đã trình bày kể trên ❸trên mặt:他仔细查看发现了墙~的记号。Anh xem kĩ đã phát hiện kí hiệu trên vách tường. ❹cấp trên:~已经决定投资成立公司。Cấp trên đã quyết định đầu tư thành lập công ti. ❺phương diện; mặt:我们要在这~进行更多的研究。Chúng tôi phải nghiên cứu nhiều hơn về mặt này. ❻bậc trên trong dòng họ

【上年纪】shàng niánjì có tuổi; cao tuổi

【上去】shàngqù<动>(dùng sau động từ) lên; ra; tiến về: 老太太撑着拐杖爬~了。Cụ bà đã chống gậy leo lên đó.

【上任】¹shàngrèn<动>nhậm chức

【上任】²shàngrèn<名>chức quan khóa trước

【上山】shàngshān<动>❶lên núi: ~砍柴 lên núi chặt củi ❷[方]qua đời ❸[方]lên né: 蚕~ tằm lên né

【上上下下】shàngshàngxiàxià❶trên dưới ❷ai nấy

【上身】shàngshēn<名>❶nửa thân trên ❷áo cánh

【上升】shàngshēng<动>❶vật thể từ nơi thấp chuyển dịch tới nơi cao hơn: 电梯慢慢~。Chiếc thang máy từ từ nâng lên. ❷lên; tăng; lên cao: 温度渐渐~。Nhiệt độ lên cao dần.

【上市】shàngshì<动>❶đưa ra chợ; ra mắt thị trường: 这款手机刚~。Kiểu điện thoại di động này mới ra mắt thị trường. ❷niêm yết: ~计划 kế hoạch niêm yết

【上市公司】shàngshì gōngsī công ti niêm yết

【上手】shàngshǒu<动>❶bắt đầu ❷[方]làm

【上述】shàngshù<形>kể trên; nói trên: ~问题 những vấn đề nói trên

【上税】shàngshuì<动>nộp thuế

【上司】shàngsi<名>cấp trên; ông chủ; sếp: 顶头~ cấp trên trực tiếp

【上诉】shàngsù<动>chống án

【上锁】shàngsuǒ<动>khóa: 门已~。Cửa đã khóa lại.

【上台】shàngtái<动>❶thượng đài; lên sân khấu: 这是最后一次~的机会。Đây là cơ hội lên sân khấu lần cuối cùng. ❷nhậm chức; lên cầm quyền: 这是刚~的新班子。Đây là

ban lãnh đạo mới vừa được lên nhậm chức.

【上吐下泻】shàngtù-xiàxiè nôn mửa và tiêu chảy; thượng thổ hạ tả

【上网】shàngwǎng<动>lên mạng; vào mạng

【上尉】shàngwèi<名>thượng úy

【上文】shàngwén<名>câu văn trên; đoạn văn trên

【上午】shàngwǔ<名>buổi sáng

【上下】shàngxià❶<名>trên dưới ❷<名>từ trên xuống dưới: 公司~都同意此做法。Trong công ti từ trên xuống dưới đều đồng ý cách làm này. ❸<名>cao thấp; tốt xấu (trình độ) ❹<名>khoảng chừng: 三十岁~ khoảng chừng 30 tuổi ❺<动>lên xuống

【上限】shàngxiàn<名>mức giới hạn ở phía trên; ngưỡng trên

【上线】shàngxiàn<动>❶đưa vấn đề lên tầm cao chính trị ❷đạt mức điểm vào học: 他的高考成绩~了。Trong kì thi cậu ấy đã đủ điểm vào đại học. ❸trang Web bắt đầu vận hành; online

【上香】shàngxiāng<动>thắp hương

【上校】shàngxiào<名>thượng tá

【上学】shàngxué<动>❶đến trường: 今天没见小光~。Hôm nay không thấy em Quang đến trường. ❷đi học: 没够岁数~ chưa đến tuổi đi học

【上旬】shàngxún<名>thượng tuần

【上演】shàngyǎn<动>trình diễn; trình chiếu; công diễn

【上扬】shàngyáng<动>tăng lên; lên cao: 房价~ giá cả bất động sản tăng cao

【上衣】shàngyī<名>áo trên

【上议院】shàngyìyuàn<名>thượng nghị viện

【上瘾】shàngyǐn<动>nghiện; mắc nghiện

【上映】shàngyìng<动>trình chiếu

(phim); công diễn

【上涨】shàngzhǎng<动>dâng lên; lên cao: 河水慢慢~。Nước sông đã dâng dần lên.

【上阵】shàngzhèn<动>ra trận; xuất trận: 父子齐~。Cha con cùng ra trận.

【上肢】shàngzhī<名>chi trên; tay; hai cánh tay

【上座】shàngzuò<名>chỗ ngồi danh dự

尚¹ shàng❶<动>tôn sùng; chú trọng: 崇~ sùng thượng ❷<名>mốt; thời thượng: 时~人士 nhân sĩ thời thượng

尚² shàng[书]❶<副>còn; hãy còn; vẫn còn: 时间~早呢，别着急。Thời gian còn sớm, đừng vội. ❷<连>còn

【尚且】shàngqiě<连>còn

【尚未】shàngwèi<副>còn chưa

shāo

捎 shāo<动>tiện thể mang; mang kèm; tiện thể nhắn

【捎带】shāodài❶<动>tiện thể mang; mang kèm; tiện thể nhắn ❷<副>thuận tiện

【捎话】shāohuà<动>nhắn tin

【捎信】shāoxìn<动>tiện thể mang thư

烧 shāo❶<动>đốt; thiêu: 燃~ bốc cháy ❷<动>đun; đốt nóng: ~水 đun nước ❸<动> nấu; kho: ~饭 nấu cơm; 红~鱼 rán cá ❹<动>quay; nướng: ~鸭 vịt quay ❺<动>sốt: 发高~ bị sốt cao ❻<名>cơn sốt: ~退了。Cơn sốt đã hạ. ❼<动>(cây lúa) bị cháy; bị úa ❽<动>vì giàu có mà quên hết mọi sự

【烧饼】shāobing<名>bánh nướng

【烧断】shāoduàn<动>cháy và làm đứt

【烧坏】shāohuài<动>bị cháy và hư hoại; bị đốt hỏng

【烧毁】shāohuǐ<动>thiêu hủy: ~材料 thiêu hủy tài liệu

【烧火】shāohuǒ<动>đốt lửa; nhóm lửa

【烧酒】shāojiǔ<名>rượu trắng; rượu cất

【烧烤】shāokǎo❶<动>nướng; quay: 到郊外~ ra ngoại ô nướng ăn ngoài trời ❷<名>thức ăn quay; thức ăn nướng

【烧钱】shāoqián<动>tiêu phí tiền; nướng tiền; phung phí tiền

【烧伤】shāoshāng<动>bỏng; bị bỏng

【烧香】shāoxiāng<动>❶thắp hương; đốt nhang ❷biểu xén để xin chiếu cố

【烧灼】shāozhuó<动>bỏng; bị bỏng; cháy bỏng

梢 shāo<名>❶ngọn: 树~ ngọn cây ❷đuôi: 眉~ đuôi lông mày

稍 shāo<副>hơi; một chút. ~有不同 hơi khác nhau

另见shào

【稍后】shāohòu<副>lát nữa: ~继续 lát nữa tiếp tục

【稍稍】shāoshāo<副>một chút: ~休息一下 tạm nghỉ một lát/nghỉ cái đã

【稍微】shāowēi<副>hơi; một chút: 这道菜~淡了点。Món ăn này hơi nhạt một chút.

sháo

勺 sháo<名>cái thìa; cái muôi: 铁~ cái muôi sắt

【勺子】sháozi<名>cái muôi; cái thìa

shǎo

少 shǎo❶<形>ít; hiếm: 这地方很~有人来。Chỗ này ít có người đến. ❷<动>thiếu; hụt: ~一块钱 thiếu một đồng ❸<动>mất; bị mất: 不~一样东西 không mất một thứ gì ❹<动>nợ:

~别人的钱 nợ tiền của người ta ❺
<副>tạm một chút: 我们~作休息。
Chúng ta tạm nghỉ một chút. ❻<副>
đừng: ~说话 đừng nói nữa
另见shào

【少不了】shǎobuliǎo❶không thiếu
được; không thể thiếu: 这份功劳~你
的。❷khó tránh được

【少而精】shǎo'érjīng ít mà tốt

【少见】shǎojiàn❶<动>ít khi gặp mặt
❷<形>rất ít gặp; hiếm thấy: 这种情
况~。Trường hợp này hiếm thấy.

【少见多怪】shǎojiàn-duōguài ít
thấy thì lạ nhiều; kém hiểu biết

【少量】shǎoliàng<形>chút ít; một ít:
再放~盐 bỏ thêm một ít muối

【少陪】shǎopéi<动>xin phép không
đi cùng được; xin phép phải đi: 抱
歉，有别的事情，~了! Xin lỗi, do
có việc khác, tôi không đi cùng
được.

【少数】shǎoshù<名>số ít; thiểu số:
~服从多数。Thiểu số phục tùng đa
số.

【少数民族】shǎoshù mínzú dân
tộc thiểu số; dân tộc ít người

【少许】shǎoxǔ<形>[书]ít; một chút;
một ít: 放~味精 cho vào một ít bột
ngọt

【少有】shǎoyǒu<形>ít có; hiếm có:
~的好机会 dịp may hiếm có

shào

少 shào❶<形>trẻ: ~年 trẻ em; 男女
老~ già trẻ trai gái ❷<名>cậu ấm: 我
家~爷很贪玩。Cậu ấm nhà tôi ham
chơi lắm.
另见shǎo

【少儿】shào'ér<名>thiếu nhi
【少妇】shàofù<名>thiếu phụ
【少将】shàojiàng<名>thiếu tướng
【少林寺】Shàolín Sì<名>Thiếu Lâm
Tự; chùa Thiếu Lâm

【少男】shàonán<名>chàng trai
【少年】shàonián<名>❶thời niên
thiếu ❷thiếu niên ❸[书]chàng trai
trẻ
【少年宫】shàoniángōng<名>cung
thiếu nhi
【少女】shàonǔ<名>thiếu nữ; cô gái
【少尉】shàowèi<名>thiếu úy
【少校】shàoxiào<名>thiếu tá
【少壮】shàozhuàng<形>trẻ trung;
trai trẻ; trai tráng: 正值~时期 đang
lúc trẻ trung

哨¹ shào❶<动>canh gác; tuần tra:
放~ canh gác ❷<名>nơi canh gác; bốt
gác ❸<量>đội; tốp: 一~人马 một đội
quân

哨² shào❶<动>(chim) hót; kêu ❷<名>
cái còi

【哨兵】shàobīng<名>lính gác
【哨岗】shàogǎng<名>trạm gác; bốt
gác
【哨所】shàosuǒ<名>trạm gác; đồn
gác
【哨子】shàozi<名>cái còi

稍 shào
另见shāo

【稍息】shàoxī<动>(khẩu lệnh quân
sự) nghỉ

shē

奢 shē<形>❶xa xỉ: 穷~极欲 xa xỉ
cực độ ❷quá đáng; quá mức: ~求
yêu cầu quá cao

【奢侈】shēchǐ<形>xa xỉ: 花销~ ăn
chơi xa xỉ
【奢侈品】shēchǐpǐn<名>hàng xa xỉ;
đồ xa xỉ
【奢华】shēhuá<形>xa hoa
【奢求】shēqiú❶<动>đòi hỏi quá cao
❷<名>sự đòi hỏi quá cao
【奢望】shēwàng❶<动>ước mơ quá
cao; mong ước xa vời: 你别~了。

Em đừng ước mơ quá cao xa nữa. ❷〈名〉ước mơ quá cao

赊 shē〈动〉(mua hay bán) chịu; nợ; trả chậm

【赊购】shēgòu〈动〉mua chịu

【赊欠】shēqiàn〈动〉(mua hay bán) chịu; trả chậm

【赊销】shēxiāo〈动〉bán chịu

【赊账】shēzhàng〈动〉mua bán chịu ghi sổ: 概不~ không bán chịu

shé

舌 shé〈名〉❶cái lưỡi ❷hình lưỡi: 帽~ lưỡi trai của mũ ❸quả lắc trong cái chuông

【舌尖】shéjiān〈名〉đầu lưỡi

【舌头】shétou〈名〉❶cái lưỡi ❷cái lưỡi sống (tù binh bị bắt nhằm mục đích khai thác địch tình): 抓~ bắt tù binh để khai thác

折 shé〈动〉❶gay: 背头~了。Xương bị gãy. ❷hao; hụt; lỗ: ~本 lỗ vốn ❸bị thất bại: 想不到此次行动又~了。Không ngờ hành động lần này lại bị thất bại.

另见zhē, zhé

【折本】shéběn〈动〉lỗ; lỗ vốn: ~生意 buôn bán lỗ vốn

蛇 shé〈名〉con rắn

【蛇胆】shédǎn〈名〉mật rắn

【蛇头】shétóu〈名〉[方]kẻ tổ chức vượt biên trái phép và chuộc lợi

【蛇蝎】shéxiē〈名〉❶rắn và rết ❷kẻ độc ác: ~心肠 lòng dạ độc ác

【蛇油】shéyóu〈名〉dầu rắn; mỡ rắn

shě

舍 shě〈动〉❶bỏ: 他~不得丢掉跟随他多年的一箱书。Anh không nỡ vứt bỏ chiếc hòm sách đã theo mình nhiều năm. ❷bố thí

另见shè

【舍不得】shěbude tiếc rẻ; không nỡ

【舍得】shěde〈动〉không tiếc gì cả; chịu bỏ

【舍己为人】shějǐ-wèirén quên mình vì người

【舍近求远】shějìn-qiúyuǎn bỏ gần cầu xa

【舍命】shěmìng〈动〉liều mạng; quên mình

【舍弃】shěqì〈动〉bỏ; từ bỏ; vứt bỏ

shè

设 shè❶〈动〉bày; đặt; thiết lập; bố trí: ~宴招待亲朋好友 bày tiệc chiêu đãi họ hàng bè bạn; ~分支（机构）thiết lập chi nhánh ❷〈动〉trù tính: ~法 tìm cách ❸〈动〉giả thiết: ~x=5 giả thiết x=5 ❹〈连〉[书]giả xử

【设备】shèbèi❶〈动〉trang bị: 新阅览室~得很先进。Phòng đọc mới được trang bị rất tiên tiến. ❷〈名〉thiết bị

【设定】shèdìng〈动〉đặt: 将设备~为自动模式 đặt thiết bị vào chế độ tự động

【设法】shèfǎ〈动〉tìm cách; nghĩ cách: ~解决困难 tìm cách giải quyết khó khăn

【设防】shèfáng〈动〉bố trí phòng ngự; phòng thủ: 严格~ bố trí phòng thủ chặt chẽ

【设计】shèjì❶〈名〉thiết kế: 新颖的~ thiết kế mới mẻ ❷〈动〉thiết kế: 请你们公司给我们的工程进行~。Nhờ quý công ti làm thiết kế cho công trình của chúng tôi.

【设计师】shèjìshī〈名〉kiến trúc sư; nhà thiết kế

【设计图】shèjìtú〈名〉bản vẽ thiết kế

【设计院】shèjìyuàn〈名〉viện thiết kế

【设立】shèlì〈动〉thiết lập; thành lập: ~少年基金 thiết lập Quỹ thiếu nhi

【设身处地】shèshēn-chǔdì đặt

S

mình vào hoàn cảnh người khác (để suy xét cân nhắc)

【设施】shèshī<名>phương tiện; công trình; cơ sở; thiết bị

【设想】shèxiǎng❶<动>tưởng tượng; thiết tưởng; đưa ra ý tưởng: 我~在这里建设一个新项目。Tôi có ý tưởng cho xây dựng một dự án mới ở đây. ❷<动>lo toan cho ❸<名>ý tưởng: 这个~很适合我。Ý tưởng này rất hợp với tôi.

【设宴】shèyàn<动>thết tiệc; bày tiệc; mở tiệc: ~招待远方来客 thết tiệc chiêu đãi khách đến từ phương xa

【设置】shèzhì<动>❶xây dựng; thiết lập: ~分行 thiết lập chi nhánh ❷cài đặt: ~障碍 làm cản trở

社 shè<名>❶(chỉ một số tổ chức, tập thể) xã; tòa: 报~ tòa báo ❷một số đơn vị dịch vụ: 旅行~ công ti du lịch ❸xã; thổ thần; nơi tế thổ thần thời xưa: 春~ tế thổ thần vào mùa xuân

【社保】shèbǎo<名>❶bảo hiểm xã hội ❷quỹ bảo trợ xã hội

【社会】shèhuì<名>❶xã hội: 人类~ xã hội loài người ❷tầng lớp: 上流~ tầng lớp thượng lưu

【社会保障】shèhuì bǎozhàng sự bảo trợ xã hội

【社会地位】shèhuì dìwèi địa vị xã hội

【社会风气】shèhuì fēngqì tình hình xã hội; nền nếp xã hội

【社会关系】shèhuì guānxì quan hệ xã hội

【社会实践】shèhuì shíjiàn thực tiễn xã hội

【社会效益】shèhuì xiàoyì hiệu suất xã hội

【社会主义】shèhuì zhǔyì❶chủ nghĩa xã hội ❷xã hội chủ nghĩa

【社交】shèjiāo<名>xã giao

【社科院】shèkēyuàn<名>viện khoa học xã hội; viện hàn lâm khoa học xã hội

【社论】shèlùn<名>xã luận

【社区】shèqū<名>❶khu phố: ~医院 bệnh viện ở khu phố ❷khu cư trú riêng: 华人~ khu cư trú riêng của người Hoa

【社团】shètuán<名>đoàn thể quần chúng; đoàn thể xã hội

【社长】shèzhǎng<名>giám đốc

舍 shè❶<名>xá, nhà ở: 宿~ kí túc xá ❷<名>nhà ở đơn sơ của mình (lời nói khiêm tốn): 寒~ tệ xá nghèo hèn ❸<名>chuồng trại: 猪~ chuồng lợn ❹<形>(khiêm từ, dùng để gọi người thân thích ở hạng dưới hoặc ít tuổi, khi nói chuyện với người khác): ~妹 em gái tôi
另见shě

【舍利子】shèlìzǐ<名>[宗教]xá lị; xá lợi (tro cốt nhà Phật)

【舍友】shèyǒu<名>bạn cùng kí túc xá

射 shè<动>❶bắn; sút: ~中 bắn trúng ❷phụt; tiêm: 注~疫苗 tiêm vắc-xin ❸phát ra; tỏa ra (ánh sáng, nhiệt lượng...): ~出亮光 tỏa ra ánh sáng ❹ám chỉ; chỉ tới: 影~贪官 ám chỉ những quan chức tham nhũng

【射程】shèchéng<名>tầm bắn; cự li bắn

【射灯】shèdēng<名>đèn xạ; đèn chiếu

【射击】shèjī❶<动>bắn; khai hỏa ❷<名>[体育]môn bắn súng; môn xạ kích

【射箭】shèjiàn❶<动>bắn tên ❷<名>[体育]môn bắn cung

【射精】shèjīng<动>xuất tinh

【射门】shèmén<动>sút bóng; ném vào gôn

【射杀】shèshā<动>nã súng; bắn giết

【射手】shèshǒu<名>❶xạ thủ ❷chân sút; tay sút

【射手座】shèshǒuzuò<名>chòm sao Xạ thủ

【射线】shèxiàn<名>❶tia xạ; chùm tia ❷đường chiếu

涉 shè<动>❶lội; vượt qua: ~水不怕湿脚 lội nước chẳng sợ ướt chân ❷trải qua; kinh qua: ~险 trải qua nguy hiểm ❸liên quan: ~赌人员 người đánh bạc

【涉案】shè'àn<动>liên quan tới vụ án

【涉及】shèjí<动>bao gồm; kéo theo; liên quan tới: ~命案 liên quan đến án mạng

【涉猎】shèliè<动>❶đọc lướt; đọc qua ❷tiếp xúc: 广泛~ tiếp xúc rộng rãi

【涉世】shèshì<动>từng trải việc đời: ~不深 ít từng trải việc đời

【涉外】shèwài<形>liên quan đến (người) nước ngoài

【涉嫌】shèxián<动>bị tình nghi; đáng nghi: ~经济犯罪 bị tình nghi phạm tội kinh tế

【涉足】shèzú<动>[书]đặt chân vào; bước tới; tham gia vào

赦 shè<动>miễn xá; tha: ~罪 xá tội

【赦免】shèmiǎn<动>tha; miễn xá; giảm tội

摄 shè<动>❶hấp thu; hút lấy: ~入营养 hấp thu chất dinh dưỡng ❷chụp (ảnh)

【摄取】shèqǔ<动>❶chụp (ảnh): 在这里~几张照片 Chụp vài tấm ảnh ở đây. ❷hút lấy; hấp thụ: ~营养 hấp thụ dinh dưỡng

【摄氏度】shèshìdù<量>độ C

【摄像】shèxiàng<动>ghi hình; quay video

【摄像机】shèxiàngjī<名>máy quay video; máy chụp hình; máy ghi hình

【摄影】shèyǐng<动>❶chụp ảnh ❷quay phim

【摄影师】shèyǐngshī<名>thợ nhiếp ảnh

【摄制】shèzhì<动>quay và chế tác phim: 这部影片已进入~阶段。Bộ phim đã bước vào giai đoạn quay và giàn dựng.

麝 shè<名>❶con cầy hương ❷xạ hương

【麝香】shèxiāng<名>xạ hương

shéi

谁 shéi<代>❶ai; người nào: 你找~? Anh tìm ai? ❷chẳng ai (phản vấn): ~不知 chẳng ai không biết ❸không đích xác: 不知是~的 không biết là của ai ❹tùy ý chỉ: ~也不能说服~。 Ai cũng chẳng thuyết phục nổi ai.

shēn

申 shēn<动>❶trình; thưa; nói rõ: 三令五~ ra lệnh, răn bảo nhiều lần ❷xin; thình cầu//(姓)Thân

【申办】shēnbàn<动>xin tổ chức; xin đăng cai: ~下届奥运会 xin đăng cai Thế vận hội khóa tới

【申报】shēnbào<动>trình báo; báo cáo: ~材料 trình báo tài liệu

【申辩】shēnbiàn<动>biện bạch; cãi; cãi: 为自己~ bào chữa cho mình

【申购】shēngòu<动>xin mua: ~新股票 xin mua cổ phiếu mới

【申领】shēnlǐng<动>xin cấp: ~执照 xin cấp môn bài/xin cấp giấy phép

【申明】shēnmíng<动>tuyên bố; nói rõ; trình bày rõ

【申请】shēnqǐng<动>xin: ~年假 xin nghỉ phép năm

【申请书】shēnqǐngshū<名>đơn xin

【申诉】shēnsù<动>❶khiếu nại ❷chống án: 准备再次~ chuẩn bị

S

chống án lần nữa

【申冤】shēnyuān〈动〉❶rửa oan; minh oan: 为屈死者~ minh oan cho người bị chết oan ❷khiếu oan; đòi được rửa oan

伸 shēn〈动〉duỗi; thò: ~脚 duỗi chân

【伸懒腰】shēn lǎnyāo vươn vai; vặn mình

【伸手】shēnshǒu〈动〉❶chìa tay: 他就喜欢~讨要。Nó cứ thích chìa tay xin xỏ. ❷(nghĩa xấu) nhúng tay

【伸缩】shēnsuō〈动〉❶co duỗi; thò ra thụt vào ❷co giãn; linh động: ~性能好 tính co giãn tốt

【伸腿】shēntuǐ〈动〉❶chen chân vào; xọc vào ❷[口]thẳng cẳng (chết)

【伸腰】shēnyāo〈动〉vươn vai; vươn mình

【伸展】shēnzhǎn〈动〉trải dài; kéo dài; mở rộng; vươn ra

【伸张】shēnzhāng〈动〉mở rộng; khuyến khích; đề xướng; nêu cao: ~正义 nêu cao chính nghĩa

【伸直】shēnzhí〈动〉duỗi thẳng; vươn thẳng

身 shēn❶〈名〉cơ thể: 转~ xoay mình ❷〈名〉mình; bản thân: ~兼数职 một mình kiêm nhiều chức vụ ❸〈名〉phần thân (người, vật): 车~ thân xe ❹〈量〉bộ ❺〈名〉đạo đức tu dưỡng: 修~ tu dưỡng ❻〈名〉xuất thân: 家庭出~ xuất thân gia đình ❼〈名〉trọn đời ❽〈名〉tính mạng: 奋不顾~ không tiếc thân mình

【身败名裂】shēnbài-míngliè thân bại danh liệt; mất hết danh giá

【身边】shēnbiān〈名〉❶bên cạnh ❷trên người: 我~没带钱。Trên người tôi không mang theo tiền.

【身不由己】shēnbùyóujǐ bản thân không tự chủ được

【身材】shēncái〈名〉vóc người; dáng người: ~高大 vóc người cao to/vạm vỡ

【身段】shēnduàn〈名〉❶dáng vẻ; tư thế ❷động tác; dáng điệu

【身份】shēnfèn〈名〉❶tư cách; thân phận ❷địa vị; vinh dự: 这样做有失~。Làm như thế có hay mất danh dự.

【身份证】shēnfènzhèng〈名〉chứng minh thư; thẻ căn cước

【身高】shēngāo〈名〉thân cao; chiều cao: ~歧视 kì thị về chiều cao

【身后事】shēnhòushì〈名〉việc tang; những việc sau khi qua đời

【身怀六甲】shēnhuái-liùjiǎ mang thai

【身家】shēnjiā〈名〉❶bản thân và gia đình: ~性命 tính mạng bản thân và gia đình ❷xuất thân: ~清白 xuất thân từ gia đình tử tế ❸tài sản: 他的~过亿美元。Anh ấy có tài sản hơn trăm triệu USD.

【身价】shēnjià〈名〉❶giá trị con người ❷giá mua bán con người

【身经百战】shēnjīngbǎizhàn trải qua nhiều cuộc chiến tranh; trải qua nhiều thử thách

【身临其境】shēnlínqíjìng đích thân đặt chân đến

【身躯】shēnqū〈名〉thân thể; thân hình; vóc người: 伟岸的~ thân thể cao lớn

【身上】shēnshang〈名〉❶trên người; trong người: ~有点不舒服。Trong người không được khỏe lắm. ❷mang theo người: 歹徒~带有武器。Bọn côn đồ có vũ khí mang theo người.

【身世】shēnshì〈名〉cuộc đời riêng; thân thế

【身手】shēnshǒu〈名〉bản lĩnh; tài nghệ; tài ba: 大显~ trổ tài

【身体】shēntǐ〈名〉thân thể; sức khỏe

【身无分文】shēnwúfēnwén không một đồng xu dính túi

【身心】shēnxīn〈名〉thể xác và tinh thần; thân thể và tâm trí

【身影】shēnyǐng〈名〉❶bóng dáng

❷bóng người

【身孕】shēnyùn<名>có mang; có bầu; có thai

【身子】shēnzi<名>[口]❶người; thân thể ❷có mang; có chửa

呻 shēn

【呻吟】shēnyín<动>rên; rên rỉ: 痛苦 ~ đau đớn rên rỉ; 无病~ không đau mà rên

参 shēn

<名>sâm; nhân sâm; củ sâm: ~茸 sâm nhung

另见cān

绅 shēn

<名>[旧]❶thân sĩ ❷dải thắt lưng của sĩ đại phu

【绅士】shēnshì❶<名>[旧]thân sĩ ❷<形> phong độ thân sĩ ❸<名>người có cử chỉ văn minh

【绅士风度】shēnshì fēngdù cách ăn ở thân sĩ; phong độ thân sĩ

深 shēn❶<名>chiều sâu: 此井~二十 米。Cái giếng này sâu 20m. ❷<形> sâu sắc: 这篇文章产生很~的影响。 Dài viết này gây ảnh hưởng sâu sắc. ❸<形>nồng nàn: 父子俩的感情很~。 Tình cảm hai bố con rất nồng nàn. ❹<形>(màu sắc) đậm; thẫm; sẫm: ~ 色的 màu thẫm ❺<形>cuối: ~秋 cuối thu ❻<形>sâu; khó hiểu: 学艺应由 浅入~。 Học nghề phải từ nông đến sâu. ❼<副>rất: ~知 rất am hiểu

【深奥】shēn'ào<形>cao sâu; thâm thúy; khó hiểu

【深藏不露】shēncáng-bùlù giấu không để lộ ra ngoài; chôn chặt; giữ kín

【深层】shēncéng❶<名>tầng sâu ❷ <形> sâu hơn: ~原因 nguyên nhân sâu xa hơn

【深沉】shēnchén<形>❶sâu lắng; âm thầm: ~的夜 đêm âm thầm ❷trầm: 声音~ tiếng rất trầm ❸kín đáo; thâm trầm: 他太~了，难以捉摸。Ông ta kín đáo, khó hiểu quá.

【深仇大恨】shēnchóu-dàhèn căm

thù sâu sắc; thù sâu oán nặng

【深处】shēnchù<名>❶bề sâu; sâu: 森林~ trong rừng sâu ❷chỗ thầm kín; trong thâm tâm: 内心~ trong thâm tâm

【深度】shēndù❶<名>độ sâu: 测量~ đo độ sâu ❷<名>mức độ sâu sắc: 提 出的问题很有~。 Vấn đề được nêu ra rất sâu sắc. ❸<名>chiều sâu: 向~发展 phát triển theo chiều sâu ❹<形>(mức độ) rất nặng: ~近视 cận thị nặng

【深更半夜】shēngēng-bànyè nửa đêm gà gáy; đêm hôm khuya khoắt

【深海】shēnhǎi<名>biển khơi; vùng khơi; biển sâu

【深厚】shēnhòu<形>❶nồng nàn; sâu sắc: ~情感 tình cảm sâu sắc ❷vững chắc; thâm hậu: 功底~ có cơ sở vững chắc

【深化】shēnhuà<动>❶đi sâu; sâu sắc: ~改革 đi sâu cải cách ❷phát triển hơn nữa

【深究】shēnjiū<动>tìm tòi sâu; truy đến cùng: 那个问题不必~。 Vấn đề đó không cần tìm hiểu sâu.

【深居简出】shēnjū-jiǎnchū ở lì trong nhà; ít giao du với bên ngoài

【深刻】shēnkè<形>❶sâu sắc: 教训~ một bài học sâu sắc ❷(mức độ cảm thụ trong lòng) sâu: ~理解 hiểu sâu sắc

【深明大义】shēnmíng-dàyì nhận thức được nghĩa lớn

【深浅】shēnqiǎn<名>❶(độ) nông sâu ❷mức độ

【深切】shēnqiè<形>❶thắm thiết ❷sâu sắc thiết thực

【深情】shēnqíng❶<名>tình cảm sâu sắc ❷<形>tha thiết; trìu mến: 她~地 看着孩子们。 Bà trìu mến ngắm nhìn các cháu.

【深情厚谊】shēnqíng-hòuyì tình sâu nghĩa nặng

【深入】shēnrù❶<动>thâm nhập; đi

S

sâu: ~研究 đi sâu nghiên cứu ❷〈形〉cặn kẽ; thấu đáo: ~领会 lĩnh hội cho thấu đáo

【深入人心】shēnrù-rénxīn đi sâu vào lòng người; được lòng dân

【深山老林】shēnshān-lǎolín rừng sâu núi thẳm; núi sâu rừng già

【深水区】shēnshuǐqū〈名〉khu nước sâu

【深思】shēnsī〈动〉suy nghĩ sâu

【深思熟虑】shēnsī-shúlǜ suy sâu nghĩ kĩ; suy tính kĩ càng

【深恶痛绝】shēnwù-tòngjué căm thù tận xương tủy; ghét cay ghét đắng

【深信】shēnxìn〈动〉tin tưởng sâu sắc; tin chắc

【深渊】shēnyuān〈名〉vực sâu

【深远】shēnyuǎn〈形〉sâu xa: ~意义 ý nghĩa sâu xa

【深造】shēnzào〈动〉đào tạo sâu; học cao lên

shén

什 shén
另见shí

【什么】shénme〈代〉❶cái gì: ~最重要? Cái gì quan trọng nhất? ❷gì: ~事这么急? Việc gì gấp thế này? ❸sao thế: ~，他又旷课? Sao thế, cậu ta lại bỏ học? ❹sao: 想~就说~。Nghĩ sao nói vậy. ❺gì (khiển trách): 你笑~! Ông cười gì! ❻(không đồng ý): ~三斤，一斤也不到。Nói gì ba cân, một cân còn non. ❼nào như (không liệt kê hết)

神 shén ❶〈名〉thần; thần linh: 财~ thần Tài ❷〈名〉tinh thần ❸〈名〉vẻ ❹〈形〉thần kì; kì diệu ❺〈名〉thần (nhân vật trong truyện thần thoại) ❻〈形〉[方]thông minh

【神采飞扬】shéncǎi-fēiyáng mặt mày hớn hở; hân hoan phấn khởi

【神采奕奕】shéncǎi-yìyì vẻ mặt rạng rỡ; mặt mày tươi tỉnh

【神出鬼没】shénchū-guǐmò xuất quỷ nhập thần; biến hóa tài tình

【神父】shénfù〈名〉cha cố; linh mục

【神汉】shénhàn〈名〉[方]thầy cúng; thầy phù thủy

【神化】shénhuà〈动〉thần hóa

【神话】shénhuà〈名〉❶thần thoại: ~人物 nhân vật thần thoại ❷chuyện hoang đường

【神魂颠倒】shénhún-diāndǎo hồn vía đảo điên; tâm thần rối loạn

【神机妙算】shénjī-miàosuàn mưu hay chước giỏi; mưu kế thần tình

【神经】shénjīng〈名〉❶thần kinh: 脑~ thần kinh não ❷[口]tinh thần thất thường; dở hơi: 别犯~。Đừng có dở hơi.

【神经病】shénjīngbìng〈名〉bệnh tâm thần; bệnh thần kinh

【神经错乱】shénjīng cuòluàn loạn thần kinh

【神经衰弱】shénjīng shuāiruò suy nhược thần kinh

【神经兮兮】shénjīng-xīxī khờ khờ dại dại

【神经质】shénjīngzhì〈名〉thần kinh quá nhạy cảm

【神经中枢】shénjīng zhōngshū thần kinh trung ương; thần kinh trung khu

【神龛】shénkān〈名〉khám thờ

【神灵】shénlíng〈名〉thần; thần linh

【神秘】shénmì〈形〉thần bí; huyền bí

【神奇】shénqí〈形〉thần kì; thần bí

【神气】shénqì❶〈名〉thần sắc; vẻ mặt; nét mặt: 严肃 vẻ mặt nghiêm nghị ❷〈形〉khoái chí; tinh thần dồi dào: 他看上去~十足。Trông anh ấy tinh thần dồi dào. ❸〈形〉ra vẻ đắc ý hoặc ngạo mạn

【神色】shénsè〈名〉vẻ mặt; thần sắc; sắc mặt: ~慌张 dáng vẻ hoang mang

【神圣】shénshèng<形>thần thánh; thiêng liêng

【神似】shénsì<形>giống như thật; truyền thần

【神速】shénsù<形>rất nhanh; thần tốc: 兵贵~ dùng binh quý ở thần tốc

【神态】shéntài<名>thần thái; thần sắc

【神通】shéntōng<名>thần thông; bản lĩnh cao cường

【神童】shéntóng<名>thần đồng

【神仙】shénxiān<名>❶thần tiên (những nhân vật thần kì trong thần thoại) ❷những nhân vật có dự kiến mầu nhiệm thần kì ❸con người thoát tục: ~美眷 đôi vợ chồng hạnh phúc như tiên

【神像】shénxiàng<名>❶thần tượng ❷chân dung của người mất

【神勇】shényǒng<形>gan dạ phi thường; anh dũng tuyệt vời; dũng mãnh phi thường

【神志】shénzhì<名>tinh thần; ý thức và tâm trí: ~不清 thần chí mơ hồ

【神州】Shénzhōu<名>Thần Châu (tên đẹp dùng để gọi Trung Quốc)

shěn

审 shěn❶<形>tỉ mỉ; kĩ càng; thận trọng: ~慎的态度 thái độ kĩ càng ❷<动>xét hỏi; thẩm vấn: ~案 xử án ❸<动>xem xét; duyệt: ~批文件 phê duyệt văn kiện ❹<动>[书]biết: ~悉 biết rõ ❺<副>[书]quả nhiên: ~如其言 quả như lời nói của nó

【审查】shěnchá<动>thẩm tra: ~案件 thẩm tra vụ án

【审订】shěndìng<动>duyệt và tu chỉnh: ~教材 duyệt và tu chỉnh sách giáo khoa

【审定】shěndìng<动>thẩm định; xét định

【审核】shěnhé<动>xét duyệt; thẩm

tra đối chiếu: 通过~ thông qua lần xét duyệt

【审计】shěnjì<动>kiểm toán; kiểm tra

【审计局】Shěnjì Jú<名>cục thẩm tra; cục kiểm toán

【审校】shěnjiào<动>duyệt và uốn nắn sửa chữa

【审理】shěnlǐ<动>xét xử: 依法~ xét xử theo pháp luật

【审美】shěnměi<动>thẩm mĩ

【审美观】shěnměiguān<名>thẩm mĩ quan; quan điểm thẩm mĩ

【审判】shěnpàn<动>xét xử; thẩm phán

【审批】shěnpī<动>xét duyệt; phê duyệt: ~程序 trình tự xét duyệt

【审慎】shěnshèn<形>thận trọng; kĩ càng: ~考虑 suy nghĩ kĩ càng

【审问】shěnwèn<动>xét hỏi; thẩm vấn

【审讯】shěnxùn<动>xét hỏi; thẩm vấn

【审议】shěnyì<动>suy xét; nghiên cứu; xem xét thảo luận

【审阅】shěnyuè<动>xét duyệt: ~提交的报告 xét duyệt bản báo cáo đưa trình

婶 shěn<名>❶thím ruột ❷xưng những phụ nữ ngang vai ít tuổi hơn mẹ mình

【婶婶】shěnshen<名>thím ruột; bà thím

shèn

肾 shèn<名>quả thận; quả cật

【肾癌】shèn'ái<名>ung thư thận

【肾病】shènbìng<名>bệnh thận

【肾功能】shèngōngnéng<名>chức năng thận

【肾结石】shènjiéshí<名>sỏi thận

【肾亏】shènkuī<名>[中医]suy thận

【肾虚】shènxū<名>thận hư

【肾炎】shènyán<名>viêm thận

【肾脏】shènzàng<名>thận

甚 shèn❶<副>rất; cực: 这副对联~佳。Câu đối này cực hay. ❷<动>hơn ❸<形>quá trớn: 欺人太~ nạt người quá trớn

【甚至】shènzhì<连>thậm chí; đến cả

渗 shèn<动>❶thấm; ngấm: ~水 thấm nước ❷[方]trễ lại

【渗漏】shènlòu<动>ri ra; rò; thấm qua

【渗入】shènrù<动>❶thấm vào; ngấm vào: ~泥土里 ngấm vào trong đất ❷thâm nhập

【渗透】shèntòu<动>❶thẩm thấu: ~作用 tác dụng thẩm thấu ❷ngấm: 热气~进去。Hơi nóng ngấm vào. ❸thâm nhập; thấm vào: 文化~ thâm nhập văn hóa

【渗血】shènxuè<动>thấm máu

慎 shèn<形>cẩn thận; thận trọng

【慎重】shènzhòng<形>thận trọng; cẩn thận; cẩn trọng

shēng

升¹ shēng<动>❶lên cao: 气球上~。Bóng bay lên cao. ❷thăng lên; đề bạt lên: ~官 thăng quan/lên chức

升² shēng❶<量>lít ❷<量>thăng (một phần mười của một đấu) ❸<名>đồ dùng để đong lương thực

【升高】shēnggāo<动>nâng cao; lên cao

【升官】shēngguān<动>thăng quan; lên chức: ~发财 thăng quan phát tài

【升级】shēngjí<动>❶thăng cấp: 电脑系统~。Hệ thống máy tính nâng cấp. ❷leo thang; mở rộng: 冲突~。Xung đột leo thang.

【升降】shēngjiàng<动>lên xuống; thăng hạ

【升降机】shēngjiàngjī<名>thang máy; thang điện

【升空】shēngkōng<动>lên trời: 烟花~。Từng chùm pháo hoa vút lên.

【升旗】shēngqí<动>kéo cờ; chào cờ: ~仪式 lễ chào cờ

【升起】shēngqǐ<动>mọc lên; bay lên; bốc lên

【升迁】shēngqiān<动>lên chức khi thay đổi công việc

【升任】shēngrèn<动>lên chức; thăng chức

【升天】shēngtiān<动>❶chầu trời ❷bay lên bầu trời: 热气球~了。Quả khí cầu nóng đã bay lên.

【升温】shēngwēn<动>❶nhiệt độ lên cao ❷lên cơn sốt

【升学】shēngxué<动>(học sinh) thăng cấp; lên học bậc cao hơn

【升值】shēngzhí<动>tăng ti giá; nâng giá đồng tiền: 美元~。Nâng giá đô la Mĩ.

【升职】shēngzhí<动>thăng chức

生¹ shēng❶<动>sinh đẻ: ~育计划 kế hoạch sinh đẻ ❷<动>mọc; sinh trưởng: ~根 mọc rễ ❸<动>sinh tồn; sự sống: 贪~怕死 tham sống sợ chết ❹<名>sinh sống: 谋~ kiếm sống ❺<名>tính mạng: 丧~ mất mạng ❻<名>cuộc đời; kiếp: 来~ kiếp sau ❼<形>đầy sức sống ❽<动>gây ra; có; mắc: ~病 mắc bệnh ❾<动>đốt; nhóm: ~炉子 đốt lò

生² shēng❶<形>còn xanh; chưa chín: ~瓜 dưa xanh ❷<形>sống; ~肉 thịt tươi; 吃鱼~ ăn gỏi ❸<形>chưa gia công; chưa chế biến: ~铁 gang; ~漆 sơn thô ❹<形>mới; lạ; không quen: ~人 người lạ mặt ❺<副>cứng nhắc; máy móc; gò ép; miễn cưỡng ❻<副>rất; lắm: ~怕 rất sợ

生³ shēng❶<名>trò; học sinh: 师~ thầy trò ❷<名>[旧]sinh; người có học; nhà nho: 书~ thư sinh ❸<名>[戏曲]diễn viên vai nam trong kịch truyền thống Trung Quốc: 老~ vai người già ❹(đứng sau làm hậu tố cho một số từ): 医~ thầy thuốc

【生搬硬套】shēngbān-yìngtào bê nguyên xi; rập khuôn; máy móc

【生病】shēngbìng<动>sinh bệnh; bị ốm

【生菜】shēngcài<名>❶rau diếp; rau xà lách ❷rau sống

【生产】shēngchǎn<动>❶sản xuất: ~过剩 sản xuất thừa ❷đẻ con; sinh đẻ

【生产关系】shēngchǎn guānxì quan hệ sản xuất

【生产力】shēngchǎnlì<名>sức sản xuất

【生产线】shēngchǎnxiàn<名>dây chuyền sản xuất

【生产总值】shēngchǎn zǒngzhí tổng giá trị sản lượng

【生辰八字】shēngchén bāzì bát tự ngày sinh (ngày giờ tháng năm sinh ghép với khái niệm Can-Chi thành tám chữ)

【生词】shēngcí<名>từ mới

【生存】shēngcún<动>sinh tồn; sinh sống; sống còn: ~空间 không gian sinh tồn

【生地】shēngdì<名>[中药]sinh địa

【生动】shēngdòng<形>sinh động

【生儿育女】shēng'ér-yùnǚ sinh con đẻ cái

【生根】shēnggēn<动>bắt rễ; bén rễ

【生还】shēnghuán<动>sống sót trở về

【生活】shēnghuó❶<名>đời sống; cuộc sống: ~经验 kinh nghiệm đời sống ❷<动>sinh sống; tồn tại: 共同 ~ chung sống ❸<名>mức sống; đời sống: 改善民众 ~ cải thiện mức sống nhân dân ❹<动>sống: 和父母~在一起 sống chung với bố mẹ ❺<名>[方]sinh nhai; sinh kế

【生活方式】shēnghuó fāngshì phương thức sinh hoạt; lối sống

【生火】shēnghuǒ<动>nhóm lửa; đốt lửa

【生机勃勃】shēngjī-bóbó sức sống bừng bừng; sức sống mạnh mẽ

【生计】shēngjì<名>sinh kế; kế sinh nhai; cách kiếm sống

【生姜】shēngjiāng<名>gừng tươi

【生老病死】shēng-lǎo-bìng-sǐ sinh lão bệnh tử

【生冷】shēnglěng<名>đồ ăn sống nguội

【生离死别】shēnglí-sǐbié sinh li tử biệt; tử biệt sinh li

【生理】shēnglǐ<名>sinh lí

【生路】shēnglù<名>❶con đường sống ❷lối thoát

【生猛】shēngměng<形>[方]❶tươi sống nguyên: ~海鲜 đồ biển tươi sống ❷mạnh mẽ: 动作~。Động tác mạnh mẽ.

【生命】shēngmìng<名>sinh mạng; tính mạng

【生命力】shēngmìnglì<名>sức sống; sinh lực

【生母】shēngmǔ<名>mẹ đẻ

【生怕】shēngpà<动>rất sợ; chỉ lo: ~赶不上车 chỉ lo không đuổi kịp được xe

【生僻】shēngpì<形>không phổ biến; hiếm; xa lạ

【生平】shēngpíng<名>❶cuộc đời: 介绍他的~ giới thiệu cuộc đời của ông ấy ❷bình sinh: 遂了~志愿 thỏa chí bình sinh

【生气】shēngqì[1]<动>giận; tức giận

【生气】shēngqì[2]<名>sức sống: 充满~ tràn đầy sức sống

【生前】shēngqián<名>sinh thời; lúc còn sống

【生人】shēngrén<名>người lạ

【生日】shēngrì<名>sinh nhật; ngày sinh

【生石灰】shēngshíhuī<名>vôi sống; vôi chưa tôi

【生事】shēngshì<动>sinh sự; gây

chuyện: 造谣~ đặt chuyện gây sự

【生手】shēngshǒu〈名〉tay mới; người chưa thạo việc

【生疏】shēngshū〈形〉❶không thành thạo: 手艺~. Tay nghề không thành thạo. ❷mới lạ: 人地~. Vùng đất mới lạ. ❸xa lạ: 感情~. Tình cảm xa lạ.

【生水】shēngshuǐ〈名〉nước lã

【生死】shēngsǐ❶〈名〉sống còn ❷〈形〉cùng sống chết: ~与共的战友 bạn chiến đấu sống chết có nhau

【生死存亡】shēngsǐ-cúnwáng một mất một còn; một sống một chết

【生死关头】shēngsǐ-guāntóu giờ phút sống còn

【生死攸关】shēngsǐ-yōuguān liên quan tới sự sống còn

【生态】shēngtài〈名〉sinh thái

【生物】shēngwù〈名〉sinh vật

【生物工程】shēngwù gōngchéng công trình sinh học

【生物钟】shēngwùzhōng〈名〉đồng hồ sinh học

【生肖】shēngxiào〈名〉cầm tinh

【生效】shēngxiào〈动〉bắt đầu có hiệu lực: 合同自签订之日起~. Bản hợp đồng bắt đầu có hiệu lực từ ngày kí.

【生性】shēngxìng〈名〉bản tính

【生锈】shēngxiù〈动〉bị gỉ; bị hoen; hoen gỉ

【生涯】shēngyá〈名〉cuộc đời; nghề nghiệp; sinh nhai

【生疑】shēngyí〈动〉sinh nghi; đâm ra nghi ngờ

【生意】shēngyi〈名〉❶chuyện buôn bán: 打理家族~ lo chuyện buôn bán gia tộc ❷[方]nghề nghiệp; việc làm: 停~ bị thôi việc

【生硬】shēngyìng〈形〉❶cứng nhắc; cứng đờ: 你的态度不要这么~. Thái độ của anh không nên cứng nhắc

thế. ❷gượng gạo; sống sượng: 这段文章写得有些~. Đoạn văn này viết hơi gượng gạo.

【生育】shēngyù〈动〉sinh đẻ; sinh sưỡng: 不能~ không thể sinh dưỡng

【生长】shēngzhǎng〈动〉❶sinh trưởng; mọc: 这种树~在温带地区. Loài cây này sinh trưởng ở vùng ôn đới. ❷lớn lên; sinh ra và lớn lên: 我~在重庆. Tôi sinh ra và lớn lên tại Trùng Khánh.

【生殖】shēngzhí〈动〉sinh sản; sinh dục

【生殖器】shēngzhíqì〈名〉cơ quan sinh dục; bộ máy sinh dục

【生字】shēngzì〈名〉chữ mới; chữ lạ

声 shēng❶〈名〉tiếng; âm thanh: 叫~ tiếng kêu; 销~匿迹 im hơi lặng tiếng ❷〈名〉danh tiếng; tiếng tăm: ~名远扬. Danh tiếng đồn xa. ❸〈名〉thanh điệu: 仄~ thanh trắc ❹〈名〉âm đầu ❺〈量〉tiếng ❻〈动〉lên tiếng; tuyên bố: 严正~明 nghiêm chỉnh tuyên bố

【声辩】shēngbiàn〈动〉cãi lại; biện bạch; thanh minh

【声波】shēngbō〈名〉[物理]sóng âm

【声称】shēngchēng〈动〉tuyên bố; tung tin

【声调】shēngdiào〈名〉❶giọng; thanh điệu: 提高~ lên giọng ❷âm điệu

【声东击西】shēngdōng-jīxī gương đông kích tây

【声控】shēngkòng〈形〉khống chế bằng âm thanh; điều khiển bằng âm thanh: ~装置 thiết bị khống chế bằng âm thanh

【声泪俱下】shēnglèi-jùxià khóc sướt mướt; vừa nói vừa khóc

【声名】shēngmíng〈名〉danh tiếng; tiếng tăm: ~鹊起 tiếng tăm nổi như cồn

【声明】shēngmíng❶〈动〉công bố; tuyên bố: 他公开~自己与此事无关.

Ông ấy tuyên bố công khai rằng mình không có liên quan gì đến việc đó. ❷<名>lời (bản) tuyên bố

【声母】shēngmǔ<名>[语言]thanh mẫu

【声色】shēngsè<名>❶tiếng nói và sắc mặt: 老苏不动~地站在一旁。Ông Tô thản nhiên đứng ở bên cạnh. ❷phong cách; sắc thái: 这位女歌手的演唱别具~。Giọng hát của nữ ca sĩ đó có phong cách riêng của mình. ❸sức sống; sinh khí ❹[书]thanh sắc: 沉迷~ đam mê thanh sắc

【声势】shēngshì<名>thanh thế: ~浩大 thanh thế to lớn

【声讨】shēngtǎo<动>lên án; tố cáo: ~敌人野蛮的罪行 lên án tội ác dã man của địch

【声望】shēngwàng<名>danh vọng; danh tiếng; uy tín

【声响】shēngxiǎng<名>tiếng vang; tiếng động

【声言】shēngyán<动>tuyên bố: 他~要退出比赛。Anh ta tuyên bố sẽ rút khỏi cuộc thi đấu.

【声音】shēngyīn<名>tiếng; tiếng nói; âm thanh; âm; tiếng động

【声誉】shēngyù<名>danh dự; thanh danh: 影响~ làm mất danh dự

【声援】shēngyuán<动>lên tiếng ủng hộ

【声乐】shēngyuè<名>thanh nhạc

【声张】shēngzhāng<动>để lộ ra; loan truyền; đồn đại: 别~! Im!

牲 shēng<名>❶gia súc ❷[旧]gia súc được dùng để cúng thần

【牲畜】shēngchù<名>gia súc

【牲口】shēngkou<名>đại gia súc

甥 shēng<名>con dì con già; con của chị hoặc em gái

shéng

绳 shéng❶<名>dây: 红头~ dây đỏ

buộc tóc ❷<动>[书]bắt buộc: ~之以法 lấy luật mà trị ❸<动>[书]tiếp tục

【绳索】shéngsuǒ<名>dây chão

【绳梯】shéngtī<名>thang dây

【绳之以法】shéngzhī-yǐfǎ trừng trị theo pháp luật

【绳子】shéngzi<名>dây thừng

shěng

省¹ shěng<动>❶tiết kiệm: 钱不多，能~则~。Tiền không nhiều, tiết kiệm được bao nhiêu hay bấy nhiêu. ❷giảm bớt; miễn: ~了一道手续 bớt được một lần thủ tục

省² shěng<名>❶tỉnh ❷tỉnh lị 另见xǐng

【省城】shěngchéng<名>tỉnh thành; tỉnh lị

【省吃俭用】shěngchī-jiǎnyòng ăn tiêu tiết kiệm; ăn tằn ở tiện

【省得】shěngde<连>để khỏi; cho đỡ; khỏi phải

【省份】shěngfèn<名>tỉnh

【省会】shěnghuì<名>tỉnh lị

【省力】shěnglì<形>tiết kiệm sức lực; đỡ tốn sức

【省略】shěnglüè<动>❶bỏ bớt; lược bỏ: 这段可以~。Đoạn này có thể lược bỏ. ❷tỉnh lược

【省略号】shěnglüèhào<名>dấu chấm lửng

【省钱】shěngqián<动>rẻ tiền; đỡ tốn tiền

【省时省力】shěngshí-shěnglì đỡ tốn thời gian và sức lực

【省事】shěngshì❶<形>giản tiện; thuận tiện: 我看还是叫外卖~。Theo tôi thì gọi cơm tiện hơn. ❷<动>bớt phiền hà; được việc: 有他来帮忙就~了。Có anh ấy đến giúp thì việc sẽ chạy.

【省委】shěngwěi<名>tỉnh ủy

S

【省心】shěngxīn<动>đỡ lo; đỡ mệt óc

【省长】shěngzhǎng<名>tỉnh trưởng; chủ tịch tỉnh

shèng

圣 shèng❶<形>thiêng liêng; cao quý ❷<名>ông thánh ❸<名>vua

【圣代】shèngdài<名>kem trái cây

【圣诞节】Shèngdàn Jié<名>Lễ Giáng Sinh; Ngày No-en (ngày 25 tháng 12)

【圣诞老人】Shèngdàn Lǎorén ông già No-en

【圣诞树】shèngdànshù<名>cây No-en

【圣地】shèngdì<名>❶[宗教]đất thánh ❷thánh địa

【圣洁】shèngjié<形>thiêng liêng và trong sạch

【圣经】Shèngjīng<名>[宗教]kinh thánh

【圣母】shèngmǔ<名>[宗教]thánh mẫu; đức bà Ma-ri-a

【圣女果】shèngnǚguǒ<名>Cherry cà chua

【圣人】shèngrén<名>thánh nhân; vị thánh; bậc hiền triết

【圣上】shèngshàng<名>thánh thượng

【圣贤】shèngxián<名>thánh hiền; thánh nhân

【圣旨】shèngzhǐ<名>thánh chỉ; lệnh vua

胜¹ shèng❶<动>được; thắng:以少~多 lấy ít thắng nhiều ❷<动>hơn; giỏi:事实~于雄辩。Sự thực hơn hẳn hùng biện. ❸<形>tốt đẹp:~景 cảnh đẹp; 旅游~地 thắng cảnh du lịch ❹<名>cảnh đẹp

胜² shèng<动>gánh vác được; đảm đương nổi; chịu được:高处不~寒。Ở vùng cao không chịu nổi cái giá lạnh.

【胜败】shèngbài<名>thắng bại; thành bại

【胜败乃兵家常事】shèng bài nǎi bīngjiā chángshì thắng bại là chuyện thường tình của nhà binh

【胜不骄，败不馁】shèng bù jiāo, bài bù něi thắng không kiêu, bại không nản

【胜出】shèngchū<动>thắng cuộc

【胜负】shèngfù<名>thắng bại

【胜过】shèngguò<动>hơn hẳn

【胜利】shènglì<动>❶thắng lợi: 抗战~ kháng chiến thắng lợi ❷thành công; thắng lợi: 会议~闭幕。Cuộc họp kết thúc thắng lợi.

【胜利在望】shènglì-zàiwàng thắng lợi đang chờ; thắng lợi đang đến gần

【胜任】shèngrèn<动>đảm nhiệm được; đủ sức; đủ khả năng

【胜似】shèngsì<动>hơn hẳn; vượt qua; hơn: 不是春天，~春天。Không phải mùa xuân mà hơn cả mùa xuân.

【胜诉】shèngsù<动>thắng kiện

【胜仗】shèngzhàng<名>trận thắng

盛 shèng❶<形>thịnh vượng; phồn thịnh; hưng thịnh: ~唐 thịnh Đường ❷<形>mạnh mẽ; mãnh liệt; dữ dội: 年轻气~ trẻ trung mạnh mẽ xốc nổi ❸<形>lớn; long trọng: ~馔 các món ăn thịnh soạn ❹<形>nồng nàn: ~情 款待 tiếp đãi nồng nhiệt ❺<形>thịnh hành; phổ biến rộng rãi ❻<副>ra sức; hết chỗ nói: ~赞 hết lời khen ngợi ❼<形>long trọng; linh đình: ~宴 bữa tiệc long trọng linh đình 另见chéng

【盛产】shèngchǎn<动>sản xuất nhiều; sản xuất số lượng lớn: 新疆 ~葡萄。Tân Cương sản xuất nhiều nho.

【盛大】shèngdà<形>to lớn và long trọng: ~的节日 ngày lễ lớn, long trọng

【盛典】shèngdiǎn<名>lễ kỉ niệm long trọng; lễ trọng thể

【盛会】shènghuì<名>hội họp lớn; hội họp long trọng

【盛开】shèngkāi<动>nở rộ: 鲜花~。 Hoa tươi nở rộ.

【盛况】shèngkuàng<名>(quang cảnh) rầm rộ; sôi nổi; sôi động

【盛名】shèngmíng<名>tiếng tăm lớn; danh vọng lớn; nổi tiếng

【盛情】shèngqíng<名>thịnh tình; tình cảm nồng hậu

【盛情难却】shèngqíng-nánquè lòng thịnh tình khó mà từ chối

【盛世】shèngshì<名>thời hưng thịnh

【盛事】shèngshì<名>sự kiện lớn; việc quan trọng

【盛夏】shèngxià<名>giữa hè

【盛行】shèngxíng<动>thịnh hành

【盛宴】shèngyàn<名>bữa tiệc long trọng

【盛誉】shèngyù<名>vinh dự lớn; lừng danh; nổi tiếng

【盛装】shèngzhuāng<名>trang phục lộng lẫy; quần áo rực rỡ

剩 shèng<动>thừa; còn lại; thặng dư

【剩菜】shèngcài<名>thức ăn thừa

【剩饭】shèngfàn<名>cơm thừa

【剩下】shèngxià<动>thừa lại

【剩余】shèngyú<动>thặng dư; thừa ra; thừa: ~劳动力 lao động thặng dư

shī

尸 shī<名>❶xác chết; thi hài: 验~ khám xác ❷thời xưa chỉ người đại diện, thay thế người chết để nhận sự thờ cúng

【尸骨】shīgǔ<名>❶bộ xương hài; hài cốt ❷thi hài

【尸首】shīshou<名>xác chết

【尸体】shītǐ<名>thi thể

失 shī❶<动>mất đi: ~窃 mất cắp ❷<动>lỡ: ~手 lỡ tay ❸<动>lạc: 迷~方向 lạc hướng ❹<动>thất thường ❺<动>vi phạm; vứt bỏ: ~信于人 thất tín với người ❻<名>sai lầm: 严重~误 sai lầm nghiêm trọng ❼<动>trái với mục đích, ước nguyện: ~望 thất vọng

【失败】shībài<动>thua; thất bại: ~是成功之母。 Thất bại là mẹ thành công.

【失策】shīcè<动>thất sách; thất cơ

【失常】shīcháng<形>thất thường; không bình thường

【失宠】shīchǒng<动>thất sủng; không được yêu chuộng nữa

【失传】shīchuán<动>thất truyền: 这种唱腔已~多年。 Lối hát này đã thất truyền nhiều năm.

【失聪】shīcōng<动>điếc; khiếm thính

【失当】shīdàng<形>không chính xác; không thỏa đáng; không ổn: 行为~ hành vi không thỏa đáng

【失掉】shīdiào<动>❶mất: ~效果 mất hiệu quả ❷đánh mất; bỏ lỡ: ~这么好的机会太可惜了。 Lỡ mất cơ may này tiếc quá.

【失而复得】shī'érfùdé mất lại tìm thấy; mất lại tìm được

【失魂落魄】shīhún-luòpò hồn bay phách lạc; kinh hồn bạt vía

【失火】shīhuǒ<动>bị cháy; bị hỏa hoạn

【失禁】shījìn<动>[医学]không giữ được; mất khả năng giữ

【失敬】shījìng<动>xin lỗi; thất kính; vô phép; thất lễ: 未能到机场接您，~~。 Chưa đến được sân bay đón ngài, thật là bất kính.

【失控】shīkòng<动>không khống chế nổi; không điều khiển được: 飞机~。 Máy bay không điều khiển được nữa.

【失礼】shīlǐ<动>❶vô lễ; thất lễ;

thiếu lễ phép ❷thất kính; mạn phép

【失恋】shīliàn〈动〉thất tình

【失灵】shīlíng〈动〉mất tác dụng; không chạy; bị trục trặc: 开关~。 Công tắc bị hỏng.

【失落】shīluò❶〈动〉lạc mất; thất lạc: 一些材料~。Thất lạc mất một số tài liệu. ❷〈形〉bơ vơ; trơ chọi

【失眠】shīmián〈动〉mất ngủ

【失明】shīmíng〈动〉mù; lòa: 双目~。Bị mù cả hai mắt.

【失陪】shīpéi〈动〉xin phép vắng mặt (lời nói khách sáo, tỏ ý xin lỗi)

【失窃】shīqiè〈动〉bị mất cắp; bị trộm

【失去】shīqù〈动〉mất đi

【失散】shīsàn〈动〉thất tán; li tán; thất lạc

【失身】shīshēn〈动〉thất tiết; mất trinh tiết

【失声】shīshēng〈动〉❶thất thanh: ~大叫la thất thanh ❷nghẹn ngào; sụt sùi: ~痛哭 khóc sụt sùi ❸mất tiếng; khản đặc

【失实】shīshí〈动〉không chân thật; không đúng sự thật; thất thiệt

【失事】shīshì〈动〉xảy ra tai nạn; gặp tai nạn

【失手】shīshǒu〈动〉❶lỡ tay; sẩy tay: ~摔破 lỡ tay đánh vỡ ❷bị thua: 这一局他意外~了。Anh ta bất ngờ bị thua ván này.

【失态】shītài〈动〉thất thố; thái độ (hay cử chỉ) thất lễ: 举止~ ăn nói thất thố

【失调】shītiáo〈动〉❶mất thăng bằng; mất cân đối: 比例~ tỉ lệ mất cân đối ❷không điều dưỡng tốt; không điều hòa: 气血~ khí huyết không điều hòa

【失望】shīwàng❶〈动〉thất vọng ❷〈形〉ví thất vọng mà buồn: 儿子别让父母~啊! Con đừng để bố mẹ thất vọng mà buồn nhé!

【失误】shīwù❶〈动〉sai lệch; hỏng: 判断~。Phán đoán sai lệch. ❷〈名〉sai sót; lỗi lầm

【失效】shīxiào〈动〉mất hiệu lực; hết hiệu lực: 此合同到三月份~。Bản hợp đồng này hết hiệu lực vào tháng ba.

【失信】shīxìn〈动〉thất tín; sai hẹn; không được tin cậy nữa

【失学】shīxué〈动〉thất học; không được đi học: 因贫困~ do nghèo khó bị thất học

【失血】shīxuè〈动〉mất máu; thiếu máu

【失业】shīyè〈动〉thất nghiệp: ~保险 bảo hiểm thất nghiệp

【失忆】shīyì〈动〉mất trí nhớ

【失意】shīyì〈形〉không được như ý; ngã lòng; thất ý

【失真】shīzhēn〈动〉❶giả; không đúng; không chân thực; sai lệch; không chuẩn: 这篇报道~。Bài báo này không chân thực. ❷méo; biến dạng; mất nét

【失之交臂】shīzhī-jiāobì lỡ mất dịp tốt trước mắt

【失职】shīzhí〈动〉không làm tròn trách nhiệm; tắc trách; vô trách nhiệm: ~行为 một hành động vô trách nhiệm

【失主】shīzhǔ〈名〉người bị mất của

【失踪】shīzōng〈动〉mất tích: 地震中有两人~。Trong vụ động đất có hai người bị mất tích.

【失足】shīzú〈动〉❶trượt chân; sẩy chân: ~落水 trượt chân rơi xuống nước ❷sa ngã; sa chân lỡ bước; lầm lỡ: ~少年 một thiếu niên sa chân lỡ bước

师[1] shī ❶〈名〉thầy; thầy giáo; cô giáo: ~生 thầy trò ❷〈名〉tấm gương: 堪称~表 xứng đáng là một tấm gương ❸〈名〉sư; nhà; thợ; thầy (nhà chuyên môn): 工程~ công trình sư

❹<名>(tôn xưng nhà sư) sư; hòa thượng: 法~ pháp sư ❺<名>quan hệ học nghề theo thầy: ~弟 sư đệ ❻ <动>[书]phỏng theo; học theo: 曾~从齐白石 đã từng học vẽ theo ông Tề Bạch Thạch

师² shī<名>[军事]❶sư đoàn: 红军第七~ sư đoàn 7 Hồng quân ❷quân đội: 出~不利 vừa ra quân đã gặp trắc trở

【师弟】shīdì<名>sư đệ

【师范学校】shīfàn xuéxiào trường sư phạm

【师父】shīfu<名>sư phụ; thầy dạy nghề

【师傅】shīfu<名>❶sư phụ; thầy dạy nghề ❷tôn xưng người có tay nghề

【师姐】shījiě<名>sư tỉ (chị đồng môn)

【师妹】shīmèi<名>sư muội

【师母】shīmǔ<名>sư mẫu; cô (vợ thầy)

【师生】shīshēng<名>thầy trò

【师徒】shītú<名>sư đồ; thầy trò

【师兄】shīxiōng<名>sư huynh

【师长】shīzhǎng<名>❶thầy; người bậc thầy; thầy giáo ❷sư đoàn trưởng

诗shī<名>thơ

【诗词】shīcí<名>thơ và từ

【诗歌】shīgē<名>thơ ca

【诗句】shījù<名>câu thơ

【诗情画意】shīqíng-huàyì thơ mộng; ý thơ: 充满~的作品 tác phẩm đượm đà ý thơ

【诗人】shīrén<名>nhà thơ; thi sĩ

【诗意】shīyì<名>ý thơ

【诗作】shīzuò<名>tác phẩm thơ

虱shī<名>con rận

【虱子】shīzi<名>con rận

狮shī<名>con sư tử

【狮子】shīzi<名>sư tử

【狮子座】shīzizuò<名>chòm sao Sư tử

施shī<动>❶thi hành; thực hiện: 看来此事难以实~。Xem chừng việc này khó có thể thực hiện. ❷cho; bố thí ❸áp đặt; gây áp lực: 别再给孩子~加压力了。Đừng gây áp lực cho con nữa. ❹xoa; bón: 及时~肥 kịp thời bón phân //(姓)Thi

【施暴】shībào<动>❶tiến hành bạo lực ❷cưỡng dâm; hiếp dâm

【施恩】shī'ēn<动>làm ơn; đem lại lợi ích cho người ta: ~图报非君子。Làm ơn mà mong người ta đội ơn thì không phải là việc làm của người quân tử.

【施肥】shīféi<动>bón phân: 合理~ bón phân một cách hợp lí

【施工】shīgōng<动>thi công: ~单位 đơn vị thi công

【施加】shījiā<动>áp đặt; gây áp lực; gây sức ép: ~政治压力 gây sức ép chính trị

【施救】shījiù<动>thi hành cứu trợ: 紧急~ tiến hành cứu trợ khẩn cấp

【施舍】shīshě<动>cho; bố thí

【施展】shīzhǎn<动>phát huy; thi thố: ~才能 phát huy tài năng

【施政】shīzhèng<动>thi hành biện pháp chính trị: ~方针 phương châm thực thi các biện pháp chính trị

【施主】shīzhǔ<名>thí chủ; người cho; người bố thí

湿shī<形>ẩm; ướt; ẩm ướt

【湿地】shīdì<名>đất ẩm

【湿毒】shīdú<名>[中医]thấp độc: 染~疮 lên mụn thấp độc

【湿度】shīdù<名>❶độ ẩm trong không khí: 空气~大。Độ ẩm không khí cao. ❷độ ẩm trong một số vật liệu

【湿漉漉】shīlùlù ướt át; ướt dầm dề: 走在~的台阶上很容易滑倒。Bước trên bậc thang ướt đầm rất dễ bị trượt ngã.

【湿气】shīqì<名>❶hơi ẩm: 山区~

重。Vùng núi độ ẩm cao. ❷[中医] bệnh thấp

【湿热】 shīrè<形>thấp nhiệt; nội nhiệt: ~病 chứng thấp nhiệt

【湿润】 shīrùn<形>ướt át; ẩm ướt: ~的海风 làn gió biển ẩm ướt

【湿身】 shīshēn<动>ướt mình

【湿透】 shītòu<形>ướt sũng: 全身~了。Khắp mình ướt sũng.

【湿疹】 shīzhěn<名>[医学]bệnh thấp chẩn

shí

十 shí<数>❶mười; thập ❷mức độ cao nhất; hoàn toàn: ~足 rất đầy

【十恶不赦】 shí'è-bùshè tội ác tày trời

【十二生肖】 shí'èr shēngxiào 12 con giáp

【十二月】 shí'èryuè<名>tháng mười hai

【十二指肠】 shí'èrzhǐcháng[生理]tá tràng

【十分】 shífēn<副>rất; hết sức; vô cùng, hoàn toàn: ~满意 rất hài lòng

【十拿九稳】 shíná-jiǔwěn mười phần chắc chín; chắc tay

【十全十美】 shíquán-shíměi mười phân vẹn mười; thập toàn thập mĩ

【十万火急】 shíwàn-huǒjí vô cùng khẩn cấp; gấp như lửa đốt sau lưng: 此事~。Chuyện này vô cùng khẩn cấp.

【十一月】 shíyīyuè<名>tháng mười một

【十有八九】 shíyǒubājiǔ chắc chắn: 我的梦想~能实现。Ước vọng của em chắc chắn thực hiện được.

【十月】 shíyuè<名>tháng mười

【十字架】 shízìjià<名>giá chữ thập; thánh giá

【十字路口】 shízì lùkǒu ngã tư đường

【十足】 shízú<形>❶thuần chất; trăm

phần trăm: ~的黄金 vàng ròng ❷đầy đủ; tràn đầy; hoàn toàn: 干劲~ tràn đầy lòng hăng hái

什 shí<数>[书]mười ❷<形>tạp; vặt vãnh; linh tinh: 家~ vật dùng gia đình

另见shén

【什锦】 shíjǐn❶<形>thập cẩm: ~月饼 bánh trung thu thập cẩm ❷<名>món thập cẩm

石 shí<名>❶đá; thạch: ~桌 bàn đá ❷bản khắc đá: 金~ khắc đá ❸phiến đá ấn huyệt chữa bệnh thời cổ //(姓)Thạch

【石斑鱼】 shíbānyú<名>cá mú; cá song

【石板】 shíbǎn<名>❶bàn đá; phiến đá: ~路 đường lát phiến đá ❷bảng đá

【石碑】 shíbēi<名>bia đá

【石材】 shícái<名>vật liệu đá

【石沉大海】 shíchéndàhǎi đá chìm đáy biển; biệt tăm biệt tích

【石雕】 shídiāo<名>chạm đá; khắc đá

【石方】 shífāng<名>❶mét khối đá: 今天完成运输15~的任务。Hôm nay hoàn thành nhiệm vụ vận chuyển 15 m³ đá. ❷công trình tính theo khối đá

【石膏】 shígāo<名>thạch cao

【石灰】 shíhuī<名>vôi: ~岩 đá vôi

【石匠】 shíjiang<名>thợ đá

【石刻】 shíkè<名>bia đá; đá khắc chữ; tác phẩm khắc trên đá

【石料】 shíliào<名>vật liệu đá

【石林】 shílín<名>rừng đá

【石榴】 shíliu<名>❶cây lựu ❷quả lựu

【石棉】 shímián<名>a-mi-ăng; sợi thạch miên

【石头】 shítou<名>đá

【石英】 shíyīng<名>thạch anh

【石英钟】 shíyīngzhōng<名>đồng hồ thạch anh

【石油】 shíyóu<名>dầu mỏ; dầu lửa

【石子儿】shízǐr<名>[口]viên đá; hòn đá nhỏ; viên sỏi

时 shí❶<名>thời: 古~ thời cổ ❷<名>giờ: 员工不按~上班会被扣奖金。Công nhân viên chức đi làm không đúng giờ sẽ bị trừ tiền thưởng. ❸<名>mùa; thời: 四~花开 bốn mùa hoa nở ❹<名>đương thời; hiện nay; hiện tại: 这是~下流行的款式。Đây là mẫu sành điệu thời thượng. ❺<名>tập tục hiện thời: 合~ hợp thời ❻<名>giờ (đơn vị thời gian theo phép đếm thời gian cổ truyền): 酉~ giờ dậu ❼<量>giờ (thời điểm): 下午三~ ba giờ chiều ❽<名>thời cơ: 待~而动 đợi thời cơ mà hành động ❾<副>thường xuyên; luôn luôn: ~~ thường thường; 两国~常互相支持。Hai nước luôn ủng hộ lẫn nhau. ❿<副>lúc; khi: ~快~慢 lúc nhanh lúc chậm ⓫<名>[语法]thời; thể: 将来~ thời tương lai

【时不时】shíbùshí<方>thường thường; thường xuyên: 我们~去看场电影。Chúng tôi thường đi xem phim.

【时差】shíchā<名>sự chênh lệch về thời gian (giữa các múi giờ khác nhau)

【时常】shícháng<副>thường xuyên: 我~回家看望父母。Em thường xuyên về thăm bố mẹ.

【时辰】shíchen<名>❶[旧]giờ: 等了三个~ đã đợi những ba tiếng đồng hồ ❷thời gian; lúc: 这个~才去肯定赶不上了。Lúc này mới đi chắc không kịp rồi.

【时代】shídài<名>❶thời đại; thời kì: ~气息 đặc trưng thời đại ❷thời; thời kì: 青年~ thời thanh niên

【时段】shíduàn<名>khoảng thời gian; thời đoạn: 广告~ thời đoạn quảng cáo

【时而】shí'ér<副>❶lúc thì; đôi lúc; đôi khi:小家伙~哭~笑。Con bé này

dở khóc dở cười. ❷lặp đi lặp lại

【时光】shíguāng<名>❶thời gian; thì giờ: ~飞逝。Thời gian thấm thoát trôi đi. ❷thời kì ❸đời sống

【时过境迁】shíguò-jìngqiān thời gian qua đi cảnh vật cũng đã thay đổi

【时候】shíhou<名>❶thời gian: 从单位到家要多少~? Từ đơn vị tới nhà cần bao lâu? ❷giờ: 什么~开会? Họp vào mấy giờ?

【时机】shíjī<名>thời cơ; cơ hội; dịp: 抓住~ nắm bắt thời cơ

【时价】shíjià<名>giá hiện nay; thời giá

【时间】shíjiān<名>❶thời gian; thì giờ ❷một thời điểm nào đó ❸giờ trong đồng hồ

【时节】shíjié<名>❶thời tiết; mùa; vụ: 中秋~ tiết Trung thu ❷khi; lúc: 那~他还小。Lúc đó nó còn bé.

【时局】shíjú<名>thời cuộc; thời cục

【时刻】shíkè❶<名>thời khắc; thời điểm; giờ phút: 关键~ giờ phút then chốt ❷<副>từng giờ; từng phút; luôn luôn

【时刻表】shíkèbiǎo<名>thời khắc biểu; bảng giờ: 列车~ bảng giờ tàu chạy

【时令】shílìng<名>thời tiết; thời vụ; mùa: ~水果 hoa quả đúng mùa

【时髦】shímáo<形>mốt; thời thượng: ~衣服 áo mốt

【时期】shíqī<名>thời kì

【时区】shíqū<名>múi giờ

【时尚】shíshàng❶<名>mốt; thời thượng ❷<形>thời thượng; thịnh hành; sành điệu: ~款式 kiểu dáng thời thượng

【时时】shíshí<副>luôn luôn: ~记在心里 luôn luôn ghi nhớ trong lòng

【时时刻刻】shíshíkèkè từng giờ từng phút

【时势】shíshì<名>thời thế; thời cuộc; tình thế: ~造英雄 thời thế tạo

S

anh hùng

【时事】shíshì<名>thời sự

【时蔬】shíshū<名>rau xanh đúng mùa

【时速】shísù<名>tốc độ mỗi giờ

【时鲜】shíxiān<名>những thứ tươi sống đầu mùa

【时限】shíxiàn<名>giới hạn thời gian

【时效】shíxiào<名>❶hiệu lực trong thời gian nhất định: 药品~ thời hạn thuốc men có hiệu lực ❷thời hiệu: 诉讼~ thời hiệu tố tụng

【时兴】shíxīng<动>thịnh hành; lưu hành một thời; hưng thịnh một thời

【时宜】shíyí<名>thời: 不合~ không hợp thời

【时针】shízhēn<名>❶kim đồng hồ ❷kim giờ

【时至今日】shízhìjīnrì cho đến nay

【时钟】shízhōng<名>đồng hồ báo giờ

【时装】shízhuāng<名>❶thời trang ❷trang phục hiện hành

【时装秀】shízhuāngxiù<名>show trình diễn thời trang

识shí ❶<动>biết: 认~ nhận biết ❷<动>hiểu biết: 见多~广 hiểu biết rộng rãi ❸<名>kiến thức: 有~之士 người có kiến thức

【识别】shíbié<动>phân biệt; nhận ra: 无法~ không thể phân biệt

【识货】shíhuò<形>biết hàng xấu tốt

【识破】shípò<动>biết rõ; hiểu thấu: 许多人早就~他的阴谋。Nhiều người từ sớm đã biết tỏng âm mưu của hắn.

【识趣】shíqù<形>biết điều; tế nhị; lịch thiệp: 这家伙真不~。Thằng này thật không biết điều.

【识相】shíxiàng<形>[方]xử sự tế nhị; biết điều; thức thời

【识字】shízì<动>biết chữ; học chữ

实shí ❶<形>đặc; đầy: 头发浓厚~ mái

tóc dày đặc ❷<形>thực; thật; thành thật: 说~话! Nói thành thật đi! ❸<副>[书]thật là; rất là: 此事~属不易。Việc này thực sự là chẳng dễ. ❹<名>sự thực; thực tế: 务~ làm việc thực tế ❺<名>quả; hạt

【实报实销】shíbào-shíxiāo chi bao nhiêu thanh toán bấy nhiêu

【实不相瞒】shíbùxiāngmán thực sự không che giấu

【实地】shídì<名>❶hiện trường; thực địa: ~考察 khảo sát thực địa ❷<副>thực sự: 你要~去做才có thể可能出成绩。Anh phải làm thực sự mới có thể giành được thành tích tốt.

【实干】shígàn<动>làm thật sự

【实话】shíhuà<名>lời nói thực

【实话实说】shíhuà-shíshuō nói thẳng nói thật; có sao nói vậy

【实惠】shíhuì<名>lợi ích thực tế ❷<形>có lợi ích thực tế; thiết thực; thực dụng: 买一包大米比买一束花更~。Mua bao gạo còn thực tế hơn mua bó hoa.

【实际】shíjì ❶<名>thực tế: 理论脱离~。Lí luận xa rời thực tế. ❷<形>thực có; cụ thể: ~成本 giá thành thực tế ❸<形>phù hợp với thực tế: 计划订得很~。Kế hoạch đặt ra rất phù hợp.

【实践】shíjiàn ❶<动>thực hiện: ~自己的诺言 thực hiện lời hứa của mình ❷<名>thực tiễn: ~经验 kinh nghiệm thực tiễn

【实况】shíkuàng<名>tình hình tại chỗ

【实力】shílì<名>thực lực

【实名制】shímíngzhì<名>chế độ đăng kí tên thật

【实木】shímù<名>đồ gỗ

【实情】shíqíng<名>tình hình thực tế

【实权】shíquán<名>thực quyền; quyền lực thực tế

【实施】shíshī<动>thực hiện; thi

hành; thực thi: 按时~ thực hiện theo đúng thời hạn

【实时】shíshí<副>hiện giờ; hiện thời: ~操作 thao tác hiện thời

【实实在在】shíshízàizài thiết thực

【实事求是】shíshì-qiúshì thực sự cầu thị

【实体】shítǐ<名>thực thể: ~店 cửa hiệu thực thể

【实物】shíwù<名>❶hiện vật; đồ thực dụng: ~交易 trao đổi bằng hiện vật ❷vật thực; vật có thực: 不准触摸~。Không được sờ vào hiện vật.

【实习】shíxí<动>thực tập; tập sự

【实习生】shíxíshēng<名>thực tập sinh; nhân viên tập sự

【实现】shíxiàn<动>thực hiện: ~愿望 thực hiện nguyện vọng

【实效】shíxiào<名>hiệu quả thực tế

【实行】shíxíng<动>thi hành; triển khai

【实验】shíyàn❶<动>thực nghiệm ❷<名>công việc thực nghiệm: 做·làm thực nghiệm

【实验室】shíyànshì<名>phòng thí nghiệm

【实业】shíyè<名>thực nghiệp; công thương nghiệp

【实用】shíyòng❶<动>sử dụng vào thực tế ❷<形>có giá trị sử dụng: 这部手机好看却不~。Chiếc máy di động này đẹp nhưng không thực dụng.

【实在】shízài❶<形>đích thực; chân thực: ~的本事 bản lĩnh đích thực ❷<副>thực sự: 他~还没弄懂。Anh ấy thực sự còn chưa hiểu. ❸<副>quả thực: ~太好 quả thực là quá tốt

【实战】shízhàn<名>thực tế chiến đấu

【实质】shízhì<名>thực chất

拾¹ shí<动>❶nhặt: ~遗 nhặt của rơi ❷thu xếp; thu dọn: ~掇行李 thu dọn hành lí

拾² shí<数>số mười (10)

【拾掇】shíduo<动>❶dọn dẹp; thu xếp: 屋里~得整整齐齐。Trong phòng dọn dẹp ngăn nắp. ❷tu sửa: 风扇~后又能用了。Sau khi sửa lại, quạt máy đã chạy được. ❸[口]trừng trị: 有人会~你的。Sẽ có người trừng trị mày.

【拾荒】shíhuāng<动>nhặt rác

【拾金不昧】shíjīn-bùmèi nhặt được vàng không lấy; không tham của rơi

【拾取】shíqǔ<动>nhặt; mót: ~稻穗 mót lúa

食 shí❶<动>ăn: ~肉 ăn thịt ❷<动>ăn cơm: 他废寝忘~，只想尽早完成设计方案。Anh ấy quên ăn quên ngủ chỉ muốn sớm hoàn thành phương án thiết kế. ❸<名>món ăn: 主~ món ăn chính ❹<名>thức ăn (dành cho động vật): 猪~ thức ăn chăn nuôi lợn ❺<形>để ăn: ~盐 muối ăn ❻<名>nhật thực; nguyệt thực

【食补】shíbǔ<动>bồi bổ bằng cách ăn uống

【食材】shícái<名>vật liệu dùng để nấu ăn

【食管】shíguǎn<名>thực quản

【食客】shíkè<名>khách ăn uống

【食粮】shíliáng<名>lương thực

【食疗】shíliáo<动>chữa bệnh bằng cách ăn uống: 医生建议该病人采用~的方法。Bác sĩ đề nghị bệnh nhân điều trị bằng cách điều chỉnh việc ăn uống.

【食品】shípǐn<名>thực phẩm; đồ ăn

【食谱】shípǔ<名>❶thực đơn ❷sách dạy nấu nướng

【食宿】shísù<名>việc ăn ở

【食堂】shítáng<名>nhà ăn; hiệu ăn; quán ăn

【食物】shíwù<名>đồ ăn

【食言】shíyán<动>nuốt lời; không giữ lời hứa: 已经说了就要做，不能~。Đã nói là phải làm chứ không được nuốt lời của mình.

S

【食用】shíyòng〈动〉ăn: 这种菌不能~。Loại nấm này không ăn được.

【食欲】shíyù〈名〉thực dục; nhu cầu ăn

蚀 shí ❶〈动〉tổn thất; hao tổn; bị ăn mòn; đục khoét: 连续五年~本 lỗ vốn 5 năm liền ❷〈名〉nhật thực; nguyệt thực

【蚀本】shíběn〈动〉lỗ vốn: 这样做生意很容易~的。Làm ăn buôn bán như thế này rất dễ bị lỗ vốn.

shǐ

史 shǐ〈名〉❶lịch sử; sử sách ❷[旧] quan ghi sử sách ❸[旧]cách phân chia sách theo tứ bộ, bộ nhì là bộ Sử, bộ Ất (bộ B) ❹(姓)Sử

【史册】shǐcè〈名〉sử sách

【史料】shǐliào〈名〉tài liệu lịch sử

【史前】shǐqián〈名〉tiền sử; trước khi có ghi chép lịch sử

【史诗】shǐshī〈名〉sử thi; anh hùng ca

【史实】shǐshí〈名〉sự thật lịch sử

【史书】shǐshū〈名〉sử sách; sách sử

【史无前例】shǐwúqiánlì lịch sử chưa hề có

【史学】shǐxué〈名〉sử học

矢 shǐ〈名〉mũi tên: 有的放~ bắn tên có đích

【矢口否认】shǐkǒu–fǒurèn một mực phủ nhận

使 shǐ ❶〈动〉sai bảo; sai khiến: 老板~唤我们去市场了解价格。Ông sếp sai bảo chúng mình đi tìm hiểu giá cả thị trường. ❷〈动〉dùng; sử dụng: 这款手机好~。Loại điện thoại di động này ngon hơn. ❸〈动〉khiến cho; làm cho: ~大家满意 làm cho mọi người hài lòng ❹〈名〉sứ; sứ giả; phái viên: 特~ đặc sứ; 公~ công sứ ❺〈连〉[书] nếu; giả sử

【使不得】shǐbude ❶không dùng được ❷không được; không thể

【使得】shǐde〈动〉❶có thể dùng được: 这台电脑~使不得? Chiếc máy tính này có dùng được hay không? ❷được; có thể: 你不参加如何~? Anh không tham gia sao được?

【使得】shǐde〈动〉khiến; làm cho: ~大家了解真相 làm cho mọi người hiểu rõ được sự thật

【使馆】shǐguǎn〈名〉sứ quán

【使坏】shǐhuài〈动〉[口]giở trò xấu; dùng mánh khóe; chơi xấu

【使唤】shǐhuan〈动〉❶sai; sai bảo: 你不能随便~人。Anh không được tùy tiện sai bảo người khác. ❷[口] dùng; sử dụng; điều khiển: 这台机器不听~了。Chiếc máy này không điều khiển được nữa.

【使节】shǐjié〈名〉sứ giả; quan chức ngoại giao

【使劲】shǐjìn〈动〉gắng sức; ra sức: 划船 gắng sức chèo thuyền

【使领馆】shǐ–lǐngguǎn〈名〉sứ quán và lãnh sự quán

【使命】shǐmìng〈名〉sứ mệnh: 历史~ sứ mệnh lịch sử

【使性子】shǐ xìngzi phát cáu; cáu kinh; tùy ý thích; thích sao làm vậy: 这小孩子就爱~。Cậu bé này hay cáu.

【使眼色】shǐ yǎnsè đưa mắt ra hiệu; nháy mắt

【使用】shǐyòng〈动〉sử dụng: ~说明书 tài liệu hướng dẫn sử dụng

【使用价值】shǐyòng jiàzhí giá trị sử dụng

【使用权】shǐyòngquán〈名〉quyền sử dụng

【使者】shǐzhě〈名〉sứ giả

始 shǐ ❶〈名〉lúc đầu; đầu tiên: ~祖 thủy tổ; 自~至终 từ đầu chí cuối ❷〈动〉bắt đầu: 公司职工技能比赛今今日~。Cuộc thi kĩ năng trong công ti bắt đầu từ hôm nay. ❸〈副〉[书]vừa mới

【始发站】shǐfāzhàn〈名〉ga gốc; bến xe khởi điểm

【始料不及】shǐliàobùjí bất ngờ

【始末】shǐmò〈名〉quá trình từ đầu đến cuối

【始终】shǐzhōng❶〈名〉quá trình từ đầu đến cuối: 贯彻~ quán triệt từ đầu đến cuối ❷〈副〉từ trước đến sau; từ đầu đến cuối

【始终如一】shǐzhōng-rúyī trước sau như một

【始祖】shǐzǔ〈名〉❶thủy tổ; người sáng nghiệp ❷nguyên thủy; cổ sơ: ~马 loài ngựa nguyên thủy

驶 shǐ〈动〉❶(xe, ngựa) chạy nhanh ❷tàu xe khởi hành: 驾~车辆 lái xe cộ lên đường

屎 shǐ〈名〉❶phân; cứt: 拉~ đi ia ❷dử; ráy: 耳~ ráy tai

【屎壳郎】shǐkeláng〈名〉[口]bọ phân; bọ hung

shì

士 shì〈名〉❶chàng trai; trai chưa vợ ❷sĩ (tầng lớp thời xưa, giữa đại phu và dân thường) ❸kẻ sĩ; trí thức ❹quân nhân; binh lính ❺(cấp) sĩ (trong quân đội, dưới cấp úy): 中~ trung sĩ ❻người có kĩ thuật: 助产~ nhân viên trợ sản ❼sĩ (cách gọi ca ngợi người khác): 烈~ liệt sĩ; 女~ nữ sĩ

【士兵】shìbīng〈名〉binh sĩ; lính; binh lính

【士气】shìqì〈名〉tinh thần, khí thế của quân đội; tinh thần, khí thế của quần chúng

氏 shì〈名〉❶họ: 王~家族 gia tộc họ Vương ❷thị (đặt sau họ của người phụ nữ): 张王~ Trương Vương thị ❸xưng hô đối với chuyên gia và nhân sĩ trứ danh ❹[书] dùng sau

chữ chỉ quan hệ thân thuộc

【氏族】shìzú〈名〉thị tộc

示 shì〈动〉bày tỏ; nêu ra; chỉ ra: 暗~ ra hiệu ngầm/ám thị

【示爱】shì'ài〈动〉bày tỏ tình yêu thương

【示范】shìfàn〈动〉thị phạm; làm mẫu

【示例】shìlì❶〈名〉thí dụ; ví dụ ❷〈动〉làm ví dụ; làm mẫu

【示人】shìrén〈动〉cho người khác xem

【示弱】shìruò〈动〉tỏ ra yếu kém: 不甘~ không cam chịu lép vế/tỏ ra yếu kém

【示威】shìwēi〈动〉❶thị uy ❷tỏ rõ uy lực

【示意】shìyì〈动〉tỏ ý; ra hiệu: 招手~ vẫy tay ra hiệu

【示意图】shìyìtú〈名〉bản sơ đồ; bản đồ hướng dẫn

世 shì〈名〉❶đời người: 一~ cả đời ❷thế hệ: 孔子第七十七~孙 cháu đời thứ bảy mươi bảy của Khổng Tử ❸truyền đời: ~医 nhà thuốc gia truyền; ~谊 tình bạn từ đời cha ông ❹có quan hệ tình bạn nhiều thế hệ: ~叔 thế thúc ❺thời đại: 当~ đời nay ❻thế gian; xã hội: 尘~ trần gian

【世博会】Shìbóhuì〈名〉Hội chợ triển lãm Thế giới

【世代】shìdài〈名〉❶đời đời: ~友好 đời đời hữu nghị ❷năm tháng

【世道】shìdào〈名〉thói đời; lệ đời

【世故】shìgù〈名〉kinh nghiệm cư xử

【世故】shìgu〈形〉ba phải; sống khôn khéo: 他为人太~。Ông ấy sống rất khôn khéo.

【世纪】shìjì〈名〉thế kỉ

【世家】shìjiā〈名〉nhà thế gia

【世交】shìjiāo〈名〉bạn thế giao; bạn nhiều đời

【世界】shìjiè〈名〉❶thế giới (gồm xã hội nhân loại và giới thiên nhiên)

❷khắp các nơi trên trái đất: ~名著 tác phẩm lừng danh thế giới ❸cõi vũ trụ (đạo Phật) ❹tình hình thế giới ❺lĩnh vực

【世界观】shìjièguān〈名〉thế giới quan

【世锦赛】shìjǐnsài〈名〉giải vô địch thế giới

【世贸组织】Shìmào Zǔzhī Tổ chức Thương mại Thế giới (WTO)

【世面】shìmiàn〈名〉cảnh đời

【世人】shìrén〈名〉người đời

【世俗】shìsú〈名〉❶thói đời ❷[宗教] trần thế

【世态炎凉】shìtài-yánliáng thói đời hay thay đổi theo thời cuộc; thói đời đen bạc

【世外桃源】shìwài-táoyuán thế giới thần tiên; cõi đời hư ảo

【世袭】shìxí〈动〉thế tập; cha truyền con nối: ~制度 chế độ cha truyền con nối

市 shì〈名〉❶chợ; thị trường: 米~ chợ gạo ❷〈动〉[书] mua; bán ❸〈名〉khu vực thành phố; thành thị: ~郊 ngoại ô thành phố ❹〈名〉thành phố; thị xã （đơn vị hành chính） ❺〈名〉thuộc hệ thống đo lường thường dùng trong mua bán chợ búa: ~斤 cân Trung Quốc

【市场】shìchǎng〈名〉❶chợ: 农贸~ khu chợ mậu dịch nông sản ❷thị trường: ~前景 tương lai thị trường

【市场经济】shìchǎng jīngjì kinh tế thị trường

【市话】shìhuà〈名〉điện thoại thành thị; điện thoại nội hạt

【市价】shìjià〈名〉giá thị trường; giá chợ

【市郊】shìjiāo〈名〉ngoại ô

【市面】shìmiàn〈名〉❶mặt phố; mặt cửa hàng: ~上卖这种货的不多。Trên mặt phố ít thấy bán thứ đồ này. ❷bộ mặt thị trường; quang cảnh buôn bán của thành phố: ~繁荣 thị trường phồn thịnh

【市民】shìmín〈名〉dân thành thị; dân phố

【市区】shìqū〈名〉nội thành

【市容】shìróng〈名〉bộ mặt thành phố

【市委】shìwěi〈名〉thành ủy

【市长】shìzhǎng〈名〉thị trưởng; chủ tịch của chính quyền thành phố

【市政】shìzhèng〈名〉thị chính: ~设施 tiện nghi thị chính

【市政工程】shìzhèng gōngchéng công trình thị chính

【市值】shìzhí〈名〉mức vốn thị trường

【市中心】shìzhōngxīn〈名〉trung tâm thành phố

式 shì〈名〉❶kiểu: 旧~ kiểu cũ ❷cách thức: 不同程~ cách thức khác nhau ❸lễ; nghi thức: 开幕~非常隆重。Lễ khai mạc rất long trọng. ❹công thức; kí hiệu: 分子~ công thức phân tử ❺[语言] thức: 叙述~ thức kể

【式样】shìyàng〈名〉kiểu dáng; mẫu mã

【式子】shìzi〈名〉❶tư thế ❷dạng thức; công thức toán học

势 shì〈名〉❶thế: 权~ quyền thế ❷xu thế: 发展趋~ xu thế phát triển ❸hình thế: 山~ thế núi ❹tình thế: 军事局~ tình thế quân sự: 优~ lợi thế ❺tư thế: 手~ tư thế tay ❻bộ phận sinh dục giống đực: 去~ thiến

【势必】shìbì〈副〉tất phải; nhất định: 不消除安全隐患，~会引起事故。Không loại trừ những hiểm họa tiềm ẩn thì nhất định sẽ xảy ra sự cố.

【势不两立】shìbùliǎnglì không cùng tồn tại; một mất một còn; không đội trời chung

【势均力敌】shìjūn-lìdí một chín một mười; kẻ tám lạng người nửa

cân; lực lượng hai bên ngang nhau

【势力】shìlì<名>thế lực

【势利】shìli<形>thế lợi (phân biệt đối xử tùy thế lực và tài sản): ~小人 hạng tiểu nhân thế lợi

【势利眼】shìliyǎn❶tác phong thế lợi ❷hạng người thế lợi

【势头】shìtou<名>[口]thế; đà; tình thế

【势在必行】shìzàibìxíng bắt buộc phải làm; buộc phải hành động: 整顿交通秩序~。Chỉnh đốn trật tự giao thông là việc làm bắt buộc.

事shì<名>❶việc: 国~ công việc nhà nước ❷<名>sự cố; tai nạn: 公司出~了。Công ti đã xảy ra sự cố. ❸<名>nghề nghiệp: 做~ làm nghề ❹<名>quan hệ; trách nhiệm: 你没~了。Chị đã hết trách nhiệm rồi. ❺<动>làm; tham gia: 这小青年只顾玩耍而无所~事。Cậu ấy chỉ ngồi chơi mà không làm việc gì cả. ❻<动>[书]phụng sự

【事半功倍】shìbàn-gōngbèi một công đôi việc

【事倍功半】shìbèi-gōngbàn làm nhiều mà ít hiệu quả

【事变】shìbiàn<名>❶sự biến cố về chính trị, quân sự ❷sự biến đổi nói chung

【事不宜迟】shìbùyíchí công việc không nên chậm trễ; việc hôm nay chớ để ngày mai

【事出有因】shìchū-yǒuyīn mọi việc đều có nguyên nhân; có lửa tất có khói

【事故】shìgù<名>tai nạn; sự cố

【事关重大】shìguānzhòngdà việc có ý nghĩa trọng đại; việc có ảnh hưởng sâu xa

【事后】shìhòu<名>sau khi sự việc xảy ra

【事迹】shìjì<名>sự tích: 模范~ sự tích điển hình

【事假】shìjià<名>nghỉ phép vì công việc riêng

【事件】shìjiàn<名>sự kiện

【事理】shìlǐ<名>lẽ; lí lẽ: 不明~ không hiểu biết lí lẽ

【事例】shìlì<名>thí dụ; ví dụ

【事情】shìqing<名>❶công việc: ~太多。Công việc quá nhiều. ❷sự cố; sai sót: 如果不谨慎就会出~的。Nếu không cẩn thận sẽ xảy ra sai sót. ❸nghề; việc làm: 明天你继续去找~做。Ngày mai em tiếp tục đi tìm việc làm.

【事实】shìshí<名>sự thật; thực tế

【事实上】shìshíshang trên thực tế: ~他也不是专家。Trên thực tế anh ta cũng chẳng phải là chuyên gia.

【事态】shìtài<名>tình hình; tình thế

【事务】shìwù<名>❶công việc: 日常~ công việc hàng ngày ❷sự vụ: ~总管 tổng quản sự vụ

【事务所】shìwùsuǒ<名>văn phòng công việc: 会计~ văn phòng kế toán

【事物】shìwù<名>sự vật

【事先】shìxiān<名>trước

【事项】shìxiàng<名>khoản; hạng mục; (những) điều; (những) điểm

【事业】shìyè<名>❶sự nghiệp: 革命~ sự nghiệp cách mạng ❷hành chính sự nghiệp: ~费 phí hành chính sự nghiệp

【事业单位】shìyè dānwèi đơn vị sự nghiệp

【事业心】shìyèxīn<名>ý thức về sự nghiệp

【事宜】shìyí<名>thủ tục; công việc

【事由】shìyóu<名>❶căn nguyên sự việc: 索赔~ lí do đòi bồi thường ❷cái cớ ❸[方]công việc ❹nội dung chính của công văn

【事与愿违】shìyǔyuànwéi sự việc diễn biến trái với ý muốn

【事在人为】shìzàirénwéi việc thành bởi người làm

侍shì<动>hầu; hầu hạ; chăm sóc;

phục vụ: 服~年迈的父母 chăm sóc cha mẹ già

【侍从】shìcóng〈名〉người phục vụ; người theo hầu; người tùy tùng

【侍奉】shìfèng〈动〉phụng dưỡng; hầu hạ: 尽心~ tận tâm phụng dưỡng

【侍候】shìhòu〈动〉chăm sóc; trông nom; săn sóc

【侍应生】shìyìngshēng〈名〉người phục vụ; nhân viên phục vụ

【侍者】shìzhě〈名〉người hầu; đầy tớ; hầu bàn

饰 shì❶〈动〉trang sức; tô điểm: 姐姐 用花把空间装~得更美。Chị gái lấy hoa tô điểm cho không gian thêm tươi đẹp. ❷〈动〉che đậy: 掩~事实 che đậy sự thật ❸〈名〉đồ trang sức: 黄金首~ đồ trang sức bằng vàng ❹ 〈动〉đóng vai: 他在《西游记》中~ 孙悟空。Anh ấy đóng vai Tôn Ngộ Không trong bộ phim *Tây Du Kí*.

【饰品】shìpǐn〈名〉đồ trang sức

【饰物】shìwù〈名〉❶đồ trang sức ❷đồ lồng thêm vào tô điểm cho đồ trang sức: 翡翠~ đồ trang sức ngọc bích

【饰演】shìyǎn〈动〉sắm vai; diễn vai; đóng vai

试 shì〈动〉❶thử; thí nghiệm: 化学 ~验 thí nghiệm hóa học; 你去~那 条裙子。Đằng ấy đi mặc thử chiếc váy kia nhé. ❷thi: ~题 đề thi

【试吃】shìchī〈动〉nếm thử; ăn thử

【试穿】shìchuān〈动〉mặc thử; đi thử

【试点】shìdiǎn❶〈名〉thí điểm: 教学 改革~ thí điểm cải cách giảng dạy ❷〈动〉làm thí điểm; làm thử tại một điểm

【试飞】shìfēi〈动〉❶(máy bay) bay thử: 这架新型飞机正在~。Chiếc máy bay kiểu mới này đang bay thử. ❷(tuyến bay, đường bay) bay thử: ~航线 tuyến bay đang bay thử

【试工】shìgōng〈动〉(nhân viên) làm thử; (người) thử việc: ~期为六个 月。Thời hạn thử việc là 6 tháng.

【试管】shìguǎn〈名〉ống nghiệm; ống thử

【试管婴儿】shìguǎn yīng'ér đứa bé được ra đời bằng thụ tinh nhân tạo nuôi trong bình ống nghiệm một quãng thời gian rồi cấy vào cơ thể người mẹ

【试航】shìháng〈动〉(tàu) chạy thử; bay thử tuyến bay

【试剂】shìjì〈名〉thuốc thử; chất phản ứng: 化学~ thuốc thử hóa học

【试驾】shìjià〈动〉lái thử

【试讲】shìjiǎng〈动〉giảng thử: 明 早你到学校~。Sáng mai anh sang trường giảng thử.

【试镜】shìjìng〈动〉quay thử (để xem diễn viên có thích hợp với vai diễn hay không)

【试卷】shìjuàn〈名〉bài thi

【试探】shìtàn〈动〉thăm dò; thử xem: ~河水的深浅 dò thử độ sâu của nước sông

【试题】shìtí〈名〉đề thi; bài thi

【试图】shìtú〈动〉thử; mưu tính; dự định; hòng; nhằm: ~闯出一条新路 nhằm mở ra một con đường mới

【试销】shìxiāo〈动〉bán thử

【试行】shìxíng〈动〉làm thử: 新的考 核制度在~中。Chế độ sát hạch mới đang thực hành thử.

【试验】shìyàn〈动〉❶thử nghiệm; thí nghiệm ❷[旧]thi cử

【试样】shìyàng〈名〉mẫu thử

【试衣间】shìyījiān〈名〉phòng thử quần áo

【试用】shìyòng〈动〉dùng thử: 送个新 产品给你~。Biểu anh loại sản phẩm mới để dùng thử.

【试用期】shìyòngqī〈名〉thời kì sử dụng thử

【试纸】shìzhǐ〈名〉[化学]giấy thử

视 shì ⟨动⟩❶nhìn; trông: 注~ nhìn chăm chăm ❷coi; đối xử: 正~历史 nhìn thẳng vào lịch sử; 重~此问题 coi trọng vấn đề này ❸khảo sát: 实地~察 khảo sát tại chỗ

【视察】shìchá⟨动⟩❶thị sát; thăm và làm việc ❷kiểm tra; xem xét: ~灾情 xem xét tình hình vùng bị nạn

【视窗】shìchuāng⟨名⟩cửa sổ; hình biểu hiện; windows

【视而不见】shì'érbùjiàn không thèm để ý; nhìn mà chẳng thấy; khoanh tay để mặc

【视角】shìjiǎo⟨名⟩❶góc nhìn ❷giác độ quan sát và chụp được của ống kính ❸góc độ, tầm nhìn đối với vấn đề

【视觉】shìjué⟨名⟩thị giác

【视力】shìlì⟨名⟩thị lực; sức nhìn

【视力表】shìlìbiǎo⟨名⟩bảng đo thị lực

【视频】shìpín⟨名⟩video clíp

【视频通话】shìpín tōnghuà cuộc gọi có webcam; điện thoại video

【视听】shìtīng⟨名⟩nghe nhìn

【视同己出】shìtóng-jǐchū coi như con ruột của mình

【视网膜】shìwǎngmó⟨名⟩võng mạc mắt: ~脱落 bong võng mạc

【视为】shìwéi⟨动⟩coi là: ~好朋友 coi là bạn thân; ~知己 coi là bạn tri kỉ

【视线】shìxiàn⟨名⟩❶ánh mắt; tầm mắt ❷sự chú ý

【视野】shìyě⟨名⟩tầm nhìn; tầm mắt

拭 shì⟨动⟩lau; chùi; lau phủi: ~桌椅 lau chùi bàn ghế

【拭目以待】shìmùyǐdài thiết tha mong đợi; dụi mắt ngóng chờ; chờ để xem

柿 shì⟨名⟩(cây, quả) hồng

【柿饼】shìbǐng⟨名⟩mứt quả hồng

【柿子】shìzi⟨名⟩❶quả hồng ❷cây quả hồng

【柿子椒】shìzijiāo⟨名⟩❶ớt ngọt ❷cây ớt ngọt

是¹ shì ❶⟨形⟩đúng: 一无~处 không chỗ nào đúng ❷⟨动⟩[书]cho là đúng: ~古非今 cho là xưa đúng nay sai ❸⟨动⟩phải; vâng: ~，我就去。Vâng, cháu đi ngay.

是² shì⟨动⟩❶là: 北京~中华人民共和国首都。Bắc Kinh là thủ đô của nước Cộng hòa Nhân dân Trung Hoa. ❷(dùng với "的", có tác dụng phân loại): 车身~红色的。Thân xe màu đỏ. ❸thì (biểu thị rằng đối tượng trần thuật là thuộc về tình hình nói sau chữ "是"): 他~不知道内情。Anh ấy thì không biết tình hình cụ thể. ❹toàn; đều là (biểu thị sự tồn tại): 他急得满头~汗。Anh ấy sốt ruột đến toát cả mồ hôi. ❺ra (biểu thị cho thấy thật đúng với tính chất, ý nghĩa): 敌~敌，友~友，必须分清敌我的界限。Thù ra thù, bạn ra bạn, phải phân rõ ranh giới địch ta. ❻tuy là: 房子旧~旧，但还干净。Nhà cũ thì cũ thật nhưng vẫn sạch sẽ. ❼(dùng ở đầu câu nhấn mạnh ngữ khí): ~谁骗你的? Ai lừa em vậy? ❽phàm là: ~有害于健康的事都不要做。Phàm là những việc có hại đến sức khỏe đều không nên làm. ❾(dùng trước danh từ, có nghĩa "thích hợp"): 太阳出得~时候。Ánh nắng bừng lên thật đúng lúc. ❿(dùng trong câu nghi vấn): 你~坐飞机还~坐火车? Anh đi máy bay hay đi tàu hỏa? ⓫quả là; đúng là (phải đọc nhấn mạnh, tỏ ý kiên quyết khẳng định): 这舞蹈~好，你可以去看。Vở kịch múa này quả là tuyệt vời, anh nên đi xem.

【是非】shìfēi⟨名⟩❶đúng sai; phải trái: 明辨~ phân biệt rõ đúng sai ❷lời bàn tán chê bai; tranh cãi: 惹~ gây chuyện rắc rối; 搬弄~ nói xấu sau lưng

【是否】shìfǒu⟨副⟩phải chăng: ~客观

có khách quan hay không

适 shì **❶**<动>thích hợp: ~用 thích hợp sử dụng **❷**<副>vừa vặn; vừa; đúng: ~逢假期 vừa đúng vào ngày nghỉ **❸**<形>dễ chịu: 感到舒~ cảm giác dễ chịu

【适当】shìdàng<形>thích hợp; thích đáng

【适度】shìdù<形>(mức độ) vừa phải; thích hợp

【适合】shìhé<动>thích hợp: ~不同对象 thích hợp với nhiều đối tượng khác nhau

【适可而止】shìkě'érzhǐ vừa phải thì thôi; có chừng mực

【适量】shìliàng<形>(số lượng) vừa phải

【适龄】shìlíng<形>vừa độ tuổi; đúng độ tuổi

【适时】shìshí<形>hợp thời; đúng lúc: ~播种 gieo trồng đúng thời vụ

【适销对路】shìxiāo duìlù hàng hóa phù hợp với nhu cầu thị trường

【适宜】shìyí<形>vừa phải; thích hợp: 这片坡地~种植柑橘. Đất đồi vùng này thích hợp trồng cam và quít.

【适应】shìyìng<动>thích ứng; thích hợp: 他刚来对环境还没~。Anh ấy vừa đến còn chưa thích ứng với hoàn cảnh.

【适用】shìyòng<形>thích dụng; thích hợp với: ~条款 điều khoản thích dụng

【适中】shìzhōng<形>**❶**vừa phải; vừa mức:高度~ chiều cao vừa mức **❷**vừa vặn; trung độ: 位置~ vị trí trung độ

恃 shì<动>nhờ cậy; nương tựa: ~才傲物 cậy tài kiêu căng/cậy tài khinh người

室 shì<名>**❶**buồng; phòng: 教~ phòng học **❷**phòng (đơn vị công

tác nội bộ): 会议~ phòng họp **❸**vợ: 妻~ thê thất **❹**gia tộc: 皇~ họ nhà vua **❺**xoang trống trong khí quan cơ thể: 心~ tâm thất

【室内】shìnèi<名>trong buồng; trong phòng; nội thất: ~装修 trang trí nội thất

【室外】shìwài<名>ngoài phòng; ngoài buồng

【室温】shìwēn<名>nhiệt độ trong phòng

【室友】shìyǒu<名>bạn cùng phòng

逝 shì<动>**❶**qua; trôi qua: 时间流~ thời gian trôi qua **❷**chết: ~者 người chết

【逝世】shìshì<动>từ trần; tạ thế

释[1] shì<动>**❶**giải thích: 注~ chú thích **❷**tiêu tan; xóa bỏ: 供同并未能让公安人员~疑。Lời khai không thể xóa bỏ sự nghi ngờ của nhân viên công an. **❸**buông; rời: ~权 buông quyền **❹**thả; phóng thích: 反对开~战犯 phản đối phóng thích tội phạm chiến tranh

释[2] Shì<名>Thích ca; đạo Phật

【释放】shìfàng<动>**❶**thả ra; phóng thích: ~政治犯 thả tù chính trị **❷**tỏa ra; phóng ra: ~巨大能量 phóng thích nguồn năng lượng to lớn

【释疑】shìyí<动>giải thích chỗ khó hiểu

【释义】shìyì**❶**<动>giải thích ý nghĩa **❷**<名> văn tự để giải thích ý nghĩa

嗜 shì<动>thích; thèm; mê; nghiện: ~酒 nghiện rượu

【嗜好】shìhào<名>thị hiếu; ham thích

誓 shì**❶**<动>thề: ~报此仇 thề trả thù này **❷**<名>lời thề: 宣~ đọc lời thề

【誓不罢休】shìbùbàxiū thề quyết đến cùng; quyết không bỏ mục tiêu

【誓词】shìcí<名>lời thề

【誓言】shìyán<名>lời thề

shōu

收 shōu <动> ❶thu vào; cất giữ: ~衣
服 thu quần áo vào; ~好储蓄本 cất
giữ sổ tiết kiệm cẩn thận ❷thu về;
lấy lại: ~税 thu thuế; 经营权~归公
司。Quyền kinh doanh thu về công
ti. ❸đạt được; thu được: 宣传~到
了良好的效果。Cuộc tuyên truyền
đã thu được kết quả tốt đẹp. ❹thu
hoạch; gặt hái: 秋~时节 vụ gặt mùa
thu ❺thu nhận; dung nạp: 你的礼
物我已经~到了。Tôi đã nhận được
quà của anh. ❻hãm; kìm: ~心 kìm
lòng ❼kết thúc; chấm dứt: ~工 nghi/
ngừng làm việc ❽bắt; bắt giam: ~监
bắt giam

【收编】shōubiān <动>sáp nhập; thu
biên: ~地方武装 sáp nhập và tổ chức
lại lực lượng vũ trang địa phương

【收藏】shōucáng <动>cất giữ: ~旧物
件 cất giữ đồ cũ

【收藏家】shōucángjiā <名>nhà sưu
tầm; nhà lưu trữ

【收场】shōuchǎng ❶<动>kết thúc;
dừng: 这场闹剧草草~了。Tấn kịch
dởm này đã kết thúc vụng về. ❷<名>
kết cục

【收成】shōucheng <名>(tình hình)
thu hoạch; mùa màng

【收到】shōudào <动>đã nhận (được):
汇款已经~。Món tiền gửi đã nhận
được.

【收发】shōufā❶<动>nhận và chuyển
đi; thu phát ❷<名>nhân viên thu
phát

【收发室】shōufāshì <名>phòng nhận
chuyển thư từ công văn; phòng văn
thư

【收费】shōufèi <动>thu tiền; tính tiền

【收费站】shōufèizhàn <名>trạm thu
lệ phí

【收复】shōufù <动>thu hồi; lấy lại;
giành lại: ~主权 thu hồi chủ quyền

【收割】shōugē <动>gặt hái; thu
hoạch

【收割机】shōugējī <名>máy gặt

【收工】shōugōng <动>kết thúc công
việc; nghỉ; ngừng làm việc

【收购】shōugòu <动>thu mua; mua:
~粮食 thu mua lương thực

【收回】shōuhuí <动>❶thu về; lấy về:
~贷款 thu về khoản vay ❷thủ tiêu;
hủy; thu hồi: ~成命 hủy bỏ mệnh
lệnh đã phát ra

【收获】shōuhuò❶<动>gặt hái; thu
hoạch: ~更多喜悦 gặt hái thêm
nhiều niềm vui ❷<名>thu hoạch

【收集】shōují <动>thu gom; tập hợp;
thu thập

【收件人】shōujiànrén <名>người
nhận; bên nhận

【收缴】shōujiǎo <动>❶tước được;
thu được; lấy lại được: ~赃款 lấy
lại được khoản tiền bị đánh cắp
❷trưng thu rồi nộp lên trên: ~税款
thu tiền thuế

【收紧】shōujǐn <动>thắt chặt: ~银根
thắt chặt tài chính

【收据】shōujù <名>biên lai; biên
nhận

【收看】shōukàn <动>xem; đón xem;
thưởng thức; thu bắt: ~电视节目 đón
xem chương trình truyền hình

【收款】shōukuǎn <动>thu tiền

【收礼】shōulǐ <动>nhận quà

【收敛】shōuliǎn <动>❶thu lại; biến
mất; tan biến ❷bớt phóng túng (chỉ
lời nói và hành động) ❸làm se lại:
~剂 thuốc giảm phân tiết

【收留】shōuliú <动>thu nhận và giúp
đỡ

【收拢】shōulǒng <动>❶thu thập lại;
thu gom; thu dồn lại; tập hợp: ~废
品 thu gom phế phẩm ❷mua chuộc;
lấy lòng: ~人心 mua chuộc lòng
người

【收录】shōulù <动>❶tuyển; thuê
(người làm): ~新员工 tuyển nhân

viên mới ❷thu nhận; lấy vào ❸ghi chép

【收录机】shōulùjī<名>máy catsett

【收罗】shōuluó<动>thu nạp; thu thập; thu gom, sưu tầm: ~资料 thu thập dữ liệu; ~人才 thu nạp nhân tài

【收买】shōumǎi<动>❶thu mua; mua: ~废旧品 thu mua đồng nát ❷mua chuộc; lấy lòng: ~人心 mua chuộc lòng người

【收纳】shōunà<动>thu nạp; thu nhận

【收盘】shōupán<动>[经济]hết giờ giao dịch (thị trường tài chính)

【收票员】shōupiàoyuán<名>người xé vé

【收讫】shōuqì<动>đã thu; đã nhận; thu xong: 贷款已~。Đã nhận tiền vay.

【收取】shōuqǔ<动>thu; thu lấy: ~小费 thu lấy tiền boa

【收容】shōuróng<动>thu nhận; thu dung: ~所 trạm thu dung

【收入】shōurù❶<动>thu vào: ~囊中 thu vào trong túi ❷<名>thu nhập: 个人~有所增加。Thu nhập cá nhân có tăng lên.

【收拾】shōushi<动>❶thu dọn: ~卧室 thu dọn buồng ngủ; ~残局 giải quyết hậu quả ❷sửa chữa: ~风扇 sửa chữa quạt máy ❸[口]trị; trừng phạt; sửa tội ❹[口]tiêu diệt; giải quyết

【收受】shōushòu<动>thu nhận; ăn nhận: ~贿赂 ăn nhận hối lộ

【收缩】shōusuō<动>❶co lại; co vào; rút lại (vật thể) ❷thu hẹp; co cụm; gom lại

【收摊】shōutān<动>dọn sạp hàng; thu dọn cửa hàng (khi hết giờ kinh doanh); kết thúc công việc trong tay

【收条】shōutiáo<名>biên lai; giấy biên nhận

【收听】shōutīng<动>nghe (đài); đón nghe (chương trình phát thanh)

【收尾】shōuwěi❶<动>kết thúc (công việc); cuối: 工程项目已经进入~阶段。Dự án công trình đã bước vào giai đoạn cuối. ❷<名>đoạn kết; kết luận (bài văn)

【收悉】shōuxī<动>đã nhận và nắm được tình hình

【收效】shōuxiào<动>hiệu lực; hiệu quả

【收养】shōuyǎng<动>nhận nuôi; nuôi nấng

【收益】shōuyì<名>khoản thu nhập; lợi nhuận; lợi ích thu được

【收音机】shōuyīnjī<名>ra-đi-ô; máy thu thanh

【收银台】shōuyíntái<名>quầy thu ngân

【收银员】shōuyínyuán<名>nhân viên thu ngân

【收债】shōuzhài<动>thu nợ; đòi nợ

【收账】shōuzhàng<动>thu các khoản tiền

【收支】shōuzhī<名>thu chi: ~平衡。Thu chi cân bằng.

【收治】shōuzhì<动>thu nhận và điều trị: ~病人 thu nhận và điều trị bệnh nhân

shǒu

手 shǒu❶<名>tay; bàn tay: ~拉~ tay trong tay ❷<动>cầm; tay cầm: 人~一份 mỗi người cầm một suất ❸<形>tự tay (làm): ~抄 tự tay chép lấy ❹<名>người tài; người chuyên ngành: 歌~ ca sĩ ❺<名>khả năng; thủ đoạn: 眼高~低 khả năng không theo kịp được sự mong muốn ❻<量>(dùng chỉ kĩ xảo,kĩ năng)留一~ giữ lại một miếng ❼<形>cỡ nhỏ: ~册 sổ tay

【手把】shǒubà<名>tay cầm

【手包】shǒubāo<名>cái xắc; túi xách nhỏ

【手笔】shǒubǐ<名>❶bút tích; chữ viết tay ❷sự lành nghề; kĩ năng có tầm cỡ: 大~ tác phẩm của danh nhân ❸sự bề thế rộng rãi khi làm việc hoặc tiêu pha; mạnh bạo; bạo tay

【手臂】shǒubì<名>❶cánh tay ❷ví người phụ tá

【手表】shǒubiǎo<名>đồng hồ đeo tay

【手册】shǒucè<名>❶sổ tay ❷vở ghi: 劳动~ vở ghi chép lao động

【手袋】shǒudài<名>túi xách

【手电筒】shǒudiàntǒng<名>đèn pin

【手动挡】shǒudòngdǎng<名>nấc thao tác bằng tay

【手段】shǒuduàn<名>❶thủ đoạn; mánh khóe: 要~ giở mánh khóe ❷phương pháp; biện pháp: ~强硬 biện pháp cứng rắn ❸bản lĩnh; tài năng: ~高强 bản lĩnh cao siêu

【手法】shǒufǎ<名>❶thủ pháp; biện pháp; bút pháp; phương pháp; cách thức: 创作~ cách thức sang tác ❷mánh khóe; thủ đoạn: 蒙骗~ thủ đoạn lừa bịp

【手风琴】shǒufēngqín<名>đàn ác-coóc-đê-ông

【手扶拖拉机】shǒufú tuōlājī máy kéo đẩy tay

【手感】shǒugǎn<名>cảm giác trên tay; xúc cảm (khi sờ mó)

【手稿】shǒugǎo<名>bản thảo viết tay; bản nháp

【手工】shǒugōng<名>❶thủ công: ~业 thủ công nghiệp ❷thao tác bằng tay: ~操作 thao tác thủ công ❸[口] tiền thù lao cho lao động thủ công

【手工艺品】shǒugōngyìpǐn<名>đồ thủ công mĩ nghệ

【手机】shǒujī<名>điện thoại di động

【手脚】shǒujiǎo<名>❶tay chân; cử chỉ; động tác: ~快 tay chân nhanh nhẹn ❷mưu mô: 被做了~ đã bị sắp đặt mưu mô

【手绢】shǒujuàn<名>khăn tay

【手铐】shǒukào<名>còng tay; chiếc khóa tay

【手链】shǒuliàn<名>xuyến tay; tấm lắc (đeo ở cổ tay)

【手榴弹】shǒuliúdàn<名>❶[军事]quả lựu đạn ❷[体育]môn ném lựu đạn

【手忙脚乱】shǒumáng-jiǎoluàn chân tay luống cuống; lúng túng như gà mắc tóc

【手气】shǒuqì<名>vận số; vận may; số đỏ

【手枪】shǒuqiāng<名>súng ngắn; súng lục

【手巧】shǒuqiǎo<形>khéo tay: 心灵~ sáng dạ khéo tay

【手球】shǒuqiú<名>❶quả bóng ném ❷môn bóng ném ❸manh (lỗi bóng chạm tay trong môn bóng đá)

【手软】shǒuruǎn<形>non tay; chùn tay; yếu tay; nương tay

【手势】shǒushì<名>ra hiệu bằng tay; động tác tay; cử chỉ: 打~ giơ tay ra hiệu

【手术】shǒushù❶<名>phẫu thuật ❷<动>làm phẫu thuật; mổ

【手术室】shǒushùshì<名>phòng phẫu thuật; phòng mổ

【手套】shǒutào<名>găng tay

【手提】shǒutí<动>xách tay: ~包 túi xách tay

【手头】shǒutóu<名>❶trong tay ❷tình hình kinh tế (cá nhân) ❸năng lực viết lách hay làm việc

【手推车】shǒutuīchē<名>xe đẩy tay

【手腕】shǒuwàn<名>❶cổ tay ❷mánh lới; mánh khóe; thủ đoạn: 要~ giở trò mánh lới

【手舞足蹈】shǒuwǔ-zúdǎo khua chân múa tay (bày tỏ niềm vui mừng); thuộc hạ

【手下】shǒuxià<名>❶người dưới quyền ❷bên cạnh mình: 那东西不在~。Vật ấy không có bên mình. ❸túi tiền (cá nhân) ❹lúc ra tay

【手心】shǒuxīn<名>❶lòng bàn tay

❷trong tầm tay

【手信】shǒuxìn<名>[方]quà; món quà nhỏ khi thăm bạn bè họ hàng; quà cáp

【手续】shǒuxù<名>thủ tục; giấy tờ thủ tục: 简化~ đơn giản hóa thủ tục

【手续费】shǒuxùfèi<名>lệ phí

【手艺】shǒuyì<名>tay nghề

【手掌】shǒuzhǎng<名>bàn tay

【手指】shǒuzhǐ<名>ngón tay

【手镯】shǒuzhuó<名>vòng tay; xuyến

【手足】shǒuzú<名>❶chân tay ❷anh em: 情同~ tình cảm như anh em

守 shǒu<动>❶giữ: ~门 giữ cổng ❷trông coi: ~仓库 coi kho ❸tuân theo: ~规 tuân thủ quy tắc ❹gần

【守备】shǒubèi<动>phòng thủ; canh giữ: ~部队 bộ đội canh phòng

【守财奴】shǒucáinú<名>kẻ bần tiện; người bủn xỉn; kẻ nô lệ đồng tiền; người keo kiệt

【守法】shǒufǎ<动>giữ đúng luật pháp; tuân thủ luật pháp

【守寡】shǒuguǎ<动>ở góa; ở vậy

【守候】shǒuhòu<动>❶chờ: ~前方消息 mong chờ tin tức tiền phương ❷trông nom; chăm sóc: ~残疾儿童 trông nom chăm sóc các cháu khuyết tật

【守护】shǒuhù<动>săn sóc; trông nom; canh giữ: ~孤寡老人 săn sóc người già neo đơn

【守旧】shǒujiù<形>bảo thủ; thủ cựu: 思想~ tư tưởng thủ cựu

【守口如瓶】shǒukǒu-rúpíng giữ kín như bưng; kín miệng kín mồm

【守灵】shǒulíng<动>túc trực bên linh cữu chịu tang

【守门员】shǒuményuán<名>thủ môn; thủ thành

【守时】shǒushí<动>giữ đúng giờ hẹn

【守卫】shǒuwèi<动>canh phòng; bảo vệ; giữ gìn: ~原始森林 bảo vệ khu rừng nguyên sinh

【守信】shǒuxìn<动>giữ chữ tín; thủ tín

【守夜】shǒuyè<动>gác đêm; canh đêm; canh giữ ban đêm

【守则】shǒuzé<名>quy tắc chung; nội quy; điều lệ

【守株待兔】shǒuzhū-dàitù há miệng chờ sung; ôm cây đợi thỏ

首¹ shǒu❶<名>đầu: 俯~ cúi đầu ❷<名>cao nhất; đứng đầu: ~相 thủ tướng ❸<名>thủ lĩnh: 长~ thủ trưởng ❹<数>lần đầu tiên: ~场比赛 trận đấu đầu tiên ❺<动>thú; thú tội: 自~ tự thú

首² shǒu<量>bài: 一~歌 một bài hát

【首播】shǒubō<动>lần phát thanh (truyền hình) đầu tiên

【首创】shǒuchuàng<动>sáng tạo đầu tiên

【首次】shǒucì(数量)lần đầu tiên

【首当其冲】shǒudāng-qíchōng đứng mũi chịu sào; đứng đầu sóng ngọn gió

【首都】shǒudū<名>thủ đô

【首发式】shǒufāshì<名>lễ khởi hành; lễ phát hành đợt đầu tiên

【首府】shǒufǔ<名>❶thủ phủ tỉnh lị ❷nơi đặt cơ quan chính quyền cao nhất của nước thuộc địa

【首富】shǒufù<名>người giàu nhất; nhà giàu số một

【首届】shǒujiè(数量)khóa đầu; lần thứ nhất

【首领】shǒulǐng<名>❶[书]đầu và cổ ❷thủ lĩnh

【首脑】shǒunǎo<名>người lãnh đạo; người đứng đầu; đầu não: 各国~ người đứng đầu các nước

【首屈一指】shǒuqū-yīzhǐ đứng thứ nhất; hạng nhất

【首饰】shǒushì<名>đồ nữ trang; đồ trang sức

【首位】shǒuwèi〈名〉ngôi ghế đầu; vị trí số một; thứ nhất

【首乌】shǒuwū[中药]thủ ô; hà thủ ô

【首席】shǒuxí❶〈名〉ghế đầu; ghế danh dự: 坐～ngồi ghế danh dự ❷〈形〉(cấp) cao nhất; đứng đầu; chính; chủ yếu: ～代表đại biểu chủ yếu

【首先】shǒuxiān❶〈副〉trước hết; đầu tiên; sớm nhất ❷〈代〉thứ nhất; trước hết

【首相】shǒuxiàng〈名〉thủ tướng

【首选】shǒuxuǎn〈动〉lựa chọn đầu tiên

【首要】shǒuyào❶〈形〉hàng đầu; quan trọng nhất: ～任务 nhiệm vụ hàng đầu ❷〈名〉thủ lĩnh

【首映】shǒuyìng〈动〉buổi chiếu đầu tiên (một bộ phim); khởi chiếu

【首长】shǒuzhǎng〈名〉thủ trưởng

shòu

寿 shòu ❶〈形〉thọ; tuổi cao; sống lâu: 人～年丰。Người được sống lâu, mùa màng bội thu. ❷〈名〉tuổi thọ; sự sống: 长～ trường thọ/sống lâu ❸〈名〉ngày lễ thọ: 做～ mừng lễ thọ ❹〈动〉[书]chúc thọ ❺〈名〉việc thọ (chuẩn bị sớm cho đám ma)

【寿比南山】shòubǐnánshān sống lâu muôn tuổi; thọ tỉ Nam Sơn

【寿辰】shòuchén〈名〉ngày sinh (của người cao tuổi)

【寿礼】shòulǐ〈名〉lễ mừng thọ

【寿面】shòumiàn〈名〉món mì mừng thọ

【寿命】shòumìng〈名〉❶tuổi thọ: 平均～ tuổi thọ trung bình ❷tồn tại; sống: 突然停电有损机器的～。Tắt điện đột ngột có thể làm giảm tuổi thọ của máy.

【寿司】shòusī〈名〉sushi; món ăn Nhật Bản

【寿星】shòuxīng〈名〉❶thọ tinh (người đắc thọ) ❷người được chúc thọ

【寿衣】shòuyī〈名〉quần áo thọ; quần áo liệm

受 shòu〈动〉❶được; tiếp nhận; tiếp thu: ～到帮助được sự giúp đỡ; 接-教育 tiếp nhận sự giáo dục ❷bị; chịu: ～批评 bị phê bình ❸chịu đựng: ～苦～难 chịu đựng đau khổ; ～不了 không chịu được ❹được; thích hợp: ～看 đẹp mắt; 很～用 rất dễ chịu

【受不了】shòubuliǎo không chịu nổi

【受潮】shòucháo〈动〉bị ẩm

【受宠】shòuchǒng〈动〉được nuông chiều

【受宠若惊】shòuchǒng-ruòjīng được yêu chiều mà giật mình; vừa mừng vừa lo

【受挫】shòucuò〈动〉gặp khó khăn; bị thất bại; gặp cản trở

【受到】shòudào〈动〉nhận được: ～嘉奖 nhận được khen thưởng

【受罚】shòufá〈动〉bị phạt; chịu phạt: 如果耽误了事情我甘愿～。Nếu lỡ việc thì tôi cam chịu phạt.

【受雇】shòugù〈动〉làm thuê

【受害】shòuhài〈动〉bị hại; mắc vạ; thiệt

【受害者】shòuhàizhě〈名〉nạn nhân

【受贿】shòuhuì〈动〉nhận hối lộ; ăn của đút lót: ～者受到严惩。Kẻ nhận hối lộ bị trừng trị nghiêm khắc.

【受惊】shòujīng〈动〉giật mình; kinh hãi; thất kinh; hoảng hồn

【受苦】shòukǔ〈动〉bị đau khổ; chịu đựng gian khổ: 让你～了。Vất vả cho anh quá.

【受苦受难】shòukǔ-shòunàn chịu đựng mọi đau khổ

【受理】shòulǐ〈动〉❶nhận giải quyết; nhận làm: ～网上订票业务 dịch vụ nhận đặt vé trên mạng ❷nhận xét

S

xử; thụ lí: 法院已~这起诉讼案件。Tòa án đã thụ lí vụ án tố tụng này.

【受难】shòunàn〈动〉bị nạn; chịu nạn

【受骗】shòupiàn〈动〉bị lừa; mắc lừa

【受聘】shòupìn〈动〉❶nhận lời mời: ~为客座教授 nhận lời mời làm giáo sư thỉnh giảng ❷nhận đồ sính lễ (của nhà trai)

【受气】shòuqì〈动〉bị ức hiếp; bị hà hiếp; bị khinh bỉ; bị bắt nạt

【受人之托】shòurénzhītuō nhận sự ủy thác của người khác; nhận sự giao phó của người khác

【受伤】shòushāng〈动〉bị thương

【受审】shòushěn〈动〉bị xét xử; bị xét hỏi

【受托】shòutuō〈动〉được ủy thác; được ủy quyền

【受益】shòuyì〈动〉được lợi; nhận được lợi ích: 使更多民众~ mang lại nhiều lợi ích hơn cho người dân

【受益人】shòuyìrén〈名〉người được lợi

【受用】shòuyòng〈动〉hưởng; được hưởng

【受用】shòuyong〈形〉dễ chịu; sảng khoái: 我身上有点不~。Tôi cảm thấy trong mình hơi khó chịu.

【受孕】shòuyùn〈动〉thụ thai

【受灾】shòuzāi〈动〉bị nạn; bị thiên tai: ~区域 vùng bị thiên tai

【受众】shòuzhòng〈名〉đối tượng được tiếp nhận thông tin và các sản phẩm văn hóa, tác phẩm nghệ thuật, bao gồm khán thính giả, độc giả...

【受罪】shòuzuì〈动〉bị giày vò; bị làm tội

狩 shòu〈动〉[书]đi săn

【狩猎】shòuliè〈动〉đi săn; săn bắt

授 shòu〈动〉❶trao cho ❷giảng dạy

【授粉】shòufěn〈动〉thụ phấn: 人工~thụ phấn nhân tạo

【授奖】shòujiǎng〈动〉trao thưởng: ~仪式在礼堂举行。Lễ trao thưởng được tổ chức tại lễ đường.

【授课】shòukè〈动〉giảng bài

【授权】shòuquán〈动〉ủy quyền

【授意】shòuyì〈动〉gợi ý; mớm ý: 没有人~他这么做。Không ai mách nó làm vậy.

【授予】shòuyǔ〈动〉trao tặng; ban cho; cấp: ~勋章 trao tặng huân chương

售 shòu〈动〉❶bán: ~书活动 hoạt động bán sách ❷[书]thi hành

【售后服务】shòuhòu fúwù dịch vụ hậu mãi; dịch vụ (bảo hành) sau khi bán hàng

【售货员】shòuhuòyuán〈名〉người bán hàng

【售价】shòujià〈名〉giá bán

【售卖】shòumài〈动〉bán; bán ra

【售票处】shòupiàochù〈名〉chỗ bán vé; phòng bán vé

【售票员】shòupiàoyuán〈名〉người bán vé

【售罄】shòuqìng〈动〉bán hết; hết hàng

兽 shòu❶〈名〉thú: 野~ thú vật; 恶~ ác thú ❷〈形〉dã man; hèn hạ

【兽类】shòulèi〈名〉loài thú

【兽行】shòuxíng〈名〉❶hành vi dã man; hành vi độc ác ❷thú tính

【兽性】shòuxìng〈名〉thú tính; mất hết tính người; tính dã man; tính man rợ: ~大发 mất hết tính người

【兽药】shòuyào〈名〉thuốc thú y

【兽医】shòuyī〈名〉thú y

【兽欲】shòuyù〈名〉dục vọng như loài cầm thú; tình dục man rợ

瘦 shòu〈形〉❶gầy: 骨~如柴 gầy như con cá mắm ❷nạc: ~肉 thịt nạc ❸hẹp; chật; nhỏ: ~小的衣服 quần áo nhỏ chật ❹xấu; cằn cỗi: 贫~的土地 mảnh đất cằn cỗi

【瘦长】shòucháng〈形〉dài và hẹp;

cao gầy

【瘦弱】shòuruò<形>gầy yếu: ~的身影 thân hình gầy yếu

【瘦身】shòushēn<动>giảm cân; giảm béo; giữ eo

【瘦小】shòuxiǎo<形>gầy bé; gầy choắt; gầy nhom

【瘦子】shòuzi<名>người gầy

shū

书 shū❶<动>viết chữ; ghi chép: ~写 viết lách ❷<名>chữ; nét chữ: 楷~ chữ chân ❸<名> sách: 三本~ ba cuốn sách ❹<名>thư; thư từ: 家~抵万金。Thư nhà quý hơn vàng. ❺<名> thư; giấy tờ: 说明~ bản thuyết minh; 保证~ giấy bảo đảm

【书包】shūbāo<名>túi sách; cặp sách

【书报】shūbào<名>sách báo

【书本】shūběn<名>sách vở

【书城】shūchéng<名>trung tâm chuyên bán sách; nhà sách

【书橱】shūchú<名>tủ sách; quầy sách

【书呆子】shūdāizi<名>mọt sách

【书店】shūdiàn<名>hiệu sách

【书法】shūfǎ<名>thư pháp; nghệ thuật viết chữ

【书法家】shūfǎjiā<名>nhà thư pháp

【书房】shūfáng<名>phòng đọc sách và viết lách

【书稿】shūgǎo<名>bản thảo (cuốn sách)

【书柜】shūguì<名>tủ sách

【书号】shūhào<名>mã số sách

【书画】shūhuà<名>thư họa

【书籍】shūjí<名>sách; thư tịch

【书记】shūjì<名>bí thư (Đảng, Đoàn các cấp): 支部~ bí thư chi bộ

【书记员】shūjìyuán<名>thư kí viên; nhân viên văn thư

【书架】shūjià<名>giá sách; kệ sách

【书刊】shūkān<名>sách và tạp chí

【书面】shūmiàn<形>viết bằng văn bản: ~通知 thông tri bằng văn bản

【书面合同】shūmiàn hétóng văn bản hợp đồng

【书面语】shūmiànyǔ<名>văn viết; ngôn ngữ viết

【书名】shūmíng<名>tên sách

【书目】shūmù<名>❶mục lục sách; thư mục ❷tiết mục khúc nghệ hát nói

【书评】shūpíng<名>bài phê bình sách; bài bình luận sách

【书签】shūqiān<名>❶phiếu tên sách ❷thẻ đánh dấu trang sách

【书商】shūshāng<名>người chuyên buôn bán sách

【书生】shūshēng<名>thư sinh; người học trò trẻ tuổi

【书生气】shūshēngqì<名>vẻ thư sinh; non nớt; phong cách học trò

【书市】shūshì<名>❶chợ sách ❷hội chợ sách

【书摊】shūtān<名>sạp bán sách

【书香门第】shūxiāng-méndì ngôi thư hương; nhà dòng dõi có truyền thống học vấn

【书写】shūxiě<动>viết lách; viết chữ

【书信】shūxìn<名>thư; thư từ

【书展】shūzhǎn<名>❶hội chợ sách ❷triển lãm thư pháp

【书桌】shūzhuō<名>bàn học

抒 shū<动>❶phát biểu; bày tỏ: 各~己见 mỗi người đều phát biểu ý kiến của mình ❷[书]giải trừ

【抒发】shūfā<动>biểu đạt; bày tỏ: ~对祖国的热爱之情 bày tỏ lòng yêu nước nồng nàn

【抒情】shūqíng<动>bày tỏ tình cảm; trữ tình: ~诗 thơ trữ tình

枢 shū<名>❶chốt cửa: 户~不蠹 chốt cửa không mọt ❷bộ phận then chốt: 神经中~ trung tâm thần kinh

【枢纽】shūniǔ<名>then chốt; đầu mối: 交通~ đầu mối giao thông

叔 shū<名>❶chú ruột ❷(xưng hô)

chú

【叔伯】shūbai〈形〉thúc bá; chú bác: ~兄弟 anh em chú bác

【叔父】shūfù〈名〉chú ruột

【叔母】shūmǔ〈名〉thím

【叔叔】shūshu〈名〉[口]❶chú ❷chú (cách xưng hô đối với người đàn ông cùng vai mà kém tuổi bố)

梳 shū❶〈名〉cái lược: 牛角~ lược sừng ❷〈动〉chải: ~头 chải đầu

【梳理】shūlǐ〈动〉❶[纺织]chải; chải vuốt sợi ❷làm cho rành mạch rõ ràng; chấn chỉnh

【梳洗】shūxǐ〈动〉rửa mặt chải đầu

【梳妆】shūzhuāng〈动〉chải đầu và trang điểm

【梳妆台】shūzhuāngtái〈名〉bàn trang điểm

【梳子】shūzi〈名〉cái lược

淑 shū〈形〉hiền lành; tốt đẹp

【淑女】shūnǚ〈名〉[书]thục nữ; người con gái nết na

舒 shū❶〈动〉thư thái; giãn ra: ~筋活络 thư gân hoạt lạc/giãn gân hoạt mạch ❷〈形〉[书]chậm rãi; thong thả ❸〈形〉thành thơi; dễ chịu; khoan khoái: 一脸轻松~适的样子 mặt mày thư thái

【舒畅】shūchàng〈形〉khoan khoái dễ chịu

【舒服】shūfu〈形〉❶thoải mái: 运动后洗一个热水澡很~。Tắm nước nóng sau khi tập thể dục người cảm thấy rất thoải mái. ❷dễ chịu: 你按摩得真~。Động tác xoa bóp của anh làm tôi rất dễ chịu.

【舒筋活络】shūjīn huóluò[中医]thư giãn gân cốt kinh mạch

【舒适】shūshì〈形〉dễ chịu

【舒坦】shūtan〈形〉dễ chịu: 心里~多了。Cảm thấy nhẹ nhàng hẳn lên.

【舒展】shūzhǎn❶〈动〉mở ra; xòe ra: 花瓣也~开了。Những cánh hoa cũng xòe ra. ❷〈形〉khoan khoái;

dễ chịu: 心情~ trong lòng cảm thấy khoan khoái

【舒张压】shūzhāngyā〈名〉[医学] huyết áp tối thiểu

疏 shū❶〈动〉khai thông; khơi: ~通航道 khơi thông luồng tàu chạy ❷〈形〉thưa: 地广人~ đất rộng người thưa ❸〈形〉không thân; sơ nhạt: 远忠臣 xa lánh trung thần ❹〈形〉trống rỗng; kém cỏi: 才~学浅。Học nông tài kém. ❺〈形〉lơ là; lơ đễnh: ~于管教 lơ là trong công tác giáo dục quản lí ❻〈动〉làm cho thưa ra; phân tán: ~散居民 sơ tán cư dân ❼〈名〉sớ; điều trần: 奏~ tấu sớ

【疏导】shūdǎo〈动〉khơi thông: ~交通 điều hành khơi thông giao thông

【疏忽】shūhu〈动〉lơ là; qua loa: 工作~ làm việc qua loa

【疏漏】shūlòu❶〈动〉sơ ý để sót ❷〈名〉sơ suất; bỏ sót

【疏松】shūsōng❶〈形〉tơi; xốp; mềm: ~的材料 vật liệu xốp mềm ❷〈动〉làm tơi; làm xốp; xới: ~土壤 xới đất

【疏通】shūtōng〈动〉❶nạo vét; khơi thông: ~中心航道 nạo vét lòng sông ❷dàn xếp; làm trung gian hòa giải

【疏远】shūyuǎn❶〈动〉xa lánh; ghẻ lạnh: ~朋友 làm lạnh nhạt quan hệ bè bạn ❷〈形〉lạnh nhạt

输¹ shū〈动〉❶chuyển vận: 运~ vận tải/vận chuyển ❷[书]quyên góp

输² shū〈动〉thua: 打~官司 thua kiện

【输出】shūchū〈动〉❶đưa ra ❷xuất khẩu: 劳务~ xuất khẩu lao động ❸truyền; phát ra; chuyển giao: ~新工艺 chuyển giao công nghệ mới

【输卵管】shūluǎnguǎn〈名〉ống dẫn trứng

【输入】shūrù〈动〉❶đưa từ ngoài vào trong ❷du nhập; nhập cảng; nhập vào: ~资金技术 du nhập tiền vốn và kĩ thuật ❸nhập (chuyển dùng cho kĩ nghệ điện tử): ~账户 nhập số tài khoản

【输送】shūsòng〈动〉chuyển vận: ~原材料 vận chuyển nguyên vật liệu

【输血】shūxuè〈动〉tiếp máu; truyền máu

【输液】shūyè〈动〉tiếp dịch; truyền dịch

【输赢】shūyíng〈名〉được thua; thắng bại

【输油管】shūyóuguǎn〈名〉ống dẫn dầu

蔬 shū〈名〉rau

【蔬菜】shūcài〈名〉rau; rau cỏ

【蔬果】shūguǒ〈名〉rau quả

shú

赎 shú〈动〉chuộc

【赎回】shúhuí〈动〉chuộc lại

【赎金】shújīn〈名〉tiền chuộc

【赎罪】shúzuì〈动〉chuộc tội: 立功~ lập công chuộc tội

熟 shú〈形〉❶(quả, thức ăn) chín: ~食 thức ăn chín ❷thuộc: 我已背~这首长诗。Tôi đã thuộc lòng bài thơ dài này. ❸quen thuộc: ~人 người quen ❹thông thuộc: 她很~悉这一片胡同的情况。Chị ấy rất thông thuộc tình hình các ngõ hẻm ở đây. ❺kĩ càng: 深思~虑 suy nghĩ kĩ càng sâu sắc

【熟菜】shúcài〈名〉thức ăn chín

【熟地】shúdì〈名〉[中药]thục địa

【熟客】shúkè〈名〉khách quen

【熟练】shúliàn〈形〉thông thạo; thành thạo: ~工人 công nhân thạo nghề

【熟门熟路】shúmén-shúlù thông thạo tình hình, dày dạn kinh nghiệm

【熟能生巧】shúnéngshēngqiǎo quen tay hay việc; thành thạo hóa khéo tay

【熟人】shúrén〈名〉người quen

【熟石灰】shúshíhuī〈名〉vôi chín; vôi tôi

【熟识】shúshí〈动〉quen biết; biết rõ; thạo: 我跟他不~。Tôi không quen biết anh ta.

【熟视无睹】shúshì-wúdǔ nhắm mắt làm ngơ; quen nhìn mà chẳng thấy; không quan tâm gì

【熟睡】shúshuì〈动〉ngủ say; ngủ ngon

【熟悉】shúxī〈动〉quen thuộc; thông thạo

【熟习】shúxí〈动〉thành thạo; hiểu sâu; quen tay: ~业务 thành thạo nghiệp vụ

【熟语】shúyǔ〈名〉thục ngữ (cụm từ hay đoàn ngữ cố định được sử dụng thường xuyên)

【熟知】shúzhī〈动〉biết rõ

shǔ

暑 shǔ〈形〉nóng; nắng: 中~ say nắng

【暑假】shǔjià〈名〉nghỉ hè

【暑期】shǔqī〈名〉kì nghỉ hè; mùa hè

属 shǔ❶〈名〉loại: 金~ kim loại ❷〈名〉loài: 猴~ loài khỉ ❸〈名〉thân thuộc; thân thích: 亲~ người thân thuộc ❹〈动〉lệ thuộc: 常州市~江苏省。Thành phố Thường Châu thuộc tỉnh Giang Tô. ❺〈动〉cầm tinh: ~龙 cầm tinh con rồng (tuổi Thìn) ❻〈动〉là; đúng là ❼〈动〉thuộc về

【属地】shǔdì〈名〉thuộc địa

【属实】shǔshí〈动〉xác thực; phù hợp thực tế: 情况~ tình hình phù hợp thực tế

【属下】shǔxià〈名〉thuộc hạ; cấp dưới

【属性】shǔxìng〈名〉thuộc tính; mang tính: 金属~ mang tính kim loại

【属于】shǔyú〈动〉thuộc về

署 shǔ❶〈名〉công sở; sở ❷〈名〉cục (cấp trung ương): 海关总~ tổng cục

S

hài quan ❸<动>bố trí: 工作部~ bố trí công tác ❹<动> thay quyền: ~理 thay quyền

署² shǔ<动>kí: 签~ kí tên
【署名】shǔmíng<动>kí tên

鼠 shǔ<名>chuột
【鼠标】shǔbiāo<名>[计算机]con chuột (dùng cho máy tính)
【鼠目寸光】shǔmù-cùnguāng cận thị như chuột; tầm mắt thiển cận hạn hẹp

数 shǔ<动>❶đếm: ~人数 đếm đầu người ❷kể là trội hơn: 这里就~这家 酒店最好了。Kể ra trong vùng thì khách sạn này là trội nhất. ❸liệt kê 另见shù
【数不清】shǔbuqīng đếm không xuể
【数不胜数】shǔbùshèngshǔ (nhiều đến mức) đếm không xuể
【数得上】shǔdeshàng có thể kể đến
【数落】shǔluo<动>[口]❶quở trách; mắng ❷kể lể: 她把一件件事情~开来。Chị ấy bắt đầu kể lể từng câu chuyện một.
【数一数二】shǔyī-shǔ'èr hạng nhất nhì

薯 shǔ<名>củ; khoai: 红~ khoai lang; 马铃~ khoai tây; 木~ củ sắn

曙 shǔ<名>[书]rạng đông; bình minh
【曙光】shǔguāng<名>❶ánh bình minh ❷ví tiền cảnh tốt đẹp đã thấy

shù

术 shù<名>❶kĩ thuật; học thuật: 武~ võ thuật; 美~ mĩ thuật; 医~ y thuật ❷phương pháp; cách thức: 战~ chiến thuật ❸phẫu thuật
【术语】shùyǔ<名>thuật ngữ; từ ngữ chuyên môn

戍 shù<动>đóng giữ: ~边 đóng giữ biên giới

束 shù<动>❶thắt; buộc: ~腰 thắt eo ❷

<动>gò bó; trói buộc: 不要太拘~ không nên quá gò bó ❸<量>bó: 一 ~花 một bó hoa ❹<名>chùm: 光~ chùm sáng
【束缚】shùfù<动>ràng buộc; gò bó: 摆脱~ thoát khỏi sự ràng buộc
【束手就擒】shùshǒu-jiùqín bó tay chịu trói
【束手无策】shùshǒu-wúcè vô kế khả thi; chịu bó tay

述 shù<动>kể (ra); nói: 口~ kể bằng miệng
【述评】shùpíng❶<名>bài bình luận ❷<动>thuật lại và bình luận: ~军事 热点 bình luận các vấn đề quân sự nóng hổi
【述说】shùshuō<动>kể ra; nói rõ; trình thuật
【述职】shùzhí<动>báo cáo tình hình công việc trên cương vị của mình

树 shù❶<名>cây: 桃~ cây đào; 一棵 ~ một cây ❷<动>[书]trồng; trồng trọt ❸<动>dựng nên; xây dựng: ~新风 xây dựng nền nếp đời sống mới
【树杈】shùchà<名>cành cây; chạc cây
【树丛】shùcóng<名>khóm cây; bụi cây
【树敌】shùdí<动>gây thù địch: ~过 多 gây thù địch quá nhiều/gây thù chuốc oán
【树干】shùgàn<名>thân cây
【树立】shùlì<动>nêu; xây dựng; gây dựng: ~典型 dựng nên gương mẫu
【树林】shùlín<名>rừng cây
【树苗】shùmiáo<名>cây giống; cây non: 栽培~ vun xới cho cây non
【树木】shùmù<名>cây cối
【树梢】shùshāo<名>ngọn cây
【树叶】shùyè<名>lá cây
【树荫】shùyīn<名>bóng cây; bóng râm
【树枝】shùzhī<名>cành cây

竖 shù❶<形>thẳng đứng: ~井 giếng

dọc/hầm đứng ❷<形>dọc: 该表格横
向有三行，~向有五列。Tờ biểu mẫu
đó có ba hàng ngang năm cột dọc.
❸<动>dựng: ~起旗杆 dựng lên cột cờ
❹<名>nét sổ (trong chữ Hán)

【竖立】shùlì<动>đứng sừng sững;
dựng đứng

【竖起】shùqǐ<动>dựng đứng; dựng
lên: ~耳朵 giỏng tai lên nghe ngóng

【竖琴】shùqín<名>đàn hạc; thụ cầm

【竖直】shùzhí❶<动>thẳng đứng;
dựng đứng; dựng lên: 桩子被~起
来。Cây cọc đã được dựng đứng
lên. ❷<形>những cái dựng thẳng

恕 shù<动>❶suy bụng ta ra bụng
người ❷tha thứ; dung thứ: 请~罪。
Xin tha thứ. ❸xin thứ lỗi (lời nói
khách sáo): ~不接待。Xin thứ lỗi
không tiếp đãi được.

【恕不奉陪】shùbùfèngpéi Vô phép
không thể tháp tùng!

【恕罪】shùzuì<动>xá lỗi; thứ lỗi

数 shù❶<名>sô: 学员人~ số học viên
❷<名>con số; chữ số ❸<名>[语法]số
(một phạm trù ngữ pháp) ❹<名>số
trời; số mệnh: 天有定~。Số trời đã
định. ❺<数>vài; mấy: 寥寥~页 vẻn
vẹn vài trang ❻<数>khoảng: 百~里
路 khoảng trăm dặm đường
另见shǔ

【数词】shùcí<名>số từ

【数额】shù'é<名>số; số lượng: ~巨大
số lượng lớn

【数据】shùjù<名>số liệu; dữ liệu

【数据库】shùjùkù<名>kho số liệu;
kho dữ liệu

【数控】shùkòng<形>điều khiển bằng
số: ~机床 máy tiện điều khiển bằng
số

【数量】shùliàng<名>số lượng

【数量词】shùliàngcí<名>số lượng từ

【数码】shùmǎ❶<名>số; con số; chữ
số ❷<形>số; mã hóa: ~技术 kĩ thuật
số

【数码产品】shùmǎ chǎnpǐn sản
phẩm kĩ thuật số

【数码相机】shùmǎ xiàngjī máy ảnh
số; máy ảnh kĩ thuật số

【数目】shùmù<名>con số

【数学】shùxué<名>toán học; số học

【数学家】shùxuéjiā<名>nhà toán học

【数以万计】shùyǐwànjì hàng vạn

【数值】shùzhí<名>[数学]trị số

【数字】shùzì❶<名>số ❷<名>con số;
chữ số ❸<名>số lượng ❹<形>số; mã
hóa: ~游戏 trò chơi con số

【数字电视】shùzì diànshì truyền
hình kĩ thuật số

【数字化】shùzìhuà số hóa; mã hóa

墅 shù<名>biệt thự: 别~ biệt thự

漱 shù<动>súc miệng

【漱口】shùkǒu<动>súc miệng: 用盐
水~ súc miệng bằng nước muối

shuā

刷 shuā❶<名>bàn chải: 鞋~ bàn chải
đánh giày ❷<动>đánh; chải: ~牙
đánh răng; ~墙 quét tường ❸<动>
xóa tên; đào thải; sa thải

【刷卡】shuākǎ<动>quẹt thẻ

【刷洗】shuāxǐ<动>cọ rửa; lau rửa: ~
碗碟 cọ rửa bát đĩa; ~桌椅 lau rửa
bàn ghế

【刷新】shuāxīn<动>đổi mới; phá (kỉ
lục): ~成绩 đổi mới thành tích

【刷子】shuāzi<名>bàn chải

shuǎ

耍 shuǎ<动>❶[方]chơi; chơi đùa;
nghịch: 小孩爱玩~。Trẻ em thích
đùa nghịch. ❷biểu diễn; múa: ~
杂技 diễn xiếc ❸thi thố; giở ra: ~
坏 giở trò xấu ❹lừa; lừa gạt: 被~了
mắc lừa

【耍把戏】shuǎ bǎxì❶diễn xiếc; làm

xiếc ❷[方]giở trò lừa dối

【耍大牌】shuǎ dàpái ra vẻ ta đây

【耍横】shuǎhèng〈动〉[方]giở thái độ đầu gấu; giở trò gấu

【耍花招】shuǎ huāzhāo❶giở trò khôn vặt ❷giở trò; giở mánh khóe

【耍赖】shuǎlài〈动〉giở trò xấu; xỏ lá

【耍流氓】shuǎ liúmáng giở trò lưu manh

【耍弄】shuǎnòng〈动〉❶trêu đùa; trêu chọc: 被众人~ bị chúng bạn trêu chọc/bị chúng bạn chơi khăm ❷thi thố

【耍排场】shuǎ páichǎng làm ra vẻ; giữ sĩ diện

【耍脾气】shuǎ píqi nổi cáu; giận dỗi

【耍手段】shuǎ shǒuduàn giở thủ đoạn

【耍威风】shuǎ wēifēng ra oai; hách dịch

【耍心眼儿】shuǎ xīnyǎnr giở mẹo vặt

【耍嘴皮子】shuǎ zuǐpízi❶khua môi múa mép ❷nói suông: 他不干实事，只~。Hắn không làm việc thực tế, chỉ nói suông thôi.

shuāi

衰shuāi〈动〉yếu, suy yếu: 由盛到~ từ thịnh đến suy

【衰败】shuāibài〈动〉suy sụp; sa sút; suy đồi

【衰减】shuāijiǎn〈动〉suy giảm; suy yếu: 影响力~ sức ảnh hưởng suy giảm

【衰竭】shuāijié〈动〉suy kiệt; suy yếu kiệt sức: 水源~ nguồn nước bị cạn kiệt

【衰老】shuāilǎo〈形〉già yếu

【衰落】shuāiluò〈动〉suy sụp; sa sút

【衰弱】shuāiruò〈形〉❶suy nhược

❷suy yếu

【衰退】shuāituì〈动〉suy thoái; sa sút

【衰亡】shuāiwáng〈动〉suy vong

摔shuāi〈动〉❶ngã: 老人不小心~了一跤。Cụ già bất chợt bị ngã. ❷rơi: 从高处~下来 rơi xuống từ trên cao ❸ném: 那孩子向池塘~了块石头。Chú bé kia ném viên đá xuống ao. ❹đánh rơi vỡ: 保姆失手~破了碗。Người giúp việc lỡ tay đánh rơi vỡ cái bát. ❺đập; giũ

【摔打】shuāida〈动〉❶đập; giũ ❷rèn luyện; rèn giũa: 经得起~才能有进步。Trải qua nhiều rèn luyện mới có thể tiến bộ.

【摔跟头】shuāi gēntou❶ngã ❷sai lầm; vấp váp: 工作中~ bị vấp váp trong công việc

【摔跤】shuāijiāo❶〈动〉ngã ❷〈动〉vật ❸〈名〉môn vật

shuǎi

甩shuǎi〈动〉❶vung, vẫy; phất: ~袖子 vung tay áo ❷quăng; ném: ~手榴弹 quăng lựu đạn ❸bỏ mặc; ruồng bỏ: 把女朋友~了。Đã ruồng bỏ bạn gái.

【甩包袱】shuǎi bāofu trút bỏ gánh nặng; trút nợ

【甩掉】shuǎidiào〈动〉bỏ; bỏ mặc; thoát khỏi; quăng đi

【甩干】shuǎigān〈动〉vắt khô (trong máy giặt): 妈妈已经用洗衣机~衣服。Mẹ đã dùng máy giặt vắt khô quần áo.

【甩卖】shuǎimài〈动〉bán phá giá; bán tháo

【甩手】shuǎishǒu〈动〉❶vung tay ❷mặc kệ; bỏ mặc: 不能对自己分内的工作~不干。Không thể vung tay bỏ mặc đối với mảng công việc của mình.

shuài

帅[1] shuài〈名〉[军事]soái; chủ tướng

帅[2] shuài〈形〉[口]đẹp; xuất sắc: ~小伙 chàng trai đẹp

【帅哥】shuàigē〈名〉chàng trai bảnh bao; chàng trai đẹp; soái ca

【帅气】shuàiqì ❶〈名〉khí chất bảnh trai; khí chất tuấn tú ❷〈形〉bảnh bao; tuấn tú

率[1] shuài〈动〉❶dẫn; dẫn đầu: ~军出城 dẫn quân ra thành ❷[书]theo

率[2] shuài ❶〈形〉coi thường; không thận trọng: 草~ qua quít; 轻~ khinh suất ❷〈形〉thẳng thắn: 他是一个直~的人。Anh ấy là một người thẳng thắn.

另见lǜ

【率领】shuàilǐng〈动〉dẫn đầu

【率先】shuàixiān〈副〉dẫn đầu; trước tiên: ~响应 dẫn đầu hưởng ứng

【率直】shuàizhí〈形〉thẳng thắn

shuān

闩shuān ❶〈名〉chốt; then (cửa) ❷〈动〉cài; gài: 记得~门啊! Nhớ cài cửa nhé!

拴shuān〈动〉❶buộc: 把狗~起来吧。Buộc con chó lại đi. ❷ràng buộc; vướng víu: 我这几年让孩子给~住了。Mấy năm nay tôi luôn bị vướng víu bởi con cái.

【拴绑】shuānbǎng〈动〉trói buộc

【拴住】shuānzhù〈动〉buộc lại; thắt lại

栓shuān〈名〉❶cái chốt; cái then; cái van: 门~ then cài cửa; 消防~ cái van chữa cháy ❷chốt an toàn (của súng) ❸(cái) nút; nắp hay vật có hình dạng như cái nút

【栓塞】shuānsè〈动〉[医学]tắc mạch: 脑血管~ tắc mạch máu não

shuàn

涮shuàn〈动〉❶khỏa; rửa: 把锅好好~~。Rửa cho sạch cái nồi. ❷súc: 麻烦你~一下杯子。Phiền cô súc qua cái cốc. ❸chần; nhúng ❹[方]lừa phỉnh; đùa cợt, lừa gạt

【涮羊肉】shuàn yángròu chần thịt cừu; tái dê

shuāng

双shuāng ❶〈形〉đôi; hai: ~手 hai tay ❷〈量〉đôi: 两~鞋 hai đôi giày ❸〈形〉chẵn: ~号 số chẵn ❹〈形〉kép; gấp đôi: 打~份工 nhận làm hai công việc

【双胞胎】shuāngbāotāi〈名〉bào thai đôi; thai sinh đôi; sinh đôi

【双倍】shuāngbèi〈名〉gấp đôi; hai lần

【双臂】shuāngbì〈名〉đôi cánh tay

【双边关系】shuāngbiān guānxì quan hệ đôi bên; quan hệ tay đôi

【双边贸易】shuāngbiān màoyì mậu dịch tay đôi; mậu dịch đôi bên

【双层】shuāngcéng〈名〉hai tầng; hai lớp

【双程票】shuāngchéngpiào〈名〉vé khứ hồi

【双重】shuāngchóng〈形〉song trùng; kép; hai tầng: ~身份 tư cách kép

【双打】shuāngdǎ〈名〉môn đánh đôi; đánh kép (trong bóng bàn, cầu lông, quần vợt…)

【双方】shuāngfāng〈名〉hai bên; đôi bên

【双杠】shuānggàng〈名〉[体育]xà kép

【双关】shuāngguān〈名〉hai tầng ý nghĩa; một câu đôi nghĩa

【双号】shuānghào〈名〉(số hiệu, biển số) chẵn

S

【双肩包】shuāngjiānbāo<名>túi hay cặp đeo vai hai quai ba lô nhỏ

【双联单】shuāngliándān<名>hóa đơn viết đúp; đơn hai liên

【双面】shuāngmiàn<形>hai mặt; đôi mặt

【双面胶】shuāngmiànjiāo<名>băng dán keo hai mặt

【双目】shuāngmù<名>đôi mắt; hai mắt: ~失明 mù lòa cả đôi mắt

【双亲】shuāngqīn<名>cha mẹ; song thân: ~健在 cha mẹ vẫn khỏe

【双人床】shuāngrénchuáng<名>giường đôi; giường to

【双人房】shuāngrénfáng<名>phòng ở hai người (thường chỉ trong khách sạn); phòng đôi

【双人舞】shuāngrénwǔ<名>múa đôi

【双刃剑】shuāngrènjiàn<名>dao hai lưỡi; ví sự việc có cả hai mặt tốt và xấu

【双手】shuāngshǒu<名>đôi tay; hai tay

【双数】shuāngshù<名>số chẵn

【双双】shuāngshuāng<副>thành cặp; thành đôi; sánh đôi: 他俩合伙抢劫杀人，~落入法网。Hai đứa hò nhau giết người cướp của rồi lại cùng sa lưới luật pháp.

【双喜临门】shuāngxǐ-línmén song hỉ lâm môn; ví hai chuyện vui đến cùng một lúc

【双向】shuāngxiàng<形>❶hai bên cùng phối hợp hay tác động lẫn nhau: ~互动。Hai bên phối hợp lẫn nhau. ❷hai chiều trái ngược: ~车流量增加。Số xe chạy xuôi và chạy ngược đều tăng.

【双休日】shuāngxiūrì<名>chế độ nghỉ hai ngày thứ bảy và chủ nhật

【双选会】shuāngxuǎnhuì<名>hội chợ việc làm

【双眼皮】shuāngyǎnpí<名>mắt hai mí; mí mắt đôi

【双氧水】shuāngyǎngshuǐ<名>[医药] dung dịch ô-xy già; dung dịch pe-ô-xít-hi-đrô

【双引号】shuāngyǐnhào<名>dấu ngoặc kép

【双赢】shuāngyíng<动>cả hai bên cùng thắng: 我们一起努力达到~的目标。Ta cùng cố gắng để đạt mục tiêu cả hai bên đều giành phần thắng.

【双鱼座】shuāngyúzuò<名>chòm sao Song ngư

【双子座】shuāngzǐzuò<名>chòm sao Song tử

霜 shuāng ❶<名>sương; sương giá: ~晨 buổi sớm đầy sương ❷<名>(chất giống) sương: 柿~ meo quả hồng ❸<形>màu trắng (tựa như sương): ~发 tóc sương

【霜冻】shuāngdòng<名>sương giá

【霜降】shuāngjiàng<名>tiết Sương giáng

孀 shuāng<名>góa: ~居 ở góa

shuǎng

爽¹ shuǎng<形>❶trong sáng; sáng láng: 清~的早晨 buổi sáng trời trong sáng ❷(tính cách) ngay thẳng: 直~ thẳng thắn ❸dễ chịu; thoải mái: 感觉轻松舒~ cảm giác thoải mái dễ chịu

爽² shuǎng<动>sai; sai sót: 屡试不~ thử đi thử lại nhiều lần đều không sai

【爽口】shuǎngkǒu<形>sướng miệng; ngon miệng: 这酸黄瓜很~。Món dưa chuột muối này rất ngon miệng.

【爽快】shuǎngkuai<形>❶sảng khoái; nhẹ nhõm ❷thẳng thắn; vui vẻ: 他~地答应了我们的要求。Anh ấy đã vui vẻ chấp thuận yêu cầu của chúng tôi.

【爽朗】shuǎnglǎng〈形〉❶trong sáng: 入秋天气变得十分~. Vào thu khí trời trở nên trong sáng. ❷cởi mở: ~的笑声 tiếng cười cởi mở

【爽身粉】shuǎngshēnfěn〈名〉phấn rôm

【爽心悦目】shuǎngxīn-yuèmù lâng lâng vui mắt; vui mắt nhẹ lòng

【爽约】shuǎngyuē〈动〉lỡ hẹn; sai hẹn

【爽直】shuǎngzhí〈形〉thẳng thắn; thẳng tính

shuǐ

水 shuǐ ❶〈名〉nước: 淡~ nước ngọt❷ 〈名〉sông: 淮~ sông Hoài ❸〈名〉thủy; sông nước; trên nước: ~陆联运业务 dịch vụ liên vận đường thủy và đường bộ ❹〈名〉nước; chất lỏng: 黑墨~ mực đen ❺〈名〉thu nhập thêm; chi tiêu ngoài: 每个月他都有外~. Anh ấy hàng tháng đều có thu nhập thêm. ❻〈量〉nước; lần

【水坝】shuǐbà〈名〉đập nước

【水杯】shuǐbēi〈名〉cốc đựng nước; cái li

【水泵】shuǐbèng〈名〉máy bơm nước; bơm nước

【水笔】shuǐbǐ〈名〉❶bút lông; bút vẽ ❷[方]bút máy

【水表】shuǐbiǎo〈名〉đồng hồ nước

【水兵】shuǐbīng〈名〉lính thủy; thủy quân

【水彩】shuǐcǎi〈名〉thuốc màu nước

【水彩画】shuǐcǎihuà〈名〉tranh màu nước

【水草】shuǐcǎo〈名〉❶nơi có đồng cỏ và nguồn nước: 牧民逐~而居. Người dân du mục sống theo điều kiện nguồn cỏ và nguồn nước. ❷bèo rong

【水产】shuǐchǎn〈名〉thủy sản

【水产品】shuǐchǎnpǐn〈名〉đồ thủy sản

【水产养殖】shuǐchǎn yǎngzhí nuôi trồng thủy sản

【水池】shuǐchí〈名〉bể nước

【水到渠成】shuǐdào-qúchéng nước chảy tất thành mương; trăng đến rằm trăng tròn

【水稻】shuǐdào〈名〉lúa nước

【水滴】shuǐdī〈名〉giọt nước

【水滴石穿】shuǐdī-shíchuān nước chảy đá mòn

【水电】shuǐdiàn〈名〉thủy điện

【水电费】shuǐdiànfèi〈名〉tiền điện và tiền nước

【水电站】shuǐdiànzhàn〈名〉trạm thủy điện

【水痘】shuǐdòu〈名〉bệnh thủy đậu

【水碓】shuǐduì〈名〉cối giã bằng sức nước

【水粉画】shuǐfěnhuà〈名〉tranh màu bột

【水分】shuǐfèn〈名〉❶hàm lượng nước: ~充足 lượng nước đầy đủ ❷thành phần không chân thực xen lẫn trong tình huống nào đó: 这份报告有~. Bản báo cáo này có phần không chân thực.

【水缸】shuǐgāng〈名〉chum đựng nước

【水沟】shuǐgōu〈名〉cống rãnh

【水垢】shuǐgòu〈名〉cáu vôi (cặn tích trong ấm đun nước)

【水管】shuǐguǎn〈名〉ống nước

【水果】shuǐguǒ〈名〉trái cây; hoa quả

【水果刀】shuǐguǒdāo〈名〉dao thường dùng để gọt cắt trái cây

【水果糖】shuǐguǒtáng〈名〉kẹo hoa quả

【水壶】shuǐhú〈名〉ấm; tích

【水患】shuǐhuàn〈名〉thủy hoạn; nạn lũ lụt; úng lụt

【水火不相容】shuǐhuǒ bù xiāng

róng lửa và nước không thể dung hòa; như nước với lửa

【水货】shuǐhuò<名>❶hàng lậu; hàng nhái: 我们要买正品，拒绝~。 Chúng tôi phải mua hàng chính hiệu, không chấp nhận hàng nhái. ❷hàng chất lượng kém

【水饺】shuǐjiǎo<名>sủi cảo

【水窖】shuǐjiào<名>hầm chứa nước; hố chứa nước

【水晶】shuǐjīng<名>pha lê

【水晶宫】shuǐjīnggōng<名>thủy tinh cung

【水井】shuǐjǐng<名>giếng; giếng nước

【水坑】shuǐkēng<名>hố nước

【水库】shuǐkù<名>hồ chứa nước; bể chứa nước

【水力】shuǐlì<名>sức nước: ~发电 phát điện bằng sức nước

【水利】shuǐlì<名>❶thủy lợi ❷công trình thủy lợi

【水灵】shuǐling<形>[口]❶ngon mà mọng nước: ~的水蜜桃 trái đào mật ngon mà mọng nước ❷xinh đẹp; tươi đẹp: ~的花朵 bông hoa đẹp tươi

【水流】shuǐliú<名>❶dòng nước ❷sông ngòi (nói chung)

【水龙头】shuǐlóngtóu<名>vòi nước; máy nước: ~失灵了。Vòi nước bị hỏng.

【水陆】shuǐlù<名>❶thủy lục; trên bộ và dưới nước: ~联运 liên vận đường thủy và đường bộ ❷sơn hào hải vị

【水落石出】shuǐluò-shíchū nước rạt lòi mặt cỏ; cháy nhà ra mặt chuột; lộ chân tướng phanh phui

【水蜜桃】shuǐmìtáo<名>đào mật

【水面】shuǐmiàn<名>❶mặt nước: 一群鸭子游在~上。Đàn vịt bơi lội trên mặt nước. ❷diện tích mặt nước

【水墨画】shuǐmòhuà<名>tranh thủy mặc

【水母】shuǐmǔ<名>sứa; con sứa

【水泥】shuǐní<名>xi măng

【水鸟】shuǐniǎo<名>chim nước; thủy điểu; thủy cầm

【水牛】shuǐniú<名>trâu; con trâu

【水泡】shuǐpào<名>bong bóng nước

【水平】shuǐpíng❶<形>ngang mặt nước; nằm ngang; thủy bình: ~方向 hướng nằm ngang ❷<名>trình độ; mức độ: 提高道德修养~ nâng cao trình độ tu dưỡng đạo đức

【水平面】shuǐpíngmiàn<名>mặt thủy bình; mặt phẳng nằm ngang

【水平线】shuǐpíngxiàn<名>đường thủy bình

【水瓶座】shuǐpíngzuò<名>chòm sao Thủy bình

【水枪】shuǐqiāng<名>❶[矿业]súng bắn nước (dùng dưới hầm mỏ khai thác than) ❷súng nước chữa cháy

【水球】shuǐqiú<名>❶môn bóng nước ❷quả bóng nước

【水渠】shuǐqú<名>kênh

【水溶性】shuǐróngxìng<名>(sự) hòa tan trong nước

【水乳交融】shuǐrǔ-jiāoróng chan hòa như nước với sữa; ví quan hệ gắn bó keo sơn chặt chẽ

【水上交通】shuǐshàng jiāotōng giao thông đường thủy

【水深火热】shuǐshēn-huǒrè nước sôi lửa bỏng

【水生动物】shuǐshēng dòngwù động vật sinh sống dưới nước

【水生植物】shuǐshēng zhíwù thực vật sinh sống dưới nước

【水手】shuǐshǒu<名>thủy thủ: 远洋~ thủy thủ viễn dương

【水塔】shuǐtǎ<名>tháp nước; két nước

【水獭】shuǐtǎ<名>con rái cá

【水潭】shuǐtán<名>hồ; đầm

【水塘】shuǐtáng<名>ao

【水田】shuǐtián<名>ruộng nước

【水桶】shuǐtǒng<名>thùng đựng nước

【水土】shuǐtǔ<名>❶đất và nước ❷thủy thổ

【水土不服】shuǐtǔ-bùfú bất phục thủy thổ; lạ nước lạ cái; không thích nghi được với khí hậu và nước nôi của vùng mới đến ở

【水汪汪】shuǐwāngwāng ❶đầy nước ❷long lanh; lóng lánh: 一双~的眼睛 cặp mắt long lanh

【水位】shuǐwèi<名>❶mực nước: 自动监控锅炉的~ tự động giám trắc mực nước nồi hơi ❷độ sâu của nước ngầm; khoảng cách từ mặt đất đến nước ngầm

【水温】shuǐwēn<名>thủy ôn; nhiệt độ nước

【水文】shuǐwén<名>thủy văn

【水洗】shuǐxǐ<动>❶giặt rửa bằng nước ❷công nghệ gia công đặc thù trong ngành dệt may khiến cho phục trang tăng cảm giác mềm mại

【水系】shuǐxì<名>hệ thống sông ngòi; thủy hệ

【水仙】shuǐxiān<名>❶cây thủy tiên ❷hoa thủy tiên

【水乡】shuǐxiāng<名>vùng sông nước: 江南~ vùng sông nước Giang Nam

【水箱】shuǐxiāng<名>thùng nước

【水泄不通】shuǐxièbùtōng chật như nêm cối; kín đến mức nước chẳng lọt được

【水星】shuǐxīng<名>sao Thủy

【水性】shuǐxìng<名>❶kĩ năng bơi lội: 渔村里的孩子~极好。Các em trong làng chài đều bơi giỏi. ❷tình hình hay tính chất của vùng nước

【水性笔】shuǐxìngbǐ<名>loại bút mực bơm sẵn

【水性杨花】shuǐxìng-yánghuā (phụ nữ) lẳng lơ, không chính chuyên

【水压】shuǐyā<名>áp suất nước

【水鸭】shuǐyā<名>vịt trời; mòng két

【水银】shuǐyín<名>thủy ngân

【水银温度计】shuǐyín wēndùjì nhiệt kế thủy ngân

【水印】shuǐyìn<名>❶phương pháp làm giấy có hình mờ; con dấu in hình mờ ❷vết nước; ngấn nước

【水域】shuǐyù<名>vùng nước; thủy vực (phạm vi nhất định từ mặt nước đến đáy của biển, sông, hồ)

【水源】shuǐyuán<名>❶nguồn sông ❷nguồn nước: 必须保证居民饮用水~的清洁。Cần đảm bảo cho người dân được sử dụng nguồn nước sạch.

【水运】shuǐyùn<动>thủy vận; vận tải đường thủy: ~是交通运输业的一大支柱。Vận tải đường thủy là một trụ cột lớn trong ngành giao thông vận tải.

【水灾】shuǐzāi<名>nạn lũ lụt

【水藻】shuǐzǎo<名>rong; rong nước

【水闸】shuǐzhá<名>trạm thủy nông; đập nước; đập ngăn

【水涨船高】shuǐzhǎng-chuángāo nước lên thì thuyền cũng lên

【水蒸气】shuǐzhēngqì<名>hơi nước

【水质】shuǐzhì<名>chất lượng nước

【水蛭】shuǐzhì<名>[动物] con đỉa

【水肿】shuǐzhǒng<动>phù thũng; bệnh phù

【水珠】shuǐzhū<名>hạt nước; giọt nước

【水准】shuǐzhǔn<名>❶mực nước ❷trình độ: 这项设计达到世界一流~。Thiết kế này đạt trình độ bậc nhất thế giới.

【水族馆】shuǐzúguǎn<名>bảo tàng động vật dưới nước

shuì

税 shuì<名>thuế

【税单】shuìdān<名>biên lai (thu) thuế

【税额】shuì'é<名>mức thuế

【税号】shuìhào<名>ID thuế; mã số thuế

【税金】shuìjīn<名>tiền thuế

【税款】shuìkuǎn<名>tiền thuế

【税率】shuìlǜ<名>thuế suất

【税目】shuìmù<名>mục thuế

【税票】shuìpiào<名>biên lai thu thuế; chứng chỉ thuế

【税收】shuìshōu<名>thuế thu; thu nhập của nhà nước về thuế

【税务】shuìwù<名>thuế vụ; công tác thu thuế

【税务局】Shuìwù Jú<名>cục thuế

睡 shuì<动>ngủ: ~着 ngủ say

【睡袋】shuìdài<名>túi ngủ

【睡觉】shuìjiào<动>ngủ; đi ngủ: 我睡了一觉。Tôi đã ngủ được một giấc.

【睡裤】shuìkù<名>quần ngủ

【睡懒觉】shuì lǎnjiào ngủ lì không chịu dậy đúng giờ

【睡莲】shuìlián<名>❶cây súng ❷hoa súng

【睡梦】shuìmèng<名>giấc mơ; giấc mộng; đang ngủ say

【睡眠】shuìmián<名>giấc ngủ

【睡袍】shuìpáo<名>áo bào ngủ

【睡裙】shuìqún<名>váy ngủ

【睡醒】shuìxǐng<动>thức giấc; tỉnh dậy: 早上5时就~了。Thức dậy từ năm giờ sáng.

【睡衣】shuìyī<名>áo ngủ

【睡意】shuìyì<名>buồn ngủ; ngái ngủ

shǔn

吮 shǔn<动>mút; hút

【吮吸】shǔnxī<动>mút; hấp thụ

shùn

顺 shùn❶<动>thuận; xuôi: ~流而下 thuận dòng xuôi xuống ❷<介>theo: ~着林间小道 men theo con đường rừng ❸<动>sắp xếp theo một hướng; sửa cho thuận: 你还得把思路

好好~一~。Anh còn phải sửa mạch suy nghĩa cho thuận một chút. ❹<副>tiện: ~手关门 tiện tay đóng cửa ❺<动>vừa; hợp; như ý: ~民意 hợp với ý dân ❻<形>thuận lợi; xuôi: 一帆风~ thuận buồm xuôi gió ❼<副>lần lượt: ~延 trì hoãn ❽<动>thuận theo: 不要什么事都~着孩子。Không nên tất cả những gì cũng thuận theo con cái.

【顺便】shùnbiàn<副>tiện thể; nhân thể; nhân tiện

【顺差】shùnchā<名>xuất siêu: 外贸~ xuất siêu ngoại thương

【顺产】shùnchǎn<动>đẻ thuận; mẹ tròn con vuông

【顺畅】shùnchàng<形>thông thuận; thông suốt; trôi chảy: 回答~ trả lời trôi chảy

【顺从】shùncóng<动>tuân theo; thuận theo: ~大多数人的意见 thuận theo ý kiến của đại đa số người

【顺带】shùndài<副>[口]tiện thể; nhân tiện

【顺道】shùndào❶<副>tiện đường: ~跟车回上海 tiện đường theo xe về Thượng Hải ❷<形>đường đi thuận lợi

【顺耳】shùn'ěr<形>dễ nghe; xuôi tai; thuận tai: 他只喜欢听~话。Ông ấy chỉ thích nghe những lời xuôi tai.

【顺风】shùnfēng❶<动>thuận gió; thuận theo chiều gió ❷<名>gió xuôi chiều

【顺风车】shùnfēngchē<名>❶chuyến xe được đi nhờ ❷dịp may: 搭上~ gặp được dịp may

【顺服】shùnfú<动>thuận theo; phục tùng

【顺口】shùnkǒu❶<形>trôi chảy ❷<副>buột miệng: 他未加思索就~说出来了。Anh ấy chưa cân nhắc gì đã buột miệng nói ra. ❸<形>(món ăn) ngon miệng

【顺口溜】shùnkǒuliū〈名〉vè thuận miệng; kể vè (một dạng văn vần nói trong dân gian)

【顺理成章】shùnlǐ-chéngzhāng phù hợp lôgíc; rõ ràng rành mạch; chuyện đâu vào đấy

【顺利】shùnlì〈形〉thuận lợi: 进展~ tiến triển thuận lợi

【顺路】shùnlù❶〈副〉tiện đường: ~回去探访母校 tiện đường về thăm trường cũ ❷〈形〉đường đi thuận lợi

【顺时针】shùnshízhēn thuận chiều kim đồng hồ

【顺势】shùnshì〈副〉theo tình thế; nhân tiện; thừa thế

【顺手】shùnshǒu❶〈形〉thuận lợi: 工作进展得相当~。Công việc tiến triển tương đối thuận lợi. ❷〈副〉thuận tay ❸〈副〉tiện tay; nhân đà

【顺手牵羊】shùnshǒu-qiānyáng tiện tay lấy trộm; mượn gió bẻ măng

【顺水】shùnshuǐ〈动〉thuận dòng; xuôi dòng

【顺水推舟】shùnshuǐ-tuīzhōu đẩy thuyền theo chiều nước chảy; thừa thế mà triển khai công việc

【顺心】shùnxīn〈形〉vừa ý; hài lòng; vừa lòng; suôn sẻ: 最近的工作很~。Công việc gần đây đều suôn sẻ cả.

【顺序】shùnxù❶〈名〉thứ tự: 按~报名 đăng tên theo thứ tự ❷〈副〉theo thứ tự

【顺延】shùnyán〈动〉hoãn lại (theo thứ tự): 若遇雨，赛程~。Gặp buổi trời mưa thì thời gian trận đấu sẽ lùi lại.

【顺眼】shùnyǎn〈形〉vừa mắt; thuận mắt

【顺应】shùnyìng〈动〉thuận theo; hợp với: ~时代潮流 thuận theo trào lưu thời đại

瞬 shùn〈名〉trong nháy mắt

【瞬间】shùnjiān〈名〉khoảnh khắc; trong nháy mắt

【瞬时】shùnshí〈名〉loáng cái; trong chớp mắt

【瞬息万变】shùnxī-wànbiàn biến đổi nhanh chóng; biến đổi trong chớp nhoáng

shuō

说 shuō❶〈动〉nói; kể: 边唱边~ vừa hát vừa kể ❷〈动〉giải thích: 这么一~大家都明白了。Giải thích như thế là mọi người đều hiểu ngay. ❸〈动〉phê bình; quở trách; chê bai: 被~得一文不值 bị chê bai không ra gì ❹〈动〉giới thiệu: ~媒 làm mối ❺〈动〉nhắm vào: 这篇文章是~谁呢? Bài viết này nhằm vào ai vậy? ❻〈名〉thuyết; chủ trương: 理论学~ học thuyết lí luận

【说白了】shuōbáile[口]nói trắng ra

【说不定】shuōbudìng không nhất định; không chắc; biết đâu

【说不过去】shuō bu guòqù (điều) vô lí; không thể chấp nhận được; không đúng: 你对老人指手画脚，怎么也~。Anh chỉ tay năm ngón với người cao tuổi, như vậy quả thật là không đúng.

【说不来】shuōbulái❶không ăn rơ (ví tư tưởng, tình cảm không hợp): 我发现他俩根本~。Tôi phát hiện hai người ấy quả thực không hợp nhau. ❷[方]không biết nói; không nói được ❸[方]nói không chắc chắn

【说不上】shuōbushàng❶không nói ra được; vì chưa thấu hiểu nội dung hay do tư cách chưa đầy đủ: 哪儿不合意我~。Chỗ nào không vừa ý thì tôi cũng chẳng nêu ra được. ❷không thể kể; không cân nhắc đến; không đáng nói

【说长道短】shuōcháng-dàoduǎn nói ra nói vào; nói này nói nọ; nói ngắn nói dài; điều ra tiếng vào

【说穿】shuōchuān〈动〉nói trắng ra;

nói toạc ra; vạch trần: 这件事~了对大家都有好处。Việc này vạch rõ ra sẽ lợi cho mọi người.

【说大话】shuō dàhuà nói khoác: 整天~ suốt ngày nói khoác

【说到底】shuōdàodǐ[口]xét tới cùng

【说到做到】shuōdào-zuòdào đã nói là làm; nói sao làm vậy

【说定】shuōdìng〈动〉[口]quyết định; hứa hẹn: 这件事就这么~了。Chuyện này thì cứ quyết định thế này nhé.

【说法】shuōfǎ〈名〉❶cách nói ❷ý kiến: 那是一个正确的~。Đó là một ý kiến đúng đắn. ❸căn cứ; lí do: 今天我要跟你讨个~。Hôm nay tôi cần ông cho ra cái lí do tại hoi.

【说服】shuōfú〈动〉thuyết phục: 没人能~得了他。Không ai có thể thuyết phục được ông ấy.

【说服力】shuōfúlì〈名〉sức thuyết phục; khả năng thuyết phục

【说好】shuōhǎo〈动〉thỏa thuận; hẹn: 我们~今晚八点半见面。Bọn mình hẹn gặp nhau vào tám giờ rưỡi tối nay.

【说话】shuōhuà❶〈动〉nói; nói chuyện: 大声~ nói to tiếng ❷〈动〉chuyện phiếm; tán gẫu: 上课时不要~。Trong giờ học đừng tán chuyện phiếm. ❸〈动〉nói; chỉ trích; chê bai: 这么简单的事情都做不好,难怪人家要~。Việc đơn giản thế này cũng làm không tốt, chả trách bị người ta chê bai cho. ❹〈副〉chốc lát: ~间雨就下起来了。Trong chốc lát mưa đã đổ xuống. ❺〈动〉kể chuyện

【说谎】shuōhuǎng〈动〉nói dối

【说教】shuōjiào〈动〉❶thuyết giáo; tuyên truyền giáo lí ❷thuyết giáo; lí thuyết suông: 我们不需要你来~。Chúng tôi không cần tới lời thuyết giáo của ông.

【说来话长】shuōlái-huàcháng kể ra thì cũng dài dòng

【说理】shuōlǐ❶〈动〉nói rõ lí lẽ ❷〈形〉biết điều; theo lẽ phải: 看来他也是个~的人。Xem ra ông ấy cũng là con người biết điều.

【说漏嘴】shuōlòu zuǐ nói hớ; nói buột miệng

【说媒】shuōméi〈动〉làm mối (trong hôn nhân)

【说明】shuōmíng❶〈动〉nói rõ; trình bày rõ: ~资金来源 trình bày rõ xuất xứ nguồn vốn ❷〈名〉thuyết minh ❸〈动〉chứng minh: 他需要~自己行为的合理性。Anh ấy cần chứng minh sự hợp lí trong hành vi của mình.

【说明书】shuōmíngshū〈名〉bản thuyết minh; bản hướng dẫn sử dụng

【说破】shuōpò〈动〉nói toạc ra; nói trắng ra: 大家都知道这件事,只是没有谁~它。Mọi người đều biết rõ chuyện này, nhưng chưa có ai nói toạc ra.

【说情】shuōqíng〈动〉nói hộ; nói giúp: 这是原则问题,谁~都没用。Đây là một vấn đề nguyên tắc, ai nói hộ cũng không được.

【说闲话】shuō xiánhuà❶nói sau lưng; dèm pha: 总有些人喜欢对别人~。Có người cứ hay nói sau lưng dèm pha người khác. ❷tán gẫu; nói chơi

【说笑】shuōxiào〈动〉nói cười

【说笑话】shuō xiàohua❶kể chuyện cười; kể chuyện tiếu lâm ❷nói đùa

【说一不二】shuōyī-bù'èr❶nói một không hai; nói là làm; nói một là một: 他做事一向很干脆, ~。Anh ấy luôn đã nói là làm, rất nghiêm túc. ❷ngang ngược; độc đoán

shuò

硕shuò〈形〉lớn; to lớn

【硕大】shuòdà<形>to lớn

【硕导】shuòdǎo<名>người hướng dẫn cao học; người hướng dẫn thạc sĩ

【硕果累累】shuòguǒ-léiléi ❶quả to nặng trĩu ❷thành quả lẫy lừng

【硕士】shuòshì<名>thạc sĩ: ~学位 học vị thạc sĩ

SĪ

司 sī❶<动>điều khiển; tổ chức; chủ trì ❷<名>vụ: 外交部礼宾~ vụ Lễ tân Bộ Ngoại giao

【司法】sīfǎ<动>tư pháp

【司法机关】sīfǎ jīguān cơ quan tư pháp

【司法鉴定】sīfǎ jiàndìng giám định tư pháp

【司机】sījī<名>tài xế; người lái xe

【司空见惯】sīkōng-jiànguàn nhìn mãi quen mắt; không lạ lùng gì

【司令】sīlìng<名>tư lệnh

【司令部】sīlìngbù<名>bộ tư lệnh

【司令员】sīlìngyuán<名>tư lệnh trưởng

【司仪】sīyí<名>tư nghi; người điều khiển nghi lễ

【司长】sīzhǎng<名>vụ trưởng

丝 sī❶<名>tơ tằm; lụa: 真~裙 cái váy tơ tằm ❷<名>sợi; dây; tơ: 棉~ sợi bông; 铁~ dây thép ❸<量>đềximilimét; một phần vạn ❹<量>một chút; một ít: 一~不差 không kém một chút ❺<名>chi nhạc cụ: ~竹 nhạc cụ huyền sáo

【丝绸】sīchóu<名>tơ lụa

【丝绸之路】sīchóu zhī lù con đường tơ lụa

【丝带】sīdài<名>dải lụa; băng lụa

【丝瓜】sīguā<名>❶cây mướp ❷quả mướp

【丝毫】sīháo<形>tí ti, mảy may; chút nào: ~不差 không sai một li

【丝巾】sījīn<名>khăn lụa

【丝绵】sīmián<名>bông tơ: ~被 chăn bông tơ

【丝绒】sīróng<名>nhung tơ

【丝袜】sīwà<名>tất dệt bằng vật liệu tơ tằm hay tơ nhân tạo

【丝线】sīxiàn<名>sợi tơ

【丝织品】sīzhīpǐn<名>❶hàng dệt tơ tằm hay tơ nhân tạo ❷quần áo tơ lụa

【丝状】sīzhuàng<形>hình chi

私 sī❶<形>riêng: ~事 việc riêng; ~有经济 kinh tế tư hữu ❷<名>tư: 无~奉献 hiến dâng một cách vô tư ❸<副>thầm lén: ~下交易 giao dịch thầm lén ❹<名>lậu; vụng trộm: 走~ buôn lậu

【私奔】sībēn<动>trai gái theo nhau bỏ nhà ra đi; tư bôn

【私车】sīchē<名>xe riêng

【私处】sīchù<名>vùng kín (bộ sinh dục nam hoặc nữ)

【私房】¹ sīfáng<名>nhà riêng

【私房】² sīfáng<形>❶riêng tư: ~物 của riêng ❷<形>không muốn cho người ngoài biết: ~话 nói riêng

【私房钱】sīfángqián<名>khoản tiền riêng (của thành viên trong gia đình)

【私活儿】sīhuór<名>việc riêng; việc của cá nhân

【私货】sīhuò<名>hàng lậu

【私交】sījiāo<名>tình giao hảo cá nhân; quan hệ cá nhân

【私立】sīlì❶<动>thiết lập riêng: ~基金 thiết lập quỹ riêng ❷<形>do tư nhân lập nên; tư lập: ~学校 trường tư lập

【私利】sīlì<名>tư lợi; lợi riêng

【私了】sīliǎo<动>tự giải quyết riêng

【私密】sīmì❶<形>riêng tư: ~情感 tình cảm riêng tư ❷<名>việc riêng mà mình không muốn hay bất tiện nói với người khác

S

【私企】sīqǐ〈名〉doanh nghiệp tư nhân

【私情】sīqíng〈名〉❶tình cảm cá nhân; tình cảm riêng tư ❷tư tình; chuyện tình ái (thường là không chính đáng)

【私人】sīrén〈名〉❶tư nhân; riêng: ~财产 tài sản cá nhân ❷cá nhân: ~关系 quan hệ cá nhân ❸người của mình; người theo mình: 滥用~bổ nhiệm bừa bãi người phe cánh mình

【私生活】sīshēnghuó〈名〉cuộc sống riêng tư; sinh hoạt riêng tư

【私生子】sīshēngzǐ〈名〉con riêng; con hoang

【私事】sīshì〈名〉việc riêng; chuyện riêng

【私塾】sīshú〈名〉[旧]trường tư thục

【私通】sītōng〈动〉❶tư thông; lén lút câu kết: ~外国 lén lút quan hệ với nước ngoài ❷tư thông; thông dâm

【私吞】sītūn〈动〉nuốt riêng; ăn mảnh: ~公款 nuốt riêng khoản tiền chung

【私下】sīxià〈名〉❶riêng; bí mật; không công khai: 我想和你~商议。Tôi muốn bàn bạc riêng với anh. ❷tự mình làm: ~调解 tự mình hòa giải

【私心】sīxīn〈名〉❶trong lòng ❷lòng ích ki; toan tính riêng tư; tư lợi

【私心杂念】sīxīn-zániàn ý nghĩ tư lợi

【私营】sīyíng〈形〉tư doanh: ~公司 công ti tư doanh

【私营企业】sīyíng qǐyè xí nghiệp tư doanh

【私有】sīyǒu〈动〉tư hữu; sở hữu tư nhân: ~财产 tài sản tư hữu

【私有制】sīyǒuzhì〈名〉chế độ tư hữu

【私宅】sīzhái〈名〉nhà riêng

【私章】sīzhāng〈名〉con dấu riêng (phân biệt với con dấu công)

【私自】sīzì〈副〉tự mình; một mình; tự tiện; ngấm ngầm

思 sī ❶〈动〉nghĩ; suy nghĩ: 寻~许久 suy nghĩ hồi lâu ❷〈动〉nhớ; nhớ nhung: 每逢佳节倍~亲。Ngày tết càng nhớ người thân. ❸〈动〉mong; mong muốn: 穷则~变 cùng thì muốn biến ❹〈名〉mạch suy nghĩ; ý nghĩ: 文~泉涌 ý văn trào dâng ❺〈名〉tâm tư: 忧~ nỗi buồn/nỗi sầu

【思潮】sīcháo〈名〉❶luồng tư tưởng; trào lưu tư tưởng: 社会~ luồng tư tưởng xã hội ❷dòng suy nghĩ; tâm tư: ~澎湃 dòng suy nghĩ trào dâng

【思考】sīkǎo〈动〉suy nghĩ; suy xét: 值得~ đáng để suy nghĩ; 仔细~ suy xét kĩ

【思量】sīliang〈动〉❶cân nhắc; đắn đo; suy nghĩ; suy xét: 细细~ cân nhắc kĩ càng ❷[方]nhớ; nghĩ đến

【思路】sīlù〈名〉mạch suy nghĩ; dòng suy nghĩ: 打断~ cắt đứt dòng suy nghĩ

【思虑】sīlǜ〈动〉suy xét: ~过多 suy xét quá nhiều

【思念】sīniàn〈动〉nhớ; nhớ nhung: 对家乡的~之情 nỗi nhớ quê hương

【思前想后】sīqián-xiǎnghòu suy trước tính sau

【思索】sīsuǒ〈动〉suy nghĩ tìm tòi: 要勤于~. Cần phải luôn suy nghĩ tìm tòi.

【思维】sīwéi ❶〈名〉tư duy ❷〈动〉suy nghĩ

【思乡】sīxiāng〈动〉nhớ quê: ~之情 tình cảm nhớ quê

【思想】sīxiǎng ❶〈名〉tư tưởng ❷〈名〉ý nghĩ ❸〈动〉suy nghĩ: 行动前认真~ suy nghĩ nghiêm chỉnh trước khi hành động

【思想家】sīxiǎngjiā〈名〉nhà tư tưởng

【思绪】sīxù〈名〉❶đầu mối tư tưởng;

mạch suy nghĩ: ~万千 muôn vàn ý nghĩ ❷tư tưởng tình cảm; tâm tư

斯 sī[书] ❶<代>này: ~人 người này ❷<连> thì

【斯诺克】sīnuòkè<名>[体育]snooker; bi-a

【斯文】sīwen<形>nho nhã; văn nhã: ~人 con người nho nhã

厮 sī<副>lẫn nhau; với nhau

【厮打】sīdǎ<动>đánh nhau

【厮杀】sīshā<动>giết nhau; sát phạt nhau

【厮守】sīshǒu<动>ở bên nhau

撕 sī<动>kéo; giật; xé: 把纸条对半~ 开。Xé tờ giấy ra làm đôi.

【撕扯】sīchě<动>giật xé: 两人就在 街头~开来。Hai người giật xé nhau ngay trên đầu phố.

【撕掉】sīdiào<动>xé; xé mất: ~广告 xé quảng cáo

【撕毁】sīhuǐ<动>❶xé hủy: ~书本 xé hủy sách vở ❷hủy bỏ: ~合同 hủy bỏ hợp đồng

【撕开】sīkāi<动>xé ra; xé toạc ra; lột trần: ~坏人的伪装。Lột trần lớp ngụy trang của kẻ xấu.

【撕裂】sīliè<动>xé rách; xé toạc

【撕票】sīpiào<动>giết con tin

【撕破】sīpò<动>xé rách; xé toạc: 袋 子被~了。Chiếc túi đã bị xé toạc.

【撕破脸】sīpò liǎn[口]trở mặt; không còn nể nang gì nữa

嘶 sī<动>[书](ngựa) hí ❷<形>khàn: 声~力竭 tiếng khàn sức kiệt

【嘶吼】sīhǒu<动>gầm gào

【嘶哑】sīyǎ<形>khàn giọng: 说到喉 咙~ nói đến khàn giọng

sǐ

死 sǐ ❶<动>chết: ~人 chết người ❷ <副>liều chết: ~守 tử thủ ❸<副>cho đến chết; bày tỏ lòng quyết tâm: ~ 不屈服 đến chết cũng quyết không

khuất phục ❹<形>hết mức: 笑~人 buồn cười chết đi được ❺<形>quan hệ không thể điều hòa: ~仇 kẻ thù không đội trời chung ❻<形>cố định; cứng nhắc: ~脑筋 đầu óc cứng nhắc ❼<形>cụt; chết; tịt: 走进~胡同 đi vào ngõ cụt

【死板】sǐbǎn<形>❶cứng nhắc: 业余 演员动作~。Động tác của diễn viên nghiệp dư trông cứng nhắc. ❷máy móc; không linh hoạt: 改变~的做法 thay đổi cách làm máy móc

【死不瞑目】sǐbùmíngmù chết không nhắm mắt

【死党】sǐdǎng<名>❶kẻ dám liều chết cho phe cánh ❷tập đoàn phản động ngoan cố

【死到临头】sǐdàolíntóu chết đến nơi

【死敌】sǐdí<名>kẻ tử thù; kẻ thù một mất một còn

【死对头】sǐduìtou<名>đối thủ một mất một còn

【死海】Sǐ Hǎi<名>Tử hải; biển Chết

【死缓】sǐhuǎn<名>hoãn tội chết

【死灰复燃】sǐhuī-fùrán tro tàn lại bùng cháy

【死活】sǐhuó❶<名>sống chết: 不知 ~ không biết sống chết ❷<副>[口] bất luận thế nào; nhất định: 他~不答 应。Anh ấy nhất định không chịu.

【死机】sǐjī<动>chết máy: 电脑~了。 Máy tính bị đơ.

【死记硬背】sǐjì-yìngbèi học thuộc lòng theo lối rập khuôn cứng nhắc

【死里逃生】sǐlǐ-táoshēng chết hụt; thoát chết

【死路】sǐlù<名>đường cùng; đường cụt; đường chết

【死难】sǐnàn<动>tử nạn

【死脑筋】sǐnǎojīn đầu óc cứng nhắc

【死皮赖脸】sǐpí-làiliǎn mặt dạn mày dày

【死囚】sǐqiú<名>tử tù; người bị kết án tử hình

【死人】sǐrén<名>❶người chết ❷xác chết

【死伤】sǐshāng<动>tử thương; chết và bị thương

【死神】sǐshén<名>tử thần; thần chết

【死尸】sǐshī<名>xác chết

【死亡】sǐwáng<动>chết; thiệt mạng

【死心】sǐxīn<动>lòng đã chết; hết hi vọng

【死心塌地】sǐxīn-tādì khăng khăng một mực; ngoan cố

【死心眼儿】sǐxīnyǎnr❶cố chấp; bảo thủ ❷người bảo thủ

【死刑】sǐxíng<名>tội tử hình

【死有余辜】sǐyǒuyúgū chết vẫn chưa đền hết tội

【死战】sǐzhàn❶<名>trận quyết tử; trận chiến đấu đến cùng: 决一~ quyết một phen sống mái ❷<动> chiến đấu quyết tử

【死者】sǐzhě<名>người chết; người tử vong

【死罪】sǐzuì❶<名>tội chết ❷<动>tội đáng chết (lời khách sáo)

sì

四 sì<数>bốn; tứ: ~周 bốn tuần

【四边形】sìbiānxíng<名>hình tứ giác; hình bốn cạnh

【四处】sìchù<名>khắp nơi; bốn bề

【四方】[1] sìfāng<名>bốn phương; khắp nơi

【四方】[2] sìfāng<形>hình vuông: ~盒 hộp vuông

【四分五裂】sìfēn-wǔliè chia năm sẻ bảy

【四海为家】sìhǎi-wéijiā bốn biển là nhà

【四合院】sìhéyuàn<名>tứ hợp viện; khu cư trú bốn mặt đều là nhà

【四环素】sìhuánsù<名>[医药] tetraxyclin

【四季】sìjì<名>bốn mùa: ~平安 bình an bốn mùa

【四季豆】sìjìdòu<名>đậu cô-ve

【四邻】sìlín<名>láng giềng bốn phía

【四面】sìmiàn<名>bốn mặt; bốn phía; bốn xung quanh

【四面八方】sìmiàn-bāfāng bốn phương tám hướng; khắp nơi

【四散】sìsàn<动>phân tán rải rác; tán loạn: ~逃窜 bỏ chạy tán loạn

【四舍五入】sì shě wǔ rù bốn bỏ năm thêm lên

【四通八达】sìtōng-bādá giao thông thuận tiện, tỏa đi khắp nơi: 这个城市的公交系统~。Hệ thống giao thông thành phố tỏa đi khắp nơi hết sức thuận tiện.

【四外】sìwài<名>khắp nơi; bốn bề

【四月】sìyuè<名>tháng tư

【四肢】sìzhī<名>tứ chi; chân tay

【四周】sìzhōu<名>xung quanh; bốn bề

寺 sì<名>❶dinh; tự (cơ quan thời xưa): 太常~ dinh quan Thái Thường ❷[宗教]chùa: 寒山~ Chùa đền Hàn Sơn ❸[宗教]nhà thờ: 清真~ nhà thờ Thanh Chân (đạo Islam)

【寺庙】sìmiào<名>đền miếu

【寺院】sìyuàn<名>chùa chiền

似 sì❶<动>giống: 相~ giống nhau ❷<副>hình như: 两人都觉得~曾相识。Hai người đều cảm thấy hình như đã từng gặp mặt. ❸<介>vượt; hơn: 今年收入好~往年。Thu nhập năm nay tốt hơn những năm trước.

【似曾相识】sìcéngxiāngshí dường như đã từng quen biết

【似懂非懂】sìdǒng-fēidǒng tưởng như đã hiểu nhưng thực ra vẫn chưa hiểu

【似乎】sìhū<副>hình như; dường như

伺 sì<动>quan sát; dò xét: 窥~ nhòm

ngó

另见cì

【伺机】sìjī<动>đợi cơ hội; chờ thời cơ: ~报复 chờ đợi thời cơ để báo thù

饲 sì<动>❶nuôi; chăn nuôi ❷<名>thức ăn gia súc

【饲料】sìliào<名>thức ăn gia súc

【饲养】sìyǎng<动>chăn nuôi: ~家禽 chăn nuôi gia cầm

【饲养员】sìyǎngyuán<名>người chăn nuôi

肆[1] sì<动>bất chấp hết thảy: 放~ ngang tàng

肆[2] sì<数>(chữ viết kép) bốn

【肆虐】sìnüè<动>tàn sát hoặc bức hại một cách bừa bãi; sự tàn phá ghê gớm: 台风~ Cơn bão tàn phá ghê gớm.

【肆无忌惮】sìwú-jìdàn không kiêng dè gì; trắng trợn không kiêng nể ai

【肆意】sìyì<副>mặc ý: ~妄为 mặc ý làm càn

sōng

松[1] sōng<名>cây thông; cây tùng: 红~ cây thông đỏ

松[2] sōng❶<形>lỏng lẻo; không chặt: 管理很~ quản lí lỏng lẻo ❷<动>nới; nới lỏng: ~一口气 nhẹ nhõm một chút ❸<形>rộng rãi; dư dật ❹<形>xốp: ~脆可口 xốp giòn ngon miệng ❺<动>buông ra; thả ra; cởi ra: ~手 buông tay ❻<名>ruốc; chà bông: 鱼~ ruốc cá

【松柏】sōngbǎi<名>tùng bách

【松绑】sōngbǎng<动>❶cởi trói ❷nới lỏng sự hạn chế: 出台对企业~的政策 đưa ra chính sách nới lỏng hạn chế đối với doanh nghiệp

【松饼】sōngbǐng<名>[食品]bánh xốp

【松弛】sōngchí<形>❶thư giãn ❷lỏng lẻo

【松花蛋】sōnghuādàn<名>trứng bách thảo; trứng đen; trứng vôi

【松节油】sōngjiéyóu<名>dầu thông; xăng thông

【松紧带】sōngjǐndài<名>dây chun

【松开】sōngkāi<动>buông ra: ~手 buông tay ra

【松口】sōngkǒu<动>❶nhả ra; nhẻ ra: 鳄鱼~了。Con cá sấu nhả miệng ra. ❷không kiên trì: 他终于~了。Rốt cuộc anh ấy không kiên trì ý kiến của mình nữa.

【松木】sōngmù<名>gỗ thông

【松仁】sōngrén<名>nhân hạt thông

【松软】sōngruǎn<形>❶xốp mềm: 这双运动鞋的鞋底很~。Đôi giày thể thao này có đế xốp mềm. ❷nhũn ra; mềm nhũn

【松散】sōngsǎn<形>❶kết cấu thiếu chặt chẽ: 小说的结构比较~。Bố cục của tiểu thuyết có phần hơi lỏng lẻo. ❷quan hệ không gắn bó: ~的团队队队伍 đội ngũ rời rạc ❸chấp hành không được nghiêm chỉnh: 纪律~ kỉ luật lỏng lẻo

【松手】sōngshǒu<动>buông tay; buông lỏng

【松鼠】sōngshǔ<名>con sóc

【松树】sōngshù<名>cây thông

【松香】sōngxiāng<名>tùng hương; nhựa thông; cô-lô-phan

【松懈】sōngxiè❶<动>uể oải; thả lỏng ❷<形>lỏng lẻo không nghiêm: 对爆炸物管理~ lỏng lẻo trong việc quản lí vật liệu nổ ❸<形>(quan hệ) không chặt chẽ

【松脂】sōngzhī<名>nhựa thông

【松子】sōngzǐ<名>hạt thông

S

sǒng

悚 sǒng ❶<形>[书]sợ hãi; run sợ ❷<动>xúi; xúi giục; xúi bẩy

【悚恿】 sǒngyǒng<动>xúi giục; xúi bẩy

耸 sǒng<动>❶đứng thẳng; cao vút: 楼房高~入云端。Ngôi nhà cao ngất đến tận tầng mây. ❷giật gân; rợn người: 危言~听 tin nghe rợn người ❸rung động

【耸动】 sǒngdòng<动>❶nhún vai: 他只~肩膀，并没说是否同意。Anh ấy chỉ nhún vai mà không nói đồng ý hay không. ❷làm rung động; gây chấn động

【耸肩】 sǒngjiān<动>nhún vai

【耸立】 sǒnglì<动>đứng cao chót vót: 大城市到处高楼~。Trong đô thị khắp nơi đều là những nhà cao tầng cao chót vót.

【耸人听闻】 sǒngréntīngwén nói nghe rợn cả người

悚 sǒng<形>[书]kinh hãi; sợ hãi

【悚然】 sǒngrán<形>kinh hãi; sợ hãi

sòng

讼 sòng<动>kiện: 检察院已向法院提起诉~。Viện kiểm sát đã khởi tố với tòa án.

宋 Sòng<名>đời nhà Tống (một triều đại lịch sử của Trung Quốc, gồm Nam Tống và Bắc Tống) //(姓) Tống

【宋词】 Sòngcí<名>Tống từ

【宋体字】 sòngtǐzì<名>lối chữ thể Tống

送 sòng<动>❶đưa; chuyển giao: ~孩子上学 đưa con đi học ❷tặng: 买礼物~给父母 mua quà tặng cho bố mẹ ❸tiễn đưa: 公司今晚设宴欢~几位退休的同事。Tối nay công ti mở tiệc tiễn đưa mấy đồng nghiệp về hưu.

【送别】 sòngbié<动>tiễn đưa; tiễn biệt: ~老同学 tiễn biệt bạn học cũ

【送殡】 sòngbìn<动>đưa đám; đưa ma; đưa tang

【送达】 sòngdá<动>đưa đến; đã đến: 这邮件须~收件人的手里。Bưu kiện này phải đưa đến tay người nhận.

【送还】 sònghuán<动>trả lại; đem trả: 你快点把玩具~给别人。Cháu mau trả lại đồ chơi cho người ta.

【送货】 sònghuò<动>đưa hàng

【送检】 sòngjiǎn<动>đưa (mẫu vật) đi kiểm tra

【送交】 sòngjiāo<动>giao nộp; giao cho; gửi cho

【送客】 sòngkè<动>tiễn khách

【送礼】 sònglǐ<动>tặng quà; biếu xén

【送命】 sòngmìng<动>bỏ mạng; mất mạng; thiệt mạng

【送人】 sòngrén<动>tiễn chân: 我刚刚去机场~。Tôi vừa ra sân bay tiễn khách.

【送审】 sòngshěn<动>đưa (gửi) đi duyệt: 这份草案明天~。Bản thảo này ngày mai sẽ đưa đi duyệt.

【送死】 sòngsǐ<动>[口]tìm cái chết

【送信】 sòngxìn<动>đưa thư

【送行】 sòngxíng<动>❶tiễn chân: ~的人很多。Người tiễn chân rất đông。❷thết tiệc tiễn đưa

【送葬】 sòngzàng<动>đưa đám; đưa ma

【送站】 sòngzhàn<动>tiễn ra ga (hay bến tàu, xe)

【送终】 sòngzhōng<动>chăm sóc cho người sắp chết; làm lễ tang

诵 sòng<动>❶đọc; ngâm: 喜欢吟~诗歌 thích ngâm thơ ❷đọc thuộc lòng: 作业是背~两首诗。Bài tập là đọc thuộc lòng hai bài thơ。❸kể; nói lại; tụng

【诵读】 sòngdú<动>ngâm; đọc (thơ, văn)

颂 sòng❶〈动〉khen ngợi: 这种无私奉献的精神值得赞~。Tinh thần hiến dâng vô tư này đáng để khen ngợi. ❷〈动〉ca tụng; ca ngợi: 这是一首歌~祖国的歌曲。Đây là một bài hát ngợi ca tổ quốc. ❸〈名〉bài ca tụng: 欢乐~ bản nhạc ca tụng niềm vui

【颂歌】sònggē〈名〉thơ ca chúc tụng

【颂扬】sòngyáng〈动〉khen ngợi; ca ngợi: ~好人好事 ca ngợi người tốt việc tốt

sōu

搜 sōu〈动〉❶tìm ❷khám xét: ~查制造爆炸案的人 khám xét người gây ra vụ nổ

【搜捕】sōubǔ〈动〉lùng bắt; truy lùng: 展开大范围~ triển khai truy lùng trong phạm vi rộng

【搜查】sōuchá〈动〉kiểm tra; lục soát: 仔细~ kiểm tra kĩ

【搜刮】sōuguā〈动〉moi; vơ vét: ~钱财 vơ vét tiền của

【搜集】sōují〈动〉sưu tập: ~有关材料 sưu tập tài liệu hữu quan

【搜缴】sōujiǎo〈动〉khám xét và tịch thu: ~淫秽出版物 khám xét và tịch thu đồ xuất bản đồi trụy

【搜救】sōujiù〈动〉tìm kiếm và cứu vớt: 展开~工作 triển khai công tác tìm kiếm và cứu vớt

【搜罗】sōuluó〈动〉thu thập

【搜身】sōushēn〈动〉khám người

【搜索】sōusuǒ〈动〉tìm tòi; lùng tìm; lục soát: 四处~ lục soát khắp nơi

【搜索引擎】sōusuǒ yǐnqíng công cụ tìm kiếm

【搜寻】sōuxún〈动〉tìm kiếm: ~人证 tìm kiếm nhân chứng

馊 sōu〈形〉❶thiu; ôi: 食物已经~了。Thức ăn đã thiu. ❷(cách nghĩ) không hay: ~主意 biện pháp tồi

艘 sōu〈量〉chiếc (tàu): 三~船 ba chiếc tàu

sū

苏 sū〈动〉tỉnh; tỉnh lại; sống lại; hồi sinh: 许久才~醒过来 hồi lâu mới tỉnh lại //(姓)Tô

【苏打】sūdá〈名〉xút; sô-đa

【苏打水】sūdáshuǐ〈名〉nước sô-đa

【苏醒】sūxǐng〈动〉tỉnh lại

酥 sū❶〈名〉bơ: 涂了奶~的面包真好吃。Bánh mì phết bơ sữa ngon thật. ❷〈形〉xốp giòn: 炸虾片很~脆。Bánh phồng tôm rán xốp giòn. ❸〈名〉bánh điểm tâm xốp giòn ❹〈形〉mềm nhũn; yếu mềm

【酥饼】sūbǐng〈名〉bánh xốp

【酥脆】sūcuì〈形〉xốp và giòn

【酥软】sūruǎn〈形〉mềm nhũn; rã rời: 逛了一天街双脚都~了。Đi phố cả ngày hai chân mềm cả ra.

【酥糖】sūtáng〈名〉kẹo xốp

【酥胸】sūxiōng〈名〉bộ ngực trắng ngần mềm mại

【酥油】sūyóu〈名〉bơ

sú

俗 sú❶〈名〉phong tục: 民~ phong tục dân tộc ❷〈形〉thông tục: 通~词语 từ ngữ thông tục ❸〈形〉dung tục; tầm thường: 言语庸~ ăn nói dung tục ❹〈名〉trần tục: 还~ hoàn tục

【俗称】súchēng❶〈动〉xứng danh thông tục: 银耳~白木耳。Ngân nhĩ gọi nôm na là mộc nhĩ trắng. ❷〈名〉tên thông tục: 白木耳是银耳的~。Mộc nhĩ trắng là tên thông tục của ngân nhĩ.

【俗话】súhuà〈名〉[口]tục ngữ

【俗气】súqì〈形〉thô tục; dung tục; thô bỉ: 言语~ ăn nói thô bỉ

【俗人】súrén〈名〉❶người thế tục (không phải người tu hành như tăng ni đạo sĩ) ❷kẻ dung tục: ~说俗话。 Kẻ dung tục nói toàn những lời lẽ dung tục.

【俗套】 sútào〈名〉❶tục lệ cũ ❷phong cách tầm thường và cũ rích

【俗语】 súyǔ〈名〉tục ngữ

sù

夙 sù[书]❶〈名〉sớm: ~兴夜寐 thức khuya dậy sớm/cần mẫn sớm khuya ❷〈形〉vốn thế; vốn có; cũ; có từ lâu: ~志 chí hướng vốn có

【夙愿】 sùyuàn〈名〉nguyện vọng ôm ấp từ lâu

诉 sù〈动〉❶bảo; nói: 告~ bảo cho biết ❷kể: ~苦 kể khổ ❸tố cáo: ~诸 法律 tố cáo bằng con đường pháp luật

【诉苦】 sùkǔ〈动〉kể khổ; tố khổ

【诉求】 sùqiú❶〈动〉trình bày lí do và nêu yêu sách ❷〈名〉yêu sách; yêu cầu

【诉说】 sùshuō〈动〉nói ra; trình bày: ~苦楚 nói ra nỗi khổ đau

【诉讼】 sùsòng〈动〉kiện tụng; tố tụng

【诉状】 sùzhuàng〈名〉đơn kiện

肃 sù❶〈形〉cung kính ❷〈形〉nghiêm túc: 我们要严~处理此事。Chúng tôi phải nghiêm túc xử lí chuyện này. ❸〈动〉quét sạch; dập tắt

【肃静】 sùjìng〈形〉nghiêm túc im lặng

【肃立】 sùlì〈动〉đứng nghiêm trang

【肃穆】 sùmù〈形〉nghiêm túc cung kính

【肃清】 sùqīng〈动〉thanh trừ; quét sạch; dẹp yên: ~恐怖分子 thanh trừ phần tử khủng bố

【肃然起敬】 sùrán-qǐjìng kính phục; đem lòng cảm phục

素 sù❶〈形〉nguyên màu; trắng: 我 只喜欢穿~色的裙子。Tôi chỉ thích mặc váy trắng. ❷〈形〉thanh nhã; không hoa hoét❸〈名〉(ăn) chay: ~菜 món ăn chay ❹〈形〉chất; nguyên chất: ~性 tính chất vốn có ❺〈名〉tố; vật mang tính căn bản của nó: 元~ nguyên tố; 色~ sắc tố ❻〈副〉từ trước tới nay: ~不来往 từ trước tới nay chưa hề đi lại với nhau

【素不相识】 sùbùxiāngshí vốn không quen biết

【素材】 sùcái〈名〉tài liệu; tài liệu gốc

【素菜】 sùcài〈名〉đồ ăn chay; món ăn rau đậu

【素昧平生】 sùmèi-píngshēng chưa hề quen biết; vốn không quen biết

【素描】 sùmiáo〈名〉❶vẽ phỏng bút; phác họa ❷tả sơ qua

【素食】 sùshí❶〈名〉đồ ăn chay; món ăn chay ❷〈动〉ăn chay: 老太太~已 有些年头了。Bà cụ đã ăn chay nhiều năm.

【素雅】 sùyǎ〈形〉trang nhã; thanh lịch

【素颜】 sùyán〈名〉gương mặt không qua trang điểm

【素养】 sùyǎng〈名〉điều tu dưỡng dày công: 艺术~ tu dưỡng nghệ thuật

【素质】 sùzhì〈名〉❶tính chất vốn có ❷chất; phẩm chất; bản chất ❸tố chất; trình độ: 技术~ trình độ kĩ thuật

【素质教育】 sùzhì jiàoyù giáo dục toàn diện (đối với học sinh, sinh viên)

速¹ sù❶〈形〉nhanh; khẩn cấp: ~战 ~决 đánh nhanh thắng nhanh; 火~ hỏa tốc ❷〈名〉tốc độ: 网~很快。Tốc độ mạng Internet rất nhanh.

速² sù〈动〉[书]mời: 不~之客 khách không mời mà đến

【速成】 sùchéng〈动〉tốc thành; học cấp tốc; học ngắn hạn

【速成班】sùchéngbān〈名〉lớp cấp tốc; lớp ngắn hạn

【速递】sùdì❶〈动〉gửi nhanh ❷〈名〉phương tiện gửi nhanh: 邮政~ gửi nhanh qua bưu chính

【速冻】sùdòng〈动〉đông lạnh nhanh

【速度】sùdù〈名〉❶tốc độ; vận tốc: 运行~ tốc độ vận hành ❷mức độ nhanh chậm: 放慢~ giảm tốc độ

【速记】sùjì❶〈动〉tốc kí; ghi nhanh: 练习~ tập luyện tốc kí ❷〈名〉phương pháp tốc kí; phương pháp ghi nhanh

【速记员】sùjìyuán〈名〉người viết tốc kí

【速去速回】sùqù–sùhuí đi mau về chóng

【速溶咖啡】sùróng kāfēi cà phê hòa tan

【速溶奶粉】sùróng nǎifěn sữa bột hòa tan nhanh

【速生桉】sùshēng'ān〈名〉cây bạch đàn tốc trưởng

【速效】sùxiào〈形〉hiệu quả nhanh: ~救心丸 thuốc viên cứu chữa bệnh tim hiệu quả nhanh

【速效药】sùxiàoyào〈名〉loại thuốc hiệu quả nhanh

【速写】sùxiě〈名〉❶kí họa; vẽ phác ❷ghi nhanh

宿 sù❶〈动〉ở; trọ; ngủ đêm: 露~街头 ngủ đêm ngoài phố ❷〈形〉[书]vốn có: ~愿 chí hướng vốn có ❸〈形〉[书]lão luyện; lâu đời: ~将 lão tướng 另见xiǔ

【宿敌】sùdí〈名〉kẻ địch truyền kiếp

【宿舍】sùshè〈名〉kí túc xá; nhà ở tập thể

【宿主】sùzhǔ〈名〉[生物]kí chủ; vật chủ

塑 sù❶〈动〉nặn; đắp: ~像 đắp tượng ❷〈名〉nhựa: ~料涂层 tráng màng nhựa

【塑封】sùfēng❶〈动〉ép nhựa: ~照片 ép ảnh bằng lớp nhựa ❷〈名〉lớp ép nhựa

【塑钢】sùgāng〈名〉nhựa thép

【塑化剂】sùhuàjì〈名〉Plasticiser, hóa chất làm tăng độ bền dai và mềm dẻo

【塑胶】sùjiāo〈名〉nhựa; chất dẻo: ~制品 chế phẩm nhựa

【塑料】sùliào〈名〉nhựa; chất dẻo: ~薄膜 màng nhựa

【塑料袋】sùliàodài〈名〉túi ni-lon

【塑身】sùshēn〈动〉làm cho vóc dáng của mình thêm khỏe đẹp: 健美操 ~ làm đẹp bằng thể dục thẩm mĩ

【塑像】sùxiàng〈名〉tượng nặn

【塑造】sùzào〈动〉❶đắp nặn ❷miêu tả hình tượng nhân vật ❸xây dựng sáng tạo

溯 sù〈动〉❶[书]ngược dòng: ~流而上 đi ngược dòng ❷ngược lên: 一旦发生问题将追~查找源头 Hễ xảy ra vấn đề sẽ tìm ngược lên để truy tìm căn nguyên.

【溯源】sùyuán〈动〉ngược lên tìm nguồn gốc: 追根~ truy tìm đến nguồn gốc

suān

酸 suān❶〈名〉chất axít ❷〈形〉chua: ~甜 chua ngọt ❸〈形〉chua xót; đau xót: 辛~ chua xót đắng cay ❹〈形〉cổ hủ; hủ lậu ❺〈形〉mỏi: 痛~ mỏi đau

【酸菜】suāncài〈名〉dưa chua; dưa muối

【酸碱度】suānjiǎndù〈名〉độ pH; độ chua

【酸辣酱】suānlàjiàng〈名〉tương ớt chua cay

【酸溜溜】suānliūliū❶chua: 嗅到~的味道 ngửi thấy mùi chua ❷mỏi mệt: 逛了半天街，小腿累得~的。Đi phố nửa ngày bắp chân hơi mỏi

S

mệt. ❸hơi khó chịu; chạnh lòng: 听别人这么说，她心里有些~的。Nghe người ta nói như vậy, cô hơi khó chịu. ❹sính nói chữ

【酸梅】suānméi〈名〉mai chua; quả mơ

【酸奶】suānnǎi〈名〉sữa chua

【酸软】suānruǎn〈形〉mỏi; nhừ: 全身~ mỏi nhừ cả người

【酸甜】suāntián〈形〉chua ngọt: ~排骨 sườn sốt chua ngọt

【酸甜苦辣】suān-tián-kǔ-là chua ngọt đắng cay; đắng cay ngọt bùi

【酸痛】suāntòng〈形〉đau; nhức nhối: 腰骨~。Cột sống đau nhức nhối.

【酸味】suānwèi〈名〉vị chua

【酸性】suānxìng〈名〉tính axít

【酸雨】suānyǔ〈名〉mưa axít

suàn

蒜 suàn〈名〉❶cây tỏi: 牛肉炒~ thịt bò sào tỏi ❷củ tỏi

【蒜苗】suànmiáo〈名〉[方]❶nõn tỏi; cọng tỏi non ❷tỏi xanh

【蒜泥】suànní〈名〉tỏi nghiền; tỏi giã nhỏ

【蒜蓉】suànróng〈名〉tỏi băm

【蒜薹】suàntái〈名〉nõn tỏi; mầm tỏi non; cọng hoa tỏi

【蒜头】suàntóu〈名〉củ tỏi

算 suàn❶〈动〉tính: 预~ dự toán ❷〈动〉tính vào: 下周去露营~我一个。Tuần sau đi cắm trại, cho tôi đi cùng. ❸〈动〉mưu tính; tính toán; toan tính: 失~ tính toán sai ❹〈动〉đoán; đoán chừng ❺〈动〉coi là: 余下的~我的。Còn lại thì coi là của tôi. ❻〈动〉thôi; cho xong: ~了，别再说了。Thôi, đừng nói nữa. ❼〈动〉được; được thừa nhận: 你说的不~。Những gì anh nói không được chấp nhận. ❽〈副〉rốt cuộc; coi như: 我最后~是做完设计了。Cuối cùng tôi

cũng đã hoàn tất được việc thiết kế.

【算法】suànfǎ〈名〉cách tính

【算计】suànjì〈动〉❶tính toán ❷suy nghĩ; cân nhắc; suy tính: 此事应好好~。Việc này còn phải suy tính cho kĩ. ❸đoán; phỏng đoán: 我~他今晚肯定赶不回来了。Tôi đoán tối hôm nay anh ấy chắc chắn không kịp trở về. ❹mưu toan; mưu tính: 被人~ bị người ta mưu toan làm hại

【算命】suànmìng〈动〉đoán số; bói

【算盘】suànpán〈名〉❶bàn tính ❷dự tính; ý định

【算式】suànshì〈名〉phương trình; biểu thức toán học

【算术】suànshù〈名〉số học; toán học; làm tính

【算数】suànshù〈动〉❶mới thôi: 大家都出席才~。Mỗi người đều đến dự mới xong. ❷tính; tính tới: 以前的不~。Những cái trước đây coi như xí xóa.

【算账】suànzhàng〈动〉❶tính toán sổ sách ❷tính nợ (hay tính sổ) với ai

suī

虽 suī〈连〉❶tuy; tuy rằng: 工作~忙，也要注意锻炼身体。Tuy rằng công việc bận rộn, vẫn cần phải chú ý rèn luyện. ❷dù; cho dù: ~死不辞 dù chết cũng tiếp nhận

【虽然】suīrán〈连〉tuy; tuy rằng

suí

随 suí〈动〉đi theo; theo sau ❷〈动〉nghe theo; thuận theo ❸〈动〉tùy: ~意 tùy ý ❹〈介〉thuận; tiện: ~手 tiện tay ❺〈动〉[方]giống

【随便】suíbiàn❶〈动〉tùy ý: 你~选几种吧。Em cứ tùy ý chọn mấy loại đi. ❷〈形〉tùy tiện: 说话~ nói năng tùy tiện ❸〈连〉bất cứ: ~你说什么我

都接受。Bất cứ anh nói gì tôi đều chấp nhận. ❹<形>không cầu kì ❺<形>tùy hứng: ~谈 chuyện phiếm/ chuyện lan man

【随波逐流】suíbō-zhúliú nước chảy bèo trôi; gặp sao hay vậy

【随处】suíchù<副>khắp nơi: ~都有鲜花。Khắp nơi đều có hoa tươi.

【随从】suícóng ❶<动>đi theo; đi cùng: 大哥带路，我们~。Anh dẫn đường, chúng tôi đi theo. ❷<名>người đi theo; nhân viên đi cùng; tháp tùng

【随地】suídì<副>bất kì chỗ nào; bất kể đâu: 可以~摆放 để ở đâu cũng được

【随份子】suí fènzi góp một phần

【随和】suíhe<形>lành; hiền hòa: 性格~ tính tình hiền hòa

【随后】suíhòu<副>ngay sau đó

【随机】suíjī ❶<副>tùy cơ ❷<形>tùy ý; ngẫu nhiên

【随机应变】suíjī-yìngbiàn tùy cơ ứng biến

【随即】suíjí<副>ngay lập tức: ~发生爆炸 tiếp đó xảy ra luôn vụ nổ

【随口】suíkǒu<副>nói thiếu suy nghĩ

【随身】suíshēn<形>mang bên mình; theo bên người: 只有一些~物品 chỉ một số đồ vật mang bên mình

【随身听】suíshēntīng<名>máy cát-xét bỏ túi (có tai nghe)

【随时】suíshí<副>❶bất cứ lúc nào: 欢迎各位~到访。Hoan nghênh các bạn đến thăm bất cứ lúc nào. ❷kịp thời; đúng lúc

【随时随地】suíshí-suídì bất kì nơi đâu và bất cứ lúc nào; mọi nơi mọi lúc

【随手】suíshǒu<副>tiện tay: ~关灯 tiện tay tắt đèn

【随同】suítóng<动>đi cùng: ~人员 nhân viên đi cùng/tháp tùng

【随心所欲】suíxīnsuǒyù muốn sao

làm vậy

【随行】suíxíng<动>đi cùng; tháp tùng

【随意】suíyì<形>tùy ý: 请大家~入座。Xin mời quý vị nhập tọa tự nhiên.

【随遇而安】suíyù'ér'ān gặp cảnh nào cũng quen với cảnh đó; gặp sao vui vậy

【随员】suíyuán<名>❶nhân viên tùy tùng ❷tùy viên: 军事~ tùy viên quân sự

【随缘】suíyuán<动>tùy theo duyên phận

【随葬品】suízàngpǐn<名>đồ tùy táng

【随着】suízhe<介>theo đà; theo

suǐ

髓 suǐ<名>❶tủy xương ❷tủy: 脑~ tủy não ❸[植物]cốt tủy (trong rễ thực vật)

suì

岁 suì❶<名>năm: ~末 cuối năm ❷<量>tuổi: 三~ ba tuổi ❸<名>[书]thời gian: ~月 năm tháng ❹<名>[书]thu hoạch trong năm: 丰~ năm được mùa

【岁数】suìshu<名>[口]tuổi; số tuổi

【岁月】suìyuè<名>năm tháng: ~流逝。Năm tháng trôi đi.

遂 suì❶<动>như ý; toại nguyện ❷<副>[书]thì; rồi thì ❸<动>thành công: 未~ chưa thành công

【遂心如意】suìxīn-rúyì được ý thỏa lòng

碎 suì❶<动>vỡ; vỡ tan; làm vỡ: 碟子打~了。Làm vỡ đĩa. ❷<形>vụn: ~屑 mảnh vụn; 事情琐~ việc vụn vặt ❸<形>cà kê; bẻm mép: 嘴太~ bẻm mép/mồm miệng bép xép

【碎花】suìhuā<名>đồ án hoa huệ

nhỏ mà tập trung: ~裙 váy hoa

【碎料】suìliào<名>vật liệu nghiền

【碎片】suìpiàn<名>mảnh vụn

【碎石】suìshí ❶<动>nghiền đá ❷<名>đá nghiền; đá dăm

【碎石机】suìshíjī<名>máy nghiền đá

隧 suì<名>đường hầm

【隧道】suìdào<名>đường hầm

穗 suì<名>❶bông: 麦~ bông lúa ❷tua

sūn

孙 sūn<名>❶cháu ❷chắt; chút //(姓) Tôn

【孙女】sūnnǚ<名>cháu gái

【孙子】Sūnzǐ<名>Tôn Tử

【孙子】sūnzi<名>cháu trai

sǔn

损 sǔn❶<动>giảm; mất: 有~形象 mất thể diện ❷<动>thiệt hại; hại: ~人利己 hại người ích mình ❸<动>[方]châm chọc ❹<动>làm hỏng: 地震~毁了整个村子 Trận động đất hủy cả xóm làng. ❺<形>[方]độc ác; cay nghiệt; cay độc: ~招 cách làm độc ác

【损害】sǔnhài<动>làm tổn hại; làm hại

【损耗】sǔnhào❶<动>hao tổn; hao mòn ❷<名>hao mòn: 扣除~ trừ đi hao mòn

【损坏】sǔnhuài<动>phá hại; làm hỏng: 用力太大会~门的。 Mạnh tay quá dễ làm hỏng cửa.

【损毁】sǔnhuǐ<动>làm hỏng; làm hư hoại

【损人】sǔnrén<动>❶[方]châm chọc người: 说话不要~。 Nói năng đừng châm chọc người. ❷hại người: 绝不放过~的家伙。 Quyết không tha thứ cho kẻ hại người.

【损人利己】sǔnrén-lìjǐ lợi mình hại người

【损伤】sǔnshāng<动>❶thương tổn ❷làm tổn thương

【损失】sǔnshī❶<动>tổn thất ❷<名>thiệt hại: 重大~ thiệt hại nặng nề

笋 sǔn<名>măng: 嫩~ măng non

【笋干】sǔngān<名>măng khô

榫 sǔn<名>cái mộng

【榫眼】sǔnyǎn<名>lỗ mộng

suō

唆 suō<动>xui; xúi; xui khiến: 教~ xúi giục

【唆使】suōshǐ<动>xúi bẩy: ~两人吵架 xúi bẩy hai người cãi nhau

梭 suō<名>cái thoi; con thoi

【梭镖】suōbiāo<名>cái lao; cây mác

【梭子】suōzi❶<名>con thoi ❷<名>hộp vỏ băng đạn ❸<量>băng: 一~子弹 một băng đạn

【梭子蟹】suōzixiè<名>con ghẹ (cua biển mai hình thoi)

蓑 suō<名>áo tơi

【蓑衣】suōyī<名>áo tơi

缩 suō<动>❶co; rút lại: 热胀冷~ nóng nở ra lạnh co lại ❷rụt; co rụt: ~脖子 rụt cổ ❸chùn bước; lùi bước: 遇到困难不要退~。 Không thể chùn bước trước khó khăn. ❹tiết kiệm; giảm bớt: ~食 tiết kiệm khẩu phần

【缩短】suōduǎn<动>rút ngắn: ~假期 rút ngắn thời gian nghỉ phép

【缩放】suōfàng<动>co lại và phóng to

【缩减】suōjiǎn<动>giảm; giảm bớt: ~开支 giảm bớt chi tiêu

【缩略】suōlüè<动>rút gọn; vắn tắt

【缩略语】suōlüèyǔ<名>ngữ rút gọn

【缩手缩脚】suōshǒu-suōjiǎo❶rụt tay rụt chân ❷e dè

【缩水】suōshuǐ<动>❶ngâm nước cho co lại ❷co lại ❸giá trị giảm bớt

【缩小】suōxiǎo<动>thu nhỏ; thu hẹp

【缩写】suōxiě❶<名>viết tắt ❷<动> viết tóm tắt

【缩印本】suōyìnběn<名>cuốn in chụp rút nhỏ; in thu nhỏ

【缩影】suōyǐng<名>ảnh thu nhỏ

suǒ

所¹ suǒ❶<名>chỗ; nơi: 住~ chỗ ở ❷ <名>viện; phòng; nhà: 研究~ sở nghiên cứu/viện nghiên cứu ❸<量> ngôi: 一~学校 một ngôi trường; 一~ 医院 một bệnh viện

所² suǒ❶bị: 为天下~耻笑 bị thiên hạ xỉ vả ❷những cái: 大家~提的意见 những ý kiến do các vị đề xuất

【所得】suǒdé<名>thu nhập: 非法~ thu nhập trái phép

【所得税】suǒdéshuì<名>thuế thu nhập

【所见所闻】suǒjiàn-suǒwén tai nghe mắt thấy

【所属】suǒshǔ❶<形>sở thuộc; thuộc quyền; trực thuộc; dưới quyền: ~院 校 nhà trường trực thuộc ❷<名>sở tại; nơi mình ở

【所谓】suǒwèi<形>❶những điều đã nói ❷cái gọi là: 被~的朋友欺骗 bị cái thằng gọi là "bạn bè" lừa gạt

【所以】suǒyǐ❶<连>(dùng để biểu thị quan hệ nhân quả) cho nên; nên ❷ <名>sự thể; hành động phù hợp: 忘 其~ quên hết sự thể

【所有】suǒyǒu❶<动>sở hữu: ~权 quyền sở hữu ❷<名>cái mình có ❸ <形>tất cả; hết thảy: ~人都起立鼓 掌。Tất cả mọi người đứng dậy vỗ tay hoan hô.

【所在】suǒzài<名>❶nơi; chỗ: 寻 找舒服的~居住 tìm kiếm nơi thoải mái dễ chịu để cư trú ❷chỗ tồn tại; nguồn gốc; nguyên nhân: 这就是 关键~。Đây chính là nguyên nhân

then chốt.

【所在地】suǒzàidì<名>nơi sở tại; nơi mình ở

【所作所为】suǒzuò-suǒwéi những hành vi và việc làm

索¹ suǒ<名>thùng; chão; cáp

索² suǒ<动>❶tìm: 遍~不得 tìm khắp nơi không thấy ❷lấy; đòi: ~回 đòi lại

索³ suǒ<形>[书]❶cô đơn: 离群~居 lìa đàn ở lẻ ❷vắng vẻ; yên lặng; tẻ nhạt: ~然无味 mùi vị tẻ nhạt

【索道】suǒdào<名>đường dây cáp; đường cáp treo

【索贿】suǒhuì<动>đòi hối lộ

【索赔】suǒpéi<动>đòi bồi thường; bắt đền

【索桥】suǒqiáo<名>cầu treo: 铁~ cầu treo sắt

【索取】suǒqǔ<动>tìm thấy; đòi lấy

【索性】suǒxìng<副>dứt khoát

【索要】suǒyào<动>đòi

【索引】suǒyǐn<名>bản hướng dẫn tra cứu

唢 suǒ

【唢呐】suǒnà<名>kèn xô-na

琐 suǒ<形>❶vụn vặt ❷nhỏ nhoi

【琐事】suǒshì<名>việc vặt

【琐碎】suǒsuì<形>vụn vặt; nhỏ nhặt

锁 suǒ❶<名>cái khóa ❷<名>xiềng xích ❸<动>khóa ❹<动>thùa; vắt sổ ❺ <名>vật có hình dạng giống cái khóa

【锁边】suǒbiān<动>vắt sổ

【锁定】suǒdìng<动>❶ấn định; bám lấy ❷nhằm trúng: 警方已~犯罪嫌 疑人的身份。Phía cảnh sát đã xác định thân phận của nghi can.

【锁骨】suǒgǔ<名>xương đòn; xương quai xanh

【锁匠】suǒjiàng<名>thợ sửa khóa

【锁链】suǒliàn<名>xiềng xích

【锁头】suǒtou<名>cái khóa

S

T t

tā

他 tā<代> ❶nó; hắn; người ấy (đại từ nhân xưng, ngôi thứ ba số ít, thường chỉ nam giới): ~是我同学。Anh ấy là bạn học của tôi. ❷từ đệm, không thay cho đối tượng cụ thể:再试~一次。Làm thử lần nữa. ❸phương diện khác; nơi khác: 早已 ~去 đi nơi khác từ lâu ❹khác: ~人 người khác; 别无~求 không có cầu mong gì khác

【他们】 tāmen<代>họ; chúng nó (ngôi thứ ba số nhiều)

【他人】 tārén<代>người khác

【他日】 tārì<名>[书]❶ngày khác; lúc khác: ~再说吧。Để lúc khác nhé. ❷thời gian nào đó trước kia

【他杀】 tāshā<动>bị người khác giết (phân biệt với trường hợp tự sát)

【他乡】 tāxiāng<名>xứ lạ; tha hương

它 tā<代>nó (đại từ chỉ vật, số ít)

【它们】 tāmen<代>chúng

她 tā<代>❶nó; cô ấy; chị ấy (đại từ nhân xưng ngôi thứ ba, số ít, nữ giới) ❷Người; mẹ hiền (dùng để ví gọi sự vật mà mình yêu mến, kính trọng như tổ quốc, quốc kì, v.v.)

【她们】 tāmen<代>họ; các cô ấy; các bà ấy

跶 tā<动>kéo lê; lê

【跶拉】 tāla<动>kéo lê; lê: 你怎么~着鞋走路? Sao anh lại đi kiểu kéo lê giày như thế?

塌 tā<动>❶sụp; sụt; sập: 倒~ đổ sập ❷lõm; tẹt: ~鼻梁 mũi tẹt ❸yên; yên lòng: ~下心来 yên lòng

【塌方】 tāfāng<动>sụt lở; sụt đất

【塌落】 tāluò<动>sập; sụp đổ

【塌陷】 tāxiàn<动>sụt; lún: 桥已~。Cầu đã sụt.

踏 tā
另见tà

【踏实】 tāshi<形>❶thận trọng; chín chắn; thiết thực: 她做事很~。Cô ấy làm việc thận trọng lắm. ❷yên lòng

tǎ

塔 tǎ<名>❶tháp chùa: 宝~ bảo tháp ❷đồ vật hình tháp: 金字~ kim tự tháp

【塔楼】 tǎlóu<名>❶nhà cao tầng hình tháp ❷lầu hình tháp (trên công trình kiến trúc)

【塔台】 tǎtái<名>[航空]đài chỉ huy; tháp chỉ huy

獭 tǎ<名>rái cá

tà

拓 tà<动>dập thác bản; in thác bản
另见tuò

【拓本】 tàběn<名>bản in rập; thác bản

【拓印】 tàyìn<动>in kiểu rập

沓 tà<形>[书]❶nhiều và dồn dập: 纷至~来 nườm nượp kéo đến ❷chênh chảng: 做事拖~ làm ăn chênh chảng

另见dá

榻 tà〈名〉cái chõng: 竹~ chõng tre

【榻榻米】tàtàmǐ〈名〉chiếu, đệm ta-ta-mi (kiểu Nhật)

踏 tà〈动〉❶đạp; giẫm; xéo; bước; đặt chân: 践~ giày xéo ❷đến tận nơi xem xét: ~勘 đến nhìn tận nơi

另见tā

【踏板】tàbǎn〈名〉❶ván cầu ❷ghế để chân; cái gác chân ❸[体育]ván nhảy ❹bàn đạp

【踏步】tàbù❶〈动〉giậm chân: 原地~ giậm chân tại chỗ ❷〈名〉[方]bậc thềm

【踏空】tàkōng〈动〉❶trượt chân ❷bỏ lỡ

【踏青】tàqīng〈动〉đạp thanh; đi thanh minh

【踏足】tàzú〈动〉đặt chân vào: ~社会 bước chân vào xã hội

tāi

胎¹ tāi❶〈名〉cái thai: 怀~ có thai/có mang ❷〈名〉ruột; lót: 棉~ ruột bông ❸〈名〉phôi: 泥~ phôi đất ❹〈量〉lần chửa; lần đẻ: 二~政策 chính sách sinh đẻ lần hai

胎² tāi〈名〉săm lốp; ruột xe: 车~ săm xe

【胎儿】tāi'ér〈名〉thai nhi; bào thai

【胎记】tāijì〈名〉bớt

【胎教】tāijiào〈动〉dạy (con) từ trong bào thai

【胎盘】tāipán〈名〉nhau thai nhi; thai bàn

【胎生】tāishēng〈形〉thai sinh

tái

台 tái❶〈名〉đài: 楼~ lâu đài ❷〈名〉bục; sân khấu: 讲~ bục giảng ❸〈名〉bệ: 锅~ bệ bếp để nồi ❹〈名〉vật có hình bệ: 窗~ bệ cửa sổ ❺〈名〉bàn: 柜~ quầy ❻〈名〉đài: 电视~ đài truyền hình ❼〈量〉vở: 一~戏 một vở kịch ❽〈量〉cỗ: 一~机器 một cỗ máy

【台币】táibì〈名〉tiền tệ Đài Loan

【台秤】táichèng〈名〉cân bàn

【台词】táicí〈名〉lời kịch

【台灯】táidēng〈名〉đèn bàn

【台风】¹ táifēng〈名〉bão

【台风】² táifēng〈名〉phong độ biểu diễn: ~稳健 phong độ biểu diễn vững vàng

【台阶】táijiē〈名〉❶bậc ❷bậc thềm ❸lối thoát

【台历】táilì〈名〉lịch để bàn

【台面】táimiàn〈名〉[方]❶trên mặt bàn; trên bàn tiệc; thể diện ❷tiền trên chiếu bạc; số tiền mặt bàn sòng bạc

【台球】táiqiú〈名〉❶bi-a ❷quả bi-a ❸[方]bóng bàn

【台扇】táishàn〈名〉quạt bàn

【台柱子】táizhùzi〈名〉đào kép chính; diễn viên chính

抬 tái❶〈动〉giơ lên; ngẩng lên: ~起头来 ngẩng đầu lên; ~起眼睛 ngước mắt nhìn lên ❷〈动〉khiêng: ~走受伤的人员 khiêng người bị thương đi ❸〈动〉tranh cãi: ~杠 tranh cãi ❹〈量〉khiêng: 八~花轿 kiệu hoa tám người khiêng

【抬杠】¹ táigàng〈动〉[口]tranh cãi

【抬杠】² táigàng〈动〉khiêng linh cữu

【抬价】táijià〈动〉nâng giá

【抬轿子】tái jiàozi tâng bốc

【抬举】táiju〈动〉cất nhắc; đưa lên: 不识~ không biết điều/không biết ơn người ta cất nhắc mình

【抬升】táishēng〈动〉❶tăng lên ❷dâng cao: 海平面在持续~。Mực nước biển tiếp tục dâng cao.

【抬手】táishǒu〈动〉giơ tay

【抬头】táitóu❶〈动〉ngẩng đầu: ~望天空 ngẩng đầu nhìn bầu trời ❷〈动〉ngẩng cao đầu; mở mày mở mặt; nổi lên: 抬起头做一个堂堂正正的人。Ngẩng cao đầu làm một người đàng hoàng. ❸〈动〉[旧]đài ❹〈名〉chỗ bên phải đài

苔 tái〈名〉[植物]rêu

【苔藓植物】táixiǎn zhíwù loại rêu

跆 tái〈动〉[书]đạp; dận

【跆拳道】táiquándào〈名〉tê-con-đô

tài

太 tài❶〈形〉cao; lớn: ~空 vũ trụ ❷〈形〉rất; nhất: ~古 thái cổ ❸〈形〉tiếng tôn xưng người bậc ông trở lên: ~祖母 mẹ của ông nội ❹〈副〉quá; lắm: 天~冷了。Trời rét quá. ❺〈副〉cực; rất (lời khen): 你的歌唱得~好了。Cô hát hay quá. ❻〈副〉lắm (dùng để phủ định): 不~好。Không được tốt lắm.

【太后】tàihòu〈名〉thái hậu

【太极】tàijí〈名〉thái cực

【太极拳】tàijíquán〈名〉thái cực quyền

【太监】tàijiàn〈名〉thái giám; hoạn quan

【太空】tàikōng〈名〉bầu trời; khoảng không vũ trụ

【太空船】tàikōngchuán〈名〉[方]con tàu vũ trụ

【太空棉】tàikōngmián〈名〉❶space cotton ❷bông gòn nhân tạo

【太平】tàipíng〈形〉thái bình; yên bình; yên ổn: 天下~ thiên hạ thái bình

【太平间】tàipíngjiān〈名〉nhà xác

【太平盛世】tàipíng-shèngshì thời đại hòa bình thịnh vượng

【太平洋】Tàipíng Yáng〈名〉Thái Bình Dương

【太太】tàitai〈名〉❶[旧]bà lớn ❷[旧]bà chủ ❸bà (từ tôn xưng): 黄~ bà Huỳnh ❹bà xã; bà nhà; vợ... ❺[方]cụ (từ xưng hô với cụ nội, cả cụ ông lẫn cụ bà)

【太阳】tàiyáng〈名〉❶mặt trời: ~能电池 pin năng lượng mặt trời ❷ánh mặt trời; ánh nắng ❸huyệt thái dương

【太阳镜】tàiyángjìng〈名〉kính mặt trời; kính râm

【太阳能】tàiyángnéng〈名〉năng lượng mặt trời

【太阳系】tàiyángxì〈名〉hệ mặt trời; thái dương hệ

【太阳穴】tàiyángxué〈名〉huyệt thái dương

【太子】tàizǐ〈名〉thái tử

汰 tài〈动〉thải; bỏ; loại đi: 淘~ loại bỏ; 优胜劣~ mạnh được yếu thua

态 tài❶〈名〉hình dáng; trạng thái; vẻ: 形~ hình thái ❷thần tình; thái độ: 姿~优美 dáng vẻ rất đẹp ❸[语法]dạng

【态度】tàidù〈名〉❶cử chỉ; dáng vẻ ❷thái độ: 端正~ giữ thái độ đứng đắn

【态势】tàishì〈名〉tình hình; tình thế

泰 tài❶〈形〉bình yên; yên ổn: 国~民安 quốc thái dân an ❷〈形〉[书]tốt ❸〈形〉cực; nhất: ~西 tận cùng phía tây ❹〈副〉[书]quá mức: 简略~甚 sơ sài quá mức

【泰斗】tàidǒu〈名〉Thái Sơn và Bắc Đẩu; siêu sao; núi Thái Sơn; cây đa cây đề

【泰国】Tàiguó〈名〉Thái Lan: ~人 người Thái Lan

【泰然处之】tàirán-chǔzhī thản nhiên như không

【泰山】tàishān〈名〉❶(Tài Shān) núi Thái Sơn, nằm ở tỉnh Sơn Đông Trung Quốc, còn gọi là Đông Nhạc (trong Ngũ Nhạc), thường chỉ những người đáng tôn trọng hoặc những sự vật có giá trị: 有眼不识~ có mắt mà chẳng thấy núi Thái Sơn ❷bố vợ

tān

坍 tān<动>đổ; sụp: 舞台~了。Sân khấu bị sụp rồi.

【坍塌】tāntā<动>sạt; lở; đổ

【坍陷】tānxiàn<动>lún: 地层~ gãy lún địa tầng

贪 tān❶<动>tham; tham ô: ~赃枉法 tham của đút phá hoại luật pháp ❷<动>ham; tham: ~吃 tham ăn ❸<动>hám; chạy theo; tham: ~便宜 hám rẻ/hám lợi ❹<形>tham lam

【贪财】tāncái<动>tham của; hám của

【贪得无厌】tāndé-wúyàn lòng tham vô đáy

【贪官】tānguān<名>tham quan

【贪婪】tānlán<形>❶tham lam ❷không biết chán

【贪便宜】tān piányi tham vặt; hám lời

【贪生】tānshēng<动>tham sống: ~怕死 tham sống sợ chết

【贪图】tāntú<动>ham; hám; thích: ~便宜 ham rẻ

【贪玩】tānwán<动>ham chơi

【贪污】tānwū<动>tham ô

【贪心】tānxīn❶<名>lòng tham: ~不足 lòng tham không bao giờ đủ ❷<形>tham lam

【贪欲】tānyù<名>lòng tham

【贪赃枉法】tānzāng-wǎngfǎ ăn của đút bất chấp luật pháp

摊 tān❶<动>rải ra; bày ra ❷<名>sạp hàng; quán hàng: 书~儿 sạp sách; 米粉~儿 quán phở ❸<量>vũng; bãi: 一~水 một vũng nước ❹<量>điều; vụ: 几~事 mấy vụ việc ❺<动>tráng; rán: ~煎饼 tráng bánh ❻<动>bổ; phân bổ: 分~ phân bổ ❼<动>rơi vào; đặt lên vai: 他~上事了。Anh ấy bị vướng vào chuyện phiền phức.

【摊点】tāndiǎn<名>sạp hàng; điểm bán hàng

【摊贩】tānfàn<名>người bán dạo; người buôn bán nhỏ; tiểu thương

【摊开】tānkāi<动>mở ra; trải ra

【摊牌】tānpái<动>❶bày bài ra; ngả bài (so hơn kém) ❷đánh bài ngửa

【摊位】tānwèi<名>ki-ốt; chỗ bán hàng

【摊子】tānzi❶<名>sạp hàng; quầy hàng; quán hàng ❷<名>cục diện: 烂~ cơ đồ rối beng/cục diện nát như tương ❸<量>điều; vụ

滩 tān<名>❶bãi ❷ghềnh

【滩涂】tāntú<名>bãi bồi; bãi lầy

瘫 tān<动>liệt; tê liệt

【瘫痪】tānhuàn<动>❶(bệnh) tê liệt ❷(sự vận hành của cơ cấu, giao thông) bị đình trệ; tê liệt: 交通~ giao thông tê liệt

tán

坛[1] tán<名>❶đàn (đài cao làm nơi tế lễ): 天~ thiên đàn ❷đàn; bục (nơi giảng bài hoặc phát biểu): 讲~ bục giảng/giảng đàn ❸bồn: 花~ bồn hoa ❹hội tế thần ❺giới (văn nghệ, thể thao): 文~ làng văn/văn đàn

坛[2] tán<名>cái hũ: 酒~ vò rượu

【坛子】tánzi<名>cái vò; cái hũ

昙 tán<名>[书]mây dày đặc

【昙花】tánhuā<名>hoa quỳnh

【昙花一现】tánhuā-yīxiàn hoa quỳnh vừa nở đã tàn; ví thoáng hiện đã mất hút

谈 tán❶<动>nói; bàn: ~话 đàm thoại/trò chuyện ❷<名>lời nói; chuyện: 奇~ chuyện lạ; 无稽之~ lời nói vô căn cứ

【谈不来】tánbulái ❶ý kiến trái nhau ❷không hợp gu

【谈不拢】tánbulǒng bàn chẳng xuôi lọt

【谈得来】tándelái hợp rơ; ăn rơ với nhau

【谈何容易】tánhéróngyì đâu có dễ dàng; nói sao mà dễ

【谈话】tánhuà❶〈动〉trò chuyện ❷〈名〉bài nói; bài nói chuyện ❸〈动〉cấp trên mạn đàm với cấp dưới

【谈恋爱】tán liàn'ài tìm hiểu; luyến ái

【谈论】tánlùn〈动〉đàm luận

【谈判】tánpàn〈动〉đàm phán: ~成功 đàm phán thành công

【谈情说爱】tánqíng-shuō'ài kể chuyện tình yêu; chuyện yêu đương

【谈天说地】tántiān-shuōdì trò chuyện trên trời dưới đất

【谈吐】tántǔ❶〈动〉nói: ~如流 nói trôi chảy ❷〈名〉ăn nói; nói năng: ~不俗 ăn nói lịch sự/nói năng đúng mực

【谈妥】tántuǒ〈动〉đã bàn xong; đã nhất trí

【谈笑风生】tánxiào-fēngshēng cười nói vui vẻ; nói nói cười cười

弹 tán〈动〉❶bắn ra ❷bật: ~棉花 bật bông ❸búng: ~脑蹦儿 búng trán ❹gảy; đánh; chơi: ~吉他 chơi ghi-ta ❺gạt (nước mắt) ❻có tính đàn hồi: ~簧 lò xo ❼công kích; phê phán: ~劾 đàn hặc/hạch tội
另见 dàn

【弹唱】tánchàng〈动〉đàn hát

【弹簧秤】tánhuángchèng〈名〉cân lò xo

【弹力】tánlì〈名〉sức bật; lực đàn hồi

【弹琴】tánqín〈动〉đánh đàn

【弹跳】tántiào〈动〉nhảy lên: ~板 ván nhún

【弹性】tánxìng〈名〉❶tính đàn hồi; tính co dãn ❷co dãn; linh hoạt: ~工作 công tác linh hoạt

【弹奏】tánzòu〈动〉chơi; đánh; kéo; thổi

痰 tán〈名〉đờm

【痰盂】tányú〈名〉ống nhổ

潭 tán〈名〉❶đầm nước sâu: 水~ đầm nước ❷[方]hầm; hố

檀 tán〈名〉(cây) đàn mộc

【檀香】tánxiāng〈名〉đàn hương

tǎn

志 tǎn

【忐忑】tǎntè〈形〉thấp thỏm; bồn chồn: ~不安 thấp thỏm không yên

坦 tǎn〈形〉❶bằng phẳng ❷thật thà; ngay thẳng ❸lòng bình thản

【坦白】tǎnbái❶〈形〉ngay thẳng; thẳng thắn ❷〈动〉thật thà nói ra

【坦诚】tǎnchéng〈形〉thẳng thắn ngay thật: ~相见 thẳng thắn chân thành gặp gỡ nhau

【坦荡】tǎndàng〈形〉❶rộng lớn và bằng phẳng: ~的山谷 thung lũng rộng rãi bằng phẳng ❷thẳng thắn vô tư: 胸怀~ tấm lòng ngay thẳng rộng lượng

【坦克】tǎnkè〈名〉xe tăng

【坦然】tǎnrán〈形〉thản nhiên: ~自若 thản nhiên như thường

【坦率】tǎnshuài〈形〉thẳng thắn: ~的表达 nói ra thẳng thắn

【坦言】tǎnyán❶〈动〉thẳng thắn nói ra ❷〈名〉lời nói thẳng thắn

祖 tǎn〈动〉❶phanh ra ❷che chở

【祖护】tǎnhù〈动〉bênh che; bênh vực bao che

【祖露】tǎnlù〈动〉phanh ra; lõa lồ

毯 tǎn〈名〉thảm: 地~ thảm trải sàn

【毯子】tǎnzi〈名〉tấm thảm; chăn chiên; chăn dạ

tàn

叹 tàn〈动〉❶than; than thở: ~了一口气 thở dài một cái ❷ngâm nga ❸ca ngợi

【叹词】tàncí〈名〉thán từ

【叹号】tànhào<名>dấu than; dấu chấm than

【叹气】tànqì<动>thở dài; than thở: 唉声~ buông tiếng thở dài

【叹为观止】tànwéiguānzhǐ　khen ngợi hết lời; khen cho là nhất

【叹息】tànxī<动>thở dài

炭 tàn<名>❶than gỗ ❷vật nom giống hòn than củi ❸[方]than đá: 挖~ đào than

【炭画】tànhuà<名>tranh chì than

【炭火】tànhuǒ<名>❶than củi ❷lửa đóm

【炭疽】tànjū<名>[医学]bệnh than; bệnh nhiệt thán

探 tàn❶<动>thò tay lấy: ~囊取物 thò tay vào túi lấy đồ ra ❷<动>thăm dò; tìm: ~路 dò đường ❸<动>trinh sát; thám: ~听 thám thính ❹<名>người làm việc trinh sát; do thám ❺<动>thăm: ~望 thăm hỏi ❻<动>thò ra: ~头~脑 thò đầu ló cổ/thập thò thập thò

【探测】tàncè<动>thăm dò; dò: ~仪 máy thăm dò

【探查】tànchá<动>tìm kiếm; thăm dò: ~敌情 tìm hiểu điều tra tình hình địch

【探访】tànfǎng<动>❶dò hỏi; dò tìm ❷thăm; thăm viếng

【探戈】tàngē<名>(điệu) tăng-gô

【探家】tànjiā<动>về nhà thăm người thân

【探监】tànjiān<动>thăm người tù

【探究】tànjiū<动>khảo sát; điều tra

【探口气】tàn kǒuqì　dò ý; thăm dò ý tứ

【探秘】tànmì<动>tìm hiểu bí mật: 地球~ tìm hiểu bí mật của trái đất

【探亲】tànqīn<动>thăm người thân; thăm nhà

【探亲假】tànqīnjià<名>nghỉ phép thăm thân

【探求】tànqiú<动>tìm tòi

【探视】tànshì<动>❶thăm; thăm hỏi: ~伤员 thăm người bị thương ❷quan sát

【探索】tànsuǒ<动>tìm kiếm; tìm tòi: ~宇宙的奥秘 tìm tòi những điều bí ẩn của vũ trụ

【探讨】tàntǎo<动>nghiên cứu thảo luận

【探听】tàntīng<动>thám thính; dò la

【探望】tànwàng<动>❶nhìn; ngó: 四处~ ngó nghiêng khắp nơi ❷thăm; đi thăm: ~亲人 đi thăm người thân

【探险】tànxiǎn<动>thám hiểm

【探照灯】tànzhàodēng<名>đèn pha

碳 tàn<名>[化学]cacbon (kí hiệu: C)

【碳化】tànhuà<动>sự than hóa; sự cacbon hóa

【碳水化合物】tànshuǐ huàhéwù hydrat cacbon

【碳酸】tànsuān<名>axít cacbonic

tāng

汤 tāng<名>❶nước sôi; nước nóng: 赴~蹈火 xông pha vào nơi nước sôi lửa bỏng ❷suối nước nóng ❸nước dùng: 把米粉放入~中了吗? Phở đã chan nước dùng chưa? ❹canh; xúp: 菜~ canh rau ❺thuốc thang // (姓) Thang

【汤匙】tāngchí<名>muỗng canh; thìa canh

【汤锅】tāngguō<名>❶chảo nồi làm lông (ở lò mổ) ❷nồi nấu canh

【汤剂】tāngjì<名>[中医]thuốc thang; thuốc chén

【汤料】tāngliào<名>bột canh

【汤面】tāngmiàn<名>mì nước

【汤勺】tāngsháo<名>cái muôi múc canh

【汤水】tāngshuǐ<名>[方]❶nước dùng ❷nước sôi; nước nóng

【汤圆】 tāngyuán<名>bánh trôi

蹚 tāng<动>❶lội bộ: ~过河 lội bộ qua sông ❷cày lật: ~地 cày lật đất

【蹚浑水】 tāng húnshuǐ[口]❶bước chân vào vũng bùn nhơ; cùng kẻ khác làm việc xấu ❷ví dính líu vào việc lôi thôi

táng

唐¹ táng<形>[书]❶khoác lác; thổi phồng ❷vô ích; không ăn thua gì

唐² Táng<名>đời nhà Đường (một triều đại lịch sử của Trung Quốc) // (姓) Đường

【唐人街】 tángrénjiē<名>phố khách; phố Người Hoa

【唐三彩】 tángsāncǎi<名>đồ gốm tráng men màu đời nhà Đường Trung Quốc

【唐诗】 Tángshī<名>thơ Đường

【唐突】 tángtū<形>đường đột; đột ngột

堂 táng❶<名>nhà chính; nhà trên: ~屋 gian giữa của nhà trên ❷<名>nhà; phòng: 礼~ nhà hội họp/lễ đường ❸<名>[旧]công đường: 过~ ra tòa ❹<名>Đường (dùng để đặt tên cho căn phòng, ngôi nhà, gia tộc): 三槐~ Tam Hòe Đường ❺<名>Đường (dùng trong biển hiệu cửa hàng): 同仁~ Đồng Nhân Đường ❻<名>họ: ~姐妹 chị em gái họ ❼<量>bộ: 一~家具 một bộ đồ dùng gia đình ❽<量>tiết: 一~课 một tiết học

【堂而皇之】 táng'érhuángzhī❶đàng hoàng: 有~的理由 có lí do đàng hoàng ❷hùng hồn: ~地宣布 tuyên bố hùng hồn

【堂皇】 tánghuáng<形>❶đường hoàng: 理由~ lí do đường hoàng ❷hoành tráng

【堂堂正正】 tángtángzhèngzhèng ❶quang minh chính đại; đường

đường chính chính ❷(dáng người) nghiêm chỉnh; chững chạc; oai vệ: ~的大丈夫 đàn ông oai vệ

棠 táng<名>[植物]cây đường lê

塘 táng<名>❶bờ đê; đê: 河~ đê sông ❷ao; đầm: 荷~月色 ánh trăng đầm sen ❸bể tắm; nhà tắm ❹[方]giường sưởi trong nhà

搪¹ táng<动>❶chắn; chống đỡ: ~饥 chống đói; ~风 chắn gió ❷qua chuyện; làm qua loa: ~账 chây ì nợ nần

搪² táng<动>trát; quét; tráng: ~炉子 trát lò

【搪瓷】 tángcí<名>sắt tráng men

【搪塞】 tángsè<动>qua chuyện; làm qua loa

溏 táng<形>lỏng; chưa đông

【溏便】 tángbiàn<名>[中医]phân lỏng ❷<动>ỉa phân lỏng

膛 táng<名>❶lồng ngực: 开~ phanh ngực ❷bầu (lò); nòng (súng)

糖 táng<名>❶các chất đường hữu cơ; hydrat cacbon ❷đường; đường ăn ❸kẹo

【糖厂】 tángchǎng<名>nhà máy đường; nhà máy sản xuất đường

【糖果】 tángguǒ<名>kẹo

【糖葫芦】 tánghúlu<名>mứt quả; mứt ghim

【糖浆】 tángjiāng<名>nước đường; nước ngọt; xi-rô

【糖精】 tángjīng<名>đường cầm hóa học; sacarin

【糖尿病】 tángniàobìng<名>bệnh tiểu đường; bệnh đái đường

【糖水】 tángshuǐ<名>nước đường; xi-rô; chè ăn

螳 táng<名>bọ ngựa

【螳螂】 tángláng<名>bọ ngựa

tǎng

倘 tǎng<连>nếu như: ~有闪失，必受

重罚。Nếu có sai sót, ắt sẽ bị phạt nặng.

【倘若】 tǎngruò〈连〉thẳng hoặc; giả sử; nếu

淌 tǎng〈动〉chảy xuống; rỏ xuống: ~ 眼泪 rơi nước mắt

躺 tǎng〈动〉nằm

【躺下】 tǎngxià〈动〉nằm xuống

【躺椅】 tǎngyǐ〈名〉ghế nằm; ghế xích đu

tàng

烫 tàng❶〈动〉bỏng; nóng bỏng: 手被开水~伤了。Tay bị bỏng nước sôi. ❷〈动〉là; hâm: ~衣服 là quần áo ❸〈形〉nóng: 这炉子太~。Lò này nóng quá. ❹〈动〉sấy: ~发 sấy tóc/uốn tóc

【烫金】 tàngjīn〈动〉in chữ vàng; dập chữ màu vàng

【烫伤】 tàngshāng〈名〉bị bỏng; làm bỏng

【烫手】 tàngshǒu〈形〉bỏng tay; đau đầu: 这个问题有些~。Vấn đề này hơi gai góc.

趟 tàng❶〈量〉lần; chuyến: 他去了一 ~北京。Anh ấy đã đi Bắc Kinh một chuyến. ❷〈名〉hàng ngũ; đội ngũ: 跟不上~ theo không kịp đội ngũ

tāo

涛 tāo〈名〉sóng lớn: 惊~骇浪 sóng gió hãi hùng

【涛声】 tāoshēng〈名〉tiếng sóng

掏 tāo〈动〉❶móc; lấy ra: ~钱 móc tiền; ~耳朵 lấy ráy tai ❷đào; khoét: 在木板上~一个洞 khoét một cái lỗ ở trên ván

【掏空】 tāokōng〈动〉nạo rỗng; vét sạch

【掏心】 tāoxīn〈动〉tự đáy lòng

【掏腰包】 tāo yāobāo❶xuất tiền túi; chi tiền ❷móc túi

滔 tāo〈动〉nước tràn ngập

【滔滔】 tāotāo〈形〉❶cuồn cuộn: ~ 碧浪 sóng xanh cuồn cuộn ❷(nói) thao thao; liến thoắng: ~不绝 thao thao bất tuyệt

【滔天】 tāotiān〈动〉❶ngất trời: 波浪 ~ sóng gió ngất trời ❷ tày trời: 罪恶 ~ tội ác tày trời

韬 tāo[书]❶〈名〉vỏ kiếm; bao cung ❷〈动〉giấu ❸〈名〉phép dùng binh: 六~ lục thao

【韬光养晦】 tāoguāng-yǎnghuì ẩn giấu tài năng; giữ ý giữ miếng

táo

逃 táo〈动〉❶trốn; chạy trốn: ~匿 lẩn trốn ❷tránh: ~学 trốn học

【逃避】 táobì〈动〉chạy trốn; trốn tránh: ~斗争 trốn tránh đấu tranh

【逃兵】 táobīng〈名〉❶đào binh; lính đào ngũ ❷kẻ bỏ cương vị công tác của mình bởi sợ gian nguy

【逃窜】 táocuàn〈动〉bỏ trốn; lủi trốn; chạy thục mạng: 打得敌人四处 ~ đánh kẻ thù chạy trốn khắp nơi

【逃犯】 táofàn〈名〉tội phạm trốn chạy; tù trốn trại

【逃荒】 táohuāng〈动〉chạy nạn đói; chạy thiên tai

【逃课】 táokè〈动〉trốn học

【逃离】 táolí〈动〉chạy trốn: ~现场 chạy trốn khỏi hiện trường

【逃命】 táomìng〈动〉chạy cho thoát thân

【逃难】 táonàn〈动〉lánh nạn

【逃跑】 táopǎo〈动〉chạy trốn

【逃票】 táopiào〈动〉trốn vé

【逃生】 táoshēng〈动〉chạy để sống: 死里~ chạy thoát chết

【逃税】 táoshuì〈动〉trốn thuế

【逃脱】 táotuō〈动〉❶chạy thoát; trốn thoát: 罪犯~了。Tội phạm trốn thoát rồi. ❷thoát khỏi: ~困境 thoát

T

khỏi tình trạng khó khăn

【逃亡】táowáng<动>lưu vong: 四处 ~ lưu vong khắp ngả

【逃逸】táoyì<动>chạy trốn; bỏ chạy

【逃之夭夭】táozhīyāoyāo bỏ trốn; tẩu thoát

【逃走】táozǒu<动>chạy trốn

桃 táo<名>❶cây đào ❷quả đào ❸vật giống quả đào: 棉~ quả bông ❹hồ đào: ~酥 pho mát hồ đào

【桃红】táohóng<形>hồng đào

【桃花】táohuā<名>hoa đào

【桃花运】táohuāyùn<名>số đào hoa

【桃李】táolǐ<名>đào lí; ví với học trò: ~满天下。Học trò ở khắp nơi./ Đào lí mãn thiên hạ.

【桃子】táozi<名>quả đào

陶[1] táo❶<名>đồ gốm ❷<动>nung: ~冶 nung đúc ❸<动>giáo dục; bồi dưỡng

陶[2] táo<形>vui sướng: ~然 phởn phơ

【陶瓷】táocí<名>gốm sứ

【陶器】táoqì<名>đồ gốm

【陶冶】táoyě<动>nung đúc; hun đúc; đào luyện: 读书可以~情操。Đọc sách có thể đào luyện tính cách.

【陶艺】táoyì<名>đồ gốm; kĩ nghệ đồ gốm

【陶醉】táozuì<动>say sưa; ngây ngất

淘[1] táo<动>❶vo; đãi: ~米 vo gạo ❷[方]tìm; lùng: ~旧书 lùng sách cũ ❸vét; khơi: ~粪便 vét phân

淘[2] táo❶<动>hao phí: ~神 làm bận tâm ❷<形>[方]nghịch; bướng: 这孩子真~。Đứa trẻ này nghịch quá.

【淘宝】táobǎo<动>tìm kiếm báu vật; sắm hàng trên mạng

【淘金】táojīn<动>❶đãi vàng ❷tìm cách kiếm được nhiều tiền

【淘气】táoqì❶<形>bướng bỉnh; nghịch ngợm: ~是小孩子的天性。

Nghịch ngợm là bẩm tính của trẻ con. ❷<动>[方]cáu; làm cho phát cáu

【淘汰】táotài<动>loại bỏ; sàng lọc; đào thải

tǎo

讨 tǎo<动>❶đánh dẹp: 南征北~ đánh nam dẹp bắc ❷xin; đòi: 乞~ cầu xin; 向敌人~还血债 bắt kẻ địch phải trả nợ máu ❸lấy; cưới: ~老婆 lấy vợ ❹làm cho: ~父母的欢心 làm cho bố mẹ vui lòng ❺bàn; nghiên cứu: 参加研~ tham gia cuộc nghiên cứu thảo luận

【讨伐】tǎofá<动>đánh dẹp: ~敌人 đánh dẹp kẻ địch

【讨饭】tǎofàn<动>ăn mày; ăn xin: ~的 người ăn mày

【讨好】tǎohǎo<动>❶lấy lòng: ~上司 lấy lòng cấp trên ❷thu được kết quả tốt: 费力不~ tốn công mà không được việc

【讨价还价】tǎojià-huánjià mặc cả kì kèo

【讨教】tǎojiào<动>xin lời khuyên; xin chỉ bảo: 向她虚心~ khiêm tốn xin cô ấy chỉ giáo

【讨论】tǎolùn<动>thảo luận; bàn bạc: ~会 hội thảo

【讨人嫌】tǎorénxián khiến phát chán; đáng ghét: 别站在这~。Đừng đứng ở đây làm chướng mắt người ta.

【讨厌】tǎoyàn❶<形>đáng ghét; chán ghét: 这狗不停地叫，真~。Con chó này cứ sủa mãi, thật đáng ghét. ❷<形>rất phiền: 这件事情很~，很难解决。Việc này rất phiền, khó giải quyết. ❸<动>ghét; không thích: 她~他说话的方式。Chị ấy không thích cách nói của anh ấy.

【讨债】tǎozhài<动>yêu cầu trả nợ;

đòi nợ: ~无门 không biết đến đâu để đòi nợ

tào

套 tào❶<名>vật bọc ngoài: 手~ găng tay/bao tay ❷<动>khoác; trùm; mặc: ~上一件毛衣 khoác một chiếc áo len ❸<形>bảo vệ; che bên ngoài: ~裤 quần bảo vệ ❹<动>xen; lồng; xếp: ~间 gian đầu hồi ❺<名>(nơi hình thế sông núi) ngoằn ngoèo: 河~ Hà Sáo ❻<名>[方]vỏ: 被~ vỏ chăn❼<动>[方]dựng lót; dựng mền (của chăn bông, áo bông)❽<名>bộ dây thắng: 牲口~ bộ dây thắng súc vật kéo ❾<动>đóng; thắng; gióng; buộc: ~马 thắng ngựa ❿<动>mua chui: ~外汇 mua chui ngoại tệ ⓫<名>nút dây ⓬<名>cạm; bẫy: 圈~ cạm bẫy ⓭<动>phỏng theo; mô phỏng; rập khuôn: ~公式 mô phỏng công thức ⓮<动>sáo: 亲~ khách sáo ⓯<动>khêu gợi; gợi: 警察在设法~他 说出真相. Cảnh sát đang tìm cách gợi cho anh ấy nói ra sự tình. ⓰<动>lôi kéo: ~交情 lân la làm quen ⓱<名>bộ: 成~设备 thiết bị đồng bộ ⓲<量>bộ; hệ thống: 一~沙发 một bộ ghế Salon ⓳<动>cắt ren

【套餐】tàocān<名>❶cơm đặt: 吃~ ăn cơm đặt ❷trọn gói: 电话资费~ chi phí trọn gói điện thoại

【套房】tàofáng<名>❶gian đầu hồi; gian chái; buồng trong ❷một căn hộ khép kín: 三居室~ căn hộ khép kín ba buồng

【套话】tàohuà<名>❶sáo ngữ ❷lời nói trống rỗng ❸lời nói khách sáo

【套间】tàojiān<名>gian đầu hồi; gian chái; gian xếp

【套近乎】tào jìnhu bắt thân; mon men làm thân

【套牢】tàoláo<动>cổ phiếu bị hãm phanh

【套路】tàolù<名>❶hệ thống bài vở: 太极拳~ hệ thống bài vở của thái cực quyền ❷hệ thống kĩ thuật, phương thức: 下象棋没有固定的~. Chơi cờ tướng không có sách, nước cố định.

【套裙】tàoqún<名>bộ váy

【套现】tàoxiàn<动>bán cổ đổi lấy tiền mặt

【套用】tàoyòng<动>bắt chước: ~公式 phỏng theo công thức

【套装】tàozhuāng<名>áo liền quần; quần áo đồng bộ

【套子】tàozi<名>❶cái bao (bọc ngoài): 笔~ cái bao bút ❷[方]mền: 棉花~ mền bông ❸biện pháp cũ: 俗~ nếp cũ ❹cái thòng lọng

tè

特 tè❶<形>đặc biệt: 奇~ kì lạ; ~权 đặc quyền ❷<副>rất: 说话~快 nói rất nhanh ❸<副>riêng biệt; dành riêng: ~意 có ý dành riêng ❹<副>[书]chỉ: 不~如此 không chỉ như vậy ❺<名>đặc vụ; gián điệp

【特别】tèbié❶<形>đặc biệt: ~情况 trường hợp đặc biệt ❷<副>rất: 高速列车跑得~快. Xe lửa cao tốc chạy rất nhanh. ❸<副>riêng: 这本书是给你留的. Quyển sách này là dành riêng cho anh. ❹<副>nhất là; đặc biệt là: 他擅长理化, ~是物理. Anh ấy thạo lí hóa, đặc biệt là môn vật lí.

【特产】tèchǎn<名>đặc sản

【特长】tècháng<名>sở trường: 发挥~ phát huy sở trường

【特大】tèdà<形>siêu to; siêu lớn: ~灾难 một thảm họa khủng khiếp

【特等】tèděng<形>hạng đặc biệt; cấp cao nhất: 订一张~舱的机票 đặt

một vé máy bay hạng sang

【特地】tèdì〈副〉riêng biệt; chuyên; chỉ: 领导~来这里慰问。Lãnh đạo đặc biệt đến thăm.

【特点】tèdiǎn〈名〉đặc điểm

【特定】tèdìng〈形〉❶được chỉ định đặc biệt: ~的人选 người được chỉ định đặc biệt ❷đặc biệt; riêng; nhất định: ~的历史时期 thời kì lịch sử nhất định

【特工】tègōng〈名〉❶công tác đặc vụ: ~人员 nhân viên làm công tác đặc biệt ❷đặc công

【特级】tèjí〈形〉cấp đặc biệt

【特技】tèjì〈名〉❶kĩ năng đặc biệt: ~表演 cuộc biểu diễn kĩ năng đặc biệt ❷kĩ xảo đặc biệt

【特价】tèjià〈名〉giá đặc biệt; giá rẻ: ~机票 vé máy bay giá rẻ

【特警】tèjǐng〈名〉cảnh sát đặc nhiệm

【特快】tèkuài❶〈形〉đặc biệt nhanh; siêu nhanh: ~专递 gửi bưu kiện EMS ❷〈名〉tàu tốc hành

【特例】tèlì〈名〉trường hợp đặc biệt

【特派】tèpài〈动〉đặc phái; cử riêng

【特区】tèqū〈名〉đặc khu: 经济~ đặc khu kinh tế

【特权】tèquán〈名〉đặc quyền

【特色】tèsè〈名〉sắc thái riêng; đặc sắc: 民族~ sắc thái riêng của dân tộc

【特使】tèshǐ〈名〉đặc sứ

【特殊】tèshū〈形〉đặc biệt; đặc thù: 情况~ tình hình đặc biệt

【特务】tèwu〈名〉đặc vụ

【特效】tèxiào〈名〉đặc hiệu; hiệu quả đặc biệt: ~药 thuốc đặc hiệu

【特写】tèxiě〈名〉❶tả thực (văn) ❷(điện ảnh) đặc tả: ~镜头 pha đặc tả

【特性】tèxìng〈名〉đặc tính

【特许】tèxǔ〈动〉cho phép đặc biệt: 没有~，任何人不得入内。Không

qua sự cho phép đặc biệt cấm vào.

【特邀】tèyāo〈动〉mời đặc biệt: ~代表 đại biểu được mời đặc biệt

【特意】tèyì〈副〉riêng biệt; cố ý: 他 ~来这里看我。Ông ấy cố ý đến đây để thăm tôi.

【特有】tèyǒu〈形〉riêng; riêng biệt: ~的文化 nền văn hóa riêng biệt

【特征】tèzhēng〈名〉đặc trưng: 地理 ~ đặc trưng địa lí

【特指】tèzhǐ〈动〉chỉ định riêng

【特种】tèzhǒng〈形〉đặc chủng; loại đặc biệt: ~部队 bộ đội đặc chủng

téng

疼 téng❶〈形〉đau; nhức: 脚~ đau chân; 正为这件事头~ đang nhức đầu về chuyện này ❷〈动〉yêu thương: 爷爷奶奶很~孙子。Ông bà nội rất thương cháu.

【疼爱】téng'ài〈动〉yêu thương; yêu

【疼痛】téngtòng〈形〉đau; đau đớn; nhức nhối: 牙齿整夜地~。Răng đau suốt đêm.

腾 téng〈动〉❶chạy; nhảy: 欢~ vui mừng nhảy nhót ❷vọt lên cao: 飞 ~ bay lên; ~空 vọt lên cao ❸dành (chỗ, thời gian); để trống: ~出两间 房来 dành ra hai căn nhà ❹lặp lại nhiều lần: 折~ quay bên nọ lật bên kia/trằn trọc

【腾飞】téngfēi〈动〉❶cất cánh; bay vút lên: ~的巨龙 con rồng lớn bay lượn ❷tăng nhanh: 经济~ kinh tế tăng nhanh

【腾空】téngkōng〈动〉bay lên; bay cao; vọt lên cao: ~而起 bay lên không trung

【腾挪】téngnuó〈动〉❶xê dịch; nhường ra: ~地方 nhường để lấy chỗ ❷chuyển tài khoản: 不得~公款 cấm không được chuyển quỹ công

誊 téng〈动〉chép lại; sao lại: 把笔记

~一遍。Hãy chép lại bản ghi chép.

【誊写】téngxiě〈动〉sao chép; chép lại

藤 téng〈名〉❶cây mây; cây song: ~椅 ghế mây ❷dây leo: 薯~瓜蔓 dây khoai dây bí

【藤本植物】téngběn zhíwù cây leo; cây bò

【藤蔓】téngwàn〈名〉dây leo

tī

剔 tī❶〈动〉cạo; lóc: ~肉 lóc thịt ❷〈动〉xia; cậy: ~牙 xia răng ❸〈动〉loại bỏ; chọn: 把坏鸡蛋~出去。Loại bỏ quả trứng thối. ❹〈名〉nét hất (một nét cơ bản của chữ Hán)

【剔除】tīchú〈动〉vứt bỏ; gạt bỏ; loại bỏ: ~败类 loại bỏ đồ ăn hại

【剔透】tītòu〈形〉sáng trong: 晶莹~ sáng láng trong vắt

梯 tī〈名〉❶cái thang; bậc thang: 楼~ thang gác ❷thiết bị táo dụng như cái thang: 电~ thang điện/thang máy ❸hình dạng giống như cái thang: ~田 ruộng bậc thang

【梯度】tīdù〈名〉❶độ dốc ❷mức chênh lệch ❸tiến hành theo cấp độ

【梯队】tīduì〈名〉❶[军事]thê đội ❷thê đội; tuyến

【梯级】tījí〈名〉bậc thang

【梯形】tīxíng〈名〉[数学]hình thang: ~翼 cánh hình thang

【梯子】tīzi〈名〉cái thang

踢 tī〈动〉đá: ~足球 đá bóng

【踢脚板】tījiǎobǎn〈名〉[建筑]ván chân tường

【踢皮球】tī píqiú trốn tránh trách nhiệm; đùn đẩy: 要有担当，杜绝~的现象。Phải có tinh thần trách nhiệm, cấm đùn đẩy.

【踢踏舞】tītàwǔ〈名〉điệu nhảy claket

【踢腿】tītuǐ〈动〉đá thốc

tí

提 tí❶〈动〉xách: ~着一个包 xách một túi ❷〈动〉nâng lên: ~高 nâng cao ❸〈动〉đưa ra: ~意见 đưa ra ý kiến ❹〈动〉lấy ra; rút ra: ~炼 chiết xuất; ~款 lấy tiền ra ❺〈动〉đưa phạm nhân từ nhà giam ra ❻〈动〉nói đến; nhắc đến: 旧事重~ nhắc lại việc cũ ❼〈名〉gáo (để múc): 酒~ gáo đong rượu ❽〈名〉nét hất của chữ Hán ❾〈动〉sắp xếp trước thời hạn
另见dī

【提案】tí'àn〈名〉đề án

【提拔】tíbá〈动〉cất nhắc; đề bạt: ~干部 đề bạt cán bộ

【提包】tíbāo〈名〉túi xách; ví xách

【提倡】tíchàng〈动〉khởi xướng; đề xướng: ~环保 đề xướng bảo vệ môi trường

【提成】tíchéng❶〈动〉trích phần trăm; ăn chia phần trăm: 利润~ trích phần trăm lợi nhuận ❷〈名〉phần trăm

【提出】tíchū〈动〉đề xuất; nêu ra; đưa ra: ~新观点 đưa ra quan điểm mới

【提法】tífǎ〈名〉cách nhìn nhận hay đặt vấn đề

【提纲】tígāng〈名〉đề cương; dàn bài

【提高】tígāo〈动〉nâng cao; đề cao: ~警惕 đề cao cảnh giác

【提供】tígōng〈动〉cung cấp; tạo: ~服务 cung cấp dịch vụ

【提花】tíhuā〈动〉[纺织]dệt hoa: ~毛巾 khăn dệt hoa

【提货】tíhuò〈动〉lấy hàng; lĩnh hàng: 去仓库~ vào kho lấy hàng

【提及】tíjí〈动〉nhắc đến

【提价】tíjià〈动〉nâng giá

【提交】tíjiāo〈动〉đệ trình; đưa ra: ~大会讨论 đệ trình cho đại hội thảo luận

【提名】tímíng<动>nêu tên; đề cử; giới thiệu: 这部影片获得了百花奖~。Bộ phim này được đề cử tranh giải "Trăm hoa".

【提起】tíqǐ<动>❶nhắc đến; nói đến: ~往事 nhắc tới chuyện cũ ❷phấn chấn: ~精神 phấn chấn tinh thần ❸nêu ra; đưa ra: ~诉讼 đưa ra kiện cáo

【提前】tíqián<动>xê dịch thời gian cho sớm hơn: ~告知 báo trước

【提琴】tíqín<名>vi-ô-lông; vĩ cầm: 小~ vi-ô-lông

【提取】tíqǔ<动>❶rút; lấy; lĩnh: 到银行~存款 đi ngân hàng rút tiền tiết kiệm ❷luyện; chiết suất: ~石油 luyện dầu mỏ

【提神】tíshén<动>gây hưng phấn; làm tinh táo

【提升】tíshēng<动>❶cất nhắc; đề bạt; đưa lên: ~为经理 được đề bạt lên chức giám đốc ❷tời lên cao

【提示】tíshì<动>nhắc nhở; gợi ý: 巧妙地~ gợi ý một cách khéo léo

【提问】tíwèn<动>phát vấn; nêu câu hỏi

【提箱】tíxiāng<名>va li xách tay

【提携】tíxié<动>❶dắt; dẫn; dìu dắt: ~后辈 dìu dắt thế hệ sau ❷[书]hợp tác; tay dắt tay: 互相~ hợp tác với nhau

【提心吊胆】tíxīn-diàodǎn lo sợ phập phồng; phấp phỏng lo âu; nơm nớp lo sợ

【提醒】tíxǐng<动>nhắc nhở; nhắc: ~他早点来 nhắc anh ấy đến sớm một chút

【提要】tíyào❶<动>tóm tắt ❷<名>những điều tóm tắt: 内容~ tóm tắt nội dung

【提议】tíyì❶<动>đề nghị: ~延长假期 đề nghị kéo dài ngày nghỉ phép ❷<名>đề nghị; chủ trương; ý kiến

【提早】tízǎo<动>trước thời hạn: ~完成任务 hoàn thành nhiệm vụ trước thời hạn

【提子】tízi<名>nho

啼 tí<动>❶khóc: ~哭 khóc lóc ❷gáy; hót: 鸟~ chim hót; 鸡~ gà gáy

【啼哭】tíkū<动>khóc lóc: ~不止 khóc lóc không dừng

题 tí❶<名>đề: 出考~ ra đề thi ❷<动>đề chữ; kí vào: ~名 ghi tên/đề tên

【题材】tícái<名>đề tài

【题词】tící❶<动>viết vài lời kỉ niệm ❷<名>vài lời kỉ niệm; vài lời biểu dương ❸<名>đề từ; lời nói đầu; lời tựa

【题解】tíjiě<名>❶lời giải; lời giới thiệu; lời chú dẫn ❷tập đáp án; tập lời giải: 数学~ tập đáp án về toán học

【题名】tímíng❶<动>ghi tên; nêu tên: 请在这本书上~留念。Xin ghi tên trong cuốn sách này để lưu niệm. ❷<名>họ tên được nêu gương ❸<名>tên đề mục

【题目】tímù<名>❶đề mục ❷đề bài; đầu bài; đề ❸đề thi

【题写】tíxiě<动>viết: ~匾额 viết tấm biển

【题字】tízì❶<动>viết chữ lưu niệm; ghi lưu niệm: ~留念 ghi lưu niệm ❷<名>chữ lưu niệm

蹄 tí<名>móng chân (thú vật)

【蹄筋】tíjīn<名>gân chân; món gân

【蹄子】tízi<名>❶[口]cái móng guốc ❷[方]đùi lợn ❸đồ thối thây (câu chửi đàn bà)

tǐ

体 tǐ❶<名>thân thể: ~重 trọng lượng của người; 五~投地 phục sát đất/phục lăn ❷<名>thể; chất: 液~ thể lỏng ❸<名>kiểu; lối: 字~ kiểu chữ ❹<动>lĩnh hội; thể nghiệm: 身~力行

gắng sức thực hành ❺<名>thể chế: 政~ chính thể ❻<名>[语言]thể (thể thức trong ngữ pháp)

【体裁】tǐcái<名>[文学]thể tài

【体操】tǐcāo<名>thể dục

【体罚】tǐfá<动>phạt về thể xác

【体格】tǐgé<名>❶sức khỏe: ~健全 sức khỏe tốt ❷vóc dáng hình thể: 大象的~比较大。Chú voi có tầm vóc khá lớn.

【体会】tǐhuì❶<动>thể nghiệm; lĩnh hội; cảm nhận hiểu rõ: ~作者的思想感情 cảm nhận tư tưởng tình cảm của tác giả ❷<名>những điều cảm nhận, lĩnh hội được

【体积】tǐjī<名>thể tích

【体检】tǐjiǎn<动>kiểm tra sức khỏe

【体力】tǐlì<名>sức khỏe; thể lực: ~劳动 lao động chân tay

【体例】tǐlì<名>cách thức; thể thức

【体谅】tǐliàng<动>lượng thứ; thông cảm

【体貌】tǐmào<名>hình dạng: ~特征 đặc điểm về hình dáng

【体面】tǐmiàn❶<名>thể diện; sĩ diện: 有失~ mất thể diện ❷<形>vẻ vang; vinh dự: 这样做一点也不~。Làm như thế không vẻ vang gì cả. ❸<形>đẹp; đoan trang: 她长得~。Chị ấy đẹp đoan trang.

【体能】tǐnéng<名>thể lực

【体魄】tǐpò<名>thể phách; sức khỏe và cơ thể: 锻炼~ rèn luyện sức khỏe

【体态】tǐtài<名>dáng người; dáng điệu: ~婀娜 dáng người thướt tha

【体坛】tǐtán<名>giới thể thao

【体贴】tǐtiē<动>chiều ý săn sóc: ~人 微 săn sóc tỉ mỉ

【体统】tǐtǒng<名>❶thể chế; thể thống: 成何~ chẳng ra thể thống gì ❷địa vị; sĩ diện

【体温计】tǐwēnjì<名>nhiệt kế

【体系】tǐxì<名>hệ thống: 思想~ hệ thống tư tưởng

【体现】tǐxiàn<动>thể hiện; tỏ rõ: ~ 诗人浪漫主义的思想 tỏ rõ tư tưởng lãng mạn của nhà thơ

【体形】tǐxíng<名>❶hình thể: ~匀称 vóc dáng cân đối ❷hình dạng máy móc

【体型】tǐxíng<名>vóc người; vóc dáng: ~瘦弱 vóc người mảnh mai, yếu đuối

【体恤】tǐxù<动>chăm sóc; đồng tình: ~老人 chăm sóc người già

【体验】tǐyàn<动>thể nghiệm: ~生活 thể nghiệm cuộc sống

【体育】tǐyù<名>thể thao; thể dục thể thao: ~用品 đồ dùng thể dục thể thao

【体育馆】tǐyùguǎn<名>nhà thi đấu thể dục thể thao

【体制】tǐzhì<名>❶thể chế: ~改革 cải cách thể chế ❷hình thức; thể

【体质】tǐzhì<名>thể chất; sức khỏe

【体重】tǐzhòng<名>cân nặng; trọng lượng cơ thể: 减轻~ giảm cân

tì

屉tì<名>❶ngăn; lồng hấp: 蒸一~包 子 hấp một khay bánh bao ❷giát giường: 藤~ giát giường mây ❸ngăn kéo: 抽~ ngăn kéo

剃tì<动>cạo (râu, tóc): ~须 cạo râu

【剃刀】tìdāo<名>dao cạo

【剃光头】tì guāngtóu cạo trọc đầu; thi trượt vỏ chuối cả

【剃头】tìtóu<动>cắt tóc; húi đầu: ~ 刀 dao cắt tóc

倜tì

【倜傥】tìtǎng<形>[书]phóng khoáng; hào phóng: 风流~ phong lưu phóng khoáng

涕tì<名>❶nước mắt: 痛哭流~ khóc rơi nước mắt ❷nước mũi: 鼻~ nước mũi

惕tì<形>cẩn thận; thận trọng: 警~

cảnh giác

替 tì ❶〈动〉thay; hộ; giúp: 代~ thay thế ❷〈介〉vì; cho: 真~你高兴。Thật mừng cho anh.

【替补】tìbǔ ❶〈动〉thay thế bổ sung: ~队员 thay thế bổ sung đội viên ❷〈名〉người thay thế bổ sung

【替代】tìdài〈动〉thay thế: 没有人能~你。Không có ai thay thế được anh.

【替换】tìhuàn〈动〉thay đổi

【替身】tìshēn〈名〉người thay thế

【替死鬼】tìsǐguǐ〈名〉kẻ chết thay; cái bung xung

【替罪羊】tìzuìyáng〈名〉người thế tội; kẻ chịu tội thay

tiān

天 tiān ❶〈名〉trời: 顶~立地 đội trời đạp đất ❷〈名〉hôm: 今~ hôm nay ❸〈形〉trên đỉnh ❹〈量〉ngày: 每~ mỗi ngày ❺〈名〉thời gian; trời: 五更 ~ lúc canh năm ❻〈名〉tiết khí; mùa: 夏~ mùa hè ❼〈名〉thời tiết: 阴~ trời râm ❽〈形〉trời sinh: ~性 thiên tính ❾〈名〉thiên nhiên: ~灾 thiên tai ❿〈名〉ông trời: ~意 ý của ông trời ⓫〈名〉(nơi ở của thần tiên) thiên; trời: ~国 thiên quốc; ~堂 thiên đường ⓬〈名〉quân chủ và triều đình: ~兵 quân triều đình

【天安门广场】Tiān'ān Mén Guǎngchǎng Quảng trường Thiên An Môn

【天边】tiānbiān〈名〉❶nơi xa xôi: 远在~，近在眼前。Xa thì xa tít tắp, gần thì ngay trước mắt. ❷chân trời

【天才】tiāncái〈名〉❶tài năng trời phú: 他很有语言~。Anh ấy rất có tài năng về ngôn ngữ. ❷thiên tài

【天长地久】tiāncháng-dìjiǔ lâu bền mãi mãi; tháng rộng ngày dài

【天秤座】tiānchèngzuò〈名〉chòm sao Thiên xứng

【天窗】tiānchuāng〈名〉❶cửa sổ trên mái nhà ❷chỗ trống do bị kiểm duyệt cắt bỏ

【天敌】tiāndí〈名〉thiên địch

【天地】tiāndì〈名〉❶trời đất: 锣鼓响震~。Tiếng chiêng trống rung chuyển trời đất. ❷thế giới; chân trời: 广阔的~ thế giới rộng mở ❸[方]cảnh ngộ; bước đường: 不料竟落到这般~。Không ngờ lại bị rơi vào cảnh ngộ như thế này. ❹chuyên mục: 戏曲~ chuyên mục hí khúc

【天鹅】tiān'é〈名〉thiên nga

【天翻地覆】tiānfān-dìfù ❶xoay trời chuyển đất; long trời lở đất: ~的变化 sự thay đổi xoay trời chuyển đất ❷làm ầm ĩ; làm ồn ào

【天赋】tiānfù ❶〈动〉bẩm sinh; trời phú: ~人权 nhân quyền trời phú ❷〈名〉tư chất trời cho; năng khiếu

【天黑】tiānhēi〈名〉❶trời tối ❷tối

【天花板】tiānhuābǎn〈名〉trần nhà

【天花乱坠】tiānhuā-luànzhuì ba hoa khoác lác; ba hoa thiên địa

【天昏地暗】tiānhūn-dì'àn ❶đất trời mù mịt; trời đất u ám ❷u ám; tối tăm (chính trị thối nát, xã hội hỗn loạn) ❸mức độ ghê gớm; dữ: 哭得~ khóc như mưa như gió

【天机】tiānjī〈名〉❶thiên cơ: ~不可泄露。Thiên cơ không được tiết lộ. ❷điều bí ẩn

【天津】Tiānjīn〈名〉thành phố Thiên Tân

【天经地义】tiānjīng-dìyì thiên kinh địa nghĩa; đạo nghĩa muôn thuở; lí lẽ chính đáng

【天空】tiānkōng〈名〉bầu trời

【天亮】tiānliàng〈动〉trời sáng; hừng sáng

【天伦】tiānlún〈名〉[书]luân thường; thiên luân: ~之乐 vui đạo luân thường

【天罗地网】tiānluó-dìwǎng thiên

la địa võng; lưới trời lồng lộng

【天麻】tiānmá〈名〉[中药]thiên ma

【天明】tiānmíng〈动〉trời rạng sáng; rạng đông; bình minh

【天南地北】tiānnán-dìběi❶trời nam đất bắc: ~，人各一方。Trời nam đất bắc, mỗi người một phương.❷trên trời dưới biển

【天平】tiānpíng〈名〉cân tiểu li

【天气】tiānqì〈名〉❶thời tiết: ~预报 dự báo thời tiết ❷[方]thời gian

【天桥】tiānqiáo〈名〉cầu vượt

【天然】tiānrán〈形〉tự nhiên; thiên nhiên: ~食品 thực phẩm tự nhiên

【天然气】tiānránqì〈名〉khí đốt thiên nhiên

【天色】tiānsè〈名〉sắc trời

【天生】tiānshēng〈形〉trời sinh: 一~对 một cặp trời sinh; ~丽质 cái đẹp trời sinh

【天使】tiānshǐ〈名〉❶thiên sứ; Angel ❷[书]sứ giả của nhà vua

【天坛】Tiān Tán〈名〉Thiên Đàn

【天堂】tiāntáng〈名〉❶thiên đường ❷nơi sống hạnh phúc tốt đẹp

【天王星】tiānwángxīng〈名〉sao Thiên Vương

【天网恢恢】tiānwǎng-huīhuī lưới trời lồng lộng: ~，疏而不漏。Lưới trời lồng lộng, thưa mà chẳng lọt.

【天文】tiānwén〈名〉thiên văn

【天文望远镜】tiānwén wàngyuǎnjìng kính viễn vọng thiên văn; ống nhòm thiên văn

【天文学】tiānwénxué〈名〉thiên văn học

【天下】tiānxià〈名〉❶thiên hạ; thế giới; Trung Quốc: ~太平 thiên hạ thái bình ❷chính quyền nhà nước: 打~ lấy thiên hạ/ giành chính quyền

【天仙】tiānxiān〈名〉tiên nữ; nàng tiên

【天线】tiānxiàn〈名〉ăng-ten; an-ten

【天蝎座】tiānxiēzuò〈名〉chòm sao Bò cạp

【天性】tiānxìng〈名〉tính trời; bẩm tính: ~沉静 bẩm tính trầm tĩnh

【天涯海角】tiānyá-hǎijiǎo chân trời góc biển; góc biển chân trời

【天衣无缝】tiānyī-wúfèng không sai sót tí nào; việc làm hết sức trọn vẹn

【天灾】tiānzāi〈名〉thiên tai: ~人祸 thiên tai nhân họa

【天真】tiānzhēn〈形〉❶ngây thơ; hồn nhiên: ~烂漫 ngây thơ hồn nhiên ❷ngây ngô; non nớt

【天职】tiānzhí〈名〉thiên chức

【天主教】Tiānzhǔjiào〈名〉đạo Thiên chúa

【天子】tiānzǐ〈名〉thiên tử; nhà vua; con trời

添 tiān〈动〉❶thêm: 如虎~翼 như hổ thêm cánh ❷[方]sinh con

【添补】tiānbu〈动〉bổ sung; thêm: 需要~机器零件 cần bổ sung linh kiện máy móc

【添加】tiānjiā〈动〉tăng thêm; thêm: ~衣服 mặc thêm áo

【添加剂】tiānjiājì〈名〉chất phụ gia; thuốc phụ thêm

【添乱】tiānluàn〈动〉thêm phiền; thêm phiền phức: 我正忙着呢，你别~了。Tớ đang bận việc, bạn đừng thêm phiền.

【添置】tiānzhì〈动〉mua thêm: ~办公用品 mua thêm đồ dùng văn phòng

tián

田 tián〈名〉❶ruộng: 稻~ ruộng lúa ❷mỏ: 油~ mỏ dầu // (姓) Điền

【田地】tiándì〈名〉❶ruộng đất ❷mức độ; nông nổi; tình trạng; cảnh ngộ

【田埂】tiángěng〈名〉bờ ruộng

【田鸡】tiánjī〈名〉❶gà đồng ❷con ếch

【田间】tiánjiān〈名〉đồng ruộng;

nông thôn: ~劳动 lao động trên đồng ruộng

【田径赛】tiánjìngsài<名>thi đấu điền kinh

【田螺】tiánluó<名>ốc rạ; ốc nhồi

【田野】tiányě<名>đồng ruộng; ruộng đồng: 碧绿的~ ruộng đồng xanh ngắt

【田园】tiányuán<名>ruộng vườn: ~诗人 nhà thơ đồng quê

恬 tián<形>[书]❶điềm tĩnh: ~静 yên tĩnh ❷trơ ra

【恬不知耻】tiánbùzhīchǐ trơ ra không biết nhục; trơ mặt mo; không biết xấu hổ

【恬静】tiánjìng<形>điềm tĩnh; yên tĩnh: 她喜爱~的乡村。Chị ấy thích thôn quê yên tĩnh.

甜 tián<形>❶ngọt: 这葡萄真~。Nho này ngọt thật. ❷ngọt ngào: 话说得很~。Lời nói rất ngọt ngào. ❸ngon; say ❹[方]nhạt

【甜菜】tiáncài<名>❶củ cải đường ❷cây củ cải đường

【甜点】tiándiǎn<名>bánh ngọt

【甜瓜】tiánguā<名>dưa bở; dưa gang; dưa ngọt

【甜酒】tiánjiǔ<名>rượu ngọt; rượu nếp

【甜美】tiánměi<形>❶ngọt: 这泉水很~。Nước suối này rất ngọt. ❷ngọt ngào; thoải mái: 睡得~ ngủ thoải mái

【甜蜜】tiánmì<形>ngọt ngào; êm đẹp

【甜面酱】tiánmiànjiàng<名>tương ngọt

【甜品】tiánpǐn<名>đồ ăn ngọt

【甜食】tiánshí<名>đồ ngọt; của ngọt

【甜头】tiántou<名>❶ngon ngọt ❷lợi ích; cái hay: 尝到了学习的~ cảm nhận được cái hay của việc học tập

【甜味】tiánwèi<名>vị ngọt

【甜言蜜语】tiányán-mìyǔ lời đường mật; lời ngon tiếng ngọt

填 tián<动>❶lấp: 把坑~上土吧。Lấp đất vào hố đi. ❷bổ sung: ~补 bổ sung/điền vào ❸điền chữ; viết vào: ~上名字 điền tên vào

【填报】tiánbào<动>khai báo; kê khai: ~志愿 khai báo ý nguyện

【填表】tiánbiǎo<动>điền vào biểu; điền vào bảng

【填补】tiánbǔ<动>bổ khuyết; bổ sung; bù vào: ~心灵的空虚 bù vào nỗi trống vắng trong tâm hồn

【填充】tiánchōng<动>❶bổ sung: 物质充填 chất độn ❷điền vào chỗ trống: ~题 đề mục điền vào chỗ trống

【填空】tiánkòng<动>❶bổ sung vào chỗ trống: ~补缺 bổ sung vào chỗ trống/bổ sung vào chỗ còn thiếu ❷điền vào chỗ trống: ~题 đề mục điền vào chỗ trống

【填平】tiánpíng<动>san bằng; lấp cho phẳng: 把坑~。Lấp hố cho phẳng.

tiǎn

舔 tiǎn<动>liếm: ~嘴唇 liếm môi

tiāo

佻 tiāo<形>khinh mạn; khinh bạc: 轻~ không chững chạc/lăng lơ

挑¹ tiāo<动>❶chọn: ~好的送给他。Chọn những cái tốt biểu anh ấy. ❷soi mói; bới móc: ~毛病 bới móc khuyết điểm

挑² tiāo❶<动>gánh: ~水 gánh nước ❷<名>gánh ❸<量>gánh
另见tiǎo

【挑刺儿】tiāocìr<动>vạch lá tìm sâu; bới lông tìm vết; kiếm chuyện

【挑错】tiāocuò<动>❶chọn nhầm ❷tìm lỗi; bới cái sai

【挑肥拣瘦】tiāoféi-jiǎnshòu chọn
đi chọn lại; năm lọc bảy lựa; kén cá
chọn canh

【挑拣】tiāojiǎn〈动〉chọn lựa

【挑食】tiāoshí〈动〉kén ăn

【挑剔】tiāoti〈动〉xoi mói; bắt bẻ

【挑选】tiāoxuǎn〈动〉chọn lọc; lựa
chọn; tuyển chọn: ~合格的队员
tuyển chọn những thành viên đủ
tiêu chuẩn

tiáo

条 tiáo❶〈名〉cành; nhành: 荆~ cành
gai ❷〈名〉mảnh; sợi: 便~ mảnh giấy
viết tay ❸〈名〉đường; đường kẻ ❹
〈形〉điều; mục: ~目 điều mục ❺〈名〉
thứ tự; trật tự: 有~不紊 có trật tự
không rối loạn; 井井有~ mạch lạc
rõ ràng ❻〈量〉con; cái; sợi; quả: 两
~腿 hai cái chân

【条幅】tiáofú〈名〉bức tranh chữ treo
dọc

【条件】tiáojiàn〈名〉❶điều kiện: 利
用有利~ lợi dụng điều kiện có lợi
❷yêu sách; đòi hỏi: 讲~ nêu yêu
sách ❸hoàn cảnh; tình trạng

【条款】tiáokuǎn〈名〉điều khoản

【条理】tiáolǐ〈名〉trật tự; mạch lạc:
有~ có trật tự; ~分明 thứ tự rành
mạch

【条例】tiáolì〈名〉điều lệ

【条目】tiáomù〈名〉các mục; các
khoản

【条条框框】tiáotiáo kuàngkuàng
điều này mục nọ; khuôn sáo

【条文】tiáowén〈名〉điều

【条纹】tiáowén〈名〉kẻ sọc

【条形码】tiáoxíngmǎ〈名〉mã vạch

【条约】tiáoyuē〈名〉hiệp ước: 签订~
kí hiệp ước

【条子】tiáozi〈名〉❶mảnh: 纸~ mảnh
giấy nhỏ ❷mẩu thư ngắn; thư tay
❸[方]thoi vàng; vàng thoi

调 tiáo❶〈形〉điều hòa; hòa giải: 风
~雨顺 mưa thuận gió hòa ❷〈动〉gia
giảm cho vừa: ~味 gia vị ❸〈动〉hòa
giải; dàn xếp: ~停 điều đình ❹〈动〉
điều chỉnh: ~价 điều chỉnh giá cả
❺〈动〉chọc ghẹo; trêu đùa: ~笑 nói
đùa ❻〈动〉xúi giục; xui: ~词架讼
xúi bẩy chuyện kiện cáo
另见diào

【调羹】tiáogēng〈名〉thìa canh

【调和】tiáohé❶〈形〉hài hòa; điều
hòa: 色彩~ màu sắc hài hòa ❷〈动〉
hòa giải: 从中~ làm trung gian hòa
giải ❸〈动〉thỏa hiệp; nhượng bộ:
不可~的矛盾 mâu thuẫn không thể
thỏa hiệp ❹〈动〉hòa trộn; điều hòa:
气血~ khí huyết điều hòa

【调剂】[1] tiáojì〈动〉điều chỉnh; điều hòa:
~生活 điều hòa cuộc sống

【调剂】[2] tiáojì〈动〉pha chế thuốc

【调价】tiáojià〈动〉điều chỉnh giá

【调节】tiáojié〈动〉điều tiết: ~室温
điều tiết nhiệt độ trong phòng

【调解】tiáojiě〈动〉hòa giải: ~人
người hòa giải

【调侃】tiáokǎn〈动〉trêu chọc; chế
giễu

【调理】tiáolǐ〈动〉❶điều dưỡng: 采
用治疗和~相结合的方法 dùng biện
pháp kết hợp điều trị và điều dưỡng
❷trông nom; chăm lo: ~牲口 trông
nom súc vật nuôi ❸trông nom dạy
bảo

【调料】tiáoliào〈名〉đồ gia vị

【调皮】tiáopí〈形〉❶nghịch ngợm:
~的孩子 đứa bé nghịch ngợm
❷bướng bỉnh ❸khôn ranh; láu cá

【调频】tiáopín〈动〉❶điều chỉnh tần
số máy phát điện xoay chiều ❷[无
线电]điều chỉnh tần suất vô tuyến

【调情】tiáoqíng〈动〉ve vãn; tổng
tình

【调味】tiáowèi〈动〉gia vị: ~品 đồ
gia vị

T

【调养】tiáoyǎng<动>điều dưỡng: ~身体 điều dưỡng sức khỏe

【调整】tiáozhěng<动>điều chỉnh: ~计划 điều chỉnh kế hoạch

【调制】¹ tiáozhì<动>điều chỉnh máy thu phát

【调制】² tiáozhì<动>điều chế; pha: ~鸡尾酒 pha rượu cốc tay

笤 tiáo

【笤帚】tiáozhou<名>chổi lúa; chổi rơm

tiǎo

挑 tiǎo❶<动>chống; nâng: 把帘子~起来。 Chống mành lên. ❷<动>khều; khêu: ~刺khêu gai ❸<动>thêu móc: ~花 thêu hoa ❹<动>khiêu khích: ~衅 khiêu khích/gây hấn ❺<名>nét hất trong chữ Hán

另见tiāo

【挑拨】tiǎobō<动>xúi giục; gây chuyện: ~离间 gây chia rẽ

【挑大梁】tiǎo dàliáng sắm vai chính; đóng vai trò chủ chốt

【挑动】tiǎodòng<动>❶gây ra; gợi ra: ~是非 gây chuyện thị phi ❷khiêu khích; kích động: ~战争 kích động chiến tranh

【挑逗】tiǎodòu<动>trêu; chọc ghẹo; gây ra: 存心~ cố tình trêu chọc

【挑唆】tiǎosuō<动>xúi giục; kích động

【挑衅】tiǎoxìn<动>khiêu khích; gây hấn: 武装~ khiêu khích vũ trang

【挑战】tiǎozhàn❶<动>khiêu chiến: 派出军队进行~ cho quân đến khiêu chiến ❷<动>thách thức thi đấu: 向强手~ thách thức với kẻ mạnh ❸<动>tự thách; tự khích lệ: ~世界纪录 tự thách phá kỉ lục thế giới ❹<名>thách thức: 机会和~并存。 Thời cơ và thách thức cùng tồn tại.

tiào

眺 tiào<动>nhìn xa: 远~ nhìn ra xa

【眺望】tiàowàng<动>nhìn ra xa; nhìn xa vời (từ vị trí cao): 登高~ lên chỗ cao nhìn ra xa

跳 tiào<动>❶nhảy: 连蹦带~ chạy nhảy tung tăng ❷nảy; nẩy: 吓了一~ giật nẩy mình ❸đập; nhấp nháy: 心~ tim đập ❹vượt; nhảy qua: ~级 vượt lớp/vượt cấp

【跳板】tiàobǎn<名>❶cầu ván tàu (thuyền) ❷bàn đạp: 增加出口的~ bàn đạp tăng trưởng xuất khẩu ❸cầu nhảy (ở bể bơi) ❹nhảy cầu bật; nhảy cầu bập bênh

【跳槽】tiàocáo<动>❶(súc vật) ăn sang máng khác ❷nhảy việc; nhảy sang nghề khác

【跳动】tiàodòng<动>đập; nhảy

【跳高】tiàogāo<动>nhảy cao

【跳马】tiàomǎ[体育]❶<动>nhảy cầu nhảy ❷<名>môn cầu nhảy

【跳皮筋儿】tiào píjīnr nhảy dây chun

【跳棋】tiàoqí<名>cờ nhảy

【跳伞】tiàosǎn<动>nhảy dù

【跳绳】tiàoshéng<动>nhảy dây

【跳水】tiàoshuǐ❶<名>môn nhảy cầu; nhào nước: ~池 bể nhảy cầu ❷<动>giá cổ phiếu sụt mạnh

【跳舞】tiàowǔ<动>nhảy múa; khiêu vũ

【跳远】tiàoyuǎn<动>nhảy xa

【跳跃】tiàoyuè<动>nhảy nhót: ~运动 các môn thể thao về nhảy

【跳蚤】tiàozao<名>bọ chét

tiē

帖 tiē❶<动>thuận theo; nghe theo: 服~ thuận phục ❷<形>thỏa đáng: 妥~ ổn thỏa

另见tiě, tiè

贴¹tiē❶<动>dán: 剪~ cắt dán ❷<动>sát; dán: 湿漉漉的衣服紧~在身上。 Quần áo ướt, dán chặt vào cơ thể. ❸<动>trợ cấp; phụ thêm: ~补 trợ giúp ❹<名>phụ cấp: 房~ phụ cấp tiền nhà ❺<量> lá: 一~膏药 một lá thuốc cao

贴²tiē❶<动>thuận theo; nghe theo ❷<形>thỏa đáng

【贴补】tiēbǔ<动>❶trợ giúp; cho thêm: ~家用 trợ giúp chi phí trong gia đình ❷bù vào; bù thêm: 还有存货~着用。Còn có đồ tồn kho bù vào sử dụng.

【贴近】tiējìn❶<动>kề sát; ghé sát; gần gũi: ~生活 gần gũi cuộc sống ❷<形>thân thiết; gần gũi: 找~的人 叙叙旧。Tìm người thân thiết nói chuyện cũ.

【贴切】tiēqiè<形>xác đáng; đúng

【贴身】tiēshēn<形>❶lót; lót thân; ~ 衣服 quần áo lót ❷vừa người: 新买 的西装穿着很~。Âu phục mới mua mặc rất vừa. ❸theo bên người: ~保 镖 vệ sĩ theo bên người

【贴心】tiēxīn<形>rất thân thiết: ~的 朋友 bạn tri kỉ

tiě

帖tiě❶<名>tờ thiếp: 请~ thiếp mời/ giấy mời ❷<名>[旧]danh thiếp: 庚 ~ danh thiếp ❸<名>mảnh giấy nhỏ ❹<量>[方]thang: 一~药 một thang thuốc ❺<名>bài văn phát biểu trên mạng Internet
另见tiē, tiè

铁tiě❶<名>[化学]sắt (kí hiệu: Fe) ❷ <名>dao kiếm; vũ khí; sắt: 手无寸~ tay không tấc sắt ❸<形>(như) sắt; thép: ~汉子 người đàn ông thép ❹<形> (hình dung sự cường bạo hoặc tinh nhuệ) sắt; thép: ~蹄 móng sắt/gót

sắt ❺<形>đanh thép: ~的事实 sự thật đanh thép; ~案 tội trạng rành rành ❻ <动>nghiêm: ~着脸 nghiêm mặt

【铁窗】tiěchuāng<名>song sắt (nhà tù)

【铁道】tiědào<名>đường sắt

【铁定】tiědìng<动>không thể thay đổi: ~的事实 sự thật không thể thay đổi

【铁饭碗】tiěfànwǎn<名>chức vị vững chắc; ngành nghề ổn định

【铁公鸡】tiěgōngjī<名>gà trống sắt; người keo kiệt, bủn xin

【铁轨】tiěguǐ<名>ray; đường ray

【铁匠】tiějiàng<名>thợ rèn

【铁矿】tiěkuàng<名>mỏ sắt; quặng sắt

【铁路】tiělù<名>đường sắt

【铁面无私】tiěmiàn-wúsī mặt sắt đen sì; chí công vô tư

【铁皮】tiěpí<名>sắt tây

【铁器】tiěqì<名>đồ sắt

【铁锹】tiěqiāo<名>cái xẻng

【铁石心肠】tiěshí-xīncháng lòng dạ sắt đá

【铁丝】tiěsī<名>dây thép

【铁丝网】tiěsīwǎng<名>❶lưới dây thép ❷lưới thép gai

【铁塔】tiětǎ<名>❶tháp sắt ❷cột điện cao thế

【铁腕】tiěwàn<名>❶bàn tay sắt: ~ 人物 nhân vật có bàn tay sắt ❷sự cai trị hà khắc

【铁锨】tiěxiān<名>cái mai

【铁锈】tiěxiù<名>gỉ sắt

【铁证】tiězhèng<名>chứng cứ vững chắc: ~如山 chứng cớ rõ ràng

tiè

帖tiè<名>thiếp; bản mẫu: 画~ thiếp mẫu vẽ; 习字~ thiếp chữ mẫu
另见tiē, tiě

T

tīng

厅 tīng〈名〉❶phòng lớn; sảnh: 大~ phòng lớn/đại sảnh; 客~ phòng khách; 餐~ phòng ăn ❷phòng làm việc: 办公~ văn phòng ❸ti; sở (một cấp tổ chức): 公安~ Sở công an

【厅堂】tīngtáng〈名〉phòng lớn

听[1] tīng〈动〉❶nghe: ~音乐 nghe âm nhạc; 没~清楚 chưa nghe rõ ❷tiếp nhận; nghe theo: 言~计从 nghe lời theo kế ❸mặc; tùy: ~便 tùy ý ❹quản lí; phán quyết: ~讼 xử án

听[2] tīng〈名〉hộp; lon: ~装 đóng hộp

【听从】tīngcóng〈动〉nghe theo: ~指挥 nghe theo sự chỉ huy

【听候】tīnghòu〈动〉chờ (lệnh, quyết định): ~处理 chờ xử lí

【听话】tīnghuà❶〈动〉nghe lời ❷〈形〉vâng lời; ngoan ngoãn: 这孩子很~。Đứa trẻ này rất ngoan. ❸〈动〉chờ trả lời: 你明天待在家里~吧。Ngày mai anh ở nhà chờ trả lời nhé.

【听见】tīngjiàn〈动〉nghe thấy: ~敲门声 nghe thấy tiếng gõ cửa

【听讲】tīngjiǎng〈动〉nghe giảng: 认真~ chăm chú nghe giảng

【听觉】tīngjué〈名〉thính giác

【听课】tīngkè〈动〉nghe giảng bài; dự giờ dạy: 专心~ chú ý nghe giảng

【听力】tīnglì❶sức nghe ❷khả năng nghe: ~课 bài luyện nghe

【听取】tīngqǔ〈动〉lắng nghe: ~意见 lắng nghe ý kiến

【听说】tīngshuō〈动〉nghe nói

【听天由命】tīngtiān-yóumìng phó thác mặc trời; mặc cho số phận

【听筒】tīngtǒng〈名〉❶ống nghe; tai nghe ❷[医学]ống nghe khám bệnh

【听写】tīngxiě〈动〉chính tả; nghe ghi

【听信】tīngxìn〈动〉nhẹ dạ tin theo; tin ở: ~谣言 tin theo lời đồn đại

【听诊器】tīngzhěnqì〈名〉ống nghe khám bệnh

【听众】tīngzhòng〈名〉thính giả

【听装】tīngzhuāng〈形〉đóng hộp: ~橙汁 nước cam đóng hộp/nước cam lon

烃 tīng〈名〉[化学]hiđrô cacbon

tíng

廷 tíng〈名〉triều đình: 宫~ cung đình

亭 tíng〈名〉❶ngôi đình ❷trạm; quán: 邮~ trạm bưu điện

【亭亭玉立】tíngtíng-yùlì dong dỏng cao; thon cao đẹp đẽ; thon thả mềm mại

【亭子】tíngzi〈名〉đình; cái đình; đình để nghỉ chân; rạp

庭 tíng〈名〉❶nhà; phòng: 大~广众 nơi tụ họp đông người ❷sân: 前~ sân trước ❸tòa án: 开~ mở phiên tòa

【庭园】tíngyuán〈名〉vườn hoa; sân có bồn hoa cây cảnh

【庭院】tíngyuàn〈名〉sân nhà

停 tíng❶〈动〉ngừng; tạnh: 雨~了。Mưa tạnh rồi. ❷〈动〉dừng lại; lưu lại; ở lại: ~留下来 lưu lại ❸〈动〉đỗ; đậu: 船~在岸边。Thuyền đậu trên bến. ❹〈形〉xong xuôi: ~妥 xong xuôi ổn thỏa

【停办】tíngbàn〈动〉ngừng (công việc nửa chừng); đóng cửa: 这所幼儿园已经~了。Vườn trẻ này đã đóng cửa rồi.

【停泊】tíngbó〈动〉(thuyền) đỗ; thả neo; cập bến: 船刚刚进港~。Tàu vừa vào cảng thả neo.

【停产】tíngchǎn〈动〉ngừng sản xuất

【停车】tíngchē〈动〉❶dừng xe: 请靠边~。Xin dừng xe bên lề. ❷đỗ xe: ~场 bãi đỗ xe ❸ngừng máy; dừng máy: 加工中心~大修。Trung tâm gia công ngừng máy để đại tu.

【停电】tíngdiàn<动>tắt điện; cắt điện

【停顿】tíngdùn<动>❶ngừng trệ; đình đốn: 生产处于~状态。Sản xuất bị rơi vào tình trạng đình đốn. ❷ngừng; dừng lại (khi nói): 他说到重点时, 故意~了一下。Khi nói đến trọng điểm, ông ấy cố ý ngừng lại một chút.

【停工】tínggōng<动>đình công; ngừng việc

【停火】tínghuǒ<动>ngừng bắn: 双方签订~协议。Hai bên kí hiệp nghị ngừng bắn.

【停靠】tíngkào<动>đỗ; đậu; cập bến; ghé bến: 火车在1号站台~。Tàu hỏa đỗ ở sân ga số 1.

【停课】tíngkè<动>nghỉ học; đình khóa

【停留】tíngliú<动>dừng lại; lưu lại; ở lại: 代表团在上海~了一周。Đoàn đại biểu dừng lại ở Thượng Hải một tuần.

【停业】tíngyè<动>❶tạm ngừng kinh doanh; đóng cửa: 节假日商场不~。Ngày lễ các cửa hàng không đóng cửa. ❷tạm nghỉ bán hàng

【停战】tíngzhàn<动>đình chiến; ngừng bắn: ~协定 hiệp định đình chiến

【停职】tíngzhí<动>tạm thời đình chỉ chức: ~查办 tạm thời đình chỉ chức để điều tra và xử lí

【停止】tíngzhǐ<动>đình chỉ; ngừng; chấm dứt; nghỉ: ~军备竞赛 chấm dứt cuộc chạy đua vũ trang

tǐng

挺 tǐng❶<形>thẳng: 笔~ thẳng đứng ❷<动>ưỡn ra: ~胸 ưỡn ngực ❸<动>gắng gượng: 硬~着工作 gắng gượng làm việc ❹<动>đứng bên; hỗ

trợ ❺<形>nổi bật; kiệt xuất: ~拔 cao vút ❻<副>[口]rất: 这橙汁~甜。Nước cam này rất ngọt. ❼<量>khẩu; cỗ (súng)

【挺拔】tǐngbá<形>❶cao vút: 峰峦~ dãy núi cao vút ❷mạnh mẽ; rắn rỏi: 笔力~ nét chữ rắn rỏi

【挺立】tǐnglì<动>đứng thẳng

【挺身】tǐngshēn<动>vươn người; đứng ra: 关键时候~而出 trong giờ phút then chốt vươn người đứng ra

铤 tǐng<形>[书](đi nhanh) thoăn thoắt; nhanh chân

【铤而走险】tǐng'érzǒuxiǎn buộc phải mạo hiểm; bí quá hóa liều

艇 tǐng<名>❶xuồng; ca nô; thuyền: 救生~ xuồng cứu hộ ❷tàu: 潜水~ tàu ngầm

tōng

通 tōng❶<动>thông suốt; rỗng: 两个房间相~。Hai căn phòng thông với nhau. ❷<动>chọc; thông: ~下水道 thông cống thoát nước ❸<动>thông đường: 道路~畅 đường thông hè thoáng ❹<动>qua lại; nối liền; gắn với; thông đồng: 沟~ thông với nhau ❺<动>thông báo: 报 thông báo ❻<动>thông hiểu: 精~ tinh thông ❼<名>người am hiểu: 万事~ người am hiểu mọi chuyện ❽<形>lưu loát: 文章写得不够~顺。Bài văn viết chưa được lưu loát. ❾<形>phổ thông; thông thường: ~常 thông thường ❿<形>cả; toàn bộ: ~盘 toàn bộ ⓫<量>tờ; bức

【通报】tōngbào❶<动>thông báo: ~表扬 thông báo tuyên dương ❷<名>thông báo; thông tri ❸<名>thông báo; báo cáo: 科学~ thông báo khoa học ❹<动>báo cho biết: 请~上级。Xin báo lên cấp trên. ❺<动>nói; khai (họ tên): 请新人~姓名。Đề nghị người mới giới thiệu họ tên mình.

【通病】tōngbìng<名>khuyết điểm chung

【通常】tōngcháng❶<形>bình thường; thông thường: ~的办法 biện pháp thông thường ❷<副>thông thường; thường

【通畅】tōngchàng<形>❶thông suốt; lưu thông: 交通~ giao thông thông suốt ❷trôi chảy; lưu loát: 文笔~ văn viết trôi chảy

【通车】tōngchē<动>❶thông xe: ~典礼 lễ thông xe ❷có xe qua lại

【通称】tōngchēng❶<动>thường gọi ❷<名>tên thường gọi

【通道】tōngdào<名>❶đường giao thông: 南北~ đường giao thông nam bắc ❷đường đi: 安全~ đường đi an toàn

【通电】tōngdiàn<动>thông điện

【通风】tōngfēng<动>❶thông thoáng; thoáng khí: 矿井需要~。 Hầm mỏ cần thông gió. ❷thông gió; thông hơi: ~设备 thiết bị thông hơi ❸để lộ tin tức

【通风报信】tōngfēng-bàoxìn mật báo tin tức; bắn tin

【通告】tōnggào❶<动>thông báo; thông cáo: ~周知 thông báo cho mọi người biết ❷<名>bản thông cáo; tờ thông cáo

【通关】tōngguān<动>thông quan

【通过】tōngguò❶<动>đi qua: ~边境 đi qua biên giới; 电车不能~。 Xe điện không được đi qua. ❷<动>thông qua: 提案已一致~。 Đề án đã được nhất trí thông qua. ❸<动>xin chuẩn y: 这项提价方案要~群众才能做出决定。 Đề án nâng giá này phải xin ý kiến của quần chúng mới quyết định được. ❹<介>thông qua; dựa vào; qua: ~读书增长见识。 Qua đọc sách mở mang kiến thức.

【通航】tōngháng<动>thông đường

hàng không; thông đường thủy

【通红】tōnghóng<形>đỏ rực; đỏ bừng: 炭火~ lò than đỏ rực

【通话】tōnghuà<动>❶gọi điện thoại: ~记录 lưu trữ cuộc gọi ❷chuyện trò

【通婚】tōnghūn<动>kết thông gia; hình thành quan hệ họ hàng qua ngả hôn nhân; thông hôn

【通货】tōnghuò<名>tiền tệ: ~膨胀 lạm phát tiền tệ

【通缉】tōngjī<动>truy nã: ~逃犯 truy nã phạm nhân lẩn trốn

【通奸】tōngjiān<动>thông dâm

【通力】tōnglì<副>chung sức: ~合作 chung sức hợp tác

【通令】tōnglìng❶<动>ra lệnh chung: ~全国 ra lệnh chung cho toàn quốc ❷<名>lệnh chung: 及时发出~ kịp thời ra lệnh chung

【通盘】tōngpán<形>toàn bộ; toàn thể; toàn diện: ~计划 kế hoạch toàn diện

【通票】tōngpiào<名>vé liên vận; vé suốt

【通气】tōngqì<动>❶thông gió; thông hơi: ~孔 lỗ thông hơi ❷có tin tức qua lại: 做工作上下得~。 Khi làm việc, trên dưới phải có tin tức qua lại. ❸qua đường ống vận chuyển khí đốt, hơi sưởi

【通情达理】tōngqíng-dálǐ thấu tình đạt lí

【通融】tōngróng<动>❶châm chước: 请您一下。 Xin ông châm chước. ❷vay tạm; giật tạm

【通商】tōngshāng<动>buôn bán; thông thương: ~口岸 bến cảng thông thương

【通顺】tōngshùn<形>câu chữ, bài văn viết đúng và xuôi: 这个句子欠~。 Câu này còn trục trặc.

【通俗】tōngsú<形>thông tục; phổ thông: ~易懂 thông tục dễ hiểu

【通宵】tōngxiāo<名>suốt đêm; thâu

đêm: ~达旦 từ tối đến sáng

【通晓】tōngxiǎo<动>thông hiểu; am hiểu: ~多种语言 thông hiểu nhiều thứ tiếng

【通心粉】tōngxīnfěn<名>mì ống

【通信】tōngxìn<动>❶gửi thư: ~往来 thư từ qua lại ❷thông tin: 数字~ thông tin kĩ thuật số

【通行】tōngxíng<动>❶đi qua: 自由 ~ đi lại tự do ❷thông dụng

【通行证】tōngxíngzhèng<名>giấy thông hành

【通讯】tōngxùn❶<动>thông tin: 无线电~ thông tin vô tuyến ❷<名>tin phóng sự

【通讯社】tōngxùnshè<名>thông tấn xã; hãng thông tấn

【通讯员】tōngxùnyuán<名>thông tín viên; cộng tác viên báo chí

【通用】tōngyòng<动>❶thông dụng: 这种证书世界~。Giấy chứng nhận này thông dụng trên thế giới. ❷những chữ đồng âm, có thể thay thế cho nhau (trong chữ Hán)

【通邮】tōngyóu<动>có quan hệ bưu chính

【通知】tōngzhī❶<动>báo; bảo: 请你~大家明天不上课。Anh báo cho mọi người ngày mai nghỉ học. ❷<名>thông tri; giấy báo: 口头~ thông báo miệng

tóng

同 tóng❶<形>cùng; như nhau: ~类 cùng loại ❷<动>giống như: 相~ giống nhau ❸<副>cùng nhau: 陪~ tháp tùng ❹<副>cùng với: ~去 cùng đi ❺<介>với: ~读者交流 giao lưu với độc giả ❻<介>như; giống như: 今年的冬天~去年一样冷。Mùa đông năm nay rét như năm ngoái. ❼<介>và; với: 调查清楚他~这件事的关系。Điều tra cho rõ anh ấy có liên quan tới việc này hay không. ❽<介>[方]cho: 你坐下，我~你慢慢说。Ông ngồi xuống, tôi nói cho ông nghe. ❾<连>cùng; và: 我~你一起去。Tôi và anh cùng đi.

【同班】tóngbān❶<动>cùng tiểu đội; cùng lớp: ~同学 bạn học cùng lớp ❷<名>bạn cùng lớp

【同伴】tóngbàn<名>bạn sống chung

【同胞】tóngbāo<名>❶ruột: ~兄弟 anh em ruột ❷đồng bào: 全国~ đồng bào cả nước

【同病相怜】tóngbìng-xiānglián đồng bệnh tương lân; cùng bệnh thương nhau; cùng cảnh ngộ thông cảm nhau

【同步】tóngbù<动>❶đồng bộ ❷hài hòa: ~增长 tăng trưởng hài hòa

【同等】tóngděng<形>ngang nhau; bằng nhau: ~地位 địa vị bằng nhau

【同房】¹tóngfáng<动>❶cùng phòng ❷(vợ chồng) ăn nằm với nhau

【同房】²tóngfáng<形>cùng một dòng họ; cùng chi họ: ~兄弟 anh em cùng chi họ

【同甘共苦】tónggān-gòngkǔ ngọt bùi cay đắng có nhau; chia ngọt sẻ bùi; đồng cam cộng khổ

【同感】tónggǎn<名>đồng cảm; cảm nhận giống nhau

【同工同酬】tónggōng-tóngchóu làm như nhau, hưởng như nhau; cùng làm cùng hưởng

【同归于尽】tóngguīyújìn cùng đến chỗ chết; cùng hết đời; cùng tận số

【同行】tóngháng❶<动>cùng nghề; cùng ngành: 他俩，都是摄影师。Hai người họ cùng nghề, đều là nhà nhiếp ảnh. ❷<名>đồng nghiệp

另见tóngxíng

【同伙】tónghuǒ❶<动>cùng nhập bọn; đồng lõa ❷<名>đồng bọn

【同居】tóngjū<动>❶ở chung; ở cùng: 他和爷爷奶奶~。Nó ở chung

T

với ông nội và bà nội. ❷sống chung; ăn ở với nhau

【同类】tónglèi❶〈形〉cùng loại: ~人 người cùng loại ❷〈名〉đồng loại

【同流合污】tóngliú-héwū hòa cùng bọn xấu; đồng lõa nhau làm việc xấu; hùa nhau làm việc xấu

【同盟】tóngméng❶〈动〉đồng minh: ~国 nước đồng minh ❷〈名〉khối liên minh

【同谋】tóngmóu❶〈动〉đồng mưu: ~作案 đồng mưu gây án ❷〈名〉kẻ đồng mưu; kẻ đồng lõa; đồng bọn

【同期】tóngqī〈名〉❶cùng kì; cùng một thời kì: 与去年~相比 so với cùng kì năm ngoái ❷cùng một khóa: ~同学 bạn học cùng một khóa

【同情】tóngqíng〈动〉❶thông cảm: ~心 sự thông cảm ❷đồng tình: 得到舆论的~ được dư luận đồng tình

【同声传译】tóngshēng chuányì phiên dịch đồng bộ; dịch ca-bin

【同时】tóngshí❶〈名〉đi đôi; cùng một lúc; song song: 他俩是~入学的。Hai người vào trường cùng một lúc. ❷〈连〉đồng thời; hơn nữa

【同事】tóngshì❶〈动〉làm chung; làm việc chung; cùng làm việc với nhau: 我们已~多年。Chúng tôi đã cùng làm việc với nhau nhiều năm. ❷〈名〉bạn đồng sự; đồng nghiệp

【同乡】tóngxiāng〈名〉đồng hương; cùng quê; cùng làng

【同心】tóngxīn〈动〉đồng tâm; chung lòng: ~同德 đồng tâm nhất trí

【同行】tóngxíng〈动〉cùng đi: 一路~ cùng đi một đường
另见tóngháng

【同性】tóngxìng❶〈形〉đồng giới; đồng tính; cùng tính chất: ~朋友 bạn đồng tính ❷〈名〉người đồng giới; vật chất cùng tính chất

【同性恋】tóngxìngliàn〈名〉đồng tính luyến ái

【同学】tóngxué❶〈动〉cùng học với nhau: 我们~三年，情谊难忘。Chúng ta cùng học với nhau ba năm, tình bạn sâu sắc. ❷〈名〉bạn học: ~聚会 cuộc đoàn tụ của bạn học ❸〈名〉(gọi học sinh) này em

【同样】tóngyàng〈形〉giống nhau; như nhau: ~的条件 điều kiện như nhau

【同一】tóngyī〈形〉❶chung; đồng nhất: ~目标 mục tiêu chung ❷nhất trí; thống nhất: ~性 tính nhất trí

【同义词】tóngyìcí〈名〉từ đồng nghĩa; từ cùng nghĩa

【同意】tóngyì〈动〉đồng ý; tán thành: 我~你的意见。Tôi tán thành ý kiến của anh.

【同音词】tóngyīncí〈名〉từ đồng âm

【同志】tóngzhì〈名〉❶người cùng chí hướng ❷đồng chí

【同舟共济】tóngzhōu-gòngjì dựa vào nhau vượt khó; cùng hội cùng thuyền

茼 tóng

【茼蒿】tónghāo〈名〉cải cúc

桐 tóng〈名〉❶gỗ rút ❷trẩu ❸ngô đồng

【桐油】tóngyóu〈名〉dầu trẩu

铜 tóng〈名〉[化学]đồng (kí hiệu: Cu)

【铜鼓】tónggǔ〈名〉trống đồng

【铜奖】tóngjiǎng〈名〉giải thưởng thứ ba

【铜矿】tóngkuàng〈名〉mỏ đồng; quặng đồng

【铜牌】tóngpái〈名〉huy chương đồng

【铜钱】tóngqián〈名〉tiền đồng

【铜像】tóngxiàng〈名〉tượng đồng

童 tóng❶〈名〉nhi đồng: ~谣 đồng dao ❷〈形〉chưa vợ; chưa chồng: ~男 trai chưa vợ; ~女 gái chưa chồng ❸〈名〉[旧]thằng nhỏ; chú hầu: 书~ thư đồng ❹〈形〉trọc: ~山 núi trọc

【童话】tónghuà<名>đồng thoại
【童年】tóngnián<名>tuổi thơ ấu
【童趣】tóngqù<名>niềm vui của nhi đồng
【童真】tóngzhēn<名>ngây thơ hồn nhiên
【童装】tóngzhuāng<名>quần áo trẻ em

瞳 tóng<名>đồng tử; con ngươi
【瞳孔】tóngkǒng<名>con ngươi; đồng tử

tǒng

统¹ tǒng❶<名>thống (quan hệ liên tục giữa các sự vật): 血~ huyết thống ❷<副>toàn bộ; tất cả; thống nhất: ~筹 quy hoạch thống nhất ❸<动>cai quản: ~治 thống trị

统² tǒng<名>ống: 长~皮靴 giầy ống da; 皮~子 ủng da
【统称】tǒngchēng❶<动>gọi chung; gọi gộp lại: 加法、减法、乘法和除法~四则运算。Cộng, trừ, nhân, chia gọi chung là bốn phép tính. ❷<名>tên chung
【统筹】tǒngchóu<动>trù tính chung; quy hoạch chung: ~兼顾 trù tính đầy đủ các mặt
【统计】tǒngjì<动>❶tính: ~人数 tính số người ❷thống kê: ~表 bảng thống kê
【统考】tǒngkǎo<动>thi thống nhất; thi chung: 全国~ thi thống nhất trong cả nước
【统帅】tǒngshuài❶<名>thống soái ❷<动>chỉ huy
【统辖】tǒngxiá<动>cai quản; chỉ huy: 由中央直接~ do trung ương trực tiếp chỉ huy
【统一】tǒngyī❶<动>thống nhất ❷<形>nhất trí; thống nhất: ~的意见 ý kiến nhất trí; ~领导 thống nhất lãnh đạo

【统战】tǒngzhàn<名>mặt trận thống nhất: ~政策 chính sách mặt trận thống nhất
【统治】tǒngzhì<动>❶thống trị: ~阶级 giai cấp thống trị ❷khống chế; chi phối: ~人们的思想 khống chế tư tưởng của con người

捅 tǒng<动>❶chọc; thọc: ~了一刀 thọc cho một dao ❷hích; thúc ❸nói toạc ra: 把秘密~出来。Nói toạc bí mật.
【捅娄子】tǒng lóuzi gây chuyện xích mích; gây họa

桶 tǒng❶<名>thùng: 水~ thùng nước ❷<量>thùng

筒 tǒng<名>❶ống tre to: 竹~ ống tre ❷ống; thùng: 笔~ ống bút ❸ống; thân: 袖~ ống tay

tòng

痛 tòng❶<形>đau; nhức: 头~ đau đầu ❷<形>thương xót; đau đớn: 悲~ đau thương ❸<副>ra sức; hết sức: ~改前非 ăn năn hối cải
【痛斥】tòngchì<动>trách mắng thậm tệ; quở mắng nặng nề: ~歹徒 quở trách kẻ xấu
【痛楚】tòngchǔ<形>đau khổ; khổ sở: 内心~万分 trong lòng vô cùng đau khổ
【痛处】tòngchù<名>chỗ đau; nỗi đau trong lòng
【痛风】tòngfēng<名>[医学]bệnh gút
【痛恨】tònghèn<动>căm ghét sâu sắc
【痛哭】tòngkū<动>khóc lóc thảm thiết: ~流涕 khóc sướt mướt
【痛苦】tòngkǔ<形>đau khổ; nỗi thống khổ: ~地活着 sống một cách đau khổ
【痛快】tòngkuài<形>❶thoải mái; vui vẻ ❷khoái chí; khoan khoái;

T

thỏa thích: ~地踢了一场球 đá một trận bóng thỏa thích ❸thẳng thắn; sảng khoái: 他~地答应了。Anh ấy đáp ứng một cách sảng khoái.

【痛恶】tòngwù〈动〉vô cùng căm ghét; ghét cay ghét đắng: 小偷令人~。Kẻ trộm khiến mọi người vô cùng căm ghét.

【痛心】tòngxīn〈形〉đau lòng

tōu

偷 tōu❶〈动〉ăn trộm; ăn cắp: ~窃 trộm cắp ❷〈名〉kẻ trộm; kẻ cắp: 小~ kẻ trộm ❸〈副〉trộm; vụng; lén: ~看 xem trộm ❹〈动〉bớt ra; giành ra; tranh thủ: 忙里~闲 tranh thủ lúc rỗi rãi ❺〈动〉tạm bợ; cầu thả: ~安 sống tạm bợ ❻〈动〉thông dâm

【偷盗】tōudào〈动〉trộm cướp: ~财物 trộm cướp của cải

【偷渡】tōudù〈动〉lén qua sông; lén vượt biên giới hay vùng cấm

【偷工减料】tōugōng–jiǎnliào làm ăn gian dối; rút ngày công, bớt vật liệu

【偷鸡摸狗】tōujī–mōgǒu❶cắp vặt; trộm vặt ❷đồ dê cụ

【偷看】tōukàn〈动〉nhòm trộm; xem trộm

【偷懒】tōulǎn〈动〉ăn bơ làm biếng; trốn tránh khó nhọc; lười biếng; biếng nhác

【偷情】tōuqíng〈动〉yêu nhau vụng trộm; tình yêu lén lút

【偷税】tōushuì〈动〉trốn thuế; lận thuế

【偷听】tōutīng〈动〉nghe trộm; nghe lỏm

【偷偷】tōutōu〈副〉lén; lén lút

【偷偷摸摸】tōutōumōmō lén lút; vụng trộm

【偷袭】tōuxí〈动〉đánh úp; tập kích bất ngờ: ~敌军机场 tập kích bất ngờ

sân bay của địch

【偷笑】tōuxiào〈动〉cười trộm; cười thầm

tóu

头 tóu❶〈名〉đầu ❷〈名〉đầu; tóc: 剃~ cạo đầu/cắt tóc ❸〈名〉đầu; ngọn; đỉnh: 山~ ngọn núi ❹〈名〉đầu mối: 话~儿 đầu mối câu chuyện; 提个~儿 mào đầu ❺〈名〉đầu mẩu; đầu thừa đuôi thẹo: 铅笔~儿 mẩu bút chì ❻〈名〉trùm; đầu sỏ ❼〈名〉bên; phía: 心挂两~ lòng dạ ở cả hai phía ❽〈数〉thứ nhất; đứng đầu: ~号 số một ❾〈形〉dẫn đầu; đi đầu: ~马 con ngựa đầu đàn ❿〈形〉thứ nhất: ~一遍 lần đầu tiên ⓫〈形〉[方]trước; ban; đầu: ~两天 ngày trước ⓬〈介〉gần; sắp đến: ~晚上七点, 晚会就要开始了。Gần 7 giờ tối, dạ hội sắp bắt đầu. ⓭〈量〉đầu; con: 一~牛 một con bò ⓮〈量〉củ: 一~蒜 một củ tỏi

头 tou (dùng làm hậu tố của danh từ, động từ, tính từ và từ chỉ phương vị): 木~ gỗ; 石~ đá; 念~ ý nghĩ

【头版】tóubǎn〈名〉❶trang đầu; cột đầu tiên ❷ấn loát lần đầu

【头部】tóubù〈名〉đầu; phần đầu của cơ thể

【头等】tóuděng〈形〉hạng nhất; bậc nhất; hàng đầu: ~舱 khoang hạng nhất

【头顶】tóudǐng〈名〉❶đỉnh đầu ❷phía trên (cao hơn người)

【头发】tóufa〈名〉tóc

【头昏】tóuhūn〈形〉choáng đầu; choáng người

【头昏眼花】tóuhūn–yǎnhuā đầu choáng mắt mờ; choáng đầu hoa mắt

【头盔】tóukuī〈名〉mũ sắt

【头颅】tóulú〈名〉sọ; đầu lâu

【头目】tóumù〈名〉trùm; đầu sỏ

【头脑】tóunǎo〈名〉❶đầu óc; trí óc: ~清楚 đầu óc tinh tường ❷đầu mối: 摸不着~ mò không ra đầu mối ❸[口]thủ lĩnh

【头破血流】tóupò-xuèliú bị vỡ sọ chảy máu

【头饰】tóushì〈名〉đồ trang sức trên đầu

【头痛】tóutòng〈形〉đau đầu; nhức đầu

【头头儿】tóutour〈名〉[口]người cầm đầu; trùm sỏ

【头头是道】tóutóu-shìdào nói và làm đâu ra đấy

【头衔】tóuxián〈名〉hàm

【头像】tóuxiàng〈名〉ảnh chân dung

【头绪】tóuxù〈名〉đầu mối: 理不出~ lần không ra đầu mối

【头晕】tóuyūn〈形〉choáng đầu

【头重脚轻】tóuzhòng-jiǎoqīng đầu nặng gốc nhẹ; cơ sở không vững

【头子】tóuzi〈名〉trùm; trùm sỏ

投 tóu〈动〉❶ném; quăng: ~篮 ném rổ ❷bỏ; đưa vào: ~票 bỏ phiếu; ~资 đầu tư/bỏ vốn ❸trầm mình nhảy xuống: ~江 nhảy xuống sông ❹chiếu vào: 影子~在窗户上。Bóng chiếu lên trên cửa sổ. ❺gửi; đưa: ~稿 gửi bản thảo ❻tìm đến; gia nhập: 弃暗~明 bỏ chỗ tối tìm đến nơi sáng/trở về đường sáng ❼hợp nhau; ăn ý: 情~意合 ý hợp tâm đầu

【投案】tóu'àn〈动〉thú tội; đầu thú: ~自首 ra đầu thú

【投保】tóubǎo〈动〉tham gia bảo hiểm; đóng bảo hiểm

【投奔】tóubèn〈动〉đi nhờ và (người khác): ~亲戚 đi nhờ và họ hàng

【投标】tóubiāo〈动〉bỏ thầu; đấu thầu

【投产】tóuchǎn〈动〉đưa vào sản xuất

【投敌】tóudí〈动〉theo giặc; chạy theo địch: 叛变~之人 kẻ phản bội theo giặc

【投递】tóudì〈动〉đưa: ~邮件 đưa bưu kiện

【投毒】tóudú〈动〉đầu độc; bỏ bả thuốc vào

【投放】tóufàng〈动〉❶thả xuống: ~炸弹 thả bom/ném bom ❷bỏ vào; đóng góp: ~资金 đầu tư vốn ❸đưa ra (thị trường): 已~市场 đã được đưa ra thị trường

【投稿】tóugǎo〈动〉gửi bản thảo; gửi bài: 欢迎~ hoan nghênh gửi bài

【投合】tóuhé❶〈形〉hợp nhau; ăn ý nhau: 性情~ tính tình hợp nhau ❷〈动〉chiều theo; hợp ý: ~顾客的口味 chiều theo khẩu vị của khách

【投机】tóujī❶〈形〉ăn ý; hợp ý nhau ❷〈动〉đầu cơ; lợi dụng: ~分子 phần tử đầu cơ

【投机取巧】tóujī-qǔqiǎo đầu cơ chuốc lợi

【投寄】tóujì〈动〉gửi; đưa: ~邮件 đưa bưu kiện

【投靠】tóukào〈动〉nhờ vả; nương nhờ; sống nhờ: 北上~朋友 lên phía bắc nhờ vả bạn bè

【投入】tóurù❶〈动〉đi vào; được đưa vào; lao vào: ~使用 được đưa vào sử dụng ❷〈形〉chăm chú: 他学习很~。Anh ấy học tập rất chăm chú ❸〈动〉đầu tư; bỏ vốn ❹〈名〉đầu tư; vốn đầu tư

【投身】tóushēn〈动〉lao mình vào; dấn thân vào: ~慈善事业 dấn thân vào sự nghiệp từ thiện

【投诉】tóusù〈动〉khiếu nại

【投宿】tóusù〈动〉tìm nơi trọ: ~客栈 trọ ở nhà nghỉ

【投降】tóuxiáng〈动〉đầu hàng; ra hàng; hàng: 缴械~ nộp vũ khí đầu hàng

【投医】tóuyī〈动〉đến khám thầy thuốc: 病急乱~ có bệnh vái tứ phương

【投影】tóuyǐng❶〈动〉xạ ảnh ❷〈名〉hình chiếu

【投影仪】tóuyǐngyí〈名〉máy chiếu

【投缘】tóuyuán〈形〉ăn ý; hợp ý nhau

【投掷】tóuzhì〈动〉ném; phóng: ~铅球 ném tạ/đẩy tạ

【投资】tóuzī❶〈动〉đầu tư; bỏ vốn ra: ~办学 đầu tư cho việc xây dựng nhà trường ❷〈名〉vốn đầu tư

tòu

透 tòu❶〈动〉thấm; thấu; xuyên: ~过现象看本质。Qua những hiện tượng bề ngoài nhìn thấu bản chất. ❷〈动〉hiện ra; tỏ ra: 白里~红 màu hồng hiện ra trong màu trắng ❸〈动〉tiết lộ: ~露 tiết lộ ❹〈形〉thấu triệt; rành mạch: 看~ biết rành mạch ❺〈形〉đủ; đầy đủ; nhiều quá: 雨下~了。Mưa nhiều quá.

【透彻】tòuchè〈形〉thấu triệt; thấu suốt; thấu đáo

【透风】tòufēng〈动〉❶thông gió: 开门~ mở cửa cho thoáng gió ❷phơi gió; hong gió ❸lộ tin

【透过】tòuguò〈动〉❶xuyên qua; thấm sang ❷[方]qua

【透露】tòulù〈动〉❶tiết lộ ❷hiện ra; tỏ ra: 脸上~出一丝不安。Vẻ mặt hiện ra một chút băn khoăn.

【透明】tòumíng〈形〉❶trong suốt ❷minh bạch: 信息~化 thông tin minh bạch hóa

【透气】tòuqì〈动〉❶thông gió; thông khí: 这屋不~。Phòng này không thông khí. ❷hít thở khí trời ❸báo tin: 提前透个气 báo tin trước

【透视】tòushì〈名〉❶thấu thị; dựng hình lập thể ❷〈动〉chiếu X quang; chiếu điện ❸〈动〉nhìn thấu; nhìn rõ

【透析】[1] tòuxī〈动〉phân tích thấu đáo

【透析】[2] tòuxī〈动〉❶lọc bằng màng thẩm ❷[医学]lọc máu

【透支】tòuzhī〈动〉❶lĩnh trội ❷bội chi; chi quá thu ❸lương tạm ứng ❹làm quá sức; thể lực đã bội chi

tū

凸 tū〈形〉lồi; gồ; nhô: ~出 lồi lên/gồ lên

【凸起】tūqǐ〈动〉nhô lên; lồi

【凸透镜】tūtòujìng〈名〉[物理]thấu kính lồi; thấu kính hội tụ; kính phóng đại

【凸现】tūxiàn〈动〉nổi bật; cộm nổi

秃 tū〈形〉❶trọc; hói; trụi: ~头 đầu trọc ❷trơ trụi; trụi lá; trọc: ~树 cây trụi lá ❸cùn; tù: ~笔 bút cùn ❹không hoàn chỉnh; không cân đối; cụt

【秃顶】tūdǐng❶〈动〉hói đầu ❷〈名〉đầu hói

【秃鹫】tūjiù〈名〉chim kền kền

【秃头】tūtóu❶〈动〉rụng hết tóc ❷〈名〉đầu trọc lốc ❸〈名〉người đầu trọc ❹〈动〉đầu trần: 天冷，别秃着头出去。Trời rét, đừng để đầu trần đi ra ngoài.

突 tū❶〈动〉xông mạnh; đột phá: ~破 đột phá ❷〈副〉đột nhiên: ~变 đột biến ❸〈动〉nhô; nổi cao: ~起 nhô lên ❹〈名〉[旧]ống khói ❺〈名〉u; bướu

【突变】tūbiàn〈动〉❶thay đổi đột ngột: 时局~ thời cuộc thay đổi đột ngột ❷đột biến; nhảy vọt

【突出】[1] tūchū〈动〉xông ra khỏi: ~包围圈 xông ra khỏi vòng vây

【突出】[2] tūchū❶〈动〉nhô ra: 额头~ vầng trán gồ cao ❷〈形〉nổi bật; đột xuất: 成绩~ thành tích nổi bật ❸〈动〉nhấn mạnh; đề cao: ~重点 nhấn mạnh trọng điểm

【突发】tūfā<动>đột phát; xảy ra bất ngờ: ~事件 vụ việc đột phát

【突飞猛进】tūfēi-měngjìn tiến nhanh vùn vụt

【突击】tūjī<动>❶đột kích; xung kích: ~队 đội xung kích ❷làm gấp: ~完成计划 đột kích hoàn thành kế hoạch

【突破】tūpò<动>❶đột phá; phá vỡ: ~封锁 phá vỡ vòng vây ❷phá; vượt: ~难关 vượt qua bước khó khăn

【突起】tūqǐ❶<动>xảy ra bất ngờ: 战事~ chiến sự xảy ra bất ngờ ❷<动>cao vút; chót vót: 峰峦~ núi non cao chót vót ❸<名>u; bướu

【突然】tūrán<形>đột nhiên; bất ngờ; bất chợt; thình lình: ~袭击 thình lình tập kích; ~增加 sự gia tăng đột ngột

【突如其来】tūrúqílái xảy ra thình lình; bất ngờ xảy ra

【突围】tūwéi<动>phá vây: ~脱险 phá vây chạy thoát

【突现】tūxiàn<动>❶bỗng hiện rõ ❷nổi bật

tú

图 tú❶<名>hình vẽ; bức vẽ: 地~ bản đồ/địa đồ ❷<名>ý đồ; toan tính: 大展宏~ thực hiện hoài bão lớn ❸<动>mưu toan; kế hoạch: ~谋 mưu đồ ❹<动>ham; hám: 唯利是~ ham hố lợi lộc ❺<动>[书]vẽ: 绘影~形 vẽ tranh vẽ hình

【图案】tú'àn<名>hình hoa văn; đồ án

【图标】túbiāo<名>đồ tiêu; tiêu chí sơ đồ

【图表】túbiǎo<名>biểu đồ

【图钉】túdīng<名>đinh mũ

【图画】túhuà<名>bức họa; tranh vẽ

【图解】tújiě<动>❶đồ giải; sơ đồ giải thích: ~法 phương pháp đồ giải ❷ví lí giải, phân tích một cách máy móc

【图谋】túmóu❶<动>mưu đồ; mưu toan; mưu tính: ~私利 mưu tính kiếm lợi riêng ❷<名>kế sách; mưu kế

【图片】túpiàn<名>tranh ảnh; bản vẽ

【图书】túshū<名>sách vở

【图书馆】túshūguǎn<名>thư viện

【图腾】túténg<名>tô-tem; vật tổ

【图文并茂】túwén-bìngmào tranh ảnh và chữ nghĩa đều phong phú và đẹp

【图像】túxiàng<名>hình ảnh; tranh vẽ

【图形】túxíng<名>hình vẽ

【图章】túzhāng<名>con dấu; dấu ấn

【图纸】túzhǐ<名>giấy vẽ; bản vẽ

徒 tú❶<动>đi bộ: ~步 đi bộ ❷<名>đồ đệ; học trò: 学~ thợ học nghề ❸<名>người theo đạo; tín đồ: 信~ tín đồ ❹<名>người cùng phái: 党~ đồ đảng ❺<名>kẻ; đồ; thằng: 好事之~ kẻ hiếu sự ❻<名>tù ❼<形>không: 手~ tay không ❽<副>[书]chỉ có; vẻn vẹn ❾<副>[书]uổng phí; toi: ~劳 uổng công

【徒步】túbù<副>đi bộ: ~旅行 du lịch bộ hành; ~行军 hành quân bộ hành

【徒弟】túdì<名>học trò; đồ đệ

【徒劳】túláo<动>uổng công; phí công

【徒然】túrán<副>❶uổng; phí; vô ích: ~等待 uổng công chờ đợi ❷chỉ: 我那么说，~开玩笑。Tôi nói thế chỉ là đùa thôi.

【徒手】túshǒu<副>tay không: ~格斗 đánh nhau tay không

【徒刑】túxíng<名>tội tù; hình phạt tù: 有期~ hình phạt tù có thời hạn

【徒有虚名】túyǒu-xūmíng chỉ có hư danh; có tiếng không có miếng

途 tú<名>đường; đường đi: 半~而废

nửa chừng bỏ dở; 用~ công dụng

【途经】 tújīng〈动〉đi qua; tạt qua; ghé qua

【途径】 tújìng〈名〉con đường

涂 tú ❶〈动〉xoa; bôi; tô: ~上唇膏 đánh bôi son ❷〈动〉viết vẽ bừa bãi; vẽ lăng nhăng: ~鸦 viết như gà bới ❸〈动〉xóa: ~改 xóa đi viết lại ❹〈名〉bãi ven biển: ~田 ruộng lấn biển ❺〈名〉[书]bùn

【涂改】 túgǎi〈动〉dập xóa và sửa lại

【涂画】 túhuà〈动〉tô vẽ

【涂料】 túliào〈名〉chất sơn

【涂抹】 túmǒ〈动〉❶bôi quét lên; bôi phá: ~颜料 bôi chất màu ❷viết vẽ bậy: 在墙上乱~ viết vẽ bậy trên bức tường

【涂写】 túxiě〈动〉viết nhăng viết cuội; viết bừa bãi

【涂鸦】 túyā〈动〉mới tập viết, vẽ; viết nguệch ngoạc; viết như gà bới

【涂脂抹粉】 túzhī-mǒfěn ❶đánh phấn bôi son; bôi son trát phấn; tô son điểm phấn ❷tô điểm những điều xấu xí

屠 tú〈动〉❶mổ; giết: ~刀 dao mổ thịt ❷tàn sát; làm cỏ: ~城 tàn sát cả thành phố

【屠刀】 túdāo〈名〉con dao sát sinh; dao đồ tể: 放下~, 立地成佛. Bỏ dao đồ tể, lập tức thành Phật.

【屠夫】 túfū〈名〉❶đồ tể (người làm nghề giết mổ gia súc) ❷tên đao phủ; tên đồ tể (kẻ giết người)

【屠杀】 túshā〈动〉tàn sát hàng loạt; giết người hàng loạt

【屠宰】 túzǎi〈动〉giết mổ

【屠宰场】 túzǎichǎng〈名〉lò sát sinh; lò mổ

tǔ

土 tǔ ❶〈名〉đất: 黄~ đất vàng ❷〈名〉[方]bụi bặm ❸〈名〉đất đai: 国~ đất

nước ❹〈形〉bản địa; địa phương: 土特产 các món thổ sản và đặc sản ❺〈形〉ta; chân đất; thô sơ: ~法 cách của ta ❻〈形〉quê mùa; cũ kĩ: ~里~气 quê mùa cục mịch ❼〈名〉thuốc phiện: 烟~ thuốc phiện

【土包子】 tǔbāozi〈名〉nhà quê (không tôn trọng)

【土崩瓦解】 tǔbēng-wǎjiě sụp đổ hoàn toàn; hoàn toàn tan rã

【土产】 tǔchǎn ❶〈名〉đặc sản ❷〈形〉thổ sản: ~品 hàng thổ sản

【土地】 tǔdì〈名〉❶ruộng đất: 肥沃 ruộng đất phì nhiêu ❷đất đai; bờ cõi

【土豆】 tǔdòu〈名〉khoai tây

【土匪】 tǔfěi〈名〉thổ phi

【土豪】 tǔháo〈名〉thổ hào

【土话】 tǔhuà〈名〉tiếng địa phương

【土霉素】 tǔméisù〈名〉terramycin

【土木】 tǔmù〈名〉thổ mộc; kiến trúc

【土木工程】 tǔmù gōngchéng công trình thổ mộc

【土气】 tǔqì ❶〈名〉dáng vẻ quê mùa ❷〈形〉quê: 看样子真~ trông vẻ quê lắm

【土壤】 tǔrǎng〈名〉thổ nhưỡng; chất đất: ~结构 kết cấu của chất đất

【土生土长】 tǔshēng-tǔzhǎng sinh trưởng tại địa phương; chính gốc

【土司】 tǔsī〈名〉thổ ti

【土特产】 tǔtèchǎn〈名〉đặc sản

【土星】 tǔxīng〈名〉Sao Thổ; Thổ tinh

【土葬】 tǔzàng〈动〉chôn cất; thổ táng

【土政策】 tǔzhèngcè〈名〉luật lệ địa phương; lệ làng

【土著】 tǔzhù〈名〉thổ dân; dân địa phương

吐 tǔ〈动〉❶nhổ ra: ~痰 nhổ đờm ❷trổ ra; đâm ra; nhả ra: 稻子~穗了. ❸nói ra: ~露实情 nói ra sự thực

另见tù

【吐苦水】tǔ kǔshuǐ kể khổ

【吐露】tǔlù〈动〉thổ lộ; nói ra: ~心声 thổ lộ tâm sự

【吐气】tǔqì〈动〉thở phào nhẹ nhõm: 扬眉~ mở mày mở mặt

【吐舌头】tǔ shétou lè lưỡi

【吐字】tǔzì〈动〉nhả chữ: 她唱歌~清楚。Chị ấy hát nhả chữ rõ ràng.

tù

吐 tù〈动〉❶nôn; mửa; thổ: 呕~ nôn mửa; 上~下泻 thượng thổ hạ tả ❷nhả ra; nôn ra: ~出赃款 nôn ra khoản tham ô (lối nói văn học)
另见tǔ

【吐血】tùxiě〈动〉hộc máu; thổ huyết

兔 tù〈名〉con thỏ: 白~ thỏ trắng

【兔崽子】tùzǎizi〈名〉thằng nhóc; thằng oắt

【兔子】tùzi〈名〉con thỏ

tuān

湍 tuān❶〈形〉chảy xiết: ~流 dòng chảy xiết ❷〈名〉[书]dòng nước chảy xiết: 急~ nước xiết

【湍急】tuānjí〈形〉chảy xiết: 水流~ dòng nước chảy xiết

tuán

团 tuán❶〈形〉hình tròn: ~~似明月 tròn như mặt trăng ❷〈名〉viên tròn: 饭~ cơm nắm ❸〈动〉nắm; vo: ~纸团 vo thành viên giấy ❹〈名〉viên; cục; cuộn: 纸~儿 viên giấy ❺〈动〉hợp lại: ~聚 đoàn tụ/sum họp ❻〈名〉đoàn: 代表~ đoàn đại biểu ❼〈名〉trung đoàn ❽〈名〉Đoàn thanh niên ❾〈名〉thời xưa ở một số địa phương Trung Quốc có cấp đoàn ngang với cấp xã ❿〈量〉cục; cuộn; nắm: 一~毛线 một cuộn len

【团队】tuánduì〈名〉đội; đoàn

【团购】tuángòu〈动〉mua sắm theo đoàn

【团伙】tuánhuǒ〈名〉nhóm; ổ

【团结】tuánjié❶〈动〉đoàn kết: ~就是力量。Đoàn kết là sức mạnh. ❷〈形〉hòa thuận: 班级~ cả lớp hòa thuận

【团聚】tuánjù〈动〉❶sum họp; đoàn tụ: 家人~ người nhà đoàn tụ ❷tập hợp; tụ hợp

【团体】tuántǐ〈名〉đoàn thể

【团员】tuányuán〈名〉❶đoàn viên; thành viên: 代表团~ đoàn viên trong đoàn đại biểu ❷Đoàn viên Đoàn thanh niên cộng sản

【团圆】tuányuán❶〈动〉đoàn viên; sum họp: 夫妻~ vợ chồng sum họp ❷〈形〉hình tròn

【团长】tuánzhǎng〈名〉❶trưởng đoàn ❷trung đoàn trưởng

tuī

推 tuī〈动〉❶đẩy; ẩy: ~门而进 đẩy cửa bước vào ❷xay: ~咖啡豆 xay hạt cà phê ❸cắt; bào; húi: ~头 húi tóc ❹đẩy mạnh; mở rộng: ~行 đẩy mạnh mở rộng; ~进 đẩy tới/đẩy mạnh ❺suy ra: ~算 suy tính ❻nhường; chối: 解衣~食 nhường cơm sẻ áo ❼từ chối; thoái thác: ~托 thoái thác ❽hoãn lại; lùi lại: 这事很急，不能再往后~了。Việc này khẩn cấp, không thể lùi lại nữa. ❾tôn sùng: ~崇 coi trọng/tôn sùng ❿bầu; cử: ~举 đề cử

【推测】tuīcè〈动〉suy đoán: 有事实根据的~ suy đoán căn cứ theo sự thật

【推迟】tuīchí〈动〉lui lại; hoãn lại; chậm lại: 考试日期~一周。Ngày thi lui lại một tuần.

【推崇】tuīchóng〈动〉tôn sùng; đề cao

T

【推出】tuīchū〈动〉đưa ra; đẩy ra

【推辞】tuīcí〈动〉từ chối; không nhận

【推倒】tuīdǎo〈动〉❶đẩy đổ; ấy ngã: 他被人～了。Anh ấy bị người ta ấy ngã. ❷lật đổ: ～原有的结论 lật đổ kết luận cũ

【推动】tuīdòng〈动〉đẩy mạnh; thúc đẩy: ～经济发展 thúc đẩy phát triển kinh tế

【推断】tuīduàn〈动〉suy đoán: ～错误 suy đoán sai

【推翻】tuīfān〈动〉❶lật đổ; đánh đổ: ～反动统治 lật đổ sự cai trị phản động ❷phủ định; bác bỏ: ～前人的学说 phủ định học thuyết của người xưa

【推广】tuīguǎng〈动〉mở rộng; phổ biến: ～普通话 phổ cập tiếng phổ thông

【推荐】tuījiàn〈动〉giới thiệu: ～一本好书 giới thiệu một quyển sách tốt

【推举】tuījǔ〈动〉đề cử

【推理】tuīlǐ〈动〉suy lí: ～小说 tiểu thuyết suy lí

【推论】tuīlùn❶〈动〉suy luận: 要根据事实～ phải dựa vào sự thật để suy luận ❷〈名〉suy luận; lí luận

【推拿】tuīná〈动〉xoa bóp

【推敲】tuīqiāo〈动〉cân nhắc; đắn đo: 反复～ cân nhắc nhiều lần

【推让】tuīràng〈动〉chối nhường; nhún nhường

【推算】tuīsuàn〈动〉tính ra; suy tính ra: 根据公式～结果 căn cứ vào công thức suy tính ra kết quả

【推土机】tuītǔjī〈名〉máy ủi đất; máy đùn đất

【推托】tuītuō〈动〉mượn cớ từ chối

【推脱】tuītuō〈动〉thoái thác; trốn tránh: 不要～组织交予的任务。Đừng từ chối nhiệm vụ mà tổ chức giao phó.

【推想】tuīxiǎng〈动〉suy đoán

【推销】tuīxiāo〈动〉chào hàng; khuyến mại: ～员 người chào hàng

【推卸】tuīxiè〈动〉chối bỏ; rũ bỏ: ～职责 chối bỏ chức trách

【推心置腹】tuīxīn-zhìfù cởi mở chân tình; ăn ở thật tình

【推行】tuīxíng〈动〉thực hiện rộng rãi: ～新政策 mở rộng thực hiện chính sách mới

【推选】tuīxuǎn〈动〉đề cử; bầu: ～代表 bầu đại biểu

【推延】tuīyán〈动〉hoãn lại; trì hoãn: ～讨论会 hoãn cuộc hội thảo

【推移】tuīyí〈动〉chuyển dịch; chuyển dời; trôi qua

【推子】tuīzi〈名〉tông đơ: 电～ tông đơ điện

tuí

颓 tuí ❶〈动〉[书]đổ nát: ～垣断壁 tường đổ vách xiêu ❷〈动〉suy đổi; đồi bại: ～风败俗 đồi phong bại tục ❸〈形〉sa sút; ủ rũ; ủy mị: ～丧 ủ rũ

【颓废】tuífèi〈形〉suy sút; suy sụp; ủy mị: 精神～ tinh thần suy sụp

tuǐ

腿 tuǐ〈名〉❶đùi; chân: 大～ đùi/bắp đùi ❷chân đồ vật: 桌子～ chân bàn ❸giăm bông: 云～ giăm bông Vân Nam

【腿脚】tuǐjiǎo〈名〉chân cẳng; đi đứng

tuì

退 tuì〈动〉❶lui; lùi: 后～ lui về phía sau; 进～两难 tiến thoái lưỡng nan ❷đẩy lui; rút lui: 把光碟～出来。❸rút khỏi; rời: ～席 rút khỏi hội trường ❹nghỉ hưu ❺giảm sút; giảm xuống: ～色 phai màu; ～烧 giảm sốt

❻trả lại: ~钱 trả lại tiền ❼rút bỏ; hủy bỏ: ~婚 hủy bỏ hôn ước

【退步】tuìbù❶〈动〉thụt lùi; thoái bộ: 成绩~ thành tích thụt lùi ❷〈动〉nhân nhượng; nhường nhịn: 退一步, 海阔天空. Nhân nhượng thì trời cao biển rộng. ❸〈名〉bước lùi; chỗ lùi: 留个~ để lại chỗ lùi

【退场】tuìchǎng〈动〉rời sân; rời sân khấu: 演员~ diễn viên rời sân

【退潮】tuìcháo〈动〉thủy triều xuống; thoái trào

【退出】tuìchū〈动〉rút khỏi; ra khỏi: ~历史舞台 bị loại khỏi sân khấu lịch sử

【退化】tuìhuà〈动〉❶thoái hóa ❷biến chất

【退还】tuìhuán〈动〉trả lại; trao trả: 把书~图书馆. Trả lại sách cho thư viện.

【退换】tuìhuàn〈动〉trả lại; đổi lại

【退回】tuìhuí〈动〉❶trả lại; trả về: 把订金~给顾客. Trả lại tiền đặt cọc cho khách hàng. ❷lùi (xe) về

【退货】tuìhuò〈动〉trả lại hàng

【退款】tuìkuǎn❶〈动〉trả lại tiền; hoàn trả khoản tiền ❷〈名〉tiền trả lại

【退路】tuìlù〈名〉❶đường lùi ❷đường rút lui: 切断对方的~ chặt đứt đường rút lui của đối phương

【退却】tuìquè〈动〉❶rút lui: 全线~ rút lui toàn tuyến ❷lùi bước: 遇到困难也不~. Gặp khó khăn cũng không lùi bước.

【退让】tuìràng〈动〉❶tránh; nhường đường: 救护车来了, 快~! Xe cấp cứu đã đến, mau nhường đường! ❷nhượng bộ; nhân nhượng

【退缩】tuìsuō〈动〉lùi lại; co lại; chùn lại; rụt lại: 在困难面前不~. Không chùn bước trước khó khăn.

【退位】tuìwèi〈动〉thoái vị

【退伍】tuìwǔ〈动〉giải ngũ; xuất ngũ: ~军人 quân nhân giải ngũ

【退休】tuìxiū〈动〉nghỉ hưu; về hưu: ~金 lương hưu

【退学】tuìxué〈动〉thôi học; bỏ học; bị đuổi học

【退役】tuìyì〈动〉❶giải ngũ: ~军人 quân nhân giải ngũ ❷bỏ; không dùng; xếp kho: 该舰已经~. Tàu chiến này đã xếp bỏ. ❸giải nghệ: 运动员~ vận động viên giải nghệ

【退职】tuìzhí〈动〉từ chức; thôi việc

蜕 tuì❶〈动〉thoái hóa; lột xác: ~化 lột xác ❷〈名〉xác: 蛇~ xác rắn ❸〈动〉chim thay lông

【蜕变】tuìbiàn〈动〉❶biến chất; thoái hóa ❷thoát biến: 毛毛虫~成蝴蝶. Sâu bướm thoát biến thành con bướm.

【蜕化】tuìhuà〈动〉lột xác; thoái hóa: ~变质 thoái hóa biến chất

煺 tuì〈动〉cạo lông; nhổ lông; làm lông: ~毛 làm lông; ~猪 cạo lông lợn

褪 tuì〈动〉cởi bỏ; thay; phai

【褪色】tuìsè〈动〉phai màu

tūn

吞 tūn〈动〉❶nuốt: 嚼烂再~下去. Nhai kĩ rồi mới nuốt. ❷thôn tính; chiếm đoạt

【吞并】tūnbìng〈动〉thôn tính

【吞服】tūnfú〈动〉nuốt chửng: ~药丸 nuốt chửng viên thuốc

【吞没】tūnmò〈动〉❶chiếm đoạt; nuốt không: ~公款 nuốt không khoản của công ❷ngập; nhấn chìm: 洪水~了村庄. Nước lũ tràn ngập cả làng xóm.

【吞噬】tūnshì〈动〉❶nuốt; nhấn chìm: 火焰~了整栋房屋. Lửa cháy rừng rực căn nhà. ❷[书]thôn tính

【吞吐】tūntǔ〈动〉❶ra vào; đi đến; qua lại; xuất nhập: ~量 lượng xuất nhập ❷ấp úng; trúc trắc: ~其词 ăn nói ấp úng

【吞吞吐吐】tūntūntǔtǔ ấp a ấp úng

【吞咽】tūnyàn〈动〉nuốt

tún

屯 tún ❶〈动〉tập trung; tích trữ: ~货 tích trữ hàng hóa ❷〈动〉đóng quân: 驻~ đóng đồn ❸〈名〉làng thôn: 皇姑 ~ Hoàng Cô Đồn

【屯兵】túnbīng〈动〉đóng quân: 在 边境~ đóng quân ở khu biên giới

【屯守】túnshǒu〈动〉đóng quân canh giữ: ~边疆 đóng quân canh giữ biên cương

【屯子】túnzi〈名〉[方]làng

囤 tún〈动〉tích trữ

【囤积】túnjī〈动〉tích trữ: ~货物 tích trữ hàng hóa

豚 tún〈名〉lợn con; lợn: 海~ cá heo

【豚鼠】túnshǔ〈名〉chuột lang; chuột bạch

臀 tún〈名〉mông

【臀围】túnwéi〈名〉vòng mông

tuō

托[1] tuō ❶〈动〉nâng; đỡ; đựng: ~着枪 cầm súng ❷〈名〉đài; đế; khay: 茶~ khay nước; 花~ đài hoa ❸〈动〉làm cho nổi lên: 衬~ làm nổi bật

托[2] tuō〈动〉❶ủy thác; gửi gắm: ~人 代买 nhờ người khác mua hộ ❷vin cớ; mượn cớ: ~词谢绝 vin cớ từ chối ❸nhờ: ~福 nhờ phúc; ~庇 nhờ cây

【托词】tuōcí ❶〈动〉tìm cớ: ~谢绝 tìm cớ từ chối ❷〈名〉cớ; lời bào chữa

【托儿所】tuō'érsuǒ〈名〉nhà trẻ; nhà gửi trẻ

【托福】[1] tuōfú〈动〉nhờ phúc (khách sáo)

【托福】[2] tuōfú〈名〉(thi) TOEFL

【托付】tuōfù〈动〉phó thác; giao phó

【托管】tuōguǎn〈动〉❶ủy thác quản lí ❷ủy trị (Liên hợp quốc giao cho một nước hoặc mấy nước thành viên cai quản khu vực chưa có quyền tự trị)

【托盘】tuōpán〈名〉cái khay; cái mâm

【托人情】tuō rénqíng nhờ nói giúp; nhờ ai làm việc gì

【托收】tuōshōu〈动〉[商业]ủy thác thu nhận hoặc chịu ủy thác thu nhận

【托养】tuōyǎng〈动〉gửi nuôi

【托运】tuōyùn〈动〉gửi vận chuyển; gửi chuyển đi: ~行李 gửi hành lí

拖 tuō〈动〉❶kéo: ~船 kéo thuyền ❷lau: ~地 lau sàn nhà ❸buông; cụp: ~着辫子 buông đuôi sam ❹kéo dài: 这件事~了几个月。Việc này đã kéo dài mất mấy tháng rồi. ❺làm cho liên can; làm liên lụy: ~累 liên lụy đến

【拖把】tuōbǎ〈名〉chổi dẻ

【拖车】tuōchē〈名〉xe rơ-moóc; xe kéo

【拖船】tuōchuán〈名〉❶tàu kéo; tàu dắt ❷[方]sà lan gỗ

【拖斗】tuōdǒu〈名〉xe kéo; xe dắt

【拖儿带女】tuō'ér-dàinǚ dìu con dắt cái; con bế con bồng

【拖后腿】tuō hòutuǐ níu kéo; níu áo

【拖拉】tuōlā〈形〉lề mề; dây dưa; đểnh dàng: 他做事从不~。Anh ấy làm việc không bao giờ dây dưa.

【拖拉机】tuōlājī〈名〉máy kéo

【拖累】tuōlěi〈动〉làm liên lụy; dính dáng: 因为不想~大家，他悄悄地离 去了。Vì không muốn liên lụy đến các bạn, anh ấy lặng lẽ rời khỏi.

【拖欠】tuōqiàn〈动〉khất nợ; nợ dai:

~房租 khất nợ tiền thuê nhà

【拖沓】tuōtà<形>dây dưa; lòng thòng; dềnh dàng; lề mề: 改变~的工作作风 sửa đổi tác phong làm việc lề mề

【拖鞋】tuōxié<名>dép lê

【拖延】tuōyán<动>trì hoãn; kéo dài: ~时间 kéo dài thời gian

脱 tuō❶<动>bong; rụng: ~皮 bong da; ~毛 rụng lông ❷<动>bỏ; cởi ra: ~衣服 cởi áo; ~帽 bỏ mũ ❸<动>thoát khỏi; rời khỏi: 逃~ trốn thoát ❹<动>thiếu; sót: 这一行~了一个字。Dòng này sót một chữ.

【脱产】tuōchǎn<动>thoát li sản xuất: ~学习 đi học theo cách hưởng lương

【脱发】tuōfà<动>rụng tóc

【脱稿】tuōgǎo<动>❶viết xong: 这本小说已经~。Cuốn tiểu thuyết này đã viết xong. ❷không xem bản thảo

【脱钩】tuōgōu<动>❶vật thể rời móc ❷thoát li quan hệ

【脱节】tuōjié<动>rời ra; long ra; tách rời: 理论与实践不能~。Lí luận không thể tách rời thực tiễn.

【脱臼】tuōjiù<动>sai khớp; trật khớp

【脱口】tuōkǒu<动>buột miệng: ~而出 buột miệng nói ra

【脱离】tuōlí<动>thoát khỏi; thoát li; xa rời: ~实际 xa rời thực tế

【脱落】tuōluò<动>❶rơi; rơi rụng: 毛发~ tóc rụng ❷sót: ~字句 sót câu chữ

【脱毛】tuōmáo<动>❶rụng lông ❷thay lông

【脱皮】tuōpí<动>bong da; tróc da: 晒~ phơi nắng bị bong da

【脱贫】tuōpín<动>thoát nghèo

【脱色】tuōsè<动>❶khử màu sắc ❷phai màu

【脱身】tuōshēn<动>rời ra; thoát thân: 设法~ tìm cách thoát thân

【脱手】tuōshǒu<动>❶tuột khỏi tay: 手榴弹~飞出去。Quả lựu đạn tuột khỏi tay văng đi. ❷bán ra: 这些货不好~。Thứ hàng này khó bán lắm.

【脱水】tuōshuǐ<动>❶cơ thể mất nước ❷khử nước

【脱俗】tuōsú<动>thoát tục: 超凡~ siêu phàm thoát tục

【脱胎换骨】tuōtāi-huàngǔ thay xương đổi thịt; thay đổi triệt để lập trường quan điểm

【脱逃】tuōtáo<动>trốn thoát; chạy trốn; bỏ trốn: 临阵~ lâm trận chạy trốn

【脱险】tuōxiǎn<动>thoát khỏi nguy hiểm; thoát hiểm: 虎口~ thoát khỏi miệng hùm

【脱销】tuōxiāo<动>bán hết cả; hàng không đủ bán: 这款提包~了。Kiểu túi xách này đã bán hết.

【脱衣舞】tuōyīwǔ<名>điệu nhảy lột áo; nhảy thoát y

【脱颖而出】tuōyǐng'érchū bộc lộ toàn bộ tài năng; trổ hết tài năng

【脱脂】tuōzhī<动>khử chất béo; khử nhựa: ~棉 bông thấm nước

tuó

驮 tuó<动>thồ; cõng: 马~着货物。Con ngựa thồ hàng.

【驮运】tuóyùn<动>vận tải bằng lạc đà hay ngựa thồ

陀 tuó

【陀螺】tuóluó<名>con quay; con vụ

驼 tuó❶<名>lạc đà ❷<动>còng; gù: 奶奶的背~了。Lưng bà nội đã còng xuống.

【驼背】tuóbèi❶<动>lưng còng; lưng gù ❷<名>người gù lưng

【驼色】tuósè<名>màu lông lạc đà; màu nâu nhạt

鸵 tuó<名>chim đà điểu

【鸵鸟】tuóniǎo<名>đà điểu

tuǒ

妥 tuǒ〈形〉❶thỏa đáng; ổn: 这样处理欠~。Xử lí như vậy không ổn. ❷(sau động từ) đủ; xong xuôi: 他们已经商量~了。Họ đã bàn bạc xong xuôi.

【妥当】tuǒdàng〈形〉thỏa đáng; thích đáng: 全部安排~。Tất cả đều được sắp xếp thỏa đáng.

【妥善】tuǒshàn〈形〉ổn thỏa tốt đẹp: ~安置 thu xếp ổn thỏa tốt đẹp

【妥帖】tuǒtiē〈形〉đâu vào đấy; xác đáng; ổn thỏa; thích hợp: 安排~ đã sắp xếp ổn thỏa/đã sắp đặt đâu vào đấy

【妥协】tuǒxié〈动〉thỏa hiệp; nhượng bộ: 不向命运~ không thỏa hiệp với số phận

椭 tuǒ〈形〉hình bầu dục

【椭圆】tuǒyuán〈名〉❶hình bầu dục ❷khối hình bầu dục

tuò

拓 tuò〈动〉khai phá; mở: 开~ khai thác/khai phá
另见tà

【拓荒】tuòhuāng〈动〉khai hoang; vỡ hoang: ~者 người khai hoang

【拓宽】tuòkuān〈动〉mở rộng: ~视野 mở rộng tầm mắt

【拓展】tuòzhǎn〈动〉mở rộng; phát triển: ~市场 mở rộng thị trường

唾 tuò❶〈名〉nước miếng; nước bọt: ~液 nước bọt ❷〈动〉nhổ nước miếng: ~手可得 dễ như trở bàn tay ❸〈动〉phỉ nhổ: ~弃 phỉ nhổ

【唾骂】tuòmà〈动〉chửi mắng; chửi rủa

【唾沫】tuòmo〈名〉nước bọt; nước dãi

【唾弃】tuòqì〈动〉phỉ nhổ: 受天下人~ bị thiên hạ phỉ nhổ

T

W

wā

挖 wā〈动〉❶đào; khoét; khơi; khai thác: ~井 đào giếng ❷[方]cẩu

【挖方】wāfāng❶〈名〉khối đất đá đào: ~单价 tiền công mỗi khối đất ❷〈动〉đào

【挖掘】wājué〈动〉đào; khai quật; khai thác: ~潜力 khai thác tiềm lực

【挖掘机】wājuéjī〈名〉máy đào

【挖空心思】wākōng-xīnsī vắt óc; tìm mọi cách

【挖苦】wāku〈动〉chế giễu; châm chọc; mỉa mai

【挖墙脚】wā qiángjiǎo[口]phá đám; phá tận gốc; đục khoét nền tảng

【挖土机】wātǔjī〈名〉máy đào đất

哇 wā〈拟〉òa: ~的一声哭起来 khóc òa lên

【哇啦】wālā〈拟〉oang oang: ~~地发议论 bàn tán oang oang

洼 wā❶〈名〉vũng: 水~儿 vũng nước ❷〈形〉 trũng; lõm; hõm: 这地太~。Đất này trũng quá.

【洼地】wādì〈名〉đất trũng

【洼陷】wāxiàn〈动〉trũng; lõm; hõm

蛙 wā〈名〉ếch; nhái

【蛙泳】wāyǒng〈名〉bơi ếch

wá

娃 wá〈名〉❶con nít; trẻ con: 女~ bé gái ❷[方]đặc chỉ bé trai ❸[方]con

vật non: 鸡~ gà con/chú gà con

【娃娃】wáwa〈名〉em bé

【娃娃鱼】wáwáyú〈名〉con kì giông lớn

wǎ

瓦¹ wǎ〈名〉❶ngói: 砖~ gạch ngói ❷đất; sành: ~盆 chậu sành

瓦² wǎ〈量〉oát (watt)

【瓦房】wǎfáng〈名〉nhà ngói

【瓦罐】wǎguàn〈名〉vại sành; lọ sành

【瓦匠】wǎjiàng〈名〉thợ nề; thợ xây

【瓦解】wǎjiě〈动〉❶tan rã; tan vỡ; tan nát; tan tác: 土崩~ hoàn toàn tan rã ❷làm tan rã: ~敌人 làm tan rã quân địch

【瓦砾】wǎlì〈名〉gạch ngói vụn

【瓦片】wǎpiàn〈名〉mảnh ngói

【瓦斯】wǎsī〈名〉gas; khí mê-tan; khí đốt: ~爆炸 vụ nổ khí mê-tan

【瓦特】wǎtè〈量〉oát; wat

wà

袜 wà〈名〉bít tất

【袜子】wàzi〈名〉bít tất; tất

wāi

歪 wāi❶〈形〉lệch; nghiêng; vẹo; ngả: ~戴帽子 đội lệch chiếc mũ ❷〈形〉không chính đáng; tồi; dở;

không đúng đắn: ~理 đạo lí càn/lí sự cùn ❸〈动〉[口]ngủ nghiêng

【歪打正着】wāidǎ-zhèngzháo đánh bừa mà trúng; chó ngáp phải ruồi

【歪风】wāifēng〈名〉tác phong bất chính: 清除~邪气 loại bỏ thói gian tà bất chính

【歪理】wāilǐ〈名〉lí lẽ không chính đáng; ngụy biện; lí sự cùn

【歪门邪道】wāimén-xiédào con đường sai trái; con đường lệch lạc; lối suy đoán hoặc cách làm lệch lạc

【歪曲】wāiqū〈动〉xuyên tạc; bóp méo: ~事实 xuyên tạc sự thật

【歪歪扭扭】wāiwāiniǔniǔ nghiêng ngả; xiêu vẹo

【歪斜】wāixié〈形〉lệch; méo; xiêu vẹo: 口眼~ miệng mắt méo lệch

wǎi

崴 wǎi ❶〈形〉gập ghềnh (đường núi) ❷〈名〉[方]khúc quanh (dùng làm địa danh): 海参~ Hải Sâm Uy ❸〈动〉sái; trẹo (chân): 我~脚了，但还能走。Tôi bị trẹo chân nhưng vẫn đi lại được.

wài

外 wài ❶〈名〉nước ngoài: 对~贸易 ngoại thương ❷〈形〉ngoại; thuộc dòng mẹ: ~祖母 bà ngoại ❸〈名〉lớp ngoài; mặt ngoài; bên ngoài: ~表 bề ngoài ❹〈形〉khác: ~地 nơi khác ❺〈形〉xa lạ: ~人 người lạ ❻〈名〉ngoài ra; ngoài...ra: 此~ ngoài cái đó ra ❼〈形〉không chính thức: ~传 ngoại truyện; 《儒林~史》Nho lâm ngoại sử/Chuyện làng Nho ❽〈形〉ngoài ra

【外币】wàibì〈名〉ngoại tệ

【外边】wàibian〈名〉❶ngoài; bên ngoài ❷ngoài; nơi khác ❸mặt ngoài; bề ngoài: 铁盒的~涂有防锈油。Bên ngoài hộp sắt sơn thêm một lớp dầu chống gỉ.

【外表】wàibiǎo〈名〉bề ngoài; mặt ngoài; mẽ ngoài; mã ngoài

【外宾】wàibīn〈名〉khách nước ngoài

【外部】wàibù〈名〉❶bên ngoài; bề mặt: 计算机~ bề mặt máy tính ❷ngoài một phạm vi nào đó: ~力量 sức mạnh bên ngoài

【外层】wàicéng〈名〉lớp ngoài cùng; ngoại tầng

【外出】wàichū〈动〉đi ra ngoài; đi nơi khác: ~谋生 đi nơi khác kiếm kế sinh nhai

【外带】wàidài〈动〉ngoài ra còn; kèm thêm

【外地】wàidì〈名〉nơi khác; vùng khác

【外调】wàidiào〈动〉❶điều đi nơi khác: ~物资 điều vật tư đi nơi khác ❷đi điều tra (ngoài đơn vị)

【外敷】wàifū〈动〉bôi hoặc đắp bên ngoài

【外公】wàigōng〈名〉[方]ông ngoại

【外观】wàiguān〈名〉vẻ bên ngoài; vẻ bề ngoài

【外国】wàiguó〈名〉nước ngoài; ngoại quốc

【外国人】wàiguórén〈名〉người nước ngoài

【外国语】wàiguóyǔ〈名〉tiếng nước ngoài; ngoại ngữ

【外行】wàiháng❶〈形〉ngoài nghề; không thạo chuyên môn: ~话 lời nói ngoại đạo ❷〈名〉người ngoại đạo; người ngoài nghề; tay ngang

【外号】wàihào〈名〉biệt hiệu; biệt danh

【外环】wàihuán〈名〉đường cao tốc quanh thành phố; đường cao tốc vành đai thành phố

【外汇】wàihuì〈名〉❶ngoại hối: ~交易 giao dịch ngoại hối ❷ngoại tệ

【外籍】wàijí<名>❶hộ tịch nơi khác ❷quốc tịch nước ngoài: ~游客 du khách thuộc quốc tịch nước ngoài

【外家】wàijiā<名>❶nhà ông bà ngoại ❷[方]nhà mẹ đẻ ❸[书]nhà bố mẹ vợ ❹nhà vợ lẽ ❺vợ lẽ

【外交】wàijiāo<名>ngoại giao: ~关系 quan hệ ngoại giao

【外交部】Wàijiāo Bù<名>Bộ Ngoại giao

【外交官】wàijiāoguān<名>quan chức ngoại giao

【外教】wàijiào<名>giáo viên nước ngoài

【外界】wàijiè<名>❶thế giới bên ngoài; ngoại giới; bên ngoài: 综合~信息 tổng hợp thông tin bên ngoài ❷xã hội bên ngoài

【外科】wàikē<名>khoa ngoại; ngoại khoa: ~手术 phẫu thuật ngoại khoa

【外壳】wàiké<名>vỏ ngoài

【外快】wàikuài<名>bổng ngoại

【外来】wàilái<形>bên ngoài đưa vào; từ ngoài tới; ngoại lai: ~生物 sinh vật ngoại lai

【外来词】wàiláicí<名>từ ngoại lai

【外来人口】wàilái rénkǒu dân di cư; dân từ nơi khác đến

【外力】wàilì<名>❶sức mạnh bên ngoài ❷ngoại lực

【外流】wàiliú<动>chảy ra ngoài; chạy ra ngoài; chuyển ra ngoài: 人才~ nhân tài chạy ra ngoài

【外卖】wàimài❶<动>đưa hàng (ăn uống)đến tận nơi khách hàng hẹn: ~比萨饼 đưa pizza đến tận nơi khách chỉ định ❷<名>đồ ăn đưa đến tận nơi: 订~ đặt đồ ăn mang về

【外貌】wàimào<名>diện mạo bên ngoài: ~清秀 dáng người thanh tú

【外面】wàimiàn<名>❶mặt ngoài ❷bên ngoài: ~的世界 thế giới bên ngoài

【外婆】wàipó<名>[方]bà ngoại

【外企】wàiqǐ<名>doanh nghiệp do người nước ngoài đầu tư hoặc kinh doanh; doanh nghiệp nước ngoài

【外勤】wàiqín<名>❶công việc ở ngoài: ~人员 nhân viên làm việc ở ngoài ❷người làm công việc ở ngoài

【外人】wàirén<名>❶người ngoài ❷người ngoài cuộc ❸người nước ngoài

【外商】wàishāng<名>thương nhân nước ngoài

【外省】wàishěng<名>tỉnh khác

【外甥】wàisheng<名>❶cháu trai họ ngoại (con trai của chị gái hay em gái) ❷[方]cháu trai ngoại

【外甥女】wàishengnǚ<名>❶cháu gái họ ngoại (con gái của chị gái hay em gái) ❷[方]cháu gái ngoại

【外事】wàishì<名>❶việc đối ngoại; ngoại vụ: ~机关 cơ quan ngoại vụ; ~活动 hoạt động ngoại vụ ❷việc bên ngoài

【外事办公室】wàishì bàngōngshì phòng ngoại vụ

【外孙】wàisūn<名>cháu trai ngoại

【外孙女】wàisūnnǚ<名>cháu gái ngoại

【外逃】wàitáo<动>chạy trốn đi nơi khác; trốn ra nước ngoài

【外套】wàitào<名>áo khoác; áo khoác ngoài

【外头】wàitou<名>bên ngoài

【外文】wàiwén<名>ngoại văn; tiếng nước ngoài

【外向】wàixiàng<形>❶hướng ngoại: 性格~ tính cách hướng ngoại ❷hướng ra thị trường nước ngoài

【外销】wàixiāo<动>bán ra địa phương khác hay nước ngoài: ~产品 bán sản phẩm ra ngoài/hàng xuất khẩu

【外星人】wàixīngrén<名>người ngoài hành tinh

W

【外形】wàixíng<名>hình dáng bên ngoài; ngoại hình

【外衣】wàiyī<名>áo ngoài

【外因】wàiyīn<名>nguyên nhân bên ngoài

【外阴】wàiyīn<名>ngoại âm

【外用】wàiyòng<动>dùng bên ngoài: ~药 thuốc bôi ngoài/thuốc dùng ngoài (không được uống)

【外遇】wàiyù<名>ngoại tình

【外援】wàiyuán<名>❶viện trợ bên ngoài ❷cầu thủ nước ngoài

【外在】wàizài<形>❶bên ngoài; ngoại tại: ~因素 nhân tố bên ngoài ❷bề ngoài

【外资】wàizī<名>vốn nước ngoài: ~企业 doanh nghiệp có vốn đầu tư nước ngoài

【外祖父】wàizǔfù<名>ông ngoại

【外祖母】wàizǔmǔ<名>bà ngoại

wān

弯 wān❶<形>cong; ngoằn ngoèo: ~道 đường cong ❷<动>khom: ~着身子 khom người ❸<名>chỗ ngoặt; chỗ cong; chỗ quanh: 转~抹角 vòng vo quanh co ❹<动>[书]kéo; giương (cung)

【弯道】wāndào<名>đường vòng

【弯路】wānlù<名>đường cong; đường vòng

【弯曲】wānqū<形>ngoằn ngoèo; quanh co

【弯腰】wānyāo<动>khom lưng

剜 wān<动>dùng dao đào, bới, khoét

湾 wān❶<名>chỗ ngoặt trên sông; khuỷu: 河~ khuỷu sông ❷<名>vịnh biển: 港~ vịnh cảng ❸<动>đỗ; đậu (tàu thuyền): 把船~在那边 cho thuyền đỗ ở bên kia

蜿 wān

【蜿蜒】wānyán<形>❶(rắn bò) ngoằn ngoèo ❷(đường, sông) quanh co; vòng vèo; ngoằn ngoèo; uốn lượn: 江河~ dòng sông uốn khúc

豌 wān

【豌豆】wāndòu<名>❶cây đậu Hà Lan ❷đậu Hà Lan

【豌豆苗】wāndòumiáo<名>rau mầm đậu Hà Lan

wán

丸 wán❶<名>viên: 肉~ viên chả thịt/thịt băm viên ❷<量>viên ❸<名>thuốc viên

【丸剂】wánjì<名>thuốc viên; thuốc tễ

【丸药】wányào<名>thuốc viên

【丸子】wánzi<名>viên

纨 wán<名>[书]thứ lụa mịn

【纨绔】wánkù<名>[书]quần lụa; quần là áo lượt; con em nhà quyền quý: ~子弟 cậu ấm/con em nhà quý giàu có

完 wán❶<形>nguyên lành; toàn vẹn: 覆巢无~卵。Tổ bị phá đâu còn trứng lành. ❷<动>hết: 用~了 đã dùng hết ❸<动>xong; kết thúc; hoàn thành: 工作做~了。Công việc đã làm xong. ❹<动>hoàn thành ❺<动>giao; nộp: ~税 đã nộp thuế

【完备】wánbèi<形>đầy đủ; hoàn hảo: ~的计划 kế hoạch hoàn hảo

【完毕】wánbì<动>hoàn tất; kết thúc; xong xuôi: 实习~ thực tập xong xuôi

【完成】wánchéng<动>hoàn thành: ~任务 hoàn thành nhiệm vụ

【完蛋】wándàn<动>[口]đi đời; kết liễu; chết

【完工】wángōng<动>hoàn thành công trình; hoàn công

【完好】wánhǎo<形>nguyên vẹn; nguyên lành; hoàn hảo: ~如新 nguyên vẹn như mới

【完好无损】wánhǎo-wúsǔn nguyên lành không sứt mẻ

【完结】wánjié<动>xong xuôi; kết thúc

【完满】wánmǎn<形>trọn vẹn; đầy đủ: ~解决 giải quyết trọn vẹn

【完美】wánměi<形>tốt lành; hoàn mĩ: ~的婚姻 cuộc hôn nhân hoàn mĩ

【完全】wánquán❶<形>đầy đủ; trọn vẹn: 四肢~ tay chân đầy đủ ❷<副>hoàn toàn: ~否认 hoàn toàn phủ nhận

【完善】wánshàn❶<形>hoàn hảo: ~的技艺 kĩ năng hoàn hảo ❷<动>hoàn thiện: ~制度 hoàn thiện chế độ

【完整】wánzhěng<形>hoàn chỉnh; toàn vẹn; đầy đủ: 领土~ toàn vẹn lãnh thổ

玩¹ wán<动>❶chơi; chơi đùa: 上街~ đi chơi phố ❷chơi (thể thao): ~篮球 chơi bóng rổ ❸giở: ~手段 giở thủ đoạn/giở mánh khóe

玩² wán❶<动>đùa cợt; khinh thường: ~弄 trêu chọc; ~世不恭 khinh đời ngạo vật ❷<动>thưởng thức; chơi ngắm: 游~ dạo chơi ❸<名>đồ để thưởng thức: 古~ đồ cổ

【玩伴】wánbàn<名>bạn chơi

【玩忽】wánhū<动>sao nhãng; chểnh mảng; lơ là: ~职守 sao nhãng chức trách

【玩火】wánhuǒ<动>chơi với lửa; ví chơi trò nguy hiểm

【玩家】wánjiā<名>tay chơi

【玩具】wánjù<名>đồ chơi

【玩乐】wánlè<动>vui chơi; chơi đùa: 尽情~ vui chơi thỏa thích

【玩弄】wánnòng<动>❶chơi; nghịch: ~刀枪 chơi dao chơi súng ❷đùa giỡn; trêu chọc; chọc ghẹo: ~情感 đùa giỡn tình cảm ❸khoe khoang; chơi: ~辞藻 khoe khoang văn hoa ❹giở: ~手段 giở thủ đoạn

【玩牌】wánpái<动>chơi bài

【玩儿命】wánrmìng<动>[口]liều; liều mạng

【玩耍】wánshuǎ<动>chơi đùa; nô đùa; nghịch

【玩笑】wánxiào❶<动>đùa; vui đùa: 他在~。Nó đang vui đùa. ❷<名>(lời nói, hành động) đùa: 开~ nói đùa/trêu cho vui

【玩意儿】wányìr<名>[口]❶đồ chơi ❷trò (xiếc, ảo thuật...) ❸đồ vật ❹chỉ người với ý khinh bỉ: 什么~! Người gì vậy!/Có thứ gì vậy!

顽 wán<形>❶dốt nát; đần độn: 冥~不灵 ngu si đần độn ❷bướng; cố chấp; ngoan cố: ~疾 bệnh khó chữa ❸tinh nghịch: ~皮可爱的小男孩 cậu bé tinh nghịch dễ thương

【顽固】wángù<形>❶bảo thủ: 他这个人思想很~。Ông ta là một người khư khư thủ cựu. ❷ngoan cố: ~分子 phần tử ngoan cố ❸khó chữa: ~的疾病 bệnh khó chữa/bệnh nan y

【顽抗】wánkàng<动>ngoan cố chống lại

【顽皮】wánpí<形>tinh nghịch; bướng; bướng bỉnh

【顽强】wánqiáng<形>ngoan cường: ~的战斗精神 tinh thần chiến đấu ngoan cường

【顽童】wántóng<名>thằng ranh con; trẻ bướng bỉnh

wǎn

宛¹ wǎn<形>quanh co; khúc khuỷu; ngoằn ngoèo

宛² wǎn<副>[书]dường như: 音容~在 giọng nói vẻ mặt dường như còn ở đâu đây rất gần

【宛然】wǎnrán<副>giống như; khác nào; hình như

【宛如】wǎnrú<动>giống như; dường như

【宛若天仙】wǎnruò-tiānxiān đẹp

như nàng tiên

挽 wǎn〈动〉❶kéo; dắt; giương: ~
手 dắt tay ❷xắn; vén: ~起袖子 xắn
tay áo lên ❸xoay chuyển; cứu vãn:
力~狂澜 cố gắng xoay chuyển tình
trạng nguy hiểm ❹kéo; dắt xe: ~
车 kéo xe ❺điếu; viếng (người đã
mất)

【挽词】wǎncí〈名〉lời tưởng nhớ; lời
mặc niệm; lời viếng

【挽回】wǎnhuí〈动〉❶cứu vãn; xoay
chuyển: ~败局 xoay chuyển thế bí
❷lấy lại; thu lại: ~损失 bù đắp lại
sự mất mát

【挽救】wǎnjiù〈动〉cứu vãn: ~措施
biện pháp cứu vãn; ~生命 cứu lấy
tính mạng

【挽留】wǎnliú〈动〉giữ ở lại; giữ lại:
~客人 giữ khách ở lại

晚 wǎn❶〈名〉buổi tối: 吃~饭 ăn cơm
tối ❷〈形〉muộn; cuối: ~稻 lúa muộn
❸〈形〉chậm; muộn: 来~了 đến
muộn ❹〈形〉sau: ~辈 thế hệ sau ❺
〈名〉đàn em; con; cháu (từ tự xưng
với các bề trên) ❻〈名〉[书]đoạn thời
gian cuối cùng: ~节 khí tiết cuối đời
❼〈形〉[方]kế: ~娘 mẹ kế

【晚安】wǎn'ān〈动〉chúc ngủ ngon

【晚辈】wǎnbèi〈名〉lớp sau; hậu bối;
thế hệ sau

【晚餐】wǎncān〈名〉bữa cơm tối

【晚点】wǎndiǎn〈动〉(xe, tàu, máy
bay) trễ giờ; muộn giờ

【晚饭】wǎnfàn〈名〉cơm tối; cơm
chiều

【晚会】wǎnhuì〈名〉dạ hội; buổi liên
hoan tối: 篝火~ dạ hội lửa trại

【晚礼服】wǎnlǐfú〈名〉lễ phục buổi
tối

【晚年】wǎnnián〈名〉tuổi già; cuối
đời

【晚期】wǎnqī〈名〉thời kì cuối; cuối
đời; hậu kì: 癌症~ ung thư thời kì
cuối

【晚上】wǎnshang〈名〉buổi tối

【晚霞】wǎnxiá〈名〉ráng chiều

【晚宴】wǎnyàn〈名〉tiệc chiều

【晚装】wǎnzhuāng〈名〉trang phục
dự tiệc tối

惋 wǎn〈动〉[书]than thở; thương tiếc

【惋叹】wǎntàn〈动〉than thở; thương
tiếc

【惋惜】wǎnxī〈动〉đáng tiếc; tiếc
cho; tiếc thay

婉 wǎn〈形〉(nói năng) uyển chuyển;
mềm mỏng; khéo léo: ~言相劝
khuyên nhau khéo léo

【婉拒】wǎnjù〈动〉từ chối khéo léo

【婉言】wǎnyán〈名〉lời nói uyển
chuyển; lời nói mềm mỏng; lời nói
khéo léo

【婉转】wǎnzhuǎn〈形〉❶nói năng
khéo léo uyển chuyển: 用词~ dùng
từ uyển chuyển ❷(tiếng hát, tiếng
chim...) du dương; véo von

碗 wǎn〈名〉❶cái bát ❷vật cụ hình
bát

【碗筷】wǎnkuài〈名〉bát đũa

wàn

万 wàn❶〈数〉vạn; mười nghìn ❷〈数〉
muôn vạn; nhiều: 天下~物 tất cả mọi
thứ trên thế giới ❸〈副〉rất; tuyệt đối;
vô cùng: ~~不可 tuyệt đối không được
//(姓) Vạn

【万般】wànbān❶〈数量〉mọi loại; hết
thảy ❷〈副〉cực kì; hết sức; vô cùng;
rất: ~无奈 không có cách nào cả

【万不得已】wànbùdéyǐ cùng lắm;
vạn bất đắc dĩ

【万恶】wàn'è❶〈形〉đầy tội ác; cực
kì độc ác; hết sức hung ác: ~的旧社
会 xã hội cũ đầy tội ác ❷〈名〉mọi tội
ác: 贪婪是~之源。Sự tham lam là
nguồn gốc của mọi tội ác.

【万分】wànfēn〈副〉vô cùng; hết
sức: ~沮丧 hết sức chán nản buồn

ràu

【万花筒】wànhuātǒng<名>ống kính vạn hoa

【万金油】wànjīnyóu<名>❶dầu cù là ❷đa giê năng; biết mỗi thứ một tí: ～式的干部 cán bộ đa giê năng

【万里长城】Wàn Lǐ Chángchéng Vạn lí Trường thành

【万能】wànnéng<形>❶vạn năng; việc gì cũng có thể làm được: 金钱不是～的。Tiền bạc không phải là vạn năng. ❷nhiều tác dụng; đa năng: ～钥匙 chìa khóa đa năng

【万能胶】wànnéngjiāo<名>keo dán vạn năng; nhựa dán đa năng

【万千】wànqiān<数>❶muôn nghìn muôn vạn; hàng nghìn hàng vạn: ～民众 hàng nghìn hàng vạn dân chúng ❷muôn hình muôn vẻ: 变化～ biến hóa muôn hình muôn vẻ/ biến hóa khôn lường

【万圣节】Wànshèng Jié<名>Lễ các thánh (mồng 1 tháng 11)

【万事】wànshì<名>mọi việc; muôn việc; vạn sự: ～不求人 mọi việc không nhờ và ai; ～大吉 mọi điều tốt lành

【万事开头难】wànshì kāitóu nán vạn sự khởi đầu nan

【万事如意】wànshì-rúyì vạn sự như ý

【万岁】wànsuì❶<动>muôn năm ❷<名>đức vua; đức vua vạn tuế

【万万】wànwàn❶<数>một trăm triệu; hàng trăm triệu ❷<副>tuyệt đối: ～没想到 chẳng hề nghĩ đến

【万维网】wànwéiwǎng<名>hệ thống thông tin điện tử mạng Vạn Duy-đa chiều

【万物】wànwù<名>muôn vật; vạn vật

【万幸】wànxìng<形>vạn hạnh; vô cùng may mắn: 人没有受伤, 总算～。Người không bị thương, hết

sức may mắn.

【万一】wànyī❶<名>một phần vạn ❷<名>muôn một; bất trắc: 带上雨伞, 以防～。Mang theo ô để phòng bất trắc. ❸<连>dù; nếu như; vạn nhất

腕 wàn<名>cổ tay

【腕表】wànbiǎo<名>đồng hồ đeo tay

【腕关节】wànguānjié<名>khớp cổ tay

【腕力】wànlì<名>❶sức cổ tay ❷năng lực; bản lĩnh

wāng

汪¹ wāng❶<形>[书]mênh mông: ～洋 mênh mông ❷<动>đầy; đẫm: 路上～了很多水。Đường đầy nước. ❸<名>[方]vũng: 泥水～ vũng nước bùn ❹<量>vũng: 两～眼泪 hai vũng nước mắt ///(姓) Uông

汪² wāng<拟>gâu gâu, ông ổng: 狗～～叫。Chó sửa ông ổng.

【汪洋】wāngyáng<形>❶mênh mông: ～大海 biển cả mênh mông ❷[书]rộng lượng: ～大度 rộng lượng bao dung

wáng

亡 wáng❶<动>trốn: 逃～ chạy trốn; 流～ lưu vong ❷<动>mất; thất lạc: ～羊补牢 mất dê mới lo làm chuồng ❸<动>chết: 家破人～ nhà tan người chết ❹<动>diệt vong; (nước) mất: ～国 mất nước/nước bị mất ❺<形>đã mất; đã chết

【亡故】wánggù<动>chết mất; qua đời

【亡命】wángmìng<动>❶chạy trốn; lưu vong: ～国外 sống lưu vong ở nước ngoài ❷vong mạng; bạt mạng; liều mạng: ～之徒 quân liều mạng

【亡羊补牢】wángyáng-bǔláo mất cừu mới rào chuồng; mất bò mới lo làm chuồng

王 wáng ❶<名>vua; vương: 称~ xưng vương; 女~ nữ vương ❷<名>(tước vị) vương: ~侯将相 vương hầu khanh tướng ❸<名>thủ lĩnh; kẻ cầm đầu; đầu mục: 擒贼先擒~。 Bắt giặc phải bắt thủ lĩnh trước. ❹<名>chúa; vua trong đồng loại: 蜂~ ong chúa; 蚁~ kiến chúa ❺<形>[书](bề trên) vương: ~父 vương phụ (ông nội) ❻<形>loại mạnh nhất; loại A: ~牌 át chủ bài // (姓) Vương

【王八】wángba<名>❶rùa; ba ba ❷(tiếng chửi) quân mọc sừng; đồ bị cắm sừng❸[旧]tú ông

【王八蛋】wángbadàn<名>(tiếng chửi) đồ chó đẻ

【王国】wángguó<名>❶vương quốc (nước theo chế độ quân chủ) ❷mượn để chỉ phạm vi quản lí hoặc một phạm trù nào đó ❸xứ sở: 郁金香的~ xứ sở của hoa uất kim hương

【王老五】Wánglǎowǔ<名>chàng trai ế vợ: 钻石~ chàng trai giàu có mà ế vợ

【王牌】wángpái<名>át chủ bài

【王子】wángzǐ<名>vương tử; con trai vua; hoàng tử

wǎng

网 wǎng ❶<名>lưới: 张~捕鱼 giăng lưới đánh cá ❷<名>mạng: 蜘蛛~ mạng nhện ❸<名>mạng lưới; hệ thống: 交通~ mạng lưới giao thông ❹<名>mạng Internet: 上~ truy cập Internet ❺<动>đánh bắt (bằng lưới); đánh chài: ~了一条鱼 đánh bắt được một con cá ❻<动>phủ đầy; kéo mạng: 他眼里~着红丝。 Mắt của anh ấy đầy tia máu đỏ.

【网吧】wǎngbā<名>quán Internet; bar Internet

【网购】wǎnggòu<动>mua sắm qua Internet; mua sắm trên mạng

【网红】wǎnghóng<名>nhân vật hot trên mạng xã hội

【网卡】wǎngkǎ<名>thẻ dùng để chơi Internet

【网开一面】wǎngkāiyīmiàn đối xử khoan dung; thả lỏng màng lưới

【网恋】wǎngliàn<动>yêu đương trên mạng

【网聊】wǎngliáo<动>trò chuyện trực tuyến; chát; trò chuyện trên mạng

【网罗】wǎngluó ❶<名>lưới; tìm kiếm; chiêu mộ: ~人才 tìm kiếm nhân tài

【网络】wǎngluò<名>❶vật hình lưới ❷mạng lưới; hệ thống: 构建良好的城市应急~ xây dựng tốt mạng lưới ứng phó tình hình khẩn cấp trong thành phố ❸Internet; mạng Internet: ~游戏 trò chơi trên mạng Internet/ game online

【网迷】wǎngmí<名>người nghiện Internet

【网民】wǎngmín<名>người sử dụng Internet; cư dân mạng

【网名】wǎngmíng<名>tên trên Internet

【网球】wǎngqiú<名>quần vợt; tennis

【网上】wǎngshàng<名>trên mạng Internet

【网页】wǎngyè<名>trang web

【网瘾】wǎngyǐn<名>bệnh nghiện Internet

【网友】wǎngyǒu<名>bạn bè quen biết qua mạng Internet; bạn mạng

【网站】wǎngzhàn<名>website

【网址】wǎngzhǐ<名>địa chỉ website

枉 wǎng ❶<形>cong; sai lệch: 矫~过正 uốn nắn quá đà ❷<动>bẻ cong; uốn cong: ~法 bóp méo pháp luật ❸<形>oan: 冤~ oan uổng ❹<副>uổng; phí: ~费 uổng phí

【枉法】wǎngfǎ<动>kẻ hành pháp xuyên tạc chà đạp pháp luật: 贪赃~ tham nhũng và chà đạp pháp luật

【枉费心机】wǎngfèi-xīnjī suy đoán vô ích; uổng phí tâm cơ

往 wǎng❶<动>đi: 来~ đi lại ❷<介> đi về: ~东走 đi về phía đông ❸<形> đã qua; xưa: ~事 việc đã qua

【往常】wǎngcháng<名>thường ngày; mọi khi

【往返】wǎngfǎn<动>cả đi lẫn về; lặp đi lặp lại: ~机票 vé máy bay khứ hồi

【往后】wǎnghòu<名>về sau

【往来】wǎnglái<动>❶đi và đến; qua lại: ~的行人 người đi bộ qua lại ❷đi lại; giao thiệp: 两国民间~频繁。 Nhân dân hai nước thường xuyên giao lưu đi lại.

【往年】wǎngnián<名>những năm trước; năm xưa

【往日】wǎngrì<名>những ngày trước; trước kia: ~一去不复返。 Những ngày đã trôi đi không quay trở lại nữa.

【往事】wǎngshì<名>sự việc trước kia: ~如烟 việc xưa như khói mờ

【往往】wǎngwǎng<副>thường thường; thường hay: 他~会在这个时间上街。 Thời gian này anh ấy thường hay ra phố.

wàng

妄 wàng❶<形>hão huyền; ngông: 狂~ ngông cuồng ❷<副>xằng bậy: ~加猜测 nghi ngờ lung tung xằng bậy

【妄图】wàngtú<动>mưu toan; hòng: 劫匪~逃窜。 Kẻ cướp mưu toan tháo chạy.

【妄想】wàngxiǎng❶<动>hòng; tính toán ngông cuồng: ~占领整个市场 tính toán ngông cuồng chiếm hết

tất cả thị phần ❷<名>mơ tưởng hão huyền

【妄言】wàngyán❶<名>lời nói ngông cuồng xằng bậy ❷<动>nói xằng; nói bậy; nói bừa: 他为人谨慎，一般不会~。 Anh ấy là người thận trọng, ít khi nói bừa.

忘 wàng<动>quên: 我永远也~不了我的老师。 Tôi sẽ không bao giờ quên người thầy của tôi.

【忘本】wàngběn<动>mất gốc

【忘恩负义】wàng'ēn-fùyì vong ân bội nghĩa; ăn cháo đái bát; hết rên quên thầy; qua đò vứt sào; qua cầu rút ván

【忘怀】wànghuái<动>quên: 那个情景让人难以~。 Cảnh tượng đó khiến người ta không thể quên được.

【忘记】wàngjì<动>❶quên mất: 我不会~师傅的教导。 Tôi sẽ nhớ mãi lời dạy của thầy. ❷quên: ~带钥匙 quên mang chìa khóa

【忘年交】wàngniánjiāo<名>bạn vong niên

【忘情】wàngqíng<动>❶thờ ơ; hờ hững: 不能~ không thể thờ ơ ❷thỏa sức; say sưa: ~地欢笑 thỏa sức cười; ~于山水 say sưa trong cảnh thiên nhiên

【忘却】wàngquè<动>quên: 无法~的噩梦 cơn ác mộng không thể xóa nhòa được

【忘我】wàngwǒ<动>quên mình: ~地工作 làm việc quên mình

【忘形】wàngxíng<动>quá trớn: 得意~ hí hửng đắc ý quá độ

【忘性】wàngxìng<名>đãng trí; tính hay quên

旺 wàng<形>❶thịnh vượng: 兴~ hưng thịnh ❷[方]nhiều; đông; đầy đủ; dồi dào: 水很~。 Nước khá dồi dào.

【旺季】wàngjì<名>mùa rộ; mùa đông khách; mùa đắt hàng: 结婚~

mùa cưới

【旺铺】wàngpù<名>cửa hàng thịnh vượng; cửa hàng bán chạy

【旺盛】wàngshèng<形>tươi tốt; rậm rạp; hăng hái; dồi dào: 精力~ tinh lực dồi dào; 士气~ chí khí hăng hái

【旺销】wàngxiāo<动>bán chạy

望 wàng❶<动>nhìn ra xa: 登山~远 lên núi phóng mắt nhìn ra xa ❷<动>trông; xét; xem xét: 观~ chờ xem sao ❸<动>thăm hỏi; thăm viếng: 看~亲戚 thăm viếng họ hàng ❹<动>trông mong; hi vọng: ~早日凯旋. Mong sớm khải hoàn. ❺<名>niềm hi vọng; triển vọng: 有~成功 có triển vọng thành công ❻<名>danh vọng; người có danh vọng: 他是一个德高~重的人。Cụ ấy là một người đức cao vọng trọng. ❼<动>[书]hờn: 怨~ hờn oán ❽<名>biển cửa hàng ❾<介>hướng về; nhằm về: ~前看 nhìn về phía trước; ~我点头 gật đầu với tôi ❿<动>[书]đến gần (chỉ tuổi tác) ⓫<名>rằm ⓬<名>ngày rằm: 朔~ sóc vọng

【望尘莫及】wàngchén-mòjí theo không kịp; thua kém rất xa

【望而生畏】wàng'érshēngwèi vừa nhìn đã khiếp

【望风】wàngfēng<动>canh chừng; canh gác cho những người đang tiến hành hoạt động bí mật

【望见】wàngjiàn<动>trông thấy; nhìn thấy

【望眼欲穿】wàngyǎnyùchuān trông mòn con mắt; ròi ước mai ao

【望远镜】wàngyuǎnjìng<名>ống nhòm; kính viễn vọng

【望子成龙】wàngzǐ-chénglóng mong con thành đạt

wēi

危 wēi❶<形>nguy hiểm: 转~为安 chuyển nguy thành an ❷<动>hại; gây nguy hiểm: ~及生命 hại đến tính mạng ❸<形>sắp chết: 病~ ốm sắp chết ❹<形>[书]cao; cao vút: ~楼 lầu cao ❺<形>[书]ngay ngắn; chỉnh tề: 正襟~坐 ngồi ngay ngắn nghiêm trang

【危房】wēifáng<名>ngôi nhà sắp sập

【危害】wēihài<动>làm tổn hại: ~环境 nguy hại đến môi trường

【危机】wēijī<名>❶nguy cơ: ~四伏 nguy cơ rình rập khắp nơi ❷khủng hoảng: 诚信~ khủng hoảng về thành tín

【危机感】wēijīgǎn<名>dự cảm về nguy cơ; lo liệu trước về rủi ro

【危及】wēijí<动>có hại cho; nguy cho: ~国家安全 có hại cho an ninh quốc gia

【危急】wēijí<形>nguy cấp; nguy ngập: ~关头 lúc nguy ngập

【危难】wēinàn<名>nguy hiểm và tai họa; gian nguy

【危险】wēixiǎn❶<形>nguy hiểm: ~区域 khu vực nguy hiểm ❷<名>vòng nguy hiểm; cơn nguy hiểm

【危在旦夕】wēizàidànxī nguy hiểm ngay trước mắt

【危重】wēizhòng<形>nguy kịch: ~病人 bệnh nhân đang cơn nguy kịch

威 wēi❶<名>uy; oai: ~信 uy tín; 示~ ra oai ❷<动>dùng uy lực ép: ~吓 đe dọa

【威逼】wēibī<动>cưỡng bức; ép buộc: ~利诱 cưỡng ép dụ dỗ

【威风】wēifēng❶<名>oai phong: ~凛凛 oai phong lẫm liệt ❷<形>oai: 警察很~。Cảnh sát rất oai.

【威吓】wēihè<动>đe dọa: ~受害者 đe dọa người bị hại

【威化饼】wēihuàbǐng<名>bánh xốp

【威力】wēilì<名>❶uy lực; sức mạnh ❷sức mạnh tàn phá; sức mạnh thúc đẩy: 子弹的~ sức mạnh tàn phá của đạn

【威猛】wēiměng<形>❶mạnh mẽ dũng cảm: ~的战士 người chiến sĩ dũng mãnh ❷tác dụng lớn: 药力~ thuốc có tác dụng lớn

【威名】wēimíng<名>uy danh: ~远扬 uy danh lẫy lừng

【威士忌】wēishìjì<名>rượu whisky

【威望】wēiwàng<名>danh tiếng; tiếng tăm; uy tín và danh tiếng

【威武】wēiwǔ❶<名>vũ lực; quyền thế; uy vũ: ~不屈 không bị quyền thế khuất phục ❷<形>khí thế mạnh mẽ: ~雄壮 khí thế hùng tráng

【威胁】wēixié<动>❶uy hiếp; đe dọa: ~世界的和平与发展 đe dọa tới hòa bình và sự phát triển của thế giới ❷gặp hiểm nguy

【威严】wēiyán❶<形>uy nghiêm: ~的仪仗队 đội danh dự oai nghiêm ❷<名>cái uy: 长辈的~ cái uy của bậc trên

偎 wēi<动>dựa; tựa; ngả; nép: 孩子~在妈妈的怀里。Em bé nép vào lòng mẹ.

【偎依】wēiyī<动>nép vào; ngả vào

微 wēi❶<形>bé; nhỏ; nhẹ: 谨小慎~ cẩn thận từng li từng tí ❷<数>micrô; một phần triệu: ~米 micrômet ❸<动>suy giảm; suy sụp: 衰~ suy sụp ❹<形>thấp hèn; hèn mọn: 人~言轻 địa vị thấp, lời nói không được sự chú ý ❺<形>huyền diệu; sâu xa: ~言大义 lời lẽ tinh tế, đạo lí sâu xa ❻<副>hơi: 面色~红 sắc mặt hơi đỏ

【微波炉】wēibōlú<名>lò vi sóng

【微博】wēibó<名>microblog

【微薄】wēibó<形>nhỏ bé mỏng manh; ít ỏi; nhỏ nhoi

【微不足道】wēibùzúdào bé nhỏ không đáng kể

【微雕】wēidiāo<名>chạm khắc vật cực nhỏ; vi khắc; tác phẩm vi khắc

【微风】wēifēng<名>❶gió nhè nhẹ; gió hiu hiu: ~拂面 gió nhè nhẹ lướt qua mặt ❷gió nhẹ

【微观】wēiguān<形>❶vi mô: ~世界 thế giới vi mô ❷phạm vi nhỏ hẹp; bộ phận

【微积分】wēijīfēn<名>vi phân và tích phân

【微量】wēiliàng<形>vi lượng; số rất ít: ~元素 nguyên tố vi lượng

【微妙】wēimiào<形>huyền diệu; tế nhị

【微软】Wēiruǎn<名>Microsoft

【微弱】wēiruò<形>❶yếu ớt: ~的灯光 ánh đèn yếu ớt ❷nhỏ yếu: ~的身躯 thân hình nhỏ yếu

【微生物】wēishēngwù<名>vi sinh vật

【微小】wēixiǎo<形>cực nhỏ: ~企业 xí nghiệp cực nhỏ

【微笑】wēixiào❶<动>mỉm cười; cười nụ: 欣然~ mỉm cười hài lòng ❷<名>nụ cười mỉm

【微信】wēixìn<名>Wechat

【微型】wēixíng<形>cỡ nhỏ; mi-ni: ~小说 truyện cực ngắn

煨 wēi<动>❶ninh; hầm: ~牛肉 ninh thịt bò ❷lùi; nướng: ~红薯 lùi nướng khoai lang

wéi

韦 wéi<名>[书]da thuộc // (姓) Vi

为¹ wéi<动>❶làm; hành động: 尽力而~ làm hết sức mình ❷đảm nhiệm; làm: 选他~班长 bầu anh ấy làm lớp trưởng ❸thành; trở thành: 化悲伤~力量 biến đau thương thành sức mạnh ❹là: 言~心声。Lời nói là tiếng nói từ đáy lòng.

为² wéi〈介〉bị; được: 这种方式~广大民众所接受。Phương thức này được đông đảo dân chúng chấp nhận.

为³ wéi❶(đặt sau một số tính từ đơn âm, cùng làm phó từ chỉ mức độ, phạm vi): 广~传播 truyền bá rộng rãi ❷(đặt sau một số phó từ chỉ mức độ để nhấn mạnh): 极~重要 cực kì quan trọng

另见wèi

【为非作歹】wéifēi-zuòdǎi làm xằng làm bậy

【为害】wéihài〈动〉làm hại; gây hại cho

【为难】wéinán❶〈形〉khó xử: 叫人~ khiến người ta khó xử ❷〈动〉gây khó dễ; làm khó dễ: 他人 gây khó dễ cho người khác

【为期】wéiqī〈动〉trong thời gian; trong kì hạn; trong vòng

【为人】wéirén❶〈动〉ăn ở; đối xử: 他~忠厚。Anh ấy ăn ở trung thực. ❷〈名〉tính nết; tính tình; đức tính

【为人处世】wéirén-chǔshì cư xử; đối nhân xử thế

【为生】wéishēng〈动〉sống bằng cách; kiếm sống bằng: 以乞讨~ sống bằng cách ăn xin

【为时过早】wéishí-guòzǎo vẫn còn quá sớm

【为首】wéishǒu〈动〉dẫn đầu; cầm đầu; đứng đầu: 以总理~的代表团 đoàn đại biểu do Thủ tướng dẫn đầu

【为所欲为】wéisuǒyùwéi làm láo; muốn gì làm nấy; muốn làm gì thì làm

【为止】wéizhǐ〈动〉đến; cho đến; tới (thời gian nào đó)

【为重】wéizhòng〈动〉lấy...làm trọng: 以事业~ lấy sự nghiệp làm trọng

【为主】wéizhǔ〈动〉lấy...làm chính: 以自力更生~ chủ yếu dựa vào tự lực cánh sinh

违wéi〈动〉❶không tuân theo; làm trái: ~者罚款。Người vi phạm bị phạt tiền. ❷xa cách; xa nhau: 久~ xa cách đã lâu

【违背】wéibèi〈动〉vi phạm; phản lại; không tuân theo: 不做~良心的事情 không làm những gì trái với lương tâm

【违法】wéifǎ〈动〉làm trái pháp luật: ~行为 hành vi vi phạm pháp luật

【违法乱纪】wéifǎ-luànjì vi phạm pháp luật phá rối kỉ cương

【违反】wéifǎn〈动〉làm trái; vi phạm: ~纪律 vi phạm kỉ luật

【违犯】wéifàn〈动〉vi phạm: ~宪法 vi phạm hiến pháp

【违规】wéiguī〈动〉vi phạm quy định

【违禁】wéijìn〈动〉vi phạm lệnh cấm: ~品 hàng cấm

【违抗】wéikàng〈动〉chống lại: ~命令 chống lại mệnh lệnh

【违令】wéilìng〈动〉chống lại mệnh lệnh

【违心】wéixīn〈动〉không thật lòng; giả dối: ~的话 những lời giả dối

【违约】wéiyuē〈动〉vi phạm điều ước; vi phạm khế ước

【违约金】wéiyuējīn〈名〉tiền phạt (hợp đồng)

【违章】wéizhāng〈动〉vi phạm quy tắc; sai luật lệ: ~建筑 xây dựng sai quy tắc

围wéi❶〈动〉vây: 包~ bao vây; 解~ giải vây ❷〈名〉bốn phía; xung quanh; vòng: 外~ vòng ngoài ❸〈名〉vòng; chu vi: 腰~ vòng eo ❹〈量〉chét tay hoặc ôm

【围攻】wéigōng〈动〉vây đánh: 遭到~ bị bao vây công kích

【围观】wéiguān〈动〉vây lại xem

【围剿】wéijiǎo〈动〉vây quét: 反~战争 chiến tranh chống vây quét

【围巾】wéijīn〈名〉khăn quàng

【围困】wéikùn<动>vây chặt; bao vây: 居民被洪水~。Cư dân bị nước lũ bao vây.

【围拢】wéilǒng<动>xúm lại; xúm đến; quây lại; tụ lại

【围棋】wéiqí<名>cờ vây

【围墙】wéiqiáng<名>tường vây; tường che

【围裙】wéiqún<名>tạp dề

【围绕】wéirào<动>❶quay quanh: 一切~目标转。Tất cả xoay quanh mục đích. ❷xoay quanh

【围嘴儿】wéizuǐr<名>yếm dãi

桅wéi<名>cột buồm: 船~ cột buồm

【桅杆】wéigān<名>❶cột buồm ❷cột đèn tín hiệu

唯¹wéi<副>❶duy; chỉ: 大家都走了，~有他留了下来。Mọi người đã đi về, duy một người anh ấy ở lại. ❷chỉ có điều: 他很聪明，~过于主观。Anh ấy rất thông minh, chỉ có điều hơi chủ quan.

唯²wéi<拟>[书]vâng; dạ

【唯独】wéidú<副>duy chỉ; chỉ riêng

【唯恐】wéikǒng<动>chỉ e; chỉ sợ; chỉ ngại; chỉ lo: ~天下不乱。Nhiều sự, gây rối, chỉ e thiên hạ không loạn lạc.

【唯利是图】wéilìshìtú chỉ nhằm trục lợi; chỉ vì lợi

【唯物辩证法】wéiwù biànzhèngfǎ phép biện chứng duy vật

【唯一】wéiyī<形>duy nhất: 母亲是她~的亲人。Bà mẹ là người thân duy nhất của chị ấy.

【唯有】wéiyǒu❶<连>chỉ có ❷<副>chỉ một

惟wéi<动>suy nghĩ

【惟妙惟肖】wéimiào-wéixiào giống như thật

维¹wéi<动>❶tiếp nối; gắn bó: ~系感情 gắn chặt mối tình cảm ❷giữ gìn; duy trì: ~持 duy trì

维²wéi<动>suy nghĩ

维³wéi<名>chiều (khái niệm cơ bản của hình học và lí thuyết không gian): 一~空间 không gian một chiều

【维持】wéichí<动>❶duy trì; gìn giữ ❷bảo vệ

【维护】wéihù<动>giữ gìn; bảo vệ: ~法律的尊严 bảo vệ sự tôn nghiêm của pháp luật

【维生素】wéishēngsù<名>sinh tố; vitamin

【维修】wéixiū<动>tu sửa bảo dưỡng; duy tu: ~房子 tu sửa nhà cửa

wěi

伟wěi<形>❶lớn; to; vĩ đại: 雄~ hùng vĩ; 丰功~绩 thành tích to lớn ❷[书]khỏe đẹp: ~岸 cao lớn

【伟大】wěidà<形>❶vĩ đại; phẩm cách cao cả: 母爱是~的。Nghĩa là mẹ rất vĩ đại. ❷khí thế hùng vĩ; lớn lao: ~的祖国 tổ quốc vĩ đại

【伟人】wěirén<名>vĩ nhân; nhân vật vĩ đại

伪wěi<形>❶giả: ~钞 tiền giả ❷ngụy; phi pháp: ~军 ngụy quân

【伪君子】wěijūnzǐ<名>kẻ đạo đức giả

【伪劣】wěiliè<形>rởm; chất lượng kém: ~商品 hàng rởm kém chất lượng

【伪善】wěishàn<形>giả nhân giả nghĩa; giả dối: 我要揭穿他~的面目。Tôi phải vạch trần bộ mặt giả dối của hắn.

【伪造】wěizào<动>làm giả; ngụy tạo; giả tạo: ~公章 giả tạo con dấu cơ quan

【伪证】wěizhèng<名>bằng chứng giả; giấy tờ giả

【伪装】wěizhuāng❶<动>giả vờ; đóng giả: ~革命 làm ra vẻ cách

W

mạng ❷<名>cái vỏ ngụy trang ❸<动>ngụy trang trong quân sự để đánh lừa địch ❹<名>đồ ngụy trang quân sự

苇 wěi<名>lau; sậy: 芦~ lau sậy

【苇子】wěizi<名>lau; sậy

尾 wěi❶<名>cái đuôi: 马~ đuôi ngựa ❷<名>phần cuối; phần chót: ~货 hàng hóa cuối cùng ❸<名>phần lẻ; phần dư: 有头有~ có đầu có đuôi ❹<量>con: 一~鱼 một con cá

【尾巴】wěiba<名>❶cái đuôi ❷phần đuôi (của vật thể): 彗星~ đuôi sao chổi ❸phần còn rơi rớt lại của sự vật, sự việc: 把事情处理好,不要留~。Giải quyết việc này cho xong, không nên để sót lại điều gì. ❹người bám sát theo dõi; cái đuôi: 甩掉~ cắt đuôi ❺kẻ a-dua

【尾部】wěibù<名>phần đuôi

【尾灯】wěidēng<名>đèn sau

【尾号】wěihào<名>con số cuối của chuỗi con số; số cuối

【尾货】wěihuò<名>hàng hóa còn lại chưa bán hết

【尾款】wěikuǎn<名>khoản tiền cuối cùng chưa thanh toán rõ

【尾声】wěishēng<名>❶phần kết của tác phẩm văn học; vĩ thanh ❷khúc nhạc kết ❸chương nhạc cuối cùng; vĩ thanh ❹giai đoạn chót; hồi cuối (công việc)

【尾数】wěishù<名>❶chữ số sau thập phân của một con số; số lẻ ❷con số nhỏ ngoài số chính; số lẻ ❸số dư ❸con số cuối của chuỗi con số; số cuối

【尾随】wěisuí<动>bám đuôi; bám theo; đi theo: 驾车~ lái xe đi theo

纬 wěi<名>❶sợi ngang (trên hàng dệt): 经~ sợi dọc sợi ngang; ~线 sợi dệt ngang ❷vĩ độ: 南~ vĩ độ Nam ❸tên gọi tắt của vĩ thư

【纬度】wěidù<名>vĩ độ

【纬线】wěixiàn<名>❶sợi dệt ngang ❷vĩ tuyến

委[1] wěi❶<动>ủy thác; ủy nhiệm; giao cho: ~托 ủy thác ❷<名>ủy viên; ủy viên hội: 党~ đảng ủy

委[2] wěi<形>vòng vèo; quanh co: ~婉 uyển chuyển

委[3] wěi[书]❶<动>tích tụ: ~积 đọng lại ❷<名>cuối nguồn; cuối cùng; nơi tụ lại: 原~ ngọn nguồn

委[4] wěi<形>rã rời; iu xìu: ~靡 ủy mị

【委派】wěipài<动>cử đi; phái đi

【委培】wěipéi<动>ủy thác đơn vị khác bồi dưỡng: ~专业人员 ủy thác bồi dưỡng nhân viên chuyên môn

【委曲】wěiqū❶<形>uốn lượn; quanh co; ngoằn ngoèo: ~的小路 đường mòn uốn lượn ❷<名>[书]đầu đuôi ngọn nguồn ❸<动>phục tùng một cách miễn cưỡng

【委曲求全】wěiqū-qiúquán nhún nhường vì đại cục; nín nhịn vì cái lớn hơn

【委屈】wěiqu❶<形>ấm ức; bực bội; khó chịu; buồn bực: 满肚子~ nỗi ấm ức chứa chất trong lòng ❷<动>làm người khác khó chịu: 这事~你了。Việc này đã làm anh khó chịu.

【委任】wěirèn<动>ủy nhiệm: ~状 giấy ủy nhiệm

【委托】wěituō<动>ủy thác; giao phó; nhờ cậy: 这项工程就~你了。Công trình này nhờ cậy ở anh đấy.

【委托书】wěituōshū<名>giấy ủy thác; giấy ủy quyền

【委婉】wěiwǎn<形>(lời lẽ) uyển chuyển; dịu dàng; ngọt ngào: 语气~ giọng nói dịu dàng

【委员】wěiyuán<名>❶ủy viên ❷[旧]phái viên

【委员会】wěiyuánhuì<名>❶ủy ban; ban chấp hành; ủy viên hội: 中央~ Ban chấp hành Trung ương ❷ban; tiểu ban

W

萎 wěi <动> ❶héo; lụi: 枯~ khô héo ❷sa sút; sút kém

【萎靡】wěimǐ<形>ủy mị; yếu đuối; ủ dột

【萎缩】wěisuō<动>❶khô héo; khô đét; teo lại; quắt lại: 子宫 bị teo ❷suy thoái: 经济~ kinh tế suy thoái

猥 wěi<形>❶[书]nhiều; tạp: ~杂 hỗn tạp ❷đê tiện; bỉ ổi

【猥琐】wěisuǒ<形>ti tiện nhơ nhớp: 举止~ cử chỉ nhơ nhớp

【猥亵】wěixiè<形>dâm ô; tục tĩu; bỉ ổi: 行为~ hành vi bỉ ổi

wèi

卫 wèi❶<动>bảo vệ; giữ gìn: 保家~ 国 giữ nhà giữ nước ❷<名>Vệ, địa điểm đóng quân đời Minh, sau chỉ dùng trong địa danh: 威海~ Uy Hải Vệ

【卫兵】wèibīng<名>vệ binh; cảnh vệ

【卫冕】wèimiǎn<动>bảo vệ chức vô địch; bảo vệ vòng nguyệt quế: ~成 功 bảo vệ thành công chức vô địch

【卫生】wèishēng❶<形>sạch sẽ; vệ sinh: ~状况 tình hình vệ sinh ❷<名> y tế: ~部 Bộ Y tế

【卫生间】wèishēngjiān<名>nhà vệ sinh

【卫生巾】wèishēngjīn<名>băng vệ sinh

【卫生所】wèishēngsuǒ<名>trạm xá

【卫生纸】wèishēngzhǐ<名>giấy vệ sinh

【卫士】wèishì<名>vệ sĩ; nhân viên bảo vệ:驻守边境的~ vệ sĩ đóng ở biên giới

【卫校】wèixiào<名>trường trung cấp y tế

【卫星】wèixīng❶<名>vệ tinh ❷ <名>vệ tinh nhân tạo ❸<形>như vệ tinh: ~城 thành phố "vệ tinh"

【卫星电视】wèixīng diànshì truyền hình vệ tinh

【卫浴】wèiyù<名>nhà vệ sinh và nhà tắm

为 wèi❶<介>cho; vì (biểu thị đối tượng hành vi): ~你高兴 mừng cho anh ❷<介>để; vì; biểu thị mục đích: ~振兴中华而读书. Học tập để chấn hưng Trung Hoa. ❸<介>[书]với; đối với ❹<动>[书]bảo vệ; giúp đỡ 另见wéi

【为此】wèicǐ<连>vì thế; vì vậy

【为何】wèihé<副>[书]vì sao; vì cái gì; tại sao

【为了】wèile<介>vì; để: 他做的一 切都是~人民的利益. Tất cả những việc anh ấy làm đều là vì lợi ích nhân dân.

【为什么】wèi shénme tại sao; vì sao (có khi hàm ý khuyên bảo): ~不 尝试一下呢? Tại sao không làm thử một cái?

未 wèi<副>❶chưa: ~知 chưa biết; ~ 婚 chưa xây dựng gia đình ❷không: ~可厚非 không thể quở trách quá mức

【未必】wèibì<副>chưa hẳn; chưa chắc; vị tất: 这个人~可靠. Người này chưa chắc đáng tin cậy.

【未曾】wèicéng<副>chưa từng; chưa hề: ~后悔 chưa từng hối tiếc

【未尝】wèicháng<副>❶chưa hề: 整 夜~合眼 suốt đêm không hề chợp mắt ❷chưa chắc

【未成年】wèichéngnián vị thành niên; trước tuổi thành niên

【未成年人】wèichéngniánrén người chưa thành niên; người vị thành niên

【未定】wèidìng<动>chưa quyết định; chưa ấn định

【未婚】wèihūn<动>chưa cưới; vị hôn

【未婚夫】wèihūnfū<名>chồng chưa cưới; vị hôn phu

【未婚妻】wèihūnqī<名>vợ chưa cưới; vị hôn thê

【未来】wèilái❶<形>tới; sắp tới: ~三天将有暴雨 Ba ngày tới sẽ có mưa rất to. ❷<名>tương lai; (thời gian) tới

【未免】wèimiǎn<副>❶phải nói là...: 你顾虑的东西~太多。Phải nói là điều anh lo lắng là hơi quá. ❷khó tránh; không tránh khỏi; thế nào cũng

【未知数】wèizhīshù<名>❶ẩn số; số chưa biết ❷ẩn số; việc chưa biết

位 wèi❶<名>chỗ; vị trí; nơi: 座~ chỗ ngồi; 各就各~。Ai vào chỗ nấy. ❷<名>chức vị; địa vị; danh vị: 身居高~ ở vị trí cao ❸<名>ngôi vua: 即~ lên ngôi; 在~ đang trị vì ❹<名>vị trí của chữ số trong một số: 百~ hàng trăm ❺<量>số vị: 两~数 số vị hai ❻<量>vị (chỉ người): 诸~ chư vị; 各~ các vị

【位居】wèijū<动>xếp hàng; nằm: ~榜首 đứng đầu; ~前列 xếp hàng đầu

【位于】wèiyú<动>ở vào; nằm ở: 寺庙~半山腰。Ngôi chùa nằm trên lưng đồi.

【位置】wèizhì<名>❶vị trí; chỗ: 这是他睡觉的~。Đây là chỗ ngủ của anh ấy. ❷địa vị; vị trí ❸chức vị

【位子】wèizi<名>❶chỗ; chỗ ngồi ❷chức vị

味 wèi❶<名>vị: 辣~ vị cay; 甜~ vị ngọt ❷<名>mùi: 香~ mùi thơm ❸<名>ý vị; thú vị: 文笔艰涩无~。Phong cách viết tối nghĩa vô vị. ❹<名>món ăn: 山珍海~ sơn hào hải vị; 野~ dã vị ❺<动>nếm: 体~ nếm mùi ❻<量>vị (thuốc)

【味道】wèidào<名>❶mùi vị; ❷thú; hứng thú; thú vị: 还不知道生活的~ còn chưa biết mùi đời ❸[方]mùi: 他身上有股特别的~。Trên người nó

có mùi đặc biệt.

【味精】wèijīng<名>mì chính; bột ngọt

【味觉】wèijué<名>vị giác

【味蕾】wèilěi<名>lưới vị giác

畏 wèi<动>❶sợ: 望而生~ nhìn mà phát sợ ❷kính phục; khâm phục: 后生可~ hậu sinh khả úy

【畏惧】wèijù<动>sợ hãi; e sợ: 无所~ không sợ gì

【畏难】wèinán<动>sợ khó: ~情绪 tinh thần ngại khó

【畏缩】wèisuō<动>sợ hãi rụt rè

胃 wèi<名>dạ dày

【胃病】wèibìng<名>bệnh dạ dày

【胃肠炎】wèichángyán<名>viêm dạ dày và đường ruột

【胃镜】wèijìng<名>kính nội soi dạ dày

【胃口】wèikǒu<名>❶ăn uống: ~很好 ăn uống ngon miệng ❷khẩu vị; sở thích

【胃溃疡】wèikuìyáng<名>viêm loét dạ dày

【胃痛】wèitòng<名>chứng đau dạ dày

【胃炎】wèiyán<名>bệnh viêm dạ dày

谓 wèi<动>❶xưng hô; gọi là: 称~ gọi là; 何~ cái gì gọi là ❷nói: 谓~ nói là; 可~双喜临门 có thể nói là song hi lâm môn

【谓语】wèiyǔ<名>vị ngữ

尉 wèi<名>❶[旧]úy: 太~ thái úy ❷[军事]úy: 中~ trung úy

喂¹ wèi<叹>a lô; này

喂² wèi<动>❶chăn; cho (súc vật ăn): ~鸡 chăn gà ❷bón; cho ăn: ~病人吃饭 bón cơm cho bệnh nhân

【喂奶】wèinǎi<动>cho con bú; cho ăn sữa

【喂食】wèishí<动>cho ăn: 按时~ cho ăn đúng giờ

【喂养】wèiyǎng<动>nuôi nấng; chăn nuôi; nuôi dưỡng: ~小宝宝 nuôi dưỡng trẻ sơ sinh

蔚 wèi[书]❶<动>phát triển mạnh; tươi tốt; um tùm: ~成风气 phát triển mạnh thành phong trào ❷<形>màu sắc rực rỡ

【蔚蓝】wèilán<形>xanh ngắt; trong xanh; xanh thẳm; xanh da trời: ~的大海 biển cả xanh ngắt

慰 wèi❶<动>an ủi; thăm hỏi: ~劳 úy lạo ❷<形>yên lòng; yên tâm: 欣~ vui vẻ và yên tâm

【慰问】wèiwèn<动>thăm hỏi: ~信 thư thăm hỏi; ~金 tiền viếng

wēn

温 wēn❶<形>ấm: ~水 nước ấm ❷<名>nhiệt độ: 气~ nhiệt độ không khí ❸<动>hâm: 把饭~一下。Hâm cơm đi. ❹<形>dịu dàng: ~情 tính tình dịu dàng ❺<动>ôn tập: ~习 ôn tập ❻<名>bệnh dịch //(姓)Ôn

【温饱】wēnbǎo<名>ấm no

【温存】wēncún❶<动>ân cần chăm sóc ❷<形>ôn tồn: 性格~ tính tình ôn tồn ❸<动>nghỉ ngơi điều dưỡng

【温带】wēndài<名>ôn đới

【温度】wēndù<名>nhiệt độ; ôn độ

【温度计】wēndùjì<名>nhiệt kế

【温和】wēnhé<形>❶ôn hòa; ấm áp: 气候~ khí hậu ấm áp ❷hòa nhã ôn tồn; mềm mỏng; dịu dàng: 态度~ thái độ ôn tồn hòa nhã

【温暖】wēnnuǎn❶<形>ấm; ấm áp ❷<动>sưởi ấm: ~人心 sưởi ấm lòng người

【温情】wēnqíng<名>(tình cảm) dịu dàng, thắm thiết; ôn hòa

【温泉】wēnquán<名>suối nước nóng

【温柔】wēnróu<形>dịu dàng; điềm đạm; dịu hiền; mềm mại: 性情~ tính

tình dịu hiền

【温顺】wēnshùn<形>hiền lành; ngoan ngoãn: 性格~ tính tình ngoan ngoãn

【温文尔雅】wēnwén-ěryǎ dịu hiền lịch thiệp; ôn tồn nhã nhặn; nhã nhặn lịch sự

【温馨】wēnxīn<形>ấm áp; yên ấm; êm ấm; ấm cúng: ~之家 gia đình êm ấm

瘟 wēn❶<名>bệnh dịch ❷<形>buồn chán; nhạt nhẽo

【瘟疫】wēnyì<名>bệnh dịch; đại dịch

wén

文 wén❶<名>từ; chữ: 甲骨~ chữ giáp cốt ❷<名>tiếng: 英~ tiếng Anh ❸<名>văn chương: 散~ văn xuôi ❹<名>văn ngôn: 半~半白 nửa văn ngôn nửa bạch thoại ❺<名>văn (trạng thái của xã hội phát triển): ~化 văn hóa ❻<名>khoa học nhân văn ❼<名>nghi lễ: 繁~缛节 nghi lễ phiền phức ❽<名>văn (trái với võ): ~官武将 văn quan võ tướng ❾<形>dịu; yếu ớt: ~弱 nho nhã yếu ớt; ~火 lửa dịu ❿<名>hiện tượng thiên nhiên: 天~ thiên văn ⓫<动>xăm: ~身 xăm mình ⓬<动>che giấu: ~过饰非 sử dụng từ ngữ đẹp để che giấu sai lầm của mình ⓭<量>đồng; xu: 一~钱 một đồng tiền ⓮<名>công văn //(姓)Văn

【文案】wén'àn<名>❶văn án (thời cổ chỉ công văn, thư tín của quan phủ, hiện chỉ văn tự có tính sự vụ của các doanh nghiệp)❷nhân viên làm công tác văn tự trong các công ti, doanh nghiệp

【文本】wénběn<名>văn bản

【文笔】wénbǐ<名>hành văn; phong cách viết: ~巧妙 cách viết khôn khéo

【文采】wéncǎi〈名〉❶màu sắc đẹp đẽ ❷tài hoa văn chương

【文档】wéndàng〈名〉❶hồ sơ lưu trữ ❷tài liệu lưu trong máy tính

【文稿】wéngǎo〈名〉bản thảo

【文化】wénhuà〈名〉❶văn hóa: 中国~ văn hóa Trung Quốc ❷văn hóa; hệ thống tri thức: 学习~ học văn hóa ❸[考古]văn hóa: 仰韶~ văn hóa Ngưỡng Thiều

【文化部】Wénhuà Bù〈名〉Bộ Văn hóa

【文化产业】wénhuà chǎnyè ngành văn hóa

【文化程度】wénhuà chéngdù trình độ văn hóa

【文化宫】wénhuàgōng〈名〉cung văn hóa

【文集】wénjí〈名〉văn tập; tập sách; tập văn

【文件】wénjiàn〈名〉❶công văn giấy tờ ❷văn chương về lí luận, chính sách và nghiên cứu ❸[计算机]văn kiện

【文件夹】wénjiànjiā〈名〉❶cặp đựng tài liệu ❷[计算机]mục lục của tài liệu (lưu trong máy tính); tệp

【文静】wénjìng〈形〉điềm đạm nho nhã; dịu dàng ít lời

【文具】wénjù〈名〉văn phòng phẩm; đồ dùng văn phòng

【文科】wénkē〈名〉khoa văn; khoa xã hội

【文莱】Wénlái〈名〉Bru-nây: ~人 người Bru-nây

【文理】wénlǐ〈名〉gọi chung khoa văn và khoa toán lí

【文盲】wénmáng〈名〉mù chữ

【文秘】wénmì〈名〉văn thư và thư kí

【文明】wénmíng❶〈名〉văn minh: 物质~和精神~ văn minh vật chất và văn minh tinh thần ❷〈形〉có nền văn minh cao: ~社会 xã hội văn minh

【文凭】wénpíng〈名〉văn bằng; chứng chỉ học lực; bằng tốt nghiệp

【文人】wénrén〈名〉văn nhân: ~墨客 văn nhân mặc khách

【文书】wénshū〈名〉❶giấy tờ; văn thư ❷nhân viên văn thư

【文坛】wéntán〈名〉văn đàn; giới văn học

【文体】¹ wéntǐ〈名〉thể loại văn: 按照~分类 phân loại theo thể loại văn

【文体】² wéntǐ〈名〉văn nghệ và thể dục thể thao: ~活动 hoạt động văn thể

【文物】wénwù〈名〉văn vật: 发掘~ khai quật văn vật

【文献】wénxiàn〈名〉tài liệu; tư liệu (có giá trị lịch sử); văn hiến: 历史~ tài liệu lịch sử có giá trị

【文胸】wénxiōng〈名〉áo ngực; nịt vú; xu chiêng; coóc-sê

【文选】wénxuǎn〈名〉văn tuyển; tuyển tập văn thơ

【文学】wénxué〈名〉văn học

【文学家】wénxuéjiā〈名〉nhà văn học

【文学作品】wénxué zuòpǐn tác phẩm văn học

【文雅】wényǎ〈形〉nhã nhặn; lịch sự; văn nhã; nho nhã: 举止~ cử chỉ nhã nhặn lịch sự

【文言】wényán〈名〉văn ngôn; cổ văn

【文言文】wényánwén〈名〉tác phẩm văn cổ thể văn ngôn

【文艺】wényì〈名〉văn nghệ

【文娱】wényú〈名〉(hoạt động) vui chơi giải trí: ~活动 hoạt động vui chơi giải trí

【文员】wényuán〈名〉nhân viên văn thư

【文摘】wénzhāi〈名〉❶bản lược thuật; bản tóm tắt ❷bản trích dẫn

【文章】wénzhāng〈名〉❶bài văn ❷tác phẩm ❸ngụ ý; hàm ý: 他的话

里有~。Trong lời nói anh ấy có ngụ ý. ❹cách làm

【文质彬彬】wénzhì-bīnbīn văn vẻ lịch sự; phong nhã; nho nhã

【文字】wénzì<名>❶chữ viết; văn tự ❷lời văn; hành văn: 他的~犀利透彻。Lời văn của anh ấy sắc bén sâu sắc. ❸văn chương

纹 wén<名>❶vân; hoa văn ❷nếp nhăn; hoa văn; đường vân: 指~ vân tay

【纹理】wénlǐ<名>vân; vằn; hoa văn

【纹路】wénlù<名>đường vân; đường vằn; nếp nhăn

闻 wén❶<动>nghe thấy: 耳~目睹 tai nghe mắt thấy ❷<名>tin tức: 见~ điều mắt thấy tai nghe; 新~ tin vắn/thời sự ❸<形>[书]có danh vọng: ~人 người có danh vọng ❹<名>[书] danh tiếng: 秽~ tiếng xấu ❺<动>ngửi: 你来~~这个味儿。Anh hãy ngửi thử mùi này. //(姓) Vấn

【闻风丧胆】wénfēng-sàngdǎn nghe tiếng đã khiếp đảm

【闻名】wénmíng<动>❶nghe tên; biết tên: ~不如见面。Nghe tên không bằng gặp mặt. ❷nổi tiếng: 举世~ nổi tiếng cả thế giới

【闻所未闻】wénsuǒwèiwén chưa từng nghe thấy; hiếm có chưa từng thấy

蚊 wén<名>con muỗi

【蚊香】wénxiāng<名>hương chống muỗi; nhang trừ muỗi

【蚊帐】wénzhàng<名>(cái) màn ngủ

【蚊子】wénzi<名>con muỗi

wěn

吻 wěn❶<名>môi: 接~ hôn môi ❷<动>hôn ❸<名>mõm

【吻合】wěnhé❶<形>ăn khớp; nhất trí ❷<动>[医学]nối: 肠~ nối ruột

紊 wěn<形>rối; loạn: 有条不~ trật tự

đâu ra đấy

【紊乱】wěnluàn<形>rối loạn; hỗn độn: 思绪~ luồng suy nghĩ bị rối

稳 wěn❶<形>ổn định; vững chắc; vững vàng: 站~脚跟 đứng cho vững ❷<形>thận trọng; cẩn thận: ~步前进 vững bước tiến lên ❸<形>chắc chắn: 十拿九~ chắc mười mươi ❹<动>ổn định (tư tưởng cho người khác): ~住情绪 ổn định tâm trạng

【稳步】wěnbù<副>vững bước; vững chắc: ~提高 vững bước nâng cao

【稳当】wěndang<形>❶ổn thỏa; thỏa đáng: 做事~ làm việc thận trọng chắc chắn ❷chắc; vững: 把凳子放~。Đặt ghế cho chắc.

【稳定】wěndìng❶<形>ổn định: 社会秩序~ trật tự xã hội ổn định ❷<动>bình ổn; làm cho ổn định: ~房价 bình ổn giá nhà đất ❸<形>không thay đổi (chỉ vật chất)

【稳固】wěngù❶<形>vững chắc: 地位~ địa vị vững chắc ❷<动>củng cố: ~政权 củng cố vững chắc chính quyền

【稳健】wěnjiàn<形>❶vững vàng khỏe mạnh; chắc khỏe: ~的步伐 bước đi chắc khỏe ❷chắc chắn; thận trọng: 办事~ làm việc chắc chắn

【稳妥】wěntuǒ<形>ổn thỏa; chắc chắn: 他办事很~。Anh ấy làm việc rất chắc.

【稳重】wěnzhòng<形>cẩn trọng

wèn

问 wèn❶<动>hỏi: 询~ hỏi thăm; ~题 nêu câu hỏi ❷<动>thăm hỏi: ~候 hỏi thăm sức khỏe ❸<动>xét hỏi: 审~ thẩm vấn ❹<动>can dự; quan tâm đến: 不闻不~ không nghe không hỏi/chẳng quan tâm đến ❺<介>hỏi mượn: 我~他借幅画。Tôi hỏi mượn

W

anh ấy một bức tranh.

【问答】wèndá<动>hỏi đáp; vấn đáp: 有奖~ vấn đáp có thưởng

【问好】wènhǎo<动>thăm hỏi sức khỏe; gửi lời thăm

【问号】wènhào<名>❶dấu hỏi ❷câu hỏi; vấn đề

【问候】wènhòu<动>thăm hỏi sức khỏe; gửi lời thăm

【问话】wènhuà❶<动>(người bậc trên hay cấp trên) hỏi: 经理找你~. Giám đốc tìm để hỏi anh. ❷<名>câu hỏi

【问卷】wènjuàn<名>phiếu điều tra; bảng hỏi: ~调查 điều tra bằng bảng hỏi

【问路】wènlù<动>hỏi đường

【问世】wènshì<动>❶chào đời; ra mắt ❷xuất hiện (hàng hóa)

【问题】wèntí❶<名>câu hỏi; vấn đề ❷<名>vấn đề (mâu thuẫn hoặc thắc mắc cần nghiên cứu giải quyết): 思想~ vấn đề tư tưởng ❸<名>mấu chốt; điều quan trọng: 学不好的~在于你不勤奋. Nguyên nhân học không giỏi là tại anh không chăm chỉ. ❹<名>trục trặc; trở ngại: 这部机器又出~了. Máy này lại trục trặc rồi. ❺<形>khác thường; không phù hợp với yêu cầu: ~食品 thực phẩm không phù hợp với yêu cầu

【问心无愧】wènxīn-wúkuì không thẹn với lương tâm

【问询】wènxún<动>hỏi tin: ~处 nơi hướng dẫn; phòng hướng dẫn

wēng

翁 wēng<名>ông già; ông lão: 渔~ ông lão đánh cá/ngư ông //(姓) Ông

嗡 wēng<拟>vù vù; ù ù: 小蜜蜂~~归巢. Đàn ong mật bay vù vù về tổ.

wèng

瓮 wèng<名>vò; hũ; chum: 水~ vò nước

wō

莴 wō

【莴苣】wōjù<名>rau diếp

【莴笋】wōsǔn<名>rau diếp (loại có thân cây to, giống búp măng)

涡 wō<名>oa xoáy nước: 水~ xoáy nước

【涡流】wōliú<名>❶xoáy nước; chuyển động xoáy (của chất lỏng) ❷dòng điện cảm ứng

【涡轮机】wōlúnjī<名>tua-bin

窝 wō❶<名>tổ; ổ: 鸟~ tổ chim ❷<名>hang ổ: 贼~ hang ổ giặc ❸<名>[方]chỗ ở; chỗ: 挪个~儿 chuyển vào chỗ khác đi ❹<名>chỗ lõm; hõm: 酒~ lúm đồng tiền ở má ❺<动>tàng trữ; chứa chấp; oa trữ; giấu: ~赃 chứa chấp của ăn cắp ❻<动>rụt: ~在家 nằm bẹp ở nhà ❼<动>tích lại; ứ lại: ~火 bực bội ❽<动>uốn: 把钢丝~成一个圈. Uốn dây thép thành một vòng tròn. ❾<量>lứa (lợn, chó); ổ (gà): 一~小鸡 một ổ gà con ❿<名>cái giống: 被~ ổ chăn

【窝藏】wōcáng<动>chứa chấp; oa trữ: ~罪犯 chứa chấp tội phạm

【窝点】wōdiǎn<名>ổ: 赌博~ ổ cờ bạc

【窝工】wōgōng<动>thừa nhân công; công việc bị ế

【窝里斗】wōlidòu đấu đá nội bộ

【窝囊】wōnang<形>❶uất ức; ấm ức: ~气 ấm ức bực bội ❷bất lực; khiếp nhược; nhát gan: 你真~. Anh thật bất tài.

【窝窝头】wōwotóu<名>bánh hấp (bằng bột ngô, bột cao lương, v.v.)

蜗wō<名>ốc sên

【蜗居】wōjū[书]❶<名>lều vịt; nơi ở chật hẹp ❷<动>ở lều vịt; ở nơi ở chật hẹp

【蜗牛】wōniú<名>ốc sên

wǒ

我wǒ<代>(nhân xưng ngôi thứ nhất) ❶tôi; tao; ta (có khi dùng với nghĩa chúng tôi): ~方 phía ta ❷mình

【我们】wǒmen<代>chúng ta; chúng tôi

wò

沃wò❶<动>tưới: 如汤~雪 như đổ nước nóng vào tuyết/dễ như trở bàn tay ❷<形> (đất đai) phì nhiêu; màu mỡ

【沃土】wòtǔ<名>đất màu

卧wò❶<动>nằm: 仰~ nằm ngửa ❷<动>[方]đặt nằm: 把婴儿~在炕上。Đặt đứa bé nằm xuống giường. ❸<动>nằm; nằm phủ phục: 鸡~在窝里。Gà nằm trong ổ. ❹<形>dùng để ngủ: ~室 phòng ngủ ❺<名>giường ngủ: 软~ giường mềm

【卧病】wòbìng<动>nằm bệnh

【卧车】wòchē<名>❶toa nằm ❷ô tô con; xe con; xe du lịch nhỏ

【卧床】wòchuáng<动>nằm liệt giường: ~不起 bị ốm liệt giường

【卧倒】wòdǎo<动>nằm xuống

【卧底】wòdǐ❶<动>nằm vùng (để làm nội ứng) ❷<名>người nằm vùng

【卧具】wòjù<名>đồ dùng trên giường ngủ (như chăn đệm, gối, màn, v.v.)

【卧铺】wòpù<名>giường nằm (trên tàu, xe): ~车 tàu giường nằm; ~票 vé nằm

握wò<动>❶nắm; bắt; cầm: ~笔 cầm bút; ~手 bắt tay ❷nắm trong tay: 手~兵权 nắm binh quyền trong tay

【握别】wòbié<动>bắt tay từ biệt; chia tay

【握拳】wòquán<动>nắm bàn tay lại

【握手言和】wòshǒu-yánhé bắt tay làm lành

龌wò

【龌龊】wòchuò<形>❶bẩn thiu ❷nhơ bẩn (nhân cách): 卑鄙~ nhơ bẩn đê tiện ❸[书]hẹp hòi

wū

乌wū❶<名>con quạ ❷<形>màu đen

【乌龟】wūguī<名>❶con rùa ❷người bị cắm sừng; kẻ mọc sừng

【乌黑】wūhēi<形>đen thẫm; đen sì; đen nhánh: ~的头发 mái tóc đen nhánh

【乌鸡】wūjī<名>gà ô; gà đen

【乌溜溜】wūliūliū❶đen long lanh; đen lay láy ❷đen nhánh; đen bóng

【乌龙】wūlóng<形>[方]❶hồ đồ ❷những lầm lẫn

【乌龙茶】wūlóngchá<名>chè Ô Long

【乌梅】wūméi<名>ô mai

【乌木】wūmù<名>❶cây gỗ mun ❷gỗ mun ❸gỗ đen nặng như gỗ mun

【乌七八糟】wūqībāzāo lộn xộn; ngổn ngang; loạn xị; bát nháo

【乌鸦】wūyā<名>con quạ; con ác

【乌鱼】wūyú<名>cá quả; cá chuối

【乌云】wūyún<名>❶mây đen ❷mây đen; ví sự đen tối: 战争的~ mây đen của chiến tranh ❸tóc mây (của phụ nữ)

【乌贼】wūzéi<名>cá mực; ô tặc

污wū❶<名>nước đục; đồ bẩn: 血~ máu me bẩn thiu ❷<形>bẩn: ~水 nước bẩn ❸<形>không liêm khiết: 贪官~吏 tham quan ô lại ❹<动>làm bẩn: 玷~ làm ô danh

【污点】wūdiǎn<名>❶chỗ bẩn; vết bẩn ❷vết nhơ

【污垢】wūgòu<名>ghét; cáu bẩn

【污秽】wūhuì❶<形>ô uế; nhơ bẩn ❷ <名>sự ô uế; ô tạp

【污蔑】wūmiè<动>❶vu cáo; vu tội ❷bôi nhọ; làm bẩn; làm ô danh

【污染】wūrǎn<动>ô nhiễm: 空气~ không khí bị ô nhiễm

【污辱】wūrǔ<动>❶làm cho nhục; làm nhục ❷làm bẩn; làm ô danh; làm cho ô uế

【污浊】wūzhuó❶<形>(nước, không khí) bẩn ❷<名>thứ bẩn; vết bẩn

【污渍】wūzì<名>vết bùn đất, dầu mỡ

巫wū<名>thầy mo; bà mo; ông đồng; phù thủy

【巫婆】wūpó<名>bà mo; bà đồng

【巫师】wūshī<名>thầy mo; phù thủy; thầy cúng

【巫术】wūshù<名>phù phép (thầy mo sử dụng)

呜wū<拟>u; vù

【呜呼】wūhū❶<叹>[书]ô hô (than thở) ❷<动>chết

【呜咽】wūyè<动>❶khóc thút thít; nức nở sụt sùi; nghẹn ngào ❷ni non; rền rĩ (chỉ tiếng nước chảy hay tiếng đàn sáo buồn thảm): 山泉~。 Tiếng suối nỉ non.

钨wū<名>[化学]vonfram (kí hiệu: W)

【钨丝】wūsī<名>sợi vonfram (thường làm dây tóc bóng điện)

诬wū<动>vu; đổ tội

【诬告】wūgào<动>vu cáo

【诬赖】wūlài<动>vu; vu oan: ~他人 vu oan người khác

【诬蔑】wūmiè<动>vu cáo; bôi nhọ

【诬陷】wūxiàn<动>vu cáo hãm hại

屋wū<名>❶nhà: ~顶 nóc nhà/mái

nhà ❷phòng; buồng: 里~ gian nhà trong/buồng trong/gian phòng trong

【屋脊】wūjǐ<名>mái nhà; nóc nhà

【屋檐】wūyán<名>mái hiên

【屋主】wūzhǔ<名>chủ nhà

【屋子】wūzi<名>gian nhà; gian phòng

wú

无wú❶<动>không có: 从~到有 từ không đến có ❷<副>không; bất: ~ 须 không cần ❸<连>không kể; bất luận ❹<副>[书]đừng; chớ: ~妄言 đừng nói nhảm

【无比】wúbǐ<动>không gì sánh được; vô cùng: ~强大 vô cùng lớn mạnh

【无边无际】wúbiān-wújì vô biên; không giới hạn: ~的海洋 biển cả rộng mênh mông

【无不】wúbù<副>không ai không; đều

【无产阶级】wúchǎn jiējí giai cấp vô sản

【无常】wúcháng❶<动>không ổn định; thất thường: 她的性情变化~。 Tính tình cô ấy thường không ổn định. ❷<名>(Wúcháng) quỷ Vô Thường ❸<动>đi xa; chết; về chầu tiên tổ: 一旦~ một mai về chầu tiên tổ

【无偿】wúcháng<形>không hoàn lại; không phải trả giá; miễn phí: ~ 献血 hiến máu từ thiện

【无耻】wúchǐ<形>vô liêm sỉ; không biết hổ thẹn: ~之徒 kẻ vô liêm sỉ

【无敌】wúdí<动>vô địch; không có đối thủ: 所向~ đánh đâu thắng đó

【无底洞】wúdǐdòng<名>hang không đáy

【无动于衷】wúdòngyúzhōng không động lòng; chẳng hề động lòng

【无端】wúduān〈副〉vô cớ; không có lí do gì: ~生事 vô cớ sinh sự

【无法无天】wúfǎ-wútiān bán trời không văn tự; bất chấp đạo trời phép nước

【无妨】wúfáng❶〈动〉không có trở ngại sao: 这些事情说说也~。Nói về những chuyện này cũng không sao. ❷〈副〉cứ; cứ việc: 有意见~直说。Có ý kiến gì cứ thẳng thắn nói.

【无纺布】wúfǎngbù〈名〉vải không dệt

【无非】wúfēi〈副〉chỉ; chẳng qua; chỉ là; không ngoài

【无缝钢管】wúfèng gāngguǎn ống thép liền; ống thép không mối hàn

【无辜】wúgū❶〈形〉vô tội: ~的百姓 dân thường vô tội ❷〈名〉người vô tội: 株连~ liên lụy đến người vô tội

【无故】wúgù〈副〉vô cớ; không có lí do gì: ~缺席 vắng mặt vô cớ

【无关】wúguān〈动〉không có quan hệ; không can hệ; không liên quan đến: ~紧要 không cần kíp

【无轨电车】wúguǐ-diànchē xe buýt điện

【无害】wúhài〈形〉vô hại: ~气体 khí vô hại

【无花果】wúhuāguǒ〈名〉(cây, quả) sung

【无话不谈】wúhuà-bùtán cái gì cũng kể với nhau

【无悔】wúhuǐ〈动〉không có gì để hối tiếc

【无机】wújī〈形〉vô cơ: ~盐 muối vô cơ

【无机物】wújīwù〈名〉chất vô cơ

【无家可归】wújiā-kěguī không còn nhà cửa; không nơi nương tựa

【无价之宝】wújiàzhībǎo của báu vô giá

【无精打采】wújīng-dǎcǎi uể oải; ủ rũ

【无拘无束】wújū-wúshù không bị gò bó; tự do thoải mái; không bị ràng buộc

【无可奈何】wúkěnàihé không biết làm sao; không có cách nào; đành chịu

【无愧】wúkuì〈动〉không có gì phải hổ thẹn; xứng đáng: ~于心 trong lòng không có gì phải hổ thẹn

【无赖】wúlài❶〈形〉ngang ngược; đều cáng: 要~ giở trò đều cáng ❷〈名〉tên vô lại; nanh nọc; tên côn đồ

【无理】wúlǐ〈动〉vô lí; không có đạo lí

【无理取闹】wúlǐ-qǔnào cãi cọ vô lí; cãi chày cãi cối; bướng bỉnh gây sự

【无聊】wúliáo〈形〉❶buồn chán vô vị: 一个人在家里待着实在~。Một mình ở nhà thật buồn chán. ❷chán phè; vô vị: 他这个人太~了。Ông này vô vị thật.

【无论】wúlùn〈连〉bất kể; bất luận

【无名】wúmíng〈形〉❶không có tên gọi: ~病毒 vi rút chưa có tên gọi ❷vô danh; không ai biết tên: ~英雄 anh hùng vô danh ❸vô cớ; không rõ: ~的恐惧 sợ hãi vô cớ

【无名指】wúmíngzhǐ〈名〉ngón tay áp út; ngón đeo nhẫn

【无奈】wúnài❶〈动〉không biết làm sao được; bất đắc dĩ: 万般~ chẳng còn cách nào ❷〈连〉tiếc rằng; đáng tiếc

【无能】wúnéng〈形〉không có năng lực; bất lực; không biết làm gì; vô tài: 软弱~ non yếu không có năng lực

【无能为力】wúnéngwéilì bất lực; không có sức

【无期】wúqī❶〈动〉[书]không có thời gian xác định; không biết bao giờ: 遥遥~ thời điểm còn xa ❷〈名〉tù chung thân

【无情】wúqíng〈形〉❶vô tình; không

có tình cảm: ~无义 vô tình bất nghĩa ❷không kiêng nể; thẳng tay; phũ phàng: ~的事实 sự thực phũ phàng

【无穷无尽】wúqióng-wújìn không có giới hạn

【无声无息】wúshēng-wúxī không có tiếng động; không tiếng tăm gì; không ai biết đến

【无时无刻】wúshí-wúkè không lúc nào không; luôn luôn; lúc nào cũng

【无数】wúshù❶〈形〉vô số; nhiều vô kể: ~的星星 sao nhiều vô kể ❷〈动〉không số ngọn nguồn: 心中~ trong lòng không biết rõ ngọn nguồn

【无私】wúsī〈形〉không ích kỉ; vô tư: 大公~ chí công vô tư

【无所事事】wúsuǒshìshì ăn không ngồi rồi

【无所谓】wúsuǒwèi❶không phải là; không thể nói là: 我把她当妹妹，~爱情。Tôi coi cô ấy là em, nên không thể nói là tình yêu được. ❷không sao cả: 吃什么我~。Tôi ăn gì cũng được.

【无条件】wútiáojiàn không điều kiện; vô điều kiện: ~投降 đầu hàng vô điều kiện

【无微不至】wúwēi-bùzhì tỉ mỉ chu đáo; từng li từng tí

【无谓】wúwèi〈形〉vô nghĩa; không có ý nghĩa; không có giá trị: ~的牺牲 hi sinh vô nghĩa

【无限】wúxiàn〈形〉vô hạn; vô cùng: ~美好 vô cùng tốt đẹp

【无限制】wúxiànzhì không có hạn chế

【无线】wúxiàn〈形〉vô tuyến; không dây

【无线电视】wúxiàn diànshì truyền hình vô tuyến

【无须】wúxū〈副〉không cần; khỏi phải

【无烟煤】wúyānméi〈名〉than không

khói; than An-tra-xít

【无烟区】wúyānqū〈名〉❶khu vực không khói ❷khu vực cấm hút thuốc

【无依无靠】wúyī-wúkào không có chỗ nương tựa

【无意】wúyì❶〈动〉không có ý; không có ý định; không muốn: ~逗留 không muốn ở lại ❷〈副〉tình cờ; vô tình: 我~中触动了开关。Tôi vô tình chạm vào công tắc.

【无用】wúyòng〈形〉vô dụng

【无忧无虑】wúyōu-wúlù không lo lắng gì; không buồn phiền lo nghĩ

【无缘无故】wúyuán-wúgù vô duyên vô cớ; vô cớ

【无知】wúzhī〈形〉vô tri; không biết gì

毋 wú〈副〉[书]chớ; đừng: 宁缺~滥 thà thiếu còn hơn nhiều mà xấu

【毋庸】wúyōng〈副〉không cần; không được; không nên: ~置疑 không nên nghi ngờ

吴 wú〈名〉vùng miền Nam tỉnh Giang Tô và miền Bắc tỉnh Chiết Giang //(姓)Ngô

【吴哥窟】Wúgēkū〈名〉Angkor Wat (thắng cảnh du lịch Campuchia)

梧 wú〈名〉cây ngô đồng

【梧桐】wútóng〈名〉cây ngô đồng

蜈 wú

【蜈蚣】wúgōng〈名〉con rết

wǔ

五 wǔ〈数〉năm; ngũ

【五彩】wǔcǎi〈名〉ngũ sắc; năm màu; nhiều màu; sặc sỡ (trắng, đen, xanh, đỏ, vàng)

【五谷】wǔgǔ〈名〉ngũ cốc; cây lương thực: ~丰登 lương thực được mùa

【五官】wǔguān〈名〉mặt mũi; ngũ quan (tai, mắt, mồm, mũi và lưỡi): ~端正 mặt mũi vuông vắn, đoan trang

【五光十色】wǔguāng-shísè ngũ sắc sặc sỡ; đủ màu đủ vẻ; muôn màu muôn vẻ

【五湖四海】wǔhú-sìhǎi mọi vùng đất nước

【五花八门】wǔhuā-bāmén đủ kiểu; muôn màu muôn vẻ; biến hóa khôn lường

【五花肉】wǔhuāròu〈名〉thịt ba chỉ

【五角大楼】Wǔjiǎo Dàlóu lầu Năm Góc (Mĩ)

【五角星】wǔjiǎoxīng〈名〉ngôi sao năm cánh

【五金】wǔjīn〈名〉ngũ kim; kim khí (vàng, bạc, đồng, sắt, thiếc): ~商店 cửa hàng kim khí

【五四青年节】Wǔ-Sì Qīngnián Jié Ngày Thanh niên Trung Quốc (mồng 4 tháng 5)

【五四运动】Wǔ-Sì Yùndòng Phong trào Ngũ Tứ

【五线谱】wǔxiànpǔ〈名〉khuông nhạc son phe; nhạc nốt; (kí hiệu) nốt nhạc

【五香】wǔxiāng〈名〉ngũ vị hương, năm vị thơm (gồm hồi, quế, đinh hương, rau thì là, hạt tiêu); húng lìu

【五星红旗】Wǔxīng-Hóngqí cờ đỏ năm sao, quốc kì của nước Cộng hòa Nhân dân Trung Hoa

【五星级】wǔxīngjí〈名〉cấp năm sao: ~酒店 khách sạn năm sao

【五行】wǔxíng〈名〉ngũ hành (kim, mộc, thủy, hỏa, thổ)

【五颜六色】wǔyán-liùsè các loại màu sắc: ~的糖果 kẹo nhiều màu sắc

【五一国际劳动节】Wǔ-Yī Guójì Láodòng Jié Ngày Quốc tế Lao động (mồng 1 tháng 5)

【五音】wǔyīn〈名〉❶ngũ âm (năm cung bậc trên thang âm ngũ thanh của Trung Quốc) ❷năm bộ vị phát

âm (trong khoang miệng của năm loại thanh mẫu)

【五月】wǔyuè〈名〉tháng năm

【五脏六腑】wǔzàng-liùfǔ lục phủ ngũ tạng

【五指】wǔzhǐ〈名〉năm ngón tay

【五洲】wǔzhōu〈名〉năm châu: ~四海 năm châu bốn biển

午 wǔ〈名〉giờ ngọ (từ 11 đến 13 giờ); trưa; ban; buổi: 下~ buổi chiều

【午餐】wǔcān〈名〉cơm trưa; bữa trưa

【午后】wǔhòu〈名〉buổi chiều

【午觉】wǔjiào〈名〉giấc ngủ trưa

【午睡】wǔshuì ❶〈动〉ngủ trưa ❷〈名〉giấc ngủ trưa

【午夜】wǔyè〈名〉nửa đêm

伍 wǔ❶〈名〉ngũ; hàng ngũ; đội ngũ; quân ngũ: 队~ đội ngũ ❷〈名〉đồng bọn; người cùng bọn: 羞与为~ xấu hổ vì là cùng bọn ❸〈数〉dạng viết kép của chữ "五" //(姓) Ngũ

妩 wǔ

【妩媚】wǔmèi〈形〉xinh tươi; dễ thương; thướt tha; yêu kiều

武 wǔ❶〈名〉vũ; võ: ~力 vũ lực ❷〈名〉nghề võ: ~术 võ thuật ❸〈形〉dũng mãnh; mãnh liệt: 威~ oai phong; 英~ đẹp trai oai vệ //(姓) Vũ, Võ

【武打】wǔdǎ〈名〉đánh võ; biểu diễn võ thuật: ~场面 pha đấu võ

【武打片】wǔdǎpiàn〈名〉phim chưởng

【武断】wǔduàn❶〈动〉võ đoán: 没有证据，不能~。Không có chứng cứ, không thể võ đoán. ❷〈形〉độc đoán; chủ quan: 不能接受如此~的结论。Không thể chấp nhận kết luận chủ quan như vậy. ❸〈动〉[书] chuyên quyền độc đoán; chuyên quyền phán xét

【武功】wǔgōng〈名〉❶[书]võ công (thành tựu về quân sự): 文治~ văn

trị võ công ❷võ: 他是练~的。Anh ấy là một người tập võ.

【武警】wǔjǐng〈名〉cảnh sát vũ trang

【武力】wǔlì〈名〉❶sức mạnh cường bạo ❷sức mạnh quân sự; vũ lực

【武器】wǔqì〈名〉❶vũ khí ❷công cụ đấu tranh

【武士】wǔshì〈名〉❶võ sĩ; vệ binh canh gác cung điện ❷người dũng cảm và có sức mạnh

【武侠】wǔxiá〈名〉võ hiệp: ~小说 tiểu thuyết võ hiệp

【武艺】wǔyì〈名〉võ nghệ: ~高强 võ nghệ cao cường

【武装】wǔzhuāng❶〈名〉trang bị quân sự ❷〈动〉trang bị bằng vũ khí: 用知识~头脑 trang bị cho bộ óc mình bằng kiến thức khoa học ❸〈名〉đội ngũ có vũ khí trang bị

【武装警察】wǔzhuāng jǐngchá cảnh sát vũ trang

侮 wǔ〈动〉khinh miệt; khinh nhờn; bắt nạt: 欺~ ức hiếp

【侮辱】wǔrǔ〈动〉lăng nhục; làm nhục; sỉ nhục: ~人格 làm nhục nhân cách

捂 wǔ〈动〉bịt; dậy; che; bưng: ~嘴 bưng miệng

舞 wǔ❶〈名〉điệu múa; điệu nhảy: 现代~ điệu múa hiện đại ❷〈动〉múa; nhảy: 手~足蹈 khoa chân múa tay ❸〈动〉múa với một vật nào đó: ~龙灯 múa đèn rồng ❹〈动〉vung lên: ~剑 vung kiếm ❺〈动〉chơi trò; giở trò: ~弊 lừa gạt; 徇私~弊 vì tình riêng mà lừa gạt ❻〈动〉[方]làm; gây ra

【舞伴】wǔbàn〈名〉bạn nhảy

【舞弊】wǔbì〈动〉gian lận; quay cóp; làm dối ki cương

【舞蹈】wǔdǎo❶〈名〉điệu múa; điệu nhảy; vũ đạo ❷〈动〉biểu diễn múa; nhảy múa

【舞动】wǔdòng〈动〉vung; đung đưa: 树枝在春风中~。Cành cây đung đưa trong gió xuân.

【舞会】wǔhuì〈名〉vũ hội; buổi khiêu vũ

【舞剧】wǔjù〈名〉vũ kịch

【舞曲】wǔqǔ〈名〉vũ khúc; nhạc múa; nhạc nhảy

【舞台】wǔtái〈名〉sân khấu; vũ đài

【舞厅】wǔtīng〈名〉❶phòng khiêu vũ; phòng nhảy ❷vũ trường

【舞姿】wǔzī〈名〉tư thế múa

wù

务 wù❶〈动〉làm; theo đuổi (công việc, sự nghiệp): 不~正业 không làm nghề chính ❷〈名〉sự việc: 任~ nhiệm vụ ❸〈名〉trạm thu thuế thời xưa, nay chỉ dùng trong địa danh: 曹家~ Tào Gia Vụ ❹〈副〉phải; cần: 除恶~尽 diệt ác phải diệt tận gốc

【务必】wùbì〈副〉cần phải; cốt phải; nhất thiết phải: 你~去一趟。Anh phải đi một chuyến.

【务工】wùgōng〈动〉làm công nghiệp; làm xây dựng; làm thợ

【务农】wùnóng〈动〉làm ruộng; theo nghề nông: 回家~ về nhà làm ruộng

【务实】wùshí❶〈动〉làm việc cụ thể; bàn cụ thể, không nói suông ❷〈形〉thiết thực; không phù phiếm

【务须】wùxū〈副〉phải; cần phải: ~到场 cần phải có mặt

物 wù〈名〉❶vật; sự vật; đồ vật: 动~ động vật; 货~ đồ hàng ❷người và vật (ngoài bản thân): 待人接~ cư xử với mọi người ❸nội dung; thực chất: 空洞无~ trống rỗng không có nội dung

【物产】wùchǎn〈名〉sản vật: ~丰富 sản vật phong phú

【物归原主】wùguīyuánzhǔ châu về Hợp Phố; vật về tay chủ cũ; vật quay về chủ

【物价】wùjià<名>vật giá

【物件】wùjiàn<名>vật phẩm; vật (thành kiện)

【物理】wùlǐ<名>❶lí lẽ; quy luật bên trong của sự vật ❷vật lí học

【物理学】wùlǐxué<名>vật lí học

【物力】wùlì<名>vật lực; sức của: 节约人力~ tiết kiệm sức người sức của

【物流】wùliú<名>kho vận; logistic

【物美价廉】wùměi-jiàlián đồ vật giá rẻ lại chất lượng tốt

【物品】wùpǐn<名>vật phẩm; đồ dùng: 贵重~ đồ dùng quý

【物色】wùsè<动>tìm kiếm

【物体】wùtǐ<名>vật thể

【物业】wùyè<名>nhà cửa; đất đai; bất động sản: ~管理 quản lí nhà cửa

【物以稀为贵】wù yǐ xī wéi guì đồ vật do hiếm có mà quý giá; vật lấy ít làm trọng

【物证】wùzhèng<名>vật chứng

【物质】wùzhì<名>❶vật chất ❷tiền bạc; tư liệu sinh hoạt: ~奖励 khen thưởng bằng tiền của

【物质文明】wùzhì wénmíng văn minh vật chất

【物资】wùzī<名>vật tư

误 wù<名>điều sai; cái nhầm; sự nhầm lẫn: 笔~ chỗ viết sai ❷<动>lỡ; bỏ lỡ: ~点 lỡ giờ ❸<动>làm lỡ; làm hại: ~人子弟 làm lỡ con em người khác ❹<副>vô tình; vô ý; không cố ý; nhỡ tay: ~伤 vô tình làm bị thương ❺<形>sai; nhầm lẫn: ~解 hiểu lầm

【误差】wùchā<名>sai số; chênh lệch

【误车】wùchē<动>lỡ tàu; lỡ xe; nhỡ xe

【误传】wùchuán❶<动>phổ biến sai; truyền bá sai ❷<名>tin tức truyền bá nhầm lẫn

【误导】wùdǎo<动>hướng dẫn sai; dẫn dắt sai: 小孩子容易被~。Trẻ con dễ bị hướng dẫn sai.

【误工】wùgōng<动>lỡ công việc; đi làm muộn; bị nhỡ ca làm

【误会】wùhuì❶<动>hiểu lầm: 别~, 我不是那意思。Đừng hiểu lầm ý tôi. ❷<名>sự hiểu lầm

【误解】wùjiě❶<动>hiểu sai: 我为~了你而表示歉意。Tôi xin lỗi đã hiểu sai anh. ❷<名>sự hiểu lầm

【误区】wùqū<名>nơi sai lầm: 走出~ ra khỏi chỗ sai lầm

【误入歧途】wùrù-qítú bị lạc vào con đường sai lầm; lầm đường lạc lối

【误杀】wùshā<动>ngộ sát; giết nhầm

【误伤】wùshāng<动>lỡ làm bị thương; vô tình gây thương tích cho người khác

【误事】wùshì<动>làm lỡ việc; hỏng việc: 早上睡过头了, 差点~。Sáng nay ngủ quên suýt hỏng việc.

恶 wù<动>ghét; hận: 厌~ chán ghét
另见ě, è

悟 wù<动>thức tỉnh; hiểu; hiểu ra; nhận thức; giác ngộ: 觉~ giác ngộ 恍然大~ bỗng nhiên hiểu ra

【悟性】wùxìng<名>năng lực nhận thức; khả năng hiểu biết

雾 wù<名>❶sương mù ❷giọt nước nhỏ như sương mù: 喷~器 bình phun/bình bơm

【雾灯】wùdēng<名>đèn sương mù

【雾霾】wùmái<名>khói mù ô nhiễm

【雾茫茫】wùmángmáng sương mù giăng giăng

【雾气】wùqì<名>sương mù; màn sương mịt mù

X X

xī

夕 xī<名>❶chiều tối; chiều tà: 朝~相处 sớm chiều bên nhau ❷buổi tối; buổi đêm: 前~ đêm trước; 除~ đêm giao thừa

【夕阳】xīyáng<名>mặt trời chiều; nắng chiều; tà dương: ~西下 tà dương khuất bóng

【夕照】xīzhào<名>ánh nắng (buổi) chiều

西 xī<名>❶(phương, phía) tây: ~山 dãy núi phía tây; 往~走 đi về phía tây ❷(xī) các nước phương Tây; kiểu Tây; kiểu Âu: ~医 Tây y ❸cõi Phật; thế giới cực lạc: 归~ về cõi Phật

【西半球】xībànqiú<名>tây bán cầu

【西北】xīběi<名>❶phía tây bắc ❷(Xīběi) miền Tây Bắc Trung Quốc: 开发大~ xây dựng miền Tây Bắc

【西边】xībian<名>phương tây; phía tây

【西部】xībù<名>❶miền Tây ❷khu vực miền Tây Trung Quốc: ~论坛 diễn đàn phát triển miền Tây Trung Quốc

【西餐】xīcān<名>cơm Tây; món ăn Tây

【西餐厅】xīcāntīng<名>quán ăn Tây

【西方】xīfāng<名>❶phương tây; phía tây: 望向~ nhìn về phía tây ❷(Xīfāng) phương Tây; Tây Phương: ~文明 văn minh phương Tây ❸Tây phương cực lạc; thế giới cực lạc; cõi Phật

【西服】xīfú<名>Âu phục

【西贡】xīgòng<名>Sài Gòn

【西瓜】xīguā<名>(cây, quả) dưa hấu

【西红柿】xīhóngshì<名>cà chua

【西湖】Xī Hú<名>Hồ Tây; Tây Hồ

【西葫芦】xīhúlu<名>cây bầu bí; quả bầu bí

【西化】xīhuà<动>Âu hóa

【西裤】xīkù<名>quần Âu

【西蓝花】xīlánhuā<名>súp-lơ

【西米】xīmǐ<名>bột sa-gu

【西面】xīmiàn<名>(phương, phía) tây

【西南】xīnán<名>❶(hướng) tây nam: 刮~风 thổi gió tây nam ❷(Xīnán) vùng Tây Nam Trung Quốc

【西欧】Xī'ōu<名>Tây Âu

【西式】xīshì<形>kiểu Tây

【西洋参】xīyángshēn<名>sâm Tây; sâm Mĩ; dương sâm; sâm Hoa Kì

【西药】xīyào<名>thuốc Tây

吸 xī<动>❶hút; hít; hấp: 呼~ hô hấp; ~烟 hút thuốc lá ❷thấm: ~墨纸 giấy thấm（mực）❸hấp dẫn; hút: ~铁石 nam châm hút sắt

【吸尘器】xīchénqì<名>máy hút bụi

【吸顶灯】xīdǐngdēng<名>đèn trần

【吸毒】xīdú<动>chích hút ma túy; nghiện ma túy

【吸附】xīfù<动>hấp phụ; hút bám: 物理~ hấp phụ vật lí

【吸管】xīguǎn<名>ống hút

【吸汗】xīhàn〈动〉thấm mồ hôi

【吸力】xīlì〈名〉sức hút; lực hút

【吸纳】xīnà〈动〉❶hít vào: 出去走走~新鲜空气。Đi dạo để hít không khí trong lành. ❷thu hút: ~存款 thu hút vốn; ~新会员 kết nạp hội viên mới ❸tiếp thu; tiếp nhận: ~进步思想 tiếp thu những tư tưởng tiến bộ

【吸气】xīqì〈动〉hít hơi

【吸取】xīqǔ〈动〉hấp thu; tiếp nhận: ~营养 hấp thu các chất dinh dưỡng

【吸入】xīrù〈动〉hút vào; hít vào: ~呼出 hít vào thở ra

【吸食】xīshí〈动〉hút; húp (bằng miệng): ~海洛因 hút hê-rô-in

【吸收】xīshōu〈动〉❶hút: 棉花~水。Bông hút nước. ❷thu hút; hấp thụ; tiếp thu: ~知识 tiếp thu kiến thức ❸làm giảm hiệu quả: 弹簧~震动。Lò xo làm giảm độ xóc. ❹tiếp nhận; kết nạp: ~入党 kết nạp vào Đảng ❺tiếp thu

【吸引】xīyǐn〈动〉hấp dẫn; thu hút: 现在多家银行正增加利息以~存款。Nhiều ngân hàng hiện đang tăng lãi để thu hút tiền gửi.

【吸引力】xīyǐnlì〈名〉sức hấp dẫn; sức thu hút

【吸嘴】xīzuǐ〈名〉vòi hút

希¹ xī〈形〉hiếm; hiếm hoi: ~少 hiếm hoi; ~奇 hiếm và mới lạ; ~有 hiếm có

希² xī〈动〉mong; mong mỏi; hi vọng

【希望】xīwàng❶〈动〉mong muốn; hi vọng; ao ước: ~能尽快收到医生的答复 mong sớm nhận được lời phúc đáp của bác sĩ ❷〈名〉nguyện vọng: 这个~不难实现。Nguyện vọng này dễ thực hiện. ❸〈名〉hứa hẹn; niềm hi vọng: 青少年是国家的~。Thanh thiếu niên là niềm hi vọng của đất nước.

【希望工程】Xīwàng Gōngchéng Công trình Hi vọng (chương trình giúp đỡ phát triển giáo dục tiểu học vùng kém phát triển Trung Quốc)

昔 xī〈名〉xưa; trước kia; thời quá khứ: 往~ ngày xưa

【昔日】xīrì〈名〉ngày xưa; ngày trước; trước kia: ~的梦想 giấc mơ ngày xưa

牺 xī〈名〉[书]súc vật làm đồ tế

【牺牲】xīshēng❶〈名〉súc vật làm đồ tế thời xưa ❷〈动〉hi sinh: 他为国~了。Anh ấy đã hi sinh vì tổ quốc. ❸〈动〉tự nguyện nhận về mình sự thiệt thòi, mất mát: ~个人利益 hi sinh lợi ích cá nhân

息 xī❶〈名〉hơi thở: 喘~ thở hổn hển; 窒~ ngạt thở ❷〈名〉tin tức: 信~ thông tin ❸〈动〉ngừng; đình chỉ: ~兵 ngừng việc binh đao ❹〈动〉nghỉ ❺〈动〉sinh sôi; sinh đẻ: 滋~ sinh sôi nảy nở ❻〈名〉lợi tức; tiền lãi: 利~ lãi; 无~债券 trái phiếu không có lãi ❼〈名〉[书]con cái: 子~ con cái

【息怒】xīnù〈动〉dứt cơn giận; hết giận; bớt giận; nguôi giận: 请您~。Xin ông hãy nguôi giận.

【息息相关】xīxī-xiāngguān quan hệ mật thiết; gắn bó khăng khít

悉 xī❶〈形〉toàn; hết ❷〈动〉biết: 洞~ biết rõ; 获~ được biết

【悉心】xīxīn〈副〉dốc hết tâm lực; dốc lòng; hết lòng: ~照顾 hết lòng chăm sóc

淅 xī〈动〉[书]vo gạo

【淅沥】xīlì〈拟〉tí tách; rả rích; lách tách

【淅淅】xīxī〈拟〉vi vu; lao xao; rì rào: 秋风~ gió thu rì rào

惜 xī〈动〉❶quý trọng; quý mến: 怜~ thương tiếc; 珍~ quý trọng ❷tiếc: 可~ đáng tiếc ❸tiếc của: 不~工本 không tiếc gì vốn liếng

【惜时】xīshí〈动〉tiếc thời gian; quý thời gian

晰 xī<形>rõ ràng; sáng tỏ; rõ nét; minh bạch: 明~ rõ ràng; 清~ rõ rệt

稀 xī❶<形>hiếm; hiếm hoi: ~有 hiếm có; 古来~ cổ lai hi/70 tuổi xưa nay hiếm ❷<形>thưa; thưa thớt: ~疏 thưa thớt; 依~ lờ mờ ❸<形>loãng: 粥太~了. Cháo loãng quá. ❹<副> (đi kèm với tính từ chỉ trình độ sâu): ~松 lơi lỏng ❺<名>đồ loãng

【稀巴烂】xībalàn nát bét

【稀薄】xībó<形>loãng: 这里的空气很~. Không khí ở đây loãng quá.

【稀饭】xīfàn<名>cháo

【稀罕】xīhan❶<形>hiếm; lạ: 这件古董是~物. Đồ cổ này rất quý hiếm. ❷<动>ham thích; thèm muốn: 我们不~这玩意. Chúng tôi không thèm cái thứ đó ❸<名>sự vật hiếm

【稀客】xīkè<名>khách ít lui tới

【稀烂】xīlàn<形>❶nát nhừ: 菜煮得~. Rau đã nấu nát nhừ. ❷nát bét

【稀里糊涂】xīlihútú❶tơ mơ; lơ mơ; mơ hồ: 他~地接受她的请求. Anh ấy chấp nhận thỉnh cầu của chị ấy một cách lơ mơ. ❷tùy tiện; luộm thuộm; không đến nơi đến chốn: 这事你可不能~地应付. Anh không thể ứng xử việc này một cách tùy tiện.

【稀泥】xīní<名>bùn non; bùn lu

【稀奇】xīqí<形>kì lạ; hiếm có: 这博物馆里还有很多~的宝物. Trong bảo tàng này còn rất nhiều bảo vật hiếm gặp.

【稀奇古怪】xīqí-gǔguài kì quặc; kì cục: 他总是提~的问题. Anh ấy luôn đặt ra những câu hỏi kì quặc.

【稀缺】xīquē<形>khan hiếm; thiếu hụt: 稀土是一种~的战略资源. Đất hiếm là nguồn tài nguyên chiến lược khan hiếm.

【稀少】xīshǎo<形>ít ỏi; thưa thớt: 人烟~ dân cư thưa thớt

【稀释】xīshì<动>pha loãng: ~油实验 thí nghiệm pha loãng dầu

【稀土】xītǔ<名>đất hiếm

【稀稀拉拉】xīxilālā lác đác; rời rạc; thưa thớt: 下着~的小雨 mưa nhỏ lác đác

【稀有】xīyǒu<形>hiếm: ~金属 kim loại hiếm; ~动物 động vật quý hiếm

犀 xī<名>[动物]tê giác; tê ngưu

【犀利】xīlì<形>sắc bén: 文笔~. Lời văn sắc bén. 目光~. Ánh mắt sắc bén.

【犀牛】xīniú<名>tê ngưu

锡 xī<动>[书]ban cho; cấp cho: 天~幸福 hạnh phúc trời ban

【锡箔】xībó<名>giấy thiếc; lá thiếc

【锡矿】xīkuàng<名>mỏ thiếc: 这里有丰富的~. Vùng này dồi dào mỏ thiếc.

【锡纸】xīzhǐ<名>giấy bạc

溪 xī<名>con suối; con khe: 山~ khe suối; 清~ dòng suối trong suốt

【溪流】xīliú<名>dòng suối; con suối: ~缓缓而过. Dòng suối lững lờ chảy.

【溪水】xīshuǐ<名>nước suối

熙 xī<形>[书]❶sáng sủa; quang minh: ~天 bầu trời sáng sủa ❷thịnh vượng; hưng thịnh; phát đạt; phồn vinh: ~朝 triều đại thịnh vượng ❸vui; vui lòng

【熙熙攘攘】xīxīrǎngrǎng rộn ràng; nhộn nhịp; đông vui náo nhiệt: 街上行人~. Người đi lại trên đường phố đông vui náo nhiệt.

蜥 xī<名>[动物]con thằn lằn

【蜥蜴】xīyì<名>con thằn lằn

熄 xī<动>dập tắt; tắt

【熄灯】xīdēng<动>tắt đèn

【熄火】xīhuǒ<动>❶tắt lửa; dập tắt lửa ❷không nổ; tắt máy: 冬天发动机容易~. Vào mùa đông, động cơ dễ không nổ.

【熄灭】xīmiè<动>tắt; dập tắt; làm cho tắt: 几个小时以后火才渐渐~. Mấy tiếng đồng hồ sau, lửa mới tắt dần.

嘻 xī ❶〈叹〉[书](chỉ ý kinh ngạc) hứ ❷〈拟〉(tiếng cười) hi hí; rúc rích: ~~地笑 cười hi hí

【嘻嘻哈哈】 xīxī-hāhā ❶cười vui ❷cười đùa

膝 xī〈名〉đầu gối: 屈~投降 quỳ gối đầu hàng

【膝盖】 xīgài〈名〉đầu gối; bánh chè

【膝关节】 xīguānjié〈名〉khớp gối

【膝下】 xīxià〈名〉❶chỉ bên cạnh cha mẹ: ~无子 không có con cái ❷lời nói cung kính của con cháu đối với bậc trên: 父亲大人~ kính thưa cha

嬉 xī〈动〉[书]đùa; vui chơi

【嬉闹】 xīnào〈动〉vui nhộn; vui đùa; nô đùa; đùa giỡn

【嬉皮士】 xīpíshì〈名〉bọn híp-pi; bọn bụi đời

【嬉皮笑脸】 xīpí-xiàoliǎn nhăn nhở; cười cợt nghịch ngợm

【嬉戏】 xīxì〈动〉[书]vui chơi; đùa cợt; nô đùa: 两条金鱼正在水里~。Hai con cá vàng đang bơi vờn dưới nước.

蟋 xī

【蟋蟀】 xīshuài〈名〉con dế

xí

习 xí ❶〈动〉tập; ôn tập; tập luyện; rèn luyện: 练~ tập luyện; 温~功课 ôn bài ❷〈动〉quen; thông thạo: ~以为常 quen rồi thấy bình thường ❸〈名〉thói quen; tập quán // (姓) Tập

【习惯】 xíguàn ❶〈名〉thói quen; tập quán: 消费~ tập quán tiêu dùng ❷〈动〉quen: 我已经~早起。Tôi đã quen dậy sớm.

【习气】 xíqì〈名〉tệ; thói xấu; tập tục xấu; tệ nạn: 官僚~ tệ quan liêu

【习俗】 xísú〈名〉tập tục; tục: 传统~ tập tục cổ truyền

【习题】 xítí〈名〉bài tập

【习性】 xíxìng〈名〉tập tính; đặc tính; tính nết

【习以为常】 xíyǐwéicháng quen rồi thấy bình thường: 对他的工作作风 我们都~。Chúng tôi đã quen với tác phong làm việc của anh ấy.

【习语】 xíyǔ〈名〉lời nói thường dùng

【习作】 xízuò ❶〈动〉tập làm văn ❷〈名〉bài luyện tập

席 xí ❶〈名〉cái chiếu: 草~ chiếu cói; 竹~ chiếu tre ❷〈名〉ghế ngồi; ghế đại biểu: 来宾~ chỗ ngồi của khách ❸〈名〉bàn tiệc: 酒~ tiệc rượu ❹〈量〉bàn; mâm; cuộc: 一~酒 một mâm tiệc; 一~话 một cuộc nói chuyện ❺〈名〉đặc chỉ ghế ngồi trong nghị viện // (姓) Tịch

【席卷】 xíjuǎn〈动〉cuốn gói; cuốn sạch như cuốn chiếu: 洪水~了成片 的房子。Trận lũ đã cuốn sạch hàng loạt nhà cửa.

【席梦思】 xímèngsī〈名〉giường nệm lò xo

【席位】 xíwèi〈名〉ghế; chỗ: 在议会 中占有多数~ giành được đa số ghế trong nghị viện

【席子】 xízi〈名〉chiếu

袭¹ xí〈动〉tập kích; đột kích: 夜~ tập kích ban đêm

袭² xí ❶〈动〉kế thừa; thừa kế: 世~ thế tập/cha truyền con nối ❷〈动〉làm theo; tiếp tục duy trì: 抄~ sao chép lại ❸〈量〉[书]bộ; chiếc (quần áo): 一~毛衣 một chiếc áo len

【袭击】 xíjī〈动〉❶tập kích; đánh lén: 我军~了敌军。Quân ta đã tập kích quân địch. ❷đòn bất ngờ

媳 xí〈名〉con dâu: 儿~ con dâu

【媳妇】 xífù〈名〉❶con dâu ❷cháu dâu họ

xǐ

洗 xǐ〈动〉❶rửa; giặt; tẩy; gội; tắm: ~ 脸 rửa mặt; ~头 gội đầu; ~澡 tắm;

~衣服 giặt quần áo ❷lễ rửa tội: 受~ làm lễ rửa tội ❸tráng rửa: 冲~照片 in ảnh/rửa ảnh; 冲~胶卷 tráng phim ❹tẩy sạch ❺xóa (băng từ) ❻thanh trừng; làm trong sạch: 政治清~ thanh trừng chính trị ❼xào; xóc (bài)

【洗涤】xǐdí〈动〉rửa ráy; giặt giũ: ~干净 giặt cho sạch

【洗涤剂】xǐdíjì〈名〉chất tẩy rửa

【洗掉】xǐdiào〈动〉rửa cho sạch

【洗耳恭听】xǐ'ěr-gōngtīng rửa tai lắng nghe; cung kính lắng nghe: 我~父亲的教诲。Tôi cung kính lắng nghe lời dạy của bố.

【洗发水】xǐfàshuǐ〈名〉dầu gội đầu

【洗劫】xǐjié〈动〉cướp sạch; cướp trụi: 村庄被~一空。Cả làng bị cướp sạch.

【洗礼】xǐlǐ〈名〉❶lễ rửa tội ❷thử thách

【洗脸】xǐliǎn〈动〉rửa mặt: ~盆 chậu rửa mặt

【洗面奶】xǐmiànnǎi〈名〉kem rửa mặt

【洗牌】xǐpái〈动〉❶xóc bài ❷ví phá vỡ thứ tự cũ, sắp xếp lại

【洗钱】xǐqián〈动〉rửa tiền: 警惕不法分子利用银行卡~。Cảnh giác những kẻ phạm pháp rửa tiền bằng thẻ ngân hàng.

【洗手】xǐshǒu〈动〉❶rửa tay ❷cải tà quy chính ❸đổi nghề: 金盆~ quyết định từ bỏ nghề cũ

【洗手间】xǐshǒujiān〈名〉nhà vệ sinh

【洗漱】xǐshù〈动〉rửa mặt và đánh răng

【洗刷】xǐshuā〈动〉❶cọ rửa; gột rửa: ~地板 rửa và cọ sàn nhà ❷trừ bỏ; tẩy trừ; rửa sạch: ~耻辱 rửa nhục

【洗胃】xǐwèi〈动〉rửa dạ dày; tẩy dạ dày

【洗衣店】xǐyīdiàn〈名〉hiệu giặt áo

【洗衣粉】xǐyīfěn〈名〉bột giặt

【洗衣服】xǐ yīfu giặt quần áo

【洗衣机】xǐyījī〈名〉máy giặt

【洗衣液】xǐyīyè〈名〉dung dịch giặt quần áo

【洗衣皂】xǐyīzào〈名〉xà phòng giặt

【洗浴】xǐyù〈动〉tắm rửa

【洗澡】xǐzǎo〈动〉tắm; tắm rửa: ~水 nước tắm

铣 xǐ〈动〉[机械]phay

【铣床】xǐchuáng〈名〉máy phay

【铣工】xǐgōng〈名〉❶thợ phay ❷việc phay

喜 xǐ ❶〈形〉mừng; vui: 欢~ vui mừng ❷〈形〉đáng mừng: ~讯 tin mừng; ~剧 hài kịch ❸〈名〉việc đáng mừng: 贺~ chúc mừng; 双~临门 song hỉ lâm môn ❹〈动〉thích làm: 好大~功 ham lập công lớn ❺〈动〉thích; ưa thích; hợp: ~光植物 cây ưa sáng

【喜爱】xǐ'ài〈动〉ưa; thích; yêu thích: 我们~爬山。Chúng tôi thích trèo núi.

【喜报】xǐbào〈名〉giấy báo tin mừng

【喜出望外】xǐchūwàngwài vui mừng quá đỗi; mừng khôn xiết; mừng quá sá

【喜好】xǐhào❶〈动〉yêu thích; ưa thích: 我~唱歌。Tôi thích hát. ❷〈名〉sở thích: 我的~是读书。Sở thích của tôi là đọc sách.

【喜欢】xǐhuan❶〈动〉thích; vui; mừng: 我~游泳。Tôi thích bơi. ❷〈形〉thích thú; vui vẻ: 孙儿的孝心让奶奶很~。Bà nội rất vui vì tấm lòng thơm thảo của đứa cháu.

【喜结良缘】xǐjié-liángyuán vui mừng kết duyên

【喜酒】xǐjiǔ〈名〉tiệc cưới; rượu cưới

【喜剧】xǐjù〈名〉hài kịch; kịch vui

【喜怒哀乐】xǐ-nù-āi-lè mừng giận buồn vui

【喜气洋洋】xǐqì-yángyáng tưng bừng vui nhộn; niềm vui dạt dào

【喜庆】xǐqìng❶〈形〉vui mừng; vui

sướng: 今天是个~的日子。Hôm nay là một ngày vui. ❷<名>việc mừng vui

【喜鹊】xǐquè<名>chim khách

【喜事】xǐshì<名>❶việc mừng ❷việc cưới hỏi: 他俩正准备办~。Hai anh chị đang sửa soạn làm lễ cưới.

【喜笑颜开】xǐxiào-yánkāi vui mừng hớn hở; mặt mày rạng rỡ

【喜新厌旧】xǐxīn-yànjiù thích mới chán cũ; có mới bỏ cũ

【喜讯】xǐxùn<名>tin vui; tin mừng

【喜洋洋】xǐyángyáng vui mừng hớn hở; mừng khắp khởi

【喜悦】xǐyuè<形>vui sướng; vui thích; khoái trá: 什么事让你那么~? Có việc gì mà làm cho anh vui thích thế?

XÌ

戏 xì❶<动>chơi bời; đùa nghịch; nói đùa; nhạo báng: 集体游~ vui chơi tập thể ❷<名>kịch; hí kịch: 这部~很精彩。Vở kịch này rất hay. ❸<动>ghẹo; trêu ghẹo

【戏法】xìfǎ<名>[口]trò ảo thuật: 他变~逗孩子玩。Anh ấy làm trò ảo thuật để cho trẻ con vui vẻ.

【戏剧】xìjù<名>❶hí kịch; kịch; tuồng❷kịch bản sân khấu

【戏剧家】xìjùjiā<名>nhà viết kịch

【戏弄】xìnòng<动>trêu đùa; trêu ghẹo; trêu chọc: 别再~我了。Đừng trêu chọc tôi nữa.

【戏曲】xìqǔ<名>❶kịch tuồng; hí khúc ❷lời hát trong tạp kịch và truyền kì

【戏耍】xìshuǎ<动>❶trêu chọc ❷chơi đùa: 在水中~ chơi đùa dưới nước

【戏水】xìshuǐ<动>chơi nước: 两只鸭子在~。Hai con vịt chơi nước.

【戏言】xìyán<名>lời nói đùa

【戏院】xìyuàn<名>nhà hát

系 xì❶<名>hệ thống: ~列 hàng loạt; ~数 hệ số; 世~ thế hệ ❷<名>khoa: 地理~ khoa địa lí ❸<动>gắn bó; quan hệ với: 成败所~ liên quan đến sự thắng bại ❹<动>vương vấn ❺<动>[书]cột; buộc; trói: ~马 buộc ngựa ❻<动>[书]giam giữ ❼<动>dòng

另见jì

【系列】xìliè<名>dãy; (hàng) loạt

【系数】xìshù<名>hệ số: 安全~ hệ số an toàn

【系统】xìtǒng❶<名>hệ thống: 防御~ hệ thống phòng ngự ❷<形>có hệ thống: ~地叙述 trình bày có hệ thống

【系统盘】xìtǒngpán<名>[计算机]đĩa hệ thống

细 xì<形>❶(sợi) mảnh; nhỏ: ~眉 lông mày nhỏ ❷(dải) hẹp: ~长 dài nhỏ ❸(hạt) mịn ❹(âm thanh) nhỏ: ~嗓音 tiếng nhỏ ❺tinh tế ❻tỉ mỉ; kĩ lương: ~致 cạn kẽ tỉ mỉ/chu đao tỉ mỉ ❼nhỏ nhặt; nhỏ bé ❽[方]trẻ con; nhóc

【细胞】xìbāo<名>tế bào

【细长】xìcháng<形>dài nhỏ; mảnh dài

【细读】xìdú<动>đọc kĩ: 这是本好书, 你要~才行。Đây là cuốn sách tốt, em phải đọc kĩ nhé.

【细分】xìfēn<动>chia nhỏ; phân chia tỉ mỉ

【细化】xìhuà<动>làm cho cụ thể hơn; cụ thể hóa hơn: 这次任务~到各小组。Nhiệm vụ đợt này phân cụ thể đến các tổ nhóm.

【细活儿】xìhuór<名>công việc tinh tế

【细嚼慢咽】xìjiáo-mànyàn ăn chậm nhai kĩ

【细节】xìjié<名>tình tiết nhỏ; chi tiết; khâu nhỏ

【细菌】xìjūn<名>vi khuẩn; vi trùng: ~武器 vũ khí vi trùng/vũ khí vi sinh

【细密】xìmì<形>❶mịn ❷tỉ mỉ

【细腻】xìnì〈形〉❶mịn; nhẵn: 质地~ chất liệu mịn và nhẵn ❷tinh tế; tỉ mỉ; tế nhị: 情感~ tình cảm tế nhị

【细软】xìruǎn❶〈名〉đồ tế nhuyễn; đồ trang sức; đồ châu báu ❷〈形〉mềm mại

【细声细气】xìshēng-xìqì tiếng nhỏ và nhẹ

【细水长流】xìshuǐ-chángliú❶nước chảy nhỏ thì dòng chảy dài; làm một ít và kiên trì làm mãi ❷biết cách sử dụng tiết kiệm thì không bao giờ thiếu

【细说】xìshuō〈动〉kể tỉ mỉ; trình bày tỉ mỉ: 请你~一下他们的故事. Đề nghị anh trình bày tỉ mỉ câu chuyện của họ.

【细碎】xìsuì〈形〉nhỏ vụn; vụn vặt: ~ 的纸屑 giấy vụn

【细挑】xìtiao〈形〉mảnh khảnh

【细微】xìwēi〈形〉nhỏ bé; nhỏ nhặt; nhỏ xíu: 如果说有差别, 那也非 常~。Nếu như có sự khác biệt, thì cũng rất nhỏ thôi.

【细小】xìxiǎo〈形〉nhỏ: 对于我们来说 这不是个~的错误. Đối với chúng tôi, đây không phải là một sai lầm nhỏ.

【细心】xìxīn〈形〉cẩn thận tỉ mỉ; chu đáo

【细雨】xìyǔ〈名〉mưa bụi; mưa phùn

【细则】xìzé〈名〉quy định chi tiết; quy tắc chi tiết

【细枝末节】xìzhī-mòjié phần nhỏ nhặt và không quan trọng

【细致】xìzhì〈形〉❶tinh tế tỉ mỉ ❷kĩ càng chu đáo: 他做事很认真~。Anh ấy làm việc tỉ mỉ chu đáo.

隙 xì〈名〉❶khe hở; vết nứt: 墙~ khe tường ❷(không gian, thời gian) trống; không dùng đến; nhàn rỗi: 空 ~ thời gian nhàn rỗi ❸dịp; cơ hội: 乘~ lợi dụng cơ hội ❹rạn nứt tình cảm

xiā

虾 xiā〈名〉con tôm

【虾酱】xiājiàng〈名〉mắm tôm

【虾米】xiāmi〈名〉❶tôm khô nhỏ ❷[方]tôm nõn; tôm nhỏ

【虾皮】xiāpí〈名〉tôm khô; tép khô

【虾仁】xiārén〈名〉tôm bóc vỏ; tôm nõn

瞎 xiā❶〈动〉mù (mắt): 眼睛~了。Bị mù. ❷〈副〉mò: ~猜 đoán mò ❸〈动〉 xịt; lép (không nổ) ❹〈动〉[方]uổng phí; hư hại; tổn thất ❺〈动〉[方](hạt) lép ❻〈动〉[方]rối bét

【瞎编】xiābiān〈动〉nói lăng nhăng; nói những gì không đúng sự thật

【瞎猜】xiācāi〈动〉đoán mò; đoán già đoán non: 还没找到证据, 大家不 要~。Còn chưa tìm được bằng chứng, mọi người đừng đoán mò, bịa đặt.

【瞎扯】xiāchě〈动〉nói lung tung; nói mò

【瞎逛】xiāguàng〈动〉đi lang thang, không có kế hoạch và mục đích

【瞎话】xiāhuà〈名〉lời nói nhảm; chuyện nói liều nói láo; chuyện lếu láo: 你这是睁着眼睛说~。Anh cứ nói nhảm nhí vậy.

【瞎混】xiāhùn〈动〉sống bừa bãi; sống tùy tiện: 不要跟着那帮人~。 Không nên sống bừa bãi với bọn chúng.

【瞎忙活】xiā mánghuo bận rộn không có kế hoạch và mục đích

【瞎蒙】xiāmēng〈动〉[方]đoán mò; đoán liều

【瞎闹】xiānào〈动〉làm bừa làm ẩu; làm càn

【瞎说】xiāshuō〈动〉nói mò; nói chừng; nói liều

【瞎眼】xiāyǎn〈动〉mù; lòa; hỏng mắt

【瞎折腾】xiā zhēteng vẽ chuyện; làm bừa bãi

【瞎指挥】xiā zhǐhuī chỉ huy mù

quáng

【瞎子】xiāzi<名>người mù; kẻ đui mù; người mù lòa

xiá

匣 xiá<名>tráp; hộp: 木~ hộp gỗ; 钱~ hộp đựng tiền; 珠宝~ hộp đựng châu báu

【匣子】xiázi<名>❶cái tráp; cái hộp ❷[方]súng pạc hoọc

侠 xiá❶<名>hiệp khách: 武~ võ hiệp; 女~ nữ hiệp ❷<形>(hành vi) hào hiệp

【侠义】xiáyì<形>nghĩa hiệp: ~行为 hành vi nghĩa hiệp

峡 xiá<名>❶eo sông: 三门~ eo Tam Môn Hiệp; 三~ Tam Hiệp ❷eo biển

【峡谷】xiágǔ<名>eo sông; kẽm; hẻm núi; thung lũng hẹp

狭 xiá<形>hẹp: ~窄 chật hẹp; ~隘 nhỏ hẹp

【狭隘】xiá'ài<形>❶hẹp ❷(lòng dạ, kiến thức) hẹp hòi; hạn hẹp ❸(phạm vi) hẹp

【狭长】xiácháng<形>hẹp và dài: 这条路很~. Con đường này hẹp và dài.

【狭小】xiáxiǎo<形>hẹp hòi; nhỏ hẹp

【狭义】xiáyì<名>nghĩa hẹp; trái với nghĩa rộng

【狭窄】xiázhǎi<形>❶hẹp: 这座桥很~. Chiếc cầu này hẹp lắm. ❷(lòng dạ, kiến thức...) hẹp hòi ❸(phạm vi) hẹp

遐 xiá<形>[书]❶xa: ~方 vùng xa; ~观 nhìn xa; ~迩 xa gần; ~想 sự tưởng tượng xa xôi ❷lâu dài; xa xưa; nhiều năm: ~龄 nhiều tuổi

【遐想】xiáxiǎng<动>suy nghĩ lan man; tưởng tượng xa vời

瑕 xiá<名>ti; vết (của hòn ngọc); khuyết điểm; bất cập: ~疵 khuyết điểm nhỏ nhặt

【瑕疵】xiácī<名>vết mờ; tì vết: 戒指

上有~. Chiếc nhẫn có tì vết.

暇 xiá❶<名>lúc nhàn rỗi: 得~ có rỗi; 闲~ khi nhàn rỗi; 无~ không rỗi; 应接不~ tiếp đón không xuể ❷<形>nhàn rỗi; rỗi rãi

辖 xiá❶<动>quản lí; quản hạt ❷<名>chốt bánh xe

【辖区】xiáqū<名>khu vực quản lí; khu quản hạt; khu trực thuộc

霞 xiá<名>ráng (mây): 晚~ ráng chiều

【霞光】xiáguāng<名>hào quang; ráng; ánh sáng: ~万丈 ánh sáng rực rỡ

xià

下¹ xià❶<名>dưới: 楼~ tầng dưới ❷<名>sau: ~个月的计划 bản kế hoạch của tháng sau ❸<名>thấp; kém; dưới: ~品 hạng bét; 部~ cấp dưới ❹<动>hạ; xuống; cho ra: ~通知 ra thông báo; ~决心 hạ quyết tâm ❺<名> đương lúc: 时~ đương thời; 节~ đúng dịp Tết ❻<名>(đặt sau số từ) bên; phía: 四~一片寂静. Bốn bề vắng lặng. ❼<动>xuống (từ cao xuống thấp): ~河游泳 xuống sông bơi ❽<动>rơi: ~雨 trời mưa; ~雪 mưa tuyết ❾<动>đi; đến; về; xuống: ~厨房 xuống bếp ❿<动>ra khỏi sân: 红牌罚~ bị phạt thẻ đỏ ra khỏi sân ⓫<动>đặt xuống; cho vào; cho ra: 面条~锅了. Đặt mì vào nồi. ⓬<动>chơi; đấu (cờ): ~两盘棋 chơi hai ván cờ ⓭<动>dỡ xuống; lấy xuống: ~货 dỡ hàng xuống ⓮<动>đi đến; đưa ra; hạ (phán đoán, kết luận): ~结论 đi đến kết luận; ~定义 đưa ra định nghĩa ⓯<动>dùng; bắt đầu sử dụng; bỏ công sức vào: ~笔 dùng bút ⓰<动>(động vật) đẻ: ~蛋 đẻ trứng ⓱<动>hạ; đánh thắng: 连~两城 hạ hai thành liền ⓲<动>lui; nhường: 相持不~ cầm cự nhau không chịu nhường nhau ⑲<动>tan; hết giờ làm: ~班 tan ca ⑳<动>dưới (thấp hơn, ít hơn): 到风景区参观的不~八千人。Khách đến tham quan khu du lịch không dưới tám nghìn người. ㉑<量>lần; cái; lượt: 拍打几~ vỗ mấy cái ㉒<量>(dùng sau "两" "几" để chỉ bản lĩnh, kĩ năng) ngón; cú; miếng: 他写文章还真有两~子。Anh ấy rất có tài về viết văn.

下² xià<动>❶(chỉ xu hướng) xuống: 坐~ ngồi xuống; 躺~ nằm xuống ❷đủ; được: 这张桌子可以放得~两台电脑。Chiếc bàn này đủ để đặt hai chiếc máy tính. ❸được; xong: 打~基础 đặt được nền móng

【下巴】 xiàba<名>cằm; hàm

【下班】 xiàbān<动>tan ca; tan tầm; hết giờ làm

【下半辈子】 xiàbànbèizi nửa đời sau

【下半场】 xiàbànchǎng<名>nửa trận cuối; tăng hai; hiệp hai: ~的球赛更精彩。Hiệp hai của trận bóng càng hay hơn.

【下半年】 xiàbànnián<名>nửa năm sau; sáu tháng cuối năm

【下半身】 xiàbànshēn<名>phần dưới thân thể

【下半夜】 xiàbànyè<名>nửa đêm về sáng; khuya

【下辈子】 xiàbèizi<名>kiếp sau; đời sau

【下边】 xiàbian<名>phía dưới; bên dưới

【下不为例】 xiàbùwéilì lần sau không thể chiếu theo lệ này; lần này thì thôi

【下册】 xiàcè<名>quyển hạ

【下策】 xiàcè<名>hạ sách

【下场】¹ xiàchǎng<动>❶(diễn viên) ra khỏi sân khấu; (cầu thủ) ra khỏi sân đấu: 演完节目，歌手什么都没说就~了。Trình diễn xong tiết mục, ca sĩ rời sân khấu không nói thêm gì. ❷[旧]vào trường; đi thi

【下场】² xiàchǎng<名>kết cục: 没有好~ không có kết cục tốt đẹp

【下厨】 xiàchú<动>xuống bếp; nấu ăn

【下垂】 xiàchuí<动>❶rủ xuống; ngả xuống; buông xuống: 窗帘~ rèm cửa sổ buông xuống ❷[医学]sa xuống: 胃~ sa dạ dày

【下次】 xiàcì<名>lần sau

【下达】 xiàdá<动>truyền đạt (mệnh lệnh, chỉ thị) xuống cấp dưới

【下单】 xiàdān<动>đặt mua

【下等】 xiàděng<形>(đẳng cấp, chất lượng) thấp; hạ đẳng; hèn; tồi; kém

【下地】 xiàdì<动>❶ra đồng: ~劳作 ra đồng làm ruộng ❷xuống giường (thường chỉ người ốm) ❸[方]trẻ mới sinh

【下跌】 xiàdiē<动>(mức nước, giá cả) hạ xuống: 物价渐渐~。Giá cả hạ xuống dần.

【下毒手】 xià dúshǒu hạ thủ; giở ngón độc ác

【下蹲】 xiàdūn<动>ngồi xổm

【下发】 xiàfā<动>cấp phát cho cấp dưới: ~经费 kinh phí trên cấp

【下方】 xiàfāng<名>phía dưới; phần dưới

【下放】 xiàfàng<动>❶trao một số quyền hành cho cấp dưới ❷điều cán bộ xuống công tác ở cơ sở hoặc lao động ở nông thôn hay nhà máy; hạ phóng

【下浮】 xiàfú<动>(giá cả, tiền lương, tỉ suất) xuống; đi xuống; giảm thiểu: ~百分之零点七 giảm xuống 0,7%

【下岗】 xiàgǎng<动>❶rời cương vị; rời vị trí; hết giờ làm ❷mất công việc; thôi việc

【下功夫】 xià gōngfu bỏ công sức

【下馆子】 xià guǎnzi ăn tại nhà hàng

【下跪】 xiàguì<动>quỳ; quỳ xuống: 过去，见到皇帝要~。Ngày xưa, khi gặp vua thì phải quỳ xuống.

【下海】 xiàhǎi<动>❶xuống biển ❷ra khơi; ra biển: 他跟着渔民~打鱼。Anh ấy đi theo dân chài ra khơi đánh bắt cá. ❸diễn viên hí khúc nghiệp dư trở thành diễn viên nhà nghề ❹xưa chỉ làm một số nghề như kĩ nữ, gái nhảy ❺bỏ việc làm cũ đi buôn bán; đi làm ăn: 他很早以前就~了。Ông ấy bỏ nghề cũ đi buôn đã lâu.

【下颌】 xiàhé<名>hàm dưới

【下滑】 xiàhuá<动>trượt xuống: 成绩~ thành tích tụt hẳn

【下级】 xiàjí<名>cấp dưới

【下集】 xiàjí<名>tập sau; tập dưới

【下贱】 xiàjiàn<形>❶[旧]thấp hèn ❷hèn hạ

【下降】 xiàjiàng<动>hạ thấp; hạ xuống; hạ cánh: 成本~ giá thành giảm

【下课】 xiàkè<动>❶tan học; hết giờ học ❷bị thôi chức; bị thôi việc: 该教练已被~。Ông huấn luyện viên ấy đã bị thôi chức.

【下来】¹ xiàlái<动>❶xuống: 从中央~的工作组 nhóm công tác từ trên Trung ương xuống ❷(hoa quả, rau, lúa) chín; được thu hoạch: 桃子~了。Quả đào đã chín. ❸đã kết thúc: 停~ dừng lại

【下来】² xiàlái<动>❶xuống: 请把架子上的衣服拿~。Hãy lấy những chiếc áo trên mắc xuống. ❷(hậu tố) lại; tiếp: 祖上流传~的药方 thuốc ông cha truyền lại ❸(hậu tố) lại: 记录~ ghi lại ❹dần: 速度慢~了。Tốc độ giảm dần.

【下列】 xiàliè<形>dưới đây

【下令】 xiàlìng<动>ra lệnh; hạ lệnh

【下流】 xiàliú❶<名>hạ lưu (sông): 在夏季，这条江的~容易发生洪灾。Vào mùa hè, hạ lưu con sông này dễ xảy ra lũ lụt. ❷<名>địa vị thấp hèn: ~社会 hạng người thấp hèn ❸<形>bỉ ổi; bẩn thỉu; đê tiện: ~的言行

lời lẽ và hành vi bỉ ổi

【下楼】 xiàlóu<动>xuống cầu thang; xuống tầng dưới

【下落】 xiàluò❶<名>tăm tích; tăm hơi: 这幅古画早已~不明。Bức tranh cổ này đã mất tăm tích từ nhiều năm trước. ❷<动> xuống; hạ xuống; rơi xuống: 电梯缓缓~。Thang máy dần dần hạ xuống.

【下马威】 xiàmǎwēi<名>cho biết tay; ra oai ngay từ đầu

【下面】 xiàmiàn<名>❶dưới; phía dưới: 窗户~有把椅子。Phía dưới cửa sổ có một chiếc ghế. ❷phần dưới; dưới đây: ~讨论的问题非常重要。Những vấn đề thảo luận sau đây rất quan trọng. ❸cấp dưới: 命令已经传达到~了。Mệnh lệnh đã chuyển đến cấp dưới.

【下聘书】 xià pìnshū đặt thiếp mời

【下坡】 xiàpō<动>xuống dốc

【下棋】 xiàqí<动>chơi cờ; đánh cờ

【下去】¹ xiàqù<动>xuống; đi xuống

【下去】² xiàqù<动>❶xuống: 把怒火压~。Hãy nén nỗi phẫn uất. ❷tiếp; tiếp tục; hơn: 你如果不能坦诚相待，我们很难合作~。Nếu anh cư xử không thành thật thì chúng ta khó tiếp tục hợp tác nữa. ❸(đặt sau tính từ chỉ trình độ tiếp tục tăng thêm): 他明显瘦~了。Nó đã gầy đi rõ rệt.

【下山】 xiàshān<动>❶xuống núi ❷(mặt trời) lặn

【下身】 xiàshēn<名>❶phần dưới thân thể ❷hạ bộ; cơ quan sinh dục trong cơ thể ❸quần; váy

【下手】¹ xiàshǒu<动>ra tay; bắt tay làm: 这事~晚了。Việc này bắt tay làm đã quá muộn.

【下手】² xiàshǒu<名>❶người giúp việc; trợ thủ: 打~ làm trợ thủ ❷nhà dưới (chơi bài)

【下属】 xiàshǔ<名>cấp dưới; bộ hạ

【下水】 xiàshui<名>bộ lòng (của gia súc): 猪~ bộ lòng lợn

【下水道】xiàshuǐdào〈名〉đường (ống) thoát nước; cống rãnh

【下榻】xiàtà〈动〉[书]trú ngụ; ở chỗ: ~五星级饭店 ở khách sạn năm sao

【下台】xiàtái〈动〉❶rời khỏi (bục giảng, sân khấu): 唱完歌，歌手直接就~了。Hát xong, ca sĩ trực tiếp rời sân khấu. ❷thoát ra thế bí; thoát ra khỏi cảnh khó: 你这么做他难以~。Cô làm thế anh ấy khó xử lắm. ❸hạ bệ; mất chức: 被赶~ bị hạ bệ

【下文】xiàwén〈名〉❶phần tiếp theo của bài văn ❷kết quả; đoạn sau: 没~ không có kết quả

【下午】xiàwǔ〈名〉buổi chiều; chiều

【下线】¹ xiàxiàn〈动〉❶hoàn thành các công nghệ sản xuất ❷ngắt mạng; out

【下线】² xiàxiàn〈名〉tuyến dưới; căn cứ dưới; người ở cấp dưới

【下乡】xiàxiāng〈动〉hạ hương; đi nông thôn

【下雪】xiàxuě〈动〉mưa tuyết

【下旬】xiàxún〈名〉hạ tuần

【下游】xiàyóu〈名〉❶hạ du; hạ lưu ❷lạc hậu; tụt hậu

【下雨】xiàyǔ〈动〉mưa: ~了，我们回去吧。Trời mưa rồi, chúng tôi về nhé.

【下载】xiàzài〈动〉tải xuống; download: ~数据 tài dữ liệu xuống

【下葬】xiàzàng〈动〉hạ huyệt; chôn cất

【下肢】xiàzhī〈名〉chi dưới; chi sau chân; đôi chân: 他~很灵活。Đôi chân anh ấy rất linh hoạt.

【下坠】xiàzhuì〈动〉❶tụt xuống; trụy xuống; sa xuống ❷chuyển dạ (sắp đẻ)

吓 xià〈动〉dọa; dọa dẫm; hù; làm cho sợ hãi; làm chùn bước: ~一跳 sợ giật mình

【吓呆】xiàdāi〈动〉khiếp đảm; khiếp vía

【吓唬】xiàhu〈动〉[口]hù; dọa; làm cho khiếp sợ: ~要打人 dọa sẽ đánh đòn

【吓人】xiàrén〈形〉ghê rợn; khiếp sợ

【吓死】xiàsǐ〈动〉khiếp đảm; khiếp vía

夏¹ xià〈名〉mùa hè: 春~秋冬 xuân hạ thu đông; 立~ lập hạ; 初~ đầu hạ

夏² Xià〈名〉❶đời nhà Hạ (triều đại lịch sử sơ khai của Trung Quốc) ❷biệt danh Trung Quốc // (姓) Hạ

【夏季】xiàjì〈名〉mùa hè: ~雨水多。Mùa hè mưa nhiều.

【夏令营】xiàlìngyíng〈名〉trại hè

【夏日】xiàrì〈名〉❶mùa hạ; thời tiết mùa hè ❷ánh nắng mùa hè: ~炎炎 nắng mùa hạ nóng gắt

【夏收】xiàshōu❶〈动〉thu hoạch vào mùa hè ❷〈名〉lương thực thu hoạch vào mùa hè; lương thực vụ chiêm

【夏天】xiàtiān〈名〉mùa hè

【夏至】xiàzhì〈名〉tiết Hạ chí

【夏装】xiàzhuāng〈名〉quần áo mùa hè; trang phục hè

xiān

仙 xiān〈名〉❶tiên; thần tiện: 成~ thành tiên ❷người nổi bật về ngành nào đó

【仙鹤】xiānhè〈名〉❶hạc mào đỏ ❷hạc tiên; tiên hạc

【仙境】xiānjìng〈名〉cõi tiên; cảnh tiên

【仙女】xiānnǚ〈名〉tiên nữ: ~下凡。Tiên nữ hạ phàm.

【仙人球】xiānrénqiú〈名〉cây tiên nhân cầu; nắm tay tiên

【仙人掌】xiānrénzhǎng〈名〉cây cánh tiên; cây bàn chải gai

先 xiān❶〈名〉trước: ~进 tiên tiến; ~易后难 trước dễ sau khó ❷〈形〉tiên (chỉ người quá cố): ~父 tiên phụ ❸〈名〉tổ tiên ❹〈副〉tạm thời ❺〈副〉trước: 他~到 cậu ấy đến trước

【先辈】xiānbèi〈名〉❶người thế hệ

trước ❷bậc tiền bối

【先睹为快】xiāndǔ-wéikuài được thấy trước là sướng; xem trước cho đã mắt

【先锋】xiānfēng<名>tiên phong: ~作用 vai trò tiên phong

【先后】xiānhòu❶<名>trước và sau ❷<副>lần lượt; trước sau

【先见之明】xiānjiànzhīmíng nhìn xa thấy trước; sáng suốt thấy trước; nhìn xa trông rộng

【先进】xiānjìn<形>tiên tiến: ~技术 kĩ thuật tiên tiến

【先例】xiānlì<名>tiền lệ: 尚无~ chưa có tiền lệ

【先烈】xiānliè<名>tiên liệt

【先前】xiānqián<名>trước; trước kia

【先生】xiānsheng<名>❶thầy; thầy giáo ❷thầy; ngài; tiên sinh: 鲁迅~ ông Lỗ Tấn ❸chồng; ông chồng ❹[方]thầy thuốc ❺[旧]những người làm nghề bói số, xem phong thủy: 风水~ thầy địa lí ❻[旧]thầy kí (kế toán)

【先天】xiāntiān<名>❶bẩm sinh; tiên thiên: ~性心脏病 bệnh tim bẩm sinh ❷[哲学]tiên nghiệm

【先天不足】xiāntiān-bùzú bẩm sinh yếu ớt; tiên thiên bất túc

【先斩后奏】xiānzhǎn-hòuzòu tiên trảm hậu tấu; chém trước tấu sau; làm trước báo sau

纤 xiān<形>nhỏ; bé; bé tí: ~尘 hạt bụi nhỏ

另见qiàn

【纤长】xiāncháng<形>nhỏ dài; mảnh dẻ: 四肢~ chân tay mảnh dẻ

【纤毫】xiānháo<名>chi tiết: ~毕现 hiện rõ từng tơ chi tiết

【纤弱】xiānruò<形>nhỏ bé yếu ớt: ~的身躯 thân người nhỏ yếu

【纤手】xiānshǒu<名>ngón tay mảnh dẻ

【纤维】xiānwéi<名>sợi; thớ; xơ; tơ: 合成~ sợi hóa chất tổng hợp

【纤细】xiānxì<形>nhỏ mảnh; nhỏ li ti

掀 xiān<动>❶giở; mở ra; lật; vén: ~锅盖 mở vung nồi; ~窗帘 vén rèm cửa sổ ❷trào; cuộn: 白浪~天。Sóng cả cuộn trời.

【掀翻】xiānfān<动>lật giở

【掀起】xiānqǐ<动>❶vén; mở: ~蚊帐 vén màn ❷dâng lên; dấy lên: ~革命高潮 dấy lên cao trào cách mạng ❸rào; cuộn; trào dâng: 大海~了大浪。Biển cả cuộn sóng lớn.

鲜 xiān❶<形>tươi sống: ~肉 thịt tươi ❷<形>tươi: ~花 hoa tươi ❸<名>thức ăn ngon: 尝~ nếm tươi sốt ❹<形>ngon ❺<名>món thủy sản: 海~ đồ biển ❻<形>tươi sáng; tươi tắn: ~红 đỏ tươi

另见xiǎn

【鲜果】xiānguǒ<名>quả tươi

【鲜红】xiānhóng<形>đỏ tươi; đỏ thắm

【鲜花】xiānhuā<名>hoa tươi

【鲜活】xiānhuó<形>❶tươi sống ❷sống động: ~的形象 hình ảnh sống động

【鲜货】xiānhuò<名>hàng tươi sống

【鲜美】xiānměi<形>❶(thức ăn) tươi và ngon ❷[书](hoa, cỏ) tươi đẹp

【鲜明】xiānmíng<形>❶(màu sắc) sáng, tươi ❷sáng rõ; rõ ràng: 对比~ đối chiếu rõ ràng

【鲜奶】xiānnǎi<名>sữa tươi

【鲜嫩】xiānnèn<形>tươi non; non tơ: 肉质~ thịt tươi ngon

【鲜血】xiānxuè<名>máu tươi; máu đào

【鲜艳】xiānyàn<形>tươi đẹp: 颜色~ màu sắc tươi đẹp

xián

闲 xián❶<形>nhàn; rỗi; rảnh rang ❷<形>để không; chưa dùng đến: ~房 buồng để không ❸<名>giờ rỗi: ~

暇 giờ rỗi; 忙里偷~ tranh thủ chút giờ rỗi khi đang bận ❹〈形〉không dính dáng đến cái chính: ~聊 nói chuyện phiếm

【闲逛】xiánguàng〈动〉đi lăng quăng; đi chơi loanh quanh

【闲话】xiánhuà❶〈名〉chuyện phiếm; chuyện lạc đề: ~少说，我们直接讨论问题。Không nói chuyện phiếm nữa, chúng ta bàn trực tiếp vào vấn đề. ❷〈名〉lời ong tiếng ve; lời đàm tiếu: 做事认真一点，不要让别人说~。Làm việc phải cẩn thận, đừng để người ta nói ra nói vào. ❸〈动〉[书]nói chuyện phiếm: 两人品茗~到天亮。Hai người cứ uống trà nói chuyện phiếm thâu đêm.

【闲空】xiánkòng〈名〉lúc rỗi rãi; lúc rảnh rang

【闲聊】xiánliáo〈动〉nói chuyện phiếm: 我们边喝茶边~。Chúng tôi vừa uống chè vừa nói chuyện phiếm.

【闲人】xiánrén〈名〉❶người nhàn rỗi ❷ người ngoài: ~免进。Không phận sự miễn vào.

【闲时】xiánshí〈名〉thời gian nhàn rỗi: ~请到寒舍一叙。Khi nào được rỗi xin quá bộ sang nhà chuyện trò.

【闲适】xiánshì〈形〉thanh thản: ~的生活 cuộc sống thanh thản

【闲谈】xiántán〈动〉nói chuyện phiếm

【闲置】xiánzhì〈动〉gác xó; để không: ~设备 thiết bị để không

贤 xián❶〈形〉có tài đức ❷〈名〉người có tài đức: 圣~ thánh hiền ❸〈形〉hiền (tôn xưng người bằng vai hoặc bậc dưới): ~弟 hiền đệ

【贤才】xiáncái〈名〉người tài đức: 广纳~ tiếp nhận người có tài đức

【贤惠】xiánhuì〈形〉(phụ nữ) có đức hạnh; hiền lành

【贤明】xiánmíng❶〈形〉có tài năng và kiến thức; sáng suốt: ~的皇帝 vua có tài năng và kiến thức ❷〈名〉người có đức tài sáng suốt

【贤妻良母】xiánqī-liángmǔ vợ tảo mẹ hiền

弦 xián〈名〉❶dây cung ❷dây đàn ❸dây cót đồng hồ ❹cát tuyến ❺đường huyền; cạnh huyền

【弦外之音】xiánwàizhīyīn ý ở ngoài lời

【弦乐器】xiányuèqì〈名〉nhạc cụ dây

咸 xián〈形〉❶mặn: 这个菜太~了。Món ăn này mặn quá. ❷ướp muối: ~鱼 cá ướp muối

【咸菜】xiáncài〈名〉dưa muối

【咸鸭蛋】xiányādàn〈名〉trứng vịt muối

【咸鱼】xiányú〈名〉cá mặn

娴 xián〈形〉[书]❶nhã nhặn ❷giỏi; khéo léo: ~于音律 giỏi về âm nhạc

【娴熟】xiánshú〈形〉thành thạo: 他~地操作机器。Anh ấy thao tác máy móc một cách thành thạo.

衔¹ xián❶〈名〉[书]hàm thiếc ngựa ❷〈动〉ngậm; tha: 燕子~泥筑巢 Con én tha đất làm tổ. ❸〈动〉giữ ở trong lòng; ôm ấp ❹〈动〉[书]nhận; tiếp thu ❺〈动〉nối nhau

衔² xián〈名〉chức hàm: 军~ quân hàm

【衔接】xiánjiē〈动〉nối tiếp

【衔头】xiántóu〈名〉hàm

舷 xián〈名〉mạn thuyền; thành tàu; biên máy bay

【舷窗】xiánchuāng〈名〉cửa sổ thành tàu; cửa sổ biên máy bay

【舷梯】xiántī〈名〉cầu thang bên sườn tàu hoặc máy bay

嫌 xián❶〈名〉hiềm nghi: 避~ tránh sự hiềm nghi ❷〈动〉chê; ghét; không vừa lòng ❸〈名〉hiềm thù; oán hận

【嫌弃】xiánqì〈动〉ghét bỏ

【嫌恶】xiánwù〈动〉ghét bỏ

【嫌疑】xiányí〈名〉hiềm nghi; tình

nghi: 消除~ xóa bỏ mối hiểm nghi

【嫌疑犯】xiányífàn<名>kẻ bị tình nghi; nghi phạm

xiǎn

显 xiǎn❶<形>rõ ràng: 治疗效果~著。Hiệu quả điều trị rõ ràng. ❷<形>hiển hách ❸<动>hiện lên; tỏ ra: ~得很伤心 trông vẻ rất buồn

【显摆】xiǎnbai<动>[方]khoe bày; phô bày

【显出】xiǎnchū<动>tỏ ra; hiện ra

【显得】xiǎnde<动>tỏ ra; lộ ra; hiện ra: ~很庄重 tỏ ra rất nghiêm trang

【显而易见】xiǎn'éryìjiàn rõ ràng và dễ thấy; rất rõ ràng

【显赫】xiǎnhè<形>❶(địa vị, danh tiếng) hiển hách: 他的家族十分~。Gia tộc của anh ấy rất hiển hách. ❷hiển hách; lừng lẫy: 战功~ chiến công hiển hách

【显卡】xiǎnkǎ<名>card màn hình; thiết bị chỉnh màn hình

【显露】xiǎnlù<动>để lộ rõ; hiện lên: ~才华 lộ rõ tài hoa

【显然】xiǎnrán<形>hiển nhiên; rõ ràng: 你所提的要求~太过分了。Anh nêu ra yêu cầu như thế rõ ràng là quá đáng.

【显示】xiǎnshì<动>biểu hiện; hiển thị: 他充分~了自己的能力。Anh ấy đã thể hiện đầy đủ tài năng của mình.

【显示器】xiǎnshìqì<名>màn hình hiển thị

【显微镜】xiǎnwēijìng<名>kính hiển vi

【显现】xiǎnxiàn<动>hiện rõ; hiển hiện: 月亮在云层里逐渐~出来。Mặt trăng dần dần hiện ra từ trong tầng mây.

【显形】xiǎnxíng<动>hiện nguyên hình; lộ rõ chân tướng: 怪物~。Quái vật hiện rõ nguyên hình.

【显眼】xiǎnyǎn<形>dễ thấy; bắt mắt

【显要】xiǎnyào❶<形>cao sang; quyền cao chức trọng: 地位~ địa vị cao sang ❷<名>người quan cao chức trọng

【显著】xiǎnzhù<形>rõ rệt; nổi bật: 取得~的成就 giành được những thành tựu nổi bật

险 xiǎn❶<名>hiểm yếu: 天~ vùng hiểm yếu thiên nhiên ❷<名>nguy hiểm: 虎口脱~ thoát khỏi cơn nguy hiểm từ tay giặc ❸<副>suýt: ~遭毒手 suýt bị ám hại ❹<形>nham hiểm ❺<形>hiểm trở

【险地】xiǎndì<名>❶chỗ hiểm yếu; vùng hiểm yếu ❷cõi nguy hiểm

【险恶】xiǎn'è<形>❶nguy hiểm đáng sợ; hiểm nghèo ❷hiểm độc

【险峰】xiǎnfēng<名>chóp núi hiểm; ngọn núi cheo leo

【险境】xiǎnjìng<名>tình trạng nguy hiểm

【险峻】xiǎnjùn<形>❶hiểm yếu: ~的山峰 ngọn núi cheo leo hiểm trở ❷hiểm nghèo

【险情】xiǎnqíng<名>tình hình nguy hiểm: 排除~ tháo gỡ tình trạng nguy hiểm

【险要】xiǎnyào<形>(địa thế) hiểm yếu: ~的地形 địa hình hiểm yếu

鲜 xiǎn<形>ít; hiểm: ~见 hiểm thấy 另见xiān

【鲜为人知】xiǎnwéirénzhī hiểm có người biết

xiàn

县 xiàn<名>huyện

【县城】xiànchéng<名>huyện lị

【县长】xiànzhǎng<名>huyện trưởng; chủ tịch huyện

【县政府】xiànzhèngfǔ<名>chính quyền huyện

现 xiàn❶<动>hiện ra; lộ rõ ra: ~出原形 hiện rõ nguyên hình ❷<名>hiện nay; hiện tại; hiện giờ; lúc này: ~阶段 giai đoạn trước mắt ❸<副>ngay tức thời; lâm thời; vừa: ~教~学 vừa dạy vừa học ❹<形>tại chỗ; ngay tại đó: ~金 tiền mặt ❺<名>tài khoản sẵn; tiền mặt

【现场】xiànchǎng<名>❶hiện trường: ~办公 làm việc tại hiện trường ❷tại chỗ

【现成】xiànchéng<形>sẵn; có sẵn; vốn có: 不用出去买，家里都有~的。Không cần đi mua, trong nhà đã có sẵn.

【现存】xiàncún<动>hiện còn tồn tại

【现代】xiàndài❶<形>hiện đại: ~建筑 kiến trúc hiện đại ❷<名>thời kì hiện đại

【现货】xiànhuò<名>hàng hiện có

【现今】xiànjīn<名>hiện nay: ~股市行情疲软。Hiện nay thị trường trái phiếu rất yếu.

【现金】xiànjīn<名>❶tiền mặt ❷ngân khoản

【现款】xiànkuǎn<名>tiền mặt: ~交易 giao dịch bằng tiền mặt

【现况】xiànkuàng<名>tình trạng hiện nay: ~如何? Tình trạng hiện nay thế nào?

【现钱】xiànqián<名>[口]tiền mặt

【现任】xiànrèn<形>đương nhiệm: ~县长 huyện trưởng đương nhiệm

【现实】xiànshí❶<名>hiện thực ❷<形>thực tế; sát với tình hình khách quan

【现象】xiànxiàng<名>hiện tượng

【现行】xiànxíng<形>❶hiện hành: ~的政策 chính sách hiện hành ❷đang hoặc vừa mới phạm tội

【现役】xiànyì❶<名>thời gian làm nghĩa vụ quân sự: 服~ đi làm nghĩa vụ quân sự ❷<形>tại ngũ: ~军人 quân nhân tại ngũ

【现在】xiànzài<名>hiện tại; bây giờ

【现状】xiànzhuàng<名>hiện trạng

限 xiàn❶<名>hạn; mức độ; phạm vi được quy định: 以三个月为~ hạn trong ba tháng ❷<动>hạn chế; hạn định: 年龄不~ không hạn định tuổi tác ❸<名>[书]ngưỡng cửa

【限定】xiàndìng<动>hạn định: ~数量 hạn định số lượng

【限度】xiàndù<名>hạn độ; mức giới hạn: 金额~ kim ngạch hạn định

【限额】xiàn'é❶<动>hạn ngạch: ~分配 hạn ngạch phân phối ❷<名>mức định

【限价】xiànjià❶<动>hạn chế giá cả ❷<名>giá cả mức định

【限量】xiànliàng❶<动>số lượng hạn chế: ~发售 bán hàng với số lượng hạn chế ❷<名>mức độ

【限期】xiànqī❶<动>hạn; quy định kì hạn: ~还款 trả nợ trong kì hạn ❷<名>kì hạn

【限速】xiànsù<动>hạn chế tốc độ: ~道路 đường có hạn chế tốc độ

【限制】xiànzhì❶<动>hạn chế: 明文~ có công văn hạn chế ❷<名>phạm vi quy định

线 xiàn❶<名>sợi; chỉ; dây: 一针一~ cái kim sợi chỉ; 电~ dây điện; ~香 sợi hương ❷<名>đường (hình học): 直~ đường thẳng ❸<名>tuyến; đường (giao thông): 航~ đường bay ❹<名>đường lối ❺<名>nơi giáp ranh giới; tuyến: 国境~ đường biên giới quốc gia ❻<名>bờ; rìa; mép; miệng hố: 死亡~上 bên miệng hố của sự chết chóc ❼<名>luồng; tia: 光~ tia sáng ❽<名>manh mối ❾<量>tia: 一~希望 một tia hi vọng

【线路】xiànlù<名>đường dây; mạng lưới; tuyến đường

【线索】xiànsuǒ<名>đầu mối; manh mối

【线条】xiàntiáo<名>đường nét

宪 xiàn<名>❶[书]pháp lệnh ❷hiến pháp: 立~ lập hiến

【宪法】xiànfǎ<名>hiến pháp: 颁布新~ ban hành bản hiến pháp mới

【宪章】xiànzhāng❶〈动〉[书]bắt chước ❷〈名〉[书]điển chương chế độ ❸〈名〉hiến chương

陷 xiàn❶〈名〉hố bẫy ❷〈名〉chỗ thiếu sót; khuyết điểm: 缺~ khuyết điểm ❸〈动〉sa vào; rơi vào: ~入泥沼 sa vào bãi lầy ❹〈动〉 trũng xuống; hóp lại ❺〈动〉hãm hại: 诬~ vu khống hãm hại ❻〈动〉bị đột phá; bị đánh chiếm

【陷害】xiànhài〈动〉hãm hại: ~无辜 hãm hại dân lành

【陷阱】xiànjǐng〈名〉❶hố bẫy; cạm bẫy ❷cái bẫy

【陷入】xiànrù〈动〉❶rơi vào ❷sa vào

馅 xiàn〈名〉nhân bánh: 肉~包子 bánh bao nhân thịt

【馅料】xiànliào〈名〉vật liệu làm nhân

【馅儿饼】xiànrbǐng〈名〉bánh có nhân

羡 xiàn❶〈动〉ao ước; thèm muốn ❷〈形〉[书]thừa

【羡慕】xiànmù〈动〉hâm mộ

献 xiàn〈动〉❶dâng tặng: ~花 tặng hoa ❷tỏ ra: ~殷勤 tỏ ra ân cần

【献词】xiàncí〈名〉lời chúc: 新年~ lời chúc Tết

【献花】xiànhuā〈动〉tặng hoa

【献计献策】xiànjì-xiàncè hiến kế hiến mưu

【献身】xiànshēn〈动〉hiến thân; dâng mình: ~教育事业 hiến thân cho sự nghiệp giáo dục

【献血】xiànxiě〈动〉hiến máu

【献艺】xiànyì〈动〉trổ tài; tỏ rõ tài năng; biểu diễn

【献殷勤】xiàn yīnqín tỏ ra ân cần; săn đón bợ đỡ

xiāng

乡 xiāng〈名〉❶thôn quê; nông thôn: 城~关系 quan hệ giữa thành phố với nông thôn ❷quê hương; quê nhà: ~情 tình quê ❸làng; xã

【乡愁】xiāngchóu〈名〉nỗi nhớ quê: 浓浓的~ nỗi nhớ quê nồng nàn

【乡村】xiāngcūn〈名〉thôn làng; thôn quê

【乡亲】xiāngqīn〈名〉❶người đồng hương ❷bà con

【乡土】xiāngtǔ〈名〉quê cha đất tổ

【乡下】xiāngxia〈名〉[口]nơi quê mùa; nông thôn: ~人 dân quê mùa

【乡长】xiāngzhǎng〈名〉chủ tịch xã

【乡镇企业】xiāngzhèn qǐyè xí nghiệp thị trấn; xí nghiệp hương trấn

相¹ xiāng〈副〉❶lẫn nhau; với nhau: ~识 quen biết nhau; ~亲~爱 thương yêu nhau ❷với; cho: 好言~劝 lựa lời khuyên bảo cho

相² xiāng〈动〉ngắm; nhìn; nhắm; tự mình xem: ~亲 gặp mặt để xác định quan hệ yêu đương/xem mặt
另见xiàng

【相爱】xiāng'ài〈动〉yêu nhau: 夫妻~ vợ chồng yêu nhau

【相安无事】xiāng'ān-wúshì sống yên ổn hòa mục với nhau

【相伴】xiāngbàn〈动〉đi cùng; ở cùng với nhau

【相比】xiāngbǐ〈动〉so sánh với: 跟先进单位~，我们还有很大差距。So với các đơn vị tiên tiến, chúng tôi còn kém xa.

【相差】xiāngchà〈动〉khác nhau: 两者~无几。Hai cái đó không khác nhau mấy.

【相称】xiāngchèn〈形〉tương xứng; xứng hợp nhau

【相处】xiāngchǔ〈动〉sống với nhau; ở với nhau

【相传】xiāngchuán〈动〉❶tương truyền: ~尧帝让位给舜帝。Tương truyền rằng vua Nghiêu đã truyền ngôi cho vua Thuấn. ❷truyền giao; truyền thụ: 世代~ đời này truyền cho đời khác

【相当】xiāngdāng❶〈动〉tương

đương; ngang nhau: 水平～ trình độ ngang nhau ❷〈形〉thích hợp; tương xứng: 没有～的人选胜任这个工作。Không có ai thích hợp với công tác này. ❸〈副〉tương đối; khá; khá là: 今天的表演～成功。Buổi biểu diễn hôm nay khá thành công.

【相等】xiāngděng〈动〉bằng nhau

【相对】xiāngduì❶〈动〉đối diện với nhau ❷〈动〉đối lập với nhau: 美与丑～。Cái đẹp đối lập với cái xấu. ❸〈形〉không tuyệt đối: ～高度 độ cao tương đối ❹〈形〉số lượng, mức độ so sánh: ～稳定 tương đối ổn định

【相反】xiāngfǎn❶〈形〉trái ngược nhau; trái lại; tương phản: ～的意见 những ý kiến trái ngược nhau ❷〈连〉trái lại

【相仿】xiāngfǎng〈形〉xấp xỉ nhau; na ná nhau; xấp xỉ: 年龄～ tuổi xấp xỉ nhau

【相逢】xiāngféng〈动〉tương phùng; gặp gỡ; gặp nhau

【相符】xiāngfú〈形〉phù hợp nhau; khớp với nhau

【相辅相成】xiāngfǔ-xiāngchéng bổ trợ và xúc tiến lẫn nhau

【相干】xiānggān〈动〉liên can: 这件事与我不～。Việc này chẳng liên can gì đến tôi.

【相隔】xiānggé〈动〉cách nhau

【相关】xiāngguān〈动〉có liên quan với nhau: 这两件事密切～。Hai việc này có liên quan chặt chẽ với nhau.

【相好】xiānghǎo❶〈形〉thân với nhau ❷〈名〉bạn thân ❸〈动〉yêu nhau ❹〈名〉người tình; bồ

【相互】xiānghù〈副〉tương hỗ; qua lại lẫn nhau; với nhau: ～依赖 dựa vào nhau

【相会】xiānghuì〈动〉❶tương giao ❷gặp mặt; gặp gỡ: ～于南宁 gặp gỡ ở Nam Ninh

【相见】xiāngjiàn〈动〉gặp nhau: ～不如不见。Thà không gặp còn hơn.

【相见恨晚】xiāngjiàn-hènwǎn tiếc thay gặp nhau quá muộn

【相接】xiāngjiē〈动〉nối tiếp nhau

【相近】xiāngjìn〈形〉❶gần nhau; tương tự: 家境～。Tình hình gia đình tương tự như nhau. ❷gần; sát: 她家和学校～。Nhà cô ấy gần nhà trường.

【相距】xiāngjù〈动〉cách nhau

【相聚】xiāngjù〈动〉tụ họp lại; sum họp lại: 相隔三十年，老同学又～在一起了。Sau 30 năm xa cách, các bạn học cũ lại sum họp bên nhau.

【相连】xiānglián〈动〉nối liền nhau: 两国山水～。Hai nước núi sông nối liền nhau.

【相邻】xiānglín〈动〉bên nhau; láng giềng với nhau: 两国～。Hai nước láng giềng bên nhau.

【相配】xiāngpèi〈形〉thích hợp nhau; tương xứng

【相亲】xiāngqīn〈动〉❶trước ngày đính hôn, bản thân hoặc phụ huynh đến thăm gia đình bên nọ ❷trai gái gặp mặt tìm hiểu bởi sự giới thiệu của người xe duyên

【相亲相爱】xiāngqīn-xiāng'ài yêu thích với nhau

【相劝】xiāngquàn〈动〉khuyên bảo; khuyên giải: 苦苦～ năn nỉ khuyên bảo

【相让】xiāngràng〈动〉❶nhường nhịn nhau ❷khiêm nhường

【相识】xiāngshí❶〈动〉quen biết nhau: 我们早就～。Chúng tôi đã quen biết nhau lâu năm rồi. ❷〈名〉người quen

【相思】xiāngsī〈动〉tương tư: 单～ tình đơn phương

【相似】xiāngsì〈形〉tương tự; giống nhau; đồng dạng

【相同】xiāngtóng〈形〉giống nhau; như nhau; tương đồng

【相像】xiāngxiàng〈形〉giống nhau; na ná

【相信】xiāngxìn<动>tin; tin tưởng: ~人民群众的力量 tin vào sức mạnh của quần chúng nhân dân

【相应】xiāngyìng<动>tương ứng; thích ứng với; phù hợp

【相遇】xiāngyù<动>gặp nhau

【相约】xiāngyuē<动>hẹn nhau: 他们~逛街。Họ hẹn nhau cùng ra phố chơi.

【相撞】xiāngzhuàng<动>đâm nhau: 两车~。Hai xe đâm nhau.

香 xiāng ❶<形>thơm: 这花真~。Hoa này thơm quá. ❷<形>ngon: 今天的饭菜真~。Cơm canh hôm nay thơm ngon lắm. ❸<形>ngon miệng ❹<形>ngủ ngon ❺<形>được hoan nghênh; ngon ❻<名>hương liệu: 沉~ trầm hương ❼<名>hương ❽<动>[方]thơm; hôn

【香槟酒】xiāngbīnjiǔ<名>rượu sâm banh

【香菜】xiāngcài<名>rau thơm; rau hung; rau mùi

【香肠】xiāngcháng<名>lạp xường; xúc xích

【香菇】xiānggū<名>nấm hương

【香瓜】xiāngguā<名>dưa bở; dưa lê

【香蕉】xiāngjiāo<名>❶chuối ❷chuối tiêu

【香精】xiāngjīng<名>tinh dầu; xăng thơm

【香料】xiāngliào<名>hương liệu; chất thơm; húng liệu

【香米】xiāngmǐ<名>gạo thơm

【香喷喷】xiāngpēnpēn thơm ngào ngạt; thơm phức

【香气】xiāngqì<名>mùi thơm; hương vị: ~很浓。Mùi thơm rất nồng đượm.

【香水】xiāngshuǐ<名>nước hoa

【香甜】xiāngtián<形>❶thơm và ngọt ❷ví ngủ rất ngon

【香味】xiāngwèi<名>hương vị; mùi thơm

【香烟】xiāngyān[1]<名>❶hương khói

❷[旧]việc con cháu cúng tổ tiên

【香烟】[2] xiāngyān<名>thuốc lá điếu

【香油】xiāngyóu<名>dầu vừng; dầu mè

【香皂】xiāngzào<名>xà phòng thơm

厢 xiāng<名>❶nhà ngang; phòng cạnh: 一正两~ một nhà chính, hai nhà ngang ❷chỗ được ngăn ra như căn phòng: 车~ toa xe ❸vùng tiếp giáp với thành phố: 关~ vùng lân cận ngoài cổng ô ❹bên cạnh: 两~ hai bên

湘 Xiāng<名>Tương (tên sông): ~江 sông Tương Giang (Trung Quốc)

【湘菜】xiāngcài<名>món ăn Hồ Nam

【湘绣】xiāngxiù<名>hàng thêu Hồ Nam

箱 xiāng<名>❶hòm; hộp: 衣~ hòm áo; 旅行~ va li ❷vật như chiếc hòm: 电冰~ tủ lạnh

【箱子】xiāngzi<名>hòm; rương; va li

镶 xiāng<动>gắn; khảm; nạm; viền: 金~玉嵌 viền vàng khảm ngọc

【镶框】xiāngkuàng<动>gắn khuôn

【镶嵌】xiāngqiàn<动>gắn vào; khảm vào; khảm nạm

【镶牙】xiāngyá<动>giồng răng; trồng răng

xiáng

详 xiáng ❶<形>tường tận; tỉ mỉ: ~述自己的观点 trình bày tường tận quan điểm của mình ❷<动>rõ rành: 内容不~。Nội dung không rõ. ❸<动>nói rõ; kể rõ: 余言后~。Chuyện khác sẽ kể rõ ở thư sau.

【详查】xiángchá<动>xét cho kĩ: ~此案 đi sâu xem xét kĩ vụ án này

【详尽】xiángjìn<形>tường tận; tỉ mỉ và đầy đủ

【详略】xiángluè<名>tỉ mỉ với sơ lược

【详情】xiángqíng<名>tình tiết chi li;

tình hình chi tiết

【详谈】xiángtán〈动〉kể rõ; bàn kĩ: ~ 计划 bàn kĩ kế hoạch

【详细】xiángxì〈形〉kĩ càng; tỉ mỉ: ~ 分析 phân tích kĩ càng

降 xiáng〈动〉❶đầu hàng ❷khuất phục; chế ngự: 一物~一物。Các vật chế ngự lẫn nhau.

另见jiàng

【降伏】xiángfú〈动〉làm cho thuần phục

【降服】xiángfú〈动〉khuất phục; đầu hàng: 不要被困难~。Chớ bị khó khăn khuất phục.

祥 xiáng〈形〉tốt; lành: 吉~ tốt lành; 不~之兆 điềm chẳng lành

【祥和】xiánghé〈形〉❶lành êm; yên lành: 气氛~ bầu không khí yên lành ❷hiền hòa; hiền lành

翔 xiáng〈动〉lượn: 飞~ bay lượn; 滑 ~机 máy bay bay lượn

【翔实】xiángshí〈形〉tường tận và xác thực: 资料~ tài liệu đầy đủ xác thực

xiǎng

享 xiǎng〈动〉hưởng; hưởng thụ: 有 福同~ có phúc cùng hưởng; 坐~其 成 ngồi không ăn sẵn

【享福】xiǎngfú〈动〉hưởng phúc; sống yên vui sung sướng

【享乐】xiǎnglè〈动〉hưởng lạc: 年轻 人不应贪图~。Tuổi trẻ không nên tham hưởng lạc.

【享受】xiǎngshòu〈动〉hưởng thụ: 要 ~权利，就要尽自己的义务。Muốn có quyền lợi hưởng thụ thì phải làm tròn nghĩa vụ của mình.

【享用】xiǎngyòng〈动〉được hưởng

【享有】xiǎngyǒu〈动〉có; được hưởng: 他在学术界~盛誉。Anh ấy có danh tiếng trong giới học thuật.

响 xiǎng❶〈名〉tiếng vang; tiếng dội lại: 这个岩洞回~清晰。Cái hang này

có tiếng dội lại rất rõ. ❷〈动〉vang; kêu; reo: 汽笛声~了。Tiếng còi vang lên. ❸〈动〉nổ; đánh vang: 鸣~ 礼炮 nổ pháo chào ❹〈形〉vang; kêu; inh ỏi: 喇叭声音太~了。Tiếng loa to quá. ❺〈名〉tiếng động; âm hưởng: 屋子里静悄悄没有一个~儿。Nhà im ắng không một tiếng động.

【响当当】xiǎngdāngdāng❶kêu coong coong ❷lừng danh; vang dội

【响动】xiǎngdong〈名〉tiếng động; động tĩnh: 窗外好像有~。Ngoài cửa sổ hình như có tiếng động.

【响亮】xiǎngliàng〈形〉vang dội: ~的 名字 tên tuổi vang dội

【响声】xiǎngshēng〈名〉tiếng; tiếng động; tiếng vang

【响尾蛇】xiǎngwěishé〈名〉rắn đuôi chuông

【响应】xiǎngyìng〈动〉hưởng ứng: ~ 祖国的号召 hưởng ứng lời kêu gọi của tổ quốc

想 xiǎng〈动〉❶nghĩ: 敢~敢干 dám nghĩ dám làm ❷nghĩ rằng; cho rằng: 我~他会接受的。Tôi nghĩ rằng anh ấy sẽ chấp nhận. ❸muốn; mong; dự định: 谁不~进步呢? Ai mà chẳng muốn tiến bộ kia? ❹nhớ: ~家 nhớ nhà ❺nhớ lại; hồi tưởng lại

【想必】xiǎngbì〈副〉chắc hẳn: 这件事 ~你已经知道了。Việc này chắc anh đã biết.

【想不到】xiǎngbudào không ngờ; chẳng dè: ~他会提出这样无理的要 求。Không ngờ anh ấy lại có thể nêu ra yêu cầu vô lí như vậy.

【想不开】xiǎngbukāi thắc mắc; hậm hực: 事情已经很清楚，没有什么好~ 的。Sự việc đã rất rõ, không có gì phải thắc mắc mãi. 一切都会好起来 的，你不要~。Tất cả rồi sẽ khá lên, anh không nên cứ hậm hực trong lòng.

【想不通】xiǎngbutōng thắc mắc; nghĩ quẩn

【想当然】xiǎngdāngrán tự cho là phải; chắc chắn phải vậy; chủ quan: ~办事容易出差错。Làm việc theo chủ quan rất dễ mắc sai lầm.

【想法】[1] xiǎngfǎ<动>nghĩ cách; tìm cách: ~办妥当 nghĩ cách làm cho ổn thỏa

【想法】[2] xiǎngfǎ<名>ý nghĩ; ý kiến: 你这个~太天真了。Ý nghĩ của cô ngây thơ quá.

【想方设法】xiǎngfāng-shèfǎ bày mưu lập kế; trăm phương nghìn kế: ~完成任务 bày mưu lập kế hoàn thành nhiệm vụ

【想念】xiǎngniàn<动>nhớ nhung; tưởng nhớ: 海外侨胞~祖国。Kiều bào nước ngoài nhớ về Tổ quốc.

【想起来】xiǎngqǐlái nhớ đến

【想象】xiǎngxiàng<动>❶tưởng tượng ❷nghĩ ra; tưởng tượng ra: 不难~ không khó tưởng tượng

【想象力】xiǎngxiànglì<名>trí tưởng tượng: 富于~ giàu trí tưởng tượng

xiàng

向 xiàng❶<名>hướng; chiều; phương hướng: 风~ chiều gió ❷<动>hướng về; nhìn về: 这屋子~南。Nhà này hướng nam. ❸<动>[书]gần; gần đến: ~晚 đến tối ❹<动>bênh vực; thiên vị: ~理不~人 bênh lẽ phải chứ không bênh người ❺<介>lên; nhằm; đến; về: ~上级报告 báo cáo lên cấp trên

【向导】xiàngdǎo❶<动>hướng đạo; hướng dẫn ❷<名>người hướng đạo; người hướng dẫn

【向后】xiànghòu<动>về phía sau: ~看 nhìn về phía sau

【向来】xiànglái<副>xưa nay; luôn luôn: 我~不喝酒。Tôi xưa nay không uống rượu.

【向前】xiàngqián<动>lên trước; tiến lên phía trước

【向日葵】xiàngrìkuí<名>hoa quỳ; hoa hướng dương

【向上】xiàngshàng<动>vươn lên; hướng về phía trước

【向往】xiàngwǎng<动>hướng về: ~幸福 hướng về hạnh phúc

【向下】xiàngxià<动>xuống; phía dưới: ~看 nhìn xuống dưới

【向着】xiàngzhe<动>❶hướng về; nhìn về: 她~大海奔去。Chị ấy chạy về phía biển cả. ❷bênh vực: 你总是~她。Anh bao giờ cũng bênh vực chị ấy.

项[1] xiàng<名>gáy

项[2] xiàng❶<量>hạng; điều; khoản; mục: 各~规定 các quy định ❷<名>khoản tiền: 欠~ khoản tiền còn nợ ❸<名>đơn thức; số hạng

【项链】xiàngliàn<名>dây chuyền: 金~ dây chuyền vàng

【项目】xiàngmù<名>hạng mục; dự án: 重要的基本建设~ những dự án xây dựng cơ sở quan trọng

巷 xiàng<名>ngõ; phố nhỏ: 街头~尾 đầu đường cuối ngõ; 从大街到小~ từ phố lớn đến ngõ hẻm

【巷口】xiàngkǒu<名>cửa ngõ: ~有很多人。Cửa ngõ có nhiều người.

【巷子】xiàngzi<名>[方]ngõ; phố nhỏ

相[1] xiàng❶<名>tướng mạo; vẻ; mặt mũi; diện mạo: 一副聪明~ có vẻ thông minh ❷<名>bề mặt; bề ngoài ❸<名>dáng; dáng bộ; tư thế: 站有站~, 坐有坐~。Đứng ra dáng đứng, ngồi ra dáng ngồi. ❹<名>pha (điện) ❺<名>trạng thái (của một vật chất nào đó) ❻<动>xem tướng; nhận xét: 人不可貌~。Không nên nhận xét con người qua tướng mạo.

相[2] xiàng❶<动>giúp; phù trợ: 吉人天~ người lành trời giúp ❷<名>tể tướng ❸<名>bộ trưởng ❹<名>[旧]người giúp tiếp khách

另见xiāng

【相册】xiàngcè<名>tập ảnh; an-bom; album

【相机】xiàngjī<名>máy ảnh

【相貌】xiàngmào<名>tướng mạo; dáng vẻ; dung mạo

【相片】xiàngpiàn<名>tấm ảnh: 她收集了很多~。Cô ấy thu thập được nhiều tấm ảnh.

【相声】xiàngsheng<名>tướng thanh; tấu hài

象¹ xiàng<名>con voi; tượng

象² xiàng❶<名>hình dạng; trạng thái; dáng vẻ: 气~ khí tượng ❷<动>tượng; bắt chước: ~形 tượng hình; ~声 tượng thanh

【象棋】xiàngqí<名>cờ tướng: 下~ chơi cờ tướng

【象声词】xiàngshēngcí<名>từ tượng thanh

【象牙】xiàngyá<名>ngà voi; ngà

【象征】xiàngzhēng❶<动>tượng trưng: 镰刀锄头~工农的力量。Búa và liềm tượng trưng cho lực lượng công nông. ❷<名>biểu tượng: 白鸽是和平的~。Bồ câu trắng là biểu tượng của hòa bình.

像 xiàng❶<名>tượng; ảnh (vẽ); tranh: 佛~ tượng Phật ❷<动>giống; giống như; trông như ❸<动>như; y như; ví như: ~这样的英雄人物将永远活在人民的心中。Những con người anh hùng như vậy sẽ sống mãi trong lòng nhân dân. ❹<副>hình như

【像模像样】xiàngmú-xiàngyàng trông giống như hệt; trông vẻ cũng được

【像样】xiàngyàng<形>đạt; ra trò; khá

橡 xiàng<名>❶cây cao su ❷cây sồi

【橡胶】xiàngjiāo<名>cao su

【橡木】xiàngmù<名>gỗ cao su; gỗ sồi

【橡皮】xiàngpí<名>❶cao su ❷(cục) tẩy

【橡皮筋】xiàngpíjīn<名>dây cao su; dây chun

【橡皮泥】xiàngpíní<名>đất dẻo cao su (dùng nặn đồ chơi): 小孩正在玩~。Trẻ em đang chơi đất dẻo cao su.

【橡皮艇】xiàngpítǐng<名>thuyền cao su

【橡树】xiàngshù<名>cây cao su; cây sồi

xiāo

削 xiāo<动>❶vót; gọt; bóc: ~铅笔 gọt bút chì; ~苹果皮 gọt vỏ táo ❷cắt gọt

另见xuē

【削笔刀】xiāobǐdāo<名>cái vót bút chì; cái gọt bút chì

【削皮】xiāopí<动>gọt vỏ

逍 xiāo

【逍遥】xiāoyáo<形>tiêu dao; tự do thoải mái: 乐~ thích thú vô cùng

【逍遥法外】xiāoyáo-fǎwài (kẻ có tội) ung dung ngoài vòng pháp luật

【逍遥自在】xiāoyáo-zìzài tự do thoải mái

消 xiāo<动>❶tiêu tan; tiêu hết; mất dần: 烟~云散 khói bay mây tan ❷làm cho tiêu tan; trừ khử: 取~ thủ tiêu ❸tiêu khiển; giải trí ❹cần: 不~说 không cần nói

【消沉】xiāochén<形>(ý chí...) sa sút

【消除】xiāochú<动>tiêu trừ; trừ bỏ; xóa bỏ: ~分歧 loại bỏ bất đồng

【消毒】xiāodú<动>❶khử trùng; tiêu độc: 餐具已~。Dụng cụ ăn uống đã được khử trùng. ❷thanh trừ các hiện tượng xấu

【消防】xiāofáng<动>phòng cháy chữa cháy: ~队 đội cứu hỏa

【消防车】xiāofángchē<名>xe cứu hỏa

【消费】xiāofèi<动>tiêu dùng

【消费者】xiāofèizhě<名>người tiêu dùng

【消耗】xiāohào<动>❶tiêu hao: 能源~ tiêu hao nguồn năng lượng ❷làm tiêu hao: ~对方的体力 làm tiêu hao thể lực của đối phương

【消化】xiāohuà<动>❶tiêu hóa: 帮助~ giúp cho tiêu hóa ❷hiểu biết, hấp thu kiến thức

【消化不良】xiāohuà bùliáng rối loạn tiêu hoá

【消火栓】xiāohuǒshuān<名>van nối vòi rồng chữa cháy

【消极】xiāojí<形>❶(mặt) tiêu cực: 转化~因素 chuyển biến nhân tố tiêu cực ❷không tích cực: ~怠工 làm việc lơ là uể oải

【消灭】xiāomiè<动>❶diệt vong; biến mất; tiêu diệt: 已经~的古生物化石 hóa thạch của cổ sinh vật đã diệt vong ❷tiêu diệt; làm cho diệt vong: ~害虫 tiêu diệt sâu có hại người

【消磨】xiāomó<动>❶làm tiêu mòn (ý chí): ~意志 tiêu hao ý chí ❷lãng phí; tiêu phí (thời gian): ~时间 giết thời gian

【消遣】xiāoqiǎn<动>tiêu khiển; giải trí: 下棋~ đánh cờ để giải trí

【消融】xiāoróng<动>tan; tan vào: 冰雪已经~。Băng tuyết đã tan.

【消散】xiāosàn<动>tiêu tan; biến mất

【消失】xiāoshī<动>tan biến; mất đi; biến mất

【消逝】xiāoshì<动>(dần dần) mất hẳn

【消受】xiāoshòu<动>❶hưởng thụ: 无福~ không có phúc để hưởng thụ ❷chịu đựng; cam chịu: ~不起 chịu không nổi

【消瘦】xiāoshòu<形>gầy đi: 日渐~ ngày một gầy đi

【消亡】xiāowáng<动>tiêu vong; mất đi

【消息】xiāoxi<名>❶thông tin: 据西方媒体的~ theo tin truyền thông phương Tây ❷tin tức: 杳无~ không có tin tức gì

【消炎】xiāoyán<动>chống viêm: ~止痛 chống viêm giảm đau

【消夜】xiāoyè❶<动>ăn đêm ❷<名>bữa ăn khuya; bữa ăn đêm

【消灾】xiāozāi<动>tiêu trừ tai họa

【消肿】xiāozhǒng<动>(mụn hoặc chỗ sưng) lặn đi

萧 xiāo<形>xơ xác; tiêu điều // (姓) Tiêu

【萧条】xiāotiáo<形>❶tiêu điều; không có sinh khí: 景象十分~。Cảnh tượng hết sức tiêu điều. ❷(kinh tế) suy thoái

硝 xiāo❶<名>phiếm chỉ một số quặng nitrat ❷<动>dùng diêm tiêu gia công thuộc da

【硝酸】xiāosuān<名>[化学]axit nitric

【硝酸甘油】xiāosuāngānyóu[化学] nitroglycerin

【硝烟】xiāoyān<名>khói thuốc súng: ~弥漫 mịt mù khói đạn

【硝盐】xiāoyán<名>muối natri nitrat; natri nitrit

销¹ xiāo<动>❶nung chảy kim loại ❷trừ bỏ; giải trừ: 撤~ triệt tiêu ❸tiêu thụ; bán: 售~ tiêu thụ; 畅~ bán chạy ❹tiêu dùng: 开~ chi tiêu ❺biến mất

销² xiāo❶<名>đinh ghim; đinh chốt ❷<动> ghim (bằng đinh ghim)

【销毁】xiāohuǐ<动>tiêu hủy: 毒品~ tiêu hủy ma túy

【销魂】xiāohún<动>tiêu hồn; mất hồn

【销量】xiāoliàng<名>lượng tiêu thụ: ~锐减 lượng tiêu thụ giảm đi nhiều

【销路】xiāolù<名>nguồn tiêu thụ: 扩大~ mở rộng nguồn tiêu thụ

【销声匿迹】xiāoshēng-nìjì im hơi lặng tiếng; không xuất đầu lộ diện

【销售】xiāoshòu<动>tiêu thụ; bán: ~一空 bán hết

【销售部】xiāoshòubù〈名〉bộ phận tiêu thụ

【销售额】xiāoshòu'é〈名〉kim ngạch tiêu thụ

【销赃】xiāozāng〈动〉❶tiêu hủy tang vật ❷tiêu thụ tang vật

【销账】xiāozhàng〈动〉xóa sổ; xóa nợ

潇 xiāo〈形〉[书]nước sâu và trong vắt

【潇洒】xiāosǎ〈形〉tự nhiên; khoáng đạt; từ tốn; lịch sự

嚣 xiāo〈动〉kêu gào; rống: 叫~ kêu gào

【嚣张】xiāozhāng〈形〉hung hăng càn quấy: 极为~ hung hăng cực độ

xiáo

淆 xiáo〈形〉lẫn lộn: 混~ hỗn tạp

xiǎo

小 xiǎo❶〈形〉bé; nhỏ: ~桥 cầu bé; ~问题 việc nhỏ; 我只比你~两岁 Tôi chỉ kém anh hai tuổi. ❷〈副〉một lát; một lúc; ít lâu: ~住 ở ít lâu ❸〈副〉chút xíu: ~有成绩 có chút xíu thành tích ❹〈副〉gần; ít hơn: 这里离市中心有~2公里。Ở đây cách trung tâm thành phố có gần 2 cây số. ❺〈形〉út; nhỏ nhất: 这是我的~妹妹。Đây là em gái út của tôi. ❻〈名〉trẻ nhỏ: 一家老~ cả nhà lớn nhỏ ❼〈名〉vợ bé; thiếp ❽〈名〉từ khiêm xưng: ~弟 tiểu đệ ❾(dùng làm tiền tố, chỉ bậc người hay hạng người nào đó): ~王 anh Vương; ~偷 kẻ cắp

【小白菜】xiǎobáicài〈名〉rau cải thìa

【小报告】xiǎobàogào〈名〉phản ảnh (riêng với lãnh đạo về người khác, ý xấu); ton hót

【小本经营】xiǎo běn jīngyíng buôn bán nhỏ; kinh doanh nhỏ; làm ăn cò con

【小便】xiǎobiàn❶〈动〉đái; tiểu tiện ❷〈名〉nước tiểu ❸〈名〉âm bộ

【小辫子】xiǎobiànzi〈名〉❶bím tóc nhỏ ngắn; đuôi sam ❷đằng đuôi; chỗ yếu: 揪~ nắm đúng chỗ yếu

【小菜】xiǎocài〈名〉❶rau dưa; món ăn nhắm nháp khai vị ❷[口]việc cỏn con; chuyện vặt ❸[方]thức ăn; đồ nhắm

【小产】xiǎochǎn〈动〉đẻ non; sẩy thai

【小吃】xiǎochī〈名〉❶món ăn bình dân ❷quà bánh vặt ❸món nguội trong cơm Tây

【小丑】xiǎochǒu〈名〉❶vai hề; thằng hề: 跳梁~ thằng hề múa may ❷trò hề ❸tiểu nhân

【小葱】xiǎocōng〈名〉❶hành hoa; hành lá; hành tăm ❷cây hành giống

【小刀】xiǎodāo〈名〉dao con

【小道】xiǎodào〈名〉đường mòn

【小道儿消息】xiǎodàor xiāoxi tin vỉa hè

【小弟】xiǎodì〈名〉❶em trai nhỏ ❷em; tiểu đệ (từ khiêm xưng)

【小额】xiǎo'é〈形〉số lượng ít; tiểu ngạch: ~贷款 vay tiểu ngạch

【小恩小惠】xiǎo'ēn-xiǎohuì tiểu ân tiểu huệ; chút ít ơn huệ

【小儿科】xiǎo'érkē❶〈形〉hẹp hòi bị khinh rẻ ❷〈名〉việc dễ làm ❸〈名〉sự việc ít có giá trị, không được coi trọng

【小儿麻痹症】xiǎo'ér mábìzhèng bệnh bại liệt trẻ em

【小贩】xiǎofàn〈名〉tiểu thương; người buôn bán nhỏ

【小费】xiǎofèi〈名〉tiền thưởng vặt; tiền boa

【小工】xiǎogōng〈名〉công nhân lao động giản đơn

【小姑子】xiǎogūzi〈名〉[口]cô em chồng

【小孩儿】xiǎoháir〈名〉[口]❶trẻ con;

可爱的~ trẻ con đáng yêu ❷con (cái): 你有几个~? Anh có mấy cháu?

【小寒】xiǎohán<名>tiết Tiểu hàn

【小伙子】xiǎohuǒzi<名>[口]chàng trai

【小轿车】xiǎojiàochē<名>ô tô con

【小节】xiǎojié<名>việc nhỏ nhặt, tiểu tiết

【小结】xiǎojié❶<名>sơ kết: 思想~ sơ kết tư tưởng ❷<动>(làm) sơ kết: 对上个月工作进行~ sơ kết cho công tác tháng trước

【小姐】xiǎojiě<名>❶tiểu thư ❷(tiếng tôn xưng với các cô gái trẻ) cô

【小舅子】xiǎojiùzi<名>[口]cậu (em vợ)

【小康】xiǎokāng<形>no ấm; khá giả: ~家庭 gia đình khá giả

【小客车】xiǎokèchē<名>xe khách nhỏ

【小两口儿】xiǎoliǎngkǒur<名>[口]vợ chồng trẻ

【小买卖】xiǎomǎimai<名>buôn bán cò con; buôn thúng bán mẹt

【小麦】xiǎomài<名>❶lúa mì ❷hạt lúa mì

【小卖部】xiǎomàibù<名>quầy bán quà vặt; căng-tin

【小满】xiǎomǎn<名>tiết Tiểu mãn

【小米】xiǎomǐ<名>gạo kê; hạt kê

【小名】xiǎomíng<名>tên mụ; tên sữa

【小拇指】xiǎomǔzhǐ<名>[口]ngón út

【小朋友】xiǎopéngyǒu<名>❶nhi đồng ❷bạn nhỏ

【小票】xiǎopiào<名>[口]❶vé nhỏ ❷tờ giấy bạc mệnh giá nhỏ

【小品】xiǎopǐn<名>tiểu phẩm

【小气】xiǎoqì<形>❶hà tiện; bần tiện: 为人~ ti tiện với mọi người ❷[方]hẹp bụng; nhỏ nhen

【小巧】xiǎoqiǎo<形>nhỏ bé; xinh xắn: 身形~ thân hình nhỏ nhắn

【小巧玲珑】xiǎoqiǎo-línglóng nhỏ

nhắn xinh xắn; xinh xắn tinh vi

【小区】xiǎoqū<名>tiểu khu; khu chung cư

【小人】xiǎorén<名>❶kẻ hèn mọn ❷tiểu nhân; kẻ địa vị thấp hèn

【小时】xiǎoshí<名>❶giờ; tiếng

【小时候】xiǎoshíhou<名>[口]lúc nhỏ; hồi nhỏ: 这是她~的照片。Đây là bức ảnh hồi bé của cô ta.

【小叔子】xiǎoshūzi<名>[口]chú em chồng

【小暑】xiǎoshǔ<名>tiết Tiểu thử

【小说】xiǎoshuō<名>truyện; tiểu thuyết: 长篇~ truyện dài

【小苏打】xiǎosūdá<名>natri hyđrocacbonat

【小提琴】xiǎotíqín<名>vi-ô-lông

【小腿】xiǎotuǐ<名>căng chân

【小玩意儿】xiǎowányìr<名>đồ trang điểm nhỏ; đồ nhỏ vặt

【小溪】xiǎoxī<名>dòng suối nhỏ

【小巷】xiǎoxiàng<名>ngõ hẻm

【小写】xiǎoxiě❶<名>viết chữ đơn ❷<动>viết thường (không viết hoa hoặc chữ in)

【小心】xiǎoxīn❶<动>chú ý ❷<形>cẩn thận

【小心眼儿】xiǎoxīnyǎnr❶(lòng dạ) hẹp hòi ❷thói hẹp hòi

【小心翼翼】xiǎoxīn-yìyì cẩn thận từng li từng tí

【小型】xiǎoxíng<形>loại nhỏ; cỡ nhỏ: ~飞机 máy bay loại nhỏ

【小学】xiǎoxué<名>(bậc) tiểu học: 上~ học tiểu học

【小学生】xiǎoxuéshēng<名>học sinh tiểu học

【小雪】xiǎoxuě<名>tiết Tiểu tuyết

【小姨】xiǎoyí<名>❶em gái vợ ❷em gái út của mẹ; dì

【小意思】xiǎoyìsi<名>❶chút lòng thành: 这是一点~, 请笑纳。Đây là chút quà mọn của tôi, xin vui lòng nhận cho. ❷chuyện nhỏ: 对他来说写一篇报道是~。Đối với anh ấy viết một bài báo là chuyện nhỏ.

【小雨】 xiǎoyǔ<名>mưa nhỏ (lượng mưa dưới 10 mm trong 24 tiếng đồng hồ)

【小资】 xiǎozī<名>giai cấp tiểu tư sản

【小子】 xiǎozǐ<名>❶[书]người trẻ tuổi: 后生~ lớp trẻ hậu sinh ❷xưa chỉ xưng hô người vai thứ hàng dưới; tiểu tử

【小子】 xiǎozi<名>[口]❶con trai: 大~ con trai cả ❷thằng; thằng cha (có ý khinh miệt): 这~尽添乱。Thằng này chỉ làm cho thêm phiền toái.

【小组】 xiǎozǔ<名>tổ; nhóm: 互助~ tổ tương trợ

晓 xiǎo❶<名>sáng sớm: 拂~ tảng sáng; 破~ sáng rõ ❷<动>biết; hiểu: 通~ thông hiểu ❸<动>nói rõ (cho biết): 揭~ công bố cho rõ

【晓得】 xiǎode<动>[口]biết; hiểu biết

xiào

孝 xiào❶<动>có hiếu; hiếu thuận: ~子 người con có hiếu; 尽~ làm tròn đạo hiếu ❷<名>[旧]để tang: 守~ giữ đạo hiếu ❸<名> đồ tang; tang phục: 穿~ mặc đồ tang

【孝敬】 xiàojìng<动>❶hiếu thuận tôn kính: ~父母 hiếu với bố mẹ ❷biếu

【孝顺】 xiàoshùn<动>có hiếu; hiếu thuận: ~父母 hiếu với bố mẹ

【孝心】 xiàoxīn<名>lòng hiếu thảo

【孝子】 xiàozǐ<名>❶con hiếu; hiếu tử ❷người đang có tang bố mẹ

肖 xiào<动>giống nhau; giống hệt; như nhau

【肖像】 xiàoxiàng<名>(tranh, ảnh) chân dung

【肖像权】 xiàoxiàngquán<名>quyền chân dung

校[1] xiào<名>trường học: 夜~ trường ban đêm; ~舍 trường sở

校[2] xiào<名>sĩ quan cấp tá: ~官 sĩ

quan cấp tá; 大~ đại tá
另见jiào

【校车】 xiàochē<名>xe riêng của nhà trường

【校服】 xiàofú<名>đồng phục nhà trường

【校规】 xiàoguī<名>nội quy nhà trường

【校花】 xiàohuā<名>hoa khôi của trường

【校庆】 xiàoqìng<名>kỉ niệm ngày thành lập trường: 举行~ tiến hành kỉ niệm ngày thành lập trường

【校舍】 xiàoshè<名>trường sở: 崭新的~ trường sở hoàn toàn mới

【校医】 xiàoyī<名>bác sĩ nhà trường

【校友】 xiàoyǒu<名>bạn đồng học; bạn cùng trường; bạn học

【校园】 xiàoyuán<名>vườn trường; khu trường: ~内外 trong và ngoài trường

【校长】 xiàozhǎng<名>hiệu trưởng; giám đốc trường

哮 xiào❶<名>tiếng thở dốc: ~喘 thở hồng hộc ❷<动>kêu gào; gầm rống: 咆~ gầm thét

【哮喘】 xiàochuǎn<动>hen; xuyễn; cò cưa

笑 xiào<动>❶cười: ~容 nụ cười ❷chê cười: 窃~ cười trộm

【笑柄】 xiàobǐng<名>trò cười; trò hề: 沦为~ truyền nhau làm trò cười

【笑呵呵】 xiàohēhē cười khà khà

【笑话】 xiàohua❶<名>truyện cười; lời nói vui: 爱讲~ hay kể tiếu lâm ❷<动>chế nhạo; châm biếm: ~别人 chế giễu người khác

【笑口常开】 xiàokǒu-chángkāi nụ cười luôn đọng trên môi

【笑里藏刀】 xiàolǐ-cángdāo miệng thơn thớt, dạ ớt ngâm

【笑脸】 xiàoliǎn<名>vẻ mặt tươi cười

【笑料】 xiàoliào<名>nguồn cười

【笑眯眯】 xiàomīmī cười tít mắt

【笑纳】 xiàonà<动>xin vui lòng nhận

cho: 请您~! Xin vui lòng nhận cho!

【笑容】xiàoróng〈名〉dáng cười; nụ cười; nét cười

【笑容满面】xiàoróng-mǎnmiàn vẻ mặt tươi cười

【笑嘻嘻】xiàoxīxī cười hì hì

【笑星】xiàoxīng〈名〉danh hài: 他是著名~。Anh ấy là một danh hài nổi tiếng.

效¹ xiào〈名〉hiệu quả: 有~ có hiệu quả; 功~ công hiệu

效² xiào〈动〉bắt chước; làm theo: ~法 noi theo

效³ xiào〈动〉hiến dâng: ~劳 dâng hiến sức lực; ~力 dốc sức

【效法】xiàofǎ〈动〉noi theo; học theo: ~前人 noi theo các bậc cha anh

【效仿】xiàofǎng〈动〉làm theo; học theo

【效果】xiàoguǒ〈名〉hiệu quả: 良好的~ hiệu quả tốt

【效劳】xiàoláo〈动〉tận tụy phục vụ; đem sức lực phục vụ: 随时为您~。Sẵn lòng phục vụ cho quý khách.

【效力】¹ xiàolì〈动〉đổ công sức; dốc sức: 为建设事业~ dốc sức cho sự nghiệp xây dựng

【效力】² xiàolì〈名〉hiệu lực; tác dụng tốt

【效率】xiàolǜ〈名〉❶tỉ lệ phần trăm công suất được sử dụng ❷hiệu suất; năng suất: 工作~ hiệu xuất làm việc

【效能】xiàonéng〈名〉hiệu năng

【效益】xiàoyì〈名〉hiệu quả kinh tế; hiệu quả và lợi ích

xiē

些 xiē〈量〉❶những; một số; một ít: 有~ có một số ❷hơn một chút: 大~ to hơn chút; 简单~ giản đơn hơn

【些许】xiēxǔ〈形〉một chút; một ít: ~灰尘một chút bụi

歇 xiē ❶〈动〉nghỉ: ~了三两日 đã nghỉ hai ba ngày ❷〈动〉ngừng: ~工 nghỉ làm việc ❸〈动〉[方]ngủ: 你~息了吗? Anh ngủ rồi à? ❹〈量〉[方]chốc lát

【歇后语】xiēhòuyǔ〈名〉yết hậu ngữ; câu nói bỏ lửng

【歇脚】xiējiǎo〈动〉nghỉ chân: 中途~ nghỉ chân giữa đường

【歇凉】xiēliáng〈动〉hóng mát: 到江边~ đi bờ sông hóng mát

【歇斯底里】xiēsīdǐlǐ ❶〈名〉chứng i-xtê-ri ❷〈形〉bị i-xtê-ri

【歇息】xiēxi〈动〉❶nghỉ ❷nghỉ trọ; ngủ

蝎 xiē〈名〉con bò cạp

【蝎子】xiēzi〈名〉[动物]con bò cạp

xié

协 xié ❶〈形〉điều hòa: ~和 hòa hợp ❷〈动〉cùng chung; hiệp: ~同 hiệp đồng ❸〈动〉giúp đỡ: ~办 giúp làm

【协办】xiébàn〈动〉giúp làm; góp sức làm; phối hợp tổ chức

【协定】xiédìng ❶〈名〉hiệp định: 合作~ hiệp định hợp tác ❷〈动〉định ra: 双方~工程完成期限。Hai bên định ra kì hạn hoàn thành công trình.

【协会】xiéhuì〈名〉hiệp hội; hội liên hiệp

【协力】xiélì〈动〉hiệp lực; chung sức: 同心~ chung sức chung lòng

【协商】xiéshāng〈动〉hiệp thương; bàn bạc: 政治~ hiệp thương chính trị

【协调】xiétiáo ❶〈形〉hài hòa; nhịp nhàng: ~一致 có sự phối hợp nhịp nhàng; 色彩~ những màu sắc rất hài hòa ❷〈动〉phối hợp; làm cho hài hòa; cân bằng

【协同】xiétóng〈动〉hiệp đồng; phối hợp (để làm việc): ~作战 hiệp đồng tác chiến

【协议】xiéyì〈动〉hiệp thương; bàn bạc; thỏa thuận: 共同~ thỏa thuận với nhau ❷ <名>nghị định thư; bản thỏa thuận: 达成~ đi đến thỏa thuận

【协议书】xiéyìshū<名>nghị định thư

【协助】xiézhù<动>phối hợp; giúp đỡ

【协作】xiézuò<动>hiệp tác; hiệp đồng; cộng tác; hợp tác: 通力~ cố gắng hợp tác

邪 xié❶<形>tà; không chính đáng: 改~归正 cải tà quy chính ❷<名>tà ma; ma quỷ: 中~ trúng tà ❸<形>kì lạ; không bình thường: ~门 quái lạ ❹<名>nhân tố hoàn cảnh gây bệnh: 风~ phong tà

【邪恶】xié'è<形>gian ác: 内心~ bụng dạ gian ác

【邪门儿】xiéménr<形>[方]quái lạ

【邪念】xiéniàn<名>ý nghĩ bất chính; tà tâm; điều tà niệm

【邪气】xiéqì<名>❶tà khí; tác phong không lành mạnh; thói tục bất chính ❷[中医]tà khí

胁 xié❶<名>sườn: 两~ hai bên sườn ❷<动> hiếp bức: 威~ uy hiếp/đe dọa

【胁从】xiécóng<动>kẻ bị cưỡng bức làm theo (việc xấu); kẻ a tòng; tòng phạm: ~分子 kẻ tòng phạm

【胁迫】xiépò<动>uy hiếp cưỡng bức; dọa dẫm ép buộc

挟 xié<动>❶cắp; kẹp vào nách hay bên sườn: 他腋下~着一只公文包。Anh ta cắp một chiếc bao dưới nách. ❷bức hiếp; ép buộc: 要~ bắt chẹt ❸ôm (oán, hận…): ~恨 ôm hận ❹nhờ cậy

【挟持】xiéchí<动>❶kèm hai bên; kẹp hai bên ❷bắt ép buộc

【挟带】xiédài<动>❶mang theo ❷xen lẫn

【挟制】xiézhì<动>bức ép; khống chế: 互相~ khống chế nhau

偕 xié<动>cùng: ~行 cùng đi

【偕同】xiétóng<动>cùng đi: ~前往 cùng đi với nhau

斜 xié<形>nghiêng; lệch; chéo; xiên:

画挂得有点~。Bức tranh treo hơi lệch.

【斜对面】xiéduìmiàn<名>chênh chếch mặt đối diện

【斜角】xiéjiǎo<名>góc xiên; góc chéo

【斜路】xiélù<名>đường tà; con đường lầm lạc

【斜坡】xiépō<名>sườn dốc

【斜视】xiéshì❶<名>mắt lác; mắt lé ❷<动> nhìn nghiêng; liếc: 目不~ không liếc mắt nhìn đi chỗ khác

谐 xié❶<形>hài hòa: ~音 hài âm ❷ <动>thỏa thuận xong; ổn thỏa: 事之后给我写份报告。Sau khi công việc ổn thỏa thì viết một bản báo cáo cho tôi. ❸<形>hài hước; khôi hài: ~戏 trò khôi hài

【谐和】xiéhé<形>hài hòa: 建立~的关系 xây dựng quan hệ hài hòa

【谐星】xiéxīng<名>ngôi sao hài hước; danh hài

【谐音】xiéyīn<动>hài âm: ~字 chữ hài âm

携 xié<动>❶mang theo; đem theo; dìu dắt: ~酒 mang rượu; ~夫人 cùng với vợ ❷nắm tay; dắt díu

【携带】xiédài<动>❶mang theo: ~贵重物品 mang theo đồ đắt tiền ❷dìu dắt: 多承~ được dìu dắt nhiều

【携手】xiéshǒu<动>❶tay nắm tay: ~开创新局面 tay nắm tay tạo ra một cục diện mới ❷chỉ ý cùng hợp tác: ~合作建立新的家园 cùng nhau hợp tác xây dựng lại quê hương mới

鞋 xié<名>giày; dép: 皮~ giày da

【鞋拔子】xiébázi<名>cái xỏ giày; cái đón gót

【鞋帮】xiébāng<名>má giày

【鞋带】xiédài<名>dây giày: ~松了。Dây giày đã lỏng.

【鞋店】xiédiàn<名>cửa hàng bán giày

【鞋垫】xiédiàn<名>lót giày

【鞋匠】xiéjiàng<名>thợ giày

【鞋油】xiéyóu<名>xi đánh giày (da)
【鞋子】xiézi<名>giày

xiě

写 xiě<动>❶viết (chữ): ~字 viết chữ ❷sáng tác: ~诗 làm thơ ❸tả; miêu tả: ~景 tả cảnh ❹vẽ: ~生 vẽ cảnh vật thật

【写生】xiěshēng<动>vẽ tả sinh: 实地 ~ vẽ cảnh vật thực địa

【写手】xiěshǒu<名>người viết giỏi; cây viết

【写照】xiězhào❶<动>vẽ chân dung: 传神~ vẽ truyền thần sống động ❷<名>miêu tả; khắc họa; lột tả

【写真】xiězhēn❶<动>vẽ hoặc chụp ảnh chân dung ❷<名>bức chân dung ❸<名>tả chân; tả thực

【写字】xiězì<动>viết chữ; tập viết: ~ 课 giờ tập viết

【写字楼】xiězìlóu<名>[方]nhà thương mại; tòa lầu văn phòng

【写作】xiězuò<动>viết lách; sáng tác văn học: ~技巧 kĩ thuật viết văn

血 xiě 义同 "血" (xuè)❶，用于口语，多单用，如 "流血了、鸡血" 等。
另见xuè

【血淋淋】xiělínlín❶máu me đầm đìa: ~的场面 cảnh tượng máu me đầm đìa ❷đẫm máu: ~的教训 bài học đẫm máu

xiè

泄 xiè<动>❶lọt ra; tiết ra: 排~ bài tiết; 水~不通 nước chảy không được ❷để lộ; tiết lộ; để lọt ra ngoài: ~密 tiết lộ bí mật; ~底 để lộ nội tình ❸trút: ~愤 trút căm phẫn

【泄愤】xièfèn<动>trút căm phẫn; trút hận

【泄漏】xièlòu<动>❶tiết lộ; để lọt ❷rò; rỉ; rò thoát: 油气~ dầu khí rò thoát ra ngoài

【泄露】xièlòu<动>tiết lộ; để lọt: ~消 息 tiết lộ thông tin

【泄密】xièmì<动>tiết lộ điều cơ mật; tiết lộ bí mật

【泄气】xièqì❶<动>xì hơi; xẹp hơi; nhụt chí; nản lòng: 加把劲就能成 功，不要~。Cố gắng lên sẽ thành công, đừng nhụt chí. ❷<形>kém cỏi; đụt

泻 xiè<动>❶xiết; cuồn cuộn; chảy nhanh: 流~ chảy cuồn cuộn ❷tiêu chảy; tháo dạ: 上吐下~ thượng thổ hạ tả

【泻药】xièyào<名>thuốc tẩy; thuốc xổ

卸 xiè<动>❶dỡ: ~货 dỡ hàng ❷gỡ; tháo gỡ: ~肩 gỡ khỏi vai ❸cởi; tháo: ~牲口 cởi ách cho súc vật ❹tháo dỡ; dỡ ra: 拆~ tháo rời ❺từ bỏ; tước bỏ: ~任 từ bỏ chức vụ

【卸车】xièchē<动>dỡ xe; dỡ hàng (từ trên xe xuống): 人工~ dỡ hàng bằng sức người

【卸任】xièrèn<动>thôi chức vụ; từ chức

【卸载】xièzài<动>❶dỡ hàng ❷tháo phần mềm máy tính

【卸妆】xièzhuāng<动>tháo đồ trang sức; tẩy trang

【卸装】xièzhuāng<动>(diễn viên) tẩy trang: 演出结束后，演员们开 始~。Sau khi trình diễn, các diễn viên bắt đầu tẩy trang.

屑 xiè❶<名>vụn; mạt: 铁~ vụn sắt; 木~ mạt cưa ❷<形>vụn vặt; nhỏ nhen: 琐~ vụn vặt ❸<动>đáng (làm): 不~一顾 không đáng để tâm

械 xiè<名>❶máy móc; khí giới: 机~ máy móc ❷vũ khí: 军~ quân giới; 缴~ tước vũ khí ❸[书]dụng cụ tra tấn; gông xiềng (gông, cùm, xích)

谢 xiè<动>❶cảm tạ; cảm ơn: 道~ nói lời cảm ơn; 这点儿小事不用~了。 Việc nhỏ ấy mà, không cần phải cảm ơn. ❷nhận lỗi; tạ lỗi: ~罪 tạ lỗi ❸cự tuyệt; từ chối: 婉言~绝 từ chối khéo ❹tàn tạ; rụng: 花开花~ hoa nở hoa rụng; 新陈代~ thay cũ đổi mới/ sự trao đổi chất (giữa các tế bào và các mô) // (姓) Tạ

【谢绝】xièjué<动>xin miễn; khước từ; từ chối khéo: ~回答有关个人的问题. Xin miễn trả lời những câu hỏi về vấn đề riêng tư.

【谢幕】xièmù<动>(diễn viên ra sân khấu) chào cảm ơn

【谢天谢地】xiètiān-xièdì cảm ơn trời đất; tạ ơn trời đất

【谢谢】xièxie<动>cảm ơn; tạ ơn; cám ơn

【谢意】xièyì<名>lòng biết ơn; nỗi cảm kích: 聊表~. Xin tỏ chút lòng biết ơn.

【谢罪】xièzuì<动>tạ lỗi; nhận lỗi; xin lỗi: 向大家~ tạ lỗi với mọi người

邂 xiè

【邂逅】xièhòu<动>[书]gặp gỡ bất ngờ; tình cờ gặp gỡ

懈 xiè<形>chùng; mỏi; lơi: 坚持不~ kiên trì không nơi lỏng

【懈怠】xièdài<形>lười biếng; buông thả; lười nhác: 学习不可~. Học hành không thể lười nhác.

蟹 xiè<名>con cua

【蟹黄】xièhuáng<名>gạch cua

【蟹肉】xièròu<名>thịt cua

xīn

心 xīn<名>❶trái tim; quả tim ❷tư tưởng; lòng; tâm tư: ~思 tâm tư; 谈 ~ tâm sự; 一——意 một lòng một dạ ❸trung tâm; tâm; bộ phận giữa: 江~ giữa dòng sông; 重~ trọng tâm

【心爱】xīn'ài<形>yêu thích; yêu dấu; quý mến: ~的礼物 món quà yêu thích

【心病】xīnbìng<名>❶tâm bệnh; nỗi lo lắng ❷nỗi đau thầm kín; tình

cảm thầm kín

【心不在焉】xīnbùzàiyān tư tưởng không tập trung; lơ đãng

【心肠】xīncháng<名>❶dụng tâm; bụng dạ; tâm địa: ~好 tốt bụng ❷lòng; lòng dạ (trạng thái tình cảm): 铁石~ lòng sắt đá ❸[方]tâm tư; tâm trạng

【心得】xīndé<名>sự nhận thức; tâm đắc; điều thu hoạch được: 交流~ trao đổi những điều thể nghiệm và nhận biết

【心地】xīndì<名>❶tấm lòng; tâm địa; lòng dạ: ~单纯 lòng dạ trong sáng ❷lòng dạ; tâm tình, cảm giác trong lòng

【心电图】xīndiàntú<名>điện tâm đồ; bản điện tim

【心动】xīndòng<动>❶đánh trống ngực; tim đập thình thịch: ~加剧 trống ngực đánh thình thịch ❷tâm hồn lay động; kích động trong lòng: ~不如行动. Kích động trong lòng không bằng hành động thực tế. ❸động lòng

【心烦】xīnfán<形>phiền muộn trong lòng; phiền lòng; bực dọc

【心烦意乱】xīnfán-yìluàn tâm thần rối loạn; đầu óc bối rối; ruột gan rối bời; trong lòng rối ren; trong lòng phiền muộn, rối nhằm

【心服口服】xīnfú-kǒufú tâm phục khẩu phục; phục sát đất; hoàn toàn bái phục

【心腹】xīnfù<名>❶tâm phúc; thân tín ❷tâm sự thầm kín; tâm sự riêng: ~话 lời gan ruột; ~事 việc thầm kín

【心肝】xīngān<名>❶lương tâm; lẽ phải ❷tâm can; tim gan; cục cưng (chỉ người thân yêu nhất và thương yêu nhất): 他是奶奶的小~. Nó là cục cưng của bà nội.

【心高气傲】xīngāo-qì'ào tự cao tự đại; ngạo mạn phách lối; tâm cao khí ngạo

【心狠手辣】xīnhěn-shǒulà bụng dạ nham hiểm; thủ đoạn độc ác

【心花怒放】xīnhuā-nùfàng mở cờ trong bụng; vui mừng khôn xiết; vô cùng phấn khởi; hả hê trong lòng

【心怀】xīnhuái ❶<动>mang trong lòng; giữ trong lòng: ~忐忑 ấp ủ trong lòng nỗi bồn chồn ❷<名>lòng dạ; tâm tình; tâm tư ❸<名>tâm tư; độ lượng: ~坦荡 tâm tư thanh thản

【心慌】xīnhuāng ❶<形>hoảng hốt; hoảng sợ; sợ sệt ❷<动>[方]tim đập mạnh và loạn nhịp

【心灰意冷】xīnhuī-yìlěng nản lòng thoái chí; nản chí sờn lòng; thất vọng chán chường

【心机】xīnjī<名>tâm tư; tâm trí; cơ mưu; sự suy nghĩ trù tính: 费尽~ suy nghĩ hết cách

【心肌】xīnjī<名>cơ tim: ~梗死 nhồi máu cơ tim

【心急】xīnjí<形>nóng ruột; sốt ruột; nóng lòng sốt ruột: ~如焚 ruột nóng như lửa đốt/ sốt ruột lo âu

【心计】xīnjì<名>mưu tính; tính toán; dự tính trong lòng; kế sách

【心绞痛】xīnjiǎotòng tim đau thắt; đau thắt cơ tim

【心惊胆战】xīnjīng-dǎnzhàn sợ phát khiếp; sợ chết khiếp; sợ mất hồn; sợ run như cầy sấy

【心境】xīnjìng<名>cõi lòng; trong lòng: ~平和 cõi lòng thản nhiên

【心旷神怡】xīnkuàng-shényí thảnh thơi vui vẻ

【心里】xīnlǐ<名>❶ngực: ~发疼 ngực đau nhói ❷trong tư tưởng; trong đầu; trong bụng; trong lòng: ~有话 就说出来。Trong lòng nghĩ sao thì cứ nói vậy.

【心里话】xīnlǐhuà<名>lời trong lòng; lời nói thật

【心理】xīnlǐ<名>tâm lí; nội tâm; tâm tình: ~测试 kiểm tra tâm lí

【心理素质】xīnlǐ sùzhì tố chất tâm lí

【心理学】xīnlǐxué<名>tâm lí học

【心理医生】xīnlǐ yīshēng bác sĩ tâm lí

【心力衰竭】xīnlì shuāijié suy tim; tâm lực suy kiệt

【心灵】xīnlíng ❶<形>thông minh; sáng dạ: ~手巧 thông minh khéo tay ❷<名>tâm linh; tâm hồn (chỉ nội tâm, tinh thần, tư tưởng...): 幼小的~ tâm hồn trẻ thơ

【心领神会】xīnlǐng-shénhuì hiểu thấu đáo mọi ý; lĩnh hội sâu sắc

【心律】xīnlǜ<名>nhịp tim: ~紊乱 nhịp tim rối loạn.

【心率】xīnlǜ<名>nhịp tim

【心满意足】xīnmǎn-yìzú cảm thấy mĩ mãn; hả lòng hả dạ; vừa lòng hả dạ; vừa lòng đẹp ý; hả hê đã đời; vừa lòng mãn nguyện

【心平气和】xīnpíng-qìhé bình tĩnh điềm đạm; điềm tĩnh thản nhiên; bình thản điềm nhiên

【心情】xīnqíng<名>tâm tình; tâm trạng; tính khí; tâm tính; trong lòng

【心如刀绞】xīnrúdāojiǎo lòng như dao cắt; lòng đau như cắt; đau lòng đứt ruột

【心软】xīnruǎn<形>mềm lòng; nhẹ dạ; dễ xúc động

【心上人】xīnshàngrén<名>ý trung nhân; người phải lòng; người yêu

【心神不定】xīnshén-bùdìng tâm thần bất định; bồn chồn bất an

【心声】xīnshēng<名>tâm thanh; tiếng nói từ đáy lòng

【心事】xīnshì<名>tâm sự; nỗi lòng; nỗi băn khoăn: ~重重 ngổn ngang trăm mối trong lòng

【心思】xīnsi<名>❶tâm tư; ý nghĩ: 我猜不透他的~。Tôi không thể đoán được ý nghĩ của anh ấy. ❷suy nghĩ; trí nhớ: 挖空~ moi óc tìm mưu tính kế ❸lòng dạ: 没有~聊天 không còn lòng dạ tán chuyện

【心酸】xīnsuān<形>đau xót; xót xa

【心态】xīntài<名>tâm trạng; trạng thái tâm lí

【心疼】xīnténg<动>❶thương; cưng; yêu: 妈妈最~小女儿。Mẹ thương nhất đứa con gái út. ❷không nỡ; tiếc: 给孩子买书，我从不~钱。Mua sách cho con, tôi chẳng bao giờ tiếc tiền.

【心跳】xīntiào<动>tim đập (nhanh); đánh trống ngực: 刚才的情景使我~不已。Tình huống vừa nãy khiến trống ngực tôi đập thình thịch.

【心细】xīnxì<形>thận trọng; cẩn thận: 胆大~ to gan mà thận trọng

【心想事成】xīnxiǎng-shìchéng ý muốn được trở thành hiện thực

【心胸】xīnxiōng<名>❶trong lòng ❷lòng dạ; bụng dạ; tấm lòng: ~狭窄 lòng dạ hẹp hòi ❸chí khí; hoài bão: ~远大 chí khí cao lớn

【心血】xīnxuè<名>tâm huyết; tâm sức: 费尽~ dốc hết tâm huyết

【心眼儿】xīnyǎnr<名>❶nội tâm; trong lòng: 妈妈打~里喜欢你。Mẹ thương con từ đáy lòng. ❷bụng dạ; ý định ❸thông minh; mưu trí: ~灵活 nội tâm thông minh ❹lo lắng quá mức: 你别~ cẩn thận quá mức ❺lòng dạ; bụng dạ; tấm lòng: ~小 lòng dạ hẹp hòi

【心意】xīnyì<名>❶tấm lòng: 你的~我领了。Tấm lòng thành của anh tôi xin nhận. ❷ý nghĩa; ý

【心有灵犀一点通】xīn yǒu língxī yī diǎn tōng ý hợp tâm đầu; rất hiểu nhau

【心有余悸】xīnyǒuyújì nghĩ lại còn rùng mình; nghĩ lại còn phát sợ

【心愿】xīnyuàn<名>nguyện vọng; ý nguyện

【心悦诚服】xīnyuè-chéngfú vui lòng phục tùng; thoải mái tiếp thu; thật lòng khâm phục; hoàn toàn bái

phục

【心脏】xīnzàng<名>❶trái tim ❷quả tim; ví trung tâm

【心脏病】xīnzàngbìng<名>bệnh tim

【心直口快】xīnzhí-kǒukuài tính tình thẳng thắn, nhanh mồm nhanh miệng; lòng ngay dạ thẳng; thẳng ruột ngựa; nghĩ sao nói vậy

【心中有数】xīnzhōng-yǒushù trong lòng đã có dự tính; trong lòng đã tính trước; trong lòng đã có chủ trương

芯 xīn<名>❶phần lõi: 灯草~ lõi cỏ bấc (dùng làm bấc đèn); 笔~ ruột bút ❷phiếm chỉ phần lõi của một số vật thể

【芯片】xīnpiàn<名>con chíp điện tử

辛 xīn<形>❶cay ❷cực nhọc; vất vả: ~勤 cần cù chịu khó; 艰~ gian khổ ❸đau khổ; cay đắng: ~酸 chua xót

【辛苦】xīnkǔ❶<形>vất vả; cực nhọc: 挖煤的工人很~。Những công nhân mỏ than rất vất vả. ❷<动>(lời nói khách sáo khi nhờ ai làm gì đó) vất vả; phiền; cảm phiền: ~您了。Phiền ông nhiều.

【辛辣】xīnlà<形>chua cay; sâu cay; chanh chua (giọng văn, lời nói)

【辛劳】xīnláo<形>vất vả và cực nhọc; gian lao: 他为工作日夜~。Ông ấy ngày đêm nhọc nhằn vì công tác.

【辛勤】xīnqín<形>vất vả cần cù; siêng năng; chăm chỉ

【辛酸】xīnsuān<形>cay chua; chua xót; xót thương

【辛辛苦苦】xīnxīnkǔkǔ vất vả cực nhọc

欣 xīn<形>vui vẻ: ~逢佳节 vui mừng nhân dịp tết

【欣赏】xīnshǎng<动>❶thưởng thức (cái đẹp): ~风景 thưởng thức phong cảnh ❷tán thưởng; yêu thích: 自我~ tự mình tán thưởng

【欣慰】xīnwèi<形>mừng vui thanh

thản; vui vẻ yên tâm: 儿子知错能
改，母亲很~。Con cái biết sai thì
sửa, mẹ rất mừng vui yên tâm.

【欣喜】xīnxǐ〈形〉thích thú; vui vẻ: ~
若狂 vui đến cực điểm/vui đến phát
cuồng

新 xīn❶〈形〉mới: ~品种 loại giống
mới/loại hàng mới ❷〈形〉mới (tính
chất thay đổi càng tốt): ~社会 xã
hội mới ❸〈动〉đổi mới: 改过自
~ làm lại cuộc đời ❹〈形〉cái mới
(chưa dùng): ~笔 bút mới ❺〈名〉cái
mới: 尝~ mùa nào thức nấy ❻〈形〉
mới kết hôn: ~媳妇 cô dâu mới ❼
〈副〉 mới; vừa: 这本书是我~买的。
Quyển sách này tôi mới mua.

【新版】xīnbǎn〈名〉phiên bản mới

【新潮】xīncháo❶〈名〉thủy triều
mới dâng; thủy triều mới lên ❷〈形〉
phong cách mới; phong cách đặc
biệt; mốt

【新陈代谢】xīnchén-dàixiè❶sự
trao đổi chất (của sinh vật) ❷thay
cũ đổi mới; ví sự phát triển của vật
mới thay thế vật cũ

【新欢】xīnhuān〈名〉người yêu mới;
tình nhân mới

【新婚】xīnhūn〈动〉tân hôn; mới
cưới; vừa kết hôn

【新加坡】Xīnjiāpō〈名〉Xin-ga-po: ~
人 người Xin-ga-po

【新居】xīnjū〈名〉nhà mới; chỗ ở mới

【新来乍到】xīnlái-zhàdào chân ướt
chân ráo; người mới đến; lính mới

【新郎】xīnláng〈名〉chàng rể; chú rể

【新历】xīnlì〈名〉lịch mới; dương lịch

【新能源】xīnnéngyuán〈名〉nguồn
năng lượng mới

【新年】xīnnián〈名〉năm mới; Tết;
tết Nguyên đán: ~快乐! Chúc
mừng năm mới!

【新娘】xīnniáng〈名〉tân nương; cô
dâu; tân giai nhân

【新奇】xīnqí〈形〉tân kì; mới lạ

【新区】xīnqū〈名〉❶vùng mới giải

phóng ❷khu mới

【新人】xīnrén〈名〉❶con người mới;
nhân vật mới: ~辈出 nhân vật mới
xuất hiện nhiều ❷cô dâu; chú rể
❸viên chức mới ❹người sửa sai tự
đổi mới

【新任】xīnrèn❶〈形〉tân nhiệm; vừa
mới nhậm chức ❷〈名〉chức vụ mới;
nhiệm vụ mới

【新生】¹ xīnshēng❶〈形〉mới ra đời;
mới xuất hiện: ~力量 lực lượng mới
trỗi dậy ❷〈名〉sự sống mới; hồi
sinh; phục hồi; sống lại

【新生】² xīnshēng〈名〉học sinh mới
(vào học)

【新式】xīnshì〈形〉kiểu mới; mốt
mới; lối mới

【新手】xīnshǒu〈名〉tay mới; lính
mới; người mới vào nghề

【新闻】xīnwén〈名〉❶tin tức; tin thời
sự: ~报道 bản tin thời sự ❷việc mới
xảy ra; chuyện mới; sự việc mới

【新闻发布会】xīnwén fābùhuì họp
báo

【新禧】xīnxǐ〈形〉năm mới hạnh
phúc; mừng năm mới: 恭贺~ chúc
mừng năm mới

【新鲜】xīnxiān〈形〉❶tươi sống; tươi
tốt: ~蔬菜 rau tươi ❷trong lành
(không khí): ~空气 không khí trong
lành ❸mới xuất hiện: ~事物 sự vật
mới ❹mới lạ; mới mẻ

【新兴】xīnxīng〈形〉mới phát triển;
mới trỗi dậy; mới xuất hiện: ~的工
业城市 thành phố công nghiệp mới
ra đời

【新型】xīnxíng〈形〉loại mới; kiểu
mới

【新秀】xīnxiù〈名〉nhân tài mới nổi;
nhân tài mới xuất hiện: 羽坛~ nhân
tài mới nổi trong làng cầu lông

【新意】xīnyì〈名〉ý mới; cách nghĩ
mới; cách nhìn mới

【新颖】xīnyǐng〈形〉mới mẻ; mới lạ:
思想~ tư tưởng mới

X

【新装】xīnzhuāng<名>trang phục mới

薪 xīn<名>❶củi: 米珠～桂 gạo châu củi quế ❷lương bổng; lương: 加～ tăng lương; 调～ điều chỉnh lương bổng

【薪酬】xīnchóu<名>lương bổng

【薪水】xīnshui<名>tiền lương

xìn

信 xìn❶<形>xác thực; có thật: ～史 chính sử; ～而有征 chính xác và có bằng chứng ❷<名>tín; tín nghĩa: 守～ giữ chữ tín; 威～ uy tín; 言而有 nói lời phải giữ lời ❸<动>tin tưởng: ～托 tin tưởng ủy thác ❹<动>thờ; tin tưởng và phụng thờ (tôn giáo): ～ 教 theo đạo; ～徒 tín đồ ❺<动>tùy ý; mặc kệ; thả nổi: ～口开河 bạ đâu nói đấy ❻<名>căn cứ; bằng cứ; bằng chứng: ～号 tín hiệu; ～物 vật tin; 印 ～ ấn tín ❼<名>thư từ; giấy tờ: 送～ đưa thư; 证明～ giấy chứng nhận ❽ <名>tin tức: 口～儿 lời nhắn; 通风 报～ mật báo tin tức ❾<名>ngòi nổ; kíp nổ: 引～ ngòi dẫn/ngòi nổ

【信不过】xìnbuguò không đáng tin cậy

【信贷】xìndài<名>hoạt động tín dụng (ngân hàng)

【信得过】xìndeguò đáng tin cậy: ～ 的人 người đáng tin cậy

【信访】xìnfǎng<动>qua thư từ hoặc trực tiếp tới khiếu nại, phản ánh vấn đề: ～部门 cơ quan xử lí ý kiến của dân

【信封】xìnfēng<名>phong bì

【信奉】xìnfèng<动>❶tin theo ❷tin tưởng và chấp hành

【信服】xìnfú<动>tin tưởng và nghe theo; tín phục; tin theo: 只有充分的 理由才能令人～。Chỉ có lí do đầy đủ mới làm cho người ta tín phục.

【信鸽】xìngē<名>chim bồ câu đưa thư

【信函】xìnhán<名>thư tín; thư từ

【信号】xìnhào<名>❶tín hiệu ❷sóng điện; dòng điện: 微弱的～ sóng điện yếu

【信笺】xìnjiān<名>giấy viết thư

【信件】xìnjiàn<名>thư tín; văn kiện và ấn phẩm

【信口开河】xìnkǒu-kāihé bạ đâu nói đấy; ăn nói lung tung

【信赖】xìnlài<动>tin cậy; tin tưởng

【信念】xìnniàn<名>niềm tin; lòng tin

【信任】xìnrèn<动>tín nhiệm: 我很～ 他。Tôi rất tín nhiệm anh ấy.

【信托】xìntuō❶<动>tin cậy gửi gắm ❷<形>ủy thác mua bán; kí gửi: 开展 ～业务 triển khai nghiệp vụ kí gửi

【信物】xìnwù<名>vật tin; tín vật; của làm tin; của tin; đồ vật để làm tin

【信息】xìnxī<名>❶tin tức ❷thông tin

【信息工程】xìnxī gōngchéng công trình thông tin

【信息技术】xìnxī jìshù công nghệ thông tin

【信箱】xìnxiāng<名>❶thùng thư; hòm thư ❷thùng thư có mã số ❸hòm thư; hộp thư (gia đình) ❹hòm thư điện tử

【信心】xìnxīn<名>lòng tin; niềm tin

【信仰】xìnyǎng<名>tín ngưỡng

【信以为真】xìnyǐwéizhēn cứ tin là thật; cứ tưởng là thật; tin giả thành thật

【信用】xìnyòng❶<名>chữ tín: 守～ trọng chữ tín ❷<形>tín dụng: ～报告 báo cáo tín dụng ❸<名>tín dụng (sự tin tưởng nhau và cho vay để dùng vào việc gì đó) ❹<动>[书]tin cậy và bổ nhiệm

【信用卡】xìnyòngkǎ<名>thẻ tín dụng

【信用社】xìnyòngshè<名>hợp tác

xã tín dụng

【信誉】xìnyù<名>lòng tín nghĩa và danh dự

【信纸】xìnzhǐ<名>giấy viết thư

xīng

兴 xīng❶<动>hưng thịnh; lưu hành; thịnh hành: 复~ phục hưng ❷<动>phát động; dấy lên: 大~学习之风 dấy lên phong trào học tập ❸<动>bắt đầu; sáng lập: ~办 sáng lập ❹<动>đứng dậy: 晨~ sáng sớm ngủ dậy ❺<动>[方]được; được phép (dùng ở câu phủ định) ❻<副>[方] có thể ❼<动>đề cử; tiến cử; chọn ❽<名>thành công ❾<动>triệu tập; tập trung

另见xìng

【兴办】xīngbàn<动>lập ra; mở ra: ~学校 xây dựng trường học

【兴奋】xīngfèn❶<形>phấn khởi; hăng hái ❷<名>hưng phấn (hoạt động thần kinh) ❸<动>làm cho phấn chấn; kích thích

【兴奋剂】xīngfènjì<名>thuốc kích thích; chất kích thích; doping

【兴建】xīngjiàn<动>khởi công (một công trình lớn): ~水利工程 bắt đầu khởi công xây dựng công trình thủy lợi

【兴隆】xīnglóng<形>hưng thịnh; thịnh vượng: 生意~ buôn bán phát đạt/làm ăn thịnh vượng

【兴起】xīngqǐ<动>❶nổi lên ❷[书] hứng khởi

【兴盛】xīngshèng<形>hưng thịnh; thịnh vượng

【兴师动众】xīngshī-dòngzhòng ra quân với quy mô lớn; ra quân ồ ạt; phát động nhiều người làm một việc gì đó; làm to chuyện

【兴旺】xīngwàng<形>thịnh vượng

【兴许】xīngxǔ<副>có thể

星 xīng<名>❶sao; ngôi sao: 月明~稀 trăng sáng sao thưa ❷ngôi sao sáng ❸tinh (thuật ngữ thiên văn học) ❹nhỏ; chấm nhỏ: 火~儿 đốm lửa nhỏ ❺vạch (cân, lạng... trên đòn cân): 定盘~ vạch thăng bằng ❻ngôi sao; minh tinh: 歌~ ngôi sao ca hát/ca sĩ trội nổi

【星光】xīngguāng<名>ánh sáng sao; ánh sao: ~闪烁 ánh sao lấp lánh

【星号】xīnghào<名>hoa thị "*"

【星火】xīnghuǒ<名>đốm lửa nhỏ

【星空】xīngkōng<名>bầu trời ánh sao; trời sao: 仰望~ ngước nhìn trời sao

【星期】xīngqī<名>❶tuần lễ ❷ngày thứ (ghép liền với các ngày trong tuần): ~日 ngày chủ nhật; ~一 thứ hai ❸chủ nhật (gọi tắt): ~休息 nghỉ ngày chủ nhật

【星球】xīngqiú<名>sao; tinh cầu: ~大战 chiến tranh trên các vì sao

【星系】xīngxì<名>tinh hệ: 太阳~ hệ mặt trời

【星相】xīngxiàng<名>số tử vi

【星星】xīngxīng<名>chấm nhỏ

【星座】xīngzuò<名>chòm sao

猩 xīng<名>tinh tinh

【猩红】xīnghóng<形>màu đỏ tươi; đỏ tươi

【猩猩】xīngxing<名>tinh tinh; đười ươi

惺 xīng<形>[书]❶thông minh; nhạy bén ❷tỉnh; tỉnh táo

【惺忪】xīngsōng<形>mắt nhập nhèm; lim dim; dấp dính: 睡眼~ đôi mắt ngái ngủ

【惺惺相惜】xīngxīng-xiāngxī người tài yêu mến người tài; người khôn khéo quý người khôn khéo

腥 xīng❶<名>thịt sống: 荤~ món ăn thịt cá ❷<形>tanh: ~味 mùi tanh

【腥臭】xīngchòu<形>tanh hôi

【腥气】xīngqi❶<名>mùi tanh (của tôm cá): 一股子~ một luồng hơi tanh ❷<形>tanh: 这鱼多么~! Cá này tanh ghê!

【腥味】xīngwèi<名>mùi tanh

xíng

刑 xíng<名>❶hình phạt: 判~ xét xử ❷nhục hình: 受~ chịu nhục hình

【刑场】xíngchǎng<名>pháp trường

【刑罚】xíngfá<名>hình phạt; cách thức trừng trị kẻ có tội

【刑法】xíngfǎ<名>luật hình sự

【刑警】xíngjǐng<名>cảnh sát hình sự: 国际~ cảnh sát hình sự quốc tế

【刑拘】xíngjū<动>tạm giam hình sự

【刑期】xíngqī<名>thời hạn thi hành án

【刑事】xíngshì<形>hình sự: ~案件 vụ án hình sự; ~法庭 tòa án hình sự

【刑事处罚】xíngshì chǔfá trừng phạt hình sự

【刑事诉讼】xíngshì sùsòng tố tụng hình sự

【刑事责任】xíngshì zérèn trách nhiệm hình sự

【刑讯】xíngxùn<动>tra tấn hỏi cung

行 xíng❶<动>đi: 步~ đi bộ; 人~道 đường dành cho người đi bộ ❷<名>[书]lộ trình; chặng đường: 千里之~始于足下。Lộ trình ngàn dặm dưới chân ta. ❸<形>hành (du lịch): ~程 hành trình ❹<形>lâm thời; lưu động: ~灶 bếp lưu động ❺<动>lưu thông; thúc đẩy: 发~ phát hành; 风~一时 phổ biến một thời ❻<动>làm: 举~ cử hành; 执~ chấp hành; ~不通 làm không được ❼<动>tiến hành (thường dùng trước động từ song âm tiết): 另~通知 thông báo riêng ❽<名>hành vi: 品~ phẩm hạnh/hạnh kiểm; 罪~ hành vi phạm tội ❾<动>được: 算了, 把事情说明白就~了。Thôi, nói rõ sự việc là được rồi. ❿<形>tài giỏi; có năng lực: 老王你真~! Anh Vương, anh giỏi lắm! ⓫<副>[书]sẽ; sắp ⓬<动>phát huy hiệu

lực của thuốc

另见háng

【行车】xíngchē<动>chạy; lái: 这是沼泽地带, 不能~。Đây là vùng đầm lầy, không chạy xe được.

【行程】xíngchéng<名>❶lộ trình; hành trình: ~万里 hành trình vạn dặm ❷tiến trình: 这就是公司发展的~。Đây là tiến trình phát triển của công ti. ❸quãng xung (quãng vận động qua lại của pít tông, từ đầu đến cuối ống hơi lúc động cơ hoạt động)

【行刺】xíngcì<动>hành thích; ám sát

【行动】xíngdòng❶<动>đi lại; đi đi lại lại: 自由~ tự do đi lại ❷<动>hành động: 敌人来了, 我们马上~。Bọn địch đã đến, chúng ta phải lập tức hành động. ❸<名> hành vi; cử động

【行方便】xíng fāngbiàn tạo thuận lợi

【行贿】xínghuì<动>đút lót; đưa hối lộ

【行径】xíngjìng<名>hành vi; hành động (thường chỉ việc làm xấu): 暴徒令人发指的~ hành vi hung dữ của côn đồ làm cho người ta phẫn nộ

【行军】xíngjūn<动>hành quân: 夜~ hành quân đêm

【行礼】xínglǐ<动>❶thi lễ; chào ❷[方]đưa lễ vật; tặng quà

【行李】xíngli<名>hành lí

【行李寄存处】xíngli jìcúnchù chỗ gửi hành lí

【行李架】xínglijià<名>giá để hành lí

【行李托运】xíngli tuōyùn gửi chuyển hành lí

【行骗】xíngpiàn<动>lừa gạt; lừa đảo; bịp bợm

【行窃】xíngqiè<动>trộm cướp; trộm cắp: ~是触犯法律的行为。Trộm cắp là hành vi phạm pháp.

【行人】xíngrén<名>người đi đường

【行善】xíngshàn<动>làm việc thiện:

~之人必有好报。Người làm việc thiện nhất định sẽ được báo đáp.

【行使】xíngshǐ<动>hành sử; sử dụng (chức trách, chức quyền): 1997年7月1日，中国对香港恢复~主权。Ngày 1 tháng 7 năm 1997, Trung Quốc đã khôi phục thi hành chủ quyền đối với Hồng Kông.

【行驶】xíngshǐ<动>chạy (xe, thuyền...): 汽车向北京方向~。Xe chạy về hướng Bắc Kinh.

【行事】xíngshì❶<名>hành vi; hành động: 言谈~ lời nói và hành động ❷<动>làm việc: 按道理~ làm việc theo đạo lí

【行书】xíngshū<名>hành thư (thể chữ trung gian giữa thảo thư và khải thư; khải thư viết hơi liền nét)

【行为】xíngwéi<名>hành vi; hành động: 正义的~ hành động chính nghĩa

【行文】xíngwén<动>❶hành văn: ~流畅 hành văn trôi chảy ❷gửi công văn đi; phát công văn đi: ~各职能部门 gửi công văn đi các cơ quan chức năng

【行销】xíngxiāo<动>tiêu thụ; bán (hàng hóa)

【行星】xíngxīng<名>hành tinh

【行凶】xíngxiōng<动>hành hung: ~杀人 hành hung giết người

【行医】xíngyī<动>làm nghề y; làm nghề thầy thuốc

【行政】xíngzhèng❶<动>hành chính: ~部门 đơn vị hành chính; ~机关 cơ quan hành chính ❷<名>hành chính (chỉ công tác quản lí nội bộ trong cơ quan, xí nghiệp...): ~管理 quản lí hành chính

【行政区】xíngzhèngqū<名>khu hành chính: 特别~ khu hành chính đặc biệt

【行装】xíngzhuāng<名>hành trang (đồ đạc đi đường): 他整理完~便上路了。Bác ấy thu xếp xong hành trang là lên đường luôn.

【行踪】xíngzōng<名>hành tung; tung tích: ~不定 hành tung bất định

【行走】xíngzǒu<动>đi

形 xíng❶<名>hình dáng; hình dạng: 图~ hình vẽ; 地~ địa hình ❷<名>hình thể; thực thể: 有~ hữu hình; 无~ vô hình ❸<动>biểu hiện; hiện ra: 喜~于色 vui mừng hiện trên nét mặt ❹<动>đối chiếu; so sánh: 相~见绌 so sánh thấy rõ sự thua kém

【形成】xíngchéng<动>hình thành: ~鲜明的对比 hình thành sự đối lập rõ rệt

【形迹】xíngjì<名>❶hình tích; bộ dạng: ~可疑 bộ dạng khả nghi ❷lễ phép; lịch sự: 不拘~ không giữ lễ phép ❸dấu vết

【形容】xíngróng❶<名>[书]mặt mũi; dáng vẻ: ~消瘦 dáng vẻ gầy còm ❷<动>hình dung; miêu tả

【形容词】xíngróngcí<名>hình dung từ; tính từ

【形式】xíngshì<名>hình thức: 组织~ hình thức tổ chức

【形势】xíngshì<名>❶địa thế: ~险要 địa thế hiểm yếu ❷tình hình; tình thế: 国际~ tình hình quốc tế

【形似】xíngsì<动>giống nhau; tương tự (hình thức, bên ngoài)

【形态】xíngtài<名>❶hình thái: 意识~ hình thái ý thức ❷hình dạng; hình thức ❸hình thái (hình thức biến đổi bên trong của từ)

【形体】xíngtǐ<名>❶hình thể; hình dáng; hình thái ❷hình dạng và cấu tạo: 文字的~ hình dạng và cấu tạo của chữ viết

【形象】xíngxiàng❶<名>hình ảnh (cụ thể) ❷<名>hình tượng (văn học): 塑造一个英雄~ miêu tả một hình tượng anh hùng ❸<形>sống động

【形形色色】xíngxíngsèsè muôn hình muôn vẻ; đa dạng

【形影不离】xíngyǐng-bùlí như hình

với bóng; gắn bó với nhau

【形状】xíngzhuàng〈名〉hình dạng; hình dáng

型 xíng〈名〉❶khuôn; mô hình: 砂~ khuôn đúc (bằng cát); 模~ mô hình ❷loại hình; cỡ; kiểu: 新~ kiểu mới; 大~ cỡ lớn

【型钢】xínggāng〈名〉thép hình (thành phẩm thép có ngoại hình cố định như hình chữ L, hình chữ T, hình chữ U)

【型号】xínghào〈名〉cỡ; số; kiểu; loại (chỉ tính năng quy cách máy móc)

xǐng

省 xǐng〈动〉❶tự kiểm điểm: 反~ tự xét mình ❷tri giác; tỉnh táo: 不~人事 bất tỉnh nhân sự ❸tỉnh ngộ; giác ngộ: ~悟 tỉnh ngộ ❹thăm; thăm nom: ~亲 thăm cha mẹ

另见shěng

醒 xǐng❶〈动〉tỉnh (rượu) ❷〈动〉tỉnh giấc; tỉnh; (ngủ) dậy; thức; tỉnh rượu: 他还没有~。Anh ấy còn chưa tỉnh giấc. ❸〈动〉tỉnh ngộ: 到八点钟请提~我一下。Đến 8 giờ xin nhắc tôi một cái. ❹〈形〉rõ ràng; hiển nhiên; làm cho thấy rõ ❺〈动〉ủ (sau khi nhào bột, để một lúc cho nắm bột nở đều)

【醒酒】xǐngjiǔ〈动〉tỉnh rượu

【醒目】xǐngmù〈形〉(lời văn hay tranh ảnh) nổi bật; nổi; bắt mắt: 红色的字很~。Chữ đỏ nổi bật.

【醒悟】xǐngwù〈动〉tỉnh ngộ; chợt hiểu ra: 最后她才~过来。Cuối cùng cô ấy mới tỉnh ngộ.

擤 xǐng〈动〉hỉ: ~鼻涕 hỉ mũi

xìng

兴 xìng〈名〉niềm vui; hứng chí; hứng thú: 余~ niềm vui còn đọng

lại; 助~ góp vui; 扫~ làm cụt hứng; 雅~ nhã hứng

另见xīng

【兴冲冲】xìngchōngchōng hớn hở; hồ hởi; khoái trá; mừng rơn

【兴高采烈】xìnggāo-cǎiliè hết sức hào hứng; phấn khởi

【兴趣】xìngqù〈名〉thích thú; hứng thú; sở thích: 失去~ mất hết cả hứng thú

【兴致】xìngzhì〈名〉hứng thú; thích thú; hào hứng

杏 xìng〈名〉❶trái hạnh; quả hạnh ❷cây hạnh

【杏花】xìnghuā〈名〉hoa hạnh; hoa mơ

【杏仁】xìngrén〈名〉hạnh nhân

【杏子】xìngzi〈名〉[方]quả hạnh; quả mơ

幸 xìng❶〈形〉hạnh phúc; may mắn: 荣~ vinh hạnh; 万~ vô cùng may mắn ❷〈动〉vui mừng: 欣~ hân hạnh ❸〈副〉[书]mong: ~勿推却 mong đừng từ chối ❹〈副〉may; may mắn: ~免于难 may mà tránh được tai vạ ❺〈动〉[书]sủng hạnh ❻〈动〉[旧]gặp; hạ giá tới (chỉ vua chúa đến thăm)

【幸存】xìngcún〈动〉may còn; sống sót: 他在海难中~下来。Anh ấy sống sót trong vụ tai nạn trên biển.

【幸存者】xìngcúnzhě〈名〉người sống sót: 她是唯一的~。Chị ấy là người sống sót duy nhất.

【幸而】xìng'ér〈副〉may; may mà; may mắn; may được

【幸福】xìngfú❶〈名〉hạnh phúc: 为人民谋~ mưu cầu hạnh phúc cho nhân dân ❷〈形〉sung sướng; hạnh phúc

【幸会】xìnghuì〈动〉may gặp; hạnh ngộ (lời khách sáo nói rằng hân hạnh được gặp)

【幸亏】xìngkuī〈副〉may; may mắn; may được

【幸免】xìngmiǎn〈动〉may mắn thoát khỏi; may mắn tránh khỏi: ~于难

may mắn thoát nạn

【幸运】xìngyùn❶〈名〉vận may; số đỏ ❷〈形〉may mắn: 他很~，考上了理想的大学。Anh ấy may mắn đỗ được đại học lí tưởng.

【幸运儿】xìngyùn'ér〈名〉Người may mắn; người số đỏ

【幸灾乐祸】xìngzāi-lèhuò vui sướng trước sự đau khổ người khác

性 xìng❶〈名〉tính cách；个~ cá tính; 共~ tính chung ❷〈名〉tính; tính chất: 毒~ độc tính ❸tính (biểu hiện về tư tưởng tình cảm): 阶级~ tính giai cấp ❹〈名〉thuộc về sinh dục hoặc tình dục: ~器官 cơ quan sinh dục ❺〈名〉giới tính; giới; giống: 女~ nữ giới ❻〈名〉giống của danh từ (đại từ, tính từ): 阴~ giống cái/âm tính

【性爱】xìng'ài〈名〉nhục dục; tình dục

【性别】xìngbié〈名〉giới tính; nam hay nữ: ~歧视 kì thị giới tính

【性病】xìngbìng〈名〉bệnh lây qua đường sinh dục; bệnh lậu; bệnh phong tình

【性感】xìnggǎn❶〈名〉nhục cảm; hiện rõ đặc trưng giới tính ❷〈形〉nhục cảm (gợi tình, khêu gợi tình dục)

【性格】xìnggé〈名〉tính cách; tính tình: ~内向 tính tình kín đáo

【性激素】xìngjīsù〈名〉kích tố tình dục; hoóc-môn tình dục

【性急】xìngjí〈形〉nóng tính; tính tình nóng nảy

【性价比】xìngjiàbǐ〈名〉sự so sánh về tính năng và giá cả

【性交】xìngjiāo〈动〉giao hợp; tính giao; hoạt động tình dục

【性命】xìngmìng〈名〉tính mệnh; tính mạng; mạng sống

【性能】xìngnéng〈名〉tính năng (máy móc, công cụ): ~测试 đo lượng tính năng

【性情】xìngqíng〈名〉tính tình; tính nết: ~温和 tính tình ôn hòa

【性骚扰】xìngsāorǎo quấy rối tình dục

【性欲】xìngyù〈名〉tính dục; đòi hỏi sinh lí

【性质】xìngzhì〈名〉tính chất

【性子】xìngzi〈名〉❶tính khí; tính nết: 急~ tính tình nóng nảy ❷tính kích thích; tính chất (của rượu)

姓 xìng〈名〉họ: 有名有~ có tên có họ; ~甚名谁 họ gì tên gì

【姓名】xìngmíng〈名〉họ và tên

【姓氏】xìngshì〈名〉họ

xiōng

凶 xiōng❶〈形〉hung; bất hạnh; dữ (trái với "吉"cát là lành, tốt): ~事 việc chẳng may ❷〈形〉mất mùa: ~年 năm mất mùa ❸〈形〉hung ác: 穷~极恶 vô cùng hung ác ❹〈形〉ghê gớm; trầm trọng; dữ dội: 病势~ bệnh rất trầm trọng ❺〈名〉hung (chỉ hành vi sát hại hoặc sát thương người): 行~ hành hung ❻〈名〉hung thủ: 正~ hung thủ chính

【凶案】xiōng'àn〈名〉hung án; án giết người

【凶巴巴】xiōngbābā[方]hung hăng

【凶残】xiōngcán〈形〉hung tàn; độc ác; tàn nhẫn: ~成性 tàn nhẫn thành tính

【凶多吉少】xiōngduō-jíshǎo may ít rủi nhiều; lành ít dữ nhiều

【凶恶】xiōng'è〈形〉hung ác; dữ tợn: ~的匪徒 tên giặc hung ác

【凶狠】xiōnghěn〈形〉❶(tính cách, hành vi) hung ác tàn nhẫn: ~的豺狼 bọn sài lang hung ác ❷mãnh liệt; mạnh mẽ: 扣球~ cú đập bóng mạnh

【凶猛】xiōngměng〈形〉hung dữ mạnh mẽ (khí thế, lực lượng): ~的野兽 thú rừng hung dữ

【凶器】xiōngqì<名>hung khí

【凶杀】xiōngshā<动>giết người: ~案 vụ án giết người

【凶神恶煞】xiōngshén-èshà hung thần ác sát; hung thần quỷ dữ

【凶手】xiōngshǒu<名>hung thủ; kẻ giết người

【凶险】xiōngxiǎn<形>❶(tình thế) nguy hiểm đáng sợ: 处境~ hoàn cảnh nguy hiểm ❷hung ác nham hiểm: ~的敌人 bọn giặc độc ác

兄 xiōng<名>❶anh trai ❷anh (người ngang hàng nhưng hơn tuổi trong họ vợ hoặc chồng): 胞~ anh ruột ❸anh (cách gọi bạn trai một cách tôn trọng): 仁~ nhân huynh/ông anh

【兄弟】xiōngdì<名>anh em: ~二人 hai anh em trai; ~单位 đơn vị bạn

【兄弟】xiōngdi<名>[口]❶em trai ❷bạn nhỏ (cách gọi thân mật với người ít tuổi hơn) ❸em (cách tự xưng khiêm tốn trước đám đông bằng tuổi mình)

【兄妹】xiōngmèi<名>anh trai và em gái

【兄长】xiōngzhǎng<名>❶anh trai ❷anh; ông anh; huynh trưởng

胸 xiōng<名>❶ngực: 挺~ ưỡn ngực ❷lòng: 心~ trong lòng

【胸部】xiōngbù<名>lồng ngực; ngực

【胸怀】xiōnghuái❶<动>mang trong lòng; ôm ấp: ~大志 ôm ấp chí lớn ❷<名>lòng dạ: ~狭窄 lòng dạ hẹp hòi ❸<名>ngực; lồng ngực: 敞着~ phanh ngực

【胸襟】xiōngjīn<名>❶chí khí; hoài bão: ~开阔 hoài bão to lớn ❷lòng dạ: 荡涤~ gột rửa lòng dạ ❸vạt áo ngực

【胸口】xiōngkǒu<名>lồng ngực; ngực

【胸脯】xiōngpú<名>ngực: 挺着~ ưỡn ngực

【胸腔】xiōngqiāng<名>lồng ngực; khoang ngực

【胸膛】xiōngtáng<名>ngực

【胸围】xiōngwéi<名>vòng ngực

【胸有成竹】xiōngyǒuchéngzhú có sẵn chủ kiến; trong bụng đã ăn chắc

【胸针】xiōngzhēn<名>kim ngực

xióng

雄 xióng❶<形>(giống) đực, (con) trống: ~鸡 gà trống ❷<形>hùng vĩ; hùng dũng; oai hùng: ~姿 tư thế hùng vĩ ❸<形>mạnh mẽ ❹<名>hùng mạnh (người, quốc gia): 称~ xưng hùng

【雄辩】xióngbiàn❶<名>hùng biện: 事实胜于~。 Sự thực còn hơn cả hùng biện. ❷<形>hùng hồn; có sức thuyết phục: 一番~的发言 một bài nói có sức thuyết phục

【雄厚】xiónghòu<形>hùng hậu; hùng mạnh; dồi dào: 资金~ tiền vốn dồi dào

【雄黄】xiónghuáng<名>hùng hoàng

【雄伟】xióngwěi<形>❶hùng vĩ; oai hùng: 气魄~ khí phách oai hùng ❷to lớn: 身材~ vóc người to lớn

【雄心】xióngxīn<名>hoài bão cao xa; hùng tâm; chí lớn; chí cả: ~壮志 chí khí hào hùng

【雄性】xióngxìng<名>đực; giống đực

【雄壮】xióngzhuàng<形>❶hùng tráng; to lớn mạnh mẽ; hùng dũng: ~的步伐 bước chân hùng dũng ❷vạm vỡ; khỏe mạnh: 身材~ thân hình vạm vỡ

熊 xióng<名>con gấu

【熊猫】xióngmāo<名>gấu mèo; gấu trúc

【熊掌】xióngzhǎng<名>bàn chân gấu

xiū

休 xiū **❶**〈动〉ngừng; thôi; nghỉ: ~学 thôi học/nghỉ học **❷**〈动〉nghỉ ngơi; nghỉ: ~养 an dưỡng; 退~ về hưu

【休会】xiūhuì〈动〉ngừng họp; nghỉ họp: 现在~. Bây giờ nghỉ họp.

【休假】xiūjià〈动〉nghỉ phép; nghỉ chế độ

【休克】xiūkè **❶**〈名〉cơn sốc; cơn choáng (ngất) **❷**〈动〉bị choáng; bị sốc; bị ngất: 他因药物过敏~了. Anh ấy bị ngất vì dị ứng thuốc.

【休眠】xiūmián〈动〉**❶**(动物) ngủ đông **❷**tạm ngừng hoạt động

【休息】xiūxi〈动〉**❶**nghỉ; nghỉ ngơi **❷**ngủ

【休闲】xiūxián〈动〉**❶**nhàn rỗi; nhàn nhã: ~场所 khu nghỉ ngơi **❷**nghỉ (đất): ~地 đất nghỉ canh tác

【休想】xiūxiǎng〈动〉đừng hòng; chớ mong: ~逃脱 đừng hòng trốn thoát

【休学】xiūxué〈动〉nghỉ học; thôi học

【休养】xiūyǎng〈动〉**❶**an dưỡng; điều dưỡng: 夏天他常经常到海边~。Mùa hè ông ấy thường đi biển an dưỡng. **❷**phục hồi hoặc phát triển kinh tế nước nhà hoặc cá nhân; bồi dưỡng

【休业】xiūyè〈动〉**❶**nghỉ kinh doanh: ~整顿 nghỉ kinh doanh để chỉnh đốn **❷**(học) kết thúc một giai đoạn học tập

【休整】xiūzhěng〈动〉nghỉ ngơi chỉnh đốn

修[1] xiū〈动〉**❶**trang sức: 装~ trang trí **❷** sửa chữa; chỉnh lại: ~车 sửa xe; ~电脑 chữa máy tính **❸**viết; biên soạn: ~史 viết sử **❹**học tập tu dưỡng (về học vấn, phẩm hạnh): ~业 tu nghiệp; 进~ tiến tu **❺**tu hành; tu luyện: ~仙 tu tiên **❻**xây đắp; xây dựng: ~建 xây dựng; ~路 xây đường **❼**cắt gọt; xén tia; sửa sang: ~指甲 sửa móng tay

修[2] xiū〈形〉[书]dài; cao

【修补】xiūbǔ〈动〉vá sửa; tu bổ

【修长】xiūcháng〈形〉thon dài: 身材~ vóc người dong dỏng, thon thả

【修辞】xiūcí **❶**〈动〉tu từ **❷**〈名〉tu từ học

【修订】xiūdìng〈动〉sửa chữa; chỉnh lí; điều chỉnh: ~教学计划 điều chỉnh tu bổ chương trình giảng dạy

【修复】xiūfù〈动〉**❶**sửa sang lại; tu bổ; sửa chữa phục hồi: ~古建筑 sửa sang lại kiến trúc cổ **❷**phục hồi; lành lại

【修改】xiūgǎi〈动〉sửa đổi; sửa lại: ~计划 sửa lại kế hoạch

【修剪】xiūjiǎn〈动〉**❶**xén; tỉa; cắt sửa (cành lá, móng tay...): ~果树 cắt tỉa cây ăn quả **❷**cắt ghép: ~影片 cắt ghép phim

【修建】xiūjiàn〈动〉xây dựng; thi công: ~桥梁 xây cầu

【修脚】xiūjiǎo〈动〉cắt sửa móng chân, sửa chân

【修理】xiūlǐ〈动〉**❶**sửa chữa: ~厂 xưởng sửa chữa **❷**cắt tỉa; sửa sang: ~树木 cắt tỉa cây **❸**[方]chỉnh; sửa

【修炼】xiūliàn〈动〉tu luyện

【修女】xiūnǚ〈名〉nữ tu sĩ; bà xơ

【修缮】xiūshàn〈动〉tu sửa; sửa chữa (công trình xây dựng): ~厂房 sửa chữa nhà xưởng

【修饰】xiūshì〈动〉**❶**trang trí; tu sửa: ~一新 trang trí lại như mới **❷**chải chuốt; trang điểm: 略加~ trang điểm một chút **❸**sửa sang; nhuận sắc (văn chương): ~文章 nhuận sắc bài văn

【修养】xiūyǎng〈名〉**❶**trình độ (về học thuật, nghệ thuật, lí luận, tư tưởng...): 理论~ trình độ lí luận; 艺术~ tài năng về nghệ thuật **❷**lịch sự, có học: 他是一个温和有~的人。Ông ấy là một người lịch sự nhã nhặn.

【修整】xiūzhěng〈动〉tu sửa; chăm sóc; bảo dưỡng: ~果园 tu bổ lại

vườn cây ăn quả

【修正】xiūzhèng〈动〉đính chính; sửa chữa cho đúng: ~错误 sửa sai

【修筑】xiūzhù〈动〉xây dựng: ~水利工程 xây dựng công trình thủy lợi

羞 xiū❶〈动〉xấu hổ; ngượng; e thẹn; làm túng: 怕~ thẹn thùng ❷〈动〉làm cho xấu hổ: 你别~她。Anh đừng chế giễu nó. ❸〈形〉nỗi nhục; hổ thẹn; sự xấu hổ: 遮~ lấp liếm việc xấu ❹〈动〉cảm thấy nhục nhã; lấy làm xấu hổ: ~与为伍 hổ thẹn vì kết bạn với người nào đó

【羞耻】xiūchǐ〈形〉nhục nhã: 不知~ không biết xấu hổ

【羞答答】xiūdādā ngượng ngùng; hổ thẹn

【羞愧】xiūkuì〈形〉cảm thấy xấu hổ nhục nhã: ~难言 hổ thẹn khó nói

【羞怯】xiūqiè〈形〉rụt rè e lệ

【羞辱】xiūrǔ❶〈名〉nhục nhã: 受尽~ chịu mọi nhục nhã ❷〈动〉làm cho nhục nhã

【羞涩】xiūsè〈形〉thẹn; ngượng nghịu; sượng sùng: 神态~ dáng vẻ e thẹn

xiǔ

朽 xiǔ❶〈动〉mục nát; mục (gỗ): ~木 gỗ mục ❷〈形〉già; già cỗi: 老~ già nua

【朽烂】xiǔlàn〈动〉nát rữa; thối nát; mục rỗng: 木头~ gỗ mục nát

【朽木】xiǔmù〈名〉❶gỗ mục: ~枯株 thân cây khô mục ❷ví con người hư hỏng

宿 xiǔ〈量〉[口]đêm: 走了整~ đi bộ suốt đêm
另见sù

xiù

秀[1] xiù❶〈动〉nở hoa; trổ bông (thường chỉ cây trồng nông nghiệp):

~穗 trổ bông ❷〈形〉 thanh tú; đẹp: 俊~ thanh tú ❸〈形〉thông minh; giỏi: 心~ sáng dạ; 内~ nét đẹp nội tâm ❹〈形〉trội nổi: 优~ ưu tú ❺〈名〉cái xuất sắc: 后起之~ ngôi sao mới nổi ❻〈动〉nhô lên

秀[2] xiù〈动〉biểu diễn: 作~ phô diễn

【秀才】xiùcai〈名〉❶tú tài ❷(chỉ chung) người có học; trí thức; học trò: 穷酸~ ông thầy nghèo túng cổ hủ

【秀丽】xiùlì〈形〉thanh tú đẹp đẽ; tú lệ; xinh đẹp: 容貌~ vẻ đẹp

【秀美】xiùměi〈形〉đẹp; đẹp đẽ thanh tú: 仪容~ dung nhan xinh đẹp

【秀气】xiùqi〈形〉❶thanh tú: 眉眼~ mặt mày thanh tú; 字写得~。Chữ viết thật đẹp. ❷nho nhã; lịch sự ❸xinh xắn; tiện lợi (đồ dùng): 这块表做得~极了。Chiếc đồng hồ đeo tay này rất xinh.

【秀色可餐】xiùsè-kěcān đẹp xinh ngon mắt; xinh xắn đáng yêu

袖 xiù❶〈名〉tay áo: 短~ cộc tay ❷〈动〉giấu trong tay áo: ~手 khoanh tay

【袖口】xiùkǒu〈名〉cổ tay áo

【袖手旁观】xiùshǒu-pángguān khoanh tay đứng nhìn; bàng quan

【袖章】xiùzhāng〈名〉phù hiệu trên tay áo

【袖珍】xiùzhēn〈形〉❶kiểu bỏ túi: ~词典 từ điển bỏ túi ❷nhỏ; mini

【袖子】xiùzi〈名〉tay áo

绣 xiù❶〈动〉thêu: 刺~ thêu dệt ❷〈名〉hàng thêu; đồ thêu: 苏~ hàng thêu Tô Châu

【绣花】xiùhuā〈动〉thêu hoa

【绣球】xiùqiú〈名〉tú cầu; quả còn; quả cầu thêu

锈 xiù❶〈名〉gỉ: 一块块黄~ mảng gỉ; 铁~ gỉ sắt ❷〈名〉lớp vỏ cứng; vết bẩn hoặc đốm màu khó sạch: 茶~ vết chè ❸〈动〉bị gỉ; han gỉ: 铁门~了。Cửa sắt đã bị han gỉ. ❹〈名〉bệnh gỉ sắt lá cây

【锈蚀】xiùshí<动>mọt gỉ: 严重~ bị gỉ ăn mòn nặng

嗅 xiù<动>ngửi: 你—一~就知道它的气味了。Anh cứ ngửi thử xem sẽ biết.

【嗅觉】xiùjué<名>khứu giác: ~迟钝 khứu giác kém

xū

圩 xū<名>[方]chợ; chợ búa: 赶~ đi chợ

【圩市】xūshì<名>chợ; chợ búa; phiên chợ

吁 xū[书]❶<动>thở than; thở dài: 长~短叹 thở vắn than dài ❷<叹>ô (ý kinh ngạc)

【吁吁】xūxū<拟>(thở) phì phò; hổn hển: 气喘~ thở phì phò

须¹ xū<动>cần phải: ~做好准备 cần phải chuẩn bị cho tốt

须² xū<名>❶sợi râu: ~发 râu tóc ❹tua; vật có hình dáng như râu. 花~ tua hoa; 触~ xúc tu

【须发】xūfà<名>râu tóc

【须知】xūzhī❶<名>điều cần biết: 观众~ những điều khán giả cần biết ❷<动>phải biết

虚 xū❶<名>trống; không; rỗng; hư: ~幻 hư ảo; 乘~而入 nhằm chỗ không mà vào ❷<动>để trống; trống: ~位以待 để trống chỗ mà chờ ❸<形>nhút nhát; rụt rè: 心~ nơm nớp lo ngại ngùng ❹<副>uổng phí; không được gì: 箭不~发 không mũi tên nào bắn trượt ❺<形>hờ; giả dối: ~名 hư danh ❻<形> khiêm tốn: ~心 khiêm tốn ❼<形>suy yếu: 血~ kém máu/huyết hư; 体~ thân thể yếu ớt ❽<名>lí lẽ (chính trị, tư tưởng, chính sách): 务~ nghiên cứu

【虚报】xūbào<动>báo cáo láo; khai láo; hư báo: 数据绝对不能~。Không được khai láo các số liệu.

【虚词】xūcí<名>hư từ

【虚度】xūdù<动>sống uổng; sống hoài: ~年华 lãng phí thời gian

【虚构】xūgòu<动>hư cấu: ~的人物 nhân vật hư cấu

【虚汗】xūhàn<名>mồ hôi trộm

【虚幻】xūhuàn<形>hư ảo; hư huyền: ~如梦境 hư ảo như trong mơ

【虚假】xūjiǎ<形>giả tạo; giả dối: ~广告 quảng cáo giả dối

【虚惊】xūjīng<名>hú vía; sợ bóng sợ gió

【虚名】xūmíng<名>hư danh: 徒有~ chỉ có hư danh

【虚拟】xūnǐ❶<形>giả thiết ❷<动>hư cấu; giả định

【虚情假义】xūqíng-jiǎyì giả dối; giả tình giả nghĩa

【虚荣】xūróng❶<名>hư vinh: 不慕~ chẳng chuộng hư danh ❷<形>hâm mộ sĩ diện

【虚荣心】xūróngxīn<名>lòng sĩ diện

【虚弱】xūruò<形>❶(thân thể) yếu ớt; yếu: 他最近身体很~。Anh ấy dạo này yếu lắm. ❷(quốc gia, quân đội) yếu; suy yếu

【虚设】xūshè<动>tồn tại trên danh nghĩa: 形同~ đặt ra trên danh nghĩa

【虚实】xūshí<名>hư thực; thực hư: ~莫测 hư thực khó lường; 探听~ thăm dò thực hư

【虚脱】xūtuō❶<名>hư thoát ❷<动>kiệt sức: 他由于过度劳累而~了。Ông ấy đã kiệt sức vì mệt mỏi quá mức.

【虚伪】xūwěi<形>giả dối; không thật

【虚线】xūxiàn<名>đường ảo; hư tuyến; đường tưởng tượng; đường chấm chấm

【虚心】xūxīn<形>khiêm tốn: ~使人进步，骄傲使人落后。Khiêm tốn làm cho người ta tiến bộ, kiêu ngạo làm cho người ta lạc hậu.

【虚掩】xūyǎn<动>khép: 门~着。Cửa khép hờ hờ.

【虚张声势】xūzhāng-shēngshì khoa trương thanh thế; thổi phồng thế lực

需 xū〈动〉nhu cầu; cần: 按~分配 phân phối theo nhu cầu; 你只~在这里签一下字。Anh chỉ cần kí tên ở đây. ❷〈名〉cái cần dùng: 军~ quân nhu

【需求】xūqiú〈名〉nhu cầu: 满足~ thỏa mãn nhu cầu

【需求量】xūqiúliàng〈名〉lượng nhu cầu

【需要】xūyào❶〈动〉cần (phải có): 我们~人才。Chúng ta cần nhân tài. ❷〈名〉sự đòi hỏi; nguyện vọng

嘘 xū❶〈动〉hà hơi: ~气 hà hơi ❷〈动〉[书]than thở ❸〈叹〉xuyt (biểu thị sự ngăn cản, xua đuổi...): ~! 轻一点。Xuyt! Khẽ chứ. ❹〈动〉(lửa hoặc hơi nóng) táp phải: 小心热气~着手。Cẩn thận kẻo hơi nóng làm bỏng tay. ❺〈动〉[方](tiếng phát ra để ngăn, xua đuổi)xùy; xuyt

【嘘寒问暖】xūhán-wènnuǎn hỏi han ân cần; ân cần thăm hỏi

【嘘声】xūshēng〈名〉tiếng xuyt

xú

徐 xú〈形〉[书]từ từ; chầm chậm: 火车~~进站。Đoàn tàu từ từ vào ga. // (姓) Từ

xǔ

许¹ xǔ❶〈动〉ca ngợi; thừa nhận: 赞~ tán dương; 称~ khen ngợi ❷〈动〉hứa: 他~过我带我去旅游。Anh ấy đã hứa đưa tôi đi du lịch. ❸〈动〉đính hôn: 父母把小女儿~给了他。Cha mẹ đã hứa gả con gái út cho anh ấy. ❹〈动〉cho phép; đồng ý: 准~ cho phép; 默~ đồng ý ngầm; 特~ đặc chuẩn ❺〈副〉có lẽ; có khả năng: 他也~不知道这件事。Ông ấy có lẽ

không biết việc này.

许² xǔ〈副〉rất; lắm: 少~ một ít

【许多】xǔduō〈数〉rất nhiều

【许久】xǔjiǔ〈形〉rất lâu: 她沉默~才回答。Chị ấy im lặng hồi lâu mới trả lời.

【许可】xǔkě〈动〉cho phép: 得到父母的~ được bố mẹ cho phép

【许可证】xǔkězhèng〈名〉giấy phép

【许诺】xǔnuò〈动〉hứa hẹn; đồng ý

【许愿】xǔyuàn〈动〉❶cầu nguyện: 烧香~ thắp hương cầu nguyện ❷hứa hẹn; đồng ý: 封官~ hứa phong cho chức quan

栩 xǔ

【栩栩如生】xǔxǔ-rúshēng sinh động; sống động: 这些小泥人真是~。Những con rối đất này thật là sống động.

xù

序 xù❶〈名〉thứ tự; trật tự: 维护秩~ giữ gìn trật tự; 工~ trình tự công việc; 程~ trình tự ❷〈动〉[书]xếp đặt trật tự: ~次 xếp thứ tự ❸〈形〉mở đầu; phần trước nội dung chính: ~曲 khúc dạo đầu/nhạc dạo ❹〈名〉bài tựa; lời tựa

【序号】xùhào〈名〉số thứ tự

【序列】xùliè〈名〉loạt; sêri: ~号 số sêri

【序论】xùlùn〈名〉phần mở đầu

【序幕】xùmù〈名〉❶màn dạo đầu; màn mở đầu: 拉开~ kéo màn mở đầu ❷ví khởi đầu của sự kiện lớn

【序曲】xùqǔ〈名〉❶khúc mở đầu; khúc dạo đầu; nhạc dạo ❷sự mở đầu

【序数】xùshù〈名〉số thứ tự; số đếm

【序言】xùyán〈名〉bài tựa; lời tựa

叙 xù❶〈动〉nói: ~家常 kể chuyện gia đình ❷〈动〉ghi chép; ghi lại: ~事 kể chuyện/tự sự ❸〈动〉bình; xếp thứ bậc: ~功 bình công

【叙旧】xùjiù<动>nói chuyện cũ; kể lại kỉ niệm xưa: 老战友见面~。Bạn chiến đấu cũ gặp mặt kể lại kỉ niệm xưa.

【叙事】xùshì<动>(viết văn) tự sự; kể chuyện: ~文 văn tự sự

【叙述】xùshù<动>trần thuật; kể lại: ~故事情节 kể lại tình tiết câu truyện

【叙说】xùshuō<动>kể chuyện

【叙谈】xùtán<动>đàm đạo; chuyện trò

恤xù<动>❶thương xót; thương hại: 体~ thương xót (như chính mình) ❷cứu giúp; cứu tế: 抚~ an ủi cứu giúp

畜xù<动>chăn nuôi
另见chù

【畜牧】xùmù<名>chăn nuôi: ~业 nghề chăn nuôi; 从事~ làm nghề chăn nuôi

【畜养】xùyǎng<动>nuôi (động vật): ~牲口 nuôi gia súc

酗xù

【酗酒】xùjiǔ<动>nát rượu; say rượu: ~滋事 say rượu sinh chuyện/quá chén sinh sự

绪xù<名>❶đầu mối (tơ): 头~ đầu mối; 千头万~ muôn nghìn mối ❷[书]thừa lại; tàn dư: ~风 gió rớt ❸tâm tình; tư tưởng: 情~ tinh thần; 离情别~ tâm tình khi li biệt ❹[书]sự nghiệp

【绪言】xùyán<名>lời nói đầu; lời mở đầu

续xù<动>❶nối tiếp: 继~ tiếp tục; 陆~ lục tục ❷nối thêm: ~编 tục biên/soạn tiếp; ~集 tập tiếp theo ❸thêm: 这煤快烧过了，请~上新的。Than sắp đốt hết rồi, xin cho thêm than mới.

【续订】xùdìng<动>tiếp tục đặt; tiếp tục đóng: 您可以~一个月。Ông có thể tiếp tục đóng một tháng.

【续假】xùjià<动>xin nghỉ phép thêm: ~两周 xin nghỉ thêm hai tuần

【续借】xùjiè<动>tiếp tục mượn

【续约】xùyuē❶<动>kí tiếp hợp đồng: 同意~ đồng ý gia hạn kí tiếp hợp đồng với chúng tôi. ❷<名>hợp đồng kí tiếp lại

絮¹xù❶<名>xơ bông ❷<名>(cũ) sợi thô ❸<名>vật giống có hình sợi: 柳 ~ tơ liễu ❹<动>làm cốt bông: ~棉衣 làm cốt áo bông

絮²xù❶<动>nói lôi thôi dài dòng ❷<形>[方]nhàm chán

【絮叨】xùdao<动>nói lôi thôi; nói dông dài

婿xù<名>❶con rể: 翁~ bố vợ và con rể ❷chồng: 夫~ chồng

蓄xù<动>❶tồn trữ; tích trữ; 储~ tích trữ; ~水池 bể chứa nước ❷để (tóc): ~发 nuôi tóc/để tóc ❸giữ (trong lòng): ~志 nuôi chí

【蓄电池】xùdiànchí<名>ắc-quy: 给~充电 sạc điện cho ắc-quy

【蓄积】xùjī<动>chứa giữ; dự trữ; tồn trữ: 水库可以~雨水. Hồ chứa nước có thể giữ nước mưa.

【蓄谋】xùmóu<动>có âm mưu: ~抢劫 có âm mưu ăn cướp

【蓄水池】xùshuǐchí<名>bể chứa nước

【蓄意】xùyì<动>rắp tâm; định bụng; có ý định: ~挑衅 rắp tâm gây hấn

xuān

宣xuān❶<动>nói ra; truyền ra: 心照不~ hiểu nhau không nói thành lời ❷<动>tuyên triệu ❸<动>khơi dòng: ~泄 khơi dòng chảy ❹<名>giấy Tuyên Thành

【宣布】xuānbù<动>tuyên bố: ~命令 tuyên bố mệnh lệnh

【宣称】xuānchēng<动>rêu rao

【宣传】xuānchuán<动>tuyên truyền: ~委员 ủy viên tuyên truyền

【宣传部】xuānchuánbù<名>ban tuyên giáo; ban tuyên truyền

【宣传画】xuānchuánhuà<名>tranh

tuyên truyền; tranh cổ động; tranh áp phích: 公益~ tranh áp phích công ích

【宣读】xuāndú〈动〉tuyên đọc; đọc: ~嘉奖令 tuyên đọc lệnh khen thưởng

【宣告】xuāngào〈动〉tuyên cáo; tuyên bố: ~结束 tuyên bố kết thúc

【宣判】xuānpàn〈动〉tuyên án: 公开~ tuyên án công khai

【宣誓】xuānshì〈动〉tuyên thệ: ~就职 tuyên thệ nhậm chức

【宣泄】xuānxiè〈动〉❶tháo nước; khơi thông dòng nước ❷thổ lộ; trút: ~怒火 thổ lộ lửa giận ❸[书]tiết lộ

【宣言】xuānyán❶〈名〉tuyên ngôn (của nhà nước, chính đảng, đoàn thể...): 独立~ tuyên ngôn độc lập ❷〈动〉tuyên bố: 郑重~ trịnh trọng tuyên bố

【宣扬】xuānyáng〈动〉tuyên truyền rộng rãi: ~改革的成就 tuyên truyền rộng rãi thành tựu cải cách; 大肆~ làm rùm beng lên

【宣战】xuānzhàn〈动〉❶tuyên chiến; tuyên bố chiến tranh ❷phiếm chỉ triển khai đấu tranh quy mô lớn

喧 xuān〈形〉ồn ào; có tiếng động lớn: 锣鼓~天 chiêng trống ầm trời

【喧宾夺主】xuānbīn–duózhǔ khách lấn át hơn chủ; phụ át chính

【喧哗】xuānhuá❶〈形〉ồn ào ầm ĩ: 笑语~ nói cười ầm ĩ ❷〈动〉làm ồn; làm ầm ĩ: 请勿~. Xin đừng làm ầm ĩ.

【喧闹】xuānnào❶〈动〉ồn ào náo động; sôi động ❷〈形〉ồn ào náo nhiệt: ~的市场 phiên chợ ồn ào náo nhiệt

【喧嚣】xuānxiāo❶〈形〉ồn ào náo động: ~的人群 đám người ồn ào nhốn nháo ❷〈动〉kêu la; ầm ĩ: ~一时 ầm ĩ lên một lúc

xuán

玄 xuán〈形〉❶màu đen; màu huyền: ~齿 răng đen ❷sâu xa khó hiểu: ~妙 huyền diệu ❸[口]mơ hồ; khó tin: 这话真~. Câu nói này thật khó tin.

【玄乎】xuánhu〈形〉[口]huyền hoặc (khó nắm bắt)

【玄孙】xuánsūn〈名〉huyền tôn; chút (cháu năm đời)

【玄虚】xuánxū〈名〉huyền hoặc; mê hoặc

悬 xuán❶〈动〉treo; treo lên: ~挂 treo lơ lửng ❷〈动〉công khai vạch ra; nói ra: ~赏 treo thưởng ❸〈动〉xắn cao: ~腕 nhấc cao cổ tay ❹〈动〉treo lơ lửng; chưa giải quyết ❺〈动〉suy nghĩ lung tung vô căn cứ: 心~两处 lòng thấp thỏm đôi nơi ❻〈动〉nghĩ vẩn vơ; nghĩ lông bông: ~想 nghĩ xa vời ❼〈形〉cách vời: ~隔 cách xa ❽〈形〉[方]nguy hiểm

【悬浮】xuánfú〈动〉❶huyền phù (chỉ những hạt rắn nhỏ lơ lửng trong chất lỏng) ❷lơ lửng trôi nổi: 水面上~着一些雾气. Trên mặt nước lững lờ trôi nổi những đám sương mù.

【悬挂】xuánguà〈动〉treo: ~国旗 treo quốc kì

【悬空】xuánkōng〈动〉❶treo lơ lửng trên không ❷ví chưa đâu vào đâu, còn bị treo giò

【悬念】xuánniàn❶〈动〉thấp thỏm nhớ mong ❷〈名〉hồi hộp; nghi vấn: 制造~ gây hồi hộp

【悬殊】xuánshū〈形〉khác xa; chênh lệch xa: 贫富~ giàu nghèo khác biệt

【悬崖】xuányá〈名〉vách núi cao dựng đứng

旋 xuán❶〈动〉xoay chuyển: 盘~ bàn hoàn/ bay lượn lượn; 天~地转 trời đất xoay chuyển ❷〈动〉trở về: 凯~ khải hoàn ❸〈名〉vòng; xoay tròn: ~涡 vũng xoáy ❹〈名〉(tóc) xoăn; xoáy; khoáy: 头顶上有两个~儿. Đỉnh đầu có hai cái khoáy. ❺〈副〉[书]nhanh; chốc lát

另见xuàn

【旋律】 xuánlǜ<名>giai điệu (trong âm nhạc): 优美的~ giai điệu tốt đẹp

【旋钮】 xuánniǔ<名>nút xoay

【旋梯】 xuántī<名>❶thang dây (trên máy bay lên thẳng) ❷thang đu (một môn thể thao)

【旋涡】 xuánwō<名>❶xoáy nước ❷vòng xoáy: 陷入爱情的~ rơi vào vòng xoáy của tình yêu

【旋转】 xuánzhuǎn<动>xoay tròn; xoay quanh: 月球绕地球~。Mặt trăng xoay quanh trái đất.

【旋转木马】 xuánzhuǎn mùmǎ trò kéo quân ngựa gỗ

漩 xuán<名>dòng nước xoáy: 河中央有许多水~儿。Giữa sông có nhiều dòng nước xoáy.

【漩涡】 xuánwō<名>dòng xoáy

xuǎn

选 xuǎn❶<动>lựa chọn: 筛~ sàng lọc ❷<动>tuyển cử; bầu cử: 普~ tổng tuyển cử/phổ thông bỏ phiếu (tất cả mọi công dân đều có quyền bỏ phiếu)❸<名>trúng cử; đắc cử: 当~ trúng cử; 人~ người chọn ❹<名>tác phẩm chọn lọc: 论文~ tập tuyển luận văn

【选拔】 xuǎnbá<动>tuyển chọn: ~基层干部 tuyển chọn cán bộ cơ sở

【选编】 xuǎnbiān❶<动>biên tập tuyển chọn: 这些是~的材料。Đây là những tài liệu đã được tuyển chọn. ❷<名>tuyển tập

【选段】 xuǎnduàn<名>đoạn chọn; đoạn trích: 音乐~ đoạn trích âm nhạc

【选购】 xuǎngòu<动>chọn mua

【选集】 xuǎnjí<名>tuyển tập

【选举】 xuǎnjǔ<动>tuyển cử; bầu: 大会将~出主席。Hội nghị sẽ bầu ra vị chủ tịch.

【选民】 xuǎnmín<名>cử tri

【选派】 xuǎnpài<动>biệt phái: 你被~去支援边疆了。Anh được tuyển chọn và cử đi chi viện vùng biên cương.

【选票】 xuǎnpiào<名>phiếu bầu

【选区】 xuǎnqū<名>khu vực bầu cử

【选手】 xuǎnshǒu<名>tuyển thủ

【选送】 xuǎnsòng<动>tiến cử; chọn để giới thiệu: 他需要~一些作品去参赛。Anh ấy cần phải chọn một số tác phẩm tham gia cuộc thi.

【选题】 xuǎntí❶<动>chọn đề ❷<名>tiêu đề được chọn

【选项】 xuǎnxiàng❶<动>chọn hạng mục ❷<名>hạng mục được chọn

【选修】 xuǎnxiū<动>chọn môn học: 这学期他~了很多课程。Học kì này anh ấy đã chọn học nhiều khóa trình.

【选秀】 xuǎnxiù<动>thi tuyển người đẹp; thi hoa hậu: 这是一期~节目。Đây là một chương trình thi hoa hậu.

【选用】 xuǎnyòng<动>tuyển dụng; chọn: ~工人 tuyển dụng lao động

【选择】 xuǎnzé<动>lựa chọn

癣 xuǎn<名>bệnh nấm ngoài da; hắc lào: 手~ nấm tay

xuàn

炫 xuàn<动>[书]❶lóa mắt: 光彩~目 ánh sáng sắc màu lóa mắt ❷khoe; khoe khoang: ~技 khoe kĩ năng

【炫富】 xuànfù<动>khoe khoang của cải; khoe giàu

【炫目】 xuànmù<形>(ánh sáng) chói lòa; lóa mắt: 珠宝发出~的光芒。Châu báu tỏa sáng lóa mắt.

【炫耀】 xuànyào<动>❶khoe khoang ❷chiếu rọi; sáng lòa

绚 xuàn<形>(màu sắc) tươi sáng; rực rỡ: ~烂的色彩 màu sắc rực rỡ

【绚丽】 xuànlì<形>rực rỡ; sáng đẹp: ~的舞台 sân khấu rực rỡ

眩 xuàn〈形〉mắt hoa; mắt mờ

【眩晕】xuànyùn〈动〉chóng mặt; bị choáng: 我一爬高就~。Tôi cứ leo cao thì chóng mặt.

旋 xuàn❶〈形〉xoáy; xoay chuyển: ~风 gió xoáy ❷〈动〉tiện; gọt xoáy tròn: ~根车轴 tiện trục xe ❸〈名〉mâm tráng bánh

另见xuán

【旋风】xuànfēng〈名〉gió xoáy; gió lốc: 一般地进攻 tiến công như gió xoáy

渲 xuàn〈动〉tô màu; phủ lên; tô lên

【渲染】xuànrǎn〈动〉❶tô màu lên bức tranh; phủ lên; tô vẽ ❷thổi phồng; miêu tả quá mức; tô hồng; khuếch đại

xuē

削 xuē 义同"削"(xiāo), 专用于合成词, 如"剥削、削减、削弱"。

另见xiāo

【削减】xuējiǎn〈动〉giảm bớt: ~开支 cắt giảm chi tiêu

【削弱】xuēruò〈动〉❶yếu đi (lực lượng, thế lực) ❷làm suy yếu: ~敌人的有生力量 làm suy yếu sinh lực của địch

靴 xuē〈名〉ủng; hia; giày bốt: 皮~ ủng da

【靴子】xuēzi〈名〉giày bốt; ủng

xué

穴 xué〈名〉❶hang đá; hang hốc: 洞~ hang động ❷ổ; tổ: 虎~ hang cọp; 蚁~ tổ kiến ❸huyệt mộ ❹huyệt: 点揿~位治疗的方法 phương pháp bấm huyệt chữa bệnh

【穴位】xuéwèi〈名〉❶[中医]huyệt vị: 按摩~ bấm huyệt vị ❷vị trí huyệt mộ

学 xué❶〈动〉học (tập): ~画画 học vẽ ❷〈动〉học; bắt chước: ~小狗叫 bắt chước tiếng chó sủa ❸〈名〉học vấn: 博~多才 học rộng tài cao ❹〈名〉môn học: 生物~ sinh vật học ❺〈名〉trường học: 大~ trường đại học

【学报】xuébào〈名〉học báo

【学费】xuéfèi〈名〉❶học phí ❷chi phí học tập

【学分】xuéfēn〈名〉học phần; tín chỉ

【学风】xuéfēng〈名〉phong khí học tập: 端正~ uốn nắn phong khí học tập

【学府】xuéfǔ〈名〉học phủ (trường đại học, cao đẳng): 高等~ trường đại học và cao đẳng

【学会】xuéhuì❶〈动〉nắm được: 这件事教我们~理解他人。Việc này dạy chúng tôi học được cách hiểu người khác. ❷〈名〉học hội; hội học thuật

【学籍】xuéjí〈名〉học bạ; tư cách học sinh: 保留~ bảo lưu tư cách học sinh

【学科】xuékē〈名〉❶ngành khoa học: 物理~ ngành khoa học vật lí ❷ngành học ❸khoa mục

【学历】xuélì〈名〉quá trình học tập: 他拥有本科~。Anh ấy có bằng cử nhân.

【学龄】xuélíng〈名〉tuổi đi học: ~前儿童 trẻ em trước tuổi đi học

【学期】xuéqī〈名〉học kì

【学前班】xuéqiánbān〈名〉lớp mẫu giáo (trước tuổi đi học); lớp vỡ lòng

【学前教育】xuéqián jiàoyù giáo dục mầm non; giáo dục trước tuổi đi học

【学区】xuéqū〈名〉khu quản lí giáo dục; phân khu học

【学生】xuéshēng〈名〉❶học sinh; sinh viên: ~是祖国的未来。Học sinh là tương lai của nhà nước. ❷học trò

【学生会】xuéshēnghuì〈名〉hội học sinh; hội sinh viên

【学生证】xuéshēngzhèng〈名〉thẻ học sinh; thẻ sinh viên: 凭~买车票

mua vé xe bằng thẻ học sinh

【学时】xuéshí〈名〉giờ học; tiết học

【学识】xuéshí〈名〉học thức: 他~渊博，所知甚广。Anh ấy học thức uyên bác, hiểu biết rất rộng.

【学士】xuéshì〈名〉❶người có học ❷cử nhân; học sĩ: 本科毕业后，我们将获得~学位。Sau khi tốt nghiệp đại học, chúng tôi sẽ có học vị cử nhân.

【学术】xuéshù〈名〉học thuật

【学术界】xuéshùjiè〈名〉giới học thuật

【学徒】xuétú❶〈动〉học nghề ❷〈名〉người học nghề; học trò: ~工 công nhân học trò

【学位】xuéwèi〈名〉❶học vị: 大学毕业将会获得学士~。Sau khi tốt nghiệp đại học sẽ nhận được học vị cử nhân. ❷hạn mức vào trường

【学问】xuéwen〈名〉❶học vấn; ngành học ❷học vấn; kiến thức

【学无止境】xuéwúzhǐjìng sự học hỏi là không có bờ bến: ~，我们要活到老学到老。Sự học hỏi là vô bờ bến, đòi hỏi chúng ta phải học tập suốt đời.

【学习】xuéxí〈动〉❶học tập: ~的乐趣在于增长知识。Sự hứng thú trong học tập là mở rộng kiến thức. ❷học; bắt chước; noi gương: 向雷锋同志~! Noi gương đồng chí Lôi Phong!

【学校】xuéxiào〈名〉trường học; nhà trường: 各个~都在扩大招生量。Các trường đều tăng số lượng tuyển sinh.

【学业】xuéyè〈名〉bài vở và bài tập

【学业有成】xuéyè-yǒuchéng học tập có thành tích: 祝你~! Chúc mừng em học tập giành thành tích tốt!

【学员】xuéyuán〈名〉học viên; sinh viên

【学院】xuéyuàn〈名〉học viện

【学杂费】xuézáfèi〈名〉học phí và tạp phí; khoản chi lặt vặt trong học tập

【学者】xuézhě〈名〉học giả: 这次研讨会有许多著名~参加。Nhiều học giả nổi tiếng tham gia cuộc hội thảo này.

【学制】xuézhì〈名〉chế độ giáo dục

【学子】xuézǐ〈名〉[书]học trò; học sinh

xuě

雪 xuě❶〈名〉tuyết: ~花 hoa tuyết ❷〈名〉(trắng sáng) như tuyết ❸〈动〉rửa sạch: 昭~ chiêu tuyết

【雪白】xuěbái〈形〉trắng như tuyết: ~肌肤 da trắng như tuyết

【雪崩】xuěbēng〈动〉tuyết lở; tuyết sạt: 有几位游客因为~而被困在山上。Có mấy du khách bị kẹt trong núi vì tuyết lở.

【雪糕】xuěgāo〈名〉❶kem que: 绿豆~ kem que đậu xanh ❷[方]kem: 草莓~ kem dâu

【雪花】xuěhuā〈名〉hoa tuyết; bông tuyết

【雪花膏】xuěhuāgāo〈名〉kem dưỡng da; kem mĩ phẩm

【雪茄】xuějiā〈名〉xì gà

【雪梨】xuělí〈名〉quả lê

【雪亮】xuěliàng〈形〉sáng như tuyết; sáng trong: 人民的眼睛是~的。Con mắt của nhân dân bao giờ cũng trong sáng thấu suốt.

【雪橇】xuěqiāo〈名〉xe trượt tuyết

【雪人】xuěrén〈名〉(tượng) người tuyết

【雪上加霜】xuěshàng-jiāshuāng tuyết băng lại thêm sương phủ; họa vô đơn chí

【雪条】xuětiáo〈名〉[方]kem que; kem cây

【雪中送炭】xuězhōng-sòngtàn tặng than sưởi khi trời tuyết; giúp người trong hoạn nạn

鳕 xuě ⟨名⟩[动物]cá moruy
【鳕鱼】 xuěyú ⟨名⟩cá moruy

xuè

血 xuè ❶⟨名⟩máu: 流~ chảy máu ❷⟨形⟩(có quan hệ) ruột thịt máu mủ; huyết thống: ~统 huyết thống ❸⟨名⟩kinh nguyệt ❹⟨形⟩bồng bột xốc nổi: ~气方刚 khí huyết bừng bừng 另见 xiě

【血本无归】 xuèběn-wúguī mất sạch vốn: 生意上的失败让他~。Thất bại trong kinh doanh làm cho anh ấy mất sạch vốn.

【血常规检查】 xuèchángguī jiǎnchá xét nghiệm máu cơ bản

【血管】 xuèguǎn ⟨名⟩mạch máu; huyết quản

【血汗】 xuèhàn ⟨名⟩máu và mồ hôi; mồ hôi nước mắt

【血汗钱】 xuèhànqián ⟨名⟩tiền kiếm được bằng mồ hôi nước mắt

【血红蛋白】 xuèhóng dànbái huyết sắc tố; hồng huyết tố

【血迹】 xuèjì ⟨名⟩vết máu

【血口喷人】 xuèkǒu-pēnrén ngậm máu phun người

【血脉】 xuèmài ⟨名⟩❶mạch máu ❷huyết thống; dòng máu: ~相承 cùng một dòng máu

【血浓于水】 xuènóngyúshuǐ máu đậm hơn nước lã; một giọt máu đào hơn ao nước lã

【血泡】 xuèpào ⟨名⟩nốt phồng dưới da đầy máu: 他的手上起了~。Bàn tay anh ấy bị rộp phồng tụ máu.

【血拼】 xuèpīn ⟨动⟩liều mình với đối thủ

【血清】 xuèqīng ⟨名⟩huyết thanh

【血色】 xuèsè ⟨名⟩sắc mặt; màu hồng hào của da: 老人~很好。Ông cụ sắc mặt hồng hào.

【血栓】 xuèshuān ⟨名⟩chứng nghẽn mạch máu: ~会危及生命。Chứng nghẽn mạch máu sẽ đe dọa đến tính mạng.

【血糖】 xuètáng ⟨名⟩glucosa máu; đường huyết

【血统】 xuètǒng ⟨名⟩(quan hệ) huyết thống; dòng máu; máu mủ

【血小板】 xuèxiǎobǎn ⟨名⟩tiểu cầu (nhỏ hơn huyết cầu, giúp làm đông máu)

【血腥】 xuèxīng ❶⟨名⟩mùi tanh máu ❷⟨形⟩đẫm máu: 这部电影再现了~的战争场景。Bộ phim này đã tái hiện cảnh chiến tranh đẫm máu.

【血型】 xuèxíng ⟨名⟩nhóm máu; loại máu

【血压】 xuèyā ⟨名⟩huyết áp

【血压计】 xuèyājì ⟨名⟩huyết áp kế

【血液】 xuèyè ⟨名⟩❶máu; huyết dịch ❷ thành phần chính; sức mạnh: 新鲜~ sức mạnh mới

【血缘】 xuèyuán ⟨名⟩huyết thống: ~关系 quan hệ huyết thống

【血脂】 xuèzhī ⟨名⟩chất mỡ trong máu; mỡ máu

xūn

勋 xūn ⟨名⟩❶công huân; công lao: 不朽的功~ công huân bất hủ ❷huân chương

【勋章】 xūnzhāng ⟨名⟩huân chương

熏 xūn ❶⟨动⟩hun; xông (khói, hơi): 臭气~天 mùi thối xông lên ❷⟨动⟩hun; sấy (đồ ăn): ~鱼 cá hun ❸⟨动⟩tối (mắt vì lời): 利欲~心 hám lợi tối lòng ❹⟨形⟩[书]ấm áp: ~风 gió ấm

【熏肉】 xūnròu ❶⟨动⟩hun thịt ❷⟨名⟩thịt hun

【熏陶】 xūntáo ⟨动⟩hun đúc

薰 xūn ⟨名⟩[书]cỏ huân (một loại cỏ thơm)

【薰衣草】 xūnyīcǎo ⟨名⟩cỏ huân (một loại cỏ thơm)

xún

旬 xún ❶<名>tuần (mười ngày): 上~ thượng tuần ❷<量>tuần (mười tuổi là một tuần): 年届八~ sắp đến tuổi 80

寻 xún<动>tìm; kiếm: ~机 tìm cơ hội

【寻常】xúncháng<形>bình thường; tầm thường: ~小事 việc bình thường

【寻短见】xún duǎnjiàn tìm cái chết; tự sát; tự tử

【寻访】xúnfǎng<动>tìm thăm: 我们已经~了许多困难户。Chúng tôi đã tìm thăm nhiều hộ khó khăn.

【寻欢作乐】xúnhuān-zuòlè bày trò mua vui

【寻觅】xúnmì<动>tìm kiếm; tìm tòi

【寻求】xúnqiú<动>tìm kiếm; tìm tòi học hỏi: ~支持 tìm tòi sự giúp đỡ

【寻人启事】xúnrén qǐshì nhắn tin tìm người

【寻思】xúnsi<动>suy nghĩ, thầm nghĩ: 他在~解决问题的办法。Anh ấy đang suy nghĩ cách giải quyết vấn đề.

【寻找】xúnzhǎo<动>tìm; tìm kiếm: 我们正在~失事飞机的残骸。Chúng ta đang tìm xác máy bay bị nạn.

巡 xún ❶<动>tuần tra: 出~ đi tuần ❷<量>tuần; lượt: 酒过三~ rượu quá ba tuần

【巡查】xúnchá<动>tuần tra: 边境~ tuần tra biên giới

【巡航】xúnháng<动>tuần tra trên không, trên biển: ~导弹 tên lửa cru-dơ

【巡回】xúnhuí<动>lưu động: ~演讲 diễn thuyết lưu động

【巡警】xúnjǐng<名>cảnh sát tuần tra; tuần cảnh

【巡逻】xúnluó<动>đi tuần; tuần tra cảnh giới; tuần tiễu

【巡视】xúnshì<动>❶thị sát: 国王正在~自己的国家。Quốc vương đang thị sát các nơi trong nước. ❷nhìn tứ phía: ~四周 nhìn xung quanh

【巡洋舰】xúnyángjiàn<名>tàu tuần dương; tuần dương hạm

询 xún<动>hỏi ý kiến; xin ý kiến: 质~ chất vấn

【询问】xúnwèn<动>hỏi dò; thăm dò: 许多人来派出所~情况。Nhiều người đến đồn công an dò hỏi tình hình.

荨 xún
另见qián

【荨麻疹】xúnmázhěn<名>dị ứng ngoài da; bệnh mề đay

循 xún<动>tuân theo; đi theo: 遵~ tuân theo

【循环】xúnhuán<动>tuần hoàn: ~利用资源能创造可观的经济利益。Tận dụng tuần hoàn nguồn tài nguyên có thể tạo ra lợi ích kinh tế khả quan.

【循序渐进】xúnxù-jiànjìn tiến dần từng bước: 发展是一个~的过程。Phát triển là một quá trình tiến dần từng bước.

【循循善诱】xúnxún-shànyòu khéo dắt dẫn từng bước

鲟 xún<名>[动物]cá chiên; cá tầm: 中华~ cá tầm Trung Hoa

xùn

训 xùn ❶<动>dạy bảo; khuyên răn; khuyên bảo: 教~ giáo huấn ❷<名>lời dạy bảo; lời giáo huấn: 家~ gia huấn ❸<动>giải thích ý nghĩa của từ: ~诂 giải thích từ ngữ trong sách cổ ❹<名>chuẩn mực; phép tắc: 不足为~ không đáng làm chuẩn mực ❺<动>huấn luyện

【训斥】xùnchì<动>trách mắng răn dạy: 他由于犯错，受到父亲~。Bởi vì mắc sai lầm, cậu ấy bị bố trách mắng.

【训练】xùnliàn<动>rèn luyện; huấn

luyện: 业务~ rèn luyện nghiệp vụ

讯 xùn❶⟨动⟩hỏi: 问~ hỏi han ❷⟨动⟩thẩm vấn ❸⟨名⟩tin; tin tức: 新华社~ tin Tân Hoa xã

【讯号】xùnhào⟨名⟩❶tín hiệu (qua sóng điện) ❷dấu hiệu

【讯息】xùnxī⟨名⟩tin tức

汛 xùn⟨名⟩lũ

【汛期】xùnqī⟨名⟩mùa nước lũ

【汛情】xùnqíng⟨名⟩tình hình lũ

迅 xùn⟨形⟩nhanh chóng

【迅捷】xùnjié⟨形⟩nhanh nhẹn; nhanh nhạy: 动作~ động tác nhanh nhẹn

【迅猛】xùnměng⟨形⟩nhanh mạnh; mãnh liệt: 科技在~发展。Khoa học kĩ thuật đang phát triển nhanh mạnh.

【迅速】xùnsù⟨形⟩nhanh chóng: 我们~占领了敌人的阵地。Chúng tôi nhanh chóng chiếm lĩnh trận địa của quân địch.

驯 xùn❶⟨动⟩thuần dưỡng: ~狮 thuần dưỡng con sư tử ❷⟨形⟩đã thuần

【驯从】xùncóng⟨形⟩đã thuần; dễ bảo: ~的猴子 một con khỉ đã thuần

【驯服】xùnfú❶⟨形⟩đã thuần; dễ bảo: 这只小狗很~。Con chó này ngoan lắm. ❷⟨动⟩thuần hóa; chế ngự: ~野兽 thuần hóa thú rừng

【驯兽师】xùnshòushī⟨名⟩người thuần dưỡng dã thú

【驯养】xùnyǎng⟨动⟩thuần dưỡng: 她曾经~过好多种动物。Chị ấy từng thuần dưỡng nhiều loại động vật.

逊 xùn❶⟨动⟩nhường (ngôi vua): ~位 nhường ngôi ❷⟨动⟩[书]kém; không so sánh được: 毫不~色 không chút thua kém ❸⟨形⟩khiêm nhường; khiêm tốn: 谦~ khiêm tốn

殉 xùn⟨动⟩❶tuẫn táng: 人~ tuẫn táng bằng người ❷hi sinh cho lí tưởng, sự nghiệp: ~国 hi sinh vì tổ quốc

【殉国】xùnguó⟨动⟩hi sinh vì tổ quốc

【殉情】xùnqíng⟨动⟩tự tử vì tình; chết vì tình

【殉葬】xùnzàng⟨动⟩tuẫn táng; chôn theo người chết; tùy táng

【殉职】xùnzhí⟨动⟩hi sinh vì nhiệm vụ: 他是因公~的。Anh ấy hi sinh vì công vụ.

Y y

yā

丫 yā<名>❶chạc; chẽ: 树~ chạc cây ❷[方]con gái: ~头 con gái/con bé

【丫头】 yātou<名>❶con gái; bé gái ❷a hoàn; con ở

压 yā❶<动>ép; đè; dằn: ~紧 ép thật chặt ❷<动>siêu việt; át; hơn: 技~群 芳 kĩ thuật át hẳn mọi người ❸<动> ức chế; cầm nén: 强~怒火 cố cầm cơn nóng giận ❹<动>áp; áp chế: 镇 ~ đàn ap ❺<动>áp gần; áp sát. 大军 ~境. Quân đội áp sát biên giới. ❻ <动>ứ đọng; dìm; ngâm: 商品积~在 仓库里. Lô hàng bị ứ đọng trong kho. ❼<名>áp suất: 血~ huyết áp ❽<动>đặt cửa (cắc bạc)
另见 yà

【压仓】 yācāng<动>tồn kho: ~货 hàng tồn kho

【压倒】 yādǎo<动>áp đảo; khuất phục: 我们不会被困难~. Chúng ta không chịu khuất phục trước khó khăn.

【压货】 yāhuò<动>❶hàng hóa ứ đọng ❷bị trì hoãn hàng

【压价】 yājià<动>ép giá; dìm giá: 经 销商向厂家~. Các chủ bao tiêu dìm giá với người sản xuất.

【压惊】 yājīng<动>làm giảm bớt nỗi sợ: 喝杯水压~ uống chén nước để bình tĩnh đã

【压垮】 yākuǎ<动>đè bẹp: 沉重的 家庭负担把他~了. Gánh nặng gia đình đã đè bẹp anh ấy.

【压力】 yālì<名>❶sức nén; sức ép ❷áp lực: 案件调查遇到了~. Việc điều tra vụ án đã gặp nhiều sức ép.

【压力锅】 yālìguō<名>nồi áp suất

【压路机】 yālùjī<名>xe lăn; xe lu

【压迫】 yāpò<动>❶áp bức: 反抗~ chống áp bức ❷đè lên; ép lên

【压强】 yāqiáng<名>[物理]áp suất

【压岁钱】 yāsuìqián<名>tiền lì xì; phong bao

【压缩】 yāsuō<动>❶ép nhỏ; nén: ~文 件 file nén ❷giảm bớt: 编制 giảm biên chế

【压缩机】 yāsuōjī<名>[机械]máy ép; máy nén

【压抑】 yāyì<动>❶kiềm chế: 他极力~ 自己的不满. Anh ta cố kiềm chế sự bất mãn của mình. ❷<形>nặng nề: 现场的气氛很~. Không khí hiện trường rất nặng nề.

【压榨】 yāzhà<动>❶ép; nén ❷bóc lột

【压阵】 yāzhèn<动>❶đi sau cùng; đi hậu vệ ❷áp trận; trấn an

【压制】 yāzhì<动>ép chế; kìm nén: ~ 下级 đè nén cấp dưới

【压轴】 yāzhòu❶<名>tiết mục ở phần cuối của buổi trình diễn: 这场演出 的~节目是歌舞. Tiết mục trấn hậu của buổi diễn xuất là ca múa. ❷<动> xếp làm tiết mục áp chót

【压住】 yāzhù<动>ức chế; cầm nén; hãm yên tại chỗ: ~咳嗽 nén cơn ho

呀 yā❶<叹>a: ~, 下雪了! A, mưa tuyết rồi! ❷<拟>kít; két; kẹt

另见ya

押 yā ❶〈动〉kí tên; đánh dấu trên tài liệu: ~字 kí tên ❷〈名〉chữ kí hoặc phù hiệu làm bằng: 画~ đánh dấu trên tài liệu ❸〈动〉thế chấp; cầm cố: 抵~ cầm cố ❹〈动〉tạm giam: 拘~ tạm giữ ❺〈动〉áp tải; áp giải: ~运货物 đi áp tải hàng ❻〈动〉đặt cửa; đặt tiền

【押车】yāchē〈动〉áp tải xe

【押金】yājīn〈名〉tiền đặt cọc

【押送】yāsòng〈动〉❶áp giải ❷áp tải: ~粮食 áp tải lương thực

【押题】yātí〈动〉đoán đề thi

【押运】yāyùn〈动〉áp tải (hàng hóa): 警察将负责这次~行动。Cảnh sát sẽ phụ trách việc áp tải lần này.

【押韵】yāyùn〈动〉gieo vần

鸦 yā〈名〉con quạ

【鸦片】yāpiàn〈名〉thuốc phiện; nha phiến: ~战争 chiến tranh Nha Phiến

【鸦雀无声】yāquè-wúshēng im phăng phắc

鸭 yā〈名〉con vịt

【鸭蛋】yādàn〈名〉❶trứng vịt ❷ví bài làm bị điểm không

【鸭绒】yāróng〈名〉nhung lông vịt

【鸭肉】yāròu〈名〉thịt vịt

【鸭舌帽】yāshémào〈名〉mũ lưỡi trai; mũ cát-két

【鸭子】yāzi〈名〉con vịt

yá

牙 yá〈名〉❶răng: 补~ hàn răng ❷ngà voi: ~筷 đũa ngà ❸đồ vật hình răng

【牙病】yábìng〈名〉bệnh đau răng

【牙齿】yáchǐ〈名〉răng

【牙粉】yáfěn〈名〉bột đánh răng

【牙膏】yágāo〈名〉thuốc đánh răng

【牙垢】yágòu〈名〉cao răng

【牙关】yáguān〈名〉khớp hàm

【牙科】yákē〈名〉nha khoa: ~医生 bác sĩ nha khoa

【牙签】yáqiān〈名〉que tăm: 用~剔牙 dùng tăm xia răng

【牙刷】yáshuā〈名〉bàn chải đánh răng

【牙疼】yáténg〈名〉đau răng: ~常常让人没有食欲。Đau răng thường làm người ta không thiết ăn uống.

【牙线】yáxiàn〈名〉chỉ nha khoa;chỉ tơ nha khoa

【牙牙学语】yáyá-xuéyǔ bi bô học nói

【牙周炎】yázhōuyán〈名〉bệnh viêm lợi

芽 yá〈名〉❶mầm; chồi (cây): 麦~ mầm mạch ❷(giống như mầm) cái mầm: 肉~ mầm thịt

蚜 yá〈名〉bọ vòi; rệp (hút nhựa cây): 棉~ rệp bông

【蚜虫】yáchóng〈名〉bọ vòi; rệp (hút nhựa cây)

崖 yá〈名〉❶sườn dốc (núi, gò cao): 悬~峭壁 vách núi dựng đứng/vách đá cheo leo ❷[书]bến bờ: ~略 khái quát/đại khái

涯 yá〈名〉❶[书]bờ; bến ❷phạm vi; mức độ: 天~ chân trời; 生~ cuộc đời

yǎ

哑¹ yǎ ❶〈形〉câm: 装聋作~ giả câm giả điếc ❷〈形〉khản cổ; khàn giọng: 声音沙~ khàn giọng ❸〈动〉(pháo, đạn) điếc; câm; tịt; xịt: 炮~了。Pháo bị tịt ngòi. ❹〈形〉không có tiếng: ~剧 kịch câm

哑² yǎ〈拟〉khanh khách; sằng sặc: ~然失笑 bật cười khanh khách

【哑巴】yǎba〈名〉người câm

【哑巴吃黄连——有苦说不出】yǎba chī huánglián——yǒu kǔ shuō bu chū người câm ăn hoàng liên, đắng khổ mà không nói được; ngậm bồ hòn làm ngọt

【哑巴亏】yǎbakuī〈名〉đau không dám kêu: 贪便宜让他吃了~。Vì

tham rẻ mà anh ta phải ngậm quả
đắng.

【哑口无言】yǎkǒu-wúyán câm như
hến; cứng họng

【哑铃】yǎlíng<名>tạ tay

【哑谜】yǎmí<名>❶câu đố tịt mít
❷điều thần bí; điều khó hiểu: 打~
giữ điều thần bí

雅 yǎ❶<形>[书]hợp quy phạm: ~正
sửa cho đúng quy phạm ❷<形>nhã;
lịch sự: 说话文～ ăn nói nho nhã

【雅观】yǎguān<形>lịch sự; trang
nhã: 不～ mất lịch sự

【雅思】yǎsī<名>IELTS (một hệ
thống thi trình độ tiếng Anh theo
tiêu chuẩn quốc tế)

【雅俗共赏】yǎsú-gòngshǎng mọi
người đều có thể thưởng thức: 我们
计划组织一次～的晚会。Chúng tôi
muốn tổ chức một cuộc dạ hội mọi
người đều có thể thưởng thức.

【雅兴】yǎxìng<名>thú vui thẩm mĩ

【雅座】yǎzuò<名>căn phòng lịch sự;
phòng riêng; nơi trang nhã; gian
VIP: ～的价格比较贵。Giá phòng
VIP đắt hơn.

yà

轧 yà<动>❶nghiền; cán: ～棉花 cán
bông ❷chèn; ép: 倾～ chèn ép bài
xích
另见zhá

【轧花】yàhuā<动>[纺织]cán bông

【轧马路】yà mǎlù❶bát phố ❷yêu
đương

亚[1] yà<形>❶thua; kém: 他的技术不
～于你。Kĩ thuật của anh ấy không
kém gì anh. ❷thua một bậc: ～军 giải
nhì

亚[2] Yà<名>châu Á

【亚健康】yàjiànkāng<名>sức khỏe
ở tình trạng hơi yếu; người không
được mạnh khỏe lắm

【亚麻】yàmá<名>❶[植物]cây lanh: ～

布 vải lanh ❷sợi lanh

【亚热带】yàrèdài<名>á nhiệt đới: 这
里的～气候很明显。Khí hậu á nhiệt
đới ở đây mang đặc điểm rất rõ rệt.

【亚太地区】Yà-Tài dìqū khu vực
châu Á-Thái Bình Dương

【亚运会】Yàyùnhuì<名>Á vận hội;
đại hội thể dục thể thao châu Á

【亚洲】Yàzhōu<名>châu Á

压 yà
另见yā

【压根儿】yàgēnr<副>[口]căn bản

ya

呀 ya<助>a, à, nhé, nhỉ: 这个蛋糕好
大～! Chiếc bánh ga-tô này to thật
nhỉ!
另见yā

yān

咽 yān<名>[解剖]cổ họng
另见yàn

【咽喉】yānhóu<名>❶yết hầu; cổ
họng: 抽烟太多引发～不适。Hút
thuốc nhiều làm cho cổ họng khó
chịu. ❷vị trí yết hầu: 这里是全国
的交通～。Đây là vị trí yết hầu của
giao thông cả nước.

【咽炎】yānyán<名>viêm họng

殷 yān<形>[书]màu đỏ thẫm: ～红的
鲜血 máu tươi đỏ thẫm
另见yīn

胭 yān<名>son; son phấn

【胭脂】yānzhi<名>son (mĩ phẩm)

烟 yān❶<名>khói: 冒～ bốc khói ❷
<名>những thứ như khói: ～雾 sương
mù ❸<名>thuốc lá: 香～ thuốc lá ❹<名>
cây thuốc lá ❺<名>thuốc phiện: ～枪
tẩu thuốc phiện ❻<动>(bị) khói xông
vào mắt: 她眼睛被～得流泪。Mắt chị
ấy bị khói hun chảy nước mắt. ❼<名>
bồ hóng

【烟草】yāncǎo<名>❶cây thuốc lá:

这里的~长得好。Cây thuốc lá ở đây mọc rất tốt。❷lá và những thứ chế bằng lá cây thuốc lá

【烟尘】yānchén〈名〉❶khói bụi: ~对身体有害。Khói bụi có hại đối với sức khỏe。❷khói lửa (chiến tranh)

【烟囱】yāncōng〈名〉ống khói: 高高的~ ống khói cao ngất

【烟斗】yāndǒu〈名〉cái tẩu (hút thuốc)

【烟花】yānhuā〈名〉pháo hoa

【烟灰】yānhuī〈名〉tàn thuốc

【烟灰缸】yānhuīgāng〈名〉cái gạt tàn

【烟火】yānhuǒ〈名〉❶khói và lửa: 动 ~ nhóm lửa làm cơm; 严禁~ cấm lửa ❷thức ăn chín: 不食人间~。Chẳng ăn thức ăn chín trên trần thế。❸[书]chiến tranh; khói lửa ❹[旧]hương khói; con cái: 供奉~ phụng thờ hương khói

【烟火】yānhuo〈名〉pháo hoa; pháo bông

【烟头】yāntóu〈名〉đầu mẩu thuốc

【烟味】yānwèi〈名〉mùi thuốc

【烟雾】yānwù〈名〉sương mù; mây mù

【烟消云散】yānxiāo-yúnsàn tan tành mây khói: 过去的事已经~了。Việc đã qua như mây khói tan đi。

【烟瘾】yānyǐn〈名〉(bệnh) nghiện thuốc

阉 yān❶〈动〉thiến; hoạn: ~猪 thiến lợn ❷〈名〉[书]hoạn quan; thái giám

【阉割】yāngē〈动〉❶thiến; hoạn ❷cắt xén (bài văn)

【阉鸡】yānjī❶〈名〉gà thiến ❷〈动〉thiến gà

淹 yān❶〈动〉chìm; ngập: ~死 chết đuối ❷〈动〉dính ướt: 伤口被汗~得又痛又痒。Mồ hôi dính ướt làm cho vết thương vừa ngứa vừa đau。

【淹没】yānmò〈动〉tràn ngập; làm chìm ngập: 洪水~了农田。Nước lũ đã ngập ruộng đồng。

腌 yān〈动〉ướp; muối (thịt, cá): ~菜 rau muối/rau dưa; ~肉 thịt muối

【腌制】yānzhì〈动〉ướp; muối: 这肉是~的。Thịt này là thịt muối。

yán

延 yán〈动〉❶kéo dài; vươn dài ❷trì hoãn: 比赛~期举行。Hoãn thời gian tổ chức thi đấu。

【延长】yáncháng〈动〉kéo dài; gia hạn: 我们要~交稿时间。Chúng tôi phải gia hạn thời gian nộp bài。

【延迟】yánchí〈动〉đẩy lùi; trì hoãn: 演出因故~。Buổi diễn lùi lại bởi nguyên do đột xuất。

【延后】yánhòu〈动〉hoãn lại; lùi lại: 比赛时间~了。Thời gian thi đấu đã lùi lại。

【延缓】yánhuǎn〈动〉hoãn; trì hoãn: 不容~ không cho phép trì hoãn

【延年益寿】yánnián-yìshòu mạnh khỏe sống lâu; kéo dài tuổi thọ

【延期】yánqī〈动〉❶hoãn lại: 会议~了。Hội nghị đã bị hoãn lại。❷kéo dài thời hạn; gia hạn: 申请~ xin gia hạn

【延伸】yánshēn〈动〉kéo dài đến

【延误】yánwù〈动〉bị lỡ; bị nhỡ; dây dưa làm lỡ: 不要~了登机。Đừng dây dưa làm lỡ chuyến bay。

【延续】yánxù〈动〉nối tiếp: 我们要~优良的传统。Chúng ta phải nối tiếp truyền thống tốt đẹp。

芫 yán

【芫荽】yánsuī〈名〉[植物]rau mùi; rau ngò

严 yán❶〈形〉kín; chặt: 这个瓶子密封得很~实。Cái lọ này bịt rất kín。❷〈形〉nghiêm khắc; nghiêm trang: 加管束 nghiêm khắc quản thúc ❸〈形〉mức độ cao: ~冬 mùa đông giá rét ❹〈名〉cha: 家~ cha tôi //(姓) Nghiêm

【严惩】yánchéng〈动〉trừng trị

nghiêm khắc; nghiêm trị: 依法~ nghiêm trị theo pháp luật

【严打】 yándǎ<动>nghiêm trị: ~犯罪 行为 nghiêm trị hành vi phạm tội

【严格】 yángé❶<形>nghiêm ngặt; nghiêm khắc; chặt chẽ: 纪律十 分~. Kỉ luật rất chặt chẽ. ❷<动> làm cho nghiêm ngặt

【严寒】 yánhán<形>giá rét

【严谨】 yánjǐn<形>❶chặt chẽ cẩn thận: 工作作风~ phong cách làm việc cẩn trọng ❷chặt chẽ tỉ mỉ

【严禁】 yánjìn<动>nghiêm cấm: ~进 入 nghiêm cấm đi vào

【严峻】 yánjùn<形>❶nghiêm ngặt ❷gay go: 形势~ tình hình gay go

【严酷】 yánkù<形>❶khốc liệt; khắc nghiệt: 现实太~了. Hiện thực rất khắc nghiệt. ❷nghiêm ngặt

【严厉】 yánlì<形>nghiêm khắc

【严密】 yánmì❶<形>chặt chẽ; kín: 瓶子盖得很~. Nắp chai đậy rất kín. ❷<形>chu đáo; kĩ càng: ~的部署 sự bố trí chu đáo ❸<动>làm cho chặt chẽ

【严明】 yánmíng❶<形>nghiêm minh: 纪律~ kỉ luật nghiêm minh ❷<动>giữ nghiêm minh

【严实】 yánshi<形>[口]❶khít; chặt chẽ ❷kín

【严肃】 yánsù<形>❶nghiêm; nghiêm túc: 这是一件很~的事情. Đây là một việc rất nghiêm túc. ❷<形> nghiêm chỉnh ❸<动>giữ nghiêm

【严重】 yánzhòng<形>❶nghiêm trọng: 后果~ hậu quả nghiêm trọng ❷gay gắt; gay go: 病情现在很~. Bệnh tình hiện nay trở nên rất gay go.

言 yán❶<名>lời nói: 诺~ lời hứa ❷<动>nói: 畅所欲~ nói cho thoải mái ❸<名>chữ (trong tiếng Hán): 洋洋万~ đến hàng chục ngàn chữ

【言不由衷】 yánbùyóuzhōng nghĩ một đằng nói một nẻo

【言传身教】 yánchuán-shēnjiào dạy bằng lời nói và hành động

【言而无信】 yán'érwúxìn không giữ lời hứa

【言过其实】 yánguòqíshí nói quá sự thực

【言简意赅】 yánjiǎn-yìgāi gọn lời đủ ý

【言论】 yánlùn<名>ý kiến; ngôn luận

【言谈】 yántán❶<动>nói năng: 不善 ~ nói năng vụng về ❷<名>lời lẽ; lời nói: ~举止 lời lẽ cử chỉ

【言外之意】 yánwàizhīyì ý tại ngôn ngoại

【言行】 yánxíng<名>lời nói và hành vi: ~一致 lời nói đi đôi với việc làm

【言之有理】 yánzhī-yǒulǐ nói có lí

岩 yán<名>❶đá nham thạch: 花岗~ đá hoa cương ❷mỏm đá; mỏm núi đá; ngọn núi đá ❸hang đá: 七星 ~ Thất Tinh nham

【岩洞】 yándòng<名>động (trong núi đá); hang đá; động đá

【岩石】 yánshí<名>nham thạch; đá

炎 yán❶<形>nóng; nóng nực: 夏 日~~ mùa hè nóng nực ❷<名>sưng tấy; viêm: 肺~ viêm phổi ❸<形> quyền thế: 趋~附势 xu phụ quyền thế ❹(Yán)<名>Viêm Đế

【炎帝】 Yándì<名>Viêm Đế: 你知 道~的传说吗? Anh có biết truyền thuyết về Viêm Đế không?

【炎热】 yánrè<形>nóng nực: 夏季十 分~. Mùa hè rất nóng nực.

【炎症】 yánzhèng<名>chứng viêm

沿 yán❶<介>ven; men theo: ~着国 道走 đi men theo đường quốc lộ ❷ <动>theo; căn cứ ❸<动>viền: 袖子上 ~着一道白边. Ở cổ tay áo viền một đường trắng. ❹<名>mép; rìa: 前~ tiền duyên/rìa trước

【沿岸】 yán'àn<名>ven bờ: 漓江~ ven bờ sông Li Giang

【沿海】 yánhǎi<名>duyên hải; ven biển

【沿街】yánjiē<副>dọc phố; ven đường: ~摆摊 bán rong ở vỉa hè

【沿路】yánlù<副>dọc đường

【沿袭】yánxí<动>tiếp tục như trước đây; làm như cũ: ~旧例 theo lệ cũ

【沿线】yánxiàn<名>dọc đường: 铁路~的村镇 những làng mạc thị trấn dọc đường sắt

【沿用】yányòng<动>tiếp tục dùng: ~过去的方法 tiếp tục áp dụng phương pháp trước kia

【沿着】yánzhe<动>ven theo; đi theo

研 yán<动>❶nghiền (nhỏ); mài: ~墨 mài mực; ~成末 nghiền vụn thành bột ❷nghiên cứu: 钻~ nghiên cứu sâu

【研发】yánfā<动>nghiên cứu khai thác; khám phá: 这是新~的产品。Đây là sản phẩm mới khai thác.

【研究】yánjiū<动>❶nghiên cứu: ~社会现象 nghiên cứu hiện tượng xã hội ❷suy nghĩ bàn bạc; cân nhắc

【研究生】yánjiūshēng<名>học viên cao học; nghiên cứu sinh

【研究所】yánjiūsuǒ<名>viện nghiên cứu; sở nghiên cứu

【研究员】yánjiūyuán<名>nghiên cứu viên

【研磨】yánmó<动>❶xay nghiền (thành bột): 把玉米~成粉末。Xay nghiền hạt ngô thành bột. ❷mài (nhẵn); đánh bóng; xát xay: ~粉 xay bột

【研磨机】yánmójī<名>máy nghiền; máy xay; máy xay xát

【研碎】yánsuì<动>cán nhỏ; tán cho vụn; xay, giã cho vụn

【研讨】yántǎo<动>nghiên cứu và thảo luận

【研制】yánzhì<动>nghiên cứu chế tạo: 我们要~出新的节能产品。Chúng ta phải nghiên cứu chế tạo ra những sản phẩm mới tiết kiệm năng lượng.

盐 yán<名>❶muối: 精~ muối tinh ❷muối (hóa chất): 复~ muối kép

【盐巴】yánbā<名>[方]muối ăn

【盐酸】yánsuān<名>[化学]axít clo-hy-dric

【盐业】yányè<名>nghề làm muối

筵 yán<名>[旧]chiếu; tiệc; cỗ bàn: 盛~ bữa tiệc thịnh soạn

【筵席】yánxí<名>tiệc rượu

颜 yán<名>❶mặt; vẻ mặt: 容~ dung nhan; 和~悦色 vẻ mặt hiền hòa ❷mặt mũi; thể diện ❸màu sắc: 五六色 màu sắc rực rỡ //(姓)Nhan

【颜料】yánliào<名>thuốc màu; chất liệu màu

【颜面】yánmiàn<名>❶mặt: ~神经 thần kinh mặt ❷thể diện; mặt mũi: 挽回~ gỡ lại thể diện

【颜色】yánsè<名>❶màu; sắc: 你喜欢什么~? Chị thích màu gì? ❷(làm cho) biết mặt; biết tay; biết lễ độ: 看来不给你点~看看，你不会认输! Xem ra không cho anh một phen biết tay thì anh chẳng bao giờ chịu thua cả! ❸[书]dung nhan ❹vẻ

檐 yán<名>❶mái hiên: 房~ hiên nhà ❷vành: 帽~ vành mũ

yǎn

俨 yǎn[书]❶<形>trang trọng ❷<副>y như

【俨然】yǎnrán[书]❶<形>trang nghiêm: ~正坐 ngồi trang nghiêm ❷<形>ngăn nắp: ~有序 ngăn nắp trật tự ❸<副>giống hệt: ~一副暴发户的派头 giống hệt bộ tịch kẻ đang phất lên

衍 yǎn<动>[书]❶khai triển; phát triển: 推~ suy diễn ❷(câu, chữ) thừa: ~文 chữ thừa

【衍生】yǎnshēng<动>❶diễn sinh (hợp chất đơn giản biến thành hợp chất phức tạp) ❷diễn biến; phát sinh: ~出来的事物 sự vật diễn sinh

掩 yǎn<动>❶che đậy; bưng bít: ~面

而泣che mặt khóc ❷khép: 把窗户~
上。Khép cánh cửa sổ lại.

【掩蔽】yǎnbì❶<动>che đậy; ẩn nấp:
他~在草丛中。Nó ẩn náu trong bụi
cỏ. ❷<名>chỗ ẩn nấp

【掩藏】yǎncáng<动>ẩn nấp; che
giấu: ~内心的痛苦 ẩn giấu nỗi đau
khổ trong lòng

【掩盖】yǎngài<动>❶che đậy; phủ
kín: 她用课本~住纸条。Cô ấy lấy
cuốn sách giáo khoa che mẩu giấy
lại. ❷giấu giếm; che giấu: ~真相
che giấu sự thật

【掩护】yǎnhù❶<动>yểm hộ; yểm
trợ: 他~队友撤到安全区域。Anh ấy
yểm trợ đồng đội rút vào khu an
toàn. ❷<名>vật che chở

【掩埋】yǎnmái<动>chôn cất: ~尸体
chôn cất thi thể

【掩饰】yǎnshì<动>che đậy; che giấu
(sai lầm...): ~自己的过错 che đậy
sự sai trái của mình

眼 yǎn❶<名>mắt ❷<名>lỗ; lỗ thủng:
针~ trôn kim ❸<名>chỗ quan trọng;
điểm then chốt: 节骨~儿 khâu then
chốt ❹<量>cái (giếng): 三~井 ba
cái giếng ❺<名>tầm nhìn ❻<名>mắt
trống (cờ vây)

【眼巴巴】yǎnbābā❶mỏi mắt (chờ):
她~地盼着儿子回家。Bà ấy mỏi mắt
trông đợi đứa con trai về nhà. ❷trơ
mắt ra

【眼病】yǎnbìng<名>bệnh mắt

【眼馋】yǎnchán<动>thấy mà thèm;
trông mà thèm: 这菜真叫人~。Món
ăn này trông mà thèm.

【眼袋】yǎndài<名>túi mắt (phần
mọng của mí mắt dưới)

【眼底下】yǎndǐxià<名>❶tận mắt
❷ngay trước mắt: 先处理好~的事。
Hãy xử lí xong việc trước mắt đã.

【眼福】yǎnfú<名>phúc được thấy;
may được thấy: 今天真是大饱~!
Hôm nay may được no con mắt!

【眼光】yǎnguāng<名>❶ánh mắt: 他

的~最后落在她身上。Cuối cùng thì
ánh mắt của anh ta đã đưa về phía
chị ấy. ❷quan điểm; tầm nhìn; cách
nhìn: 我只想用客观的~看待这个问
题。Tôi chỉ muốn dùng quan điểm
khách quan để nhìn nhận vấn đề
này. ❸năng lực nhận xét: 有政治~
có khả năng nhận xét nhạy bén về
chính trị

【眼红】yǎnhóng<形>❶nóng mắt;
ghen tị: 看得让人~ trông mà nóng
mắt ❷đỏ mặt tía tai; căm thù: 仇人
相见，分外~。Kẻ thù gặp nhau, đỏ
mắt căm giận.

【眼花】yǎnhuā<形>hoa mắt

【眼花缭乱】yǎnhuā-liáoluàn (xem)
rối cả mắt; hoa cả mắt

【眼尖】yǎnjiān<形>con mắt sắc sảo;
tinh mắt: ~的他看出了其中的端倪。
Anh ta tinh mắt đã phát hiện ra
ngọn ngành trong đó.

【眼界】yǎnjiè<名>tầm mắt: 他想到国
外去开阔一下~。Anh ấy muốn ra
nước ngoài mở rộng tầm mắt.

【眼睛】yǎnjing<名>con mắt

【眼镜】yǎnjìng<名>kính (đeo) mắt

【眼镜蛇】yǎnjìngshé<名>rắn hổ
mang

【眼看】yǎnkàn❶<副>sắp; đến nơi: ~
新的教学楼就要建起来了。Tòa nhà
giảng đường sắp được xây nên. ❷
<动>bỏ mặc: 我不能~着他受苦。Tôi
không thể bỏ mặc anh ấy chịu khổ.

【眼眶】yǎnkuàng<名>❶vành mắt:
他把~揉红了。Anh ta dụi đỏ cả
vành mắt. ❷hốc mắt: ~发黑 hốc
mắt thâm quầng

【眼泪】yǎnlèi<名>nước mắt

【眼力】yǎnlì<名>❶thị lực: 上了年纪
之后，奶奶的~变差了。Tuổi ngày
một cao, thị lực của bà nội cũng
kém dần. ❷năng lực nhận xét: 他很
满意自己观察事物的~。Anh ấy rất
hài lòng với năng lực quan sát sự
vật của mình.

【眼前】yǎnqián<名>❶trước mắt; trước mặt: 他~是一片欢腾的人海。Trước mặt anh ấy là cả một biển người hân hoan. ❷hiện nay

【眼球】yǎnqiú<名>❶nhãn cầu; con ngươi ❷ví sức chú ý

【眼色】yǎnsè<名>❶liếc mắt; (đưa) mắt (ra hiệu): 我赶紧对他使了个~。Tôi vội đưa mắt ra hiệu cho anh ấy. ❷khả năng tùy cơ ứng biến: 想不到小小的孩子这么有~。Không ngờ thằng bé con mà lại có khả năng tùy cơ ứng biến như vậy.

【眼神】yǎnshén<名>❶ánh mắt ❷[方]thị lực

【眼屎】yǎnshǐ<名>dử mắt

【眼熟】yǎnshú<形>quen mắt: 这地方好~! Nơi đây trông thật quen mắt!

【眼下】yǎnxià<名>trước mắt; hiện giờ: 我~正忙着写论文, 没空去玩。Trước mắt tôi đang bận viết luận án, không có thời gian đi chơi.

【眼线】yǎnxiàn<名>viền mắt: 描~ kẻ viền mắt

【眼药水】yǎnyàoshuǐ<名>thuốc nhỏ mắt

【眼睁睁】yǎnzhēngzhēng đờ mắt; trơ mắt: 他~地看着房子被水淹了。Anh ấy đờ mắt nhìn căn nhà bị ngập nước.

【眼中钉, 肉中刺】yǎnzhōngdīng, ròuzhōngcì cái đinh trong mắt, cái gai trong thịt; ngứa mắt

演 yǎn<动>❶diễn biến; biến hóa: ~进 diễn tiến ❷phát triển; phát huy: ~绎 diễn dịch ❸diễn; biểu diễn: ~木偶戏 biểu diễn múa rối ❹diễn giải (luyện tập hoặc tính toán theo thể thức)

【演变】yǎnbiàn<动>diễn biến; biến đổi: 谁也不晓得事态将会如何~。Chẳng ai biết rõ vụ việc này rồi sẽ diễn biến ra sao.

【演唱】yǎnchàng<动>biểu diễn hát; trình diễn; trình bày: ~京剧 diễn

Kinh kịch

【演唱会】yǎnchànghuì<名>hội hát; buổi trình diễn

【演出】yǎnchū<动>trình diễn; diễn xuất: 他将为大家~节目。Anh ấy sẽ tham gia trình diễn tiết mục.

【演技】yǎnjì<名>kĩ xảo biểu diễn; tài diễn

【演讲】yǎnjiǎng<动>diễn giảng; diễn thuyết: 他们让你上台~。Họ mời anh lên diễn thuyết.

【演练】yǎnliàn<动>diễn tập: 本周他们将进行一次地面~。Tuần này họ sẽ có lần diễn tập trên mặt đất.

【演示】yǎnshì<动>thị phạm; làm mẫu; hướng dẫn: ~操作方法 thị phạm hướng dẫn thao tác

【演说】yǎnshuō<动>diễn thuyết; nói chuyện: 发表~ công khai diễn thuyết

【演算】yǎnsuàn<动>tính toán; giải toán: 反复~ tính toán lại nhiều lần

【演习】yǎnxí<动>diễn tập; tập trận: 海上~ cuộc tập trận trên biển

【演戏】yǎnxì<动>❶diễn kịch; diễn trò: 她六岁就登台~。Năm lên sáu chị ấy đã lên sân khấu diễn kịch. ❷ví cố tình làm bộ

【演员】yǎnyuán<名>diễn viên

【演奏】yǎnzòu<动>diễn tấu (biểu diễn bằng nhạc cụ): 他能熟练地~钢琴。Anh ấy biểu diễn đàn pi-a-nô rất điêu luyện.

yàn

厌 yàn❶<形>thỏa mãn; mức độ: 贪得无~ tham lam vô độ ❷<动>ngán; chán: 不~其烦 chẳng sợ nhàm chán ❸<动>ghét: 喜新~旧 ưa cái mới ghét bỏ cái cũ/có mới nới cũ

【厌烦】yànfán<动>phiền chán; ngao ngán

【厌倦】yànjuàn<动>chán ngán mệt mỏi; ngán ngẩm: 他早已~了这样奔

波的生活。Từ lâu anh ấy đã chán ngán với cuộc sống bôn ba như vậy.

【厌食】yànshí<动>biếng ăn

【厌恶】yànwù<动>ghét; chán ghét: 他的举动令人~。Cử chỉ của ông ấy khiến người ta chán ghét.

砚 yàn<名>cái nghiên mực: 笔 - bút và nghiên

【砚台】yàntai<名>cái nghiên mực

咽 yàn<动>nuốt: ~唾沫 nuốt nước bọt
另见yān

【咽气】yànqì<动>tắt thở; tắt hơi; trút hơi thở cuối cùng: 他已经~了。Ông ấy đã tắt thở rồi.

艳 yàn❶<形>rực rỡ; kiều diễm; yêu kiều; diện: 母亲总要求她穿衣打扮不能过~。Mẹ luôn yêu cầu cô ấy không nên ăn mặc quần áo quá rực rỡ. ❷<形>tình yêu: ~情 chuyện tình

【艳丽】yànlì<形>tươi đẹp; diễm lệ: 她的裙了很·。Dộ váy chị ấy rất diễm lệ.

【艳遇】yànyù<名>diễm phúc được gặp (người đẹp); chuyện tình lãng mạn

【艳妆】yànzhuāng<名>hóa trang diễm lệ

【艳装】yànzhuāng<名>trang phục diễm lệ

唁 yàn<动>viếng; chia buồn: 吊~ điếu phúng/phúng viếng

【唁电】yàndiàn<名>điện chia buồn: 发去~ gửi điện chia buồn

【唁函】yànhán<名>thư chia buồn

宴 yàn❶<名>thết tiệc; yến tiệc: 设~款待 thết tiệc chiêu đãi ❷<动>mở tiệc: ~客 mở tiệc mời khách

【宴会】yànhuì<名>tiệc; tiệc chiêu đãi: 参加欢迎~ dự tiệc chào mừng

【宴请】yànqǐng<动>mở tiệc chiêu đãi; đãi tiệc: ~亲朋 mở tiệc chiêu đãi bạn bè thân thích

【宴席】yànxí<名>tiệc; tiệc rượu

验 yàn❶<动>phân tích; kiểm tra: ~货 kiểm tra hàng hóa; 试~ thí nghiệm ❷<动>có hiệu quả; kết quả đúng: 灵 ~ màu nghiệm ❸<名> hiệu quả như dự tính

【验钞机】yànchāojī<名>máy kiểm nghiệm tiền

【验关】yànguān<动>kiểm tra cửa khẩu; kiểm chứng hải quan: 在机场等候~ chờ làm thủ tục kiểm chứng hải quan ở sân bay

【验光】yànguāng<动>[医学]đo mắt; nghiệm quang; kiểm tra khúc xạ mắt: 我要去医院~。Tôi phải đi bệnh viện đo mắt.

【验收】yànshōu<动>nghiệm thu

【验血】yànxiě<动>xét nghiệm máu; thử máu: ~前必须空腹。Trước khi xét nghiệm máu cần phải nhịn ăn.

【验证】yànzhèng<动>kiểm chứng

谚 yàn<名>ngạn ngữ: 农~ ngạn ngữ nhà nông

【谚语】yànyǔ<名>ngạn ngữ

雁 yàn<名>chim nhạn: ~将南飞。Chim nhạn sẽ bay về phương Nam.

焰 yàn<名>ngọn lửa: 烈~ ngọn lửa hừng hực

【焰火】yànhuǒ<名>ngọn lửa

燕 yàn<名>chim én; chim yến

【燕麦】yànmài<名>cây yến mạch; hạt yến mạch

【燕尾服】yànwěifú<名>lễ phục đuôi én; áo đuôi tôm

【燕窝】yànwō<名>yến sào; tổ yến

【燕子】yànzi<名>chim én

赝 yàn<形>[书]cái giả; rởm

【赝品】yànpǐn<名>hàng rởm; đồ giả; của giả; hàng nhái

yāng

央¹ yāng<动>nài xin: ~人帮忙 nài xin người khác giúp cho
央² yāng<名>giữa; trung tâm: 中~ trung ương/ở giữa

【央行】 yāngháng〈名〉ngân hàng trung ương; ngân hàng nhà nước: ~的政策 chính sách của ngân hàng trung ương

【央求】 yāngqiú〈动〉cầu xin; van nài: 他~她宽恕。 Anh ta cầu xin chị ấy tha thứ cho.

【央视】 yāngshì〈名〉đài truyền hình Trung ương

殃 yāng❶〈名〉tai họa; tai ương: 遭~ gặp tai họa ❷〈动〉làm hại; rước tai họa cho người: 祸国~民 hại nước hại dân

秧 yāng❶〈名〉cây non; cây giống: 菜~ mầm rau ❷〈名〉mạ; cây lúa mới cấy: ~田 ruộng mạ; 插~ cấy lúa ❸〈名〉thân; dây: 拔花生~ nhổ cây đậu phộng ❹〈名〉con giống: 鱼~ cá giống

【秧歌】 yāngge〈名〉ương ca: 扭~ lượn ương ca/múa ương ca

【秧苗】 yāngmiáo〈名〉mạ; cây giống

yáng

扬 yáng❶〈动〉giương cao; dâng lên ❷〈动〉hất lên; tung; bốc lên: ~沙 cát bụi bốc lên ❸〈动〉phấp phới ❹〈动〉truyền đi: 表~ biểu dương/khen ❺〈形〉nổi trội; đẹp: 其貌不~ tướng mạo không đẹp

【扬长避短】 yángcháng-bìduǎn phát huy chỗ mạnh, né tránh chỗ yếu

【扬帆】 yángfān〈动〉giương buồm: 船只继续~前行。 Con thuyền giương buồm tiếp tục tiến tới.

【扬名】 yángmíng〈动〉làm nổi tiếng tăm; làm nổi danh; nêu cao tên tuổi: ~天下 nổi danh thiên hạ

【扬声器】 yángshēngqì〈名〉cái loa

【扬言】 yángyán〈动〉rêu rao; tung tin; phao tin: ~要报复 phao tin sẽ trả đũa

羊 yáng〈名〉dê; cừu

【羊羔】 yánggāo〈名〉con dê con; con cừu con

【羊毛】 yángmáo〈名〉lông cừu

【羊毛衫】 yángmáoshān〈名〉áo len

【羊绒】 yángróng〈名〉len nhung cừu

【羊肉】 yángròu〈名〉thịt cừu; thịt dê

【羊肉串】 yángròuchuàn〈名〉thịt cừu xiên; thịt dê xiên

阳 yáng❶〈名〉mặt trời; ánh nắng ❷〈形〉 mang điện dương: ~极 cực điện dương ❸〈形〉thuộc về người sống hay trần thế ❹〈名〉dương vật: ~痿 dương nụy/liệt dương ❺〈形〉lộ ra ngoài; phía ngoài: ~沟 kênh máng ❻〈名〉dương (trái với âm, theo quan niệm triết học cổ Trung Quốc) ❼〈名〉(khu vực) phía nam núi, phía bắc sông ❽〈形〉lồi; nhô lên

【阳奉阴违】 yángfèng-yīnwéi miệng thì thuận, bụng thì chống; giả vờ tuân thủ đối phó

【阳光】 yángguāng❶〈名〉ánh mặt trời: 今天~很刺眼。 Hôm nay mặt trời chói chang. ❷〈形〉hoạt bát; cởi mở: ~女孩 cô gái hoạt bát cởi mở ❸〈形〉công khai; thông suốt

【阳极】 yángjí〈名〉cực dương

【阳历】 yánglì〈名〉dương lịch: 国际通用~。 Trên thế giới thông dụng dương lịch.

【阳伞】 yángsǎn〈名〉ô; dù che nắng

【阳台】 yángtái〈名〉ban công

【阳桃】 yángtáo〈名〉[植物]quả khế

【阳痿】 yángwěi〈名〉bệnh liệt dương; dương nuy

【阳性】 yángxìng〈名〉❶dương tính ❷giống đực

杨 yáng〈名〉cây dương //(姓)Dương

【杨柳】 yángliǔ〈名〉❶cây dương và cây liễu ❷cây liễu

【杨梅】 yángméi〈名〉❶(cây, quả) thanh mai ❷[方]bệnh giang mai

洋 yáng❶〈形〉to lớn; phong phú: ~~洒洒 nội dung phong phú ❷〈名〉đại dương: ~流 dòng biển ❸〈名〉nước ngoài: 崇~媚外 sùng bái những thứ của nước ngoài/sính ngoại ❹〈形〉hiện đại: 她打扮得很~. Cách ăn mặc và trang điểm của chị ấy rất hiện đại. ❺〈名〉đồng bạc

【洋财】yángcái〈名〉❶của cải có được do làm ăn với người nước ngoài ❷của cải bất ngờ có được

【洋葱】yángcōng〈名〉hành tây

【洋酒】yángjiǔ〈名〉rượu ngoại

【洋气】yángqì❶〈名〉mốt Tây ❷〈形〉theo mốt nước ngoài

【洋娃娃】yángwáwa〈名〉con búp bê

【洋相】yángxiàng〈名〉hành vi vụng về: 他出了~. Anh ta có hành vi vụng về.

仰 yǎng〈动〉❶ngửa mặt: ~起头 ngẩng đầu ❷ngưỡng mộ; kính trọng: 瞻~ chiêm ngưỡng ❸dựa; nương nhờ: ~赖 nhờ cậy/dựa vào ❹(từ trong công văn thời xưa) kính mong; mong rằng

【仰慕】yǎngmù〈动〉ngưỡng mộ: 他的才华令很多少女~. Tài hoa của anh ấy làm cho nhiều thiếu nữ ngưỡng mộ.

【仰视】yǎngshì〈动〉ngước nhìn; nhìn với thái độ kính trọng

【仰头】yǎngtóu〈动〉ngẩng đầu

【仰望】yǎngwàng〈动〉❶ngước trông: ~星空 ngước nhìn trời sao ❷[书]trông chờ; ngưỡng vọng: 万众~ muôn người ngưỡng vọng

【仰卧】yǎngwò〈动〉nằm ngửa: 我~在床上. Tôi nằm ngửa trên giường.

【仰泳】yǎngyǒng〈名〉bơi ngửa

养 yǎng❶〈动〉nuôi; nuôi dưỡng: 供~ nuôi dưỡng; 他要挣钱~家. Anh ấy phải kiếm tiền nuôi gia đình. ❷〈动〉nuôi; trồng (động thực vật): 他喜欢~小动物. Ông ấy thích nuôi các con vật cảnh. ❸〈动〉sinh đẻ: 她~了一个孩子. Cô ấy đã sinh một mụn con. ❹〈形〉nuôi: ~子 con nuôi ❺〈动〉hình thành; có được: 他从小~成了这个习惯. Từ nhỏ anh ấy đã hình thành thói quen này. ❻〈动〉bồi dưỡng: 静~ tịnh dưỡng ❼〈动〉để (tóc) ❽〈动〉bảo dưỡng ❾〈动〉giúp đỡ

【养病】yǎngbìng〈动〉dưỡng bệnh

【养蚕】yǎngcán〈动〉nuôi tằm

【养父】yǎngfù〈名〉bố nuôi

【养护】yǎnghù〈动〉❶bảo dưỡng: 道路~ bảo dưỡng đường sá ❷điều trị; điều dưỡng: ~疾病 điều trị bệnh tật

【养活】yǎnghuo〈动〉❶[口]nuôi nấng; nuôi sống ❷[口]chăn nuôi ❸[方]sinh đẻ

【养家糊口】yǎngjiā-húkǒu nuôi nhà nuôi miệng

【养老】yǎnglǎo〈动〉❶dưỡng lão; nghỉ ngơi lúc về già: 回家乡~ về dưỡng lão ở quê nhà ❷nuôi dưỡng người già

【养老院】yǎnglǎoyuàn〈名〉nhà dưỡng lão

【养料】yǎngliào〈名〉chất dinh dưỡng

【养路费】yǎnglùfèi〈名〉tiền bảo dưỡng đường bộ

【养母】yǎngmǔ〈名〉mẹ nuôi

【养女】yǎngnǚ〈名〉con gái nuôi

【养人】yǎngrén〈形〉có lợi cho sức khỏe

【养伤】yǎngshāng〈动〉điều dưỡng và điều trị vết thương: 在家~ ở nhà để dưỡng thương

【养神】yǎngshén〈动〉dưỡng thần; di dưỡng tinh thần: 他在闭目~. Ông ta đang lim dim dưỡng thần.

【养生】yǎngshēng〈动〉dưỡng sinh: 注重~ chú trọng việc dưỡng sinh

【养颜】yǎngyán〈动〉dưỡng nhan; giữ gìn dung nhan; bảo vệ nhan sắc

【养育】yǎngyù〈动〉nuôi nấng; nuôi dạy: ~子女 nuôi dạy con cái

【养殖】yǎngzhí〈动〉nuôi trồng: 水产 ~ nuôi trồng thủy sản

氧 yǎng〈名〉dưỡng khí; ô-xy

【氧化】yǎnghuà〈动〉[化学]ô-xy hóa

【氧化剂】yǎnghuàjì〈名〉[化学]chất gây ô-xy hóa

【氧气】yǎngqì〈名〉dưỡng khí; khí ô-xy

痒 yǎng〈形〉ngứa: 抓~ gãi ngứa

yàng

样 yàng❶〈名〉dáng kiểu ❷〈名〉dáng vẻ: 你怎么还是这个~? Sao mà anh vẫn như vậy? ❸〈名〉mẫu: 校~ bản in thử ❹〈名〉xem chừng ❺〈量〉loại; kiểu: 多种多~ muôn hình muôn vẻ

【样板】yàngbǎn〈名〉❶mẫu; tấm mẫu ❷thước bản ❸mẫu mực

【样本】yàngběn〈名〉❶bản vẽ mẫu hàng ❷bản in thử

【样品】yàngpǐn〈名〉hàng mẫu

【样式】yàngshì〈名〉kiểu dáng

【样子】yàngzi〈名〉❶hình dáng; hình dạng; kiểu dáng ❷mẫu ❸dáng vẻ: 高高兴兴的~ dáng vẻ vui, mừng hớn hở ❹[口]tình hình; xu thế; có vẻ; chừng như: 看~今天完不成任务了。Xem chừng hôm nay không thể hoàn thành được nhiệm vụ nữa.

yāo

夭 yāo〈动〉chết yểu; chết non

【夭折】yāozhé〈动〉❶chết non; chết yểu ❷thất bại nửa chừng: 这个计划~了。Kế hoạch này đã thất bại nửa chừng rồi.

吆 yāo〈动〉gào to; thét

【吆喝】yāohe〈动〉gào to; reo hò: 那边传来~声。Từ bên kia vọng lại tiếng reo hò.

妖 yāo❶〈名〉yêu quái: 降~伏魔 dẹp ma trừ quỷ ❷〈形〉tà ác; mê hoặc lòng người: ~道 tà đạo/yêu đạo ❸

〈形〉lẳng lơ ❹〈形〉[书]diễm lệ

【妖怪】yāoguài〈名〉yêu quái

【妖精】yāojing〈名〉❶yêu tinh ❷yêu tinh; ví đàn bà mê hoặc người bằng sắc đẹp

【妖里妖气】yāoliyāoqì ăn mặc lẳng lơ quyến rũ: 她穿得~的。Cô ấy ăn mặc trông lẳng lơ quyến rũ.

【妖艳】yāoyàn〈形〉diêm dúa lòe loẹt: 她打扮得很~。Cô ta ăn mặc diêm dúa lòe loẹt.

要 yāo〈动〉❶yêu cầu; đòi hỏi ❷cưỡng bức; uy hiếp: ~挟 đe dọa/ép bức
另见yào

【要求】yāoqiú❶〈动〉yêu cầu: 老师~我们按时完成作业。Thầy giáo yêu cầu chúng em phải hoàn thành bài tập đúng hạn. ❷〈名〉sự đòi hỏi

【要挟】yāoxié〈动〉bắt chẹt; lợi dụng chỗ yếu để bắt ép đối phương thỏa mãn đòi hỏi của mình

腰 yāo〈名〉❶lưng: ~带 dây lưng/thắt lưng ❷cạp quần ❸lưng chừng; nửa chừng: 山~ sườn núi ❹eo: 海~ eo biển

【腰包】yāobāo〈名〉hầu bao; túi tiền; tiền túi: 他自掏~付账。Anh ấy tự bỏ tiền túi để thanh toán.

【腰缠万贯】yāochánwànguàn lưng dắt vạn quan tiền; giàu đứt đố đổ vách: 他是~的商人。Ông ta là một doanh nhân giàu kếch xù.

【腰带】yāodài〈名〉dây thắt lưng

【腰杆子】yāogǎnzi〈名〉❶lưng: 把~直起来。Vươn thẳng người lên. ❷thế dựa ❸thái độ nói năng, làm việc

【腰果】yāoguǒ〈名〉[植物]hạt điều

【腰身】yāoshēn〈名〉vòng eo

【腰围】yāowéi〈名〉vòng eo

【腰椎】yāozhuī〈名〉xương sống lưng

邀 yāo〈动〉❶mời: 应~来访 nhận lời mời đến thăm ❷[书]yêu cầu đạt

đến; đòi: ~赏 tranh công đòi thưởng

【邀请】yāoqǐng<动>mời: ~赴宴 mời dự tiệc

【邀请函】yāoqǐnghán<名>thư mời

【邀请赛】yāoqǐngsài<名>cuộc thi đấu hữu nghị; đấu giao hữu

yáo

肴 yáo<名>thức ăn mặn: 佳~ món ngon

窑 yáo<名>❶lò (gạch, gốm…) ❷hầm lò; nhà hầm ❸[方]nhà thổ; lầu xanh

【窑洞】yáodòng<名>nhà hầm

谣 yáo<名>❶ca dao: 童~ ca dao thiếu nhi ❷tin đồn nhảm: 造~ tung tin đồn nhảm

【谣传】yáochuán❶<动>tung tin đồn nhảm: ~他们离婚了。Đồn rằng họ đã li dị. ❷<名>tin vịt, tin đồn nhảm: 这个~不可信。Tin đồn này không đáng tin.

【谣言】yáoyán<名>tin đồn

摇 yáo<动>lung lay; rung: 小狗~着尾巴。Con chó vẫy đuôi.

【摇摆】yáobǎi<动>đưa đi đưa lại

【摇动】yáodòng<动>đung đưa; lay động; lắc lư: 地震时整栋房子在~。Cả ngôi nhà lắc lư khi có động đất.

【摇滚乐】yáogǔnyuè<名>nhạc rốc

【摇晃】yáohuàng<动>lung lay; lắc lư: 小宝宝跟着音乐~身体。Cậu bé lắc lư theo điệu nhạc.

【摇篮】yáolán<名>❶cái nôi ❷ví nơi ra đời; nơi chôn nhau cắt rốn

【摇篮曲】yáolánqǔ<名>bài hát ru

【摇钱树】yáoqiánshù<名>❶cây rụng tiền (theo truyền thuyết có loại cây cứ rung là có tiền rụng xuống) ❷cây tiền; ví người hay vật có thể mang lại tiền của

【摇身一变】yáoshēn-yībiàn❶lắc mình biến hóa ❷đổi lốt: 他~成了商人。Hắn đổi lốt thành doanh nhân.

【摇头】yáotóu<动>lắc đầu: 他~否认。Anh ấy lắc đầu phủ nhận.

【摇头晃脑】yáotóu-huàngnǎo gật gù đắc ý

【摇头丸】yáotóuwán<名>thuốc lắc

【摇摇欲坠】yáoyáo-yùzhuì lung lay lắp sắp đổ

【摇椅】yáoyǐ<名>ghế xích đu

遥 yáo<形>xa

【遥控】yáokòng<动>điều khiển từ xa

【遥望】yáowàng<动>nhìn từ xa: ~星空 ngắm nhìn bầu trời sao xa xăm

【遥遥】yáoyáo<形>xa; xa vời: ~领先 dẫn đầu khá xa

【遥远】yáoyuǎn<形>xa xăm; xa xôi; xa vời

yǎo

咬 yǎo<动>❶cắn: ~一口 cắn một miếng ❷kẹp chặt ❸(chó) sủa: 鸡鸣狗~ gà gáy chó sủa ❹vu oan: 你不要乱~无辜。Đừng vu oan cho người vô tội. ❺[方]ăn da; ăn mòn ❻đọc đúng âm; quá câu nệ với chữ nghĩa: ~文嚼字 nghiền ngẫm chữ nghĩa một cách máy móc ❼bám sát

【咬定】yǎodìng<动>xác định; khăng khăng cho rằng

【咬紧牙关】yǎojǐn yáguān cắn răng mà làm; kiên trì không sợ gian khổ: 我~坚持下来了。Tôi cắn răng kiên trì đến cùng.

【咬牙切齿】yǎoyá-qièchǐ nghiến răng nghiến lợi

舀 yǎo<动>múc: ~水 múc nước

窈 yǎo<形>[书]❶sâu xa ❷tối tăm

【窈窕】yǎotiǎo<形>[书]thùy mị: ~淑女 cô gái thùy mị

yào

药 yào ❶<名>thuốc chữa bệnh; vị thuốc: 西~ thuốc tây ❷<名>thuốc (hóa chất) ❸<动>[书]dùng thuốc chữa bệnh ❹<动>đánh bả: ~蟑螂 dùng thuốc để diệt gián

【药材】yàocái<名>dược liệu: 名贵~ dược liệu quý hiếm

【药店】yàodiàn<名>tiệm thuốc; hiệu thuốc

【药方】yàofāng<名>phương thuốc; đơn thuốc

【药房】yàofáng<名>❶hiệu thuốc ❷phòng thuốc

【药膏】yàogāo<名>thuốc cao

【药罐子】yàoguànzi<名>❶siêu sắc thuốc; ấm sắc thuốc ❷ví người hay ốm đau, có ý trêu đùa

【药剂师】yàojìshī<名>dược sĩ

【药片】yàopiàn<名>viên thuốc (dẹt)

【药品】yàopǐn<名>dược phẩm; thuốc men

【药膳】yàoshàn<名>những món ăn có tác dụng dược lí; dược thiện

【药水】yàoshuǐ<名>thuốc nước

【药丸】yàowán<名>thuốc viên; thuốc hoàn

【药味】yàowèi<名>❶vị thuốc Đông y ❷mùi thuốc

【药物】yàowù<名>các vị thuốc; dược phẩm

【药箱】yàoxiāng<名>thùng thuốc; tủ đựng thuốc

【药用】yàoyòng<动>dùng làm thuốc; tác dụng làm thuốc; dược dụng

要¹ yào ❶<形>quan trọng: ~案 vụ án quan trọng; 交通~道 kênh giao thông quan trọng ❷<名>nội dung quan trọng: 摘~ trích yếu

要² yào<动>❶cần đến; muốn: 他们~我去。Họ muốn tôi đi. ❷đòi; xin ❸cần phải; nên: 年轻人~努力学习

kiến thức. Các bạn trẻ nên cố gắng trau dồi kiến thức. ❹nhờ: 他~我们帮忙 扛东西。Ông ấy nhờ bọn tôi giúp khuân đồ. ❺quyết định làm ❻sẽ; sắp: 他~到了。Ông ấy sắp đến đây. ❼chắc là; có lẽ là

要³ yào<连>❶nếu không thì: ~不是 他，我就回不来了。Nếu không có anh ấy thì tôi không về được nữa. ❷hoặc là: 你~就走，~就留。Anh chẳng đi thì ở.

另见yāo

【要不】yàobù<连>❶nếu không thì: ~就听他的吧。Nếu không thì nghe theo anh ấy nhé. ❷hay là

【要不得】yàobude không được; không thể chấp nhận được: 这些坏习惯~。Những thói hư tật xấu này không thể chấp nhận được.

【要点】yàodiǎn<名>❶nội dung chính; nội dung chủ yếu: 我们必须抓住~来学习。Chúng ta học phải nắm vững nội dung chính. ❷cứ điểm trọng yếu

【要犯】yàofàn<名>tội phạm quan trọng: 政治~ can phạm chính trị quan trọng

【要饭】yàofàn<动>hành khất; ăn mày; ăn xin: 他在街上~。Lão ta ăn xin trên đường phố.

【要害】yàohài<名>điểm quan trọng; yết hầu: 击中~ đánh trúng yết hầu

【要好】yàohǎo<形>❶thân nhau; đối xử tốt với nhau: 我们认识后一直很~。Sau ngày quen biết chúng tôi đã rất thân với nhau. ❷cầu tiến bộ

【要价】yàojià<动>❶đòi giá; rao giá: ~过高 thách giá quá cao ❷đặt điều kiện

【要紧】yàojǐn ❶<形>quan trọng ❷<形> nghiêm trọng: 已经到了很~的程度。Đã đến mức độ rất nghiêm trọng. ❸<副>[方]vội; gấp

【要领】yàolǐng<名>❶điểm quan trọng ❷yếu lĩnh

【要么】yàome<连>hoặc là: 你~现在就干，~就永远也不干了。Hoặc là anh làm ngay bây giờ, hoặc là anh thôi hẳn.

【要面子】yào miànzi　tự ái; sĩ diện: 他是~的人。Ông ấy là một người hay sĩ diện.

【要命】yàomìng<动>❶nguy hiểm; chết người: 这是一件~的事。Đây là một điều khủng khiếp. ❷đến đột độ: 高兴得~ sướng đến chết đi được ❸gay gắt; gay go: 这活真是~。Việc này thật gay go.

【要强】yàoqiáng<形>hiếu thắng; mạnh mẽ: 他总是很~。Ông ấy rất hiếu thắng.

【要是】yàoshi<连>nếu; nếu như: 我~你就不这么做。Nếu là bạn thì tôi sẽ không làm như vậy.

【要素】yàosù<名>yếu tố: 基本~ yếu tố cơ bản

【要职】yàozhí<名>chức vụ quan trọng: 他在政府中担任~。Ông ấy nắm giữ chức vụ quan trọng trong chính phủ.

钥 yào<名>chìa khóa
【钥匙】yàoshi<名>chìa khóa

耀 yào❶<动>chiếu rọi: 照~ soi rọi ❷<形>vinh quang: 荣~ vinh quang ❸<动>huênh hoang; khoe khoang ❹<名>ánh sáng

【耀眼】yàoyǎn<形>chói mắt; lóa mắt: ~的阳光 ánh nắng chói mắt

yē

耶 yē
【耶稣】Yēsū<名>chúa Giê-su

椰 yē<名>[植物]trái dừa; cây dừa
【椰汁】yēzhī<名>nước dừa
【椰子】yēzi<名>❶cây dừa ❷quả dừa

噎 yē<动>❶nghẹn: 小心别~着。Hãy cẩn thận khỏi bị nghẹn. ❷nghẹn thở ❸[方]chẹn ngang

yé

爷 yé<名>❶[方]cha; bố ❷ông nội ❸bác ❹ông; cụ: 大~ bác ❺ngài

【爷爷】yéye<名>[口]❶ông nội ❷ông (tiếng xưng hô với người đàn ông ngang tuổi với ông nội)

yě

也 yě<副>❶vừa…vừa…; cũng…cũng…: 他会养鸡, ~会养猪。Anh ấy vừa giỏi nuôi gà, vừa giỏi nuôi lợn. ❷cũng: 我不去, 他~不去。Tôi không đi, anh ấy cũng không đi. ❸ngay; cả: 就连他~哈哈大笑起来。Đến cả ông ấy cũng bật cười ha hả.

【也罢】yěbà<助>❶thôi; được: 你不去~。Anh không đi thì thôi. ❷cũng được: 你来~, 不来~, 酒会照常进行。Anh đến hay không, tiệc rượu vẫn tiến hành như thường.

【也好】yěhǎo<助>cũng được: 你没有去~, 那展览没啥看头。Anh không đi cũng phải, buổi triển lãm ấy cũng chẳng có gì đáng xem.

【也许】yěxǔ<副>có lẽ; không chừng: 你~是对的。Có lẽ bạn đúng.

冶 yě<动>luyện; nấu (kim loại): ~铁 luyện sắt

【冶金】yějīn<动>luyện kim: ~工业 công nghiệp luyện kim

【冶炼】yěliàn<动>tinh luyện kim loại: ~钢材 tinh luyện vật liệu thép

野 yě❶<名>ngoài đồng: 田~ ngoài đồng ❷<名>giới hạn; tầm: 视~ tầm nhìn/tầm mắt ❸<名>hoang dại: ~花 hoa dại ❹<名>vườn; thôn dã ❺<形>ngang tàng: 这个小孩太~了。Đứa trẻ này quá là ngang tàng. ❻<形>thô lỗ; lỗ bịch

【野菜】yěcài<名>rau dại

【野餐】yěcān❶<名>cơm dã ngoại ❷<动>ăn cơm dã ngoại

【野草】yěcǎo<名>cỏ dại

【野炊】yěchuī<动>làm cơm nơi dã ngoại

【野果】yěguǒ<名>quả dại; quả rừng

【野蛮】yěmán<形>❶hoang dã; không văn minh; chưa được khai hóa ❷ngỗ ngược tàn bạo: ~屠杀 giết chóc dã man

【野生】yěshēng<形>mọc hoang; hoang dã: ~植物 thực vật mọc hoang

【野兽】yěshòu<名>dã thú

【野外】yěwài<名>dã ngoại

【野味】yěwèi<名>đồ rừng

【野心】yěxīn<名>dã tâm; tham vọng: 他的~很大。Tham vọng của ông ta rất lớn.

【野心勃勃】yěxīn-bóbó dã tâm lớn

【野性】yěxìng<名>ngỗ ngược; ương bướng

【野营】yěyíng<动>cắm trại

【野战】yězhàn<名>dã chiến

【野种】yězhǒng<名>(lời chửi) con hoang

yè

业¹ yè❶<名>nghề nghiệp: 工~ công nghiệp; 各行各~ các ngành nghề ❷<名>chức nghiệp; công việc: 就~ vào nghề/sắp xếp việc làm ❸<名>việc học: 毕~ tốt nghiệp; 结~ kết thúc khóa học ❹<名>sự nghiệp: 创~ lập nghiệp ❺<名>tài sản; sản nghiệp: 家~ gia sản

业² yè<副>đã qua; rồi: ~已结束 đã kết thúc

【业绩】yèjì<名>công trạng; thành tích

【业界】yèjiè<名>giới chuyên môn; giới doanh nghiệp

【业务】yèwù<名>nghiệp vụ

【业务员】yèwùyuán<名>nhân viên nghiệp vụ; nghiệp vụ viên

【业余】yèyú<形>❶nghiệp dư; không chuyên: ~爱好者 kẻ chơi nghiệp dư ❷ngoài thời gian công tác

【业主】yèzhǔ<名>chủ tài sản; chủ doanh nghiệp; nghiệp chủ

叶¹ yè<名>❶lá cây: 落~ lá rụng ❷lá (vật giống hình lá cây): 肺~ lá phổi //(姓)Diệp

叶² yè<名>thời kì; khoảng: 19世纪中~ khoảng giữa thế kỉ thứ 19

【叶绿素】yèlǜsù<名>diệp lục tố; clorofin

【叶落归根】yèluò-guīgēn lá rụng về cội: 老人总想着~。Người cao tuổi luôn nghĩ chuyện lá rụng về cội.

【叶酸】yèsuān<名>[生化]a-xít folic

【叶子】yèzi<名>❶lá cây ❷[方]con bài giấy ❸[方]lá chè

页 yè❶<名>tờ (giấy) ❷<量>trang (sách): 第十~ trang 10

【页码】yèmǎ<名>số trang

【页面】yèmiàn<名>❶trang sách: ~要保持整洁。Hãy giữ cho trang sách sạch sẽ. ❷nội dung trên màn hình máy tính

夜 yè<名>đêm: 昼~ ngày và đêm

【夜班】yèbān<名>ca đêm; ca tối: 他经常上~。Ông ấy thường làm ca đêm.

【夜长梦多】yècháng-mèngduō đêm dài lắm mộng; ví thời gian kéo dài sự việc phát triển không theo chiều thuận

【夜店】yèdiàn<名>câu lạc bộ ban đêm; cửa hàng ban đêm

【夜间】yèjiān<名>trong đêm; vào ban đêm: ~行车要注意安全。Khi lái xe ban đêm, hãy chú ý an toàn.

【夜空】yèkōng<名>trời đêm

【夜来香】yèláixiāng<名>[植物]hoa dạ hương

【夜里】yèlǐ<名>ban đêm

【夜猫子】yèmāozi<名>[口]❶con cú đêm ❷hoạt động ban đêm

【夜幕】yèmù<名>màn đêm: ~慢慢降

临。Màn đêm từ từ buông xuống.

【夜深】yèshēn<名>đêm khuya: ~了，该休息了。Khuya rồi, nên đi nghỉ thôi.

【夜生活】yèshēnghuó<名>cuộc sống về đêm: 都市的~很丰富。Cuộc sống về đêm trong thành phố rất phong phú.

【夜市】yèshì<名>chợ đêm: ~十分热闹。Chợ đêm rất sôi động.

【夜晚】yèwǎn<名>ban đêm; buổi tối

【夜宵】yèxiāo<名>bữa ăn đêm; xíu dẻ; tiểu dạ

【夜以继日】yèyǐjìrì suốt ngày suốt đêm: 他们～地工作. Họ làm việc suốt ngày suốt đêm.

【夜总会】yèzǒnghuì<名>nơi vui chơi ban đêm; câu lạc bộ ban đêm; hộp đêm

液 yè<名>dịch; nước: 溶~ dung dịch

【液化】yèhuà<动>hóa lỏng; hóa thành thể lỏng

【液化气】yèhuàqì<名>khí đốt; khí gas

【液晶】yèjīng<名>[物理]tinh thể lỏng: ~电视是高科技产品. TV tinh thể lỏng là sản phẩm công nghệ cao.

【液态】yètài<名>trạng thái lỏng

【液体】yètǐ<名>thể lỏng; chất lỏng

【液压】yèyā<名>[机械]áp lực bằng nước: ~系统 hệ thống thủy lực

腋 yè<名>nách: ~毛 lông nách

【腋臭】yèchòu<名>hôi nách

【腋窝】yèwō<名>hốc nách

yī

一 yī❶<数>một; nhất: ~二~ một hai một; 第~ thứ nhất ❷<数>đồng nhất: ~视同仁 đối xử như nhau ❸<数>suốt; toàn; cả; khắp; đầy: ~生 suốt đời ❹<数>một (cái); một (tí): 笑~笑 cười một tí ❺<数>một; chuyên nhất: ~心~意 một lòng một dạ ❻<副>hễ; một

khi: ~失足成千古恨。Lỡ một bước hận ngàn thu./Nhất thất túc thành thiên cổ hận. ❼<数>một (cái) (phải kết hợp với "就"): ~跳就过去了。Nhảy một cái là đã sang được.

【一把手】yībǎshǒu<名>❶một cánh tay; tham gia một phần: 我们准备去种树，你也算～吧？Chúng tôi chuẩn bị đi trồng cây, anh tham gia một phần nhé? ❷người giỏi giang; tay cừ khôi; tay giỏi: 他里里外外都是～. Anh ấy quả là một tay cừ khôi. ❸người đứng đầu một cơ quan, một đơn vị hoặc một doanh nghiệp

【一败涂地】yībài-túdì thất bại thảm hại; thua không còn manh giáp; thua liểng xiểng

【一般】yībān❶<形>như; giống nhau; đồng dạng: 母女俩已经～高了。Hai mẹ con đã cao bằng nhau rồi. ❷<数量>một thứ: 别有～滋味 có một thứ mùi vị riêng ❸<形>thông thường; chung: ~化 chung chung

【一半】yībàn<数>một nửa: 我只要～. Tôi chỉ cần một nửa.

【一帮】yībāng<数量>một tốp; một nhóm: ~人 một tốp người

【一辈子】yībèizi<名>[口]một đời; cả đời người

【一本正经】yīběn-zhèngjīng rất đứng đắn; rất nghiêm túc; trang trọng

【一笔勾销】yībǐ-gōuxiāo sổ toẹt; một nét xóa sạch

【一臂之力】yībìzhīlì một phần; một tay: 我将助你～. Tôi sẽ giúp anh một tay.

【一边】yībiān❶<名>một bên; một phía: 路的～ một bên đường ❷<名>bên cạnh: 她坐在～看我们打球. Cô ta ngồi bên cạnh xem chúng tôi đánh bóng. ❸<副>vừa: ~吃饭～看电视对消化不好. Vừa ăn cơm vừa xem ti vi bất lợi cho tiêu hóa.

【一并】yībìng<副>luôn cả; luôn thể;

cả thể: ~处理 xử lí luôn cả

【一波三折】yībō-sānzhé uốn lượn ngoằn ngoèo; quanh co trắc trở; không suôn sẻ

【一不做，二不休】yī bù zuò, èr bù xiū không làm thì thôi, đã làm thì làm đến cùng

【一步到位】yībù-dàowèi một bước tới đích

【一刹那】yīchànà〈名〉chốc lát

【一唱一和】yīchàng-yīhè kẻ tung người hứng; bên xướng bên họa; bên hô bên ứng

【一尘不染】yīchén-bùrǎn❶chẳng vướng bụi trần; trong trắng ❷sạch sẽ không dính tí bụi; thanh bạch trong sạch

【一成不变】yīchéng-bùbiàn nhất thành bất biến; máy móc câu nệ; trước thế nào sau vẫn thế

【一次性】yīcìxìng (dùng) một lần: ~筷子 đũa sử dụng một lần

【一大早】yīdàzǎo〈名〉[口]sáng sớm

【一带一路】yīdàiyīlù〈名〉một vành đai một con đường

【一旦】yīdàn❶〈名〉trong một ngày: 毁于~ tan thành trong chốc lát ❷〈副〉một khi; một ngày nào đó ❸〈副〉hễ; đã: ~决定就要去做. Đã quyết thì phải làm.

【一刀两断】yīdāo-liǎngduàn một nhát đứt đôi; kiên quyết cắt đứt

【一刀切】yīdāoqiē xén cho phẳng; làm cùng cách; đối xử như nhau

【一点儿】yīdiǎnr（数量）❶một tí ❷một chút; nhỏ bé: 她~也帮不上忙. Cô ấy không giúp được tí nào cả.

【一定】yīdìng❶〈形〉đã xác định; đã quy định: 每个单位都有~的规章制度. Cơ quan nào cũng có quy chế của mình. ❷〈形〉nhất định; cố định ❸〈副〉nhất định; chắc chắn: 那件事~会发生. Chuyện đó ắt sẽ xảy ra. ❹〈形〉nhất định; riêng

~的社会环境 môi trường xã hội nhất định ❺〈形〉(mức độ nào đó) nhất định: 他具有~的社会地位. Anh ấy có địa vị xã hội nhất định.

【一度】yīdù❶（数量）một lần; một đợt: 一年~的中秋节 tết Trung thu mỗi năm một dịp ❷〈副〉từng có phen; một dạo: ~中断联系 từng một dạo mất liên lạc

【一帆风顺】yīfān-fēngshùn thuận buồm xuôi gió

【一分为二】yīfēnwéi'èr❶một chia làm hai (đôi) ❷nhìn một cách toàn diện

【一概】yīgài〈副〉nhất thiết; nhất loạt: 过期~作废. Quá kì hạn thì nhất loạt hủy bỏ.

【一干二净】yīgān-èrjìng hoàn toàn; hết sạch; sạch sành sanh: 吃得~ ăn hết sạch; 忘得~ quên bẵng sạch sành sanh

【一个劲儿】yīgejìnr một mạch; một lèo; không ngớt; không nghỉ: ~地唱 hát một mạch; 雨~地下. Trời vẫn cứ mưa hoài.

【一共】yīgòng〈副〉cả thảy; tổng cộng: ~多少人去? Cả thảy có bao nhiêu người đi?

【一鼓作气】yīgǔ-zuòqì làm một mạch cho xong

【一贯】yīguàn〈形〉vốn có; sẵn có; xưa nay vẫn thế; nhất quán: ~作风 tác phong vốn có; ~如此 xưa nay vẫn thế

【一呼百应】yīhū-bǎiyìng nhất hô bách ứng; một tiếng gọi trăm người hưởng ứng

【一晃】yīhuàng〈动〉thoáng cái: ~就是十年. Thoáng cái đã 10 năm.

【一会儿】yīhuìr❶（数量）một lúc; một lát; một chốc; một thoáng: 等我~. Chờ tôi một lát. ❷（数量）lát; lát nữa: ~我们碰下头. Lát nữa chúng ta hội ý một cái. ❸〈副〉lúc thì…lúc thì…: 股市~涨~跌. Giá cổ phiếu lúc thì dâng lúc thì tụt.

【一技之长】yījìzhīcháng sở trường; giỏi một nghề

【一见如故】yījiàn-rúgù mới gặp đã thân nhau như bạn cũ

【一见钟情】yījiàn-zhōngqíng vừa gặp đã yêu; tình yêu sét đánh

【一箭双雕】yījiàn-shuāngdiāo một mũi tên hai đích; một công đôi việc

【一举成名】yījǔ-chéngmíng nổi tiếng luôn

【一举两得】yījǔ-liǎngdé nhất cử lưỡng tiện; một công đôi việc

【一举一动】yījǔ-yīdòng mỗi một động tác; động tĩnh

【一刻】yīkè(数量)❶một khắc (khoảng thời gian bằng 15 phút) ❷chốc lát

【一口】yīkǒu❶<形>thuần nhất; đặc giọng: 那人~的中部音 Ông ta đặc giọng miền Trung. ❷<副>một mực: ~否认 một mực phủ nhận ❸<量>một miếng; một hơi: 吃~饭 ăn một miếng cơm

【一口气】yīkǒuqì❶một hơi thở ❷một hơi; một mạch; liền một hơi: ~吃了五碗饭 ăn liền một hơi năm bát cơm

【一块儿】yīkuàir❶<名>cùng một chỗ; cùng một nơi: 他俩在~工作 Hai người đó cùng công tác một nơi. ❷<副>cùng; cùng nhau: 他们~考上研究生。Họ cùng thi đỗ cao học một đợt.

【一劳永逸】yīláo-yǒngyì một lần vất vả nhàn hạ mãi mãi

【一连】yīlián<副>liên tục; liên tiếp; một mạch: ~发生数起交通事故 liên tục xảy ra mấy vụ tai nạn giao thông

【一连串】yīliánchuàn liên tiếp; một chuỗi; một loạt: ~动人的话 chuỗi lời xúc động lòng người

【一了百了】yīliǎo-bǎiliǎo đầu xuôi đuôi lọt; việc chính xong thì mọi

việc khác cũng xong

【一溜烟】yīliùyān nhanh như cắt; vụt đi: 他~地跑了。Anh ta chạy vụt đi.

【一律】yīlǜ❶<形>như nhau; giống nhau: 强求~ bắt ép như nhau ❷<副>đều; nhất loạt: 所有商品~涨价。Các mặt hàng đều tăng giá đồng loạt.

【一毛不拔】yīmáo-bùbá bủn xỉn; keo kiệt

【一面】yīmiàn❶<名>mặt; một mặt: 朝北的~ mặt hướng bắc ❷<名>một bên; một phía: ~倒 ngả hẳn về một phía ❸<副>đồng thời; vừa: 她~跑, ~喊着他的名字 Cô ta vừa chạy vừa gọi tên anh ấy. ❹<动>[书]mới gặp lần đầu

【一模一样】yīmú-yīyàng giống như in; giống như đúc; giống hệt

【一目了然】yīmù-liǎorán nhìn qua thấy ngay; thoáng nhìn biết ngay

【一年到头】yīnián-dàotóu quanh năm; quanh năm suốt tháng

【一年四季】yīnián-sìjì một năm bốn mùa

【一年一度】yīnián-yīdù hàng năm; mỗi năm một lần

【一念之差】yīniànzhīchā sai lầm của một ý nghĩ; một thoáng nghĩ sai

【一诺千金】yīnuò-qiānjīn lời hứa ngàn vàng; lời hứa chắc như đinh đóng cột

【一拍即合】yīpāi-jíhé vừa gõ phách đã hòa nhịp; ăn nhịp với nhau ngay

【一起】yīqǐ❶<名>cùng một chỗ: 住在~ ở cùng một chỗ ❷<副>cùng: 今晚我们~去看电影吧。Tối nay chúng ta cùng đi xem phim nhé. ❸<副>[方]cả thảy; cộng lại; tổng cộng

【一气呵成】yīqì-hēchéng❶hơi văn liền mạch ❷làm liên tục; không nghỉ tay: ~完成任务。Làm một mạch xong hết công việc.

【一气之下】yīqìzhīxià trong lúc

giận dữ

【一窍不通】yīqiào-bùtōng chẳng biết tí gì; dốt đặc cán mai

【一切】yīqiè<代>❶tất cả; hết thảy; mọi: 承担~责任 chịu mọi trách nhiệm ❷mọi thứ; mọi cái: ~都是那么美好 Mọi thứ đều tốt đẹp cả.

【一清二楚】yīqīng-èrchǔ rõ ràng; hai năm rõ mười: 了解得~ tìm hiểu rõ tường

【一如既往】yīrú-jìwǎng trước sau như một; vẫn như ngày trước

【一身】yīshēn<名>❶toàn thân; khắp người: ~劲儿 toàn thân đầy sức mạnh; ~是汗 mồ hôi ướt cả người ❷một mình: 独自~ cô đơn một mình ❸một bộ: ~工作服 mặc một bộ đồng phục làm việc

【一生一世】yīshēng-yīshì suốt đời

【一声不吭】yīshēng-bùkēng chẳng nói chẳng rằng

【一时】yīshí❶<名>một thời kì: 显赫~ hiển hách một thời ❷<名>thời gian ngắn; tạm thời: 雨下得很大, 似乎~半会儿停不下来。 Mưa to lắm, xem chừng không tạnh trong thời gian ngắn được. ❸<副>ngay một lúc; ngẫu nhiên: ~不知如何是好 ngay lúc ấy không biết làm như thế nào ❹<副>lúc thì… lúc thì…: ~哭~笑 lúc thì khóc lúc thì cười

【一事无成】yīshì-wúchéng không được tích sự gì; không nên trò trống gì; chẳng nên cơm cháo gì

【一视同仁】yīshì-tóngrén đối xử như nhau; cùng coi như nhau

【一手】yīshǒu❶<副>một tay; một mình: ~包办 một tay làm cả/một mình ôm đồm tất cả ❷<名>ngón; thủ đoạn: 他居然来这~, 真卑鄙! Hắn lại dùng thủ đoạn này, thật bỉ ổi! ❸<名>tay nghề; bản lĩnh: 留~ giữ tay nghề; giữ miếng tủ

【一丝不苟】yīsī-bùgǒu không chút cẩu thả; tỉ mỉ chu đáo

【一塌糊涂】yītāhútú vô cùng hỗn loạn; nát bét; hỏng bét: 事情办得~。 Việc làm hỏng bét hết.

【一天到晚】yītiān-dàowǎn từ sáng đến tối; suốt ngày; cả ngày

【一条龙】yītiáolóng<名>❶một hàng dài; rồng rắn ❷trọn gói: ~服务 dịch vụ trọn gói/phục vụ một mạch

【一同】yītóng<副>cùng; cùng nhau: ~观看演出 cùng xem biểu diễn

【一头】yītóu❶<名>một đầu: 我们从桥的这~走到另~。 Chúng ta đi từ đầu cầu bên này đến đầu cầu bên kia. ❷<名>mặt; phía: 家庭和事业, 哪~都要兼顾。 Gia đình và sự nghiệp, mặt nào cũng cần quan tâm. ❸<名>một phe; một bên: 你们两个~好了。 Hai anh chị cùng một bên nhé. ❹<副>một mặt; vừa: 她~唱~跳。 Cô bé vừa hát vừa nhảy. ❺<副>liền; ngay tức khắc; đột ngột: 他一到游泳池, 就~扎进水里。 Vừa đến bể bơi, thì anh ta bổ nhào xuống nước ngay. ❻<副>đột nhiên; bỗng: 他~栽在地上。 Anh ấy bỗng bị gục ngã. ❼<名>(độ cao) một cái đầu ❽<副>[方]cùng; cùng nhau: 我和他~来的。 Tôi đến cùng với ông ấy.

【一团糟】yītuánzāo hỗn loạn; rối loạn; hỏng bét; chẳng ra gì

【一网打尽】yīwǎng-dǎjìn một mẻ lưới vét gọn; tóm gọn cả bọn; thu lượm hết

【一往情深】yīwǎng-qíngshēn tình sâu nghĩa nặng; thắm tình lưu luyến

【一望无际】yīwàng-wújì mênh mông bát ngát; không bờ bến

【一味】yīwèi<副>một mực: ~忍让 một mực nín nhịn

【一文不值】yīwén-bùzhí không đáng giá; đồ bỏ đi

【一窝蜂】yīwōfēng như ong vỡ tổ; ồn ào náo động; xô ạt; ồ ạt

【一无是处】yīwúshìchù chẳng chỗ nào đúng; sai hết

【一无所有】yīwúsuǒyǒu chẳng có gì

【一系列】yīxìliè hàng loạt; một loạt

【一下】yīxià❶〈数量〉một cái; thử xem: 试~ thử xem ❷〈副〉chốc; thoáng; một chút (chỉ thời gian ngắn): 等我~。Chờ tôi một chút.

【一线】¹ yīxiàn〈名〉❶tuyến một ❷tuyến đầu: ~工人 công nhân trực tiếp sản xuất

【一线】² yīxiàn〈数量〉một tí; một chút: ~光明 một chút ánh sáng

【一厢情愿】yīxiāng-qíngyuàn chỉ theo ý mình; chỉ biết ý muốn của mình

【一向】yīxiàng❶〈名〉từ trước đến đây; một thời trước đây ❷〈副〉xưa nay; luôn luôn

【一些】yīxiē〈数量〉❶một số: 工作过程中会遇到~问题。Trong quá trình làm việc có thể gặp phải một số vấn đề. ❷một ít: 我们目前只有这~了，还要再买些吗? Hiện giờ ta chỉ có thế này thôi, còn phải mua thêm không? ❸một số; mấy: 她做过~好事。Cô ta từng làm mấy việc tốt. ❹một chút; hơn: 好~ đỡ hơn một chút

【一心】yīxīn❶〈副〉chuyên tâm; toàn tâm toàn ý: ~学习 chuyên tâm học tập ❷〈形〉một lòng; đồng lòng: 军民万众~抗洪。Quân và dân đồng lòng chống lũ lụt.

【一心一意】yīxīn-yīyì toàn tâm toàn ý; một lòng một dạ

【一行】yīxíng〈名〉một nhóm; một đoàn: 代表团~ cả đoàn đại biểu

【一言难尽】yīyán-nánjìn khó kể hết được bằng vài câu; kể sao cho xiết

【一言为定】yīyánwéidìng lời nói như đinh đóng cột; cam kết giao kèo

【一氧化碳】yīyǎnghuàtàn ôxít cácbon

【一样】yīyàng〈形〉giống nhau; như nhau: 姐妹俩长得~漂亮。Hai chị em đều xinh đẹp như nhau.

【一夜情】yīyèqíng〈名〉tình dục một đêm

【一一】yīyī〈副〉nhất nhất; từng: ~回答问题 trả lời từng vấn đề một

【一衣带水】yīyīdàishuǐ dành nước hẹp như dải áo; chỉ cách một dòng nước; láng giềng gần

【一意孤行】yīyì-gūxíng khăng khăng làm theo ý mình

【一应俱全】yīyīng-jùquán đầy đủ mọi thứ

【一再】yīzài〈副〉nhiều lần

【一站式】yīzhànshì một cửa: ~服务 dịch vụ một cửa

【一针见血】yīzhēn-jiànxiě chích một nhát là thấy máu ngay; nói thẳng vấn đề; nhằm trúng đích; điểm trúng huyệt; nói thẳng nói toạc

【一阵】yīzhèn〈数量〉một trận: ~头晕 chóng mặt một hồi

【一知半解】yīzhī-bànjiě biết nửa vời; kiến thức nông cạn hời hợt

【一直】yīzhí〈副〉❶cứ; một mạch: ~走，到三岔路口就右转。Đi thẳng, đến ngã ba thì rẽ phải. ❷mãi; liên tục, luôn luôn: 他~很健康。Ông ta luôn luôn mạnh khỏe. ❸cho tới

【一致】yīzhì❶〈形〉nhất trí; ăn khớp: 观点~ quan điểm nhất trí ❷〈副〉cùng

【一转眼】yīzhuǎnyǎn thấm thoắt: ~我已经离家三年了。Thấm thoắt tôi đã xa nhà ba năm rồi.

【一走了之】yīzǒu-liǎozhī đi bỏ mặc tất cả

伊 yī〈助〉[书](từ tỏ ý nhấn mạnh): 新年~始 vừa bước vào đầu năm mới

【伊甸园】yīdiànyuán〈名〉vườn Ê đen; tiên cảnh; chốn bồng lai

【伊斯兰教】Yīsīlánjiào Đạo Islam; Đạo Hồi

衣 yī〈名〉❶áo: 外~ áo khoác ❷vỏ; lớp bọc: 笋~ bẹ măng; 糖~炮弹 viên đạn bọc đường ❸nhau thai

【衣橱】yīchú〈名〉tủ áo

【衣服】yīfu〈名〉quần áo

【衣冠楚楚】yīguān-chǔchǔ quần áo xúng xính; áo khăn chải chuốt bảnh bao

【衣架】yījià〈名〉❶giá áo; cái mắc áo ❷dáng vóc

【衣帽间】yīmàojiān〈名〉phòng gửi áo mũ

【衣裳】yīshang〈名〉[口]áo quần

【衣食父母】yīshí-fùmǔ cơm cha áo mẹ; sống nhờ vào; sống dựa vào

【衣食住行】yī-shí-zhù-xíng ăn, mặc, ở và đi lại; điều kiện sinh sống hàng ngày

【衣着】yīzhuó〈名〉ăn mặc: ~光鲜 ăn mặc rất diện/ăn mặc bảnh bao

医 yī❶〈名〉thầy thuốc; bác sĩ: 军~ quân y ❷〈名〉y học: 中~ Trung y ❸〈动〉trị bệnh; chữa bệnh

【医保】yībǎo〈名〉bảo hiểm y tế: ~卡 thẻ bảo hiểm y tế

【医疗】yīliáo〈动〉chữa bệnh: ~保险 bảo hiểm y tế; ~事故 sự cố y tế

【医生】yīshēng〈名〉bác sĩ; thầy thuốc

【医师】yīshī〈名〉bác sĩ; thầy thuốc

【医术】yīshù〈名〉y thuật; kĩ thuật, tay nghề của bác sĩ: ~精湛 mẹo phép chữa bệnh giỏi

【医务】yīwù〈名〉y vụ: ~人员 nhân viên y tế; ~室 phòng y vụ

【医学】yīxué〈名〉y học

【医学院】yīxuéyuàn〈名〉học viện y khoa

【医药】yīyào〈名〉y dược: ~公司 công ti dược phẩm

【医院】yīyuàn〈名〉bệnh viện

【医治】yīzhì〈动〉điều trị; chạy chữa

依 yī❶〈动〉gần sát ❷〈动〉dựa vào; tựa vào: 唇齿相~ khăng khít như môi với răng; 相~为命 dựa vào nhau để sống ❸〈动〉nghe theo; đồng ý: 不~不饶 quyết không nghe theo ❹〈介〉theo: ~法惩处 trừng phạt theo luật pháp

【依此类推】yīcǐ-lèituī cứ thế mà tính; theo thế mà suy toán ra

【依次】yīcì〈副〉lần lượt; theo thứ tự: ~通行 thông hành theo thứ tự

【依从】yīcóng〈动〉thuận theo; vâng theo

【依法】yīfǎ〈副〉❶theo cách ❷theo (pháp) luật: ~治国 quản lí nhà nước theo pháp luật

【依附】yīfù〈动〉❶bám vào ❷ỷ vào; nương nhờ; dựa vào: ~父母 nương tựa vào bố mẹ

【依旧】yījiù❶〈副〉như xưa; vẫn như cũ; y nguyên: 他~做他的老本行。Ông ta vẫn làm nghề cũ. ❷〈动〉như xưa: 风采~ phong độ như xưa/phong thái như xưa

【依据】yījù〈动〉❶dựa vào ❷căn cứ ❸theo

【依靠】yīkào❶〈动〉nhờ; dựa vào: ~上级 dựa vào cấp trên ❷〈名〉chỗ dựa

【依赖】yīlài〈动〉❶dựa dẫm; ỷ lại: ~亲人 dựa dẫm vào người nhà ❷nương tựa, dựa

【依恋】yīliàn〈动〉lưu luyến: ~故土 lưu luyến quê hương

【依然】yīrán❶〈动〉y nguyên; như cũ ❷〈副〉vẫn

【依山傍水】yīshān-bàngshuǐ dựa núi cạnh sông

【依托】yītuō〈动〉❶nhờ; dựa; nương tựa: ~地理优势 dựa vào lợi thế địa lí ❷thác lời; mượn tiếng

【依偎】yīwēi〈动〉dựa sát vào; ngả vào: 她~着丈夫. Chị ấy dựa sát vào chồng.

【依稀】yīxī〈形〉mơ hồ; lờ mờ; mang máng: ~记得 mang máng nhớ được

【依依不舍】yīyī-bùshě bịn rịn lưu luyến không nỡ rời

【依仗】yīzhàng<动>ỷ vào; dựa vào

【依照】yīzhào❶<介>theo; tuân theo; y chiếu: ~样品做一个新的 làm một chiếc mới theo mẫu ❷<动>theo; nghe theo: ~交通法，自行车不能走机动车道。Theo luật lệ giao thông, xe đạp không được phép đi đường xe động cơ.

壹 yī<数>chữ "一" viết kép

yí

仪[1] yí❶<名>vẻ; dáng; dáng điệu: ~表 dáng vẻ ❷<名>lễ vật: 谢~ quà cảm ơn ❸<名>lễ tiết; nghi thức: 行礼如~. Chào theo nghi thức. ❹<动>[书]lòng hướng về; lòng hâm mộ: 心~已久 lòng hướng về đã lâu

仪[2] yí<名>máy; máy móc

【仪表】[1] yíbiǎo<名>dáng vẻ; điệu độ (chỉ ý tốt): ~堂堂 dáng vẻ đường đường

【仪表】[2] yíbiǎo<名>máy, khí cụ, thiết bị đo; đồng hồ đo: ~盘 mặt bàn đồng hồ đo

【仪器】yíqì<名>đồ đo thí nghiệm; máy đo đạc: 精密的~ máy đo đạc tinh vi

【仪式】yíshì<名>nghi thức; lễ: 颁奖~ lễ trao giải

【仪态】yítài<名>[书]tư thái; phong thái: ~万方 phong thái ung dung

【仪仗队】yízhàngduì<名>đội danh dự

饴 yí<名>kẹo mạch nha: 玉米~ kẹo ngô

【饴糖】yítáng<名>kẹo mạch nha

怡 yí<形>[书]vui vẻ; thoải mái: 心旷神~ tinh thần thoải mái

【怡然自得】yírán-zìdé vui vẻ hài lòng

宜 yí❶<形>thích hợp: 适~ thích nghi ❷<动>nên: 这事不~操之过急。Việc này không nên làm quá gấp.

【宜居】yíjū<形>thích hợp cư trú

【宜人】yírén<形>hợp với người; dễ chịu: 景色~ phong cảnh đẹp đẽ

贻 yí<动>[书]❶tặng; biếu: ~赠 biếu cho ❷để lại: ~害 để lại mối hại

【贻害】yíhài<动>di hại; gây họa; tai hại: ~无穷 tai hại vô cùng

【贻误】yíwù<动>làm hỏng; bỏ lỡ: ~战机 bỏ lỡ thời cơ chiến đấu; ~农时 để lỡ vụ

【贻笑大方】yíxiào-dàfāng để người trong nghề phải phì cười

姨 yí<名>❶dì: 三~ dì ba ❷chị hoặc em gái vợ: 小~子 em gái vợ ❸dì; cô (xưng người phụ nữ cùng thế hệ và tuổi xấp xỉ với mẹ mình)

【姨父】yífu<名>chồng của dì; dượng

【姨妈】yímā<名>[口]dì; già (chị hoặc em gái của mẹ đã kết hôn)

胰 yí<名>[解剖]tuyến tụy

【胰岛素】yídǎosù<名>[生物]in-su-lin

【胰腺】yíxiàn<名>[解剖]tuyến tụy

移 yí<动>❶di động: 转~ di chuyển; 迁~ chuyển dời ❷thay đổi: 坚定不~ kiên quyết không thay đổi

【移步】yíbù<动>chuyển; đi

【移动】yídòng<动>di động; chuyển dời

【移动电话】yídòng diànhuà điện thoại di động

【移动硬盘】yídòng yìngpán ổ cứng di động

【移花接木】yíhuā-jiēmù ghép cành dời hoa; ngấm ngầm thay đổi; đánh tráo

【移交】yíjiāo<动>❶chuyển giao: 这事件~司法机关处理。Chuyện này chuyển giao cho cơ quan tư pháp xử lí. ❷bàn giao: 工作还没~给我。Chưa bàn giao công việc cho tôi.

【移居】yíjū<动>di cư: ~国外 di cư nước ngoài

【移民】yímín❶<动>di dân: ~法律 di dân ❷<名>người dân di cư: 三峡库区~ dân di cư từ khu Đập Tam Hiệp

【移情别恋】yíqíng-biéliàn bỏ tình cũ mà yêu người khác; thay lòng đổi dạ

【移植】yízhí<动>❶di thực ❷[医学] cấy ghép

遗 yí❶<动>mất; mất mát ❷<名>vật bị mất; của rơi: 路不拾~ ngoài đường không nhặt của rơi ❸<动>sót: 补~ bổ sung chỗ sót ❹<动>lưu lại; giữ lại: 不~余力 không tiếc sức ❺<动>di; để lại: ~作 tác phẩm để lại ❻<动>són; di (chỉ sự bài tiết không thể tự chủ)

【遗产】yíchǎn<名>di sản

【遗传】yíchuán<动>di truyền

【遗传病】yíchuánbìng<名>bệnh di truyền

【遗骸】yíhái<名>di hài; hài cốt: 动物~ xương cốt còn lại của động vật

【遗憾】yíhàn❶<名>di hận; mối ân hận: 终生~ ân hận suốt đời ❷<形>không hài lòng; rất đáng tiếc: 这是一件让人~的事 Đây là chuyện rất đáng tiếc.

【遗迹】yíjì<名>di tích; dấu vết còn lại

【遗精】yíjīng<动>di tinh

【遗留】yíliú<动>còn truyền lại; còn để lại

【遗漏】yílòu<动>còn sót; sót lại

【遗弃】yíqì<动>❶vứt bỏ ❷bỏ rơi; ruồng rẫy

【遗失】yíshī<动>mất; đánh mất; rơi mất

【遗书】yíshū<名>❶trước tác của người xưa để lại ❷tờ di chúc ❸cuốn sách bị thất lạc

【遗孀】yíshuāng<名>vợ góa; bà quả phụ: 烈士~ vợ góa của liệt sĩ

【遗体】yítǐ<名>❶di thể; di hài ❷xác còn lại của động vật

【遗忘】yíwàng<动>quên; quên mất: 美好的纪念都已~。Những kỉ niệm tốt đẹp đã quên hết.

【遗物】yíwù<名>di vật; đồ vật do người đã mất để lại

【遗像】yíxiàng<名>chân dung người đã mất

【遗言】yíyán<名>lời trăng trối; lời nói để lại của người đã mất: 临终~ lời trăng trối lúc lâm chung

【遗愿】yíyuàn<名>nguyện vọng để lại: 我们要实现老人家的~。Chúng tôi cần thực hiện nguyện vọng để lại của cụ.

【遗址】yízhǐ<名>di chỉ (chỉ các công trình kiến trúc từ xa xưa, nay đã bị tàn phá)

【遗嘱】yízhǔ<名>di chúc; trối trăng; lời trăng trối

疑 yí❶<动>nghi ngờ; ngờ vực: 半信半~ bán tín bán nghi ❷<形>thắc mắc; không xác định; nghi vấn: ~义 điều thắc mắc

【疑点】yídiǎn<名>chỗ đáng ngờ; điểm nghi ngờ

【疑犯】yífàn<名>kẻ bị tình nghi; nghi can

【疑惑】yíhuò❶<动>nghi hoặc ❷<名>chỗ nghi hoặc; thắc mắc

【疑虑】yílǜ❶<动>lo ngại; nghi ngờ lo lắng: ~重重 rất lo ngại ❷<名>điều băn khoăn

【疑难】yínán<形>gay cấn: ~杂症 chứng bệnh nan y/nghi vấn khó xử lí

【疑神疑鬼】yíshén-yíguǐ đa nghi sợ sệt; năm ngờ mười vực

【疑似】yísì<动>hư thực chưa rõ; lờ mờ; mập mờ: ~流感 cảm cúm chưa được xác định rõ

【疑问】yíwèn<名>nghi vấn; thắc mắc

【疑心】yíxīn❶<名>lòng nghi ngờ: 起~ sinh lòng hoài nghi ❷<动>hoài nghi; ngờ: 她~自己得了不治之症。Bà ấy ngờ rằng mình mắc bệnh nan y.

yǐ

乙 yǐ<名>Át (vị trí thứ 2 trong thiên can)

【乙醇】yǐchún〈名〉[化学]cồn; rượu êtilic; etanôn

【乙肝】yǐgān〈名〉viêm gan vi-rút B

已 yǐ ❶〈动〉ngừng; dứt: 心痛不~ đau lòng không dứt ❷〈副〉đã: 问题~解决。Vấn đề đã được giải quyết.

【已故】yǐgù〈动〉đã mất; đã qua đời

【已婚】yǐhūn〈动〉đã kết hôn; đã lập gia đình

【已经】yǐjīng〈副〉đã

【已往】yǐwǎng〈名〉dĩ vãng, trước kia; đã qua

以¹ yǐ ❶〈介〉bằng; lấy; dùng: ~德报怨 lấy đức báo oán ❷〈介〉theo: ~次就坐 an tọa theo thứ tự ❸〈介〉vì; bởi vì: 不~物喜，不~己悲。Bất dĩ vật hi, bất dĩ kỉ bi (không vì ngoại vật mà vui, không vì bản thân mà buồn). ❹〈连〉để: ~待时机 để chờ thời cơ

以² yǐ〈介〉dĩ

【以便】yǐbiàn〈连〉đê; đê cho: 打开箱子~检查。Mở va li để cho kiểm tra.

【以诚相待】yǐchéng-xiāngdài đối xử với tấm lòng thành

【以毒攻毒】yǐdú-gōngdú lấy độc trị độc

【以讹传讹】yǐ'é-chuán'é càng truyền càng sai; sai lại truyền sai

【以防万一】yǐfáng-wànyī phòng khi bất trắc

【以后】yǐhòu〈名〉về sau; sau này; sau đây; sau khi: 几天~ mấy hôm sau

【以及】yǐjí〈连〉và; cùng; cùng với

【以假乱真】yǐjiǎ-luànzhēn lấy cái giả làm rối cái thật

【以来】yǐlái〈名〉đến nay; trở lại đây: 有生~ từ khi sinh ra đến nay

【以礼相待】yǐlǐ-xiāngdài đối xử tử tế

【以理服人】yǐlǐ-fúrén thuyết phục người bằng lí lẽ

【以免】yǐmiǎn〈连〉để khỏi; để tránh

【以内】yǐnèi〈名〉nội; trong; trong phạm vi: 一公里~ trong phạm vi một cây số

【以偏概全】yǐpiān-gàiquán xét vấn đề bằng quan điểm phiến diện

【以前】yǐqián〈名〉trước; trước kia

【以权谋私】yǐquán-móusī giành lấy lợi ích riêng bằng quyền lực của mình

【以上】yǐshàng〈名〉❶trở lên: 10公斤~ 10 cân trở lên ❷ở trên; trên đây: ~所说的是原则问题。Những điều kể trên là vấn đề nguyên tắc.

【以身作则】yǐshēn-zuòzé lấy mình làm gương; tự mình nêu gương

【以外】yǐwài〈名〉ngoài; bên ngoài

【以往】yǐwǎng〈名〉dĩ vãng; đã qua; trước kia

【以为】yǐwéi〈动〉cho rằng; cho là; tưởng là; cứ tưởng: 大家~您不来了呢。Mọi người cho rằng ông không đến nữa.

【以下】yǐxià〈名〉❶dưới; phía dưới: 12岁~儿童禁止入内。Trẻ em dưới 12 tuổi cấm vào. ❷dưới đây; sau đây: 要注意~几点。Cần chú ý mấy điều sau đây.

【以逸待劳】yǐyì-dàiláo dĩ dật đãi lao

【以至】yǐzhì〈连〉❶cứ thế; cho đến: 全乡~全省都在推广种植杂交稻。Từ toàn xã cho tới toàn tỉnh đều đang phổ biến mở rộng trồng giống lúa Tạp Ưu. ❷đến mức; đến nỗi: 她太专心了，~有人叫她都听不见。Chị ta chăm chú quá đến nỗi có người gọi cũng không nghe thấy.

【以致】yǐzhì〈连〉gây nên; đến nỗi; cho nên; dẫn tới: 他太轻敌，~失败。Ông ta quá khinh địch, nên bị thất bại.

蚁 yǐ〈名〉con kiến

倚 yǐ ❶〈动〉dựa; tựa: ~墙而立 tựa tường mà đứng ❷〈动〉cậy; ỷ: ~势

欺人 cậy thế khinh người ❸<形>[书]lệch; nghiêng: 不偏不~ không nghiêng không lệch

【倚靠】yǐkào❶<动>nương tựa; dựa vào ❷<名>chỗ dựa

【倚老卖老】yǐlǎo-màilǎo ỷ thế già cả; lên mặt già cả

【倚仗】yǐzhàng<动>cậy; ỷ thế

椅yǐ<名>ghế tựa: ~垫 đệm ghế

【椅子】yǐzi<名>ghế tựa

yì

亿yì<数>❶một trăm triệu ❷[旧]mười vạn

【亿万】yìwàn<数>ức triệu; hàng trăm triệu: ~富翁 tỉ phú

义yì❶<名>nghĩa: 道~ đạo nghĩa ❷<形>hợp với chính nghĩa; hợp lẽ; hợp đạo: ~举 nghĩa cử ❸<名>tình nghĩa: 忘恩负~ vong ân bội nghĩa ❹<形>nuôi: ~子 con nuôi ❺<形>giả: ~肢 chân tay giả ❻<名>ý nghĩa

【义不容辞】yìbùróngcí vì đạo nghĩa không thể từ chối

【义工】yìgōng<名>❶công việc xã hội tình nguyện ❷tình nguyện viên; người tình nguyện

【义卖】yìmài<动>bán đồ quyên góp để giúp việc công ích

【义气】yìqi❶<名>nghĩa khí; tình nghĩa: 讲~ coi trọng nghĩa khí ❷<形>có nghĩa khí; có tình có nghĩa

【义无反顾】yìwúfǎngù đạo nghĩa không cho phép chùn bước

【义务】yìwù❶<名>nghĩa vụ: ~和权利 nghĩa vụ và quyền lợi ❷<名>trách nhiệm ❸<形>nghĩa vụ (không có thù lao): ~劳动 lao động nghĩa vụ

【义务教育】yìwù jiàoyù giáo dục bắt buộc; giáo dục phổ cập nghĩa vụ

艺yì<名>❶kĩ thuật; nghề; kĩ năng: 手~ tay nghề ❷nghệ thuật: 文~ văn nghệ

【艺人】yìrén<名>❶diễn viên ❷thợ thủ công

【艺术】yìshù❶<名>nghệ thuật: ~品 tác phẩm nghệ thuật ❷<名>phương pháp có tính sáng tạo; nghệ thuật: 领导~ nghệ thuật lãnh đạo ❸<形>nghệ thuật: 这盆景的造型很~。 Tạo hình của cây cảnh này rất nghệ thuật.

【艺术家】yìshùjiā<名>nghệ sĩ; nhà nghệ thuật

【艺术体操】yìshù tǐcāo thể dục nhịp điệu

【艺术照】yìshùzhào<名>ảnh nghệ thuật

忆yì<动>nhớ; nhớ lại: ~苦思甜 ngọt bùi nhớ lúc đắng cay

议yì❶<名>ý kiến; ngôn luận: 建~ kiến nghị ❷<动>nghị; thảo luận; bình; nhận xét; bàn: ~来~去还没结果。Bàn đi bàn lại vẫn chưa có kết quả. ❸<动>đánh giá

【议案】yì'àn<名>đề án đem ra bàn; dự án được xếp vào chương trình hội nghị

【议程】yìchéng<名>nghị trình; chương trình thảo luận ở hội nghị

【议定】yìdìng<动>nghị định; bàn và quyết định: ~实施方案 bàn và quyết định phương án thực thi

【议会】yìhuì<名>❶nghị viện ❷quốc hội

【议价】yìjià❶<动>bàn về giá cả ❷<名>giá thỏa thuận

【议论】yìlùn❶<动>thảo luận; bàn luận; bàn tán ❷<名>lời bình luận; lời đánh giá

【议论纷纷】yìlùn-fēnfēn bàn tán xôn xao

【议论文】yìlùnwén<名>văn nghị luận

【议题】yìtí<名>đề mục thảo luận ở hội nghị: 中心~ đề mục trung tâm để thảo luận

【议员】yìyuán<名>nghị sĩ; nghị viên

异 yì ❶〈形〉khác; khác nhau: 大同小~ đại đồng tiểu dị ❷〈形〉kì lạ; kì dị; đặc biệt: ~香 mùi thơm lạ ❸〈形〉kinh dị; quái lạ; lạ lùng ❹〈动〉phân ra; chia ra; tách ra: 离~ li dị

【异常】yìcháng ❶〈形〉khác thường; dị thường: 神态~ vẻ mặt khác thường ❷〈副〉vô cùng; hết sức; rất: ~高兴 rất vui mừng

【异国】yìguó〈名〉nước ngoài; nước khác: ~情调 phong cách nước ngoài

【异口同声】yìkǒu-tóngshēng trăm miệng một lời; đồng thanh; muôn miệng một ý

【异味】yìwèi〈名〉❶món ăn ngon lạ ❷mùi lạ; mùi khác thường: 这块肉有~。Miếng thịt này có mùi lạ.

【异乡】yìxiāng〈名〉đất khách; quê người: 身在~ ở nơi đất khách quê người

【异想天开】yìxiǎng-tiānkāi suy nghĩ kì cục; nghĩ trên trời dưới biển; nghĩ viễn vông

【异性】yìxìng ❶〈名〉người khác giới; giới tính khác: 追求~ theo đuổi người khác giới ❷〈形〉tính chất khác thường; khác giới

【异样】yìyàng〈形〉❶hình dáng khác: 看不出她有什么~ chẳng thấy cô ấy có gì khác ❷khác thường; đặc biệt: 人们~的目光使她更难受。Ánh mắt khác thường của mọi người làm cô ấy càng khó chịu.

【异议】yìyì〈名〉ý kiến khác

抑 yì〈动〉ép; ấn xuống

【抑郁症】yìyùzhèng〈名〉[医学]bệnh u uất

【抑制】yìzhì〈动〉❶ức chế ❷nén; ghìm: 他~着满腔的怒火。Anh ta đã nén nổi căm phẫn.

役 yì ❶〈名〉việc; công việc (nặng nhọc): 劳~ lao dịch/công việc nặng nhọc ❷〈名〉binh dịch; quân dịch; nghĩa vụ quân sự: 服~ làm nghĩa vụ quân sự ❸〈动〉sai khiến: 奴~ nô

dịch ❹〈名〉[旧]tôi tớ: 仆~ tôi tớ ❺〈名〉chiến dịch; trận đánh: 战~ chiến dịch/trận đánh

译 yì〈动〉phiên dịch: 笔~ dịch viết

【译文】yìwén〈名〉bài dịch; văn bản dịch

【译者】yìzhě〈名〉dịch giả; người dịch

【译制】yìzhì〈动〉dịch và chế tạo: ~片 phim dịch/phim lồng tiếng

易[1] yì ❶〈形〉dễ; dễ dàng: 容~ dễ dàng ❷〈形〉bình dị: 平~近人 giản dị gần gũi/bình dị dễ gần

易[2] yì〈动〉❶thay đổi; biến đổi: 移风~俗 thay đổi phong tục ❷trao đổi: 贸~ mậu dịch

【易经】Yìjīng〈名〉Kinh Dịch

【易拉罐】yìlāguàn〈名〉đồ hộp dễ mở; hộp nắp kéo

【易燃物】yìránwù〈名〉chất dễ cháy

【易如反掌】yìrúfǎnzhǎng dễ như trở bàn tay

【易手】yìshǒu〈动〉sang tay; đổi chủ: 他的车已经~他人。Xe hơi của anh ta đã đổi chủ.

【易碎品】yìsuìpǐn〈名〉đồ vật dễ vỡ

【易于】yìyú〈动〉dễ: 这个愿望~实现。Nguyện vọng này dễ thực hiện.

轶 yì〈动〉❶mất; thất truyền ❷vượt lên; hơn hẳn: ~群 hơn hẳn mọi người

【轶事】yìshì〈名〉chuyện bỏ sót: 名人~ những chuyện chưa biết về danh nhân

疫 yì〈名〉bệnh dịch; ôn dịch: 鼠~ bệnh dịch hạch; 防~ phòng dịch

【疫苗】yìmiáo〈名〉vắc-xin phòng dịch

【疫情】yìqíng〈名〉tình hình dịch bệnh

【疫区】yìqū〈名〉vùng dịch

益 yì ❶〈动〉tăng thêm: 延年~寿 tăng thêm tuổi thọ ❷〈副〉[书]càng: 精~求精 giỏi rồi càng giỏi hơn/càng thành thạo càng học hỏi ❸〈名〉ích; ích lợi:

公~ công ích ❹<形>có ích; tốt

【益虫】yìchóng<名>loài côn trùng có ích; loài sâu có ích

【益处】yìchù<名>ích lợi; điều bổ ích

【益智】yìzhì<动>có ích cho việc phát triển trí lực

逸 yì ❶<形>yên vui; an nhàn: 安~ an nhàn ❷<动>chạy trốn: 逃~ chạy trốn ❸<动>ở ẩn ❹<动>mất; thất truyền: ~书 sách thất truyền ❺<动>quá mức; vượt mức: 超~ nổi bật vượt trội

肄 yì<动>học

【肄业】yìyè<动>❶học tập; tu nghiệp ❷chưa được cấp bằng tốt nghiệp đã thôi học: 大学~ không nhận được bằng tốt nghiệp đại học

裔 yì<名>[书]❶đời sau: 后~ hậu duệ/ con cháu đời sau ❷nơi xa xăm

意 yì ❶<名>nguyện vọng; ý muốn: 中~ đúng ý muốn; 好~ lòng tốt ❷<名>ý; ý nghĩ: 词不达~ nói không đúng ý ❸<动>dự tính: 出其不~ xuất kì bất ý/ngoài dự tính ❹<名>ý tưởng

【意大利】Yìdàlì<名>(nước) ý; I-ta-li-a: ~人 người Ý; ~语 tiếng Ý

【意见】yìjiàn<名>❶ý kiến; ý; ý nghĩ: 你~如何? Ý chị thế nào? ❷ý kiến

【意料】yìliào<动>dự đoán; dự liệu: ~ 之中 trong dự đoán

【意念】yìniàn<名>ý niệm; điều tâm niệm; ý nghĩ: 强烈的~ một ý nghĩ rất mạnh

【意气】yìqì<名>❶chí khí; khí thế: ~高昂 chí khí hiên ngang/khí thế bừng bừng ❷tính khí: ~相投 tính khí hợp nhau ❸cá tính

【意识】yìshí<名>❶ý thức: 有节约的~ có ý thức tiết kiệm ❷<动>cảm nhận; nhận biết: 他~到自己错了。Anh ta nhận thức được là bản thân đã sai.

【意思】yìsi<名>❶ý nghĩa ❷<名>ý kiến; nguyện vọng; ý muốn ❸<名>tình cảm; tấm lòng: 这是我的一点~，请收下吧。Đây là một chút tấm

lòng của mình, xin vui lòng nhận. ❹<动>bày tỏ tình cảm: ~一下即可。Bày tỏ được tình cảm là xong. ❺<名>chiều hướng; có ý: 他有反对的~。Anh ta có ý phản đối. ❻<名>ý vị; thú vị: 真有~。Thú vị thật.

【意图】yìtú ❶<名>ý đồ; ý định: 要领会上级的~。Cần phải lĩnh hội ý định của cấp trên. ❷<动>suy tính; muốn

【意外】yìwài ❶<形>bất ngờ; không ngờ: 感到~ cảm thấy bất ngờ ❷<名>sự cố; bất trắc: 发生~ xảy ra bất trắc

【意味】yìwèi<名>❶ý tứ hàm súc: 你的话含有威胁的~。Lời nói của anh mang ý đe dọa. ❷ý vị; thú vị; hứng thú: 无穷ý vị vô cùng

【意味着】yìwèizhe có nghĩa là; với hàm ý: 工作~要负责任。Làm việc có nghĩa là phải có trách nhiệm.

【意想不到】yìxiǎng-bùdào không lường trước được

【意向】yìxiàng<名>ý đồ; mục đích: ~不明 ý đồ không rõ ràng

【意向书】yìxiàngshū<名>bản ghi nhớ

【意义】yìyì<名>❶ý nghĩa; nghĩa ❷ý nghĩa; tác dụng: 这本书很有教育~。Cuốn sách này rất có ý nghĩa giáo dục.

【意愿】yìyuàn<名>nguyện vọng; ý nguyện: 他喜欢按自己的~行事。Anh ta thích làm theo ý nguyện của mình.

【意志】yìzhì<名>ý chí; chí khí: ~力 sức ý chí

【意中人】yìzhōngrén<名>ý trung nhân; người yêu

溢 yì<动>đầy tràn ra; chảy tràn: 充~ đầy tràn

【溢出】yìchū<动>tràn ra; chảy tràn: 河水~河堤。Nước sông tràn qua bờ đê.

毅 yì<形>kiên quyết: 刚~ cương nghị

【毅力】yìlì<名>nghị lực

【毅然】 yìrán<副>kiên quyết; không chút do dự: 她~辞掉工作去读书。Cô ấy kiên quyết từ chức để đi học.

薏 yì
【薏米】 yìmǐ<名>hạt bo bo; hạt ý dĩ

臆 yì ❶<名>ngực: 胸~ lồng ngực ❷<形> một cách chủ quan

【臆测】 yìcè<动>đoán chừng; suy luận chủ quan

【臆断】 yìduàn<动>ức đoán; giả định: 主观~ ức đoán vu vơ

【臆想】 yìxiǎng<动>tưởng tượng chủ quan: 凭空~ nghĩ vu vơ chủ quan

翼 yì<名>cánh chim ❷<名>cánh: 机~ cánh máy bay ❸<名>bên; cánh: 左~ cánh trái

yīn

因 yīn ❶<动>[书]noi theo: ~循 đi theo/noi theo ❷<介>[书]dựa; nhờ; căn cứ ❸<名>nguyên nhân: 事出有~。Sự việc xảy ra là có nguyên nhân. ❹<介>bởi; do: ~车祸受伤 bị thương bởi tai nạn giao thông ❺<连>vì; bởi vì

【因此】 yīncǐ<连>do đó; vì thế; vì vậy: 由于领导重视，~问题都解决了。Do được lãnh đạo quan tâm nên vấn đề đã được giải quyết.

【因而】 yīn'ér<连>do đó; vì vậy mà

【因故】 yīngù<连>vì nguyên nhân nào đó: ~请假 xin phép vì nguyên nhân nào đó

【因果】 yīnguǒ<名>❶nhân quả; nguyên nhân và kết quả: ~关系 quan hệ nhân quả ❷thuyết nhân quả nhà Phật: 报应 nhân quả báo ứng

【因祸得福】 yīnhuò-défú nhân họa đắc phúc; vì họa được phúc

【因人而异】 yīnrén'éryì tùy theo từng người

【因势利导】 yīnshì-lìdǎo theo xu thế phát triển mà dẫn dắt; hướng dẫn theo đà phát triển

【因素】 yīnsù<名>❶nhân tố: 消极~ nhân tố tiêu cực ❷nhân tố; nguyên nhân: 这是个人~。Đây là nhân tố cá nhân.

【因特网】 Yīntèwǎng<名>mạng Internet

【因为】 yīnwèi❶<连>bởi vì; vì; bởi: ~下雨，所以他迟到了。Vì trời mưa nên anh ta đã đến muộn. ❷<介>bởi; do

【因小失大】 yīnxiǎo-shīdà tham bát bỏ mâm

【因噎废食】 yīnyē-fèishí vì nghẹn mà bỏ ăn; vì mắc mớ thôi không làm

阴 yīn ❶<形>âm (trái với dương) ❷<名>chỉ mặt trăng: ~历 âm lịch ❸<名>râm; râm mát ❹<名>âm u ❺<名>chỉ phía bắc núi hoặc phía nam sông ❻<名>phía sau lưng: 碑~ mặt sau tấm bia/lưng bia ❼<形>lõm: 文 chữ chìm/chữ khắc lõm ❽<形>ngầm; bí mật; không lộ mặt: ~沟 cống ngầm ❾<形>nham hiểm; đen tối; thâm: ~谋 âm mưu ❿<名>cõi âm ⓫<形>luồng điện âm ⓬<名>bộ phận sinh dục

【阴暗】 yīn'àn<形>âm u; tối tăm; u ám; đen tối: 脸色~ sắc mặt tối sầm

【阴部】 yīnbù<名>âm bộ; bộ phận sinh dục ngoài (của cơ thể)

【阴差阳错】 yīnchā-yángcuò sơ suất ngẫu nhiên; sai sót bởi những nguyên nhân bất ngờ

【阴沉沉】 yīnchénchén u ám; nặng nề

【阴道】 yīndào<名>âm đạo

【阴干】 yīngān<动>hong khô; phơi trong râm

【阴茎】 yīnjīng<名>dương vật

【阴冷】 yīnlěng<形>❶(trời) âm u lạnh lẽo: 天气~ tiết trời âm u lạnh lẽo ❷u tối lạnh lùng: 脸色~ sắc mặt u tối lạnh lùng

【阴历】 yīnlì<名>âm lịch

【阴凉】 yīnliáng❶<形>râm mát ❷ <名>chỗ râm mát

【阴谋】 yīnmóu❶<动>âm mưu; mưu toan ngầm ngẩm: ~破坏社会秩序 âm mưu phá hoại trật tự xã hội ❷ <名>âm mưu: ~诡计 âm mưu quỷ kế

【阴森】 yīnsēn<形>âm u dễ sợ; âm u: ~的城堡 lâu đài âm u dễ sợ

【阴森森】 yīnsēnsēn âm u đáng sợ

【阴盛阳衰】 yīnshèng-yángshuāi âm thịnh dương suy

【阴天】 yīntiān<名>trời râm

【阴险】 yīnxiǎn<形>nham hiểm; thâm hiểm: 毒辣 nham hiểm độc ác

【阴性】 yīnxìng<名>❶âm tính ❷giống cái

【阴阳怪气】 yīnyáng-guàiqì quái đản kì quặc: 他说话~的. Anh ta ăn nói quái đản kì quặc.

【阴影】 yīnyǐng<名>bóng râm; vết đen; ám ảnh

【阴雨】 yīnyǔ<动>trời âm u có mưa; mưa mù

【阴云】 yīnyún<名>mây đen: ~密布 mây đen dày đặc

【阴招儿】 yīnzhāor<名>biện pháp không chính đáng

荫 yīn<名>bóng cây: 绿树成~。Cây xanh tỏa bóng.
另见yìn

音 yīn❶<名>âm; tiếng; giọng: ~韵 âm vận; 河内~ giọng Hà Nội ❷ <名>tin tức: 佳~ tin lành ❸<名>âm tiết: 单~词 từ đơn âm tiết ❹<动>đọc âm

【音标】 yīnbiāo<名>kí hiệu ghi âm: 国际~ kí hiệu ghi âm quốc tế/ phiên âm quốc tế

【音调】 yīndiào<名>âm điệu; giọng

【音符】 yīnfú<名>kí hiệu âm nhạc; nốt nhạc

【音节】 yīnjié<名>âm tiết

【音量】 yīnliàng<名>âm lượng

【音频】 yīnpín<名>tần số âm; âm tần

【音容笑貌】 yīnróng-xiàomào giọng nói điệu cười

【音色】 yīnsè<名>âm sắc

【音箱】 yīnxiāng<名>thùng loa

【音响】 yīnxiǎng<名>❶âm hưởng; âm thanh: 这个剧场~效果不错。Chất lượng âm thanh của nhà hát này rất tốt. ❷tên gọi chung của máy thu, máy ghi âm, máy phóng thanh, bộ giàn: 组合~ tổ hợp âm hưởng

【音像】 yīnxiàng<名>âm và hình; nghe nhìn: ~制品 chế phẩm nghe nhìn

【音信】 yīnxìn<名>âm tín; tin tức: ~ 杳然 bặt vô âm tín

【音乐】 yīnyuè<名>âm nhạc

【音乐会】 yīnyuèhuì<名>buổi trình diễn truyền hình; buổi trình diễn ca nhạc

【音乐家】 yīnyuèjiā<名>nhạc sĩ

【音质】 yīnzhì<名>❶âm sắc ❷chất lượng âm; chất giọng

姻 yīn<名>❶hôn nhân: 联~ kết thông gia với nhau ❷do hôn nhân mà kết thành quan hệ thân thuộc gián tiếp

【姻亲】 yīnqīn<名>quan hệ bà con thông gia

【姻缘】 yīnyuán<名>nhân duyên; duyên phận: 美满的~ duyên phận mĩ mãn

殷 yīn<形>❶[书]thịnh vượng phong phú: ~实 khấm khá/giàu có ❷[书] tha thiết; nồng nàn: sâu sắc ❸ân cần chu đáo
另见yān

【殷切】 yīnqiè<形>thiết tha; tha thiết: ~的期望 sự mong đợi thiết tha

【殷勤】 yīnqín<形>ân cần: ~接待 ân cần đón tiếp

【殷实】 yīnshí<形>dồi dào; giàu có; đầy đủ; sung túc: ~人家 nhà giàu có

yín

吟 yín❶<动>ngâm vịnh; ngâm nga;

ngâm: ~诗 ngâm thơ ❷〈动〉[书]than thở

【吟唱】yínchàng〈动〉ngâm nga

【吟诗】yínshī〈动〉ngâm thơ: ~作对 ngâm thơ viết câu đối

【吟诵】yínsòng〈动〉ngâm ngợi thưởng thức

【吟咏】yínyǒng〈动〉ngâm vịnh; ngâm ngợi thưởng thức: ~古诗 ngâm ngợi thơ cổ

银 yín❶〈名〉[化学]bạc (kí hiệu: Ag) ❷〈名〉tiền bạc: ~行 ngân hàng ❸〈形〉(màu) bạc: ~发 tóc bạc

【银白】yínbái〈形〉trắng bạc; trắng xóa; trắng ngần

【银耳】yín'ěr〈名〉ngân nhĩ; mộc nhĩ trắng

【银行】yínháng〈名〉ngân hàng; nhà băng

【银行卡】yínhángkǎ〈名〉thẻ ngân hàng

【银河】yínhé〈名〉Ngân Hà; sông Ngân

【银灰】yínhuī〈形〉xám bạc

【银奖】yínjiǎng〈名〉giải bạc

【银联卡】yínliánkǎ〈名〉thẻ liên ngân hàng

【银幕】yínmù〈名〉màn ảnh; màn bạc

【银牌】yínpái〈名〉huy chương bạc; giải thưởng bạc

【银器】yínqì〈名〉đồ bạc (đồ dùng bằng bạc)

【银杏】yínxìng〈名〉cây ngân hạnh; bạch quả

【银鱼】yínyú〈名〉cá bạc; cá ngần

淫 yín〈形〉❶quá mức; quá độ: ~雨 mưa dầm ❷bừa bãi; phóng đãng: 骄奢~逸 hoang dâm vô độ ❸dâm đãng: ~乱 dâm loạn

【淫荡】yíndàng〈形〉dâm đãng

【淫妇】yínfù〈名〉đàn bà dâm đãng; dâm phụ

【淫秽】yínhuì〈形〉dâm ô; dâm uế: ~物品 chế phẩm dâm ô

【淫欲】yínyù〈名〉dâm dục

yǐn

引 yǐn❶〈动〉giương; kéo: ~弓 giương cung ❷〈动〉dẫn dắt; đưa đường; dẫn lối: ~路 dẫn đường ❸〈动〉rời: ~退 cáo quan/từ chức ❹〈动〉[书]vươn ra: ~颈 vươn cổ ❺〈动〉dẫn tới; gợi ra; mồi: 抛砖~玉 ném gạch ra thu ngọc về/thả con săn sắt bắt con cá xộp ❻〈动〉dẫn ra: ~证 dẫn chứng ❼〈动〉khiến; khiến cho

【引爆】yǐnbào〈动〉dẫn nổ; làm nổ: ~地雷 dẫn nổ mìn/làm nổ quả mìn

【引产】yǐnchǎn〈动〉xông thai

【引出】yǐnchū〈动〉dẫn xuất; dẫn ra; đưa ra: ~正确的结论 đưa ra kết luận chính xác

【引导】yǐndǎo〈动〉❶hướng dẫn; đưa đi:他~宾客参观新校区。Anh ấy hướng dẫn khách tham quan khu trường mới. ❷nạp hệ điều hành một chương trình vào bộ nhớ của máy tính ❸dẫn dắt; chỉ đạo: ~学生独立思考问题 dẫn dắt các em học sinh tự mình suy nghĩ

【引渡】yǐndù〈动〉❶dẫn (người ta) đi qua: ~迷津 dẫn qua bến mê ❷dẫn độ (bắt trao trả phạm nhân ở nước khác về xử)

【引发】yǐnfā〈动〉gây nên; làm cho: ~两国关系的危机 gây nguy cơ quan hệ hai nước

【引号】yǐnhào〈名〉dấu ngoặc kép

【引火烧身】yǐnhuǒ-shāoshēn ❶châm lửa đốt mình ❷tự bộc lộ khuyết điểm của mình tranh thủ sự giúp đỡ phê bình

【引见】yǐnjiàn〈动〉dẫn người gặp gỡ; giới thiệu gặp mặt

【引荐】yǐnjiàn〈动〉đề cử; giới thiệu; tiến cử: ~人才 tiến cử nhân tài

【引进】yǐnjìn〈动〉❶tiến cử; đưa vào ❷đưa (từ ngoài) vào; thu hút: ~人才

thu hút nhân tài

【引狼入室】yǐnláng-rùshì dẫn sói vào nhà; rước voi giày mả tổ; cõng rắn cắn gà nhà

【引力】yǐnlì〈名〉lực hút; lực hấp dẫn

【引领】yǐnlǐng〈动〉hướng dẫn

【引起】yǐnqǐ〈动〉khơi ra; gợi ra; dẫn đến; gây ra:~注意 gây sự chú ý

【引擎】yǐnqíng〈名〉[机械]động cơ; động cơ đốt trong; máy hơi nước

【引人入胜】yǐnrén-rùshèng hấp dẫn; cuốn hút lòng người

【引人深思】yǐnrén-shēnsī khiến người ta suy nghĩ sâu sắc

【引人注目】yǐnrén-zhùmù gây sự chú ý; cuốn hút

【引入】yǐnrù〈动〉dẫn vào; đưa vào

【引申义】yǐnshēnyì〈名〉nghĩa mở rộng; nghĩa phát triển; nghĩa phát sinh; nghĩa bóng

【引述】yǐnshù〈动〉viện dẫn; trích dẫn (lời nói hoặc văn chương người khác):~科学家的观点 viện dẫn quan điểm của nhà khoa học

【引以为戒】yǐnyǐwéijiè lấy làm bài học để răn mình; lấy đó làm răn

【引以为荣】yǐnyǐwéiróng lấy làm vinh dự

【引用】yǐnyòng〈动〉❶trích dẫn; viện dẫn ❷tuyển dụng

【引诱】yǐnyòu〈动〉❶dụ dỗ; quyến rũ; như:~青少年犯罪 dụ dỗ thanh thiếu niên phạm tội ❷cám dỗ

【引种】yǐnzhǒng〈动〉nhập giống tốt

【引资】yǐnzī〈动〉thu hút đầu tư

饮 yǐn❶〈动〉uống ❷〈名〉đồ uống ❸〈动〉chứa trong lòng

【饮料】yǐnliào〈名〉đồ uống

【饮食】yǐnshí❶〈名〉ẩm thực ❷〈动〉ăn uống

【饮水】yǐnshuǐ〈动〉uống nước

【饮水机】yǐnshuǐjī〈名〉máy chứa nước uống

【饮水思源】yǐnshuǐ-sīyuán uống nước nhớ nguồn

【饮用水】yǐnyòngshuǐ〈名〉nước uống

隐 yǐn❶〈动〉không hiện ra ❷〈形〉kín; kín đáo; khó phát hiện ❸〈名〉chuyện bí ẩn: 难言之~ chuyện mật

【隐蔽】yǐnbì❶〈动〉ẩn náu; ẩn nấp ❷〈形〉kín; kín đáo; khó phát hiện

【隐藏】yǐncáng〈动〉ẩn tàng; ẩn náu; ẩn trốn: ~在山洞里 ẩn náu trong hang động

【隐含】yǐnhán〈动〉chứa đựng: 她眼里~着怨恨。Ánh mắt chị ấy chứa đựng sự oán trách.

【隐患】yǐnhuàn〈名〉tai họa đang âm i; tai họa ngầm; ẩn họa: 消除~ loại trừ tai họa ngầm/trừ hậu họa

【隐讳】yǐnhuì〈动〉giấu giếm; lấp liếm

【隐居】yǐnjū〈动〉ẩn cư; ở ẩn

【隐瞒】yǐnmán〈动〉che giấu; lấp liếm; giấu kín: 不能~事实不报。Không được che giấu không báo cáo sự thật.

【隐情】yǐnqíng〈名〉điều bí ẩn; điều chứa đựng bên trong: 道出~ nói ra điều chất chứa trong lòng

【隐私】yǐnsī〈名〉việc riêng giữ kín; việc riêng tư

【隐痛】yǐntòng〈名〉❶đau khổ ngầm ngầm ❷đau ê ẩm

【隐退】yǐntuì〈动〉❶cáo lui ở ẩn: 称病~ thác bệnh từ quan ❷mất đi

【隐形】yǐnxíng〈形〉tàng hình: ~眼镜 kính chạm mắt

【隐姓埋名】yǐnxìng-máimíng giấu họ giấu tên; mai danh ẩn tích

【隐约】yǐnyuē〈形〉lờ mờ; mang máng; phảng phất; lấp ló; thấp thoáng: 她~听到远处传来的歌声。Cô ấy nghe phảng phất tiếng hát vọng từ đằng xa.

瘾 yǐn〈名〉❶mắc nghiện: 酒~ nghiện rượu ❷mê; ham thích: 球~ mê bóng

【瘾君子】yǐnjūnzǐ〈名〉người nghiện; kẻ nghiện hút (thuốc lá hoặc thuốc ma túy)

yìn

印 yìn ❶<名>con dấu; triện; ấn: 盖~ đóng dấu ❷<名>dấu vết: 脚~ dấu chân ❸<动>in; in ấn: ~书 in sách ❹<动>hợp: 心心柑~ tâm đầu ý hợp

【印度】Yìndù<名>Ấn Độ: ~人 người Ấn Độ

【印度尼西亚】Yìndùníxīyà In-đô-nê-xi-a: ~人 người In-đô-nê-xi-a; ~语 tiếng In-đô-nê-xi-a

【印度洋】Yìndù Yáng<名>Ấn Độ Dương

【印发】yìnfā<动>in và phân phát

【印花税】yìnhuāshuì<名>thuế con niêm

【印记】yìnjì ❶<名>dấu kiềm (ngày xưa) ❷<名>dấu ấn (để lại): 永恒的~ dấu ấn vĩnh hằng ❸<动>khắc sâu; giữ lại dấu ấn sâu sắc

【印泥】yìnní<名>mực dấu

【印染】yìnrǎn<动>in nhuộm

【印刷】yìnshuā<动>in; ấn loát: ~厂 nhà máy in; ~机 máy in

【印刷品】yìnshuāpǐn<名>ấn phẩm

【印象】yìnxiàng<名>ấn tượng: 留下深刻的~ gây ấn tượng sâu sắc

【印章】yìnzhāng<名>con dấu; dấu má

【印证】yìnzhèng ❶<动>xác minh; chứng thực; kiểm chứng: 材料已经~过了。Tài liệu đã được kiểm chứng rồi. ❷<名>cái dùng để kiểm chứng

【印制】yìnzhì<动>in ấn

【印子】yìnzi<名>dấu vết; vết tích: 沙滩上留下了许多游客的脚~。Trên bãi cát đã để lại nhiều dấu chân của du khách.

荫 yìn ❶<形>[口]tối tăm ẩm thấp: 这所房子太~了。Ngôi nhà này tối tăm ẩm thấp quá. ❷<动>[口]tỏa bóng râm; che chở: 封妻~子 che chở cho vợ con

另见yīn

【荫凉】yìnliáng<形>râm mát

yīng

应 yīng<动>❶đáp lại; thưa: 我喊了半天也没人~。Mình gọi mãi mà không có người thưa. ❷nhận lời; đồng ý; ưng thuận ❸cần; phải; nên

另见yìng

【应当】yīngdāng<动>nên; cần phải

【应得】yīngdé<动>quyền được hưởng; đáng được; đáng: 这是你~的。Đây là những gì mà anh đáng được.

【应该】yīnggāi<动>❶nên; phải: 你们~早点出发。Các anh nên đi sớm. ❷chắc là: 他们~到了。Chắc họ đã đến rồi.

【应届】yīngjiè<形>thuộc khóa này (chỉ học sinh tốt nghiệp): ~毕业生 học sinh tốt nghiệp khóa này

【应有尽有】yīngyǒu-jìnyǒu cần gì có nấy; chuẩn bị đầy đủ, chẳng thiếu một thứ gì

【应允】yīngyǔn<动>nhận lời; đồng ý; cho phép

英[1] yīng ❶<名>[书]hoa: 落~缤纷 hoa rụng lả tả ❷<名>người có tài hoa; anh kiệt: 群~大会 đại hội của lớp tài hoa ❸<形>tài trí xuất chúng

英[2] Yīng<名>nước Anh: ~汉词典 từ điển Anh-Hán

【英镑】yīngbàng<名>đồng bảng Anh

【英才】yīngcái<名>❶anh tài; người tài; nhân tài: 一代~ người tài của một thời ❷tài năng; tài trí xuất sắc: ~盖世 tài trí hơn đời

【英国】Yīngguó<名>Anh: ~人 người Anh

【英俊】yīngjùn<形>❶tài năng xuất chúng ❷khôi ngô tuấn tú: ~少年 chàng thiếu niên tuấn tú

【英名】yīngmíng<名>tên tuổi anh

hùng

【英明】yīngmíng〈形〉anh minh; sáng suốt: ~决策 quyết sách sáng suốt

【英年早逝】yīngnián-zǎoshì chết sớm giữa tuổi tài hoa; tài hoa mệnh yểu

【英文】Yīngwén〈名〉Anh văn; tiếng Anh

【英雄】yīngxióng〈名〉anh hùng: ~ 无用武之地 anh hùng không có đất dụng võ

【英勇】yīngyǒng〈形〉anh dũng: ~杀 敌 anh dũng giết địch

【英语】Yīngyǔ〈名〉Anh văn; tiếng Anh

婴yīng〈名〉trẻ sơ sinh

【婴儿】yīng'ér〈名〉trẻ sơ sinh

【婴儿车】yīng'érchē〈名〉xe đẩy cho bé

【婴幼儿】yīngyòu'ér〈名〉bé; em bé

罂yīng〈名〉[书]lục bình (miệng nhỏ bụng to); cái cong; cái lu; cái chĩnh

【罂粟】yīngsù〈名〉[植物]cây thuốc phiện; cây anh túc

樱yīng〈名〉❶cây anh đào ❷quả anh đào

【樱花】yīnghuā〈名〉cây anh đào; hoa anh đào

【樱桃】yīngtao〈名〉(cây, quả) anh đào

鹦yīng

【鹦鹉】yīngwǔ〈名〉anh vũ; con chim vẹt

【鹦鹉学舌】yīngwǔ-xuéshé con vẹt học nói; nói theo như vẹt; nói như vẹt (có ý châm biếm)

鹰yīng〈名〉diều hâu; con ó; chim ưng

yíng

迎yíng〈动〉❶nghênh tiếp; đón tiếp: 欢~ đón chào/chào đón/hoan nghênh ❷gặp; đón: ~风 đón gió

【迎宾】yíngbīn〈动〉đón khách

【迎春花】yíngchūnhuā〈名〉hoa nghênh xuân

【迎风】yíngfēng❶〈动〉đón gió; hứng gió: ~前行 hứng gió mà đi ❷ 〈副〉theo chiều gió: 五星红旗~飘 扬。Cờ đỏ năm sao bay phấp phới theo chiều gió.

【迎合】yínghé〈动〉cho vừa lòng người; lựa ý chiều theo: ~观众 lựa ý khán giả

【迎接】yíngjiē〈动〉❶đón tiếp ❷chào đón: ~新年 chào đón năm mới

【迎面】yíngmiàn〈副〉thẳng vào mặt; trước mặt; đối diện: ~有一堵墙。 Trước mặt có một bức tường.

【迎亲】yíngqīn〈动〉đón dâu; rước dâu

【迎刃而解】yíngrèn'érjiě thế như chẻ tre; giải quyết dễ dàng

【迎头赶上】yíngtóu-gǎnshàng gắng sức đuổi kịp

【迎新】yíngxīn〈动〉❶đón mừng năm mới: 辞旧~ tiễn đưa năm cũ, đón chào năm mới ❷đón người mới đến

荧yíng[书]❶〈形〉ánh sáng le lói; leo lét ❷〈动〉mắt nảy đom đóm; hoa mắt

【荧光棒】yíngguāngbàng〈名〉gậy huỳnh quang

【荧光灯】yíngguāngdēng〈名〉đèn huỳnh quang

【荧幕】yíngmù〈名〉màn hình

【荧屏】yíngpíng〈名〉màn huỳnh quang; màn ảnh

盈yíng❶〈形〉đầy đặn; mập; phúc hậu; đầy đủ: 充~ đầy đủ dồi dào ❷ 〈动〉dư thừa; dôi ra: ~余 dư dật/thừa thãi

【盈亏】yíngkuī〈名〉❶tròn và khuyết (của mặt trăng) ❷lỗ lãi; lãi lờ thua thiệt: 自负~ lời ăn lỗ chịu

【盈余】yíngyú❶〈动〉lãi: 一千元 lãi một nghìn đồng ❷〈名〉tiền lãi

萤yíng〈名〉con đom đóm

【萤火虫】yínghuǒchóng<名>con đom đóm

营¹ yíng❶<动>mưu cầu: ~生 kiếm sống ❷<动>kinh doanh: 民~资本 vốn dân doanh

营² yíng<名>[军事]❶doanh trại: 军~ doanh trại quân đội ❷tiểu đoàn: ~长 tiểu đoàn trưởng

【营地】yíngdì<名>nơi đóng quân; nơi trú quân

【营房】yíngfáng<名>doanh trại

【营建】yíngjiàn<动>xây dựng: ~教学楼 xây dựng lầu giảng đường

【营救】yíngjiù<动>cứu viện; cứu giúp: ~难民 cứu giúp dân bị nạn

【营利】yínglì<动>kiếm lợi; mưu cầu lợi nhuận

【营生】yíngshēng<动>kiếm sống; kiếm ăn: 他靠打鱼~。Ông ấy kiếm sống bằng nghề đánh cá.

【营私舞弊】yíngsī-wǔbì lừa đảo kiếm chác

【营销】yíngxiāo<动>tiếp thị

【营养】yíngyǎng<名>❶dinh dưỡng ❷chất dinh dưỡng

【营养不良】yíngyǎng bùliáng suy dinh dưỡng

【营养品】yíngyǎngpǐn<名>chế phẩm dinh dưỡng

【营业】yíngyè<动>kinh doanh; doanh nghiệp

【营业额】yíngyè'é<名>mức kinh doanh

【营业税】yíngyèshuì<名>thuế doanh thu

【营业执照】yíngyè zhízhào giấy phép kinh doanh

【营运】yíngyùn<动>❶kinh doanh vận chuyển: 这条高速铁路即将投入~。Tuyến đường sắt cao tốc này sắp đưa vào kinh doanh vận chuyển. ❷kinh doanh

【营长】yíngzhǎng<名>tiểu đoàn trưởng

楹 yíng❶<名>cây cột (nhà) ❷<量>[书]căn (nhà nhỏ)

【楹联】yínglián<名>câu đối

赢 yíng<动>❶thắng; được: 中国女子排球队~了。Đội bóng chuyền nữ Trung Quốc đã thắng. ❷được lãi; hơn

【赢得】yíngdé<动>giành được: ~民心 được lòng dân

【赢家】yíngjiā<名>bên thắng; bên được

【赢利】yínglì❶<名>doanh lợi; lợi nhuận ❷<动>kiếm được lợi nhuận; lãi

yǐng

影 yǐng❶<名>bóng; bóng râm: 树~ bóng cây ❷<名>hình phản chiếu: 湖面上树的倒~ bóng hình hàng cây phản chiếu xuống hồ ❸<名>hình bóng: 我看见一个人~在黑暗中走了过来。Tôi nhìn thấy một bóng người đang tiến đến trong bóng tối. ❹<名>hình ảnh; ảnh chụp: 合~ ảnh chụp chung ❺<名>tranh vẽ truyền thần của tổ tiên (thời xưa) ❻<名>chiếu bóng; điện ảnh; phim: ~评 bình luận điện ảnh ❼<动>mô phỏng; phỏng theo: ~印本 bản in chụp ❽<动>[方]ẩn nấp

【影城】yǐngchéng<名>❶rạp chiếu bóng ❷nơi quay phim

【影碟】yǐngdié<名>[方]đĩa phim

【影楼】yǐnglóu<名>ảnh viện; hiệu chụp ảnh nghệ thuật

【影迷】yǐngmí<名>tay mê ảnh; kẻ mê phim; kẻ nghiện phim

【影片】yǐngpiàn<名>❶phim nhựa (để chiếu) ❷phim chiếu: 纪录~ phim tài liệu

【影射】yǐngshè<动>ám chỉ; nói bóng nói gió

【影视】yǐngshì<名>chiếu bóng và truyền hình: ~城 phim trường

【影响】yǐngxiǎng❶<动>ảnh hưởng

tới; tác động đến: 这次危机~到全球
经济。Cuộc khủng hoảng lần này
tác động đến kinh tế toàn cầu. ❷
〈名〉(sự) ảnh hưởng ❸〈形〉[书]vô
căn cứ

【影像】yǐngxiàng〈名〉❶hình ảnh;
chân dung ❷hình tượng ❸hình
bóng

【影星】yǐngxīng〈名〉ngôi sao điện
ảnh; minh tinh màn bạc

【影印】yǐngyìn〈动〉chụp: 拿这本书
去~一下。Lấy quyển sách này đi
chụp lại.

【影院】yǐngyuàn〈名〉rạp chiếu bóng

【影子】yǐngzi〈名〉❶bóng; bóng râm
❷hình phản chiếu ❸bóng hình

yìng

应 yìng〈动〉❶trả lời: 答~ đáp ứng
❷thỏa mãn yêu cầu; đồng ý; tiếp
thu: ~邀 nhận lời mời; 有求必~ cầu
được ước thấy ❸thuận theo; tùy;
thích ứng: 得心~手 nghĩ sao làm
được vậy ❹ứng phó
另见yīng

【应变】yìngbiàn〈动〉ứng biến; ứng
phó: 随机~ tùy cơ ứng biến

【应承】yìngcheng〈动〉nhận làm: 满
口~ hoàn toàn đồng ý

【应酬】yìngchou❶〈动〉xã giao: 不
善~ không thạo xã giao ❷〈名〉bữa
tiệc chiêu đãi

【应答】yìngdá〈动〉ứng đáp; trả lời

【应对】yìngduì〈动〉❶ứng đối: 善于~
có tài ứng đối ❷trả lời

【应付】yìngfu〈动〉❶ứng phó: ~紧急
情况 ứng phó tình hình khẩn cấp
❷qua loa: ~了事 làm qua loa ❸tạm
được: 这个月还可以~过去。Tháng
này còn tạm được.

【应急】yìngjí〈动〉ứng phó khẩn cấp;
ứng cứu khẩn cấp: ~机制 cơ chế
ứng phó khẩn cấp

【应急灯】yìngjídēng〈名〉đèn xạc

điện

【应考】yìngkǎo〈动〉dự thi: 近千
人~。Gần nghìn người dự thi.

【应聘】yìngpìn〈动〉nhận lời mời;
nhận thính giảng; nhận làm công
việc

【应声】yìngshēng〈副〉theo tiếng: ~
而至 nghe tiếng là đến liền

【应市】yìngshì〈动〉đáp ứng nhu cầu
thị trường: 大批鲜花在教师节前~。
Đã chuẩn bị rất nhiều hoa tươi để
đáp ứng thị trường đón ngày Nhà
giáo.

【应试】yìngshì〈动〉ứng thí; dự thi: ~
教育 giáo dục ứng thí

【应验】yìngyàn〈动〉ứng nghiệm: 他
的预言~了。Lời tiên đoán của ông
ta đã ứng nghiệm.

【应邀】yìngyāo〈动〉nhận lời mời: ~
访问 nhận lời mời đến thăm

【应用】yìngyòng❶〈动〉ứng dụng;
áp dụng: ~电子技术 ứng dụng kĩ
thuật điện tử ❷〈形〉ứng dụng; thực
dụng: ~化学 hóa học ứng dụng

【应用文】yìngyòngwén〈名〉văn
ứng dụng

【应征】yìngzhēng〈动〉❶đáp ứng
lệnh triệu tập: ~入伍 nhập ngũ theo
lệnh triệu tập ❷hưởng ứng theo yêu
cầu: ~稿件 bài viết theo yêu cầu

映 yìng〈动〉❶soi rọi; soi bóng; bóng
rọi: 月亮倒~在湖面上。Mặt trăng
soi bóng xuống mặt hồ. ❷chiếu
phim hoặc phát chương trình truyền
hình: 首~式 buổi chiếu mở màn

【映衬】yìngchèn❶〈动〉tôn thêm;
đệm thêm: 松林和别墅互相~。Rừng
thông và biệt thự cùng tôn nhau
lên. ❷〈名〉[修辞]phép đối

【映射】yìngshè〈动〉chiếu rọi

【映照】yìngzhào〈动〉chiếu rọi: 晚霞
~ ráng chiều chiếu rọi

硬 yìng❶〈形〉cứng; rắn: 坚~ cứng rắn
❷〈形〉rắn rỏi; cứng cỏi; kiên cường;
kiên quyết: 态度强~ thái độ cứng

rắn ❸〈副〉ngang bướng; cứng cổ: 他~要一起去。Nó ngang bướng đòi đi cùng. ❹〈副〉miễn cưỡng; gắng: ~撑 gắng gượng ❺〈形〉(năng lực) mạnh; (chất lượng) tốt: ~手 tay cừ khôi ❻〈形〉cứng nhắc; bắt buộc: ~指标 chỉ tiêu cứng nhắc

【硬邦邦】yìngbāngbāng rắn chắc; cứng rắn; cứng ngắc: ~的身体 thân thể cứng rắn

【硬币】yìngbì〈名〉tiền kim loại; đồng xu

【硬功夫】yìnggōngfu〈名〉bản lĩnh tốt; tài giỏi

【硬汉】yìnghàn〈名〉chàng trai cứng rắn

【硬化】yìnghuà〈动〉❶(vật thể) cứng lại; xơ cứng: 路面~ mặt đường cứng lại ❷cứng đờ; cứng nhắc

【硬件】yìngjiàn〈名〉❶phần cứng ❷điều kiện vật chất

【硬朗】yìnglang〈形〉❶[口]thân thể cường tráng; rắn chắc ❷mạnh mẽ; vững chắc; quả quyết: 说话~ ăn nói quả quyết

【硬拼】yìngpīn〈动〉❶dốc sức quyết đấu; đánh liều ❷làm bạt mạng

【硬生生】yìngshēngshēng❶cứng rắn ❷nhất định; cố: 他~把人从车上拉了下来。Hắn kéo người từ trên xe xuống một cách ngang tàng.

【硬糖】yìngtáng〈名〉kẹo cứng

【硬通货】yìngtōnghuò〈名〉[经济] đồng tiền mạnh; ngoại tệ mạnh

【硬卧】yìngwò〈名〉giường nằm cứng (trên tàu hỏa)

【硬性】yìngxìng〈形〉cứng rắn; không thể thay đổi: ~规定 quy định cứng

【硬着头皮】yìngzhe tóupí miễn cưỡng, cứ: 尽管很困难, 他还是~坚持下来。Mặc dù rất khó khăn, anh ta vẫn cứ kiên trì.

【硬指标】yìngzhǐbiāo〈名〉chỉ tiêu

cứng nhắc; chỉ tiêu cố định

【硬座】yìngzuò〈名〉ghế cứng (trên tàu hỏa)

yōng

佣 yōng❶〈动〉thuê; mướn: 雇~ thuê mướn ❷〈名〉tôi tớ; người ở: 女~ đầy tớ gái

另见yòng

【佣人】yōngrén〈名〉người giúp việc; ô sin

拥 yōng〈动〉❶ôm: ~抱 ôm nhau ❷vây bọc ❸(đám người) chen nhau đi: 一~而进 chen nhau mà vào ❹ủng hộ; giúp đỡ: ~军爱民 bộ đội yêu mến dân, dân ủng hộ bộ đội ❺[书]có: ~军百万 có hàng triệu quân

【拥抱】yōngbào〈动〉ôm; ôm nhau

【拥戴】yōngdài〈动〉ủng hộ tôn sùng: 他深受群众~。Ông ấy rất được quần chúng ủng hộ và yêu mến.

【拥堵】yōngdǔ〈动〉ùn tắc: 交通~ tắc giao thông

【拥护】yōnghù〈动〉ủng hộ

【拥挤】yōngjǐ❶〈动〉chen chúc; chen lấn: 一个个走, 不要~。Đi từng người một, không nên chen chúc nhau. ❷〈形〉chật chội; đông đúc

【拥塞】yōngsè〈动〉làm tắc nghẽn

【拥有】yōngyǒu〈动〉có

庸 yōng〈形〉❶bình thường: ~言 lời nói bình thường ❷tầm thường; xoàng: ~夫 kẻ tầm thường

【庸才】yōngcái〈名〉tài xoàng; tài hèn; kẻ bất tài

【庸俗】yōngsú〈形〉tầm thường; dung tục; thấp hèn: ~的嗜好 những thị hiếu thấp hèn

【庸医】yōngyī〈名〉lang băm

慵 yōng〈形〉[书]mệt mỏi; uể oải; biếng nhác

【慵懒】yōnglǎn〈形〉[书]lười biếng; biếng nhác

臃yōng〈形〉[书]mập; phì nộn

【臃肿】yōngzhǒng〈形〉❶phì nộn; béo phì; béo nung núc: ~的身体 người béo nung núc ❷cồng kềnh khó điều hành: 机构~ cơ cấu cồng kềnh

yǒng

永yǒng〈副〉vĩnh viễn; lâu dài; mãi mãi

【永别】yǒngbié〈动〉vĩnh biệt

【永垂不朽】yǒngchuí-bùxiǔ muôn đời bất diệt; sống mãi: 人民英雄~。Anh hùng nhân dân sống mãi.

【永存】yǒngcún〈动〉trường tồn; còn mãi: 友谊~ tình hữu nghị trường tồn mãi mãi

【永恒】yǒnghéng〈形〉vĩnh hằng; đời đời bền vững: ~的爱情 tình yêu vĩnh hằng

【永久】yǒngjiǔ〈形〉vĩnh cửu; dài lâu

【永居】yǒngjū〈动〉cư trú vĩnh cửu

【永生】yǒngshēng❶〈动〉sống mãi: 在烈火中~ sống mãi trong ngọn lửa bừng cháy ❷〈名〉suốt đời: ~难忘 suốt đời khó quên

【永世长存】yǒngshì-chángcún tồn tại mãi mãi

【永远】yǒngyuǎn〈副〉vĩnh viễn; mãi mãi

咏yǒng〈动〉❶ngâm hát: 吟~ ngâm vịnh; 歌~比赛 cuộc thi hát ❷vịnh(bằng hình thức thơ): ~雪 vịnh tuyết

泳yǒng〈动〉bơi lội: 仰~ bơi ngửa

【泳池】yǒngchí〈名〉bể bơi

【泳衣】yǒngyī〈名〉áo bơi

【泳装】yǒngzhuāng〈名〉quần áo bơi

俑yǒng〈名〉tượng chôn: 陶~ tượng gốm chôn

勇yǒng❶〈形〉dũng cảm; mạnh mẽ: 有~无谋 có dũng mà không có mưu ❷〈名〉dõng; lính dõng: 散兵游~ binh rời lính lẻ

【勇敢】yǒnggǎn〈形〉dũng cảm

【勇猛】yǒngměng〈形〉dũng mãnh

【勇气】yǒngqì〈名〉dũng khí

【勇士】yǒngshì〈名〉dũng sĩ

【勇往直前】yǒngwǎng-zhíqián dũng cảm tiến lên

【勇于】yǒngyú〈动〉dũng cảm không lùi bước; dám: ~负责 dám chịu trách nhiệm

涌yǒng❶〈动〉tuôn rạ; phun ra; trào ra: 泪如泉~ nước mắt tuôn như suối ❷〈动〉ló ra; hé ra; hiện ra: 东方~出一轮朝阳。Mặt trời hiện ra ở phía đông. ❸〈名〉sóng lừng

【涌入】yǒngrù〈动〉chảy vào

【涌现】yǒngxiàn〈动〉đổ ra; tràn ra; tuôn ra; ùn ra; xuất hiện

蛹yǒng〈名〉con nhộng

踊yǒng〈动〉nhảy lên

【踊跃】yǒngyuè❶〈动〉nhảy nhót; nhảy lên: 欢呼~ hoan hô nhảy lên ❷〈形〉sôi nổi; hăng hái: ~捐款 hăng hái quyên góp tiền

yòng

用yòng❶〈动〉dùng; sử dụng: ~车运材料 dùng xe chở vật liệu ❷〈名〉tiêu dùng; dùng: 家~ chi tiêu gia đình ❸〈名〉công dụng; ích lợi: 功~ công dụng ❹〈动〉cần: 不~帮助,我自己能完成。Không cần giúp đỡ, tôi có thể tự hoàn thành được. ❺〈动〉xơi; ăn; uống; dùng: 请~茶。Mời dùng trà. ❻〈介〉bằng: ~电脑写文章 viết bài bằng máy tính

【用兵】yòngbīng〈动〉dụng binh: 擅于~ giỏi dụng binh

【用不着】yòngbuzháo❶không cần: ~担心。Không cần lo. ❷chưa dùng đến

【用餐】yòngcān〈动〉dùng cơm; dùng bữa

【用场】yòngchǎng〈名〉chỗ dùng;

tác dụng; có ích

【用处】yòngchù〈名〉công dụng; tác dụng: 实际~ tác dụng thực tế

【用得着】yòngdezháo ❶cần; cần đến: ~我的地方尽管说。Chỗ cần đến tôi thì xin cứ nói. ❷có cần thiết: 你~这样吗? Cậu có cần thiết phải làm như vậy không?

【用法】yòngfǎ〈名〉cách dùng: 名词的~ cách dùng của danh từ

【用功】yònggōng ❶〈动〉cố gắng: 全班同学都很~。Cả lớp đều rất cố gắng. ❷〈形〉chăm chỉ

【用户】yònghù〈名〉người sử dụng: 我们竭诚为~服务。Chúng ta hết lòng phục vụ cho người sử dụng.

【用户名】yònghùmíng〈名〉tên người sử dụng

【用尽】yòngjìn〈动〉dùng hết; hết mình: ~方法 dùng mọi cách

【用劲】yòngjìn〈动〉ra sức; gắng sức; ráng sức

【用具】yòngjù〈名〉dụng cụ; đồ dùng

【用力】yònglì〈动〉cố sức; ra sức: ~喊叫 cố sức gọi to

【用品】yòngpǐn〈名〉đồ dùng; vật dụng: 日常~ đồ dùng hàng ngày

【用人】yòngrén〈动〉❶tuyển chọn và dùng người: 会~ khéo dùng người ❷cần người

【用途】yòngtú〈名〉công dụng: 这种植物的~很广。Công dụng của loại thực vật này rất rộng rãi.

【用心】yòngxīn¹〈形〉chăm chú; chăm chỉ; để tâm; chuyên tâm: ~学习 chuyên tâm học tập

【用心】yòngxīn²〈名〉dụng tâm; ý đồ; ý muốn: 别有~ có ý đồ riêng

【用意】yòngyì〈名〉ý; dụng ý

【用于】yòngyú〈动〉dùng cho; dùng để: 这颗卫星~气象观测。Vệ tinh này dùng để quan sát khí tượng.

佣 yòng〈名〉tiền hoa hồng; tiền thù lao

另见 yōng

【佣金】yòngjīn〈名〉tiền hoa hồng; tiền môi giới

yōu

优 yōu ❶〈形〉tốt; tốt đẹp; ưu; ưu việt; vượt trội: ~美 đẹp đẽ/tươi đẹp ❷〈形〉[书]sung túc; dồi dào; giàu có: ~裕的生活 đời sống sung túc ❸〈动〉ưu đãi: ~待军属 ưu đãi gia đình quân nhân

【优待】yōudài ❶〈动〉ưu đãi ❷〈名〉sự ưu đãi; sự đãi ngộ tốt: 受到了~ được hưởng đãi ngộ đặc biệt

【优等】yōuděng〈形〉hạng ưu; loại ưu; hạng A; hạng nhất: 成绩~ thành tích xuất sắc/thành tích loại ưu

【优等生】yōuděngshēng〈名〉học sinh ưu tú; học sinh xuất sắc

【优点】yōudiǎn〈名〉ưu điểm

【优厚】yōuhòu〈形〉(đãi ngộ) tốt; hậu hĩnh; chu đáo: 待遇~ đãi ngộ tốt

【优化】yōuhuà〈动〉hợp lí hóa; làm tốt (lên); cải thiện; làm cho hợp lí và thích hợp hơn: ~产品结构 cải thiện kết cấu sản phẩm

【优惠】yōuhuì〈形〉ưu đãi; ưu tiên; ưu huệ: ~条件 điều kiện ưu tiên

【优惠券】yōuhuìquàn〈名〉phiếu giảm giá; các ưu tiên

【优良】yōuliáng〈形〉tốt đẹp; tốt: ~传统 truyền thống tốt đẹp

【优美】yōuměi〈形〉đẹp; tươi đẹp; đẹp đẽ: ~的舞姿 điệu múa đẹp mắt

【优柔寡断】yōuróu-guǎduàn do dự không quyết đoán

【优胜】yōushèng〈形〉xuất sắc; vượt trội; nổi bật

【优胜劣汰】yōushèng-liètài mạnh được yếu thua

【优势】yōushì〈名〉ưu thế; thế mạnh: 绝对~ thế áp đảo

【优先】yōuxiān〈动〉ưu tiên

【优秀】yōuxiù〈形〉ưu tú; xuất sắc: ~

人才 nhân tài xuất sắc

【优雅】 yōuyǎ〈形〉❶trang nhã; tao nhã: ~的大堂 đại sảnh trang nhã ❷trang nhã; nho nhã; thanh nhã; lịch sự: 举止~ cử chỉ thanh nhã

【优异】 yōuyì〈形〉nổi bật; xuất sắc; tuyệt vời: 成绩~ thành tích xuất sắc

【优越】 yōuyuè〈形〉ưu việt; hơn hẳn; tốt đẹp hơn hẳn: ~的地理条件 điều kiện địa lí ưu việt

【优越感】 yōuyuègǎn〈名〉ý thức tự cho mình hơn người khác

【优质】 yōuzhì〈形〉chất lượng tốt; chất lượng cao; hảo hạng: ~商品展销会 hội chợ triển lãm hàng chất lượng cao

忧 yōu❶〈形〉buồn rầu; lo buồn; ưu sầu: ~伤 đau buồn ❷〈名〉chuyện buồn; điều lo: 高枕无~ ngủ yên vô lo ❸〈动〉lo lắng; lo âu: 事情没有什么可担~的。 Chuyện chẳng có gì đáng lo.

【忧愁】 yōuchóu〈形〉ưu sầu; buồn rầu; lo phiền; buồn lo: 面容~ vẻ mặt buồn rầu

【忧患】 yōuhuàn〈名〉gian nan khổ cực; hoạn nạn khốn khó: 饱经~ đã nếm trải bao gian nan khổ cực

【忧虑】 yōulǜ〈动〉lo buồn; lo lắng; lo âu: 灾情让人~。 Tình hình tai nạn khiến mọi người lo lắng.

【忧伤】 yōushāng〈形〉buồn thương; đau buồn: 神情~ vẻ mặt đau buồn

【忧心】 yōuxīn❶〈动〉lo lắng; lo ngại; ái ngại ❷〈名〉nỗi lo; âu sầu

【忧心忡忡】 yōuxīn-chōngchōng nỗi lo canh cánh; âu sầu không nguôi

【忧郁】 yōuyù〈形〉sầu muộn; u buồn; u uẩn

【忧郁症】 yōuyùzhèng〈名〉chứng trầm uất

幽 yōu❶〈形〉âm u; thăm thẳm; sâu thẳm ❷〈形〉ẩn; kín đáo ❸〈形〉trầm tĩnh; thầm lặng: ~思 trầm ngâm suy nghĩ ❹〈动〉cầm tù: ~禁 giam cầm ❺〈名〉âm phủ; âm ti; cõi âm: ~灵 hồn/hồn người chết

【幽暗】 yōu'àn〈形〉u ám; tối tăm; tối om; âm u: 光线~ ánh sáng u ám

【幽会】 yōuhuì〈动〉(đôi trai gái) kín đáo gặp gỡ nhau; hẹn hò kín đáo

【幽禁】 yōujìn〈动〉giam lỏng; giam cầm

【幽静】 yōujìng〈形〉tĩnh mịch; tịch mịch; vắng vẻ: ~的环境 khung cảnh tĩnh mịch

【幽默】 yōumò〈形〉hài hước; dí dỏm; khôi hài châm biếm: 说话~ lời nói dí dỏm

【幽香】 yōuxiāng〈名〉hương thơm dịu; hương thơm thoang thoảng

【幽雅】 yōuyǎ〈形〉thanh tịnh; êm ả: 景致~ cảnh trí thanh tịnh

【幽怨】 yōuyuàn〈名〉uất hận; uất ức: ~的眼神 ánh mắt uất hận

悠[1] yōu〈形〉❶lâu; dài; xa: 历史~久 lịch sử lâu đời ❷nhàn tản; nhàn hạ; nhàn rỗi; rỗi rãi; thanh nhàn

悠[2] yōu〈动〉[口]đu đưa; đung đưa: ~来荡去 đu qua đu lại

【悠长】 yōucháng〈形〉dài; dài dặc; dằng dặc; đằng đẵng: ~的钟声 tiếng chuông kéo dài

【悠久】 yōujiǔ〈形〉lâu đời; lâu dài: ~的传统文化 văn hóa truyền thống lâu đời

【悠然自得】 yōurán-zìdé thung thăng; thảnh thơi; ung dung tự tại

【悠闲】 yōuxián〈形〉an nhàn thoải mái; ung dung tự tại

【悠扬】 yōuyáng〈形〉du dương; trầm bổng; ngân nga: ~的琴声 tiếng đàn du dương

yóu

尤 yóu❶〈形〉tuyệt vời; xuất sắc; cực độ: 拔其~ chọn ra cái trội ❷〈副〉càng; đặc biệt; rất: ~佳 càng tốt hơn

【尤其】yóuqí<副>nhất là; đặc biệt là

由 yóu❶<名>nguyên do; nguyên nhân: 理~ lí do ❷<介>do; bởi; nhờ: 咎~自取 tội lỗi do mình gây ra ❸<动>đi qua; trải qua; qua: 必~之路 con đường phải qua ❹<动> theo; xuôi theo; thuận theo; tùy theo: ~着性子 chiều theo sở thích ❺<介>do; để: 乐队~他指挥。Ban nhạc do ông ấy chỉ huy. ❻<介>dựa vào; căn cứ vào; do; từ: ~此得出结论。Căn cứ vào đó có thể đưa ra kết luận. ❼<介>từ: ~里到外 từ trong đến ngoài

【由不得】yóubude❶không thể theo; không thể quyết định bởi...; không do...quyết định: 去还是不去~你。Đi hay không đi không thể theo ý anh được. ❷không tự chủ được; không kìm được

【由此】yóucǐ<副>từ đó; do đó: ~可见 từ đó cho thấy

【由来】yóulái<名>❶tồn tại; vốn có: ~已久 tồn tại đã lâu ❷nguyên nhân; ngọn nguồn; gốc rễ

【由浅入深】yóuqiǎn-rùshēn từ dễ đến khó

【由于】yóuyú❶<介>do; bởi; bởi vì: ~身体不适，她回家了。Cô ta đã về nhà vì sức khỏe yếu. ❷<连>vì

【由衷】yóuzhōng<动>tự đáy lòng: 谨表示~的感谢。Xin bày tỏ sự biết ơn tự đáy lòng.

邮 yóu❶<动>gửi bưu điện ❷<名>về bưu điện: ~票 tem thư ❸<名>tem thư: 集~ chơi tem

【邮编】yóubiān<名>số bưu chính; mã bưu cục

【邮船】yóuchuán<名>tàu biển chở khách chạy định kì

【邮递员】yóudìyuán<名>bưu tá; người đưa thư

【邮购】yóugòu<动>mua qua bưu điện

【邮寄】yóujì<动>gửi qua bưu điện

【邮件】yóujiàn<名>bưu kiện; bưu phẩm; thư tín công văn gửi qua bưu điện

【邮局】yóujú<名>bưu cục; cơ quan bưu chính

【邮票】yóupiào<名>tem thư; tem

【邮箱】yóuxiāng<名>❶hòm thư ❷hòm thư điện tử

【邮政】yóuzhèng<名>bưu chính

犹 yóu[书]❶<动>giống như; cũng như; như: 过~不及 thái quá cũng như bất cập ❷<副>còn; vẫn; vẫn còn; hãy còn; còn như: 记忆~新 còn nhớ như mới xảy ra

【犹如】yóurú<动>giống như; cũng như; như

【犹豫】yóuyù<形>phân vân; do dự; ngần ngừ; lưỡng lự; trù trừ; đắn đo; dùng dằng

【犹豫不决】yóuyù-bùjué do dự không dám quyết

油 yóu❶<名>mỡ; dầu: 花生~ dầu lạc ❷<动>quét (sơn); sơn; đánh ❸<动>bị dầu mỡ làm bẩn; dây dầu mỡ: 衣领~了。Cổ áo dây dầu rồi. ❹<形>láu linh; láu cá; lèo lá; lươn lẹo: 这家伙~得很。Thằng này láu cá lắm.

【油菜】yóucài<名>❶cây cải dầu ❷rau cải dầu

【油茶】[1] yóuchá<名>cây dầu sở; cây sở

【油茶】[2] yóuchá<名>súp dầu trà

【油管】yóuguǎn<名>ống dẫn dầu

【油罐】yóuguàn<名>thùng chứa dầu; két chứa dầu; bể chứa dầu

【油耗】yóuhào<名>hao xăng; mức tiêu hao nhiên liệu: 降低~ giảm mức tiêu thụ nhiên liệu

【油滑】yóuhuá<形>láu linh; láu cá; lèo lá; lươn lẹo: 为人~ con người lèo lá

【油画】yóuhuà<名>tranh sơn dầu

【油井】yóujǐng<名>giếng dầu

【油门】yóumén<名>ga; van dầu

【油腻】yóunì❶<形>mỡ ngấy ❷<名>món ăn nhiều mỡ: 忌食~ kiêng ăn món lắm mỡ

【油漆】yóuqī❶<名>sơn ❷<动>quét sơn

【油腔滑调】yóuqiāng-huádiào khéo mồm khéo miệng; ăn nói lươn lẹo

【油水】yóushui<名>❶chất béo; chất mỡ ❷béo bở; bở: 捞~ kiếm món béo bở/kiếm chác

【油田】yóutián<名>mỏ dầu

【油条】yóutiáo<名>❶bánh quẩy; chao quẩy ❷ví những tay cáo già thạo đời

【油桐】yóutóng<名>cây trầu

【油污】yóuwū<名>vết dầu mỡ

【油箱】yóuxiāng<名>két dầu; phuy xăng

【油烟】yóuyān<名>muội dầu; khói dầu

【油盐酱醋】yóu-yán-jiàng-cù dầu, muối, tương, dấm; tương cà mắm muối

【油炸】yóuzhá<动>rán

【油脂】yóuzhī<名>dầu mỡ

【油渍】yóuzì<名>vết két dầu mỡ; cáu dầu mỡ

【油嘴滑舌】yóuzuǐ-huáshé đưa đẩy đầu lưỡi; thơn thớt cái mồm; mồm mép lém lỉnh; ăn nói thớ lợ

柚yóu
另见yòu

【柚木】yóumù<名>cây tếch; gỗ tếch

鱿yóu

【鱿鱼】yóuyú<名>cá mực; mực ống

游yóu❶<动>bơi: ~蛙泳 bơi ếch ❷<动>[书]rong chơi; du ngoạn; đi ngắm cảnh: ~遍东南亚 du ngoạn khắp Đông Nam Á ❸<动>[书]giao du; đi lại; chơi với nhau ❹<动>du; di chuyển: ~牧民族 dân tộc du mục ❺<名>du (một đoạn sông): 上~ thượng du; 下~ hạ du

【游伴】yóubàn<名>bạn cùng đi chơi

【游船】yóuchuán<名>du thuyền; tàu du lịch

【游荡】yóudàng<动>❶du đãng; lêu lổng; ăn chơi phóng túng ❷lang thang; rong chơi; dạo; đi chơi ❸bồng bềnh; lênh đênh; trôi nổi; dập dềnh: 船在江上~。Con thuyền bập bềnh trên sông.

【游逛】yóuguàng<动>đi dạo chơi; du ngoạn

【游击】yóujī<动>du kích: 打~ đánh du kích; 建立~根据地 xây dựng căn cứ địa du kích

【游记】yóujì<名>du kí

【游客】yóukè<名>du khách; khách du lịch: 接待~ đón tiếp du khách

【游览】yóulǎn<动>tham quan; du lịch; đi chơi; du ngoạn: ~北京 đi du ngoạn Bắc Kinh; ~市容 tham quan đường phố

【游乐场】yóulèchǎng<名>nơi vui chơi giải trí

【游乐园】yóulèyuán<名>khu vui chơi giải trí

【游历】yóulì<动>du lịch: ~世界各地 du lịch khắp nơi thế giới

【游人】yóurén<名>du khách; người du ngoạn: ~如织 du khách nườm nượp

【游刃有余】yóurèn-yǒuyú đưa lưỡi dao ngọt xớt; thành thạo; thạo nghề

【游山玩水】yóushān-wánshuǐ dạo chơi núi sông

【游手好闲】yóushǒu-hàoxián chơi bời lêu lổng; du thủ du thực; ăn cơm chúa, múa tối ngày

【游说】yóushuì<动>du thuyết; làm thuyết khách

【游玩】yóuwán<动>❶vui chơi; vui đùa ❷du ngoạn; đi dạo chơi; du lãm

【游戏】yóuxì❶<名>trò chơi ❷<动>vui chơi; chơi đùa; vui đùa

【游戏机】yóuxìjī<名>máy chơi game

【游行】yóuxíng<动>❶đi chơi xa; du

hành ❷diễu hành; tuần hành; biểu tình: ~示威 biểu tình thị uy

【游泳】yóuyǒng❶<动>bơi; bơi lội ❷<名> môn bơi lội; môn bơi

【游泳池】yóuyǒngchí<名>bể bơi; hồ bơi

【游泳圈】yóuyǒngquān<名>phao bơi

【游走】yóuzǒu<动>❶lang thang đi: ~四方 lang thang đi bốn phương trời ❷di động không cố định

yǒu

友 yǒu❶<名>bạn: 室~ bạn cùng phòng ❷<形>gần gũi; hòa hợp: ~好 hữu hảo ❸<形>thuộc về mối quan hệ hữu hảo

【友爱】yǒu'ài<形>hữu ái; yêu thương: 团结~ đoàn kết thương yêu nhau

【友好】yǒuhǎo❶<名>bạn tốt; bạn thân ❷<形>hữu hảo; hữu nghị: ~城市 thành phố hữu nghị

【友情】yǒuqíng<名>tình bạn; tình hữu nghị: 深厚的~ tình bạn thắm thiết

【友人】yǒurén<名>người bạn; bạn bè: 国际~ người bạn quốc tế

【友善】yǒushàn<形>thân thiện; thân mật; hòa thuận: ~相处 sống hòa thuận với nhau

【友谊】yǒuyì<名>tình hữu nghị

【友谊关】Yǒuyì Guān<名>Hữu nghị Quan

有 yǒu❶<动>có; thuộc về: 他~本很好的新书。Anh ấy có quyển sách mới rất hay. ❷<动>có; tồn tại: 时~时无 lúc có lúc không ❸<动>có tới; tới (ước lượng); bằng; như: 河~十米宽。Con sông rộng tới 10 mét. ❹<动>có; đã nảy sinh ❺<动>có; nhiều: ~学问 có học vấn ❻<动>có...nào đó (chỉ sự bất định): ~人看到他回来了。Có người nhìn thấy

anh ta đã về nhà. ❼<动>có; một bộ phận: ~人高兴，~人伤心。Có người vui, có kẻ buồn. ❽<助>xin (dùng trước một số động từ hợp thành sáo ngữ, biểu thị khách khí): ~请。Xin mời.

【有把握】yǒu bǎwò dám chắc

【有备无患】yǒubèi-wúhuàn lo trước khỏi họa; biết lo xa sẽ tránh được tai họa; biết phòng xa vẫn hơn

【有偿】yǒucháng<形>có hoàn lại; có trả công hoặc tiền; có trả thù lao: ~服务 phục vụ có thù lao

【有错必纠】yǒucuò-bìjiū có sai thì sửa

【有待】yǒudài<动>còn phải chờ; còn phải; còn cần phải: 他的写作水平~提高。Trình độ viết văn của anh ấy còn phải nâng cao hơn nữa.

【有道理】yǒu dàolǐ có lí

【有的】yǒude<代>có...có; nào; nào là: ~唱歌，~跳舞。Có người hát, có người nhảy múa.

【有底】yǒudǐ<动>nắm chắc; vững tin; cầm chắc; cảm thấy chắc chắn; có chỗ dựa chắc chắn: 心里~ trong lòng thấy vững tin

【有点儿】yǒudiǎnr<副>có chút; có tí; hơi; có phần: 今天我~生气。Hôm nay tôi hơi bực mình.

【有关】yǒuguān❶<动>hữu quan; có liên quan: ~部门 ngành hữu quan ❷<介>dính tới; dính dáng tới; đề cập tới: 这是一部~二战的电影。Đây là bộ phim nói về cuộc đại chiến thế giới thứ II.

【有轨电车】yǒuguǐ diànchē tàu điện chạy ray

【有害】yǒuhài<动>có hại: 吸烟对身体~。Hút thuốc có hại cho sức khỏe.

【有机】yǒujī<形>❶[化学]hữu cơ: ~化学 hóa học hữu cơ ❷hữu cơ; khăng khít; gắn bó: 两者~地结合在一起。Hai thứ kết hợp với nhau một cách hữu cơ.

【有机肥料】yǒujī féiliào phân (bón) hữu cơ

【有机可乘】yǒujīkěchéng có chỗ hở để lợi dụng

【有机食品】yǒujī shípǐn thực phẩm hữu cơ

【有劲】yǒujìn ❶<动>có sức; có sức lực; khỏe: 这小男孩真~。Thằng bé này khỏe thật. ❷<形>hăng; say; hăng say; sôi nổi; lí thú: 他越干越~。Anh ấy càng làm càng hăng.

【有口皆碑】yǒukǒu-jiēbēi ai cũng khen ngợi; tiếng lành đồn xa

【有口无心】yǒukǒu-wúxīn bộc tuệch; nhanh mồm nhẹ dạ; ruột để ngoài da; cười nói vô tâm

【有愧】yǒukuì<动>hổ thẹn

【有来有往】yǒulái-yǒuwǎng có đi có lại; luôn gặp mặt thăm hỏi; nhận quà rồi biếu lại

【有理】yǒulǐ<形>hợp lí; đúng; có lí có lẽ: 言之~。Lời nói chí phải.

【有力】yǒulì<形>mạnh mẽ; hùng hồn; đanh thép; có hiệu lực: 领导~ lãnh đạo có hiệu lực

【有利】yǒulì<形>có lợi; có ích; giúp ích

【有利可图】yǒulì-kětú có thể kiếm lời

【有眉目】yǒu méimù có manh mối: 案子~了。Vụ án đã có manh mối.

【有名】yǒumíng<形>nổi tiếng; có tiếng; nổi danh; mọi người đều biết tiếng

【有名无实】yǒumíng-wúshí hữu danh vô thực; có tiếng mà không có miếng; tiếng cả nhà không

【有目共睹】yǒumù-gòngdǔ ai cũng thấy rõ; mọi người đều biết

【有凭有据】yǒupíng-yǒujù có bằng cứ

【有期徒刑】yǒuqī túxíng tù có thời hạn

【有起色】yǒu qǐsè khá hơn; đỡ hơn; có khởi sắc: 工厂慢慢~了。Nhà máy đã khá dần.

【有气无力】yǒuqì-wúlì vẻ uể oải; vẻ phờ phạc; ủ rũ; bải hoải

【有情人终成眷属】yǒuqíngrén zhōng chéng juànshǔ người có duyên tình nên nghĩa vợ chồng

【有求必应】yǒuqiú-bìyìng cầu là có ngay; cầu sao được vậy; cầu được ước thấy

【有去无回】yǒuqù-wúhuí lấy đi không trả về; có đi không về

【有趣】yǒuqù<形>thú vị; lí thú; hay; dễ thương: ~的节目 tiết mục hay

【有色金属】yǒusè jīnshǔ kim loại màu

【有神】yǒushén<形>❶hữu thần: ~论 thuyết hữu thần ❷sáng long lanh: 他双眼炯~。Đôi mắt của anh ta sáng long lanh.

【有生以来】yǒushēngyǐlái từ khi lọt lòng tới nay; từ thuở cha sinh mẹ đẻ tới nay

【有声读物】yǒushēng dúwù sách điện tử nghe nhìn

【有声有色】yǒushēng-yǒusè vô cùng sinh động; rất giàu hình ảnh; đượm màu sắc; mặn mà ý nhị: 故事讲得~。Câu chuyện kể rất sinh động.

【有时】yǒushí<副>có lúc; có khi; lúc; khi; đôi lúc; đôi khi; thỉnh thoảng

【有始有终】yǒushǐ-yǒuzhōng có đầu có cuối; có thủy có chung; có trước có sau

【有数】yǒushù❶<动>hiểu cặn kẽ; nắm chắc; vững tin: 大家心里都~。Mọi người đều thấy vững tin trong lòng. ❷<形>có hạn; không nhiều; ít ỏi; không đáng kể: ~的几个钱, 用不了几天了。Số tiền ít ỏi, chỉ tiêu được mấy ngày nữa.

【有说有笑】yǒushuō-yǒuxiào cười cười nói nói; cười nói thân thiết

【有条不紊】yǒutiáo-bùwěn rõ ràng rành mạch; ngăn nắp gọn gàng; đâu ra đấy: 他办事~。Anh ấy làm việc đâu ra đấy.

【有条有理】yǒutiáo-yǒulǐ mạch lạc; lớp lang; trật tự; nề nếp

【有头有脸】yǒutóu-yǒuliǎn có tiếng tăm; có uy tín

【有喜】yǒuxǐ〈动〉[口](phụ nữ) có thai; có mang; có bầu

【有戏】yǒuxì〈动〉[方]có hi vọng; có triển vọng

【有限】yǒuxiàn〈形〉❶có hạn; hữu hạn: ~性 tính chất hữu hạn ❷số lượng ít; trình độ thấp

【有限公司】yǒuxiàn gōngsī công ti hữu hạn

【有效】yǒuxiào〈动〉hữu hiệu; có hiệu quả; có hiệu lực; hiệu nghiệm: ~措施 biện pháp hữu hiệu

【有效期】yǒuxiàoqī〈名〉❶thời hạn có hiệu lực; kì hạn hiệu lực ❷thời hạn sử dụng

【有些】yǒuxiē❶〈代〉có những; có một số: 班上~同学请假。Trên lớp có một số bạn xin phép. ❷〈副〉hơi; có phần; hơi...một chút: 他~着急。Anh ta hơi sốt ruột.

【有心人】yǒuxīnrén〈名〉người có chí; người có quyết tâm: 世上无难事，只怕~。Ở đời chẳng có việc gì khó, chỉ sợ lòng không bền.

【有幸】yǒuxìng〈形〉có vinh hạnh; may mắn; hân hạnh: 我~跟您共事。Tôi rất vinh hạnh được cộng sự với ông.

【有益】yǒuyì〈形〉có lợi; có ích; hữu ích

【有意】yǒuyì❶〈动〉có ý; có ý định; có ý muốn: 他~去学英语。Anh ta có ý định đi học tiếng Anh. ❷〈动〉có tình ý; có cảm tình; phải lòng: 我哥哥对你~呢。Anh tớ rất có cảm tình với cậu đấy. ❸〈副〉cố ý; cố tình: 他这是~跟我作对。Cậu ấy cố

ý gây khó dễ cho tôi.

【有意思】yǒu yìsi❶có ý nghĩa: 这篇文章简短而~。Bài văn này vừa ngắn gọn lại có ý nghĩa. ❷hay; thú vị: 这人很~。Cái ông này rất thú vị. ❸có tình ý; có cảm tình: 我对他根本没~。Tôi không có cảm tình gì với anh ta cả.

【有余】yǒuyú〈动〉❶có thừa; có dư: 勇猛~ có thừa dũng mãnh ❷có lẻ; trên: 六十~ trên sáu mươi

【有缘】yǒuyuán〈形〉có duyên; có duyên cớ; có duyên nợ

【有朝一日】yǒuzhāo-yīrì sẽ có một ngày; một ngày kia; mai mốt

【有志者事竟成】yǒu zhì zhě shì jìng chéng có chí ắt làm nên

yòu

又 yòu〈副〉❶lại: ~下雨了。Trời lại mưa. ❷vừa; đồng thời; còn: 既是同志~是兄弟 vừa là đồng chí vừa là anh em; 那本书既有趣~有益. Cuốn sách đó thú vị mà lại bổ ích. ❸lại; còn ❹cộng thêm: 两小时~一刻 hai tiếng mười lăm phút ❺nhưng; lại: 刚才他还在这里，这会儿不知道~跑哪去了. Vừa nãy anh ta còn ở đây, không biết bây giờ lại chạy đi đâu mất rồi. ❻(tỏ ý nhấn mạnh)

【又及】yòují〈动〉tái bút (đoạn thư viết thêm)

【又名】yòumíng〈动〉lại có tên: 故宫~紫禁城. Cố Cung còn có tên là Tử Cấm Thành.

右 yòu❶〈名〉bên phải; bên tay phải: ~眼 mắt phải ❷〈名〉phía tây: 山~ phía tây núi ❸〈名〉cấp bậc trên; phía trên: 无出其~. Không còn ai hơn nữa. ❹〈动〉[书]tôn sùng; coi trọng: ~文 coi trọng văn hóa học thuật

【右边】yòubian〈名〉bên phải; bên tay phải

【右手】yòushǒu<名>tay phải; bên phải

【右转弯】yòuzhuǎnwān quay phải; rẽ phải

幼 yòu❶<形>(tuổi) nhỏ; thơ ấu; non nớt; non: ~芽 mầm non ❷<名>trẻ em; trẻ con; trẻ nhỏ: 扶老携~ dắt già dắt trẻ

【幼虫】yòuchóng<名>ấu trùng

【幼儿】yòu'ér<名>trẻ con; trẻ nhỏ

【幼儿园】yòu'éryuán<名>nhà trẻ; vườn trẻ

【幼年】yòunián<名>tuổi thơ: ~时代 thời thơ ấu

【幼师】yòushī<名>trường sư phạm mầm non

【幼小】yòuxiǎo<形>thơ ấu; thơ dại; non; bé bỏng

【幼稚】yòuzhì<形>❶nhỏ tuổi ❷ấu trĩ; non nớt; ngây thơ

【幼子】yòuzǐ<名>con út; con thơ

柚 yòu<名>❶bưởi; quả bưởi ❷cây bưởi
另见 yóu

【柚子】yòuzi<名>quả bưởi; quả bòng

诱 yòu<动>❶khuyên bảo; dạy dỗ; dạy bảo; dẫn dắt; khuyên nhủ: ~导 dạy dỗ ❷dụ dỗ; cám dỗ; dụ; nhử; dứ; nhử: ~敌深入 nhử địch vào sâu

【诱导】yòudǎo<动>❶khuyên bảo; dạy dỗ; dạy bảo; dẫn dắt ❷[物理] cảm ứng ❸cảm ứng (thần kinh): 正~ cảm ứng dương

【诱饵】yòu'ěr<名>mồi; cái mồi; mồi nhử; bả; bả câu

【诱发】yòufā<动>❶gợi mở; khơi gợi; khêu gợi: ~好奇心 khêu gợi trí tò mò ❷gây ra; gây; dẫn tới (thường chỉ bệnh tật): ~胃炎 gây ra bệnh viêm dạ dày

【诱拐】yòuguǎi<动>dụ bắt; lừa bắt; dụ dỗ bắt cóc (phụ nữ hoặc trẻ em)

【诱惑】yòuhuò<动>❶mê hoặc; lừa gạt; lừa phỉnh; làm cho mù quáng ❷hấp dẫn; thu hút; lôi cuốn; mê

hồn; mê li; quyến rũ: 夜市的美味小吃很~人。Các món quà ngon ở chợ đêm rất hấp dẫn.

【诱奸】yòujiān<动>dụ dỗ để gian dâm

【诱骗】yòupiàn<动>lừa phỉnh; lừa mị

【诱人】yòurén❶<动>khuyên bảo ❷<形>hấp dẫn (ai đó)

【诱因】yòuyīn<名>nguyên nhân gây ra; nguyên nhân dẫn đến

釉 yòu<名>men: 青~瓷瓶 bình sứ men xanh

【釉面砖】yòumiànzhuān<名>gạch men

【釉质】yòuzhì<名>men (răng); chất men; lớp nhũ

yū

迂 yū<形>❶quanh co; ngoằn ngoèo; vòng vèo; uốn lượn: ~回 vòng vèo ❷cổ hủ; cổ lỗ: 不要听他的~论。Đừng nghe quan điểm cổ hủ của anh ta.

【迂腐】yūfǔ<形>thủ cựu; bảo thủ; cổ hủ; gàn dở

【迂回】yūhuí❶<形>vòng quanh ❷<动>đi vòng quanh

淤 yū❶<动>ứ; đọng; ứ đọng ❷<形>lầy: ~地 đất lầy ❸<名>phù sa: 河~ phù sa sông; 沟~ bùn rãnh ❹<动>(máu) tụ; ứ: 血~ tụ huyết ❺<动>[方]tràn; trào

【淤积】yūjī<动>(cát bùn trong nước) ứ đọng; lắng đọng; trầm tích: 在河底的泥沙~在~底 bùn đọng dưới đáy sông

【淤泥】yūní<名>bùn đọng; bùn cát đọng; phù sa

【淤塞】yūsè<动>ứ tắc; tắc nghẽn: 河道~。Đường sông ứ đầy bùn cát.

瘀 yū<动>(máu) tụ; ứ

【瘀斑】yūbān<名>vết bầm trên da

【瘀血】yūxiě<动>tụ huyết; tụ máu; máu bị đông tụ; ứ máu

【瘀血】yūxuè<名>huyết tụ; tụ máu;

máu đông tụ

yú

于 yú ❶⟨介⟩tại; ở; vào; trong; với; từ (biểu thị thời gian, nơi chốn, phạm vi)。他生~1960年。 Anh ấy sinh vào năm 1960. ❷⟨介⟩hướng tới; nhằm vào: 求助~人 nhờ vả người khác ❸⟨介⟩cho: 献身~教育事业 hiến thân cho sự nghiệp giáo dục ❹⟨介⟩với; đối với: 有益~社会 có ích cho xã hội ❺⟨介⟩từ: 毕业~名牌大学 tốt nghiệp từ trường đại học nổi tiếng ❻⟨介⟩hơn: 高~ cao hơn ❼⟨介⟩bởi: 限~客观条件 hạn chế bởi điều kiện khách quan ❽⟨介⟩về; ở (làm hậu tố sau động từ): 属~ thuộc về; 在~ ở chỗ ❾(làm hậu tố sau tính từ): 勇~负责 dám chịu trách nhiệm

【于事无补】yúshì-wúbǔ không đền bù được cho việc đã xảy ra

【于是】yúshì⟨连⟩thế là

【于心不忍】yúxīn-bùrěn trong lòng bất nhẫn

余 yú ❶⟨动⟩thừa; dư; dôi; còn lại: ~钱 số tiền thừa ra ❷⟨数⟩hơn; trên: 一年有~ hơn một năm ❸⟨名⟩ngoài...; sau khi...: 业~ ngoài giờ làm việc

【余波】yúbō⟨名⟩dư âm; dư ba: ~未平 dư âm chưa lắng

【余地】yúdì⟨名⟩khoảng trống; chỗ để xoay xở; chỗ chừa lại; chỗ nới; phần linh động: 不留~ không dành khoảng trống để xoay xở

【余额】yú'é⟨名⟩❶(suất) còn lại; (số) còn lại ❷mức tiền dư; mức tiền dôi ra; số tiền còn lại

【余留】yúliú⟨动⟩để lại: 还~几笔钱没算。 Còn sót mấy khoản chưa tính

【余热】yúrè⟨名⟩❶nhiệt lượng thừa ❷nhiệt huyết còn lại (của tuổi già): 发挥~ phát huy nhiệt tình còn lại

【余生】yúshēng⟨名⟩❶cuối đời; quãng đời còn lại ❷sống sót; chết hụt; thoát chết: 劫后~ sống sót sau cơn họa lớn

【余数】yúshù⟨名⟩[数学]số dư; thừa

【余下】yúxià⟨动⟩còn lại; thừa lại: ~的钱存起来。 Số tiền còn lại gửi tiết kiệm.

【余震】yúzhèn⟨名⟩dư chấn

盂 yú⟨名⟩ống; bô (đồ đựng chất lỏng có miệng mở rộng): 痰~ ống nhổ

鱼 yú⟨名⟩cá: 海~ cá biển; 钓~ câu cá

【鱼翅】yúchì⟨名⟩vây cá (mập)

【鱼刺】yúcì⟨名⟩xương cá

【鱼肚】yúdǔ⟨名⟩bong bóng cá (món ăn)

【鱼饵】yú'ěr⟨名⟩mồi câu cá

【鱼肝油】yúgānyóu⟨名⟩dầu gan cá

【鱼缸】yúgāng⟨名⟩bể cá (cảnh)

【鱼雷】yúléi⟨名⟩ngư lôi

【鱼鳞】yúlín⟨名⟩vảy cá: 刮~ đánh vảy cá

【鱼龙混杂】yúlóng-hùnzá vàng thau lẫn lộn

【鱼露】yúlù⟨名⟩nước mắm

【鱼米之乡】yúmǐzhīxiāng làng lúa làng cá; xứ sở thủy sản và lúa gạo; vùng đất trù phú lắm cá tôm, nhiều lúa gạo

【鱼苗】yúmiáo⟨名⟩cá bột; cá mới nở

【鱼目混珠】yúmù-hùnzhū vàng thau lẫn lộn; cùi trộn với trầm

【鱼漂】yúpiāo⟨名⟩phao (câu cá)

【鱼生】yúshēng⟨名⟩[方]gỏi cá

【鱼水情】yúshuǐqíng⟨名⟩tình cá nước: 军民~ tình quân dân cá nước

【鱼塘】yútáng⟨名⟩ao cá

【鱼丸】yúwán⟨名⟩viên cá băm

【鱼网】yúwǎng⟨名⟩lưới cá; lưới đánh cá

【鱼尾纹】yúwěiwén⟨名⟩nếp nhăn đuôi mắt; vết chân chim

【鱼香肉丝】yúxiāng ròusī thịt xào Tứ Xuyên

【鱼腥草】yúxīngcǎo⟨名⟩rau diếp cá

【鱼子】yúzǐ〈名〉trứng cá: ~酱 xốt trứng cá

娱 yú ❶〈动〉làm vui; làm vui mừng; tạo ra thú vị: 自~自乐 tự làm vui cho mình ❷〈形〉vui; vui vẻ: 欢~ vui sướng/vui thích

【娱乐】yúlè ❶〈动〉giải trí; vui chơi; tiêu khiển: ~室 phòng giải trí ❷〈名〉hoạt động vui chơi giải trí; trò giải trí; thú vui: 读书是他的~。Đọc sách là thú vui của ông ấy.

【娱乐圈】yúlèquān〈名〉giới văn nghệ

渔 yú〈动〉❶đánh bắt cá: ~业 nghề cá ❷mưu kiếm lợi không chính đáng

【渔船】yúchuán〈名〉tàu đánh cá; thuyền chài: 拖网~ thuyền kéo lưới rê

【渔村】yúcūn〈名〉làng chài; vạn chài; xóm chài

【渔竿】yúgān〈名〉cần câu

【渔港】yúgǎng〈名〉cảng cá; ngư cảng

【渔钩】yúgōu〈名〉(cái) móc câu cá

【渔轮】yúlún〈名〉tàu đánh cá; tàu cá

【渔民】yúmín〈名〉ngư dân; dân đánh cá; dân chài

【渔网】yúwǎng〈名〉lưới đánh cá

【渔业】yúyè〈名〉ngư nghiệp; nghề đánh cá; nghề chài

逾 yú ❶〈动〉vượt quá; quá; hơn: 年~七十 tuổi quá bảy mươi ❷〈副〉[书] hơn nữa; càng thêm

【逾期】yúqī〈动〉quá kì hạn; quá hạn: ~无效 quá hạn không có giá trị

【逾越】yúyuè〈动〉vượt quá; vượt qua: ~权限 vượt quá quyền hạn

愉 yú〈形〉vui; vui vẻ: 欢~ vui vẻ

【愉快】yúkuài〈形〉vui vẻ; vui mừng; vui sướng: 祝节日~! Chúc ngày lễ vui vẻ!

【愉悦】yúyuè〈形〉mừng rỡ; vui mừng; hớn hở; phấn khởi: 心情~ tâm trạng vui mừng

瑜 yú〈名〉[书] ❶ngọc đẹp ❷ánh ngọc;

ưu điểm: 瑕不掩~ tì vết không che lấp ánh ngọc/khuyết điểm không che lấp được ưu điểm

【瑜伽】yújiā〈名〉yoga

愚 yú ❶〈形〉ngu; đần; dại; ngốc; ngu dốt; ngu muội: ~人 kẻ ngốc ❷〈动〉lừa bịp: ~弄他人 lừa bịp người khác ❸〈代〉ngu; kẻ hèn mọn này (dùng để tự xưng một cách khiêm nhường): ~兄 ngu huynh

【愚笨】yúbèn〈形〉ngu đần; ngu si; ngu ngốc; ngu dốt: 头脑~ đầu óc ngu dốt

【愚蠢】yúchǔn〈形〉ngu xuẩn; ngu dại

【愚钝】yúdùn〈形〉ngu độn; ngù ngờ: ~之人 hạng người ngu độn

【愚昧】yúmèi〈形〉ngu muội; ngu tối; dốt nát

【愚昧无知】yúmèi-wúzhī ngu muội dốt nát; dốt đặc cán mai

【愚弄】yúnòng〈动〉lừa bịp; lừa phinh; lừa dối

【愚人节】Yúrén Jié〈名〉Ngày Cá (mồng 1 tháng 4)

舆 yú〈形〉(thuộc về) đám đông

【舆论】yúlùn〈名〉dư luận: 公众~ dư luận công chúng

yǔ

与 yǔ ❶〈动〉cho; dành cho: ~人方便，~己方便。Dành thuận lợi cho người, cũng là mang lại thuận lợi cho mình. ❷〈动〉đi lại; kết giao; giao hảo; hữu hảo: 相~甚密 đi lại rất nhiều ❸〈动〉tán thưởng; ủng hộ giúp đỡ; trợ giúp ❹〈动〉[书]chờ; đợi: 岁不我~。Năm tháng không đợi chờ ta. ❺〈介〉với; cùng với: ~自然灾害做斗争 đấu tranh với thiên tai ❻〈连〉và: 我~他都曾留学河内。Tôi và anh ấy đều từng lưu học tại Hà Nội.

另见yù

【与日俱增】yǔrì-jùzēng càng ngày càng tăng; ngày một tăng tiến

【与时俱进】yǔshí-jùjìn cùng tiến lên theo thời đại; tiến kịp thời đại

【与世长辞】yǔshì-chángcí từ giã cõi đời; tạ thế; từ trần

【与世隔绝】yǔshì-géjué cách biệt với thế gian

【与世无争】yǔshì-wúzhēng không tranh giành với ai

【与众不同】yǔzhòng-bùtóng khác với mọi người; khác thường

宇 yǔ<名>❶hiên; nhà cửa: 屋~ nhà cửa ❷toàn bộ không gian; thế giới: 寰~ hoàn cầu ❸phong độ; khí chất: 眉~ vầng trán; 器~ phong thái

【宇航员】yǔhángyuán<名>nhà du hành vũ trụ; phi công vũ trụ

【宇宙】yǔzhòu<名>❶vũ trụ ❷thế giới

【宇宙飞船】yǔzhòu fēichuán con tàu vũ trụ

羽 yǔ❶<名>❶lông vũ; lông chim ❷<名>cánh: 振~ đập cánh ❸<量>con (chim): 一~信鸽 một con bồ câu đưa thư

【羽毛】yǔmáo<名>❶lông vũ; lông loài chim ❷danh dự: 爱惜~ giữ gìn danh dự

【羽毛球】yǔmáoqiú<名>❶môn cầu lông ❷quả cầu lông

【羽绒】yǔróng<名>lông tơ; lông vũ; nhung lông (chim, gia cầm): ~被 chăn lông vũ; ~服 áo lông vũ

雨 yǔ<名>mưa: 大~ mưa to

【雨季】yǔjì<名>mùa mưa

【雨伞】yǔsǎn<名>ô; dù

【雨水】yǔshuǐ<名>❶nước mưa: ~丰富 nước mưa dồi dào ❷tiết Vũ thủy

【雨鞋】yǔxié<名>giày đi mưa; giày chống thấm nước

【雨衣】yǔyī<名>áo mưa

语 yǔ❶<名>tiếng; lời; ngữ: 汉~ tiếng Hán ❷<动>nói: 不言不~ chẳng nói chẳng rằng ❸<名>ngạn ngữ; thành

ngữ ❹<名>hiệu; tín hiệu; ngôn ngữ: 手~ ngôn ngữ cử chỉ; 灯~ tín hiệu đèn

【语调】yǔdiào<名>ngữ điệu; giọng điệu

【语法】yǔfǎ<名>❶ngữ pháp; văn phạm ❷ngữ pháp học

【语句】yǔjù<名>câu; câu văn; câu nói: ~通顺。Câu văn trôi chảy.

【语气】yǔqì<名>❶khẩu khí; giọng điệu; giọng nói: 奚落的~ giọng điệu mỉa mai ❷ngữ khí; giọng: 疑问~ ngữ khí nghi vấn

【语文】yǔwén<名>❶ngôn ngữ; tiếng: ~水平 trình độ ngôn ngữ ❷ngữ văn; ngôn ngữ và văn học: ~课本 sách giáo khoa ngữ văn

【语无伦次】yǔwúlúncì nói năng lộn xộn; nói không mạch lạc

【语言】yǔyán<名>❶ngôn ngữ; tiếng: 书面~ ngôn ngữ viết ❷lời nói; tiếng nói: ~生动 lời nói sinh động

【语言学】yǔyánxué<名>ngôn ngữ học; ngữ học

【语音】yǔyīn<名>ngữ âm

【语重心长】yǔzhòng-xīncháng lời nói chân thành, nghĩa tình sâu nặng

yù

与 yù<动>tham dự; tham gia; dự 另见yǔ

【与会】yùhuì<动>tham dự hội nghị; dự họp: ~官员 quan chức tham dự hội nghị

【与会者】yùhuìzhě<名>người tham dự hội nghị; thành viên hội nghị

玉 yù❶<名>ngọc ❷<形>ngọc ngà; trong trắng; đẹp đẽ: ~臂 cánh tay ngọc ngà; 亭亭~立 đứng thon thả ngọc ngà ❸<形>vàng ngọc; ngọc; quý giá: ~体 ngọc thể

【玉雕】yùdiāo<名>chạm ngọc; khắc ngọc; đồ ngọc chạm

【玉兰】 yùlán<名>❶cây ngọc lan ❷hoa ngọc lan

【玉米】 yùmǐ<名>❶cây ngô; cây bắp ❷bắp ngô ❸hạt ngô; hạt bẹ: ~粥 cháo ngô/cháo bẹ

【玉佩】 yùpèi<名>đồ trang sức bằng ngọc; ngọc bội

【玉器】 yùqì<名>đồ ngọc

【玉石】 yùshí<名>ngọc; ngọc thạch; đá ngọc

【玉镯】 yùzhuó<名>vòng ngọc

芋 yù<名>❶cây khoai sọ ❷củ khoai sọ; củ khoai môn ❸khoai (tên gọi chung của các loại khoai): 山~ khoai lang

【芋头】 yùtou<名>❶củ khoai sọ; củ khoai môn ❷[方]khoai lang

郁¹ yù<形>(mùi thơm) nồng nàn; đậm đà; sực; nức: 馥~ thơm phức

郁² yù❶<形>(cỏ, cây) um tùm; rậm rạp; tươi tốt; sum sê: 葱~ xanh tốt um tùm ❷<动>tích tụ, chứa chất, dồn nén trong lòng: 忧~ sầu muộn/ u uất

【郁积】 yùjī<动>dồn nén; chứa chất: 一股怨气~在心。Niềm uất hận bị dồn nén trong lòng.

【郁金香】 yùjīnxiāng<名>(cây, hoa) uất kim hương; hoa vành khăn; tulip

【郁闷】 yùmèn<形>trầm uất; buồn u uất; buồn phiền; buồn u ẩn; buồn bực; bứt rứt

【郁郁葱葱】 yùyùcōngcōng (cỏ, cây) xanh um; xanh tốt um tùm; xanh tươi rậm rạp

【郁郁寡欢】 yùyù-guǎhuān ủ rũ kém vui

育 yù<动>❶sinh đẻ; đẻ; sinh; sinh nở: 生儿~女 sinh con đẻ cái ❷nuôi; nuôi dưỡng; chăn nuôi; ươm; ương: ~蜂 nuôi ong ❸giáo dục: 智~ trí dục; 体~ thể dục

【育儿】 yù'ér<动>nuôi và chăm sóc cho con (ở người hay động vật)

【育苗】 yùmiáo<动>ươm mạ; ươm giống; ươm mầm; chăm sóc cây non; ví vun xới cho mầm non Tổ quốc

【育种】 yùzhǒng<动>gây giống; tạo giống; lai tạo giống

狱 yù<名>❶ngục; tù; nhà lao; nhà tù: 牢~ nhà lao ❷vụ án; vụ kiện; án; bản án: 冤~ vụ án xử oan

浴 yù<动>tắm; 沐~ tắm gội; 日光~ tắm nắng

【浴场】 yùchǎng<名>bãi tắm: 海滨~ bãi tắm ven biển

【浴池】 yùchí<名>❶bể tắm ❷nhà tắm công cộng

【浴缸】 yùgāng<名>bồn tắm

【浴巾】 yùjīn<名>khăn tắm

【浴盆】 yùpén<名>bồn tắm

【浴室】 yùshì<名>phòng tắm; buồng tắm

预 yù<副>trước; sẵn: ~致谢意。Xin gửi lời cảm ơn trước.

【预报】 yùbào❶<动>dự báo; báo trước: ~汛情 dự báo tình hình lũ ❷<名>dự báo: 天气~ dự báo thời tiết

【预备】 yùbèi<动>dự bị; chuẩn bị trước; sửa soạn; sẵn sàng: ~班 lớp dự bị

【预备役】 yùbèiyì<名>quân dự bị

【预测】 yùcè<动>dự đoán; ước đoán; xét đoán: ~明年的经济状况 dự đoán tình hình kinh tế sang năm

【预产期】 yùchǎnqī<名>ngày đẻ theo dự định; ngày đẻ tính trước

【预订】 yùdìng<动>đặt trước; đặt mua; đặt: ~酒店 đặt khách sạn

【预定】 yùdìng<动>dự định; định trước

【预防】 yùfáng<动>dự phòng; phòng bị trước; đề phòng; phòng: ~流感 đề phòng dịch cúm

【预付】 yùfù<动>trả trước; ứng trước; tạm ứng: ~款 tiền trả trước

【预感】 yùgǎn❶<动>cảm thấy trước; dự cảm ❷<名>dự cảm; linh cảm: 有

不祥的~ có dự cảm chẳng lành

【预告】yùgào❶<动>báo trước; thông báo trước; dự báo; báo hiệu ❷<名> giới thiệu trước: 新书~ giới thiệu sách mới

【预购】yùgòu<动>mua sẵn; đặt mua; đặt hàng: ~房屋 đặt mua căn nhà

【预计】yùjì<动>dự tính; tính trước; ước tính; dự kiến: ~今年农业丰收 dự kiến năm nay nông nghiệp được mùa

【预见】yùjiàn❶<动>dự kiến; thấy trước; biết trước ❷<名>dự kiến; khả năng dự đoán: 提出有~性的建议 nêu những kiến nghị có tính dự kiến

【预科】yùkē<名>dự bị; lớp dự bị (của trường đại học)

【预料】yùliào❶<动>dự đoán; lường trước; dự kiến: 她没~到他会来。Cô ấy không lường trước ông ấy đến. ❷<名>sự dự đoán; dự kiến

【预留】yùliú<动>để lại trước; giữ trước: ~资金 vốn để lại trước

【预谋】yùmóu<动>mưu tính; mưu toan; chủ tâm; rắp tâm: 他们~实施恐怖活动。Chúng mưu toan thực hiện một vụ khủng bố.

【预期】yùqī<动>mong muốn; mong đợi; dự kiến: ~成本 giá thành dự kiến

【预赛】yùsài<动>đấu loại; đấu vòng ngoài

【预示】yùshì<动>báo trước

【预售】yùshòu<动>bán trước: ~火车票 bán trước vé tàu

【预算】yùsuàn❶<名>dự toán; ngân sách ❷<动>làm dự toán

【预先】yùxiān<副>trước; sẵn: ~知道 biết trước; ~通知 thông báo trước

【预选】yùxuǎn<动>bầu trù bị

【预言】yùyán❶<动>tiên đoán; dự đoán; đoán trước ❷<名>lời tiên đoán; lời dự đoán; lời đoán trước

【预演】yùyǎn<动>tổng duyệt; trình diễn tổng duyệt (trước khi công diễn)

【预约】yùyuē<动>hẹn trước; giao ước trước: ~挂号 hẹn lấy số đăng kí trước

【预兆】yùzhào❶<名>triệu chứng; điềm; điềm báo trước: 好~ điềm lành ❷<动>báo hiệu

【预支】yùzhī<动>chi trước; ứng trước; trả trước

【预祝】yùzhù<动>chúc: ~你成功! Chúc anh thành công trước!

欲 yù❶<名>ham muốn; ao ước; thèm: 求知~ ham muốn hiểu biết; 食~ sự thèm ăn ❷<动>muốn; mong; mong muốn: 畅所~言 thoải mái nói ra mọi điều muốn nói ❸<动>[书]cần; phải: 胆~大而心~细。Phải bạo gan và cẩn thận. ❹<副>sắp; sắp sửa; gần; muốn: 摇摇~坠 lung lay sắp đổ

【欲罢不能】yùbà-bùnéng muốn thôi cũng không được; muốn ngừng cũng chẳng xong

【欲盖弥彰】yùgài-mízhāng càng lấp liếm càng lộ mặt

【欲速则不达】yù sù zé bù dá dục tốc bất đạt; quá nóng vội sẽ hỏng việc; ham nhanh hóa chậm

【欲望】yùwàng<名>dục vọng; ham muốn; ao ước; thèm khát

遇 yù❶<动>gặp; gặp gỡ; hội ngộ; gặp phải: 相~ gặp nhau; 偶~ gặp tình cờ ❷<动>đối đãi; đãi ngộ; đối xử: 待~ đãi ngộ; 冷~ bị đối xử lạnh nhạt ❸<名>dịp; cơ: 机~ cơ hội

【遇刺】yùcì<动>bị ám sát

【遇到】yùdào<动>gặp phải

【遇害】yùhài<动>bị giết hại; bị hại

【遇见】yùjiàn<动>gặp; gặp phải; gặp thấy; bắt gặp

【遇救】yùjiù<动>được cứu thoát: ~脱险 được cứu thoát khỏi nguy hiểm

【遇难】yùnàn<动>❶bị tử nạn; bị tai nạn chết ❷gặp nạn; gặp nguy hiểm; gặp rủi ro

【遇险】yùxiǎn<动>gặp nguy hiểm;

lâm nguy; lâm nạn; mắc nạn

御 yù<动>chống lại; chống cự; kháng cự; chống trả: 防~ phòng ngự

【御敌】yùdí<动>chống lại quân thù

【御寒】yùhán<动>chống rét

寓 yù❶<动>ngụ; ở; sống; cư trú ❷ <名>nơi ở; nơi cư trú; nhà ở: 公~ nhà chung cư ❸<动>ngụ; hàm ẩn; gửi gắm: 这个故事~有深意。Câu chuyện này có ngụ ý sâu xa.

【寓教于乐】yùjiàoyúlè qua vui chơi để dạy dỗ; vui chơi mà giáo dục

【寓言】yùyán<名>❶lời nói mang ngụ ý; lời phúng dụ; ẩn ngữ ❷(truyện) ngụ ngôn

【寓意】yùyì<名>ngụ ý; hàm ý; ẩn ý; ý kín đáo

愈[1] yù<动>khỏi; lành: 痊~ bệnh lành hẳn; 治~ chữa khỏi

愈[2] yù<副>càng: ~是学习，~是发现自己的不足。Càng học càng thấy mình kém.

【愈发】yùfā<副>càng thêm

【愈合】yùhé<动>(vết thương) kín miệng; liền da; lành lại: 伤口已经~。Vết thương đã lành.

【愈加】yùjiā<副>càng thêm; càng hơn

yuān

鸳 yuān<名>chim uyên ương

【鸳鸯】yuānyāng<名>❶(chim) uyên ương ❷cặp vợ chồng đẹp đôi

冤 yuān❶<名>oan; oan uổng; oan khuất: 鸣~ kêu oan; 申~ giãi bày nỗi oan ❷<名>thù oán: 结~ kết thù oán ❸<形>toi; uổng; phí; không đáng; bị hố: 你这钱花得真~。Anh tiêu uổng quá. ❹<动>[方]bịp; lừa; lừa bịp; lừa dối: 你~不了我! Anh không bịp nổi tôi đâu!

【冤案】yuān'àn<名>vụ án xử sai; bản án bất công: 平反~ sửa lại bản

án xử sai

【冤仇】yuānchóu<名>oán thù; oán hờn; oán hận; oán cừu

【冤家】yuānjia<名>❶kẻ thù; oan gia ❷oan gia; người tình oan gia

【冤家路窄】yuānjiā-lùzhǎi oan gia chạm trán nhau trong đường hẹp

【冤假错案】yuān-jiǎ-cuò'àn vụ án xử sai

【冤屈】yuānqū❶<形>oan khuất; oan uổng ❷<动>đổ tội ❸<名>sự oan khuất

【冤枉】yuānwang❶<形>oan uổng; oan: 太~啦! Oan quá! ❷<名>sự oan uổng; bị vu oan ❸<动>đổ tội; vu oan; làm oan: 别~好人。Đừng đổ oan cho người tốt. ❹<形>uổng phí; không đáng: 花~力气 toi công phí sức/uổng phí công sức

渊 yuān❶<名>chỗ nước sâu; vực sâu: 深~ vực thăm; 天~之别 khác nhau một trời một vực ❷<形>sâu: 泉 suối sâu

【渊博】yuānbó<形>uyên bác; sâu rộng: ~的知识 học sâu biết rộng

【渊源】yuānyuán<名>❶nguồn gốc; ngọn nguồn; cội nguồn: 历史~ cội nguồn lịch sử ❷sự truyền kế học thuật: 家学~ truyền thống học tập của gia đình

yuán

元[1] yuán❶<形>đầu; đầu tiên; thứ nhất: 纪~ kỉ nguyên ❷<形>đứng đầu; hàng đầu: 状~ trạng nguyên ❸<形>chủ yếu; chính; gốc; cơ sở: 音 nguyên âm ❹<名>nguyên tố: 一~论 nhất nguyên luận ❺<名>cụm từ cấu thành chỉnh thể hoặc hệ thống: 单~ nguyên đơn

元[2] yuán<名>đồng Nhân dân tệ (RMB, đơn vị tiền tệ Trung Quốc)

【元旦】Yuándàn<名>tết Dương Lịch; tết Tây; ngày đầu năm dương

lịch

【元件】yuánjiàn<名>linh kiện; phụ tùng; bộ phận cấu thành

【元老】yuánlǎo<名>nguyên lão; bậc lão thành; người kì cựu: 出版界的~ bậc lão thành của giới xuất bản

【元首】yuánshǒu<名>❶[书]vua; người đứng đầu nước cổ đại ❷nguyên thủ; quốc trưởng

【元帅】yuánshuài<名>❶nguyên soái ❷chủ soái

【元素】yuánsù<名>❶yếu tố; nhân tố ❷[数学]số nguyên trong đại số; yếu tố (trong hình học): 对称~ số đối ❸[化学]nguyên tố: 放射性~ nguyên tố tính phóng xạ

【元宵】yuánxiāo<名>❶đêm rằm tháng giêng; đêm Nguyên Tiêu ❷bánh trôi

【元宵节】Yuánxiāo Jié<名>tết Nguyên Tiêu; tết Thượng Nguyên (rằm tháng giêng)

【元凶】yuánxiōng<名>thủ phạm chính; tội phạm chính; trùm sỏ tội phạm

【元月】yuányuè<名>tháng giêng

园 yuán<名>❶vườn: 花~ vườn hoa ❷vườn công cộng: 动物~ vườn bách thú

【园地】yuándì<名>❶vườn; vườn tược: 农业~ vườn cây nông nghiệp ❷vườn; phạm vi hoạt động: 文化~ chuyên mục văn hóa; 文艺~ trang văn nghệ

【园丁】yuándīng<名>❶người trồng vườn; công nhân trồng cây cối, hoa cỏ ❷người thầy giáo

【园林】yuánlín<名>vườn cảnh; khu vườn hoa cây cảnh

【园艺】yuányì<名>nghề làm vườn; kĩ thuật làm vườn

员 yuán❶<名>viên; người chuyên làm một việc nào đó: 教~ giáo viên; 学~ học viên ❷<名>viên: 党~ đảng viên; 团~ đoàn viên ❸<量>viên: 一~

大将 một viên đại tướng

【员工】yuángōng<名>công nhân viên

原¹ yuán<形>❶nguyên sơ ❷vốn dĩ; gốc ❸thô; chưa gia công

原² yuán<动>tha thứ

原³ yuán<名>chỗ rộng rãi bằng phẳng

【原版】yuánbǎn<名>❶bản gốc; bản in lần thứ nhất ❷băng gốc; băng bản quyền

【原本】¹ yuánběn<名>❶nguyên bản; bản gốc; nguyên cảo: 抄本与~相符。Bản chép khớp với bản gốc. ❷bản khắc đầu tiên ❸nguyên bản; sách gốc; nguyên văn

【原本】² yuánběn<副>vốn; vốn dĩ; nguyên: 我~不打算告诉你的。Tôi vốn định không nói cho anh biết.

【原产地】yuánchǎndì<名>xuất xứ

【原处】yuánchù<名>nơi cũ; chỗ cũ: 原回~ đưa về chỗ cu

【原创】yuánchuàng<动>tự sáng tác đầu tiên; thuộc về bản gốc: ~音乐 âm nhạc tự sáng tác

【原地】yuándì<名>tại chỗ: ~踏步 giẫm chân tại chỗ

【原定】yuándìng<动>đã định sẵn: ~计划 kế hoạch định sẵn

【原稿】yuángǎo<名>❶nguyên cảo; bản thảo gốc ❷bản gốc để in

【原告】yuángào<名>nguyên cáo; bên nguyên; người phát đơn kiện

【原籍】yuánjí<名>quê gốc; nguyên quán

【原价】yuánjià<名>nguyên giá; giá gốc

【原件】yuánjiàn<名>❶nguyên bản; văn bản gốc; vật phẩm gốc: 丢失~ đánh mất nguyên bản; ~退回 trả lại văn bản gốc ❷văn bản chưa sửa; bản sơ thảo

【原来】yuánlái❶<名>lúc đầu ❷<形>vốn ❸<副>té ra; hóa ra

【原来如此】yuánlái rúcǐ hóa ra như vậy; té ra là như thế

【原理】yuánlǐ〈名〉nguyên lí

【原谅】yuánliàng〈动〉tha thứ; thứ lỗi

【原料】yuánliào〈名〉nguyên liệu

【原貌】yuánmào〈名〉nguyên diện mạo; nguyên dạng; bộ mặt vốn có: 保持~ giữ nguyên diện mạo vốn có

【原配】yuánpèi〈名〉người vợ đầu

【原生态】yuánshēngtài〈名〉bản sắc riêng; lúc mới hình thành; nguyên sơ: ~唱法 cách hát giữ bản sắc dân tộc

【原始】yuánshǐ〈形〉❶sớm nhất; ban đầu; gốc: ~记录 biên bản gốc; ~资料 tư liệu thu thập trực tiếp ❷nguyên thủy; nguyên sơ

【原始社会】yuánshǐ shèhuì xã hội nguyên thủy

【原委】yuánwěi〈名〉đầu đuôi; ngọn ngành: 说明~ nói rõ ngọn ngành

【原文】yuánwén〈名〉❶nguyên văn: 引用~要加引号。Trích dẫn nguyên văn phải để trong dấu ngoặc kép. ❷nguyên bản; bản gốc: 译文要紧扣~。Bản dịch phải ăn khớp với nguyên bản.

【原物】yuánwù〈名〉đồ vật cũ: ~奉还 trả lại đồ vật cũ

【原先】yuánxiān〈名〉ngày xưa; trước kia; ban đầu: ~这里只是一片荒地。Ngày xưa vùng này chỉ là một vùng đất hoang.

【原形毕露】yuánxíng-bìlù lộ rõ nguyên hình; lộ rõ chân tướng

【原型】yuánxíng〈名〉nguyên mẫu; mẫu đầu tiên

【原样】yuányàng〈名〉nguyên dạng; dạng gốc

【原野】yuányě〈名〉đồng ruộng; đồng nội; vùng đất bằng phẳng: ~上的鲜花 hoa tươi đồng nội

【原因】yuányīn〈名〉nguyên nhân; nguyên do: 调查火灾发生的~ điều tra nguyên nhân gây vụ cháy

【原原本本】yuányuánběnběn từ đầu đến cuối; nguyên xi; nguyên vẹn

【原则】yuánzé〈名〉❶nguyên tắc; chuẩn tắc: ~问题 vấn đề nguyên tắc ❷đại thể; trên nguyên tắc: 公司~上同意了他的申请。Công ti đại thể đã đồng ý yêu cầu của anh ta.

【原汁原味】yuánzhī-yuánwèi chính cống; mùi vị vốn có

【原主】yuánzhǔ〈名〉chủ cũ; chủ sở hữu cũ; nguyên chủ: 物归~ vật trả về chủ cũ

【原著】yuánzhù〈名〉nguyên tác; bản gốc; nguyên bản; nguyên văn

【原装】yuánzhuāng〈形〉❶lắp sẵn; lắp ráp sẵn; nguyên chiếc: ~进口 nhập nguyên chiếc ❷đóng gói sẵn: ~奶粉 sữa bột đóng hộp

【原子弹】yuánzǐdàn〈名〉bom nguyên tử; bom A

圆 yuán ❶〈名〉hình tròn ❷〈名〉chu vi hình tròn ❸〈形〉tròn: ~月 trăng tròn ❹〈形〉đầy đủ; chu đáo; trọn vẹn: 这话说得不~。Nói như vậy không trọn vẹn. ❺〈量〉đồng Nhân dân tệ (RMB, đơn vị tiền tệ Trung Quốc, kí hiệu: ¥) ❻〈动〉làm cho trọn vẹn ❼〈名〉tiền hình tròn

【圆白菜】yuánbáicài〈名〉cải bắp

【圆鼓鼓】yuángǔgǔ tròn căng; căng phình; căng phồng: ~的肚子 cái bụng căng tròn

【圆规】yuánguī〈名〉com-pa

【圆滑】yuánhuá〈形〉khôn ranh; khôn ngoan; ma lanh: 处世~ cách ứng xử khôn ngoan

【圆环】yuánhuán〈名〉cái vòng tròn

【圆领】yuánlǐng〈名〉cổ áo tròn

【圆溜溜】yuánliūliū tròn trĩnh; tròn trịa; tròn trặn

【圆满】yuánmǎn〈形〉viên mãn; đầy đủ; tốt đẹp; mĩ mãn; trọn vẹn; hoàn hảo

【圆梦】yuánmèng〈动〉❶đoán mộng; giải mộng ❷thực hiện mơ ước

【圆圈】yuánquān〈名〉vòng tròn

【圆润】yuánrùn〈形〉mượt mà; đầy đặn; êm dịu: ~的歌喉 giọng hát mượt mà

【圆心】yuánxīn〈名〉tâm đường tròn

【圆形】yuánxíng〈名〉hình tròn

【圆珠笔】yuánzhūbǐ〈名〉bút bi

【圆柱】yuánzhù〈名〉hình trụ

【圆锥】yuánzhuī〈名〉hình nón

援yuán〈动〉❶dắt; kéo; lôi; bám; víu; níu: 攀~ níu vào để leo lên ❷viện dẫn: 无例可~。Không có tiền lệ để tham khảo. ❸chi viện; viện trợ; giúp đỡ; cứu giúp: 孤立无~ đơn độc không ai giúp đỡ

【援兵】yuánbīng〈名〉viện binh; quân cứu viện

【援救】yuánjiù〈动〉cứu giúp; cứu trợ; cứu viện: ~灾民 cứu giúp đồng bào bị nạn

【援外】yuánwài〈动〉chi viện nước ngoài: ~物资 vật tư chi viện nước ngoài

【援助】yuánzhù〈动〉viện trợ; giúp đỡ; chi viện

缘yuán❶〈名〉duyên cớ; nguyên do: 无~无故 vô duyên cớ ❷〈介〉[书]bởi vì; vì; để: ~何到此? Vì sao lại đến đây? ❸〈名〉duyên phận; duyên số; duyên nợ; duyên: 由天定。Duyên trời định.

【缘分】yuánfèn〈名〉duyên; duyên phận; duyên số; duyên nợ: 夫妻~ duyên kiếp vợ chồng

【缘故】yuángù〈名〉duyên cớ; nguyên cớ; nguyên nhân

【缘由】yuányóu〈名〉lí do; nguyên do; nguyên cớ; nguyên nhân

猿yuán〈名〉con vượn: 从~到人的进化过程 quá trình tiến hóa từ vượn đến người

【猿人】yuánrén〈名〉người vượn

源yuán〈名〉❶nguồn; ngọn nguồn: 饮水思~ uống nước nhớ nguồn ❷nguồn; nguồn gốc; cội nguồn; căn nguyên: 货~ nguồn hàng

【源泉】yuánquán〈名〉❶nguồn nước ❷nguồn; nguồn ngọn; cội nguồn

【源头】yuántóu〈名〉đầu nguồn; nguồn; ngọn nguồn; nơi bắt nguồn: 探寻人类文明的~ tìm kiếm đầu nguồn của nền văn minh nhân loại

【源文件】yuánwénjiàn〈名〉[计算机] tệp nguồn; tệp gốc

【源远流长】yuányuǎn-liúcháng❶bắt nguồn rất xa, dòng chảy rất dài ❷nguồn gốc xa xưa

yuǎn

远yuǎn❶〈形〉xa: 不~的将来 một ngày không xa ❷〈形〉xa (chi quan hệ huyết thống): ~亲 người họ hàng xa ❸〈形〉xa (mức khác biệt): 两个人性格相差很~。Tính cách hai người khác xa nhau. ❹〈动〉không đến gần; không gần; xa cách; xa lánh

【远程】yuǎnchéng〈形〉đường xa; tầm xa: ~运输 vận tải đường dài

【远程教育】yuǎnchéng jiàoyù giáo dục trực tuyến (e-learning); dạy trên mạng

【远程控制】yuǎnchéng kòngzhì điều khiển từ xa

【远处】yuǎnchù〈名〉nơi xa

【远大】yuǎndà〈形〉xa rộng; rộng lớn; cao cả; rộng mở: ~理想 lí tưởng cao cả

【远道】yuǎndào〈名〉nơi xa xôi: ~而来 từ nơi xa xôi đến

【远方】yuǎnfāng〈名〉nơi xa; phương xa; viễn phương: ~的来客 khách từ phương xa tới

【远房】yuǎnfáng〈形〉họ hàng xa: ~叔父 người chú họ xa

【远航】yuǎnháng〈动〉(máy bay, tàu

thuyền) đi đường dài: 扬帆~ giương buồm đi biển xa

【远见】yuǎnjiàn<名>nhìn xa trông rộng; sự lo xa: 有~ biết lo xa

【远景】yuǎnjǐng<名>❶viễn cảnh; cảnh xa: 眺望~ từ trên cao ngắm nhìn cảnh vật phía xa; ~拍摄 chụp cảnh xa ❷viễn cảnh; cảnh tượng trong tương lai: ~规划 quy hoạch viễn cảnh

【远门】yuǎnmén❶<名>xa nhà; rời khỏi nhà: 出~ đi xa nhà ❷<形>họ hàng xa

【远亲】yuǎnqīn<名>bà con xa; bà con họ hàng ở xa

【远亲不如近邻】yuǎnqīn bùrú jìnlín bà con xa không bằng láng giềng gần; bán anh em xa, mua láng giềng gần

【远销】yuǎnxiāo<动>bán đi nơi xa

【远行】yuǎnxíng<动>đi xa

【远洋】yuǎnyáng<名>viễn dương; biển xa; biển khơi; xa khơi: ~轮 船 tàu viễn dương; ~捕鱼 đánh cá ngoài khơi

【远走高飞】yuǎnzǒu-gāofēi xa chạy cao bay; cao chạy xa bay

yuàn

怨 yuàn<动>❶oán; hận; hờn: 抱~ oán trách/kêu ca ❷trách; oán trách; trách cứ: 任劳任~ chịu đựng được mọi chê trách và khó nhọc

【怨恨】yuànhèn❶<动>oán hận; căm hờn; oán thù; oán hờn; oán trách; căm ghét: ~的目光 ánh mắt oán hờn ❷<名>nỗi oán hận; nỗi oán hờn; sự oán trách: 满腔~ lòng đầy oán hận

【怨气冲天】yuànqì-chōngtiān oán hận ngút trời

【怨天尤人】yuàntiān-yóurén oán trời trách người

【怨言】yuànyán<名>lời oán giận; lời oán thán: 毫无~ không một lời oán

thán

院 yuàn<名>❶sân: 独门独~ nhà riêng sân riêng ❷viện; rạp: 法~ tòa án; 电影~ rạp chiếu bóng ❸học viện: 高等~校 các trường đại học, học viện và trường cao đẳng ❹bệnh viện; viện: 住~ nằm viện

【院士】yuànshì<名>viện sĩ (viện hàn lâm)

【院长】yuànzhǎng<名>viện trưởng

【院子】yuànzi<名>cái sân; sân nhà

愿 yuàn❶<名>nguyện vọng; ước nguyện; điều mong muốn: 心~ nguyện vọng ❷<动>tình nguyện; sẵn sàng; sẵn lòng; bằng lòng: 我~ 去帮助他。Tôi sẵn sàng đi giúp đỡ anh ấy. ❸<名>hứa lễ tạ; cầu nguyện: 许~ cầu nguyện ❹<动>chúc; cầu chúc

【愿望】yuànwàng<名>nguyện vọng; ước nguyện; điều mong ước

【愿意】yuànyì<动>❶nguyện; có ý muốn; sẵn lòng; bằng lòng; vui lòng: 我~到基层去锻炼。Tôi sẵn lòng xuống cơ sở để rèn luyện tài năng của mình. ❷hi vọng; mong đợi

yuē

约 yuē❶<动>hẹn: 预~ hẹn trước; 失 ~ sai hẹn ❷<动>mời: 特~ hẹn riêng ❸<名>điều hẹn; lời hẹn; sự cam kết; cuộc hẹn; ước: 践~ thực hiện lời cam kết; 立~ lập khế ước ❹<动>hạn chế: 制~ kìm hãm ❺<形>tiết kiệm: 节 ~ tiết kiệm ❻<形>đơn giản; giản yếu; ngắn gọn: 由繁返~ từ phức tạp trở về đơn giản ❼<副>ước chừng; khoảng độ; áng chừng: 大~ áng chừng ❽<动>giản ước; rút gọn: 5/10可以~成1/2。 5/10 có thể giản ước thành 1/2.

【约定】yuēdìng<动>hẹn; ước định; hẹn trước; thỏa thuận

【约定俗成】yuēdìng-súchéng

Y

được thừa nhận bởi thói quen sử dụng; được hình thành theo quy ước

【约法三章】yuēfǎ-sānzhāng ba điều quy ước; đặt ra những quy định để ràng buộc

【约稿】yuēgǎo〈动〉mời viết bài

【约会】yuēhuì❶〈动〉hẹn; hẹn gặp; hẹn hò: 我们已经~好要上他家玩。 Chúng ta đã hẹn đến nhà anh ấy chơi. ❷〈名〉cuộc hẹn; sự hẹn gặp; nơi hẹn gặp: 他明晚已有~。Tối mai anh ấy có cuộc hẹn.

【约见】yuējiàn〈动〉hẹn gặp; ước định thời gian gặp gỡ: 紧急~ hẹn gặp khẩn cấp

【约请】yuēqǐng〈动〉mời; có lời mời

【约束】yuēshù〈动〉ràng buộc; trói buộc; bó buộc; gò bó: 受纪律的~ chịu sự ràng buộc của ki luật

【约谈】yuētán〈动〉hẹn phỏng vấn

yuè

月 yuè❶〈名〉trăng; mặt trăng: 赏 ~ ngắm trăng ❷〈名〉tháng: 2014年 4~28日 ngày 28 tháng 4 năm 2014 ❸〈名〉hàng tháng: ~产量 sản lượng hàng tháng ❹〈形〉hình mặt trăng; hình tròn: ~琴 đàn nguyệt

【月报】yuèbào〈名〉❶báo tháng; nguyệt san; nguyệt báo ❷báo cáo tháng; báo cáo theo hàng tháng: ~ 表 bản báo cáo hàng tháng

【月饼】yuèbing〈名〉bánh Trung thu

【月初】yuèchū〈名〉đầu tháng

【月份】yuèfèn〈名〉tháng

【月供】yuègōng〈名〉trả góp hàng tháng

【月光】yuèguāng〈名〉ánh trăng; ánh sáng mặt trăng

【月季】yuèjì〈名〉❶cây hoa hồng ❷hoa hồng; hoa hồng đại

【月经】yuèjīng〈名〉❶kinh nguyệt: ~ 不调kinh nguyệt không đều ❷máu kinh nguyệt

【月刊】yuèkān〈名〉nguyệt san; tạp chí ra hàng tháng

【月老】yuèlǎo〈名〉nguyệt lão; người làm mối

【月历】yuèlì〈名〉lịch tháng

【月亮】yuèliang〈名〉trăng; mặt trăng

【月末】yuèmò〈名〉cuối tháng

【月偏食】yuèpiānshí〈名〉nguyệt thực một phần

【月票】yuèpiào〈名〉vé tháng

【月球】yuèqiú〈名〉mặt trăng

【月全食】yuèquánshí〈名〉nguyệt thực toàn phần

【月嫂】yuèsǎo〈名〉phụ nữ giúp việc chăm sóc trẻ sơ sinh và sản phụ trong tháng ở cữ

【月色】yuèsè〈名〉ánh trăng; ánh sáng trăng: 荷塘~ ánh trăng trên hồ sen

【月台】yuètái〈名〉❶ke; sân ga ❷đài ngắm trăng ❸nền nhà cao và rộng đắp trước cung điện, ba phía có bậc lên xuống

【月薪】yuèxīn〈名〉lương tháng

【月中】yuèzhōng〈名〉giữa tháng

【月子】yuèzi〈名〉❶cữ; ở cữ; tháng đầu tiên sau khi đẻ: 坐~ đang trong cữ ❷kì ở cữ; ngày sinh nở

【月租】yuèzū〈名〉tiền thuê hàng tháng

乐 yuè〈名〉âm nhạc: 音~ âm nhạc; 民~ nhạc dân tộc
另见lè

【乐队】yuèduì〈名〉đội nhạc

【乐谱】yuèpǔ〈名〉bản nhạc; nhạc phổ

【乐器】yuèqì〈名〉nhạc cụ; nhạc khí: 民族~ nhạc cụ dân tộc; 打击~ nhạc cụ gõ

【乐曲】yuèqǔ〈名〉tác phẩm âm nhạc; bản nhạc; bài nhạc; nhạc phẩm

【乐团】yuètuán〈名〉đoàn nhạc; dàn nhạc; ban nhạc; hội âm nhạc

岳 yuè〈名〉❶núi cao; núi lớn: 南

~ Nam nhạc (chi núi Hoành Sơn) ❷nhạc gia; cha mẹ vợ //(姓)Nhạc

【岳父】yuèfù〈名〉nhạc phụ; bố vợ; ông nhạc

【岳母】yuèmǔ〈名〉nhạc mẫu; mẹ vợ; bà nhạc

阅 yuè〈动〉❶đọc; xem ❷duyệt; kiểm tra tượng trưng ❸qua; từng trải; trải qua; kinh qua

【阅兵】yuèbīng〈动〉duyệt binh; diễu binh

【阅读】yuèdú〈动〉xem; đọc: ~书报 xem sách báo; ~理解 đọc hiểu

【阅览室】yuèlǎnshì〈名〉phòng đọc

【阅历】yuèlì❶〈动〉từng trải; trải nghiệm; trải: ~艰苦岁月 qua thời gian nan khó khăn ❷〈名〉sự từng trải; lịch duyệt; vốn sống: ~丰富 từng trải nhiều

悦 yuè❶〈形〉vui mừng; hớn hở; vui vẻ: 喜~ vui sướng; 不~ không vui ❷〈动〉làm cho vui sướng; vui: ~目 vui mắt

【悦耳】yuè'ěr〈形〉vui tai; nghe êm tai: 鸟鸣婉转~动听。Tiếng chim thanh thót nghe vui tai đáo để.

【悦目】yuèmù〈形〉đẹp mắt; vui mắt; ngoạn mục: 赏心~ đẹp mắt vui lòng

跃 yuè〈动〉nhảy; vọt; nảy; bật: 跳~ nhảy nhót; 一~跳上车 nhảy tót lên xe

【跃进】yuèjìn〈动〉❶nhảy vọt; nhảy về trước ❷ví tiến vọt; nhảy vọt; tiến vượt lên: 生产~ sản xuất nhảy vọt

【跃居】yuèjū〈动〉nhảy vọt lên: 他的成绩已~首位。Thành tích anh ấy đã nhảy vọt lên hàng đầu.

【跃跃欲试】yuèyuè-yùshì nóng lòng muốn làm thử; muốn ra tay ngay

越[1] yuè❶〈动〉vượt; vượt qua; nhảy qua: ~境逃跑 vượt biên tháo chạy ❷〈动〉vượt; vượt quá (phạm vi hoặc thứ tự thông thường): ~级 vượt cấp ❸〈形〉(âm thanh) cao vút; sôi nổi; rộn rã; (tình cảm) hừng hực; sôi

sục: 激~ xúc động mãnh liệt ❹〈动〉[书]cướp: 杀人~货 giết người cướp của

越[2] yuè〈副〉(dùng lặp) càng...càng...: 他~说~来劲。Anh ta càng nói càng hăng.

【越冬】yuèdōng〈动〉qua đông; qua mùa đông: 储藏食物~ cất giữ đồ ăn để qua đông

【越发】yuèfā〈副〉❶càng; càng trở nên ❷càng… càng…

【越轨】yuèguǐ〈动〉(hành vi) ra ngoài quỹ đạo cho phép; vượt qua khuôn phép; vượt rào; phá rào: ~行为 hành vi vượt ra ngoài khuôn phép

【越过】yuèguò〈动〉vượt qua; vượt; băng qua; băng: ~高山 vượt qua núi cao

【越级】yuèjí〈动〉vượt cấp; vượt bậc: ~上报 vượt cấp báo cáo

【越界】yuèjiè〈动〉vượt ranh giới; vượt biên; lấn biên giới: ~飞行 bay vượt biên; ~传球 vượt tuyến chuyền bóng

【越境】yuèjìng〈动〉vượt biên; vượt qua biên giới

【越南】Yuènán〈名〉Việt Nam; Việt: ~人 người Việt; ~语 tiếng Việt

【越位】yuèwèi〈动〉❶vượt qua chức vị; lạm dụng chức vị: 僭权~ lạm dụng quyền chức và địa vị ❷[体育]việt vị: ~犯规 phạm lỗi việt vị

【越野】yuèyě〈动〉việt dã; chạy việt dã

【越野车】yuèyěchē〈名〉xe chạy việt dã; xe chạy trên mọi địa hình

【越狱】yuèyù〈动〉vượt ngục; trốn khỏi nhà tù: ~潜逃 vượt ngục bỏ trốn

【越俎代庖】yuèzǔ-dàipáo bao biện làm thay; thay thế người khác để làm một việc ngoài phận sự của mình; làm thay vượt chức quyền

粤 yuè〈名〉❶tên gọi tắt của hai tỉnh

Quảng Đông và Quảng Tây thời xưa ❷tên gọi tắt của tỉnh Quảng Đông

【粤菜】yuècài〈名〉món ăn Quảng Đông; món ăn mang phong vị Quảng Đông

【粤语】yuèyǔ〈名〉tiếng Quảng Đông

yūn

晕 yūn❶〈形〉choáng; chóng mặt; chếnh choáng; choáng váng: ~头~脑 đầu óc choáng váng ❷〈动〉ngất; sốc; hôn mê: ~倒 bị ngất/bị sốc
另见yùn

【晕乎乎】yūnhūhū mê mẩn

【晕厥】yūnjué〈动〉bị ngất

【晕头转向】yūntóu-zhuànxiàng đầu óc choáng váng

yún

云 yún〈名〉mây: 乌~密布 mây đen dày đặc

【云彩】yúncai〈名〉[口]mây; áng mây: 洁白的~ mây trắng

【云海】yúnhǎi〈名〉biển mây: ~苍茫 biển mây mênh mông

【云集】yúnjí〈动〉tập hợp đông đảo; tụ tập; tập trung

【云计算】yúnjìsuàn điện toán đám mây; điện toán máy chủ ảo

【云母】yúnmǔ〈名〉[矿物]đá vân mẫu; mi-ca: ~电容器 tụ điện bằng mi-ca

【云片糕】yúnpiàngāo〈名〉bánh lát mỏng làm bằng bột gạo, đường và hạt hồ đào

【云梯】yúntī〈名〉thang dài; thang gấp (dùng để công thành hoặc cứu hỏa)

【云雾】yúnwù〈名〉mây mù: 拨开~见青天 xua tan mây mù, nhìn thấy trời xanh

【云消雾散】yúnxiāo-wùsàn❶mây mù tan, trời hửng nắng đẹp ❷tan

thành mây khói; tan vỡ như bóng xà phòng

【云游】yúnyóu〈动〉vân du; ngao du đây đó: ~四海 vân du bốn biển

匀 yún❶〈形〉đều đặn; đều: 机器声很~。Máy chạy đều. ❷〈动〉làm cho đều; chia đều: ~成四份 chia thành bốn phần đều nhau ❸〈动〉san sẻ; chia bớt; lấy ra; nhường bớt

【匀称】yúnchèn〈形〉đều đặn; đều; cân đối: 颗粒~饱满。Hạt chắc và đều.

【匀实】yúnshi〈形〉đều và chắc

【匀整】yúnzhěng〈形〉đều đặn ngay ngắn; đều tắp: 字写得~。Chữ viết đều đặn ngay ngắn.

芸 yún〈名〉vân hương

【芸豆】yúndòu〈名〉đậu tây; đậu lửa

yǔn

允 yǔn〈动〉đồng ý; cho phép; ưng thuận: 应~ ưng thuận; 不~ không cho phép

【允诺】yǔnnuò〈动〉nhận lời; chấp thuận: 欣然~ vui vẻ nhận lời

【允许】yǔnxǔ〈动〉cho phép: ~建房子 được phép xây nhà

陨 yǔn〈动〉từ trên không rơi xuống

【陨落】yǔnluò〈动〉từ trên không rơi xuống; sa xuống

【陨石】yǔnshí〈名〉[天文]thiên thạch; vẫn thạch; đá trời; đá aerolit

yùn

孕 yùn❶〈动〉chửa; có mang ❷〈名〉thai; bầu: 有身~ có thai

【孕妇】yùnfù〈名〉phụ nữ có mang (thai, bầu); đàn bà chửa

【孕育】yùnyù〈动〉thai nghén: ~时期 thời kì thai nghén

运 yùn❶〈动〉vận động; chuyển động ❷〈动〉vận tải; vận chuyển; chuyên chở: ~货 vận chuyển hàng hóa; 客~ chuyên chở hành khách ❸ 〈动〉vận dụng; sử dụng; dùng ❹〈名〉vận; số; số mệnh; vận mệnh; số phận: 幸~ vận may; 好~ số đỏ

【运筹】yùnchóu〈动〉vận trù; lập kế hoạch; tính cách; trù hoạch; định sách lược

【运动】yùndòng❶〈动〉vận động; chuyển động; vận hành: 直线~ chuyển động thẳng ❷〈动〉vận động: ~是物质存在的形式。Vận động là hình thức tồn tại của vật chất. ❸〈名〉thể dục thể thao; thể thao: 田径~ môn điền kinh ❹〈名〉cuộc vận động; phong trào: 五四~ Phong trào Ngũ Tứ ❺〈动〉chơi thể dục thể thao

【运动场】yùndòngchǎng〈名〉sân vận động

【运动会】yùndònghuì〈名〉đại hội thể dục thể thao; đại hội khỏe: 全国~ Đại hội thể dục thể thao toàn quốc

【运动员】yùndòngyuán〈名〉vận động viên

【运费】yùnfèi〈名〉cước phí vận tải; tiền cước chuyển chở

【运气】yùnqì❶〈名〉vận mệnh; số mệnh; số phận; số; vận ❷〈形〉số may; vận may; gặp vận; may mắn

【运输】yùnshū〈动〉vận tải; vận chuyển; chuyển chở: ~工具 phương tiện vận tải

【运送】yùnsòng〈动〉vận chuyển; chuyển chở; chở: ~肥料 vận chuyển phân bón

【运算】yùnsuàn〈动〉giải toán; tính; phép tính; phép toán: 四则~ bốn phép toán

【运行】yùnxíng〈动〉vận hành; bay

【运营】yùnyíng〈动〉❶vận hành và kinh doanh; hoạt động và kinh doanh: 广西动车已正式~。Tàu hỏa cao tốc Quảng Tây đã vận hành chính thức. ❷hoạt động; làm việc: ~效率低 hoạt động hiệu quả thấp

【运用】yùnyòng〈动〉vận dụng; áp dụng; ứng dụng: 灵活~ vận dụng linh hoạt

【运用自如】yùnyòng-zìrú vận dụng thành thạo

【运载】yùnzài〈动〉chở; chuyển chở: ~火箭 tên lửa chuyển tải

【运转】yùnzhuǎn〈动〉❶quay quanh; chuyển vận: 人造卫星绕着地球~。Vệ tinh nhân tạo quay quanh trái đất. ❷(máy) chạy; hoạt động; làm việc: 机器~正常。Máy chạy bình thường. ❸(tổ chức, cơ cấu...) hoạt động; làm việc: 资金~情况 tình hình hoạt động vốn

【运作】yùnzuò〈动〉(tổ chức, cơ cấu...) hoạt động; làm việc; tổ chức triển khai hoạt động

晕 yùn❶〈动〉choáng váng; choáng; chóng mặt; ngây ngất; nôn nao: 眼~ hoa mắt ❷〈名〉quầng; tán; vòng sáng: 月~ quầng trăng ❸〈名〉vầng; quầng; vết loang
另见 yūn

【晕车】yùnchē〈动〉say xe; say tàu

【晕船】yùnchuán〈动〉say sóng; say thuyền

酝 yùn[书]❶〈动〉ủ rượu ❷〈名〉rượu

【酝酿】yùnniàng〈动〉❶ủ rượu; gây men; làm cho lên men ❷suy nghĩ chuẩn bị: ~候选人名单 chuẩn bị trước danh sách ứng cử viên

韵 yùn〈名〉❶âm thanh; tiếng (êm dịu): 琴~悠扬 tiếng đàn du dương ❷vần; vận: 诗~ vần thơ ❸thú vị; tình điệu; phong vị; cảm hứng: 风~ nét duyên dáng quyến rũ

【韵律】yùnlǜ〈名〉luật thơ; thi pháp; phép làm thơ; luật gieo vần; luật bằng trắc

【韵母】yùnmǔ〈名〉[语言]nguyên âm; vận mẫu

【韵味】yùnwèi〈名〉❶ý vị; ý nhị: 她的诗很有~。Những vần thơ của cô ấy rất có ý vị. ❷tình điệu thú vị

蕴 yùn[书] ❶<动>bao hàm; tích chứa; chứa cất; cất giấu ❷<名>chỗ sâu thẳm; chỗ sâu kín

【蕴藏】 yùncáng<动>tàng trữ; tiềm ẩn; tiềm tàng, ẩn giấu, ngầm ẩn: ~危机 tiềm ẩn nguy cơ

【蕴含】 yùnhán<动>bao hàm; chứa đựng; hàm ẩn: ~着深刻的哲理 hàm ẩn triết lí sâu sắc

熨 yùn<动>là: ~衣服 là quần áo

【熨斗】 yùndǒu<名>bàn là; bàn ủi: 电~ bàn là điện

【熨烫】 yùntàng<动>là ủi

Z

Z z

zā

扎 zā ❶〈动〉thắt; buộc; quấn; vấn; bó lại: ~头发 buộc tóc ❷〈量〉[方]bó; cuộn: 一~鲜花 một bó hoa; 一~报 một cuộn báo
另见 zhā

咂 zā〈动〉❶hớp; nhấp; hút: ~了一口茶 nhấp một ngụm trà ❷chép miệng ❸nếm; nhấp nháp: 你~~汤的味道。Anh nếm thử canh xem sao.

zá

杂 zá ❶〈形〉tạp; lặt vặt; linh tinh: 全是~事。Toàn những việc linh tinh. ❷〈形〉vụn vặt; ngoại lệ ❸〈动〉lẫn lộn; trộn lẫn nhau; pha tạp: 书和信夹~在一起。Sách vở và thư từ để lẫn lộn.

【杂草】zácǎo〈名〉cỏ dại: 清除~ giẫy sạch cỏ dại

【杂费】záfèi〈名〉❶tạp phí; khoản chi lặt vặt: 减少~ giảm bớt các khoản chi lặt vặt ❷tạp phí; khoản tiền phụ thu của nhà trường: 学~ học phí và tạp phí

【杂烩】záhuì〈名〉❶món hổ lốn; món thập cẩm; tạp phí lù: 煮了一锅~ nấu một nồi hổ lốn ❷ví mớ hỗn tạp: 那本书简直就是大~。Cuốn sách đó quả thật là một mớ hỗn tạp.

【杂货】záhuò〈名〉tạp hóa: ~店 cửa hàng tạp hóa

【杂技】zájì〈名〉xiếc; tạp kĩ

【杂交】zájiāo〈动〉[生物]lai giống; tạp giao: ~品种 giống lai/tạp chủng

【杂交水稻】zájiāo shuǐdào lúa lai

【杂居】zájū〈动〉tạp cư (tại một vùng); ở xen kẽ: 多民族~地区 vùng tạp cư nhiều dân tộc

【杂粮】záliáng〈名〉lương thực phụ; hoa màu

【杂乱】záluàn〈形〉lộn xộn; bừa bãi

【杂念】zániàn〈名〉ý nghĩ nhỏ nhen; ý nghĩ vị kỉ; tính toán ích kỉ: 私心~ ý nghĩ nhỏ nhen vụ lợi

【杂牌】zápái〈形〉không chính quy; không chính hiệu: ~手机 điện thoại di động không chính hiệu

【杂七杂八】záqī-zábā hỗn tạp; lẫn lộn; lặt vặt

【杂事】záshì〈名〉việc vặt; việc tạp nham

【杂耍】záshuǎ〈名〉các tiết mục xiếc

【杂文】záwén〈名〉tạp văn

【杂务】záwù〈名〉việc vặt; tạp vụ

【杂物】záwù〈名〉đồ lặt vặt: ~房 phòng để đồ lặt vặt

【杂音】záyīn〈名〉tạp âm; tiếng ồn

【杂志】zázhì〈名〉❶tạp chí: 书报~ tạp chí sách báo; ~社 tòa soạn tạp chí ❷ghi chép vụn vặt

【杂质】zázhì〈名〉tạp chất

【杂种】zázhǒng〈名〉❶[生物]giống lai; tạp chủng ❷(lời chửi) đồ tạp chủng

砸 zá〈动〉❶đánh; đập; nện: ~玻璃 đập pha lê ❷đánh vỡ: 瓶子被~了。

Chiếc bình bị đánh vỡ rồi. ❸[口] hỏng; thất bại: 事情办~了。Làm hỏng việc rồi.

【砸饭碗】zá fànwǎn bát cơm bị đập vỡ; tiệt đường kiếm cơm; hết kế sinh nhai

【砸烂】zálàn<动>đập nát

【砸碎】zásuì<动>đập vỡ; đập tan

zāi

灾zāi<名>❶nạn; tai họa: 火~ hỏa hoạn ❷tai nạn; rủi ro

【灾害】zāihài<名>tai họa; tai: 自然~ thiên tai

【灾祸】zāihuò<名>tai họa; thảm họa

【灾民】zāimín<名>nạn dân: 地震灾区~ nạn dân vùng bị động đất

【灾难】zāinàn<名>tai họa; tai nạn; tai hại: ~临头 gặp phải tai họa

【灾情】zāiqíng<名>tình trạng tai họa; tình hình thiệt hại do tai họa

【灾区】zāiqū<名>vùng bị thiên tai: ~重建 xây dựng lại vùng bị thiên tai

栽zāi❶<动>trồng: ~树 trồng cây ❷<动>cắm: ~上支绢花 cắm một cành hoa lụa ❸<动>gán cho; đổ vạ ❹<名>cây non; cây giống ❺<动>ngã; ngã bổ nhào: 孩子从树上~下来。Thằng bé ngã từ trên cây xuống. ❻<动>[方]ví bị thất bại hoặc mất mặt

【栽跟头】zāi gēntou❶ngã lộn nhào: 他走路没注意，~了。Hắn đi đường không cẩn thận bị ngã lộn nhào. ❷thua: 他这次准备不充分，肯定~。Lần này anh ấy chuẩn bị chưa kĩ, chắc sẽ thua.

【栽培】zāipéi<动>❶vun bón; vun trồng; vun đắp; bồi đắp: 园艺~技术 kĩ thuật vun trồng ❷đào tạo; bồi dưỡng; vun xới; chăm sóc: 精心~人才 tận tâm đào tạo bồi dưỡng nhân tài ❸cất nhắc; đề bạt; nâng đỡ

【栽赃】zāizāng<动>vu cáo; hãm hại; đổ tội

【栽种】zāizhòng<动>trồng; gieo trồng; trồng trọt: ~香蕉 trồng chuối

zǎi

仔zǎi<名>❶động vật con ❷[方]chàng trai; trai trẻ: 打工~ người thanh niên làm thuê; 牛~ cao bồi
另见zǐ

载¹zǎi<名>năm: 千~难逢 nghìn năm có một

载²zǎi<动>ghi; ghi lại; đăng: 记~ ghi lại/ ghi chép; 连~ đăng nhiều kì
另见zài

宰zǎi<动>❶làm thịt; giết: 杀猪~羊迎贵宾 giết lợn mổ dê đón khách quý ❷[方]chém giá; lấy giá cắt cổ; chém đẹp: 挨店主~ bị chủ quán chém đẹp

【宰割】zǎigē<动>❶chém đầu xả thịt ❷chèn lấn; chèn ép; xâu xé

【宰客】zǎikè<动>chém đẹp (khách hàng)

【宰人】zǎirén<动>lấy giá cắt cổ; chém đẹp (khách hàng)

【宰杀】zǎishā<动>giết; làm thịt; mổ: ~活鸡 làm thịt con gà; ~生猪 mổ lợn/mổ heo

崽zǎi<名>[方]❶đứa bé trai ❷(động vật) con (còn nhỏ bé): 猪~ lợn con

【崽子】zǎizi<名>❶thằng nhãi (lời chửi) ❷động vật con

zài

再zài❶<副>tái; lần nữa: ~生 tái sinh; ~做一次 làm lại một lần nữa ❷<副>hơn; thêm: ~走远点。Hãy đi xa hơn nữa. ❸<副>nếu; nếu mà; nếu cứ ❹<副>hãy; hẳng: 吃完~说! Để ăn xong hẳng nói! ❺<副>ngoài ra còn ❻<动>[书]trở lại; quay lại; lặp lại; xảy ra lại; lại gặp lại

【再版】zàibǎn<动>tái bản

【再次】zàicì〈副〉một lần nữa

【再度】zàidù〈副〉lại một lần nữa: ~出现 xuất hiện lần nữa

【再犯】zàifàn❶〈动〉tái phạm: 同一个错误，不能一犯~。Không nên tái phạm nhiều lần đối với cùng một sai lầm. ❷〈名〉người tái phạm: 他是一名~。Hắn ta là kẻ tái phạm.

【再会】zàihuì〈动〉chào tạm biệt; hẹn gặp lại

【再婚】zàihūn〈动〉kết hôn lần nữa; tái hôn

【再见】zàijiàn〈动〉chào tạm biệt; hẹn gặp lại

【再接再厉】zàijiē-zàilì nỗ lực liên tục; không ngừng cố gắng; tiếp tục tiến lên: 望能~，不断进步。Mong không ngừng cố gắng, không ngừng tiến bộ.

【再就业】zàijiùyè xin được việc làm lần nữa

【再三】zàisān〈副〉hết lần này đến lần khác; nhiều lần: ~嘱咐 dặn dò nhiều lần

【再生】zàishēng〈动〉❶sống lại; tái sinh; hồi sinh; phục sinh ❷tái sinh; tái chế: ~纸 giấy tái sinh

【再说】zàishuō❶〈动〉sẽ tính đến; hẵng hay: 这事不着急，等你出差回来~。Việc này chưa vội, đợi anh đi công tác về hẵng hay. ❷〈连〉thêm nữa; hơn nữa; vả lại: 我不去，~，去了也没用。Tôi không đi, vả lại, đi cũng vô ích.

【再现】zàixiàn〈动〉tái hiện; xuất hiện lại; tái tạo: 这部电影~了那段历史。Bộ phim này đã tái hiện lại lịch sử hồi đó.

在 zài❶〈动〉còn sống: 他父母都健~。Bố mẹ anh ấy vẫn khỏe. ❷〈动〉ở: 今晚我不~家。Tối nay tôi không ở nhà. ❸〈动〉tại (chức); đang giữ (chức): 她是~职研究生。Cô ấy là nghiên cứu sinh tại chức. ❹〈动〉do; quyết định bởi; nhờ ở:

phụ thuộc vào: 贵~坚持。Cái quý nhất là ở chỗ kiên trì. ❺〈介〉vào; vào lúc; ở; tại: 事故就发生~我们眼前。Sự cố chính xảy ra trước mắt chúng tôi. ❻〈副〉đang: 不要吵，宝宝~睡觉呢！Đừng làm ồn, bé nó đang ngủ!

【在场】zàichǎng〈动〉có mặt; tại chỗ: 他有不~的证据。Anh ấy có chứng cớ không có mặt tại hiện trường.

【在岗】zàigǎng〈动〉tại chức: ~培训 đào tạo tại chức

【在行】zàiháng〈形〉lành nghề; sành; sành sỏi; am hiểu: 他做生意很~。Anh ấy kinh doanh rất sành sỏi.

【在乎】zàihu〈动〉❶ở chỗ; quyết định bởi ❷để ý; để tâm; lưu ý; đếm xỉa

【在家】zàijiā〈动〉❶ở nhà; có nhà: 父母都~。Bố mẹ đều ở nhà. ❷tại gia (chỉ người không đi tu): ~人 người thường

【在理】zàilǐ〈形〉có lí; hợp lí; có lí có lẽ: 没人说你的观点不~。Chẳng ai bảo là quan điểm của anh vô lí.

【在内】zàinèi〈动〉gồm; bao gồm; nằm trong: 车上包括小李一共5人。Trên xe tất cả 5 người gồm cả anh Lí.

【在任】zàirèn〈动〉đương nhiệm: 他是~经理。Anh ấy là giám đốc đương nhiệm.

【在世】zàishì〈动〉còn sống; còn tồn tại

【在所难免】zàisuǒnánmiǎn khó mà tránh khỏi; không sao tránh khỏi

【在线】zàixiàn〈动〉online:《越南~》栏目 Chương trình *Việt Nam Online*

【在意】zàiyì〈动〉lưu ý; để ý; quan tâm; lưu tâm

【在于】zàiyú〈动〉❶nằm ở; ở chỗ ❷do; tùy; dựa vào: 成功~坚持。Thành công nhờ sự kiên trì bền bỉ.

【在职】 zàizhí〈动〉đương chức; tại chức: ~培训 đào tạo tại chức

【在座】 zàizuò〈动〉có mặt; tham dự: ~各位 các vị có mặt tại đây

载[1] zài❶〈动〉chở: ~人 chở người; 满~而归 trở về với thu hoạch đầy ắp ❷〈名〉hàng chở: 卸~ dỡ hàng ❸〈动〉tràn; ngập; khắp nơi: 怨声~道 lời oán thán đầy đường

载[2] zài〈副〉[书]lại; vừa: ~歌~舞 vừa múa vừa hát

另见 zǎi

【载货】 zàihuò〈动〉chở hàng

【载客】 zàikè〈动〉chở khách

【载人】 zàirén〈动〉chở người; có người lái: ~飞船 tàu vũ trụ có người lái

【载体】 zàitǐ〈名〉❶vật truyền; vật chở ❷thể chuyển tải; phương tiện truyền (tri thức hoặc tin tức)

【载重】 zàizhòng〈动〉tải trọng; trọng tải; chở nặng: 这辆车~两吨。 Chiếc xe này có thể chở hai tấn.

zán

咱 zán〈代〉❶chúng mình; chúng ta: ~老百姓 dân chúng ta ❷[方]tôi; ta; mình: 你的话~不信! Ta chẳng tin lời ông!

【咱俩】 zánliǎ〈代〉hai chúng ta

【咱们】 zánmen〈代〉❶chúng mình; chúng ta: ~去看电影吧! Chúng ta đi xem phim nhé! ❷tôi; tao

zǎn

攒 zǎn〈动〉cóp; góp nhặt; gom góp; tích lũy; trữ; để dành: ~钱买辆小车吧! Hãy dành tiền sắm xe con đi!

【攒钱】 zǎnqián〈动〉dành dụm tiền

zàn

暂 zàn❶〈形〉(thời gian) ngắn: 短~ ngắn ngủi ❷〈副〉tạm thời: ~停 tạm dừng

【暂定】 zàndìng〈动〉tạm định; tạm thời quy định

【暂缓】 zànhuǎn〈动〉tạm hoãn; tạm lui lại

【暂且】 zànqiě〈副〉tạm; tạm thời; khoan

【暂时】 zànshí〈名〉tạm thời; tạm; trong thời gian ngắn

【暂停】 zàntíng〈动〉tạm ngừng; tạm nghỉ: 因大雨, 比赛~。 Vì mưa to, cuộc thi đấu tạm hoãn.

赞 zàn〈动〉❶giúp; đỡ: ~助 tài trợ ❷khen ngợi: ~扬 khen ngợi

【赞不绝口】 zànbùjuékǒu tấm tắc khen ngợi

【赞成】 zànchéng〈动〉❶tán thành; đồng ý: 父母都~他出国留学。 Bố mẹ đều nhất trí để anh ấy đi du học nước ngoài. ❷[书]giúp hoàn thành

【赞美】 zànměi〈动〉khen ngợi; ca ngợi

【赞赏】 zànshǎng〈动〉tán thưởng; khen ngợi: ~有加 không ngớt tán thưởng

【赞叹】 zàntàn〈动〉khen; khen ngợi

【赞同】 zàntóng〈动〉tán thành; đồng ý: 大家都~她的提议。 Mọi người đều đồng ý đề nghị của cô ấy.

【赞许】 zànxǔ〈动〉tán thành; khen ngợi; tán thưởng

【赞扬】 zànyáng〈动〉biểu dương; khen ngợi; tán thưởng

【赞助】 zànzhù〈动〉tài trợ; giúp đỡ; ủng hộ

【赞助商】 zànzhùshāng〈名〉nhà tài trợ; Mạnh Thường Quân

zāng

赃 zāng〈名〉tang vật: 分~ chia của phi pháp

【赃款】 zāngkuǎn〈名〉tiền bẩn; tiền có được trái phép (tham ô, ăn hối lộ, trộm cướp)

【赃物】zāngwù<名>tang vật

脏 zāng<形>bẩn: 屋里~ nhà bẩn
另见zàng

【脏话】zānghuà<名>lời thô tục; lời nói tục tĩu

【脏兮兮】zāngxīxī[方]bẩn thiu; nhớp nháp; nhớp nhúa

zàng

脏 zàng<名>tạng phủ; nội tạng: 脾~ cắt bỏ lá lách; 心~ quả tim; 五~六腑 lục phủ ngũ tạng
另见zāng

葬 zàng<动>táng; chôn; vùi: 埋~ mai táng/ chôn cất; 火~ hỏa táng

【葬礼】zànglǐ<名>lễ tang; đám ma

【葬送】zàngsòng<动>làm tan vỡ; chôn vùi; chôn cất: ~前途 làm tan vỡ tương lai

藏¹ zàng<名>kho tàng: 宝~ kho báu

藏² Zàng<名>dân tộc Tạng
另见cáng

【藏獒】zàng'áo<名>chó ngao Tây Tạng

【藏红花】zànghónghuā<名>❶[植物]hồng hoa Tây Tạng ❷hoa hồng Tây Tạng

zāo

遭 zāo<动>gặp phải; vấp phải; bị: ~到算计 bị trúng bẫy; ~遇困难 gặp (phải) khó khăn

【遭到】zāodào<动>gặp phải; bị: ~打击 bị đả kích

【遭受】zāoshòu<动>bị; chịu: ~损失 chịu thiệt thòi

【遭殃】zāoyāng<动>gặp tai ương; gặp họa; gặp nạn

【遭遇】zāoyù❶<动>gặp phải; vấp phải; đụng độ; tao ngộ: ~战 tao ngộ chiến ❷<名>cảnh ngộ

糟 zāo❶<名>bã rượu; cặn rượu ❷<动>ướp rượu: ~肉 ướp thịt bằng bã rượu ❸<形>mục nát; mủn; thối; ủng: 这根柱子~了。Cái cột này đã mục nát. ❹<形>hỏng; tồi; kém; tồi tệ: 事情办~了。Việc hỏng rồi.

【糟糕】zāogāo<形>[口]hỏng; hỏng bét; gay

【糟粕】zāopò<名>cặn bã

【糟蹋】zāotà<动>❶lãng phí; phung phí; làm hư hại; làm tổn hại: 别~粮食！Đừng lãng phí lương thực! ❷làm nhục; làm hại; vùi dập; giày vò; chà đạp (chuyên chỉ làm cho nữ giới thất trinh)

záo

凿 záo❶<名>cái đục ❷<动>đục; đào; khoan; khoét; xoi: ~孔 đục lỗ; ~通 đào xuyên ❸<名>[书]cá; mộng

【凿孔机】záokǒngjī<名>máy đục lỗ

【凿岩机】záoyánjī<名>máy khoan đá

【凿子】záozi<名>cái đục

zǎo

早 zǎo❶<名>sáng; sớm: 清~ sáng sớm ❷<副>từ lâu; rất lâu: 这部电影我~看过了。Phim này tôi đã xem lâu rồi. ❸<形>sớm; trước: 不用急，离开会时间还~。Đừng vội, vẫn còn sớm chưa đến giờ họp. ❹<形>chào (lời chào buổi sớm) ❺<形>thời gian đầu: ~期 thời kì đầu

【早安】zǎo'ān<叹>chào buổi sáng

【早餐】zǎocān<名>cơm sáng; bữa ăn sáng

【早茶】zǎochá<名>điểm tâm và nước chè buổi sáng

【早产】zǎochǎn<动>đẻ non

【早晨】zǎochen<名>buổi sáng sớm

【早出晚归】zǎochū-wǎnguī đi sớm về muộn; đầu tắt mặt tối

【早点】zǎodiǎn<名>bữa điểm tâm; cơm sáng; món ăn sáng

【早饭】zǎofàn<名>cơm sáng; bữa sáng

【早期】zǎoqī<名>thời kì đầu; giai đoạn đầu

【早起】zǎoqǐ<动>dậy sớm

【早日】zǎorì❶<副>sớm: 力争~完工。Cố gắng tranh thủ sớm làm xong công việc. ❷<名>ngày xưa; trước kia: 他已没有了~的风采。Ông ấy đã mất đi phong thái ngày xưa.

【早上】zǎoshang<名>buổi sáng sớm

【早市】zǎoshì<名>❶chợ sớm (sáng) ❷doanh nghiệp buổi sáng; kinh doanh vào buổi sáng

【早熟】zǎoshú<形>❶phát triển sớm; dậy thì sớm ❷chín sớm; ngắn ngày: ~品种好卖。Loại quả giống chín sớm đang bán chạy. ❸già dặn trước tuổi

【早退】zǎotuì<动>nghỉ sớm; về sớm: 上班~要被罚款的。Đi làm về sớm phải bị phạt tiền.

【早先】zǎoxiān<名>trước kia

【早泄】zǎoxiè<动>xuất tinh sớm

枣 zǎo<名>❶cây táo ❷quả táo: 大~ đại táo

【枣红】zǎohóng<形>màu mận chín

澡 zǎo<动>tắm; tắm rửa: 洗~ đi tắm

【澡盆】zǎopén<名>chậu tắm; bồn tắm

【澡堂】zǎotáng<名>nhà tắm

藻 zǎo<名>❶cây rong; cây tảo: 水~ rong rêu; 海~ rong biển ❷câu văn văn vẻ; câu văn trau chuốt: 辞~ lời văn văn vẻ

【藻类植物】zǎolèi zhíwù thực vật tảo; loài tảo

zào

皂 zào❶<形>đen ❷<名>xà phòng: 香~ xà phòng thơm ❸<名>sai dịch; đầy tớ

灶 zào<名>❶bếp; lò: 锅~ nồi và bếp; 电磁~使用方便。Bếp điện từ sử dụng tiện lợi. ❷nhà bếp ❸Táo quân; ông Táo

【灶具】zàojù<名>[方]lò bếp; bếp lò

【灶台】zàotái<名>❶bếp lò ❷bếp và nhà bếp nói chung

造¹ zào<动>❶làm; tạo ra: 闭门~车 đóng cửa làm cày ❷bịa ra; đặt: 编~谎言 bịa ra điều điêu ngoa

造² zào❶<动>[书]tới; đến: 登峰~极 tới điểm cực hạn ❷<名>[方]vụ gặt; vụ thu hoạch: 晚~ vụ mùa ❸<动>[书]thành tựu ❹<动>[书]đào tạo ❺<量>[方]vụ trồng

【造成】zàochéng<动>tạo thành; tạo ra; gây nên

【造反】zàofǎn<动>tạo phản; làm phản; chống đối

【造福】zàofú<动>đem lại hạnh phúc cho: ~人类 đem lại hạnh phúc cho con người/tạo phúc cho loài người

【造化】zàohua<名>số may; vận may

【造价】zàojià<名>phí tổn xây dựng; chi phí chế tạo: 这款车~太高！Kiểu xe này phí tổn chế tạo quá cao!

【造就】zàojiù❶<动>bồi dưỡng; đào tạo ❷<名>trình độ học vấn; sự thành thạo; sự hoàn thiện; thành tựu

【造句】zàojù<动>đặt câu: ~练习 tập đặt câu

【造孽】zàoniè❶<动>làm điều ác ❷<形>tội nghiệp; đáng thương

【造型】zàoxíng❶<动>tạo hình; tạo dáng: ~艺术 nghệ thuật tạo hình ❷<名>hình dạng; hình thể ❸<动>đúc khuôn; làm khuôn

【造型师】zàoxíngshī<名>nhà tạo hình; nhà tạo mốt thẩm mĩ; nhà tạo mẫu

【造谣】zàoyáo<动>bịa đặt; đặt điều; xuyên tạc; bịa chuyện

【造诣】zàoyì<名>trình độ học vấn hay nghệ thuật

【造作】zàozuo〈形〉làm bộ; điệu bộ; làm dáng: 矫揉~ làm bộ làm tịch

噪 zào〈动〉❶[书](côn trùng hoặc chim) kêu: 蝉~ ve kêu ❷la to: 鼓~ ồn ào náo động; 聒~ ồn ào huyên náo ❸[书](tiếng tăm) lan truyền đi xa; vang lừng: 名~一时 nổi danh nhất thời

【噪声】zàoshēng〈名〉tiếng ồn

【噪音】zàoyīn〈名〉tiếng rè: 喇叭~ loa rè

燥 zào〈形〉thiếu nước; khô ráo: 干~ khô khan

【燥热】zàorè〈形〉(thời tiết) khô hanh oi bức: 内陆地区夏季~。Mùa hè vùng xa biển khô hanh oi bức.

躁 zào〈形〉nóng nảy; hấp tấp; nóng vội: 烦~ sốt ruột; 性格急~ nóng tính

【躁动】zàodòng〈动〉❶xao động ❷phập phồng: 胎儿在孕妇肚子里~不安。Thai nhi phập phồng trong bụng mẹ.

zé

则[1] zé❶〈名〉quy phạm; mẫu mực; tiêu chuẩn: 准~ chuẩn mực ❷〈名〉quy tắc: 总~ quy tắc chung ❸〈量〉điều; mục: 第三~ điều thứ ba; 两~短讯 hai mẩu tin ngắn

则[2] zé[书]❶〈连〉thì (biểu thị sự tiếp nối giữa hai sự việc) ❷〈连〉cho nên; thì (biểu thị mối liên hệ nhân quả hoặc lẽ tự nhiên): 月盈~亏 trăng tròn rồi thì trăng khuyết ❸〈连〉do; vì; là vì; là ❹〈副〉do là; chính là; thực sự là: 此~余之过也。Đó chính là lỗi của ta.

责 zé❶〈名〉trách nhiệm; phận sự: 负~ chịu trách nhiệm/phụ trách ❷〈动〉yêu cầu; đòi hỏi: 求全~备 cầu toàn trách bị ❸〈动〉tra hỏi; vặn hỏi: ~问 chất vấn ❹〈动〉trách; chê trách; quở trách: 斥~ trách mắng

【责备】zébèi〈动〉trách; trách móc;

quở trách: 不要再~她了。Đừng trách chị ấy nữa.

【责罚】zéfá〈动〉xử phạt; trách phạt: 说错话被~ nói sai sẽ bị trách phạt

【责怪】zéguài〈动〉oán trách; quở trách: 我没有因为那件事~他。Tôi không quở trách anh ấy vì chuyện đó.

【责骂】zémà〈动〉quở; quở mắng; mắng nhiếc; trách mắng: 她被母亲~。Cô ấy bị mẹ quở mắng.

【责难】zénàn〈动〉trách móc; trách cứ; chỉ trích

【责任】zérèn〈名〉trách nhiệm; bổn phận: ~感 ý thức trách nhiệm; 尽好自己的~ làm tròn bổn phận của mình

【责问】zéwèn〈动〉trách hỏi; trách cứ; hạch hỏi; chất vấn; bắt bẻ

择 zé〈动〉chọn; lựa: 选~ tuyển chọn; ~友 chọn bạn; 饥不~食 đói không kén ăn

【择偶】zé'ǒu〈动〉kén vợ kén chồng

【择业】zéyè〈动〉chọn ngành nghề

【择优录取】zéyōu lùqǔ tuyển dụng những người ưu tú

zéi

贼 zéi❶〈名〉kẻ trộm cắp ❷〈名〉kẻ phản bội; kẻ làm phản: 卖国~ giặc bán nước ❸〈形〉gian tà; bất chính; không ngay thẳng: ~心 tà tâm/tâm địa bất chính ❹〈形〉xảo trá; quỷ quyệt: 那人真~! Thằng ấy xảo quyệt lắm! ❺〈副〉[方]rất ❻〈动〉[书]làm tổn thương

【贼喊捉贼】zéihǎnzhuōzéi vừa ăn cướp vừa la làng; vừa đánh trống vừa ăn cướp

【贼头贼脑】zéitóu-zéinǎo mặt mày gian giảo

zěn

怎 zěn〈代〉[口]sao; làm sao; thế nào:

你~么没来? Sao anh không đến?

【怎么】zěnme〈代〉❶sao; thế nào; ra sao; làm sao; như thế nào: 你~才到啊? Sao anh mãi mới đến? 现在~办? Làm thế nào bây giờ? ❷thế; như thế: 你想~做就~做吧。Anh muốn làm thế nào thì làm。❸lắm: 他还不~乐意。Anh ấy vẫn chưa hài lòng lắm。

【怎么样】zěnmeyàng thế nào; làm gì: 去看电影~? Thế nào, đi xem phim không? 她到底想~? Chị ấy rốt cuộc muốn làm gì?

【怎样】zěnyàng〈代〉thế nào; ra sao; chừng nào: 见面会是~的尴尬! Gặp mặt rồi sẽ ngượng biết chừng nào!

zēng

曾 zēng〈形〉tằng: ~祖 tằng tổ //(姓) Tăng

另见céng

【曾孙】zēngsūn〈名〉tằng tôn; chắt nội; chắt ruột; chắt trai

【曾孙女】zēngsūnnǚ〈名〉chắt gái

【曾祖父】zēngzǔfù〈名〉tằng tổ; ông cố nội

【曾祖母】zēngzǔmǔ〈名〉bà cố nội

增 zēng〈动〉tăng; thêm: ~强 tăng cường

【增白剂】zēngbáijì〈名〉chất tẩy trắng

【增补】zēngbǔ〈动〉bổ sung thêm; tăng thêm: ~两名常委 bầu bổ sung thêm 2 ủy viên thường vụ

【增产】zēngchǎn〈动〉nâng cao sản lượng

【增订】zēngdìng〈动〉bổ sung và hiệu đính (nội dung sách)

【增多】zēngduō〈动〉tăng nhiều

【增肥】zēngféi〈动〉tăng cân; làm cho béo hơn

【增幅】zēngfú〈名〉mức tăng; độ tăng: 平均~是3%。Mức tăng trung bình là 3%。

【增高】zēnggāo〈动〉❶tăng cao; cao thêm; cao lên: 水位~ mực nước dâng cao ❷nâng cao

【增光】zēngguāng〈动〉làm cho sáng ngời; làm cho rạng rỡ thêm; làm cho vẻ vang thêm: 为国~ giành vinh dự thêm cho đất nước

【增加】zēngjiā〈动〉tăng; thêm; tăng thêm; tăng lên: ~人数 tăng thêm số người

【增强】zēngqiáng〈动〉tăng cường

【增生】zēngshēng〈动〉[医学]tăng sinh; tăng sản; mọc thêm: 骨质~ mọc xương gai

【增添】zēngtiān〈动〉thêm; tăng thêm

【增援】zēngyuán〈动〉tăng viện; tiếp viện: 派人~ phái người tăng viện

【增长】zēngzhǎng〈动〉tăng trưởng; tăng thêm; nâng cao: ~点 điểm tăng trưởng

【增值】zēngzhí〈动〉tăng giá trị

【增值税】zēngzhíshuì〈名〉thuế trị giá gia tăng (VAT); thuế mức tăng giá trị tài sản

憎 zēng〈动〉ghét: 可~ đáng ghét

【憎恨】zēnghèn〈动〉căm ghét; căm thù

【憎恶】zēngwù〈动〉căm ghét; ghê tởm; chán ghét

zèng

赠 zèng〈动〉tặng; biếu: 捐~ quyên tặng

【赠礼】zènglǐ〈名〉lễ vật

【赠品】zèngpǐn〈名〉tặng phẩm; tặng vật

【赠送】zèngsòng〈动〉biếu; tặng

【赠予】zèngyǔ〈动〉tặng cho; cho tặng

zhā

扎 zhā〈动〉❶đâm: ~针 châm cứu ❷

Z

[口]chui vào; lủi vào: ~猛子 bổ nhào ❸đóng quân; đóng đồn: 安营~寨 cắm trại đóng quân

另见zā

【扎堆】zhāduī<动>[方]quây quần bên nhau; tụ tập lại: 这些人一有事就 爱~。Mỗi khi có chuyện gì, những người này lại thích quây quần bên nhau.

【扎根】zhāgēn<动>❶cắm rễ ❷bắt rễ; bén rễ; đi sâu vào: ~边疆 bắt rễ biên cương

【扎花】zhāhuā<动>[方]thêu

【扎啤】zhāpí<名>bia cốc vại; bia hơi

【扎实】zhāshi<形>❶chắc chắn ❷vững chắc

【扎手】zhāshǒu<动>❶đâm vào tay ❷<形>khó làm; gai góc; hóc búa

【扎眼】zhāyǎn<形>chối mắt; gai mắt

【扎营】zhāyíng<动>đóng quân; cắm trại

【扎针】zhāzhēn<动>[中医]châm cứu điều trị

渣 zhā<名>❶cặn: 矿~ bã quặng ❷mảnh vụn: 面包~ bánh mì vụn

【渣滓】zhāzǐ<名>❶cặn bã ❷kẻ cặn bã; đồ rác rưởi

zhá

轧 zhá<动>cán (thép): 粗~车间 phân xưởng sơ cán

另见yà

【轧钢】zhágāng<动>cán thép

【轧辊】zhágǔn<名>trục lăn; trục cán; con lăn; trục quay (của máy cán thép)

闸 zhá❶<名>cửa van cống: 水~ cửa đập/cửa cống ❷<动>chặn dòng nước: 赶快把水~住！Mau chặn dòng nước lại! ❸<名>[口]bộ hãm; cái phanh: 快踩~！Mau hãm phanh! ❹<名>cầu dao điện: 电流过大，跳 ~了。Dòng điện quá tải, bị bật cầu dao.

【闸门】zhámén<名>cửa van đập nước; tấm chắn cửa cống; cửa van cống; van ống nước; cửa âu

炸 zhá<动>❶chiên; rán: 油~虾 tôm rán ❷[方]trụng: ~菠菜 trụng rau chân vịt

另见zhà

【炸鸡】zhájī<名>gà rán; gà quay

【炸酱面】zhájiàngmiàn<名>mì tương rán

铡 zhá❶<名>cái dao cầu: 虎头~ dao cầu (máy chém) kiểu đầu hổ ❷<动>cắt; thái; xắt: ~草 xắt cỏ

【铡草机】zhácǎojī<名>máy cắt cỏ; máy thái cỏ

【铡刀】zhádāo<名>dao xắt; dao cầu; máy chém

zhǎ

眨 zhǎ<动>chớp mắt: 杀人不~眼 giết người như ngóe

【眨眼】zhǎyǎn<动>❶nháy mắt ❷khoảng thời gian rất ngắn: 一~, 已过去数个寒暑。Thời gian thấm thoắt, loáng một cái nhiều năm đã qua đi.

zhà

诈 zhà<动>❶lừa dối: 欺~ lừa bịp ❷giả vờ: ~死 giả chết ❸bắt nọn

【诈唬】zhàhu<动>[口]lừa dọa: 你别 拿这事~我。Anh đừng lừa dọa tôi bằng việc này.

【诈骗】zhàpiàn<动>dối trá; lừa gạt

栅 zhà<名>hàng rào: 木~ hàng rào bằng gỗ; ván

【栅栏】zhàlan<名>hàng rào

炸 zhà<动>❶nổ: 爆~ nổ ❷làm nổ; oanh tạc: 轰~ oanh tạc ❸[口]vỡ tổ; chạy toán loạn: ~窝 bị vỡ tổ ❹[口] nổi giận; nổi khùng

另见zhá

【炸弹】zhàdàn<名>bom; trái phá

【炸毁】zhàhuǐ<动>nổ tung

【炸药】zhàyào<名>thuốc nổ

榨 zhà❶<动>ép: ~果汁 ép nước hoa quả ❷<名>bàn ép; máy ép: 油~ máy cán ép dầu

【榨菜】zhàcài<名>cọng cải muối

【榨取】zhàqǔ<动>❶ép lấy: 这是刚~的橙汁。Đây là sinh tố cam vừa ép. ❷bóp nặn; bóc lột: ~剩余劳动 bóc lột lao động thặng dư

【榨油】zhàyóu<动>ép dầu

【榨汁机】zhàzhījī<名>máy ép hoa quả; máy ép sinh tố

zhāi

斋 zhāi❶<动>trai giới ❷<名>đồ chay: ~味馆 tiệm ăn chay

【斋饭】zhāifàn<名>❶cơm chay ❷cơm bố thí

【斋戒】zhāijiè<动>❶trai giới ❷giới luật tháng nhịn ăn

摘 zhāi<动>❶hái; ngắt (hoa, quả); lột (đồ vật): ~杧果 hái xoài; ~桃子 hái đào ❷trích; chọn lấy: 文~ văn trích tuyển ❸vay tạm

【摘抄】zhāichāo<动>sao chép; trích lục: 这孩子~了许多格言。Em bé này đã chép nhiều cách ngôn.

【摘除】zhāichú<动>cắt bỏ; xẻo đi; ngắt bỏ (một bộ phận của cơ thể sống)

【摘花】zhāihuā<动>hái hoa

【摘记】zhāijì❶<动>trích ghi; ghi tóm tắt các nội dung chính ❷<动>trích lục ❸<名>phần trích

【摘要】zhāiyào❶<动>trích yếu; tóm tắt ❷<名>bài tóm tắt: 文章~ trích yếu của văn bản

zhái

宅 zhái❶<名>chỗ ở; tòa nhà: 豪~ tòa nhà ở hào sang ❷<动>lì trong nhà

【宅基地】zháijīdì<名>mặt nền nhà

【宅急送】zháijísòng<名>dịch vụ chuyển phát nhanh: 国际~公司 Công ti chuyển phát nhanh quốc tế

【宅男】zháinán<名>đàn ông otaku (thường lì trong nhà ít ra ngoài)

【宅女】zháinǚ<名>đàn bà otaku (thường lì trong nhà ít ra ngoài)

【宅院】zháiyuàn<名>nhà ở (có sân); nhà cửa

【宅子】zháizi<名>[口]một ngôi nhà

zhǎi

窄 zhǎi<形>❶chật hẹp: ~小 nhỏ hẹp ❷hẹp hòi: 心眼~ lòng hẹp hòi ❸chật vật

【窄小】zhǎixiǎo<形>hẹp nhỏ

zhài

债 zhài<名>khoản nợ; 公~ công trái

【债券】zhàiquàn<名>❶trái phiếu ❷trái khoán: 发行~ phát hành trái phiếu

【债务】zhàiwù<名>❶nghĩa vụ người vay ❷nợ chưa trả

【债主】zhàizhǔ<名>chủ nợ; người cho vay

寨 zhài<名>❶hàng rào bảo vệ ❷[旧] doanh trại: 营~ doanh trại ❸bản làng có hàng rào bao quanh: 边疆村~ bản làng biên thùy ❹sơn trại của bọn phỉ

【寨子】zhàizi<名>❶rào; lũy; hàng rào; tường bao ❷trại; ấp; làng (bản) có tính chất biệt lập (có rào lũy bao bọc)

zhān

占 zhān<动>bói; xem bói: ~卦 bói 另见zhàn

【占卜】zhānbǔ<动>bói; bói toán (gồm: bói rùa, bói quẻ, bói bài, bói thẻ (que), bấm độn…)

沾 zhān ‹动› ❶ướt: 泪流~襟 lệ ướt vạt áo ❷thấm; vẩy: ~水 bị vẩy phải nước ❸chạm ❹dính líu; được nhờ

【沾边】 zhānbiān ❶‹动›động tới; mó nhúng tay vào ❷‹形›tiếp cận sự thực: 你讲的一点都不~. Những lời anh nói không điểm nào sát với sự thực.

【沾光】 zhānguāng ‹动›được thơm lây

【沾染】 zhānrǎn ‹动› ❶nhiễm phải; nhiễm ❷tiêm nhiễm

【沾沾自喜】 zhānzhān-zìxǐ hí ha hí hửng; khoái chí ra mặt

毡 zhān ‹名›nỉ: 毛~ chăn len dạ

【毡子】 zhānzi ‹名›chăn dạ; thảm (được dệt bằng lông hoặc sợi)

粘 zhān ‹动› ❶dính lại; quánh lại: 糖~在一起了. Đường đã dính kết thành cục. ❷dán: ~鞋底 dán đế giày

【粘连】 zhānlián ‹动› ❶kết dính; dính liền ❷dính dáng; có liên can ❸dán: ~门联 dán câu đối

【粘贴】 zhāntiē ‹动›dán: 别把小广告~在墙上. Đừng dán những tờ rơi quảng cáo lên tường.

瞻 zhān ‹动›ngước nhìn; ngó lên: 观~ nhìn; 有碍观~ ảnh hưởng tới vẻ ngoài

【瞻前顾后】 zhānqián-gùhòu ❶nhìn trước ngó sau; suy đi tính lại ❷đắn đo do dự; ngần ngừ e ngại

【瞻仰】 z h ā n y ǎ n g ‹动› c h i ê m ngưỡng; thăm viếng

zhǎn

斩 zhǎn ‹动› ❶chém; chặt: 处~ xử chém ❷‹方›bắt bí; bắt chẹt

【斩草除根】 zhǎncǎo-chúgēn trừ cỏ trừ tận gốc; diệt trừ tận gốc

【斩断】 zhǎnduàn‹动›chặt đứt: 他用斧头~树枝. Anh ấy dùng rìu chặt đứt cành cây.

【斩首】 zhǎnshǒu‹动›❶chặt đầu; xử

trảm ❷thủ tiêu tên đầu sỏ

盏 zhǎn ❶‹名›cái li nhỏ; cái chén nhỏ: 酒~ li ❷‹量›cái; ngọn (đèn): 一~灯 một cây đèn

展 zhǎn ‹动› ❶mở rộng ra; buông ra: 伸~ vươn mình ❷triển khai: 一~身手 ra tay trổ tài ❸kéo dài ra; nói dài: ~限 nói hạn ❹trưng bày: 画~ trưng bày triển lãm tác phẩm hội họa

【展出】 zhǎnchū‹动›triển lãm; trưng bày

【展馆】 zhǎnguǎn‹名›phòng triển lãm; phòng trưng bày

【展开】 zhǎnkāi‹动›❶mở ra; bày ra; mở rộng ❷triển khai; đẩy mạnh

【展览】 zhǎnlǎn‹动›triển lãm

【展览会】 zhǎnlǎnhuì‹名›cuộc triển lãm; hội chợ triển lãm

【展品】 zhǎnpǐn‹名›đồ triển lãm; vật trưng bày

【展示】 zhǎnshì‹动›tỏ rõ; biểu diễn; bày ra: 阿燕在舞台上~才艺. Chị Yến đang biểu diễn tài nghệ trên sân khấu.

【展厅】 zhǎntīng‹名›phòng triển lãm; phòng trưng bày

【展望】 zhǎnwàng‹动›❶nhìn về nơi xa: ~四周 nhìn xa ra bốn phía ❷triển vọng; dự đoán: ~未来 nhìn về tương lai

【展位】 zhǎnwèi‹名›gian hàng triển lãm; khu triển lãm; ki-ốt triển lãm

【展现】 zhǎnxiàn‹动›hiện ra; bày ra; thể hiện

【展销】 zhǎnxiāo‹动›triển lãm bán hàng; bày bán: ~会 hội chợ hàng hóa

崭 zhǎn ‹形› ❶‹书›cao ngất; cao chót vót ❷‹方›tốt; hay; ngon

【崭露头角】 zhǎnlù-tóujiǎo tỏ rõ tài năng (thường chỉ thanh thiếu niên)

【崭新】 zhǎnxīn‹形›mới toanh; hoàn toàn mới

辗 zhǎn

【辗转】zhǎnzhuǎn〈动〉❶trằn trở; trằn trọc ❷gián tiếp truyền tay qua nhiều người hoặc đi qua nhiều nơi

【辗转反侧】zhǎnzhuǎn-fǎncè trằn trọc thao thức

zhàn

占 zhàn〈动〉❶chiếm; chiếm giữ; hạ: 攻~ đánh chiếm ❷chiếm (địa vị…): ~上风 ở vị thế có lợi
另见zhān

【占据】zhànjù〈动〉chiếm; chiếm giữ

【占领】zhànlǐng〈动〉chiếm lĩnh: ~市场 chiếm lĩnh thị trường

【占便宜】zhàn piányi❶chiếm phần hơn; ăn ghẹ ❷chiếm lợi thế

【占上风】zhàn shàngfēng chiếm ưu thế

【占线】zhànxiàn〈动〉(đường dây máy điện thoại) đang bận; bị bận; mắc bận

【占用】zhànyòng〈动〉chiếm dụng

【占优势】zhàn yōushì chiếm ưu thế

【占有】zhànyǒu〈动〉❶chiếm cứ; chiếm hữu: ~权 quyền chiếm hữu ❷chiếm; ở vào ❸nắm được

【占座】zhànzuò〈动〉chiếm chỗ ngồi

战¹ zhàn❶〈名〉chiến tranh; chiến đấu: 心理~ chiến tranh tâm lí ❷〈动〉tiến hành chiến tranh; đấu tranh

战² zhàn〈动〉run rẩy: 寒~ rùng mình

【战败】zhànbài〈动〉❶thua trận; thất bại: 敌方~投降了。Bên địch thua trận đã ra hàng. ❷chiến thắng; đánh bại: 甲队~乙队，获得了冠军。Đội A chiến thắng đội B, giành được giải vô địch.

【战场】zhànchǎng〈名〉chiến trường

【战斗】zhàndòu❶〈名〉cuộc chiến đấu ❷〈动〉đấu tranh ❸〈动〉chiến đấu: ~力 sức chiến đấu

【战功】zhàngōng〈名〉chiến công: 赫赫~ chiến công hiển hách

【战果】zhànguǒ〈名〉❶chiến quả; thành quả chiến đấu ❷kết quả công việc

【战火】zhànhuǒ〈名〉khói lửa chiến tranh

【战绩】zhànjì〈名〉thành tích chiến đấu; chiến tích; chiến công: ~辉煌的足球队 đội bóng đá có chiến tích huy hoàng

【战况】zhànkuàng〈名〉tình hình chiến đấu

【战利品】zhànlìpǐn〈名〉chiến lợi phẩm

【战栗】zhànlì〈动〉phát run; phát sợ

【战略】zhànlüè〈名〉❶chiến lược: ~伙伴 đối tác chiến lược ❷sách lược vĩ quan

【战胜】zhànshèng〈动〉chiến thắng: 最终，正义~了邪恶。Cuối cùng, chính nghĩa đã chiến thắng tà ác.

【战士】zhànshì〈名〉chiến sĩ

【战术】zhànshù〈名〉❶chiến thuật ❷sách lược vi quan

【战役】zhànyì〈名〉chiến dịch

【战友】zhànyǒu〈名〉chiến hữu; đồng đội

【战战兢兢】zhànzhànjīngjīng ❶nơm nớp lo sợ; nơm nớp sợ sệt ❷dè dặt

【战争】zhànzhēng〈名〉chiến tranh: 停止~ chấm dứt chiến tranh

站¹ zhàn〈动〉đứng

站² zhàn❶〈动〉dừng lại; đứng lại: ~住！Đứng lại! ❷〈名〉bến; ga: 汽车~ bến ô tô ❸〈名〉trạm: 收费~ trạm thu lệ phí

【站不住脚】zhànbùzhùjiǎo❶(bận) tíu tít ❷không sống được nữa; không thể tiếp tục ở nơi đó nữa ❸không đứng vững được; không có cơ sở

【站队】zhànduì〈动〉đứng thành hàng

【站岗】zhàngǎng〈动〉đứng gác

【站立】zhànlì〈动〉đứng

【站台】zhàntái〈名〉sân ga; thềm ga;

ke ga

【站长】zhànzhǎng〈名〉trưởng trạm

【站住】zhànzhù〈动〉❶đứng lại; dừng (ngừng) lại; đỗ lại: ~,不许动! Đứng lại, đứng im! ❷đứng vững ❸dừng lại; lưu lại; ở lại ❹[方](màu, sơn…) bám; ăn; dính chặt (không bị tróc) ❺ví lí do không đầy đủ

绽 zhàn〈动〉nứt ra; rách ra: 破~ chỗ hở

【绽放】zhànfàng〈动〉nở; nở rộ: 春天里，百花~。Trăm hoa đua nở trong mùa xuân.

【绽开】zhànkāi〈动〉nở; hé nở

湛 zhàn〈形〉❶sâu: 技术精~ kĩ nghệ điêu luyện ❷trong suốt; trong veo

【湛蓝】zhànlán〈形〉xanh thẳm: ~的天空 bầu trời xanh thẳm

蘸 zhàn〈动〉chấm; nhúng; dấp: ~盐吃 chấm muối mà ăn

【蘸水笔】zhànshuǐbǐ〈名〉❶bút chấm; bút chấm mực ❷bút lông chấm nước (dùng luyện chữ trên giấy thấm nước)

zhāng

张 zhāng❶〈动〉mở ra; giương ra: ~开翅膀 vươn cánh ❷〈动〉bày biện; trưng bày: ~灯结彩 treo đèn kết hoa ❸〈动〉mở rộng; khuyếch trương: 虚~声势 giả tạo thanh thế rầm rộ ❹〈动〉xem; ngó: ~望 nhìn ngó ❺〈动〉khai trương: 开~仪式 lễ khai trương ❻〈量〉tờ; bức: 一~白纸 một tờ giấy trắng //(姓)Trương

【张挂】zhāngguà〈动〉căng; treo; mắc giăng; mở ra và treo lên

【张冠李戴】zhāngguān-lǐdài (ví với) râu ông nọ cắm cằm bà kia

【张口结舌】zhāngkǒu-jiéshé líu lưỡi không nói ra lời

【张罗】zhāngluo〈动〉❶lo liệu; sắp xếp ❷tiếp; tiếp đãi ❸trù hoạch; trù tính

【张贴】zhāngtiē〈动〉dán: 他四处~寻人启事。Anh ấy dán khắp nơi những tờ tin tìm người mất tích.

【张望】zhāngwàng〈动〉nhìn; ngó nghiêng:四处~ nhìn quanh bốn phía

【张扬】zhāngyáng〈动〉nói toang lên; nói toạc ra; khoe khoang: 个性~ tính hay khoe khoang

章¹ zhāng〈名〉❶chương; chương mục ❷điều lệ ❸quy củ; rành mạch ❹tấu văn //(姓)Chương

章² zhāng〈名〉❶dấu ấn; triện ❷phù hiệu; huy hiệu; lon

【章程】zhāngchéng〈名〉chương trình; điều lệ; quy trình

【章程】zhāngcheng〈名〉[方]biện pháp; cách giải quyết

【章节】zhāngjié〈名〉chương mục (của tác phẩm)

【章鱼】zhāngyú〈名〉bạch tuộc

彰 zhāng❶〈形〉sáng rõ; nổi bật: 昭~ nổi bật ❷〈动〉làm sáng rõ; làm rạng rỡ: 表~ tuyên dương

【彰显】zhāngxiǎn❶〈形〉nổi bật ❷〈动〉làm sáng rõ; làm rạng rỡ

樟 zhāng〈名〉[植物]cây long não: ~木箱 hòm gỗ long não

【樟木】zhāngmù〈名〉gỗ long não

【樟脑丸】zhāngnǎowán〈名〉[方]viên long não

蟑 zhāng

【蟑螂】zhāngláng〈名〉con gián

zhǎng

长 zhǎng❶〈动〉sinh ra; mọc: 手上~了一个疮。Trên tay mọc một cái nhọt. ❷〈动〉lớn lên: ~大成人 lớn lên thành người ❸〈动〉tăng thêm; tăng lên: ~见识 tăng thêm kiến thức ❹〈形〉lớn tuổi hơn: 我比他~两岁。Tôi hơn cậu ấy hai tuổi. ❺〈形〉cả; hàng trưởng: ~子 con cả ❻〈形〉trên; bề trên; bậc trên; lớp trước: ~辈 bậc trên ❼〈名〉người lớn tuổi hoặc bậc trên ❽〈名〉

trưởng; người đứng đầu: 首~ thủ trưởng

另见cháng

【长辈】zhǎngbèi〈名〉lớp bề trên; các bậc cha mẹ và ông bà; thế hệ cha chú: 孝敬~ hiếu thảo với bậc trên

【长大】zhǎngdà〈动〉lớn lên

【长个儿】zhǎnggèr〈动〉cao hơn; lớn lên; cao lên: 他又~了 Cậu bé lại cao hơn rồi.

【长进】zhǎngjìn〈动〉có tiến bộ: 你的学业最近~了吗? Dạo này, học hành của anh có tiến bộ không?

【长势】zhǎngshì〈名〉tình hình sinh trưởng (của cây cối)

【长相】zhǎngxiàng〈名〉[口]tướng mạo

【长者】zhǎngzhě〈名〉❶trưởng lão; bô lão (người cao tuổi, có vai vế) ❷người già có đức độ

【长子】zhǎngzǐ〈名〉con trưởng; con cả

涨 zhǎng〈动〉❶mực nước dâng lên ❷giá cả tăng lên

另见zhàng

【涨潮】zhǎngcháo〈动〉thủy triều lên; con nước lên

【涨幅】zhǎngfú〈名〉mức tăng; mức độ tăng lên (của giá cả...): 本月房价的~不小。Giá nhà tháng này tăng đáng kể.

【涨价】zhǎngjià〈动〉tăng giá

【涨水】zhǎngshuǐ〈动〉nước dâng lên; dâng nước

掌 zhǎng❶〈名〉bàn tay: 易如反~ dễ như trở bàn tay ❷〈动〉vả; tát: ~嘴 tát vào mồm ❸〈动〉quản lí; khống chế: ~权 cầm quyền ❹〈名〉cá sắt (đóng móng ngựa): 钉马~ đóng để vó ngựa ❺〈名〉 cá (ở đế giày) ❻〈名〉bàn chân: 熊~ bàn chân gấu ❼〈动〉[方]đóng để (giày)

【掌厨】zhǎngchú〈动〉cai quản bếp núc; lo việc bếp núc

【掌舵】zhǎngduò❶〈动〉cầm lái ❷〈动〉ví nắm chắc phương hướng ❸〈名〉người cầm lái

【掌管】zhǎngguǎn〈动〉phụ trách quản lí; cầm giữ; chủ trì: ~经济大权 cầm quyền quản lí kinh tế/phụ trách quản lí kinh tế

【掌柜】zhǎngguì〈名〉[旧]chủ hiệu buôn; người quản lí cửa hàng

【掌控】zhǎngkòng〈动〉khống chế; nắm lấy

【掌权】zhǎngquán〈动〉cầm; nắm quyền: 重新~ lại cầm quyền

【掌声】zhǎngshēng〈名〉tiếng vỗ tay

【掌握】zhǎngwò〈动〉❶nắm trong tay; nắm vững: ~了新的发球技术 đã nắm vững kĩ xảo phát bóng mới ❷chủ trì; điều khiển: ~会议 chủ trì hội nghị

【掌心】zhǎngxīn〈名〉❶trong lòng bàn tay ❷dưới quyền; trong tay; trong tầm kiểm soát

【掌嘴】zhǎngzuǐ〈动〉vả vào mồm; vả vào mõm:自己~ tự vả vào mồm

zhàng

丈[1] zhàng❶〈量〉trượng (đơn vị chiều dài):万~深渊 vực sâu muôn trượng ❷〈动〉đo đạc: ~量土地面积 đo đạc diện tích đất đai

丈[2] zhàng〈名〉❶trượng (bậc già cả, nam giới) ❷chồng

【丈夫】zhàngfū〈名〉đàn ông

【丈夫】zhàngfu〈名〉người chồng

【丈母娘】zhàngmuniáng〈名〉mẹ vợ; bà nhạc

【丈人】zhàngren〈名〉nhạc phụ; bố vợ

仗 zhàng❶〈名〉trượng (binh khí gọi chung): 明火执~ ngang nhiên trắng trợn ❷〈动〉[书]cầm (vũ khí) ❸〈动〉cậy; dựa: ~势欺人 cậy thế nạt người ❹〈名〉chỉ chiến tranh hoặc chiến đấu: 胜~ thắng trận

【仗义】zhàngyì ❶〈形〉trọng nghĩa; coi trọng đạo nghĩa ❷〈动〉[书]bảo vệ lẽ phải; giữ gìn đạo nghĩa

【仗义执言】zhàngyì–zhíyán bênh vực lẽ phải; nói theo lẽ phải

杖 zhàng〈名〉❶nạng; cây gậy: 擀面~ gậy cán mì ❷cây trượng; gậy chống; ba-toong: 扶~而行 chống gậy đi

帐 zhàng〈名〉màn; trướng; lều vải: 蚊~ màn

【帐篷】zhàngpeng〈名〉lều bạt; lều vải

【帐子】zhàngzi〈名〉màn; trướng

账 zhàng〈名〉❶ghi chép: 记~ ghi sổ kế toán ❷sổ kế toán: 一本~ một quyển sổ kế toán ❸nợ: 还~ trả nợ

【账簿】zhàngbù〈名〉sổ kế toán; sổ theo dõi (tiền, hàng)

【账单】zhàngdān〈名〉phiếu xuất nhập; phiếu thu chi: ~结算 thanh toán bằng phiếu thu chi

【账号】zhànghào〈名〉số tài khoản

【账户】zhànghù〈名〉❶tài khoản ❷phân mục sổ kế toán

【账目】zhàngmù〈名〉mục; khoản mục

胀 zhàng〈动〉giãn nở; giãn ra; nở ra: 膨~ phồng ra ❷〈形〉(phía trong cơ thể) đầy; anh ách; tức; căng; đầy ứ; trướng: 肚子发~ bụng trướng lên/đầy bụng

涨 zhàng〈动〉❶nở ra; phình ra: 木耳泡~了。Mộc nhĩ ngâm nước đã phình ra. ❷sung huyết; căng (bệnh tật): 头昏脑~ choáng đầu nhức óc ❸vượt quá; dôi ra: 钱花~了。Tiền đã tiêu vượt mức.
另见 zhǎng

障 zhàng❶〈动〉ngăn cách; che chắn: ~碍 chướng ngại ❷〈名〉vật che chắn; cái bình phong: 路~ lộ chướng/vật

chắn đường

【障碍】zhàng'ài ❶〈名〉chướng ngại ❷〈动〉trở ngại; cản trở

【障碍物】zhàng'àiwù〈名〉chướng ngại vật; vật chướng ngại

zhāo

招¹ zhāo〈动〉❶vẫy ❷triệu tập; chiêu; gọi ❸gây ra; dẫn đến ❹khêu; gợi; trêu chọc ❺tuyển dụng ❻[方]lây; truyền nhiễm

招² zhāo〈动〉thú nhận tội lỗi

招³ zhāo〈名〉❶nước cờ ❷thủ đoạn

【招标】zhāobiāo〈动〉gọi thầu; gọi đấu thầu

【招兵买马】zhāobīng–mǎimǎ chiêu binh mãi mã; chiêu tập binh mã

【招待】zhāodài〈动〉chiêu đãi; tiếp đãi: 他热情地~了客人。Anh ấy nhiệt tình tiếp đãi khách.

【招工】zhāogōng〈动〉tuyển nhân viên mới: 工厂开始~了。Nhà máy bắt đầu tuyển công nhân rồi.

【招供】zhāogòng〈动〉khai ra; thú nhận

【招呼】zhāohu〈动〉❶gọi ❷thăm hỏi; chào hỏi ❸dặn dò ❹chăm sóc; săn sóc ❺[方]lưu ý

【招唤】zhāohuàn〈动〉kêu gọi; kêu la

【招集】zhāojí〈动〉chiêu tập: ~建筑工人 chiêu tập công nhân kiến trúc

【招架】zhāojià〈动〉chống đỡ; ứng phó; đáp ứng

【招考】zhāokǎo〈动〉chiêu gọi dự thi

【招徕】zhāolái〈动〉thu hút khách hàng

【招揽】zhāolǎn〈动〉mời chào; khuyến mại; khuyến mãi: ~生意 mời chào kinh doanh

【招领】zhāolǐng〈动〉mời nhận

【招牌】zhāopai〈名〉bảng hiệu; chiêu bài

【招聘】 zhāopìn<动>(thông báo) tuyển dụng; mời (đảm nhiệm công việc): ~会 cuộc tuyển dụng

【招惹】 zhāorě<动>❶gây nên; dẫn tới ❷trêu chọc; đụng chạm; chọc giận

【招认】 zhāorèn<动>nhận tội

【招商】 zhāoshāng<动>thu hút đầu tư; kêu gọi đầu tư

【招生】 zhāoshēng<动>chiêu sinh; tuyển sinh: 入学~ tuyển sinh vào học

【招收】 zhāoshōu<动>tiếp nhận (học sinh, người học việc...)

【招手】 zhāoshǒu<动>vẫy tay; vẫy chào: 他~邀我过去 Anh ấy vẫy tay mời tôi sang chỗ anh.

【招摇】 zhāoyáo<动>rêu rao

【招摇撞骗】 zhāoyáo-zhuàngpiàn giả danh để lừa bịp

【招引】 zhāoyǐn<动>❶thu hút; hấp dẫn: ~顾客 thu hút khách đến ❷thu hút; dẫn vào; tuyển dụng

【招租】 zhāozū<动>quảng cáo cho thuê

昭 zhāo❶<形>rõ rệt; rõ ràng ❷<动>[书]tỏ rõ

【昭示】 zhāoshì<动>bày tỏ rõ ràng; tuyên bố rõ ràng: ~后人 tuyên bố rõ ràng với thế hệ sau

【昭雪】 zhāoxuě<动>chiêu tuyết; minh (oan); giải (oan); rửa sạch (nỗi oan)

【昭著】 zhāozhù<形>rõ rệt; rõ ràng: 臭名~ tiếng xấu ai ai cũng biết

着 zhāo<名>❶nước cờ ❷kế sách; thủ đoạn ❸[方]vâng; đúng thế
另见zháo, zhe, zhuó

【着数】 zhāoshù<名>❶nước cờ ❷thế võ ❸thủ đoạn; kế sách

朝 zhāo<名>❶buổi sớm: ~夕相处 sớm chiều bên nhau ❷ngày: 明~早点起床。Ngày mai dậy sớm hơn.
另见cháo

【朝令夕改】 zhāolìng-xīgǎi lệnh sáng chiều đổi; thay đổi xoành xoạch

【朝气】 zhāoqì<名>chí khí tiến thủ; xốc nổi; trẻ trung

【朝气蓬勃】 zhāoqì-péngbó bừng bừng sức sống; bừng bừng khí thế; hăng hái

【朝思暮想】 zhāosī-mùxiǎng sớm mong chiều nhớ

【朝夕】 zhāoxī❶<副>sớm chiều; luôn luôn: ~相处 sớm chiều bên nhau ❷<名> một sớm một chiều

【朝霞】 zhāoxiá<名>ráng ban mai

【朝阳】 zhāoyáng❶<名>vầng đông; mặt trời mới mọc; vầng triêu dương ❷<形>ví tràn trề nhựa sống và đầy triển vọng
另见cháoyáng

zháo

着 zháo<动>❶chạm; kề: 头~地 đầu chạm đất ❷cảm; bị: ~凉 bị cảm lạnh ❸bốc cháy; đốt; sáng: ~火了! Cháy rồi! ❹đạt mục đích hoặc có kết quả: 睡~了 đã ngủ say
另见zhāo, zhe, zhuó

【着火】 zháohuǒ<动>cháy; bắt lửa

【着急】 zháojí<形>sốt ruột; luống cuống

【着凉】 zháoliáng<动>bị lạnh; nhiễm lạnh:小心别~。Cẩn thận đừng bị lạnh.

【着迷】 zháomí<动>say mê: 这少年~于上网。Cậu bé này rất mê lên mạng.

zhǎo

爪 zhǎo<名>❶móng; vuốt (thú vật) ❷chân (chim, thú): 鹰~ móng đại bàng/vuốt chim ưng
另见zhuǎ

【爪牙】 zhǎoyá<名>❶nanh (móng) vuốt; tay chân ❷tay sai

找¹ zhǎo ⟨动⟩tìm; tìm kiếm: ~衣服 tìm quần áo

找² zhǎo ⟨动⟩trả lại: ~您两元。Trả lại ông hai đồng.

【找碴儿】 zhǎochár ⟨动⟩moi móc; gây sự

【找对象】 zhǎo duìxiàng tìm người yêu; tìm đối tượng

【找零】 zhǎolíng ⟨动⟩trả lại tiền lẻ

【找麻烦】 zhǎo máfan gây phiền hà; làm khó dễ

【找钱】 zhǎoqián ⟨动⟩trả lại tiền; bù tiền: 小贩刚才忘记~了。Người bán rong vừa rồi đã quên trả lại tiền.

【找事】 zhǎoshì ⟨动⟩❶tìm việc làm ❷gây sự; bới móc để gây chuyện: 他是故意来~的。Nó đến là để gây chuyện.

【找寻】 zhǎoxún ⟨动⟩tìm; tìm kiếm

沼 zhǎo ⟨名⟩ao; đầm: 池~ vũng ao

【沼气】 zhǎoqì ⟨名⟩khí mê tan; khí đốt

【沼泽】 zhǎozé ⟨名⟩đầm lầy: ~地 đất sình lầy

zhào

召 zhào ⟨动⟩triệu; gọi

【召唤】 zhàohuàn ⟨动⟩gọi...; vẫy gọi: 时代在~。Thời đại đang vẫy gọi.

【召回】 zhàohuí ⟨动⟩gọi về; triệu hồi

【召集】 zhàojí ⟨动⟩triệu tập: ~全体成员 triệu tập toàn thể thành viên

【召见】 zhàojiàn ⟨动⟩❶gọi đến gặp ❷mời hội kiến

【召开】 zhàokāi ⟨动⟩triệu tập; tiến hành; tổ chức: ~会议 triệu tập hội nghị

兆¹ zhào ❶⟨动⟩cho biết; báo trước: 瑞雪~丰年。Tuyết lành dự báo năm được mùa. ❷⟨名⟩điềm: 预~ dấu hiệu báo trước

兆² zhào ⟨数⟩❶triệu ❷[旧]nghìn tỉ

【兆赫】 zhàohè ⟨量⟩[物理]Mêga héc (MHz)

【兆头】 zhàotou ⟨名⟩điềm: 好~ điềm tốt

赵 Zhào //⟨姓⟩Triệu

照 zhào ❶⟨动⟩soi sáng; chiếu rọi: 太阳~在身上。Mặt trời chiếu vào thân thể. ❷⟨动⟩soi (gương): ~镜子 soi gương ❸⟨动⟩chụp (ảnh); quay (phim): 他正拿着相机~美景呢。Anh ấy đang chụp cảnh đẹp bằng máy ảnh. ❹⟨名⟩bằng; giấy chứng nhận: 驾~ bằng lái ❺⟨动⟩trông nom; săn sóc: ~顾 chăm sóc ❻⟨动⟩cho biết; thông báo: ~会 gửi công hàm thông báo ❼⟨动⟩biết rõ; hiểu rõ: 她对我的关怀心~了。Cô ấy hiểu rõ sự quan tâm của tôi. ❽⟨动⟩so sánh; đối chiếu: 对~ đối chiếu ❾⟨介⟩nhằm vào; hướng về: ~着后背踹一脚。Nhằm vào sau lưng đạp một cú. ❿⟨介⟩y theo; căn cứ theo: ~原定计划实施 thực hiện theo kế hoạch cũ

【照搬】 zhàobān ⟨动⟩bê nguyên xi; rập khuôn; bắt chước một cách máy móc

【照办】 zhàobàn ⟨动⟩làm theo

【照常】 zhàocháng ❶⟨副⟩theo lệ thường ❷⟨动⟩như thường

【照顾】 zhàogù ❶⟨动⟩xem xét; chú ý: ~少数人意见 chú ý đến ý kiến của số ít người ❷⟨动⟩chiếu cố ❸chăm sóc: ~病人 chăm sóc bệnh nhân ❹khách hàng đến mở hàng

【照管】 zhàoguǎn ⟨动⟩săn sóc

【照会】 zhàohuì ❶⟨动⟩gửi công hàm ❷⟨名⟩công hàm

【照旧】 zhàojiù ❶⟨动⟩giống như cũ: 付款方式~。Cách trả tiền giống như cũ. ❷⟨副⟩như thường lệ

【照看】 zhàokàn ⟨动⟩chăm sóc; trông coi: ~小孩 chăm sóc trẻ em

【照料】 zhàoliào ⟨动⟩săn sóc; coi sóc; lo liệu: ~病人 săn sóc bệnh nhân

【照明】zhàomíng〈动〉chiếu sáng; soi sáng:用电筒~ dùng đèn pin soi sáng

【照片儿】zhàopiānr〈名〉[口]ảnh; tấm ảnh

【照射】zhàoshè〈动〉chiếu; rọi

【照相】zhàoxiàng〈动〉chụp ảnh; nhiếp ảnh

【照相馆】zhàoxiàngguǎn〈名〉hiệu chụp ảnh

【照相机】zhàoxiàngjī〈名〉máy ảnh

【照样】zhàoyàng❶〈副〉như cũ ❷〈动〉dập theo khuôn; làm theo mẫu

【照耀】zhàoyào〈动〉chiếu rọi: 太阳~着大地。Mặt trời chiếu rọi trái đất.

【照应】zhàoyìng〈动〉phối hợp; ăn khớp

【照应】zhàoying〈动〉săn sóc

罩 zhào❶〈动〉che; choàng; đậy; chụp: 用脸盆暂时~着螃蟹。Dùng chậu thau tạm úp đậy con cua. ❷〈名〉cái đậy; cái chụp: 灯~ chụp đèn ❸〈名〉áo choàng ❹〈名〉cái úp nhốt gà con ❺〈名〉cái vó úp cá

【罩衣】zhàoyī〈名〉áo choàng

【罩子】zhàozi〈名〉cái đậy; cái chụp; cái phủ ngoài; lớp bọc; lớp phủ; vỏ bọc; áo

肇 zhào〈动〉❶gây; sinh ra: ~事 gây chuyện ❷[书]bắt đầu; phát sinh: ~始 bắt đầu

【肇事】zhàoshì〈动〉gây ra tai nạn (tai họa); gây sự; gây chuyện; gây rối: ~者 kẻ gây rối

zhē

折 zhē〈动〉[口]❶nhào; lộn nhào; lật: ~跟头 nhào lộn/bị lật nhào ❷trút qua trút lại: ~匀 trút cho đều 另见shé, zhé

【折腾】zhēteng〈动〉[口]❶xoay đi xoay lại, trở người ❷làm đi làm lại một việc gì đó: 这件事他~好几回

了。Việc này anh ấy đã loay hoay tới mấy lần rồi. ❸giày vò; hành hạ; dằn vặt: 这些年的病痛把他~得不轻。Mấy năm này ốm đau đã hành hạ ông ấy quá nhiều. ❹tiêu tiền phung phí: 财产都叫他~光了。Tài sản đã bị anh ấy phung phí hết.

蜇 zhē〈动〉❶(côn trùng có nọc độc) châm; đốt: 被马蜂~了 bị ong vò vẽ đốt ❷cay; xót; rát; đau

遮 zhē〈动〉❶che; lấp: ~太阳 che mặt trời ❷cản trở; ngăn: 横~竖拦 ngăn ngang chắn dọc ❸che đậy; giấu giếm

【遮蔽】zhēbì〈动〉che; che lấp: ~视线 che khuất tầm nhìn

【遮丑】zhēchǒu〈动〉che đậy sự xấu xa; giấu khuyết điểm

【遮挡】zhēdǎng❶〈动〉che chở; che chắn: ~阳光 che ánh nắng ❷〈名〉cái che chở; cái để ngăn che

【遮盖】zhēgài〈动〉❶phủ; trùm; đậy; che: 大雪~了房子。Tuyết phủ kín nhà cửa. ❷che đậy; giấu giếm: ~错误 giấu giếm điều sai trái

【遮羞】zhēxiū〈动〉❶che đậy (bộ phận kín của cơ thể) ❷nói để chữa thẹn

【遮掩】zhēyǎn〈动〉❶che lấp; bao phủ ❷lấp liếm; ngụy trang; giấu giếm

【遮阳帽】zhēyángmào〈名〉mũ che nắng

【遮阳伞】zhēyángsǎn〈名〉ô che nắng; dù che nắng

【遮阴】zhēyīn〈动〉che râm; che nắng

zhé

折¹ zhé❶〈动〉gãy; làm gãy: 骨~ gãy xương/xương bị gãy ❷〈动〉tổn thất; thiệt hại: 损兵~将 hao binh tổn tướng ❸〈动〉uốn; lượn; cong; quanh co: 百~不挠 không nao núng trước mọi khó khăn ❹<动>quay trở lại; chuyển hướng: 刚出去又~回来 vừa ra lại quay trở về ❺<动>thuyết phục; làm cho khuất phục: 心~ cảm phục ❻<动>đổi ra; đổi thành: ~换 quy đổi/đổi thành ❼<名>giảm giá; chiết khấu; trừ phần đi: 打九~ giảm giá 10%

折² zhé ❶<动>gấp; xếp lại: ~扇 quạt xếp; ~信 gấp thư ❷<名>sổ; tập; bìa kẹp hồ sơ: 奏~ tập tấu; 存~ sổ gửi tiền

另见shé, zhē

【折叠】zhédié<动>gấp lại; xếp lại; gập

【折叠椅】zhédiéyǐ<名>ghế xếp; ghế gấp

【折服】zhéfú<动>❶làm khuất phục; thuyết phục ❷khâm phục; cảm phục: ~不已 khâm phục vô cùng

【折合】zhéhé<动>❶quy đổi thành; chuyển thành: 把欧元~成人民币。Quy đổi đồng Euro thành Nhân dân tệ. ❷tính theo (một đơn vị khác cho cùng một hiện vật)

【折价】zhéjià<动>❶quy thành tiền: ~赔偿 quy ra tiền để bồi thường ❷hạ giá: ~出售 bán hạ giá

【折扣】zhékòu<名>chiết khấu; bớt giá: 打~ bớt giá

【折磨】zhémó<动>giày vò; đày đọa; hành hạ; làm cho đau khổ: 受~ bị đày đọa

【折算】zhésuàn<动>quy đổi thành; tính bằng

【折中】zhézhōng<动>chiết trung; dung hòa: ~的办法 biện pháp chiết trung

哲 zhé ❶<形>có trí tuệ; có hiểu biết ❷<名>người có trí tuệ; người có hiểu biết: 先~ nhà hiền triết xưa/tiên triết

【哲理】zhélǐ<名>triết lí

【哲学】zhéxué<名>triết học

蛰 zhé<动>[书]động vật nấp kín hoặc thu mình: 惊~ tiết Kinh trập

【蛰伏】zhéfú<动>❶ngủ đông ❷thu mình; sống ru rú; ở ẩn hoặc sống âm thầm (như động vật ngủ đông); nấp mình

zhě

者 zhě<助>❶kẻ; người: 作~ tác giả; 失败~ kẻ thất bại; 共产主义~ người cộng sản ❷[书]thứ (đặt sau số từ chỉ những sự việc đã kể ở trên): 两~缺一不可。Hai thứ thiếu thứ nào cũng không được.

褶 zhě<名>nếp gấp; nếp nhăn; nếp nhàu (quần áo): 衬衣上有一道~儿。Trên áo sơ mi có một nếp gấp.

【褶皱】zhězhòu<名>❶nếp uốn của vỏ trái đất ❷nếp gấp; nếp nhăn trên da: 一脸~ mặt đầy nếp nhăn

【褶子】zhězi<名>❶nếp nhíu; nếp li: 衣服上的~ nếp li trên áo ❷nếp gấp; nếp nhăn trên vải; quần áo hoặc giấy tờ: 烫平~ là phẳng nếp nhàu ❸nếp nhăn trên mặt

zhè

这 zhè<代>❶này; đây; đó; cái này (được dùng trước lượng từ, số lượng từ, danh từ hoặc dùng độc lập): ~本书 quyển sách này ❷lúc này; bây giờ; ngay: 我~就开始做作业。Tôi sẽ làm bài tập ngay.

【这次】zhècì<代>lần này

【这个】zhège<代>❶này; cái này: ~孩子很乖。Đứa bé này rất ngoan. ❷việc này; chuyện này; thứ này; điều này ❸biết mấy; là vậy

【这会儿】zhèhuìr<代>lúc này; bây giờ

【这里】zhèlǐ<代>nơi này; nơi đây; chỗ này

【这么】zhème<代>như thế; như thế này

【这儿】zhèr<代>[口]❶ở đây; nơi đây

❷lúc này; bây giờ

【这些】zhèxiē<代>những…này

【这样】zhèyàng<代>như vậy; như thế đấy

蔗 zhè<名>mía: 甘~ cây mía

【蔗糖】zhètáng<名>❶đường mía; mật mía ❷đường xac-ca-rô

鹧 zhè

【鹧鸪】zhègū<名>[动物]chim ngói; chim đa đa; chim da da

zhe

着 zhe<助>❶đang (chỉ sự tiếp diễn của động tác): 我们正干～农活呢。Chúng tôi đang làm đồng đây. ❷đây (chỉ sự tiếp diễn của trạng thái): 桌上放—一本书。Trên bàn có một quyển sách. ❸chứ; đấy; nhé (đặt sau động từ hay tính từ biểu thị mức độ, có tác dụng tăng thêm ngữ khí thúc giục hoặc dặn dò): 你听~!Anh nghe nhé! ❹theo (đặt sau một số động từ tạo thành giới từ): 沿～ men theo

另见zhāo, zháo, zhuó

zhēn

贞 zhēn<形>❶trinh; trinh tiết; trong trắng: ～妇 tiết phụ/đàn bà trinh tiết ❷kiên định; vững vàng; trước sau như một: 坚～ kiên trinh

【贞操】zhēncāo<名>tiết tháo; trinh tiết

针 zhēn❶<名>cái kim (khâu) ❷<名>những thứ có hình như cái kim: 指南～ kim chỉ nam ❸<名>tiêm; chích: 防疫～ thuốc tiêm phòng dịch ❹<名>kim châm cứu ❺<动>[中医]châm: ～灸 châm cứu

【针对】zhēnduì<动>nhằm vào

【针锋相对】zhēnfēng-xiāngduì đối đầu gay gắt

【针剂】zhēnjì<名>thuốc tiêm

【针线】zhēnxiàn<名>may vá thêu

thùa: ～包 túi đựng kim chỉ

【针织品】zhēnzhīpǐn<名>hàng dệt kim

【针织衫】zhēnzhīshān<名>áo dệt kim

侦 zhēn<动>bí mật dò xét; điều tra

【侦查】zhēnchá<动>điều tra: ～案件 điều tra vụ án

【侦察】zhēnchá<动>trinh sát: ～敌情 trinh sát tình hình địch

【侦破】zhēnpò<动>khám phá ra; phá án: ～奇案 phá vụ án lạ

【侦探】zhēntàn❶<动>trinh thám; thám thính ❷<名>gián điệp; cảnh sát điều tra

珍 zhēn❶<形>quý báu; quý ❷<名>vật quý báu ❸<动>coi trọng: ～视 coi trọng và yêu mến

【珍爱】zhēn'ài<动>yêu quý

【珍宝】zhēnbǎo<名>châu báu; của quý

【珍藏】zhēncáng❶<动>cất giấu kĩ (của báu) ❷<名>vật quý cất giữ

【珍贵】zhēnguì<形>quý báu: ～的礼物 món quà quý báu

【珍惜】zhēnxī<动>quý; quý trọng; tiết kiệm: ～时间 tiết kiệm thời gian/ quý thì giờ

【珍稀】zhēnxī<形>quý hiếm: ～动物 động vật quý hiếm

【珍重】zhēnzhòng<动>❶trân trọng; quý trọng; coi trọng: ～情感 trân trọng tình cảm ❷giữ gìn sức khỏe

【珍珠】zhēnzhū<名>hạt trân châu; hạt ngọc trai

真 zhēn❶<形>thật; sự thật; chân thực: 去伪存～ bỏ cái giả, giữ cái thật ❷<副>thật là; quả thực là: 你跑得～快。Anh chạy thật là nhanh. ❸<形>rõ ràng; xác thực: 离那么远你看得～吗? Xa thế này anh nhìn có rõ không? ❹<名>chân dung ❺<名>[书]bản tính; gốc; nguồn: 返璞归～ tìm về với bản tính ❻<名>chân thư (tức khải thư)

【真才实学】zhēncái-shíxué tài

năng và học thức chân thực

【真诚】zhēnchéng<形>chân thành: ~的话语 những câu nói chân thành

【真谛】zhēndì<名>ý nghĩa chân chính; chân lí: 人生的~ giá trị chân chính của cuộc sống

【真菌】zhēnjūn<名>chân khuẩn; nấm

【真空】zhēnkōng<名>❶chân không ❷khoảng chân không

【真理】zhēnlǐ<名>chân lí: 坚持~ kiên trì chân lí

【真皮】zhēnpí<名>❶lớp chân bì ❷da thật: ~大衣 áo pa-đờ-xuy da thật

【真凭实据】zhēnpíng-shíjù bằng cớ chân thực

【真切】zhēnqiè<形>❶rõ ràng; rành mạch ❷chân thật; thành thực: ~的话 lời nói chân tình

【真情】zhēnqíng<名>❶tình hình chân thực ❷tình cảm chân thành; chân tình

【真实】zhēnshí<形>thật; chân thực: 一个~的故事 một câu chuyện chân thực

【真丝】zhēnsī<名>tơ tằm; tơ thật: ~衬衣 áo lụa tơ tằm

【真相】zhēnxiàng<名>chân tướng: ~大白 lộ rõ chân tướng

【真心】zhēnxīn<名>thật tình; tâm huyết; thật lòng

【真正】zhēnzhèng<形>chân chính; chính cống: 我是一个~的中国人。Tôi là một người Trung Quốc chân chính. <副>quả là; đúng là: 柳州螺蛳粉~好吃。Bún ốc Liễu Châu quả thực là ngon.

砧zhēn<名>cái đe; cái thớt

【砧板】zhēnbǎn<名>cái thớt

斟zhēn<动>rót; chuốc; châm: ~酒 rót rượu; ~茶 rót trà

【斟满】zhēnmǎn<动>rót đầy: 我给他~酒。Tôi rót đầy li cho anh ấy.

【斟酌】zhēnzhuó<动>cân nhắc; đắn

đo

榛zhēn<名>[植物]❶cây phi ❷quả phi

【榛子】zhēnzi<名>cây phi; quả phi

zhěn

诊zhěn<动>chẩn bệnh: 复~ khám lại

【诊断】zhěnduàn<动>chẩn đoán: 医生~他患的是肺炎。Bác sĩ chẩn đoán anh ấy bị viêm phổi.

【诊疗】zhěnliáo<动>khám và điều trị

【诊脉】zhěnmài<动>bắt mạch

【诊室】zhěnshì<名>phòng khám bệnh

【诊所】zhěnsuǒ<名>❶trạm y tế ❷phòng khám bệnh

【诊治】zhěnzhì<动>khám và điều trị

枕zhěn❶<名>gối; cái gối ❷<动>gối; kê: ~着胳膊 gối đầu lên cánh tay

【枕木】zhěnmù<名>tà vẹt gỗ

【枕头】zhěntou<名>cái gối

疹zhěn<名>sự phát ban, mẩn trên da: 荨麻~ nổi mày đay; 丘~ nốt nhú; 疱~ mụn rộp

【疹子】zhěnzi<名>[口]bệnh phát ban ngoài da: 出~ phát mẩn (ban) trên da

zhèn

阵¹zhèn<量>❶trận (chỉ một khoảng thời gian): 他病了一~儿。Nó ốm một trận. ❷trận: 一~雨 một trận mưa

阵²zhèn<名>❶trận địa ❷mặt trận

【阵地】zhèndì<名>trận địa: 坚守~ bám giữ trận địa

【阵势】zhènshì<名>❶thế trận ❷tình thế; cục diện

【阵亡】zhènwáng<动>hi sinh; tử trận

【阵线】zhènxiàn<名>trận tuyến; mặt trận

【阵营】zhènyíng<名>phe; tập đoàn

【阵雨】zhènyǔ<名>mưa rào

振 zhèn<动>❶lay; vỗ: ~翅 vỗ cánh ❷rung động; chấn động: 共~ sự cộng hưởng ❸kích thích; làm phấn chấn

【振荡】zhèndàng<动>❶rung động ❷biến đổi theo chu kì của dòng điện

【振动】zhèndòng<动>rung động; dao động

【振奋】zhènfèn❶<形>phấn chấn; phấn khởi: 精神~ tinh thần phấn khởi ❷<动>làm phấn chấn; chấn động: ~人心 làm phấn chấn lòng người

【振兴】zhènxīng<动>chấn hưng; làm hưng thịnh: ~中华 chấn hưng Trung Hoa

【振作】zhènzuò❶<形>phấn chấn ❷<动>làm phấn chấn; làm hưng phấn: ~精神 làm phấn chấn tinh thần

赈 zhèn<动>cứu tế

【赈灾】zhènzāi<动>cứu tế; cứu nạn: ~款 khoản tiền cứu tế

震 zhèn❶<动>trấn động; rung chuyển ❷<动>động đất ❸<动>bị kích động ghê gớm, quá mức: ~惊 làm sửng sốt/làm kinh ngạc ❹<名>quẻ Chấn (một trong bát quái, tiêu biểu cho sấm)

【震荡】zhèndàng<动>rung động; xáo động: 社会~ xã hội xáo động

【震动】zhèndòng<动>❶rung; rung động ❷gây chấn động; làm xôn xao

【震感】zhèngǎn<名>cảm giác địa chấn

【震撼】zhènhàn<动>rung động; rung chuyển: ~人心 rung động lòng người

【震惊】zhènjīng❶<动>làm sửng sốt; làm kinh ngạc ❷<形>kinh hãi; kinh sợ: 大为~ hết sức kinh hãi

【震怒】zhènnù<动>nổi cơn thịnh nộ; nổi khùng

【震慑】zhènshè<动>làm kinh động; làm khiếp sợ: 起~作用 có tác dụng gây khiếp sợ

镇 zhèn❶<动>ép; đè xuống: ~痛 nén đau/giảm đau ❷<动>ổn định; giữ cho yên ❸<动>trấn; giữ ổn định bằng vũ lực ❹<动>ướp lạnh; làm lạnh: 冰~ ướp đá ❺<名>nơi trấn giữ; nơi đóng quân ❻<名>thị trấn ❼<名>chợ buôn bán tương đối lớn

【镇定】zhèndìng❶<形>điềm tĩnh; bình thản: 神色~ dáng vẻ bình thản ❷<动>giữ bình tĩnh: 强制~ cố trấn tĩnh

【镇静】zhènjìng❶<形>bình tĩnh ❷<动>trấn tĩnh; làm cho bình tĩnh

【镇静剂】zhènjìngjì<名>thuốc an thần

【镇压】zhènyā<动>❶trấn áp; tàn áp: ~骚乱 trấn áp bọn phiến loạn ❷[口] xử tử; xử bắn ❸đè nén cành cây (trong kĩ thuật chiết cành)

zhēng

正 zhēng<名>tháng giêng
另见zhèng

【正月】zhēngyuè<名>tháng giêng

争 zhēng<动>❶giành: ~夺冠军 tranh giải vô địch ❷tranh cãi; tranh chấp: ~执 tranh chấp

【争辩】zhēngbiàn<动>tranh luận; tranh cãi

【争吵】zhēngchǎo<动>tranh cãi

【争斗】zhēngdòu<动>❶đánh nhau ❷giành giật nhau; kèn cựa: 两人~已久。Hai người kèn cựa nhau đã lâu.

【争端】zhēngduān<名>tranh chấp

【争夺】zhēngduó<动>tranh giành; giành giật: ~遗产 tranh giành di sản

【争分夺秒】zhēngfēn-duómiǎo tận dụng thời gian; tranh thủ từng giây từng phút

【争光】zhēngguāng〈动〉giành vinh quang: 为祖国~ giành vinh quang cho Tổ quốc

【争论】zhēnglùn〈动〉tranh luận; bàn cãi: ~是非 bàn cãi về việc phải trái

【争气】zhēngqì〈动〉có chí; không chịu thua kém; làm vinh dự

【争强好胜】zhēngqiáng-hàoshèng không cam chịu thua kém, cố gắng giành phần thắng

【争抢】zhēngqiǎng〈动〉tranh giành

【争取】zhēngqǔ〈动〉❶tranh thủ; giành: ~和平 giành hòa bình ❷cố gắng

【争先恐后】zhēngxiān-kǒnghòu tranh nhau; đua nhau

【争议】zhēngyì〈动〉tranh cãi; bàn cãi; tranh chấp

【争执】zhēngzhí〈动〉tranh chấp; giằng co: ~不下 tranh chấp dằng dai

征¹ zhēng〈动〉❶đi xa: 长~ trường chinh ❷chinh phạt; đánh dẹp: 出~ đi chinh phạt

征² zhēng〈动〉❶trưng binh; trưng mộ; tuyển quân: 应~入伍 ứng mộ nhập ngũ ❷thu; trưng thu: ~税 thu thuế ❸trưng cầu: ~文 mời gửi bài viết ❹trưng dụng: ~地 trưng dụng đất

征³ zhēng〈名〉❶chứng minh; chứng nghiệm: 信而有~ đáng tin cậy và có chứng cứ ❷hiện tượng; dấu hiệu: 特~ đặc trưng

【征兵】zhēngbīng〈动〉trưng binh; mộ lính; tuyển quân

【征订】zhēngdìng〈动〉trưng cầu đặt mua: ~杂志 trưng cầu việc đặt mua tạp chí

【征服】zhēngfú〈动〉chinh phục: 武力~ chinh phục bằng vũ lực

【征稿】zhēnggǎo〈动〉kêu gọi gửi bài

【征婚】zhēnghūn〈动〉tìm chọn bạn đời

【征集】zhēngjí〈动〉❶thu thập; sưu tập: ~物资 sưu tập vật tư ❷chiêu mộ; tuyển: ~军队 chiêu mộ quân đội

【征求】zhēngqiú〈动〉trưng cầu; hỏi ý kiến: ~大家的意见 lấy ý kiến của mọi người

【征收】zhēngshōu〈动〉thu; trưng thu

【征文】zhēngwén❶〈动〉mời gọi gửi bài ❷〈名〉các bài tham dự

【征用】zhēngyòng〈动〉trưng dụng: ~土地 trưng dụng đất đai

【征兆】zhēngzhào〈名〉dấu hiệu; điềm báo

挣 zhēng
另见zhèng

【挣扎】zhēngzhá〈动〉giãy giụa: 垂死~ giãy chết

狰 zhēng

【狰狞】zhēngníng〈形〉hung ác; dữ tợn: 面目~ bộ mặt hung dữ

睁 zhēng〈动〉mở to mắt: ~不开眼 không mở mắt được

蒸 zhēng〈动〉❶bốc hơi: 水~气 hơi nước ❷hấp: ~馒头 hấp bánh màn thầu

【蒸发】zhēngfā〈动〉❶bốc hơi ❷biến mất: 人间~ mất tích chốn nhân gian

【蒸锅】zhēngguō〈名〉nồi hấp

【蒸馏】zhēngliú〈动〉cất; chưng cất: ~水 nước cất

【蒸笼】zhēnglóng〈名〉lồng hấp; vỉ hấp

【蒸气】zhēngqì〈名〉hơi; khí bốc lên

【蒸汽机】zhēngqìjī〈名〉máy chạy bằng hơi nước

【蒸腾】zhēngténg〈动〉❶bốc hơi; tỏa hơi: 热气~ khí nóng tỏa ra ❷bốc hơi của lá

zhěng

拯 zhěng〈动〉cứu

【拯救】zhěngjiù〈动〉cứu vớt; cứu

giúp: ~地球 cứu vớt trái đất

整 zhěng ❶〈形〉trọn; cả; chẵn; đúng: ~天 suốt cả ngày ❷〈形〉chỉnh tề; nền nếp: 仪容不~ ăn mặc không chỉnh tề ❸〈动〉chỉnh đốn; chấn chỉnh: ~风 chỉnh đốn tác phong ❹〈动〉sửa: ~修 sửa chữa ❺〈动〉làm cho đau khổ; đánh; chơi: 他被~了一顿。 Nó bị quạt một trận. ❻〈动〉[方] làm: ~断绳子 làm đứt dây

【整顿】zhěngdùn〈动〉chỉnh đốn: ~纪律 chỉnh đốn kỉ luật

【整个】zhěnggè〈形〉toàn bộ; cả: ~家庭 cả nhà/cả gia đình

【整合】zhěnghé〈动〉thống hợp; điều chỉnh

【整洁】zhěngjié〈形〉ngay ngắn; sạch sẽ: ~的小屋 căn nhà sạch sẽ

【整理】zhěnglǐ〈动〉chỉnh lí; thu xếp; dọn dẹp: ~资料 thu xếp tài liệu

【整齐】zhěngqí ❶〈形〉chỉnh tề; ngăn nắp: 着装~ ăn mặc chỉnh tề ❷〈动〉đồng đều; đều đặn: ~步调 đồng đều nhịp bước ❸〈形〉sạch gọn; ngay ngắn ❹〈形〉đầy đủ: 才七点钟, 大家就到~了。 Mới bảy giờ mọi người đã đến đông đủ.

【整日】zhěngrì〈名〉suốt cả ngày

【整容】zhěngróng〈动〉sửa sắc đẹp bằng phẫu thuật: ~手术 phẫu thuật thẩm mĩ

【整数】zhěngshù〈名〉❶số nguyên ❷số chẵn

【整套】zhěngtào〈形〉toàn bộ; cả bộ; trọn bộ: ~设备 thiết bị trọn bộ

【整体】zhěngtǐ〈名〉toàn thể; tổng thể

【整形】zhěngxíng〈动〉chỉnh hình; tạo hình bằng phẫu thuật

【整修】zhěngxiū〈动〉sửa chữa; tu sửa: ~水坝 tu sửa đập nước

【整治】zhěngzhì〈动〉❶sửa chữa; trị lí: ~环境 trị lí môi trường ❷trừng phạt: ~违法行为 trừng phạt những hành vi trái phép ❸làm tốt việc

nào đó: ~农田 chăm sóc ruộng đồng đất

zhèng

正 zhèng ❶〈形〉ngay; thẳng hướng: 前后对~ trước sau thẳng đều ❷〈形〉chính giữa; trung tâm: ~门 cửa giữa ❸〈形〉đúng: ~午 đúng giữa trưa/chính ngọ ❹〈形〉chính diện; mặt trước ❺〈形〉chính trực; ngay thẳng; công bằng: 公~ công bằng chính trực ❻〈形〉chính đáng; đúng đắn; hợp lẽ: ~道 con đường chính đáng ❼〈形〉thuần; chính cống; chánh tông: 颜色不~ màu sắc bị pha tạp ❽〈形〉chân phương; đúng quy tắc: ~体 thể chữ chân phương ❾〈形〉chính; chủ yếu: ~主任 chánh chủ nhiệm ❿〈形〉(cạnh hoặc góc) đều: ~三角形 hình tam giác đều ⓫〈形〉dương (số dương) ⓬〈形〉điện dương: ~电 điện tích dương ⓭〈动〉sửa cho ngay ngắn: ~一帽子 sửa lại mũ cho ngay ngắn ⓮〈动〉chấn chỉnh; uốn nắn: ~人先~己 muốn uốn nắn người khác trước tiên phải tự uốn nắn mình ⓯〈副〉đang: 我~吃饭呢。 Tôi đang ăn cơm. ⓰〈名〉gốc: ~本 bản gốc ⓱〈副〉đúng lúc ⓲〈副〉chính là; đúng là: ~是他 đúng là cậu ấy ⓳〈动〉uốn nắn; sửa lại

另见zhēng

【正版】zhèngbǎn〈名〉bản chính

【正常】zhèngcháng〈形〉bình thường

【正当】zhèngdāng〈动〉đang ở vào; đang lúc: ~秋收季节 đang mùa thu hoạch vụ mùa

另见zhèngdàng

【正当】zhèngdàng〈形〉❶chính đáng; hợp lẽ phải: ~的行为 hành vi chính đáng ❷đúng đắn: 他这个人很不~。 Anh ta là một người không đứng đắn.

另见zhèngdāng

【正方体】zhèngfāngtǐ〈名〉khối lập phương

【正方形】zhèngfāngxíng〈名〉hình vuông

【正规】zhèngguī〈形〉chính quy

【正轨】zhèngguǐ〈名〉quỹ đạo đúng; nền nếp: 生活慢慢走上了~。Cuộc sống dần dần đi vào nền nếp.

【正好】zhènghǎo❶〈形〉vừa đúng; vừa khéo; vừa khớp (thường chỉ thời gian, vị trí, số lượng, v.v.): 你来得~,正有事找你。Anh đến vừa đúng lúc, đang có việc tìm anh. ❷〈副〉may mắn có dịp; được dịp

【正号】zhènghào〈名〉dấu dương (+)

【正极】zhèngjí〈名〉cực dương

【正经】zhèngjing❶〈形〉đoan trang; đứng đắn: 假~ đoan trang rởm ❷〈形〉chính đáng; hợp lí: ~事 công việc chính đáng ❸〈形〉đạt tiêu chuẩn; đúng quy cách: ~货 hàng chính phẩm ❹〈形〉nghiêm túc ❺〈副〉[方]thực sự; thật là: 你~喜欢她吗？Anh có thực sự yêu cô ấy không?

【正门】zhèngmén〈名〉cửa chính; cửa giữa

【正面】zhèngmiàn❶〈名〉mặt chính; mặt trước; mặt ngoài; mặt trên: 身份证的~ mặt trước của chứng minh thư ❷〈名〉mặt phải ❸〈形〉mặt tốt; mặt tích cực: ~人物 nhân vật chính diện ❹〈形〉trực tiếp; trực diện: 请~回答问题。Xin trả lời trực tiếp câu hỏi.

【正牌】zhèngpái〈形〉chính hiệu; chính cống

【正派】zhèngpài〈形〉đứng đắn; nền nã: 他为人~。Ông ấy là người đứng đắn.

【正品】zhèngpǐn〈名〉hàng chính phẩm; hàng xịn; hàng chính hãng

【正气】zhèngqì〈名〉❶chính khí: 发扬~ tuyên dương chính khí ❷sự

đàng hoàng; sự ngay thẳng: ~凛然 chính khí lẫm liệt

【正巧】zhèngqiǎo❶〈副〉vừa đúng dịp; vừa khéo ❷〈形〉vừa đúng; vừa vặn: 你来得~。Anh đến thật đúng lúc.

【正确】zhèngquè〈形〉chính xác; đúng đắn

【正式】zhèngshì〈形〉chính thức

【正事】zhèngshì〈名〉chuyện nghiêm túc

【正视】zhèngshì〈动〉❶nhìn thẳng vào ❷đối mặt với: 我们要勇于~自己的缺点。Chúng ta phải can đảm đối mặt với khuyết điểm của mình.

【正题】zhèngtí〈名〉đề tài chính; nội dung chính; chủ đề: 转入~ đi vào chủ đề

【正统】zhèngtǒng❶〈名〉[旧]dòng dõi chính tông ❷〈名〉trường phái chính thống (trong các đảng phái hoặc học phái) ❸〈形〉phù hợp với chính thống: 观念~ quan điểm chính thống

【正文】zhèngwén〈名〉phần chính (của bài văn); nội dung chính

【正义】zhèngyì❶〈名〉chính nghĩa: 伸张~ giương cao chính nghĩa ❷〈形〉có tính chất chính nghĩa: ~的立场 lập trường chính nghĩa

【正在】zhèngzài〈副〉đang: 他~打电话。Anh ấy đang gọi điện thoại.

【正直】zhèngzhí〈形〉chính trực: 为人~ làm người chính trực

【正职】zhèngzhí〈名〉❶chức vụ chính; chức trưởng ❷nghề chính

【正装】zhèngzhuāng〈名〉trang phục chính thức

【正宗】zhèngzōng❶〈名〉chính tông Phật giáo ❷〈形〉chính cống

证 zhèng❶〈动〉chứng minh; chứng nhận: ~人 nhân chứng ❷〈名〉giấy chứng nhận; chứng cứ; bằng chứng: 身份~ chứng minh thư nhân dân

【证件】zhèngjiàn〈名〉giấy tờ

【证据】zhèngjù<名>chứng cứ; bằng chứng

【证明】zhèngmíng❶<动>chứng tỏ; chứng minh ❷<名>giấy chứng nhận; chứng cứ; bằng chứng: 提供~ cung cấp bằng chứng

【证券】zhèngquàn<名>phiếu chứng khoán: 有价~ phiếu chứng khoán mệnh giá

【证人】zhèngrén<名>❶người làm chứng: 被告方~ người làm chứng cho bị cáo ❷người chứng kiến

【证实】zhèngshí<动>chứng thực; chứng minh

【证书】zhèngshū<名>giấy chứng nhận; chứng chỉ: 获奖~ giấy khen/ bằng khen

郑 Zhèng //(姓)Trịnh

【郑重】zhèngzhòng<形>trịnh trọng: ~声明 trịnh trọng tuyên bố

政 zhèng<名>❶chính trị: ~策 chính sách ❷nghiệp vụ của một cơ quan nhà nước: 财 tài chính ❸công việc; chánh: 家~ gia chánh

【政变】zhèngbiàn<动>chính biến; đảo chính: 军事~ đảo chính quân sự

【政策】zhèngcè<名>chính sách: 落实~ thực hiện chính sách

【政党】zhèngdǎng<名>chính đảng

【政府】zhèngfǔ<名>chính phủ; chính quyền: 地方~ chính quyền địa phương

【政界】zhèngjiè<名>chính giới; giới chính trị: ~精英 các tinh hoa chính giới

【政局】zhèngjú<名>cục diện chính trị; tình hình chính trị: ~动荡 tình hình chính trị bấp bênh

【政权】zhèngquán<名>❶chính quyền: 巩固~ củng cố chính quyền ❷cơ quan chính quyền: 建立新~ thiết lập chính quyền mới

【政务】zhèngwù<名>công việc về quản lí nhà nước: ~繁忙 bận rộn về công việc nhà nước

【政治】zhèngzhì<名>chính trị: ~家 nhà chính trị

【政治经济学】zhèngzhì-jīngjìxué kinh tế học chính trị

挣¹ zhèng<动>vùng thoát ra; giãy; quẫy: ~脱绳索 vùng thoát khỏi dây buộc

挣² zhèng<动>kiếm (tiền) bằng lao động: ~钱 kiếm tiền

另见zhēng

症 zhèng<名>chứng; bệnh: 不治之~ căn bệnh bất trị

【症候】zhènghòu<名>❶bệnh tật ❷chứng bệnh: ~群 hội chứng

【症状】zhèngzhuàng<名>triệu chứng bệnh

zhī

之¹ zhī<代>[书]cái đó; cái ấy; đây; đó;..

之² zhī<助>[书](nối định ngữ và trung tâm ngữ): 赤子~心 lòng trung thành

【之后】zhīhòu<名>❶sau; đằng sau ❷sau đó

【之间】zhījiān<名>giữa; ở giữa

【之类】zhīlèi<名>❶loại sự vật nào đó ❷loại người nào đó (ý xấu)

【之内】zhīnèi<名>trong...

【之前】zhīqián<名>❶trước; đằng trước ❷trước đây; trước đó

【之外】zhīwài<名>ngoài...

【之一】zhīyī<名>một trong những...

【之中】zhīzhōng<名>trong (quá trình, phạm vi, quần thể nào đó)

支¹ zhī<动>❶chống; đỡ; vểnh ra: 把帐篷~起来。Chống lều bạt lên. ❷duỗi ra; nhô ra; dựng đứng: ~着耳朵听 vểnh tai nghe ngóng ❸chống đỡ; giúp đỡ; chịu đựng: 体力不~ thể lực hao kiệt; ~援 viện trợ ❹điều sai: ~走 sai cho lánh mặt ❺chi; ứng; lĩnh (tiền): 开~ chi tiêu

支²zhī ❶<名>nhánh; chi nhánh; ngành: ~流 sông nhánh ❷<量>(dùng với đội ngũ) cánh; đội: 一~军队 một cánh quân ❸<量>bài; bản: 两~乐曲 hai bản nhạc ❹<量>đơn vị (cường độ ánh sáng điện): 100~光的灯泡 bóng đèn 100w ❺<量>chi (đơn vị để tính độ thô mảnh, biểu thị bằng độ dài đơn vị trọng lượng): 八十~纱 80 cọc sợi ❻<量>cây; cán (dùng cho vật có hình cán dài): 三~枪 3 cây súng

【支撑】zhīchēng<动>❶chống đỡ ❷ráng sức; chèo chống

【支持】zhīchí<动>❶duy trì giữ gìn ❷giúp đỡ ủng hộ: ~率 tỉ lệ ủng hộ

【支出】zhīchū❶<动>chi ❷<名>khoản chi

【支付】zhīfù<动>chi ra (số tiền)

【支付宝】zhīfùbǎo<名>AliPay, PayPal

【支行】zhīháng<名>chi nhánh ngân hàng

【支架】zhījià❶<名>giá đỡ ❷<动>chống đỡ

【支流】zhīliú<名>❶sông nhánh ❷sự vật phái sinh

【支配】zhīpèi<动>❶chi phối ❷sắp xếp

【支票】zhīpiào<名>séc

【支气管】zhīqìguǎn<名>phế quản: ~炎 viêm phế quản

【支取】zhīqǔ<动>lĩnh (tiền); rút (tiền)

【支使】zhīshi<动>sai khiến

【支援】zhīyuán<动>chi viện

【支柱】zhīzhù<名>❶trụ cột: 精神~ trụ cột tinh thần ❷lực lượng nòng cốt: 企业的~ lực lượng nòng cốt của doanh nghiệp

只 zhī ❶<形>đơn độc; lẻ loi: 形单影~ hình cô đơn chiếc ❷<量>cái; chiếc; con: 一~鸭子 một con vịt
另见zhǐ

【只身】zhīshēn<副>một mình: 他~一人在外闯荡。Anh ấy một mình kiếm sống bên ngoài

【只字不提】zhīzì-bùtí một chữ cũng không hề nhắc đến

汁 zhī<名>chất lỏng; chất nước (chứa trong vật chất nào đó): 橘子~ nước cam

【汁液】zhīyè<名>chất nước

芝 zhī<名>❶cỏ linh chi (nói trong sách cổ) ❷cỏ bạch chỉ (nói trong sách cổ)

【芝麻】zhīma<名>cây vừng; hạt vừng (cây mè, hột mè): ~油 dầu vừng

枝 zhī ❶<名>cành; nhánh; ngành (cây): 树~ cành cây ❷<量>nhánh; ngành; cành (dùng cho bông hoa có cành): 一~梨花 một nhánh hoa lê ❸<量>cây; cán (dùng cho vật có hình cán dài): 一~枪 một khẩu súng

【枝杈】zhīchà<名>chạc cây

【枝节】zhījié<名>❶chi tiết vụn vặt ❷phiền phức rắc rối, lôi thôi: 旁生~ xảy ra những phiền phức rắc rối

【枝头】zhītóu<名>đầu cành

知 zhī ❶<动>biết: ~无不言 nói hết những điều mình biết ❷<动>cho biết: 通~ cho biết (thông báo) ❸<名>tri thức: 无~ ngu dốt ❹<名>[书]tri kỉ; bạn tri kỉ

【知道】zhīdào<动>biết

【知法犯法】zhīfǎ-fànfǎ biết luật mà phạm luật; cố tình sai phạm

【知根知底】zhīgēn-zhīdǐ hiểu tận gốc rễ; hiểu thấu

【知己】zhījǐ❶<名>người tri kỉ; bạn tri kỉ ❷<形>tri kỉ; hiểu nhau

【知觉】zhījué<名>❶tri giác ❷cảm giác

【知了】zhīliǎo<名>(con) ve sầu

【知名】zhīmíng<形>nổi tiếng

【知难而退】zhīnán'értuì thấy khó là lùi; thấy khó mà bỏ

【知情】¹zhīqíng<动>biết rõ tình tiết sự kiện: ~权 quyền được biết

【知情】² zhīqíng<动>thấu hiểu tình nghĩa

【知趣】 zhīqù<形>biết điều; biết lẽ phải

【知识】 zhīshi<名>❶kiến thức: 行业~ kiến thức ngành nghề ❷tri thức; trí thức: ~分子 lớp trí thức

【知书达理】 zhīshū-dálǐ có tri thức hiểu lễ nghĩa

【知晓】 zhīxiǎo<动>biết; biết rõ: 无人~ không ai biết

【知心】 zhīxīn<形>tri kỉ

【知音】 zhīyīn<名>tri âm; người bạn tri kỉ

【知足】 zhīzú<形>thỏa mãn (với những thứ đã đạt được)

【知足常乐】 zhīzú-chánglè tri túc thường lạc; biết thỏa mãn với những gì đã có thì sẽ luôn sung sướng; biết thỏa mãn thì thường sung sướng

肢 zhī<名>chi (chi tay và chân): 四~ tứ chi

【肢解】 zhījiě<动>❶tách rời; chia cắt ❷mổ xẻ ❸[旧](xử hình) cắt cụt tứ chi

【肢体】 zhītǐ<名>thân hình và tứ chi

织 zhī<动>dệt; đan: 棉~物 đồ dệt bằng sợi bông

【织布】 zhībù<动>dệt vải: ~机 máy dệt

【织物】 zhīwù<名>hàng dệt; đồ dệt

脂 zhī<名>❶mỡ; nhựa: 松~ nhựa thông ❷son (môi): ~粉 phấn son

【脂肪】 zhīfáng<名>mỡ; chất béo; li-pít

【脂肪肝】 zhīfánggān<名>bệnh nhiễm mỡ gan

【脂粉】 zhīfěn<名>son phấn

蜘 zhī

【蜘蛛】 zhīzhū<名>con nhện: ~网 mạng nhện

zhí

执 zhí ❶<动>cầm; giữ: 手~教鞭 tay

cầm thước chỉ ❷<动>nắm; giữ: ~政 chấp chính ❸<动>kiên trì; khăng khăng: 各~一词 mỗi người nói một nẻo ❹<动>chấp hành: ~法 hành pháp ❺<动>[书]bắt; tóm: 盗贼被~。Tên trộm đã bị bắt. ❻<名>biên lai; giấy biên nhận: 收~ biên lai/tờ ghi nhận

【执笔】 zhíbǐ<动>chấp bút

【执法】 zhífǎ<动>chấp hành pháp luật: 严格~ chấp hành pháp luật một cách nghiêm ngặt

【执教】 zhíjiào<动>làm thầy; dạy học; giảng dạy

【执迷不悟】 zhímí-bùwù khăng khăng giữ cái sai không chịu tỉnh ngộ; mê muội không tỉnh ngộ

【执拗】 zhíniù<形>cố chấp; gàn bướng

【执勤】 zhíqín<动>làm nhiệm vụ; thi hành nhiệm vụ

【执行】 zhíxíng❶<动>chấp hành; thực hiện: 贯彻~ quán triệt chấp hành ❷<形>chủ trì công việc thực tế: ~主编 chủ biên chủ trì công việc biên tập

【执意】 zhíyì<副>khăng khăng

【执照】 zhízhào<名>giấy phép

【执政】 zhízhèng<动>chấp chính; cầm quyền

【执着】 zhízhuó<形>cố chấp; kiên trì; trước sau như một

直 zhí ❶<形>thẳng: 飞机跑道又平又~。Đường băng phẳng lì thẳng tắp. ❷<形>thẳng đứng: 竖~ dựng đứng ❸<形>dọc: 这房间~4米，横3米。Căn buồng này dọc 4 mét, ngang 3 mét. ❹<动>làm cho thẳng: 爸爸累得~不起腰来。Ông bố mệt còng cả lưng. ❺<形>chính trực; chính nghĩa: 理~气壮 lí do đầy đủ, thái độ nghiêm trang ❻<形>thẳng thắn: ~言不讳 nói một cách thẳng thừng ❼<名>nét sổ ❽<副>đi thẳng; trực tiếp: ~达 đến thẳng ❾<副>không ngừng; mãi: 她

气得~哭。Chị ấy ấm ức khóc mãi.
❿〈副〉cứ như

【直白】zhíbái〈形〉thẳng thắn rõ ràng

【直播】zhíbō〈动〉phát trực tiếp: 现场~ hiện trường phát trực tiếp

【直肠】zhícháng〈名〉trực tràng

【直达快车】zhídá kuàichē tàu suốt; tàu nhanh; tàu tốc hành

【直到】zhídào〈动〉mãi đến

【直观】zhíguān〈形〉trực quan; quan sát trực tiếp

【直接】zhíjiē〈形〉trực tiếp

【直截】zhíjié〈形〉dứt khoát: ~了当 dứt khoát/thẳng thắn

【直径】zhíjìng〈名〉đường kính

【直觉】zhíjué〈名〉trực giác

【直流电】zhíliúdiàn〈名〉dòng điện một chiều

【直属】zhíshǔ❶〈形〉trực thuộc: ~机构 cơ quan trực thuộc ❷〈动〉lệ thuộc

【直率】zhíshuài〈形〉thẳng thắn; dứt khoát

【直爽】zhíshuǎng〈形〉thẳng thắn; cởi mở

【直通车】zhítōngchē〈名〉xe thông qua trực tiếp; xe đến thẳng

【直系亲属】zhíxì qīnshǔ trực hệ; thân thuộc trực tiếp

【直辖市】zhíxiáshì〈名〉thành phố trực thuộc trung ương

【直线】zhíxiàn❶〈名〉đường thẳng ❷〈形〉tuyến thẳng

【直销】zhíxiāo〈动〉bán trực tiếp: ~产品 bán trực tiếp sản phẩm

【直性子】zhíxìngzi❶người trực tính; người thẳng tính ❷thẳng tính

侄 zhí〈名〉cháu (của chú bác)

【侄女】zhínǚ〈名〉cháu gái

【侄子】zhízi〈名〉cháu trai

值 zhí❶〈名〉giá trị: 总产~ tổng giá trị sản lượng ❷〈动〉trị giá; đáng giá: 这部手机~一千元。Chiếc máy di động này đáng giá 1000 đồng RMB. ❸〈名〉trị số: B点的数~是-4。

Trị số điểm B là -4. ❹〈形〉đáng; đáng được ❺〈动〉nhân dịp: 时~新春佳节 nhân dịp đầu xuân ❻〈动〉trực: 轮~ luân phiên trực ban

【值班】zhíbān〈动〉trực ban

【值得】zhídé〈动〉đáng; đáng để; đáng cho: ~大家学习 đáng cho mọi người noi theo

【值钱】zhíqián〈形〉được giá; có giá trị

【值勤】zhíqín〈动〉trực ban; gác (cơ quan, đơn vị); làm nhiệm vụ

【值日】zhírì〈动〉trực nhật: ~生 người trực nhật

职 zhí❶〈名〉chức; chức vụ: 尽~ làm tròn trách nhiệm ❷〈名〉chức vị: 辞~ từ chức ❸〈动〉quản lí; cai quản: ~掌 nắm quyền quản lí

【职场】zhíchǎng〈名〉nơi làm việc; công sở

【职称】zhíchēng〈名〉chức danh

【职高】zhígāo〈名〉trung học phổ thông hướng nghiệp

【职工】zhígōng〈名〉công nhân viên chức

【职能】zhínéng〈名〉chức năng

【职位】zhíwèi〈名〉chức vị

【职务】zhíwù〈名〉chức vụ

【职业】zhíyè❶〈名〉nghề; nghề nghiệp: ~病 bệnh nghề nghiệp; ~教育 giáo dục hướng nghiệp; ~资格 tư cách ngành nghề ❷〈形〉chuyên nghiệp; chuyên nghề: ~演员 diễn viên chuyên nghiệp

【职员】zhíyuán〈名〉viên chức

【职责】zhízé〈名〉chức trách

植 zhí❶〈动〉trồng: 种~ trồng trọt ❷〈动〉tạo dựng; gây dựng ❸〈名〉thực vật

【植被】zhíbèi〈名〉thảm thực vật

【植人】zhírù〈动〉cấy; ghép; lấy một vật ghép vào vật khác giống như trồng cây

【植树】zhíshù〈动〉trồng cây

【植物】zhíwù〈名〉thực vật

【植物人】zhíwùrén〈名〉người thực vật; người bị liệt thần kinh não

殖 zhí〈动〉sinh sản; đẻ: 生~ sinh dục

【殖民地】zhímíndì〈名〉thuộc địa

zhǐ

止 zhǐ ❶〈动〉dừng; dừng lại; ngừng: ~步 dừng bước ❷〈动〉ngăn cản; ngăn trở; ngăn lại: ~血 cầm máu ❸〈动〉kết thúc; chấm dứt: 本次博览会从9月3日起至9月6日~. Hội chợ lần này bắt đầu từ mồng 3 tháng 9 và kết thúc vào mồng 6 tháng 9. ❹〈副〉chỉ; chỉ có: ~此一家 chỉ một nhà này

【止步】zhǐbù〈动〉dừng bước: 闲人~. Không phận sự miễn vào.

【止境】zhǐjìng〈名〉chỗ tận cùng

【止咳】zhǐké〈动〉chỉ khái; cầm ho

【止痛】zhǐtòng〈动〉giảm đau

【止泻】zhǐxiè〈动〉cầm tiêu; cầm tiêu chảy: ~药 thuốc chống tiêu chảy

【止血带】zhǐxuèdài〈名〉băng buộc cầm máu; ga-rô (gạc) thắt cầm máu

【止痒】zhǐyǎng〈动〉chống ngứa

只 zhǐ〈副〉❶chỉ ❷chỉ có
另见zhī

【只不过】zhǐbuguò　chỉ là; chẳng qua là: 我~是开玩笑，你别当真. Tôi chỉ nói đùa thôi, anh đừng coi là thật nhé.

【只得】zhǐdé〈副〉đành phải; đành

【只顾】zhǐgù〈副〉❶một mực ❷chỉ chú ý đến

【只管】zhǐguǎn〈副〉cứ; một mực

【只好】zhǐhǎo〈副〉đành phải

【只是】zhǐshì❶〈副〉chỉ là; chẳng qua là ❷〈副〉cứ ❸〈连〉nhưng; song

【只要】zhǐyào〈连〉chỉ cần

【只有】zhǐyǒu〈连〉chỉ có

旨 zhǐ〈名〉❶ý nghĩa; ý định; mục đích: 宗~ tôn chỉ ❷lệnh vua; chỉ: 圣~ thánh chỉ

址 zhǐ〈名〉vị trí; địa chỉ: 地~ địa chỉ

纸 zhǐ ❶〈名〉giấy: 一张~ một tờ giấy ❷〈量〉tờ (giấy): 一~空文 một tờ công văn vô hiệu

【纸币】zhǐbì〈名〉tiền giấy; giấy bạc

【纸巾】zhǐjīn〈名〉khăn giấy

【纸老虎】zhǐlǎohǔ〈名〉cọp giấy; con hổ giấy; có tiếng mà không có miếng

【纸尿裤】zhǐniàokù〈名〉tã lót giấy; tã lót không thấm ra ngoài

【纸牌】zhǐpái〈名〉cỗ bài; bài tây

【纸钱】zhǐqián〈名〉tiền âm phủ

【纸条】zhǐtiáo〈名〉mẩu giấy nhỏ

【纸张】zhǐzhāng〈名〉giấy tờ; giấy má

指 zhǐ ❶〈名〉ngón tay: 屈~可数 có thể đếm trên đầu ngón tay ❷〈量〉đốt ngón tay ❸〈动〉chỉ; hướng về: 时钟~向八时. Kim đồng hồ đang chỉ về 8 giờ. ❹〈动〉dựng đứng: 令人发~ khiến cho người ta phẫn nộ ❺〈动〉chỉ điểm; chỉ ra: ~出要点 nêu ra yếu điểm ❻〈动〉chỉ; ám chỉ: 我不是~你. Tôi không ám chỉ anh. ❼〈动〉dựa vào: ~望 trông mong

【指标】zhǐbiāo〈名〉chỉ tiêu; chú dẫn (chỉ mục)

【指出】zhǐchū〈动〉chỉ bảo; chỉ ra: 有不妥之处请您~. Những điều không nên không phải mong được ông chỉ bảo.

【指导】zhǐdǎo〈动〉chỉ đạo; hướng dẫn

【指导员】zhǐdǎoyuán〈名〉❶người chỉ đạo ❷chính trị viên

【指点】zhǐdiǎn〈动〉❶chỉ bảo ❷chỉ trích; bới nhọt ❸〈书〉bình luận

【指定】zhǐdìng〈动〉chỉ định

【指挥】zhǐhuī❶〈动〉chỉ huy: ~棒 gậy chỉ huy ❷〈名〉người chỉ huy ❸〈名〉nhạc trưởng

【指甲】zhǐjia〈名〉móng tay: ~油 nước sơn móng tay

【指教】zhǐjiào〈动〉❶chỉ giáo ❷hướng dẫn

【指控】zhǐkòng〈动〉chỉ trích và tố cáo

【指令】zhǐlìng❶〈名〉chỉ thị; mệnh lệnh ❷〈动〉chỉ thị; mệnh lệnh ❸〈名〉[计算机]bộ xử lí trung tâm (CDU)

【指路】zhǐlù〈动〉chỉ rõ đường: ~牌 biển chỉ đường

【指名】zhǐmíng〈动〉chỉ đích danh

【指南】zhǐnán〈名〉chỉ nam; chỉ phương hướng: 交通~ hướng dẫn giao thông

【指南针】zhǐnánzhēn〈名〉❶kim chỉ nam ❷ví hướng đi đúng đắn

【指桑骂槐】zhǐsāng-màhuái chỉ cây dâu mắng cây hòe; chửi bóng chửi gió

【指使】zhǐshǐ〈动〉xúi giục

【指示】zhǐshì❶〈动〉chỉ thị ❷〈动〉hướng dẫn; báo hiệu: ~灯 đèn báo/đèn chỉ thị ❸〈名〉sự hướng dẫn; lời chỉ dẫn

【指手画脚】zhǐshǒu-huàjiǎo hoa chân múa tay; chỉ tay năm ngón

【指数】zhǐshù〈名〉chỉ số: 价格~ chỉ số giá cả

【指望】zhǐwàng❶〈动〉hi vọng; mong muốn ❷〈名〉niềm hi vọng

【指纹】zhǐwén〈名〉dấu tay; dấu vân tay

【指引】zhǐyǐn〈动〉chỉ dẫn

【指责】zhǐzé〈动〉trách móc; trách mắng: 无理~ sự trách móc vô lí

【指针】zhǐzhēn〈名〉❶kim đồng hồ ❷ví hướng đi đúng đắn

【指正】zhǐzhèng〈动〉❶chỉ ra chỗ sai: 不足之处，请多~。Những điều khiếm khuyết mong được chỉ ra. ❷chỉ bảo; góp ý kiến

趾 zhǐ〈名〉ngón chân

【趾高气扬】zhǐgāo-qìyáng vênh váo tự đắc; nghênh ngang kiêu ngạo

【趾甲】zhǐjiǎ〈名〉móng chân

zhì

至 zhì❶〈动〉đến; tới: 从上~下 từ trên đến dưới ❷〈动〉đến nỗi; thậm chí: 甚~ thậm chí ❸〈副〉rất; vô cùng

【至此】zhìcǐ〈动〉❶đến đây ❷đến lúc này ❸đến mức này

【至多】zhìduō〈副〉nhiều nhất; tối đa

【至高无上】zhìgāo-wúshàng cao nhất; tối cao

【至今】zhìjīn〈副〉đến nay

【至亲】zhìqīn〈名〉chí thân: ~好友 bạn chí thân

【至少】zhìshǎo〈副〉ít nhất; chí ít

【至于】zhìyú❶〈介〉còn; còn về ❷〈动〉đến nỗi; đến mức

志¹ zhì〈名〉❶chí hướng; ý nguyện: ~同道合 cùng chung chí hướng ❷chí khí; ý chí

志² zhì❶〈动〉ghi nhớ: 永~不忘 nhớ mãi không quên ❷〈名〉viết; ghi: 杂~ tạp chí ❸〈名〉kí hiệu: 标~ tiêu chí/cái mốc/cột mốc

【志气】zhìqì〈名〉chí khí

【志趣】zhìqù〈名〉chí hướng

【志向】zhìxiàng〈名〉chí hướng

【志愿】zhìyuàn❶〈名〉chí nguyện ❷〈动〉tình nguyện

【志愿者】zhìyuànzhě〈名〉người tình nguyện

制 zhì❶〈动〉chế tạo: 这张桌子是红木~的。Cái bàn này đóng bằng gỗ gụ. ❷〈动〉hạn định; quản thúc; hạn chế: ~伏 chế ngự ❸〈动〉định ra; quy định: ~定管理规则 định ra nội quy quản lí ❹〈名〉chế độ: 按劳分配~ chế độ hưởng theo lao động

【制裁】zhìcái〈动〉xử lí (bằng pháp luật); trừng phạt

【制订】zhìdìng〈动〉định ra: ~学习计划 ấn định chương trình học tập

【制定】zhìdìng〈动〉đặt; đặt ra: ~规章制度 đặt ra quy chế nội quy

【制度】zhìdù〈名〉chế độ

【制服】[1] zhìfú<名>đồng phục
【制服】[2] zhìfú<动>chế ngự
【制剂】zhìjì<名>thuốc bào chế; thuốc pha chế
【制冷】zhìlěng<动>làm lạnh: ~机 máy làm lạnh
【制片人】zhìpiànrén<名>người sản xuất phim
【制品】zhìpǐn<名>sản phẩm: 塑料~ sản phẩm nhựa
【制图】zhìtú<动>làm bản vẽ thiết kế; vẽ sơ đồ
【制药厂】zhìyàochǎng<名>nhà máy dược phẩm
【制约】zhìyuē<动>hạn chế
【制造】zhìzào<动>chế tạo; tạo ra: ~汽车 chế tạo xe ô tô
【制止】zhìzhǐ<动>chặn đứng
【制作】zhìzuò<动>tạo; làm; sản xuất: ~工艺品 sản xuất đồ mĩ nghệ

质[1] zhì❶<名>tính chất: 实~ thực chất ❷<名>chất lượng: 高~高效 chất lượng cao và hiệu ích cao ❸<名>chất: 银~项圈 vòng cổ bằng bạc ❹<形>thuần phác: ~朴 mộc mạc

质[2] zhì<动>chất vấn; hỏi vặn: ~疑 chất vấn nghi ngờ
【质地】zhìdì<名>❶tính chất ❷tư chất
【质检】zhìjiǎn<名>kiểm tra chất lượng: ~总局 Tổng cục Kiểm tra chất lượng
【质量】zhìliàng<名>❶[物理]khối lượng; hàm lượng vật chất ❷chất lượng: ~第一 chất lượng trên hết
【质朴】zhìpǔ<形>chất phác
【质问】zhìwèn<动>chất vấn
【质疑】zhìyí<动>đặt nghi vấn; sinh nghi

炙 zhì[书]❶<动>nướng; quay: 烈日~人 nắng như thiêu như đốt ❷<名>thịt nướng; thịt quay
【炙热】zhìrè<形>cực nóng; vô cùng nóng: ~的太阳 mặt trời nóng rực

治 zhì❶<动>sắp đặt; quản lí: 自~ tự trị ❷<形>thái bình; yên ổn: 天下大~ thiên hạ thái bình ❸<动>điều trị; chữa: 诊~ khám chữa bệnh ❹<动>trừng trị: ~罪 trị tội ❺<动>diệt: ~蟑螂 diệt gián ❻<动>nghiên cứu: ~学 nghiên cứu học vấn
【治安】zhì'ān<名>trị an
【治理】zhìlǐ<动>❶quản lí: ~国家 quản lí nhà nước ❷xử lí; trị lí: ~环境污染 xử lí ô nhiễm môi trường
【治疗】zhìliáo<动>chữa; điều trị
【治愈】zhìyù<动>chữa khỏi bệnh; chữa lành: 他的伤已~。Vết thương của ông ấy đã được chữa lành.

挚 zhì<形>[书]chân thành; thành khẩn: 真~ chân thành
【挚爱】zhì'ài<动>yêu tha thiết
【挚友】zhìyǒu<名>bạn thân

致[1] zhì❶<动>gửi; bày tỏ: ~歉 gửi lời xin lỗi ❷<动>đạt tới; trở thành: ~富 làm giàu ❸<动>dồn; tập trung: ~力于编词典 tập trung công sức vào việc biên soạn từ điển ❹<动>gây nên: ~癌物质 chất gây ung thư ❺<连>đến nỗi; đến mức

致[2] zhì<形>tinh tế; kĩ càng: 细~ tỉ mỉ
【致癌】zhì'ái<动>gây nên ung thư: 黄曲霉素容易~。Độc tố aflatoxin rất dễ gây bệnh ung thư.
【致病】zhìbìng<动>gây bệnh
【致辞】zhìcí<动>đọc diễn văn
【致电】zhìdiàn<动>gửi điện
【致富】zhìfù<动>làm giàu: 勤劳~ làm giàu qua sự cần mẫn
【致函】zhìhán<动>gửi công hàm; gửi thư
【致敬】zhìjìng<动>chào; kính chào
【致力】zhìlì<动>dốc sức vào; tập trung sức
【致命】zhìmìng<动>trí mạng: ~一击 giáng đòn trí mạng
【致死】zhìsǐ<动>trí mạng; có thể làm chết người
【致谢】zhìxiè<动>cảm ơn; tỏ lòng

cảm ơn: 他写信向她~。Anh ấy đã viết thư cảm ơn chị ấy.

秩 zhì <名>[书]❶thứ tự ❷bổng lộc
【秩序】zhìxù <名>trật tự: 公共~ trật tự công cộng

掷 zhì <动>ném; bỏ vào: ~铁饼 ném đĩa sắt; ~标枪 ném lao

痔 zhì <名>bệnh trĩ: 内~ trĩ nội
【痔疮】zhìchuāng <名>bệnh trĩ

窒 zhì <动>[书]tắc nghẽn; trở ngại
【窒息】zhìxī <动>tức thở; ngạt thở

智 zhì ❶<名>trí tuệ; kiến thức: 足~多谋 đa mưu túc kế ❷<形>thông minh; khôn ngoan: 明~ sáng suốt
【智慧】zhìhuì <名>trí tuệ
【智力】zhìlì <名>trí lực: ~游戏 bộ đồ chơi trí lực/trò chơi trí lực
【智谋】zhìmóu <名>mưu trí
【智囊】zhìnáng <名>người đa mưu; cố vấn
【智能】zhìnéng ❶<名>trí năng; trí khôn ❷<形>thông minh
【智能手机】zhìnéng shǒujī máy điện thoại di động đa năng
【智商】zhìshāng <名>trí tuệ; chất xám; mức phát triển trí lực: 高~ chất xám cao
【智障】zhìzhàng <名>trí lực chậm phát triển; trí khuyết

痣 zhì <名>nốt ruồi

滞 zhì ❶<动>đình trệ; đọng lại; ngừng lại: ~留 ách lại ❷<形>ứ lại; ế đọng: ~销 ế hàng
【滞后】zhìhòu <动>lạc hậu; tụt hậu: 发展~ phát triển tụt hậu
【滞留】zhìliú <动>ngừng lại
【滞纳金】zhìnàjīn <名>tiền phạt nộp chậm
【滞销】zhìxiāo <动>(hàng hóa) khó bán; ế: 商品~ hàng bị ế

置 zhì <动>❶để; đặt: 搁~争议 gác lại tranh cãi ❷xếp đặt; bố trí: 装~ trang trí ❸đặt mua: 购~设备 mua sắm thiết bị
【置办】zhìbàn <动>mua sắm: ~嫁妆 sắm đồ cưới
【置放】zhìfàng <动>để; đặt
【置身】zhìshēn <动>đặt mình: ~于危险之中 đặt mình vào chốn hiểm nguy
【置物架】zhìwùjià <名>giá để vật; giàn
【置信】zhìxìn <动>tin tưởng; tin: 令人难以~ thật khiến cho người ta khó tin
【置疑】zhìyí <动>hoài nghi: 不容~ không còn nghi ngờ gì nữa
【置之不理】zhìzhī-bùlǐ không để ý; mặc kệ

稚 zhì <形>trẻ; thơ; non trẻ: ~子 con thơ
【稚嫩】zhìnèn <形>❶non nớt; non yếu ❷ấu trĩ; chưa thuần thục
【稚气】zhìqì <名>tính trẻ con: ~未脱 còn ngây thơ/còn hôi mùi sữa

zhōng

中 zhōng ❶<名>giữa; trung tâm; chính giữa: ~央 trung ương ❷(Zhōng) <名>Trung Quốc ❸<名>trong; trong phạm vi: 在池塘~摸鱼 mò cá dưới ao ❹<名>giữa; ở giữa: ~秋节 tết Trung thu ❺<名>lớp giữa: ~型 cỡ vừa ❻<形>đứng giữa: ~庸 trung dung (không thiên về bên nào) ❼<名>người đứng giữa: 做~ làm người trung gian ❽<动>phù hợp; thích hợp: ~听 nghe được ❾<形>[方]được; hay; tốt: 这办法~。Biện pháp này được. ❿<名>đang: 在讲课~ đang giảng bài
另见zhòng
【中部】zhōngbù <名>miền trung
【中餐】zhōngcān <名>❶cơm kiểu Trung Quốc ❷cơm trưa
【中草药】zhōngcǎoyào <名>thảo dược đông y; thuốc bắc và thảo dược
【中档】zhōngdàng <形>thứ bậc vừa;

chất lượng thường: ~装修 trang trí nội thất hạng vừa

【中等】zhōngděng<形>❶trung đẳng; trung cấp; hạng vừa: ~货品 hàng trung bình ❷tầm thước: 身材 vóc người tầm thước

【中断】zhōngduàn<动>đứt giữa chừng; dừng giữa chừng; gián đoạn

【中国】Zhōngguó<名>Trung Quốc: ~人 người Trung Quốc

【中国—东盟博览会】Zhōngguó–Dōngméng Bólǎnhuì Hội chợ Trung Quốc-ASEAN: 2004年11月3日, 首届~在广西南宁市举办。Ngày 03/11/2004, Hội chợ Trung Quốc-ASEAN lần thứ nhất (CAEXPO 2004) đã tổ chức tại thành phố Nam Ninh Quảng Tây Trung Quốc.

【中国—东盟商务与投资峰会】Zhōngguó–Dōngméng Shāngwù Yǔ Tóuzī Fēnghuì Hội nghị Thượng đỉnh thương mại và đầu tư Trung Quốc-ASEAN

【中国画】zhōngguóhuà<名>tranh Trung Quốc

【中国话】Zhōngguóhuà<名>tiếng Trung Quốc

【中国象棋】Zhōngguó xiàngqí cờ tướng

【中华】Zhōnghuá<名>Trung Hoa: ~民族 dân tộc Trung Hoa

【中华人民共和国】Zhōnghuá Rénmín Gònghéguó Nước Cộng hòa Nhân dân Trung Hoa

【中级】zhōngjí<形>trung cấp: ~职称 chức danh trung cấp

【中间】zhōngjiān<名>❶ở giữa; bên trong: 在朋友~, 她个子最高。Đứng giữa chúng bạn thì cô ấy cao nhất. ❷trung tâm; chính giữa: 照片中站在~的人是我。Trong ảnh người đứng giữa là tôi. ❸giữa; chỗ giữa: 从这里到火车站, ~要换乘。Từ đây ra ga thì giữa đường phải chuyển xe.

【中介】zhōngjiè<名>môi giới; trung gian: 房产~ môi giới trung gian ngành địa ốc

【中立】zhōnglì<动>trung lập: 保持~ giữ trung lập

【中南海】Zhōng-Nán Hǎi<名>Trung Nam Hải

【中年】zhōngnián<名>trung niên: ~妇女 phụ nữ trung niên

【中秋节】Zhōngqiū Jié<名>tết Trung thu (rằm tháng 8)

【中山装】zhōngshānzhuāng<名>trang phục kiểu Tôn Trung Sơn

【中式】zhōngshì<形>kiểu Trung Quốc: ~快餐 cơm suất kiểu Trung Quốc

【中枢】zhōngshū<名>trung khu: 神经~ trung khu thần kinh

【中途】zhōngtú<名>giữa đường: ~下车 xuống xe giữa đường

【中外合资】zhōngwài hézī Trung Quốc và nước ngoài cùng góp vốn

【中尉】zhōngwèi<名>trung úy

【中文】Zhōngwén<名>Trung văn

【中午】zhōngwǔ<名> buổi trưa; giữa trưa

【中校】zhōngxiào<名>trung tá

【中心】zhōngxīn<名>❶điểm giữa; trung tâm: 市~ trung tâm thành phố ❷trọng tâm; phần chính: ~内容 nội dung chính ❸trung tâm quan trọng: 政治~ trung tâm chính trị ❹cơ cấu lớn và mạnh: 修配~ trung tâm tu sửa lắp ráp

【中性】zhōngxìng❶<名>trung tính ❷<形>trung tính: ~词 từ ngữ trung tính

【中学】zhōngxué<名>trường trung học

【中学生】zhōngxuéshēng<名>học sinh trung học

【中旬】zhōngxún<名>trung tuần

【中央】zhōngyāng<名>❶chỗ ở giữa: 站在舞台~ đứng giữa sân khấu ❷trung ương: 党~ trung ương

Đảng

【中央电视台】Zhōngyāng Diànshìtái
Đài truyền hình Trung ương

【中央空调】zhōngyāng kōngtiáo bộ
điều hòa thống nhất

【中药】zhōngyào<名>thuốc đông y;
Trung dược; thuốc Bắc

【中医】zhōngyī<名>❶Đông y;
Trung y ❷thầy lang; thầy thuốc
Đông y

【中用】zhōngyòng<形>có ích; có tác
dụng; có thể dùng được

【中专】zhōngzhuān<名>trường
trung cấp chuyên nghiệp

【中转】zhōngzhuǎn<动>❶trung
chuyển; vận chuyển giữa chừng
❷chuyển qua trung gian; qua tay

忠zhōng<形>trung thành; lòng trung

【忠诚】zhōngchéng<形>trung
thành: ~于祖国 trung thành với tổ
quốc

【忠告】zhōnggào❶<动>chân thành
khuyên ❷<名>lời khuyên chân
thành

【忠厚】zhōnghòu<形>trung hậu: ~
的小伙子 cậu bé trung hậu

【忠实】zhōngshí❶<形>trung thực:
~的读者 độc giả trung thực ❷<形>
chân thực ❸<动>trung thực: 剧本
~于原作。Kịch bản trung thực với
nguyên tác.

【忠心】zhōngxīn<名>lòng trung
thành

【忠心耿耿】zhōngxīn-gěnggěng
một dạ trung thành

终zhōng❶<名>hết; cuối cùng: 年~
cuối năm ❷<副>rốt cuộc: 人~有一
死。Con người rốt cuộc rồi cũng sẽ
chết. ❸<动>(người) chết: 临~遗言
lời trăng trối/di chúc lúc lâm chung
❹<形>từ đầu chí cuối

【终点】zhōngdiǎn<名>❶điểm kết
thúc ❷điểm đích

【终点站】zhōngdiǎnzhàn<名>trạm
điểm kết thúc; nơi kết thúc

【终归】zhōngguī<副>chung quy;
cuối cùng; rốt cuộc

【终结】zhōngjié<动>kết thúc; cuối
cùng

【终究】zhōngjiū<副>cuối cùng;
chung quy

【终了】zhōngliǎo<动>kết thúc: 演出
~ buổi biểu diễn kết thúc

【终年】zhōngnián❶<副>quanh năm;
suốt năm: ~操劳 quanh năm bận
rộn ❷<名>tuổi lúc chết: 他~九十
岁。Ông ấy thọ 90 tuổi.

【终身】zhōngshēn<名>❶chung
thân; suốt đời: 受益~ được lợi suốt
đời ❷chỉ hôn nhân: 私订~ tự xác
định chuyện hôn nhân của mình

【终生】zhōngshēng<名>suốt đời

【终于】zhōngyú<副>cuối cùng; rốt
cuộc

【终止】zhōngzhǐ<动>kết thúc; chấm
dứt: ~合作关系 chấm dứt quan hệ
hợp tác

盅zhōng<名>cốc; li: 酒~ li rượu

钟¹zhōng<名>❶cái chuông ❷đồng
hồ: 闹~ đồng hồ báo thức ❸tiếng;
giờ: 两分~ hai phút; 五点~ năm giờ

钟²zhōng❶đặc biệt; tha thiết; chung
(tình cảm): ~情 yêu tha thiết ❷<名>
[书]cốc; li //(姓)Chung

【钟爱】zhōng'ài<动>yêu tha thiết;
yêu quý: 老教授~那位学生。Ông
giáo sư rất yêu quý cậu sinh viên
kia.

【钟表】zhōngbiǎo<名>đồng hồ

【钟点】zhōngdiǎn<名>[口]❶giờ; giờ
đã định: ~到了，火车已经开走。
Đến giờ rồi và tàu đã chạy. ❷giờ;
tiếng (đồng hồ)

【钟点工】zhōngdiǎngōng<名>người
làm thuê tính phí theo giờ; người
giúp việc

【钟情】zhōngqíng<动>chung tình:
两人一见~。Hai người vừa gặp
nhau đã tâm đầu ý hợp.

【钟头】zhōngtóu<名>[口]giờ; tiếng

衷 zhōng ❶<名>trung lòng; trong lòng: 言不由~ nói không đúng với ý nghĩ trong lòng; 苦~ sự trăn trở trong lòng ❷<形>đứng giữa

【衷心】zhōngxīn<形>chân thành: ~祝愿 chân thành chúc nguyện

zhǒng

肿 zhǒng<动>sưng; phù thũng

【肿瘤】zhǒngliú<名>cái bướu; khối u

【肿胀】zhǒngzhàng<动>sưng tấy

种 zhǒng ❶<名>loài; giống: 虎是猫科豹属的一~。Hùm là một giống thuộc loài beo họ mèo. ❷<名>giống người: 黄~人 giống người da vàng ❸<名>chủng loại: 语~ loại ngôn ngữ ❹<名>giống; hạt giống: 稻~ giống lúa gạo ❺<名>dũng khí; bạo gan: 他真有~。Anh ấy rất can đảm. ❻<量>loại; hạng; kiểu: 三~金属 ba loại kim loại

另见zhòng

【种类】zhǒnglèi<名>chủng loại: ~繁多 chủng loại nhiều

【种种】zhǒngzhǒng<名>các loại: 凡此~ chung quy tất cả các loại

【种子】zhǒngzi<名>❶hạt giống: 播撒~ gieo hạt; 革命的~ hạt giống cách mạng ❷hạt giống; ngoại hạng (trong thi đấu thể thao): ~选手 tuyển thủ hạt giống

【种族】zhǒngzú<名>chủng tộc: ~歧视(视) kì thị chủng tộc

zhòng

中 zhòng<动>❶trúng; đúng: 踢~要害 đá trúng chỗ hiểm ❷bị trúng; bị mắc: 肩膀~了一枪。Chỗ vai bị bắn trúng một phát súng.

另见zhōng

【中标】zhòngbiāo<动>trúng thầu

【中彩】zhòngcǎi<动>trúng xổ số; trúng thưởng

【中弹】zhòngdàn<动>trúng đạn: ~身亡 chết vì trúng đạn

【中毒】zhòngdú<动>❶ngộ độc: 食物~ ngộ độc thực phẩm ❷bị độc hại

【中风】zhòngfēng ❶<名>bệnh trúng phong ❷<动>trúng phong

【中计】zhòngjì<动>trúng kế; mắc mưu; mắc bẫy

【中奖】zhòngjiǎng<动>trúng thưởng

【中肯】zhòngkěn<形>sát; đúng: 意见~ ý kiến xác đáng

【中伤】zhòngshāng<动>vu cáo hãm hại: 恶意~他人 ác ý vu cáo hãm hại người khác

【中暑】zhòngshǔ ❶<动>say nắng ❷<名>cảm nắng

【中意】zhòngyì<动>ưng ý; hợp ý

【中招】zhòngzhāo<动>trúng kế

仲 zhòng ❶<形>trọng: ~裁 trọng tài ❷<名>tháng thứ hai của một quý ❸<名>anh (hay em) thứ hai

【仲裁】zhòngcái<动>trọng tài

【仲夏】zhòngxià<名>Trọng hạ; giữa hè

众 zhòng ❶<形>nhiều; đông ❷<名>đông người; mọi người: 法不责~。Luật pháp không trách phạt số đông.

【众多】zhòngduō<形>nhiều; đông: 人口~ dân số đông đúc

【众目睽睽】zhòngmù-kuíkuí mọi người đều chăm chú nhìn; trước mặt đám đông

【众叛亲离】zhòngpàn-qīnlí bạn bè chống đối, người thân ghét bỏ; bị cô lập hoàn toàn

【众人】zhòngrén<名>mọi người

【众所周知】zhòngsuǒzhōuzhī mọi người đều biết

种 zhòng<动>❶trồng; giồng: ~马铃薯 trồng khoai tây ❷cấy: ~牛痘 cấy vắc-xin đậu mùa

另见zhǒng

【种地】zhòngdì<动>làm ruộng

【种花】zhònghuā<动>trồng hoa

【种树】zhòngshù〈动〉trồng cây

【种植】zhòngzhí〈动〉trồng trọt: ~小 麦 trồng lúa tiểu mạch

重 zhòng❶〈名〉trọng lượng: 你有 多~? Anh cân nặng là bao nhiêu? ❷ 〈形〉nặng: 这块木板很~。Tấm ván này rất nặng. ❸〈形〉sâu nặng (tình cảm, bệnh): 受~伤 bị thương nặng ❹〈形〉quan trọng: ~任 chức trách quan trọng ❺〈动〉coi trọng: 尊~ tôn trọng ❻〈形〉thận trọng: 自~ tự trọng 另见chóng

【重病】zhòngbìng〈名〉bệnh nặng: 身患~ bị bệnh nặng

【重创】zhòngchuāng〈动〉làm thiệt hại nặng: 遭受~ bị thiệt hại nặng nề

【重大】zhòngdà〈形〉trọng đại; to lớn: ~责任事故 sự cố lớn do thiếu trách nhiệm gây nên

【重担】zhòngdàn〈名〉gánh nặng: ~ 在肩 gánh nặng trên vai

【重地】zhòngdì〈名〉khu vực trọng yếu; vị trí xung yếu: 军事~ khu vực quân sự xung yếu

【重点】zhòngdiǎn❶〈名〉trọng điểm: 突出~ nêu bật trọng điểm ❷〈副〉có trọng điểm: ~推广 trọng điểm phổ biến

【重犯】zhòngfàn〈名〉kẻ phạm tội nặng

【重工业】zhònggōngyè〈名〉công nghiệp nặng

【重活儿】zhònghuór〈名〉việc nặng

【重金】zhòngjīn〈名〉khoản tiền lớn: ~聘用 mời vào làm với mức lương cao

【重金属】zhòngjīnshǔ〈名〉kim loại nặng

【重力】zhònglì〈名〉❶trọng lực (lực hút của tâm trái đất) ❷trọng lực (lực hút của thiên thể)

【重量】zhòngliàng〈名〉trọng lượng

【重男轻女】zhòngnán-qīngnǚ trọng nam khinh nữ

【重任】zhòngrèn〈名〉trọng trách

【重视】zhòngshì〈动〉coi trọng: 政 府~教育。Chính phủ coi trọng giáo dục.

【重心】zhòngxīn〈名〉❶trọng tâm; điểm đặt của trọng lực ❷trọng tâm; giao điểm 3 đường trung tuyến của hình tam giác ❸trọng tâm; trung tâm (của sự việc): 工作的~ trọng tâm của công tác

【重型】zhòngxíng〈形〉cỡ lớn; hạng nặng

【重要】zhòngyào〈形〉trọng yếu; quan trọng: ~地位 địa vị quan trọng

【重要性】zhòngyàoxìng〈名〉tính quan trọng

【重用】zhòngyòng〈动〉trọng dụng: ~科技人才 trọng dụng nhân tài khoa học kĩ thuật

【重灾区】zhòngzāiqū〈名〉vùng bị thiên tai nghiêm trọng

zhōu

州 zhōu〈名〉❶Châu (đơn vị hành chính thời xưa, nay còn dùng làm địa danh): 杭~ Hàng Châu; 柳~ Liễu Châu; 泉~ Tuyền Châu ❷châu tự trị: 红河~ châu tự trị Hồng Hà

周 zhōu❶〈量〉vòng: 标准运动场一~ 是400米。Sân vận động tiêu chuẩn là 400 mét một vòng. ❷〈名〉xung quanh; bốn bề; chu vi: 亭子四~是清 澈的湖水。Xung quanh ngôi đình là nước hồ trong vắt. ❸〈名〉tuần; tuần lễ: 这次比赛时间延长了一~。Cuộc thi đấu lần này kéo dài một tuần. ❹ 〈形〉chu đáo; đầy đủ; cẩn thận: 考虑 不~ suy tính không chu đáo ❺〈形〉 khắp; cả; toàn: ~身 toàn thân ❻〈名〉 [数学]chu vi

【周报】zhōubào〈名〉tuần báo; báo ra hàng tuần: 《南方~》Tuần báo Nam Phương

【周边】zhōubiān〈名〉xung quanh; chu vi: ~地区 khu vực xung quanh

【周长】zhōucháng〈名〉chu vi

【周到】zhōudào〈形〉chu đáo; cặn kẽ; đến nơi đến chốn

【周刊】zhōukān〈名〉tuần san:《时代~》Tuần san Thời Đại

【周密】zhōumì〈形〉chu đáo tỉ mỉ; đầy đủ cặn kẽ: ~的调查 cuộc điều tra cặn kẽ tỉ mỉ

【周末】zhōumò〈名〉cuối tuần; thứ bảy

【周年】zhōunián〈名〉năm tròn; tròn năm

【周期】zhōuqī〈名〉chu kì; vòng tuần hoàn

【周全】zhōuquán ❶〈形〉chu toàn; chu đáo mọi mặt; đầy đủ; trọn vẹn; toàn diện: 考虑问题要~ Suy xét vấn đề phải chu đáo và đầy đủ. ❷〈动〉giúp hoàn thành; giúp thực hiện; giúp đỡ: 诚心~他 thật lòng giúp đỡ anh ấy

【周身】zhōushēn〈名〉khắp mình; toàn thân; đầy người: 喝点酒, ~都热起来了。Uống tí rượu, cả người đều nóng lên.

【周岁】zhōusuì〈名〉tuổi tròn; tuổi tây; tuổi thật

【周围】zhōuwéi〈名〉chu vi; xung quanh; chung quanh

【周旋】zhōuxuán〈动〉❶bay lượn; vòng vèo; vòng quanh; quần quanh; luẩn quẩn; vẫy vùng ❷chơi bời; giao du; bù khú; giao thiệp; tiếp xúc; quần quít: 整天与人~, 真累人。Suốt ngày tiếp mọi người đến là mệt. ❸đọ sức; vật lộn; quần nhau (với kẻ thù)

【周折】zhōuzhé〈名〉sự trầy trật; trắc trở; vấp váp (trong quá trình tiến hành công việc): 大费~ rất mất công phu

【周转】zhōuzhuǎn〈动〉❶luân chuyển; quay vòng (vốn) ❷luân phiên sử dụng (đồng tiền, hàng hóa hoặc sự sử dụng đồ vật của cá nhân hoặc tập

洲 zhōu〈名〉❶châu: 七大~四大洋 bảy đại châu bốn đại dương ❷bãi bồi; bãi nổi; đảo (giữa sông): 珠江三角~ châu thổ sông Châu Giang; 沙~ bãi cát bồi

粥 zhōu〈名〉cháo

zhóu

妯 zhóu

【妯娌】zhóuli〈名〉chị em dâu: 她们俩是~。Hai cô ấy là chị em dâu với nhau.

轴 zhóu ❶〈名〉trục: 车~ trục xe ❷〈名〉lõi quấn; cái cuộn; trục cuộn: 画~ tranh cuộn ❸〈量〉cuộn: 三~画卷 ba cuộn tranh

【轴承】zhóuchéng〈名〉ổ trục: 滚珠~ ổ (vòng) bi; 滑动~ ổ đỡ cút-xi-nhê (bạc)

zhǒu

肘 zhǒu〈名〉❶khuỷu; khuỷu tay ❷chân giò: 后~ chân giò sau; 酱~ chân giò kho xì dầu

【肘子】zhǒuzi〈名〉❶chân giò; cẳng giò ❷khuỷu: 胳膊~ khuỷu và cánh tay

帚 zhǒu〈名〉cái chổi; chổi quét; chổi cọ; bàn chải: 扫~ chổi quét; 炊~ bàn cọ

zhòu

咒 zhòu ❶〈名〉thần chú; chú: 符~ bùa chú; 念~ niệm thần chú ❷〈动〉rủa; nguyền rủa

【咒骂】zhòumà〈动〉chửi rủa; mắng nhiếc

昼 zhòu〈名〉ngày; ban ngày: 晚上灯光照得广场如白~。Ánh đèn buổi tối soi tỏ quảng trường như ban ngày.

【昼夜】zhòuyè〈名〉suốt ngày đêm;

ngày đêm: ~兼程 đi cả ngày cả đêm

皱 zhòu ❶〈动〉nhăn; níu; chau: 衬衫~了。Áo sơ-mi nhăn nheo rồi. ❷〈名〉nếp nhăn; nếp nhàu: 起~是人体老化的表现。Nếp nhăn là sự biểu hiện lão hóa của cơ thể.

【皱巴巴】 zhòubābā nhăn nheo; nhăn nhúm; rúm ró: 几张~的钱币 mấy tờ tiền giấy nhăn nheo

【皱眉头】 zhòu méitóu níu mày; trau mày

【皱纹】 zhòuwén〈名〉nếp gấp; nếp nhăn

骤 zhòu ❶〈动〉[书](ngựa) phi; phóng chạy; chạy nhanh; 驰~ phi chạy ❷〈形〉mau chóng; dữ dội: ~雨初歇。Mưa giông vừa tạnh. ❸〈副〉bỗng; bỗng nhiên: 天气~冷。Trời bỗng trở rét.

【骤变】 zhòubiàn〈动〉biến hóa đột nhiên

【骤然】 zhòurán〈副〉bỗng nhiên; đột nhiên

zhū

朱 zhū ❶〈形〉màu đỏ son: ~唇皓齿 răng trắng môi son ❷〈名〉chu sa; thần sa //(姓)Chu

【朱红】 zhūhóng〈形〉màu đỏ tươi; màu hồng điều

【朱槿】 zhūjǐn〈名〉cây dâm bụt

【朱砂】 zhūshā〈名〉thần sa; chu sa

侏 zhū〈形〉[书]thấp bé

【侏儒】 zhūrú〈名〉người lùn; chú lùn; người pic-mê

珠 zhū〈名〉❶châu báu; ngọc: 夜明~ dạ minh châu/ngọc sáng ban đêm ❷viên; hòn: 眼~儿 con ngươi

【珠宝】 zhūbǎo〈名〉châu báu: ~首饰 châu báu trang sức

【珠三角】 Zhū-Sānjiǎo〈名〉châu thổ sông Châu Giang

【珠算】 zhūsuàn〈名〉phương pháp làm các phép tính bằng bàn tính

【珠子】 zhūzi〈名〉❶trân châu; ngọc trai quý ❷hạt; viên; giọt; hột: 汗~ giọt mồ hôi

株 zhū ❶〈名〉gốc cây; cây: 守~待兔 ôm cây đợi thỏ ❷〈名〉cây trồng: 幼~ cây non ❸〈量〉cây: 一~桃树 một cây đào

【株连】 zhūlián〈动〉liên lụy: ~无辜 liên lụy người vô tội

诸 zhū〈代〉các; nhiều

【诸多】 zhūduō〈形〉[书]nhiều; đông: ~问题 nhiều vấn đề

【诸如】 zhūrú〈动〉như là

【诸位】 zhūwèi〈代〉chư vị; các vị: 敬告~注意安全! Xin các vị chú ý an toàn!

猪 zhū〈名〉con heo; con lợn

【猪圈】 zhūjuàn〈名〉chuồng lợn

【猪排】 zhūpái〈名〉sườn heo; món sườn heo

【猪肉】 zhūròu〈名〉thịt lợn

【猪蹄】 zhūtí〈名〉móng giò; chân lợn: 她的孩子喜欢吃酱~。Con chị ấy thích ăn món xì dầu rim móng giò.

蛛 zhū〈名〉con nhện

【蛛丝马迹】 zhūsī-mǎjì sợi tơ nhện, dấu chân ngựa; manh mối dấu tích

【蛛网】 zhūwǎng〈名〉mạng nhện

zhú

竹 zhú〈名〉tre; trúc; nứa: ~林 rừng nứa; ~园 vườn trúc

【竹竿】 zhúgān〈名〉cột tre; sào tre; gậy tre

【竹帘】 zhúlián〈名〉rèm tre

【竹篓】 zhúlǒu〈名〉giỏ tre

【竹篾】 zhúmiè〈名〉nan tre; nan nứa

【竹排】 zhúpái〈名〉bè tre; mảng tre

【竹签】 zhúqiān〈名〉thăm tre

【竹笋】 zhúsǔn〈名〉măng

【竹炭纤维】 zhútàn xiānwéi sợi cacbon tre

【竹席】 zhúxí〈名〉chiếu tre

【竹椅】zhúyǐ<名>ghế tre

【竹制品】zhúzhìpǐn<名>đồ làm bằng tre

【竹子】zhúzi<名>cây tre; cây trúc

逐zhú❶<动>đuổi theo; truy; theo gấp: 随波~流 trôi nổi theo sóng nước ❷<动>đuổi; xua đuổi: ~出门外 đuổi ra khỏi cửa ❸<介>từng; lần lượt: ~条说明清楚 giải thích rõ từng điều một

【逐步】zhúbù<副>từng bộ; dần dần: ~前进 tiến lên từng bước

【逐个】zhúgè<副>từng chiếc; từng cái

【逐渐】zhújiàn<副>dần dần; tuần tự; từng bước: 河水~上涨。Nước sông dâng lên dần dần.

【逐年】zhúnián<副>hàng năm; từng năm: 比例~升高。Tỉ lệ tăng từng năm.

【逐日】zhúrì<副>hàng ngày; từng ngày

【逐一】zhúyī<副>từng cái một: ~清点 đếm và kiểm tra từng cái một

【逐字逐句】zhúzì-zhújù từng câu từng chữ: ~翻译文章 dịch bài viết từng câu từng chữ

烛zhú❶<名>đuốc; nến ❷<动>[书] chiếu sáng; soi rõ: 火光~天。Ánh lửa rực trời.

【烛光】zhúguāng<名>ánh sáng nến

【烛台】zhútái<名>đế thắp nến

zhǔ

主zhǔ❶<名>ông chủ; người chủ: 宾~ khách và chủ ❷<名>người có quyền sở hữu: 房~ chủ nhà ❸<名>chúa ❹<形>chính; quan trọng ❺<动>chủ trương; chủ định ❻<动>điềm: 早霞~雨, 晚霞~晴。Ráng sáng thì mưa, ráng chiều thì tạnh. ❼<名>chủ kiến; nhận xét riêng ❽<名>người đương sự: 卖~ người bán ❾<形>chủ động

【主办】zhǔbàn<动>đăng cai; đứng ra tổ chức: ~方 bên tổ chức

【主编】zhǔbiān❶<动>làm chủ biên, chịu trách nhiệm chính trong việc biên tập ❷<名>chủ biên: 他是报社的~。Anh ấy là chủ biên của tòa báo.

【主播】zhǔbō<名>phát thanh viên chuyên trách

【主持】zhǔchí❶<动>chủ trì; chủ tọa; điều khiển: ~会议 chủ trì hội nghị; ~人 người chủ trương ❷<动>chủ trương; giữ gìn; bảo vệ; ủng hộ; bênh vực: ~公道 giữ gìn sự công minh ❸<名>người hướng dẫn: 节目~ người dẫn chương trình (MC)

【主创】zhǔchuàng❶<名>người sáng tác chính ❷<动>làm sáng tác chính

【主打】zhǔdǎ<动>chủ yếu; chính; mũi nhọn: ~产品 sản phẩm mũi nhọn

【主导】zhǔdǎo❶<动>chủ đạo: ~作用 vai trò chủ đạo ❷<名>cái chủ đạo

【主动】zhǔdòng<形>chủ động: ~权 quyền chủ động

【主犯】zhǔfàn<名>thủ phạm

【主妇】zhǔfù<名>bà chủ nhà; nữ chủ nhân: 家庭~ bà chủ gia đình

【主顾】zhǔgù<名>khách hàng chính: 招揽~ thu hút khách hàng

【主观】zhǔguān<形>chủ quan: ~愿望 nguyện vọng chủ quan

【主管】zhǔguǎn❶<动>chủ quản: ~部门 ngành chủ quản ❷<名>người chủ quản; người quản lí chính: 财务~ người chủ quản tài vụ

【主见】zhǔjiàn<名>chủ kiến: 她特立独行, 颇有~。Chị ấy ăn nói dứt khoát, rất có chủ kiến.

【主角】zhǔjué<名>❶vai chính; diễn viên chính: 在影片中演~ đóng vai chính trong phim ❷nhân vật chính; nhân vật chủ chốt

【主力】zhǔlì<名>chủ lực: ~部队 bộ đội chủ lực; 球队~ chủ lực của đội bóng

【主流】zhǔliú〈名〉❶dòng chính; sông cái ❷xu hướng chủ yếu; chủ lưu

【主权】zhǔquán〈名〉chủ quyền; quyền làm chủ của một nước: 领土~ chủ quyền lãnh thổ

【主人】zhǔrén〈名〉❶chủ; chủ nhà: 殷勤好客的~ vị chủ nhà ân cần hiếu khách ❷chủ nhân; ông chủ: 城堡~ chủ nhân của dinh thự lớn

【主人公】zhǔréngōng〈名〉nhân vật chính

【主任】zhǔrèn〈名〉chủ nhiệm; người đứng đầu phụ trách; trưởng: 系~ chủ nhiệm khoa

【主食】zhǔshí〈名〉thực phẩm chính

【主事】zhǔshì〈动〉chủ quản (phụ trách chính) công việc: ~人 người chủ quản công việc

【主题】zhǔtí〈名〉❶chủ đề: 作品的~ 思想 tư tưởng chủ đề của tác phẩm ❷chủ điểm; nội dung chính; đầu đề ❸đề bài chính

【主体】zhǔtǐ〈名〉❶chủ thể; bộ phận chính; nòng cốt: 桥的~部分分为三段。Chủ thể chiếc cầu chia làm 3 đoạn. ❷chủ thể: 法人为独立的民事~。Pháp nhân là chủ thể dân sự độc lập. ❸[哲学]người chủ đạo

【主席】zhǔxí〈名〉❶chủ tọa ❷chủ tịch: 工会~ chủ tịch công đoàn

【主演】zhǔyǎn❶〈动〉đóng vai chính: 《岳飞》由他~。Anh ấy đóng vai chính trong phim Nhạc Phi. ❷〈名〉vai chính; người đóng vai chính.

【主要】zhǔyào〈形〉chủ yếu; chính; quan trọng nhất: ~矛盾 mâu thuẫn chính

【主义】zhǔyì〈名〉❶chủ nghĩa về lí thuyết có hệ thống: 现实~ chủ nghĩa hiện thực ❷chủ nghĩa về tư tưởng, tác phong: 自由~ chủ nghĩa tự do ❸chủ nghĩa về chế độ xã hội: 资本~ chủ nghĩa tư bản

【主意】zhǔyì〈名〉❶chủ định; chủ kiến: 很难让他改变~。Rất khó làm anh ấy thay đổi chủ định. ❷biện pháp; cách: 究竟是谁出了这个~? Rốt cuộc là ai đề ra biện pháp này?

【主宰】zhǔzǎi❶〈动〉chi phối; thống trị; định đoạt; làm chúa tể ❷〈名〉chúa tể; lực lượng chi phối

【主张】zhǔzhāng❶〈动〉chủ trương; có ý định; có quyết định: ~和平解决争端 chủ trương giải quyết tranh chấp bằng phương thức hòa bình ❷〈名〉chủ trương; ý định; quyết định: 自作~ tự đưa ra quyết định

【主子】zhǔzi〈名〉ông (bà) chủ; thầy; quan lớn; cụ lớn; kẻ thao túng; kẻ khích động

拄 zhǔ〈动〉chống (gậy): ~着拐棍儿走 chống gậy đi

煮 zhǔ〈动〉nấu; luộc: ~面条 nấu mì; 你会~什么菜? Anh biết nấu món gì?

【煮饭】zhǔfàn〈动〉thổi cơm; nấu cơm

嘱 zhǔ〈动〉dặn dò; nhờ; ủy thác; giao phó: 千叮万~ dặn đi dặn lại nhiều lần

【嘱咐】zhǔfù〈动〉dặn dò: 医生~他要按时吃药。Bác sĩ dặn anh ấy nên uống thuốc đúng giờ.

【嘱托】zhǔtuō〈动〉nhờ cậy; ủy thác: 她~我办这件事。Chị ấy ủy thác tôi làm việc này.

zhù

助 zhù〈动〉giúp đỡ; hỗ trợ: 爱莫能~ muốn giúp mà chịu; ~我一臂之力 giúp tôi một tay

【助产士】zhùchǎnshì〈名〉bà đỡ; y sĩ sản khoa

【助教】zhùjiào〈名〉trợ giáo; trợ giảng

【助理】zhùlǐ❶〈形〉trợ lí; giúp việc; người phụ việc: ~检察官 trợ lí kiểm sát viên ❷〈名〉trợ lí

【助人为乐】zhùrén-wéilè　lấy việc giúp người làm vui

【助手】zhùshǒu<名>trợ thủ: 得力~ trợ thủ đắc lực

【助听器】zhùtīngqì<名>máy trợ thính; máy nghe

【助威】zhùwēi<动>cổ vũ; giúp cho thêm phần rầm rộ: 呐喊~ hò la để cổ vũ

【助兴】zhùxìng<动>góp vui

【助学贷款】zhùxué dàikuǎn　khoản vay học phí

【助学金】zhùxuéjīn<名>học bổng: 申请~ xin cấp học bổng

【助长】zhùzhǎng<动>giúp tăng thêm; khuyến khích

【助阵】zhùzhèn<动>trợ chiến

住 zhù<动>❶ở; cư trú: 我~学校宿舍。Tôi ở kí túc xá trong trường. ❷dừng lại: 雨~了。Tạnh mưa rồi. ❸(dùng làm bổ ngữ biểu thị ý "chắc chắn được"): 握~ cầm lấy ❹(dùng làm bổ ngữ biểu thị ý "ngừng, lặng"): 这道题把我难~了。Bài này làm tôi khó giải. ❺(dùng làm bổ ngữ kết hợp với "得" hoặc "不"): 我禁不~热泪盈眶。Tôi không cầm nổi những giọt nước mắt xúc động.

【住处】zhùchù<名>chỗ ở; nơi nghỉ; nơi ở tạm: 找不到~ không tìm được chỗ ở

【住地】zhùdì<名>nơi cư trú; nơi sinh sống

【住房】zhùfáng<名>nhà ở

【住户】zhùhù<名>hộ gia đình

【住口】zhùkǒu<动>câm miệng; im mồm: 请你立即~! Hãy im mồm ngay lập tức!

【住手】zhùshǒu<动>dừng tay; nghỉ tay

【住宿】zhùsù<动>nghỉ lại

【住所】zhùsuǒ<名>nơi ở; nhà ở

【住院】zhùyuàn<动>nằm (bệnh) viện: 他在~。Anh ấy đang nằm viện.

【住宅】zhùzhái<名>nhà ở: ~区 khu tập thể; 居民~区 khu dân cư

【住址】zhùzhǐ<名>địa chỉ trú ngụ: 家庭~ địa chỉ gia đình

【住嘴】zhùzuǐ<动>❶im miệng; câm miệng ❷ngừng ăn

贮 zhù<动>cất giữ; chứa; tích trữ: ~木场 bãi để gỗ

【贮备】zhùbèi<动>dự trữ: ~防洪物资 dự trữ vật tư chống lũ

【贮藏】zhùcáng<动>cất giữ; lưu giữ: ~重要档案 cất giữ hồ sơ quan trọng

【贮存】zhùcún<动>cất giữ

【贮粮】zhùliáng<动>cất giữ lương thực

注¹ zhù❶<动>rót vào; đổ; trút; bơm vào; thụt; phụt: 大雨如~ Mưa như trút. ❷<动>tập trung, chăm chú: 倾~ dốc hết; 专~ chuyên chú ❸<名>quắn; cú (các bạc)

注² zhù❶<动>chú thích: 批~ bình chú ❷<名>lời chú ❸<动>đăng kí

【注册】zhùcè<动>❶đăng kí; ghi tên: ~商标 đăng kí nhãn hiệu hàng hóa ❷ghi nhập (máy tính)

【注定】zhùdìng<动>đã định; chắc chắn: 命中~ số trời đã định

【注解】zhùjiě<动>❶chú giải ❷<名>lời chú giải

【注明】zhùmíng<动>chú rõ; ghi rõ

【注目】zhùmù<动>nhìn chăm chú: 引人~ khiến người ta chú ý

【注入】zhùrù<动>rót vào: ~开水 rót nước sôi

【注射】zhùshè<动>tiêm; chích: 皮下~ tiêm dưới da; 肌肉~ tiêm bắp

【注射器】zhùshèqì<名>bơm tiêm; xi-lanh

【注视】zhùshì<动>nhìn chăm chú

【注销】zhùxiāo<动>gạch bỏ; hủy bỏ; xóa sổ: ~户口 xóa tên trong sổ đăng kí hộ tịch

【注意】zhùyì<动>chú ý; để ý; coi chừng; hãy cẩn thận: ~安全 chú ý

an toàn

【注音】zhùyīn〈动〉chú âm; phiên âm: 难字有~。Những chữ khó có chú âm cách đọc.

【注重】zhùzhòng〈动〉chú trọng; coi trọng: ~细节 chú trọng từng chi tiết nhỏ

驻 zhù〈动〉❶[书]dừng lại; 敌~我扰 địch dừng lại thì ta quấy rối ❷đóng; đóng quân

【驻地】zhùdì〈名〉❶trụ sở; nơi làm việc của cơ quan hành chính địa phương: 机关~ trụ sở cơ quan ❷nơi đóng quân; vị trí đóng quân: 转移~ di chuyển nơi đóng quân

【驻军】zhùjūn❶〈动〉đóng quân; đồn trú ❷〈名〉quân đội đóng: 海外~ quân đội đóng ở hải ngoại

【驻守】zhùshǒu〈动〉đóng giữ: ~边疆 chốt giữ biên cương

【驻扎】zhùzhā〈动〉đóng (quân); đồn trú

柱 zhù〈名〉❶cột; trụ: 支~ trụ cột ❷vật giống cái cột; cột: 水~ cột nước; 脊~ cột sống

【柱石】zhùshí〈名〉cột và đá chân cột; trụ cột; hòn đá tảng; nòng cốt

【柱子】zhùzi〈名〉cột; trụ; cột trụ: 木~ cột gỗ; 石~ cột đá; 混凝土~ cột bê-tông

炷 zhù〈量〉nén: 一~香 một nén nhang

祝 zhù〈动〉chúc //(姓)Chúc

【祝词】zhùcí〈名〉lời chúc: 新年~ lời chúc mừng năm mới

【祝福】zhùfú❶〈动〉chúc phúc; cầu phúc: ~你一路平安。Cầu chúc cho anh thượng lộ bình an.

【祝贺】zhùhè〈动〉chúc mừng; lời chúc mừng

【祝酒】zhùjiǔ〈动〉nâng cốc chúc (mừng); chúc rượu: ~词 lời chúc rượu

【祝寿】zhùshòu〈动〉chúc thọ

【祝愿】zhùyuàn〈动〉chúc: 衷心~ chân thành cầu chúc

著 zhù❶〈形〉nổi bật: 昭~ rành rành ❷〈动〉nổi; biểu lộ; tỏ rõ: 颇~成效 tỏ rõ rất có hiệu quả ❸〈动〉viết; viết lách: 编~ biên soạn, viết lách ❹〈名〉tác phẩm: 名~ tác phẩm nổi tiếng

【著称】zhùchēng〈动〉nổi tiếng

【著名】zhùmíng〈形〉trứ danh; nổi tiếng

【著作】zhùzuò❶〈动〉viết; viết sách; sáng tác ❷〈名〉tác phẩm; trước tác

【著作权】zhùzuòquán〈名〉tác quyền; quyền tác giả

蛀 zhù❶〈名〉con mọt ❷〈动〉(mọt, mối) đục; đục khoét; nghiền: 这些书被虫子~了。Số sách này đã bị mọt đục rồi.

【蛀虫】zhùchóng〈名〉sâu mọt

【蛀牙】zhùyá〈名〉răng sâu

铸 zhù〈动〉đúc

【铸钢】zhùgāng❶〈名〉thép đúc ❷〈动〉đúc thép

【铸工】zhùgōng〈名〉❶nghề đúc; sự đúc: ~车间 phân xưởng đúc ❷thợ đúc; thợ đổ khuôn đúc

【铸件】zhùjiàn〈名〉linh kiện đúc: 钢~ vật đúc bằng thép

【铸就】zhùjiù〈动〉đúc thành; tạo nên: ~奋发精神 tạo nên tinh thần vươn lên

【铸铁】zhùtiě〈名〉gang đúc

【铸造】zhùzào〈动〉đúc; đổ khuôn: ~机器零件 đúc chi tiết máy

筑 zhù❶〈动〉xây dựng; làm; đắp: 修~ xây dựng ❷〈名〉[书]cái đầm đất

【筑巢】zhùcháo〈动〉xây tổ: 鸟儿在~。Chim đang xây tổ.

【筑堤】zhùdī〈动〉đắp đê: ~防洪 đắp đê chống lũ

【筑路】zhùlù〈动〉làm đường

zhuā

抓 zhuā〈动〉❶nắm; cầm; vớ; bốc: 孩子~起葡萄就往嘴里放。Cậu bé vớ

lấy quả nho là đút vào miệng luôn. ❷cào; gãi: ~痒 gãi ngứa ❸bắt; tóm: ~小偷 bắt kẻ trộm ❹nắm vững; đặc biệt chú trọng; chủ quản: ~重点 nắm trọng điểm ❺tăng cường; quản lí ❻cuốn hút; thu hút: 他的目的是紧~民心。Mục đích của anh ấy là thu hút lòng dân.

【抓捕】zhuābǔ〈动〉truy bắt; truy nã: ~罪犯行动 hành động truy bắt tội phạm

【抓获】zhuāhuò〈动〉bắt lấy; truy bắt: ~罪犯 bắt giữ tội phạm

【抓紧】zhuājǐn〈动〉nắm vững; ra sức: 上车要~扶手。Lên xe phải nắm chắc tay vịn.

【抓阄儿】zhuājiūr〈动〉rút thăm; bốc thăm; bắt thăm

【抓拍】zhuāpāi〈动〉chụp tại chỗ; chọn thời cơ để chụp: 阿强~的几张照片都很不错。Những bức ảnh mà anh Cường chụp tại chỗ đều rất đẹp.

【抓人】zhuārén〈动〉bắt người: ~要有证据。Bắt giữ người phải có chứng cớ.

【抓瞎】zhuāxiā〈动〉cuống quít; làm bừa: 不提前做准备，到时候肯定会~。Không chuẩn bị trước, đến lúc sẽ cuống lên.

【抓住】zhuāzhù〈动〉bắt lấy; giữ: ~不放手 giữ chặt lấy không buông tay

zhuǎ

爪 zhuǎ 义同 "爪" (zhǎo) ❷。
另见 zhǎo

【爪子】zhuǎzi〈名〉[口]móng; vuốt: 鸡~ móng gà; 猫~ móng mèo; 虎~ vuốt hổ

zhuān

专 zhuān❶〈形〉chuyên: ~注 chuyên

chú ❷〈形〉chuyên sâu: 博而不~ biết nhiều mà không chuyên sâu ❸〈副〉chuyên môn; chỉ: 他~爱讥笑人。Nó chỉ thích chê cười người ta. ❹〈动〉chiếm giữ một mình: ~利 độc quyền sáng chế

【专案】zhuān'àn〈名〉chuyên án; vụ án đặc biệt

【专长】zhuāncháng〈名〉sở trường đặc biệt

【专场】zhuānchǎng〈名〉buổi chiếu (hay diễn) dành riêng

【专车】zhuānchē〈名〉❶xe chuyên dụng: ~接送 đưa đón bằng xe chuyên dụng (riêng) ❷chuyến tàu (xe) đặc biệt

【专诚】zhuānchéng❶〈形〉chung thủy ❷〈副〉đặc biệt; chuyên biệt; riêng biệt

【专程】zhuānchéng〈副〉chuyên; đi theo chủ định: 她是~来拜访你的。Chị ấy chuyên đến thăm anh.

【专访】zhuānfǎng❶〈动〉phỏng vấn riêng ❷〈名〉bài phỏng vấn riêng

【专柜】zhuānguì〈名〉quầy chuyên bán: 化妆品~ quầy chuyên bán hóa mĩ phẩm

【专横】zhuānhèng〈形〉ngang ngược

【专集】zhuānjí〈名〉❶văn tập riêng ❷sách riêng (về một thể loại văn hoặc một nội dung nào đó)

【专家】zhuānjiā〈名〉chuyên gia

【专科】zhuānkē〈名〉❶chuyên khoa; chuyên ngành ❷trường chuyên nghiệp

【专栏】zhuānlán〈名〉chuyên mục (trên báo và bích báo): ~作家 tác giả chuyên mục

【专利】zhuānlì〈名〉quyền sở hữu sáng chế; độc quyền sáng chế (phát minh)

【专卖】zhuānmài〈动〉❶bán độc quyền ❷chuyên bán; chuyên buôn bán

【专卖店】zhuānmàidiàn〈名〉cửa hàng độc quyền kinh doanh; cửa hàng chuyên doanh

【专门】zhuānmén❶〈副〉chuyên môn ❷〈形〉(nhà) chuyên môn: 文物研究的~家 chuyên gia nghiên cứu về văn vật ❸〈副〉sở trường

【专题】zhuāntí〈名〉chuyên đề: ~调查 điều tra chuyên đề

【专心】zhuānxīn〈形〉chuyên tâm: ~做学问 chuyên tâm trau dồi kiến thức

【专业】zhuānyè❶〈名〉chuyên ngành; ngành; chuyên nghiệp ❷〈形〉trình độ chuyên môn; sành nghề

【专业化】zhuānyèhuà chuyên nghiệp hóa; chuyên môn hóa

【专业课】zhuānyèkè〈名〉môn học chuyên ngành

【专一】zhuānyī〈形〉thủy chung; không phân tâm

【专营】zhuānyíng〈动〉chuyên doanh; chuyên kinh doanh

【专用】zhuānyòng〈动〉chuyên dụng

【专职】zhuānzhí〈名〉chức vụ chuyên trách

【专制】zhuānzhì❶〈动〉chuyên chế ❷〈形〉độc tài

【专注】zhuānzhù〈形〉tập trung; chú tâm: 神情~ vẻ tập trung/tập trung tâm trí

【专著】zhuānzhù〈名〉chuyên khảo

砖zhuān〈名〉❶gạch: 红~ gạch đỏ ❷viên; bánh: 煤~ than bánh

【砖头】zhuāntou〈名〉[方]gạch; viên gạch

【砖窑】zhuānyáo〈名〉lò nung gạch

zhuǎn

转zhuǎn〈动〉❶chuyển; quay; xoay: 向右~ quay sang bên phải ❷chuyển giao; đưa: ~赠礼物 giao tặng lễ vật
另见zhuàn

【转氨酶】zhuǎn'ānméi〈名〉[医学]men chuyển hóa amin; transaminase

【转败为胜】zhuǎnbài-wéishèng chuyển bại thành thắng

【转变】zhuǎnbiàn〈动〉chuyển biến; thay đổi

【转播】zhuǎnbō〈动〉tiếp sóng (phát thanh, truyền hình)

【转车】zhuǎnchē〈动〉đổi xe; chuyển xe

【转达】zhuǎndá〈动〉chuyển; chuyển tới: ~问候 chuyển lời hỏi thăm

【转动】zhuǎndòng〈动〉chuyển động: ~关节 chuyển động khớp xương
另见zhuàndòng

【转发】zhuǎnfā〈动〉❶chuyển; gửi (công văn) cho ❷đăng lại (bài của báo khác) ❸tiếp phát (tín hiệu vô tuyến điện) ❹chuyển gửi; chuyển phát (thông tin máy tính)

【转告】zhuǎngào〈动〉chuyển lời đến

【转化】zhuǎnhuà〈动〉❶chuyển biến; thay đổi ❷chuyển hóa; biến đổi sang

【转换】zhuǎnhuàn〈动〉thay đổi: 信息~ thay đổi thông tin

【转机】[1]zhuǎnjī〈名〉khả năng từ xấu chuyển lành (chỉ bệnh tật hoặc sự việc); đổi vận

【转机】[2]zhuǎnjī〈动〉chuyển chặng bay; chuyển máy bay

【转基因】zhuǎnjīyīn biến đổi gen: ~食品 thực phẩm biến đổi gen

【转交】zhuǎnjiāo〈动〉chuyển giao; chuyển: 请把这封信~给她。Làm ơn chuyển giao bức thư này cho cô ấy.

【转角】zhuǎnjiǎo〈名〉chỗ rẽ; chỗ quẹo

【转让】zhuǎnràng〈动〉chuyển nhượng; chuyển giao: 技术~ chuyển nhượng kĩ thuật

【转身】zhuǎnshēn❶〈动〉quay

Z

người: 他~跑了。Anh ta quay người chạy mất. ❷<形>thoắt cái

【转手】zhuǎnshǒu<动>sang tay; chuyển qua tay người khác

【转送】zhuǎnsòng<动>❶chuyển; tặng: ~他人 chuyển tặng cho người khác ❷chuyển giao

【转头】zhuǎntóu<动>quay đầu; ngoảnh đầu

【转弯】zhuǎnwān❶<动>rẽ; quẹo: 向左~ rẽ sang bên trái ❷<动>ví sửa đổi nhận thức ❸<名>chỗ ngoặt

【转弯抹角】zhuǎnwān-mòjiǎo nói xa nói gần; nói vòng nói vo; nói cạnh nói khóe

【转危为安】zhuǎnwēi-wéi'ān chuyển từ nguy hiểm thành yên lành; chuyển nguy thành an

【转向】zhuǎnxiàng<动>❶chuyển hướng; đổi hướng ❷thay đổi lập trường chính trị
另见zhuànxiàng

【转眼】zhuǎnyǎn<动>chớp mắt; thoắt một cái: ~又是一年。Thoắt một cái lại một năm qua đi.

【转业】zhuǎnyè<动>chuyển ngành

【转移】zhuǎnyí<动>❶chuyển; dời: ~方向 chuyển hướng ❷thay đổi

【转载】zhuǎnzǎi<动>chuyển đăng: 全文~ chuyển đăng toàn bộ văn bản

【转账】zhuǎnzhàng<动>chuyển khoản

【转折】zhuǎnzhé<动>❶chuyển ngoặt: ~点 điểm chuyển ngoặt/bước ngoặt ❷chuyển ý: ~句 câu chuyển ý

【转正】zhuǎnzhèng<动>chuyển vào biên chế

zhuàn

传 zhuàn<名>❶truyện (sách giải thích kinh văn): 经~ kinh truyện ❷truyện kí; tiểu truyện: 自~ tự truyện ❸truyện (tác phẩm ghi lại các câu chuyện lịch sử): 《水浒~》

truyện Thủy Hử
另见chuán

【传记】zhuànjì<名>truyện kí: 名人~ truyện kí danh nhân

转 zhuàn❶<动>xoay; quay nhanh: ~动 quay ❷<动>lượn quanh; đi quanh: 四处~~ loanh quanh khắp nơi ❸<量>[方]vòng
另见zhuǎn

【转动】zhuàndòng<动>xoay; quay
另见zhuǎndòng

【转圈】zhuànquān<动>đi chuyển thành một vòng

【转速】zhuànsù<名>tốc độ quay

赚 zhuàn❶<动>được lợi nhuận ❷<名>[口]lợi nhuận: 有~ có lợi nhuận ❸<动>[方]kiếm tiền

【赚钱】zhuànqián<动>kiếm tiền

【赚头】zhuàntou<名>[口]lợi nhuận; có lãi

【赚外快】zhuàn wàikuài kiếm được món lộc; kiếm tiền ngoài nghề chính

撰 zhuàn<动>soạn; viết (sách): 编~ biên soạn

【撰稿】zhuàngǎo<动>viết bài

【撰写】zhuànxiě<动>sáng tác; viết: ~论文 viết luận án

zhuāng

妆 zhuāng❶<动>trang điểm: 梳~ trang điểm ❷<名>nữ trang: 红~ trang điểm màu đỏ/nữ trang ❸<名>tư trang của cô dâu: 嫁~ đồ cưới

【妆容】zhuāngróng<名>dung mạo sau khi trang điểm

【妆饰】zhuāngshì❶<动>trang sức; trang điểm; ngắm vuốt ❷<名>dáng điệu sau khi trang điểm

庄¹ zhuāng<名>❶làng xóm; thôn trang: 农~ nông trang ❷cửa hiệu; nhà hàng: 茶~ quán chè ❸trang ấp: 皇~ trang ấp của nhà vua ❹nhà cái (đánh bạc): 坐~ làm nhà cái

庄² zhuāng〈形〉trang trọng: 端~ đoan trang

【庄家】zhuāngjiā〈名〉nhà cái

【庄稼】zhuāngjia〈名〉hoa màu

【庄严】zhuāngyán〈形〉trang nghiêm: ~肃穆 trang trọng nghiêm túc

【庄园】zhuāngyuán〈名〉trang viên; trang trại

【庄重】zhuāngzhòng〈形〉trang trọng: 举止~ cử chỉ tác phong trang trọng

桩 zhuāng❶〈名〉cái cọc: 梅花~ cọc hoa mai ❷〈量〉việc: 小事一~ một việc nhỏ

【桩子】zhuāngzi〈名〉cọc; cột mốc

装¹ zhuāng❶〈动〉trang điểm; hóa trang: ~饰 trang sức ❷〈动〉làm ra vẻ; giả vờ: ~死 giả chết ❸〈名〉trang phục; ăn mặc: 夏~ quần áo mùa hè ❹〈名〉hành trang: 轻~ hành trang gọn nhẹ ❺〈名〉đồ hóa trang: 卸~ tẩy trang

装² zhuāng〈动〉❶sắp xếp; xếp: ~箱 đựng vào hòm ❷lắp; lắp đặt: ~水管 lắp ống nước ❸bao gói; đóng gói: 盒~ đóng gói bằng hộp

【装扮】zhuāngbàn〈动〉❶trang điểm; hóa trang: ~入时 ăn mặc hợp thời ❷đóng vai ❸đóng giả

【装备】zhuāngbèi❶〈动〉trang bị: 用知识~自己 trang bị cho bản thân bằng tri thức ❷〈名〉trang thiết bị: 科技~ trang thiết bị khoa học công nghệ

【装裱】zhuāngbiǎo〈动〉bồi tranh và gắn trục treo

【装订】zhuāngdìng〈动〉đóng sách vở: ~成书 đóng thành sách

【装糊涂】zhuāng hútu vờ ngớ ngẩn

【装潢】zhuānghuáng❶〈动〉trang hoàng: ~门面 trang hoàng mặt tiền ❷〈名〉sự trang hoàng

【装货】zhuānghuò〈动〉bốc hàng

【装甲】zhuāngjiǎ❶〈形〉thiết giáp; bọc thép: ~车 xe bọc thép ❷〈名〉vỏ thép; thiết giáp

【装模作样】zhuāngmú-zuòyàng làm bộ làm tịch; giả bộ

【装配】zhuāngpèi〈动〉lắp ráp: ~玩具 lắp ráp đồ chơi

【装腔作势】zhuāngqiāng-zuòshì cố làm ra vẻ

【装傻】zhuāngshǎ〈动〉giả dại; giả ngố

【装饰】zhuāngshì❶〈动〉trang trí; tô điểm: ~房间 trang trí căn phòng ❷〈名〉đồ trang sức; đồ trang trí: 室内~ đồ trang sức trong phòng

【装饰品】zhuāngshìpǐn〈名〉đồ trang sức

【装束】zhuāngshù❶〈名〉trang điểm ăn mặc; kiểu ăn mặc: ~朴素 ăn mặc giản dị ❷〈动〉[书]chuẩn bị hành trang

【装蒜】zhuāngsuàn〈动〉[口]giả vờ ngớ ngẩn; vờ vĩnh: 别~了! Đừng có giả vờ ngớ ngẩn nữa!

【装卸】zhuāngxiè〈动〉❶bốc dỡ: ~货物 bốc dỡ hàng hóa ❷lắp ráp và tháo dỡ: ~录音机 tháo lắp máy ghi âm

【装修】zhuāngxiū〈动〉trang trí (nhà cửa hay cửa hiệu): 室内~ trang trí nội thất.

【装样子】zhuāng yàngzi giả vờ; ra vẻ

【装运】zhuāngyùn〈动〉bốc xếp; vận chuyển: ~工 thợ bốc xếp/công nhân bốc xếp

【装载】zhuāngzài〈动〉xếp (hàng hóa, khách hàng) lên tàu xe

【装置】zhuāngzhì❶〈动〉lắp đặt: 设备~完毕。Thiết bị đã được lắp đặt xong. ❷〈名〉linh kiện máy móc; thiết bị: 自动化~ thiết bị tự động hóa

zhuàng

壮¹ zhuàng❶〈形〉to lớn, khỏe mạnh:

健~ khỏe mạnh/tráng kiện ❷<动> làm mạnh thêm: ~胆 làm tăng lòng can đảm ❸<形>hùng tráng: 理直气~ lí lẽ, ngôn từ hùng tráng

壮² Zhuàng<名>(dân tộc) Choang: 广西~族自治区 Khu tự trị dân tộc Choang Quảng Tây; ~锦 gấm Choang (dân tộc Choang)/thổ cẩm

【壮大】zhuàngdà❶<形>lớn mạnh: 日益~ ngày càng lớn mạnh ❷<动> làm cho lớn mạnh: 发展~ phát triển lớn mạnh

【壮胆】zhuàngdǎn<动>lấy can đảm

【壮观】zhuàngguān❶<名>cảnh quan hùng vĩ ❷<形>hùng vĩ

【壮烈】zhuàngliè<形>oanh liệt: ~牺 牲 hi sinh oanh liệt

【壮年】zhuàngnián<名>tráng niên

【壮实】zhuàngshi<形>(thân thể) chắc; khỏe

【壮乡】zhuàngxiāng<名>vùng quê dân tộc Choang; xứ Choang

【壮阳】zhuàngyáng<动>tráng dương

状 zhuàng<名>❶dáng; hình: 美丽的 形~ hình dáng đẹp đẽ ❷tình trạng: 罪~ tội lỗi ❸kể; tả: 不可名~ không lời nào tả xiết ❹bản ghi: 供~ bản cung ❺đơn từ kiện cáo: 告~ cáo trạng ❻giấy; bằng (khen, chứng nhận…): 奖~ giấy khen

【状况】zhuàngkuàng<名>tình trạng: 财政~ tình hình tài chính

【状态】zhuàngtài<名>trạng thái: ~ 良好 trạng thái tốt

【状元】zhuàngyuan<名>❶trạng nguyên (thời xưa) ❷người thi được thứ nhất; thủ khoa: 文科~ thủ khoa môn văn ❸người giỏi nhất trong ngành nghề nào đó: 行行出~。 Nghề nghiệp nào cũng có trạng nguyên.

撞 zhuàng<动>❶va; xô; (xe) đâm: 碰~ va chạm ❷gặp: 我不想见他，偏 ~上。Em không muốn nhưng rồi cứ gặp phải anh ấy. ❸thử: ~运气 thử vận may ❹bừa bãi; liều lĩnh: 横冲 乱~ xông xáo liều lĩnh

【撞车】zhuàngchē<动>❶đụng xe ❷xung đột nhau

【撞倒】zhuàngdǎo<动>xô ngã; va ngã

【撞击】zhuàngjī<动>va đập; đập

【撞见】zhuàngjiàn<动>gặp; gặp mặt

【撞衫】zhuàngshān<动>hai người mặc áo giống nhau

zhuī

追 zhuī<动>❶đuổi; truy: ~兵 truy binh ❷truy hỏi; truy cứu: ~究责 任 truy cứu trách nhiệm ❸truy tìm; theo đuổi: ~名逐利 truy danh trục lợi ❹nhớ lại; hồi tưởng lại: ~ 述 thuật lại ❺làm bổ sung sau: ~认 truy nhận

【追捕】zhuībǔ<动>truy nã; đuổi bắt: ~罪犯 truy nã tội phạm

【追查】zhuīchá<动>truy xét; truy cứu

【追悼】zhuīdào<动>truy điệu: ~会 lễ truy điệu

【追赶】zhuīgǎn<动>đuổi; đuổi theo; truy đuổi: ~猎物 truy đuổi mồi săn

【追击】zhuījī<动>truy kích: 乘胜~ thừa thắng truy kích

【追加】zhuījiā<动>tăng thêm

【追缴】zhuījiǎo<动>truy đòi; thu hồi: ~赃物 truy đòi tang vật/thu hồi tang vật

【追究】zhuījiū<动>truy cứu: ~法律责 任 truy cứu trách nhiệm luật pháp

【追求】zhuīqiú<动>❶theo đuổi: ~美 好的生活 theo đuổi cuộc sống tươi đẹp ❷đeo đẳng; cưa cẩm

【追溯】zhuīsù<动>đi ngược dòng; ngược tìm ngọn nguồn: ~历史 ngược tìm ngọn nguồn lịch sử

【追随】zhuīsuí<动>đi theo: ~左右 tháp tùng/đi cùng

【追尾】zhuīwěi〈动〉chạm vào đuôi xe

【追问】zhuīwèn〈动〉hỏi đến cùng

【追寻】zhuīxún〈动〉truy tìm

【追忆】zhuīyì〈动〉nhớ lại: ~童年趣事 nhớ lại những chuyện thú vị hồi nhỏ

【追赃】zhuīzāng〈动〉truy tìm tang vật

【追债】zhuīzhài〈动〉truy đòi nợ

【追逐】zhuīzhú〈动〉❶truy đuổi; đuổi theo: ~猎物 truy đuổi con mồi ❷theo đuổi: ~名利物欲 theo đuổi danh lợi vật chất

【追踪】zhuīzōng〈动〉đuổi theo dấu vết

椎 zhuī〈名〉xương sống

【椎骨】zhuīgǔ〈名〉đốt sống

【椎间盘】zhuījiānpán〈名〉đĩa liên đốt (sống): 腰~突出 đĩa liên đốt sống lưng lồi ra

锥 zhuī〈名〉❶cái dùi; cái khoan ❷vật hình quả dọi: 圆~ hình quả dọi

【锥体】zhuītǐ〈名〉vật thể hình nón

【锥形】zhuīxíng〈名〉hình dùi

【锥子】zhuīzi〈名〉cái dùi; mũi khoan

zhuì

坠 zhuì❶〈动〉rơi; rớt xuống; ngã xuống: ~机 rơi máy bay; ~楼 từ trên lầu rơi xuống ❷〈动〉rủ xuống; trĩu xuống ❸〈名〉vật trĩu xuống: 耳~ hoa tai

【坠毁】zhuìhuǐ〈动〉rơi vỡ tan: 飞机~ máy bay rơi xuống

【坠落】zhuìluò〈动〉rơi; rụng: 飞机~到大海里。Máy bay rơi xuống biển.

zhǔn

准¹ zhǔn〈动〉cho phép; được phép: 不~外出 không cho phép ra ngoài

准² zhǔn❶〈名〉chuẩn; chuẩn mực: 水~ tiêu chuẩn/mức độ ❷〈形〉đúng;

chính xác: 你的手表~吗? Đồng hồ của anh chạy chính xác không? ❸〈副〉nhất định; chắc chắn: 我~能完成任务。Tôi chắc chắn sẽ hoàn thành nhiệm vụ. ❹〈介〉theo; căn cứ vào: ~此办理 theo đó mà làm ❺chuẩn (chỉ về mức độ chưa đủ hoàn toàn nhưng có thể coi như cùng loại): ~尉 chuẩn úy

【准备】zhǔnbèi〈动〉❶chuẩn bị: ~行装 chuẩn bị hành trang ❷định; dự định

【准点】zhǔndiǎn〈形〉đúng giờ: 火车~到站。Tàu vào ga đúng giờ.

【准考证】zhǔnkǎozhèng〈名〉thẻ dự thi

【准确】zhǔnquè〈形〉chuẩn xác; chính xác

【准入】zhǔnrù〈动〉❶chuẩn nhập (cơ quan chính quyền cho phép gia nhập) ❷cho phép đi vào (nói khái quát)

【准时】zhǔnshí〈形〉đúng giờ: ~到达 đến đúng giờ

【准许】zhǔnxǔ〈动〉cho phép

【准予】zhǔnyǔ〈动〉cho phép: 成绩合格, ~毕业。Kết quả học tập đạt tiêu chuẩn, cho phép tốt nghiệp.

zhuō

拙 zhuō〈形〉❶vụng về: ~于言辞 ăn nói vụng về ❷(cách nói khiêm nhường) của tôi: ~作 tác phẩm vụng về (của tôi)

【拙笨】zhuōbèn〈形〉vụng về

【拙劣】zhuōliè〈形〉vụng về; kém cỏi

【拙嘴笨舌】zhuōzuǐ-bènshé ăn nói vụng về

捉 zhuō〈动〉❶bắt: ~害虫 bắt sâu ❷cầm: ~笔 cầm bút

【捉迷藏】zhuōmícáng❶trò chơi bịt mắt bắt dê: 那群小孩在玩~的游戏。Đám trẻ đang chơi trò bịt mắt bắt dê. ❷đánh đố: 别跟我~了。Đừng đánh đổ với tôi nữa.

【捉摸】zhuōmō〈动〉ức đoán; nắm bắt: 他是个令人难以~的家伙。Anh ta là một người khó hiểu.

【捉拿】zhuōná〈动〉tróc nã; bắt giữ: 警察~毒贩子。Cảnh sát bắt giữ kẻ buôn ma túy.

【捉弄】zhuōnòng〈动〉chọc ghẹo; chơi đểu; chơi khăm

桌 zhuō❶〈名〉cái bàn ❷〈量〉mâm; bàn: 你的婚宴请几~? Tiệc cưới của anh mời mấy mâm?

【桌面】zhuōmiàn〈名〉❶mặt bàn ❷phông (máy tính)

【桌球】zhuōqiú〈名〉❶bi-a ❷bóng bàn

【桌椅】zhuōyǐ〈名〉bàn ghế

【桌子】zhuōzi〈名〉cái bàn

zhuó

灼 zhuó❶〈动〉thiêu; cháy; làm bỏng sém: ~伤 bị bỏng/làm cho bị bỏng; 烧~ cháy sem ❷〈形〉sáng sủa

【灼热】zhuórè〈形〉nóng bỏng: ~的阳光 ánh mặt trời nóng bỏng

茁 zhuó〈形〉(chỉ thực vật) tốt tươi

【茁壮】zhuózhuàng〈形〉khỏe mạnh; tốt tươi

卓 zhuó〈形〉❶cao chót vót: ~立 đứng thẳng ❷sáng suốt: ~见 ý kiến sáng suốt

【卓绝】zhuójué〈形〉tuyệt vời; cực kì: 英勇~ anh dũng tuyệt vời

【卓有成效】zhuóyǒu-chéngxiào có hiệu quả tốt

【卓越】zhuóyuè〈形〉xuất sắc; lỗi lạc

【卓著】zhuózhù〈形〉lớn lao; to lớn: 功勋~ công lao to lớn

浊 zhuó〈形〉❶đục: ~水 nước đục ❷loạn lạc; hỗn độn: ~世 thời buổi loạn lạc ❸giọng ồm ồm

酌 zhuó❶〈动〉rót (rượu); uống (rượu): 自斟自~ tự rót tự uống ❷〈动〉cân nhắc; suy xét: ~加修改 cân

nhắc sửa chữa ❸〈名〉[书]bữa rượu: 菲~ bữa cơm rau dưa

【酌办】zhuóbàn〈动〉cân nhắc mà làm

【酌定】zhuódìng〈动〉cân nhắc quyết định: 请领导~. Xin lãnh đạo suy xét.

【酌量】zhuóliang〈动〉cân nhắc; dựa vào tình hình (mà làm): ~调拨 dựa vào tình hình mà phân bổ

【酌情】zhuóqíng〈动〉xét theo tình hình

啄 zhuó〈动〉(chim, gà...) mổ: ~食 mổ thức ăn; 鸡~米. Gà mổ gạo.

【啄木鸟】zhuómùniǎo〈名〉chim gõ kiến

着 zhuó❶〈动〉chạm; dính; tiếp xúc: 黏~ chắp dính; ~地 chạm đất; 不~边际 không đâu vào đâu ❷〈动〉mặc (áo): 统一~装 thống nhất trang phục ❸〈动〉sự khởi đầu của một số hoạt động: ~笔 hạ bút (bắt đầu viết) ❹〈名〉manh mối; tăm tích: ~落 manh mối

另见zhāo, zháo, zhe

【着陆】zhuólù〈动〉(máy bay) hạ cánh; đổ bộ: 飞机在机场~了. Máy bay đã hạ cánh tại sân bay.

【着落】zhuóluò❶〈名〉tung tích; manh mối: 你不要担心, 丢失的行李已经有~了. Anh đừng lo, đã tìm ra manh mối hành lí bị thất lạc. ❷〈名〉chỗ dựa; nguồn trông cậy: 项目的经费还没有~. Kinh phí cho dự án vẫn chưa biết trông cậy vào nguồn nào. ❸〈动〉giao phó; trông cậy: 这件事就~在你身上了. Việc này chỉ trông cậy vào anh thôi. ❹〈动〉đặt; để.

【着实】zhuóshí〈副〉❶quả là; quả thực: 那事~有些难办. Việc đó quả thực hơi khó. ❷nặng nề; mạnh tay; nghiêm khắc

【着手】zhuóshǒu〈动〉bắt tay vào làm

【着想】zhuóxiǎng〈动〉lo toan; suy

nghĩ: 替人~ lo thay người khác

【着眼】zhuóyǎn〈动〉quan sát; suy nghĩ (về mặt nào đó); để mắt; hướng tới: 大处~, 小处着手. Suy nghĩ về đại cục, bắt tay vào việc nhỏ.

【着重】zhuózhòng〈动〉nhấn mạnh; trọng tâm; làm nổi bật: ~强调纪律 nhấn mạnh đặc biệt về kỉ luật

【着装】zhuózhuāng❶〈动〉ăn mặc: 她~很时尚. Chị ấy ăn mặc rất mốt. ❷〈名〉quần áo; trang phục: 整理~ sửa sang lại quần áo

琢 zhuó〈动〉đẽo gọt; mài giũa; chạm khắc

另见zuó

【琢磨】zhuómó〈动〉❶suy ngẫm ❷gọt giũa: 他日夜~书稿. Anh ấy ngày đêm gọt giũa bản thảo.

另见zuómo

镯 zhuó〈名〉cái vòng (đeo tay): 手~ vòng tay; 玉~ vòng ngọc

【镯子】zhuózi〈名〉cái vòng đeo tay

ZĪ

孜 zī
【孜然】zīrán〈名〉cây thì là; thìa là: ~粉 bột thì là/bột thìa là

【孜孜不倦】zīzī-bùjuàn siêng năng chăm chỉ, không biết mệt mỏi

咨 zī〈动〉bàn bạc

【咨询】zīxún〈动〉tư vấn; hỏi ý kiến

姿 zī〈名〉❶dung mạo: ~色 nhan sắc ❷tư thế: 舞~ dáng múa

【姿色】zīsè〈名〉nhan sắc; sắc đẹp: ~平平 sắc đẹp bình thường

【姿势】zīshì〈名〉tư thế; tư thái

【姿态】zītài〈名〉❶tư thế; dáng điệu: ~优美 dáng điệu xinh đẹp ❷thái độ; tư thái: 高调的~ thái độ kiêu ngạo

资 zī❶〈名〉tiền của; chi phí; vốn liếng: 工~ tiền lương; 玩~ chi phí cho cuộc chơi; 投~ đầu tư ❷〈名〉tư

chất; phẩm chất: 天~聪颖 thông minh tính trời ❸〈名〉vật liệu: 物 ~ vật tư; ~源 tài nguyên ❹〈名〉tài liệu: 谈~ đề tài đàm phiếm ❺〈动〉giúp: ~助 trợ giúp ❻〈动〉cung cấp: 以~参考 cung cấp để tham khảo ❼〈名〉tư cách

【资本】zīběn〈名〉❶tư bản: ~主义 chủ nghĩa tư bản ❷tiền vốn: 做生意 要有~. Buôn bán phải có vốn.

【资产】zīchǎn〈名〉❶tài sản; của cải; cơ nghiệp ❷vốn liếng của doanh nghiệp; tài sản của doanh nghiệp: 流动~ tài sản lưu động ❸việc sử dụng vốn (trong bảng cân đối tài sản)

【资方】zīfāng〈名〉nhà đầu tư

【资费】zīfèi〈名〉chi phí; cước phí

【资格】zīgé〈名〉❶tư cách: 你没有~ 这样说. Anh không có tư cách nói thế. ❷thâm niên; tuổi nghề

【资金】zījīn〈名〉vốn liếng: ~雄厚 vốn liếng hùng hậu

【资历】zīlì〈名〉sự từng trải: ~浅 ít từng trải

【资料】zīliào〈名〉❶tư liệu; tài liệu; dữ liệu ❷vật liệu sản xuất: 搜集~ thu thập tài liệu

【资深】zīshēn〈形〉thâm niên; từng trải

【资讯】zīxùn〈名〉thông tin

【资源】zīyuán〈名〉tài nguyên

【资质】zīzhì〈名〉❶tư chất ❷tư cách

【资助】zīzhù〈动〉tài trợ

滋 zī〈动〉❶mọc; sinh; gây: ~事 gây sự/sinh chuyện ❷tăng thêm; bồi bổ: ~益 thêm bổ ích; ~阴补阳 bổ âm tráng dương

【滋补】zībǔ〈动〉tẩm bổ; bồi bổ

【滋润】zīrùn❶〈形〉ẩm ướt: 雨后初 晴, 空气~. Vừa tạnh mưa, không khí còn ẩm ướt. ❷〈形〉[方]êm ấm; êm đẹp: 小日子过得挺~. Cuộc sống gia đình êm ấm. ❸〈动〉tưới cho ẩm: 春雨~着大地. Làn mưa xuân tưới tắm cho muôn vật.

【滋生】zīshēng〈动〉❶sinh sôi: 恶劣的环境容易~细菌。Môi trường dơ bẩn dễ làm cho vi khuẩn sinh sôi nảy nở. ❷gây ra

【滋事】zīshì〈动〉sinh chuyện; gây sự

【滋味】zīwèi〈名〉mùi vị

【滋养】zīyǎng❶〈动〉tẩm bổ; bồi dưỡng ❷〈名〉thành phần dinh dưỡng

【滋长】zīzhǎng〈动〉sinh ra; nảy ra

龇 zī〈动〉[口]nhe (răng)

【龇牙咧嘴】zīyá-liězuǐ❶nhe răng nhe lợi (vẻ dữ tợn) ❷nghiến răng nghiến lợi (chịu đựng sự đau đớn)

zǐ

子 zǐ ❶〈名〉con cái: 母~ mẹ con ❷〈名〉người (nói chung): 女~ người đàn bà; 男~ người đàn ông ❸〈名〉Tử: 孔~ Khổng Tử; 孟~ Mạnh Tử ❹〈名〉hạt giống. 葵花~ hạt hướng dương ❺〈名〉trứng (của chim, cá...): 鱼~ trứng cá ❻〈形〉chi nhánh; con; tiểu: ~公司 công ti con/chi nhánh; ~类 tiểu loại ❼〈名〉(đại từ nhân xưng ngôi thứ hai thời xưa): 执~之手, 与~偕老. Siết tay bên nhau, trăm năm bạc đầu. ❽〈名〉(vật nhỏ như hạt) viên; hạt: 棋~ quân cờ ❾〈形〉nhỏ; con; non: ~姜 gừng non

子 zi ❶(hậu tố của danh từ) cái; người: 桌~ cái bàn; 胖~ thằng béo ❷(hậu tố của lượng từ): 一伙~人 một tốp người; 一下~ một lát

【子弹】zǐdàn〈名〉đạn; viên đạn

【子弟】zǐdì〈名〉❶con em ❷lớp con cháu

【子宫】zǐgōng〈名〉tử cung; dạ con

【子女】zǐnǚ〈名〉con cái

【子嗣】zǐsì〈名〉[书]con nối dõi; con trai nối dõi

【子孙】zǐsūn〈名〉con cháu

【子虚乌有】zǐxū-wūyǒu chuyện hoang đường; chuyện hão huyền

【子夜】zǐyè〈名〉nửa đêm

仔 zǐ〈形〉(chỉ gia súc gia cầm) nhỏ 另见zǎi

【仔细】zǐxì〈形〉❶ti mỉ: 请~检查这些货物. Xin kiểm tra tỉ mỉ lô hàng này. ❷cần thận; lưu ý ❸[方]chắt chiu

紫 zǐ〈形〉tím; tía: 青~色 tím than/tím bầm

【紫菜】zǐcài〈名〉tảo tía

【紫河车】zǐhéchē〈名〉[中药]tử hà xa (nhau thai nhi)

【紫红】zǐhóng〈形〉(màu) đỏ tím

【紫禁城】Zǐjìn Chéng〈名〉Tử Cấm Thành; Cố Cung Bắc Kinh

【紫荆花】zǐjīnghuā〈名〉hoa ban; bauhinia; hoa móng bò

【紫罗兰】zǐluólán〈名〉(cây, hoa) lan tử la; bông violet

【紫色】zǐsè〈名〉màu tím; màu tía

【紫苏】zǐsū〈名〉tía tô

【紫檀】zǐtán〈名〉cây tử đàn

【紫外线】zǐwàixiàn〈名〉tia tử ngoại

zì

自¹ zì ❶〈名〉tự; tự mình; bản thân: 不打~招 không khảo mà xưng ❷〈副〉tất nhiên; đương nhiên: ~有其理 tất nhiên là có lí của nó

自² zì〈介〉từ...(đến): ~南宁到河内 từ Nam Ninh đến Hà Nội

【自爱】zì'ài〈动〉tự giữ mình; tự trọng

【自白】zìbái〈动〉tự bạch; tự nói ra; tự thú nhận; tự thanh minh: ~书 bản tường trình

【自暴自弃】zìbào-zìqì tự sa ngã; tự ruồng rẫy mình; thiếu chí tiến thủ

【自卑】zìbēi〈形〉tự ti; mặc cảm

【自称】zìchēng〈动〉❶tự xưng; tự nói ❷tự giới thiệu

【自筹】zìchóu〈动〉tự xoay xở; tự

tìm (nguồn vốn): ~资金 tự xoay nguồn vốn

【自从】zìcóng<介>từ...; kể từ

【自大】zìdà<形>tự đại; tự cao tự đại: 骄傲~ kiêu ngạo tự đại

【自得其乐】zìdé-qílè tự lấy làm vui sướng; tự tìm niềm vui riêng

【自动】zìdòng<形>❶tự chủ động: ~参加 tự nguyện tham gia ❷tự nhiên: ~燃烧 tự bốc cháy ❸tự động: ~装置 thiết bị tự động

【自动挡】zìdòngdǎng<名>(ô tô) cài số tự động

【自动扶梯】zìdòng fútī thang máy cuốn

【自动柜员机】zìdòng guìyuánjī quầy ATM

【自动化】zìdònghuà tự động hóa; mô-tô-ma-tíc

【自动售货机】zìdòng shòuhuòjī quầy bán hàng tự động

【自发】zìfā<形>tự phát

【自费】zìfèi<动>tự túc; tự bỏ kinh phí: ~旅游 du lịch tự túc

【自负】[1] zìfù<形>tự phụ; tự kiêu: 这个人很~。Người này tự phụ lắm.

【自负】[2] zìfù<动>tự chịu trách nhiệm; tự lo: ~盈亏 lời ăn lỗ chịu

【自告奋勇】zìgào-fènyǒng tự yêu cầu xung phong

【自古】zìgǔ<副>từ xưa; từ xưa tới nay

【自豪】zìháo<形>tự hào

【自己】zìjǐ<代>tự mình; bản thân

【自己人】zìjǐrén<名>người mình; người nhà

【自给自足】zìjǐ-zìzú tự cung tự cấp (kinh tế)

【自荐】zìjiàn<动>tự tiến cử; tự đề cử

【自尽】zìjìn<动>tự tận; tự tử: 上吊~ treo cổ tự tử

【自居】zìjū<动>tự cho là; tự coi mình là: 以功臣~ tự coi mình là người có công

【自觉】zìjué❶<形>tự giác: ~遵守纪律 tự giác giữ gìn kỉ cương ❷<动>tự cảm thấy; tự lấy làm: ~良好 tự cảm thấy dễ chịu

【自夸】zìkuā<动>tự khoe; khoe khoang

【自来水】zìláishuǐ<名>nước máy

【自理】zìlǐ<动>❶tự lo liệu ❷tự chịu; tự gánh vác (về kinh phí): 医药费~ chi phí về y tế tự chịu

【自力更生】zìlì-gēngshēng tự lực cánh sinh

【自立】zìlì<动>tự lập

【自满】zìmǎn<形>tự mãn

【自贸区】zìmàoqū<名>khu mậu dịch tự do: 为中国—东盟~建设添彩! Đóng góp cho công cuộc xây dựng Khu mậu dịch tự do Trung Quốc-ASEAN!

【自谋出路】zìmóu chūlù tự tìm kế sinh nhai: 大学生~。Sinh viên tự tìm kế sinh nhai.

【自欺欺人】zìqī-qīrén dối mình dối người

【自强不息】zìqiáng-bùxī vươn lên không ngừng

【自然】zìrán❶<名>tự nhiên; thiên nhiên: ~主义 chủ nghĩa tự nhiên ❷<形>không gò bó: 随其~发展 cứ để cho phát triển tự nhiên ❸<副>tự nhiên; đương nhiên; tự khắc: 你说真话，我~会听。Anh nói thật thì đương nhiên tôi nghe. ❹<连>tự nhiên (sẽ...); tự khắc (sẽ...)

【自然】zìran<形>tự nhiên; không gượng gạo

【自然界】zìránjiè<名>giới tự nhiên

【自然科学】zìrán kēxué khoa học tự nhiên

【自然人】zìránrén<名>❶công dân (trong luật pháp) ❷con người trong thế giới thiên nhiên

【自然灾害】zìrán zāihài thiên tai

【自认】zìrèn<动>tự nhận; tự chịu

【自如】zìrú<形>❶thoải mái; thanh thản: 神态~ dáng vẻ thanh thản ❷dễ dàng; thành thạo: 运用~ vận hành thành thạo

【自杀】zìshā<动>tự sát; tự tử

【自身】zìshēn<名>tự mình

【自食其力】zìshí-qílì mình làm mình hưởng; tay làm hàm nhai

【自始至终】zìshǐ-zhìzhōng từ đầu chí cuối; từ đầu đến cuối

【自首】zìshǒu<动>tự thú: 他到派出所~了。Nó đi đồn công an tự thú.

【自私】zìsī<形>ích ki

【自讨苦吃】zìtǎokǔchī tự chuốc nỗi khổ

【自投罗网】zìtóu-luówǎng tự chui đầu vào lưới

【自卫】zìwèi<动>tự vệ

【自慰】zìwèi<动>❶tự an ủi ❷tự thủ dâm

【自我】zìwǒ<代>tự mình; bản ngã; cái tôi: ~批评 tự phê bình

【自习】zìxí<动>tự học; ôn bài

【自相矛盾】zìxiāng-máodùn tự mâu thuẫn

【自新】zìxīn<动>làm lại cuộc đời, cải tà quy chính: 改过~ ăn năn hối lỗi, làm lại cuộc đời

【自信】zìxìn❶<动>tự tin ❷<名>niềm tin đối với mình ❸<形>giàu lòng tự tin

【自行】zìxíng<副>❶tự làm: ~解决 tự giải quyết ❷tự mình; tự hành; tự nhiên: ~燃烧 tự nhiên cháy

【自行车】zìxíngchē<名>xe đạp

【自修】zìxiū<动>❶tự học ❷tự ôn bài

【自选】zìxuǎn<动>tự chọn: ~商场 cửa hàng tự chọn/siêu thị

【自学】zìxué<动>tự học: 她通过~, 掌握了多门外语。Chị ấy qua tự học, biết nhiều tiếng nước ngoài.

【自言自语】zìyán-zìyǔ lẩm bẩm; càu nhàu

【自以为是】zìyǐwéishì tự cho mình là phải

【自由】zìyóu❶<名>tự do; tự chủ ❷<形>tự do

【自由港】zìyóugǎng<名>cảng tự do

【自由贸易】zìyóu màoyì mậu dịch tự do

【自由体操】zìyóu tǐcāo thể dục tự do; thể dục tay không

【自由泳】zìyóuyǒng<名>❶bơi tự do ❷kiểu bơi sải

【自由职业】zìyóu zhíyè nghề tự do; nghề nghiệp tự do

【自愿】zìyuàn<动>tự nguyện; tình nguyện: 出于~ xuất phát từ lòng tự nguyện

【自在】zìzài<形>tự do tự tại

【自在】zìzai<形>dễ chịu; an nhàn: 他喜欢过逍遥~的生活。Anh ấy thích sống an nhàn.

【自责】zìzé<动>tự trách; tự trách mình

【自知之明】zìzhīzhīmíng tự biết mình: 人贵有~。Người ta đáng quý ở chỗ tự biết mình.

【自治区】zìzhìqū<名>khu tự trị

【自主】zìzhǔ<动>tự chủ: ~权 quyền tự chủ

【自助】zìzhù<动>tự giúp mình

【自助餐】zìzhùcān<名>kiểu ăn tự chọn; búp-phê

【自助游】zìzhùyóu du lịch tự do; du lịch ba lô

【自传】zìzhuàn<名>tự truyện: ~体小说 tiểu thuyết tự truyện

【自尊】zìzūn<动>tự tôn; tự trọng: ~心 lòng tự trọng

【自作聪明】zìzuò-cōngmíng tự cho mình thông minh

【自作多情】zìzuò-duōqíng tự mường tưởng là đối tượng ưng ý mình

【自作主张】zìzuò-zhǔzhāng tự ý quyết định; tùy tiện xử lí

字 zì<名>❶chữ ❷kiểu chữ ❸bằng chứng bằng chữ viết ❹tên chữ; tự ❺mặt chữ; từ ❻phát âm đọc chữ: ~正腔圆 phát âm chuẩn và vang ❼tác phẩm thư pháp: ~画展 triển lãm tác phẩm thư họa

【字典】zìdiǎn〈名〉tự điển

【字符】zìfú〈名〉[计算机]kí tự

【字画】zìhuà〈名〉tranh chữ

【字迹】zìjì〈名〉nét chữ; bút tích

【字据】zìjù〈名〉biên lai; giấy biên nhận

【字母】zìmǔ〈名〉❶chữ cái ❷phụ âm đầu; thanh mẫu

【字幕】zìmù〈名〉phụ đề (trên màn ảnh); băng chữ

【字体】zìtǐ〈名〉thể chữ; kiểu chữ

【字帖】zìtiè〈名〉bản mẫu chữ (dành cho người học thư pháp mô phỏng)

【字眼】zìyǎn〈名〉chữ; từ (trong câu): 挑~ moi móc từng từ từng chữ

渍 zì❶〈动〉thấm; ngấm; ngâm; bám; dính: ~麻 ngâm đay ❷〈名〉nước đọng; nước úng: 内~ ngập nước úng ❸〈动〉lớp cáu cặn dầu mỡ đọng lại ❹〈名〉vết; ố; cáu cặn: 茶~ vết ố chè/cáu trà

zōng

宗 zōng❶〈名〉tổ tông; tổ tiên: 光耀祖 làm rạng rỡ tổ tông ❷〈名〉họ hàng: ~亲 người thân cùng họ ❸〈名〉trường phái; tông phái: 正~ trường phái chính thống ❹〈名〉tông chỉ; tôn chỉ ❺〈名〉bậc thầy: 一代~师 bậc thầy vĩ đại ❻〈量〉khoản; bầu; sự: 大~款项 khoản mục lớn

【宗教】zōngjiào〈名〉tôn giáo: ~仪式 lễ nghi tôn giáo

【宗派】zōngpài〈名〉❶phái; bè phái: ~主义 chủ nghĩa bè phái ❷[书]phân nhánh của tông tộc

【宗师】zōngshī〈名〉thầy: 一代~ bậc thầy vĩ đại

【宗旨】zōngzhǐ〈名〉tôn chỉ; mục đích

【宗族】zōngzú〈名〉❶tông tộc ❷họ hàng

综 zōng〈动〉tổng hợp; tóm lại: 词~ tổng hợp từ vựng

【综合】zōnghé〈动〉chung quy lại; quy nạp; tổng hợp: ~治理 quản lí tổng hợp

【综述】zōngshù❶〈动〉nói khái quát ❷〈名〉tổng thuật: 文献~ tổng thuật các văn hiến

【综艺】zōngyì〈名〉văn nghệ tổng hợp: ~节目 chương trình văn nghệ tổng hợp

棕 zōng〈名〉❶cây cọ; cây gồi ❷sợi mo cọ ❸màu nâu sẫm

【棕榈】zōnglǘ〈名〉cây cọ; cây gồi

【棕色】zōngsè〈名〉màu nâu: ~的头发 tóc màu nâu

【棕绳】zōngshéng〈名〉dây thừng cọ

【棕树】zōngshù〈名〉cây cọ

【棕熊】zōngxióng〈名〉gấu ngựa

踪 zōng〈名〉dấu chân; tung tích: 跟~ theo dõi

【踪迹】zōngjì〈名〉tung tích; dấu vết; dấu tích

【踪影】zōngyǐng〈名〉hình bóng; tung tích; bóng dáng

鬃 zōng〈名〉bờm: 马~ bờm ngựa; 猪~ lông gáy lợn

【鬃毛】zōngmáo〈名〉lông bờm

zǒng

总 zǒng❶〈动〉tổng; tổng quát: 汇~ tập hợp/tổng hợp ❷〈形〉chung: 制定发展~路线 đặt đường lối chung về phát triển ❸〈形〉đứng đầu ❹〈副〉cứ; vẫn ❺〈副〉rồi cũng: 这样的日子~会过去的。Những ngày như thế cuối cùng cũng sẽ qua đi thôi.

【总编辑】zǒngbiānjí〈名〉tổng biên tập

【总部】zǒngbù〈名〉tổng bộ; văn phòng chính; trụ sở chính

【总裁】zǒngcái〈名〉tổng tài: ~助理 trợ lí tổng tài

【总参谋长】zǒngcānmóuzhǎng tổng tham mưu trưởng

【总产值】zǒngchǎnzhí<名>giá trị tổng sản lượng

【总称】zǒngchēng<名>gọi chung

【总代理】zǒngdàilǐ<名>tổng đại lí

【总店】zǒngdiàn<名>cửa hàng chính

【总督】zǒngdū<名>❶tổng đốc; thống đốc ❷toàn quyền

【总额】zǒng'é<名>tổng ngạch; tổng số; tổng mức: 销售~ tổng số hàng bán ra

【总而言之】zǒng'éryánzhī nói chung; nói tóm lại

【总工会】zǒnggōnghuì<名>tổng công đoàn

【总公司】zǒnggōngsī<名>tổng công ti

【总共】zǒnggòng<副>tổng cộng

【总管】zǒngguǎn<名>tổng quản

【总计】zǒngjì<动>tính tổng cộng; tổng cộng; tổng số: 本公司~有五千人。Tổng số người trong công ti chúng tôi là 5.000 người.

【总监】zǒngjiān<名>giám đốc: 艺术~ giám đốc nghệ thuật

【总结】zǒngjié❶<动>tổng kết ❷<名>bài tổng kết

【总经理】zǒngjīnglǐ<名>tổng giám đốc

【总经销】zǒngjīngxiāo<名>phân phối cấp một; tổng kinh doanh phân phối

【总理】zǒnglǐ❶<名>thủ tướng ❷<名>tổng quản; ông tổng ❸<动>[书]chủ trì, quản lí toàn diện

【总领事】zǒnglǐngshì<名>tổng lãnh sự

【总是】zǒngshì<副>❶cứ như thế; luôn như thế ❷[书]toàn là; đều là

【总书记】zǒngshūjì<名>Tổng Bí thư

【总署】zǒngshǔ<名>tổng cục: 海关~ tổng cục hải quan

【总数】zǒngshù<名>tổng số

【总算】zǒngsuàn<副>❶cuối cùng cũng: 你~回来了。Cuối cùng anh cũng đã về rồi. ❷thế cũng: ~可以 thế cũng tạm được

【总体】zǒngtǐ<名>tổng thể; chính thể: ~布局 bố cục tổng thể

【总统】zǒngtǒng<名>tổng thống

【总务】zǒngwù<名>❶hành chính tổng hợp ❷người làm công tác hành chính tổng hợp

【总则】zǒngzé<名>quy tắc chung

【总之】zǒngzhī<连>tóm lại

【总值】zǒngzhí<名>tổng giá trị: 生产~稳定增加。Tổng giá trị sản xuất tăng trưởng ổn định.

【总指挥】zǒngzhǐhuī<名>tổng chỉ huy

zòng

纵¹ zòng❶<形>trực dọc; dọc ❷<形>từ trước đến sau ❸<形>dọc; thẳng đứng: ~剖面 mặt cắt dọc ❹<名>quân đoàn

纵² zòng❶<动>thả; phóng thích: 欲擒故~ vờ thả để bắt thật/cố ý buông lỏng để khống chế chặt hơn/lạt mềm buộc chặt ❷<动>thỏa sức; bỏ mặc: 放~ phóng túng ❸<动>nhảy lên; nhảy vút: 他向上一~，扯下了悬挂的横幅。Anh ta nhảy lên tháo dài băng rôn xuống. ❹<连>[书]dù cho; mặc dù

【纵观】zòngguān<动>nhìn chung; nhìn tổng quát: ~全局 nhìn chung toàn cục

【纵横】zònghéng❶<形>dọc và ngang; tung hoành: 铁路网~交错。Mạng lưới đường sắt ngang dọc đan xen. ❷<形>tự do phóng túng: 文笔~。Hành văn phóng túng. ❸<动>tung hoành ngang dọc; vẫy vùng

【纵火】zònghuǒ<动>phóng hỏa

【纵情】zòngqíng<副>thả cửa; mặc sức: ~歌舞 mặc sức hát múa

【纵容】zòngróng〈动〉dung túng; nuông chiều

【纵使】zòngshǐ〈连〉dù cho; mặc dù: ~他再狡猾，也难逃法网。Dù cho hắn ta -có xảo quyệt đến mấy cũng không thể thoát khỏi lưới pháp luật.

【纵向】zòngxiàng〈形〉theo chiều dọc: ~发展 phát triển theo chiều dọc

【纵欲】zòngyù〈动〉buông thả dục vọng; bạt mạng

粽 zòng〈名〉bánh chưng; bánh tét

【粽子】zòngzi〈名〉bánh chưng; bánh tét; bánh ú

zǒu

走 zǒu〈动〉❶đi: ~路回家 đi bộ về nhà ❷đi lại thăm viếng: ~亲戚 thăm họ hàng ❸lọt ra; lộ ra: ~漏风声 để lộ tin tức ❹biến dạng; mất dáng: 身材~样。Dáng người biến dạng. ❺[书]chạy (bằng chân) ❻chạy (bằng máy) ❼xu thế ❽lên đường; rời khỏi ❾đi xa; mất

【走动】zǒudòng〈动〉❶hoạt động; đi lại: 你坐得久了要起来~一下。Cậu ngồi lâu phải đứng lên đi lại một tí. ❷qua lại: 亲戚间要多~。Họ hàng nên thường xuyên qua lại thăm hỏi nhau.

【走访】zǒufǎng〈动〉thăm hỏi; phỏng vấn: 领导们~受灾家庭。Lãnh đạo đến thăm hỏi các gia đình bị thiên tai.

【走狗】zǒugǒu〈名〉tay sai; chó săn

【走过场】zǒu guòchǎng❶làm qua loa ❷diễn viên lộ diện rồi đi qua sân khấu

【走红】zǒuhóng〈动〉❶phát lên ❷gặp số may: 他的作品一度~。Tác phẩm của anh ấy đã từng nổi tiếng một thời.

【走后门】zǒu hòumén đi cửa sau: ví móc ngoặc với kẻ có quyền thế để kiếm lợi

【走廊】zǒuláng〈名〉hành lang

【走路】zǒulù〈动〉❶đi bộ ❷đi khỏi; xéo

【走马观花】zǒumǎ-guānhuā cưỡi ngựa xem hoa

【走俏】zǒuqiào〈形〉(hàng) bán chạy: 这种产品很~。Sản phẩm này bán rất chạy.

【走神儿】zǒushénr〈动〉lơ đễnh; phân tâm; không tập trung; không chú ý; lơ là: 他上课老爱~。Giờ lên lớp nó luôn lơ là chềnh mảng.

【走失】zǒushī〈动〉❶lạc đường; đi lạc: 小孩~了。Trẻ bị lạc đường. ❷biến dạng; làm sai mất: 电影~了小说的原意。Bộ phim đã lệch với nguyên ý của tiểu thuyết.

【走私】zǒusī〈动〉buôn lậu

【走投无路】zǒutóu-wúlù không có đường thoát; bế tắc

【走向】zǒuxiàng❶〈名〉hướng; chạy theo hướng: 南北~ hướng nam bắc ❷〈动〉đi tới: ~胜利 đi tới thắng lợi

【走样】zǒuyàng〈动〉biến dạng; sai kiểu; mất dáng

【走运】zǒuyùn〈形〉[口]gặp vận may: 今天真是~。Hôm nay gặp may thật.

【走着瞧】zǒuzheqiáo để rồi xem; chờ xem; hãy đợi đấy

zòu

奏 zòu〈动〉❶tấu; biểu diễn: 钢琴独~。Độc tấu pi-a-nô. ❷đạt được: ~效 đạt được hiệu quả

【奏效】zòuxiào〈动〉có hiệu quả: 用这法子定能~。Dùng cách này chắc có hiệu quả.

【奏乐】zòuyuè〈动〉tấu nhạc

揍 zòu〈动〉[口]đánh: ~一顿 đánh cho một trận

【揍人】zòurén〈动〉đánh người

zū

租 zū❶〈动〉thuê: ~房 thuê nhà ❷

<动>cho thuê: 出~店铺 cho thuê cửa hàng ❸<名>tiền thuê: 铺~ tiền thuê cửa hàng ❹<名> tô thuế

【租车】zūchē<动>thuê xe

【租户】zūhù<名>người thuê

【租借】zūjiè<动>❶thuê; mướn: ~会场 thuê hội trường ❷cho thuê: 这家书店~图书。Hiệu sách này cho thuê sách.

【租金】zūjīn<名>tiền thuê

【租赁】zūlìn<动>❶thuê mướn: 公司一栋别墅作为办公场地。Công ti thuê một tòa biệt thự dùng làm nơi làm việc. ❷cho thuê: 公司向外~闲置的办公室。Công ti cho thuê những phòng làm việc để trống.

【租让】zūràng<动>thuê cho

【租用】zūyòng<动>thuê dùng: ~音响设备 thuê dùng thiết bị âm thanh

【租约】zūyuē<名>giao kèo; hợp đồng thuê mướn

zú

足¹ zú<名>❶chân: 画蛇添~ vẽ rắn thêm chân ❷môn bóng đá

足² zú❶<形>sung túc; đầy đủ: 富~ đầy đủ sung túc; 干劲十~。Đầy lòng hăng hái. ❷<副>đủ; đạt tới ❸<副>đủ để

【足够】zúgòu<动>❶đủ; đầy đủ: 对我来说，这已经~了。Đối với tôi như thế là đầy đủ. ❷thỏa mãn

【足迹】zújì<名>dấu chân

【足球】zúqiú<名>bóng đá: ~场 sân bóng đá

【足以】zúyǐ<动>đủ để: 这些证据~让你进监狱。Những bằng chứng này đủ để đưa anh vào nhà tù.

【足智多谋】zúzhì-duōmóu túc trí đa mưu; lắm mưu nhiều kế

【足足】zúzú<副>đến…(nhấn mạnh về lượng): 这条鱼~有十千克。Con cá này nặng 10 cân chẵn.

族 zú<名>❶họ hàng; tộc: 宗~ dòng họ ❷tru di tam tộc ❸chủng tộc; dân tộc: 高山~ dân tộc Cao Sơn ❹loài; hệ; dãy: 语~ họ ngôn ngữ ❺tộc; họ (chỉ một cộng đồng có thuộc tính chung nào đó): 打工~ những người làm thuê

【族谱】zúpǔ<名>tộc phả

【族亲】zúqīn<名>người thân cùng họ

【族群】zúqún<名>❶tộc quần ❷nhóm người (có đặc điểm chung nào đó)

【族人】zúrén<名>tộc người

【族长】zúzhǎng<名>tộc trưởng

zǔ

诅 zǔ<动>[书]❶nguyền rủa; chửi mắng ❷thề thốt

【诅咒】zǔzhòu<动>nguyền rủa

阻 zǔ<动>ngăn cản; trở ngại

【阻碍】zǔ'ài❶<动>ngăn cản; trở ngại ❷<名>vật cản; cái cản trở

【阻挡】zǔdǎng<动>ngăn cản; vật cản: 历史的潮流无法~。Trào lưu lịch sử không thể ngăn cản được.

【阻隔】zǔgé<动>gây cách trở; ngăn cản

【阻拦】zǔlán<动>ngăn giữ; ngăn cản

【阻力】zǔlì<名>sức cản; trở lực

【阻挠】zǔnáo<动>ngăn cản; phá rối

【阻止】zǔzhǐ<动>ngăn; ngăn trở

组 zǔ❶<动>tổ chức; tập hợp: 每个家庭~成一个队。Một gia đình tập hợp thành một đội. ❷<名>tổ; chùm; bộ: ~长 tổ trưởng ❸<量>tổ; nhóm; bộ: 两~发电机 hai tổ máy phát điện ❹<形>tổ; chùm; bộ (tác phẩm văn học nghệ thuật): ~画 chùm tranh

【组成】zǔchéng<动>tổ thành; tổ chức thành

【组稿】zǔgǎo<动>tổ chức bài viết

【组合】zǔhé❶<动>tổ hợp; tổ hợp thành ❷<名>khối tổ hợp ❸<名>tổ hợp trong toán học

【组建】zǔjiàn<动>tổ chức xây dựng

【组团】zǔtuán〈动〉tổ chức thành đoàn

【组委会】zǔwěihuì〈名〉ban tổ chức

【组织】zǔzhī ❶〈名〉tổ chức: 向~报告 báo cáo với tổ chức ❷〈名〉hệ thống; quan hệ phối hợp: ~涣散 tổ chức tản mạn lỏng lẻo ❸〈动〉tổ chức; sắp đặt: ~比赛 tổ chức thi đua ❹〈名〉[医学] mô: 神经~ mô thần kinh

【组装】zǔzhuāng〈动〉lắp ráp

祖 zǔ〈名〉❶bậc ông bà: ~父 ông nội ❷tổ tông; tổ tiên: 高~ cao tổ ❸tổ sư; ông tổ; tiên sư: 鼻~ thủy tổ

【祖辈】zǔbèi〈名〉đời ông; tổ tiên; ông cha

【祖传】zǔchuán〈动〉tổ truyền; gia truyền: ~秘方 phương thuốc gia truyền

【祖国】zǔguó〈名〉tổ quốc

【祖籍】zǔjí〈名〉nguyên quán; quê cha đất tổ

【祖母】zǔmǔ〈名〉bà nội

【祖孙】zǔsūn〈名〉ông cháu; bà cháu

【祖先】zǔxiān〈名〉tổ tiên

【祖宗】zǔzong〈名〉tổ tông; tổ tiên

【祖祖辈辈】zǔzǔbèibèi đời này qua đời khác

zuān

钻 zuān〈动〉❶dùi; khoan: ~孔 khoan lỗ ❷chui qua; chui vào: ~到水里 lặn xuống nước ❸đi sâu nghiên cứu ❹luồn cúi
另见zuàn

【钻空子】zuān kòngzi nhắm chỗ yếu; nhắm sơ hở

【钻牛角尖】zuān niújiǎojiān❶chui vào sừng trâu; ví chui vào chỗ bế tắc ❷ví cố chấp, ngoan cố

【钻探】zuāntàn〈动〉khoan thăm dò

【钻心】zuānxīn〈形〉ray rứt; kim châm muối xát: ~的疼痛 đau như kim châm muối xát

【钻研】zuānyán〈动〉đi sâu nghiên cứu: ~技术 nghiên cứu kĩ thuật

【钻营】zuānyíng〈动〉luồn lụy; luồn cúi: 投机~ đầu cơ luồn cúi

zuàn

钻 zuàn〈名〉❶cái khoan: 手电~ khoan điện xách tay ❷kim cương
另见zuān

【钻床】zuànchuáng〈名〉máy khoan

【钻机】zuànjī〈名〉máy khoan

【钻戒】zuànjiè〈名〉nhẫn kim cương

【钻井】zuànjǐng❶〈动〉khoan giếng ❷〈名〉giếng khoan

【钻石】zuànshí〈名〉kim cương

【钻头】zuàntóu〈名〉mũi khoan

zuǐ

嘴 zuǐ〈名〉❶miệng; mồm: 小~ miệng nhỏ ❷miệng của đồ vật: 茶壶~ vòi ấm ❸lời nói: 多~ lắm nhời/lắm mồm

【嘴巴】zuǐba〈名〉❶miệng; mồm ❷cái tát

【嘴馋】zuǐchán〈形〉thèm; muốn ăn; thèm ăn; sành ăn

【嘴唇】zuǐchún〈名〉môi

【嘴角】zuǐjiǎo〈名〉mép

【嘴快】zuǐkuài〈形〉nói năng nhanh nhẩu; nhanh mồm nhanh miệng

【嘴脸】zuǐliǎn〈名〉mặt mũi; bộ mặt

【嘴皮子】zuǐpízi〈名〉[口]mồm mép; lém lỉnh: 他爱耍~。Anh ta mồm mép lém lỉnh.

【嘴甜】zuǐtián〈形〉ăn nói ngọt ngào

【嘴硬】zuǐyìng〈形〉nói ngang; nói bướng

zuì

最 zuì❶〈副〉nhất: ~好 tốt nhất ❷〈名〉nhất: 天下之~ nhất thiên hạ

【最初】zuìchū〈名〉lúc đầu

【最好】zuìhǎo<形>tốt nhất

【最后】zuìhòu<名>sau cùng; cuối cùng

【最佳】zuìjiā<形>xuất sắc nhất; đẹp nhất; tốt nhất; hay nhất; giỏi nhất; thuận lợi nhất: ~球员 cầu thủ xuất sắc nhất

【最近】zuìjìn<名>gần đây

【最终】zuìzhōng<名>sau cùng; cuối cùng; rút cuộc: ~结果 kết quả cuối cùng

罪 zuì<名>❶tội: 有~ có tội ❷khốn khổ: 受~ chịu tội/chịu khổ ❸lỗi; lỗi lầm: 归~于人 đổ lỗi cho người khác ❹quy lỗi cho; quở trách: ~己 nhận lỗi về mình

【罪恶】zuì'è<名>tội ác: ~滔天. Tội ác tày trời.

【罪犯】zuìfàn<名>tội phạm

【罪过】zuìguo<名>tội lỗi; lỗi lầm: 请宽恕我的~. Xin tha thứ cho những lỗi lầm của tôi.

【罪名】zuìmíng<名>tội danh: 洗刷~ gột rửa tội danh

【罪孽】zuìniè<名>tội; điều ác

【罪行】zuìxíng<名>hành vi phạm tội

【罪有应得】zuìyǒuyīngdé đáng bị trừng trị; trừng trị đích đáng

【罪证】zuìzhèng<名>chứng cứ phạm tội

【罪状】zuìzhuàng<名>tội trạng

醉 zuì<动>❶say rượu: 喝~ uống say ❷say mê: 陶~于音乐之中 say đắm trong âm nhạc ❸ngâm rượu: ~虾 tôm ngâm rượu

【醉汉】zuìhàn<名>thằng say; tên say rượu

【醉酒】zuìjiǔ<动>say rượu

【醉醺醺】zuìxūnxūn say khướt; say bí tỉ

zūn

尊 zūn❶<形>cao quý ❷<动>kính trọng ❸<量>pho ❹<量>khẩu ❺<名> tôn xưng

【尊称】zūnchēng<名>tôn xưng

【尊贵】zūnguì<形>cao quý: ~的来宾 khách quý

【尊敬】zūnjìng<动>tôn kính; kính mến: ~的老师 thầy kính mến

【尊老爱幼】zūnlǎo-àiyòu kính già yêu trẻ

【尊姓大名】zūnxìng dàmíng họ và tên ngài; quý danh của ngài: 请问您的~。Xin ngài cho biết quý danh.

【尊严】zūnyán<名>tôn nghiêm; danh dự; uy nghiêm

【尊重】zūnzhòng❶<动>tôn trọng; kính trọng: ~老师 kính trọng thầy cô ❷<形>trang trọng

遵 zūn<动>tuân; tuân theo: ~医嘱 theo lời dặn của bác sĩ

【遵从】zūncóng<动>tuân; tuân theo: ~领导 tuân theo lãnh đạo

【遵纪守法】zūnjì-shǒufǎ gìn giữ kỉ luật, tôn trọng pháp luật

【遵命】zūnmìng<动>tuân mệnh; vâng mệnh

【遵守】zūnshǒu<动>tuân thủ; giữ đúng: ~课堂纪律 tuân thủ kỉ luật lớp học

【遵循】zūnxún<动>tuân theo

【遵照】zūnzhào<动>theo; tuân theo

zuō

作 zuō<名>xưởng; lò (thủ công) 另见zuò

【作坊】zuōfang<名>xưởng; phân xưởng

【作弄】zuōnòng<动>trêu chọc; bông đùa: 她爱出鬼点子~人。Cô ấy hay bày cách trêu chọc người khác.

zuó

昨 zuó<名>❶hôm qua: ~晚 tối hôm qua ❷trước kia; khi xưa: 今是~非 nay đúng trước sai

Z

【昨天】zuótiān<名>❶hôm qua ❷trước kia

【昨晚】zuówǎn<名>tối qua; đêm qua

琢zuó
另见zhuó

【琢磨】zuómo<动>suy nghĩ; suy xét; cân nhắc
另见zhuómó

zuǒ

左zuǒ❶<名>bên trái: 向~转 quay bên trái ❷<名>phía đông: 山~ Sơn Tả ❸<形>nghiêng; lệch; không bình thường: ~脾气 trái tính trái nết ❹<形>sai; chệch: 想~了 nghĩ sai rồi ❺<形>ngược; trái ngược: 意见相~。Ý kiến tương phản. ❻<形>tà; tiến bộ: ~派 cánh tả ❼<动>phụ tá; giúp việc ❽<名>người phó tá; người giúp việc

【左边】zuǒbian<名>bên trái

【左邻右舍】zuǒlín-yòushè hàng xóm; láng giềng

【左撇子】zuǒpiězi<名>người thuận tay trái

【左手】zuǒshǒu<名>❶tay trái ❷bên trái

【左右】zuǒyòu❶<名>bên trái và bên phải ❷<名>người tùy tùng ❸<名>khoảng; trên dưới ❹<动>thao túng; chi phối: ~局势 thao túng cục diện ❺<副>[方]đằng nào cũng

【左右逢源】zuǒyòu-féngyuán thuận lợi mọi bề

【左右为难】zuǒyòu-wéinán trái phải đều khó; làm thế nào cũng thấy khó

佐zuǒ❶<动>phụ tá; giúp việc; trợ giúp: ~药 thuốc bổ trợ ❷<名>người phụ tá; người giúp việc

【佐料】zuǒliào<名>phối liệu; gia vị

【佐证】zuǒzhèng<名>chứng cứ; chứng cớ

zuò

作zuò❶<动>dậy; dấy lên: 日出而~ dậy lúc mặt trời mọc ❷<动>làm (theo hoạt động nào đó): 自~自受 mình làm mình chịu ❸<动>sáng tác; viết: ~曲 sáng tác nhạc ❹<名>tác phẩm: 成功之~ tác phẩm thành công ❺<动>vờ; ra dáng: 装模~样 làm bộ làm tịch ❻<动>gây; xảy ra: ~呕 buồn nôn ❼<动>thực hiện: 过期~废 quá hạn không còn giá trị
另见zuō

【作案】zuò'àn<动>gây án

【作罢】zuòbà<动>hủy bỏ; thôi; xóa bỏ; coi như không có gì; không tiến hành nữa

【作弊】zuòbì<动>làm bậy

【作答】zuòdá<动>trả lời

【作对】zuòduì<动>❶đối lập; chống đối ❷thành đôi; thành cặp

【作恶】zuò'è<动>làm việc ác, việc xấu: ~多端 gây nhiều tội ác

【作废】zuòfèi<动>hủy bỏ; hết giá trị: 成绩~ thành tích bị hủy

【作风】zuòfēng<名>❶tác phong: 工作~ tác phong làm việc ❷phong cách

【作怪】zuòguài<动>tác oai tác quái; làm hại

【作家】zuòjiā<名>tác giả

【作假】zuòjiǎ<动>❶làm giả; không thật ❷giả vờ; vờ vĩnh ❸giả bộ khách khứa

【作孽】zuòniè<动>gây tội; gây nợ; gây nghiệp chướng; tạo nghiệp chướng; tội nghiệp; phải tội

【作呕】zuò'ǒu<动>❶tỏ ý chán ghét ❷buồn nôn; lộn mửa

【作陪】zuòpéi<动>tiếp đãi khách

【作品】zuòpǐn<名>tác phẩm: 优秀~ tác phẩm xuất sắc

【作曲】zuòqǔ<动>soạn nhạc: ~家 nhà soạn nhạc

【作祟】zuòsuì〈动〉làm hại; quấy phá

【作威作福】zuòwēi-zuòfú tác uy tác phúc; tác oai tác quái

【作为】[1] zuòwéi❶〈名〉hành động ❷〈动〉làm nên thành tựu; làm nên thành tích: 有所~ có thành tựu ❸〈名〉việc làm; sự nghiệp

【作为】[2] zuòwéi❶〈动〉coi là; coi như: 我把读书~终生的爱好。Tôi coi việc đọc sách là sở thích trọn đời. ❷〈介〉với tư cách là: ~子女，要孝顺父母。Với tư cách là con cái, cần hiếu thảo với cha mẹ.

【作文】zuòwén❶〈动〉tập làm văn; làm văn; viết văn ❷〈名〉bài tập làm văn: 修改~ sửa chữa bài tập làm văn

【作物】zuòwù〈名〉cây trồng: 农~ cây trồng nông nghiệp

【作息】zuòxī〈动〉làm việc và nghỉ ngơi: 要按时~。Làm việc và nghỉ ngơi phải đúng giờ.

【作秀】zuòxiù〈动〉❶ra dáng; pha trò ❷trình diễn ❸rêu rao

【作业】zuòyè❶〈名〉bài làm; bài tập: 家庭~ bài tập ở nhà ❷〈动〉tác nghiệp; làm việc; hoạt động: 野外~ làm việc ở dã ngoại

【作用】zuòyòng❶〈名〉tác dụng; vai trò ❷〈名〉hiệu quả; dụng ý ❸〈动〉tác động: 酒精~于大脑，能使神经中枢兴奋。Cồn tác động tới đại não, gây hưng phấn trung khu thần kinh.

【作战】zuòzhàn〈动〉tác chiến; đánh trận; chiến đấu: 英勇~ chiến đấu anh dũng

【作者】zuòzhě〈名〉tác giả

坐zuò〈动〉❶ngồi: 请~在这椅子上。Mời ngồi trên ghế này. ❷đi; đáp: ~飞机 đi máy bay ❸đặt; để (xoong, nồi lên bếp) ❹giật hậu; lún ❺(nhà) quay lưng về hướng; quay lưng về: 这栋楼~北朝南。Tòa nhà này tọa

Bắc hướng Nam. ❻chắc: 这棵荔枝树今年开始~果了。Cây vải này năm nay đã bắt đầu kết trái rồi. ❼định tội; liên đới: 连~ liên đới chịu tội ❽gây nên: ~下伤病 gây nên bệnh tật

【坐班】zuòbān〈动〉ngồi bàn giấy

【坐标】zuòbiāo〈名〉tọa độ

【坐垫】zuòdiàn〈名〉nệm ghế

【坐井观天】zuòjǐng-guāntiān ếch ngồi đáy giếng

【坐牢】zuòláo〈动〉ngồi tù; ở tù

【坐立不安】zuòlì-bù'ān đứng ngồi không yên

【坐落】zuòluò〈动〉nằm ở; ở: 这个工厂~在新开发区。Nhà máy này nằm trong khu công nghiệp.

【坐失良机】zuòshī-liángjī bỏ lỡ cơ hội tốt

【坐月子】zuò yuèzi[口]ở cữ

【坐诊】zuòzhěn〈动〉ngồi khám chữa bệnh

【坐庄】zuòzhuāng〈动〉❶cắm chốt để thu mua hàng ❷làm cái (đánh bạc) ❸làm cái (mua bán trái phiếu)

座zuò❶〈名〉chỗ ngồi: 满~ hết chỗ ngồi ❷〈名〉đĩa để chén; đĩa (hay giá…) để dưới vật khác: 花盆~ để chậu hoa ❸〈名〉chòm sao: 大熊~ chòm sao Đại Hùng ❹〈量〉tòa

【座机】zuòjī〈名〉điện thoại để bàn

【座谈】zuòtán〈动〉tọa đàm: ~会 cuộc tọa đàm

【座位】zuòwèi〈名〉❶chỗ ngồi ❷ghế ngồi

【座椅】zuòyǐ〈名〉ghế tựa

【座右铭】zuòyòumíng〈名〉lời răn

做zuò〈动〉❶làm; chế tạo: ~玩具 làm đồ chơi ❷sáng tác: ~文章 viết văn ❸làm việc; làm nghề: ~工 làm ❹dùng để làm: 用以~教材 sử dụng làm sách giáo khoa ❺tổ chức; mừng: ~寿 mừng sinh nhật (người già) ❻đảm nhiệm: ~官 làm quan ❼nói kết quan hệ: ~朋友 kết bạn

❽làm ra vẻ: ~鬼脸 pha trò

【做爱】zuò'ài〈动〉giao hợp; giao cấu

【做伴】zuòbàn〈动〉ở bên cạnh; làm bạn; bầu bạn

【做菜】zuòcài〈动〉làm món ăn; nấu món ăn

【做操】zuòcāo〈动〉tập thể dục

【做东】zuòdōng〈动〉làm chủ: 今天晚饭我~。Bữa cơm tối nay tôi làm chủ.

【做法】zuòfǎ〈名〉cách làm

【做饭】zuòfàn〈动〉làm cơm; nấu cơm

【做工】[1] zuògōng〈动〉làm việc; làm công; làm lụng

【做工】[2] zuògōng〈名〉tay nghề

【做官】zuòguān〈动〉làm quan

【做活儿】zuòhuór〈动〉làm việc; làm công

【做客】zuòkè〈动〉làm khách; đến thăm

【做礼拜】zuò lǐbài   đi lễ; đi nhà thờ

【做买卖】zuò mǎimai   làm buôn bán

【做媒】zuòméi〈动〉làm mối

【做梦】zuòmèng〈动〉❶nằm mơ ❷mơ mộng: 不要白日~了。Đừng mơ mộng hão huyền nữa.

【做人】zuòrén〈动〉❶đối đãi; đối xử: ~处世 đối nhân xử thế ❷làm người: 他发誓改过自新，重头~。Anh ấy thề sẽ triệt để hối cải, làm lại cuộc đời.

【做生意】zuò shēngyi   làm buôn bán

【做事】zuòshì〈动〉làm việc; công tác

【做手脚】zuò shǒujiǎo   giở trò; ngấm ngầm sắp xếp

【做寿】zuòshòu〈动〉làm lễ mừng thọ

【做头发】zuò tóufa   làm tóc

【做学问】zuò xuéwen   nghiên cứu học vấn

【做样子】zuò yàngzi   làm dáng

【做主】zuòzhǔ〈动〉làm chủ; giữ vai trò chính: 人民当家~。Nhân dân làm chủ.

【做作】zuòzuo〈形〉làm bộ; làm điệu; làm dáng; cố tình làm vẻ

附　录

1.计量单位表

表1　长度单位对照表

汉语名称 Tên tiếng Hán	英语名称 Tên tiếng Anh	越语名称 Tên tiếng Việt	缩写 Viết tắt
毫米	millimetre	millimet	mm
厘米	centimetre	centimet	cm
分米	decimetre	decimet	dm
米	metre	mét	m
十米	decametre	decamet	dam
百米	hectometre	hectomet	hm
千米	kilometer	kilomet	km

表2　面积单位对照表

汉语名称 Tên tiếng Hán	英语名称 Tên tiếng Anh	越语名称 Tên tiếng Việt	缩写 Viết tắt
平方厘米	square centimetre	centimet vuông	cm²
平方分米	square decimetre	decimet vuông	dm²
平方米	square metre	mét vuông	m²
一百平方米	are	a(100m²)	a
公顷（一万平方米）	hectare	hecta(10000m²)	ha
平方千米	square kilometer	kilomet vuông	km²

表3 重量单位对照表

汉语名称 Tên tiếng Hán	英语名称 Tên tiếng Anh	越语名称 Tên tiếng Việt	缩写 Viết tắt
毫克	milligram	milligram	mg
厘克	centigram	centigram	cg
分克	decigram	decigram	dg
克	gram	gram	g
十克	decagram	decagram	dag
百克	hectogram	hectogram	hg
千克	kilogram	kilogram	kg

表4 容积单位对照表

汉语名称 Tên tiếng Hán	英语名称 Tên tiếng Anh	越语名称 Tên tiếng Việt	缩写 Viết tắt
毫升	millitre	millilit	ml
厘升	centilitre	centilit	cl
分升	decilitre	decilit	dl
升	litre	lít	l
十升	decalitre	decalit	dal
百升	hectolitre	hetolit	hl
千升	kiloliter	kilolit	kl

表5 体积单位对照表

汉语名称 Tên tiếng Hán	英语名称 Tên tiếng Anh	越语名称 Tên tiếng Việt	缩写 Viết tắt
立方厘米	cubic centimetre	centimet khối	cm³
立方分米	cubic decimetre	decimet khối	dm³
立方米	cubic metre	mét khối	m³

2. 越语借汉词对译表

（此表供查译中越人名，地名参考）

A 阿,啊,疴,钶,丫,鸦
Á 亚,哑
Ác 恶,握
Ách 厄,陌,呃,扼,轭
Ai 哀,埃
Ái 爱,嫒,瑗,暖,霭,蔼
Ài 隘,缢
Am 暗,庵,菴,鹌
Ám 暗,瘖
Âm 黯,闇
An 安,鞍
Án 按,案,晏
Anh 英,瑛,婴,樱,鹦,缨,罂
Ánh 映
Ảnh 影
Ao 泑,凹,镺,鏖
Áo 奥,袄,懊
Ào 懊,幻,拗
Áp 压,押,鸭
Át 遏
Âm 旮,阴
Ấm 荫
Âm 饮
Ân 恩,殷,慇
Ấn 印
Âp 邑,挹,揖
Ât 乙
Âu 欧,沤,瓯,鸥,沤
Ấu 幼,殴
Ẩu 殴,妪,呕
Ba 巴,波,疤,蚆,吧,爸,粑
Bá 百,伯,柏,帕,霸,播,鄱,璠
Bà 婆,杷,琶,爬,蟠
Bả 把,跛,簸
Bạ 薄
Bác 博,镈,炮,剥,驳
Bạc 泊,铂,箔,簿,雹,

爆,瀑
Bách 百,柏,迫
Bạch 白,铂
Bái 沛,拜,湃
Bài 牌,排,俳
Bãi 摆
Bãi 罢
Bại 败
Ban 班,斑,瘢,颁,般,搬,瘢
Bán 半
Bàn 盘,槃,磐,蟠
Bản 本,板,版
Bạn 伴,瓶,绊,鉡
Bang 邦,帮
Báng 谤
Bàng 旁,谤,傍,磅,滂,膀,庞
Bảng 板,榜
Bạng 蚌
Bành 彭,湃,膨,栅
Banh 拼,碰
Bao 包,褒
Báo 报,豹
Bào 胞,泡,饱,匏,炮,袍,刨,苞,咆,鲍,跑
Bảo 保,堡,宝,抱
Bão 饱
Bạo 暴
Bát 八,砵,泼,拔
Bạt 拔,跋
Bàu 保
Bắc 北
Băng 冰,崩,绷
Bằng 朋,棚,鹏,锛,凭
Bẩm 禀
Bản 彬
Bần 贫
Bất 不
Bật 弼,邂,郔
Bế 闭,嬖,媲

Bể 髀,脾
Bệ 陛,陴
Bệnh 病
Bi 悲,卑,碑,裨,陂
Bí 秘,铋,毖,闷,豂,贲,陂,跛,费
Bì 皮,疲
Bỉ 彼,圮,秕,鄙,痞
Bĩ 否
Bị 备,惫,裨,被,跋
Bích 碧,辟,壁,璧
Biếm 贬,砭,窆
Biên 边,编,编
Biến 变,遍,编,褊
Biển 扁,匾,褊,骗
Biện 办,辨,辩,辩,卞,抃,拼
Biệt 别
Biểu 瓢
Biểu 表,裱
Binh 兵
Bính 丙,炳,柄,并,饼
Bình 平,苹,评,萍,屏,瓶
Bỉnh 秉
Bóc 剥
Bô 哺,逋,铺
Bố 布,佈,佈
Bồ 匍,葡,蒲,菩
Bổ 补,蒲,圃
Bộ 步,部,簿,捕
Bốc 卜
Bộc 仆,扑,朴,瀑,曝,爆,镤
Bôi 杯
Bối 贝,钡,辈,背
Bồi 培,陪,赔,焙,徘
Bội 倍,焙,背,佩,珮,悖,誖
Bôn 奔,贲
Bổng 蓬

Bổng 俸
Bột 字,勃,悖,渤
Bùi 裴
Bức 幅,逼,蝠,愎
Bưu 邮,彪
Ca 哥,歌,柯,迦,袈,伽
Cá 个,箇
Cà 袈
Các 各,铬,阁,搁
Cách 革,格,鬲,隔,镉,膈,翮
Cạch 礋
Cai 该,陔,垓,赅,荄
Cái 丐,盖
Cải 改
Cam 甘,柑,疳,酣
Cảm 感,敢,橄
Can 干,肝,杆,竿,乹
Cản 乾,浣
Càn 乾
Cản 赶
Cảng 港
Canh 更,粳,耕,羹,庚,赓
Cánh 竟
Cảnh 梗
Cảnh 景,境,警,儆,哽,缰,颈,耿
Cạnh 竞,竸
Cao 高,篙,蒿,膏,羔,糕,皋,睪
Cáo 告,诰
Cảo 稿,槁,缟,皜,藁,皋
Cáp 鸽,蛤,蛤,跲
Cát 吉,拮,桔,割,葛
Căn 根
Căng 矜,兢
Câm 衿
Cấm 禁

续表

民族名称	Tên các dân tộc	主要分布地区（省、直辖市、自治区）	Khu vực phân bố chính (tỉnh, thành phố trực thuộc Trung ương, khu tự trị)
高山族	Cao Sơn	台湾	Đài Loan
拉祜族	La-hu	云南	Vân Nam
水族	Thủy	贵州	Quý Châu
东乡族	Đông Hương	甘肃	Cam Túc
纳西族	Na-xi	云南、四川	Vân Nam, Tứ Xuyên
景颇族	Cảnh Phả	云南	Vân Nam
柯尔克孜族	Kiếc-ghi-di	新疆、黑龙江	Tân Cương, Hắc Long Giang
土族	Thổ	青海、甘肃	Thanh Hải, Cam Túc
达斡尔族	Ta-hua	黑龙江、新疆、内蒙古	Hắc Long Giang, Tân Cương, Nội Mông Cổ
仫佬族	Mô-lao	广西	Quảng Tây
羌族	Khương	四川	Tứ Xuyên
布朗族	Bu-răng	云南	Vân Nam
撒拉族	Sa-la	青海、甘肃	Thanh Hải, Cam Túc
毛南族	Mao Nam	广西	Quảng Tây
仡佬族	Kơ-lao	贵州	Quý Châu
锡伯族	Si-ba	新疆、辽宁	Tân Cương, Liêu Ninh
阿昌族	A Xương	云南	Vân Nam
普米族	Pu-mi	云南、四川	Vân Nam, Tứ Xuyên
塔吉克族	Tát-gích	新疆	Tân Cương
怒族	Nộ	云南	Vân Nam
乌孜别克族	U-dơ-bếch	新疆	Tân Cương
俄罗斯族	Nga	新疆、黑龙江	Tân Cương, Hắc Long Giang
鄂温克族	Ơ-uôn-khơ	黑龙江、内蒙古	Hắc Long Giang, Nội Mông Cổ
德昂族	Đê-ang	云南	Vân Nam
保安族	Bảo An	甘肃	Cam Túc
裕固族	Uy-cu	甘肃	Cam Túc
京族	Kinh	广西	Quảng Tây
塔塔尔族	Tác-ta	新疆	Tân Cương
独龙族	Đrung	云南	Vân Nam
鄂伦春族	Ơ-luân-xuân	黑龙江、内蒙古	Hắc Long Giang, Nội Mông Cổ
赫哲族	Hô-Chê	黑龙江	Hắc Long Giang
门巴族	Môn-ba	西藏	Tây Tạng
珞巴族	Lô-ba	西藏	Tây Tạng
基诺族	Chi-nô	云南	Vân Nam

5. 中国行政区划简表（按汉语拼音顺序排列）

省、直辖市、自治区和特别行政区名 Tên các tỉnh, thành phố trực thuộc Trung ương, khu tự trị và khu hành chính đặc biệt	简称 Tên gọi tắt	省会或首府名 Tên tỉnh lị hoặc tên thủ phủ
安徽省 tỉnh An Huy	皖 Hoản	合肥 Hợp Phì
澳门特别行政区 khu hành chính đặc biệt Áo Môn (Ma Cao)	澳 Áo	澳门 Áo Môn (Ma Cao)
北京市 thành phố Bắc Kinh	京 Kinh	北京 Bắc Kinh
重庆市 thành phố Trùng Khánh	渝 Du	重庆 Trùng Khánh
福建省 tỉnh Phúc Kiến	闽 Mân	福州 Phúc Châu
甘肃省 tỉnh Cam Túc	甘（陇）Cam (Lũng)	兰州 Lan Châu
广东省 tỉnh Quảng Đông	粤 Việt	广州 Quảng Châu
广西壮族自治区 khu tự trị dân tộc Choang Quảng Tây	桂 Quế	南宁 Nam Ninh
贵州省 tỉnh Quý Châu	贵（黔）Quý (Kiềm)	贵阳 Quý Dương
海南省 tỉnh Hải Nam	琼 Quỳnh	海口 Hải Khẩu
河北省 tỉnh Hà Bắc	冀 Kí	石家庄 Thạch Gia Trang
河南省 tỉnh Hà Nam	豫 Dự	郑州 Trịnh Châu
黑龙江省 tỉnh Hắc Long Giang	黑 Hắc	哈尔滨 Cáp Nhĩ Tân
湖北省 tỉnh Hồ Bắc	鄂 Ngạc	武汉 Vũ Hán
湖南省 tỉnh Hồ Nam	湘 Tương	长沙 Trường Sa
吉林省 tỉnh Cát Lâm	吉 Cát	长春 Trường Xuân
江苏省 tỉnh Giang Tô	苏 Tô	南京 Nam Kinh
江西省 tỉnh Giang Tây	赣 Cán	南昌 Nam Xương

续表

省、直辖市、自治区和特别行政区名 Tên các tỉnh, thành phố trực thuộc Trung ương, khu tự trị và khu hành chính đặc biệt	简称 Tên gọi tắt	省会或首府名 Tên tỉnh lị hoặc tên thủ phủ
辽宁省 tỉnh Liêu Ninh	辽 Liêu	沈阳 Thẩm Dương
内蒙古自治区 khu tự trị Nội Mông Cổ	内蒙古 Nội Mông Cổ	呼和浩特 Hô-hốt
宁夏回族自治区 khu tự trị dân tộc Hồi Ninh Hạ	宁 Ninh	银川 Ngân Xuyên
青海省 tỉnh Thanh Hải	青 Thanh	西宁 Tây Ninh
山东省 tỉnh Sơn Đông	鲁 Lỗ	济南 Tế Nam
山西省 tỉnh Sơn Tây	晋 Tấn	太原 Thái Nguyên
陕西省 tỉnh Thiểm Tây	陕（秦）Thiểm (Tần)	西安 Tây An
上海市 thành phố Thượng Hải	沪（申）Hộ (Thân)	上海 Thượng Hải
四川省 tỉnh Tứ Xuyên	川（蜀）Xuyên (Thục)	成都 Thành Đô
台湾省 tỉnh Đài Loan	台 Đài	台北 Đài Bắc
天津市 thành phố Thiên Tân	津 Tân	天津 Thiên Tân
西藏自治区 khu tự trị Tây Tạng	藏 Tạng	拉萨 La Sa
香港特别行政区 khu hành chính đặc biệt Hương Cảng (Hồng Kông)	港 Cảng	香港 Hương Cảng (Hồng Kông)
新疆维吾尔自治区 khu tự trị Uây-ua Tân Cương	新 Tân	乌鲁木齐 U-rum-xi
云南省 tỉnh Vân Nam	云（滇）Vân (Điền)	昆明 Côn Minh
浙江省 tỉnh Chiết Giang	浙 Chiết	杭州 Hàng Châu

6. 部分国际组织缩写表

缩写 Viết tắt	越语、汉语、英语名称 Tiếng Việt, tiếng Hán, tiếng Anh
AG	Đại hội thể thao châu Á 亚洲运动会 Asian Games
APEC	Diễn đàn Hợp tác Kinh tế Châu Á Thái Bình Dương 亚太经济合作组织 Asia-Pacific Economic Cooperation
ASEAN	Hiệp hội các nước Đông Nam Á 东南亚国家联盟 Association of Southeast Asian Nations
B&R	một vành đai một con đường 一带一路 the Belt and Road
BRICS	Các quốc gia BRICS 金砖国家 Brazil,Russia,India,China and South Africa
CAEXPO	Hội chợ Trung Quốc-ASEAN 中国-东盟博览会 China-ASEAN Exposition
CAFTA	Khu Thương mại tự do Trung Quốc-ASEAN 中国-东盟自由贸易区 China-ASEAN Free Trade Area
CCC	Hội đồng hợp tác hải quan 关税合作理事会 Customs Cooperation Council
COMMONWEALTH	Khối liên hiệp Anh 英联邦 Commonwealth of Nations

续表

缩写 Viết tắt	越语、汉语、英语名称 Tiếng Việt, tiếng Hán, tiếng Anh
ECOSOC	Hội đồng kinh tế và xã hội LHQ 联合国经济及社会理事会 Economic and Social Council
EU	Liên minh châu Âu 欧洲联盟 European Union
FAO	Tổ chức lương thực và nông nghiệp LHQ 联合国粮食及农业组织 Food and Agriculture Organization of the United Nations
G20	G20, Tập đoàn 20 quốc gia 20国集团 Group of 20
IAEA	Cơ quan năng lượng nguyên tử quốc tế 国际原子能机构 International Atomic Energy Agency
ICRC	Ủy ban Chữ thập đỏ Quốc tế 红十字国际委员会 International Committee of the Red Cross
IEA	Cơ quan năng lượng quốc tế 国际能源机构 International Energy Agency
IFAD	Quỹ Quốc tế về Phát triển nông nghiệp 国际农业发展基金 International Fund for Agricultural Development
ILO	Tổ chức lao động quốc tế 国际劳工组织 International Labor Organization

续表

缩写 Viết tắt	越语、汉语、英语名称 Tiếng Việt, tiếng Hán, tiếng Anh
IMF	Quĩ tiền tệ quốc tế 国际货币基金组织 International Monetary Fund
IOC (CIO)	Uỷ ban O-lim-pích quốc tế 国际奥林匹克委员会 International Olympic Committee
NATO	Khối quân sự Bắc Đại Tây Dương 北大西洋公约组织 North Atlantic Treaty Organization
OPEC	Tổ chức các nước xuất khẩu dầu mỏ 石油输出国组织（欧佩克） Organization of the Petroleum Exporting Countries
UN (ONU)	Liên Hợp Quốc (LHQ) 联合国 United Nations
UNCTAD	Hội nghị của LHQ về thương mại và phát triển 联合国贸易和发展会议 United Nations Conference on Trade and Development
UNDP	Chương trình phát triển LHQ 联合国开发计划署 United Nations Development Programme
UNEP	Chương trình môi trường LHQ 联合国环境规划署 United Nations Environment Programme
UNESCO	Tổ chức LHQ về giáo dục, khoa học và văn hoá 联合国教育、科学及文化组织（联合国教科文组织） United Nations Educational, Scientific and Cultural Organization

续表

缩写 Viết tắt	越语、汉语、英语名称 Tiếng Việt, tiếng Hán, tiếng Anh
UNIDO	Tổ chức LHQ về phát triển công nghiệp 联合国工业发展组织 United Nations Industrial Development Organization
UNSC	Hội đồng Bảo an Liên hiệp quốc 联合国安全理事会 United Nations Security Council
WB	Ngân hàng thế giới 世界银行 World Bank
WEF	Diễn đàn kinh tế thế giới 世界经济论坛 World Economic Forum
WFP	Chương trình lương thực thế giới 世界粮食计划署 World Food Programme
WHO	Tổ chức Y tế thế giới 世界卫生组织 World Health Organization
WTO	Tổ chức thương mại thế giới 世界贸易组织 World Trade Organization

主要参考书目

1. 曾瑞莲，罗文青，蔡杰. 新越汉词典. 南宁：广西教育出版社，2011.

2. 祁广谋. 新汉越词典. 南宁：广西教育出版社，2013.

3. 中国社会科学院语言研究所词典编辑室. 现代汉语词典. 第7版. 北京：商务印书馆，2016.

4. 何成，郑卧龙，朱福丹，王德伦，等. 越汉辞典. 北京：商务印书馆，2005.

5. HOÀNG PHÊ(CHỦ BIÊN).TỪ ĐIỂN TIẾNG VIỆT. HÀ NỘI:NXB ĐÀ NẴNG,2007.

6. NGUYỄN NHƯ Ý(CHỦ BIÊN).ĐẠI TỪ ĐIỂN TIẾNG VIỆT. TP.HCM:NXB ĐẠI HỌC QUỐC GIA TP. HỒ CHÍ MINH,2013.

7. VIỆN KHOA HỌC XÃ HỘI VIỆT NAM VIỆN NGÔN NGỮ HỌC. 汉越词典. TP. HCM:NXB TỔNG HỢP THÀNH PHỐ HỒ CHÍ MINH,2008.

8. BAN TU THƯ NGHĨA THỤC. 汉越词典. HÀ NỘI:NXB VĂN HÓA THÔNG TIN,1999.

9. TRUNG TÂM TỪ ĐIỂN HỌC. TỪ ĐIỂN TIẾNG VIỆT.HÀ NỘI:NXB ĐÀ NẴNG,2007.

部首检字表

说　明

部首次序按笔画多少排列，同画数的按起笔一、丨、丿、丶、一的顺序排列。

（一）部首目录

（部首右边的号码指检字表的页码）

（二）检字表

（字右边的号码指词典正文的页码）

门部

门 1059

一至四画
闩 1257
闪 1210
闭 681
问 1333
闻 742
闱 1200
闲 1353
间 933, 937
闵 1059, 1060

五至六画
闸 1462
闹 1092
闱 869
闻 1333
阀 808
阁 845

七至九画
阅 1450
阈 1396
阐 715
阑 998
阔 994

氵部

二至三画
汁 1480
汇 910
汉 878
汗 878
污 1335
江 938
汲 922
汛 1392
池 728
汤 1283

四画
汪 1321
沐 1084
汰 1280
沤 1108
沥 1012
沩 1141
沙 1206
汽 1150
沃 1335

沦 1039
泛 813
沧 708
沟 855
没 1054, 1079
沉 722
沁 1165

五画
浅 1156
法 808, 809
泄 1369
河 885
沽 1464
沮 966
泪 1006
油 1433
泊 694
沿 1397
泡 1116, 1117
注 1495
泣 1150
泻 1369
泌 1064
泳 1430
泥 1095
泯 1072
沸 820
沼 1470
波 693
泼 1136
治 1485

六画
洼 1315
洁 949
洪 891
洒 1201
浇 942
浊 1503
洞 790
测 710
洗 1345
活 913
派 1112
洽 1151
浏 1028
济 927
洋 1403
洲 1491
浑 912

浓 1104
津 954

七画
涛 1285
涝 1004
酒 963
涉 1221
消 1362
涡 1334
浩 882
海 875
涂 1308
浮 829
涣 904
流 1029
润 1200
涧 938
涕 1291
浪 1000
浸 957
涨 1467, 1468
涩 1206
涌 1430

八画
清 1168
渍 1508
添 1293
鸿 891
淋 1024
淅 1343
淶 793
淮 1394
淹 1396
渠 1176
渐 938
淑 1252
淌 1285
混 913
淆 1364
渊 1142
淫 1423
渔 1440
淘 1286
淳 744
液 1409
淤 1438
淡 766
淀 782
深 1223

渗 1226
涵 877

九画
湛 1466
港 840
滞 1486
湖 895
湘 1359
渣 1462
渺 1069
湿 1233
温 1331
渴 981
溃 993
湍 1309
溅 938
滑 899
湾 1318
渡 794
游 1434
滋 1504
渲 1388

十画
满 1049
漠 1080
源 1447
滤 1038
滥 999
滔 1285
溪 1344
溜 1028, 1031
滚 870
溏 1284
溢 1420
溯 1273
滨 690
溶 1195
溺 1097
滩 1281

十一画
潇 1364
漆 1142
漱 1255
漂 1129, 1130
漫 1050
滴 776
潢 1387
演 1400
漏 1033

十二画
潜 1155

澎 1122
潮 720
潭 1282
潦 1020
澳 656
澄 727

十三画以上
濑 690
濠 1459
激 921
瀑 1140
灌 866

宀部

二至四画
宁 1101
它 1278
宇 1441
守 1248
宅 1463
安 652, 653
字 1507
完 1318
宋 1270
宏 890
牢 1001
灾 1455

五至六画
宝 669
宗 1508
定 786
宠 732
宜 1415
审 1326
官 864
宛 1319
实 1236
宣 1385
室 1244
宫 853
宪 1356
客 982

七至八画
害 876
宽 990
家 990
宴 1401
宾 690
容 1194
宰 1455

案 654
寇 987
寄 927
寂 927
宿 1273, 1382
密 1064

九画以上
寒 877
富 833
寓 1444
塞 1201
寝 1463
赛 1202
寡 861
察 713
蜜 1065
寥 1020

辶部

二至四画
边 683
辽 1020
迂 1438
达 753
迈 1047
过 872
迁 1152
迄 1150
迅 1392
巡 1391
进 956
远 1447
运 1451
还 874, 903
连 1013
近 956
返 812
迎 1426
这 1472
迟 728

五至六画
述 1254
迪 776
迫 1137
选 1387
适 1244
追 1501

逃 1285
迹 927
进 679
送 1270
迷 1063
逆 1096
迸 1310
逊 1392

七至八画
速 1272
逗 791
逐 1493
逝 1244
逍 1362
逞 727
造 1459
透 1306
逢 1307
逛 868
逢 826
递 778
通 1299
逻 1041
逸 1420
逮 762, 764

九至十画
逼 679
遇 1443
遗 1416
逾 1440
道 771
遂 1275
遍 686
遐 1349
遭 1156
遥 1405
遛 1031

十一画以上
遭 1458
遮 1471
遗 1024
遵 1513
邀 1404
邂 1370
避 682
邋 996

彐(彑刍)部

灵 1025

1548

Khát 渴	Không 空	Kiêu 轿	Lập 立
Khắc 刻,克,尅	Khống 控,悾	Kim 今,金	Lâu 娄,楼,喽,髅,蝼
Khẳng 肯	Khổng 孔	Kim 琴	Lậu 陋,漏
Khâm 钦,襟,衾	Khởi 起	Kinh 京,经,泾,惊,荆	Lê 黎,梨,藜,犁
Khẩn 紧,垦,恳	Khu 区,躯,驱	Kính 敬,镜,径	Lễ 礼
Khấp 泣	Khuẩn 菌	Kình 鲸,勍	Lệ 丽,例,隶,泪,戾,
Khất 乞	Khuất 屈	Ky 箕,畿,奇,羁	厉,励,疠,砺,荔
Khấu 叩,扣,寇,蔻	Khúc 曲	Ký 记,寄,既,骥	Lệnh 令
Khẩu 口	Khuê 圭,闺,奎,暌	Kỳ 其,期,旗,棋,骐,	Lịch 历,沥,雳,枥
Khê 溪,蹊	Khuể 恚,跬	琪,祺,麒,耆,	Liêm 廉,濂,簾,镰,帘,
Khế 契	Khuếch 扩	鳍,祈,崎,岐	奁
Khể 稽	Khung 穹	Ký 己,纪,几	Liễm 敛
Khi 欺	Khủng 恐	Kỹ 技,妓,伎	Liệm 殓
Khí 气,器,弃	Khuông 匡,框	Ky 骑,忌	Liên 联,连,莲,涟,怜
Khỉ 起,岂	Khuy 亏,窥	La 罗,箩,逻,锣	Liễn 琏,联
Khích 激,隙	Khuên 圈	Lạc 乐,洛,落,络,烙,	Liệp 猎,踏
Khiêm 谦	Khuyến 劝	骆,貉	Liệt 列,烈,冽,裂,劣
Khiếm 欠	Khuyển 犬	Lai 来,莱	Liêu 僚,撩,辽,寮,廖,
Khiểm 歉,慊	Khuyết 缺,阙	Lại 吏,赖,癞,漱,籁,	廖,鹩,聊
Khiên 牵,愆,肩	Khuynh 倾	懒,徕	Liễu 了,柳,缭,蓼
Khiển 遣	Khứ 去	Lam 蓝,褴,婪,岚	Linh 灵,零,伶,玲,苓,
Khiến 遣,谴,缱	Khử 去	Lãm 览,榄,揽,缆	龄,羚,翎,铃,聆,鸰
Khiếp 怯	Khước 却	Lạm 滥	Lĩnh 领,岭
Khiết 契,挈,洁	Khương 姜	Lan 兰,澜,栏,澜,拦	Loa 螺,骡,瘰
Khiêu 挑,跳	Khưu 丘,邱	Lãn 懒	Lõa 裸,伙
Khiếu 叫,窍,啸	Khứu 嗅	Lạn 烂	Loại 类
Khinh 轻,氢	Kích 击,激,戟	Lang 郎,廊,榔,琅,螂,	Loan 弯,湾,峦,栾,
Khoa 科,夸	Kịch 剧	稂,莨,狼,踉,琅	挛,銮,鸾
Khóa 课,跨,胯,袴	Kiêm 兼	Lãng 浪,阆,朗	Loát 刷
Khỏa 裸	Kiếm 剑	Lạng 两,谅	Long 龙,隆
Khoái 忕,脍,浍	Kiểm 拑,拤,碱,钤,	Lãnh 领,岭,冷,绫	Lô 炉,滤,芦,胪,垆
Khoan 宽	签,黔	Lao 劳,痨,牢	Lỗ 鲁,橹,虏,掳,卤
Khoán 券	Kiếm 检,脸,睑	Lão 老	Lộ 路,露,赂,鹭,轳,
Khoáng 矿,旷	Kiệm 俭	Lạo 潦,涝	璐
Khoảnh 顷	Kiên 坚,悭	Lạp 猎,踏,蜡,腊,拉,	Lộc 禄,碌,鹿,辘,麓
Khoát 阔,豁	Kiến 见,建	笠,粒	Lôi 雷,擂,垒
Khô 枯	Kiền 乾,虔	Lạt 喇,辣,痢	Lỗi 磊,傫,癗
Khố 库,裤	Kiển 蹇,茧	Láu 饕	Lộng 弄
Khổ 苦	Kiện 件,健,键,腱	Lăng 凌,陵,菱,棱,鲮,	Lợi 利,俐
Khốc 酷,哭	Kiếp 劫	楞	Lũ 屡,偻,缕,履,褛
Khôi 灰,盔,诙,瑰,	Kiết 结,拮,桔	Lâm 临,林,淋,琳,霖	Luân 伦,轮,沦,纶,苍,
魁	Kiệt 桀,杰,竭,褰,偈	Lẫm 凛,廪,懔	抡,囵
Khôn 坤	Kiêu 骄,骁,浇	Lân 邻,怜,燐,鳞,麟	Luận 论
Khốn 困	Kiều 乔,桥,桥,娇,翘	Lẫn 遴	Luật 律
Khổn 阃,悃,捆	Kiểu 矫,侥,蒿,缴,徼	Lận 吝	

Lục 六,陆,录,绿,戮,篆,氯	Mạng 命	Mục 目,睦,牧,穆	Ngẫu 偶,耦,藕
Lung 笼,珑,胧,聋,砻	Manh 氓,萌,盲	Mùi 未	Nghê 倪,鲵,猊,霓
Lũng 垄,拢,陇	Mãnh 猛	Muội 妹,昧,沬,眛	Nghệ 艺,翠,谐,睨
Lũy 垒,累	Mạnh 孟,命	Muộn 闷,懑	Nghi 宜,仪,疑
Lụy 累,泪	Mao 茅,毛,旄	Mưu 谋	Nghĩ 拟
Luyên 孪	Mão 卯,昴,茆	Mỹ 美	Nghị 议,蚁,谊,毅
Luyến 恋,孪	Mạo 貌,冒,帽,媚,毫,眊	Na 那,挪	Nghĩa 义
Luyện 练,炼	Mạt 末,茉,秣,沫	Ná 那	Nghịch 逆
Luyền 奁	Mặc 默,墨	Nã 拿	Nghiêm 严
Lư 芦,卢,炉,颅,庐,胪,闾	Mân 蚊,珉,岷,闽,旻	Nãi 乃,奶,迺	Nghiễm 俨
Lữ 旅,膂,吕,侣	Mẫn 敏,悯,闵,愍	Nại 耐,奈,捺,鼐	Nghiệm 验
Lự 虑	Mật 密,蜜,谧	Nam 南,喃,楠,男	Nghiên 研,妍,碾
Lực 力	Mâu 缪,牟,眸,侔,矛,蝥,瞀	Nan 难,摊,滩	Nghiệp 业
Lược 略,掠	Mẫu 母,牡,亩	Nãn 赧	Nghiệt 孽,蘖
Lương 良,粮,凉,梁	Mậu 茂,贸,戊,谬,懋,瞀,缪	Nạn 难	Nghiêu 尧,侥,硗,跷,峣
Lưỡng 两,俩,辆	Mê 迷,谜,糜	Nang 囊	Nghinh 迎
Lượng 两,谅,量,亮	Mễ 米,眯	Nao 猱,铙	Ngọ 午
Lưu 流,琉,硫,鎏,留,遛,骝,刘	Mệnh 命	Náo 闹,挠,淖,臑	Ngoa 讹,靴,吪,囮
Lựu 溜,榴,瘤	Mi 糜,靡,麋,霉,眉,榈,楣,湄	Não 脑,恼	Ngõa 瓦
Ly 离,漓,璃,篱,骊,厘,狸,罹,嫠	Mị 媚,寐,魅,魅	Nạp 纳,衲	Ngọa 卧
Lý 里,俚,理,裡,鲤,李,逦,履	Mịch 幂,觅,泊	Nát 涅,捏	Ngoại 外
Lỵ 利,莉,痢,蒞	Miên 棉,绵,眠	Nặc 匿,诺,昵	Ngoan 顽
Ma 麻,蔴,磨,麼,摩,嘛,魔,吗,妈,蟆	Miến 缅,沔,眄,面	Năng 能	Ngoạn 玩
Mã 马,玛,码,蚂	Miễn 免,勉,偭,娩	Nẫm 稔,廿	Ngọc 玉
Mạ 骂	Miện 冕,盼	Nê 尼,泥	Ngô 吾,梧,吴,蜈
Mạc 莫,幕,漠,膜,摸,邈	Miệt 蔑	Nga 俄,娥,峨,哦,莪,鹅,蛾	Ngỗ 忤
Mạch 脉,麦,陌,貊	Miêu 苗,描,猫,锚	Ngã 我,饿	Ngộ 悟,晤,寤,误,遇,愚
Mai 梅,埋,霾,霉,玫,枚	Miếu 庙	Ngạc 愕,谔,锷,萼,噩,鳄,鄂	Ngốc 呆
Mãi 买	Miểu 藐	Ngạch 额	Ngột 兀,屼
Mại 卖,迈,逪	Minh 明,盟,鸣,铭,冥,溟,暝,螟	Ngai 呆	Ngu 娱,虞,愚,隅
Man 蛮,瞒,曼,漫,蔓,漫	Mô 摸,谟,模,摹	Ngải 艾,刈	Ngũ 五,伍
Mán 缦	Mỗ 某	Ngại 碍	Ngụ 寓
Mãn 满	Mộ 慕,墓,募,暮	Ngạn 岸,彦,谚	Ngục 狱
Mạn 漫,慢,墁,幔,缦	Mộc 木,沐,霂	Ngang 昂	Nguy 危,桅,嵬,巍
Mang 忙,茫,芒,铓,硭	Môi 媒,煤,莓	Nganh 硬,梗,鲠	Ngụy 伪,魏
Mãng 莽,蟒	Môn 门,们,扪	Ngao 敖,獒,熬,遨,鳌,鳌	Nguyên 原,源,元
	Mông 蒙,濛,曚,朦,檬,朦,矇	Ngạo 傲	Nguyễn 阮
	Mộng 梦	Ngâm 吟	Nguyện 愿
	Một 没,殁	Ngân 银,龂,龈,嚣	Nguyệt 月
		Ngắn 痕	Ngư 鱼,渔
		Ngập 岌	Ngữ 语,龉,御
		Ngật 屹,吃,讫	Ngự 御,驭
			Ngưng 凝

Ngược 虐

Ngưỡng 仰

Ngưu 牛

Nha 牙,芽,鸦,呀,衙

Nhã 雅

Nhạ 讶,迓,惹

Nhạc 乐,岳,嶽

Nhai 厓,崖,涯,街

Nham 岩,癌

Nhan 颜

Nhàn 闲,娴

Nhãn 眼

Nhạn 雁

Nhâm 壬,妊

Nhậm 赁

Nhẩm 衽

Nhân 人,仁,因,姻,烟,
茵,絪,湮,堙

Nhẫn 刃,忍,仞,纫,
轫,切

Nhận 认

Nhập 入

Nhất 一,壹

Nhật 日

Nhi 儿,而

Nhĩ 耳,饵,洱,聃,尔,
迩

Nhị 二,贰,珥

Nhiễm 染,冉,苒,蚺,
髯

Nhiệm 任

Nhiên 然,燃

Nhiếp 聂,摄,嗫,蹑,
爕

Nhiệt 热

Nhiêu 饶,娆

Nhiễu 扰,绕,遶

Nho 儒

Nhu 需,懦,濡,嚅,褥,
糯,蠕,薷,柔,揉,蹂,
猱

Nhũ 乳

Nhụ 孺

Nhuận 闰,润

Nhục 肉,辱,蓐,溽,褥

Nhuế 芮,汭

Nhuệ 锐

Nhung 茸,戎,绒,毪

Nhũng 冗

Nhụy 蕊

Nhuyễn 软

Như 如

Nhưng 仍,礽

Nhược 弱,若,箬

Nhương 攘,禳,穰

Nhưỡng 壤,酿

Nhượng 让

Ni 尼,伲,妮,怩,呢

Nịch 溺

Niêm 粘

Niệm 捻,念,廿

Niên 年

Niết 臬,捏,涅,陧,啮

Niệu 尿

Ninh 宁,咛,泞,柠,
拧,狞

Nịnh 佞

Nọa 惰,懦,糯

Noãn 卵,暖,煖

Nô 奴,驽,帑,孥

Nỗ 努,弩

Nộ 怒

Nỗi 馁

Nội 内

Nộn 嫩

Nông 农

Nùng 侬,浓,秾,酿

Nuy 赢

Nụy 矮,倭

Nương 娘

Nữu 纽,钮,扭,忸

Oa 窝,娲,涡,蜗,锅,
蛙,注,娃,哇,呱

Oai 威

Oái 矮

Oan 冤,鸳

Oán 怨

Oanh 莺,莹,萤,轰

Oánh 莹

Oát 挖,斡

Ong 嗡,蝓

Ô 乌,呜,邬,钨,坞,污,
圬,枵

Ố 恶

Óc 屋,喔,握,渥,醒,
沃,鏖

Ôi 偎,煨,隈,煨

Ổi 傀,猥

Ôn 温,瘟

Ổn 稳

Ông 翁

Ổng 滃

Pha 坡,陂,玻

Phá 破

Phả 颇,破,普,谱

Phác 朴,璞

Phách 拍,珀,魄,劈,
擘

Phái 派

Phàm 凡,帆,飒

Phạm 犯,范

Phan 潘,幡,藩,攀

Phán 判,泮,畔,贩

Phàn 攀,礬

Phản 反,阪,坂,返

Phạn 饭,梵

Phảng 仿

Phanh 烹

Phao 抛,脬

Pháo 炮

Pháp 法

Phát 发

Phạt 罚,伐

Phân 分,芬,纷,雰

Phấn 粉,奋,焚,粪

Phần 分,份,汾,粉,氛,
坟,贲,焚

Phẫn 忿,愤

Phận 份

Phất 弗,拂,茀,佛,绋,
绂,芾

Phật 佛

Phẫu 丢,剖,瓿,釜

Phê 批,砒

Phế 废,肺,芾

Phệ 吠,彘,蓖,噬

Phi 飞,非,菲,扉,霏,
妃,披

Phí 费

Phì 肥

Phỉ 匪,荆,菲,棑,斐,
翡,诽

Phị 沸,痱,苇,廜

Phiếm 泛,汜

Phiên 番,翻,嬏,藩,
潘

Phiến 片,扇,煽

Phiền 烦,繁,墦

Phiệt 阀,筏,垡

Phiêu 票,漂,剽,标,
飘,鳔,镖

Phiếu 票,剽,漂,摽,
墂,骠

Phó 付,讣,赴,副,傅

Phò 扶,跗

Phọc 缚

Phong 风,枫,疯,封,
葑,峰,烽,蜂,锋

Phóng 放,仿,访

Phòng 防,妨,房

Phồng 倄,纺,汸

Phô 铺

Phố 浦,圃,铺

Phổ 普,谱,溥

Phốc 仆,扑,蹼

Phối 坯,胚,醅

Phổi 配

Phồn 繁,蕃

Phu 夫,伏,趺,鈇,駙,
孚,孵,肤,敷

Phú 富,赋

Phù 扶,芙,俘,浮,孵,
符,苻,苤

Phủ 府,俯,腑,甫,父,
否,斧,抚

Phụ 父,妇,负,阜,埠,
附,坿,袝,驸,辅,赙

Phúc 福,腹,复

Phục 伏,茯,服,复

Phún 贲

Tầm 寻,浔

Tẩm 浸,寝,寖

Tân 新,薪,辛,莘,津,宾,滨,槟

Tấn 进,迅,讯,晋,缙,缤,侲,摈

Tần 频,濒,嫔,秦

Tẩn 牝

Tận 尽,烬

Tăng 蹭

Tầng 层

Tập 习,集,袭,辑,缉

Tất 必,毕,跸,荜,筚,膝,漆,悉,蟋

Tật 疾,嫉

Tâu 奏,凑,诹

Tấu 奏,凑,辏

Tẩu 走,叟,嫂,薮

Tây 西

Tê 犀,撕,嘶,齑,脐,挤,跻,庳

Tế 祭,细,济,蔽,际,堉

Tề 齐

Tể 宰,滓,荠

Tễ 剂

Tệ 蔽,弊,币,毙,挤,剂,嘶

Tha 他,她,它,蹉,搓

Thác 讬,托,拓,跅,铎

Thạc 硕

Thạch 石

Thai 台,胎,猜

Thái 太,忲,泰,采,菜,彩,蔡,态

Thải 贷,汰,采,彩,探

Tham 参,贪

Thám 探

Thảm 惨,志,琰

Than 叹,欢,炭,摊,滩,瘫

Thán 叹,欢,炭,碳,璨,粲

Thản 坦

Thang 汤,烫

Tháng 倘,抢,伧

Thanh 青,清,蜻,菁,声

Thánh 圣

Thành 成,城,诚

Thạnh 盛,晟

Thao 操,滔,韬,鞱,饕,洮,至

Tháo 操,慅

Thảo 草,讨

Tháp 塔,榻,撘,插,极

Thát 挞,鞑,闼,獭

Thắc 忑,忒

Thăng 升

Thắng 胜

Thằng 绳

Thặng 乘,剩

Thâm 深

Thầm 忱,谌

Thẩm 沈,审

Thậm 甚

Thân 亲,身,申,绅,呻,砷

Thấn 榇,殡

Thần 辰,晨,娠,唇,宸,神,臣

Thần 蜃

Thận 慎,肾,蜃

Thấp 湿

Thập 十,什,拾

Thất 七,匹,室,疋,柒,失

Thâu 收,输,偷

Thấu 透,漱,嗽,凑

Thê 妻,凄,栖,凄,梯

Thế 世,势,替,涕,剃,薙

Thể 体,采,彩

Thệ 誓,逝

Thếch 适

Thi 施,诗,尸

Thí 试,弑,施,譬,屁

Thì 时,莳,埘

Thỉ 始,矢,驰,属

Thị 市,侍,恃,柿,是,嗜,视,示,氏

Thích 倜,俶,适,刺,释,戚,霹,剔,鳌,奭

Thiêm 添,签

Thiềm 蟾,谵

Thiểm 忝,闪,陕

Thiệm 赡,埏,忝

Thiên 天,千,阡,芊,迁,偏,篇

Thiền 单,禅,婵,蝉

Thiển 浅

Thiện 善,鳝,缮,膳,羡,单,禅,擅

Thiếp 帖,贴,贴,惬,怅,妾,浃

Thiệp 涉

Thiết 切,窃,铁,设

Thiệt 舌

Thiêu 烧,眺,桃

Thiếu 少

Thiều 韶,迢

Thiểu 少,悄,宨

Thiệu 绍,诏,邵,劭,巢

Thìn 辰

Thính 听

Thỉnh 请

Thịnh 盛

Thọ 寿

Thoa 钗,梭

Thóa 唾

Thỏa 妥,椭

Thoái 退

Thoại 话

Thoan 竣,悛,遄,湍

Thoán 篡,窜,彖

Thoạt 脱,挩

Thô 粗

Thổ 兔,吐,错,措,醋

Thổ 驮

Thổ 土,吐

Thốc 簇,镞,秃

Thôi 崔,催,推,衰

Thối 退,腿

Thôn 村,吞

Thốn 寸,褪

Thổn 忖

Thông 通,葱,聪,痌,恫,囱

Thống 统,痛

Thốt 卒,猝

Thời 时

Thu 收,秋,鳅

Thú 兽,趣,娶,首,守,狩,戍

Thù 仇,朵,侏,殊,侏,雠,酬

Thủ 手,守,首,取

Thụ 树,受,授,绶,售,竖

Thuần 纯,淳,醇,鹑

Thuẫn 盾,楯,揗

Thuận 顺

Thuật 术,述

Thúc 促,束,叔,菽,俶,倏

Thục 孰,熟,塾,蜀,赎,菽,淑

Thuế 税,蜕,说,挩

Thung 椿

Thuộc 属

Thúy 翠,膵,邃

Thùy 垂,锤,陲,谁

Thủy 水,始

Thụy 瑞,睡,谥

Thuyên 痊,铨,筌,栓,拴,诠,镌,跧

Thuyền 船

Thuyết 说

Thư 书,舒,姐,疽,苴,狙,咀,诅,龃,雎,殊,雌,鹇

Thứ 次,庶,恕,刺

Thử 此,暑,黍,鼠

Thự 墅,署,曙

Thừa 乘,剩,承,丞

Thức 识,式,拭,轼

Thực 实,食,殖,植,蚀

Thước 鹊,铄,烁

3. 元素周期表

原子序数 ← | 19　K
钾
kali | → 元素符号

元素的越语名称 ← 　　　　　 → 元素名称，注*的是人造元素

族 周期	I A	II A	III B	IV B	V B	VI B	VII B	VIII B		
1	1　H 氢 hiđrô									
2	3　Li 锂 lithi	4　Be 铍 beryli								
3	11　Na 钠 natri	12　Mg 镁 magiê								
4	19　K 钾 kali	20　Ca 钙 canxi	21　Sc 钪 scanđi	22　Ti 钛 titan	23　V 钒 vanađi	24　Cr 铬 crom	25　Mn 锰 mangan	26　Fe 铁 sắt	27　Co 钴 coban	
5	37　Rb 铷 rubiđi	38　Sr 锶 stronti	39　Y 钇 ytri	40　Zr 锆 ziriconi	41　Nb 铌 niobi	42　Mo 钼 molipđen	43　Tc 锝* tecneti	44　Ru 钌 ruteni	45　Rh 铑 rođi	
6	55　Cs 铯 xêzi	56　Ba 钡 bari	57-71 La-Lu 镧系	72　Hf 铪 hafni	73　Ta 钽 tantali	74　W 钨 vonfam	75　Re 铼 reni	76　Os 锇 osmi	77　Ir 铱 iriđi	
7	87　Fr 钫* franci	88　Ra 镭 rađi	89-103 Ac-Lr 锕系	104　Rf 𬬻* rutefordi	105　Db 𬭊* dubni	106　Sg 𬭳* seaborgi	107　Bh 𬭛* bohri	108　Hs 𬭶* hassi	109　Mt 鿏* meitneri	

镧系	57　La 镧 lantan	58　Ce 铈 xeri	59　Pr 镨 praseođyn	60　Nd 钕 neođim	61　Pm 钷* promethi	62　Sm 钐 samari	63　Eu 铕 europi
锕系	89　Ac 锕 actini	90　Th 钍 thori	91　Pa 镤 protactini	92　U 铀 urani	93　Np 镎 neptuin	94　Pu 钚 plutoni	95　Am 镅* americi

							VII A
							2 He 氦 heli
		III A	IV A	V A	VI A	VII A	heli
		5 B 硼 bo	6 C 碳 cacbon	7 N 氮 nitơ	8 O 氧 ôxy	9 F 氟 flo	10 Ne 氖 neon
I B	II B	13 Al 铝 nhôm	14 Si 硅 silic	15 P 磷 phốtpho	16 S 硫 lưu huỳnh	17 Cl 氯 clo	18 Ar 氩 agon
28 Ni 镍 niken	29 Cu 铜 đồng	30 Zn 锌 kẽm	31 Ga 镓 gali	32 Ge 锗 gecmani	33 As 砷 asen	34 Se 硒 selen	35 Br 溴 brôm	36 Kr 氪 krypton
46 Pd 钯 paladi	47 Ag 银 bạc	48 Cd 镉 cađmi	49 In 铟 indi	50 Sn 锡 thiếc	51 Sb 锑 antimon	52 Te 碲 teluri	53 I 碘 iốt	54 Xe 氙 xenon
78 Pt 铂 platin	79 Au 金 vàng	80 Hg 汞 thủy ngân	81 Tl 铊 tali	82 Pb 铅 chì	83 Bi 铋 bitmut	84 Po 钋 poloni	85 At 砹 astatin	86 Rn 氡 rađon
110 Ds 钛* darmstadti	111 Rg 轮* roentgeni	112 Cn 鎶* copemicium					

64 Gd 钆 gadolini	65 Tb 铽 terbi	66 Dy 镝 điprozi	67 Ho 钬 honmi	68 Er 铒 erbi	69 Tm 铥 tuli	70 Yb 镱 ytecbi	71 Lu 镥 luteti
96 Cm 锔* curi	97 Bk 锫* berkeli	98 Cf 锎* californi	99 Es 锿* einsteini	100 Fm 镄* femi	101 Md 钔* mendelevi	102 No 锘* nobeli	103 Lr 铹* laurenci

4. 中国少数民族简表

民族名称	Tên các dân tộc	主要分布地区（省、直辖市、自治区）	Khu vực phân bố chính (tỉnh, thành phố trực thuộc Trung ương, khu tự trị)
蒙古族	Mông Cổ	内蒙古、吉林、辽宁、黑龙江、新疆、甘肃、青海、河北、河南	Nội Mông Cổ, Cát Lâm, Liêu Ninh, Hắc Long Giang, Tân Cương, Cam Túc, Thanh Hải, Hà Bắc, Hà Nam
回族	Hồi	宁夏、甘肃、河南、河北、青海、山东、云南、安徽、新疆、辽宁、北京	Ninh Hạ, Cam Túc, Hà Nam, Hà Bắc, Thanh Hải, Sơn Đông, Vân Nam, An Huy, Tân Cương, Liêu Ninh, Bắc Kinh
藏族	Tạng	西藏、青海、四川、甘肃、云南	Tây Tạng, Thanh Hải, Tứ Xuyên, Cam Túc, Vân Nam
维吾尔族	Uây-ua	新疆	Tân Cương
苗族	Hmông	贵州、湖南、云南、广西、四川、重庆、湖北、海南	Quý Châu, Hồ Nam, Vân Nam, Quảng Tây, Tứ Xuyên, Trùng Khánh, Hồ Bắc, Hải Nam
彝族	Di	云南、四川、贵州、广西	Vân Nam, Tứ Xuyên, Quý Châu, Quảng Tây
壮族	Choang	广西、云南、广东、贵州、湖南	Quảng Tây, Vân Nam, Quảng Đông, Quý Châu, Hồ Nam
布依族	Bu-y	贵州	Quý Châu
朝鲜族	Triều Tiên	吉林、黑龙江、辽宁	Cát Lâm, Hắc Long Giang, Liêu Ninh
满族	Mãn	辽宁、黑龙江、吉林、河北、北京、内蒙古	Liêu Ninh, Hắc Long Giang, Cát Lâm, Hà Bắc, Bắc Kinh, Nội Mông Cổ
侗族	Động	贵州、湖南、广西	Quý Châu, Hồ Nam, Quảng Tây
瑶族	Dao	广西、湖南、云南、广东、贵州	Quảng Tây, Hồ Nam, Vân Nam, Quảng Đông, Quý Châu
白族	Bạch	云南	Vân Nam
土家族	Thổ Gia	湖南、湖北、重庆	Hồ Nam, Hồ Bắc, Trùng Khánh
哈尼族	Ha-ni	云南	Vân Nam
哈萨克族	Ca-dắc	新疆、甘肃	Tân Cương, Cam Túc
傣族	Thái	云南	Vân Nam
黎族	Lê	海南	Hải Nam
傈僳族	Li-su	云南、四川	Vân Nam, Tứ Xuyên
佤族	Va	云南	Vân Nam
畲族	Xa	福建、浙江、江西、广东、安徽	Phúc Kiến, Chiết Giang, Giang Tây, Quảng Đông, An Huy

牺 1343	敢 838	肠 716	望 1324	**殳部**	烂 999	然 1184
犁 1008	**八画以上**	**四画**	期 1141		烃 1298	照 1470
牲 793	散 1203	肾 1225	腊 996	殴 1108	**六画**	煞 1207
犒 979	敬 961	肤 828	腌 1396	段 796	耿 849	煎 934
犟 941	敵 718	肺 819	脾 1125	殷 1395,	烤 979	**十画以上**
	敦 799	肢 1481	腋 1409	1422	烘 889	熬 656
手部	数 1254,	肿 1489	腔 1157	般 663	烦 810	熙 1344
手 1246	1255	服 828,	腕 1321	毁 910	烧 1217	熏 1390
掔 1485	敷 828	832	腱 938	殿 782	烛 1493	熊 1380
拳 1180		胀 1468	**九至十画**	毅 1420	烟 1395	熟 1253
掰 659	**片部**	朋 1121	腻 1096		烩 911	燕 1401
攀 1113	片 1126,	股 858	腰 1404	**文部**	烙 1004	
	1128	肮 655	腼 1067	文 1331	烫 1285	**户部**
毛部	版 664	肥 819	腥 1375	虔 1155	**七至八画**	户 896
毛 1052	牌 1112	胁 1368	腮 1201	斋 1333	焊 878	肩 933
毡 1464		**五画**	腹 834		焕 905	房 815
耗 882	**斤部**	胡 895	腾 1288	**方部**	烽 826	扁 684
毦 879	斤 953	背 674,	腿 1310	方 813	焖 1060	扇 1209,
毯 1282	斥 729	675	膜 1077	施 1233	焰 1401	1210
毽 938	欣 1372	胃 1330	膊 695,	旅 1036	焙 676	雇 860
	斧 830	胚 1118	666	族 1511	**九至十画**	
气部	祈 1144	胆 765	膀 1115,	旋 1386,	煲 668	**衤部**
气 1148	断 796	胜 1230	666	1388	煤 1056	**一至五画**
氛 822	斯 1267	胞 668	**十一画以上**	旗 1145	煨 1325	礼 1008
氢 1168	新 1373	胖 1113,	膘 688		煳 1311	社 1220
氧 1404		1115	膛 1284	**火部**	熄 1344	祛 1176
氮 654	**爪(爫)部**	脉 1048,	膨 1122	火 914	熔 1195	祖 1512
氖 766	爪 1469,	1080	膳 1211	**一至三画**	煸 1209	神 1224
氯 1038	1497	胎 1279	朦 1061	灭 1070	**十一画以上**	祝 1496
	爬 1109	**六画**	臊 1204,	灰 907	熨 1453	祠 745
夂部	爰 1405	胯 989	1205	灯 773	燃 1184	**六画以上**
二至六画	爱 652	胰 1415	臆 1421	灿 708	燥 1460	祥 1360
收 1245		胭 1395	臃 1430	灼 1503	爆 673	祷 770
改 835	**父部**	脸 990	臀 1312	**四画**		祸 916
放 816	父 831	脆 750	臂 683	炙 1485	**斗部**	禅 714
政 1479	爸 659	脂 1481		炖 799	斗 790,	福 830
故 859,	爹 784	胸 1380	**欠部**	炒 720	791	
860		胳 844	欠 1156	炊 743	科 980	**心部**
致 1485	**月部**	脏 1458	欧 1108	炕 978	斠 1474	心 1370
敌 776	月 1449	脐 1144	欲 1443	炎 1397		**三至五画**
效 1367	**二至三画**	胶 943	款 990	炉 1034	**灬部**	忌 926
七画	肋 1006	脓 1104	欺 1142	**五画**	**五至九画**	忍 1191
敕 1221	肝 837	脊 924	歇 1367	炼 1016	点 780	态 1280
教 943,	肚 793,	朗 1000	歌 844	炽 730	烈 1022	忠 1488
946	794	**七至八画**	歉 1157	炸 1462	热 1186	怂 1270
救 964	肛 840	脖 695		炮 1116,	羔 843	念 1099
敏 1072	肘 1491	脯 1139,	**风部**	1117	烹 1121	忽 894
敛 1015		830	风 823	炷 1496	煮 1494	思 1266
		豚 1312	飘 1129	炫 1387	焦 943	怎 1460
		脸 1015	飙 688			
		脱 1313				